ஜானகிராமம்
தி. ஜானகிராமனின் படைப்புகளைப் பற்றிய கட்டுரைகள்

ஜானகிராமம்
தி. ஜானகிராமனின் படைப்புகளைப் பற்றிய கட்டுரைகள்

தொகுப்பாசிரியர்
கல்யாணராமன்

பழந்தமிழிலும் நவீனத்தமிழிலும் பயிற்சியுள்ளவர். அரசு கல்லூரி ஒன்றில் முதல்வராகப் பணியாற்றுகிறார். 'நரகத்திலிருந்து ஒரு குரல்' (1998), 'எப்படி இருக்கிறாய்' (1999), 'ஆரஞ்சாயணம்' (2017) ஆகிய மூன்று கவிதைத் தொகுப்புகளும் 'விபரீத ராஜ யோகம்' (2019) என்ற சிறுகதைத் தொகுப்பும் வெளிவந்துள்ளன. தி. ஜானகிராமனின் நாவல்களை ஆராய்ந்து, முனைவர் பட்டம் (2001) பெற்றுள்ளார். ஆத்மாநாம் பற்றிக் 'கனல் வட்டம்' (2016) என்ற விமர்சனநூலை எழுதியுள்ளார். 'எம்.வி. வெங்கட்ராம் சிறுகதைகள்' (2021) முழுத்தொகுப்பின் இணைத் தொகுப்பாசிரியர்.

கைபேசி : 8939445023
மின்னஞ்சல் : sirisharam73@gmail.com

ஜானகிராமம்

தி. ஜானகிராமனின் படைப்புகளைப் பற்றிய கட்டுரைகள்

தொகுப்பாசிரியர்
கல்யாணராமன்

காலச்சுவடு பதிப்பகம்

அன்பார்ந்த வாசகருக்கு,

வணக்கம்.

காலச்சுவடு நூலை வாங்கியமைக்கு நன்றி.

நூலின் உள்ளடக்கம், உருவாக்கம், அட்டைப்படம் இன்ன பிற அம்சங்கள் பற்றிய உங்கள் கருத்துகளையும் ஆலோசனைகளையும் காலச்சுவடு வரவேற்கிறது. தகவல், எழுத்து, வாக்கியப் பிழைகள் தென்பட்டால் கட்டாயம் தெரிவித்து உதவுங்கள். நூல் தயாரிப்பில் கடும் குறைபாடு இருப்பின் மாற்றுப் பிரதி உங்களுக்குக் கிடைக்கக் காலச்சுவடு ஏற்பாடு செய்யும்.

மின்னஞ்சல்: **publisher@kalachuvadu.com**

காலச்சுவடு நாகர்கோவில் தலைமையகத்துக்கும் கடிதம் அனுப்பலாம்.

தங்கள்
எஸ்.ஆர். சுந்தரம் (கண்ணன்)
பதிப்பாளர் – நிர்வாக இயக்குநர்

ஜானகிராமம் தி. ஜானகிராமனின் படைப்புகளைப் பற்றிய கட்டுரைகள் ✦ தொகுப்பாசிரியர்: கல்யாணராமன் ✦ © கட்டுரையாசிரியர்களுக்கு ✦ முதல் பதிப்பு: ஏப்ரல் 2021, இரண்டாம் (குறும்) பதிப்பு ஜூலை 2021 ✦ வெளியீடு: காலச்சுவடு பப்ளிகேஷன்ஸ் (பி) லிட்., 669, கே.பி. சாலை, நாகர்கோவில் 629001

Janakiramam Critical Essays on T. Janakiraman's Works ✦ Edited by Kalyanaraman ✦ © Authors ✦ Language: Tamil ✦ First Edition: April 2021, Second (Short) Edition: July 2021 ✦ Size: Royal ✦ Paper: 18.6 kg maplitho ✦ Pages: 1032

Published by Kalachuvadu Publications Pvt. Ltd., 669 K.P. Road, Nagercoil 629001, India ✦ Phone: 91-4652-278525 ✦ e-mail: publications@kalachuvadu.com ✦ Printed at Adyar Students xerox Pvt. Ltd., No. 9, Sunkuraman street, Parrys, Chennai 600001

ISBN: 978-93-90802-77-7

07/2021/S. No. 996, kcp 3060, 18.6 (2) uss

கு.ப. ராஜகோபாலனுக்கும்
கரிச்சான்குஞ்சுவுக்கும்

ராஜலட்சுமிக்கும் (தி.ஜா.வின் மனைவி)
சாகேதராமனுக்கும் ராதாரமணனுக்கும் (தி.ஜா.வின் மகன்கள்)

பொருளடக்கம்

	முன்னுரை: குன்று முட்டிய குருவி	17
1.	அமிர்தமும் விஷமும் – பெருமாள்முருகன்	63
2.	தீத்தொழிற்படாஅள் – அ. அருள்மொழி	75
3.	மோகமுள்: ஓர் அபூர்வ ராகம் – ஆர்.எஸ். கதிர்	94
4.	மோகமுள்ளில் அழகியல் – லதா	102
5.	மோகமுள்: கொந்தளிப்பின் பேரெழிலும் துயரத்தின் அமைதியும் – சு. வேணுகோபால்	108
6.	மோகமுள்: அறம் சார்ந்த எழுத்தின் வகைமாதிரி – ம. மதிவண்ணன்	133
7.	'மோகமுள்': நாவல் கவனிக்க வைத்த இடமும் திரைப்படம் கவனம் பெறத் தவறிய இடமும் – இரவி	138
8.	"தமிழ் சினிமாவில் இலக்கியங்களைப் படமாக்க யாரும் முன்வருவதில்லை" ('மோகமுள்' இயக்குநர் ஞான. ராஜசேகரனுடன் ஒரு நேர்காணல்) – நேர்கண்டவர்: அருள்செல்வன்	143
9.	'மோகமுள்'ளைப் படமெடுக்கத் தோன்றியது பெரியது! – தென்றல் மதுசூதனன்	157
10.	மலையாளத்தில் மோகமுள்: இன்னும் புரியாத மனமும் வாழ்க்கையும் – வி.எஸ். அனில்குமார் மலையாளத்திலிருந்து தமிழில்: குளச்சல் யூசுஃப்	163

11. தீராவியப்பின் உயிர்த்திளைப்பு தி.ஜானகிராமன்
    – கல்யாணராமன் ... 172
12. மலர் மஞ்சம்: தி.ஜானகிராமனின் பெண்ணியப் பார்வை
    – கோ.வெ.கீதா ... 196
13. தி.ஜா.வின் அன்பே ஆரமுதே – செம்பருத்தியின் சிவப்பு
    – அ.வெண்ணிலா ... 204
14. அன்பே ஆரமுதே அனந்தசாமி: அன்பும் கருணையுமான புத்தர்
    – ஓ.ரா.ந. கிருஷ்ணன் ... 215
15. அம்மா வந்தாள்: ஒரு விமர்சனப் பார்வை
    – கொற்றவை ... 244
16. அம்மா வந்தாளா, போனாளா? – தி.ஜானகிராமனின் 'அம்மா வந்தாள்' நாவலை முன்வைத்து
    – சீனிவாச ராமானுஜம் ... 247
17. அலங்காரத்தம்மாள் வந்தாள் (அம்மா வந்தாள்)
    – பாலசுப்ரமணியன் பொன்ராஜ் ... 257
18. வந்தும் (திரைக்கு) வராத அம்மா!
    – ஸ்வர்ணவேல் ஈஸ்வரன் ... 262
19. உயிர்த்தேன்: மனதின் விசாரங்கள்
    – ஜா.தீபா ... 271
20. சந்திரப் பிறையின் செந்நகை பொலிக (உயிர்த்தேன்)
    – சுகுமாரன் ... 277
21. செம்பருத்தி – ஒரு பெண்ணின் மூன்றாம் பருவத்துக் கதை
    – சக்தி ஜோதி ... 286
22. காமத்தினும் மெல்லிது தி.ஜா.வின் மனது! (செம்பருத்தி)
    – ஏ.தனசேகர் ... 290
23. தி.ஜானகிராமனின் மரப்பசு: ஒப்பற்ற ஓர் அறிவுஜீவியின் அமானுஷ்யப் படைப்பு
    – மு.அ.முகம்மது உசேன் ... 302
24. மரப்பசு: காதலின் விடுதலை
    – ஓவியா ... 305
25. தி.ஜானகிராமனின் மரப்பசு: மாற்று மரபின் புதிய தொடக்கம்
    – காசி மாரியப்பன் ... 321
26. தி.ஜா.வின் அம்மணி VS நீட்ஷேயின் ஃப்ரீ ஸ்பிரிட்
    – தூயன் ... 334
27. தி.ஜானகிராமனின் 'அடி': ஒரு பார்வை
    – கே.பாரதி ... 341
28. அடி: முடிவின்மையின் உறவும் பிரிவின் முடிவும்
    – மு.சுதந்திரமுத்து ... 347

29. தி.ஜா.வின் முடிவற்ற வேட்கைத் தேடல் (நளபாகம்) – ஒரு பார்வை
    – வி. காதம்பரி   353

30. நளபாகம்: கிரியா ஊக்கி காமேச்வரன்: பல்வேறு பரிமாணங்களும் பரிணாமங்களும்
    – இரெ. மிதிலா   360

31. தி.ஜா.வின் நளபாகம்: 'நவீனத்தின் போதாமையும் மரபின் செழுமையும்'
    – ஸ்டாலின் ராஜாங்கம்   370

32. 'குள்ளன்': பிகோலைனின் பிருமாண்டம்
    – இந்துசெல்லா   387

33. 'குள்ளன்': நாமே அக்குள்ளன்
    – உமா சங்கரி   399

34. தி.ஜா.வின் 'அன்னை': நெருங்கிவந்த அம்மா
    – பத்மஜா நாராயணன்   405

35. மும்மடங்கு பொலியும் தங்குதடையற்ற மொழிபெயர்ப்புகள் (கிரிஷ்கா, குள்ளன், அன்னை)
    – அசதா   408

36. பூமி எனும் கோள் – ஒரு விஞ்ஞானப் பார்வை
    – ஜெ. பத்மநாபன்   417

37. அணு உங்கள் ஊழியன்: பொருத்தமான கலைச் சொல்லாக்கங்கள்
    – க. பலராமன்   427

38. மொழிபெயர்ப்பாலும் வியக்க வைக்கும் தி.ஜா.!
    – சைபர்சிம்மன்   434

39. கதையும் புனைவும்
    – பா. வெங்கடேசன்   442

40. உருப்படாமல்போன தெய்வம்
    – ஆர். சிவகுமார்   453

41. தீராப் பெரும்பசி (கொட்டு மேளம்)
    – எம்.ஏ. சுசீலா   458

42. கொட்டு மேளம்: ஒரு வாசகப் பார்வை
    – துரை. இலட்சுமிபதி   466

43. கொட்டுமேளம்: ஜெயபேரிகை
    – ஷஹிதா   475

44. தி.ஜானகிராமனின் சிவப்பு ரிக்ஷா: நிசப்தத்தில் எழும் கோயில்மணியின் கார்வையும் பேரிரைச்சலுக்கு நடுவில் உள்ளத்தில் எழும் அமைதியும்
    – மதுமிதா   482

45. தி.ஜா.வின் சிவப்பு ரிக்ஷா: ஒடுக்கு மன யதார்த்தவாதம்
    – இராஜாஜி..500

46. இரண்டு கதைகள் – ஒரே ஆண் உலகம்
    – பிருந்தா சீனிவாசன்..512

47. வார்த்தைகள் இழுத்துச்செல்லும் காட்டாறு
    – அரிசங்கர்...520

48. அக்பர் சாஸ்திரி: பாலைவனக் கள்ளி படர்ந்திருக்கும் உலகில்...
    – பாவண்ணன்...526

49. அக்பர் சாஸ்திரி: எளிய உருவில் பெரிய ஜாம்பவான்கள்
    – மலர்வதி..534

50. அக்பர் சாஸ்திரி: முழுமையும் ஒருமையும் உயிருமுள்ள கதைகள்
    – அ. உமர் பாரூக்...545

51. குழந்தைக்கா ஜூரம்? சமூகத்துக்கே ஜூரம்!
    – சுந்தரபுத்தன்..567

52. யாதும் ஊரே: மானுட வாழ்வின் சாரம்
    – ச. தமிழ்ச்செல்வன்...571

53. தி.ஜா.வின் யாதும் ஊரே: பெருங்காருண்யத்தின் நல்விதைகள்
    – பா. அமுல் சோபியா...594

54. பிடி கருணை: பொருக்கும் கட்டியும் பொன்னல்லவோ!
    – செல்வ. புவியரசன்..616

55. மஞ்சள் ஒளியில் காவிரி நதி (பிடி கருணை)
    – பிருந்தா சேது..620

56. சக்தி வைத்தியம்: பாத்திரங்களுக்கு உயிரூட்டிய தி.ஜா.
    – ஆர். வெங்கடேஷ்..629

57. தி.ஜானகிராமனின் 'சக்தி வைத்தியம்': ஒரு பார்வை
    – கோ.வெ. கீதா...637

58. மனிதாபிமானம்: நுண்மனக் கண்ணாடி
    – அருள்செல்வன்...660

59. தி.ஜா.வின் மனிதாபிமானம்: மனிதத் தேடலின் தடங்கள்
    – ம. தேவி – பலராமன் சுப்புராஜ்...........................681

60. அடிக்கருத்தும் மையக்கருத்தும் (தி.ஜானகிராமனின்
    'எருமைப் பொங்கல்' தொகுப்பை முன்வைத்து...)
    – மு. ரமேஷ்..690

61. தி.ஜானகிராமனின் 'எருமைப் பொங்கல்': மனக்குகை ஓவியங்கள்
    – தா.அ. சிரிஷா...701

62. அபூர்வ எழுத்து (அபூர்வ மனிதர்கள்)
    – பா. கண்மணி..712

63. தி.ஜானகிராமனின் அபூர்வ மனிதர்கள்:
    எதிர்மனிதர்களை இனங்காணல்
        – பாலசித்திரன்   716

64. தி.ஜானகிராமனின் (தொகுக்கப்படாத) சிறுகதைகள்:
    வெவ்வேறு நிழல்பிரதிகள்
        – சுப்பிரமணி இரமேஷ்   721

65. புனையப்பட்ட நிஜக் கரிசனங்கள்: தி.ஜானகிராமனின்
    (தொகுக்கப்படாத) சிறுகதைகள்
        – லாவண்யா சுந்தர்ராஜன்   734

66. மன விடுதலை (கச்சேரி: 1–10 சிறுகதைகள்)
        – ஏ.கீதா   751

67. நிழலிருட்டிற்கு வெளிச்சம் பாய்ச்சும் தீ
    (கச்சேரி: 11–20 சிறுகதைகள்)
        – ஏ.தனசேகர்   764

68. தொலைந்துபோன மனிதர்களின் கதைகள்:
    (கச்சேரி: 21–28 சிறுகதைகள்)
        – இல.சைலபதி   771

69. என் கால்கள் புஷ்கரணியில் நனையப்போவதில்லை
    (தி.ஜா.வின் 'புஷ்கரணி' கதையை முன்வைத்து)
        – ராணிதிலக்   776

70. ஆயிரம் நதிகளின் ஊற்றுக்கண் (கச்சேரி: 1–10 சிறுகதைகள்)
        – கு.பத்மநாபன்   782

71. மனித வாழ்வியலின் படங்கள் (கச்சேரி: 11–20 சிறுகதைகள்)
        – சரஸ்வதி காயத்ரி   793

72. தி.ஜானகிராமன்: தன்னடக்கத்தின் சிகரம்
    (கச்சேரி: 21–28 சிறுகதைகள்)
        – ஆர்த்தி அமுதா   798

73. தி.ஜானகிராமனின் 'கச்சேரி': குழந்தைமையே மேதைமை!
        – பி.எழிலரசி   803

74. தி.ஜா.வின் சமூகப் பார்வை
        – உமா சங்கரி   809

75. தி.ஜானகிராமனின் குறுநாவல்கள்: பேரன்பின் உயிரோவியங்கள்
        – மாலன்   818

76. கமலம்: பெண்மையக் கருத்துருவாக்கத்தின் ஆண்–பெண் பிரதி
        – நவீனா அமரன்   827

77. தி.ஜானகிராமனின் கமலம்: கனலைக் கிளர்த்தல்
        – எஸ். சங்கரநாராயணன்   832

78. அவலும் உமியும்: வீழ்ச்சிக்கும் மீட்சிக்குமான தத்தளிப்பு
   – பிரவீண் பஃறுளி 835

79. அவலும் உமியும்: மன அயற்சியின் காட்சி
   – லதா அருணாச்சலம் 840

80. தி.ஜானகிராமனின் குற்றமும் தண்டனையும்: அவலும் உமியும்
   – ஸ்ரீநேசன் 845

81. அற்றது பற்று: தி.ஜானகிராமனின் 'வீடு': என் யோசனைகள்
   – ரமேஷ் வைத்யா 857

82. வீடு: வெறும் ஒரு கட்டடமில்லை
   – சரஸ்வதி காயத்ரி 861

83. தி.ஜானகிராமனின் 'நாலாவது சார்'
   – இந்துசெல்லா 867

84. நாலாவது சார் – ஒரு பார்வை
   – அமரந்தா 874

85. அன்றாட வாழ்க்கையின் சுயவரையறை: தி.ஜானகிராமனின் 'சிவஞானம்' நெடுங்கதையை வாசித்தல்...
   – த.ராஜன் 876

86. தி.ஜா.வின் சிவஞானம்: இனிக்கும் அபத்தச் சுவை
   – தென்றல் சிவக்குமார் 885

87. தோடு: மனிதச் சிக்கலும் அதிமனிதத் தீர்வும்
   – கமலா கிருஷ்ணமூர்த்தி 889

88. தி.ஜா.வின் தோடு: இழைத்துக் கட்டப்பட்ட மொழி
   – கார்த்திக் பாலசுப்பிரமணியன் 894

89. தி.ஜா.வின் 'அடி': பணிய மறுக்கும் பண்பாட்டு மனம்
   – ஏ.கீதா 897

90. தி.ஜா.வின் குறுநாவல்கள்: உணர்ச்சிகளின் அதிர்வுகள்
   – பா. அமுல் சோபியா 907

91. கதைசொல்லியின் மொழியில் பயணக் கட்டுரைகள்
   – பொன்.தனசேகரன் 926

92. கருங்கடலும் கலைக்கடலும்
   – ந.கவிதா 936

93. தொன்மையோடு இசைந்த இளமை
   – தங்க.ஜெயராமன் 942

94. நதிப்பயணம்
   – கமலதேவி 950

95. தி.ஜானகிராமனுடன் காவேரியை ஒட்டி ஒரு பயணம்
   – அமுதவன் 960

96. தி.ஜா. கட்டுரைகள்: ஒரு பார்வை
 – ரெபெல் ரவி   972

96. எளிமையில் சுடரும் பேரெழில்
 – ந. கவிதா   986

98. நாலு வேலி நிலம்
 – அகத்தியன்   992

99. வடிவேல் வாத்தியார்: சுயமரியாதையின் குரல்
 – சீதாபதி ரகு   997

100. 'வான் பொய்ப்பினும் தான் பொய்யாக் காவிரி அவர்'
 – கடற்கரய் மத்தவிலாச அங்கதம்   1004

101. 'டாக்டருக்கு மருந்து': தி.ஜானகிராமனின் பிணக் கூறாய்வு
 – இரவி   1013

102. "THI.JAA.: The Writer, the Man"
 – Dr. LAKSHMI KANNAN   1018

பெயரகராதி   1027

முன்னுரை

குன்று முட்டிய குருவி

மூங்கில் தோப்புகள். சுழியிட்டு ஓடுகிற ஆறு. வழித்து ஓடுகிற வாய்க்கால். முருங்கை மரத்தில் தினைக் குருவியின் ஊசிக் கத்தல். வலியன் குருவி கனைத்துக் கனைத்துக் குழைக்கிற இனிமை. நீளமான ஒரு வாக்கியத்தைத் திருப்பித் திருப்பிப் பேசிக்கொண்டிருந்த புளிய மரத்துக் குருவி. ஆழங்காண முடியாத நிசப்தம். அதன் நடுவே கீச்சிடும் அடுத்த வீட்டு ஊஞ்சல். நிழல், காற்று, நாற்றங்கால்களில் அலையோடுகிற பசும்பொன், வரப்புக்களில் நாயுருவிகளை உராய்ந்து நடப்பது, களத்துக் கலியாண முருங்கையில் 'ட்ரூவ்' என்று அழைக்கிற மணிப்புறா. மகாபிரபோ, எங்கள் மெய் சிலிர்க்கிறது.

(யாதும் ஊரே...)

தி.ஜானகிராமனின் 'மரப்பசு'வைப் பத்தாம் வகுப்பு இறுதித் தேர்வெழுதிவிட்டு, முடிவுக்காகக் காத்திருந்த ஒரு கடுங்கோடை விடுமுறையில், கும்பகோணத்தில் (மேலக்கொட்டையூரில்), என் தாத்தா வீட்டில், ஏதோ ஒரு சுப நிகழ்வுக்காகத் திரளாகக் கூடியிருந்த உறவினருடன் சேராமல் நான் தனித்தொதுங்கி மாடியறையிலமர்ந்து படித்து முடித்த நினைவு, இன்னும் அப்படியே என் அடிமனத்திலிருக் கிறது. அந்த நாவல், அந்த வயதிலும் எனக்குப் பெரிதாக அதிர்ச்சி அளித்துவிடவில்லை. பாலகுமாரனைப் பதின் வயதில் பரவசத்துடன் வாசித்திருந்தவனுக்குத் தி.ஜா.வின் ஆழமும் அகண்டமும், அதன் பல்வேறு கனப் பரிமாணங் களுடனும் அப்போதே புரிந்துவிடவில்லை என்றாலும், பேரதிர்ச்சியைவிடப் பெரும் பிரமிப்பையே எனக்கு அம்மணி அன்று ஏற்படுத்தினாள். கற்பரசிகளைவிடவும் தி.ஜா.வின் அம்மணியிடம் அதிகபட்ச நேர்மையிருப்பதாகவே எனக்குத் தோன்றியது.

அடுத்த ஐந்தாண்டுகள், தி.ஜா.வின் புனைவுகளைத் தேடித்தேடி நான் வாசித்தேன். என் வாழ்க்கையில் எனக்குக் கிடைத்த வரப்பிரசாதமாகத் தி.ஜா.வை வாசித்த அவ்வனுபவம் அமைந்தது. இன்றும் அது அப்படியேதான்

நீடிக்கிறது. ஆண்–பெண் உறவைத் திரும்பத் திரும்பத் தம் புனைவுகளில் பேசிக் கவனப்படுத்தியமைக்காகத் தி.ஜானகிராமனை மேம்போக்கான கிளுகிளுப்பாளராகவும், ஆணின் குற்றவுணர்வைப் பெண்களின் மீதேற்றி எழுதியவராகவும் ஈரெல்லையிலும் நின்று மட்டந்தட்டும் விமர்சனங்களை நன்கறிவேன். அவ்வகைப்பட்ட விமர்சனங்களில் உண்மையேதுமில்லை என்பது மட்டுமில்லை; நிறையப் பொறாமையும் புரியாமையும்கூட இருக்கின்றன என்றே நினைக்கிறேன். மிகவும் அடிப்படையானதான மானுட உணர்வுகளை மீட்டிய எழுத்து அவருடையது. அது என் வாசிப்புடன், வாழ்வையும்கூடப் பாதித்தது. தி.ஜானகிராமனின் எழுத்தில் கசிந்து வெளிவழிந்த பல்வேறு சம்பவங்களும் உரையாடல்களும் மனோநிலைகளும் மனிதரும் வேறு வேறு விதங்களில் என் வாழ்விலும் நிஜமாகவே வந்துபோயின; போயினர். ஒருகட்டத்தில் யாரைப் பார்த்தாலும் தி.ஜா.வின் கதாமாந்தருடன் ஒப்பிட்டுக்கொள்ளும் ஒரு சித்தபிரமையே என்னுள் வேர்பிடித்திருந்தது. நிஜத்தையே புனைவாகவும், புனைவையே நிஜமாகவும் எண்ணி மயங்கத் தலைப்பட்டேன். தி.ஜானகிராமன் இறந்துபோனது, 1982 நவம்பரில், அப்போது எனக்குப் பத்து வயதுதான். ஜானகியை நான் சந்தித்ததில்லை; என் பதினைந்தாம் வயது வரையில், அவரின் பெயரைக்கூட நான் கேள்விப்பட்டதில்லை. 1987இல்தான் அவர் படைப்பையே முதன்முதலாக வாசிக்கிறேன். ஆனாலும், ஏதோ பல ஜென்மங்களாக (ஒருபேச்சுக்காகப் பயன்கொள்கிறேன்!), அவரும் நானும் கலந்து பழகிவிட்டது போலவே, எனக்கொரு நினைப்பிருந்தது. இதைக் கேட்டால் தி.ஜானகிராமனேகூட ஒருவேளை சிரிக்கக்கூடும். அவரை விடவும், அவரை அதிகமாக எனக்குத் தெரியும் என்று நான் உளறிக் கொட்டினால், அதைக் கேட்டுவிட்டு ஏன் சிரிக்க மாட்டார் ஜானகி?

தி.ஜானகிராமனின் அனைத்துப் படைப்புகளைப் பற்றியும் விரித்தெழுதும் ஓர் எண்ணமும், கு.ப.ரா.வுடன் தி.ஜா.வை ஒப்பிட்டெழுதும் ஒரு தீரா வேட்கையும் எனக்குண்டு. ஆனாலும், எழுதத்தான் என் கை இன்னும் துணிய மறுக்கிறது. 2001இல், தி.ஜானகிராமனின் நாவல்களில் புனையப்பட்டுள்ள ஆண் மாந்தர்களைப் பற்றிய என் முனைவர் பட்ட ஆய்வை முடித்தேன். அதை இன்னமும் நூலாக்கவில்லை. நூலாக்கவே விடாமல் என் மனம், ஏனோ இன்றும், அதை ஒத்திப்போட்டுக் கொண்டேயிருக்கிறது. 2012இல் தி.நகர் கிருஷ்ணகான சபாவிலும், பின் மைலாப்பூர் பாரதிய வித்யாபவனிலும் பெரியவர் 'இலக்கியவீதி' இனியவன், என்னைத் தி.ஜா. பற்றிச் சிறப்புச் சொற்பொழிவாற்றச் செய்தார். ஐந்தாண்டு கழித்துச் சென்னை கே.கே.நகரிலும் ஆழ்வார்பேட்டையிலும் இயங்கிவருகின்ற வட்டாரக் கிளை நூலகங்களில், 'வாசகசாலை' அமைப்பினர் ஒழுங்கு செய்திருந்த பத்துக்கும் மேற்பட்ட கூட்டங்களில், தி.ஜானகிராமனைப் பற்றித் தனியாக் காதலுடன் நான் பேசியிருக்கிறேன். நெய்வேலி பாலு, அழகியசிங்கர், 'குவிகம்' சுந்தர்ராஜன், 'வாசிப்போம்' மந்திரமூர்த்தி, பாடலாசிரியர் ரவி, பெருமாள்முருகன், கிருஷ்ணகிரி வெங்கடேசன், சுப்பிரமணி ரமேஷ், தாண்டவமூர்த்தி, ஏ.கீதா, சேலம் சகஸ்ரநாமம் எனப் பலரின் அன்பழைப்பிலும் 'ஆரமுதில் அறிவைச் செலுத்தும் கள்வெறி' கொண்டு தி.ஜா. என்ற பெருங்கடலில் மூழ்கித்

திளைத்திருக்கிறேன். கவிஞர் சுகுமாரன், திரைப்பட இயக்குநர் ஸ்வர்ணவேல் ஈஸ்வரன், தி.ஜா.வின் மகள் உமா சங்கரி, 'பாரதி ஆய்வாளர்' கவிஞர் கடற்கரை, கவிஞர் ஸ்ரீநேசன், கவிஞர் ராணி திலக், நாவலாசிரியர் 'காவேரி' என்ற லக்ஷ்மி கண்ணன், 'சூடாமணி' சிறுகதைகளின் தொகுப்பாசிரியர் எழுத்தாளர் கே.பாரதி, கவிஞர் தென்றல் மதுசூதனன், என்னை வழிநடத்தும் பேராசிரியர்கள் மு.சுதந்திரமுத்து, சேலம் சங்கரசுப்பிரமணியன், கமலா கிருஷ்ணமூர்த்தி, சீதாபதி ரகு, க.பலராமன், கு.பத்மநாபன், எழுத்தாளர் இல.சைலபதி, சமூகசேவகர் பத்மினி கோபாலன், நண்பர்கள் சுந்தரபுத்தன், சைபர்சிம்மன், கதிர்வேலன், என் அன்புமிகு மாணவன் ஏ.தனசேகர் ஆகியோருடன் கைப்பேசிவழி நான் நிகழ்த்திய நீண்ட உரையாடல்கள், என்னை மேன்மேலும் தி.ஜா. ஆய்வில் தூண்டித் துலங்கச் செய்துள்ளன.

இவர்களுடனான உரையாடல்களின்போது, எனக்குப் பிடிபட்ட ஓரம்சம், தி.ஜானகிராமன் ஒவ்வொருவருக்குமே ஒவ்வொருவிதத்தில் அந்தரங்கமானவராக மாறிவிட்டிருக்கிறார் என்பதுதான். இந்தப் பிரத்தியேக அந்தரங்கத்தன்மையே, தி.ஜா.வின் பலம். மேடையிலோ, நண்பர்களுடனோ ஜானகியைப் பற்றி பேசும்போது, என் புத்தியில் தெளிவாக ஒன்று தட்டுப்படுகின்றது. பொதுவெளியில் பேசினாலும் சரி, கைப்பேசியில் அளவளாவினாலும் சரி, என்னுடனேயேதான் நான் பேசிக்கொள்கிறேன்! சூழல் பற்றிய ஒரு மனித ஓர்மை, அடிக்கடி எனக்கு மறந்துபோகிறது. இந்தத் தன்மறதியின் மகா விசாலம், ஒரு மானுட சமுத்திரமாகி என்னுள்ளத்தை நிறைத்துவிடுகிறது. இப்படி நிறைந்ததை விண்டுவிடும் ஆர்ப்பரிப்பின் யத்தனிப்பே, என் பேச்சாய், எழுத்தாய்ப் பெருகுகிறது. 'தி.ஜானகிராமன் பைத்தியம்' எனக் கிண்டிவிடுகிறாள் என் மனைவி. உண்மையோ வேறு; சித்தத்தெளிவு இது என்று நான் மோனங்கொள்கிறேன். *28.06.2020*இல் (ஞாயிற்றுக்கிழமை), தி.ஜா.வின் 100ஆம் பிறந்தநாள் தொடங்கியபோது, *இந்து தமிழ்திசை* நாளிதழில், 'மனத்தின் நிர்வாணத்தை எழுதியவர் தி.ஜா.' என்ற தலைப்பில், நான் ஒரு கட்டுரை எழுதினேன். அதன் சுருக்கப்படாத மூலத்தை, அப்படியே இங்குப் பகிர்ந்துகொள்வது மிகவும் அர்த்தமுடையது என்று நம்புகிறேன்.

'குன்று முட்டிய குருவி' என்ற ஓர் அருந்தொடரைப் பயன்படுத்தி இருக்கின்றார் நச்சினார்க்கினியர். ஒரு குருவி பறந்துபோகிறது. அதற்கு முன்னே ஒரு குன்று நிற்கிறது. அந்தக் குருவி முட்டிப் பார்க்கிறது. அது அக்குன்றைக் கடந்துபோக வேண்டும் என்று நினைக்கிறதா? அல்லது குன்றின் மீது அமர வேண்டும் என்று விரும்புகிறதா? அந்தக் குன்று, அதற்குப் பெரும் இடர்ப்பாட்டை ஏற்படுத்துகின்றது. அதைப் போலவே, 'தி.ஜானகிராமன்' பற்றிப் பேசுவதும் எழுதுவதும்கூட, ஒரு மன நெருக்கடியான விஷயமே என்றுதான் நான் உணர்கின்றேன். நம் அந்தரங்கத்தைப் பற்றிப் பேசுவதும், ஆத்மார்த்தமாய் எழுதுவதும் வேறு எப்படியும் இருந்துவிட முடியாதுதானே! தி.ஜானகிராமன், என்னுடைய பதின்வயதிலேயே அறிமுகமாகிவிட்டார். அந்த முதல்நாள் தொட்டு இன்று வரையிலும், என் வாழ்வின் வெவ்வேறு வகைப்பட்ட திருப்பங்களிலும், குறிப்பிட்ட சில சீரான இடைவெளிகளில், திரும்பத்

திரும்பத் தி.ஜா.வைப் படிப்பதும் திட்டமில்லாமல் எனக்கு நேர்ந்து வருகிறது. அவரைப் படிக்கிறபோதெல்லாம், பல புதிய புதிய உலகங்கள் என்னுள் திறந்துகொள்கின்றன. மிக இளம்வயதில், அவரைப் படிக்கும் நல்வாய்ப்பு எனக்கு நேர்ந்ததைப் பெறற்கரிய ஒரு நற்பேறாகவே நினைக்கின்றேன். முதலில் தி.ஜா.வின் எழுத்து, வாசிப்பவர்கள் அனைவரையும் தொந்தரவுபடுத்துகிறது என்பதைத்தான், அதனின் தனித்துவமான ஒரு பண்பாகக் கவனப்படுத்துவதற்கு விரும்புகிறேன். அந்தத் தொந்தரவு, நம் மரபில் பாலுணர்வுக்கும் சுதந்திரமான மணத் தேர்வு உரிமைக்கும் அளிக்கப்பட்டுள்ள குறுகிய இடம் பற்றியதாகும். நம்முடைய வாழ்வில் பாலியலை நாம் எப்படிப் புரிந்துகொண்டிருக்கிறோம் அல்லது பெண்களை ஆண்களும், ஆண்களைப் பெண்களும் எப்படிப் புரிந்துகொண்டிருக்கிறார்கள் என்பதை நாம் கண்டு நாணுமாறு நமக்குத் தி.ஜா. காட்டுகிறார். அது கிட்டத்தட்ட ஓர் ஆணின் நோக்கேதான். நம் படைப்பாளர்கள் பலரிடமும் திமிறியதைப் போலவே, தி.ஜானகிராமனிட மும் மரபான ஓர் ஆண் நோக்கே பூடகமாகச் செயல்பட்டிருக்கின்றது. ஆனால், அந்த ஆணின் நோக்கைக் கூர்ந்தும் உள்ளிருந்தும் ஒரு சுய விமர்சனமாகவே நாம் பார்க்கின்றபோதுகூட, அது எவ்வளவு பயங்கரமானதாகச் சமூக நடப்பியலில் நமது பெண்களுக்கு முற்றிலும் எதிரானதாகக் கட்டமைக்கப்பட்டிருக்கின்றது என்ற ஒரு தனித்த புள்ளியைக் கவனப்படுத்துவதிலேதான், தி.ஜா. வேறுபடுகின்றார். அந்தப் புள்ளிதான், என் தாய்/தந்தை இப்படியிருந்தால், என் மனைவி/கணவன் இப்படியிருந்தால், என் மகள்/மகன் இப்படியிருந்தால் எனத் 'தான் கலந்து', தி.ஜா.வை வாசிப்பவர்களையும் தொந்தரவுபடுத்துகிறது.

தி.ஜானகிராமன், மனித வாழ்வில் பொதிந்துள்ள எவ்வளவோ நுண்ணடுக்குகளைப் பற்றி விரிவாக எழுதியிருந்தபோதிலும், அவரின் சிறுகதைகளிலும் சநாதனிகளால் பெரும் பிரச்சனைக்குரியவையாகக் கருதப்படும் அவரது பிரசித்தமான நாவல்களிலும் வெறும் 'பாலியல் பிறழ்வுகளை' மட்டுமே எழுதிய ஒரு படைப்பாளியாகத் தி.ஜா.வைக் குறுக்கிப் பேசிவிடவே முடியாது என்பதை வலியுறுத்துகிறேன். எவ்வளவோ நுட்பமான, மனிதனை ஆழக் குடைந்து புரட்டிப் போடும் விவகாரங்கள் குறித்தெல்லாம் தி.ஜா. மிக விவரமாகவே எழுதியிருக்கின்றார். ஆனாலுமேகூடப் பாலியலை மட்டுமே எழுதிய ஒரு படைப்பாளியாகத் தி.ஜா.வைக் குறுக்கும் போக்கே, தமிழில் பொதுபுத்தி விமர்சனமாகச் செயல்பட்டிருக்கின்றது. இன்றும், திரும்பத் திரும்பத் 'தி.ஜானகிராமன் – ஒரு பாலியல் எழுத்தாளர்' என்ற வசவு முத்திரையே, அவரின் மீது மட்டும் ஏன் இவ்வளவு வலுவாகச் சுமத்தப்படுகிறது? தம் வீட்டில் ஒரு முகமும் வெளியில் இன்னொரு தோற்றமுமாகப் புழுங்கும் நமது தமிழ்ச் சமூக மனநிலை சார்ந்த ஒரு ரகசியம் அது. உள்ளும் புறமுமாக நின்று கூத்தாடும் இந்த *hypocrisy*க்கு முற்றிலும் எதிர்த்தட்டானவை தி.ஜா.வின் எழுத்துகள். எங்கும் நீக்கமற நிறைந்துள்ள மரபையும் பிறழ்வையும் விலகியும் ஒதுங்கியும் விடாமல் நேர்முகமாக நின்று தயங்காது எதிர்கொள்பவை அவை. நமது பண்பாட்டுப் போர்வைகளுக்குள் ஊடுருவிக் காணும்போது மிஞ்சுவது என்ன என்ற ஒரு கூரிய வினாவைத் தம்

புனைவுகளில் தி.ஜா. வலிமையாக எழுப்புகிறார். நமது மரபு எவ்வளவு வலிமையானதோ, அதைவிடவும் வலிமையானதே இயல்புணர்வு என்கிறார். அப்படியெனில், இயல்புணர்வுகளின் போக்கிலேயே மனிதர்கள் போய்விட வேண்டுமா? மனம் அல்லது எண்ணம் இறக்கும்வரையில், இந்த அகப்போரும் புறப்போரும் தொடரத்தானே செய்யும்? ஒருவேளை நாம், இங்குள்ள எல்லாத் தளைகளையும் அறுத்தெறிந்துவிட்டால்கூட, ‘அப்பூரண விடுதலை’ மனிதனுக்குக் கூடிவிடுமோ! எங்கே? பழைய தளைகளிலிருந்து புதிய கட்டுப்பாடுகளுக்குள் மனிதன் புகுவதன்றித் தீர்வு என்பதெல்லாம் எங்கேயிருக்கிறது? இப்படியும் அப்படியுமாகத்தானே, உலகம் ஊசலாடிக் கொண்டிருக்கிறது!

இதைக் கண்கொண்டும் பாரோம் எனக் கூறும் மோன ரிஷிகளின் அசட்டுத் துணிச்சல், தி.ஜா.வுக்கில்லை. அதற்காகப் பாலியல் விடுதலை பேசிப் புவியில் பெண்மை நலமுண்ணும் ஆணின் வல்லாண்மைக்குத் துணைபோகவும் அவருக்கு இஷ்டமில்லை. அவர் ஓர் இடையோடும் பிள்ளையாயிருக்கிறார். நவீனகாலப் பெண்களின் பாலியல் விடுதலையைத் தீர்வாகப் பரிந்துரைப்பவர் அல்லர் அவர். முன்பே நிலைகுலைந்துள்ள மானுட வாழ்வை அது மேன்மேலும் நிலைகுலைக்கவே செய்யும் என்றுதான் தி.ஜானகிராமனும் அஞ்சுகிறார். மரபு மீறலை எழுதுவதினூடாகக் குடும்ப நிறுவனத்தின் பொய்மைகளை அம்பலப்படுத்துவதன்றிக் குடும்பத்தையே ஒழித்துக்கட்டிவிடுவதை அவர் கோரவில்லை; இங்கிருப்பதை விட்டுவிட்டுக் கற்பனையான ஓர் இல்லாததைக் கொண்டாடவும் அவர் விழையவில்லை. “உலகத்தில் நடக்கிற அத்தனை குற்றங்களுக்கும் காரணங்களையும் கர்த்தாக்களையும் கண்டுபிடிக்க முடியும் என்றிருந்தால், எல்லா வீடுகளையும் சிறைக்கூடமாகத்தான் மாற்றவேண்டும்” (கண்டாமணி) என்கிறார் அவர்.

பெண்ணுக்கான கௌரவத்தையே, தம் படைப்புகளில் தி.ஜா. கோரினார். இந்தக் கரைக்குப் பச்சையாக, அந்தக் கரையே தெரிகிறது என்றார். ஆண் – பெண் என்ற வெளிபேதத்தைக் கடந்து, உயிர் என்ற அபேதத்தை நோக்கியே அவர் உள்விரிந்தார். மற்றவரை, அதாவது பிறரைப் புரிந்துகொள்ள முடியாமையே, மனிதனின் துக்கத்துக்கும் மனிதனின் தத்தளிப்புக்கும் காரணமென்றார். ஆனால், இந்த மனிதர்கள் யாருமே உளுத்த மூங்கிலில்லை; மனமிருந்தால் தம்மைத் தாமே மனிதர்களாக இவர்களால் மறுபடி உயிர்ப்பித்துக் கொள்ள முடியுமென்றார். நமக்கு நாமே காவலாயும் பலமாயும் விழித்திருப்பதே வாழ்வென்றார். எதைப் பற்றியுமான இறுதித்தீர்ப்பை ஒருபோதும் அவர் எழுதியதில்லை. தன்மறதியின் திளைப்பையே தம் தரிசனமாக்கினார். ‘ஐயோ! இந்த வாழ்க்கை இப்படியிருக்கிறதே?’ என்றார். எதிர்முனைக் கருத்தெல்லைகளுக்கே எப்போதும் விரையாதீர்கள்; நடுவழியிலிருந்து ஈரெல்லைகளையும் கூர்ந்து அவதானிப்பதே செய்யத்தக்கது என்பாரே புத்தர், கிட்டத்தட்ட அதேதான் தி.ஜானகிராமனின் நிலைப்பாடும் என்று எனக்குச் சொல்லத் தோன்றுகிறது. அடைபட மறுக்கும் சுதந்திரத்தின் நிறைவே, அலைதலின் வியப்பே தி.ஜா.வின் படைப்புலகம்! இந்தத் ‘தீரா வியப்பின்’ அல்லது ‘மன விரிவின் மறுபெயரே’ தி.ஜா.

என்பேன். தேவைப்படின் தம்மிருப்பை மீறித் திமிறுவதும், தகுந்த சில தருணங்களில் உரிய பாதுகாப்புத் தேடியடங்குவதும் தி.ஜா.வின் படைப்பறமாகும். குடும்பமும் இயல்பு; மீறலும் இயல்பே என்கிறார் அவர். குடும்பத்திலிருந்தபடியே திமிறி மீறுவதும் . . ., அம்மீறலினூடே குடும்பத்துக்குள்ளே கனிந்து மீள்வதும் . . . இவ்விரண்டிற்குமே தி.ஜா.விடம் இடம் உண்டு. இவற்றில் எந்த ஒன்றையும் புனிதப்படுத்தாதவர் அவர். இங்குக் கிடைக்காத அந்த ஓர் அரிய நிஜ அன்பைச் சலிப்பின்றித் தம் வாழ்நாள் முழுவதும் புனைவுகளினூடாகத் தேடியவர் அவர். ஒருவனுக்கு ஒருத்தி என்ற இலட்சிய நிலையையும், தம் அகம் அவாவும் ஒரு காதல் கிடைக்காதபோது அதைத் தேடியலைவதையும் சரிசமமாகப் பாவித்தவர். மனிதர்களும் அவர்களின் உணர்வுகளும் இப்படிப்பட்டவையே என்பதே, அவரின் கடைசிப் புரிதலாகும். கடலோரமிருந்து காலடிச் சுவடுகளைத் தேடிக் கொண்டிருப்பதில்லை; கடலுள் பாய்ந்து சுவடின்றித் தொலைந்து விடுவதுமில்லை; கடல்மேல் ஒருகண் – கரைமேல் ஒருகண் எனப் பொறுப்பானதொரு கடலோடியாய்க் காலக் கறையானைத் தி.ஜா. அவதானித்தபடியேயிருந்தார். பாலியலின் உறவுச் சிக்கல்களையும் உறவு மீறல்களையுமே எழுதியவராகத் தி.ஜானகிராமனைக் காண்பதும் மதிப்பிடுவதும் மேலோட்டமானவை; மிகைப்படுத்தப்பட்டவையே. அடிப்படை மானுட உணர்வுகளின் எல்லையின்மையைத் தம் புனைவில் அணைத்துப் பிடிக்க விழைந்தவராகத் தி.ஜா.வைத் தடமறிவதுதான், அடர்த்தியும் ஆழமுமுடைய ஒரு மதிப்பீடாகும்.

ஒரு பிரச்சனையின் பல்வேறு வரிசை மாற்றங்களையும் (*permutations*), அதன் உருமாறும் பல்விதச் சேர்க்கைகளையும் (*combinations*) தி.ஜா. பொருட்படுத்தினார். தனிநபர்கள் சார்ந்த பார்வை மாற்றங்களை மட்டுமல்லாமல், ஒரே நபர், வெவ்வேறு மனநிலைகளில், வெவ்வேறு விதமாய்ச் சூழலைக் குறிப்பிட்ட தருணம் சார்ந்த உணர்வதிர்வாகத் திறந்து நிற்கும் புதிய சில சாத்தியப்பாடுகளையும் தி.ஜா. பரிசீலித்தார். இப்படித்தான், அனுசூயா – அம்மணி; பாலி – பட்டு; யமுனா – ருக்கு; அமிர்தம் – பார்வதி; தங்கம்மா – டொக்கி; புவனா – மரகதம்; அலங்காரம் – பங்கஜம்; இந்து – குஞ்சம்மா; செல்லம் – ரங்கமணி; சந்திரா – செங்கம்மா எனப் பல்வகைப் பெண்களைச் சாயல் ஒருமையுடனும் கூடவே பாவ வேறுபாட்டுடனும் தி.ஜா. புனைந்தார். ரங்கண்ணா – கோபாலி; ராமையா – அனந்தசாமி; சபேச முதலியார் – தங்கராஜன்; ரங்கன் – பழனி; நடேசன் – ப்ரூஸ்; சட்டநாதன் – காமேச்வரன்; பாபு – அப்பு; ராஜா – பட்டாபி; கோபாலசாமி – செல்லப்பா; தண்டபாணி – துரை எனப் பல்வகையான ஆண்களையும் சுழல்கோணப் பிம்பங்களாகக் கலைத்தடுக்கினார். தம் மீதான அநியாயமான கடும் விமர்சனங்களையும் தாண்டிச் சகல தரப்பினராலும் விரும்பிப் படிக்கப்பட்டுக் காலத்தாலும் அங்கீகரிக்கப்பட்ட ஒரு மகத்தான கலைஞராகத் தி.ஜா. திகழ்வதற்கு, மனித மனத்தின் நிர்வாணத்தை எழுதிவிட அவர் முனைந்ததுதான், முதன்மைக் காரணமாகும். இதில் அவருக்கு முழு வெற்றியும் கிடைத்ததா என்பதைவிடப் புதையுணர்வுகளின் மீது பேரொளி பாய்ச்சியவர் தி.ஜா. என்பதே, நமக்கு முக்கியமாகும்.

இக்கட்டுரையுடன் மட்டும் அமையாது, அது வெளியான அதே 28.06.2020 அன்றே, ஸ்ருதி டிவியிலும், தி.ஜா. பற்றி நான் விரிவாகப் பேசினேன். இவற்றுக்குப் பல தரப்புகளிலிருந்தும், மிக உற்சாகமான வரவேற்பு, எனக்குக் கிடைத்தது. இதனால், மேலும் உத்வேகமுற்றுத் தி.ஜா.வின் மகள் உமா சங்கரியுடன் இணைந்து, தி.ஜா.வின் நூற்றாண்டின் நினைவாகத் தமிழ்நாட்டின் சில முக்கியமான பல்கலைக்கழகங்களிலும் கல்லூரிகளிலும் கருத்தரங்குகளை நடத்திக் கொண்டாடத் திட்டமிட்டோம். குறுக்கே கொரோனா வந்து புகுந்ததால், திட்டமிட்டபடி எதுவும் நடைபெற முடியாமலேயே போய்விட்டது. பெரும் மனச்சோர்வுக்கு ஆட்பட்டேன். ஏதாவது செய்தாக வேண்டுமே; என்னதான் செய்வது என்று தெரியாது கலங்கியிருந்தேன். அப்போது, தூக்கம் பாதியில் கலைந்து தவித்த ஒரு நடுநிசியில், யதேச்சையாக என் மனத்தில் உதித்த தலைப்புதான், இந்தத் தி.ஜானகிராமம்! 'வித்தியாசம் என்பது விநோதமாகத் தெரியக்கூடாது' என்ற கண்ணனின் சுட்டிக்காட்டலை ஏற்றுத் 'தி.ஜானகிராமம்' என்பது 'ஜானகிராமம்' எனத் தலைப்பு மாறிவிட்டது!

இத்தலைப்பு, என் மூளையில் பளிச்சிட்டவுடனேயே, ஒரு புதிய புத்துணர்வு தோன்றி, ஒரு நொடியில் என் அயர்ச்சியும் நீங்கிவிட்டது. ஒரே மாதத்திற்குள், இருநூறு பேருக்கும் மேல் தொடர்பு கொண்டு, கட்டுரைகள் கேட்டுவிட்டேன். தருவதாக முதலில் வாக்களித்த மிகப் பலரும், கொரோனா முற்றத் தொடங்கிய நிலையில், தம் கைப்பேசியைக்கூட அணைத்து வைத்துவிட்டனர். நமக்கு வாய்த்தது அவ்வளவுதான் என்று என்னை நானே சமாதானப்படுத்திக் கொண்டேன். இப்போது என் வேண்டுகோளுக்கிணங்கிக் கட்டுரைகள் அளித்துள்ள ஒவ்வொருவரிடமும், குறைந்தபட்சம் பத்துமுறையேனும் நான் பேசியிருப்பேன். (அதிகபட்சமாய், ஸ்டாலின் ராஜாங்கத்திடம், ஐம்பது முறைகளுக்கும் மேல்!). அது இது எது எப்படியோ, தி.ஜா.வின் பேரருளால், இந்த உருவில், இப்பெருந்தொகுப்பு, இப்போது வெளிவருகிறது.

முதலில், தி.ஜா.வின் நாவல்கள் பற்றிய கட்டுரைகளை மட்டும் தொகுப்பதாகத்தான், நான் திட்டமிட்டிருந்தேன். பின்னரே சிறுகதைகளையும் குறுநாவல்களையும் சேர்த்துக்கொண்டேன். படிப்படியாகப் பயண நூல்கள், பல்வகைக் கட்டுரைகள், மொழிபெயர்ப்புகள், நாடகங்கள் எனத் தி.ஜா.வின் பிற பல எழுத்துகளையும் உள்ளடக்கியதாக இது நீட்சியுற்றுவிட்டது. தி.ஜா.வின் ஒவ்வொரு படைப்புக்கும் ஆண், பெண் என இருவரின் நோக்கிலிருந்தும் இங்குக் கட்டுரைகள் எழுதப்பட்டுள்ளன. விதிவிலக்காகச் சில படைப்புகளைப் பற்றி, நான்கைந்து கட்டுரைகளும்கூட இடம்பெற்றுள்ளன. இப்பெருந்தொகுதி, தி.ஜா.வுக்கு ஒரு பெரும் பாராட்டு மாலையாக மட்டுமே தொகுக்கப்படவில்லை; பற்பல விமர்சனக் கணைகளும்கூட இதனுள்ளே பாய்ந்துள்ளன. இவ்விமர்சனங்களுக்குப் பின்னும், சமகாலப் பிரக்ஞையுள்ள ஆனால் ஆகிவராத கீழைமரபையும் கைவிட்டுவிடாத ஒரு மாபெரும் 'செவ்வியல் கலைஞராக'த் தி.ஜா. தம்மைத் தாமே எப்படியோ 'மறு உருவாக்கம்' செய்துகொண்டுவிடுகிறார். இதுவே, இப்பெருந்தொகுப்பின் அடிநாதமாகத் திரண்டுள்ள, ஓர் எளிய உண்மையாகும்.

இப்படி நான் சொன்னால், யார்தான் இதை ஒப்புக்கொள்வார்கள்? யாவற்றுக்கும் நமக்குத்தான் சான்றுகள் வேண்டுமே! உரிய சான்றுகள் காட்டுகிறேன். ஒப்புக்கொள்ளக்கூட வேண்டாம்; தி.ஜா.வின் ‘மன விரிவை’ச் சற்றே புரிந்துகொண்டுவிட முடிந்தாலேகூட, எனக்குப் போதும்! கறுப்பு நிறம் – தி.ஜா.வுக்குப் பிடிக்காது; சிவப்புத்தோலுக்கு ஜானகி தாசானுதாசர் என்கிறார்களே! இது முழு உண்மைதானா? “முதல் மனிதன், ஆப்பிரிக்காவில் பிளவுப் பள்ளத்தாக்கில்தான் தோன்றினானாம். கறுப்பாகத்தான் இருந்தானாம். அங்கிருந்து, உலகின் பல பகுதிகளுக்குப் போனானாம். குளிர்ப்பகுதிகளில் போய்த் தங்கினவர்கள், பல்லாயிரக்கணக்கான ஆண்டுகளுக்குப் பிறகு, நிரந்தர வெள்ளையர்களாக ஆகிவிட்டார்களாம். இப்படி, ஒரு மனித இயல் நிபுணர் சொல்லுகிறார். நிறச்சலுகை கொண்டாடுகிற ஆப்பிரிக்க வெள்ளையர்களுக்கு, இது தெரியாதா? மணப்பெண் அல்லது மாப்பிள்ளை ‘சிவப்பாக’ இருக்க வேண்டும் என்று நம் ஊர் கல்யாண மார்க்கெட்டுகளில் கேட்கிற இரைச்சலுக்கு நடுவில், இந்த நிபுணரின் பேச்சு அமுங்கிவிடுகிறதா?” (அடுத்த வீடு ஐம்பது மைல்) எனத் தி.ஜா. எழுதுவதை, நாம் கூர்ந்து கவனிக்க வேண்டாமா? பயண நூலில்தானே இப்படி எழுதுகிறார் என்று சிலர் முணுமுணுப்பதும், எனக்குக் கேட்காமலில்லை. எனினும், “எம்.ஏ. படித்திருப்பான். ஐ.நா. சபையில் பேசுவான். ஆனால், பெண்டாட்டி கறுப்பாக இருக்கக்கூடாது. கறுப்பு ஒரு வர்ணமில்லையா? முகத்தைச் சுளிக்கும்படியாக, என்ன இருக்கிறது, இந்தக் கறுப்பில்? படித்தவர்களுக்குக்கூட, இந்தச் சாதாரண விஷயம் ஏன் தெரியவில்லை?” என்றும், ஒரு சிறுகதையில் தி.ஜா. கேட்கிறாரே! (எருமைப் பொங்கல்).

பசுவைப் போலவே எருமையையும் நாம் மதிக்கிறோமா, என்ன? ஆனால், எருமையைத் தி.ஜா. பார்த்த விதம், எவ்வளவு பெரிய ஒரு ஜீவகாருண்யர் அவர் என்பதற்கும் சிறந்ததொரு சான்றாகின்றது. “மேலக்குளத்தில் எருமைகள் கடன்காரர்கள் பயமில்லாமல், எந்த நிலத்தை யார் குறைத்துக் கேட்பார்களோ என்று கவலையில்லாமல், தண்ணீரில் தலையைச் சற்றைக்கொரு முறை முழுக்கி முழுக்கி, உடம்பையெல்லாம் மறைத்துக்கொண்டு கிடக்கின்றன. விற்க நகைகள் இல்லை; நிலம் இல்லை; வீடு இல்லை; பயப்படக் கடன்காரர்கள் இல்லை. தலைவலியை மண்டையில் எங்கோ ஒரு இடத்தில் செருகி, பைத்தியங்களைப்போல் தன்னறியாமல் கத்தவிடும் சிந்தனை இல்லை. தடி விழுந்தாலும், வண்டி இடித்தாலும் நகர்ந்து கொடுக்கிற சுரணை இல்லை. வெயிலும் காற்றும் மழையும் சேறும் அசைக்க முடியாத அசட்டை . . . என்ன அமைதி! என்ன மோனம்! என்ன சுகம்! சில நாளைக்கு ஜபம் செய்யும்போது வரும் நிலைபோல் இருக்கிறது! இந்தப் பிராணிக்கு, எப்படி மகிஷாசுரப் பட்டம் கிடைத்தது? அதை, ஏன் கொன்று போட்டார்கள்?” (செம்பருத்தி) எனத் தி.ஜா. கதிர்வீசுகிறார். ‘படீல்’ எனப் பழைய பைத்தியங்களா தெளிந்துவிடும்? ‘அசட்டை’ என்ற சொல்லை வாபஸ் வாங்கச் சொல்லிப் புதிய பைத்தியங்கள் வரிந்துகட்டாதிருந்தால் போதாதா!

தி.ஜானகிராமன் பார்ப்பனராகப் பிறந்தவர். அழகியல்வாதி. வேதங்களின் மீதும், காசி போன்ற புனிதத் தலங்களின் மீதும் பெரும் மதிப்புள்ளவர் என்பதற்காகவே, அவரைச் சாதியவாதியாகச் சுருக்கி விடமுடியுமா? "உனக்குப் பூணல் இருக்கா, இல்லையான்னு என் மனசுக்கு ஜோசியமா தெரியும்? . . . நீ தெருக் கூட்ற வேலை செஞ்சாலும், நானும் உன்னோட வந்து கூட்டறேன் போறுமா?" (சிவஞானம்) என்று ஒலிக்கும் சுலோச்சனாவின் அந்தக் குரலை, என்ன செய்வதாம்? "சீ, ஊர் குலம் என்று சொல்லி, எத்தனை கேவலமான எத்தனை இருளான பள்ளங்களில் எல்லாம் விழமுடிகிறது மனிதனால்!" (தாத்தாவும் பேரனும்) என்கிறாரே! இக்குரலின் மாற்று வடிவத்தையே, கோலாப்பூரிலிருந்து தஞ்சாவூருக்குத் தன்னைப் பெண் கேட்டு வரும் கோடீச்வரனுக்கு யமுனா கூறும் பதிலிலும் கேட்கிறோம். "நாம் மகாராஷ்டிரர் இல்லை. என்னமோ இருநூறு வருஷத்துக்கு முன் வந்த பழக்கம் இன்னும் விடவில்லை. நிழல் மாதிரி இந்த மராத்திப் பாஷை கூடக்கூட வருது. நம் மராத்தி அவருக்குப் புரியவும் புரியாது. நாமெல்லாம் தமிழர்கள். நமக்கு எதுக்கு இந்த வம்பெல்லாம்? அதுவும் இவ்வளவு பணக்காரனும் வேண்டாம்" (மோகமுள்) என்கிறாள் யமுனா. "கோடி ரூபாய் சம்பாதித்தாலும், கோடி வசதிகள் இருந்தாலும் வேற்று மண்ணில் போய் எப்படிச் சுகமாக வாழ முடியும்?" (அன்பே ஆரமுதே) என்று கேட்கிறாளே சந்திரா! ஏன்? "எனக்கு ஆசாரமும் வேண்டாம்; நாகரீகமும் வேண்டாம்மா. நாலெழுத்துப் படிச்சவனாப் பாத்துக் கொடேன்னுதான் சொல்றேன். வீட்டுக்கு வரப்பவே, இன்னிக்கி ஹோட்டல்லெ கொதிக்கிற சாம்பார் கால்லெ கொட்டிப் பிடிச்சு. கோளி நறுக்கறப்போ விரல்லெ கத்தி பட்டிடிச்சுன்னு பெண்டாட்டியோட பேசற ஆளாத்தான் பார்த்துக் கொடுக்கணுமா? என்னையும் எட்டுக் கிளாசுக்கு மேலே படிக்கவைக்க மாட்டேன்னுப்பிட்டே. என் கையப் புடிக்கிறவன்கூடத் தற்குறியா இருக்கணுமாம்மா?" (மோகமுள்) என்றும்கூட, யமுனா கேட்கிறாளே! (இதற்கு ஹோட்டலில் வேலை செய்வோருக்குப் பெண் தரக்கூடாது எனத் தி.ஜானகிராமன் கருதுவதாகவும், சிலர் எதிர்ப்பொருள் சொல்லிவிடக்கூடும்! பற்பல சமையல்காரர்களைப் பற்றித் தி.ஜா. கதைகளெழுதியிருக்கிறார். (ஒரு சான்று: 'நளபாகம்' காமேச்வரன்). "சமையற்காரன் என்றால், இப்படி ஒரு அழுக்குத் துண்டைத்தான் உடுத்த வேண்டுமா? அதுவும் முழங்காலுக்கு மேலும் அடித்தொடையும் கோவணமும் தெரியும்படியாகத்தான் பரிமாற வேண்டுமா?" (மாப்பிள்ளைத் தோழன்) எனச் சமூக மனசாட்சியை நோக்கிச் சீறியவர் தி.ஜா. என்பதையும் நினைவூட்டுகிறேன்). இங்கு யமுனாவின் வினா, அடுப்பூதும் பெண்ணுக்குக் கல்வி உரிமையைக் கேட்கும் விழிப்புற்ற ஒரு பெண்ணின் தட்டிக் கேட்கும் குரலாகும். இந்தக் கூர்ப்பான விழிப்பால்தான், "ஊருக்குப் பயந்துகிட்டிருக்கிற வரையில், இந்த உலகத்தில் எதுவும் நடக்காது. எதுவும் நகராது" (மோகமுள்) எனத் தம் கதாமாந்தரைப் பேசவைக்க முடிகிறது தி.ஜா.வால்.

'கோபுர விளக்கு' சிறுகதையில், "பொம்மனாட்டி கண்ணுலே ஜலம் விட்டா, உருப்படுமா அந்தத் தெய்வம்?" எனக் கேட்கப்படுகிறது. 'அமிர்தம்' என்ற தி.ஜா.வின் முதல் நாவலில், "எல்லாத் தடைகளையும்

அறுத்தெறிந்துவிட்டு, நாம் ஏன் சுதந்திரமாக இருக்கக்கூடாது? அம்மா யார் நம்மைக் கட்டுப்படுத்த? உலகத்தில் வாழும் எல்லா ஸ்திரீகளையும்போல் நாமும் ஏன் காதலின் கிளையில்லாத ஒற்றையடிப் பாதையில் செல்லக்கூடாது?" என்று கேட்கிறாள் தாசிக்குலப் பெண் அமிர்தம். இதே வினா, பெரியாரின் 'பெண் ஏன் அடிமையானாள்?' நூலிலும் மேற்கிளம்புகிறது. "ஓர் ஆணின் அல்லது ஒரு பெண்ணின் அன்பு, ஆசை, காதல், காமம், நட்பு, நேசம், மோகம், விரகம் முதலியவை பற்றி மற்றொரு பெண்ணோ ஆணோ மற்றும் மூன்றாமவர்கள் யாராயினும் பேசுவதற்கோ நிர்ணயிப்பதற்கோ நிர்ப்பந்திப்பதற்கோ சிறிதுகூட உரிமையே கிடையாது. இவை எல்லாம் ஒரு மனிதனுடைய தனி இஷ்டத்தையும் மனோபாவத்தையும் திருப்தியையும் மாத்திரமே சேர்ந்தது... இவற்றுள் மற்றவர்கள் பிரவேசிப்பது அதிகப்பிரசங்கித்தனமும் அனாவசிய மான ஆதிக்கம் செலுத்துவதுமாகும்" என்கிறார் பெரியார்.

பெரியாரின் பல்வேறு கருத்துகளுடனும், தி.ஜா. உடன்படாதவராகவே இருக்கலாம். ஆனாலும், பெரியாரின் பெண் விடுதலைச் சிந்தனைகளுடன், பெரிதும் ஜானகிராமன் உடன்பட்டவரேயாவார். "கலியாணம் சந்தோஷ மான அனுபவம். கண்ராவியா நமக்கும் இருக்கப்படாது. பாக்கறவங் களுக்கும் படப்படாது" (டாக்டருக்கு மருந்து) என்கிறார் தி.ஜானகிராமன். இதனுடன், மேற்காட்டப்பட்டுள்ள பெரியாரின் கருத்தும் முழுவதுமாகப் பொருந்துவதேயாகும் என்பதில், எனக்குச் சிறிதும் ஐயமில்லை. "வயசு வந்த மகளாக இருந்தா, 'அதோட தனியா இருக்காதே'ன்னு நீதி சாஸ்திரம் எழுதி வச்சிருக்கிற புண்ணிய தேசமாச்சே இது. ராவணன் சீதையைத் தூக்கிட்டுப் போறப்ப, சீதை ஒரு பக்க ஆபரணங்களெல்லாம் கழட்டிப் போட்டா. வானரங்க மத்தியிலே விழுந்தது அது. பின்னாலெ ராமனும் லக்ஷ்மணனும் வந்தப்ப, லக்ஷ்மணன் சொன்னானாம். 'எனக்குக் காது நகை தெரியாது, மூக்கு நகை தெரியாது, கை நகை தெரியாது – கால் கொலுசுதான் தெரியும்'னு. கற்புக்கனல், அருள் வீசற முகம் – அதைப் பார்க்கவே கூசினானாம் இவன். அவ்வளவு சுத்தாத்மா! ராமாயணம் எழுதின மகானா, இந்த அசிங்கத்தை எழுதுவான்!... சீதையை அசோகவனத்திலேருந்து பல்லாக்கிலே ஏத்திக்கிட்டு வரப்ப, 'எல்லாரும் பார்க்கட்டும், திரையை விலக்குங்கடா'ன்னு ராமப்பிரபு, உலகத்துக்கு அந்த அருளைப் பளிச்சுனு திறந்து காமிச்சான். லக்ஷ்மணன் கால் நகைதான் தெரியும்னு சொன்னானாம். அத்தனை அயோக்கியனா, அவனைப் பண்ணனும்னு தோணிச்சே! எப்பேர்ப்பட்ட புண்ணிய பூமி! என்ன பண்பாடு! ஃபிராய்ட் எல்லாம் தோத்துப் போகணும்" (உயிர்த்தேன்) என்கிறான் பூவராகன். இதுவே தி.ஜானகிராமனின் 'ஆண் மரபு' மறுப்பு நிலைப்பாடு.

கதாகாலட்சேபம் செய்துவந்த தியாகராஜ சாஸ்திரிகளுக்கு மகனாகத் தி.ஜா. பிறந்திருந்தாலும், ஒரு சநாதனியின் நோக்குடன், இரண்டாம் பாலினத்தவராகப் பெண்களைத் தி.ஜா. அணுகவில்லை. தேவதாசி முறை ஒழிப்பு, பால்ய விவாக மறுப்பு, வைதவ்யம், கைம்பெண் மறுவாழ்வு, முதிர்கன்னிமை, காதல் முறிவுகள், கலப்புமணம், பொருந்தா மணவாழ்வுச் சிக்கல்கள், திருமணத்திற்கு வெளியிலான பாலுறவு நாட்டங்கள்,

குழந்தையில்லாமை, மணமின்றிச் சேர்ந்திருந்தல், துறவில்லறம், விடுதலைக்காதல், மாதவிடாய் நிற்றலுக்குப் பிறகான மனநிலை மாற்றங்கள் எனப் பல கோணங்களிலிருந்தும் பெண்ணின் வாழ்வியலைத் தி.ஜா. ஆராய முனைந்தார். பெண்ணைக் கௌரவிக்கும் நோக்கில் இதிகாசப் புராணங்களை மறுதலிக்கவும் தயங்காத ஆஸ்திகப் பெரியாரே அவர். ஏன்? சீர்திருத்தப் பெரியாரும்தான். "எந்தப் பிராமணன் சந்தி பண்றான் இப்ப? ஆவணி அவிட்டமாம்! காட்டிலே வாசம் பண்றபோது வச்ச வழக்கம் எல்லாம் இன்னும் ஒட்டிண்டிருக்கு. பூணலுக்கு அர்த்தம் ஏது? டவாலி போட்டுக்கறவனாவது அர்த்தத்தோட போட்டுக்கறான் – தான் பியூன்னு காமிச்சுக்கிறதுக்கு. நம்ம டவாலிக்கு ஏது அர்த்தம்? சந்தி கிடையாது, ஜபம் கிடையாது, வேதம் கிடையாது, சாஸ்திரம் கிடையாது. பூணலையே அறுத்து எறியணும். இதுக்கு என்ன ஆவணி அவிட்டம்? அப்புறம் தலை ஆவணி, கால் ஆவணி?" (அம்மா வந்தாள்) எனச் சினமேறிக் கொதிக்கிறாரே! நவீனக் காலத்திற்குச் சற்றும் பொருந்தாத உபநயனத்தைப் பற்றி மட்டுமில்லை; காட்டுமிராண்டிக் காலத்தில்கூட இருந்திராத வைதவ்யக் கொடுமையைக் குறித்தும் தி.ஜா. மனங்குமுறக் காண்கிறோம். "பாவம், இந்த ஆறும் முழுக்கும்தான் அதுக்கு ஆறுதல்... பாவம்... மூணு வயசிலே கல்யாணம். நாலு வயசிலே தாலி போயிடிச்சு. அப்புறம் எழுபது வருஷம் இந்தக் கோலம்... அநியாயம்" (மோகமுள்) எனத் தையுப் பாட்டிக்காகப் 'பார்வதி பாய்' வழியே பொங்கும் ஆழ்மனக் கொந்தளிப்பே தி.ஜானகிராமன்!

பெண்ணியம், மார்க்சியம், தலித்தியம், பெரியாரிய நோக்கு எனப் பலவற்றிலிருந்தும் தி.ஜானகிராமன் கடுமையாக விமர்சிக்கப்பட்டிருக்கிறார். அவ்விமர்சனங்களின் இருப்பைப் பொருட்படுத்தி, ஆனால் அதேவேளையில் அவற்றின் எதிர்க்கோணமும் தி.ஜானகிராமனிடம் பதிவாகியுள்ளதைக் கண்டுகாட்டுவதும், ஒரு படைப்பாளியைச் சமகாலக் கோட்பாடுகளின் அடிப்படையில் அவ்வளவு எளிதாகத் தீர்த்துக்கட்டிவிட முடியாது என்று உணர்த்துவதும்தான் என் கட்டுரையின் நோக்கம். பெரியாரைப் பொறுத்தவரையில், அவருடைய பெண் பற்றிய பல்வேறு சுதந்திரக் கருத்துகள் ஜானகிராமனிடமும் செயல்பட்டுள்ளன. அது பெரியாரின் தாக்கத்தால் மட்டுமில்லை; ஜானகிராமனின் சுயசிந்தனையாலும் அப்படி வெளிப்பட்டிருக்கலாம். ஆனாலும், இருவரின் சிந்தனையிலும், பெண் பற்றிய பல பொதுத்தன்மைகள் உள்ளன என்பதுதான் இங்கு வலியுறுத்தப்படுகிறது. ஒரு சமூகத்தின் தலைகீழ் மாற்றத்தைத் தி.ஜா. வலியுறுத்தியவரல்லர் என்றபோதிலும், மரபின் இறுக்கமான பல கட்டுப்பாடுகளுக்குள் நெகிழ்வான சில சீர்திருத்தங்களைப் பாத்திரப்புனைவுகளின் மூலமே செயல்படுத்தி அவற்றின் தீவிரத்தைக் கூர்ந்தாய்வதிலிருந்து அவர் பின்வாங்கியவரில்லை என்பதையும், தம் பாத்திரக்கூற்றுகளில் அவசியமான சில இடங்களில் தம் சொந்தக் கருத்துகளையும் சேர்த்தே அவர் ஒலித்தார் என்பதையும் குறிப்பிட விரும்புகிறேன். தி.ஜா. ஆத்திகரே; அதில் சந்தேகமேயில்லை. ஆனால், சக மனிதரைப் பொருட்படுத்தும் ஆத்திகம் அவருடையது என்பதால், பெரியாரின் மனிதாபிமான நாத்திகத்துடன் பகையற்ற நட்பு

முரணே அவருக்குண்டு என்பதே, இங்குக் கருத்தாகிறது. பெரியாரின் சமுதாயப் புரட்சியும் அதற்கு ஓரளவிற்கேனும் இசைவான தி.ஜா.வின் பெண்நோக்குச் சீர்திருத்தமும், அவ்விருவரின் பல கருத்தியல் இடைவெளிகளுக்கிடையிலும் இணையும் ஓரிடமாக இதைக் கவனப்படுத்து கிறேன். (இது பற்றிப் பலருக்கும் மாற்றுக் கருத்துகள் தோன்றுவதும்கூட இயற்கைதான்!).

இன்னுமோர் உதாரணம். 'உப்பிலி – வேதாந்தி சாயபு – உப்பிலியின் அண்ணன் மகன் சீமாண்டி' – மூவருக்குமான உரையாடலைத் தி.ஜானகிராமனின் மொழியில், அப்படியே தருகிறேன். "உங்களுக்கு அப்பல்லாம் பத்து வயசு இருக்கும். அப்பல்லாம் இது முழுக்க முழுக்க அக்ரகாரம். தெருவுக்குள்ள காலை வைக்கமுடியாது. அக்ரகாரத்து மாடெல்லாம் நான்தான் ஒரு கொல்லைப்பக்கம் வந்து மேச்சலுக்கு அவுத்துக்கிட்டுப் போவேன். இந்தப் பஞ்சைப் பனாதையைக் கொல்லைத் தூணிலெ கட்டிப்போட்டு அடிச்சாரு (அய்யிரு). அவரோட கன்னுக்குட்டிங்கள்ள ஒண்ணு எங்கியோ போயிடிச்சு... மறுநாளைக்கு ரயில் தண்டவாளத்துக்கு நடுவிலெ ஓடியிருக்கு. கூட்ஸ் வண்டிதான். அதுக்கு லிபி, மாட்டிக்கிட்டு ஆயுசை முடிச்சுக்கிச்சு. அதுக்குத்தான் என்ன கட்டிப்போட்டு அடிச்சாரு. அம்பது அடி இருக்கும். இனிமே, இந்தக் கொல்லைப்பக்கம் வச்சியோ, காலை வெட்டியே விடுவேன்னாரு. அடி பொறுக்க முடியலெ. கொல்லைப்பக்கமா, உங்க தெரு மண்ணிலே காலை வச்சு, உங்க வீட்டு வாசல்லியே அடி எடுத்து வக்கிறேனா இல்லியா பாருன்னு, மக்யா நாளைக்கே கூத்தாநல்லூருக்குப் போனேன். மசூதிக்குப் போனேன். என்னா தம்பி இன்னாங்க. இப்படின்னேன். சரின்னாங்க. இஸ்லாமாவானேன். தொப்பி வச்சேன். கைலி கட்டிக்கிட்டேன். கொடிக்கா ராவுத்தர் கிட்ட, ஒரு முண்டு வெத்தலை வாங்கிக்கிட்டேன். இதே அக்ரகாரத்திலெ வித்துக்கிட்டு நடந்தேன். யார்றாது? கணவதி மாறில்ல இருக்கு இன்னாங்க எல்லாரும். கணவதி இல்ல, கலிபுல்லான்னேன். என்னடா வேசம்னாங்க. கலைக்காத வேசம்னேன்... இப்ப எளுபத்து மூணு முடிஞ்சுது. இந்த ரம்சானுக்கு, ஒரு தடவை மக்கா போயிட்டு வந்தேன் அப்புறம் – இந்த வெத்திலை எண்ண மாட்டேன். மக்காவுக்குப் போக இன்னும் கொஞ்சம் சேத்துக்கணும், ஒரு முன்னூறு நானூறாவது" என்கிறார் வேதாந்தி சாயபு. "நீ போய்ட்டு வா. உனக்கு ஆயிரம் ரூபா செலவழிச்சு ஒரு வரவேற்பே கொடுக்கறேன்" என்கிறார் உப்பிலி. "வரவேற்பா? ஆயிரம் செலவழிச்சா? சித்தப்பாவா?" – கேலியாகச் சிரிக்கிறான் சீமாண்டி. "ஏண்டா, நான் செய்ய மாட்டேனா! வேதாந்தி சாயபுக்கு என்னதான் செய்யக்கூடாது?... வேதாந்தி கண்ணை மூடினார்னா, அடக்கச் செலவையே நான் ஒப்புத்துப்பேண்டா. இருபத்தஞ்சு வருஷம், என் வாயெல்லாம் வெற்றிலையா மணக்க வச்சிருக்கார். மைசூர் வத்தியா நூறு கட்டு வாங்கி, அவர் தர்க்காவிலே வைப்பேன்" என்கிறார் உப்பிலி. "அதெல்லாம் ஒண்ணும் வாணாம். இப்ப ஒரு கவுளிக்கு, நான் சொல்ற பத்தணா விலையைப் பேரம் பண்ணாம அப்படியே கொடுங்க போதும்" என்று சிரிக்கிறார் வேதாந்தி சாயபு. (வேதாந்தியும் உப்பிலியும்).

இவ்வுரையாடலைப் படிக்கும் ஒரு குழந்தைக்குக்கூடத் தி.ஜானகிராமன் யார் பக்கம் நிற்கின்றார் என்பது விளங்காமலிராது. அப்படியும் தி.ஜானகிராமனின் அகண்டமான ஆழ்மனம் விளங்காதவர்களுக்கு, அது ஐயம் திரிபற விளங்கும் வகையில், ‘வீடும் வெளியும்’ என்று ஒரு சிறுகதையையும் எழுதியிருக்கிறார். இருபத்தைந்தாண்டாய்க் காவேரி ஸ்நானத்தில், தினமும் அகண்ட மோனவெளியில் ஆழ்ந்துவிடும் ஓர் எண்பது வயது ரிடையர்ட் தாசில்தாரின் கதை அது. “தாசில்தாருக்கு அந்தக் காலத்தில் இருநூறு ரூபாய்தான் சம்பளம். அந்தச் சம்பளத்தை வைத்துக்கொண்டு, ஐந்து பெண்களுக்குக் கல்யாணம் செய்து எண்பதாயிரம் ரூபாய்க்குப் பத்துக் காணி நிலம் வாங்கி, ஒரு வீடும் வாங்கி... முப்பது வருஷம் இருநூறு ரூபாய் சம்பளம் வாங்கினாலும் அதைச் செலவழிக்காமல் சாப்பிடாமல் இருந்தால்தானே, எண்பதாயிரம் சேர்ந்திருக்க முடியும்?” என்றெண்ணுகிறான் கதைசொல்லி. இன்னும் மேலே படிங்க! “சிறிது நேரம், இந்தப் பிரம்மாண்ட சாதனையை நினைத்து மலைத்துப்போய் நின்றவன், “எப்படி இவ்வளவு வாங்க முடிஞ்சுது?” என்று என்னை அறியாமல் கேட்டுவிட்டேன். “முடியும். அது இந்தக் காலம் இல்லை. தாசில்தார்னா கலெக்டர், கவர்னருக்கு இருக்கிற மரியாதை இருந்துது அப்ப எல்லாம். காம்புன்னு போனா, ஒரு ஒரு இடத்திலேயும் உள்ளங்கையிலே வச்சுன்னா ரச்சிப்பா. என்ன மரியாதை! என்ன உபசாரம்! அந்தப் பயம், பக்தி எல்லாமே போயிடுத்தே இப்ப. இருந்த இடம் தெரியலையே!” – கிழவர். “கிழவரை, இதே காவிரியில் தலையைப் பிடித்து நீரில் அமுக்கி, ஐந்து நிமிஷம் அப்படியே வைத்திருந்தால்?” *(1965!)* என்கிறான் கதைசொல்லி. சொந்தச்சாதிக்குச் சேவைசெய்தவரில்லை; துரோகம்செய்தவரே தி.ஜா.! மேலும் மற்றொரு சான்று: “வடமதுரையில், கண்ணன் வாழ்ந்த வடமதுரையில், கீழே கால் வைக்க முடியாதபடி, ஆசாரப் பிராமணர்களிலிருந்து எல்லா வர்ணத்தார்களும் நடுச்சந்து, நடுத்தெருவெல்லாம் எச்சில் துப்புவார்கள். வடமதுரையை விட்டுக் கிருஷ்ணன் துவாரகைக்கு ஓடியதற்கு நீங்கள்தான் காரணம் என்று சொன்னதும், ஒரு பண்டா என் கழுத்தைப் பிடிக்க வந்துவிட்டார். “அடா! பிராமணத் துரோகி! தெய்வத் துரோகி!” என்று ஒரு பாட்டம் கத்தினார். மேலே துப்பிவிடப் போகிறாரே என்று ஓட்டமெடுத்தேன்” (கருங்கடலும் கலைக்கடலும்) என்றுமெழுதுகிறாரே!

இன்றும்கூட இந்திய அரசியலை ஆட்டிப் படைக்கும் ஒரு முக்கிய நிகழ்காலப் பிரச்சனையைப் பற்றிய தி.ஜா.வின் நுண்கருத்தையும் பார்ப்போம். “சராசரி ஆஸ்திரேலியன் உண்கிற போஷாக்கின் அளவில், பாதிகூட நாம் சாப்பிட முடியாது என்கிறார்கள். இருநூறு வருஷங்களுக்கு முன்னால் ஆடு, மாடு என்று பெயர்கூடக் கேட்டிராத கண்டம் ஆஸ்திரேலியா. ஆட்டையும் மாட்டையும் பிரிட்டிஷ்காரர்கள்தான் அங்குக் கொண்டு போனார்கள். கொழுக்கக் கொழுக்க வளர்த்தார்கள்! இன்று உலக நாடுகளுக்குப் பால் பொருள்கள், மாட்டிறைச்சி, முதல்தர ஆட்டு ரோமம், கம்பளி எல்லாம் ஏற்றுமதி செய்கிறது ஆஸ்திரேலியா. மாட்டை எப்படி வளர்ப்பது, ஆட்டை எப்படி வளர்ப்பது, உழக்குக்குப் பதிலாகப் பக்கெட்டளவில் எப்படிப் பால் கறக்கிறது என்று வேத காலத்திலிருந்து மாடுகளைப் போற்றி மாட்டுப் பொங்கல் கொண்டாடும்

நம் நாட்டுக்குப் பாடம் சொல்லிக் கொடுக்கிறார்கள், ஆஸ்திரேலியர்களும் நியூசிலாந்தியர்களும். பல ஆண்டுகளுக்கு முன்னால், கொடைக்கானலில் குற்றுயிரும் கொலையுயிருமாக ஒரு மாட்டு மந்தையை யாரோ ஒரு ஆள் ஓட்டிக்கொண்டிருந்தான். அவனிடம் விசாரித்ததில், அத்தனையும் கசாப்புக்கடைக்குப் போய்க் கொண்டிருந்தனவாம். மூப்பு மட்டுமில்லை; அத்தனையும் நோயாளி மாடுகள். நம் நாட்டில் மாட்டிறைச்சி உண்பவர் களை நினைத்துக் கொஞ்சம் பெருமூச்சுவிடத்தான் வேண்டியிருக்கிறது. இந்தப் பசுக்களின் வதையைத் தடுக்கத்தான் உண்ணாவிரதம் . . . மாடுகளின் இறைச்சியை உண்பவர்களைக் கண்டு கோபம் வேறு! உபநிஷத் காலங்களிலிருந்து நாம் கால்நடைகளை இப்படிக் காப்பாற்றி வருகிறோம்!" (அடுத்த வீடு ஐம்பது மைல்) எனப் பகடி செய்கிறார். இப்படிப் பகடி செய்யும் துணிச்சல், அன்றே தி.ஜா.வுக்கு இருந்ததைப் புரிந்துகொள்ள வேண்டாமா?

ஒவ்வொன்றையும் பற்றி, வெடிப்புறவே சிந்தித்தவர் தி.ஜானகிராமன். "திருமண விளம்பரங்கள் சிவப்பான அழகான பெண்களைத்தான் நாடுகின்றன. கறுப்பு என்ன செய்யும்? அழகு இல்லாதது என்ன செய்யும்? ஆண்களுக்குக் 'காலனிகளாக' ஆகிவிட வேண்டியதுதான் இல்லையா?" (அடுத்த வீடு ஐம்பது மைல்) எனத் தி.ஜா. கேட்பதற்கும், நம்மிடம் என்ன பதிலிருக்கிறது? "தூக்கமே இல்லை" என்கிறாள் அமிர்தம். வேலைக்காரி துளசியோ, "எப்படியம்மா தூக்கம் வரும்? எனக்கு அப்பவே தெரியும். கோயிலுக்குப் போயிட்டு வந்ததுதாம்மா. திருஷ்டி பொல்லாதது! ஒரு நாளைக்குப் போயிட்டு வந்ததுக்கே தூக்கத்தைக் கலைச்சிடுச்சே! . . . கும்பலும் கோயிலும் உடம்புக்குத் திருஷ்டி!" என்கிறாள். "கோயில் எதுக்கடி கட்டி வைத்திருக்கிறது? வௌவாலுக்கும் நெறிஞ்சி முள்ளுக்குமா? அதிருக்கட்டும். கோயிலே அழகாகத்தானே இருக்கிறது. அது ஏன் திருஷ்டிபட்டு இடிந்து விழவில்லை?" என்று சிரித்தாள் அமிர்தம். துளசியும் காவிப் பல்லைக் காட்டிக்கொண்டு சிரித்தாள். "நீங்க என்னம்மா, கோணக் கட்சியெல்லாம் பேசுறீங்க. இதுதான் பச்சைப் பிள்ளைப் பேச்சுங்கிறது!"; "சரி, சொல்லு. கோயில் ஏன் இடிந்து விழவில்லை?"; "ஏம்மா! சாமி இருக்கிற இடத்தைத் திருட்டியும் கண்ணும் என்னம்மா செய்ய முடியும்?"; "ஒன்றும் செய்ய முடியாதோல்லியோ? அந்தச் சாமி, கோயிலுக்குப் போகிறவர்களையும் திருஷ்டியிலேருந்து காப்பாற்றிவிடும்!" என்கிறாள் அமிர்தம். இங்குக் கோணக் கட்சியின் (சூனா மானா!) தர்க்கத்தைத் தி.ஜா.வின் 'அமிர்தம்' கடன்வாங்கிப் (துளசியில்லை!) பேசுவதைப் பெரியாரின் பகுத்தறிவுக் குரலின் ஒருதுளியென்றாவது உணரவேண்டாமா நாம்? ஏன்? இந்து பேசுவதையே கேளுங்களேன். "அந்தராத்மாவுக்கு விரோதமாக ஒரு காரியம் செய்யறதும், பேசுவதும்தானே பாவம்?" (அம்மா வந்தாள்) என்கிறாளே இந்து? இப்படியே அந்தராத்மாவுக்கு விரோதமாக, எதையும் செய்யாதும் பேசாதும், வாழ்விலும் புனைவிலும் செம்மையுடனேயே தொடர்ந்தியங்கியவராகத் தி.ஜா.வையும் நாம் புரிந்துகொள்ளலாம்.

இந்த அந்தராத்மா விவகாரம்தான், தி.ஜா.வின் இறுதிக்காலப் புனைவான 'அடி'யில், மிக மிக விரிவாக ஆராயப்படுகின்றது. குடும்ப

அமைப்பில் பெண்ணே ஒடுக்கப்படுகிறாள். இந்தப் பெண் ஒடுக்குதலைச் செய்யும் ஆணும்கூட நிம்மதியாக இல்லை. 'இருவர் ஒன்றாதல்' என்ற அந்த இலட்சியநிலை, பொய்யாய்ப் பழங்கதையாய்க் கனவாய்ப் பொருளற்ற பேச்சாய்த் தேய்கிறது. அதன் உடன்விளைவாகத் திமிறலும் மீறலுமே தன்னியல்பாகப் பீறிட்டுக் கிளம்புகின்றன. இவற்றைச் சட்டங்களும் நம் சமூக விதிகளும் ஒழுங்குபடுத்திவிடவே ஓயாமல் பரபரக்கின்றன. இந்த முயற்சி எவ்வளவு விரைவாக மேற்கொள்ளப்படுகிறதோ, அதை விடவும் படுவேகமாகப் 'பிறழ்ச்சிகள் எனப்படும் இயல்புணர்ச்சிகள்' கரைமீறித் துள்ளுகின்றன. நல்ல பாம்பும் நாக்குப்பூச்சியும் ஒன்றா? நிகுநிகுவென நின்றெரியும் சுடரின் உயரமும், பருப்புத்தேங்காய் மாதிரி குள்ளமும் வேறு வேறு இல்லையா? இப்படிப் பார்ப்பது ஓர் அழகுணர்வா? இல்லை, இதுவும் ஒருவகை பேத உணர்வுதானா? எப்படியானாலும், 'மேலோட்டமான சபலமில்லை; இது ஆழமான பந்தம்' என்ற உள்ளுணர்வின் சுதந்திரக் குரலுக்கும், நாம் மானுட அகராதியின் வரம்புகளுக்குட்பட்டே தீர்வு தேடவேண்டியுள்ளது. தரித்திரத்தைக் கட்டிக் கொண்டழுகிறவர்கள், ஏன் ஓடிப்போவதில்லை? வறுமையும் துயரமும் எல்லாம் ஒரு முயக்கில் கரைந்துவிடுமா? அப்படியன்று; ஒரு போக்கிடம் இல்லை என்ற யதார்த்தத்தைப் பகல் ஒளியாய்ப் புரிந்தவர்கள் அவர்கள். 'பற்றுவரவுக் கணக்கு இல்லை சேர்ந்திருத்தல்' என்பதாலேயே, இந்த நஷ்டமும்கூட லாபமாய்த் தெரிகிறது அவர்களுக்கு.

'கருங்கல் உடலும், வெண்ணெய் மனமும்' கொண்டு, பிறனில் விழையும் இந்தப் பாவப்பட்ட ஜீவன்களைத் திரும்பத் திரும்பத் தி.ஜா.விடம் எதிர்ப்படுகிறோம். செல்லப்பா – மங்களம்; சிவசாமி – பட்டு; பட்டு – செல்லப்பா என்ற இந்த மூன்று வகை இணைகளிலுமே நிறையுமுண்டு குறையுமுண்டு. குறையில்லாத ஒரு முழுநிறைவையே தி.ஜா. யாசிக்கிறார். மனமும் உணர்வும் உடலும் உயிரும் ஒப்பும் ஓர் ஆதித் திளைப்பையே தேடுகிறார். அப்படியொன்று இங்குச் சாத்தியமா என்ற அந்த அலைச்சலே அவரைத் துரத்துகிறது. அவர் பயந்து ஓடுவது இல்லை; தம் சூழலை அசைபோட்டபடியே, உறுதியாக ஒவ்வோர் அடியாக முன்னகர்கிறார். பிடிபடாததன் பின்திரிந்து களைத்துக் கனல் அவிந்துபோன எலும்புக்கூடாய்த் தி.ஜா. மக்குவதில்லை; ஆழ வேரோடிய அசல் தேக்காய்ப் பூரித்துப் பச்சை வெளியில் பின்னிப் படர்கிறார். மனைவியுடனான உடலிச்சையிலும் ஒரு மரியாதையைப் பேணுகின்ற ஆண்கள் இங்குண்டா? தனக்குச் சரியெனப் பட்டதைச் செய்கிற துணிச்சலும் உறுதியும் கூடிய பெண்கள் இங்கிருக்கிறார்களா? ஆணும் பெண்ணும் வெறும் யந்திரங்களாய்ச் சுருங்கும் ஓர் உயிர்ப்பின்மையைக் கிழித்துச் சொற்தெறிப்புகளினூடே அவர்களைப் புத்தம் புதிதாய்த் தி.ஜா. விரியச் செய்கிறார். ஆனால், இந்த விரிவு, அவர்களை மேலும் நெகிழ்த்து வதற்குப் பதிலாகச் சமூகச் சுவரில் கொண்டுபோய் மோதவைத்துக் குற்றப்படுத்துகிறது.

செல்லப்பாவும் பட்டுவுமா தவறிழைத்தவர்கள்? தன்னை நமஸ்கரிக்கும் மங்களத்தின் நடுமுதுகில், 'சொடேர், சொடேர்' என்று அம்பாகடாட்சம் போடும் அந்த அடி, மங்களத்துக்கு மட்டும்தானா?

அனைத்து மானுடர் மீதும் ஈரமற்று விழுந்த அன்பின் வறட்சிதானே அது! முடிவில் சபலமும் பந்தமும் ஒன்றே என்ற ஒரு தத்துவ நிலைக்குத் தி.ஜா.வும் நகர்ந்து விடுகிறார். இந்தச் சபலமும் பந்தமும் வெற்றுச் சொற்களா? சுயத்தின் நியாயப்படுத்தல்களா? தம்மையே முழுவதுமாகப் படையலிடுவதற்குச் சூன்யமா பதில்? இறை வகுத்துவிட்ட இயற்கையின் போக்கில் மனிதர்கள் குறுக்கிடுகிறார்கள்; மகான்களை இழுத்துச் சீடர்கள் கீழே தள்ளிவிடுகிறார்கள்! இஷ்டம், இஷ்டமில்லை என்பதற்குச் சாமான்யர்களுக்கு ஏது அதிகாரம்? 'இருக்கும்வரை டிக்ஷனரியை மனிதன் விடமுடியாது' என்ற குரல், முடிந்த முடிவான மெய்ம்மையாக அன்று, நடப்பின் குரூரத்தைச் சகித்துக்கொள்ளும் வேறு வழியே இல்லாமையின் புலம்பலாகவே தி.ஜா.வால் முன்வைக்கப்படுகிறது. 'மனித சம்மதம்' என்பதே இல்லாதபோது, 'தெய்வ சம்மதம்' என்பதெல்லாம் இருந்துமென்ன பயன்? எனத் தி.ஜா. கேட்கின்றார். முட்டாள்தனமான ஒரு கேள்வியா, இது?

தி.ஜா., மிக மிக நுண்ணியவர். வாழ்வை அவரளவுக்குப் போற்றிய இன்னொரு நவீனப் படைப்பாளியைத் தமிழில் நாம் தேடித்தான் கண்டடைய வேண்டும். "நாயைக் கேட்டா, இன்னும் கோடி ஜன்மத்துக்கு நாயாவேதான் பொறக்கணும்னு கேட்கும். கழுதையும் அதே மாதிரிதான் கேட்கும். அவங்க அவங்களுக்கு, அந்த அந்தப் பிறவிதான் வெல்லம்" (மலர் மஞ்சம்). இப்படியே, மானுட மகத்துவமே பேசுகின்றன தி.ஜா. புனைவுகள் என்று தயக்கமின்றித் துணிந்து கூறிவிடலாம். எனினும், இம்மகத்துவம் என்றும் கைகூடிவிடுமோ? இதோ மங்களப்பாட்டி கேட்பதுபோல, "மனிதர்களாகப் பிறந்துவிட்டு, எப்பவுமே புண்ணியமே சம்பாதிக்கிறது என்றால், அது நடக்கிற காரியமோ?" (அன்பே ஆரமுதே) என்றுதானே, நமக்கும் கேட்கத் தோன்றுகிறது? தி.ஜானகிராமன், சாதாரண மனிதர்களையே, தம் கதாமாந்தர்களாகப் புனைந்தார். ஆனால், அச்சாதாரணர்களுக்குள், அச்சாதாரணத்தன்மையுடன், ஏதோ நூதனங்களும் சேர்ந்தேயிருந்தன என்றுதான், நமக்குச் சொல்லத் தோன்றுகிறது. "ஒண்ணு வக்ரமாயிருக்கணும். இல்லே எடுப்பார் கைப்பிள்ளையாயிருக்கணும். இல்லே, ரொம்ப புத்திசாலியா, தானே எந்த முடிவுக்கும் வர, சுயம்பிரகாசமா, சுயம்பிரபுவா இருக்கணும். இல்லே, பக்தனா இருக்கணும். இல்லே, நம்மைப் பற்றி நாலு பேரு அப்படி இப்படின்னு பேசிக்கணும்னு நினைக்கிற ஆடம்பரமா இருக்கணும். இது ஒண்ணிலேயும் சேராத உண்டுருட்டிக் கலயமாயிருக்கே" (உயிர்த்தேன்) எனப் பூவராகன் பற்றி நரசிம்மன் சொல்வதாகத் தி.ஜா. எழுதுகின்றார். இது பூவராகனுக்கு மட்டும்தானா? ஒருவகையில், தி.ஜா. புனைந்த இரு பால் தலைமை மாந்தர் அனைவருக்குமே, இது உரியதுதானே! அமிர்தம் தொடக்கம் பங்கஜம் வரைக்கும், நடேசன் முதல் காமேச்வரன் முடிய, யாருக்குத்தான் பொருந்தாது இவ்விவரிப்பு?

ஆனால், இங்குத் தி.ஜா.விடம், 'ஆண்–பெண்' பேதம் பற்றிய, துல்லியமான ஓர் எடை போடல் நோக்கே இருக்கிறது என்பதுதான், நமது கிரகிப்புக்குரியதாகும். "பொம்பிளைக்கு முன்னாலே ஆம்பிளை படிச்சிட்டான். புஸ்தகமெழுத ஆரமிச்சிட்டான். நீ பதிவிரதையா

இருக்கணும்னு சொல்லித் தடவிக் கொடுத்து, அர்ச்சனை பண்ணி, பட்டுப்புடவை நகை எல்லாம் வாங்கிக் கொடுத்து, நீ பரதேவதை அவதாரம்னு சொல்லி, குஷி பண்ணி, தாஜா பண்ணி, விழுந்து கும்பிட்டு, 'நீ என் நினைவா இருக்கணும் தெரியும்ல'ன்னு சொல்லி, வடைபாயசம் போட்டு, குங்குமம் இட்டு, வாய்சிவக்க வெத்திலைப் பாக்குப் போட்டுக்கச் சொல்லி வச்சிருக்கிறான். இத்தினி லஞ்சம் வாங்கிட்ட அப்பறமும், அது ஆடுமா? பேசாம இருக்கு. இதிலே ஏதாவது ஒரு உபசாரத்தை நிறுத்திப் பாருங்க . . ." (செம்பருத்தி). 'அப்புறம் தெரியும் சேதி!' எனத் தி.ஜா. எழுதாவிட்டாலும், இந்த வாக்கியத்தை, நாம் வேறு எப்படியும் முடிக்க முடியாதுதானே? சரி. அம்மணி, என்ன சொல்கிறாள்? "நீ பெரியப்பாவைக் கலியாணம் பண்ணிண்டு, என்ன பெரிய சுகத்தைக் கண்டே? அம்மா அப்பாவைக் கலியாணம் பண்ணிண்டு, என்ன சுகத்தைக் கண்டா? . . . கல்யாணம் பண்ணிண்டு தூணோடு திருடனைக் கட்டி வச்சாப்பல, புருஷத் தூணோடு பொம்மனாட்டியும் பொம்மனாட்டித் தூணோடு புருஷனும் கட்டிப் போட்டுண்டு, என்னத்தைக் கண்டுவிட்டா? திருடனைக் கட்டிவச்சா, திருடினது திருடினதுதானே? இனிமே, அவன் திருடாம இருப்பான்னு, என்ன நிச்சயம்?" (மரப்பசு) எனக் கேட்பவளுக்குத் தியாகய்யரையும் ராமனையும் பாடிக்கொண்டு, ஊர்ப் பெண்களை மேயும் கோபாலியா துணை? இந்த நிலையில், இங்கே வாழ்வு கொதிக்கும்போது, இதை மீறிப் பாவம் ஒரு மனுஷியான அம்மணியால் மட்டும், என்ன செய்துவிட முடியும்? உள்ளொன்றும் புறமொன்றும் அறிந்துகொண்டுவிட்ட அவளால், வேறு என்னதான், சொல்லிவிட முடியும்? "பட்டாபியைக் கேட்டுச் சொல்கிறேன்" (மரப்பசு) என்று அம்மணி இறுதியில் சொல்வது, வெறும் ஒரு தந்திரோபாயம் மட்டுமா என்ன? இல்லை; விட்டுவிடுதலையாக முடியாத ஓர் ஆன்ம வேட்கை. கூடடங்கிச் சிறு ஆறுதலும்கூடத் தேடக்கூடாது என்றால், அது எப்படி? "எந்த அப்பாவியும் எப்போதும் அப்பாவியாகவே இருக்க முடியாது" (நளபாகம்) என்ற ஒரு பேருண்மையை உணர்ந்த பின்பும், காமேச்வரன் மட்டும் என்ன செய்கிறானாம்? "சேதி, என்ன சேதி! மறுபடியும் வேலைக்கு வந்திருக்கேன். நளபாகம்தான். அப்பறம், ஒரு நல்ல பொண்ணாப் பார்த்துக் கலியாணம் பண்ணிக்கணும் – அதான் சேதி" (நளபாகம்) என்று அவனும், பிரம்மச்சரியத்தைக் கைவிட்டு, இல்வாழ்வுக்குத்தானே திரும்புகிறான்! ஒரு பூர்ஷ்வா சமூகத்தில், வேறு விதமாக நிகழச் சாத்தியமற்ற இவ்வகைப்பட்ட லௌகீகத் தீர்விற்குள், தி.ஜானகிராமனும் மீட்சியின்றிச் சரணடைவதை, அவருடைய முரண்பாடாகவா விமர்சிப்பார்கள்? மாறவே மாறாத, இந்தச் சமுதாயத்தின், அப்பட்டமான ஒரு கொட்டிக் கவிழ்ப்பல்லவா அது!

கதாபாத்திரங்களின் அகமன இயக்கமும் புறவுலக இயக்கமும், தி.ஜானகிராமனின் எழுத்துகளில் சதா கூடி நிகழ்ந்தபடியேயிருக்கின்றன. ஒரே இடத்தில் பிறந்து வளர்ந்து, ஒரே இடத்திலேயே வாழ்ந்து முடிந்துவிடுகிறவர்களாகத் தி.ஜா. புனைந்த கதாமாந்தர்கள் இல்லை. பெரும்பாலும் பிறரிடம், புற இயக்கம் ஆண்களுக்கும், அகமன இயக்கம் பெண்களுக்கும் உரியதாயிருக்கும். ஆனால், தி.ஜானகிராமனிடம் இது, இரு

3

பாலாரிடமும் சம அளவிலேயே நிகழ்ந்தேறுவதாகக் காட்டும் தொனியே உள்ளது. தி.ஜா.வின் எல்லா நாவல்களிலுமே, பாத்திர வெளியேற்றம் உண்டு. ஊரிலுள்ள வீட்டை, வேலைக்காரிக்கு எழுதிவிட்டுச் சென்னைக்குப் போகிறாள் அமிர்தம்; நடேசன் ரங்கூனுக்கே திரும்பிவிடுகிறான் (அமிர்தம்). தஞ்சாவூர், பாபநாசம், கிளிமங்கலம், கும்பகோணம், சென்னை, பூனா எனப் பாபுவும் யமுனாவும் மாறி மாறியலைகிறார்கள் (மோகமுள்). ராஜங்காடு, தஞ்சாவூர், சென்னை, காசி, ஜாம்ஷெட்பூர் எனப் பாலியும் ராமையாவும் ராஜாவும் உழல்கிறார்கள்; கோணவாயர் துறவியாகிக் கங்கையில் அடங்குகிறார் (மலர்மஞ்சம்). கிராமம், கொழும்பு, டெல்லி, சென்னை என்று அனந்தசாமியும் ருக்மணியும் தட்டுத் தடுமாறுகிறார்கள்; ரங்கனோ தற்கொலை செய்துகொள்கிறான்; மேற்படிப்புக்காகச் சந்திரா வெளிநாட்டுக்கு விமானமேறுகிறாள் (அன்பே ஆரமுதே). சித்தன்குளம், சென்னை, சேலம், காசி என அப்புவும் அலங்காரத்தம்மாளும் தவியாய்த் தவிக்கிறார்கள் (அம்மா வந்தாள்). சொக்கர் மூலை, கிராமம், செம்பானூர், சிதம்பரம், சென்னை எனக் குஞ்சம்மாவும் சட்டநாதனும் அலையாத அலைச்சலா? செம்பருத்தியில், ட்ரிப்பிள் கிளைமாக்ஸ்! குஞ்சம்மாள் வெளியேறுகிறாள்; பொம்மை (சீதாபதி) கொல்லப்படுகிறார்; சட்டநாதனும் புவனாவும் சமனப்பட்டுக் குடும்பத்துக்குள்ளே மீள்கின்றனர். குஞ்சம்மாளின் நினைவோடேயே சட்டம் புவனாவைக் கட்டித் தழுவுகிறான். அதனால்தான், எவ்வளவோ கட்டியணைத்தாலும், முப்பது நாற்பது வருடங்கள் சேர்ந்து வாழ்ந்த பிறகும்கூட, இரண்டு உடலும் இரண்டு மனமும் வேறு வேறாகவே தெரிவதாய் வியக்கிறான் சட்டநாதன் (செம்பருத்தி).

ஆறுகட்டியிலிருந்து சென்னைக்குப் போய்விட்டுச் சென்னையிலிருந்து ஆறுகட்டிக்கே திரும்பிவந்து ஆசுவாசப்படும் பூவராகனும், எந்தக் கட்டுக்குள்ளும் அடைபட மறுத்து மைசூர், சென்னை, ஆறுகட்டி என்று ஊரூராய் நிலைகொள்ளாது சுற்றிவரும் அனுசூயாவும் (உயிர்த்தேன்), தேடலின் நிறைவையே யாசிக்கின்றனர். அன்னவாசல், கும்பகோணம், சென்னை, டெல்லி, வெளிநாடுகள் என்று அம்மணியும் கோபாலியும் திரியாத இடங்களுமுண்டா? (மரப்பசு). ‘யாத்ரா ஸ்பெஷல்’ ஸ்தலங்கள், கும்பகோணம், நல்லூர், திருவிடைமருதூர், மாத்தூர் எனக் காமேச்வரனும், எப்படியாவது அவனை நல்லூரிலேயே இருக்கவைத்து விடணும் என்று ரங்கமணியும் ஓயாது போராடுகிறார்களே! (நளபாகம்). மாயவரம், குத்தாலம், மொந்தனூர், தாழங்குடி, கொரநாடு, பூனா, ஜம்மு, அம்பாலா, டெல்லி எனச் செல்லப்பாவும் பட்டுவும்தான், எத்தனை ஊர் மாறுகிறார்கள்! (அடி). மரப்பசுவில், அம்மணியை விட்டுவிட்டுக் கோபாலி வெளியேறுகிறார். நளபாகத்திலோ, நல்லூரை விட்டுக் காமேச்வரன் வெளியேறுகிறான். ‘அடி’யில், செல்லப்பாவும் பட்டுவும் பிரிந்துவிடுகிறார்கள். இவற்றையெல்லாம், என்னுடைய ஆய்வேட்டில் நான் சுட்டிக் காட்டியிருக்கிறேன். தி.ஜானகிராமனின் கதாபாத்திரங்களிடம், ஒரு ‘தப்பிக்கும் மனப்பான்மை’யே இருப்பதாகவும் பதிவுசெய்திருக்கிறேன். தி.ஜானகிராமனின் கதாமாந்தர்கள், எளிதில் நிறைவடைவதேயில்லை. ஏதோ ஒரு சொல்ல முடியாத ஹிம்சையுடனேயே, தம் வாழ்வைக்

கடந்து சென்றுவிடவே அவர்கள் முனைகிறார்கள். அதிலும், அவர்கள் வெல்வதாகத் தி.ஜானகிராமன் காட்டுவதேயில்லை. உணர்வுகளின் அழியாமையும், சொற்களின் போதாமையும்தான் தி.ஜா.வுக்குப் பெரும் பிரச்சனைகளாகின்றன. அல்லது இதை நாம் இப்படியும்கூடச் சொல்லிப் பார்க்கலாம். உணர்வுகளின் போதாமையும், சொற்களின் அழியாமையும்!

நாவல்களில் மட்டுமா? கொட்டுமேளம், தவம், சிலிர்ப்பு, மறதிக்கு..., ஆரத்தி, ஆறுதல், யாதும் ஊரே, கோயம்புத்தூர்ப் பவபூதி, பஞ்சத்து ஆண்டி, தூரப் பிரயாணம், மேரியின் ஆட்டுக்குட்டி, கங்கா ஸ்நானம், நாய்க்கர் திருப்பணி, சாப்பாடு போட்டு நாற்பது ரூபாய், எருமைப் பொங்கல், தற்செயல் எனத் தி.ஜா.வின் பல சிறுகதைகளிலும்கூட, இதே இடப்பெயர்வின் வகைவகையான நுண்சிடுக்குகளே புனையப்பட்டுள்ள தாகப் பார்க்கிறேன். தி.ஜா. புனைந்த கதாபாத்திரங்களின் ஓயாத அகப்புற நச்சரிப்புக்கும், ஓரிடத்தும் நிலையாகக் கால்தரிக்க முடியாமைக்கும் என்ன காரணம்? "ஆதியில் இருக்கிறது, இல்லாதது என்ற இரண்டுமேயில்லை... காற்றுமில்லை; வானமுமில்லை; சாவுமில்லை; அழியாமையும் இல்லை; அல்லுமில்லை; பகலுமில்லை; ஆதிப் பரம்பொருள் ஒன்றுதான் இருந்தது. மூச்சின்றி அது தானே தன் சக்தியால் இயங்கிற்று. பிறகு தவ வலிமையால் (இது இருப்பது, இல்லாமை என்ற இரண்டுக்கும் முரணான முதல் விவகாரம்) இயக்கும் சக்தியும் ஜடமான பிரகிருதியும் தோன்றின. அதன் பின்பு, விருப்பத்தின் காரணமாக, மற்ற வளர்ச்சிகள் அனைத்தும் எழுந்தன. விருப்பமே மனத்தின் வித்து" (பூமி எனும் கிரகம்) என்று, இவ்வுலகப் படைப்பின் முதற்காரணம் பற்றிய இந்திய வேதக் கருத்தை, 'ஜார்ஜ் கேமாவ்' வழித் தி.ஜா. மொழிபெயர்த்துள்ளார். இதில் ஜடப் பிரகிருதியாகவே ஆணையும், சக்தியாகப் பெண்ணையும் பொருத்திவிடலாம். (ஆணினும் பெண்ணையே பிரதானப்படுத்தி, 'பெருமையும் உரனும் மகடூஉ மேன' என்பதே, தி.ஜானகிராமம்!). 'விருப்பமே மனத்தின் வித்து' என்பதைத் தி.ஜா. புனைந்த கதாமாந்தர்களின் அகப்புற இயக்கங்களிலும் தெளிவாகவே காண்கிறோம். "உயிருள்ள பிராணி, என்ன செய்ய வேணும்? இன்னொரு உயிரை அணுகி, அணைத்துக்கொள்ள வேண்டாமோ! இரண்டு ஜாதி தோன்றியது, அதற்குத்தானே!" (நளபாகம்) என்கின்றான் காமேச்வரன். இப்படி மனத்தின் வித்தாகும் ஒரு விருப்பத்தையே, திரும்பத் திரும்பவும் தி.ஜா. புனைந்தார். "மனுஷா நடக்கறாப்போல, நகர்றாப்போல, இந்தத் தாஜ்மஹால், கோவில்கள், ஹரித்துவாரம் எல்லாம் மனுஷாளைப் பார்க்க வரப்படாதோ?" (நளபாகம்) எனச் சுலோச்சனா கேட்பதில்தான், எவ்வளவு நுட்பங்கள் உட்பொதிந்துள்ளன!

'காவேரி' என்பது, தி.ஜானகிராமனிடம் ஒரு கதாபாத்திரமாகவே மிளிர்கின்றது. "இந்தச் சோலையும் சுழித்து ஓடும் காவிரியும் இல்லாவிட்டால், இந்தக் கும்பகோணம் என்ன ஆகும்? இந்தக் கும்பகோணத்திற்குத்தான் என்ன யோக்கியதை இருக்கும்? பெண்டாட்டியைப் பறிகொடுத்த அவலமாகத்தான் நிற்க வேண்டும்! இவ்வளவு புழுதி, இவ்வளவு சாக்கடைத் தேக்கங்கள் – எல்லாவற்றையும் பற்றி, நினைக்கக்கூட நினைக்காமல், ஒரு கவலை இல்லாமல் இருக்கும் இந்த ஊருக்குக்கூட

அழகு உண்டு என்று இந்தக் காவேரி மன்றாடிக் கொண்டிருக்கிறது. பாபு மொட்டை மாடியிலிருந்து உள்ளே வந்து, ஜன்னலோரமாக நின்று வெளியே பார்த்தான். மின்சார ஒளியின் நெடுவீச்சில், காவேரி இன்று வேகமாகவே ஓடிக்கொண்டிருப்பது தெரிந்தது. இவ்வளவு ஓட்டத்திலும் விரைவிலும்கூட, ஒரு தனி அடக்கமும் அமைதியும் நிறைந்து நின்றன. எதனால்? பரம்பரை பரம்பரையாகக் கொடுப்பதையே கருமமாகக் கொண்ட பண்பாடா? பிறரை வாழ்விக்கவே உடல் எடுத்த, உள்ள நிறைவா? இந்தக் காவேரிக்கு, ஒரு மனித உருக் கொடுப்பதென்றால் . . . பாபுவுக்கு யமுனாவின் உயர்ந்த உருவம் ஞாபகம் வந்தது. காவேரியின் எழிலும் வளர்ப்பும் பெரிய மனித இயல்பும் பெருவாழ்வும் திரண்டு நின்ற பெண் வடிவம் அது. பிறருக்காகவே வாழ்ந்து வருபவள்தான் அவளும். மேகமும் காற்றும் முயங்கிப் பெற்ற காவேரி, தன் பொருளைப் பிறருக்கு இறைத்து இறைத்து வாழ்வதுபோல வாழ்ந்து வருகிறவள் . . . காவேரியைப்போல, வாங்கிப் பழக்கமில்லாமல், கொடுத்தே வாழ்கின்ற யமுனா, யாருக்கோ இப்போது அடங்கி வாழப் போகிறாள்! நினைக்கும்போது, பாபுவுக்கு வேடிக்கையாக இருந்தது, ஏக்கமாகவும் இருந்தது" (மோகமுள்). – 'நடந்தாய்; வாழி, காவேரி!' என்றெழுதிய இளங்கோ நின்ற ஓர் இடம்தான் இது. ஆனால், இளங்கோவின் மாதவி, "நம்மை மறந்தாரை நாம் மறக்க மாட்டோம்" எனக் கோவலனுக்காகக் கரைந்துருகிறவள்தான். யமுனா? "சர்வசாதாரணமாக இதில் ஈடுபடுகிற பூச்சி, மிருகம்போல் ஆய்விட்டேன் நான் இப்போது . . . பூமி, சந்திரன், சூரியன் எல்லாம்கூட ஒன்றுக்கொன்று இழுத்துக்கொண்டுதான் நிற்கிறதாமே . . . மிருகங்களிடமிருந்து அதையாவது கற்றுக்கொள்ள வேண்டாமா? . . . இதே காரியம், இதுதான் முடிவு என்றிருந்தால் . . . அவருக்கு (பாபு) எது நல்லது என்று அவருக்கு எப்படித் தெரியும்?" என்கிறாள் யமுனா.

இங்குக் காவேரியா, யமுனாவா – ஜானகிராமனைக் கவர்ந்தது? இதற்குக் காவேரி வேறு, யமுனா வேறா என்பதுதான் பதில். மனித்த பிறவியின் நற்பேறு, நடராஜச் சிற்பத்தைக் காண்பது மட்டும்தானா? யமுனாவைத் தரிசிப்பதும்தானே! 'காவேரி ஓடாத கும்பகோணம், பொண்டாட்டியைப் பறிகொடுத்த அவலம்' என்றுதான், தி.ஜானகிராமன் எழுதுவார். புருஷனைப் பறிகொடுத்த வைதவ்யமாகத் தி.ஜா.வால் எழுதவே முடியாது! பாலகுமாரனிடமிருந்து தி.ஜா. வேறுபடும் இடமே இதுதான். பெண் என்பவள் அவருக்கு வாழ்வு; ஜீவ நிறைவு. இளங்கோவின் மாதவியும் தி.ஜா.வின் யமுனாவும் எப்போதும் நம் நினைவில் உயிர் வாழும்போது, வறண்டாலும் இக்காவேரிக்குச் சாவேது? புதுப்புனலாய்ப் பொங்கிவரும் காவேரியைக் காணும்போது, கீழே விழுந்து அதைக் கும்பிடத் தோணுமா தோணாதா? அந்தக் கும்பிடு எதற்கு – காவேரிக்கா அது? அது கும்பிட வேண்டிய மானுஷீகம் என்று, நமக்கும் நினைக்கத் தெரிந்துவிட்டதே! எப்படி அது, அற்பப்பயல் நமக்குக்கூடத் தெரிந்தது! அந்த ஒரு நினைவுக்கல்லவா, அந்தக் கும்பிடு! தி.ஜா.விடமிருந்து கொளுத்திக்கொண்ட சொற்களே இவை. இருந்தாலுமென்ன? தி.ஜா.வே திக்குமுக்காடும்போது, நாம் மட்டும் நங்கூரமிட்டு விடவா முடியும்!

காவேரியைப் போலவே, இசையும் தி.ஜா.விடம் ஒரு கதாபாத்திரம்தான். "தம்புரா நாகப்பாம்புபோல் பளபளக்கிறது. நாகப்பாம்பு படமெடுத்தால், தலை மேலும் உடல் கீழும் இருக்கும். ஆனால், இந்த நாகம், தலையைக் கீழே வைத்து உடலை மேலே உயர்த்திச் சிரசாசனம் போட்டுப் படம் எடுத்துக்கொண்டு உறுமுகிறது. அதன் உடலை வலது கையால் அணைத்துப் பாடச் சொல்லிக்கொண்டிருக்கிறான் அவன். அதுவும் பாடுகிறது. அந்த விஷம்தான், அவன் கண்ணை மூடிவிட்டது போலிருக்கிறது. இவன் பார்த்துக்கொண்டே சற்று நின்றான். அவனை – அவனை, அவன் விரலை . . . கண் மூடலை, தலை தொங்கலை . . . ஓசைதான் கேட்கிறது! பல வர்ணப் பட்டிழைகளை ஒன்றாக இழைத்த கோலமாகக் கேட்கிறது. பல வர்ணங்களைச் சேர்த்துச் சுழற்றின சாம்பல் நிறமாக, இந்த நாதக்கலவை, மூடிய கண்ணின் முன்பு படர்ந்து நின்றது. வளைந்து வளைந்து குழைந்து, அந்தக் குழைவில், இவன் உடலும் ஆடிற்று. தலை வளைந்தது. வளைந்து வட்டமிட்டது. பிறகு அதுவும் நின்றுவிட்டது. இவன் இப்போது கேட்கவில்லை. இவனே, அந்த அன்னமாகிவிட்டான். இவனே, அந்த ஓசையாகிவிட்டான். வெளிச்சமும் இருளுமில்லாத, அல்லும் பகலுமில்லாத, வீடும் தெருவுமில்லாததாகிவிட்டான்" (இவனும் அவனும் நானும்) எனத் தி.ஜா. எழுதும்போது, குப்பையையெல்லாம் திரட்டி எறிஞ்சு சுத்தி பண்ணின ஓர் ஆசுவாசம், ஒருகண நேரமேனும் கிடைக்கிறதே! 'ஸூஸ்வரம் சுந்தரேசய்யர்' பற்றித் தி.ஜா. எழுதியதுதான், இப்போது என் மனசெங்கும் நிறைகிறது. "சுந்தரேசய்யரின் வாசிப்பில், ஸாரத்தைத் தவிர, வேறு ஒன்றும் கேட்க முடியாது. ஒவ்வொரு கணமும் பிழிந்தெடுத்த ஸாரமாக இருக்கும். அதனால்தான், அது சுருக்கமாகவும் இருக்கிறது. இருக்க முடிகிறது. ராகம், கீர்த்தனம், ஸ்வரஸஞ்சாரம், நிரவல் – எதைச் செய்தாலும், சுருக்கமாகத்தான் இருக்கும். ராகம் வாசிக்கும்போது, சிற்சில கோடுகளில் ராகத்தின் ஸ்வரூபத்தைச் சில விநாடிகளுக்குள் நம் முன் நிறுத்திவிடுவார். அதை விஸ்தாரப்படுத்தும் போது, அந்த வடிவின் அழகைப் பளிச்சென்று எடுத்துக்காட்ட என்ன செய்ய வேண்டுமோ, அதை மட்டும்தான் செய்வார். அநாவசியமான ஆபரணங்களைப் போடமாட்டார். ஒரு இடத்திலேயே, ஒரே ஆபரணத்தை நாலைந்து தடவை போடமாட்டார். ஒரு காதுக்கு ஒரு தோடுதான் போடலாம். ஐந்தாறு தோடுகளைப் போட்டால், போடுகிறவர்கள், போட்டுக்கொள்கிறவர்கள், பார்க்கிறவர்கள் எல்லோருக்கும் சிரமம் . . . உண்மை படாடோபமில்லாதது. எளிமை இருக்கும். ஒளி இருக்கும். அனாவசிய உடுப்புகள், அங்கிகள் எல்லாம் அதன்மேல் இராது" என்கிறார். இது தி.ஜானகிராமனின் எழுத்துகளுக்கும் பொருந்தும்.

தொழிலாளர்களைப் பற்றி எழுதியிருக்கிறாரா, விவசாயிகள் பற்றித் தி.ஜா. பேசியிருக்கிறாரா எனப் பலரும் கேட்கிறார்கள். இவர்களைத் தலைமை மாந்தர்களாகப் புனைந்து, தி.ஜா. எழுதவில்லை என்பது உண்மையே. எதை எழுதவேண்டும், எதை எழுதக்கூடாது என்பது படைப்பாளியின் சுய தேர்வு சார்ந்த உரிமை என்று சொல்லி, எளிதாக இதைக் கடந்து போய்விடலாம். ஆனால், படைப்பாளியின் மீது எழுப்பப்படும் எந்த ஒரு வினாவையும் பொருட்படுத்தி விவாதிப்பதன்

வாயிலாகவே, அவனின் மேதைமை துலங்கும் என்பது என் நம்பிக்கை. அந்த வகையில்தான், இவர்களைப் பற்றிய தி.ஜா.வின் பார்வை யாது என்ற வினாவையும் நேர்நிலையிலேயே எதிர்கொண்டு, அதற்குத் தி.ஜானகிராமனின் பாத்திரக் கூற்றுகளின் வாயிலாகவே பதிலளிக்க விரும்புகிறேன். ஏனெனில், தி.ஜானகிராமன் புனைந்த பாத்திரங்களையும் அவர்களின் பல்வேறு கூற்றுகளையும் ஆதாரமாகக் கொண்டே, இந்துப் பெண்ணியம் பேசியவராகவும், கறுப்பு நிறத்தின் மீது ஒவ்வாமையுள்ளவராகவும், பெண்களைச் சலன சித்தத்துடன் சித்திரித்தவராகவும், பிராமணர் தவிர்த்த பிற உழைக்கும் மக்களைப் பொருட்படுத்தாதவராகவும், தீவிரமான சநாதனியாகவும் அவர் மீதான விமர்சனங்கள் கூர்தீட்டப்பட்டுள்ளன என்கிறபோது, அவற்றின் மறுதலையாகத் தி.ஜானகிராமனின் அதே பாத்திரக் கூற்றுகளினூடாகவே பழைய கட்டுப்பாடுகளுக்குள் அடைபட மறுக்கும் அவரின் புதிய பல பரிமாணங்களும்கூட, வெளிக்கொணரப்பட வேண்டியுள்ளதைப் புரிந்துகொள்ளுமாறு வாசகர்களைக் கேட்டுக்கொள்கிறேன்.

நன்று. தொழிலாளர்களைத் தி.ஜா. எவ்வாறு பார்த்தார்? “உட்கார ஒரு இடமில்லாமல் பிழைப்பு நடத்துகிறவன், மனிதன் இல்லையா? பொழுது விடிவதை மட்டும் நம்பிப் பிழைக்கிறவன், மனிதன் இல்லையா?” (செம்பருத்தி) எனத் தி.ஜா. எழுதியிருக்கின்றார். சட்டநாதன், எப்படி யோசிக்கிறான்? “கடைத்தெரு அனைத்தும் சேர்ந்து எடுத்துக் கொடுத்துக் கொள்கிற அந்தக் குழந்தை ரத்தத்தில் தனக்கு ஒருகை உண்டு என்று தோன்றிற்று அவனுக்கு. காலை ஏழு மணி முதல் இரவு ஒன்பது மணி வரையில் உட்காரக்கூட நேரமில்லாமல், அனுமதி இல்லாமல் நின்றுகொண்டிருக்கிற இத்தனை குழந்தைகளின் மத்தியில் இது என்ன கடை? இது என்ன கல்லா? இது என்ன உட்காரல்!” (செம்பருத்தி) எனப் பதறிப் பதைபதைக்கிறானே சட்டநாதன்! இது ‘குழந்தைத் தொழிலாளர்’ முறைக்கு எதிரான ஒரு குரல் என்பதைவிடவும், சட்டநாதனின் ஒத்துணர்வு எத்தகைய தனி ஈரத்துடன் ஒலிக்கிறது என்பதே, இங்கு முக்கியமாகும். இதேவித ஒத்துணர்வையே, பின்வரும் குரலிலும் நாம் கேட்கிறோம். “இது என்ன ராஜாங்கம் . . . ஊர் முழுக்க நாற்பது வேலிக்கும் உரம் விட்டாச்சு. கடன் ஒடன்லாம் வாங்கி பாஸ்பேட்டு சல்பேட்டுன்னு வாங்கிச் செமத்தி, ஒரு வாரம் ஆகல்லெ. இப்ப என்னமோ, ஹெலிகாப்டர் வரப் போறதாம். அது தரைமட்டத்திலெ ஆகாசத்திலெ பறந்துண்டே, ரசாயன உரத்தை, ஒரு இஞ்ச்சு விடாம தூவப் போறதாம். அதுக்குப் பணம் கட்டணுமாம். ஏக்கருக்கு எட்டு ரூபாயாம். மொத்தம் 250 ஏக்கர். என்ன ஆச்சு? ரண்டாயிர ரூபா, அப்படியே கட்டணுமாம். இதை ஒரு மாசத்துக்கு முன்னாடியே, ஒரு மாசம் வாண்டாய்யா – ரண்டு வாரத்துக்கு முன்னாடியாவது சொல்லியிருக்கலாம் இல்லியோ? அவனவன் ஏதாவது வழி பண்ணியிருப்பான். இப்ப எல்லாம் முடிஞ்சப்றம், திடீர்னு ஆகாசத்திலேர்ந்து உரம், கொண்டா ரண்டாயிரம்னா, யாரு எங்கப் போவான் பணத்துக்கு?” (அடி). நாற்பது வருடம் முன்பே, விவசாயிகளுக்காக ஒரு படைப்பாளி இப்படிக் குரலெழுப்பியிருப்பதைப் பாராட்டக்கூட வேண்டாம்; குறைந்தபட்சம் விவசாயிகளை அறியாதவர்

தி.ஜா. என்று அவரைப் பழிக்காமலாவது இருக்கலாமே! ஏனெனில், ‘யாவரும் வருக’ என்று விளித்த சீத்தலைச்சாத்தனார்போல், “பிரியம் வச்சு வச்சு, சர்க்கரையா கரைஞ்சு போயிடணும்; ஒண்ணுமே இல்லாமப் போயிடணும்” (உயிர்த்தேன்) என்றவரே தி.ஜானகிராமனும். அது எப்படிச் சாத்தியம் என்ற நமது கேள்விக்குப் பிட்சுவிடம் மருத்துவம் கற்றுப் பக்குவமும் பெற்ற அனந்தசாமியின் கூற்றுவழித் தி.ஜா. பதில் சொல்கிறார். “எல்லாவற்றுக்கும் பொறுமை வேண்டும். குப்பை எல்லாம் எருவாகிக் காய்கறியாக மாறிவிடவில்லையா?” (அன்பே ஆரமுதே) என்று கேள்வியையே பதிலாக்குகிறார்.

தம் வாழ்வனுபவத்திற்குப் புறம்பானவற்றைப் பெரிதும் தவிர்த்துக் கண்டதும் கேட்டதும் சிந்தித்ததுமாகத் தம் வாழ்வனுபவத்திற்குட்பட்டுத் தாம் நன்கறிந்தவற்றைப் பற்றியே தி.ஜானகிராமன் எழுதினார். எனினும், அவருடைய எழுத்தில், ஆச்சர்யப்படத்தக்கவிதத்தில், ‘குண்டுசட்டியில் குதிரையோட்டும்’ ஒற்றைத்தன்மையில்லை; பன்முகத்தன்மையின் விரிவையே அவர் வசப்படுத்தியிருந்தார். ‘மூன்றாம் பாலினத்தார் பற்றித் தி.ஜா.வின் எழுத்தில் ஏதாவது ஆரோக்கியமான குறிப்புண்டா?’ என்று ஒரு நண்பர் கேட்டார். ‘இருக்கிறதே’ என்றேன். ஆம்பளை மனசு, பொம்பளை மனசு என்று பிரித்துத் தி.ஜா. பார்ப்பதில்லை. ‘மனசு’ என்றாலே, அது தி.ஜா.வுக்கு மூன்றாம் பாலினத்தைக் குறிப்பதுதான். “மனசு நபும்சக லிங்கம். ராமனுடைய மனசு வருந்தினான், சீதையோட மனசு துக்கப்பட்டாள் என்று யாரும் சொல்ல மாட்டார்கள்” (அன்பே ஆரமுதே) என்கின்றார். அதாவது, ‘வருந்தித் துன்பப்படுவதற்காகவே பிறந்தது மனசு’ எனப் பாதிக்கப்பட்டோரின் பக்கத்திலே போய்த் தி.ஜா. நின்றுகொள்கிறார். ‘நாலாவது சாரில்’ இடம்பெறும் சுப்பையா சார், கிட்டத்தட்ட ஓர் ‘அலி’ போலவேதான் சித்திரிக்கப்படுகிறார். “. . . மறுபடியும் சிரிக்கிறார். அவர் சிரிக்கிற பொழுதெல்லாம், அவர் ஆணா பெண்ணா என்று சந்தேகம் வந்துவிடும்” எனப்படும் நாலாவது சார்– ஆத்தா சார், அக்கா சார், அம்மாமி சார், லூஸ் வாத்தியார், இளிச்ச வாத்தியார், பித்துக்குளி சார் என்றெல்லாம் ஊராரால் இகழப்படுகிறார். அவருடைய மாணவன் முத்தப்பன் ஒருவன்தான், அவரை மதிக்கிறான். “அசிங்கம் பண்ணித்தான் கொளந்தை பொறக்குது” என்று குறிப்பிடும் சுப்பையாவுக்கும், இறுதியில் குழந்தை பிறக்கப் போவதாகக் கதையைத் தி.ஜா. முடிக்கிறார். தி.ஜா. புனைந்தவர்களிலேயே, மிகச்சிறந்த ஒரு மனிதராகச் சுப்பையாவைக் குறிப்பிடலாம். இந்த ‘ஆத்தா சார்’, மூன்றாம் பாலினத்தவர் இல்லை என்றாலும்கூட, அவர்களைப் போன்ற ஒருவராகவே கருதப்பட்டு, ஊராரால் தொடர்ந்து அவர் சீண்டப்படுகிறார். இதற்கு எதிராக, “நாலாவது சாரைத் தவிர, இந்த உலகத்தில் உள்ள அத்தனை பேரும் லூஸ் என்றுதான் அவனுக்குத் தோன்றிற்று. அம்மாமி சார், ஆத்தா சார், அக்கா சார் என்று கூப்பிடுகிறவர்களை, அவர்கள் வீதியில் நடந்துபோகும்போது, ஒரு காலில் தன் காலைக் கொடுத்துக் குப்புற விழச்செய்து பிறகு பீட் அடிக்க வேண்டும்” (நாலாவது சார்) என்று, அவர் மாணவன் முத்தப்பனைத் தி.ஜா. நினைக்க வைக்கிறார். மூன்றாம் பாலினத்தவரை இழிவுபடுத்துவோருக்கு எதிரான தி.ஜா.வின்

கோபமாகவும் இதனைக் காணலாம். இதே கோபத்தைத் தந்தைக்கு எதிராகச் சீறும் அப்புவின் பின்வரும் சொற்களிலும் காணலாம். "பிருஹந்நளை மாதிரி, சிகண்டி மாதிரி ஆகிவிட்டாரா அப்பா! ஆனால், பிருஹந்நளைகூடப் பின்னலைத் தொங்கவிட்டுக்கொண்டு யுத்தகளத்தில் சரமாடிச் சின்னாபின்னப்படுத்தினாளே!" (அம்மா வந்தாள்) என, 'அலி' பிருஹந்நளையின் (மற்றும் சிகண்டியின்) வீரத்தைப் போற்றித் தி.ஜா. எழுதுவதையும்கூடக் கருதவேண்டும்.

படிப்பினால் பண்பு வருவதாகத் தி.ஜா. நினைப்பதில்லை. "நீ இத்தனை படித்து என்ன பிரயோஜனம்? உலகம் எல்லாம் உன்னைக் கூட்டி நீ மகான், மேதை என்று பட்டம் எல்லாம் கொடுத்து என்ன பிரயோஜனம்? சீடர்கள் எல்லாம் கையைக் கட்டி, உன் முன்னால் நின்று, என்ன பிரயோஜனம்?" எனத் தாம் பெற்ற பெண்ணுக்காக, ஒருசொட்டுக் கண்ணீர்கூட விடத்தெரியாத 'அத்வைத சாகரமான' கண்டு சாஸ்திரிகளைக் குற்றவாளிக் கூண்டிலேற்றுகின்றாள் அம்மணி. இதற்கும்கூட, ஒருபடி மேலே போய், "அறிவாளிகள், அறிவாளிகள் என்று சொல்லிக்கொள்கிறவர்கள்தான் கொள்ளையடிக்கிறார்கள் என்று நான் சொல்ல விரும்புகிறேன். அறிவுதான் கன்னக்கோல். கொள்ளை, கற்பழிக்க, திருட, ஏமாற்ற எல்லாவற்றுக்கும் உதவுகிற கன்னக்கோல் அறிவு. அறிவு வந்தால் கபடம் வரும், சூது வரும், கொள்ளை வரும், நாசம் வரும்" (மரப்பசு) என்கிறான் ப்ரூஸ். "படிப்பினாலே சம்பாதிச்சது கர்வம்! அறிவினாலே சம்பாதிச்சது மமதை! பணத்தினாலே சம்பாதிச்சது மிருகத்தனம், எதுக்கும் பயப்படாத துணிச்சல்!" (டாக்டருக்கு மருந்து) என்று ஒப்புதல் வாக்குமூலம் அளிக்கின்றான் டாக்டர் தர்மராஜன். இந்த அறிவுக் கொள்ளையைக் கண்டும் காணாமலும் கடந்து போய் விடுகிற இந்தப் 'புண்ணிய தேசத்தின்' சாமியார்களையும்கூடத் தி.ஜா. விட்டுவைப்பதில்லை. "இந்தத் தேசத்தை ஏன் எல்லோரும் புண்ய பூமி, புண்ய பூமின்னு புலம்பிண்டேயிருக்கான், இருக்கிற சாமியார் எல்லாம்! சாக்கடைதான் இருக்கவே இருக்கு; பார்க்காத போயிடு; மூக்கை மூடிண்டு போயிடுங்கிறான். சாக்கடையை மூடு; இவ்வளவு சாக்கடையை உண்டு பண்ணாதேன்னு ஏன் யாரும் சொல்ல மாட்டேங்கறான்?" (நளபாகம்) என்றும் கேட்கிறார். ஆனால், இவை யாவற்றையும் சேர்த்தணைத்துக் கொள்ளும் தத்துவ விரிவும், தி.ஜா. கூற்றில் துடிக்கின்றது. "காளிதாசனும் முக்கியம். கம்பனும் முக்கியம். எலிமெண்டரி ஸ்கூல் வாத்யாரும் முக்கியம். அவரோடு குழந்தைகள் எல்லாம் சேர்ந்து கத்துகிற ஆத்திசூடியும் முக்கியம். பெரிய கோயிலும், ரிஷிகேஷில் லக்ஷ்மண் ஜூலா கயிற்றுப் பாலத்துக்குப் போகிற வழியில் வைக்கோலையும் புல்லையும் போட்டுத் துடை உயரத்துக்கு மலைவாசக் குஷ்டரோகிகள் பின்னிக் கொண்டிருக்கிற குடிசையும் முக்கியம். எது பெருசு, எது சிறுசு – எல்லாம் ஒன்றுதான். சாணும் முக்கியம், சூரியனுக்குப் போகிற தூரமும் முக்கியம்" (நளபாகம்) என்கிறார். இப்படித் தம்மைச் சுற்றியுள்ள அனைத்தையும் – குஷ்டரோகியின் குடிசை உட்பட – முக்கியமாகக் கருதும் மன ஈரம்தான், தி.ஜானகிராமனின் மாபெரும் தரிசனம்.

இப்பெருந்தரிசனத்தின் சாரமாகச் சந்தோஷத்தையும் சிரிப்பையுமே தி.ஜா. முன்வைக்கின்றார். "எல்லாரும் சந்தோஷமாயிருக்கணும். எல்லாரும் திருப்தியாயிருக்கணும். எத்தனையோ கிடைக்கும். கிடைக்காமலிருக்கும். எத்தனையோ வரும். எத்தனையோ போகும். அதுக்காகச் சந்தோஷமாயிருக்கிறதை விடப்படாது. முயற்சி பண்ணிச் சந்தோஷமாயிருக்கக் கத்துக்கணும். நூறு இல்லாம இருக்கலாம். பத்து இல்லாம இருக்கலாம். காசு இருக்கலாம். இல்லாம இருக்கலாம். வயித்துக்கு இருக்கலாம். இல்லாம இருக்கலாம். வெயில் கொளுத்தலாம். மழை கொட்டலாம். எதாயிருந்தாலும் எல்லாரும் முயற்சி பண்ணிச் சந்தோஷமாயிருக்கப் பாடுபடணும். சந்தோஷமாயிருக்க முயற்சி பண்ணனும். சந்தோஷமாத்தான் இருப்பேன்னு பிடிவாதமாயிருக்கணும். பிடிவாதமா சிரிக்கணும்... சந்தோஷமாயிருக்கக் கத்துக்கணும். கங்கணம் கட்டிக்கணும். சிரிச்சுண்டேயிருப்பேன்னு பிடிவாதம் பண்ணனும். சிரிக்கிறதிலே சண்டித்தனம் பண்ணனும். அதாவது, சிரிக்கிறதை நிறுத்த மாட்டேன்னு சண்டித்தனம் பண்ணணும். பல்லுவலிக்கச் சிரிக்கணும். மனசுகொள்ளாம சந்தோஷமாயிருக்கணும்" (மாப்பிள்ளைத் தோழன்) என்கின்றார். இப்படிச் சந்தோஷமாய்ச் சிரிக்கிறவன், "உசிரோடிருக்கிற கடைசி நிமிஷம் வரையில், எதைப் பேசினாலும், பார்த்தாலும், செய்தாலும், நடந்தாலும், உட்கார்ந்தாலும் அதை உணர்ந்து ஒன்றிச் செய்கிறவன்" (தேடல்) – இவனே, தி.ஜா.வின் இலட்சிய மனிதன்!

ஆம். சராசரி மனிதர்களைத் தி.ஜா. எப்படிப் பார்த்தார்? பிராமணர், முதலியார், பிள்ளை, நாயுடு, நாயக்கர், வன்னியர், தலித், ஆசாரி, ராவ், முஸ்லிம், கிறித்தவர், பத்தினி, வேசி எனப் பிரித்துப் பிரித்து வர்ணாஸ்ரமம் பார்த்துப் புனைந்தவரா அவர்? தமது மாந்தர்கள் அனைவரையும் பரிவுக்குரிய மனிதர்களாகப் பார்த்தார் என்பதுதான், தி.ஜானகிராமனின் பெருஞ்சிறப்பாகும். தி.ஜா.வைப் புரட்சியாளராகத் தலைக்குமேல் தூக்கிவைத்துக் கொண்டாடச் சொல்லவில்லை. ஆனாலும், ஜானகியின் பரிவு ததும்பும் மனிதாபிமான நோக்கை, நாம் ஐயுறுவது எதற்காக? தி.ஜா. புனைந்துள்ள ஓர் இந்துப் பிராமணருக்கும் (ஜோஸ்யர் முத்துசாமி), ஓர் இஸ்லாமிய பாய்க்குமான (டூரிஸ்ட் தமிழ் கைடு மஜீத்) வாய்ப்பேச்சைக் கேளுங்கள். "மஜீத் பாய், கோச்சுக்க மாட்டாங்களே?"; "எதுக்கு"; "இல்லை, கேக்கறேன்"; "சொல்லுங்க"; "நீங்க நாலு கல்யாணம் பண்ணிக்கலாம்னு சொல்றாங்களே"; "இந்த மோட்டார், மணிக்கு நூறு மைல் வேகம் போகலாம்னு, இங்க காமிச்சிருக்கு. அந்த மாதிரிதான்"; "ஓய்! மஜீத் பாய்! இந்த ஸ்பெஷல்ல வராட்டா, உம்மோடயே பத்து நாள் உட்கார்ந்து பேசிண்டிருப்பேன்"; "இருந்திடுங்க..." (நளபாகம்).

இந்த நல்லிணக்கத்தையே, தி.ஜா.வின் அனைத்துப் படைப்புகளிலும் காணலாம். "ஒவ்வொரு மதத்திற்கு, ஒரு நம்பிக்கை உண்டு. எங்களுக்கு, விக்கிரக ஆராதனையிலே நம்பிக்கையில்லே. உங்களுக்கு உண்டு. எங்கள்ள பல பேருக்குக் கோபம்கூட வரும். எனக்கு, அப்படிக் கோபம் வர்றது கிடையாது. அவங்க அவங்க திடமா நம்பினா, எதுவும் சரிதான்" (செம்பருத்தி) எனச் சட்டநாதனிடம் சொல்கிறான் சுலைமான். இதுதான்

ஐம்பது, அறுபது, எழுபதுகளின் தஞ்சை மாவட்டச் சூழல். மதுரை அட்வகேட் கோவிந்த சாஸ்திரிகள் சொல்கிறார்: "என் சம்பந்தி, என்னை 'அக்பர் சாஸ்திரி'ன்னு கூப்பிட ஆரம்பிச்சார் . . . ஏன்னேன். அக்பர் சக்கரவர்த்தி, எப்படியிருந்தான்? உலகத்திலே இருக்கிற நல்லதெல்லாம் சேர்த்துத் தனக்குன்னு ஒரு வாழற முறையை ஏற்படுத்திண்டான். அந்த மாதிரி, நீங்களும் இருக்கேள்ன்னார் அவர்" (அக்பர் சாஸ்திரி) எனச் சகஜமாய்ப் பேச முடிந்த, இணக்கமான மனித மனோபாவங்களையே, தி.ஜா. எழுதினார்.

புனைவில் மட்டுமல்லாமல், புனைவுகளல்லாத அவரின் எழுத்துகளிலும், இத்தகைய இணக்கமே தி.ஜா.விடமிருந்தது. "ஸ்ரீரங்கநாதர் கோயிலுக்குப் போகும் வழியில், திப்புவின் பிரசித்தி பெற்ற நிலவறைச் சிறைச்சாலையைப் பார்த்தோம். பூமி மட்டத்திற்கடியில் கட்டப்பட்டிருந்த குதிரை லாயம் போன்ற அந்தப் பெரிய கட்டடத்தைப் பார்க்கும்பொழுது, அதற்கு ஏன் சிறைச்சாலை என்று பெயரிட்டார்கள் என்று எங்களுக்குப் புரியவில்லை. அந்தக் கட்டடத்தின் அமைப்பும் விசாலமும், இன்று சென்னை போன்ற நகரங்களில் 'வீடு' என்ற மங்கலப்பெயரில் ஒருவனுடைய வாழ்க்கை வருமானத்தின் பெரும் பகுதிக்கு வாடகையாக விடப்படும் பகுதிகளைவிட, நன்றாகத்தானிருந்தன" (நடந்தாய்; வாழி, காவேரி!) எனத் தி.ஜா. எழுதும்போது, திப்புசுல்தானின் வரலாற்றுச் சிறப்பை, அவர் எவ்வளவு நுட்பமாகக் குவிமையப்படுத்திவிடுகிறார்!

கிறித்தவர்களைப் பற்றிய சித்திரிப்பிலும், இதே இணக்கமும் துல்லியமுமே தி.ஜா.விடம் செயல்பட்டன. தாம் பரீட்சை அதிகாரியாகத் தேர்ந்தெடுக்கப்பட்டிருக்கும் கடுதாசைக் காட்டியே ஐம்பது, எழுபத்தைந்து என்று இருபது பேரிடம் கடன் வாங்கிவிட்டுத் திருப்பித் தராத நாரணப்பையர், கில்ட்டு நகையை பாங்கில் வைத்து ஏமாற்றிப் பிடிபட்ட சாமிநாதய்யர், ரிடையராகப் போகிறேன் – நிதி திரட்டுங்க என்று தானே கூறி மாட்டிக்கொண்ட ராமலிங்கம் என்று வாத்தியார் இனத்திற்கே அவமானச் சின்னங்களாக அவப்பேர் வாங்கிய பிராமண இந்து வாத்தியார்களுக்கிடையில், "அனுகூலசாமி, நீங்க நிஜமான கிறிஸ்தவர். முகத்துக்குச் சொல்லலே. முப்பத்தாறு வருஷம் பிரம்பைத் தொடாம, அதிர்ந்து ஒரு வார்த்தை சொல்லாம, வாத்தியாராய் இருக்கிறதுன்னா, அந்தத் தெய்வத்தை விழுந்து கும்பிட்டாத்தான் என்ன?" (முள்முடி) எனப் பாராட்டப்படும் ஒரு கிறித்தவ வாத்தியாரைத் தம் கதாநாயகனாகத் தி.ஜா. சித்திரித்திருப்பது கருதத்தக்கது. இதேபோல்தான், "முதலில் நீங்கள் எல்லாரையும் தொடவேண்டும் போலிருக்கிறது; அணைத்துக்கொள்ள வேண்டும் போலிருக்கிறது என்று சொன்னபோது, என்னமோ வாசல் திறக்கற மாதிரி இருந்தது எனக்கு. ஆனால், நல்ல உடம்புகளுக்குத்தான் அந்த உரிமை உண்டு என்று நீங்கள் டிக்கெட் வைத்தபிறகு, எனக்கு மறுபடியும் வாசலை யாரோ மூடிவிட்ட மாதிரி இருந்தது" (மரப்பசு) என்று அம்மணியைக் கிறித்தவரான பென்னட் மடக்குவதாகத் தி.ஜா. எழுதிக்காட்டுவதும் குறிப்பிடத்தக்கதாகும்.

மரபுகளும் கட்டுப்பாடுகளும் மனிதாபிமானத்திற்கு முரணாக நின்றபோது, அவற்றை எதிர்த்துப் போராடி மக்கள் மனத்தில் கோயில்

கொண்டுவிட்ட 'ஸ்ரீதர அய்யாவாள்' என்ற ஒரு பெரியவரைப் பற்றி, "ஒருநாள் அவருடைய தாயாரின் திதிநாள். காவிரிப் பாதையில், ஒரு ஹரிஜனை, யாரோ கட்டியடித்துப் போட்டிருந்தார்கள். அவன் கிடந்த கிடையையும் பசியையும் பார்க்கத் தாளாமல், ஸ்ரீதரர், திதிக்கு வந்திருந்த அந்தணர்களுக்காகத் தயாரித்திருந்த உணவுகளை அவனுக்கு அனுப்பி விட்டார். அந்தணர் இதைக் கண்டு குமுறி, அவருடைய சிரார்த்தக் காரியங்களை நடத்த மறுத்துவிட்டனர். அவர்களுக்குப் பதிலாக, ஒரு தர்ப்பையைப் போட்டுச் சடங்குகளை முடித்துவிட்டார் ஸ்ரீதரர்" (நடந்தாய்; வாழி, காவேரி!) என்று தி.ஜா. எழுதுகிறார். மாடு, சாணி, விரை, நெல்லு, எருவடி, யூரியா, சல்பேட்டு, கவணை, மடையைத் தவிர வேறு எதுவுமே தெரியாத அக்கிராமத்தையே கொளுத்திவிட்டு, மைக்கேலுவின் மகன் குப்பாண்டிக்குச் சங்கீதம் சொல்லிக் கொடுக்கும் ஓர் ஆவேசத்துடன், "என்னடா சிரிக்கிறேள்? . . . ஒங்க . . ." என்று, மீதி வெசவை வெய்யாமல், "நாளைக்கு உள்ள வச்சிண்டு, பாடம் சொல்றேனா இல்லியா பாருங்கடா, ஒழிச மக்களா!" (இசைப்பயிற்சி) எனத் தம் சுருதிப்பெட்டியைக் கூட்டத்தின் பக்கம் வீசியெறிந்து கத்தும் மல்லியைத் தி.ஜா.தானே படைக்க முடியும்? இது ஏதோ ஒரு கதையில் மட்டும் தி.ஜா.வுக்குத் தோன்றிய ஞானோதயமில்லை. தம் கிராமம் பற்றி நினைவுகூர்கையில், "கிழக்கே வயலுக்கு நடுவே ஹரிஜனத் தெரு. சாலைக்கும் ஊருக்குள்ளும் வர இவர்கள் வரப்புகள் மீது நடந்துதான் வர வேண்டியிருந்தது. எத்தனையோ நூற்றாண்டுகளாகப் பீடை பிடித்த இந்தச் சிரமம் ஒழிந்துவிட்டது. இப்பொழுது ஹரிஜனங்களுக்குப் பஸ் போகும் சாலையோரமாகவே நிலம் கொடுத்துவிட்டார்கள். வீடுகள் எழுந்துவிட்டன. என் தலைமுறையில், இந்த மாறுதல் நடந்ததற்காக, நான் பெருமைப்பட வேண்டும். அக்ரகாரத்து முனையிலும் கொல்லையிலும் நின்று, எசமானைப் பார்ப்பதற்காகத் தொண்டை கிழிய ஹரிஜனங்கள் கூப்பாடு போட்டதெல்லாம் போய், இப்போது அவர்கள் எங்கும் தாராளமாக நடமாடும் மனிதத்தன்மை வந்துவிட்டது" (கீழவிடயல்) எனத் தி.ஜா. மனந்திறந்திருக்கிறார்.

ஜானகி, ஒரு தலைசிறந்த மனிதாபிமானி என்பதால்தான், "எந்த நாட்டிற்கும் சேரிகள் ஆறாத ரணம். அநுபவிப்பவன் பார்ப்பவன் எல்லோரையும் வேதனைப்படுத்தி, மேலும் மேலும் நோயாளிகளாக்கும் கண்ராவிகள்" (உதயசூரியன்) எனக் குமுறுகிறார். அடிப்படையில் தி.ஜானகிராமன், நவீனமான ஒரு காலத்தின் ஜனநாயக விழுமியங்களைச் சார்ந்து, ஒடுக்கப்படும் வர்க்கத்தின் பக்கத்தில் எப்போதும் நிற்பதையே விரும்புகிறார். "கல்வி பரந்து, தரமும் உயர்ந்து, கல்வி வசதிகளும் பெருகும்போது தேர்ச்சிபெற்ற தொழிலாளர்களின் எண்ணிக்கை பெருகி, மூட்டை தூக்கியேதான் காலம் தள்ளவேண்டும் என்ற கபோதிநிலை அகன்றுவிடுகிறது. ஒருகாலத்தில் எட்டாப் பழமாக இருந்த ரேடியோ, டெலிவிஷன், கார் போன்ற ஆடம்பரங்கள், பெரும்பாலோருக்குக் கிடைக்கக்கூடிய அன்றாட அவசியமாகவும் சௌகரியமாகவும் மாறும்பொழுது, மனித உணர்வு, நோக்குகளிலேயே மாறுதல்கள் உண்டாகின்றன. பிறர் மூட்டையைத் தூக்கியே பிழைக்க வேண்டும் என்ற அவசியம் தளர்வதுபோல, நம் மூட்டையை நாமே தூக்கிக்கொள்வது

அகௌரவம் என்ற வீம்பும் தளரத்தான் செய்கிறது" (உதயசூரியன்) என்கின்றார் தி.ஜானகிராமன். மேலும், "அயோக்கியத்தனத்தைவிட மோசம் அஜாக்கிரதை" (டாக்டருக்கு மருந்து) எனத் தி.ஜா. குறிப்பிடுவதும் சிந்திக்கத்தக்கதாகும்.

சீதா கல்யாணம், ருக்மணி கல்யாணம், வத்ஸலா கல்யாணம், பாதுகா பட்டாபிஷேகம், லக்ஷ்மண சக்தி, வாலி வதம், விபீஷண சரணாகதி, நந்தனார் சரித்திரம், இயற்பகை நாயனார் கதை, வள்ளி கல்யாணம், குமாரசம்பவம் எனப் பக்திமயமாய்க் கதாகாலட்சேபம் செய்யும் ஒரு பெரியவர், இறுதியில் 'இன்றைய நிலைமை'யைத் தெளிந்து கொண்டு, "ஓய் நாராயணையர்! நீரும் பரதன் மாதிரி, மகாயசஸ்வியாக விளங்கப் போகிறீர். அடுத்த வருஷம், நான் வந்து பார்க்கிறபோது, நீர் பிரம்மாண்டமா ஒரு ஹோட்டலுக்கு முதலாளியாக இருந்து வைரக்கடுக்கனும் தங்கச்சங்கிலியும் லட்சுமிவிலாசம் பொங்கப் பொங்கத் தர்மவானாய், கீர்த்திமானாய் விளங்கணும்" (கோயம்புத்தூர்ப் பவபூதி) எனத் 'தனிநபர் துதி' பாடிப் பிழைப்புவாதியாவதைத் தயங்காமல் தி.ஜா. அம்பலப்படுத்துகிறார். பிராமணர்களைக் கடுமையான விமர்சனத்தோடும், விளிம்புநிலையினரைப் பெரும் பரிவுணர்வுடனும் தி.ஜானகிராமன் சித்திரித்திருப்பதைக் குறிப்புணரவேண்டும். இது ஜானகிராமனின் அவ்வளவாக அறியப்படாத ஒரு நுண்பரிமாணமாகும். "புளி மிளகாய் விற்கிறவன்களும் கூட்டத்தில் பிதற்றுகின்றவன்களும் எப்படித் திடீர் திடீர் என்று எல்லையைத் தட்டுகிறான்கள்! இவன் அவன் என்று ஏக வசனத்தில், இவர்களைப் பற்றி நினைப்பதுகூட அபசாரம்! ஒரு மனிதனின் உதவியில்லாமல், கவனிப்பில்லாமல் அமோகமாக வளர்ந்து வானை முட்டுகிற வன மரங்கள் ... இந்த மாதிரிதான், வீதியில் போகிற ஆண்களும் பெண்களும் நாய்களும் பசுக்களும் இருப்பார்களோ! ... ஊர்கிற பூச்சிகளும் புழுக்களும் இருக்குமோ!" (நளபாகம்) எனப் 'பாமர ஞானம்' கொளுத்தித் தி.ஜா. மனம் சிலிர்க்கின்றார்.

'மனிதர்களுக்காகவே கடவுள்' என்ற முற்போக்குப் பார்வையைத் தி.ஜா.வும் வரித்திருந்தார். 'கோபுர விளக்கு' சிறுகதையில், கடவுளிடம் ஒரு தாசி என்ன வேண்டிக்கொள்கிறாள் தெரியுமா? "ஈச்வரி! இரண்டு நாளாக வயிறு காயறது. இன்னிக்காவது கண்ணைத் திறந்து பார்க்கணும். தாராள மனசுள்ளவனா... ஒருத்தனைக் கொண்டுவிட்டுத் தொலைச்சா என்னவாம்...?" எனத் துணிவோடு இறைஞ்சுகிறாளே! கடவுள் இங்கே எவ்வளவு அணுக்கமாகிவிடுகிறார் என்பதை யோசியுங்கள். இந்த அணுக்கம் பக்தைக்கு மட்டுமா? கடவுளுக்கும்கூடத்தான். "தெற்குப் பிரகாரத்தில் தக்ஷிணாமூர்த்தி ஆச்சரியப்பட்டுக் கொண்டிருந்தார். அவருடைய சன்னதியில், தன்னுடைய பதினேழாவது நமஸ்காரத்தைப் பண்ணிக் கொண்டிருந்தாள் ஒரு பெண். தனக்குப் பதினேழு நமஸ்காரங்கள் செய்யும் மனுஷ்யப்ரகிருதியை எங்கே கண்டிருக்கிறது அந்தத் தெய்வம்? அந்தக் கல் தெய்வத்திற்கு வாயிருந்தால், 'இந்தத் தெற்குத்தி அனாதையை இவ்வளவு கௌரவப்படுத்தும் நீ யாரம்மா?' என்று நிச்சயமாக அவளைக் கேட்டிருக்கும்" (அமிர்தம்) என்கிறார். இங்குக் கடவுளைக் கௌரவப்படுத்துவது தாசிக்குலத்தில் பிறந்த ஒருத்திதான் என்பதை,

நாம் நினைவிற்கொள்ள வேண்டும். (காதலன் நடேசன் சந்நிதியில் இருந்தான். அவன் வரும்வரையில் பிரகாரத்தில் தான் இருக்கவேண்டுமே என்பதற்காகப் பார்ப்பவர்களுக்குச் சந்தேகமெழாமல் காலத்தைக் கடத்துவதற்காகத் 'தக்ஷிணாமூர்த்தி நமஸ்காரம்' அமிர்தத்திற்குத் தேவைப்பட்டது).

ஆமாம். தி.ஜானகிராமனின் நோக்கில், சர்வ வல்லமையாளராகக் கருதப்படும் அந்தக் கடவுள்தான், எப்படிப்பட்டவர்? "நீ வந்தா கந்தர்வலோகமே வந்தாப்போல. கும்பாபிஷேகத்தையா பார்க்கப் போறாங்க எல்லாரும்? உன்னைத்தான் வெறிச்சு வெறிச்சுப் பார்த்துட்டு நிக்கப்போவுது (ஊர்)" என்னும் பூவராகனுக்குப் பதிலடியாக, "பார்க்கட்டுமே. ஸ்வாமி என்னைப் பார்த்துக் கொஞ்சநேரம் பொறாமைப்படட்டுமே . . . அப்ப சொல்லுவேன். நான் மனுஷி, அனசூயாவா இருக்கேன். நீ பெரிய்ய சாமி. இப்படி அசூயைப்படறியே என்னைப் பார்த்துன்னு, குறும்பா சிரிச்சுக்கிட்டே நிப்பேன்" (உயிர்த்தேன்) எனத் தெய்வத்தை அசூயைப்படுத்திவிடும் மனுஷிகளையே ஜானகி கொண்டாடினார். "கோபுரத்து மேலே விளக்கு வச்சு, என்ன பிரயோசனம்? கீழே இருட்டு இல்லாமப் பாத்துக்கணும்" (டாக்டருக்கு மருந்து) என்பதே, தி.ஜா.வின் ஒரே கவலையாயிருந்தது. கடவுளுக்கும் சேர்த்தே, ஜானகி இரக்கப்பட்டார். "கடவுளே! உன்னால் இவ்வளவுதானா முடியும்? உன் சர்வ வல்லமைக்கும் ராட்சச பலத்துக்கும், இந்த மனுஷப் பூச்சிகள்தானா அகப்பட்டன! கடவுளுக்குக்கூடத் தரம் குறைந்துவிட்டது போலிருக்கிறது. முன்பெல்லாம் ராவணன், இரணியகசிபு, மகாபலி என்று பெரிய பெரிய ராட்சசர்களையெல்லாம் அடக்கிக் கொண்டிருந்தார். இப்போது குழந்தைகள் குச்சியால் புழுவைக் குத்திக் கிளறுவதுபோல், கேவலம் மனிதர்களை இம்சிப்பதோடு அவர் பலம் நின்றுவிட்டது" (அன்பே ஆரமுதே) என்கிறாள் ருக்குமணி. ஆனாலும், இப்படி இம்சிக்கப்படும் எளிய மனிதர்களை, கடவுளுக்கு முன், ஒருபோதும் ஜானகி விட்டுக்கொடுத்ததுமில்லை. "மனுஷா எல்லாரும் நல்லவான்னு நினைச்சுண்டேயிருக்கணும்னு தோணறது. அம்பாளோ அல்லாவோ கர்த்தரோ – எந்தப் பேர் சொன்னாலும் – அது வந்து கருணையே வடிவம், நல்லதைத்தான் படைச்சிருக்கு, கெடுதல் எதையுமே படைக்கலெ. மனுஷாளையும் ஒருத்தரை விடாம, முழுக்க முழுக்க நல்லவர்களாத்தான் படைச்சிருக்குன்னு நினைக்கணும்னு ஆசையாயிருக்கு. ஆனா, நல்லதில்லாததும் இருக்கறதைப் பார்க்கறபோது, இதைப் பத்தி, நன்னா யோசிக்கணும்னு நினைக்கிறேன்" (நளபாகம்) எனத் தம் காமேச்வரனினூடாகத் தி.ஜா. பேசுவதற்கும், "அவ்விய நெஞ்சத்தான் ஆக்கமும், செவ்வியான் கேடும் நினைக்கப் படும்" (குறள்:169) என்பதற்கும், அதிக வேறுபாடில்லைதானே!

தி.ஜானகிராமன் – 'வசுமணன்'! (அம்மா வந்தாளைப் படித்து, இந்த வார்த்தைக்கு அர்த்தம் தெரிந்துகொள்ளுங்கள்!) அவர் மனம், ஒரு வளர்வானம். அது சிந்திக்கும் முறையே, ஒரு தனித் தினுசுதான். இதோ ஒருசோற்றுப் பதம்: "கங்கையும் பிரம்மபுத்ராவும் கோதாவரியும் கிருஷ்ணாவும் முக்கால்நீரைக் கடலில் கொட்டுவதைத் தடுத்து இணைத்துப் போடாமல், வல்லடியும் வாய்வழக்கும் செய்துகொண்டு,

மக்கள் வயிற்றிலடிக்கும் ஜனநாயகனைத் தட்டி அடக்க, ஒரு கரிகாலன் இல்லையே என்று நெஞ்சு எரிகிறது. 'ஆயிரம் உண்டிங்கு ஜாதி எனில், அந்நியர் வந்து புகல் என்ன நீதி?' என்ற பாரதி கேட்டு, அந்நியன் போனபிறகு, பதினாயிரம் ஜாதிகளைக் கிளப்பிக்கொண்டிருக்கும் ஜனநாயகத் தான்தோன்றிகளை, இந்த மலையிலிருந்து உருட்டினால் என்ன? ஓகோ, இது அஹிம்சா யுகமோ? வாருங்கள், பிள்ளையார் முன்னால் அழுதுவிட்டு வருவோம்" (*நடந்தாய்; வாழி, காவேரி!*) என்கிறாரே! இங்குக் கரிகாலன், காவிரி, ஜாதி, பாரதி, அந்நியன், காந்தி, சுதந்திரம், இந்திய ஜனநாயகம், பொறுப்பேற்காமை, பிள்ளையார் எனப் பலவும் கையாலாகாத ஒரு குமட்டலுடன் கொம்பு சீவப்படுகின்றனவே. (கடைசியில் பிள்ளையார் வருவதைத் தி.ஜா. அடைந்த சரணாகதியாகத் தயவுசெய்து எண்ணிவிடாதீர்கள்!). தி.ஜா.வுக்குச் சாவு ஒரு பொருட்டில்லை; நன்கனுபவித்து உயிர் வாழ்வதும் அன்பு பாராட்டுவதும்தான் அவருக்கு எல்லாமும். "ஈசுவரன் ஆனந்தமயம் என்கிறார்களே – அதை எப்படித் தாங்க முடியும்? ஆனந்தமயம் என்று பிறகு சொல்ல, அவர்களுக்கு உயிரும் உடம்பும் எப்படி மிஞ்சியிருந்தன!" (*அம்மா வந்தாள்*) என்றவர் ஜானகி. துறவில் அவருக்குத் துளிகூட இசைவுமில்லை. "ஐம்புலனையும் சுட்டெரிச்சிப்பிட்டு, நீ என்னத்தைப் பார்க்கப்போறே, என்னத்தைக் கேக்கப்போறே? ஐம்புலனைச் சுட்டு எரிக்காதவங்கதான் ரயில், கார், ஏரப்ளேன்லாம் கொண்டு வந்திருக்காங்க. இந்தச் சாமியார் எல்லாம், அந்த ரயில்லியும் ஏரப்ளேன்லியுமே ஏறி உட்காந்துண்டு, ஐம்புலனைச் சுட்டு எரியுங்கோன்னு, நம்ம தலையில அட்சதை போட்டுண்டு இருக்கான், ரண்டாயிரம் வருசமா . . ." (*நளபாகம்*) எனப் 'போக்கிரி ஜோஸ்யர்' முத்துசாமியைப் பேசவைத்தவரைப் 'பிரஷ்டன்' எனச் சநாதனிகள் பழித்ததில், என்ன வியப்பு? "பர்த்ருஹரி எழுதினானே, 'அனைத்தையும் மறந்து ஒருமுகமாகப் பெண்ணோடு கூடும் லயத்தை உணராதவர்கள், பேரின்பம் பேரின்பம் என்று அலைகிறான்கள்' என்று சொன்னானே" (*அம்மா வந்தாள்*), என்றவராயிற்றே அவர்!

வாழ்வின் மௌடீகத்தைக் கேலிசெய்வதில், தி.ஜா.வுக்கு நிகர் தி.ஜா.வேதான்! சிந்தனை உயிர்க்காத யந்திரத்தனம் மீது, அவருக்குப் பெரும் ஜுகுப்ஸை உண்டு. "மண்டையில இருக்கிற கால் வலிக்கிறது, மனசுக்குள்ள இருக்கிற கால் வலிக்கிறது. திருப்பித் திருப்பி ஒண்ணையே பண்ணிண்டிருக்கிறது, எப்படி? என்ன இது?... கல்யாணம் பண்ணிண்ட உடனேதான் தெரியும், வண்ணாத்திப் பூச்சியில்லெ, தேள் குஞ்சுன்னு. அந்த க்ஷணமே, திடீர்னு இளம் கன்றுக்கு வயசாயிடும் . . . யாரும் பார்க்கவில்லை என்று நாம் செய்யும் காரியங்கள், செய்யும் நல்லது கெட்டது, படுகிற அவமானம் – எல்லாவற்றையும் எல்லாரும் பார்த்துக்கொண்டிருக்கிறார்கள். இந்த உலகத்தில், ஒரு ஜீவனின் பார்வையில் இருந்தும், அது தப்பவில்லை" (*மரப்பசு*) என, அம்மணி நினைப்பதாகத் தி.ஜா. எழுதுகிறார். இது தன்னைத் திறந்து, இந்த உலகின் முன், முழுவதும் அம்மணமாக நிற்க விழையும் ஒரு தனிப்பெரும் துணிவாகும். வால்மீகி ராமாயணத்தைத் தி.ஜா., 'நெகிழ்ச்சி' (*இலக்கிய வட்டம், டிசம்பர் 1963*) என்ற ஒரே சொல்லால் விண்டிருக்கிறார். தி.ஜா.வின்

கலையைச் சுருக்கமாக இப்படி நாம் தொகுத்துவிடலாம். ‘தன்மறதியை எல்லோருக்கும் ஏற்றின பூரிப்பு!’ (மரப்பசு) என்று சொல்லிவிடலாம்.

“இது வெயில் வாழும் அறை” என்கிறாள் அம்மணி. இந்த வரியைப் படித்தது முதல், ‘இது வெயில் வாழும் அறை’ எனப் பல முறை, அந்த வரியையே ஒரு நகரும் படிமமாக்கி, எனக்குள்ளேயே நான், திரும்பத் திரும்ப முணுமுணுத்துக் கொள்கின்றேன். “வெயில் வட்டங்களைப் பார்த்துப் பார்த்து ஒரு வெறி. வட்டங்களை எண்ணி எண்ணிப் பார்க்கிற வெறி. புதிது புதிதாகக் கிரணங்கள் தோன்றி, புதிய புதிய வட்டங்கள் இந்த அறையைத் தழுவுவதாக ஒரு நிச்சயம். நீள்வட்டம், முழுவட்டம். சிறிது இலைபோன்ற மழுப்பிய வட்டம். கன்னத்தைக் கிள்ளியிழுத்தாற்போன்ற வட்டம். யாரோ அழுத்திப் பால் வட்டமாகக் குறைந்த வட்டம் . . . ஜன்னல் இலைகள் அசைய அசைய, இரண்டு வெள்ளி வட்டங்கள் நடுநிழலை ஒதுக்கிவிட்டுக் கூடி நீள்வட்டமாகும். சற்றுக் கழித்து, அது பிரிந்து ஒரு வட்டம், வேறு பக்கத்திலிருந்த வட்டத்தோடு கூடும் மனம் கொள்ளாத காட்சி. கூடியுள்ள இரு வட்டங்களிலிருந்து, ஒன்றைப் பிய்த்துத் தன்னோடு சேர்த்துக்கொள்ளக் காத்திருக்கும் மூன்றாவது வட்டம். அறை முழுவதும் இப்படிக் காத்திருக்கும் வெறிகளும் விழிப்புகளு மாகப் பரந்துகிடந்தன. என்னைப் பார்த்துக் கற்றனவா? அவைகளைப் பார்த்து நான் கற்றேனா?” (மரப்பசு). இதுதான் கேள்வி. என்ன பதில், இதற்கு? விரகதாபம் என்றா, இதை நாம் சொல்வது? ஐயோ! ஒரு பெருந்தனிமையின் பெருவிம்மலல்லவா இது!

இதைப் போலவே, இன்னுமொரு காட்சியுளது. “வரப்பு ஓரங்களில் நீலமும் மஞ்சளும் வெள்ளையும் சிவப்புமாகப் பற்பல வடிவங்களில் படர்ந்து பூத்திருக்கும் சின்னஞ்சிறு குறும்பூக்களைப் பார்த்துக்கொண்டே நிற்பான். குறும்பூக்கள் அவனுடைய தோழர்களாகி விட்டார்கள். எத்தனை வடிவம்! எத்தனை உருவ அமைப்பு! . . . யார் இவற்றைக் கவனிக்கிறார்கள்? குனிந்து பார்க்கிறார்கள்? வரப்பில் நடக்கிறவனுக்குத் தன் கால் அமைந்து பாவுகிற கவலை ஒன்றுதான். அந்தக் காலில், எத்தனை எத்தனை குறும்பூக்கள், மிதிந்து குலைந்து வெம்புகின்றன! . . . நானும் வரப்புப்பூதான் . . . அப்பா! சுண்டுவிரல் நக அளவுகூட இல்லை. அதற்குள் எத்தனை வரிசை! எத்தனை ஒழுங்கு! எத்தனை வளைவு! எத்தனை நெளிவு! யாருக்காக இதெல்லாம்?” (செம்பருத்தி) எனக் கூம்புகிறான் சட்டநாதன். மீண்டும் அதே வினா.

அம்மணிக்கு வெயில்; சட்டநாதனுக்குக் குறும்பூக்கள்! “உயிரை விடறதுன்னா, ஏன் மனசு வர மாட்டேங்கறது?” எனக் கேட்கிறாள் ஜனகம். “உயிரை விட்டுட்டா, பகவான் படைச்ச உலகத்தை, சந்தோஷங்களை எப்படி அநுபவிக்கிறது?” எனக் கேள்வியையே திருப்பிவிடுகிறார் தாத்தாச்சாரி. (மறதிக்கு . . .). ஜனகத்தைத் தக்கவைத்துக்கொள்ளச் சாரிக்குத் தெரியவில்லை; எப்படியோ சட்டநாதனைப் புவனா தக்க வைத்துக்கொண்டு விடுகிறாள்! பிரிவு, இணைவில்தானே தொலையும்? “இங்கு எல்லாமே, ஏதோ இனிமையாக இருக்கிறது. யாரும் நடக்கிற காலோசைகூடக் கேட்கவில்லை. அடுக்களைக்குள்ளிருந்து பாத்திரங்களை

எடுக்கும், வைக்கும் ஓசை கேட்கவில்லை. கதவுகூட ஓசையின்றி மூடிக்கொள்ளும் போலிருக்கிறது. இந்த மனிதர்களின் மென்மை, அவரைப் பந்தலைக்கூடத் தொற்றிவிட்டது போலிருந்தது. அந்தக் கொடிகூட, ஓசையை அடக்கிக்கொண்டு, காற்றில் அசைகிறது" (செம்பருத்தி) என்று எழுதுகிறார். எவ்வளவு நுண்ணிய சூழலியர் தி.ஜா.! ஆனாலும், எல்லா இனிமையிலும், ஒரு வெறுமையும் கூடவே வருகிறதே. இயற்கையிடம் மனத்தைத் திருப்புவதன்றிக் குமைச்சலைத் தணிப்பதெப்படியாம்! "அறுத்துக்கிடந்த வயல்களை மொடுக் மொடுக் என்று எருமைகளும் மேய்ச்சல் பசுக்களும் காளைகளும் கடித்துக் கொண்டிருந்தன. உலர்ந்த வரப்புச் செடிகளின் குச்சிகளின் மீது வால் பிளந்த வலியன்கள் பற்றுவதும் எழுவதும் கத்துவதுமாகத் தத்திக் கொண்டிருந்தன. ட்ரூவ் ட்ரூவ் என்று காட்டுப்புறா நாவல் மரத்திலிருந்து உருகிக் கொண்டிருக்கிறது. ஊசி வால் குருவி ஒரு ஜோடி, நீ நீ என்று ஊசிக்கூவல் கூவிக்கொண்டே பறக்கிறது. வேறு ஒலியே இல்லை!" (செம்பருத்தி) எனப் புறத்திலும் அகத்திலுமாகச் சட்டநாதன் உணரும் நிச்சலனம், இயற்கையிலிருந்து விலகிவந்த மனித இனத்தின் தனித்தவிப்பைப் படம்பிடிப்பதாகும்.

அன்புவழியிலான ஓர் அகச்சீர்மையையே ஜானகி விரும்பினார். அதனால்தான், "புதுமை பண்ண வேண்டியதுதான்; ருசிப் பிசகா இருக்கப்படாது" (வடிவேல் வாத்தியார்) என்ற ஒரு நோக்கையே, தி.ஜானகிராமன் வலியுறுத்தினார். "அரிவாளாலே காயப்பட்டாலும் பட்டுக்கொள்வார்; அன்பினாலே சிறுமைப்படச் சகிய மாட்டார்" (வடிவேல் வாத்தியார்) ஜானகி. "நம்ம வீட்டு நெருப்பு ஜில்லுன்னு இருக்கு" (டாக்டருக்கு மருந்து) என்று சொல்ல, ஜானகி துணியாவிடினும், "நம்ம மாதிரியே, நம்ம தெய்வமும் குரங்காயிருக்கு" (டாக்டருக்கு மருந்து) எனத் துணிந்துரைத்தார்! "கடவுள் கிராமத்தையும் மனிதன் நகரத்தையும் பிசாசு இரண்டுங்கெட்டானான பஞ்சாயத்து டவுனையும் படைத்தார்களாம்" எனக் குறும்பாய்ப் பேசி நகைத்ததுடன், "பகல் வேளையில், வாசலில் வந்தால், நிலக்காரர்கள் நாகரீகமற்ற பாஷையில் உழைக்கிறவர்களைத் திட்டிக்கத்தும் அவச்சொற்கள்" (கோயம்புத்தூர்ப் பவபூதி) கேட்டுச் செவி நைவதாகச் சமூகக் கோபத்துடன் முகம் சுளிக்கவும் செய்தார்.

மொழியை ஏவல்கொள்வதிலும் உயர்தனித்திறன் காட்டியவர் தி.ஜானகிராமன். "எழுதின கார்டுக்கும் எழுதாத கார்டுக்கும் வித்தியாசம் காட்டும்" (கோதாவரிக் குண்டு) ஜானகியின் தராசு! ஒரு சில சான்றுகளைப் பார்ப்போம். "இலை போட்டார்கள். வாழையின் இலை இல்லை. வாழையின் கோவணம்" (மாப்பிள்ளைத் தோழன்); "சமுத்திரத்தில் பாய்கிற நதி, பயிருக்குப் பாயட்டுமே" (சண்பகப்பூ); "விளக்கு இருட்டு மாதிரிதான் இருக்கும் எனக்கு. கதவை எல்லாம் சாத்திப் போர்த்திண்ட மாதிரி இருக்கும்" (மேரியின் ஆட்டுக்குட்டி); "நூறு சில்வண்டுகள், நூறு அணில்கள் நம் தோளில் வந்து உட்கார்ந்து கத்துகிற தொண்டை" (சக்தி வைத்தியம்); "ஸ்டேஜிக்கி வந்தாலே, அப்ளாஸ் தான்லே. சும்மா லட்சம் கோடி அப்பளம் படபடன்னு நொறுங்கறாப்பலல்லவா கேக்கும்?" (ஒரு சின்ன வாக்குவாதம்); "உடம்பில் ஒரு ஜுரம் . . . நெற்றி, கை – எங்காவது ஒரு பூவை வைத்தால், வர்ணமிழந்து போகும் – வாடும்"

(இவனும் அவனும் நானும்); "பூஞ்சதை நரம்பெல்லாம் அழுவதுபோல் ஒரு கசிவு" (சாப்பாடு போட்டு நாற்பது ரூபாய்); "யூகா லிப்டஸ் செடி... அவ போட்டிருந்த மேலாக்கு, அந்த இலைக் கலரா இருந்தது. அதுதான் அந்த மரம் ஞாபகம் வந்தது எனக்கு" (தேடல்); "நான் என்ன தெய்வமா? யானையைப் பிராக்கட்டில் போட்டு, அசுவத்தாமாவின் உயிர் போய் விட்டது என்று ஜகப்புரட்டு பண்ண? சாதாரண மனிதன்" (போர்ஷன் காலி); "ஆமாய்யா! சொல்லத்தான் மாட்டேன். சொல்லு மனுசன் உண்டாக்கினதுதான். காக்காய்க்குக் கிளின்னு பேர் வச்சு, நானூறு பேர் அளைச்சா, கிளிதான். ஆமாம்" (பரதேசி வந்தான்) – தி.ஜா.வின் கவிமொழியின், 'தச ருசிப் பரிமளிப்புக்கு'ச் சான்றுகளே இவை.

தி.ஜானகிராமனின் புனைவுகளில் வரும் பெண் கதாமாந்தர்கள், அன்றாடம் சந்திக்கும் உடனுக்குடனான சில பிரச்சனைகளுள் முக்கியமானது, அவர்களின் இயல்புணர்வுகளின் நிறைவுக்கான சமுதாயத்தின் ஏற்புடைமையேயாகும். தம் மனம் விரும்புகிற வகையில், தம் வாழ்வை அமைத்துக்கொள்ளத் துணிந்தால், தொடர்ச்சியான போராட்டங்களே வாழ்வாவதன்றிச் சமுதாயத்தின் ஏற்பு உரிய முறையில் தமக்குக் கிடைக்குமா என்றெண்ணித் தமக்குள்ளேயே இவர்கள் குமைவதுதான், இவர்களுக்குப் பிரச்சனையாகிறது. அமிர்தம் (குலத்தாசி; விலை பேசப்படும் காதல்; மீறத் தயங்கும் மனத்தடை), யமுனா (கலப்பு மணப் பிறப்பு; முதிர் கன்னி; வயது குறைந்தவனால் விரும்பப்படல்), பாலி (தாயில்லாமை; பால்ய விவாக நிச்சயம்; சாதி மீறும் காதல்), குஞ்சம்மாள் (கைகூடாத சிறுவயதுக் காதல்; விதவை; அர்ப்பணிப்பின் வெறுமை), பங்கஜம் (குழந்தையின்மை; பதிவிரதா தர்மம்; இறை அச்சம்) என்று ஐவர் வாழ்விலும், அவர்களின் சமூக இருப்பைத் தீர்மானிக்கும் போலியான பண்பாட்டு விதிகளே கண்ணுக்குத் தெரியாத தடைக்கற்களாக மாறுகின்றன. இப்படி இவர்கள் ஒருபக்கம் அவதியுறுகின்றனர் என்றால், மறுபக்கத்தில் மனத் தடைகளை உடைத்து நொறுக்கிய அலங்காரம் (மண உறவை மீறல்; ஒளிவு மறைவற்ற கம்பீரம்; சாவுக்குக் காத்திருத்தல்), அனுசூயா (ஒருதலைக்காதலின் ஆழம்; திருமணத்தை மறுத்தல்; பரிபூரண விடுதலையின் ஏக்கம்), டொக்கி (பிறழ்வின் துயரம்; தியாகக் காதலின் கசப்பு; துணிவின் தனிப்பயணம்), அம்மணி (சமத்துவம் கோரல்; திருமணத்தில் நம்பிக்கையிழத்தல்; மரபின் கூண்டுக்கே மீளல்) பட்டு (பரிவுக் காதல்; கணவனே குழந்தையாதல்; இறுதியில் நன்றி விசுவாசக் காதலைத் துறத்தல்) ஆகிய மரபு பிறழ்ந்த ஐவரும்கூடச் சமுதாயப் புறக்கணிப்பின் குரூர முகத்தை எதிர்கொண்டே, வெற்றிடத்தில் எழுப்ப முயன்ற தம் வாழ்வுவெளியைக் கைநெகிழவிட வேண்டியதாயுள்ளது.

தங்கம்மாள் (தற்கொலை), செல்லம் (வைதவ்யம்), தனபாக்கியம் (கொலை), ருக்குமிணி (சாமியாருடன் துறவு இல்லறம்), சந்திரா (தன் காதலன் ரங்கனின் தற்கொலையால், மேற்படிப்புக்கு வெளிநாடு போதல்), இந்து (திருமணமின்றிச் சேர்ந்துகொள்ளல்), செங்கம்மா (சுயநல வாழ்வின்றிப் பொதுவாழ்விற்கு மடைமாறிவிடல்), புவனா (மாதவிடாய் நிற்றலுக்குப் பின்னர் மனத்துறவு பூணத் தயாராதல்),

4

மங்களம் (கணவனை மீட்டுப் பத்திரப்படுத்திக் கொள்ளல்) எனப் பிறரும் சமுதாய ஏற்பினைக் கருதியே செயல்படக் காண்கிறோம். இவர்களில் யாருமே தாய்வழியிலும் பணக்காரிகளாக இல்லை; கல்வியை ஓர் ஏணியாகக் காணவும் துணியாதவர்கள்; அரசாங்க வேலைகளுக்கும் போகாதவர்கள்; சுய தொழில்களும் தொடங்காதவர்கள்! அப்படியும்கூட இவர்கள், தம் விருப்பப்படி வாழவே விழைகின்றார்கள். எனினும்கூட, இப்பெண்களின் சுயேச்சை வாழ்வில், தன் ஆக்டோபஸ் கரங்களுடன் சமூகம் குறுக்கிடும்போது, ஒருகட்டத்துக்கு மேல் இவர்களாகவே உள்ளொதுங்கியும் ஒடுங்கியும் விடுகிறார்கள். இவர்கள் வாழ்ந்த அந்தப் பழைய காலங்களில், இவர்களுக்குச் சமுதாய ஏற்பில்லை. இவர்கள் காலத்துக்கு முந்திப் பிறந்தவர்கள் மட்டுமல்லர்; எதிர்காலத்தை நிகழ்காலத்திலேயே சூல்கொண்டவர்களுமாவர். இதுவே இவர்கள், யதார்த்த வாழ்வில் நாயடியும் பேயடியும் படக் காரணமாகிறது. இவர்களைப் படைத்த படைப்பாளியாகத் தி.ஜானகிராமன் கலை வெற்றியைப் பெற்றிருக்கலாம்; இந்தப் பெண்களுக்கான சமுதாய ஏற்புடைமை என்பது, இன்னும்கூட எட்டப்படாத ஒரு பெருங்கனவாகவே தொடர்கிறது! பின்னர் எதை நம்பிப் போக்கிரிகள் (ஆணும்தான் பெண்ணும்தான்!) உலவும் பொது இடங்களில், தம்மியல்புணர்வுகளுடன் இவர்கள் துணிந்து முன்நிற்கிறார்கள்? அவ்விதியையோ கடவுளையோ அழகையோ பணத்தையோ நம்பி, இவர்கள் நிற்கவில்லை. தன்மானத்தையும் அந்தரங்கசுத்தியையும் சுதந்திரத்தையும் காதலையும் நம்பியே, இந்த அபலைகள் களமாடுகிறார்கள்!

இருபத்தெட்டாம் வீட்டுக்குரிய சங்கீத வித்வான் ராமுவின் பாட்டை ரசித்துக் கேட்கும் முப்பத்து மூன்றாம் வீட்டுக்குரிய குழந்தை ரங்குவுக்குச் சாப்பிடத் தோசை கொண்டு வருகிறாள் ராமுவின் மனைவி. தொட்டுக்கச் ‘சர்க்கரை போதாது என்று சொல்லிச் சமையல் அறைக்குள்ளே புகுந்து, எலுமிச்சங்காய் ஊறுகாயையும் கேட்டுவாங்கிச் சாப்பிட்டுவிட்டுப் போகிறான் ரங்கு. “உங்க பேரன்கூட, இப்படி ஸ்வாதீனமாகக் கேட்காதே!” என்கிறாள் மனைவி. பாடகர் ராமு சொல்கிறார்: “நம்மைப் பார்த்துப் பயப்படாமெ, ஸ்வாதீனமா ஒரு ஆத்மா வந்து கேட்டுதுன்னா, நாம் நல்லவான்னு அர்த்தம். கொடுத்து வைக்கணுமே இதுக்கு” (கச்சேரி) என்கிறார். “எனக்கு அது தப்பாகப் படவில்லை. என் புஸ்தகத்தையோ, மணிபர்சையோ யாராவது வித்தியாசமில்லாமல் தாராளமாக எடுத்துப் புழங்கினால், எனக்குப் பெருமையாக இருக்கிறது. உடம்பெல்லாம் பூரித்துவிடுகிறது. ஒரு சுற்றுப் பருத்துவிட்டாற்போல்கூட ஆகிவிடுகிறது” (அன்பே ஆரமுதே) என்கிறாள் ருக்மிணி. இந்தச் சுவாதீனம்தான், தி.ஜானகிராமன்!

குழந்தைகளிடம் போலவே, பெண்களிடமும் கரிசனம் மிகக் கொண்டவர் ஜானகி. “நாலு மணிக்கு எழுந்து பால் வாங்கினா, அப்புறம் தூக்கம் ஏது? வீடு பெருக்கணும். சாணி தெளிக்கணும். கோலம் போடணும். காப்பி போடணும். சமைக்கணும். மத்தியானப் பத்துப் பாத்திரத்தைத் தேய்க்கணும். இப்படி நீங்க பார்த்துண்டே போனா, நம்ம பொம்மனாட்டிகளுக்கு ராத்திரி பதினோரு மணிவரையில், சமையல்

உள்ளை அலம்பிவிட்டு, பாத்திரங்களை எடுத்துவைச்சு, பாலுக்கு உறைகுத்திப் படுத்துக்கற வரைக்கும் சரியாயிருக்கும் . . . லேட்டா போய்ச் சாப்பிட்டா, அது இன்னும் தள்ளிப்போகும். அதுக்காகத்தான், ஏழு மணிக்கு வீட்டுக்குப் போகணும்னு சொல்றேன். என்னை ஒண்ணும் வித்தியாசமா நினைக்கப்படாது" (வீடு) என்று கம்பவுண்டரைப் பேச வைக்கும் அதே தி.ஜா.தான், மேற்சொன்னதன் சாரமாக, "பெண்ணாகப் பிறந்தவர்களின் ஆயுசில் பாதி, குனிந்து நிமிர்வதிலேயே போய்விடுகிறது" (வேண்டாம் பூசணி) என்ற ராதைப் பாட்டியின் ஆதங்கத்தையும் பதிவுசெய்கிறார்.

ஆகாயத்தையும் கடலையும் மலையையும் யானையையும் எவ்வளவு வியந்தாலும், அதைச் சொல்லில் கொண்டு வந்துவிட முடியுமா, என்ன? தி.ஜானகிராமனைப் பற்றிப் பேசுவதும் வியப்பதும்கூட, எனக்கு அப்படிப் பட்டதே. பின்வரும் ஜானகியின் அற்புதச் சொற்களினூடாகவே, நான் அவரைப் பணிகிறேன். "எதையும் மனதில் வாங்கிக்கொள்ளும்போது, அதிலே ஒரு தனித்தன்மை – தனக்கென்று ஒரு தனிப்போக்கு. ஆனால், எல்லோரும் ஒப்புக்கொள்ளக்கூடிய போக்கு. என்ன வந்தாலும் நிதானமிழக்காத ஒரு பெருமிதம் – உணர்ச்சி பொங்கி அலைமோதாத ஒரு அமைதி. வெகுகாலப் பயிற்சியில், வெகுகாலத் தவத்தில் வரவேண்டிய சொத்துகள் இவை" (கமலம்). இவை பரிபூரணமாகக் கைகூடியவர் ஜானகி.

2

வாளும் கத்தியும் மின்னும் களத்தில் கண்கள் கனலைக் கக்கின. பற்கள் நறநறத்தன. மென்மை கொண்ட கைகள் வீசி வீசி மின்னின. அசுரர் தலைகளைக் கிள்ளி எறிந்தன. மின்னொளி புகுந்த கழுத்துக்குள் தக்குத் தக்கென விண்டு விழுந்தன. பொன்னொளி முகத்தில் புன்னகை பூத்தது. பகைகள் மிரண்டன. பின்னே நகர்ந்தன. திகிலும் அச்சமும் தள்ளித் தள்ளிப் பின்வாங்கின. யுத்த போதை, உடலுள் புகுந்து ஆடச் செய்தது. வாள்வீச்சின் வலி தெரியவில்லை. ஈட்டிகள் குத்தின. அதிர்ச்சி தெரியவில்லை. வெறியில் உடல் மரத்தது. கூச்சலும் கத்தலும், இந்த மரப்பை – முழு மறதியாகச் செய்துவிட்டன. நெற்றி வேர்த்தது. காதின் முன்னே குழையும் அளகம், வேர்வை நனைக்கப் பளபளத்தது. செவிகளில் ஓடிய அந்த வேர்வை, கன்னத்தில் கசிந்து வழிந்தது. முதுகும் புஜமும் நனைந்தன. துடையும் ஆடுசதையும் துளிர்த்து வேர்த்தன. பம்பரம்போல் உடல் சுழன்றது. கைவிரல்கள் முத்திரைகளிட்டு, வெற்று வெளியில் பொருட்களைப் படைத்தன. மிதித்து மிதித்துத் தரையில் தாளத்தைப் படைத்தன. பாலி தன்னை மறந்திருந்தாள். உடல் லேசாக மிதப்பது போலிருந்தது. தரையில் பாவாமல் வெட்ட வெளியில் மிதந்து சென்ற மாதிரியிருந்தது. பாட்டு ஒன்றுமில்லாமல், கையை நீட்டியும் மடக்கியும் நடுக்கியும் அசைந்தும் ஆகாயத்தில் சித்திரம் வரைந்தாள்.

(மலர் மஞ்சம்).

இத்தொகுப்பில் இடம்பெற்றுள்ள கட்டுரையாளர்கள் அனைவரையும் எழுத்தாளர்களாகப் பொதுமைப்படுத்துவதுதான் பொருத்தமுடையது. எனினும், இந்தக் கட்டுரையாளர்களை, வாசகர்கள் எளிதாகவே

அடையாளப்படுத்திக்கொள்ளும் பொருட்டு எழுத்தாளர்கள், கவிஞர்கள், பல்துறையாளர்கள், மொழிபெயர்ப்பாளர்கள், பத்திரிகையாளர்கள், பேராசிரியர்கள் என்ற ஓர் எளிய வகைப்படுத்தல் இங்கே செய்யப்பட்டுள்ளது. (இதில் பலரும், மூன்று நான்கு வகைப்பாடுகளுக்குள்ளும் பொருந்தக் கூடியவர்களே!). இங்கு மொத்தம் தொண்ணூற்று மூன்று (93) கட்டுரையாளர்களின் (ஐம்பத்தாறு (56) ஆண்கள்; முப்பத்தேழு (37) பெண்கள்), நூற்றிரண்டு (102) கட்டுரைகளுள்ளன. (இருவர் சேர்ந்தெழுதியது ஒரு கட்டுரை!). (ஏ. தனசேகர், ந.கவிதா, கோ.வெ.கீதா, உமா சங்கரி, அருள்செல்வன், சரஸ்வதி காயத்ரி, பா. அமுல் சோபியா, ஏ.கீதா, இந்துசெல்லா, இரவி ஆகிய பத்துப் பேர் தலா இரண்டு கட்டுரைகளை எழுதியுள்ளனர்).

லக்ஷ்மி கண்ணன் என்கிற காவேரி (ஆத்துக்குப் போகணும்), எஸ். சங்கரநாராயணன் (நன்றி ஓ ஹென்றி), பாவண்ணன் (கனவு மலர்ந்தது), பா. வெங்கடேசன் (வாராணசி), ஜா. தீபா (நீலம் பூக்கும் திருமடம்), பாலசுப்ரமணியன் பொன்ராஜ் (துரதிர்ஷடம் பிடித்த கப்பலின் கதை), சு. தமிழ்ச்செல்வன் (வெயிலோடு போய் . . .), மாலன் (ஜனகணமன), பெருமாள்முருகன் (மாதொருபாகன்), சு.வேணுகோபால் (நுண்வெளி கிரணங்கள்), உமா சங்கரி (மெச்சியுனை . . .), அமுதவன் (கங்கையெல்லாம் கோலமிட்டு), இல.சைலபதி (தேவன் மனிதன் லூசிஃபர்), பா. கண்மணி (இடபம்), தூயன் (இருமுனை), மலர்வதி (தூப்புக்காரி), கே. பாரதி (ரங்கநாயகி), கார்த்திக் பாலசுப்பிரமணியன் (நட்சத்திரவாசிகள்), இந்துசெல்லா (இணை), கமலதேவி (சக்யை), அரிசங்கர் (பாரிஸ்), ஆர்த்தி அமுதா (ரயில் பூச்சி), ஆங்கில நாவலாசிரியர் ஆர்.எஸ். கதிர் (HALF MOON AT THE WINDOW) எனப் பல எழுத்தாளர்கள் இத்தொகுப்புக்குப் பங்களித்துள்ளனர்.

சுகுமாரன் (பயணியின் சங்கீதம்), பிருந்தா சேது (மழை பற்றிய பகிர்தல்கள்), ராணிதிலக் (நான் ஆத்மாநாம் பேசுகிறேன்), சக்தி ஜோதி (நிலம் புகும் சொற்கள்), ஸ்ரீநேசன் (ஏரிக்கரையில் வசிப்பவன்), எழிலரசி (மிதக்கும் மகரந்தம்), 'பாரதி ஆய்வாளர்' கடற்கரய் (கண்ணாடிக் கிணறு), அ. வெண்ணிலா (நீரிலலையும் முகம்), ம. மதிவண்ணன் (நெரிந்து), லாவண்யா சுந்தர்ராஜன் (நீர்க்கோல வாழ்வை நச்சி), தென்றல் சிவக்குமார் (எனில்), தென்றல் மதுசூதனன் (நீல இறகு) எனச் சிறந்த கவிஞர்களின் கட்டுரைகள் இப்பெருந்தொகுப்பை அணிசெய்துள்ளன.

பெண்ணியச் செயல்பாட்டாளர் ஓவியா (கருஞ்சட்டைப் பெண்கள்), திராவிடர் கழகத்தின் பிரச்சாரச் செயலாளர் வழக்கறிஞர் அ. அருள்மொழி, தத்துவ அறிஞர் ஓ.ரா.ந. கிருஷ்ணன் (பௌத்த தியானம்), தீவிர இலக்கிய வாசகர் துரை. இலட்சுமிபதி, 'அக்குஹீலர்' அ. உமர் பாரூக் (சவுண்ட் சிட்டியும் சைலண்ட் கோட்டும்), அரசியல் விமர்சகர் ஆர். வெங்கடேஷ் (பெருங்கூட்டத்தில் ஒருவன்), இணைய எழுத்தாளர் சைபர்சிம்மன் (டிஜிட்டல் பணம்), தமிழ்த் திரைப்பட இயக்குநர்கள் அகத்தியன், ஸ்வர்ணவேல் ஈஸ்வரன், ரெபெல் ரவி, மலையாளச் சிறுகதை யாசிரியர் வி.எஸ்.அனில்குமார் (மண்ணு தின்னவன்), பேராசிரியர்

(திரைப்பாடலாசிரியர்) இரவி (எஸ்.ஆர்.எம். நிகர்நிலைப் பல்கலைக்கழகம், வடபழனி) எனப் பல்துறையாளர்களும் பங்களித்துள்ளனர்.

ஆர். சிவகுமார் (சோஃபியின் உலகம்), அமரந்தா (நிழல்களின் உரையாடல்), எம்.ஏ. சுசீலா (அசடன்), சீனிவாச ராமாநுஜம் (சதத்ஹசன் மண்டோ படைப்புகள்), அசதா (வீழ்த்தப்பட்டவர்கள்), பத்மஜா நாராயணன் (நான்தான் மலாலா), கொற்றவை (ரங்கநாயகம்மா படைப்புகள்), மதுமிதா (சுபாஷிதம்), ஷஹிதா (அன்புள்ள ஏவாளுக்கு), லதா அருணாச்சலம் (தீக்கொன்றை மலரும் பருவம்) எனத் தலைசிறந்த மொழிபெயர்ப்பாளர்களும் இங்குச் சிறப்பாகக் கட்டுரைகள் எழுதியுள்ளனர்.

பொன்.தனசேகரன் (முன்னாள் ஆசிரியர், புதிய தலைமுறை – கல்வி), செல்வ. புவியரசன் (*இந்து தமிழ்திசை*), பிருந்தா சீனிவாசன் (*இந்து தமிழ்திசை*), ரமேஷ் வைத்யா (*தினமலர்*), த. ராஜன் (*இந்து தமிழ்திசை*), சுந்தரபுத்தன் (*ஓப்பன் ஹாரிசான்*), அருள்செல்வன் (சுதந்திரப் பத்திரிகையாளர்) என்று இதழியலாளர்களும் இந்நூலுக்குக் கட்டுரைகளை வழங்கியுள்ளனர்.

ஆய்வாளர் ஸ்டாலின் ராஜாங்கம் (தமிழ்ப் பேராசிரியர், அமெரிக்கன் கல்லூரி, மதுரை), விமர்சகர் நவீனா அமரன் (ஆங்கிலப் பேராசிரியர், மனோன்மணியம் சுந்தரனார் பல்கலைக் கழகம், திருநெல்வேலி), பிரவீண் பஃறுளி (தமிழ்ப் பேராசிரியர், குருநானக் கல்லூரி, சென்னை), ‘காவிரி வெறும் நீரல்ல’ தங்க.ஜெயராமன் (ஆங்கிலப் பேராசிரியர்), லதா (ஆங்கிலப் பேராசிரியர், ஸ்டெல்லா மேரிஸ் கல்லூரி, சென்னை), காசி மாரியப்பன் (தமிழ்ப் பேராசிரியர், ஈ.வெ.ரா. அரசு கல்லூரி, திருச்சி), வி. காதம்பரி (ஆங்கிலப் பேராசிரியர்), மு. சுதந்திரமுத்து (தமிழ்ப் பேராசிரியர்), தா.அ.சிரிஷா (தமிழ்ப் பேராசிரியர், செல்லம்மாள் மகளிர் கல்லூரி, சென்னை), கமலா கிருஷ்ணமூர்த்தி (தமிழ்ப் பேராசிரியர்), கு. பத்மநாபன் (தமிழ்ப் பேராசிரியர், திராவிடப் பல்கலைக்கழகம்), இராஜாஜி (ஆங்கிலப் பேராசிரியர், சென்னை), மு. ரமேஷ் (தமிழ்ப் பேராசிரியர், அரசு கல்லூரி, சென்னை), இரெ. மிதிலா (தமிழ்ப் பேராசிரியர், ஸ்டெல்லா மேரிஸ் கல்லூரி, சென்னை), சுப்பிரமணி இரமேஷ் (தமிழ்ப் பேராசிரியர், DRBCCC இந்துக் கல்லூரி, பட்டாபிராம்), ஏ. கீதா (தமிழ்ப் பேராசிரியர், சோகா இகெதா மகளிர் கல்லூரி, சென்னை), ஜெ. பத்மநாபன் (இயற்பியல் பேராசிரியர், அரசு கல்லூரி, சென்னை), பா.அமுல் சோபியா (தமிழ்ப் பேராசிரியர், மாலோலன் கல்லூரி, மதுராந்தகம்), ந.கவிதா (தமிழ்ப் பேராசிரியர், எத்திராஜ் மகளிர் கல்லூரி, சென்னை), சீதாபதி ரகு (தமிழ்ப் பேராசிரியர், அரசு கல்லூரி, சென்னை), க. பலராமன் (தமிழ்ப் பேராசிரியர், அரசு கல்லூரி, சென்னை), சரஸ்வதி காயத்ரி (பள்ளியாசிரியர், சென்னை), பாலசித்திரன் (தமிழ்ப் பேராசிரியர், செய்யது அம்மாள் கல்லூரி, இராமநாதபுரம்), ம. தேவி (ஆய்வு மாணவி), பலராமன் சுப்புராஜ் (பள்ளியாசிரியர், சென்னை), ஏ. தனசேகர் (தமிழ்ப் பேராசிரியர், சென்னை) ஆகியோரின் கட்டுரைகள் இந்த நூலில் உள்ளன. மு.அ. முகம்மது உசேன் (தமிழ்ப் பேராசிரியர்), கோ.வெ.கீதா (தமிழ்ப் பேராசிரியர்), கல்யாணராமன் ஆகிய மூன்று ‘தி.ஜா.’ ஆய்வாளர்களின் கட்டுரைகளும் இதிலுள்ளன.

3

இந்த மனது ஒரு நாய், எஜமானோடு வந்து கொண்டேயிருக்கிறபோது, திடீரென்று எங்கேயாவது மறைந்துவிடும். தேடித்தேடி அலுத்துப்போகும் சமயத்தில், எங்கிருந்தோ வாலைக் குழைத்துக்கொண்டு ஓடிவரும். இல்லாவிட்டால், காலைத் தூக்கிக்கொண்டு, எங்கேயாவது இடம் தெரியாமல் வீடு, வாசற்படி, சுவர், கோயில் – எல்லாவற்றையும் ஆபாசப்படுத்தும். கோயிலின் புனிதத் தன்மை, அதற்கா தெரியும்?

(அமிர்தம்)

அழகியல்வாதிகள், திராவிடவாதிகள், மார்க்சியவாதிகள், பெண்ணிய வாதிகள், விளிம்புநிலைவாதிகள், சிறுபான்மையினர், நவீனத்துவ மற்றும் பின்நவீனத்துவவாதிகள், கல்வியாளர்கள் எனப் பலரும் தி.ஜா. பற்றிக் காத்திரமாகத் தம் கருத்துகளை இந்நூலில் பகிர்ந்துகொண்டுள்ளனர். போகிறபோக்கில், இந்நூற்றிரண்டு (102) கட்டுரைகளின் உட்கிடையையும், ஓரிரு சிறுதொடர்களில் விளக்கிச் சொல்ல விழைகிறேன்.

தி.ஜானகிராமனிடம் சுயமரியாதை இயக்கத்தின் கருத்துகள் உட்பொதிந்திருப்பதை அ.அருள்மொழியும் ஓவியாவும் எடுத்துக் காட்டுகின்றனர். தொல்காப்பியர் கருதும் சொல் முரண், பொருள் முரண், சொற்பொருள் முரண் என்ற மூன்று உத்திகளும் தி.ஜா.விடம் செயல்பட்டுள்ளன எனப் பெருமாள்முருகனும், நற்றிணைப் பாடலுக்கும் 'தீர்மானம்' சிறுகதைக்குமிடையில் ஒரு பண்பாட்டுத் தொடர்ச்சியுள்ள தாகக் கல்யாணராமனும் மரபோடு தி.ஜா.வை ஐக்கியப்படுத்துகின்றனர். பிரபஞ்சத்தையே தழுவிக்கொள்ளும் பேரன்பையே தி.ஜானகிராமன் புனைந்ததாகச் சுகுமாரனும், சுயமாக வரிந்துகொண்ட தனித்துவம் மிக்க புனைவு விதிகளின் கீழ் இயங்குவது தி.ஜா.வின் படைப்புலகம் எனப் பா.வெங்கடேசனும் வரையறுக்கின்றனர். அழகியலின் பேரெழிலில் எல்லாம் கூடிவந்து ஜொலிக்கிற சம்பத்தாகத் தி.ஜா. எழுத்தைச் சு.வேணுகோபாலும், தஸ்தயேவ்ஸ்கிபோல மனித மனங்களை ஆராய்ந்த வராகத் தி.ஜா.வை அ.வெண்ணிலாவும் சிலாகிக்கின்றனர். தண்டபாணி நிகழ்காலத்துக்குள் காலூன்ற முனைய, கடந்தகால உன்னதத்தின் மேல் ஏக்கம் கொள்கிறாள் அலங்காரம் என நுண்விளக்கமளிக்கிறார் சீனிவாச ராமானுஜம். மன விசாரங்களைப் புலப்படுத்துவதாகத் தி.ஜா.வின் எழுத்தைப் புதுக்கண்கள் கொண்டு அவதானிக்கின்றார் ஜா.தீபா. சோழ மண்டலத்திற்கே உரிய பல வழக்குச்சொற்களைத் தம் எழுத்தில் தி.ஜா. பயன்கொண்டுள்ளதாகக் குறிப்பிடுகிறார் ஆர்.எஸ்.கதிர். துயருறும் பெண் வாழ்வின் ஒரு வலுவான சாட்சியமாகத் தி.ஜா.வின் எழுத்தைப் புரிந்துகொள்கிறார் வி.எஸ். அனில்குமார்.

இவ்வுலகில் விரவியிருக்கும் அழகைப் புலன்களினூடாக அனுபவிக்கத் தி.ஜா. கற்றுத் தருகிறார் என்கிறார் லதா. மனித மனவிசித்திரங்களைச் சித்திரிப்பதிலும், உணர்வுபூர்வமாகக் கதையைச் சொல்வதிலும் தி.ஜானகிராமன் இலக்கியத்தரத்தின் ஓர் உச்சிக்கே செல்வதாகக் கணிக்கிறார் ஓ.ரா.ந.கிருஷ்ணன். மேலோங்கிய ஒரு மனிதாபிமானியாகத் தி.ஜா.வை மதிப்பிடுகிறார் மு.அ.முகம்மது உசேன். ஆண் – பெண்

அனுசரணைகளை, மிகவும் நுட்பமான ஒரு மொழியில் புனைந்த கலைஞராகத் தி.ஜா.வைக் காட்டுகிறார் மதுமிதா. தி.ஜா.வின் அடிநாதமாக அறத்தைப் பார்க்கும் பார்வைத் தெளிவு, வாசகர்களிடம் வளரவேண்டும் என்கிறார் வி.காதம்பரி. பெண் பாத்திர சிருஷ்டியில் தி.ஜா.வுக்குப் போட்டியாளர் தொலைவில்தான் இருப்பார் என்கிறார் ஆர்.சிவகுமார். சிறுகதைகளை எழுதும்போதும் நாவலுக்கான ஒரு மன அமைப்பே தி.ஜா.விடம் கூடுகட்டியிருந்ததாகக் குறிப்பிடுகின்றார் எம்.ஏ.சுசீலா. சாதாரண அளவுகோலால் வகுத்துக்கொள்ள முடியாத மனிதச் சித்திரங் களைத் தீட்டியவர் எனப் பாவண்ணன் தி.ஜா.வை மதிப்பிடுகிறார். பாத்திரங்களை மறக்க முடியாதவர்களாகச் செய்துவிட்டதைத் தி.ஜா.வின் கலைத்திறனுக்கு அத்தாட்சியாகக் காண்கிறார் துரை.இலட்சுமிபதி. விடுதலைக்குப் பிறகான நமது அரசியல் சமூகத்தை ஐயுறவுடனும் கலையிலக்கிய நுண்ணுணர்வின் வீழ்ச்சியாகவும் தி.ஜா.வின் சிறுகதைகள் அணுகுகின்றன என்கிறார் இராஜாஜி. பார்ப்பனியத்தின் பாசாங்குகளைப் பகடி செய்யும் 'கடந்துபோக முடியாத எழுத்து' தி.ஜா.வினுடையது என்கிறார் கொற்றவை.

தி.ஜா.வின் எழுத்தில் வரும் ஒவ்வொரு கதாபாத்திரமும், வாசகர் களுடன் உட்கார்ந்து பேசுகின்றன என்கிறார் மலர்வதி. 1940–1980 என்னும் காலப்பதிவைச் சேமித்து வைத்திருக்கும் கதைகள் எனத் தி.ஜா.வின் எழுத்தை அவதானிக்கிறார் உமர் பாரூக். கதைமாந்தர்களின் செய்கை பற்றித் தி.ஜா. தீர்ப்பேதும் எழுதுவதில்லை; வாசகர்களின் முடிவுக்கே விட்டு விடுகிறார் என்கிறார் லக்ஷ்மி கண்ணன். மாற்றங்களின் போதாமையை மரபிலிருந்தே இட்டுநிரப்பும் காமேச்வரனைப் பிராமணர்கள் கீழிறங்கி வரவேண்டியதன் குறியீடாகத் தி.ஜா. புனைந்துள்ளார் என்கிறார் ஸ்டாலின் ராஜாங்கம். நமது கிராம வாழ்வின் மீது தி.ஜா.வுக்குக் கடுமையான விமர்சனங்கள் உண்டு என்கிறார் தா.அ.சிரிஷா. தி.ஜா.வின் பயண எழுத்துகளைப் படித்தவர்கள் பாக்கியவான்கள் என்கிறார் பொன். தனசேகரன். மனித மனதில் பதுங்கியிருக்கும் மிகச்சிறிய உணர்வுகளின் மீதும் தி.ஜா.வின் சிறுகதைகள் ஊடுகதிர்களைப் பாய்ச்சியிருக்கின்றன என்கிறார் சுப்பிரமணி இரமேஷ். யதார்த்தமாகவும் லௌகீகமாகவும் இயல்பாகவும் அறிவார்த்தமாகவும் பெண்களைப் படைத்துள்ளார் தி.ஜா. என்கிறார் ச.தமிழ்ச்செல்வன். அலங்காரத்தம்மாளின் வேட்கையிலே, ஒரு கலைஞனாக மனம் லயிப்பதில்தான், தி.ஜா.வின் தனித்துவம் இருக்கின்றது என்கிறார் ஸ்வர்ணவேல் ஈஸ்வரன். விரசமானதையும் நாகரீகமாகவும் நளினமாகவும் கூறுவதில் தனித்துவம் மிக்கவர் தி.ஜா. என்கிறார் கோ.வெ.கீதா. சநாதனத்துக்கு எதிரான கலகமாகத் தம் படைப்பைக் காலத்தில் நிலைநிறுத்திவிட்டுப் போனதைத் தி.ஜா.வின் ஒரு தனிச்சிறப்பாக ம.மதிவண்ணன் மெச்சுகிறார்.

ஆதியுணர்விற்கான நீதியைச் செய்யும் அலங்காரத்தம்மாள், எல்லாப் பெண்களைக் காட்டிலும் கூடுதல் பெண்ணாகத் தெரிகிறாள் என்கிறார் பாலசுப்ரமணியன் பொன்ராஜ். பெண்ணின் உள மாற்றங்களைத் துல்லியமாக அவதானிப்பவராகத் தி.ஜா.வைச் சக்தி ஜோதி வியக்கிறார். அம்மணியைத் தோற்கச் செய்வதன் மூலமாக, நீட்ஷேயின் 'ஃப்ரீ ஸ்பிரிட்'

சிந்தனையிடம் தி.ஜா. வெற்றி பெற்றுவிடுவதாகத் தூயன் கருதுகிறார். பத்மினி கோபாலனுடனான உரையாடல் மூலம், மரியாதையுடனும் பரிவுடனும் பெண்களைப் பார்த்தவராகத் தி.ஜா.வைப் புரிந்துகொள்கிறார் கே.பாரதி. தியானத்தின் ஆழ்மனத் தேடலைத் தி.ஜா.வின் சிறுகதைகள் தருகின்றன எனப் பிருந்தா சேதுவும், காட்டுச் செடிபோல் முளைத்து மணம் பரப்புகின்றன அவை என்று ஆர். வெங்கடேஷூம் கூறுகின்றனர். அப்பாலைக் கடந்த எந்த ஒன்றையும் தி.ஜா. முன்வைப்பதில்லை என்கிறார் பா.அமுல் சோபியா. மனக்கிணற்றின் அடியாழத்தில் படிந்துள்ள அழுக்குகளையும் கசடுகளையும் பாதாளக்கரண்டி கொண்டு தோண்டிவந்து கொடுத்தவர் என்றும், தம் எழுத்தில் தி.ஜா. விடும் மௌன இடைவெளிகளின் வழியே தன்னை ஒரு வாசகன் நிரப்பிக் கொள்ள முடியும் என்றும் விதந்தோதுகிறார் அருள்செல்வன். யாரையும் புண்படுத்தாத நாசூக்கான ஒரு நகைச்சுவை தி.ஜா.வினுடையது என்கின்றார் பா.கண்மணி. பெரும்பான்மை மக்களின் உளவியல் சார்ந்த ஒரு வாசகக் கவர்ச்சியையே நோக்கமாகக் கொள்கிறார் தி.ஜா. என்கிறார் மு.சுதந்திரமுத்து. மரபாகப் படிந்திருக்கும் பிம்பங்களைச் சிதைத்துவிட்டுப் புதிய ஆழங்களில் சிலிர்க்கவைக்கும் தனித்திறனைச் சுட்டிக் ‘காமத்தினும் மெல்லியது தி.ஜா.வின் மனது’ என்கிறார் ஏ.தனசேகர்.

ஒரு கதையினைச் சொல்லத் தேவைப்படும் எல்லா நியாயங்களையும் கட்டமைத்துவிட்டே தி.ஜா. கதையைச் சொல்லத் தொடங்குகிறார்; அது சொல்லப்படாமல் நிகழ்ந்துகொண்டேயிருக்கிறது என்கிறார் லாவண்யா சுந்தர்ராஜன். காலமாற்றத்தின் சாட்சிகள் தி.ஜா.வின் சிறுகதைகள் என்கிறார் ஏ.கீதா. மிளகாய்ச் சிரிப்புக்காரராகத் தி.ஜானகிராமனைப் படிமப்படுத்துகிறார் ராணிதிலக். எங்கும் எப்போதும் ஒளியையே தேடிச்செல்பவர் தி.ஜா. என்கின்றார் கு.பத்மநாபன். போலித்தனமில்லாத நேர்மையான கதாபாத்திரங்களே, தி.ஜா.வின் எழுத்தில் உலவுகிறார்கள் என்கிறார் ஆர்த்தி அமுதா. ‘டிராமாட்டிக்’ முடிவுகளைத் தம் குறுநாவல்களில் தி.ஜா. முன்வைக்கிறார் என்கிறார் மாலன். இருபால் பாத்திரங்களின் இயக்கத்தைத் தீர்மானிக்கும் பொறுப்பை, நடுநிலையாய் இருபால் வாசகர்களும் கையாளும்படியாகக் ‘கமலத்தை’த் தி.ஜா. புனைந்துள்ளதாகக் கருத்துரைக்கிறார் நவீனா அமரன். தம் நம்பிக்கைகளையும் கருத்துகளையும் புலப்படுத்தும் கதாபாத்திரமாகத் தம் குரலாக முத்துசாமியைத் தி.ஜா. பேசவிடுகின்றார் என்கிறார் இரெ.மிதிலா. உலகப் பொதுவான அடையாளங்களைத் தனிமனிதப் பாத்திரங்கள்வழி முன்னிறுத்தும் வல்லமையான ஓர் எழுத்து தி.ஜானகிராமனுடையது என்கிறார் எஸ்.சங்கரநாராயணன். வாசகர்களுடன் எழுத்தாளர்களையும் தம் எழுத்தால் கவர்ந்தவர் தி.ஜானகிராமன் என்கிறார் அமுதவன். ‘இதயத்திற்குள் புகுந்து, ஒரு ஒரு நரம்பாக மீட்டும் எழுத்து’ என்கிறார் தென்றல் மதுசூதனன். சமூகக் கட்டுப்பாடுகளால் ஒடுக்கப்படும் மனிதர்கள் மீது கழிவிரக்கமும் ஒத்துணர்வும் நிறையவே இருந்தபோதிலும், பிரச்சாரத்தைச் சிறிதுகூடச் சபலமே இல்லாமல் தவிர்த்தவர் என்கிறார் உமாசங்கரி. பிரதிக்கான முழுப்பொறுப்பையும் ஏற்றுக்கொள்கிறவராகத் தி.ஜா.வைக் காண்கிறார் ஷஹிதா.

மனத்தின் உள்ளிருளைத் துலக்குவதாகக் குழந்தையின் தரப்பு மீது செலுத்தப்பட்ட ஒரு வன்முறையாகப் பிரவீன் பஃறுளி காணும் 'அவலும் உமியும்' புனைவைக் கடவுளையே சரணடைகின்ற கீழை மனத்தின் சாட்சியமாகப் பார்க்கின்றார் ஸ்ரீநேசன். தி.ஜா.வின் எழுத்தை, 'சஜஸ்டிவானது' என்கிறார் ரமேஷ் வைத்யா. ஆவணப்படக் காட்சிகளாகத் தி.ஜா.வின் கதைகளை அவதானிக்கும் சரஸ்வதி காயத்ரி, அதனாலேயே நம்பகத்தன்மையுள்ளது தி.ஜா.வின் புனைவுலகம் என்றும் அதை உறுதிப்படுத்துகிறார். வித்தியாசமானவர்களை வெளிச்சத்திற்குக் கொண்டுவருவதைத் தம் நோக்கமாகக் கொண்டவர் தி.ஜா. என்கின்றார் இந்துசெல்லா. தி.ஜா.வின் கதைகளில், பெண் தன்மை கொண்ட ஆண்களும், அசாத்தியத் திறமையும் சிறந்த அழகும் கொண்ட பெண்களும் இடம்பெறுதல் வாடிக்கை என்கின்றார் அமரந்தா. அன்றாடப் பழக்கவழக்கம், எப்படி அதிகாரமாகவும், சாதியைத் தக்கவைக்கும் கருவியாகவும், பிற சாதியாரிடமிருந்து தம்மை வேறுபடுத்திக் காட்டும் ஒரு தன்மையாகவும் இருக்கிறது என்பதைச் 'சிவஞானத்தில்' நுட்பமாகத் தி.ஜா. எடுத்துரைப்பதாகத் த.ராஜன் கருதுகிறார். தொடக்கத்திலிருந்து முடிவு வரையிலும் கீழே வைக்கவே விடாமல் படிக்க வைத்தாலும், சிக்கல்களின் அடியாழத்துக்குப் போய்த் தீர்வுரைக்க முனையாதவராகத் தி.ஜா.வைக் கமலா கிருஷ்ணமூர்த்தி கடிந்துகொள்கிறார். ஒரு மாபெரும் காவியத்தின் விதைகள் நிறைந்த எழுத்து என்கிறார் கமலதேவி. வாழ்வின் சிறு அசைவையும் அதீத நுண்ணுணர்வுடன் கண்டு லயித்ததன் வெளிப்பாடாகத் தி.ஜானகிராமனின் எழுத்துகளை வாசிக்கும் ந.கவிதா, விடுதலைக்கும் சாந்திக்குமான ஒரு சாதனமாகக் கலையைத் தி.ஜா. மீட்டுவதாகவும் கருத்துரைக்கின்றார். தன் விமர்சனப்பார்வையைத் தொலைத்துவிடாமல், நுட்பமான பண்பாட்டுத்தளத்தில் நகரும் ஓர் எழுத்து தி.ஜா.வினுடையது என்கிறார் தங்க.ஜெயராமன்.

காட்சி வர்ணனைகளை விடவும் கதாபாத்திரங்களின் மன ஓட்டங்களுக்கே முக்கியத்துவும் கொடுக்கக்கூடியவர் தி.ஜானகிராமன் என்கின்றார் அரிசங்கர். வேறு உலகுக்கு அழைத்துச்சென்று, வாசகர்களின் இலக்கிய அனுபவத்தை விரித்தெடுப்பது தி.ஜா.வின் எழுத்து என்கிறார் செல்வ.புவியரசன். சமவெளியில் சத்தமின்றி நகர்ந்து கடல்புகும் காவிரியைப்போல, மனிதர்களின் அந்தரங்கப் பேச்சுகளால் நகர்ந்து முடியும் தன்மை கொண்டவை தி.ஜா.வின் சிறுகதைகள் என்கின்றார் மு.ரமேஷ். தனிமனித உறவுகளின் மேன்மையிலிருந்தே சமூக உறவுகளின் மேன்மை சாத்தியப்படும் என்பதைத் தம் சிறுகதைகளில் தி.ஜானகிராமன் வலியுறுத்துவதாகச் சைலபதி கருத்துரைக்கின்றார். மனித மனத்தின் சொல்லித் தீராத விநோதங்களைக் கதைகளாகப் புனைந்தவர் தி.ஜா. என்கின்றார் லதா அருணாச்சலம். வெவ்வேறு வாசகர்கள் சிலாகிக்கும் வெவ்வேறு கதாபாத்திரங்களைத் தம் ஒவ்வொரு கதையிலும் உருவாக்கியவர் தி.ஜானகிராமன் என்கிறார் தென்றல் சிவக்குமார். சொந்தச் சாதியினரின் குற்றங்குறைகளைச் சுட்டிக்காட்டத் தயங்காத தி.ஜா.வின் முற்போக்கு மனத்தைப் பாலசித்திரன் கவனப்படுத்துகிறார். தம் நாவல்களைப் போலவே, திரைப்பட வசனத்திலும்கூடத் தனித்தடம் பதித்தவராகவே தி.ஜா.வைக் காண்கிறார் அகத்தியன்.

சிறுசம்பவங்களினூடே பெரும் அகப்புயலைத் தீட்டும் ஒரு கலைஞராகத் தி.ஜா.வைப் பத்மஜா நாராயணன் தரிசிக்கின்றார். பேரனுபவங்களை, வார்த்தைகளிலேயே நிகழ்த்திவிடுகிற ஒரு மாயவித்தகராகவே தி.ஜா.வைக் கண்டடைகிறார் கார்த்திக் பாலசுப்பிரமணியன். 'மினிமலிசம்' எனப்படும் சுருங்கக் கூறி விளங்க வைக்கும் பாணியைக் கடைப்பிடித்துக் கதையெழுதியவர் தி.ஜா. என்கிறார் ரெபெல் ரவி.

ஆண்களைவிடப் பெண்களைப் பிராக்டிகலானவர்களாக உணரச் செய்யும் நுண்வாசிப்பைத் தி.ஜா.வின் கதைகளிலிருந்து ம.தேவியும் பலராமனும் அடையாளப்படுத்துகின்றனர். ஆண்களின் அகந்தை எவ்வளவு ஆபத்தானது என்பதைத் துல்லியமாகச் சொல்லும் ஓர் எழுத்து தி.ஜா.வின் எழுத்து என்கிறார் பிருந்தா சீனிவாசன். எதிராளி மீது வலி தெரியாமல் கத்தியைப் பிரயோகிப்பவர் தி.ஜா. என்கிறார் கடற்கரய் மத்தவிலாச அங்கதம். சில புதிய மாற்றங்களைத் திறந்த மனதுடன் வரவேற்பவராகத் தி.ஜானகிராமனைக் க.பலராமன் மதிப்பிடுகிறார். எழுத்தின் மூலம் காட்சிகளை உருவாக்குவதில் மிகச்சிறந்தவர் தி.ஜானகிராமன் என்கிறார் ஞான.ராஜசேகரன். புரிந்துகொள்வதற்குக் கடினமான கருத்துகளைக்கூடக் குழப்பமற்ற தெளிந்த நடையில் வெளிக்கொண்டு வந்துவிடுகிறார் தி.ஜானகிராமன் என்கிறார் ஜெ.பத்மநாபன். மனித மனத்தின் மேன்மையைத் தக்கவைத்துக்கொள்ளும் ஒரு சவாலைத் தமது புனைவுகளில் பரீட்சித்துப் பார்த்தவராகத் தி.ஜா.வைச் சீதாபதி ரகு காண்கிறார். ஒரு முன்னோடியாகச் சரியாகவே தி.ஜா. செயல்பட்டுள்ளதாகக் கருதுகின்றார் சைபர்சிம்மன். உயிரை அறுக்கும் உரையாடல் கலைஞன் தி.ஜா. என்கின்றார் சுந்தரபுத்தன். குழந்தைகளைப் பொருட்படுத்தி அணுகும் ஒரு தனித்துவமான எழுத்தாகத் தி.ஜா.வின் எழுத்தை இனம் காண்கிறார் பி.எழிலரசி. விசேஷச் சொல்லமைவுகளும் வாக்கிய அமைப்புகளும் கைவரப்பெற்ற ஒரு புனைகதையாளராகத் தி.ஜா.வைத் தடமறிகிறார் அசதா. பெண்களின் அகச்சுழற்சியைத் தனித்துவத்துடன் எழுதிப் புத்தம் புதிய வாசிப்பனுபவத்தை உருவாக்கியவராகத் தி.ஜா.வை வியக்கிறார் இரவி.

'அன்னை' நாவலைப் பற்றிய தம் கட்டுரையில், பேர்லாகர் க்விஸ்ட்டினைத் தமிழுக்குக் கொண்டுவருமிடத்தும் தடையற்றுப் பாயும் தி.ஜா.வின் இயல்பான புனைவுமொழியை வியக்கும் அசதா, ஒரு குறிப்பிட்ட இடத்தில் மட்டும் திகைப்பூண்டை மிதித்தாற்போல் (தி.ஜா.வின் ஒரு பிரயோகத்தைக் கடன்வாங்கிக் கையாள்கிறேன்) அதிர்ந்துபோய் நிற்கின்றார். "இந்நாவலின் ஒரு வரியை மட்டும் மொழிபெயர்க்கையில், தி.ஜானகிராமனின் மனதில் என்ன தோன்றி இருக்கும் என்பதைக் கற்பனை செய்து பார்ப்பது ரசமானது. "சங்கீதத்தைப்போல மோசமானது வேறு எதுவும் இல்லை" என்பதுதான், அந்த ஒரு வரி! ஓர் இசைக் கச்சேரியின்போது, பிக்கோலைனது மனதில் தோன்றும் எண்ணம் இது. துணுக்குற்றவராய், 'அடப்பாவி' என்று சிரித்துவிட்டு, அடுத்த வரிக்குப் போயிருப்பாரோ?" என்கிறார் அசதா. அவர் ஆச்சர்யப்படக்கூடும். இதற்கும் தி.ஜா.விடம் தகுந்த பதில் இருக்கிறதே! "பாட்டுப் பாடறவனுக்குப் போட்டியா, இப்படி ஒருத்தனைப் படைத்திருக்கானே என்று, தெய்வக் குறும்பை நினைத்துச் சிரிக்கிற

சிரிப்பு. உண்மைதான். சங்கீதம் எத்தனை அதிசயமோ, அப்படியே அதை அலட்சியம் பண்ணுகிறதும் அதிசயம்தானே" (மலர்மஞ்சம்) என்கிறார் ஜானகி. எதைத்தான் தி.ஜா., வியப்பாகப் பார்க்கவில்லை? உலகமே பெருவியப்புதான் அவருக்கு; அதைவிடவும் ஒரு பெரிய வியப்பு, மனிதன்! இந்த வியப்பைத்தான், அலுக்காமலும் சலிக்காமலும், களிப்புடனும் கனிவுடனும் விடாமல் தி.ஜா. எழுதிக்கொண்டேயிருந்தார். தி.ஜா.வின் எழுத்தைப் பல கோணங்களிலிருந்தும் நுணுகியணுகும் 102 கட்டுரைகள், தி.ஜா.வின் நினைவைப் போற்றும்வகையில், இந்தப் பெருநூலில் தொகுக்கப்பட்டுள்ளன. இவற்றைக் குறித்து, "இந்த உலகத்தில்தான் எத்தனை பரிபாஷைகள்! எத்தனை சங்கேதங்கள்!" (அன்பே ஆரமுதே) எனச் சில சொற்களைக் கூறத் தோன்றுகிறது எனக்கு.

4

> **நான் என்னத்தைச் சொல்லப் போகிறேன்! நான் செல்லப்பிள்ளை. உலகம் தெரியாதவன். இரண்டு பேர் சொல்லுகிறதிலும் நியாயம் இருக்கிறது என்று தொல்லறிவாளர் கையாளும் நடுநிலையைத் தழுவிக்கொண்டேன். பரம்பொருள் ஒன்றில்தான் உண்மை என்பது இருக்கிறது. அதைத் தவிர மீதியெல்லாம் துவைதம்தான். இரண்டுதான். இரண்டு மட்டுமில்லை. இரண்டும் சரி, இரண்டும் நியாயம்! பாவத்தைப்போல் புண்ணியமும் தீயது. இல்லாவிட்டால் 'பாவ புண்ணியங்களிலிருந்து என்னை விடுவி' என்று ஏன் தொண்டர்கள் அழவேண்டும்?**
>
> (கமலம்)

இப்பெருந்தொகுதியில், தம்முள்ளே முரண்படுகின்ற பல்வேறு கருத்தியல் தரப்பினரும், தத்தம் பங்களிப்பைச் சிறப்பாகச் செய்துள்ளனர். 'ஜானகிராமன்' பற்றிய புதிய பல நுண்மையான புரிதல்களுக்கு, 'ஜானகிராமம்' என்ற இந்த நூல் பெரிதும் உதவும் என்று கருதுகிறேன். இளந்தலைமுறையினர் தி.ஜானகிராமனைப் பற்றி அறிந்துகொள்வதற்கும், அவருடைய படைப்புகளில் ஆழ்ந்து தம்மை ஈடுபடுத்திக்கொள்வதற்கும் ஒரு மிக எளிய கையேடாக இந்தப் பெருந்தொகுதி பயன்படுமென்றும் உறுதியாக நம்புகிறேன். இந்த முன்னுரையை எழுதத் தொடங்கியபோது, இது இவ்வளவு பக்கங்களுக்கு நீண்டுசென்றுவிடும் என்று உண்மையாகவே நான் எதிர்பார்த்திருக்கவில்லை. எது நடந்தாலும், எதிர்பார்த்தபடி எதுவும் நடைபெறுவதேயில்லை. எதிர்பாராமை என்பதுதான், இங்குப் புனைவாகவும் மானுட வாழ்வாகவுமே இருக்கிறது. இந்தத் தொகுப்புக்கான முதற்கட்ட வேலையைத் தொடங்கிவிட்டு, "உடைத்தம்வலி அறியார், ஊக்கத்தின் ஊக்கி, இடைக்கண் முரிந்தார் பலர்" (குறள்: 473) என்பதற்குத் தக்கதோர் உதாரணமாகிக் கொண்டிருந்தவனைக் கைப்பேசியில் அவ்வப்போது அழைத்து, மனந்தளரவிடாமல் தாங்கிப்பிடித்தவர் நண்பர் பெருமாள்முருகன். தி.ஜானகிராமனின் மகள் உமாசங்கரியின் அன்பும் பெரிது. எவ்வகையிலும், தம் பெயர் சுட்டப்படுவதைச் சிறிதும் அனுமதிக்க விரும்பாத 'நம்ம நாட்டுப் பழைய தத்துவமெல்லாம் உடம்பெடுத்து வந்தாற்போலிருக்கும்' ஒரு பேரிதயத்திற்கும் தலைவணங்குகிறேன்.

இந்தப் பெருந்தொகுதியை, மனமுவந்து வெளியிடும் 'காலச்சுவடு' கண்ணனின் இந்தப் பணியைத் 'தி.ஜா.வின் வாசகர்கள்' என்றுமே

மறந்துவிட மாட்டார்கள். இறுதியாக, 'ஜானகிராமத்திற்காக'க் கட்டுரைகள் கேட்டபோது, மறுப்பின்றி இசைந்து, தம் விமர்சன ஆக்கங்களை எனக்குக் காலந்தாழ்த்தாது அனுப்பி வைத்து உதவிய ஒவ்வொரு நல்லிதயத்திற்கும், எண்சாண் உடம்பும் நிலம்பட, என் மனங்கனிந்த நன்றியைத் தெரிவித்துக்கொள்கிறேன். குறிப்பாக, நான்கே நாளில், வி.எஸ்.அனில்குமாரின் மலையாளக் கட்டுரையைச் சிறப்பாகத் தமிழில் மொழியாக்கம் செய்தளித்த குளச்சல் யூசுஃப்க்கும் (திருடன் மணியன்பிள்ளை), பின்னட்டை ஓவியம் வரைந்த எழுத்தாளர் பேராசிரியர் கமலக்கண்ணனுக்கும் (ஆல்பர்ட் ஹிட்ச்காக்), இந்நூலட்டையைச் சிறப்பாக வடிவமைத்துத் தந்த பா. கலா முருகனுக்கும், ஸ்டெனோலினுக்கும், நண்பர் ப.சரவணனுக்கும் பெரிதும் கடன்பட்டுள்ளேன். ஜானகி, உயிரோடு இருந்தபோது, அந்தப் பெருங்கலைஞரைத் தரிசித்திராத இந்த வீணன் (தி.ஜா. இறந்தபோது, நான் சிறுவன்!), இந்நூலின் கட்டுரையாளர்களான ஸஹ்ருதயர்களையும், முகந்தெரியாத வாசகர்களையும் இந்நூல்வழி ஒருசேர வணங்கித் தி.ஜா.வைக் காணாத அந்த என் அபாக்கியத்தைத் தி.ஜா.வின் வாசகர்கள் சீர்பரவும் நற்பேறாக மடைதிருப்பிக்கொள்கிறேன்.

குன்று முட்டிய குருவியாய், தி.ஜானகிராமனைத் தாண்ட முடியாமல், முப்பத்து மூன்று வருடங்களுக்கும் மேலாய்த் தொடர்ந்து, அவரைத் தினமும் ஒரு பத்தியாவது பாராயண ஜபம்போல் வாசித்துக் கொண்டேயிருக்கிறேன். "வேப்பமரக் கிளைகளின் இடையில், நான் ஒரு சூரிய ரேகை" என்பார் ஆத்மாநாம். இத்தகைய சூரிய ரேகை மின்னும் ஒரு வேப்பமரக் கிளையாகவே, நான் தி.ஜானகிராமனைக் காண்கிறேன். முதலையின் விடாத வாய்ப் பிடியிலிருந்து *(in the jaws of the crocodile)* கஜேந்திர யானையாழ்வானைப் பாதுகாப்பதற்காகப் 'பெரும் பறவையேறு பரம புருடன்' (பெரியாழ்வார்!), அவசரத்தில் பதறித் தன் தோளின்மேல் கருடாழ்வானைத் தூக்கிப் போட்டுக்கொண்டு பறந்துவந்த அந்த அதிவேகத்தைச் சொந்தக் கற்பனையாகச் சித்திரம் தீட்டிய ஆமருவிபோல் (உயிர்த்தேன்), கொரோனா காலத்து அநிச்சயத்திற்கு அஞ்சி, இப்போதும் விட்டுவிட்டால் பின்னெப்போதுமே இயலாதென்று, அணிவகுத்து வரப்போகும் ஆயிரமாயிரம் விமர்சனங்களுக்கிடையில் அப்போதைக்கு இப்போதே நடுநடுங்கி, தி.ஜா.வின் நூற்றாண்டு முடியுமுன் *(28.06.2021)*, ஓராண்டுக்கும் மேலான நிலைகொள்ளாமையின் காத்திருப்புப் படபடப்போடும் பரபரப்போடும் வேகவேகமாய் அல்லது மெதுமெதுவாய்த் தடுதடுக்கிப் பூவைக்குமிடத்தில் சொல்வைத்துத் தி.ஜானகிராமத்தைக் கொண்டுவருகிறேன்.

5

மனிதர்களுக்கு உதவுகிறது உண்டு. சகஜம். அதற்காக அவர்கள், தினமும் வந்து, சலாம் போட்டுவிட்டுப் போக வேண்டும் என்று, நான் சொல்ல வரவில்லை இப்ப. வாசற்படி இல்லாவிட்டால், வீட்டுக்குள் ஏறி வர முடியாது என்று நமக்குத் தெரியும். அதற்காகத் தினமும், 'உன்னாலேதான் வீட்டுக்குள்ளே வர முடிகிறது' என்று, அந்த வாசற்படியை விழுந்தா கும்பிடுகிறோம்?

(அன்பே ஆரமுதே)

இந்நூலின் ஒவ்வொரு கட்டுரையையும், சொல்சொல்லாகக் கூர்ந்து வாசித்துள்ளேன். மெய்ப்பும் பார்த்துள்ளேன். இக்கட்டுரையாளர்களின் மொழிநடையிலோ கருத்துச் சுதந்திரத்திலோ தலையிடாமல், பொருட் தெளிவைக் கருதியும் சொற்செறிவை நோக்கியும், நுண்ணிய மிகச் சிறிய ஓரிரு திருத்தங்களை மட்டும் உரிய சில இடங்களில் செய்துள்ளேன்.

இலையும் கிளையும் முள்ளும் மலரும் காயும் கனியுமாய் வேர்பிடித்து விழுதுவிட்டுக் கையும் காலும் கண்ணும் வாயுமாய் முளைவிடும் உணர்வு ஸ்வரங்கள்; கண்மூடிக் கிடக்கும் தொட்டாற்சிணுங்கா மழைக்காடு – தி.ஜானகிராமனின் புனைவுலகம். கதைச்சுவையோ கதாபாத்திரங்களோ சம்பவங்களோ உரையாடலோ தத்துவமோ தீர்ப்பிடுதலோ மண்வாசமோ வெறும் ஜிலுஜிலுப்போ இல்லை – அலைமோதும் மெய்ம்மைகளின் கனல் துடிக்கும் மோனம்தான் தி.ஜானகிராமன். நூற்றாண்டு காணும் தி.ஜா. *(1921–2021)* பற்றிய 102 விமர்சனக் கட்டுரைகளின் பெருந்தொகுதியே – காவேரிக்குள் இறங்கிவிட்டுக் கரையேற முடியாத மூச்சுமுட்டலே – இந்த 'ஜானகிராமம்'! சுழன்றடிக்கும் சொல் வெள்ளத்தில் . . . காலத்தை மீறும் கலைஞனின் காலாதீதம்!

ஒரே ஓர் அரை நொடியே, என் அகம் அதிர்கின்றது. இக்கட்டுரைகளை எல்லாம் தி.ஜானகிராமன் வாசித்திருந்தால், அவர் எவ்வளவு மகிழ்ச்சியடைந்திருப்பார்! அப்படியும்கூட நாம் சொல்லிவிடுவதற்கில்லை. "கரப்பான் பூச்சிகள், ஏன் அறுபது நாள் விழா கொண்டாடவில்லை? ஈசல், ஏன் அறுபது நிமிஷ விழா கொண்டாடவில்லை? ஏன் இப்படி மனிதர்கள், அறுபது அறுபது என்று பறக்கிறார்கள்? இனிமேல் பெண்டாட்டியோடு தனியாகப் படுப்பதில்லை என்று உலகத்திற்குச் சொல்வதற்காகவா?" (செம்பருத்தி) எனப் பட்டவர்த்தனமாய்க் கேட்கக் கூடியவர், இந்நூற்றாண்டு விழாவுக்கெல்லாம் மயங்கிவிடுவாரா என்ன? ஏதோ இது, நம் ஆசை பற்றிய ஒரு நன்றிக் கடனே என்பதன்றிப் பிறிதில்லை. "வால்மீகியே ஒண்ணுமில்லை. அப்ப ஜானகிராமன், என்ன பெரிய 'இது'ன்னு" (யாத்ரா: 40 & 41), தஞ்சை பிரகாஷிடம், தம்மையே கலாட்டா பண்ணிக் கொண்டவர்தானே அவர்? "நிறைமொழி மாந்தர் பெருமை, நிலத்து மறைமொழி காட்டி விடும்" (குறள்:28) என்பதும்கூட, இதுதானோ!.

6

சப்தங்களைக் கேட்டுப் பைத்தியம் பிடித்துவிடும் போலிருக்கிறது. ஓட்டு வீடாம். இப்படித்தான் சப்தம் கேட்குமாம். மாடியில் துணி துவைக்கிற சப்தம், இடி அடியாகக் காதைத் துளைக்கிறது. அதுவும், தினமும் எத்தனை துணிகள்! ஒரு கழுதைப் பொதி! கீழே மனைவி தோய்க்கிற ஓசை. குழந்தைகள் என்கிற ராட்சசர்கள் விளையாடுகிற சப்தம். கூச்சல். உரலில் இடிக்கிற ஓசை. தெருவில் சண்டைகள். கார்கள். பசி பசி என்று கோடை இடியாக முழங்கும் பிச்சைக்காரர்கள். தாயே! விஞ்ஞான வகுப்பில் சொல்லிக் கொடுத்தார்களே, 'வாக்குவம்' என்று! அந்த மாதிரி ஓசை கேட்காத சூன்யப் பிரதேசம், உன் படைப்பில் இருக்கிறதா? இருந்தால், அங்கு என்னைக் கொண்டு விட்டுவிடு. ஒரு ஜன்மமாவது அப்படி வாழவேண்டும். மனுஷப் பிறப்புதான் வேண்டும்

என்பதில்லை. பூச்சி, புழு, கிருமி, கல், உலோகம் எதுவானாலும் பாதகமில்லை. நிசப்தம் இருந்தால் போதும்.

(குளிர்!)

எட்டாம் நூற்றாண்டுக் குலசேகராழ்வார், திருவேங்கடச் சுனையில், 'மீனாய்ப் பிறக்கும் விதி'யை வரமாய்க் கேட்டார். அவருக்கு ஆயிரத்து இருநூறு வருஷம் பிற்பட்டவராயினும், தி.ஜா.வும், சூன்யப் பிரதேசத்தையும் நிசப்தத்தையும் அஃறிணைப் பிறப்பையுமே விரும்புகிறார். இது கதைசொல்லிப் பேச்சில்லையா? எனச் சிலர் வம்புக்கும் வரக்கூடும். அவர்களின் கேள்வியில் உண்மையுண்டு என்பதை நான் மறுக்கவில்லை. எனினும், குறிப்பிட்ட சில சூழல்களில், பாஞ்சாலி சபதத்தில் பாரதிபோல், தி.ஜா.வும் தான் கலந்தெழுதுவதாகக் கருதுகிறேன். எல்லாவிடங்களிலும் பாத்திரக் கூற்றாகத் தி.ஜா.வே ஒலிக்கிறார் என்று கூறுவது, சரியே கிடையாது. ஆனால், குறிப்பிட்ட சில இடங்களில் வரும் சில பாத்திரக் கூற்றுகளில் தி.ஜா.வும் 'தான் கலந்திருக்கிறார்' என்று கூறுவதும் தவறு இல்லை என்பதுதான் என் வாதம். அதிலும், எதிர்மறைப் பாத்திரக் கூற்றுகளைக் கொண்டே அவர் கடுமையாக விமர்சிக்கப்படும்போது, நேர்நிலைப் பாத்திரக் கூற்றுகளை அவருக்கு ஆதரவாகத் திருப்ப முடியும் என்ற எளியதோர் எதிர்வினையே இது. ஐயோ! அறியாமையில் உழல்கின்றவனை மன்னித்துவிடுங்கள். பிறவாமையைத் தி.ஜா. கேட்கவில்லை; பூச்சி, புழு, கிருமி, கல், உலோகத்துடன், மனுஷப் பிறப்பையும் மனங்கொண்டே அவர், எதுவானாலும் பாதகமில்லை – ஆனால், பிறப்பே வேண்டும் என்கின்றாரோ! இத்தகைய 'வாழ்க்கை விருப்ப' நோக்கே, தி.ஜானகிராமனை நித்தியராக்குகிறது.

விளக்கின் ஒளியை விழுங்கிய மின்னல் தி.ஜானகிராமன்; கிணற்று நீரைக் கொண்டுபோன வெள்ளமே அவர்! (அதிர்வு). "கருடன் எவ்வளவு உயரப் பறந்தாலும் மண்ணுக்கு வந்தால்தான் களைப்புத் தீரும். நேரம் போதில்லாமல், மனம் உயரவே பறந்தால், உடல் என் பங்கு என்ன என்று அதேயளவுக்குக் கீழே போகும்" (யதுநாத்தின் குருபக்தி) என்ற மெய்ஞ்ஞானத்தின் உடன்விளைவாகவே, "மனிதனுக்கு அற்பத்தனம் வர, நேரம், போது ஏது?" (கோதாவரிக் குண்டு) என்கிறார் ஜானகி. "இந்த உலகத்திலே, அன்பு இருக்கிறதே அன்பு, அது இறங்குமுகமாகப் போகும், பக்கவாட்டிலே போகும், மேல்நோக்கிப் போகாது . . . இரண்டு தலைமுறை சேருவதில்லை. அடிப்படையாக நான் சொல்கிற இறங்குமுகந்தான் சரி" (காட்டுவாசம்) என்பவரின் அடிநாதமாகத் திரளும் அந்தச் சாரம்தான் யாது? "உயிர் வாழ்வது எவ்வளவு சுலபமான காரியம்! அர்த்தம் தேடுவது எவ்வளவு முட்டாள்தனம்!" (அர்த்தம்) என்றெழுதினாலும், சுலபமானதை விடுத்து அர்த்தம் தேடுவதையே தம் புனைவில் அவர் செய்துகொண்டிருந்தார். அதனாலேயே ஜானகி, நமது நவீனத் தமிழிலக்கியத்தின் மாபெரும் கலைஞராகிறார்.

அண்ணாநகர்
04.04.2021

கல்யாணராமன்

1

அமிர்தமும் விஷமும்

பெருமாள்முருகன்

தமிழ் யாப்பிலக்கணத்தில் செய்யுள் உறுப்புக்களில் ஒன்றாகக் கூறப்படுவது தொடை. தொடை எட்டு வகைப்படும். மோனை, எதுகை, முரண், இயைபு, அளபெடை, அந்தாதி, இரட்டை, செந்தொடை ஆகியன அவை. செய்யுளில் இடம்பெறும் எழுத்து, சொல் ஆகியவை அழகுறக் கட்டப்படுதலை வகைப்படுத்தித் தொடை என்னும் உறுப்பு விளக்கப்பட்டுள்ளது. இதன் வகைகளுள் சற்றே வேறுபட்டது 'முரண்.' முரண் தொடை எழுத்து சார்ந்ததல்ல. சொல், பொருள் ஆகியவற்றின் அடிப்படையில் முரண் தொடை விளக்கப்படுகின்றது. முரண் பற்றிய தொல்காப்பியச் செய்யுளியல் நூற்பா: மொழியினும் பொருளினும் முரணுதல் முரணே. (செய்யுளியல், நூற்பா: 91). இந்த ஓரடி நூற்பாவை உரையாசிரியர்கள் விரித்தும் வகுத்தும் பலவித விளக்கங்கள் கொடுத்துள்ளனர். 'மொழி' என்று நூற்பாவில் குறிப்பிடப் படுவது 'சொல்' ஆகும். அதைப் பொருள்கொள்வதில் பிரச்சினையில்லை.'பொருள்' என்பதைப் அர்த்தப்படுத்துவதில் இரு கருத்துகள் உள்ளன. இளம்பூரணர் சுருக்கமாகவே இதை விளக்குகிறார். 'பொருள்' என்பதை அவர் *object* எனக் கொண்டதுபோலத் தெரிகிறது. 'அர்த்தம்' என்பதையும் அவர் குறித்திருக்கலாம்; ஆனால் தெளிவாகவில்லை. பின்னர் வந்த உரையாசிரியர்கள் இரண்டையும் கொண்டுள்ளனர் எனத் தெரிகிறது. ஆனால், வகைப்படுத்தும்போது நூற்பாவை ஒட்டி இளம்பூரணர் சொல்முரண், பொருள்முரண் என்னும் இரண்டு வகையை மட்டும் குறிப்பிடுகின்றார்.

பிந்தைய உரையாசிரியர்கள் ஐவகையாக்கிச் சொல்லும் சொல்லும் முரணுதல், பொருளும் பொருளும் முரணுதல், சொல்லும் பொருளும் சொல்லொடு முரணுதல், சொல்லும் பொருளும் பொருளொடு முரணுதல், சொல்லும் பொருளும் சொல்லொடும் பொருளொடும் முரணுதல் என

விரித்துள்ளனர். இந்த வகைகளை நுட்பமாக்கிப் பிரித்துக் காண்பது பெரும் சிரமம். அதனால் இலக்கியத்தைப் புரிந்துகொள்ளும் நுட்பம் கூடவுமில்லை. தம் புலமைத்திறத்தைக் காட்டுவதுதான் இத்தகைய வகைக்குள் வகையெனப் பிரித்துச் செல்வதன் நோக்கமாக உள்ளது. தொல்காப்பிய நூற்பாவை அப்படியே எடுத்தாளும் யாப்பருங்கலம் நூலின் விருத்தியுரையாசிரியர் சொல் முரண், பொருள் முரண், சொற்பொருள் முரண் என மூவகையாகக் கொள்கின்றார். நூற்பாவில் தெளிவாகச் சொல், பொருள் என இரண்டாகப் பிரித்துக் கொடுத்துள்ளார் தொல்காப்பியர். ஆகவே, அதையே அடிப்படையாகக் கொண்டு விளக்கம் பெறுவது எளிதாகவும் போதுமானதாகவும் உள்ளது. வகைகளைப் பற்றிக் கவலைப்படாமல் சொல்லாலோ பொருளாலோ சொல், பொருள் இரண்டாலுமோ மாறுபடுவது முரண் என்று புரிந்துகொள்வது பொருத்தம். வகைப்படுத்தியே ஆக வேண்டும் என்றால் மூவகையாகக் கொள்ளும் யாப்பருங்கல விருத்தியுரையே சரியாகத் தோன்றுகின்றது. சொற்கள் மட்டும் முரண்பட்டுப் பொருள் முரண்பாடு இல்லாமலிருப்பின் அது சொல் முரண் ஆகும். ‘காலையில் புறப்பட்டுப் போய் மாலை வாங்கி வா’ என்றால் சொல் முரண் ஆகும். காலை, மாலை எனச் சொற்கள் முரண்படுகின்றன. ஆனால் காலை என்பது பொழுதையும் மாலை என்பது பூவையும் குறிப்பதால் பொருள் முரண்படவில்லை. ‘காலையில் புறப்பட்டுப்போய்ப் பொழுது சாய்வதற்குள் வந்துவிடு’ என்றால் பொருள் முரண் எனக் கொள்ளலாம். இங்கே சொல்லில் முரண் இல்லை; ஆனால் பொருளில் முரண் வருகிறது. இதுவே ‘காலையில் புறப்பட்டுப்போய் மாலையில் வந்துவிடு’ என்றால் சொல்லாலும் பொருளாலும் முரண் உருவாகிறது. இதைச் சொற்பொருள் முரண் என்று சொல்லலாம்.

எழுத்து, சொல் ஆகியவற்றை மட்டும் கொள்ளாமல் பொருளையும் கணக்கிலெடுத்துக் கொள்வதால் முரண் என்பதை ஓர் இலக்கியக் கோட்பாடாக வளர்த்தெடுக்க முடியும். பொருளையும் குறிப்பதால் இது செய்யுளை அழகுபடுத்துதல் என்னும் வரையறையோடு முடிந்துவிடாமல் அதைக் கடந்த ஓர் இலக்கியக் கோட்பாடாக வடிவம் பெறத்தக்க கூறுகளைக் கொண்டுள்ளது. செய்யுள் இலக்கியத்திற்கு மட்டுமல்லாமல் உரைநடை சார்ந்த புனைவிலக்கியத்திற்கும் இக்கோட்பாட்டை விரிவாக்கிப் பயன் கொள்ள இயலும். நவீன இலக்கியத்திற்கு இக்கோட்பாட்டைச் சொல் முரண், பொருள் முரண், சொற் பொருள் முரண் என்னும் மூவகையிலும் பயன்படுத்த முனைகிறேன். இது ஒரு பரீட்சார்த்த முயற்சிதான். உரையாடலிலோ ஆசிரியர் கூற்றிலோ உருவாகும் நேரடி முரணைச் சொல் முரண் எனலாம். தலைப்பு, வருணனை, சம்பவம், உரையாடல், ஆசிரியர் கூற்று எனப் பல நிலைகளில் சொல் முரண் கதைகளில் உருவாகும். கதையின் உரிப்பொருளில் (கரு) தோன்றும் முரணைப் பொருள் முரண் என்று சொல்லலாம். பொருள் முரணை வெளிப்படுத்துவதுதான் கதையின் நோக்கமாக இருக்கும். கதையின் முடிவில் பொருள் முரணை வாசகர் உணர்ந்துகொள்ள முடியும். பொருள் முரணை ஆசிரியர் சொற்களால் வெளிப்படுத்த வேண்டியதில்லை. அதை உணரும்படி விட்டுவிட்டால் போதுமானது. உரிப்பொருள் முரண் உணர்த்தப்பட்ட பின்னும் அதுவே

சொற்களிலும் வெளிப்பட்டிருந்தால் அதைச் சொற்பொருள் முரண் எனக் கருதலாம். இதை எளிமைப்படுத்திச் சொன்னால் கதையின் பொருள் முரணை வெளிப்படையாக எழுத்தாளரே தம் வரிகளில் எடுத்துச் சொல்வது எனலாம். இவ்வாறு முரண்களை நவீன இலக்கியத்திற்குப் பயன்படுத்துவதைச் சோதனை முயற்சியாகச் செய்துபார்த்திருக்கிறேன். தி.ஜானகிராமனுக்கும் அச்சோதனையை நீட்டிக்கிறேன்.

○○○

தி.ஜானகிராமன் எழுதிய முதல் நாவல் 'அமிர்தம்.' கு.ப.ராஜகோபாலன் ஆசிரியராக இருந்த *கிராம ஊழியன்* இதழில் 1944இல் தொடராக வெளியாகிப் பின் 1945இல் நூலான நாவல் இது. நாவலின் மையப் பாத்திரத்தின் பெயர் அமிர்தம். அதையே தலைப்பாக்கியுள்ளார். அவரது நாவல்களில் இது ஒன்றே பாத்திரப்பெயரைத் தலைப்பாகக் கொண்டுள்ளது. 'கமலம்', 'சிவஞானம்' ஆகிய குறுநாவல்களும் 'அக்பர் சாஸ்திரி' என்னும் சிறுகதைத் தொகுப்பும் 'வடிவேல் வாத்தியார்' நாடகமும் பாத்திரப் பெயரையே நூல் தலைப்பாகக் கொண்டவை. 'நான்தான் ராமன் நாயர்', 'யதுநாத்தின் குருபக்தி' என்பனபோல மிகச்சில சிறுகதைத்தலைப்புகள் பாத்திரப்பெயரால் அமைந்திருக்கின்றன. பொதுவாகத் தி.ஜானகிராமனின் மையப் பாத்திரங்கள் ஆற்றலும் செயல்திறனும் கொண்டவை; வலுவானவை. எனினும், பாத்திரப்பெயரைப் பெரிதும் தலைப்பாக்கவில்லை. அவர் எழுத்தின் அளவைக் கணக்கில் கொள்ளும்போது மிகக் குறைவாகவே பாத்திரப்பெயரைத் தலைப்பாக்கியுள்ளார் என்பது தெரிகிறது. எழுத்தாளர்கள் இரண்டு காரணங்களால் பாத்திரப்பெயரைத் தலைப்பாக்குவர். மையப் பாத்திரத்தின் சிறப்பைக் கருதுதல் முதல் வகை. தம் படைப்புக்கு வேறு பொருத்தமான தலைப்பு அமையாதபோது எளிதென்று கருதிப் பாத்திரப்பெயரைத் தலைப்பாக்குதல் இரண்டாம்வகை. 'அமிர்தம்' நாவல், பாத்திரச் சிறப்பைக் கருதிக் கொடுத்த தலைப்புத்தான். மேலும், நாவலைப் படிக்கும்முன் 'அமிர்தம்' என்னும் தலைப்பு பாத்திரப்பெயராக அர்த்தம் ஆவதில்லை. பொதுத்தன்மையின் காரணமாகவும் இத்தலைப்பை அவர் கொடுத்திருக்கலாம். அமிர்தம் தேவபானம்; மூவா மருந்து; சாவை விரட்டும் சஞ்சீவி; கிடைத்தற்கரிய பொருள். இந்நாவலிலும் தாசிக்குலத்தில் பிறந்த அமிர்தத்தைத் தேவபானத்தின் தன்மைகளோடு உடன்பாடாகவும் எதிர்மறையாகவும் ஒப்பிட்டுக்கொள்ள முடியும். அமிர்தத்தின் பேரழகு கிடைத்தற்கரிய பொருளாகிறது. ஆசையைத் தூண்டித் தேவாசுரப் போருக்குக் காரணமானது அமிர்தம். அமிர்தம் எனும் பெயருடையவள், இந்நாவலின் மையச்சிக்கலாகிய போருக்குக் காரணம் ஆகிறாள். அமிர்தத்திற்கு எதிரான விஷமும் நாவலில் வருகிறது. பாற்கடலில் முதலில் விஷம் வந்தது; பிறகு அமிர்தம் வந்தது. நாவலில் முதலில் அமிர்தம்; கடைசியில் விஷம். அமிர்தத்தைப் பேசும்போது விஷமும் கூடவே வரத்தான் செய்யும். ஒன்றைவிட்டு மற்றொன்றைப் பேசமுடியாது. நாவலின் பொருள் முரண் இது. தேவதாசி முறையைத் தி.ஜானகிராமன் விஷம் என்றுதான் சொல்கிறார். அமிர்தம் எனப் பெயர் இருப்பினும், அவள் வாழும் சூழலை விஷம் என்றே கருதுகிறார்.

மலர், உலகம், மணி முதலிய சொற்களைப்போல 'அமிர்தம்' என்பதையும் மங்கலச் சொல்லாகக் கருதலாம். மங்கலச் சொல் ஒன்றையே தலைப்பாகக் கொண்டுள்ள இந்நூல், இப்படித் தொடங்குகிறது: 'அஸ்தமன வேளையில் கோயிலின் பெரிய மணி கம்பீரமாக முதல் காலத்தில் அடிக்க ஆரம்பித்தது.' இந்தத் தொடரின் முதற்சொல்லாகிய 'அஸ்தமன வேளை' அமங்கலச் சொல்லாகும். ஆனால் இந்தத் தொடர் அமங்கலமானது அல்ல. கோயில் மணி கம்பீரமாக அடிக்கும் ஆரம்பம் அமங்கலம் ஆகும் வாய்ப்பில்லை; அது மங்கலம். முதற்சொல் அமங்கலம்; அது இடம்பெறும் தொடர் பூரண மங்கலம். இத்தகைய உள்முரண்களைக் கையாள்வதில் தி.ஜானகிராமன் படைப்புக்கள் ஒன்றுக்கு ஒன்று போட்டி போடுபவை. 'அமிர்தம்' மிகச் சிறிய நூல். குறைவான பாத்திரங்கள். வீடு, கோயில் என எல்லைக்குட்பட்ட களங்கள். ஒரு சிறுகதைக்கான கருவை விரித்து எழுதப்பட்ட நாவல் என்றே சொல்லலாம். 1930, 40களில் தேவதாசி முறை ஒழிப்புக் குறித்த பேச்சும் விவாதமும் நடைபெற்றது. தேவதாசி ஒழிப்புச் சட்ட முன்வரைவு முன்மொழியப்பட்டிருந்தது. அம்முறையை ஒழிப்பதற்காகப் பல தரப்பினரும் பணியாற்றினர். 1940களில் வெளியான பெரும்பாலான திரைப்படங்களில் தாசிப் பாத்திரத்திற்கு மிகுந்த முக்கியத்துவம் இருந்தது. 1950களில் வெளியான படங்களில் 'தாசி' என்னும் முத்திரை குறைந்துவிட்டாலும், அப்பாத்திரத்தோடு இணைவைத்துப் பேசத்தக்க பாத்திரத்திற்கு இடம் இருந்தது. நவீன இலக்கியத்தில் தாசியருக்குப் பத்தொன்பதாம் நூற்றாண்டிலேயே இடம் கிடைத்தது. நடேச சாஸ்திரியாரின் 'கோமளம் குமரியானது' நாவல் தொடங்கி மூவாலூர் ராமாமிர்தத்தம்மாள் எழுதிய 'தாசிகளின் மோச வலை அல்லது மதி பெற்ற மைனர்' நாவல் வரைக்கும் தொடர்ச்சி உண்டு. அதன் பிறகு சில பத்தாண்டுகள் சிறுகதைகள், நாவல்களிலும் தாசியருக்கு ஓரிடம் இருக்கத்தான் செய்தது. அத்தகைய காலகட்டத்தில் எழுதப்பட்ட நாவல் இது.

சங்க காலப் பரத்தையரைக் காதற் பரத்தையர், இல் பரத்தையர் என இருவகையாகப் பகுப்பர். அதில் இல் பரத்தை என்னும் வகை, இந்நாவலில் 'குலத்தாசி' எனக் குறிப்பிடப்படுகிறது. குலத்தாசி மரபைச் சேர்ந்தவள் அமிர்தம். 'ஒரே மண்ணில் அது ஊமத்தஞ் செடியையும் மல்லிகைச் செடியையும் செழிக்க விடுகிறது' என்று இருவகைத் தாசியருக்கும் உள்ள வேறுபாட்டை எழுதுகிறார் தி.ஜா. சிவப்பு நிறமும் அழகும் வாய்ந்தவர்கள் குலத்தாசிகளாகப் பங்களாக்களில் வாழ்கிறார்கள். ஒவ்வொருவரிடமும் ஒவ்வொரு தினுசான அழகு. 'குலத்'தொழிலைக் கண்யமான முறையில் நடத்தும் உயர்ந்த' தாசிகள் இவர்கள். இன்னொரு வகை கருப்பு நிறமும் கோரமும் கொண்டு அனைவருக்குமான தாசியராக வீதிகளில் திரிகிறார்கள். 'மயிரைப் பழிக்கும் கருமேனியை மறைக்க முடியாமல் தலையில் பந்து பந்தாக வெள்ளைப்பூ, வெள்ளைப் புடவை, ரவிக்கை – இந்த மோக வெளிச்சத்தால் இருட்டில் தங்களை உலகிற்கு அறிமுகப்படுத்திக்கொண்டு வாசற்படியிலும் திண்ணையிலும் நிற்பவர்கள்.' குலத் தாசியர் 'கடுகளவு விஷம்தானே உண்கிறோம்' என்னும் பெருமை உடையவர்கள். 'பிடிப்பிடியாக விஷத்தை விழுங்கும் கும்பல்' பிற தாசியர். இரண்டு தெருக்களும் அருகருகில்தான் இருக்கின்றன. தாசியரில் இருக்கும்

இந்த முரணையும் தாசி வழக்கம் பற்றிய தம் கருத்தையும் இணைத்து எழுதப்பட்டுள்ள இப்பகுதி மிகவும் வெளிப்படையானது. இந்த நாவலே முரண்களை வெளிப்படையாகப் பேசுவதுதான்.

பழந்தமிழ் இலக்கியங்கள் பரத்தையர் அல்லது தாசியரைக் காட்டும் முறையிலிருந்து தி.ஜானகிராமன் காட்டும் முறையில் வேறுபாடுள்ளது. அது அவர் காலம் கொடுத்த வேறுபாடு. அவ்வேறுபாட்டையும் முரண் என்றே சொல்லலாம். தாசிமுறையை அங்கீகரித்த காலம் அல்ல அது. அம்முறையை ஒழிக்க வேண்டும் என்று போராட்டம் நடைபெற்ற காலம். ஆகவே, குலத்தாசியாகிய அமிர்தம், ஒருவரை முறைப்படி திருமணம் செய்துகொண்டு குலமகளாக மாற முயலும் முரணாக நாவல் அமைகிறது. இம் முரணை வேறொருவகையில் 'மணிமேகலை' காப்பியத்தில் காண்கிறோம். மணிமேகலை கணிகையர்க்குரிய நெறிகளை மேற்கொள்ள வேண்டும் என மாதவியின் தாயாகிய சித்திராபதி முயல்கிறாள். மாதவியோ கணிகை வாழ்வைத் துறந்து தன்னைப்போல மணிமேகலையும் துறவியாக வேண்டும் என்னும் முடிவை எடுக்கிறாள். மாதவியின் விருப்பப்படியே மணிமேகலை துறவியாகிறாள். அந்தக் காப்பியத்தில் கணிகையாக இருத்தல் அல்லது துறவியாதல் எனும் இரண்டு வாய்ப்புகளே முன்னால் இருக்கின்றன. தி.ஜானகிராமன் இந்நாவலை எழுதிய காலத்தில் 'தேவதாசி ஒழிப்பு'ச் சட்ட வரைவு உருவாகிவிட்டது. ஆகவே, அப்பெண்கள் திருமணம் செய்துகொண்டு குலமகளிராகும் மூன்றாம் வாய்ப்புக் கிடைக்கிறது. அந்த மூன்றாம் வாய்ப்பைப் பயன்படுத்துவதில் நேரும் சிக்கல்கள் பற்றிய பொருள் முரணே இந்நாவல்.

இது சாதியச் சமூகம் ஆனதால் சுயசாதியில் திருமணம் என்பதும், தனக்கென ஒரு தாசியை நிரந்தரமாக ஏற்பாடு செய்துகொள்வதுமே அக்காலத்தில் வழக்கமாக இருந்துள்ளது. ஒரு தாசி ஒருவரோடு மட்டும் நிரந்தரமாக வாழும் ஏற்பாடும் ஊரறிய நடக்கும் வழக்கமும் இருந்திருக் கிறது. அதைத் திருமணம் என்று சொல்வதில்லை. 'அரங்கேற்றம்' என்பது வழக்கு. பேச்சு வழக்கில் சுருங்கி, 'அரங்கு' என்று சொல்லப்படுகிறது. அது பலரையும் கூட்டி விமரிசையாக நடத்தப்படும் சடங்கு. 'இந்தப் பெண் இனி இவருக்கு மட்டும் உரியவள்' என்று ஊராருக்குத் தெரிவிக்க, இத்தகைய சடங்கு நடத்தப்பட்டிருக்கும்போல. இச்சடங்கைப் பற்றி இந்நாவலைத் தவிர வேறு இலக்கியப் பதிவு ஏதும் இருக்கிறதா எனத் தெரியவில்லை. இந்நாவலிலும், சபேச முதலியாரின் கௌரவப் பிரச்சினை, அச்சம் காரணமாக மூன்றாம் பேருக்குத் தெரியாமல் வீட்டுக்குள்ளேயே 'அரங்கு' நடத்தப்படுகிறது. அந்த ஏற்பாடுகளைக் காணும்போது 'சாந்தி முகூர்த்தம்'போலத்தான் தெரிகிறது. அரங்கு பெயரளவுக்கு நடந்தாலும், வேறு எதுவும் நடைபெறுவதில்லை. காரணம், நாவல் கையாளும் பொருள் முரணாகிய 'குலத்தாசி திருமணம் செய்துகொண்டு குலமகளாதல்' என்பதுதான். அத்தகைய சீர்திருத்தத்தைச் செயல்படுத்துவதையே நோக்கமாகக் கொண்டு பாடுபடும் 'ராஜூப் பிள்ளை' என்ற பாத்திரத்திற்கும் இந்நாவலில் முக்கியத்துவம் உண்டு. ஒருவரை முறையாகத் திருமணம் செய்து வாழ்வதையே அமிர்தம் விரும்புகிறாள். ராஜூப் பிள்ளையும் அதையே வலியுறுத்துகிறார். அமிர்தத்தின் தாயாகிய குசலம் அவ்வேறுபாட்டைக்

கடுமையாக எதிர்க்கிறாள். சபேச முதலியாருக்கும் தாசியைத் திருமணம் செய்துகொள்வதில் உடன்பாடில்லை. இந்த இரு தரப்புக்கும் இடையேயான முரணே நாவலைக் கொண்டு செலுத்துகிறது.

நாவலில் இடம்பெறும் உரையாடல்கள் அனைத்தும் சொல்முரண்களே. ஓர் உரையாடலும் சுமுகமாக நடப்பதில்லை. அமிர்தத்திற்கும் வேலைக்காரி துளசிக்கும் இடையே இணக்கமான உறவே நீடித்தபோதும் உரையாடல் ஏதோ ஒருவகையில் முட்டிமோதுகிறது. சபேச முதலியாரிடம் ராஜூப் பிள்ளை பேசும் இரண்டு இடங்களில் உரையாடல் இயல்பாக இருப்பதுபோலத் தோன்றுகிறது. ஆனால், சபேச முதலியார் மனதிற்குள் ராஜூப் பிள்ளைக்கு எதிராகவே பேசிக்கொள்கிறார். அமிர்தத்திற்கும் அவள் அம்மா குசலத்திற்குமிடையே நடக்கும் உரையாடல் முழுதும் இருதரப்பு விவாதமாகவே அமைகிறது. சபேச முதலியாரிடம் அமிர்தம் பேசும் இடங்கள் சிலவே. ஆனால் அவை, அவ்விருவருக்குமான பொருத்தமின்மையைச் சுட்டுவதாகவே இருக்கின்றன. குசலத்திற்கும் ராஜூப் பிள்ளைக்கும் இடையே நடக்கும் ஒரே ஓர் உரையாடல் நாவலின் திருப்புமுனைக்கே காரணமாகிறது. குசலத்தின் சொற்கள் ராஜூப் பிள்ளையை அவமானப்படுத்தி விரட்டுகின்றன. அதைத் தொடர்ந்து குசலத்திற்கும் துளசிக்கும் நடக்கும் உரையாடல், துளசியை வேலையை விட்டே விரட்டுகிறது. அதன் தொடர்ச்சியாகக் கணவன் வேலுசாமிக்கும் துளசிக்கும் நடக்கும் உரையாடலும் அவனுக்கும் குசலத்திற்கும் நடக்கும் உரையாடலும் திருப்புமுனையை விரிவாக்கிச் செல்கின்றன. புது வேலைக்காரியின் வரவும் அவள் வேலை நேர்த்தியின்மையின் காரணமாகக் குசலம் இறந்துபோவதும் நடக்கிறது. திருமண பந்தத்திற்குள் நுழைத்துத் தாசிக் குலத்தைச் சீர்திருத்தும் ராஜூப் பிள்ளையின் கருத்துக்கும் வழக்கத்தை மாற்றாமல் இருக்க முனையும் குசலத்திற்குமான மோதலே நாவலைப் பெரும்பகுதி செலுத்திவிடுகிறது.

பின்பகுதியில் இன்னொரு திருப்புமுனை. அமிர்தத்தைத் தன் உடைமையாகக் கொள்ளப் பெரும்பணம் கொடுத்துப் பெயரளவுக்கு அரங்கும் நடத்திவிட்ட சபேச முதலியார், வெகுநாளாக அமிர்தத்தின் மன மாற்றத்திற்காகக் காத்திருக்கிறார். அதற்கிடையே அவள் சந்திக்கும் இளைஞன் நடேசன் மீது அவளுக்குக் காதல் ஏற்படுகிறது. சபேச முதலியாரின் மகனே அந்த நடேசன். ரங்கூனிலிருந்து திரும்பி வந்தவன் அவன். அத்தகவல் நாவலில் சஸ்பென்ஸாக வைக்கப்பட்டிருக்கிறது. எனினும், நாவலின் இடைப்பகுதியிலேயே நடேசன் யாராக இருக்கக்கூடும் என்பதை ஊகித்துவிட முடிகிறது. தந்தைக்கும் மகனுக்குமான உரையாடல்களே நாவலின் பின்பகுதியைச் செலுத்துகின்றன. கணிகைக் குலத்தைச் சேர்ந்த அமிர்தத்தைக் குலத்தாசியாக்கிக் கொள்ளலாமே தவிரத் திருமணம் செய்துகொள்ள முடியாது என்பது சபேச முதலியாரின் எண்ணம். அவருக்குச் சாதி, சமூக அந்தஸ்து ஆகியவை தடைகளாக இருக்கின்றன. அமிர்தத்தைத் திருமணம் செய்துகொள்ள வேண்டும் என்பது நடேசனின் எண்ணம். குசலத்திற்கும் ராஜூப் பிள்ளைக்கும் இடையேயான உரையாடல் போலவே சபேச முதலியாருக்கும் நடேசனுக்குமான உரையாடலும் நடக்கிறது. அவ்வுரையாடலும் முரணாகவே அமைகிறது. சபேச முதலியாரின் கருத்துக்கு

மாறாக அமிர்தத்தைத் திருமணம் செய்துகொள்வதில் நடேசன் உறுதியாக இருக்கிறான். அம்முரண்பாட்டின் காரணமாகச் சபேச முதலியார் எடுக்கும் முடிவுகள், நாவலின் முடிவைத் தீர்மானிக்கும் தன்மையோடு வலுவாக அமைகின்றன. அமிர்தத்தை நடேசன் விரும்புகிறான் என்பதை அறிந்த சபேச முதலியார், தனக்குப் போட்டியாகத் தன்மகனே வந்துவிட்டதைப் பொறுத்துக்கொள்ள முடியாமல் நடேசனைக் கொல்லக் காப்பியில் விஷம் வைக்கிறார். பிறகு, அவன் அவளைத் திருமணம் செய்துகொள்ளப் போவதாகச் சொன்னவுடன் அமிர்தத்திற்குக் கடிதமெழுதுகிறார். அவளைத் திருமணம் செய்துகொண்டால் தம் சொத்து எதையும் தரமுடியாது ('கண்டபடி என் சொத்து இரைபட எனக்கு இஷ்டமில்லை') என நடேசனுக்குச் சொல்கிறார்.

இறுதியில், அவர் எதிர்பார்த்த மாதிரியே, திருமணம் நடப்பதில்லை. ஒருவகையில் சபேச முதலியார்தான் வெற்றி பெறுகிறார். அதாவது, தாசி மரபைச் சேர்ந்தவர்கள் திருமணம் செய்துகொள்ளக்கூடாது என்னும் பழைய கருத்தே வெற்றியடைகிறது என்று சொல்லலாம். ஆனால் அமிர்தம் தாசி வாழ்க்கை வாழவும் இல்லை; அவள் படிப்பதற்காக அல்லது ஆசிரியர் வேலை பார்ப்பதற்காகப் பட்டணத்திற்குக் கிளம்பிவிடுகிறாள். ஏன் ஜானகிராமன் இவ்வாறு நாவலை முடித்தார் என்னும் கேள்வி எழுகிறது. பொதுவாகச் சீர்திருத்தக்காரர்கள், புரட்சியாளர்கள் புதுமைக் கருத்துக்கள் வெற்றியடையும் என்று நம்புவார்கள்; அதை நோக்கித் தம் செயல்பாடுகளை மேற்கொள்வார்கள். ஆனால், எழுத்தாளர்கள் ஒரு மாற்றத்தின்போது மனித மனச் செயல்பாடுகளை அலசிச் சிக்கல்களைப் பேசுவார்கள். அந்த வகையில் தி.ஜானகிராமனைப் பார்க்கவேண்டும். அமிர்தத்திற்குத் திருமணம் செய்வது மட்டுமே முக்கியம் என்றால், அவள் அம்மா குசலம் சொல்வதுபோல அவள் குலத்தைச் சேர்ந்த ஒருவரைத் திருமணம் செய்திருக்கலாம். அவள் சொல்லும் உதாரணப் புருஷர்கள் இருவர். வாலாம்பாள் மகன் குமாஸ்தா; மாதம் நாற்பது ரூபாய் சம்பளம். அவள் தம்பி மிருதங்கம் வாசிக்கிறவன். மாமாங்கத்துக்கு ஒரு கச்சேரி. சோடா குடிக்கிறதுதான் மிச்சம். இப்படியானவர்களுக்குத் திருமணம் செய்து கொடுக்க முடியாது என்பது குசலத்தின் கருத்து. குலத்தாசியாக இருந்து பெரிய பங்களாவில் வசதியாக வாழ்ந்துவிட்டு வருமானம் இல்லாத ஆளைத் திருமணம் செய்து கஷ்டப்பட முடியாது என்பதில் குசலம் தெளிவாக இருக்கிறாள். அமிர்தம் கலைகளில் மிகுந்த ஈடுபாடுள்ளவள். இடைவிடாமல் புத்தகம் படிக்கும் ஆர்வம் கொண்டவள். தன் மனதுக்குகந்தவனைத்தான் திருமணம் செய்துகொள்ள வேண்டும் என்னும் எண்ணம் கொண்டவளாக இருக்கிறாள்.

சபேச முதலியார் தம் செல்வத்தைக் கொண்டு ஒரு குலத்தாசியை ஏற்பாடு செய்துகொள்ள வேண்டும் என்னும் எண்ணம் மட்டுமே உள்ளவர். அமிர்தத்தை நடேசன் இரண்டு முறைதான் சந்திக்கிறான். அவளை யாரென்றே அவன் அறியவில்லை. அவளே தன் காதலை அவனிடம் வெளிப்படுத்துகிறாள். அதற்குரிய தைரியத்தை வரவைக்க அமிர்தத்தின் குல இயல்பு காரணமாகிறது. ரங்கூனில் வளர்ந்த நடேசனுக்கு அமிர்தத்தைத் திருமணம் செய்துகொள்வதில் மனத்தடை எதுவும் நேரவில்லை. உறவுப்

பிரச்சினை மட்டுமே முன்னால் நிற்கிறது. அதைக் களைவதற்கும் அவனுக்கு நம்பிக்கை தருவதற்கும் யதேச்சையான நட்பாக ஓய்வுபெற்ற பேராசிரியர் ஒருவரின் நட்பு கிடைக்கிறது. இத்தகைய சிக்கலைக் கையாண்டு பெரும்பாலும் உரையாடல்களை முன்வைத்தும் திருப்பத்திற்கான சம்பவங்களையும் காரணங்களையும் போகிறபோக்கில் சொல்லியும் விரைவாகச் செல்லும் வகையில் இந்நாவலைத் தி.ஜானகிராமன் எழுதியுள்ளார். உரையாடல்களில் சுமூகமாக நடப்பவை மூன்று. அமிர்தத்திற்கும் நடேசனுக்கும் நாவலின் தொடக்கத்தில் நடக்கும் உரையாடல் ஒன்று. காதலை வெளிப்படுத்துவது தொடர்பாக அமிர்தத்திற்கு நேரும் குழப்பம் அதில் முக்கியத்துவம் பெறுகிறது. மேலும், அந்த உரையாடல்தான் நாவலின் அடுத்தகட்ட நகர்வுக்கும் காரணமாகிறது. அவ்வகையில் அதில் பொருள் முரண் கட்டமைக்கப்பட்டிருக்கிறது. அமிர்தத்திற்கும் ராஜூப் பிள்ளைக்கும் நடக்கும் உரையாடல் இரண்டாவது.அதில் ராஜூப் பிள்ளை என்னும் சீர்திருத்தவாதி புதிய பார்வை ஒன்றைப் பெறுகிறார். அதாவது தாசிக்குலப் பெண்கள் திருமணம் செய்துகொண்டு குடும்ப வாழ்க்கையில் ஈடுபட வேண்டும் என்பது மட்டுமே அவர் செய்ய விரும்பும் சீர்திருத்தம். மணமகன் எப்படிப்பட்டவனாக இருக்க வேண்டும் என்பது பற்றி அவர் யோசிப்பதில்லை.

அமிர்தத்தைப் 'பணம், குணம் எல்லாம் பொருந்திய' சபேச முதலியார் திருமணம் செய்துகொண்டால் போதும்; அது அவருக்குத் திருப்திதான். ஆனால் அமிர்தத்திற்குத் திருமணம் மட்டும் போதாது; காதல் வேண்டும். அது எல்லோர் மீதும் வந்துவிடாது. தன் வயதுக்கேற்றவன் மீதுதான் வரும். 'உங்க மாப்பிள்ளைக்கு என்ன மாமா வயசு?' என்று ராஜூப் பிள்ளையை அமிர்தம் கேட்கிறாள். சபேச முதலியாருக்கு மூன்றாம் பெண்ணாகத் தானிருப்பேன் என்கிறாள் அமிர்தம். அவர் போன தலைமுறைதானே என்றும் கேட்கிறாள். அந்தக் கோணம் ராஜூப் பிள்ளைக்குத் தோன்றவேயில்லை. அமிர்தத்தின் கேள்விக்குப் பிறகு அவர் மனம் குன்றிப்போகிறது; தன் முட்டாள்தனத்தை உணர்கிறார். அக்காலச் சீர்திருத்தக் கருத்துக்களின் போதாமையை உணர்த்துவதும் அதில் 'மனுஷ்யத் தன்மையை' ஏற்றுவதுமான திறப்பு இப்பார்வை. அவ்வகையில் இந்த உரையாடல் சுமூகமாக நடந்தாலும் பொருள் முரண் தொடர்பான பார்வையைக் காட்டி நாவலுக்கே கனத்தைக் கூட்டிவிடுகிறது. நாவலில் நடக்கும் இன்னொரு சுமூக உரையாடல் நடேசனுக்கும் ராமையருக்கும் நடப்பதாகும். இருமுறை அவரோடு அவன் உரையாடுகிறான். சபேச முதலியாரின் ஆசிரியராகிய ஓய்வுபெற்ற ராமையர் என்னும் பாத்திரத்தை எதேச்சையாக நாவலின் இறுதிப் பகுதியில் கொண்டுவருவதற்குக் காரணம் நடேசனின் கருத்துக்கு வலுவூட்டவும் துணைசெய்யவும் அவனல்லாத இன்னொரு குரல் தேவைப்படுவதுதான். சபேச முதலியாரின் கருத்துக்கு வலுவூட்ட எத்தனையோ பேர் இருப்பார்கள். வலுவான குசலம் இருந்தாள். மேலும், பொதுமனமே அவருக்குச் சார்பானதுதான். என்னதான் சீர்திருத்தம் பேசினாலும், சட்டம் இயற்றினாலும் பொதுமனம் அத்தனை சீக்கிரம் மாறிவிடுமா?

அமிர்தத்திற்கு ராஜூப் பிள்ளை இருக்கிறார்; துளசியும் அவளுக்குத் துணைதான். துளசியின் ஒழுக்கத்தை வசைபாடிக் குசலம் வெளியேற்றிய

பிறகு, துளசிக்கும் அவள் புருசன் வேலுசாமிக்கும் நடக்கும் உரையாடல் தாசி முறையை இழிவானது என்றும், பணம் காசு இல்லாவிட்டாலும் மானம் முக்கியம் என்றும் வலியுறுத்துகிறது. அமிர்தம் ஒருவரைத் திருமணம் செய்துகொண்டு வாழ்வதை முழுமையாக ஆதரிப்பவள் துளசி. நடேசன் ரங்கூனிலிருந்து வந்தவன். அவனுக்கு இங்கே நண்பர்கள் கிடையாது. அவன் தன் தரப்பைக் குறித்துப் பேசவும் அபிப்ராயம் கேட்கவும் ஆள் இல்லை. அவன் கருத்துக்கு வலுவூட்டி அவன் முடிவை ஆதரிக்க ஒரு குரல் தேவைப்படுகிறது. அதற்குத்தான் ராமையர் வருகிறார். அவர் வயதானவர் என்றாலும் விலகி நின்று பார்த்து நடேசனுக்கு ஆதரவு தெரிவிக்கிறார். முதியவர் ஒருவரிடமிருந்து அப்படி ஒரு துணை கிடைப்பது முக்கியம். உரையாடல் என்னும் சொல் முரணை முழுமையாகக் கையாண்டு அதன் பொருள் முரணை விளக்குவதாக, அமிர்தம் நாவலை அமைத்திருக்கிறார் ஜானகிராமன். சபேச முதலியார்தான் பல வகையிலும் முக்கியமான பாத்திரம். மென்மையும் தியாகமும் நாகரீகமும் கொண்டவர்போலத் தோற்றம் காட்டுபவர். இளவயதிலேயே மனைவியை இழந்து அவள் நினைவிலேயே இருபதாண்டுக்கு மேல் வாழ்ந்துவிட்டவர். ஒரே மகனை ரங்கூனுக்கு அனுப்பிவிட்டு அவன் நினைவில் வாழ்பவர். நாற்பது வயதுக்கு மேல், அவருக்கு அமிர்தத்தைத் தாசியாக வைத்துக்கொள்ள ஆசை வருகிறது. அமிர்தம் தன்னை விரும்பவில்லை என்று தெரிந்ததும் அவள் மனம் மாறுவதற்குக் கால அவகாசம் கொடுப்பவர். அவளை வற்புறுத்தி உறவு கொள்வதில் நாட்டம் இல்லாதவர். அப்பேற்பட்டவர் அமிர்தத்தைத் தம் மகன் திருமணம் செய்து கொள்ளப் போகிறான் என்று தெரிந்ததும் காட்டும் முகம் வேறானது. எப்படியாவது அந்தத் திருமணத்தைத் தடுத்துவிட வேண்டும் என்று நினைத்துச் செயல்படுகிறார். அவரது இந்த இரட்டை முகம் அவர் எழுதும் இரண்டு கடிதங்கள் வாயிலாகவே வெளிப்படுகிறது. இரண்டும் அமிர்தத்திற்கு எழுதுபவை. தன்னை அவள் விரும்பவில்லை என்று தெரிந்ததும் முதல் கடிதத்தை எழுதுகிறார்.

அக்கடிதத்தில் அவர் எழுதும் வாசகங்கள் இதயத்திலிருந்து வந்தவையாக இருக்கின்றன. 'என் வயதைக் கண்டால் நானும் நீயும் சேர்வதென்பது ஒரு கனவு. நடக்காத காரியம்', 'எனக்கு வயது அதிகம் ஆகவில்லை. ஆனால், உன்னை ஒரு பெண்ணைப்போல் பார்க்கும் வயதாகிவிட்டது', 'அமைதி நிறைந்திருந்த உன் உள்ளத்தில் இரண்டு மூன்று நாட்களாக எழுந்த பெரும் புயல், விம்மல், கண்ணீர் இதற்கெல்லாம் காரணமாகிவிட்டேன். மன்னிக்க வேண்டும்', 'உன் அன்புக்குப் பாத்திரமாகிறவன் மகாபுருஷனாக இருக்கவேண்டும். அவனை ஒரு புத்திரனை நேசிப்பதுபோல் நேசிக்கக் கடமைப் பட்டிருக்கிறேன்' என்றெல்லாம் எழுதப்பட்ட கடிதம் அது. அமிர்தத்தைத் தன் மகள்போலக் கருதுதல், அவள் அன்புக்குப் பாத்திரமாகிறவனைத் தன் மகனைப்போல எண்ணுவேன் எனல், தன் வயதை ஒத்துக்கொண்டு மன்னிப்புக் கேட்டல் – இவையெல்லாம் அவர் பெருந்தன்மையைக் காட்டுகின்றன. அவர் மகள் போன்ற வயதுடையவளும் தாசியுமான அமிர்தத்திடம் மன்னிப்புக் கேட்கும் மனநிலை மிகவும் உயர்வானது. அக்கடிதத்தை அவர் அமிர்தத்திற்குச் சேர்க்கவில்லை. அதற்குள் மனம் மாறிவிடுகிறது. எனினும் முதல் கடிதம், அவரது ஆதார இயல்பை வெளிப்படுத்தும் மிக முக்கியமான சான்று. இரண்டாவது கடிதம்

அப்படியானதல்ல. திட்டமிட்டு அவர் எழுதுவது; தம் தந்திரபுத்தியைக் கையாண்டு காரியம் சாதிக்கும் நோக்கம் கொண்டது. உண்மையில் தம் மகன் அவளைத் திருமணம் செய்துகொள்ளக்கூடாது; திருமணத்தைத் தடுத்துவிட வேண்டும் என்பதே அவர் நோக்கம். நாவலின் உச்சப்பகுதி முழுக்க அவர் நடத்துவது நாடகம்தான். நாடகத்தின் முதலாம் காட்சி தம் மகனுக்குக் காப்பியில் அவர் விஷம் கலந்து கொடுத்ததாகச் சொல்வதாகும். அதன் அமைப்பை நுட்பமாகப் பார்த்தால் அது ஒரு நாடகக் காட்சி என்பது தெளிவாகும். அமிர்தத்தின் வீட்டில் தம் மகனைப் பார்த்ததும் 'நீயா' என்று கேட்டதோடு வீட்டுக்குத் திரும்பிவிடுகிறார். மகன் எங்கெங்கோ போய்விட்டு ஒருவழியாக வீட்டுக்கு வந்து சேர்கிறான். இருவரும் இரவில் பேசிக்கொள்ளவில்லை. ஆனால், தூக்கம் இல்லாமல் தவிக்கிறார்கள். மகன் மீது கோபமும் பொறாமையும் மிக, அவனைத் துரோகி என்று அவர் மனம் தூற்றுகிறது. 'கடைசியில் அவர் கோபம் ஒரு பயங்கரமான விகாரமான முடிவுக்கும் வந்துவிட்டது' என்று தி.ஜா. எழுதுகிறார். பயங்கரமான முடிவு; விகாரமான முடிவு. நாவலைப் படிக்கும்போது மகனுக்கு விஷம் கொடுத்துக் கொன்றுவிடுவதுதான் அம்முடிவு என்று தோன்றும். அது வெறும் தோற்றமயக்கம். காலையில் தாமதமாக நடேசன் எழுந்திருக்கிறான். அவன் பல் தேய்க்கும்போது சமையல்காரன் வந்து காப்பி வைத்திருப்பதைச் சொல்லிவிட்டுச் செல்கிறான். நடேசன் காப்பி குடிக்க வரும்போது சபேச முதலியார் மேஜை எதிரில் உட்கார்ந்து காப்பி குடித்துக் கொண்டிருக்கிறார். நடேசனும் காப்பியை எடுத்துக்கொண்டு வருகிறான். காப்பியை உதட்டுக்கு அருகே கொண்டுபோகும் தருணத்தில் 'குடிக்காதே குடிக்காதே' என்று அவர் தட்டிவிடுகிறார். பிறகு அதில் தான் விஷம் கலந்திருப்பதாகச் சொல்கிறார்.

பிறகு மகன் காலைப் பிடித்துக்கொண்டு அழுகிறார். கிராமத்தில் பண்ணையாள் ஒருவன் இப்படி ஒரு பிரச்சினைக்காகத் தன்மகனைக் கொன்றுவிட்ட கதையைச் சொல்கிறார். அவனைப் போலவே தானும் நடந்துகொண்டுவிட்டதாக வருந்துகிறார். மகனைக் கொன்ற தந்தையைக் கண்டுபிடித்துவிட்டார்கள். அப்படி இருக்க அதன் தாக்கத்தில் தன் மகனை அவர் கொல்ல வாய்ப்பில்லை. அப்படி முடிவு செய்தவர், பார்த்துக் கொண்டிருந்து, சரியாக உதட்டுக்கருகே கொண்டு போகும்போது தட்டிவிடுகிறார். அவன் குடிக்கப்போகும் முன் மனம் மாறியிருக்கலாம்; கொஞ்சம் குடித்தபிறகு மனம் மாறியிருக்கலாம். இரண்டும் இல்லை. உதட்டருகே காப்பி போகும்போது தட்டிவிடுகிறார். அது அவர் திட்டமிட்டுச் செய்த செயல் என்பது தெரிகிறது. தான் விரும்பும் பெண் மீது தன் மகனும் காதல் கொண்டிருப்பதால் கோபமும் பொறாமையும் வருவதாகத் தி.ஜா. எழுதியுள்ளார். அவள் மீதான விருப்பத்தைத் தன் மகன் துறந்துவிட வேண்டும் என்பதுதான் அவர் நோக்கம். விஷம் கலக்கவில்லை; கலந்ததாகச் சொல்லி நடிக்கிறார். காரியம் சாதிப்பதில் இது போன்ற தந்திரோபாயங்களைக் கையாள்பவர் அவர் என்பது நாவல் முழுக்கவும் உள்ளார்ந்து ஓடும் விஷயம். அமிர்தத்தைப் பெறப் பெரும் பணம் கொடுத்தல், ஊரார் அறியாமல் எளிமையாக அரங்கு நடத்த உத்தேசித்தல், ராஜூப் பிள்ளை சொல்வதை ஏற்றுக்கொள்ள முடியாதபோதும் அதை வெளிப்படையாகப் பேசாமலிருத்தல் – இப்படிச் சபேச முதலியார் காரிய

சாத்தியத்தில் கையாளும் உபாயங்கள் முக்கியமானவை. அதேபோலத்தான் விஷம்வைத்ததாகச் சொல்வதும் எனத் தோன்றுகிறது. அதை ஒரு தந்திரமாகப் பயன்படுத்துவதால்தான் நடேசனிடம் தொடர்ந்து பேசுகிறார். விஷம் வைத்ததாக அவனிடம் சொல்லி நடத்தும் நாடகக் காட்சியால் அவர் எதிர்பார்த்த பலன் கிடைக்கவில்லை. நடேசன் மனம் மாறவில்லை; அவளைத் திருமணம் செய்து கொள்வது என்னும் முடிவைச் சொல்கிறான். அதில் உறுதியாகவும் இருக்கிறான். அப்போது 'சொத்து இல்லை' என்னும் அஸ்திரத்தைப் பிரயோகிக்கிறார். அதையும் அவன் பொருட்படுத்தவில்லை. சொத்து தேவையில்லை என்று உதறிவிட்டுப் போகிறான். அடுத்து இன்னோர் உபாயத்தைக் கையாள்கிறார். அதுதான் அமிர்தத்திற்கு அவர் எழுதும் இரண்டாம் கடிதம். அக்கடிதத்தில் அவளைக் கணிகை என்றும் தன்னையும் தன் மகனையும் மட்டுமல்லாமல் எதிர்காலத்தில் தன் பேரனையும் அவள் வசீகரிக்கக்கூடும் என்றெல்லாம் எழுதுகிறார். அப்படி எழுதியதற்காக அவர் பின்னர் துக்கப்பட்டாலும், அக்கடிதம் அவர் நினைத்த காரியத்தைச் சாதிக்கிறது.

நாவலில் இன்னொரு கடிதமும் முக்கியமானது. அது நடேசனுக்கு அமிர்தம் எழுதும் கடிதம். ஜானகிராமனின் மையப் பெண் பாத்திரங்களின் பொதுத்தன்மையாகிய அறிவார்ந்த பெண் அமிர்தம். அவள் எழுதும் கடிதமும் அதை வெளிப்படுத்துகிறது. அவளது தெளிவான சிந்தனையை வெளிப்படுத்தும் கடிதம் அது. தன் வாழ்வின் ஒவ்வொரு கட்டத்திலும் அதை எதிர்கொள்ள உணர்ச்சியை விடவும் அறிவையே அவள் பெரிதும் பயன்படுத்துகிறாள். அதன் முழுமையான வெளிப்பாடாகக் கடிதமும் உள்ளது. தன்வீட்டைத் துளசிக்கு எழுதிவைக்கிறாள். பிற சொத்துகளை, 'அனாதைப் பள்ளிக்கூடத்திற்கு'க் கொடுத்துவிடுகிறாள். இத்தகவல்களோடு தொடங்கும் கடிதத்தில், 'தந்தையால் விரும்பப்பட்டுப் பின் மைந்தனால் அடையப்படுதல் நிம்மதி அளிக்கும் என்று தோன்றவில்லை' என்பது வருகிறது. இதையே அவள் மேலும் விளக்குகிறாள். சபேச முதலியாருடனான கசந்த நினைவுகளை அவளால் மறக்க முடியாது. திருமணத்திற்குப் பின் நடேசனையும் அருகில் வைத்துக்கொண்டு சபேச முதலியாருடன் எப்படிப் பேச முடியும் என்று கேட்கிறாள். அந்த நினைவுகள் எல்லாம் சாபங்களாகி விடும் என்கிறாள். அடுத்த ஜென்மத்தில் இணைவோம் என்று அவனுக்குச் சமாதானம் சொல்கிறது கடிதம். இந்தப் பிரச்சினையில் இனித் திருமணமே வேண்டாம் என்று முடிவெடுத்ததோடு, குலத் தாசியாகவே வாழ்வோம் என்றும் அமிர்தம் முடிவு செய்திருந்தால், அது பழங்கருத்திற்குச் சார்பாகவே அமைந்திருக்கும். ஆனால் தாசி வாழ்வு வேண்டாம்; திருமணமும் வேண்டாம் என்பது அவள் முடிவு. சரி, இனி என்ன செய்வாள்? கல்வி அல்லது வேலை என்னும் மூன்றாவது பாதையை நோக்கிச் செல்கிறாள். அது அவள் எதிர்கால வாழ்வில் எத்தனையோ மாற்றங்களை ஏற்படுத்தியிருக்கக் கூடும். வேறு யாரையேனும் திருமணமும் செய்துகொண்டிருக்கலாம். நாவலில் வரும் ஒரு நெருக்கடியைத் தவிர்ப்பதற்கு ஒரு பாத்திரத்தை அகற்றிவிடுதல் என்பது பலரும் கையாளும் உத்தி. குசலத்தை அப்படித்தான் ஜானகிராமன் அகற்றினார். அதேபோல் சபேச முதலியாரை அகற்றுவதும் எளிதுதான். சபேச முதலியாரின் இறப்புக்குப் பின்னர் நடேசன் ரங்கூனிலிருந்து திரும்ப வருகிறான் என்றும் அமிர்தத்தைத் தேடிப்பிடித்துத் திருமணம்

செய்துகொள்கிறான் என்றும் தி.ஜானகிராமன் வழியைப் பின்பற்றி வாசகரும் போகலாம். எத்தனையோ வாய்ப்புகள் இருக்கின்றன.

சில எழுத்தாளர்களுக்கு முதல் நாவலே அடையாளமாகி அத்துடன் நின்றுவிடும். அதற்குப் பின் அவர்கள் பலவற்றை எழுதினாலும் முதல் நாவலைக் கடந்து வருவதில்லை. தி.ஜானகிராமனின் முதல் நாவல் அவருக்கான அடையாளத்தைப் பெற்றுத் தந்த நாவலல்ல. வரலாற்று முக்கியத்துவம் வாய்ந்த பொருளைக் கையாண்டிருந்தாலும் முரண்கள் அனைத்தும் வெளிப்படும்படி எழுதிப் பார்த்த முயற்சி இது என்றுதான் சொல்ல வேண்டும். இந்நாவலை எளிதில் கடந்து அவருக்கு அடையாளம் தரும் பல நாவல்களைப் பின்னர் எழுதியுள்ளார். அவ்வகையில் தி.ஜானகிராமனின் வளர்ச்சி முக்கியமானது. இந்நாவலில் அவர் பெற்ற அனுபவங்கள் அவர் வளர்ச்சிக்குப் பெரிதும் உதவியிருக்கக்கூடும். நாவலின் இறுதி அத்தியாயத்தைச் சொல்லி இக்கட்டுரையை முடிக்கலாம். நாவலுக்குள் இல்லாத ஒரு குறியீட்டை முடிவில் சொல்ல முயல்கிறார். இரண்டு மாங்கன்றுகளை ஆடுகள் தின்றுவிட்டன. பசுந்தளிரை இழந்து விட்டுப் பட்டமரம் மாதிரி இரண்டும் நின்றன. 'உன்னை உடனேயே வேலி போடச் சொன்னேனா இல்லியா?' என்று வேலைக்காரனை ராமையர் திட்டுகிறார். இரண்டு மாங்கன்றுகள் அமிர்தமும் நடேசனும். தின்ற ஆடுகளே சபேச முதலியார். குறியீட்டு முறையை இதில் அவர் பயன்படுத்தினாலும், நாவலின் திரண்ட கருத்தை வெளிப்படையாகச் சொல்லும் 'சொற்பொருள் முரண்' இது என்று கருதுகிறேன். முந்தைய அத்தியாயத்தோடு நாவலை அவர் முடித்திருக்கலாம் என்று தோன்றுவதைத் தவிர்க்க முடியவில்லை.

✦

2

தீத்தொழிற்படாஅள்

அ. அருள்மொழி

கொரோனா என்ற கிருமித்தொற்று மனிதர்களை வீட்டுக்குள் முடக்கிப்போட்ட இந்தக் கால கட்டத்தில் ஒவ்வொருவருக்கும் பலவித அனுபவங்களிருக்கும். விட்டால் ஒவ்வொருவரும் பல இலக்கியங்களைப் படைத்துவிடுவார்கள். இச்சூழலில் பேராசிரியர் கல்யாணராமன் என்னை அலைபேசியில் அழைத்துத் தி.ஜானகிராமனின் நூற்றாண்டு நினைவு மலருக்காக, அவருடைய 'அமிர்தம்' என்ற புதினத்தைப் பற்றி ஒரு கட்டுரை கொடுக்க வேண்டும் என்று கேட்டார். 'தி.ஜா.' பற்றி எழுதக்கூடிய இலக்கிய ஆய்வாளர்கள் பலர் இருக்க, திராவிட இயக்கக் கருத்தியலில் செயல்பட்டு வரும் என்னை ஏன் தேர்ந்தெடுத்தீர்கள் என்று கேட்டேன். எல்லோர் பார்வையும் ஆய்வும் சேர்ந்தால்தான் ஒரு நினைவு மலர் நிறைவு பெறும் என்றவர் அழுத்தமாகக் கூறினார். எனக்குள் ஓர் இலக்கியவாதி இருக்கிறாரோ இல்லையோ, ஒரு வாசகர் இருக்கிறார். திராவிட இயக்க வரலாற்றுப் பின்னணியில் வளர்ந்த நானும் எனக்குள்ளிருக்கும் அந்த வாசகரும் படிக்கிற ஒவ்வொரு நூலையும் வரிவரியாக ஆய்வு செய்வது வழக்கம். அப்பழக்கத்தின் துணைகொண்டு, 'தி.ஜா.'வின் அமிர்தத்தைப் பற்றி ஆய்வு செய்யும் பணியை ஏற்றுக்கொண்டேன். எனினும், என்னுள் சில கேள்விகளும், தயக்கமும் இருக்கவே செய்தன. அமிர்தத்தை ஒரு முறைக்கு இரு முறை படிக்கப் படிக்க, பல கேள்விகளுக்கான விடைகள் கிடைத்தன. ஓர் இடைவெளிக்குப் பின், மறுவாசிப்பின் அனுபவத்தில் அமிர்தத்தின் புதிர் விடுபட்டது. என் தயக்கமும் விலகியது. எழுதும் வேலையை ஏற்றுக்கொண்டதென்னவோ நான்தான். ஆனால், இரு மாத அவகாசத்திற்குப் பிறகும், ஒரு வாரம், இரண்டு நாள், இன்று, நாளை என்று தவணை வாங்கும் ஓர் ஆய்வாளரோடு மிகப் பாடுபட்டவர் பேராசிரியர் கல்யாணராமன்தான். அவரது பொறுமைக்கு என் நன்றி.

தி.ஜா.வின் எழுத்துகளை விரும்பிப் படிக்கும் எண்ணற்ற வாசகர்போல நானும் அவரது புகழ்பெற்ற சிறுகதைகளையும், பெருங்கதைகளையும் (பெரும்பாலும்) படித்திருக்கிறேன். அவரது கதை மாந்தர்களில் பெண்களே அதிகமாகப் பேசப்பட்டுள்ளனர். எனக்கும் அந்தப் பெண்கள் பற்றி வியப்பிருந்தாலும் ஒரு சிறுவனிடம் ஏமாந்த ‘வெங்கிட்டு சாரும்’, ‘முள்முடி’ சுமந்த தலைமை ஆசிரியரும் மிக நுட்பமான மனித உணர்வுகளை எப்போதும் நினைவுபடுத்துபவர்களாயுள்ளார்கள். மேலும், எனக்குப் பிடித்த கதைகளில் ‘கண்டாமணியும்’ எப்போதும் ஒலித்துக்கொண்டேயிருக்கும். எத்தனையோ கதைகளைப் படைத்த தி.ஜா.வின் முதல் புதினமான அமிர்தத்தை இப்போதுதான் நான் படித்தேன்.இதைப் படிக்கப் படிக்க எனக்குக் கிடைத்த அரிய செய்திகள், நான் ஏற்கனவே படித்திருந்த வரலாற்றின் ஒரு புதிய பரிமாணத்தை அறிமுகப்படுத்தின. அமிர்தம், தி.ஜானகிராமன் எழுதிய முதல் புதினம். ஆனால், இது புனைகதை இல்லை. இந்த மண்ணில் நடந்த அல்லது தமிழ்நாட்டில் எந்த ஊரிலும் நடந்திருக்கக் கூடிய ஓர் இளம் பெண்ணின் வாழ்க்கைப் போராட்டத்தின் பதிவு. அமிர்தம் ஒரு சோற்றுப் பதம்தான். எத்தனையோ பெண்களின் கால்களில் தளையிட்டிருந்த சலங்கை விலங்குகளையும், தம்புரா, வீணை, தாளத்தின் கணக்கு வழக்குகளையும் விட்டொழித்து அவர்களை மாண்புடைய ஒரு வாழ்வை நோக்கித் திருப்பிய ஓர் எழுச்சிமிக்க வரலாறு. தாலியே அடிமைச் சின்னம் என்ற சிந்தனை சுய மரியாதை இயக்கப் பிரச்சாரமாகப் பரவிக்கொண்டிருந்த காலகட்டத்தில், அதே இயக்கம் தாலியே விடுதலையின் குறியீடு என்ற நிலையில் வாழ்ந்த ஒரு சமூகப் பெண்ணின் உரிமைக்குத் துணைநின்ற காலத்தின் கதை. இது இப்படி நடந்தது எனப்படும் பெருங்கதைகளை இதிகாசம் என்று அழைப்பது மரபெனில், ‘அமிர்தம்’, ஒரு சின்ன இதிகாசம்தான்.

அமிர்தத்தின் கதை இப்படித் தொடங்குகிறது. அந்தச் சிவன் கோயிலின் தெற்கு மூலையில் தட்சிணாமூர்த்தி சந்நிதியில் நடேசனுக்காகக் காத்திருக்கும் அமிர்தம், தான் வெகுநேரம் அச்சந்நிதியில் நின்று கொண்டிருப்பதைப் பார்த்து, யாரும் தன்னைத் தவறாக நினைத்துவிடக்கூடாது என்பதற் காகத் தட்சிணாமூர்த்தியை அவ்வப்போது விழுந்து விழுந்து வணங்கிக் கொண்டிருக்கிறாள். யாருமே கண்டுகொள்ளாத தனக்குப் பதினேழாம் முறையாக “நமஸ்காரம்” செய்யும் இந்தப் பெண் யார் என்று தட்சிணாமூர்த்தி வியக்கிறார் எனத் தொடங்கும் அமிர்தத்தின் முதல் அத்தியாயம் புதினத்தோடு நம்மை நிமிர்ந்து உட்காரச்செய்கிறது. அதற்குமேல் அடுத்த அதிர்ச்சியாக, முன்பின் அறிமுகமில்லாத ஓர் இருபத்திரண்டு வயது இளைஞனை, அதாவது நடேசனை, ‘ஸ்வாமி’ என்றழைக்கிறாள் அமிர்தம். ஏன், நீங்கள் யார்? என்று கேட்கும் நடேசனிடம், “இரண்டு மாதங்களாக இந்தப் பேதை, கண்களால் எவ்வளவு பேச முடியுமோ, அவ்வளவும் பேசிவிட்டேன், அது உங்களுக்குப் புரியவில்லை. அதனால் வாய்விட்டுப் பேசத் துணிந்துவிட்டேன்” என்கிறாள் அமிர்தம். இதைச் சொல்வதற்குள், அவளுக்கு அச்சமும் படபடப்பும் ஏற்படுகின்றன. “துணிச்சலுக்குப் பெயர் போனது இந்தக் குலம், அதில் பிறந்த எனக்கே பேசத் துணிவு வரவில்லையே” என்று அமிர்தம் நினைக்கிறாள்.

1945ஆம் ஆண்டில் முதல் பதிப்பாக வெளியாகியுள்ள ஒரு புதினத்தில், இப்படி ஒரு முதல் காட்சி. அமிர்தம் யார்? அவள் குலம் என்ன? என்ற கேள்வியோடுதான் படிக்கத் தொடங்குகிறோம். அதே நேரத்தில் துணிச்சலுக்குப் பெயர்போன ஒரு குலம் என்று ஒருபெண்ணை வைத்து அறிமுகம் செய்யும்போதே, அது ஏதோ ஒரு வீரம் மிக்க குலமாகச் சொல்லப்படுகிறதோ? என்றும் தோன்றும். ஆனால், அதற்கு முன்பே, 'என் குலம் கோத்திரத்தை அவரிடம் சொல்லலாமா?' என்றும் தானே கேட்டுக்கொண்டு, "ஆனால், நான் என்ன பாவியா? என்ன குற்றம் செய்துவிட்டேன், இந்தக் குலத்தில் பிறந்ததுதானே குற்றம்!" என்று அமிர்தத்தின் மனத்தில் ஓடும் கேள்விகள் அவளை நடுக்கமுறச் செய்கின்றன. அதேநேரத்தில் படிப்பவர்களுக்கும் அமிர்தம் சொல்லும் குலம் எது? என்பது புரிந்துவிடுகிறது. அந்த இடத்தில் நம்மை நிறுத்தி வைத்துவிட்டு, அமிர்தத்தின் கதையைச் சொல்லத் தொடங்குகிறார் தி.ஜா.

தமிழ்நாட்டில் எந்த ஒரு வளமான பெருங்கிராமத்திலும் அல்லது சிற்றூரிலும் நாம் கற்பனை செய்யக்கூடிய மனிதர்கள் உலவும் இடம்தான் அமிர்தம் பிறந்த ஊர். அந்த ஊருக்குத் தி.ஜா. பேர் வைக்கவே இல்லை. பேர் எதற்கு? அவரவர் நினைவுக்கு வரும் ஊரின் பேரைப் போட்டுக் கொண்டால், அவை பொருத்தமாயிருக்கும். ஊருக்கு ஒதுங்கிய ஒரு பெரிய தெரு, பங்களா என்று சொல்லத்தக்க வீடுகள். காம்பவுண்டுக்குள் வந்து போகும் கார்கள், பணத்தை வீசித் தன் கேளிக்கைகளுக்கு ஏற்ற இடத்தைத் தேடிவரும் ஆண்களின் உல்லாச மனத்திற்கு விருந்தளிக்கும் விதமாக அமைக்கப்பட்ட பளிங்குக்கூடம், வட்டமேசைகள், அதைச் சுற்றி அலங்கார நாற்காலிகள், சுவர்களில் நிறைந்து நிற்கும் ஓவியங்கள், எங்கிருக்கிறோம் என்றே புரியாத மயக்கத்தை ஏற்படுத்தும் சந்தன தூப வாசனை, அங்கங்குக் கொட்டி வைக்கப்பட்ட வாசனை மலர்களின் நறுமணம், அதன் மாடியில், புத்தக அலமாரிகளும் காற்றையும் வெளிச்சத்தையும் அள்ளிவீசும் சாளரத்தையும் கொண்ட அமிர்தத்தின் அறை என்று வர்ணிக்கப்படும் குஜலாம்பாளின் வீட்டைத் தி.ஜா. விவரிக்கும் முறை, அந்தப் பங்களாக்கள் நிறைந்த தெருவையும் அவர்கள் வாழ்வைப் பற்றிய ஓவியத்தையும் நம் மனத்தில் வரைந்துவிடுகிறது. அவரவர் கற்பனையில் அவ்வீடு வெவ்வேறு விதமாகக் கட்டப்பட்டிருக்கும். அதன் உள்ளமைப்புப் பற்றிய கற்பனை களும் ஆளுக்கு ஆள் மாறுபடும். அந்த வீட்டின் அதிபதியான குஜலாம்பாள் ஏழு குழந்தைகள் பெற்றுப் பறிகொடுத்தபின் எட்டாவதாகப் பிறந்த பெண் குழந்தைக்கு 'அமிர்தம்' என்று பெயர் சூட்டிச் சீராட்டி வளர்க்கிறார். அருமை பெருமையாகக் கிடைத்த செல்வ மகளை வளர்த்து அவளுக்குத் திருமணம் செய்து நல்வாழ்வை அமைத்துக் கொடுத்துக் கண்குளிரப் பார்ப்பதுதானே அக்காலத்தில் ஒரு தாயின் ஏக்கமாக இருக்கமுடியும்? ஆனால் குஜலாம்பாளோ, "பேன் சொடுக்குக் கணக்காக"த் தான் இழந்து விட்ட குழந்தைகளைப் பற்றிச் சொல்லிச் சொல்லியே பிழைத்து வந்த ஒரே மகளைத் தன் குல தர்மத்தைக் காப்பதற்கும், குல தீபத்தை ஏற்றுவதற்கும் கிடைத்த வரமாகப் பார்க்கிறார். பன்னிரண்டு வயதானவுடன் வித்வானையும் பண்டிதரையும் வீட்டிற்கழைத்துத் தன் மகளுக்குச் சங்கீதமும் சமஸ்க்ருதமும் கற்றுக்கொடுக்க ஏற்பாடு செய்கிறார்.

இயற்கையாகவே அறிவும் பண்பும் துணிவும் கொண்ட அமிர்தம் கற்றுக்கொண்ட கல்வியிலும் கலையிலும் தேர்ச்சியுறுகிறாள். காளிதாசனின் காவியத்தைத் தனிமையில் நினைந்தும், ரசித்தும், தான் பார்க்கும் காட்சிகளோடு ஒப்பிட்டும், வியக்குமளவிற்கு ஈடுபாடுகொள்கிறாள். சாளரத்தில் உட்கார்ந்துகொண்டு வால்மீகி கிஷ்கிந்தை மலைச்சரிவில் கண்ட மலையையும் கொக்குக் கூட்டத்தையும் கற்பனை செய்யும் திறன் படைத்தவள் அமிர்தம். அந்த அலங்கார வீட்டின் அவமானச் சாயலை உணராமல் வளர்ந்த அந்தச் சிறுமிக்கு, அந்த வாழ்க்கை முறையின் புதைகுழி நெருங்கிவிட்டது என்பது புரிகிறது. “பதினாறு வயது நிறைந்த அமிர்தம், தன் வாதாங்கொட்டை கண்ணை அகட்டி அகட்டி, கூர்ந்த உதட்டை உயர்த்தி உயர்த்தி, உலகத்தை பார்த்துப் பார்த்து வியந்துகொண்டிருக்க, உலகம் அவளைக் கண்டு பிரமிப்புடன் நின்று பார்த்துவிட்டுப் போகிறது” என்கிறார் தி.ஜா. உலகம் சும்மா பார்த்துவிட்டுப் போகுமா, என்ன? அதுவும் ஒரு தாசியின் பெண்ணை! அங்கே தொடங்குகிறது, அமிர்தத்தின் வாழ்வைப் பற்றிய கேள்வி. ஓர் ஆசிரியராகிக் கற்றுக்கொடுக்குமளவிற்குக் கல்வி பெற்ற அமிர்தம், மனத்துக்குப் பிடித்த ஒருவனை மணம் செய்துகொண்டு வாழவிரும்புகிறாள். அப்படிப்பட்ட எண்ணங்களே தன் மகளுக்கு வந்துவிடக்கூடாது என்று குஜலாம்பாள் கவலைப்படுகிறார். அரசாங்கச் சட்டத்தைக்கூட மீறமுடியும். ஆனால், ஒரு தாயின் ஆதிக்கத்தை மீறுவது ஒரு பெண்ணுக்கும் எளிது இல்லை. அதிலும் குஜலாம்பாள் போன்ற தாயின் அன்பும் அதட்டலும் அழுகையும் சேர்ந்த மிரட்டல் ஒருபுறம், அழகு வேட்டையாடப் பணப்பையுடன் வந்து காத்திருக்கும் “பெரிய மனிதர்களின்” பணத் தூண்டில் மறுபுறம். இவ்விரு பேரலைகளுடன் எதிர்நீச்சல் போட அமிர்தத்திற்குத் துணையாவது அவளது மதிநுட்பம், சாதுர்யம், துணிச்சல் மட்டுமல்ல. ராஜுப் பிள்ளை என்ற வலிமையான ஒரு துடுப்பும்தான்.

ராஜுப் பிள்ளை, அமிர்தம் போன்ற பெண்களைப் பள்ளிக்கூடத்தில் சேர்த்துத் தாலி கட்டுவித்துக் குலப் பத்தினிகளாக்கப் பெரிய சங்கம் அமைத்துச் செயல்பட்டுவரும் தவில் வித்துவான். வாராவாரம் கூட்டம் போட்டுப் பேசிப் பல பெண்களைத் திருமணம் செய்துகொள்ள வைத்தவர். யாரிடம் பேசினாலும் கல்யாணப் பல்லவியே பாடுவார். அதுவே அவரது வாழ்க்கையும் தியானமும். ஆனால், ராஜுப் பிள்ளையின் எந்த முயற்சியும் குஜலத்திடம் செல்லுபடியாகவில்லை. குஜலம் பேசுகிற பேச்சில், அந்த வீட்டுப் பக்கமே ராஜுப் பிள்ளை வரமுடிவதில்லை. உண்மையைச் சொன்னால் குஜலாம்பாளின் குல தர்மத்திற்கும், ராஜூப் பிள்ளையின் சீர்திருத்த முயற்சிகளுக்கும் இடையில் நடந்த போராட்டம்தான் இக்கதையின் பின்னணி. அதனால்தான், “ராஜு மாமா நல்லதைத்தானே சொல்கிறார்?” என்று அமிர்தம் கேட்டவுடன், “அவன் எப்போது இங்கே வந்தான்? உன் மனதையும் கெடுத்துவிட்டானா?” என்று படபடக்கிறார் குஜலம். பருவப்பெண்ணாக வளர்ந்துவிட்ட அமிர்தத்தின் தோற்றத்தைத் தி.ஜா. வர்ணிக்கிற முறையே, அவள் வெறும் அழகுப் பதுமையில்லை என நம்மை உணரச் செய்துவிடுகிறது. “கடைந்துவிட்ட ஒற்றை நாடியான தோற்றம், சிங்கத்தின் குழந்தை வயிறுபோல, சைத்ரீகன் வேகமாக இழுத்த வளைவைப்போல வளைந்திருந்த இடுப்பு, அடிவானத்து நீல மலை

முதுகைப்போல், அலைபடிந்து நீண்டு கிடந்த கேசங்கள்... மிதக்கும் நீலத் திராட்சை விழிகள் சுற்றியிருந்த பாலுக்கு லேசான நீலம் பாய்ச்சின. மாம்பழக் கன்னத்தில் ஒரு மச்சம். சின்னஞ்சிறு சிற்றுளியால் இயற்கை வெகு ஜாக்கிரதையாகச் செதுக்கியிருந்த மேல் உதடு..." இப்படியாக அழகு உணர்ச்சிக்கு அதிகம் மயங்காதவர்கள்கூட ஒருநிமிடம் தம்மை மறந்து கற்பனை செய்து பார்க்கும்படியாக ஓர் அழகு உருவத்தை வரைந்துகொண்டே வரும் தி.ஜா., "ரொம்ப மயங்கிவிடாதீர்கள், அவள் சாதாரணப் பெண் இல்லை" என்று சொல்வதைப்போல, அவள், "பெண் புலியின் நடையுடன் மௌனமாக நடமாடுவாள்" என்ற ஒரே வரியில், அமிர்தத்தின் சுயமான குணாதிசயத்தைச் சொல்லி விடுகிறார்.

'குலத்தாசி' குஜலம் மகள் இப்படி வளர்ந்துவிட்டவுடன், பணப்பை யுடன் காத்திருக்கும் மனிதர்களின் வேட்கை, அவளை அடைவதற்கு ஏங்கித் தவிக்கிறது. 'வீட்டின் புதிய பரபரப்பும் வந்துபோகும் மனிதர்களின் பார்வைத் தேடல்களும்', என்ன ஏற்பாடு நடந்துகொண்டிருக்கிறது என்பதை அமிர்தத்திற்குப் புரிய வைத்துவிடுகின்றன. அமிர்தம் தாயாருடன் வாக்குவாதம் தொடங்குகிறாள். "நான் படிக்கிறேன் அல்லது என்னை யாருக்காவது கல்யாணம் செய்து கொடுத்துவிடு" என்று தாயிடம் கெஞ்சுகிறாள். சண்டை போடுகிறாள். அமிர்தத்தின் உள்ளம் ஒரு தாசியாக வாழ்வதை எண்ணி அவமானத்தில் துடிக்கிறது. வெட்கத்தை விற்று மாடி வீட்டில் வாழ வேண்டுமா? எனத் தன் தாயிடம் கேட்கிறாள் அமிர்தம். எனக்கு 'அரங்கம்' வேண்டாம் என்றும், சபேசர் வயதானவர் என்றும் கதறி அழும் அமிர்தம் மீது எவரினும் மேலாகப் பரிவு காட்டவேண்டிய தாயான குசலம், "அரங்கேத்தட்டுமே அவரு – அப்புறம் மனசுக்கொத்தவங்க அத்தா போய்டுவாங்க" என்று சொல்லும் பதிலிலிருக்கும் ஆபாசம், அமிர்தத்தைக் கூனிக் குறுகச் செய்கிறது. ஆனால், அமிர்தத்தின் குல தர்ம வாழ்வை அரங்கேற்றவந்த பல பணக்காரர்களில், மனைவியை இழந்த சபேசரையே தேர்ந்தெடுக்கிறார் குஜலாம்பாள். நாகரீகமான அணுகுமுறை கொண்டவரான சபேச முதலியார், முக்கால் லட்சத்தை முன்பணமாக அள்ளிவிடுகிறார். பொதுவாகச் சபேச முதலியார் நல்லவர்தாம். இளம் வயதில் மனத்திற்குப் பிடித்த அழகும் அன்பும் கொண்ட மனைவியை இழந்தவர். மூன்று வயது மகனைத் தம் தம்பியுடன் ரங்கூனுக்கு அனுப்பிவிட்டு, 'ஸர்வாங்க சுந்தரி'யான தம் மனைவி நினைவினால் ஏற்பட்ட ஏக்கத்துடன், "காரும், புஷ்ப வனமும், நாகரீகமான பங்களாவும் நிறைந்த பாலையில் வாழ்க்கையைக் கழித்துக் கொண்டிருந்தவர்". குடும்பம் தாண்டிய காதல் உறவுகளை அவர் பரம்பரையிலேயே யாரும் தேடிச் சென்றதில்லை. ஜாதியும் குடும்பப் பெருமையும் அவருக்கு முக்கியம்தான். ஆனாலும், "திவ்ய சுந்தரியான" அமிர்தத்தைப் பார்த்தபின், அவரது இருபதாண்டு வைராக்கியம் உடைகிறது. சபேசரைப் பொறுத்தவரையில், "அந்த முக்கால் லட்சம் என்பது, அமிர்தத்தின் அழகுக்கு அவரது ஒரு துளிக் காணிக்கை". அந்தளவுக்கு அமிர்தத்தின் அழகு அவரை ஈர்த்துவிடுகிறது. அவர் மனதை ஆட்டிப் படைக்கிறது. 'அரங்கம்' வைப்பதற்கு முன்பே, அமிர்தத்தின் அன்பைப் பெற அவளிடம் பேசிப் பழக முயற்சி செய்கிறார். ஆனால், தாயின் சொல்லுக்குப் பயந்து அவருடன் தனிமையில் பேச வந்த அமிர்தம், அவரை வீட்டுக்கு வந்த வேண்டாத விருந்தினரைப்போல

நடத்துகிறாள். அமிர்தத்தின் எதிர்ப்பும் குஜலாம்பாளின் ஆர்ப்பாட்டமும் ஒன்றை ஒன்று வீழ்த்த நடத்திய போராட்டத்தில், அமிர்தம் தன் தாயின் கண்ணீரிடம் தோற்றுப்போகிறாள். அவ்வாய்ப்பை நழுவவிடாது, நாள் நட்சத்திரத்தை எல்லாம் ஒதுக்கிவிட்டு, "மங்கள காரியங்களுக்கு மனதில் நினைத்ததுதான் முகூர்த்தம்" எனக் கூறிச் சபேசரை வரவழைத்துவிடுகிறார். ஆனால் அமிர்தம், சபேசரிடம் தனிமையில் பேச்சு வார்த்தை நடத்தி, இரண்டு மாதம் வாய்தா வாங்கிவிடுகிறாள். அவள் கோரிக்கையை மதித்து ஏற்றுக்கொண்டு, அமைதியாய் உறங்கிப் பின் எழுந்துசெல்கிறார் சபேச முதலியார். அதன்பின் இரு மாதத்தில் குஜலாம்பாள் கிணற்றடியில் வழுக்கி விழுந்து சில நாளில் இறந்துவிடுகிறார். குஜலத்தின் மரணம் பற்றித் தெரிந்தும்கூட இறப்பிற்குச் சபேச முதலியார் போகவில்லை, உடனே சென்று அமிர்தத்தையும் பார்க்கவில்லை. பின் பதினைந்து நாள் கழித்துத் துக்கம் விசாரிக்கச் செல்கிறார். 'அவ்வளவு கவுரவம் பார்ப்பவர், இத்தகைய சகவாசம் வைத்துக் கொள்ளாமலேயே இருக்கலாமே' என்ற அமிர்தத்தின் கேள்விக்குப் பதில் சொல்ல முடியாமல், வருத்தத்துடன் வீட்டிற்குத் திரும்புகிறார்.

தாய் மரணம் ஏற்படுத்திய வெறுமையைத் தவிர்க்க, வேலைக்காரப் பெண் துளசியின் அறிவுரைப்படி, மாலை நேரத்தில் சிவன் கோயிலுக்குச் செல்லும் அமிர்தம், எதிர்பாராமல் நடேசனைப் பார்க்கிறாள். முதல்முறை பார்க்கும்போதே அவனிடம் தன் மனத்தை இழக்கிறாள் அமிர்தம். இரண்டு மாதம் தொடர்ந்து அவனைக் கவனித்துவிட்டு, தானே சென்று பேசி, அவனைத் தன் வீட்டிற்கும் அழைத்துச் சென்று, காதலையும் தெரிவிக்கிறாள். அமிர்தம் கதையை, இந்த இடத்திலிருந்தே, தி.ஜா. சொல்லத் தொடங்குகிறார். நடேசனும் அமிர்தத்தை மணக்க விரும்புகிறான். இங்கு நடேசனின் நிலை பற்றி, ஒரு சந்தேகம் இயல்பாக எழும். அதாவது முன்பின் அறிமுகமில்லாத ஒரு பெண், துணிந்து தன் மனத்தின் காதல் கோரிக்கையை வெளிப்படுத்துகிறாள். விறுவிறுவெனத் தன் வீட்டிற்கே அழைத்துச் செல்கிறாள். அந்தத் துணிச்சல்கூட யாருக்கு வரும்? தான் கணிகையர் குலத்தில் பிறந்தவள் என்றும் கூறிவிடுகிறாள். அப்படிப்பட்டவளை எந்த ஆலோசனையுமின்றித் திருமணம் செய்துகொள்ள அவன் சம்மதிப்பது சரிதானா என்ற கேள்வியைப் பொறுப்புள்ளவர்களால் தவிர்க்கமுடியுமா? இக்கேள்விக்கு உரையாடலின் போக்கிலேயே தி.ஜா. விடை சொல்லி விடுகிறார். தன் வீட்டையும் சொத்துக்களையும், "இந்த வீடு சொத்து எல்லாம் அம்மா பண்ணின பாவத்தின் பலன்தான்! நானும்தான்!" என்றும், "நான் இந்தக் குலத்தில் பிறந்ததுதான் நான் செய்த தப்பு. என் அந்தரங்கம் பரிசுத்தமானது என்றால், உலகம் ஒத்துக்கொள்ள வேண்டுமே" என்றும் பேசுபவளை, அவள் மனப்பூர்வமாகத் தன் தாபத்தைச் சொன்னது அவள் குரலாழத்திலேயே தெரிந்தது என்பதைப் புரிந்துகொண்டு, அவளைக் கனிவுடன் நோக்குகிறான் நடேசன். அது மட்டுமில்லை, இரண்டு மாதமாக என்னை நீங்கள் பார்க்கவே இல்லையா என அமிர்தம் கேட்க, "பார்க்காமல் என்ன! நானும்தான் பார்த்தேன், ஆனால் நல்ல வஸ்துகள் எல்லாம் எனக்குக் கிட்டாது என்று தெரியும். அதனால் நான் ஆசைப்படவில்லை. நான் அதிர்ஷ்டக்கட்டை" என, மூன்று வயதில் தன் தாயை இழந்ததையும், தந்தையைப் பிரிந்து ரங்கூனில் வளர்ந்ததையும் நினைவுகொள்கிறான்

நடேசன். அவள் பேசும் முறையிலேயே, அவள் கணிகை இல்லை என்பதையும் புரிந்துகொள்கிறான். நடேசனைத் தன் பிரேமத் தெய்வமாகப் பார்க்கும் அமிர்தம், தன்னைப் பற்றிய அனைத்தையும் நடேசனிடம் தெரிவித்துவிட நினைத்து, இறந்துபோன தன் தாய் பற்றியும், அவளிடம் முக்கால் லட்சம் பணம் கொடுத்து அரங்கத்திற்கு நாள் குறித்த பெரிய மனிதர் பற்றியும் கூறுகிறாள். அந்தப் பேச்சு நடந்துகொண்டிருக்கும்போதே வந்து நிற்கிறார் சபேசர். இருவரும் ஒருவரையொருவர் பார்த்து அதிர்ச்சியடைகிறார்கள். அதன் பிறகே சபேச முதலியாரின் மகன்தான் நடேசன் என்பது அமிர்தத்திற்குத் தெரியவருகிறது. இப்புதிய முடிச்சு ஏற்படுத்தும் மனச்சிக்கல், அவளுக்குக் கவலையை உண்டாக்குகிறது.

அமிர்தத்தின் வீட்டில் ஒருவரையொருவர் பார்த்தது, சபேச முதலியாருக்கும், அவர் மகன் நடேசனுக்கும், பெரும் மன உளைச்சலை ஏற்படுத்துகிறது. அதுவரையில் தன் இதயத்தைச் சமர்ப்பணம் செய்யத் தகுந்த திவ்யசுந்தரியாகத் தெரிந்த அமிர்தம், இப்போது சபேசருக்குக் கணிகையாகவும், சாகசக்காரியாகவும், பணம் பறிப்பவளாகவும் தெரிகிறாள். எனவே, தம் மகனைக் கடுமையாக எச்சரிக்கிறார் சபேசர். இப்போது தந்தைக்கும் மகனுக்கும் வார்த்தைப்போரும் உரிமைப்போரும் முற்றுகிறது. என் சொத்து இப்படி இறைபடுவதை நான் விரும்பவில்லை என்கிறார். அவள் கணிகை. என்னிடம் முக்கால் லட்சம் வாங்கிவிட்டாள். இனி உன்னிடம் முக்கால் லட்சம், பின் உன் மகனிடமும் என்று பேசுவதைக் காது கொடுத்துக் கேட்க முடியாமல் தவிக்கிறான் நடேசன். அமிர்தத்தை இழிவாகப் பேசிய சபேச முதலியாரின் செயல், நடேசனை மிகவும் புண்படுத்திவிடுகிறது. அவளை மணந்தால், தந்தை சொத்து கிடைக்காது என்றாலும், சொத்து வேண்டாம் எனச் சொல்லி அமிர்தத்துடன் திருமணத்துக்கு நாள் குறிக்கிறான் நடேசன். ஆனால், யதார்த்தநிலையில் அனுபவ அறிவு அமிர்தத்தை எச்சரிக்கிறது. தந்தை விரும்பிய பெண்ணை மகன் மணந்துகொண்டு வாழ்வது எத்தகைய உறவுச்சிக்கலை ஏற்படுத்தும் என்பதை அமிர்தம் யோசிக்கிறாள். ஆனால், உணர்ச்சிவசப்பட்ட நிலையில் இருப்பவனுக்கு அது புரியாது என்பதால், நடேசனுக்குச் சொல்லாமலேயே, ராஜுப்பிள்ளை துணைகொண்டு சென்னைக்கு போட்மெயில் ரயிலில் புறப்பட்டுவிடுகிறாள், கல்வியே தனக்கு வழிகாட்டும் என்ற முடிவோடு. தன் வீட்டைத் தன்னிடம் களங்கமற்ற அன்பு காட்டிய தன் வீட்டுப் பணிப்பெண் துளசிக்கும், பிற சொத்துகளைப் பள்ளிகளுக்கும் சட்டப்படி எழுதிக் கொடுத்துவிட்டு, எவ்வித மனச் சுமையுமின்றித் தன் வாழ்வின் இலக்கினை அடைவதற்கான பயணத்தைத் தொடங்கிவிடுகிறாள் அமிர்தம்.

எவ்வளவு சுருக்கமாகச் சொன்னாலும், இதுதான் அமிர்தத்தின் கதை. கண்ணில் பதிந்த எந்தக் காட்சியும் தி.ஜா. எழுத்தில் விடுபடுவதில்லை. கண்ணோட்டம் என்பது பார்வை மூலம் உள்வாங்கும் மனப்பதிவு. அதை அப்படியே எழுத்தாக்குகிறார் தி.ஜா. அமிர்தம் வீட்டுப் பவழமல்லிகையும் பாரி ஜாதமும் பூக்களை உதிர்ப்பதைப்போல, மனிதர்களின் உணர்வுப் போராட்டங்களை நம்முன் நடக்கும் காட்சிபோல் தி.ஜா. விவரிக்கும் திறன், ஒரு முழுமையான நல்ல திரைப்படம் பார்க்கும் உணர்வை ஏற்படுத்துகிறது. கதையின் முதல் அத்தியாயம் அமிர்தம் – நடேசன்

உரையாடல். நாளை வருகிறேன் என்று சொல்லிவிட்டுப் போகிறான் நடேசன். நாளை அவன் வருவானா என்ற கேள்வியில் நம் மனதைத் தி.ஜா.வின் எழுத்து நங்கூரம் பாய்ச்சி நிறுத்திவிடுகிறது. பின் மொத்தப் பின்கதையும் நிறுத்தி, நிதானமாகச் சொல்லப்படுகிறது. எந்த இடத்திலும் திசை திரும்புவதில்லை. மாறாக, உணர்வின் பேரலைகள் மேலெழும்பாமல் ஆட்டங்காட்டும் ஆழ்கடலில், அமிர்தத்தின் உணர்வுகளோடு, அவளை விட்டுவிட்டு வந்த இடத்திலேயே மனம் நின்றுகொண்டிருக்கிறது. தி.ஜா.வின் முத்திரைகள் இப்புதினம் முழுவதும் பரவிக் கிடக்கின்றன. சான்றாக, அமிர்தத்திற்கும் நடேசனுக்குமான உரையாடலுக்கிடையில் ஓர் அமைதி ஏற்படுகிறது. அதை இப்படிச் சொல்கிறார். “இன்பத்தின் இறுதி எல்லை மௌனம்தான். அந்த மௌனத்தில் ஒரு பெரிய, கேட்க அசாத்தியமான ஒரு பேச்சுக் கேட்கிறது. வாயால் பேச ஆரம்பித்தால் மைக்கறைப்பட்ட துணியைப்போல் ஆகிவிடுகிறது“; ‘அரங்கம்’ எனும் கேவலம் தனக்கு வேண்டாம் எனத் தாயின் மடியில் விழுந்து, “அடக்க முடியாமல் அழும் அமிர்தத்தின் முதுகு சுண்டிவிட்ட தம்புராக்கம்பி மாதிரி துடித்தது”–என்பதைவிட, அமிர்தம் துடித்த துடிப்பை வேறு எப்படி விளக்குவது?

தனக்குப் பிறந்த குழந்தைகள், “பேன் சொடுக்குப்போல மறைந்து விட்டன” என்பது குஜலாம்பாளின் உவமை. அதுவே கதை சொல்லும் தி.ஜா.வுக்கோ, “கர்ப்பத்திலேயே வெறுப்பைத் தின்று வளர்ந்தனவோ என்னவோ. நுணாப்பூவின் மணம்போலப் பிறந்தகணமே பறந்து போய்விட்டன” என்றுதான் சொல்லத் தோன்றுகிறது. அமிர்தத்தின் தாய் குஜலம் கொடுமைக்காரி மட்டுமல்லள், கொஞ்சம் அசடு என்றும் தி.ஜா. சொல்கிறார். ஆதிக்கமும் அசட்டுத்தனமும் சேர்ந்த குஜலத்தின் நடவடிக்கைகள், “தில்லானா மோகனாம்பாள்” படத்தில் பார்த்த வடிவாம்பாளை நினைவுபடுத்துகின்றன. ஆனால், 1944 என்ற காலக் கணக்கால் குஜலாம்பாள்தான் மூத்தவர். தி.ஜா.வின் சிந்தனைப்போக்கில் திராவிட இயக்கம் உருவாக்கிய பகுத்தறிவு மற்றும் பெண்ணுரிமைச் சிந்தனைகளின் தாக்கத்தை வெகுஇயல்பாகப் பார்க்க முடிகிறது. தனக்கு மீண்டும் மீண்டும் கும்பிடுபோடும் அமிர்தத்தைப் பார்த்து, “அந்தக் கல்தெய்வத்திற்கு வாயிருந்தால், இந்தத் தெக்குத்தி அனாதையை இவ்வளவு கௌரவப்படுத்தும் நீ யாரம்மா?” என்று நிச்சயமாக அவளைக் கேட்டிருக்கும் என்றும், அந்தச் சிலைக்குள் ஹ்ருதயமிருந்தால் அது என்ன சிந்திக்கும்? என்றும் பொருள் பொதிந்த நகைச்சுவையோடு வெளிப்படுகிறது தி.ஜா. எழுத்து. 1952இல் வெளியான பராசக்தி படத்தில், “அம்பாள், எந்தக் காலத்திலடா பேசினாள், அறிவு கெட்டவனே? அது கல்!” என்ற முத்தமிழ்க் கலைஞர் மு. கருணாநிதி அவர்களின் வசனத்தை, இது நினைவூட்டுகிறது.

இந்தக் குலத்தொழிலைப் பற்றிக் கேள்விப்படும் யாருக்கும், “இப்படி ஒரு தொழில்! இதை நடத்த ஒரு குலம்! இப்படி ஒரு வியவஸ்தையை யார் ஸ்தாபித்தார்கள்? இதற்குப் பரம்பரை தர்மம் என்று யார் பெயரிட்டார்கள்?” என்ற தி.ஜா.வின் கேள்விகள், சுயமரியாதை இயக்கத்தின் பிரச்சார மேடைகளை நினைவூட்டுகின்றன. அதேபோல, தி.ஜா.வின் அழகியலும் ஆளுமையும் சேர்ந்த அமிர்தத்தின் செயல்பாடுகளையும், சுயமரியாதை

இயக்கச் சிந்தனைப் பின்னணியோடு சேர்த்தே பார்க்க வேண்டியதாய் இருக்கிறது. தர்க்கவாதத்தில் அமிர்தம் தனித்திறமை பெற்றவள். கோயிலில் தன்னைப் பார்த்தும் பார்க்காது போகும் நடேசனிடம் பேசிவிட வேண்டும் என நினைக்கும்போதே, நடேசன் யாராக இருப்பான்? மரியாதை நிறைந்த குலத்தினனாக இருந்தால்? எனத் தானே கேள்வி கேட்டுக்கொண்டு, அதற்குப் பதிலையும் கூறிக்கொள்கிறாள். "எப்பொழுதோ ஒரு நாய்க்குப் பைத்தியம் பிடிக்கிறது. இதனால் மனித வர்க்கத்துக்கே, எந்த நாயைக் கண்டாலும் கல்லை எடுக்கவோ விரட்டவோ சபலம் ஏற்பட்டுவிடுமோ?" – எவ்வளவு தெளிவான பார்வை! கணிகை வாழ்க்கையில் ஈடுபடாத நான், உண்மையில் ஒரு கணிகையா? மனிதர்களுக்கு நல்ல நாய்க்கும் பைத்தியம் பிடித்த நாய்க்கும் வேறுபாடு தெரியாமல் போய்விடுமா? என்ற கேள்வி, இன்று வரை கேட்கப்பட வேண்டியதாகவே இருக்கிறது. சமூகம் தான் விரும்பாத எவரையும் பைத்தியம் பிடித்த நாய் எனச் சொல்லிக் கல்லால் அடித்துக் கொண்டுதானிருக்கிறது. அமிர்தத்தை, அந்த முக்கால் லட்சம் என்னும் முன்பணச் சிறையில் இருந்து விடுவிக்கத் துடிக்கும் ராஜூப் பிள்ளையை நாத்தடிக்க வசைபாடும் குஜலத்தைப் பார்த்து, "அம்மா, மூடு வாயை, காள வாயை" என்று சீறும் அமிர்தத்தின் ஆவேசம், அவளது பெண் புலியின் நடைக்குப் பொருத்தமாய் அமைந்துவிடுகிறது. முதல்முறை வீட்டுக்கு வந்த நடேசன் நாற்காலி நுனியில் உட்கார, அவனை நிமிர்ந்து கம்பீரமாக, வசதியாக உட்காரலாமே என்று சொல்வதற்குப் பதிலாக, ராவணன் தன் சிம்மாசனத்தில் அமர்ந்திருந்த கம்பீரத்தை, அனுமன் புகழ்ந்ததைச் சொல்லி அதை வால்மீகி ராமாயணத்திலிருந்து எடுத்துக்காட்டுகிறாள் அமிர்தம்.

சபேச முதலியார் அமிர்தத்தைத் திருமணம் செய்துகொண்டால், அவளுக்கு ஒரு நல்ல வாழ்வு கிடைக்கும் என நினைத்து, அதற்காகச் சபேச முதலியாரிடம் பேசிவிட்டு வரும் ராஜூப் பிள்ளை, அதே மகிழ்ச்சியில் அமிர்தத்திடம் வந்து பேசும்போது, அமிர்தமோ அதிர்ச்சியுற்று அலறுகிறாள். "உங்க மாப்பிள்ளைக்கு என்ன மாமா வயசு? முதலியாருக்கு நான் மூணாவது பெண்ணா இருப்பேன ..." "முதலியார் போன தலைமுறைதானே, உங்கத் தலைமுறையிலே பிறந்தவங்கதானே மாமா?" எனப் பதறும் அமிர்தத்தின் சொல் கேட்டுத் திகைத்துவிடுகிறார் ராஜூப் பிள்ளை. தி.ஜா. எழுதுகிறார், அமிர்தம் எடுத்துச் சொல்லியதைக் கேட்டு, அவர் உள்ளம் குன்றிவிட்டது, முட்டாளாகிவிட்டோமே என வருத்தப்படுகிறார். "அமிர்தத்தின் சொல் அவள் மனுஷ்யத்தனத்தை உயர்த்திவிட்டது" எனக் கருதுகையில், ராஜூப் பிள்ளையின் உயரம் எட்ட முடியாததா யிருக்கிறது. சபேசருடன் தனித்திருக்க நேரும் பொழுதுகளில், அமிர்தம் அவரிடம் பேசுகிற முறையும், அவரைத் தள்ளிநிற்கச்செய்யும் அவளது சொற்கூர்மையும் அவள் மேன்மையை நாம் புரிந்து கொள்ள உதவும். அனைத்திற்கும் மேல், நடேசனைத் தான் திருமணம் செய்துகொள்ள முடியாமையைக் கடிதம் மூலம் அவனுக்குப் புலப்படுத்தும் அமிர்தம், "தங்களை என் ஹ்ருதயத்தில் கொண்டுவிட்டேன். தங்களையும் பக்கத்தில் வைத்துக்கொண்டால், அந்த நினைவுகள் சாபங்களாகத்தான் இருக்க முடியும்" என்கிறாள். இது அவளது உயர்ந்த அறிவுக்கும் பண்புக்கும் சான்றாய் நிற்கிறது. ஒரு புனைவாகச் சின்னஞ்சிறு பெண்ணின் மனப்போராட்டத்தைத்

தி.ஜா. சொன்ன முறை, தேவதாசி முறையினை ஒழிப்பதற்கான ஓர் இலக்கியப் படைப்பாக அமிர்தத்தை முன்னிறுத்துகிறது. அதற்கான காலகட்டமும், வரலாற்றுப் பின்னணியும் அதனை உறுதி செய்கின்றன.

குஜலாம்பாள் வெறும் ஒரு தாசி என்ற சொல்லால் குறிக்கப் படுவதில்லை. குலத்தாசி என்றும், உயர் குலத்தாசி என்றும் அடைமொழிகளோடுதான் சுட்டப்படுகிறார். தி.ஜா., அதற்கான ஒரு விளக்கத்தையும் கொடுக்கிறார். தாசித் தொழில் செய்பவர்களில் பணக்காரர் பங்களாக்களில் வசிப்பவர்கள் உயர்குலத் தாசிகள். அவர்களின் செந்தாழை மடல் மேனியும் அழகும் அங்கு வசிக்கும் தகுதியை அவர்களுக்குத் தந்திருப்பதாகச் சொல்லிவிட்டு, அத்தெருவிற்குப் பின்புறத்திலிருக்கும் இன்னொரு தெரு பற்றியும் பேசுகிறார் தி.ஜா. அங்கு வசிக்கும் பெண்கள் செந்தாழைமடல் நிறத்தவரல்லர். மயிரைப் பழிக்கும் கரு மேனியில், வெள்ளைப்புடவையும் ரவிக்கையுமாய்த் தலையில் பந்துபந்தாக வெள்ளைப்பூ வைத்தபடி இருட்டில் வாசற்படியிலும் திண்ணையிலும் நிற்கும் பெண்கள்! குலத்தாசிகள் வீட்டில் மணக்கும் சாம்பிராணி, அத்தர், சந்தன மணம் போலன்றி, அத்தெருவில் திண்ணை வாசல்களில் மருக்கொழுந்து மணக்கிறது. நுகர்வுப்பொருளாகிவிட்ட பெண்ணின் இரு வேறு நிலை, பொருளாதாரத்திலும் சமூக அந்தஸ்திலும் எப்படி மாறுபட்டுள்ளது என்பதை முகத்திலறைந்தாற்போல் சொல்கிறார் தி.ஜா. "அழகு ஈர்க்கத்தான் செய்யும், அதற்கு அந்த உரிமை இருக்கிறது" என்பதே, தி.ஜா.வின் கொள்கை விளக்கம். ஆனால், இக்கொள்கை, கொஞ்சம் மயக்கத்தையும் ஏற்படுத்திவிடுகிறது. அதற்கும் மேலே, அவருக்குள் செயல்படும் உயர்சாதி அழகியலும் சேர்ந்துகொள்கிறது. இத்தெருக்களின் வேற்றுமையை இயற்கை படைத்த ஏற்றத்தாழ்வு என்கிறார். மல்லிகைச்செடியும் ஊமத்தையும்போல அழகையும் கோரத்தையும் அருகருகே படைத்துவிட்டது இயற்கை என்ற தி.ஜா. மதிப்பீடு சரியானதன்று. இந்த வேறுபாட்டைச் சொல்வதற்குமுன், தி.ஜா. கொடுக்கும் அறிமுகம் மிகச்சுவையானது. அதாவது, "அபேதவாதம், அபேதவாதம் என்று நாம் எவ்வளவு கத்தினாலும், இயற்கை மட்டும் கேட்கப்போவதில்லை. ஒரே மண்ணில் அது ஊமத்தஞ்செடியையும், மல்லிகைச்செடியையும் செழிக்கவிடுகிறது" என்று அபேதவாதத்தையே கேலிசெய்தாலும்கூட, அந்தக் கருமேனிப் பெண்கள்தான் அவருக்கு ஊமத்தஞ்செடியாகக் கசக்கிறார்கள்.

குஜலம் வீட்டுக்கூடத்தை வர்ணிக்கிற தி.ஜா., மின்சார விளக்கிற்குப் பீங்கான் உரை போட்டிருந்ததால், அந்த அறை முழுவதும் பரவிய மங்கிய ஒளியை, "அரைத் தூக்கத்தில் உணரப்படும் மந்தநிலைபோல், மதுவின் போதையில் விளையும் மந்தநிலைபோல், பணக்காரர்களின் மந்தநிலைபோல் இருந்தது அந்த மங்கல்" என்கிறார். அநேகமாகத் தஞ்சை மாவட்ட விவசாயப் பகுதிகளில் வளர்ந்த பொதுவுடைமை இயக்கத்தின் குரல்போல் ஒலிக்கிறது அந்த வர்ணனை. ஆனால், இன்னும் கொஞ்சம் எட்டிப்போய், அந்தப் பக்கத்துத் தெருவிலுள்ள ஓர் "ஊமத்தஞ்செடி"யின் வீட்டிற்குள்ளும் நுழைந்து, அதன் உள்ளமைப்பை வர்ணிக்கமுடியாமல் தி.ஜா.வைத் தடுத்தது எது எனப் புரியவில்லை.

இந்த அமிர்தம்போல் அங்கும் ஒரு தங்கம் இருந்திருப்பாள். இவள் தாசி என்றும், அவள் விபச்சாரி என்றும் பெயர் சூட்டிய இந்தச் சமுகத்தின் கோளாறு இன்னும் ஆழமாக வெளிப்பட்டிருக்கும். "குடிசைலே பணம் இருக்காது, மெத்தை வீட்டிலே சுகம் இருக்காது" என்றும், "ஏனம்மா? வெட்கத்தை வித்திட்டு மெத்தை வீட்டிலே வாழணும்" என்றும் வேலைக்காரப் பெண் துளசி மூலம் கேட்கும் தி.ஜா., அந்த மெத்தை வீட்டை மல்லிகைப் பந்தாகவும், அடுத்த தெருவின் திண்ணையை வெறும் வெள்ளைப் பூவாகவும் ஒப்பிடுவது உறுத்துகிறது. ஏனெனில், இது அழகுக்கும் அழகின்மைக்குமான வேறுபாடன்று. வெள்ளை நிறம் உயர்ந்தது என்ற ஒரு மயக்கத்தின் வெளிப்பாடாகும். மேலும், அந்த வெள்ளைப்புடவை ரவிக்கையில் திண்ணையிலும் வாசலிலும் நிற்கும் அந்தப் பெண்கள், இந்த ஆணாதிக்கச் சமூகத்தின் சுரண்டலுக்கு ஆளானவர்கள். அவர்கள் வாழ்வில் மனிதம் மிகுந்திருக்கும். பங்களாவில் வசிக்கும் இந்தச் செந்தாழை மடல் மேனியரோ சுரண்டலில் கைதேர்ந்தவர்கள். சாகசம், சாமர்த்தியம் போன்ற சொற்களெல்லாம் குலத்தாசிகளுக்கே பயன்படுத்தப்பட்டவை. அந்த மரிக்கொழுந்து மணத்துடன் திண்ணை யில் உட்கார்ந்திருக்கும் பெண்களோ வறுமை, பட்டினி போன்ற சொற்களுடன் தொடர்பு கொண்டவர்கள். வாடிக்கையாளரின் வசதியைப் பொறுத்தே இப்பெண்களின் மரியாதை கூடுவதும் குறைவதும். இரு தெருக்களுக்குமிடையில் காணக்கிடக்கும் வேறுபாட்டை எழுதிய தி.ஜா., அதை இயற்கை படைத்த ஏற்றத்தாழ்வாகச் சுருக்கிவிட்டது நீதியன்று. மேலும், இவர்களை மல்லிகைச்செடி என்றும், அவர்களை ஊமத்தைச்செடி என்றும் ஒப்பிட்டதும் ஏற்கமுடியாததாகும்.

மேற்சொன்ன குறைக்கு மாற்றாக, இதுவரையிலும் நம் பொது வெளியில் பேசப்படாத இன்னொருவகை மனிதர்களின் அவலநிலையைத் தி.ஜா. எடுத்துக்காட்டுகிறார். அந்தப் பிரிவும் இதே உயர்தாசிக் குலம் சேர்ந்ததுதான். ஆம். இக்குலத்தில் பிறந்த ஆண்களே அப்பிரிவினர். அரங்கம் வேண்டாம் எனப் பிடிவாதம் பிடிக்கும் அமிர்தத்துக்கும் அவள் தாய் குஜலத்திற்குமிடையில் நடக்கும் சொற்போரில், அக்குலத்தில் பிறந்த ஆண்களின் நிலைமை பற்றிய ஒரு குறிப்பும் வருகிறது. அந்த உரையாடல் மிகவும் முக்கியமானது. "கல்யாணம் பண்ணிக் குடுத்திடம்மா யாருக்காணும். ராஜூப் பிள்ளை நல்லதைத்தானே சொல்றாங்க?" எனக் கேட்பவளுக்குக் குஜலத்தின் பதில் இது. "கல்யாணம் பண்ணிக்கிறதுக்கு எந்தப் புருஷன் பணமும் பேருமா இருக்கான், எட்டுக்கண் விட்டு எறிஞ்சுக்கிட்டு? வாலாம்பா மகனுக்கு நாற்பது ரூபாய் சம்பளம். குமாஸ்தாவாம். அவ தம்பி மிருதங்கமடிக்கிறான். மாமாங்கத்துக்கு மாமாங்கம் ஒரு கச்சேரி. பஜனைக்கு அடிச்சு, சோடா குடிக்கிறதுதான் மிச்சம். பத்துக் காசைப் பார்க்கறதுக்குள்ள தொப்பி கிழிஞ்சிப் போவுது". இதுவே அக்குலத்தில் பிறந்த ஆணின் நிலை. அந்த ஆடவர் நிலை பற்றி அதிகம் யாரும் பேசவில்லை. அவர்களில் எத்தனையோ பேர் நட்டுவனார்களாக, இசை ஆசிரியர்களாக, வாத்தியக்காரர்களாக வாழ்க்கைக்குத் தேவையான பணத்தைச் சம்பாதிக்க முடியாமலும், சராசரி குடும்பச் செலவுகளைச் சமாளிப்பதற்கே போராட வேண்டிய நிலையிலும் இருந்திருக்கிறார்கள். ஆனால், பெண்கள் அதிலும் அழகிகள், வைரவரிசையோடு வாழ்கிறார்கள்.

அப்பெண்களுக்கு, “எட்டுக்கண் வைர மூக்குத்தியை விட்டெறிகிறவன் தான் திருமணத்திற்குத் தகுதியான ஆண்”. பொதுவாகத் தாலி கட்டிக் கொண்டு ஆணாதிக்கச் சாதிக் குடும்ப அமைப்புக்குள் வாழ்கிற பல பெண்களுக்குக் கிட்டாத சுதந்திரம் தாசிக்குலப் பெண்களுக்குக் கிட்டுகிறது. அதேநேரம் வருமான அளவுதான் மரியாதைக்கான அளவுகோல் என்ற நியதிப்படி, இப்பெண்கள் ஆண்களைவிட அதிகம் சம்பாதிக்கிறார்கள். அதனால், பெண் குழந்தைகளைக் கொண்டாடும் வழக்கம், அந்தக் குடும்பங்களில் இருந்தது. பிற மூத்த பெண்கள் இளையோரைப் பொருளீட்டத் தயார் செய்கிறார்கள். அவர்களோடு வாழும் ஆண் குழந்தைகள், சில வாத்தியக் கருவிகளைக் கற்றுக்கொண்டு, இப்பெண் களுக்கு ஏவல் பணி செய்துகொண்டு, ஊராரின் விமர்சனங்களுக்கு ஆளாகி அவமானப்பட்டுத்தான் வாழ்கிறார்கள். அவர்களுக்கு அக்குடும்ப அமைப்பில் எந்த மரியாதையுமில்லை என்னும்போது, சமூகத்தில் மட்டும் என்ன மரியாதை கிடைத்துவிடும்? என்கிற கேள்வியைக் குஜலத்தின் குத்தல் பேச்சின் மூலம் வெளிக்கொணர்கிறார் தி.ஜா.

கண்ணில் படும் ஏழைகளின் நிலையைப் பற்றித் தாம் உணர்ந்ததை அப்படியே வெளிப்படுத்தும் ஒரு திறந்த மனத்தின் பார்வை வியப்படைய வைக்கிறது. குறிப்பாக, ஏழை எளிய மனிதர்களைப் பற்றிய அவரது பரிவுணர்வு. வேலைக்காரப் பெண்ணான துளசி, எஜமானி குஜலத்தால் அபாண்டமாக வசை பாடப்படுகிறாள். “துளசிக்குக் கோபம் வந்தது, அது ஏழையின் கோபம், அதனால் கண்ணீராக மாறிவிட்டது” என்கிறார் தி.ஜா. துளசி போடும் வெற்றிலை, சருகின் மணம் கிளப்பும் வெற்றிலை. வேலைக்காரிக்கு ஏது, கொழுந்து வெற்றிலை! காய்ந்த வெற்றிலையின் சுருக்கங்களை நீவிச் சுண்ணாம்பைத் தடவும் துளசியின் கைகள், வறண்டு மெலிந்து போன நரம்பு புடைத்த கைகள் என்றும் எழுதுகிறார். அமிர்தத்தின் மீது அன்பும் வெள்ளை மனமும் கொண்ட வேலைக்காரப்பெண் துளசி, அமிர்தத்தைத் தாய்போல் அணைத்து ஆறுதலளிப்பவள். அந்தத் துளசியைக் குசலம் வாய்க்கு வந்தபடி இழிவாகப் பேசுகிறாள். தன் வீடு சென்று அழுகிற துளசியிடம் அவள் கணவன் வேலு, ‘அந்த ஈனச்சாதிக் காரர்கள் வீட்டில் வேலை பார்க்கவேண்டாம் என்று சொன்னேன். நீதான் கேட்கவில்லை’ என்கிறான். அவர்களைவிட நாம் உயர்ந்தவர்கள் என்ற வேலுவின் இந்தப் பெருமிதம் சாதியால் ஏற்பட்டதில்லை, வாழும் முறையால் ஏற்பட்டது. சபேச முதலியார் வீட்டுப் பணியாளர் பெயர் ரத்தினம். எந்நேரமும் குறிப்பிட்ட இடத்தில் சுவரில் சப்பணங்காலிட்டு உட்கார்ந்திருக்கும் ஓடும் பிள்ளை. ‘ஏய்’ எனச் சபேச முதலியார் அழைத்தால், ஓடிவந்து இட்ட வேலையைச் செய்துவிட்டு, மீண்டும் தன் இடத்திற்குச் சென்று சப்பணங்கால் போட்டு உட்கார்ந்துகொள்பவர். அவருக்கு, இட்ட வேலையைச் செய்வதைத் தவிர, வேறு எதுவும் தெரியாது. இப்படி எத்தனையோ பேரை, வாழ்க்கையில் நாம் பார்க்கிறோம். ஆனால், அவர்கள் பற்றி, நாம் நினைத்தும் பார்ப்பதில்லை. சபேசரைப் போன்ற எஜமானர்கள் நல்லவர்களே ஆனாலும், தம் வீட்டு வேலையாள் அமரவேண்டிய இடத்தைச் சரியாகவே நிலைநிறுத்துவார்கள் என்பதை சொல்லாமல் புரியவைக்கிறார் தி.ஜா.

சாளரத்தைத் திறந்துவைத்து மாலைத்தென்றலை அனுபவிக்கும் பங்களாவாசிகளைக் காட்டுவதுபோலத் தோலுரிக்கும் வெயிலில் அலைந்து ஓட்டைச் செம்புப் பித்தளைக்கு நெஞ்சு உலரக் கத்திக்கொண்டு வியாபாரம் செய்யும் அந்தப் பேரீச்சம் பழக்காரரையும் சேர்த்தே தி.ஜா. காட்டுகிறார். இந்த எளிய வாழ்வு வாழும் மனிதர்களுக்குள்ளும் முரண்பாடுகள் வரும், பிரச்சனைகள் வரும். ஆனால் அவை, மிக இயல்பாக உடனே பேசி முடிக்கப்படும். கோபமாக, அழுகையாக, ஆத்திரமாக என ஏதோ ஒருவகையில் வெடித்துப் பின்னர் தணிந்துவிடும் என்பதைச் சொல்வதற்குத் துளசியைவிடச் சிறந்த உதாரணம் இல்லை. "நீ என்ன பத்தினியா?" எனக் குசலம் கேட்ட கேள்வியால் அதிர்ந்துபோய் வேலையை விட்டு விலகிய துளசி, குசலம் மரணப்படுக்கையில் விழும்போது எந்த அழைப்புமின்றி அவளாகவே வந்து அமிர்தத்தைத் தன் மடியில் தாங்கிக்கொள்கிறாள். குசலத்தின் சாவு, அமிர்தத்தைக் கருவில் சுமக்காத துளசியின் ஏக்கத்தையும், 'உன் வயிற்றில் நான் பிறந்திருக்கக்கூடாதா?' என்ற அமிர்தத்தின் ஏக்கக் கேள்வியையும் இணைத்து, அவர்களைத் தாயும் மகளும் போலாக்கிவிடுகிறது. தன் வீட்டையே துளசிக்குச் சட்டப்படி எழுதித் தந்துவிடுகிறாள் என்பது எவ்வளவு பெரிய செய்தி! தந்தைக்கும் மகனுக்குமிடையே நடக்கும் மனப்போராட்டத்தில் திசை தெரியாது உழலும் நடேசன், ரங்கூனுக்கே திரும்பிப்போய்விடலாம் என முடிவெடுக்கும்போது, அவன் எதிர்பாராமல் சந்திக்க நேர்ந்த ராமையர் என்ற பெரிய மனிதர் நடேசனோடு நடத்தும் உரையாடல், சான்றாண்மைக்கு இலக்கணமாகும்.

மனிதர்தம் குணநலன் வேறு. பழகும் முறை வேறு என்பதைத் தி.ஜா. படைத்த சபேச முதலியாரின் நடவடிக்கை மூலம் நாம் தெரிந்து கொள்ள முடியும். இன்னும் சொல்லப்போனால், சபேச முதலியார் பாத்திரம்தான் ஹிந்து சநாதன ஆணாதிக்கச் சமூகத்தின் முதுகெலும்பாகும். சபேசர் போன்றவர்கள் நல்லவர்களாகவும் நாகரீகமாக நடந்துகொள்ள முயல்பவர்களாகவும் இருப்பார்கள். ஆனால் ஜாதி, அந்தஸ்து, ஆண் என்கிற சிறப்புத் தகுதிகளை ஒருபோதும் மறந்துவிட மாட்டார்கள் என்பதை எந்தவித விமர்சனமுமின்றிச் சபேச முதலியாரின் இயல்பான போக்கிலேயே சொல்லி, அவரது உள்மனத்தைத் தி.ஜா. அம்பலப்படுத்துகிறார். மனங்கவர்ந்த பெண்ணைத் திருமணம் செய்துகொள்வது பற்றிய சபேச முதலியாரின் எண்ணம்தான் என்ன? ராஜூப் பிள்ளை, சபேசரின வீட்டைத் தேடிவந்து, "பெரிய ரத்னம் உங்களுக்குக் கிடைச்சிருக்கு. நீங்கள் அதைக் கல்யாணம் செய்துகொண்டு விடுங்கள்" எனக் கேட்கும்போது, மகிழ்ச்சியுடன் உடன்படுகிறார் சபேச முதலியார். அது மட்டுமா? நினைவும் கனவும் சேர்ந்த இன்பக் கற்பனைகளில் தூக்கத்தை இழக்கிறார். மறுநாள் காலையில், ஒரு திருமணத்திற்குச் சென்று, நாதஸ்வரம் வாசித்துத் தாலியணியக் காணும்போது, தனக்கு மீண்டும் இப்படி ஓர் அனுபவம் கிட்டப்போவதை நினைத்துச் சிலிர்த்துக்கொள்கிறார். மண்டபம் விட்டுச் செல்லும்போது, மீண்டும் ராஜூப் பிள்ளையைச் சந்திக்கிறார். உணர்ச்சிமேலீட்டில், உங்கள் திருமணத்திலும் பிலஹரி வாசிக்கும்போதே வந்துடுவேன் என நெகிழ்கிறார் ராஜூப் பிள்ளை.

அதுவரை கற்பனையில் உற்சாகம் ஊட்டிய மணக்காட்சியை, ராஜூப் பிள்ளை நினைவுபடுத்தியவுடன், சபேசர் திகைத்து நின்றுவிடுகிறார். தன் வீட்டின் இரும்புக் கதவைத் திறந்து உள்ளே செல்லும் சபேசரின் மன ஓட்டம், இப்படிப் போகிறது. 'பிலஹரி ராகமாவது, நாதஸ்வரமாவது! இந்தப் பரம்பரையில், அதுவும் சபேசனா— இப்படி ஊரறிய மேளத்தைக் கொட்டி— அவளைக் கல்யாணம் பண்ணிக்கொள்வார். அதுவும் தாசியையா?' இதுதான் சபேச முதலியாரின் எண்ண ஓட்டம். எப்படி ஒரு சிந்தனை? அந்தச் செந்தாழை மடல் மேனி கொண்ட திவ்யசுந்தரியை, ஐ.சி.எஸ். படிக்கிறவர்களைப்போல அலமாரி நிறையப் புத்தகம் அடுக்கிப் படிக்கும் ஒரு கூர்த்த மதி படைத்த பெண்ணை, வால்மீகியையும் காளிதாசனையும் எடுத்துக்காட்டிப் பேசும் அறிவு நிறைந்த அமிர்தத்தை அடைவதற்கு ஏங்கிய சபேச முதலியாருக்கு, அவளை ஊரறிய மணக்க நினைக்கும்போது மட்டும், 'தாசிக் குலத்தில் பிறந்தவள்' என்ற எண்ணம் வருகிறது. அது மட்டுமா? 'அரங்கம்' நிகழ்வினைக்கூடக் கூட்டமில்லாமல் பெரிதாக விளம்பரப்படுத்தாமல் செய்ய வேண்டும் என்று குசலத்திடம் கோரிக்கை வேறு வைக்கிறார். சாதியும் அந்தஸ்தும் பொதுவெளியில் பெரிய மனிதர் என்ற அடையாளமும் அரங்கம் நடத்துவதால் பாதிக்கப்படாது என்கிற சமூகத்தின் போலித்தனத்தைச் சபேச முதலியார் பாத்திரம் மூலம்தான் புரிந்துகொள்ள முடியும்.

அவர் இருக்கும்போதே குஜலத்துக்கும் அமிர்தத்துக்கும் நடக்கும் சண்டையும், அதன் தொடர்ச்சியும் சபேச முதலியாருக்கு ஏற்படுத்தும் அதிர்ச்சியைத் தி.ஜா. உள்ளூக்குள் ரசிக்கிறார். “ஒரு பக்கம் குஜலத்தின் கெஞ்சல் – ஒரு பக்கம் அமிர்தத்தின் சீற்றம், தேனீக்கும் புலிக்கும் நடுவில் அகப்பட்டு வேட்கை முற்றியிருந்த அவர் உள்ளம் செய்வதறியாமல் தவித்தது என்று சொல்வதோடு, “அவருக்கு முள்மேல் இருக்கிறாற் போலிருந்தது” என்றும் சொல்கிறார். போகலாம் என்று எழுந்தவரை, காபி வந்திடும் – குடிச்சிட்டுப் போகலாம் எனக் குஜலம் வற்புறுத்த, “முதலியார் பழைய முள்ளிலேயே அரைமனதுடன் தட்டமுடியாமல் உட்கார்ந்தார்” என்கிறார் தி.ஜா. அங்கிருந்து வெளியேறி மின்சாரம் இல்லாத தெருவில் தட்டுத் தடுமாறி நடந்துபோகும் சபேசரின் நிலையைத் தி.ஜா. படம்பிடிக்கிறார். “அந்த மையிருட்டில் துல்லிய வெள்ளைஉடையுடன் முதலியார் ஆவிபோல் நடந்துபோனார். இருளில் பார்வை இழந்த செருப்பு, மேட்டிலும் பள்ளத்திலும் சாணத்திலும் விழுந்து தடுமாறி, அவரைச் சுமந்து போய்க்கொண்டிருந்தது”. பிறகு மின்சாரம் வந்துவிடவே, தெருவோர விளக்கின் ஒளியில் தன் உருவம் நீள்வதையும் சாய்ந்து தேய்வதையும் பார்த்துக்கொண்டே வீடு வந்து சேரும் சபேச முதலியாரின் மனத்திற்குள் வீசிய சூறாவளிக் குழப்பத்தை, அப்புழுக்கத்தை நாம் உணரும்படி சொல்லிக்கொண்டே ஓடுகிறது தி.ஜா. வின் அனுபவ எழுத்து.

சபேசர் அமிர்தத்திற்கு இரண்டு கடிதங்கள் எழுதுகிறார். முதல் கடிதம், அரங்கம் என்ற ஏற்பாட்டிற்கும், அவரை ஏற்றுக்கொள்வதற்கும் விருப்பமில்லாத அமிர்தம், அவர் அழைத்துவந்த வைர வியாபாரியை விரட்டிவிட்டுத் தன் தாயிடம் போர்க்கோலம் காட்டிய காட்சியைக் கண்டுவிட்டுத் தன் வீட்டிற்கு வந்தவர் எழுதியது. அமிர்தத்தின் மனம் தன்னை

ஏற்கவில்லை என்ற உண்மையை ஏற்றுக்கொண்டு, மிகுந்த நிதானத்துடனும் பெருந்தன்மையுடனும் எழுதிய கடிதம் அது. அதில் இறுதியாக, "எனக்கு வயது அதிகமாகவில்லை. ஆனால், உன்னை ஒரு மகளைப்போல் பார்க்கும் வயதாகிவிட்டது" என்பதைச் சபேசர் ஒப்புக்கொள்கிறார். முடிக்கும்போது, "உன் அன்பிற்குப் பாத்திரமாகிறவன் மகா புருஷனாக இருக்கவேண்டும். அவனை ஒரு புத்திரனை நேசிப்பதுபோல் நான் நேசிக்கக் கடமைப்பட்டிருக்கிறேன்" எனப் பெருந்தன்மையின் சிகரத்தில் நின்று எழுதிக் கையெழுத்திட்டு உரையிலிட்டு ஒட்டி ரத்னத்தையும்கூட அழைத்துவிடுகிறார். ஆனால், ராஜுப் பிள்ளை வரவாலும், திருமணப் பேச்சாலும் அக்கடிதத்தை அவர் அனுப்பவில்லை. சுக்கல் சுக்கலாகக் கிழித்துக் குப்பையில் போடச் சொன்னார் என்கிறார் தி.ஜா. ஆனால், பின்பு அவருக்குத் தெரிகிறது, உண்மையில் அவரது மகன் நடேசனே, அமிர்தத்தின் அன்புக்குப் பாத்திரமான மஹாபுருஷன் என்று! ஆனால், இப்போது அமிர்தம், சபேச முதலியாருக்கு மகளாகவோ, மருமகளாகவோ தோன்றவில்லை.

இந்நிலையில்தான், தன் அடுத்த கடிதத்தை எழுதுகிறார் சபேச முதலியார். "உன்னுடைய குலத்திற்கே இயல்பானது பொருளில் மோகம் என்பது தெரியாமல், உன்னைக் கல்யாணம் செய்துகொள்ள வாக்குறுதி கொடுத்துவிட்டதாகச் சொல்லுகிறான். "என்னை வஞ்சித்தாயிற்று. அணுக விடவில்லை. இப்பொழுது அவனையும் தீண்டுகிறாய் – வரும் காலத்தில் அவனுக்குப் பிறக்கும் புதல்வனாவது காக்கப்பட வேண்டும் என்பதுதான் என் பிரார்த்தனை" என்கிறார். அவரது கோபம் உண்மையாகவும் கூட இருக்கலாம். இப்படிப் பணத்தையும் வாங்கிக்கொண்டு அணுகவும் விடாது ஏமாற்றுவது கணிகையர் சாகசம் என்பது ஓர் உலகியல் அறிவாகக்கூட இருக்கலாம். ஆனால், தன்னை ஏற்க விரும்பாத அமிர்தத்தின் மறுப்பையும், தாசி வாழ்க்கை தொடங்குவது பற்றிய வெறுப்பையும், ஊவா முள்போல் தைக்கும் அவளது கேள்விகளையும் நேரில் கண்டவரான சபேச முதலியார், நீ தாசி, கணிகை என எழுதுவது, அவரை அணுகவிடாத ஒரு கோபத்தின் வெளிப்பாடுதான்.

பெரிய மனிதர் என்பவரின் நடைமுறை இப்படியிருக்க, இவர்களின் தயவில் வாழும் தாசிகளின் வருமானமோ நிலையற்றது. எனவே, கிடைத்தவரை பொருளைச் சேர்த்துக்கொள்வது அவர்களின் பாதுகாப்பு ஏற்பாடாகிறது. அதற்காக அவர்கள் கைக்கொள்ளும் முறைகள் 'சாகசம்' என்ற அடைமொழியைப் பெற்றன. அதன் மூலத்தைக் கணக்கெடுப்பதற்கில்லை. உடல்வலு குறைந்தால்தான் உழைப்பவர்களுக்குக் கவலை வரும். ஆனால், உடல் வனப்புக் குறைந்தாலே கணிகையருக்கு அச்சம் வந்துவிடும். தம் வருங்காலம் பற்றியும் வருமானம் பற்றியும் அவர்கள் கவலைப்பட்டதற்குக் காரணம், பாதுகாப்பின்மை. உடலில் பொலிவும் வனப்பும் இருக்கும்போதே, வந்துபோகிற பெரிய மனிதர்களிடமிருந்து, எவ்வளவு முடியுமோ அந்த அளவுக்குப் பொருளைக் கறந்துவிட வேண்டும் என்பது தாசிக்குலத்தின் பொதுவிதியானது. இந்தப் பழக்கத்தால் தம் பரம்பரைச் சொத்துகளை எல்லாம் இழந்த ஜமீன்தார்களும் நிலக்கிழார்களும் இருந்தார்கள். தாசிமுறை ஒழியவேண்டும் என்பது, தாசிப் பெண்களை மீட்பதற்கு

மட்டுமல்ல, அவர்களால் கைப்பொருள் இழக்கும் ஆடவர் குடும்பத்தையும் காப்பதற்குத்தான் என்பதை மூவலூர் ராமாமிர்தம் அம்மையார் எழுதிய புதினத்தின் தலைப்பே சொல்லும். அது, "தாசிகளின் மோசவலை அல்லது மதிபெற்ற மைனர்" ஆகும். அந்நூலை வெளியிட உதவியவர் சிவகிரி ஜமீன்தாரின் மகள் என்ற ஒரு வரலாற்றுச் செய்தியும் இப்பின்னணியைப் புலப்படுத்தும். இப்போதுகூடக் 'கதவைச் சாத்தடி', 'கையில் காசில்லாதவன் கடவுள் ஆனாலும் கதவைச் சாத்தடி' என்ற பாடலை மேடையில் ஆடிப் பாடும் பெண்கள், இவ்வரலாற்றையும் அறிந்துகொண்டால், அத்தகைய பாடல்களுக்கு ஆடுவார்களா? என்பது சந்தேகம்தான்.

அன்றைய தேவதாசிகள் சமூகம் குஜலாம்பாக்களின் ஆதிக்கத்திலிருந்தது. அதில் இன்னும் வசதியும் அதிகாரமும் படைத்த பெங்களூர் நாகரத்தினம்மாவின் தேவதாசி சங்கம், அதை ஒழிக்கக்கூடாதெனக் குரல் தந்தது. உண்மையில் தேவதாசி முறையை ஒழிக்க வெளிப்படையாகப் போராடியவர்கள் சற்று வலிமை குறைந்தவர்களாகவும், தேவதாசி முறையைத் தடுக்கக்கூடாதெனப் போராடியோர், அதிக வலுவோடும் அன்று இருந்திருக்கிறார்கள். தேவதாசிகளிடம் மாற்றத்துக்கான களப்பணியைச் செய்து வந்த மூவலூர் ராமாமிர்தம் அவர்கள், அதே தேவதாசி சமூகத்தினரால் மிகக் கடுமையாகத் தாக்கப் பட்டுள்ளார். அவர் உணவில் நஞ்சு கலக்கப்பட்டது. தூங்கும்போது தலைமுடி வெட்டப்பட்டது. அவர் மீது பொய் வழக்குகள் போடப்பட்டன. இவை அனைத்தையும் செய்தவர்கள் அதே சமூகத்தைச் சேர்ந்தவர்கள் என்பதுதான் வேதனை. (ப. ஜீவசுந்தரி, மூவலூர் ராமாமிர்தம் அம்மையார்: வாழ்வும் பணியும்). இந்நிலையை மாற்றியவர் தந்தை பெரியார். பெண்ணுரிமைக்காக இந்தியாவில் மிக அதிகமாகப் பிரச்சாரம் செய்த தலைவரான பெரியார், பெண்களிடம் பிரச்சாரம் செய்யத் தேர்ந்த களம், திருமண மேடையாகும். தாம் நடத்திவைத்த நூற்றுக்கணக்கான சுயமரியாதைத் திருமணங் களின் மேடைகளில் பெண் கல்வி, பெண்ணுக்குச் சொத்துரிமை, அலங்காரத்திலிருந்தும் நகை மோகத்திலிருந்தும் பெண்களை விடுவித்தல் ஆகியன பற்றிப் பேசியதுபோலவே, தேவதாசி முறை ஒழிக்கப்பட வேண்டியது என்றும், அதற்கான சட்டம் வந்தபின் அதைக் கவனமாகப் பாதுகாக்க வேண்டும் என்றும் நேரிடையாகப் பெண்களிடமே பேசினார் பெரியார். இதனுடன் இன்னொரு செய்தியையும் இங்கே குறிப்பிடவேண்டும்.

தந்தை பெரியார், 1919இல் காங்கிரசில் சேரும் முன், எட்டாண்டு ஈரோடு தேவஸ்தான கமிட்டிச் செயலாளராகவும், பத்தாண்டு தேவஸ்தான கமிட்டித் தலைவராயுமிருந்தார். அப்போது எந்த ஊர்க் கோயிலுக்குப் போனாலும் பத்து, இருபது "தேவடியாள்" என்பவர்கள் கோயில் மரியாதை, மேளதாளத்துடன் தேவஸ்தான கமிட்டியினரை வரவேற்பார்கள். அவர்கள் தங்களது கோயில் உரிமையை ரூ. 45 முதல் ரூ. 90 வரை வாங்கிக்கொண்டு விற்றுவிடுவார்கள். தந்தை பெரியார்தான் முதன்முதலில் இப்படி உரிமைகளை விற்றால் செல்லாது என்று உத்தரவு போட்டார். அத்துடன், பிறகு காலியாகும் இடங்களுக்கு எல்லாம் வேறு புதிதாகத் தேவதாசிகளை நியமிக்கக்கூடாது என்றும் உத்தரவு போடுகிறார். அதை எதிர்த்துத் தேவதாசிகள் எல்லோரும் கூட்டம் கூட்டி மாநாடு

போட்டு அவரைக் கண்டித்தார்கள். (பெரியார் களஞ்சியம், பெண்ணுரிமை, பாகம்4, தொகுதி23). தேவதாசிப் பட்டம் மாற்றம் செய்யப்பட முடியாதது *(Not Transferable)* என்றும், ஏற்கனவே இருந்த தேவதாசி இறந்துவிட்டால் அந்த இடம் காலாவதியாகிவிடும் *(Lapse)* என்றும் பெரியார் கொண்டுவந்த புதிய இரண்டு சீர்திருத்தங்கள், பிற்காலத் தேவதாசிமுறை ஒழிப்பு வரலாற்றில் பெரும்பங்களித்தன என்பதும் மறுக்கமுடியாத ஒரு களப்போராட்ட உண்மையாகும்.

சட்டம் போட்டு ஒரு நடைமுறையை மாற்றும்வரை மக்களின் தேவைகள் காத்திருக்காது என்ற அனுபவ அறிவின் அடிப்படையில், சுயமரியாதை இயக்கப் பிரச்சாரம் மூலம் ஏராளமான தேவதாசிகள், அந்தக் குடும்பங்களிலிருந்து வெளியேறியோ அல்லது அக்குடும்பங்களின் ஒப்புதலுடனோ திருமணம் செய்துகொள்ளத் தந்தை பெரியாரும் அவரது துணைவியார் நாகம்மையாரும், மூவலூர் ராமாமிர்தம் அம்மையாருக்கு மிகப்பெரும் துணையாக இருந்திருக்கிறார்கள். அதிலும் மணமகன் குடும்பங்கள் 'உயர்சாதி' எனப்படும் பிரிவைச் சேர்ந்தவர்கள் என்ற செய்தி, அன்றைய சென்னை மாகாணத்தில் எத்தகைய அதிர்வுகளை ஏற்படுத்தியிருக்கும்! அத்தகைய முதல் திருமணம், ஈரோட்டில், 08.12.1929இல் தந்தை பெரியார் மாளிகையில் நடைபெற்றது. அது குத்தூசி குருசாமி அவர்களுக்கும் குஞ்சிதம் அம்மையாருக்கும் நடைபெற்ற திருமணம். அதை அடுத்துத் தமிழறிஞர் சாமி சிதம்பரனார் – சிவகாமி அம்மையார் திருமணம் நடந்தது. அது விதவை மறுமணமும் ஆகும். இப்படிச் சுய மரியாதை இயக்கத்தின் பின்புலத்தில் நூற்றுக்கும் மேலான திருமணங்களை மூவலூர் ராமாமிர்தம் அம்மையார் அவர்கள் நடத்தியுள்ளார். (இந்தச் சுயமரியாதை இயக்கப் பெண்களின் பங்களிப்பைப் பெண்ணியச் செயல்பாட்டாளர் ஓவியா அவர்கள், தம் 'கருஞ்சட்டைப் பெண்கள்' நூலில் விரிவாகக் கூறியுள்ளார்).

டாக்டர் முத்துலட்சுமி ரெட்டி நடத்திய சட்டப் போராட்டம், படித்தவர்களிடமும் பொதுமக்களிடமும் வரவேற்பைப் பெற்றாலும், சட்டமன்றத்தில் வெற்றி பெற முடியவில்லை. அதுவும் எத்தகைய கடும் எதிர்ப்பைச் சந்திக்க வேண்டியிருந்தது? தேவதாசி முறைக்கு ஆதரவாக, அன்றைய சென்னை சட்டசபையில் பேசியவர்களில் திரு.ரங்காச்சாரி அவர்களும், திரு.சத்தியமூர்த்தி அவர்களும் மிகப்புகழ் பெற்ற தலைவர்கள். தேசிய இயக்கத்தின் பெரும் பிரச்சாரகர்கள். 'சாஸ்திரம் பொட்டுக் கட்டுவதை அனுமதிக்கிறது' என்று அவர்கள் வாதிட்டார்கள். ஆனால், அதே காலகட்டத்தில், அதாவது 1944இல், *கிராம ஊழியன்* இதழில், தொடர்கதையாகத் தி.ஜா. அமிர்தத்தின் கதையை எழுதியிருக்கிறார். இது வியப்பளிக்கிறது. (இது பற்றிய தகவலைச் சரிபார்த்துதவியவர் கல்யாணராமன்). அது மட்டுமில்லை, நியாயத்தைச் சொல்லவிரும்பும் ஒரு மனிதரின் சிந்தனையில் மதமும் சாஸ்திரமும் சார்ந்த விதிகளோ, நிபந்தனைகளோ, எத்தடையும் ஏற்படுத்தாது என்பதற்கும் தி.ஜா.வின் அமிர்தமே சாட்சி. இறுதியாக 1947 அக்டோபரில், தேவதாசி முறை ஒழிப்புச் சட்டம், டாக்டர் முத்துலட்சுமி ரெட்டி அவர்களால் வெற்றிகரமாக நிறைவேற்றப்பட்டது. அப்போராட்டத்தில், தி.ஜா. அவர்களின் பங்களிப்பாக,

அமிர்தத்தைப் பார்க்கிறேன். ஒரே சமூகத்தில் பிறந்த பக்திமான்களே ஆனாலும், தி.ஜா. ஓர் ஆன்மீகவாதி, சத்தியமூர்த்தி அவர்கள் அடிப்படைவாதி என்ற புரிதலுக்கும் தி.ஜா.வின் எழுத்து வழிவகுக்கிறது. தேவதாசிமுறை வாழ்விலிருந்து தப்பிப்பதற்காகத் தவித்துக்கொண்டிருந்த அமிர்தத்திற்கு, இந்த நெடிய அரசியல் போராட்டங்கள் எதுவுமே தெரியாது. ஆனால், இந்தச் செய்திகளை எல்லாம் ஊரில் கூட்டம்போட்டுச் சொல்வதற்காகச் சங்கம் வைத்திருந்தவர் ராஜூப் பிள்ளை. தக்க தருணத்தில், அவர் உதவி செய்வதாலேயே, மேலே படிப்பதற்காகச் சென்னை செல்கிறாள் அமிர்தம். எத்தனையோ பெண்களைத் 'தேவதாசி' முறை என்ற அச்சேற்றிலிருந்து மீட்ட இயக்கங்களின் குறியீடாகப் புதினத்தில் வரும் ராஜூப் பிள்ளை ஒளிர்கிறார்.

குஜலாம்பாள், அமிர்தத்திற்குச் சங்கீதமும் சம்ஸ்க்ருதமும் கற்றுத் தந்ததால், அமிர்தம் தன்னைச் சகுந்தலைபோல் கருதித் துயரப்படுகிறாள். ஒருவேளை அமிர்தம் தமிழிலக்கியம் கற்றிருந்தால், தன் போன்றவர்களுக்கு ஒரு கலங்கரை விளக்கம் தமிழிலக்கியத்தில் நிலைபெற்று நிற்கிறது என்பதையும், அந்தக் கலங்கரை விளக்கத்தின் பெயர் மணிமேகலை என்பதையும் அறிந்திருப்பாள். ஆம், இன்று வரை தொடரும் பெண்களின் மீதான ஆதிக்கத்தை, அது தோன்றிய காலம் முதலே எதிர்த்து நின்ற பெண் பரம்பரை ஒன்று இங்கே வாழ்ந்திருக்கிறது. ஆண்கள் தம் முன்னோரை மன்னர்களின் சந்ததிச் சங்கிலிகளில் தேடுகிறார்கள். பெண்களுக்கோ தம் முன்னோடி யார் என்பது பற்றிய வரலாற்றுத் தேடல் இல்லை. அப்படித் தேடினால், எப்பெண்ணும் தன் நேரடி முன்னோரை ரத்த மாதிரிகளின் அடையாளத்தில், சாதி, வர்ணப் பிரிவுகளின் கட்டுக்குள் தேடமுடியாது. ஒவ்வொரு பெண்ணும் தன் மரபணுவை, பிரிவற்ற மானுடத்தைப் பெற்றெடுத்த அந்த மூதாயிடம்தான் தேடவேண்டும். குற்றங்களைப் பொறுக்காத கொற்றவையிடம்தான் தேடவேண்டும். இதுதான் உன் பெண் பிறப்பிற்கு விதிக்கப்பட்டது என்ற புனிதக் கட்டளைகளையும், சாஸ்திர விதிகளையும், கடவுளின் ஏற்பாடு எனப்பட்ட சட்ட திட்டங்களையும் தாண்டித் தம்மை நிலைநிறுத்திக்கொண்ட அந்த வரலாற்றுப் பெண் மூதாய்களில், தன் துறவின் மூலமும், தொண்டின் மூலமும், அறிவுத் தேடலின் மூலமும் பெண்ணின் உயர்வை நிலைநிறுத்திய ஈடிணையற்ற காப்பியத் தலைவியான மணிமேகலையே முதன்மையானவள். ஆடல் மகளிர் குலத்தில் பிறந்து, ஆண் இச்சை பேணும் கலைகளைக் கட்டோடு வெறுத்தவள் அவள். கணிகையர் குலவிதிக்கு எதிராகக் கோவலன் என்ற ஒருவனுடன் மட்டும் வாழ்ந்து, அவன் இறந்தபின் துறவு பூண்டு புதுநெறி காட்டிய மாதவியின் மகள். மணிமேகலை இந்திரவிழாவில் ஆட வேண்டும் என ஊரே மாதவியை வற்புறுத்தியபோதும், "என் மகள் ஆட மாட்டாள்" என்றாள் மாதவி. கலையையும் அழகையும் கொண்டு ஆடவரை வீழ்த்தும் சாகசத்தைத் தொழிலாகவும், பணம் ஈட்டும் வழியாகவும் கொண்டு வாழ்வது "திருந்தாச் செய்கை", அத்தகைய தொழில் தீயது, என் மகள் ஒருபோதும் அந்தத் தொழிலுக்கு உடன்படமாட்டாள் என்பதைத் "திருந்தாச் செய்கை தீத்தொழிற் படாஅள்" என்று அழுத்தந்திருத்தமாய்ச் சொன்னாள் மாதவி.

மாதவியின் மகளான மணிமேகலைக்கே அந்த நிலை என்றால், குலத்தாசி என்ற தனிப்பெருமையுடன், "குலதர்மத்தைக் குரங்குப்பிடியாகப்

பிடித்திருந்த" குஜலாம்பாளின் வயிற்றிலே பிறந்த அமிர்தம், ஒரு கணிகையாக வாழமாட்டேன் என்ற உறுதி பூண்டு, தன் குறிக்கோளை நோக்கிச் செல்ல எத்தகைய மன உறுதி வேண்டும்! குலத்தொழிலைச் செய்ய மறுத்து, அற வாழ்வு மேற்கொள்வதற்கு மாதவி தொடங்கிய போராட்டம்தான் மணிமேகலையின் துறவு வாழ்வுக்கு அடித்தளமானது. ஆணின் ஒழுக்கமின்மையைப் பெருமையாகக் கருதும் பண்பழிந்த சமூகத்தில், சுயமரியாதைக்காகப் போராடும் ஒரு பெண்ணுக்கு அறிவாயுதமே துணை என்று வழிகாட்டினாள் மணிமேகலை. ஈராயிரம் ஆண்டு கடந்த பிறகும் எந்தக் குடும்பத்தில் பிறந்திருந்தாலும் நேர்மையற்ற, தவறான செயலைச் செய்ய மறுத்து, இது "தீத்தொழில்" என்றும், "திருந்தாச் செய்கை" என்றும் உணர்ந்து, அதற்கு உடன்பட மறுக்கும் ஒவ்வொரு பெண்ணும், தீத்தொழிற்படாத மணிமேகலையே, இந்த அமிர்தம்போல்!

அமிர்தம் தந்த வாசிப்பனுபவத்தின் முடிவாகச் சொல்ல வேண்டியது ஒன்றுண்டு. 1979இல் சாகித்திய அகாதெமி விருது வழங்கப்பட்டதற்காகத் தி.ஜா.வுக்கு டெல்லியில் நடைபெற்ற ஒரு பாராட்டு விழாவில் உரையாற்றும்போது, 'நான் கண்டதைத்தான் எழுதுகிறேன்' என்று எளிமையாகத் தி.ஜா. கூறினார். அவர் எழுதத் தொடங்கியபோது, சமூகத்தில் கண்ட ஓர் அநீதியை, அதிலும் பெண்களுக்கு எதிரான அநீதியை இத்தனை மேன்மையான முறையில் அவர் எழுதியிருப்பது அளப்பரிய வியப்பைத் தருகிறது. அது மட்டுமில்லை, தம்மைச் சுற்றியுள்ள சமூகம் பற்றித் தமது துல்லியமான மதிப்பீடுகளை எழுதும்போது, தாம் பிறந்த சமூகமும் விமர்சனத்திற்காளாகும் என்று தெரிந்தபோதும், அதற்காகத் தம் கருத்தையோ எழுத்தையோ சிறிதளவும் மாற்றிக்கொள்ளாது இறுதிவரையில் வாழ்ந்து மறைந்த தி.ஜா.வின் எழுத்திற்குக் கட்டியங்கூறுவதாகவும், இந்த 'அமிர்தம்' அமைந்துவிட்டது. அனைத்தையும்விட வியப்பும் நெகிழ்ச்சியும் ஊட்டுவது, 'அமிர்தம்' எழுதும்போது, தி.ஜா.வின் வயது வெறும் இருபத்து மூன்றுதான் என்பதே!

✣

3

மோகமுள்: ஓர் அபூர்வ ராகம்

ஆர்.எஸ். கதிர்

சமீபத்தில் தி.ஜானகிராமன் எழுதிய சிறுகதை ஒன்றைப் படித்துவிட்டு, அதைப் பற்றி நண்பரிடம் சிலாகித்துக் கொண்டிருக்கும்போது, 'மோகமுள்' பற்றிய பேச்சு வந்தது. அந்த நண்பர் தந்த உந்துதலால், கிண்டில் நூலகத்தில் மோகமுள் மின்னூலை வாங்கி, ஒரே வாரத்தில் படித்து முடித்தேன். இத்தனை பெரிய நாவலைப் படிப்பது, என் வாழ்வில் இதுவே முதன்முறை. தொடர்ந்து நேரம் காலம் பாராது படித்துக்கொண்டேயிருந்தேன். நாவல் தீராமல் தொடர்ந்து கொண்டேயிருந்தது. நாளுக்கு நாள் பாபுவுடனும் யமுனாவுடனும் வாழ்வது பிடித்திருந்தது. எல்லா வேலைகளையும் முடித்துவிட்டு இரவு பத்து மணிக்குப் படிக்கத் தொடங்கினால் அதிகாலை நான்கு மணிக்குமேல் படிக்கக்கூடாது என நானாகவே மூடி வைத்துவிட்டுப் படுத்தால்தான் உண்டு. ஆனால், என் மனம் படி படியென்று சொல்லிக் கொண்டுதான் இருந்தது. ஒவ்வொரு பக்கத்திலும் ஒரு சுவாரஸ்யம், ஒரு புதிய முடிச்சு, ஓர் ஆச்சர்யமென நாவலெங்கும் வாசகனைக் கட்டிப்போடும் வித்தைகள். நாவலின் முடிவு வரப்போகும் கடைசி இரு பக்கங்களில்கூட மூன்று ஆச்சர்யங்கள். வெறும் எழுத்து என்றாலும், கண் கலங்காமல் பல இடங்களைக் கடந்து போக முடியவில்லை. அக்கண்ணீர், கதாபாத்திரங்கள் படும் துன்பங்களைப் பார்த்துவரும் பச்சாதாபக் கண்ணீர் இல்லை. ஒரு தூய அன்பைச் சுவாசிப்பதால் நெக்குருகித் தானாகவே சுரக்கும் கண்ணீரது.

இசையும் காதலும் இணைந்து பிணைந்த இந்த நாவலின் கதை காதல் கதையா ? ஆசிரியர் மாணவன் கதையா ? என்றால், நிச்சயமாக அடித்துச் சொல்லமுடியும், காதல் கதையென. அதில் எந்தச் சந்தேகமும் தேவையில்லை. கதைக்குள் சென்றால், இந்த விமர்சனக் கட்டுரையை முடிக்க முடியுமா என்ற ஐயம் எனக்கு இருக்கிறது. காரணம், கிண்டில் நூலாகப்

படித்ததால், அதில் நான் எடுத்த குறிப்புகளே 200க்கும் மேலிருக்கின்றன. ஒவ்வொரு குறிப்பைப் பற்றியும் ஒரு பக்கத்திற்கு எழுதலாம். அப்படி எழுதினால் அது கட்டுரையாக அல்லாமல், நீண்ட ஒரு புத்தகமாகிவிடும் அபாயமிருக்கிறது. எனினும் முடிந்தவரை, நான் சுருக்கமாக எழுத முயல்கிறேன். பாபு யார்? நீள நீளமாகப் பெயர் வைத்துக்கொண்டிருந்த சமூகத்தில் பிறந்த அவனுக்குப் பாபு என்று ஒரு பெயரை ஏன் வைத்தார் தி.ஜா. என்பதிலிருந்தே, இப்புனைவின் ஆழத்தை உணரலாம். ‘ரொம்பச் சின்னப் பேரா இருக்கேடா’ என்று ரங்கண்ணாகூட, ஓர் இடத்தில் கேட்பார். பாபு என்று சொன்னால், இப்போதுகூட ஓர் இளைஞனே நினைவுக்கு வருகிறான். பாபு மஹாத்மா காந்தியின் மற்றொரு பெயர் என்பதும், தி.ஜா. காந்தியின் விசுவாசி என்பதால் அவர் இந்தப் பெயரை வைத்திருக்கலாம் என்பதும்தான் என் அவதானிப்பு.

இந்தப் பாபு எப்படிப்பட்டவன்? நல்லவனா? கெட்டவனா? அறிவாளியா? புரட்சிக்காரனா? பகுத்தறிவாளனா? பல அபூர்வத் திறமைகள் கொண்டவனா? உண்மையில் இவையெல்லாம்தான் பாபு. ஒரு நல்ல மகன், ஒரு நல்ல மாணவன், ஒரு நல்ல சீடன், ஒரு நல்ல நண்பன், ஒரு நல்ல பாடகன், ஒரு நல்ல காதலன். பாபு முடிவெடுக்கத் தெரிந்த இளைஞன்; அந்த முடிவில் உறுதியாகவும் இருக்கும் இளைஞன். யமுனாவைப் படிக்கும் அனைவரும் இப்படி ஒரு பெண் இருக்க முடியுமா என்று எண்ணுவதைத் தவிர்க்க முடியாது. அவளது அழகைப் பற்றிய வர்ணனைகள் சற்று அளவுக்கு அதிகமாகவே தோன்றினாலும், அது பாபுவின் பார்வையென்று விட்டுவிடுவதைத் தவிர நமக்கு வேறுவழியில்லை. இந்த நாவலைப் படிப்பது என்பது பாரமாகவோ அழுத்தமாகவோ இல்லை. அது மகிழ்ச்சியை, கவலையை, ஆர்வத்தைத் தொடர்ந்து தூண்டுகிறது. விவரணைகள் பெரும்பாலும் நல்ல தமிழிலேயே இருக்கின்றன. அக்காலத்தில் பெரிதும் பயன்படுத்தப்படாத வணக்கம் என்ற சொல் இரண்டு இடத்தில் வருகிறது. மெட்ராஸ் என்று சொல்லாமல், பல இடங்களில் சென்னை என்றே தி.ஜா. குறிப்பிட்டிருக்கிறார். மேலும், நூற்றுக்கணக்கான நல்ல தமிழ்ச் சொற்களையும் இந்நாவலில் காணலாம்.

1930, 40, 50களில் வாழ்ந்த அந்த மனிதர்கள்... தற்காலத்தைப் போல விநாடிக்கு விநாடி மனநிலையை மாற்றும் தொழில்நுட்ப வசதிகளற்ற அம்மனிதர்களின் ஈடுபாடுகள், அவர்களின் தீர்மானங்கள், அவர்களின் கவலைகளும் தேவைகளும், அவற்றை நிறைவேற்றிக்கொள்ள அவர்கள் செலவழித்த காலம், அவர்களின் உறவுகள், நம்பிக்கைகள், சித்தாந்தங்கள், வரலாற்றுச் செய்திகள் என எல்லாப் பக்கங்களிலும் இப்படிச் செய்திகளைத் தந்துகொண்டே நகர்கிறது கதை. இவ்வளவும் தேவையா என்று சிலர் கேட்கலாம். சங்கு என்ற ஒரு பாத்திரம், அதன் தேவை என்ன என்றும் கேட்கலாம். பாபுவிற்கு ராஜம் எத்தனை முக்கியமோ, அத்தனை முக்கியமாகச் சங்குவும் இருந்திருக்கிறான் என்பதைப் பாபு நிலையிலிருந்து பார்த்தால்தான் புரியும். கதையின் முதல் அத்தியாயத்தில் வரும் சாஸ்திரி, மீண்டும் ஒரே ஒருமுறை பாபு வரும் வழியில் சைக்கிளை மிதித்துக்கொண்டு போவார். அதற்கான தேவை என்ன என்றும் சிலர் கேட்கலாம். இப்படிப் பல கதாபாத்திரங்கள், இக்கதையில் உலவிக் கொண்டிருப்பார்கள். ஆனால் அவர்கள், ஏதோ ஒருவகையில் மிக நுட்பமான உளவியலில் இந்தக் கதையின்

போக்கை மாற்றியமைத்திருப்பதை, ஆழ்ந்து யோசித்தால்தான் புரியும். ஒரு கதை என்றால், ஒரு நாயகன் ஒரு நாயகி ஒரு வில்லன் கூடவே உபரி கதைமாந்தர்கள் என்ற கட்டமைப்பும் இந்தக் கதையில் மீறப்பட்டிருக் கிறது. இதில் எதிர் நாயகன் என்று யாருமில்லை.அப்படிப் பார்த்தால், நாயகனே ஒரு வில்லன்தான். ஓர் இளம்பெண்ணின் தற்கொலைக்குத் தன்னை அறியாமலேயே காரணமானவன். தவிர, மனித உணர்வுகளும் நம் சமூகம் காலங்காலமாக உருவாக்கி வைத்திருக்கும் சட்ட திட்டங்களும் மத வழக்கங்களும் சாதி மதப் பேதங்களும் வர்க்க முரண்களுமே இக்கதையின் வில்லன்கள்.

யமுனாவைப் போன்று வயது முதிர்ந்தும் திருமணம் நடக்காத பெண்களை இன்னும்கூட நாம் நமது குடும்ப உறவுகளில் பார்த்துக் கொண்டுதான் இருக்கிறோம். அவற்றுக்கான காரணங்களாகச் சாதி மதம் ஜாதகம் பணம் எனப் பல காரணங்கள் இச்சமூகத்தில் இன்னும் இருந்துகொண்டேதான் இருக்கின்றன. யமுனா மீது எனக்குள்ள ஒரே கோபம், அவள் ஏன் தங்கம்மாள் மரணம் பற்றிப் பாபுவிடம் எதுவுமே கேட்கவில்லை என்பதுதான். இந்தக் கதையில் பெண்கள் எத்தனை கொடுமைகளை அக்காலகட்டத்தில் சந்தித்து வந்தார்கள் என்று ஒவ்வொரு பெண் பாத்திரம் மூலமாகவும் தி.ஜா. சொல்லியிருப்பார். இருபது வயதில் கணவனை இழந்த ஓர் இளம் பெண். இரண்டு வயதில் கணவனை இழந்து வயோதிகம் வரை தனியாகவே வாழும் ஒரு பெண். மருத்துவமின்றி இன்ஃபெக்‌ஷனில் இறந்துபோன ஒரு பெண் குழந்தை. வயதானவரால் வாழ்வழிக்கப்பட்ட ஒரு பெண். கணவனால் தாக்குதலுக்குள்ளாகும் ஒரு பெண். கணவனின்றிச் சொத்தை இழந்து சமையல் செய்து பிழைக்கும் ஒரு பெண். கணவன் இறந்தபின் மகனின் தயவில் வாய்திறக்க முடியாமல் வாழும் ஒரு பெண். இரண்டாம் தாரமாக வாழ்ந்து கணவனுக்குப் பின் ஆதரவிழந்த ஒரு பெண். சாதிக் கலப்பு மணத்தால் திருமணமாகாத ஒரு பெண். இப்படிச் சமூகத்தின் பிற்போக்குத்தனங்களால் பாதிக்கப்பட்ட அத்தனை பெண்களையும் தன் நாவலில் உலவவிட்டிருக்கிறார்.

அக்காலகட்டத்தில் நோய்வந்தால் சாவுதான் என்ற நிலை இருப்பதை இந்நாவலில் புரிந்துகொள்ளலாம். சாதாரண இன்ஃபெக்‌ஷன்கூட உயிரை எடுத்துவிடுகிறது. குழந்தைகள் மரணம்கூடச் சர்வ சாதாரண மாக நிகழ்ந்திருக்கிறது என்பதும் புலனாகிறது. 1930–1940 காலகட்டத்தில் மருத்துவம், கும்பகோணம் போன்ற நகரங்களின் சாதாரண மக்களைச் சென்று சேரவில்லை என்பதும், அக்காலத்தில் நீண்ட ஆயுளுடன் வாழ்ந்தவர்கள் இம்யூனிட்டி நிறைந்த சூப்பர் ஹூமன்களாகவோ அல்லது அதிருஷ்டசாலி மனிதர்களாகவோதான் இருந்திருக்க முடியும் என்பதும் தெரிகிறது. பாபு என்ற இளைஞனின் மன உணர்வுகளை இம்மியும் பிசகாமல் தொடர்ந்து பதிவு செய்துகொண்டே வருகிறார் தி.ஜா. அதில் பல இடங்களில், நம்மை நமது இளம் வயது நினைவுகளையும் உணர்வுகளையும் நம்மால் மீட்டெடுக்க அல்லது கண்டெடுக்க முடிகிறது. ஒரு பெண்ணுடன் ஏற்படும் முதல் கடிதத் தொடர்பு, முதல் பேச்சு, முதல் தொடுதல், அவள் எப்போது பதில் சொல்வாள், என்ன பதில் சொல்வாள், சொல்வாளா மாட்டாளா, அவளை மறுபடியும் எப்போது பார்ப்பது, பார்த்தால் என்ன பேசுவது…

இப்படியான எண்ணங்களில் குளிர் ஜுரம் வராதவர்கள் எத்தனை பேர் இருப்பார்கள்?

காலம் மாறியிருந்தாலும் இன்னும்கூட இந்த உணர்வுகள் இளைஞர்களுக்கு உண்டு. ஆனால், தற்காலத்தில் காத்திருந்து, அதை அனுபவிக்கும் சூழலைத் தொழில்நுட்பம் கொஞ்சம் மாற்றியமைத்துவிட்டது. இக்கதையின் முக்கியமான பகுதிகள் அத்தனையும், கதை தொடங்கும் முதல் நான்கு நாட்களுக்குள் நடந்து முடிந்துவிடுகின்றன. அதில் நிகழும் ஒரே ஒரு சிறு தவறுதான் பாபுவின் எதிர்காலத்தையும் முடிவு செய்கிறது என்பதும் எப்படிப்பட்ட ட்விஸ்ட்? ஆங்கில ஆசிரியர் சீதாராமையர் தமிழ் பண்டிதரைப் பார்க்கப்போகாமல், ஒருவேளை தங்கம்மாளைப் பற்றிய தகவல்களைச் சொல்லியிருந்தால், பாபு அந்தக் கடிதத்தைத் தங்கம்மாளுக்கு எழுதியிருக்கப் போவதில்லை. அந்தக் கடிதம் எழுதப்படாமலிருந்திருந்தால், தங்கம்மாள் அதை வைத்துக் கனவு கண்டிருக்க மாட்டாள். அவள் உயிரும் போயிருக்காது. அல்லது அப்பேருந்தாவது நேரத்துக்குக் கும்பகோணம் வந்து சேர்ந்திருக்கலாம். தங்கம்மாளைப் பாபு பார்த்திருக்கவே மாட்டான்.

முந்தைய அத்தியாயத்தில் வைத்தி இளைஞனாகிவிட்ட தன் மகன் பாபுவிடம், பல பக்கங்களுக்கு ஞானம், யோகம், யோகிகள், தெய்வத்தன்மை, பெண்களிடம் விலகியிருப்பது பற்றிப் பேசியிருப்பார். ஒரு மந்திர உபதேசமும் செய்திருப்பார். அந்த மந்திரத்தைத் தியானம் செய்பவர்கள் பெண் விசயத்தில் கட்டுப்பாட்டுடன் இருக்க வேண்டுமெனச் சொல்லியிருப்பார். போதாதற்கு ஊருக்குப் புறப்படும்போது, பேருந்து நிலையத்தில் வைத்து நான்கு முறை, இதை மீண்டும் மீண்டும் அறிவுறுத்தி அனுப்பியிருப்பார். அதற்கடுத்த அத்தியாயத்திலேயே, பக்கத்து வீட்டுக்காரர் மனைவியான தங்கம்மாளுடன் ரகசியக் கடிதப் போக்குவரத்தைச் செய்துகொண்டிருப்பான் பாபு. பாபு தெய்வ நம்பிக்கையுள்ள சாதாரண இளைஞன்தான். ஆனால், தயக்கமின்றி அவனால் அவனுக்கு விதிக்கப்படும் கட்டுப்பாடுகளை உடைக்க முடிகிறது. பிறகு மீண்டும் தியானம், மந்திரமென்றும் உட்கார முடிகிறது. பின் அந்தத் தெய்வத்திற்கே சவால் விடவும் முடிகிறது. ஒருகட்டத்தில் அந்தத் தெய்வமாகவே யமுனாவைப் பார்க்க முடிகிறது. இந்த முரண்களைத் தி.ஜா. தெரியாமல் வைக்கவில்லை.

பகுத்தறிவு, பெண் விடுதலை, சமத்துவம் பற்றிப் பல இடங்களில் பேசுகிறான் பாபு. அவற்றில் சில: "கோபித்துக்கொள்ளாதே பாபு. நீ செய்கிற மாதிரி உலகத்தில் நடக்கலாம். ஆனால், நாகரிக உலகம் இதைச் செய்வதில்லை. நாகரிகச் சட்டங்கள் இதைக் கண்டு ஆமோதிப்பதில்லை", "அப்படியானால் அதுகளைச் சுட்டுக் கொளுத்து" என்கிறான் பாபு. "மகான் ஒருவர்கூட இருந்தாலே ஒரு மனிதன் திருந்திவிடுவானா? நல்ல வாழ்வு வாழ முடியுமா? நல்ல எண்ணங்களையே வளர்த்துக்கொண்டிருப்பானா? தீச்செயலில் இறங்காமலிருப்பானா?" – "ஓம்பிரகாசர் பெரிய மகான்தானே?", "ஆமாம்", "அவரிடம் பூஜைக்குத் தீட்சை பெற்றவர்கள் முதல் இன்னும் சிலர் உள்பட ராத்திரியில் அகௌரவமான இடங்களில் எல்லாம் காணப்படுகிறார்களே", "ஆமாண்டா பாபு… என்ன செய்கிறது?" எனத் தியாகராமனின் குரல் தணிந்தது. "என்ன செய்கிறது? மகான்கள் இருந்தாலே போதுமென்றால், என்ன அர்த்தம்?" என்கிறான் பாபு. "எல்லாரும் படிச்சா,

சரியாப் போயிடுமோ?” என்று கிண்டலாகக் கேட்டான் ராஜம். “படிச்சா, விஷமம் எங்கே இருக்குன்னு கண்டுபிடிச்சு வச்சுக்கவாவது முடியும். எது நல்லது, எது கெட்டது, எது பத்திரம், எது ஆபத்துன்னு புரிஞ்சுக்க முடியும். தைரியம்னா இதுதான், அறிவுதான் தைரியம்”, “எல்லாப் பெண்களும் படிச்சா இப்படி ஆகிவிடுவாளா?”, “கட்டாயமா” என்கிறான் பாபு. “இந்தப் பெண்களுக்கு என்று ரோஷம் வரப் போகிறது? சிறையில் உட்கார்ந்து, உட்கார்ந்து வலுவிழந்து விட்டவர்கள், திறந்துவிட்டால்கூடத் திரும்பிக் கூண்டிற்குள்ளேயே வந்து அடைபட்டு விடுவார்கள் போலிருக்கிறது!” – இது பெண் பற்றிய விமர்சனம். “குருடனுக்கு எந்த வழி பிறந்தால் என்ன? கண் இருந்தால்தானே வழி பிறந்திருக்கிறது தெரியும்; முட்டிக்காம நடக்கலாம். நமக்குச் சுதந்திரம் வந்தால் என்ன? வராவிட்டால் என்ன?” – இது தேசம் பற்றிய விமர்சனம்.

கீழ்க்காணும் இந்தக் கொடூரம் நடக்கும் காலம் 1930கள். இது நடப்பது ஒரு பார்ப்பனக் குடும்பத்தில். “அவளுக்குப் பதினொன்று வயதிருக்கும். பார்க்கிறவர்கள் பதினைந்து வயது மதிப்பிடும்படியாக வளர்ந்துவிட்டாள். மூக்கில் ஒரு கம்பி சுற்றியிருக்கும், காதில் ஒரு சிவப்புக் கடுக்கண் – அப்பா போட்டுக் கொண்டிருந்தது. கையில் இரண்டு தங்கக் காப்பு – கட்டைக் காப்பு, காலில் ஒரு கொலுசு, கழுத்தில் ஒரு சிவப்புக் கண்ணாடி. மணிமாலை. அவளைக் கல்யாணம் செய்துகொள்ளச் சற்றுப் பணம் படைத்த உறவினர் பல பேர் திட்டம் போட்டிருந்தார்கள்” – இப்படி ஒரு காலத்தை கடந்துதானே வந்திருக்கிறோம்? ஆன்மீகத்துக்கு எதிராகக் கோவில்களில் நடக்கும் அநாகரிகங்களுக்கு எதிரான பல கேள்விகளையும் இந்த நாவலில் தி.ஜா. முன்வைக்கிறார். இவையெல்லாம் பாபு மூலம் தி.ஜா. வைக்கும் கேள்விகளாகவே எனக்குத் தோன்றுகின்றன. பாபு பக்தி மார்க்கத்திலிருந்தாலும், பக்தியைப் பற்றிப் பல இடங்களில் போகிற போக்கில் கேள்விகளை வைத்துக்கொண்டே செல்கிறான். (கருட தரிசனம் பற்றி, கோயில் கோயிலாக அலையும் மராட்டிப் பாடகர்கள் பற்றி, வீடுகளில் பூஜை என்ற பேரில் நடக்கும் மேட்டிமைத்தன அடக்குமுறைகள் பற்றி, காமத்தைத் தூண்டும் காமாட்சியம்மன் சிற்பம் பற்றி . . .). அதே நேரம், அவன் தந்தை வைத்தி உபதேசித்த தெய்வத்தை நினைத்துத் தியானம் செய்வதையும் அவன் கைவிடவில்லை. காந்தி மீதான தன் பற்றுதலை, காந்தி கொலை செய்யப்பட்டபின் நாட்டுமக்கள் எப்படித் துக்கம் தாளாமல் அழுதார்கள் என்பதைப் பதிவுசெய்கிறார். இரண்டாம் உலகப் போர் நடந்தபோது குண்டு வீசப்படும் என்ற பயத்தில் சென்னையிலிருந்து கும்பகோணத்திற்கு வந்து குடியேறிவர்கள் பற்றிய தகவலும் தரப்படுகிறது. இவ்வகையில் இந்த நாவல், ஒரு காலப் பெட்டகமாகவும் திகழ்கிறது எனலாம்.

யமுனா ஓர் அழகான குறும்புத்தனமான பெண்ணாக அறிமுகமாகி இந்தக் கதையைத் தாங்கி நிற்கும் அடித்தளமாகத் திகழ்கிறாள். யமுனா இல்லையெனில் பாபு என்ற மனிதனுமில்லை; கலைஞனுமில்லை. பாபுவைத் தேடி யமுனா வராமல் போயிருந்தால், பாபு அந்த இன்சுரன்ஸ் கம்பெனியிலேயே வேலை செய்து ரிட்டயராகிச் செத்துக்கூடப் போயிருப்பான். அல்லது பாடகனாகி யமுனா கிட்டாத வெறுப்பில் குடி, பெண்கள் எனச் சீரழிந்திருப்பான். தன் வாழ்வு சூனியமான பின், அதை

மீண்டும் புதுப்பிக்கப் பாபுவால்தான் முடியுமென்ற நம்பிக்கையில்தான் யமுனா பாபுவைத் தேடி வருகிறாள். பாபு மீது அவளுக்குக் காதலில்லாமல் இல்லை. ஆனால், அதை உணர்ந்துகொள்ளவும் புரிந்துகொள்ளவும்தான் அவளால் இயலவில்லை. கடைசியில் வறுமை அவளை அவனிடம் கொண்டுவந்து சேர்க்கிறது. அல்லது அடுத்தது சாவுதான் என்பதைத் தெரிந்துகொண்டு அந்த உயிரைப் பாபுவிடமே ஒப்படைத்து விடுவோம் என முடிவெடுத்தும்கூட வந்திருக்கலாம். அவள் பாபுவிடம் பேசுவதைப் படிக்கும்போது, நம் கண்களில் கண்ணீர் திரளுவதைத் தவிர்க்க இயல வில்லை. "எனக்கு யார் கிட்டவும் கோபம் கிடையாது. இந்த உலகத்திலே பசி ஒண்ணுகிட்ட தவிர. அது எவ்வளவு நீசமான ஜந்துன்னு இப்பதான் தெரிஞ்சிண்டேன். பெரிய பீடை. இருக்கிற இடமே விடியாது. மனுஷனை அல்பத்தனம், முட்டாள்தனம், சின்னத்தனம் விவஸ்தை கெட்ட துணிச்சல் – எல்லாத்திலும் கொண்டு இறக்கிவிடும், ஒரே துணியோட வாழலாம். ஒரு நாள் பசியோட வாழ முடியாது" என்கிறாள் யமுனா. பாபுவின் விருப்பம் கருதியே தன்னை ஒப்படைத்ததாகச் சொல்லும் யமுனா, முதலில் எந்த ஈடுபாடும் காட்டாதிருப்பாள். பாபுவுக்காகவே எல்லாம் செய்வது போலவே காட்டிக்கொள்வாள். பாபுவுக்கும் யமுனாவின் அப்போக்கு, கொஞ்சம் உறுத்தலாகவே இருக்கும். ஆனால், ஒருகட்டத்தில் தன் காதலை ஒரு முத்தம் மூலம் வெளிப்படுத்துவாள். அந்த இடத்திற்காகவே, தி.ஜா. விற்கு நாம் ஆயிரம் முத்தங்களைக் கொடுக்கலாம். யமுனா – பாபு காதல் முழுமையுறும் இடம் அது. இதுவே ஒரு திரைப்படமாக இருந்திருந்தால், அது ஒரு விசில் பறக்கும் காட்சியாகவோ, ஆனந்தக் கண்ணீர் வடிக்கும் காட்சியாகவோ இருந்திருக்கும். அதைத் தொடர்ந்து, அடுத்தடுத்து யமுனா செய்யும் வேலைகள், இந்த நாவலை ஓர் அழகான முடிவை நோக்கி நகர்த்துகிறது.

நட்புக்கு இலக்கணமான ராஜம், தொடக்கத்தில் பாபுவின் காதலுக்கு எதிர்ப்புத் தெரிவித்தாலும், அவன் உரிய நேரத்தில் செய்யும் சில முன்னெடுப்புகளே, பாபு காதலைச் சரியான திசையில் செலுத்துகின்றன. நண்பனைப் போன்ற தந்தையாக, கதைக்கு முக்கியமான முற்போக்கு முடிவைப் பதறாமல் எடுக்கிறார் வைத்தி. இசையே வடிவான ரங்கண்ணா, கவலைகளைத் தவிர வாழ்வில் எதையுமே சம்பாதிக்காத பார்வதிபாய் எனப் பிற பாத்திரங்களும் மிகவும் அற்புதமானவையே. இப்படியாக ஒவ்வொருவரைப் பற்றியும் தனித்தனியாக எழுத, வண்டி வண்டியாகச் செய்திகள் இருக்கின்றன. நாவலில் வர்ணிக்கப்படும் காட்சிகள், பல சமயங்களில் திரைப்படத்தில் வைக்கப்படும் ஷாட்கள் போலிருக்கின்றன. "பாபநாசத்தில் இறங்கி அவசர அவசரமாக நடந்தான் பாபு. வீட்டு வாசலில் அவன் சகோதரி, அவன் வருகிற திக்கைப் பார்த்துக்கொண்டு நின்றுகொண்டிருந்தவள், அவனைப் பார்த்ததும் சட்டென்று மறைந்தாள். அடுத்த கணம் அவனுடைய தந்தை வாசலுக்கு வந்துவிட்டார்" – இந்த வர்ணனையை, பாபுவின் பாய்ன்ட் ஆஃப் வ்யூவில் வைக்கப்பட்ட ஷாட்போல உணர முடிந்தது. பல நுணுக்கமான விவரணைகளைக்கூடத் தி.ஜா. விடாமல் எழுதியிருக்கிறார். அவற்றில் ஒன்று: "பீரோ கண்ணாடியில் போகிற போக்கில் பார்த்துக்கொண்டே ஊஞ்சல் பலகையில் உட்கார்ந்தான் பாபு" – இன்னோரிடத்தில், ஒரு சித்திரக்காரருக்குச் சொன்ன யோசனையை,

அவர் சிந்தனையுடன் நீட்டி முழக்கி ஒப்புக்கொண்டு பேசுவதை, அதற்கான டைமிங்குடன் எழுதியிருக்கிறார். “ம்…அதை…யும்…போடலாம்”. சூரியன் மறையும் வர்ணனைகளை நாம் படித்திருக்கிறோம். நிலா தோன்றி மறைந்து அரை வட்டமாகும் பல வர்ணனைகளை இந்த நாவலில் பார்க்கலாம். நிலா மறையும் நேரம், பெட்ரூம் விளக்கின் பர்னரின் நிழல் பூக்கள், கொம்பில் புல்லைக் கட்டி விடப்பட்ட மாடு, தானே இறந்து போகிற கனவு கண்டவனைப்போல… காவேரிக் கரையின் உயரமான தென்னைகள், மகாமகக் குளத்தின் படிக்கட்டுகளில் தாளம் தவறிக் கேட்கும் துணி துவைக்கும் ஓசை… என அழகான வர்ணனைகளுக்கும் அசத்தலான உவமைகளுக்கும் பஞ்சமில்லாத ஒரு நாவல் இது.

தென்னாட்டு இசை மேதாவிகளை மராட்டிய இசை மேதைகளை வைத்து ஒரு வாங்கு வாங்கும் பகுதி, மிகவும் சுவாரசியமானது. “நன்றாகப் பாடுகிறார்கள். ரொம்பவும் தெரிந்துகொண்டிருக்கிறார்கள். ஆனால், யாரும் சிரமப்பட்டுப் பாடவே இல்லையே. எப்படியாவது தப்பித்துக் கொண்டு ஓடிவிட ஆசைப்படுவது போலிருக்கிறது, குரலைக் கேட்டால்” – என்றெழுதுகிறார். “தப்பிச்சிண்டு ஓடுகிறது யாரு?”, “குரல்”, “ஏன்?”, “குரல் ஏமாற்றுவித்தை காட்டுகிறது. கடினமான இடத்தினருகிலேயே போவதில்லை. போனாலும், தளுக்குப் பண்ணி, ரயிலில் டிக்கட்டு வாங்காமல் போனால், செக்கிங் அதிகாரியைக்கூடப் பார்க்காமல் விர்ரென்று கடந்து போவார்களே, அதுமாதிரி வேகமாக ஓடிவிடுகிறது” என்கிறார். மற்றோரிடத்தில், இசை உலக மனிதர்களின் போலி மரியாதையைப் பற்றி, “உடம்பில் ஒரு அடிமைக் கூனல். வாயில் பஞ்சை இளிப்பு. பாபு சொல்வதற்கெல்லாம் புருவத்தை உயர்த்திச் சிரிக்கிற ஒரு ஆச்சரிய பாவம். சங்கீதச் சூழ்நிலையிலேயே ஊறின மட்டை.” என்கிறார். இசையைச் சொற்களால் எழுத முடியுமா? எழுதியதைச் சங்கீத அறிவற்றவரால்கூடப் புரிந்துகொள்ளச் செய்யமுடியுமா? இரண்டையுமே தி.ஜா. செய்திருக்கிறார். “ஸகா… ங், ஸகா… ங் என்று தம்புராவின் ஓசை கேட்கிறது. வயிற்றில் ஏதோ கல்லைத் தூக்கிப் போட்டாற் போலிருந்தது. வெளியே ஓயாத கார் ஹார்ன்களின் சப்தம். தா… தா என்று சதுச்ருதி தைவதத்தில் பாடி வழிசெய்துகொள்ளுகிறது கார்… இன்னும் ஒரு கார்… பழைய காலத்து ரப்பர் ஹார்ன். பஞ்சமத்தில் கத்தி விரட்டுகிறது. பஞ்சமம் மட்டும் இல்லை. இரண்டு மூன்று ஸ்வரம் கேட்கிறது. தபநீ, தபநீ, தபநீ… பா… பா… பா…” – ரங்கண்ணாவின் பேச்சு உடல் மொழி ஆடை பற்றிய வர்ணனைகள் அட்டகாசம். அவர் சாம்பனை ஆசை ஆசையாகத் திட்டும் மொழிகள், மனைவியின் அதட்டலுக்கு அலுங்காமல் பதில் சொல்லும் பாங்கு என ஒவ்வொரு முறையும் அவர் வீட்டுக்கு நம்மை அழைத்துச் சென்று, அவர் அருகிலேயே நம்மை உட்கார வைக்கிறார்.

பல அழகான தமிழ்ச் சொற்களையும், சோழ மண்டலத்திற்கே உரிய பல வழக்குச் சொற்களையும் இந்நாவலில் காண முடியும். உதாரணத்திற்குச் சில: பேச்சு வழக்குச் சொற்கள்: அட்டாதுட்டி (அடங்காத செய்கை), நட்டாமுட்டி (முட்டாள்தனமான செய்கை), கரவுசரிவு (நல்ல உடல்வாகு), ஆசாமி (முன்பின் தெரியாத ஆள்), அரிக்காய்ச்சல் (நெற்பயிரை அறுத்தபின் வெயிலில் காயப் போடுதல்), கவுளி (வெற்றிலை அளவு),

பேத்தல் (உளறல்), ஜோலி (வேலை), தத்தாரி (உருப்படாத), வடவண்டை (வடக்குப் பக்கம்), அச்சாரம் (முன்பணம்), வண்டிச் சத்தம் (கூலி), இஞ்ச (இங்க), சிலாம்பு (தென்னை அல்லது பனைமரக் கழியிலிருக்கும் கூர்மையான நரம்பு), ராங்கி (தவறாகத் துடுக்குத்தனமாக பேசும் பெண்). இவற்றுடன், பல பறவைகள் விலங்கினங்களின் பெயர்களைக் கதையில் கதை மாந்தர்களாகவே சேர்த்திருக்கிறார். அதில் ஒன்றுதான் சுவர்க்கோழி. கரிக்குருவி, ஆனைச்சாத்தான், மிளகாய்க்குருவி, சாக்குருவி எனப் பல்வேறு குருவிகளைப் பற்றியும் குறிப்பிடுகிறார். சாரைப் பாம்புக்கு அப்பளம் பொரிக்கும் வாசனையும், நல்ல பாம்பிற்கு மல்லிகைப்பூவின் வாசனையும் உண்டு என்பதை ஓரிடத்தில் குறிப்பிட்டுள்ளார். கிராமத்தில் பிறந்த எனக்கு இது தெரியாது! அத்துவான இடங்களில் இப்படி வரும் மல்லிகை மணத்தை மோகினிப் பிசாசு என்றே சிறுவயதில் எங்களுக்குச் சொல்லியிருந்தார்கள் (பாதுகாப்பு கருதிச் சொல்லியிருக்கலாம்). இந்த நாவலை படித்த பின்தான், எங்கள் ஊரில் எங்கெல்லாம் நல்ல பாம்புகள் இருந்தன என்ற விவரம், எனக்குத் தெரியவருகிறது. தங்கம்மா வைத்திருந்த மல்லிகைப்பூவின் மணம், ஒரேசமயம் தெய்வீகத்தையும் காம உணர்வையும் நினைவுபடுத்தும் முரணை உணர்ந்து, பாபு குழம்புவான். தெய்வம் – பாம்பு – காமம் இவை மூன்றும் ஒரு குறியீடாகச் சொல்லப்பட்டிருப்பதாகவே எனக்குத் தோன்றுகிறது. இப்படி எழுதவும், ஆய்வு செய்யவும், விவாதிக்கவும் ஆயிரம் செய்திகள் இந்நாவலில் இருக்கின்றன.

1930களில் முளைவிட்டு 1940களில் வளர்ந்து 1950களில் நிறைவடைந்த இந்தக் காதல் கதை, 2020இல்கூட இயல்பாக நிகழக்கூடிய நடைமுறை சாத்தியமற்ற ஒரு சமூகத்தில்தான் நாம் வாழ்கிறோம். இன்றைய நிலையில், நமது நண்பர்களோ நமது குடும்பத்தவர்களோ இப்படி ஒரு முடிவை எடுத்தால், அது எப்படி இந்தச் சமூகத்தாலும் நம்மாலும் அணுகப்படும் என்று சிந்தித்தாலே இதை நம்மால் உணரமுடியும். இத்தகைய அபூர்வ ராகங்கள் இப்போதும்கூட எங்காவது ஒலித்துக்கொண்டுதான் இருக்கின்றன. ஆனால், சந்தடியின்றி நாம்தான் காதுகளைப் பொத்திக் கொண்டிருக்கிறோம். என்னுடைய வியப்பெல்லாம், 2020இல்கூடச் சாத்தியமில்லாத ஒரு கதையை 65 ஆண்டுகளுக்கு முன்பே ஒரு மனிதரால் எப்படிச் சிந்தித்து எழுத முடிந்தது? என்பதுதான். தி.ஜா. கிட்டத்தட்ட ஒரு கலகக் குரலாகவே இந்நாவலில் ஒலித்திருக்கிறார். ஆனால், அதை நம் சமூகம், எத்தனை தூரம் கேவலமாகக் கொச்சையாகப் பேச முடியுமோ, அத்தனை தூரம் கேவலமாகக் கொச்சையாகப் பேசியிருக்கிறது இன்றும் பேசி வருகிறது. இன்னும்கூட மோகமுள் நமக்கு அறிமுகம் செய்த கதாபாத்திரங்களை நாம் நிஜ வாழ்வில் ஏற்கத் தயாராகவில்லை என்பதையே, இதன் வாயிலாக நாம் புரிந்துகொள்ளலாம். மோகமுள் – ஓர் அசாதாரணமான கலைப் படைப்பு. நாளை வரப்போகும் புதிய வாசகர்களையும் அது ஈர்க்கும் என்பதில் எனக்குச் சிறிதும் ஐயமில்லை.

✦

4

மோகமுள்ளில் அழகியல்

லதா

தி.ஜானகிராமனின் நூல்களில் பல, சமகாலச் செவ்விலக்கியங்களாக, இன்று கொண்டாடப்படுகின்றன. *இந்து தமிழ் திசையில்* வெளிவந்த "தி.ஜானகிராமன்: அன்பின் நித்தியச் சுடர்!" எனும் கட்டுரையில், தி.ஜா.வைச் செவ்வியல் மறுமலர்ச்சிப் படைப்பாளியாக அடையாளப்படுத்துகிறார் சி.மோகன். பல தி.ஜா. நாவல்கள் (மரப்பசு, அம்மா வந்தாள்) நவீனச் செவ்விலக்கிய வரிசையில் இடம் பெற்றாலும், மோகமுள் தனக்கென்றொரு தனியிடத்தைப் பெற்ற நூல். இந்நாவலுக்கு முன்னரே தி.ஜா.வின் அமிர்தமும், பல சிறுகதைகளும் (கொட்டு மேளம்) வெளிவந்திருந்தபோதும், தி.ஜா.வின் படைப்பாற்றலின் முழு வீச்சையும் மோகமுள்ளே உணரவைத்தது. இதன் நீளம் குறித்தும், நடை குறித்தும் பல விமரிசனங்கள் எழுந்தபோதும், தமிழ் எழுத்துலகில் பெரும் தாக்கம் ஏற்படுத்திய இந்நாவலின் அச்சாணியாகத் திகழ்வது அதன் அழகியலே. மிகவும் நுட்பமான ஓர் அழகுணர்வை வெளிப்படுத்தும் இந்நாவல் முழுதுமே தி.ஜா.வின் அழகியல் பார்வை விரவிக் கிடக்கிறது. அழகுணர்வுக்கும் அழகியலுக்கும் உள்ள வேற்றுமை இங்கு நோக்கத்தக்கது. அழகுணர்வு என்பது அழகின் அனுபவத்தையும் அதனால் வரும் மனவெழுச்சியையும் குறிப்பது. அம்மனவெழுச்சி சார்ந்த சிந்தனையும் அதன் தன்மையை அறிந்து கொள்ள முற்படுவதும் அழகியல் வெளிப்பாடாகும். ஒரு செவ்வியல் கலைஞருக்கு இவ்விரண்டுமே ஒருசேர நிகழ்கிறது. அழகுணர்வு எழும்போதே அதைச் சார்ந்த சிந்தனைகளும் அவ்வனுபவத்தைப் புரிந்து கொள்ளும் விழைவும் கூடவே அவருக்கெழுகின்றன. இவ்விரண்டின் பிணைப்பே புனைவாக வெளிப்படுகிறது. அதாவது எது அழகு என்று அடையாளப்படுத்தும் அதே நேரத்தில் தனது கலையின் மூலமாக ஒரு செவ்வியல் கலைஞர் அவ்வழகு ஏற்படுத்தும் தாக்கத்தையும், அழகுணர்ச்சி தம்முள் செயல்படும் விதத்தையும் சேர்த்தே வெளிப்படுத்துகிறார்.

இவ்விரண்டுமே வாழ்க்கை பற்றிய அந்தக் கலைஞனின் பார்வையையும் புரிதலையும் வாசகர்களிடம் கொண்டுசேர்க்கின்றன, அக்கலைஞரின் அழகியல் கோட்பாடாகவும் செயல்படுகின்றன.

'தி.ஜானகிராமன் சிறுகதைகள்: முழுத்தொகுப்பு' நூலின் முன்னுரையில், சமகால எழுத்தாளர்களான லா.ச.ரா.வையும் தி.ஜா.வையும் ஒப்பிடும் சுகுமாரன், "லா.ச.ரா. இயல்பிலேயே அழகானதை ஆராதனை செய்யும்போது, ஜானகிராமன் தனது ஆராதனை வாயிலாகவே ஒன்றை அழகானதாக ஆக்குகிறார்" என்கிறார். தி.ஜாவின் சிறுகதைகளைப் பற்றியே சுகுமாரன் இக்கருத்தை முன்வைக்கிறார் என்றாலும், இது அவர் நாவல்களுக்கும் பொருத்தமாகவே அமைகிறது. தி.ஜா.வின் எழுத்துகளில் அழகுக்கான ஒரு முதன்மையைச் சுகுமாரன் தம் முன்னுரைத் தலைப்பான "அழகின் சிலிர்ப்பு" என்பதிலேயே சுட்டிக் காட்டிவிடுகிறார். மோகமுள்ளில், அழகியல் என்பது பல நிலைகளில் செயல்படுகிறது. புலன்களினால் நுகரப்படும் இன்பம் அதன் முதல் நிலை. நூல் முழுவதுமே புலன்களின் கூரிய உணர்திறன் மூலம் அனுபவிக்கப்படும் அழகின் தாக்கம் நிறைந்திருக்கிறது. முதல் ஐம்பது பக்கத்திலேயே வாசகர்களுக்குப் புலன்கள் சார்ந்த அழகியலின் அறிமுகம் கிடைத்துவிடுகிறது. அதாவது, இவ்வுலகில் விரவியிருக்கும் அழகைப் புலன்களின் ஊடாக அனுபவிக்கத் தி.ஜா. கற்றுத் தருகிறார். அவர் எழுதிய காலத்திலும் அவர் காட்சிப்படுத்தும் கதைக் களங்களிலும் அன்றாடம் பலர் மிகச்சாதாரணமாகக் கடந்துசெல்லும் நிகழ்வுகளில் பொதிந்திருக்கும் அழகை அவர் தனித்துவப்படுத்திக் காட்டுகிறார்.

ஒரு நவராத்திரி அந்தி மயங்கும் வேளையில் கும்பகோணத்தின் அழகை அவர் வருணிக்கும்போது, கண்கள் வழியே நுகரும் அழகுணர்ச்சி, வாசகருக்கு அனுபவமாகிறது. அந்தி மயக்கம் மறைந்துவிட்டது. ஆனால், இருளோ கவிந்துவிடவில்லை. வளர்பிறையின் ஏழாம் மதியொளி, லேசாக குங்குமப்பூ போட்ட பாலைப்போலத் தெருவில் நீலமும் மஞ்சளும் வெண்மையும் கலந்த ஒளிப்பரப்பாக விழுந்திருந்தது. முழுநிலவு வாரித் தெளிக்கும் நிலவொளியையும், அமாவாசை இரவின் காரிருளையும் தவிர்த்துவிட்டு, ஏழாம் நிலவொளியைத் தி.ஜா. இங்குக் கொண்டாடுகிறார். நிலவின் பிறைகளில் சரியாக நடுவில் வரும் இப்பருவம், முழு வெளிச்சமும் அல்லாத முழு இருளும் அல்லாத அந்தி மயக்கத்துடன் இசைவுறப் பொருந்துகிறது. தொடக்கமும் இல்லாமல் பூரணமும் இல்லாமல் இரண்டுக்கும் நடுவில் இருக்கும் நிலையிலும் அழகு ததும்புகிறது. இசை நிரம்பியிருக்கும் ஒரு நாவலில் செவிப்புலன் வழியாக உணரும் அழகிற்குக் குறைவேது? காட்சி அழகை அந்தி மயங்கலில் காணும் தி.ஜா., ஓசையின் அழகை விடியற்காலை வேளையின் காவிரிக்கரையில் அனுபவிக்கிறார்: வலியன் குருவி கத்த ஆரம்பித்துவிட்டது. ஓசை எங்கிருந்து வருகிறது என்று தெரியவில்லை. அக்கரையில் நாணற்காட்டின் பின்னால் மாமரத்திலிருந்துதான் வருகிறதோ என்னவோ. அதற்கு இன்னொரு குருவி அக்கரையில் உயர்ந்து நின்ற இலவ மரக்கிளையிலிருந்து எதிர்க்குரல் கொடுத்துக் கொண்டிருந்தது. இந்த மாற்றுக் குரல்களுக்குச் சுருதியாக, இருக்கிற இடமே கண்டுபிடிக்க முடியாத சுவர்க்கோழி நீளமாக ஒத்தூதிக் கொண்டிருந்தது என்கிறார். இங்கே வலியன் குருவிகளின் இசைக்கு ஆதாரச்

சுருதியாக இருக்கும் சுவர்க் கோழி, பாபு காவிரிக்கரையை விட்டு மதராஸ் சென்ற பின்னரும் அவனைத் தொடர்கிறது. திருவல்லிக்கேணியிலும் அது ஒத்தூதிக் கொண்டிருக்கிறது.

பறவையொலியும் நிலவொளியும் கவிஞர்களால் சலிப்புத் தட்டும் அளவுக்கு வருணிக்கப்பட்டிருக்கின்றன எனக் கூறுபவருக்கு, நாவலின் முதல் பக்கத்தில் தி.ஜா. கண் முன் நிறுத்தும் புழுதி நிறைந்த கும்பகோணச் சாலையின் அழகு நல்ல பதிலாகிறது. புழுதியும் தூசும் நிறைந்த இத்தகைய சூழ்நிலை நிஜ வாழ்வில் நமக்குள் ஏற்படுத்தும் அருவருப்பைப் பாபுவின்வழி வெளிப்படுத்தும்போதே அதனுள் அடங்கிய அழகையும் முன்கொணர்வதே கலையின், முக்கியமாகச் செவ்வியல் கலையின் வெற்றி. அதிலும், நவீனச் செவ்வியல் இலக்கியத்தின் முதன்மைப் பணியே, தற்கால வாழ்வு அவலங்களின் நடுவே பொதிந்திருக்கும் அழகை முன்கொணர்வதுதானே! தொலைந்த அடையாளங்கள், சிதைந்த விழுமியங்கள், சிதறிய வாழ்க்கை முறைகள் ஆகியவற்றின் மத்தியில் விரவி இருக்கும் நுண்ணிய அழகைக் கண்டெடுப்பதே செவ்வியல் கலைஞரின் தேடலாக இருக்கிறது.

புலன்வழியாக நுகரும் இந்த அழகியல் அனுபவத்தின் அடுத்த நிலை, மனத்தால் அதையே நுகர்தல். இங்குப் புலன்களின் நேரடித் தொடர்பில்லாமல் மனத்தின்கண் அதே இன்பம் முகிழ்க்கிறது. தன் பால்யப் பருவத்தில் உணர்ந்த அப்பாவின் பாசமும் பரிவும் நிறைந்த தொடுதல், பாபுவுக்குப் பல வருடங்கள் கடந்து இளைஞனான பின்னும் மனவெழுச்சியாக வடிவெடுக்கிறது: என்ன ஆனந்தமான ஸ்பர்சம்! ஒரு ஸ்பர்சத்தில் தந்தையின் பாசம் முழுவதையும் வடிக்கக்கூடிய அந்த உள்ளங்கை. இப்போதுகூடத் தடவுவது போலிருக்கிறது. கூடம் முழுவதும், பெட்ரூம் விளக்கின் முத்தொளியில், மார்பளவு நீரில் நிற்பவனைப்போல, இருளில் மௌனமாக அமுங்கிக் கிடந்தது. அந்த உள்ளங்கையில் ஊறி வடிந்த அமைதியையும் ஆறுதலையும் இன்னும் மறக்க முடியவில்லை என்றெழுதுகிறார். இங்குப் புலன்களின் ஊடாக அல்லாமல், அதற்கு ஒருபடி மேலேறி, மனம் வழியாகவே அழகை அனுபவிப்பது சாத்தியப்படுகிறது. அழகு என்பது புலன்களினால் நுகரப்படுவதா அல்லது எந்த ஓர் ஊடாட்டமும் இல்லாமல் மனதினால் உணரப்படக்கூடியதா? என்பது தத்துவவாதிகளிடையே பெரிய ஒரு விவாதப் பொருளாக எப்போதுமே இருந்துவருகிறது. அழகு என்பது புற உலகின் வடிவங்களில் இருப்பதா அல்லது அகத்தில் எழும் உணர்ச்சியா? இக்கேள்வியே ராஜத்திற்கும் பாபுவிற்கும் இடையே நடக்கும் உரையாடலின் மையப்பொருளாகிறது. இது இசை குறித்தே இருந்தாலும், அழகின் இலக்கணம் பற்றிய ஆராய்ச்சியும் அதனுள் அடங்கியுள்ளது: "ராகமோ பாட்டோ பாடறவா பாடினால்தானே ரசிக்கும்", "ராகத்திற்கே ஒரு அழகு இல்லையோ சொந்தமா?", "திருப்பித் திருப்பி அதையே சொன்னா?", "அதையே சொல்லலே நான். ஒரு ராகத்துக்குச் சொந்தமா ஒரு அழகு, ஒரு தனித்தன்மை இருக்குன்னு தெரிஞ்சாத்தானே, பாடறவன் நன்னா பாடறான் பாடலேன்னு தெரியறது", "அப்பவும் பாடினாத்தானே தெரியறது!" "பாடாமலே இருக்கலாம். மனசுக்குள்ளே ராகத்தின் அழகைப் பார்த்துக்கொண்டேயிருக்கலாம். வடிவத்தை வளர

வளரப் பார்த்துக்கொண்டே இருக்கலாம்” என்றான் பாபு. “அப்ப சங்கீதம் பாடறதுக்குத்தானே? தியானம் பண்ணுறதுக்கு இல்லியே?” – ராஜம். “தியானமும் பண்ணலாம்” – பாபு.

இவ்விவாதத்தில் முடிவு ஒன்றும் எட்டப்படாதபோதிலும், அழகு குறித்த தி.ஜா.வின் சிந்தனை, இங்கு வெளிப்படுகிறது. பாபுவும் ராஜமும் ராஜத்தின் தந்தையோடு உடன்சென்று ரங்கண்ணாவை முதல்முதலாகக் காணும்போது, அவர் இருக்கும் ஒரு மோனநிலையை, இவ்வுரையாடல் குறித்த தி.ஜா.வின் முடிவாகக் கொள்ளக்கூடும் என்றே தோன்றுகிறது. சிறு ஒளியில் அவர்கள் கண்ட காட்சி வாயை அடைத்தது. கண்ணை அகலச் செய்தது. ரங்கண்ணா நடையிலிருந்த ஒட்டுத் திண்ணையில் சப்பணம் கட்டி உட்கார்ந்திருந்தார். கண் மூடியிருந்தது. வலதுகை முழங்கைக்கு மேல் அசைந்துகொண்டிருந்தது. மேலும் கீழும் முன் கையை உயர்த்தித் தாழ்த்திக்கொண்டிருந்தார் ரங்கண்ணா. கண் மூடின முகமும், கையோடு மேலும் கீழும் அசைந்துகொண்டிருந்தது. உதடுகள் சற்றுப் பிரிந்திருந்தன. ஆனால், சப்தம் ஏதும் வாயினின்றும் எழவில்லை. தியானத்தில் ஆழ்ந்து, சுழலில் சிக்குவதுபோல, சூழல் நினைவின்றிச் சிக்கின ஒருநிலையின் முகபாவம்தான் அது. நடுவில் இரண்டு தடவை இரண்டு கைகளும் வானைக் கண்டு இறைஞ்சுவதுபோல் மல்லாந்தன. நாலைந்து கணங்கள் அந்த நிலையில் நின்று முழங்கால்களின் மீது அமர்ந்தன. முகம் சற்று மேல் நோக்கி, அசைவு ஓய்ந்தது… அந்த முகத்தில் ஒரு எல்லை காணா அமைதி. புலனால் நுகரும் அழகும் மனவெழுச்சியாக வெளிப்படும் அழகுணர்ச்சியும் இணையும் புள்ளியிலிருந்து மேம்படும்போது, அழகு ஓர் ஆன்மநிலையாக மாறுகிறது. தி.ஜா.வின் அழகியல் கோட்பாடாக இந்த ஆன்ம நிலையையே கருத வேண்டும். மோகமுள் நாவலில் வைத்தி, யமுனா மற்றும் ரங்கண்ணா ஆகியோரின் பாத்திரங்களில் இந்த ஆன்ம நிலையின் உச்சத்தைக் காணலாம். இம்மூவருக்கும் அழகு, புலன்களினால் ஏற்படும் அனுபவமாகவோ, அந்த அனுபவம் தரும் மன எழுச்சியாகவோ மட்டும் இல்லாமல், வாழ்க்கையின் ஆதாரச் சுருதியாகவே உள்ளது. இவர்களின் ஒவ்வோர் அசைவும், ஒவ்வோர் எண்ணமும் இச்சுருதியில் தோய்ந்த லயமாகவே ஒலிக்கின்றன. இசைகேடான எந்த ஒரு சொல்லோ, செயலோ இவர்களிடமிருந்து வெளிப்படுவதேயில்லை. வாழ்வை அதன் போக்கில் வாழப் பழகியிருக்கும் இம்மூவரும் முரட்டுத்தனமாக எதையும் எதிர்ப்பதும் இல்லை, அதீத விழைவு கொண்டு எதற்கும் ஏங்குவதும் இல்லை. அதே சமயம், தம் முடிவுகளைத் தீர்க்கமாகவும், திடமாகவும், மிக விரைவாகவும் எடுக்கின்றனர். பெரிய மனப் போராட்டமோ, தம்மையே நொந்து கொள்ளுதலோ இவர்களுக்கு ஒருபோதும் ஏற்படுவதில்லை. நீர்ப்பரப்பில் மிக இலகுவாக மிதந்து செல்லும் ஓர் இலைபோல் இவர்கள் தம் வாழ்வை வாழ்ந்துவிடுகின்றனர்.

நாவல் முழுவதுமே அமைதி நிறைந்த மனிதராகவே வைத்தி சித்திரிக்கப்படுகிறார். பார்வதிபாய்க்காக அவர் சுந்தரத்திடம் முரண் பட்டாலும், அதிலும் வெறுப்போ கோபமோ இல்லை. நிதானமும் நியாயமும்தான் நிரம்பியிருக்கின்றன. நாவலின் முடிவில் அவர், யமுனா – பாபு உறவை – குழப்பங்கள் இருந்தாலும் – மனப்பூர்வமாக ஏற்பது,

வாழ்க்கையை அதன் போக்கில் ஏற்பதன் குறியீடாகிறது. யமுனாவைப் பொறுத்தவரை, வாழ்வில் பல ஏற்ற இறக்கங்கள் வந்தபோதும், ஒரு சம நிலையிலேயே அவள் மனம் நிற்கிறது. தாயைப் பிரிந்து தனியாக வாழ முடிவெடுப்பதிலிருந்து, அவள் யாரையும் எதற்கும் சார்ந்திருப்பவள் அல்லள் என்பது புலனாகிறது. பாபுவை அவள் மனப்பூர்வமாக ஏற்கவில்லை; வாழ்க்கையில் வேறு எந்தப் பிடிப்பும் இல்லாததால், நன்றியுணர்ச்சியால் உந்தப்பட்டு அவ்வுறவுக்கு அவள் சம்மதிக்கிறாள், இது யமுனாவின் அவலநிலையைக் குறிக்கிறது என்று விமரிசனங்கள் வைக்கப்பட்டுள்ளன. ஆனால், இந்த நாவல் முழுவதுமே மற்ற மனிதர்களுக்கோ சூழலுக்கோ பணிந்து செல்பவளாக யமுனா சித்திரிக்கப்படவில்லை. பாபு தன் மனத்தை முதல்முறையாக வெளிப்படுத்தும்போது, அவள் அதை நிராகரிக்கக் காரணம், பாபு கணநேர உணர்ச்சியினால் உந்தப்பட்டு இதைச் சொல்கிறான் என்று அவள் நம்புவதே தவிரச் சமூக வரன்முறைகளுக்குப் பயந்தல்ல. பின் மீண்டும் தேடிச் சென்று உறவைப் புதுப்பித்துக்கொள்ளும் அவள், இவ்வளவு காலம் கடந்தும் பாபுவின் மனத்தில் அதே எண்ணம் இருப்பதை அறிந்துகொள்கிறாள். அதன் உண்மைத்தன்மையை அறிந்தே, அவ்வுறவை ஏற்றுக்கொள்கிறாளே தவிர, ஒரு முதிர்கன்னியின் அவல நிலையினால் உந்தப்பட்டல்ல. வாழ்க்கை காட்டும் திசையில் மிகுந்த மன அமைதியோடும் தீர்க்க சிந்தனையோடும் அவள் பயணிக்கிறாள். வைத்தி தன் கடிதத்தில் எழுதுவதுபோல, அவள் “கௌரவ புத்தியும் நேர்மையும் யோசனையும்” உள்ளவளாக மிளிர்கிறாள்.

இவர்கள் இருவருள்ளும் எப்பொழுதாவது எழும் ஒரு சிறு குழப்பமோ தயக்கமோகூட ரங்கண்ணாவிடம் எழுவதில்லை. அவருக்கு வாழ்வு முழுவதுமே இசைபட அமைந்துவிடுகிறது. சங்கீதம் மட்டுமல்ல, எந்த ஓர் அனுபவமுமே அவரை அழகின் ஆன்ம நிலைக்கு இட்டுச் செல்கிறது. ஒரு வாழைப் பட்டையின் சோற்றில்கூட அழகின் பூரணத்துவம் அவர் முன் விரிகிறது: “பாபு, இதைப் பார்த்தியாடா?... இதைப் பாரேன். என்னமோ தம்புரா, வீணைங்கிறானேடா. இந்தச் சோற்றிலே இருக்கிற துவாரத்தைப் பாரு. லக்ஷக்கணக்கிலே இருக்கும் போலிருக்கு, எங்கேயாவது ஒரு கோணல் மாணல் இருக்கோ பாத்தியா? பத்து வாத்தியத்தைச் சுருதி சேர்த்துண்டு, ஒருத்தனே ஏகக் காலத்திலே வாசிக்கறாப்பல இருக்கு... இத்தனை அழகாக ஒரு பாட்டுப் பாட முடிஞ்சாப் போரும்... ஒரு வாழப்பட்டை! இதுக்கு எத்தனை வழவழப்பு, எத்தனை பளபளப்பு... நல்ல வேடிக்கைடா இது” என்று உலகத்தின் அதிசயத்தைக் கண்டுவிட்டதுபோலக் கண்ணகல, வியப்பும் மென்சிரிப்புமாகப் பேசிக்கொண்டிருந்தார் ரங்கண்ணா. இந்தக் கதாபாத்திரத்தில்தான் தி.ஜா.வின் அழகியல் பார்வை முழுதாக வெளிப்படுகிறது. ரங்கண்ணாவின் மரணத்தருவாயில், அவரிடம் நிரம்பியிருக்கும் அமைதியும் தெளிவும், இவ்வழகியலின் ஒட்டுமொத்த உருவமாக அவரை வாசகர் முன் நிறுத்துகின்றன. இந்நாவலின் இறுதியில் கதாநாயகன் பாபு, மங்கள்வாடியை நோக்கிப் பயணிப்பதும் இந்தப் பூரணத்துவத்தைத் தேடியே. இத்தருணத்தில் பாபுவின் அழகியல் அனுபவம் தி.ஜா. வருணிக்கும் ஏழாம் மதியொளியை ஒத்திருக்கிறது – சூனியமும் அல்ல பூரணமும் அல்ல; பூரணத்தை நோக்கிய பயணத்தின் மத்தியப் புள்ளியிலேயே முடிவில் பாபு நிற்கிறான். அவன் யமுனாவுடன் வாழும் சில

நாட்கள், அவனுக்குப் பூரணமடையும் உந்துதலைத் தருகின்றன. யமுனா, இசை என்ற இரு தளத்திலிருந்தும் அவன் இப்பயணத்தை மேற்கொள்கையில், "அடிவாரத்தில் பூமியும் வானமும் உண்மையாகவே சேர்ந்துவிட்டது போலிருந்தது" – சேர்ந்துவிட்டது என்று சொல்லாமல், "சேர்ந்துவிட்டது போலிருந்தது" என்பதனால், பாபு முழுதாக அந்நிலையை இன்னும் அடையவில்லை என்றே எடுத்துக்கொள்ளவேண்டும். உண்மையாகச் சேர்ந்துவிடும் நிலையையே தி.ஜா.வின் அழகியல் நிலைப்பாடாகக் கருதுவதற்கும் இடமுள்ளது. தி.ஜானகிராமன் தம் கலைக்கோட்பாடாக அடையாளம் காட்டிய "ஒருமையும் முழுமையும்" நிறைந்த ஓர் ஆன்ம நிலையே அது!

✦

நூற்பட்டியல்

ஜானகிராமன், தி., மோகமுள், காலச்சுவடு: 2012, நாகர்கோவில்.

மோகன் சி., "தி.ஜானகிராமன்: அன்பின் நித்தியச் சுடர்!" (*இந்து தமிழ் திசை*, 19 ஆகஸ்ட் 2018).

சுகுமாரன், பதிப்பாசிரியர் முன்னுரை, தி.ஜானகிராமன் சிறுகதைகள்: முழுத்தொகுப்பு, காலச்சுவடு : 2014, நாகர்கோவில்.

5

மோகமுள்: கொந்தளிப்பின் பேரெழிலும் துயரத்தின் அமைதியும்

சு. வேணுகோபால்

1

மோகமுள் என்றதும் யமுனா – பாபு என்ற தலைமை மாந்தர்களின் உலகிலேயே மூழ்கிப் பின்தொடர நேர்வது என்பது எல்லா வாசகர்களுக்குள்ளும் நிகழ்வதுதான். காதல் உணர்வும் அனுபவத் தீட்சண்யமும் மோதிக் கொள்கிற தீராப்புதிர், நாவலின் இறுதிக்குச் சற்று முன்வரை நீள்கிறது. அந்தப் புதிரை அறிந்துகொள்ள வாசகனும் தீவிரங்கொள்கிறான். இந்தச் சுழல் வாசகனை உள்ளிழுத்துக் கொள்வதால் இந்த நாவலில் கொட்டிக்கிடக்கும் சின்னச்சின்ன மாந்தரின் உலகை நின்று நிதானித்துக் கவனிக்காமல் போய்விட நேர்கிறது. வாசிப்பின் வேகத்தை இது தனக்குள் ஒரு மாயசக்தியாகவே கொண்டிருப்பதால், பல்வேறு இடங்களைக் கவனிக்காமல் தவறவிடவும் நேர்கிறது. பாபுவின் பெரியப்பா மகன் சங்கு, சிறு வயதிலேயே துணிச்சல் மிக்கவன். செல்லாத ஈய நாலணாவை வைத்துக்கூட அவனால் ஏமாற்றிவிட முடிகிறது. சேட்டை செய்பவனை, அவனால் ஒங்கியறைய முடிகிறது. நண்பர்களுக்காக எதையும் செய்யத்துணிபவன். நண்பர்களோடு சேர்ந்து, பெண்கள்பின் அலைபவனாகவும் இருக்கிறான். பாபுவின் இசையைப் போற்றுகிறான். ரசனையற்ற வீட்டுக்காரனின் மூக்கறுபட நடந்துகொள்கிறான். அவன் படிப்புக் குறித்துச் சிறுவயதில் பெரியப்பா பெருமிதங்கொள்கிறார். அவனைவிடப் படித்தவர்கள் எல்லாம் சங்குவிடம் வேலை கேட்கும் சூழலைப் பிரஸ்தாபம் செய்கிறார். கணக்கில் புலி. பாபுவிற்குக் கற்றுத்தந்த அறிவாளி. அவனுக்குத் திருமணம் நடக்கிறது. அப்பாவின் கட்டுப்பாட்டில் மிகச்சிறப்பாக வளர்ந்த

சங்கு, சொந்த வாழ்வில் கட்டுப்பாடில்லாமல் தறிகெட்டு மனம்போன போக்கில் வாழ்வைக் கொண்டாடித் தீர்க்கிறான். ஒருவகையில் பணத்திற்கு மதிப்பளிக்காத தனிக்குணம். நண்பர்களைக் கொண்டாடும் ஒரு மனம். அவனைச் சூழ இருப்பவர்களுக்குச் சந்தோசத்தை எந்த வடிவிலும் தரும் போக்கு. இவ்வேலை இல்லை என்றால் இன்னொரு வேலை என்ற திட நம்பிக்கை. தன் புத்திக்கூர்மை குறித்த பெருமிதம். எல்லாமே அமையத்தான் செய்கின்றன. ஆனால், சங்குவின் இந்த உல்லாசமும் சுதந்திர வேட்கையும் காலை வாரிவிடுகின்றன. கோயில் பணத்தைக் கையாடல் செய்ய வைக்கின்றன. வேலையைப் பறித்து வீதிக்குத் தள்ளுகிறது விதி. நோய் வருகிறது. நண்பர்கள் இல்லை. எட்டிப் பாராத மனைவியாலும் நிராகரிக்கப்பட்டு மருத்துவமனையில் கிடக்கிறான். அவனது அம்மா தன் வயிற்றைக் கழுவிக்கொள்ளச் சமையல் வேலைக்குப் போகிறாள். மரணத்தின் விளிம்பிலும் அவன், மீண்டு வந்துவிடுவதாகச் சொல்கிறான். மருத்துவச் செலவிற்குப் பாபுவிடம் கெஞ்சுகிறான். இந்த வீழ்ச்சி அவனுக்கு நேர்ந்திருக்க வேண்டியதில்லை. நேர்கிறது. எவ்வளவோ நல்ல குணமிருந்தும் வாழ்வில் சங்கு தோல்வி அடைகிறான். அவனது வீழ்ச்சி தொடங்கியதும் அவனுள் அற்பத்தனங்களும் தோன்றுகின்றன. ‘தீதும் நன்றும் பிறர்தர வாரா’ என்பது எவ்வளவு பெரிய உண்மையாகிறது! தன்நிலை அறிதலைப் பொருட் படுத்தாதவனிடம் எத்தனை நல்ல பண்புகளிருந்தாலும் அவனின் மமதையும் ஊதாரித்தனமும் எல்லா நல்லம்சங்களையும் தின்று ஏப்பம் விடுகின்றன. மிதமிஞ்சிய கொண்டாட்டம், மிதமிஞ்சிய நம்பிக்கை, கட்டுக்கோப்பில்லா நடைமுறையினால் வீழ்கிறான். நாவலில் இப்படிச் சங்குவின் சித்திரம் வருகிறது.

சங்குவிற்கு நேர்எதிர்நிலையில் ராஜம் பாத்திரம் வருகிறது. சங்கு பெரும்பண்ணை வீட்டுப்பிள்ளை இல்லை. சாதாரண நடுத்தரக் குடும்பத்துப் பிள்ளை. ராஜம் வசதியான குடும்பத்துப் பையன். அவனுக்கும் பலகீனங்கள் உண்டு. இது தன்னையறிந்த – அறிய முற்படுகிற தீவிரத்தில், தன்பலத்தைக் கொடுப்பதாக மாறுகிறது. ராஜம் எதையும் ஆழமாக விவாதித்து உண்மையை நாடுபவன். சமூக நடைமுறைச் சிக்கல்களைத் தெளிவாக உணர்ந்தவன். தன் வாழ்க்கை பற்றிய தொலைநோக்குப் பார்வை உடையவன். தெளிந்த சிந்தனையால் அறிவுரை சொல்பவன். முனைவர் பட்டம் பெற்ற பின்தான் திருமணம் என்று திட்டம் வைத்திருப்பவன். பாபுவின் யமுனா மீதான காதலை நம் சமூக அமைப்பை முன்நிறுத்தி உறுதியாக மறுப்பவன் எனத் திடமான நற்குணங்கள் பல அவனது செயல்பாட்டில் தெரியவருகின்றன. இது ஒருபக்கம். சில அழகான பெண்களைத் தெய்வாம்சமாகப் பார்க்கிறான். இது எந்த அளவு உண்மை? அவனது பார்வையில் சுலோசனாவும் அன்னப்பூரணியும் வருகிறார்கள். சுலோசனா சின்னவள். அன்னப்பூரணி ராஜத்தின் வயதொத்தவள். இவர்களைச் சாதாரண மானிடப் பெண்களாகப் பார்க்க முடியவில்லை என்பதிலும் களங்கமில்லை. அன்னப்பூரணி யாருடனோ ஓடிப்போகிறாள். ராஜம் மிகவும் வருந்துகிறான். தெய்வமாகப் பாவித்த பெண் சாதாரண மானிடப் பெண்தான் என்பதைப் பூரணி உணர்த்துகிறாள். இத்தெய்வாம்ச ஆராதனைக்கு என்ன பொருள்? வெகு நுட்பமாக வாசகன் கண்டடையும் விதத்தில், இம்மனநிலையை எழுதியுள்ளார். அப்பாவின் நெருங்கிய நண்பரின் மகளைப் பார்த்ததும்

அவனது திட்டமிட்ட பாதை அப்படியே குலைந்துபோகிறது. அந்தப் பருவம் உண்டாக்கிய கவர்ச்சியில் உள்ளத்தைப் பறிகொடுக்கிறான். காதலை முற்றாக நிராகரித்து வாதாடிய ராஜம், காதலின் விநோதத்தைப் புரிந்துகொள்கிறான். எப்போதும் கட்டுத்திட்டங்களுக்கு அடங்காத ஒன்று காதல் என்பதை உணர்கிறான். அது அவரவரின் மனம் சம்பந்தப்பட்ட விசயம் என்பதும்கூட அவனுக்கு விளங்குகிறது. யமுனாவை முதல்முதலில் நேராகப் பார்த்தபின், தன்பிடிப்பில் தடுமாற்றமும் ராஜத்திற்கு வருகிறது. சில விசயங்களை அறிவுபூர்வமாகவே வளைத்துவிட முடியாது எனத் தெளிவாகிறது. பாபுவின் காதலை ஏற்றுக்கொள்ள அவனது சமூக மனம் இடம் தர மறுக்கிறது. அவனது உணர்வு அதை உடைக்கவும் செய்கிறது. மனத்தின் விசித்திரப்போக்கை அவனும் உணர்கிறான். நடைமுறை வழக்கம் அப்படியே நடைமுறையாகவே இருப்பதில்லை. அதில் எல்லா உடைசல்களும் நிகழ்ந்து மேவி அழகை மறுகட்டமைப்புச் செய்துகொண்டே பண்பாடு மெல்ல நகர்கிறது என்பதைத் தி.ஜா. பாபு – ராஜம்வழி உணர்ந்துகொள்ளச் செய்கிறார்.

பேரழகு வாய்ந்த பெண்களைப் பார்ப்பவனின் நெறிமுறையான திட்டங்கள் நிலைகுலைந்து போவதும் மனிதர்களின் அடிப்படையான உணர்ச்சியில் இருக்கிறது என்பதைப் புரிந்துகொள்ளமுடிகிறது. இதற்கு நேர்எதிராகவும் ஒருவரை வைக்கமுடிகிறது என்பது வியப்பாக இருக்கிறது. உடற்கட்டால் அசரடிக்கும் யமுனாவைப் பார்க்கும் கோயமுத்தூர் மாப்பிள்ளைக்கும் மனம் விரும்பத்தான் செய்கிறது. கலப்பு மணத்தால் பிறந்தவள் என்று அறிந்ததும், அழகி யமுனாவைத் தூக்கி எறிகிறானே! அப்படியும் ஒரு மனிதன். ஏற்கெனவே திருமணமாகி மனைவியை இழந்து குழந்தைகளுக்குத் தகப்பனான அவனுக்கு, நடுத்தர வயது எட்டுகிறவனுக்கு, குழந்தைகளைப் பராமரிக்கப் பெண் தேவைப்படுபவனுக்கு, அவனது இச்சைக்கு உகந்த சுகங்களைத் தரவரும் ஒருத்திக்குச் சின்னச் சின்ன விசயங்களில் எல்லாம் கணக்குப் பார்க்கும் பெருந்தன்மையே இல்லாதவனுக்குக் கஞ்சத்தனமும் சில்லறைத்தனமும் நிரம்பியவனுக்குக் கிட்டத்தட்ட ஒரு வேலைக்காரி போலவே கட்டிக்கொள்ளப் போகிறவளை நினைப்பவனுக்குக் கலப்பு மணம் என்றதும் அப்படி ஒருவேகம். சாதிவேர் அவ்வளவு ஆழமாக அவனுக்குள் வேரூன்றியிருக்கிறது. தலைதூக்கி ஆட்டமிடுகிறது. அழகாகக் கூடிவந்திருக்க வேண்டிய நல்வாய்ப்பைத் தூக்கியெறிகிறான். அதைவிட அவனுக்குச் சாதி பெரிதாகப் படுகிறது.

பாபுவின் அறைக்குப் பக்கத்து வீட்டில் குமாஸ்தாவாக வேலை பார்க்கும் வயதான ஆஸ்துமாக்காரரின் மகனுக்குக் குழந்தைகள் உண்டு. மகனோடு முரண்பட்டு மகள் வயதுள்ள தங்கம்மாளைத் திருமணம் செய்துகொள்கிறார். தங்கம்மாள் வீட்டு வறுமையும் ஆஸ்துமாக்காரரின் வசதியும் சேர்ந்து பொருத்தம் அற்ற தாம்பத்தியத்திற்குத் தங்கத்தைத் தள்ளிவிடுகிறது. அவன் செத்தால், மகள் சொத்து சுகத்தோடு வாழலாம் என்று உள்ளூரக் கணக்குப் போடுகிறது பெற்ற மனம். அழகான இளம் மனைவியை வெளியே பூட்டுப் போட்டுப் பாதுகாக்கிறார். எந்தப் பூட்டும் மனத்துணிவில் தெறித்துவிடும். அப்படி ஒருகாலம் அப்படி ஒருகோலம் நாவலில் வருகிறது. சந்தர்ப்பச் சூழ்நிலையால் பாபுவைத் தன்வசப்படுத்தி

இன்பம் துய்க்கிறாள். அந்த இன்பம் இருவருக்குமானது. அவளது துன்பங்கள் எல்லாம் பனிபோல் அந்நாளில் மறைகின்றன. பட்ட அவமானம், ஏக்கம், பயம், ஏச்சு எல்லாம் அவள் துணிவால் ஓரிரவில் பஸ்பமாகிறது. அவள் விரும்பிய காமமும் அன்பும் அரவணைப்பும் கிட்டுகின்றன. இந்த இன்பம், ஆறுதல், புத்துயிர்ப்பு நிரந்தரமாகப் பாபுவிடமிருந்து கிடைக்கும் என நம்புகிறாள். அந்த நம்பிக்கை தகர்ந்துபோகிறது. அவமானப்படுத்தப்பட்டுத் துரத்தியடிக்கப்படுகிறாள். அவமானமாகவும் இருக்கிறது. வேண்டும்போலவும் இருக்கிறது. பிறரிடத்தில் பகிர முடியாததாகவும் இருக்கிறது. திரும்பக் கிட்டாததாகவும் இருக்கிறது. இந்த உறவு நிரந்தரமாக இருக்க முடியாது என்று உணர்கிற தருணத்தில், மகாமகக் குளத்தில் விழுந்து இறக்கிறாள். அந்தப் புனிதக் குளத்தில் இப்படி எத்தனை மரணங்களோ!

ஒவ்வோர் ஊரிலும் தங்கம்மாள்போல் முடிவைத் தேர்ந்தவர்கள் இருக்கிறார்கள். இது கிணறாகவும் இருக்கிறது. இந்த மகாமகக் குளத்தில், ஜெயலலிதா ஆட்சியில், 48பேர் நெரிசலில் சிக்கிச் செத்தார்கள். இந்தப் புனிதக் குளத்தை நாம் தோண்டினால், இன்னும் பல துயரங்கள் வரக்கூடும். இந்த மரணங்கள் தவிர்க்கப்பட்டிருக்கலாம். தங்கம்மாள் போன்ற சிறுவயதுப் பெண்களின் எத்தனை எத்தனை கனவுகள் அக்காலத்தில் சிதைக்கப்பட்டன! தங்கம்மாள் சாவு காமத்தால் மட்டுமே நிகழவில்லை. காதலாலும் நிகழ்கிறது. இப்படியான பொருத்தமற்ற மண உறவுகளைப் பெண்கள் மீது திணித்து அவர்களின் உணர்வுகளைச் சாகடித்த சமூகம் அது. பெண்களின் வடிவழகை நுணுக்கமாகத் துழாவிக் காணுவது போலவே அவர்கள் துயரத்தின் கொதிப்பையும் ஆழமாகச் சென்று தி.ஜா. தொடுமிடம் நிரம்ப உண்டு. யமுனாவின் திருமணம் தடைப்பட்டதும் பார்வதிபாய் கண்கலங்குகிறாள். அதனை, “அழகான முகம் ஒன்று – அதுவும் துயரங்களையே காணக்கூடாத, துயரம் என்ன என்றே அறியத் தேவையில்லாத அழகிய முகம் ஒன்று – தேம்பிக் கண்ணீர் உதிர்க்கும்போது ஒன்றுமே புரியவில்லை. நம்மிடம் பிரத்யேகமாக ஒப்படைக்கப்பட்ட ரகசியம் இந்தக் கண்ணீர் என்று பெருமிதமடைவதைத் தவிர ஒன்றும் புரியவில்லை” என்கிறார். பாபுவின் இளம்நெஞ்சில் இப்படித் தோன்றுவதாகத் தம் கவித்துவம் மிக்க வரிகளால் தி.ஜா. எழுதுகிறார்.

இன்னோரிடம், சித்தர் ராஜூ காஞ்சிபுரம் நோக்கிச் செல்லும்போது பசி வாட்டியெடுக்கிறது. நீருள்ள குளக்கரையில் நின்றிருந்த ஒரு கைப்பிள்ளைக்காரி, அவருக்கு உணவளித்துப் பசியாற்றியதைக் கேட்டுக் கொண்டிருக்கும் பாபுவிற்கு, “அவளைப் பார்த்ததில்லை. பார்த்ததுபோன்ற முகமாயிருக்கிறது. கிட்டத்தட்ட பார்வதிபாயின் சாயலாக இருக்கிறது. ஆனால் பார்வதிபாய் போல அவ்வளவு மெல்லியவளாக இல்லை. முகத்தில் மட்டும் அந்த அனுதாபமும் அசாதாரணத்தன்மையும் ஒளிவீசின” என்கிறார். சில சமயம் பெண்களை உரிமையுடன் கடிந்துகொள்கிறார். தங்கம்மாளைக் கிழக் கணவன் பூட்டிவிட்டுப் போய்விடுகிறான். அது பற்றி, “கழுத்தில் வாட வாட உக்ராண உள்ளில் சர்க்கரைக்கும் இலைக் கட்டுக்கும் வாழைப்பழக் கூடைக்கும் சந்தன பேலாவுக்கும் முன்நின்று விம்மி விம்மி அழுதாயாக்கும்! அப்பொழுதே உன் அம்மா அப்பா யாராவது வந்து எட்டிப் பார்த்தார்களோ! எட்டிப் பார்த்துவிட்டு, அப்படியே நழுவிவிட்டார்களோ!

இந்த அழுகையை முன்னாலேயே அழுது தொலைத்திருந்தால், இப்போது அழுகிற – நிற்காத அழுகையை அழவே வேண்டியதில்லையே” என்று தோழமையோடு கடிந்துகொள்கிறார். கிழட்டுத் திருமணத்தால் பெண்கள் விடும் கண்ணீர், தி.ஜா.வைக் கோபம்கொள்ள வைக்கிறது. “ஓங்கியறைந்தால் அப்படியே சுருண்டுவிழவேண்டியதுதானே. பிராணன்கூடப் போனாலும் போனதுதான். உடம்பில் என்ன இருக்கிறது! தவடையில் அறைந்தால் பல் எல்லாம் கொட்டிப் போய்விடும். மார்பைப் பிடித்து ஒரு தள்ளு தள்ளினாலே நிற்க முடியாமல் அப்படியே பொத்தென்று மல்லாந்து விழுந்துவிடுவான். அப்புறம் மேலே ஏறி மார்பின் மேல் உட்கார்ந்து நசுக்கினால், அப்படியே பிராணன் பிதுங்கி வெளியே போய்விடும்... எழுந்து பார்த்தால் வாயில் ரத்தம் வழிய வெறும் கட்டைதான் கிடக்கிறது”. இக்கொதிப்பு அபலைப்பெண்கள் இப்படி மாட்டிக்கொண்டு சீரழிகிற ஆதங்கத்தால் பாபுவிற்குத் தோன்றுகிறது. இதை ஒரு கிழவனுக்கு இப்படியோர் இளங்குமரியா என்ற வன்மத்தின் வெளிப்பாடாகவும் கொள்ளலாம். பொருந்தா மணத்தில் சிக்கி அல்லல்பட்டுப் பாபுவை நேசித்த தங்கம்மாளின் பாத்திரம் மிகச்சிறப்பாக உருவாகியிருக்கிறது. யமுனா பாத்திரத்தைவிட, அகத்தை முழுசாகத் திறந்துவைத்த பாத்திரம் அது. ஓர் இளம்பெண்ணின் வேதனையை, உடலின்பம் படுத்தும் பாட்டை, ஏக்கத்தை ஒரு வாக்குமூலமாகவே நம் முன்வைக்கிறாள் தங்கம். “நான் உடம்பை இப்படியே வச்சிண்டிருக்கவும் முடியலே. உடம்பு, உசிரு எல்லாம் பெரிய பாரமா இருக்கு. நான் போய்ட்டு வரேன். ஆனா, இனிமே நான் எங்கேயாவது பெண்ணாய்ப் பிறந்தால், அப்ப நான் உங்களோடுதான் இருப்பேன். லோகசம்மதமா நான் உங்ககிட்ட வந்தா, நீங்க போபோன்னு அதட்ட மாட்டீர்கள் இல்லையா?” என்கிறாள். இக்கட்டில் மாட்டிக்கொண்ட சூதுவாது அறியாத ஓர் அபலையின் சோகக் காதல் கீதம் இது.

சுப்ரமண்ய ஐயரின் மரணத்திற்குப் போய்விட்டுத் திரும்புகிறார்கள். எதேச்சையாக ஒருசில நொடியில் வண்டி முக்கில் கடக்கும்போது, தையூப் பாட்டியைப் பார்வதி பார்க்கிறாள். இன்றிலிருந்து பார்வதி பாயும் விதவை. “தையூப் பாட்டி மூணு வயசிலே திருமணம். நாலு வயசிலே தாலி போயிடுத்து. அப்புறம் எழுபது வருஷம் இந்தக் கோலம். பாவம் இந்த ஆறும் முழுக்கும்தான் அதுக்கு ஆறுதல்”. 70 வயது வரையில் விதவையின் வேதனையை ஏற்று வாழ முடிந்திருக்கிறது என்றதும், கண்ணீர் வருகிறது. ஒருநொடிச் சந்திப்பில்கூட ஓர் ஆழத்தை நாவலுக்குள் கொண்டுவந்துவிடுகிறார் ஜானகிராமன். பெரும் பண்ணையாரின் மனைவியாகச் செல்வச் செழிப்போடு வாழ்ந்த பாலாம்பாள், கணவன் இறந்தபின், ‘சிரசை முண்டனம் செய்து நார்ப்பட்டும் விபூதிப்பட்டையும் துலங்க ஆசாரக் கைம்பெண்ணாக வலம் வருகிறாள். மகன் சுந்தரத்தின் அதிகாரத்தில் ஒடுங்கிப்போகிறாள். வறுமைச் சூழலில் சிக்கிச் சீரழியும் பார்வதி பாய்க்கு உதவ முடியாமல் தவிக்கிறாள். பெண்களின் குரல்கள் எடுபடுவதில்லை. ஆண்களின் அதிகாரத்தில் இரு குடும்பப் பெண்களும் நசுங்குகின்றனர். முக்கியமாக மனச்சிக்கலுக்குள்ளாக்கி அவர்களின் நிம்மதியைத் துரத்தியடிக்கின்றனர். “பொம்மனாட்டிகளுக்குக் கையைக் கட்டிப்போட்டு வச்சிருக்கு. இல்லாட்டா இதெல்லாம் ஏற்பட்டிருக்காது” எனப் பாலாம்பாள் சொல்வது, ஒட்டு மொத்தப் பெண்ணினத்தின்

நிலையைத்தான். பண்ணையார் வீட்டு அம்மாளின் இந்த ஒடுக்கப்பட்ட குரலுக்கு நேர்மாறாகப் பார்வதிபாய் இருக்கிறாள். தன் குடும்பம் சீரழிவில் நிற்கும்போதும், அவளின் தங்கை குடும்பத்திற்கு நகைகளை விற்று, வீட்டை விற்று உதவுகிறாள். சடங்கு, சம்பிரதாயம், நம்பிக்கை, மரபு இவை மீது ஜானகிராமனுக்கு வெறுப்பில்லை. சில சமயம் அது தன்னுள் பொதித்து வைத்துள்ள நல்லம்சங்களையும் போற்றக்கூடியவரே. அதே சமயம், இப்பழங்கருத்துகள், பெண் விசயத்தில் ஒடுக்கு முறைக்கும் அவமானத்திற்கும் உள்ளாவதைப் பல இடங்களில் கோபத்துடனோ விமர்சனத்துடனோ சாடவும் செய்கிறார்.

கோயமுத்தூர்க்காரன் யமுனாவை நிராகரிப்பதைப் பாபுவால்தான் ஏற்றுக்கொள்ளவே முடியவில்லை. இந்தப் பெண் பார்க்கும் வழக்கத்தையும், வேண்டாம் என்று ஒருவன் நிராகரிக்கிறபோதும் அது இயல்பானது என்று ஏற்றுக்கொள்ளும் மனப்போக்கையும் தகர்க்கவேண்டுமென நினைக்கிறான். "பெண்கள் பார்க்கப்பட வேண்டிய பொருள்கள்; எந்தப் பயல் வேண்டுமானாலும் வந்து பார்க்கலாம். முகம், உடம்பு, முதுகு, கால் எல்லாவற்றையும் பார்க்கலாம். பிடிக்கவில்லை என்று சொல்லிவிட்டுப் போய்விடலாம். வராதே என்று சொன்னால் வரப்போவதில்லை. வந்து பார் என்றால்... இந்த அநாகரிகத்திற்கு யமுனா கூடவா சம்மதித்தாள் !"; "திரும்ப ஓடிப்போய் ஸ்டேஷனில் அவனை மடக்கிப் பளார் பளார் என்று கன்னத்தில் அறையவேண்டும் போலிருந்தது. இந்தப் பெண்களுக்கு என்றைக்கு ரோஷம் வரப் போகிறது. சிறையில் உட்கார்ந்து உட்கார்ந்து வலுவிழந்துவிட்டார்கள். திறந்துவிட்டால்கூடத் திரும்பிக் கூண்டிற்குள்ளேயே வந்து அடைபட்டுவிடுவார்கள் போலிருக்கிறது! பெண் பார்க்க வருகிறானாம் ! இவர்கள் சம்மதிக்கிறார்களாம் ! மிருகத்தைவிடக் கேவலமான நிலை. நாற்றத்தில் கிடந்து கிடந்து மரத்துப் போனவர்கள்". இவ்வழக்கம் எளிய பெண்களை எவ்விதமாக்கியிருக்கிறது எனக் குமுறுகிறான் பாபு. இதெல்லாம், பெண்கள் மீது தி.ஜா. கொண்டிருக்கும் அக்கறைதான்.

பார்வதிபாய் தானிருக்கும்போதே, யமுனாவுக்குப் பாதுகாப்பான வாழ்வை ஏற்படுத்திவிட்டால், நிம்மதியாகப் போய்ச்சேரலாம் என நினைக்கிறாள். அதற்காக வைப்பாட்டி உடன்படிக்கைக்குக்கூட இறங்குகிறாள். மகளின் திருமணம் குறித்த தாயின் துக்கத்தை – திருமணமாகாமல் *35 வயது கடந்தும் முதிர்கன்னியாக நிற்கும் மகளின்* நிலையைக் கண்டு உடல்ரீதியாகத் தன் மகள் எந்தச் சுகத்தையும் அனுபவிக்காது சிதையும் கோலத்தை, இதற்கு ஏதேனும் பரிகாரம் வராதா எனத் தவிக்கும் மனத்தை, எந்நாவலிலும் இப்படிக் காண முடியாது. ஏன், பார்வதிபாய் வைப்பாட்டி உறவு பற்றி யோசிக்கிறாள் ? அக்கால வழக்கம் அது. சொகுசாக உண்டுறங்கி வாழ்ந்த குடும்பம் வேறுவிதமாக யோசிக்க முடியாது. வசதியோடு சந்தோசமாக இருக்க வேண்டும் என்று விரும்புவதுதான் இயல்பு. ஆனால், யமுனா தன் சுயமரியாதைக்கும் சமூகமதிப்பிற்கும் இழுக்கு என மறுக்கிறாள். இரு வேறு உள்ளங்கள் மோதுகின்றன. ஒரு சந்தர்ப்பத்தில் ராஜத்தின் வழியாகப் பாபு யமுனாவை விரும்புவதைத் தெரிந்துகொண்ட பார்வதி பாய் சற்றுத் திகைத்தாலும், அந்த வயது வித்தியாசத்தைத் தள்ளவும் செய்கிறாள். அதை உள்ளூர அவள்

விரும்புகிறாள். பாபுவிற்கும் யமுனாவிற்கும் உடல்ரீதியாக உறவு ஏற்பட்டால் ஏற்படட்டும் என அவர்களை வீட்டில் தனியே விட்டுவிட்டு, ஒரு நல்ல சந்தர்ப்பத்தை ஏற்படுத்திக் கோயிலுக்குச் சென்று வருவதாகக் கிளம்பிப் போகிறாள். எப்பேற்பட்ட மனம் இது. இதை எப்படி நாம் வரையறை செய்வது? நுட்பத்திலும் நுட்பமான இடம் இது. இந்தச் சந்தர்ப்பத்தை யமுனா சாதுர்யமாகத் தன் பேச்சால் மாற்றிவிடுகிறாள். "எனக்கு ஏழரை நாட்டான் சனியாம். அம்மா அரைக்கால் சேர் கடலை எண்ணெயைக் கொடுத்துச் சனீச்வர பகவானைச் சரிபண்ணப் போகிறாள்" என்கிறாள். "ஒண்ணும் சிபாரிசு இல்லாம நடக்க மாட்டேங்குது. வேலைக்குச் சிபாரிசு. அரிசிக்குச் சிபாரிசு. கல்யாணத்துக்குச் சிபாரிசு" எனத் தன் தனிமைச் சூழலை யமுனா உரையாடலில் திசைதிருப்பிவிடுகிறாள்.

பாபுவின் அக்காள் விஜயம் நோயாளிக் கணவனை இழந்து, தன் இருப்புக்கு அர்த்தம் தந்த மகள் பட்டுவையும் இழந்து விதவையாக அப்பா வீட்டில் அண்டி வாழ நேரிடுகிறது. இப்படி எத்தனையோ விதவைகள் அக்காலத்தில் பெற்றோர் நிழலில் ஒடுங்கினர். கணவனின் சொத்துக்களை நிர்வகித்து வந்த சகோதரி கணவனான மைத்துனன் தண்டபாணி, பொய்க் கணக்கு எழுதி, கடன் வைத்துச் செத்துப் போனதாகக் காட்டி நிலங்களை அபகரிக்கிறான். வட்டிக்கு விட்டு முதலாளி ஆகிறான். அன்னதானம் செய்கிறான். ஏமாற்றப்பட்ட விஜயம் பெற்றோர் தயவில் வாழ்கிறாள். எத்தனையோ விதவைகள் இப்படி ஏமாற்றப்பட்டனர். அக்காலப் பெண்களின் அவலநிலையை இந்நாவலில் பல்வேறு தடங்களில் காட்டிப் பரிவுடன் தி.ஜா. அணுகியிருக்கிறார். சங்குவின் அம்மா இறுதிக் காலத்தில், பத்துப் பாத்திரம் தேய்த்துப் பிழைப்பதைக்கூட நினைத்துப் பார்க்கலாம். பெண்கள் வாழ்வு இப்படியென்றால், ஆண்கள் வாழ்வோ தறிகெட்டிருக்கிறது. சுப்ரமண்ய ஐயர் பரம்பரைப் பணக்காரர். முதல்மனைவி பாலாம்பாள் இருக்கப் பார்வதிபாயை மணக்கிறார். வைணவக்கோலமும் இப்பந்தத்திற்காகப் போட்டுக்கொள்கிறார். தனிவீடும் வைக்கிறார். எங்குச் சென்றாலும் நண்பர்கள் சூழச் சீட்டுக் கச்சேரியிலேயே மூழ்கிக் கிடக்கிறார். பிறர் பணம் வைத்தாடினால், இவர் நகைகளைக் கழற்றி வைத்தாடுவார். சொத்திருக்கிறது. குழந்தைகள் இருக்கின்றன. நிலங்களைக் குத்தகைக்கு விட்டுவிட்டுச் சொகுசான வாழ்வும் வாழ்ந்துவிட்டுப் படுக்கையில் விழுந்து மரணமடைகிறார்.

பட்டப்பா பூர்வீகச் சொத்துள்ளவன். பெரியவர்கள் வந்தால் நாற்காலியின் கைச்சட்டத்தில் ஒரு காலைத் தூக்கிப்போட்டு அவமதிப்பதை வழக்கமாகக் கொண்டவன். பார்வதியை வைத்தி வைத்திருக்கிறார் எனப் பொய் கிளப்பிவிடுகிறான். ஆட்களை மிரட்டுவது, பிறரை அவமானப் படுத்துவது, கோஷ்டி சேர்த்துக்கொண்டு சீட்டாடுவது, வெற்றிலைச்சாறு துப்பக்கூட எழாது ஆடுவது, கோயிலில் வேதங்களும் சாஸ்திரமும் ஒலித்த ஊரைத் தன் ஆதிக்கத்தால் கேளிக்கையாக்குவது, இப்படிக் கூத்துக் கட்டியடிக்கிறான். பட்டப்பாவின் அப்பா அதைவிடக் கில்லாடி. வட்டிக் காசுக்காகக் கடன்வாங்கிய குடியானவர்களைக் கோர்ட்டிற்கு இழுத்தடிக்கிறார். பசிக்காகப் பிராமண வேஷம் போட்ட ஏழையின் பூணூலை அறுத்துப் 'பாப்பார வேஷமாடா போடுறே' என்றடிக்கிறார்.

'பசிக்காக ஸ்வாமி' என்கிறான் அவன். 'ஸ்வாமி என்னடா ஸ்வாமி, சாமின்னு சொல்லு' என்று வசைமாரி பொழிகிறார். இந்த அப்பாவிற்குத் தப்பாத பிள்ளையாக வளர்கிறான் பட்டப்பா. குளத்தில் குளிக்க வரும் ஊர்ப் பெண்களை இச்சைக்கு இழுக்கிறான். நன்றாக வாழ்ந்த குடும்பங்கள் மீது அபவாதம் பேசி, வம்புக்கு இழுக்கிறான். பண்ணையார் லட்சணங்களை இந்நாவலில் விஸ்தாரமாகவே தி.ஜா. காட்டியிருக்கிறார்.

பாபு ரயிலில் சீர்காழி செல்லும்போது, ஒரு பெரியவரைச் சந்திக்கிறான். அவருக்கு மூன்று பெண்கள். மூத்த பெண் கணவனுக்கு, ஒரு கேமரா வாங்கிச் செல்கிறார். 300 ரூபாய் மதிப்புள்ள கேமரா அது. வாங்கித் தரவில்லை என்றால், மனைவியைத் துரத்தியடிப்பதாகக் கூறுகிறான் மருமகன். மகள் வாழும் இழிவைச் சொல்லி நோகிறார் தந்தை. ஒருவேலி நிலம் கைவிட்டுப் போக, மகள்களின் வாழ்க்கைக்காக ஓடுகிறார். யமுனா அண்ணன், அப்பா போனபின், பார்வதி குடும்பத்திற்கு நெல் அனுப்புவதையும் பணம் அனுப்புவதையும் நிறுத்திவிடுகிறான். வீட்டைக்கூட விற்பேன் என்கிறான். அப்பாவின் இறப்பை, அவன் பொருட்படுத்தவேயில்லை. பார்வதியை ஒருமனுஷியாகக்கூட மதிக்க மறுக்கிறான். அதிகாரம் கையில் வரச் சொத்து சுகத்தின் மீது குறியாக இருக்கிறான். அம்மாவின் பேச்சைத் தூக்கியெறிகிறான். தோட்டமிறங்கி வேலை செய்கிறான். பார்வதியைக் குந்தித் தின்று சொத்தை அழித்த குடும்பம் என்று விமர்சிக்கிறான். அப்பா மனைவி என்பதெல்லாம் அவர் இருக்கும் வரைதான். யமுனா குடும்பத்தை வெறுக்கிறான். 'பெரிய பண்ணை' தோரணை வருகிறது. பாபு சுந்தரத்திடம், பார்வதி குடும்பத்தின் வறுமையைக் கூறி, அக்குடும்பத்திற்கு நியாயமாக உதவவேண்டும் எனக் கேட்கிறான். களத்தில் நின்று வேலை வாங்குவதைக் காட்டி, வெயிலிலும் மழையிலும் உழைக்க வேண்டும். பாடுபடாமல் குந்தித் தின்றால் குடும்பம் சீரழியவே செய்யும். இனி பாடுபட்டுத்தான் பிழைக்க வேண்டும் எனப் பண்ணை மனப்பான்மைக் குடும்பங்களின் சரிவைச் சுந்தரம் சொல்வதிலும் நியாயம் இருக்கத்தான் செய்கிறது.

ஒருபக்க நியாயத்தை மட்டுமே தி.ஜா. காட்டுவதில்லை. அவர்களுக்கே தெரியாது அவ்வாழ்வில் புரை பிடித்துக் கிடக்கும் அறியாமையை, பலகீனத்தைப் போகிற போக்கில் ஓரடி அடித்துத் தாண்டிப் போகிறார். பாபுவிற்குத் துரையப்பா பெண் தர முன்வருகிறார். பாபு தங்கியிருக்கும் இடத்தை வேவு பார்க்கிறார். பாபு மறுக்கிறான். கும்பகோணத்தில் பாபு கெட்டுப்போய்ச் சீரழிவதாக வைத்தியிடம் கோள் மூட்டும் துரையப்பா, பாபு பாடுவதை எதிர்க்கும் இசை ரசனையற்ற சங்குவின் வீட்டுக்காரன், உயரும்வரை திருவல்லிக்கேணிக்காரரின் உழைப்பைத் தின்று வளர்ந்து அவரை உதாசீனப்படுத்தும் அத்தையின் மருமகன், சங்குவிடம் குறைகாணாது வளர்த்த பெரியப்பா, பிறரை ஒருபடி குறைவாகக் காணும் அவரின் மனோபாவம், தாசி வீடுகளைச் சுற்றி வரும் ராகவாச்சாரி, தரகிற்கு ஆசைப்பட்டு ஏடாகூடமாக மாட்டிவிடும் திருமணத் தரகர் சாமிராவ், வீழ்ச்சியுற்ற பெருங்குடும்பத்தில் பிறந்த பார்வதி பாயை இரண்டாம் தாரமாகக் கட்டிவைத்துத் தப்பிக்கும் சொந்தங்கள், காவிரிக் கரையிலும் ஆற்று மணலிலும் வீட்டுத் திண்ணைகளிலும் நடக்கும் சீட்டுக் கச்சேரி, இப்படிப் பெரிதும் சிறிதுமாக எத்தனையோ மனிதர்களின் சுயநல விசித்திரங்களைப் பின்னிப்படரும் வாழ்வுவழிக் காட்டுகிறார்.

சங்கு, ராஜம், கோயமுத்தூர் மாப்பிள்ளை, ஆஸ்துமாக்காரர் சிவசிதம்பரம், தங்கம்மாள், பார்வதிபாய், சுப்ரமண்ய ஐயர், பாலாம்பாள், சுந்தரம், பட்டப்பா, தண்டு, ரயில் நண்பர் என எல்லாரும் நிலவுடைமைச் சமூகத்தின் பிரதிநிதிகள். அன்றைய நிலவுடைமைச் சமூக மனிதர்களின் மனப்போக்கு இவர்களின் இதயங்களில் ஏதேதோ வகைகளில் வெளிப்படுவதையும், சிலர் ரத்த உறவுக்குச் செய்த தீங்குகளைக் கிளைக்கதைகளாகவும் தி.ஜா. காட்டிவிடுகிறார். நிலவுடைமைச் சமூகம் உடையத் தொடங்குவது வெளிப்படையாகத் தெரியாத காலகட்டம். அதிகாரம், ஆணவம், சீட்டாட்டம், இருக்கும் பொருளை விற்றுக் குந்தித் தின்னும் குணம், தேவதாசிகள் சகவாசம், பண்ணையார் வீட்டுப்பிள்ளைகளின் காமச் சீண்டல்கள், வைப்பாட்டிமார்கள், சொத்து, ஆசை, துரோகம், அறம் பிறழ்தல், பொய், களவு, சாதியம், ஏமாற்றுதல், நம்பிக்கைத் துரோகம், நீதிமன்றம் ஏறுதல், உறவைத் தூக்கி எறிதல் என இப்படி எத்தனை எத்தனையோ மன வார்ப்புகள் நிலவுடைமை மனிதரிடம் புரையோடியிருப்பதைச் சொல்லவேண்டும் என்ற நோக்கமின்றி நாவலின் ஓட்டத்தில் மேலெழுந்து அக்கால மனித சாட்சியங்களாக வருகின்றனர். படித்த பிராமண இளைஞர்கள், நிலங்களை விட்டு வெவ்வேறு ஊர்களுக்கு நகர்வதைக் காணலாம். கிராமம் விட்டுக் கிராமத்திற்கு நகர்ந்திருப்பது இந்நாவலில் மிகத் துல்லியமாகத் தெரிகிறது. நிலங்களை விற்றுவிட்டு நகரம் நோக்கிச் செல்வதும் நடைபெறுகிறது. நிலவுடைமையாளர்களான பல பிராமணப் பிள்ளைகளின் இடப்பெயர்வு, நிலவுடைமையின் உடைசலை இயல்பாக நிகழ்த்தத் தொடங்குகிறது. இந்த அம்சம் தெளிவாக உருவாகாத காலத்தை, மிக அற்புதமாக மோகமுள் காட்டுகிறது. பேராசிரியர் தி.சு.நடராசன், இக்கோணத்தை ஆராய்ந்திருக்கிறார்.

நாவலில் பண்ணையார்கள், நடுத்தர வர்க்கத்தவர்கள், ஏழைகள் என்ற மூன்றுவகைப் பிராமணர்களின் உலகை மிக அசலாகப் பெயர்த்து அதன் வெம்மையோடு கொடுத்திருக்கிறார். அதிலும் ஏழைகளின் பாடுகளையும் துயரங்களையும் பரிவோடும் நியாய உணர்வோடும் முன்வைக்கிறார். சகோதரிகளை ஈடேற்ற உழைத்துக்கொண்டு, ரங்கண்ணாவிடம் தடிமாடு ஏச்சையும் வாங்கிக்கொண்டு, பிரியத்தால் ரங்கண்ணாவிற்குக் குருசேவை செய்துகொண்டு இசையைக் கற்றுக்கொள்ளும் சாம்பன், சுற்றத்துக்கு அடுக்களை உதவிசெய்து மகனை வளர்த்தும் – ஓரிருவருக்கு வீட்டுச் சாப்பாடு செய்துபோட்டும் – தன் வறுமையை எதிர்த்து நின்ற விதவை நீலுப் பாட்டி, குடும்பத்தைக் காக்க இன்ஸ்யூரன்ஸ் தொழிலை ஏற்றுக் கிராமம் கிராமமாக ஓடும் நீலுப் பாட்டியின் மகன், காமம் மீதூர இணங்கி வந்து ராஜம் வாயிலை மூடாததைச் சொல்லி மறுத்து வெளியேறும் புல்லுக்கட்டுக்காரி, கும்பகோணம் மக்களையும் தெருக்களையும் வீடுகளையும் தெரிந்து வைத்திருக்கிற மேலக்காவேரி சாஸ்திரி, மூன்று மணிக்கு மூடும் கடையை மாணவர்க்குத் தேர்வு முடியும் நாளில் இருட்டும்வரை திறந்திருந்து அவர்களின் மகிழ்வோடு மனங்கலக்கும் காப்பிக் கடை சுப்பாச்சாரி, பின்னிரவில் எந்த நேரத்தில் சென்றாலும் தட்டியவுடன் திறக்கும் வீட்டுக்காரர் கைலாசம், பழகப் பழகத் தன் செல்வங்களை வாரிவாரி வழங்கும் எழுத்தாளர் வெங்கட்ராமன், வறுமை நெருக்கடியில் கறாரான பேர்வழிபோல மாதச் சம்பளம் பற்றிப் பேசும்

ரங்கண்ணாவின் மனைவி, நிர்க்கதி நிலையிலும் நோயுற்ற தன் தங்கைக்கு வீட்டை விற்று உதவும் பார்வதிபாய், பாபுவின் இசைக்கோல வீச்சைக் கேட்டு முதிய வயதில் டீ வாங்கவும் பால் வாங்கவும் ஓடும் திருவல்லிக்கேணி வீட்டுக்காரரின் பண்பு. இப்படிச் சந்திக்கிற ஒவ்வொரு மனிதருக்குப் பின்னும் எவ்வளவோ கதைகள் இருக்கின்றன. இழந்துபோன விசயங்கள், பெற்ற படிப்பினைகள், கடந்துவந்த பாதைகள், ஆறாக் காயங்கள் எல்லாம் இருக்கின்றன. துரோகங்களால் இவர்களில் சிலர் வீழ்ந்தாலும் மங்காத அன்பு அவர்களிடம் மிச்சமிருப்பதைக் காண்கிறோம். பாபுவின் இசை ஞானத்தை அறிந்து திருவல்லிக்கேணி பக்கம் தங்கவைத்துத் தன் சிறிய மகளுக்கு இசை கற்பிக்கச் செய்து, வாடகைக்கும் திடீர் திடீரென வரும் செலவினங்களுக்கும் கேட்டவுடன் உதவும் பெல்ஸ் ரோட்டுக்காரரின் பேரன்பு ஒளிரும் மனம் வெளிக்காட்டப்படாமல் சொல்லப்பட்டிருக்கிறது.

தி.ஜானகிராமன் பெண்கள் பற்றி, ஆண்களில் குரூரமனம் கொண்டவர்கள் பற்றி, எளிய மனிதர்களின் எண்ண ஓட்டங்கள் பற்றி, நல்ல மனிதர்கள் பற்றி எல்லாம் இந்நாவலில் நிரம்பக் காட்டியிருக்கிறார். லௌகீக வாழ்விலிருந்து விலகி வேறொரு திசையில் பயணிக்கும் மனிதர்களைப் பற்றியும், லட்சியமா லௌகீகமா என்ற இரு புள்ளிகளில் தத்தளிக்கும் மனிதர்கள் பற்றியும் சொல்லியிருக்கிறார். வெறுமனே யமுனா – பாபு கதையாக மட்டுமே இல்லாமல், மனிதச் சமூகத்தின் முழுமையைச் சொல்ல முயன்ற ஒரு நாவல் இது என்பது என் எண்ணம். இதை விமர்சகர் காணத் தவறியிருக்கின்றனர் என்பதையும் சுட்டிக்காட்ட வேண்டியிருக்கிறது. தான் அடையாத வெற்றியைத் தன் மகன் பாபு அடையவேண்டும் என்ற கனவை வைத்தி இறுதிவரை மங்கவிடாது வைத்திருக்கிறார். பாபுவைத் தன் கனவின் மறு உருவமாகக் காண்கிறார். இசையால் பெரிய விசயத்தை அவன் தன்வசப்படுத்தி விடமுடியும் என்றும் நம்புகிறார். பாபுவின் நடவடிக்கையை மற்றவர் ஏற்றுக்கொள்ள முடியாதபோதும் வைத்தி நிதானமாக அவற்றைப் பரிசீலிக்கிறார். இசையின் வழித்தடத்தைப் பாபுவுக்குக் காட்டியவர் அவர்தான். நிறுவன மயமாவதை விரும்பாத, புகழை நாடாத, பெருமிதங்களைத் துறந்த, எவ்விதமான அடையாளத்தையும் ஏற்றுக்கொள்ளாத சித்த புருஷராக ராஜு வருகிறார். அவர் ஆசியால் அரசியலில் வெற்றி அடைந்த தர்மராஜ், வியாபாரத்தில் வெற்றி கண்ட சுப்பராயன், இசையில் புகழ் பெற்ற வீணை ரங்காச்சாரி, இவர்களின் ஓயாத உழைப்பு, நேர்மையோடு ராஜுவின் அருளாசியையும் முக்கியமாகக் கருதுகிறார் வைத்தி. ராஜு வாழ்வில் நடந்த அற்புதங்களைச் சொல்லிப் பாபுவை ஆன்மீக வழிக்கு இழுக்கிறார். பாபுவும் தனக்கு நேரும் தத்தளிப்பிலிருந்து மேலேற, அந்தச் சித்த புருஷரை வணங்கி வருகிறான். ஜெயகாந்தன், 'விழுதுகள்' சிறுநாவலில் கொண்டுவந்த ஓங்கூர் சாமிக்கு மூலம், மோகமுள்ளில் வரும் இந்த ராஜு என்றும் சொல்லலாம்.

ரங்கண்ணா இசையை ஒரு தியானமாகக் காண்பவர். தியானத்தினுள் சுருள்விடும் இசையை வளர்த்து, அதன் நாட்டியம் காணவேண்டும் என்பவர். தான் கற்ற இசையின் அத்தனை சூட்சும நுட்பத்தையும் ஒருதுளி மிச்சம் வைக்காது பாபுவிடம் தோள்மாற்றுவதிலேயே முழுமூச்சாக ஈடுபடுகிறார். தான் கற்ற இசை அழியக்கூடாது என்பதில் தீராத

ஆசை. அது பாபுவால் விரிந்து பரவும் என்றும் நம்புகிறார். பாபுவிற்குத் தன்னைக் காணும் ஒரு மரபுத் தொடர்ச்சியாக ரங்கண்ணாவே இருக்கிறார். அவனுள் மேதாவிலாசம் நிரம்பியிருப்பதைக் கண்டுபிடித்தவர் அவரே. பணம் பண்ணத் தெரியாது, வறுமையைத் தழுவிய இசைமேதையாக இருக்கிறார் ரங்கண்ணா. இசையின் உள்முகம் தேடுபவர் அவர் என்றால், வடநாட்டு மங்கள்வாடிக்காரர் அதைப் பிரபஞ்ச ரீங்காரமாகக் காண்பவர். இதை உணரும் பாபு, அந்த ராக பாவங்களின் ஊற்றுக்கண் கண்டடையத் துடிக்கிறான். அந்த ராகங்களை வசப்படுத்தவும் விதம்விதமாகச் சாதகம் செய்யவும் தீவிர உழைப்பும் அர்ப்பணிப்பும் தேவை என்பதை உணர்கிறான். உலக உயிர்களின் அத்தனை ஓசைகளையும் நுட்பமான சுருதிகளாக மாற்றிப் பெரும் படைப்புத் தூண்டல் நிகழ்த்த மங்கள்வாடிக்காரர்களே சரியானவர்கள் என்று தேர்வு செய்கிறான். ரங்கண்ணா அகம் என்றால், மங்கள்வாடிக்காரர் புறம். இவ்விரண்டும் இணைகிறபோதே இசையின் பேராற்றலை வெளிப்படுத்த முடியும் என நம்பி, அதனைத் தேடிச் செல்கிறான். இசைமுன் எந்த லௌகீகக் குன்றும் தூசு என ஊதிவிட்டுச் செல்பவர்களாக இவர்கள் உள்ளனர். வசதி வாய்ப்புகளை உதாசீனப்படுத்தி மேலே மேலே செல்பவர்களாயுமுள்ளனர். இசை தவிர எதுவுமே அவர்களுக்குப் பொருட்டில்லை. பண்ணையார்கள் ஓடி ஓடிச் சொத்துகள் சேர்க்கிறார்கள். பின்னர் ஆடி ஆடி அதை அழிக்கிறார்கள். இதற்கு நேர்எதிர்நிலையில், இக்கலைஞர்கள் மிக உயர்ந்து நிற்பதாகத் தி.ஜா. காட்டுகிறார்.

வந்தவரை லாபம் என்று இசை உலகில் இயங்கிய பாலூர் ராமு, பாபுவின் இசையைக் கேட்டபின் பணமா, புகழா, ஞானமா என்பதில் சிக்கித் தவிக்கிறார். பாபுவைப் பின்பற்றிப் பாடியும் விவாதித்தும் தன்னிடமுள்ள குறைகள், பாபுவிற்கு வாய்த்திருக்கும் நிறைகளைக் காண்கிறார். தான் கொண்ட புகழ் பொய்யானது என்பதை உணர்ந்து அதிலிருந்து இறங்குகிறார். தம் அகங்காரத்திலிருந்து இறங்குகிறார். பாலூர் ராமு இசை உன்னதம் நோக்கிப் பயணப்படவில்லை என்றாலும், அது இருக்குமிடம் கண்டு வணங்குகிறார். தன் தகுதி என்ன என்பதை உணர்ந்துகொண்ட புதிய மனிதராக நாவலில் மலர்கிறார். தோன்றும் சிறுமைகளை அப்போதைக்கப்போது உதறித்தள்ளும் பெருந்தன்மை மிக்க பெண்ணாகப் பத்மாசனி இருக்கிறார். உண்மைக்கு முன் அவர் இரங்குகிறார். சிக்குண்டு தவிக்கும் மனிதர்களின் சில அந்தரங்கப் பிரச்சனைகளைப் பரிவுடன் ஏற்றுக்கொள்கிறார். பிறர் அந்தரங்கத்தைக் கேவலத்திற்கு உரியதாகப் பார்க்காமல், ஆன்றவிந்த அனுபவத்தின் பார்வையில், அதன் அடியில் ஓடும் நேசிப்பைக் காண்கிறார். பாபுவிற்கும் யமுனாவிற்குமான உறவைக் கேள்விப்பட்டதும் முதலில் வியப்படைகிறார். பாபு இசையின் பூரணத்துவத்தை நோக்கிச் செல்லும் திட்டத்தை அறிந்ததும் மிச்சமிருக்கும் மூன்று நாள் விடுமுறையைத் தந்து யமுனாவைப் பாபுவுடன் அனுப்புகிறார். வெகுநுட்பமான ஓரிடம் இது. மனித உணர்வுகளை மதிக்கும் தன்மை இது. இது ஓர் அழகான பக்குவம். 'அந்தரங்கம் புனிதமானது' என்றொரு கதையை ஜெயகாந்தன் எழுதியிருக்கிறார். ஜெயகாந்தன் தொட்ட விடயத்தைத் தி.ஜா. பல ஆண்டுகளுக்கு முன்பே நளினமாகத் தொட்டிருக்கிறார். இதெல்லாம் தமிழ்ச் சூழலில் பேசப்படவில்லை. இப்படித்தான் இலக்கியம் மனிதரை உய்விக்கிறது. வாசகர்களின் மனங்களைப் பக்குவப்படுத்துகிறது.

ஜானகிராமனின் காவிய மனம் இம்மாதிரியான இடங்களை மேன்மை மிக்கதாக்குகிறது. வஞ்சகம், வெறுப்பு, கீழ்மை, கயமை, புகழ், பொருளாசை சூழ இயங்கும் மனிதரிடையே வைத்தி, ரங்கண்ணா, மங்களவாடியார், பாலூர் ராமு ஆகிய யாவரும் ஒவ்வொரு விதத்தில் கலையின் தெய்வீகத்துக்குத் தம்மை நேர்மையாக ஒப்புவிக்கிறார்கள். இதில் பாபு தனி ரகம். இப்படி ஒரு நுண்கலைப் பிரதேசத்தை இந்நாவல் மிகச்சிறப்பாகக் காட்டுகிறது.

2

தமிழில் எழுதப்பட்ட நாவல்களிலேயே, அழகியலின் பேரெழிலில் எல்லாம் கூடிவந்து ஜொலிக்கிற ஒரு சம்பத்து, மோகமுள்ளில்தான் நிகழ்ந்திருக்கிறது. சொல்லித் தீராத நுட்பங்களால் பின்னல்கள் போட்டு அடர்ந்திருக்கிறது. மோகமுள் ஒரு நவீனக் காவியம். காவியக்கலையின் அம்சங்கள் இந்நாவலில் மேவி மெருகேறியுள்ளன. மோகமுள் சொல்லப்பட்ட விதத்திலும், அந்நேரம் தோன்றும் மனக்கற்பனையின் நயங்களையும், அதன் ஆழ அகலங்களையும், கொந்தளிப்புகளையும் கொதிப்புகளையும், விவரணையின் நுணுக்கங்களிலும் அசைவுகளை வசப்படுத்திய விதத்திலும், அவ்வப்போதான மனிதக்கணத்தில் எழும் எண்ணங்களின் விசித்திரங்களை வெளிப்படுத்திய விதத்திலும் சாதனை எனச் சொல்லிக்கொள்ளாத ஒரு சாதனையாகியிருக்கிறது. மெனக்கெடாத தன்மையில் எழுதிச் செல்லும் தி.ஜானகிராமனின் மனப்போக்கில் இது கூடிவந்திருக்கிறது. அவர் கலை நறுமணம் மிக்க வரிகளாக விழுந்துவிழுந்து மணப்பது. இக்கலை மனத்தை அங்கங்கே தொட்டுக் காட்டிவிட்டு ஒதுங்கிக்கொள்ளலாம் என நினைக்கிறேன்.

தேர்வுகள் முடிந்து மாணவர்கள் காவேரிக்கரையிலும் மணல்திட்டிலும் கூட்டம் கூட்டமாக அமர்ந்து பேசியும் சீட்டாடியும் மகிழ்கின்றனர். சுமை தீர்ந்துவிட்டது. ஆனந்தநிலை. பாபுவின் தோழர்கள் ஒரு வட்டமாக அமர்ந்திருக்கின்றனர். பாடச் சொல்கின்றனர். காமன் பண்டிகை மாதிரி, நிலவு சொரிகிறது. குதூகல நேரம். இந்த மனநிலை பற்றி, "இன்னது செய்வதென்று அறியாத வெறியும் வடிவெடுத்தது. இந்தக் கோலாகலத்தில் விழுந்து மணலில் குதிரை புரள்வதுபோல் புரளவேண்டும் போலிருந்தது". கேட்டவுடனே பாடுகிறேன் என்று ஆரம்பித்துவிட்டான். அந்தச் சூழலை, அந்நேர மனத்துள்ளலைச் சகஜத்தோடு கொண்டுவந்துவிடுகிறார். திருவல்லிக்கேணியில் ஒருவீட்டு மாடியில் அறையெடுத்துத் தங்கியிருக் கிறான் பாபு. 'வீட்டுக்காரர்கள் மட்டுமில்லாமல் ஒண்டுக்குடியாயிருந்தால், மாடி ஜன்னல் வழியாகக் குளிக்கிற அறையின் கதவைப் பார்த்துப் பெருமூச்சு விடும்படி ஆகியிருக்கும்' என்ற தம் நினைப்பை எழுதுகிறார். ஒவ்வொருவரிடமும் ஓர் அபூர்வ அழகு இருக்கிறது. ராஜம் பற்றி, "மனிதத் தன்மையின் அழகையெல்லாம் காட்டக்கூடிய இந்தப் புன்னகை எப்படி வருகிறது இவனுக்கு" என்று எழுதுகிறார். சாவிற்கு வந்த பாபுவிற்குத் தூக்கம் வரவில்லை. காவேரிக்கரை இருட்டில் காற்று வாங்க வருகிறான். அது ஒரு தோட்டம். பார்வதி குறித்து ஒரு பெரியவர், களத்தில் கூளம் பிடுங்க வந்தவரிடம், 'என்ன காரிலா வந்தாள்' என்கிறார். இருட்டில் வைக்கோல் பிடுங்கியவர், 'வாடகைக் கார்' என்கிறார். "அட! வாடகைக்

கார் இல்லாட்டித்தான் என்ன? எத்தனையோ பேர் கொடுக்கிறான்", "யார் கொடுப்பா?", "எத்தனையோ பேர்? வயசானா என்னடா? இப்பவும் மான்குட்டி மாதிரின்னா இருக்காளாம்!" என்கிறார். இன்னோரிடத்தில், பார்வதிக்கும் பாபுவின் அப்பா வைத்திக்கும் கள்ள உறவுள்ளதாகப் பட்டப்பா பேசுகிறான். ஒருத்தி இன்னொரு பெண்ணின் கணவரோடு இரண்டாம் தாரமாகக் கண்ணியத்தோடு வாழ்ந்தால்கூட வெகு ஜனங்களிடையே அவளைப் பற்றி இச்சையோடு பார்க்கிற மனப்போக்குதான் ஒளிந்திருக்கிறது. இரண்டாம்தாரமாக வாக்கப்பட்ட பார்வதியை, இழவு முடித்துக் கிளம்பும்போது, தெருப்பெண்களும் ஆண்களும் வாசலுக்கு ஓடிவந்து, குரூர எண்ணத்துடன் பார்க்கின்றனர். ஜாடை காட்டுகின்றனர்.

பார்வதிபாய் – யமுனா – சுப்ரமணிய ஐயர், வைத்தி, பாபு இவர்களின் உறவை இச்சமூகம் எப்படி எப்படியெல்லாம் அபவாதம் பேசுகிறது என்பதைத் திறந்துவிடுகிறார். அத்தனை திசையிலிருந்தும் இந்த உறவைக் கொச்சைப்படுத்தும் மனிதர்களின் குரூர எண்ணங்களை அப்படியே காட்டுகிறார். கலப்புத் திருமணம் செய்து, தனிக்குடும்பமாயிருந்து, ஊர்விட்டு வேறு ஊர் குடியேறி, முதிர்கன்னியை வைத்துக்கொண்டு, வந்துபோகும் கணவராக இருந்து, நட்பின் காரணமாக வந்து செல்லும் மனிதர்களாக இருக்க நேர்ந்து – வாழும் ஒரு குடும்பத்தை, இந்தச் சமூகம் எப்படியெல்லாம் வக்கிரக் கண்கொண்டு பார்க்கும் என்பதைக் கதவைத் திறந்துவைத்துக் காட்டுவதுபோல் காட்டுகிறார். ஒரு படைப்பாளியாக யமுனா குடும்பத்தின் மேல் விழும் பார்வைகளைக் காபந்து பண்ணத் தி.ஜா. எண்ணுவதே இல்லை. சின்னச் சின்ன உரசல்கள், பேச்சுகள், கண்டிப்புகள் வரும்போதெல்லாம் மனம் படுகிற அவஸ்தையை விலாவாரியாகத் தி.ஜா. எடுத்துரைக்கிறார். தங்கத்தின் மரணம் உண்டாக்கிய பீதி, குற்ற உணர்வின் பிடுங்கலுக்கு ஆட்பட்டு நினைவிலும் கனவிலும் அலையலையாக வந்து மோதும் குரல்கள், பாவுவை நிலைகுலையச் செய்கின்றன. இந்த வாழ்க்கை ஒரு பிடி சாம்பலில் முடிந்துபோன பேரவலம், பாபுவை மட்டுமல்ல, வாசகனையும் தாக்குகிறது. இந்த அவலத்திற்கிடையே வெட்டியானின் மனைவி வேறு ஒரு புதைகுழி மேட்டில் நின்று இறந்துபோன சிறுவனின் உடலிலிருந்து எடுத்த சட்டை கிழியாது இருக்கிறதா எனத் திருப்பித் திருப்பிப் பார்க்கும் காட்சியும் போகிற போக்கில் காட்டப்பட்டிருக்கும். என்னவோ கனவின் பனிப்படலம் என்கிறார்கள். உக்கிரம் என்கிறார்கள். உண்மையில் ஜானகிராமன் எழுத்தின் ஆழத்தை இவர்கள் கண்டடைந்தார்களா என்பது எனக்குத் தீரவே தீராத ஒரு சந்தேகமாக இருக்கிறது. தி.ஜானகிராமன் புகழால் கொன்றொழிக்கப்பட்டவர் என்று உறுதியாகச் சொல்கிறேன்.

பாபுவின் யமுனா மீதான காதல் இறுதியில்தான் காமமாக வெளிப்படுகிறது என்பது போன்ற ஒரு தோற்றம் இருக்கிறது. ராஜத்தை வடநாட்டிற்கு ரயில் ஏற்றிவிட்டு வரும் நள்ளிரவில், பாபு யமுனாவின் வீட்டில் தங்குகிறான். பின்னிய கூந்தல் கழுத்தில் ஏறிப் பொம்மென்று இருக்க, முதுகைக் காட்டியபடி யமுனா தூங்குகிறாள். பார்வதிபாய் தூக்கம் வராது, புரண்டு புரண்டு படுக்கிறாள். அவள் மட்டும், இந்த இரவில் இங்கு இல்லாதிருந்தால், யமுனா மேல் விழலாம் எனப் பாபு தத்தளிப்பதைத் தி.ஜா. காட்டுமிடமெல்லாம் மனத்திற்குத் துரோகம் செய்யாத கலைஞனாலேயே

எழுத முடிவதாகும். மனச் சலனங்களைத் தி.ஜா. திரையிடுவதில்லை. நல்லவர் மீது எனினும் எழுத்தில் அதைத் தடுப்பதில்லை. பாபுவிற்கும் யமுனாவிற்கும் ஓரிரவில் உடல்ரீதியில் உறவு ஏற்படுகிறதல்லவா? அந்த இரவில் எத்தனை முறை அவர்களிடையே கலவி நிகழ்ந்திருக்கும் என அறிந்துகொள்வதில் ஓர் அந்தரங்க ஆசையிருக்கும் அல்லவா? அதைக்கூடத் தி.ஜா. பதிவுசெய்கிறார். 'எந்த உடலைக் கண்டு வணங்கிக் கொண்டிருந்தேனோ, எந்த முகத்தைத் தெய்வத்தின் முகமாக ஒருகாலத்தில் நினைத்தேனோ', 'மூன்று ஜாமங்களில் அந்த எண்ணம் மூன்று தடவை இறந்தது" என்கிறான் பாபு. செக்ஸில் ஆர்வமேயில்லாத யமுனாவிற்கும் ஒருநாள் ஆர்வம் வந்ததைக் காஞ்சிபுரம் சத்திரம் அறையில் தங்கும்போது கோடிட்டுக் காட்டுகிறார். இருவரும் வடநாடு செல்வது பற்றிப் பேசிக்கொள்கின்றனர். பாபு போகலாமா வேண்டாமா என்ற மனநிலையில் பேசுகிறான். "நாளைக் காலையில் இப்படிச் சொல்லமாட்டே நீ... சந்நியாசமும் சம்சாரமும் ராத்திரியும் பகலும் மாதிரி வந்துண்டேதான் இருக்கணும்..." என்கிறாள், முழுமையாக முடிக்காமல். "ஏன் நிறுத்திவிட்டாய்?" என்கிறான். பக்கத்து அறையிலும் ஆட்கள் உண்டு. "போதும், என்ன பேச்சு சும்மா?... தூரப்போகிறாய் நீ" என்று ஜன்னல் அடிக்கதவை மூடிவிட்டு வந்தாள்" என்று எழுதுகிறார். என்ன நாசூக்கு! என்ன வித்தை! அதில் தொடர்ந்து இன்னொரு வரி. 'இரண்டு இரவுகள் பகலாக ஓடின' என்று. ஐயோ ஜானகிராமா! என் குருவே! என்ன ஆற்றல்? என்ன சூசகம்? இப்படி நுட்பமான எழுத்தை நவீனத் தமிழிலக்கியத்திற்குத் தந்தவர் தி.ஜானகிராமன். இன்று எழுத வந்திருக்கும் இளஞ்சிங்கங்கள் யமுனா பற்றி எழுதினால் எப்படியிருக்கும்? நினைத்துப் பார்க்கவே படுபயங்கரமாயிருக்கிறது. அத்தனை வக்கிரங்களும் கொட்டப்பட்டிருக்கும். இலக்கியத்தின் முதல் எதிரி வக்கிரம்தான். அது ஒருபோதும் இலக்கியமாவதில்லை.

3

தி.ஜானகிராமன் விவரணையில் ஓவியம் உயிர்பெற்று அச்சுஅசலாக நடமாடுவதுபோல மாறிவிடுகிறது. அல்லது அந்த இடம், நிகழ்வு, குரல் எல்லாம் கண்முன் நிஜ மனிதர்களாகவே உலவத் தொடங்கி விடுகின்றனர். பாபு காய்ச்சலில் கிடக்கிறான். காய்ச்சலில் அவன் பார்ப்பதை, கேட்பதை, உணர்வதை எழுதுகிறார். "ஐப்பசி மாதத்து இறுதியின் மெல்லிய வெயில், எதிரேயும் பக்கத்திலும் தெரிகிற மாடிகள் மீதும் தங்கமலராக விழுந்திருக்கிறது. வானில் துணிகளை மூலையில் குவித்தாற்போல மேகங்கள் அங்குமிங்கும் குவிந்து கிடக்கின்றன. ஜுரக் காதுக்குத் தெருவின் ஓசைகள் எங்கோ தொலைவில் ஒலிப்பன போலிருக்கிறது. மறுபடியும் கண் ஜிவுஜிவு என்கிறது. குளிர்கிறது. மூடினால் நல்லதுபோல இமைபொங்குகிறது. கீழே வீட்டுக்காரரின் சம்சாரம் யாரோடோ பேசும் ஒலி. சைக்கிள் ரிக்ஷா போகிற ஓசை. கார் ஹார்ன்கள். இந்த ஜுர உலகத்துக்கும் நிஜ உலகத்துக்கும் நடுவில் பெரிய மதிலை எழுப்பித் தந்தாற் போலிருக்கிறது. எப்படி இதைக் கடந்து ஒலிகளை அவற்றின் இயல்பான கனத்தில் கேட்கப் போகிறோம்! அந்த ஜுர உலகத்தின் ஆழத்திலிருந்து எப்படிக் கரையேறப் போகிறோம். நாளைக்கு ஆபிசுக்குப் போக முடியுமா?" இப்படி எண்ணம் ஓடுகிறது. "நிலவு ஒளியில் வெண்மை பூண்ட மேகங்கள் கப்பல் கப்பலாக விம்மிக்

கொண்டிருந்தன. பட்டையடித்த கரும்பஞ்சின் பின்னால் முக்கால் சந்திரன் ஓடிக்கொண்டிருந்தது. திடீரென்று சந்திரன் நின்று மேகம் நகர்ந்தது. மீண்டும் ஒரு நிமிஷம் கழித்துச் சந்திரன் மேகத்திற்குள் ஓடிற்று. ஒளிமங்கி அங்கும் இங்கும் நாலைந்து விண்மீன்கள் இமைத்துக் கொண்டிருந்தன. வெள்ளமாக வந்து முழுக அடித்து ஒளிக்கடலை எதிர்த்து நீந்தித் தலை தூக்கி நின்றன அந்த நட்சத்திரங்கள்". இப்படி ஒரு வர்ணனை. மேகம் நிற்க நிலவு நகர்வதும், நிலவு நிற்க மேகம் நகர்வதுமான மாயாஜாலம் நமக்கும்தான் நேர்ந்திருக்கிறது. ஜானகிராமன் எழுதிவிட்டார்.

தெருவிலே ஒரு காட்சி. "காக்கை ஒன்று ஜன்னல் கதவின் மேல் உட்கார்ந்து, கண்களைச் சாய்த்துச் சாய்த்து அவனைப் பார்த்துக் கொண்டே கத்திற்று. திடீர் என்று பறந்துபோய் எதிர்வீட்டு மொட்டை மாடிக் கட்டையில் உட்கார்ந்து கீழே பார்த்துக்கொண்டிருந்தது. நாலு பக்கமும் பார்த்தது. சட்டெனப் பறந்து, தெருவில் நடந்துகொண்டிருந்த யார் தலையிலோ, அகல மூங்கில் தட்டில் பரப்பியிருந்த துணியை அலகால் தூக்கியெடுத்துப் பறந்து கீழேநழுவவிட்டு, மறுபடியும் மொட்டைமாடிக்குப் பறந்து போயிற்று. "த்தா... சூ... காக்காய் துணியைப் பிடுங்கிச்சிய்யா, தெரியலே உனக்கு" இடியாப்பக்காரன் கீழேகிடந்த தட்டைமூடித் துணியை எடுத்து உதறி, மறுபடியும் 'இடியாப்பம்' என்று கத்திக்கொண்டே நடந்தான். காகத்தின் செயலை எவ்வளவு கவனமாகப் பார்த்திருக்கிறார். பாலூர் ராமு, பாபு அறைக்கு வருகிறார். இசைக் கச்சேரி நடக்கிறது. யமுனாவும் இருக்கிறாள். ராமு, தன்னை என்ன விதமாய் அறிந்திருக்கிறார் என்று தெரிந்துகொள்ள யமுனாவிற்கு ஆர்வம். "நான் யாருன்னு கேட்கலையா?" எனக் காபியில் தூசி மாதிரி விழுந்ததை விரலால் எடுத்துக்கொண்டே கேட்கிறாள். 'வீட்டுக்காரின்னு சொன்னேன்' என்கிறான் பாபு. யமுனாவின் உதட்டிலிருந்து ஒரு சின்னச் சிரிப்பு தெறிக்கிறது. இதை, "எதற்காக இப்படிப் பாலைச் சுண்டுகிறாற்போலச் சிரித்தாள்? உட்கார்ந்திருப்பதில்தான் எவ்வளவு நிதானம்? சங்கோசம்! கூச்சமின்றி, நம்பிக்கையும் துணிவும் இங்கு இருக்கின்றன. பாலைச் சுண்டினாற்போலத் தோன்றும் சிரிப்பு. அடேயப்பா! ஒருவித நாணத்தை எப்படிச் சொல்கிறார்! யமுனா உதட்டில் ஏற்படும் சிரிப்பும் சுழிப்பும்கூடத் தெரிகின்றன.

என்னென்ன விதத்தில் இவ்வுலகம் இயங்குகிறதோ அந்தந்த விதத்திலும், எந்தெந்த மனிதர்கள் எப்படி எப்படி இருக்க நேர்கிறார்களோ அப்படி அப்படியும் விவரணைகள் விரிகின்றன. காய்ச்சலில் பாபு படுத்திருக்கிறான். பழைய இசை நிகழ்வு நினைவிற்கு வருகிறது. "நாகேச்வரன் கோயிலில் கேட்ட குரல். இன்னும் அச்சுருதி லயத்துடனும் கனத்துடனும் கார்வையுடனும் அவன் காதில் பொழிந்து கொண்டு இருக்கிறது. மேல் ஷட்ஜமத்தில் நின்ற அந்தக் கார்வைக்கு, ஸ்தாயிக்கு ஏற்றாற்போல் அவன் தலையும் சற்றே மேலே நிமிர்ந்தது. "அந்த நினைவு இந்தக் கணத்தில் வர, அவனை அறியாமல் வாய் விட்டு, "ஆகா" என்கிறான். ஓசை கேட்டு யமுனா, "என்ன பாபு? தலை வலிக்கிறதா?" என்கிறாள். நினைவில் இருந்து நம்மை மீறி ஒற்றைச்சொற்கள் தெறித்துவிடுவதைக்கூட அள்ளிக்கொண்டு வந்துவிடுகிறார். தம் இயல்பாக ஒன்றைச் சொல்லிச் செல்கிறார். அந்தக் காட்சி சொல்லப்பட்ட கணத்தோடேயே நின்று விடலாம். அது ஜானகிராமனிடம்

அப்படி நிற்பதில்லை. படைப்பின் விசித்திரங்களுக்குள் அவர் மனம் சென்று வேறொன்றைத் தொட்டு மலர்விக்கிறது. உரையாடலாகவோ விவரணை வழியாகவோ கதை மேலே நகர்ந்து செல்லும்போது, நான்கு ஐந்து வரிகளைத் தாண்டினாலோ, மூன்று நான்கு சிறு பத்திகளைத் தாண்டினாலோ தற்செயலாய்ச் சொல்லப்பட்ட ஒரு காட்சி சட்டென வாழ்வின் வேறு சித்திரங்களுக்கு ஒப்புமையாகி வேறொரு பரிமாணமாக மாறிவிடுகிறது. மற்ற எழுத்தாளர்களுக்குக் கூடிவராத கலை தி.ஜானகிராமனுக்குச் சகஜமாகக் கூடிவருகிறது. ஒரு தனிப் படைப்பாற்றலாக இந்த அம்சம் இருக்கிறது.

யமுனா வீட்டிற்குப் பெண் பார்க்க வரப்போகிறார்கள். விடியற்காலையில் பாபு யமுனா வீட்டிற்குச் செல்கிறான். விடிந்தும் விடியாத அந்தச் சாம்பல் பொழுதில், நீர் தெளித்துப் பெருக்கிச் சிங்கார ரதம் ஓடுகிற மாதிரி மாக்கோலம் வரைந்திருப்பதைப் பார்த்து, 'வரனை எதிர் கொண்டழைப்பதற்காகவோ என்று நினைத்துக்கொள்கிறான். சின்னச் சின்ன இரு பத்தி, இந்த ஓர் உரையாடலைத் தாண்டியதும், "வாசல்ல மாப்பிள்ளை ஏறிக்க ரதம் வச்சிருக்கு. பார்த்தேன்" என்று சொல்கிறான் பாபு. "அப்படித்தான் வச்சுக்கயேன்"; "நான்கூட ஏறி நின்று பார்த்தேன், நகரவில்லை"; "மாப்பிள்ளைக்குன்னா அது. நீ ஏறிட்டா நகர்ந்துரும்னு நினைச்சயா?" என்கிறாள். மாப்பிள்ளை ஏறும் ரதமாக அதைப் பார்த்த பாபுவின் உள்ளத்தில், தான் ஏறிநிற்கும் விருப்பம் தோன்றியதை வெகு நுட்பமாகத் தொடர்புபடுத்துகிறார். யமுனா அந்த எண்ணத்தைச் சிரித்துக்கொண்டே முறியடிக்கிறாள். அது மாப்பிள்ளைக்கானது என, அவன் உள்ளத்தின் மெல்லிய வித்தியாசத்திற்குத் தடை போடுகிறாள். பாபுவின் உள்ளத்தில் யமுனா மீதான காதல் குடியிருப்பதை, இந்த இடத்திலேயே மறைமுகமாகத் தொட்டிருக்கிறார். யமுனாவை ஒவ்வொரு வாசகனும் அதிதீவிரமாகக் காதலித்ததற்குத் தி.ஜா. இப்படி வார்த்தைகளால் யமுனாவைத் தேவதையாக்கியதே காரணம்.

யமுனாவைப் பெண் பார்க்க வந்த மாப்பிள்ளை, காட்டுக்காட்சி கொண்ட திரைச்சீலையைத் தொட்டு நன்றாக இருக்கிறது என்கிறார். யமுனா போட்டது என்கிறான் பாபு. இதே பாணியில் ஈஸ்ட்ரிங் டைம் பீஸ், ஊஞ்சல் பலகை, இட்லி என்று ஒவ்வொன்றினைத் தொட்டும் அதன் விலை பற்றியே பேசுகிறார். அனைத்தையும் அவர் பணமாகப் பார்க்கிறார் என்பது வெளிப்படையாகத் தெரிகிறது. இப்படியொரு குணம் பெற்றவரா யுள்ளார். இப்படி விசாரிப்பு வளர்ந்து போகிறது. ஜானகிராமனின் மனம், சட்டென வேறோரிடத்திற்குத் தாவி, ஒன்றைத் தொட்டு வேறொன்றாகக் காட்டுகிறார். "விலையே கொடுத்து வாங்க முடியாத பொருள் இருக்கு" என்கிறான் பாபு. "எந்த மாதிரி" என்கிறார் கோயமுத்தூர் மாப்பிள்ளை. "யமுனா மாதிரி" என்கிறான் பாபு. ராஜமும் பாபுவும் காவேரிக் கரைக்கு வருகிறார்கள். காவேரியின் அக்கரையிலிருந்து இக்கரையில் உள்ள ஹோட்டலின் எச்சில் உணவைத் தின்ன ஆற்றின் குறுக்கே நீந்தி வருகின்றன நாய்கள். இது ஒரு அபாரமான காட்சி. ஏற்கெனவே நீந்தி வந்த நாய்கள், எங்கெங்கோ ஓடி உணவெடுத்துவிட்டு, இவர்களைப் பார்த்ததும் அருகில் வருகின்றன. இவர்களுக்குப் பழக்கமான நாய், இவர்கள் முகத்தைப் பார்க்கிறது. பிஸ்கட் போடுகிறார்கள். பிஸ்கட் தீர, போ என்கின்றனர்.

அந்த நாய்களுக்கு அக்கரைப் பக்கம் உள்ள ஆஸ்பத்திரி வார்டு, தாலுகா கச்சேரி போக வேண்டும். அந்நாய்கள் மறுபடி அந்த மாலைவேளையில் ஆற்றில் நீந்தி எதிர்க்கரைக்குச் செல்கின்றன. இவற்றின் நம்பிக்கை குறித்த பேச்சு வருகிறது. சட்டென மனிதனுக்குப் பேச்சு தாவுகிறது. "தைரியமாய் இருக்க நம்மை யார் விடுறா? வாத்தியாரைக் கண்டால் பயம், ஊரைக் கண்டால் பயம். பயப்படச் சொல்லித்தானே நமக்கு எல்லாப் பாடமும் நடக்கிறது" என்கிறான் ராஜம்.

4

ஜானகிராமன் ஒன்றைச் சொல்லி வரும்போதே திடுக்கென அதிலிருந்து ஒரு புதிய வெளிச்சத்தை அவர் உள்ளம் கண்டு, வெகு விரைவாகச் சென்று அக்கணத்திலேயே பற்றிச் சுடர்கிறது. தி.ஜா., ஒரு சந்தர்ப்பத்தையும் விடுவதேயில்லை. காற்றுப்போல் அடுத்தடுத்துத் தீண்டியபடியே அச்சூழலில் நிற்கும் அனைத்தையும் கொண்டுவந்துவிடுகிறார். இது ஒரு தனித்துவமான கலையாற்றல். ஏழை எளியோரிடம் நல்ல ரசனை இருக்கிறது. அவர்கள் தம் அனுபவத்தின் பகுதிகளை எடுத்துக் கூறும்போது, அவ்வளவு ஈர்ப்பாக இருக்கிறது. ரசனை மிக்க இந்த மக்களைப் பற்றி எழுதும் முற்போக்கு எழுத்தாளர்களின் படைப்புகளில் இது சித்திக்காமல் நழுவிப்போய்விடுகிறது. தி.ஜா.வின் சில ஒப்புமைகளும் அபாரம். தங்கம்மாளுடனான உறவைச் சொல்ல வந்து சொல்ல முடியாமல் அழுதபடி திரும்பிச் சென்ற அந்தப் பழைய நிகழ்வை யமுனா, 'பொம்மனாட்டி மாதிரி அழுதிட்டுப் போனயே' என்கிறாள். "ஆமாம். யமுனா. பொம்மனாட்டி மாதிரிதான் இருந்தேன். எனக்கு ஒன்னும் தெரியாது. ஆனால், எங்கேயோ தொத்திண்டிருக்கிற கம்பியிலே இடிமின்னல் இறங்குவதுபோல அது வந்திறங்கி, என்னை ஸ்தம்பிக்க அடித்துவிட்டது" என்கிறான் பாபு. பழைய நினைவுகளைப் பொருத்தமான மற்றொரு சூழலில் நினைத்துச் சொல்லிப் பார்ப்பது ஒரு வழக்கம். அதைக் கலையாக்குகிறார். தி.ஜா.வின் குடும்ப உறுப்பினர்கள் ஒன்றாகக் கூடிப் பழைய விசயங்களை, ஊர் விசயங்களைப் பேசி மகிழ்வது ஒரு வழக்கமாக இருந்தது என்கிறார் கரிச்சான்குஞ்சு. இயல்பாக நம் பேச்சிலேயே எதிர்பாராத சொற்கள் குதித்து வந்துவிடும். நம் இந்திய வாழ்க்கை முறையின் அம்சங்களே தி.ஜா.வின் படைப்புகளில் கலையம்சத்தோடு மலர்கின்றன.

மனிதர்களிடம் சுவாரஸ்யமற்று வெளிப்படும் சாதாரண வழக்கங்கள், சமிக்ஞைகள், பாவனைகள் இலக்கியத்தில் காட்சி ரூபம் கொள்ளும்போது படு கவர்ச்சியாக மாறிவிடுகிறது. ஜானகிராமனின் கைவரிசையில் வெளிப்படும் உடல் மொழிக்கு ஒன்றிரண்டைப் பார்க்கலாம். கச்சேரி கேட்கிறார்கள். சிறுவன் பாபுவிடம் வைத்தி, இது என்ன ராகம் என்று கேட்கிறார். துடிப்பாகப் பதில் சொல்கிறான். இவர்கள் பின்னால் கச்சேரி கேட்டுக் கொண்டிருந்த ஒருவர், இவனது புத்திக் கூர்மையைக் கண்டு, 'இந்தக் கண்ணு இருக்கு பாருங்க' என்று வலதுகைப் பாம்பு விரலால் இரண்டு கண்களையும் மாற்றி மாற்றித் தொட்டுக் காட்டி, 'இது கெட்ட சாதிப் பய மவனுது. எந்தக் கண்ணு எப்படியோ? எல்லாக் கண்ணும் ஒரு மாதிரியா இருக்குமா?...' என்கிறார். பிள்ளைக்குக் கண்பட்டுவிடும், கவனமாக இருங்கள் என்பதை அவர் கைப்பாவனையில் சொல்கிறார்.

‘அந்த மாடியில் இருந்து இருமல் சத்தம் கேட்டது. விழிப்பு இருமலா? தூக்க இருமலா?’ தங்கம்மாளின் சமிக்ஞை பற்றிப் பாபு சொல்கிறான். கட்டிலில் அமர்ந்திருக்கிறாள். “உங்களைப் பார்த்தா, நல்லவர் மாதிரி இருக்கு. இங்கே மாத்திரம் கல்லா இருக்கு” என்று தொட்டுத் தடவுகிறாள். நெஞ்சை விரலால் தொட்டு, இது கல்லா? என்று கேட்கிறாள். “ஏன் பயந்து சாகறேள்? கீழே உங்க வீட்டுக்காரர் ஊருக்குப் போயிருக்கிறார். இங்கேயும் ஒருத்தருமில்லை. அது காம்பிலே போயிருக்கு” என்று முகவாயாலேயே, தன் மொட்டை மாடியைக் காண்பித்தாள் அவள் என்றெழுதும்போது, எப்படி அவள் கமுக்கமாகப் பேசியிருப்பாள், தன் முகவாய்க் கட்டையால் எப்படி அசைத்துப் பரிபாஷை செய்திருப்பாள் என்பன, நம் கண் முன் வருகின்றன.

“என்னவாம்?” எனச் சமையல் உள்ளில் விசிறியபடியே படுத்திருந்த ரங்கண்ணா மனைவி, ஒருக்களித்து ஒருகதவைப் படுத்தபடியே திறக்கிறாள். தங்கம் இறந்துபோன செய்தி. “நகை ரொம்ப இல்லையாம். ஆனா, தகதகன்னு இருக்குமாம் பொண்ணு. ஷண்முகம் சொன்னான். அப்படிச் சொன்னான். கரையிலே நிக்கமுடியலையாம். அப்படிக் கூட்டமாம்”. அந்த மரணச்செய்தியை ரங்கண்ணா சம்சாரம், தன் கைகளாலும் கண்ணாலும் வாய் அசைப்பாலும் எப்படிச் சொல்லிருப்பாள் என்பதைக் கற்பனை செய்துகொள்ள முடிகிறது. ஒரு நவீனத்துவ எழுத்தாளனால் எழுதவே முடியாத ஓரிடம் சொல்கிறேன். “ஜாதிப்பூவின் மணம் விட்டுவிட்டுக் கமழ்ந்தது. தெய்வீகமான வாசனை! அம்மா அரும்பு அரும்பாக இரவில் தொடுத்துப் படங்களுக்கெல்லாம் போட்டிருப்பாள். காலையில் அலமாரியைத் திறக்கும்போது குப்பென்று அந்த மணம் சற்று உஷ்ணமாக வீசும். உள்ளே பட்டாபிஷேகத்தில் அமர்ந்த ராமனும் சீதையும் காமாட்சியும் விடும் மூச்சைப்போல – தெய்வீக மணம்” – மரபின் மிகச் செழுமையான பகுதியை நேசிப்பவர்களாலேயே, இது சாத்தியப்படும்.

மானிட வெளிப்பாடு மீதான அவதானிப்பு, புற உலக இயக்கத்தின் மீதான கூர்மையான கவனிப்பு, தோற்றங்கள் உண்டாக்கும் புதிய கற்பனை, ஜீவராசிகளிடம் காணும் சில வித்தியாசமான இயல்புகள், அந்தந்த இடத்திற்கு உரிய நுண் தகவல்கள் என எத்தனையோ அம்சங்கள் எழுதத் தொடங்கியதும் வரிசைகட்டி வந்து என்னை எழுது, என்னை எழுது என்று பிரியத்தோடு தி.ஜா.வின் நெஞ்சத்தில் குடிபுகுந்துகொண்டு விரல்கள் வழியாக இறங்கிவந்து தாள்களில் அமர்வதுபோல இருக்கின்றன. இது ஒரு தனித்துவ மன வார்ப்பு. தி.ஜா.விற்கு வாய்த்த கலைச் சொத்து இது. அது அவருக்குள்ளே இருந்து பெருகி வந்த செல்வம். விளக்காமல் சில மட்டும் காட்டிச் செல்கிறேன். “மனிதர்களின் செல்வாக்கைப் போல, திடீரென்று கோயில்களின் செல்வாக்கும் மறைகிற வழக்கம்தான். ஆனால், வேறு புதிதாக ஒரு கோயிலுக்கு – ஒரு சுப்பிரமணியருக்கோ, விநாயகருக்கோ தசாநாதம் அடிக்க ஆரம்பித்துவிடும்”; “கச்சேரி பார்த்துவிட்டுப் பாபு சொல்வதற்கு, வைத்தியும் விழுந்துவிழுந்து சிரிக்கிறாற்போலப் பாவனை செய்து, பேசியபடி வருகிறார். முர்ர்ர் என்று பரமேச்வரய்யர் ஹோட்டலுக்கு எதிர்த்த வீட்டுத் திண்ணையில் ஒண்டிக் கிடந்த நாய் உறுமிற்று. பாபு அப்பாவோடு ஒண்டிக்கொண்டான். இந்த அர்த்த ராத்திரியில் என்னடா

தெருவில் நடை என்று மிரட்டுவது போலிருந்த அந்த உறுமலைக் கேட்டுப் பாபு வாயை மூடிக்கொண்டான்” என்கிறார். நாயின் அந்த நேர அசௌகரியத்தைச் சொல்கிறார். “பாபு ஹோல்டால் கயிற்றிலிருந்து காவேரி வேட்டியையும் துண்டையும் உருவி இடுப்பில் கட்டி, வெள்ளை வேட்டியை இழுத்தான். ‘முடமுடவென்றிருந்த வேட்டி, தென்னம் பன்னாடைபோல் விரைத்துக்கொண்டு நின்றது”; “பட்டுக் கால் விரலாலே அவள் நடந்து ஓடுவதைப் பார்த்தால் தாவுகிற மாதிரித்தான் தோன்றும்”; “குடமுருட்டி ஆற்றில் குளுக்குளுக்கென்று கொப்பளிக்கும் ஒரு சுழல் இன்னொன்றைத் தொடர்ந்துகொண்டே விரைந்து போயிற்று”; “விழுந்து வணங்குவதுபோல, ஒரு கூண்டு அரைவண்டி அவிழ்த்து விடப்பட்டிருந்தது” என்றெழுதுகிறார்.

“உள்ளங்கையில், இடது கைவிரலால் தேய்த்து உரித்த தோலை உரித்துக்கொண்டே போனான் ராஜம்”; “தென்னோலைகள் இனாமல் பூசினாற்போல நிலவில் மின்னிக்கொண்டிருந்தன”; “சுவர்க்கோழி கிணிக் கிணிக் என்று ஒரு மணி நேரமாகக் காது முனையில் உட்கார்ந்திருப்பதுபோலப் புலம்பிக் கொண்டு இருக்கிறது. கிணிக் கிணிக் கிணிக் கிணிக் கிணிக் கிணிக்”; “அப்பப்பா! கீச்சென்று காதைத் துளைக்கிறது. எழுத்தாணியைச் சுரசுரக்கிற உலோகத்தில் அழுத்தியழுத்தித் தேய்க்கிறாற்போல, காதை மாற்றி உற்றுக் கேட்டபோது, வழக்கம்போலக் கேட்கும் அடங்கிய ஒலி ஒன்று ஙீ என்று நீளமாகக் கேட்டுக்கொண்டிருந்தது”; “ஓரிரண்டு கழுகுகள் நீலவானில் உயரத்தில் வட்டமிட்டுக் கொண்டிருந்தன. சற்றைக்கொரு தரம் கழுகின் வளைந்த கூவல்”; “அவளுக்கு இயற்கையாகவே குரல் சுருதியில் போய்க் கவ்வுகிறது. இந்த ஆண்கள் சுருதி இருப்பதையே மறந்துவிட்டார்களா? பெண்களுக்கு எப்படி அனாயாசமாகச் சுருதி ஞானம் ஏற்பட்டுவிடுகிறது? ஞானமா? குரல் வாய்க்கிற இயல்பா?”; “நல்ல பாடகர்களில் ஆண்களைவிடப் பெண்கள் பாடுவதில் ஒரு வசீகரம் இருக்கிறது” என்கிறார். நமக்கும் தோன்றியிருக்கிறது. மனிதர்களை, புறஉலக இயக்கத்தைக் கவனித்து, அதனைக் கிரகித்து ரசனையோடு சுளுவாக எழுதத் தெரிந்த பெருங்கலைஞன் தி.ஜா. சில சந்திப்பின் தருணங்கள் சாதாரணமாக எதிர்கொண்டு கடந்துவிடக் கூடியவைதாம். தி.ஜா., சட்டென அதைக் கவித்துவக் கணங்களாக மாற்றிவிடுகிறார். காவிரி ஆற்றின் குறுக்கே எதிர்க்கரை நோக்கி நாய்கள் நீந்திச் செல்லும் காட்சி, இரண்டு வரிகளில்தான் சொல்லப்படுகிறது. சட்டென மன எழுச்சி தருவதாக, அந்தக் காட்சி மாறிவிடுகிறது.

பொதுவாக நான் நவீனத்துவவாதி என்று மார் தட்டுகிறவர்களால் நுழைந்து செல்ல முடியாத ஓர் உலகம் இது. காவிய மனம் கொண்டவர்களாலேயே அள்ளி அரவணைக்க முடியும். நாம் நமது இலக்கிய அளவுகோலைக் கொண்டே ஜானகிராமனை அளந்து பார்க்க முயன்றோம். அதற்கான அழகியல் அளவுகோலை அவரது சாரத்திலிருந்து உருவிக்கொள்ள மறுத்தோம். பொதுவாகத் தமிழ்ச் சூழலில் ஒரு நல்ல கலைஞன் உரிய காலத்தில் அங்கீகரிக்கப்பட வேண்டும் என்றால், ஓரிரு படைப்புகளைத் தந்தவுடனேயே செத்துப்போய்விட வேண்டும். ஜானகிராமன் 62வயதுவரை சாகாமல் இருந்ததுதான் பிரச்சனை. புகழோடிருந்தது மேலும் பிரச்சனை. வெகு மக்களிடம் புகழடையாமல் இருந்திருந்தால், தீவிர இலக்கிய

விமர்சகர்களால் அங்கீகரிக்கப்பட்டிருப்பார். உண்மையில் தீவிர இலக்கியத்தையே மோகமுள்ளில் அவர் சாதித்திருக்கிறார். சங்கீதத்தையும் இலக்கியமாக உருவகப்படுத்திக் கொண்டாலும், அதற்கும் அது அப்படியே பொருந்தும். ஓர் உன்னத இசை அனுபவம் குறித்தும், போலி இசை அனுபவம் குறித்தும் தி.ஜா. நாவல் முழுக்கப் பேசுகிறார்.

5

உரையாடலை மிகத் திறமையாகக் கையாண்ட கலைஞன் என்றதும், முதலில் நினைவிற்கு வருவது கம்பன்தான். சங்க இலக்கியம் பல அற்புதங்களை உரையாடலில் தொட்டிருக்கிறது. கலித்தொகை, அகநானூறு, நற்றிணையில் வரும் தலைமை மாந்தர், தோழிப் பேச்சுகள் ரொம்ப நுட்பமானவை. ஆனால் அவை, தனித்தனிப் புலவர்களின் மன வண்ணம்தான். கம்பன்தான், தன் காவியமான ராமாயணத்தில், அத்தனை மாந்தரையும் – அவரவர் மனத்திலிருந்து பேசவிட்டவன். கைகேயியின் மனத்தைத் தன் உரையாடல் திறத்தாலே கூனி திரித்து மாற்றிவிடும் இடம், வாலி அம்புபட்டு ராமனை நோக்கிப் பேசும் இடம், கும்பகர்ணன் அண்ணன் ராவணனுடன் பேசுமிடம் எல்லாம் உரையாடல் கலையின் உச்சம். இதில் கம்பன் ஓர் உச்சமென்றால் ஜானகிராமன் இன்னோர் உச்சம். புனைகதையில் யாரும் தொட முடியா உச்சம். காலாட்டிக்கொண்டே பேசிச் சாதிக்கிற உச்சம். தி.ஜா. மோகமுள்ளில் வெளிப்படுத்தியிருக்கும் உரையாடலைச் சொல்லத் திரும்ப அப்படியே வரிவரியாக எழுதிக் காட்ட வேண்டும்போல் தானிருக்கிறது. அப்படியானால், நாவலை அப்படியே படித்து அனுபவிப்பதுதான் சிறந்தது. என்றாலும், தி.ஜா.வின் இந்த மாபெரும் சாகசத்தைத் தொட்டுக் காட்டவே, இங்கே சில சொல்ல வேண்டியுள்ளது.

நாவலின் ஆரம்பமே உரையாடலின் அமர்க்களம்தான். சாஸ்திரி தூசிக்குப் பயந்து ஆறுமுகம் கடை ஓரம் ஒதுங்குகிறார். துண்டால் மூக்கை மூடியபடி, '...கும்பகோண க்ருதம் பாபம் கும்பகோண விநச் யதி" எனச் சுலோகம் சொல்கிறார். கடைக்காரருக்கு உண்மையிலேயே புரியவில்லை. "என்னங்க இது! யாரையோ வெய்யக் கிளம்பிட்டீங்களே, திடீர்னு!" என்கிறார். "வெய்யவில்லை" என்கிறார் சாஸ்திரி. "பின்ன இது என்னவாம்" என்கிறார் கடைக்காரர். "ஸ்தல மகாத்மியம்" என்கிறார் சாஸ்திரி. "நம்ம பாஷையிலே சொல்லுங்களேன்" என்கிறார் கடைக்காரர். அவர் சாஸ்திரி. பிராமணரிடம் புழங்கும் சமஸ்கிருதம் அவருக்குத் தொழில் சார்ந்த ஒன்று. கடைக்காரர் ஒரு நாட்டுப்புற மனிதர். தன் எளிய புரிதலுக்கு இழுத்துவர, சாஸ்திரியை அவர் மடக்கும் விதம் அழகாயிருக்கிறது. அந்தக் கால நிஜமாகவும் இருந்திருக்கிறது. இரு இனங்களின் வெளிப்பாட்டு அடையாளம் இது.

விவரணையில் கொண்டுவரும் உடல்பாவத்தைத் தி.ஜா. உரையாடலில் வெகுவாகப் புலப்படுத்தி விடுகிறார். பாபு நடித்த நாடக வேடத்தை, "கன்னத்திலே முகவாயை ஒரு இடிப்பு இடிச்சிண்டேளே கோபத்திலே... அது இருக்கட்டும். ராஜாவைப் பார்த்துக் கண்ணாலே ஒரு சுழட்டுச் சுழட்டினேளே... எப்படி! எப்படி! எனக்குக்கூட வரமாட்டேங்கறது சார்". பார்த்ததைத் திரும்ப ஒருவரிடம் சம்மந்தப்பட்டவரிடம் சொல்லும்போதும்,

ஒரு பாவத்தோடு சொல்வதை எழுத்துக்குக் கொண்டுவந்திருக்கிறார். ஜானகிராமனின் படைப்புக்கலை என்பதே, கவனிப்பின் கலைதான். பெரும் பண்பாட்டுப் பாரம்பரியப் பெருமையுள்ள தமிழ்ச் சமூகத்திலிருந்தும் – இந்தியச் சமூகத்திலிருந்தும் உருவாகிவந்த வெளிப்பாட்டு அழகியலை, அசாத்தியமாக வெளிப்படுத்தியதுதான்! அதை எந்த நோக்கமும் இல்லாது இயல்பாக வெளிப்படுத்தியுள்ளார். ஒரு புதிய தகவலைக்கூட உரையாடல்வழிப் பிறருக்குக் கடத்திவிடுகிறார். "மைசூரிலே ரோட்டிலே சிமெண்ட் போட்டுப்பிட்டான். இங்க எல்லாம் எப்ப வரப் போறதோ? நான் உசிரோட இருக்கிறவரைக்கும் வரப் போறதில்லை" என்கிறார் சாஸ்திரி.

உரையாடல் வழியாகப் பாபுவின் குடும்பம், ஊர், உறவுகள், தங்கியிருக்கும் அறை, அந்த வீட்டுக்காரர், சமைத்துத் தரும் அம்மா, அந்த அறை வரலாறு, தெரு மக்கள், முக்கிய வீடுகள் என்று உரையாடலில் சாகசம் செய்துவிடுகிறார். இடத்தை, காலத்தை, மனிதர்களைத் தாண்டித் தாண்டிச் சட்டென பக்கத்தில் கொண்டுவந்துவிட முடிகிறது. நான்கைந்து பக்கத்தில் எழுத வேண்டிய விவரணையை ஒரு பக்க உரையாடலில் தொட்டுத்தொட்டுச் சொல்லிக் காட்டிவிடுகிறார். பத்தாண்டுகளாக எத்தனையோ மாப்பிள்ளைகள் வந்துபோய்விட்டனர். திருமணம் கைகூடவில்லை. கோயமுத்தூர் மாப்பிள்ளை வரும் செய்தியைக் கேள்விப் பட்டதும் பாபு, "கல்யாணமா?" என்கிறான். "ஆமாம் பாபு. கலியாணம் வருது. எனக்கு ரயில் வண்டி மாதிரி ரொம்ப நீளம். பத்து வருஷமாக ஓடுறதுன்னா, நீள வண்டியாத்தானே இருக்கணும்?" என்கிறாள் யமுனா. பத்துவருட அலுப்பு, கசப்போடு புன்னகையில் வருகிறது. இதுதான் கடைசி வண்டியா இருக்கட்டுமே. "இதிலே ஏறிவிடுகிறது"; "கடைசி வண்டி அதுவும் நிற்காம போயிடுத்துன்னா?" என்று சிரிக்கிறாள் யமுனா. "சீச்சீ. வாயை மூடு" என்கிறார் பார்வதிபாய். பாபு, யமுனா, பார்வதி மூன்று பேரிடமும் வெளிப்படும் பேச்சிலேயே தனித்தனி மனநிலை இருக்கிறது. இந்த முப்பதாம் வயதிலாவது திருமணம் கூடிவரட்டும் எனப் பாபு நினைக் கிறான். இதில் பல ஏமாற்றங்கள் கண்ட யமுனாவிற்குப் பெரிய நம்பிக்கை ஏற்படாததால், நீண்ட ரயில் பெட்டியின் இணைப்பாகப் போய்விடுமோ எனச் சிரிப்பில் ஒருகசப்பையும் வெளியிடுகிறாள். பார்வதிபாய்க்கு இது ஓர் அதிகப்பிரசங்கித்தனமாகப் படுகிறது. இம்மாதிரி எதையும் கேலியும் கிண்டலும் செய்கிற யமுனாவின் மனப்போக்கினால்தான், இப்படி நற்காரியங்கள் தடைப்படுவதாகக் கடிந்துகொள்கிறாள். பாபு – நெருங்கிய குடும்ப நண்பன். நாளை கல்யாணம் பண்ணிக்கொண்டு போனபின், தன்னுடன் இதேபோல் கலகலன்னு பேசுவாளா யமுனா எனக் கேட்கிறான். அதற்கு அவள், "மாப்பிள்ளை சிணுங்காம இருந்தா, பேசுறதுக்கு என்ன?" என்று சிரிக்கிறாள். கணவன்மார்களின் உள்ளத்தைப் பற்றிய எவ்வளவு துல்லியமான ஓர் எடை!

பாபு, தானும் கூடச்சேர்ந்து செய்த தவறைச் சொல்ல விடியற்காலையில் வேகவேகமாக வந்து சொல்லாமல் போய்விடுகிறான். பின் மாலையிலும் வருகிறான். "என்கிட்ட வந்து சொல்லணும்னுதானே தோணித்து காலமே, அப்படின்னா சொல்லேன்"; "உங்கம்மா கேட்டுக்கொண்டு வந்துவிடுவாள்"; "அம்மாவுக்குத் தெரியாமல், நீ எங்கிட்ட என்ன ரகசியம் சொல்லப்போறே!"

– பாபு திகைக்கிறான். யமுனாவின் நிமிர்ந்த – நேரான வெளிப்படையான பார்வை, நாவல் முழுக்க மேலான தளத்தில் நிரம்பி மேவி நிற்கிறது. எப்போதும் தன்னை வெளிப்படையாகவே வைத்துக்கொள்கிறாள். யாரும் நிமிர்ந்து பார்க்கிற கம்பீரத்தைப் பெற்றுவிடுகிறாள். அதுவே அவளை நெருங்கிட உந்துவதாகவும் இருக்கிறது. "என்ன ரகசியம்"; "உனக்குத் துரோகம் பண்ணின ரகசியம்"; "துரோகமா? எனக்கா?" – பாபு தங்கம் பற்றித் தட்டுத்தடுமாறிச் சொல்கிறான். என்ன நடந்திருக்கும் என்பதை யமுனா யூகித்துக்கொள்கிறாள். இந்தப் பெண் மனம் இருக்கே! எங்கோ தாவுகிறது அது. "அழகா இருப்பாளோ?"; "ரொம்ப". பிற பெண்களின் அழகு பற்றித் தெரிந்துகொள்ள விழைகிற மனம் இருக்கிறதே! யமுனாவும் ஓர் இயல்பான பெண்தான் என்ற இடம் இது. மறைமுகமாகத் தன் காதலையும் யமுனாவிடம் சொல்லிவிட்டதாக நினைக்கிறான். "எனக்கு என்ன துரோகம், இதனாலெ?" – யமுனா. "பிச்சுப் பிச்சுச் சொன்னாத்தான் புரியுமா, உனக்கு". யமுனா அமைதியாக இருக்கிறாள். "தவறா நினைச்சுட்டியா?" – பாபு. "நீதான் என்னை நினைச்சுட்டே அப்படி" – யமுனா.

இதுவே யமுனாவின் நிலைப்பாடு. பாபுவின் நிலைப்பாடும்கூட அதுதான். பாபுவின் இந்நிலைப்பாடு பிடிக்கவில்லை என்றாலும், தன்னை விருப்பப்பட்டவனுடன் வீம்பு பிடிப்பதில் – அது சார்ந்த பேச்சு வரும்போது உள்நோக்கிப் பாய்வதில், சளைக்காத பெண்ணாக இருக்கிறாள் யமுனா. முப்பதாண்டுகளுக்கு முன் வாசித்தபோது, இப்பகுதி இனிமையாயிருந்தது. யமுனா இவ்வளவு அறிவா பேசுகிறாளே என்று பதட்டமாயிருந்தது. பாபு காதலுக்கு உடன்பட்டால் என்ன என்பது போலிருந்தது. இன்று யமுனாவை வாசிக்கிறபோது, பாபுவின் வயதால் யமுனாவைப் புரிந்துகொள்ள முடியாது. அவளது உலகிற்கு நேர் எதிரில், பக்குவப்பட்ட பெண்ணின் ஆகிருதி தெரிகிறது. குடும்பச்சரிவு, உறவுகள் கைவிட்ட நிலை அன்றும் வேதனை தந்தது. ஆனால், இன்று மனம் குடையும் வேதனை சுடுகிறது. சுய மரியாதையுடன் வாழ நினைக்கிற பெண்ணின் வீழ்ச்சி தாங்கமுடியாத துக்கத்தைத் தருவதாயிருக்கிறது. அன்று யமுனா மீதிருந்தது காதல்; இன்று இருப்பது கருணை; பரிபூரண அனுதாபம்.

யமுனாவின் பிடிவாதத்தை ஒரு மேதைமையுடன் தி.ஜா. இந்நாவலில் படைத்திருக்கிறார் என்றாலும், ஒரு பேரிளம் பெண்ணின் தோரணையில் பாபுவின் உள்ளத்தைக் குடைந்து குடைந்து கேட்பதிலும் மெல்லிய விருப்பினளாக அவள் இருக்கிறாள். இது அவன் மீதான காதலால் இல்லை. தன் மீது அவன் கொண்டுள்ள காதலைக் களைவதற்கோ, தெரிந்து கொள்ளவோகூட இருக்கலாம். இந்தப் புதிர் விளையாட்டை ஆடுவதில் எல்லோருக்கும் விருப்பம் இருக்கத்தான் செய்கிறது. இதில் விதவிதமான உணர்ச்சியின் தெறிப்புகள் வெளிப்படுகின்றன. உணர்ச்சிகளை அதிகம் வெளியிடாது கவனத்துடன் யமுனா பேசுகிறாள். இது பெண்ணுக்கே உரிய சமூகம் கற்பித்த ஒரு கவனமாகக்கூட இருக்கலாம். மட்டுமல்லாது யமுனா எதையும் முன்கூட்டியே யோசித்திராத அந்த நேரப் பேச்சின் கேள்வி பதிலுக்கு ஏற்பத் துடுக்குத்தனமாகவோ, அறிவார்ந்த விதத்திலோ, தன்னைத் தற்காத்துக்கொள்ளும் விதமாகவோ, நாசூக்காகவோ, ஆழமாகவோ, தன்னையே பகடி செய்துகொள்ளும் விதத்திலோ பேசுகிறாள். யமுனா

என்றால், யாவற்றையும் நிதானித்துக் கேட்டுக்கொள்கிறவளாகவும் தன்னிலையை விட்டுத்தராத திட சித்தமுள்ளவளாகவும் இருக்கிறாள். அப்படிப் படைத்திருக்கிறார் ஜானகிராமன். அபாரமான வார்ப்பு. யாருமே பம்மி எட்டிச் செல்லத்தான் முடியும் என்பது போன்ற சித்திரத்தை இந்நாவலில் உருவாக்கிவிட்டார். எட்டாததை எட்டிப் பிடிப்பதில்தானே மனம் தீவிரங்கொள்ளும்! இதில் வெகு கணக்காக அது உருவாகியுள்ளது. நான் படித்த உலக இலக்கியங்களில், இவ்வளவு அழகாக இது, வேறு எந்தப் படைப்பாளியிடமும் கூடிவரவில்லை.

6

தஞ்சாவூர் மண்ணுக்கே உரிய சொலவடைகள், மரபுத்தொடர்கள், ஒப்புமைகள் எல்லாம் உரையாடல்களில் தெறிக்கின்றன. ஆழ்மனத்தில் சேகரமாகியிருக்கிற சொற்கள், எதிர்பாராவிதத்தில் தன்னெழுச்சியோடு சூழலில் எழுந்து வருகின்றன. நவராத்திரி விழா உற்சவத்தில், ஆயிரம் பிராமணர்களுக்கு அன்னதானம் செய்யத் துரையப்பா வசூல் செய்கிற பேச்சு வருகிறது. "ஆயிரம் பேருக்கு விருதாச் சாப்பாடு போடற பாவத்தில அஞ்சு ரூபாய் பங்கு அவர் வாங்கிக்கறது போதாதோ?" என்கிறான் பாபு, எகத்தாளத்தோடு. வாழ்க்கை தந்த கசப்பின் கரிய புன்னகை அது. தங்கம்மாள் ஜன்னலோரம் இரவில் வந்து நிற்கிறாள். "எத்தனை நாழி நிற்கிறது?"; "ஏன் தாத்தா இன்னும் வரலியா?" – பாபு. "வரலை. பேரனைப் பார்க்க வந்தேன்... திறக்க முடியாதா?"; "எதை?"; "எதையா? இதைத்தான்!" – அவள் எறிந்த பூ மார்பில் வந்து விழுகிறது. ஒருவர் சொல்லால் எறிகிற கேலிக்கு, அதே பாணியில் சொல்லாலேயே பதில் கேலி. இப்படியும் உரையாடல்கள். இரண்டாம் மனைவி தங்கம் இறந்துவிட, வயதான சிவசிதம்பரத்தை நீதான் ஆதரிக்க வேணும் என்று மகனிடம் சொல்கின்றனர். "நான் தயார் சார்... காவேரியிலே ஜலம் வரதுக்குள்ளையும் இன்னொருத்தி வந்திட்டான்னா, என்ன செய்யுறது?" – இது அப்பாவைப் பற்றிய மகனின் கணிப்பு.

மோகமுள்ளின் உரையாடலில் கனிவு, கண்டிப்பு, முதிர்ச்சி, விடலைத்தனம், எள்ளல், பிடிவாதம், இறைஞ்சல், துக்கம், சிரிப்பு, வக்கணை என மனிதக் குலம் சேமித்த எவ்வளவோ நுட்பங்கள் பலவும் வெளிப்பட்டுள்ளன. சின்னச் சின்னத் தொடரில், இரண்டொரு சொற்களில், அதிலே வரும் மௌன பதில் அல்லது கேள்வி அல்லது அர்த்தங்கள் வசீகரிக்கின்றன. மனிதர்கள் யாரும் பத்தி பத்தியாகப் பேசுவதில்லை. நம்மிடம் எப்படி வெளிப்படுகிறதோ அப்படி இதில் மனங்களை உறவாட விட்டுள்ளார். உரையாடலிலும் விவரிப்பிலும் எழுந்துவரும் தஞ்சாவூர் மண்ணுக்கே உரிய தனிச்சொற்கள், நேராகப் புரியாதபோதும் சூழலில் புரிந்துகொள்ள முடிவதன் ஈர்ப்பும் அலாதியானது. அல்லடி நார்ட்டான் கோஷ்டி. விநாயகருக்கோ தசாநதம், பியாகடை ராகம், சில்லுண்டிக் கவிராயன், கோபிச் சந்தனம், கும்டா, குஞ்சாலாடு, காவேரி வேட்டி, சேலம் குண்டஞ்சில் பஞ்சக்கச்சம், மங்களாணி பவந்து, அலிகார் பூட்டு, கானோ – படகு, அயனான பரன், தாளடி, கோடைப்பந்தல், தட்டாடை, மூலக் கச்சம், இடுப்பு சோமன், காட்லிவர் ஆயில், கான்வாஸ் விதானம் போட்ட கார், நிருநிரு, ஜபர்தஸ்து, காரைக்கால் சில்க் சட்டை, கிளாஸ் கோமல், பெரிய

பண்ணை தண்டுபிள்ளை, வெலத்தி, உள்ளிக் கட்டை, கிராமக் கர்ணம், இளம் ஜமா ஒன்று, உடம்பு ஏதாவது ஜாட்யமாயிருக்கா, சாத்வதமாகி, விருதாச் சாப்பாடு, உபேதார், விதியின் கொனஷ்டை, விலாத்தியாக, பௌருஷம், கானடாவை மேலே கொண்டுபோய், கமல வேலைகள், படே வித்வான், பெரிய கரிபால்டி, போட்மெயில், இக்கினியூண்டு, தப்பிலிகள், கல்யாணக்கூட ஜன்னல், மோட்டாத்தனம், குடக்கூலி, வாச்சான் பிழைச்சான் வியாபாரம், அபச்ருதி, லெவி லெவி என ... வாசிப்பில் இவை உண்டாக்கும் வசீகரம் அலாதியானது.

மோகமுள்ளில் காட்டப்படும் வாழ்க்கைப் பரப்பை, அதில் உள்ள சிக்கல்களை நவீன நாவலாசிரியன் 300 பக்கத்தில் செறிவாக எழுதிவிடக் கூடும் என்று வைத்துக்கொண்டால், மீதமிருக்கும் 360 பக்கங்களை அவனால் எழுத முடியாது என்பதுதான், தி.ஜானகிராமனின் படைப்புக்கலை. இதன் நுண்நயங்களை இன்னொருவர் கொண்டுவர முடியாது. இந்தக் கவனிப்பு, உரையாடல், உளவியல், இசை, உடல் மொழி, கவித்துவக் கணங்கள் என நுண்ணிய அவதானிப்புகள்வழி ஜானகிராமன் அடைந்திருக்கும் கலை உச்சத்தை, நவீனனால் எட்டிக்கூட நிற்க முடியாது. எடிட் செய்தால் ஜானகிராமன் தீட்டிய எழில் இருக்காது. எனவே இதுவே அதன் முழுமை. கொசு வலைக்குள் சப்பளம் கட்டி அமர்ந்து கொண்டு கொசுக்களைப் பாபு சுண்டித் துரத்துவதை நான்கைந்து வரி எழுதுகிறார். பாபு வீட்டுக்குள் வருவது பார்த்து, ராஜத்தின் அப்பா பல்செட் எடுத்து மாட்டிக்கொண்டு பேச வருவதாக எழுதுகிறார். ஒருவர், இதையெல்லாம் ஏன் எழுதவேண்டும் என்று கேட்கலாம். இதெல்லாம் சேர்ந்ததுதான் மனித வாழ்க்கை என்று சொல்வது ஜானகிராமனின் படைப்புக்கலை. இந்த நாவலின் பேரம்சமாக நான் உணர்ந்தது, எதையும் கட்டுப்பாடு செய்யவேண்டும் என்ற எண்ணமின்றி அதன் போக்கில் எவ்வளவு தூரம் செல்லமுடியுமோ, அவ்வளவு தூரம் பாதையின் இருபுறமும் காணும் நுட்பங்களை ரசனை மிகுதியோடு சொல்லிச் செல்லும் அழகையே! ஒட்டுமொத்தத்தில் பேரழகாகக் கூடி ஜொலிக்கின்றன அவை. மோகமுள்ளில் தி.ஜானகிராமன், ஐரோப்பிய உலகம் நம்பும் நாவல் கலைக்குத் தம்மை ஒப்புக் கொடுக்கவில்லை. தாம் நம்பும் நாவல் கலைக்குத் தம்மை முழுதாக ஒப்புக் கொடுத்துள்ளார். அது முழுதாக நிறைவேறியிருக்கிறது. புனைவு தரும் பேருணர்ச்சி என்பது என்ன? பல பல அழகுகள், பல பல முரண்கள், அதிசயங்கள், விநோதங்கள், தலைகீழ் மாற்றங்கள், திடுக்கிடல்கள், துல்லிய இயல்புகள், செழுமையான யதார்த்தங்கள், கவித்துவ வெளிப்பாடுகள் இணைந்துகூடும் பெருங்காட்சி நாவல்களே, பேருணர்ச்சியை நமக்களிக்கின்றன. வாசகனுக்கு மோகமுள் தருவது பேருணர்ச்சி.

காற்றிலே மிதந்துவரும் மனிதக்குரல்கள் உருவாக்கும் சித்திரம் எத்தனை! சகமனிதரோடு பேசுகிறோம்; மகிழ்கிறோம்; முரண்படுகிறோம்; சண்டை போடுகிறோம். ஒருவர் குறையையோ நிறையையோ பிறரிடம் பேசுகிறோம்; பயணிக்கிறோம். பூச்சியின் ஓசையைக் கேட்கிறோம். தூங்குகிறோம். எல்லாம் தி.ஜா. எழுதும்போது நுட்பங்களாக வசீகரம் கொண்டுவிடுகின்றன. தி.ஜா. அவற்றை விவரிக்கும்போது, வாழ்வில் உணராத அழகெல்லாம் கூடிஜொலிக்கின்றன. எல்லா நுணுக்கங்களையும்

எடுத்துச் சொல்லிவிட்டதாக நினைத்தாலும், கூறா அழகுகள் நூறு, அவர் படைப்பிலிருப்பதாகவே எனக்குப் படுகிறது. உலகப்போரின் தாக்கம் இந்தியாவில் எட்டக் கேட்ட குரலெனினும் அது ஓர் உண்மை. நிலவுடைமைச் சமூகம் உடையப்போகும் தருணத்தில் அது எப்படி இயங்கியது என்பதை எல்லா வழிகளிலும் சென்று காட்டுகிறது. யமுனாவைச் சுற்றியே நாவல் இயங்குவதால் இன்னும் சிலவற்றை ஆழமாகப் பார்க்க முடியாது போய்விட்டது. நிலவுடைமைச் சமூகம் விரிசலுறுகிறது; கூட்டுக் குடும்பங்கள் சிதைகின்றன; கலப்புத் திருமணப் பிரச்சனைகள் வருகின்றன. சொத்துக்காகத் துரோகமிழைக்கின்றனர். வீட்டில் ஒடுங்கும் விதவைகள் அங்கங்கே தென்படுகின்றனர். அவர்தம் துயரங்கள் பேசப்படுகின்றன. சமூக மாற்றத்திற்கு முந்தைய பேச்சுகள், இந்நாவலில் முணுமுணுக்கப்படுகின்றன. நல்லதும் கெட்டதுமான பின்னலில்தான் இந்த வாழ்க்கை இயங்குகிறது. காலம் உயர்வான எண்ணங்களுக்கும் செயல்களுக்கும் முட்டுக்கட்டை இடலாம். புதிய சமூகச்சிக்கல்கள் உருவாகலாம். இதிலிருந்தபடியே, அதன் தாக்குதலுக்கு ஏற்றபடி, காலை வாரிவிடுபவர்களைத் தாண்டியபடியேதான் அவரவரும் அடையவேண்டிய சின்னக் கனவுகளையும் பெருங்கனவுகளையும் எட்ட முடியும். அதற்கு வழி, அவரவர் தீவிரப்போக்கிலேதான் விளையும். இதை, 'மோகமுள்' நாவல் சொல்வதாகக் காண்கிறேன். தமிழில் எழுதப்பட்ட மகத்தான நாவல் மோகமுள்.

✦

6

மோகமுள்: அறம் சார்ந்த எழுத்தின் வகைமாதிரி

ம. மதிவண்ணன்

எனது இளமைக் காலத்தில் படித்த மோகமுள் நாவலை, ஏறத்தாழ இருபத்தெட்டு ஆண்டுகளுக்குப் பிறகு, இத்திறனாய்வுக் கட்டுரைக்காக, நான் மீண்டும் படித்தபோது, முதலில் படித்தபோது ஏற்படுத்தியதைவிடக் கூடுதலான பாதிப்பையே அது ஏற்படுத்தியது. மோகமுள் நாவல் எழுதப்பட்டு ஏறத்தாழ அறுபத்தைந்து ஆண்டுகள் ஆகின்றன. காலத்தைத் தாண்டியும் ஓர் இலக்கியப் படைப்பு தனது மதிப்பை நிலைநிறுத்திக் கொள்ளுமெனில், அப்படிப்பட்ட பிரதியைத்தான் நாம் செவ்வியல் இலக்கியப் படைப்பு என்கிறோம். அந்த வகையில் மோகமுள் நாவலை நாம் செவ்வியல் இலக்கியம் என நிச்சயமாக மதிப்பிடலாம்! கொண்டாடலாம்!. தி.ஜா. பிறந்த சாதி, அவர் வாழ்ந்த சுற்றுச் சூழ்நிலை, அவரது ரசனை மதிப்பீடுகள் இவை அனைத்துமே எனக்கு முற்றிலும் அந்நியமானவை. இருந்தும், அவரது படைப்புகள், என்னைப் போன்ற ஒருவனைக் கவர்வதற்கான காரணங்கள் என்ன? இக்கட்டுரை, அவற்றைத்தான் அலசுகிறது என்று நம்புகிறேன்.

'மோகமுள்' நாவலை, நாம் பல்வேறு கோணங்களில் இருந்தும் ஆராய முடியும். ஓரளவுக்கு அவ்வாறு ஆராயப்பட்டும் இருக்கிறது. ஆண் – பெண் உறவுநிலை என்பதை மையமாகக் கொண்டும் ஆராயலாம்; விடலைப்பருவக் காதல் என்பதை முன்னிட்டும் ஆராயலாம்; கும்பகோணம் வட்டார வாழ்வியல் சார்ந்தும் ஆராயலாம்; அவ்வட்டாரத்துப் பார்ப்பனர்களின் வாழ்வுமுறை சார்ந்தும் ஆராயலாம்; போன நூற்றாண்டின் நடுப்பகுதியில் வாழ்ந்த கர்நாடக சங்கீத வித்வான்களின் இசை சார்ந்த வாழ்வு, அவர்களது அக உலகு என்பவை சார்ந்தும் ஆராயலாம். எல்லாவற்றுக்கும் இடம் இருக்கிறது. தமிழ்நாட்டுப் பார்ப்பனர்கள் என்போர் பெருமளவுக்கு ஆற்றுப் பாசனம், ஏரிப்பாசன வசதி பெற்ற வளமான

நிலப்பகுதிகளில் வாழ்ந்தவர்களாவர். தமிழ்நாட்டில் தஞ்சை, திருச்சி, மதுரை, திருநெல்வேலி, காஞ்சிபுரம் போன்ற சில பகுதிகளிலேதான், சென்னை என்ற மையப்படுத்தப்பட்ட புதிய அதிகார மையம் உருவாக்கப்படும் வரையிலும் அவர்கள் செறிவாக வாழ்ந்தனர். வளம்மிக்க பகுதிகளில் வாழ்ந்த போதிலும் உடல் உழைப்பு, உற்பத்தி என்பவற்றிலிருந்து விலகியே அவர்கள் வாழ்ந்தனர். உடலுழைப்பைப் புறக்கணிக்கும், உழைப்பவர்களை இழிவுசெய்யும் மதிப்பீடுகளைக் கற்பிக்கும் சாஸ்திரங்கள் அவர்களிடம் இருந்தன. மேற்சொன்ன மதிப்பீடு தனிநபர் தேர்வு சார்ந்ததன்று. வழிவழியாக அவர்களின் முன்னோர்கள் தொடர்ந்து கடைப்பிடித்து வரும் பழக்கம் சார்ந்தவை அவை. புனிதமானவை என்று கருதப்படும் சாஸ்திரங்கள், அதைக் கட்டாயமான ஒன்றாகக் கற்பிக்கின்றன.

இத்தகைய சாஸ்திரக் கட்டுகளுக்கேற்பவே, தமிழ்நாட்டு மன்னர்கள் பிரமதேயங்கள், சதுர்வேதிமங்கலங்கள், வேதவிருத்தி, பட்டவிருத்தி என்பது போன்ற பல பெயர்களில் வரியற்ற பல மான்ய நிலங்களைப் பார்ப்பனர்களுக்கு எல்லாக் காலங்களிலும் வழங்கினர். மன்னர்கள் என்பவர்கள் நிலையானவர்கள் அல்லர்; எந்தவொரு சாம்ராஜ்யமும் முந்நூறு ஆண்டுகளுக்கு மேல் நிலைத்ததில்லை. அதற்குமேல் அவர்களின் சந்ததியினர் ஓட்டாண்டிகளே! ஆனால், பார்ப்பனர்கள். நிரந்தர மானவர்கள். சாஸ்திரங்கள் அரண் செய்கின்ற பார்ப்பனீய மதிப்பீடுகள், இந்த நிரந்தரத்தன்மையைக் காத்து வருகின்றன. அந்த மதிப்பீடுகள் பெண்கள், குழந்தைகள், வெகுமக்கள் எனச் சமூகத்தின் பெரும்பான்மையோரின் வாழ்வு நலன்களுக்கு எதிரானவை. காலனீய ஆட்சிக் காலத்தில் மேற்குலகத் தாக்கம் பெற்ற கல்வி, அதைத் தொடர்ந்து வந்த ஜனநாயக அறம் பேசிய இதழ்கள், இவற்றின் விளைவாய்ப் புதிய மதிப்பீடுகளைக் கொண்ட அற உணர்வுள்ள ஒரு பிரிவினர் அந்தப் பார்ப்பன வகுப்புக்குள்ளேயே தோன்றினர். பாரதி போன்றோர், அத்தகைய போக்கின் அடையாளங்கள். அப்போக்கின் அடுத்த வரிசை எழுத்தாளர்களில் முக்கியமானவராகத் தி.ஜா.வை மதிப்பிட முடியும். உடலுழைப்பு சாராத வாழ்க்கையை வாழுகிறார்கள் என்று இங்கு நான் சொன்ன அதே செய்தியைத் தி.ஜா. தம் மொழியில் கீழ்க்கண்டவாறு சொல்கிறார். “வேலை என்பது என்னவென்று தெரியாமல், முன்னோர்களும், பழங்காலமும், பிறப்பும் தந்த வரத்தால் வாழும் நிலச்சுவான்தாரர்களில் சுப்ரமண்ய அய்யரும் ஒருவர். உள்ளூர் நிலத்தைக் கவனித்துக்கொள்ள காரியஸ்தன். வேறு ஊர்களில் இருந்த நிலங்கள் குத்தகை. கணக்குப் புஸ்தகத்தை பார்ப்பதும், நெல் விற்ற பணத்தை வைத்துச் செலவழிப்பதும்தான் அவருக்கு வேலை. கோடைக்காலத்துக்குத் திருக்குற்றாலம், கொடைக்கானல், நீலகிரி இங்குப் போவதை இரண்டு வருடங்களுக்கு ஒரு தடவையாவது செய்துவிடுவார்” – யமுனாவின் தந்தை சுப்ரமணிய அய்யரைக் குறித்த விவரணைதான் மேலே சொன்னது. இது சுப்ரமண்யம் குறித்த விவரணையின்போது மட்டுமல்ல; தண்டு, அவரது மகன் பட்டப்பா குறித்துச் சொல்லும்போதும் இதுபோன்ற வர்ணனையே இடம்பெறுகிறது.

உழைக்காமல், சொகுசு வாழ்க்கை வாழ்வதற்கு, எது அடிப்படையாய் அமைகிறது? சுரண்டல்! “நாளை சாயங்காலம் ஆறு மணி, பைசா மாறாம, வட்டியோடப் பணம் வரணும். ஒரு நிமிசம் தாண்டித்தோ, கோர்ட்டுலதான்

அவரைன்னு சொல்லிப்பிடு” என்று அக்கம்பக்கத்தில் கடன் கொடுத்து, வட்டிக்கணக்கு சொல்லித் தண்டுவைப்போல அவர்களின் நிலபுலன்களை அபகரித்துக்கொள்கிறார்கள். தண்டு, தனது அக்காவிடம்கூட அவர் விதவை என்றும் இரக்கம் காட்டாமல் அவருக்கு வரவேண்டிய பணம், பாத்திரம் எல்லாம் ஏப்பம் விட்டதும் போதாமல், பொய்க்கணக்கு எழுதிப் பணம் பாக்கி எனக் கேஸ் போட்டுக் கோர்ட்டுக்கு இழுத்து இம்சிக்கிறார். பாபுவின் அக்காவையும், அவரது மாப்பிள்ளை வீட்டார், அவரது கணவனின் இறப்புக்குப்பின், இதேபோலவே ஏமாற்றி வஞ்சகம் செய்கிறார்கள். யமுனாவின் தந்தை சுப்ரமணிய அய்யர் மறைவுக்குப்பின் அவரது மகன் சுந்தரம், சொத்துக்கள் எல்லாவற்றையும் பிடுங்கிக் கொண்டு யமுனாவையும், அவளது விதவைத் தாயார் பார்வதிபாயையும் நட்டாற்றில் விடுகிறான். இப்படிச் சேர்த்த சொத்துகளை வைத்துக்கொண்டு, சொகுசாய் வாழ்வதற்கு ஒரு மனைவி மட்டும் போதவில்லை. மனைவியும் இரு குழந்தைகளும் இருந்தாலும், பனிரெண்டு வயதுச் சிறுமியான பார்வதிபாயைச் சுப்பிரமணிய அய்யர் திருமணம் செய்துகொள்கிறார். பணியிலிருந்து ஓய்வு பெறுவதற்கு ஒரே ஒரு வருடமேயுள்ள நிலையில், ஈளையும் இளைப்புமுள்ள சிவசிதம்பரம் தன் மகள் வயதிலுள்ள பெண் தங்கம்மாவை இரண்டாம் தாரமாகத் திருமணம் செய்துகொள்கிறார். இந்தத் திருமணங்களால் விளையும் துயரங்களை, இழிவுகளைப் பெண்களே சுமக்க வேண்டியிருக்கிறது. வயது வேறுபாடு காரணமாக, இரண்டாம் தாரமாகக் கட்டிய பெண்ணை, நிராதரவாக விட்டுவிட்டுக் கணவன் இறக்க நேரிடுகிறது. கட்டின பெண்டாட்டியை நம்பாமல் வீட்டுக்குள் வைத்து வெளியில் பூட்டுப் போட்டுவிட்டுப் போகச் சொல்கிறது. அந்தச் சிறையிலிருந்து வெளியேற, மாமாங்கக் குளம்தான் தங்கம்மாவுக்கு ஒரே வழியாய் மிச்சமிருக்கிறது.

ஒருவிதத்தில் பார்த்தால், வழமையாகிவிட்ட அந்தக் கொடிய பழக்கத்திற்கான ஒரு படைப்பாளியின் எதிர்வினையாகப் படைக்கப் பட்டதுதான் பாபுவின் கதாபாத்திரம் என்றுகூட எண்ணத் தோன்றுகிறது. சுப்ரமணிய அய்யர், சிவசிதம்பரம் இருவரும் தங்கள் வயதில் பாதி வயதுடைய சிறு பெண்களைத் திருமணம் செய்துகொள்கின்றனர் என்றால், பாபு தன்னைவிடப் பத்துவயது மூத்தவளான யமுனாவைக் காதலித்துத் திருமணம் செய்துகொள்கிறான். நாவல் முழுதிலும் பார்வதிபாயின் துயரமும், தங்கம்மாவின் துயரமும் துலக்கமாக முன்வைக்கப்பட்டிருக்கிறது. அதோடு, மூணு வயசில் கல்யாணம் பண்ணி, நாலு வயசில் தாலி போய், அப்புறம் எழுபது வருஷம் விதவையாக, அபசகுணம் என்று யாரும் கருதிவிடாமல் இருக்க மறைந்து மறைந்து வாழும் தையுப் பாட்டிகளும் ஆங்காங்கே தென்படுகிறார்கள். இந்தப் பின்புலத்தில்தான், பாபு – யமுனா இணையின் காதல், தனது பொருளையும் பொருத்தப்பாட்டையும் பெறுகிறது.

பலதாரமணம் என்பது மோசமானதுதான். மோசமானது, அத்துடன் முடிந்துவிடவில்லை. முறையான திருமணமோ, இரண்டாம், மூன்றாம்தாரத் திருமணமோ – திருமணம் என்னும் ஏற்பாட்டில், மணம் முடித்த பெண்ணுக்குப் பொறுப்பேற்க வேண்டியது இருக்கிறது. இப்படிப் பொறுப்பேற்கத் தேவை இல்லாத ஏற்பாடாகத் தாசிகள் என்னும் முறை இருக்கிறது. “எங்கே தேவடியா வீடு இருக்கு என்று இவாளின்

உடம்பு அலைகிறது"; "பன்னிக்குட்டி மாதிரி கண்டகண்ட இடத்துலே போய் விழறானுகள்" என்று ரங்கண்ணாவே அலுத்துக்கொள்கிறார். ஒரு கூட்டுகிறவளைக்கூடப் பாக்கி வைக்காத பட்டப்பாவைப் போன்றவர்கள், அதுவும் போதாதென்று அடுத்தவன் மனைவி குளிக்கும்போது தண்ணீரில் முங்கிப் போய்ச் சில்மிஷம் செய்கிறார்கள். இருப்பினும் இவர்கள் செல்வச் செழிப்பில்தான் திளைக்கிறார்கள். ஊராரால் 'அன்னதாதா' என்றும் போற்றப்படுகிறார்கள். யோக்கியவான்களும், ஞானவான்களும் ஆன ராஜு, ரங்கண்ணா, வைத்தி போன்றோர் வறுமையில் உழல்கிறார்கள். உரிய அங்கீகாரமின்றியும் புறக்கணிக்கப்படுகிறார்கள். ராமானுஜம் போன்ற மேதைகளே அலட்சியப்படுத்தப்பட்டுத் தூக்கியெறியப்பட்ட ஊர்தானே இது! இந்நிலை குறித்துத் தி.ஜா.வுக்கு வருத்தமும் கோபமும் இருக்கிறது. தான் வாழும் சமூகத்தில் நிறுவனமயப்படுத்தப்பட்ட ஒடுக்குமுறை சார்ந்த ஆதிக்கக் கருத்தியலைப் புனிதப்படுத்துவது பிழைப்புவாதியின் பழக்கம். துரோணர் ஏகலைவனின் கட்டை விரலை வாங்கியது, வர்ணதர்மத்தைக் காக்க அன்று; ஏகலைவனின் நலம் காக்கும் பொருட்டே என்று கதை எழுதிய பாலகுமாரன்கள் ஒரு ரகம். தி.ஜா.வின் அபிமானி என்று அந்தப் பாலகுமாரன் சொல்லிக்கொண்டது, உண்மையில் தி.ஜா.வுக்குக் கெடுவாய்ப்புதான். சநாதனத்துக்கு எதிரான கலகமாய்த் தனது படைப்பைக் காலத்தில் நிலைநிறுத்திவிட்டுப் போவதுதான், தி.ஜா. போன்றவர்களின் தனிச்சிறப்பு.

இந்நாவல், 1955 வாக்கில் எழுதப்பட்டது எனத் தம்முடைய முன்னுரையில் தி.ஜா. சொல்கிறார். நாவலில் குறிப்பிடப்படும் சம்பவங்கள் நடைபெறும் காலம், 1942க்கும் 1950க்கும் இடைப்பட்ட காலம் எனலாம். அக்கால கட்டத்தை இயக்கிய அரசியலையே நாவல் பேசுகிறது. நாடு சுதந்திரம் அடைய வேண்டும் என்கிற அவா, நாவல் நெடுகிலும் தொனிக்கிறது. இது அக்கால கட்டத்தைய காங்கிரஸ்காரர்கள் மற்றும் அவர்களால் தாக்கம் பெற்ற எல்லாரிடமும் வெளிப்படக்கூடியதுதான். சுதந்திரம் குறித்த தம் வேட்கையை மட்டும் குறிப்பிட்டுச் சொல்லாவிட்டாலும்கூடத் தி.ஜா.வினுடையது அந்நாளைய காங்கிரஸ்காரர்களின் தாக்கம் பெற்ற அரசியல்தான் என்பதை வேறு சில குறிப்புகளின் உதவியுடனும் சொல்லிவிட முடியும். எடுத்துக்காட்டுக்குச் சுதந்திரம் குறித்த அக்கறையற்ற ஜஸ்டிஸ் கட்சிக்காரர்களின் மீதான இளக்காரம் தொனிக்கத் தி.ஜா. குறிப்பிடும் இடத்தைச் சொல்லலாம். "நீ போய்ப் பேனா ஓட்டாட்டி மூட்டை முடிச்செல்லாம் தூக்கிட்டு, அய்யோ இனிமேல் நம்மால மாளாதுடாய்யான்னு ஓடிப் போயிடுவான்டா வெள்ளைக்காரன். போக்கத்த பசங்களோட சேர்ந்துகிட்டுச் சத்யம் பண்ணினாராம் சத்யம்! பெரிய கரிபால்டில்ல? உன்னைக் கண்டுதான்டா ராசால்லாம் பயந்துக் கிட்டு ஓடப் போறான்" – மாணவர்கள் ஸ்ட்ரைக் நடந்தபோது சர்க்காரின் கீழ் வேலை பார்ப்பதில்லை என்று சபதம் செய்த தனது மகனை, ஒரு ஜஸ்டிஸ் கட்சிக்காரர், மேற்கண்டவாறு கண்டிக்கிறார். இதைச் சுதந்திரம் குறித்துப் பெருவேட்கை கொண்டிருந்த தி.ஜா.வின் குரலாக நாம் கொள்ள முடியும்.

ஆனால், அதே தி.ஜா.வின் குரல், பாபுவின் வாயிலாக ஒலிக்கும் விதமும் கவனத்துக்குரிய ஒன்று. "ஆனால், வழிபிறந்து என்ன? நமக்கு என்ன பிரயோஜனம்? குருடனுக்கு வழிபிறந்தால் என்ன? கண் இருந்தால்தானே

வழிபிறந்திருக்கிறது தெரியும்; முட்டிக்காம நடக்கலாம். நமக்குச் சுதந்திரம் வந்தாலென்ன? வராவிட்டால் என்ன?"; "நாம் சுதந்திரம் கேட்கிறதிலே அர்த்தமில்லை. நம் சொந்த வாழ்க்கையிலேயே சுதந்திரம்னா என்னன்னு நமக்குத் தெரியாமல், நாம் சுதந்திரம் வந்து என்ன பண்ணப் போகிறோம்? பொம்மனாட்டிகள் இரைஞ்சு பேசினாப் பிடிக்க மாட்டேங்கறது. நம்மைச் சுற்றி நாலு பக்கமும் பெரிசு பெரிசா சுவரைக் கட்டிக்கிண்டு, நாம் சுதந்திரத்துக்கு ஆசைப்படறோம்" என்கிறார். பார்ப்பனர்களின் ஆளுகைக்குக் கீழிருக்கும்படி கையளித்துவிட்டுப் போகும் பட்சத்தில், அதனால் பார்ப்பனர் அல்லாதாருக்கு அச்சுதந்திரம் எந்தப் பெரும் பயனையும் விளைவித்து விடாது என்பது நீதிக் கட்சியினரின் தரப்பு. ஒடுக்குமுறைக்குள்ளாகும் பெண்கள் தரப்பிலிருந்து தி.ஜா.வும் அதே கருத்தையே முன்வைக்கிறார். பெரிய வேறுபாடு ஒன்றுமில்லை. நீதி என்பதுதான் மிகப்பெரிய சுதந்திரம். நீதியைக் கேட்பது என்பது சுதந்திரத்தைக் கேட்பது என்பதைவிடக் குறைவான ஒன்றல்லதானே!

அநீதிக்கு எதிராய்த் தீர்க்கமாய்க் குரலெழுப்பும் படைப்பு தி.ஜா.வினுடையது. ஆயினும், அவருடைய கதைமொழி என்பது, அன்றைக்கிருந்த சாதி இந்து எழுத்தாளர்களுடையதைப் போலவே, சாதிய மதிப்பீடுகளைக் கடக்க முடியாத ஒன்றாகவே இருந்தது. இறந்த குழந்தையின் உடலிலிருந்து கழற்றிய சட்டை கிழிசலில்லாமல் இருக்கிறதா என்று தேடும் கவனமும் கரிசனமும் இறந்த குழந்தையின் மீது இல்லை வெட்டியானுக்கும் அவரது மனைவிக்கும் என்று தி.ஜா. சித்திரிக்கிறார். பாம்புப் பிடாரன், நரிக் குறவன் இவர்களெல்லாம் மதிப்பற்றவர்களாக, எந்த விழுமியங்களும் அற்றவர்களாகவே நாவலில் வந்து போகிறார்கள். பார்ப்பனர்களின் எல்லைக்குள் பூச்சாண்டிகளின் பாத்திரம்தான் அவர்களுக்கு. இருப்பினும், இவை எல்லாவற்றையும் கடந்து, மோகமுள் நாவல் எல்லாராலும் விதந்தோதப்படுகிற பிரதியாய் இருப்பதற்கு, என்ன காரணம்? தி.ஜா.வின் கதைக்களம் அக்ரஹாரமாக இருக்கலாம். கதை மாந்தர்கள் அனைவரும் பார்ப்பனர்களாக இருக்கலாம். அவருக்குப் பார்ப்பனர்களின் சநாதன மதிப்பீடுகளைத் தூக்கிப்பிடிக்கும் நோக்கம் ஒருசிறிதும் கிடையாது. மாறாக, அம்மதிப்பீடுகளைக் காலத் தராசில் நிறுத்துப் பார்ப்பதே, அவருடைய தேர்வாக இருக்கிறது. அவருடைய அழகியல், ரசனை போன்றவற்றை அன்றைக்கிருந்த சூழல் நிர்ணயித்தாலும், அவருடைய எழுத்துக்குச் சாய்வு என்பது கிடையாது. நாங்களும் வஞ்சிக்கப்பட்டு விட்டோம் என்று ஏட்டிக்குப் போட்டியாக உரிமை கோரும் ஆதிக்க அரசியலின் பம்மாத்தான முனகலும், போலிப் புலம்பலும் அவரது எழுத்தில் கிடையவே கிடையாது. அதே போன்று எளியோர் பக்கம் நிற்பது போன்ற பாவனையையும் அவரது எழுத்து மேற்கொள்வதில்லை. அவரளவில் தம் எழுத்துக்குத் தி.ஜா. நேர்மையாய் இருந்திருக்கிறார். அறம் சார்ந்த உயர்வான மதிப்பீடு கொண்டது அவரது எழுத்து. இந்தக் காரணங்களால்தான், இவ்வளவு காலம் கழிந்தபிறகும், தமிழ் எழுத்தாளர்கள் எட்டித்தொடக் கனவு காணும் உயரத்தில் அவரது படைப்பு இருக்கிறது. அறம் சார்ந்த எழுத்தின் வகைமாதிரியாய் 'மோகமுள்' உயர்ந்து நிற்கிறது. இன்னும் நெடுங்காலத்திற்குக் கம்பீரமாக நிற்கும்.

✣

7

'மோகமுள்': நாவல் கவனிக்க வைத்த இடமும் திரைப்படம் கவனம் பெறத் தவறிய இடமும்

இரவி

> "A short story is a love affair; a novel is a marriage. A short story is a photograph; a novel is a film."
> – Lorrie Moore

நாவல் என்கிற புதினம் மேலைநாட்டிலிருந்து வந்த ஒரு நெடிய கதை வடிவமாகும். அதாவது, தொடர்ச்சியாக உரையாடலின் துணைகொண்டு நிறையக் கதாபாத்திரங்களின் பங்களிப்பில் எழுதப்பட்ட நீண்ட கதைக்கோவை எனலாம். இந்த இலக்கிய வடிவம் அதற்கு முன்பேயிருந்த செய்யுள், நாடகம் என்ற இலக்கிய வடிவங்களில் இருந்து மாறுபட்ட ஒன்றெனலாம். அச்சு எந்திரக் கண்டுபிடிப்புக்குப் பிறகு உருவாகிய நாவல் எனும் இலக்கிய வடிவத்தில் என்றென்றும் அழியாமல் அழுத்தமாகத் தடம் பதித்தவர் தி.ஜானகிராமன். அவரின் உயரமான உன்னதம்தான் மோகமுள் நாவலாகும். மோகமுள் நாவலைப் படித்த யாரும் கொண்டாடத் தவறியதில்லை. தமிழின் ஆகச் சிறந்த புதினம் என்று சொன்னாலும்கூட அதுவும் மிகையில்லை.

இந்நாவல் 1954–1955ஆம் ஆண்டில், தொடர்கதையாக எழுதப்பட்டது. முதல் பதிப்பு (1964) வெளியாகி, இப்போது ஐம்பத்தேழு ஆண்டுகளாகிவிட்டன. காலத்தால் அழியாப் பேருணர்வாகத் தமிழ் வாசகப் பரப்பில் ஒரு செவ்வியல் புதினமாக இன்றளவும் தொடர்வாசிப்புக்கு உள்ளாகிவருகிறது மோகமுள். அரை நூற்றாண்டைக் கடந்த ஒரு நாவல், இந்தக் கணம் வரை, தனக்குள் ஊடாடும் ஒரு நதித்தீரத்தை, அதில் பெருக்கெடுக்கும் இசையை, ஓர் அழியாப் பொற்சித்திரமாக வாசகமனம் வரித்துக்கொள்ளும் ஒரு பெண்ணை இன்றளவும்

கொண்டாட வைத்திருக்கிறதென்றால், அதுதான் மோகமுள்ளின் முழுமுதற் சாதனையாகும். தலைமுறைகளைக் கடந்து நிலைநிற்கும் மோகமுள் ஒரு காத்திரமான படைப்பு என்பதில் யாருக்கும் ஐயப்பாடில்லை. தமிழ் நாவல் உலகில், ஒரு மைல்கல்லாக 'மோகமுள்' நிற்கிறது.

நாவலின் கதை நிகழுமிடம், தஞ்சாவூர் மாவட்டத்தில் ஓடுகின்ற காவிரிக் கரையில் அமைந்த கும்பகோணமும், அதைச் சுற்றியுள்ள பசுமைப் பகுதிகளுமாகும். அதே போல, 1930களில் தொடங்கி 1950கள் வரை நடப்பதாகக் கதையின் காலத்தைப் புரிந்துகொள்ளலாம். இளமையின் முன்வாசலில் இருக்கும் பாபு, இளமையின் பின்வாசலில் இருக்கும் யமுனாவின் மேல் ஈடுபாடு கொண்டு, அவளை அடைய முற்படுகிறான். அதை யமுனா ஏற்க மறுத்து, விலகி நிற்கிறாள். மேலும், பக்கத்துவீட்டுக் கிழவனின் இரண்டாவது மனைவியான இளமை ததும்பும் தங்கம்மாவைப் புணர்ந்த குற்றவுணர்ச்சி ஒருபுறம் பாபுவை ஆட்டிப் படைக்கிறது. அதன்பின்பு பாபுவுக்குள் எழும் தவிப்பும், அதன் தொடர்ச்சியாக யமுனாவின் மீது விளையும் மோகமும் எனக் கதையோட்டம் செல்கிறது. மோகத்தை மட்டுமே முன்னிறுத்தாமல், கதைநாயகன் பாபுவின் ஆத்ம விருப்பமான சாஸ்திரிய இசையையும் கதைப்போக்கில் கலந்து சொல்லியிருப்பதைக் கவனிக்கும்போது, தி.ஜானகிராமனுக்குள் ஊறியிருக்கும் இசை ரசனையின் மேதைமையை உணர முடிகிறது. மேலும், சமரசத்திற்கிடமின்றிக் கலாபூர்வமாக இந்த நாவலை எழுதியுள்ளமையே தி.ஜா.வின் அருஞ்சாதனையாகும்.

தி.ஜா–வின் கதாபாத்திரங்களுள் பெரும்பாலானவை நம் நினைவை விட்டு என்றும் விலகாதவையாகும். நம் நிஜ வாழ்க்கையில் அங்கொன்றும் இங்கொன்றுமாகக் காணக் கிடைக்கும் மனிதர்களைப் போலவே, இவருடைய கதாபாத்திரங்களும் தனித்துவமான குணாதிசயங்களைக் கொண்டுள்ளன. யமுனா – பாபுவுடன், ரங்கண்ணா, தங்கம்மா, வைத்தி, ராஜம், பார்வதி, பாலூர் ராமு என நீளும் கதாபாத்திர உருவாக்கங்கள் அனைத்தும் அற்புதமாக அமைந்துள்ளன. எல்லாக் கதாபாத்திரங்களும் தமக்கே உரித்தான தர்க்க நியாயங்களுக்குட்பட்டே இயங்குகின்றன.

மோகமுள்ளில் வரும் கதாபாத்திரங்களில், தங்கம்மாவின் பாத்திரப் படைப்பு மிகவும் கவனிக்கத்தக்கது. கதையின் நாயகனான பாபுவின் மீதான முறை தவறிய (உலகத்தின் பார்வையில்!) தன் அபிலாஷைக்காகத் (காதலுக்காக) தன் உயிரையே விடுகிறாள். உலகம் என்ன நினைக்குமோ என்ற கட்டுப்பெட்டித்தனங்களையெல்லாம் கவனத்தில் கொள்ளாமல், மனோதர்ம வழிகளைப் பின்பற்றிச் செல்பவளாகக் காட்சி தருகிறாள் தங்கம்மாள்.

இந்நாவலின் வழித்தடமெங்கும் தங்கம்மா பாபுவின் மீது கொண்டிருந்த காதலுக்கும், பாபு யமுனாவின் மீது கொண்டிருந்த காதலுக்கும் அதிக வித்தியாசமில்லை என்றே கூறலாம். ஆனாலும், பாபுவின் யமுனா மீதான காதலைக் காட்டிலும், தங்கம்மாவின் காதலில் அழுத்தமும், மரபை மீறிய பெருவிருப்பமும் இருப்பதை உணர முடிகிறது. கிழவருக்குக் கட்டி வைக்கப்பட்டு, இல்லற இன்பம் இல்லாமல் அவள் உள்ளம் தீயில்

புழுவைப்போல் துடித்துக்கிடந்து அலைபாய்வதைத் துல்லியமாகப் படம்பிடித்துக் காட்டியுள்ளார். அழுத்தந்திருத்தமான கதாபாத்திர உருவாக்கத்தின் மூலமே, இந்நாவல், காலங்கடந்த நிலைப்புத்தன்மையைக் கொண்டுள்ளது. நாவலை வாசித்து முடித்ததும் இனம்புரியா ஆனந்தத்தைப் பெற முடிகிறது. யமுனாவின் மீது நமக்கும் ஓர் அந்தரங்க ஆசை துளிர்க்கத் தொடங்குகிறது. எதிர்கொள்ளும் எல்லாப் பெண்களிடமும், யமுனாவின் சாயலையே தேடத் தொடங்குகிறோம்.

நாவலுக்குள் நம்மைக் கரைய வைப்பது, அதன் ஆற்றல் வாய்ந்த உரையாடல்களே. பலதரப்பட்ட கதாபாத்திரங்களின் அகத்தைத் துல்லியமாகப் பிரதிபலிக்கும்விதமாகத் தம் வசன நடையைத் தி.ஜா. அமைத்துள்ளார். இதில் வரும் கதாபாத்திரங்கள் அனைத்தும் கச்சிதமாகச் செதுக்கப்பட்டுள்ளதைப்போல, கதாபாத்திரங்களின் உணர்ச்சிகளையும் வாசகருக்குள் அழகாக வசனத்தின் மூலமே தி.ஜா. கடத்துகின்றார். அதாவது, வளவள விவரணைகள் இல்லாமல், பெரும்பாலும் உரையாடல்கள் மூலமே பாத்திரங்களின் உணர்ச்சிகளை வெளிப்படுத்தியிருக்கின்றார். அங்கங்கு வந்து போகும் சிறுசிறு கதாபாத்திரங்களுக்கும் ஒரு முழுமையை அளித்திருக்கின்றார் என்பதும் குறிப்பிடத்தக்கதாகும். இப்படிக் கனகச்சிதமாகச் செதுக்கப் பட்ட நாவலின் கதைத்திறமே, இந்நாவலைத் திரைப்படமாக்கும்போது, இயக்குநர் ஞான. ராஜசேகரனுக்குச் சவாலாகியிருக்கிறது.

மோகமுள் நாவலை, 1995ஆம் ஆண்டு ஞான.ராஜசேகரன் திரைப்பட மாக இயக்கினார். இப்படம் மிகுந்த எதிர்பார்ப்பை உருவாக்கியிருந்தது. ஆனால், எதிர்பார்த்தபடி வணிக ரீதியாக இப்படம் வெற்றியடைய வில்லை. இளையராஜா என்கிற இசை மேதையின் துணையிருந்தும் படம் ரசிக மனங்களைக் கவரவில்லை. ஏன்? குறைந்தபட்ச கவனத்தைக்கூடப் பெறவில்லை. அதேபோல நாவல் எழுப்பிய பல விவாதங்களையும், கலை வெற்றியையும் திரைப்படத்தால் தொடக்கூட முடியவில்லை.

தி.ஜானகிராமனால், இந்த நாவலில், யமுனாவிற்குக் கொடுக்கப் பட்டிருந்த தேவதையின் பிம்பம் அதியற்புதமானது. தெய்வீக அழகுடன் யமுனா வலம் வருகிறாள். தி.ஜா.வின் எழுத்துகளில் நாம் உணர்ந்த யமுனா மீது, யாரொருவருக்கும் ஒருகணமேனும் சலனம் வராமலிருக்க வாய்ப்பேயில்லை. ஆனால், திரையில் வரும் யமுனாவைப் பார்க்கும்போது, நாவலைப் படித்துவிட்டுப் பித்தேறித் திரிந்த வாசகனுக்குள் எந்த உணர்வுக் கடத்தலும் நிகழ்வதில்லை. தி.ஜா.வின் கற்பனையில் கண்ட யமுனாவாக, திரையில் வரும் யமுனாவால் ஒருகணம்கூடத் திகழ முடிவதில்லை. தி.ஜா.வின் எழுத்து வன்மையில், ஒரு பேரழகுப் பிம்பமாகத் தெரிந்த யமுனாவை, வாசகனை ஏக்கப் பெரும்பள்ளத்தில் தள்ளிய யமுனாவைக் காட்சியாக உருமாற்றும்போது, அது சாத்தியப்படவே இல்லையெனலாம். இல்லையென்றால், யமுனாவை முழுமையாக இயக்குநர் உள்வாங்கிக்கொள்ளாமல் அசட்டையாக இருந்துவிட்டாரோ என்றும் எண்ணத் தோன்றுகிறது. அதேபோலப் பாபுவின் கதாபாத்திரமும் அரைகுறையாக வந்துபோவதாகவே படம் பார்க்கும்போது தோன்றுகிறது. பாபுவுக்குள் கொட்டிக்கிடக்கும் இசைஞானம் வெளிப்படும் காட்சிகளும்

அவ்வளவாகச் சோபிக்கவில்லையென்றே சொல்லலாம். யமுனாவின் மீதான பாபுவின் ஏக்கம், படத்தின் காட்சிகளில் பெரிதாகப் பிரதிபலிக்க வில்லை. பிற துணைமைக் கதாபாத்திரங்களும் பார்வையாளனின் கவனத்தை ஈர்க்கவில்லை. நாவலின் கதையோட்ட வெளியெங்கும் நிரம்பிக் கிடந்த காவிரி பாயும் கும்பகோண நிலக்காட்சி, கண்களைக் குளிர்விக்கும் பசுமையாகப் படத்தில் புலப்படவில்லை.

மோகமுள் நாவலை வணிகப்படமாக எடுப்பதா? கலைப்படமாக எடுப்பதா? என்ற தடுமாற்றம் இயக்குநருக்கு இருந்திருக்கலாம் என்ற ஐயப்பாடும் எழுகிறது. அதனாலேயே படம் சுவாரசியக்குறைவை நோக்கிச் செல்கிறது. மிக மெதுவான காட்சி நகர்வுகளால் பார்வையாளன் அயர்வுக்குள்ளாகிறான். மேலும், தி.ஜா.வின் மீதுள்ள மதிப்பின் மிகுதியாலேயே, படத்தைப் பார்த்தேயாக வேண்டுமென்ற நெருக்கடிக்குத் தி.ஜா. ரசிகர்கள் உள்ளாவதையும் தவிர்க்க முடியவில்லை.

நாவலைப் படித்தவர்கள், இப்படம் பார்த்து ஏமாந்து போனார்கள். படம் அவர்களுக்குள் எந்தத் தாக்கத்தையும் ஏற்படுத்த முடியவில்லை. அதாவது, குறைந்தபட்ச நிறைவை நோக்கிக்கூட இட்டுச் செல்லவில்லை. அதே நேரம், படம் பார்த்து முடித்தவுடன், நாவலைப் படிக்க வேண்டும் என்ற ஆவலைத் தூண்டும் வகையிலும் திரைப்படம் இல்லையென்பதே நிதர்சனமாகும். நாவலையே படிக்காமல், தி. ஜானகிராமன் என்ற பெயரையே கேள்விப்படாமல், சினிமா ஆர்வம் காரணமாக மட்டுமே படத்தைப் பார்க்க வந்த புதிய இளந்தலைமுறைப் பார்வையாளர்களுக்கும் படத்தை ரசிக்க முடிவதில்லை. எந்தத் தரப்பையும் திருப்தி செய்யமுடியாத ஓர் ஏமாற்றமாகவே, ‘படம் பார்த்தல்’ நிகழ்ந்தேறுகிறது. காட்சியமைப்பு களில் எழும் நாடகத்தன்மையை, என்ன முயன்றும் இயக்குநரால் தவிர்க்க முடியவில்லை. ஒருவேளை முதல் பட இயக்குநராக இருந்தமையால், அவர் இதுபோன்ற சிக்கல்களைச் சந்தித்திருப்பாரோ என்றும் தோன்றுகிறது. ஏனென்றால், லெனின், தங்கர்பச்சான் போன்ற தேர்ந்த தொழில்நுட்பக் கலைஞர்கள் இருந்தும் ஏன் இப்படம் சோபிக்கவில்லை என்பதும், ஒரு பெருங்கேள்வியாகவே நம் முன் நிற்கிறது.

புகழ்பெற்ற ஒரு நாவலைப் படமாக்கத் துணிந்ததேகூடப் போற்றுதலுக்குரியது. அந்த அளவில் இயக்குநர் ஞான. ராஜசேகரன் பாராட்டுக்குரியவர். ஆனால், தமிழுலகில் மிகச்சிறப்பாகக் கொண்டாடப் பட்ட ஒரு புனைவை, இன்னும் பன்மடங்கு கவனத்துடன் இயக்குநர் படமாக்கியிருக்கலாமோ என்ற எண்ணம் எழுவதை, என்ன செய்தும் தடுக்க முடியவில்லை. நாவலை நன்கு படித்து அதில் ஊறித் திளைத்த மோகமுள் ரசிகர்களுக்கான படம் இது இல்லையென்ற தெளிவையாவது, இயக்குநர் ஞான.ராஜசேகரன் கொடுத்திருக்க வேண்டும். அதாவது, மோகமுள் நாவலைப் பற்றிக் கேள்விப்பட்டும், அதைப் படிக்காமலிருப்பவர்களுக்கான ‘காட்சியியல் அறிமுகம்’ என்று வேண்டுமானால் இப்படத்தை முன்மொழியலாமே தவிர, ஒரு கலாபூர்வமான காட்சியனுபவமாக இப்படத்தைச் சொல்லவே இயலாது. அப்படிச் சொல்லத் தவறிய அந்த இடமே, இப்படத்துக்கான இத்தகைய எதிர்மறை விமர்சனத்தைக் கிளப்பி

விடுகிறது. அகமனத் தவிப்பும், இசை ததும்பும் அமைதியும் பக்கம்தோறும் பரவிக் கிடக்கும் ஒரு மாபெரும் நாவலை எழுதிய தி.ஜானகிராமன், தம் பாத்திரங்களின் மனநிலையை முற்றுமுழுதாக உணர்ந்திருக்கிறார். இந்தக் கதை நிகழும் களத்தில் ரத்தமும் சதையுமாக வாழ்ந்திருக்கிறார். ஆகையால்தான் தி.ஜா.வுக்கு, எந்தத் தலைமுறையையும் உலுக்கும் இந்நாவல் சாத்தியமாகியுள்ளது. அந்த வாழ்வியலைச் சரியாகப் புரிந்து கொள்ளாமல், ஒரு வெறும் காதல் கதையாக அணுகியதாலேயே, இலக்கியத் தரமான நாவலுக்கு ஈடுகொடுக்க முடியாத ஒரு மொன்னையான படமாக 'மோகமுள்' சினிமா சரிந்துவிட்டது. இந்த ஆபத்து அல்லது விபத்து, தி.ஜானகிராமனுக்கு நடந்திருக்க வேண்டாம்!

❖

8

“தமிழ் சினிமாவில் இலக்கியங்களைப் படமாக்க யாரும் முன்வருவதில்லை”

[‘மோகமுள்’ இயக்குநர் ஞான. ராஜசேகரனுடன் ஒரு நேர்காணல்]

நேர்கண்டவர்: அருள்செல்வன்

தி.ஜா. எழுதிய படைப்புகளில் ‘மோகமுள்’ நாவல் திரைப்படமாகிப் பரவலான கவனம் பெற்ற பெருமைக்குரியது. ‘மோகமுள்’ திரைப்படத்தின் இயக்குநர் ஞான. ராஜசேகரனுடன், ‘மோகமுள்’ சினிமாவின் உருவாக்கம் பற்றிப் பேசியபோது…

நீங்கள் ‘மோகமுள்’ளுக்குள் எப்படி வந்தீர்கள்?

எனக்குச் சிறு வயதிலிருந்தே சினிமா மீது தீராத காதல். அது என்னை விடாது துரத்திக் கொண்டிருந்தது. பள்ளிப் பருவத்தில் தமிழில் வெளியாகிற ஒரு படத்தையும் விடாமல் நான் பார்த்துவிடுவேன். கல்லூரியிலும்கூடச் சினிமாதான் ஈர்த்தது. இயல், இசை, நாடகம், தொழில் நுட்பத்துடன் சமூகம், அரசியல், பண்பாடு என்று அனைத்தும் சங்கமிக்கும் ஒரு கலையாகச் சினிமா இருந்ததால் சினிமாவில் அப்படி மோகம். சினிமாவில் இயக்குநர் ஆவதே என் கனவாயிருந்தது. அப்பாவின் கனவு என்பதால்தான் ஐ.ஏ.எஸ். முடித்தேன். உயரதிகாரியானேன். நல்ல மதிப்பான வேலை கிடைத்து விட்டது. அதைக் காண அப்பா இல்லாவிட்டாலும், அவர் கனவு நிறைவேறிவிட்டது. என் இலட்சியத்தைப் பார்க்கலாம் என்று தோன்றியது. வாய்ப்புக் கிட்டும் போதெல்லாம் படங்கள் பார்த்தும் புத்தகங்கள் படித்தும் எனக்குள் எரிந்துகொண்டிருந்த சினிமா நெருப்பை அணையாமல் பொத்தி வைத்திருந்தேன். தமிழில் சினிமா இயக்க வேண்டும் என்ற எண்ணம் என்னில்

வலுப் பெற்றது 1980களின் ஆரம்பத்தில்தான். ஆனால், எப்படிப்பட்ட ஒரு படமாக அது இருக்க வேண்டும் என்பதில் எனக்குக் குழப்பம் இருந்தது. தமிழில் வருகிற மசாலா அல்லது பார்முலா படங்களைப்போல் என் படம் இருக்கக்கூடாது என்பதில் நான் தெளிவாக இருந்தேன். நான் பார்த்த பிற மொழிப் படங்கள் என்னை எவ்வளவோ மாற்றியிருந்தன. கலைகள் அனைத்தும் சங்கமிக்கும் சினிமா, தமிழில் மக்களின் ரசனையை வளர்க்கும் காரியத்தைக் குறைவாகச் செய்திருப்பதாகவே எனக்குப் பட்டது. அப்படியானால், என் படம் எப்படி இருக்க வேண்டும்? மலையாளம், வங்காளத்தில் வெளிவருகிற கலைப் படங்கள்போல் இருக்க வேண்டுமா? அல்லது பரீட்சார்த்த முயற்சியாக இருக்கலாமா?

எனக்கு வழக்கமான ஒரு மசாலாப் படமெடுப்பதில் விருப்ப மில்லை. அதற்கு ஆயிரம் பேர் இருக்கிறார்கள். பலரால் ரசிக்கப்பட்ட நாவல்களிலில்லாத சுவாரஸ்யமா? அவற்றைப் படமாக்கும்போது யதார்த்தமும் அழகும் தூக்கலாகவே இருக்கும். இது பலருக்கும் புரியவில்லை. இதற்கு உதாரணமாக, 'முள்ளும் மலரும்' படத்தைச் சொல்லலாம். அது உமாசந்திரன் எழுதிய ஒரு வெகுசன நாவல்தான். அதைக் கலாபூர்வமான ஒரு படமாக எடுத்திருந்தார் மகேந்திரன். படம் பலராலும் வெகுவாக ரசிக்கப்பட்டதுடன், வெற்றியும் பெற்றது. எனவேதான் நானும், ஒரு நாவலையே முதற்படமாக எடுப்பது என்று முடிவு செய்தேன். நான் படித்தவற்றில், தி.ஜானகிராமனின் 'மோகமுள்', வெகுவாக என்னைக் கவர்ந்த படைப்பு. ஆழ்ந்த யோசனைக்குப் பின்தான், நான் ஒரு முடிவெடுத்தேன். தமிழ்ச் சூழலுக்கு அந்நியமில்லாத, சுவையான ஒரு கதையைத் தேர்ந்தெடுத்து, அதை முடிந்த வரையில் தரமான சினிமாவாகத் தந்தால் என்ன? இந்த எண்ணம் வந்தவுடன், என் சிந்தனையில் வந்தது, தி.ஜானகிராமனின் 'மோகமுள்'தான்.

தி.ஜானகிராமனின் படைப்புகளில், 'மோகமுள்'ளை எவ்விதத்தில் நீங்கள் மாறுபட்ட படைப்பாகப் பார்க்கிறீர்கள்?

அவரது எழுத்துகளில் 'மோகமுள்' பரவலாக வாசிக்கப்பட்ட பிரமாதமான படைப்பு. அது ஒரு சினிமாவாக எடுக்கப்பட, அனைத்துச் சாத்தியங்களுக்கும் இடமளிக்கும் வகையில் இருந்தது. அதில் இசைப் பின்புலம், உறவுச் சிக்கல்கள், உளவியல் முடிச்சுகள் என ஒரு படத்துக்கு ஏற்ற வகையில் சுவாரஸ்யங்கள் இருப்பதாகப் பட்டது. தனிப்பட்ட முறையிலும் எனக்கு அது பிடித்திருந்தது. ஆனால், மோகமுள்ளைப் படமாக்கப் பல முன்னணி இயக்குநர்கள் முயன்றதாகவும், பல்வேறு காரணங்களால் அது இயலாமல் போனது எனவும் அறிந்தேன். அதற்காக, என் முயற்சியைக் கைவிட நான் தயாரில்லை. திரைப்படமாக்குகிற நோக்கத்துடன், மோகமுள்ளை மீண்டும் வாசிக்கத் தொடங்கினேன்.

தி.ஜா.வின் 'மோகமுள்'ளில் திருப்தியான திரைப்படச் சாத்தியமுள்ளது என்று எப்படி உணர்ந்தீர்கள்?

'மோகமுள்' – படித்த அனைவருக்கும் பிடிக்கும் நாவல். அறிவுஜீவி களுக்கு மட்டுமல்ல; சராசரி வாசகனுக்கும் படித்தால் பிடித்துவிடும். அப்படியே வாசகனைத் தனக்குள் இழுத்துக்கொண்டு சென்றுவிடும் படைப்பு

அது. மோகமுள் இலக்கியத்துக்கு இலக்கியமாகவும் அனைத்துத் தரப்பு வாசகர்களிடையேயும் பிரபலமான ஒரு படைப்பாகவும் இருக்கிறது. தமிழில் எழுத்தின் மூலம் காட்சிகளை உருவாக்குவதில் மிகச்சிறந்து விளங்குபவர் தி.ஜானகிராமன். மேலும், அவர் எழுத்தில் வசீகரமும் உண்டு. அதனால்தான் பலரும், அவரது நாவலைத் திரைப்படமாக்கத் துடிக்கிறார்கள். ஆனால், கதையின் வசீகரத்தைத் திரையில் கொண்டுவரமுடியுமா என்பதில் பலருக்கும் சந்தேகமும் அவநம்பிக்கையும் இருப்பதால்தான் சினிமாவாக்கத் தயங்குகிறார்கள் என்று நான் யூகித்தேன்.

இது சார்ந்து நீங்கள் தி.ஜானகிராமனைச் சந்தித்தீர்களா?

அது 1982 காலகட்டம். அப்போது ஐ.ஏ.எஸ். தேர்ச்சி பெற்றுக் கேரளாவில் பணியில் சேர்ந்திருந்தேன். மோகமுள்ளைச் சினிமாவாக எடுக்க உரிமை வாங்குவதற்காகவே கேரளாவிலிருந்து சென்னை வந்து எழுத்தாளர் தி.ஜானகிராமனைச் சந்தித்தேன். அவர் அப்போது *கணையாழி*யில் இருந்தார். அங்குப் போய், அவரைப் பார்த்தேன். அவரிடம், 'மோகமுள்'ளைப் படமெடுக்கும் என் ஆசையைக் கூறினேன். அவர் பெரிதாக மகிழவும் இல்லை; வரவேற்கவும் இல்லை. அதுவரை நாலைந்து பேர் படமெடுக்க வந்ததாகவும், ஆனால் மேற்கொண்டு அந்த முயற்சி முன்நகரவில்லை என்றார். அப்போது அவரிடம் சோர்வும் சலிப்பும் தெரிந்தன. அவர்களைப் போலவே நானும் இன்னொருவன் என்றும் அவர் நினைத்திருக்கலாம். அதில் ஒன்றும் தவறில்லை. யாருக்கும் சலிப்பு வரத்தானே செய்யும்? எனவே, அவர் உற்சாகம் காட்டாததை நான் பொருட்படுத்தவில்லை. நான் அவரிடம், "அந்த யமுனா கதாபாத்திரத்தின் மீது எனக்குச் சில கேள்விகள் உள்ளன. அதைக் கேட்டுத் தெளிவுபெற வேண்டும் என்று நினைக்கிறேன்" என்றேன். அப்போது தி.ஜா. சொன்னார்: "மோகமுள்ளை எழுதும்வரைதான் நான் படைப்பாளி; எழுதி முடித்த பின்னர் என் வேலை முடிந்துவிட்டது; நாவல் பற்றி விளக்கம் ஏதும் என்னால் சொல்ல முடியாது; இப்போது நானும் ஒரு வாசகன் மட்டுமே. அவன் எழுதியவை பற்றி ஒரு படைப்பாளியிடம் வினவும்போது, சொல்லப்படும் பதில்களில் எனக்கு உடன்பாடில்லை. அவை செயற்கையாக இட்டுக்கட்டிச் சொல்லப்படுபவையே. எனவே, என்னிடம் எதுவும் கேட்காதீர்கள்" என்றார். அவர் மறுப்பதுபோல் தோன்றினாலும், அதிலிருந்த ஒரு யதார்த்தம் எனக்குப் பிடித்தது. அவர் அவநம்பிக்கையுடன்தான் என்னைப் பார்த்தார். ஆனால், அது பற்றி நான் கவலைப்படவில்லை. 'மோகமுள்'ளை எடுப்பதில் தீவிரமாயிருந்தேன். படம் எடுப்பதில் அவர் ஆர்வம்கூடக் காட்டவில்லை. அப்புறம், எங்கே உரிமை வாங்குவது? ஒரு முடிவும் எட்டாமல், ஏமாற்றத்துடனும் தோல்வியுடனுமே கேரளா சென்றேன். சில மாதங்களுக்குப் பிறகு, கே.எப்.டி.சி. எனப்படும் 'கேரளத் திரைப்பட வளர்ச்சிக் கழக'த்தின் நிர்வாக இயக்குநரானேன். மீண்டும் சினிமா சார்ந்த ஆட்கள் வரவும், உள்ளே உறங்கிக் கிடந்த சினிமா ஆர்வம், மீண்டும் எழுந்து என்னை உசுப்பிவிட்டது.

மோகமுள்ளில் திரைக்கதைக்கும் காட்சிமொழிக்கும் ஏற்ற இடம் (space) இருந்ததா?

என்ன இப்படிக் கேட்கிறீர்கள்! மோகமுள்ளில் பல சினிமாக்களுக்கான திரைக்கதைகள் சூல்கொண்டுள்ளன. நான் ஒன்றைப் படமாக எடுத்தேன். அதுவே என் மோகமுள் படம். அவ்வளவுதான். பல பிரிவுகளும் பல அடுக்குகளும் கொண்ட கோபுரமாக மோகமுள் இருப்பதால்தான், அதைப் படிப்போர் காவிய உணர்வை அடைகிறார்கள்.

நீங்கள், 'மோகமுள்'ளில் எதை முன்னிலைப்படுத்தித் தேர்வு செய்தீர்கள்?

சினிமாவுக்காகத் திரைக்கதையை எழுதும்போது, தி.ஜா.வின் மிகப்பரந்த *CANVAS*லிருந்து, நான் எளிய கதைக்கரு ஒன்றைத் தேர்வு செய்துகொண்டேன். சங்கீதத்தில் ஞானியாக விரும்பும் பாபு என்கிற இளைஞனின் காதல் கதை – தன்னைவிடப் பத்து வயது மூத்த யமுனா மீது அவனுக்குள்ள பக்திக் காதல் *(Platonic Relationship)* – அடுத்த வீட்டு இளம் பெண்ணுடனான உடல் சார்ந்த உறவு *(Physical Relationship)* இவை இரண்டும் பாபு என்கிற சங்கீதக் கலைஞனை எவ்வாறு அலைக்கழிக்கிறது? அதிலிருந்து அவன் எப்படி மீண்டு சங்கீதக் கலைஞனாகிறான் என்பதுதான் என் திரைக்கதை. கல்லூரியில் படிக்கும் பாபுவை மையமாக வைத்தெழுதப்பட்ட இந்நாவலில், 1940களின் ஆசாரப் பின்னணியில் வந்த முனைப்பான இளைஞன் ஒருவனின் மனப் போராட்டங்கள் துல்லியமாகப் பதிவு செய்யப்பட்டிருக்கின்றன. பக்தியையும் தெய்வ சக்தியையும் நம்புவதா, இல்லையா? பெண் பார்க்கும் சடங்குகள், பெண்ணைச் சமூகம் நடத்தும் விதம், சமூகத்தின் மேல் பாபுவுக்குள்ள கோபம், காமம் இல்லாத காதல், அதனை நிர்வாகம் செய்யத் திணறும் வயதானவர்கள், இளைஞர்கள், இளம்பெண்கள், இளைஞனின் தொழிற்போராட்டம் என மோகமுள் பல்வேறு அடுக்குகளைக் கொண்ட ஒரு நாவல். ஒரு காவியம் போலவே பல துணைக்கதைகளையும் அது தன்னுள் கொண்டிருக்கிறது. பலவிதமாக விரிவுறும் தளங்கள் நிறைந்த ஒரு நாவல் அது. மோகமுள்ளின் தனிச்சிறப்பு – அதில் சாஸ்திரிய இசை பற்றி விரிவாகச் சொல்லப்பட்டிருப்பதுதான். நாவல் முழுக்கவே இசை மணக்கும். ஒருமுறை சென்னை விமான நிலையத்தில் விமானம் தாமதமானதால், லால்குடி ஜெயராமன் அவர்களோடு சிறிது நேரம் உரையாடும் வாய்ப்பு எனக்குக் கிடைத்தது. தி.ஜானகிராமன் பற்றிப் பேச்சுப் போனது. அப்போது தி.ஜா. பற்றிய முக்கியமான சில தகவல்களைப் பகிர்ந்துகொண்டார். 'கர்நாடக இசை' பற்றித் தமிழில் தி.ஜா.போல் மிக அருமையாக வேறு யாரும் எழுதியதில்லை; எழுதவும் முடியாது; அவர் சக்தி வாய்ந்த ஓர் இசைக் கலைஞர் என்று கூறினார். அது உண்மை.

நாவலைப் படித்தவர்கள், இந்தப் படம் திருப்தி தரவில்லை என்கிறார்களே? நாவல் மாதிரி சினிமா இல்லை என்கிற அந்தக் குற்றச்சாட்டு குறித்து . . .?

நாவல் என்பது வேறு வடிவம். சினிமா என்பது வேறு வடிவம். மோகமுள் நாவலை அப்படியே எடுப்பது, அந்த வாசகர்களுக்குச் செய்யும் துரோகம் என்றுதான் சொல்வேன். நாவலைப் படிக்கும்போது வாசகன் மனதில் சுதந்திரமாகக் கற்பனை விரியும். இப்படித் தன்விருப்பக் கற்பனைக்கும் சுதந்திரத்திற்கும் நாவலில் இடமுண்டு. அதில் வரும் ஒரு பாத்திரத்தை, தனக்குத் தெரிந்த, தான் விரும்பும் ஆண் அல்லது ஒரு பெண்ணாய் வாசகனால் கற்பனை செய்துகொள்ள முடியும். ஆனால், சினிமாவாகப்

பார்க்கும்போது, அந்தச் சுதந்திரம் இருக்காது. திரையில் அந்த நடிகர் அல்லது நடிகையைத்தான் பார்க்க வேண்டும். நாவலை எழுத்தாளர் எழுதியபடியே, அப்படியே படமாக்க முடியாது. நாவலில் பாத்திரங்களை விளக்க நிறைய விவரிப்பிருக்கும். ஆனால், சினிமாவில் நடிகனையும் நடிகையையும் காட்டவே முடியும். இதைப் புரிந்துகொண்டே, படம் பார்க்க வேண்டும். நாவலில் ஆயிரம் விஷயங்கள் சொல்லியிருக்கிறார். அவ்வளவு வித அனுபவங்களை, உணர்வுகளைச் சொல்லியிருக்கிறார். அனைத்தையும் திரைப்படத்தில் கொண்டுவரவே முடியாது; அது சாத்தியமுமில்லை.

நாவலில் வரும் தி.ஜா.வின் வசனங்கள் பற்றி? அவை படத்திற்கு உதவி செய்தனவா?

தி.ஜானகிராமன், தம் நாவலில், கூரிய வசனங்களைப் பாத்திரங்கள் மூலம் தந்திருப்பார். "மனுஷன் சுகமாய் இருக்கிறத யாரும் தடுக்கவில்லை. பொண்டாட்டி இருக்கிறபோது வேறு ஸ்திரீயை மணக்கிறது, ஒருவருடைய சுயமரியாதைக்குக் குறைவு, கௌரவக் குறைவு"; "பக்தி என்பது பேரம் இல்ல. நான் உன்னை நினைக்கிறேன். நீ என்ன கொடுக்கிற? பணம் கொடுக்கிறியா? அறிவு கொடுக்கிறியா?"; "எல்லாரும் சந்தோஷமா இருக்கிறதுக்குத்தான் பிறந்திருக்கிறோம்"; "எதுவும் எப்போதும் இந்தப் பிரபஞ்சத்தில் புதிதில்லை. பெற்றவர்களை இந்தச் சின்ன விஷயங்களால் கலக்கிவிட முடியாது" – இவை எனக்குப் பிடித்தவை. ஆனால், அவர் எழுதிய மகத்தான பல வாசகங்களில், சிலவற்றையே என்னால் பயன்படுத்த முடிந்தது.

நாவலைத் திரைப்படமாக்கும் போதுள்ள சாதக, பாதகங்கள் என்ன? உங்கள் மீதான எதிர்விமர்சனத்திற்கு, உங்கள் பதில் என்ன?

ஒரு நாவலைச் சினிமாவாக எடுக்கும்போது செய்யும் மாற்றங்களைப் பற்றி விமர்சனங்கள் எழுவதுண்டு. இதற்கும் அப்படி எழுந்தன. நாவலில் எது பிரதான அம்சமோ, அதைச் சிதைக்கக்கூடாது. நான் அப்படி நாவலின் அடிநாதமான ஆன்மா கெடாது என் படத்தைச் செய்துள்ளதாக நம்புகிறேன். நாவலைப் படிக்கும் சுவாரஸ்யம் ஒருவிதம்; திரையில் அதை ரசிக்கும் சுவாரஸ்யம் வேறுவிதம். இரண்டும் வெவ்வேறு ரகம். இந்தப் புரிதல் பலருக்கும் இருப்பதில்லை. எனவேதான், ஒப்பிட்டுக் குறை காண்கிறார்கள். அனந்து, பாலசந்தர், மகேந்திரன் போன்ற பலரும் முயன்று கைவிட்ட கதை இது. எவ்வளவோ பேர் முயற்சி செய்தார்கள். ஆனால், யாரும் செயலில் இறங்கவில்லை. நான், பல போராட்டங்களுக்குப் பின், மூன்றாண்டு சிரமப்பட்டு இந்தப் படத்தை எடுத்துள்ளேன். அதற்காக, என் படத்தை யாரும் விமர்சிக்கக்கூடாது என்று நான் சொல்ல வரவில்லை. விமர்சிப்பது அவரவர் உரிமை. ஆனால், எவ்வளவு வலிகளைத் தாங்கிக்கொண்டு படம் உருவாகியிருக்கிறது என்பது, எனக்கு மட்டும்தான் தெரியும்.

படத்துக்கு வந்த பாராட்டுதல்களில், உங்களுக்குத் திருப்தி தந்த பாராட்டு எது?

எனக்குப் புரிந்தவரையில், மோகமுள்ளின் நிஜ ஆன்மாவை மட்டுமே எடுத்துக்கொண்டு, அதைப் படத்தில் தர நான் முயன்றுள்ளேன். அதில் இந்தக் கன்வெர்ஷன் நடந்திருப்பதாக நான் நம்புகிறேன். நான் மதித்த

அசோகமித்திரன், கஸ்தூரிரங்கன், இந்திரா பார்த்தசாரதி, சிட்டி, வாஸந்தி போன்றோர் பாராட்டினர். அவர்கள் பாராட்டு, எனக்கு உற்சாகமளித்தது. அவர்களில் சிலர் ஜானகிராமனுக்கு மிகவும் நெருங்கியவர்கள்; அவர் மனதை நன்கு அறிந்தவர்கள். எனவே, அவர்கள் கூறியது, எனக்குப் பெரிய அங்கீகாரமாகத் தெரிந்தது.

வெ.ஆ.மூர்த்தியையும் விவேக்கையும் நடிக்க வைத்துக் கலையுணர்வைக் கெடுத்துவிட்டதாகக் குற்றஞ்சாட்டப்படுவது பற்றி?

வழக்கமான வணிக சினிமாக்களில் ஆயிரம் குறையிருந்தாலும், அதை யாரும் கண்டுகொள்ள மாட்டார்கள். ரஜினி படத்து மிகைக் காட்சிகளையும் லாஜிக் ஓட்டைகளையும் பேசமாட்டார்கள். ஆனால், நாம் சிரமப்பட்டு ஒரு சினிமா எடுத்தால், ஆயிரம் கேள்விகள் கேட்பார்கள். அது பற்றி நாம் கவலைப்பட்டுக் கொண்டிருக்கக்கூடாது. வெ.ஆ.மூர்த்தியைப் பொறுத்தவரை, வழக்கமாக அவர் நடிக்கும் பாணியில், இதில் நடித்திருக்கமாட்டார். நான் நடித்ததில் நல்ல பாத்திரம் இது என்றுதான் அவர் சொல்லிக்கொண்டிருக்கிறார். விவேக்கும் அப்படித்தான், அப்பாத்திரமாகவே இருந்தார். பெரிய நடிகர்களின் படத்தில் பல அபத்தங்களை மறந்துவிடுவார்கள். என் படத்திலும், மன்னிக்கவேண்டிய அம்சங்கள் பல இடங்களில் இருக்கத்தான் செய்கின்றன. ஆனால், 25 ஆண்டுக்குப் பின், இப்போதும் இது பற்றிப் பேசுகிறீர்கள் என்றால், அது ஒரு பேசுபொருளாக இருக்கிறது என்றுதானே அர்த்தம்? அப்பெருமை, படமெடுத்த என்னைவிட, எழுதிய தி.ஜானகிராமனுக்கே சேரும்.

படம் பற்றிய உங்கள் சுய கணிப்பு என்ன? முழுப் படைப்புத் திருப்தி, உங்களுக்குக் கிடைத்ததா?

சுஜாதா மாதிரி முக்கியமான எழுத்தாளர்கள் எல்லாம் பாராட்டினார்கள். சுஜாதா, குமுதத்தில் பெரிய அளவில் பாராட்டி யிருந்தார். அவருக்குத் தெரியும், ஒரு கதை படமாக வரும்போது எப்படியிருக்கும் என்று. ஏனென்றால், அவருடைய பல கதைகள் படமாக வரும்போது எப்படி இருந்தன என்பது அவருக்குத் தெரியும். ஆனால், அறிவு ஜீவிகளாக நான் நம்பிய பலர் எதுவுமே சொல்லாமல் சென்றுவிட்டார்கள். அதுதான் எனக்குக் கசப்பாயிருந்தது. என் மனதையும் அது உறுத்தியது. சிலர் கடுப்பேற்றினார்கள். ‘என்ன அவார்டுக்கு எல்லாம் அனுப்புறயா? அந்த ஐடியா உண்டா?” என்று கேட்டனர். பின் நான், சாதாரணர்களுக்குப் போட்டுக் காட்டினேன். அவர்களெல்லாம் நன்கு ரசித்தார்கள். பிறகுதான் எனக்குச் சாதாரணர்களிலும் உயர்ந்த ரசனையுள்ளவர்கள் இருக்கிறார்கள் என்பது புரிந்தது. அவர்கள் பார்த்து ரசித்தபோது, எனக்கு ஒரு பெரிய கண்திறப்புப்போல் தோன்றியது. நாம் நினைக்கிற கலை ரசனை அறிவு ஜீவிகளிடமில்லை; சாதாரண ஆட்களிடம்தான் இருக்கிறது என்று எனக்குத் தோன்றியது. தமிழ் சினிமாக்கள் குப்பை என்று ஏசி, வெளிநாட்டுப் படங்களை மட்டுமே பார்த்துப் பாராட்டிக் கொண்டிருப்பவர்கள் எல்லாரும் வெறும் போலிகள், இவர்களையெல்லாம் நம்பவே கூடாது என்று எனக்குப் பட்டது. அடிப்படையில் ஒரு படம், பார்ப்பவர்களிடம் *Communicate* செய்ய வேண்டும். என்னால் அது முடியும் என்ற நம்பிக்கையிருந்தது. இந்தப் படம்

மூலம் எனக்கு முழுத் திருப்தி கிடைத்தது என்று கூற முடியாது. ஆனால், அப்போதைய சூழலில், படத்தை முடித்து நான் வெளியிட்டதே பெரிய சாதனைதான் என்று இப்போது எனக்குத் தோன்றுகிறது.

படத்தில் வசனத்தின் இடம் பற்றி? குறிப்பாக யமுனா பேசும் வசனங்கள், சவாலாக இருந்தனவா? அவள் பேசும் வசனங்களில், உங்கள் பங்களிப்பு உண்டா?

தி.ஜா.வின் எழுத்தில் ஒரு தனி மாயாஜாலம் இருக்கும். அவர் பூடகமாகவே எழுதி, நமக்குச் சொல்லவேண்டியதைச் சொல்லிவிடுவதில் மிகவும் சமர்த்தர். அவற்றை நாம் சொல்ல முயன்றால், சில சமயம் அவை ஆபாசமாகக்கூட ஆகிவிடும் வாய்ப்புமுண்டு. எனவேதான், மோகமுள்ளின் திரைக்கதை என்பது, ஒரு கம்பிமேல் நடக்கிற சாகச வித்தையாகிறது.

யமுனா நாவல் முழுக்க வியாபித்திருந்தாலும், அதில் அவள் பேசுகிற உரையாடல்கள் மிகமிகக் குறைவு. மோகமுள் படத்தில் யமுனா சுமார் 22 காட்சிகளில் வருகிறாள். பல காட்சிகளில் யமுனா இப்படித்தான் பேசியிருப்பாள் என யூகித்து எழுதவேண்டிவந்தது. அது ஒரு பெரும் சவால் என்றே சொல்லவேண்டும். உதாரணமாகப் பாபு யமுனாவிடம் தன் விருப்பத்தைச் சொல்லும்போது, “வேண்டாம் பாபு, வேண்டாம்” எனக் கெஞ்சுவதுபோல யமுனா சொன்னாள் என்கிறார் தி.ஜானகிராமன். யமுனாவின் சம்மதம் அதில் மறைந்திருப்பதைத்தான், அவர் அப்படிச் சொல்கிறார். பாபுவின் வளர்ச்சிக்கு அது தடை ஆகும் என்று கருதியே, அவள் வேண்டாம் என்கிறாள். சினிமாவில், இந்த இடத்தில், “மூழ்கிண்டிருக்கிற கப்பல் மாதிரி நான் இருக்கேன். அதில் ஒண்டிக்க யாராவது இடம் கேட்பார்களா பாபு? வேண்டாம் பாபு, வேண்டாம்” என்று யமுனாவைப் பேசவைத்தேன்.

பின்னணி இசை கோக்கும்போது இளையராஜா, “அற்புதமான ஒரு வசனம். தி.ஜா.ன்னா தி.ஜா.தான்” என்றார். நான் எழுதியவை தி.ஜா.வின் வரிகளாய்த் தெரிவதை எனக்குக் கிடைத்த பெரிய பாராட்டாகக் கருதுகிறேன். இன்னொரு காட்சியில், அடுத்த வீட்டுப் பெண் சுவரேறி வந்து பாபுவுடன் இரவைக் கழித்துவிட்டுச் சென்றபின், குற்றவுணர்வுடன் யமுனாவிடம் பாபு வந்துவிட்டு ஒன்றும் பேசாது சென்றுவிடுகிறான். யமுனா மீண்டும் அழைக்கவும், திரும்பி வந்து மனதிலுள்ளதைச் சொல்கிறான். “யமுனா, உனக்கு நான் துரோகம் செய்துவிட்டேன்!” என்பான். யமுனாவோ, “இதில் எனக்கென்ன துரோகம்?” என்பாள். நாவலில் இதற்கு மேல் இல்லை. தி.ஜா. நமது சிந்தனைக்கு விட்டுவிடுகிறார். ஆனால், சினிமாவில் இதைச் சற்று விளக்கிச் சொல்ல வேண்டுமென்று கருதினேன்.

யமுனாவுக்குத் தான் சொந்தமானவன் என்று நினைக்கிறான். தங்கம்மாவின் உறவு மூலம் யமுனாவுக்குத் தான் துரோகம் செய்து விட்டதாகவும் பாபு உணர்கிறான். எனவேதான், சினிமாவில் பாபு சொல்கிறான்: “பிச்சிப் பிச்சி சொன்னாதான் உனக்குப் புரியுமா? வேற ஒரு பெண் என்னைப் பலவந்தப்படுத்தின போதுதான், உனக்கும் எனக்கும் உள்ள உறவு எனக்குப் புரிந்தது யமுனா!” – இந்த என் விளக்கத்தைப்

பலரும் பாராட்டினர். இப்படி மோகமுள் சினிமா முழுதும், ஏராளமான 'திரைப்படச் சவால்களை' நான் எதிர்கொள்ள வேண்டியிருந்தது.

படத்துக்குத் தயாரிப்பாளர் எப்படிக் கிடைத்தார்?

அது ஒரு கதை. தி.ஜா.விடம் கதை உரிமை வாங்குவது தொடர்பாக, மீண்டும் சென்னைக்கு வந்தேன். அப்போது தி.ஜானகிராமன் காலமாகியிருந்தார். யாரை அணுகுவது என்று விசாரித்தபோது, எழுத்தாளர் சிட்டி தி.ஜா.வின் நண்பர் என்று தெரிந்து, அவரைப் போய்ப் பார்த்தேன். அப்போது அவர், உரிமை தி.ஜா.வின் மகன் சாகேதராமனிடம் இருக்கிறது என்றும், அவர் டெல்லியில் இருப்பதாகவும் கூறினார். உடனே டெல்லி போய், சாகேதராமனைப் பார்த்தேன். "அடடா ... அதற்கு முன்பே ஒருவரிடம் உரிமை தந்தாயிற்றே. வாங்கியிருப்பவரும் அப்பாவின் பெயர் கொண்டவர்தான் – தயாரிப்பாளர் ஜானகிராமன்!" என்றார். சென்னை வந்து தயாரிப்பாளர் ஜானகிராமனைப் பார்த்தேன். கதை உரிமையை, ஐம்பதாயிரம் தந்து அவர் வாங்கியிருந்தார். நான் அவரிடம், "நீங்கள் படமெடுப்பதாக இருந்தால் எடுங்கள். இல்லையேல் இரண்டரை லட்சம் தந்துவிட்டு நான் வாங்கிச் சினிமா எடுக்கிறேன்" என்று சொன்னேன். அவர் உரிமை வாங்கியும் படமெடுக்காமல், பல மாதங்களைப் போக்கியிருந்தார். நான் இப்படிக் கேட்டதும், அவருக்குக் கடுங்கோபம் வந்துவிட்டது. "இந்த 'மோகமுள்'ளைப் படமாக நான்தான் எடுப்பேன்; எடுத்தே தீருவேன். என்னைத் தாண்டி இன்னொருவர் எடுக்க நினைத்தால், என் பிணத்தின் மீதுதான் எடுக்க வேண்டும்" என முகத்தில் அடித்தாற்போல் பேசினார். எனக்கு ஒருமாதிரியாகிவிட்டது.

அப்புறம் எப்படிச் சமாதானம் செய்து தயாரிக்க வைத்தீர்கள்?

மெல்ல அவரை ஆசுவாசப்படுத்திவிட்டுக் கேட்டேன். "நீங்கள் எடுப்பதைப் பற்றி, எனக்கு ஒன்றும் மறுப்பில்லை. நான் இதற்கொரு திரைக்கதையைச் செய்து வைத்திருக்கிறேன். 'ஸ்டோரி லைன்' மட்டும் சொல்கிறேன். பிடித்திருந்தால் ... நீங்களே முடிவு செய்யுங்கள்" என்றேன். அடுத்தடுத்த சந்திப்புகளில் எங்களுக்குள் சுமுகம் ஏற்பட்டது. நான் அவரிடம், ஸ்டோரி லைன் சொன்னேன். அது அவருக்குப் பிடித்திருந்தது. பிறகு எங்களுக்குள் நல்ல இணக்கம் வந்தது. ஒருகட்டத்தில் அவர் படத்தைத் தயாரிப்பது என்றும், நான் இயக்குவது என்றும் முடிவானது. அவர் உட்லண்ட்ஸ் ஓட்டலில் அறை எடுத்திருந்தார். அதுதான் பட நிறுவனம் சார்ந்த சந்திப்புகளுக்குப் பேசுவதற்கு ஏற்ற இடமாக இருந்தது. நான் 'மோகமுள்' நாவலைப் படித்து அதற்கேற்ற திரைக்கதையை உருவாக்கி 'பைண்ட்' செய்யப்பட்ட ஒரு புத்தகமாக வைத்திருந்தேன். இதைப் பல முறை யோசித்து அடித்துத் திருத்தி எழுதினேன். அந்தத் திரைக்கதைக்காக எந்த விவாதமும் கருத்துப் பகிரலும் பரிமாற்றமுமின்றி என் மனதுக்குப் பிடித்த வகையில் நான் பார்த்த சினிமா, படித்த புத்தகங்கள் ஆகியவற்றின் அனுபவத்தைக் கொண்டு நானே ஒரு திரைக்கதையை எழுதியிருந்தேன். அதன் மேல் எனக்கு நம்பிக்கையிருந்தது. எப்போது தொடங்குவது, எப்படித் தொடங்குவது படம் என்று யோசனையிலிருந்தபோது, ஒருநாள் தயாரிப்பாளர் ஜானகிராமன், "திரைக்கதை பற்றி ஒரு விவாதம்

வைத்துக்கொள்ளலாம். அனந்து, பஞ்சு அருணாச்சலம் போன்ற அனுபவம் மிக்கவர்கள் வருகிறார்கள்" என்றார். இது, எனக்கு அவ்வளவு நல்லதாகத் தோன்றவில்லை. இப்படிப்பட்ட சினிமா விவாதங்கள் மூலம் என்ன நடக்கும் தெரியுமா? ஒரு குழு உட்காந்திருப்பார்கள். டிபன், சிக்கன், நொறுவை தின்றுகொண்டு விவாதிப்பார்கள். சில நேரம் குடிப்பதும் உண்டு. பேசிப் பேசி, எந்த ஒரு புதுவிஷயம் கூறினாலும், அது ஒர்க்அவுட் ஆகாது, அது சினிமாவுக்குச் சரிப்பட்டு வராது, அதை ஆடியன்ஸ் ஏற்றுக்கொள்ள மாட்டார்கள் என்று கூறி அதை இழுத்து நீர்த்துப் போகச் செய்துவிடுவார்கள். ஒரு நல்ல கதையைக்கூட வழக்கமான மசாலா சினிமா ஆக்கிவிடுவார்கள். புதிதாக வருவோர் இதனால் தம் தனித்தன்மையை வெளிப்படுத்தும் வாய்ப்பிழந்து சாதாரண ஆளாகிவிடுவார்கள். எனவே, விவாதம் என்ற அபாயத்திற்குள் நுழைய நான் விரும்பவில்லை. இதில் நான் கண்டிப்பாயிருந்தேன்.

நான் தயாரிப்பாளரிடம் கூறினேன். "இதோ இருக்கிற இத்திரைக் கதையை, அப்படியே நீங்கள் எடுப்பதாக இருந்தால் எடுங்கள். இனிமேல் இதில் எந்த மாற்றமோ திருத்தமோ செய்யத் தேவையில்லை. எடுப்பதா யிருந்தால் அப்படியே எடுங்கள். இதில் உங்களுக்கு வேறு கருத்திருந்தால், இதை அப்படியே தூக்கிப்போட்டுவிட்டு, என்னையும் விட்டுவிடுங்கள். என் திரைக்கதையை நான் மாற்ற மாட்டேன்" என்றேன் கண்டிப்பாக. நான் இப்படிக் கண்டிப்பாகச் சொன்னவுடன், தயாரிப்பாளரின் முகம் மாறிவிட்டது. என்னுடைய நண்பரும் இளையராஜாவின் அண்ணனுமான பாஸ்கர், அப்போது அங்கிருந்தார். அவர், என்னைச் சமாதானப்படுத்தினார். "என் நண்பர் முதல் படத்தில் ஜெயிக்கிற இயக்குநராக இருக்க வேண்டும் என்றுதான் நான் விரும்புகிறேன்" எனக் கூறி, என்னைச் சமரசம் செய்து கொள்ளச் சொன்னார். நான் மறுத்துவிட்டேன். ஒருகட்டத்தில், என் உறுதியைப் புரிந்துகொண்டு, இவ்வளவு தீவிரமாக இருக்கும்போது அப்படியேதான் எடுங்கள் என்று விட்டுவிட்டார்கள்.

இளையராஜா எப்படி உங்களுடன் இணைந்தார்?

படத்தின் ஆரம்பக்கட்டப் பேச்சு வார்த்தைகளின் போதே, இளையராஜாவின் அண்ணன் பாஸ்கரும் எங்களோடு இருந்தார். அவர் எனக்குப் பல வகையிலும் உதவினார். அவர் மூலமே, இளையராஜாவைச் சந்தித்தேன். எங்கள் குழுவில் ஒருவராக இளையராஜா இணைந்தது, ஒரு வேடிக்கையான அனுபவம். பாஸ்கருடன் ஒருநாள் பிரசாத் ஸ்டுடியோ போனபோது, அங்குக் கவிஞர் வாலியுடன் இளையராஜா இருந்தார். நான் ராஜாவிடம் 'மோகமுள்' படம் எடுப்பது பற்றிப் பேசியபோது, அவர் வெகு அலட்சியமாக, "நீங்கள் ஐந்தாவது ஆள் என்று நினைக்கிறேன்" என்றார். இதற்கு முன் பலரும் இப்படி வந்து கேட்டதால், அவருக்கு என் மீது நம்பிக்கை வரவில்லை. பிடி கொடுக்காமலே பேசினார்.

"நீங்கள் இசையமைத்தால் நன்றாயிருக்கும்" என்றேன். "அது இசைக்கு முக்கியத்துவம் உள்ள கதை. அதற்குக் கர்நாடக இசையில் பாண்டித்யமுள்ள ஒரு ஆளை உங்களுக்குச் சொல்கிறேன். அவரைப் போய்ப் பாருங்கள்" என்றார், என்னைக் கழற்றிவிடும் நோக்கில்.

சட்டென அவரிடம் சொன்னேன். "நீங்கள் இசையமைக்க வேண்டும் என்றுதான் நான் கேட்டேன். முடியுமா முடியாதா என்று சொல்லுங்கள். வேறு யாரையும் உங்களைப் பரிந்துரை செய்யச் சொல்லவில்லை" என்றேன். அவர் அப்போது மிகவும் பரபரப்பாக இருந்தார். அவரிடம் யாரும் பேசவே பயப்படுவார்கள். அப்படி நான் கேட்டது, அவருக்கு அதிர்ச்சியாகவே இருந்திருக்கக்கூடும். அவர் முடியும், முடியாது என்றேதும் கூறவில்லை. அதற்குள் யாரோ வர, அவர் புறப்படத் தயாரானார். உடனே பாஸ்கர் என்னிடம் வந்து, "பாத்துக்கலாம், நீங்க போய்ட்டு வாங்க" என்று சொல்லியனுப்பினார். ராஜா இசை அமைப்பாரா இல்லையா என்கிற முடிவு தெரியாவிட்டாலும், பாஸ்கர் சாதகமான ஒரு நம்பிக்கையைத் தந்தார். இப்போது நினைத்துப் பார்க்கிறேன். நான் அன்று அப்படி துடுக்குத்தனமாகப் பேசியிருக்க வேண்டாமோ என்று தோன்றும். எப்போதும் நான், என் நேர்மை மீது நம்பிக்கையுள்ளவன். மனதில் பட்டதை, உடனே கேட்டுவிடுவேன். பின்னர் ஒருநாள் அவரைச் சந்தித்தபோது, அதை ராஜா நினைவுகூர்ந்தார். நான் எப்போதும் பூசி மெழுகிப் பேசத் தெரியாதவன். 'வெட்டு ஒண்ணு துண்டு ரெண்டு' என்று பேசுகிறவன் என்பதை அவரும் புரிந்துகொண்டுவிட்டார். என் இந்தக் குணமே, அவருடன் எனக்கு ஒரு நெருக்கத்தை ஏற்படுத்தியது. பிறகு ஒருநாள் மீண்டும் நான் போனபோது, அமரன் சொன்னார். "படம் எடுத்துவிட்டு வாருங்கள். அண்ணன் பார்த்துக்கொள்ளலாம் என்றார்" என்று அமரன் கூறினார். அத்துடன் எங்களுக்கான தேதிகளையும் காட்டினார். பிறகே, எனக்கு நம்பிக்கை வந்தது. பின், சில பாடல்களையும் கேட்டு வாங்கினோம். ராஜா மோகமுள்ளில் நுழைந்ததால், படத்தின் உணர்வுகளைப் பின்னணி இசை உயர்த்திப் பிடித்துப் படத்தை வேறு உயர்தளத்துக்குக் கொண்டுசென்றுவிட்டது. நான் புதியவன். என்னுடன் அனுபவம் மிக்க தொழில்நுட்பக் கலைஞர்கள் இணைந்தால் நன்றாக இருக்கும் என்று முடிவு செய்தேன். அதன்படியே இளையராஜா, ஒளிப்பதிவாளர் சன்னி ஜோசப், பின் தங்கர்பச்சான், கிருஷ்ணமூர்த்தி (கலை), லெனின் (எடிட்டிங்) என்று பெரிய பலம் வாய்ந்த ஆட்களாகப் பலரும் படத்துக்குள் வந்திணைந்தார்கள்.

படமாக்க எதிர்கொண்ட நடைமுறைப் பிரச்சினைகள் பற்றி?

முதல்நாள் படப்பிடிப்பின்போது வெண்ணிற ஆடை மூர்த்தி வந்தார். அவரை நான் நடிக்கச் சொன்னபோது, தம் வழக்கமான பாணியில், மசாலாப் படங்களில் பேசுவதுபோல வாயை ஒருமாதிரியாக வைத்துக் கொண்டு, 'ப்ப்புர்ர்' என்றார். எனக்குக் கோபமாக வந்தது. "அப்படிச் செய்யாதீர்கள்" என்றேன் அவருக்குக் கோபம் வந்துவிட்டது. "எனக்கு என்று ரசிகர்கள் இருக்கிறார்கள். அவர்களை நான் திருப்திப்படுத்த வேண்டாமா? நான் அவர்களுக்காகத்தான் அப்படி நடிக்கிறேன்" என்றார். "உங்களை வழக்கமான பாணியில் காட்டாமல், கதையிலுள்ள ராவ் கதாபாத்திரத்துக்குள் கொண்டுவர நான் விரும்புகிறேன். இப்படித்தான் நடிப்பேன் என்றால் நாம் நண்பர்களாக இத்துடன் பிரிந்துவிடுவோம்" என்றேன். இதைக் கேட்டதும், மூர்த்தி அதிர்ச்சியடைந்துவிட்டார். பின் புரிந்துகொண்டு ஒத்துழைத்தார். நன்றாகவும் நடித்துக் கொடுத்தார்.

முதல்நாள் படப்பிடிப்பே எனக்குள் சற்றே தர்மசங்கடம், கோபம் எல்லாம் கலந்த அனுபவமாயிருந்தது. ஒவ்வொரு நாளும் வெவ்வேறு வகையில் இந்த மாதிரி பிரச்சினைகள் இருந்துகொண்டேயிருந்தன.

படப்பிடிப்பு தொடங்கி மூன்றுநாள் முடிந்தது. நாலாம் நாள் தயாரிப்பாளர் கையில் காசு இல்லை. சென்னைக்குப் போய்ப் புரட்டிவிட்டு வந்துவிடுகிறேன் என்று கூறிப் புறப்பட்டு விட்டார். கையில் சொற்பப் பணத்துடன்தான் அவர் படப்பிடிப்புக்கு வந்திருந்திருக்கிறார். நாலாம் நாள் முதலே பணப் பிரச்சினை தொடங்கிவிட்டது. தினசரி படப்பிடிப்பு முடியும்போது சாப்பாடு, பேட்டா என அவசியச் செலவுக்குப் பணம் தேவை. ஆனால், கையில் பணமில்லை. சாப்பாட்டு பில்லுக்குக்கூடக் காசு இல்லை. தயாரிப்பாளரும் கிளம்பிப் போய்விட்டார். சென்னை போனவரிடமிருந்து, வேறு தகவல் இல்லை! படம் எடுப்பது எப்படி? அதைத் திட்டமிட்டு எடுப்பது எப்படி? அழகுணர்ச்சியோடு காட்சிகளை எடுப்பது எப்படி? இயல்போடு எடுப்பது எப்படி? என்று சினிமா சார்ந்து யோசிக்க வேண்டிய நான், பேட்டாவுக்கு என்ன செய்வது? சாப்பாட்டுச் செலவுக்கு என்ன செய்வது? சில்லரைச் செலவுக்கு என்ன செய்வது? என்று யோசிக்க வேண்டிய நெருக்கடியில் இருந்தேன். இந்தச் சூழல் நம் படைப்பார்வத்தைச் சிதைக்குமோ என்று பயமாகவும் இருந்தது. இது பற்றி நண்பர் பாஸ்கருக்குத் தகவல் தந்தேன். அவர் கொஞ்சம் பணத்துடன் வந்தார்; கொடுத்தார். சாப்பாட்டு ஹோட்டலில் சொல்லிச் சமாளிக்க உதவினார். சிலரிடம் உத்திரவாதம் தந்து படப்பிடிப்பைத் தொடர உதவினார். இப்படத்துக்கு எத்தனையோ கலைஞர்கள் உதவினார்கள். ‘கமலம் பாதக்கமலம்’ என்ற பாடலைக் கும்பகோணத்தில் எடுக்கவில்லை; பூண்டியில் எடுத்தோம். தங்கம்மாளின் அக்ரகார வீட்டை, ஆலந்தூரில் எடுத்தோம். அதற்குக் காரணம் ஆர்ட் டைரக்டர் கிருஷ்ணமூர்த்திதான். அவருக்குக் கும்பகோணம் பக்கம். தஞ்சை மாவட்டத்தில் எந்த ஊர் மாதிரி பூகோள அமைப்பு எந்த ஊரில் இருக்கிறது என்பதெல்லாம் அவருக்கு அத்துப்படி. அதனால், அவர் சிக்கனமாக எடுக்கப் பெரிதும் உதவினார்.

ஒருநாள் படப்பிடிப்பில், ‘ஐ.எஸ்.ஆர்.’ என்ற நடிகர், தீடிரென மயக்கமானார். பரபரப்புடன் தூக்கிக் கொண்டு மருத்துவமனை போனோம். அங்கு அவர் இறந்துவிட்டதாகக் கூறிவிட்டனர். அதிர்ச்சியடைந்து விட்டோம். உடனே அந்நடிகரின் மகனுக்குத் தகவல் கொடுத்தோம். நல்லவேளை தன் தந்தைக்கு ஏற்கெனவே இதயப் பிரச்சினை இருந்ததை அவர் ஒப்புக்கொண்டார். வேறு யாரும் இருந்திருந்தால், இதே பிரச்சினையைத் திசைதிருப்பிப் பெரிதாக்கியிருப்பார்கள். நடிகர் இறந்ததால் அன்று படப்பிடிப்பு நிறுத்தப்பட்டது. இப்படிப் படப்பிடிப்பு தொடங்கிய நாள் முதல் தினமும் ஏதாவது ஒரு பிரச்சினை வந்தபடியே இருந்தது. அவை பெரும்பாலும் பணம் சார்ந்தே இருந்தன. படம் ஆரம்பித்த சில நாளிலேயே படப்பிடிப்பில் நடிகர் இறந்ததும், அதனால் என் படப்பிடிப்பு நிறுத்தப்பட்டதும் எல்லாருக்கும் என்னவோ கெட்ட சகுனமாகத் தோன்றியது. என்னை அனுதாபத்தோடு பார்த்தார்கள். ஒவ்வொருவர் கண்களிலும் இந்தப் படம் தொடருமா? தேறுமா? நிற்குமா? என்ற கேள்விகளைப் பார்க்க முடிந்தது. எப்படியோ, பல பிரச்சினைகளுக்கிடையே,

பத்தொன்பது நாள் படப்பிடிப்பு நடத்திவிட்டோம். இதில் ஒரு வேடிக்கை என்னவென்றால், இவ்வளவுக்கும் சென்னை போன தயாரிப்பாளர் வரவேயில்லை. அவர் நல்ல மனிதர்தான், நல்ல தயாரிப்பாளர்தான். ஆனால், என்ன? பணம் இல்லாத நல்ல தயாரிப்பாளர். இவர் ஐ.ஏ.எஸ். அதிகாரி, எல்லாவற்றையும் எப்படியும் சமாளித்துக் கொள்வார் என்ற நம்பிக்கையில் இருந்துவிட்டார். ஒருகட்டத்திற்குமேல், அவரால் பணம் புரட்டவே முடியவில்லை. மோகமுள்ளுக்குத் திரைக்கதை எழுதுவதிலிருந்த பிரச்னைகளைவிட, அதைப் படமாகத் தயாரிப்பதற்கே நான் அதிகப் பிரச்னைகளைச் சந்திக்க வேண்டியிருந்தது.

தமிழ் சினிமாவில் இலக்கியங்களைப் படமாக்க யாரும் முன்வருவதில்லை; முதலீடு செய்யவும் யாரும் தயாராயில்லை. இந்த நிலையில் தரமான படங்களை எடுப்பதில் அதீத ஆர்வம் காட்டியவர் தயாரிப்பாளர் அமரர் T.N. ஜானகிராமன். மோகமுள்ளைப் படமாக ஆக்கியே தீருவேன் என்று பல வருடம் காத்திருந்தவர் அவர். அவர் மட்டும் இல்லாது இருந்திருந்தால், மோகமுள் திரைப்படமாகியிருக்கச் சாத்தியமே இல்லை. அவருக்கு, நான் மிகவும் நன்றிக்கடன் பட்டவனாவேன். மோகமுள், சங்கீதத்தைப் பின்னணியாகக் கொண்டது. இளையராஜா, ஆர்வமுடன் எங்களுக்கு இசையமைத்தார். அதனை என் வாழ்வின் பெரும் பேறாக, நான் கருதுகிறேன். பின் சென்னைக்கு, 1988இல் தணிக்கைத் துறையின் மண்டல அதிகாரியாக வந்தேன். மீண்டும், சினிமாக்காரர்கள் தொடர்புகள் வரத்தொடங்கின. ஒருவழியாகப் படம் தயாரானது. மோகமுள், 1994இல் தணிக்கை செய்யப்பட்டு, 1995இல் வெளியானது.

‘மோகமுள்’ படத்தைப் பொறுத்தவரையில், எது உங்கள் வெற்றி?

மோகமுள், எவ்வித நட்சத்திரங்களுமில்லாத படம். பெரிய பெரிய நடிகர்கள் இல்லாத படம். பெரிய பட்ஜெட்டில் தயாரிக்கப்படவில்லை. அப்படியிருந்தும், 25 ஆண்டுகளுக்குப் பிறகும்கூட அது பேசப்படுகிறது. இன்றும் பேசுபொருளாகியுள்ளது என்றால், அதுவே அதன் பெரிய வெற்றிதான். மோகமுள்ளில் எத்தனையோ அம்சங்கள் உள்ளன. ஓரம்சத்தை நான் எடுத்துப் படமாக்கியிருக்கிறேன். எல்லா அம்சங்களையும் எடுக்க முடியாது. அது சாத்தியமில்லை. பாரதி படம் பற்றிக் கூறும்போதுகூட நான் சொன்னேன், பாரதி ஒரு சமுத்திரம். அதில் என் கொள்ளளவுக்கு ஒரு பாத்திரத்தில் நீர் அள்ளியிருக்கிறேன். அதில், அந்த அசல் தன்மையுள்ளதா? அந்த ஃபயர் இருக்கிறதா என்றுதான் நீங்கள் பார்க்கணும். இப்படித்தான் மோகமுள்ளும். நான் எடுத்ததில் அந்த ஆன்மா இருக்கிறதா என்று மட்டும்தான் நீங்கள் பார்க்கணும். ‘தேவிபாலா’ என்ற ஒரே ஒரு தியேட்டரில், ஹவுஸ்புல்லாகப் படம் நூறு நாள் ஓடியது ஒரு சாதனைதான். பலரும் தேடி வந்து பார்த்தார்கள். தற்செயலாக வந்தோம்; நன்றாயிருந்தால் பார்ப்போம்; இல்லை என்றால் எழுந்து போய்விடுவோம் என்ற எண்ணத்துடன்தான் வந்தமர்ந்தோம். படம் எங்களை உள்ளே இழுத்துச் சென்றுவிட்டது எனப் பாராட்டிப் பலரும் கடிதமெழுதியுள்ளனர். அதன் பிறகு, சன் டிவிக்கு விற்று, அவர்கள் குழுமச் சேனல்களில், நூறு முறையாவது இதுவரை போட்டிருப்பார்கள். தமிழகம் முழுக்க, மக்கள் பார்த்தனர். 1995இன் விருதுப் பட்டியலில், முதற்பட இயக்குநரின் சிறந்த படத்துக்கான விருது

கிடைத்தது. தங்கத் தாமரை விருது. அப்படித் தேர்வானதற்காகத் தேசிய ஒளிபரப்புத் தொகை எட்டு லட்சம் கிடைத்தது. தேசிய ஒளிபரப்பில் போடப்பட்டு, இந்தியா முழுக்க மக்கள் பார்த்தனர்.

என் முதல் படத்தின் பயணம். மிகவும் நீளமானது. அதற்கான போராட்டமும் பெரியதுதான். சுமார் பதினைந்து ஆண்டுகள் கடந்துதான், படம் உருவானது! ஆனாலும் நான், இந்தப் படத்துக்காகச் சிரமப்பட்ட தாகச் சொல்ல மாட்டேன். முதல் படத்துக்காக, எவ்வளவோ பேர் கஷ்டப்படுகிறார்கள். எனக்கு ஐ.ஏ.எஸ். பணியிருந்தது. என் காரில்தான், நான் படப் பிடிப்புக்குப் போனேன். எனவே, பெரிய சிரமம் என்று கூற முடியாது. ‘மோகமுள்’ பார்த்துவிட்டுச் சுஜாதா குமுதத்தில் பாராட்டி யிருந்தார். பாலசந்தர் பாராட்டினார். முகம் தெரியா நபர்களிடமிருந்து வந்த கடிதங்கள் ஏராளம். இன்னமும் அவற்றைப் பாதுகாத்து வைத்திருக்கிறேன்.

‘மோகமுள்’ளுக்கும் ‘இராமானுஜனு’க்குமிடையில், தொழில்நுட்ப நேர்த்தியின் ஒரு வளர்ச்சி புரிகிறது. இப்போது இப்படத்தை எடுத்திருந்தால், மேலும் மேம்பட்ட ஒரு படைப்பாக அது வந்திருக்கும் இல்லையா?

‘மோகமுள்’ளை இன்று எடுத்திருந்தால், இந்த அளவுக்குச் சிக்கனமும் நெருக்கடியும் இல்லாமல் எடுத்திருக்க முடியும். ஆனால், அதன் ஆன்மா, இப்படிக் கிடைத்திருக்குமா என்று தெரியாது. நான் வேறு பாணியில்தான் எடுத்திருப்பேன். படம் பிருமாண்டமாகத் தெரிந்திருக்கலாம்; அந்த ஆன்மாவும் உயிர்ப்பும் இருந்திருக்குமா? தெரியவில்லை.

இப்போது பார்த்தால், என்னென்ன பலவீனங்கள் தென்படுகின்றன?

மோகமுள், மூன்றாண்டுகளில் எடுக்கப்பட்ட படம். அதுவும் பத்து நாள் படப்பிடிப்பு, பின் சில மாத இடைவெளி, மீண்டும் பத்து நாள் படப்பிடிப்பு. இப்படிக் கொஞ்சம் கொஞ்சமாக எடுக்கப்பட்ட படம். அதனால் ஒளிப்பதிவாளர் இருவர் பணியாற்ற வேண்டியிருந்தது. நிச்சயமாக இப்படத்திற்குப் பொருளாதாரப் பற்றாக்குறை இருந்ததுதான். ஆனால், அது முடிந்தவரை வெளியே தெரிந்துவிடாமல்தான் எடுத்தோம். பலவீனங்கள் இல்லையா என்றால் நிச்சயமாக உள்ளனதான். ஆனால், பொருளாதாரப் பற்றாக்குறை காரணமாக, யாரிடமும் நடிப்பை வாங்குவதில் எந்தச் சமரசமும் செய்துகொள்ளவில்லை.

இப்படத்தின்போது நீங்கள் சந்தித்த தடைகள், போராட்டங்கள்?

படம் தொடங்கிய காலத்தில், கேரளாவில் கருணாகரன் முதல்வர். நான் திரிச்சூர் மாவட்ட ஆட்சித் தலைவராக நியமிக்கப்பட்டேன். அதை ஏற்க மிகவும் தயங்கினேன். நண்பர்கள் கூறினார்கள், “திரிச்சூர் வாய்ப்பு, எல்லாருக்கும் கிடைக்காது; அது ஒரு கனவு வாய்ப்பு; தயங்காமல் ஏற்றுக்கொள்” என்றனர். என் பயம் என்னவெனில், அங்கே போய் மாட்டிக் கொண்டால் சினிமாவில் ஈடுபட முடியாதே என்றே தயக்கமும் குழப்பமும். மாவட்ட ஆட்சித் தலைவர் பணி பரபரப்பாக இருந்தது. சில மாதங்களில் இந்தச் சினிமா பற்றிக் கூறி முதல்வரிடம் விடுப்புக் கேட்டேன். அவர் ஒன்றுமே கூறவில்லை. இப்படியே இரண்டு ஆண்டுகள் ஓடிவிட்டன.

மோகமுள் படத்தை முடிக்காதது, எனக்குள் ஒரு சோகமுள்ளாக உறுத்திக் கொண்டிருந்தது. பிறகு ஒருநாள், தலைமைச் செயலாளரிடம் விடுப்புக் கொடுத்துவிட்டு, மீதிப் படப்பிடிப்பை நடத்தினேன். இடையில் மூன்று ஆண்டு ஓடிவிட்டது. அதனால், நடிகர்கள் பலரும், தோற்றத்தில் உருமாறியிருந்தனர். படம் பார்க்கும்போது, கதையோட்ட வேகத்தில் அது, பார்ப்பவர்களின் கவனத்தைக் கடந்துபோய்விடும். 'லாஸ் ஆஃப் பே' விடுப்பில், அதாவது, சம்பளமில்லா விடுப்பில் வந்துதான் முடித்தேன். இம்முறை கும்பகோணம் செல்லவில்லை. சென்னையிலேயே படமெடுத்துவிட்டோம்.

தயாரிப்பாளரிடம் பணமில்லை; புரட்டவும் முடியவில்லை. அதனால், கடன் வாங்கியே இப்படத்தை முடித்தோம். படம் நீண்ட நாட்களாக விட்டுவிட்டு எடுத்ததால், பல நடிகர்கள் எடைகூடியிருந்தார்கள். ஆனால், இவை எதுவும் தெரிந்துவிடாமல், நான் சமன் செய்திருக்கிறேன். யாரும் அக்குறையைக் கண்டுபிடிக்கவில்லை. இதுபோல் நிறையப் பிழைகள் உள்ளன. இந்த ஒரே ஒரு படம் எடுத்ததன்வழிப் பல சிக்கலான, நெருக்கடியான, எதிர்பாராத, அதிர்ச்சியான, துக்கமான, தர்மசங்கடமான, மகிழ்ச்சியான, நெகிழ்ச்சியான, பெருமைப்படத்தக்க, ஏமாற்றமான எனக் கலவையான பலவிதமான அனுபவங்களைச் சந்தித்துக் கடந்திருக்கிறேன். நான் எங்குச் சென்றாலும் என்னை 'மோகமுள்' இயக்குநராகவே மக்கள் அடையாளம் காண்கிறார்கள். அப்போது எனக்கு வருகிற மகிழ்ச்சியில், இந்தப் படத்துக்கான போராட்டங்களும் வலிகளும் என் நினைவுக்கு வருவதில்லை.

✣

9

'மோகமுள்'ளைப் படமெடுக்கத் தோன்றியது பெரியது!

தென்றல் மதுசூதனன்

ஆழங்காணமுடியாக் கடற்கரையில் கால் கட்டைவிரலால் மண்ணை நிமிண்டும் சிறு பெண் போலத்தான் மோகமுள்ளின் முன் நிற்கின்றேன். இப்பொழுதுதான் என் கையில் யதேச்சையாய்க் கிடைத்தது. ஒரே மூச்சாய்த்தான் படித்தேன். அசந்தபோதெல்லாம் கொஞ்சம் கொஞ்சமாகப் புகுந்துவிட்டிருந்தார் தி.ஜா. இத்தனை காலம் எங்கிருந்தீர் ஐயா என்று அரற்றிற்று என் உள்ளம். அவரோ நமுட்டுச் சிரிப்பை உதிர்த்தவாறு, "உனக்குத்தான் எல்லாம், முழுசாய்ப் படித்து முடி அம்மா" என்று சொல்வது போலிருந்தது.

வாசகன் ஒரு வித்யாஸப் பிராணிதான். தானே ஒளிந்து கொள்கிறான், தானே வேட்டையுமாடுகிறான். அவனை உண்டு இல்லை என்று பண்ணும் படைப்புக்கள் சிலதே. அதில் மோகமுள்ளும் ஒன்று.

கைப்பிடித்து ஊரைச் சுற்றிக் காட்ட வந்தவர், ஊர் வந்ததும் சத்தமில்லாமல் நழுவி ஓடிவிட்டார். "நீயே பார்த்துக்கோ. அதிலதான அதிசுகம். எல்லை வரைதான் வரமுடியும் என்னால்" என்று தி.ஜா.தான் சொல்ல முடியும். ஒரு நல்ல படைப்புக்கு, என்ன லக்ஷணம்? அது என்னைத் தூங்கவிடாது நிச்சயமாய். இதயத்தில் புகுந்து ஒரு ஒரு நரம்பாய் மீட்டுகிறது இது. விடிந்தவுடனோ, "ஏம்பா பாபு, யமுனா, கீழாத்துக்காரா, இன்னும் ஊரில் சில பேர் எல்லாரும் வாங்கோ! உங்களுக்கு என்ன பிரச்சனை?" என்று கேட்கத் தோன்றுகிறது. "ஏன் பாபு, ஆரம்பத்திலேயே வீணை நாதம் எழுந்த வீட்டில் போய், அந்தப் பெண்ணையே கைப்பிடித்து முத்தம் கொடுத்திருக்கலாமே?" என்றும் கேட்கத் தோன்றுகிறது. பாபு சொட்டச் சொட்ட வாழ்க்கையைக் காதலிப்பவன். அதனால்தான், அவனால் அவன் தொடும் ஒவ்வொன்றிலும்

உயிராய் உறவாட முடிகிறது. பூக்காரக் கிழவியின் லாகவத்தோடு எல்லாரையும் கட்டிக்கொள்ள முடிகிறது. எந்தப் பூவுக்கும் வலிக்காமல் இறுக்கி இறுக்கிக் கட்டிப் போய்க்கொண்டேதான் இருக்கிறான் பாபு. அந்தப் பக்கம் நூற்கொண்டு தொடுத்துக்கொண்டு வருகிறாள் யமுனா. பூவை அண்ணாந்தவண்ணம் அவள் விழி நோக்குகிறது. அவளின் சுழலும் விரல்கள் அதை அணைத்துக்கொள்ள முடியாமல் போகும்போது, அவள்தான் துண்டிக்கிறாள். பின் அவள்தான் இணைக்கிறாள்.

வித்தைக்காரன் பெரிதாய் உடை உடுத்தியிருக்க மாட்டான். அவன் குரல்கூட யாரும் அறிந்திருக்க மாட்டார்கள். ஆனால், சுத்தி நின்னு வேடிக்கை பார்ப்பவர்களுக்குப் பிரபஞ்சத்தையே காண்பிப்பான். தி.ஜா. ஜாலக்காரர். அவர் காண்பிக்கிற ஊர் படர்ந்து வளர்கிறது நம்முள்ளே. அங்கே போனால் ஒரு ஹோட்டல், அதுக்குப் பக்கத்தில் வீணை வாசிக்கும் அம்மா வீடு, அதுக்கு அப்புறம் அவனும் ராஜமும் வழக்கமாய்ச் சந்திக்கும் இடம், அவன் அப்பாவும் அவனும் கச்சேரி கேட்டுத் திரும்பி வந்த அந்த இரவுகள், நன்னா வாசிக்கறவாளை கச்சேரி கச்சேரின்னு அரிக்கும் அந்த ஜனங்கள், குளத்தில் கிடப்பவளைத் தூக்கப்போகும் அந்தக் கரங்கள், அப்பள வாசம் வீசும் சாரைப்பாம்பு, எல்லாரையும் சிருஷ்டித்துச் சத்தம் போடாமல் அவிழ்த்துவிடுகிறார்.

❍

"அவர் கடைத்தெருப் பக்கம் போகவில்லை, ஆற்றங்கரைப்பக்கம் நடந்து கொண்டிருந்தார். எட்டாம் நாள் பிறைச்சந்திரன் உச்சியை விட்டு நகர்ந்து, மேற்குப் பக்கம் சாய்ந்து, தெருவில் பாலைப் பொழிந்துகொண்டிருந்தது. குடமுருட்டியாறு வெள்ளமாக ஓடிக்கொண்டிருந்தது. நீரின் சலசலப்பைத் தவிர ஓசை வேறு இல்லை. மெல்லிய காற்றில் மூங்கில் தோப்பு கிர்கிர் என்று முனகிக்கொண்டிருந்தது. கடவுளைப்போல எந்த இடத்திலும் இருக்கும் சில்வண்டு, எங்கோ ஒரு மரக்கிளையிலிருந்து சுருதி எழுப்பி ஆற்றுவெளியை நிறைத்துக்கொண்டிருந்தது. எப்போதாவது ஊர் நடுவில் போகின்ற மோட்டார் வண்டியின் ஹார்ன் ஓசை லேசாகக் கேட்கும். இத்தனையையும் மீறி நிசப்தத்தின் வெள்ளி மஞ்சத்தில், காற்று வெளி துயில முயல்வதுபோல் தோன்றிற்று. எதிர்த்த கரையில் மரங்களும் புதர்களும். இருள் கும்பலாக மண்டிக் கிடந்தது. கரையோரமாயிருந்த ஒரு மூங்கில் கொத்திலும் நெடிது நின்ற அரச மரத்திலும் ஆயிரக்கணக்கில் மின்மினிக் கும்பல் தோன்றியும் மறைந்தும் கண்ணை மயக்கின. தூரத்தில் ஆற்றின் குறுக்கே ஓடுகிற ஓடம் ஊர்வது நிலவில் தெரிந்தது. இந்தண்டைப் பக்கம் நூறு கஜத்திற்கு அப்பால் வயல் வேலையோ கடை வேலையோ செய்துவிட்டு வந்த சிலர் பேசிக்கொண்டே குளிக்கும் ஓசையும் கேட்டுக்கொண்டிருந்தது".

❍

"ராஜத்தின் முகத்தில் எவ்வளவு துணிச்சல்! துணிச்சல் என்று பார்க்கப் போனால், யமுனாவின் முகத்தில் காணும் துணிச்சலை விடவா? அவள் முகம் துணிச்சல், அழுத்தம், ஆழம் – இவ்வளவும் உலகைக் கண்டு சிரிக்கிற முகம். உள்ளே என்ன இருக்கிறது என்று உனக்கா கண்டு பிடிக்க முடியும் என்கிற முகம். எப்போதும் தவழ்கிற புன்சிரிப்புகூட அந்தத் தீர்மானமும்

ஏளனமும் கலந்த தன்னம்பிக்கை உதடாக வடிவெடுத்ததுதான். அவளை நினைக்கும்போது, ஏன் இவ்வளவு தெம்பு எழுகிறது! இப்படி உள்ளம் சிலிர்க்கிறது! எதையும் எதிர்த்து நிற்க முடியும் என்ற முரட்டுத்தனமான ஒரு தைரியம்கூடத் துடிக்கிறது! இவளுக்கா கலியாணம்! இவளுக்குக் கலியான ஏற்பாடுகள் செய்யவா நாம் போனோம். இவளை, எல்லாப் பெண்களைப் பார்ப்பதைப்போல் பார்க்கவா, ஒருவன் வந்தான்! அதுவும், சாதாரண மனிதன் ஒருவன்!"

❍

"ஒருபக்கம் இவளைப் பாக்கணும்போல இருக்கு. அவள் மேல் மயங்கும்போதே, ஆமாம் ரங்கண்ணாவைப் போய் முதலில் பாக்கணுமே என்று இருக்கிறது. திருவிழாவில் இங்கும் அங்கும் ஓடித் திளைக்கும் சிறுமிபோல எல்லாரையும் ஓடி ஓடிப் பாக்கணும்போல இருக்கு."

❍

"நமக்கு எது சம்யம்ன்னு பட்டதோ, அதைப் பாடறோம். நாம சத்தியத்துக்குக் கட்டுப்பட்டு அதன் ரூபத்தை அறிஞ்சு ஆராதிச்சா எந்தப் பய ஒரு வார்த்தை சொல்ல முடியும்கறேன். சொல்ல முடியுமாடா, சாம்பா," "முடியவே முடியாது... சத்தியத்தைப் புரிஞ்சுக்காத கூட்டமா இருந்தது, தொலையறது சனின்னு எழுந்துண்டு வா. அதில்லாமல், உனக்கு எப்படித் தம்பட்டம் அடிச்சாப் பிடிக்கும்னு இளிச்சுண்டு நிற்கலாமோ, அதுக்கு முன்னாலே ...? என்னடா சாம்பா."

❍

இப்பொழுது நீங்களே சொல்லுங்கள், செங்கரும்பு கடித்துச் சாறு உண்டு, பின் சக்கையைக் கரும்பின் சாற்றில் தோய்த்து, அக்கரும்பைச் சுவைக்க முடியுமா? அப்படித்தானே இருக்கும், நாவல் படித்துவிட்டுப் படம் பார்ப்பதும்? என்னத்தை எப்படி எடுத்திருப்பார்களோ! நன்றாக இருந்தது என்றால்,பிரச்சனை இல்லை. நன்றாக இல்லை என்றால்,இதயமே என்னவோ போலாகிவிடும். அந்த ஒருவித பயத்தோடுதான், படத்தைப் பார்த்தேன்.

பாபு இத்தனை நேசிக்கும் தன் ஊரை, காவேரியைப் பார்க்கத்தான் ரொம்பவும் ஆசைப்பட்டேன். பிறகு முதல் அத்தியாயத்தில் கிளம்பும் புழுதிப் புயல்!. புழுதிதான் எத்தனை பரிச்சயமானது நமக்கு, நம் வேர்வையைவிட. அந்தக் காட்சியைக் காட்டவில்லையே என்ற வருத்தம் முதலிலேயே வந்துவிட்டது. புழுதியைப் போலவே சங்கீதத்தையும் விட்டுவிட்டார் என்றே தோன்றுகிறது. தம்புரா வைத்திருக்கும் பொம்மை போலவேதான் வந்து போகிறான் பாபு. பாடும்போது. அவனையும் சங்கீதத்தையும் அங்கே பிரிக்க முடியுமா? அவன் சும்மா நடக்கும்போதும், பாடிக்கொண்டுதானே போயிருப்பான்? சும்மா மந்திரிச்சுவிட்ட கோழி மாதிரிதான், பலநேரம் படத்தில் பாபு இருக்கிறான்.

❍

"பார்க்கிற்கு வெளியே, ஹோட்டல் வாசலில் மாட்டிய ஒலிபெருக்கியிலிருந்து இசை தவழ்ந்து வந்துகொண்டிருந்தது. வீணையின் இசை. ஏதோ தேர்ந்த விரலாகத்தான் இருக்கவேண்டும். இல்லாவிட்டால் பைரவி ராகத்தை

இவ்வளவு சுத்தமாக எப்படி வாசிக்க முடியும்? அரை நிமிடம் கேட்பதற்குள், பாபுவின் உள்ளமும் உயிரும் அதில் ஒன்றிவிட்டன. அவ்வளவு சுருதி சுத்தமாக இசைந்தது, அந்தக் கானம். கேட்ட மாத்திரத்திலேயே, நெஞ்சையும் இதயத்தையும் தன்வசப்படுத்துகிற அனுபவம் நிறைந்த கானம். நிஷாதத்தை அசைத்து, அசைத்த, மத்யமத்தைத் தொட்டுத் தொட்டுத் கோலமிட்ட அந்த வரிசை, உள்ளத்தை உலுக்கி, உடலைச் சிலிர்க்க அடித்தது. மநிதபதமா நீதநீத நீத பதமகரீ... ஆகா! வீணையை அப்படி வருடிய விரல்கள், எவ்வளவு புண்யம் செய்தவைகளோ! முதுகுத்தண்டில் ஒரு சிலிர்ப்பு ஊர்ந்து, அவன் உடல் உதறிற்று. பதமா... என்று கெஞ்சி இறைஞ்சும் அந்த இசை அவனைக் குற்றம் சாட்டிற்று."

"பாபுவின் கண்களில் தாரை தாரையாக நீர் பெருகிற்று. கண்ணை மூடிக்கொண்டு, இசையின் தூய்மையான இனிமையில் திளைத்தான். கண்ணைத் திறக்கக்கூட மனம் இல்லை. வெளியுலகைப் பார்க்கக்கூட மனம் வராத கண்கள், திறக்க மறுத்தன. களமும் இடமும் மறைந்து அற்றுப்போன நிலையில் வெறும் ஒளிவடிவமான அனுபவத்தில் அவன் உள்ளம் ஆழ்ந்தது. ஒரு கணப்பொழுது உள்ளமும் ஒலியும் ஒன்றாகிவிட்டன."

❍

இந்தப் பாபு சினிமாவில் வந்ததாகத் தெரியவில்லை.

படத்தில், ஊரின் பிரம்மாண்டம், எங்கே தொலைந்தது? ஊரோடு, அந்தத் தெருக்களில் பலமுறை தன் பிள்ளையோடு பாட்டு கேட்கப் போன அப்பாவும் தொலைந்து போய்விட்டார்

❍

"ஆமாம்... ஏழு வயது முதலே அவன் கச்சேரி கேட்க ஆரம்பித்துவிட்டான். கேட்கும்படியாகச் செய்தது அவர்தான். இரவு பன்னிரண்டு மணி. இரண்டு மணி என்று அப்பாவும் பிள்ளையும் வந்து வீட்டுக் கதவைத் தட்டுவார்கள்! தூக்கக் கலக்கத்தில் அம்மா எழுந்து வந்து கதவைத் திறப்பாள். கோடைக்காலமோ பனிநாளோ, எப்பொழுதும் அப்படித்தான், அதுவும் தஞ்சாவூரில் கச்சேரிக்கா பஞ்சம்! காசில்லாமல் சுத்த சங்கீதத்தைக் கேட்க அந்த நாள் தஞ்சாவூரைவிட வேறு இடம் கிடைக்குமா என்ன? ...வருஷம் முழுவதும் சங்கீதத்திற்குப் பஞ்சமில்லாமல் நடந்து கொண்டிருந்தது."

❍

இந்தத் திரைப்படத் துப்பாக்கிச் சூட்டில் பலியான மற்றுமொரு பறவை ராஜம். பழைய படத்தில் காதல் காட்சிகளை ரெண்டு பூ முத்தம் கொடுத்துக் கொள்வதைப்போலக் காண்பிப்பார்கள். அது போலத்தான் இருந்தது எனக்கு.

புத்தகத்தில் ராஜம் இருந்தான்; அதனால் திரைப்படத்திலும் இருப்பான் என்ற மட்டில் மட்டுமே ராஜம் இருக்கிறான். அவர்கள் நட்பில் இருக்கும் நெருக்கம், விவேக் தன் நெஞ்சோடு அணைத்து எப்போதும் வைத்திருக்கும் புத்தகம் அளவுக்குக்கூட இல்லையே.

❍

“ஒரு மாதமாகி விட்டதே, ஏன் இப்போது முன் மாதிரி சந்திக்கவில்லை நாம் என்று ஏதாவது கேட்கிறானா ராஜம்? ஒருநாள் விட்டுச் சந்தித்தாலும் ஒருவாரம் விட்டுச் சந்தித்தாலும் இது என்னமோ சகஜம்போல, எப்போதுமே இப்படியே நிகழ்ந்து வருவதுபோலச் சாதாரணமாகத்தான் வருகிறான், பேசுகிறான், போகிறான். ஒரு வார்த்தை, ஒரு வேதனை அதைப் பற்றி ஒன்றுமில்லை. இப்படி மாறிவிட்டதே என்று நினைக்காமல் கூடவா இருப்பான்? இருக்க முடியாது! மொத்தத்தில், அவனைவிட நம் சௌகர்யங்களைப் புரிந்து கொள்ள யாராலும் முடியாது.”

❍

நாவலில் வரும் இந்த ராஜமா, படத்தில் வருகிறான்?

பிறகு சங்கு? கடலிலே தொலைந்துபோய்விட்டானா? எப்படியும் எல்லோருக்கும் முழுமையாக இடமளிக்க முடியாது என்று முடிவெடுத்தபின், அவன் தலையையாவது காண்பித்திருக்கலாம். இவனை எப்படியில்லாமல் செய்தார்கள்?

❍

“ஒன்றுவிடாமல் அவ்வளவும் அப்படியே ஞாபகம் இருக்கிறது. சங்கு இன்னும் எவ்வளவோ விஷமங்களின் தலைவனாக, நடுநாயகமாக விளங்கியிருக்கிறான். மூன்றாவது பாரம் படிக்கும்போது லீவுக்கு வந்தவன், பாபு பாடுவதைப் பார்த்து, மாடிக்கட்டையோரமாக நின்று, “ஏய் பாபு, நீ உள்ளே உட்கார்ந்து ஒரு பாட்டுப் பாடேன்” என்று சொல்லிவிட்டு, தெருவைப் பார்த்துக்கொண்டே பாட்டுக்குத் தகுந்த மாதிரி வாயையும் தலையையும் அசைத்துக்கொண்டிருப்பான். தெருவில் போகிறவர்கள் அவன்தான் பாடுவதாக நினைக்க வேண்டுமாம். பாபுவுக்கு ஒன்றோடொன்றாக வந்து நினைவில் மோதிற்று. இப்போதும் சங்குவைப் பார்த்ததும் குழந்தைப் பருவம் திரும்பி வருகிறாற் போலிருக்கிறது.”

❍

சங்குவிற்குக் குரல் ஏறிக்கொண்டே இருந்தது. உடலும் முகமும் உணர்ச்சிக்காளாகி வெறிபிடித்து நடுங்கிற்று. மகா கோபக்காரன் அவன். பச்சைக் குழந்தையிலேயே ராக்ஷஸ விளையாட்டெல்லாம் விளையாடின அவன், அரிவாளைத் தூக்கிக்கொண்டு போனதும் அதிசயமாகத் தோன்ற வில்லை. பாபுவுக்கு வருத்தத்திலும் கோபத்திலும் உடல் நடுங்கிற்று. தூய்மையே வடிவான தகப்பனாரை நினைத்து உடல் நடுங்கிற்று. அவன் உள்ளம் வெம்பிற்று. கண்ணில் நீர் தளும்பி நின்றது.

“இதுக்குத்தான் நான் சொல்ல வாண்டாம்னு பார்த்தேன்” என்று பாபு கண்ணில் நீருடன் கலங்குவதைப் பார்த்துக்கொண்டே சொன்னான் சங்கு.

“நீ சொல்லாட்டா, யாரவது சொல்லத்தான் போறா? அதனாலே, இப்ப ஒண்ணும் மோசம் போயிடலெ.”

“இனிமே ஒரு பய வாயைத் திறந்துட்டு உசிரோட இருந்துடறதா, ஒரே வீச்சா வீசிவிடமாட்டேன்? நீ சும்மா மனசைப் போட்டு அலட்டிக்காதே

பாபு, எனக்கு வேற ஒன்னும் இல்லே. போயும் போயும் சித்தப்பாவைப் போய் நாக்கிலே நரம்பில்லாம பேசிவிட்டானேன்னுதான் எனக்குப் பதர்றது."

○

குங்குமப்பூ மயக்கம் தரும். அதை வடிக்க ஆசைப்பட்டு, அது பார்த்திருந்த வானம், நடுங்கிய கடும் குளிர்க் காற்று, அங்கே ஓடிய சிறுவர்கள், பூப்பறிக்கப் போவதாய்ப் பொய் சொல்லி அவ்வழியே ஓடிப்போய்த் தன் உயிரைப் பார்த்த அப்பெண், எல்லாரையும் வேண்டாமென்று சொல்லி இதழ்களைப் பிய்த்துப்போட்டு நடுவிலிருக்கும் ஒன்றை மட்டும் கொய்தால், அது குங்குமப்பூதானா?

என்றாலும் மோகமுள்ளைப் படமெடுக்கத் தோன்றியதே, ஒரு ஹ்ருதயத்திற்கு? அது எவ்வளவு பெரியது! அந்தக் காதலில்தான் அது மணக்கிறது.

வாழ்க்கையின் தீவிரம், அது கட்டவிழ்த்துவிடும் அதிசயிக்கத்தக்கத் தருணங்கள், சிறு தூறலாய் நெஞ்சம் நனைக்கும் மனிதர்கள், ஏக்கம் தோய்ந்த இரவுகள், தொக்கி நிற்கும் சூழல்களின் அவலங்கள், புள்ளிகளில் சிக்குண்டு அம் மஹா காவிரியில் கரைய ஏங்கும் கோலங்கள் – யாவற்றிலும் தோய்ந்து எழும் பெரும் நாதம் – அது படத்தில் ஒலிக்கவில்லை.

ஊரில் ஒரு பேரழகி வந்திருக்கிறாள் என்று, உச்சி வெயிலில், உரக்கத் தண்டோரா போட்டு வருபவனின் புழுதி தோய்ந்த அகண்ட பாதத்தைப் பார்த்து, அவனிடம் காச்மூச் என்று கத்துவோமா என்ன? அழகி வந்துவிட்டாள். அது போதும் நமக்கு.

✣

10

மலையாளத்தில் மோகமுள்: இன்னும் புரியாத மனமும் வாழ்க்கையும்

வி.எஸ். அனில்குமார்

மலையாளத்திலிருந்து தமிழில்: குளச்சல் யூசுஃப்

'மோகமுள்' நாவலை மலையாளத்தில் மொழியாக்கம் செய்த சி.ஏ. பாலன், "ஒரு நிகழ்வைக் குறிப்பிட்டேயாக வேண்டும். தி.ஜானகிராமனின் படைப்புகளில் ஆழமும் அபூர்வமான கற்பனைத்திறனும் ஒன்றிணைந்திருப்பதைக் காண முடியும். தமிழிலக்கிய ஜாம்பவான்கள் நுழைய முயற்சி செய்யாத இடங்களிலும் தி.ஜா. நுழைந்துள்ளார். சேர – சோழ – பாண்டிய பல்லவ மன்னர்களின் காதல், மோக பங்கம், அதனால் உருவாகும் போர்கள், துப்பறியும் கதைகள் என நின்றிருந்த தமிழ் நாவல் இலக்கியம், சாதாரண மனிதர்களின் வாழ்க்கைக்குள் இறங்கிச் செல்லும் தூண்டுதலை உருவாக்கியவர்களில் ஜானகிராமனின் இடம் மிக முக்கியமானது," என்கிறார். சி.ஏ.பாலன், மலையாள மொழிபெயர்ப்பு வரலாற்றில் மிக முக்கியமானவர். ஜானகிராமன் மட்டுமல்ல அகிலன், நா. பார்த்தசாரதி, ஜெயகாந்தன் தொடங்கிப் பலரது படைப்புகளையும் மலையாளத்திற்குக் கொண்டுவந்தவர் அவர். 'மோகமுள்' மொழிபெயர்ப்பைக் கேரள சாகித்திய அகாதெமி பிரசுரித்தது. 1964இல் தமிழில் புத்தக ரூபத்தில் வெளிவந்த நாவலுக்கு, 1972இல் மலையாள மொழிபெயர்ப்பு வெளிவந்தது. இதற்கு ஏழு வருடங்களுக்குப் பிறகு, 1979இல்தான் ஜானகிராமனுக்குச் சாகித்திய அகாதெமி ('சக்தி வைத்தியம்' சிறுகதைத் தொகுப்பிற்காக) விருது வழங்கிக் கௌரவித்தது. 1996இல் மோகமுள்ளின் இரண்டாம் பதிப்பு வெளிவந்தது. 1982இல் ஜானகிராமனும், 1994 இல் சி.ஏ. பாலனும் இவ்வுலகை விட்டுப் பிரிந்தனர்.

மோகமுள், பெரிய நாவல்களின் பட்டியலில் வரும். பெரிய கேன்வாசில் வரைந்த சித்திரம்போல், அல்லது மகாபலிபுரத்தில் இமயமலையை வரைந்த சித்திரம்போல் என்று டாக்டர் எஸ். பாலுசாமி (பாரதிபுத்திரன்) வர்ணித்த அந்தப் பிரம்மாண்டக் கருங்கல் ரிலீஃப் சிற்பம்போல், ஏராளமான சந்தர்ப்பங்களைக் கொண்டும் கதாபாத்திரங்களைக் கொண்டும் கிளைகளும் உப கிளைகளுமாக வளர்ந்து செல்வதுடன், சொல்முறையின் விசேஷத்தன்மையாலும் நிரம்பிய இதுபோன்ற பெரிய நாவல்கள் மலையாளத்தில் பல உள்ளன. தகழி சிவசங்கரப்பிள்ளையின் 'கயறு', எம்.டி. வாசுதேவன்நாயரின் 'அசுரவித்து', எஸ்.கே. பொற்றேகாடின் 'ஒரு தேசத்தின் கதை', சி. ராதாகிருஷ்ணனின் 'எல்லாவற்றையும் மறைக்கும் கடல்' ஆகியவை உதாரணங்கள். கதையுண்டு.; கதாபாத்திரங்களுண்டு; வித்தியாசத்தையும் முரண்களையும் வெளிப்படுத்துகிற மனிதர்களுமுண்டு. ராஜத்தைப் போன்ற நண்பர்களும், யமுனாவின் அப்பா சுப்ரமண்ய அய்யரின் மகனைப் போன்றவர்களுமுண்டு. ஏராளமான சந்தர்ப்பங்களுண்டு. சுற்றுப்புறங்களின், உட்புறங்களின் விவரணைகளுண்டு. ஆனால், ஒரு பெரிய நாவலில் இருந்திருக்க வேண்டிய சம்பவங்களல்ல; இப்போதுள்ள சம்பவங்களின் விவரணைகளே மோகமுள்ளை வேறுபடுத்துகின்றன.

தன்னை விடவும் பத்து வயது அதிகமுள்ள ஒரு பெண்மீது ஓர் ஆணுக்குத் தோன்றுகிற நிரந்தரமான ஆர்வம் என்றோ, காதல் என்றோ ஒரே வரியில் இந்நாவலின் கதையைச் சிறப்பித்துக் கூறிவிடலாம். பாபுவுக்கு யமுனாவிடம் உருவாகிற விகாரம். அது சுருக்கம் (Reduction) அல்ல. திரைமொழியில் ஒரு வரி என்றோ (One line), திரட் (Thread) என்றோ சொல்லலாம். இந்த அடிப்படையிலிருந்துதான் மோகமுள் என்னும் நாவல் சிற்பம் உருவாக்கி வளர்த்தெடுக்கப்பட்டுள்ளது. (தேவையிருப்பதால் சொல்கிறேன், இந்நாவலை ஞான.ராஜசேகரன் என்னும் இயக்குநர், மிக மோசமான ஒரு திரைப்படமாகப் படமெடுத்திருக்கிறார்!) மோகமுள், அகமுள்ள ஒரு நாவல். அக நாவலும்கூட!

புறத்தில் போரும் வீரமும் மட்டுமல்ல; விடுதலைத் தாகமும் ஏழ்மையும் பெரும் நோய்களும் கூடலரங்குகளும் பஞ்சாயத்தும் எல்லாம் வெளியுலகிலிருக்கும். இப்படைப்பில் இதுவெல்லாம் முக்கியமற்றதோ இல்லாததோ ஆகும். மோகமுள் என்னும் நாவலில் காதல் என்பது கருவாகவும் சமூகம் உட்பட்ட பிற கூறுகள் இந்தக் காதல் கருவின் பிற்சேர்க்கைகளாகவும் மட்டுமே உள்ளன. இந்தியா சுதந்திரம் பெறுவதற்காகக் கொதித்துக்கொண்டிருந்த 1940கள்தான் இந்த நாவலின் காலகட்டம். ஆனால், மிகவும் முக்கியத்துவமற்ற இரண்டே இரண்டு உதாசீனமான குறிப்புகள் மட்டுமே, அவை பற்றி இந்நாவலில் உள்ளன. ஒன்று: லண்டனுக்குச் சென்று மன்னரிடம் பேசியிருந்தால் சுயராஜ்யமாவது பெற்றிருக்கலாம் (அத். 17) இரண்டு: சீதையும் காந்தியும்கூட அவதூறுகளிலிருந்து தப்பவில்லை (அத். 22) இவ்விரண்டு குறிப்புகளும் கதையில் எவ்வகையிலும் பங்களிக்கிற சந்தர்ப்பங்களுமில்லை. கூடவே, பாபு தனது நண்பர்களுடன் அரசியல் பேசினான் என்றொரு குறிப்பிருந்தாலும், எவ்வகையான அரசியல் அது என்று எதையும் நாவல் சொல்லவில்லை.

இப்படிச் சுதந்திரப் போராட்ட நிகழ்வு எதையும் பற்றிப் பேசாததில் குறைபாடு ஒன்றுமில்லை. காரணம், இந்நாவல் அதுபோன்ற விஷயங்களை உள்ளடக்கத்தில் கொள்ளும் நோக்கத்துடன் எழுதப்பட்டதன்று. மாறாக, காதலின், மனித உறவுகளின் அகமனப் போராட்டங்களே இப்படைப்பில் தி.ஜானகிராமனின் மையமாகும். ஒரு படைப்பில் என்ன இருக்கிறது என்பதுதான் ஆராயப்பட வேண்டியது; எது இல்லை என்பதன்று. “மகாபாரதத்திலிருப்பது எல்லா இடத்திலுமிருக்கும்; மகாபாரதத்தில் இல்லாதது எங்குமே இருக்காது” என்று சொல்வதுண்டல்லவா? உடனே மகாபாரதத்தில் கம்ப்யூட்டரில்லை என்று கண்டுபிடிக்க முனையாதே என்பதுதானே, அதற்குப் பொருள்.

கதை கிட்டத்தட்ட இதுதான்: பாபுவும் பத்து வயது பெரியவளான யமுனாவும் பால்யத்தில் தஞ்சாவூரில் வாழ்ந்த விளையாட்டுத் தோழர்களும் குடும்ப நண்பர்களுமானவர்கள். அப்படித்தான், கும்பகோணத்திற்குப் படிக்க வந்த பாபு, தன் வாடகை வீட்டினருகில் வசித்து வந்த யமுனாவிற்கும் அவள் அம்மா பார்வதிக்கும் பாதுகாப்பாளன் வேடமேற்கிறான். யமுனாவைப் பெண் பார்க்க வருகிறவர்களை வரவேற்று அழைத்து வருவதும்கூடப் பாபுதான். பார்வதி, தஞ்சாவூர்க்காரர் சுப்ரமணிய அய்யரின் அங்கீகரிக்கப்படாத இரண்டாவது மனைவி. பாபுவிற்குக் கல்லூரியில் ஒரு உற்ற தோழனிருந்தான். ராஜம். அவனிடம் மட்டும்தான் பாபு மனம்விட்டுப் பேசுவான். சங்கீத வித்வானாகிய ரங்கண்ணாவிடம் பாபு சங்கீதம் பயில்கிறான். பாபுவுக்கு அபாரமான ஒரு திறமையிருப்பதை, ரங்கண்ணா அறிந்துகொள்கிறார். பாபு தங்கியிருக்கும் இடத்தின் கீழ்த்தளத்தில் வயதான ஒரு தலைமைக் குமாஸ்தாவும், அவரது இளம் இரண்டாம் மனைவி தங்கம்மாவும் குடியிருக்க வருகிறார்கள். தங்கம்மாவைத் தேள் கொட்டியபோது மருந்து கொண்டுபோய்க் கொடுத்துக் காப்பாற்றும் பாபு மீது தங்கம்மாவுக்குக் காதல் தோன்றுகிறது. வயதான கணவர் இல்லாத இரவில், தங்கம்மா சுவரேறிக் குதித்துப் பாபுவிடம் செல்கிறாள். அவள் தனது விருப்பத்தைத் தெரிவிக்கிறாள். பாபு மறுத்தாலும், இரண்டாவது நாள், பாபுவை அவள் கீழ்ப்படுத்தி விடுகிறாள். அவர்கள் உடலுறவில் ஈடுபடுகிறார்கள். மீண்டும், இதைத் தொடர முயற்சித்த தங்கம்மாவிற்கு, வாசலைத் திறக்காமல் பாபு அவளைத் தவிர்த்துவிடுகிறான். இது தங்கம்மாவிற்கு அதிர்ச்சியையும் வருத்தத்தையும் உருவாக்குகிறது. அவள், அருகிலுள்ள மாமாங்கக் குளத்தில் குதித்துத் தற்கொலை செய்துகொள்கிறாள். தங்கம்மாவுடனான தொடர்பில் உருவான அனைத்தையும் பாபு, யமுனாவிடம் வெளிப்படையாகச் சொல்கிறான். யமுனா அதை எப்படி எடுத்துக்கொண்டாள் என்பது பாபுவுக்குத் தெரியாது. யமுனாவைத் தான் கல்யாணம் செய்துகொள்ளப்போவதாகப் பாபு ராஜத்திடம் சொல்கிறான். பிறகு அவன், இதை யமுனாவிடமும் வெளிப்படையாகச் சொல்கிறான். யமுனா தனது நிலைமைகளை எடுத்துச் சொல்லி, அவனிடமிருந்து விலகி விடுகிறாள். இது, பாபுவுக்கு மிகுந்த பாதிப்பை ஏற்படுத்துகிறது.

பாபு, பட்டம் பெற்று, மெட்ராசில் ஒரு கம்பெனியில் பப்ளிக் ரிலேஷன் ஆஃபீசராக வேலையில் சேர்கிறான். அதற்கு முன்பே ராஜம், டெல்லியில் ஒரு வேலையில் சேர்ந்து, கல்யாணமும் செய்துகொண்டு,

அங்கேயே போய்விடுகிறான். அவர்கள், கடிதங்கள் மூலம் தங்கள் உறவைப் பாதுகாக்கின்றனர். வயதாகிக் கொண்டிருந்த யமுனாவை யாருக்காவது கட்டிவைத்துவிட அவசரப்படும் பார்வதியும், அதைத் தடுக்கிற யமுனாவும் மன அளவில் வேறுபடுகின்றனர். தனித்து விடப்படும் யமுனா, பாபுவைத் தேடி மெட்ராசுக்கு வருகிறாள். அங்குள்ள ஓர் அனாதை ஆஸ்ரமத்தில் யமுனாவுக்கு ஒரு சிறு வேலை கிடைக்கிறது. பாபுவும் யமுனாவும் இடையிடையே சந்திப்பதுண்டு. பாபுவின் காதலை யமுனா தடுத்துக்கொண்டேயிருந்தாள். ஒருமுறை பாபுவுக்கு நல்ல காய்ச்சல் வந்தபோது, யமுனா அவனது வசிப்பிடத்தில் தங்கிக் கவனித்துக்கொண்டாள். அன்றிரவு காதல் வயப்பட்ட நிலையில், அவர்கள் உடல்ரீதியாகப் பரஸ்பரம் அறிந்துகொள்கின்றனர். "இதுக்குத்தானா பாபு, எல்லாம்?" என்று கேட்கிறாள் யமுனா. கூடிவாழ யமுனா தயாராகும்போது, பாபுவின் விருப்பங்கள் தலைகீழாகிவிடுகின்றன. தொடர்ந்து சங்கீதம் கற்பதில் தீவிர ஆர்வம் காட்டும் அவன், யமுனாவின் தூண்டுதலால், வேலையை ராஜினாமா செய்கிறான். முன்பு ரங்கண்ணாவிடம் சங்கீதம் பயிலும்போது யதேச்சையாக அறிமுகமான தெருப் பாடகனைப் போன்ற ஆனால் அபாரமான மராட்டிய சங்கீத வித்வானிடம் செல்லப் பாபு தயாராகிறான். பூனாவுக்குக் கடிதமெழுதி அனுமதியும் பெறுகிறான். குறைந்தது மூன்றாண்டுகளாவது சங்கீதம் பயில்வதற்காகப் பாபு புனேவிற்குப் புகைவண்டி ஏறுகிறான். இதுதான் மோகமுள்ளின் கதை.

இந்நாவல் நிகழ்வுகள் நிரம்பியதில்லை. அதாவது, இவ்வளவு பெரிய ஒரு படைப்பில் இருக்க வேண்டிய நிகழ்வுகள், இதில் இல்லை. இது ஒரு பெரிய படைப்பு. விவரணைகளின் தெளிவும் மொழியின் அமைதியும் உணர்வுகளின் மேன்மையும் எல்லாம்தான் மோகமுள்ளைச் சிறப்பித்துக் காட்டுகின்றன. தங்குதடையற்ற சொல் மழை. உணர்ச்சிகள் நிரம்பிய கதையோட்டம் என்பதால் அதற்கேற்ற மொழியும் மோகமுள்ளில் லயித்துக் கூடிவந்துள்ளது.

முழுவதுமாக உள்ளிலுள்ள (*inside*) ஒருவன் பாபு. தமிழ்நாடு போன்ற ஒரு பெரிய சமூகத்தில் நடப்பது எதுவும். அவனைத் தொடவோ பாதிக்கவோ செய்யவில்லை. அதில் வியப்படைவதற்கு ஒன்றுமில்லை. இந்நாவலின் அக யுக்தியைப் (*internel logic*) பரிசோதித்தால், இப்படியான வெளியுலகத்தை விவரிப்பது ஜானகிராமனின் நோக்கமில்லை என்பதைப் புரிந்துகொள்ள இயலும். நாவலைக் குறித்த முன்னுரையில், நாவலாசிரியரே, இதைத் தெளிவுப்படுத்தி விடுகிறார். "வாழ்க்கையும் இலக்கியமும் வேறு வேறு. இரண்டும் ஒன்றுபோல் தெரிந்தாலும், வெறும் தோற்றப்பிழைதான் அது. வாழ்க்கைப் பிரச்சினைகளில், சில நேரங்களில் இலக்கியம் தீர்வுகளைத் தேடித் தரும் என்பது உண்மைதான். ஆனால், தீர்வுகளைத் தேடித் தந்தே தீரும் என்ற நம்பிக்கை எனக்கு இல்லை. சுருக்கமாகச் சொல்வதெனில், ஒரு தனிநபரின் அகவுலகம், அதன் சிக்கல்கள், கடினமான அதன் வலிகள், சித்ரவதைகள், அதன் மகிழ்ச்சி ஆகிய எல்லாவற்றின் சாராம்சமான அனுபூதிதான் இலக்கியப் படைப்பின் கிரியா ஊக்கி" என்கிறார்.

இலக்கியத்தையும் கலையையும் விரும்பும் எல்லோருக்கும் ஏற்புடைய ஒரு நிலைபாடில்லை இது. இப்படித்தான் இருக்க வேண்டுமென்று

ஜானகிராமனுக்கும் எந்த நிர்ப்பந்தமும் இல்லை. சில கருதுகோள் களைச் சென்றடைகிற ஓர் எழுத்தாளனின் ஜனநாயக உரிமையை, நாம் அங்கீகரிக்கவே வேண்டும்; எழுத்தாளன் ஜனநாயகவாதியாக இல்லாமல் போனால்கூட! மிகவும் தற்செயலாகவும் கிட்டத்தட்ட தெளிவற்றதுமான நமது ஜனநாயக அமைப்பைச் சேர்ந்தவனல்லன் நான் என்று ஜானகிராமன் சொன்னாரா என்றொரு சந்தேகமுமுண்டு. நாவலில் இருப்பது, "நாவலாசிரியரின் நிச்சயமும் கண்டிப்புமான முடிவுகளும் கருத்துகளும் என்று நினைத்துவிட வேண்டாம். தராசில் வைத்து எடைபோட்டுப் பார்ப்பதற்காக எல்லாம் நான் எதையும் எழுதவில்லை" என்று முன்னுரையில் ஜானகிராமன் உறுதியாகச் சொல்வதால், இதில் அதிகமொன்றும் நாம் சொல்வதற்கில்லை.

ஆனால், பாபு ஒரு தனிமனிதன். நம் சமூகத்துடன் பூரணமாகவோ பகுதியாகவோகூடப் பழகிச் சேரும் மனிதன் என்றுகூடச் சொல்லவியலாது. தனக்குப் படிக்க வேண்டும் என்பதால், கல்லூரிக்குப் போகிறான். திரும்பி வீட்டுக்கு வரவேண்டுமென்பதால் துக்காம்பாளையத் தெருவினூடே நடந்து செல்கிறான். சாப்பிட வேண்டுமென்பதால், நீலுப்பாட்டியின் வீட்டிற்குப் போகிறான். "பெரிய தெருவுக்கு வந்து அவன் நான்கு சாத்துக்குடி ஆரஞ்சு வாங்கிக்கொண்டு தெற்கு பார்த்து நடந்தான்" (அத்.25) என்னும் விவரணையைப் பாருங்கள். பாபுவைப் பொறுத்தவரைக்கும், தனக்குச் சாத்துக்குடி வாங்குவதற்கான இடம் மட்டும்தான் அந்தத் தெரு. அங்குள்ள பிற காட்சிகள் எதையும் அவன் பார்க்கவோ, அவனை அவை ஆகர்ஷிக்கவோ இல்லை. மெரீனா கடற்கரைக்குப் போவது, யமுனா மீது காதல் வசப்பட்ட நிலையில்தான். யமுனாவுடனான காதல் கைகூடாது என்று அறிந்தபின்தான், பாபு மெட்ராசுக்குப் போகவும் வேலையில் சேரவும் செய்கிறான். காதலின் விளைவான அவநம்பிக்கையுடனும் பயத்துடனும்தான், அவன் வேலையை விட்டுவிட்டுப் புனேவிற்கும் வண்டியேறுகிறான். துக்காம்பாளையத் தெரு போன்ற தெருக்கள், அதாவது பொது இடங்கள் (*Public Places*) கதாபாத்திரங்களாக வரும் கதைகளுண்டு என்பதையும் இங்கே நினைவுகூரலாம். எஸ்.கே. பொற்றேகாடின் நாவல் 'ஒரு தெருவின் கதை'யிலும், வைக்கம் முகம்மது பஷீரின் 'சப்தங்கள்' என்னும் கதையிலும் தெரு, ஒரு முக்கியக் கதாபாத்திரம். ஆனால், மோகமுள்ளில் பொது இடங்களில் நடந்து தீர்ப்பதற்கான ஒரு வாழ்க்கை தனக்கில்லை என்று முடிவு செய்த பாபுதான் கதாநாயகன். ஆகவே, அவன் தனக்குள்ளேயே நடந்துகொண்டிருந்தான்.

அடூர் கோபாலகிருஷ்ணனின் 'சுயம்வரம்' என்னும் திரைப்படத்தின் கதாநாயகன், சமூகத்தில் நடக்கும் போராட்டங்களில் தான் வெறும் பார்வையாளன்தான் என்றும், பங்கெடுப்பதில்லை என்றும் ஒரு விமர்சனம் அன்றைய சோவியத் யூனியனிலிருந்து வந்ததாகக் கேள்வி. சிறப்பு வாய்ந்த ஒரு மூளையிலிருந்து வந்த ஒரு பார்வையும் பதிலும்தான் அது. அப்படியும் ஒரு கருத்து உருவாகலாம் என்று அது தெளிவுபடுத்துகிறது. எம்.டி. வாசுதேவன் நாயரின் 'காலம்' என்னும் நாவலில் புகழ்பெற்ற ஒரு வார்த்தையுண்டு. "சேதுவுக்கு எப்போதும் ஒரு ஆளை மட்டுமே பிடிக்கும். அது சேதுவை மட்டும்." இப்படி வெளிப்படையாகச் சொல்லாமல்,

தன் மீது மட்டுமே விருப்பும் வெறுப்புமுள்ள பாபுவை உருவாக்குவதில் ஜானகிராமன் அசாதாரணமான கையடக்கம் காண்பித்துள்ளார் எனலாம். ஆனால், சமூகம் சார்ந்த நிலைப்பாடுகள் கொஞ்சமும் இல்லாதவன் பாபு என்று சொல்லிவிடவும் இயலாது. தலையெழுத்து காரணமாகவே இப்படியெல்லாம் நடக்கிறது என்று சொன்ன அப்பாவிடம், "தலையும் எழுத்தும்! தலைக்குள்ளிருப்பது சரியாக இருந்தால் போதும்பா. அதில் சிக்கல் இருந்தால்தான் பிரச்சினை." (அத்.11) என்று சொல்லும் விஞ்ஞான அறிவுள்ளவனாகவும் இருக்கிறான். "ஆண் மேலாதிக்கத்திற்கு எதிராக இந்தப் பெண்கள் என்றுதான் தெளிவுபெறப் போகிறார்கள்? சிறைக்கொட்டடிக்குள் வாழ்வதால் வெளியுலகம் குறித்து அறியும் சிந்தனையற்றவர்கள், விடுதலை பெற்றாலும்கூட, அதற்குள்ளேயே வாழ்ந்து முடித்து விடுவதென்று முடிவு செய்வார்கள் என்றே தோன்றுகிறது." (அத்.9) என்று சிந்திக்கும் அளவுக்கு முற்போக்குவாதியுமாவான். ஆனால், தனக்கு மட்டுமென்று கருதுபவற்றில், இது போன்ற அறிவியலையும் முற்போக்கையும் அவன் கலப்பதில்லை.

யமுனா தன்னுடையவள் என்று ஏதேதோ நிலைகளிலும் அர்த்தங் களிலும் எல்லாமோ பாபு முடிவு செய்திருந்தான். "அப்படி யமுனாவின் இடுப்பிலிருந்து விளையாடிய அந்தக் குழந்தைதான், இன்று அவளுடைய கல்யாணத்தை நடத்திவைக்க வேண்டியது தனது பொறுப்பு என்று சபதம் செய்ததும் விசித்திரம்தான்." (அத்.13) இந்தப் பொறுப்புணர்வின் வடிவ மாற்றம்தான், இந்நாவலில் முக்கியமாகிறது. யமுனா, பாபுவுக்குச் 'சொந்தம்' என்பதால், சமூக உணர்வுகளுக்கு அங்கு இடமில்லை. யமுனாவை வேறு யாரும் பார்க்கக் கூடாது. பத்து முழம் சால்வையால் உடலைப் போர்த்திக்கொள்ளாமல் பார்வதியோ யமுனாவோ வெளியே இறங்குவதில்லை. உன்னத வம்சப் பாரம்பரியங்களில் சிலவற்றை இன்றும் அவர்களது தினசரிகளில் தெளிவாகப் பார்க்கவியலும். "உருவ அழகை இவ்வளவு உன்னத நிலையில் கொண்டிருப்பதால், பார்வதியம்மாவைப் போலவும் யமுனாவைப் போலவுமுள்ள அசாதாரண ரூபவதிகள் போர்த்திக்கொள்ளாமல் பொதுவெளியில் வரக்கூடாதென்று பாபுவுக்குத் தோன்றுவதுண்டு." (அத்.4). ஜானகிராமனின் ரீதியில் சொன்னால், 'விசித்திரம்தான்' இது. ஆணையும் பெண்ணையும் பிரித்துக் காட்டுகிற வேஷம் தேவையில்லை என்றும், பொதுவாக ஜிப்பாவும் லுங்கியும் போதுமென்றும் பெரியார் ஈ.வெ.ரா. அறிவித்த காலம்தான் இந்தக் கதையின் காலமும் என்பதையும் நினைவில் கொள்ளவேண்டும்.

பாபு ஒரு தார்மீகக் கோழை. கலாச்சாரக் கோழை என்றும் சொல்லலாம். "மனம் என்பது கட்டுக்குள் வைக்க இயலாத ஒரு குரங்கு." (அத்.19) என்று பாபு நினைப்பதுண்டு. கிழவனான தலைமைக் குமாஸ்தாவின் மனைவியாகிய தங்கம்மாவை ஒளிந்திருந்து பார்க்கவும், அவளது அழகை அனுபவிக்கவும் செய்தாலும் தங்கம்மா மாடிக்கு ஏறிவந்தபோது, "யாராவது இந்தக் காட்சிக்குச் சாட்சியாக இருக்கிறார்களா என்னும் பயம்; கூடவே இனம் புரியாத ஒரு பயமும்"தான் (அத்.23) பாபுவுக்கு உருவாகிறது. அதுபோல், "இல்லை. தன்னைச் சோதிப்பதற்காக, தனது மன அறைகளில் ரகசியங்கள் பொறுக்கி எடுப்பதற்காக, அந்தப் பெண், கடவுள்

அனுப்பி வைத்த உளவாளியாக இருப்பாளோ? (அத்.23) என்றுகூடப் பாபு நினைத்துக்கொள்கிறான். "என்னைப் பார்த்தால் ஒழுங்கீனமான, அநீதியான செயலைச் செய்தவன் என்று தோன்றுகிறதா?" (அத்.26) என்று பாபு பச்சாதாபப்படவும் செய்கிறான். தங்கம்மா, பாபுவுக்குள் குற்றவுணர்வை உருவாக்குகிறாள். ஆகவே, பாபு கைகளின் ரத்த வாசம், அரேபியாவின் வாசனைத் திரவியங்கள் அத்தனையையும் ஊற்றிக் கழுவினாலும் மாறாது என்று சொல்லும் ஷேக்ஸ்பியர் கதாபாத்திரம்போல (லேடி மேக்பெத்), அக்குற்றவுணர்வு பாபுவுக்குள் மீண்டும் நுரைத்து மேலெழுகிறது. "பாரு, என்னுடம்பில் அவள் கூந்தலில் சூடியிருந்த ஜாதிப்பூவின் நறுமணமில்லையா? அந்தப் பெண்ணின் குளிர் மூச்சுகள் என் உதடுகளில் வியாபித்து நிற்பதைப் பார்க்கவில்லையா? அவளது உதடுகளின் ஈரம் என் உதடுகளில் நனைந்திருப்பதைப் பார்க்கவில்லையா?" (அத்.26) என்று பிறகு அவன் பரிதவிப்பதையும் பார்க்க வேண்டும்.

யமுனாவிடம் உருவான உறவிலிருந்து இது விடுபட்டதாகத் தோன்றிவுடன், "தன்னுடைய நிலை பாதுகாக்கப்பட்டதாக"ப் (அத்.30) பாபுவுக்குப் புரிகிறது. அப்போது அவனுக்குப் பாதுகாப்பாகப் பின்வாங்க வேண்டும் என்றும் தோன்றுகிறது. அவன் வீட்டுக்குத் திரும்பி வந்தான் என்பது மட்டுமல்ல, ஒரு விசேஷமான மனநிலையில் மீண்டும் தனக்குள் அவன் சுருங்கிக்கொண்டும் விடுகிறான். "பாவநாசத்திற்குச் சென்ற பிறகும், பாபுவிற்கு வெளியிலிறங்கி நடப்பதற்கு மனமில்லை. வீட்டின் நிலவறைக்குள்ளேயே அவன் சலித்துப்போய் உட்கார்ந்துகொள்கிறான். பழைய பாத்திரங்களைப் போட்டுப் பூட்டிப் பாதுகாத்து வைத்திருந்த மரப்பெட்டிகளுக்கு நடுவில் ஒரு சாய்வு நாற்காலியில் மல்லாந்து படுத்தபடி வாசிப்பதுதான், அவனது வேலை. வாசிக்காத நேரங்களில் எழுந்து, அப்பா சொல்லித் தந்த பிரார்த்தனை மந்திரத்தை உச்சரித்தபடி மனத்தை ஒருமுகப்படுத்தி நிறுத்திக்கொள்வான். அந்த நிலவறையில் கால்நீட்டவும்கூட இடமிருக்கவில்லை. வலது காலை நீட்டினால், உப்புச்சாடி மீது – மேல்பக்கமாகக் கையை நீட்டினால் உறியிலுள்ள தயிர்க் குடத்தின் மீது – படும். இப்படி அடைத்து மூடிப் படுத்திருப்பது, பாபுவுக்குத் தேவையாக இருந்தது. பயப்படுவதற்கான தேவையில்லாமல், பாதுகாப்பாக இருப்பதுபோல் தோன்றியது. இங்கே இந்த வீட்டுக்கு வந்தது முதல் இப்படியான ஒரு ஆறுதல் கிடைத்தது. (அத்.30)

அதீத உள்சுருங்கலுள்ளவர்களும் *(Extreme Introvert)* பெரும் குற்றவுணர்வுள்ளவர்களும் இப்படி உள்சுருங்கப் பார்ப்பதுண்டு. இங்கே வெளியுலகத்தின் அனுமதியில்லாத, கையும் காலும் அசைக்க இயலாத, ஆனால் பாதுகாப்பான, அழுத்தங்களில்லாத நிலவறையில்தான் பாபு வாழ்கிறான். அது அம்மாவின் கர்ப்பப்பையில். வேறெதையும் நினைக்காமல், மிகவும் சுகமாக வாழ்ந்திருந்த நாட்களின் வாழ்க்கையே! உள்சுருங்கிகள் தாலாட்டப்படுவார்கள். 'ஹரித்துவாரில் மணிகள் முழங்குகின்றன' என்னும் எம். முகுந்தனின் நாவலிலும் கதாநாயகன், அம்மாவின் கர்ப்பத்துக்குத் திரும்பிவிட வேண்டுமென்றுதான் ஆசைப்படுகிறான்.

சங்கீதமே, இந்நாவலின் மனிதரல்லாத ஒரு கதாபாத்திரமென்று சொல்ல முடியும். சங்கீதத்திற்குப் பலவகையான பயன்பாடுகள் உண்டு.

நாம் பக்தியிலும் போராட்டக்களத்திலும் காதலிலும் தாலாட்டிலும் குரோதத்திலும் எல்லாம் சங்கீதத்தைப் பயன்படுத்தலாம். எம்.டி. ராமனாதனின், எஸ்.எம். கிருஷ்ணாவின், பாப் மார்லேவின், செம்பையின், குலாம் நபியின், சுப்பிரமணிய பாரதியின் சங்கீதம் அப்படி வித்தியாசமும் முரண்பட்டதுமான அனுபவங்களைத் தரும். இருந்தாலும், சங்கீதத்தில் தனித்துவமான அனுபவத்திற்கே மிகுந்த மதிப்புண்டு. அவரவர்களுக்கான ஆனந்தத்தையும் அமைதியையும் கண்டடைவதற்கான மார்க்கமெனும் நிலையில்தான், பாடலும் கேட்பும் அடையாளப்படுத்தப்பட்டுள்ளன. அப்படித்தான் மோகமுள்ளின் கதாநாயகன் பாபுவும், தன் சங்கீதத்தைச் சுவீகரித்துக்கொள்கிறான். அவரவர்கள் பாடவும் கேட்கவுமானதும் கச்சேரியில் பாடக்கூடாததுமான ஒரு சங்கீதத்தையே, குருவான ரங்கண்ணா பாபுவுக்கு உபதேசம் செய்தார். தாயின் கர்ப்பம் போலொன்றில் ஒளிந்திருக்கும் பாபு, கதை முடிவில் ஒரே நேரத்தில் இரண்டு தலைமறைவை *(Escape)* நடத்துகிறான். ஓரிடத்தில் *(Space)* மெட்ராசிலிருந்து புனேவிற்கும், அழுத்தம் தரும் இவ்வாழ்க்கையிலிருந்து சங்கீதப் பயிற்சி என்னும் ஆதர்ச உலகை *(Ideal world)* நோக்கியும்! பாபு என்னும் கதாபாத்திரத்தின் படைப்பில் உருவான முழுமை அப்படித்தான் உறுதியாகிறது. தனித்துவமுள்ள உள்சுருங்கியான ஒரு மனிதன், முழுக்கவே அழுத்தமான ஒரு வாழ்க்கையில் நிற்கும்போது, இயல்பாகவே தேர்வுசெய்கிற ஒன்றுதான் இந்தத் தலைமறைவு. சில வேளைகளில், தற்கொலை வரைக்கும்கூட இது அவர்களைச் செலுத்தக்கூடும். விளைவைப் பொறுத்தவரைக்கும் இரண்டும் ஒன்றுதான்.

மோகமுள்ளில் வரும் பெண் கதாபாத்திரங்கள் எல்லாம் பரிதாபமான ஒரு வாழ்க்கையை அனுபவிக்கிறவர்கள். தையுப் பாட்டியைப் பற்றிய விவரணை இப்படி: "பாவம் . . . அவளுக்கு மூன்று வயதாக இருக்கும்போது கல்யாணம் நடந்தது. நான்காவது வயதில், கழுத்திலிருந்து தாலி தெறித்து விழுந்தது. அதிலிருந்து எழுபது வருடமாக இந்த உலகிலிருக்கிறாள். பாவம்! எவ்வளவு அநியாயம் . . ." *(அத். 18)*. அடிப்படைவாதமும் ஆச்சார முறைகளும் ஆண் மேலாதிக்கமுமான ஒரு சமூகத்தில், இதற்கு மாறாக எதையும் எதிர்பார்க்க முடியாது. 'நம்பூதிரியை மனிதனாக்கு' என்றும், 'மரக்குடைக்குள் மாநரகம்' என்றும், 'விதவை மறுமணம்' என்றுமெல்லாம் இங்கே கேரளத்தில் பழைய நம்பூதிரி யோகக்ஷேம சபா கோஷம் முழக்கிய 1920களுக்குப் பிந்தைய காலகட்டம், இந்த இடத்தில் நினைவுக்கு வருகிறது.

யமுனாவின் அம்மா பார்வதி, பெரிய ஜமீன்தாரான சுப்ரமணிய அய்யரின் சட்டபூர்வமல்லாத இரண்டாம் மனைவி. யமுனாவைப் பெண் பார்க்க வந்தவர்கள், பார்வதியை வைப்பாட்டி என்றுதான் குறிப்பிடுகிறார்கள். அய்யரின் இறப்புக்குப் பிறகு, மகன் முதலில் செய்த வேலை, அப்பா அவர்களுக்குக் கொடுத்து வந்ததை எல்லாம் தடுத்து நிறுத்தியதுதான். நோயும் வறுமையுமாக, அவமானங்களின் படுகுழியில் வீழ்கிறாள் பார்வதி. வறுமை, அவளது குணத்தையே மாற்றியமைத்து விடுகிறது. இதுதான் யமுனாவின் வாழ்க்கை முழுவதிலும் பாதகமாகிறது. முப்பது வயதான பிறகும் கல்யாணம் நடக்காமல் போனதும் இதனால்தான். "கல்வியறிவில்லாத ஒரு பெண்ணுக்குக் கணவனை நம்பி மட்டும்தான் வாழ இயலும். கல்வியறிவில்லாமல் அவளால் தனித்து வாழ்ந்துவிட

இயலாது." (அத்.10) என்று பாபு, ராஜத்திடம் சொல்கிறான். புறம் தள்ளப்பட்ட பிறகு, ஆபரணங்கள் எல்லாம் விற்ற பிறகு, 'கல்வி' தேவைப்படாத ஒரு வேலையாக அப்பளம் போட்டு விற்றுத்தான் பார்வதியும் யமுனாவும் வாழ்கிறார்கள். பார்வதியின் குணத்தில், பிறகு பெரும் மாற்றங்கள் உருவாகின்றன. தன்னை இரண்டாம் மனைவியாக வாழச் சொல்லி வற்புறுத்துவதால்தான், யமுனா அம்மாவிடமிருந்து விலகுகிறாள். மிகவும் சிக்கலானது, பாபுவுக்கும் யமுனாவுக்குமிடையிலான உறவு. அதிலும், சரியானதொரு இசைவை அடைய முடியாமல் போனவுடன், யமுனா ஒரு துயரக் கதாநாயகியாக மாறுகிறாள். பாபுவின் காதல் கோரிக்கைமீது யமுனா ஒருமுறை எதிர்வினையாற்றும்போது, "என்னை (அது) வேதனைப்படுத்தியது மட்டுமே எனக்குத் தெரியும். நீ சொன்னது ஒரு சாதாரண விஷயமாக இருக்கலாம்." (அத்.25) என்கிறாள்.

ஒரு சங்கீத வாழ்வை உறுதிசெய்த ரங்கண்ணாவின் மனைவியான அந்த கிழவிக்கும்கூடப் பெண்களின் இருளடர்ந்த முகம்தான் நாவலிலுள்ளது. லௌகீகத்திலிருந்து கிட்டத்தட்ட வெளியேறிவிட்ட கணவனின் உதாசீனத்திலிருந்துதான், பாட்டுப் பாட வருகிற பிள்ளை களிடம், 'மாதம் பதினைந்து ரூபாயை என்னிடம் தந்தால் போதும்' என்று அவள் சொல்கிறாள். இந்தப் பெண்களின் வாழ்க்கையும் சேரும்போதுதான், தி.ஜானகிராமனின் மோகமுள் அதிகமும் வலுப்பெறுகிறது. மனித வாழ்க்கையின் துயரங்களை, இப்படைப்பு அனுபவித்தறியச் செய்கிறது. அந்த வகையில், 'இன்னும் புரியாத மனமும் வாழ்க்கையும்' பற்றிய ஒரு மாபெரும் நாவலாக, மோகமுள்ளைக் காணலாம்.

❖

11

தீராவியப்பின் உயிர்த்திளைப்பு தி.ஜானகிராமன்

கல்யாணராமன்

"இந்த ராமையாதான் எனக்குத் தகப்பனார். தகப்பனார் – தகப்பனார் என்றால், அந்த வார்த்தைக்கு என்ன அர்த்தம்? அப்படி உண்மையாக ஏதாவது அர்த்தமிருந்தால், அப்படி வாக்குக் கொடுத்திருப்பாரா? . . . நாளைக்குச் சொல்லிக்கொள்ளாமல் கீழே விழப்போகிறவர்கள், எலும்பையும் சாம்பலையும் விட்டுவிட்டுப் போகிறவர்கள், என்ன என்னென்னவெல்லாம் செய்துவிட்டுப் போகிறார்கள்? பிறர் மனதிலே வெறுப்பைச் சாச்வதமாக எழுப்பிவிட்டு மறக்கமுடியாத கசப்பாகக் குடியேற்றிவிட்டு எதற்காகப் போகிறார்கள்?" (பாலி)

ஒரு முன்னீடு

ஏற்பாட்டுத் திருமணத்திற்கும் காதல் திருமணத்திற்கும் இடையில், என்ன பெரிய வேறுபாடு இங்கே கொட்டிக் கிடக்கிறது? இரண்டிலும் துயரமல்லாது, வேறு என்னதான் எஞ்சுகிறது! இந்தத் திருமணம் என்ற ஒரு சமூக ஏற்பாடே, எவ்வளவு செயற்கையானது? இப்படி ஒரு தத்துவப் பாவனையாக யோசிக்கலாமென்றாலும், காதலுக்கான பழைய கிளுகிளுப்பு மதிப்புகள் காலாவதியாகிவிட்ட ஒரு சமகாலத்தில், மறுஉற்பத்திக்கான ஒரு வழமையான சடங்கு என்பதன்றிக் குடும்பக் கட்டுமானத்திற்குப் புனிதம் பூசிக் கொண்டாடுவதிலுள்ள வியர்த்தம் அல்லது விபரீதத்தை, இன்னும் எவ்வளவு காலம் வெட்டியாய் நாம் பேசிக்கொண்டே இருப்போம்? குடும்பம் வேண்டாம், குடும்பத்தைப்போல் வன்முறை வளர்க்கும் அமைப்பு வேறில்லை என்ற தீவிரச் சிந்தனையாளர்களில் மிகப்பலரும் குடும்பத்திற்குள்ளே ஒண்டிக்கொண்டேதான் அதை இங்குப் பிரசங்கித்துக் கொண்டிருக்கிறார்கள்! இவர்களால் செய்ய முடிந்த பெரிய

புரட்சியெல்லாம், இரண்டு மூன்று பொண்டாட்டிகளை அல்லது சில தொடுப்புகளைச் சேர்த்துக்கொண்டு, குடும்பத்தின் கட்டிறுக்கத்தைக் கொஞ்சம் குலைத்ததுதான்! இவர்களைப் பார்த்துத்தான், மரப்பசு அம்மணியம்மாள் சிரிக்கிறாள்; சீறுகிறாள். இவர்களுக்கு மரபான குடும்பமே மேலென்று கருதியே, இறுதியில் வயதில் இளையவனான பட்டாபியின் துணையையும் (இதுவும் எதிர்மரபுதான்) அவள் தேடிக்கொள்கிறாள்! சிந்தனையும் செயலும் வேறுபடும் ஒரு வாழ்வியலையே, இங்குப் பரிகசிக்கிறாள் அம்மணி. ஒருவகையில், இந்தச் சிரிப்புகூட, அவர்களைப் பார்த்துப் பரிதாபப்படுவதுதான். எவ்வளவு தூரம் முடியுமோ, அவ்வளவு தூரம், கனிவோடும் பரிவோடுமே மனிதர்களைத் தி.ஜா. அணுகினார். வாழ்க்கையை வழிநடத்துவது மனிதர்களா, வழிவழியான பாரம்பரிய நெறிகளா? என்ற ஓர் ஆதார முடிச்சைப் படைப்புத்தோறும் தி.ஜா. பிரச்சனைப்படுத்தினார். ஆயிரங்கால்கள் கொண்ட நிலவுடைமைச் சமூகத்தின் மதிப்புகளும் மதிப்பீடுகளும் காலனியாதிக்கத்திற்குப் பிற்பட்ட காலத்தின் செழுமையான காவிரி டெல்டாப் பகுதிகளின் மரபார்ந்த *so called* பார்ப்பன மற்றும் வேளாள மேட்டுக்குடியினரிடம், குறிப்பாகப் பெண்களிடம், அவர்களின் நடப்பியல் வாழ்வினூடாகப் பொருளற்றுப் பல்லிளிக்கும் உளுத்துப்போன வெற்று ஆனைக்கால் உதைகளாகப் (தோற்ற மிரட்டல்கள்!) பம்மிப் பதுங்குவதைச் சிரித்து வேடிக்கை பார்த்ததுமன்றிப் பதிவுசெய்து சமன்குலைத்தும் தி.ஜா. – கோடாலிக் காம்பானார்!

நீண்ட பாரம்பரியத் தொன்மையுள்ள சில சமூகங்களில், தனிமனித உணர்வுகளுக்கு மட்டுமில்லை, அவர்களின் நினைவுகளுக்கும்கூடச் சுதந்திரமில்லாத ரண வெக்கையைப் பண்பாட்டுத் தணிக்கைக்குள்ளே சரணடைய மறுத்துப் பச்சைவெட்டுக் குருதியுடன் கவிமொழியில் அப்படியப்படியே நிர்வாணப்படுத்தினார். இப்படிச் செய்தாலும், இதிலிருந்து திமிறிய புதிய செல்வழியிலும், இதைவிடக் கூடுதல் முள்களே மனிதர்களை மார்பிலும் முதுகிலும் குத்தக் கண்டு, பருந்தால் குதறப்பட்டுக் குற்றுயிரும் குலையுயிருமாய்க் கூட்டுக்கு ஓடிவரும் குஞ்சுப்பறவைபோலே, பழகிவிட்ட பாதுகாப்பின் கதகதப்புக்கு ஏங்கிப் பூஞ்சைப்பட்ட மனத்துடன் தி.ஜா. வீடு நாடி விரைகிறார். ஆத்மாவைத் தின்றழிக்கும் இவ்வைரஸ் கிருமிகள் வெளியில் திரியும்வரையில், வீட்டுக்குள்ளேயே தி.ஜா.வும் இளைப்பாறுவார். இதன் பொருள், எப்போதும் இச்சுவர்களுக்குள்ளேயே அவர் முடங்கி விடுவார் என்பதன்று. எது மகிழ்ச்சியானது என்பதும், எது பாதுகாப்பானது என்பதும் ஏன் எப்போதும் வேறுபட வேண்டும்? பாதுகாப்பானதுதானே மகிழ்ச்சியானதாகவும் இருக்கவேண்டும்? மகிழ்ச்சிக்காகப் பாதுகாப்பை உதறிவிட்டு வெளியே செல்வதாயிருந்தால், அந்த மகிழ்ச்சி உண்மையிலேயே பரிபூரண மகிழ்ச்சியாக இருந்தாக வேண்டுமே. அப்படி இல்லாமல் அதுவும் இன்னோர் ஏமாற்றுதான் என்கிறபோது, எதற்குக் குடும்பச் சிறையை உடைப்பதென்கிறாள் அம்மணி. இது ஒரு பிரச்சனை என்றால், எவர் மனமும் நோகாதவாறு ஒரு முழுமையான மகிழ்ச்சியை நுகர முடியுமா எனப் பார்க்கிறாள் பாலி. வீட்டுக்குள்ளே – குடும்பத்திற்குள்ளே மகிழ்ச்சிக்குச் சாத்தியமேயில்லை என்கிறபோது, அமிர்தம் என்ன செய்கிறாள்? பிறந்த ஊரைவிட்டே கல்வியை மட்டும் நம்பித் தனியே கிளம்பிவிடுகிறாளே! நம் மனசாட்சிக்குத்தானே நாம் ஒவ்வொருவரும் பதில் சொல்லிக்

கொண்டிருக்கிறோம். மனசாட்சியாவது மண்ணாங்கட்டியாவது என்று யமுனா முடிவெடுத்திருந்தால், அவள் ஏன் பாபுவைத் தேடிவரவேண்டும்? பாதுகாப்பான மகிழ்ச்சியைத் தேடியே யமுனா வருகிறாள் என்பதுதான், ஒரே பதில் அதற்கு. அடிமைத்தனம் உச்சமடைகிறபோது மானுட மனம் சுதந்திரத்தை நுகரத் துடிதுடிக்கிறது. அந்தச் சுதந்திரம் நிச்சயமில்லாதபோது அது ஒடுங்குதலிலேயே தன் நியாயத்தை உறுதி செய்துகொள்கிறது. கால்நூற்றாண்டு காத்திருந்து ருக்கு அனந்தசாமியிடம் அடைவதென்ன? துறவில்லறம்! காசிக்கு அலங்காரத்தம்மாள் போவது தண்டனையா, இல்லை விடுதலையா? இரண்டும்தான் என்றே தி.ஜா. பதில் சொல்லக்கூடும். சட்டநாதனிடம் கோபித்துக்கொண்டா, குஞ்சம்மாள் பட்டணம் போகிறாள்? கேடுகெட்ட இந்த வாழ்க்கையைத்தானே அவமதிக்கிறாள் அவள்! செங்கம்மா ஒருத்தியாவது ஜெயித்திருக்கக் கூடாதா? கரும்பைப் பார்ப்பதுபோல் எல்லாப் பயலும் ஏன் என்னை இப்படி வெறிக்கிறான் என்ற வேதனையை அவளால்தான் பாவம் என்ன செய்துவிட முடிகிறது? அம்மணிதான் மீறியவள்; அவளும் மரப்பசுவாகிவிடுகிறாள்! பங்கஜம் தப்பித்துக்கொள்கிறாள். தப்பித்தலைத் தவிர வாழவா முடியும் மனிதர்கள்? தப்பிக்கவும் முடியாதவளாய்த் தண்டனைக்குள்ளாகிறாள் பட்டு. நடேசனும் பாபுவும் ராஜாவும் அனந்தசாமியும் அப்புவும் மட்டும் வாழ்ந்துவிட்டார்களா என்ன என்பது வேறு கேள்வி. அவர்களுக்கு உள்ளுலகம் இல்லாதொழிந்தாலும் வெளியுலகமாவது இருக்கத்தானே செய்கிறது? பூவராகனும் சட்டநாதனும் ப்ரூஸும் காமேச்வரனும் செல்லப்பாவும் ஒரு பாவனை உலகிலாவது கொஞ்சம் கொஞ்சம் லயித்துவிட்டவர்களாகிறார்கள். அந்தத் தப்பித்தலின் பாவனை மகிழ்ச்சிகூடத் தி.ஜா.வின் பெண்களுக்குக் கிடைப்பதாயில்லை. ஆண் பெண் உறவு இயல்பாக அனுமதிக்கப்படும் ஒரு புதிய சமுதாயம் மலரும் வரையில் அலங்காரங்களும் அனுசூயாக்களும் குஞ்சம்மாள்களும் அம்மணிகளும் பட்டுக்களும் மட்டுமில்லை; அமிர்தம் யமுனா ருக்கு இந்து பங்கஜங்களுக்கும்கூட இதே மூச்சுத்திணறல்தான் போலும்! இம்மூச்சுத்திணறலையே தம் சிறுகதைகளிலும் நாவல்களிலும் மொழிவழிப் பிடிக்க முனைந்தவராகத் தி.ஜா.வை அர்த்தப்படுத்தலாம்.

இன்னொன்றையும் இங்கே சொல்லிவிட வேண்டும். கவிதைகளில் ஒரு பாரதியாரையும் கட்டுரைகளில் ஒரு பாரதியாரையும் நிறையப் பேர் கண்டுபிடித்துக்கொண்டிருப்பதைப் போலவே, தி.ஜா.வின் சிறுகதைகளையும் நாவல்களையும் சிலர் வேறுபடுத்தி அளவிடுகிறார்கள். இது செல்லுபடியாகத்தக்க ஒரு நிலைப்பாடன்று. தம் சிறுகதைகளின் நீட்சியாகவே, தமது நாவல்களைத் தி.ஜா. எழுதினார் என்பதும், மேலதிகமாகப் புரிந்துகொள்ளப்பட வேண்டிய ஓர் உண்மையாகும். இது பற்றித் தனிக்கட்டுரைதான் எழுதவேண்டும். இங்கு நான் சொல்ல வருவது என்ன? ரத்தினச்சுருக்கமாகத் தீட்டப்பட்ட சில சிறுகதைகளிலிருந்து உந்துதலுற்று, அவற்றின் அகத்தூண்டுதலாலேயே அக்னிக்குஞ்சைப் பெரிதாக ஊதித் தி.ஜா. நாவலாக்குகிறார் என்கிறேன். அதாவது, ஒரே பிரச்சினையின் பல்வேறு மாறுபட்ட கோணங்களையும், நெடுங்கால இடைவெளி கொடுத்து, மனதிலே நன்றாக ஊறவிட்டு அசைபோட்டுப் பின் நிதானமாகக் கையும் காலும் கண்ணும் மூக்கும் வைத்துத் தி.ஜா. நாவல்களாக்குகிறார். இது

முன்கூட்டியே திட்டமிடப்பட்ட முன்னகர்வுகளின் தொடர்புறுத்தல் என்பதில்லை; அழித்தழித்தெழுதிச் செல்லும் உணர்வுநிலைகளின் வகைவகையாய் விரியும் நீட்சி அல்லது பல்கோணத் திருப்புதல் அல்லது வலித்திழுப்பின் முடிச்சிறுகல் அல்லது அறுந்துநெகிழலின் விளைவாகவே இதைத் தி.ஜா. சாதித்தார் எனலாம். இதன் சிறப்பான ஒரு படைப்புச் சாதனையாக, மலர்மஞ்சம் நாவலைக் குறிப்பிடலாம்.

மலர் மஞ்சம் – ஜலத்தில் கட்டிய வீடு

தனிப்பட்ட முறையில், எனக்கு மிகப்பிடித்த தி.ஜா.வின் நாவல் இதுதான். இதற்குப் பகிர விரும்பாத அந்தரங்கக் காரணம் எனக்குண்டு. அது இக்கட்டுரைக்குத் தொடர்பற்றது என்பதால், அதை இங்குத் தவிர்க்கிறேன். தி.ஜா. படைத்த மிக வலுவான ஆண் என்று இதில் வரும் ராமையாவை இனங்காணலாம். மிக வலுவான ஒரு பெண்ணாகப் பாலியையும் உணரலாம். இவர்கள் மட்டுமில்லை; இந்த நாவலில் வரும் தங்கராஜன், ராஜா, வக்கீல், பெரியசாமி, செல்லம், நாயக்கர், அவர் மகன், முதலியார் என அனைவருமே, ஒரு காவியச் சாயலுடன் நம் புந்தியுள் புகுந்து தொந்தரவு செய்வோராயுள்ளனர். ‘மலர் மஞ்சம்’ நாவலின் முன்வரைவைத் தூரப்பிரயாணம், தீர்மானம் ஆகிய சிறுகதைகளில் புகைமூட்டமாகக் காண்கிறோம். இந்த முன்வரைவு என்பது, புள்ளி புள்ளியாக இழைக்கப்பட்டுத் தூல வடிவம் மட்டும் கொள்வதில்லை. ஒன்றனுள் ஒன்றாகப் புள்ளிகள் மயங்கியும் உருவிழந்தும் சூக்குமத் தீற்றலாக மனக்கோலமும் கொண்டுவிடுகின்றன. இவ்வாறு தூலம் சூக்குமமாகும்போது, பழைய முன்வரைவின் சூக்குமம் இப்போது தூலமாகிவிடுவதும் நம் கவன ஈர்ப்புக்குரியதாகும். தூரப்பிரயாணம் பாலியும், மலர் மஞ்சம் பாலியும் ஒரு சாயலின் இரட்டைப் பிறவிகளே. சிறுகதையில் வரும் பாலிக்குத் திருமணமாகிவிட்டது. நாவலில் வரும் பாலிக்குப் பிறந்த அந்தக் கணத்திலேயே மணமகன் நிச்சயிக்கப்பட்டு விட்டான். மண உறவுக்கு வெளியே ரங்குவோடு முதல் பாலிக்குத் தொடர்பிருக்கிறது. பிறந்த முதல் நாளிலிருந்தே தங்கராஜனின் மனைவியாக வளரும் இரண்டாம் பாலிக்குத் தனக்குத் தெரியாமலேயே தன் மனத்துக்குள் ராஜா எப்படி வந்து புகுந்தான் என்ற திகைப்பிருக்கிறது. பன்னிரண்டாண்டு இந்த மீறலுறவு நீடித்தாலும், சட்டென ஒரே நாளில், ஒரு மண்டலம் மாரியம்மனுக்கு நேர்ந்துகொண்ட 48 நாள் அடிப்பிரதட்சணத்தைக் காரணமாக்கி, “அப்புறம் என் இஷ்டம். என் மனசு சொல்றபடிதான் … இனிமே மெட்ராஸ் வரவேண்டாம்” என்று ரங்குவை விரட்டியடிக்கிறாள் முதல் பாலி.

தஞ்சைப் பெரிய கோவிலின் முன்னிரவு இருட்டிலும் கண்களைக் கூர்ப்பாக்கித் தேடினால் காணமுடிகின்ற கோபுரத்தைச் செல்லம் சுட்டிக்காட்டக் கண்டு, “எங்குப் பார்த்தாலும் வெளிச்சமாக இருந்தால், நிஜமான வெளிச்சம், இருக்கிற கண்ணுக்குத் தெரிய மாட்டேன் என்கிறது. இருள் வந்துவிட்டால், அந்த வெளிச்சம் பளீர் என்று தெரிகிறது. எனக்குத் தெரிந்துவிட்டது” எனக் கோபுரமாய் ஓங்கியிருக்கும் தந்தையின் வாக்கு எனும் பிருமாண்டத்தின் முன் தன் சுயமழித்துத் தங்கராஜனை மணக்கத்

தன்னை ஒப்புக்கொடுத்துவிடுகிறாள், இரண்டாம் பாலி. வாங்கிவைத்த இரண்டு ஆழாக்குப் பாலில் ரங்கு சுற்றிச் சுற்றி வருவதுபோல் இருக்கிறது, சர்மாவின் மனைவி பாலிக்கு. "மஞ்சத்திலே பக்கத்திலே படுத்திருப்பான் உன் மாப்பிள்ளை (தங்கராஜன்). மனசிலே அந்தப் புள்ளையும் (ராஜா) வந்து வந்து போகுமில்ல? அதுதானே எங்கேயும் நடக்குது!" என்கிறார், காசிக்கு ஓடிச் சாமியாராகித் தன் சாவுக்காகக் கங்கைக்கரையில் காத்திருக்கும் கோணவாய் நாயக்கர். இந்தப் பின்பகுதியை எழுதுவதில்தான், தி.ஜா. என்ற நம் கலைஞனின் மேதைமை துலங்குகிறதெனலாம். இதைத் தி.ஜா. வைத் தவிரத் துணிச்சலுடன் வேறு எவரால் தமிழில் எழுதிவிட முடியும்?

எந்த உறவும் எந்த மீறலும், திடீரென நாம் உறுதியாக நின்று, ஒரு முடிவெடுத்துவிட்டோம் என்றால், அத்தோடு அந்தச் சனியன் தொலைந்துவிடுகிறதா என்ன? காலைச் சுற்றிய பாம்பாக, அது மனத்தின் நிழலாகிவிடுகிறதே என்கிறார். முதல் பாலியும் சரி, இரண்டாம் பாலியும் சரி, தாம் கழற்றிவிட்ட அந்த உறவை உடலால் தொடரப் போவதில்லை என்பது எவ்வளவு நிச்சயமோ, அதே அளவுக்குத் தத்தம் ஆழ்மனத்தில் ஓயாத நினைவலைகளால் வேட்டையாடப்படப் போவதும் உறுதிதானே! இந்த complex paradoxயைக் கையாள்வதில், தி.ஜா.வுக்குத் தமிழில் வேறு யாரையும் நிகராகச் சொல்லவே முடியாது. இது மலர் மஞ்சத்தில் அவ்வளவு அழுத்தமான ஒரு கலை வெற்றியாகப் பதிவாகியுள்ளது. தூரப் பிரயாணத்திலும் மலர் மஞ்சத்திலும் வரும் பாலிகளிடம் ஓர் ஒத்த சாயலுள்ளதும் வெளிப்படையாகும். "சில சமயம், அவளுடைய மனத்தின் ஆழம், அவளுக்கே தெரியாது!" எனச் சர்மாவின் பாலியை ரங்கு வியக்கிறான். இதேபோல்தான், 'என் மனத்தில் ராஜா இருப்பதைச் செல்லம் எப்படிக் கண்டுபிடித்தாள்?' என்றும், 'என்னைப் பற்றி அடி மனசுவரை தெரிஞ்சி, உனக்கு என்ன ஆகணும்?' என்றும், 'ஒரு ரகசியம் – எனக்கே தெரியக்கூடாத ரகசியம், எதற்கு இவ்வளவு அம்பலத்திற்கு வர வேண்டும்?' என்றும் ராமையாவின் மகள் பாலியும் திகைக்கிறாள். "அளந்து அளந்து உனக்கு இந்த அர்த்தம், உன் அத்தைக்கு இந்த அர்த்தம், உங்களுக்கு இந்த அர்த்தம் என்று ஒரே வார்த்தையில் நான்கு அர்த்தம் தெரிவித்த பேச்சு, ஆளுக்கு ஒருவகையான புன்முறுவல்" எனப் பாலியைப் புகழ்கிறான் ரங்கு. மலர் மஞ்சத்திலோ, "நீ அத்தனை பேருக்கும் தனித்தனியா ஒரு சிரிப்புச் சிரிச்சிருந்தா, வாயைத் திறந்திருக்க மாட்டாங்க" என்கிறான் தங்கராஜன். "பாலியின் அறிவும் அழகும் ஊர்ப் பெரியவர்களையெல்லாம் மயக்கின. வயதுக்குச் சற்று அதிகமான புத்தியை அகாலங்களிலும் வேண்டாத இடங்களிலும் காட்டும் குழந்தையைக் கண்டு, யாரும் ஆசைப்படத்தான் செய்வார்கள்" என்கிறார் ராமையா. இப்படி இந்தப் பாலிகளிடம் ஒட்டியுள்ள சாயலைத் தொட்டுக் காட்டுவதன்றி, மேன்மேலும் விளக்கிக்கொண்டிருக்கத் தேவையில்லை. ஆனால், சர்மா – பாலி – ரங்கு என்ற முக்கோணத்தைவிடத் தங்கராஜன் – பாலி – ராஜா என்ற முக்கோணம், இன்னும் அடர்த்தியும் ஆழமும் கொண்டதாகப் புனையப்பட்டுள்ளது. இம்மூவருக்குமே, அவரவரைப் பற்றி அவரவரும் புரிந்துகொள்ளச் செல்லம் என்ற இளம் விதவையின் உதவி தேவைப்படுவதாகத் தி.ஜா. கதை பின்னியுள்ளார். இனியதை விரிவாகக் காண முனைவோம். அதற்குமுன், ராமையாவின் 'மர்மத்தைப் பேதிக்கும் புலம்பலை'ப் புரிந்துகொள்வதும் அவசியமாகும்.

காமாட்சி, கங்கா, பங்கஜம், அகிலாண்டம் எனப் பத்து வருடத்துக்குள் நான்கு பெண்களை மணந்து அனைவரையுமே சாவுக்குப் பலிதருகிறார் ராமையா. இருபது ஏக்கர் நஞ்சையும் மூன்று ஏக்கர் புஞ்சையும் வீடும் தோப்பும் கொல்லைகளுமாகச் செழிப்பானவர். சொத்துகள் மட்டுமில்லை; ஆளும் நல்ல சிவப்பென்பதால் கல்யாணச் சந்தையிலும் அவருக்குக் கிராக்கியிருக்கிறது. வைதீச்வரன் பக்தர். வைதீச்வரன் என்ற பெயரில் யாரோ தன் கூடவே வாழ்வதாக எண்ணுபவர். வயலுக்குப் போகும்போதும், பல் துலக்கும்போதும், மனைவிகளுடன் தாம் படுத்துக்கொண்டிருக்கும்போதும் தமக்குள்ளேயே காற்றைப்போலக் கற்பனையைப்போல வைதீச்வரனும் கூடவே இருப்பதாக நினைத்துக்கொள்ளும் பழக்கமுடையவர். என்ன பயன்? இப்படிக் கேட்பவரில்லை ராமையா. நன்றிகெட்டவர்களுக்கு மேலே மேலே நல்லது செய்வதைத் தவிர, வேறு என்ன செய்ய முடியும்? எனச் சாவிற்குப் பின் பதினைந்தாம் நாளே பூஜையைத் தொடங்கிவிடுபவர். நெஞ்சிலேயே சாகப்பிறந்த ஆசையென்றாலும், சந்தனக் காப்பு இட்ட மாதிரி வெண்ணையாய்ப் பளபளக்கும் இந்தச் சேப்பழகனின் தேகத்திற்கு ஏங்காதார், ஊரில் யார்? இப்படிப்பட்ட நல்லவர் வாழ்வில், எப்போதுமே சம்பந்தமில்லாத நேரங்களில் சம்பந்தமில்லாத விஷயங்களே நடக்கின்றன. ஓசைக்கு மருளும் குருவிபோல், உற்றுக் கேட்டாலொழியக் கேளாதவாறு, படபடக்கிறது அவரின் இதயம். அதில், ஒரே ஓர் ஆறுதல்தான். அவரையே உரித்து வைத்திருக்கும், 'விளக்கு மாதிரி ஒரு மகள்' பிறந்திருக்கிறாள். "கண்ணை மூடிக்கிட்டு மாவிளக்குமா உருட்டி வச்சாப்பல கிடக்கு" என்றும், "தலையிலே எத்தனை முடி பார்த்தீங்களா? இப்பவே ஒரு சீசாத்தைலம் வேணும் போலிருக்கு" என்றும் குழந்தை பாலி வர்ணிக்கப்படுகிறாள். அக்குழந்தைக்குப் பெயர்கூடப் பெற்றோரால் சூட்டப்படுவதில்லை. "நீங்க எப்படியாவது கூப்பிடுங்க; நான் பாலாம்பான்னுதான் கூப்பிடப்போகிறேன் அவளை. நான்தான் பாலாம்பாளுக்கு நாலு ரூவா மஞ்சத் துணியில முடிஞ்சு வச்சேன்" எனப் பாலிக்குப் பெயர் வைக்கிறாள், அடுத்த வீட்டு ஜகது! அவள்தான் ராமையாவைப் பாலி உரித்து வைத்திருப்பதாகவும் ஜாடை காட்டுகிறாள். "நீயே அந்தப் பாலாம்பா, வைதீச்வரன் கோயில்லேர்ந்து புறப்பட்டு வந்தாப்போலத்தான் இருக்கே" என்றும்; "யாரிடமும் காட்டாத மரியாதை அவளிடம் காண்பிக்க வேண்டும் என்று தோன்றும். ஒரு காரணம், ஜகதுவின் முகத்தோற்றம்தான். தஞ்சாவூர்ப் படங்களில் வருகிற சீதை யசோதை கஜலட்சுமி இந்த மாதிரி ஒரு முகம் அது" என்றும் ராமையா சொல்ல நினைத்தாலும், ஏனோ அதை அவரால் சொல்லவே முடிவதில்லை.

பிரசவத்தில் அகிலாண்டம் சாகக் கிடக்கையில், தன் பழைய வாழ்க்கையின் நினைவுகள், வேகவேகமாக ராமையாவுக்குள் ஓடுகின்றன. முதல் மனைவி காமாட்சி செத்தபோது, பேய் பிடித்தாற்போல் ஜகது தவியாய்த் தவித்ததும், ஆறு மாதங்கள் வரையில் அவள் தலைவாரிக் கொள்ளாததும் அவர் மனதை அறுக்கின்றன. "இந்தச் சுப்ரமண்யன், எவ்வளவு கொடுத்து வைத்தவன்! ஜகதுவைக் கல்யாணம் செய்து கொண்டவன், தெய்வத்தைக்கூடச் சட்டை செய்ய வேண்டியதில்லை. அதன் தயவுக்குக் காத்துநிற்க வேண்டியதில்லை" என்கிறார் ராமையா. இதுதான் தி.ஜா. போடும் புனைவுச் சுருக்கு. ஒருவேளை ராமையா – ஜகது இணைந்திருந்தால்? இந்த ஆல், தி.ஜா.வின் எல்லாப் படைப்புகளிலும்

சூறாவளியாய்ச் சுழன்று சுழன்றடிக்கிறது. தி.ஜா. புனைந்த முதன்மை மாந்தர்களில், ஒரேஒரு பொருத்தமான இணையைக்கூடத் (செம்பருத்தியின் சட்டநாதன் – புவனா உறவுகூட மீறல் நினைவில்லாத ஓர் உறவுதானே தவிரக் காதலின் சம்பூரணமான நிறைவன்று!), தி.ஜா.வின் எந்த நாவலிலுமே காண்பதற்கில்லை! சில நேரங்களில் சில சொற்கள், எப்படியோ (*slip of the tongue*) தவறி விழுந்துவிடுகின்றன. ஆழ்மனத்தின் நினைவிலிப் புதைவிலிருந்து முளைப்பவையாக இவற்றை ஃப்ராய்டு வகுக்கிறார். "பொண்ணா!" என்று இழுக்கிறார் ராமையா. இந்த இழுப்பு, அதன் ஓர் உடனடி எதிர்வினையை இழுத்து வருகிறது. "பொண்ணான்னு இழுத்தாப்பல இருக்கே... பொண்ணாயிருந்தா என்ன? நம்ம சொர்ணக்கா மகனுக்குக் கொடுத்துடறது" என்கிறாள் அகிலாண்டம். ராமையா மட்டும் இழுக்காதிருந்திருந்தால்? மறுபடியும் ஓர் ஆல்! இந்த ஆலே, இக்கதையின் நடுநாயகமாகிறது. பாதத்தின் பின்னெலும்பை எடுத்துக்காட்டுகிற ஒரு பின்னல் கொலுசுக்காரி, வாழைத்தண்டின் உட்குருத்துப்போன்ற ஒரு மெல்லிய உடலாள் என்று ராமையாவால் அகிலாண்டம் ரசிக்கப்படுகிறாள். குறுக்கே ஆறுபோல நின்ற வயது வித்தியாசத்தை ஒரு பார்வையால், ஒரு நாணச் சிவப்பால் கடந்துவிட்ட (அசாத்திய அழகியான) அகிலாண்டத்தின் பேச்சைக் கேட்காது இருப்பதெப்படி? "சொர்ணக்கா மகனுக்குத்தானே! செஞ்சிடறது" என்கிறார் ராமையா. "பொறந்த பூச்சி, இன்னும் கண்ணே திறக்கலே. அதுக்குள்ளியும், கலியாணமே நிச்சயம் பண்ணீட்டியே" என்கிறாள் வடிவக்கா. இந்த முதல் நாள் பால்ய விவாக நிச்சயம்தான், இந்நாவலின் மையவிசை.

யாரைப் பற்றி யார் யாருக்கு வாக்குக் கொடுப்பது? நம்மைப் பற்றியே நாம் வாக்குக் கொடுப்பதற்கு இல்லை என்னும்போது, ஒரு குழந்தை பூமியில் விழுந்த மறுநொடியே அதன் கல்யாணத்திற்காகத் தந்தை எவ்வாறு வாக்களிக்க இயலும்? இதென்ன புதுசா? இப்படித்தானே இங்கே, காலங்காலமாகப் பெற்றோராலும் பெரியோராலும் கல்யாணங்கள் நிச்சயிக்கப்படுகின்றன, இதில் என்ன ஓர் ஆச்சரியம் என்கிறாரோ தி.ஜா! "கல்யாணம் பண்ணிக்கறதையே ஒரு மனுஷன் தொழிலா வச்சுக்கமுடியுமா?" எனப் புத்தியோடு கேட்டாலும், மண்வெட்டியால் தரிசாய்க் கிடக்கும் மீனாட்சிக் கொல்லையைக் கொத்திக் கொத்தி மனசைக் கட்டியமுக்கத் திட்டமிட்டாலும், அவர் தம் உயிரை வைத்திருப்பது இந்த ஒரு சொல்லைக் காப்பாற்றத்தான் என்ற எல்லைக்கோட்டு நிலைக்கு ராமையா நகர்வதேன்? "இத்தனை துக்கிரியா நீ? இப்படித் தெய்வம் தண்டிக்கும்படியா, அத்தனை பாவம் செய்தவனா?" என்ற ஊராரின் இடித்துக் காட்டலிலிருந்து, மீளத்தான் போலும்! ஊருக்கெல்லாம் ஜாதகம் கணிப்பவர், தன் மகளுக்கு மட்டும் ஜாதகம் கணிக்க மறுக்கிறார். தன் குரு மஞ்சக்குடி வேலய்யாவே வந்து பாலியைப் பெண் கேட்கும்போதும், "ஆண்டவன் என்ன நினைச்சாலும் சரி, இதிலே என் இஷ்டம்தான் நடக்கப் போகுது" என்கிறார். அப்படியும் விடாது வேலய்யா வற்புறுத்தவே, அவர் மகன் ஜாதகத்தைக் கையிலிருந்து பிடுங்கிச் சுக்குநூறாகக் கிழித்தெறிவதுடன், அவரைப் பிடித்துக் குளத்திலும் தள்ளிவிடுகிறார். "எனக்கு ஒருத்தர் மேலயும் கோபம் இல்லே. சாமி மேலதான் கோபம்' என்கிறார் வேலய்யா. கொள்ளி போடும் ஒரு பிள்ளை வாரிசுக்காகத் தத்தெடுக்கச் சொல்கிறான் வையன்னா. பெண்ணின்பத்தைக்கூட ஏமாற்றி

வாங்கும் அற்பன் அவன். “ஏண்டா, அப்படியெல்லாமா அசைச்சிட முடியும்னு பாக்கறே? என்னையா! என்னையா! பாக்கறியா?” எனக் கறுவுகிறார் ராமையா. “நீ வையன்னா மாதிரி வா. வேலய்யா மாதிரி வா. இது உனக்குக் கொடுத்த சொல்லில்லே. அகிலாண்டத்துக்குக் கொடுத்த சொல்லு” எனச் சந்நிதியில் நின்று, சாமிக்கே சவால் விடுகிறார் ராமையா.

தனபாக்கியத்திற்கு ஆதரவாகவும் வையன்னாவுக்கு எதிராகவும் கோர்ட் கூண்டிலேறிச் சத்தியத்தைச் சொன்னதற்காக, ராமையாவின் சொந்த உழைப்பால் உருவான மீனாட்சிக் கொல்லையை, ஒரே ஒரு நாள் இரவில், வையன்னா துவம்சம் செய்துவிடுகிறான். நூறு எருமைக் கடாக்கள் புகுந்து மிதித்தது போலிருக்கும் மீனாட்சிக் கொல்லையின் சிதைவைச் செகாவின் கதையில் வரும் செர்ரித் தோட்டத்தின் நாசத்தோடு ஒப்பிட்டுள்ளார் க.கைலாசபதி. ஆலையில்லா ஊரின் இலுப்பைப் பூவில்லை தி.ஜா. என்பதற்கான ஒரு கூரிய விமர்சன மதிப்பீடாக, இதைக் கவனங்கொள்ளலாம். இவ்வளவு முழுமையுடன் அழிப்பதற்கு மனிதனால்தான் முடியும் எனச் சிரிக்கும் ராமையா, “இவ்வளவு பலஹீனமான சோப்ளாங்கி மனதா ஒருவனுக்கிருக்கும்?” எனப் பேரழிவைக் கடந்தெழுந்து, ராஜங்காடே வேண்டாம் எனப் பூர்வீகத்தை உதறிவிட்டுத் தஞ்சாவூருக்கு குடிபெயர்ந்துவிடுகிறார். பின் கல்லூரிப் படிப்புக்காகத் தஞ்சையிலிருந்து சென்னைக்குப் பாலி பயணமாவதையும் கணக்கிற் கொண்டால், இதை நாம் ஒரு மேல்நிலையாக்கத்தின் சூசகக்குறிப்பாகவும் வாசிக்கலாம். இத்தகைய சூசகங்களைக் காவிய மரபை ஒட்டித் தம் எல்லாப் படைப்புகளிலும் தி.ஜா. கையாண்டுள்ளதால், அத்தகைய வாசிப்புக்கு இங்கும் இடமுளது. இந்நாவலில் சில கேள்விகளும் மௌனங்களும் இடைவெளிகளும் அப்படியப்படியேதாம் விடப்பட்டுள்ளன. சொர்ணத்தின் மகனுக்குத் தன் மகளைத் தரச்சொல்லிவிட்டுச் சாகுமளவிற்குச் சொர்ணத்துக்கும் அகிலத்துக்கும் அப்படி என்னதான் நட்பிருந்தது? ஜகதுவின் மகனுக்கு ஏன் கொடுக்கச் சொல்லவில்லை? தன் கணவனின் வைராக்கியத்தை நன்கறிந்திருந்தும், பிறந்த குழந்தைக்குச் சாகிற போக்கில் ஒரு கல்யாணத்தை ஏன் அகிலம் நிச்சயிக்கவேண்டும்? தன் அப்பாவையும் அம்மாவையும் ராமையா நினைப்பதாகக் குறிப்பே இல்லை. ராமையாவின் மனைவிகள் வீட்டுச் சொந்தமாக ஒருவரும் காட்டப்படுவதில்லை. நாலு நாள் ராமையாவும் பாலியும் ஜகது வீட்டில் தங்கும்போதும், அவள் குழந்தைகள் பற்றி ஒரு சிறுசொல்கூடப் பகிரப்படுவதில்லை. மாமியார் சொர்ணத்துக்கும் மருமகள் பாலிக்கும் சௌஜன்யமான ஓர் எளிய உரையாடல்கூட நாவலில் நிகழ்வதில்லை. கல்யாணம் பண்ணிக் கொடுத்துவிட்ட தம் மகளைப் பற்றிக் கோணவாய் நாயக்கர் பேசுவதேயில்லை. இவற்றையெல்லாம்விட ராஜாவின் பெற்றோர் யார், என்ன நேர்ந்தது அவர்களுக்கு என்பதற்கும் விளக்கமில்லை. இத்தகைய விவரங்களைச் சாதாரணமாகத் தி.ஜா. சொல்லாதிருப்பதில்லை. கிட்டன், கோவிந்து, நாகம்மா, காவேரி, பெரிய நாயகி, ரத்தினம், நளினி, சுப்பிரமணியனின் தாயார், வஜ்ரவேலு, தாடி அர்ச்சகர், ரெட்டிப்பாளையம் ரோஜாப்பூக்காரி, மோகன ராகத்தில் பாடும் பிச்சைக்காரி, கேதாரம் எனச் சிறு சிறு பாத்திரங்களுக்கும் உரிய முக்கியத்துவம் அளிக்கப்பட்டிருக்கும் ஒரு நாவலில், மேற்கண்ட விடுபாடுகளை யதேச்சையாகக் கொள்வதா

அல்லது தெரிந்தே இவை செய்யப்பட்டுள்ளனவா என்பதை வாசகர்களின் முடிவுக்கே விட்டுவிடுகிறேன்.

'நம்ம நாட்டுப் பழைய தத்துவமெல்லாம் உடம்பெடுத்து வந்தாற்போல் வாழ்ந்து காட்டும் மகான் ராமையா' கும்பிடும் அதே வைதீச்வரன் பெயரில்தான், அவரது கயமை மிக்க எதிரியும் இருக்கிறான். அப்படியெனில், அந்தத் தெய்வமே, மீண்டும் மீண்டும் ராமையாவைத் தேடிவந்து, முன்வினைப்பழி தீர்ப்பதாய்க் கருதலாமா? என்றும்கூடச் சில ஆஸ்திகர்கள் யோசிக்கலாம். நாஸ்திகர்கள், "அவன் எனக்கு இடைஞ்சல் பண்ணணும்னு நெனச்சா – நான் ஏன் அவனைப் பத்திக் கவலைப்படணும்? அட! அவனே படைச்சிருக்கட்டும்– கண்ணு கலங்கும்படியா அவனே பண்ணினானோ, எனக்குக் கெட்ட கோபம் வந்திரும்... பாத்திருவமே யார் கை ஓங்குதுன்னு" எனக் கடவுளைச் சீறும் நாயக்கரோடு சேர்ந்துகொள்ளலாம். அனைத்துத் தரப்புத் தர்க்க நியாயங்களையும் அவற்றின் எல்லைவரை இழுத்துப் பார்க்கும் பிரதியாய்த் தி.ஜா. மலர்மஞ்சத்தைப் புனைந்துள்ளதால்தான், அறுபதாண்டுகளுக்குப் பிறகும்கூட அது உயிர்ப்போடுள்ளது. தஞ்சைக்கு வந்தபின்தான் பாலி பள்ளிக்கூடத்தில் சேர்கிறாள். காபி குடிக்கத் தொடங்குகிறாள். நடனம் கற்கிறாள். கோணவாயரிடமும் வக்கீலிடமும் பாசத்தோடு பழகுகிறாள். இங்கேதான் ராஜாவைச் சந்திக்கிறாள். பின் இங்கிருந்துதான் சென்னைக்கும் போகிறாள். பட்டண வாழ்வைக் "கண்ணாடி வீட்டில் குடியிருப்பதுபோல் ஒரு வாழ்க்கை" எனப் பாலி நினைக்கும்போது, மேல்நிலையாக்கம் பற்றிய விழிப்பு, அவளறியாமலேயே அவளுக்குள்ளும் ஓடக் காண்கிறோம். ராஜங்காட்டிலிருந்து வெளியேறி விட்டால் தன் வாக்கை நிறைவேற்றுவதற்குச் சிக்கலிராது என்று ராமையா நினைத்ததற்கு மாறாகப் புறத்திலிருந்த எதிர்ப்பு, இப்போது அவரின் வீட்டுக்குள்ளேயும் வந்துவிடுகிறது. ராஜங்காட்டு முரட்டுத் தங்கராஜனைத் தஞ்சாவூர்த் துடுக்கு ராஜாவோடு ஒப்பிடும் தர்மசங்கடம் முதல் நாளிலேயே பாலியின் நெஞ்சேறி அமட்டுகிறது. ஆனால், ராஜங்காட்டில் அவள் எப்படியிருந்தாள்? அத்தை வடிவு கொடுப்பதை மறுப்பவள், சொர்ணக்காவைக் கண்டவுடன், ஒரே மூச்சில் ஒரு டம்ளர் விளக்கெண்ணெய் முழுவதையும் குடிக்கிறாள். "மாமியா சொல்லுக்குக் கூடவா நடக்காது?" எனக் கூறிச் சிரிக்கிறாள் வடிவு. இந்தச் சின்ன சமையலறை அனுபவம், ராமையாவை மட்டுமா, வாசகர்களையும் சேர்த்தே உலுக்குகிறது! "சும்மா நிக்காதே பாலி – நாலஞ்சு தடவை குதி" என்ற சொர்ணக்காவின் வேடிக்கைக்காகப் பல தடவை தாழ்வாரத்தில் ஏறியேறிக் கீழே குதிக்கிறாள் பாலி. வீடு கூட்டும் வெள்ளச்சி, "இக்கினியூண்டு வாண்டுக்குக் கூடல்ல தெரிஞ்சிருக்கு. மாமியா சொன்னா கேட்கிணும்னு" எனக் காவிப்பல் தெரியப் பிரமிக்கிறாள். ராஜங்காட்டிலிருந்து தஞ்சாவூருக்கு மாட்டுவண்டியில் வரும்போது, திடீர் சாலைக்குலுக்கலில் பாலிக்குத் தலையிடிக்கிறது. தன்னிடம் பாலியைக் கூப்பிடுகிறான் சின்னக் கண்ணு. "வாண்டாம். இப்படியே இருக்கேன்" என்கிறாள் பாலி. "மாமனாருல்ல?" என்கிறான் சுப்ரமண்யன். "அவரு மவன் வந்திருந்தா, வண்டியிலே வரமாட்ட போலிருக்கே" என்கிறாள் வடிவு. நெஞ்சு பூரிக்கிறார் ராமையா. இப்படிக் கட்டுண்டிருந்த பாலி, தஞ்சையில் ராஜாவைப் பார்த்த அந்த முதல் நாளிலேயே, தன்வசமிழந்து கட்டவிழ்ந்துவிடுகிறாள்.

ஆறுவயதுச் சிறுமிக்கும் பன்னிரண்டு வயதுப் பையனுக்குமான முதல் சந்திப்பே அதுதான். "இது யாரு கருப்பண்ணசாமி?... அட்டைக்கரி. கொழச்சுச் சாந்து இட்டுக்கலாம்போல... யாரு இது?" என்கிறான் ராஜா. "எங்க ஊர்லேர்ந்து வந்திருக்காரு" என்கிறாள் பாலி. தங்கராஜனுக்கு முகம் சுண்டுகிறது. மாடி விட்டுக் கீழே அவன் இறங்கிவிடுகிறான். "பாத்தியா? உன்னாலேதான் அவன் கீழே போய்விட்டான்" என்கிறாள் பாலி. "இப்ப வந்து போய்ட்டான்கிறியே. அப்ப மாத்திரம், அவர் இவர்ன்னியே" எனத் திருப்புகிறான் ராஜா. இந்தச் சிறிய உரையாடலுக்குள், சொல்லியும் சொல்லாமலும் எவ்வளவோ நுட்பங்களைத் தி.ஜா. கூட்டிவிட்டார்! தங்கம் கறுப்பு; ராஜா சிவப்பு. அவன் அமைதி; இவன் துறுதுறுப்பு. அவன் கிராமம்; இவன் நகரம். அவன் ஆழம்; இவன் நுட்பம். அவன் வன்மை; இவன் மென்மை. சங்கீதத்தைச் சட்டையே செய்யாதவன் அவன்; பாட்டையும் நடனத்தையும் ரசிப்பவன் இவன்; அப்பா மாப்பிள்ளையான அவன் கண்ணாடி; மகளின் காதலனான இவன் வைரம். ஏர் பிடிக்கும் வெள்ளாளன் அவன்; குறுக்கே டவாலி போட்ட பார்ப்பனன் இவன். அந்தாண்ட இருப்பவன் அவன்; இந்தாண்ட வந்துவிட்டவன் இவன்! இந்த வேறுபாடுகள் பாலிக்கு மட்டுமா புலப்படுகின்றன? நாயக்கர், வக்கீல், பெரியசாமி, செல்லம் என ராமையாவைத் தவிரப் பிறர் யாவருக்குமே தெரியத்தானே செய்கின்றன?

பாலி, தங்கராஜனின் கண்களையே பார்க்கிறாள். அவளுக்கு, 'நீர் மிதக்கும் கண்கள்' தெரிகின்றன. இரண்டு இடங்களில், இவ்வர்ணிப்பைப் பாலி செய்கிறாள். (இதே தலைப்பில், கவிதைத் தொகுப்பு வெளியிட்ட பெருமாள்முருகன், தி.ஜா.வுக்கு ராயல்டி கொடுக்கவேண்டும்!) ஆனால், ராஜாவுக்கு மட்டுமில்லை, தங்கராஜனுக்கும் ஏதோ தெரிந்துதானிருக்கிறது. "ராஜா தாத்தா உன்னைப் படிக்கணும்கறாரு. ராஜா என்ன சொல்றான்னு தெரிஞ்சுக்க வாணாமா?" என்கிறான் தங்கராஜன். "ராஜாவை எதற்குக் கேட்க வேண்டும்? ராஜாவுக்கும் இதற்கும் என்ன சம்பந்தம்?" இக்கேள்விகள் தளிர்விட்டு வளர்ந்து மரமாகக் காய்க்கின்றன, பாலியின் நெஞ்சில்! எனினும், செல்லத்தின் முரட்டுக் குறுக்கீடு நேரும்வரை, "எனக்குத்தான் பிறந்த அன்னிக்கே மாப்பிள்ளை வந்திட்டாரே!" என்றே பாலி திடப்படுகிறாள். கண்ணுக்குப் புலப்படாத நிழல், அப்போது அவள் மனத்துக்கும் அகப்படவில்லை! தங்கராஜனைப் பார்க்கும் சில சமயத்தில், மயிர்க்காம்பெல்லாம் பாலிக்கும் சிலிர்ப்பதுண்டு. ஆனால், ராஜாவைப் பார்க்கும்போது, கல்யாண முருங்கை பூத்தாற்போல் பாலியின் முகம் சிவப்பதைச் செல்லம் கண்டுபிடித்துவிடுகிறாள். அவளேதான், தங்கராஜனின் கடிதத்தைப் பாலி படிக்கும்போதும், "தேன் குடித்த நரி மாதிரியிருக்கே மூஞ்சி" என்கிறாள். "ரண்டும் ரண்டு தினுசு" என்கிறாள் பாலி.

பட்டுச்சால்வை போட்டுக்கொள்வதுபோல் அவ்வளவு உசந்தவன் தங்கம்; இருதயத்தில் தாமரை மொட்டுகளைப் போட்டு அடைக்கிறவன் ராஜா. உப்புக்காகிதம் தங்கம்; விரட்டினாலும் வெளிப்போகாதவன் ராஜா. "என் தாய் தந்தையிடமிருந்து மட்டும் விசாரிப்புகள் வந்தால், எனக்குப் போதவில்லை" என்கிறான் தங்கம்; "பாலி நான் செத்தாலும்

உன்னை மறந்திடமாட்டேன்” என்கிறான் ராஜா. “ரண்டு பேரும் இப்படி அங்கே உட்கார்ந்து இருக்காங்களோ ஒருசமயம்!... எங்கியாவது நடக்குமா அது? ரண்டு பேர், ஒருத்தி மனசிலே சேந்தாப்பல உட்கார முடியுமா?” எனச் செல்லத்திடம் அகந்திறக்கிறாள் பாலி. தன் நடனக்குருவான பெரியசாமியிடமும், “மாமா, நான் இப்ப இருக்கிறபடி பார்த்தா, எனக்கு ரண்டு பேர் புருஷர்களாக இருக்கமுடியும்” என, உண்மை பேசுகிறாள் பாலி. “இவனுக்கு நம் மேலே ஆசை ஜாஸ்தியா, அவனுக்கு ஜாஸ்தியான்னு உட்கார்ந்து அழுதுகிட்டிருந்தா காரியம் கெட்டுப்போயிடும்... ஒண்ணு முழுக் கட்டுப்பாட்டோட இருக்கணும். இல்லே கட்டெல்லாம் அறுத்து எறிஞ்சுபிட்டு இஷ்டப்படி இருக்கணும். நடுவாந்திரமா இருக்கிறதெல்லாம் சாத்தியமில்லே” என்கிறார் பெரியசாமி.

இதைப் பாலி அப்படியே ஏற்றுக்கொள்வதில்லை. “அப்படியா? நடுநெறியே கிடையாதா? அவர் சொன்னதில் சிறிது சூடுகூட இருந்தது... ஒருசமயம் – அவருக்கே பெரியசாமி என்று பெயர் – அவர் தாயார் காமகோடி பரதத்தில் பிரசித்தையாக இருந்தவள். அவருக்குத் தாயார் பெயர்தான் தெரியும். அந்த ஆத்திரமா?” என்றே, பாலி யோசிக்கிறாள்! இவ்வளவையும் தூண்டிவிட்டவள் செல்லம்தான். சிறுவயதிலேயே குறைப்பட்ட தன் வைதவ்யத்திலிருந்து பெற்ற விசாலமான அவளின் வாழ்வனுபவ ஞானம், பாலிக்கும் உதவுகிறது. “நாம் எல்லாம் வெள்ளத்திலே போகிற எறும்பு மாதிரி, வெள்ளம் அடிச்சிட்டே போறவங்க. ஆனாலும் தப்பிச்சுக்கணும்னு கையைக் காலை உதைச்சுக்கிட்டே இருக்கோம். நாம நினைச்ச மாதிரிப் போயிடலேயே தவிர, எங்கியாவது கரையிலே ஒதிங்கினப்புறம் பழைய இடத்தை நோக்கித் தரையிலியாவது போவோம்” எனத் தத்துவம் பேசுகிறான் தங்கம். “பாலி, நான் உனக்காகத் தெய்வங்களையெல்லாம் பிரார்த்திச்சிண்டேயிருக்கேன்... எது எப்படி நடக்கப் போறதோ?... ஆனா செத்து மடியற வரைக்கும் தனியா நின்னுக் காத்திண்டிருப்பேனே ஒழிய, இந்த மாதிரி மாத்து வழிக்கெல்லாம் படிஞ்சுட மாட்டேன்” எனக் காதலாய்க் கசிகிறான் ராஜா. “இந்த மாதிரி ஒருத்தன் பிரியம் வைக்கும்படியாயிருக்கிறதே ஒரு பெரிய பாக்கியம். உலகத்திலே இதையெல்லாம் அதிகமாகப் பார்க்கமுடியாது. வாய்க்குக் கொண்டு போறதுக்குள்ளே, கையைத் தட்டிவிடுகிறதோ, கைதவறிவிடறதோதான் அதிகம்” என்கிறாள் செல்லம். அவள் குறும்பைப் பொறுத்து, அவளிடம் பாலி மெய் பேசுகிறாள். “நீ சொன்னதுதான் சரி... மனசிலேர்ந்து அவனை அடிச்சு விரட்டணும்னுதான் பாக்கறேன், முடியலே... பத்து வருஷமா நான் பழகறேன். அவன் ஒருநாளைக்கு வராட்டா, சூன்யம் பிடிச்சாப்பலதான் ஆயிடுது... செல்லம், எனக்கே இப்பதான் புரியறாப்பல இருக்கு...” என்கிறாள் பாலி. இங்கே செல்லம், ஒரு கண்ணாடிபோலத்தான். கடற்கரையில் அமர்ந்து பாலாய்ப் பொழியும் ராஜாவின் ஆத்மார்த்தமே, பாலியின் நெஞ்சடைப்பைத் திறந்துவிடுகிறது. இதன் ஓர் ஊற்றுக்கண், தி.ஜா.வின் ‘தீர்மானம்’ சிறுகதையிலேயே இருக்கிறது.

திருமணத்தின்போது ராஜாவின் அப்பாவுக்குப் பதினெட்டு வயசு; அம்மாவுக்குப் பதினொரு வயசு. “என் குழந்தை பார்வதி மாதிரி பண்ணின தபஸ் வீணாப் போயிடலே மாமா. ஏழு வயசிலேந்து அப்படி ஒரு ஆசையை ஏத்தி வச்சிண்டு, எந்தத் தெய்வத்துக்கெல்லாம் பூஜை போட்டுதோ

அது?" எனச் சிறுமியின் பிரேமை பீடம் ஏற்றப்படுகிறது. இதிலிருந்து சிறிது வேறுபட்டுத் 'தீர்மானத்தில்', ஏழு வயசிலேயே திருமாங்கல்யம் கழுத்திலேறிவிட்ட ஒரு சிறுமியின் கதை கூறப்படுகிறது. தீர்மானத்தில் வரும் சிறுமி விசாலிக்குக் கல்யாணமாகி நான்கு வருஷமாகிறது. தந்தை வீட்டில்தான் இருக்கிறாள் குழந்தை. கணவன் அனுப்பித் தன்னைத் தேடிவரும் பெரிய மச்சினன், சிறிய மாமனார், பெரிய மாமனாரின் உறவுப் பெயர்களைக் கூறவும் வெட்கப்படுகின்றாள் விசாலி. "அவாள்ளாம் வந்திருக்கா" என்கிறாள். "குழந்தே... நீலகண்டன், இப்ப கையோடு உன்னை அழைச்சிண்டு வரச் சொன்னான்... என்ன சொல்றே?... கொண்டுவிடுன்னு கடுதாசி போட்டானாம். பதில் போடலியாமே உங்கப்பா?... கலியாணத்துலேதான் உங்கப்பா நன்னாச் செய்யலே... இளையாளா கொடுக்கிறதுக்கு இது போறும்னு நெனச்சிப்பிட்டார் போலிருக்கு. இளையாள்னா கிழவனா அவன்? வயசு இருபத்தாறுதானே ஆறது?... உங்கப்பா சாதாரண மரியாதைகூடக் காண்பிக்க மாட்டேங்கறாரே... 'வரயா இல்லையா'ன்னு கேளுங்கோ. வந்தா அழைச்சுண்டு வந்துடுங்கோன்னான்" என்கிறார் பெரிய மாமனார். "அதுக்கு என்ன தெரியும்? பச்சைக் குழந்தை அவ!" எனப் புகைகிறாள் அத்தை. ஆனால், "நான் போயிட்டு வரேன் அத்தை" எனக் குழந்தை கிளம்பிவிடுகிறது. "என்ன தீர்மானம் இதுக்கு? அவாதான் தம் மனுஷான்னு யார் சொல்லிக் கொடுத்தா இதுக்கு?" என்ற அவ்வியப்புதான், இங்குக் கதையாகிறது. "அறிவும் ஒழுக்கமும் யாண்டுணர்ந்தனள்கொல்!" எனச் செவிலித்தாய் நற்றிணையில் வியக்கிறாளே, அந்த வியப்பேதான் இத்தீர்மானமும். (தமிழ் மரபு அறியாதவரல்லர் தி.ஜா.!).

"உலகத் தாயைக் கண்ட மோனத்தில், அந்த உள்ளங்கள் ஒடுங்கிக் கிடந்தன" என்றெழுதுகிறார் தி.ஜா. இதே பிரமிப்பையே, தன் தாயின் காதலிலும் கண்டு, ராஜா மயர்கிறான். சூழலும் பல சம்பவங்களும் வேறுபட்டிருந்தாலும்கூடப் பத்துப் பதினோரு வயதுப் பெண் குழந்தைகளின் ஒரே க்ஷணத் தீர்மானமே இவ்விரண்டு கதையையும் இணைக்கும் முடிச்சாகும். இத்தகைய க்ஷணத் தீர்மானம்தான், ஆறு வயதுப் பாலியிடம் பன்னிரண்டு வயது ராஜாவுக்கு நேர்வதுமாகும். "நீ எங்க வீட்டுக்கு முதமுதல்லே வந்து இத்துனூண்டு பொண்ணா நின்னு ஆடின பாரு, அதுல இருந்து எனக்கு ஒன்னொன்னும் நினைவு இருக்கு. அந்தச் சின்ன வயசுல கல்யாணம் பண்ணனும்னு எண்ணமெல்லாம் வருமா என்று நீ நினைக்கலாம். வரும் வரும். எங்கம்மாவுக்கு அப்படித்தான் நடந்தது... ஒருதடவை அப்பாவைப் பார்த்ததுதானாம் அம்மா... ஆமாம் பாலி. எனக்கு அனுபவிக்க முடியறது... நானும் அதேபோலப் பன்னண்டு பதிமூணு வயசிலேர்ந்து தபஸ் பண்ணின்டிருக்கேன்" என்கிறான் ராஜா. "அப்பா! கேட்கற போதே கங்கையிலே குளிக்கறாப்போல இருக்கு. நீங்களும் எத்தனை அனுபவிச்சு அதைச் சொல்றீங்க" என்கிறாள் பாலி. இதுதான் தங்கராஜனைத் தாண்டிப் பாலிக்குள் ராஜா புகுந்து நிலைத்த இடம். இதன் நுண்மை ராமையாவுக்கும் புரிந்தேயிருக்கிறது.

இது நன்கு புரிவதால்தான் ராமையா, "எதுவும் கேட்டால்தான் கிடைக்கும். அவள் குழந்தை. ஒரு வார்த்தை சொன்னால்தான் நல்லது. நாங்கள் நிச்சயம் பண்ணி இருக்கிறதென்னவோ உண்மைதான். அதுக்காக, 'அதுங்கிட்டேயும்' மனசிலே இருக்கிறதைச் சொல்லத்தான் வேணும். இந்த

நாள் பெண்ணுங்க... அதுவும், நாலு எழுத்துப் படிக்கிறது. அப்படித்தான் இருக்கும்” என்கிறார் தங்கராஜனிடம். ஏன்? மிக விரிந்த மனத்துடன், “என்னைத் தவிர எல்லோரும் நல்லவர்களாகத்தானே இருக்கிறார்கள்!” என்றும் கண்டுகொள்கிறார். ஆனால், ராமையா வேறு ஓர் ஆள். “‘சத்தியமாகச் சொல்றேன்’ என்ற வார்த்தைகளை, எத்தனை பேர், எவ்வளவு சாதாரணமாகச் சொல்கிறார்கள்! சாப்பிடுகிறேன், வருகிறேன் என்றெல்லாம் சொல்வதுபோல எவ்வளவு அலட்சியமாக, எவ்வளவு கவலையில்லாமல் சொல்கிறார்கள்!” என்று வியப்பவர் அவர். அப்படியானவரும்கூடச் சாதாரண மனிதர் அகப்பட்டுக்கொள்ளும் இந்த நியாய அநியாயச் சிக்கலில் விழுந்துவிடுகிறாரே எனத் தி.ஜா. குமைகிறார். இது வையன்னா விஷயத்தில் மட்டுமா? பாலி விஷயத்திலும்தானே! “ட்யேயப்பா... அப்படி ஒரு புத்தி... அப்படி ஒரு அறிவு... உன் மக என் மகளாயிருந்தா, சீமைக்கு அனுப்பியிருப்பேன்... இந்த உலகத்தையே ஜெயிச்சுப்பிடுவாடா இவ” என்கிறார் நாயக்கர். சத்தியபாமாவாக, கிருஷ்ணனாக, நரகாசுரனாக வேடமிட்டாடும் பாலியைப் பார்த்து, “நம்ம குழந்தைன்னா!” என்று, முதலில் தாமே கண்டுபிடித்து விட்டதுபோல் கத்துகிறார். எத்தனை சுற்றி வளைத்தாலும், இந்த இடத்தை எதிர்கொண்டுதானாக வேண்டும். “சேச்சே! என்னடா ராமையா, இப்படி என்னத்தையோ செஞ்சிப்பிட்டு நிக்கிறானேன்னு எனக்குப் பகீர்னுது” என்கிறார் நாயக்கர். இதை முன்யூகித்துத்தான், பெரியசாமியின் மூலம் பாலிக்கு நடனம் சொல்லிவைக்கிறார் போலும் வக்கீல்!

“எதில் ருசியிருக்கிறதோ, அதற்கு (நம்) மனசு உயிர் உடல் சர்வத்தையும் அர்ப்பணம் செய்யவேண்டும்; அழகு சாதாரணமாகக் கிடைத்துவிடாது; முடிவான அழகு கிடையாது; அதுக்கு எல்லையே தெரியாது; உழைக்க உழைக்க அழகு பெருகிக்கொண்டேயிருக்கும்” என்கிறார் வக்கீல். “இந்தக் குழந்தைக்குச் சுற்றி இருப்பதை மறந்து ஒரு காரியத்தில் பிரவேசிக்கிற கூர்மையிருக்கும் என்று தோன்றுகிறது; அது போகிறபடி விடுங்கள்” என்கிறார். “இந்தக் குழந்தைக்குத் தாயார் இருந்தால், எவ்வளவு சந்தோஷமா யிருக்கும்? பகவான் ஒரு பித்துப் பிடித்த சில்பி. எதைச் செஞ்சாலும் கடைசியிலே ஒரு குறையை வச்சிருப்பான்” எனப் பிரச்சனையின் அடிமடியைப் பிடித்துவிடுகிறார் வக்கீல். “இதெல்லாம் அவ இஷ்டம். உம் இஷ்டமோ, என் இஷ்டமோ, அவன் இஷ்டமோ இல்லை, தெரிஞ்சுதா?” எனப் பாலியின் கல்வியைச் சாக்கிட்டு வக்கீல் கேட்பது, ராமையாவுக்கா தெரியாமலிருக்கும்? எனினும், வக்கீலின் சொல்லுக்குக் கட்டுப்பட்டுப் பாலி போகிறபடி விட்டுவிட ராமையாவால் எப்படி முடியும்? இது வேறெவரையும்விடப் பெரியசாமிக்கே அர்த்தமாகின்றது. “படிக்கிறது, ஆடறது, பேசறது, பாடறது ஒன்னுக்கும் கடசீலே பிரயோஜனம் கிடையாது. அந்தந்தக் காரியத்தைச் செய்யறதுதான் பிரயோஜனம். செய்யறதுதான் சந்தோஷம்... போய்ப் பத்துப் பேருக்கு நடுவிலே ஆடணுமா என்ன? வீட்டுக்குள்ர சாமி கதவைத் திறந்து வச்சிட்டுத் தனியா ஆடினாலே போதும். என்னைக் கேட்டா ஆடக்கூட வேண்டாம். ஆடறாப்பல நெனச்சிட்டிருந்தாலே போதும்” என்கிறார் பெரியசாமி. இதன் மறுதரப்பைச் செல்லம் பேசுகிறாள். என்றாலும், பெரியசாமி சொல்கிறபடிதான், எல்லாம் இறுதியில் நடக்கிறது.

பாலியின் நடனத்தைச் சமூகம் எவ்வாறு எதிர்கொள்கிறது? "தேவடியான்னு அதுக்குத்தானே இருக்காங்க – ஆனா, அவங்கள்ளாம்விட நல்லா ஆடுவியாமே…!" என்கிறாள் வேம்பம்மாள். பாலி கோயிலுக்குப் போகும்போது, "இதப் பார்றா, தேவிடியா போறா" என்கிறான் ஒரு பையன். "கூத்தாடிச்சி வந்து தங்கற வீடா, இந்த ஊரு? யாரைக் கேட்டுக்கிட்டு இப்படிச் சந்தியிலே ஆட வச்சையா?" என்கிறான் வையன்னா. பிறந்த நாள் முதலாய்ப் பிறரைப் புண்படுத்துவதையே கலையாய்ப் பயின்றிருக்கும் இவனை ராமையாவின் நேர்எதிர் மாதிரியாய்த் தி.ஜா. புனைந்துள்ளார். தி.ஜா. படைத்தவர்களிலேயே இவன் ஒருவனைத்தான் மிகக் கெட்டவனாகச் சொல்ல முடியும். இக்கயவனுக்கு வைத்தியநாதன் (அதன் சுருக்கம்தான் வையன்னா) எனச் சிவன் பெயர் சூட்டியிருக்கும் தி.ஜா.வைத்தான், சிலர் இந்துத்துவர் என்கிறார்கள்! ஆர்.பாலாம்பாள். "ஆர் என்றால்?" – கேட்கிறாள் ஆசிரியை அகல்யா. அவளுக்குத் தன் தாயின் பெயரை இனிஷியலாய்ப் போட்டுக்கொள்ளும் தேவதாசிக் குலத்தில் பிறந்தவளா பாலி என்பது தெரியவேண்டுமாம்! "யாருக்கும் எதுவும் பிடிக்காம இராது. ஆனா, கட்டிக்கப் போறவ செய்தா பிடிக்காது" எனப் பாலி பேசுகிறாள். இவையெல்லாம் ஒழியட்டும். பொம்பளை நடராஜாவாகப் பெரியசாமியால் புகழப்படும் பாலி, தன் நடனம் பற்றி என்ன நினைக்கிறாள்? அப்பெருஞ்சொத்திற்கு முன்னும், நடனமிட்ட சண்டியின் பாதத்தினின்று தெறிக்கும் குங்குமப்பொடிகளாய்த் தோற்றமளிக்கும் அகண்ட இயற்கையின் மௌனத்திற்கு முன்னும் ஆனந்தசொரூபியாகிறாள். "ஏன் பரம முட்டாளாய், மகா பாமரத்தியாய் இருந்துவிட்டாய்? இது என்ன பயம்? எந்தக் கஷ்டம் வந்தாலென்ன? ஞான சூனியம் படைத்த பொருளை, இப்போது நீ பார்க்கவில்லை?… ஏன் அற்பங்களின் பின்னால் ஓடினாய் நீ?… இந்தத் தங்கராஜன்கூட யார்? இந்த உங்க அப்பா யார்? எல்லாம் எத்தனையோ தூசிகளில் ஒன்றுதான்" என்ற தெளிவால்தான், இங்குப் பாலி ஆசுவாசப்படுகிறாள்.

நடனமே பாலிக்கு உயிர். ஆனால், "முடவன் உட்கார்ந்த இடத்திலே தீர்த்த யாத்திரை பண்றதுதான் பெரிசு" எனத் தன் நடனத்தின் மனச் சாதகத்தையே பாலி நியாயப்படுத்தும்போது, "லோகத்திலே இருக்கற மனுஷாள்ளாம் அப்படித்தான் காரியம் பண்ணிண்டிருக்கா … இவ இத்தனூண்டு பிஞ்சுப் பருவத்திலே இப்படி நூத்துக் கிழம் மாதிரிச் சொல்றதும் அந்த மாதிரிதான்" எனச் சொற்கத்தியால் குத்துகிறாள் செல்லம். அதாவது, ஆடுவதே நடனத்தின் இயல்பென்கிறாள். தந்தையைப் புரிந்துகொள்வதிலும், கணவனைத் தெரிவுசெய்வதிலும், மனப்போரை முடிவுக்குக் கொண்டுவருவதிலும் பாலிக்குச் செல்லமே துணையாகிறாள். இந்தச் செல்லம் நுட்பமானவள். பாலியின் ஆழ்மனத்தைத் தோண்டி, அங்கே ராஜாவைப் பார்த்துவிடுகிறாள். "என்னைப் பத்தி அடிமனசு வரைக்கும் தெரிஞ்சு, உனக்கு என்ன ஆகணும்? நீ யாரு அதெல்லாம் தெரிஞ்சுக்க?… நீ இனிமே இதைப் பத்திப் பேசாதே" எனக் கோபிக்கிறாள் பாலி. தன்னை ஒதுக்கிவிட்டுக் கடற்கரைக்கு ராஜாவோடு போய்வந்த அவளைக் கன்னத்திலறைகிறாள். ஆனால், அதற்கெல்லாம் செல்லம் அஞ்சுவதில்லை. ஆரம்பம் முதல், பாலிக்கு உதவவே செல்லம் துடிக்கிறாள்.

யாராலும் மறுக்கமுடியாத அடிப்படையான உண்மைகளைப் போட்டு உடைத்துக் கொண்டேயிருக்கிறாள். "நாம அநேகமா வருத்தத்தைச் சந்தோஷம்னு நெனச்சுக்கிறோம்; சந்தோஷத்தை வருத்தம்னு நினைச்சுக்கிறோம்" – இது அடிவாங்கும் முன் சொல்வது. "அறஞ்சாத்தான் என்ன? நான் திருப்பியடிக்கப் போறேனா? அந்த வழக்கமேதான் கிடையாதே" – இது அடிவாங்கிய பின் சொல்வது. இரண்டினுள்ளும், ஒரு பால்ய விதவையின் சோகமே ஒலிக்கிறது. "உண்மையை ஒப்புக்கறதுதான் கெட்டிக்காரத்தனம்" என்கிறாள் செல்லம். எது உண்மை? "மனுஷங்க எல்லாம் மிருகம் மாதிரி இருக்கணும். யாருக்கும் கட்டுப்பட்டிருக்கக் கூடாது. சோறு போடறது, வளக்கறது – இந்த மாதிரி எல்லாம் பெரியவங்க விலங்கு தயார் பண்ணி, நம்மைக் கட்டிப் போடறாங்க. விஷ ஆவி அடைச்ச அறை மாதிரி இந்த நன்றியிலே கிடந்து தவிக்கிறோம் நாம, இல்லையா?" எனக் கேட்கிறாள் பாலி. இப்படிக் கேட்டாலும், மிரட்டும் யதார்த்தம், அவளைக் கட்டுப்படுத்தவே செய்கிறது. தங்கராஜனா ராஜாவா என்ற கேள்விக்குப் பதில் சொல்லியே ஆகவேண்டிய நிலையில், இறுதியில் தங்கராஜனைப் பாலி ஏன் தேர்வு செய்கிறாள்?

ஹரிச்சந்திரக் கட்டத்தில் கோணவாயரிடம், "குழந்தை மனசுதான் திரும்பிடிச்சே" என்கிறார் ராமையா. "நீ திருப்பினே. இல்லாட்டித் திரும்பிருமா?" என்கிறார் கோணவாயர். நிலைகுலைந்து வெறிக்கும் ராமையாவிடம், "உன் மாதிரியே உலகம் எல்லாம் இருக்குமா?... சரி, அதுக்கு என்ன இப்ப? உன் மக இன்னும் ஆடிக்கிட்டிருக்கா?" எனக் கேட்கிறார். "வேளை தப்பினாலும் ஆட்டம் தப்பறதில்லே. சாயங்காலம் விளக்கேத்தி வச்சவுடனே ஆரமிச்சுடுது . . . உடம்பு கிடம்பு சரியில்லாட்டிக்கூட விடறதில்லே" என்கிறார் ராமையா. இங்கு நடனம், எதனின் பதிலி என்பதை வாசகர்களே யூகித்துக்கொள்ளலாம். அது கிடக்கட்டும்; ஏன் துறவியானார் நாயக்கர்? "உன் மனசுக்கு மாறா ஒன்னு நடந்திர விட்டிர மாட்டேன்" எனப் பாலிக்குத் தந்த வாக்குப் பொய்த்ததற்காகத் துறவியாகிறார்! அப்போது பாலி, "பாவம்" என்கிறாள். யார் பாவம்? சாமியாரானவரா? நாள் தவறாது மாலையில் விளக்கேற்றிவிட்டு, வீட்டுக்குள் நடனமாடுபவளா? "உன் மக உன்னைவிட வீம்பு பிடிச்சவ. உன் மாப்பிள்ளையை விட்டு ஒரு நிமிஷம் பிரிய மாட்டா. ஆனா, மனசிலே ஒரு படுக்கை போட்டிருக்கே. அது அடிக்கடி தெரியும். அப்படியே தெரியாட்டி, அது இருந்த வடுவாவது இருக்கும். அதுக்கு யாரு என்ன செய்ய முடியும்?" என்கிறார் கோணவாயர். இந்நாவலை வாசித்து முடிக்கும்போது, ஏதும் செய்ய முடியாத ஓர் இசைகேடு, வாசகர் மென்னியை இறுக்குகிறது. நாயக்கர் யார்? ராமையாவுக்கே வாக்களிக்க உரிமை இல்லாதபோது, இவர் வாக்களிப்பதெல்லாம் எவ்வளவு மிகை? ராமையாவாவது தனி ஆள். மகன் மகள் மனைவி இவர்களெல்லாம் நாயக்கருக்கு இருக்கிறார்களே? இப்படிக் கேட்டாலும், புனைவுத் தருக்கம் சொல்லும் பதில் வேறு. தங்கராஜனைப் பாலி மணப்பதை யதார்த்தத்தில் தடுப்பதற்கில்லை என்பதால், தம் எதிர்ப்புணர்வின் குரலாகத் தி.ஜா. நாயக்கரைப் பேச வைக்கிறார்!

வெறும் உரைநடையைக் கவின்மிகு கவிதையாக எழுதுவதில் தி.ஜா. கைதேர்ந்தவர். ஆனால், தம் மொழித்திறனைப் 'பார், பார்' என்று

கூப்பாடு போட்டுக் காட்டும் ஒரு முரட்டு அகங்காரமில்லை; கருத்தும் உணர்வும் தோய்ந்து 'இரண்டறிய முடியாதபடி' ஒன்றுகலந்துவிட்ட ஓர் ஆத்மார்ப்பணம் அது! தாமே எழுதிவிட்டது போன்ற அந்தரங்கக் கிளர்ச்சியைப் படிக்கும் வாசகர்களிடம் தூண்டிவிடும் பேராற்றல், தி.ஜா.வின் சுழலும் சொற்களுக்குண்டு. "ஓயாமல் மழையும் சாரலுமாக அடித்து ஓய்ந்த பிறகு, கூதல் வாடையை விசிறும் ஊசிச் சாரல் ஓய்ந்த பிறகு, சூரிய ஒளி எழுந்து உள்ளத்தில் விழுந்திருந்தது. கூப்பிடு தூரத்தில் கடலில் கரைக்கருகில் கருநீலமாகப் பளீரென்று ஒளியில் மின்னிய அலையின் வெள்ளி ஊசிகள்; அங்கு வலைகளை உலர்த்திக் கொண்டிருந்த மீனவர்கள்; அவர்கள் அணிந்திருந்த தொப்பி; கடற்கரையில் அலையோரமாகப் பறந்து பறந்து நண்டு பிடித்த காக்கைகள்; பீச்சு ரோட்டில் மசமசவென்று நடைபோட்டுக் கொண்டிருந்த எருமை; விடுதியைச் சுற்றியிருந்த தோட்டத்துப் பசுமை; அங்கு எங்கோ இலைகளுக்கிடையே ஒற்றைக் கூவலாகக் கூவிய மிளகாய்க் குருவி; கண்ணில் படாத இருக்கை – எல்லாமே, இந்தக் குளிர்விட்ட நிம்மதியின் பல வடிவங்களாக ஒலித்தன; தோன்றின. பீச்சு ரோடில் எப்போதாவது செல்லும் குதிரை வண்டியின் சலங்கையும், குளம்போசையும், நாலைந்து அறைக்கு அப்பாலிருந்து கேட்கும் பெண்களின் பேச்சொலியும், எங்கோ பாதி நிரம்பிய குடத்துக்குள் குழாய்த் தண்ணீர் விழுந்து கொண்டிருக்கும் ஓசையும் இந்த வடிவத்தில்தான் தெரிந்தன. வேண்டாதது எதுவும் இல்லை. இதமில்லாததாக எதுவும் இல்லை. இவ்வளவு சௌஜன்யமும் பரிவும் காட்டும்படியாக உயிர், ஜடம் எல்லாம் எப்படி மாறின? அன்று மணலில் கேட்ட அந்த வார்த்தைகளால்தான் என்று, அவளுக்கு நிச்சயமாகத் தெரிந்தது. ஆனால், அதைப் பற்றி நினைக்க விரும்பவில்லை அவள். அது மாற்றியளித்த ஆனந்தத்தில் மட்டும் திளைத்துக்கொண்டிருந்தாள்" பாலி என்கிறார். சாதாரண ஒரு மொழியா இது? பிடிபடா நனவிலி நினைவின் ஆழ்மனம் அல்லவோ விரிகிறது, இங்கு! யார் இந்தப் பாலி, ராஜா எல்லாம்? நாமேதான் பாலி! நாமேதான் ராஜா!

தன் காதலைக் கடற்கரையில் ராஜா சொல்லிவிட்டதற்குப் பிறகு, தங்கராஜனைப் பார்க்கும்போதே பெருகி வரும் பழைய உற்சாகமெல்லாம் பாலிக்கு அணைந்துவிடுகிறது. இதுவும் போதாது என்று, "இப்படி ஏதாவது பாச்சை காட்டி, அவனைத் திருப்பிவிடலாம்னு பார்த்தேன். அவனைத் திருப்பிவிட்டு விட்டா, உன் மனசும் கொஞ்சநாள் உதைச்சிண்டு பேசாம அடங்கிடும்னுதான் என் எண்ணம். உன் மனசு எப்படி ஆச்சோ... ஆனா அவனை அசைக்க முடியலே. பாறாங்கல்லு மாதிரியிருக்கான் அவன். நீ இல்லாம அவனுக்கு உயிர்கூடத் தங்காது போலிருக்கு" எனச் செல்லம் வேறு, ராஜாவின் ஆத்ம வைராக்கியத்தைப் பாலிக்கு உணர்த்துகிறாள். பாலியைவிடச் சரியாக ராஜாவைப் புரிந்துகொண்டவள் அவள். ஏன்? பாலிக்கே புரியாத பாலியைப் புரிந்துகொண்டவளும் செல்லம்தானே! இதன் பின்னர், பாலியின் மனம், எவ்வாறு தங்கராஜனிடம் செல்லும்? "யாரோ சிநேகிதியோடு இருக்கிறாற்போலத்தான் தோன்றுகிறது. அவன் கைதொட்டுத் தூக்கினபோதுகூட, விட்டுவிட்டால் தேவலை போலிருந்தது, யாரோ தீண்டத்தகாதவன் தீண்டிவிட்டாற்போல" பாலி உணர்வதாகத் தி.ஜா. எழுதுகின்றார். மேல்நிலையாக்கத்தின் விளைவாகவும், பாலி

இப்படி யோசிப்பதாக வாதிடலாம். இந்த உவமை, தொல்காப்பியக் கற்பியலில், 'மெய் தொட்டுப் பயிறல்' தொடருக்கு நச்சினார்க்கினியர் உரையெழுதுகையில், முதலில் தலைநீட்டியதாகும். "புலையன் தீம்பால்போல் அனந்தருள்ளம் உடையள்" தலைவி என்கிறார் நச்சர். ஆண் – பெண் உறவுச் சிக்கல்களைத் தஞ்சை நிலவுடைமை வாழ்வுப் பின்புலத்தில் வைத்துப் பரிசீலிக்கும் தி.ஜா.வின் புனைவெழுத்தில், இந்த உவமை யதேச்சையானதன்று. இது மண் முகம் காட்டுவதோடு, பாலியின் அகமும் காட்டுவதாகும். இந்த மேட்டிமை இழிவைக் கலையால் மீறமுடியும் என்ற ஒளியை, "நம்மையெல்லாம் செடியிலிருந்து கிள்ளி வாணலிலே போட்டு வறுத்தாச்சு. நாம மறுபடியும் முளைக்க முடியாது. ஆனா, இவ இன்னும் வளர்ந்திண்டேயிருப்பா ... அவ கால் தூசிகூடப் பொற மாட்டே நீ... இந்த உடம்பிலே குறுக்கே டவாலி ஒன்னு இருந்துடுத்துன்னா, வேதம் சாஸ்திரம் சங்கீதம் ராஸிக்யம் எல்லாம் வந்துடும்னு நெனச்சியா?" என்ற வக்கீலின் கூற்றுவழித் தி.ஜா. உணர்த்த முனைவதாகவும் வாசிக்கலாம். இங்கும் பாலி கூசிக் குறுகுகிறாள். இயல்புணர்வைக் காலில் போட்டு மிதிக்கும் நம் குடும்ப மரபதிகாரம் பற்றிய ஒரு பதற்றமேயது.

எங்கெல்லாமோ பருத்தி விதையாய்ப் பறக்கிறாள் பாலி. "இத்தினி நாளா எனக்குத் தெரியலே" என்கிறாள். "இல்லைன்னுதான் இருக்கு" என்கிறாள். "என் இஷ்டத்தைக் கேட்டா, நான் அவரைக் கல்யாணம் பண்ணிக்க மாட்டேன்னுதான் சொல்வேன்" என்கிறாள். "எனக்கு மனசிருந்தாத்தானே" என்கிறாள்." ஏன், இப்பேர்ப்பட்ட ஒருவரை, எனக்குத் தந்தையாகப் படைத்தாய்? இவ்வளவு நல்லவரை ... அல்லது இவ்வளவு கெட்டவரை?" என்கிறாள். "மாப்பிள்ளையா ஒருத்தரை நினைக்கிறதும் கற்புதான் உங்களுக்கு" என்கிறாள். "பெத்த பெண்ணுக்கிட்டவே இத்தனை அவநம்பிக்கையா?" என்கிறாள். "மனிதர்கள் எவ்வளவு ஈரமில்லாமல் பேசுகிறார்கள்! எத்தனை கண்டிப்பு! எவ்வளவு தைரியம்!" என்கிறாள். இவ்வளவையும் எதிர்கொண்டு, "ஒரு வார்த்தையை எங்கிட்டக் கொடுத்துக் காவல் காருன்னு சொல்லி, என்னைக் காவல் போட்டிருக்கறப்ப, நான் என்ன செய்ய முடியும்?... எனக்கு நீ தங்கராஜனைத்தான் பண்ணிக்கனும்னு இப்பவும் கட்டாயமில்லே... அந்தச் சமாதானம் என் கீழ் மனசு பண்ணிக் கிறது... ஆனா, மனசு உசந்திருக்கிற சமயங்கள்ள அது சரிப்பட்டு வரலே... நாம எல்லோரும் ஒரு மரியாதைக்குக் கட்டுப்பட்டுத்தானே விவகாரம் நடத்தறோம்?... பழுக்காததுன்னாலும் காயின்னாலும் ஒன்றுதானே?" என்கிறார் ராமையா. இதை நாயக்கர் எப்படிப் பார்க்கிறார்? "நாம் எல்லாம் மனுசங்கதானா? ஆகாசத்திலேந்து கொட்ற கண்ணும் பாவற காலுமா இந்தப் பூமியிலே வந்து முளைச்சிட்டோமா?" என்கிறார் நாயக்கர். என்ன மாதிரி மனசு இது? "அது பகையைத் தேடிக்கிண்டு போய் அடிக்கும்... அவ்வளவு உறுதியுள்ள மனசு" என்கிறார் வக்கீல். அது இங்கே, இப்படித்தான் பாலியை அடித்துவிட்டது!

பாலிக்குச் செல்லம் துணைநிற்கின்றாள். "யாரோ எப்பவோ சொன்னாங்கங்கறதுக்காக, யாரையோ போட்டு அவதிப்படுத்தறது தர்மம் இல்லே" எனச் செல்லம் சொல்வது, ஏன் ராமையாவின் புத்தியில் ஏறுவதில்லை? "எனக்குத் தர்மசங்கடமே கிடையாது" என்கிறார்

ராமையா. "மாமா, சும்மா சொல்லாதீங்கோ. தர்மசங்கடமில்லாதவா மனுஷாளா இருக்க முடியாது" என்கிறாள் செல்லம். ராஜாவையும் அவள் விட்டுவைப்பதில்லை. "இந்தத் தர்மம், சத்யம் – இந்த நெடிகள் அடிக்காத இடமாக எங்காவது ஓடிப்போய்விடுவோம்" என்கிறான் ராஜா, பாலியிடம். "ஓடிப்போக நினைக்கிறவா, இப்படி அதைப் பற்றிப் போகலாமா வாண்டாவான்னு யோசிச்சிண்டிருக்க மாட்டா... நினைத்தவுடனேயே எதையும் செய்யறவாளை, மனித இனத்தைச் சேர்ந்தவான்னு சொல்லிவிட முடியாது" என்கிறாள் செல்லம், பாலியிடம். தங்கராஜனோடும் செல்லம் மல்லுக்கட்டுகிறாள்.

மாலையில் பாலி, தங்கராஜன், செல்லம் மூவரும் பெரிய கோயிலுக்குள் முதலில் நுழைகிறார்கள். (பின்னர் ராமையா, ராஜா, பெரியசாமி, நாயக்கர் மகன் ஆகியோரும் வந்துவிடுகிறார்கள்). முதலில் வருகிறவர்கள், பெரிய கோயில் கோபுரம் மீது இரண்டு காக்கைகள் இருப்பதைப் பார்க்கிறார்கள். "இவ்வளவும் செய்து, என்ன ஆச்சு? இந்த இரண்டு காக்காய் குடியிருக்கறதுக்காக, இத்தனை பெரிய கோயில் கட்டணுமா?" என்கிறாள் செல்லம். இதைச் சரியாக விமர்சகர் வெங்கட் சாமிநாதன் புரிந்துகொள்ளவில்லை. இக்காக்கைகளைத் 'தம்மை உயர்த்திய கோபுரத்தை ஆபாசப்படுத்தும் காக்கைகள்; தம்மை உயர்த்திக்கொள்ளும் காக்கைகள்; முடிந்தால் காக்கைகளை மறப்போம்' என்கிறார். (யாத்ரா (38–39), 1983). இந்தக் காக்கா, கோபுரம் என்ற இரு சொற்களையே ஜெயமோகனும் பிடித்துக்கொண்டு தொங்குகிறார். "கவித்துவமான எழுச்சியின்போதும் ஒருவகை அனுபவ யதார்த்தத் தளத்தைத் தக்கவைத்துக் கொள்பவை தி.ஜானகிராமனின் கதைகள்; மலர்மஞ்சம் நாவலில் கதாநாயகியின் அப்பா ஒரு பொருந்தாத் திருமணத்திற்காக அவளிடம் பேசுகிறார். அவள் அண்ணாந்து கோயில் கோபுரங்களைப் பார்க்கிறாள். காகம் உட்கார்ந்திருக்கிறது. அத்தனை பெரிய கலை அமைப்பு, பெரும் உழைப்பின் குவிப்பு, எல்லாம் காக்காய் உட்காரத்தானா? ஒருகணம் பிரமித்தபின் சரி என்று சொல்லிவிடுகிறாள். ஒட்டுமொத்தமாக வாழ்க்கையின் அனைத்து இயக்கங்களையும் பார்க்கும்போது ஏற்படும் கவித்துவம் மிக்க வெறுமையைச் சொல்லாமலேயே குறிப்புணர்த்தும் இந்த இடத்தில், தி.ஜானகிராமன் ஒருபக்கம் உக்கிரமான கவித்துவத்தையும், மறுபக்கம் முதிர்ந்த யதார்த்த லௌகீகப் பிரக்ஞையையும் தன்னுள் கொண்டிருக்கிறார்" என்கிறார் ஜெயமோகன். (தி.ஜானகிராமன்: காமமும் விடுதலையும்). வெ.சா.போல் ஜெயமோகனும் சரியாகத் தி.ஜா.வைப் புரிந்துகொள்ளாததையே இது காட்டுகிறது. உண்மையில் இவை, பாலியின் சொற்களேயில்லை. (இவை செல்லத்தின் சொற்கள்!). ஒட்டுமொத்தமாக வாழ்வின் அனைத்து இயக்கங்களையும் பார்க்கும்போது ஏற்படும் கவித்துவம் மிக்க வெறுமையைச் சொல்லாமலேயே குறிப்புணர்த்தும் ஜெயமோகனின் அந்த இருத்தலிய நோக்கம், தி.ஜா.வுக்குக் கிடையவே கிடையாது. வாழ்வின் எவ்வகை வெறுமைக்குள்ளும், மேன்மேலும் வாழும் உயிர்த் துடிப்பையே, தம் சாதாரணத் தரிசனமாகக் கண்டவர் தி.ஜானகிராமன். உயிர் வாழ்வதையே ஆகப்பெரும் மானுடச் சாதனையாகக் கண்டவர் என்பதால் (செம்பருத்தி: சீதாபதி), அசாதாரணங்களை அவர் அசட்டை செய்து, சாதாரணமான மனோபாவங்களையே கொண்டாடினார். இப்படியாகத்தான் இங்குப்

பாலியும்கூட இயங்குகிறாள். ஆனால், வெ.சா.வைப் பின்பற்றிக் காகத்தையும் கோபுரத்தையும் இருமை நோக்கில் பிழைபடவே புரிந்துகொள்கிறார் ஜெயமோகனும்.

இங்குக் கோபுரம், காக்கை என்ற ஒரு பேதம் கற்பிக்கப்படுகிறது. ஆனால், தி.ஜா. படைத்த செல்லம், இந்தச் சொற்களைச் சொன்ன செல்லம், இதை இப்படிப் பார்ப்பதில்லை. "ஒரு மனுஷனுக்கு இவ்வளவு அகம்பாவமான்னுதான், இந்த ரெண்டு காக்காயும் சிரிச்சுண்டு இருக்கு" என்கிறாள் செல்லம். கோபுரத்தின் மீது காக்கை போய் அமர்வதில்லை; கோபுரம் கட்டிய மனுஷ அகம்பாவமே இங்கே பிரச்சனையாகப் பார்க்கப்படுகிறது. "இந்த மௌனத்திற்கும் பரந்து கிடக்கும் ஆகாசத்திற்கும் நம் சிறுமையை இடித்துக்காட்டுகிற வல்லமையுண்டு" எனத் தங்கமும் செல்லத்தை ஆமோதிக்கிறான். செல்லத்திற்குக் கோபம் வருகிறது. அவனுக்குப் பாலியின் மனத்தைக் குறிப்புணர்த்த நினைக்கிறாள். "நாம் ஏதோ நினைத்துக்கொண்டு, வழியில்லாத வழியில் போய்க்கொண்டேயிருக்கிறோம். வெகுதூரம் போன பிறகுதான், இங்கே வழியில்லை என்று எழுதியிருக்கிறது. இது அப்போதே தெரிந்திருந்தால், இவ்வளவு தூரம் நடந்திருக்க வேண்டாம்... முன்னாலேயே யாராவது சொல்லியிருக்கலாம். அப்படிச் சொல்வதற்கு யாரும் இருப்பதில்லை" என்கிறாள். செல்லத்தின் அக்குறிப்பைத் தங்கராஜன் புரிந்துகொள்கிறான். என்றபோதிலும், அவனிடமும் ஒரு பதிலிருக்கிறது. "அவர் (ராமையா) சொன்னதற்காக, நான் ஆடவில்லை. அப்படியிருந்தால், ஒரு கொலையைச் செய்திருக்க மாட்டேன்... ரகசியமாப் பண்ணினதுக்குக் காரணம், உசிரோட இருக்கணும்னு ஆசையாயிருந்தது" என்கிறான். பாலியைத் "தேவிடியா" என்று ஏசியதற்காகவே வையன்னாவைக் கொன்றேன் என்கிறான்.

கடற்கரையில் ராஜாவின் காதல் மொழிகளைக் கேட்டதற்கு முற்றிலும் எதிரான உள்ளதிர்வைப் பாலி இங்கடைகிறாள். ஆனால், அதன் உக்கிரம், எல்லோரையும் கவ்விக்கொள்கிறது. "அகிலம், அகிலம்... எனக்கு எதுவும் முடியவில்லை. இவர்கள் உன் மகளை என் சொத்து, ஆடு, மாடு, வீடு என்று பட்டியலில் சேர்க்கிறார்கள். அப்படியிருந்தால்தான், என் வார்த்தை அவளைக் கட்டுப்படுத்துமாம்... அவள் இஷ்டத்திற்கு விரோதமாகப் பிணைத்து வைக்க இஷ்டமில்லை... அந்தச் சமயமே நான் இந்த உடலைவிட்டுக் கிளம்பிவிடவேண்டும்... இதை அழித்துக்கொண்டுதான் இந்தப் பொய் கிளம்ப வேண்டும்" என்கிறார் ராமையா. இதன் முரணைத்தான், பின்னர் காசியில், "எல்லாரும் பணத்தைப் பரிசமாகக் கொடுப்பாங்க. உன் மருமவன் ஒரு உசிரையே பரிசமாகக் கொடுத்தான். இதிலே என்ன ?" எனச் சாதாரணமாக்குகிறார் கோணவாயர். இந்த நுட்பமே, தி.ஜா.வின் பலம். இரண்டெல்லையிலும் நின்றாடுவார் அவர். தங்கராஜன் செய்த கொலை, ஒரு பெருங்காரணம்தான். எனினும், 'கோபுரம்' பற்றிய ராமையா மற்றும் செல்லத்தின் புதிய குறுக்கீடுகளும், எதிர்பாராத் தீர்வுக்குத் தூண்டுகோலாகி விடுகின்றன.

விழிமூடுகிறார் ராமையா. கோபுரம் தெரிந்த இடத்தில் ஒன்றுமில்லை; கோபுரமில்லை என்ற ஓர் ஈடற்ற நிலையைக் கண்டுவிடுகிறார். பின் கண்திறக்கிறார். இப்போது கோபுரம் தெரிகிறது. யதார்த்தத்திற்குக்

கீழிறங்கி விட்டார்! இதே காட்சியைச் செல்லமும் பாலியும், அவரவர் மனம்வழி, இன்னும் துல்லியமாக எதிர்ப்படுகிறார்கள். இங்கே பெரியசாமி முன்பே கூறியதையும் நினைக்கத்தான் வேண்டும். "எது நல்லதோ, அதுக்கு அப்பப்ப, ஏதாவது தடயம் கிடைக்கும். வழிதெரியாம இருட்டிலே தவிக்கறப்ப, ஏதாவது வெளிச்சம் கிடைக்கும். ஆனா, எப்பக் கிடைக்கும்னு சொல்ல முடியுமோ? நாம கண்ணை விழிச்சுக்கிட்டுப் பாத்துக்கிட்டேயிருக்கணும்... தானே தெரியும் வழி" என்கிறார் பெரியசாமி. இப்படித்தான் செல்லமும் பாலியும் விழித்துக்கொள்கிறார்கள். "வருகிற ஒரு பிராணி பாக்கி இல்லாமல், கழுத்து வலிக்க மேலேயே பார்க்கும்படி செய்துவிட்டான் அவன். அத்தனை உயரத்தில் வைத்த கண்ணைக் கீழே திருப்ப முடியாமல் செய்துவிட்டான்" எனக் கோபுரம் கட்டியவனைப் பார்த்துப் பிரமிக்கிறாள் செல்லம்.

இடுக்கியிடுக்கிப் பார்த்தால், இருளிலும்கூடக் கோபுரம் தெரிகிறது என்கிறாள் செல்லம். பாலிக்கும், அந்த இருட்டிலும், நிஜ வெளிச்சமடிக்கிறது. "எதற்குத்தான் என்ன அர்த்தம்!... மீண்டும் போய்ப் படித்துத்தான் என்ன செய்யப்போகிறோம்? மறுபடி கடற்கரை மணலில் வந்து அவன் பேசப்போகிற வார்த்தைகளுக்குத்தான் என்ன அர்த்தம் இருக்கப்போகிறது?" எனக் கோயிலுக்குத் தன்னைச் செல்லம் கூட்டிவருவதற்குமுன் சிந்தித்தவள்தானே அவள்! எனினும், எதை நினைத்தோ, பாலி அழுகிறாள். அவள் அழுகைக்கு, "நல்லது செய்கிறபோது, அழுகைதான் வரும்" எனப் பொழிப்புரை பகர்கிறாள் செல்லம். மீண்டும் பெரியசாமியைத்தான் துணைக்கிழுக்க வேண்டி இருக்கிறது. "நம்ம இஷ்டப்படி நம்ம ஜென்மம் அமைஞ்சுதுன்னா, அப்புறம் பிறவியெடுத்ததுக்கு என்னதான் அழகிருக்கு?" என்ற சமாதானம் பாலிக்கும் இப்போது உறைக்கிறது.

ஆனால், ராமையாவா விட்டுத்தருவார்? "உங்க அம்மாவுக்கு மகளாக ஆயிட்டே இப்ப" என்கிறார். ஆனால், பின்னாளில் கோணவாயரைச் சந்தித்தபின், அவர் மனமும் நிலைகுலைகிறது. வயலில் வையன்னாவைக் குத்திக் கொல்லும் கோலம், தங்கத்தைப் பார்க்கும்போதெல்லாம் அவர் நினைவில் புகுந்து வதைக்கிறது. "நம்ம பிடிவாதத்தைப் பார்த்துத் தெய்வம் சிரிக்கணும்னா, இப்படி ஒரு வழி பண்ணிச்சு..." எனப் பதைபதைக்கிறார். இவ்வகையில், சங்கீதத்தில் நல்ல செவியாறலெல்லாம் கேட்டு ஊறிப்போன ஒரு பெரிய மனுஷராக வக்கீலால் சிலாகிக்கப்படும் ராமையாவும், "மனிதன் என்னதான் மெத்தப் படித்தாலும், எட்டுச் சித்திகள் அடைந்தாலும், அவன் மனிதன்தான். ஆண்டவனின் புழுப் படைப்பைப்போல் ஒருவன்தான்" எனப் பெரியசாமி சொல்வதுபோல், விழுந்த மரத்தின்கீழ்ச் சிக்கியவனின் முனகலாய்ச் சமைந்து ஒடுங்கிவிடுகிறார்! கோணவாயரைப் பின்பற்றிச் சாவுக்காகக் காசியில் காத்திருக்க ராமையா துணிவதற்கும், இந்த ஜலத்திலேயே வீடுகட்டிக் குடியேறிவிட்ட உள்ளிரைச்சலின் வெளியொடுங்கலே வேராகும்.

கோபுரத்தின் மேல் இரண்டு காக்கைகள். கோபுரம் பாலி. தங்கராஜனும் ராஜாவும் காக்கைகள். கோபுரத்தின் மீதிருக்கும் காக்கை களுக்குக் கோபுரத்தின் பிருமாண்டம் பற்றி எதுவும் தெரியாது. அது அவை அமர்வதற்கான வெறும் இடம் மட்டுமே. தங்கராஜனுக்கும்

ராஜாவுக்கும் பாலியின் உன்னதம் தெரியும் அல்லது தெரியாது (அளவில் வேறுபாடுகளிருக்கலாம்). இது ஒரு கோணம். ராமையாவின் வாக்கே கோபுரம். ராஜா, பாலி, தங்கராஜன் என்போர் காக்கைகள். காக்கைகளுக்குக் கோபுரப் பிருமாண்டம் தெரியாது என்பது மனிதக் கற்பனையே. ஓர் உயிருள்ள மரத்திற்கும், உயிரற்ற ஒரு கோபுரத்திற்குமான வேறுபாடு காக்கைகளுக்கா தெரியாது? இது வேறு கோணம். மனிதர்களுக்குக் கோபுரத்தைப் பார்க்கத் தெரியாதது போலவே, காதலையும் பார்க்கத் தெரிவதில்லை என்பதும் குறிப்பாகலாம். அகிலத்திற்குக் கொடுத்த வாக்கு ராமையாவுக்குக் கோபுரம். ராஜாவின் காதல் பாலிக்குக் கோபுரம். பாலியைத் தான் அடையப்போகிறோம் என்ற அந்நினைப்பே, தங்கராஜனுக்குக் கோபுரம். பாலிக்களித்த வாக்குதான் நாயக்கருக்குக் கோபுரம். நடனமே பெரியசாமிக்குக் கோபுரம். செல்லத்திற்குத் தோழியின் மகிழ்ச்சியே கோபுரம். இங்குக் கோபுரம் என்பது என்ன? உள்ளத்தின் உயரம்தான் கோபுரம். மனிதர்கள் எவ்வளவு மனவிரிவு கொள்ளமுடியும் என்பதையே தி.ஜா. சிந்திக்கிறார்; விவாதிக்கிறார்; தேடுகிறார். வெறுமையைத் தி.ஜா. ஒருபோதும் வலியுறுத்துவதில்லை. கிடைக்கும் ஒருசிறு துரும்பையும் பற்றிக்கொண்டு, எவ்வளவு அந்நியமாதலுக்கிடையிலும், வாழ்வுக்குள்ளும் உறவுகளுக்குள்ளும் மனிதர்கள் திரும்பிவிடுதலையே அவர் கொண்டாடினார். 'நிஜமாயிருப்பது' (அதை 'மிருகமாயிருப்பது' என்கிறாள் பாலி!) என்பதுதான், தி.ஜா.வின் ஒரே பிரச்சனை.

சாமியாராகி நாயக்கர், குடும்பத்திலிருந்தும் உறவிலிருந்தும் வெளியேறுவதுகூட, வாழ்க்கை மீதான வேதாந்த விரக்தியால் நிகழ்வதில்லை. தன் கண்முன் ஒரு பொய் அரங்கேறக் காண்பதிலுள்ள ஒவ்வாமையின் வடிகாலாகவே, மனுஷ அகம்பாவத்திலிருந்து நாயக்கர் வெளியேறிக் கோணவாய்ச் சாமியாகிறார். இந்த உண்மையைக் கோணவாயரிடமிருந்து சட்டென உள்வாங்கும் ராமையாவும், அதேவகைச் சத்தியத்துடிப்பால்தான், காசியிலேயே எஞ்சிய வாழ்வைக் கழித்துவிட நினைக்கிறார். முழுமையான இசைவு என்ற கோபுரப் பிருமாண்டம் எங்கும் சாத்தியமில்லை என்ற தம் தரிசனம், அவரைக் குழப்புகிறது. இல்லாத ஒரு கோபுரத்தை மனத்தில் கட்டிக்கொள்வதாலேயே மனிதர்கள் வாழ்வதுபோல் பாவனை செய்ய முடிகிறது. கோபுரத்திற்கும் கோபுரமின்மைக்குமிடையில் இசைவைக் கட்டியிழுக்க ராமையா முனைந்து தோற்கிறார். ஜெயித்தவர் பின்தோற்பதுதான் 'மலர் மஞ்சம்' கதை. ஆனால், பாலியும் செல்லமும் கண்ட அக்கோபுரம் எது? கோபுரமில்லை என்ற ஒரு கண்டடைதலே, கோபுரத்தைக் கட்டியெழுப்பும் உந்துதலையும் மனிதர்களுக்களிக்கிறது. இதன் ஒரு வெளிப்பாடாகவே, வெளிச்சத்தில் தெரியும் ஸ்தூலமில்லை; இருட்டிலும் தெரியும் சூக்குமமே கோபுரமென்ற முடிவிற்குப் பாலியும் செல்லமும் வருகிறார்கள். இதைச் சமரசமாக நாயக்கரும், அவர்வழிப் பின் ராமையாவும் காண்கிறார்கள். ஆனால், அவர்கள் மட்டும் என்ன செய்கிறார்கள்? காசி அல்லது துறவு என்ற வேறு ஒரு கோபுரத்தைத்தானே, மீண்டும் கட்டிக்கொள்கிறார்கள்? கண்ணுக்குத் தெரிகிற சில சங்கிலிகளால் மட்டுமில்லை; கண்ணுக்குத் தெரியாத பல சங்கிலிகளாலும் கட்டப்பட்டுள்ள வாழ்வெனும் பிருமாண்டக் கோபுரத்திற்கு முன்னே மனிதர்கள் கையாலாகாதவர்களாகிப் பணியும்போது, "தெய்வம் சிரிக்கிறது" என்கிறார்

ராமையா. தெய்வங்கள் சிரிக்கலாம்; பாலிபோல் அழுவதன்றி மனிதர்களால் என்றேனும் சிரிக்க முடியுமா?

ஒரு பின்னீடு

இன்றைக்கு நிலைபெற்றிருக்கும், 'ஒருவனுக்கு ஒருத்தி' என்ற இக்குடும்ப அமைப்புத் தோன்றி எத்தனை ஆயிரம் வருடமிருக்கும்? ஒரு பேச்சுக்காகக் குறைந்தது மூவாயிரம், ஏன் அதிகப்பட்சம் நாலாயிரம் வருடம் என்றே வைத்துக்கொள்வோம். சமூகவியலாளர்களின் கறாரான வரையறைகளை நாம் பொருட்படுத்தவே வேண்டியதில்லை. சநாதனிகளுக்குச் சார்பாக, நினைக்க முடியாத ஒரு நெடுங்காலத்திற்கு முன்பே, இது அமைப்புற்று விட்டதாக ஏற்றுக்கொண்டாலும். இத்தனை ஆயிரம் வருடங்களான பிறகும், மனிதப் பாலியல், இன்னும் ஒரு பிரச்சினையாகவே ஏன் நீடித்துக்கொண்டிருக்கிறது? ஆதிமனிதன் சுதந்திரமானவன் என்று கூறவே ஆசைப்படுகின்றோம். ஆனால், அவன்கூடத்தான் எவ்வளவு தூரம் சுதந்திரமானவன்?தாய்வழிச் சமூகத்திலிருந்தே தந்தைவழிச் சமூகம் எனக் கருத்தளவில் ஏற்றுக்கொண்டாலும், தாய்வழிச் சமூகத்திலுங்கூடப் பாலியல் ஒரு பிரச்சனையாயிருந்தது இல்லையா, என்ன? ஒரு தனிமனுஷியின் தலைமையை, எது தீர்மானித்தது? அவளின் வனப்பா, வலிமையா? அப்போது மட்டும் வன்முறையே இருந்ததில்லையா? ஒரு பெண் அல்லது ஓர் ஆண், தாகமெடுத்தபோது நீர் அருந்துவதுபோலும், பசித்தபோது உண்பதுபோலும், கண் கிறங்கும்போது உறங்குவதுபோலும், அவ்வளவு இயற்கையாக உடல் கேட்கும்போது புணர்ச்சி பழகிவிடுவதற்கில்லையே!

ஓர் உடலுக்கு இன்னோர் உடல் தேவைப்படும்போது, அது தன்னிச்சை என்பதிலிருந்து சார்ந்தொழுகலுக்கு வழிகோலிவிடுகிறது. இச்சார்ந்தொழுகல், மனிதகுலத்தின் வரலாற்றில் வெறும் ஒரு சார்ந்தொழுகலாக மட்டுமே இருப்பதில்லை. அது ஓர் உடைமைகொள்ளலாகவும் நீட்சியுற்றுவிடுகிறது. இவ்வுடைமைகொள்ளல், மேலும் மேலும் ஆயிரமாயிரம் சிக்கல்களைத் துணைக்கிழுத்து வருகிறது. இவற்றை ஒழுங்குபடுத்தச் சமுதாய அறம் பரபரக்கிறது. இதன் தவிர்க்கவியலாத வெளிப்பாடாகத்தான், பாலியல் ஒழுக்கத்தைக் கட்டாயமாக்கும் 'ஒருவனுக்கு ஒருத்தி' என்ற குடும்ப அமைப்பும் தோற்றமுறுகிறது. இந்தக் குடும்ப அமைப்பு, இன்னும் எத்தனை எத்தனை ஆயிரம் வருடம் நீடிக்கும்? அதை நாம் யூகிப்பதற்கில்லை. அதன் இறுக்கம் தொடர்ந்து நெகிழ்ந்துகொண்டேதானிருக்கிறது. ஆனால், ஒன்றை மட்டும் உறுதியாகக் கூறமுடியும். அது எத்தனை நெகிழ்ந்தாலும், மீண்டும் பழைய கற்பிதமான ஒரு தாய்வழிச் சமூகத்திற்கோ, குற்றவுணர்வற்றதாகப் பேசப்படும் சுதந்திரப் பாலுணர்வு இயற்கைக்கோ அது திரும்பிவிடவே முடியாது. பிறந்த குழந்தையாய் மீண்டுமாகிவிடக் கிழவன் துடித்தாலும், மனதளவில் ஓரளவிற்கேனும் அவனுக்கு அது சாத்தியப்பட்டாலும், அவன் நினைவுகளிலிருந்தும் பூரண விடுதலை அவனுக்குச் சாத்தியமா என்ற கேள்விக்குச் சாதகமான ஒரு பதிலிருப்பதாகத் தெரியவில்லை.

கற்பு, குடும்பம், மீறல், தாய்மை, தந்தைமை, குற்றவுணர்வு, தியாகம், சுதந்திரம் அல்லது சுதந்திரப் பாவனை என எல்லாமே இன்று பழக்கப்படுத்தப்பட்டுவிட்டன; மதிப்பிறக்கப்பட்டுவிட்டன. அப்போது

இங்கு நடப்பதுதான் என்ன? பூனை தன் கண்ணை மூடிக்கொண்டு உலகம் அஸ்தமித்துவிட்டது என்பது போன்ற சுய ஏமாற்றல்தான், காலாதீதமாகத் தொடர்ந்துகொண்டிருக்கிறது! இந்தச் சுய ஏமாற்றலைச் சகித்துக் கொள்ளவே முடியாத ஒரு தீவிரத்துடன் சீறிச் சினந்து, கட்டமைக்கப்பட்ட இக்குடும்ப அமைதிக்கு எதிராகத் தி.ஜா. பொங்குகிறார். ஓர் ஆண் பெண் வாழ்வில் எவ்வளவு பண்பாட்டுக் குறுக்கீடுகள் நேரமுடியுமோ, அவ்வளவுக்கும் முகங்கொடுத்துத் தம் புனைவுலகிற்குள்ளே அவற்றை மோதவிடுகிறார். இம்மோதலின் தீவிரத்திற்கு, 'மலர் மஞ்சத்தில்' வரும் செல்லத்தின் ஒரு கூற்றைச் சான்று காட்டலாம். "எங்க மன்னி சொல்லுவ, அம்பாள் இப்படிப் பண்ணிவிட்டாளேன்னு – சரி; மறுபடியும் இட்டுண்டு போனா என்ன செய்வ? நிஜம்மா அவ செஞ்சிருந்தா, என்னைப் பார்த்துவிட்டுக் கோச்சுப்பாளா இல்லியா – அதான் இல்லே. எல்லாருக்கும் சிரிக்கறாப்பல, ரோஜாப்பூப் பாவாடை கட்டிண்டு, என்னையும் பார்த்துத்தான் சிரிக்கிறா . . . எனக்குப் பத்து வயசிலே கலியாணம். எங்க ஆமடையானுக்கு அப்பப் பன்னண்டு வயசு. பதினாலாவது வயசிலே ஆத்தோட போயிட்டான். முரடு. காவேரியிலே போய் நீஞ்சுவனாம். போய்ட்டான். அதுதான். இப்ப அதுக்கென்ன? எனக்கும் குங்குமம் இட்டுண்டா அழகாத்தானே இருக்கு?... ஊரிலேயே ஒரு நாளைக்கு இட்டுக்கிண்டேன். அடுத்தாத்து மாமி வந்து, என்னடி பிணத்துக்கு ஊதுவத்தி கொளுத்தி வச்சாப்போலே அப்பிடின்னா. எங்க அண்ணாட்ட சொன்னேன். வேறு கலியாணம் பண்ணி வச்சுப்பிடறேன்னான்... நான் அதுக்காக அழலே. முகம்கூட ஞாபகமில்லாத போயிடுத்து பார்த்தியான்னுதான். ஏன் ஞாபகமில்லே . . . அப்படி ஞாபகமில்லாத ஒரு முகத்தோட ஏன் சேர்த்து வச்சா என்னை? இந்த மாதிரி சேர்த்து வச்சதே தப்பு. விதியோட தப்பு. நான் பேசாமதானே இருந்தேன்?" என்ற செல்லத்திற்குப் பதில் சொல்லப் பண்பாட்டுக்கு ஏது வாய்? இதை அம்பாள் செய்யவில்லை என்று முதலில் சொன்ன செல்லமே, பிறகு விதியின் தப்பாகச் சமாதானமடைவதைத் தவிர வேறு மீட்சியேது? (கல்யாணம் பண்ணி வைப்பதாகச் சொல்லும் எத்தனை அண்ணன்கள், பிறகு கல்யாணம் பண்ணி வைத்திருக்கிறார்கள்!). பிணத்திற்குக் கொளுத்தி வைத்த ஊதுவத்தியாகப் பிறரால் பழிக்கப்படும் செல்லத்தின் வாழ்விற்குப் போக்கிடமேது, அறுபதாண்டுகளுக்கு முன்? "ஊர் வம்பு வாயைத் திறக்காமப் பேசறதுக்குத்தானே நியூஸ் பேப்பர் வச்சிருக்கு – வா போகலாம்" எனப் பாலியைக் கூப்பிடுகிறாள், தன்னைத் தானே தேற்றிக்கொள்ளத் திணறும் செல்லம். இந்த நியூஸ் பேப்பருக்கும் நமக்கும் பெரிய வித்தியாசமில்லைதானே!

மனிதர்களின் ஆழ்மனங்களில் என்ன நிகழ்கிறது என்பதையே, ஒரு படைப்பாளியாகக் கூர்ந்து தி.ஜா. அவதானித்தார். மனித மிருகங்கள் எப்படிச் சமுதாய ஒழுக்கங்களால் நாகரீக வரம்புகளுக்குள் கட்டுப்படுத்தப்படுகின்றன அல்லது தம் பாதுகாப்புக்காகத் தாமே தம்மைக் கட்டுப்படுத்திக்கொண்டு எல்லாமே ஒழுங்காகிவிட்டதுபோல் பாவித்துக்கொள்கின்றன என்பதையே, தம் புனைவுலகில் கவனமாகத் தி.ஜா. ஆராய்ந்தார். செயற்கையான சில வெளிக்குறுக்கீடுகளால் உருவாக்கப்படும் கற்பு, தாய்மை, தியாகம், கடமை, கண்ணியம், நீதி,

கௌரவம், தூய்மை, மனிதாபிமானம், பொறை, விசுவாசம் என்பன போன்ற ஒழுங்குறுத்தல்களால் நிலைநிறுத்தப்படும் போலியான குடும்ப அமைதியைத் தி.ஜா. கேள்விக்குட்படுத்தினார். அமைதிபோல் தெரிவதற்குள் அமைதியின்மையையும் (தண்டபாணி, புவனா), அமைதியின்மைபோல் தெரிவதற்குள் (அலங்காரம், காமேச்வரன்) அமைதியையும் அவர் கண்டடைந்தார். விதிகள் செய்யும் ஆசை மனிதப் பேராசையால் விளைகிறது என்று கருதிய அவர், ஒடுக்கும் புறவாழ்வின் விதிகளுக்கப்பாற்பட்டுச் சுதந்திரமாய்ப் போலித்தனமின்றி வாழத்துடிக்குமியல்பே மனிதனை மனிதனாக்குவதாகச் சத்தியமுரைத்தார். பெண்ணையும் ஆணையும் தனித்தனியாய்ப் பிரிக்கும் மரணமன்று; பெண்ணையும் ஆணையும் பின்னிப் பிணைக்கும் காதல் வாழ்வே எப்போதும் அவரின் குறியாயிருந்தது. அதாவது, தீராவியப்பின் உயிர்த்திளைப்பே, தி.ஜா.வின் படைப்புலகு முழுதும் நடைபயில்கிறது என்கிறேன். இதைத் தஞ்சையின் நிலவுடைமைப் பின்னணியைக் களமாகக் கொண்டே, ஒருகுடும்பச் சாயலுள்ள தம் கதாபாத்திரங்கள்வழித் தி.ஜா. சாதித்தார். உண்மையில், தி.ஜா.வின் இந்தச் சாதனைதான் யாது? "தி.ஜானகிராமன், ஒருவகையில் லியோ தோல்ஸ்தோய் போன்றவர். சமூக, அரசியல் இயக்கங்கள் பற்றிய நேரடித் தொடர்பு இவருக்கில்லையெனினும், இவர் தம்மையும் அறியாமலே, தமிழ்நாட்டின், சிறப்பாகத் தஞ்சாவூர்ப் பகுதிப் பிராமண மக்களின் கூட்டுக் குடும்ப வாழ்க்கைச் சிதைவினை மிகச் சிறப்பாகப் புனைகதைகளில் வெளிக்கொணர்ந்துள்ளார் என்றே கொள்ளல் வேண்டும்" என்கிறார் கா. சிவத்தம்பி. (நாவலும் வாழ்க்கையும்). இங்குத் 'தம்மையும் அறியாமலே' என்பதற்கு, *unconscious* அல்லது *subconscious writing* எனப் புரிந்துகொள்கிறேன். தி.ஜானகிராமன் டால்ஸ்டாயைப் போன்றவர்தாம்; டால்ஸ்டாய் இல்லை என்பது உண்மை. ஆனால், தமிழில் யாருமே டால்ஸ்டாய் இல்லை என்பது, இன்னும் கொஞ்சம் பெரிய உண்மை!

"நூற்றுக்கணக்கில் குழந்தைகள் ஒண்டிப் படுத்துக் கிடப்பதுபோலப் பூக்கள் கூடையில் நெருங்கியிருந்தன. எப்பேர்ப்பட்ட மேதையும், யுகயுகமாகத் தலைகீழாக நின்றாலும், இதைப்போல் ஒன்றை உருவாக்கிவிட முடியாது. இதை யார் செய்தார்கள்? இத்தனை மென்மையும் மணமும் வர்ணமும் யார் இப்படிக் கலந்தார்கள்? சின்னச் சின்னக் கனவுகள் தவிர, வேறு ஒன்றுமில்லை – வெறும் பிரமைகள் என்று ஒருகணம் தோன்றிற்று..." (பாலி).

தி.ஜானகிராமன், ஒரு வெறும் பிரமையில்லை. அவர் நிலைகொண்டு நிற்பது ஆழ்மனதின் அமைதியில். அவரின் மனக்கிடங்கு ஒரு பெருங்கடல். பேரலைகளின் நடுவே நீச்சுப்போடப் பெருந்துணிவு வேண்டும். அது அவருக்கு மிகச்சிறப்பாகக் கைகூடி வந்திருக்கிறது. அதனால்தான் தி.ஜானகிராமன், அபூர்வங்களைத் தின்றுசெரிக்கும் தீராவியப்பின் உயிர்த்திளைப்பும் நிறைவுமாகிறார் என்கிறேன்.

✣

12

மலர் மஞ்சம்: தி.ஜானகிராமனின் பெண்ணியப் பார்வை

கோ.வெ. கீதா

பெண்ணியம் என்ற ஒரு பார்வை உருவாவதற்கு முன்பே பெண்களுக்காகத் தமிழ்ப் புதின உலகில் அ.மாதவையா, வ.ராமசாமி, கு.ப.ராஜகோபலன், பிஎஸ். ராமையா, விந்தன், டி.கே.சீனிவாசன் போன்ற படைப்பாளிகள் குரல் கொடுத்துள்ளனர். கு.ப.ராவால் பெரிதும் தாக்கம் பெற்ற தி.ஜா., மனத்தில் பதியுமாறு பல பெண் மாந்தரகளைப் படைத்தது வியப்பன்று. தி.ஜா. அவருடைய இளமைக் காலத்தில் பெண்களைத் தெய்வங்களாக ஒருபுறம் போற்றிவிட்டு மறுபுறம் மரபு, பண்பாடு என்ற பெயரில் அவர்களைச் சிதைத்ததைக் கண்கூடாகக் கண்டவர். இதுவே அவரைப் பெண்களை அனுதாபத்துடன் காணவும் அவரகளின் மனவுணர்வுகளைப் புரிந்துகொண்டு, உணர்ந்து படைக்கவும் தூண்டியது. அவர் கண்ட கோணத்தில், இன்றுவரை யாரும் பெண்களைக் கண்டதில்லை. அவர் கருத்துகளைச் சட்டென்று ஏற்கப் பலரும் தயங்கலாம். அவரைப்போல மௌனமையாகவும், நுட்பமாகவும், விரசமில்லாமலும், கலைப் பாங்கோடும் எவருமே பெண்களைப் பற்றி எழுதவில்லை. அவருடைய பெண்மாந்தர்கள், தனியிடமும் சிறப்பும் பெற்றவர்கள். மலர்மஞ்சம், தி.ஜா.வின் மூன்றாவது நாவல். *சுதேசமித்திரன்* நாளிதழில் தொடராக வெளிவந்து, நூலாக 1964இல் வெளி வந்தது. தி.ஜா.வின் பிற நாவல்களைப் போல, இதிலும் பெண்களின் உணர்வுகளே நயமாகக் காட்டப்படுகின்றன.

ராமையாவிற்குப் பெண் குழந்தை பிறப்பதோடு, கதை தொடங்குகிறது. “விளக்கு மாதிரி ஒரு பெண்ணு பிறந்திருக்கு” என்றாள் வடிவு. “பெண்ணா!என்று இழுத்தார்” அவர். “பெண்ணாயிருந்தா என்னவாம் – எதாயிருந்தாத்தான் என்ன?” என்று வடிவு பதில் சொலகிறாள். இங்கு, ஆண் என்றும் பெண் என்றும் தி.ஜா. வேற்றுமை பார்க்கவில்லை

என்பதைக் காண்கிறோம். ஒரு குழந்தை பிறந்து அது கண் திறப்பதற்குள் அதற்குத் திருமணம் நிச்சயிக்கப்படுகிறது. இதுவே நாவலின் மையக்கரு. இதைச் சுற்றியே கதை பின்னப்படுகிறது. ராமையா மனைவி பிரசவத்தில் இறந்துபோகிறாள். இறக்கும்முன் பெண்ணா என்று கேட்ட ராமையாவிற்குப் பதிலளிப்பவளாகப் பெண்ணாக இருந்தால் என்ன, சொர்ணக்காவின் மகனுக்குக் கொடுத்துவிடுவோம் எனகிறாள். ராமையாவும் சம்மதிக்கிறார். சொன்ன சொல்லைக் காப்பற்றுவதற்காக அரும்பாடும் படுகிறார். பாலியும் தங்கராஜும் சிறுபருவத்திலிருந்தே ஒருவருக்காக ஒருவர் என்றே வளர்க்கப்படுகின்றனர். நம் நாட்டுப் பண்பாட்டின்படி சிறுமி பாலி, அத்தை வடிவு தரும் விளக்கெண்ணெயைக் குடிக்க மறுப்பவள் வருங்கால மாமியார் சொன்னதும் மறுக்காது குடிப்பதுடன், அவர் போதும் என்று சொல்லும்வரை குடிக்கவும் செயகிறாள். ராஜங்காட்டை விட்டுத் தஞ்சை போகும்போது தங்கராஜனின் தந்தையின் மடியில் உட்காரவும் மறுக்கிறாள். ராஜா, தங்கராஜனை – கறுப்பண்ணசாமி மாதிரி இருக்கே என்று கூறும்போது பாலி, ராஜாவை மன்னிப்புக் கேடகச் சொல்வது – தனக்குரியவனைக் காக்கும் உரிமையைச் சுட்டுகிறது. இந்நிகழ்வுகள் வழியாகத் தி.ஜா. நம் பெண்களுக்கு இயல்பாகவே தம் பண்புகள் கூடப்பிறந்தவை என்பதை உணர்த்துகிறார்.

தி.ஜா. பெண்களுக்குக் கல்வி தேவை என்ற எண்ணமுள்ளவர். அதனால்தான், "கோண எழுத்துப் படிக்கிறது ஆம்பிளைங்களோட இருக்கட்டும். இவ ஆமடையானா வரப்போறவன் படிக்கட்டும். இதுக்கென்ன இப்போ?" என்று வடிவு கூறும்போது, ராமையா வாயிலாகத் தி.ஜா. பெண் கல்விக்கு ஆதரவு தெரிவிக்கிறார். "பொம்மனாட்டியாப் பொறந்தவங்களும் படிக்கணும் கொள்ளணும்னுதான் அவனுக்கு ஆசை" என்கிறார். வேறோரிடத்தில் "படிக்கிற பொண்ணுனப்புறம் உள்ள ஒடுங்கிப் பிட்டாங்க" என்று பெண் கேட்க நினைத்த ஊர்க்காரர்களைப் பற்றிக் கூறுகிறார். அதே நேரத்தில், பெண் கல்வி என்பது, தி.ஜா.வின் காலத்தில் அதிகமாக ஆதரவு பெறவில்லை என்பதும், பாலி செல்லம் படிக்க வந்ததைப் பற்றிக் குறிப்பிடுவதுவழித் தெரிகிறது. பாலி படிப்பதும் நடனமாடுவதும் அன்றைய காலகட்டத்தில் குறிப்பாகக் கிராமத்தில் எவ்வளவு தவறாகவும் குறுகிய மனோபவத்திலும் பார்க்கப்பட்டது என்பதைத் தி.ஜா. பதிவு செய்கிறார். பாலி தஞ்சாவூரிலிருந்து ராஜங்காட்டிற்கு விடுமுறைக்கு வரும்பொழுது சின்னச்சின்ன முட்கள் அவள் மனதைத் தைக்கின்றன. வேப்பம்மாள்தான் முதல் முள்ளை ஏற்றினாள். "பள்ளிக்கூடத்திலே போயி படிக்கிறியா கொளந்தே!"; "ம்க்கும்"; "செருப்புப் போட்டுக்கிட்டுக் கொடையெல்லாம் எடுத்துக்கிட்டுப் போவியாமே"; "வெயில் ஜாஸ்தியா இருக்கும்ல?" என்றாள் பாலி. "கோயில்லே பொட்டு கட்டினாப்பல ஆடறப்ப செருப்பு, கொடையெல்லாம் வச்சுக்கிட்டா என்ன?" என்று பல் ஈறு தெரிய, காலணாக் குங்குமம் நெற்றியிலே பயமுறுத்த, சிரித்தாள் வேம்பு. "கோயில்ல. பொட்டுக் கட்டினாத்தான் ஆடலாம்?"; "தேவடியான்னு அதுக்குத்தானே இருக்காங்க – ஆனா நீ அவங்கள்ளாம்விட நல்லா ஆடுவியாமே!" – அக்காலத்து மனநிலையைப் பெண்களே பெண்களை எவ்வாறு கண்டனர் என்பதைக் காட்டுகிறது இது. படித்துக் கல்லூரியில் வேலை பார்க்கும் ஆசிரியையும், நடனமாடுபவள் என்றால் தாசி குலத்தவளாகத்தான் இருப்பாள் என்று

எண்ணும் அறியாமையை, தவறான கருத்தை நயமாகச் சாடுகிறார் தி.ஜா. பாலியின் ஆசிரியை, அவள் நடனமாடுவதால், அவளது பெயரின் முதல் எழுத்தைக் கேட்கிறாள். பாலி, 'ஆர்' என்பது ராமையாவைக் குறிக்கும் என்று கூறும்போது, "இல்லை. சில கலைஞர்கள், அம்மாவின் பெயரின் முதல் எழுத்தை வைத்துக் கொண்டிருப்பார்கள்" என்கிறாள் ஆசிரியை. "எனக்கு அந்த அவசியம் இல்லை. என் அம்மா கலியாணம் ஆனவள் மட்டுமில்லை, நாங்கள், பெண்கள் கலியாணம் செய்த வகையாகக் குடித்தனம் செய்கிற சாதாரண வேளாளர்கள்தான்; குடியானவர்கள்" என்று சிரித்துக்கொண்டே சொன்னாள் பாலி.

நடன ஆசிரியர் பெரியசாமிவழியில், நடனத்தையே வாழ்க்கையாகக் கொண்ட பெண்களின் நிலை பற்றித் தி.ஜா. கூறுகின்றார். "நாங்கள்ளாம் கூத்தாடி ஜாதின்னு ஒரு சாதாரண வார்த்தையா சொல்லிக்காம, வேறு ஏதோ சொல்லிக்கறோம். எங்களுக்குச் சொந்தம் கிந்தம்கறதெல்லாம், உங்க முறைப்படி இருக்காது" என்கிறார். மேலும், "அந்தந்தச் சமயத்துக்கு எது சுகமோ, அதை அனுபவிக்க வேண்டியது. யாரு என்னன்னு மனசப் போட்டு அலட்டிக்கப்படாது. அலட்டிக்கிறதே பாவம்னுகூடச் சொல்லலாம். தேவடியான்னு பிறந்தா சொத்து இருக்கறவரைக்கும் முகங்கொடுத்துப் பேசுவா. அப்புறம் நடுத் தெருவிலே விட்டுடுவான்னு பழங்கதையெல்லாம் சொல்லுவாங்க. நெஜம் அது இல்லை. நாலு கழுதைங்க, சொத்து பணம்னு ஆசைப்படலாம் . . . ஒருத்தரோடு அவுராத முடிச்சா முடிஞ்சுக்கிட்டு உக்காந்துக்கிட்டா, அப்புறம் அந்த ஆட்டம் பாட்டம் எல்லாம் ஒரு எளவும் வராது. அப்படியே ஸ்தம்பிச்சுப்போயிடும்". அதனாலேயே தேவதாசிகளை மனிதனிடம் போகாதே என்று கட்டுப்பாட்டில் வைத்தார்கள் என்னும் பெரியசாமி, அது பஞ்சாக்கனி மத்தியிலே தபசு பண்ணுவதுபோல என்கிறார். "அது உடம்பை வருத்தி அனலா எரிச்சிப்பிடும். அது முடியாதவர்கள் மனிதனோடு வாழத் தொடங்கினர். எங்கெங்கே சுகம் கிடைக்கிறதோ, அங்கங்கே ஹோட்டல்லெ சாப்பிடற மாதிரி ஆரம்பித்தார்கள். இந்த வித்தையிலே இறங்கறவங்க – ஒண்ணு முழுக்கட்டுப்பாட்டோட இருக்கணும். இல்லே, கட்டெல்லாம் அறுத்து எரிஞ்சுப்பிட்டு இஷ்டப்படி இருக்கணும். நடுவாந்தரமா இருக்கிறது எல்லாம் சாத்தியமில்லே" என்கிறார். வித்தையை மாத்திரம் சிலர் ரசிப்பதில்லை எனப் பெரியசாமி சொல்வதும், அக்குலப் பெண்களைப் பற்றிய விளக்கமாகவே அமைகிறது.

தி.ஜா.விற்குச் சும்மா ஒரு கதை எழுதுவதும், மகிழ்விப்பதும் நோக்கமன்று. நம் சமுதாயத்தில் மரபு, கட்டுப்பாடு என்ற பெயரில் பெண்களை ஒருபக்கம் தெய்வங்களாகப் போற்றுவதாய்க் கூறிக்கொண்டு, இன்னொரு பக்கம், பெண்களை அடிமைப்படுத்தும் போலித்தனத்தைப் படம்பிடித்துக்காட்டுவதே அவர் நோக்கம். அவர் அசாதாரணமான பெண் மாந்தர்களைப் படைத்துள்ளார். சமுதாய மரபுகளை மீறும் பெண்களைப் படைத்துள்ளார். .எனினும், நமக்கு அவர்களிடம் வெறுப்புத் தோன்றுவதில்லை. மாறாக, அனுதாபமே ஏற்படுகிறது. திருமணபந்தம் என்பது அவர் காலத்தில் ஆயிரம் காலத்துப் பயிராகும். அதில் பெண்களின் கருத்துகள் கேட்கவே படவில்லை என்பதை அவரால் ஜீரணிக்கவே முடியாதிருந்தது. எனவேதான், பாலியின் மனப்போராட்டமாக, இச்சிக்கலை அலசுகிறார்.

நாவலில் பல முறை பாலி, தனக்கு இழைக்கப்பட்ட தவறைக் குறிப்பிடுகிறாள். “எனக்குத்தான் பிறந்த அன்னிக்கே மாப்பிள்ளை வந்திட்டாரே”; “பிறந்த ஷணமே வஞ்சனைக்கு ஆளாகிவிட்டது போலிருந்தது அவளுக்கு”; “பிறந்த குழந்தைக்குச் சாகிறபோக்கிலே ஒரு கலியாணத்தை நிச்சயம் பண்ணிவிட்டுப் போனவ. அதுவும் தன் ஆம்படையான் எப்பேற் பட்டவன்னு தெரிஞ்சிண்டவ” என்கிறாள் செல்லம். பாலியும் மனதில் எண்ணுகிறாள்: “அம்மா? நீ நிச்சயமாகச் சொன்னாயா, தங்கராஜுவுக்கு என்னைக் கொடுத்துவிடு என்று? கட்டாயம் செய்துவிடுகிறேன் என்று அப்பா நிச்சயமாகச் சொன்னாரா?”. “யாரோ எப்பவோ சொன்னாங்கங்றதுக்காக, யாரையோ, போட்டு அவதிப்படுத்தறது தர்மமில்லே” என்கிறாள் செல்லம், ராமையாவிடம். பாலியின் குரலாகத் தி.ஜா.வின் கோபக்குரல் பின்வருமாறு ஒலிக்கிறது. “வாக்குக் கொடுக்கிறவர்களின் மனப்போக்கே ஒரு விசித்திரம். இந்த உலகமே தனக்கு அடிமைபோல், தன் உடைமைபோல அவர்களுக்கு ஒரு தீர்மானமோ என்னவோ... பச்சைக்குழந்தை – சற்று முன்புதான் பிறந்த குழந்தை. அதனிடம் ஒன்றும் கேட்டுத் தெரிந்துகொள்ள முடியாது. ஆனால், நம் குழந்தை நமக்கு எதிராக நினைக்காதே என்று தீர்மானம் செய்திருப்பார் போலிருக்கிறது” – இங்குக் கடைசியில் தி.ஜா., சப்பை கட்டுவதுபோலத் தோன்றுகிறது. “கூட இரு என்றால், ஒரு ஷணம் இவரால் இருக்க முடியப் போகிறதா? எதற்காக இரண்டாவது மனிதர்கள் சம்பந்தப்படக்கூடிய காரியங்களில், தலையிட்டு, குட்டையைக் குழப்பிவிட்டு, ஒரே அவதி இறைவாக அடித்துவிட்டுப் போகிறார்கள்!?” என்று பாலி பொருமுகிறாள்.

மனித உறவுகள் இயல்பாக, மனம் விரும்பி அமையவேண்டும் எனத் தி.ஜா. நினைக்கிறார். எந்த வித வற்புறுத்தலோ, கட்டாயமோ கூடாது. இதை அவர் நாவல்களில் காணலாம். “மனுஷங்கள்ளாம் மிருகம் மாதிரி இருக்கணும். யாருக்கும் கட்டுப்பட்டிருக்கக் கூடாது. சோறு போடறது, வளக்கறது – இந்த மாதிரி எல்லாம் பெரியவங்க விலங்கு தயார் பண்ணி, நம்மைக் கட்டிப் போடறாங்க. விஷ ஆவி அடைச்ச அறை மாதிரி இந்த நன்றியிலே கிடந்து தவிக்கறோம் நாம், இல்லையா?” என்று பாலி செல்லத்திடம் கூறுவது, தி.ஜா. மனக்கிடக்கையையே உணர்த்துகிறது. “ஒண்ணு இஷ்டப்படி இருக்கணும். இல்லே முழுக்கக் கட்டுப்பட்டிருக்கணும். இதிலே பாதி அதிலே பாதின்னு என்னாலே இருக்க முடியலே” என்னும் பாலியின் வெளிப்படுத்தல், கட்டாயத் திருமணத்தில் சிக்கும் பெண்களின் துன்பத்தை உணர்த்துகிறது. “கடவுள் பெண்ணாகவும் இருக்கலாம். தாயாக மட்டும் இருக்கவேண்டாம். கடவுளைத் தாய் என்று நினைத்துத்தான் பெண்களையும் நெருங்க முடியாத தெய்வங்களாகப் பண்ணி விட்டார்கள். அதாவது, பாபத்தை உண்டாக்குகிற ஊற்றுகளாகச் செய்துவிட்டார்கள். கடவுளைக் காதலியாகப் பாவிக்கப் பழகியிருந்தால், பெண்ணின் ஹிருதய அழகை எல்லாம் முழுதும் பார்த்திருக்க முடியும்!” என்று ராஜா கூறுவதைத் தி.ஜா. கூற்றாகவே கருதலாம்.

பெண்ணைப் பெற்றுவளர்த்துத் திருமணம் செய்துகொடுக்கும் பாசமிகு தந்தையின் மனநிலையையும் தி.ஜா. காட்டத் தவறவில்லை. “தாத்தா நான் படிக்கிறேன். அப்பத்தான் அப்பாவுக்கு மனசு வெலவெலக்காம இருக்கும்.

நம்மை விட்டுப் போகலேன்னு, ஆயிரம் மைலுக்கப்பாலிருந்தால்கூட, நிம்மதியா இருக்கும். இன்னொருத்தன் கையிலே தூக்கிக் கொடுத்துப்பிட்டு, அடுத்த வீட்டிலே இருந்தாக்கூட அது துக்கம்தான்" என்னும் பாலியின் பேச்சிலிருந்து, இது தெரிகிறது. தி.ஜா.வின் இரு சகோதரிகளும் ஒருவரையே மணக்க நேர்ந்தது. கணவன் இறந்தபோது, இருவருமே கைம்பெண்களாயினர்! இது அவரைப் பாதித்தது. அதன் விமர்சனமாகப் பாலியின் சிந்தனையைச் சுட்டலாம். "இரண்டு பேரை ஒரேமனதில் ஒரேபாவனையில் வைத்துப் பார்க்க முடியுமா? சாத்யம்போலத்தான் இருந்தது. இரண்டு பேர்கள் கணவர்களாக இருக்க முடியுமா? இரண்டு மனைவிகள், ஒரே கணவனின் அணைப்பில் நிற்பதுபோலவே? வலது கண்ணும் இடது கண்ணுமாகவா? சாத்யம்தான், சாத்யம்தான் என்று நினைக்கும்போதே அவளுக்குச் சிரிப்பு வந்தது" என்கிறாள் பாலி. "மஞ்சத்திலே பக்கத்திலே படுத்திருப்பான் உன் மாப்பிள்ளை. மனசிலே அந்தப் புள்ளையும் வந்துவந்து போகுமில்லே. அதுதானே எங்கேயும் நடக்குது!" என்கிறார் நாயக்கர். இப்படிப் பெரியவர்கள் மட்டுமே தீர்மானிக்கும் திருமணத்தின் குறைபாடுகளைப் பாலி வழியாகத் தி.ஜா. காட்டுகிறார்.

தி.ஜா. பெண்மையை, பெண்ணின் அழகை ஆராதிக்கிறார். அவருடைய பெண் மாந்தர்கள் அனைவருமே, தெய்வீகமான அழகுடையவரகள். சிறுபாத்திரமாக வரும் ஜெகதுவை, "நீயே அந்தப் பாலாம்பா வைதீஸ்வரன் கோயில்லேர்ந்து புறப்பட்டு வந்தாப்பலதான் இருக்கே" என்று சொல்லவேண்டும்போல் இருந்தது. ஜகதுவிடம் அவருக்குத் தனியாக ஒரு மரியாதை, ஒரு கௌரவம். வெறும் பிரியம் மட்டும் இல்லை. வயசில் ஏழெட்டு வருஷம் சிறியவள் அவள். ஆனால், யாரிடமும் காட்டாத மரியாதை அவளிடம் காண்பிக்க வேண்டும் என்று தோன்றும். ஒரு காரணம் ஜகதுவின் முகத்தோற்றம்தான். தஞ்சாவூர்ப் படங்களில் வருகிற சீதை, யசோதை, கஜலட்சுமி – இந்த மாதிரி ஒரு முகம் அது" என்று ராமையா நினைக்கிறார். "வாங்கண்ணா என்று சிரித்துக்கொண்டுதான் சொன்னாள் ஜகது. பனித்துளி தேங்கிய தும்பைப்பூ சிரிப்பது மாதிரி இருந்தது" என்கிறார்.

ராமையாவின் பொருட்களை டிரங்க் பெட்டிகளில் தயார்படுத்துவது, சாப்பாடு கட்டித்தருவது, ஏன் சிக்கல்களைத் தீர்ப்பது வரை ஜகதுவே செய்கிறாள். ராமையாவின் நிலம், வீடு, தோட்டத்தைப் பராமரிக்கப் பிரித்துக்கொடுப்பதும் அவள்தான். பாலி மேலே படிப்பதைச் சுமூகமாக முடித்துவைப்பதும் அவளே. வடிவு, ராமையாவின் சகோதரி. அவருடைய நான்கு திருமணங்களுக்கும் உடனிருந்தவள். குழந்தை இல்லை. கணவனின் இறப்பிற்குப் பின், ராமையாவுடனேயே இருக்கிறாள். பாலியை வளர்த்து ஆளாக்குகிறாள். அவள் கணவன்வழி வந்த நிலத்தையும் வீட்டையும் ராமையா குத்தகைக்கும் வாடகைக்கும் விட்டுவந்தார். இதனால் அவளுக்கு வருமானம் வந்தது. எனினும், அவளை மதித்து எந்த விஷயத்தையும் அவர் சொன்னதில்லை. "நான் ஒண்ணுமே உன் வாயைத் திறந்து கேட்டதில்லை. நீ எதுவும் எனக்குச் சொல்றதுமில்லை... அந்தரங்கமா நாலு வார்த்தை பேசறதுக்கு, நாம லாயக்கா இருந்தாத்தானே சொல்லுவாங்கன்னு இருக்கப் பளகிப்பிட்டேன்..." என்கிறாள் வடிவு. அவள் சொல்கிறது

என்னவோ உண்மைதான். அல்லும் பகலுமாக இந்த வீட்டோடு கிடந்து உழைத்துப் போடுகிறவளுக்கு, வாயும் வார்த்தையுமாக மனதிலுள்ளதைச் சொல்லிக் கலந்துகொள்கிற உரிமைகூட இல்லை. பாலியோடு தனியாகப் பேசுவதற்காக வடிவைக் கோயிலுக்கு அனுப்பிவைக்கிறார். வடிவின் நிலை, அன்றைய கைம்பெண்களின் நிலையையே காட்டுகிறது. பாலி தன் மனதை வெளிப்படுத்தும்போது, வடிவு பீதியடைகிறாள். "உங்கப்பன் போடற சோத்தைத் தின்னுகிட்டு வரேன். நான் வேறே எப்படிப் பேசறதுக்கு முடியும்?" என்கிறாள் வடிவு. செஞ்சோற்றுக் கடன்தான் அது. வடிவிற்குள்ளும் ஒரு நெருப்பு நீறுபூத்திருப்பது தெரிகிறது. "எனக்கு மாத்திரம் உன் மனசு தெரியலியா? நான் பொண்ணாப் பொறந்து குப்பை கொட்டினவதானே? எல்லாருமா சேந்து கட்டி வச்சாங்க. தலைகீழ நின்னு பார்த்தேன். மாலை மாலையாக் கண்ணாலே வடிச்சுப் பார்த்தேன். யார்னாச்சிம் கேட்டாங்களா? இவந்தான்டி உனக்குப் பொறந்தவன்னா, எனக்கு அத்தையாயிருந்தவ. தெய்வமேன்னு கழுத்தை நீட்டினேன். அப்பறம் எல்லாம் சரியாப் போச்சு. இருந்தாலும்... இருந்தாலும்... கண்ணாடியை வைரம்னு சொல்ல முடியுமா?" என்கிறாள் வடிவு.

பெண்களின் விருப்பம் வாழ்வின் மிக முக்கியமான முடிவை எடுக்கும்போது கேட்கப்படுவதில்லை என்பதைக் காட்டுவதோடு, அதனால் அவர்களின் வாழ்க்கை, இப்படிப்பட்ட தப்பும் தவறுமான முடிச்சுக்களால் மகிழ்ச்சியில்லாது இயந்திரமாகிப் போவதையும் காட்டுகிறார். செல்லம், பாலியின் கல்லூரித்தோழி. இவள்தான், பாலி தன் ஆழ்மன ஆசையை ஒப்புக்கொண்டு வெளிப்படுத்தக் காரணம் ஆகிறாள். செல்லம் கணவனின் முகம்கூட நினைவில்லாத குழந்தை விதவை. தி.ஜா., அவள்வழி, அவர் காலத்து அந்தணப் பெண்களின் அவலத்தைக் காட்டுகிறார். செல்லம் குங்குமம் வைத்துக்கொள்வதைப் பார்த்துப் பக்கத்து வீட்டம்மாள், "பிணத்துக்கு ஊதுவத்தி கொளுத்தி வச்சாப்போலே..." என்கிறாள். அதைக் கேட்ட அவள் தமயன், அவளுக்கு வேறு மணம் செய்ய நினைக்கிறான். மேலே படிப்பதாகச் சொல்லி, அவள் சென்னை வருகிறாள்.

அன்றைய காலத்தில் படிப்பு, இது போன்ற பெண்களுக்கான ஒரு தீர்வாகக் காணப்பட்டது. "பெண்கள் படிக்கிறதுக்கு ஒரு பெரிய காரணம் இப்பல்லாம் உண்டாயி இருக்கே. ஆம்படையான் போனாத்தானே படிக்க வைக்கிறதுன்னு" – செல்லம் வெளிப்படையாகப் பேசுபவள். "குங்குமம் இட்டுக்கொண்டால், எனக்கும் அழகாகத்தானே இருக்கு?" என்று அவள் கேட்கும்போது, அதைச் செல்லத்துக்கு மறுக்கும் மரபை மீறவும், உடைக்கவும் நமக்குத் தோன்றுவது உண்மை. திருப்பரங்குன்றத்திலே கல்யாணமுடி கட்ட அவள் ஓடும்போதும், நான் கட்டக்கூடாதா? என்றவள் வினவும்போதும் அவளுக்காக நாம் அனுதாபப்படுகிறோம். பாலி, அவள் ராஜாவோடு பழகுவதைக் கண்டிக்கும்போது, அவன் சாதாரணக் குடும்பத்தைச் சேர்ந்தவனில்லை என்னும்போது, "நான் சாதாரணக் குடும்பந்தான். ஆனால் எனக்கு என் இஷ்டப்படிதான் இருக்க முடியும்" என்கிறாள். ராமையா, "இந்த மாதிரித் துணிச்சலாப் பேசற பொண் எல்லாம்தான் ரொம்ப அடக்கமாயிருக்கும்" என்று சொல்வதும் எண்ணத்தக்கது.

தனபாக்கியம் – பொருளாதார நெருக்கடியே, அவளைத் தடம் பிறழச் செய்கிறது. எதிர்த்த வீட்டுச் செல்வந்தன் வையன்னாவின் பசப்பு வார்த்தைகளை நம்பி மோசம் போகிறாள். அவனது குழந்தைக்கும் தாயாகிறாள். பின் அவன் அவளை ஏமாற்றுவதோடு ஆள் வைத்து அடிக்கவும் செய்கிறான். அடிபட்ட ஒரு பெண் புலியாக, தி.ஜா. கூறுவதுபோல மகிஷாசுரமர்த்தினியாகிறாள். ராமையாவிடம் உதவி கேட்டு வரும்போது அவர், “உன்னைப் பத்தி ஊரிலே நல்ல பேச்சில்லேங்கறது தெரியுமா?” எனக் கேட்பதற்கு, அவள் மறைக்காமல், “தெரியும் மாமா – நல்லாத் தெரியும். நான் ஒரு. புள்ளையை அதற்குச் சாட்சியாக வச்சிருக்கேன்” என்கிறாள். மேலும், “இவனுக்கு என்ன தைரியம்! இப்படிப் போனவங்க ஏமாந்துபோனா, வெளியிலே சொல்ல முடியாது. அவமானம், பழி எல்லாத்தையும் ஓசைப்படாம கடிச்சு முழுங்க வேண்டியதுதானேன்னு நெனச்சான்! நான் என்னத்துக்கு அப்படியிருக்கணும்? ஒருத்தருக்கு, துரோகம் பண்ணியாச்சு. எனக்கும் துரோகம் பண்ணிக்கன்னு சொன்னா, நான் கேப்பேனா? அவ்வளவு கூறுகெட்டவளா” என்றும் பொங்குகிறாள். “நான் ராமையா மாமா இல்லடா, பொறுத்துக்கிட்டுப் போக. எது வந்தாலும் நாலு கொடுத்தா ஒண்ணாவது திருப்பிக் கொடுப்பேன்னு கத்தினேன்” என்கிறாள்.

ராமையா, நான் போய்க் கேட்கிறேன் எனும்போது, “அவரை அவன் நையாண்டி செய்தபோது தடுக்காத ஊர், கூத்திற்காக உழைத்தவர்க்கு ஒரு முட்டை நெய் வாங்கித் தராத நன்றி கெட்ட ஊர்” என்று பொரிகிறாள். பெண்களை இப்படி நடத்துவது தவறு என்பதே தி.ஜா. எண்ணம். ராமையா அவரது எண்ணத்தையே எதிரொலிக்கிறார். “எதற்காக இந்த அற்பர்களைப் படைத்தாய்? பெண்ணின்பத்தைக்கூட ஏமாற்றி வாங்கும் அற்பர்களை ஏன் படைத்தாய்? தனபாக்கியம் அப்படிப் பார்க்க முடியாத அவலட்சணமில்லை – லட்சணமுமில்லை. அந்த முப்பது வயதின் கவர்ச்சியைக் கண்டுதான், இந்தப் பயல் விழுந்திருக்கவேண்டும். ஏதோ மிருகத்தனமாக, எதையும் பொறுத்துக்கொண்டு துய்த்துவிட்டு, பிறகு வெட்கப்பட வேண்டிய அளவுக்கு அவள் விகாரமோ மூளியோ இல்லை. இவளை ஏன் ஏமாற்ற வேண்டும்?” என நினைக்கிறார். தி.ஜா.விற்கு இங்குகூடப் பெண்ணின் அழகை நினைத்துப் பார்க்காமலிருக்க முடியவில்லை என்பதும் எண்ணத்தக்கது.

தனபாக்கியம் கொலை செய்திருப்பாளோ என்ற ஓர் ஐயம் வரும்போது, “ஐயையோ . . . பொம்மனாட்டியா?” என்கிறாள் பாலி. செல்லம், “பொம்மனாட்டின்னா செய்யப்படாதா?” என்று கேட்கிறாள். தொடரந்து, “பொம்மனாட்டிங்களுக்குத்தான் பயம் ஜாஸ்தி. ஆதரவு குறைச்சல். அதனால் அவர்கள்தான் சட் என்று இந்த மாதிரி காரியங்களைச் செய்வார்கள்” என்கிறாள் செல்லம். மேலும் தான், பாலியைவிட ஆறு வயதே பெரியவள் என்றாலும், அறுபது வயது அனுபவம் உண்டு என்கிறாள். பொம்மனாட்டிகள் இந்த மாதிரி காரியங்களைத் தயங்காமல் செய்வார்கள் என்கிறாள். இங்குத் தி.ஜா.வின் கருத்து, சற்று மயக்கமாகவே உள்ளது. ஒரு சின்னக் கிராமத்தில் இருந்துகொண்டு, தன்னிஷ்டப்படியெல்லாம் நடந்துகொண்ட தனபாக்கியத்தை நினைக்கும்போது, பாலிக்கு வியப்பும் திகைப்பும் ஏற்பட்டன. கோர்ட்டில் வையன்னாவைக் கொண்டுநிறுத்திக்

கண்ணில் விரலைக் கொடுத்து ஆட்டின பெண் என்று அவளைப் பற்றிப் பாலி எண்ணுகிறாள். "தனபாக்யம் இஷ்டப்படியிருக்கப் பிறந்தவள். நல்ல மனுஷி. கெட்டிக்காரி. அவளை அவளுடைய மனிதத்தனம் காப்பாற்றிக் கொண்டேயிருக்கும்" என்கிறான் தங்கராஜும். கதை முடிவில் அவளை வேலம்மாவாகச் சந்திக்கும்போது, அவள் காசியிலிருக்கிறாள். ராமையா அவளை, "தனபாக்கியம், நீதான் பாலாம்பாள் வடிவெடுத்து வந்திருக்கே..." என்கிறார். மேலும், "இது மனுஷப் பிறவியில்லே. என்னைப் பத்தின வரைக்கும், இது தெய்வப் பிறவி" என்கிறார்.

தி.ஜா. நாவல்கள் அனைத்துமே, பெண்களின் நிலைமையைக் குறித்துப் பேசுபவையே. அவர், கற்பனை மாந்தர்களையே படைக்கவிலை. அவர் வாழ்ந்த சமுதாயத்தைக் கூர்ந்து கவனித்துக் கண்டவர்களையே பாத்திரமாகப் படைத்துள்ளார். வெற்றிகரமாக நம் சமுதாயத் திருமண மரபுகளில் உள்ள குறைகளை நயம்படத் தி.ஜா. எடுத்துக்காட்டியுள்ளார். இளம் விதவைகள் நிலையைச் செல்லம், கோவிந்துவின் சகோதரியின் மகள் மூலமாகக் காட்டுகிறார். மனப்பொருத்தமில்லாது விதியே என்று வாழ்வதைத் தி.ஜா. வடிவின்வழி உணர்த்துகிறார். பாலியின் மனப்போராட்டம், முடிவில் அவள் விருப்பத்திற்கு மாறாகத் தங்கராஜனை மணப்பது ஆகியன பெண்ணிற்குச் சுதந்திரமில்லாததையே காட்டுகின்றன. பாலியே மரபை மீறுவதைத் தவறோ என்றுதான் எண்ணுகிறாள். இக்கதையின் முடிவு, தி.ஜா.வும் மரபையும் சம்பிரதாயத்தையும் முழுவதுமாக விடத்தயங்குகிறாரோ என்ற ஐயத்தையே நமக்கு ஏற்படுத்துகிறது.

✦

13

தி.ஜா.வின் அன்பே ஆரமுதே – செம்பருத்தியின் சிவப்பு

அ. வெண்ணிலா

தி.ஜா.வின் நாவல்களில், நான் அதிகம் முறை படிக்காத நாவல், 'அன்பே ஆரமுதே'தான். என் இருபதுகளில் வாசித்ததோடு, பிறகு எப்போதுமே வாசிக்க வாய்க்கவில்லை. குளிர்ச்சுனையில் கால் வைக்க அதன் முன்நிற்கும் கணத்தில், நீர்ப்படும் முன்பே உடம்பில் ஒரு சிலிர்ப்பு ஓடுமே, அத்தகைய சிலிர்ப்பு தி.ஜா.வின் எழுத்துகளுக்குள் போவதற்கு முன்பே வரும். தி.ஜா.வின் நூற்றாண்டை ஒட்டி அவரை மீண்டும் வாசிக்கப் போகிறோம் என்றவுடன், அந்தச் சிலிர்ப்பு உடம்பெங்கும் இம்முறையும் ஓடியது. 'கிர்ர்ர் கீவ்...' என ஒவ்வொரு கத்தலும் கரகரத்துத் தொடங்கி, குழைவாக நீளும் வலியன் குருவிகளின் குரல், பொழுது விடிவதற்கு முன்பே 'கர்ர்... கர்ர்...' எனக் கத்தும் மடாச்சேவல்கள், இரைந்து, கரைந்து, குழைந்து, சீத்காரம் பண்ணி, பேசி, கரகரத்துக் காலைப்பொழுதைத் தங்களுக்கான வெளியாக்கிக் கொள்ளும் கரிச்சான்களையும், தினைக்குருவிகளையும், நாகணவாய்களையும் காக்கைகளையும் தி.ஜா. நாவலுக்குள் கேட்க முடியுமே என்ற குதூகலமும் சேர்ந்துகொண்டது. அழுத்தமான செம்பருத்தி நிறத்தில், என்ன ஈர்ப்பு இருந்துவிட முடியும்? பார்க்கப் பார்க்க, அதன் அடர்ச்சிவப்பு வெளுக்குமா? நம் எண்ணங்களின் சிவப்பேறி, இன்னும் சிவக்குமா? தி.ஜா.வின் செம்பருத்தி கொஞ்சமும் நிறம் மாறிப்போகாமல் காலத்தின் பக்கத்தில் இன்னும் இருந்துகொண்டேயிருக்கிறது. கிழக்கின் பொன் நிறத்தைப் பார்ப்பது எப்போதாவது அலுத்துப்போகுமா? ஒருநாளின் பொன்னிறம், மற்றொரு நாளுக்கு இருந்திருக்கிறதா? கிழக்கு வெளுக்கத் தொடங்கும்போது இருக்கும் பொன்னிறமும், வெளுத்தவுடன் விடைபெறத் தொடங்கும் பொன்னிறமும் எவ்வளவு வியப்பு? அந்தி விழுந்துபடும் நேரத்தை, கை மறைகிறாற் போன்ற வெளிச்சம் என்று சொல்லும்போது

தோன்றும் ஒரு மயக்கம், இதை எல்லாம் அனுபவிக்கவே தி.ஜா.வை எத்தனைமுறை வேண்டுமானாலும் படிக்கலாம்.

தம் காலத்தில் வெற்றிகரமான வெகுஜன எழுத்தாளராக இருந்தவர் தி.ஜா. வெகுஜன இதழ்களுக்குரிய நடையும், மொழியும் இருந்தாலும், அவரின் கதைமாந்தர்கள் பெரும்பாலும் வெகுஜன இதழ்களுக்கு உரியவர்களாக இருந்ததில்லை. யதார்த்தவாதக் கதைகளையும் இலட்சியவாதக் கதைகளையும் இதழ்கள் முன்னிறுத்திக் கொண்டிருந்த வேளையில், தி.ஜா. அசாதாரண, யதார்த்தம் மீறிய கதை மாந்தர்களையே முன்னிறுத்தினார். விபரீதக் காமம், அதீதக் காமம், பொருந்தாக் காமம் எனப் பளபளப்பான ஜிகினாத் தாள்களைத் தம் கதைகளுக்கு மேலாகப் போர்த்திவைத்திருப்பார். ஜிகினாத்தாள்கள் சாப்பிடுவதற்காக அல்ல. அவை கவர்வதற்காக மட்டுமே. தாம் எழுதும் காலத்தில் வாசகர்களைக் கவர வேண்டிய ஒரு கட்டாயம், அவசியம் எழுத்தாளருக்கு இருக்க வேண்டுமா என்றால், இருந்திருக்கிறது எனலாம். டால்ஸ்டாயை அறிந்த அளவுக்குத் தஸ்தயேவ்ஸ்கியை ருஷ்ய வாசகர்கள் அவர் காலத்தில் அறிந்துகொள்ளவில்லை. ஆனால், டால்ஸ்டாயைவிடச் செகாவ் ஐரோப்பிய நாடுகள் முழுமைக்கும் அறியப்பட்டிருந்தார். தஸ்தயேவ்ஸ்கியைப்போல் மனித மனங்களை ஆராய்ந்த தி.ஜா., எழுதுவதற்குக் களமாக வார இதழ்கள் அமைந்ததும் இந்த ஜிகினாத் தாள்களுக்கான தேவையை உண்டாக்கியிருக்கக் கூடும்.

ஜிகினா பளபளப்புகளைக் கடந்து, கதைகளுக்குள் செல்லும்போது, அங்குக் கதையோட்டம் எப்பொழுதுமே இரண்டாம்நிலைக்குச் சென்றுவிடும். தொடர்கதைகளையே வாசிப்பவர்களுக்குக் கதைதான் பிரதானமாக இருக்கும். பள்ளிப்பருவத்தில் தொடர்கதைகளை படிக்கும்போது, நான் ஒருபோதும் வர்ணனைகளைப் படித்ததில்லை. பெரிய பத்தியாக வந்தாலே, கதை மாந்தர் பெயர் தட்டுப்பட்டால், அங்கு நிறுத்தி ஒரு பார்வை. பிறகு கதையின் பின்னால் ஓடத் துவங்கிவிடுவேன். இப்போதெல்லாம் வாசிப்பு, கதையைத் துரத்திக்கொண்டு ஓடுவதில்லை. கதேயின் 'காதலின் துயரம்' நாவலுக்குள் என்ன கதை இருக்கிறது? பத்திப் பத்தியாக நின்று படிக்கத் தூண்டுகிறதே? நாவலுக்குள் இயங்கும் மனிதர், சிறு வார்த்தையிலும் தெறித்துவிழும் மனத்தின் நுட்பங்கள், தமக்குள்ளேயே முரண்படும் மனிதர்கள் போன்றவைகளுக்கான உதாரணங்களைத் தேடுகிறோமே தவிர, கதை கொஞ்சம் தள்ளிக் கைகட்டிக்கொண்டுதான் இருக்கிறது. வழிகாட்டி, ஒரு சிற்பத்தின் பெருமைகளைச் சொல்லிவிட்டு, நாம் பார்த்து முடிக்கும்வரை தள்ளிநின்று அடுத்ததுக்கு நம்மை அழைத்துச் செல்லக் காத்திருப்பதைப்போல. நம் காலத்திற்கு முந்தைய நாவல்களை வாசிக்கும்போது, இன்று வழக்கொழிந்து போன மனிதக் குணங்களின் வெளிப்பாடு இருக்கும் இடங்களைத் தேடிப் பார்ப்பேன். தி.ஜா.வின் ஆண்களும் பெண்களும் வசீகரமானவர்கள். அழகே இல்லாத பனையோலைகூட, கைநேர்த்தி கொண்டவர்களின் கைகளில் அழகழகான கலைப் பொருட்களாக மிளிர்வதைப்போல், தி.ஜா.வின் எழுத்தும், மனிதர்களுக்கு வசீகரத்தைக் கொடுக்கிறது. வசீகரம் நம் யதார்த்த வெப்பத்தை எப்பொழுதுமே குறைக்கும் ஆற்றல் கொண்டது. மனித மனம் எப்பொழுதும் தன்னைவிட மேம்பட்ட ஓர் உருவத்தை,

வெர்ஷனை விரும்பும். தன்னிடமும், தன்னைச் சார்ந்தவர்களிடமும் ஒரு மிகைத்தன்மை இருந்தால் கனவுலகில் இருப்பது போன்ற நிறைவு இருக்கும். யதார்த்தத்திலிருந்து தப்பிக்க எண்ணும் குணமல்ல அது. யதார்த்தம் நம்மை அழுத்தும் சுமையாக இல்லாமல் பார்த்துக்கொள்ளும் திறமைதான் அது. தி.ஜா. அதற்கு நிறையவே கைகொடுப்பார்.

இழுத்துக்கட்டினாற்போல் தோற்றம்கொண்ட பெண்களும், சுடர்போல் ஒளிரும் பெண்களும், உச்சிக் கோபுரம்போல் வணங்கத் தூண்டும் அழகும், கருவறை இருட்டில் மின்னும் இதழ்ச் சிரிப்பும், ஒளிரும் விழிகளுமாகச் சக்தியின் பேருருவாய், அருகில் வந்துவிடாதே என்ற ஆகிருதியான பெண்களே தி.ஜா.வின் பெண்கள். 'அன்பே ஆரமுதே'விலும் மூன்று பெண்கள் பிரதானமாக வருகிறார்கள். ருக்கு என்ற ருக்குமணி, சந்திரா, குஸுமா அலைஸ் டொக்கி. ருக்கு, தன்னருகில் வைத்துத் தனக்கானவளாகக் கொண்டாடி அனுபவிக்க அச்சுறுத்தும் பேரழகு. சுடர்போல் இருப்பவள். அவள் பதின்மூன்று வயதுப் பெண்ணாக இருக்கும்போது, ருக்குவைத் திருமணம் செய்ய, வீட்டாரால் கட்டாயப்படுத்தி அழைத்து வரப்படுகிறான் இருபது வயதுப்பையன் அனந்தசாமி. அவனுக்கு வேலையில்லை. தானே அப்பாவுக்குச் சுமை, அதில் திருமணம் செய்துகொண்டு மனைவியுடன் சேர்ந்து இரட்டைச் சுமையாகவும் இருக்க வேண்டுமா என்ற கேள்வி அனந்தசாமிக்குள். தந்தைக்கோ, அவன் பிள்ளைகளையும் உட்காரவைத்துச் சோறுபோடும் தெம்பிருப்பதால் திருமணஏற்பாடு செய்து, திருமணத்திற்கும் உறவுகளுடன் செல்கிறார். திருமணத்திற்கு முதல் நாளிரவு, பெண்ணைப் பார்த்தவுடன் அனந்தசாமி, இவ்வளவு அழகுக்குத் தான் தகுதியில்லை என்று சொல்லாமல் கொள்ளாமல் ரயிலேறிக் காசிக்குப் போகிறான். கிராமத்தில் திருமணம் நின்றுபோனால், பெண்ணின் நிலை? ருக்கு, ஊரில் இருக்கப் பிடிக்காமல், வேறு திருமணமும் செய்து கொள்ளாமல், உறவுக்காரச் சித்தப்பாவுடன் டெல்லிக்குப் போகிறாள். பாதியில் விட்ட படிப்பைத் தொடர்ந்து, கல்லூரி விரிவுரையாளராகவும் ஆகிறாள். திருமணம் நின்று முப்பது ஆண்டு கழித்து, சென்னையில் இருக்கும் உறவுக்கார நண்பர் ஒருவரின் வீட்டுக்கு வருகிறாள். அங்குத் தன்னை விட்டு ஓடிப்போன அனந்தசாமியை, சந்நியாசியாய், ராசியான வைத்தியராய், முடிந்தவரை மற்றவர்களுக்கு உதவியாய் ஓடோடிச் சேவகம் செய்யும் உபகாரியாய்ப் பார்க்கிறாள். இத்தனை ஆண்டு காத்திருந்ததற்கு ஏதோ ஓர் அர்த்தமிருக்கிறது என்றெண்ணிய ருக்கு, சென்னைக்கே வேலை மாற்றிக்கொண்டு வருகிறாள். ருக்கு-அனந்தசாமியின் நின்றுபோன திருமண பந்தத்தின்வழி, முப்பது ஆண்டுகளுக்குப் பின் நடக்கும் ஒரு மாதத்துக்குள்ளான கதைதான், 'அன்பே ஆரமுதே.'

தி.ஜா. கதைகளில் விதவிதமான மனிதக் குணாம்சங்களைக் கூர்ந்து பார்ப்பது பிடிக்கும். அது பிடிப்பதற்குக் காரணம், ஐம்பதுகளின் மனிதக்குணங்கள் இன்று அருங்காட்சியகப் பொருள் போலாகிவிட்டன. கத்தி, வாள், போர்க் கவசமென்றால், மாதிரிகளைக் கொண்டுவந்து நாம் நிறுத்திவிடலாம். மனிதக் குணங்களுக்கு எங்குப்போய் முன்மாதிரிகளைத் தேடுவது? இலக்கியத்தில்தானே தேடிக் கண்டெடுக்க முடியும்? 'வெயில் வீணாகப் போகிறதே என்று வெளியில் கிளம்புகிறீர்களா?' என்ற கேள்விக்குப்

பஞ்சம் வைக்காமல், தினம் வெயில் உடம்பைப் புடம்போடச் சென்னை முழுக்க நடந்தே சுற்றி வருகிறார் அனந்தசாமி. மௌபரிஸில் இறங்கித் தேனாம்பேட்டை, திருவல்லிக்கேணி, ஜாம்பஜார், பழைய மாம்பலம், புது மாம்பலம் என்று நடக்க அஞ்சாத குணம். பேருந்துக்குக் காத்து நிற்கும் நேரத்தில், பாதித்தூரம் போய்விடலாம் என்ற வேகம். எத்தனை மணிக்குப் படுத்தாலும், கிழக்கில் வெளுப்பு காண்பதற்கு முன், விடியற்காலை நான்கு மணிக்கே, அடுப்புப் பற்றவைத்து, வெந்நீர் போட்டுக் குளித்துவிட்டு, குமுட்டி அடுப்பில் பால் காய்ச்சி, காப்பி குடித்துவிட்டு வெளியில் கிளம்பிவிடுவார், துக்கம் வரும்போது வாய் நிறையப் புகையிலையும் வெற்றிலையும் போட்டு அடைத்துக்கொண்டால் துக்கத்தையும் அடைத்துக் கொள்ள முடியும் என்று நம்பும் மனிதர் அவர். நல்ல அழகான, வாசனை மிக்க பூக்களை யாராவது தலையில் சூடிக்கொள்வார்களா? எந்த உயரிய பொருளும் கடவுளுக்குத்தானே சமர்ப்பணம்? என்று எண்ணுபவர். அதேவேளை, சூரியகாந்தி அழகான பூதான், நிறத்திலும் கவர்ச்சியிலும். வாசனை இல்லாவிட்டாலும் பார்க்கும் யாவரையும் ஈர்த்துவிடும் கவர்ச்சியுண்டு. ஆனால், சூரியகாந்தியைத் தலையில் சூடுபவர்கள் யார்? இல்லை, கடவுளுக்குச் சாத்துபவர்கள் யார்? வீணாய்ப் போகும் அழகு. அழகு இருந்தும் சூரியகாந்தியைப்போல், இப்படி வீணாகும் பெண்களின் அழகு பற்றிச் சொல்கிறார் தி.ஜா.

வீட்டுத் தெரு வாசலில் இருப்பது சின்ன மாடக்குழிதான். அதில் சிற்றகலொன்றை வைத்துவிட்டால், அவ்விடமே கோயில் கருவறைபோல் எவ்வளவு பொலிவாகிவிடுகிறது? அப்படி, தி.ஜா. சின்னச் சின்ன இடங்களையும் அலங்கரித்துக்கொண்டே செல்வார். நாகம்மாளும் ருக்குவும் அமர்ந்து பேசிக்கொண்டு இருக்கிறார்கள். சமவயதுக்காரர்கள். ருக்கு திருமணம் செய்துகொள்ளவில்லை, பிள்ளை பெறவில்லை. நாகம்மாள் திருமணம் செய்து ஒரு பெண் பிள்ளை பெற்றவள். இருவரின் வாழ்க்கையும் அவர்களின் உடம்பின்மேல் ஏற்றியுள்ள வேறுபாட்டைத் தி.ஜா. ஒருவரியில், 'சாத்துக்குடியையும் கமலாபழத்தையும் எதிரெதிர் வைத்தாற்போல்' என்கிறார். இதில் தோற்ற முரண் மட்டுமல்ல; குண இயல்பும் உள்ளடங்கி நிற்கிறது. 'முகவாய்க்குக் கீழ் சதை விழுந்து ஒரு வரப்பு கட்டிச் சரிவாக இறங்குறது' என்று ஒருவரின் தோற்றத்தைச் சொல்லும் தி.ஜா., அதற்கு உடனே ஓர் உதாரணத்தையும்கூடச் சொல்கிறார் – தூணுக்கும் உத்திரத்துக்கும் நடுவேயுள்ள சரிவு மாதிரி! எவ்வளவு இயல்பாகப் பொருந்திப் போகிறது. தூணும் உத்திரமும் இன்று எத்தனை பேருக்குத் தெரியுமென்று தெரியவில்லை. பின்னங்காலின் ஆடுசதையை, 'தென்னங்கீற்றின் அடிமட்டையைப்போல்' என்கிறார்.

'காற்றை மடியில் கட்டிவைத்துக்கொண்டு விடமாட்டேன், விடமாட்டேன் என்று இருப்பதால், புழுங்கித் தள்ளுகிறது கோடை' என்கிறார். அச்சம் என்றோ, அருவருப்பென்றோ, கோபமென்றோ சொல்லமுடியாத உணர்வை, பச்சை சுண்டைக்காயை அல்லது ஆரஞ்சுத் தோலைக் கடித்துவிட்டால் நாக்கில் ஊறும் நெடிபோல் ஒரு வேதனை என்கிறார். மனம் படிப்பதை நிறுத்தி, முன் எப்போதோ கடித்த பச்சை சுண்டைக்காயையும், ஆரஞ்சுத்தோலையும் மீண்டும் ஒருமுறை கடித்துப்

பார்க்கிறது. அந்நொடி, விவரிக்க முடியாத வேதனையை எப்படி நினைவு கூர்ந்திருக்கும் என்று ஆராய்கிறது. கதையோட்டத்தை இழுத்துச்செல்லும் பாத்திரங்களே என்றாலும், ஒவ்வொன்றையும் ஒருதனிரகமாக, கண்முன் நிற்கும் ஜீவன்களாக மாற்றுவதில் தி.ஜா. கைதேர்ந்தவர். வைத்தியர் அனந்தசாமியிடம் மருந்து வாங்கிச் சாப்பிடும் கூலிக்காரன் ஒருவன், ஒரேயோர் இடத்தில் வந்துபோகிறான். ஓரிடமே என்றாலும், அதற்குள் அவனின் குணமும், வாழ்க்கையும் நமக்குள் பதிந்து போகிறது.

நம் தலைமுறையில் நினைத்துப் பார்க்கவே முடியாத விஷயம், ரகசியங்களைப் பகிர்தல். இன்றைய தலைமுறையிலோ ஒவ்வொருவருக்குள்ளும் பலர். நமக்கே தெரியாத ரகசியங்கள் நமக்குள் அநேகம் இருக்கின்றன. பொய் சொல்ல வேண்டும், மறைக்க வேண்டும் என்று அவசியமில்லாத விஷயங்களைக்கூட மறைக்கும் குணம் பெருகிவிட்டது. மனம் ஒரு பெரிய விசித்திரம் என்றால், அந்த விசித்திரத்தை முழுமையாகக் கையாளும் மனிதன் உண்மையிலேயே திறமைசாலிதான். ‘அன்பே ஆரமுதே’ நாவலில், எல்லாரும் பட்டவர்த்தனமாகப் பேசுகிறார்கள். நாக்கு மடங்கி வருகிறதோ இல்லையோ, வார்த்தைகள் தொண்டைக்குழிக்குள் வரும்போதே வெளியிலும் அதைக் கொட்டிவிடுகிறார்கள். முப்பதாண்டுகள் கழித்துத் தன்னைக் கைவிட்டுப்போன அனந்தசாமியைச் சென்னையில் பார்க்க நேர்கிறது ருக்குவுக்கு. அவர்தான் என்பதை உறுதி செய்துகொண்ட ருக்கு, அடுத்த நாளே, தான் சென்னைக்கு மாற்றலாகி வந்துவிடுவதாய்ச் சொல்கிறாள். புகழின் உச்சியிலிருக்கும் நடிகர் அருண்குமாரின் ஏழுவயதுப் பையன், இடுப்புக்குக் கீழே உணர்வற்றுப் போனவன், அவனுக்கு வைத்தியம் பார்க்கப் போகிறார் அனந்தசாமி. முதன்முறையாக அனந்தசாமியைப் பார்க்கிறார்கள், அக்குடும்பத்தினர். நடிகர்களின் குடும்பத்திலுள்ள வழக்கமான பிரச்சினைதான் அருண்குமாரின் வீட்டிலும். குழந்தைக்கு வைத்தியம் பார்க்க வந்தவுடனே, சந்நியாசி அலைஸ் வைத்தியர் அனந்தசாமியிடம், தன் கணவனைப் பற்றிய குற்றச்சாட்டு ஓலையை வாசிக்க ஆரம்பித்து விடுகிறாள் மனைவி சிவபாக்கியம். “நீங்கள்தான் சொல்லவேண்டும், முடியாத குழந்தையை இப்படி வீட்டில் விட்டுவிட்டு ஓடிக்கொண்டிருந்தால் எப்படி? இன்று ஒரு நாளாவது அவரை வீட்டில் இருக்கச் சொல்லுங்கள்” என்று கேட்கிறாள். கணவன் மனைவி முறைப்புக்கு நடுவில் வைத்தியர் திண்டாடுகிறார்.

சினிமா ஆசையில் திருச்சியிலிருந்து சென்னைக்கு வரும் டொக்கி, சப்ரிஜிஸ்ட்ராரின் மகள். அவளின் ஆசையை வழக்கம்போல் பயன்படுத்திக் கொள்கிறான் அருண்குமார். ருக்கு உறவினள் சந்திராவைக் காதலிப்பதாகச் சொல்லிக் கைவிட்ட ரங்கனைத் தேடி, அன்று காலைதான் டொக்கியின் வீட்டுக்குச் செல்கிறார் வைத்தியர். ரங்கன் டொக்கியை அருண்குமாருக்கு அறிமுகம் செய்துவைக்கிறான். ரங்கன் சந்திராவைக் கைவிட்டபின், டொக்கி மேல்தான் அன்பாயிருக்கிறான். சந்தித்த தினத்தின் மாலையில், மீண்டும் வீட்டுக்கு வரும் அனந்தசாமியிடம், நேற்று இரவு அருண்குமார் தன்னைப் பாண்டிச்சேரி அழைத்துச் சென்றதாகவும், அங்குத் தன்னைப் பயன்படுத்திக்கொண்டதாகவும் போட்டுடைக்கிறாள். படிக்கும்போதே, இவ்வளவு பெரிய பெரிய சங்கதிகளை எல்லாம் இப்படி அநாயசமாக,

அதுவும் பதினேழு, பதினெட்டு வயதுப் பெண் பேசுகிறதே என்று அச்சமாக இருக்கும். அவன் உதவுவான் என்ற நம்பிக்கையில் காலையில் ஒன்றுமே நடக்காததுபோல் இருக்கும் டொக்கி, மாலை அவன் ஒரு கவரில் ஐந்தாறு நூறு ரூபாய்த் தாள்களைப் போட்டுக் கொடுத்துவிட்டபோது அவன் உண்மையான நோக்கம் புரிந்து வாயைத் திறக்கிறாள். அனந்தசாமியின் தோற்றமும், அவரின் கருணைப் பார்வையும் நம்பிக்கை கொடுத்தாலும், நடுத்தெருவில் தேங்காய் உடைப்பதுபோல் பேசிவிடுகிறாள் டொக்கி.

டெல்லியிலிருந்து சென்னைக்கு வந்தவுடனேயே, தான் கீழ்வீட்டிலும் அனந்தசாமி மேல்வீட்டிலும் இருக்க வேண்டும் என்று ருக்கு சொல்கிறாள். நான்கே நாளில், அனந்தசாமியும் மேல்வீட்டிற்குக் குடிவருகிறார். வந்த அன்றே டொக்கியும் அவள் அப்பாவும் அனந்தசாமியைப் பார்ப்பதற்கு வருகிறார்கள். அனந்தசாமிக்கு வைத்த உணவில் மீந்திருந்ததை, கீழே வந்து சாப்பிடுகிறாள் ருக்கு. அனந்தசாமிக்குப் போட்டு மீதமிருந்த சோற்றைச் சாப்பிடுவதைப் பார்த்து ஆச்சர்யமான டொக்கியிடம், ஒரேநிமிஷத்தில் ருக்குவின் சித்தி, இருவருக்குமான ரகசியத்தின் முடிச்சை அவிழ்க்கும் ஒருநுனியைக் கொடுக்கிறாள். டொக்கி அந்நுனியைப் பிடித்துக்கொண்டு மேலே போய் அனந்தசாமியிடம் கேட்டவுடன், அவர் நுனி, அடி என்று எதற்குமே வேலையில்லாமல் தங்கள் இருவர் கதையையும் நிமிஷத்தில் வேர்க்கடலையை உடைப்பதுபோல் உடைத்துப்போடுகிறார். முப்பதுவருஷம் எதை நினைத்துக் காத்திருந்தார்களோ என மாய்ந்து மாய்ந்து போகும் டொக்கி, அன்று மாலையே அவளுக்கும் ரங்கனுக்கும் வரும் சண்டை ஒன்றின் சாக்கில் அனந்தசாமி–ருக்கு ரகசியத்தை வெளிப்படுத்துகிறாள். அருண்குமார் வைத்தியரிடம், தினம் ராத்திரி பகல் பாராதுழைக்கும் தன்னைப் போன்றவர்களுக்கு, அமைதிக்காக இப்படி அப்படி நடந்துகொள்வதெல்லாம் சகஜம்தான் என்கிறான். ரங்கன் அனந்தசாமியிடம் பழகியவுடன், தான் பல பெண்களிடம் பழகியது உண்மையே என்கிறான். இப்படி ஒவ்வொருவரும் எந்த ஒளிவுமறைவும் இல்லாமல், பார்த்த கணத்தில் தம் மனதுக்கு நம்பிக்கை தருபவர்களிடம் தம் ரகசியங்களைப் போட்டு உடைக்கிறார்கள். சின்ன விஷயங்களைக்கூட மறைக்க ஒன்றின்மேல் ஒன்றாகப் பொய்களை அடுக்கும் இக்காலத் தலைமுறை மனிதர்களாகிவிட்ட நமக்கு, நாவல் கதைமாந்தர்களின் வெளிப்படைத் தன்மை அதிர்ச்சி தருகிறது. வாழ்க்கைப் போக்குகளை, கடவுளின், விதியின் செயலாக நம்பி, தம்மை இவர்கள் விடுவித்துக் கொள்கிறார்கள்.

தி.ஜா. கதை மாந்தர்களுக்குள் இருக்கும் அசாதாரணத்தன்மை, ‘அன்பே ஆரமுதே’விலும் இருக்கிறது. ருக்கு ஏன் முப்பதாண்டாகக் காத்திருக்கிறாள்? பதின்மூன்று வயதில், கல்யாணத்திற்காகக் காத்திருந்த நாளில், முகம்கூட நினைவில் நில்லாத, அரை வெளிச்சத்தில் மறைந்திருந்து பார்த்த ஒருவருக்காகக் காத்திருக்கச் சொல்லும் மனநிலைதான் என்ன? வாழ்நாளில் என்றாவது ஒருநாள் சந்திப்போம் என்ற அந்த நம்பிக்கைக்கு அடிப்படைதான் என்ன? தன்னையும் தன்குடும்பத்தையும் தலைகுனியவைத்துவிட்டு ஓடிப்போனவனிடம் என்ன அன்பை எதிர்பார்க்க முடியும்? அப்படி அன்பை எதிர்பார்ப்பது சரியாக இருக்குமா?

திருமணத்தன்று மாப்பிள்ளை ஓடிப்போய்விட்டதால், தன் மீது கவிழ்ந்த அனுதாபம், இரக்கம், கோபத்தையெல்லாம் ருக்கு எதிர்கொள்கிறாள். தன் வீட்டிலுள்ளவர்கள். வேகமாக ஒரு டம்ளரைக் கீழே வைத்தால்கூடத் தன்மேலுள்ள கோபத்தின் வெளிப்பாடோ அது என்று அஞ்சி ஒடுங்குகிறாள். சுதந்திரமாக நடமாட முடியாமல், மூன்றாம் மனுஷாள் முன்னால் வந்து நிற்க முடியாமல் வீடே சிறையாக இருக்க, தனக்குள்ளும் ஒரு சிறை போட்டுக்கொள்ள வேண்டிய கட்டாயம் ருக்குவுக்கு. என்னதான் காரணம், என்னை விட்டுவிட்டு ஓட ? எனத் தன் நினைவுகளில் அவரைத் தினம் பத்து முறையாவது, கேட்டுக் கேட்டு மாய்ந்த நாள்கள் அவை. ஆனாலும், தன் உள்ளுக்குள் ஒரு காத்திருப்பு இருந்ததாக அனந்தசாமியைப் பார்த்தவுடன் ருக்கு சொல்கிறாள்.

ருக்குவின் காத்திருப்புக்குப் பெரிய நியாயமான காரணம் எதையும் தி.ஜா. கட்டமைக்கவில்லை. திருமணம் நின்றுபோன பிறகான காலங்களில், ருக்கு குடும்பத்தினரோ, ருக்குவோ அனந்தசாமியைத் தேடவில்லை. அவனுக்குத் திருமணம் நடந்ததா? இல்லையா? என்று அறியவும் முற்படவில்லை. ஒன்று விட்ட சித்தப்பா ஒருவருடன் டெல்லி புறப்பட்டுப் போய்த் தனக்கான வழியைப் பார்த்துக்கொண்ட ருக்கு, எதற்காக அனந்தசாமிக்காகக் காத்திருக்கவேண்டும்? மனத்திற்குள் கேட்டுக்கொண்டே முப்பது வருஷங்களைக் கடத்தவேண்டுமா? அதுவும் இளமையும் அழகும் தகுதியும் இருக்கும் ருக்கு? ருக்கு அனந்தசாமியைப் பார்த்திருந்தாலோ, அவனிடம் பேசிப் பழகியிருந்தாலோ, அல்லது கழுத்தில் தாலி கட்டி விட்டுவிட்டுச் சென்றுவிட்டான் என்ற புராதன மரபைக் காக்கவோ என்று எழுதியிருந்தால், ருக்குவின் காத்திருப்பு என்பது வழக்கமான ஒரு காத்திருப்பாகியிருக்கும். ருக்குவின் மனத்திற்குள், ஒரு தீர்மானம் இருந்திருக்க முடியும். அல்லது அழுத்தமான ஒரு விடாப்பிடித்தனம். நான் யார், எப்படி இருக்கிறேன், நான் அவருக்குப் பொருந்தி வருவேனா ? மாட்டேனா என்று எதையுமே யோசிக்காமல், திருமணத்தன்று மணப்பெண் வீட்டுக்குள் நுழையும்போது, அங்குப் புகைப்படத்தில் மாட்டியிருக்கும் விவேகானந்தர், தீர்க்கமான குரலில், “இங்கு என்ன செய்கிறாய்?” என்று கேட்டதாலும், சாப்பிடும்போது மீண்டும் இலையின் மீது குறுக்கும் நெடுக்குமாகச் சாப்பிடவிடாமல் நடந்ததாலும் (இதுகூட ருக்குவுக்குத் தெரியாது. அனந்தசாமி நமக்குத்தான் சொல்கிறார்), சாப்பிட்ட கையோடு எழுந்துபோய், ரயிலேறிக் காணாமல்போன அனந்தசாமியை விட்டுவிடக்கூடாது, இழந்துபோன வாழ்க்கை உன்னால்தானே, யாருமே தலையில் சூடிக்கொள்ள முடியாத சூரியகாந்திபோல் நானிருக்கக் காரணம் நீதானே என்று சொல்வதற்கான பிடிவாதத்தில் ருக்கு இருந்திருப்பாளோ என்றுதான் தோன்றுகிறது. வாழ்க்கை ஒரு வட்டம்தானே, அவ்வட்டத்தில் என்றாவது சந்திக்கும்போது, அனந்தசாமியைக் குற்றவுணர்ச்சியில் தத்தளிக்கவிட வேண்டுமென்ற வேகமா ? தான் அவமானப்படுத்தப்பட்டோம் என மனதின் அடிவேர் வரை படிந்த கசப்பா ? அந்தக் கசப்பைப் போக்க அனந்தசாமியே வேண்டும் என்ற எதிர்பார்ப்பா ? ஏதோ ஒன்று, ருக்குவை முப்பதாண்டுகள் தனிமையில் ஓடவைக்கிறது.

முப்பதாண்டுகள் கழித்து, நேரில் சந்தித்தவுடன், மனத்திற்குள் இருந்த கோபம், துயரம், வருத்தம், விடாப்பிடித்தனம் எல்லாம் போய் விட்ட வாழ்க்கையைப் பிடிக்க முடியாது, அதேசமயம் மீண்டும் பிரிந்திருக்கவும் முடியாது என்று முடிவெடுக்கிறாள் ருக்கு. வாழைநாரை உரிப்பதுபோல் கணநேரத்தில் எல்லாம் நடந்துவிட வேண்டும் என்ற குணம் கொண்ட ருக்குவைத்தான் வாழ்க்கை முப்பது வருஷம் காத்திருக்க வைத்திருக்கிறது. அனந்தசாமியைக் கண்ணெதிரில் பார்த்துக்கொண்டே இருக்க முடிவு செய்கிறாள். தவறவிட்ட வாழ்க்கையை வாழ முடியுமா என்று தெரிய வில்லை ருக்குவுக்கு. ஆனால், தனக்கென்று நிச்சயித்த ஓர் ஆன்மா, அதிர்ஷ்டவசமாக அதுவும் கல்யாணம் செய்துகொள்ளாமல், சந்நியாசியாகி, ஊர் ஊராகச் சுற்றித் திரிந்து, அக்கடா என்று ஓய்ந்து வந்திருக்கிறது, அதை விட்டுவிடக் கூடாது என்று டெல்லியிலிருந்து ஜாகை, உத்தியோகம் எல்லாம் மாற்றிக்கொண்டு சென்னைக்கு வருகிறாள். ஒவ்வோர் உறவுக்குமான விதிகளையும் கடமைகளையும் கட்டாயம் செய்துவிட வேண்டுமா என்ன? காஷாயம் கட்டித் துறவியாய் ஊர் சுற்றி வந்த அனந்தசாமியிடம், நாற்பத்து மூன்று வயதுக்கு மேல் என்ன லௌகீக உறவை எதிர்பார்க்க முடியும்? ஆனால், ருக்குவுக்கு ஒரு நிறைவு. பதின்மூன்று வயதில் என்னைவிட்டு ஓடிய உன்னை விட்டேனா பார், இப்போது கண்ணெதிரில், நீ சந்நியாசம் வாங்கிக் காஷாயம் கட்டியிருந்தால்கூடப் பிணைத்துக் கொண்டுவிட்டேன் என்று சொல்லும் நிறைவு. காரணங்கள் தெரியாமல் அழுது கொண்டிருந்த ருக்குவின் இரவுகளுக்கு, அவர்களின் காலம் கடந்த உறவு கொஞ்சமாவது ஆறுதல் தந்திருக்கும்.

அனந்தசாமி இருந்திருந்து, மனத்தளவில் ரிஷிகேசமும் இலங்கைக்கும் சென்றுவிடுகிறார். நோய்க்கூறைக் கணிக்கும் அவரின் அபார ஆற்றல் வியப்புக்குரியது. உடம்பின் நுட்பம் உடம்பில் மட்டும் இருப்பது இல்லை. அது மனம், வீடு, உறவு, நண்பர்கள் எனப் பல காரணிகளில் பின்னிப் பிணைந்திருக்கிறது என்பதைப் புரிந்து வைத்தியம் செய்யும் வைத்தியர். இருநூறு, முந்நூறு மருந்துப் பொட்டலங்களோடு நம் வாசலுக்கும் அனந்தசாமி வந்துவிட மாட்டாரா என்ற ஏக்கம் மிகுதியாகிறது. அவர் துறவின்வழிக் கற்றுவந்தது எளிமையான வாழ்வியலை. சம்சார பந்தத்தில் இருப்பவருக்குக்கூட ஒரு குடும்பம்தான். அனந்தசாமியோ நாற்பது, ஐம்பது குடும்ப பந்தத்தைத் தூக்கிச் சுமக்கிறார். ராம ராம என்றாலும், அவரின் கண்முன் ராம விக்ரகத்தைவிட, வலியில் அவதியுறும் நோயாளிகளின் முகமே முன்னிற்கிறது. சென்னையை நடந்தே கடக்கும் அவரின் கால்களின் வலிமை, வாழ்வை, மனிதர்களை நேசிப்பதால் கிடைக்கும் வலிமையாகும். தன் திருமணத்திற்கு முதல்நாள் ஓடிப்போனதை நினைத்து வருந்தவில்லை அனந்தசாமி. தான் ஓடியதற்கான குற்றவுணர்ச்சியும் அவருக்கில்லை. அந்தப் பெண் கஷ்டப்பட்டதோ என்னமோ என்ற கவலை மட்டும்தான். முப்பதாண்டுகள் கழித்து, திருமணமும் செய்துகொள்ளாமல் வந்து நிற்கும்போது, சிறுநெருப்பின் முன்நிற்பதைப்போல் பதைபதைப்பு வந்துவிடுகிறது. ருக்குமணி, தன் வீட்டில் அவர் இருக்க வேண்டும் என்று அழைக்கும்போது மறுக்காமல் வருகிறார்.

சந்திராவும் வித்தியாசமானவள். படிப்பு, அழகு எல்லாம் தூக்கல்தான். ரங்கனை மனம் விரும்புகிறாள். அவன் இவளின் அழகைக் கோயில் கோபுரம்போல் புனிதமாகத் தூர இருந்து வழிபடக்கூடியதாகப் பார்த்துப் பயந்து அவளிடமிருந்து விலகுகிறான். தி.ஜா.வின் அநேகப் பெண்கள், ஆண்களைப் பயந்து விலகியிருக்கச் சொல்பவர்கள். உன்னால் என்னைக் கையாளமுடியாது என்ற கையாலாகாத்தனத்தைச் சொல்பவர்கள். ரங்கன், சந்திராவின் அழகில், தன்னைப் பலவீனமானவனாக நினைக்கிறான். ரங்கனும், ஒரு சாதாரண ஆளில்லை. பெருங்கூட்டத்திலும் தனித்துத் தெரியும் ஆகிருதி. பார்த்ததும் திரும்பிப் பார்க்கச் சொல்லும் கம்பீரம். அப்படிப்பட்டவனுக்கும் சந்திரா அச்சமூட்டுகிறாள். சந்திராவிடம் மேலோங்கியிருக்கும் தெய்வீகத்தன்மையே ரங்கனை விலகிப்போக வைக்கிறது. சந்திராவிடமிருந்து தப்பவே, அவன் டொக்கியை நாடுகிறான். டொக்கியும் அழகில் குறைவில்லை என்றாலும், ரங்கன் அறிந்து, அருண்குமாரிடம் ஏமாந்தவள். அவள் தன்னையே இழந்திருந்தாலும் பரவாயில்லை எனத் தியாகராஜர்போல் தியாகசொரூபமாய் டொக்கியை ஏற்க முன்வருகிறான் ரங்கன். ரங்கனின் இந்தத் தியாகமே டொக்கிக்கு அருவருப்பூட்டுகிறது. ஒருவரின் தியாகத்தை நம்மீது சுமப்பது அவ்வளவு எளிதில்லை. வாழ்நாள் முழுக்க அந்தத் தியாகம் நம்மை விரட்டும். அய்யோ, நமக்காகத் தியாகம் பண்ணியிருக்கிறார்களே என மறுகி மறுகி அவர்களிடம் பணியவைக்கும். உறவில் இரக்கம் போன்ற கடும் தண்டனை இருக்கிறதா? இந்தப் பேருண்மையை, அப்பதினெட்டு வயதுப் பெண் புரிந்துகொள்கிறாள். அவள் ரங்கனை நிராகரிக்கிறாள். ரங்கனின் மேல் சந்திராவுக்குள்ள காதல் டொக்கிக்குத் தெரிய வருவதும், டொக்கி ரங்கனை விலக்கக் காரணமாக இருக்கிறது. சந்திராவுக்காக ரங்கனை விட்டுத்தர முடிவு செய்கிறாளா அல்லது அவனின் தியாகம் என்ற சொல் தரும் அருவருப்பிலிருந்து தப்பி ஓடுகிறாளா டொக்கி என்ற தீர்மானமில்லாத ஓட்டத்தில் கதை வளர்கிறது.

இரண்டாள்கள் சேர்ந்து இழுக்க முடியாத ஆட்டுக்கல்லை, பதினெட்டு வயது டொக்கி, அநாயாசமாக ஆட்டுகிறாள். ஏமாற்றத்தின் அருவருப்பு, அப்பாவின் நம்பிக்கைக்குத் தந்த துரோகம் எல்லாம் சேர்ந்த டொக்கி, தன் உடலுக்குள் அசாதாரண பலத்தைக் கொடுத்து ஆட்டுரலை ஆட்டுகிறாள். உடல் சோர சோர மனசும் சோர்ந்து போகும் என்று நினைக்கிறாள். டொக்கிக்குப் பேசிப் பேசியே பலம் கூடுகிறது. நின்றால் நின்ற இடத்தில், பார்த்தால் பார்த்த இடத்தில் எண்ணம் வார்த்தையாக உருக்கொள்ளும் முன் பேசிவிட வேண்டும் அவளுக்கு. இவள் பேச்சின் விளைவு, ரங்கன் தற்கொலை செய்துகொள்ளும் அளவுக்குச் செல்கிறது. டொக்கியின் அப்பா, அம்பத்துநான்கு வயதிலேயே கிழத்தோற்றம். ஓய்வு பெற இன்னும் ஓராண்டு இருக்கும் நிலையில் (அப்பொழுது ஓய்வு வயது 55 போலிருக்கிறது), இரண்டாம் மனைவியையும் மகளையும் சென்னையில் குடிவைக்கிறார், மகளின் கலைத் தாகத்திற்காக. நடனமும் பாட்டும் கற்றுச் சினிமாவில் நடிக்க விரும்பும் டொக்கிக்காகத் தன் வீட்டுக்கு வரும் எல்லாரிடமும், “குழந்தையைப் பார்த்துக்கோங்க, சொந்தக்காரர்கள் ரொம்பப் பேர் இருக்கா. அவங்க கிட்டல்லாம் போய் நிக்க முடியாதே”

என்று சொல்லி வைக்கிறார். காது மந்தமாகிவிட்ட அவரிடம், தான் ஏமாந்த கதையைக்கூட டொக்கி எழுதித்தான் காட்டுகிறாள். கோபிப்பதற்குக்கூட அவருக்குத் தெம்பில்லை. அனந்தசாமியுடன் கடற்கரையில் உட்கார்ந்து பேசி, மனதை ஆற்றிக்கொண்டு, அந்தக் குழந்தைக்கு ஒரு நல்ல வழி காட்டுங்கள் என்று இரங்கிய குரலில் சொல்லும் அப்பா. கறையும் அழுக்கும் நாள்பட்ட மணமும் அழும் மஞ்சள் ஒளியும் கொண்ட சமையலறையின் ஓரத்தில், ஏற்றிவைக்கப்பட்ட காமாட்சி அம்மன் விளக்குப்போல் டொக்கி அக்குடும்பத்தில் தனித்தவளாக இருக்கிறாள். அவளின் ஆசை, கண் கூச வைக்கும் நூற்றுக்கணக்கான விளக்குகள் எரியும் சினிமாவில் புகழ்பெற வேண்டும் என்பதுதான். வந்த ஒரு மாதத்திற்குள், தன்னையே தொலைக்கிறாள். தன்னை விரும்பியவனையும் சாகக் கொடுக்கிறாள். கடைசியில், ருக்குபோல் படித்துக் கல்லூரி வாத்தியாராக வேண்டுமென்று, டான்ஸ், பாட்டு எல்லாம் மூட்டை கட்டி வைத்துவிட்டுப் படிக்க வருகிறாள். அனந்தசாமி இருக்கும் ருக்குவின் மேல்வீட்டில் ஓர் அறையைப் பங்கு போட்டுக்கொள்கிறாள். மேற்படிப்புக்காக, அவள் மாமா மகனின் குடும்பத்துடன் வெளிநாட்டிற்குச் செல்கிறாள் சந்திரா.

அனந்தசாமி–ருக்கு, சந்திரா–ரங்கன்–டொக்கியின் கதையே 'அன்பே ஆரமுதே'. 1961இல் தொடங்கி 1962வரை கல்கியில் 45 வாரம் இது தொடராகியிருக்கிறது. தி.ஜா.வின் ஒன்பது நாவல்களில் அமிர்தமும், அன்பே ஆரமுதேவும் தனிரகமாக இருக்கின்றன. பாத்திரங்கள் பளிச்சென்று இருந்தாலும், காரண காரியங்களூடனான கதையாக இல்லாமல், போகிற போக்கில் கதை ஓடுகிறது. தொடர்கதையாக வெளிவந்ததன் பலவீனமோ என்று பார்த்தாலும், அவரின் ஒன்பது நாவல்களில் அம்மா வந்தாள் தவிர மற்ற எட்டு நாவல்களுமே தொடராக வெளிவந்தவைதான். நாவலின் கதை மாந்தர்கள் ஓடு ஓடு என்று ஓடுவதுகூடத் தி.ஜா.வின் விரட்டலால்தானோ என்று தோன்றுகிறது. மறுவாசிப்பில் தி.ஜா.வின் பெண்களில் ருக்குவே கடைசியில் நிற்கிறாள். 'மோகமுள்' யமுனா, 'அம்மா வந்தாள்' அலங்காரத்தம்மாள், 'செம்பருத்தி' புவனா, 'மரப்பசு' அம்மணி அம்மாள், 'உயிர்த்தேன்' செங்கம்மா, 'மலர் மஞ்சம்' பாலாம்பிகை போலல்ல 'அன்பே ஆரமுதே' ருக்கு. இவர்கள் எல்லாருக்கும் ஒரு பொது அம்சம் என ஒன்றைச் சொல்ல முடியாது. ஆனால், இவர்கள் எல்லாருமே அசாதாரணமானவர்கள். நம் பக்கத்து வீடுகளில், நம் தெருவில் பார்வையில் தட்டுப்பட்டு விடாதவர்கள். இவர்கள் கதைகளை நம்பவும் ஏற்கவும்கூட மிகுந்த யோசனை கோரும், ஏற்கத் தயங்கும் நம்மையும் இவர்களை யெல்லாம் நேசிக்க வைத்துவிடுகிறார் தி.ஜா.

தி.ஜா.வின் எழுத்துலகம் பற்றிய விமர்சனத்தில், மிகவும் முக்கியமானது, அவரின் எழுத்திலிருந்து காலத்தை வாசகர் தனக்குள் வரிந்துகொள்ள முடியாது என்பதுதான். இந்நாவலைப் படித்து முடித்தவுடன், 1961, 1962ஆம் ஆண்டுகளை மனத்திற்குள் ஓட்டிப் பார்த்தேன். கதைக் களனான சென்னை, மாற்றங்களை எதிர்நோக்கிய ஒரு தேர்தலுக்கான தயாரிப்பில் இருந்திருக்கும். தமிழக அரசியலில் மாற்றம் கொண்டு வர விரும்பிய மக்கள், அரசியல் மாற்றங்களுக்காகவும் காத்திருக்கிறார்கள். இந்திய – சீனப் போர் மேகங்கள் சூழ்ந்திருந்த நேரம். நாவலில் சமூகச் செய்தியாகக்கூட நாம் ஓரிடத்திலும்

இச்செய்திகளைக் காணவே முடியவில்லை. நாவலில் சமூக அரசியல் கட்டாயம் இருந்தே ஆக வேண்டுமா என்பதற்கு, வேண்டாம் என்பதே என் பதில். ஆனால், நடந்து நடந்தே சென்னையைச் சுற்றிவரும் அனந்தசாமி கண்களில் ஒரு கட்சிக் கூட்டம்கூடத் தட்டுப்பட்டிருக்காதா? குப்பம், மாளிகை எனச் சமூகத்தின் இரு உச்சநிலைக்கும் சென்று வைத்தியம் பார்க்கும் அனந்தசாமி, ஏதாவது ஓரிடத்திலாவது சந்தித்திருப்பார். சிட்டாய்ப் பறக்கும் சந்திராவின் மாமா சுப்புசாமியாவது பார்த்திருப்பார். நாவல் உரையாடலுக்குள் வரும் சட்டைக்காரப் பெண், பதினாயிரம், ஜாபிதா ஆகிய மூன்று சொற்களைப் பார்த்து வியந்தேன். ஆனந்தரங்கம் பிள்ளையின் நாட்குறிப்பிலும் (அது கி.பி. 1736–1761ஆம் ஆண்டுகளில் எழுதப்பட்டது), இச்சொற்கள் வரும். இந்திய – ஐரோப்பியக் கலப்பில் பிறந்த பெண்தான் சட்டைக்காரப் பெண், பதினாயிரம் – பத்தாயிரம், ஜாபிதா– பட்டியல். வேறு வேறு மொழிச் சொல், உருமாற்றம் கொண்ட தமிழ்ச்சொல். இவை, முந்நூறாண்டு கடந்தும், ஐம்பதாண்டுக்கு முன்வரை வழக்கில் இருந்திருக்கின்றன என்பதை அறிந்தபோது மகிழ்ச்சியாகவும் வருத்தமாகவும் இருந்தது.

ஏறக்குறைய நாற்பதாண்டுகள் எழுதிய தி.ஜா.வின் நூற்றாண்டு, 2020 ஜூன் மாதம் தொடங்கியது. தி.ஜா.வின் எழுதுகோல் தமிழில் தனித்துவமானது. தி.ஜா.வின் எழுதுகோலில் எழுத்தாகப் போகிறோம் என்றால் பெரும் துயரங்கள்கூட முன்நிற்க வரும். காரணம், பத்து ரோஜா இதழ்களை ஒன்றின்மேல் ஒன்றாக வைத்து, சிறுகுண்டூசியால் குத்துவதுபோல், கணநேரத்தில் பெரும்துயரங்களைக் குண்டூசியாக ஆக்கிச் சிறியதாக்கிவிடுவார். அவரின் கதைமாந்தர்கள் நம் ஒவ்வொருவரின் அகமன விருப்பம். நம் கனவுகளில் நாம் காண விரும்பும் மேன்மைப்படுத்தப்பட்ட உருவம். துன்பங்களும் துயரங்களும் ஏன் வாழ்வில் வருகின்றன என்றால், இன்னும்கூட நெருங்கி நின்று மனிதர்களைக் கட்டியணைத்துக் கொள்ள வேண்டும் என்பதற்காகவே எனச் சொல்பவை. மனித மாண்புகள் மரபைத் தொடர்வதில் மட்டும் செழிப்பவை அல்ல, மனத்தின் சுயத்தைக் காப்பதில்தான் உண்மையான மாண்பே இருக்கின்றது என்று சொல்பவை. தி.ஜா.வை வாசிக்கவில்லையென்றால், அன்பை அகத்தின் சுடராக்கி வைத்துக் காக்கவும், ஆண்களை எப்படிப் புரிந்துகொள்ள வேண்டும் எனவும் தெரியாமலேயே போயிருக்கும் எனக்கு.

✣

14

'அன்பே ஆரமுதே' அனந்தசாமி: அன்பும் கருணையுமான புத்தர்

ஓ.ரா.ந. கிருஷ்ணன்

தமிழ் இலக்கிய வரலாற்றிலே, தமக்கெனத் தனிச்சிறப்பான ஓர் இடம் பெற்றுப் பெரும் புகழ் பெற்றவர் தி.ஜானகிராமன். நாவல்கள், சிறுகதைகள், பயண நூல்கள் எனப் பல துறைகளில் தம் முத்திரைகளைப் பதித்தவர். தி.ஜா.வின் 'அன்பே ஆரமுதே' நாவலின் கதாநாயகர் அனந்தசாமி, ஒரு பௌத்த சந்நியாசி (பௌத்த என்கிற அந்த அடைமொழியைக்கூட அவர் விரும்புவதில்லை. விட்டு விடுவதானால் எல்லாவற்றையும்தான் விட்டுவிட வேண்டும்; இவ்வாறு அவர் அனைத்தையும் துறந்த எதையும் பற்றிக்கொள்ளாத வெறும் சந்நியாசி). புத்தரைப் போலவே இவரும் வீட்டைத் துறந்து வீடற்ற நிலைக்கு வந்த துறவிதான். ஆனால், ஒரு வேறுபாடு. புத்தர், தம் 16ஆம் வயதில், அதே வயதுள்ள தம் அத்தை மகள் யசோதரையைத் திருமணம் செய்துகொண்டு 13 ஆண்டு இல்லற வாழ்க்கை வாழ்ந்தவர். பின் தம் 29ஆம் வயதில் மகன் இராகுலன் பிறந்த நாளன்று, மனைவி யசோதரையையும் அன்றுதான் பிறந்த தன் மகனையும் கைவிட்டு உலகில் துக்கம் ஏன், துக்கம் என்பதேயில்லாத பேரானந்த நிலை அடைவதற்கு வழிதான் என்ன என்ற பெரும் கேள்விகளுக்கு விடை தேடி மெய்ஞ்ஞானம் பெறத் தம் இல்லத்தைத் துறந்து இல்லமற்ற துறவற வாழ்வை ஏற்றார். ஆனால் அனந்தசாமி, திருமண நாளன்று மணப்பெண்ணுக்குத் தாலி கட்டுவதற்குச் சில மணி நேரங்களுக்கு முன்பு அந்தக் கிராமத்தை விட்டே ஓடி ரிஷிகேஷம் சென்று சந்நியாசியானவர். திருமணத்துக்கெனவே மணப்பெண்ணின் கிராமத்திற்கு வந்துவிட்டுத் தாலிகட்டும் நேரத்துக்குச் சற்றுமுன் ஏன் அவர் ஓடிவிட்டார் என்பதற்குக் காரணத்தை ஆராய்வது சிக்கலானதாகும். படித்துப் பட்டம் பெற்ற இளைஞர்; வேலை கிடைக்காத காரணத்தால் மனம் நொந்தவர்;

சம்பாத்தியமே இல்லாமல் திருமணம் செய்துகொண்டு மனைவியோடு இருவரும் அப்பாவுக்குப் பாரமாக இருப்பதா என்பதுதான் அவரின் மனம் குலைக்கும் கேள்வி. மனம் நொந்து போயிருந்த காலத்தில் அவர் படித்த விவேகானந்தரின் நூல்கள், விவேகானந்தரது போதனைகளின் தாக்கம் என்று இப்படிப் பல காரணங்கள் அவரது மனத்தைக் குழப்பித் தாலிகட்டும் முன் அவரை ஓடச் செய்திருக்கலாம்,

நான் பௌத்தத்திலே ஆர்வங்கொண்டுள்ளேன் என்ற ஒரே காரணத்துக்காக, நண்பர் கல்யாணராமன், தி.ஜானகிராமனின் 'அன்பே ஆரமுதே' நாவல் பற்றிய என் கருத்துகளைக் கட்டுரையாக எழுதித் தி.ஜா. நூற்றாண்டு விழா மலருக்காக வழங்க வேண்டும் என்று கேட்டிருந்தார். என்னிடம் அந்த நூல் இல்லாததால், நான் காலச்சுவடு பதிப்பகத்தோடு தொடர்புகொண்டு, ஒரு பிரதி வி.பி.பியில் அனுப்பி வைக்குமாறு கேட்டிருந்தேன். ஆனால், அதற்குள் கோவிட் *Lock-Down* பிரகடனப்படுத்தப்பட்டு விட்டதால், எனக்குப் பிரதி கிடைக்கவில்லை. இதையறிந்த குப்பம் – திராவிடப் பல்கலைக்கழகப் பேராசிரியர் கு. பத்மநாபன், அந்நாவலின் ஒரு பதிப்புருவை *PDF* மின்னஞ்சலில் எனக்கு அனுப்பினார். *455* பக்கங்களைக் கொண்ட அந்த நாவலைப் படித்து முடிப்பதற்கு, எனக்கு இரண்டு நாட்களாயின. அதைப் படித்தது எனக்கு ஓர் அரிய அகவய ஆன்மீக அனுபவமாக இருந்தது. அது என் மனத்தைப் புரட்டிப் போட்டுவிட்டது. பௌத்தத்திலே பொதுவாகக் கூறுவார்கள்: இக்கணத்தில் இருக்கும் நான் வேறு; இதற்கு முந்திய கணத்தில் இருந்த நான் வேறு, இதற்கு அடுத்த கணத்தில் இருக்கப் போகும் நான் வேறு. இந்த நாவலைப் பொறுத்தவரை நான் நிச்சயமாகக் கூறமுடியும்: இதைப் படிப்பதற்கு முன் இருந்த நான் வேறு, அதற்குப் பின் இப்போது இருக்கும் நான் வேறு. உலக வாழ்க்கை பற்றியும், மனித மனம் பற்றியும் என் உளநோக்கில் நான் கொண்டிருந்த பார்வையை இது மேலும் தெளிவுபடுத்தியிருக்கிறது, வளமாக்கியிருக்கிறது, செழிப்பாக்கியிருக்கிறது. மனித மனத்தின் விசித்திரங்களைச் சித்திரிப்பதிலும், உணர்வுபூர்வமாகக் கதை சொல்வதிலும் தி.ஜானகிராமன் இலக்கியத் தரத்தின் ஓர் உச்சிக்கே சென்றிருக்கிறார் எனப் பாராட்டாமலிருக்க முடியாது.

1. ருக்கு

இந்த நாவலைப் படித்து முடித்த பிறகு என் மனத்தில் ஆணி அடித்தாற்போல நீக்க முடியாமல் பதிந்திருப்பவர் ருக்கு என்ற ருக்மணி கதாபாத்திரம்தான். பதின்மூன்றே வயதான சிறுமி, பூப்பெய்தும் பருவம். ஆனால், இன்னும் பூப்பெய்தவில்லை. பெண் பார்க்க வந்தபோது, இவள்தான் மணப்பெண் என ஒரு நிமிடமோ அதற்கும் குறைவாகவோ மாப்பிள்ளைக்குக் காட்டப்படுகிறாள். அப்போது அந்த மணமகனைப் பார்த்தது, அப்பிஞ்சு மனத்திலே பதிந்துவிடுகிறது, அப்போதே அவரைத் தன் கணவன் என அவள் வரித்துக்கொண்டாள்போலும். திருமணத்தில் மாப்பிள்ளையைக் காணோம். மாப்பிள்ளை வரவேயில்லை. இந்த அவமானம் தாங்காமல் ருக்குவின் தாத்தா, அதே முகூர்த்தத்தில், அவர் உறவில் வேறொரு பையனுக்குக் கல்யாணத்தை நடத்திவைக்க வேண்டுமென்று துடியாய்த் துடிக்கிறார். மணப் பெண் 13 வயதுச் சிறுமி கேட்கிறாள்: "இது என்ன தாத்தா, மரத்துப்போன

பசு மாடா? திடீர்னு இந்த வேளையில் வேறொருத்தனைக் கொண்டுவந்து தாலிகட்டச் சொல்றேங்கறேளே – இது என்ன, மனுஷாக் கல்யாணமா? மாட்டுக் கல்யாணமா?" – தாத்தா வாயடைத்துப் போய்விடுகிறார்.

ருக்குவின் மனம் உள்ளுக்குள்ளே அதிர்ந்து கலங்கிவிட்டது. பின், தன் ஒரே மகளையிழந்து இப்போது குழந்தையேயில்லாமல் தவிக்கின்ற பெரியப்பாவோடு டெல்லிக்குச் சென்று, அங்கேயே படிக்கிறாள், எம்.ஏ., பட்டம் பெறுகிறாள், பிறகு அக்கல்லூரியிலேயே விரிவுரையாளராகவும் வேலையில் சேர்ந்துவிடுகிறாள். அவள் அப்பாவும் அம்மாவும் உறவினர்களும் எவ்வளவு வற்புறுத்தியும், அவள் திருமணம் செய்துகொள்ள மறுத்துவிடுகிறாள். தன் தங்கை கல்யாணத்தைத் தானே முன்நின்று நடத்திவைக்கிறாள். முப்பதாண்டு ஓடிவிடுகிறது. இருந்தாலும் தன்னைக் கல்யாணம் செய்துகொள்ள இருந்தவன் ஓடிப் போன நாளை அவளால் மறக்க முடியவில்லை. அப்போது அவள் மனத்திலே ஏற்பட்ட அதிர்ச்சி, கலக்கம், பயம் இன்னும் மறையவில்லை. அவர் ஓடிய பிறகு, அவளுக்கு ஒன்றுமே பிடிபடவில்லை. அத்தனை கலைசல், கலக்கம், பயத்துக்கு நடுவே உள்ளுக்குள்ளேயே ஒரு கோபம். அவனை மறுபடியும் ஒருமுறை பார்த்து, 'ஏனய்யா ஓடினீர்?' எனக் கேட்டுவிட வேண்டும் என்று ஆசை. அதைக் கேட்டுவிட்டுப் பின்தான்... அதுவரை கலியாணம் கிலியாணம் என்ற பேச்சுக்கே இடமில்லை என்று அவள் மனத்தில் ஒரு தீர்மானம், பிடிவாதம் உறுதியாகப் பதிந்துவிடுகிறது. ருக்குவின் மனம், தினமும் ஒரு தடவையாவது, அவர் ஏன் ஓடணும்? ஏன் ஓடணும்? என்ற கேள்வியைக் கேட்டுக் கொண்டேயிருந்தது. அவளது அழகிலே மயங்கிப் பலர் அவளைத் திருமணம் செய்ய அணுகுகிறார்கள். இருந்தாலும் அவள் மனம், அவர்களது ஆசைகளுக்கு இடங்கொடுக்கவில்லை.

ருக்கு எங்கேயோ குக்கிராமத்தில் பிறந்து, கலியாணத்தையே மற்ற எல்லாப் பெண்களையும்போல் ஒரே இலட்சியமாகக் கொண்டு மனத்தைத் தயார் செய்துவிட்டு, கொஞ்சம் படித்துப் பாட்டும் கற்று, அதே இலட்சியத்துக்காகவே உடல் வளர்த்து, கடைசியில் அந்த இலட்சியம் யாரோ தண்ணீர் குடிக்க இறங்கியவனை விட்டுவிட்டுப் போகும் ரயிலைப்போல் அவளை விட்டுவிட்டு ஓடிவிட்டதும், பின்னர் டெல்லிக்குப் போய் ஓடிப்போன அந்த இலட்சியத்தைப் பார்த்துச் சிரிப்பதற்காகப் படித்த அந்தப் படிப்பும் – எல்லாம் அவள் நினைவில் வந்தன. எல்லாப் பெண்களையும் ஏற்றிக்கொண்டு போகிற அந்தக் கல்யாண இலட்சியம் அவளை விட்டுவிட்டுப் போனது அவளுக்கும் எரிச்சலாகத்தானிருந்தது. 'உன்னைவிடப் பெரிய கொம்பாகப் பிடித்துவிட்டேன்' என்று வஞ்சம் தீர்த்துச் சிரிக்கத்தான், அவள் மேலே மேலே படித்தாள். தன்னைப் பார்த்துச் சோர்ந்த அனில் ஜோஷி, வால்டர் எல்லோரையும் முட்டாள்கள், பாமரர்கள், பூச்சிகள் என்று சிரித்துவிட்டுக் கதவைச் சாத்திக்கொண்டாள். அவள் ஒரு பேய்ப் பாலையாகவே இருந்துவிடுகிறாள். இந்த வறட்சிகளுக்கு இடையில், அனந்தசாமி பற்றி அவள் நினைக்காத நாளில்லை. கரண்டியைத் தீயிலிட்டுச் சூடிழுத்தாற்போல அச்சம்பவம் அவளை நன்றாகச் சுட்டுவிட்டது. அச்சூடுதான் இவ்வளவு பெரிய பாலையாகத் தன்னை மாற்றிவிட்டதாகத் தோன்றியது அவளுக்கு.

முப்பதாண்டுக்குப் பின் ஒரு விடுமுறையைக் கழிக்க, அவள் சென்னைக்குத் தன் தோழி நாகம்மாவின் வீட்டுக்கு வருகிறாள். நாகம்மாள், தான் தன் நோய்களுக்கு வைத்தியம் பார்த்துக்கொள்ளும் ஒரு பிக்கு பற்றிக் கூறுகிறாள். இதைக் கேட்ட ருக்குவுக்கு, ஓடிப் போனவர் பிக்கு மாதிரி அலைகிறார் என்று யாரோ உறவினர்கள் முன் சொன்னது நினைவுக்கு வர, அவராக இருக்குமோ என்ற ஒரு சந்தேகத்தில், அவரை அழைத்து வரமுடியுமா என்று தன் தோழியைக் கேட்கிறாள். தோழியும், அடுத்த நாள் கார் அனுப்பிப் பிக்குவை வரவழைக்கிறாள். வெளியே தோழியும் பிக்குவும் பேசிக்கொண்டிருக்கிறார்கள். தோழி நாகம் பிக்குவின் வாயைக் கிண்டி, அவர் திருமணத்துக்கு முன் கிராமத்தை விட்டு ஓடி ரிஷிகேஷம் சென்று சந்நியாசியான அவரின் வரலாற்றைக் கூறவைக்கிறாள். தினமும் ஒரு தடவையாவது ஏன் ஓடினீர் எனக் கேட்கவேண்டுமென ருக்கு துடித்துக் கொண்டிருந்தாளே, அந்த அவர்தான் இந்தப் பிக்கு என்று இப்போது ருக்குவுக்கு உறுதியாகத் தெரிகிறது. அன்று அவள், அவரை நேருக்கு நேர் சந்திக்கவில்லை. மறுநாள் நேருக்குநேர் சந்திப்பு நிகழ்கிறது. அப்போதுதான் பிக்குவுக்குத் தான் தாலி கட்டாமல் ஓடிவந்து விட்ட பெண் இந்த ருக்குதான் என்பது தெரிய வருகிறது. அவருக்கு ஏதோ ஒரு குழப்பம், தடுமாற்றம், குற்ற உணர்வு. காபி கலந்து கொண்டுவர உள்ளே செல்கிறாள் ருக்கு. விடைபெறாமலேயே எழுந்து சென்றுவிடுகிறார் சந்நியாசி.

ருக்கு தீர்மானித்துவிடுகிறாள். டெல்லி வேலையை இராஜினாமா செய்துவிட்டுச் சென்னைக்கே குடிபெயர்ந்து வந்துவிடுவது என்று. அடுத்த நாள் அவள், அனந்தசாமி இருக்குமிடமே சென்று அவரிடம் கூறுகிறாள்: “நான் டில்லி வேலையை ராஜினாமா செய்துவிட்டு இங்கேயே வேலை பார்த்துக்கொண்டு தங்கிவிடப் போகிறேன். துறவியாக அலைகின்ற உங்களைத் தூர இருந்து பார்த்துக்கொண்டிருப்பேன். இல்லறத்துறவு எவ்வளவு புனிதமானதோ, அவ்வளவு புனிதமாக இருக்கும் துறவில்லறமும்” என்கிறாள். பேச்சுவாக்கில் கூறுகிறாள்: “…நான் பாட்டுக்கு எங்கோ ஒரு வீட்டில் குடியிருப்பேன். நீங்கள் விருப்பம் இருந்தால் வரலாம். ஆனால் கட்டாயமில்லை. நாகம்மாள் வீட்டுக்கு அடிக்கடி வருவேன். அப்பொழுது பார்த்துக்கொள்வேன்… அப்படியெல்லாம் சிரமம்கூட நினைக்காதவள், இங்கு ஏன் மெனக்கெட்டு வரவேண்டும், சொல்லவேண்டும் என்று நீங்கள் நினைக்கலாம். முப்பது வருஷங்கள் தினமும் பத்துத் தடவையாவது நினைக்கிற ஒருவரிடம் எப்படிச் சொல்லாமலிருப்பது என்று புரியவில்லை. இல்லாவிட்டால் பெண் மனம் ஆறாது…” என்கிறாள் ருக்கு. நாகம்மாள் அண்ணன்வழிச் சென்னையிலேயே ஒரு கல்லூரியில் வேலை கிடைக்கிறது. அவள் டெல்லி கல்லூரி வேலையை ராஜினாமா செய்துவிட்டு விடைபெற்று வரவும், தன் ஒரே துணை சித்தியை அழைத்துக்கொண்டு வரவும், குடித்தனம் மாற்றவும் அவள் சென்னையிலிருந்து டெல்லிக்கு விமானத்தில் செல்கிறாள். விமானப் பயணம் சௌகரியமாக இல்லை. பயணம் முழுவதும் அவளது சிந்தனை அனந்தசாமி பற்றியும், சென்னைக்குக் குடிபெயர்வது பற்றியுமே சுழன்றுகொண்டிருந்தது. நினைக்க நினைக்கத் திகைப்புதான் ஓங்கிவந்தது. விடுமுறை என்று சென்னைக்குப் புறப்படும்போது வேலையை விடுவதற்காக இப்படி அவசரம் அவசரமாக டெல்லிக்குக் காற்றில் பறக்கப்போகிறோம் என்று அவள் கனவுகூடக் காணவில்லை. இப்படியும் நடக்குமா, நடக்குமா

என்று உள்ளே குரல் கேட்டுக்கொண்டேயிருந்தது. நடக்கிறது நடக்கிறது. கனவு அல்ல என்று நாற்காலி பிடியையும், சாளரத்தின் கண்ணாடியையும் தொட்டு உறுதிப்படுத்திக் கொண்டாள். நனவுதான், இது நனவுதான். மனம் நிரம்பிப் பொங்கியது. நெஞ்சு முழுதும் கதகதவென்று நிறைந்தது. அவள் காற்றிலே மிதப்பதுபோல அவள் மனமும் நிறைந்த பூரிப்பில் மிதந்தது என்கிறார் தி.ஜா. பிரயாணம் ரொம்பத் தொல்லையாயிருந்தது. விமானம் வலுவிழந்து தாழ்ந்து விழுவதும், மீண்டும் உயர்ந்து எழுவதுமாய் இருந்தது, வயிற்றைக் கலக்குகிறது. "பெல்ட்டைப் போட்டுக்கொள்ளுங்கள்" என்று விளக்கு எச்சரித்தது. விமானம் விபத்துக்குள்ளாகித் தான் மரணமடைய நேருமோ என்று ஓர் அச்சம் ஆட்கொள்கிறது. தனது ஆசை தீயதோ, அதற்கான தண்டனைதானோ இது என்றும் மனம் குமுறுகிறாள் அவள்.

ருக்கு வேண்டிக்கொள்கிறாள்: "அனந்தசாமியைப் பார்த்துக் கொண்டிருந்தால் போதும் என்றுதான் நான் நினைத்தேன். தவறாக ஒன்றும் எண்ணவில்லை. நான் திரும்பிவந்து சென்னையில் வேலை ஏற்றுக்கொண்டாலும் இந்த எண்ணம் மாறாது.மாசற்ற மரியாதையாகத்தான் இருக்க வேண்டும்" என்று என்னமோ பயமுறுத்துகிற ஏதோ ஒரு தேவனுக்குக் காணிக்கை தருவதுபோல், மனதைக் கையில் பிடித்து அதன் காலடியில் வைத்தாள் அவள். உயிரைக் காக்கத் தெய்வத்திடம் வேண்டிக்கொள்கிறாள். தாலிகட்டாமல் ஓடிவிட்டவரை என்றாவது ஒருநாள் பார்க்கப் போகிறோம் என்ற நம்பிக்கையில்தான் உயிர்வாழ்ந்தாள் ருக்கு. பார்த்தபின் அவர் பக்கமிருந்து வாழ்நாள் முழுதும் பார்த்துக் கொண்டிருக்கவேண்டும் என்கிற ஆசை, அவ்வளவுதான். அந்த ஆசை நிறைவேறாது போய்விடுமோ என்ற பயம். அருகே நின்று பார்த்துக்கொண்டிருப்பது ஒன்றே அவள் ஆசை, தீய எண்ணம் எதுவும் கிடையாது என்று சபதமிட்டுச் சத்தியம் செய்யாத குறையாக விமானத்தில் உயிருக்காக இறைஞ்சுகிறாள். அந்தப் பெண்ணின் மனம் விந்தையிலும் விந்தையாயிருக்கிறது.

ருக்கு இறைஞ்சி வேண்டுவது கேட்டும் நாம் மனம் உருகாதிருக்க முடியாது. சித்திக்குப் பிரியமில்லை, டெல்லியை விட்டுச் செல்ல. கல்லூரி நிர்வாகிகளும் அவளைத் தடுக்கிறார்கள். அவள் பேராசிரியையாகப் பதவி உயர்வும் பெறுகிறாள். இருந்தாலும், அதையும் உதறிவிட்டு, அவள் எல்லாத் தடைகளையும் மீறிச் சென்னைக்கு மாற்றிக்கொண்டு வருகிறாள். சென்னையை அடைந்த அடுத்த நாளே நாகம்மாவின் அண்ணன் சுப்புசாமியின் முயற்சியால் கிடைத்த வேலையில் சேர்ந்துகொள்கிறாள். அதே சுப்புசாமியின் முயற்சியால், ருக்கு விரும்பியபடியே மாடியோடு கூடிய ஒரு நல்ல வீடும் கிடைக்கிறது. இதனிடையில் ஜுரத்தால் படுத்த படுக்கையான அனந்தசாமி, ஜுரம் நீங்கி ஓய்விலிருக்கிறார். ருக்கு, அவரைப் பார்க்க வருகிறாள். அவள் அனந்தசாமியிடம் கூறுகிறாள்: "எத்தனை பலன்கள் கிடைத்தாலும், முக்கியமானது நிறைவேறாவிட்டால் அவ்வளவும் வீணாகிவிடலாம். நான் டில்லியை விட்டது, இங்கே வந்தது, வீடு கிடைத்தது, வேலை கிடைத்தது எல்லாம் அடியோடு வியர்த்தமாகி விடலாம்"; "வியர்த்தமாகவா!" எனக் கண்கலங்கினார் அவர்.

அப்படி அனந்தசாமி வினவியதும், ருக்மிணி தன்னுடைய மனத்திலுள்ளது அனைத்தையும் கொட்டிவிட்டாள். "சிற்சில விஷயங்களை

வாய்விட்டுப் பேசுவது, ஏதோ ஒரு தினுசான கூச்சத்தை உண்டாக்குகிறது. ஆகையால், நான் காரணம் சொல்லாமல் சொல்லுகிறேன். சுப்புசாமி முதலில் ஒரு வீடு பார்த்தார். மாடியில்லாத வீடு, வேண்டாம் என்று சொல்லிவிட்டேன். ட்யூஷன், கியூஷன் என்று மாணவர்கள் யாராவது வந்து கொண்டிருப்பார்கள். மாடியிருக்கிற வீடாக இருந்தால் நல்லது என்று சொன்னேன். அலையாக அலைந்து, அவர் ஒரு மாடி வீட்டைப் பிடித்தார். நான் அவரிடம், அப்போது சொன்னது அவ்வளவும் உண்மையில்லை. அந்த மாடியில் இந்த வைத்தியசாலையும் வைத்தியரும் இருக்க வேண்டும் என்று எனக்கு ஆசை. ஒன்றை நினைத்துக்கொண்டு விட்டால், அதை நான் மனசுக்குள் போட்டுப் பெரிது பண்ணிக்கொண்டே இருப்பேன். என் சுபாவம் அந்த மாதிரி. அந்த எண்ணம் மனசிலேயே வளர்ந்து வளர்ந்து கல்லாற் கட்டினாற்போல் ஆகிவிடுகிறது. கடைசியில் அது விருப்பமா, எண்ணமா, நிஜமாகவே நடக்கிறதா என்றுகூடச் சொல்ல முடிவதில்லை. நான் கீழே குடியிருப்பது போலவும் மாடியில் வைத்தியசாலை இருப்ப தாகவும் இரண்டு வாரங்களாக நினைத்துக்கொண்டு இருக்கிறேன். நான் நினைத்துக்கொண்டிருந்த மாடி வீடு, ஏறக்குறைய அப்படியேதான் இருக்கிறது. தெருவில் வீட்டோடு வீடாகச் சேர்ந்த வீடாக நினைத்துக்கொண் டிருந்தேன். ஆனால், சுப்புசாமி ஏற்பாடு செய்த வீடு அப்படியில்லை. வீட்டோடு வீடாகச் சேர்ந்தில்லாமல், ஒரு காம்பவுண்டுக்குள், சுற்றிலும் பத்துப் பதினைந்து அகலத் தோட்டத்துக்கு நடுவில் இருக்கிறது. அதுதான் வித்தியாசம்" என்கிறாள் ருக்கு. அவர் பதில் பேசாது உட்கார்ந்திருந்ததைப் பார்த்து, மேலும் சொன்னாள் ருக்மிணி. "இந்த ஜுரத்தையும் படுக்கையையும் பார்க்கும்பொழுது, என் எண்ணம் இன்னும் வலுப்பட்டு நிற்கிறது. நீங்கள் மறுத்தால் நான் எப்படியெல்லாம் நடந்துகொள்வேன் என்று எனக்குச் சொல்ல முடியவில்லை. பைத்தியம் பிடித்தாற்போலக் கத்தலாம். அல்லது நாளைக்குக் கல்லூரிப் பாடத்தைத் தயார் செய்துகொள்ளாமல் மனசைக் கண்ணுக்குத் தெரியாத சுவர்கள்மீது மோதி மோதி முட்டிக் கொள்ளலாம். என்ன பாவங்களைச் செய்து இந்தச் சிறு விருப்பங்கள்கூட நிறைவேறாமல் இப்படிக் கரையேறாத கிணற்றில் விழுந்து கிடக்கிறேன் என்று தொண்டை வலிக்க வலிக்க, வாய்விட்டும் கதற முடியாமல் கதறலாம்..." என்கிறாள் ருக்கு.

அவளின் தவிப்பு நம் நெஞ்சை நெகிழவைக்கிறது. முதல் தயக்கத்துக்குப் பின்னர் அனந்தசாமி, அந்த வீட்டு மாடிக்குக் குடிவர ஒப்புக்கொள்கிறார். எப்போது என்று ருக்கு கேட்டபோது, அடுத்த ஞாயிற்றுக்கிழமை என்கிறார். அடுத்த ஞாயிறுக்கு இன்னும் எட்டு நாட்கள் இருக்கின்றனவே என்று அங்கலாய்க்கிறாள் ருக்கு. "நான் அவசரப்படுவதைக் கண்டு கோபம் வரக்கூடாது. நான் கொஞ்சம் அதிர்ஷ்டக் கட்டை. கைக்கு எட்டியது வாய்க்கு எட்டாமல் இழந்து போகிற அனுபவம் எனக்குப் பல தடவைகள் ஏற்பட்டிருக்கிறது. எட்டு நாட்கள் என்பது இப்போது எனக்கு அடிவானம் மாதிரித் தோன்றுகிறது" என்கிறாள். அனந்தசாமி, அதைக் கேட்டுச் சற்றுக் கண் மூடி உட்கார்ந்திருந்தார். "எட்டு நாட்கள் அவகாசத்தைப் பயன்படுத்திக் கொண்டு, மறுபடியும் ஓடிப் போய்விடுவேன் என்று பார்த்தீர்களா?" என்றார் சற்றுக் கழித்து; "நான் இனிமேல் ஓட இடம் இல்லை. ரிஷிகேசம், கேதார நாதம், புத்த கயை எல்லாம் சென்னையிலே இருக்கின்றன... ம்,

சுப்புசாமி, நாகம்மா, சந்திரா எல்லாரும் சௌக்கியம்தானே?” என்று பேச்சை மாற்றினார் அனந்தசாமி.

அடுத்த ஞாயிறு, சொன்னபடியே அனந்தசாமி மாடிக்குக் குடிவருகிறார். அவரைப் பார்த்த சித்தி விக்கித்துப்போகிறாள். அழுவதா சிரிப்பதா என்றே அவளுக்குத் தெரியவில்லை. சுதாரித்துக்கொள்கிறாள். “உட்காருங்கள்” என்று கூறியவள், தொடர்ந்து கூறுகிறாள். “நான் பார்த்ததேயில்லை. வண்டியிலே வந்து இறங்கும்போது பார்க்கவில்லை நான். டிபன்கூடக் கொண்டுவந்து வைக்கவில்லை. மாப்பிள்ளை அழைப்பின்போது பார்த்தால் போதும் என்றிருந்தேன். முப்பது வருஷங்கள் தாமசமாகும் என்று தெரியவில்லை, அப்பொழுது” என்று சிரித்தாள். “இப்பொழுது நான் இங்குக் குடியாகவே வந்து இருக்கிறேன்” என்று அனந்தசாமி கூறும்போதும் பதில் கூறுகிறாள். “சன்யாசிக்குச் சன்யாசி ஒண்டுக் குடித்தனம் இருக்கலாம், தப்பில்லை” என்கிறாள் சித்தி. அனந்தசாமி சன்யாசி என்றால், ருக்குவும் இந்த முப்பது வருடங்களும் சன்யாசினியாகத்தானே வாழ்ந்திருக்கிறாள். ருக்கு முதலிலேயே அனந்தசாமியிடம் கூறியதுபோல, அனந்தசாமியுடையது துறவறம் என்றால், ருக்குவுடையது துறவு இல்லறம். உங்களைப் பார்க்கிறபோது ஒரு ரிஷியைப் பார்ப்பதுபோல இருக்கிறது என்று வியக்கிறாளே, இளம் பெண் டொக்கி. ருக்குவைப் பார்த்து டொக்கி சொல்வது எவ்வளவு உண்மை! “உன் அதிர்ஷ்டம் முப்பது வருஷங்கள் கழிச்சும் சந்நியாசியாகத்தானே பார்க்க முடிகிறது” என்று சித்தி கூறும்போதும், ருக்கு பதில் கூறுகிறாள். “சித்தி! பட்டவர்த்தனமாகச் சொல்லிவிடுகிறேனே! உனக்கு இஷ்டமில்லா விட்டால்கூட, உன்னை வழிக்குக் கொண்டு வந்துவிடலாம் என்ற நம்பிக்கைதான் எனக்கு. என்றாவது ஒருநாள் இவரைப் பார்க்கப் போகிறோம் என்று திடமான நம்பிக்கை இருந்தது வாஸ்தவம்தான். ஆனால், திடீர் என்று நாகம்மாள் வீட்டில் வந்து ஏதோ லீவுக்காகத் தங்கியிருக்கும்போது அது நேரும் என்று நான் நினைக்கவில்லை. பார்த்தபிறகு, அவரைப் பற்றி நாகம்மாள சொன்னதைக் கேட்டபிறகு, அவரையும் நன்றாகப் பார்த்துப் புரிந்து கொண்டபிறகு, இவர் பக்கத்திலேயே இருக்கவேண்டும், பெண்டாட்டியாக இல்லாத குறையை என் கையால் நாலு கவளம் சோறாவது போட்டுத் தீர்த்துக் கொண்டுவிட வேண்டும் என்று ஆத்திரமாக வந்தது. ஆத்திரம் இல்லை—ஏதோ பிரமை சடசட என்று இவ்வளவு தூரம் செய்துவிட்டேன். நீ ஒருத்திதான் எனக்கு ஆமாம் போடக்கூடியவள். உனக்கு இஷ்டமில்லையென்றால்...” என்று ருக்கு இழுக்கிறாள். அதைக் கேட்டுச் சித்தி மனமுருகுகிறாள்.

அப்பொழுது ருக்மிணி குழந்தை மாதிரிதான் தோன்றுகிறாள். “இத்தனை வருஷமாக, வாயை மூடிவிட்டுச் சொல்லலேடி. நான் உன் துக்கத்தை யெல்லாம் பொதிமாடு மாதிரி இந்த மனசு சுமந்திண்டு வந்திருக்குடி. உன் இஷ்டப்படி நீ இருக்கிறது ஒண்ணுதான் எனக்கு எல்லாம். நீ சந்தோஷமா இருக்கேன்னு இந்த முகத்திலே ஒருகணம் நான் பார்த்துவிட்டேனா, அந்தக் கணமே நான் மோட்சம் கிடைத்தாற்போல் இந்த உடம்பைச் சந்தோஷமா விட்டுட்டுப் போயிடுவேன்” எனப் படபடவென்று பேசிக்கொண்டு ருக்மிணியின் தோளையும் தலையையும் முதுகையும் தடவிக் கொடுத்தாள் சித்தி. படபடப்பு மட்டுமில்லை; அவள் கண்ணும் கரகரவென்று கண்ணீரைப்

பொழிந்தது. சாப்பாட்டை எடுத்துக்கொண்டு ருக்கு மாடிக்கு வருகிறாள். இந்தச் சாப்பாடு நாலு வேளைக்கு வரும் எனக்கு, வீணாக எறிய வேண்டாம் என்று குழம்பு, சாம்பார், மோர் சாதங்களில் இரண்டிரண்டு கவளங்களை மட்டும் எடுத்துக்கொண்டு மீதியைத் தட்டிலேயே வைத்துவிடுகிறார் அனந்தசாமி. அவர் மீதி வைத்த சாப்பாட்டுத் தட்டை எடுத்துக்கொண்டு கீழே வருகிறாள் ருக்கு. "நீங்கள் சாப்பிடவில்லையா?" என்று கேட்கிறாள் டொக்கி. "இதோ இருக்கிறதே" என்றமர்ந்து, அந்தத் தட்டின் மிச்சத்தச் சாப்பிடுகிறாள் ருக்கு. அதைப் பார்த்துக்கொண்டிருந்த சித்திக்குக் கண்ணீர் பொங்கி வழிகிறது. "வெறும் முண்டம். அவன் சாப்பிட்ட இலையிலேயே சாப்பிடுகிறோம் என்ற எண்ணம் போலிருக்கு"எனச் சித்தி கண்ணீர் விடுகிறாள்.அப்போது கண்ணீர் விடுவது சித்தி மட்டுமல்ல; நாமும்தான். இதையும், பெண்டாட்டியாக இல்லாவிட்டாலும் பக்கத்திலிருந்தாவது பார்த்துக்கொள்ள வேண்டும், பெண்டாட்டியாக இல்லாத குறையை என் கையால் நாலு கவளம் சோறாவது போட்டுத் தீர்த்துக்கொள்ள வேண்டும் என்று ருக்கு வெளிப்படுத்துகின்ற ஆதங்கத்தைப் பற்றிய பகுதியையும் படித்தபோது, என்னால் கண்ணீர் சிந்தாமல் இருக்க முடியவில்லை. முகூர்த்தப்போதில் தாலிகட்டாமல் ஏமாற்றிவிட்டு ஓடியவனிடம், இவ்வளவு காதலா? இவ்வளவு அன்பா? மனித மனத்தின் விந்தைதான் என்ன என்ன என்று வியக்காமல் இருக்க முடியவில்லை. ருக்குவின் மாசு மறுவற்ற தூய்மையான அன்பை என்னவென்று சொல்வது? அன்பு–காதல் எனச் சாதாரணச் சொற்களால் இதை விளக்க முடியாது என்றே எனக்குத் தோன்றுகிறது.

யசோதரை

இந்நாவலைப் படிக்கும்போது, ருக்குவையும் கி.மு. ஆறாம் நூற்றாண்டு புத்தர் (சித்தார்த்தரின்) மனைவி யசோதரையையும் ஒப்பிட்டுப் பார்க்காமலிருக்க முடியவில்லை. ருக்கு, 13ஆம் வயதில், முகூர்த்தத்துக்கு முன் தாலிகட்டாமல் ஓடிவிட்ட ஒரு புருஷனால் கைவிடப்பட்டவள். ஆனால் யசோதரையோ, 16ஆம் வயதில் சம வயது சித்தார்த்தருக்கு மனைவியாகிறாள். சுமார் பதின்மூன்று ஆண்டுகள் அவரோடு சுக போகமான இல்லற வாழ்க்கையில் திளைத்திருக்கிறாள்.தன் 29ஆம் வயதில் ஓர் ஆண் மகவையும் பெற்றெடுக்கிறாள். அவளும் தன் கணவன்மீது அளவில்லாக் காதல் கொண்டிருந்தவள். துறவறமேற்கத் தீர்மானித்த சித்தார்த்தர் அரண்மனையை விட்டுச் செல்லும்முன், அந்த இரவில், மனைவி யசோதரை அன்றுதான் பிறந்த மகன் இராகுலனோடு உறங்கிக் கொண்டிருந்த அறைக்கு வருகிறார்.யசோதரையை எழுப்பினால் தன் உறுதி கலைந்துவிடுமோ என்று சித்தார்த்தர் அஞ்சி,யசோதரையை எழுப்பவில்லை. உலக வாழ்வின் மர்மங்களைப் புரிந்துகொண்டு,துக்கமயமான இந்த உலகில், துக்கம் என்பதே இல்லாத பேரின்ப வாழ்வுக்கு வழிகண்டுபிடித்தபின் உங்களைக் காண்பேன் என மனத்தில் கூறிக்கொண்டு மனத்தாலேயே விடைபெற்றும் சென்றுவிடுகிறார் சித்தார்த்தர். அடுத்தநாள் காலை வழக்கம் போலத் தம் அன்புக் கணவரை வாழ்த்தியவாறு விழித்தெழுந்த யசோதரை, கணவரைக் காணாமல் திகைத்தாள். தலைசிறந்த இளவரசராகத் திகழ்ந்தவர் தம்மையும் தம் பச்சிளங் குழந்தையையும் விட்டுவிட்டுப்

பிரிந்துவிட்டதை உணர்ந்தபோது, யசோதரை சொல்லொண்ணாத் துயரில் ஆழ்ந்தாள். அவர் உயிருக்குயிராகப் போற்றிவந்த செல்வம் அவரை விட்டு என்றென்றைக்குமாகத் தொலைந்தேபோயிற்று. எல்லாக் கவர்ச்சிகளும் கொண்டிருந்தாலும், அந்த அரண்மனை இப்பொழுது அவளுக்கோர் இருண்ட சிறையாகிவிட்டது. உலகு முழுதுமே சூன்யமாகிவிட்டது. பச்சிளம்பாலகன் மட்டுமே, ஒரே ஆறுதலாக இருந்தான். எத்தனையோ சத்திரிய இளைஞர்கள் யசோதரையின் கரம் பிடிக்க முயன்றபோதிலும், அவள் எல்லா வரன்களையும் நிராகரித்துவிட்டு, தம் அன்புக் கணவருக்கே என்றும் விசுவாசமாக வாழ்ந்தாள். தம் கணவர் துறவு வாழ்வு மேற்கொண்டதைக் கேள்வியுற்று, தாமும் அணிகலனையெல்லாம் களைந்து விட்டு, அவரைப் போன்றே சாதாரண துவராடை தரித்துக்கொண்டாள். துறவி கோதமர் மெய்யொளி பெறும் பொருட்டுப் போராடிக் கொண்டிருந்த ஆறாண்டுக் காலமும், இளவரசி யசோதரையும் அவர் நடவடிக்கைகளை அணுக்கமாகக் கவனித்து அதன்படியே தாமும் செய்துவந்தாள். ஆறு ஆண்டுக் கடுந்தவம் மற்றும் தியானப் பயிற்சிகளுக்குப் பின் சித்தார்த்தர், தம் சொந்த அறிவாற்றல் மற்றும் முயற்சிகளின் பலனாக மெய்ஞ்ஞானப் பேறு பெற்றார்; போதிநிலையை அடைந்த புத்தரானார்.

மெய்ஞ்ஞானம் எய்தியபின் புத்தர் கபிலவத்துவுக்கு வருகை தந்தபோது, அவருக்கும் அவர் சீடருக்கும் மன்னரால் அரண்மனையில் விருந்தளிக்கப்பட்டது. அந்த விருந்திலே இளவரசி யசோதரை தவிரப் பிறர் யாவரும் கலந்துகொண்டு மரியாதை செலுத்தினர். யசோதரை எங்கே என்றார் புத்தர். “எனக்கு ஏதேனும் தகுதி இருந்தால், பேரன்புமிக்க என் பிரபு, தாமே என் முன்னிலைக்கு எழுந்தருளுவார். அப்பொழுது நான் அவருக்கு மரியாதை செலுத்திக்கொள்வேன்” என்று விருந்துக்குச் செல்லவில்லை யசோதரை. இது புத்தருக்குத் தெரிவிக்கப்படுகிறது. உணவுக்குப் பின், தம் பாத்திரத்தை மன்னரிடம் ஒப்படைத்தார் புத்தர். பிறகு தம் தலைமைச் சீடர்கள் இருவர் உடன்வர, யசோதரையின் அறைக்குச் சென்றார். “மன்னரின் மகள், தன் விருப்பம்போல் மரியாதை செலுத்த அனுமதியுங்கள். நீண்ட நாள் துக்கத்தின் காரணமாக அவர் என்னைக் கட்டிப்பிடித்தும் அழலாம். அவரை விலக்காதீர்கள். ஒன்றும் சொல்ல வேண்டாம்” என்று சீடர்களிடம் கூறியவாறு புத்தர் யசோதரையின் அறைக்குள் செல்கிறார்.

விருந்துக்குப் புத்தரின் வருகையைக் கேள்வியுற்ற இளவரசியார், அந்தப்புரப் பெண்களையெல்லாம் மஞ்சள் ஆடை அணியும்படி கட்டளையிட்டிருந்தார். அதன்படி அங்கு எல்லோருமே துவராடையே புனைந்திருந்தனர். புத்தரைக் கண்ட யசோதரை ஓடிவந்து அவரைக் கட்டிப்பிடித்துக் கொண்டழுதாள். மற்ற அந்தப்புரத்துப் பெண்களும் அழுதார்கள். புத்தரின் சீடர்களையும் மன்னர் சுத்தோதனரையும் கண்ட யசோதரை தன்னைக் கட்டுப்படுத்திக் கொண்டு விலகித் தரையில் அமர்ந்து புத்தரின் கணுக் கால்களைத் தன் கரத்தால் பற்றித் தலையை அவரது திருவடிகளில் புதைத்து உளமார வணங்கினார். புத்தர் தம் ஆசனத்தில் அமர, அனைவரும் புத்தருக்கு மரியாதை செலுத்தினர். மன்னர் சுத்தோதனர் யசோதரையின் நற்பண்புகளைப் புகழ்ந்துரைத்தார். யசோதரையின்

அன்பையும் விசுவாசத்தையும், "ஐயனே, தாங்கள் மஞ்சள் ஆடை புனைந்து கொண்டதாகக் கேள்விப்பட்டதும், என் மகள் தானும் மஞ்சள் ஆடை அணிந்துகொண்டாள். தாங்கள் ஒருநாளில் ஒருபொழுதே உண்பதாகக் கேள்விப்பட்டதும் தானும் அவ்வாறே செய்தாள்; மென்மையான உயர்ந்த படுக்கைகளைத் தாங்கள் தவிர்த்துவிட்டதைக் கேள்விப்பட்டதும், தானும் தாழ்வான படுக்கையிலேயே படுத்துக்கொண்டாள்; தாங்கள் மலர் மாலைகளையும் நறுமணப் பொருட்களையும் தவிர்த்துவிட்டதைக் கேள்விப்பட்டதும், தானும் அவற்றைத் தவிர்த்துக்கொண்டாள். உறவினர்கள் வந்து தாங்களே அவளைக் கவனித்துக்கொள்வதாகக் கூறித் தகவல் அனுப்பியபோதும், அவள் யாரையும் ஏறெடுத்துக்கூடப் பார்க்கவில்லை. என் மகள் மிகவும் நல்லவள்" எனக் குறிப்பிட்டார். "ஓ மன்னரே, என் இந்தக் கடைசிப் பிறப்பில் மட்டுமல்ல; இதற்கு முந்திய ஒரு பிறப்பிலும், யசோதரை என்னைப் பாதுகாத்ததோடு, என் மீது பக்தியும் விசுவாசமும் உள்ளவளாக இருந்திருக்கிறாள்" எனக் கூறிய புத்தர், 'சந்த–கின்னர ஜாதக'க்கதையை எடுத்துரைக்கிறார்.

சந்த–கின்னர ஜாதகக் கதை (485)

முன்னொரு காலத்தில் பிரம்மதத்தர் காசியை ஆண்டபோது, போதிசத்துவர் இமாலயப் பகுதியில் ஒரு கின்னரராகப் பிறந்தார். அவரது மனைவியின் பெயர் சந்தா. அவர்கள் இருவரும் நிலா – மலை என அழைக்கப்படும் ஒரு மலையில் மகிழ்ச்சியாக வாழ்ந்து வந்தனர். அச்சமயம் காசி அரசராகிய பிரம்மதத்தர் அரசாட்சிப் பொறுப்பைத் தம் மந்திரிகளிடம் ஒப்படைத்துவிட்டுத் தாம் மட்டும் தனியாக, இரு மஞ்சள் ஆடைகளைப் புனைந்துகொண்டு தமது ஐந்து ஆயுதங்களுடன் (அம்பு–வில், கத்தி, ஈட்டி, கதாயுதம், கேடயம்) இமயமலைப் பகுதிக்கு வந்தார். மான் இறைச்சியை உண்ட பிறகு அரசருக்குத் தாகமாயிருந்தது. தண்ணீருக்காக ஓர் ஆற்றைத் தேடிவந்தார். அச்சமயம் கோடைக்காலம் என்பதால், இரு கின்னரர்களும் நிலா மலையிலிருந்து கீழே வந்து ஆற்றங்கரைச் செடி கொடி மரங்களிலிருந்த பூக்களைப் பறித்துப் படுக்கைகளாக அமைத்துக்கொண்டு அவற்றிலேயே படுத்திருந்தார்கள். போதி சத்துவர் பாடச் சந்தா எழுந்து நடனமாட இருவரும் அங்கே களித்திருந்தார்கள். சந்தாவின் அழகைக் கண்டு மயங்கிய மன்னர் பிரம்மதத்தர், போதிசத்துவரைக் கொன்றுவிட்டு அவளை மனைவியாக்கிக் கொள்ள விரும்பினார். நஞ்சு தோய்ந்த அம்பைப் போதிசத்துவரின் மீது பாய்ச்சினார். காயமடைந்த போதிசத்துவர் மயக்கமடைந்துவிடுகிறார். அம்பெய்திய அரசரைக் கண்டு சீற்றமுற்ற சந்தா, அவரையும் அவர் குடும்பத்தையும் சபிக்கிறாள். அரசர் கூறுகிறார்: "அழவேண்டாம், வருந்தவேண்டாம் பெண்ணே. ஒரு அரச குடும்பம் உன்னை வரவேற்று மரியாதை செய்யும். நீ என் இராணியாக இருப்பாய்!" இந்த வார்த்தைகளைக் கேட்டு, மேலும் சீற்றமடைந்த சந்தா, "என்ன வார்த்தை நீ கூறினாய்?" என்று சிங்கம்போலக் கர்ஜித்தாள்: "இல்லை! நான் நிச்சயம் என்னையே அழித்துக்கொள்வேன்! குற்றமற்ற, மாசற்ற என் கணவனை, என் மீது கொண்ட பெருங்காமத்தால் கொன்ற உன்னை, நான் என்றும் மன்னிக்க மாட்டேன், உன்னுடையவளாக நான் என்றும் இருக்கமாட்டேன்" என்றாள். இதைக் கேட்ட அரசரின் காமம் நீங்கியது. அவர்

அந்த இடத்தை விட்டுச் சென்றுவிட்டார். சந்தா, தன் கணவனின் தலையைத் தன் மடியில் வைத்தபடி ஓலமிட்டு அழுகிறாள். "இங்கே மலைகளிலும், மலைக்குகைகளிலும், ஒடுங்கிய பள்ளத்தாக்குகளிலும், மலை உச்சிகளிலும் நான் என்ன செய்வேன், ஓ என் தேவனே, உன்னை இப்போது காணாமல்? காட்டுமிருகங்கள் அலைந்து திரிகின்றன, பல அழகான இடங்களில் இலைகள் பரவிக் கிடக்கின்றன. நான் என்ன செய்வேன், ஓ என் தேவனே, இப்போது உன்னைக் காணாமல்? மலைகளின் மேலிருந்து ஆறுகள் தவழ்ந்து ஓடிவருகின்றன, கரைகளிலெல்லாம் மட்டுமீறி வளர்ச்சியுற்ற மலர்கள், நான் என்ன செய்வேன், ஓ என் தேவனே, இப்போது உன்னைக் காணாமல்? நீல நிறமாய்க் காணப்படுகின்றன இமாலய மலைகள், பார்ப்பதற்கு அவை மிக அழகாக இருக்கின்றன, நான் என்ன செய்வேன், ஓ என் தேவனே, இப்போது உன்னைக் காணாமல்?" எனப் பலவாறு புலம்பி அழுகிறாள். பிறகு போதிசத்துவரின் கையை எடுத்துத் தன் மார்பில் வைத்துக்கொண்டு அழும்போது, அவருடைய கை இன்னும் வெதுவெதுப்பாயிருப்பதைக் காண்கிறாள்.

என் கணவரின் உயிரை மீட்டு வரும்வரை, நான் கடவுள்களைக் குற்றஞ்சாட்டி, அவர்களை மன்றாடிக் கேட்டு அழுவேன் என்று தீர்மானிக்கிறாள். பிறகு அவள் அழுகிறாள்: "இந்த உலகை ஆட்சி செய்யும் கடவுள் யாருமில்லையா? அல்லது ஒருவேளை கடவுளர்கள் எல்லாம் மரித்துவிட்டார்களா? ஏன் அவர்கள் எனது அன்பார்ந்த கணவரின் உயிரைக் காப்பாற்ற முன்வரவில்லை?" அவளது ஆழ்ந்த சோகத்தின் தாக்கம் தேவேந்திர சக்கருடைய அரியணையையும் சூடாக்குகிறது. தனது ஞானக் கண்ணால் அதன் காரணத்தை அறிந்துகொண்ட தேவேந்திர சக்கர், ஓர் அந்தணரைப்போல மாறுவேடம் பூண்டு, அவள் அரற்றியழும் இடம் வருகிறார். தமது கமண்டலத்திலிருந்து சிறிது தண்ணீரை எடுத்துப் போதிசத்துவரின் மீது தெளிக்கிறார். அக்கணமே, அவரது உடலில் பாய்ந்திருந்த நஞ்சு செயலற்றுப் போகிறது. அவரது உடல் நிறம் பழைய நிலைக்கு வருகிறது. தனக்கு என்ன நேர்ந்தது எனத் தெரியாமலேயே போதிசத்துவர் கண்விழித்து எழுகிறார். உடலில் அம்பு பாய்ந்த காயம்கூட மறைந்துவிட்டது. சந்தா, தேவேந்திர சக்கரின் பாதம் விழுந்து வணங்கி, அவரைப் போற்றிப் பாடுகிறாள்: "போற்றி, போற்றி, புனித அந்தணரே! தாங்க முடியாத துக்கத்திலிருந்த ஓர் ஆதரவற்ற பெண்ணுக்கு, அவள் அன்புக்குரிய கணவர் உயிரை, அமிழ்த நீரைத் தெளித்து மீட்டளித்த உங்களுக்கு எப்படி நன்றி கூறுவேன்? எப்படிப் போற்றிப் பாராட்டுவேன் உங்களை?" என்கிறார். தேவேந்திர சக்கர் அப்போது, இந்த அறிவுரையைக் கூறினார்: "இதற்குப் பிறகு நீங்கள், என்றும் நிலா மலையிலிருந்து இறங்கி மனிதர்கள் நடமாடும் பகுதிக்கு வராதீர்கள்!". மீண்டும் இரு முறை இந்த அறிவுரையை வழங்கிய பிறகு, தேவேந்திர சக்கர், தமது தேவலோகத்துக்குத் திரும்பிச் சென்றார். சந்தாவும் தன் கணவரோடு நிலா மலைக்குத் தங்கள் இருப்பிடத்திற்குப் பறந்து சென்றாள். இக்கதையைக் கூறி முடித்த புத்தர், அந்தப் பிறப்பில் சந்தாவாக இருந்தவர் இராகுலரின் அன்னையே என்றும், போதிசத்துவராக இருந்தவர் தானே என்றும், யசோதரையே தன் உயிரைக் காத்தவர் என்றும் கூறி யசோதரையைப் புகழ்ந்து பாராட்டினார். இவ்வாறு அவருடனான தம் கடந்தகாலத் தொடர்பை நினைவுபடுத்தி யசோதரையைப்

15

புகழ்ந்து பாராட்டி ஆறுதல் கூறிய பின்னர் புத்தர், அரண்மனையை விட்டுச் சென்றார். மன்னர் சுத்தோதனரின் மரணத்திற்குப் பின் பிரஜாபதி கோதமி பிக்குணியாகிவிட, யசோதரையும் சங்கத்தில் சேர்ந்து அரஹந்த நிலையை அடைந்தார். பெண்களில் மகோன்னத சித்தி கைவரப் பெற்றவர்களுள் இவர் தலைசிறந்து விளங்கினார். தமது எழுபத்தெட்டாம் வயதில், புத்தருக்கு முன்பே காலமானார். 'தேரீ காதை'யில் இவரது பெயர் காணப்பட வில்லை என்றாலும், 'அபதான'த்தில் கருத்தைக் கவரும் யசோதரையின் பாடல்கள் காணப்படுகின்றன.

கரையேறும் யசோதரை (வி. அமலன் ஸ்டேன்லி)

சுமார் ஏழாண்டுப் பிரிவுக்குப் பிறகு புத்தர் யசோதரையைச் சந்தித்தது பற்றி இதுவரை நாம் மேலே கண்டது தேரவாத பௌத்த மரபு வழிவந்த சமய நூல்களை அடிப்படையாகக் கொண்டதாகும். இதே புத்தர்–யசோதரை சந்திப்புப் பற்றிக் கற்பனைத்திறனோடு கவித்துவ நடையில் வி. அமலன் ஸ்டேன்லி உணர்ச்சிபூர்வமாக எழுதியிருப்பதும் உள்ளத்தைக் கவர்வதாக இருக்கிறது. 'கரையேறும் யசோதரை' என்ற தலைப்பில் அவர் எழுதியது, '*போதி முரசு*, ஜூலை–செப்டம்பர் 2016 இதழில்' வெளிவந்தது. அதிலிருந்து சில பகுதிகளை இங்கே வழங்குவதில் நான் மிக்க மகிழ்ச்சியடைகிறேன்.

மூத்த சீடர்களான சாரிபுத்திரரையும் மொக்கல்லானரையும் தமது பிக்கு குல வழக்கப்படி தம்முடன் வருமாறு புத்தர் கேட்டுக்கொண்டார். தமக்குப் பரிச்சயமான வழியென்பதாலும், கட்டடம் மாற்றம் ஏதுமற்றிருந்ததாலும், புத்தர் யசோதரையின் பிரத்யேகச் சோலையையும், அவளது தனிச்சிறப்புள்ள அறையையும் கண்டறிவதில் சிரமம் காண வில்லை. சாளரங்கள் பல கடந்து மிக இயல்பாக அவளது இருப்பிடம் சென்றடைந்தார். அவளது அறைக்கதவுகள் அவர் வருவதை முன்னமே அறிந்ததுபோலத் திறந்திருந்தன. வாசலில் மலர்க்கொத்து வைக்கப்பட் டிருந்தது. புத்தர் கதவருகே நின்று நிதானமாகத் திரும்பித் தம் சீடர்களையும் பார்த்தார். கேள்விக்குறியோடு அவர்கள் புத்தரை நோக்கினர். யசோதரை எப்படி எதிர்வினை புரிவாள் என யூகித்திருந்த புத்தர், இரு சீடர்களையும் அருகழைத்து, "ஏழு வருடப் பிரிவும், வலியும், ஏக்கமும், கோபமும், அவமானமும், அனைத்துக்கும் மேலாக அவளது குறைவற்ற காதலும், அவளைச் சற்றே பிறழச் செய்யலாம்" என்றார். யசோதரை தன்னம்பிக்கையும் தன்மானமும் மிக்கவள் என்றும் அவருக்குத் தெரியும். ஏனெனில் இந்த ஏழு வருடங்களில் ஒரு முறை கூட அவரைத் தேடவோ, அவருக்குத் தூதனுப்பவோ அவள் எம்முயற்சியும் செய்ததில்லை. நடப்பதை ஏற்கும் துணிவும் தைரியமும் கொண்டவள்.

பின், அவர் சீடர்களிடம் கூறினார்: "அவளது அத்தனை எதிர்வினையையும் அமைதியோடு ஏற்கும் பாத்திரமாக மட்டுமே நான் செயல்படுவேன். அவளது சில அத்துமீறல்களைத் தாங்கள் தயவுகூர்ந்து பொறுத்தருள வேண்டுகிறேன். எனக்கு அவள் மனைவி அல்லள், ஒரு சகோதரியே. எனினும் அவளோ, மனதில் கணவனாக என்னை இன்னும் வரித்து வைத்திருக்கலாம்" என்றார். சீடர் மௌனமாய்த் தலையசைக்கப்

பின்வந்த சுத்தோதனர் கண்கலங்கினார். புத்தர் தம் காலடியை மேலும் நிதானப்படுத்தி உள்ளச் சமநிலையை ஆழமாக்கிப் புலன்களைக் கூர்தீட்டி, உடலும் மனமும் ஒருமித்து அவளருகில் சென்று, "யசோதரை" எனப் பரிவுடன் அழைத்தார். அவள் திரும்பவில்லை. பல முறை எழுந்தமர்ந்த மூச்சுச் சத்தம் மட்டும் கேட்டது. புத்தர் அப்படியே நின்றிருந்தார். மணித்துளிகள் கடந்தன. அவள் தூய, உயர் பருத்தியாலான காவியுடையைக் கச்சிதமாக அணிந்திருந்தாள். அவளது நீண்ட கருங்கூந்தல் கழுத்துவரை வெட்டப்பட்டிருந்தது. எந்த அணியும் ஆபரணமும் அணிந்திருக்கவில்லை. உடல் மெலிந்திருந்தது. சற்றே மஞ்சள் பூசிய சருமம் மிளிர்வும் ஆரோக்கியமும் இழந்திருந்தது. அந்த அறையோடு இணைந்திருந்த படுக்கையறையில், எண்ணெய் விளக்குகளின் ஒளிநிழல் அசைந்தாடிற்று. அங்கே அவர்கள் கலந்த கட்டிலும் மெத்தையும் இல்லை. அந்த அறையை விட்டுப் புத்தர் அகன்ற தருணம் இருந்த தொட்டிலும் அங்குக் காணப்படவில்லை. அதன் கொக்கி மட்டும் அறைக்கூரையில் தொங்கியபடியிருந்தது.

கட்டிலிருந்த இடத்தையொட்டி ஒரு மேசையும் அதன்மேல் ஒரு தட்டும் குவளையும் இருந்தன. வான சாஸ்திரமும் தத்துவமும் சார்ந்த சில நூல்கள் கிடந்தன. சில ஓலைச்சுவடிகள் காணப்பட்டன. அவற்றுள் அவளை மணந்துகொள்ள விரும்பி விண்ணப்பித்திருந்த பிற நாட்டு இளவரசர்களின் விண்ணப்பங்களும், யசோதரையின் மறுப்புக் கடிதங்களும் கிடந்தன. மேலும், சித்தார்த்தன் மேலுள்ள காதலின் காரணமாகப் பிரிவு வலியில் எழுதப்பட்ட மனத்தை உருக்கும் ஏராளமான கவிதைகளும் குறுங்காவியங்களும் முற்றுப்பெற்றும் அரைகுறையாக முற்றுப்பெறாமலும் இருந்தன. தலையில் ஓலைப் பாய் ஓரமாய்ச் சுருட்டிவைக்கப்பட்டிருந்தது. அது அவள் படுக்கையாக இருக்கலாமெனத் தோன்றியது. அனைத்தையும் கண்ணுற்றபின் போதிய அவகாசம் தந்தாயிற்று என்பதுபோல் புத்தர் மீண்டும் ஒருமுறை அவளைப் பரிவோடும் சமநிலையோடும் அழைத்தார். யசோதரை முன்னகர்ந்து குமுறினாள். உடல் குலுங்கிற்று. சட்டெனக் குரலின் திசைநோக்கித் திரும்பினாள். புத்தர் சற்றே நகர்ந்து அவளுக்கு வழிவிட்டு நின்றார். அவளை நேராகப் பார்த்தார். அவரது கண்களில் கனிந்த கருணையும், அன்பும், நேயமும், ஞானத்தின் ஆழ்ந்த சுவடும் அவளைக் கண்ணிமைக்காமல் புத்தரைப் பார்க்க வைத்தன. பிறகு கண்மூடினாள். கண்ணீர் திரண்டு சரிந்தது. சட்டென வேகமுற்றுப் புத்தரை ஆரத் தழுவினாள். அதிர்ந்தழுதாள். புத்தர் அசைவற்று அவளை அனுமதித்தார். தன்னைச் சுற்றியணைத்துக் கதறிய அவளது உடலையும் கரத்தையும் சேர்த்துப் புத்தர் தன் கையிலெடுத்தார்.

"என்னை விட்டு ஏன் அகன்றாய்?" எனக் கேட்பதாய், அவள் கண்கள் ஒளிர்ந்தன. "அன்பிற்கும் காதலுக்குமுரியவர்களிடம் பிரிவு ஏற்பட்டே தீரும். பிரிவும் மரணமும் துக்கமும் தவிர்க்க முடியாத அனுபவங்களே. பிரிவை நாமே தீர்மானித்து அதன் பாதையில் நடப்பது துக்க நீக்கமாகும்" என்று பகர்ந்தது புத்தரின் இதயம். அங்கே சுத்தோதனரின் அரற்றல் திடீரெனக் கேட்டது. துணுக்குற்ற யசோதரை தன்னைச் சுதாரித்துப் பின்வாங்கி வாயிலருகில் நின்றிருந்த சீடர்களையும், சுத்தோதனரையும் கண்டு தன் கைகளால் முகம் மூடியழுதாள். பின் தன்னை மன்னிக்குமாறு கூறியபடியே புத்தரின் பாதம் பணிந்தாள். மீண்டுமொரு முறை புத்தர், அவள்

தோள்களைப் பிடித்துத் தூக்கி நிறுத்தினார். அவள் கண்கள் குளமாயின. புத்தரின் கண்களிலும் சில நீர்த்துளிகள் மின்னின. அவர் பரதுக்க–துக்கர், பிறர் துக்கத்தால் வருந்துபவரெனினும் காமம், வெகுளி, மயக்கம் எரிந்தடங்கி அவிந்துபோன நிர்வாணி அவர். அவரது கண்ணீர்த் துளிகளில் அவள் மகிழ்ச்சியுற்றாள்,

புத்தர் மொழிந்தார்: துக்க நிவர்த்திக்கான வழி இது. "யசோதரை! உலகில் உள்ளதை உள்ளவாறு காணவும், உண்மைகளை அறியவும் ஏன் மறுக்கிறாய்? சம்சார சக்கரத்தின் ஆரக்கால்களைப் பற்றி இருக்காதே. காரணத்தைத் தொடர்ந்தே காரியம் அமைகிறது. வாழ்வும் மரணமும், இன்பமும் துன்பமும் மாறிமாறி நிகழ்பவை. துக்கமும் வேதனையும் பற்றுதல்களால் நமக்கு நாமே உருவாக்கிக் கொள்பவை. உன் துக்கம் மட்டும் பெரிதல்ல, உலகின் துக்கத்தைப் பார். பற்றுதல்களை வேருடன் களைந்தெறிந்து கருணைக் கண்களோடு உலகைப் பார். அப்போது பிறப்புமில்லை இறப்புமில்லை. அனைத்து உயிர்களோடும் ஒன்றிணைந்த நிலை. அனைத்து உயிர்களின் துக்க நீக்கத்திற்காகவும் இனிய நலத்துக்காகவும் மகிழ்ச்சிக்காகவும் அர்ப்பணித்த நிலை. இதுவே ததாகதரின் நிலை". இவ்வார்த்தைப் பரிவர்த்தனைகளைத் தாண்டி யசோதரை ததாகதரை உணர்ந்தாள். தன் கண்களை ஆடை நுனியால் துடைத்துக் கொண்டாள், அமைதியுற்றாள். "யசோதரை, பல பிறவிகளைத் தொடர்ந்து நாம் இந்தப் பிறவியிலும் இணைந்திருந்தோம். நிர்வாண நிலையையடைந்த நான், அதன் உயரிய பலனை உனக்கும் என் தந்தைக்கும் என் மகனுக்கும் மற்றவர்களுக்கும் தந்தருளவே இக்கபிலவஸ்துவிற்கு வந்தேன். இந்தத் துக்க சாகரத்தைத் தாண்டி வர, இப்பிறவியில் உங்களுக்கெல்லாம் ஓர் உபாயம் அறியச் செய்வதே, என் விஜயத்தின் நோக்கம். எனக்கினி மறுப்பிறப்பில்லை. நீ என்னை விடவும் புத்திசாலி என்று எனக்குத் தெரியும். என் தந்தையும், நீயும், என் மகனும் நான்கு பேருண்மைகளையும் எண்வழி மார்க்கத்தையும் அதிவிரைவில் பின்பற்றி நிர்வாணமடையும் காலம் சமீபத்திலிருக்கிறது. நாம் அனைவரும் புத்தராகலாம் யசோதரை" எனப் புத்தர் மொழிந்ததை மனத்தில் உள்வாங்கிய யசோதரை, மீண்டும் புத்தரையும், பிற மூவரையும் வணங்கித் தன்னறைக்குள் சென்றமர்ந்தாள். கால்மடக்கிக் கண்மூடி மூச்சொழுகினாள்.

விருந்து முடித்துப் புத்தர் தன் சீடர்களோடு அரண்மனை விட்டுச் சென்று பல மணி ஆகியிருந்தது. யசோதரை தியானத்திற்குள் அமிழ்ந்திருந்தாள். புத்தர் விடைபெற்றார். தம் பிக்கு குலத்தவருடன், மாலையில் ரோகிணி ஆற்றில் குளித்துத் திளைத்தார் புத்தர். குளித்து முடித்துக் கரையேறிய புத்தர், ரோகிணி ஆற்றின் வால் பகுதியை நோக்கினார். அங்கே யசோதரை, தன் மகனை அருகணைத்தவாறு, அதே ரோகிணி ஆற்றில் இறங்கி நடக்க முற்பட்டாள். இத்தோடு முடிகிறது, அமலன் ஸ்டேன்லியின் கதையாடல். இதைப் படிப்பவர் யாரும் மனம் நெகிழாதிருக்க முடியாது.

1. ருக்கு – யசோதரை

மேற்கண்டவற்றிலிருந்து யசோதரையின் மனநிலைக்கும் ருக்குவின் மனநிலைக்கும் இடையே பெரும் ஒற்றுமையைக் காணலாம். இருவரும்

தாங்கள் வரித்தவர்களைத் தவிரப் பிற ஆண்களை நிராகரித்து விட்டவர்கள். பிரிவுக்குப் பிறகான சந்திப்பில் புத்தர் யசோதரையைத் தேடிச் செல்கிறார்; இங்கு ருக்கு அனந்தசாமியைத் தேடிச் செல்கிறாள். தன்னோடு 13 ஆண்டுகள் இல்லற வாழ்க்கையை நடத்திய பின்னர், நள்ளிரவில் விட்டுச் சென்ற சித்தார்த்தனின் மீது யசோதரை கொண்டிருந்த காதல் – முகூர்த்த நேரத்துக்குச் சற்று முன்பு தாலி கட்டாமல் ஓடிவிட்ட அனந்தசாமி, முப்பதாண்டுக்குப் பின்னர் பிக்கு சந்நியாசியாகக் காணப்படுகிற அதே அனந்தசாமி மீது ருக்கு கொண்டிருக்கும் காதல். இதிலே ருக்கு காதல் இதயத்தைப் பிழிவதாயிருக்கிறது. இதைக் காதல் என்பதா, அன்பு என்பதா, ஆன்ம நேயம் என்பதா, பொறியுணர்ச்சியில்லாக் காதல் என்பதா?

ருக்குவின் ஓவியம்

ருக்குவின் மனநிலையைப் புரியவைக்கின்றது, அவள் வரைந்து மேல்மாடியில் மாட்டியுள்ள ஓவியம். இலேசான மஞ்சள் வண்ணத்தில் – அல்லது பொன்வண்ணத்தில், ஒரு பெண், குழந்தையுடன் படுத்து ஆழ்துயிலில் இமைசெருகிக் கிடக்கிறாள். அவளை விட்டு அவளைப் பார்த்துக்கொண்டே நகர்கிறான். அவன் நிறம் வெள்ளை. அனந்தசாமி ஒரு நிமிஷம் அருகே சென்று அண்ணாந்து பார்த்தார். துயிலில் ஆழ்ந்த பெண் மார்பு, தூக்கத்தில் லயத்துடனும் ஒழுங்குடனும் ஏறி இறங்குவது போலிருந்தது. அதே சலனம் குழந்தையின் உடம்பிலும் தெரிந்தது. ஓவியம் மிக நன்றாக இருக்கிறது என்று பாராட்டும் அனந்தசாமி கேட்கிறார்: "ம்... பேஷ். ஏன் யசோதரை பொன் மாதிரியிருக்கிறாள்? புத்தர் மட்டும் வெள்ளையாக இருக்கிறார்?" "எனக்கு என்னவோ அந்தப் புத்தர் வெள்ளையாகத்தான் இருந்திருப்பார் என்று தோன்றுகிறது" என்கிறாள் ருக்கு. இங்குத் தன்னை யசோதரையோடு ஒப்பிட்டுக் காண்கிறாளா? அப்படி ஒப்பிட்டுப் பார்ப்பது பொருத்தமாயிருக்கும் என்று நாமும் மேலே கண்டோம். ஆனால், இதில் ஒரு மறைபொருள் இருப்பதாகத் தோன்றுகிறது.

உண்மையில், சித்தார்த்தனுக்கும் யசோதரைக்கும் பிறந்தது ஆண் மகவு – இராகுலன் என்று பெயர் இடப்பட்டவன். ஆனால், ருக்கு ஏன் தன் ஓவியத்தில் இராகுலனுக்குப் பதிலாக ஒரு பெண் குழந்தையை வரைய வேண்டும்? தான் அனுபவித்த காதலின் வேதனையையும் அன்பின் வலியையும் தன்னைப் போலவே அனுபவித்த யசோதரையை, அவள் தன் அன்னையாகவே கருதியதில் ஆச்சரியமில்லை. அந்த ஓவியத்தில் பெண் குழந்தையாக ருக்கு சித்திரித்திருப்பது தன்னையேதான். தன் தாய் அனுபவித்த வேதனையை அவளும் ஒரு புத்த சந்நியாசியின் காரணமாக அனுபவிப்பதாகவே நாம் பாவிக்கலாம் என்றே தோன்றுகிறது. ஆனால், ஓவியம் வரைந்தபோது, அவள் அனந்தசாமியைப் புத்த சந்நியாசியாக அறிந்திருக்கவில்லை. இருந்தாலும் ருக்கு, யசோதரையைத் தன் அன்னையாகவே எண்ணியிருக்கிறாள் என்பதில் ஐயமில்லை.

2. அனந்தசாமி

நாம் ஏற்கனவே கண்டதுபோல, மாப்பிள்ளை அனந்தசாமி திருமண முகூர்த்தத்துக்குச் சற்று நேரம் முன் கிராமம் விட்டே ஓடிப்போனதற்குப் பல காரணம் உண்டு. ஓடிப்போனவர் ரயிலேறி இறுதியில் ரிஷிகேசம்

சென்று இறங்குகிறார். அடுத்து என்ன செய்யப் போகிறோம்? என்றவர் யோசிக்கவில்லை. என்ன செய்வது எனப் புரியாது ஒரு மாசம் கங்கைக் கரையில் சுற்றுகிறார். பிறகு ஒரு சந்நியாசியோடு பழக்கம் ஏற்படுகிறது. அவரை விடாப்பிடியாகப் பிடித்துக்கொள்கிறார். அந்தச் சந்நியாசியோடு நான்கு வருடம் சுற்றினார். கைலாசம், மானசரோவரம், கேதாரநாதம், பத்ரிநாதம், அமரநாதம் இப்படி அவர் போகிற போக்கில் இவரும் போனார். வைத்தியமெல்லாம் அவரிடம் கற்றதுதான். வைத்தியம் மட்டும் இல்லை. ஒரு வருஷம் ஆனாலும் இந்தண்டை அந்தண்டை அசையாமல் ஒரே இடத்தில் கண் மூடிக் கொண்டு அமரக் கற்றுத் தந்ததும் அவர்தான். ஒரு தடவை நவராத்திரியின் போது, அப்படி அமரச் சொன்னார். உட்கார்ந்தார். பத்தாம் நாள் கண் திறந்து பார்த்தார். எழுந்திருக்க மனசில்லை. மறுபடி கண்ணை மூடிக்கொள்ள வேண்டும் போலிருந்தது. எதிரே கங்கை ஓடிக்கொண்டிருந்தது. அவரமர்ந்த இடத்துக்கு நேராகக் கங்கையின் மேல்படியில் ஒரு கல்லின் கீழே கடுதாசித் துண்டு ஒன்று சிக்கிக் கொண்டு பறக்க முடியாமல் தவித்தது. என்னமோ தோன்றியது.

எழுந்துபோய் எடுத்துப் பார்த்தார். "நான் போய்வருகிறேன். நீயும் போகலாம்" என்று எழுதியிருந்தது. முதலில் 'பகீர்' என்றது. யாரோ உயிரை எடுத்துக்கொண்டு விட்டாற்போல் ஒரு பயம். ரிஷிகேசத்தில் இருந்த அத்தனை பேரையும் ஓடி ஓடிப் பரபரப்புடன் விசாரித்தார். "நேற்று ராத்திரி நீங்கள் உட்கார்ந்திருந்த படித்துறைக்குப் பக்கத்தில்தான் அவரும் உட்கார்ந்திருந்தார்" என்றார்கள். அதே கவலையோடு ஹரித்துவாரத்துக்கு வந்தார். ஆள் கிடைக்கவில்லை. "போய் வருகிறேன்" என்று எழுதியிருந்தாரே, எங்கே போனார்? வேறு ஊரா? இல்லை, நீரிலேயே இறங்கிப் போய் விட்டாரோ? ஒன்றும் புரியவில்லை. மறுபடியும் ரிஷிகேசத்துக்கே வந்தார். தொண்டையை அடைத்தது. "ஏன் இப்படி ஓடினீர்கள் என்று கேட்டுக்கொண்டேயிருந்தேன்" எனத் தம் கதையை நாகம்மாவிடம் கூறுகிறார். நாகம்மா குறுக்கிட்டுக் கேட்கிறார்: "அப்படித்தானே, அந்தப் பெண்கூட அழுதிருக்கும்?" உண்மைதான் என்று ஒப்புக்கொள்ளும் அனந்தசாமி, அப்போதும், தமக்கு அந்தப் பெண்ணின் ஞாபகம் வந்தது என்கிறார். அவர் காஷாயம் வாங்கிக் கொண்டு, மூன்று வருஷங்கள் ஆகிவிட்டன. "அப்புறம் இலங்கையிலிருந்து ஒரு புத்த பிட்சு வந்திருந்தார். அவரோடு புத்த கயைக்குப் போனேன். இலங்கைக்கு வாயேன் என்றார். கிளம்பிவிட்டேன், அனுராதபுரத்திலும், பொலன்னருவையிலும் அவரோடு சுற்றிக்கொண்டிருந்தேன்.அங்கேயும் வைத்தியம்தான். பட்டணத்துச் சாயபு ஒருவர், பிள்ளைக்கு உடம்பு சரியில்லை வந்து பார்த்தால் தேவலை என்று அழைத்துக் கொண்டேயிருந்தார். இலங்கையில் அவருக்குக் கடை கண்ணி எல்லாம் உண்டு. புறப்பட்டு வந்தேன். அம்மாவைப் பார்த்தேன். இங்கேயே தங்கிவிட்டேன்". இது நடந்தது நான்கு வருஷங்களுக்கு முன்பு.

சென்னையில் அவருடைய மூன்று அண்ணன்மார்களும் இரண்டு தங்கைகளும் இருந்தாலும், அவரது தாயாரை வைத்துக் காப்பாற்றத்தான் ஆளில்லை. எல்லாரும் பணம் கொடுக்கத் தயாராயிருந்தார்கள். இந்தச் சந்நியாசி, தன் தாய் படுகிற அவஸ்தையைப் பொறுக்க முடியாமல், திடீரென்று ஒருநாள் இரு அறை கொண்ட ஒரு வீட்டின் பகுதியைக்

குடக்கூலிக்கு எடுத்துத் தன் தாயாரை அங்கே அழைத்து வந்துவிட்டார். நான்கு வருடங்கள் அவர் தன் தாயாருக்குப் பணிவிடை செய்திருக்கிறார். கடந்த ஆறு மாதமாக நடமாட்டமின்றிப் படுக்கையாய்க் கிடந்தவளுக்குத் தன் கையாலேயே சமைத்துப் போட்டு நன்றாகக் கவனித்துக்கொண்டார். தாயார் நிம்மதியாக உயிர்விட்டார். தாயார் இறந்ததிலிருந்துதான், இந்த நாவல் தொடங்குகிறது.

மொட்டை மாடியில் வந்தமரும்போதெல்லாம் அனந்தசாமிக்கு ஓர் அனுபவம் ஏற்படுகிற வழக்கம். எண்ணம் ஒன்றுமில்லாது எந்த நினைவும் யார் நினைவும் இல்லாமல் எந்தக் காட்சியுமில்லாமல் வெறும் சூன்யமாயிருக்கும். கண் மூடிக்கொண்டிருப்பார். தென்னையின் சலசலப்பைத் தவிர, அந்த மனவெளியில் ஒன்றுமே இராது. அந்தச் சலசலப்பும் திடீரெனக் காதில் விழாது போய்விடும். வெகுகாலப் பழக்கமாக இதைச் செய்கிறார். அவருடைய உடம்பிலிருந்து ஏதோ ஒன்று கிளம்பி, அந்தச் சூன்ய வெளியில் உந்தி உந்தி மேலே போய்க் கொண்டிருப்பது போலிருக்கும். கடைசியில் திடீரென்று அந்த மேல் பாய்ச்சலும் நின்று, எல்லாம் அப்படியே ஸ்தம்பித்து நின்றிருக்கும், என்ன, எங்கே, எப்பொழுது – ஏதுமில்லாத மிதப்புதான் மிஞ்சி நிற்கும். தலையையோ கையையோ அரித்து, சொரிந்து கொண்டால்கூட, எறும்பு கொசு கடித்துக் கை அதைத் தேய்த்தால்கூட அம்மிதப்பு அப்படியேதான் நிற்கும். கலைத்தாலும் பாசிபோல் மறுகணமே கூடிவிடும். ‘ராம ராமா’ என்று சொல்லக்கூட மனம் வருவதில்லை. அப்பொழுது நானே சிவம் என்று சொல்லக்கூட விருப்பமில்லாத மிதப்பாயிருக்கும் அது. சூன்யத்தில் மாதக்கணக்காக ஆடாது அசையாது நிலைபெற்றிருக்கும் சித்தி பெற்றிருந்தவர் என்றாலும், கண் திறந்து உலகத்தைப் பார்த்தால் அது துக்கமயமாக இருக்கிறதே! தன்னால் இயன்றவரை உலகின் துக்கம் போக்க, குறிப்பாக நோயில் அவதியுற்றோருக்கு, வைத்தியம் பார்க்க முனைந்தார். நாகம்மாள்போல் வசதியானோருக்கு மட்டுமல்ல, சேரிகளுக்கும் ஏழை எளிய மக்கள் வாழுமிடங்களுக்கும், சென்னை முழுவதும் தாரிலும் மண்ணிலும் கல்லிலும் கோடையிலும் மழையிலும் குளிரிலும் கால்நடையாகவே சென்று இலவசமாக வைத்தியம் பார்க்கிறார்.

க்ஷயரோகம், பெருவியாதிகளைக்கூட அவர் குணப்படுத்தியிருப்பதை நாகம் விவரமாக ருக்குவிடம் கூறினாள். அபஸ்மாரம் போன்ற வலிப்பு வியாதிகளை டாக்டர்களெல்லாம் கைவிட்ட பிறகும் அவர் போரிட்டு விரட்டியதைக் கூறினாள். நெருக்கடி கேஸ்களுக்கு வெறும் வைத்தியத்தோடு மட்டும் நின்று விடாமல், வீட்டுக்குப் போய் ஒரு மணி அல்லது இரண்டு மணி நேரம் நோய் குணமாவதற்காக ராம ஜெபம் செய்வதையும் கூறினாள். தமிழ்ப் பண்டிதர் மகாதேவன் குழந்தை, எல்லா வைத்தியர்களும் கைவிட்ட கேஸ், சாகக்கிடந்த குழந்தையை உயிர் பிழைக்க வைத்தார் இவர். அக்குழந்தை இப்போது மூன்றாமாண்டில் அடியெடுத்து வைக்கிறது; ஆண்டுவிழாக் கொண்டாட்டத்துக்குச் செல்கிறார். புகழ் பெற்ற நடிகர் அருண்குமாரின் நாலைந்து வயது மகன் இடுப்புக்குக் கீழே இம்மி சுரணையுமில்லாது, நடக்க முடியாதவனாகப் படுக்கையிலேயே கிடக்கிறான். மலையாள வைத்தியம், இங்கிலீஷ் வைத்தியம் என்று பார்க்காத வைத்தியம் இல்லை. பலனில்லை. இப்போது அனந்தசாமி சந்நியாசிதான் மருந்து கொடுத்துக்

கொஞ்சம் கொஞ்சமாகக் குணப்படுத்தி வருகிறார். இந்தக் குழந்தைக்கு வைத்தியம் செய்ய அழைக்கப்பட்ட போதுதான், பிக்கு அனந்தசாமிக்கு நடிகர் அருண்குமாரோடும் அறிமுகமாகிறது.

நாகம், ருக்குவிடம் கூறுகிறாள்: "அவர் கலியாணம் பண்ணிக் கொள்ளவில்லையே தவிர, பல கல்யாணங்கள் செய்து வைத்திருக்கிறார். வைத்தியத்துக்குப் போகிறபோது எங்கெங்கே கலியாணத்துக்குப் பெண்கள் இருக்கு, பையன்கள் இருக்கு என்றெல்லாம் பார்த்துக்கொண்டு வந்து சொல்லுவார். எனக்குத் தெரிந்து ஏழெட்டுக் கலியாணங்கள் இப்படி நடந்திருக்கின்றன . . . அப்புறம்! . . . கலியாணமாகி அகமுடையான் பெண்டாட்டிகள் மனஸ்தாபத்தினாலே சேராமல் இருப்பார்கள். அவர்களை நல்ல வார்த்தைகள் சொல்லிச் சேர்ந்து வாழ வைத்திருக்கிறார்" – ருக்குவுக்கு இலேசாகச் சிரிப்பு வந்தது. "அப்புறம்?"; "எங்கே குடியிருக்க ஜாகை காலியிருக்கிறது, காலியாகப் போகிறது–"; "வீடு விற்பனைக்கு வருகிறது"; "பேஷாக, எங்கெங்கே மனைகள் விலைக்கு வருகின்றன என்று அவரைக் கேட்டால் தெரியும்" – இவ்வாறு சமூகத்துக்குச் சேவை செய்பவராக அவர் வலம் வருகிறார். ருக்குவுக்கு ஒரே ஆச்சரியமாக இருக்கிறது.

அவர் எந்தச் சமய நிறுவன அமைப்பையும் சேர்ந்தவரல்லர், அவர் அஹம் பிரம்மம் (நானே பிரம்மம்) என்று தியானத்தில் உறைகிறார். ராம, ராம என்றும் ஜபம் செய்கிறார் அவர். நோயாளிகளுக்கும் ராம, ராம என்று ஜபம் செய்யுங்கள் என்றும் அறிவுரை கூறுகிறார். இருந்தாலும், தாம் வாடகைக்குக் குடியிருக்கிற வீட்டுப்பகுதியின் உரிமையாளர் மங்களம் பாட்டிக்குப் புத்தர் ஜாதகக் கதைகளை எடுத்துரைக்கிறார். பாலி மொழியிலுள்ள புத்தர் செய்யுட்களை (தம்மபதம்?) பத்துப் பதினைந்து கூறி, ஒவ்வொன்றையும் விளக்குகிறார். "கிழக்கின் பொன்னைப் பார்த்துக் கொண்டே உட்கார்ந்திருந்தார் அவர். ஏதோ இரண்டு வீடுகளின் இடுக்குவழியாக உதயசூரியன் தெரிந்தது. அதையே பார்த்தார். என்னதான் சூன்யவாதமும், நானே கடவுளும் என்று நினைத்துக்கொண்டாலும் சூரிய வட்டத்தின் நடுவில் தாமரை மீது அமர்ந்து புன்னகை பூக்கும் கடவுளைக் காணும் பரவசத்துக்கு ஈடாகாது அது என்று அவருக்குத் தோன்றியது. அந்தக் காட்சியையே அந்த ஒளி வட்டத்தில் வைத்துச் சிறிது நேரம் நினைவிழந்துவிட்டார் அவர்". இங்கு அவர் புத்தர் பகவானையே தியானிப்பது தெளிவாகத் தெரிகிறது. மேலும் அவர், ஒன்றுக்கு ஒன்று முற்றிலும் முரண்பட்ட சூன்யவாதத்தையும், அகம் பிருமம் (நானே பிருமம்) என்கிற உபநிடதக் கோட்பாட்டையும் ஒரே அடைப்புக்குறியில் வைக்கிறார். சுயம் என்பது எதிலும் எங்கும் இல்லை, அனைத்தும் சூன்யமே என்று அழியாத ஆன்மாக் கோட்பாட்டையே முற்றிலும் நிராகரிக்கிற பௌத்தத்தின் சூன்யவாதத்தையும், உபநிடதங்களின் அகம் பிருமம் என்ற கோட்பாட்டையும் இணைக்கிற பாலமாக இருக்கிறார் அனந்தசாமி என்றும் தோன்றுகிறது. தத்துவ முரண்பாடு பற்றி, அவர் கவலைப்படுவதாகத் தெரியவில்லை.

அவர் தியானிக்கும்போது, மனத்தை அலைக்கழிக்கும் சிந்தனைகளையும் எண்ணங்களையும் துறந்து, ஏன், மனமென்பதையும் துறந்து, மேலேமேலே சென்று ஒன்றுமற்ற வெட்டவெளியாகிய சூன்யத்தையே

தியானிப்பதாகத் தெரிகிறது. நாகார்ஜுனரின் சுயமென்பது எதிலுமில்லாத சூன்யத்தையல்ல. ஆனால், ஒன்று தெரிகிறது, அவர் எந்த வாதத்தையும் பற்றிக் கொள்வதுமில்லை, எதையும் நிராகரிப்பதுமில்லை. புத்தர் அல்லது நாகார்ஜுனரின் சூன்யத்தையும் அவர் பற்றிக் கொள்ளவில்லை, உபநிடதப் பிருமவாதத்தையும் பற்றிக்கொள்ளவில்லை. ராம ராம ஜெபமும் செய்கிறார், மெய்ஞ்ஞானத் தாமரையில் வீற்றிருக்கும் அன்பும் கருணையும் உருவான புத்தரையும் தியானிக்கிறார். சந்நியாசி என்று துறந்து விடுவதென்றால் எல்லாவற்றையும்தான் துறந்துவிட வேண்டும் என்று அவர் கூறுவது, மிகவும் சரியாக இருக்கிறது. அவர் பௌத்த பிக்குவோ, வேதாந்த சந்நியாசியோ அல்லர். அவர் எந்த அடைமொழிக்குள்ளும் அடங்காத ஒரு சந்நியாசி, வெறும் சந்நியாசி, அவ்வளவுதான். ஆனால், அவர் தண்டு கமண்டலம் ஏந்துகிற துறவியும் இல்லை, மடத்தில் ஒதுங்குகிற துறவியும் இல்லை. காசு பணத்தைத் தொடாதவரும் இல்லை. மக்கள் துயர் போக்கத் தம் வாழ்வை அர்ப்பணித்துக்கொண்டவர். சாமி இல்லை, பூதம் இல்லைன்னு பேசினாராமே புத்தர் என்று மங்களம் பாட்டி கேட்பதற்கும் அவர் பதிலளிக்கிறார்: "புத்தர்தான் நம் எல்லாரையும்விடச் சாமி இருக்கிறது என்று ரொம்ப அதிகமாக நம்பினவர். ஆனால் கை, கால், தலை, மூளையெல்லாம் வைத்து அனுப்பின மனுஷன் தலைக்குமேல் கிடக்கிற வேலைகளை விட்டுவிட்டுச் 'சாமி சாமி' என்று புலம்பிக் கொண்டிருக்கிறானே என்றுதான் அவர் அப்படிச் சாமி இருக்கிறாரோ என்னவோ, எனக்குத் தெரியாது என்று சொல்லியிருப்பார். சம்பளம் கொடுத்துச் சாமானெல்லாம் வாங்கிக்கொடுத்து வேலையைச் செய்யடா என்று வேலைக்காரனிடம் சொல்கிறோம். அவன் சற்றைக்கு ஒரு தடவை வந்து, 'எசமான் உங்களைப்போல் நல்லவர்களே கிடையாது. நீங்க ரொம்பப் பெரியவங்க' என்று சொல்லிக்கொண்டு நின்றுகொண்டேயிருந்தால், நமக்கு அலுப்பாக இருக்குமா? இராதா? என்னடா பெரிய 'கழுப்புணி'யாக இருக்கிறான். வேலையை விட்டு இப்படிப் புலம்பிக்கொண்டே இருக்கிறானே, இதையெல்லாம் யார் கேட்டார்கள் என்று நினைப்போமா மாட்டோமா?" என்கிறார்.

புத்தரது இறைக் கோட்பாடு, பெரும்பாலும் தவறாகவே புரிந்து கொள்ளப்படுகிறது, அது தவறாகவே விளக்கவும் படுகின்றது. உலகையும் உயிர்களையும் பொருள்களையும் படைத்துக் காக்கும் எல்லாம் வல்ல இறைவன் இருக்கிறான் என்ற இறைமைக் கோட்பாட்டைத்தான் அவர் நிராகரித்தாரேயொழிய, தர்மம், தானம், சீலம், பொறுமை போன்ற மேன்மைப் பண்புகளைக் குறைவின்றி முழுநிறைவு செய்ததன் பலனாலும், தியானப் பயிற்சிகளில் தேர்ச்சியடைந்து பெற்ற உயரிய மனநிலைகளின் காரணமாகவும் மனிதநிலைக்கு மேம்பட்ட நிலையடைந்த கடவுள்களும் பிருமாக்களும் உள்ளார்கள் என்பதைப் புத்தர் எங்கும் மறுக்கவில்லை. ஆனால், இதிலிருந்து அவர் கூறும் தேவலோகங்களும் பிரும லோகங்களும் பிராமணீயத்தில் கூறப்படுவனவற்றிலிருந்தும் வேறுபட்டவை என்பதும் புரிந்துகொள்ளப்பட வேண்டும்.

தான் தாலிகட்டாது கைவிட்டு ஓடிய பெண்ணை அனந்தசாமி முப்பது வருடத்துக்குப் பிறகு நாகம்மா வீட்டில் பார்க்கிறார். அவருக்கு என்ன பேசுவது என்றே தோன்றவில்லை. அவர் மனம் குழப்பத்துக்கும்

தடுமாற்றத்துக்கும் குற்ற உணர்வுக்கும் ஆட்பட்டதாகத் தெரிகின்றது. ருக்கு காப்பி கலந்து கொண்டுவர உள்ளே சென்ற பிறகு, அவர் சொல்லிக் கொள்ளாமலேயே நாகம்மாவின் வீட்டைவிட்டுக் கிளம்பித் தான் தங்கியிருக்கும் இல்லத்துக்கு வந்து தூங்கிவிடுகிறார். நல்ல உறக்கம். எந்த உணர்வும் இல்லை. ஆனால், மறுநாள் காலை வழக்கமாகச் செய்யும் தியானத்தைக்கூட அவரால் செய்ய முடியவில்லை. ஏதோ ஒன்று துரத்தி வந்து, கடைசியில் அவரைப் பிடித்துவிட்டாற் போன்ற உணர்ச்சியில் அவர் உட்கார்ந்து கொண்டிருக்கிறார். அப்போது ருக்கு அவரை வந்து பார்த்துத் தான் டெல்லி வேலையை ராஜினாமா செய்துவிட்டுச் சென்னைக்கே குடிவரப் போவதைத் தெரிவிக்கிறாள். தான் தாலிகட்டாது கைவிட்டுச் சென்ற பெண்ணை முப்பது வருடங்களுக்குப் பிறகு பார்த்தபோது, ஏதாவது கூறுவார், மன்னிப்புக் கேட்பார் என்று நான் எதிர்பார்த்தேன். அவர் அது பற்றி எதுவும் பேசாதது ஏமாற்றம்தான். அப்படி மன்னிப்புக் கேட்காவிட்டாலும், பின் ருக்குவின் வேண்டுகோளுக்கு இணங்கி இறுதியில் அவளுடைய வீட்டு மேல்மாடிக்கே குடிவந்துவிடுகிறார். அப்படி அவர் ருக்குவின் வீட்டு மேல்மாடிக்குக் குடிவந்தது, முப்பது வருடங்களுக்கு முன் தாம் அவளுக்கு விளைவித்த துக்கத்துக்கும் அவமானத்துக்கும் ஏதோ பிராயச்சித்தம் செய்வது போலத்தான் இருக்கிறது. குடிவந்த இரண்டாம் நாளே ருக்குவிடம் சாவியைக் கொடுத்துவிட்டுப் பல நோயாளிகளைப் பார்க்கச் செல்கிறார். வழக்கத்தைவிட அன்று அலைச்சல் அதிகம். ஏறி இறங்கின வீடுகளும் அதிகம். பசி தாகம் எல்லாவற்றையும் அமுக்கி அடிவயிற்றையும் மார்பையும் ஆக்கிரமித்திருந்தது வேதனை, இனங்காண முடியா ஒரு வேதனை என்கிறார் தி.ஜா.

திருவல்லிக்கேணி, மீர்சாகேப்பேட்டை, சிந்தாதிரிப்பேட்டை, சூளை, புரசைவாக்கம் – எல்லாம் பார்த்துவிட்டு வீடு திரும்ப எழும்பூர் ஸ்டேசனுக்கு முன்னுள்ள பஸ் ஸ்டாப்பில் வந்து நிற்கிறார். வீட்டிற்குச் செல்ல, ஒன்பதாம் நம்பர் பஸ்கள் வந்தன. ஆனால், அவற்றில் ஏறி வீடு திரும்ப அச்சம். இறந்துபோனவன் மீண்டுவந்து ஆண்ட வீட்டினுள் புகுந்து நடமாடுவதுபோல ஒரு பயம்தான் அவரை வீடுவீடாக ஏற்றியிறக்கி, வண்டி வண்டியாகத் தவறவிட்டு அங்கேயே அடித்து நிறுத்தியிருந்தது. இங்குத் தி.ஜானகிராமனுடைய உவமையையும் அதைக் கூறும் திறனையும் கண்டு வியக்காதிருக்க முடியாது. வீட்டிற்குச் செல்லாது நேரே சென்ட்ரல் ஸ்டேசன் சென்று ஹரித்துவாரம், ரிஷிகேசம் சென்று விடலாமா என்றும்கூட அவர் யோசிக்கிறார். இரண்டாம் தடவையாகவும் அஞ்சி ஓட நினைக்கிறார். அவரது அச்சம்தான் என்ன ? ருக்மிணியைக் கண்டா ? அல்லது இத்தனை ஆண்டுகளாகத் தனக்கு எஜமானனாக இருந்து அமைதியையும் நிறைவையும் கொடுத்து இப்பொழுது காணாமல் போய்விட்ட தனிமையைக் கண்டா ? எப்படியிருப்பினும், அவர் இறுதியில் இரவு பத்து மணிக்கு மேல் வீடு போய்ச் சேர்கிறார். அப்போது பேச்சுவாக்கில் ருக்மிணி கூறுகிறாள்: "ஒரே நினைவாக இருக்கிறது. பயம் இல்லாமலும் இல்லை. நான் நினைத்தது நடந்துவிட்டதே என்றுதான் பயம். கிடைக்காதது கிடைத்துவிட்டால், நீடிக்கவேண்டுமே என்ற கிலி. திடீரென்று இன்று மத்தியானத்திலிருந்து இரண்டு தடவைகள் தூக்கிப்போட்டுவிட்டது.வேறு எந்தப் பயமுமில்லை, ஆசையுமில்லை; வேளாவேளைக்கு இந்தக் கவளம், தண்ணீர், காப்பி

– இதைக் கொடுத்துவிட்டுக் கீழே போய்விடுகிற ஆசையைத் தவிர ...” என்கிறாள் ருக்கு. அவரது மனம் தெளிகிறது. நான் இந்தப் பயமெல்லாம் பயப்படவில்லையே என்று உள்ளுக்குள் நினைத்துக்கொள்கிறார். தனிமை போய்விட்டதே என்கிற பயம்தான். ருக்கு தன் மனத்தில் அடைத்த வேலிகூட அவசியம் என்று பட்டது. சிறிது சிறிதாக அவருடைய வேதனை இறங்கிக் கொண்டிருந்தது. இரண்டாம் முறை ஓடவிருந்தவர் மனம் தெளிவுற்றுப் புதிய சூழலுக்குத் தம்மைப் பழக்கப்படுத்திக் கொள்கிறார். ஆனாலும், அன்றிரவு மறைந்த வேதனை, மீண்டும் மீண்டும் வந்தது, மருந்தையே வென்று பிழைக்கக் கற்றுக்கொண்ட நோயைப்போல என்கிறார்.

பிக்கு அனந்தசாமி அன்பே உருவானவராவார். அவர் அகில உலகோடும் ஐக்கியப்பட்டு, அனைத்து உயிர்களையும் நேசிப்பவர். அனைத்தையும் நேசிப்பது போலவே, அவர் ருக்குவிடமும் அன்பு கொண்டிருந்திருக்கலாம். ஆனால், அந்த அன்பு, குற்ற உணர்வோடு சேர்ந்து குழப்பமாக மாறியிருக்கிறது. ருக்கு வேண்டிக்கொண்டபடி அனந்தசாமி மேல்மாடிக்குக் குடிவந்தார் என்றால், அது குற்ற உணர்வால் தூண்டப்பட்டு, அவளுக்குத் தம்மால் ஏற்பட்ட அவமானத்துக்கும் துக்கத்துக்கும் பிராயச்சித்தமாகவே செய்யப்படுகிறது. சந்நியாசியாகிய தாம் செய்வது சரியா, தவறா என்று அவருக்குப் புரிபடவில்லை. மணக்க இருந்த பெண்ணாகிய டொக்கியின் மனத்தை அனந்தசாமிதான் பேசி மாற்றிவிட்டார் என்று அவர் மீது சீற்றங்கொண்ட ரங்கன், இந்தச் சந்நியாசி ஒரு பெண்ணோடு குடித்தனம் நடத்தும் போலி என்று அவருக்கு நேர் எதிரே பழி தூற்றுகிறான். இது மாதிரி பேச்சுகள் எழுந்துவிடும் என்றே அவரது மனம் எப்போதும் பயத்துக்கும் குழப்பத்துக்கும் ஆட்பட்டிருப்பதாகத் தெரிகிறது. ஆகையால்தான் அவரால், ருக்குவோடும் மனம்விட்டுப் பேச முடிவதேயில்லை. அடுத்து, நமது அனுதாபத்துக்கும் இரக்கத்துக்கும் உரியவர்களாக இருக்கும் இரண்டு கதாபாத்திரங்கள், சந்திராவும் டொக்கி எனப்படுகின்ற குஸுமாவும்தான்.

3. சந்திரா–டொக்கி–ரங்கன்

சந்திரா, வசதியான குடும்பத்தில் பிறந்தவள். நாகம்மாவின் மகள். கல்லூரியில் படித்தவள். ரங்கனின் மீது அவள் காதல் வசப்படுகிறாள். ரங்கன் மீது நாகம்மாள், அண்ணா சுப்புசாமி எல்லோருக்குமே நல்ல அபிப்பிராயம். தேனொழுகப் பேசி எல்லோரையும் கவர்ந்திருக்கிறான். நாகம்மாள் கூறுகிறாள். “ஆள் நன்றாக இருப்பான். இத்தனைக்கத்தனை உயரம்! பிள்ளையாண்டானுக்குக் கோபமே வராது. எது கேளு. எங்கேதான் போவானோ, என்னதான் பண்ணுவானோ, அரைமணி நேரத்திலே கொண்டுவந்து கொடுத்துவிடுவான். அம்மாவுக்குப் பிடிக்குமே என்று வாங்கி வந்தேன் என்று ஒரு வீசை காய்ந்த திரட்சை வாங்கி வருவான். திடீர் திடீரென்று எதையாவது வாங்கிக் கொண்டுவந்து நிற்பான். வேண்டாமென்று சொன்னால் கேட்கமாட்டான்”; “படித்திருக்கிறானா?”; “எம்.ஏ. படிச்சிருக்கானாம். ஒரு வருஷம் அக்கௌண்டன்ட் ஜெனரல் ஆபீசிலே வேலை பார்த்தானாம். அப்புறம் கைகட்டிச் சேவகம் பண்ணவாவது என்று விட்டுவிட்டுக் கடைவைத்தானாம். பணம் சம்பாதிக்கிறதிலே சூரன்! அதே மாதிரி வாரி இறைக்கிறதிலேயும்தான். பாலும் சர்க்கரையும்

சொட்டச் சொட்டப் பேசுவான். அப்படிப் பேசிப் பேசிச் சொக்குப்பொடி தூவிவிட்டான். அண்ணாகூட, 'என்ன ரங்கனைக் காணவே இல்லை?' என்று அவன் ஒருநாள் வராவிட்டால் கேட்க ஆரம்பித்துவிடுவார். அண்ணாவையே மயக்குகிற பேர்வழி எப்படியிருக்கணும் என்று பார்த்துக்கோயேன்"; "தினமும் வருவானா அப்படி?"; "இப்பத்தான் சொன்னேன். மறுபடியும் கேட்கிறியே. தினமும் வருவான்.

மாமா மாமாவென்று அண்ணாவோட பேசுவான். இதோ பிரான்சிலே பிரமாதமா ஒருத்தன் துப்பறியும் நாவல் எழுதக் கிளம்பியிருக்கான் மாமா என்பான். அவரிடம் ஏழெட்டுப் புஸ்தகத்தைத் தள்ளிவிட்டுப் போவான். இவளைக் காலேஜிலே கொண்டுவிடுகிறேன் என்பான். கடைசியில் கடற்கரைக்குக் காரிலேயே அழைத்துப் போவான். கடற்கரை, சினிமா, எக்ஸிபிஷன் இப்படிப் போய்க் கொண்டேயிருந்தது. திடீர் என்று பத்து நாட்கள் ஆளைக் காணவில்லை. பிறகு வந்தான். 'சந்திராவுக்குப் பரீட்சை சமயம். நான் வந்து பேசிப் பேசிக் கொன்றுவிடுவேன் என்று பயமாகப் போய்விட்டது. அதுதான் வரவில்லை' என்றான். இவ்வளவு இனம்தெரிந்த பிள்ளையாயிருக்கே என்று நானே மாய்ந்துபோய் விட்டேண்டி" என்று நாகம்மாள் அழாத குறையாக நிறுத்தினாள். "அது சரி, அப்புறம் என்ன ஆச்சு?"; "ஒன்றும் ஆகவில்லை. மறுபடியும் திடீரென்று இரண்டு வாரங்கள் ஆளைக் காணோம். அப்புறம் அவன் ஒரு மாதிரி என்று பராபரியாகக் காதில் விழுந்தது. சகவாசம் சரியாயில்லை, கூத்தாடி சிநேகங்கள் உண்டு என்று தெரிந்தது. அப்புறம் இரண்டு மூன்று தடவைகள் இந்தப் பெண்ணே பார்த்துவிட்டது. யாரோ ஒரு பெண்ணைக் காரில் பக்கத்தில் வைத்துக்கொண்டு சுற்றுகிறானாம். கடற்கரையில் ஒருதடவை, சினிமாவில் ஒருதடவை பார்த்துவிட்டாள் இவள். அப்புறம் ஒருநாள் வீட்டுக்கு வந்தான். இவள் அது யாரு, என்ன என்றெல்லாம் குடைந்திருக்கிறாள். 'கெக்கெ பிக்கே' என்று மழுப்பியிருக்கிறான். சரியான பதிலில்லை. இரண்டு நாட்கள் கழித்து வந்தான். மறுபடியும் கேட்டிருக்கிறாள். அதே மழுப்பல். பேசாமல் உள்ளே வந்துவிட்டாள். அப்புறம் நாலைந்து தடவை வந்தான். நானும் பேசவில்லை. அவளும் பேசவில்லை. பேசாமல் திரும்பிப் போய்விட்டான். ஒரு மாசத்துக்கு மேலாகிவிட்டது. ஆளைக் காணோம். சாயம் வெளுத்துப் போய்விட்டது. இனிமேல் ஏன் வருகிறான்? இது சிறுசு, அப்படியே வெம்பிப் போய்விட்டது. மறந்து தொலைக்க வேண்டுமே, அதற்காகத்தான் இப்படி லைப்ரரி, சிநேகிதி என்று அலைந்து திரிந்து கொண்டிருக்கிறாள். என்ன செய்வது?" என்கிறாள்.

அனந்தசாமியோடு பேசும்போது சந்திராவே கூறுகிறாள்: "என்னைக் கொஞ்சம் அதட்டிக் கண்டிப்பவர் யாராவது இருந்திருந்தால், நானும் பயந்துகொண்டு சும்மாயிருந்திருப்பேன்.அவர் இழுத்த இழுப்புக்குக் கடற்கரை, சினிமா இப்படி எல்லாம் சுற்றியிருக்கமாட்டேன்" என்கிறாள். அவன் எப்படிப்பட்டவனாக இருந்தான் என்று அவர் கேட்கும்போது, நல்லவராகத்தான் இருந்தார் என்கிறாள் சந்திரா. பின்னே ஏன் இப்பொழுது வருவதில்லை? என்பதற்கு, "என்னைவிட நல்லவளாக யாராவது கிடைத்திருப்பாள் ... கிடைத்திருப்பார்கள்" என்று வந்த அழுகையை அடக்கிக்கொண்டு அவசரமாகப் போகவேண்டும் என்று கிளம்பிவிடுகிறாள்.

“அவன் மீது உனக்கு வெறுப்பு இல்லை, கோபம். எல்லாவற்றையும் மன்னித்து மறுபடியும் அவனை உன் காலடியில் கிடத்திக் கொள்ளலாம் என்று பார்க்கிறாய் – கட்டின பெண்டாட்டி மாதிரி” என்று மனதுக்குள்ளேயே, அவள் போன திக்கைப் பார்த்து நினைக்கிறார் அனந்தசாமி.

சந்திராவோடு ஒப்பிடும்போது, டொக்கி ஏழைக் குடும்பத்தைச் சேர்ந்தவள். அவள் அப்பா திருச்சியில் கலெக்டர் குமாஸ்தாவாக இருந்தவர். இப்போது சப்–ரிஜிஸ்ட்ராராக இருக்கிறார். மிக நேர்மையான அதிகாரி. இருந்த ஒருவேலியை மூத்த சம்சாரத்தின் இரு பிள்ளைகளுக்கும் பிரித்துக் கொடுத்துவிட்டார். அதற்குப் பிறகு, அவர்கள் உறவே விட்டுப் போயிற்று. இரண்டாம் சம்சாரத்தின் பெண்தான் டொக்கி. “பள்ளிக்கூடம் முடிந்து இரண்டு வருஷங்கள் ஆகிவிட்டன. நல்ல மார்க்கோடு பாஸ் பண்ணினாள், கலியாணத்தைப் பண்ணிவிடலாம் என்று நினைத்தேன். ‘மேலே படிக்கட்டும்’ என்றாள் சம்சாரம். இரண்டும் முடியாதென்று விட்டாள் குழந்தை. சிறுசிலிருந்தே அவளுக்குப் பாட்டு, நடனம் என்றால் உசிரு. பள்ளிக்கூடத்திலே நாடகம் போட்டால் இவள்தான் முன்னாலே நிற்பாள். ‘இத்தனூண்டு’ குட்டியாயிருக்கிறபோதே சுமக்க முடியாமல் பரிசெல்லாம் தூக்கிக்கொண்டு வருவாள். வருஷா வருஷம் இப்படித்தான். அவளுக்கு இவ்வளவு அவ்வளவு என்று இல்லை ஆசை – எப்படியாவது சினிமாவிலே சேர்ந்து பெரிய நட்சத்திரமாகிவிடணும் என்று ஆசை இருக்கிறது; யோக்கியதையும் இருக்கிறது. எப்படி வேண்டாமென்று சொல்லுகிறது?” என்கிறார். சினிமாவில் சேரத் தேவையான டான்ஸ் பாட்டெல்லாம் தன் பெண் கற்றுக்கொள்ளவேண்டும் என்பதற்காகத்தான் அவர், திருவல்லிக்கேணியில் ஒரு சிறிய வீடு பார்த்துக் குடிவைத்திருக்கிறார். அவருக்குத் தன் பெண்ணைப் பெரிய நடிகையாக ஆக்கி விடணும்னு கொள்ளை ஆசை. ரங்கன் இப்பெண்ணின் வாழ்விலும் குறுக்கிடுகிறான்.

டொக்கியின் அப்பா, ரங்கன் பற்றி, “முன்னே பின்னே பார்த்ததில்லை. டான்சு சொல்லிக்கொள்கிறாளே, அங்கே பழக்கமானார். ஆனால் மனுஷன், உசிரை வைக்கிறது என்பார்களே, அப்படிப் பிரியமாயிருக்கிறார். குழந்தை ஒன்று சொல்லிவிட்டால் போதும்… அன்றைக்குப் பாருங்கள், ‘மகாபலிபுரம் ரொம்ப அழகாயிருக்குமாமே, மாமா!’ என்றாள். அவ்வளவுதான்; உடனே எங்கேயோ போனார். ஒரு காரைக் கொண்டுவந்தார். வாடா பயலே என்று பையனையும் அழைத்துக்கொண்டார். போய்விட்டு வந்துவிட்டார். டான்ஸ் வாத்தியார் வீட்டில் போன வாரம், ஏதோ திருபுவனம் தாராசுரம் கோவில்களிலே எல்லாம் டான்ஸ் போஸுகள், முத்திரைகள் ரொம்ப நன்றாகச் செதுக்கி வைத்திருக்கிறான் என்று யாரோ வந்து பேசிக்கொண்டிருந்தார்களாம். அன்றைக்குச் சாயங்காலம் ரங்கன் வந்தார்… ஏதோ பேச்சுவாக்கில் சொல்லி வைத்தாள் குழந்தை. போகணும் என்றுகூடச் சொல்லவில்லை. பாருங்கோ, அஸ்தமித்தவுடன் காரைப் போட்டுக்கொண்டு வந்துவிட்டார். ராத்திரியே புறப்பட்டுக் கும்பகோணம் போய்த் திருபுவனத்திலே ஒருநாள், தாராசுரத்திலே ஒருநாள் இருந்து நன்றாக எல்லாவற்றையும் பார்க்கச் சொல்லி அழைத்து வந்துவிட்டார். அப்படி ஒரு பிரியம் குழந்தையிடம். இவளும் வந்தாள், அப்படியே அங்கே இருக்கிறது. ஒவ்வொன்றையும் ‘ஜாடா’–ஒரு போஸு, ஒரு முத்திரை

விடாமல் அப்படியே செய்து காண்பித்தாளே, பாருங்கள், அதைப் பார்த்தவுடனே அவருக்குப் பிரமாத உற்சாகம் வந்துவிட்டது. 'மாமா நீங்கள் பார்த்துக்கொண்டேயிருங்கள், டொக்கி காலிலே உலகமே வந்து விழப்போகிறது ஒருநாளைக்கு' என்று சந்தோஷம் தாங்காது கூத்தாட ஆரம்பித்துவிட்டார்.

ரங்கன் பல பெண்களோடு பழகியவனானாலும், டொக்கியை உண்மையில் நேசிக்கிறவனாகவே தெரிகிறது. அவன் கூறுகிறான்: "டொக்கி, சாதாரணப் பெண் இல்லை. அழகோடு கூர்ந்த புத்தி இருக்கிறது. கலைகளில் அசாத்திய ருசி, திறமை இரண்டும் இருக்கின்றன. வீட்டுக்காரியத்திலும் தேர்ந்த பெண். கிராமத்தில் வாழ்ந்த பெண். வீட்டு வேலைகளிலும் துப்புரவாகப் பழக்கியிருக்கிறாள் தாயார். காப்பி, சமையல், வீடு பெருக்குவது எது செய்தாலும் நல்ல திறமையான கை செய்த மெருகும் மணமும் இருக்கும். இவளை ஓநாய்கள் பிடுங்கித் தின்பதை நான் எப்படிப் பார்த்துகொண்டிருக்க முடியும்? பகவானாகப் பார்த்து அவர்களுக்கு என்னைப் பழக்கம் பண்ணி வைத்தார் என்றுதான் சொல்ல வேண்டும்" என்கிறான். அருண்குமார் பற்றித்தான் ரங்கன், டொக்கியிடமும் அவள் தகப்பனாரிடமும் அடிக்கடி எச்சரிக்கிறான். இந்த உலகில் சற்றுப் பார்க்கும்படியாக, அழகாக இருக்கும் பொருளெல்லாம் தான் அனுபவிப்பதற்காகப் படைக்கப்பட்டிருப்பதாக அருண்குமார் மயங்கிக் கிடக்கிறான் என்கிறான் ரங்கன்.

ரங்கன் எச்சரித்திருந்தாலும், சினிமா நடிகையாக வேண்டும் என்று சினிமா மோகத்திலிருந்த டொக்கி, டான்ஸ், படத்துக்கு ஒத்திகை, அதற்கு இதற்கு என்று அழைக்கப்பட்டுப் பிரபல நடிகன் அருண்குமார் விரித்த வலையில் சிக்கிக்கொள்கிறாள். ஒத்திகை என்று அவளைப் பாண்டிச்சேரிக்கு அழைத்துச் சென்று அவளது கன்னிமையைச் சூறையாடிவிடுகிறான் அவன். இது தெரிந்தும் ரங்கன் டொக்கியைத் திருமணம் செய்துகொள்ள விரும்புகிறான். "பெற்றோர்களும் மற்றவர்களும் என்ன சொன்னாலும் நான் அனைத்தையும் தியாகம் செய்துவிட்டு உன்னைத்தான் திருமணம் செய்துகொள்வேன்" என்று டொக்கியிடம் வற்புறுத்துகிறான் ரங்கன். தன் உடல் கறைபட்டுவிட்டதே என்று நொந்து போகிறாள் டொக்கி. தான் ரங்கனைத் திருமணம் செய்துகொள்வதற்குத் தகுதியற்றவள் என்று ரங்கன் எவ்வளவோ மன்றாடியும், கெஞ்சிக் கேட்டும் டொக்கி மறுத்துவிடுகிறாள். டொக்கியும் சந்திராவும் அனந்தசாமியின் வீட்டில் சந்திக்க நேரிடுகிறது. ரங்கன் டொக்கியைத்தான் திருமணம் செய்துகொள்ள விரும்புகிறான் என்று தெரிந்தும், சந்திரா அவள் மீது பொறாமை கொள்ளவில்லை. டொக்கியை அவள் மிகவும் நேசிப்பதைக் காணும்போது, சந்திராவின் மேன்மையான பண்பை எண்ணி நாம் வியக்காமலிருக்க முடியாது.

அனந்தசாமியிடமிருந்துதான் டொக்கி, ரங்கன் முதலில் சந்திராவோடு பழகிவந்ததை அறிந்து கொள்கிறாள். "பல மாதங்கள் ரங்கன் சந்திராவைச் சுற்றிச் சுற்றி வந்தான், நெருங்கிப் பழகினான் . . . சேர்ந்தே போனான். பீச்சுக்கு, சினிமாவுக்கு எல்லாம் அழைத்துப் போனான். நிச்சயதார்த்தம் என்று நடக்கவில்லையே தவிர நிச்சயமாகிவிட்டது என்றுதான் அம்மா, மாமா, டிரைவர், தோட்டக்காரன் எல்லோரும் நம்பிக்கொண்டிருந்தார்கள். ஆனால், தனக்கு ஆசையில்லை என்று கடைசியில் தெரிந்து கொண்டு

விட்டான்” என்று கூறுகிறார் அனந்தசாமி. “குஸுமாவையும் இப்படியே அழைத்துப் போய் ஊருக்கெல்லாம் நம்பிக்கையூட்டிக் கடைசியில் ஆசையில்லை என்று தெரிந்துகொள்ளப் போகிறார் இல்லையா? ... ஆனால், எனக்குத்தான் ஆசையில்லை ... கொஞ்சநஞ்சமிருந்தாலும் இத்தோடு, இத்தோடு (போய்விட்டது)” என்கிறாள் டொக்கி. தன் காரணமாகத்தான் ரங்கன் சந்திராவைக் கைவிட்டான் என்பதையும், இப்போதுதான் அறிந்துகொள்கிறாள் டொக்கி. “நான் கல்யாணம் பண்ணிக்கொள்ளப் போவதில்லை. தப்பித் தவறி அந்த ஆபத்து வந்தாலும், இந்த மாதிரி தியாகேசன் உடுப்போடு கரை ஏற்ற வருகிறவர்களைத்தானா பண்ணிக்கொள்ள வேண்டும்? அதுவும் தகப்பனாரை மட்டுமில்லாமல், இன்னொரு பெண்ணையும் தியாகம் செய்துவிட்டு வந்தவர்களையா?” என்கிறாள் டொக்கி.

தான் கற்பை இழந்தவள் என்கிற தாழ்மையுணர்ச்சியோடு இருக்கிற டொக்கியைக் கரையேற்றுவதற்கு, “நான் தியாகம் செய்கிறேன்” என்று ரங்கன் கூறியதும், அது அவளுடைய தன்மான உணர்ச்சியைச் சுட்டுப் புண்படுத்திவிட்டது. இதற்கு முன்னரே சந்திராவுடன் பழகிக் கைவிட்டு வந்தவன் ரங்கன் என்பதைக் கேட்டதும், டொக்கியின் உறுதி மேலும் வலுப்பெற்றுவிட்டது. டொக்கி சந்திராவுக்காகவே ரங்கனைத் தியாகம் செய்கிறாளோ என்றும் தோன்றுகிறது. மனித மனதின் விசித்திரங்கள்தாம் என்ன? அவ்வளவு சுட்டியான பெண்ணுக்கு, ஒவ்வொருவரிடமும் அன்போடு ஒட்டிக்கொள்ளும் இந்த உலகம் அறியாச் சிறுமிக்கு, இந்த அவலம் ஏன் என்று நம் மனமும் பரிதவிக்கிறது. ருக்குவுக்கு அடுத்தபடியாக, எனது மனத்தை ஆழமாகத் தாக்கிய கதாபாத்திரம் டொக்கிதான். அவளுக்கென மனம் அழுதது.

தன் சினிமா மோகத்தால் மோசம் போனாள் என்றாலும், டொக்கிக்காக நம் மனம் பரிதவிக்கிறது. அனந்தசாமி, ருக்கு இருவருமே சந்திராவைத் தம் பெண் போலவே நேசிக்கிறார்கள். ரங்கனைப் பார்த்துப் பேசி அவன் மனத்தை மாற்ற வேண்டும் என்று இருவருமே எண்ணுகிறார்கள். காலையிலிருந்து ஒரு முறை இரு முறையல்ல, பல முறை அனந்தசாமி தொழுது வேண்டிக்கொள்கிறார். ரங்கன் மன்னிப்புக் கேட்க வேண்டும் என்ற அவசியமில்லை.அவன் முன்போல் சுப்புசாமி வீட்டுக்கு வரவேண்டும், சந்திராவோடு பேசிப் பழகவேண்டும், அவளைத் திருமணம் செய்துகொள்ள வேண்டுமென அவர் மனமார வேண்டிக்கொள்கிறார். பின் ரங்கனைப் பார்க்கக் கிளம்புகிறார். அப்போது ரங்கனிடமிருந்தும் கடிதம் வருகிறது. தான் வாழ்வில் தோற்றுவிட்டதாக ரங்கன் எழுதுகிறான்: அனந்தசாமியைப் போலி சந்நியாசி என்று தான் பழிதூற்றியதற்கு மன்னிப்பும் கேட்டுக் கொள்கிறான். மேலும் எழுதுகிறான்: “சந்திராவை நான் துணையாகக் கொள்ளும் ஆசையில்தான் பழகினேன். ஆனால், அவளுக்கும் எனக்கும் மலைக்கும் மடுவுக்குமாக இருக்கிறது. அவளைப் பார்க்கும் போதெல்லாம் கோவிலின் உயர்ந்த கர்ப்பக்கிருகக் கோபுரத்தில் மின்னும் கலசத்தைப் பார்ப்பதுபோல்தான் எனக்குப் பட்டுக்கொண்டே வந்திருக்கிறது. பீச்சில் அவள் கையைப் பற்றிக்கொண்டு பல நாட்கள் நான் உட்கார்ந்திருந்தது உண்டு. அப்பொழுது எல்லாம் எட்டமுடியாத, தீண்டக்கூடாத ஒரு

பொருளை அண்ணாந்து பார்த்துக்கொண்டு இருப்பதுபோல் ஒரு பயமும் தொலைவும்தான் என்னை விலக்கி நிறுத்திக் கொண்டேயிருக்கும். இந்த உணர்ச்சி பொய் என்று, வீண் பிரமை என்று ஸ்தாபித்துக் கொள்வதற்காக, நான் மீண்டும் மீண்டும் அந்தக் கையைப் பற்றிப் பார்த்தேன். ஆனால், என் சிறுமையும் மண்ணில் உழலும் வேட்கையும் எனக்கு மேலும் மேலும் தெளிவாகப் புலப்பட்டனவே தவிர, என்னால் எழ முடியவில்லை. எளிய மனம் படைத்தவர்கள், கபடமில்லாமல் நெஞ்சைத் தருகிறவர்கள் மகான்கள். அவர்களைக் கண்டால் மனசு அந்தராத்மா எல்லாம் நடுங்கி அழுகின்றன. மயக்கம் போட்டாற்போல் கீழே துவண்டு விழுகின்றன, அப்படித்தான் நான் விழுந்துவிட்டேன். சுப்புசாமிகூட என்னிடம் வந்து குமுறினார். ஆனால், தன் வீட்டுக் குழந்தை என்றுதான் இந்த உறவினர்கள் நினைப்பார்கள். இந்த நெருக்கம்தான் பல தெய்வத் தன்மைகளைப் பார்க்க முடியாமல் கண்களை மறைத்துவிடுகிறது.அவருக்கு நான் இவ்வளவு சொல்லிப் புரியவைக்க முடியாது... நான் இப்படித் தவிக்கும்பொழுது, நல்லவேளையாக டொக்கியைப் பார்க்க நேர்ந்தது... தெய்வாதீனமாக வந்தது போலிருந்தது. பிடித்துக்கொண்டேன். கூப்பிட்ட இடத்துக்கு, இழுத்த இழுப்புக்கு வந்துகொண்டிருந்தாள். நம் போக்குக்கு இவள் பொருத்தமானவள் என்று எண்ணினேன். அருண்குமாரோடு அவள் பட்ட துன்பம் தெரிந்ததும் வருத்தம்தான் மிஞ்சிப் பெருகிற்று. சந்திராவை இவ்வளவு நம்பிக்கைக்காளாக்கி ஏமாற்றியதற்கெல்லாம் ஈடுசெய்து விடலாம் என்றுதான் டொக்கி விழுந்ததைக்கூடப் பொருட்படுத்தாமல் இன்னுமதிகமாக அவளிடம் ஒன்றினேன். விழுந்ததுதான் அந்த ஒன்றுதலுக்குப் பெரிய காரணமாகக்கூட ஆகிவிட்டது. அதனாலேயே சர்வ ஜாக்கிரதையாக நடந்து கொண்டேன். துணிச்சலாகப் பெண்களுடன் பழகுபவன், டொக்கியோடு ஒதுங்கி, கண்ணியமாக நடந்துகொண்டேன். நான் நல்லவன், நம்பத்தகுந்தவன் என்று நடந்துகொள்ளப்படாத பாடுபட்டேன்" என்கிறான் ரங்கன்.

மேலும் எழுதுகிறான்: "நானாகவே, அவள் தெரிந்துகொள்ளும் முன்பே, சொல்லியிருக்கலாம். சொல்லியிருந்தால்கூடப் பயன் இருந்திராது என்று இப்பொழுதுதான் தெரிந்தது. இன்று காலையில் அவள் பேசின பேச்சின் தெளிவு, உறுதி, முடிவு எல்லாம் என்னை, என் நம்பிக்கைகளைப் பொத்தென்று கீழே உருட்டிவிட்டன. உயிரற்றவன் கையிலிருந்து விழுகிற பொருளைப்போல நான் விழுந்து கிடக்கிறேன். இப்போது என் மனம், அப்படி உயிரற்றுக் கிடக்கிறது. ஆனால், அவள் என்னை உதறி எறிந்ததைக் கேட்டதும் எனக்கு வந்தது உடம்பு, மார்பு கொள்ளாத ஆத்திரம், புகைச்சல், அகம்பாவம். அதே வேகத்தில் ஓடிவந்துதான் உங்கள் மீதே புழுதியை வாரியடித்தேன். ஆனால், அது உயிரோடு துடித்ததல்ல, பல்லி உதறியெறிந்த வாலின் துடிப்பு. இடம் இடமாக நெளிந்து ஓடி, கடைசியில் ஓய்ந்து அமர்ந்துவிட்டேன். பகல், மாலை முழுவதும் ஸ்கூட்டரில் எங்கெங்கோ சுற்றினேன். சினிமாவில் போய் உட்கார்ந்த உடனே வெளியே வந்தேன். திருவொற்றியூர் கோயிலுக்குப் போனேன், நின்று நின்று பார்த்தேன். ஓய்வு கிடைக்கவில்லை. எது வந்தால் என்ன என்று தூணைப்போல் நின்றுவிடும் வைராக்கியமும் இல்லை. தோல்வியடைந்த துயரம்தான் மிஞ்சியிருக்கிறது.

எல்லாவற்றையும் மறந்துவிட்டுத் தூங்கவேண்டும் போலிருந்தது, தூக்க மருந்து வாங்கி வந்தேன். ஒன்றிரண்டு மாத்திரைகளைச் சாப்பிட்டால் சில மணி நேரம் தூங்கலாம். இருபது முப்பது சாப்பிட்டால் முடிவில்லாமல், எழவே எழாமல் தூங்கலாம். ஓய்வு நிறைய வேண்டும் போலிருப்பதால், இரண்டாவது தூக்கமே நல்லது என்று தோன்றுகிறது. மறுபடியும் கேட்டுக் கொள்கிறேன். என்னை மன்னித்துவிடும் உரம், உங்களுக்கிருக்கிறது. அதைச் செய்துவிடுங்கள்". இத்தோடு ரங்கனின் கடிதம் முடிகிறது.

டொக்கி தன்னை நிராகரித்ததைத் தாங்கிக்கொள்ள முடியாத துக்கத்தில், வாழ்க்கையில் வெறுப்புற்றவனாய் ரங்கன் தூக்க மாத்திரையை அளவுக்கு அதிகமாக உண்டு தற்கொலை செய்துகொள்கிறான். முந்தினநாள் சாயந்திரமே அனந்தசாமி சென்று ரங்கனைச் சந்தித்து இருக்கக்கூடாதா என்றும் நம் மனம் அங்கலாய்க்கிறது. இந்த அதிர்ச்சிக்குப் பிறகு தீர்மானிக்கிறாள் டொக்கி: "இந்தச் சினிமா, டிராமா, கூத்து, பாட்டெல்லாம் இத்தோடு ஓயணும், நான் மேலே படிக்கப்போகிறேன், காலேஜிலே சேரப்போகிறேன், ஒழிந்தவேளையில் அனந்தசாமி மாமா கிட்டே வைத்தியம் கற்றுக்கொள்ளப் போகிறேன்" என்கிறாள். தாயாரையும் தம்பி தங்கைகளையும் மூட்டை கட்டித் தன் தந்தையோடு ஊருக்கு அனுப்பிவிட்டு அனந்தசாமியின் மூன்று அறைகளில் வடவண்டை அறையைப் பிடித்துக்கொண்டு படிக்கத் தொடங்கினாள் டொக்கி. காலேஜில் சேரத் தாமதமாகிவிட்டதென்று ஒரு ட்யூட்டோரியல் கல்லூரியில் சேர்ந்துவிட்டாள். இரவு வேளைகளில், ருக்மிணியிடம் படித்தாள். அவள் வயிற்றில் பிறக்காத மகளாகவே ஆகிவிட்டாள் டொக்கி. இந்தத் தாலி கட்டாத மனைவி, வயிற்றில் பெறாத பெண் இருவருடன் சேர்ந்துதான் அனந்தசாமி மூன்று மாதங்கள் கழித்து மீனம்பாக்கம் போனார், சந்திராவை வழியனுப்ப. தன் மாமா சுப்புசாமியின் மகனோடும், அவனது வெள்ளைக்கார மனைவியோடும், குழந்தையோடும் இரண்டு மாதத்துக்குமேல் ஸ்ரீநகரிலிருந்து நாகர்கோவில் வரை சுற்றிவிட்டு மீண்டும் அவர்களுடனேயே சீமைக்குப் புறப்பட்டாள் சந்திரா, புதிய கல்வி வாழ்க்கையைத் தேடி.

4. ரங்கன் – ஆத்மத் திருப்தி

கற்பிழந்தவளாக இருந்தாலும் டொக்கியைத் திருமணம் செய்து கொள்ளத் தீர்மானித்திருப்பது பற்றிப் பேசும்போது, ரங்கன் சந்நியாசி அனந்தசாமியிடம் கூறுகிறான்: "எல்லாவற்றுக்கும் கடைசி நியாயம் ஆத்மத் திருப்தி ஒன்றுதான். இந்த முக்கிய விஷயத்தைக் கடைசியில் போட்டுத் தொலைத்திருக்கிறார்கள் நம் நாட்டில் தர்மசாஸ்திரம் எழுதியவர்கள். வேதம், சாஸ்திரம் பெரியவர்களின் ஆசாரம் ஒன்றும் அனுமதிக்காவிட்டால், ஆத்மத் திருப்தி என்று கடைசித் துருப்பாக இதை வைத்திருக்கிறார்கள்". இங்கே ரங்கன் மனச்சான்றை ஆத்மத் திருப்தியோடு போட்டுக் குழப்பிக்கொள்வதாகவே தெரிகிறது. ஆத்மத் திருப்தி என்பது சுயநலத்துக்குப் போடப்பட்ட முகமூடியாகும். மனச்சான்று அப்படியன்று. நன்மை – தீமை அறியும் நேர்மையுணர்வு அது. ரங்கனுடைய வாதம் அப்படித் தவறாகவும் இல்லை, புத்தர்கூட நமக்கு எது சரியென்று படுகிறதோ அதையே

16

செய் என்றுதான் சொன்னார் என்று அனந்தசாமியும் எண்ணுகிறார். ஆனால், சுயநலக்காரர்களுக்கும் கட்டுப்படாதவர்களுக்கும் இது எவ்வளவு அழகாகப் பயன்படுகிறது? "எந்தச் சிரமமும் படாமல் பெற்ற இலவச டிக்கட்டு மாதிரியல்லவா பயன்படுகிறது?" இது குறித்த புத்தரது போதனை தெளிவாகப் புரிந்துகொள்ளப்பட வேண்டும்.

தட்டார் தங்கத்தை நெருப்பில் சூடுபண்ணியும், தட்டிப் பார்த்தும், உரசிப் பார்த்தும் அதன் தரம் கண்டறிவதைப்போல, கேட்டதையும், கற்றதையும், செய்யப் போவதையும் பகுத்தறிவு கொண்டு முதலில் ஆராய்ந்து பார்க்க வேண்டும். இது பௌத்தத்தில் பொதுவாகத் தம்ம விசாரம் அல்லது தம்ம ஆராய்ச்சி என்று கூறப் படுகின்றது. எது நமக்கும் பிறர்க்கும் நன்மை பயப்பது, எது நமக்கோ அல்லது பிறர்க்கோ தீங்கு விளைவிக்காதது, எது அன்பு வழிப்பட்டது, எது கொடுமையானது, எது உண்மை, எது பொய் என்று பகுத்தறிவு கொண்டு தீர ஆராய்ந்து பார்த்து அன்பும் கருணையும் மெய்யறிவும் காட்டும் வழியிலே செல்லுங்கள்" என்பதே புத்தரது போதனை.

பௌத்தத்திலே "சரி" எனப்படுவது, எது நமக்கும் பிறர்க்கும் தீங்கு விளைவிக்காததோ, எது நமக்கும் மற்றவர்களுக்கும் மகிழ்ச்சியைக் கொடுப்பதோ, அதுவே சரி. சரி என்பதை நம் மனம் போனபோக்கில் புரிந்துகொள்வது தவறு. மற்றவர்களுக்குத் தீங்கு விளைவிக்காதீர்கள், எப்போதும் நல்லவற்றையே செய்யுங்கள், அதற்காக மனத்தைத் தூய்மைப்படுத்திக் கொள்ளுங்கள். இதுவே அனைத்துப் புத்தர்களது போதனைகளின் சாரமாகும்.

5. முடிவுரை

இந்த நாவலில் வரும் கதாபாத்திரங்கள் எல்லோரும் நல்லவர்களாக இருப்பதாகவே தோன்றுகிறது. ரங்கன், ஓர் இரண்டுங்கெட்டான். இந்நாவலில் வரும் ஒரே வில்லன் அருண்குமார்தான். பார்க்க நன்றாக இருக்கிற பெண்கள், அழகான பெண்கள் எல்லாம் இந்த உலகத்தில் தனது இன்பத்துக்காகவே படைக்கப்பட்டிருக்கிறார்கள் என்பது அவன் எண்ணம். டொக்கிக்கு அவன் செய்த கொடுமைக்கு, அவன் கவலைப்பட்டதாகவே தெரியவில்லை. இது அனந்தசாமியைக் கோபம் கொள்ள வைக்கிறது. "ஒரு தகாத காரியத்தைச் செய்துவிட்டு, அதைப் பற்றி இவ்வளவு சர்வ சாதாரணமாக, இப்படிச் செய்துவிட்டோமே என்ற ஒரு சின்ன வருத்தம்கூட இல்லாமல் பேசுகிறதைப் பார்த்தால், எனக்கு இந்த மனுஷ்ய லோகத்தில் வாழ்கிறோமா என்றுகூடச் சந்தேகம் வந்துவிடுகிறது" என்று அனந்தசாமி சொல்லும்போது, அவர் கண் – நெருப்பு நீலமாக, முற்றிக் கனிவதுபோல ஜொலித்தது.

அருண்குமார், தான் செய்ததற்கு நியாயமும் கற்பித்துக்கொள்கிறான். "சாமி கிட்டே எதையும் மறைக்கணும்னு தோணலே எனக்கு. என்னாலே மறைக்கவும் முடியாது போலிருக்கு. தகாத காரியம் பண்றோம்னு தெரியாமல் இல்லை எனக்கு. முதல்லே இரண்டு மூணு தடவை பண்றபோது அப்படி இருந்தது. வரவர மனசு காச்சுப் போச்சு. இப்ப, கணக்குப் பண்ண முடியாத அளவுக்குத் தப்பெல்லாம் பண்ணிட்டேன். பண்ணிக்கிட்டும் வர்றேன். நம்மையே நாம் அடக்கிப் பழகாததினாலே

அடாபிடி பண்ண நல்லாத் துணிஞ்சு போயிருச்சு. பணமும் பேரும் நாம் வாண்டாம்னாலும் வந்துகிட்டேயிருக்கு. நான் என்ன செய்ய? கெட்டதுன்னு தெரிஞ்சே செய்யறேன். கட்டுப்படுத்திக்க முடியல்லெ. இதுக்கெல்லம் நான் மட்டும் காரணமில்லே. அதையும் சொல்லிடறேன். இந்தப் படு முட்டாளுங்களா இருக்காங்களே இந்த ஜனங்களுந்தான். என்கிட்ட என்னத்தைப் பெரிசாக் கண்டுட்டாங்கன்னே தெரியல்லே. முன்னெல்லாம் கோயில் கட்டறேன், கொளம் வெட்டறேன், கஞ்சி காச்சி ஊத்தறேன், அன்னதானம் பண்ணறேன்னு யாராவது ஒரு ஆத்மா கௌம்பினான்னா, அவங்க பணத்தை வாரிக் கொட்டுவாங்க. இப்பல்லாம் அப்படியில்லீங்களே. என் மாதிரி கூத்தாடிக்குத்தானே கொண்டு கொட்டறாங்க" என, அருண்குமார் கூறுவது, பௌத்தத்தின் ஓர் அடிப்படைக் கோட்பாட்டை நினைவுக்குக் கொண்டுவருகிறது. செய்பவர் என்று யாருமில்லை; செய்கைகளே இருக்கின்றன. காரணங்களையும் சூழ்நிலைகளையும் சார்ந்து உள் மன ஆழத்தில் இயற்கையாகப் படிந்திருக்கும் வேட்கைகளும் குணங்களுமாகிய சக்திகளால் தூண்டப் பட்டே செய்கைகள் எழுகின்றன. செய்தவர் யாருமில்லை, யாரையும் குற்றஞ்சாட்டிப் பயனில்லை, குறைகூறிப் பயனில்லை. செய்கைகளே இங்கெழுகின்றன. அவற்றின் காரணங்களையும் சூழல்களையும் ஆதரவுகளையும் புரிந்துகொண்டு அன்போடும் கருணையோடும் எதிர்வினை செய்க என்பதே, இங்குப் பௌத்தத்தின் தனிச்சிறப்பான போதனை.

இந்நாவலில் ஒவ்வொருவரும் புத்தத் தன்மையாகிய அன்பு நிறைந்தவராகவே இருக்கிறார்கள். அருண்குமார்கூட இடுப்புக்குக் கீழே சுரணையற்று நடக்க முடியாது கிடக்கும் தன் நாலைந்து வயது மகன் மீது அளவற்ற அன்பு கொண்டிருக்கிறான், அவன் நிலைக்காகக் கண்ணீர் விடுகிறான். இதில் வரும் கதாபாத்திரங்கள் எல்லோரும் அன்பு நிறைந்தவராயிருந்தாலும், ஏதோ ஒருவகையில் அன்பு காரணமாகவே துக்கத்திலும் அல்லலுறுகிறார்கள். அவர்கள் அன்பெல்லாம் சுயம் என்ற உணர்வோடு கலந்திருப்பதால், அவர்கள் துக்கத்திற்கு ஆட்படுகிறார்கள். சுயத்தை மட்டும் நேசிக்காமல், மற்றவரையும் உலகம் அனைத்தையும் நேசிக்கும் அன்பாகும்போது, அது தூய்மையான புத்தத் தன்மையாகிறது, புத்தரின் அன்பும் கருணையும் ஆகிறது. பிறர் துக்கத்தையும் தமது துக்கமாகப் பாவிக்கும் புத்தரது அன்பும் கருணையும் கெண்டவராயுள்ளார் அனந்தசாமி. இவரை நாம் மறக்கவே முடியாது. மனத்தைக் கொள்ளை கொள்ளும் அற்புத நாவல்களையும் சிறுகதைகளையும் படைத்துத் தமிழ் இலக்கியத்தைச் செழுமைப்படுத்திய தி.ஜானகிராமனின் பூத உடல் மறைந்திருக்கலாம். ஆனால், அவரது இலக்கியப் படைப்புகளிலே அவர் என்றும் வாழ்கிறார். அவர் அமரர்; அவர் நாமம் வாழ்க! பவது ஸப்ப மங்களம்.

✣

15

அம்மா வந்தாள்:
ஒரு விமர்சனப் பார்வை

கொற்றவை

தர்க்கத்தால் காமத்தை அளக்க வேண்டுமாயின், அதன் எடைக்கற்கள் எதனால் ஆனது? முள்ளென்பது மனமா? உடலா? புற வயமான நிலைமைகளே மனித உணர்வுகளைக் கட்டமைக்கின்றன என்ற உண்மை தெரியாதபோது, மனித மனம் அக வயமான போராட்டத்திற்குள் தன்னை மூழ்கடித்துக் கொள்கிறது. இலக்கியம் அதன் சரணாலயம். கட்டமைக்கப்பட்ட அற நெறிகளை இயல்பென்று ஏற்று, விதியே என்று வாழ்பவர்களுக்குப் பெரிய கேள்விகளோ விமர்சனங்களோ இருப்பதில்லை. ஆனால், உள்ளும் புறமும் வேறொன்றாயிருக்கிறதே என்று கண்டுணரும் நபர்கள், தங்கள் தர்க்கங்களை இலக்கியங்களில் ஆழமாகப் பதிவுசெய்தனர். அத்தகையோரின் எழுத்துகள், ஆணாதிக்க ஒழுக்கவாத வியாக்கியானங்களைக் கேலிக் கூத்தானவை என்று போட்டுடைத்தன. தி.ஜா. எழுத்து அத்தகையது. அலங்காரத்தம்மாள் மூலம் தாய்மை சார்ந்த சமூகச் சுயநலப் பிம்பங்களை, குறிப்பாகத் தம்மை ஒழுக்கத்தில் உயர்ந்தோர் என்று காட்டிக் கொள்ளும் பார்ப்பனியச் சமூகத்தின் பாசாங்குகளைப் பகடிசெய்கிறார் தி.ஜானகிராமன். எந்தக் கேள்வியுமின்றித் தமக்கிடப்பட்ட ஆணைகளை நிறைவேற்றுவதன் மூலம் 'நல்லவன்', 'ஒழுக்கவான்' என்னும் நிலைக்கு ஆசைப்படும் அப்பு வாயிலாக இது நிறைவேறு கிறது. அப்புவைப்போல்தான் இந்தச் சமூகம், வாய்ப்புக் கிடைக்கும்வரை 'நல்லவனாக' இருக்கிறது! இயல்பான எந்த உணர்வுக்கும் இடம் அளிக்காது, எல்லா நேரமும் மதவாத ஒழுக்கத்தின் வால்தனைப் பிடித்துக்கொண்டு, சக மனிதனை மதிக்கவிடாத கருத்தியல்கள் மனிதனை எங்ஙனம் நியாயமற்றவனாக்குகிறது என்பதற்கு, 'அம்மா வந்தாள்' ஒரு சான்று. அப்பு, அப்புவின் தந்தை, அலங்காரத்தம்மாள் மூவரும் இத்தகைய நபர்களின் பிரதிநிதிகள்.

மிக மென்மையானவர்களின் காமம், அவர்களது மனதில் பெரும்பாலும் வன்முறையாகத்தான் தோற்றம் கொள்கிறது. இங்கு மென்மை எனக் குறிப்பிட்டது உடலை முன்வைத்தில்லை. ஈடாக, நுண்ணுணர்வுள்ள ஆண், அதை எப்போதும் வன்முறையாகக் காட்டுவதில்லை, ஆண் என்பதைக் காமத்தினூடாக அல்லாது, பெண்ணைத் தன்வசப்படுத்துதலினூடாகவே அவன் மனம் உணர்த்திக் கொண்டேயிருக்கும். ‘அம்மா வந்தாளில்’, தி.ஜானகிராமன் செய்தது இதுதான். நேரடியாகத் தூண்டும் பெண்ணை மனதால் சோர அடிப்பது. அவனது வேத மரபுக் கல்வி ஒரு காசுக்கும் உதவப் போவதில்லை என்பதை அவன் முகம் பார்த்துச் சொல்ல வைப்பது. அதுவே அப்புவுக்கு அவரளித்த கதி. செத்துப்போன புத்தகமாய் நேரடியாக வேதங்களைப் பழிக்கிறாள் இந்து (பெயரைக் கவனித்தால் இதன் உள்ளார்த்தம் இன்னும் ஆழமாகப் புரியலாம்).

ஜானகிராமனுக்கு ஆண், பெண் உடலை விவரிப்பதிலிருக்கும் கூடுதல் கவனமே வாசகனுக்கு முதலில் தென்படும். ஆனால், ஆச்சரியம் என்ன என்றால், உடலை அளப்பதன்வழி வர்ணிக்கப்படும் உடல்களின் சொகுசை, வக்ரத்தை, ஆளுமையை, பிழையைச் சுட்டிக்காட்டுவதில் தி.ஜா. மிகத் தேர்ந்த ஒருவராயிருக்கிறார். சமய சந்தர்ப்பத்திற்கேற்ப அவர் வர்ணனை மாறும் இடங்களை வாசகர் கண்டு உணரலாம். எடுத்துக் காட்டாக, அப்புவின் அண்ணியை அவன் அப்பா பார்க்கும்போது வைக்கப்படும் வர்ணனைகள் வேறு விதம். அதே சமயம் அப்பு தன் அம்மாவைச் சந்தேகப்படும்போது, அண்ணியின் கண்களை உற்று நோக்கும்போது, பார்க்கும் பார்வையில் அவரவர் விதங்களைச் சுட்டிக் காட்டுவதில் ஜானகிராமனை இன்னும் தமிழில் யாரும் கடக்கவில்லை. அப்படிச் சொல்ல வேண்டுமெனில், ஆதவனைத் தவிர வேறு யாருமில்லை. “மன்னி நடக்கிற இடம், பார்க்கிற இடம் எல்லாம் மந்திர நீரை மாவிலையால் தெளித்தது போலிருக்கிறது” என்ற வர்ணனை, இதுவரை எந்நாவலிலும் பெண்தரப்பாய்க்கூட அணுகப்பட்டதில்லை. அதே சமயம் அப்பு, தன் குற்றவுணர்ச்சிக்கு வலுச் சேர்க்கவே, இத்தகைய மனநிலைக்கு வந்துசேர்கிறான். வேதம் போற்றுதல், அதற்காகவே உடலை ஒறுத்தல், பின் அதே உடல் அவன் தர்க்கத்திற்கு விடை தரும் பட்சத்தில் அதை ஏற்றுக்கொள்ளல் – இதுதான் நாவலின் களம்.

அலங்காரம் மிகப்பெரிய ஓர் ஆளுமையாகச் சித்திரிக்கப்படுகிறாள். சிவசுக்கும் அவளுக்குமான உறவைக் குடும்பமே கீழானதாகக் கருதுகையிலும், அலங்காரத்திடம் அது பற்றி ஒரு வார்த்தை பேச அவர்களை எது தடுக்கிறது? ஒருவேளை அலங்காரத்தின் ஆளுமையே, அவர்களை வாயடைக்கச் செய்திருக்கலாம். தன் மேலுள்ள அத்தனை வெறுப்பையும், அவள் தர்க்கத்தால் மட்டுமே கடக்கிறாளே ஒழிய, நீதியால் நிலவும் சூழலைப் புரிந்துகொள்வதினால் இல்லை. அதேசமயம் அப்பு வார்க்கப்பட்டிருப்பது முழு ஆண் மனநிலையால் மட்டுமே. அவனது புரிதல்கள் வேதக் கல்வியை ஆராய்ந்த அளவுக்குப் புறநிலையை ஆராய மறுக்கின்றன. ஆராய்வதை விடவும், அவன் ஆணென ஒவ்வொரு நொடியும் பறைசாற்றிக் கொள்கிறான். சிவசுவின் கண்ணியம் அப்பாவுக்கு ஏனில்லை? அம்மா, ஏன் அப்பாவை விடுத்துச் சிவசுவை ஏற்றுக்கொண்டாள்? அதற்கான காரண காரியங்கள்

எவை? என்பதைக் கதையின் எந்தப் பாத்திரமும் விவாதிக்கவில்லை. தி.ஜா.வும்கூட விவரிக்கவில்லை. உண்மையில் அப்பு, இது குறித்து ஒரு நொடி யோசித்திருந்தாலும், அவனது மனம் சாந்தியடைந்திருக்கும். அவனை நினைக்க விடாமல் செய்தது அவனது ஆண் மனநிலையேயன்றி வேறெதுவுமில்லை. என்ன நிலையாயிருந்தாலும் இப்படி நடக்கக்கூடாது என்னும் அப்பு, இந்துவை அணுகுவதும் அவனின் ஆண் மையப் பெருமித உணர்வால்தான். அவனது ஒழுக்க மரபை அவனது வார்த்தைகளிலேயே சொல்ல வேண்டுமென்றால், இந்துவிடம் பேசும்போது, "உன்னைத் தொடுறது அத்தையத் தொடுறது மாதிரியிருக்கு" என்கிறான். அப்புவின் அம்மாவை நோக்கி இந்து பேசியது, ஒரு சராசரி வசை. அந்த வசை உண்மையானதும், அப்பு தன்னை மனிதனாகக் கீழிறக்கிக் கொள்கிறான். யதார்த்தம் புரிய முழுமனிதனாகிறான்.

அலங்காரத்தின் ஆகிருதியைத் தி.ஜா. ஓரிடத்தில் ஒட்டுமொத்தமாய்ப் போட்டுடைக்கிறார். ஒவ்வொரு மனிதனுக்குள்ளும் இருக்கும் ஒழுக்கவாத முரண், இந்த இடத்திலே தோலுரித்துக் காட்டப்படுகிறது. அப்புவுக்குப் பெண் பார்க்கும் படலத்தில், பெண்ணின் தாய் ஒழுக்கக் குறைவானவள் என்பதைச் சர்வ சாதாரணமாய் அலங்காரம் சொல்லும்போது, தான் எப்படியிருந்தாலும் தன் வீட்டின் வாரிசைச் சுமக்க இருக்கும் பெண் தூய்மையானவளாக இருக்க வேண்டும் என்னும் ஆண் மையச் சிந்தனை வெளிப்படுகிறது. தவறு செய்வதற்கும் ஒரு தகுதி வேண்டும் என்று கருதும் மேலாதிக்கச் சிந்தனையே அது. அலங்காரம் கீழிறங்க, அப்பு இந்துவை ஏற்பதுடன் நாவல் முடிவடைகிறது. தி.ஜா.வின் எழுத்துப் பற்றிச் சொல்ல வேண்டுமென்றால், அவர் பாணி எப்பொழுதும் ஒன்றுதான். மனிதர்களின் அகத்தில், விகாரத்தில், நினைப்பில், காமத்தில் சம்மட்டியால் அடிப்பதுபோல் ஒருநொடி ஓங்கியடித்துப் பின் தலைசிதறாது சேர்த்தணைத்து வருடும் பக்குவமான மொழி. தவறுகளைத் தவறுகளாய்ப் பார்ப்பதற்கும் மனிதக் குற்றமாய்ப் பார்ப்பதற்கும் வித்தியாசமிருக்கிறது. தவறு சந்தர்ப்பத்தால் வந்ததா, திட்டமிட்டு வந்ததா, சந்தர்ப்பத்தால் வந்திருந்தாலும் அது முன்பே இருந்திருக்கிறது என்றாகிறது. திட்டமிட்டு வரும்போது, அது கூர்தீட்டும் கருவியாய் வரலாற்றில் என்றைக்கோ முன்னகர்ந்து விட்டிருக்கிறது என்று அர்த்தமாகிறது. எப்படியோ குற்றங்களுக்கும் துயர்களுக்கும் பின்னால் சமூகம் அமர்ந்திருக்கிறது. சமூகத்தின் தலையில் கலை கல்லைத் தூக்கிப் போடும்போது, கொஞ்சம் அதிரத்தான் செய்யும். என் வீட்டில் நடக்கவில்லையே என்று எவரும் கடந்து போக முடியாத ஓர் எழுத்து ஜானகிராமனுடையது. அதே சமயம் நடந்திருப்பின்? என்ற ஓர் அச்ச மனநிலைக்குப் பின், எப்போதும் தி.ஜா. புன்னகைத்துக் கொண்டிருப்பார்.

✣

16

அம்மா வந்தாளா, போனாளா? – தி. ஜானகிராமனின் 'அம்மா வந்தாள்' நாவலை முன்வைத்து

சீனிவாச ராமாநுஜம்

'அம்மா வந்தாள்' நாவலுக்குச் சுகுமாரன் எழுதியிருக்கும் முன்னுரையில், 'இப்படி ஒரு கதையோட்டம் உள்ள புனைவுக்கு இன்று இடமில்லை. நாவலில் காட்டப்படும் கிராமம் இல்லை. வேதப் பாடசாலைக்குப் பிள்ளைகளை அனுப்பும் சுமாரான வசதி கொண்ட குடும்பம் இருப்பதற்கில்லை. விதவையை முடக்கி வைக்கும் மரபும் இல்லை. பழைய சமுதாய வழக்கங்கள் ஏற்கத் தகுந்தவையாக இல்லை. இந்த நாவல் இன்று எழுதப்படுமானால் காலத்துக்கு ஒவ்வாத ஒன்றாகக் கருதப்படும்' என்று குறிப்பிடுகிறார். மேலும் இவர், இந்த நாவலில், அப்புவை வடிவமைப்பவர்களாக இருக்கும் 'இந்துவும் அலங்காரமும் இன்று பழைய தோற்றத்தில் இருக்க மாட்டார்கள். அவர்களது காலத்துக்குப் பின்பு காவிரியில் ஏராளமான வெள்ளம் பெருகியோடியிருக்கிறது. அவர்கள் வேறு வடிவில் இருக்கலாம். காலத்தை மீறிய மானுட இயல்பின் இந்த நிரந்தரச் சித்திரம்தான், நாவலைச் செவ்வியல் ஆக்கமாக எண்ணச் செய்கிறது' என்று சம காலத்தில் இந்த நாவலுக்கும் நமக்கும் இடையேயான உறவுக்கான சாத்தியப்பாட்டை முன்வைக்கிறார். சமகாலத்துக்கு நாவல் தகுந்ததாக இருக்கிறதா இல்லையா என்பது அல்ல என்னுடைய நோக்கம்; இந்த நாவல் எத்தகைய உரையாடலை நடத்துகிறது என்பதை அறிந்துகொள்வதே என் நோக்கமாக இருக்கிறது. இந்த உரையாடலின் ஊடாகவே நாம், இந்த நாவல் எந்தத் தளத்தில் அதை நிறுத்திக்கொள்கிறது என்று அடையாளம் காண முடியும். இந்த நாவல் 1966இல் வெளிவருகிறது. 1967இல் அண்ணா தலைமையில் தி.மு.க. ஆட்சி அமைக்கிறது. 1916இல் 'பார்ப்பனர் அல்லாதார் அறிக்கை' வெளியிடப்படுகிறது.

பார்ப்பனர்கள் கோரும் சமூக அந்தஸ்து, தீவிரமாக விமர்சனத்துக்கு உள்ளாக்கப்பட்ட காலம் அது. வைதீகத்துக்கு எதிரான பெரியார் நடத்திய அனல் பறக்கும் பிரச்சாரப் பின்னணியோடு, இந்த நாவலைப் பொருத்தி, அது நடத்தும் உரையாடலை நாம் அர்த்தப்படுத்திக்கொள்ள வேண்டியுள்ளது. நாம்–சுயம், நான்–சுயம் என்ற கருத்துகளை முன்வைத்து இந்த நாவலை வாசிக்க முயலுகிறேன்.

நாம்–சுயத்தின் ஊடாகவே ஒரு எழுவாய், 'நான்–சுயத்தை' கட்டமைத்துக்கொள்ள வேண்டியுள்ளது. நாம்–சுயத்திலிருந்து முற்றிலுமாகத் துண்டிக்கப்பட்ட நான்–சுயம் என்பது சாத்தியமில்லை. மேலும், நாம்–சுயம் என்பது, அதன் உள்ளார்ந்த பண்பில் எல்லைகளைக் கொண்டிருக்கிறது. எடுத்துக்காட்டாக, இந்திய அரசியல் சாசன முகப்புரையில் காணப்படும் 'நாம், இந்திய மக்கள்' என்பதில் காணப்படும் 'நாம்', இந்தியர்கள் என்ற எல்லையை உள்ளார்ந்து கொண்டுள்ளது. இந்த 'நாமே', அதிக பட்சமாய் உள்ளடக்கியிருக்கும் நம்முடைய 'நாம்' ஆகிறது. இந்தியர் என்பது ஒருவிதமான 'நாம்–சுயம்' என்றால், தமிழர் என்பது மற்றொரு 'நாம்–சுயமாகிறது'. சாதிய அடையாளங்கள், சமயம், நாம் சார்ந்திருக்கும் நிறுவனங்கள், பார்ப்பனர், பார்ப்பனல்லாதார், தலித் போன்ற அரசியலடையாளங்கள், எல்லாம் பல நாம்–சுயங்களை உருவாக்குகின்றன. மேலும், 'நாம்–சுயம்', பல 'நான்–சுயங்களின்' தொகுப்பல்ல. 'நாம்–சுயம்', அதற்கென்ற தனித்த இருப்பைக் கொண்டிருக்கிறது. இதனோடு, 'நான்–சுயம்' தொடர்ந்த உரையாடலில் ஈடுபட்டுக் கொண்டிருகிறது. ஒரு எழுவாய், நாம்–சுயத்தோடு கொள்ளும் உறவின் அடிப்படையிலேயே நான்–சுயம் வடிமைக்கப்படுகிறது என்றாலும், நாம்–சுயம் நிலையற்ற ஒன்றாக மாறும்போது, அதன் ஊடாக வடிவம் பெறும் நான்–சுயங்கள், இருத்தியல் பிரச்சினைக்குள் சிக்கிக்கொள்கின்றன. இந்த இருத்தியல் பிரச்சினையை ஒவ்வொரு எழுவாயும் அவர்களுக்குச் சாத்தியப்படும் முறையில் எதிர்கொள்கிறார்கள். பார்ப்பன நாம்–சுயத்திற்கு ஏற்பட்ட இருத்தியல் சிக்கல்களைச் சில எழுவாய்கள் எவ்வாறு எதிர்கொள்கின்றன என்ற அடிப்படையில், இந்த நாவலை வாசிக்க விரும்புகிறேன்.

இந்த நாவலின் பிரதானப் பாத்திரமான அப்புவுக்கும் தாயார் அலங்காரத்துக்குமிடையேயான உறவையும், அலங்காரத்துக்கும் அவளது கணவர் தண்டபாணிக்கும் இடையேயான மோதலையும் நவீனக் காலத்தில் பார்ப்பனச் சமூகத்தின் 'நாம்–சுயம்' எதிர்கொள்ளும் சிக்கலில் பல்வேறு பட்ட 'நான்–சுயங்கள்' எவ்வாறு வடிவமைக்கப்படுகின்றன; இத்தகைய நான்–சுயங்களின் உறவுகள் எத்தகைய சிக்கல்களுக்கு ஆளாகின்றன என்ற தளத்திலிருந்து இந்த நாவலை நான் வாசிக்க முயல்கிறேன். இந்த நாவல், அப்புவைச் சுற்றி நடக்கிறது. பெரும்பாலும், அப்புவின் பார்வையிலிருந்து விவரிக்கப்படுகிறது. அப்புவை வடிவமைப்பது மூன்று பெண்கள்: அவனது தாயார் அலங்காரம், அவன் மீது காதலும் மோகமும் கொள்ளும் சிறுவயதிலேயே விதவையாகியிருக்கும் இந்து, அவன் படிக்கும் வேதப் பாடசாலையை நடத்தும் பவானியம்மாள். மூன்று பெண்களுமே ஆகிருதி கொண்டவர்கள். தங்களை எவ்விதத்திலும் இழக்காதவர்கள். அன்பும் அரவணைப்பும் கொண்டவர்கள். அதே சமயத்தில், அவர்களது

லட்சியத்தின் மீது பிடிப்பும் பிடிமானமும் கொண்டிருந்தார்கள். தங்களை வெளிப்படுத்திக் கொள்ள எத்தகைய தயக்கமும் காட்டாதவர்கள்.

கட்டிய கணவரோடு மூன்று குழந்தைகள் பெற்றெடுத்த அலங்காரம், சிவசு என்ற வேறொரு ஆணோடும் உறவுகொண்டு மேலும் மூன்று குழந்தைகளைப் பெற்றெடுக்கிறாள். அவளும் கணவனும், கணவனோடு பிறந்த குழந்தைகளும் இருக்கும் வீட்டிலேயே சிவசுவோடு பெற்றெடுத்த குழந்தைகளும் வளர்ந்து வந்தார்கள். சிவசு, சென்னையில் இருக்கும்போதெல்லாம், அலங்காரத்தை அவளது வீட்டுக்கு வந்தே பார்த்துப் போகிறார். அலங்காரத்தின் கணவர் தண்டபாணி இருக்கும்போதும் சிவசு வருகிறார்; இல்லாதபோதும் வருகிறார். இந்த உறவில் ஒளிவுமறைவு ஏதுமில்லை. இந்த உறவை அவள் கணவரும், வீட்டிலிருக்கும் மூன்று மகன்களும், ஒரு பெண்ணும், மூத்த மகனின் மனைவியும் தினம் தினம் பார்த்துக் கொண்டிருக்கிறார்கள். இந்த உறவை நாம் எவ்வாறு அர்த்தப்படுத்திக் கொள்வது? தன் முன்னுரையில், ‘பாவம் செய்துவிட்டதாக நினைக்கும் அலங்காரம், பாவத்திலிருந்து விடுபடவே தன்னுடைய பிள்ளை அப்புவை வேதம் கற்க அனுப்புகிறாள்’ என்கிறார் சுகுமாரன். அதாவது, அவள் கொண்டிருக்கும் ‘பிறழ் உறவுக்கு’ அவள் செய்யும் பிராயச்சித்தமாகவே தன் மகனை வேதப் பாடசாலைக்கு அனுப்புகிறாள் என்கிறார்.

ஒரு காரியத்தைச் செய்து முடித்தபின், அதைப் பாவமாக அர்த்தப் படுத்திக்கொண்டு, அதற்குப் பிராயச்சித்தம் செய்து அதிலிருந்து ஒருவர் தன்னை விடுவித்துக் கொள்ள முயலலாம். ஒரு செயலைத் தொடர்ந்து செய்து கொண்டிருக்கும்போது, அதைப் பாவமாக அர்த்தப்படுத்திக் கொண்டே எவ்வாறு அதற்குப் பிராயச்சித்தம் செய்ய முடியும்? ஒரு காரியத்தைச் செய்துகொண்டே அதிலிருந்து ஒருவர் எவ்வாறு தன்னை விடுத்துக்கொள்ள முடியும்? ஆக, நாம் அலங்காரத்தை வேறுவிதமாகப் புரிந்துகொள்ள வேண்டியுள்ளது.

அப்புவின் உலகம் காவிரி நதி, பவானியம்மாள், வேதப்பாடம் சொல்லிக் கொடுக்கும் வாத்தியார், இந்து, அவனது தாயார் அலங்காரம் என்று சுருங்கிக் கிடக்கிறது. அவனது சிந்தனைகளை, மொழியை உருவாக்குபவர்கள் இவர்களாகவே இருக்கிறார்கள். அப்பு தான் படிக்கும் வேதத்தையும் அவனது தாயாரையும் பவானியம்மாளையும் அப்பழுக்கற்ற தூய்மையின் வெளிப்பாடாகவே பார்க்கிறான். அவன் படிக்கும் வேதத்தின் மீதான நம்பிக்கை என்பது, அவனது தாயாரின்மீது அவன் கொண்டிருக்கும் நம்பிக்கையின் நீட்சியாகிறது. எதிர்காலம் குறித்து அவனிடம் எத்தகைய பார்வையும் இல்லை. கடந்த காலமே அவனது லட்சியக் காலம் ஆகிறது. வேதம் படித்து முடித்து நிரந்தரமாகச் சென்னை திரும்ப இருக்கும் நாட்களில், இந்து – திருமணமாகி, விதவையாகித் திரும்பி வந்தவள்– தன் மீதான காதலை, மோகத்தை வெளிப்படுத்தும்போது, வேதத்தின் தூய்மையும் தாயாரின் தூய்மையும் பவானியம்மாளின் தூய்மையும் அவன் முன்னே வந்து நிற்கின்றன. இதைக் கடந்து அவனால் போக முடியவில்லை. பவானியம்மாளும் அவனது தாயாரும், அவன் முன்னே எப்போதும் நின்று கொண்டிருக்கிறார்கள். அப்பு தன்னை நிராகரிப்பதை ஏற்றுக்கொள்ள முடியாத இந்து, அவனுக்கும் அவளுக்கும் இடையே அவனது தாயார்

நின்றுகொண்டிருப்பதை உணர்கிறாள். அந்த எரிச்சலில், அவனது தாயார் அவன் நினைத்துக்கொண்டிருப்பதுபோல் தூய்மையானவள் இல்லை என்றும் சொல்கிறாள்.

சென்னை வந்த அன்றே, அவனது தாயாருக்கும் அவனுக்கு அறிமுகமில்லாத சிவசு என்பவருக்கும் இடையே இருக்கும் உறவை அறிந்துகொள்கிறான். அப்பாவின் கையாலாகாத்தனத்தின் மீது கோபம் வருகிறது. 'ஏன் வீட்டைவிட்டு ஓடவில்லை? சந்நியாசி ஆகவில்லை? ஏன் அவள் பொங்கிப் போட்ட சோற்றை அவள் கையால் தின்றுகொண்டே கிடக்கிறார்? சுசிருசியாக இல்லாதவர்களின் கையால் இட்ட சோறு நம்மையும் அழுக்காக, கரியாகத்தானே செய்யும்! பிருஹந்நளை மாதிரி, சிகண்டி மாதிரி ஆகிவிட்டாரா அப்பா! ஆனால், பிருஹந்நளைகூடப் பின்னலைத் தொங்கவிட்டுக்கொண்டு, யுத்தக் களத்தில் சரமாடிச் சின்னாபின்னப்படுத்தினாளே!' என்று நினைக்கிறான். அதே சமயத்தில், அவரது 'தர்க்க மூளை வக்கீல்களுக்கும் ஜட்ஜுகளுக்கும் சமமாக ஈடுகொடுப்பதை'க் கண்டும் பெருமைப்படுகிறான். 'உங்களைப்போல் கார் இல்லாவிட்டால் என்ன, தோட்டம் இல்லாவிட்டால் என்ன, தோய்த்து உலர்த்திய கசங்கிய அரைக்கைச் சட்டையைப் போட்டுக்கொண்டிருந்தால் என்ன, முக்கால் பழுப்புப் பஞ்சக்கச்சம் கட்டியிருந்தால் என்ன? எங்கப்பாவுக்கு உங்களை எல்லோரையும் ஒரு நிமிஷம் மட்டிகளாகப் பார்க்கமுடியும்' என்று பெருமிதம் கொள்கிறான். அதுபோலவே அம்மாவின் கம்பீரத்தைக் கண்டும் பெருமைப்படுகிறான். அவள் எங்குச் சென்றாலும் சிம்மாசனத்தைக் கொண்டு செல்வதாக நினைக்கிறான். ஆனால், அவனால் அப்பாவையும் புரிந்துகொள்ள முடியவில்லை, அம்மாவையும் புரிந்துகொள்ள முடியவில்லை.

சிவசு, அப்பா வீட்டில் இருக்கும்போதும் வருகிறார், இல்லாதபோதும் வருகிறார். இவன் கேட்கும்போது, அண்ணனின் மனைவி எதுவும் தெரியாது என்று ஒதுங்கிக் கொள்கிறாள். பவானியம்மாளைப் பார்ப்பதற்குக் கிளம்பிய அவன், வழியில் அக்கா வீட்டுக்கு வருகிறான். அக்கா, 'ஆனா, கடைசி மூணும்தான் அவ மனசோட பெத்த குழந்தைகள்னு தோணறது. அவ சுய புத்தியோடுதான் இருக்கா. சிவசுவைப் பார்க்காமல் அவளாலெ இருக்க முடியாது' என்று அவர்களது தாயார் குறித்துச் சொல்கிறாள். ஆக, இந்து உட்பட எல்லோருக்கும் தெரிந்திருக்கிறது. அப்புக்கு மட்டும் தெரிந்திருக்கவில்லை. அப்புக்குத் தெரியாததுதான், அவனது இருத்தியல் பிரச்சினை ஆகிறது. தெரிந்துகொண்டபோது தாய் என்ற புனித பிம்பத்தின் சிதைவு, அவனை நிலைகொள்ளாமல் செய்கிறது. அம்மாவின் லட்சியத்தை, இத்தனை வருடங்களாக, அவனை அறியாமலேயே சுமந்து கொண்டிருந்தான். ஏன், அம்மாவின் ஆழ்மன லட்சியத்தின் உருவமாகவே அவன் இருந்தான். எந்த மூலத்தின் வடிவமாக இருக்கிறோமோ அந்த மூலம் சிதைந்துவிட்டால், நமக்கு வடிவம் ஏது?

அலங்காரம், ஏன் அவளது மூன்றாவது குழந்தையான அப்புவை வேதப் பாடசாலைக்கு அனுப்ப வேண்டும் என்று தீர்மானிக்கிறாள்? நகரத்தில்தான் வாழ்கிறாள். மூத்த மகன் இயற்பியல் முடித்துவிட்டுக் கல்லூரி ஆசிரியராக இருக்கிறான். கணவன் தண்டபாணி அச்சகத்தில்

வேலை பார்த்துக் கொண்டு நண்பர்களுக்கு வேதாந்த வகுப்பெடுப்பது, ஜாதகம் பார்ப்பது என்று இருக்கிறார். சிவசுக்குப் பிறந்த குழந்தைகள், நகர வாழ்க்கையின் பகுதியாக இருக்கிறார்கள். இத்தகைய சூழலில் வாழ்ந்து கொண்டிருக்கும் அலங்காரம், ஏன் அப்புவை வேதம் படிக்க அனுப்ப முடிவு செய்கிறாள்?

இதோடு தொடர்புடைய சில கேள்விகளையும் நாம் கேட்டுக் கொள்ள வேண்டியுள்ளது. ஏன், சிவசுவோடு அவள் தனியாக வாழப் போகவில்லை? ஏன், தன்னுடைய கணவனோடும் அவருக்குப் பெற்ற பிள்ளைகளோடும் மருமகளோடும் சிவசுவோடு பெற்ற பிள்ளைகளையும் சேர்த்து வாழ்கிறாள்? அப்பு நினைப்பதுபோல், ஏன் அலங்காரத்தின் கணவன் சந்நியாசம் வாங்கிக்கொண்டு போகவில்லை? சிவசு பெரும் பணக்காரர். அவரால் ஆறு குழந்தைகளையும் காப்பாற்றியிருக்க முடியும். இதை அலங்காரத்தின் கணவனோ அலங்காரமோ அறிந்திருக்காமல் இருக்க முடியாது. ஆக, சுருக்கமாகக் கேட்டுக்கொள்வதென்றால், அலங்காரம் எதோடு, ஏன் யுத்தம் செய்கிறாள்? அவள் எதோடு யுத்தம் செய்கிறாள் என்று அவளது கணவனும் மகன் அப்புவும் மற்றவர்களும் புரிந்துகொண்டிருக்கிறார்களா? புரிந்துகொண்டிருந்தால் அந்தக் குடும்பம் சிதைந்து போயிருக்கும். புரிந்துகொள்ள முடியாததுதான், அலங்காரத்தின் இருத்தியல் பிரச்சினையாகிறது. வேறு விதமாகச் சொல்வதென்றால், தன் கணவன் மதிக்கத்தக்க பார்ப்பனராக இல்லை என்ற நிலையிலிருந்து அலங்காரம் இந்த யுத்தத்தை நடத்துகிறாள். பார்ப்பனன் குறித்து அவள் கொண்டிருக்கும் கருத்து, சமகாலத்தில் பார்ப்பனர்களுக்கு எதிராக முன் வைக்கப்படும் கருத்துகளுக்கான தீர்வாயிருக்கிறது.

அதாவது, தண்டபாணியால் ஒரு குடும்பஸ்தனுக்கான பொறுப்புகளையும் முழுமையாகச் செய்ய முடியவில்லை. ஒரு பார்ப்பனனுக்கான மதிப்பையும் அவர் முழுமையாகப் பெறவில்லை. ஒரு குடும்பஸ்தனின் பொறுப்பு சமூக உறவைச் சார்ந்திருக்கிறது என்றால், ஒரு பார்ப்பனன் என்ற கருத்தின் மதிப்பு அசமூக உறவைச் சார்ந்திருக்கிறது. மொத்தத்தில், அப்பு ஒரு பார்ப்பனனுக்கான மதிப்பைப் பெறுவதே அலங்காரத்தின் லட்சியமாக இருக்கிறது. அப்புவின் திருமணம் குறித்த அவளது பார்வை இதையே வெளிப்படுத்துகிறது. சேஷராமன் தன் மகளை அப்புக்குக் கட்டிவைக்க நினைக்கிறார். அது குறித்து அலங்காரம், 'இந்தக் கிரிசை கெட்டவ பெண்ணைப் பண்ணிக்கவா, பதினாறு வருஷம் தபஸ் பண்ண அனுப்பினேன்?' என்றும், 'அத்யயனம் பண்ணின குழந்தையைக் கசாப்புக் கடையில விட்டுவிட முடியுமா?' என்றும் கேட்கிறாள். சேஷராமனின் மனைவி ஒரு சேட்டோடு கொண்டிருக்கும் உறவை இழிவாகப் பேசுகிறாள். ஆனால், அவள் சிவசுவோடு வைத்திருக்கும் உறவு, அவளது நினைவோட்டத்தில் காணாமல் போகிறது. ஏனெனில், இங்கு அவள் நடத்துவது யுத்தம்.

ஒரு பார்ப்பனனுக்கான மதிப்பு எதைச் சார்ந்திருக்கிறது? அசமூக உறவைச் சார்ந்திருக்கிறது என்றால், ஒரு பார்ப்பனனும் இந்தச் சமூகத்தில்தானே உயிர் வாழ வேண்டியிருக்கிறது; அசமூகத்தில் உயிர்வாழ முடியாது. இவ்வாறு இருப்பின், ஒரு பார்ப்பனனின் அசமூக உறவின் பண்பு

என்ன? கையேந்தாமல் இருப்பது. அதாவது, அப்பு புரோகிதத் தொழிலுக்குப் போவதற்காக அலங்காரம் அவனை வேதப் பாடசாலைக்கு அனுப்பி வைக்கவில்லை. பிறகு எதற்கு? அவனை ஒரு உயர்ந்த பார்ப்பனனாக்க வேண்டும் என்ற லட்சியத்தோடுதான் அவனை வேதப்பாடசாலைக்கு அனுப்பிவைக்கிறாள். 'ரண்டணாவுக்கும் மூணணாவுக்கும் மந்திரத்தை வித்தா, அதுக்குக் கோபம் வந்துடறது, பறக்கவிட்டு வேடிக்கை பார்க்கிறது. உள்ளே எரியணும் அது, அங்கே அணைச்சுப்புட்டா அது வெளியே எரிஞ்சு, இருக்கிறதைக் கரியாக்கிவிடறது' என்று அலங்காரம் சொல்வதற்கு, 'ராமன் காலத்திலிருந்து, புரோகிதம் ஈனத் தொழில்னு நிலைச்சுப் போயிருக்கே' என்கிறான் அப்பு. அதற்குக் கைநீட்டினால் சவக்களை வந்துவிடும் என்கிறாள் அலங்காரம்.'கையை நீட்டிண்டு பிச்சை வாங்கும்போதுதான், நீட்டின கைவழியாகப் படிச்சுச் சேர்ந்த தேஜஸ் எல்லாம் ஓடிப்போயிடறது. பிணக்களை வந்துடறது. வேதம் படிக்கவே வாண்டாம். வெறுமனே கைநீட்டினாலே சவக்களை வந்துவிடும்' என்கிறாள். தன் கணவனோடும் சிவசுவோடும் நடைமுறை ரீதியான உறவை அலங்காரம் வைத்துக்கொண்டிருக்கிறாளே, அதுவே அவளது முழுமையில்லை. அவளை எப்போதும் முழுமையாக ஆக்கிரமித்திருப்பது அவளது லட்சியமும் அவளது லட்சியத்தின் உருவமாக இருக்கும் அப்புவுமே. அவளுக்குள் சதா எரிந்துகொண்டிருப்பது அவளது லட்சியமே.

தன் மகன் அப்புவை வேதப் பாடசாலைக்கு அனுப்பிவைக்கத் தண்டபாணி ஒப்புக்கொண்ட இரவு, அலங்காரம் தன்னையும் தன் உடலையும் முழுமையாக – அதாவது, கடைசி முறையாக, தன் கணவனுக்கு அளித்தது என்பது, அவளது லட்சியம் உருப்பெறும் காரணத்தால்தான். இதற்குப் பிறகு, தண்டபாணிக்கும் அலங்காரத்துக்குமிடையே தாம்பத்திய உறவு இல்லாமல் போனது. இதற்குப் பிறகுதான், சிவசுவோடு சேர்ந்து மூன்று குழந்தைகளைப் பெற்றுக்கொள்கிறாள். நீ மதிக்கத்தக்க பார்ப்பனன் அல்ல என்ற நிலைப்பாட்டிலிருந்து, அப்படிப்பட்ட ஒரு பார்ப்பனனை உருவாக்கிக் காட்டுகிறேன் என்ற பிடிவாதம், கணவனுக்கு எதிரானதாக உருவம் எடுக்கிறது. அவளது லட்சியம் அப்பு வடிவம் எடுத்தது போலவே, கணவனுக்கு எதிரான அவளுடைய நிலைப்பாடு சிவசு வடிவத்தை எடுத்தது. கணவர் நிகழ்காலத்துக்குள் காலூன்ற முயல்கிறாரென்றால், அலங்காரம் உன்னதமான கடந்தகாலத்தின் மேல் ஏக்கம் கொள்கிறாள். அதை அடைய முடியும் என்று நம்புகிறாள். இந்த நம்பிக்கையை அர்த்தம் உள்ளதாக்க, அவள் கணவனோடு இருந்துகொண்டே அவனை ஒதுக்கி வைக்க வேண்டியுள்ளது. அதே சமயத்தில், அப்புவை ஒரு தீர்வாக, அவளது கணவனுக்கு மட்டுமல்லாமல், மொத்த சமூகத்துக்குமான தீர்வாகவே முன்வைக்க விரும்புகிறாள்.

நாம் ஒருவரை ஸ்தூலமாக ஒதுக்கி வைப்பதை ஒதுக்கி வைக்கப்படும் நபர் உணர வேண்டும் என்றால், அவர் நம்முடைய வட்டத்துக்குள் இருக்கவேண்டும். அலங்காரம் அதையே செய்கிறாள். அத்தனைபேர் மறைமுகமாகவும் நேரடியாகவும் அவளை நிராகரிப்பதை எல்லாம் தாங்கிக்கொண்டு, அதை அவள் வெளிக்காட்டிக் கொள்ளாமல் இருப்பதற்குக் காரணம், அவளது கணவன் முழுமையான பார்ப்பனர்

அல்லர் என்பதைத் தண்டபாணிக்கு உணர்த்தவே. அவளுடைய யுத்தம் தண்டபாணியோடுதானே தவிர, மற்றவர்களோடு அல்ல. இதைத் தண்டபாணியும் புரிந்துகொண்டிருப்பதுபோல் தோன்றுகிறது. தான் உண்மையான பார்ப்பனன் என்றும், தான் இழவுகளுக்கும் துரோகங் களுக்கும் புகழ்களுக்கும் பெருமைகளுக்கும் பொருளியல் ஆதாயங்களுக்கும் அப்பாற்பட்டவன் என்பதை நிரூபிக்கும் விதமாக வாழ்வதாகவும் அவர் வெளிக்காட்டிக்கொள்ள வேண்டியுள்ளது. உண்மையில், தாம் அப்படியாக இல்லை என்று அவர் உணர்ந்திருக்கிறார். ‘அலங்காரம் என்று பெயர் வைத்தார்களே சரியாக – லக்ஷ்மி, சரஸ்வதி, விசாலம், கௌரி, சங்கரி என்று இத்தனை பேர்களை விட்டுவிட்டு அலங்காரமாம் அலங்காரம். தேவடியாளுக்கு வைக்கிறாற்போல’ என்று தமக்குள் புலம்புகிறார். அவர் படித்த வேதாந்தம் நடைமுறை வாழ்க்கையோடு மோதுகிறது. அதில் அவர் தோற்றுப் போவதாக உணர்கிறார்.

அத்வைத வேதாந்தம் முன்வைக்கும் சூட்சம சரீரம், ஸ்தூல சரீரம் என்ற பாகுபாட்டை நடைமுறை வாழ்க்கையோடு எப்படிப் பொருத்திப் பார்ப்பது என்று தண்டபாணிக்குத் தெரியவில்லை. அலங்காரத்தின் ஸ்தூல சரீரமே தன்னோடும் படுத்தது, சிவசுவோடும் படுத்தது. ஸ்தூல சரீரத்தின் அழுக்குகள் சூட்சும சரீரத்தை எவ்விதத்திலும் கறைப்படுத்தவில்லை. தன் பாதையில் வந்த ஒரு சண்டாளரை, ‘ஒதுங்கிப் போ’ என்று சங்கரர் சொல்வதற்கு, அந்தச் சண்டாளர், ‘யார் உங்கள் வழியிலிருந்து ஒதுங்கிப்போக வேண்டும்? என்னுடைய ஸ்தூல சரீரமா அல்லது சூட்சம சரீரமா?’ என்று கேட்கிறார். இந்தக் கேள்வி சூட்சும சரீரம் எங்கும் நிறைந்திருப்பதால் அதனால் ஒதுங்க முடியாது என்பதைச் சங்கரருக்கு நினைவூட்டுகிறது. மேலும், அத்வைதப் பார்வையில் ஸ்தூல சரீரம், உண்மையான ‘நான்’ என்பதோடு எப்போதும் பொருத்தப்படுவதில்லை. ஸ்தூல சரீரம், ‘நான்’ என்பதற்கான ஆடை மட்டுமே. தண்டபாணி வேதாந்தத்தைப் புரிந்துகொண்ட ஒருவராயிருந்தால், அவர் அலங்காரத்தை நிராகரிக்க முடியாது. நிராகரித்தார் என்றால் அவர் படிக்கும் வேதாந்தத்துக்கு அவர் உண்மையாக இல்லை என்றாகும். இந்தச் சிக்கலைத் தண்டபாணி புரிந்துகொண்டிருக்க வேண்டும். சண்டாளர் முன்பு சங்கரரும் மௌனமாக வேண்டியிருந்தது என்பதை, தண்டபாணியின் நிலையோடு இணைத்துப் பார்க்க வேண்டியுள்ளது. வேதாந்த அடிப்படையில் வாழ்க்கையைப் பார்ப்பதாகச் சொல்லிக் கொள்பவர்களை ஒரு பெண்ணுடல் நடைமுறை ரீதியாகக் காயடிக்கும்போது, அவர்கள் நிலைகுலைந்து போவதைத் தவிர வேறு வழியில்லை.

மரபான பிரதிகள் எல்லாமே ஆண்களால், ஆண்களுக்காகப் படைக்கப்பட்டவையே. குறிப்பாகப் பார்ப்பன மரபில், யதார்த்தமாக இருக்கும் பெண்கள், கருத்தாக்கத் தளத்தில் காணாமல் போகிறார்கள். எந்த வேதாந்தத்துக்கு உண்மையாக இருப்பதாகத் தண்டபாணி நினைக்கிறாரோ, அதே வேதாந்த அடிப்படையிலிருந்துதான் அலங்காரமும் அவரை எதிர்ப்பதாக நாம் வாசிக்க முடியும். ஆனால், அலங்காரம் நடத்தும் யுத்தம் பெண்ணுடலை மீட்டெடுப்பதற்காக இல்லை. அது அலங்காரத்துக்குச் சாத்தியம் இல்லை. ஏனெனில், அது எதிர்கால

நிலைப்பாடு. அதே சமயத்தில், அவளுக்கு அவசியமும் இல்லை. ஏனெனில், அவள் பார்ப்பன ஆண்களுக்கான யுத்தத்தை நடத்திக்கொண்டிருக்கிறாள். பெண்ணுக்காக இல்லை. அதாவது, பார்ப்பனர்களுக்கு மதிப்புக் கொண்ட ஒரு கடந்த காலத்துக்குப் போகும் ஏக்கத்தை வெளிப்படுத்துவதாக, நாம் அலங்காரத்தை அர்த்தப்படுத்த முடியும். அதனாலேயே அவள் தோற்றுப்போகிறாள். யாருடைய ஸ்தூலமான உடல் ஊடாக அவளது லட்சியத்தை அடைய வேண்டும் என்று நினைத்தாளோ, அதே உடல், அதாவது அப்பு அவளைத் தோற்கடிக்கிறான். பவானி அம்மாள், அவர் பெயரில் இருக்கும் சொத்தை, இந்து மற்றும் தன் பெயருக்குச் சாசனம் செய்து கொடுப்பதாக அப்பு சொல்கிறான். அலங்காரத்தின் 'கண்களில் ஒரு கணம், ஏதோ பயம் படர்ந்த மாதிரி இருந்தது. இரண்டு விநாடிகளுக்குப் பிறகு, வெறும் வறட்சியாகத் தூரத்தைப் பார்த்தது. அப்படியே வெறிச்சென்று பார்த்துக்கொண்டிருந்தவள், "ஆக, சொத்தெல்லாம் நீதான் நிர்வாகம் பண்ணப் போறே" என்று அப்புவைப் பார்க்காமலேயே கேட்கிறாள். பொருளியலுக்குள் அப்பு சிக்கிக்கொள்கிறான். இதுவே அலங்காரத்தின் முதல் தோல்வியாகிறது. தண்டபாணி வாயை அடக்க முடிந்த அலங்காரம், அப்புவிடம் தோற்றுப்போகிறாள்.

அலங்காரத்தின் லட்சியத்தைச் சுமந்துகொண்டிருக்கும் அப்பு, அதிலிருந்து விடுதலை பெறுகிறான். பவானியம்மாளும் இந்துவும் இதைச் சாத்தியப்படுத்துகிறார்கள். அப்பு விடுதலை அடைந்ததால், அலங்காரம் தோற்றுப் போகிறாள். இருவரும் விடுதலை அடைய முடியாது. இருவரில் ஒருவர் தோற்றுப் போகவேண்டும். பவானியம்மாள் ஒரு தட்டில் பட்டுப் புடவையும் ரவிக்கைத் துண்டும் இருபத்தைந்து ரூபாய் பணமும் வைத்துக் கொடுத்தபோது முதலில் மறுக்கும் அலங்காரம், 'சரி எடுத்துக்கிறேன். எனக்கு விவேகம், ஞானம் எல்லாம் வரணும்னு ஆசீர்வாதம் பண்ணுங்கோ' என்கிறாள். இந்த அலங்காரம் வேறொருத்தியாக இருக்கிறாள். தன் தோல்வியை ஒப்புக்கொள்ளும் அலங்காரமாக இருக்கிறாள். தோல்வியை ஒப்புக்கொண்டபின் இரண்டு விஷயங்கள் அவளுக்குப் புலப்படுகின்றன: ஒன்று, இனி தான் சம்சார வாழ்க்கையை வாழ முடியாது. அதனால், காசிக்குப் போவதாக அப்புவிடம் சொல்கிறாள். அப்போது சொல்கிறாள்: 'ஒண்ணு, பிள்ளையோட கண் முன்னாலெ செத்துப் போகணும். இல்லேன்னா காசியில செத்துப் போகணும். நீ ஒண்ணுதான் என் பிள்ளைன்னு நெனச்சிண்டிருந்தேன். நீ ரிஷியாயிட்டே, உன் காலில் விழுந்து எல்லாத்தையும் பொசுக்கிண்டு விடலாம்னு நினைச்சேன். நீயும் அம்மா பிள்ளையாவே இருக்கே!... இப்ப காசிக்குப் போய் இருக்கப்போறேன்.'

நீ இப்போது என்னுடைய பிள்ளை இல்லை என்று தான் பெற்ற மகனிடம் அலங்காரம் சொல்ல வேண்டியிருக்கிறது. அதாவது, எவ்வாறு அத்வைத வேதாந்த அடிப்படையில் தன் இருப்பைப் பார்த்தாளோ, அதே அடிப்படையில் அப்புவின் உடலையும் பார்க்க வேண்டிய நிர்ப்பந்தத்துக்கு ஆளாகிறாள். அப்புவின் ஸ்தூல சரீரத்துக்கு மட்டும்தான் அவள் தாய். அப்பு சூட்சம சரீரத்தை முன்வைக்கிறான். ஸ்தூலத் தளத்தில் பவானியம்மாள் தாயாகிறாள். இதனடிப்படையிலேயே கணவனிடம் தான்

தோல்வியுற்றதாக அப்புவிடம் வாக்குமூலம் கொடுக்கிறாள்: 'அது ஞான சூரியன். கருணாமூர்த்தி. என்னைக் கருக்கிப் போடாம இருந்ததே இத்தனை நாளா! அதுவே பெரிசு.' அவளது கடந்தகாலக் கனவு நிகழ்காலத்தில், ஒன்று அப்புவின் சடங்கு ரீதியான சமூக ரீதியான மரணத்தில் முடிந்திருக்க வேண்டும் அல்லது அலங்காரத்தின் ஸ்தூலமான மரணத்தில் முடிவுபெற வேண்டும். அப்பு அவனது தந்தையைப் போலவே ஒரு குடும்பஸ்தப் பார்ப்பனனாக இருக்க முடிவுசெய்கிறான். கணவனை எதற்காக அலங்காரம் நிராகரித்தாளோ, அதையே அப்புவும் தேர்ந்தெடுத்ததுதான், இங்கே அலங்காரத்தின் தோல்வி.

அப்பு தன் தாயாரின் மாசற்ற பிம்பம் சிதைவுற்றபின், அவன் தன்னைப் பற்றிக் கொண்டிருக்கும் புனித பிம்பத்தையும் சிதைத்துக்கொள்ள வேண்டியுள்ளது. இந்து தன் மீதான மோகத்தை வெளிப்படுத்தும்போது, அவளைத் தன்னுடைய தாயாக நினைத்தேன் என்றும் சகோதரியாக நினைத்தேன் என்றும் அப்பு சொல்கிறான். அவனது தாயாரின் புனித பிம்பத்துக்குப் பின்னால் தன்னை அவன் மறைத்துக்கொண்டிருப்பதை அப்பு உணர்ந்திருக்கவில்லை. தாயாரின் புனித பிம்பம் சிதைந்த பிறகு, இந்து குறித்தான அவனது சிந்தனைகள் பிரக்ஞைத்தளத்துக்கு வருகின்றன. திருமணமாகி, கணவனோடு இந்து புறப்பட்டுச் சென்றபின், அவன் பட்ட அவஸ்தைகள் அவன் பிரக்ஞைக்கு வருகின்றன. 'பவானி, இந்து, பரசு (இந்துவின் கணவன்), யாரை நினைத்தாலும் கோபம், கசப்பு! பசிக்கக்கூட இல்லை. வயிற்றைப் புரட்டிற்று. சாந்திக் கலியாண அறைகூடக் கண்முன் வந்தது. 'ஏ'என்று நோஞ்சல் உடம்பும் குச்சிக்கையும் நீளக்கழுத்தும் குனிந்த முதுகுமாக அவன் இந்துவை வந்து தொடுகிறான். முகத்தைச் சிணுக்குகிறாள் இந்து. அப்பு அவனைக் கோரையால் உய் என்று விலாவில் ஓங்கி இழுக்கிறான். அது ஓடுகிறது. இன்னொரு கோரையை – கோரை எவ்வளவு அழகாக இருக்கிறது பிடுங்க – வழவழவழ என்று – ஒவ்வொரு கோரையாகப் பிடுங்கிப் பரசுவை அடிக்கிறான். இந்துவின் முழங்கையில்கூட நாலு அடி விழுந்துவிட்டது. விழட்டும். அப்புவும் ஒரு செங்கல்லை எடுத்துப் பவானியம்மாளின் நெற்றியைப் பார்க்க வீசுகிறான்'. தன் தாயின் புனித பிம்பத்துக்குள் தன்னை மறைத்துக் கொண்டு, இந்துவை இழிவாகப் பார்த்து, தன்னிடமிருந்த அழுக்கைத் தான் சாமர்த்தியமாக மறைத்துக்கொண்டதை உணர்ந்துகொள்கிறான். விசித்திரம் என்னவென்றால், இந்தச் சிந்தனை, அதாவது இந்து மீது அவன் கொண்டிருக்கும் மோகம், அதனால் உண்டான எரிச்சல் எல்லாம் பிரக்ஞைக்கு வந்த பிறகு, பதின்மூன்று வருடங்களாக அவன் கண்ணில் படாமலிருந்த சங்கரர் சகஸ்ரநாமத்துக்கு எழுதிய உரை அவன் கண்ணில் படுகிறது.

தொகுத்துச் சொல்வதென்றால், திராவிட இயக்கம் பார்ப்பனியத்தையும் பார்ப்பனர்களையும் விமர்சித்தது என்பது, 'நாம்–சுயத்தை'க் கடும் பாதிப்புக்குள்ளாக்குகிறது. பார்ப்பனர்களின் 'நாம்–சுயம்', வேறு விதமாக அதனை வடிவமைத்துக் கொள்ள வேண்டியுள்ளது. இந்த எத்தனிப்பில், பலவிதமான 'நான்–சுயங்கள்' வடிவமைக்கப்படுகின்றன. அதில் ஒன்று அலங்காரம். அவள் கடந்தகால உன்னதத்தை நோக்கிப் பயணிக்கிறாள். நிகழ்காலத்தில் வேதாந்த அடிப்படைகளை நிறுவ முயல்கிறார் தண்டபாணி.

சீனிவாச ராமாநுஜம் 255

இவ்விருவருக்கும் இடையேயான மோதலில் மாட்டிக்கொண்ட அப்புவை இந்துவோடும் பவானி அம்மாளோடும் அவன் கொண்டிருந்த உறவு காப்பாற்றுகிறது. கடந்த காலத்துக்கும் லட்சியத்துக்கும் நிகழ்காலப் பிடிவாதத்துக்கும் இடையில் சிக்கிக்கொண்ட அப்புவின் எதிர்காலம் திறந்த தன்மை கொண்டதாக இருக்கிறது.

வேதப் பாடசாலையின் எதிர்காலம் குறித்துப் பவானியம்மாள் என்ன நினைக்கிறாள் என்பதை அப்பு அவனது தாயாரிடம் சொல்கிறான். 'முடிஞ்சா வேதத்தைச் சொல்லிக் கொடு. இல்லாட்டா, பத்துப் பிள்ளை களுக்குச் சாப்பாடு போட்டு வச்சிண்டு, தமிழ்ப் பள்ளிக்கூடத்துக்கோ இங்கிலீஸ் பள்ளிக்கூடத்துக்கோ – எதுக்கோ அனுப்பிச்சிண்டிரு. அதுகளோட இஷ்டம் அது. வேதம் படிச்சா என்ன ? வாதம் படிச்சா என்ன ? இல்லாததுகள் வயித்திலெ ரண்டு சாதம் விழணும். பசிதான் ஸ்வாமி. அதுக்கு நைவேத்யம் பண்ணினாப் போதும்' என்கிறாள் பவானியம்மாள் அப்புவிடம். அப்புவின், இந்துவின் எதிர்காலத்தைத் திறந்த தன்மை கொண்டதாக மாற்றுகிறாள் பவானியம்மாள். அலங்காரத்திடமும் தண்டபாணியிடம் காணப்படும் பதற்றம் பவானியம்மாளிடமும் இந்துவிடமும் இல்லை. அவனது பெற்றோர்களிடம் காணப்படும் பதற்றம் அப்புவை அழித்திருக்கும். இந்துவும் பவானியம்மாளும் காப்பாற்றுகிறார்கள். பவானியம்மாளின், இந்துவின் 'நாம்–சுயம்' இந்தப் பதற்றங்களுக்கப்பாலான ஒன்றாக இருக்கிறது, அதுவே அப்புவின் 'நான்–சுயத்தை' வடிவமைக்கிறது. மொத்தத்தில், தோற்றுப்போகும் யுத்தத்தை நடத்தும் துயரத் தாயாகிறாள் அலங்காரம்.

✣

17

அலங்காரத்தம்மாள் வந்தாள் [அம்மா வந்தாள்]

பாலசுப்ரமணியன் பொன்ராஜ்

In most of the cases adultary is purely accidental. அதன் பின்விளைவுகளும் விபத்தைப் போலவே நிரந்தரமாக ஒரு வலியாகவோ, ஊனமாகவோ எஞ்சி விடுகிறது. ஒரு தனிமனிதனின் ஆன்மாவிலன்று, நம்பிக்கைக்கு உரிய ஓர் உறவின் ஆன்மாவில் ஏற்படும் ஓர் உடைவே அடல்ட்ரி. ஒரு பெண், எங்காவது ஓர் ஆணை மிஞ்சிவிட முடியுமென்றால், அடல்ட்ரியின் வழியே அவனை வீழ்த்துவதின் மூலமாகவே அது சாத்தியம். இந்த வீழ்ச்சியை ஏற்றுக்கொள்ள முடியாத ஆண்கள் வன்முறையைக் கையாள்கிறார்கள். அதே சமயம் ஓர் ஆண் வகிக்கும் பாத்திரங்களிலே ஆகப் பரிதாபகரமானது, அவன் ஒரு *Cuckold* ஆக இருப்பதன்றி வேறேதும் இல்லை.

'ஆண், ஆண்' என ஒலிக்கும் உடுக்கை ஓசையால் உருவேற்றப்பட்ட அவனது ஆளுமையின் வீழ்ச்சியே அதில் இருக்கிறது. தனது புனித நிலையைக் கைவிடத் துணியும் ஒரு பெண்ணின் பரிதாபத்திற்குரிய அதே சமயம் ஆத்திரமூட்டும் ஒரு மீறலைக் காட்டிலும், தந்தைவழிச் சமூகம் அளித்திருக்கும் வானில் தொங்கும் சிம்மாசனத்திலிருந்து வீழும், அதுவும் தான் வீழ்ந்து விட்டோம் என்று அறிந்தேயுள்ள ஆண், தோல்விக்கு மிகத் துல்லியமான உதாரணமாகவே திரிகிறான். அவன் மீது பதியும் கண்கள் அனைத்துமே ஏளனத்தின் ஊசிகளால் அவனுடலைத் துளைத்து ஓயாது உதிரம் சுரக்கும் அவன் காயத்தின் ஊற்றுக் கண்களை அகலப்படுத்துகின்றன. தி.ஜானகிராமனின் அலங்காரத்தம்மாளின் கணவரும், வேதாந்த விற்பன்னரும் அவளது ஆறு குழந்தைகளில் முதல் மூன்று பிள்ளைக்கு மட்டுமே 'உயிரியல் தந்தையாகவும் இருக்கும் தண்டபாணியின் மீதுதான் நான் மிகுந்த கவலை கொள்கிறேன். நம்மில் ஏறக்குறைய எல்லோருமே ஏற்றுக் கொள்ள விரும்பாத ஒரு பாத்திரத்தை வகிக்கிறார் அவர்.

ஆனால், அவரை அலங்காரத்தம்மாள் ஞானச் சூரியன் என்கிறாள். என்னால் அதை நம்ப முடியவில்லை. காரணம், அது உண்மையில்லை, மாறாகக் கழுவாய் தேடிச்செல்லும் முன் தன்னால் ஏமாற்றப்பட்டவருக்குத் தானாக முன்வந்து அளிக்க முனைந்த சிறிய கௌரவம், பிரிவுத் தருணத்தில் ஒரு காதலன் தன் காதலிக்கு வைர மோதிரமொன்றை அன்பளிப்பதைப்போல. ஆனால், அடல்ட்ரியில் ஈடுபட்டிருக்கும் ஒரு பெண்ணின் மகனது நிலையை அணுகிப் பார்க்க நமக்குத் தமிழ் இலக்கியத்தில் கிடைத்திருக்கும் ஒரே வாய்ப்பு, தி.ஜா.வின் 'அம்மா வந்தாள்' மட்டுமே என்பதிலேயே ஊன்றி நிற்கின்றன, அந்நாவலின் குன்றாப் பெருமையின் கொடி படர்ந்திருக்கும் பந்தற்கால்கள்.

அடைத்து வைக்கப்பட்டிருக்கும் ஒரு கமண்டலத்திலிருந்து வெளியேறி வந்தவளும், இந்தியாவின் பெண்பாற்பெயர் வைக்கப்பட்ட ஆறுகளில் ஒருத்தியுமான காவிரியின் நீர்க்கரையிலே கயிற்றரவுச் சிந்தனையால் பீடிக்கப்பட்டு வெகுநேரமிருக்கிறான் அப்பு. நாவலின் இறுதியிலும் அவன் அங்கேயே நிற்கிறான். காவிரிக்குக் கங்கைபோல் உலகப் பாவமெல்லாம் போக்கும் பணி வழங்கப்பட்டு இருக்கவில்லை. இவ்விதத்தில் அவள் உலகாயதப் பண்புகள் மட்டுமே உடைய ஓர் ஆறு. சோழ நாடு சோறுடைத்துப் பெரும் பேர் பெறுவதற்கான காவிரி, உயிர்களை வளர்ப்பவளாகவும் சிறந்திருக்கிறாள். அலங்காரத்தம்மாள் அப்புவிற்குக் கங்கையென்றால், இந்து காவிரியாக வலம் வருகிறாள். அம்மாவின் தசைகளுக்கும் இதர பெண்களின் தசைகளுக்குமான வேறுபாடு உயிரியல் ரீதியாக ஏதுமில்லாவிட்டாலும் வழிவழியாக நமது மனதில் நின்றுநிலைத்துவிட்ட அமைப்பு ரீதியான வேறுபாடுகள் நிறைய உண்டு. பிளாட்டோவியப் பாணியில் சொன்னால், அம்மா என்பவள் பெண்ணின் ஒரு மீபொருண்மை வடிவம். அவ்வடிவத்திலிருந்தே மற்ற வடிவங்கள் பிறந்திருக்கின்றன. காதலிகளை அம்மா போன்றவள் என்கிறோம். சகோதரிகளை உயர்த்திப் பிடிக்கவும் அம்மா போன்றவர்கள் என்கிறோம். நாம் நம் அம்மாக்களின் உதிர்ந்த இறகுகளாக அங்குமிங்கும் அலைந்து, ஒவ்வொரு பெண்ணின் சிறகுகளிலும் முந்தைய வாழிடத்தின் நினைவுகளோடே நம்மைப் பொருத்திக்கொள்ள விழைகிறோம். ஓர் ஆண் மகப்பேறின் வழியாக ஒரு பெண்ணிற்கு அவளுடைய தாயின் இடத்தையளித்து, அதன் வழியாகவே அவன் தந்தையின் இடத்தையும் அடைகிறான். இதன் மூலம் நோவாவின் கப்பல் கரை தட்டிய நாளிலிருந்தே, ஒவ்வோர் ஆணும் பெண்ணும் அவர்களது பெற்றோர்களின் நகல்களாகவே பிறக்கிறார்கள்.

இந்து, அலங்காரத்தம்மாள் பார்வையில் ஒரு 'பழையது'. அவளை அப்பு நாடிச் செல்கிறான் என்பதை அவள் அறிகிறாள். இந்துவிற்கோ தான் ஒருபோதும் மணமுடிக்கப்பட்டவள் அல்லள். சென்னைக்குச் சென்று திரும்பவரும் அப்புவின் கைப்படும்வரை அவள் ஒரு கன்னிகையே. இதை அப்புவிடம் அவளே சொல்கிறாள், ஒரு பெண்ணின் மனதை ஆள்பவனே அவளது கணவன் என்கிறாள். இதையேதான், கடற்கரையில் வெகுநேரமாக அமர்ந்து கடலைப் (அலங்காரத்தமாள் கடலே, அம்மாவும் ஒரு கடலே) பார்த்திருக்கும் அப்புவிடம் தண்டபாணியும் சொல்கிறார். ஒரு பெண்ணிற்கு ஆண் என்பவன் எல்லாமுமாக இருக்க வேண்டுமென்றும், அதில் ஒன்று

குறைந்தாலும் அவள் மனதை ஆள முடியாது என்றும், ஆண்களில் பலரும் ஒரு பெண்ணின் உடலை ஆள்வதிலேயே தம் ஆளுகை அடங்கியிருக்கிறது என்று நம்புவதோடு, அதன் வழியாகவே ஒரு பெண்ணின் அறிய முடியாததென்ற மூடாக்கைப் போர்த்தியிருக்கும் அவளது மனத்தை ஆளவும் முடியுமென்றும் நம்புகிறார்கள். ஆண்களின் பல மூட நம்பிக்கைகளில் அதுவும் ஒன்றே என உரைக்கிறாள் இந்து. ஆண்களின் தயக்கம் எங்கே துவங்குகிறது என்றால், ஏற்கனவே தனது உடலை ஒருவனுக்கு அளித்துவிட்ட ஒரு பெண் மற்றொருவனுக்குப் பகிர்ந்தளிப்பதால் உண்டாகும் சமநிலைக் குலைவை எப்படிக் கையாள்வதென்று கற்றுக்கொள்ள இதுவரையிலும் ஒரு பயனர் கையேடு தயாரிக்கப்படவில்லை என்பதிலிருந்தே.

இருளும், இருட்டும், அமைதியும், நிசப்தமும், ஒலிகளும் ஓசைகளுமாக மிக நுட்பமாக அப்புவின் மனதிலே நிகழும் அசைவுகளுக்கு ஓர் அற்புதமான பின்புலத்தை வழங்கியிருக்கிறார் தி.ஜா. இரவு அணுக, குருக்களின் குரலால், பாடசாலை வீட்டிற்குத் திரும்பும் அப்பு, ஏற்றப்படும் விளக்குகளின் ஒளியில் இந்துவைப் பார்க்கிறான். அதுவேதான் சென்னையில் பதினாறு வருடங்களுக்குப் பிறகு வீடு ஏகி, ஒரு தீரா நிசப்தத்தின் இருளிலே குமைந்து, பின் இந்துவின் விளக்குகளின் ஒளிக்குத் திரும்புவதும். இம்முறை கடலின் அறிய முடியா (தாயின்) ஆழிருட்டிலிருந்து பலமுறை பார்த்தும், அணுக்கமாகவும் இருந்த நம்பத்தகுந்த ஓர் ஆற்றின் (இந்து) வெளிச்சக் கரைக்குத் திரும்புகிறான். ஆறோ, கடலோ ஆண்கள் வெறுமனே பார்த்துக் கொண்டிருக்க வேண்டியவர்கள் மட்டுமே என்கிறார் தண்டபாணி. அதுவே சமநிலைக்கான அவரது சூத்திரம். அதைச் சாதாரண மக்கள் மொழியில் கையாலாகாத்தனம் என்றே பொருள் கொள்வோம். ஒரு படைப்பு, மனிதச் சிக்கலொன்றைச் சாதாரணப் பொருளிலிருந்து வேறொரு பொருளுக்கு நகர்த்துவதிலேயே பொருட்படுத்தத்தக்கதாக மட்டுமன்றி ஓர் இலக்கியப் படைப்பு என மெச்சத்தகுந்த அங்கீகாரத்தையும் பெறுகிறது. தி.ஜா.வைப் பொறுத்தவரையில் ஆண்கள் கரையிலே நிற்பவர்கள், எவ்வளவுமுறை மூழ்கியிருந்தாலும் காவிரி ஆச்சரியமே. அலங்காரத்தம்மாள் ஓர் ஆணின் முழு வடிவத்தைத் (தண்டபாணியின் தர்க்கத்திற்கு ஏற்ப) தேடியே சிவசுவிடம் தன்னை ஒப்படைக்கிறாள். சிவசுவிற்கு மூன்று குழந்தைகள் பெற்றுத்தருகிறாள். முதல் மூன்று குழந்தைகளுக்குப் பிறகு தண்டபாணிக்கான கதவுகளை அடைத்துவிடுகிறாள். மொட்டை மாடியில் நட்சத்திரங்களுக்குக் கீழே நிகழும் கலவி தண்டபாணிக்கென்றால், சிவசுவுடன் மதியங்கள். ஒருநாளின் இரு அங்கங்களாகப் பெண் இருக்கிறாள். இரவைக் கண்ட ஆண்கள் பகலைக் காண்பதில்லை. பகல் கண்டவரோ, நட்சத்திர ஒளியின் கீழே பெண்ணைக் காண்பதில்லை.

அலங்காரத்தம்மாள் ஒரு பெண்ணாக முழுமைக்கான தேடலில் இடம்பெயர்ந்து சிவசுவை அடைய, அப்புவோ 'அம்மா' எனும் முழுமையின் சரிவைக் கண்டபின் இந்துவை அடைகிறான். இவ்விதத்தில், இருவரின் தேடலும் ஒரே சாயலோடு இருக்கின்றன.எதிர்பாலினத்தின் முழுமையான வடிவத்திற்கான தேடலே அது. ஓர் ஆண் பெண்ணின் முழுமையை அம்மாவிடம் காண்கிறான், ஒரு பெண் ஆணின் முழுமையைத் தந்தையிடம் அல்லாது தனது கணவனிடமே தேடுகிறாள். இந்துவிற்கு அவள் கணவன்

இறந்துபோய், அப்புவை அடைவதற்கு ஒழுக்கம்சார் தடையை நீக்கிவிட (இந்துவின் தர்க்கத்தின்படி), அலங்காரத்தம்மாளுக்கு அந்த வாய்ப்புக் கிடைக்காமலே போய்விடுகிறது. இந்து தனது சமூகம்சார் நிலையை மீறுகிறாள் என்றால், அலங்காரத்தம்மாளோ ஒழுக்கம்சார் அறம்சார் தடையை மீறுகிறாள். இந்துவின் மீறலைத் தவிர்க்கும் அப்பு, அலங்காரத்தம்மாளின் மீறல் முன் அவனது தந்தை போலவே ஏதும் செய்ய முடியாமல் திரும்பு கிறான். இப்போது இந்துவைத் தொடும் தடை அப்புவிற்கு நீங்கி விடுகிறது. அப்பு இந்துவிடம் முழுமை காண்பதில்லை, அலங்காரத்தம்மாளின் மீறலையே அவளிடம் கண்டு தன்னை ஒப்புக்கொடுக்கிறான். ஒரு பெண்ணின் மீறலால் உறவிலிருக்கும் ஆணும் பெண்ணும் அவதியுறும் காலத்தில், அதைக் கண்ணுற்றுத் திரும்பும் அப்புவைக் காட்டிலும், சிவசு வீட்டிற்கு வந்து சென்ற பின் அவன் நிழல் வீட்டிலே படிந்திருப்பதைப் பார்த்துச் சகித்துக்கொள்ளும் தண்டபாணியின் நிலை பொறியில் சிக்கியிருக்கும் எலியை ஒத்திருக்கிறது. இங்கே அவர் சிக்கியிருக்கும் பொறிக்குப் பெயர் குடும்பம்.

அப்புவைப் போலவே அலங்காரத்தம்மாளும் ஏமாற்றமடைகிறாள். அவள் கணவன் தண்டபாணியிடமோ, சிவசுவிடமோ அல்ல, அவளால் ஒரு ரிஷியாக வாயிலில் வந்து நிற்பான் என எதிர்பார்க்கப்பட்ட அவளது குழந்தைகளிலேயே தொட்டிலை நிறைத்து வளர்ந்த அப்புவிடம். அவள் சொல்கிறாள், 'ஒரு ரிஷியாக வந்து நிற்பாய் என்று பார்த்தால், நீயோ அம்மா பிள்ளையாக வந்து நிற்கிறாய்' என. அப்புவிடம் கழுவாய் தேடிக்கொள்ளும் வாய்ப்பும் இல்லாது போக, அவள் கங்கைக்கரைக்குச் சென்று மனிதர்களுக்குக் கிடைத்ததிலேயே பெரிய கழுவாயான மரணம் வரைக்கும் காத்திருப்பேன் என்கிறாள். அவளன்றி ஒருநாளும் உயிர்த்திருக்க முடியாதென்று நம்பப்படும் தண்டபாணியை, ஒரு ஞானியின் இடத்திற்கு நகர்த்திவிட்டு, தன்னால் ஏற்கனவே 'கைவிடப்பட்டவனான ஒரு போலி முகபாவத்தை அவனைக் காணும்போதெல்லாம் கொண்டிருக்கிறாளோ எனச் சந்தேகிக்கும் அப்புவை, மீண்டுமொரு முறை கைவிடுகிறாள். சிவசுவோ அவளிடமோ, அவள்வழிப் பெற்ற குழந்தைகளிடமோகூட எவ்வித உரிமையும் பாராட்டிவிட முடியாத இடத்திலே நிற்கிறான். அலங்காரத்தம்மாளுக்கு அவனைக் கைவிடுவதில் ஒன்றும் தயக்கமில்லை. தனது முழுமையை அனுபவமாகப் பெற்றுத் தான் உணர்ந்த நிறைவைப் பின்விளைவு காரணமாக இப்போது பாவமெனக் கருதத் துவங்கிவிட்ட அலங்காரத்துக்கு இந்திய மரபு ஒரு கழுவாயாகக் கங்கையை வழங்கி யிருக்கிறது. எதை அறிந்தால் அனைத்தையுமே அறிந்ததாகக் கருதப்படுமோ, அந்த வேதத்தைப் பதினாறு வருடங்கள் கற்ற பின்னும், வெறும் அம்மா பிள்ளையாகவே வந்து நிற்கும் அப்புவிடம் அலங்காரத்தம்மாள் அடைந்த ஏமாற்றமே அவளைக் கங்கைக்குச் செல்லும் முடிவை எட்டச்செய்கிறது. ஒரு பெண்ணாக அவள் அடைந்த ஏமாற்றமன்று; ஒரு தாயாக அடைந்த ஏமாற்றமே அவளது இறுதிக்காலத் துக்கமாகக் கவிந்திருக்கும்.

ஹெலனிலிருந்து துவங்கிய அடல்ட்ரியின் இலக்கிய வரலாற்றில், கொல்லப்பட்ட, தற்கொலை செய்துகொண்ட சீமாட்டி பௌவரி, அன்னா கரினீனா, கணவனோடு சமரசம் செய்துகொண்ட டெய்சி என இவர்கள்

யாருக்குமில்லாத ஒரு மீட்பை இந்திய மரபில் அலங்காரத்தம்மாள் காண்கிறாள். கங்கைக் கரைக்குச் சென்ற பின்னும் அவள் தொடர்ந்து அவள் பிள்ளைகளுக்குத் தாழ்வுணர்ச்சியும் குற்றமும் கொண்ட துயர நினைவாகவே எஞ்சியிருப்பாள். தன்னைச் சுற்றிலும் அடிக்கப்பட்டிருக்கும் குடும்ப அமைப்பின் மரப்பலகைகளில், தனது உடலையே கருவியாக்கித் துளையிட்டு வெளிச்செல்லும் ஒரு பெண், அதுவும் தாய், தனது எல்லாப் பாத்திரங்களின் ஒப்பனைகளையும் கலைத்துவிட்டு, ஒரு பெண்ணாக, குறிப்பாகத் தான் கொண்டிருக்கும் பெண்ணுடலின் எதன் காரணமாகவோ எழுந்துவிடும் ஒரு நெருக்கடியைத் தீர்க்கும்விதமாக, அவ்வாறு தீர்ப்பதின் மூலம் ஆதியுணர்வு ஒன்றிற்கான நீதியைச் செய்கிறாள்.அலங்காரத்தம்மாள் – எல்லாப் பெண்களைக் காட்டிலும் கூடுதல்பெண்ணாகத் தெரிகிறாள். மரபின் பார்வையில், அவள் உள்ளே நிறைந்திருக்கும் ஒரு சக்தியின் வெளிப்படையாகத் திரண்டிருக்கும் வடிவத்திலே இருக்கிறாள். அப்படியொரு பெண்ணின் வடிவத்தை எங்கோ ஒன்று குறைந்திருக்கும் தண்டபாணியால் கையாளமுடியாது போகிறது. அடல்ட்ரிக்கு உறவின் குறைபாடுகள் மட்டுமே நூறு சதவீதம் பொறுப்பில்லை என்பதோடு, தண்டபாணியின் கடற்கரையோரத் தர்க்கத்தைக் காட்டிலும் வேறு சிலவும் இருக்கக்கூடும் என விவாதிக்கத் தி.ஜா. நமக்கு வாய்ப்பளிக்கவில்லை.

பெண்ணுடலின் புனிதத்துவம், திருமண உறவின் புனிதத்துவம் இரண்டையுமே உடைத்துவிட்டவளான அலங்காரத்தம்மாள், ஒரு பெண்ணாக மட்டுமே வாழத் துணிந்திருக்கும் இந்துவைப் போலவே, ஒரு பெண்ணாக மட்டுமே வாழ்ந்த ஒரு பெண். அப்புவோ ஒரு பெண் வகிக்கும் தாய் எனும் இலட்சிய வடிவிற்கும் (கங்கை), இயல்பான வடிவிற்கும் (காவிரி) இடையிலே கயிற்றரவுச் சிந்தனையோடு அதே இடத்தில் நிற்கிறான், தன் மீது பொழியும் கூகையின், பறவைகளின் ஒலியிலும், இருளின், மாட விளக்குகளின் ஒளிக்கலவையின் மத்தியிலும். வாழ்வே இலட்சிய வடிவங்களின் வீழ்ச்சியும், இயல்பான வடிவங்களின் எழுச்சியும் என்றும், உறவே பல ஏமாற்றங்களின் கூட்டுத்தொகையும் சமரசங்களின் இரசாயனக் கலவையும் என்றும் நாம் முன்பே அறிந்தவர்களாக இப்புனைவின் இறுதியில் நிற்கிறோம்.

✣

18

வந்தும் (திரைக்கு) வராத அம்மா!

ஸ்வர்ணவேல் ஈஸ்வரன்

கிட்டத்தட்ட ஐம்பத்தி நான்கு ஆண்டுகளுக்குப் பின்னரும் திரையில் வந்து சேராத தி.ஜா.வின் ஆகச்சிறந்த கதாபாத்திரங்களில் ஒருவரான அலங்காரத்தம்மாளை மையமாகக் கொண்ட அம்மா வந்தாளைப் பற்றிச் சிறிது சிந்திக்கலாம் என்று தோன்றுகிறது. தமிழ் சினிமாவின் முக்கிய ஆளுமைகளான ஆறுமுகம் ருத்ரய்யா மற்றும் பாலு மஹேந்திரா போன்றவர்களின் மனதைக் கவர்ந்த அம்மா வந்தாளை வெவ்வேறு காலகட்டங்களில் அவர்கள் சினிமாவாக வடிவமைப்பதைப் பற்றி என்னிடம் கூறியிருக்கிறார்கள். மேலும், நண்பர் அருண்மொழி மூலமாகக் கமலஹாசனிலிருந்து பலர் ஜானகிராமனின் எழுத்தின்மேல் கொண்டிருந்த மரியாதையையும் நானறிவேன். அம்மா வந்தாளைப் பற்றி அலசுவது, அத்தகைய புலன் சார்ந்த ஓர் ஊடகமான சினிமாவைச் சார்ந்தவர்களின் ஈர்ப்பின் காரணங்களை நாம் அறிந்துகொள்ள உதவலாம்.

தி.ஜா. எழுத்தின் தனித்துவம் என்பது, அதனுள்ளே எப்போதும் இணைபிரிக்க முடியாமல் ஓடிக்கொண்டிருக்கும் இசையின் மறைபிரதி என்று கூறலாம். அதுவே அம்மா வந்தாளின் அம்மாவான அலங்காரத்தம்மாளை நடிப்பில் உயிர்ப்புறச் செய்யும் நடிகையைத் தேர்ந்தெடுக்கும் சவாலிலுள்ள சிக்கல்களைச் சமாளித்த பின்பும், அக்கதையைத் திரையில் கட்டமைப்பதின் சிரமங்களைச் சொல்கிறது. பிரதியிலேயே இருக்கும் இசையை, உதாரணத்திற்கு, மோகமுள்ளில் இருப்பதைப்போல, ஒருமாதிரி சமாளித்தாலும்கூட, அதன் அடிநாதமாக ஓடிக்கொண்டிருக்கும் இசை அவரது அகண்ட காவேரியைப்போலத் தொடர்ந்து கட்டற்று ஓடிக்கொண்டேயிருக்கிறது. இச்சையின் உருவகமாகக் காவேரியிருந்தால், அதன் கரையிலிருக்கும் வேதபாடசாலை இச்சையை நிராகரிக்கும் ஞானத்தின் குறியீடாயுள்ளது. அவையிரண்டும் இந்துவுக்கும் அப்புவுக்குமான இருமறை எதிர்வைப் பிரதிபலிப்பதாயுள்ளது.

ஒருவேளை மேற்கத்திய இசையில் தி.ஜா.வின் மனம் லயித்திருந்தால், ஓதப்படும் பண்ணும் இன்னிசையும் கூடிய சாம வேதம், அப்புவின் வேதபாடசாலை குருகுலவாழ்க்கையான அவனது ஏழுவயதிலிருந்து பதினாறு வருட வாழ்க்கையின் பின்னணி ஒலிச்சீலையாக அமைந்திருக்கக்கூடும். ஆனால், கர்நாடக சங்கீதத்தில் மனம் பறிகொடுத்த தி.ஜா.விற்கு ஓங்கி நேர்க்கோடாக எதிரொலிக்கும் பாடசாலையில் ஓதப்படும் வேதங்களைவிட, நெகிழ்வாகக் கிடைநிலையில் ஓடும் காவேரியே அணுக்கமாக இருப்பதும் இயல்பானதே. பவானியம்மாள் கல்யாண விழாவொன்றிற்குச் சென்றிருக்கும் தருணத்தில் தனிமையில் தீயாகத் தகிக்கும் இந்துவின் இச்சையிலிருந்து தப்புவதற்காகக் காவேரியின் கரையிலமர்ந்திருக்கும் அப்புவுடன்தான் கதையாடல் ஆரம்பிக்கிறது. வேதங்கள் பயின்று வீடு திரும்பும் எதிர்பார்ப்பையும் இந்துவினுள் கனன்று கொண்டிருக்கும் இயல்பான வேட்கையையும் அவன் காவேரியின் குளிர்ந்த நீரைக்கொண்டு தணித்தலையும் தள்ளிப்போடலையும் சுட்டும் காட்சி தி.ஜா.வுக்கேயுரிய படிமமாக விரிகிறது. போலவே, இறுதியில் தாய் அலங்காரத்தம்மாளுடன் கடைசியாக அப்பு தன் தொப்புள்கொடியை அறுத்துக்கொண்டு அந்த வேதப் பாடசாலையிலேயே தங்கிவிடுவதாகக் கூறும்போதும், அதே காவேரிதான் சாட்சியாக உள்ளது. இச்சையின் குறியீடான காவேரி, இந்து எனும் தீயைத் தணிப்பதற்குப் பதிலாகத் தனது புலன் சார்ந்த இயல்பை அப்புவை உணரச் செய்கிறது. அங்குக் காவேரியின் கட்டற்றதன்மையின் நீட்சியாக இருக்கும் அலங்காரத்தம்மாள், அன்று அவனை “அம்மா பிள்ளை”யாக வாழ்த்துவதும், செயற்கையாக அதுவரை கட்டுப்படுத்தப்பட்ட/ கட்டிப்போடப்பட்ட உணர்வுகள் அவனிடம் மலர்வதைக் காணும் நிறைவினால்தான். அவனது வேதாகமங்கள் கற்ற பேருருவின் ஒளியில் அவள் தனது “பாவங்களை”ப் பொசுக்க நினைத்தது, காவேரியின் குளிர்ந்த நீர் வந்து பிராயச்சித்தம் எனச் சமூகம் அளிக்கும் போலியான கதகதப்பை அணைக்கும் வரைதான். அதன்பின் காவேரியிலிருந்து வெகுதூரம் காசிவரை தான் சென்று பார்க்கலாமோ என்று அலங்காரத்தம்மாளுக்குத் தோன்றுகிறது. அங்கும் காவேரி கங்கையாக அவளது புலன்களை வருடலாம். தி.ஜா. வின் இந்துவும் அலங்காரத்தம்மாளும், அவரது மற்ற முக்கியப் பெண் கதாபாத்திரங்களைப்போல, அவர்களது இச்சையைக்கண்டு மிரளும் ஆணாதிக்கச் சமூகத்தை லட்சியம் செய்வதாயில்லை. அதுவே அவர்களது ஆன்மபலமும் அழகும். சொற்களைக்கொண்ட ஆடாபலையினால் அவர் எளிதாகத் தீட்டும் ஓவியத்தைத் திரையில் அரங்கேற்றுவது எப்படி? கட்டற்ற அகண்ட காவேரியை அதன் வெவ்வேறு மனப்பாங்கில் சட்டகப்படுத்துவது எப்படி? இதைச் செய்யத்தவறிவிட்டால், இசையின்றி வெறும் உரையாடலின் கோவையாகத்தானே நாவல் மிஞ்சும். ஆசையை மறைக்காமல் ஓர் அணிகலனாக அணிந்த அம்மாவின் அலங்காரம் மறைந்துவிடுமே! புகழ்பெற்ற நாவலைத் தழுவ நினைக்கும்போது, இத்தகைய பதற்றங்கள் மேற்கிளம்புவது என்பதும் இயல்பானதே.

இசை என்று இங்கு நான் சுட்டுவது என்ன? மோகமுள்போல இசை, கதையாடலின் ஒருபகுதியாக அம்மா வந்தாளில் இல்லை. அடிக்கூறாகவே ஓடுகிறது என்பதைக் காவேரியின் ஓட்டத்தை வைத்து மட்டும் கூறிவிட முடியுமா? இல்லை. இங்கு நான் சிந்திப்பது வேறு. இன்று வளர்ந்துவரும்

‘டிஜிட்டல் ஹ்யுமானிடீஸ்’ துறையில், டேட்டா அனாலிஸிஸ் என்ற பெயரில் இலக்கியத்தை அலசுகிறார்கள். உதாரணமாக, என்னுடன் பேராசிரியராகப் பணியாற்றும் நேடலி பிலிப்ஸ் *(Natalie Phillips), Distraction: Problems of Attention in Eighteenth-Century Literature (John Hopkins Univ.Press, 2016)* என்கிற அவரது புத்தகத்தில், காக்னிடிவ் சயன்ஸின் மூலமாக இலக்கியத்தின் தத்துவ மற்றும் கோட்பாட்டு அடிப்படைகளை அலசுகிறார். அவர், கவனச் சிதறலின் மேல் ஒளிபாய்ச்சுகிறார். அட்டன்ஷன் ஸ்பேன் / கவன அளவு என்பது, இன்றைய கணினியால் சூழப்பட்ட டிஜிட்டல் உலகில் குறைந்து வருவதாக என்னைப் போன்ற ஆசிரியர்கள் பதட்டப்படுவது ஒன்றும் புதிய விஷயம் இல்லை. வரலாற்றைக் கூர்ந்து கவனித்தால், முந்நூறு ஆண்டுகளுக்கு முன்னரே அத்தகைய சொல்லாடல்கள் இருந்துள்ளன என்கிறார் நேடலி. அறிவொளிக்கால எழுத்தாளர்களான ஜேன் ஆஸ்டின், வில்லியம் காட்வின், எலைஜா ஹேவுட் மற்றும் சாமுயெல் ஜான்ஸன் ஆகியோர் அலைபாயும் மனதைப் பற்றிச் சிந்தித்தனர்– கவனச் சிதறலைப் பற்றி, அவர்கள் அவ்வளவாக விவாதிக்கவில்லை என்றபோதிலும்.

ஆயினும், ஜான்ஸன் மற்றும் ஹேவுட் கவனச் சிதறலை அபாயகரமான விஷயமாக நினைத்தார்கள். அது பாவச் செயல்களுக்கு அல்லது பயித்திய/பித்துநிலைக்கு இட்டுச்செல்லலாம் என்று எண்ணினர். தங்களது கட்டுரைகள் மற்றும் நாவல்களின் “ஆரம்பப் பக்கங்கள் வரை” கூடக் கவனம் செலுத்தக்கூடியவர்களாக வாசகர்கள் இருப்பார்களா என்று கவலைகொண்டனர். அத்தகைய பதற்றத்திற்கு எதிர்வினையாக ஜேன் ஆஸ்டின், தனக்கேயுரிய ஏளன நகைச்சுவையை வைத்து லிடியா பென்னெட் என்கிற கதாபாத்திரத்தைப் படைத்தார். அவரது கவன அளவு என்பது “அரை” நிமிடம்தான். அதேவேளையில் மற்ற எழுத்தாளர்கள் கவனச்சிதறலைக் கொண்டாடினார்கள். தி.ஜா.வும் கவனச்சிதறலைக் கொண்டாடியகலைஞர் என்று கூறலாம். ஆகவேதான், அவரது சிதறலுடன் பயணிக்காதவர்களுக்கு, அவரது நாவல்கள் வெறும் உரையாடல்கள் நிறைந்ததாகவும், அதுவும் உரையாடல்களினூடாகக் கதாபாத்திரங்களின் மனங்களின் மீதும் சூழலின் மீதும் நின்று அவர் விவாதிக்காதது/ ஒளி பாய்ச்சாதது குறையாகவும் படுகிறது. அலைபாயும் மனதோடு அவர் காவேரியோடு நீந்துவதும், தண்டபாணியோடு பார்த்தசாரதி கோவிலின் பின்புறம் ஓர் ஒண்டுக்குடித்தன மொட்டைமாடியில் இரவில் மெரினாவிலிருந்து வரும் அலையோசையைக் கேட்பதும் செவியின் மூலம் அவர்களுக்கு உட்புகவில்லை. அது துரதிர்ஷ்டமானதே.

டிஜிடல் ஹ்யுமானிடீஸ் என்கிற இப்புதிய துறையை, ஐயுறவு நோக்கில்தான் நானும் முதலில் பார்த்தேன். பெரும் எழுத்தாளர்களின் புத்தகங்களை டிஜிட்டல் டேட்டாவாக மாற்றியமைத்து, அவர்கள் எவ்வளவு கமா மற்றும் செமிகொலோன் உபயோகித்தார்கள் என்று ஆராய்வதினால், என்ன பலன் என்றெண்ணினேன். ஆனால் நேடலி, என் புரிதல் ஆழமில்லாதது பிழையானது என்று அவரது உழைப்பு மற்றும் ஆராய்ச்சியின்மூலம் உணரச்செய்தார். உதாரணத்திற்கு, ஜேன் ஆஸ்டினைப் பற்றிய அவரது கட்டுரையில் *(Natalie Phillips, “Distraction as Liveliness of Mind: A Cognitive Approach to Characterization in Jane Austen”, In Theory of Mind and*

Literature. Purdue University Press, 2010), விஞ்ஞானமும் இலக்கியமும் இணைந்து ஆய்விற்கான நியுரோசயன்ஸ் மூலம் ஒரு வெளியை உருவாக்குகின்றன. இக்கட்டுரை, கவனச்சிதறல் என்கிற கருப்பொருளைத் தத்துவார்த்த அடிப்படையாகக் கொண்டு, ஆஸ்டினின் ப்ரைட் அண்ட் ப்ரெஜுடிஸ், சென்ஸ் அண்ட் சென்ஸிபிலிடீஸ் மற்றும் எம்மா போன்ற நாவல்களின் மூலம் நமக்குப் பரிச்சயமான கதாபாத்திரங்களின் அலைச்சல் மற்றும் அலைபாய்தலின் வழியாக அவர்களின் உள்ளுலகுக்குள் ஒளிபாய்ச்சுகிறது.

பூமணியும் அசோகமித்திரனும் தமிழின் தலையாய யதார்த்தவாதிகள். மினிமலிஸம், அவர்களின் அழகியல். ஆயினும், அவர்களின் சுருக்க அழகியலுக்குள் இருக்கும் சொற்றொடர்கள், அவர்கள் விரும்பித் தேர்வு செய்து மீண்டும் மீண்டும் பிரயோகிக்கும் வார்த்தைகள், நம்மை அவர்களின் நாவலில் எளிதில் புலப்படா உலகிற்கு இட்டுச்சென்று கதைக்களத்தின் மற்றும் கதைமாந்தர்களின் ஆழ்மனங்களுக்கும் இட்டுச் செல்லக்கூடிய சாத்தியங்கள் இருக்கின்றன. அவர்களுடைய உலகங்கள் வெவ்வேறானவை. நம் பண்பாட்டின் சாதிய மேலாதிக்கத்தையும் ஊடுருவல்களையும் இவ்வெழுத்தாளர்களின் இடையீட்டையும் அவர்களின் அழகியலிலுள்ள அரசியலையும் அத்தகைய ஆய்வின் மூலம் அறியலாம். ஆயினும், டேட்டாவைக் கொண்டு ஆராய்ந்து, நாம் அவர்களுடைய தொழில்நுட்பத்தைப் புரிந்துகொள்ளலாமே ஒழிய, அவர்களது கலையின் ஊற்றுவாயைக் கைக்கொள்ள முடியாது. என்னுடைய புனே திரைப்பள்ளிப் பேராசிரியர் சதீஷ் பகதூர் கூறியதைப்போல, “சினிமாவை நான் கற்றுக் கொடுக்க முடியாது, ஆனால், நீங்கள் படித்துக்கொள்ளலாம்”. சினிமா எனும் கலையை நான் ஆசிரியனாகப் பயிற்றுவிக்க முடியாது; ஆயினும் அதை அறிந்துகொள்ள அருமையான ஒரு சூழலை உங்களுக்கு உருவாக்கித் தர முடியும். அதன் தொழில்நுட்பத்தை – ஒளி/ஒலிப்பதிவு, தொகுப்பு போன்றவற்றைக் கற்றுக்கொடுக்க முடியும்.

தி.ஜா.வின் சொற்றொடர்களும், கூறியதை மீண்டும் சிறு சிறு வித்தியாசங்களுடன் கூறுவதும், அவரது ஆழ்மனதின் இசையாக அவரது நாவல்களில் ஒலித்துக்கொண்டேயிருக்கிறது. அவர் கர்நாடக சங்கீதத்தில் தேர்ச்சி பெற்றிருப்பது என்பதும் முக்கியமான விஷயம்தான். ஆயினும், ஆழ்மனதில் ஒலித்துக்கொண்டிருக்கும் இசை என்பது இமையத்திடமும் உண்டு. சுகுமாரனிலும் சு.வேணுகோபாலிடமும் முக்கியமான எல்லா எழுத்தாளர்களிடமும்கூட அது உண்டு. தி.ஜா.வின் தனித்துவம் என்னவென்றால், அந்த இசையை முழுவதுமாகக் கேட்டு அதில் லயித்துத் தம் கதைகளை அதன் நீட்சியாக அவர் வடித்தெடுப்பதுதான். கர்நாடக சங்கீதம் போலவே அவர் எழுதியதெல்லாம் இன்று காலாவதியாகிவிட்டது என்ற விமர்சனமும் ஒலித்துக்கொண்டேதான் இருக்கிறது. ஆயினும், இன்றும் அதை, முற்றிலும் புதிய தலைமுறையைச் சார்ந்த – இலக்கியத்தில் ஆர்வமுள்ள ஒரு சிறு வாசகர் வட்டம் படித்துக்கொண்டுதான் இருக்கிறது. அவர் எழுதும்போதே, அவரது பால்யகாலக் காவேரி காலாவதியாகிய ஒன்றுதானே !

“அந்தி மயங்கி இருள் கவிகிறது. கடைசியாக ஒரு காக்கைக் கூட்டம், அக்கரையிலுள்ள தோப்பை நோக்கிப் பறக்கிறது. அக்கரை மரங்கள்,

இக்கரைத் தோப்புகள் எல்லாம் கறுப்புக் கும்பல் கும்பலாக, இருளே எழுந்து விம்மியதுபோல, நரையில் மைபூசி நிற்கின்றன. "கூவ்" என்று ஒரு கோட்டான் கூவுகிறது – சிறிது கார்வை கொடுத்து. ஆற்றுவெளியையே நிரப்புகிறது அந்தக் கூவல்" – நரையில் மைபூசி நிற்கும் காவேரிச் சூழல் – தி.ஜா. எழுதும் காலகட்டத்திலேயே மூப்படைந்த காவேரியைப் பற்றியும் அதன் கரைகளைப் பற்றியும் அறிந்திருந்தபோதிலும், அவை பற்றிய ஓர் உளமயக்கிலும் நினைவேக்கத்திலும் அவர் உள்ளதும் தெரிகிறது. தில்லிக்குச் சென்றபிறகும் கோட்டானின் கூவல் அவரது உள்வெளியை நிரப்புகிறது. சொற்றொடர்கள் மூலமான கோட்டானின் பாய்ச்சலைப் பாருங்கள்: இருள் கவிகிறது… தோப்பை நோக்கிப் பறக்கிறது… கறுப்புக் கும்பல் கும்பலாக… நரையில் மைபூசி… கூவுகிறது… ஆற்று வெளியையே நிரப்புகிறது. இச்சொற்களின் – சொற்றொடர்களின் தவளைப்பாய்ச்சல், இங்குத் தி.ஜா.வின் நினைவேக்கத்தைச் சொல்கிறது. அந்தி மயங்கும் நேரக் காவேரியின் லயத்தின்மேல் தம் உள்ளுலகின் சந்தத்தை அடுக்கித் தம் பிரத்யேக இசைப்பயணத்தின் மூலம் தம் ஏக்கத்தைப் புலப்படுத்துகிறார். அது காகத்திலிருந்து கோட்டான் வரையில், இருளினால் நெய்த ஒரு கருமையான ஓவியம்.

"அந்தத் தனிக் கூவலிலும் இருளிலும் ஒரு அச்சம் வீசுகிறதோ என்னவோ, ஊரார்கள் இந்த வேளையில் காவேரிப்பக்கம் எட்டிக்கூடப் பார்ப்பதில்லை – கரையிலிருக்கும் கோவிலுக்கு வருகிற இரண்டு மூன்று பாட்டிகளையும், குருக்களையும் தவிர. ஆனால் அப்புவுக்கு, இவ்விருளிலும் கோட்டானின் கூவலிலும் சிள்வண்டுகளின் இரைச்சலிலும் இத்தனையையும் ஏப்பம்விட்டு நிற்கும் நடுமோனத்திலும் சிறிது நேரமாவது முழுகாவிட்டால் என்னவோ போலிருக்கும். சாப்பிடாமல் படுத்துக்கொண்டுவிட்டதுபோலக் கிடைகொள்ளாத நிலையாகிவிடும்". கோட்டான்களுடன் சில்வண்டுகளும் சேர்ந்துகொள்கின்றன. அது மட்டும் தி.ஜா.விற்குப் போதவில்லை. வயதான பாட்டிகளுக்கும் (குடத்தில் தண்ணீர் மொண்டுசெல்லும்) குருக்களுக்கும் நடுவே, காவேரியில் முங்கி எழும் சப்தமும் சேர்ந்துதான் தி.ஜா.வின் ஆழ்மனச் சந்தத்திற்கு ஏற்ப ஒலிப்படிமத்தைப் பூர்த்தி செய்கின்றன. அவருடைய ஸ்டைலைஸ்ட் *(s tylised)* உள்மன மோனலாக் உலகம், இத்தகைய காட்சித் துண்டுகளாலானது. இத்தகைய யதார்த்த உலகின் அகப்பதிவுகள் உரையாடலுடன் ஊடுபாவிக் கொண்டேயிருப்பது, தி.ஜா.வின் மறைபிரதியான இசையின் வெளிப்பாடு. தஞ்சாவூர்க்காரர் காவேரி பற்றி எழுதித்தானே ஆகவேண்டும் என்கிற ரீதியில் மேம்போக்காக வாசித்தோமென்றால், நாவலுக்கு நாவல் அவரிடமுள்ள நுட்பமான வித்தியாசங்கள் தெரியாது. ஒரு தேர்ந்த சங்கீத வித்வானைப்போல, மீண்டும் மீண்டும் சொற்றொடர்களை நுண்ணிய வித்தியாசங்களுடன் அடுக்கி, வேரியேஷன்ஸ் ஆன் த ஸேம் தீம் என்கிற மையக்கருவை ஒட்டி நுண்ணிய வேறுபாடுகளுடன் சுழலும் தி.ஜா. போன்ற கலைஞர்களைக் கவனமாகவும் அணுக்கமாகவும் வாசிக்க வேண்டும் அல்லது கேட்டதையே திரும்பக் கேட்கும் தன்மையிலுள்ள சலிப்பைத்தான் உணரமுடியுமே ஒழிய, அந்தத் திரும்பச்சொல்லல் என்பது ஏன் எப்போதும் ஒரே மாதிரி இல்லை? எப்படி லயத்திலும் சந்தத்திலுமுள்ள மாறுதல்கள், தஞ்சாவூர்ப் பின்னணியில் கிட்டத்தட்ட ஒரே காலகட்டத்தில் வாழ்ந்த அவரது பெண் கதாபாத்திர

ஓவியங்களில் நுட்பமாக மாறிக்கொண்டிருக்கிறது? என்பதையெல்லாம் பார்க்கலாம். அவரது மனதில் ஓடிக்கொண்டிருக்கும் காவேரியில் விழும் அந்தி நேர வண்ணம் தோய்ந்த ஆதவனின் கதிர்களைப்போல!

என் நண்பரும் தி.ஜா. ஸ்பெசலிஸ்டுமான கல்யாணராமன் கூறுவதைப்போல, "இப்படித்தான் அனுசுயா – அம்மணி; பாலி – பட்டு; யமுனா – ருக்கு; அமிர்தம் – பார்வதி; தங்கம்மா – டொக்கி; புவனா – மரகதம்; அலங்காரம் – பங்கஜம்; இந்து – குஞ்சம்மா; செல்லம் – ரங்கமணி; சந்திரா – செங்கம்மா எனப் பல்வகைப் பெண்களைச் சாயல் ஒருமையுடனும் கூடவே பாவவேறு பாட்டுடனும் புனைந்தார். பாபு – அப்பு; ரங்கண்ணா – கோபாலி; ராமையா – அனந்தசாமி; சபேசமுதலியார் – தங்கராஜன்; ரங்கன் – பழனி; நடேசன் – ப்ரூஸ்; சட்டநாதன் – காமேச்வரன்; ராஜா – பட்டாபி; தண்டபாணி – துரை; கோபாலசாமி – செல்லப்பா எனப் பல்வகை ஆண்களையும் சுழல்கோணப் பிம்பங்களாகக் கலைத்தடுக்கினார்" என்றே கூற வேண்டியுள்ளது. பெண்ணின் வேட்கை எனும் தமிழ்ப் பண்பாட்டின் மறைபொருளை வெளிச்சம் போட்டுக் காட்டிக் காவேரியின் அழகை அதன் அலைபாய்தலையும் மிடுக்கையும் கம்பீரத்தையும் சேர்த்தே வாசிக்க வைத்துள்ளார். ப்ரஷ்டன் என்று அவர் ஒதுக்கிவைக்கப்பட்டதில் ஆச்சரியமேதுமில்லை.

மதிப்பிற்குரிய எழுத்தாளர்களான ராஜம்கிருஷ்ணன் மற்றும் அம்பை போன்றோர், பெண்ணின் உள்மன வேலியை மீறிச் சென்ற ஆணாதிக்கச் சமூகத்தில் உதித்த எழுத்தாளரின் உள்ளடுக்கின் முரண் நிறைந்த உலகை, வேட்கை எனும் உணர்வை மட்டும் பிரதானமாகக் கொண்டு அவர் தீட்டிய ஓவியங்களை விமர்சித்தார்கள். இதையும் கருத்தில்கொண்டேதான், நாம் ஜானகிராமனை வாசிக்கவேண்டும். அவருடைய இசைசார்ந்த தொனி, பெண்கள்மேல் செலுத்திய பாதிப்புக்கு, அவர் தம் நாவல்களைத் தொடராக எழுதிய காலத்தில் வந்த வாசகர்களின் கடிதங்களே சாட்சி. 1984க்கு முன், தொலைக்காட்சிக்கு முந்தைய ஒரு காலகட்டத்தில், சினிமா தியேட்டரில் மேட்னி காட்சியில் திரையிடப்படும் படத்தையும், தொடர்ந்து தொடர்கதை எழுதும் எழுத்தாளரின் நட்சத்திர அந்தஸ்தையும் அன்று பெண்களே தீர்மானித்தார்கள். அதில் அணுக்கமாக வாசித்தவர்கள் பலர் இருந்ததை, அவர்கள் எழுதிய பத்திரிகைக் கடிதங்களே சொல்லுகின்றன!

"மையக் கருத்தைப் பற்றி நான் என்ன சொல்ல வேண்டும்? இது நடக்குமா நடக்காதா என்று விமர்சகர்கள் கூறுவார்கள். அவர்களைப் பற்றி நான் எப்போதுமே கவலைப்படுவதில்லை. இரண்டு மூன்று அளவுகோல்களை வைத்துக்கொண்டு படைப்பாளியின் விசித்திரமான அனுபவங்களை அளக்க முற்படுகிற பேதை விமரிசகன். அவனுக்குப் பலம் பழங்காலம். கலை அமைதி பற்றி ரசிகனுக்குத்தான் தெரியும். கலை உலகம் ஒரு மாயலோகம். அதையும் வாழ்க்கையின் புறஉண்மைகளையும் ஒன்றெனக் குழப்பிக் கொள்ளக்கூடாது" என்று தம் முன்னுரையை முடிக்கும் ஜானகிராமன், அத்தகைய வாசகர்களை அன்புடன் நினைவுகூர்ந்தார் என்றே சொல்லத் தோன்றுகிறது. கலைஞன், தனது படைப்பு, பல ரசிகர்களிடம் சென்று சேர்வதையே எல்லாவற்றையும்விடப் பெரிய விருதாக எண்ணுகிறான். அவனுள்ளிருந்து சதா கனலும் குமிழியைப்போல

மேலே வார்த்தைகளாகவும் அர்த்தமில்லாச் சொற்களாகவும் வெடித்துக் கொண்டிருக்கும் ஆழ்மனத்துடிப்புக்கு அவன், அதன் ஊற்றுவாயில் கேட்கும் சந்தத்தின் துணைகொண்டு அருவமாகக் கண்விழித்துத் தான் காணும் கனவுகளுக்கு உருவம் தர நினைக்கிறான். கோவையாகவும் சிதறியும் பரீட்சார்த்தம் நிறைந்ததாகவும். வாசகர் கண்டுகொண்டால் அது அவனுக்குக் கூடுதல் மகிழ்ச்சி. இல்லையேல் அது, அவன் அவனுக்காகச் செய்துகொண்ட எழுத்தின் மூலமாக மட்டுமே கிட்டும் ஆற்றுதல்/ தேற்றுதல். அத்தகைய உள ஊறை மட்டுப்படுத்தும் தன்மை, இசையைக் கண்டு ஃப்ராய்டை ஒதுங்கவைத்தது. மனோதத்துவத்தின் மூலம் தான் செய்ய நினைத்ததை இசையால் செய்ய முடிந்தால், அனாலிஸிஸ் என்கிற உளவியல் சார்ந்த ஆலோசகர்களின் தனித்துவம் என்ன என்ற கேள்வி ஒபெரா என்ற மேற்கத்தியச் செவ்வியல் இசையில் மனம் லயித்த ஃப்ராயிடை வாட்டியிருக்கலாம்.

ஃப்ராய்ட் இசையைக் கைவிட்டாலும் ஆழ்மன வாசத்தில் லயிக்கும் தி.ஜா.வைப் பற்றிப் பேசுகையில், நாம் ஃப்ராயிடைக் கைவிட முடியாது. கனவுகளைத் தீவிரமாக ஆராய்ந்த ஃப்ராயிட், தம் ‘இண்டெர்ப்ரெடேஷன் ஆப் ட்ரீம்ஸ்’ (*Interpretation of Dreams, 1899*) எனும் புத்தகத்தில், கனவுகள் மூலமாக ஆழ்மனதை ஆராய முடியும் என்று அறுதியிடுகிறார். கனவுகள் நமது ஆழ்மனதைப் புரிந்துகொள்வதற்கான ராஜபாட்டை (ராயல் ஹைவே) என்கிறார். கனவுகளை நான் ஆராய முற்படும்போது, நானே ஒப்புக்கொள்ளாத சில முக்கியமான விஷயங்கள் வெளிச்சத்திற்கு வந்தன என்கிறார். மனோதத்துவத்திற்குத் தந்தையான ஃப்ராயிடுக்கே ஏற்பற்ற விஷயங்கள் என்பவை, முக்கியமாக ஆழ்மனதில் பொதிந்திருக்கும் நமக்கே புரியாத பாலுணர்வும் வன்முறையும் சார்ந்த உணர்வுகளே. நமது பாசாங்கு நிறைந்த மேம்போக்கான சமூக வாழ்க்கையின் முகமூடியை உதறிக் கனவுகள் எனும் ராஜபாட்டை மூலம் நாம் ஆழ்மனம் எனும் அகழியைச் சென்றடையும்போது, அதில் நாம் காணும் நமது மனதின் பிரதிபலிப்பு நமது விழுமியங்களைக் கேள்விக்குள்ளாக்குபவை என்பதை ஃப்ராயிட் கண்டார். ஏதோ ஒருவகையில் அத்தகைய தரிசனத்தைக் கனவிலல்லாமல் விழிப்புணர்விலேயே அடைந்த அலங்காரத்தம்மாளும் இந்துவும், ஃப்ராயிடைக் கனவுகள் கலங்கடித்த மாதிரி, அவர்களுடைய பாசாங்கற்ற வாழ்வைக் கொண்டு நம்மைத் தாக்குகிறார்கள்.

கனவுகளின் மொழி என்பது, நடந்தது திரும்பத் திரும்ப நடக்கும் தன்மையுடைத்தது. கோவையற்ற சிதறல்கள் நிறைந்தது. தி.ஜா., கூறியதையே மீண்டும் மீண்டும், சிறிது வித்தியாசத்துடன் கூறுவதைப் போன்றது. சிதறல்கள் நிறைந்தது. பிம்பங்களைப் போலவே ஒலிப்படிமங்களும்கூட, மனத்திரையில் ஓடும் ஒரு சினிமாக் காட்சிதான். ஆகவேதான், “கலை உலகம் ஒரு மாயலோகம்” என்கிறார் தி.ஜா. உலகெலாம் ஒரு பெருங்கனவு என்றான் பாரதியும். கலையை இவ்வுலகின் பிரதிபலிப்பாகக் கொண்டால், தி.ஜா. வின் பெருங்கனவில்/ மாயலோகத்தில், திரும்பத் திரும்ப வேட்கை எனும் வேள்வி கொண்டு நமது ஆணாதிக்க விழுமியங்களைக் கேள்விக்குட்படுத்தும் – ஆணின் பார்வையிலேயே தம் வனப்பை அவன் மொழி மூலம் கட்டுப்படுத்துவதையும் மீறி – அவனது திமிரைக் கட்டுடைக்கும் பெண் கதாபாத்திரங்கள் தொடர்ச்சியாக வந்து போகிறார்கள். இப்படித்தான்

அனுசுயா –பாலி – யமுனா – அமிர்தம் – தங்கம்மா – புவனா– அலங்காரம் – இந்து – செல்லம் – சந்திரா என்று திரும்பத் திரும்ப வருகிறார்கள். கூரிய கவனத்துடன் இந்த அணிவகுப்பின் நீட்சியை நாம் வாசிக்கும்போது, நுண்ணிய வித்தியாசங்கள் நிறைந்த ரசானுபவமாக மாறுகிறது தி.ஜா.வின் எழுத்து. ஆலாபனையும், நிரவலும், கல்பனாஸ்வரமும் நிறைந்த கர்நாடக இசையில் பாடல்களின் வரிகளைவிட உணர்வுகளின் நுண்ணுருதானே முக்கியமானது. கூறியதைத் திரும்பக் கூறல் என்பது, இங்கு வேறு ஒரு பரிமாணத்தை அடைகிறது.

எல்லாம் சரிதான். ஆயினும், மண்டையாட்டிகளுடன் சபைக்குள்ளேயே ஒரு மேலாதிக்கக்கூறலை, அவர்களது “சம்பாஷணைகளை” வைத்துக் கொண்டுதானே நெய்திருக்கிறார் என்று கேட்கலாம். இத்தகைய விமர்சனத்தை எனது பூனே திரைப்பள்ளி சார்ந்த கலைசினிமா வித்தகர்களான மணி கௌல், குமார் சஹானி போன்றோர் மீதும் வைக்க முடியும். ஒரு மடத்திற்குள் அமர்ந்து எலிடிஸ்டுக்கான ஆர்ட்டை உருவாக்கியவர்கள் என்று. அவர்கள் தம் அபாரத்திறனை வைத்துக்கொண்டு நமது விழுமியங்களை மறுபரிசீலனை செய்யத் தூண்டினார்கள் என்பதில் மாற்றுக் கருத்திருக்க முடியாது. தி.ஜா. ‘அம்மா வந்தாள்’ முன்னுரையில் சொல்லியிருப்பதைப்போல, யதார்த்தம் உருவகமாக உருக்கொள்ள ஊறப்போட வேண்டியதிருக்கிறது. கனவிற்குள் புகுந்து, அதன் மீண்டும் மீண்டும் இசைக்கும் தொனியிலேயே நாம் கண்ட யதார்த்தத்தை நாமே மீட்டெடுக்க வேண்டியிருக்கிறது. கனவுகள் நமது அபிலாஷைகள், ஆசைகள், பயங்கள் சார்ந்து இருப்பது இயல்பானதே. ஊறப்போட்ட யதார்த்தம் அடர்த்தியுடன் நாம் அனுபவித்துக் கண்டஉலகை நம் கண்முன்னே உருவகமாகத் திரட்டிவருவதில், ஓர் ஆழமான தரிசனத்திற்கான – உண்மையின் வெளிப்பாட்டிற்கான சாத்தியங்கள் உள்ளன.

இதைத் தி.ஜா. எப்படிக் கண்டார்? “‘அம்மா வந்தாள்’, நான் கண்ட கேட்ட சில மனிதர்கள், வாழ்க்கைகள், பாத்திரங்கள் இவற்றிலிருந்து வடிக்கப்பட்ட ஒரு முயற்சி. மனதுக்குள் ஏற்படும் விசித்திரமான அனுபவங்கள் பலவற்றைப் பார்த்து ஊறி வெகுகாலமாக அனுபவித்த சில உண்ர்வுகள் கடைசியில் எப்படியோ உருவம் பெறுகின்றன. நாம் உருவம் கொடுப்பதாக எனக்குத் தோன்றவில்லை. அம்மா வந்தாளின் ஒவ்வொரு பாத்திரமும், நான் பார்த்த ஏழெட்டுப் பாத்திரங்களின் சேஷ்டைகள் ஒருமித்து இருக்கின்றன. அந்த அம்மாள் நான் கண்ட ஐந்தாறு பெண்களின் கலவை. அகண்ட காவேரி, வேத பாடசாலை, சென்னையின் பெரிய மனிதர்கள், ஸமஸ்கிருதமும் வேதாந்தமும் படிப்பது, தஞ்சை மாவட்டத்துப் பெரிய மிராசுதார்களின் லௌகீக அடாவடிகள் இப்படி எத்தனையோ சேர்த்து ஓர் உருவகமாக வந்தன” – அந்த அம்மா, தான் கண்ட ஐந்தாறு பெண்களின் கலவை என்கிறார் தி.ஜா. அவளது இயல்பான தோரணைக்கு வேதத்தில் கரைகண்ட தண்டபாணி அடங்கி ஒடுங்கியிருப்பதும் புரிந்துகொள்ளக்கூடியதே. அப்புவும்கூட நேரிடையாக மற்றவர்கள் அலங்காரத்தம்மாளைக் கேள்விக்குட்படுத்தித் தலைகுனியவைக்கவேண்டும் என்றே எண்ணுகிறான். தி.ஜா., அத்தகைய சந்தர்ப்பத்தை யாருக்கும் அளிப்பதில்லை. அதுவே அவரது அழகியலின் தனித்துவம். ஆணாதிக்கக் கருத்தியலைச் சார்ந்து ஒரு பெண்ணை

நோக்கினாலும், கலைஞனாக அவர் இருக்குமிடம், அலங்காரத்தம்மாளின் வேட்கையில் அவர் மனம் லயிப்பதில்தான் இருக்கிறது. அந்த மாதிரியான ஓர் அம்மாளின் வரவைக் கொண்டு, தம் குறுகிய சமூகத்தின் பாரபட்ச விழுமியங்களைக் கட்டுடைப்பதில் தி.ஜா. நிறைவுகொள்கிறார்.

தி.ஜா.வின் இடையீடுகளுக்கு எழுத்து மிக முக்கியமானதாக இருக்கிறது. இந்துவின் வேட்கையும், அவளின் இச்சையின் வெளிப்பாடும் இயல்பாக இருந்தபோதிலும், அதை அருவருக்கத் தக்கதாகப் பார்க்கும் அப்புவின் மனதில் மாறுதல் ஏற்படும் தருணம் மிக முக்கியமானது. பவானியம்மாளுக்கு உடம்பிற்கு முடியவில்லை என்று இந்து எழுதும் கடிதம்தான் திருப்புமுனையாக அமைகிறது. மனோதத்துவ ஃப்ராய்டுக்கு, "கௌச்"சில் உட்கார்ந்து சிகிச்சைக்கு வந்தவர்கள் பேசுவதும் முக்கிய மானது. பேச்சே ஆழ்மனதிற்குத் திறவுகோலாக அங்கே இருக்கும். இங்கோ தி.ஜானகிராமனின் அப்புவிற்கு, இந்து வலிய வந்து வெட்கத்தைவிட்டு இறுகியணைத்துப் பேசியது ஒரு பொருட்டாகத் தெரியவில்லை. ஆனால், அவள் எழுதிய கடிதத்தைக் கண்டவுடன், எழுதக்கூடியவள் ஆகையால், தான் அவள் கூடச்சேர்ந்து கரையேறிவிடலாம் என்றெண்ணுகிறான். ஈடிபஸாக, ஹேம்லெட்போல் தனது தந்தையின் இடத்தை அபகரித்த சிவசுவின் மேலுள்ள அப்புவின் கோபம், தாயின் மேலுள்ள அதீத அன்பின் வெளிப்பாடுதானே! அந்த அதீத ப்ரேமை எனும் அன்பானது, மற்றொரு தாயான பவானியம்மாள் படுத்துவிட்டாள் என்றபோது, அவளது இடத்தில் அந்த வேதப் பாடசாலையிலிருக்கும் இந்துவின் மீது எழுத்தினூடாகப் பாய்வதும் இயல்பானதே. இந்துவின் வேட்கையின் நீட்சியாக இருக்கும் அலங்காரத்தம்மாவின் மீதான கொந்தளிப்பு, இந்துவின் கடிதம் கண்டபின் அவனிடத்தில் காணாமலே போகிறது.

இந்துவின் எழுத்தில், அப்படியென்ன மாயம் இருக்கிறது? *"The unconscious is structured like a language"* என்கிறார் ஃப்ராயிட் வழிவந்து அவரை மீட்டுருவாக்கம் செய்த ழாக் லக்கான். நம் ஆழ்மனது மொழியைப்போல் கட்டமைக்கப்பட்டது என்கிறார் லக்கான். இந்துவின் மொழி அவளது ஆழ்மனதுக்கு அப்புவை இட்டுச்சென்றிருக்கலாம். அதுவரைக்கும் அருவருக்கத்தக்கவளாக இருந்தவளின் இயல்பான இச்சையின் வெளிப்பாட்டிலுள்ள உண்மையை, தூய அன்பை அத்தருணம் அக்கடிதம் மூலம் அப்பு ஸ்பரிசித்திருக்கலாம். மழையையும் காற்றையும் தீயையும் கொண்டாடும் வேத மையத்தில், புலன்கள் இதழ் விரித்து ஆர்வத்துடன் எதிர்பார்த்திருப்பதை அவன் உணர்ந்திருக்கலாம். ஜானகிராமன், தம் எழுத்தின் மூலம் அப்புவைப் போன்று நமக்கும் அப்படி ஓர் அனுபவத்தை அளித்துப் புலனின் மூலம்தான் அகமும் புறமும் இவ்வையகத்தில் என்று உணரவைத்திருப்பதே அவரது தனித்துவம். அலங்காரத்தம்மாளும் இந்துவும் அவரை ஆட்கொண்ட யக்ஷிகள். அவர்களுடன் மேலெழுந்து இசையின் மூலம் ஆணாதிக்கத் தமிழ்ச் சமூகத்தின் புவி ஈர்ப்பையும்மீறி ப்ரஷ்டனாகக் காலத்தால் அழிக்க முடியாத ஓவியம் ஒன்றைத் தீட்டிச்சென்றிருக்கிறார் – என்றும் என் அன்பிற்குரிய தி.ஜா.

✣

19

உயிர்த்தேன்: மனதின் விசாரங்கள்

ஜா. தீபா

தி.ஜானகிராமனின் படைப்புகளில் அதிகம் கவனத்துக்கு வராத ஒரு படைப்பு 'உயிர்த்தேன்'. தி.ஜா.வின் 'மோகமுள்', 'அம்மா வந்தாள்' இரண்டும் வாசகர்களை எப்போதுமே உணர்ச்சி லயத்துக்குள் சிக்க வைப்பவை. ஒரு படைப்பாளரின் உச்சபட்சமான மனநிலை வெளிப்படும் தருணம், சில படைப்புகளில் அமையும். 'அம்மா வந்தாள்' அப்படியான வெளிப்பாடு கொண்டிருக்கிற படைப்பு. உயிர்த்தேன் ஒரு பத்திரிகையின் தொடருக்காக எழுதப்பட்ட நாவல் என்பதாக வாசித்த நினைவிருக்கிறது.

ஒரு படைப்பினை எழுதுவதற்குப் படைப்பாளருக்கு எதுவோ உந்துசக்தியாக இருந்திருக்க வேண்டும். உயிர்த்தேன் நாவல் எழுதப்பட்ட காலகட்டத்தின் சமூகப் பின்னணியைப் பார்க்கையில், நகர வாழ்வின் சலிப்பிலிருந்து தன்னைத் தற்காத்துக்கொள்ளக் கிராமம் நோக்கி வருகிற ஒருவரது அனுபவங்களைச் சொல்கிற நாவல் எனலாம். மற்றொரு பார்வையில் அதிகாரப் பகிர்வைப் பற்றி பேசுகிறது என்றும் கொள்ளலாம். தன்னிறைவுப் பொருளாதாரம் பற்றியும் சொல்கிறது எனலாம். இதையெல்லாம் கடந்து இந்த நாவல் உயிர்ப்போடு இருப்பதென்பது, இந்நாவல் மாந்தர்கள் தங்கள் மனதுக்குள் நடத்துகிற விசாரங்களால்தான். தி.ஜா. எழுத்தின் வலிமை என்பது, அவரால் ஒரு மனிதனின் மனதைப் பாகம் பாகமாகப் பிரித்து எழுத்தில் கொண்டுவந்துவிட முடியும் என்பதுதான். 'உயிர்த்தேன்', அற்புதமாக அதனைச் செய்திருக்கிறது. இதை வாசித்து முடிக்கையில் ஆச்சரியம் தரும் ஒன்றிருந்தது. இந்தக் கால கட்டத்தில்கூடப் பேசுவதற்குத் தயக்கம் கொள்கிற ஒன்றை, ஐம்பது வருடங்களுக்கு முன்பே சரியாகத் தி.ஜா.வால் கையாள முடிந்திருக்கிறது என்பதுதான் அது.

சொந்தக் கிராமமான ஆறுகட்டிக்கு நகரத்திலிருந்து குடும்பத்துடன் குடிபெயர்ந்துவருகிறார் பூவராகன். செங்கம்மா என்ற பெண்ணைப் பார்க்கிறார். அவளுடைய நிதானமும் அழகும் அவரைப் பாதிக்கின்றன. அவளிடம் சகல திறமைகளும் இருப்பதைப் புரிந்துகொள்கிறார். அந்த ஊரில் உள்ள கோயிலை மறு நிர்மாணம் செய்ய முடிவு செய்கிறார். செங்கம்மாவின் யோசனையின் பேரில் அந்த ஊரின் விவசாயச் சாகுபடியைத் தானே முன்னின்று செய்கிறார். ஊரும் கோயிலும் மறுநிர்மாணம் ஆகின்றன. செங்கம்மா மேல் தாளமுடியாத ஈர்ப்புக் கொள்கிற பழனிவேல், அதனை வெளிப்படுத்த முடியாமல் தவிக்கிறான். அந்தக் கோபம் எல்லாம், பூவராகன் வீட்டில் செங்கம்மா வேலை செய்வதை நோக்கித் திரும்புகிறது. பூவராகன் மீது எரிச்சல் கொள்கிறான். ஊரையும் அவன் உதாசீனம் செய்கிறான். ஊர் நிர்வாகியாகப் பூவராகனால் செங்கம்மா மாற்றப்படுகிறாள். செங்கம்மாவைக் கொண்டாடுகிறது ஊரே. பழனிவேலைச் செங்கம்மா சந்திக்கிறாள். அந்தச் சந்திப்பு இருவர் மனதிலும் ஒரு மாற்றத்தை ஏற்படுத்துகிறது. தன்னால் இந்த ஊரில் இனி வாழவே முடியாது என்று பழனிவேல் கிளம்புகிறான். இறுதியில் செங்கம்மா நினைவு தாளாமல் தன் நினைவையே தன் உடலோடு அழித்துக்கொள்கிறான்.

காமமும் காதலும் பற்றிப் படர்வது. வெட்ட நினைத்தால் இன்னும் வீரியம் கொள்வது. நம்முடைய உடைமை அல்லாத ஒன்றின் மீது கொள்கிற இவை இரண்டும் மிகுந்த மன உளைச்சலைக் கொண்டு வருபவை. செங்கம்மா மீதான ஈர்ப்பைப் பூவராகனும் பழனிவேலும் எப்படி எதிர்கொள்கிறார்கள் என்பது நாவல் பேசுகிற மிக முக்கியமான களம். பூவராகன் செங்கம்மாவைப் பார்த்ததுமே தன்வசம் இழக்கிறார். செங்கம்மாவை அவரால் ஒரு மனிதப் பிறவியாகவே நினைத்துக்கொள்ள முடியவில்லை. ஏற்றிவைத்த தீபம் காணுமிடங்களில் எல்லாம் சுடர்விடுவதுபோல் செங்கம்மா பூவராகனின் உள்ளும் புறமும் நிறைகிறாள். அச்சோதியினைக் கொண்டு தன்னைப் பொசுக்கிக் கொள்ளலாம் அல்லது தன் அக இருளைப் போக்கிக் கொள்ளலாம் என்கிற இரு தேர்வுகள் பூவராகனுக்கு. அவர் தன் அக இருளை விரட்டுகிறார். பழனிவேல் தன்னைப் பொசுக்கிக்கொள்கிறான்.

தமிழில் பெண்கள் பற்றி அழகியலோடும் மதிப்புடனும் எழுதிய மிகச்சில படைப்பாளர்களில் தி.ஜானகிராமன் முதன்மையானவர். இவருடைய பெண் கதாபாத்திரங்கள் ஒரே வார்ப்பில் செதுக்கப் பட்டவர்களாக இருக்கிறார்கள். மனிதப் பிறவியின் அத்தனை நல்லதுகளை யும் தன்னுள்ளே கொண்ட பாத்திரங்கள். தி.ஜா. அப்படியான ஒரு பெண்ணைக் கண்டிருக்க வேண்டும் அல்லது தேடலில் தோற்றுச் சிருஷ்டி செய்திருக்க வேண்டும். மோகமுள் யமுனாவை, 'அம்மா வந்தாள்' அலங்காரத்தம்மாவிடமும் காண முடியும். இவர்கள் இருவரையும் செங்கம்மாவிடமும் அனுசூயாவிடமும்கூடக் கண்டுகொள்ள இயலும். உயிர்த்தேன் நாவலில் வருகிற நான்கு பெண் கதாபாத்திரங்களையும் தனித்தனியாகச் சொல்லாமல் நிறைவுபெறாது. செங்கம்மா வறண்ட பூமியான சிவகங்கையில் வளர்ந்து ஆறுகட்டிக்குத் திருமணமாகி வந்தவள். பூவராகன் மனதினைப் போலவே அவளுக்கும் இந்த ஆறுகட்டியின்

மண் மணம் பிடிக்கிறது. நிலத்தின் வெறுமையைச் சந்திப்பவர்கள் அதன் வளத்தைக் காணுமிடத்தில் அதனுடன் இயல்பாய் அன்புகொள்கிறார்கள். ஊர் முழுவதும் நிலத்தைப் பாழாக்கிக் கொண்டிருக்க, அது தாளமாட்டாமல் பூவராகனிடம் ஊர் நிலத்தினைச் சாகுபடி செய்யும்படி சொல்கிறாள். அப்படி அவளைச் சொல்லச் செய்தது, அவள் பிறந்து வளர்ந்த மண்ணான சிவகங்கையாகவே இருக்க முடியும். நுட்பமான ரசனை கொண்ட ஒரு பெண். நேர்த்தியாகப் பேசத் தெரிந்த பெண்கள் யாவரையும் வசப்படுத்துகிறார்கள். செங்கம்மா அப்படியானவள். எதையும் நறுக்கென்று சொல்லத் தெரிந்தவள். பல இடங்களில் இதற்கு உதாரணங்கள் நமக்கு வாய்க்கின்றன. குறிப்பாகப் பூவராகனின் நண்பன் ஆமருவியிடம் பழனிவேல் பற்றி முதன்முதலாகப் பேசுவது. தன்னை அகலிகையாகவும் பழனிவேலை இந்திரனாகவும் அவள் சித்திரித்துப் பேசுகிற விதம்.

இவை ஆமருவி என்ற ஒரு கலைஞனின் மனத்தில் பல்வேறு ரூபங்களாக விரிகின்றன; கோபுரச் சிற்பங்களில் கலையாயும் வெளிப்படுகின்றன. "இவங்க பண்ணியிருக்கறதையும் கொஞ்சம் ஞானத் திருஷ்டியோடதான் பாக்கணும். எல்லாக் கோபுரத்தையும் பாக்கற மாதிரியில்... என்னமோ தினுசா இருந்தது. அப்புறம் பார்க்கப் பார்க்க என்னென்னமோ எல்லாம் தோணிக்கிட்டேயிருந்தது. பொம்மை எல்லாம் இப்படித்தான் பண்ணனும் போலிருக்கு. இதுதான் சரி, மத்தவங்க பண்றதை எல்லாம் இனிமே பார்க்கக்கூட முடியாது போலிருக்கேன்னு தோணிக்கிட்டேயிருந்தது" என்று செங்கம்மாபோல ஒரு பெண் சொல்கையில், ஆமருவி போன்ற கலைஞனுக்கு, அதைவிடப் பெரிய அங்கீகாரம் ஒன்றும் இருப்பதில்லை. செங்கம்மா பொம்மைகளை மட்டுமல்ல மனிதர்களையும் அதே கூர்தன்மையோடேயே கவனிக்கிறாள், உள்வாங்குகிறாள். அதனாலேயே எல்லோருடைய பலம், பலவீனம் கடந்து அவளால் அனைவரையும் ஏற்றுக்கொள்ள முடிகிறது. தன்னை ஊரார் வெண்ணையும் சுண்ணாம்புமாகத்தான் பார்க்கிறார்கள் என்று தெரிந்தும் அவர்களுக்காகப் பேச முடிகிறது. பழனிவேல் தன்னை என்னவாக நினைத்துக்கொண்டிருக்கிறான் என்று தெரிந்தும் அவனை வெறுத்து ஒதுக்க அவளால் இயலவில்லை.

பழனிவேல் மீது செங்கம்மாவிற்கு இருப்பது அசூயை அல்ல, தன்னை நெருங்க முடியாது என்று தெரிந்தும் தன்மேல் இப்படிப் பித்துக் கொண்டிருக்கிறானே என்கிற பரிதாபம். அதனால் ஏற்படுகிற சிறுகோபம், ஒரு விலகல். பழனிவேலைச் சந்திக்கச் செல்கிறபோது, அவளுக்குள் அவனைக் குழந்தை ஆக்கிக் குறும்பு செய்ய வேண்டுமென்று தோன்றுகிறது. கடைசியில் செய்வதறியாத குழந்தைபோல் மாறுகிறாள். செங்கம்மாவின் கால்களில் பழனிவேல் விழுந்ததும், அவளைக் கட்டி அணைத்து அவன் முத்தமிட்டதும் செங்கம்மாவை நிலைகுலையச் செய்கின்றன. அதன் பின் அவள், தன்னை ஒதுக்கிக்கொள்கிறாள். மனதுக்குள் ஒடுங்குகிறாள். பழனிவேல் தன்னைத் தொட்டான் என்பதற்கான ஒதுங்கல் அல்ல அது. இப்படிப் பழனிவேலைச் செய்யத் தூண்டியது தன்னுடைய தவறு என்கிற குற்றவுணர்வே. தன் அழகும், தனிமையில் அவனைச் சந்தித்த செய்கையுமே எரிந்துகொண்டிருந்த அவன் மன நெருப்பினைத் தூண்டிவிட்டிருக்கிறது

என்ற குற்றவுணர்வுதான் எல்லாவற்றிலிருந்தும் அவளை விலக்கி வைத்தது. அது தன் தவறில்லை என்று அனுசூயாவால் தெரிய வருகிறபோது, அவள் சட்டென்று பழைய நிலைக்கு மாறுகிறாள். நுட்பமான ஓர் இடம் இது. நாவலில். தி.ஜா., அதன் அடியாழம்வரை தொடுகிறார்.

செங்கம்மாவின் மற்றொரு பிரதிதான் அனுசூயா. தனிமை அவளை யாவரின் மீதும் பிரியம் கொள்ள வைக்கிறது. பிரியமும் அன்பும் என்னவெல்லாம் செய்யும் என்று தெரிந்து வைத்திருக்கிற மனுஷியாக இருக்கிறாள் அனுசூயா. அதனாலேயே யாரையும் காயப்படுத்தாமல் வாழ முடிகிறது அவளால். செங்கம்மாவின் நிலையைக் கடந்து வந்தவள் அனுசூயா. தன்னை அடைய முடியாத ஒருவன், தன் வாழ்க்கையை அழித்துக்கொண்டதைக் கண்டவள். அது அவளை எல்லோர் மீதும் வரையறையற்ற பிரியமாய் மாற்றுகிறது. ஆனால், மனதுக்குள் தனிமையாக வாழ்பவள். கொடுக்க மட்டுமே தெரிந்த எதிர்பார்ப்பில்லாத ஓர் ஆத்மா. அதனால்தான் அவளிடம் எடுத்ததை யாவரும் திருப்பித் தருகையில், அதனை அளவோடு எடுத்துக்கொண்டு பிரியத்தைச் செலவழிக்கிறாள். ஆமருவியைத் தான் திருமணம் செய்திருந்தால் அவனை மட்டுமே எப்போதும் தான் ஆராதித்துக் கொண்டிருந்திருப்பேன் என்று தன் மனதைச் செங்கம்மாவிடம் அனுசூயா பகிர்ந்துகொள்ளும் அந்த இடம் நுட்பமானது. ஆமருவிக்கும் அனுசூயாவுக்கும் பலவிஷயத்தில் ஒத்துப்போகிறது எனச் செங்கம்மாவால் கண்டுகொள்ள முடிந்ததும், அந்தப் பகிர்ந்துகொள்ளலுக்கு ஒரு காரணமாக இருக்கலாம்.

ஆமருவி போன்ற ஒருவருக்கானது அல்ல தனது பிரியம். அது இந்த உலகத்தில் உள்ள பாவப்பட்ட அனைத்து ஜீவன்களுக்குமானது. ஏனெனில், தானும் ஒரு அடிபட்ட பிறவிதான் என்பதே, அனுசூயா அனைவருக்கும் சொல்ல விழைவது. அதனைச் செங்கம்மாவால் புரிந்துகொள்ள முடியும் என்பதால், அவளிடம் மனம் திறந்து தன் தனிமை வாழ்க்கைக்கான காரணத்தைச் சொல்கிறாள் அனுசூயா. தனக்காக ஒருவன் மரணத்தைத் தழுவியிருப்பதை அவளால் கடக்கவே முடியாது போகிறது. ஆனால், தான் பார்ப்பவர் யாவரிடமும் அவனைக் கண்டு அவன்பால் செலுத்தவியலாத பரிவைப் பிறரிடம் செலுத்தலாம் என்கிற ஒரு தவத்தில் வாழ்பவளாக இருக்கிறாள். யாருக்கு எது தேவையோ அதைத் தன்னிடத்திலிருந்து அவர்கள் பெற்றுக்கொள்ள வேண்டும் என்று நினைக்கிற அவளது சுபாவம் புரிந்துகொள்ளக் கடினமானது. ஆனால், புரிந்துகொள்ள வைத்திருப்பதுதான் அற்புதம். பழனிவேலின் மரணச் செய்தி கேட்டதும் உடைந்துவிடும் செங்கம்மாவைத் தேற்றுவதற்காகவே அனுசூயா ஆறுகட்டிக்கு வந்திருக்கக் கூடும். செங்கம்மா தன்னைப்போல் ஆகிவிடக்கூடாது என்கிற அனுசூயாவின் மனப்பதற்றம்தான், செங்கம்மாவைத் தேறுகிறது. புராணக்கதையில் அனுசூயா பாத்திரம் கடவுள்களையும் குழந்தைகளாக ஆக்கியது. இக்கதையிலும் அனுசூயா அப்படியானவளாகவே இருக்கிறாள். அனுசூயாவின் பாத்திரப் படைப்பு நிகரற்ற ஒன்று என நிச்சயமாகச் சொல்லமுடியும்.

பூவராகன் மனைவி தன் உடல்நிலை காரணமாகத் தனமேல் சுய இரக்கம் கொள்கிற பெண். ஆனால், எதையும் அதன் போக்கில் செல்ல

அனுமதிப்பவள். பெண்ணுக்கே உண்டான சூட்சுமம் கொண்டவள்தான். அதேநேரம், தன் கணவன் செங்கம்மாவை முன்னிருத்தும்போதெல்லாம், அதைத் தன் குரலாகவே அவள் மாற்றிக்கொள்கிறாள். செங்கம்மாமீது அவளுக்கு ஒருபோதும் பொறாமையோ, அசூயையோ எரிச்சலோ வருவதில்லை. அவளை ஆராதிக்கிறாள். மிகுந்த மன விசாலம் இருந்தால் மட்டுமே முடிகிற காரியம் இது. செங்கம்மாவையும் அனுசூயாவையும் அவளால் அன்பெனும் தராசில் ஒன்றாக ஏற்ற முடிகிறது. அனுசூயா எப்படியான ஒரு பெண் என்பதைப் பூவராகனின் பார்வையில் பார்ப்பதைக் காட்டிலும், ரெங்கநாயகியின் கண்ணால் பார்த்தே வியக்கிறோம். ரெங்கநாயகி ஆச்சரியம் தருகிற ஒரு வார்ப்பு.

நரசிம்மனின் மனைவி லக்ஷ்மியும் அத்தனை கச்சிதமான ஒரு பாத்திரம். கண்ணுக்கும் மனதுக்கும் அழகான ஒரு பெண்ணை இச்சமூகம் எப்படிப் பார்க்கும் என்பதை அவள் நரசிம்மனிடம் சொல்கிற விதம், ஆழமான ஓரிடம். "பொண்டாட்டி சொத்தா இருக்கறது போதாதுன்னு சிநேகிதனும் உங்களோட தான் பழகணும், உங்க யோசனையைத்தான் கேட்கணும், உங்க மூலமாத்தான் அவன் மத்தவங்ககூடப் பேசணும்னு நினைச்சிக்கிட்டா எப்படி?" இது போகிறபோக்கில் சொல்கிற ஒரு வார்த்தை. (மனைவி – சொத்து !). ஐம்பது வருடம் முன்பே, இது பற்றித் தி.ஜா. பேசியிருக்கிறார். இந்த யதார்த்தத்தை வேறு எவரும் இந்நாவலில் பேசுவதற்கான வாய்ப்பில்லை. செங்கம்மாவும் ரெங்கநாயகியும் தத்தம் கணவர்களால் நன்கு மதிக்கப்படுபவர்கள். அதனால்தான், லக்ஷ்மியால் செங்கம்மாவை முன்னிறுத்தி, இதனைச் சொல்லிவிட முடிகிறது. யதார்த்தத்திலும்கூட மனிதர்கள் ஒவ்வொருவரும் அவரவருக்கான இடங்களில் உயர்ந்து நிற்கிறார்கள். தி.ஜா. மனித மனம் குறித்தே அதிகமும் எழுதியிருக்கிறார். அவரின் அனைத்துப் படைப்புகளிலுமே மாந்தர்கள் தங்களை ஏதேனும் ஒருகணத்தில் உணர்கிறார்கள். அக்கணத்தில் அவர்கள் உயர்ந்து நிற்கிறார்கள். இங்கும்கூட, இதே உணர்வுநிலைதான் எட்டப்படுகிறது.

செங்கம்மாவின் கணவன் கணேசன் பழனிவேலிடமிருந்து பெறுகிற கடிதத்தை வாசிக்கிறபோது, அவர் மனம், செங்கம்மாவை மேலும் உயர்த்துகிறது. அதன் மூலம் தானே உயர்ந்து நிற்கிறார். பூவராகன், தன் மனதில் செங்கம்மாவைக் குறித்து நினைத்துக்கொண்டதை ஒளிவுமறைவில்லாமல் விளக்குகிறபோதும் அவர் உயர்கிறார். பழனிவேலு செய்ததெல்லாம், அனைத்து மனித மனங்களிலுமுள்ள ஓர் இருளான சிறுபகுதிதான். ஆனால், அதை அவன் தன் வாழ்நாள் தவறாக நினைக்கிறான். அதை வெளிப்படையாக ஒப்புக்கொள்கிறபோது, அனைவரையும்போல நமக்கும் ஆச்சரியம்தான் ஏற்படுகிறது. இவர்கள் மட்டுமல்லர். ஆதிமூலம், திருநா, அம்பாகடாட்சம், ஸ்வேதாரண்யம் என யாவரும் தம்மை மாற்றிக்கொள்கிறார்கள். அதனை வெளிப்படுத்தவும் செய்கிறார்கள். "சண்டைக்காரனோடு சமாதானம் செய்துகொள்கிறது, பெண்ணோடு கூடுகிற மாதிரி. அப்படி ஒரு கிளுகிளுக்கிற உணர்வு அது" என்று ஓரிடத்தில் வரும். இப்பாத்திரங்கள் ஒவ்வொருவருமே இவ்வுணர்வை அடைகிறார்கள். இப்படைப்பு சாதித்தது இதைத்தான்.

தி.ஜானகிராமன் வர்ணனைகளின் அரசன். ஒரு புல் பற்றி விவரிப்பதிலும், மனிதர்களின் உருவத்தைச் சொல்வதிலும் ஒரே விதமான நேர்த்தியும் அழகும் இருக்கும். ஆறுகட்டிக்குள் நாம் நுழையும்போதே அந்த ஊரின் இட, வலப் பக்கத்தை அறிந்துகொள்கிறோம். அங்கே இருக்கிற எதுவும் நமக்குத் தெரியும் என்பதான ஒரு கற்பனை வந்துவிடுகிறது. அங்கு வாழும் மனிதர்களின் குணம் போலவே, அவர்களின் உருவமும் நமக்குள் பதிகிறது. மிக நுட்பமான ஒன்றை ரசிக்கும்படியாகத் தந்த படைப்பு என்று இந்த உயிர்த்தேன் நாவலைச் சொல்லலாம். அதனால்தான், ஐம்பது வருடம் கடந்தும், அசல் உயிர்ப்போடு அதை வாசிக்க முடிகிறது. இப்படைப்புக்குக் கிடைத்திருக்கிற மிகப்பெரிய சன்மானம் அதுவே.

❖

20

சந்திரப் பிறையின் செந்நகை பொலிக [உயிர்த்தேன்]

சுகுமாரன்

நான்கு பதிற்றாண்டுக்கும் மேற்பட்ட இலக்கிய வாழ்க்கையில் ஒன்பது நாவல்களைத் தி.ஜானகிராமன் எழுதியிருக்கிறார். அவரது எழுத்துகள் மீது பற்றுக் கொண்ட வாசகன் என்ற நிலையில், அந்நாவல்களைத் திரும்பத் திரும்ப வாசித்த அனுபவம் இயல்பாகவே மனதில் ஒரு வகைப்பாட்டை உருவாக்கியுள்ளது. சில நாவல்களைக் கலைப் பெறுமதி மிக்கவை என்றும், சிலவற்றைக் கலையம்சம் குன்றியவை என்றும் வகை பிரித்துள்ளது. தி.ஜானகிராமன் நாவல்களில் மோகமுள், அம்மா வந்தாள், மலர் மஞ்சம், மரப்பசு, உயிர்த்தேன் ஆகிய ஐந்தையும் கலைப் பெறுமதி மிகுந்த படைப்புகளாகக் கருதுகிறேன். தொடர்ந்த மறு வாசிப்புகளுக்குத் தகுதியானவை, ஒவ்வொரு வாசிப்பிலும் புதிய தளத்தை வெளிக்காட்டுபவை, எனது தனி வாழ்க்கை அனுபவங்களைப் பாதிக்கக்கூடியவை; அவற்றுடன் ஒப்புநோக்க உதவுபவை, கலை வாயிலாக அடையும் மகிழ்ச்சியை அளிப்பவை என்று என் வகைப்பாட்டுக்குக் காரணங்களையும் கண்டடைகிறேன்.

பெரும் படைப்புகளின் உலகில் திளைப்போரிடம் இதுபோன்ற வகைப்படுத்தல் நிகழ்வது தவிர்க்க இயலாதது. அந்த வாசக இணக்கம் தனக்கு உவப்பானவைகளை மகத்தானவையாகக் கருதுவதனாலேயே, விருப்பத்துக்கு உகந்த ஒரு படைப்பாளியின் பிற ஆக்கங்களையும் புறக்கணிக்கப்பட முடியாதவையாக நிலைநிறுத்துகிறது. அவற்றின் சாயல்களை மகத்தான ஆக்கங்களாகக் கருதப்படும் பிற படைப்புகளில் தேடத் தூண்டுகிறது. அதன் மூலமாக, அந்தப் படைப்பாளியின் கலைப் பெறுமதி பெறாதவை என்று 'ஒதுக்கிய' எழுத்துக்களுக்கும் முக்கியத்துவம் அளிக்கிறது. நம் அந்தரங்க ரசனையை அடிப்படையாகக் கொண்ட இந்த நடவடிக்கை, ஒருவகையில் இலக்கிய வரலாற்றுடனும்

தொடர்புகொண்டதுதான். ஓர் எழுத்தாளர் அவரது படைப்பு வாழ்வில் அடைந்திருக்கும் வளர்ச்சியைப் புரிந்துகொள்ளவும் கலை முதிர்ச்சியை மதிப்பிடவும் இது துணையாகிறது. இலக்கியப் பரப்பில் அவரிடத்தை நிர்ணயிக்க ஏது ஆகிறது. 'உயிர்த்தேனை'த் தி.ஜானகிராமனின் உச்சமான படைப்புகளில் ஒன்றாக, முன்னர் நான் மதிப்பிட்டிருக்கவில்லை. அதை மானசீகப் பட்டியலில் முதன்மை இடம் பெற்ற படைப்புகளில் ஒன்றாகச் சேர்த்து இருக்கவுமில்லை. எனினும், தொடர் வாசிப்புகளில் இந்த விடுபடல் உறுத்தத் தொடங்கியது. 'மோகமுள்'ளையும் 'அம்மா வந்தா'ளையும் 'மலர் மஞ்ச'த்தையும் எத்தனை முறை நான் வாசித்திருப்பேனோ, அதற்குச் சற்றும் குறையாத முறை உயிர்த்தேனையும் வாசித்திருக்கிறேன். அந்த வாசிப்புத்தருணங்களில் அவற்றுடன் ஒப்பிட்டும் அவை தந்த அதே வாசிப்பனுபவத்தை எதிர்பார்த்துமே உயிர்த்தேனை வாசித்த பிழை விளங்கியது. மிகவும் முயன்று, இந்த ஒப்பீட்டையும் எதிர்பார்ப்பையும் தவிர்த்து வாசித்த பின்னர், நாவலின் தனித்தன்மைகள் புலப்பட்டன. அவற்றில் முதன்மையானது இதில் தெளிந்து தெரியும் இலட்சியவாத நோக்கு. தி.ஜானகிராமனின் பிற நாவல்களிலிருந்து 'உயிர்த்தே'னைத் தனித்துக் காட்டுவது இந்த இயல்புதான்.

தி.ஜானகிராமன் படைப்புகள் அனைத்தையும் நடப்பியல் சார்ந்தவை என்று ஒற்றைப்பிரிவுக்குள் அடக்கிவிடலாம். சிறுகதைகளிலும் நாவல்களிலும் எதார்த்தமான கதை சொல்லலையே அவர் கையாளுகிறார். சோதனை முயற்சி, புதுமை வேட்கை என்று நடப்பியலை மீறிய எதையும் எழுதியதுமில்லை. எதார்த்தத்தை வலுவாக முன்வைப்பதற்காகக் கதைகளில் பின்பற்றும் எளிய உத்திகளைத் தவிர்த்து உருவ ரீதியிலான கசரத்துகள் எதற்கும் அவர் முனைந்ததுமில்லை. நடைமுறை வாழ்வில் நிகழும் சம்பவங்களையே கதைகளாக உருமாற்றுகிறார். எனினும், அவற்றில் உயிர்நாளமாக ஓடுவது இலட்சியவாதம் என்பதை நுட்பமாகக் காணமுடியும். அது அவரது இலக்கியப் பார்வையால் உருவானது. மானுடக் கரிசனையால் செழுமை பெற்றது. சில சமயங்களில் இக்கரிசனம் கற்பனாவாதத் தோற்றத்தையும் கொண்டதுதான். மனிதர்கள் இயற்கையில் மேலானவர்கள். சூழ்நிலைகளே அவர்களது சேஷ்டைகளுக்குக் காரணம். அந்த மனித சேஷ்டைகளை வியப்புடனும் அனுதாபத்துடனும் சீற்றத்துடனும் பரிவுடனும் பெருமிதத்துடனும் சுட்டிக்காட்டுவதே அவரது படைப்பு நோக்கம். இந்த மனநிலையை இலட்சியவாதம் கொண்டது என்றால், தி.ஜானகிராமனை இலட்சியவாத எழுத்தாளர் என்று கூறலாம். ஆனால், அது செவ்வியல் பண்புகொண்ட படைப்பாளியைக் குறுக்கிப் பார்க்கும் அநீதியாகிவிடலாம்.

குறுக்கீடாக நான், இந்த ஒப்பீட்டை முன்வைக்கிறேன். தி.ஜானகிராமன் நாவல்களில் இலட்சியவாதத்தின் சாயலும் கற்பனைவாதத்தின் கீற்றுகளும் தென்படுகின்றன. கதை மாந்தர்கள் எதார்த்தமானவர்களாக இருக்கும் போதே இலட்சியவாதிகளாகவும் கற்பனாவாதிகளாகவும் இயங்குகிறார்கள். ஆனால், அவரது சிறுகதைகளில் இலட்சியவாதத்துக்கு அநேகமாக இடமே இல்லை. கதைக் களங்கள் நடப்புலகிலிருந்து விலகாதவை. பாத்திரங்கள் மண்ணிலிருந்து முளைத்தவர்கள். எனினும், 'உயிர்த்தே'னை

இலட்சியவாதம் வெளிப்படையாகத் தென்படும் ஒரே ஜானகிராமன் நாவல் என்றே கருதுகிறேன். பிற நாவல்களிலும் இலட்சியவாதத்தின் மங்கலான அடையாளங்கள் இருக்கின்றன. சில பாத்திரங்கள் மேலானது என்று தாம் நம்பும் புள்ளியைச் சென்றடைவதையே வாழ்க்கையாகக் கொள்கிறார்கள். பசிக்கு மிஞ்சிய கடவுள் இல்லை என்று உறுதிகொள்ளும் பவானியம்மாள் (அம்மா வந்தாள்), பிரபஞ்சத்தின் சங்கீதத்தில் கரைந்துவிட விரும்பும் ரங்கண்ணா, உடல் இச்சைக்கு மீறிய ஓர் உலகம் இருக்கிறது என்று பாபுவுக்கு உணர்த்தும் யமுனா (மோகமுள்) – இவர்கள், இக்கூற்றின் எடுத்துக்காட்டுகள். இப்பாத்திரங்கள் அடைய விரும்பும் ஒளிமய நிலைகளும் எதார்த்தத்துக்கு அப்பாற்பட்டவை. பசியே இல்லாத உலகம், இசை மட்டுமே இருப்பான சூழல், சங்கீத ஞானத்தின் தொட்டுவிடக் கூடிய எல்லை – இவையெல்லாம் எதார்த்தத்தின் வரம்பைக் கடந்த கனவுகள்: இலட்சியங்கள். இவற்றை இவர்கள் எட்ட முயல்கிறார்கள். தி.ஜானகிராமனின் எல்லா நாவல்களுக்கும் இந்த இயல்பைப் பொருத்திப் பார்க்க முடியும். அதை அவர் நுட்பமான மாற்றங்களுடன் கையாளுகிறார். பிற நாவல்களில் எதார்த்தமான வாழ்வு மீது இலட்சியவாதம் நிறுவப்படுகிறது. ஆனால், உயிர்த்தேனில் இலட்சியவாதத்தின் மீது எதார்த்தம் கட்டப்படுகிறது. நாவலைத் தனித்துப் பார்ப்பதற்கான முதன்மையான அளவீடு இது.

உயிர்த்தேன் நீங்கலான பிற நாவல்களில் இடம்பெறும் இலட்சியவாதம், தனிமனிதர்களை மையமாகக் கொண்டதெனில், உயிர்த்தேனில் செயல்படுவது சமூகத்தை மையத்தில் நிறுத்திய இலட்சியவாதம். கிராமத்தின் தன்னிறைவுக்காகவே முக்கியப்பாத்திரங்கள் வினையாற்றுகின்றன. இதைத் தவிர்த்த பிற நாவல்களில் இடம்பெறும் கதைமாந்தர்களில் மையப் பாத்திரங்கள் தவிர மற்றவை, அவற்றின் இயற்கையான குணங்களிலிருந்து அதிகம் விலகிச் செல்வதில்லை. உயிர்த்தேனில் இடம்பெறும் எல்லாப் பாத்திரங்களும் இயல்பு மாற்றம் அடைகிறார்கள். ஊருக்கு நன்மை விளைக்கும் நடவடிக்கைக்கு முட்டுக் கட்டையாக நின்றவர்கள் எல்லாரும் கதைமுடிவில் மனந்திருந்திய மைந்தர்களாகிறார்கள். இந்தக் காட்சி இலட்சியவாதத்தன்மை மிக்கதுதான். பிற நாவல்களில் அதிகம் இடம் பெற்றிராததும்கூட. இந்த அம்சம், உயிர்த்தேனைத் தி.ஜானகிராமனின் பிற படைப்புகளிருந்து தனித்துக் காட்டுவது போலவே, அன்று பொது வழக்கிலிருந்த எழுத்துக்களுடன் ஒப்பிட்டுப் பார்க்கவும் தூண்டுகிறது. இந்த நாவல், 1966ஆம் ஆண்டு *ஆனந்த விகடன்* வார இதழில் தொடராக வெளிவந்தது என்ற குறிப்பு, இந்தத் தூண்டுதலுக்கு வலுச்சேர்க்கிறது. அந்தக் கால அளவில் இதழ்களில் தொடராக வெளியான கதைகளுக்கு இலட்சியவாத நோக்கே முதன்மையாக இருந்தது. நாட்டு விடுதலைக்குப் பிந்தைய காலத்தின் தேவையாகவும், வெகுசன இலக்கியத்தின் வணிகச் செலாவணிக்கான தவிர்க்கவியலாத இடுபொருளாகவும் இருந்தது. இந்தப் புறக் காரணிகளை உயிர்த்தேனில் எளிதாகக் காணமுடியும். புதிய சமூக வாழ்க்கைக்கான அமைப்புகளை உருவாக்கும் முனைப்பிலிருந்த சூழலை இந்த நாவல் பின்புலமாகக் கொள்கிறது வேளாண்மையில் தன்னிறைவு, கூட்டுறவுச் செயல்பாடு, சமூக நல்லிணக்கம் என்ற இலட்சியவாதச் சேர்மானங்கள் இடம் பெறுகின்றன. இச்சேர்மானங்கள் அன்று வெளியாகிப் பிரபலம் பெற்ற நெடுங்கதைகளின் அடிப்படை. இவ்வடிப்படையில்

எழுதப்பட்டதுதான் உயிர்த்தேன் என்பதை எளிதில் ஊகிக்கலாம். வார இதழில் தொடர்களாக வெளியான கதைகளிலிருந்து இந்த நாவலை மேம்படுத்திக் காட்டுவது, தி.ஜானகிராமனின் கலைப்பிரக்ஞைதான்.

'அம்மா வந்தாள்' தவிரத் தி.ஜானகிராமனின் எல்லா நாவல்களும் பத்திரிகைகளில் தொடர்களாக வெளியானவை. எனினும், அவை அன்று நடைமுறையிலிருந்த தொடர்கதை இலக்கணத்துக்கு உட்படாதவை. ஓர் அத்தியாயத்தின் முடிவில் அடுத்த அத்தியாயத்துக்கான தூண்டிலைப் பொருத்தி வைக்காதவை. நாடகீயத் திருப்பங்கள் கொண்டிராதவை. கற்பனையான நிலப்பரப்பைக் காட்டாதவை. பொம்மைப் பாத்திரங்களைச் சித்திரிக்காதவை. செயற்கையான மதிப்பீடுகளை வலியுறுத்தாதவை. சுருக்கமாகச் சொன்னால், வழக்கமான தொடர்கதைகளின் வழியை ஏற்காதவை. வெளியீட்டு வசதியை முன்னிருத்தி மட்டுமே தொடராக அச்சேறியவை. இவ்வாறு விளக்கமாகப் பேசக் காரணம் இருக்கிறது. தொடர்கதைகளாக வந்தவை. எனவே, தி.ஜானகிராமன் நாவல்கள் மாற்றுக்குறைந்தவை என்ற கருத்தும் இலக்கியச் சூழலில் நிலவுகிறது. அவரது படைப்புகளின் தரநிர்ணயத்துக்கான எடைக்கல்லாகவும் இந்தக் கருத்து அழுத்தம் பெற்றிருக்கிறது. அவர் படைப்புகளை மீண்டும் வாசிக்கும்போது, இக்கருத்து வலுவற்றதாகவே தென்படுகிறது. நாம் இன்று மகத்தானவை என்று பாராட்டி வாசிக்கும் தமிழ் நாவல்கள் பலவும் இதழ்களில் தொடராகவே வெளிவந்தவை என்ற புரிந்துகொள்ளலில், இக்கருத்தை மறுக்கலாம். தொடராக எழுதப்பட்ட நெடுங்கதைகள் என்று இவற்றை வகைப்படுத்தினாலும், தி.ஜானகிராமனின் நாவல்கள் அவருக்கு மட்டுமேயான அடிப்படையான இலக்கியக்கூறுகளைக் கொண்டவை.

தி.ஜானகிராமன் எழுத்துகளின் முதன்மைக் கூறு, அவற்றில் வெளிப்படும் தன்னியல்பு. கதை மாந்தர்கள் தன்னியல்பானவர்கள். அவர்கள் உழலும் சூழலில் எவ்வாறு இயங்குவார்களோ அவ்வாறே இயங்கும் சுதந்திரம் பெற்றவர்கள். ஆசிரியரின் கைச்சரடால் ஆட்டுவிக்கப் படுபவர்களல்லர். இந்தத் தன்னியல்பு காரணமாகவே சிறுபாத்திரங்கள்கூட முக்கியத்துவம் பெறுகின்றன; வாசகக் கவனத்தில் நிலைக்கின்றன. இத்தன்னியல்புதான் பாத்திர உரையாடலிலும் தென்படுகிறது. இவற்றைவிடவும் முக்கியம், ஆசிரியரின் இடையீடு ஒருபோதும் நிகழ்வதில்லை என்பது. வெகுசன எழுத்துகள் விலக்கி வைக்கும் இந்த இலக்கிய இயல்புகளைக் கைவிடாமல் இயங்கினார் என்பதை யோசிக்கும்போது, தி.ஜானகிராமனின் கலைத் திறனை வியக்கத் தோன்றுகிறது.

எப்படைப்பும் காலத்துடனும் இடத்துடனும் மனிதர்களுடனுமான மன வினையிலிருந்தே உருவாகிறது. ஜானகிராமனின் படைப்புகளைப் பொறுத்தமட்டில் இடத்துடனும் மனிதருடனும் அவர் கொண்டிருந்த பிணைப்பே வலுவானது. அவரது ஒன்பது நாவல்களில் உயிர்த்தேன், மரப்பசு ஆகிய இரண்டு மட்டுமே அவை எழுதப்பட்ட காலத்துடன் மிகுந்த அணுக்கம் கொண்டவை. சமகாலப் பிரச்சனைகளைப் பின்புலமாகக் கொண்டவை. பிற நாவல்கள் கடந்துபோன காலத்தை நிகழ்காலத்துக்கு இழுத்து வருபவை. அதனாலேயே சமகாலப் பிரச்சனைகள் மீது அக்கறை கொள்ளாதவர் என்ற வீண்பழியை, அவர் சுமக்க நேர்ந்தது. அவரது முதன்மை அக்கறை,

மனிதர்கள் மீதும் அவர்களது செய்கைகள் மேலும் குவிந்திருந்தது. இடமும் காலமும் மாறக்கூடியவை. ஆனால், மனிதக்குணங்கள் அடிப்படையானவை என்ற கரிசனத்திலிருந்தே, அவரது படைப்புகள் எழுகின்றன.

மேற்குறிப்பிட்ட இரண்டு நாவல்களைத் தவிர்த்த மற்ற நாவல்களின் கால, இடப் பின்புலங்கள் அவை எழுதப்பட்ட காலத்திலேயே பெரிதும் மாறிப்போனவை. இன்று அவை வாசிக்கப்படுவதும் நினைக்கப்படுவதும் அவற்றின் மானுட விசாரங்களை முன்னிருத்தித்தான். அக்ரகாரங்களும் வேதப் பாட சாலைகளும் இல்லாமற்போனாலும் அலங்காரத்தம்மாள்களும் (அம்மா வந்தாள்), கலப்பு மணத்தில் பிறந்த பெண்ணுக்குத் திருமணத்துக்கான வாய்ப்புகள் கிடைத்தாலும் 'இதற்குத்தானா?' என்று கேட்கும் யமுனாக்களும் (மோகமுள்), நிலவுடைமை மரபின் இறுக்கங்கள் தளர்ந்த பின்னும் அண்ணி வேட்கைக்கு அஞ்சும் சட்டநாதன்களும் (செம்பருத்தி) நிச்சயம் இருக்கக்கூடும். அவர்களின் உளச்செய்கைகள் படைப்புகளில் பேசப்படும். இவற்றில் காலமும் இடமும் மங்கிவிடுகின்றன. ஆனால், சம காலத்தின் எதிர்வினைகளாக எழுதப்பட்ட உயிர்த்தேனும் மரப்பசுவும், இன்னும் காலத்தின் அடையாளத்தை விடாது தக்கவைத்துக் கொண்டிருக்கின்றன. மிகைநவிற்சியாகத் தோன்றக்கூடும்; எனினும், இந்த இரு நாவல்களையும் காலத்தை முன்னுணர்த்தியவை என்று சொல்லலாம்.

தி.ஜானகிராமன் நாவல்களில் வரும் பெண்கள் பொதுவாகச் சாதாரணமானவர்களல்லர். பெண்ணுக்கு என்று சமூகமும் மரபும் வரையறுத்து வைத்திருக்கும் எல்லைகளை மீறுபவர்கள். ஆனால், அதைப் பிரகடனமில்லாமல் செய்பவர்கள். உயிர்த்தேனின் செங்கம்மா, ஆண்கள் வகுத்து வைத்திருக்கும் விதிகளை மீறுபவள்தான். எனினும், அதைப் பிரகடனப்படுத்திக் கொள்வதில்லை. அவளைப் போலவே அனுசூயாவும் நியதிகளைக் கேள்வி கேட்பவள்தான். அவளும் தன் நிலையை வலுவாக வெளிப்படுத்துவதில்லை. 'எல்லாரும் மனுஷங்கதானே, எனக்கு எல்லாரையும் அணைச்சுக்கணும் போலத்தான் இருக்கு. எல்லார் கிட்டவும் அப்படி இருக்கறதுக்காகத்தான் நாம பொறந்திருக்கோம்' என்ற சுய வாக்குமூலமாகவே, அந்த நிலை வெளிப்படுகிறது. உயிர்த்தேன் வெளிவந்து ஏறத்தாழப் பதிற்றாண்டுக்குப் பிறகு எழுதப்பட்ட நாவல் மரப்பசு. மையப் பாத்திரமான அம்மணி உரிமை உணர்த்தலைத் தன்னியல்பான ஒன்றாகவும், அதே சமயம் மீறலைப் பிரகடனமாகவும் கொள்கிறாள். இதை நாவல் உருவான காலத்தின் விளைவாகவே கருதுகிறேன்.

1970களை ஒட்டிய கால அளவில்தான் புதிய கருத்தாக்கங்கள் அறிமுகமாயின. அவற்றை ஒட்டி, உலகம் தழுவி நிகழ்ந்த உரையாடல்கள் நமது சூழலிலும் எதிரொலித்தன. பெண் உரிமை குறித்த விவாதமும் அவற்றில் ஒன்று. பெண்ணின் உலகைச் சித்திரிப்பதில் பெரும் அக்கறை காட்டிய படைப்பாளியான தி.ஜானகிராமன், அதைத் தம் சிந்தனைக்குள் கொண்டுவந்தது பொருத்தமானது என்று யூகிக்கிறேன். சமகால நிகழ்வுகளை அச்சுப் பிசகாமல் படைப்புகளில் இடம்பெறச் செய்தவரல்லர்; எனினும் அந்த நிகழ்வுகளின் சாயலைக் கதையின் போக்கில் பதிவுசெய்தவர். கறுப்பு முக்காடு போட்ட தெருவிளக்குகள் என்று உலக யுத்தத்தையும், நாளிதழ்ச் செய்தியின் வழியாகக் காந்தியின் மறைவையும் (மோகமுள்),

ஒரு கிண்டலான உரையாடலில் சுயமரியாதை இயக்க அறிமுகத்தையும் (செம்பருத்தி) சித்திரிக்கிறார். இது காலத்துடன் அவர் ஆற்றும் எதிர்வினை. இதைச் சான்றாகக் கொண்டால், மரப்பசு நாவலின் உருவாக்கம் காலத்துடனான நெருக்கத்தின் விளைவு என்று காணமுடியும். இதை நிறுவுவதற்கு வலுவான ஆதாரத்தை நாவலிலிருந்தே எடுத்துச் சொல்லவும் முடியும். புதிய கருத்தாக்கங்கள் தீவிர விவாதங்களுக்குள்ளான சூழலில் மேற்கோள்களாகச் சொல்லப்பட்ட பெயர்கள், நிகழ்வுகள் நாவலுக்குள் பயன்படுத்தப்படுகின்றன.

மரப்பசுவின் ஆரம்ப அத்தியாயத்தில், தன்னையே இவ்வாறு கேள்வி கேட்டுக் கொள்கிறாள் அம்மணி. "நீ யார்? ப்ராய்ட், யுங், காமு, ஸார்த், பிண்ட்டர், அடமோவ், ப்ரெக்ட், அயொனஸ்கு என்று அடுக்குகிற பேர்வழியா?". இந்த வாக்கியத்தில் இடம்பெறும் பெயர்கள் எல்லாமும் எழுபதுகளை ஒட்டிய காலப் பகுதியில், இந்தியச் சூழலிலும் தமிழகச் சூழலிலும் விவாதிக்கப்பட்டவை. இவற்றைத் தம் நாவலுக்குள் எடுத்தாள்வதன் வாயிலாகத் தி.ஜானகிராமன் நிகழ்காலத்துடன் உறவைப் புலப்படுத்துகிறார் என்று தோன்றுகிறது. இது போன்ற செய்கை அவரது முந்தைய நாவல்கள் எதிலும் இல்லை. பின்னர் எழுதிய நாவலிலும் இல்லை. எனவே, இதை வலுவான சான்றாகக் கருதுகிறேன். இதில் கலாச்சாரப் பின்புலத்தின் ஊடாகக் காலத்தை அடையாளப்படுத்துகிறார். 'உயிர்த்தேனில் சமூக நிகழ்வின் பின்னணியில் காலத்தைப் பதிவு செய்கிறார்.

உயிர்த்தேன் நாவலில் சித்திரிக்கப்படும் காலம் விடுதலைக்குப் பிந்தையது. நாடு தனக்கான விதியைத் தீர்மானித்துக்கொள்ள முனைந்திருந்த காலம். விடுதலைப் போராட்டக் காலத்தின் பொது உணர்வாகச் சுதந்திர வேட்கை இருந்தது. வெளிப்படையாகவும் மறைமுகமாகவும் எல்லாப் படைப்புகளிலும் அந்த உணர்வு ஊடுருவியிருந்தது. விட்டு விடுதலையாகி நிற்கும் கனவேக்கம் பரவியிருந்தது. விடுதலைக்குப் பின்னான காலத்தில் அக்கனவு கலைந்து சிதைவதைக் கண்முன் காண நேர்ந்தது. புதிய நடைமுறைகள் பழைய கனவின் தொடர்ச்சி அல்ல என்ற உண்மை அம்பல மானது. இது நுண்ணுணர்வுள்ள ஒரு படைப்பாளிக்கு அதிர்ச்சி அளிப்பதாக இருந்திருக்கலாம். தன் கையறு நிலையை உணர்த்தியிருக்கலாம். இந்த அதிர்ச்சியும் இழப்பும் படைப்பாளியை நினைவேக்கத்துக்குக் கொண்டு சென்றிருக்கலாம். மேற்சொன்ன இவையெல்லாம் என் வாசக யூகங்கள். ஆனால், அவற்றை நிறுவுவதற்கான சில தடயங்களை நாவலுக்குள்ளிருந்தே திரட்ட முடிகிறது. விடுதலைக்குப் பின்பு சுதந்திரமும் தன்னிறைவுமான வாழ்க்கை மலரும் என்ற நம்பிக்கைக்குப் புதிய சமூகக் கோளாறுகளும் மனிதர்களின் தன்னலப் பேராசைகளும் இடையூறை ஏற்படுத்துகின்றன. கனவு கலைந்த ஏமாற்றத்தில் படைப்பாளிக்கு இரு வழிகள் எஞ்சுகின்றன. ஒன்று: தான் போற்றிய விழுமியத்தைப் பற்றிய நினைவேக்கத்தில் ஆழ்வது. மற்றது: தனக்குப் பழக்கப்பட்ட மையப் பொருளிலேயே முன்நகர்வது. இந்த இரண்டின் சரிவிகிதப் படைப்பாகவே 'உயிர்த்தேனைப் பார்க்கிறேன். பழைய பொருட்படுத்தத் தகுந்த நன்மரபுக்கான ஏக்கத்தையும் தனக்கு ஆகிவந்த கதைப் பொருளான ஆண்–பெண் விழைவின் மர்மங்களை அலசும் மனப்பாங்கையும் நாவலில் தி.ஜானகிராமன் திறம்படக் கையாளுகிறார்.

மெட்ராசில் பணமும் செல்வாக்கும் நிறைந்த பரபரப்பான வாழ்க்கை நடத்திய பூவராகனுக்கு, ஆறுகட்டி கிராமத்தின் நிம்மதியான வாழ்க்கைமீது நாட்டம் ஏற்படுகிறது. அது அவன் அப்பா சொல்லிச் சொல்லித் திரண்ட கனவு. சொந்த ஊரோடு வாழ வந்தவனுக்கு, முதலில் ஊர் விருந்தாளிக் காட்சியாகக் கவர்ச்சி அளிக்கிறது. "ஜோரான ஊருடா" என்றும் வியக்க வைக்கிறது. ஊர்க் குடிமகனான பின்னர், பின்னமான தோற்றம் காட்டுகிறது. ஊர் பிளவுபட்டுக் கிடக்கிறது. "இருக்கிறது முப்பது வீடு. ஒவ்வொருத்தனும் ஒவ்வொரு மூலையைப் பார்த்துக்கிட்டு முப்பது கட்சி கிளப்பி விட்டிருக்கான்" என்ற நிலவரமும் விளங்குகிறது. அப்பாவின் ஆசையிலிருந்து வேர்பிடித்துத் தனக்குள் கனவாக முளைத்த ஓர் ஏக்கத்தை ஊர் முழுக்க நிழல் பரப்பும் விருட்சமாக்கும் செயல்பாட்டை மேற்கொள்கிறான். பூவராகனை மையங்கொள்ளும் நாவலின் இத்தளத்தைப் படைப்பாளியின் நினைவேக்கத்தின் விளைவாகவே எண்ணுகிறேன். முன்னைப் பெருவாழ்வின் நன்மைகளைப் பற்றிய ஏக்கத்தைத் தி.ஜானகிராமனின் எல்லா நாவல்களிலும் பார்த்திருப்பதால், இதை அவரது இயல்பு என்றே சொல்ல முடிகிறது. பெரும்பாலும் தனிமனிதர் களின் ஏக்கங்கள் தனிமனிதர்களிடமே நிறைவையோ நிறைவின்மையையோ அடையும் வகையில் அவரது நாவல்கள் அமைந்திருக்கின்றன. விதிவிலக்கு உயிர்த்தேன். தனியொருவனின் கனவு, ஊரின் சுபிட்சம் ஆகிறது. பிற நாவல்களிலிருந்து உயிர்த்தேன் வேறுபட்டது என்று குறிப்பிட இதுவும் காரணம்.

தி.ஜானகிராமன் நாவல்களின் பிரதானத் தளம், மனித உறவுகள் மீதான கவனமே. அந்த அக்கறையின் பகுதியே, ஆண் பெண் விழைவும் அதன் சிக்கல்களும். ஒருவகையில் அப்பகுதியே, அவருக்குப் பழக்கப்பட்ட மையப்பொருளாகக் கருதப்படுகிறது. உயிர்த்தேனும் இதிலிருந்து மாறுபட்டதன்று. பூவராகனுக்குச் செங்கம்மா மீது ஏற்படும் ஆரம்ப ஈர்ப்பும், பழனிவேலுக்கு அவள்மேல் தோன்றும் மாளாக் காதலும் (அல்லது தீராக் காமமா?) நாவலின் இன்னொரு தளத்தைக் காட்டுகின்றன. பிற நாவல்களில் ஆண் பெண்ணிடமும் பெண் ஆணிடமும் கொள்ளும் ஈடுபாடும் விழைவும் காதலும் காமமும் அந்த இரு தரப்பினருக்குள்ளேயே முழுமையடைகின்றன. பாபுவின் வேட்கை யமுனாவை அடைந்ததும் பூர்த்தி ஆகிறது (மோகமுள்). இந்துவின் காதல் அப்புவை வரித்துக்கொண்டதும் முற்றுப் பெறுகிறது (அம்மா வந்தாள்). உயிர்த்தேனில் மட்டும்தான் இந்த விழைவு, மனித வாஞ்சையாகப் பேருருவம் கொள்கிறது. செங்கம்மா சூழ்நிலை காரணமாகக் கார்வார் கணேசப்பிள்ளைக்கு மனைவி ஆகிறாள். தன்னுடைய ஈடுபாட்டையும் காதலையும் காமத்தையும் அவருக்கே அளிக்கிறாள். அவளை ஆவேசத்துடன் அடைய நினைக்கும் பழனிவேலிடம், இப்படிச் சொல்கிறாள். "நான் எனக்கு இஷ்டப்பட்டவங்களுக்கோ இஷ்டப் படறவங்களுக்கோ கிடைக்கிற மாதிரி இல்லையே?". அது அவளின் தன்னிலை விளக்கம். ஒருவேளை, அவளுடைய சூழல் வேறாக அமைந்திருந்தால், பழனிவேல் மீது காதல் பிறந்திருக்கவும் கூடும். நாவலின் உச்சத்தருணத்தில், அவளே அவனைத் தேடிச்செல்கிறாள். அவனிடம் ஊர் மீதான பாசத்தின் பேரில், பூவராகனின் தன்னலமற்ற மனப்பான்மையின் சார்பில் விவாதிக்கிறாள். முதலில் அவள் காலில் விழுந்து கும்பிடும் பழனி, பின் அவளை அணைத்துக்

கண்களில் முத்தமிடுகிறான். இரும்புப் பிடிக்குள் திமிறும் செங்கம்மா, விருப்பமில்லாமல் அதை ஏற்கிறாள். அவனை உதறிவிட்டு ஓடியிருக்கலாம். கூச்சல் போட்டிருக்கலாம்.இவை எதையும் செய்யாது அங்கேயே நிற்கிறாள். அவள் தரப்பில், இரு நியாயங்களைச் சொல்ல முடியும். இக்காம அலைச்சலின் காரணமாகவே, பழனி ஊருக்கு எதிரியாக இருந்திருக்கிறான். ஊரின் நன்மைக்கு முட்டுக்கட்டை போட்டிருக்கிறான். அவன் காமத் தணிப்புக்கு ஒப்புக் கொடுப்பதன் மூலம் ஊருக்கு நல்லது செய்ய முடிகிறது. 'இது இவ்வளவுதான்' எனப் பழனியின் வேட்கையைத் தோல்வி காணச் செய்யவும் முடிகிறது.

இந்தக் கணத்தை உயிர்த்தேன் நாவலின் ஒளிமிக்க கணமாகக் கருதுகிறேன். இயல்பாகவே மனிதர்கள் மீது கரிசனமுள்ள செங்கம்மா கருணை மிகுந்தவளாக மாறும் அற்புதப் பொற்கணம். தற்செயலாகச் செங்கம்மாவுக்கு வாய்க்கும் இந்தப் பொற்கணத்தை எல்லாப் பொழுதிலும் வெளிப்படுத்துபவளாக வந்துசேர்கிறாள் அனுசூயா. "ஸ்வாமி நமக்கு ஒண்ணே ஒண்ணுதான் கொடுத்திருக்கு. அன்பாயிருக்கச் சொல்லிக் கொடுத்திருக்கு. இது எல்லாருக்கும் எங்கேயும் முடியும்" என்ற அவள் சொற்கள் வெளிப்படுத்துவது அனுசூயாவை மட்டுமல்ல; இச்சொற்களைக் கேட்டுவிட்டு, "நான் உங்க மாதிரி பார்த்தது இல்லே அம்மா" என்கிற கணேசப்பிள்ளையிடம், "பொய். இதோ இருக்கே" என்று செங்கம்மாவைக் காண்பிக்கிறாள். அவள், இன்னொரு நிஜ வடிவத்தை. தி.ஜானகிராமனின் நாவல்களில் இடம்பெறும் ஆண் பெண் விழைவு, அதைக் கடந்தே விரிகிறது. அச்செயல்பாட்டின் துலக்கமான சான்று உயிர்த்தேன்.

சமகாலத் தொடர்புடைய நாவல் என உயிர்த்தேனை நிறுவ, இன்னோர் உதாரணத்தையும் காட்டலாம். ஆறுகட்டி கிராமத்தின் இருப்புக்கும் வீழ்ச்சிக்கும் ஆண்களே காரணம். ஊர்ப்பணத்தைக் கையகப்படுத்தியிருக்கும் பழனிவேலு, அதைத் திருப்பித்தர மறுக்கிறான். திருநாவுக்கரசு வீம்புக்காக விளைநிலத்தைக் கோரை மண்டிய தரிசாகக் கிடக்க விடுகிறான். ஊர்க்காரர்களின் இழுபறியால் கோவில் சிதிலமடைந்து நிற்கிறது. இக்குறைகளைக் களைய முயல்கிறான் பூவராகன். அதற்கு அவன் தேர்ந்தெடுப்பது, 'பிறத்தியாருக்கு உழைக்கவே ஜன்மம் எடுத்த' செங்கம்மாவை. தயக்கத்துடன் ஒப்புக்கொள்ளும் செங்கம்மா, பின் ஊர்த் தலைவியாகவே மாறுகிறாள். கோவில் கும்பாபிஷேகத்துக்கும் கூட்டு வேளாண்மைக்கும் ஆட்களை ஈடுபடுத்திக் காட்டுகிறாள். அதுவரை ஊரைப் பற்றியே அக்கறை காட்டியிராத ஆண்கள் ஊர்ப் பாசம் மிகுந்தவர்களாகிறார்கள். செங்கம்மாவின் தலைமையை மனமார ஏற்றுக் கொள்கிறார்கள்.

பெண்ணிடம் அதிகாரத்தை ஒப்படைப்பதும், இந்த நாவலுக்கு ஆதாரமான நிகழ்வுகளின் காலத்திலும், எழுதப்பட்ட காலத்திலும் அரியதாகவே இருந்திருக்க முடியும். அந்தக் கால அளவில் நடைபெற்ற தேர்தல் பற்றிய தகவல்களிலும் அவ்வாறே காணக் கிடைக்கிறது. ஆனால், பெண் சமூக அதிகாரத்துக்காக உரிமை கோரிய நிகழ்வுகளும் பதிவுபெற்றுள்ளன. ஒரு பெண் பாத்திரத்தைச் சமூகத்தின் மையமாக நிறுவத் தி.ஜானகிராமன் முற்பட்டது இந்தச் சமூக அவதானிப்பிலிருந்துதான் என்று

எண்ணுவது காலப் பொருத்தமாகவே தோன்றுகிறது. மேலான படைப்பு அதன் காலத்தைப் பதிவு செய்வதுடன், அதற்கு அப்பாலும் செல்கிறது. வரவிருக்கும் காலத்தின் அடையாளத்தை முன்னுணர்கிறது. இதைப் படைப்பு விளைவுகளில் ஒன்றாகக் கருதினால், உயிர்த்தேனை அத்தகைய ஒரு படைப்பாகவும் சொல்லலாம். 1990க்குப் பின்னர் நடைமுறைக்கு வந்த பஞ்சாயத்து அமைப்புச் சட்டமும், பெண்களுக்கான இட ஒதுக்கீடும் உருவாக்கிய ஒரு சமூகச் சூழலைத் தேர்ந்த கற்பனையாளர் முன்கூட்டியே யூகித்திருப்பதையும் உணரலாம்.

இந்தப் பெண்ணுயர்வு நிலைதான், பூவராகனுக்குச் செங்கம்மாவிடம் வழிபாட்டுணர்வையும் பழனிவேலுக்கு ஆற்றாமையையும் ஏற்படுத்துகிறது. ஆறுகட்டி கிராமக் கோவில் கும்பாபிஷேகம் செங்கம்மா வழிகாட்டலில் நடக்கவிருப்பதைப் பழனிவேலால் பொறுத்துக்கொள்ள முடிவதில்லை. தான் சொந்தம் கொண்டாடிய, இச்சை கொண்ட ஒருத்தி ஊர் முழுமைக்கும் பிரியமானவளாக மாறுவதை அவனால் ஏற்க முடிவதில்லை. அந்த ஏமாற்றம், தன்னைத் தேடிவந்து தன் அணைப்பில் திணறியும் ஊர்ப் பொதுமைக்காக அதைச் சகித்துக்கொண்ட உறுதி என்ற அந்த இரண்டும் அவனை வீழ்த்துகின்றன. வீழ்ச்சியின் முடிவாகத் தற்கொலை செய்துகொள்கிறான். நான் எல்லாருக்கும் அன்பானவள்; ஆனால் யாருக்கும் உடைமையல்லள் என்று மறைமுகமாகக் காட்டுகிறாள் செங்கம்மா. இது பிரகடனமற்ற அவள் இயல்பு. இதையே வெளிப்படையாக முன்வைக்கிறாள் அனுசூயா. ஒரே குணாம்சத்தின் அகமும் புறமும் அவர்கள் என்பது பொருத்தமாயிருக்கலாம். பிரபஞ்சத்தையே தழுவியணைத்துக் கொள்ளும் பேரன்பு பற்றியே தி.ஜானகிராமன் பேச விரும்புகிறார். அதன் உருவகங்கள்தாம் செங்கம்மாவும் அனுசூயாவும். இந்தச் சித்திரிப்பில் நிறைவு காணாமல்தான் இருவரையும் ஒன்றாக்கிய அம்மணியை மரப்பசுவில் உருவாக்கினாரோ என்னமோ? இவையெல்லாம் உயிர்த்தேன் நாவல் வாசிப்பின் பல்வேறு தருணங்களில் திரண்ட கருத்துகள். இப்போது தொகுத்துப் பார்க்கும்போது சுய வியப்பை அளிக்கின்றன. நாவலுக்குக் கட்டியங்கூறலாகத் தி.ஜானகிராமன் எடுத்தாண்டிருக்கும் செய்யுளின் வரி இது. ‘ஞாலமும் அன்பும் ஒன்று’. இந்த ஒற்றை வரி விளக்கமே, உயிர்த்தேன் என்று காண விரும்புகிறேன்; இதில் பொலிவது சந்திரப் பிறையின் செந்நகை என்றும்.

✣

21

செம்பருத்தி – ஒரு பெண்ணின் மூன்றாம் பருவத்துக் கதை

சக்தி ஜோதி

தி.ஜானகிராமனின் 'செம்பருத்தி' நாவல், அறுபது களில் தொடராக வந்து நூலாக்கம் பெற்றது. இந்நாவல் வெளியான இருபதாண்டு கடந்தபின்தான், என் முதல் வாசிப்பு நிகழ்ந்தது. அப்போது என் இளமைப் பருவத்தின் வாசிப்பில் நான் அடைந்தவை வேறு. அதன் பிறகு, இருபத்தைந்தாண்டு கடந்தபின், என் மறுவாசிப்பு நிகழ்ந்திருக்கிறது. இளமைக்கால வாசிப்பில் என் மனதிற்குள் மங்கலாகப் படிந்திருக்கும் சித்திரங்களுக்கு, ஒரு நீண்ட இடைவெளிக்குப் பிறகான இரண்டாம் வாசிப்பு புதிய வெளிச்சம் தந்திருக்கிறது. ஒரு மனிதனின் வாழ்வு பல்வேறு விதமான உறவுகளாலும் கிளைக்கதைகளாலும் ஆனது. ஓர் ஆணுடைய ஒவ்வொரு பருவத்திலும் அவன் வாழ்வில் வந்து செல்கிற பெண்களினால் அவன் மனத்தில் ஏற்படுகிற சலனங்களை, மாறுதல்களை இயல்பாகச் சொல்கிறது இக்கதை. பொதுவாக எல்லோருமே இக்கதையின் நாயகன் சட்டநாதன் வழியாகக் கதையை அணுகுவார்கள். என் இளமைக் காலத்தில் அமைந்த முதல் வாசிப்பும் அப்படியானதுதான். மனிதர்கள் குறித்த புரிதல்கள் சற்றே விரிவடைந்த பருவத்தில் இப்போது இருக்கும் எனக்கு, இந்நாவலை மீண்டும் வாசிக்கும்போது, சட்டநாதனின் மனைவியான புவனாவை மையப்படுத்தி, இந்தக் கதையைப் புரிந்துகொள்ள முடிகிறது.

ஒரு கதையை அணுகுவதற்குப் பல்வேறு முறைகள் இருக்கின்றன. ரசனை முறை வாசிப்பு என்பது, என் வாசிப்பு முறையில் முதன்மையானதாக இருக்கிறது. வாசகனாக இருப்பதும்கூட வாழ்கிற சூழலுக்கு நேர்விதமாகவோ அல்லது அந்தச் சூழலுக்கு மாற்றாக வாழ விருப்பம் கொண்டதாகவோ அமைந்து விடுவதுண்டு. மலையடிவாரத்தில் இப்போது வசித்துக்கொண்டிருக்கும் என்னுடைய பால்ய, இளமைக்கால

வாழ்க்கையானது மலைப்பிரதேசத்துக்குரியது. அதனை விட்டுவிட்டுக் கீழிறங்கிய பிறகு, மலையும் மலைசார்ந்த பிரதேசத்தின் பல்வேறுவிதமான காட்சிகளும் நினைவுக்குள் பதிந்துள்ளன. மனத்தில் பதிந்திருக்கும் காட்சிகளோடு, வாழ்க்கையின் அனுபவங்களும் இணைசேரும்போது, ஒரு கதையைப் புரிந்துகொள்ளும் முறையும்கூட மாற்றம் பெற்றிருக்கிறது. மலை, காடு, நதி, கடல், ஆகாயம், நெருப்பு, நிலம் மற்றும் இயற்கையின் அங்கமாக நிலத்தில் உயிர்த்திருப்பவை என எதுவாகிலும் அதனதன் தன்மை உடையவையே. ஆனால், மனித மனம் தன் உணர்வுகளோடு இயற்கையை இணைத்துக்கொள்ளும்போது, இரண்டுமே புதிய அர்த்தம் கொள்கின்றன. சூரியனின் வெம்மையும், மழையின் தண்மையும் ஒரு மனிதனின் இரு வேறு குணங்களாக வெளிப்படுகையில் இயற்கையின் தன்மைக்குப் பொருள் மிகுகிறது. மனிதனின் உணர்வுக்கு அர்த்தம் அடர்கிறது. அவ்வாறுதான் கவிதைகள், கதைகளுக்கு வைக்கப்படுகிற தலைப்பும், அவற்றிற்குள் ஊடாடுகிற மனிதர்களின் வாழ்வுக்கு மேலும் பொலிவூட்டுகிறது. அப்படியான ஒரு தலைப்புதான் தி.ஜானகிராமனின் ‘செம்பருத்தி’. இது ஒரு பெண்ணின் மனதினைச் சொல்கிற குறியீட்டுத் தலைப்பாக அமைந்திருக்கிறது. இந்நாவலை வாசித்து முடித்தவுடன், செம்பருத்தியை ஒரு பூ, அவ்வளவுதான் என்று யாரும் சொல்லிவிட முடியாதளவிற்குப் பெண்ணின் முகமாகவும் அகமாகவும் நமக்குள் அந்தப் பூ மலர்ந்திருக்கும்.

தன் கணவனாக வரப்போகிற ஆணைப் பற்றிய கற்பனையிலிருக்கும் பெண்களைப் போலவே, தன் மனைவியாக வரப்போகிற பெண்ணைக் குறித்த கற்பனை ஆண்களிடத்தும் இருக்கும். சட்டநாதனிலிருந்து இந்தக் கதை விரிவடைந்துள்ளதால், புவனாவைப் பற்றிய அவன் கற்பனை, குறிப்பாகப் பெண்களும் ஆண்களும் இயல்பாகப் பேசிக்கொள்ளவியலாத அறுபதுகளின் இளைஞனின் பெண் பற்றிய புரிதலிலிருந்தே இந்தக் கதை தொடங்குகிறது. அவனின் வெவ்வேறு பருவங்களில், அவனிடம் ஏற்படுகிற பெண் பற்றிய புரிதல்தான், இக்கதையின் மையம். சட்டநாதனின் இளமைக்காலக் காதல், ஒரு வயல் வரப்பின் குறும்பூபோல ஒரு பருவத்தில் பூத்து யாரும் அறியாமல் சட்டென மறைகிறது. இவ்வாறு யாருடைய கண்ணிலும் சட்டென ஈர்ப்பை ஏற்படுத்தாத, பெயர் தெரியாத காட்டுப் பூக்களைப்போல இந்தக் கதை நெடுகவரும் பெண் பாத்திரங்களின் அகஉணர்வுகளும் படைக்கப்பட்டிருக்கின்றன. சட்டநாதனின் மனைவி புவனா, அவனின் இளமைக் காதலியாக மனதுக்குள் மலர்ந்து சின்ன அண்ணனின் மனைவியாக ஆகிவிடுகிற குஞ்சம்மாள், பெரியண்ணி காமாட்சி மற்றும் பெரிய அண்ணனின் ரகசிய சிநேகமாக இருக்கிற ஒரு பெண் என்போர் மட்டுமன்றி அவன் தாய் மற்றும் கதையை உயிர்ப்பூட்டுகிற பெண் குழந்தைகள் என ஓர் ஆணின் வாழ்வு முழுதும் நிறைந்திருக்கும் பெண் கதாபாத்திரங்களே சட்டநாதனின் வாழ்வை அர்த்தமுடையதாக ஆக்கியுள்ளார்கள்.

ஓர் ஆண் நல்லவனாக, திறமையானவனாக இருந்தால் வெவ்வேறு பருவத்தில் அவன் மீது நேசங்கொள்கிற பெண்கள் இருப்பார்கள். அந்நேசம் மிகும்போதும், கைகூடாதபோதும் அவன் மீது வெறுப்புக் காட்டவும்

செய்வார்கள் என்பது ஒரு புரிதல். அதே சமயம், தனக்கானவன் என்று கருதித் தன் அந்தரங்க ஆசையை ஒரு பெண் பகிரும்போது, அதைப் பாதுகாக்கும் பொறுப்பும் ஆணுக்கு இருக்கிறது. 'பாத்துக்கிட்டே இருந்தாப் போதும்' எனச் சின்ன அண்ணி குஞ்சம்மாள் சொன்னதைத் தன் மனைவியிடம் சட்டநாதன் பகிர்ந்துகொண்டதைக் குஞ்சம்மாவால் தாங்கவியலவில்லை. அவமானமாக உணர்கிறாள். திருமணமாகி அவ்வீட்டுக்கு மருமகளாக வந்தவள், பின் கணவன் இறந்த பின்பும் அந்த வீட்டிலேயே இருந்தவள், தன் ஆழ்மன விருப்பத்தை மூன்றாம் நபருக்குத் தெரியப்படுத்திய தான் நேசித்தவன் முகத்திலேயே இனி விழிப்பதில்லை என்று தன்னுடைய மகள் வீட்டுக்குப் போய்விடுகிறாள். வாழ்நாள் முழுக்கப் பார்த்துக்கொண்டேயிருந்தால் போதுமென்றிருந்தவள், இனி ஒருபோதும் பார்ப்பதில்லையென அவனை விட்டு விலகிச் செல்வதுதான் ஒரு பெண்ணின் மிக நுட்பமான மன உணர்வு. இதனைத் தி.ஜானகிராமன் திட்டமிட்டு எழுதவில்லை. ஆனால், பெண்ணின் உளமாற்றங்களைத் துல்லியமாக அவதானித்திருக்கிறார் தி.ஜா. என்பதை வாசகன் உணரும் பாத்திரமாகக் குஞ்சம்மாள் உள்ளாள்.

பெரிய அண்ணி காமாட்சி முற்றிலும் மாறுபட்ட ஒரு படைப்பு. ஒரு பெண் இத்தனை கோபமும், அகங்காரமும், வன்மமும், பிடிவாதமும் கொண்டவளாக இருப்பாளா என்று கதை முழுதும் நினைக்க வைப்பவள். உண்மையில் ஒரு பெண் மட்டுமல்லள், சூழல் எந்தப் பெண்ணையும் இவ்வாறு மாற்றவும் கூடும். தன்னுடைய இறுதி நாட்களில் பட்டினி கிடந்து இறந்தபோதும் பிடிவாதத்தையும் கைக்கொண்டிருக்கும் பெரிய அண்ணிக்கும்கூடச் சட்டநாதன் மீது நேசம் இருந்திருக்கும் என்பதையும், அதனாலேயே அவள் ஆரம்பத்தில் புவனாவை அந்த வீட்டின் மருமகளாக வரவேற்பதில் விருப்பம் இல்லாமல் இருந்தாளோ என்றும் கதையின் போக்கு நினைக்கவைக்கிறது. பெரிய அண்ணிக்குச் சட்டநாதனின் அயரா உழைப்பும், உயர்வும் தவிரப் புவனாவோடு அவன் கொண்டிருந்த பிரியமும் அவளையும் சட்டனாதன்பால் நேசம் கொள்ள வைத்திருக்கும். ஆனால், அவளின் பிடிவாதமான அகங்காரம், அதனை வெறுப்பாக வெளிப்படுத்தத் தொடங்கியிருக்கும் என்று நினைக்க வைக்கும் பாத்திரப் படைப்பு காமாட்சி. ஓர் ஆண் தன் மனைவியைக் காதலோடு தாங்கிக்கொள்வதைக் காணும் வேறு பெண்களுக்கு, இயல்பாக அந்த ஆண் மீது மதிப்புக் கூடும். சில போது தனக்கு இதுபோல ஒரு கணவன் கிடைக்கவில்லையே என எண்ணத் தோன்றும் உளவியலை, இந்தக் கதாபாத்திரம் வழியாகத் தி.ஜானகிராமன் கட்டமைக்கிறாரா என்றும் எண்ணத் தோன்றுகிறது.

புவனா, அவள்தான் இந்த நாவலின் உயிரோட்டத்தை உறுதி செய்கிறவள். இளமையும் அழகும் கொண்டவளாகச் செம்பருத்தியைக் கூந்தலில் சூடிக்கொண்டு மஞ்சள் வாசனையோடு, அவள் கதையில் அறிமுகமாகிறாள். அவளுக்கு வியர்க்காது, அயர்ச்சி வராது, எப்போதும் வாடாத செம்பருத்தியைச் சூடி, கஸ்தூரி மஞ்சள் வாசனையுடன் இருப்பவள் என்று சட்டநாதன் தன் இளமையில் அவளைப் பற்றிக் கற்பனை செய்துகொள்கிறான். அது கற்பனையாக மட்டுமன்றி, இந்த நாவல் முழுக்க அவளின் இருப்பு, சட்டநாதனின் அனைத்துச் செயலிலும் வெளிப்பட்டுக் கொண்டேயிருக்கிறது. மனைவியாக இருப்பவள் என்பது

மட்டுமன்றி, அவளிடம் எல்லா வகையிலும் உண்மையாயிருக்கவும் அவன் முயற்சி செய்கிறான். சின்ன அண்ணி குஞ்சம்மாளிடம் தன்னிலை விளக்கம் கொடுக்கும்போதுகூட, 'யாராவது ஒருத்தர்கிட்ட உண்மையைச் சொல்லணும், உண்மையா நடந்துக்கணும். இவகிட்ட இருக்கத் தோணுச்சு எனக்கு' எனத் தன் மனைவி புவனாவிடம் காட்டும் நேர்மையைச் சொல்கிறான். மனைவி என்பதற்காக மட்டுமில்லை, புவனாவின் தோற்றம், அவள் செயல், அவளிடம் யாருக்கும் பொய் சொல்லத் தோன்றாது என்று முழு வியப்பாகவே சட்டநாதன் கதை முழுக்கப் புவனா பற்றிப் பேசி விவரித்திருப்பான்.

அறுபதுகளில் அதிகமும் பேசப்படாத பல விஷயங்களைத் தி.ஜானகிராமன் தம் புனைகதைகளில் பகிர்ந்திருப்பார். உளவியல் என்ற துறை வளர்ச்சியடையாத காலம் அது. குறிப்பாகப் பெண்களின் உடல் நிலை, மன நிலை பற்றிப் பெரிதாகக் கவனம் கொள்ளாத காலமாகவும்கூட அக்காலத்தைக் கருதலாம். பூப்புப் பற்றிப் பேசுகிற, கொண்டாடுகிற அளவுக்கு, மாதாந்திரப் போக்குத் தடைப்படுகிற நாற்பதுக்குப் பிந்திய பெண்களின் மனநிலையைப் பெண்களேகூட அறியாத காலம் அது. அதைத்தான் இக்கதையில், புவனாவை வைத்துத் தி.ஜானகிராமன் எழுதியுள்ளார். ஒரு பெண் அவளின் ஒவ்வொரு பருவத்திலும் எவ்வாறு தன் குடும்பத்தை அனுசரித்து நடந்துகொள்கிறாள் என்பதை மட்டும் பேசவில்லை. அவள் தன் கணவனைச் சந்தேகிக்குமிடத்தையும், அதற்காகத் தன்னையும் வதைத்துக்கொண்டு தன் கணவனையும் துன்பப்படுத்துகிற பெண்ணின் பருவத்தையும் நுட்பமான ஓர் உளவியல் வெளிப்பாடாக இந்த நாவல் பேசியுள்ளது. பெண்ணின் முதல் பருவம் தோற்ற மயக்கம், இரண்டாவது மனைவியாகத் தாயாக வேறு ஒரு நிலை. இது அவளுக்கான பருவமேயில்லை. கணவன், குழந்தைகள், உறவினர்கள் என யாவரையும் பாதுகாக்கும் நிலையிலுள்ளது. மூன்றாம் பருவம்தான் அவளது நாற்பதுகளில் நிகழ்வது. தன்னுடைய உடலுள் நிகழும் மாற்றம், தோற்ற வேறுபாடு ஆகியவற்றின் காரணமாக அவள் மனதில் நிகழும் சலனம், கோபம், தன்னிரக்கம், தனிமை, பாதுகாப்பின்மை முதலிய உணர்வுகளின் வெளிப்பாடாக இந்த நாவல் அமைந்துள்ளது.

எனவேதான், என் இரண்டாம் வாசிப்பில் இக்கதை, இதன் நாயகனான சட்டநாதன் என்கிற ஆணின் வேறுபட்ட பருவங்களில் நிகழ்கிற சம்பவங்களின் தொகுப்பாக இல்லை என்றும், வெவ்வேறு உறவு முறைகளில் அவனது வாழ்வில் ஊடாடுகிற பெண்களின் கதையாகவும் இல்லை இந்த நாவல் என்றும் நினைக்கத் தோன்றியது. வாழ்வும் அனுபவமும் வாசிப்பையும் புரிதலையும் ஒன்றோடொன்றிணைத்து விரிவுபடுத்தவேண்டும். அவ்வாறு இந்த நாவலில் நிகழ்ந்திருக்கிறது. முதல் வாசிப்பும், என் இரண்டாம் வாசிப்பும் ஒன்று இல்லை. புவனா என்கிற ஒரு பெண்ணின் வாழ்க்கையை மையமாக்கி இந்தக் கதையை வாசிக்கும்போது, இந்த உலகம் முழுக்க வாழ்கிற பெண்களின் ஒற்றை முகமாக மலர்ந்திருக்கும் செம்பருத்திதான் தி.ஜானகிராமனின் இந்த நாவல் என்று தோன்றுகிறது.

✣

22

காமத்தினும் மெல்லிது தி.ஜா.வின் மனது! [செம்பருத்தி]

ஏ. தனசேகர்

தி.ஜானகிராமனின் படைப்புகளைப் பற்றி எழுதுவது என்பது, ஒரு சங்கடமான விஷயம். அவர் பற்றி விமர்சிப்பவர்களுக்கு எப்படியோ தெரியவில்லை. ஆனால், எந்தக் கோட்பாட்டைப் பற்றியும் பெரிதாக அலட்டிக்கொள்ளாத தி.ஜா.வின் வாசகனுக்குத் துரியோதன சங்கடம்தான். எதை எடுப்பதோ எப்படிக் கோப்பதோ என்ற பிரச்னைதான். தி.ஜா.வை நான் வாசிக்கத் தொடங்கியது, என் பேராசிரியர் கல்யாணராமனின் உரையாடல்களைக் கேட்டுத்தான். தி.ஜா.வை வாசித்துவிட்டு, உடனே ஆசிரியரோடு பேசுவது என் வழக்கம். இக்கட்டுரையில் பெரும்பான்மை இடங்கள், எங்கள் இருவருக்குமான விவாதங்களில் நாங்கள் இணைந்த மற்றும் வேறுபட்ட புள்ளிகளாகவே இருக்கும். தி.ஜா. பற்றிய தகவல் பலவற்றையும் எனக்களித்தவர் அவர்தான் என்பதால், அவரிடமிருந்த தி.ஜா.வின் மீதான பித்து எனக்கும் ஒட்டிக் கொண்டது. சில சமயங்களில், தி.ஜா. ஒரு போதையே. சுற்றியிருப்பவர்கள் காணாமல் போய்விடுவார்கள். சில சமயங்களில் மெல்லிய இசையோடு செய்யும் தியானம் அது. நம்மைச் சுற்றியிருப்பன எல்லாம் அழகாகிவிடும். அவரை விமர்சிப்போர், இல்லாத ஒன்றைத் தி.ஜா. இருப்பதுபோல் எழுதும் எழுத்தாளர் *(illusional writer)* என்று கட்டமைக்கும்போதுதான், நமக்கு எரிச்சல் வருகிறது.

தீவிர இலக்கியப் புனைவுகர்த்தாக்களில் அதிகம் புகழப்பட்டும் அதே சமயத்தில் அதிகமாக விமர்சிக்கப் பட்டதிலும் தி.ஜானகிராமனுக்கு நிகர் தி.ஜானகிராமனேதான். குறிப்பாக அவர் சார்ந்திருந்த பிராமணச் சமூகத்திலிருந்தே அவரை விமர்சித்துச் சாதியைவிட்டே விலக்கிவிட்டதாகச் சொல்லப்படுவதுண்டு. ஆனால், அது பாதி உண்மைதான் என்று சொல்லவேண்டும். ஏனெனில், தி.ஜா.வை மரபுவாதிகள்

எதிர்த்தார்கள், மரபை எதிர்க்கும் முற்போக்குவாதிகளும் விமர்சித்தார்கள். பெண்ணைப் போகப் பொருளாக்கிவிட்டார் எனப் பெண்ணியவாதிகளும் சாடினார்கள். அவருக்கு நெருக்கமாயிருந்தோரேகூட அவரைக் கடுமையாக விமர்சனம் செய்தார்கள். இப்படி வெவ்வேறு தளங்களிலிருந்து தி.ஜா.வை விமர்சிக்கும் அனைவரும், ஏதோ ஓரிடத்தில் ஒன்றிணைகிறார்கள். நம் கலாச்சாரச் சடங்குகளை எதிர்க்கும் முற்போக்குவாதிகள், பண்பாட்டு அடையாளங்களைச் சுமந்துகொண்டிருப்பார்கள். பெண் சுதந்திரம் பேசும் பெண்ணிய வாதிகளுக்கு அறம் தேவைப்படுகிறது. இவர்கள் தாம் கொண்ட கொள்கையிலிருந்து விலகிவிடுவதாகச் சொல்வதற்கில்லை. மாறாக, அவர்களின் ஆழ்மனதில் தேங்கியிருக்கின்ற அற நீதி போதனைகள், தி.ஜா. பற்றிய அவர்களின் விமர்சனத்தில் தன்னிச்சையாக எதிர்வினையாற்றுகின்றன.

ஒரு பெண் தான் விரும்பும் யாருடனும் உடலுறவு வைத்துக் கொள்ளலாம் என்று ஒருவர் சொல்வதாக வைத்துக்கொள்ளுவோம். உங்கள் மனைவி அப்படிப் போனால், நீங்கள் ஏற்றுக்கொள்வீர்களா என்று அவரிடம் கேட்டால், உடுக்கையிழந்தவன் கைபோலச் சட்டெனப் பீறிட்டு அவருக்குக் கோபம் வந்தால், அதுதான் நமக்குக் கற்பிக்கப்பட்ட அற நீதி போதனைகளின் எதிர்வினை என்று சுருக்கமாகச் சொல்லிவிடலாம். ஒருவகையில் இவர்களெல்லாம் போலிகளே. கலச்சார மாளிகை கட்டி வாழும் அனைவருக்கும், தி.ஜானகிராமனின் எழுத்து எரிச்சலைக்கொடுக்கும். மேலே சொன்ன போலிகளுக்கும் அதே நிலைதான். மீண்டும் மீண்டும் தி.ஜா.வின் எழுத்து இவர்களைச் சீண்டிக்கொண்டேயிருக்கிறது. சிலர் சாதியிலிருந்து விலக்கினார்கள், சிலர் நேரிடையாகவும் மறைமுகமாகவும் விமர்சித்தார்கள். தி.ஜா. எழுத்தின் உண்மை உணர்ந்த பிறர், தம் வாயை மூடிக்கொண்டிருந்தார்கள். தி.ஜா. இலக்கியம் என்ன செய்தது? ஆபாசம் என்று மறைவிலேயே பேசிக்கொண்டு களித்த விஷயமெல்லாம், ஓர் அழகான சட்டை மாட்டிக்கொண்டு நடுவீதிக்கு வந்தது. கலாச்சாரக் கோட்டையின் ஒவ்வொரு செங்கல்லும் உருவியுருவி எடுக்கப்பட்டது. தமிழ்ச் சமூகத்தில் பெண் மனதிற்குத் தரப்பட்டிருந்த புனிதப் பொய்ப் பூச்சு மெதுவாகச் சுரண்டப்பட்டது. கட்டுப்பாட்டுச் சங்கிலிகளைச் சிலந்தி நூலாய் அறுத்தெறியும் பெண்களைத் தி.ஜா. படைத்தது அதிர்ச்சியூட்டியது.

தி.ஜா. நாவல்களில் முதலிடம் 'அம்மா வந்தாளு'க்கும், இரண்டாமிடம் 'மரப்பசு'விற்கும், மூன்றாமிடம் 'செம்பருத்தி'க்குமே வழங்குவேன். தி.ஜா. விற்குப் 'பாலியல் எழுத்தாளன்' என்ற நற்பெயரை வாங்கித் தந்ததற்கும், இந்த மூன்று நாவல்களுக்கும் பெரும் பங்குண்டு. தமிழ் இலக்கியத்தில் அதுவரை யாரும் கற்பனைகூடச் செய்து பார்க்காத நாவல்கள் இவை. இந்த மூன்று நாவல்களையும் பாலியல் ரீதியான *(sexual aspect)* கண்ணோட்டத்தில் பார்ப்பதே, பெரும்பாலானவர்களுக்குச் சாத்தியப்படும். ஏன் இந்த நாவல்கள் மட்டும்? மற்ற நாவல்களில் பாலியலே இல்லையா என்ற கேள்வி எழுவதும் நியாயம்தான். 'அமிர்தம்', தாசிக் குலப் பெண். அமிர்தம் நடேசனைக் காதலிக்கிறாள். அவன் தன்னை விலைக்கு வாங்கிய பணக்காரனின் மகன் என்று அறிந்தவுடன், அவனை விட்டும் விலகி விடுகிறாள். 'மோகமுள்'– தன்னைவிடப் பத்து வயது மூத்த யமுனாவைக்

காதலிக்கிறான் பாபு. யமுனா மறுக்கிறாள். துன்பக் காலத்தில், அவளுக்குப் பாபு உதவி செய்கிறான். அவளுடன் அவனுக்கு உடலுறவும் நடக்கிறது. 'அன்பே ஆரமுதே'–திருமணத்திற்கு முதல்நாள் ஊரைவிட்டு ஓடிச் சந்நியாசி ஆகிவிடுகிற அனந்தசாமி, தனக்கு நிச்சயிக்கப்பட்ட ருக்மணியுடனேயே கடைசியில் சேர்ந்துவிடுகிறார். 'உயிர்த்தேன்' – பட்டணம் சென்று பொருள் ஈட்டிச் சொந்த ஊருக்கே மீளக் குடிவரும் பூவராகன், பேரழகியும் அன்பே உருவானவளுமான செங்கம்மாவின் சொல்லுக்கு இணங்கி, ஊருக்கே நல்லது செய்கிறான். 'மலர் மஞ்சம்'–பிறந்த குழந்தை பாலியைத் தங்கராசுவிற்கு நிச்சயம் பண்ணிவிட்டு இறந்துவிடுகிறாள் ராமையாவின் மனைவி. ஆனால், பாலிக்கு ராஜா மீது காதல் ஏற்பட்டுவிடுகிறது. ராமையா வாக்கைக் காப்பாற்றவும், பாலி காதலைக் காப்பாற்றவும் போராடுகிறார்கள். 'நளபாகம்' ரங்கமணி, தன் மருமகளுக்கு வாரிசு வேண்டி ஒழுக்கசீலன் காமேச்வரன் மூலம் குழந்தை பெற நினைக்கிறாள். காமேச்வரன் மறுக்கிறான். தெய்வாதீனமாக, அவள் கணவனின் மூலமாகவே, அவளுக்குக் குழந்தை பிறந்துவிடுகிறது.

இந்த ஆறு நாவல்களில், 'பாலியல்' எண்ண விழைவினை ஏற்படுத்துகிற ஒரு பகுதியின் சாரம் *(essence)* மட்டுமே, இங்குச் சில வரிகளில் கூறப்பட்டிருக்கிறது. இந்த ஆறு நாவல்களுக்கும் வராத விமர்சனங்களும் சர்ச்சைகளும், அந்த மூன்று நாவல்களுக்கு மட்டும் ஏன் ? என்று அறிய முற்படலாம். இந்த ஆறு நாவல்களில், 'அன்பே ஆரமுதே' மற்றும் 'மலர் மஞ்சம்' நாவல்களை வெளியே எடுத்துவிடுவோம். இந்த இரு நாவல்களிலும், பாலியல் அல்லது பெண்ணுடல் மீறல் என்பது, பெரிதாக இடம்பெறவில்லை. நடிக்க வைக்கிறேன் என்று சொன்னவனிடம் ஒரு பெண் ஏமாந்து போகிறாள் (அன்பே ஆரமுதே) என்றாலும், பெரிய பாதிப்பு நாவலில் ஏற்பட்டு விடவில்லை. எஞ்சிய நான்கு நாவல்களில், தேவையான அளவுக்குப் பாலியல் சிறுவெடிப்பு *(small bang)* நிகழ்வுகள் இடம்பெற்றாலும், அவை எல்லாம் ஏற்றுக் கொள்ளப்பட்ட பாலியல் நிலைகளாக *(accepted sexual norms)* இருக்கின்றன எனலாம். 'உயிர்த்தேன்'– கோயில் பணம் வசூல் செய்யப் போகும் செங்கம்மாவைப் பழனி கட்டிப்பிடித்து முத்தமிட்டுவிடுகிறான். இங்கே செங்கம்மா கட்டாயப்படுத்தப் படுகிறாள், அவனிடம் அவள் விரும்பிப் போகவில்லை. அவள் அப்படியே விரும்பிப் போயிருந்தாலும் கவலையில்லை. இரண்டாந்தாரமாக வாழ்க்கைப்பட்ட பேரழகி அவள். அவள் கணவனின் வயோதிகம் போன்ற காரணங்கள் ஏற்றுக்கொள்ளப்படும். 'மோகமுள்'ளில் தமக்கைபோல் நினைத்து ஒன்றாக வளரும் யமுனாவைக் காதலிக்கிறான் பாபு. அவள் மறுத்துவிடுகிறாள். செல்வமெல்லாம் இழந்துபோன பிறகும்கூட அவள் ஏற்கமாட்டாள். இவ்வளவு செய்பவனிடம் கொஞ்சம் விட்டுக் கொடுத்துத்தான் போகட்டுமே என்ற மனநிலைக்கு எல்லாரும் வந்துவிடுவார்கள். வயதோ அல்லது தமக்கை போன்று வளர்த்தவள் என்பதோ, சமூகப் பாதுகாவலர்களுக்குப் பிரச்னையில்லை. ஆண் ஒரு பெண்ணை அடையப்படும் பிரயத்தனங்களில் இதையும் சேர்த்துவிடுவார்கள். 'அமிர்தம்'– இதில் அமிர்தம் தாசிக் குலப் பெண் என்ற ஒற்றைக் காரணமே போதும். அற நீதி எதிர்வினையாளர்கள் சமாதானமாகிவிடுவார்கள். தாசிக் குலப் பெண் காதலித்தால் என்ன ?, அக்காதலில் வெற்றி பெற்றால்

என்ன? தோல்வியடைந்து செத்தால்தான் என்ன? அது பற்றி யாருக்குக் கவலை! ஜி.நாகராஜன் தவிரத் தாசிகளின் உணர்வுகளைத் தமிழில் ஓரளவிற்கு வெளிப்படுத்தியது யாருமில்லை என்றே தோன்றுகிறது. நளபாகத்திற்கு வருவோம். ஒரு வாரிசுக்காக ரங்கமணி மேற்கொண்ட செயல் சர்ச்சைக்குரியதுதான். ஆனால், அது நிகழவேயில்லை. பிற்காலத்தில் பெருமாள்முருகன், வேறு பாணியில் இதை நிகழ்த்தினார். நளபாகத்தைப் பொறுத்தவரையில், மூத்தோர் சொல்லுக்கு அவ்வளவு மதிப்பு இருந்தது ஒரு காலத்தில் என்று நினைத்துக் கொள்ளலாமே தவிரப் பாலியல் ரீதியான அதிர்ச்சியை அது ஏற்படுத்திவிட்டதாகச் சொல்வதற்கில்லை.

'அம்மா வந்தாள்', 'மரப்பசு', 'செம்பருத்தி' ஆகியன பெரும் கவனிப்புக்கும் விமர்சனத்திற்கும் உள்ளாக்கப்பட்டதற்குக் காரணம், அதன் மையமாகப் பாலியல் மீறல்கள் *(free sex, incest)* இருந்ததே. அதிலும் உறவு மீறுவோர் பெண்களாயிருந்ததால் கூடுதல் விமர்சனமும் எழுந்தது. பொத்தாம் பொதுவாகத் தி.ஜா.வைப் பெண் உலகத்தையும் மனத்தையும் ஆழமாகச் சித்திரித்தவர் என்கிற இவ்வழக்கு எவ்வாறு ஏற்பட்டது?. இந்தப் பொதுபுத்தி விளக்கத்திற்கு என்ன காரணம்? ஆண் உலகத்தைத் தி.ஜா. பேசவில்லையா என்ன? மோகமுள் பாபுவின் கதை, மலர் மஞ்சம் ராமையாவின் கதை. யமுனாவைப் பாபுவும், பாலியை ராமையாவும் விஞ்சி விட்டார்களா?இருவரையும் தராசிலிடும் போட்டியில்லை இது. கத்தியால் வெட்டுப்பட்டதைச் சாதாரணமாய் எடுத்துக்கொள்பவர்கள்கூடப் பல்வலிக்கும் காதுவலிக்கும் துடிதுடித்துப் போவார்களே, அதுபோன்றதே இது *(sensitive)* எனலாம். இதை உணர்ந்தவர்கள் யமுனாவின் பக்கம், பாலியின் பக்கம், குறிப்பாகத் தி.ஜா.வின் பக்கமே நிற்பார்கள். இதுதான் அவர் பெண் மனங்களை ஆழ உழுதவர் என்று எல்லோராலும் சொல்லப்படுவதன் ருஜூ. எனவே, தமிழ் இலக்கிய உலகத்தில், பெண் மனத்தைத் தி.ஜா.போல் ஆழமாக ஊடுருவி அலசிப் பார்த்தவர் யாருமில்லை எனத் துணிந்து கூறலாம். பெண்ணைச் சுற்றியுள்ள உலகையும் உணர்வுகளையும் வாழ்வையும் சொன்ன அளவிற்கு அல்லது அதற்கு மேலாகவும் ஆண்கள் உலகையும் தி.ஜா. பேசியிருக்கிறார். ஆனால், தி.ஜா.வின் பெண் என்ற பிரும்மாண்டம் முன் ஆண்கள் கொஞ்சம் மட்டுப்பட்டுத்தான் போய்விடுகிறார்கள் என்று வேடிக்கை பேசினாலும், அதுவே உண்மை. "நானாய் இருந்தால் அவள் காலில் கிடப்பேன். அவள் கால் கட்டை விரலை எடுத்துக் கண் இமை மீது தேய்த்துக் கொள்ளுவேன். உள்ளங்கால் இரண்டையும் உச்சந் தலையில் வைத்து அழுத்தி, இரண்டு கன்னங்களிலும் பதியவைத்துப் பொத்திக் கொள்ளுவேன்" எனத் தி.ஜா.வின் ஆண் பாத்திரங்கள் சாதாரணமாய்ப் பெண்களைத் தொழுவார்கள். அந்தரங்கத்தில் விழுந்து, வெளியே ஆண் மிடுக்குடன், அல்லது தெய்வச்சாயம் பூசி அம்பாளாய்ப் பெண்களை நினைக்கும் ஆண்களையல்ல, பெண்மையை உண்மையாகவே கொண்டாடி ஆராதிக்கும் பாத்திரங்களைப் படைத்து ஆணின் கர்வத்தைக் கொஞ்சம் தி.ஜா. இளைப்பாறச் செய்தார்.

இதற்குச் சரிசமமாகப் பெண்களும் ஆண்களைக் கொண்டாடுவார்கள். குளித்துவிட்டுக் கரைக்கு ஏறும் ராமையாவைப் பார்த்து, 'எப்படியிருக்கு பாரேன் இது; சந்தனக் காப்பிட்ட மாதிரி' என்று மஞ்சள்காரர்

சங்கரம்பிள்ளை மனைவி லோகம் சொல்வாள். அங்கே தோய்த்துக் கொண்டிருந்த மற்ற மனைவிகளும் அதில் கலந்துகொள்ளுவார்கள். இதைச் சொல்லிவிட்டுத் தி.ஜா., ஏக்கமும் நெஞ்சிலேயே சாகப் பிறந்த ஆசையும், கேலியும் சிரிப்புமாகப் படித்துறையில் ஒலித்தன என்பார். இதில் எல்லோரும் மனைவிகள் என்பதைக் கவனிக்கவேண்டும். தி.ஜா., காட்டலாகா அகத்தை நுண்மையாகக் கையாண்டார். தி.ஜா.வின் ஆண் பெண் விதி மீறலில் இயல்புத் தன்மையிருக்கும். தனக்காக எழுதுவது பற்றித் தி.ஜா. கூறுகிறார்: "எனக்கே எனக்காக எழுதவேண்டும் போலிருக்கிறது. எழுதுகிறேன். அது என்னமோ பெரிய ஆனந்தமாக இருக்கிறது. காதல் செய்கிற இன்பம், ஏக்கம், எதிர்பார்ப்பு, ஒன்றிப்போதல், வேதனை – எல்லாம் அதில் இருக்கின்றன. இன்னும் உள்ளபடி சொல்ல வேண்டுமென்றால், பிறர் மனைவியைக் காதலிக்கிற இன்பம், ஏக்கம், நிறைவு – எல்லாம் அதில் இருக்கின்றன. கண்ய நஷ்டம், பாபம் பாபம் என்று மூலையில் முடங்கியவாறே கையாலாகாமல் முணுமுணுக்கிற மனசாட்சி, சந்தி சிரிப்பு, சந்தேகக் கண்கள் – இத்தனையையும் பொருட்படுத்தாமல் முன்னேறுகிற பிடிவாதம், வெறி, அதாவது ஆனந்தம் – எல்லாம் அதிலிருக்கின்றன" *(எதற்காக எழுதுகிறேன்?)* என்கிறார். முதலாவது எனக்காக எழுதுவதைப் பிறரின் மனைவியைக் காதலிக்கிற இன்பம், ஏக்கம், நிறைவு என்று சொல்வதற்கு எந்த எழுத்தாளனுக்கும் துணிவு இருந்ததில்லை. தன்கை எவ்வளவு நிறைந்து வழிந்தாலும் பிறர் கையில் என்ன இருக்கிறது என்று எட்டிப் பார்ப்பது, மனித மனதின் உண்மை. இதைப் புதைத்துவிட்டு அதன் மேலே கலாச்சாரப் பண்பாட்டுக் கோட்டைகளைக் கட்டிவைத்திருக்கிறார்கள். மீன்தொட்டியில் கையைவிட்டுத் தங்கமீன் பிடிப்பதுபோல் தி.ஜா. அவ்வுண்மையைப் பிடித்து வெளியே வீசிவிடுகிறார். ஒருவேளை இன்று எழுதும் எழுத்தாளர்கள் பிறர் மனைவியிடம் அடைகிற இன்பம் என்று சொல்லக்கூடும். ஆனால், தி.ஜா. மட்டும்தான் காதலிக்கிற இன்பம் என்பார். இன்பம் மட்டுமன்று, ஏக்கமும் நிறைவும் என்பார். இவ்வாறு நினைப்பதே தவறு என்கிற புத்தர்கள் இங்கில்லை. மாறாக, இந்த ஒழுக்கசீலர்களுக்கு, இதைப் பொதுவெளியில் கொண்டு வந்ததே குற்றம். இந்தப் பெருங்குற்றத்தைத் தி.ஜா. ஆசுவாசத்துடன் *(casual)* செய்தார்.

மேலே குறிப்பிட்ட மூன்று நாவல்களில், 'செம்பருத்தி' ஒரு மிக மிக வித்தியாசமான நாவல். பிற இரண்டிற்கும் செம்பருத்திக்குமுள்ள வேறுபாடுகளைப் பார்க்கலாம். தி.ஜா.வின் பிற நாவல்களிலிருக்கும் பெண் பாதிப்பு *(impact)*, இந்த நாவலில் இருக்காது. அதாவது, ஆண் பாத்திரத்தின் புற உலகைப் பற்றி அதிகம் பேசியது போலிருக்கும். இந்த நாவலின் மையம் சட்டநாதனின் அகப்பிரச்சனைதான் என்றாலும், அந்த இடங்களைச் சற்று குறைத்துத் தி.ஜா. கூறியிருப்பதுபோல் தோன்றுகிறது. புறப்பிரச்சனைகளில் வெற்றியே காணும் சட்டநாதனின் அகப்பிரச்சனை, ஒரு கேள்விக்குறியாகத் தொங்குவதனாலோ என்னவோ, செம்பருத்தி முடியாத *(unfinished)* நாவலாகத் தோன்றுகிறது. பாபு யமுனாவுடன் சேர்ந்து விட்டான். 'இதற்குத்தானா எல்லாம்?' என யமுனாவும் கேட்டுவிட்டாள் (மோகமுள்). அம்மணியும், உலகம் சுற்றி உடலின்பம் பார்த்துவிட்டாள். பட்டாபியிடம் கூடடைந்துவிட்டாள் (மரப்பசு). தங்கராசுவைப் பாலி திருமணம் செய்துகொண்டாள். ராமையாவின் வாக்கு நிறைவேறிவிட்டது.

'செம்பருத்தி'க்கு இப்படி ஓர் எல்லை வகுக்க முடியாது. குலவிளக்கு புவனாவின் மாற்றாட்டத்தில் நொந்துபோன சட்டநாதனின் மனம், குஞ்சம்மாவா புவனாவா என்ற ஒரு தொங்கலில் இந்நாவல் முடிந்துவிடும். வழக்கமான தி.ஜா. நாவல்களில், வாசகனுக்கு ஏற்படும் திருப்தியான முடிவு *(satisfactory ending)*, இதில் இருக்காது.

'அம்மா வந்தாள்' அலங்காரம் துறவுபோகிறாள். 'மரப்பசு' அம்மணி பட்டாபியோடு சேர்ந்துவிடுகிறாள். இந்த இரண்டு முடிவுகளும் முன்னே தான் செய்துகொண்டிருந்த செயல் பிழை என்றோ, அல்லது அதில் விரக்தியடைந்தோ, தேவையில்லை என்று கருதியோ, அதிலிருந்து விலகியோ வந்துவிடுகிறார்கள். ஆனால், 'செம்பருத்தி'யில் சட்டநாதன், நேரெதிர் நிலை எடுக்கிறான். குஞ்சம்மாவுடன் சேர்ந்துவிடலாமா என்ற ஏக்கம்தான் எஞ்சுகிறது. இதுதான் ஆண் மனம். துக்கத்தினால் பெண் மனம் மீள நினைக்கிறது, ஆண் மனம் மீறத் துடிக்கிறது. நியாயப்படி பார்த்தால் அம்மா வந்தாள், மரப்பசுவைவிடச் செம்பருத்தியே அதிகமாக விமர்சிக்கப்பட்டிருக்க வேண்டும். தி.ஜா.விற்குப் பெண்மனத்தைச் சொல்லும்போது இருக்கும் வசதி *(comfort)*, ஆண் மனத்தைச் சொல்லுவதில் குறைகிறதோ என்று தோன்றுகிறது. மலர் மஞ்சத்தில் பாலி பிறந்து திருமணம் வரை கதை, 587 பக்கத்திற்குச் செல்கிறது. செம்பருத்தி – சட்டநாதனின் வாழ்வைச் சொல்வதற்கு 498 பக்கம்தான். பக்கத்தில் என்ன இருக்கிறது என்று அற்பமாகத் தோன்றலாம். ஆனால், தி.ஜா.வின் தீவிர வாசகனுக்கு, அவர் எந்த இடத்தில் வலிந்து முடிக்கிறார், இழுக்க விருப்பம் இல்லாமல் நீட்டுகிறார் என்பது புலப்பட்டுவிடும் என்றே நினைக்கிறேன்.

ஒரு படைப்பாளி தனக்காக, பிறருக்காக, வேறு காரணங்களுக்காக என்று எழுதுவதும் இயல்பே. இந்த முந்நிலைகளிலும் உருவாகும் எழுத்து என்பது, பெரிய வேறுபாடுகளின்றி ஒன்று போலத்தானிருக்கும். ஒரு தேர்ந்த படைப்பாளி அப்படித்தான் எழுதவேண்டும், எழுதுவான். ஒரு படைப்பாளியின் தனக்கே தனக்கான எழுத்தும் ஒரு வாசகனின் தனக்கே தனக்கான அனுபவமும் ஒன்றிணையும்போது, அங்கே ஒரு மாயம் *(magic)* நடக்கும். அந்த எழுத்தாளனின் உள்ளத்தெழுச்சிக்கும் வாசக மனதில் அசைவை ஏற்படுத்திய அனுபவங்களுக்கும் ஒன்றிணைப்புப் புரிதல் *(mutual)* ஏற்பட்டுவிட்டபின், ஒருசொல் அதிகம் ஆனாலும் தெரிந்துவிடும். தி.ஜா. வின் 'தவம்' கதையில் வரும் சொர்ணத்தின் வீட்டிற்குத் தி.ஜா.வும், அக்கதை படித்த வாசகனும் போயிருந்தால் மட்டுமே அந்த அபூர்வப் பிணைப்பு ஏற்படும் என்று நான் கூற வரவில்லை. மாறாகத் தி.ஜா. அதை எழுதும்போது சிலாகித்த அத்தருணத்துடன் இந்த வாசகன் கலந்துவிடுகிறான். அவ்வாறு கலந்தவர்கள் வழிபடுவார்கள், புரிந்தும் புரியாதவர்கள் விமர்சிப்பார்கள், புரியாது ஆனால் புரிந்தது போலிருப்பவர்கள் தேவைக்கேற்றாற்போல் தி.ஜா.வை அப்போதய தம் மனநிலைக்கு ஏற்ப வளைத்துக் கொள்வார்கள்.

தி.ஜா. பேசிய பாலுறவுகளுக்குப் பின் மரபார்ந்த ஆவணங்கள் உள்ளனவா என்பது தெரியவில்லை. ஆனால், செம்பருத்தியில் அவர் பேசும் பாலியலுக்கு, இந்திய மரபிலேயே ஒரு சான்றுண்டு. மகாபாரதப் பெருங்காவியத்தில் வரும் பாண்டவர் ஐவரில் நால்வருக்குப் பாஞ்சாலி அண்ணிதான். செம்பருத்தியில் சட்டநாதனுக்குக் குஞ்சம்மா

காதலியாயிருந்து, பின்னர் அண்ணியாகிறாள். ஆனால், பாரதத்தில் அண்ணி மனைவிதான் என்பதை வாசகர்கள் நினைவில் வைத்துக்கொள்ள வேண்டும். திண்ணையில் புத்தகம் வைத்துப் படித்துக்கொண்டிருக்கும் சிறுபிள்ளை சட்டநாதன் தலையில் குடும்பப் பொறுப்பு விழுகிறது. அதுவரை குடும்பத்தைப் பார்த்துக்கொண்டிருந்த அண்ணன் முத்துசாமி காலராவில் இறந்துவிடுகிறான். இறப்பதற்கு முன், தன் கடையிருக்கும் தெருவில் வாழும் சண்பகவனத்தைப் பார்க்கும்படி சட்டத்திடம் கூறிவிட்டுச் சாகிறான். சண்பகவனம் மகளைத் தம்பி சட்டநாதனுக்கு முத்துசாமி பேசிவைத்திருப்பது, பின்தான் தெரிகிறது. சட்டநாதனின் மூத்த அண்ணன் பெருஞ்செல்வந்தர் கோபால்சாமி, சட்டநாதனின் கடையைப் பெரிதுபடுத்திவிட்டுப் போகிறார். சட்டநாதனின் திருமணத்தை விழாபோல நடத்த அவர் நினைத்திருக்கும்போது, கோபால்சாமி தம் செல்வமெல்லாம் இழந்துவிடுகிறார். சட்டநாதன் தன் கடை, நிலம், நகை எல்லாவற்றையும் விற்றுக் கோபால்சாமியின் கடனை அடைக்கிறான். தன் மாமனார் சண்பகவனம் உதவியால் சட்டநாதன், மீண்டும் ஒரு கடை வைக்கிறான். அதன்பின் முத்துசாமி குடும்பம், கோபால்சாமி குடும்பம் என எல்லாவற்றையும் சட்டநாதனே பார்க்கிறான். எல்லாக் குழந்தைகளுக்கும் திருமணம் செய்துவைத்துத் தன் கடமையையும் முடிக்கிறான். இதுவே ‘செம்பருத்தி’யின் புறக்கதை. இப்புறத்தைச் சுவாரசியப்படுத்த வந்த பேரகங்களாகக் குஞ்சம்மா, ஆண்டாளு, தர்மாம்பாள், புவனா போன்றவர்கள் இருக்கிறார்கள். இதில் புவனா சட்டநாதனின் மனைவி, குஞ்சம்மா காதலி. தர்மாம்பாள் கோபால்சாமியின் மனைவி, ஆண்டாளு அவர் காதலி.

இதில் கோபால்சாமி, தர்மாம்பாள், ஆண்டாளு ஆகிய மூவரும் சட்டநாதன் மன ஊஞ்சலை முன்னும் பின்னும் ஆட்டி விடுபவர்களே. சட்டநாதன் தர்மாம்பாள் மீது அடையும் அதிருப்தியும் வெறுப்பும், ஆண்டாளு மீது மதிப்பாகிவிடுகிறது. தாசி ஆண்டாளு ஒன்றுமேயில்லாது போன தன் அண்ணனிடம் காட்டும் பேரன்பு, அவனைக் குஞ்சம்மாவிடம் காதல் கொள்ள உந்துகிறது. சட்டநாதனின் மனைவி புவனாவோ அதிர்ஷ்டத் தேவதை *(lucky charm)*, எல்லாக் கறுப்பையும் கழுவி வெள்ளையாக்குகிறவள். எல்லாக் கோணல்களையும் திருத்தி நேராக்கிப் போகிற செம்மை வடிவு. எல்லாக் கோபங்களையும் நீக்கி மனிதத்தன்மையைக் கொண்டுவரப்போகிற அமைதி எனப் புவனாவை வியக்கிறான் சட்டநாதன். இவன் புவனாவை விட்டுவிட்டுக் குஞ்சம்மாவுடன் வாழ்வது எப்படிச் சாத்தியப்படாதோ, அதேபோல்தான் குஞ்சம்மாவை மறந்து புவனாவோடு வாழ்வதும் சாத்தியப்படாது. ஒருவகையில் இருவரும் சமமே. ‘மலர் மஞ்சம்’ நாவலில் வரும் பாலியும், இதே ஊசலாட்டத்தில்தான் இருப்பாள். தங்கராசுவா அல்லது ராஜாவா? ஏன் இருவரையுமே ஒரு பெண் திருமணம் செய்து கொள்ளக் கூடாது? என்றும் மனதிற்குள் நினைப்பாள். சட்டநாதனும் அவ்வாறே நினைக்கிறான். பாலி, தன்னவனைத் தேர்ந்தெடுத்துவிடுவாள். ஆனால், ராமையாவின் வாக்கு என்னும் தடுப்பு, அவளை மீறவிடாது. சட்டநாதனுக்கோ, கலாச்சார நியமனம் என்ற தடுப்பு!

குஞ்சம்மாள், ‘அம்மா வந்தாள்’ நாவலில் வரும் இந்துவின் ஒரு மேம்பட்ட *(developed version)* பாத்திரம் எனலாம். குஞ்சம்மா, சட்டநாதனின்

வாத்தியார் மகள். அந்த வாத்தியார் சட்டநாதனை மருமகனாகவே நடத்துகின்றார். இருவரின் காதலும் குடும்பத்திற்குத் தெரிந்தேயிருக்கிறது. சட்டநாதனைப் பார்க்க வரும் முத்துசாமி குஞ்சம்மாவைப் பெண் கேட்கிறான். வேறு வழியில்லாமல், சட்டநாதனின் அண்ணனுக்கே குஞ்சம்மா கழுத்தை நீட்டிவிடுகிறாள். சட்டநாதன்தான் மாப்பிள்ளை என்று வாத்தியாரோ, அவரது மனைவியோ, குஞ்சம்மாவோ சொல்ல வில்லை. சட்டநாதனுக்கும், 'நான் குஞ்சம்மாவைக் காதலிக்கிறேன்' என்று தன் அண்ணனிடம் சொல்வதற்குத் திராணியில்லை. ஆனால், தன் காதலை மறைத்துவிட்டாள் என்று குஞ்சம்மா மீதும், தன் காதலியைப் பறித்துக்கொண்டான் என்று முத்துசாமி மீதும் கடுங்கோபம் மட்டும் அவனுக்குண்டு. 'அம்மா வந்தாள்' இந்துவின் கணவன் பரசுவைப்போல முத்துசாமிக்கு டி.பி. இல்லையென்றாலும், காலரா வந்து முத்துசாமியை வாரிக்கொண்டு போய்விடுகிறது. முத்துசாமியின் இறப்பைத் தி.ஜா. நெகிழ்ச்சியாக எழுதியிருப்பார். முத்துசாமியின் சொற்படி சண்பகவனத்தைப் போய்ப் பார்த்த சட்டநாதனுக்கு அதிர்ச்சி. சட்டம் கையில் புத்தகத்தைப் பார்த்தாலே திட்டும் முத்துசாமி, சண்பகவனத்திடம் தம்பியின் படிப்பைச் சிலாகித்திருப்பான். போதாக்குறைக்குப் புவனாவையும் சட்ட நாதனுக்குப் பேசிமுடித்திருப்பான். அதுவரை வெறுக்கப்பட்ட அண்ணன், ஒரே நிமிடத்தில் தெய்வமாகி விடுவான். இதை வீட்டில் சொன்னவுடன் அண்ணி மெதுவாகச் சட்டநாதனை அணுகித் தன் பழைய காதலை வாய்விட்டு முதன்முதலாகச் சொல்கிறாள். சட்டநாதன் திடுக்கிடுகிறான். "சேண்டப்பிரியரின் வீட்டில் மாட்டியிருந்த தேவலோகத் தாசிபோல" அண்ணியை ஒருகாலத்தில் நினைத்தவன், தியாகி முத்துசாமிக்குத் துரோகம் இழைத்துவிடக்கூடாது என்று தலைதெறிக்க ஓடுகிறான். "உங்களை வாழ்நாள் முழுக்கப் பார்த்துக்கொண்டிருந்தால் போதும்" என்னும் குஞ்சம்மாளை விட்டோடுகிறான். சண்பகவனத்திடம் பேசிச் சீக்கிரம் திருமணமும் செய்துகொள்கிறான். 'அடடா! இப்படி ஒரு யோகியா' என்று வியக்கவைக்கிறான். ஏறக்குறைய 180 பக்கம், சட்டநாதனும் குஞ்சம்மாவும் பேசிக்கொள்ள மாட்டார்கள். இந்த உறவு என்ன ஆனது என்று எந்தக் குறிப்பும் இருக்காது.

பெரிய உடலியக்கத்தில் சிறிய இதயத்தின் ஒலிபோல் ஏக்கம், இக்கதையோடு பிரயாணிக்கும். 215ஆம் பக்கத்தில் இருவரும் தனியாய் பேசிக்கொள்ளும் காட்சி வரும். இந்த ஒற்றைக் காட்சியின் வீரியத்தைக் குறைப்பதற்காகவே தி.ஜா., பிற பக்கங்களைப் பின்னியிருக்கிறாரோ எனத் தோன்றுகிறது. இக்காட்சியைச் சுற்றியே பாத்திரங்களும் அவர்களுடைய உணர்வுகளும். உடையோடும் பாவத்தோடும் கங்கையிலிறங்கி முங்கியெழும் ஒரு பேரழகி நிர்வாணத்தோடு கரையேறுவதுபோல், இக்காட்சியை வாசித்து முடிக்கும்போது முன்கதையும் பின்கதையும் அவிழ்கிறது. குழந்தைகளைக் கடைக்கு அழைத்துப் போவதற்குச் சட்டநாதன் வருகிறான். அம்மா தூங்கிக்கொண்டிருக்கிறாள். குஞ்சம்மா தலைவாரிக் கொண்டிருக்கிறாள். எல்லோரும் இப்போதான் கோயிலுக்குப் போகிறார்கள் என அறிவிப்பாள். குஞ்சம்மாவிற்கு எல்லையற்ற மகிழ்ச்சி. அதைத் தி.ஜா. நுட்பமாகக் கூறுகிறார். சட்டநாதனைப் பார்த்தவுடன், அவள் சேலை மாற்றி வருவாள். போகிறேன் என்பவனை நிறுத்தித் தயிர் வடையைக்

கடைக்கு எடுத்துச் செல்லச் சொல்வாள். மதியம் சாப்பிட்டதே இன்னும் செரிக்கவில்லை, இன்னும் காபிகூடக் குடிக்கவில்லை எனச் சட்டநாதன் சொன்னவுடன் ஓடிப்போய்க் காபி போட்டு எடுத்து வருவாள். ஒருத்தி தனக்குப் பிடித்தமானவனுக்குச் செய்யும் உபசாரத்தைப் பார்த்தவர்களும் அனுபவித்தவர்களும் இந்த இடத்தை ரசிக்காமல் போக முடியாது. அதுவும் பிறன் மனைவியாய் இருந்தால், கவனிப்பு இன்னும் கூடுதலாக இருக்கும். குஞ்சம்மா சட்டநாதனிடம் பேசுவதும் ஓடி ஓடி அவனுக்குக் கவனிப்பதும் அவ்வளவு ரசனையாக இருக்கும். ஓர் உபசாரத்தில் அப்பெண்ணின் மனமும், அவர்களிடையே உள்ள உறவும் புலப்பட்டுவிடும் என்பதை எளிமையாகத் தி.ஜா. விளக்கியிருப்பார். தமிழில் இதை இத்தனை நுட்பமாய் வேறு யாராவது சொல்லி இருக்கிறார்களா என்பது தெரியவில்லை. இந்நாவலின் பின்பகுதியில் கோபால்சாமி, தர்மாம்பாளுக்குச் சபாபதி சர்மாவோடு காதல் மலர்ந்ததை, இவ்வித உபசாரத்திலிருந்தே கண்டுபிடித்துவிடுவார். இந்த உபசாரத்தின் விளக்கத்தைச் சட்டநாதன் புவனாவிடம்தான் சொல்வான். "ஒவ்வொருத்தரும் தன் வேலையைத் தானேதான் செய்துக்கணும். பெண்டாட்டி விஷயம் மட்டுமே ஒரே விலக்கு. இவனுக்கு அவ செய்தா தாங்கும். அவளுக்கு இவன் செய்தாலும் தாங்கும். மத்தபடி வேற யார் கிட்டவும் வேலை வாங்கப்படாதுன்னுதான் தோணுது" என்று சொல்லிவிட்டுச் சட்டநாதன் புவனாவின் கைவிசிறியை வாங்கிக் கொண்டு தானே விசிறிக்கொள்வான். இந்த இரண்டு காட்சிகளைச் சேர்த்துக் காணும்போது, மனைவிகள் விதிகளால் ஆனவர்கள் என்றும், காதலிகள் விதிவிலக்குகளால் ஆனவர்கள் என்றும் தோன்றுகிறது. மனைவியிடம் வெளிப்படுத்த முடியாத ஒன்றைக் காதலியிடம் வெளிப்படுத்த முடிகிறது. கணவனிடம் வெளிப்படுத்த முடியாத ஒன்றைக் காதலனிடம் வெளிப்படுத்த முடிகிறது. இதை அறிந்தும் அறியாமலும் மனித மனம் எதையோ சாதிக்கத் துடித்துக் கொண்டிருக்கிறது. தி.ஜா.வின் பாத்திரங்கள் அதற்குள்ளேயே எப்போதும் அடைந்துவிட மாட்டார்கள்.

தனிமையில் குஞ்சம்மா, தன் காதலை மெல்லத் திறந்து காட்டுகிறாள். "நம் காதல் எல்லாம் இறந்த காலம். எல்லாம் இறந்து போயிடுச்சுன்னு நினைச்சுக்கோங்க" என்று சொல்லிவிட்டுச் சட்டநாதன் நகர்வான். "செத்துப்போன கட்டையா இருந்தாலும், அதையும் ஒரு தடவை அணைச்சுச் சீராட்டறது உண்டு" என்று அவனை இழுத்து அணைத்துக் கொள்வாள் அவள். "நான் சாகற வரைக்கும் இது போதும். இதை யாரு கிட்டவும் பேத்திக்கிட்டுக் கிடக்க வேண்டாம். என் நெஞ்சு அத்தனை சின்ன சமாசாரம் இல்லே" என்பாள் குஞ்சம்மா. அண்ணி அணைத்து விட்டாள். சட்டநாதன் நடுங்கிப் போய்விடுகிறான். தன் மனதுக்குள் அண்ணனை நினைத்துக்கொண்டு, "நான் இல்லை: நான் இல்லை" எனப் பிதற்றுகிறான். சட்டநாதனுக்குக் குஞ்சம்மாவிடம் தீராக் காதலுண்டு. ஆனால், முத்துசாமியின் தியாகத்தை ஒரு தடையாகச் சட்டநாதனே வரித்துக்கொள்கிறான். அதைத் தி.ஜா. சூசகமாகக் கூறுகிறார். உடல்நடுக்கத்தில் அவனுக்கு, முத்துசாமி தோன்றுகிறான். ஏறக்குறைய இக்காட்சி, 'அம்மா வந்தாள்' நாவலிலும் இடம்பெறுகிறது. இந்து அப்புவை அணைத்துக்கொள்ளுவாள். "நான் உன்னை அத்தை மாதிரியேதான் நினைச்சுண்டு இருக்கேன். நீ தொடறபொழுது, அத்தையைத் தீண்டறாப்பல..."

என்பான் அப்பு. பிரக்ஞையோடு பெண்ணின்பத்தை வேண்டாமென இவர்கள் தள்ளிவிடுவதில்லை. மாறாக, ஒரு பிம்பத்தைத் தடையாக ஆண்மனம் கட்டமைக்கிறது என்கிறார் தி.ஜா. எனவே, அப்புவுக்குப் பவானியம்மாளும், சட்டநாதனுக்கு முத்துசாமியும் புனிதப் போர்வைகள். இவ்வாறு நினைப்பதற்கு, நமது கலாச்சாரப் பண்பாட்டுப் பாடங்களும் ஒரு காரணமாயிருக்கலாம். பதற்றமானவுடன், மீறலுக்கான தடைதான் முதலில் நினைவுக்கு வருகிறது. 'சீ' என்று சட்டநாதனின் மனம் நினைக்கிறது. இந்த அருவருப்புக்குக் காரணம் தெரியாமல் சட்டநாதன் விழிக்கிறான். அடுத்த வரியில் தி.ஜா. எழுதுகிறார்: "அது சின்ன அண்ணிக்குமல்ல; தனக்குமல்ல. சின்ன அண்ணியும் தவறு செய்யவில்லை. தானும் செய்யவில்லை. எதன் மீதோ, அந்தச் 'சீ' போய் விழுந்தது" என்று முடிக்கிறார். இத்தனை நாள் குஞ்சம்மாவிடமிருந்த கோபம் மறைகிறது. "குஞ்சம்மா, நீ ஒன்றையும் ஒளிக்கவில்லை. உண்மையாகவே நீ நல்லவள்தான்" என்று சின்ன அண்ணியைப் பற்றி நினைத்துக்கொள்கிறான். இந்த ஒற்றைக்காட்சியில் தி.ஜா. கலாச்சாரச் சீரழிவை நிகழ்த்திவிட்டார் என்று கூறும் மரபுவாதிகள், 'செம்பானூர் நாலாம் தெருவில் குடியிருக்கிற சின்னப் பண்ணையார் உடையார் மனைவி மாதிரி இருக்கிறது சாயல் பாவனை எல்லாம். இவளா தேவடியாள்.' என்று ஆண்டாளு பற்றிச் சட்ட நாதன் சொல்லும் காட்சியை அப்படியே ஏற்றுக்கொள்வார்கள். அவர்களைப் பொறுத்தவரையில், உடையாரின் மனைவி உத்தமி. அதை எதிர்ப்பின்றி ஏற்றுக்கொள்வார்கள். ஆனால், அலங்காரம் பற்றிச் சொன்னால், அதை மட்டும் ஏற்க மறுப்பார்கள்.

ஒரே ஓர் அணைப்புதான் அது. ஏன்? மார்பை இறுக்கி அணைக்கும் மோக அணைப்பா அது? சட்டநாதனின் முதுகில் சாய்ந்துகொள்ளுகிற சிறு அணைப்பு. குஞ்சம்மாளின் குற்றவுணர்வு, ஏக்கம் போன்ற எல்லாப் பாரமும் அந்த அணைப்பில் இறக்கிவைக்கப்பட்டது. இருந்த மனநிம்மதியும் உடைந்துவிடுகிறது. அதிகபட்சமாகச் சட்டநாதனிடம் குஞ்சம்மா எதிர்பார்த்தது, இந்த அணைப்பை ரகசியமாக அவன் வைத்துக்கொள்ள வேண்டும் என்பதுதான். அதையும்கூடச் சட்டநாதன் தன் மனைவியிடம் கூறிவிடுகிறான். "நீ சுத்த முட்டாள்! உனக்கு உன் பொண்டாட்டி, உன் கடை, உன் நல்ல பேரு, உன் குழந்தை எல்லாருக்கும் செஞ்சிக்கிட்டு இருக்கோம்னு ஒரு பகட்டு. ரொம்ப அடக்கம்போல வேஷம் போடறது..." என்று நொந்துகொண்டு தன் மகள் வீட்டிற்குப் போய்விடுகிறாள். இவை எல்லாவற்றையும் அறிந்த புவனா, இளமைக் காலத்தில் குஞ்சம்மாவோடு நெருங்கியிருக்கிறாள். இருவரின் பார்வை உரசல்களைக் கண்டுகொள்ளாது சில சமயம் புவனாவே அதற்கு வழிவகுக்கும் தருணங்களையும் தி.ஜா. அமைக்கிறார். ஆனாலும், தன் இளமை போனபின், புவனாவிற்கும் இது ஒரு மனச்சிக்கலாக (complex) மாறிவிடுகிறது. "எனக்கு ஈடு கொடுக்க முடியலை உங்களுக்கு! யாரையோ நினைச்சுக்கிட்டு எங்கிட்ட வந்தா? உங்களுக்குத் திருப்தி வரல. எனக்கும் முடியலெ" என்று சட்டநாதனிடம் சண்டையிடுகிறாள். சட்டநாதனுக்கு உடலுறவு மீதே வெறுப்புத் தோன்றுகிறது. ஏன் இப்படி மனிதர்கள் அறுபது அறுபது என்று பறக்கிறார்கள், இனிமேல் பெண்டாட்டியோடு தனியாகப் படுப்பதில்லை என்று உலகிற்குச் சொல்வதற்கா? என்கிறான் அவன்.

'அம்மா வந்தாள்' தண்டபாணியும் சிவசுவும், 'செம்பருத்தி' புவனாவும் குஞ்சம்மாவும் ஒவ்வொருவரும் சமமான எதிர்ப்பதங்கள். சிவசுவிடம் மயங்கிக் கிடக்கிற அலங்காரம், தண்டபாணியிடமும் அவரின் பிள்ளைகள் மீதும்தான் அன்பு வைத்திருப்பாள். சட்டநாதன் இதற்கு எதிர்ப்பதம் எனலாம். புவனா மீது மிகுந்த அன்பிருந்தாலும், அவன் மனம் குஞ்சம்மாவிடம்தான் மயங்கும். இதை நுட்பமாக விளங்கிக்கொள்ள வேண்டும். இருவருக்கும் இரண்டும் சமம். ஆனால், மயக்கத்தில் குறைந்து அன்பில் கூடுவது அலங்காரம் பாணி. அன்பில் குறைந்து மயக்கத்தில் கூடுவது சட்டநாதனின் பாணி. சட்டத்தின் அண்ணண் கோபால்சாமியை எடுத்துக்கொள்ளுவோம். அவருக்கு ஆண்டாளுவும் தர்மாம்பாளும் சமம் இல்லை. எதையும் கூட்டியோ குறைத்தோ, இவ்விருவரையும் இங்கே மதிப்பிட வேண்டியது இல்லை. நேரிடையாகவே ஆண்டாளு உயர்ந்துவிடுகிறாள். ஆனால், சட்டநாதன் விஷயத்தில், அப்படிச் சொல்லிவிட முடியாது. ஆண் பெண் மனத்திற்குள்ள துல்லியமான வேறுபாட்டைத் தி.ஜா. நுட்பமாகக் காட்டுகிறார். மரபும் முற்போக்கும் தம் கொள்கைக்கேற்பத் தத்தம் வரையறைகளைக் (rules and regulations) கொண்டுள்ளன. தம் தேவைக்கேற்ப அவை வளைந்து நெளிந்துகொள்ளும். இவ்வரையறைகளைத் தி.ஜா. வெறுக்கிறார். கட்டுப்பாட்டிலிருக்கும் விரிசல்களையும் முற்போக்கிலிருக்கும் ஓட்டைகளையும் காட்டிவிட்டுத் தி.ஜா. இவ்விரண்டு கூடாரங்களுக்கும் தீவைத்துச் சிரிக்கிறாரோ என்று தோன்றுகிறது.

காமம் வெறும் உடலா? கணவனுக்குத் தெரியாது மீறல் செய்யலாம். அலங்காரம்போல் ஆளுமையாய் அதைச் செய்யக்கூடாது. ஒரு வேசி, தனக்குப் பிடித்தமானவனைக் காதலிப்பது பொறுத்துக் கொள்ளப்படும். அம்மணிபோல் பலரோடும் வெளிப்படையாய் இருக்க வேண்டும் என்று நினைப்பது மகா பாவம். தன் பழைய காதலி பிறன் மனைவியாய் இருந்தால் பரவாயில்லை. அண்ணணின் மனைவியாய் அவள் இருந்தால் போச்சு! தி.ஜா.வின் பாத்திரங்கள் சுயத்தோடும் கலாச்சாரப் பிம்பங்களோடும் எப்போதும் சண்டையிட்டுக்கொண்டே இருக்கின்றன. தி.ஜா.வின் நாவல்களில் காமம் இருக்கிறதா என்ற சந்தேகம் எழுகிறது.சிந்திக்கையில், எத்தனை நாவல்களில் காமம் ததும்பும் கட்டில் காட்சிகள் இருக்கின்றன? என்றும் கேள்வி எழுகிறது. அம்மா என்ற உறவை இழிவுபடுத்திவிட்டார், பெண்களுக்குக் காமம்தான் முக்கியம் என்பதுபோல் புனைந்துவிட்டார், மறுதாயான அண்ணியின் உறவை அசிங்கப்படுத்திவிட்டார் எனக் கொதிக்கும் விமர்சனங்களைக் காண்கிறோம். ஒருவேளை அப்புவின் அக்கா அலங்காரம்போல் இருந்திருந்தால், இந்தக் கோபம் தணிந்திருக்குமோ? அம்மணி தாசிக் குலப் பெண்ணாக இருந்திருந்தால், அவள் எத்தனை பேருடன் படுத்தாள் என்ற கணக்கை யாரும் பார்க்கப் போவதில்லை. சட்டநாதனின் காதலி அவன் தம்பி மனைவியாய் மாறியிருந்திருந்தால், அது கடப்பதற்கு எளிமையாய் இருந்திருக்கும் போலும். இவர்களுக்கு மீறல் பிரச்னையில்லை; ஸ்தானம்தான் பிரச்சனை. ஸ்தானத்தின் புனிதமே பிரச்சனை. மீறலுக்கு முந்தைய ஸ்தானத்தைப் பேணிக் காக்க முனைபவர்கள், பிந்தையதற்கு அளிக்கும் பட்டம் வேசிதான். பெரும்பாலும் இப்பட்டம் பெண்களுக்கே கிடைக்கிறது. தி.ஜா. மீது வைக்கப்படும் விமர்சனங்கள்,

உண்மையில் இவர்கள்மீது வைக்கப்படுபவையே. இப்பெண்களையே தி.ஜா., கோபுரத்தின் உச்சியில் ஏற்றி எல்லோரையும் அண்ணாந்து பார்க்கச் செய்கிறார்.

நிஜ வாழ்வில் அலங்காரம் போலவும், அம்மணி போலவும், குஞ்சம்மா போலவும் கதாமாந்தர்கள் இருந்துகொண்டுதான் இருக்கிறார்கள். அவர்களைத் தி.ஜா.வை வாசிக்கும்முன் கண்டிருந்தால், 'சீ' என்று ஏசியிருப்பீர்கள். ஆனால், வாசித்த பின்னும் அப்படியே ஏசினால், உங்கள் செவிட்டில் தி.ஜா. அறைவார். அவர்கள் வாழ்வில் நுழைவதற்கு நீங்கள் யார்? என்பார். அவர்கள் மனதில் ஒருதுளியாவது உங்களுக்குத் தெரியுமா? முதற்கல் வீசும் புனிதரா நீங்கள்? என்று கேட்டு நமுட்டுச் சிரிப்புச் சிரிப்பார். இதில் காமமும் ஆபாசமும் எங்கே இருக்கிறது? தி.ஜா. எழுத்து, ஒரு படிப்பினை. அவர் எழுத்தில் முங்கி நீங்கள் எடுக்கும் காமத்தைக் கொஞ்சம் உரித்துப் பாருங்கள். அந்தப் படிப்பினை நிர்வாணமாக நிற்கும். அப்போது தி.ஜா. விருப்ப உறவுகளையும், மீறல் உறவுகளையும் *(incest)* ஆதரிக்கிறாரா? என்று கேட்கும் புத்தி ஜீவிகளுக்கு, ஒன்றுதான் பதில். தி.ஜா. ஓவியம் வரையவில்லை. அவர் மலை மீது நின்று இயற்கையைப் பார்க்கிறார். உங்களுக்குப் புரியவேண்டுமென்றால், கொஞ்சமேனும் நீங்களும் மலை ஏறுங்கள். காமம் என்பது பசி. அந்த இயற்கைத்தாயின் குழந்தைகள் நாம் என்பதுதான் ஒரே உண்மை. தி.ஜா. காமத்தை எழுதாதவர் இல்லை. தி.ஜா. ஆபாசமாக எழுதுவார். உண்மைதான். ஆனால், அவர் ஆபாசத்தை வேறு யாராலும் எவ்வளவு பிரயத்தனப்பட்டாலும் எழுதிவிட முடியாது. தி.ஜா.வின் ஆபாசம் வேறு; பிறர் ஆபாசம் என நினைப்பது வேறு. "மலரினும் மெல்லிது காமம். சிலரே, அதன் செவ்வித் தலைப்படுவர்" (திருக்குறள்:1289) என்பார் திருவள்ளுவர். நான் சொல்கிறேன்: காமத்தினும் மெல்லிது தி.ஜா. மனம்; சிலரே அதன் நுடபம் அறிவர்.

✣

23

தி.ஜானகிராமனின் மரப்பசு: ஒப்பற்ற ஓர் அறிவுஜீவியின் அமானுஷ்யப் படைப்பு

மு.அ. முகம்மது உசேன்

பெரும்பாலான தி.ஜானகிராமனின் பெண் கதாபாத்திரங்கள், மரபை மீறுபவர்கள். நாம் பேசும் கற்பு நெறியிலிருந்து பிறழ்ந்து புதிய கற்பை நமக்குக் கற்பிதம் செய்பவர்கள். பெண்மையைப் பேணும் நிலையிலிருந்து பெண்ணைப் பேணும் ஒரு நிலைக்குச் செல்வதையே தி.ஜானகிராமனின் எழுத்துகள் எதிரொலிக்கின்றன. ஆண்களின் துரோகச் சங்கிலியால் பிணைக்கப்பட்டிருக்கும் பெண்மை என்னும் யானை, விடுதலையாகிக் கொண்டிருக்கும் நிலையை அவர் எழுத்துகளில் காணலாம். ஒரு கைதேர்ந்த சைத்திரியனின் எல்லா ஓவியத்திலும் அவன் மனத்தில் பதிந்துபோன ஓர் அழகிய உயிரோவியத்தின் சாயல் மீண்டும் மீண்டும் தென்படுமே, அதுபோலவே தி.ஜா.வின் பெரும்பான்மைப் பெண் பாத்திரங்களிலும் இச்சாயல், அதாவது பெண்மையைப் பெண்ணாகவே காணவேண்டும் என்னும் பாங்கு தென்படுகிறது. "வீடு பெண்களுடைய சிம்மாசனம், அரண்மனை ராஜ்யம். அங்கு அவள் இட்டதுதான் சட்டம் என்று சொல்லிச் சொல்லிப் பெண்களைச் சக்தியாகச் செய்து சுவாதீனப் பூசைகள் செய்து தங்கச்சிலை ஒன்றை ஆண்கள் கட்டி வைத்திருப்பதாக நான் ஒருமுறை கு.ப.ராஜகோபாலனிடம் சொல்லியிருக்கிறேன்" என்கிறார் தி.ஜா. இவ்வளவிற்கும் அவர் ஒரு சக்தி உபாசகர். அவரது தந்தையும் ஒரு சக்தி உபாசகர் என்றும், தானும் அவரிடமிருந்து கற்றுக்கொண்டு ஒரு சக்தி உபாசகனாக ஆனதாகவும் தி.ஜா. வே குறிப்பிடுகிறார்.

மரப்பசுவைக் கதைப்போக்கில் காணாமல், பாத்திரப் படைப்பின்வழிக் காண்பதே சிறப்பு. மரப்பசுவின் கதாநாயகி அம்மணி, தி.ஜா.வின் படைப்புகளில் பெரிதும் விமர்சனத்திற்கு

உள்ளான பாத்திரமாவாள். கும்பகோணத்திற்கு அருகிலுள்ள ஒரு கிராமியச் சிறுமியான அவளுக்கு, இரண்டு பண்பாட்டு அதிர்ச்சிகள் ஏற்படுகின்றன. கண்டு சாஸ்திரி மகளை மொட்டையடித்து விதவைக் கோலமாக்கியது, அம்மணியைப் பேரதிர்ச்சிக்குள்ளாக்குகிறது. இளம்வயதில் ஆடைகளைச் சுமையாய்க் கருதி அகற்றிவிடும் அவளது 'சுதந்திர' உணர்ச்சி, விதவைக்கோலம் என்ற சிறையைக் கண்டதும் வெகுண்டெழுகிறது. அப்பொழுதே திருமணத்தை, அம்மணி வெறுக்கத் தொடங்குகிறாள். கண்டு சாஸ்திரி விரோதிக்கும் விச்சு ஐயரிடம் பரிவு கொள்கிறாள். இப்பரிவு உலகத்தில் யாரையும் தொட்டுக் கைப்பற்றிப் பேசவும், பார்க்கிறவர்களைத் தழுவிக்கொள்ளவும் அவளைத் தூண்டிவிடுகிறது. மற்றோர் அதிர்ச்சி, ஒரு சிறுவனைக் கட்டாயத் துறவி ஆக்கியதாகும். இதைக் கண்டு திருமணம், உறவு முறை ஆகிய சமூக நிறுவனங்கள் மீதும் மதத்தின் மீதும் அம்மணி வெறுப்படைகிறாள். பழங்காலத்தில் பிராமணப் பெண் படித்தால் அவள் திருமணத்திற்குத் தடை என்று கருதிச் சாதியிலிருந்து தள்ளிவைப்புகள் நிகழ்ந்திருக்கின்றன. *(Lakshmi C.S., Women in Society. The Face Behind the Mask - Women in Tamil Literature, New Delhi – 1984, p.5).* ஆனால், அம்மணியோ படிக்க விரும்புகிறாள். மார்க்சியத்தில் ஈடுபாடு கொண்டு, சேரிக்குச் சென்று அவள் பிரச்சாரமும் செய்கிறாள். கோபாலியின் நட்புக் கிடைத்து, சென்னையில் படிக்கச் சென்று, நாட்டியம் கற்று, அவனுக்கு அவள் உடமையாகிறாள். ஒருநாள் அதீதக் காமம் உண்டாகிச் சூரியப் புணர்ச்சி செய்கிறாள். இங்குக் கோபாலி அம்மணிக்குச் 'சல்லாப மோட்சம்' அளிக்கிறான். "எல்லோரையும் லவ் பண்ணனும், கைக் குலுக்கணும் என நினைக்கும் அம்மணிக்கு ஏராளமான ஆண் நண்பர்கள் உள்ளனர். கோபாலியிடம் அம்மணியின் வாழ்க்கை ஒரே சீரானது என்று சொல்ல முடியாது. அல்லது அவனை மட்டும் அவள் நினைத்துக் கொண்டிருக்கவில்லை. பின் அவள், பட்டாபியிடமும் அதிக ஈடுபாடு கொள்கிறாள்.

முந்நூறு பேருக்குமேல் உடலுறவு கொண்டும், ஐந்நூறு அறுநூறு பேருக்கு மேல் கைக்குலுக்கியும் ஆசை அடங்காத அம்மணியிடம் ஆண்களை வெல்ல வேண்டும் என்ற வெறி தலைதூக்கி நிற்கிறது. அவளிடம் மீட்பு வாதமும் உள்ளது. பண்டைய காலத்தில் பெண்கள் உயர்வாக இருந்ததாகவும், இன்று சம அளவில் பெண்களுக்கு மதிப்பு இருந்திருந்தால், தான் இப்படி ஆகியிருக்கமாட்டேன் என்றும் அமெரிக்க வீரன் புரூஸீடம் அவள் கூறுவது கவனிக்கத்தக்கது. பெண் விடுதலை வேண்டிச் செய்யும் தனித்த போரில் அம்மணி தோற்றுப்போகிறாள். திருமணமே வேண்டாம் என்று வாழ்ந்த அம்மணி வாழ்வில் பட்டாபி குறுக்கிடுகிறான். பட்டாபியுடனான அம்மணியின் உறவை வெறுக்கும் கோபாலி, பட்டாபியை வீட்டை விட்டே விரட்டுகிறான். இதனால் அவளின் திருமணம் பற்றிய கருத்து மாற்றமடைகிறது. அவள் தன் வாழ்வை இப்படி நினைத்துக்கொள்கிறாள்: 'நான் சுயேட்சையா, மரப்பசுவா, பிறரின் மனத்தில் புக முடியாத, கல்லாங்காய்ப் பட்டுப்போன காரையா' என்று தன்னைத் தானே புரிந்துகொள்ள முடியாமல் தவிக்கிறாள். ஏகபோகமாகத் தான்தோன்றியாக வாழ்ந்த அம்மணி வாழ்வில், கடைசியாக அமெரிக்க வீரன் புரூஸ் வந்துசேர்கிறான். அவனிடத்தில்தான், அவளின் இச்சை தீர்கிறது. அந்த மரப்பசுவுக்கு நல்ல காமத்தீனி போடுபவனாகப் புரூஸ் இருக்கிறான்.

அவனிடம் அம்மணி, இதுவரை தான் காணாததைக் கண்டுகொண்டதாக உணர்கிறாள். இதுவரை தான் மரப்பசுவாயிருந்ததாகவும், புரூஸ் வந்தபிறகே தான் மனுஷியாக மாறியதாகவும் அம்மணி கூறுகிறாள். கல்யாணம் என்பது வேண்டாத ஒன்று என்று கருதி வாழ்ந்த அம்மணியே, புரூஸிடம் யாரையாவது மணந்துகொண்டு சிறப்பாக வாழுமாறு வேண்டிக் கொள்கிறாள். தி.ஜா.வின் பெண் மாந்தர், முனைந்து மரபை மீறிவிட்டுப் பின் மீண்டும் வந்து குடும்ப மரபையேதான் விரும்புகின்றனர். இதில் தி.ஜா.வின் மனிதாபிமானமே மேலோங்கி நிற்கிறது.

மரப்பசுவின் கதையை அண்மையில் வெளிவந்த 'சந்தோஷ் சுப்பிரமணியம்' படத்தோடு ஒப்பிடலாம். திரைப்படத்தில் வரும் நாயகி, தன்னோடு கல்லூரியில் படிக்கும் சக வகுப்புத் தோழர்கள் யாவரையும் நண்பர்களாகக் கருதுகிறாள். அதில் ஒருவனே சந்தோஷ் (ஜெயம் ரவி). அவளுக்குத் திருமணம் என்ற பந்தத்தில் விருப்பமில்லை. ஆனால், சந்தோஷூடன் அவள் வாழ விரும்புகிறாள். மணமின்றி வாழவே அவளுக்குப் பிடித்திருக்கிறது. ஆனால், இப்பாழாய்ப் போன உலகம், ஒருவனை மணந்து அவனோடேயே வாழச்சொல்லி அவளை நிர்ப்பந்திக்கிறது. வேறு வழியின்றிச் சந்தோஷின் விருப்பப்படியும், அவன் அப்பாவின் கடுமையான பல நிபந்தனைகளுக்குட்பட்டும் சந்தோஷின் வீட்டில் பரீட்சார்த்தமாயிருக்கச் சம்மதிக்கிறாள். சந்தோஷின் வீட்டில் அவளை ஏற்றுக்கொண்டால் வாழ்ந்து மணமுடிப்பது, இல்லை என்றால் மீண்டும் பழைய சுதந்திர வாழ்வுக்குத் திரும்புவது என்ற நிபந்தனையுடன் சந்தோஷின் வீட்டில் குடியேறுகிறாள். சந்தோஷின் அப்பா (பிரகாஷ்ராஜ்), கறார்ப் பேர்வழி. அவருக்குச் சுத்தமாக அவளைப் பிடிக்கவில்லை. சந்தோஷின் அம்மா, அண்ணி, தங்கைகளும் ஆரம்பத்தில் அவளை வெறுக்கிறார்கள். அவர்களிடம் அவள், சந்தோஷ் குடித்துவிட்டு வரம்பு மீறி நடப்பது, தான் மற்ற ஆண்களுடன் கல்மிஷம் இன்றி இயல்பாகப் பழகுவது என்பதையெல்லாம் வெட்டவெளிச்சமாகச் சொல்லிவிடுகிறாள். முதலில் அதை அருவருப்பாக நினைத்தாலும், காலப்போக்கில் அடுத்த தலைமுறைப் பெண்களின் விடுதலைப் போக்கு என்ற கோணத்தில் அதை அவர்களும் ஏற்கத் தயாராகின்றனர். இறுதியில் பிரகாஷ்ராஜ், சட்டப்படி அவளை ஏற்றுக்கொள்ளவும் செய்கிறார். இப்படியான ஒரு காலமும் விரைவில் வரும். அம்மணியையும், இப்பட நாயகி போலவே, சலனமின்றி அனைவரும் ஏற்றுக்கொள்வார்கள். அப்போது நம் பேரனோ, அவன் மகனோ வாழ்வார்கள். அவர்கள் நம்மைப் பழமையை ஏற்காத 'மரப்பசு தாத்தா' என்றும் கூறத்தான் போகிறார்கள். யார் கண்டது!

✣

24

மரப்பசு: காதலின் விடுதலை

ஓவியா

விலங்கினங்களிலேயே மிக அதிக காலம் தன்னை வளர்க்கப் பெரியவர்களைச் சார்ந்திருக்கும் இனம் மனித இனம்தான் என்கிறார்கள். அது ஒரு பெரிய பிரச்சினைதான், உண்மையிலேயே. தான் சுயமாகச் சிந்தித்தால் எப்படிச் சிந்திப்போம் என்று பெரும்பான்மை மக்களுக்குத் தங்கள் இறப்பு வரையிலும்கூடத் தெரியாமலேயே போவதற்கு இது ஒரு முக்கியமான காரணம். மனிதர்கள் சிந்திக்கத் தொடங்கும் முன்பே அவர்கள் மண்டைகள் நிரப்பப்பட்டு விடுகின்றன. அவர்கள் நடக்க வேண்டிய பாதைகள் தீர்மானகரமான முடிவோடு வரையப்பட்டிருக்கின்றன. சுதந்திரம் என்பதைப் பல மக்கள் தங்கள் கை கால்கள் சங்கிலியால் பிணைக்கப்படவில்லையே என்பதை அளவுகோலாக வைத்தே புரிந்து கொள்கிறார்கள். சாதி, மதம், வணங்க வேண்டிய கடவுள், குழந்தையின் பாலினம் சார்ந்து அதனிடம் உருப்பெற வேண்டிய குணாம்சங்கள் இவை அனைத்துமே வன்முறையாக அய்ந்து வயதிற்குள் ஒவ்வொரு குழந்தையின் மண்டையிலும் ஆணியடித்து நிலைநாட்டப்பட்டு அந்தக் குழந்தைகளின் கை கால்கள் போன்று அவர்களிடமிருந்து பிரிக்க முடியாத உறுப்புகள் போலாகி விடுகின்றன. இந்த மாபெரும் வன்முறைக்குத் தப்பி வளர்கிறவர்கள்தான் இலக்கியமாகவும் வரலாறாகவும் உருவாகிறார்கள்.அப்படியோர் இலக்கியப் பெண்ணைத்தான் அம்மணியாக நம் முன் உலாவவிடுகிறார் தி.ஜா. உண்மையில், இந்த உலகில் நாம் அம்மணியைச் சந்திக்க முடியுமா எனத் தெரியவில்லை. அம்மணி ஏன் படைக்கப்பட்டாள்? பல்லாயிரக்கணக்கான ஆண்டுகளாக நிலைபெற்றுவிட்ட ஒரு சமூகத்தை விசாரணைக்குக் கொண்டுவந்து நிறுத்தவா ... இல்லை குற்றவாளிதான் என்று தீர்ப்பளித்துச் சாட்டைகளால் விளாசவா அல்லது இரசிக்கவோ பெருமைப்படவோ உன்னிடம் ஒன்றுமில்லை என்று பரிகசிக்கவா, அல்லது இவை அனைத்துக்குமா?

அம்மணியைப் படைத்த தி.ஜானகிராமன், தம் எழுத்துக்களைப் பற்றிக் கூறியிருக்கும் வார்த்தைகளைக் கேட்போம். "எனக்கே எனக்காக எழுதும்போது, இந்தப் பிடுங்கல்கள் ஏதும் என்னைத் தொந்தரவு செய்வது இல்லை. யாரைத் தெரியுமோ அவர்களைப் பற்றி எழுதுவேன். அதாவது அவர்கள் அல்லது அவை என் மனதில் புகுந்து, தங்கி, அமர்ந்து என்னைத் தொந்தரவு பண்ணினால் எழுதுவேன். தொந்தரவு தாங்க முடியாமல் போனால்தான் எழுதுவேன். நானாகத் தேடிக்கொண்டுபோய், 'உன்னைப் பற்றி எழுதுவதாக உத்தேசம்' என்று பேட்டி காணமாட்டேன் – அப்ஸர்வ் பண்ணமாட்டேன். அவர்களாக, அவையாக வந்து என்னைத் தாக்கினால்தான் உண்டு" என்கிறார். இந்த வகையில், தன்னைச் சுற்றி யிருக்கும் சமூகம், ஒரு படைப்பாளியின் மனதில் ஏற்படுத்திய சங்கடங்கள், இடறல்கள், சீரணிக்க முடியாமல் தவிக்க வைத்த கேள்விகள் இவைதான் அம்மணி படைக்கப்பட்டதற்குக் காரணமாயிருந்திருக்க முடியும் என்று தோன்றுகிறது. தி.ஜானகிராமன் வாழ்ந்த காலத்தில், தம்மைச் சுற்றிப் பசியிலும் பட்டினியிலும் வாடிய மனிதர்களைப் படைத்த பல இலக்கியவாதிகள் இருந்தார்கள். ஆனால், தி.ஜானகிராமனைத் தொட்டது மனிதர்கள் சுயமிழந்திருக்கிறார்கள் என்பதுதான். இந்தச் சமுதாய அமைப்பில் தொலைக்கப்பட்டிருக்கும் மனிதர்களின் சுயம் எது என்பதற்கான தேடல்களில் ஒன்றுதான், மரப்பசு நாவல்! இந்நாவலைப் படிக்கும் வாசகர் ஒவ்வொருவரும், தாங்கள் தொலைத்திருக்கும் தங்கள் சுயத்தின் அருமையைத் தம் மனதுக்குள் உணர்கிறார்கள். அதை அவர்கள் தெரிந்துகொள்கிறார்களா என்பது, அந்தந்த வாசகரைப் பொறுத்தே அமையக்கூடும்.

அம்மணி ஒரு சுயம்பு. சுயம்புவாக ஓர் ஆண் இருந்தால், அவன் எதிர்கால நாயகனாகலாம். ஆனால், ஒரு பெண் இருந்தால், அவள் என்ன ஆவாள்? கேள்வியும் பதிலுமாக நம் முன் அம்மணி. பெண்களுக்குக் காட்டப்படும் எதிர்காலம் என்ன? கல்யாணம்தான். அம்மணி அதன் பொய்மையை மிகச்சிறு வயதிலேயே தரிசிக்கிறாள். அவள் கண்முன், பெண்ணின் தலைமயிரைப் பிடித்திழுத்துச் சிரைக்கிறார்கள். அப்பெண் கெஞ்சுகிறாள்; மன்றாடுகிறாள். யாரோ அந்நிய தேசத்து எதிரிகளிடமில்லை. சொந்தத் தந்தையிடமும் உற்ற சொந்தங்களிடமும்! கல்யாணம் ஒரு குற்றம் என்பதற்கு, அந்த இளவயது விதவைப் பெண்தான் முதல் சாட்சி, நமது அம்மணிக்கு. ஒரு கல்யாண வீட்டின் அலங்காரங்களையும் அதன் விமரிசையான தடபுடல்களையும் பார்த்து அம்மணி சிரிக்கும் சிரிப்போடு, கதை தொடங்குகிறது. கல்யாண வீட்டில் மகிழ்ச்சியை ஒரு நகையை எடுத்து மாட்டுவதுபோல் மாட்டிக்கொள்ளத் துடிக்கும் மனிதர்கள்தான் அம்மணிக்குச் சிரிப்பை வரவழைத்தார்கள் எனில், கருமாதி வீட்டின் சோகத்தை அப்படியே பவுடராக எடுத்து முகத்தில் அப்பிக்கொள்பவர் களும் அவள் மனதில் ஒட்டாமல் உதிர்ந்துதான் போகிறார்கள். எச்சூழலிலும் ஒரு பெண்ணின் உடல் ஆணுக்குத் தவிர்க்கப்பட முடியாததாகவே இருக்கிறது. ஆகவே, பெண்களைத் தவிர்க்கும் சக்தியற்றவர்களாக ஆண்கள் இருக்கிறார்கள் அல்லது அப்படி ஆக்கப்பட்டு இருக்கிறார்கள். இதனை விபரம் புரியத் தொடங்கும் முதற்பருவத்திலேயே உணர்ந்துகொள்ள

முடிகிறது அம்மணியால். நாவலாசிரியர் சித்திரிக்கும் அந்தக் குளத்தங்கரைக் காட்சி, மிக அழுத்தமான பதிவு. மனநிலை சரியில்லாத ஒரு பெண் நிர்வாணமாகக் குளத்தங்கரையில் நிற்கிறாள். ஊரே சுற்றி நிற்கிறது. அவர்களுக்கு என்ன வேண்டும்? "பூண்டி மாமா கையை ஓங்கி ஓங்கி வீசினாரே தவிர, அடிக்கவில்லை. பளீரென்று ஒரு வீச்சு வீசியிருந்தால், அந்தக் கணமே குழந்தையைக் கீழே விட்டுவிட்டுப் புடவையைச் சுற்றிக் கொண்டிருப்பாள். எனக்கு என்னமோ, பூண்டி மாமாவும் கூட்டமும் அவள் புடவையைக் கட்டிக் கொண்டுவிடப் போகிறாளே என்று கவலைப்படுகிற மாதிரி இருந்தது. சிரித்தேன் – கண்கள் போகிற திக்கைப் பார்த்து" என்கிறாள் அம்மணி.

அம்மணியின் மனம் பரிகாசத்தால் நிரம்பி வழிகிறது. தனக்குள் தானாகத் தோன்றும் எந்த உணர்வையும் தடைபோடாத மனம் குற்றால அருவிபோல் பாய்ந்தோடப் பாதை கேட்கிறது. உடைகளை மறுத்துக் காற்றைத் தேடும் உள்ளம் அம்மணிக்கு வாய்த்திருந்தது. ஆனால், காவிரிக்கு இருக்கும் உரிமை, காவிரிக் கரை மனிதர்களுக்கு இருக்கிறதா என்ன? அன்னவாசல் அக்ரகாரம்? அன்னவாசல் தந்த அம்மணி. அந்த அன்னவாசல்தான், கோபாலி மீதுகொண்டிருந்த பிரேமையை அம்மணி மனதிலேற்றியது. தன் கண் முன் செருக்குடன் நடமாடிக்கொண்டிருந்த மனிதர் முன் செருக்குக் காணபிக்கக்கூடிய ஆளுமையான பாடகர் கோபாலி, அம்மணி மனம் ஏறி ஆட்சி செலுத்தத் துவங்கியதில் வியப்பில்லை. மனிதர்களின் அகம்பாவங்கள் அவமானங்கள் இவ்விரு மதிப்பீடுகளுக்கான ஒப்புமையின் அலையிலேயே அப்பெண் மனம் எப்போதும் பயணித்தது. ஆனால், அன்று அந்தப் பெண்ணின் முடி சிரைக்கப்பட்டு வெள்ளைச் சேலையில் சுருண்டு கிடந்தவளைப் பார்த்தவுடன் அம்மணியின் மனம் ஒரு சீற்றத்தை உணர்கிறது. எல்லாவற்றையும் சிரித்தே கடக்க முடியாது; சிலவற்றைக் கடக்கவே முடியாது; தூக்கியெறியவும் வேண்டும்! சாஸ்திரங்களுக்குக் கட்டுண்ட பணக்கார வாழ்க்கையைவிட, ஓர் ஏழைச் சமையல்காரனின் வீட்டுக்குப் போவது உத்தமமாகத் தோன்றியது, அந்தப் பெண்ணுக்கு.

நல்லவேளை! அம்மணியின் காலத்தில், மேற்கல்வியின் கதவுகள், பெண்களுக்கு ஏற்கனவே திறந்திருந்தன. அம்மணி தன் பிறவிச் சிறையான வீட்டிலிருந்து வெளியேறக் கல்வி ஒரு பாலம்போல அமைகிறது. அட! சம்பிரதாயங்களால் கட்டப்பட்ட வீடு அறிமுகப்படுத்திய தாத்பரியங்களின் கொடூர முகத்தைச் சிரித்துக் கடந்து வந்தால், மற்றொரு புறம் படிப்பும் வாசித்தலும் அறிமுகப்படுத்திய இசங்களும் சிரிப்பையே விளைவித்திருக்க வேண்டும் அம்மணிக்கு. இசங்கள் எப்படியோ, ஆனால் அந்த இசங்களைத் தூக்கிக் கொண்டுவந்த மனிதர்கள் அம்மணியை மட்டுமல்ல, நம்மையும் உடனே சிரிக்க வைத்து விடுகிறார்கள். ஆசிரியர் காட்டிய கல்யாண வீட்டுத் தடபுடல்களிலும், கருமாதி வீட்டு அழுகையிலும் சிரிப்பதற்கு என்ன இருக்கிறது என்று அங்கலாய்த்துக் கொள்ளும் ஒரு வாசகர்கூடப் பின்வரும் இந்த வரிகளைப் படித்துச் சிரிக்காமலிருக்க முடியாது. "எனக்கு மூன்று நான்கு சிநேகிதிகள் இருக்கிறார்கள். கூந்தலைக் கட்டாத, பின்னாத, வெட்டியும் கொள்ளாத திரௌபதிகள் ...". அந்த மண மேடையில் தலைகுனிந்து

நாணத்திலும் அடக்கத்திலும் முழுகிப்போய் உட்காந்திருக்கிற மணமகளுக்கு எதிர்ப்பதமோ இவர்கள்? கோடீசுவரத் தொழிலதிபர்களின் செல்லப் பெண்கள் பேசும் கம்யூனிசம் எது வரை? மீண்டும் மார்க்சே வெல்கிறார். வாழ்நிலைதான் சிந்தனையைத் தீர்மானிக்கிறது.

எழுபதுகளில் தொடங்கி எண்பதுகளைத் தாண்டிக் கிட்டத்தட்ட தொண்ணூறுகள் வரை, தமிழ்ச் சூழலில் ஒரு வாழ்க்கைமுறை அறிமுகமாகி யிருந்தது. உலகில் அன்றைய தினம்வரை அறிமுகமாயிருந்த அனைத்து இசங்களையும் படித்து முடித்து விவாதிப்பதே அச்சூழல். சமயங்களில் அது சுழல் மாதிரியுமிருந்தது. அதில் மாட்டிக்கொண்ட பல இளைஞர்கள் தங்களுக்கு மூன்றுவேளை பசிக்கும் என்பதைக்கூடப் புத்தகம் படித்துத்தான் தெரிந்துகொண்டார்கள். வாசித்தல் உண்மையான தேவையின்றித் திணிக்கப்படும்போது, சேருமிடம் சேருவதில்லை என்பதுதான் உண்மை. இவ்வாறு மெய்ம்மையிழந்து போகும் அறிவுஜீவி உலகத்தையும் தி.ஜா. சீண்டும்போது, அம்மணியின் சிரிப்பு, வாசகர்கள் அனைவரையும் தொற்றிக்கொள்கிறது. பொய்மை நிறைந்த உலகத்திற்கே அந்நியமாகிறாள் அம்மணி. எட்டி நின்று யாவரையும் அனைத்தையும் பார்த்துச் சிரிக்கிறாள். 'பொம்பிளை சிரிச்சா போச்சு' என்று பதறும் சமுதாயத்தைத் தன் உரத்த சிரிப்பால் எதிர்கொள்கிறாள். பெண் அழுதால் பரிதாபப்படுபவர்கள், அவள் சிரித்தால் திகைக்கிறார்கள். பெற்ற தாயே தூரமாகிப் போகிறாள். அதன் பிறகு, எந்த விலங்கு அவளைப் பிணைக்க முடியும்? படிக்கிறாள். படித்தவர்கள் என்று சொல்லிக் கொள்கிறவர்களையும் படிக்கிறாள். வாழ்க்கையையும் மனிதர்களையும் வாசிக்கும் சுதந்திரம் அவளுக்குக் கிடைக்கிறது. அவளின் ஒவ்வொரு பெரிய முடிவுக்குப் பின்னாலும், யாரோ ஓர் எளிய மனிதருக்கு நேர்ந்த அவமானம் நிற்கிறது. விச்வம் என்பவருக்கு நடந்த அவமதிப்பு, அதுவும் ஊரின் பெரிய மனிதர் அத்வைதத்தைக் கரைத்துக் குடித்த மேதை கண்டு சாஸ்திரி செய்த அவமதிப்பு... மனம் இப்படிக் காய்ந்து சருகாகிப் போவதென்ன? சக மனிதனின் சுய மரியாதையைப் பேணக் கற்றுக் கொடுக்காத தத்துவம் எந்த விதத்தில் உசத்தி அல்லது இந்தச் சமுதாயத்துக்குத் தேவை? ஆயிரம் ஏழைகளின் வயிற்றில் அடிக்கும் வேலையைத் தொழிலாகச் செய்துவிட்டு அன்னதானம் செய்து புண்ணியம் தேடிக்கொள்ளலாமாயிருக்கும். ஆனால், மானத்தை யாருக்காவது தானம் வழங்க முடியுமா? தானம் என்கிற சொல்லே மானத்தை எடுத்து விடுவதுதானே!

விச்வத்தின் முகம் எப்படியிருந்திருக்கும்? என்கிற கற்பனையே, அம்மணிக்கு இயலாமையைத் தருகிறது. எத்தனை மனங்கள் இப்படி உள்ளுக்குள்... எத்தனை வேதனைகளுடன்? அந்த மனங்களையெல்லாம் வருடிக் கொடுக்க வேண்டும். தோள் பற்றி, மனிதருக்கு ஆறுதலாய் வாழவேண்டும். என்ன தடை, எதற்குத் தடை? மனிதத்தைத் தேட, என்ன தடை? ஆறுதல் சொல்ல, என்ன தடை? யாரையும் நேசிக்கக்கூடாது என்பதற்கா, பெண் தாலி கட்டிக்கொள்ள வேண்டும்? 'பொம்பிளை சிரிச்சா போச்சு' என்கிற சமுதாயத் தளைகளையும் களைகளையும் தாண்டி அனைவரையும் தனது அணைப்பின் மூலம் அறிந்துகொள்ளப் பயணப்படுகிறாள். பிறரை அவமானப்படுத்தும் உரிமையை இயற்கை

யாருக்கும் தரவில்லை என்பதே, அம்மணியின் ஞானம். அந்த அறிவின் வெளிச்சம்தான், அவளை அந்த முடிவு நோக்கி நகர்த்துகிறது. "அந்தக் கணத்திலிருந்து வெற்றுச் சரடுகூட என் கழுத்தில் ஏறக்கூடாது என்று வெளிச்சம் மாதிரி தோன்றிற்று. இந்த உலகத்தில் யாரையும் தொட்டுத் தொட்டுக் கையைப் பற்றிப் பற்றிப் பேச வேண்டும் போலிருந்தது. பார்க்கிறவர்களையும் தழுவிக்கொள்ள வேண்டும் போலிருந்தது" என்கிறாள் அம்மணி.

பெண்ணைக் கீழே வைக்கும் பொருட்டு மானுடக் காதலே சிறைப்படுத்தப்பட்டது. தன் சிறகுகளை அன்பும் இழந்தே நிற்கிறது. எனவேதான், அம்மணியின் விடுதலை, அன்பின் பெருக்காய்ப் பரிணமிக் கிறது. அனைவரையும் நேசிக்கிறேன் என்று சொல்லும் பலரும், தங்களை வள்ளலாகவும் தங்களால் நேசிக்கப் படுபவர்களைப் பிச்சைக்காரர் களாகவுமே காண்கிறார்கள்.அவ்விதமே ஆக்கியும் விடுகிறார்கள். இல்லை. இவர்கள் சொல்லும் இரக்கம் வேறு. அன்பு என்பது உறவு. இரக்கத்துக்கு இச்சமூகம் என்றும் தடை போடவில்லை. உறவுகளுக்குதான் தடை. அத்தடைகளைக் கேள்விக்குட்படுத்த ஒரே சிறந்த வழி அல்லது ஒரேவழி உறவுகள் மட்டுமே. பெண்ணை ஆணுக்குக் கீழ்வைப்பதற்கான சமுதாய ஏற்பாட்டின் முதற்படி, இரு பாலாரையும் பிரித்து வைப்பதுதான். பள்ளிக்கூட பெஞ்சிலிருந்து கழிப்பறைகள் வரை. ஆனால், கழிப்பறைகள் பிரிக்கப்பட்டதை ஏற்றுக்கொள்கிற அம்மணிக்கு, ஏன் பள்ளிக்கூட பெஞ்ச்கூடப் பிரித்துப் போடப்பட வேண்டும் என்று புரியவில்லை. பிரித்துப் போடப் பள்ளிக்கூட பெஞ்ச் என்ன கழிப்பறையா என அம்மணி கேட்கிற கேள்வி, பாலினப் பிரிப்பையும் தொடரும் பாகுபாட்டையும் குறித்த சுரணையே அற்று அதனை ஏற்றுக்கொண்டிருப்பவர் மனதில் விழும் ஒரு சுரீர் சாட்டையடி. ஒரு பொதுவெளியில் கோடு போட்டுப் பிரித்ததுபோல் பெண் நிற்கும் இடமும் ஆண் நிற்கும் இடமும் பிரிக்கப்பட்டிருப்பதை அவளால் ஏற்றுக்கொள்ள இயலவில்லை. ஊரில் பெரிய சாதிக்காரர், பெரிய வீட்டுக்காரர், பெரிய பண்ணைக்காரர் என்பதுடன் ஞான அனுக்கிரகமும் பெற்ற கண்டு சாஸ்திரிகளின் அகங்காரம் அவள் மனதைச் சுட்டுப் பொசுக்கியதைப் போலவே, கல்வி கற்க வந்த இடத்தில் ஆசிரியர்களும் கல்வி வளாக நிர்வாகங்களும் எளிய பொறிகளில் மாட்டியவர்களாக நிற்கும் மாணவர்கள்மீது செலுத்திய ஆதிக்கமும் அதைத் தாண்டிய வன்முறையும் அவளால் தாங்கிக்கொள்ள முடியாததாகவே இருந்தன. அவமானப்படும் ஒவ்வோர் உயிரையும் தேடிச்செல்லும் நாட்டு மருத்துவச்சியாகவே அவள் மனம் உருவெடுக்கிறது. அந்தக் காயத்தின் இருத்தலை அவளால் அப்படியே விட்டுவிட்டு நகர முடியவில்லை.

சக மாணவனை ஆசிரியர் அடித்துவிட்டார்; அவனோ அம்மை நோயிலிருந்து அப்போதுதான் விடுபட்டு வந்திருக்கிறான். அவன் தலைக்கு மருந்து தடவுகிறாள் அம்மணி. துடித்துப்போனது கல்விக் கூடம். ஆனால், அவர்களால் கைநீட்டப்பட வேண்டிய குற்றவாளியோ, அவர்களையே கேள்வி கேட்கும் நீதியரசியாய்ச் சீறுவதைப் பார்த்துச் செயலற்றுப் போகிறது. அவள் அடித்த அடி, ஆசிரியர் சமுதாயத்தின் அகந்தை மீது பளீரென விழுகிறது. வெளியில் பம்மி உள்ளுக்குள் ஆங்காரமாய் அவதூறு வலையை

அவளை நோக்கி வீசிவிட்டுத் திருட்டுப் பார்வைக்குள் ஒளிந்துகொள்கிறது சமூகம். அன்னவாசல் வெறித்தது. குடும்பம் கேள்வியானது. அம்மாவும் அப்பாவும் ஊருக்குப் போனார்கள். செக்கின் பாட்டு மறைந்தது. கண்டு முகம் மறைந்தது. திருவிழா, உற்சவம், பஜனை எல்லாம் மறைந்தன. அப்பா அம்மா ஊருக்குப் போனதும் பெரியம்மாவிடம் சொன்னேன். "போற போதெல்லாம் சமத்தாயிரு குழந்தேன்னு சொல்லுவா. இந்தத் தடவ சொல்லலெ" என்கிறாள்.

பிறந்த வீடும் அன்னவாசல் ஊரும் அம்மணியின் நினைவுப் பெட்டகத்துக்குள் சென்றடங்கினார்கள். தாலியைச் சமுதாயத்தின் பிற ஆதிக்கப் புள்ளிகளுடனும் சமுதாய அநீதிகளுடனும் இணைத்தறிந்து, அதனை மறுதலித்த ஒரு நாயகி, தமிழ் இலக்கியத்தில் அம்மணிபோல் வேறு யாரும் இல்லை. ஆனாலும், 'எல்லோரையும் தொடுவதா? தழுவுவதா? தோணுமா என்ன, இப்படியெல்லாம்? யாவரையும் நேசிப்பது நல்லதுதான். ஆனால்...?' இப்படி ஓர் எண்ணக்கற்றை நமக்குள் தோன்றி நீள்வதற்கு முன், அம்மணியின் சிநேகிதி பாலாவிடம் அம்மணி கூறும் பதில், பல கேள்விகளாக மாறி நம்மைச் சூழ்ந்துகொள்கிறது. "உன் மாதிரியெல்லாம் எனக்கு ஆத்மா, மனசு எல்லாம் இருக்கோ இல்லியோ, சந்தேகமாயிருக்கு. எனக்கு இருக்கறது இந்த உடம்புதான். எனக்கு எல்லாரையும் தொடணும் போலிருக்கு. உனக்குக் கண்ணாலெ பார்த்தாப் போரும். சிரிச்சா போரும். எனக்குப் போறல்லே, தொட்டால்தான் எனக்கு யாரையும் கொஞ்சமாவது புரிஞ்சுக்க முடியும் போலிருக்கு. பிறத்தியாரும் என்னைத் தொட்டால்தான் எனக்குக் கொஞ்சம் திருப்தியா இருக்கு" என்கிறாள். உண்மைதான். ஆத்மாவும் மனசும் இருக்கா என்கிற கேள்வி எழும்பிவிட்டால், நிச்சயமாக நிரூபிக்கப்பட்டதாகச் சகல உண்மையுமாக இருப்பது உடம்பு ஒன்றுதான் என்பதை யாரால் மறுக்க முடியும்?

சமுதாயத்தின் அடிப்படை அலகு குடும்பம். குடும்பத்தை அமைத்துக் கொள்ளும் வழிமுறை திருமணம். ஒரு பெண்ணுக்குக் கல்யாணம் ஆகாமல் இருக்கலாம். ஆனால், கல்யாணத்தை எதிர்த்து மறுக்க, ஒரு பெண்ணால் இயலாது.அது இயலக்கூடாது என்பது இங்குத் தீர்மானம். வெற்றுச்சரடுகூட என் கழுத்தில் ஏறக்கூடாது என்பதைத் தாண்டி அம்மணி மேலே போகிறாள். இதற்கு முன்னும் எந்த உதாரணமும் இல்லை. அவளுக்குப் பின்னும் எந்த உதாரணமும் இல்லாத நிலை அது. தான் பிறந்த குடும்பத்திற்குத் தன்னை அவள் தெரியப்படுத்துகிறாள். 'நான் அவுசாரியாக வாழ்வது' என்று நினைத்துவிட்டேன் என்று. நாவலைப் படிக்கும் வாசகர்களின் மனத்தில் எழுப்பப்பட்டிருக்கும் சமுதாயக் கோட்டைகளை அடித்து நொறுக்குமிடம் அது. எத்தனை வாசகர்களால், தான் வாசிக்கும் கதாநாயகி அவுசாரி வாழ்க்கையைத் தனது சுய தேர்வாக எடுத்துக்கொள்கிறாள் என்பதைத் தாங்கிக்கொள்ள முடியும்? அவுசாரிகள் பிறந்து கொண்டிருக்கும் சமுதாயம் இது. ஒரு பெண் அவுசாரியாகப் பிறக்கலாம். அவுசாரியாக்கப்படலாம். கொல்லைப் பக்கத்தில் அனைத்தையும் மறைத்துக்கொண்டு, வாசலுக்கு வந்து அவுசாரியைப் பார்த்து, அய்யோ! அய்யோ! எனப் போட்டுக்கொள்ளும் பெண்ணாயிருக்கலாம். ஆனால், ஏதோ நான் எம்.ஏ. படிக்கப் போகிறேன் என்பதுபோல், நான் அவுசாரியாகப் போகிறேன் என்று ஒருத்தி கூறிவிட

முடியுமா? தான் வேறு ஒரு காலத்துக்கு நகர்ந்து போய்விட்டதாகவே உணர்கிறாள் அம்மணி. இச்சமூகத்தின் சிரிப்பும் அழுகையும் கேட்க முடியாத தொலைதூரம் அது. மனித ஆசைகளிலும் கற்பனைகளிலும்கூட, மனிதன் பின்னோக்கிப் பயணிக்கக் காலச்சக்கரம் தேடுகிறானேயொழிய, முன்னோக்கிப் பயணிக்க ஏனோ துணிவதில்லை. அம்மணி துணிந்தாள். இறுதியாகப் பெரியம்மாவின் அழுகை, பெரியப்பாவின் ஆத்திரம் இவையும் தொட முடியாத தொலைவு பயணப்பட்டுவிட்டாள். "இதெல்லாம் சுவருக்கு, ஆற்றுக்கு அந்தப் பக்கம் நிற்கிற வாழ்வின் புலம்பல் – நான் இந்தப் பக்கம் வந்துவிட்டேன். இதெல்லாம் வேறு காலம் விடும் கண்ணீர். நான் அதில் நனைய உடம்பையோ மனதையோ காட்ட விரும்பவில்லை. பெரியம்மா கண்ணீருக்கு எத்தனை நீளக் கையிருந்தாலும் என்னைத் தொட முடியாது" என்கிறாள்.

பெரியம்மாவின் கண்ணீரைவிடப் பெரியப்பாவின் ஆவேசமும் ஆத்திரமும் வலிமையாயிருந்த போதிலும், அம்மணி எடுத்த முடிவிலிருந்து அவளை மாற்றும் அளவிற்கு வல்லமை படைத்ததாக இல்லை. அவள் உண்மையாகவே, அவர்கள் காலத்திலிருந்தே தன்னை விடுவித்துக்கொண்டு புறப்பட்டுவிட்டாள். எங்கே போனது அந்தப் பயணம்? மனங்கள் திறக்கவேண்டும். மெய்தீண்டல்போல், அதற்கு இன்னொரு வாசல் இல்லை. தீண்டாமையின் மூலமாகத் தங்கள் உசரத்தைத் தக்கவைத்துக்கொள்ள முடியும் என்று நம்பிய பைத்தியக்காரச் சமுதாயத்தில் அம்மணி ஒரு ஞானவெளிச்சம். ஏ அப்பா! அம்மணி முன்தான் ஆண்கள் எவ்வளவு பெரிய பெண்ணியவாதிகளாகத் தர்க்கங்களில் திளைக்கிறார்கள்! கல்யாண விலங்கு மாட்டிக் கொள்ளாத தோழி இருப்பது பெரிய வசதி அவர்களுக்கு. அம்மணி சிரிக்கிறாள். நாமும்தான். எத்தனை விதமான மனிதர்கள்? எத்தனை விதமான அறிவாளித்தனங்கள்! ஆனாலும், எல்லோரும் ஒன்றேபோல் ஆகிறார்கள், அம்மணிமுன்! "எனக்கு எல்லாம், மார்பு சதை தசையெல்லாம், விலக்கின கண்ணாடியாகத் தெரிந்தது. உள்ளே என்னைத் துருவிப் பார்க்கிற வெறி. பிறந்த மேனிக்குப் பார்க்கிற வெறி. ஆனால், வெவ்வேறு வடிவம். புகையும் வடிவம். குமைகிற வடிவம். கொழுந்துவிட்டு எரிகிற வடிவம். எப்பொழுது எப்பொழுது என்று பரக்கிற வடிவம். எத்தனை காலமானாலும் காத்திருக்கிறேன் என்று பொறுமையே வடிவான வடிவம்" என்கிறாள் அம்மணி. தனிமை ஒருபோதும் அவளை மிரட்டவில்லை. தனிமையுடன் அம்மணி உறவு நிரந்தரமானது. ஒருபோதும் தன் தனிமையை விரட்டுவதற்கு எந்த நண்பரையும் அவள் தேடவில்லை. தன்னை முழுமையாக அவதானித்து வாழும் வாழ்வே அம்மணிக்கு வாய்த்துவிட்டது. "என் காது கூர்ந்துவிட்டது. கண் கூர்ந்துவிட்டது. எந்தச் சத்தமும் எனக்குக் கேட்கும். எந்த மணமும் மூக்கிற்கு வரும். எந்த மனசையும் துளைக்காமல் அப்படியே பார்க்க முடிவதுபோல் ஒரு நிச்சயம்" எனச் சொல்லும் ஒரு சுதந்திரம், அம்மணிக்கு வாய்த்திருந்தது. உண்மையில் உறவைத் தனிமையோடு வைத்துக்கொண்டு, விருந்தினர்களாகச் சக மனிதர்களை வைத்துக் கொள்வது ரொம்பவும் சரி என்றே நமக்கும் தோன்றுகிறது. என்ன செய்ய? அம்மணிக்கு மட்டும்தான் அது வாய்த்திருந்தது. ஆமாம். இங்கு நிறையப் பேரை வேடிக்கை பார்க்கத்தான் முடியும். கல்யாணத்தைச் சாஸ்திரத்தைச் சம்பிரதாயத்தை விமர்சனம் செய்ய எத்தனை பேர்? ஆனால், தன் வாழ்வில் அவற்றுக்கான கதவுகளை

மூடவே வேண்டும் என்கிற நிலை வரும்போது, நீலிக்கண்ணீரோடும் அதுவும்கூட இல்லாமல் கூச்சமற்ற வெடிச்சிரிப்போடும் அவற்றோடு தாங்கள் செய்துகொள்ளும் சமரசத்தை விவரிப்பவர்களை வேடிக்கை பார்த்துத்தானே கடக்க முடியும்? சாதிவிட்டு வெளியே போனாலும் கல்யாணம்விட்டு வெளியே போனாலும், நாம் நின்றுகாட்டிவிட்டால், இதெல்லாம் பல்லிளிச்சுக்கிட்டு நம்மை உள்ளிழுத்துக்கொள்ள முயற்சி பண்ணிக்கிட்டேயிருக்கும். அப்படித்தான் உலகம் மிஸஸ் கோபாலி என்றழைத்து, அம்மணியைப் பக்கத்திலிருத்திக் கொள்ள முயற்சி செய்கிறது. ஒவ்வொருமுறையும் கவனமாகத் தட்டிவிட்டு, நான் இவருக்கு மிஸஸ் இல்லை என்று தள்ளி அமர்கிறாள் அம்மணி. கண்ணுக்குத் தெரியாத தாலியைக் கட்டிவிட்டால் என்ன செய்வது என்றுதான்!

இரயில் பயணத்தில், கோபாலி – அம்மணி ஒருபுறமும், பென்னட் தம்பதியர் மறுபுறமுமாக நடைபெறும் ஓர் உரையாடலில், இந்த ஆம்பிளை பொம்பிளை விசயமும் பொண்டாட்டி வைப்பாட்டி விசயமும், அடிப்படையில் நாடுகளுக்கிடையில் ரொம்ப வேறுபடவில்லை எனத் தெரிகிறது. ஆனால், அதில் சில நுட்பங்கள் காணக் கிடைக்கின்றன. முதலாவதாகத் தான் யாருக்கும் மனைவி இல்லை என்று அம்மணி மறுப்பதைப் பென்னட் ஓர் இந்திய ஆணைப் போலவே சங்கடத்துடன் எதிர்கொள்வதும், அவர் மனைவி புன்சிரிப்புடன் இரசிப்பதும். இரண்டாம் இடம், அய்ரோப்பியர்களைவிட உயர்ந்த ஒழுக்கமும் உயர்ந்த பண்பாட்டுப் பெருமையும் கொண்ட பாரதப் புதல்வரான கோபாலி, நமது பண்பாட்டின் பெருமிதத்தை எடுத்தியம்பும் இடம். “எங்க ஊர்ல ரெண்டு தாரம், மூணு நாலு கல்யாணம்கூடப் பண்ணிக்கலாம். மகாராசாக்கள்ளாம் நாப்பது அம்பதுன்னுகூடக் கல்யாணம் பண்ணிக்கிற வழக்கம் உண்டு. ஆனா, அது அவரவர் வசதியைப் பொறுத்தது. தசரத மகாராசாவுக்கு முந்நூத்தி முப்பத்தி மூணு பொண்டாட்டி இருந்தா. ஆனா, பட்டமகிஷின்னு ஒருத்திதான் இருந்தா ...” என்கிறார் கோபாலி. இங்கு அம்மணியை வைப்பாட்டியா வச்சுக்கிட்டிருக்கிற ஓர் ஆள் என்று கோபாலியைக் கடந்து போய்விட முடிவதில்லை. அம்மணியின் மேல், ஓர் ஆம்பிளை ஆசைப்படறதில, சொல்லிக்க என்ன இருக்கு? ஆனால், அம்மணியைக் கோபாலி புரிஞ்சு வைச்சிருந்ததிலே, நாம் உணர்வதற்கு நிறைய இருக்கு எனலாம். “இவகிட்ட என்னமோ இருக்கு. அந்தச் சின்ன வயசுல எல்லாரையும் விட்டுட்டு என் கிட்ட வந்தா. என் சங்கீதத்தில், என் மேல ஒரு பிரேமை இருக்கலாம். ஆனால், அதையும்விடத் தான் நினைத்தபடி இருக்கணும்னு ஒரு பிடிவாதம். உங்களால முடியுமா, என்னால முடியுமா? ஆஞ்சநேயர் மாதிரி இருக்கான்னு என் அகமுடையாள நான் தள்ளிவைக்க முடியுமா? நான் யாருக்கோ, எதுக்கோ பயப்படுறேன். நீங்க பயப்படுவேள். உங்க சம்சாரம் பயப்படுவாள். உங்க ஊருல இது எல்லாத்துக்கும் கோர்ட் இருந்தாலும், நீங்க அதுக்கு வகையா பதில் சொல்லித்தானே ஆகணும்? இவ அதுக்கெல்லாம் பயப்பட மாட்டா. என்னைப் பிடிக்கலேன்னா, உதறித் தள்ளிவிட்டு, வெளியிலே போயிடுவ. ஆனா, இன்னும் போகாததுக்குக் காரணம், இன்னும் ஏதோ கொஞ்சம் இவளுக்குப் பிடிக்கிறாப்போல எங்கிட்ட என்னமோ இருக்கு. அதுவும் போயிடுச்சுன்னா, நிச்சயமா என்னை வெளியிலே

வெரட்டிவிடுவ. விரட்டி விடுவன்னா, அதையும் அழகாச் செய்வ. அதுக்கப்புறம் கரெக்டா உள்ளதை உள்ளபடிதான் பார்ப்பாள். உங்களுக்காக, எனக்காகத் தன்னோட முதல் கருத்தை மாத்திக்கமாட்டா. அவளுக்காக மாத்திக்கனும், மாத்திக்கிறதுதான் சரின்ற நம்பிக்கை வரவரையில் மாத்திக்க மாட்டா" என்கிறார்.

அட! என்ன தெளிவான மனிதர்? கோபாலி இப்படிப் பேசி முடித்ததும், உங்கள் மீது இவர் உயிரையே வைத்திருக்கிறாரே என்கிறார் பென்னட். ஒருவரைப் புரிந்துகொள்வதுபோல் நேசித்தலினும் வேறென்ன வேண்டும்? கோபாலி அம்மணியை அறிந்திருந்ததைத் தாண்டி அம்மணியைச் சுற்றி வருவோரையும்கூட அறிந்திருந்தார். அவர்கள் அம்மணியோடு இருக்கும்போது, அவர் கொள்கிற பதட்டத்தை, அம்மணியைத் தனக்கே தனக்கு உடைமையாக்கியதன் விளைவு என்று மட்டுமே சுருக்கிப் பார்த்துவிட முடியாது. உண்மையில் அம்மணியை யாரும் உடைமையாக்கி விட முடியாது என்பதையும் கோபாலி அறிந்தேயிருந்தார். அவள் வீட்டைத் துறந்தாள் அம்மணி என்பதே நிரந்தரமான, நிலைத்துவிட்ட உண்மை. ஆனால், அவள் தன்னிடம் வந்ததும் இருப்பதும் கடந்துபோகக் கூடிய ஒன்றுதான் என்பதும் அவருக்கு தெரிந்தேயிருந்தது. அவளைச் சுற்றிவரும் மனிதர்களை ஓநாய்கள், நரிகள் என்கிறார் கோபாலி. அவரின் சொப்பனம், அவரே கூறியதுபோல் தலையும் வாலும் இருக்க வேண்டிய இடத்திலிருந்து தெளிவாகத் தெரியும் சொப்பனமே. பெண்ணின் பாலியல் சுதந்திரத்தை வானளாவ மெச்சிக்கொண்டே, தோழிகளின் கைபிடித்துக் குலுக்க விழையும் பழுத்த கிழம்கூடத் தன் மனைவியைப் பத்திரமாகக் கக்கத்தில்தான் இடுக்கிக் கொள்கிறது. அவளுக்குத் தோழன் என்று யாரும் வந்தால் ஓநாயாக மாறிவிடுகிறது. பொண்டாட்டியைப் புருசனும் புருசனைப் பொண்டாட்டியும் ஏன் இதையெல்லாம் தாண்டித் தன் திறமைகளையேகூடத் தன் சொத்து என நினைப்பதை ஒரு மாயை என்று சொல்லலாம். பேதமை என்றும் சொல்லலாம். இன்னும் அறிவின் மொழியில் ஆயிரம் வார்த்தை எழுதிச் சொல்லலாம். ஆனால், கோபாலி சொன்னதுபோல் சொல்லவோ, அதற்கும் மேலானதொரு மொழியில் சொல்லவோ யாராலும் முடியாது. "தெரு நாய்கள், அந்தத் தெருவே தனக்குச் சொந்தமென்று நினைத்துக்கொண்டு குரைப்பதைப்போல" என்கிறார். "இன்றைக்கு நான் என்னோட குரலைக்கூட, என் சங்கீதத்தைக்கூட எனக்குச் சொந்தம்னு நினைச்சுட்டிருக்கேன். ஒரு தெரு நாய் தெரு முழுக்கத் தன்னுதுன்னு நினைச்சுட்டுக் குரைக்கிறாற்போல" என்கிறார். அம்மணி ஒரு காலம் கடந்து சென்று, அந்தக் காலத்தின் மதிப்பீடுகள் தொட முடியாத புதிய ஒரு காலத்துக்குள் தான் சென்றுவிட்டதாக நினைக்கிறாள். அந்த அம்மணியின் ஞானத்துக்கு எவ்விதத்திலும் குறையாத அறிவுத்தெளிவை, அந்தக் காலத்திலேயே முழுமையாக வாழ்ந்துகொண்டிருக்கும் கோபாலியும் பெற்றிருக்கிறார்.

பெண் பிள்ளை பெற நினைத்தால், அவள் சம்பளம் கொடுத்துப் புருசனைத் தேர்ந்தெடுக்கிற நிலையில் இருந்தால்கூட, அவள் விடுதலையை நினைத்துப் பார்க்க முடியாது என்று கூறினார் பெரியார். இதில் பல பெண்களுக்குக்கூடக் கோபம், அதிர்ச்சி. மறுபுறம், இந்த ஒரு விசயத்துக்கு

எப்படியாவது விளக்கம் சொல்லிப் பெரியாரைக் காப்பாற்றிவிடலாமென்று நினைக்கும் அசட்டுத்தனமான அறிவாளித்தனம். அதையெல்லாம் விடுங்கள். விவாதம் பிறகு வைத்துக்கொள்ளலாம். அம்மணி அச்சமுணர்ந்த இடம் அது ஒன்றுதானே. எப்பேற்பட்ட துணிந்த கட்டையும் இந்த நிலையில் கிலிபிடித்து உள்ளுக்குள்ளே குருவிக் குஞ்சு மாதிரி நடுங்காமலிருக்க முடியும் என்று தோன்றவில்லை என்கிறாளே அம்மணி. அதன் பொருள் என்ன ?கடவுளை நம்புகிற சிறுமை எனக்குக் கூட வில்லையே என்று அவள் சொன்ன இடமென்று, வேறு எதுவுமில்லையே ? பென்னட்டைச் சந்தித்த பிறகு, வெள்ளையர்கள் நம்மைவிடக் கோழைகள், பத்தாம் பசலிகள் என்று நினைக்குமாறு ஆகிவிட்டது அம்மணிக்கு. ஆக, இந்தப் பயத்தைத் தவிர்த்து வாழ, எந்தத் தேசத்துக்குப் போவது என்று தான் எழுப்பிய கேள்விக்குத் தானே பதிலையும் காண்கிறாள். அத்தேசம் வெளியிலே இல்லை; நாம்தான் நமக்குள் அமைத்துக்கொள்ள வேண்டும்! அதற்குத் தேவையான ஒன்றே, இந்தச் சிரிப்பு. அம்மணியின் சிரிப்பு, ஒரு புதிய தேசத்தைக் கட்டுகிற சிரிப்பு. இந்தத் தேசத்தில் சிலரை அடித்துப் போடுவதற்குக்கூட ஆயுதமாகிறது அச்சிரிப்பு. ஆமாம். அலங்காரப் புகழும் ஒப்பனை தம்பட்டமும் அடித்துத் திரியும் மனிதர்களைப் பார்த்து, 'என் புருசன், என் பங்களா, என் பிள்ளை' என்று வரிசையாகக் கண்காட்சிசாலை அமைக்கும் பெண்களைப் பார்த்துப் புருசனா அப்படியெல்லாம் நான் ஒருவரையும் வைத்துக்கொள்ளவில்லை என்றடித்துத் துரத்தும் சிரிப்பு அது. பிள்ளையையும் புருசனையும் இடுக்கிக் கொண்டு அவசரமாக நகர்பவர்களைப் பார்த்து உரக்க எழும்பிய சிரிப்பு, கல்யாண வீட்டிலும் கருமாதி வீட்டிலும் தொடங்கிய சிரிப்பின் ஒரு தேசாந்திரப் பயணம்.

நாடோடி வாழ்விலிருந்து நிலைப்படுத்தப்பட்ட வாழ்க்கைக்கு மனிதன் நகர்ந்தபோதுதான் மகிழ்ச்சியை எப்படிச் செயற்கையாக உருவாக்குவதெனச் சிந்திக்க வேண்டிய தேவை எழுந்ததோ ? மாற்றம் ஒன்று மட்டுமே மாறாதது என்கிற தத்துவத்தை மாறாத வாழ்க்கைக்குள்ளிருக்கும் மனிதர்கள் புரிந்துகொள்வதும் சாத்தியமோ? ஓரிடத்தில் நிலைபெற்ற வாழ்வின் ஒரே மாதிரியான வாழ்வின் அலுப்பைப் போக்கத்தான் இத்தனை நாடக சபாக்களும் கச்சேரிகளும் நாட்டிய நிகழ்ச்சிகளும் தோன்றியதோ ?ஆத்ம திருப்திக்காகப் பாடுகிறேன், ஆன்மாவுக்காகப் பாடுகிறேன் என்பதெல்லாம் உண்மையில் எதுவரை ? கடைசியில் காசுக்குத் தானே எல்லாம் ? ஒரே நிகழ்ச்சியை அலுப்பின்றித் திருப்பித் திருப்பி நடத்திக் காட்டுவதில் காசு வரும் என்பதைத் தாண்டிக் கலைச்சேவை என்ன இருக்கிறது ? ஆடி ஆடிக் கால் வலித்துவிட்டது அம்மணிக்கு. எந்தக் கால்கள் என்றால், மண்டைக்குள் உள்ள கால்கள் என்கிறாள் அம்மணி. கோபாலி சொன்னதுபோல், உண்மையைச் சொல்வதில், அம்மணி தாட்சண்யம் பார்ப்பதில்லை. வெறும் காசுக்காக மட்டும் செய்யும் எல்லா வேலைகளுக்கும் இது பொருந்தும் என்றால், இந்தச் சமுதாயத்தில் மனிதர்கள் வாழ்ந்து கொண்டிருக்கும் வாழ்வை அம்மணியின் கண்களினூடே பார்த்தால், மிகவும் அர்த்தமற்றதாக அல்லவா அது காட்சியளிக்கிறது ! ஒருவரை அங்கீகரிப்பதில் காட்டும் தயக்கத்தைப் போலவே, பாராட்டும்போதும் இச்சமுதாயம் விவஸ்தை கெட்டுத்தான் நடந்துகொள்கிறது. தன் ஆட்டத்தைப் பிரபலமாக்கக் கோபாலி செய்த காரியங்கள் அம்மணிக்குத்

தெரியும். எத்தனை பேர் பொய்யாகத் தன்னைப் பாராட்டுகிறார்கள் என்பதும் தெரியும். சுருங்கக்கூறின் பாராட்டின் பொய்மை தெரியும். அதில் மயங்க, அந்த மயக்கத்தில் விழும் விட்டில்பூச்சி இல்லை அம்மணி. உண்மையில் புகழ் போதைக்கு ஆட்பட்டோர் பரிதாபத்துக்கு உரியவர்கள். பிறர் பாராட்டுக்கே தங்கள் சுயம் தொலைப்பவர்கள். கோபாலியால் தொடங்கப்பட்ட நடனம், அம்மணியின் வாழ்வில் இப்படித்தான் ஒரு சுயத்தின் விழிப்பில் முடிகிறது. அது சரி. எது எது எல்லாம் வேண்டாம் என்பது புரிகிறது. ஆனால், பதிலின்றி நிற்பது, உனக்கு என்ன வேண்டும் என்கின்ற கேள்விக்கு முன்தான். ஆம். என்ன வேண்டும் என்பதிலிருக்கும் தடுமாற்றம், என்ன வேண்டாம் என்பதில் இல்லை அல்லவா, அம்மணிக்கு? அதிலும் முக்கியமாக, இந்தக் கல்யாணம்! தன்னளவில் எந்தக் கயிறும் வேண்டாம் என்று தீர்மானித்ததுடன் அல்லாமல், தன் வாழ்நாள் பிரச்சாரமாகவே ஏற்றுக்கொண்டதும் கல்யாண மறுப்பைத்தான். அண்மையில் கி.ராஜநாராயணன், *தமிழ் இந்து* நாளிதழுக்களித்த பேட்டியில், மனித சமுதாயத்தில் இனியும் திருமணம் என்கிற ஒன்று நீடித்து நிலைக்க முடியாது; அதில் எந்த அறமும் இல்லை என்றளவில் தம் கருத்துகளைத் தெரிவித்திருந்தார். 1930களிலேயே திருமணம் என்பது கிரிமினல் குற்றம் என்றாகின்ற சமுதாயம் மலரும் என்று கருத்துத் தெரிவித்ததுடன், நிலவுகின்ற திருமண முறையை அதன் அர்த்தமற்ற சடங்குகளிலிருந்தும் பார்ப்பனப் புரோகிதர்களின் கட்டுக்குள்ளிருந்தும் முக்கியமாகத் தாலியிலிருந்தும் விடுவித்துச் சுயமரியாதைத் திருமணத்தை அறிமுகம் செய்து நடத்திவந்தார் பெரியார். பெண்கள் அரசியல் தலைமையை ஏற்காத ஒரு நிலையில், இவையெல்லாம் அரசியல் கட்சிகளின் வேலைத் திட்டங்களுக்குள் கொண்டு வரப்படாமலேயே வெளியிலேயே நிற்கின்றன. இருப்பினும், திருமணத்தின் புனிதக்கோட்டை, படிப்படியாகத் தகர்ந்துகொண்டேதான் வருகிறது.

அம்மணி ஒவ்வொரு திருமணச்செய்தி கேட்கும்போதும் அதிருப்தியடைகிறாள். தம் மனமொத்த தம்பதிகள் என்பவர்கள், பெரும்பாலும் நடிக்கிறார்கள் என்பதே அவளின் தெளிவு. போக்கிரிகளால்தான், இந்த அமைப்பில் சண்டையின்றி வாழமுடியும். சாதுவான மக்களோ, தங்களை மறைத்துக்கொள்ள இயலாமல், வேடமிட முடியாமல், சண்டை போட்டுக்கொள்கிறார்கள். ஆக, ஒரு தலைகீழான பொய்த்தோற்றத்தைத்தான், இந்தச் சமுதாயம் காட்டி வருகிறது. அமைதியாகத் தெரிபவர்களே உண்மையான போக்கிரிகள்; சண்டையிடுபவர்களோ உண்மையில் சாதுக்கள்! கெகல் தலைகீழாகப் பார்த்ததை நேராக நிமிர்த்தியதுதான் நான் செய்த வேலை என்று மார்க்சு கூறியது போன்றது இது. உண்மை. சரியான மனிதர்களால் ஒரு தப்பான அமைப்பில் எப்படி வெற்றிகரமாக வாழ முடியும்? என்பது, தர்க்கவியல் அடிப்படையில் ஒரு சரியான கேள்விதானே? விவாகம் தவறென்றால், விவாகரத்துதானே சரியானதாக இருக்க முடியும்? இதுவும் சரியான தர்க்கம்தானே? விவாகரத்துகள் நடக்கப் பங்களிக்க வேண்டும் என்று நினைக்கிறாள் அம்மணி. ஆனால், அவள் போய்ச் சேர்ந்துவிட்ட காலத்தை அறிவால்கூட உணர முடியாதவர்களுக்கு, இதையெல்லாம் புரிந்துகொள்வது சற்றுச் சிரமம்தான். எப்படி இச்சமுதாய அமைப்புக்குக் கட்டுப்பட்டு வாழும் மனிதர்களைத் தன் பார்வையால் ஊடுருவுகிறாளோ, அதுபோலே அமைப்பை விமர்சிக்கிறேன் என்று

வருபவர்களையும் அவர்களின் அறிவார்ந்த வாதங்களைத் தாண்டி அவர்கள் வாழும் வாழ்க்கை என்னவாயிருக்கிறது என்பதை உதறியெடுத்துப் போடுகிறாள்.

இந்தியச் சமுதாயத்தில், தம் அகவாழ்வை எந்தச் சிக்கலுக்கும் ஆளாகாமல் பார்த்துக்கொண்டு, எல்லா முற்போக்குத் தத்துவங்களையும் சொந்தம் கொண்டாடுகிற வசதியைப் பல அறிவுஜீவிகள் ஏற்படுத்திக் கொண்டிருக்கிறார்கள். கேட்டால், அதற்கும் மனித உரிமை சார்ந்த, கருத்துரிமைக்குரிய ஒரு விளக்கத்தை அவர்களால் தரவியலும். கல்யாணம் பற்றிய அம்மணியின் தத்துவத்தைச் சிலாகித்துச் சிலாகித்துக் கேட்டுவிட்டு, நான்காம் முறையாகத் திருமணம் செய்துகொண்ட சரோட் வித்வான், மிகவும் சுவாரசியமான அந்த பி.எச்.டி. நண்பன், திருமணம் எப்படித் தவறு என்று நான்கு வருடம் விவாதித்துவிட்டுக் கடைசியில் கல்யாணம் செய்துகொண்டதைத் தனது பி.எச்.டி. அறிவுத்திறனோடு அவன் விளக்கியிருந்ததையும், அதை அம்மணி எதிர்கொள்ளும் வரிகளும் எவருக்கும் ஒரு வெடிச்சிரிப்பைத் தோற்றுவிக்காமலிருக்காது. “நாம் ஏன் கல்யாணம் செய்துகொள்ளக் கூடாது என்று கேட்டாள். ஏன் கூடாது என்று நான் சிரித்தேன். பரவசமாக அணைத்துக் கொண்டேன். இந்த அணைப்பு முதல் தடவை அல்ல, நூறு முந்நூறு தடவை அணைத்த அணைப்புதான். ஆனால், அவள் அந்தக் கேள்வி கேட்ட கணம், அப்போதுதான் புதிதாக அணைத்துக்கொள்வது போலிருந்தது. புதிது புதிதாக அணைத்துக்கொள்வது போன்ற, புட்குரல் போன்ற, தன் மறதி தோன்றிய அந்தக் கணம்தான், நெருக்கடியான ரத்த உறைவு நகர முடியாத கணம்” என்கிறான் நண்பன். அம்மணி யோசிக்கிறாள். “இதற்குப் பி.எச்.டி.யா படிக்கவேண்டும்?”.தான் செய்த காரியத்துக்குத் தன் பி.எச்.டி. மூளையை வைத்துச் சமாதானம் சொல்பவர் ஒருபுறம்; குற்றவுணர்வோடு டாடா சொல்பவர்கள் ஒருபுறம்; குற்ற உணர்வும் வியாக்கியானம் செய்ய வேண்டிய அவசியமும் இல்லாமல் ‘புயுனரல் கேக்’ வெட்டிக் கல்யாணச் செய்தி சொன்ன சுதந்திரவாதிகள் ஒருபுறம். இப்படி அனைவரும் அம்மணியை விட்டு விலகிப்போனார்கள். அம்மணி அவர்களைக் கடந்து நிற்கிறாள்.இப்படிப் புரட்சி பேசிய பலரும் கடைசியில் கல்யாணம் செய்துகொண்டார்கள் என்பதைவிட, அவரவர் இனக்குழுவிலேயே (அதாவது சாதி குலம் கோத்திரம் பார்த்தே) செய்துகொண்டார்கள் என்பது கூடுதலாகக் கவனிக்க வேண்டியதாகும். கல்யாணத்தைக் கல்லறை என்று கூறிவிட்டு அந்தக் கல்யாணத்துக்குள் சமாதியடையச் சென்றுவிட்டவர்களைப் பற்றிய விவரணைகளும் உரையாடல்களும் தி.ஜானகிராமன் காலத்தில் வாழ்ந்த முற்போக்கு இடதுசாரிகள் மற்றும் அதனையும் தாண்டிய நவீனர்களை ஒரு விமர்சனப் பார்வையுடன் படம்பிடித்துச் செல்கிறது. இப்பகுதியில் அவர் பயன்படுத்தியிருக்கும் ஒவ்வொரு வார்த்தையும் மிகவும் முக்கியமானது; பொருள் பொதிந்தது.

இந்த நாவலில், பல இடங்களில், தி.ஜானகிராமன் பயன்படுத்தியிருக்கும் வார்த்தைகள், அவர் வாழ்ந்த காலத்தையும் வாழ்வையும் அதன் சட்டகங்களுக்கு வெளியே நின்று உற்றாய்ந்த சமுதாய ஆய்வாளராக அவரை அடையாளம் காட்டுகின்றன. கோபாலியின் தெரு நாய்

உவமை, ஓநாய், நரி சொப்பனக் கதை, கல்யாணத்தைக் கல்லறையாக உவமிக்கும் இடம், அவர் போக்கிரியாக யாரைப் பார்த்தார், சாதுவாக யாரைப் பார்த்தார் என்ற சித்திரங்கள், ஆட்சியை இளைஞர்களிடமும் ராணுவத்தை வயதானவரிடமும் ஒப்படைக்கக் கூறும் ஆலோசனை என்று இவையெல்லாம் நம்மைச் சட்டெனச் சிரிக்க வைத்து ஆழ்ந்து சிந்திக்கவும் வைக்கின்றன. சேர்ந்து வாழ்வதற்கான தேவை காதல் இல்லை; ஒருவரின் மீதான மற்றவரின் தேவை! அதில் காதலுமிருக்கலாம்; இதற்கு வெளியேயும் காதலிருக்கலாம். வீட்டுக்கூரை காதலைத் தடுக்க முடியாது. வீடும் கூரையும் பாதுகாப்பாகவும் பாசத்துடனும் வாழ்வதற்கான ஏற்பாடாக இருக்கலாமே ஒழிய, மாற்றப்பட முடியாத கட்டுகளாக இருக்க முடியாது. அம்மணியின் மொழி, பல நூறாண்டுகளாக எழுதப்பட்டவற்றை ஒருகையால் எந்தச் சிரமமுமின்றி ஒதுக்கித் தள்ளுகிறது. கடவுளின் அதிகாரியான அர்ச்சகர் கொடுக்கும் பிரசாதத்தை, அவரின் கையைப் பற்றி வாங்கிக்கொண்டு, இப்போது என்ன வந்துவிட்டது என்று அர்ச்சகரைப் பார்த்துச் சிரிக்கிறது. பள்ளிக்கூடத்தில் ஆண்களுக்கும் பெண்களுக்கும் தனித்தனியாகப் பிரித்துப் போடப்பட்டிருக்கும் பெஞ்சுகளைப் பார்த்து, இது ஏன் கக்கூசைப் பிரித்துக் கட்டியிருப்பதுபோல் இங்கும் இப்படியென்று அங்கலாய்க்கிறது. உன்னதங்களையும் புனிதங்களையும் தன் பரிகாசச் சிரிப்பில் போட்டுடைத்து வெளிச்சம் பாய்ச்சுகிறது.

அம்மணி உண்மையில் தர்க்கங்களின் களஞ்சியம். பல நூற்றாண்டு மீதான தர்க்கத்தைத் தன் வாழ்க்கை என்ற பெயரில் நடத்துபவள்தான் அம்மணி. அதிலும், கல்யாணம் மீதான தர்க்கமே முதன்மையானதும் அடிப்படையானதுமாகும். கல்யாணம் ஒரு குற்றம் என்பதே அவளின் அழுத்தமான தர்க்கம். அன்புக்கும் அறத்துக்கும் வாசல் திறக்கும் அமைப்பு அது இல்லை. மாறாக, அவற்றைச் சிறைப்பிடிப்பதே அது எனத் தன் அறிவார்ந்த நண்பர்களுடன் விவாதிக்கிறாள். அம்மணியுடன் சேர்ந்து அதே கருத்தைப் பேசியவர்கள் அனைவரும், அவரவரின் சொந்த வாழ்வில் ஜோராகக் கல்யாணம் செய்துகொள்கிறார்கள். அதற்கு ஒரே ஒரு காரணமே இருக்க முடியும். அவர்கள் ஆண்கள். கல்யாணம் ஆண்களுக்குச் சுகபோக அமைப்பு. சமூகத்தில் ஆண் தலைவனாகத் தகுதி வேண்டும். கல்யாணத்துக்குள் சடங்குகள் மூலம் தலைவனாக்கப்படுகிறான், வேறெந்தத் தகுதியும் தேவைப்படாமலேயே. இதைவிடக் கல்யாணத்தை ஏற்றுக் கொள்ள, வேறு என்ன காரணம் வேண்டும் ஆண்களுக்கு? எனவேதான், இந்த ஆண்கள் வாயிலாக, அம்மணியின் வாதத்தை எதிர்கொள்ளத் தி.ஜா.வால் முடியவில்லை என்று தோன்றுகிறது. இந்த ஓரிடத்தில், தி.ஜா. கோபாலியாகி விடுகிறாரோ என்றும் தோன்றுகிறது. அதனால்தான், இந்நாவலுக்குள் வருகிறாள் மரகதம். மரகதத்தை நாம் நம் வாழ்க்கையில் சந்திக்கமுடியும். குறைந்தது நூறு வீடுகளில், ஒரு வீட்டிலேனும் நாம் மரகதத்தைச் சந்தித்துவிட முடியும். அதர்மத்திற்குத் தர்மத்தின் முகத்தைத் தரும் வல்லமை, இத்தகைய மரகதங்களுக்கு மட்டுமே உள்ளது. உண்மையில், ஆண்களின் வன்முறையால் காப்பாற்ற முடிந்திருக்காத இந்த அமைப்பை, மரகதங்களே காப்பாற்றி வைத்திருக்கிறார்கள்.

அம்மணியின் கல்யாணம் பற்றிய தர்க்கத்தை, மரகதமும் பச்சையப்பனுமே எதிர்கொள்கிறார்கள். இரண்டு மாதங்களுக்கு மேல்

ஓடாதா? என்கிற கேள்வியாலேயே சுற்றிச்சுற்றி வளைக்கிறார்கள். ஆனால், அங்கு மௌனிக்கப்பட்ட உண்மை ஒன்று இருக்கிறது. அந்த வண்டி காதலால் ஓடுவதில்லை. இதுதான் பயணம் செய்ய இருக்கும் ஒரே வண்டி. அவ்வண்டி உடைந்துபோனால் தங்களின் கதி நிர்க்கதி என்று அவர்கள் கொண்டிருக்கும் அழுத்தமான நம்பிக்கையில்தான் அது ஓடுகிறது. எனவேதான், தன்னைக் கண்டு கோபாலி ஏங்குவதைக் கோபாலியின் உடல் நடுங்குவதைக் கோபத்துடன் அல்லாது பயத்துடனும் அல்லாது பரிவுடன் பார்க்கிறாள் மரகதம். பிச்சை போடுவதாய் நினைத்துத் தானும் சம்மதித்துவிட்டால் என்ன ஆவது? என்ற அவள் கேள்வியில், இந்த ஆணாதிக்கமே இந்த மரகதங்கள் போட்ட பிச்சைதானோ என்றும் நாம் விக்கித்துப் போகிறோம். அம்மணிகூட அசந்துதான் நிற்கிறாள்.

அம்மணி வியந்து கேள்வியும் பதில்களுமற்றுப் பார்த்த ஒரே பிறவி மரகதம் மட்டும்தான். தி.ஜா.வின் விருப்பம் அது என்று நமக்குத் தோன்றுகிறது. அது அவரின் விருப்பமா? நாம் முற்றாக விமர்சிக்கும் ஓர் அமைப்பில், நாம் வாழ்வதற்குத் தேவைப்படும் ஒரு சம நிலையை அல்லது ஒரு நியாயத்தை வழங்கியாக வேண்டிய எழுத்தாளனுக்கான நிர்ப்பந்தமா? “எனக்கு இத்துணை நுணுக்க புத்தியுண்டா?... இத்துணை பரிவு எப்படிச் சாத்தியம? பச்சையப்பனிடம் எல்லாவற்றையும் வைத்துப் பார்க்கும் எல்லையற்ற கற்பனையும் பாவனையும் சாதாரணப்பெண்ணின் கட்டுப்பாடு மாதிரி தோன்றுகிறது. ஆனால், நினைத்து நினைத்து, அந்த உணர்வில் புகுந்து பார்க்க முயன்றபோது, புகுந்து பார்க்கச் சற்று முடிந்தபோது, முதுகுத் தண்டு ஒருகணம் சுண்டிச் சிலிர்த்தது” என்கிறாள் அம்மணி. மரகதத்தின் கற்பின் மீது, அம்மணிக்கு, எப்படி அப்படியோர் அக்கறை வந்திருக்க முடியும்? ஏனெனில், இங்குக் காப்பாற்றப்பட வேண்டியது கற்பு இல்லை. பெண்ணின் தீர்மானம். தான் எப்படி வாழவேண்டும் என்பதைத் தானே முடிவு செய்யும் அவளின் தீர்மானம். தன் உடல் மீது அவளுக்கிருக்கும் அதிகாரம். தொடுவதற்கும் தொட மறுப்பதற்கும் இருக்கிற பரிபூரண உரிமை. பெண் இவ்வியற்கைப் பெருவெளியின் ஓர் அங்கம். எந்த ஓர் ஆணின் விலா எலும்புமல்லள். வீட்டை உடைத்துவிட்டால், எங்கே போவது? இந்தக் கேள்விக்குப் பதில் தெரியாமல், பயணம் எப்படிச் சாத்தியம்? எதார்த்தம்போல் தோன்றும் இக்கேள்வி நம்மைக் கொண்டு சேர்க்குமிடம், மாற்று என்பது எல்லாவற்றுக்கும் ஒரு முன்நிபந்தனையாக இருக்க முடியாது என்பதுதான். வீட்டைக் கட்டுவதற்கான நியாயங்களே அதனை உடைப்பதற்கும் போதுமானவை. அம்மணி எதைத் தேடினாள்? நான் எதையும் தேடவில்லை என்கிறாள் அம்மணி. இச்சமுதாயத்திற்குப் பதினாயிரம் வருடங்களுக்கு முன்பிருந்ததை நினைவுபடுத்த விரும்புகிறாள்.

அன்பைச் செலுத்துவதில் பெண்கள் மேலேயிருந்தார்கள். ஆண்கள் அனுபவிப்பவர்களாகக் கீழே கிடந்தார்கள். ஆண்கள் மேலே வந்தவுடன் எல்லாம் தலைகீழாகிவிட்டது. திருவிழாவில் பெண்ணைச் சிங்கத்தின் மேலேற்றிக் கொண்டாடிவிட்டுத் தூக்கி ஆறு குளங்களில் வீசிவிடுகிறார்கள். சக்தி அசக்தியாகிவிட்டாள். மீண்டும் அவள் சிங்கத்தின் மீதேற வேண்டும் என்கிறாள். ப்ருஸ், இல்லை பக்கத்தில் பக்கத்திலிருக்கலாமே என்கிறான். ஆனால், பக்கத்தில் பக்கத்தில் இல்லையே, மேல் கீழ் என்றுதானே

இருக்கிறது, அதுதானே நம் பிரச்சினை? என்கிறாள் அம்மணி. சாதிகள் இரண்டொழிய வேறில்லை, மேதினியில் இட்டார் பெரியோர், இடாதோர் இழிகுலத்தோர் என்கிறார் அவ்வையார். அமெரிக்கன் ப்ரூஸ் சொல்கிறான்: இங்கு இரண்டே பிரிவுதான் இருக்கிறது... படித்தவன் படிக்காதவன். அறிந்தவன் அறியாதவனைச் சுரண்டுவதுதான் உலக அமைப்பு. அறிவுதான் கன்னக்கோல் என்கிறான். ஓர் அறிவார்ந்த சமுதாயத்தின் அம்சமாகத் தன்னை உணர்ந்திருந்த அம்மணி, மரகதத்திற்குப் பிறகு, "உன் அறிவு, ஏன் இப்படி உன்னை அலைய வைக்கிறது?" என்று கேட்கும் ப்ருஸ் முன் திகைத்து நிற்பதை உணர முடிகிறது. அவளுக்குள் ஓர் அலை ஓய்கிறது. ஒவ்வோர் உயிருக்குள்ளும் அடித்து ஓய வேண்டிய அலைதான் அது. முதன்முறையாக ஒருவனைப் பார்த்து, "போ. போய்க் கல்யாணம் செய்துகொள்" என்கிறாள் அம்மணி. ஆனால், எப்போது வேண்டுமானாலும் வெளியேறத் தயாராயிருக்கும் ஓர் ஒப்பந்தத்தோடுதான், அதை அவள் முன்மொழிகிறாள். "உன் பெண்டாட்டியோடு ஒரு ஒப்பந்தம் செய்துகொள். அவளுக்கு என்றைக்கு உன்னைப் பிடிக்கவில்லையோ, அன்று ஒரு பாயைத் தூக்கி வாசலில் வீசி எறியச் சொல். எதிர்ச்சொல்லோ சண்டை போடாமல், அந்தப் பாயை எடுத்துக்கொண்டு வேறு ஜாகை பார்த்துக்கொள். இஷ்டமிருந்தால் அந்தப் பாயை எடுத்துக்கொண்டு இன்னொருத்தி வீட்டுக்குப் போ. இல்லாவிட்டால், அதையும் தூக்கியெறிந்துவிட்டுத் தரையில் படுத்துக்கொள்" என்கிறாள் அம்மணி.

அடுத்த கேள்வி. கௌரவமாகச் சாக வேண்டுமே. உலகில் வேறு எந்த உயிர்களுக்குமில்லாத உச்சபட்ச நகைமுரண் உள்ள கேள்வி. நான் யாருடைய சொத்தாகவும் இருக்க மாட்டேன் என்று முடிவெடுத்த பின், என் மரணத்தின் போது, என் சடலத்துக்கு யார் உரிமை கொண்டாடுவார்கள்? எத்தனையோ பேருக்குப் பலன் கொடுத்த தெருப்பசுவின் சடலம் சீந்துவாரற்றுக் கிடப்பதுபோல்... ஆனால், அம்மணி அந்தக் கேள்வியையும் நிராகரிக்கிறாள். தெருவைச் சுத்தம் செய்வது உயிரோடிருப்பவர்களின் கவலையே தவிரச் செத்துப் போன பசு ஏன் கவலைப்பட வேண்டும்? அல்லது கவலைப்படத்தான் முடியுமா? நான் என்றும் அழுகாத மரப்பசுவாகவே இருக்கிறேன் என்கிறாள். ஆனால், இந்த அம்மணிதான் உயிரின் இலக்கணம் என்கிறார் தி.ஜானகிராமன். அவள் கோபாலியை விட்டு விலகுவதற்கான அவளது ஆயத்த ஏற்பாடுகளில், இரயில் பயணத்தில் பென்னட்டிடம் கோபாலி சொன்ன வார்த்தைகளே, நமது மனதில் அலைமோதுகின்றன. "அவளுக்கு என்னைக்கு என்னைப் பிடிக்கலையோ, அன்னிக்கு வெரட்டி விடுவ. அதையும் அழகாச் செய்வ". ஆனால், அம்மணியின் இந்தத் தேடல் அலை, ஒரு முடிவுக்கு வந்துவிட்டது. அவரவர் தேடியது கிடைத்ததா என்பதை, அவரவர்தான் முடிவு செய்ய முடியும். இப்போது நிலையாய் ஒரு கூரை தேவைப்படுகிறது. அவளே அமைத்துக்கொள்கிற சொந்தக் கூரை. அங்குக் கூட்டாளிகளும் தேவைப்படுகிறார்கள். காதலின் உச்சத்தை அளித்த ப்ருஸ் வரவிரும்புகிறான். அம்மணியோ, பட்டாபியை வரச்சொல்கிறாள். மாடிப்படியில் ஏறவிடாமல் அம்மணியைத் தூக்கிச் செல்லும் பட்டாபி, அவள் காதல் வாழ்வின் அடிப்படைத் தேவையா யிருக்கலாம். ஆனால், ஒருபோதும் அதுவே முழுமையான தேவையாக மாறிவிடாது. அதைவிடவும் முக்கியம், ஒருவரின் பாதுகாப்பும் பராமரிப்பும்.

எனவேதான், ஒரு கூரைக்குள் வாழ, உடற்காமம் சார்ந்த காதலை மட்டுமே அடிப்படையாக வைக்க முடியாது. காதல் காற்றுப்போல் சுதந்திரமாக இருக்கட்டும்; கூரைகளுக்கு உள்ளேயும் வெளியேயும். அம்மணிகளும் மரகதங்களும் ஒரே கூரைக்குக் கீழ் வாழட்டும்!

பிறவியினால் இல்லை; தேர்ந்தெடுத்த உறவுகளாலே நிறைகிறது அம்மணியின் வாழ்க்கை. எந்தச் சூழலிலும் கம்பீரமாய் எதையும் நோக்கி ஓடுகிற அவசரமோ பதட்டமோ இன்றிக் கெஞ்சுதலோ மன்றாடுதலோ இன்றித் தன்னையும் இழக்காமல் எவரொருவரையும் சிறுமைப்படுத்தாமல் புது இலக்கணமாகிறாள் அம்மணி. கடைசியில் அம்மணியிடம் ஒரே ஒரு கேள்வி கேட்க ஆசை. ஃப்ராய்டு, யுங், காமு, சார்த், மில்டன், ஷெல்லி, பிண்டர், அடமோவ், பிரெக்ட், அயொனஸ்கு, கம்பன், ஷேக்ஸ்பியர், மார்க்ஸ், தாகூர், பாரதி, அயன் ராண்ட், இர்விங் வாலஸ், ராப்பின்ஸ், நேரு, காந்தி இவ்வளவு பேருடைய நூல்களுக்கும் இடமிருந்த உன் அலமாரியில், ஏன் திருமணம் கிரிமினல் குற்றம் என்ற சமுதாயம் வரவேண்டும் எனத் தொலைநோக்குப் பார்வையுடன் இச்சமுதாயத்தில் பயணித்த பெரியாரின் நூல்கள் இடம்பெறவில்லை? அப்படி அவையிருந்திருந்தால், மார்க்சிய இராமராஜ்யம் என்று உச்சரிப்பதிலிருக்கும் முரண்பாடும்கூடப் புரிந்திருக்கக்கூடும். சிந்தனையில் மார்க்ஸ் வந்த பின்பும், ஏன் இராமராஜ்யம் குடியிருந்தது? தி.ஜானகிராமனின் இந்த நாவல் ஒரு தர்க்கக் களஞ்சியம். இதைத் திறந்த மனதுடன் வாசிக்கும் ஆண்கள், தங்கள் ஆண்மையை இழந்து மனிதர்களாவார்கள். பெண்கள், தங்கள் வாழ்வைச் சுய விமர்சனத்துக்குட்படுத்திக் கொள்வார்கள்.

✣

25

தி.ஜானகிராமனின் மரப்பசு: மாற்று மரபின் புதிய தொடக்கம்

காசி மாரியப்பன்

ஒரு பிராமணப் பெண்மணி, முந்நூறு ஆண்களைத் தீண்டுவது, தமிழ் மனத்துக்கு உவப்பானதில்லை. 'மரப்பசு' நாவலில் வரும் அம்மணி, அதை ஓர்மையுடன் செய்கிறாள். பாலியல் செயற்பாட்டில் 'அவள் விருப்பம், அவள் செயல்' எனப் பொது மனம் ஒப்பாது. பெண்ணின் உடல் சாதியின் மானத்தைச் சுமப்பது. ஒரு குழுவுக்குள், குடும்பத்துக்குள், பல ஆண்களுடன் புழங்கும் பெண்ணின் கழுத்து அறுபட்டு விழுந்து விடுவதில்லை. ஆயினும், சாதி வேலி தாண்டும் வெள்ளாடு உயிரோடு தப்புதல் என்பது கடினம்தான். பல ஆண்களுடன் புழங்கும் பெண்கள் பல்லாயிரம் ஆண்டாகத் தமிழ் மண்ணில் இல்லாமல் இல்லை. பரத்தமை ஒழுக்கம் என்பது தமிழ் மரபு. பல பெண்களுடன் உறங்கும் ஆணை அரச மரபு போற்றியே வந்திருக்கிறது. பெண் பாலியல் குறித்துச் சரி, தவறு என்று பேசுவதில் பொருள் இல்லை. ஆனால், நவீன மனம் அம்மணியை ஏற்பதில் தடுமாறுகிறது, நிலைகொள்ளாது தவிக்கிறது. சமூக மேம்பாட்டுக்கு இது உதவுமா, உன் குடும்பத்தில் நிகழ நீ அனுமதிப்பாயா? இரண்டகம் பேசலாமா என்றெல்லாம் கேட்கிறது.

மரப்பசுவைப் படிக்கும்போது எழுந்த பரவசம், அதன் மீதான விமர்சனத்திற்குப் பெருந்தடையாக இருந்தது. பிராமணர் அல்லாத சாதியில் இப்படியான பெண் வார்ப்பைப் படைக்க முடியுமா? எனக் கேட்பது இயலாதது என்றே தோன்றியது. படிக்கும்போதெல்லாம் ஏதாவது ஒரு புதுவரி தென்படுகிறது. அம்மணி போன்ற ஒரு பெண்ணுடன் பேசுவது பெரும் கிளர்ச்சியை உண்டு பண்ணிவிடும்போல. பெருந்தன்மையுடன் (இச்சொல்கூடக் கருணையின் பாற்பட்டதுதானோ!) மன உறுத்தலின்றி ஓர் ஆண் அம்மணியை ஏற்றுக்கொள்வானா? என்பது பெருங்கேள்வியாக எழுகிறது.

ஆணாக வாழ்பவர்களால் அம்மணியின் செயல்களுக்கு ஆதரவு நல்கவே முடியாது, ஆணின் பலதாரப் பாலியல் ஒழுக்கம் பற்றிப் பேசவும் முடியாது. கறாரான அறத்தின்படி, நியாயம் வழங்கவும் முடியாது. நடப்புச் சூழலில் பெண் பாலியல் வெளியைப் பரவலாக்கினால் மட்டும் எல்லாம் தீர்ந்துவிடுமா? என்ற குரலுக்கு எதிராகக் கோட்பாட்டு அரசியலைப் பேசத்தான் வேண்டும். முடியாது என்பதற்காகப் பேசக்கூடாதா என்ன? அம்மணியின் தன் ஓர்மை பிருமாண்டமானது.

சந்திரலேகாவின் ஆளுமையை வியந்தே அம்மணியை ஜானகிராமன் படைத்தார் என்ற யூகம் சரியானதுதான். தீராநதி நேர்காணலில், சந்திரலேகாவிடம், 'மும்பையைச் சேர்ந்த நீங்கள் இருபதாவது வயதிலேயே சென்னையை உங்கள் வாழிடமாகத் தேர்வு செய்துவிட்டிருக்கிறீர்களே, இதற்கான துணிச்சல் எப்படி வந்தது?' என்ற வினாவுக்கு, நடனத்தில் முழுக்கவனத்தைச் செலுத்துவதற்காகவும் பெற்றோரிடமிருந்து தொப்புள்கொடி உறவை அறுப்பதற்காகவும் அது தேவையாக இருந்தது என்கிறார். சந்திரலேகாவைப் போலவே அம்மணியும் இடம்பெயர்கிறாள். கிராமத்திலிருந்து நகரத்துக்கு வந்துசேர்கிறாள். அன்ன வாசலிலிருந்து அவள் கும்பகோணம் வந்ததும் பெற்றோர் தொடர்பு விடுபட்டுவிடுகிறது. திருவல்லிக்கேணிக்குக் கோபாலியுடன் வந்து சேரும்பொழுது, பெரியப்பா குடும்ப உறவும் அறுபடுகிறது. பம்பாய் சென்று மீளும்போது பட்டாபிக்கு விடைகொடுக்கிறாள். பிக்காடிலிச் சதுக்கம் சென்று வரும்போது, கோபாலியும் இடம்பெயர்கிறார். இனி யாருடனும் உறவில்லை என்ற பிறகு, சாலிக்கிராமத்தில் தஞ்சம் புகுகிறாள். இடம்பெயரும்போது உறவு துண்டிக்கப்படுவது மரப்பசுவில் சட்டமாகிறது. அம்மணியின் முடிவுகள் எல்லாம் இடம்பெயரும்போது எடுக்கப்படுபவையே.

தி.ஜா.வின் நாவல்களில் வரும் பணிப்பெண்கள் அறிவாளிகள் மற்றும். அழகானவர்கள். மரகதம் மீது அம்மணி கொண்டிருக்கும் அன்பு அளப்பரியது. வேலைக்காரி என்ற கரிசனக் குறைவு, ஒருபோதும் இல்லை. சந்திரலேகா, "என் வீட்டு வேலைக்காரி கமலா போன்றவர்தாம் நம் காலத்தின் சிறந்த வெற்றியாளர் என்று சொல்வேன். வெற்றி என்று நான் குறிப்பிடுவது, அவர்கள் வாழ்வது என்கிறார். திருமணம் பற்றி விவாதித்து, அம்மணி எடுக்கும் ஆய்வு முடிவுகளைத் தன் வாழ்வு மூலம் அம்மணிக்கு உணர்த்துபவள் மரகதம். பச்சையப்பன் மீது மரகதம் கொண்ட பிணைப்பு, அம்மணிக்குப் பெரிய திறப்பைத் தருகிறது. மேலும், சந்திரலேகா, நம் காலத்தின் சிறந்த வெற்றியாளர் என்று கமலாவைக் கருதுவதுபோல மரகதத்தை அம்மணியும் காண்கிறாள். மரகதத்தின் உடலை, நறுவிசை, பச்சையப்பன் பால் அவள் கொள்ளும் நேசத்தைக் கண்டு நெகிழும் அம்மணி, மரகதத்தின் வாழ்வுக் குறைவுக்குக் காரணமாக யாரும் இருக்கக்கூடாது என்பதிலும் ஈடுபாடு காட்டுகிறாள். கோபாலியும் நண்பர்களும் மரகதத்தை நெருங்கும் முயற்சிகளைக் கண்டிக்கிறாள். மரகதத்தின் கரிய உடல் மீது அம்மணிக்குப் பெரும் ஈர்ப்பு நிகழ்கிறது. அவளைத் தழுவிப் பார்க்கிறாள். தொட்டுணர்கிறாள். அம்மணமாக நடக்கச் சொன்னால் எப்படியிருக்கும் என்றெல்லாம் பேசுகிறாள். தன் அழகிய உடல் மீதிருக்கும் மகிழ்வோடு, மரகதத்தின் உடலையும் பார்க்கிறாள். சந்திரலேகாவோ, "மேல்கீழ் அதிகாரப்

படிநிலைகள் இல்லாமல், பிரிக்கும் ஆற்றல்கள் இல்லாமல், மனித உடலைத் திரும்ப அதன் சிறப்புநிலையில் பார்க்க வேண்டி உள்ளது. உடம்புதான் எனக்குத் தீராத ஈர்ப்பாகத் தொடர்ந்து இருந்துகொண்டேயிருக்கிறது" என்கிறார். அம்மணியோ, "எனக்கு ஆத்மா மனசு எல்லாம் இருக்கோ இல்லியோ, சந்தேகமா இருக்கு. எனக்கு இருக்கறது இந்த உடம்புதான். எனக்கு எல்லாரையும் தொடணும் போலிருக்கு... தொடுகிறது ஒரு மாயமாக, ஒரு பேச்சாக இருக்கிறது" என்கிறாள். வாட்டாக்குடி வீரன் மாதிரி அம்மணிக்குப் புரூஸ் தெரிகிறான். அம்மணியின் பார்வையில் முதலில் உடல்தான் தட்டுப்படுகிறது. கோபாலி, கண்டு சாஸ்திரி, பட்டாபி, மரகதம் எனப் பலரும் உடலால்தான் அம்மணியை முதலில் ஈர்க்கிறார்கள்.

பெயர் வைப்பதில் தி.ஜானகிராமனிடம் தனிக்கவனம் தென்படுகிறது. பல பெண்களுடன் தொடர்பு வைத்திருக்கிறவர் கோபாலி. நாவலின் தொடக்கப்பகுதியில், குழந்தைகளும் பெண்களும் கோபாலியின் இசையில் சொக்கிக் கிடக்கின்றனர். "எனக்குக் கிருஷ்ணனின் நினைவு வந்தது. கோபாலியைச் சுற்றிப் பெண்களும் குழந்தைகளும் கொட்டமடித்தார்கள்" என்கிறாள் அம்மணி. 'கிருஷ்ணன்' கோபாலியிடம் மயங்கிய அம்மணி, திருமணம் செய்வதற்குப் பட்டாபிராமனைத் தேர்ந்தெடுக்கிறாள். அம்மணி தவிர வேறு யாருடனும் பட்டாபிக்கு உறவு இருந்ததாகத் தெரியவில்லை. ஆனால், பட்டாபிக்குப் புணர்ச்சி வேண்டாம் என்றும் இல்லை. அதில் அவனுக்குப் பெருவியப்பு இல்லை. கோபாலியை உதறிவிட்டுப் பட்டாபிராமனுடன் குடும்பம் நடத்த விரும்புகிறாள் அம்மணி. ஒற்றை மனைவியுடன் வாழ்ந்த புராண ராமன் போன்ற பட்டாபியிடம் தன்னை ஒப்புக்கொடுக்க அம்மணியும் முன்வருகிறாள். பொதுவில் அம்மணி என்பது, பெண்ணைக் குறிக்கும் சிறப்புப்பெயர். எல்லாப் பெண்களுக்கும் உதாரணமானவள் மரப்பசு நாயகி என்று காட்டுவதற்கு, அம்மணி என்ற பெயர் இங்குப் பயன்படுகிறது.

தி.ஜானகிராமன் வெளிக்காட்டும் பிராமண ஆண்கள் சிலாகிக்கக் கூடியவர்களல்லர். இருபது வயதுகூட ஆகாத இளம்பெண்ணுக்குப் பதினெட்டுமுழ வெள்ளைப் புடவையை முறுக்கிப்போடுகிறார், 'அத்வைத சாகரம்' கண்டு சாஸ்திரி. இவ்வளவுக்கும் சின்னப்பயலான அவர் மகன், கடும் எதிர்ப்புத் தெரிவிக்கிறான். "பெற்ற பெண்ணுக்காக அழத் தெரியவில்லை. அது மொட்டையடித்துச் சோகம் போட்டு அடுத்த அறையில் சுருண்டு கிடக்கிறது" எனத் தனியே வெடிக்கிறாள் அம்மணி. தன் சிஷ்யன் விச்வத்தை அவமானப்படுத்துகிறார் கண்டு. நடுத்தெருவில் அம்மணமாகக் கூச்சலிடும் அய்யங்கார் மாமியைக் கண்டு ரசிக்க விரும்பும் பூண்டி மாமா, அவள் எங்கே உடை உடுத்தி விடுவாளோ என்று தயங்கி மெல்ல அதட்டுகிறார். கூட இருக்கிற ஆண்பிள்ளைக் கூட்டத்திற்கும் அவள் புடவையைக் கட்டிக் கொண்டுவிடப் போகிறாளே என்று கவலைப்படுகிற மாதிரி இருந்தது என்கிறார். பள்ளிக்குப் போகிற பெண் பிள்ளையை ஆபாசமாகத் தார்கொண்டு சுவரில் எழுதச் சொல்லும் கோபாலய்யர் என்கிற காட்டான் வாத்தியார், ஆளில்லாதபோது அம்மணியைப் பலவந்தப்படுத்தும் கன்னச்சதை மேடேறிய ஐம்பத்தைந்து வயது சுந்தரம், தன் மகள் வயதொத்த அம்மணியைப் பாட்டால் சுலபமாக

வளைக்கும் கோபாலி என்று நீளும் பிராமண ஆண்களின் சித்திரம் உவப்பானதில்லை.

பெரியப்பாவின் பாத்திரம் மட்டும் தப்பிப் பிழைக்கிறது. அம்மணியை அவுசாரியாக்கிவிட்டார் கோபாலி என்ற கோபத்தில், கோபாலியை அடிக்கிறார் பெரியப்பா. அதற்கு முன், பலமான அடிகள் அம்மணிக்கும் விழுகின்றன. “அம்மணியைப் பின்னால் தள்ளிக்கொண்டே போனார் அவர். மூலையில் வைத்து இரண்டு கைகளையும் வளைத்துப் போட்டு இறுக நொறுக்கி விடுவதுபோல அணைத்தார். விலா எலும்புகள், மார்பு, தோள் எல்லாம் நொறுங்கிவிடுவதுபோல் நெருங்கிக் கூம்பின – அந்த அணைப்பில். சட்டென்று இறுகிய அணைப்பு விலகிற்று” என்ற விவரிப்பில், பெரியப்பா கோபம் வெளிப்படுகிறது. தி.ஜா. எழுதும் வரி, வேறு அர்த்தம் தருகிறது. “கோபத்தில் திருதராஷ்டிரன், பீமனை அணைப்பதாக இரும்புத் தூணை நொறுக்கினான். ஆனால், குந்தியையோ திரௌபதியையோ அணைக்கவில்லை” என்ற வரி, பெரியப்பாவை வேறு இடத்திற்கு நகர்த்துகிறது.

சமூக மூப்பர்களிடமிருந்து பெற வேண்டிய அறிவுகள் ஏதுமில்லை என்பதுதான் மரப்பசு விடுக்கும் செய்தியாயுள்ளது. “அக்கிரகாரம் சிதிலமடைந்துவிட்டது. தினமும் இருபது பேராவது வண்டி கட்டிக் கோர்ட்டுக்குப் போய்க் கொண்டிருப்பார்கள். இரண்டு வட்டி, மூன்று வட்டி என்று பணம் கடன் கொடுத்து வியாஜ்ஜியம் போடுவார்கள். ஒரு ஏழு பேர் மூன்று சீட்டாடிப் பணம் பண்ணுகிறவர்கள். இரண்டு பேர் வாரம் தவறாமல் பட்டணத்திற்குப் போய்க் குதிரைப் பந்தயம் ஆடிவிட்டு வந்துகொண்டிருப்பார்கள். பட்டணம் சீசன் முடிந்ததும் பங்களூருக்குப் போய்வந்து கொண்டிருப்பார்கள்” எனப் பிராமணப் பெருமை இற்று விழும் வீதியையே மரப்பசுவில் தி.ஜா. காட்டுகிறார். தலையில் பிறந்ததால் மூளை வளம் மிகுதி என்ற பொதுபுத்திக்கு எதிரான ஒரு குரல் தி.ஜா.விடம் உண்டு. “கோமளம்மாள் தானும் தன் குடும்பமும் உலகத்தை ஆளப் பிறந்தவர்கள், அதற்காகத் தங்களை மட்டும் தனி புத்தி சாதுர்யங்களுடன் ஆண்டவன் படைத்திருக்கிறான் என்று நம்புகிறாள். ஒருபடி அந்தஸ்து குறைந்தவர்களைக் கண்டால் அவளுக்குப் பூரித்துக்கொண்டுவரும். இந்த மட்டுமாவது தங்களுக்குச் சமமில்லாமல் படைத்தானே என்று நினைப்பாள். பொறுக்கினவிதை என்று யூதர்களோடு என்னையும் அவரையும் சுரேஷையும் சீமாவையும் பாமாவையும் லல்லியையும் சேர்த்துக் கொண்டாயே என்று பெருமாளிடம் அவள் வடிக்கிற நன்றிக் கண்ணீரைப் பார்த்தால் சிரிப்பு வருகிறது” என்று இளம்வயது அம்மணி கூற்றாக வரும் பகுதி, ‘பிராமண அரசியலுக்கு’ எதிரானது. அறிவுக்கூர்மை கொண்டவர்களாக நம்பப்படும் யூதர்களோடு தங்களைச் சேர்த்துக் கொள்வதும், பொறுக்கின விதை என்பதும், தனிபுத்திச் சாதுரியங்களுடன் ஆண்டவன் படைத்திருக்கிறான் என நம்புவதும் சமகாலப் பிராமணர்களின் குரலாக ஒலிப்பதைக் கேட்க முடியும். அதற்கு எதிராகக் கோமளத்தை இகழும் தி.ஜா., பிறப்பால் அறிவாளியாக, ஆளப் பிறந்தோராகத் தம்மைக் கருதுவோர் பார்த்துச் சிரிக்கிறார்.

தி.ஜா.விடம் பிராமணியக் கூறுகளைத் தேடும்போது, அதற்கு எதிர்ப்புத் தென்படுவதையும் சொல்ல வேண்டியிருக்கிறது. மனுநீதிக்கு எதிரான ஒரு குரலைத் தி.ஜா.விடம் கேட்க முடிகிறது. "வயசு வந்த மகளாயிருந்தா, அதோட தனியாக இருக்காதே என்று நீதி சாஸ்திரம் எழுதி வச்சிருக்கிற புண்ணிய தேசம் ஆச்சே இது" என்கிறாரே! "அகமுடையான் செத்துப் போனவுடனே, ஒரு பொம்பிளையை எல்லாருமா சூழ்ந்து கட்டி நசுக்குறாங்க பாரு. இரக்கப்படறாப்ல அத்தனை பேரும் கட்டி அம்மி நசுக்கிச் சாகடிக்கவே தயாராயிருப்பாங்க" என உயிர்த்தேனில் வரும் தொடர்களும், இந்து சாஸ்திர விரோத நோக்குடையவையே.

அத்வைதத்தை வாய்ப்புக் கிடைக்கும்போதெல்லாம் போட்டுடைக்கிறார் தி.ஜா. பெண் வாழ்வைக் கெடுத்தல், மனிதர்களை அவமானப்படுத்துதலை அத்வைதத்தின் பலனாய்க் கருதுகிறார். ஒலிக்கும் உணர்வுக்கும் இடையில் இணைப்பைக் காண்கிறார். உலகம் உண்மை என்பது ஜானகிராமன் கருத்து. "வெள்ளையாக முற்றாமல் சூடு பிடிக்காத கொழுந்து வெயில் படர்ந்த காலை. பன்னீர் மரம், தென்னை மரம், வேப்ப மரம் நிற்கும் வீடு. சிட்டுக் குருவி, சொல்கட்டைக் கூறுகிற காட்டுப் புறா, குளிர்ந்த காற்று வீசும் நேரம். .இப்படி எங்கும் உயிராகத் தளிர்க்கும் வேளையில் குத்துச் செங்கல் ஏறாதே என்று ஒருவனை எப்படி வெறுக்க முடியும்? இது எப்படிச் சாத்தியம்? காலை ஒலிகள் எப்படிக் காதில் விழாமல் இருந்திருக்கும்? காலை வெயிலின் தாக்கம், எப்படிக் கண்ணில் படாது இருந்திருக்கும்? குளிர்க் காற்று எப்படித் தோல்மீது படாமல் இருந்திருக்கும்?" என்று எப்படி எப்படி என்று வியக்கும் தி.ஜா., அத்வைதத்தில் கண்டு சாஸ்திரி காய்ந்து சருகாகிவிட்டதால்தான் இது நிகழ்ந்திருக்கும் என்ற முடிவுக்கும் வருகிறார். உலகம் மாயை இல்லை; உயிர் ததும்பும் நிஜம். உணர்வுக்கும் ஒலிக்கும் தொடர்பிருக்கிறது. இரண்டையும் அறியத் தெரியாத அத்வைதச் சருகுகளில் உயிர் இல்லை என்கிறார்போலும்!

கட்டற்ற பாலியல் வேட்கை நடப்புச் சமூகத்தைப் பாழ்படுத்தி விடுமென அஞ்சுவதாலேயே, அம்மணியின் புரட்சி வாழ்க்கை தீவிரமாக விவாதிக்கப்படுவதில்லை. விடுதலைக் கருத்தியலைப் பயன்படுத்தும் அளவுக்கு, மனிதகுலமும் இன்னும் தயாராகவில்லை. கட்டற்ற பாலியல், நடப்புச் சமூக ஒழுங்கைக் காலி செய்து பண்பாட்டைக் குலைத்துவிடும் என்ற மனோபாவம் இறுகிய தன்மையது. நமது சூழலில் அச்சமாகவும் அது வெளிப்படுகிறது. வரம்பற்ற பாலியலை அம்மணிக்கு மட்டுமே பரிந்துரைக்கும் ஜானகிராமன், பலரும் பலருடனும் கலப்பதைக் கோட்பாடாக ஏற்றவரில்லை. மரப்பசுவில் வரும் மரகதத்தின் கற்பைக் காப்பதற்கு அம்மணி ஆசைப்படுகிறாள். நளபாகத்தில், சமையல்காரர் காமேச்வரனும் ரங்கமணியின் மருமகள் பங்கஜமும் தொட்டுத் தழுவத் தயாராகும்போது, அதைக் கலைத்துவிடுகிறார். உயிர்த்தேனில், பூவராகவனுக்கும் செங்கம்மாவுக்கும் இடையில் ஓடும் பாலிழையை அறுத்தெறிகிறார். செம்பருத்தியில் தம்பி காதலித்த குஞ்சம்மாளை அண்ணன் மணந்துகொள்கிறான். காதலித்த தம்பி சட்டநாதனுக்கும் இறந்துபோகும் அண்ணன் முத்துசாமியின் மனைவியான சின்ன அண்ணி குஞ்சம்மாளுக்குமிடையில் நிகழும் சந்தர்ப்பங்களைக் கடந்துவிடுகிறார்.

அம்மணியை மட்டுமே பரிசோதனைபோலப் பலர்பால் உறவுகளுக்குள் தி.ஜா. தள்ளிவிடுகிறார். இதற்கு ஒரு முன்னோட்டமாகத் தனக்குப் பிடிச்சவங்களோடு கல்யாணம் பண்ணிக்கிட்டு இருப்பது போலிருக்கும் திருமணம் செய்யாத நிர்மலமான ஓர் ஆத்மாவான, முனிவரின் புதல்வி எனப்படும் மைசூர் அனுசூயாவை இறக்கிவிடுகிறார். "என்னை யாரும் கட்டுப்படுத்த முடியாது. கல்யாணம் பண்ணிக்கிட்டு யார் கிட்டயும் கட்டுப்பட்டு இருக்கமாட்டேன். எந்தக் கூட்டிலேயும் அடைய மாட்டேன். என் இஷ்டப்படி இருப்பேன்" என்கிறாள் அனுசூயா. இவளையும் அம்மணியையும் தூய்மையான மனுஷிகள்; சுத்த ஆத்மாக்கள் எனத் தி.ஜா. வர்ணிக்கிறார். பலர்பால் உறவுகளைச் சர்வ சாதாரணமாகப் பொதுவில் சிலரிடம் பகிரும் பெண்கள் அவர்கள். எகத்தாளமாக அவர்களை ஒருவரும் பார்த்துவிடக்கூடாது என்பதற்காகவே, அவர்களைப் பார்க்கும்போது, "காட்டில் தவம் செய்யும் முனிகளின் புதல்வி மாதிரி இருந்தது. குழந்தை போலிருந்தது" என்றும், சுயேட்சை பட்சி, புடம் போட்ட தங்கம், விசித்திரமான ஆத்மா, சுத்த ஆத்மா, நிர்மலமான ஆத்மா என்றும் வர்ணிக்கிறார். ஆயினும், இதை ஒரு பொதுவிதியாக்கிப் பரவலாக்குவது, தி.ஜா.வின் வேலைத் திட்டமில்லை. மரப்பசுவில் அம்மணியின் அம்மா – அப்பா, பெரியம்மா – பெரியப்பா, மங்களம் – கண்டு சாஸ்திரி, குஞ்சாளி – கோபாலி, வேலையா – அவர் மனைவி, மரகதம் – பச்சையப்பன் என்று வரும் குடும்ப உறவுகள் யாவும் உடைபடாதவையே. கோபாலி தவிரப் பிறருக்கு வேறு பெண்களுடனோ ஆண்களுடனோ தொடர்பில்லை. எனவே, குடும்ப உறவுகளை உடைக்கத் தி.ஜா. நினைக்கவில்லை எனலாம்.

செம்பருத்தியில் வரும் சட்டநாதனின் அண்ணனின் மனைவி, ஒரு கோவில் பணியாளனுடன் கொண்ட உறவைக் குடும்பமே எதிர்க்கிறது. இத்தனைக்கும் அது உடல் ரீதியானது என்றும் இல்லை. ஆனால், சட்டநாதன் அண்ணனுக்கோ, வேறு பெண்ணுடன் தொடர்புள்ளது. அது யாருக்கும் ஒரு பிரச்னை ஆகவே இல்லை. அம்மணி போன்ற ஒருத்தியை இடைநிலைச் சாதிப் பெண்ணாக இந்தக் காலத்திலும் காட்டுவது சாத்தியமே இல்லை. எழுபதுகளின் சகிப்புத்தன்மை, நாகரீகம் இப்பொழுது விலகிவிட்டது போலும். ஊடகம்வழி இன்று கட்டப்படும் இந்து ஒழுக்க மேன்மை உருவாக்கக் கொடுங்காலத்திலிருந்து தப்பித்துக்கொண்டார் ஜானகிராமன். இன்றவர் இருந்திருந்தால், விவாத மேடைகளில் கொல்லப்பட வேண்டிய ஒருவராக அவர் விவாதிக்கப்பட்டிருப்பார். அல்லது கொல்லவே பட்டிருப்பார்.

தன்னியல்பில் வாழ விரும்பும் அம்மணியைப் பெரியாரின் பெண் ஏன் அடிமையானாளில் பார்க்க முடியும். சாதிமதக் குடும்ப அனுஷ்டானங்களை உதறித் தன் போக்கில் வாழ விரும்பும் அம்மணியின் சில கூறுகள் பெரியாரியத்திற்கும் நெருக்கமானவை. குழந்தை வேண்டாம், சாதி மதமற்ற பாலியல், விரும்புகிறவன் மட்டுமே விரும்பும்போது மட்டுமே என்ற பாலியல் விடுதலை உணர்வு, தீர்மானிக்கும் இடத்தில் பெண்ணை அமர்த்துதல் போன்றவை பெரியாரியத்திற்கும் மிகநெருக்க மானவை. "மக்களின் அன்பும் ஆசையும் ஒரு கட்டுப்பாட்டுக்குட்பட்டு அது இன்ன விதமாக இன்னாரோடு மாத்திரம்தான் இருக்கவேண்டும்

என்பதாக நிர்ப்பந்திக்க எவ்வித நியாயமும் இருப்பதாக நமக்குத் தோன்றவில்லை. ஏனெனில், ஆசை என்பது ஜீவ சுபாவமானது. அதை ஏதோ ஒரு நிர்ப்பந்தத்துக்காகத் தடுத்துவைப்பது என்பது ஒருவகையான அடிமைத்தனமேயாகும். புருஷனுக்கு இருக்கவேண்டும் என்று சொல்லப்படும் சுதந்திரமும் சௌகரியமும்போலப் பெண்களுக்கும் ஏற்படுமானால், பிறகு இந்த மாதிரியான அனுதாபமும் கவலையும் கொள்ளவேண்டிய அவசியம் ஏற்பட்டிருக்காது” என்ற பெரியாரின் வரிகள், அம்மணியின் பாலியலுக்கான மேல்விளக்கமாகும். அம்மணியின் நெருங்கிய வட்டத்தில் பெரியவரும் உண்டு; சிறியவரும் உண்டு. ஹக்கீமும் திருமலாச்சாரியாரும்கூட வந்துசெல்வார்கள். ஆயினும் அதில், வேலைக்காரன் பச்சையப்பனுக்கு இடமில்லை. அறிவாளிகளும் கலைஞர்களும் கல்லூரி மாணவரும் கதவைத் திறந்துகொண்டு வருகின்றனர். விளிம்புநிலை மட்டும் புகமுடியாத உயர்வட்டம் அது. கதை நகர்வுக்குச் சிரமங்கள் தந்துவிடும் என்பதால், தி.ஜா.வின் அரசியல் அதை அனுமதிக்கவில்லையோ?

குடும்ப வாழ்க்கை என்னும் ஒரு தீர்வுக்குத் திரும்பும் அம்மணியின் முடிவுக்கு உத்வேகம் தந்தவள் மரகதம். ஆண்கள் பலருக்குக் குருநாதராக அம்மணி இருந்தாலும், அம்மணியின் குருநாதர்களாகப் பென்னட், புரூஸ், பட்டாபிகள் நியமனம் செய்யப்படுகின்றனர். ரயிலில் வரும் பென்னட், அம்மணியின் கருத்தை நொறுக்குகிறார். “எனக்கு எல்லாரையும் தொட ஆசை, எல்லாரையும் பிரியமாகக் கட்டிக்கணும். அது எனக்குப் போதும்” என்பவளிடம், “எல்லாரையும் தொட்டுத் தொட்டு அனுபவிப்பீர்களாமே, உடம்பு எல்லாம் அழுகிச் சொட்டுகிற ஒரு மனிதனிடம் இதே மாதிரி நீங்கள் செய்வீர்களா” என்று ஒரு குத்து விடுகிறார் வெள்ளைக்காரர். என்னதான் வேண்டும் உனக்கு என்று அம்மணியைக் கேட்டு, அவளின் ஞானக்கண் திறப்பவர்கள் அனைவரும் ஆண்கள். புரூஸைச் சந்தித்து மீண்ட பிறகே, திருமணக் கனா அம்மணிக்குச் சித்திக்கிறது. பட்டாபி தன் குருநாதன் மாதிரி நிற்பதாய் அம்மணிக்குத் தோன்றுகிறது. கோபாலி, பெரியப்பா, பெரியம்மா, ஆபீசர் வீட்டுப் பெண்களைச் சுலபமாகக் கடக்கும் அம்மணியால் பட்டாபியை மட்டும்தான் வெல்ல முடிவதில்லை.

மரப்பசு என்ற இந்தப் படிமமே, குறியீட்டுப் பொருண்மையுடையது தான். மரத்துப்போதல் என்பது உணர்வற்று இருத்தல்தானே! மரத்தாலாகிய பசு உயிரற்றும் உணர்வற்றும் இருக்கிறது. இப்படி உணர்வற்ற, உயிரற்ற பசுவுக்குக் குடும்ப உறவு உயிரைத் தருகிறது என்கிறார். உயிரற்ற தன்மை யுடைய அழகு அம்மணிக்கு உரியது. மூப்பு வந்தாலும் முடிநரைத்தாலும் என்னை வைத்துக்கொண்டு அழகு பார்க்க எத்தனையோ பேர் இருப்பார்கள் என்கிறாள் அவள். இதை உயிர்த்தேன் அனுசூயாவும் சொல்கிறாள். “இப்ப அழகா இருக்க. இளமையா இருக்க. எல்லோரும் பிரியமாக இருக்காங்க. வயசாகித் தோல் சுருங்கி உடம்பு தளர்ந்து நின்னா?” என்கிறாள் செங்கம்மா. “எனக்குப் பயமில்லை. நான் எனக்காக யாரு கிட்டயும் இன்னும் போகல. சுயநலம் பாராட்டினாத்தான் கஷ்டம். கிழவியாகப் போனாலும் என்னை முத்தம் கொடுக்க ஆயிரம் கிழவன் இருப்பான்” என்று நமுட்டுச் சிரிப்புச் சிரிக்கிறாள் அனுசூயா. “எனக்கு என் இஷ்டப்படி இருக்கணும். சரீர உறவு ரொம்பச் சாதாரண விஷயம். வித்தியாசம் பாராட்டாமல் எல்லார்கிட்டயும்

அன்பாய் இருக்கிறதுதான் சிரமம். எனக்கு உலகம் முழுக்க அணைத்துத் தழுவிப் பிரவாகமாகப் போயிடணும் போலிருக்கு” என்கிறாள். இந்த நடப்பு வாழ்வில் நிறையப் பெண்களுக்குச் சாத்தியமாகாத ஒன்றைத் தி.ஜா. புனைகிறாரோ? என்றாலும், அதுவும் பேசத்தக்கதுதானே!

ஆணின்றிப் பெண்ணின் இறுதிக்காலம் அமையாது போலும். வயதேறிய பிராமணப் பெண், இளமை போன பிறகு, உடம்பு இரண்டாம் பொருளாக, மூன்றாம் பொருளாக ஆகும் வயதில் என்ன ஆவாள்? என்ற புரூஸின் கேள்வி, அம்மணியை மிரள வைக்கிறது. அறிவாளிகள் பலரைத் திகைக்கச் செய்த அம்மணியின் அறிவு, இங்குப் பொருட்டில்லை. அவளுக்கு அழகே பிரதானம். பெண்ணுக்கு அழகின்றி வேறென்ன இருப்பு? அழகான உடலுள்ள அம்மணியைப் பலசாலி இளைஞனான பட்டாபியால்தான் காக்க முடியும். இதுவும் இங்கு நடப்பதுதானே? இதிலென்ன சண்டமாருத வியாக்கியானம்! ஆண்தானே பெண்ணைக் காக்க முடியும்? நாடு காப்பவன்தானே வீடும் காப்பான் என்றெல்லாம் கேட்கப் பல உள்ளன. நடப்பைத் தக்கவைப்பதுதானே அதிகாரம்! மனுஷியாவதற்கும் மார்க்சியம் பேசுவதற்கும் புரட்சி செய்யவும் காரணமாயிருந்தவற்றைத் திடீரெனப் புறக்கணித்துவிட்ட அம்மணி, அனைத்துக்கும் பட்டாபியைக் கேட்டுச் சொல்கிறேன் என்கிறாள். இதற்கு நாம் என்ன சொல்ல? தி.ஜா. படைத்த அம்மணியைப் பார்த்தாலும் நமக்குச் சிரிப்பாய்த் தானிருக்கிறது.

அம்மணியை நீங்கள் ஏற்றுக்கொள்கிறீர்களா? இல்லையா? என்ற நமது வழக்காடு மன்றத்தின் ஒற்றைக் கேள்வியைக் கேட்டு, இந்தப் பிரச்சனைக்குத் தீர்ப்புரைத்துவிட முடியாது. ‘அறுபதாயிரம் பெண்டு’ என்னும் புராணக் கணக்கு, ‘நம் பெண்டு’ என்னும் கல்வெட்டுக் கணக்கு, நடப்புலகக் கணக்கு என்று எங்கும் பறந்துகொண்டிருக்கும் ஆடவரின் கற்புக்கொடியை மௌனமாகக் கடந்து நகர்ந்துவிடும் ‘சாண் பிள்ளைகள்’, அம்மணியைப் பார்த்து மட்டும் முறைப்பது எங்ஙனம் பொருந்தும்? தவளைச் சாத்திரம் ஏற்காத தவளைகள் கிணற்றுக்குள்ளிருந்து சத்தம் போடத்தான் செய்யும். ஆயினும், புலனடக்க வீரரும் ஊடகச் சக்கரவர்த்திகளும் தொடுக்கும் கடும் ஒழுக்கக் கேள்விகளையும் ஆணைகளையும் தாண்டிவரும் அவலத்தினூடே, அம்மணியின் செயல்களும் அடாவடித்தனமாகத்தான் பலருக்கும் படும்! பெண்ணின் பாலியல் பற்றிக் கலகக்காரர்கள்கூடப் பேசுவதில்லையே! இத்தகைய சூழலிலிருந்து, உண்டிப் பொட்டி, கல்லுரல் எனப்படும் பிரதியின் இழிபகடிகளைப் புறந்தள்ளிவிட்டு அம்மணியைக் காட்டுவது தி.ஜா.வின் துணிச்சல்தான். எனினும், எதையும் உடைக்கும், எல்லாவற்றையும் கலைக்கும் கலகக்காரரல்லர் தி.ஜா.! (செய்த பிழைக்கும் இயலாமைக்கும் கழுவாயாக மனசுக்கு விரோதமாக நடந்ததற்கு விமோசனமாகக் கங்கைக் கரையை மலர் மஞ்சத்தில் முன்வைக்கிறார். கோணவாய் நாயக்கர், ராமையா, வேலம்மாள், வடிவு என எல்லாரும் கங்கைக்கு வந்துசேர்கிறார்கள். பாவத்தை நீக்கும் நீர் கங்கையில்தானே ஓடுகிறது! கங்கை என்னும் தொன்மம், எதன் வழிப்பட்டது என்பதை இங்கு விளக்க வேண்டியதில்லை).

எழுபதுகளில் நக்சல்பாரி இயக்கம் வலுவடைகிறது. கம்யூனிசக் கனவு நாடெங்கும் தீயாய்ப் பற்றுகிறது. எழுபதுகளில் மரப்பசுவை எழுதிய

தி.ஜா.வுக்குக் கம்யூனிஸ்டுகளின் மேல் கேலி, கிண்டல், நையாண்டி, எள்ளல், இழிவு எல்லாம் இருக்கிறது. கூந்தலைக் கட்டாத திரௌபதிகள். ஆயுதப் புரட்சி இல்லாமல் இந்த நாட்டில் வறுமையோ வர்க்கமோ அநீதியோ அகலாது என்று மூன்று மணி நேரம் பேசிவிட்டுத் தோசை, முறுக்கு எல்லாம் காலி செய்துவிட்டுக் காரில் ஏறிப் போய்விடுவார்கள். மூன்று பேர் காஞ்சிபுரம், பங்களூர், காசி பட்டுப்புடவை தவிர வேறு அணிந்து பார்த்ததில்லை என்றெல்லாம் சொல்லும் ஜானகிராமன், போகிற போக்கில் கம்யூனிஸ்டுகளையும் இடித்துத் தள்ளுகிறார். அம்மணியின் பெண் சிநேகிதிகள் சீமைச் சாராயம் குடித்துக்கொண்டு மார்க்சியம் பேசுகிறார்கள். பிக்காடிலிச் சதுக்கத்தில் ஆள் தேடுபவர்களாகவும், குடும்பச் சொத்தில் பங்கு பறிபோய்விடும் எனில் மார்க்சியத்தைத் தலைமுழுகிவிடும் பணக்கார வர்க்கத்தைச் சேர்ந்தவர்களாகவும் இருக்கிறார்கள். "ஓரிடத்தில் எங்கோ ஒரு மூலையில் கம்யூனிசத்தைப் பிடுங்கி எறியப் போகிறேன் என்று உங்கள் தலைவர்கள் பதினாயிரக் கணக்கில் உங்களை அனுப்பியிருக்கிறார்கள். இலட்சம் பேர்களைக் கொன்ற பிறகு, உங்களுக்கு எங்கேயோ வருகிற கம்யூனிசத்தைத் தடுக்க இவர்கள் யார் என்று உங்கள் நாட்டுக் கிழவர்களைப் பார்த்துக் கேட்கத் தோன்றியிருக்கிறது" என்கிறாள், அமெரிக்கன் புருஷிடம் அம்மணி. "நீ சொல்வது நூற்றுக்கு நூறு சரி. இந்தக் கிழவர்கள் யார் கம்யூனிசத்தைத் தடுக்க? என்று அவனும் பதிலளிக்கிறான். எனினும், தி.ஜா.விடம் கம்யூனிச எதிர்ப்பு ஏராளம்; ஆதரவோ மிகச் சொற்பம்.

வம்ச விருத்தியோடு தொடர்பில்லாத பாலியல், எந்த ஒரு வளமைச் சமூகத்திலுமே இல்லை. ஆதிச் சமூகத்தில் பெண்ணின் மேலாதிக்கத்தைக் கண்டுணர்ந்தாலும், அம்மணி குழந்தைகளை வெறுக்கிறாள். குழந்தை வராமலிருக்கக் கற்றுக்கொண்டவள் அல்லது தடுத்துக்கொண்டவள், வந்ததை வயிற்றில் கல் என்பதாகவே உணர்கிறாள். "முன்னே ஒரு தடவை, பயத்தில் என்னவோ வந்துடுத்து என்று எரிந்து விழுந்து, குழந்தைகளை எல்லாம் குப்பைத் தொட்டியிலே போடணும்னு சீறிக் கொண்டிருந்தாயே!" எனக் கோபாலியால் இகழப்பட்டவள் அவள். துணைபுணர்ந்த மடமங்கையரும், காதலர் புணர்ந்து சென்ற தலைவியரும், முருகு புணர்ந்து இயன்ற வள்ளியும் கைதட்டியழைத்துக் கல்லா இளைஞரொடு புணரும் குறிப்புகள் பழந்தமிழ் இலக்கியத்தில் உண்டு. ஆண்களைப் புணர்ந்த பெண்களின் குறிப்புகள் அவை.

புணர்ச்சியில் பெண்களை முதலாகக் கொண்ட தாய்வழி மரபும் நம்மிடம் உண்டு. மேலிருந்து துய்த்தல் என்றே இதை நாம் கொள்ளலாம். "கி.மு. பன்னிரண்டாயிரம், இருபதாயிரம் அல்லது கி.மு. முப்பதாயிரத்தில் பெண்ணாகப் பிறந்தவர்கள் மேலே இருந்தார்கள். நீங்கள் அதை வாங்கிக்கொண்டீர்கள். மல்லாந்துகிடந்தீர்கள். நாங்கள்தான் மேல் என்று ஒப்புக்கொண்டு கையாலாகாமல் கிடந்தீர்கள். பிறகு ஏழெட்டுச் சோம்பேறிப் பெண்கள் இடம் மாற்றிக்கொண்டார்கள்" என்கிறாள். பின், மேலே இருப்பவரே மேலென்று ஒப்புக்கொண்டு, கையாலாகாமல் பெண்கள் கிடந்த கதையையும் சொல்கிறாள். கி.மு.வில் இருந்த மாதிரி நாங்கள் இருக்க வேண்டும் என்கிறாள். (பிரதிக்குள் மேலிருந்து பெண்

துய்த்தல் இல்லை; பாலியலில் துய்ப்பவரே அதிகாரம் கொண்டவர் என்பதே அம்மணி கருத்து). குடும்ப வாடை வீசும் கோபாலியிடம் அம்மணி நிறைவடையவில்லை. கோபாலி சுருதி சேர்த்துவிட்டு வாசிக்க மறுப்பவர். அவர் புணர்ச்சிக்குப் பின்னர் அம்மணிக்குத் தருவது நல்ல விழிப்பின் முறுக்கு. நாவலின் தொடக்கத்தில், அன்னவாசலின் பெண் தெய்வத்தை அடக்கி, யந்திர ஸ்தாபனம் செய்கிறார் ஆதிசங்கரர். நாவலின் இறுதியில், அம்மணியின் பாலியல் உக்கிரத்தை அடக்கும் ஆணாக வெளியில் இருந்து வரும் புரூஸ் அமைகிறான்.

புரூஸைப் பிரமிப்பாகப் பார்க்கிறாள் அம்மணி. அதை விடவும் உச்சம் இல்லை; இருக்க முடியாது என்றும் உணர்ந்துவிடுகிறாள். ஆண்கள் அத்தனை பேரின் ஒருமித்த வடிவமாகப் புரூஸ் இருக்கிறான். முப்பது லட்சம் கினி ரூபாய் கொடுத்தால்கூட, அதற்குள் இனிப் போக மாட்டேன் என்று சொல்லுமளவுக்கு உச்சத்தைத் தந்தவன் புரூஸ் என்றும் நாவல் சொல்கிறது. கள்ளத் தெரு, சாலியத் தெருவுக்குள் நுழையும் ஜானகிராமனின் பேனா வேறு பல அன்னவாசல் வீதிகளுக்குள் போவதேயில்லை. உடல் வன்மை சார்ந்த கள்ளத் தெரு மீது, அவருக்கு ஈடுபாடு உண்டு. அம்மணி பெரியப்பா கோபாலியைத் தாக்கும்போது, கோபாலி, “எங்க ஊர் பிராமணனுக்கு எல்லாம் பாப்பாரக் கள்ளன் என்று பேரு. கள்ளத்தெரு ஆளோட சிலம்பம் ஆடற பிராமணன் அத்தனை பேரும் அமாவாசை அன்னிக்குப் பழேது சாப்பிட்டுத் தீவட்டிக் கொள்ளைக்குப் போனான், எங்க ஊர்ல… போன தலைமுறையில. எங்க வீட்டுக்கு ஒரு வீடு போட்டு அடுத்த வீடு. அந்தக் குணம் ஒரு வீடு தாண்டி எங்கிட்ட வர நாள் ஆகாது” எனக் கள்ளத் தெரு மீது கோபாலி காட்டும் ஈடுபாடு, லேசானது இல்லை. கள்ளத் தெரு உடல் வன்மை மிக்கது என்ற கருத்தும் தி.ஜா.வுக்கு உண்டு.

கோபாலி, கள்ளத் தெருவின் உடல் வன்மை தனக்குமுண்டு என்பதைப் பெருமையாகச் சொல்கிறார். ஆனால், தண்டு சாஸ்திரியின் முன் கள்ளத் தெருவார்களும் பம்முகிறார்கள். செங்கொழுந்துபோலத் துளிர்த்திருந்த பெண்ணுக்குக் கொசுவி முறுக்கிய பதினெட்டுமுழ வெள்ளைப்புடவையைக் கொடுக்கும் போது, ஆற்றுவெளியே நடுங்குகிற மாதிரி, “சாஸ்திரிகளே! இது வேண்டாம்னு சொன்னேனோல்லியோ” என்கிறான் கண்டுவின் கடைசிப் பையன். பல்லைக் கடித்துக் கொண்டு, இரு கைகளையும் முன்னால் வீசுகிறான். இதற்கு ஆதரவாகக் கள்ளத் தெருவிலுள்ளவர்கள் யாரும் களத்தில் நிற்கவில்லை. “சிலம்பம், கத்தி, வஞ்சம் என்று ரோஷப்படுகிற கள்ளத் தெருவார்கள் பூனைக்குட்டிகளாக நின்றுகொண்டு இருந்தார்கள். வேளாளத் தெரு சோகை பிடித்தாற்போல நின்றது”. “ரோஷமாக வியாஜ்ஜியம் ஆடுகிற அக்கரகாரம், கள்ளத் தெரு, சேரி, சாலியத் தெரு இங்கெல்லாம் போய்ப் பத்ரகாளி மாதிரித் தித்திப் பல்லைக் காட்டிச் சிரிக்கவேண்டும் போலிருந்தது” என்கிறாள் அம்மணி. கருத்து வலுவின் முன் உடல் வலு தொய்ந்து விழுகிறது. பதினெட்டுமுழப் புடவையைத் தடுக்க இளவயதினர் இருவருக்கே விருப்பம் எழுவதையும் ஜானகிராமன் காட்டுகிறார்

கள்ளக் குடும்பத்தில் பிறந்த சோப்ளாங்கிக் கணவனுக்கு வாழ்க்கைப் படும் சீராளியின் கடைசல் உடம்பு, ஜானகிராமனை ஈர்க்கிறது. கொஞ்சம்

சிவந்து, படித்தும் இருந்தால் பேச்சுக்கும் பலத்துக்கும் எப்படி எல்லாம் இருந்திருப்பாள் என்று அம்மணியும் வியக்கிறாள். பாலியலுக்கும் உடலழகுக்கும் தொடர்ந்து முடிச்சிடும் பொதுபுத்தியை எழுத்தாளர்கள் தொடர்ந்து பேணி வருகிறார்கள். உடலையும் தோலையும் சொருக்கு முடிச்சையும் நீட்டிப்போட்டு நடக்கும் காலையும் உடைய சீராளியை அக்கிரகாரமும் கள்ளக் குடியும் ஏக்கமாகப் பார்க்கிறது. உடம்பின் மழமழப்பு; கன்னத்தில் அறைகிற அழகு; திணற அடிக்கிற சீரும் குழைவும் கொண்ட மரகதத்தைத் தொட்டுப்பார்க்க விரும்புகின்றனர். அம்மணியின் நண்பர்களும் கோபாலியும், மரகத அழகில் மயங்குகின்றனர். அழகையும் காமத்தையும் இணைக்கிறார் ஜானகிராமன். காமம் அழகைக் கடந்தது; அழகைக் கடக்கவும் வேண்டும்தானே? அழகு எனும் அதிகாரம் காமத்தைச் சிதைப்பதைப் பொதுபுத்தி வேடிக்கை பார்க்கும்தான். பொதுபுத்தி சார்ந்து வெள்ளைத்தோல், கட்டுடல் எனக் கனாக்களில் மூழ்கும் பரிதாபத்திற்குரியவரே நம்மில் பலரும் என்றபோதிலும், செம்மையற்ற திரு உடையோர் பாலியல் தகுதிப் பட்டியலிலிருந்து விலக்கப்படலாமா?

கோபாலியின் மனைவி குஞ்சாளி மீது அம்மணி காட்டும் வன்மம் அளப்பரியது. “இந்த மனைவியிடம் இருந்து ஒரு மாடி, இரண்டு மாடி, ஏழு மாடி தள்ளியேதான் இருக்க வேண்டும். எப்படி இவளைக் கோபாலி கல்யாணம் செய்துகொண்டார்? எப்படி இந்த முகத்தை நெருங்கிக் கிட்டே மூச்சுப்படப் பார்க்கிறார்? கண்ணை மூடிக்கொள்கிறாரா? அந்த அம்மாளின் முகஅமைப்பு, குரங்கு முக அமைப்பு. கொஞ்சம் சிங்கம் மாதிரியும் இருந்தது. அனுமாருக்கு ரொம்பப் பாட்டுக் கேட்கப் பிடிக்குமாமே. அதை நினைச்சா, இந்த மாமி கையைப் பிடிச்சேள். முகம் கொஞ்சம் பார்க்கும்படியாக இருக்கப்படாதோ?” எனக் கோபாலியின் மனைவியை விரட்டி விரட்டியடிக்கிறாள் அம்மணி. கொஞ்சம் கொஞ்சமாகக் கோபாலியும் அம்மணியின் வழிக்கு வந்துவிடுகிறார். தன்வீடு வரும் முன்பின் தெரியாத அம்மணிக்குக் காப்பி கொடுத்தனுப்புகிறாள் குஞ்சாளி. பங்குப் போட வந்த அம்மணியை ஏதும் சொல்வதுமில்லை. கோபாலிக்கு ஆக்கிப் போடுகிறாள். பிரமாதமான பருப்புசிலி பண்ணித் தருகிறாள். பிள்ளை பெற்றுத் தருகிறாள். ஆனாலும், அம்மணிக்கு அவளின் அழகின்மை வெறுப்பைத் தருகிறது. ஓர் அப்பாவிப் பெண், எங்குப் போய் முகத்தைச் சீராக்குவாள்? குப்பிகுப்பியாய் எதையாவது பூசினால் சரியாகுமா? பரந்து கெடுக உலகியற்றியான் எனச் சாபம விடலாமா அவள்? அங்கஹீனர்களுக்கும் அழகற்றவர்களுக்கும் காமம் தடை செய்யப்பட்டதா என்ன? “ஒவ்வொரு உடம்பிலும் ஒரு ரகசியம், ஒரு சேதி இருக்கும்” என்று சொன்னாலும்கூட, அம்மணிக்குக் கோபாலியின் மனைவி குஞ்சாலி மீது வெறுப்பே மிஞ்சுகிறது.

அன்னவாசலில், ‘பாலியல் மீறல்கள்’ ஏதுமில்லை. கும்பகோணத்தில் தான் கோபாலியின் தொடர்பு, அம்மணிக்கு ஏற்படுகிறது. திருவல்லிக்கேணி யில் பலருடன் உறவுகொள்கிறாள். என்ன வேண்டும் உனக்கு? எனக் கோபாலி, பட்டாபி, புரூஸ்களின் கேள்விகள் எழுகின்றன. நுகர்வியம் தின்று உருவாக்கப்பட்ட உடல் ஆகட்டும், நிலவுடைமைப் பண்பாட்டால் தனதாக்கப்பட்ட மனம் ஆகட்டும், தோலின்றித் தொழ ஏதுமில்லைபோலும்.

நிறம் மட்டுப்பட்டாலும், கட்டான உருவம் சித்தித்தால் கவலையில்லை. அழகை நிறுவும் வன்முறை தி.ஜா.வுக்கு உடன்பாடுதான். "நீ ரொம்ப அழகு. நல்ல சிவப்பு. மொழுமொழுவென்று எங்கும் பழம். மருத மரம் மாதிரி ஒரு நிறம். சிவப்புமில்லை, மாநிறமும் இல்லை. எல்லாவற்றையும் ஒன்று சேர்த்து ஒரு பாந்தமாக உருவாக்கிய அழகு மட்டுமல்லாமல், அலையடிக்கும் சொப்பனமாக எப்படி ஆக்கினாள் ஒரு தாய்? நடு உயரம். மஞ்சள் ஓடிய வெள்ளை நிறம். உடம்பெல்லாம் பழமாக இருந்தது. சில்லென்ற கன்னங்கள். மொழுமொழுவென்று மார்பு. எடுப்பான பின்புறம் என நிறத்திலும் அழகிலும் மூழ்கிக் கிடக்கிறார் தி.ஜானகிராமன். கறுப்புக்கும் சில தளர்வுகளைத் தந்து ஏற்கிறார். கறுப்புதான்; ஆனால் வாட்டசாட்டம்; பரந்த முகம்; உருண்டு திரண்ட வலுவான உடம்பு; தொடை கைகால் எல்லாம் அச்சாரம் கொடுத்துப் பண்ணச் சொன்னாற் போலிருந்தது" என்றெல்லாம் வியந்துபோகிறார். இந்தத் திருவாளர் சமூகமும் அப்படித்தான் இருக்கிறார்! நல்ல சிவப்பையும் அழகையும் கண்டு, ஈரம் கசியத்தானே செய்கிறது? இதில் என்ன பெரிய கண்டுபிடிப்பு இருக்கிறது என்று பல அடவுகளைப் போட்டுக் கம்பு சுற்றலாம். அழகு, பிருமாண்டம், ஒளி, உச்சம், வெற்றி, பின்தொடர்தல்தான் உயர்வா என்ன? கட்டுக்குலைந்த கறுத்த எளிய உடல்களைத் தகுதிநீக்கம் செய்தல், எதன் பொருட்டு? வழவழப்பு இல்லாத தோல்களை, என்ன செய்வீர்கள் கனம் கோர்ட்டார் அவர்களே? ஏந்திய வன முலைகள்தான் இலக்கு என்றால், எப்படிப் பால் கொடுப்பதாம்?

அம்மணி போன்ற நல்ல உடம்புகளுக்கே, தி.ஜா.வும் உரிமை தருகிறார். காதல், திருமணம், குழந்தை, கற்பு பற்றியெல்லாம் கோரிக்கைகளை முன்னெடுக்கும் அம்மணி, தன் இளமையாலும் அழகாலும் வென்றவற்றை முதுமையாலும் நரையாலும் வெல்லமுடியாது என்று ஞானம் கொள்கிறாள். சத்துவமற்ற ஆண் உடல்களான கோபாலியும் சுந்தரமும் அலுப்பூட்டக்கூடியவராகவும், சத்துவமான பட்டாபிராமனும் புரூஸும் அம்மணியின் விருப்புக்குரியவராகவும் நாவலில் வருகிறார்கள். இதுவும்கூடப் புரிந்துகொள்ளத்தக்கதே. முப்பதுகளின் இறுதியில் நிற்கும் அம்மணியின் உடலும் உள்ளமும் அவற்றையே அவாவுகின்றன. பட்டாபியிடம் அடைக்கலம் புகுவதே நன்றென அவளும் உணர்கிறாள். இன்றில்லை; எழுதத்தொடங்கிய காலத்திலிருந்தே உடற்தோலுக்கும் உடல் வடிவத்துக்குமான இணைப்பை எழுத்தாளர்கள் ஸ்தாபித்து வந்துள்ளார்கள். அழகு என்னும் உணர்வு தள்ளப்பட வேண்டியதில்லை; கட்டுடலும் ஏந்திய முலையும் வெண்தோலும் மிகுசதையில்லாச் சீருடலும் இன்றியும் காமம் நடைபயிலத்தான் செய்கிறது. ஆணைப் பின்பற்றிப் பல பெண் எழுத்தாளர்களும் காமத்தையும் அழகையும் இணைத்துள்ளார்கள். எனினும், ஜானகிராமனை முன்வைத்து மட்டுமே, இங்கு இதைப் பேச வேண்டியிருக்கிறது. "கல்லாதான் சொற்காமுறுதல் முலையிரண்டும் இல்லாதாள் பெண் காமுற்றற்று" என்கிறார் அய்யன் திருவள்ளுவரும். தனபாரமில்லாத ஒரு பெண்ணின் காமத்தை நகையாடுதலும்கூட, அறமோ!

புறந்தள்ளிவிடவே முடியாத ஒரு படைப்பாளியாகத் தி.ஜானகிராமன் விளங்கக் காரணம், சொந்தச் சாதிக்கு எதிராக அவர் பேசுவதுதான்.

அறிவினால் ஜீவிக்கும் நடுத்தர வர்க்கம் மீதும் அவருக்குக் கடுமையான விமர்சனமுண்டு. இந்த உலகம் கொலைகாரர்களையே பேணுகிறது. பணக்காரனுக்குக் கொள்ளையடிக்கக் கைகொடுக்கிறவன் மெத்தப் படித்தவனாயிருக்கிறான். அறிவுக்காரர்கள் பணக்காரருக்கு அடிமையாகி விட்டனர். அறிவுதான் கன்னக்கோல். கற்பழிக்க, திருட, ஏமாற்ற எல்லாவற்றுக்கும் உதவும் கன்னக்கோல். அறிவு வந்தால் கபடம் வரும்; சூது வரும்; கொள்ளை வரும்; நாசம் வரும் என்கிறார். நீதிமன்றம், கல்விக்கூடம், ஆட்சி அதிகாரங்களின் மிடுக்கைத் துச்சமாகக் காலால் தி.ஜா. எத்துகிறார். தி.ஜானகிராமனின் பெரும்பாலான பெண் கதாபாத்திரங்கள், அன்பும் அறிவும் ஆற்றலும் பொருந்திய ஆளுமையாளர்களே. உயிர்த்தேன் செங்கம்மா, பூவராகனின் அகவிழியைத் திறக்கிறாள். கோயிலைவிடக் குடியானவர்களின் வாழ்வே உயர்ந்தது என உணரச் செய்கிறாள். தகப்பனுக்கும் மகனுக்கும் பிணக்கு ஏற்படத் தான் காரணமாகிவிடக் கூடாதென்று, ஊரைவிட்டே விலகிச்செல்கிறாள் தாசிக்குலப் பெண் அமிர்தம். சக்தியின் உச்சமாக, மரப்பசுவின் நாயகி அம்மணியைக் காண்பதும்கூட ஒரு திறப்புதான். வடிவம், தர்க்கம், சொல்முறை, தொனி எனத் திரண்டிருக்கும் மரப்பசு, மாற்று மரபின் ஒரு புதிய தொடக்கமாகும். நமக்கு எருமைப் பொங்கலும் வைத்தழைத்த அக்கிரகார மனிதரை, ஒரு பெருங்கலைஞரைப் படித்துக் கொண்டாடத்தான் வேண்டும் நாம்.

✣

26

தி.ஜா.வின் அம்மணி VS நீட்ஷேயின் ஃப்ரீ ஸ்பிரிட்

தூயன்

சமூகம் என்பது சுயத்தாலும் தன்னிலையாலும் (இங்கு எழுவாய் என்பதைத் தன்னிலை என்கிறேன்) பிணைக்கப் பட்டிருக்கிறது. இச்சுயம் சமூகத்தால் கட்டமைக்கப்பட்டது எனில், தன்னிலை சுயத்தின் மீது வினையாற்றக்கூடியதாக இருக்கிறது. இந்தச் சுயத்திலிருந்து தன்னிலையும், தன்னிலை யிலிருந்து சுயமும் விடுபடுவது சாத்தியமற்றது. சுயம்தான் தன்னிலையையே முடிவு செய்கிறது. தன்னிலை சுயத்திலிருந்து விடுபடல் என்பது, ஒரு பாவனையே ஒழிய, முழுமையான ஒரு விடுபடலில்லை. அது சுயத்தையும் தன்னுடன் தூக்கிக் கொண்டே பறக்கிறது. இதை இன்னும் சற்று ஆழமாக ஸ்டெயின்வொர்த் போன்றவர்கள், “நமக்கு நடப்பதை அமைப்பாக்கம் செய்வது எழுவாய்தானே ஒழியச் சுயம் அல்ல. நாம் குறிப்பிட்ட ஓர் அனுபவத்தால் துயரப்படுகிறோம் என்றால், அது எழுவாயின் பகுதியாகிறதே தவிரச் சுயத்தின் பகுதி ஆவதில்லை” என வரையறுக்கிறார்கள். தனிமனிதர் என்ற ஒரு வகைமை, சுயம் மற்றும் தன்னிலையின் கூட்டுத் தொகையே எனலாம். உதாரணத்திற்கு, இப்படிச் சொல்லிப் பார்க்கிறேன், “சுயம் சூட்சுமமான ஒரு கூண்டு என்றால், தன்னிலை அதன் எல்லை பற்றிய பிரக்ஞையுடன் பறந்து திரியும் சுதந்திரப் பறவை. சுதந்திரமான தன்னிலை என்பது, அதாவது சூட்சுமமான கூண்டைவிட்டு வெளியேறும் தன்மை, அந்தச் சுயத்தைத் (கூண்டை) தன்னுடன் எடுத்துக் கொண்டே பறக்கிறது என்பதாக அர்த்தம் கொள்ள முடிகிறது”. அனுபவங்களாலேயே இந்த உலகின் கருத்துருவங்கள் சிருஷ்டிக்கப்பட்டிருக்கின்றன என்பதால், இந்த முதல் வகையே, நம் எல்லா அனுபவங்களையும் உட்கொண்டிருக்கிறது.

இதில் இரண்டாம் வகையுள்ளது. அதுதான், நீட்ஷேயின் லட்சிய மனிதனான ஃப்ரி ஸ்பிரிட். அதாவது சுதந்திர

ஆன்மா (ஃப்ரீ ஸ்பிரிட்டை – இப்போதைக்கு வேறு வார்த்தைகள் தெரியாததால், அந்தக் கதாபாத்திரப் பண்புக்கு நெருக்கமாயிருக்கும் என்பதால், இக்கட்டுரையில் இச்சொல்லையே பயன்படுத்த விரும்புகிறேன்), சுயத்திலிருந்து விடுதலையடைவதைச் சொல்லும் இலட்சிய வடிவம். இந்த இடத்தில், இந்தியத் தத்துவச் சிந்தனைகளில் வரையறுக்கப்படும் "சுயத்திலிருந்து விடுதலை பெறுதலைப்" பற்றியும் நாம் தெளிவுபடுத்திக்கொள்ள வேண்டும். இந்தியத் தத்துவங்கள், விடுதலையைச் சுயத்துக்கு எதிரானதாக மாற்றுவதில்லை. மாறாகச் சுயத்தையே அழிப்பதைப் பற்றித்தான் சொல்கின்றன. யோக நிலை, முக்தி நிலை போன்றவை சுயம் என்கிற ஒன்றின் இருப்பை முற்றிலுமாக அழிப்பதில்தான் தன்னிலையின் விடுதலையைப் போதிக்கின்றன. பிறகு அத்தன்னிலையும் அழிக்கப்பட்டுவிடுகிறது. இவை ஒரு தொடர் சங்கிலியே. காரணம், சுயம் மனிதனின் கருத்துருவங்களால் உருவானது. மரப்பசுவில் நீட்ஷேயின் சுதந்திர ஆன்மா என்கிற பதத்தை, அதன் இலட்சியத்தின் உன்னத வடிவம் செயல்படுகிற விதத்தை அல்லது செயல்பட முடியும் என்பதற்கான சாத்தியங்களைத் தி.ஜா. எவ்விதம் கையாண்டிருக்கிறார் என்பதை விளங்கிக்கொள்ளவே, இக்கட்டுரை முயல்கிறது.

தி.ஜா.வின் பெண் கதாபாத்திரங்களை வரிசைப்படுத்தினால், அதில் அம்மணியை, வரிசையிலிருந்து தனியாகத்தான் நாம் எடுத்துவைத்தாக வேண்டும். அவளின் பாத்திரப் படைப்பு முற்றிலும் வேறான ஒன்றாகவும், அவரின் வேறெந்தப் புனைவின் சாயல்களையும் நினைவூட்டாத ஒன்றாகவுமிருக்கும். மேலோட்டமான வாசிப்புக்கு, அது ஒரு புரட்சிப் பெண் போலவும், சுதந்திர விரும்பியைப் போலவும் வாசகனை ஏமாற்றி விடக்கூடியது. ஒரு சவாலுக்காக, அக்கதாபாத்திரம் எவ்வாறு உருவாகியிருக்கிறதென்று, அதனுடைய குண இயல்புகளைத் தனித்தனி யாக எடுத்தால், அக்கதாபாத்திரத்தின் ஒவ்வொரு பண்பும் புனைவின் இதர பாத்திரங்களுடன் சரியான கோணத்தில் பிணைக்கப்பட்டிருப்பதை அவதானிக்க முடியும். அதாவது, அம்மணி கதாபாத்திரத்தை, மூன்று வழிகளில் அணுகச் சாத்தியங்கள் இருக்கின்றன. ஒன்று, பிரதானப் பாத்திரங்களுடன் அவள் நடத்தும் உரையாடல் மூலம். இரண்டு, எந்த இடத்தில், எந்தச் சந்தர்ப்பங்களில் எல்லாம் அவள் சிரிக்கிறாள் என்பதை வைத்து. மூன்று, எல்லோரையும் தொடும் அவளின் எண்ணத்தின் வாயிலாக. இந்த மூன்றும் கதை முழுக்க ஒரே நேர்க்கோட்டில் ஓடிக் கொண்டிருக்கின்றன. அதாவது, புனைவின் தர்க்க விதிகளை மீறாமல் அவை உருவாகியிருக்கின்றன. கதையைத் தன்னிலையில் அம்மணி கதாபாத்திரமே விவரிப்பதும்கூட விதியைக் காப்பாற்றும் உத்தியே.இன்னொரு வாசிப்பில், தன்னிலையில் கூறுவதற்குச் சுயம் – தன்னிலை மீதான ஊடாட்டத்தை லாவகமாக வெளிப்படுத்தும் காரணியாகக்கூட, அவ்வசதியைத் தி.ஜா. பயன்படுத்தியிருக்கலாம்.

'Beyond good and evil. Avoid this dangerous moral formula since it would only make us 'brave lawyers of modern ideas'. 'Cannot remain attatched to any person even the most beloved'- **Nietzhe**.

தி.ஜா.வின் 'அம்மணி' கதாபாத்திரத்தை, நீட்ஷேயின் 'சுதந்திர ஆன்மாவுடன்' மிகச் சரியாகப் பொருத்த முடியும். அதாவது, நீட்ஷே சிந்தனையின் புனைவு வடிவம் அம்மணி. இது நீட்ஷேயின் தாக்கத்தால் உருவாகியிருக்குமா என்றால், இருக்கலாம் அல்லது இல்லாமலும் இருக்கலாம். ஆக, சுதந்திர ஆன்மா என்கிற அப்பதம், நீட்ஷேயின் வழியே ஏற்கெனவே கோட்பாட்டாக்கம் செய்யப்பட்டதால், அம்மணியை நீட்ஷேயின் கோட்பாடு மூலமாகவே நாம் புரிந்துகொள்ள முடிகிறது. ஆனால் தி.ஜா., அக்கோட்பாட்டுச் சிந்தனையைப் பரிசீலிப்பதன் வழியாகச் சுயம்–தன்னிலையின் மெய்யான சிக்கல்களுக்குள் நுழைகிறார். முதலில் அம்மணி எப்போது தன்னுடைய சுதந்திர ஆன்மாவைக் கண்டடைகிறாள் என்று பார்க்கலாம். சுதந்திர ஆன்மாவுக்கு நேரெதிரான ஒரு கதாபாத்திரத்திலிருந்துதான், அதன் விடுபடல் தொடங்குகிறது, பறத்தலை உந்தித் தள்ளும் விசைபோல. அவள் தன்னுடைய பால்ய வயதிலிருந்து, கண்டு மாமாவைப் பார்த்தே வளர்கிறாள். அவளை வசீகரித்த முதல் ஆளுமை அவர். அவர் அழகு, அந்தஸ்து பற்றியெல்லாம் அவள் நினைக்கவில்லை. அவர் சாய்வாக அமர்ந்திருப்பது, சுற்றிச் சீடர்கள் நிற்கும் விதம், பேசும்தோரணை என ஒவ்வொன்றையும் ரசித்துக் கொண்டிருக்கிறாள். முதன்முதலில் அவள், கண்டுவின் கால் அழுக்கைத் துடைப்பதும், அந்த உந்துதலில்தான். கண்டுவின் பேராகிருதி, ஆழமாக அவளுள் வேர்விடுகிறது. ஆனால், மிக அருகில் கண்டு, அவள் எதிர்பாராத ஒருவராக இருக்கிறார். எப்படியென்றால், கண்டுவின் மகள் இளமையில் விதவையானதும் மொட்டை அடிக்கப்பட்டு மூலையில் அமர்த்தப்படுகிறாள். மெத்தப் படித்தவராயிருந்தாலும் கண்டு அதைத் தடுக்கவில்லை. தம் அத்வைத அறிவுக்குள்ளேதான் இருக்கிறார். இரண்டு, தம் புகழைச் சாதாரணமாக எடுத்துக்கொள்ளும் சிஷ்யன் ஒருவனைக் கண்டு அவமானப்படுத்துகிறார்.

"எப்படி ஒருவனுக்கு வெறுக்க மனசு இடம் கொடுத்திருக்கும்? எப்படிச் சாத்தியம்? நடுத் தெருவில் ஒருவனை அவமானப்படுத்த, அவருக்கு என்ன உரிமை?" என்று அம்மணி அதிர்ந்துபோகிறாள். இந்த இரண்டு முக்கியச் சம்பவங்களும், அவளைக் கண்டுவின் அதிகாரவயமான ஆளுமைக்கு *(Authoritarian Personality)* எதிராகச் சுதந்திர ஆன்மாவைத் தேர்ந்தெடுக்கக் காரணியாகின்றன. கவனிக்க வேண்டியது, இந்த இரு காரணிகளுக்கும் பின்னால் கண்டு மாமா இருக்கிறார் என்பதே. கண்டுவால் அவமானப்படுத்தப்படும் விச்வம் என்பவரை நினைக்கும்போதுதான் அம்மணி, முதன்முதலில் எல்லோரையும் தொட வேண்டும் என்கிற முடிவுக்கு வருகிறாள். "அவருக்குத் தடவிக் கொடுக்க வேண்டும் போலிருக்கிறது" என்கிறாள். அவமானத்தைத் துடைத்துவிட நினைக்கும் இதே ஆதுரத்தைக் கடைசியில் ப்ரூஸ் என்கிற இராணுவ வீரனைத் துரத்திக்கொண்டிருக்கும் "அவமான எச்சிலை"த் துடைத்துவிடும் நிகழ்வுடனும் பொருத்த முடியும். அதாவது, முதன்முதலில் தொடத் துளிர்த்த எண்ணமும், கடைசியில் அது முடிவதும் ஒரே இலட்சிய வடிவத்துக்குள் தானிருக்கும். விச்வம் அவமான சம்பவத்துக்குப் பிறகு அவள், "எல்லோரையும் தொடப்போகிறேன், தழுவிக்கொள்ளப்போகிறேன், தொடாமல் பற்றாமல் பேசப் போவதில்லை. யாரைப் பார்த்தாலும் தொடாதவரையில் சரியாகப் பார்க்காததுபோல இருக்கு. தொட்டாத்தான் யாரையும் கொஞ்சமாவது புரிஞ்சிக்க முடியும்

போலிருக்கு. பிறத்தியாரும் என்னைத் தொட்டாத்தான், எனக்குக் கொஞ்சம் திருப்தியாக இருக்கு" என்கிறாள். தொடுதலைவிட அனுபவத்தைப் பெறுவதில் வேறெந்தப் புலன்களுக்கும் உடனடித்தன்மை இல்லை. இதை விரிவாகச் சுந்தர் சருக்கை, "அனுபவத்தைப் புரிந்துகொள்ளுதல்" கட்டுரையில் விளக்கியிருக்கிறார். அந்தக் கட்டுரையில் அவர், தீண்டுதலை முக்கியமானதாக முன்வைக்கிறார். தீண்டுதலே அனுபவத்தின் அவசியமான பண்பை வெளிப்படுத்துவதாக இருக்கிறது. அதாவது தீண்டுதலானது உடனடித்தன்மையைக் கொண்டிருப்பதைப்போலவே, அனுபவமும் உடனடித்தன்மை கொண்டதாக இருக்கிறது என்கிறார். பார்த்தலில் பார்ப்பதற்கும் பார்க்கப்படுவதற்கும் இடையே உள்ள தொலைவு, தீண்டுதலில் தீண்டுபவர் – தீண்டப்படுவது இடையே இல்லை என்கிறார்.

இந்தியச் சமூக அகத்துக்குள், 'தொடுதல்' என்ற செயல், அதன் சுயத்தைக் கோட்பாட்டளவில் கட்டமைத்து இருக்கிறது. அம்மணியின் சுதந்திர ஆன்மா, அக்கட்டமைப்பை மீறுவதிலிருந்தே, முதலில் தொடங்குகிறது. பெரியம்மாவுடன் சுற்றும்போது கையைப் பற்றிக்கொள்கிறாள். "ஏன் யாரையும் தொடாமலிருந்தோம்? தொட்டிருந்தால் எத்தனையோ பேர் நண்பர்களாயிருப்பார்கள்" என்கிறாள். பரீட்சார்த்தமாக, முதலில் ஜட்ஜ் வீட்டுப் பெண்ணை நெருக்கமாகத் தொட்டுப் பேசத் தொடங்கி, அவளிடம் அன்யோன்யமாக மாறிவிடுகிறாள். பிறகு ஆசிரியரிடம் அடி வாங்கிய மாணவனைத் தொட்டுச் சமாதானமடையச் செய்வது. இந்த இரண்டு பரீட்சார்த்தங்களும் அவளுக்குப் புதிய அனுபவங்களை அளிக்கின்றன. முக்கியமானது என்னவென்றால், அவள் எல்லோரையும் தொட முனைகிறாளே தவிரத் தீண்டுதலில் ஈடுபடவில்லை. ஒன்றைத் தீண்டுபவர் அதனால் தீண்டப்படுவதில்லை. ஆனால், தீண்டுவதைவிடத் தொடுதலில் இரண்டு உடல்களும் சமச்சீரான உறவைக் கொண்டிருக்கின்றன. அதன் குணம் இரு திரவியங்களின் உள்ளார்ந்த இணைவைக் கொண்டிருக்கிறது என்ற சுந்தர்சருக்கையின் விவாதத்தையே எடுத்துக்கொள்ளலாம். அம்மணி தொடும்போது எழுவாயாக இருக்கிறாளென்றால், தன்னைத் தொட அனுமதிப்பதில் பயனிலையாக இருக்கிறாள். இந்த இரு பண்புகளையும் பெறும்போது, அவள் சமூகத்தால் கட்டமைக்கப்பட்ட சுயத்திற்கு எதிராகத் தன் தன்னிலையை எதிர்வினையாற்ற அனுமதிக்க முடிகிறது. மூன்றாவது தொடுதல் கோபாலி மூலம் நிகழ்கிறது. கண்டு மாமாவுக்கு மிக நெருக்கமாக, நம்மால் கோபாலி பாத்திரத்தை வைக்க முடியும். கோபாலி, மிகப்பெரிய சங்கீத சாகரம். கண்டுவைப் போலவே கோபாலியையும், அவள் தூரத்திலிருந்தே பார்த்திருக்கிறாள். அவரிடம், தன் பெரியப்பா மகள் திருமணத்திற்குக் கச்சேரி பண்ண முடியுமா என்று கேட்கப் போகிறாள். அவள் தொடுவதும் கோபாலியைத் தொட அனுமதிப்பதும் மிக இயல்பாக அங்கு நிகழ்கின்றன. ஒருகட்டத்தில் கோபாலி அம்மணியிடம், தன்னுடன் சென்னைக்கு வந்திருக்கச் சம்மதம் கேட்கிறார். கோபாலியுடன் இருக்கப் போவதுதான், அவளது சுதந்திர ஆன்மாவிற்குக் கிடைக்கும் முதல் வாய்ப்பு. அம்மணி சம்மதிக்கிறாள். தனிவீட்டில் இருவரும், திருமணம் செய்யாமல் இருக்கிறார்கள்.

கோபாலியுடன் இருக்கும் இந்தக் காலத்தில்தான், அவளுடைய சுதந்திர ஆன்மா, முழுமையாக உருவாகத் தொடங்குகிறது. அவள் போக்கை

விமர்சிக்கும் பெரியம்மா – பெரியப்பாவிடம், அதை நியாயப்படுத்தப் பிரயத்தனப்படுகிறாள். கோபாலியைப் பொறுத்தவரையில் அம்மணியின் இருப்பு, அவர் பாட்டும், அதற்குக் கிடைக்கும் மரியாதை, புகழ் என அத்தனையையும் காட்டி விதந்தோதிக் கொள்வதற்கும் மட்டுமே. அவள் மற்றவருடன் பேசுவதையும், மற்றவர்கள் அவளுடன் பேசுவதையும் கோபாலி வெறுக்கிறார். அண்மையிலிருந்து பார்த்த கோபாலி, அருகில் கடுமையான சுயவிரும்பியாகவும் சந்தேகிப்பவராகவும் இருப்பதை அம்மணி அவதானிக்கிறாள். அவள் லட்சியம் வெறும் சல்லாபத்திற்குத் தீண்டப்படுபவளாக இருப்பது இல்லை. இன்னொன்றையும் இங்குப் புரிந்துகொள்ள வேண்டியுள்ளது. கோபாலியுடன் இருப்பதைத் தேர்ந்தெடுப்பதும், அந்த அனுபவத்தைப் பெறவேண்டும் என்பதற்காகவே. பின், கோபாலியிடமிருந்து அம்மணி விலக ஆரம்பிக்கிறாள். இதை அவருமே புரிந்துகொண்டிருந்தாலும், பட்டாபியுடனான அவளுடைய நெருக்கத்தை, வெறுக்கவே செய்கிறார். இது சிறுவயதில், கண்டுவிடம் பார்த்த அதே அதிகாரவயமான ஆளுமை *(Authoritarian Personality)*, கோபாலியிடமும் இருப்பதை நமக்கு நினைவுபடுத்துகிறது. பட்டாபி கோபாலிக்கு நேர்எதிரான முனையிலிருக்கிறான். இயல்பானவன்; சமூகத்தின் பழைய கட்டமைப்பில் வளர்ந்தவன். யதார்த்தமான அவன் பண்பு, அவளை விரும்ப வைக்கிறது. பட்டாபியிடம் எந்தப் போலி பாவனைகளும் இல்லை. ஆனால் அவனும், பண்பாட்டு ஒழுக்க விதிக்குள் சிக்கிக் கொண்டிருக்கிறான். அம்மணி, அவனது விலங்கை விடுவிக்க நினைக்கவில்லை. அதை ஒரு கீறல் அளவுக்குக் கோடிட்டுக் காட்டுவதோடு நிறுத்திக்கொள்கிறாள். தி.ஜா.வின் கிட்டத்தட்ட அத்தனை புனைவுகளிலும், இந்தக் கீறல் இருக்கும். அதாவது, விதிகளின் மீது விதிகளுக்கு வெளியே இருப்பவர்கள் மிகப்பெரிய உபாசனையைச் செய்துவிட மாட்டார்கள். அவர்களுடைய உலகில், அந்த விதிகள் இல்லாமலிருக்கும். அவ்வளவே. அந்த இல்லாமலிருப்பதற்கான எல்லாத் தர்க்க நியாயங்களும் சரியாகவே புனைவு விதிக்குள் கட்டப்பட்டுக் கிடக்கும். பட்டாபி, அவளுடன் தான் இருப்பதில் அறம் சார்ந்த சிக்கல் எழுவதைச் சுட்டிக்காட்டி, இருவரும் திருமணம் செய்துகொண்டுவிடலாம் என்று கூறியதும், அவள் வயிற்றைப் பிடித்துக்கொண்டு பெரிதாகச் சிரிப்பதைத் தி.ஜா. காட்டுகிறார்.

சுதந்திர ஆன்மாவாக இல்லாத அம்மணியை நாம் சிறிது கற்பனை செய்து பார்ப்போம். அம்மணி யாரைப் பார்த்தும் சிரிக்கமாட்டாள்; யாரையும் தான் தொடவோ அல்லது பிறத்தியார் தன்னைத் தொடவோ அனுமதிக்காமலிருப்பாள்; தன் அழகைப் பற்றி அறியாதவளாயிருப்பாள்; அறிவுத்தள உரையாடல்கள் கிடையாது; உலக அனுபவமிருக்காது; கணவன் தவிர வேறு யாரையும் நம்பாத தைரியம்; ஒரு சாதாரணக் குடும்பப் பெண்ணாக மரபான கட்டமைப்பில் வாழ்ந்துகொண்டிருப்பாள்! யாரேனும் தன்னிடம் மீறி நடந்துகொண்டால் தொடுபவரைப் பொறுத்துக் கோபமோ, மூர்க்கமோ, பரிதாபமோ காட்டுகிறவளாக இருந்திருப்பாள். கிட்டத்தட்ட மரகதமும், இதே குண இயல்புடன்தான் இருக்கிறாள். அம்மணியின் சுதந்திர ஆன்மா அற்ற இன்னோர் ஆளுமையாகத்தான் மரகதத்தைப் பொருத்திப் பார்க்கமுடிகிறது. மரகதத்தைச் சந்திக்கிறபோது, பெரிய அதிர்ச்சி ஏற்படுகிறது அம்மணிக்கு. "கண்ணைப் பறிக்கிற கருப்பு.

பளார் என்று கன்னத்தில் அறைகிறது அழகு. குழந்தை மழமழப்பு. இவ்வளவு அழகாக இருக்கிறோம் என்று இவளுக்குத் தெரியுமா? தன் முழு உடம்பையும் எப்போதாவது ஒரு பெரிய கண்ணாடியில் பார்த்திருப்பாளா?" என்று அரற்றிக் கொள்கிறாள். பிறகு அவளிடம், "நீ ரொம்ப அழகுன்னு உனக்குத் தெரியுமோ?" என்று மறுபடியும் மறுபடியும் கேட்கிறாள். மரகதம் மீதான அவளின் அக்கறையும், நினைவுகளும், பிரமிப்பும் அவளைப் பச்சையப்பன் சரியாகக் காப்பாற்றுவானா என்கிற பரிதவிப்பும் என எல்லாம் அம்மணியின் சுதந்திர ஆன்மாவின் இலட்சியத்தை ஆட்டம் காண வைக்கின்றன. அதன் பிறகு, அவளுடைய வாழ்வின் ஓட்டம் முழுக்கத் தன் தன்னிலைக்குள் மரகதத்தைச் சுமந்துகொண்டே அலைகிறாள். மரகதத்தைப் பௌதீக உலகின் மரபால் கட்டமைக்கப்பட்ட ஓர் ஆன்மா எனலாம். இன்னும் தெளிவாகச் சொல்வது என்றால், மரகதம் அம்மணியின் வேறொரு வடிவம். இயல்பான, யதார்த்த உலகின் மரபு, பண்பாட்டுக் கட்டமைப்புகளுக்குள் சுதந்திரமாக இருக்கும் ஓர் ஆன்மா! அந்தக் கட்டமைப்புக்குள்ளிருக்கும் ஆன்மாவிடம் மிக நெருங்கித் தன்னைப் பற்றி அது என்ன நினைக்கிறது என்று சோதித்துப் பார்க்கிறாள் (மரகதத்தைத் தன் வீட்டிலேயே இருக்கச் சம்மதம் கேட்கிற இடம்). மரகதத்தின் சந்திப்புக்குப் பிறகு பிரக்ஞையிலிருந்து அவளை முழுமையாக உதிர்க்க முடியவில்லை. அவளின் இருப்பு, அம்மணியின் சுதந்திர ஆன்மாவைத் தொந்தரவு செய்கிறது. அம்மணி பாரீஸில் விபச்சாரியாகப் பரீட்சித்துப் பார்ப்பதெல்லாம், அந்தச் சுதந்திர ஆன்மாவின் உச்சபட்ச செயல்பாடே. இன்னோர் எல்லையின் உச்சிவரை சென்று மீள்வது அது.

ஒருகட்டத்தில் இந்தச் சுதந்திர ஆன்மா என்பது, அம்மணி விரும்பாத சமூகத்தால் கட்டமைக்கப்பட்ட ஒரு சுயத்திற்கு எதிரான தன்னிலை என்பதாக நடிக்கிறதே தவிர, அது சுதந்திர ஆன்மாவின் உண்மையான தன்னிலையாக இல்லை. அதாவது, அவள் தன்னிலை, சுதந்திர ஆன்மாவுக் காகச் சில வாழ்வனுபவங்களைத் தேர்ந்தெடுக்கிறது, கட்டமைக்கிறது. சுருக்கமாகச் சொல்வதென்றால், அவளின் சுதந்திர ஆன்மா என்கிற தன்னிலை, ஒரு சுயமாகிவிடுகிறது. இப்போது இச்சுயத்தின் மீதான இன்னொரு தன்னிலை அவளுக்கு உருவாகிறது. அவளின் சுதந்திரமான தன்னிலைக்குள், இன்னொரு சுயமும் தன்னிலையும் இருக்கின்றன. இந்த இடத்தில்தான் தி.ஜா., நீட்ஷேயின் 'சுதந்திர ஆன்மா' என்கிற கோட்பாட்டிலிருந்து விலகுகிறார். அதன் உண்மையான பிரச்சனைப் பாடுகளுக்குள் வருகிறார். தன்னிலை தன்னைக் கட்டமைக்கிறபோது, ஒருநிலைக்கு மேல் அது தன்னை இன்னொரு சுயமாக மாற்றிக்கொண்டேயாகும் என்கிற விதியைத் தி.ஜா. நினைவுபடுத்துகிறார். ஆஷிஸ் நந்தி கூறுவதுபோலச் சுயம் – சுயம் அல்லாத இரண்டுக்குமான வரையறையில், "சுயம், எத்தனைக்கெத்தனை சுயத்தின் பகுதியாக இருக்கிறதோ, அத்தனைக்கத்தனை சுயமல்லாதவை சுயத்தின் பகுதியாயிருக்கிறது. சுயம், பெருமளவில் சுயத்தையும் அதனுள் மற்றமையையும் கொண்டிருக்கிறது. அதே சமயம் மற்றமை, பெருமளவில் மற்றமையையும் அதனுள் சுயத்தையும் கொண்டிருக்கிறது" என்கிறார்.

அம்மணியின் 'சுதந்திர ஆன்மா' என்கிற இத்தன்னிலை, இன்னொரு சுயமாக மாறிவிடும்போது, அவள் அதற்கு வினையாற்ற முடியாமல்

தத்தளிக்கிறாள். செய்வதறியாமல் தடுமாறுகிறாள். நீட்ஷேயின் சுதந்திர ஆன்மா என்ற லட்சிய மனிதன் இயல்பான கட்டமைப்புக்குள் தடுமாறிப் போவான் என்பதை, அம்மணி மூலம் தி.ஜா. செய்து பார்த்துவிடுகிறார். இந்த இடத்தில், அதாவது, அம்மணி வடிவமைத்துக் கொண்ட சுதந்திர ஆன்மா, எந்த அதிகாரத்திற்கும் அடங்காத சுதந்திரத்தன்மையாக, ஓர் எல்லையில் அதுவே தன்னளவில் அதிகாரவயமான ஆளுமையின் வடிவத்தை அடைந்துவிடுவதையும் அவதானிக்கலாம். கட்டுக்கடங்காத சுதந்திரத்தன்மை, இன்னோர் அதிகாரமாக *(Authoritarian Personality)* வளர்ந்து விட்டிருக்கிறது. அது அடைந்த வடிவத்தை அவள் சிதைக்க வேண்டும்; இன்னொரு தன்னிலையை உருவாக்க வேண்டும். அம்மணி நாடு திரும்பியதும், மரகதத்தைப் பற்றி விசாரிக்கிறாள். அவள் கோபாலியின் சல்லாபத்திலிருந்து தப்பித்து வெளியேறிவிட்டது தெரிந்து, மரகதத்தைத் தேடிச்சென்று பார்க்கிறாள். வீட்டில் மரகதத்தைக் கண்டதும் அவளது மனவோட்டம் இவ்வாறுள்ளது: “நானும் பேசாமல் அவளைக் கண்டு பொறாமைப்பட்டுக் கொண்டிருந்தேன். வெட்கப்பட்டுக் கொண்டிருந்தேன். நான் இருபது முப்பது நூறு இருநூறு என்று நெருக்கம் கொண்டது, பிறர் மனதில் புக மறுக்கிற, புக முடியாத கல்லாங்காய்ப் பட்டுப்போன கரளையா? புரியவில்லை. எனக்கு இத்தனை நுணுக்க புத்தியுண்டா? இத்தனை பரிவு சாத்தியமா? பச்சையப்பனிடம் எல்லாவற்றையும் வைத்துப் பார்க்கிற எல்லையற்ற கற்பனையும் பாவனையும் சாதாரணப் பெண்ணின் கட்டுப்பாடு மாதிரி தோன்றுகிறது. ஆனால், நினைத்து நினைத்து, அந்த உணர்வில் புகுந்து பார்க்க முயன்றபோது, புகுந்து பார்க்கச் சற்று முடிந்தபோது, முதுகுத்தண்டு ஒரு கணம் சுண்டிச் சிலிர்த்தது” என்கிறாள் அம்மணி. ஏன் அம்மணி, வேறு எங்கும் செல்ல நினைக்காமல், மரகதத்தைத் தேர்ந்தெடுக்க வேண்டும்? ஏன், அவள் ப்ரூஸிடம் இருப்பதை விரும்பவில்லை? எதற்காக இறுதியில் பட்டாபிக்குக் கடிதம் எழுத வேண்டும்? காரணம்: அம்மணி சுதந்திர ஆன்மாவிடம் தோற்றுப் போகிறாள்! மரகதத்தின் சுதந்திரமும் பட்டாபியின் யதார்த்தமுமே, அவளை அந்த முடிவை எடுக்க வைக்கின்றன. ப்ரூஸை விரட்டிய எச்சில் அவமானத்தைப்போல, இந்த இருவரது பிம்பங்களும் அவளை விடாது விரட்டிக் கொண்டிருக்கின்றன. சுதந்திர ஆன்மாவின் அதிகார மையத்திலிருந்து விடுபட்டுத் தன்னை யதார்த்த வட்டத்துக்குள் நுழைத்துக்கொள்ள முயல்கிறாள். அப்படிச் செய்வதன் மூலம் மட்டுமே, சுதந்திர ஆன்மாவிடமிருந்து அவள் வெளியேற முடிகிறது. ஆக, அம்மணியைத் தோற்கச் செய்வதன் மூலம், நீட்ஷேயின் ஃப்ரீ ஸ்பிரிட் சிந்தனையிடம் தி.ஜா. வெற்றி பெறுகிறார்.

✣

27

தி.ஜானகிராமனின் 'அடி':
ஒரு பார்வை

கே. பாரதி

கையில் கிடைத்ததையெல்லாம் வாசித்துக் கொண்டிருந்த பதின்ம வயதில்தான், தி.ஜானகிராமனையும் வாசித்தேன். மோகமுள் மட்டும் நினைவில் வெகுநாள் தங்கியிருந்தது. அவருடைய படைப்பாற்றல் பிரமிக்க வைத்தது. ஆனாலும், என்ன சொல்ல வருகிறார் என்ற கேள்வியும் எழாமல் இல்லை. எண்பதுகளில், எழுத்தாளர் ராஜம்கிருஷ்ணனோடு பரிச்சயம் ஏற்பட்டது. கோவை பாரதியார் பல்கலைக்கழகத்தில், பெண்ணியக் கருத்தரங்கம் ஒன்றைச் சிற்பி பாலசுப்ரமணியம் நடத்தியபோது, அதில் 'இலக்கியத்தில் பெண்கள்' என்ற தலைப்பில் பேசினார் ராஜம்கிருஷ்ணன். சனாதன மரபால் பெரிதும் ஒடுக்குமுறைக்கு ஆளான பெண்களைத் தி.ஜானகிராமன் சித்திரித்ததில், எப்படிப்பட்ட ஆணாதிக்கப் பார்வையுள்ளது என்று அவர் பேசியதைக் கேட்டுக்கொண்டிருந்தேன். கருத்தரங்கம் முடிந்த பின், எங்கள் உரையாடல் தொடர்ந்தது. "பெரும்பாலான ஆண்களுக்குப் பெண்களிடத்தில் புரிந்துகொள்வதற்குப் பாலியலைத் தவிர வேறொன்றும் இல்லை. இவாகள், மீண்டும் மீண்டும் பெண் ஒரு உடல் பரமானவள் என்றே நிறுவப் பார்க்கிறார்கள்" என்று வாதிட்டார். இலக்கியப்புரிதல் அதிகமில்லாத எனக்கு, அவர் சொல்வது சரிதான் என்று தலையாட்டுவதைத் தவிர, வேறு வழியிருக்கவில்லை. சில ஆண்டுகளுக்குப் பின், இலக்கிய ஆர்வலரான பத்மினி கோபாலன், தி.ஜானகிராமன் பற்றிய கருத்தை என்னிடம் பகிர்ந்துகொண்டார். "ஜானகிராமன் ஒரு பொறுப்பான எழுத்தாளர். பெண்களை இழிவுபடுத்த வேண்டுமென்று ஒருபோதும் எண்ணியிருக்க மாட்டார். பெண்களின் பாலியல் மரபு மீறல்களை நிறைய எழுதியிருக்கிறார் என்பது உண்மைதான். அதைச் சரியானபடி புரிந்துகொள்ளவேண்டும்

என்று தோன்றுகிறது… இந்தச் சமூகத்தில் மனிதர்களுக்கான ஒழுக்க நெறிகள் கடுமையாக விதிக்கப்பட்டிருக்கின்றன. அதிலும் பெண்களுக்கான ஒழுக்க அளவுகோல்கள் மிகமிகக் கடினமானவை. இவற்றை எல்லோரும் பின்பற்றுவது என்பது சாத்தியமே கிடையாது. அங்குமிங்குமாக விதிமீறல்கள் இருக்கத்தான் செய்யும். அது இச்சமூகத்துக்கும் நன்றாகவே தெரியும். இதையெல்லாம் ஒருவாறு நாம் புரிந்துகொள்ள வேண்டும்… ஆண்களுக்கு ஒரு நியாயம் பெண்களுக்கு வேறு நியாயம் என்று வகுத்திருக்கிறார்களே, அதற்குத் தி.ஜா.வின் எதிர்வினையாகத்தான் மரப்பசு, அம்மா வந்தாள் நாவல்களின் நாயகிகளை நான் பார்க்கிறேன்” என்றார்.

புதிய வெளிச்சத்துடன், தி.ஜா.வின் பல சிறுகதைகளையும் சில குறுநாவல்களையும் வாசித்தபோது, பத்மினி கோபாலனின் கூற்று உண்மைதான் என்று தோன்றியது. இரண்டு சிறுகதைகளின் வாயிலாகத் தி.ஜானகிராமனின் பார்வை – குறிப்பாகப் பெண்களின் வாழ்வு குறித்த அவர் பார்வை தெளிவாகப் புரிந்தது. ‘தீர்மானம்’ என்ற சிறுகதை, ஒரு பத்து வயதுச் சிறுமி பற்றியது. அச்சிறுமி திருமணமானவள். இன்னும் புக்ககம் போகவில்லை. தாயை இழந்த அச்சிறுமியின் மீது தந்தைக்கு அளவு கடந்த பாசம். ஒருநாள் திடுதிப்பென்று அவள் புக்ககத்து ஆண்கள் மூவர் அவளை அழைத்துப்போக வண்டி கட்டிக்கொண்டு வருகிறார்கள். தங்கள் வீட்டுப் பெரியவர்கள் சுகவீனமாகிவிட்டதால், பணிவிடைகள் செய்து பார்த்துக்கொள்ள மருமகளைக் கட்டாயம் அனுப்பி வைக்கும்படி கெஞ்சுகிறார்கள். சிறுமியின் தந்தை, அப்போது வீட்டில் இல்லை. இருந்தாலும், மகளை அனுப்பி வைக்க அவர் சம்மதிப்பாரா என்று தெரியாது. கல்யாணத்தின்போதே, இரு குடும்பத்துக்கும் இசையவில்லை. மாப்பிள்ளைக்கும் பெண்ணுக்கும் வயது வித்தியாசம் அதிகம் என்பதால், பெண் ருதுவான பின் அனுப்பிவைப்பதாகத் தந்தை சொல்லியிருக்கிறார்.

அச்சிறுமியின் அத்தைக்குப் பதட்டத்தில் கைகால்கள் ஓடவில்லை. வந்தவர்களின் கெஞ்சுதல் சிறுமியை நெகிழ்த்தியிருக்க வேண்டும். அவர்களுடன் போவதென்று, அவள் தானாகவே தீர்மானித்துவிடுகிறாள். இரண்டு பாவாடைகளையும், தன் சட்டைகளையும் மூட்டை கட்டிக் கொண்டு கிளம்பிவிடுகிறாள். வண்டி கண்ணைவிட்டு மறைந்ததும் எதிர்த் திசையில் வருகிறார் சிறுமியின் தந்தை. அத்தை நடந்ததையெல்லாம் விவரிக்கிறாள். அவருக்கு ஆத்திரம் பொங்குகிறது. வந்தவர்களைத் தேடிக்கொண்டு போகிறார். பாவம், குழந்தை சாப்பிடக்கூட இல்லை என்று சோறு பிசைந்து இலையில் கட்டித் தருகிறாள் அத்தை. ஊர் எல்லையில், ஆற்றங்கரை ஓரமாக அவர்களை வழிமறிக்கும் அந்தத் தகப்பனுக்கு, மகளை அழைத்துப் போகிறவர்களிடம் பேசவும்கூட விருப்பமில்லை. மகளை மட்டும் கீழே இறக்கி, ஆற்றங்கரையோரம் உட்காரவைத்துச் சோறூட்டுகிறார். தன் மகளை வண்டியில் ஏற்றிவிட்டுத் திரும்பிப் பார்க்காமல் போகும் அப்பாவை, விசித்திரமாகப் பார்க்கிறாள் மகள். தன் கண்ணீரை, மகள் பார்க்க வேண்டாம் என்று, முகம் திருப்பிக்கொண்டு போகிறார் தந்தை. வாழப்போகிற இடத்தில், மகளுக்கு எப்படிப்பட்ட அனுபவம் காத்திருக்குமோ என்ற அச்ச உணர்வு, எந்தத் தகப்பனுக்கும் அடிவயிற்றிலிருந்து துக்கத்தைக் கிளப்பிவிடக்கூடியதுதான். தன் பெண்

வாழ்வு இப்படித்தான் வகுக்கப்பட்டிருக்கிறது என்பதையே, ஆத்திரமும் அழுகையுமாக வெளிப்படும் ஒரு பாசத் தந்தையின் கையாலாகாத்தனத்தின் வாயிலாக முன்வைக்கிறார் ஜானகிராமன். விஷயம் அது மட்டுமில்லை; புகுந்தவீட்டு மனிதர்கள் வந்துகூப்பிட்டதும் போகவேண்டும் என்ற முடிவை ஒரு பத்துவயதுச் சிறுமி தானாகத் தீர்மானிப்பதுதான் ! அவளுக்குள் இதை விதைத்தது யார் ? யாருக்கான ஏற்பாடு இது ? எதற்கான ஏற்பாடு ? இப்படிப் பல கேள்விகள், ஒரு வாசகனுக்குள் எழும்போது, தன் இலக்கைத் தி.ஜா. எட்டிவிடுகிறார்.

இரண்டாவது கதை, 'குளிர்'. இது ஒரு வயோதிகப் பெண்மணியைப் பற்றியது. வயது எழுபத்தைந்து. 'கிழவி' என்று எல்லோராலும் அலட்சியமாக அழைக்கப்படுகிறாள். ஸ்டோர் வீடு ஒன்றின் ஒண்டுக் குடித்தனத்தில், ஒற்றையாய் வாழ்கிற நாதியற்ற ஒருத்தி அவள். இரவு நேரத்தில் கோயிலுக்குப் போய் விட்டு வாழைப்பழம் வாங்கிக்கொண்டு அவள் திரும்புவதற்குள், அந்தத் தொடர்வீடுகளின் வாயிற் கதவு அடைக்கப்பட்டுவிடுகிறது. ஏற்கனவே பலமுறைகள் எச்சரிக்கை செய்தும் இப்படி அவள் தாமதமாக வந்ததற்குப் பாடம் புகட்டுகிறார்கள். வெகுநேரம் அவள், கதவைத் தட்டிக் கூப்பாடு போடுகிறாள். எவரும் மனமிரங்கவில்லை. வெளியில் குளிர் வேறு நடுக்குகிறது. எதிர்வீட்டு இளைஞன் ஒருவனுக்கு இந்தக் கிழவி படும் பாடு பரிதாபமாக இருக்கிறது. தெருவில் இறங்கி அவளை அழைக்கிறான். "பாட்டி இன்றிரவு வேண்டுமானால் எங்கள் வீட்டுத் தாழ்வாரத்தில் படுத்துத் தூங்குங்கள்" என்றழைக்கிறான். அவன் அழைப்பை ஏற்கும் முதியவளுக்குத் திடீரென்று ஒரு சந்தேகம் ஏற்படுகிறது. "ஏண்டாப்பா, உன் வீட்டில், உன்னைத் தவிர, வேறு யாராவது இருக்கிறார்களா ?" என்று கேட்கிறாள். மனைவியும் மூன்று குழந்தைகளும் இருக்கிறார்கள் எனப் பதில் வருகிறது. நிம்மதியுடன், அவனோடு போகும் முதியவள், அவன் மனைவியைப் பார்த்ததுமே குளிர் அடங்கியதுபோல் உணர்வதாகச் சொல்கிறாள். நாலு பேர் பேசும்படியாக ஆகிவிடக்கூடாது இல்லையா என்றும் விளக்கமளிக்கிறாள். 'நன்றாக வேண்டும் உங்களுக்கு' என்று கணவனைப் பார்த்து முறைக்கிறாள் மனைவி.

இங்குத் தி.ஜானகிராமன், 'குளிர்' என்று சொல்வது, வெளிச்சூழலின் குளிர் இல்லை. ஒவ்வொரு பெண்ணின் உள்ளேயும் சமூகம் விதைத்திருக்கும் அச்ச உணர்வும் நடுக்கமும்தான் அது. தன் வயதென்ன, தனக்குப் பரிவு காட்டும் இளைஞனின் வயதென்ன என்பதெல்லாம் புத்தியில் எட்டும் முன்பே, உள்ளே உறைந்துவிட்ட குளிர் நடுக்குகிறது. இங்கே ஆண்–பெண் உறவு, இயல்பாக இல்லாமல், எப்போதும் அசிங்கப்பட்டுக் கொண்டேயிருக்கிறது. இதனால் இரு பாலருக்கும் கௌரவமாக உறவு இல்லை. இந்தச் சமூகம், நமது பெண்களை இப்படியெல்லாம் ஆக்கி வைத்திருக்கிறதே என்கிற ஆதங்கத்தையே, இந்த இரு கதைகள் மூலமும் கடத்துகிறார் தி.ஜானகிராமன். இத்தனை நுட்பமாகப் பார்க்கத் தெரிந்த ஒரு படைப்பாளி, பெண்களை உடல் பரமாக மட்டுமே பார்ப்பவராகவோ இழிவுபடுத்துபவராகவோ ஒருபோதும் இருந்திருக்க முடியாது. அதற்கு எதிர்மாறாக, முற்றிலும் மரியாதையுடனும் பரிவுடனும்தான் அவர் பெண்களைப் பார்த்திருக்கிறார் என்றும் தோன்றியது.

‘அடி’ என்ற குறுநாவல், ஜானகிராமனின் பிற நாவல்கள் வரிசையில் இடம்பெறத்தக்கதான பாலியலை மையப்படுத்திய ஒரு நாவல்தான். ‘அடி’ என்றால் அடிப்பது! நாவலில் அம்பாகடாட்சம் என்ற மகான் ஒருவர், தன்னை நமஸ்கரிப்பவர்கள் முதுகில் ஓங்கியடிக்கிறார். தவறிழைத்தவர் மீது விழும் அந்த அடி, தம்மைச் சுதாரித்துக்கொண்டு அவர்கள் மீளுவதற்குப் போலும்! இந்நாவலில் வரும் ஐந்து முக்கியப் பாத்திரங்களும் கனமானவை. செல்லப்பா தாய் தையும்மாள், இளம்வயதில் கணவனை இழந்தவள். தலையை முண்டணம் செய்து நார்மடி உடுத்தியிருக்கிறாள். அவளின் ஒரே ஒரு பிள்ளை செல்லப்பா. சமையல் வேலை செய்து, தன் பிள்ளையை அவள் படிக்க வைக்கிறாள். பிள்ளை நன்றாகப் படித்தான், முன்னேறி வந்தான் என்று எல்லாம் நேர்க்கோட்டில் நடந்துவிடவில்லை. பள்ளியின் இறுதி ஆண்டில், பாஸ் பண்ணாததால், ஊரைவிட்டே அவன் ஓடிப்போய்ப் பிழைக்க நேர்கிறது. ஒரு நம்பிக்கையுடன் காத்திருக்கிறாள் தாய். வடக்கே போனவன் ஓரளவு நல்ல வேலையில் அமர்ந்த பிறகு, அம்மாவிடம் ஒரு பெண்ணைத் தேர்வு செய்யச் சொல்லிக் கல்யாணமும் செய்துகொள்கிறான். செல்லப்பாவுக்கு, இப்போது வயது ஐம்பது. ஆணும் பெண்ணுமாக இரண்டு மக்கள் செல்வங்கள். ஜம்முவில் வசதியான வாழ்க்கை. தாய் தையும்மாள், தனக்காக இழைத்து இழைத்துக் கட்டிய வீட்டைப் பார்த்துப் பிரமித்துப் போகிறார் செல்லப்பா. ஒற்றை ஆளாக நின்று மேஸ்திரியையும் ஆட்களையும் வேலை வாங்கிக் கட்டியிருக்கிறாள். தாழங்குடிப் பண்ணையார் வீடு போலல்லவா கட்டியிருக்கிறாள்! நெகிழ்ச்சியுடன் தாயைப் பார்க்கிறார் செல்லப்பா. இந்த வயதிலும், ஓர் அரை நாழிகை நேரம்கூட உட்காராது, அவள் உழைத்துக் கொண்டிருப்பதையும் பார்க்கிறார். மன நெகிழ்ச்சியை அவளிடம் வார்த்தைகளால் தெரியப்படுத்தவும் அவருக்குத் தயக்கம். ஆனாலும் ஓர் ஆதங்கம். இப்படி ஒரு வீட்டைக் கட்டி என்னை அதில் வைத்துப் பார்க்க ஆசைப்படுகிற அம்மா, ஏன் எனக்கு ஏற்ற, என் உயரத்துக்கும் உடம்புக்கும் ஏற்ற ஒரு பெண்ணைத் தேர்வு செய்யாமல் விட்டுவிட்டாள்?

மனைவி மங்களம் கெட்டிக்காரிதான். புதிய ஊர்களில், புதிய பாஷைகளையெல்லாம் கற்றுக்கொண்டு சமாளிக்கத் தெரிந்தவள்தான். குழந்தைகளையும், அவளே பொறுப்பாக வளர்த்திருக்கிறாள். ஆனாலும், அவளது குள்ள உருவமும் குட்டை குட்டையான விரல்களும் வறண்ட தோலும் திருமணமான நாள் முதலே செல்லப்பாவை அரித்துக் கொண்டிருக்கும் குறைகள். கிராமத்துக்கு வரும் செல்லப்பாவிற்கு, அம்மாவின் தூரத்து உறவினர்களாக அறிமுகமாகிறார்கள் சிவசாமியும் பட்டுவும். சிவசாமிக்கு எந்த வேலையும் நிலைக்கவில்லை. வறுமை சூழ்ந்த வாழ்க்கை. செல்லப்பா குடும்பத்தினருடன், ஜம்முவுக்குப் புறப்படுகிறார்கள் தம்பதிகள். செல்லப்பா, அங்கே நிறையப் பேருக்கு வேலை வாங்கித் தந்திருக்கிறார். டெல்லியில், சிவசாமிக்கும் நல்ல வேலை கிடைக்கிறது. நம்ப முடியாத சம்பளம். ஜம்முவிலிருந்து அம்பாலாவுக்கு மாற்றலாகிப் போகும் செல்லப்பா, வேலை நிமித்தம் டெல்லி வரும் போதெல்லாம், தம்பதிகள் அவரை ஸ்டேஷனில் வரவேற்று, ஹோட்டல் ரூம் வரை பின்தொடர்ந்து மரியாதைகள் செய்வது வழக்கம். அதேபோல் வழியனுப்பவும் செய்கிறார்கள். பட்டுவை முதன்முதலாகச் சந்தித்தபோதே, அவளது

உயரமும் மிக நீண்ட விரல்களும் செல்லப்பாவின் கவனத்தைக் கவர்கின்றன. சிவசாமி ஊரிலில்லாதபோது ஸ்டேஷனுக்கும், பிறகு ஹோட்டலுக்கும் தனியாக வருகிறாள் பட்டு. அவளிடம் தன் எண்ணத்தைத் தெரிவிக்கச் செல்லப்பா தடுமாறிக் கொண்டிருந்தபோது, பட்டுவே முந்திக் கொள்கிறாள். அவர் மீதான பிரேமையைத் தெரிவிக்கிறாள். அதற்கான காரணம், தங்களுக்கு வேலை வாங்கிக் கொடுத்ததோ, செல்லப்பாவுக்கும் மங்களத்துக்குமுள்ள ஸ்ருதி பேதமோ இல்லை என்கிறாள். கணவனுக்கு வேலை வாங்கித் தந்தவர் என்ற நன்றியுணர்ச்சியையும் மீறிச் செல்லப்பாவின் அன்பு ததும்பும் பார்வையும், சுய பெருமைகள் பேசாத அவர் பண்பும் அவளை ஈர்த்துவிடுகின்றன. ஆக, இருவருக்கும் ஏதோ ஒரு காரணம். முதலில் பரஸ்பரம் வெளிப்படுத்தியதே போதும் என்றிருக்கிறது. அவ்வப்போது பார்த்துக்கொண்டாலே போதும் எனப் பேசுகிறார்கள். ஆனால், ஒரு வெறும் பேச்சோடு நிற்கக்கூடிய ஈர்ப்பில்லை அது. செல்லப்பா விடுமுறை எடுத்துக்கொண்டு அம்பாலாவிலிருந்து டெல்லி சென்று வந்தது, மங்களத்துக்குத் தெரிந்துவிடுகிறது. செல்லப்பாவை மங்களம் எதுவும் கேட்கவில்லை. சாதாரணமாகப் பேச்சுவாக்கில் கேட்பதுபோல், பட்டுவிடமே கேட்டுவிடுகிறாள். பின்னர் பட்டுவாலும் உண்மையை மறைக்க முடியவில்லை. அழுது குமுறவில்லை மங்களம். சண்டை போட்டும் பெரிதுபடுத்தவில்லை. சாமர்த்தியமாக, இதைக் கையாள்கிறாள். சாமியாரான அம்பாகடாட்சத்தின் உதவியை நாடுகிறாள். குடும்பத்தோடு கிராமத்துக்குப் போய்ச் சாமியார் சொற்படி பிள்ளைகள் முன் ஒப்புதல் வாக்குமூலம் தந்து மனைவியைச் சமாதானம் செய்வதைத் தவிரச் செல்லப்பாவுக்கு வேறு வழியில்லை.

செல்லப்பாவைப் பொறுத்தவரையில், இப்படி ஓர் அனுபவத்துக்கே, அவர் ஏங்கியிருக்க வேண்டும்! ஆழ்மனதின் நிராசையும் அவரை உந்தியிருக்க வேண்டும். பட்டுவுடனான அனுபவத்தின் பரவசத்தில் திளைத்த அவர் மனம், இது தெய்வம் கொடுத்த வரம் என்பதாகவே எண்ணுகிறது. பட்டுவும் ஒரு சராசரிப் பெண்ணில்லை. சின்ன வயதில் பள்ளித் தோழியின் அண்ணனாக அவளுக்குச் சிவசாமியைத் தெரியும். சப்–மாஜிஸ்திரேட்டின் பிள்ளையான அவனைத் துரதிஷ்டம் துரத்துகிறது. அம்மாவையும் பிறகு தங்கையையும் இழக்கிறான். அப்போது சிறுமி பட்டு, அவனுக்குத் துணையாக, எப்போதும் தான் இருக்கவேண்டும் என்று கருணையினால் முடிவு செய்கிறாள். தந்தையையும் இழந்துவிட்டு ஒற்றை ஆளாக நிற்கும் அவனுக்குப் படிப்பையும் தொடர முடியவில்லை. எவர் தடுத்தும் கேளாமல், உறுதியாக நின்று அவனைக் கல்யாணம் செய்துகொள்கிறாள் பட்டு. ஒரு வேலையிலும் நிலைக்காதவனுடன், ஒண்டுக் குடித்தனத்தில் அரைவயிற்றுக் கஞ்சியைப் பகிர்ந்துகொள்ளும் ஒரு வாழ்வே அவளுடையது! ஆனாலும்கூட, அவள் முகத்தில் கடுகடுப்போ சிடுசிடுப்போ எட்டிப் பார்க்கவில்லை. மெல்லிய சிரிப்புடன், தான் தேர்வு செய்த வாழ்வை வாழ்பவளின் மீது, சிவசாமிக்கும் அன்பு அதிகம். அன்பைவிட மரியாதையும் அதிகம். கடைசிவரை சிவசாமிக்கு, இவ்விஷயம் தெரிந்ததாகவே தெரியவில்லை. தெரிந்தாலும்கூடத் தன் மனைவியின் மீதிருக்கும் மரியாதை காரணமாகச் சிவசாமி பெரிதுபடுத்தாமலே போகக்கூடும். தனக்கு வேலை போகும் போதெல்லாம்கூடச் சிவசாமி யாரையும் நொந்துகொண்டதில்லையே.

சிவசாமியை நினைத்துப் பட்டுவுக்கோ, மங்களத்தை நினைத்துச் செல்லப்பாவுக்கோ அச்சம் கலந்த குற்றவுணர்ச்சி ஏற்படாமலில்லை. ஆனாலும், அவர்களின் சபலம் அவர்களை வென்றுவிடுகிறது. அது வெறும் சபலம் இல்லை ஓர் ஆழமான பந்தம் என்கிறார் செல்லப்பா. பந்தம் வேறு, சபலம் வேறு என்பது கிடையாது. இரண்டும் ஒன்றே என்கிறார் அம்பாகடாட்சம். அம்பாளின் சௌந்தர்யத்தை – கருணைக் கடாட்சத்தை, நிலவின் ஒளியிலும் மரத்தின் அசைவிலும் பார்க்கத் தெரிந்த அம்பாகடாட்சம், பட்டுவுடனான செல்லப்பாவின் உறவிலும் அம்பாள் அருளையே பார்க்கிறார். ஆனாலும், "இன்னாருக்கு இன்னார்தான். அந்த டிக்ஷனரியை மாத்த முடியாது" என்னும் அம்பாகடாட்சத்தின் இறுதி வார்த்தைகள், தி.ஜா.வின் ஒப்புதல் வாக்குமூலம் போலவே தொனிக்கிறது. பாலியல் சுதந்திரத்தை ஆதரித்து நிறைய எழுதிய பெர்ட்ரண்ட் ரஸ்ஸல், தன் சொந்த வாழ்க்கை அனுபவங்களுக்குப் பின், தான் அப்படி எழுதியது சரி இல்லை என்பதாக ஒப்புக்கொண்டிருக்கிறார். அத்தகைய ஒப்புதலுடன், தி.ஜா.வும் தம் வாழ்நாளின் இறுதியில் எழுதிய இக்கதையில், முதன்முறையாக டிக்ஷனரியை மாற்றமுடியாது என்று எழுதியதையும் ஒப்புநோக்கத் தோன்றுகிறது.

பட்டுவைப் போன்ற சிறந்த பெண்களுக்கு, இது இல்லை அடையாளம். அவளின் ஆளுமையில், எத்தனையோ பல உன்னதங்கள். ஆனால், இந்தச் சமூகமோ குரூரமானது! அதனின் பல் சக்கரங்களில் மாட்டிக்கொண்டால், இதையே அது அவளின் அடையாளமாக்கிவிடும் அபாயமும் இருக்கிறது. அது இங்கே பெண்களுக்கே விதிக்கப்பட்டிருக்கும் குரூரத் தண்டனை. ஆகவேதான் ஜெயகாந்தன், இச்சமூகத்தைத் தட்டிக் கேட்கிறார். ஒருமுறை ஏதோ ஒரு சந்தர்ப்பத்தில் சபலம் நேர்ந்ததற்கு ஆயுள் முழுக்க அவர்களைச் சிலுவை சுமக்க வைக்காதீர்கள் என்கிறார். இதையேதான் சூடாமணியும், தனக்கே உரிய ஒரு மென்குரலில், மனிதர்கள் கடந்துவிடக்கூடிய ஒன்றைப் பெரிதுபடுத்தாதீர்கள் என்கிறார். மனித வாழ்வில் நாம் சிக்கலாக ஆக்கிக் கொண்டுவிட்ட ஒரு நுட்பமான விஷயம் பாலியல். அது உளவியல் சூட்சமங்களைத் தன்னுள்ளடக்கியது. அதற்கு இதுவரை, இதுதான் ஒரு சிறந்தவழி என்று வழிகாட்டவோ, தீர்ப்புச் சொல்லவோ எவராலும் முடியவில்லை. தி.ஜா.வும், இந்த விஷயத்தை, அது உள்ளபடியே உணர்ந்து, மிக நேர்மையாகப் பதிவு செய்திருப்பதாகவே தோன்றுகிறது. எத்தீர்ப்பும் சொல்ல முயற்சி செய்யாததே, தி.ஜா. எழுத்தின் நேர்மை.

✣

28

அடி: முடிவின்மையின் உறவும் பிரிவின் முடிவும்

மு. சுதந்திரமுத்து

1

வாழ்க்கை ரசனையே தி.ஜா. படைப்புகளின் மூலம். அவர் மனமும் மொழியும், தஞ்சை மண்ணில் ஆழ்ந்தவை. அந்த மண்ணிலும் இயற்கையிலும் மனிதர்களிலும் அங்குள்ள யதார்த்த வாழ்வின் குறை நிறைகளிலும் உள்ள அப்பட்டத்தைக் கவித்துவமாகச் சொன்னவர் தி.ஜா. இந்தக் கவித்துவத்தோடு, அங்குள்ள இயல்பான மொழியையும் அவர் எழுத்தாக்குகிறார்.

தி.ஜா.வின் நாவல்கள் துணிச்சலான கருக்களைக் கொண்டவை. குடும்ப உறவு கற்பித்திருக்கும் கட்டுப்பாடுகளை மீறிக்கொண்டு, மனித மனத்தில் எழும் காம எழுச்சியையும் மோதல்களையும் அவர் சித்திரிக்கிறார். பொருத்தமற்ற மண உறவு, ஒத்த மனத்தை அடையாளம் காணல், அழகுக் கவர்ச்சி என்னும் இழைகள் உருவாக்கும் காம எழுச்சியை இவர் படைப்புகள் உணர்வின் ஈரத்துடன் மெல்ல மெல்ல விரித்து வளர்த்துச் செல்கின்றன.

ஆண் பெண் உறவில் சமநிலை என்பது, உடல்ரீதியாகவும் மனரீதியாகவும் இல்லை. திருமணத்தின்வழி உடலுறவு சாத்தியமாகலாம்; ஆனால் மன உறவு சாத்தியமாவதில்லை. உடல் – மன நிலைகளில் சமநிலை இல்லாமலேயே பலரும் வாழ்வு நடத்துகிறார்கள். தொடர்ந்து முயல்கிறார்கள். சிலர் சமநிலை காணக் கட்டுகளை மீறுகிறார்கள். இதைப் பேசுபவையே தி.ஜா.வின் படைப்புகள். இப்படிப் படைக்கப் பட்ட மோகமுள், மலர் மஞ்சம், அம்மா வந்தாள், செம்பருத்தி ஆகிய நாவல்களின் வரிசையிலேயே ‘அடி’யும் எழுதப்பட்டுள்ளது.

நாவலில் வாசக ஈர்ப்புப் புதிர்த்தன்மை வேண்டும்; கவர்ச்சியான உரையாடல்கள் வேண்டும்; உள்ளம் நெகிழ்விக்கும் வருணனைகள் வேண்டும்; குறிப்பாக உருவ வருணனைகள் வேண்டும்; சூழலை அப்படியே உருவாக்கிக் காட்டவேண்டும். இதையெல்லாம் தி.ஜா. தவறாது மேற்கொள்கிறார். மேலும், குறிப்பாகப் படைப்பாளி ஒதுங்கியிருந்து பாத்திரங்களைப் பேசவைக்கவேண்டும்; இயங்கவைக்க வேண்டும். இந்தத் தன்மை தி.ஜா.விடம் மிக அழுத்தமாக உள்ளது. 'அடி' நாவலிலும் இந்தக் கூறுகளைக் காண்கிறோம்.

2

ஐம்பது வயதான செல்லப்பா, ஜம்முவில் ராணுவத்தில் உயர் அலுவலர். சமையற்காரியாக வேலை பார்த்த தையும்மாள், தன் மகன் செல்லப்பா அனுப்பிய பணத்தையும் கொண்டு புது வீடு கட்டியிருக்கிறாள். தான் வேலை பார்த்த மாயவரம் மொந்தனூர் ஐயர் வீடு போலவும், தாழங்குடிப் பண்ணைகள் வீட்டிற்கு இணையாகவும் அமைச்சலாக வீட்டைக் கட்டினாள். புதுவீட்டில் தங்கிப் பார்க்க, செல்லப்பா மனைவி மங்களத்தோடும் பிள்ளைகளோடும் வருகிறார். வீட்டைப் பார்த்து, அம்மாவின் உழைப்பும் அக்கறையும், அவர் நினைவுக்கு வருகின்றன. இப்படிப் பார்த்துப் பார்த்து வீடு கட்டிய அம்மா, தனக்கேற்ற அழகான பெண்ணைத் திருமணம் செய்து வைக்கவில்லையே என்றும் நினைத்துப் பார்க்கிறார். தையும்மாள், தன் கண்புரை அறுவைசிகிச்சையின்போது உதவிய பட்டுவையும் சிவசாமியையும் பற்றி மகனிடம் பெருமையாகக் கூறுகிறாள். தையும்மாளைப் பார்க்க வருகிறாள் பட்டு. அவளுடைய உயரமான ஒல்லியான தோற்றம் செல்லப்பாவின் மனத்தில் பதிகிறது. பட்டுவின் கணவன் சிவசாமிக்குச் செல்லப்பா வேலை வாங்கித்தர ஏற்பாடாகிறது. பலருக்கு வேலை வாங்கித் தந்துதவும் மனம் கொண்ட செல்லப்பா, சிவசாமிக்கும் வேலை வாங்கித் தருகிறார். ஜம்முவில் வேலை செய்த சிவசாமி டெல்லிக்கு மாறுகிறான். வேலையாக அடிக்கடி வரும் செல்லப்பாவைப் பட்டுவும் சிவசாமியும் வரவேற்று உபசரித்து வழியனுப்புவார்கள். பட்டுவின் அழகில் மெருகேறியிருக்கிறது. மங்களத்தின் அழகற்ற உருவத்தால் நிறைவற்றிருந்த செல்லப்பா, பட்டுவால் ஈர்க்கப்படுகிறார். அவரின் உதவும் பண்பாலும் தன்னிடம் காட்டும் அன்பாலும் பட்டுவும் ஈர்க்கப்படுகிறாள். இந்த ஈர்ப்பு, பின் பாலுறவாக மாறுகிறது. இதையறிந்த மங்களம், தன்குடும்பத்துக் குருவான அம்பாகடாட்சத்தின் மூலம், ஊரில் அவர்களின் வீட்டில் செல்லப்பாவை உண்மையை ஒப்புக்கொள்ளச் செய்கிறாள். பட்டு – செல்லப்பா உறவு முறிக்கப்படுகிறது. ஊரில் தொடங்கிய நாவல், ஊரிலேயே முடிகிறது!

3

செல்லப்பாவுக்கும் பட்டுவுக்குமான பிறழ் உறவுதான், கதையின் மையம். செல்லப்பாவின் மனைவி மிகவும் குள்ளம். 'பருப்புத் தேங்கா மாதிரி குள்ளமா குடுக்கையா ஒண்ணைக் கல்யாணம் பண்ணி வச்சிட்டதாக' அம்மா மீது குறைப்படுகிறார் செல்லப்பா. அவருக்கு இயல்பாகத் தான் பார்ப்பவரின் உருவத்தை அலசிப் பார்த்து வகைப்படுத்தும் தன்மையிருந்தது.

பட்டுவைப் பார்க்கும் முன்னரே, தன் அம்மா மூலம், அவளைப் பற்றிக் கேள்விப்பட்டிருக்கிறார். 'நிகுநிகுன்னு சுடராட்டமா நின்னுது. அது நிறமும் களையும் உடம்பும் தோரணையும்' எனப் பட்டுவைத் தையும்மாள் வருணிக்கிறாள். கணவன் சிவசாமியை அதிர்ஷ்டக்காரன் என்று செல்லப்பா நினைத்துக்கொள்கிறார். சிவசாமிகூடத் தான் அவளுக்குப் பொருத்தமற்றவன் என்றே நினைத்துக்கொள்கிறான். பட்டுவிடம், 'யாரோடாவது ஓடிப் போயேன்' என ஒருமுறை சொல்லியிருக்கிறான். ஜம்மு போன பிறகு, பட்டுவின் உடம்பில் அழகேறிப் பார்க்கப் பளிச்சென்றிருக்கிறாள் அவள். செல்லப்பா அதை உணர்கிறார். 'சிவசாமி அப்படியேதான் இருக்கிறான்; பட்டுவைப் பார்த்தால் வைத்த கண் எடுக்க முடியாத ஒரு கவர்ச்சி; கழுத்து, பிடரி, கையில் எல்லாம் ஒரு பளபளப்பு. சிரிக்கிற கண்களில் ஒரு உற்சாகம்' என்றும் நினைக்கிறார்.

4

பொதுவாகவே தி.ஜா., தம் நாவல்களில் பிறழ்வுக்குட்படுகிற பெண்களை அளவுக்கு மீறியே வருணிப்பார்; வசீகரமும் ஆளுமையும் மிக்கவர்களாகக் காட்டுவார். ஆணின் இச்சை சார்ந்த விவரிப்பாகவே, அந்த வருணிப்பிருக்கும். இம்மாதிரி எழுத்துகளுக்குப் பெரும் வரவேற்புண்டு. பிறழ்வுக்குக் காரணம் பெண்களின் அழகுதான் என்பதுபோல, அவரின் வருணிப்புகள் உள்ளன. அவரின் நாவல்களில் வரும் யமுனா, புவனா, அலங்காரத்தம்மாள், பாலி இவர்களின் உடலழகைப் பாத்திரங்களின் கண்கள் வழியாகவே தி.ஜா. வருணித்துக் காட்டுவார்.

ஒருகட்டத்தில் பட்டுவும் செல்லப்பாவும், தங்களின் மனத்திலிருக்கும் ஒத்த ஈடுபாட்டை, ஒருவருக்கொருவர் வெளிப்படுத்துகிறார்கள். செல்லப்பா அம்பாலாவுக்கு மாற்றலான பிறகு, டெல்லிக்கு வருவது குறைந்துவிட்டது. இதைப் பற்றி அவள் கேட்டவுடன், செல்லப்பாவுக்குக் குறுகுறுக்கிறது; நாக்குக் குழறுகிறது. பட்டு, அவர் டெல்லி வந்துவிட்டுப் போனபின், தனக்கு வெறிச்சென்று ஆகிவிடுவதாகக் கூறுகிறாள். செல்லப்பா, தான் சொல்ல வேண்டியதை அவள் சொல்வதாக நினைக்கிறார். ஒரு வருடமாகத் தான் இதைச் சொல்லத் தவிப்பதாகச் சொல்கிறார். எல்லோருக்கும் உதவும் பண்பும் அவரிடமிருந்து கசியும் அன்பும் தன்னை ஈர்ப்பதாகப் பட்டுவும் சொல்கிறாள். இவையெல்லாம், இந்த வயது வரையில், செல்லப்பாவுக்கு எந்தப் பெண்ணிடமும் கேட்காத சொற்கள்; எட்டாத உணர்வு; இதுவரை மனத்தில் படாத நுட்பங்கள். அவள் விரல்களைப் பற்றுகிறார். ரயிலில் திரும்பும்போது பட்டுவின் நினைவாகவே இருக்கிறார். தன் மனைவியோடு ஈடுபாடில்லாமல் குடித்தனம் நடத்தியதும், குழந்தைகள் பெற்றதுமான சூனியம் இப்போது மறைந்துவிட்டதாக அவருக்குத் தோன்றுகிறது. ஒரு பேருணர்வுக்குத் தகுதியான ஆத்மாவாகத் தானாகிவிட்டதாக அவர் உணர்கிறார்.

'ஒவ்வொரு விநாடியும் அவர் நினைவாக இருப்பதாகவும், அவரைப் பார்த்துக் கொண்டிருந்தாலே போதும்' என்றும் கடிதம் எழுதுகிறாள் பட்டு. செல்லப்பாவை இது தூண்டுகிறது. அவர் டெல்லிக்குப் போகிறார். அவரைப் பார்க்கத் தங்கியிருந்த அறைக்குப் பட்டு வருகிறாள். இருவரும் வேண்டி

மனது ஒப்ப, உணர்வு ஒப்ப உடலுறவு நேர்கிறது. பட்டு எதிர்பார்க்காமலேயே இது நடந்துவிடுகிறது. அந்தக் கணம் அப்படி. செல்லப்பா, "நான் இப்படி ஒரு உலகத்தைப் பார்த்ததில்லே – இந்த ஒரு மணியில் பார்த்த உலகத்தை. முழுக்க முழுக்க இது எனக்கு ஒரு புது அனுபவம். எனக்கு இரண்டு குழந்தைகள் இருக்கு. ஆனா இந்த மாதிரி உலகத்திலே பிறந்ததில்லே அதுகள். இப்பத்தான் புரிஞ்சுது" என்கிறார். பட்டுவும், அந்தக் கணத்தில், தான் நினைப்பதுதான் அவர் வாயிலே வார்த்தைகளாக வருவதாகச் சொல்கிறாள். இந்த உறவு தொடர்கிறது. பட்டு இது தொடரும் என்று எதிர்பார்க்கவில்லை. வெறும் மன உறவே போதும் என்று கூறுகிறாள். இதற்குப் பின்பும் செல்லப்பா அதைத் தொடர்கிறார். இந்த உறவைத் தெரிந்துகொள்ளும் மங்களம், பட்டுவிடம் மறைமுகமாக இதைக் கேட்டு ஒப்புக்கொள்ள வைக்கிறாள். "ஆளை அடிக்கிறாப்பல மாறிட்டாளேன்னு நினைச்சேன் உன்னைப் பார்த்து, அப்படியே ஆயிட்டது" என்கிறாள் மங்களம். பட்டு, "போறும் போறும். இனிமே நான் அடிக்கமாட்டேன். இனிமே நான்தான் அடியைப் பட்டுண்டிருக்கப் போறேன்" என்று, தன் முடிவைக் கூறுகிறாள்.

செல்லப்பாவிடம் எதையும் சொல்லாமல் மங்களம், குரு அம்பாகடாட்சம் தங்கள் வீட்டிலிருப்பதாகக் கூறி, அவரை ஊருக்கு அழைத்துச் செல்கிறாள். அம்பாகடாட்சம் என்னும் சிவபாதத்திற்குப் பட்டு – செல்லப்பா உறவு பற்றிக் கடிதம் எழுதிவிட்டாள் மங்களம். அவர் வந்து செல்லப்பாவிற்கு அறிவுரை சொல்லவும், குடும்பத்தாரின் முன்னிலையில் உறுதியளிக்கவும் அக்கடிதம் மூலம் வேண்டியிருக்கிறாள். ஊரில் அம்பாகடாட்சம், மங்களம் எழுதியவற்றைச் செல்லப்பாவிடம் காண்பிக்கும்போது, செல்லப்பா அதிர்ச்சியடைகிறார். அதில் மங்களம் பட்டுவிடம் செல்லப்பாவிற்குச் சபலம் என்று எழுதியிருந்தாள். அதைப் படித்துப் பார்க்கும் செல்லப்பா, "நேர்ந்தது சபலம் இல்லை. ரொம்ப ஆழமான பந்தம்" என்கிறார். 'பந்தமும் சபலமும் ஒன்றுதான்' என்கிறார் சிவபாதம். அது அவன் (சிவசாமி) குடும்பம்; இது உன் குடும்பம் என்று பேசி உண்மையைக் கூறவும் வலியுறுத்துகிறார். செல்லப்பாவும், குடும்பத்தாரின் முன்னிலையில் தன் தொடர்பை ஒப்புக்கொள்கிறார்.

சிவபாதம், இந்த உறவைப் புரிந்துகொண்டிருக்கிறார். ஆனால், நம் குடும்ப அமைப்பைக் கீற முடியாது; சமூகம் எல்லாவற்றையும் வரையறுத்திருக்கிறது. இந்தக் கட்டை மீற முடியாது என்பதையே சிவபாதம், 'டிக்ஷனரியை விடமுடியாது' என்பதன்வழியே உணர்த்துகிறார்; பட்டுவின் அழகு அம்மனோட அழகு என்றும் குறிப்பிடுகிறார். மங்களம் செய்தது பாதகம் என்பதால்தான், அவள் முதுகிலும் மண்டையிலும் அடிக்கிறார். வேறு வழியில்லாமல், இச்சமூகத்தின் கட்டுப்பாடுகளை ஏற்றுக்கொண்டு, அதற்குத் தான் துணையானதற்காகத் தன் மனைவியை அறையச் சொல்லித் தானும் 'அடி' வாங்கிக்கொள்கிறார். 'குடும்ப அமைப்பை' நிலைநிறுத்துதல் என்பதில், தி.ஜா. நாவலை முடிக்கின்றார்; இதுதான் யதார்த்தம் எனவும் உணர்த்துகிறார். அந்த முடிவிற்கு, ஆன்மீகத்தைத் துணையாக்கிக் கொள்கிறார்.

5

மணமான பெண்ணோ ஆணோ, வேறு ஒருவருடன் உறவுகொள்ள நேர்ந்தாலும், குடும்பம் என்ற இந்த வேலியை விட்டு வெளியே வராது உள்ளேயே இருக்கவேண்டும்; தங்களை அடக்கிக்கொள்ளவேண்டும் என்ற கருத்தியலைத் தி.ஜா. கதைகளாக்குகிறார். அப்படி உறவுகொண்ட பல பெண்களின் ஆற்றாமையை, இரக்க நோக்கத்தோடு படைக்கிறார். இதனாலேயே இத்தகைய ஆண் பெண் வாசகர்கள், இவரது படைப்புகளால் ஈர்க்கப்படுகிறார்கள். யதார்த்த வாழ்வில் பெண்கள், இத்தகைய தங்கள் மனவுணர்வை வெளிப்படுத்த இயலாத சூழ்நிலையில், புனைவு வாழ்வில் தி.ஜா. அதை வெளிப்படுத்திக் காட்டித் தம் வாசகர்களை ஒன்றவைத்து ஒரு வாசக நிறைவை உருவாக்குகிறார். கலாச்சாரமீறலைக் கவித்துவமாகச் சொல்வதன் மூலம், அவர்களின் நினைவுகளையும் செயல்களையும் நியாயப்படுத்துகிறார். இத்தகைய மீறலை விரும்பாதவரை ஈர்க்கும் வகையில், குடும்ப அமைப்பிற்குள் மீறியவர்களையும் அடக்கிக் காட்டி, அவர்களின் ஆதரவையும் பெற்றுவிடுகிறார்.

கு.ப.ரா., பெண்கள் மனத்தளவில் மீறுவதைச் சொல்லியிருக்கத் தி.ஜா. உடல்ரீதியான மீறல்களைச் சொல்கிறார். குடும்ப அமைப்பை மீறுதலைச் சமூகம் எதிர்ப்பதாகக் காட்டி, அம்மீறல்களை உள்ளடக்கியும் காட்டுகிறார். இவ்வாறு பெரும்பான்மை மக்களின் உளவியலைச் சார்ந்த ஒரு வாசகக் கவர்ச்சியையே தி.ஜா. நோக்கமாகக் கொள்கிறார். இதன் இன்னொரு கூறே, கதைகளில் மீறலில் ஈடுபடும் பெண்களை அதீதமாக வருணித்தல். கதைப் பாத்திரங்களின் உணர்ச்சி நிலையையே நடையாக்கிக் கொள்வதையும், எதையும் பாத்திரநோக்கில் வெளிப்படுத்தும் சாமர்த்தியத்தையும், வட்டார இனமொழியைத் திறம்படக் கையாளும் திறனையும், மனித இயல்பின் புரியாத்தன்மையைச் சொல்லாது சொல்லும் நுட்பத்தையும் இலக்கிய மேன்மைகளாகக் கொண்டிருந்தவர் தி.ஜா. ஆனால், இவற்றைத் தி.ஜா., வாசகக் கவர்ச்சியை உருவாக்கவே பயன்படுத்துகிறார். இப்படித் தி.ஜா. படைப்பதுபோல உடலளவுக்குச் சென்றுவிட்டுப் பின் உறவை முறித்துக் குடும்பக் கட்டமைப்பைக் காப்பதைவிடக் கு.ப.ரா. மனத்தளவில் பிறழும் உறவைக் கொண்டு குடும்ப அமைப்பை மீறலாம் என்று கூறுவது இலக்கியத்தரம் மிக்கது.

6

மனத்தளவில் உறவு என்பது, எல்லையற்ற முடிவற்ற ஓர் உறவைச் சாத்தியமாக்குகிறது. உடலை அடைந்தபின், உறவில் சலிப்பும் சிடுக்கும் ஏற்பட்டு, ஓர் எல்லைக்குள் அது முடங்கிவிடுகிறது. காதலின் எல்லையின்மையும் பிடித்த உறவின் நீட்சியும் மூச்சிருக்கும்வரை நிரந்தர மாகக் காயப்படாமலிருக்கும். எண்ணங்களாலேயே ஒரு நிறைவான வாழ்விருக்கும். ‘அடி’ நாவலில் வரும் பட்டுவும், இதைத்தான் எதிர்பார்க்கிறாள். ஆனால், செல்லப்பாவின் முன்னெடுப்புகளால், அது

உடலுறவாகி விடுகிறது. பட்டு, ‘இது நேரும்னு நான் எதிர்பார்க்கவே இல்லை’ என்கிறாள். அது வழக்கமாவதை எண்ணிப் பதறுகிறாள். “இது வழக்கமாய்ப் போயிடும் போலிருக்கு. ஒருத்தருக்கொருத்தர் பிடிக்க முடியாம ஓடிண்டிருக்கிறதுதான் நிஜமா செய்யவேண்டிய காரியம். அதிலேயே களைச்சு ஒரு நாளைக்கு உசிரு போயிடணும்” என்கிறாள் பட்டு. பட்டு, சிவசாமியை மணந்துகொண்டது இரக்கத்தில்தான் என்றாலும், அவனுடன் மகிழ்ச்சியாகவே இல்லறம் நடத்தியவள் அவள். செல்லப்பா தன் மனைவியை வெறுத்ததுபோலப் பட்டு தன் கணவனை வெறுக்கவில்லை. பட்டுவின் எண்ணம்தான் தி.ஜா.வின் அடிமன எண்ணம்.

இந்த நாவலின் மூன்றாவது அத்தியாயத்தில், எல்லாவற்றுக்கும் அடிமூலமான ஒரு பேருணர்வுக்கு ஆளான செல்லப்பா, அம்பாலா திரும்புமிடத்தில் தி.ஜா., ‘இனி?’ என்று போட்டிருப்பார். அங்கேயே இந்நாவலை நிறுத்தியிருக்கலாம். ஆனால், வாசகக் கவர்ச்சிக்காக உடலுறவில் நிறுத்தி, மீண்டும், ‘குடும்ப வரையறைக்குள்’ கொண்டுவருகிறார். அதற்கு ஆன்மீகத்தையும் பயன்படுத்துகிறார். மலர்மஞ்சத்திலும்கூட ஆன்மீகம், தி.ஜா.வின் தப்பித்தலுக்கு உதவுகிறது. ‘அடி’ நாவலில் வருகிற அம்பாகடாட்சத்திற்கு, இந்த உறவு உடன்பாடுதான் என்றாலும், குடும்பக் கட்டமைப்பை எண்ணியே அவர் தடுக்கிறார். அதனால்தான் அவர், மங்களத்தை அடிப்பதோடு தானும் அடி வாங்கிக்கொள்கிறார்; டிக்ஷனரியை மீற முடியாது என்று உலகச் சம்பிரதாயத்தைக் காட்டுகிறார். இதுதான் தி.ஜா.வின் வாசகக் கவர்ச்சி மனம். டிக்ஷனரியைத் தூக்கிப் பிடிப்பது தி.ஜா. தான். பாலியல் இச்சையில் குறுக முடியும் தளத்தை முன்வைக்காமல், பட்டு விரும்புகிற மனக் காதலின் முடிவற்ற தளத்தை முன்வைத்திருக்கலாம். அப்போது முடிவற்ற உறவின் இன்பமும் நிலைத்திருந்திருக்கும்.

> Heard melodies are sweet, but those unheard
> Are sweeter; therefore ye soft pipes, play one;
> Not to the sensual ear, but, more endear'd
> Pipe to the spirit ditties of no tone:
>
> **- John Keats**

29

தி.ஜா.வின் முடிவற்ற வேட்கைத் தேடல் [நளபாகம்] – ஒரு பார்வை

வி. காதம்பரி

இலக்கியச் சிந்தனையின் பரிசைப் பெற்ற அமரர் தி.ஜானகிராமனின் கடைசி நாவலான 'நளபாகம், அவரது தேடலுக்கு முற்றுப்புள்ளி வைத்தும் வைக்காமலும் கடந்து செல்வதைப் பதிவு செய்வது, இந்தக் கட்டுரையின் நோக்கமாகும். முப்பதுகளின் பின்பகுதியிலிருந்து எழுத ஆரம்பித்த தி.ஜா.வின் பங்களிப்பு, தமிழ் இலக்கிய உலகில் ஒரு மறுக்க முடியாத தாக்கத்தை ஏற்படுத்தியுள்ளது கண்கூடு. 'மீறல்'களைத் தன்னிச்சையாக எவ்விதப் பாசாங்கும் படாடோபமுமின்றி எழுதிச் சென்ற அவரது பேனா, பல நூறு பேர் வாழ்வில் பதித்த தடங்கள் உண்மையின் மறுபக்கமாகும். 'மீறல்'களை மீறிச் சென்ற அவரின் ஆன்ம விசாரணைகள், ஆடம்பரமற்ற நீர்ஒழுக்குப்போல் நுண்ணறிவுமிக்க வாசகனைச் சென்றடைந்ததும் உண்மை. தி.ஜா. என்னும் தனிமனிதனின் இலக்கியப் பங்களிப்பு, தேடல் மற்றும் நிறைவை நோக்கிய பயணம், முடிவை எட்டுமுன் முடிவுற்றது எதிர்பாராததும் அதிர்ச்சியானதும்கூட.

'நளபாகம்' நாவல் ரங்கமணியின் விசித்திர மீறலையும், காமேச்வரனின் மன உறுதியையும் பிணைத்து ஊடுபாவாக நெய்யப்பட்ட ஓர் அற்புதப் படைப்பு. நர்மதையின் வர்ணனைக்கெட்டாப் பிரவாகத்தை 'யாத்ரா ஸ்பெஷல்' ரயிலின் ஜன்னல்களினூடே தரிசிக்க வைக்கும் நாயுடுவின் மூலமாக 'நல்லூரம்மா' எனப்படும் ரங்கமணி, முதலாளி என அழைக்கப்படும் ஜோசியர் முத்துசாமி, மற்றும் காமேச்வரன், நாவலின் முதல் பதினைந்து வரியிலேயே அறிமுகப்படுத்தப்பட்டு விடுகிறார்கள். பெயரிலேயே காமத்தை (காமம் வென்றதால்) வைத்திருக்கும் காமேச்வரன், ஒரு தேர்ந்த சமையல் கலைஞர் என்பது, ஐம்பதாம் வரியில் வருகிறது.

இந்த மூன்று பேரின் தேவை, ஆலோசனை மற்றும் திடசித்தமே கதையை நடத்திச் செல்லும் உத்திகளோடு கூடிய கருப்பொருளாகும்.

ரங்கமணி, ஒரு நடுத்தர வயது விதவை. இல்லறசுகங்களை நுகராதவள். வியாதியஸ்தன் விச்வேச்வரனை மணம் புரிந்து, வெகு சீக்கிரத்திலேயே அவனை இழந்தும் விட்டவள். 'ஸ்வீகாரமாய்' வந்த மகனுக்கும் ("நல்ல ஸம்ஸ்கிருதப் பேரு அது. ஸம்ஸ்கிருதத்திலே சொல்லிட்டா, ஈயம் தங்கமாயிடும். பாறாங்கல்லு பத்மராகமா ஆயிடும்"), மருமகளுக்கும் திருமணமாகி ஏழு வருடங்களாகியும் வாரிசில்லாத குறையை நீக்க வழிதேடும் பெண்மணி. அவள் நல்லூரில் வசிப்பதால், நல்லூரம்மா எனப்படுகிறாள். முத்துசாமி, ஜோதிட சிம்மம். பரம்பரைப் பணக்காரர். ஜோஸ்யத்தைத் தம் பொழுதுபோக்க எடுத்துக்கொண்டவர். காமேச்வரன் தாயை இழந்தவன்; இரண்டாம் தாரத்தின் வசப்பட்டிருந்த தந்தையால் வீட்டிலிருந்து துரத்தப்பட்டவன். வத்ஸன் என்னும் பிரம்மசாரியால் வளர்க்கப்பட்டவன். வத்ஸனுக்கு ஒரு பாடல் பெற்ற கிராமக் கோயிலின் மடைப்பள்ளியில் பரிசாரகர் வேலை. தான் பண்ணிக்கொண்டிருந்த தேவி உபாசனையைக் காமேச்வரனுக்கு உபதேசம் செய்துவைக்கிறார் வத்ஸன். "இந்தப் பிரபஞ்சத்திலே, சௌந்தர்யத்தின் உச்சம் லலிதைதான். அவள் சாயல்தான் மலையிலே, சமுத்திரத்திலே, மேகத்திலே, மழையிலே, மூணாம் பிறையிலே, அதைப் பார்த்து, அதையே பார்த்துக் கரைஞ்சு போகணும்" என்று உருவேற்றிய குரு அவர்.

தன் வளர்ப்பு மகன் துரை மற்றும் மருமகளான பங்கஜத்தின் ஜாதகங்களை முத்துசாமியிடம் காட்டிப் பலன் பார்க்கச் சொல்லும் ரங்கமணிக்கு, "இருக்கும்னும் இருக்கு. இருக்காதுன்னும் இருக்கு. அதுதான் குழப்பம். பிள்ளைக்குக் குழந்தை கிடையாது. மாட்டுப் பொண்ணுக்கு உண்டுன்னா, எனக்குப் பிரமையா இருக்கு" எனப் பதிலளிக்கிறார் முத்துசாமி. "நீங்க கிரகணம் பார்த்திருக்கேளோ ! சந்திர கிரகணம் ?" எனக் கேட்கிறார். ரங்கமணி தலையாட்டுகிறாள். "பூமியோட நிழல் அதுமேல விழும். அந்த மாதிரி ஒரு நிழல் உங்க பிள்ளை ஜாதகத்திலே விழுந்திருக்கு. விடற நிழலாத் தெரியலெ" என்கிறார். காமேச்வரனை, ஜபத்திலிருக்கும்போது பார்க்கும் முத்துசாமி, "காமேச்வரன் ரூம்ல எட்டிப் பார்த்தேன். தகதகன்னு அக்கினிமாதிரி உட்கார்ந்திருந்தான் மனுஷன். நிஷ்டையிலே, மூணுமணி நேரமா உட்கார்ந்திருக்கானாம். இன்னும் ஏந்திருக்கலெ, அனலைப் பிடிச்சு உட்கார்த்தி வச்சாப்பில இருக்கு" என்கிறார். ரங்கமணியும் மனைவியும் பின்வரக் காமேச்வரனைப் பார்க்கிறார் முத்துசாமி. "காமேச்வரன் வெறும் உடம்போடு உடகார்ந்திருந்தான். கழுத்தில் துளசி மணி மாலை. நெற்றியில் ஒன்றுமில்லை. உடலில் அசைவில்லை. கையிரண்டும் கோத்திருந்தது"– ரங்கமணி பார்த்துக்கொண்டே நின்றாள். "என் பிள்ளை மாதிரி இருக்கிறான் என்று மனதிற்குள் ஏதோ சொல்வது போலிருக்கிறது"; "இது என் பிள்ளையாய் இருந்தால்... என்று மீண்டும் சொல்வது போலிருந்தது. மருமகள் நினைவு வந்தது. பங்கஜாட்சி, சில சமயம் பூஜை அலமாரிக்கு முன் இப்படி விரைத்து உட்காருவதுண்டு"; "நீ என்னோட பிள்ளை, நீ என்னோட பிள்ளை" என ரங்கமணியின் இதயத்துக்குள் முணுமுணுத்துக் கொண்டிருந்தது". இக்குரல் எங்குச் சென்றாலும் தொடர்ந்துகொண்டிருந்தது.

பத்ரிகாசிரமத்தில் எல்லோரும் பகலில் ஓய்வெடுக்கும்போது, நடக்கப் புறப்படும் காமேச்வரனுடன் செல்லும் ரங்கமணி, அவனிடம் அது பற்றிச் சொல்லவும் செய்கிறாள்: "இது என் பிள்ளைன்னு நெனச்சுண்டேன். அப்பவே பிடிச்சு உங்களைப் பார்க்கிறபோது எல்லாம் அதேதான் ஓடிண்டிருக்கு மனசிலே"; "இருக்காதே"; "என்ன இருக்காதே!"; "ஆமா. பிள்ளைன்னா நீங்க போட்டுப் பேசுவேளா? பிள்ளையை 'நீ' 'நீ'ன்னா பேசுவா. நீன்னே சொல்லுங்களேன். எங்க வத்ஸன் ஒருஅம்மாவைக் கொண்டு கொடுத்திருக்கார்னு நெனைச்சுக்கறேன்"; "நிசம்மா?... அப்படி நினைச்சுப்பயா நீ?" என்று பரபரக்கிறாள் ரங்கமணி. "காமேச்வரா, நீ என்னோட வந்துடேன். எங்க வீட்டிலே வந்து இரேன்," என்கிறாள்.

காமேச்வரனும் யாத்திரை முடிந்து ஒரு மாதத்திற்குள் வந்து சேருவதாக வாக்களிக்கிறான். இருவரும் அவர்களிடையே எடுத்த முடிவு குறித்தோ, தம் பேச்சைக் குறித்தோ மற்றவரிடம் தெரிவிப்பதில்லை. யாத்திரை முடிந்து அவரவர் ஊர்களுக்குத் திரும்புகின்றனர். ரயிலிலிருந்து இறங்கும் முன் முத்துசாமி, ரங்கமணியைப் பார்த்து, "உங்கள் கவலையெல்லாம் அந்தப் பிரம்ம கபாலத்துப் பண்டா கையில கொடுத்துத் தாரைவார்த்துவிட்டேள் இல்லையா?" என்கிறார். அவரைப் பொறுத்தவரையில், ரங்கமணி பத்ரிகாசிரமத்தில் அநாதையாகவும், பிள்ளைப்பேறில்லாதும் இறந்த தெரிந்தவர்க்கும் தெரியாதவர்க்கும் வைத்த பிண்டங்களெல்லாம் அவள் பிரச்சனைக்கான பரிகாரங்களே. கும்பகோணத்து வாடகை வீட்டுக்குச் செல்லும் காமேச்வரன், அந்த வீட்டின் சொந்தக்காரியான ஒண்டிக்கட்டை விதவைப் பாட்டியிடம் சொல்லிவிட்டு, ஒரு மாத முடிவில் நல்லூருக்குக் கிளம்புகிறான். பாட்டிக்கும் அவனுக்குமான அந்தச் சம்பாஷணைக்குப் பின்னான அவன் சிந்தனையோட்டம், அவனின் இன்னொரு பரிமாணத்தையும் நமக்குக் காட்டுகிறது. "காமேச்வரன் அவளைப் பார்த்துக்கொண்டே நின்றான். மொட்டைத் தலையும் முக்காடும் நனைத்து நனைத்துப் பழுப்புக் கூடின பழுப்புப் புடவையுமாகப் பாட்டியின் ஒற்றை நாடி உருவம் போய்க்கொண்டிருந்தது. வீடு, குடி, எருமை, நெல் குதிர் இத்தனையும் அவளை ஒண்டிக் கட்டையாகத்தான் நிறுத்தியிருக்கின்றன. ஒரேயடியாகத் தனியாக நின்றாலும், இப்படித் தனிமைக்கும் உறவுக்கும் மாறிமாறிப் பாயும் பிரமையில் பாட்டி ஊசலாடுவதைப் பார்த்துக் காமேச்வரனுக்கு ஒருவித நெகிழ்வோடு, இனம் தெரியாத ஓர் அச்சமும் வயிற்றில் முணுமுணுத்தது. தன்னை நினைத்தா, அல்லது தனிமைக்கும் சொந்தமில்லாமல் உறவுக்கும் சொந்தமில்லாமல் தொங்கின பாட்டியை நினைத்தா என்று குழம்பினான்". நல்லூர் வரும் காமேச்வரன், ரங்கமணி வீட்டில் தானே சமைத்துப் போடுவேன் என்னும் நிபந்தனையோடு அங்குத் தங்க ஒத்துக்கொண்டு, கும்பகோணம் வீட்டைக் காலி செய்துவருவதாகச் சொல்லித் திரும்புகிறான், அவனுக்கும் 'உறவு எனச் சொல்லிக்கொள்ள' ஆட்கள் கிடைத்துவிட்ட திருப்தியுடன். "இவர்களுக்கு மனிதர்களே கிடையாதா? வேறு உறவு, ஒட்டு ஒன்றும் கிடையாதா? நமக்காகத் தவம் கிடந்தது போலல்லவா பறந்து போகிறார்கள்!... இவள் பெரியம்மா இல்லை, அவள் சின்னம்மா இல்லை... நானும் இந்த வீட்டுப் பிள்ளை. வத்ஸன் பார்வை ஒன்றுதான், அவனுக்கு உலகத்தில் எல்லாமாக இருந்தது. அவனைப்

பார்க்கும்போது, வத்ஸன் கண்ணில், என்ன என்னவோ பொங்கும். அதில் தாயின் கண், தகப்பனின் கண், சகோதர சகோதரியின் கண் எல்லாம் தெரியும்". பங்கஜத்தின் முகம், அவனுக்கு வத்ஸன் முகத்தைத்தான் நினைவூட்டியது. "அவள் முகம்; வத்ஸன் முகம்". அவன் வரமாட்டான் என்று நினைத்திருந்த ரங்கமணியோ, அவன் அங்கு நடமாடிக் கொண்டிருப்பது ஒன்றே போதும் – "முத்துசாமி சொன்னாப்பில நீளமா விழுந்திருக்கிற நிழலெல்லாம் ஓடிப்போயிடும்" என நினைக்கிறாள்.

முத்துசாமியை எதிர்பாராவிதமாகக் கும்பகோணம் கடைத்தெருவில் சந்திக்கும் காமேச்வரன், அவரிடம் எல்லா விவரத்தையும் கூறுகிறான். தன் முடிவையும், ரங்கமணியின் வேண்டுதலையும் கூறி முடிக்கும் முன்பே முத்துசாமி, "அவளுக்கு ஒரு ஸ்வீகாரப் பிள்ளை போறலெ. நீ போயி ஒன்றும் குறைஞ்சுபோகப் போறதில்லை. பேசறதுக்குத் துணையா இருக்கும்" என்று சொல்வதோடு மட்டும் நில்லாமல், ஜாதகங்களைத் தாம் பார்த்ததாகவும் மகனின் ஜாதகப்படி குழந்தை இல்லையென்றும், மருமகளுக்குக் குழந்தை உண்டு என்று கூறியதையும் சொல்கிறார். அதைக் கேட்டுவிட்டு மலைத்து நிற்கும் காமேச்வரனிடம், "நல்லூரம்மாவுக்கு ஒரே ஆதங்கம். ஒரே ஸ்வீகாரமாகவே, இரவல் பிள்ளையாகவே வம்சம் வளர்கிறதோன்னு – நீர் பிரம்மசாரி. போக்கில்லை. நல்ல சமர்த்தா இருக்கீர். பூஜை பண்றீர். உம்மை யார் தோஷம் சொல்லப்போறா. துரை மாதிரி, நீரும் பிள்ளையா இருந்தீர்னா என்ன, என்ன, என்ன?..."; "அப்படியெல்லாம் நடக்காது மாமா" என்று நிமிர்ந்தான் காமேச்வரன்.

"எப்படியெல்லாம்?" – கேட்ட முத்துசாமி, புகையிலையை அதக்கிக் கொண்டார். "நீங்க மூடி மொழுகறாப்பல பேசறது எனக்கும் புரியாம இல்லை. நான் உடைச்சுச் சொல்றேன். மாட்டுப் பொண் வயத்துல ஒரு பூச்சி வக்யணும் இங்கறதுக்காகத் துரையோட இடத்தில என்ன வைக்கப்போறா ரங்கமணி! அதானே உங்க ஊகம்?" என்கிறான் காமேச்வரன். "மகாபாரதக் காலத்துக்கு முன்னாலேயே நடத்திருக்கு இது. ஒரு ரிஷிக்குப் பிள்ளை இல்லென்னா, இன்னொரு ரிஷியைக் கூப்பிட்டுச் சந்ததி உண்டாக்கச் சொல்றது வழக்கமா இருந்திருக்கு."; "இது இருபதாம் நூற்றாண்டு மாமா. இந்தக் கதையை நானும் கேட்டிருக்கேன்."; "அதுக்காக மனுஷாளோட அந்தரங்கம், ஆசாபாசம் எல்லாம் மாறிவிடணும்னு அர்த்தமா என்ன?... ரங்கமணி மனசும் இப்படி ஏதாவது கிறுக்கிண்டு இருந்தா?". "இப்படி ஒரு கிறுக்கு இருக்குமா என்ன? மருமகளை யார் என்று நினைத்தாள் அவள்?" என்று நினைத்துக் குழம்பும் காமேச்வரன், ஐந்து நாள் கழித்து நல்லூருக்கு மாலை மயங்கும் நேரத்தில் வந்து சேர்கிறான். அவனைத் தேடி, ரங்கமணி கும்பகோணம் சென்றிருப்பதாகப் பங்கஜம் மூலம் அறிகிறான். அவர்கள் இருவர் மட்டுமே இருக்கும் அந்த அந்தி மயங்கும் நேரத்தில் நடப்பது, தி.ஜா.வின் எழுத்திற்குச் சிகரம் என்றே கூற முடியும். தி.ஜா. என்னும் ஆளுமை, தன் தேடலின் முடிவிற்கு வந்துவிட்ட தருணம் அது. யமுனா, அம்மணி, அலங்காரத்தம்மாள், இந்து, அப்பு, பாபு, அனுசூயா, பழனி ஆகியோருக்கில்லாத மன உறுதியையும் திடத்தையும் பங்கஜம் மற்றும் காமேச்வரனிடம் காணும் தருணம், இலக்கியஅறத்தை வலியுறுத்தும் ஒன்றாக வடிவெடுக்கிறது.

‘உயிர்த்தேனி’ல் அனுசூயா, செங்கம்மாவிற்குச் செய்யும் நமஸ்காரத்தை, ஒருநொடியில் பூடகமாகச் சில வரிகளில் கடந்து சென்ற தி.ஜா., நளபாகத்தில் மனித மனத்தின் வெகு நுட்பமான உணர்வுகளைக் கடக்க எடுத்துக்கொள்ளும் நொடிகளை (பக்.222–233) விரித்துக் காட்டியதன் மூலம், இலக்கிய உலகில் ஓர் உன்னதப் படைப்பாளியாய் உயர்ந்து நிற்கிறார். இவை படிப்பவரை மனிதனாக வாழவைப்பவை. பங்கஜம் குடிக்கத் தண்ணீர் கொண்டுவந்து பெஞ்சு மீது வைத்துவிட்டு, பெஞ்சின் ஓரமாக நிற்கிறாள். காமேச்வரன் ஒரு டம்ளர் தண்ணீர் குடிக்கிறான், கை சற்று நடுங்க. “பயத்தை எப்படி முறியடிப்பது? பயத்துக்குள்ளே முழுகி மல்லுக்கு நிற்போம் என்ற ஒரு முரட்டு வெறிமாதிரி வந்தது”; “அம்மாவைவிட நீங்க கவலைப்படறேன்னு சொன்னாப்பல இருக்கே? என்று ஏறிட்டுப் பார்த்தான் அவளை”; “ஆமா ... ரண்டு நாள் மூணு நாள் நாலு நாள் வராததைப் பார்த்ததும் பயமாப் போயிட்டுது?”; “எதுக்குப் பயம்?”; “யார் யாரையோ பார்க்க வேணடியிருந்துதுன்னு இப்பச் சொன்னாப்பல இருக்கே, யாரை?”; “எதிர்பாராம ஒருத்தரைப் பார்த்தேன். யாத்திரை ஸ்பெஷல்ல முத்துசாமின்னு ஒரு பெரிய மனுஷன் வந்திருந்தார்”; “ஜோஸ்யம் பார்ப்பாராமே...” எனக் குறுக்கிட்டாள் பங்கஜம்; “அம்மா சொன்னாரா?”; “அம்மா ஒண்ணெயும் விடறதில்லையே”; “என் ஜாதகம், அவர் ஜாதகம் ரண்டையும் முத்துசாமி கிட்டே காமிச்சாராம் அம்மா?”; “என்ன சொன்னாராம்?”; “என்னமோ சந்தேகமாச் சொன்னாராம்” “...” “என்னமோன்னா ... குழந்தை பிறக்காதுன்னா?”; “பங்கஜத்தின் தலை ‘அப்படியில்லை இல்லை’ என்று சொல்லுவதுபோல வேகமாக அசைந்தது. அப்படியே துவண்டாப்போல மண்டியிட்டுக் கீழே சரிந்தது அந்த உருவம்”.

பெஞ்சிலிருந்து எழுந்துவிடும் காமேச்வரன், விக்கித்தாற்போல் நிற்கிறான். தொட்டுத் தேற்றலாமா, அப்படியே ஓடிவிடலாமா என்றும் குழம்புகிறான். தனித்திருக்கும் சூழல், தாழ் போட்டு இருக்கும் வாசற்கதவு, அவனைத் தரையோடு அழுத்துகிறது. “அந்த முத்துசாமி படவா”– அவன் மனது முனகிற்று. “யாரைக் கவுக்கப் பார்க்கறே? இந்தக் காமேச்வரனை வளர்த்தவன் வத்ஸன்டா... வத்ஸன்...”. காமேச்வரன் இப்போது என்னமோ தெளிந்துவிட்டதுபோல, அருகில் போய், அவள் உச்சந் தலையைத் தொட்டு வருடுகிறான். “எழுந்திருங்கோ”. அவள் எழுந்திருக்கவில்லை. அவள் அழுகையும் நிற்கவில்லை. அழுவதை நிறுத்தினால், அவன் சொல்லுவது காதில் விழும். வாசற்கதவை யாரேனும் தட்டினால் என்ன செய்வது என்று, அவன் மனம் பதறுகிறது. “நான் இங்கே வந்ததுனால, உங்களுக்கு இவ்வளவு கிலேசம் வரும்னு தெரிஞ்சிருந்தா” என்று அவன் முடிப்பதற்குள், கண் புதைந்திருந்த அவள் கை, அவன் கைப்பிடித்து விரல்களைப் பிடித்துப் பிசைந்து, அதனாலேயே தன் கண்ணைத் துடைத்துக் கொள்கிறது. சில நிமிடங்களில் பற்றிய கையை விடவும் செய்கிறது. “இந்த வீட்டை விட்டுப் போக மாட்டேளே? ... நான் கேட்கறது பயமாயிருக்கா!”; “. . . பயமே வேண்டாம். நான் தப்பா நடந்துக்க மாட்டேன்”; “போகலெ ... இங்க வேலை செய்யணும்னுதானே வந்திருக்கேன்”.

பங்கஜத்தின் முகத்தில் மகிழ்ச்சியும் புன்சிரிப்பும். ரங்கமணி இந்த மாதிரி ஒரு தனிமை அவர்களுக்கு இடையிலிருக்கவேண்டும்

என்பதற்காகவே கும்பகோணம் சென்றிருப்பதைச் சூசகமாக, “அம்மா, இப்ப சந்தோஷப்பட்டுண்டிருப்பர். பாவம்” என்கிறாள். அவனுக்குத் திடீரென்று, ஏதோ புதைமணலிலிருந்து காலை இழுத்துக்கொண்டு தப்பிவிட்டாற்போல ஆசுவாசம். பங்கஜம் மெல்லிய குரலில் சொல்வது கேட்டது. “நம்பிண்டு ஒருத்தர் நிம்மதியா, சந்தேகப்படாம, சிணுங்காம, அலட்டிக்காம இருக்கறபோது இப்படியெல்லாம் யாரோ திடீர்னு வந்தவாளை மனசுல போட்டுண்டு கூத்தாடறோமோன்னு தவிச்சேன்...”; “பயப்படவேண்டாம். நிச்சயமாய்ப் பொறக்கத்தான் போறது”; “என்னது !”; “துரை சாருக்கு நிச்சயமாய்ப் பிறக்கத்தான் போறது”. இந்த உரையாடல்கள், “நடுவின்றி நன்பொருள் வெஃகின், குடி பொன்றிக் குற்றமும் ஆங்கே தரும்”; “அறனறிந்து வெஃகா, அறிவுடையோர்ச் சேரும் திறன் அறிந்து, ஆங்கே திரு” என்னும் திருக்குறள்களுக்கு விளக்கம்போல அமைகின்றன.

மேலும் வளரும் இக்கதை, அன்றிரவிலேயே, கணவனும் மனைவியும் இடையூரற்ற தனிமையில், ஒருவரை ஒருவர் புரிந்துகொள்வதையும், அடுத்த சில மாதத்தில் காமேச்வரன் ஊரில் பிறருடன் பழகுவதையும், ஏழைக் குழந்தைகளின் வயிற்றுப்பசி தீர அவன் உழைப்பதையும், பூஜை செய்வதையும், பங்கஜம் கரு உறுவதையும், துரை காமேச்வரனுக்கு மனதார மனைவியுடன் மரியாதை செய்வதையும் சொல்லிச் செல்கிறது. பங்கஜத்தின் சீமந்தம், பெரிய அளவில் செலவழித்துச் செய்யப்படுகிறது. ஊரும் சுற்றமும் இதற்குக் காரணமாகக் காமேச்வரனைச் சுட்டிக்காட்டக் காமேச்வரன் நாலு நாள் வெளியூர் சென்று வருவதாகக் கிளம்பி ஜோஸ்யர் முத்துசாமியைப் பார்க்கச் செல்கிறான். அவருடனிருக்கும் நாலைந்து நாள்கள், காமேச்வரனை வாழ்வின் அடுத்த கட்டத்திற்கு அழைத்துச் செல்கின்றன. “ஒரு மனுஷன் தன்னோட சக்தி, மனசு, புத்தி, பார்வை எல்லாத்தையும் ஒரு கெட்டியா திரட்டி ஒரு க்ஷணம்கூட ஒரு விஷயத்தைப் பார்க்கிறதோ. சிந்திக்கிறதோ சாத்தியம் இல்லேன்னு எங்க வத்ஸன் சொல்லுவர். அது பெரிய மகான்களுக்குத்தான் முடியும்னு சொல்லுவர். இருந்தாலும், நான் எத்தனையோ மணியிலே, ஒரு நாலைஞ்சு கணமாவது அப்படிச் சர்வத்தையும் குவிச்சு வேண்டிண்டிருக்கேன். அந்தப் பொண்ணுக்காக” என்கிறான். முத்துசாமி, சிறுவியப்புடன் அவனைப் பார்த்தார். “அது உம்மால முடியும். நீர் அப்பேர்பட்ட ஆசாமின்னு எனக்குத் தெரியும்” என்கிறார்.

முத்துசாமியிடம் விடைபெற்று வரும் காமேச்வரன், நல்லூர் வந்து சேர்ந்து, ஜகதுவின் மூலம் நடந்த ரசாபாச பேச்சுகளைக் கேட்டுவிட்டு ஒரு முடிவுக்கு வந்து, ரங்கமணியிடம் சொல்லிக்கொண்டு நல்லூரை விட்டும் கிளம்பிவிடுகிறான். “நான் பொட்டி எடுத்துண்டு போகலெ. இங்கியே இருக்கட்டும். பொட்டி ரண்டும் தலகாணியும் இங்கே இருக்கட்டும். கொஞ்சம் புத்தகத்தையும் துணிமணியையும்தான் எடுத்துண்டு போறேன்” என்கிறான். திரும்பவும் ஆரம்பித்த இடத்திற்கே – யாத்திரா ஸ்பெஷல் நாயுடுவைத் தேடிப்போகும் காமேச்வரன், “மறுபடியும் வேலைக்கு வந்திருக்கேன். நளபாகம்தான். அப்புறம் ஒரு நல்ல பொண்ணாப் பார்த்துக் கலியாணம் பண்ணிக்கணும்” என்கிறான். தனிமைக்கும் உறவுக்கும் மாறிமாறிப் பாயும் ஒரு பிரமையில் காமேச்வரனும் ஊசலாட விரும்பாது, திருமணம்

செய்துகொண்டு முத்துசாமி கூறும் முழுமையைத் தன்னளவில் தேடி அடையப் பயணப்படுகிறான்.

இங்குத் தி.ஜா.வின் வேட்கைத் தேடலைக் காமேச்வரன் தொடர்ந்திருந்தால், இன்னோர் அத்தியாயமே ஆரம்பித்திருக்கும். "ஸ்வாமி நமக்குக் கொஞ்சம் சுதந்திரமா நினைக்கிறதுக்கும், நல்லது கெட்டதைப் பிரிச்சுக் காரியங்களைப் பண்றதுக்கும் புத்தி கொடுத்திருக்கிறாரே, அதைத்தான் சரியா சமைச்சுப் பதம் பண்ணத் தெரியலியா? சமையக்காரனுக்கு இந்தப் புத்தி ஜாஸ்தியான்னா இருக்கணும்" என்கிறான். நாவலில் ஒரு சமையற்காரனாக அறிமுகப்படுத்தப்பட்டாலும், 'பதம்' பண்ணத் தெரிந்த காரணத்தால், ஆதர்ச நாயகனாகவே உருவெடுக்கிறான். இதனாலேயே, 'மோகமுள்'ளைப் பொருட்படுத்தாதவனாய், அதனால் எந்த அச்சுறுத்தலுமற்றவனாய், அதை வேரோடு பிடுங்கியெறிந்துவிடும் திடத்தோடும் இவன் இருக்கிறான். ஞானி ஜே.கிருஷ்ணமூர்த்தியின் சொற்களில், "சுதந்திரமென்பது முடிவெடுப்பதில் இல்லை. கருத்தைக் கூர்தீட்டுவதிலேயே உள்ளது" எனலாம். காமேச்வரனின் கூர்தீட்டிய அறிவு, அவன் வாழ்வைச் சீரான பாதையில் யாருக்கும் துன்பமின்றித் தொடரவைக்கிறது. தி.ஜா.வின் நளபாகம், காலம் வென்று நிற்கும் என்பதில் மாற்றுக்கருத்தில்லை. எனினும், அவரின் கதைப்போக்கின் அடிநாதமான அறத்தைப் பார்க்கும் பார்வைத் தெளிவு வாசகர்களிடம் வளரவேண்டும். *(நளபாகம், நற்றிணைப் பதிப்பு, 2001).*

✣

30

நளபாகம்: கிரியா ஊக்கி காமேச்வரன்: பல்வேறு பரிமாணங்களும் பரிணாமங்களும்

இரெ. மிதிலா

தி.ஜானகிராமன் (1921–82), கணையாழியில் தொடராக எழுதி, அவர் மறைவுக்குப் பின், நூல் வடிவம் (1983) பெற்ற புதினமே 'நளபாகம்'. தத்துப்பிள்ளைகள் மூலமாகவே பல தலைமுறைகளாகத் தொடர்ந்து வரும் குடும்பத்தைச் சேர்ந்த ரங்கமணி, முத்துசாமி என்ற ஜோதிடரின் கூற்றால், தன் குடும்பத்தில், குறிப்பாகத் தன் மருமகளுக்குக் குழந்தைப்பேறு வாய்க்கக் காமேச்வரன் என்ற சமையற்காரனைப் பிள்ளையாகத் தன் வீட்டிற்கு அழைத்து வருகிறாள். குடும்பத்திற்கு வாரிசு வந்ததா என்பதும், அதனால் ஏற்படும் பலவிதச் சூழல்களும் சலனங்களும் கதையாகப் பின்னப்பட்டுள்ளன. ரங்கமணியின் குடும்பப் பிரச்சனையே மையமாகத் தோன்றினாலும், நளபாகத்தின் மையமாக இருப்பவன் காமேச்வரனே. சித்தி கொடுமையால் வீட்டைவிட்டு வெளியேறி, வத்ஸன் என்ற கோவில் மடைப்பள்ளி பரிஜாரகரிடம் (சமையற்காரர்) வந்து சேர்ந்தவன் இவன். வத்ஸனுடன் அவர் இறக்கும்வரை இருந்து, பின்னர் நாயுடு என்பவர் நடத்தும் பயணத்திட்டத்தில் (யாத்ரா ஸ்பெஷல் ரயில் பயணம் – தமிழ்நாட்டில் தொடங்கி வடக்கே தில்லி, ஆக்ரா, பத்ரிநாத் எனச் சுற்றுலாத்தலங்களையும் புனிதத்தலங்களையும் பயணிகளுக்கு ரயிலிலும், ரயில் பாதையில்லா இடங்களில் பேருந்திலும் அழைத்துச் சென்று சுற்றிக் காட்டுவது; உணவு உள்ளிட்ட ஏற்பாடுகளைச் செய்வது) தலைமைச் சமையற்காரனாக இருப்பவன். பயணிகளின் சுவை, தேவையறிந்து வேளாவேளைக்கு உணவளிப்பவன். காமேச்வரனின் கைப்பக்குவம் யாவராலும் பெரிதும் சிலாகிக்கப்படுகிறது. அவன் தன்னடக்கத்துடன் அதனைத் தன் குரு வத்ஸனுக்கும் தான் பூஜிக்கும் அம்பாளுக்கும்

சமர்ப்பிக்கிறான். நேரடியாகக் கதையில் இடம்பெறாமல் காமேச்வரனின் வாய்மொழிக் கூற்றிலும் நினைவிலும் இடம்பெறும் கதாமாந்தராக வத்ஸன் வார்க்கப்பட்டிருப்பதும் குறிப்பிடத்தக்கது.

நாயுடு ஏற்பாடு செய்த ஒரு பயணத்தில், 'ரங்கமணியும்' செல்கிறாள். அந்த 'யாத்ரா ஸ்பெஷலில்தான்', அவள் காமேச்வரனைச் சந்திக்கிறாள். அவனை அவள் பார்க்கும்போதெல்லாம், அவளுக்குள் ஏதோ இனம் புரியாத ஓர் உணர்வு. அந்தப் பயணத்தில் நல்லூரில் வாழும் ரங்கமணியைச் ('நல்லூரம்மா' என்றுதான் அவளை நாயுடு கூப்பிடுவார்) சந்தித்த பிறகு, ரங்கமணியின் கோரிக்கையை ஏற்றுக்கொண்டு, அவள் வீட்டிற்கு மகனாகச் செல்லக் காமேச்வரன் முடிவெடுப்பதும், அதனால் ரங்கமணியின் குடும்பத்திலும் நல்லூரிலும் அவன் வாழ்விலும் ஏற்படும் நிகழ்வுகளும் அதிர்வுகளும் மாற்றங்களுமே தி.ஜா.வின் 'நளபாகம்' புதினத்தின் மையம். ஐந்து அத்தியாயங்களும், முப்பத்து மூன்று (33) உட்பிரிவுகளும் கொண்டு, 324 பக்கங்களில் விரிவாக அமைந்துள்ளது இப்புதினம். முதல் அத்தியாயம் ரங்கமணியின் பார்வையில் தொடங்கி நகர்கிறது. பின்வரும் நான்கு அத்தியாயங்களும் பெரும் பகுதி காமேச்வரனின் பார்வையிலும் நான்காம் அத்தியாயத்தின் ஒரு பகுதி மட்டும் பங்கஜத்தின் (ரங்கமணியின் மருமகள்) பார்வையிலும் அமைந்து நகர்கின்றன.

முதல் அத்தியாயம் ரங்கமணியின் பயணத்தில் தொடங்குகிறது. அவளுக்கு எதிர் இருக்கையில் அமர்ந்திருக்கும் பெயர்பெற்ற ஜோதிடர் முத்துசாமியும் அவர் மனைவி சுலோசனம்மாளும் அறிமுகமாகின்றனர்; அவர்களுடன் காமேச்வரனும் சேர்ந்து அறிமுகமாகிறான். ரங்கமணியும் முத்துசாமி தம்பதியரும் நெருக்கமாகின்றனர். திருச்சி தொடங்கித் தில்லி, ஆக்ரா, ஹரித்துவார், ரிஷிகேஷ், பத்ரிநாத் எனத் தொடர்கிறது இப்பயணம். இப்பயணத்ினூடே அம்பாளின் உபாசகனான காமேச்வரனின் மீது ரங்கமணிக்குத் தோன்றும் 'என் பிள்ளை' என்ற உணர்வாலும், தன் மகன் – மருமகள் ஜாதகங்களைப் பார்த்துவிட்டு ஜாதகப்படி மகனுக்குக் குழந்தைப் பேறில்லை, மருமகளுக்கு உண்டு என்ற முத்துசாமியின் கணிப்பாலும் தூண்டப்பெற்றுத் தன் மகனாக நல்லூருக்கு வந்திருக்குமாறு பத்ரிநாத்தில் வைத்து வேண்டுகிறாள் ரங்கமணி. அவளுடைய உணர்ச்சிப் பெருக்கைக் கண்டு, காமேச்வரனும் ஓர் உந்துதலால் சம்மதிக்கிறான். அவளது முக்கியக் கோரிக்கையே, அவன் கையால் தன் குடும்பத்திற்கு உணவு பரிமாற வேண்டும் என்பதும், அவன் அம்பாளுக்கு வழக்கம்போல் பூஜை செய்ய வேண்டும் என்பதுமே. கும்பகோணம் அறையைக் காலி செய்துவிட்டு, ஒரு மாதத்தில் இங்கு வருவதாகக் காமேச்வரன் கூறுகிறான்.

இரண்டாம் அத்தியாயத்தில், கும்பகோணத்தில் தான் தங்கியிருக்கும் வீட்டு உரிமையாளரான வேம்புப் பாட்டியிடம், தான் அறையைக் காலி செய்துவிட்டு நல்லூருக்குப் போயிருக்கப் போவதாகக் கூறுகிறான். அடுத்த பயணத்திற்கான நாயுடுவின் அழைப்பையும் மறுத்துவிட்டு, நல்லூருக்கு அவன் செல்கிறான். அங்கு, அவனுக்கு நல்ல வரவேற்பு. முதல்நாளை விட்டுவிட்டு, மறுநாள் முதல் முழுச்சமையல் பொறுப்பையும் தானாகவே ஏற்றுச் செய்கிறான், ரங்கமணி அதைப் பற்றிக் குறைப்பட்டுக் கொண்டாலும். ரங்கமணியின் மகன் துரை கடைவைத்திருக்கிறான். காலை எட்டுமணிக்குச்

சென்றால், மதிய உணவுக்குத்தான் வருவான். உணவுண்டு ஓய்வு எடுத்தபின் சென்றால், இரவு பத்து மணிக்குத்தான் மீண்டும் வருவான். காமேச்வரன், தன் சமையல் வேலைக்கிடையே ஊரைச் சுற்றிப்பார்த்து வருகிறான். நல்லூரில் அவனுக்கு முதன்முதலில் பழக்கம் ஏற்படுவது, சிவன் கோவிலில் தேவாரம் பாடும் (விசித்திரமான) அய்யங்கார் ஒருவருடன்தான். ஊர் பற்றிய பல செய்திகளை, அதாவது கிட்டத்தட்ட பல வம்புகளை, அவனுக்குக் கூறுபவரும் அவர்தான்.

மூன்றாவது அத்தியாயத்தில், இப்படியே இரண்டு வாரம் கழிந்தபின், மீதமுள்ள பொருட்களை எடுத்துவரக் கும்பகோணம் செல்கிறான். பூஜைப்பொருள் வாங்கும்போது, முத்துசாமியைச் சந்திக்கிறான். இப்போது நல்லூரில் தானிருப்பதைச் சொல்கிறான். அவர் மூலம், ஜாதக விஷயத்தையும் அறிந்து அதிர்ச்சியடைகிறான். அப்பொழுதுதான், ரங்கமணி தன்னை அழைத்து வந்ததன் உண்மையான நோக்கத்தை – தன் மூலமாக மருமகளுக்குக் குழந்தைப்பேறு உண்டாக்க வேண்டும் என்பதை – அவன் புரிந்துகொள்கிறான். ரங்கமணியிடம் சொன்ன இரண்டுநாள் தாண்டி ஐந்துநாள் கழித்தே நல்லூருக்குத் திரும்புகிறான். அங்குப் பங்கஜம் மட்டும் தனியே இருக்கிறாள்; காமேச்வரனைத் தேடி ரங்கமணி கும்பகோணம் சென்றிருப்பதாகக் கூறுகிறாள். துரையும் கடைக்குச் சென்றிருக்கிறான். முத்துசாமியைச் சந்தித்ததைக் காமேச்வரன் கூற, அவர் கூறிய ஜாதக விஷயம், ரங்கமணி சொல்லித் தனக்குத் தெரியும் என்கிறாள் பங்கஜம். காமேச்வரனுக்குப் பங்கஜத்துடன் தனித்திருக்கப் பயம் வருகிறது. அவளோ அழுகிறாள். அவன் கையை இறுக்கமாகப் பிடித்துக்கொள்கிறாள். ரங்கமணியின் எண்ணப் போக்கை, நோக்கத்தை அவளும் அறிந்திருந்தாள். காமேச்வரனின் வரவு, அவளுக்குள் ஒரு சலனத்தைப் பரபரப்பை ஏற்படுத்தியுள்ளது, அதை அவனுக்கு உணர்த்தியும் விடுகிறாள் அவள். அவன் கைப்பிடித்துக் கொண்டிருந்த சற்று நேரமே, அவளுக்குப் போதுமாயிருந்தது. அதன் பின்னர், தெளிவடைந்துவிடுகிறாள். “நான் உங்களிடம் ஏதும் தவறாக, வித்தியாசமாக நடந்துகொள்ள மாட்டேன் என்று உறுதியளிக்கிறேன். இந்தப் பதினைந்து நாட்கள் ஏதோ தடுமாற்றமாக இருந்தது. நீங்கள் வீட்டைவிட்டுப் போகாதீர்கள்” எனப் பங்கஜம் வேண்டுகிறாள். போகவில்லை எனக் கூறிவிட்டுத் துரையைப் பார்க்கச் செல்கிறான். நாலாம், ஐந்தாம் அத்தியாயங்கள் பங்கஜத்துக்கும் காமேச்வரனுக்கும் திருப்புமுனையாகின்றன.

நாலாம் அத்தியாயம், பங்கஜத்தின் பார்வையில் தொடங்கிப் பின்னர் காமேச்வரனின் பார்வையில் தொடர்கிறது. கடை மூடிவிட்டுத் துரை மட்டும் வீட்டுக்கு வருகிறான். பங்கஜம், துரை இருவரும் மட்டுமே இருக்கும் அபூர்வத் தனிமை, எட்டாண்டுக் கால அவர்களின் திருமண வாழ்வில் முதன்முறையாக வாய்க்கிறது. காமேச்வரனும் ஏதோ வேலையாகத் தஞ்சாவூர் சென்றுவிட, இத்தனிமையைக் குறிப்பிட்டுக் காட்டித் துரையிடம் அதிசயப்படுகிறாள் பங்கஜம். இந்தத் தனிமை தரும் நெருக்கம், அவர்களுக்குள் ஓர் அந்நியோன்னியத்தை ஏற்படுத்துகிறது. புதிய பார்வையில் ஒருவரை ஒருவர் நோக்கி இதுநாள் வரை கவனிக்காத பல சின்னஞ்சிறு நுட்பமான பழக்கங்களை அவதானிக்கின்றனர்;

ஆச்சரியப்படுகின்றனர். அவர்களின் தேடல், ஓர் இனிய கூடலாகிறது. புதிய இன்பத்தைக் காண்கின்றனர். இதற்கெல்லாம் காமேச்வரனே காரணம் என்றும் எண்ணுகின்றனர். பேசாத மிகப் பலவற்றையும் மனம்விட்டுப் பகிர்ந்துகொள்கின்றனர். அப்பொழுதுதான் காமேச்வரன் மீதான துரையின் அபிமானத்தை வெளிப்படையாகப் பங்கஜம் (வாசகரும்) புரிந்துகொள்கிறாள். இருவரும் ஒருவகையில் தத்துப்பிள்ளைகளே என்கிறான் துரை. காமேச்வரன் நல்லூர் திரும்பியவுடன், அவன் பணி வழக்கம்போல் தொடர்கிறது. அத்துடன், ஊர்ப் பிள்ளைகளோடு 'சலாங்குடு' விளையாடுதல், ஊராருடன் சீட்டாட்டம் என்று அவனுக்கும் பொழுது போகிறது. அம்பாள் உபாசகன் என்ற செய்தி, அவனது பூஜை, நிஷ்டைகளை அறிந்த சிலர் அவனிடம் விபூதி, குங்குமம் பெற்றுச் செல்வதும் தொடர்ந்து நடக்கிறது. நாத்திகம் பேசும் இளங்கண்ணன், சுதந்திரப் பயிர், பாரதி எனப் பேசும் ஜகது ஆகியோருடன் சீட்டாட்டத்தின் மூலம் பழக்கமும் நெருக்கமும் ஏற்படுகிறது. இதைத் தொடரும் ஐந்தாம் அத்தியாயத்தில், காமேச்வரன் ஒரு சமூகத் தொண்டனாகப் பரிணமிப்பதும், பங்கஜத்தின் கர்ப்பத்தால் அவனுக்கு அவப்பெயர் ஏற்படுவதும், அதையுணர்ந்து அவன் நல்லூரைவிட்டுச் செல்வதும் முக்கிய நிகழ்வுகளாகின்றன.

நல்லூர்ப் பள்ளிக்கூட மதிய உணவு ஒப்பந்ததாரர் வைகுண்டம் பிள்ளையைச் சந்தித்த பின்னரே, காமேச்வரன் சமூகத் தொண்டில் ஈடுபடுகிறான். பள்ளியில் படிக்கும் ஏழை மாணவர்களுக்குக் குறைந்த டெண்டரில் தமது ஒப்பந்தம் நிலைக்கவேண்டும் என்ற நெருக்கடியால், அரைவயிறும் கால்வயிறுமாக உணவளிப்பதாகக் கூறுகிறார். நேரடியாகப் பள்ளிக்குச் சென்று வயது வேறுபாடின்றி மாணவர்கள் ஒரே அளவான ஒருவகைச் சோற்றை மட்டுமே உண்ணும் ஓர் அவலத்தைக் கண்கூடாகக் காண்கிறான்;இது எப்படிப்போதும் எனத்தவிக்கிறான். இளங்கண்ணனிடமும் ஜகதுவிடமும் பேசி, 'ஒரு பிடி அரிசி' என்ற எண்ணத்தைக் கூறுகிறான். அதாவது வசதியுள்ளவர்களிடம், இயன்றவர்களிடம் பள்ளி மாணவர்களின் உணவுக்காகத் தினமும் ஒரு பிடி அரிசி எடுத்துவைக்கச் சொல்லி அதனைச் சேகரித்துத் தருவது! ஜகது அத்துடன் சேர்த்துப் பணமும் திரட்டலாம் என்று கூற, இதனைத் திட்டமிட்டுச் செயல்படுத்திப் பள்ளி மாணவர்களுக்கு வயிறார உணவளிக்கின்றனர். காமேச்வரன் தானே சமைத்தும் தருகிறான். அம்பாள் உபாசகன் என்ற அடையாளம் பெற்றவன், சேரிப் பிள்ளைகள் – ஏழைப் பிள்ளைகளுக்காக யாசகனும் ஆகிறான்.

இதற்கிடையில் பங்கஜத்திற்குக் குழந்தை உண்டாகிச் சீமந்தமும் நடைபெறுகிறது. அதற்கு வரும் உறவினர்கள், காமேச்வரனே இக்குழந்தை உண்டாகக் காரணம் என எண்ணி, அவனை ஒருவிதமாகப் பார்க்கின்றனர். தேவாரம் அய்யங்காரும் இவ்வாறே அவனிடம் நேராகக் கேட்கிறார். அவன் அதிர்ச்சி அடைந்ததைப் பார்த்து மன்னிப்பும் கோருகிறார். இதேபோல், காமேச்வரன் ஊரில் இல்லாதபோது, மாலிங்கம் இளங்கண்ணனிடம் காமேச்வரனைப் பற்றித் தவறாகப் பேசுவதால், ஒரு தகராறு ஏற்படுகிறது. நல்லூர் திரும்பி இதை அறியும் காமேச்வரன் வேதனையடைகிறான். முத்துசாமியிடம் அவன் இதனைக் கூற, அவரோ நிஜமாக நடந்தாலும் நடந்ததாக அபவாதம் ஏற்பட்டாலும் இரண்டும் சமமே என்கிறார்.

தான் திருமணமாகாமல் தனித்திருப்பதால்தான் இந்த நிலையோ எனக் காமேச்வரன் எண்ணுகிறான். ரங்கமணியிடம் சொல்லிக்கொண்டு நல்லூரை விட்டுச்செல்கிறான். தனது தனிமையும் பிரமச்சரியமுமே இப்படியான ஓர் எண்ணம் வரக்காரணமோ என்று காமேச்வரனுக்குத் தோன்றுகிறது. மீண்டும் நாயுடுவிடம் யாத்ரா பணியில் சேர்ந்துகொண்டு, திருமணம் செய்துகொள்ள அவன் முடிவெடுப்பதோடு, நளபாகம் நாவல் முற்றுப்பெறுகிறது.

காமேச்வரன் அடிப்படையில் ஒரு சமையற்காரன். இருந்தாலும் அவன், அம்பாளுக்குச் செய்யும் பூஜை, நிஷ்டை, குரு பக்தி ஆகியவற்றைப் பிறர் பார்வையில் (ரங்கமணி, முத்துசாமி, சுலோசனம்மாள், நல்லூர் மக்கள்) எடுத்துக்காட்டிச் சாதாரண நிலையிலிருந்து ஓர் அசாதாரண நிலைக்கு அவனை உயர்த்திக் காட்டுகிறார் தி.ஜா. தன்னைத் தான் உண்ராத, அதாவது, தனது இந்த அசாதாரணத் தன்மையை உணராத ஒரு நிலையில் அவன் இருப்பதையும், பிற பாத்திரங்களின் வாய்மொழிக் கூற்றின் ஊடாகவே நிறுவிவிடுகிறார். இதனால் சற்றே கர்வம் தலை தூக்குவதுபோல் தோன்றும்போது, பதறி, அதிலிருந்து அவன் மீள்வதாகவும் காட்டிவிடுகிறார். காமேச்வரனைப் பீடத்தில் ஏற்றிக் காட்டும் முயற்சியாகவே இது தோன்றுகிறது. அல்லது மனித மனத்தன்மையைச் சுட்டுவதாகவும் இருக்கலாம். அவன் ஓர் உன்னத ஆத்மா என்ற சித்திரிப்புள்ளதும் மறுக்கமுடியாத உண்மையே. இதையும் மீறிப் பழிக்கும் அபவாதத்திற்கும் காமேச்வரன் ஆளாவதைச் சுட்டுவதன் மூலம், வாழ்வின் நிதர்சனத்தையும் சமூகத்தின் உளவியலையும் தி.ஜா. வெளிப்படுத்துகிறார். ‘நளபாகம்’ கதையின் மையச்சிடுக்கு, குழந்தையில்லாமல் போகும் ஒரு குடும்பத்தின் தம்பதி/பெண், தத்தெடுத்துத் தம் வம்சத்தைத் தொடரவேண்டிய சூழலை, கட்டாயத்தைப் பற்றியதாகும். இதனூடே பல பாத்திரங்கள்வழித் தத்துவம், ஆன்மீகம், யதார்த்தம், மனித உளவியல், காலமாற்றத்தால் சமுதாயத்தில் ஏற்படும் சூழ்நிலைகள் எனப் பலவும் அலசி ஆராயப்பட்டுப் பல கருத்துகள் முன்வைக்கப்படுகின்றன. பொதுவாகத் தி.ஜானகிராமன் கதைகள் எனில் பாலியலை, காமத்தைக் கூறுவனவாகத் திருமண உறவுக்குப் புறத்ததான உறவைக் கூறுவனவாக இருக்கும் என்ற பரவலான கருத்தும் மதிப்பீடும் உண்டு. நளபாகத்தில் அது ஆங்காங்கே இருந்தாலும், அதுவே மைய நீரோட்டமாக அமையவில்லை. இது போன்ற உறவுகள் பாத்திர வாய்மொழியாகவே கூறப்படுகின்றன. அப்படி ஒரு சபலம் / சலனத்திற்கு ஆளாகும் நபரும் வெளிவந்து தெளிவடைவதும் காட்டப்படுகிறது. உணவு சமைப்பவன், வேறு சிலவற்றையும் – மனித உறவு, மனித நேயம், நட்பு, சமூகத் தொண்டு – செய்வதைக் கூறுகிறது. பக்குவம் பார்த்து உணவைப் பதமாகக் கச்சிதமாகச் சமைப்பவன் பல்வேறு நிகழ்வுகளாலும் சூழல்களாலும் தானும் பக்குவமடைய வேண்டும் என்றுணர்வதை, மேலும் பக்குவமடைவதைப் புதினம் சுட்டுகிறது.

‘சுவீகாரம்’ (தத்து) பற்றிய கூர்மையான ஒரு பார்வையைக் கொண்டவள் ரங்கமணி. தன் உதிரத்தில் உதிக்காத ஒரு பிள்ளையை மகனாக ஏற்க அவளுக்கு விருப்பமில்லை என்றபோதிலும், மாமியார் முதலிய உறவுகளின் வற்புறுத்தலால் எட்டு வயதான ஒரு சிறுவனைத் தத்தெடுக்கிறாள்.

காச நோயாளியான அவள் கணவன், மணமான ஐந்து ஆண்டுகளில் இறக்க, வேறு வழியின்றிப் 'பிண்டம் வைக்கப் பிள்ளை வேண்டும்' என்ற காரணமே, மாமியாரின் வற்புறுத்தலுக்கு அடிப்படையாகிறது. கணவனின் நோஞ்சான் நிலையால் அவளுக்கு எந்தச் சுகமும் கிட்டாது போவதுடன், குழந்தையில்லாத குற்றமும் அவள் மீதே பழியாக (மாமியார் கூற்று) விழுகிறது. அவளுக்கு வேறு வழியில்லாதும் போகிறது. குழந்தைப் பேறில்லா நிலை மருமகளுக்கும் ஏற்பட, அது ரங்கமணிக்குப் பெருங்கவலையை அளிக்கிறது. அதுவே, தத்து மூலம் அல்லாது, சொந்த ரத்த வாரிசாயில்லாமல் இருக்கும் இக்கதியை, இந்தப் 'பரம்பரை' மீது படிந்த 'நீண்ட நிழல்' என, முத்துசாமியிடம் அவளைக் கூறவைக்கிறது. பல தலைமுறைகளாகச் சுவீகாரத்தின் மூலமாக மட்டுமே தொடரும் இந்த வம்சத்திற்கு அது தீரும் வழியுண்டா என்ற ஒரு கேள்விக்குறியும் தொக்கி நிற்கிறது. அவள் சுவீகாரத்தை 'இரவல்' என முத்துசாமியிடம் கூறுகிறாள். இப்படிச் சொல்வதன் மூலம், சுவீகாரம் ஏற்படுத்தும் அந்நியத்தன்மையைச் சூசகமாக உணர்த்துகிறாள். சுவீகாரத்தை, "நல்ல ஸம்ஸ்கிருதப் பேரு அது. ஸம்ஸ்கிருதத்திலே சொல்லிட்டா, ஈயம் தங்கமாயிடும். பாறாங்கல்லு பத்மராகமாயிடும்" என்கிறாள். இந்த அவளுணர்வைத் துரையும் (ரங்கமணியின் தத்துமகன்) அறிந்துள்ளான். அதனாலேயே, அவனுக்கும் அது 'புகுந்தவீடு'தான் என்கிறான் மனைவியிடம். ரங்கமணியின் முக்கியப் பிரச்சனை, அவள் ஆகிருதிக்குச் சற்றும் பொருந்தாத, தாம்பத்திய உறவில் ஈடுபட இயலாத நோய்வாய்ப்பட்ட கணவனே. ரங்கமணியின் ஏழைப் பெற்றோரைத் தன் வாய் ஜாலத்தால் ஆசை காட்டி, ரங்கமணியை மகன் விச்வேச்வரனுக்கு மணமுடிக்கிறாள் ரங்கமணியின் மாமியார். உண்மையை அறியவரும்போது, அதன் பின் ஒன்றும் செய்ய இயலாமல் அவள் வாழ்வு பாழாகிவிடுகிறது. பலவீனமான விச்வேச்வரனால் இளமையும் ஆரோக்கியமும் ஆகிருதியும் ஆளுமையும் நிறைந்த ரங்கமணிக்கு ஈடுகொடுக்க முடியவில்லை.

யாத்ரா ஸ்பெஷலில் ரங்கமணி சந்திக்கும் ஜோசியர் முத்துசாமி, கதையின் திருப்பத்திற்குக் காரணமாய் இருக்கிறார். முத்துசாமி தம்பதிக்கும் குழந்தை இல்லை. அவர்களுக்கும் தத்தெடுக்கும்படி உறவினர்களின் நெருக்கடியும் வற்புறுத்தலும் இருந்தாலும், முத்துசாமி சற்றும் அதற்கு வளைந்து கொடுக்கவில்லை. தமிழ்நாடு முழுவதும் ஒவ்வொரு ரயில் நிலையத்திலும் அவரைச் சந்திக்கப் பல சாதி, சமய மனிதர்கள் வந்துபோவது அவரது பிராபல்யத்தையும் அவரது ஜோதிடக் கணிப்பின் மீதான அதீத நம்பிக்கையையும் மரியாதையையும் எடுத்துக்காட்டி அவரை உச்சியில் கொண்டுபோய் வைக்கிறது. குறிப்பாக நாயுடுவின் வாக்கில். ஆனால், இக்கதையின் போக்கில், அவரது கணிப்புப் பொய்த்துவிடுகிறது. மேதாவி நிலையிலிருந்து சாதாரண மனிதன்தான் என்ற நிலைக்கு இறங்கிவிடுகிறார் முத்துசாமி. காமேச்வரனின் எண்ணப்படி சொல்வதானால், அவர் ஒரு 'ஜோஸ்யப் போக்கிரி'. ஆனால், முத்துசாமிவழிப் பல கருத்துகளைத் தி.ஜா. இக்கதையில் இழையவிடுகிறார். பிராமணனுக்குச் சொத்து வந்தது எப்படி எனக் கேட்கிறார் முத்துசாமி. "அன்னி அன்னி சாப்பாட்டுக்குத் தாளம் போடறவன்தான் ப்ராமணன். அவனுக்கு எப்படி நாப்பது வேலி, நானூறு வேலின்னு சொத்து வரும்? ஆள்றேன், காப்பாத்தறேன்னு சில ஜாதிகள் சொல்லிண்டு இருக்கே. அதுகளோட சேர்ந்து இவனும்

கொள்ளையடிச்சிருக்கணும். இல்லே, ஆள்றவாளுக்கு மூளை கட்டையா இருந்திருக்கணும் – அதுவும் இல்லே, வட்டிக்குப் பணம் கொடுத்து அப்புறம் ஆளையே முழுங்கியிருக்கணும், இத்தனையும் பண்ணிவிட்டு யாராவது ஒரு சங்கராச்சார்யார் கிட்ட போய் நிக்கணும்... என்ன சிரிக்கறேள்! இதெல்லாம் இவர் கிட்ட கேட்டது. எனக்கும் நியாயமாத்தான் படறது" எனச் சுலோச்சனம்மாளின் வாய்மொழியினூடாக முத்துசாமியின் விமர்சனம் வெளிப்படுகிறது. இது மட்டுமின்றிச் சங்கராச்சாரியார் உள்ளிட்ட சந்நியாசிகளையும் அவர் சாடுகிறார். ஆதிசங்கரர், புத்தர் இருவரையும் ஒரே மூச்சில் குறை கூறுகிறார்.

தம் நம்பிக்கைகளையும் கருத்துகளையும் கூறும் ஒரு கதாபாத்திர மாகத் தம் குரலாகவே முத்துசாமியைத் தி.ஜா. பேசவிடுகிறார் என்பது தேற்றம். "தனம், தான்யம், பசு, சந்தோஷம், சாந்தம் எல்லாம் வேணும்னு இந்தப் பெண்டுகள்ளாம் பாடிண்டிருக்கா. ஆயிரம் வருஷமா, ரண்டாயிரம் வருஷமா, மூவாயிரம் வருஷமாப் பாடிண்டிருக்கா. இதை வந்து கெடுத்தான் பாரும் அந்த மலையாளத்து நம்பூதிரி" என வெகண்டயாகச் சிரித்தார் முத்துசாமி. "அதான்யா! உம்ம ஆதிசங்கரர் – புத்த மதத்தைக் கவுக்கறேன்னு அவன் சொன்னதையே கொஞ்சம் அப்படியும் இப்படியுமா மாத்தி உலகமே பொய், பிரமையாக்கும், ஐம்புலனைச் சுட்டெரிச்சு நீயே சாமிங்கறதைக் கண்டுக்கோன்னாரே, அந்த மலையாளி"; "ஐம்புலனைச் சுட்டெரிக்காதவங்கதான் ரயில், கார், ஏரப்ளேன்லாம் கொண்டுவந்திருக்காங்க. இந்தச் சாமியாரெல்லாம் அந்த ரயில்லியும் ஏரப்ளேன்லியுமே ஏறி உட்காந்துண்டு ஐம்புலனைச் சுட்டெரியுங்கோன்னு நம்ம தலையிலே அட்சதை போட்டிண்டிருக்கான் ரண்டாயிரம் வருஷமா – இதுக்கெல்லாம் யாரு மூலம் – உங்க சங்கர நம்பூதிரியும் அந்த ஆசாமி குருன்னு ஒத்துக்காத புத்தனும் தானேங்காணும்?" என்றெல்லாம் ஆவேசமாகப் பேசுகிறார். ஐம்புலன்களால் அனுபவித்து வாழ்வதே வாழ்க்கை என்பதே, அவர் நம்பும் தத்துவம். தன் பேச்சைப் பவ்யமாக நம்பிச் செல்லும் அபிமானிகளைவிட, தான் ரங்கமணி மகன்–மருமகள் விஷயத்தில் செய்த கலகத்தைக் கேள்வி கேட்டு அவரைத் திட்ட எண்ணியதாக, 'ஜோஸ்யப் போக்கிரி' என விளாச நினைத்ததாகக் கூறும் காமேச்வரனைத் தம் கூடவே இருக்கச் சொல்கிறார். விவாதம் செய்யவும் தம் கருத்துகளைப் பகிர்ந்துகொள்ளவும் சுவாரசியமாகப் பேசவுமே, காமேச்வரன் அண்மையை முத்துசாமி விரும்புகிறார்.

காமேச்வரன் வாயிலாகச் சமூகத்தின் சில சீர்கேடுகள் எடுத்துக் காட்டப் பெற்றுச் சாடப்படுகின்றன. சுற்றுப்புறத் தூய்மை, சுகாதாரம் பற்றிக் கொஞ்சமும் அக்கறை காட்டாத நம் நாட்டு மக்களின் எண்ணமும் அணுகுமுறையும் காமேச்வரனுக்குப் பிடிப்பதில்லை. நமது பேருந்து நிலையங்களிலும் தெரு ஓரங்களிலும் மக்கள் அசுத்தம் செய்து பொது இடங்களைக் கழிப்பறையாகக் கருதுவதும் அவனுக்குக் கோபத்தை ஏற்படுத்துகிறது. மக்கள் தங்கள் வீடுகள் மட்டும் சுத்தமாயிருந்தால் போதுமென நினைத்து, வீட்டிற்கு வெளியிலுள்ள சுற்றுப்புறத்தின் தூய்மையைக் கெடுத்து அலட்சியப்படுத்தும் போக்கைக் கண்டு வெகுள்கிறான். அதேபோல், அண்டை வீட்டு நெல்லி மரத்தின் காய்கள்

தன் வீட்டில் விழுவதாலேயே பகிரங்கமாக அவற்றை உரிமையுடன் எடுத்து ஊறுகாய் போட்டுச் சாப்பிடும் சங்கரையரின் மனைவியும், அதனைக் கேள்வி கேட்க வரும் உரிமையாளர் குப்புராவைக் கேலிசெய்து பேசியனுப்பும் சங்கரையரும் அவனுக்குக் கோபத்தை ஏற்படுத்துகின்றனர். மனிதர்களின் அற்பத்தனத்தை, அராஜகத்தை, நியாய – அநியாயத்தைத் தூக்கியெறிந்துவிட்டுச் சுயநலத்துக்காக எதையும் செய்யும் தன்மையை இது சுட்டுகிறது. துரை – பங்கஜம் இருவரின் ஜாதகங்களையும் பார்த்துக் கணித்துக் கணவனுக்குக் குழந்தையில்லை மனைவிக்கு உண்டு என முத்துசாமி கூறியதை அறிந்தவுடன், "இந்த ஜோஸ்யங்களை எல்லாம் கிழிச்சு எறியணும்" என்று அவனுக்குக் கோபம் வருகிறது. இதன் மூலம் ஜோதிடம், ஜோதிடர்கள், அவர்களின் கணிப்பு இவற்றின் மீதான நம்பகத்தன்மையும் கேள்விக்குள்ளாக்கப்படுகிறது. ஜோதிடமும் ஒருவகைப் பிழைப்பே; நாடி வருபவர்களின் மனம் ஏற்கும்படியான ஒரு கணிப்பை அவர்களின் திருப்திக்காகக் கூறுவதே ஜோதிடம் என்பதை உணர முடிகிறது. ஜோதிடக் கணிப்பின் ஒரு பிசகு ஏற்படுத்தும் விபரீதம், காமேச்வரனை மிகவும் பாதிக்கிறது.

காலம் பற்றிய காமேச்வரனின் சிந்தனை, பொதுவாக அந்தக் காலம் சிறந்தது, இந்தக் காலம் அவ்வளவு சிறப்பானதில்லை என்ற எண்ணத்திற்கு மாறானது. தேவாரம் அய்யங்கார் மூலம் ரங்கமணி குடும்பத்தில் ஒருசில தலைமுறைகளுக்கு முன் குழந்தைப்பேறில்லாத மருமகளுடன் சமையற்காரனைச் சேர்த்துவைத்த மாமியாரைப் பற்றிக் கேள்விப்படுகிறான். "இப்படியும் அந்தக் காலத்தில் ஒரு மனுஷிக்குத் தோன்றி இருக்குமா? காலத்தில் அந்தக் காலம் என்ன? இந்தக் காலம் என்ன? 'அந்த'தான் 'இந்த' ஆகியிருக்கிறது. பிரவாகத்தில் அங்கு மிதக்கிற கட்டை, அழுகல், சவம் எல்லாம் கடைசியில் இங்கு வருகின்றன. அந்தக் காலத்தில் ராமனோடு ராவணன் இருந்தான், கிருஷ்ணனோடு சகுனியிருந்தான், துச்சாதனன் இருந்தான். பராசக்தியோடு எருமை சக்தியும் இருந்தது" என்று எண்ணமிடுகிறான். நல்லூர் வாழ்க்கையும் அங்குள்ள ஒருசிலரிடம் ஏற்பட்ட நல்லுறவும் காமேச்வரனுக்குப் புதிய வெளிச்சத்தையும், புதிய ஞானத்தையும் தருகின்றன. துரையையும் இளங்கண்ணனையும் தன் குருநாதர்களாக மனதில் வரிக்கிறான் காமேச்வரன். நாத்திகன் இளங்கண்ணன், தன் சகோதரனின் மனைவிக்காகக் காமேச்வரனிடம் குங்குமம் வாங்கிச் செல்லும்போது, 'இந்த நிமிஷம் எனக்கு நம்பிக்கை, நாளைக்கு எப்படியோ' என்பதும், கடவுள் பற்றிப் பேசித் தீர்மானம் செய்கிற முயற்சியைப் 'பொத்தல் குடம்' என்று துரை வர்ணிப்பதும் அவனுக்குப் பெரிய தத்துவங்களாகத் தோன்றுகின்றன. முத்துசாமி சந்நியாசிகளைச் சாடுகையில், திருமணமாகாத தன்னுடைய பிரம்மச்சரிய நிலையே பங்கஜம் மீது களங்கம் வரக் காரணமோ என்று எண்ணுகிறான். அதனாலேயே திருமணம் செய்துகொள்ளவும் அவன் தீர்மானிக்கிறான்.

ஜப்பானின் முன்னேற்றத்திற்குக் காரணம் அவர்களின் முன்னோர் வழிபாடே எனப் பத்ரிநாத்திலுள்ள புரோகிதன் வாயிலாகக் கூறப்படுகிறது. புகையிலை பற்றிய ஓர் ஆராய்ச்சிக் கருத்து இளங்கண்ணனின் வாய்மொழியாகப் பதிவு செய்யப்படுகிறது. "புகையிலை ரொம்பக்

கெடுதல்னு சொல்லிக்கிட்டிருந்தாங்க. நேத்திக்கி ஒரு ஆராய்ச்சிக்காரன் எழுதியிருக்கான். அதுலெ புரதம் எல்லாம் இருக்கு – அப்படி ஒண்ணும் கெடுதல் இல்லேன்னு. புகையிலைக்கே ஒரு மனசு இருந்து, சில சமயம் நல்லது பண்ணுவோம், சிலசமயம் கெடுதல் பண்ணுவோம்னு தோணுதோ என்னமோ". தில்லியில் முத்துசாமியைக் காரில் ஏற்றி ஊர் சுற்றிக் காட்டும் அப்துல் மஜீத், எத்தனையோ வானளாவ உயர்ந்த கட்டடங்களைக் கட்டும் மனிதனால் ஒரு சிறிய புல்லை உருவாக்க முடியுமா எனக் கேள்வி எழுப்புகிறான். பள்ளிக்கூடக் குழந்தைகளுக்கு மதிய உணவு சமைத்துப் போடும் வைகுண்டம் பிள்ளை, டெண்டர் முறை பற்றி விமர்சிக்கிறார்; இப்படிப் பல கருத்துகள் ஆங்காங்கே தெறிப்புகளாக இடம்பெறுகின்றன. கடவுள் நம்பிக்கை, பக்தருக்கும் கடவுளுக்குமான நேரடி உறவு, அதில் மூன்றாம் நபர் இடையீடு தேவையற்றது என்பதும்கூட உணர்த்தப்படுகிறது.

தி.ஜா.வின் கதையுரைப்பில், பெண்கள் பெறும் இடமும் அவர்களின் மன வார்ப்பும் முக்கியத்துவம் வாய்ந்தவை. பெண்ணை, பெண்மையை அவர் ஆராதிக்கத் தவறுவதில்லை. பிற கதாபாத்திரங்களின் பேச்சினூடாகவும் எண்ணத்தினூடாகவும் அது வெளிப்படுத்தப்படுகிறது. 'நளபாகத்தில்' இடம்பெறும் ரங்கமணியோ பங்கஜாட்சியோ சுலோசனம்மாளோ வேம்புப் பாட்டியோ – அவர்களின் செயல்களின், வாழ்வினூடாக அவர்களின் ஆளுமையையும் ஆகிருதியையும் விவரித்துவிடுகிறார். ரங்கமணி, பங்கஜம் இருவருமே உயரமும் உயரத்திற்கேற்ற கச்சிதமான உடல் அமைப்பினையும் கொண்ட பெண்களாகவே படைக்கப்பட்டுள்ளனர். தம் வாழ்வைப் பிடிக்கிறதோ இல்லையோ, அதன் போக்கிலே வாழ்பவர்களாய் இருந்தாலும், தமக்கென ஒரு கருத்தை, நம்பிக்கையைக் கொண்டவர்களாகவே அவர்கள் உள்ளனர். ஆணாதிக்கம் சுமத்திய இவ்வாழ்வின் எல்லையில் தங்களின் வகிபாகத்தைத் தேர்ந்துகொண்டு தங்களின் ஆளுமையை உணர்ந்தவர்களாகவும் உள்ளனர். பெண்ணின் உழைப்பு, "ஒரு குடித்தனத்திலே நுழைஞ்சு பார்த்தால்தானே தெரியறது. ஒரு பொம்மனாட்டி தன்னைக்கரைச்சுக்கறது குடித்தனமோ துரைத்தனமோன்னு ஏதோ பேச்சுக்குச் சொல்றதாத்தான் எல்லாம் நினைச்சுண்டிருக்கு–" எனக் காமேச்வரன் வாய்மொழி மூலம் சிலாகிக்கப்படுகிறது. "பெண் எவ்வளவு ஆச்சரியம்!" அவனுள்ளே ஒரு குரல் முணுமுணுத்தது. "எல்லா ஆச்சரியமும் பெண்தான். கடவுள்கூட முழுசு முழுசா பெண்தானோ என்னவோ" என்று காமேச்வரன் ஆச்சரியப்படுகிறான். தாஜ்மகால் பார்க்கும்போது ரங்கமணியும் சுலோசனம்மாளும் பெண்களின் வாழ்வை, இருப்பை, பாலியல் உறவைப் பற்றிப் பேசுவதும் குறிப்பிடத்தக்கது. உடலுறவை 'வேலை' என்று அவர்கள் குறிப்பிட்டுப் பேசுவதும் சிந்திக்கத்தக்கது. கடமை என்பதைத் தாண்டித் தம் உணர்வுகள் அங்கீகரிக்கப்படவில்லை என்பதும் அக்கூற்றில் பொதிந்துள்ளது. பங்கஜத்திற்குத் துரையுடன் ஏற்படும் அபூர்வத் தனிமையே, அவளது தாம்பத்திய வாழ்வில் ஒரு புதிய திருப்பத்தை, உணர்வுகளின் பூரிப்பை ஏற்படுத்துகிறது. ஆனால், அந்த வாய்ப்பு, அனைவருக்கும் கிட்டிவிடுவதில்லை.

'நளபாகம்' பெரும்பகுதியும் பார்ப்பனக் குடும்பத்தைச் சுற்றி நடைபெறுவதாலும், பெரும்பாலான கதாபாத்திரங்கள் பார்ப்பனர்களாக

இருப்பதாலும் தஞ்சாவூர், கும்பகோணம் பகுதியின் பார்ப்பனப் பேச்சுமொழியே கையாளப்பட்டுள்ளது. பார்ப்பனர் அல்லாத பிற சாதிக் கதைமாந்தர்களும் – நாயுடு, அப்துல் மஜீத், இளங்கண்ணன், பொதுவுடைமை சீனுவாசன், தெலுங்குச் செட்டியார், வைகுண்டம் பிள்ளை, மாணவன் கலியபெருமாள், பால் விற்கும் சொர்ணம், மாலிங்கம் – இடம்பெறுகின்றனர். தி.ஜானகிராமன், ஒரு கதாசிரியராகவே நிற்கிறார். எந்தக் கருத்தையும் தன் கூற்றாக நேரடியாக அவர் முன்வைக்கவில்லை. எல்லாத் தத்துவங்களும் தெறிப்புகளும் கண்திறப்புகளும் புரியாத மொழியில் புனையப்படுவதை விடுத்து, கதாபாத்திரங்களின் எளிய பேச்சின் மூலமாகவும் எண்ண ஓட்டத்தின் மூலமாகவுமே வெளியாகின்றன. ஞானம் நிரம்பிய எழுத்தாளனாகத் துருத்திக்கொண்டு தெரியாமல் கதாபாத்திரப் பேச்சு, எண்ணம் மூலமாகவே அவர் தமது கருத்துகளை வெளிப்படுத்தியுள்ள உத்தி கூர்ந்து நோக்கத்தக்கது. குழந்தைப் பேறின்மையால் ஏற்படும் வருத்தம் – வேதனை, நாத்திகம், ஜோசியத்தின் நம்பகத்தன்மையைக் கேள்விக்குள்ளாக்கல், தனிமனித உளவியல், சமூக உளவியல், சபலம், அதிலிருந்து மீளுதல், கடவுள் பற்றிய விசாரணை, அகம் நோக்கிய பயணம், தத்துவத்தெறிப்புகள், சமூகத்தொண்டு, வாழ்வின் நோக்கம் எனப் பலவற்றையும் நளபாகத்தில் தொடுத்துச் செல்கிறார் தி.ஜா. உணவுக்கு மட்டுமன்று, வாழ்வுக்கும் பக்குவமான ஒரு கலவை தேவை என்பதைப் பல சூழல்களாலும் உணர்த்துகிறது இக்கதை.

✣

31

தி.ஜா.வின் நளபாகம்: 'நவீனத்தின் போதாமையும் மரபின் செழுமையும்'

ஸ்டாலின் ராஜாங்கம்

தி.ஜானகிராமன் எழுதிய நளபாகம் நாவல், 1979 ஏப்ரல் முதல் 1982 ஜூலை வரையில் கணையாழியில் தொடராக வெளிவந்தது. அவர் 1982இல் காலமாகிவிட்டார். இதன்படி இதுவே அவருடைய கடைசி நாவல். அவருடைய மறைவுக்குப் பின்னர்தான், இத்தொடர் 'நூல் வடிவம்' பெற்றது. 1937ஆம் ஆண்டு தொடங்கி நீடித்த அவரின் 45 ஆண்டு எழுத்து வாழ்க்கை, இந்த நாவலோடு முடிவுக்கு வந்தது. நாவல், குறுநாவல், சிறுகதை, பயணநூல், நாடகம் எனப் பல்வேறு வடிவங்களில் அவர் பகிர்ந்த புரிதல்களின் தொடர்ச்சியை இந்நாவலில் பார்க்கலாம். வெளிப்படையாக மையப்பொருளை உணர்த்தாத நாவல் என்று இதனைக் கூறுவது பொருத்தமான கூற்று. மற்ற படைப்புகளில், அரசல் புரசலாக அரசியலைக் குறிப்பிட்டு வந்த அவர், இந்நாவலில் அதை விரிவான களமாக்கிக் கொண்டுள்ளார். அதனாலேயோ என்னவோ, இந்நாவல் அதிகப் பூடகமாக எழுதப்பட்டுள்ளது. இந்தப் பூடகத்தில்தான், அதுவரை இல்லாத அவரது அரசியல் பார்வையும் மறைந்துள்ளது.

கணவர் விச்வேச்வரனை இழந்து, தன் மகன் மருமகளோடு, கும்பகோணம் வட்டாரத்தில் நல்லூரில் வாழும் நாற்பத்தாறு வயது ரங்கமணி, ஒரு குழுவினரோடு சேர்ந்து வடநாட்டுக்கு ரெயிலில் தீர்த்த யாத்திரை போகிறாள். அக்குழுவினருக்குச் சமைப்பதற்கென்று அமர்த்தப்பட்ட காமேச்சுவரன், அங்குதான் அறிமுகம் ஆகிறான். அம்பாள் உபாசகனான அவனை, அவளுக்குப் பிடித்துப் போகிறது. மருமகள் பங்கஜத்திற்குப் பிள்ளைப்பேறு வாய்க்காத வருத்தத்தோடிருக்கும் அவள், ஓர் உந்துதலில் தன் வீட்டுக்குக் காமேச்சுவரனை அழைத்துச்

செல்லவேண்டும் என்று முடிவெடுக்கிறாள். முதலில் தயங்கும் காமேச்சுவரன், பிறகு அவள் வீட்டுக்குச் சென்று தங்குகிறான். அவ்வீட்டு வேலைகளை எடுத்துக்கொள்கிறான். பூசைகள் செய்கிறான். ஒருகட்டத்தில் பங்கஜம் கருத்தரிக்கிறாள். இந்த மர்மம் குறித்து, யாருக்கும் சந்தேகம் எழவில்லை. மாறாக, ஒருவர் மீதொருவர் நல்லிணக்கம் பாராட்டிக்கொள்கிறார்கள். மரியாதையோடும் நடந்துகொள்கிறார்கள். தி.ஜானகிராமனின் பிற படைப்புகளிலுள்ள மீறலும் இதிலில்லை. மீறுவதில் மட்டுமில்லை; ஒழுகி இருப்பதிலும் அமையப்பெற்றிருக்கும் பெண்ணின் தனித்துவம் இப்படைப்பில் பயின்றுள்ளது.

இக்கதையையே இந்த நாவலின் மையம் என்று கூறி, மற்றவற்றை உபபகுதிகளாகச் சொல்லி முடித்துக் கொண்டுவிட விரும்புவோர் உண்டு. ஆனால், வாசிப்பு பல்வகைப்பட்டதுதானே! இக்கதை தவிர, இந்நாவலில் மற்ற இரண்டு அம்சங்களும்கூட, முக்கிய இடத்தைப் பெற்றுள்ளன. ஒன்று அரசியல்; மற்றொன்று ஆன்மீகம். பல வேளைகளில் இவையிரண்டும்கூட வேறு வேறாக இல்லாமல் ஒன்று மற்றொன்றின் பகுதியாகவே உள்ளது. தி.ஜா.வின் கடைசிப் படைப்பு என்ற முறையில், அவர் யோசித்துவந்த அரசியல் பார்வையைப் புரிந்துகொள்ள இந்நாவல் முக்கியப் பிரதியாகிறது.

❍ ❍ ❍

தி.ஜானகிராமனின் அரசியல் பார்வை, என்னவாக இருந்திருக்க முடியும்? அதை அவராக வெளிப்படையாகச் சொன்னதில்லை; சொல்லவேண்டிய அவசியமில்லை. எனவே, படைப்புகளின் வழியாகத்தான் அவற்றைக் கண்டறிய முடியும். அவர் பிரக்ஞைபூர்வமாகக் கொண்டிருந்த அரசியல் பார்வைகூட எழுதி எழுதிப் பார்த்துவந்ததன் வழியாக வேறொரு பரிமாணத்தை/புரிதலை அடைந்திருக்கலாம். எனவே, அவருக்கான அரசியல் பார்வை நிலையானதில்லை என்ற ஒரு புரிதலோடு, இதைப் பார்க்க வேண்டும். ஒருகாலத்தில் அவர் கொண்டிருந்த அரசியல் பார்வை கடைசிவரை இருந்திருக்க வேண்டிய அவசியமில்லை. எதுவாகினும் அவரின் படைப்பு வழியாகத்தான் அதனைக் கண்டடைய முடியும்.

தி.ஜா., பிராமண வகுப்பில் பிறந்து, அதிகமும் அந்த வாழ்க்கையை எழுதியவர். தஞ்சை போன்ற நில உடைமை வட்டாரத்தில் பிறந்து, நவீன காலத்தின் உத்தியோகப் பணி காரணமாக நகரம் சென்று விட்டவர். உள்ளூர் பற்றிய அவருடைய எழுத்துகள் அதிகமும் இவ்வாறு வெளியூரிலிருந்துதான் எழுதப்பட்டன. அவர் ஊரில் இருந்த காலத்திலும், வெளியேறிவிட்ட காலத்திலும் உள்ளூர்ச் சமூக அமைப்பில் பல்வேறு சமூகப் பண்பாட்டு அரசியல் மாற்றங்கள் நடந்துவந்தன. அங்கிருக்க முடியவில்லையே தவிர, அம்மாற்றங்களை அறிந்தவராகவே இருந்திருக்கிறார். தஞ்சை மாவட்டத்தில் இடதுசாரி இயக்கங்கள் தீவிரம் பெறத்தொடங்கிய சில ஆண்டுகளுக்கு முன்தான் எழுதத் தொடங்கியிருந்தார் தி.ஜா. திராவிடர் கழகம்போல் பிராமண எதிர்ப்புப் பேசவில்லையே தவிரப் பிராமணம் உள்ளிட்ட உயர்வகுப்பினரின் ஆதிக்கத்திற்கு அரசியல் சவால்கள் பல இடதுசாரிகளால் உருவாகியிருந்தன. மற்றொரு புறம் திராவிடர் கழகமும் அதன் தொடர்ச்சியாய்த் திமுகவும் பிராமண எதிர்ப்புக்கு வழிகோலியிருந்தன. இவ்விரண்டு சக்திகளுக்கும் இடையில் காங்கிரஸ்,

சுதந்திர இந்தியாவின் நவீனத்துவ மாற்றங்களை முன்மொழிந்து கொண்டே, அவற்றால் சவாலைச் சந்திக்கும் சமூகக் குழுக்களுக்கு அரசியல் ரீதியாக ஆதரவளித்தும் கொண்டிருந்தது. எனவே இம்மூன்றையும், இவற்றின் வழியான போராட்டங்களையும் அவரின் படைப்புக் காலம் சந்தித்து வந்தது.

தி.ஜா., ஓர் அரசியல்வாதியல்லர். குறிப்பிட்ட அரசியல் சித்தாந்தத்தை வலியுறுத்த எழுதியவருமல்லர். சமூக மாற்றங்கள் நடந்துவந்த காலத்தில் தி.ஜா. வாழ்ந்தாலும், அவர் அவற்றை எவ்வாறு புரிந்துகொண்டார் என்பதைப் படைப்புகள் வழியேதான் பார்க்கமுடிகிறது. நிலவுடைமைப் பின்புலத்தில் வைதீக நம்பிக்கை கொண்டோரைப் பாத்திரங்களாக்கி எழுதியவர். வைதீக மதிப்பீடுகளைப் பொறுத்தவரையில், உலகியலில் திருப்தியடையாது அதைத் தாண்டிய தேடலில் ஈடுபடுவதை அவர் ஏற்றுக்கொண்டதுபோல் தெரிகிறது. மாறாக, லௌகீக சமரசங்களை ஏற்காதவர். அதற்கீடாகக் கட்டுப்பாடுகளை மீறுவதை ஆதரிக்கிறார். அதற்காக மரபை அவர் எதிர்நிலையில் வைத்துப் பார்த்தது போலும் தெரியவில்லை. மரபு அவரளவில் மதிப்புடையது. அதன் வலிமைகளை எழுத்தில் கொணர்ந்தவர். நவீன காலத்தில்தான் மாற்றம் வருகிறது என்று பார்த்தவரல்லர் அவர். மரபிலும் மாற்றங்கள் நடந்தபடியேதான் இருக்கின்றன. மரபிலும் மாற்றம் இருப்பதாக அவர் படைப்புகள் காட்டுகின்றன. இதன்படி, பொதுவான மனிதாயப் பார்வையே, அவருடைய அடிப்படையாக இருந்தது என்று கூறலாம். நவீனத்தை வலியுறுத்திய இடதுசாரிகள் பற்றிய விமர்சனம் அவர் படைப்புகளில் ஆங்காங்கு இருந்து வருவதைக் காணமுடிகிறது. அது வெகு சில இடங்களில்/சொற்களில் மறைமுகமாக இருக்கிறது. பொதுவாகத் தி.ஜா. காலகட்ட எழுத்தாளர்களில், குறிப்பாகப் பிராமண/வேளாள மேட்டுக்குடி எழுத்தாளர்களிடையே சமகால அரசியல் பதிவு குறைவே. தங்களுடைய அன்றாட வாழ்க்கையைப் பாதிக்காத வரையில் ஒன்றைப் பற்றிய கருத்து அவர்களுக்கு இருப்பதில்லை. அதே வேளையில் தி.ஜா., தஞ்சை வட்டார நிலத்தை விரிவாகப் புரிந்துகொண்டவர். அவர் காலத்திற்கு முந்திய கும்பகோணமே அவர் கதையில் இருந்தது. ஆனால், நளபாகம் அதற்கு விதிவிலக்கு.

இந்த நாவலும் கும்பகோணம் வட்டாரப் பிராமணப் பின்புலத்திலேயே இயங்குகிறது. 1970களின் மத்திய பகுதியைப் பின்னணியாகக் கொண்டது எனலாம். அவர் ஊரை விட்டுச் சென்று பல ஆண்டுகளாகிவிட்ட நிலை. ஊரை அவ்வப்போதும் பார்த்தும் கேட்டும் அறிந்து கொண்டிருக்க முடியும். ஊரளவில் பல மாற்றங்கள். கல்விப் பரவலாக்கம், மின்சாரப் பரவலாக்கம், விவசாய உற்பத்தியில் மாற்றங்கள், உத்தியோகம் – நிலப்பகிர்வுகள் பல குழுவினரிடையே நடக்க ஆரம்பித்தது. கம்யூனிஸ்டுகள், தொடர்ந்து தீவிரக் கம்யூனிஸ்டுகளின் செல்வாக்கு, இரண்டு திராவிடக் கட்சிகளின் ஆட்சி நிலைபெறல் என்றாகி விட்ட காலத்தில் இந்த நாவல் எழுதப்பட்டுள்ளது. ஆனால், இந்த நாவலின் மையம் அதே குடும்பப் பாரம்பரியம், ரத்த உறவு, ஆண் பெண் உறவு என்ற களத்திலேயே இயங்குவதாக எழுதப்பட்டுள்ளது. எனவே, இதையே நாவலின் மையமாகக் கருதுவோம். ஆனால், எப்போதும் இல்லாத அளவிற்கு, இந்த நாவலில் அரசியல் ஓர் இணைப்பிரதியாகக் குடும்ப எல்லைக்கு இணையாக/குடும்ப

எல்லையைச் சாக்கிட்டு இயங்கியிருக்கிறது. ஒருவர், ஒரே பார்வையோடு எல்லாக் காலத்திலும் இருந்தாக வேண்டிய அவசியமில்லை. புறஅளவிலான மாற்றங்கள், வயோதிகம், புரிதல் போன்றவை பார்வை மாற்றங்களைக் கொணரலாம். இவை தி.ஜா.விடமும் நடந்திருக்கலாம். நடந்திருந்தால் அதைக் காலம் கோரிய மாற்றம் எனலாம். அந்த மாற்றம்தான் என்ன?

சுவீகாரப் பிள்ளைகளின் மூலமாகவே, தன் குடும்பப் பாரம்பரியத்தைத் தக்கவைத்து வரும் ரங்கமணி, தன் மருமகளுக்குப் பிள்ளைப்பேறு இல்லாத பின்னணியில், காமேச்சுவரனை வீட்டுக்கு அழைத்து வருகிறாள். இது அபாயகரமான செயலே என்றாலும், அவர்களுக்குள்ளே நுட்பமான அளவில் இணைவு இழை ஓடுகிறது. “உன்னைப் பரிசாரகன்னு நெனைச்சனூடாதே” என்னும் ரங்கமணி, “சமைக்கிற மாதிரி பாவனை பண்ணினாப் போரும். நாலு பேருக்கு நான் சொல்லிக்கணுமோல்லியோ!” என்கிறாள். “நீ இந்தாத்திலெ உட்கார்ந்துண்டு ஜபம் பண்ணு. உன் கையாலெ பரிமாறு. இந்த வம்சத்திலெ எத்தனை தலைமுறைக்கு முன்னாலெ எந்தக் கரிக்கை சமைச்சுப் போட்டுதோ. யார் அது கையாலெ சாப்பிட்டாளோ – வர நாட்டுப்பெண்கள் வயத்திலெ ஒரு பூச்சி விழமாட்டேங்குறது. இந்த மாதிரி ஒரு ஆத்மா வந்து இங்க நடமாடித்துன்னா, முத்துச்சாமி சொன்னாப்பல, நீளமா விழுந்திருக்கிற நிழல்லாம் ஓடிப்போயிடும். நீ பாட்டுக்கு இரு. உன் இஷ்டம்போல் பூஜை பண்ணு” என்கிறாள். அவனைத் தன் மகனாகவே ரங்கமணி நினைக்கிறாள். “என்கூடப் பொறந்தவன் மாதிரி” என்றும் சொல்கிறாள். அவன், வீட்டுக்குள்ளே மகனாகவே வருகிறான். மேலும், ஜோஸியர் முத்துசாமி சொன்னபடி பார்த்தால், வேறு யார் ‘நிழலும்’ வந்துவிடக்கூடாது என்றே காமேச்சுவரனைத் தேர்ந்தெடுக்கிறாள். முத்துசாமியே இதனைக் காமேச்சுவரனுக்கு ஒருமுறை சுட்டுகிறார். நல்லூரம்மா ரங்கமணிக்கு இதில் எந்தப் பிரச்சினையும் இருக்காது என்ற புரிதலை வெளிப்படுத்துகிறார். அவனும் புரிந்துகொள்கிறான். அதற்காக அப்படி அவன் நடந்துகொள்வதில்லை. முத்துசாமி புராண நியாயங்கள் சொன்னபோதுகூட அவன் யோசிக்கவில்லை.ஜோஸ்யர் முத்துசாமியைச் சந்தித்துவிட்டு வந்தபிறகுதான், தன் நிலையைப் புரிந்துகொள்கிறான்.

ரங்கமணி, என்ன பொருளில், காமேச்சுவரனை இங்கு அழைக்கிறாள்? அவன் என்ன புரிந்துகொண்டான்? ரங்கமணியின் அழைப்புதான் அவனை வரவழைக்கிறது. வந்த பின்னால் நாவலில் ரங்கமணி பாத்திரம் பின்னுக்குப் போகிறது. பங்கஜத்துடனான காமேச்சுவரனின் உறவு மதிப்புமிக்கதாக மாறுகிறது. கூடவே, அவள் கணவன் துரையும் சேர்கிறான். வீட்டில் மாற்றங்கள் நிகழ்கின்றன. அவற்றுள் மிக முக்கியமானது, அவள் கருத்தரிப்பதே. இந்த மாற்றம், எவ்வாறு நடக்கிறது? இதில் ரங்கமணி என்ன நினைக்கிறாள்? எதுவும் தெரியவில்லை. ஆனால், அவனுடைய வருகைக்குப் பின்னரே இம்மாற்றம் நடக்கிறது என்பது உண்மை. அவன் – ஓர் அம்பாள் உபாசகன். அவனுடைய பூஜையின் சக்தியே கருத்தரிப்பிற்குக் காரணம் என்று அவனும் மருமகளும் நம்புகிறார்கள். ரங்கமணிக்கு, அப்பிரச்சினை இருப்பதாகவே தெரியவில்லை. அவளே ஒருமுறை சொன்னதுபோல், “காத்துப் படணும்னு” கூப்பிட்டதால் நடந்ததென்று நினைக்கிறாளா? அவனுடைய பூஜையே இங்குச் சக்தி. அந்தச் சக்தியால் வந்த மாற்றமிது.

ஆணின் சக்திக்கு இணையாக, இங்கு ஆன்மீகச் சக்தி வைக்கப்படுகிறது. அவனை ரங்கமணி புனிதப் பயணத்தில்தான் கண்டெடுக்கிறாள் என்பதையும் சேர்த்துப் பார்க்கவேண்டும். அவனுடைய வேண்டுதல் விந்தின் பலனுக்கு மாற்றீடு ஆகிறது. இந்த இடத்தில் லௌகீக அர்த்தத்தை ஆன்மீகம் ஈடுசெய்கிறது. லௌகீக ரீதியாகப் புரிந்துகொள்ள முடியாத வற்றை, உலகியல் தாண்டிய மதிப்பீடுகளில் தேடி இணக்கம் கொள்வதில் ஆர்வம் கொண்டவர் தி.ஜா. அதுவே இங்கே நிகழ்கிறது.

குழந்தைப்பேற்றை வேண்டிப் பெண்கள் சாமியார்களைத் தரிசிக்கிறார்கள். கோயில் குளம் போகிறார்கள். அரச மரம் சுற்றுகிறார்கள். அவற்றிலிருந்து ஒரு சக்தி கிடைக்குமென்று நம்பப்படுகிறது. காமேச்சுவரன் என்ற அம்பாள் உபாசகன், இங்கு அதுபோல் சக்தியாகப் பார்க்கப்பட்டான். "நான் அந்தத் துரைக்குக் குழந்தை பிறக்கணும்னு என் ஜீவ சக்தி எல்லாத்தையும் குவிச்சு அம்பாளை வேண்டிண்டேன். அதனாலெதான் அந்தப் பெண் 'உண்டா'னதாக எனக்குச் சர்வ நிச்சயம். ஒரு மனுஷன் தன்னோடு சக்தி – மனசு, புத்தி, பார்வை எல்லாத்தியும் ஒரு கெட்டியா திரட்டி ஒரு கணம்கூட ஒரு விசயத்தைப் பார்க்கறதோ சிந்திக்கிறதோ சாத்தியம் இல்லேன்னு எங்க வத்சன் சொல்லுவார்" என்கிறான் காமேச்சுவரன். எனவே, காமம் நூலிழையில் ஆன்மீக அர்த்தத்தால் வேறு மாற்றம் பெறுகிறது. இவ்விதத்தில் வைதீக மதிப்பீடுகளின் வடிவத்தில் தெரியும் ஆன்மீகத்தில், ஒரு மனத் தேடலில் கிடைக்கும் திருப்திக்கான குறியீடாகவே பிள்ளைப்பேறு அமைகிறது. இதை இந்த அளவில் நிறுத்திவிட்டு, வேறொரு விசயத்தைப் பார்த்துவிட்டு, இவற்றை நினைவுகொள்ளலாம்.

❍ ❍ ❍

காமேச்சுவரனின் வருகை கொணரும் ஒரு சக்தியால், ரங்கமணியின் குடும்பத்திற்குள்ளே மட்டுமல்ல, வீட்டுக்கு வெளியே நல்லூரிலும் ஒரு மாற்றம் நிகழ்கிறது. இந்த மாற்றம் பற்றிய வாசிப்புதான், இந்நாவலின் இணைப்பிரதி. அது தி.ஜானகிராமனால் அரசியல் வாசிப்பாகவே எழுதப்பட்டுள்ளது. எனவே, அதை நாம் புதிதாகக் கண்டறிய வேண்டிய தில்லை. ரங்கமணியின் குடும்பக்கதையில், அந்த அரசியல் ஏன், எந்த அளவுக்குக் கையாளப் பட்டுள்ளது என்பதும் சக்தி மற்றும் பிள்ளைப் பேறு போன்றவற்றின் பொருள் என்னவாக இருக்க முடியும் என்பதும்தான் இங்கு விவாதிக்கப்படுகிறது. இவற்றைப் பார்க்கும்போது தி.ஜா.விடம் முந்தைய படைப்புகளில் இல்லாத, ஓர் அரசியல் பார்வை உருவாகியிருக்கிறதோ என்றும் எண்ண வேண்டியுள்ளது. கால மாற்றத்தினுடே பிராமணர் என்னும் நிலை மாறியிருப்பதை அவர் புரிந்திருக்கிறார். எனவே, மாறி வரும் பிராமண நிலைக்குப் புதிய சக்தியை அளித்துப் புதிய பொருளில் மீட்டெடுப்பதுதான், இந்தக் கதையா? அதனைக் கொணரும், வலியுறுத்தும் குறியீடுதான் காமேச்சுவரனா?

காமேச்சுவரன், தன் குருநாதர் வத்ஸனிடம் ஒருமுறை விவாதம் புரிகிறான். எழுதப்பட்டிருக்கிற அநேக ஸ்மிருதிகள் எதற்கு? என்ற விவாதம் அது. புதுசு புதுசா குப்பை வந்ததுன்னா ஸ்மிருதியை மாற்றி எழுத வேண்டும் என்கிறான் வத்ஸன். மேலும், நாஸ்திகம் வரவர ஜாஸ்தியாயிண்டே வரது;

முனிசிபாலிடி கிட்ட சவுக்கு இல்லெ; சவுக்கில்லாம குப்பை கொட்றதுக்குத் தைரியமும் இல்லெ என்று சாடுகிறான். திராவிடக் கட்சி ஆட்சிக்கு வந்திருந்த நேரம் அது. ஆட்சி பற்றிய குறையும், நாத்திகக் கருத்துகள் பற்றிய வருத்தமும் அவருக்கு இருக்கிறது. காமேச்சுவரன், வத்ஸன்போல் வருத்தப்பட்டுப் பேசவில்லை. எதிர்வீட்டுப் பிராமணக் குடும்பம் பக்கத்து வீட்டோடு வம்புக்குச் சண்டை போடுவதையே சொல்லுகிறான். வத்ஸனுக்குப்போல் காமேச்சுவரனுக்கு வருத்தமில்லாவிட்டாலும்கூட, அந்தக் காலப் பிராமணர்களின் வருத்தம் என்று இதைக் கொள்வதில் பிழையில்லை. காமேச்சுவரன் இவ்விடத்தில் வத்ஸன்போல் பேசாவிட்டாலும், இதுவே அவனுடைய நிரந்தர நிலைப்பாடாக இருப்பதில்லை.

நல்லூருக்கு வந்தபின்புதான், உள்ளூர்ச் செய்திகளைக் காமேச்சுவரன் தெரிந்துகொள்கிறான். ஓர் அய்யங்கார் நண்பராகிறார். அவர்தான் ஊரில் நிலவும் அரசியல் கட்சிகளை, அதிலுள்ள நபர்கள் பற்றிக் கூறுகிறார். சமூகத்தில் உருவாகிவந்த மைதானம், கட்சிகள், கூட்டங்கள், ஒலிபெருக்கி, பேச்சுகள் போன்ற புதிய வெளிகளை அவர் விவரணை மூலம் தெரிந்துகொள்கிறோம், காமேச்சுவரனைப்போலவே. இவை தவிர்க்க முடியாத மாற்றம் என்று தி.ஜா. கருதுவதாகவே தெரிகிறது. ஆனால், அவற்றின் விளைவுகளைப் பிரதி எதிர்மறையாகவே பதிவுசெய்கிறது. காங்கிரஸில் தொடங்கித் திமுக மற்றும் எதிரும்புதிருமான கட்சிகள் வரையில் சாடப்படுகிறது. “அய்யங்காரின் மூலம்தான் ஊர்ச் செய்திகள் ஒவ்வொன்றாகப் புலர்ந்து கொண்டிருந்தன, காமேச்சுவரனுக்கு. தினந்தோறும் ஒரு கதை – ஒரு வர்ணனை – எல்லாமே வம்புதான். இரண்டு மூன்று நாள் அவர் பாடி முடிக்கிற வரையில் காத்திருந்து, அவரோடேயே கிளம்புவான் காமேச்சுவரன். கடைத்தெரு, பெருமாள் கோவிலில் ஒரு சதுக்கம், அதுதான் பொதுக்கூட்டங்கள் கூடுகிற இடமாம். கோயிலுக்கு யார் போகிறார்களோ வருகிறார்களோ, தெரியாது. வாரம் இரண்டு கூட்டமாவது நடந்துகொண்டிருக்கும். காங்கிரஸ் கட்சி, தி.க. கட்சி, தி.மு.கட்சி, பொதுவுடைமைக் கட்சி, வள்ளலார் கூட்டம், காந்தி ஜெயந்தி, பாரதி விழா, பண முடிப்பு விழா, இரங்கற்கூட்டங்கள், நெசவுக் கூலிக்காரர்கள் கூட்டம் – எல்லாம் பெருமாள் காதில்தான் தங்கள் கோபதாப சுகதுக்கங்களைப் போடும். உத்சவருக்குப் பஞ்சலோகக் காது, மூலவருக்குக் கருங்கல் காது. யாரு எப்படி வாணாலும் கத்தட்டும்னு நின்னுண்டிருக்கார் பெருமாள் என்பார் அய்யங்கார். வண்டி காடி போக முடியாமல், பாதசாரிகளுக்கும் வழிவிடாமல் தெருவடைத்துக் கூட்டம் உட்கார்ந்து, அடுக்கு மொழிகளையும் அயர்ந்த மொழிகளையும் தலைவர் வருமுன் நேரத்தைக் கடத்த எழும் பாடல்களையும் கேட்கும். “தண்ணீர் விட்டோ வளர்த்தோம் – சர்வேசா இப்பயிரைக் கண்ணீராற் காத்தோம் – கருகத் திருவுளமோ” என்றுதான் எந்தப் பேச்சையும் ஆரம்பிப்பான் ஜகது. சுதந்திரம் கிடைப்பதற்கு முன்னால் அப்படியே தொடங்கித் தொடங்கிப் பேசிய பழக்கம். சுதந்திரம் வந்து பல வருடம் கழித்தும் அவனை விடவில்லை. அவனுக்கு இன்னும் வேலை கிடைக்கவில்லை, கிடைக்கிற வேலைகள் பிடிக்கவில்லையாம். தகப்பனார் அப்பனையங்கார் ஜவுளிக் கடையில் கணக்கு எழுதுகிறார். அவன் தம்பி – அமெரிக்காவில் பெரிய உத்யோகமாம். பணம் ஊருக்கும் அனுப்புகிறான். அதனால்தான் ஜகது, இன்னும் சுதந்திரத்தைக் கண்ணீரால் காத்துக் கொண்டிருக்கிறான்.

கூட்டுறவு, பொங்கல் விழா, ஹிந்தி எதிர்ப்புக்கு எதிர்ப்பு என்று எதற்குக் கூட்டமானாலும், ஜகது கண்ணீரால் சுதந்திரத்தைப் பேச்சின் தொடக்கத்திலும், பல சமயம் இடையிலும் காக்காமல் விட மாட்டான். கண்ணீராற் காத்தோம் என்னும்போது அவன் கண்டம் நடுங்குவதும் உண்டு". இந்த மாதிரிப் பல பேச்சாளர் நிரம்பிய ஊர் இது. அரசியல், பொருளாதாரம், சமுதாய நிலை – எதிலும் விழிப்புடன் துடிக்கிற ஊர்.

ஜகதுவுக்குப் போட்டி இளங்கண்ணன். "தோழர்களே, தொட்டில்நீங்கி தளர்நடைபோடும் மதலைகளைப் பள்ளிக்கு அனுப்புகிறீர்களே, அது புரட்டும் திரு ஏட்டைப் பார்க்கிறீர்களா? என்ன பார்க்கிறீர்கள்? அனாவுக்கு அணில், ஆவன்னாவுக்கு ஆடு, இனாவுக்கு இலை, ஈயன்னாவுக்கு ஈ, உனாவுக்கு உரல், எனாவுக்கு எலி, ஏயன்னாவுக்கு ஏணி, ஐயன்னாவுக்கு ஐயர்ர்ர்ர்ர்ர்ர்ர்ர். ஐயன் இல்லே, ஐய்யர்ர்ர் ர்ர்ர்ர் – எங்கய்யா வந்தாரு இந்த ஐயர்ர்ர்ர்ர்? முகத்தில் மூணு பட்டை போட்ட ஐயர்ர்ர்ர்ர்ர்! மார்பில் முப்புரி போட்ட ஐயர்ர்ர்ர்ர்ர்! உங்கள் மதலையின் கையில் பூத்த ஐந்து பூவிரல்கள் எங்கே போச்சாம்? அட வாண்டாமையா, இந்த ஐயர் நின்று நின்று குட்டிக் குட்டித் தோப்புக்கரணம் போடுகிறாரே அந்த ஐங்கரன்தான் எங்க போய்ட்டான்? அவனுக்கு ஒண்ட ஒட்டுத்திண்ணை, இவருக்குப் பலகை போட்ட பாடநூலா – இந்த ஐயர்ர்ர்ர்ர்ர்ரை ஒரு மாதத்திற்குள் மூன்று கூட்டங்களில் கேட்கும்போது காமேச்சுவரனுக்குச் சிரிப்பு வரும் – இளங்கண்ணன் கீழிருந்து ஒரு கையை ஐயர்ர்ர் ர்ர்ர்ர் என்று மேலே தூக்கிச் சொல்லுவதைப் பார்த்தபோது, கேட்டபோது அவன் பெரிய ஹாஸ்ய நடிகராக இருக்கலாமே என்று தோன்றும். கூட்டம் விழுந்து விழுந்து சிரிக்கும். ஒலிபெருக்கி இதை ஊரெல்லாம் முழக்கும். கடைத்தெரு முக்கில், அக்ரகாரத்தில், பஸ் ஸ்டாண்டில் கும்பல் கும்பலா நின்று பேசிக் கொண்டிருப்பவர்களெல்லாம் கேட்பார்கள் – சிரிப்பார்கள். இளங்கண்ணன் இடுப்பை ஒரு மாதிரியாக வளைத்துக்கொண்டு அதைச் சொல்லும்போது பார்க்கவேண்டும். மூன்று கூட்டங்களில் அதையே வரிசை மாறாமல் திருப்பித் திருப்பிக் கேட்கும் காமேச்சுவனுக்குச் சுவை குன்றிவிடவில்லை. கேட்டது கேட்ட அலுப்பு வரவில்லை".

இப்படிப் பல கட்சிப் பேச்சுகள். ஊரையே அதிர அடிக்கும் ஒலிபெருக்கி அவற்றுக்கு. கேட்கும்போது, ஊர் எப்போதும் கலகத்திற்குத் தயாராக இருப்பதுபோல், இன்று இரவோ, நாளையோ ஊரில் ரத்தப் பெருக்கெடுத்து ஓடிவிடுமோ என்று ஒரு அச்சம், உணர்ச்சிகள் முறுக்கேறி வெடிக்கப் போகிறாற்போல ஒரு மூச்சுமுட்டு. "இந்த யூதர்களின் இரத்தங்களைத் தன்மானக் கொடுவாளும் கோடாரியும் என்று சுவைக்கப் போகின்றன? என்று இளங்கண்ணன் குரலை உயர்த்தும்போது, என்ன ஆகுமோ ஏதோ என்று காமேச்சுவரனுக்கு முதல்நாள் பயமாகவே இருந்தது. இது என்ன இழவு ஊரடா என்று ஒரு கவலை. மூன்றாவது கூட்டத்திலும் இதையே கேட்டபோதுதான் அவனுக்கு இதெல்லாம் ஒரு சடங்கு மாதிரித் தோன்றிற்று. மனசுக்கும் சடங்குக்கும் எவ்வித சம்பந்தமும் கிடையாது என்று துரை சந்த்யாவந்தனம் செய்யும்போது தெரியும், தெருவோடு போகிறவர்கள் பெருமாள் கோவில் வாசலில் இரண்டு கன்னங்களையும் ஒரு கை கட்டை விரலாலும் மற்ற விரல்களாலும்

தட்டிக்கொண்டு போகும்போதும் தெரியும்" – இவ்வாறு நகைச்சுவையோடு அய்யங்கார் கூறுவதை நகைச்சுவையாகவே கேட்கிறான்.

இவை யாவும் லௌகீக வாழ்க்கை ஏற்படுத்தியிருக்கும் புறத்தோற்றங்கள் என்றே நினைக்கிறான் காமேச்சுவரன். நவீன அரசியல் சார்ந்து உருவாகியிருக்கும் அடுக்குமொழிப் பாணி, நடைமுறைக்கும் பேச்சுக்கும் உள்ள இடைவெளி, நாத்திகம் என்று எல்லாவற்றையும் எதிர்மறையாகப் பார்க்கிறார். இதற்காகவே நாவலில், இம்மூன்று பாத்திரங்களும் காட்டப்படுகின்றன. மூன்று கட்சிகள். காங்கிரஸ் சார்பாக ஜகது, திமுக அல்லது தி.க. சார்பாக இளங்கண்ணன், கம்யூனிஸ்ட் சார்பாகச் சீனிவாசன். இந்தக் கத்தி கபடா முழக்கங்களுக்குப் பிறகு ஜகது வீட்டுத் திண்ணையில் சீட்டாட்டம் ஆடுவார்கள் என்பதைக் கூறுவதன் மூலம், இவர்களைப் பற்றி நாவல் எவ்வாறு சொல்ல விரும்புகிறது என்பதைப் புரிந்துகொள்ளலாம். கம்யூனிஸ்ட் சீனிவாசன் கார்த் தரகு செய்வான். அதாவது, சுற்றுவட்டக் கிராமங்களில் உள்ள மிராசுதார்களுக்கு, அவன்தான் பழைய கார்களை விற்றுப் புதிய கார்களையே வாங்கிக் கொடுப்பவனாக இருக்கிறான். இதன்படி அவர்கள் பேசும் அரசியல் புறமெய்யாகத்தான் இருக்கிறது. உள்மெய்யாக இல்லை என்கிறது இந்நாவல். இதைவிடப் பார்ப்பன எதிர்ப்பும் நாத்திகமும் அவற்றைப் பேசும் இளங்கண்ணன் பற்றிய பதிவும்தான் விரிவாக இருக்கிறது.

ஒருநாள் மாலை, ஜகது ரங்கமணியின் வீட்டுக்குக் காமேச்சுவரனைப் பார்க்க வருகிறான். இளங்கண்ணன் தம்பி மனைவிக்குச் சற்றே மனப்பித்து. திடீர்திடீரெனக் கத்துகிறாள். பூஜையெல்லாம் பண்ணியும் எதுவும் நடக்கல. மருந்துகளும் கேட்கல. இந்நிலையில் அம்பாள் பூஜை செய்யும் காமேச்சுவரனிடம் அழைத்துக்கொண்டு வரலாமா என்று கேட்டுவரச் சொன்னதாகச் சொல்கிறான். ஜகது காங்கிரஸில் சேர்ந்து, 3மாதம் சிறையில் இருந்துவிட்டு வந்தவன். ஆனால், கோயில் குளம் போகிறவன் இல்லை. இளங்கண்ணனோ மேடையில் நாத்திகம் பேசுபவன். பிள்ளையாரை உடைப்பவன். அவன் தம்பியும், அதே கருத்துக் கொண்டவன்தான். ஆனால், இவர்களுக்கொரு பிரச்சினை வரும்போது, பேசிய அரசியலுக்குத் தகுந்தாற் போல் இருக்கமுடியவில்லை. அதனால்தான், காமேச்சுவரனிடம் நேராகக் கேட்க முடியாமல், மற்றோர் ஆள் மூலம் கேட்கிறார்கள். இதை நாவல் விவரிக்கிறது. நவீன அரசியல் உருவாக்கியிருக்கும் பண்பாடு உண்மையாக இல்லை என்ற பார்வை, தி.ஜா.வுக்கு இருக்கிறது. இந்த அரசியலின் இரட்டை நிலையை, போதாமையை உணர்ந்துகொண்டவன்போல் ஜகது சொல்கிறான்: "ஒரு விஷயத்தைப் பத்தி அதிகமாகத் தெரியாதவாதான் அதிகமாகப் பேசுவா. நிஜமாத் தெரிஞ்சிருந்தா, ரண்டு வார்த்தையிலே சொல்லிடுவா – நீங்க அன்னிக்குச் சொன்ன மாதிரி" என்கிறான்.

தானும் இளங்கண்ணனும் கொண்டிருக்கும் அரசியல் கலாச்சாரம், அது உருவாக்கியிருக்கும் வற்றாத பேச்சு, அதற்கும் உண்மைக்குமுள்ள தொடர்பு என அனைத்தையும் விமர்சனமாக ஒத்துக்கொள்கிறான். ஆனால், இவ்வாறு பேசத் தெரியாத, வெளிப்படையாக உள்ள காமேச்சுவரனிடம்தான், இவர்கள் தேவை வரும்போது ரகசியமாக வரவேண்டியிருக்கிறது. இந்த இடத்தில், அந்த மூவர் – அல்லது மூவரின்

அரசியல் சட்டகம் ஆகியவற்றிற்கு மாற்றாக, அரசியலுக்கு வெளியேயுள்ள லௌகீக வாழ்க்கையின் எதார்த்தத்தோடு பிணைந்துள்ள காமேச்சுவரன் என்ற இலட்சியப் பிம்பம் வைக்கப்படுகிறது. இந்த இடத்தில் நவீன அரசியல் பிம்பங்களுக்கு எதிராக, மரபை விமர்சனமற்றதாக அவர் முன்வைத்துவிடவும் இல்லை. பூஜை பண்ணுவதால் எதுவொன்றும் சரியாகுவதாகக் கூறுவதும் புறமெய்யே என்கிறது பிரதி. "அவனவன் இருப்புக்கு அவனவன்தான் பொறுப்பு. ஐயமோ பயமோ நோக்காடோ, சாதனையோ, பேரோ, அவப்பேரோ – எல்லாத்துக்கும் அவனவன்தான் பொறுப்பு. இதுக்கெல்லாம் தொடர்பு அவனுக்கும் படைச்சவன்னு சொல்றாங்களே அதுக்கும்தான். மூணாவது ஆளு வந்து எப்படிக் குறுக்கிட முடியும்? மூணாவது ஆளு வரப்படாதுன்னுதானே நீங்ககூட வேற மாதிரியா சொல்லிட்டு வறீங்க. ஏன் இப்படித் திடீர்னுபோய் இந்தக் குங்குமத்துக்கு வந்திட்டீங்க . . . உங்களுக்கே உங்க பேச்சுலெ நம்பிக்கெ இல்லையா? நீங்களா யோசிச்சுச் சொல்லலியா – யாராவது சொன்னதைத்தான் திருப்பிச் சொன்னீங்களா" என்று கேட்கிறான் காமேஸ்வரன். இந்நாவலில் எழுப்பப்படும் முக்கியக் கேள்வி இது எனலாம்.

கடவுளுக்கும் மனிதனுக்கும் இடையில்வரப் பூசாரிக்கு எந்த இடமுமில்லை என்று அதைச் சாடும் இளங்கண்ணனைச் சார்ந்தவர்களே தங்களுக்குப் பிரச்சினை என்று வரும்போது மட்டும் இடையிலுள்ள மூன்றாவது நபரை ஏன் தேடிச்செல்ல வேண்டும்? என்று கேட்கிறான். நிலவும் அரசியல் தன்னுள்ளே சேர்த்துக் கொண்டிருக்கும் போலித்தனம் இந்தக் கேள்வியால் சாடப்படுகிறது. "உங்க தம்பி சம்சாரத்தையே சாமியை நேரே கேக்கச் சொல்லுங்க. சாமி இருக்கான்னு கேட்டுப் பார்த்துக்கச் சொல்லுங்க" என்கிறான் காமேச்சுவரன். "சாமி இல்லை என்றும் இருக்குமோ என்றும் நினைப்பு. அப்படி ஊசலாடறதுதான் நம்ம விவகாரம்லாம். கூட்டத்திலெ பேசறதுதான் கடைசி முடிவுன்னு எல்லாரும் நினைக்கிறாங்க. இப்படியிருப்பது நிசம்" என்கிறான் இளங்கண்ணன். திராவிட இயக்கத்தின் நாத்திக வாதம் பற்றிய ஒரு விவரணையாக, இப்பகுதி அமைகிறது. எல்லாவற்றையும் பேச்சால் (தர்க்கத்தால்) புரிந்துகொள்ள முடியாது. இவ்வாறு ஒரு நாத்திகர் (இளங்கண்ணன்), இப்படியும் அப்படியுமாக இருப்பவர் (ஜகது) ஆகிய இரண்டு பேரும் மெல்லச் சாமி பக்கம் பார்க்க ஆரம்பிக்கிறார்கள். இந்த மாற்றம் காமேச்சுவரனால் நடக்கிறது. அவர்கள் இயல்பாக சொல்லிச் செல்லும் வார்த்தைகளிலிருந்து, காமேச்சுவரனும் தானாகக் கற்றுக்கொள்கிறான். இவ்வாறு புறத்தில் நடக்கும் மாற்றங்கள், வீட்டிற்குள்ளும் நடக்கின்றன.

புறத்தில் நடப்பதுகூடப் புறமாற்றமில்லை. அதுவும் அரசியல் திருத்தம் என்ற பெயரில் சமூகத்தில்தான் நிகழ்ந்திருக்கிறது. காமேச்சுவரன் மூலம் நடப்பது, புறமெய் நீங்கி, அகத்தில் நடக்கும் மாற்றம். அதாவது, சமூகத்தில் நடக்கவேண்டிய ஆக்கபூர்வமான மாற்றம். எளிமையாகச் சொல்லுவதென்றால், பேச்சாக இல்லாமல் செயலாக ஒரு சமூகம் தனக்குள்ளே உள்முகமாக நடத்திக்கொள்ள வேண்டிய உரையாடலில் இருந்து பிறக்கவேண்டிய செயற்பாடுகள் / எண்ணங்கள். இந்த இடத்தில் மாற்றங்களை நவீனத்தால் உருவாவதாக அல்லாமல், மரபிலிருந்தே அவற்றை

உருவாக்கிக்கொள்ள முடியும் என்று தி.ஜானகிராமன் கருதுவதாகக் கொள்ளலாம். இதற்குப் பிறகு, காமேச்சுவரனோடு அவர்களுடைய நட்பு இறுகுகிறது. ஆக, மூன்று அரசியல் செயற்பாடுகளோடு உரையாடியதன் மூலம், 'உள்முகச் செயற்பாடு' தொடங்குகிறது. இதற்கு நாவலில் நான்காவதாகப் புலப்படாத ஓர் அரசியல் ஊடாடுகிறது.

○ ○ ○

அது ஒருவகையில் தீண்டப்படாத மக்களை மையப்படுத்தும் அரசியல். அது அவர்களின் அரசியலாக இல்லை. மாறாக அவர்களை நோக்கிய பிறரின் அரசியலாக இருக்கிறது என்பதை அறியவேண்டும். காமேச்சுவரன்மீது படரும் நல்லெண்ணம் காரணமாக, வைகுண்டம் பிள்ளை என்பவர் பழக்கமாகிறார். அவ்வூர்ப் பள்ளியில் சேரிக்குழந்தைகளுக்கு மதிய உணவு வழங்கும் திட்டத்தை கான்ட்ராக்ட் எடுத்து நடத்தி வருகிறவர் அவர். இந்தக் கான்ட்ராக்ட் முறை, சம்பாதிப்பதற்கான முறையாகவும் ஆகிவிட்டதை, நாவல் எடுத்துக்கொள்கிறது. இச்சம்பாதனையில் கான்ட்ராக்ட் எடுப்பவரும், அதிகாரிகளும் இணைந்து கொள்கிறார்கள். இதன் காரணமாக ஒவ்வொரு பையனுக்கும் சென்று சேரவேண்டிய நலன் தடைப்படுகிறது. அரிசியின் அளவு, காய்கறிகளின் பயன்பாடு போன்றவற்றைக் கேட்டறிகிறான் காமேச்சுவரன். "இது என்னாங்க டெண்டர் டெண்டரு. இது யாரு சொல்லிக் கொடுத்தாங்க நம்ம நாட்டுக்கு, ஊருக்கு ஊரு ரண்டு சத்திரம் மூணு சத்திரம்னு கட்டிப் போட்டு வந்தவகளுக்கெல்லாம் மூணு நாளாவது சாப்பிடலாம்னு ரண்டு கறி, பச்சடி, குளம்பு, ரசம், மோருன்று வயிறு புடைக்க ஆக்கிப் போட்ட நாட்டுக்கு" என்று கடிந்துகொள்கிறார் பிள்ளை. இந்த இடத்தில், நவீனக் காலத்தில் உருவாகிவிட்ட புதிய கோளாறுகளுக்கு, மரபின் சாதகமான கூறுகளை நினைவுபடுத்தி அமைதி காட்டுகிறது நாவல். சமகால அரசியல் வெளி மீது, தி.ஜா. வெளிப்படுத்திய பார்வையின் அடிநாதம் என்று இதைக் கூறலாம்.

இந்தக் கோளாறு காமேச்சுவரன் நினைவில் இடித்துக்கொண்டு நிற்கிறது. ஒரு வீட்டில் ஒரு நாளுக்கு ஒரு பிடி அரிசி என்ற யோசனையை இளங்கண்ணனிடம் கூறுகிறான். ஒரு பையனுக்கு முப்பது நாளுக்கு முந்நூறு கை அரிசி வேண்டும். பள்ளிக்கூடம் இருபத்தைந்து நாள்தான் நடக்கும் என்றால், இருநூறு கை அரிசிகூடப் போதும். இம்மாதிரி அறுபது பையன்கள் என்றால் அதிகமில்லை. இது அரசு திட்டமில்லை. எனவே, இதனிடையில் டெண்டர்காரர்களோ, அதிகாரிகளோ இருக்க முடியாது. ஒரு நாளைக்கு ஒரு பிடி அரிசி என்னும்போது, எந்த மலைப்பும் இல்லாமல் கண்ணுக்குத் தெரியாமல் எளிமையாகக் கைகூடிவிடும். இதுவே காமேச்சுவரன் சொல்வது. நவீனகால மாற்றங்களின் கோளாறுகளுக்குப் பதிலாகச் சொல்லப்படும் பிடி அரிசித் திட்டம், நாவல் முன்பு சொல்லிய மரபின் சத்திரம் போன்ற ஞாபகமே. பிடி அரிசிக்காகக் கையேந்துவது என முடிவு. அடுத்த ஓராண்டுக் கதை, காமேச்சுவரன் யாசகனாக வளர்ந்த கதை. அவன் தலைப்பைப் பிடித்தபடி இளங்கண்ணன் கைநீட்டிய கதை. இளங்கண்ணனின் தலைப்பைப் பிடித்துக்கொண்டு, ஜகதுவும் உள்ளூர் லெனின் ஆன சீனுவாசனும் ஓடு ஏந்தின கதை. சீட்டாட்டத் தோழர்களும் இதில் இணைகிறார்கள். நிலவுரிமைப்

போராட்டமும் நாத்திகப் பிரச்சாரமும் நடத்த தஞ்சை மாவட்டத்தில், இந்நிலைபாட்டைக் காமேஸ்வரன் எடுக்கிறான் என்பது குறிப்பிடத்தக்கது. அவற்றை, அவற்றில் இழையோடும் பொய்மைகளை மரபின் கண்கொண்டு தி.ஜா. எவ்வாறு பார்த்தார் என்பதற்கும், இது சான்று. போலித்தனம் புரையோடிய இவ்வமைப்பில் இப்பணியைக் காமேச்சுவரன்தான் மீட்டெடுக்கிறான். நடந்துவந்த மாற்றங்களில் அலைவுற்ற பிராமண சக்தியை மீட்கிறான் என்று இதைச் சொல்லலாமா? இவ்வமைப்பின் கோளாறுகளை ஒழுங்குபடுத்துகிறவனாகவும் பிராமணனே இருக்கிறான் என்று பார்க்கலாமா?

ரங்கமணி வீட்டில், காமேச்சுவரன் சக்தியால் உருவான மாற்றங்கள், வெளியே நல்லூரில் அவன் சக்தியால் உருவாகும் மாற்றங்கள் என இரண்டும் பிரதியில் கதையாக இணைகின்றன. இவ்விடத்தில், இந்தக் கதை ரங்கமணியின் குடும்பக் கதையாக இல்லாமல் உண்மையில் அரசியல் கதையாக ஆகியிருக்கிறது. இதைச் சொல்லத்தான் தி.ஜா., ரங்கமணி குடும்பக் கதையை தேர்ந்துகொண்டாரா? காமேச்சுவரனின் 'நளபாகம்' என்ற செயல், ரங்கமணி வீட்டில் நடப்பதினும் நல்லூர்ப் பள்ளிக்காக நடந்ததையே குறிக்கிறது. நாவலின் தலைப்பும்கூட இதற்குத்தான் அதிகம் பொருந்துகிறது. உணவு சமைப்பதிலிருந்துதான் அவன் சீர்திருத்தம் தொடங்குகிறது. ஜகதுவின் நண்பர்கள்போல் தான் நம்பாததை, தெரியாததை அவன் செய்யவில்லை. அவன் மேற்கொள்ளும் சீர்திருத்தம், தனக்குத் தெரிந்த சமையல் பணிக்குள்தான் அமைகிறது. இதுவும் நவீனத்தின் மீதான தி.ஜா.வின் பார்வையையே காட்டுகிறது. வெவ்வேறு அடையாளங்களில் (காங்கிரஸ், கம்யூனிசம், திராவிடம்) இயங்கியவர்களை, இந்த ஆக்கபூர்வப் பணிகளில் காமேச்சுவரன் இணைக்கிறான் அல்லது மாற்றுகிறான். அவன் கையெடுத்த இந்த உணவுப் பிரச்சினை அதே ஊரில்தான் இருந்துவந்தது. ஆனால், அரசியல் பேசிவரும் மூவருக்கும் தெரியவில்லை. காமேச்சுவரன் வந்தபின், அவன் உணர்த்தியே தெரியவருகிறது!

இங்குக் காமேச்சுவரன் மனிதன் மட்டுமல்லன், அவன் அம்பாள் உபாசகன் என்பதையும் கவனத்தில் கொள்ளவேண்டும். இங்கே அவனிடம், உள்ளூரில் பேசப்படும் பிராமண எதிர்ப்புப் பற்றிய கருத்தும் வெளிப்படுகிறது. இந்தப் பணியைப் பற்றி இளங்கண்ணனிடம் எடுத்துரைக்கும் காமேச்சுவரன் கேட்கிறான்: "நீங்கள் உள்ளூர்லேதானே இருக்கீங்க. பள்ளிக்கூடமும் எட்டாக்கை இல்லியே. உங்களுக்கு இந்தச் சேதியே தெரியாதா?" என்று. மேலும், "நீங்க எங்களையெல்லாம் வடநாட்டுக்கு வெரட்றதுக்கு முன்னாலே, இதையும் கொஞ்சம் கவனியுங்களேன்" என்றும் கூறுகிறான். அதாவது, உங்களிடையே செய்து கொள்ளவேண்டிய மாற்றங்களைக் கவனியாமல், பிரச்சினை எங்கோ வெளியே இருப்பதாகச் சொல்லிக் கொண்டிருக்கிறீர்கள் என்கிறான். பிராமண வருகைதான் இங்கிருக்கும் சிக்கல்களுக்குக் காரணம் என்று திராவிட இயக்கம் சாடிவந்ததை இங்கு நினைவில் கொள்ளவேண்டும். ஆனால், இவ்வாறு அவர்கள் செய்ய மறந்ததை, வெளியே இருந்து வந்ததாகச் சொல்லப்படும் மரபைச் சேர்ந்த காமேச்சுவரன்தான் (பிராமணன்) செய்ய முற்படுகிறான்.

மேலும், காமேச்சுவரன் முன்மொழிந்த ஒரு பிடி அரிசித் திட்டம், சங்கராச்சாரியார் முன்மொழிந்த யோசனையாகும். அங்கிருந்தே அந்த யோசனையை எடுத்ததாகவும் காமேச்சுவரன் நினைவுபடுத்துகிறான். "சோம்பேறி சோம்பேறின்னு உங்க ஆளுங்க சுவத்திலெல்லாம் எழுதி வச்சிருக்காங்களே (திக/திமுக) அந்தச் சங்கராச்சாரி சாமியாருக்குத் தோணி அவர் சொன்னதுதான் இது" என்று அவன் சொல்வது, திட்டவட்டமான ஓர் அரசியல் கண்ணோட்டத்தை வெளிப்படுத்துகிறது. இது போன்ற பணிகளே சமூகத்தைப் பிளவுபடுத்துவதற்குப் (திக/திமுகவால்) பதில் ஒருங்கிணைக்கிறது என்று தி.ஜா. நினைத்திருக்கக்கூடும். துலுக்கத் தெரு, சாலியத் தெரு, மேளக்காரத் தெரு, அக்ரகாரம் – எல்லாருக்கும் அவன் ஏதோ செல்லப்பிள்ளை மாதிரி என்று நாவலில் வரும் தகவல், பிளவை ஒருங்கிணைக்கும் குறியீடாகவே அவனைக் காட்டுகிறது. இதன் பொருள் பிராமண சக்தியைத் தி.ஜா. அப்படியே தக்கவைக்கிறார் என்பது இல்லை. இவ்வாறு அவரை வசைபாடுவதற்கே இங்கு அதிகம் வாய்ப்பிருக்கிறது. ஆனால், இவையெல்லாம் மாற்றங்கள்தான். பிராமண சக்தியையும் அவர் புணரமைக்கிறார். பிராமணர்கள் இறங்கிவரவேண்டும் என்பதன் குறியீடே காமேச்சுவரன்!

சங்கராச்சாரியை உதாரணமாகக் காட்டும் நாவல், ஓரிடத்தில் பாவம் பண்ணிட்டுச் சங்கராச்சாரி கிட்டப் போனால் பாவம் போய்விடும் என நினைக்கும் பிராமணர்களையும் காட்டுகிறது. ஆனால், இந்த நாவல், கணக்கில் காட்டாத ஒன்றுண்டு. பிராமணர்களிடையே ஒரு புணருத்தாரணம் நடப்பதை / நடக்க வேண்டியதைக் காட்டும் தி.ஜா., எதிர்த்தரப்பான நவீன அரசியலை முழுமுற்றாகவே எதிர்நிலையில் கொண்டுவைக்கிறார். பிராமணரிடையே இம்மாற்றங்கள் நிகழ்வதற்கு நவீன அரசியலின், அரசியல் கட்சிகளின் வருகை ஒரு காரணமாவதை அது கணக்கில் கொள்ளவில்லை. மனிதர்களை எதிர்நிலையில் வைக்காமல் தழுவியணைத்துக்கொள்ளும் காமேச்சுவரன், அதற்காக அவர்களை அரசியல் அடையாளங்களிலிருந்து முற்றிலுமாகத் துண்டிக்கிறான் என்பதும் குறிப்பிடத்தக்கது. பிராமணியம் எப்போதும் சவாலான காலச் சூழ்நிலையிலேயே தன்னைப் புதுப்பித்துக் கொண்டிருக்கிறது என்பது வரலாறு. அவ்வரலாற்றை, இந்த நாவல் புனைவின் சாத்தியத்தால் சொல்லிக் கொள்ளாமல் வலியுறுத்திவிட்டுப் போகிறது.

இந்நிலையில், பழைய பிராமணியச் சுரண்டல் இல்லாத, நவீனத்தின் போலித்தனங்களும் 'அண்டாத ஒரு குரலை'க் கட்டமைக்கிறது இந்நாவல் எனலாம். வழக்கமான வைதீக மதிப்பீடுகள் வழியல்லாமல், தனக்குத்தானே நிகழும் மனத்தேடலில் இதைக் கண்டடையவும் வற்புறுத்துகிறது காமேச்சுவரன் பாத்திரம். இதை ஓர் அத்வைத நிலை எனலாம். சவாலான காலங்களில் பிறந்த யார் பிராமணன் என்ற கேள்வியை எழுப்பிக் காமேச்சுவரன் மூலம் அதை மறுவரையறை செய்ய இந்நாவல் முனைகிறது. சங்கராச்சாரியின் உருவில் ஆதிசங்கரனை நினைவில் கொணருகிறது இப்பிரதி. பௌத்தத் தத்துவத்தின் மருவிய வடிவத்தைக் கையிலெடுத்த ஆதிசங்கரரிலிருந்து, யார் பிராமணன் என்ற விவாதம் தொடர்ந்து இங்கிருந்து வருகிறது. பஞ்சமன் ஒருவரிடமிருந்துதான் சங்கரருக்குப்

பிராமணம் எது என்ற கேள்வி உருவானது. காமேச்சுவரன் முத்துசாமியிடம் பேசிக்கொண்டிருக்கும்போது, ஒரு விஷயம் வருகிறது. தனம், தான்யம், பசு, சந்தோஷம், சாந்தம் என்ற இரண்டாயிரம் மூவாயிரம் வருஷ நடைமுறையைக் கெடுத்தவன் ஆதிசங்கரன் என்கிறார் அவர். 'உன்னிலிருந்து தெய்வத்தை நாடு' என்று கூறிய ஆதிசங்கரனின் யோசனையையே, அவர் இவ்வாறு சாடுகிறார். இருபதாம் நூற்றாண்டின் நவீன இயக்கங்களும், திக போன்ற நாத்திக இயக்கங்களும் கடவுளின் பெயரிலான இத்தகைய சடங்குகளையே கண்டித்துவந்தன. அதற்கு எதிர்வினை புரிவதோடு, அதற்கேற்ற மாற்றங்களை அவற்றின் பெயரினைச் சொல்லாமலேயே நிகழ்த்துகின்றான் காமேச்சுவரன். அதனாலேயே காமேச்சுவரன், ஆதிசங்கரனின் கட்சிக்காரன் என்று நாம் சொல்ல வேண்டியதில்லை. நாவலில் வரும் முத்துசாமி அய்யரே, அதைக் கூறிவிடுகிறார். ஆதிசங்கரன், மற்ற வழிகளை மறுத்துவிட்டு, உன்னில் சாமி இருக்கிறது என்று கூறியதைக் காமேச்சுவரன் மனத் தேடலின் வழியாகச் செய்கிறான். எனவே, நவீனம் முன்வைத்த மாற்றங்களின் போதாமைகளை மரபிலிருந்தே இட்டுநிரப்பக் காமேச்சுவரனின் பாத்திரம் இந்நாவலில் முற்படுகிறது.

எல்லாம் சரியே. இதில் தீண்டப்படாதார் அடையாளம் எங்கிருக்கிறது? இந்த நாவலில் நிகழும் நவீனக் கட்சிகளின் மீதான விமர்சனமும் பிராமணசக்தியின் புனருத்தாரணமும் தலித்துகளை அடிப்படையாகக் கொண்டே நிகழ்கிறது. பொதுவாகத் தி.ஜா.வின் படைப்புகளில் தலித் பிரச்சினைகளோ தலித் பாத்திரங்களோ வருவதில்லை. அவருக்கான களத்தில் அதற்கான அவசியமும் இருந்திருக்கவில்லை. தலித்கள் மீது வெறுப்பும் இருந்திருக்க வாய்ப்பில்லை. பொதுவான மனிதாயக் கண்ணோட்டத்தின் கீழ், அவர்கள் மீதான கருணை தி.ஜா.வுக்கு இருந்திருக்கிறது எனலாம். தம் சொந்தக் கிராமம் பற்றி அவர் எழுதிய ஒரு கட்டுரையில், தம் இளமைக் காலத்தில் போலல்லாது தங்கள் தெருவழியே நடந்துசெல்லும் தலித்துகளைப் பார்க்கிறார். தம் காலத்திலேயே அம்மாற்றம் நடந்திருப்பதைச் சாதகமாகப் பார்க்கிறார். தலித் பாத்திரங்களுக்கே இதுதான் நிலை எனில், தலித் மக்கள் இயக்கமாக இருந்ததை அவர் அறிந்திருப்பாரா? என்று தெரியவில்லை. அதனால்தான் நாவலில் காங்கிரஸ், கம்யூனிஸ்ட், திமுக போன்ற அடையாளங்களைச் சொன்னவரால் தலித் இயக்கங்களைச் சொல்ல முடியவில்லை. தலித்துகளைத் தனித்த செயல்குழுவாகப் பார்க்கிற வாய்ப்பு இருந்திருக்கவில்லை. எனவே, இந்நாவலில் தலித்துகள் உண்டு. ஆனால், பிரஞ்ஞைபூர்வமான ஒரு குழுவாக அவர்கள் சொல்லப்படவில்லை. அவர்களுக்குப் பெயர் அடையாளம்கூட இல்லை. ஆனால், காமேச்சுவரனின் பிராமணசக்தி மீட்டெடுப்பு என்பது, அவர்கள் பொருட்டே! அவர்களை முன்வைத்தே நடக்கிறது.

பிராமணசக்தி மீட்டெடுப்பில் மட்டுமல்லாது பிராமணன் யார் என்ற கேள்வி எழுவதற்கும், எப்போதும் தலித் குழுவே தூண்டுகோலாகவும் கருவியாகவும் இருந்துள்ளது. தங்களை நோக்கி வரும் கேள்விகளைத் தலித்துகளுக்கு ஈடேற்றம் செய்வதன் மூலம் மீட்டுக்கொள்ள முடிகிறது. பல வேளைகளில், அக்கேள்வி எழுவதற்கே தலித்துகளே காரணமாகிறார்கள். ஆதிசங்கரரிடம் பஞ்சமன் எழுப்பும் கேள்வியே புறச் சடங்குகளைத்

துறந்து அகத்திலிருந்து இறைவனை மீட்கும் நிலையை உருவாக்குகிறது. இராமானுஜர் பறையர்களைக் கோயிலுக்குள் அழைத்துச் செல்கிறார். 20ஆம் நூற்றாண்டில், அம்பேத்கரால் எண்ணற்ற விசயங்கள் நடக்கின்றன. பௌத்தம், கிறித்தவம், நவீனச் சீர்திருத்தக் குரல்களும் இந்த விவாதத்திற்குக் காரணமாகியிருக்கின்றன. நாவலில்கூடச் சங்கராச்சாரியின் பிடியரிசித் திட்டம் சேரிக் குழந்தைகளைச் சென்றடைகிறது. அதையே காமேச்சுவரன் கையிலெடுக்கிறான். சாதி பற்றிய கேள்வியை, மரபு தள்ளிவைத்ததில்லை. மரபு, தனக்கு உகந்த வகையில் / வடிவில், அதை விவாதித்து வந்திருக்கிறது. நவீனத்தின் போதாமையை, மரபின் இத்தொடர்ச்சியை எடுத்துவைத்து எதிர்கொள்ள முனைகிறது இப்பிரதி. இந்த இடத்தில், மரபு எதிர்கொள்ளும் நவீனத்தின் போதாமையையும் நினைவுபடுத்திக் கொள்ள வேண்டும். 20ஆம் நூற்றாண்டின் நவீன அரசியல் சொல்லாடலிலும் தீண்டாமை, தீண்டப்படாதோர் சொல்லாடல்கள் முக்கிய இடம்பெற்றன. மரபிலிருந்த பஞ்சமர் பிராமணர் எதிர்மறை, இப்போது பிராமணர், பிராமணர் அல்லாதோர், தீண்டப்படாதோர் என்ற முக்கோணச் சட்டகமானது. ஆனால், இவ்விவாதம் பிராமணர் பிராணரல்லாதோர் என்கிற விவாதமாக மட்டும் இருக்கும்படி பார்த்துக் கொள்ளப்பட்டது. தங்களைப் பாதிக்கப்பட்டோராக நிறுவவே, பிராமணரல்லாதோரின் அடையாளத் திற்குத் தீண்டப்படாதோர் தேவைப்பட்டனர். எனினும், சாதி என்ற முறையில், இவ்வுறவு வரையறைக்குட்பட்டே இருந்தது. மரபார்ந்த உறவில் இணைய முடியாத அவர்கள், நவீன அரசியல் வெளியில் பேசி இணைய முடிந்தது.

பிராமணரல்லாதோர்கள் தீண்டப்படாதோரிடையே இருந்த வரையறைக்குட்பட்ட உறவே, பிராமணருக்கு ஒரு வாய்ப்பாக அமைந்தது. அவர்களைப்போல் இவர்களுமே, தீண்டப்படாதோரிடையே வரையறைக்கு உட்பட்டதேயாயினும் உறவை உருவாக்கிக்கொள்ள முடிந்தது. அதாவது மரபில் இருந்துவந்த இரு தரப்பாருக்கும் இடையேயான உரையாடலை மீட்டுக்கொள்ள முயன்றனர். அதாவது, பிராமணர்களின் துவேஷத்தைப் பேசி அரசியலைக் கட்டமைக்கும் பிராமணரல்லாதோர் தீண்டப்படாதவரிடம் காட்டும் வேறுபாட்டை எடுத்துக்கொண்டனர். தீண்டப்படாதோருக்கு ஆக்கங்காட்டுவதைச் சுட்டிப் பிராமணர் அல்லாதோர் கட்டமைத்த நவீன அரசியலின் போதாமையைக் காட்டினர். இந்நாவலில் இளங்கண்ணன், சீனிவாசன், ஜகது ஆகியோர் எதையெதையோ பேசுகிறார்கள். ஆனால், உள்ளூர்ப் பள்ளியில் சேரிக் குழந்தைகளின் நிலை என்னவென்று தெரிவதில்லை. காமேச்சுவரன் இதைச் சுட்டுகிறான். மூவரையும் இப்பணியில் அமைதிப்படுத்துகிறான். தன்னையறிதல், தன்னைச் சரிசெய்துகொள்ளுதல் என்ற நிலையை மேற்கொள்ளும் அத்வைத நிலையைக் கூறுகிறான். இதன்வழி, வெளியிலுள்ள பிராமணனைச் சாடுவது என்ற பிராமணரல்லாதோரின் நிலைப்பாட்டை எதிர்கொள்கிறது பிரதி.

நவீனக் காலத்தில் மரபுவழியாக நடந்த தீண்டப்படாதோர் பற்றிய உரையாடலின்போது தவிர்க்கமுடியா உருவகமாகப் பாரதி இருக்கிறார். வியப்பளிக்கும் வகையில், நாவலில் காமேச்சுவரனால் பாரதி நினைவுகூரப்படுகிறார். காமேச்சுவரன், பாரதியைத் தன் அண்ணன்

என்கிறான். அண்ணாவுக்கு அம்பாளாகிய பராசக்தி கவிபாடச் சொல்லிக்கொடுத்தார். எங்கையிலெ கரண்டியைக் கொடுத்திருக்கிறாள் என்கிறான். இந்த இடத்தில், வைதீக நம்பிக்கைக்கும் புதிதாக உருவாகிவந்த சீர்திருத்தங்களுக்கும் இடையே பாரதி ஊடாட்டம் நடத்தி வந்திருப்பது பொருத்தமே. பாரதியிடம் உரிமை, மீறல் என்ற இரண்டும் இருந்தன. பிராமணரை அவர் நெகிழ்வுபடுத்திக்கொள்ளச் சொன்னதும், அதையே பிராமணரல்லாதோர் என்ற நவீன இயக்கம் சொல்லும்போது முறுக்கிக் கொள்வதும் பாரதியிடம் ஒருசேர நடந்தன. பாரதி அந்தப் பிரச்சினையைத் தீண்டப்படாதோருக்கு நெருக்கமாகச் செல்லுவதன் மூலம் எதிர்கொள்ளப் பார்த்தான். அத்தருணத்தில் அவனுக்கு மரபும், பிராமணன் என்பது பிறப்பல்ல என்ற விவாதமும்தான் நினைவுக்கு வந்தன. நீதான் பிராமணன் என்று கூறிக் கனகலிங்கம் என்ற தலித்திற்குப் பூணூல் அணிவித்தான். சேரிக் குழந்தைகளுக்குச் சோறு கொடு, கல்வி கொடு என்று இந்து மதப் புரவலர்களுக்கும் அழைப்புவிடுத்தான். பாரதியிடம் பிராமணியம் சாதியாக இல்லாமல் தகுதியாகப் பார்க்கப்படுகிறது. காமேச்சுவரனிடமும் அதுவே வெளிப்படுகிறது. தி.ஜா.வின் அரசியல் நிலைப்பாடு பாரதிபோல் ஊடாட்டமாகவே இருக்கிறது. ஆனால், இந்த இரு தரப்பும் தங்களைக் காப்பாற்றிக்கொள்ளப் புனரமைத்துக்கொள்ளத் தலித்துகளை நெருங்கியிருக்கிறார்கள். சாதியை விவாதப்படுத்தியிருக்கிறார்கள். அதற்கேற்ப இவர்களின் பிரதிகளிலும் செயற்பாடுகளிலும் தலித்துகளின் சுய ஓர்மை பற்றிய சொல்லாடல் விடப்பட்டிருக்கிறது.

இங்குத் தி.ஜா., 1961இல் எழுதிய 'சிவஞானம்' கதையைத் தொடர்பு படுத்திக் கொள்ளவும் வேண்டியுள்ளது. நளபாகம் நாவலில் காமேச்சுவரன் மூலம் நிகழும் பிராமணத்தன்மை குறித்த உரையாடலின் வேர், 'சிவஞானம்' கதையிலேயே இருக்கிறது. இத்தகு பாவையின் உச்சம் என்று இந்நாவலில் காமேச்சுவரன் மூலம் நடக்கும் மாற்றங்களைக் கூறலாம். சிவஞானத்தில் கோயில் குருக்கள் மனைவியோடு சேர்ந்து அம்மை நோயினால் இறந்துபோகிறார். கோயிலுக்குப் படியளக்கும் நாட்டுக்கோட்டை செட்டியாரின் பண்ணை ஆளாயிருந்த மருதமுத்து படையாச்சி – யோகாம்பாள் தம்பதியிடம் சிசுவைக் கொடுத்து, ஏதாவதொரு பிராமணக் குடும்பத்தில் கொடுத்து வளர்க்கும்படி சொல்கிறார். ஆனால், குழந்தையில்லாத அந்தத் தம்பதிகளே, குழந்தையை வளர்க்கிறார்கள். அதற்காக 40 மைல் தொலைவிலுள்ள ஊர் ஒன்றிற்குச் சென்று குடியும் அமர்கிறார்கள். உண்மையறியாமல், அவர்கள் மகனாக வளர்கிறான் சிவஞானம். 25 ஆண்டுகள் கழித்து மருதமுத்து இறந்தபின்னால், பஞ்சாமி அய்யர் என்பவர் மூலம் சிவஞானத்திற்கு உண்மை தெரிய வருகிறது. அவனைப் பெற்ற தாய் தந்தையர் வாழ்ந்த ஊருக்கும், பூஜை செய்த கோயிலுக்கும் போய்ப் பார்க்கிறான். அவன் பிறப்புப் பற்றிய செய்தி, அவ்வூரில் மறுஉறுதி செய்யப்படுகிறது. அங்குத் தன்னுடைய பிராமணப் பிறப்பின் தொடர்பை மீட்டுக்கொள்ள எத்தனிக்கிறான். ஆனால், அது எளிதாயிருப்பதில்லை. அவனுக்கு அங்கொரு குழப்பம் நேர்கிறது. ஏனெனில் அவன், இதுவரை பிராமண வாழ்வை வாழ்ந்தது இல்லை. அவன் தாய் யோகாம்பாளை விட்டுவிட்டுச் சென்னைக்குப் போகிறான். சென்னையில் அவன் தன்னைப் பிராமணத் தொடர்பில்

தக்கவைத்துக்கொள்ள முனைகிறான். ஊரிலுள்ள பஞ்சாமி அய்யரின் அண்ணன் சாஸ்திரியாரின் வீட்டில் வந்து தஞ்சமடைகிறான். பெற்ற தந்தையான ஞானஸ்கந்தக் குருக்கள் பெயரைக் கூறி அவர் மகன் என்கிறான். பெற்றோர் இல்லாததால் சென்னை வந்திருப்பதாகவும், ஏதாவது வேலை வாங்கித்தருமாறும் கேட்கிறான். ஆனால், அவன் மூணாம் பாரம் வரையிலேயே படித்திருப்பதால், அதற்கேற்ற வேலையை அவர் யோசிக்க முடியாதிருக்கிறார். பிறகு வாழப் பழகுகிறான். பாரத – ராமாயண வியாக்கியானங்களை வழங்கி, அதன் மூலமான வருமானத்தில் வாழ்பவர் அவர். சில நாட்கள், அவருக்கு உதவுகிறான். மெல்ல மெல்ல அவர் பாஷை, பக்தி ஆகியவற்றைப்போலச் செய்துகொள்ள முற்படுகிறான். அவனுக்குத் தாய் மட்டும் இருக்கிறாள் (யோகாம்பாள்) என்பதைப் பஞ்சாமி அய்யரின் கடிதம் மூலம் தெரிந்துகொள்கிறார் சாஸ்திரி. பிறகு நடந்ததையெல்லாம் அவருக்குச் சொல்லிவிடுகிறான். நாடகக் கம்பெனி ஒன்றில் நடித்துப் பார்க்கிறான். எதிர்வீட்டுப்பெண்மீது காதல் வருகிறது. அது தெரிந்ததும் சாஸ்திரி கண்டிக்கிறார். பிறகு தற்கொலைக்கு முயன்று காப்பாற்றப்படுகிறான். இதற்கிடையில் அவனை வீட்டில் விட்டுவிட்டுக் கதை சொல்லப் (சம்பாதிக்க) போய்விடுகிறார் சாஸ்திரியார்.

ஊரிலிருந்து யோகாம்பாளை அழைத்துக்கொண்டு பஞ்சாமி, சாஸ்திரி வீட்டுக்கு வருகிறார். அப்போது சாஸ்திரியின் பிறப்புக் கதையைப் பஞ்சாமி அய்யர் சொல்கிறார்.சாஸ்திரி பிறந்த ஏழாம் நாளில் அவள் அம்மா இறந்துபோனாள். சாணாரச்சி மீனாட்சியின் பாலைக் குடித்து மூன்று வருடம் வளர்ந்தவர் சாஸ்திரி. ஆனால், மீனாட்சியின் கடைசிக் காலத்தில் அவளுக்கு எதுவும் செய்ததில்லை அந்தச் சாஸ்திரி என்கிறான். பிராமணம் என்பதைப் பிறப்பு சார்ந்தது என்பதிலிருந்தும், அதன் இறுக்கமான அர்த்தப்பாட்டிலிருந்தும் நெகிழ்வாக்கி அணுகப் பணிக்கிறது பிரதி. ஜகது, இளங்கண்ணன் ஆகியோரின் மேடைப் பேச்சுக்களில் அர்த்தம் இல்லை என்று விமர்சிக்கும் நளபாகம், இங்கு அவை பிராமணர்களின் தர்ம உபதேசங்கள்மீதும் வைக்கப்பட்டிருக்கிறது. “இவன் தர்மம் பேசன்னா கிளம்பியிருக்கான்! தான் சொல்ல வேண்டியது, பிறத்தியார் செய்யவேண்டியது – தர்மம்னா இதுதான் இவனுக்கு. ஏண்டா, போயும்போயும் பால்கொடுத்தவளைச் சாகடிச்ச இந்தத் தர்மபுத்திரன் வீட்டுக்கா வந்தே?” என்று சாஸ்திரியைப் பஞ்சாமி அய்யர் சாடுகிறார். இங்குத் தன் பிறப்புக் காரணமாக வீட்டைவிட்டு வெளியேறிய சிவஞானத்திற்குப் பிராமணம் என்பது பிறப்பில் இல்லை என்று தெரியவருகிறது. தான் பிராமணன் என்பது தெரிந்தும் தன்னைக் காப்பாற்றிய யோகாம்பாளை, அவன் உணரும் தருணம் அது எனலாம். மறுநாள் காலை பஞ்சாமி, சிவஞானம், யோகாம்பாள் ஆகிய மூவரும் ரயிலில் ஊருக்குப் பயணமாகிறார்கள். பூணூலைக் களைந்து ரயில் ஜன்னல் வழியாக எறிந்துவிட்டு, மறுபடியும் படையாச்சி ஆகிறான் சிவஞானம் என்று முடிகிறது கதை.

இக்கதையில் வரும் சிவஞானம், தலித் அல்லன். மாறாகத் தலித் வாழ்நிலையை ஒத்த, பிராமணரல்லாத தீண்டத்தக்க இந்துவாகிய படையாச்சி. ஆனால், தன் பிறப்புக் காரணமாகப் பிராமண நிலைக்குத்

திரும்ப விரும்பும் அவனின் பிராமணநிலை எண்ணத்திலிருக்கிறது என்று அறியும்போது, பூணூலைக் கழற்றி எறிகிறான். இந்த இடத்தில்தான் பாரதி நினைக்கு வருகிறார். தி.ஜா.வுக்கும் வந்திருப்பார். நளபாகம் நாவலில் ஆக்கபூர்வமான தலையீட்டிலேயே பிராமணம் இருக்கிறது என்பதை உணர்த்தக் காமேச்சுவரன் பாரதியைத் தன் அண்ணன் என்கிறான். ஆனால் பாரதி, கனகலிங்கத்திற்குப் பூணூலை அணிவித்துப் பிராமண நிலைக்குத் தலித் ஒருவரும் வர முடியும் என்றதைச் சற்றே மாற்றிப் பிராமணப் பிறப்புக் கொண்ட ஒருவன் மூலத்திற்குத் திரும்பாமல் பூணூலைக் கழற்றி எறிவதாக எழுதியிருக்கிறார். இவ்வாறு நளபாகத்தின் காமேச்சுவரனைப் புரிந்துகொள்ளச் சிவஞானமும் முக்கியமாகிறான். ஆனால், சிவஞானத்திற்கும் நளபாகத்தின் காமேச்சுவரனுக்கும் வேறுபாடில்லாமல் இல்லை. பிராமணனல்லாதவனாகப் பிராமணம் என்பது அடையாளத்திலோ சடங்குகளிலோ உபதேசங்களிலோ இல்லை என்று கருதிப் பூணூலைத் துறக்கிறான் சிவஞானம் படையாச்சி. ஆனால், இந்த நளபாகத்திலோ, அம்பாள் உபாசகனான காமேச்சுவரன், பிராமணர் அல்லாதோர் ஏந்தியிருக்கும் போலி மதிப்பீடுகளைக் கைவிடச் செய்கிறான். ‘போலி மதிப்பீடுகள்’ என்று நவீன அரசியலின் விளைவுகளைத் தி.ஜா. குறிப்பிடுகிறார். சிவஞானம் கதையில், அரசியல் அடையாளங்கள் இல்லை. நளபாகத்தில் இருக்கிறது. சிவஞானம் கதையை 1961இல் எழுதியிருக்கிறார். பிராமண நிலையை அதன் எல்லைக்குள் வைத்து விவாதிக்கிறார். நவீன அரசியலின் விளைவுகளைக் காண நேர்ந்த அவரின் கடைசிக்காலத்தில், 1979 முதல் 1982 வரையில், நளபாகத்தை எழுதினார். எனவே, நவீன அரசியல் இயக்கங்களை வைத்து விவாதித்திருக்கிறார். தி.ஜா.விடம் காலம், சில மாற்றங்களை உருவாக்காமல் இல்லை.

✣

32

‘குள்ளன்’: பிகோலைனின் பிருமாண்டம்

இந்துசெல்லா

மேலைநாட்டு மொழிகளிலிருந்து பல புனைவுகள் தமிழில் மொழிபெயர்க்கப்பட்டுள்ளன. இவற்றின் பொதுவானச் சிறப்பியல்புகளாக எளிய மொழிநடை, ஆற்றொழுக்கான ஒரு வாசிப்புக்கு இடமளித்தல், பொருள் நயத்திற்கு முக்கியத்துவமளித்தல், கருத்துத் தெளிவு, பொதுவழக்குச் சொற்களைப் பயன்படுத்துதல், மூல ஆசிரியரின் கருத்திற்கும் உணர்ச்சிக்கும் வாய்ப்பளித்தல், தாய்மொழியை வளப்படுத்துதல் ஆகியவற்றைக் குறிப்பிடலாம். இவ்வகையில், 1891இல் ஸ்வீடனில் பிறந்த, உலக இலக்கிய மேதைகளில் ஒருவரான “பேர் லாகர் குவிஸ்ட்” உருவாக்கிய “குள்ளன்” என்னும் நாவலைத் சென்ற நூற்றாண்டுத் தமிழ் இலக்கியத் தளத்தில் கோலோச்சியவரான தி.ஜானகிராமன் மொழியாக்கம் செய்துள்ளார். தி.ஜா. மொழிபெயர்த்தவற்றில், ‘குள்ளன்’ நாவல் சிறப்பான இடத்தைப் பெற்றிருக்கிறது. லாகர் குவிஸ்டின் முற்போக்குச் சிந்தனைகள், தி.ஜா.வை ஈர்த்திருக்க வேண்டும். மேலும், தி.ஜா.போலவே லாகர் குவிஸ்டும் இலக்கியம் மட்டுமின்றி இசை முதலிய பிற கலைகளிலும் தேர்ந்த ஞானமுள்ளவர். இந்த நாவலை மொழிபெயர்க்கத் தி.ஜா. தேர்ந்தெடுப்பதற்கு, இவையும் காரணங்களாக இருந்திருக்கலாம். குவிஸ்டும் தி.ஜா.வும் படைப்பியலில் ஏறத்தாழச் சமகாலத்தவர்கள் என்பதும், மொழிபெயர்ப்புக்கு இன்னுமொரு காரணமாகலாம். தி.ஜா.வின் குள்ளன் நாவலுக்குள் நுழையும் முன் தி.ஜா. எப்படி என்னுள் நுழைந்தார் என்று யோசிக்கிறேன். தமிழ் இலக்கிய ஆர்வமோ, இலக்கியப் படைப்பாளிகள் பற்றிய புரிதலோ ஏதுமின்றி 1970களில் பொழுதுபோக்கிற்காகத் தமிழ் நாவல்களை வாசிக்கத் தொடங்கினேன். பல புதினங்களை எழுதியது யாரென்று கூடத் தெரிந்துகொள்ள ஆர்வமில்லாமல் படித்துவிட்டுக்

கடந்திருக்கிறேன். பிறகு என்னை ஈர்த்த சில நாவல்களை எழுதியது யாரென்று அறிந்து, அந்தப் பெயர்களை நினைவில் போட்டு வைத்திருந்தேன். பின்நாட்களில் படைப்பின் மூலம் பரிச்சயமான பல எழுத்தாளர்களின் படைப்புகளைத் தேடிப்பிடித்து வாசித்தும் மகிழ்ந்திருக்கிறேன். நூல் வாசிப்பிற்கும் தமிழ்ப் படைப்பாளருக்குமான மானசீகத் தொடர்பு, என்னுள் இப்படித்தான் முளைத்தது. மோகமுள், மரப்பசு ஆகிய நாவல்கள் மூலமே தி.ஜானகிராமனைத் தரிசித்தேன். இவை கொண்டே, அவரைப் புரிந்துகொள்ள முனைந்தேன். அக்காலச் சமூக வாழ்வியலை வெளிப்படையாகப் பாசாங்கின்றிச் சமரசமின்றித் தைரியமாக எழுதியவர் அவர். ஆண் பெண் உறவில், குறிப்பாகப் பெண் உணர்வுகளுக்குரிய அர்த்தமும் அவசியமும் இவரால் நியாயப்படுத்தப்பட்டன. ஆண் பெண் என்ற இரு பாலாரின் ஒழுக்க மீறலை ஒரே அளவுகோலால் மதிப்பிடச் சொன்னார். ஒழுக்கத்தைவிட உண்மை உணர்வுக்கு முக்கியத்துவமளித்தார்.

1951இல் பேர் லாகர் குவிஸ்ட் எழுதிய ‘பாரபாஸ்’ நாவலுக்கு நோபல் பரிசு வழங்கப்பட்டது. இந்நூலைக் க.நா.சுப்பிரமணியம், ‘அன்பு வழி’ என்ற தலைப்பில், தமிழில் மொழிபெயர்த்துள்ளார். 1913இல் எழுதத் தொடங்கிய லாகர் குவிஸ்ட், பற்பல நாடகங்கள், கவிதைகள், நாவல்கள், சிறுகதைகள், கட்டுரைகள் என எழுத்துத் துறையில் எண்ணற்ற படைப்புகளை அளித்து ஸ்வீடன் நாட்டு இலக்கியத்திற்குப் புதுவளமும் பெருமையும் சேர்த்திருக்கிறார். குள்ளன் நாவலின் கதாநாயகன் பெயர் ‘பிகோலைன்’, ஆனால் குள்ளன் என்றே அவன் கதையில் அறியப்படுகிறான். இந்நாவலை வாசிக்க தொடங்கும்முன், என் பள்ளி நண்பன் ஜோதிவேல் நினைவுக்கு வந்தான். 1960இல், உயர்நிலைப்பள்ளியில், நாங்கள் எல்லோரும் வகுப்பில் உட்கார்ந்திருக்கும்போது, ஜோதி எழுந்து நின்றால்தான் ஆசிரியரின் பார்வையிலே படுவான். இரண்டு அடி உயரம். கீச் கீச்சென்று குழந்தையைப்போல் குரல். நல்ல மஞ்சள் நிறம். அடர்த்தியான கருத்த தலைமுடி. முகத்திலும் கைகால்களிலும் சுருக்கங்கள் தென்படும். வகுப்பில் நாங்கள், அவனை ஒரு வேடிக்கைப் பொருளாகவே பார்த்துச் சந்தோஷப்படுவோம். எங்களில் சிலர், அவனைக் குழந்தைபோலத் தூக்கி மடியில் வைத்துக்கொள்வோம். சிலர் தூக்கித் தோளில் வைத்துக்கொண்டு ஓடி ஆடியும் வேடிக்கை செய்வார்கள். அப்போது ஜோதியின் சுருங்கிய கன்னங்களின் சுருக்கம் மேலும் அதிகரிக்கும். தரையில் இருந்து நாங்கள் உயரம் என்றால், ஆகாயத்திலிருந்து நீதான் உயரம் என்று நண்பர்கள் வேடிக்கையாக ஜோதிவேலுவை உற்சாகப்படுத்துவதுண்டு. எட்டாம் வகுப்பிற்கு மேல் பள்ளிப் பாடங்களில் சோபிக்க முடியாதுபோகப் படிப்பை நிறுத்திக்கொண்டான். வருடங்கள் எத்தனையோ உருண்டோடியும் மஞ்சள் காவியேறிய பற்கள் தெரியக் கள்ளமற்ற ஜோதிவேலுவின் சிரிப்பு இன்றும் கண்முன் காட்சியாக நிற்கிறது.

கதாநாயகன் குள்ளன் ‘பிகோலைன்’ கதையைச் சொல்வதாக இந்நாவல் நகர்கிறது. இரண்டடி இரண்டு அங்குல உயரமிருக்கும் குள்ளன் போன்றவருக்குப் பெயர் சொல்லக்கூடிய பெற்றோர்கள் இருப்பதில்லை. ஹார்மோன்களால் வளர்ச்சி பெறாமல் பிறந்த குழந்தையை, எந்தத் தாய் கொண்டாடுவாள்? பிறந்த சில காலத்தில் விற்றுவிடுவார்கள். அப்படி,

இருபது பணத்துக்கு இளவரசனிடம் விற்கப்பட்டவனே, இந்தக் குள்ளன். அதைக் கொண்டு அவன் தாய் மூன்று முழத் துண்டும், ஆட்டு மந்தைக்குக் காவல் காக்க ஒரு நாயும் வாங்கிக்கொண்டாள். அத்தோடு தாய்க்கும் பிள்ளைக்குமான உறவு இற்றுவிட்டது. பண்டமாற்று வணிகத்துக்கு உகந்த பொருளாக நாங்கள் இருந்தோம் என்று குள்ளன் உணர்வுபொங்கச் சொல்கிறான். குள்ளனுக்குக் கட்டான உடலமைப்பு, பருமனான தலை, செம்பட்டை முடி, முகத்தில் ஏராளமான கோடுகளும் சுருக்கங்களும் காணப்படும். அகண்ட நெற்றி, தலைமுடியைப் பின்னால் இழுத்து வாரியிருப்பான். நல்ல தேக பலமுள்ளவன். குள்ளர்கள் அனைவருமே கிரீச் கிரீச் குரலில் கோமாளியாக வேடிக்கை செய்வார்கள். ஆனால், பிகோலைனின் குரல் கனமாக இருக்கும். மரியாதைக் குறைவாக யார் நடத்தினாலும் பொறுக்கமாட்டாமல் தன் வாளை உருவத் தயங்கமாட்டான். கூடுதலாகச் சொல்ல வேண்டுமென்றால், கற்றவன், சிந்தனையாளன், போலித்தனமான வாழ்க்கை முறையை வெறுப்பவன் எனலாம். நாவலில் காணப்படும் பல பாத்திரங்களைக் குள்ளன் வெறுப்பதற்கு, இது போன்ற அவனின் குணநலன்களே காரணம்.

அவனைப் போன்ற குள்ளன் ஜஹோஷப்பாட்டுடன் நடந்த குத்துச் சண்டையில் அவனை வீழ்த்தியதால், ஆஸ்தானத்தில் பிக்கோலைன் ஒரே குள்ளனாக இடம்பிடித்தான். பொதுவெளியில் குள்ளனைக் குறையுடையவனாக மக்கள் பார்க்கும் பார்வையைப் பிகோலைன் சொல்லும் விதமே வேறு. "என் முகத்தில் கோடுகளும் சுருக்கங்களும் இருக்கின்றன. அதைக் குறைவாக நான் எண்ணவில்லை. நான் பிறந்தது அப்படி. பிறர் என்னைப்போல இல்லையென்றால், அதற்கு நான் என்ன செய்ய முடியும்" என அவன் சொல்லும்போது, தன் குறையைப் பொதுமைப்படுத்தி அதில் நிறைவு காண முயலும் தன்னம்பிக்கையைப் புரிந்துகொள்ள முடிகிறது. இளவரசர் குள்ளனிடம் மிகவும் பிரியமாயிருப்பார். அவருடைய நிழல்போல எப்போதும் அவரைப் பின்தொடருவான். "நான் அவரின் அங்கம், அவரின் கம்பீரத் தோற்றத்தின் பிரதிநிதி. அரண்மனை, ஆஸ்தானம், அரசாங்கக் கொலையாளி, கஜானா, அரண்மனை அதிகாரி என எல்லாம் இளவரசர் என்று மக்கள் நினைப்பதுபோல, என்னையும் எஜமான் என்றே நினைக்கிறார்கள்" என்கிறான் குள்ளன், "இளவரசரைப் போலவே நானும் உடுத்திக்கொள்கிறேன். அவரைப்போல நானும் உடைவாளைப் பக்கத்தில் தொங்கவிட்டிருக்கிறேன். நான் நடக்கும்போது பார்த்தால், அதே கம்பீரம் என்னிடமுள்ளதைப் பார்க்கலாம்" என்ற குள்ளனின் கூற்று, தகுதிக்கு மீறிய, தன்னடக்கமின்மையைக் காட்டினாலும், கதாசிரியர் குள்ளனைவிடப் பிற பாத்திரங்களை ஒப்பீட்டளவில் கீழ்மைப்படுத்திச் சொல்ல முயன்ற யுக்தியாகவே எண்ண வைக்கிறது.

இளவரசி தியடோரா பற்றிக் குள்ளன் சொல்பவை ஏற்க முடியாததாக இருக்கும். தளபதி டான்ரி கார்டோவுடன்தான் இளவரசிக்குக் காதல். இந்தக் காதல் ரகசியங்களைக் குள்ளனின் இதயம் சுமந்து கொண்டிருக்கிறது. "இளவரசிக்காக ஒவ்வொரு நாளும் மரணத்தோடு விளையாடுகிறேன். காதலனுக்கு என் மூலமாகத்தான் கடிதம் அனுப்புகிறாள். நான் இளவரசியைக் காட்டிக் கொடுக்கமாட்டேன். இளவரசர் தியடோரா மேல்

இந்துசெல்லா

சந்தேகப்படுகிறார். அவர் படுக்கையில் கிடக்கும் இந்த விபச்சாரியை நான் வெறுக்கிறேன். காமத்தில் புரளும் அவள் வாழ்க்கையை வெறுக்கிறேன்". இவ்வாறு இளவரசியை எட்டிக் காயாக வெறுக்கும் குள்ளன், அவளைக் காட்டிக் கொடுக்க மாட்டேன் என்றும் உறுதியாகச் சொல்லும் கூற்று முரண்பாடாகத் தோன்றும். இளவரசி பற்றிய குள்ளனின் இந்த அசைக்க முடியாத மனோநிலைதான், நாவலின் இறுதியில் விளக்கமுறுகிறது. பர்னார்டோவுடன் இளவரசர் வெகுநேரம் பேசுகிறார். அறிவும் போதமும் குமிழியிடும் தெளிந்த ஊற்றுமுன் அமர்ந்திருப்பதுபோல பர்னார்டோ சொல்வதைக் கேட்கிறார். நல்ல கம்பீரமான தோற்றம், விசாலமான நெற்றி, சிந்தனையில் ஆழ்ந்த முகம், இதுதான் பர்னார்டோ. மதக்குருபோலக் காட்சி தந்த இவர், ஓவியக் கலைஞர் என்று அறிந்ததும், குள்ளனுக்குச் சப்பென்று ஆகிவிடுகிறது. பிரான்சிஸ்கன் மடத்தில் போஜன மண்டபச் சுவர் மீது சித்திரங்கள் வரையப் போகிறார் இவர். "இயற்கை ஒரு பெரிய அதிசயம். பூமியின் தோலுக்குக் கீழ் ஊற்று நீர் ஓடுவதுபோல, உடல் முழுவதிலும் நாளங்கள் ரத்தத்தைக் கொண்டு செல்கின்றன. கடல் அலைகள் விம்மி விம்மி மூச்சு விடுவதுபோல நுரையீரல் மூச்சு விடுகிறது. பூமியின் தசையான மண்ணை, மலைகளைத் தாங்கி நிற்பதுபோல எலும்புக் கூடு உடலுக்கு ஆதாரமாக நிற்கிறது. பூமிக்குள் எரியும் தீ ஆத்மாவின் தீயைப் போலத்தான். இரண்டும் சூரியனிடமிருந்தே வந்தவை. ஆத்மாவின் பிறப்பிடம் அதுதான்". இவ்வாறு பர்னார்டோ, இளவரசரிடம் நிகழ்த்தும் உரையாடலின் மூலம், மனிதனின் இயக்கத்தை இயற்கையோடு ஒப்பிடுகிறார் ஆசிரியர். இதைப் பர்னார்டோபோல், அனைவரும் மதிக்கக்கூடிய ஒரு பாத்திரம்வழிச் சொல்வது கூடுதல் கவனத்தையும் சிறப்பையும் பெறுகிறது.

பர்னார்டோ ஒருநாள் குள்ளனின் படத்தை வரைய விரும்புவதாகச் சொல்ல, குள்ளனுக்கு உச்சி குளிர்கிறது. "என் முகத்தை நானே வைத்துக் கொள்ள ஆசைப்படுகிறேன். என் முகம் படமாக வரையப்படாம லிருந்தால்கூட மற்றவர்களுக்குச் சொந்தமாகிவிடுகிறது. என் முகம் பார்ப்பவர்கள் எல்லோருக்கும் சொந்தம்". இப்படித் தன்னுள் பதியவைக்க முடியாத தன் முகம் தனக்கே சொந்தமென்று உரிமை கொண்டாடும் குள்ளனின் மூலம், இனந்தெரியாத ஒரு மாபெரும் தத்துவத்தை ஆசிரியர் உணர்த்துவதாகப் புரிந்துகொள்ளமுடிகிறது. ஓவியம் வரையக் குள்ளனின் உடையைக் களையச் சொல்கிறார். அதை அவன் மறுக்கிறான். "குள்ளனாக இருப்பதில் இழிவு ஒன்றுமில்லை. இயற்கைப் படைப்பில் உனக்கு மரியாதை உண்டு. எந்த ஒருவனுக்கும் தான்கூடச் சொந்தமில்லை எனும்போது, இன்னொருவரிடம் தன்னைக் காண்பிப்பதால் என்ன இழிவு இருக்கிறது?" என்று பர்னார்டோ சொல்ல, "உமக்கு நீர் சொந்தமில்லாமல் இருக்கலாம், ஆனால் எனக்கு நான் சொந்தம், என் மீது உடைமை உண்டு" என்று குள்ளன் கோபத்தில் சீறுவது, மிகவும் ரசிக்கும்படியாகச் சிந்திக்கக்கூடியதா யிருக்கிறது. இளவரசரின் விருப்பத்தின் பேரில், தியடோரா சித்திரத்தைப் பர்னார்டோ வரையத் தொடங்கினார். குள்ளனைப் போலவே இளவரசிக்கும் அதில் ஆர்வமில்லை. இளவரசியின் ஓவியம் முடிவு பெறாமல் பாதியில் நின்றுவிட்டது. பர்னார்டோ ஊடுருவவே முடியாத ஏதோ ஒன்று அவளைச் சுற்றிக் கவசமிட்டிருக்கிறதாம். ஆனாலும், இளவரசியைத் தத்ரூபமாக ஒரு நடுவயது விபச்சாரியைப் போலவே வரைந்திருந்தார்.

காமம் சுமந்த முகம், மோகங் கொண்ட புன்சிரிப்பு. அவளுடைய ஆத்மாவைச் சித்திரத்தில் அவர் தீட்டியிருந்தார். அவளைத் தேவதைபோல வெளிப்படுத்தியிருந்ததைக் கண்ட குள்ளன், மனித இயல்புகளையும் பண்புகளையும் புரிந்துகொள்ளும் ஆற்றல் பர்னார்டோவுக்கு இருப்பதைப் புரிந்துகொண்டு, இளவரசருக்கு அடுத்தபடி பர்னார்டோவை மதிக்கத் தொடங்குகிறான்.

களியாட்டத்திலும் கொண்டாட்டங்களிலும் மூழ்கிக்கிடக்கும் அரண்மனை அமைதியாகிறது. இளவரசர் முக்கியமானவர்களுடன் ஆலோசனையில் ஈடுபடுகிறார்.ஜோதிடர்களையழைத்து யோசனை கேட்கிறார். இவைகளைக் கொண்டே போருக்கு ஆயத்தமாகிறார்கள் என்பதைக் குள்ளன் புரிந்துகொள்கிறான். இளவரசரின் விருப்பத்திற்கேற்ப இந்நேரம் யுத்தத்திற்கு மிக ஏற்றது என்று ஜோதிடர்கள் சொல்கிறார்கள். பரந்த உலகில் தேசம், மொழி கடந்து எல்லாக் காலங்களிலும், எல்லா நாடுகளிலும் ஜோதிடர்களின் செல்வாக்குக் காணப்பட்டதை இடித்துரைக்காமல் பதிவுசெய்கிறார் குவிஸ்ட். இளவரசரின் துருப்புகள் நகரிலிருந்து ஈசல் கிளம்புவதைப்போல் புறப்பட்டுச் செல்வதை நகர மக்கள் வியப்புடன் பார்க்கின்றனர். இளவரசருக்குச் சகாயம் செய்யும் கூலிப்படைத் தளபதி போக்கரோஸா தன் துருப்புகளுடன் பல கல் தூரம் எதிரி நாட்டை நோக்கிச் சென்றுகொண்டிருந்தான். எங்கும் மணியோசை. மதக் குருமார்கள் ஆர்வத்துடன் பூஜை நடத்துகின்றனர். இளவரசரைப்போலத் தானும் கவசம், தலைமுடி, வாள் எல்லாம் தரித்து ஆயுதபாணியாக நிற்கும் குள்ளன், தானும் போருக்கு வருவதாக இளவரசரிடம் கூற, அவர் புன் சிரிப்புடன், “நீயும் வருகிறாய். அதில் ஏன் சந்தேகம், எனக்கு யார் மது ஊற்றுவது?” என்கிறார்.

போர் தொடங்கி ஒரு வாரம். பொக்கரோஸா படை முன்னேறிச் சென்று எதிரிப் படைகளைத் துவம்சம் செய்துகொண்டிருந்தது. இளவரசரும் கூலிப்படை பொக்கரோஸாவும் போர்க்களத்தில் சந்தித்துக் கொண்டது சரித்திரப் பிரசித்தி பெற்ற காட்சியென்று குள்ளன் வர்ணிக்கிறான். இவர்களின் இரண்டு படைகளும் இணைந்து, சிதறிய எதிரிப் படைகள் ஒன்று சேர்வதற்குள் நாசம் செய்தனர். யுத்தம் தொடங்கியது முதலே ரத்த ஆறு ஓடியது. ஏற்றம் மாறி மாறி இரண்டு பக்கமும் ஏற்பட்டது. திடீரென்று ஆரம்பித்த மழை தொடர்மழையாகிவிட்டது. பாசறை எங்குப் பார்த்தாலும் அழுக்கும் சேறும். சேற்றில் குதிரைகள் சாணமும், மனித மலமும் மிதக்கின்றன. யுத்தம் வெற்றியை எட்டும் நிலையில் மழை பெரிய தடையாகிவிட்டது. மழையைப்போல ஒரு படையின் வீரத்திற்குப் பகை வேறெதுவும் இருக்க முடியாது என்கிறார், யுத்தத்தை வெறுக்கும் பேர் லாகர் குவிஸ்ட். குள்ளனுக்கு ஒரேயொரு குறைதான். போரில் தன்னைக் கலந்துகொள்ள அனுமதிக்கவில்லையே என்ற குறைதான். சண்டைக்கு முன் கெஞ்சி மன்றாடி, மண்டியிட்டு இளவரசர் கால்களைக் கண்ணீரால் நனைத்தும் பார்த்தான். இளவரசர் புன்சிரிப்போடு, உன்னை நான் இழக்க முடியுமா? நீ மிகவும் அரிதான ஆளில்லையா எனச் சொல்லிக் கடந்துபோய் விட்டார். “யுத்தம் செய்து போரிட்டுக் கொல்லத் துடிக்கிறேன். புகழின் மேல் எனக்கு ஆசையில்லை. எல்லோரும் வீரச்செயல் புரியும்போது

எனக்கு அவமானமாக இருக்கிறது. ஒரு ஆளைக்கூட நான் கொல்லவில்லை எனும் எனது துக்கம் இளவரசருக்கு எங்கே புரியப் போகிறது? எனக்கு மது ஊற்ற மட்டுந்தான் தெரியும் என்பது அவர் எண்ணம்”. குள்ளனின் ஏக்கமும் அங்கலாய்ப்பும் ரசிக்கும்படியாக இருக்கின்றன.

தொடர்மழை ஒருவழியாக நின்றது. வீரர்களுக்குத் துடிப்பு மீண்டுவிடத் தங்கள் ஆயுதங்களைத் தயார்ப்படுத்தினர். எதிரி நகரைக் காத்து நிற்கும் படையை அழிக்க வேண்டும். தங்கள் தரப்பில் ஏராளமானோர் மாண்டனர். போரை வெற்றியோடு முடிக்க, இளவரசர் தலைநகருக்குச் சென்று, மேலும் வீரர்களைத் திரட்ட வேண்டும். பணத்தையும் திரட்டியாக வேண்டும். பழைய பாக்கி நிலுவையிலிருக்கும் நிலையில், இளவரசருக்கும் கூலிப்படைத் தலைவன் பொக்கரோஸாவுக்கும் உறவு சரியில்லை. கூலியைக் கூட்டிக் கேட்கிறார்கள். யுத்தம் சரியாக நடத்தப்படவில்லை என்று வெனிஸ் பிரபுக்கள் கடனாகப் பண உதவி செய்ய மறுத்துவிட்டனர். அதனால், போர் முடித்துக் கொள்ளப்பட்டதாகச் செய்தி பரவியது. எதிரிகளின் வாயில்வரை சென்று பயமுறுத்திவிட்டு, ஓரடிகூடத் தராது படைகள் பின்வாங்கிக்கொண்டிருக்கின்றன என்னும் தகவல் அறிந்து கசப்பும் வேதனையும் பெருகிக் குள்ளன் உள்ளுக்குள் குமுறுகிறான். இனிமேல் கவசம் எதற்கென்று தன் கவசத்தைக் களைந்துவிட்டான். அவமானத்தையும் இழிவையும் உண்டு, கவசம் அவன் அறை மூலையில் தொங்கிற்று. மாபெரும் வீரனுக்குரிய நிராசை உணர்வைக் குள்ளனிடமும் குவிஸ்ட் வெளிப்படுத்தியுள்ளார். போரில் ஒரு குன்றைப் பிடிக்கக்கூடிய சூழல் ஏற்பட்டது. அக்குன்றின் மீதேறி நோட்டமிட இளவரசர் சென்றபோது, அவரின் அங்கமான குள்ளனும் உடன்சென்றான். மலை உச்சியில் ஓர் உல்லாச விடுதி. பசுமையான அடர்ந்த சைப்ரஸ், பீச் மரங்கள் அழகாகக் காட்சி தந்தன. விடுதியில் இரண்டொரு வயதானவர்களைத் தவிர யாருமே இல்லை. கீழ்த்தளத்தில் பார்வையிடக் குள்ளன் சென்றான். அங்கிருந்த ஒரு குள்ளன், பிகோலைனைப் பார்த்து அரண்டு கத்தியபடி வெளியே ஓடினான். அவனை இவன் துரத்திச் சென்று, ஓர் அறையில் ஒடிப் பதுங்கியவனைப் பிடித்துத் தன் கத்தியை அவன் மேல் பாச்சினான். குத்துப்பட்டவனைக் கீழே சரித்துவிட்டுத் தன் படையிடம் குள்ளன் வந்துவிட்டான்.

இது பற்றிக் குள்ளன் கூறுவதும், வாசகர்கள் எண்ணி எண்ணி ரசிக்கும்படியுள்ளது. “இந்த நிகழ்வை நான் யாரிடமும் சொல்லவில்லை. யுத்த காலத்தில் சாதாரணமாக நடக்கக் கூடியதுதானே. இதில் பெருமைப்பட என்ன இருக்கிறது? போர்வீரன் என்ற ரீதியில் ஒரு கடமை. இது பற்றி இளவரசருக்கோ மற்றவருக்கோ ஒன்றும் தெரியாது. என் கத்தியும் ரத்தம் குடித்திருக்கிறது. என்ன! போயும் போயும் ஒரு குள்ளனைக் கொன்றேனே என்று சில நேரம் கஷ்டமாக இருக்கும். நான் வெறுக்கும் மனிதர்களில் இவன் ஒருவனாக இருந்திருக்கக்கூடாதா!” என்று சிறந்த வீரமும் பண்புமுள்ள வீரன்போலக் குள்ளனை ஆசிரியர் பேசவைத்துள்ளது பாராட்டும்படி இருக்கிறது. உயிருக்குப் பயந்தோடி ஒளிந்தவனைக் கொன்றுவிட்டு, அதைச் சர்வசாதாரண நிகழ்வாகச் சொல்லிக்கொள்வதும்; அக்கொலையில் ஏதோ பெரிய வீரப் பிரதாபங்கள் பொதிந்திருப்பதுபோலும் குள்ளனின் வாசகங்கள் நகைச்சுவையாகத் தீட்டப்பட்டுள்ளன. அரண்மனை, நாடு,

நகரம் ஒட்டுமொத்தமாக உற்சாகமிழந்து, களையிழந்து காணப்படும் நிலையில் இளவரசரிடமிருந்து வெளியான செய்தி குள்ளன் பிகோலைன் உட்பட நாட்டு மக்கள் அனைவரையும் வியப்பிலாழ்த்தியது. இளவரசனும், மொண்டான்ஸாவை ஆளும் வம்சத்தாரும் நட்பு செய்துகொண்டு, இனி போர் தொடுப்பதில்லை என்னும் ஒப்பந்தம் செய்துகொள்ளப் போகிறார்களாம். இரண்டு நூற்றாண்டாக அவ்வப்போது நிகழ்ந்த போரில் யாரும் வெற்றி பெறவில்லை. நஷ்டமும் பஞ்சமும்தான் இரு நாடுகளும் கண்டவை. அந்நியோன்யமாக, நட்புடன் இரு நாடுகளும் வாழ்ந்தால், சந்தோஷமும் வளமும் அடைய முடியும் என்ற இளவரசரின் கூற்றைக் கேட்டுத் தயங்கிய லொடோவிகோ, பின் உடன் பாட்டுக்குச் சம்மதித்துவிடுகிறான்.

சமாதான உடன்படிக்கை எனக் கேள்விப்பட்டதும், குள்ளன் பொங்கி எழுவதைப் பார்க்க வேண்டுமே. "நிரந்தரச் சமாதானமாமே. இனிமேல் போரே கிடையாதாம். என்ன அபத்தம். பிரபஞ்ச ஒழுங்கையே மாற்றிவிட நினைக்கிறார்கள். வாழ்க்கையின் அடிப்படையைக் குலைக்கப் போகிறார்கள். யுத்தத்தின் மூலம் ஈட்டும் புகழும் கௌரவமும், இனிமேல் கிடையவே கிடையாதாம். இனி வீர மரணமும் கிடையாதாம். சமாதானம் யாரோடு? தீராத பகைவர்களோடா! போரில் உயிர் நீத்த வீரர்களுக்கு இதைவிடப் பெரிய அவமானம் ஏது! மாண்டுபோன நம்மவர்களின் தியாகத்திற்கு இதுவா கைம்மாறு?" என்று குள்ளன் கொந்தளித்து அங்கலாய்க்கும் காட்சியை, ஆசிரியர் போருக்கு எதிரான கருத்தைக் குள்ளன் மூலம் எதிர்மறையாகச் சொல்வதாகவே புரிந்துகொள்ள முடிகிறது. அரண்மனை மீண்டும் இழந்த களையைப் பெற்றுவிட்டது. எதிரி நாட்டின் அரசன் லொடோவிகோவும் அவன் மகன் இளவரசன் கியோவானியும் தங்கள் வீரர்கள் புடைசூழத் தலைநகருக்குள் ஊர்வலமாக நுழைகிறார்கள். இளவரசர் அவர்களை உற்சாகமுடன் வரவேற்கிறார். நாள்முழுக்க வரவேற்புகள், விருந்து சாப்பாடு, உடன்படிக்கை பற்றிய பேச்சுவார்த்தைகளுமாய்க் கழிகிறது. லொடோவிகோவின் மகன் கியோவானியாவும், இளவரசரின் மகள் ஏஞ்சலிகாவும் சந்தித்துக்கொள்ளச் சமரச உடன்படிக்கை விருந்து நிகழ்ச்சி, பெரும் வாய்ப்பாகிறது. லேசான காதல்கூட அவர்களுக்கிடையே துளிர்க்கிறது. கணக்கிலடங்கா ஆடு, மாடு, கன்றுகளை வாங்கி அறுக்கப்பட்டது. மான், முயல், காட்டுப் பன்றி, பறவை என்று அனைத்தும் வேட்டையாடப்பட்டுச் சமையலறையில் அறுபட்ட வண்ணமிருக்கின்றன. சாப்பாடு, கலை நிகழ்ச்சி, ஆட்டம் பாட்டம் மீண்டும் சாப்பாடு என மூன்று நாட்களாக அரண்மனையே திமிலோலப்பட்டது. அனைவரும் கூடியிருந்த ஆஸ்தான மண்டபத்தில் சமாதான உடன்படிக்கை உரக்க வாசிக்கப்பட்டது. அரசர்கள் இருவரும் தம் பிரதானிகள் பின்தொடரக் கையொப்பமிட்டனர். அடுத்து இரவு உணவு. எல்லாவித மாமிச உணவுகள், நீண்ட மேஜைமேல் பரிமாறப்பட்டன. அரசர்கள் இருவரும் எதிரும் புதிருமாக அமர்ந்திருந்தனர். கியோவானியும் இளவரசி ஏஞ்சலிகாவும் இணைந்தே அமர்ந்திருந்தனர். இறைச்சி தின்று முடிய முடிய வந்துகொண்டேயிருந்தது. இளவரசர் அருகில் தியடோரா அமர்ந்திருந்தாலும், சற்றுத் தள்ளி உட்கார்ந்திருந்த காதலன்

டான்ரிகாட்டோவை அவள் பார்க்கும் போதெல்லாம் கண்கள் மின்னின. மர்மமான புன்னகையை, அவன் மேல் வீசியபடியே இருந்தாள்.

விருந்திற்கிடையே தீவட்டிகளைப் பல்லில் கவ்வியபடி, மூர் நாட்டியக்காரர்கள் ஆடினர். இந்நிகழ்ச்சியின் இறுதியாக, நீதிக்கதை ஒன்றை நாடகமாக நடித்துக் காட்டினர். யுத்த தேவனான செவ்வாய், இரண்டு வீரர்களைச் சண்டையிடும்படி கட்டளையிட்டுச் செல்கிறான். இருவரும் சண்டையிட்டு உயிரற்று விழுவதுபோலச் சாய்ந்துவிடுகிறார்கள். வீனஸ் தேவதை அங்கே பிரசன்னமாகிறாள். மூர்க்கன் செவ்வாயே இவர்களைச் சண்டையிடத் தூண்டியிருக்க வேண்டும். இந்தக் காட்டுமிராண்டிச் செவ்வாய் தேவனை அன்புடையவனாய்ப் பார்த்திருக்கவே முடியாது என்றவள், தன் மந்திரக்கோலால் வீழ்ந்துகிடக்கும் வீரரை உயிர்பெறச் செய்கிறாள். பின் அனைவரையும் நோக்கி வீனஸ், அன்பைப் பற்றி உருக்கமாகப் பேசுகிறாள். எல்லாச் சக்திகளிலும் பலமும் மென்மையும் கொண்டது அன்பு. மனிதர்களின் முரட்டுப் புலன்களை மாற்றிப் பரிசுத்தமாக்குவது அது. உலகில் சகோதர அன்பையும் தர்மத்தையும் பரப்பிச் சேவையில் பெருமை காணச் செய்வது அன்பு ஒன்றே என்று கூறிய அவள், தன் மந்திரக்கோலை உயர்த்தித் தன் தெய்வ சக்தியால் உலகம் அன்பும் அமைதியும் உறையுமிடமாக மாறப்போகிறது என்று சொல்லி மறைகிறாள். நிகழ்ச்சியைப் பார்த்துக்கொண்டிருந்த அனைவரும் உணர்ச்சிவசப்பட்டுப் போயினர். வீனஸ் தேவதை மூலம் அன்பைப் போதிப்பதாக நாடக நிகழ்ச்சியில் சொல்லப்பட்டதை, இரு கோணங்களில் காணலாம். இளவரசர் இதய சுத்தியோடுதான் சமாதான நடவடிக்கையில் ஈடுபட்டார் என்பதற்கு, நாடகக் கருத்து சாட்சியாக அமைந்திருக்கிறது. இரண்டாவது, விருந்து நிகழ்ச்சியின் உச்சகட்டமாக ஏற்படப்போகும் ஒரு கொலை.இந்த அசம்பாவிதத்தில் இளவரசருக்குத் துளியும் தொடர்பில்லை என்பதை, நாடகத்தின் மூலக் கருத்தோடு பொருத்திப் பார்த்துப் புரிந்துகொள்ளும்படியும் இருக்கிறது. வழக்கம்போலக் குள்ளன் இளவரசர் அருகில்தான் இருந்தான். அவர் மனதிலோடும் எண்ணத்தைப் புரிந்துகொண்டு செயலாற்றும் திறமை குள்ளனுக்குண்டு. இளவரசர் செய்த சைகையைப் புரிந்தவன், தனக்கு மட்டுமே செய்யத் தெரிந்த அரிய மதுவைக் கொண்டு எதிரி நாட்டு அரசன் லொடோவிகோவிற்கும் அவனைச் சார்ந்த பிரபுக்கள், தளபதிகளுக்கும் பரிமாறினான். இளவரசன் கியோவானின் தங்கக் கிண்ணத்திலும் மதுவை ஊற்றினான். அருகில் அமர்ந்திருந்த இளவரசி ஏஞ்சாலிகா விளையாட்டாக அக்கிண்ணத்தைத் தன் பக்கமிழுத்துக் கொண்டாள். இருவரும் மதுவைத் தொடாமல், தம் விழியால் காதல் மொழிகள் பகிர்ந்துகொண்டனர்.

தியோடோராவின் காதலன் டான்ரிகார்டோ, இளவரசரின் குறிப்பில் இல்லையென்றாலும், குள்ளனே தன்னிச்சையாக அவனுக்கும் அந்த மதுவைப் பரிமாறினான். இளவரசர் எழுந்து நின்று, தன் மதுக் கிண்ணத்தை உயர்த்திப் பிடித்து, இரு நாடுகளுக்கும் இடையே நிரந்தரச் சமாதானம் நிலவ வேண்டும் என்று சொல்லி, மது அருந்தும்படி உரத்த குரலில் சொன்னார். தன் இதயராணி தியோடோராவை வணங்கிவிட்டு, டான்ரிகார்டோ ஒரேமூச்சில் மதுவை விழுங்கினான். அவளும் பதிலுக்குப் புன்சிரிப்பை உதிர்த்தாள்.

திடீரென்று எதிரி நாட்டு அரசன் லொடோவிகோ பேய்பிடித்தவன்போல் ஊளையிடப் பக்கத்திலிருந்தவர்கள் எழுந்துவரும்போதே கீழே சாய்ந்தனர். விஷமிட்டுவிட்டார்களெனப் புலம்பியபடி கூறியதைக் கேட்டு, மற்றவர்கள் உரக்க அதைச் சொல்ல, வீரர்கள் வாளை உருவிக்கொண்டு பாயக் கலவரம் மூண்டது. ஒரு சில நிமிடங்களில் பலர் மாண்டனர். தான் பரிமாறிய மதுவின் விளைவுதான் இது என்று புரிந்துகொண்ட குள்ளன், மேஜையின் மேல் ஏறி நின்று பார்த்தான். முகம் நீலநிறம் பாய்ந்து லொடோவிகோ இறந்துகிடந்தான். நல்லவேளை காதலி ஏஞ்சலிகாவோடு மதுஅருந்தாதிருந்த இளவரசன் கியோவானி உயிர்தப்பித்தான். கலவரத்தில் ஒரு வீரன் கியோவானியைக் காப்பாற்றிக் கூட்டிச் சென்றுவிட்டான். எதிரி நாட்டு அரசனும் தளபதிகளும் பிரபுக்களும் மாண்டனர். தியோடோராவின் கள்ளக் காதலன் டான்ரிகார்டோவும் இறந்துவிட்டான்.

அரண்மனையே துக்கம் கொண்டாடியது. நடந்த இந்த அசம்பாவிதம் தவறுதலாக நடந்துவிட்டதாக மக்கள் நம்பினர். "சின்னக் கொலைகாரனான என் மேல் இளவரசருக்கு ஒரு திருப்தி. ஆனால், அவர் வெளிக்காட்டிக் கொள்ளவில்லை. அந்த விஷயம் பற்றிக் குறையோ நிறையோ என்னிடம் எதுவும் பேசவில்லை. என்னைக் கண்டால் இளவரசர் ஒதுங்குகிறார்" எனக் குள்ளன் பெரிதும் குறைப்பட்டுக் கொண்டான். ஓரளவு நல்ல ஞானமும் அறிவும் பெற்ற குள்ளனால், இளவரசரின் ராஜதந்திரத்தைப் புரிந்துகொள்ள முடியவில்லை. பெரும் யுத்தத்தால் சமாளிக்க முடியாததைக் குள்ளனைக் கொண்டு ஓசைப்படாமல் இளவரசர் ஜெயித்துவிட்டார் என்பதும் குள்ளனுக்கே புரியவில்லை என்றால், இந்தச் சூதையும் சதிச் செயலையும் மக்கள் எப்படி அறிந்துகொள்ள முடியும்? ஒரு நாட்டை ஆளும் மன்னன் சிறந்த வீரனாக மட்டும் இருந்தால் போதாது; இப்படிப்பட்ட சதிச் செயலைப் புரியக்கூடிய துணிவும் இருக்க வேண்டும் என்று ஆசிரியர் இந்த நூலில் சொல்லியிருப்பதைப் புரிந்துகொள்ள முடிகிறது. சமரச உடன்படிக்கை, விருந்து, கேளிக்கை இவைகளின் உச்சகட்டமாகச் சதி வேலை நடக்குமென்று நூலை வாசிக்கும்போதே யூகித்தேன். மிகச் சரியாக இருந்தது. என் போன்ற சாமானிய வாசிப்பாளனின் யூகத்திலிருந்து, ஆசிரியர் விலகிப் போகவில்லை என்பது மகிழ்ச்சியளித்தது. விருந்தின்போது ஏற்பட்ட கலவரத்தைப் பார்த்துக் கலங்கிப்போனாள் இளவரசி தியடோரா. அறையில் வந்து படுத்தவள் தலையை வெளியே காட்டவில்லை. மனநிலையும் உடல்நிலையும் பாதித்துவிட்டது. காதலன் டான்ரிகார்டோவின் மரணம், இளவரசியை நிலைகுலையச் செய்துவிட்டது. மொண்டான்ஸா நாட்டு மக்கள் வெகுண்டெழுந்து கொலைக்குப் பழிவாங்கத் துடித்தனர். அவர்களுக்குத் துணையாகப் பொக்கரோஸா தன்னுடைய படையுடன் போரைத் தொடங்கினான்.மொண்டான்ஸா நாட்டிற்கு எதிராகப் போர் தொடுத்தவன், தற்போது ஆதரவாகத் தன் படையுடன் வருகிறான். யுத்தத்தில் கூலிப் படையின் பண்பையும் இலக்கணத்தையும் ஆசிரியர் புரியச் செய்திருக்கிறார்.

இளவரசரின் படை எதிர்த்து நிற்க முடியாமல் பின்வாங்கியது. தலைநகரை நோக்கி முன்னேறி வந்த பொக்கரோஸாவின் கூலிப் படைகள் எதிர்ப்படும் ஊரையும் மக்களையும் சூறையாடினர்.

படைகளின் கொடுமைக்குப் பயந்து மக்கள் தலைநகரில் தஞ்சமடையச் சாரிசாரியாக வந்தவண்ணம் இருந்தனர். பின்வாங்கிவந்த துருப்புகளோடு, சாமானியர்கள் நகரில் தங்க இடமின்றித் தொல்லைகளுக்கு ஆளாகினர். தெருக்களிலும் முச்சந்திகளிலும் முடங்கிக்கொண்டனர். சில நாளில், உணவு பற்றாக்குறையால் பட்டினிச் சாவு மலிந்தது. எதிரிநாட்டு இளவரசன் கியோவானி, ஏஞ்சலிகாமீது கொண்டிருந்த காதல், அரண்மனைக் காவலையெல்லாம் தாண்டிக்கொண்டு அவளைச் சந்திக்கச் செய்தது. கியோவானி இளவரசி அறையில் இருப்பதைக் கண்டு, அதை இளவரசரிடம் குள்ளன் அப்போதே தெரிவிக்கிறான். அவர்கள் இருவரும் அறையில் சேர்ந்து படுத்திருப்பதைப் பார்த்துக் கோபத்தில் வெகுண்ட இளவரசர் வாளால் கியோவானியின் தலையைத் துண்டாக்கினார். விழித்துக் கொண்ட ஏஞ்சலிகா, ரத்தத்தில் நனைந்த தன் காதலனின் உடலை இழுத்துப் போவதை அரண்டு பார்த்துவிட்டு மூர்ச்சையாகிவிட்டாள். கியோவானியின் உடலை ஆற்றில் கொண்டுபோய் வீசிவிட்டார்கள். ஏஞ்சலிகா எழுந்து நடமாடவே சில நாட்கள் பிடித்தன. தன் காதலன் கியோவானின் நினைவாக ரத்தக்கறை படிந்த அவனின் பதக்கத்தை அணிந்துகொண்டு அவள் உலவினாள். காதலனுடன் வாழ்வில் ஒன்றுசேர முடியாதவள், இறப்பிலேனும் அவனோடு சேர்வதற்காக, ஒருநாள் ஆற்றில் விழுந்து ஏஞ்சலிகா உயிர்விட்டாள். இளவரசி தியோடோராவின் அறைக்கு அவ்வப்போது குள்ளன் சென்று வருவான். தான் எவ்வளவோ மண்டியிட்டுத் தன் பாவங்களை ஒப்புக்கொண்டும் இயேசு தன்னை மன்னிக்க மறுக்கிறார் என்று குள்ளனிடம் அவள் புலம்பினாள். "உன் போன்றவர்கள், தங்கள் பாவத்திலிருந்து மீளவா, இயேசு சிலுவையில் தொங்கினார்?" என்று குள்ளன் கேட்டான். தியோடோரா அறையில் பெண் துறவி அறைபோலத் தொழுகைப் பலகையும் ஒரு சிலுவையும் தவிர ஒன்றுமில்லை. காயக்கிலேசம் செய்து பட்டினி கிடந்தாள். ஊனும் உயிரும் மெல்ல மெல்ல உருகின. அறையில் ஒரே துர்நாற்றம். சுருங்கிய உடல், பட்டை பட்டையாகத் தெரிந்த மெலிந்த சதை. சிடுக்கும் அழுக்குமேறிய தலைமுடி. ஒருகாலத்தில் இவையே அவள் காதலுக்குப் பாத்திரமானதாயிருந்தன.

வழக்கம்போலக் குள்ளன், தியோடோரா அறைக்குச் சென்றான். "மண்டியிட்டுத் தொழுது பாபங்களை ஒப்புக்கொண்டால், கடவுள் மன்னித்துவிடுவாரா? நீ கடவுளை நேசிக்கவில்லை. இறந்துபோன டான்ரி கோர்டோவுக்காகத்தான் நீ ஏங்குகிறாய்" எனக் குள்ளன் ஆவேசமாகக் குற்றஞ்சாட்டுகிறான். அவள், தான் இளவரசி என்பதையே முற்றிலும் மறந்தவளாய் அவன் காலில் விழுந்து, என்னைக் காப்பாற்று, என்னைத் தண்டித்துவிடு, நீதான் கடவுளின் சாட்டை எனக் கூறியபடி சவுக்கைக் குள்ளன் கையில் கொடுத்துக் கெஞ்சுகிறாள். அடிக்கும்போது வாய்திறவாது தண்டனையைப் பெற்றுக்கொண்டு, மூர்ச்சையுற்றுக் கீழே விழுகிறாள். குள்ளன் அறையைவிட்டு வெளியேறுகிறான். நாட்டிலும் தலைநகரிலும் பஞ்சமும் நோய்களும் தலைவிரித்தாட, இவற்றைக் கடவுள் தரும் பெருந்தண்டனையாக எல்லோரும் ஏற்றுக்கொண்டனர். சில தினங்களில் அரண்மனையிலும் மரணங்கள் கூடின. இளவரசர் பெரிதும் விரும்பிச் சந்தோஷமாக இருந்த பியாமீடாவும் இறந்துவிட்டாள். நோய்கண்டு அரண்மனையே அரண்டது. தலைநகரை முற்றுகையிட்டிருந்த பகைவர்

படையும், கூலிப் படைகளும் சூரை நோயிலிருந்து தப்பிக்க வெளியே ஓடிவிட்டனர். வேறு எதனாலும் முடிக்க முடியாத ஒரு போரைச் சூரை நோய் வந்து முடித்துவிட்டது. அண்மைக் காலமாக இளவரசர், குள்ளனைக் கண்டுகொள்வதேயில்லை. குள்ளன் தன் அறையிலேயே பழைய ரொட்டித் துண்டைக் கிள்ளிக் கிள்ளிச் சாப்பிட்டு வந்தான். ஒருநாள் வீரர்கள் குள்ளனை அழைத்து வழக்கறிஞரின் முன் நிற்கவைத்து, இறந்துபோன இளவரசி தியோடோரா அறையில் நடந்தது என்னவென்று ஒப்புக்கொள்ளச் சொன்னார்கள். இளவரசியைப் பற்றி ஒரு வார்த்தையும் குள்ளன் சொல்லவில்லை. அவளின் கீழான நடத்தையை அம்பலமாக்க விரும்பாது, அவள் ரகசியம் காப்பதில் அவன் உறுதியாக இருந்தான். அவர்களின் வாயிலாகவே, இளவரசி இறந்துவிட்ட தகவலைக்கூட அவன் தெரிந்துகொள்கிறான்.

மீண்டும் நீதிபதி முன்பு விசாரித்தனர். குள்ளன் வாயைத் திறக்க வில்லை. முடிவில் இளவரசி மரணத்திற்குக் குள்ளன்தான் காரணம் எனக் குற்றம் சாட்டப்பட்டுச் சாகும்வரை இருட்டறையில் சங்கிலியால் குள்ளன் பிணைக்கப்பட்டுச் சிறைவாசம் அனுபவிக்க வேண்டுமெனத் தீர்ப்புரைக்கப்பட்டது. "சிறையில் அடைக்கப்பட்டேன். எனக்கு என்ன மோசம் போய்விட்டது. எனக்கு விலங்கிட்டு என்ன பலனைக் கண்டார்கள். நான் இன்னமும் அரண்மனையைச் சேர்ந்தவன்தான். நானும் அரண்மனையும் ஒன்றாகச் சேர்ந்தே பார்க்கப்பட்டோம். என்னைச் சிறையிலிட்டால் இளவரசரையும் சிறையிலிட்டது போல்தான். நான் இந்தப் பொந்தில் எலி மாதிரி வாழ்கிறேன். அவர்கள் அழகிய அரண்மனையில் வாழ்கிறார்கள். என் வாழ்க்கை அவர் கையிலிருப்பதுபோல, அவரின் கௌரவம், பிரபுத்துவம் நிறைந்த வாழ்க்கை என் கையில் இருக்கிறது". தான் விடுதலை பெறுவோமா, இல்லையா எனும் நிச்சயமற்ற நிலையில், ஓர் ஆயுள் தண்டனைக் கைதியான குள்ளனின் இந்த வாசகங்கள், தான் கடந்து வந்த வாழ்க்கையின் மேலுள்ள குள்ளனின் பெரும் நம்பிக்கையைக் காட்டுகின்றன. சிறைக்காவலன், குள்ளனுக்குப் பெரிதும் உதவியாக இருக்கிறான். அவன் மூலமாக வெளி உலகில் நடப்பதை அறிய முடிகிறது. இளவரசி தியோடோரா, கடுமையாகத் தவம் செய்து, காயக்கிலேசம் மேற்கொண்டு உயிர்நீத்ததால், அவள் தெய்வப் பதவியை அடைந்துவிட்டதாகப் போற்றி வணங்கினர். இளவரசியின் தோற்றத்தை ஆதாரமாகக் கொண்டு, பர்னார்டோ தேவமாதா கன்னி மேரியின் ஓவியம் வரைந்திருந்தார். அதில் இளவரசரும் மற்றவர்களும் லயித்துப் போயினர். அசாதாரணமான கலைப் பொக்கிஷமாக எல்லோராலும் அது பார்க்கப்பட்டது. இதைப் போன்ற தேவமாதாவின் சித்திரம் முன்பு எப்போதும் வரையப்படவில்லை என்று ஆச்சரியப்பட்டனர். கோயில் மணி மண்டபத்தின் மத்தியில் ஓவியம் இடம் பெற்றிருந்தது. பர்னார்டோ, இந்த ஓவியத்தில் மத உணர்வை ஆழமாக ஏற்றிவிட்டார். ஆதலால், அதைச் சுற்றி எப்போதும் மக்கள் கூட்டம் சூழ்ந்து நிற்கும். இந்தத் தகவல்களைச் சிறைக்காவலன் மூலம் குள்ளன் கேட்கும்போது, இன்று ஊரும் உலகும் போற்றும் இளவரசியின் அந்தரங்கத்தை அறிந்தவன் நான் ஒருவனே என்றெண்ணித் தன்னுள்ளேயே குள்ளன் சிரித்துக்கொண்டான் என்கிறார் குவிஸ்ட்.

தலைநகரம் தன் பழைய பொலிவை மீண்டும் பெற்றது. மண்ணும் மனிதர்களும் புத்துயிர் பெற்றனர். நகரில் புதிய மணிமண்டப வேலை முடிந்து திறப்பு விழா நிச்சயமானது. புதிய மணி ஓங்கி ஒலிக்கிறது. அந்த ஒலி சொர்க்கத்திலிருந்து கேட்பதாகப் பரவசமடைந்தனர். சிறையிலிருக்கும் குள்ளன் இந்த மங்கள ஒலியைக் கேட்டு மகிழட்டும் என்று சிறைக்காவலன் அறைக்கதவைத் திறந்து வைத்திருந்தான். இளவரசர் தன்விலங்கை ஒருநாள் கழற்றச் சொல்வார் என்னும் நம்பிக்கையோடு குள்ளன் இருட்டறையிலிருந்தான். தனது எஜமானன் இளவரசரைத் தவிரப் பிற மனித வர்க்கத்தை வெறுத்து ஒதுக்கும் குள்ளன் பிக்கோலைனைக் கொண்டு, ஆசிரியர் பேர் லாகர் குவிஸ்ட், இச்சரித்திரக் கதையைக் குள்ளன் வாயிலாகச் சொல்கிறார். சமூகத்தில் அனைவராலும் துச்சமாக மதிக்கப்படக்கூடிய, வேடிக்கைப்பொருளாகப் பார்க்கப்படக்கூடிய குள்ளனைக் கதையில் முதன்மைப்படுத்தி, உயரத்தில் அவன் குறைந்திருந்தாலும் எல்லா விஷயங்களிலும் சக மனிதர்களைவிட உயர்ந்தவனாகக் குள்ளனைப் படைத்திருப்பதன் மூலம், மனிதன் இன்னும் மேம்பட வேண்டுமென்பதை ஆசிரியர் சொல்லாமல் சொல்கிறார். மன்னர்களின் முடியாட்சிக் கொடுமைகளையும், அண்டை நாடுகள் மேல் போர், அதைத் தொடர்ந்து நாட்டில் பஞ்சம், பட்டினி, நோய்ப் பிணி என மனித குலம் அழிவைச் சந்திக்கும் சூழலைக் குவிஸ்ட் மிக அருமையாகக் காட்சிப்படுத்தியிருக்கிறார். மதம், கடவுள் நம்பிக்கைக்கு எதிரான தம்முடைய கருத்துகளை, அவர் தாமரையிலைத் தண்ணீர்போல வெளிப்படுத்தியிருப்பதைப் புரிந்துகொள்ள முடிகிறது.

இந்நாவலில் ஆசிரியர் எங்கே சிறப்பாகப் பரிணமித்திருக்கிறார் என்கிற நம் தேடல், முத்து மாலையில் கோக்கப்பட்டுள்ள முத்துகளில் எந்த முத்து அழகானது என்று தேடுவதற்கொப்பானது. ஆனாலும், இந்த நாவலில் பெரிதும் ஈர்த்த ஓரிடமாகச் சமாதான உடன்படிக்கையைக் கேள்விப்பட்டதும் குள்ளன் பொங்கியெழும் காட்சியைத்தான் சொல்ல வேண்டும். இதில் சொல்லப்பட்ட கருத்தும், சொல்லாடலும் மிக அழகாகப் பொருந்தியிருப்பதும் கூடுதல் சிறப்பைத் தருகிறது. அன்றைய முடியாட்சியில் போர் தவிர்க்க முடியாததாகவும், அவசியமானதாகவும், மனித வர்க்கத்தின் அங்கமாகவும் இருந்து வந்ததைக் குள்ளன் வாயிலாகக் குவிஸ்ட் வெளிப்படுத்துகிறார். இவ்வகையில், இலக்கியத் தளத்தில் நோபல் பரிசு பெற்ற ஓர் ஆகச்சிறந்த படைப்பாளியின் புனைவைப் பாராட்டுவது என்பது ஒரு சம்பிரதாயமே என்றாலும், இந்தச் சிறந்த நாவலைத் தமிழுக்குக் கொண்டுவந்தமைக்காகத் தி.ஜானகிராமனைப் பாராட்டாதிருக்கவியலாது. இந்நாவலில், குள்ளன் பிகோலைனின் பிருமாண்டத்தைத் தரிசிக்கிறோம்.

✦

33

‘குள்ளன்’: நாமே அக்குள்ளன்

உமா சங்கரி

சில வருடங்களுக்கு முன்பு, நான் ஐந்திணைப் பதிப்பகத்திற்குப் போயிருந்தேன். அங்குக் ‘குள்ளன்’ புத்தகம் தென்பட்டது. அப்பா அதை மொழிபெயர்த்திருந்தது, எனக்குத் தெரியும். ஆனால், வீட்டில் அந்தப் புத்தகம் இல்லை. உடனே அதை வாங்கிக் கொண்டேன். அப்பா ஏன் அந்த நாவலை மொழிபெயர்த்தார் என்ற ஆவலுடன், அதைத் திரும்பிவரும்போது பஸ்ஸிலேயே படிக்க ஆரம்பித்தேன். வீட்டுக்கு வந்ததும் சமையல் அறை, படுக்கை அறை, பாத்ரூம் எல்லா இடத்திலும் நின்று நின்று ஒரே மூச்சில் படித்து முடித்தேன். சமீபத்தில் கல்யாணராமன், இந்த நாவலைப் பற்றி எழுதச் சொன்னபோது, நான் மறுபடியும் அதைப் படித்தேன். படித்து முடிக்கும் வரை கீழே வைக்க முடியவில்லை. தி.ஜா. எழுத்துகளும் அப்படித்தானே! பல பேர் அவ்வாறுதான் சொல்லியிருக்கிறார்கள். குள்ளன் நாவல், பார் லாகர் க்விஸ்ட் என்ற ஸ்வீடன் நாட்டைச் சேர்ந்த எழுத்தாளர் எழுதிய நாவல். அவருக்கு 1951ஆம் ஆண்டு இலக்கியத்திற்காக வழங்கப்படும் நோபெல் பிரைஸ் கிடைத்தது. படித்து முடித்ததும், தி.ஜா. ஏன் அந்த நாவலை மொழிபெயர்த்தார் என்றும் புரிந்தது. சந்தேகமேயில்லை, அது மிக உன்னதமான நாவல்.

மேலே போகுமுன், அந்த நாவலின் கதையைச் சுருக்கமாக கூறவேண்டும். நாவல் எந்தக் காலத்துக்குரியது என்று ஆசிரியர் வெளிப்படையாகச் சொல்லவில்லை. ஆனால், ஐரோப்பாவின் ‘மறுமலர்ச்சி’க் காலத்தில், பதினைந்தாம் நூற்றாண்டில், இத்தாலி நாட்டில் நடந்த கதை என்று சொல்லலாம், ஏனென்றால், அதில் லியனார்டோ டாவின்சிபோல் ஒரு பாத்திரமும், இளவரசன் சிசரோ போர்ஜியா போன்ற ஒருபாத்திரமும் வருகிறார்கள். நாவல் முழுவதும் ஒரு குள்ளன் தன்னுடைய வாழ்க்கைச் சரித்திரத்தை வர்ணிப்பதுபோல் அமைந்திருக்கிறது. நிறையச் சம்பவங்களும் திருப்பங்களும்

கூடிய ஒரு கதை. பிகோலைன் என்ற பெயர் கொண்ட அந்தக் குள்ளனை, அவன் பிறந்த சில நாட்களுக்குப் பின், ஓர் ஆட்டு மந்தை மற்றும் ஒரு காவல் நாய்க்கு வேண்டி, அவன் தாய் விற்று விடுகிறாள். அவன் எப்படியோ, ஓர் இளவரசனின் அரண்மனைக்கு வந்து சேருகிறான். அக்காலத்தில், ஐரோப்பாவில் குள்ளனாகப் பிறக்கும் குழந்தைகளை விற்றுவிடுவார்கள். பெரும்பாலும் அரசனிடம் கொண்டுவந்து சேர்த்துவிடுவார்கள். அவர்களைப் பொது ஜனங்கள் சீண்டிக் கிண்டலும் பரிகாசமும் செய்து துன்புறுத்துவது சர்வ சாதாரணம். அரசனுக்கு ஒரு கையாளாக, அரச தர்பாரில் ஒரு கோமாளியாக அவன் இருப்பான். குள்ளர்கள் வயது வந்தவர்களாக இருப்பினும், சாதாரண மனிதர்கள் போலவே அவர்களுக்கும் ஆசாபாசம், பாலுணர்வு போன்ற உணர்வுகள் இருந்தாலும், அவர்களைக் குழந்தைகள் போலவே நடத்துவார்கள். தங்கள் ஆசாபாசங்களை அமிழ்த்திக் கொண்டு, கோபதாபங்களை அடக்கிக் கோமாளிபோல் பாசாங்கு செய்துகொண்டு ஓர் அடிமையாகவே வாழவேண்டும்.

பிகோலைனுக்கும் இதே கதிதான். அவனின் முக்கிய வேலை, இளவரசனுக்கும் வந்த விருந்தினர்களுக்கும் மதுக்கிண்ணத்தை நிரப்புவது. மற்றபடி இளவரசன் போலவே உடை, கவசம் எல்லாம் அணிந்துகொண்டு இளவரசன் எங்குப் போனாலும் கூடக்கூடப் போய்க் கோமாளிபோல் நடிப்பது, இளவரசிக்குத் தூது போவது, இளவரசிக்குப் பிறந்த குழந்தைக்கு விளையாட்டுக் காட்டுவது, அவர்களுடைய அந்தரங்கமான மற்றும் அரசாங்க ரகசியங்களைக் காப்பாற்றுவது, இந்த மாதிரி வேலைகள் தரப்படும். அரண்மனையில் – அந்தப்புரத்தில், எங்கு வேண்டுமானாலும் சுதந்திரமாகப் பிகோலைன் போய்வரலாம். அரவாணிகள் நம் ஞாபகத்திற்கு வருகிறார்கள். அந்தப்புரத்தில் காவலராகவும் ஒற்றர்களாகவும் அவர்கள் இருப்பார்கள். இங்கே குள்ளனுக்கு, இளவரசியின் காதல் கடிதங்களை, அவளின் காதலர்களுக்கு ரகசியமாக கொண்டு சேர்க்கும் வேலை. அவளுக்குச் சேனைத் தளபதி டான்றிகார்டோமேல் மிகுந்த காதல். இது குள்ளனுக்கு அறவும் பிடிக்கவில்லை. இளவரசி பாலுணர்வு மிகுதியாகிப் பல பேருடன் வாழ்கிறாள் என்று அவள் மேல் வெறுப்பும் கோபமும். ஆனால், அதைக் காட்டிக்கொள்ள முடியாது. குள்ளனுக்கு இளவரசன் மேல் அலாதியான அடிமைத்தனமான பக்தி, மரியாதை, கௌரவம் எல்லாம் இருந்தன. உண்மையில் அந்த இளவரசன் அழகானவன், பலசாலி, வீரன். மகா புத்திசாலி என்பதுடன் மகா தந்திரசாலியும்கூட. ஆனால், *'no man is a hero to his valet'* என்ற பழமொழிபோல், குள்ளனுக்கு இளவரசனின் சில போக்குகள் பிடிக்கவில்லை. ஓய்வு நேரத்தில் குள்ளன், தன் விடுதியில் தனியாக உட்கார்ந்திருப்பான். அவனுக்குத் தனிமைதான் பிடிக்கும், கூட இருந்த வேறு ஒரு குள்ளனையும் இவன் சண்டை போட்டுக் கொன்று விட்டிருந்தான்.

அரண்மனைக்கு லியனார்டோ டாவின்சி போன்ற விருந்தினர் ஒருவர் வருகிறார். பெர்னார்டோ என்று பெயர். அவர் ஓர் ஓவியர் – சிற்பி – விஞ்ஞானி – தத்துவஞானி – பல யந்திரங்களைக் கண்டுபிடிக்கிறவர் – எல்லாம் கலந்த ஓர் அசாதாரணப் பேர்வழி. அவர் சக்தி வாய்ந்த, பன்மடங்கு அழிக்கக்கூடிய போர் யந்திரங்கள் சிலவற்றைக் கண்டுபிடித்திருக்கிறார்.

பக்கத்து ராஜ்யத்தில் அரசராயிருக்கும் லோடோவிகோ வெகுகாலமாக இளவரசனுக்கு எதிரி. இந்தப் புதுத்தினுசான போர் யந்திரங்களைக் கொண்டு அவனைத் தோற்கடிக்கலாம் என்று திட்டம் போடுகிறார்கள். குள்ளன் இவற்றை வெகு உற்சாகத்துடன் கவனித்துக் கொண்டிருக்கிறான். அந்தக் காலத்தில், இத்தாலியில், அக்கம்பக்க ராஜ்யங்கள் சில பலமான குடும்பங்கள் கைகளில் சிக்கிக் கொண்டிருந்தன. அவர்கள் எப்போதும் ஒருவரை ஒருவர் கவிழ்க்கச் சூழ்ச்சி செய்து, வேறு நாடுகளுடன் சேர்ந்து சண்டை போட்டுக் கொண்டிருப்பார்கள். திட்டம் போட்டவாறே சண்டை நடக்கிறது. குள்ளனுக்கும் சண்டையில் கலந்துகொள்ள வேண்டும் என்றுதான் ஆசை. ஆனால், அதை இளவரசன் மறுத்துவிடுகிறான். போர் நடக்கும் இடத்திற்குப் போய்ப் போர்முகாமில் தங்குவதற்கு மட்டும் அனுமதிக்கிறான். குள்ளன் ஒரு குன்று மீதிருந்து போர்க்களத்தைக் கண்டு அவர்கள் வெற்றி பெறும்போது களித்து, தோல்வியடையும்போது சோர்வடைகிறான். அப்போரில் இளவரசனின் சேனையைத் தவிர்த்து ஊதியத்திற்குப் போர்செய்யும் ஒரு சேனையும் சண்டையிடுகிறது. அதன் நாயகன் போக்கரோசா என்ற குரூர ரூபமுடைய ஆனால் நல்ல பலமுள்ள வீரன். குள்ளனுக்குப் போக்கரோசா என்றால் ஒரு பிரமை. போரில் பல வீரர்கள் கொல்லப்பட்டுச் செத்து மடிகிறார்கள். போர்க்களத்தில் ஒரு சின்ன வெற்றி வரும்போது குடியும் கூத்துமாக விலைமகளிருடன் களியாட்டம் நடக்கிறது. இவை குள்ளனுக்கு அறவே பிடிக்கவில்லை. தீவிரமாகப் போராடியும் முழுவெற்றி கிடைக்கவில்லை.

இளவரசன் வேறு ஒரு சூழ்ச்சித் திட்டம் போடுகிறான். லோடோவிகொவை நிரந்தரப் போர் நிறுத்தம் செய்துகொள்ளலாம் என்று வற்புறுத்திப் போர் நிறுத்த விருந்துக்கு அழைக்கிறான். அந்த விருந்தில் இளவரசன். குள்ளனை விஷம் கலந்த மதுவைப் பகைவர் களுக்கு ஊற்றுமாறு செய்து, அவர்களைக் கொன்று விடுகிறான். குள்ளன் அவர்களை மட்டுமின்றி, வெகுகாலமாக அவன் வெறுத்து வரும் சேனாதிபதி, இளவரசியின் காதலன் டான்றிகர்டோவுக்கும் விஷம் கலந்த மதுவை ஊற்றிக் கொன்றுவிடுகிறான். லோடோவிகொவின் தம்பி சிறிது காலம் பொறுத்து அதே பொக்கரோசாவின் ஊதியச் சேனையின் உதவியுடன் போருக்கு வந்து இளவரசனைத் தோற்கடித்துப் பழிதீர்த்துக்கொள்கிறான். இத்தோல்வியை அடுத்துப் பஞ்சமும் நோயும் சூறையும் கொள்ளையும் நாட்டில் தலைவிரித்தாடுகின்றன. அரண்மனையை விட்டு இளவரசன் வெளியே வருவதில்லை. இளவரசி, தன் காதலனின் மரணத்திற்குப் பிறகு, பெரும் துக்கத்தில் ஆழ்ந்துவிடுகிறாள். எப்போதும் பூஜையும் பிரார்த்தனையுமாகத் தன் பாவங்களுக்கு மன்னிப்பு வேண்டுகிறாள். குள்ளனுக்கு மட்டும் அவள் ஒரு விபச்சாரி, அவள் பிரார்த்தனை எல்லாம் பாசாங்கு என்று படுகிறது. உன்னைக் கடவுள் மன்னிக்கவே மாட்டார் என்கிறான். அவள் ஒருமுறை தன்னைச் சாட்டையால் அடிக்கக் குள்ளனைக் கோருகிறாள், அவனும் அவளை அடித்துப் புண்படுத்துகிறான். நாளடைவில் அவளும் இறந்துபோகிறாள். இளவரசனுக்கு இப்போது தான் செய்த குற்றங்களை, நாச காரியங்களை மறைத்துக்கொள்ளத் தன்னைக் காப்பாற்றிக்கொள்ள ஒரு போலி சாக்குபோக்கே வேண்டியிருக்கிறது. அவன் இளவரசியைக் கொன்றதாகக் குற்றம்சாட்டிக் குள்ளனைப்

பிடித்துச் சித்திரவதை செய்து சிறையிலடைக்கிறான். சுவரில் சங்கிலியால் பிணைக்கப்படுகிறான். தப்பிக்கவே முடியாது. சிறைக் காவலன், குள்ளன்மேல் பரிதாபத்துடன், நோட்டுப் புத்தகங்கள் கொண்டுவந்து தருகிறான், வெளியுலகச் செய்திகளையும் தெரிவிக்கிறான். குள்ளன், தன் வாழ்க்கைச் சரித்திரத்தைத் தொடர்ந்தெழுதுகிறான்.

இத்தனைக்கும் நடுவில் குள்ளனுக்கு நம்பிக்கை மட்டும் தளரவில்லை. சில நாட்களில் தான் விடுதலை பெற்றுவிடுவோம் என்ற நம்பிக்கையே அவனுக்கு இருக்கிறது, ஏனென்றால், ஒரு குள்ளனில்லாது இளவரசன் இருக்க முடியுமோ என்று அவனுக்குத் தோன்றுகிறது. கதை மிக துரித கதியில் செல்கிறது. குள்ளன் தன் அபிப்பிராயங்களையும் உணர்ச்சிகளையும் பயப்படாமல் தயங்காமல் எழுதுகிறான். நம்மைத் தாக்கும் விஷயம் என்னவென்றால், குள்ளனுக்கு எல்லோர் மேலும் வெறுப்பும் கசப்பும். தன் மேலும், தன் இனம் மீதும்கூட வெறுப்புதான். ஒரு காரணமும் இல்லாமல் குள்ளர் இருவரைக் கொன்றுவிடுகிறான். எதற்கு இவ்வளவு வெறுப்பு, கசப்பு? அது எங்கிருந்து வருகிறது? சமூகவியல் நோக்கில் பார்த்தால், இந்த நாவலை ஒரு சமூகத்தின் ஓரத்தில் வாழும் மனிதர்களுடைய கதையாகப் பார்க்கலாம். இந்த நாட்களில், அங்கஹீனரை வித்தியாசமான திறனுள்ளவராகவும், *LGBTQ* எனும் பாலியலில் வித்தியாசமானவர்களாகவும், நம்மைப்போலவே அவர்களும் மனிதர்கள் என்று மதிக்க நாம் கற்றுக் கொண்டிருக்கிறோம். ஆனால், நாம் சரித்திரத்தில் இன்றுவரை அவர்களைக் கேலிக்கும் ஏசலுக்கும் வன்முறைக்கும் தகுதியானவர்களாகவே கருதி அவர்களைத் துன்பப்படுத்தி வருகிறோம். இந்நாவலில் குள்ளர்களை, அவர்களுடைய தாய்மார்கள் உட்பட அனைவரும் நிராகரித்து, நடுவீதியில் தூக்கியெறிந்து விடுகிறார்கள். அவர்களை எல்லோருமே ஏளனப்படுத்துகிறார்கள், கோமாளிபோல் நடத்துகிறார்கள், குழந்தைபோல் நினைக்கிறார்கள். சாதாரண மனிதர்களைப்போல் அவர்களுக்கும் மனம், உணர்ச்சிகள், அபிப்பிராயங்கள் எல்லாம் உண்டு என்பதைப் புறக்கணித்துவிட்டுத் தம் சுயநலத்திற்காகப் பயன்படுத்திக் கொள்கிறார்கள். இவற்றை எல்லாம் குள்ளன் மௌனமாகப் பார்த்துக்கொண்டேயிருக்க வேண்டியிருக்கிறது. எதிர்ப்புக் காட்டினால், இன்னும் விபரீதம் ஆகிவிடும். இந்த மாதிரி ஒரு சூழ்நிலையில் குள்ளனுக்கு ஏன் கசப்பும் வெறுப்பும் ஏற்படாது?

ஆனால், இந்த நாவலில் வரும் வெறுப்பு, ஒரு வெறும் கண்மூடித் தனமான வெறுப்பு இல்லை. குள்ளனுக்குச் சிந்தனைத் திறம் நிறையவே இருக்கிறது. அவன் போலிப் பாசாங்குகளை வெறுக்கிறான். அவனின் சூழல் காரணமாக, அவன் மனதில் ஒருமாதிரியான அன்பும் வெறுப்பும் *(love-hate)* சுரக்கின்றன. இளவரசனின் மேல் அவனுக்கு அசாத்திய மதிப்புண்டு; ஆனால், அவனின் கோழைத்தனத்தை வெறுக்கிறான். இளவரசியின் அழகு மேல் மோகமுறுகிறான்; ஆனால், அவளின் விபச்சாரித்தனத்தை வெறுக்கிறான். பெர்னார்டோவின் மேதை மீதும் அவனுக்குக் கௌரவம் அதிகம்; ஆனால், ஓவியம் வரையக் குள்ளனை வற்புறுத்தி அவனது சட்டைகளைக் களைந்து அம்மணமாக்கியதைத் தன்னை அவமானப்படுத்தியதாக உணர்கிறான். விலைமாதர்களுடன் அவன் நடத்தும் கூத்தும் கேளிக்கைகளும்

அவனுக்குக் கொஞ்சம்கூடப் பிடிக்கவில்லை. அவன் வாழ்க்கை எளியது; உணவு எளியது; செக்ஸ் கிடையாது; நண்பர்களும் இல்லை. வாழ்நாள் முழுவதும் தனிமைதான். தனியே இருப்பதையே அக்குள்ளன் மிகவும் விரும்புகிறான். அவனிடமில்லாத ஆண்மையையும் வீரத்தையும் பிரதிபலிக்கும் போரும் போர்க்களமும் அவனுக்குப் பிடித்திருக்கின்றன. அதற்குப் பின்னால் வரும் விளைவுகள் – நோயும் பஞ்சமும் – அவனைச் சோர்வில் ஆழ்த்துகின்றன. குழந்தைகளையும்கூட அவன் வெறுக்கிறான். இந்த அன்பு–வெறுப்பிடையில் அவன் வாழ்க்கை நடக்கிறது. கதையை மிகவும் சுருக்கமாகச் சொல்லியிருக்கிறேன், நீங்களும் படித்து அனுபவிக்க வேண்டாமா?

தி.ஜா.வுக்கு ஏன் இந்த நாவலை மொழிபெயர்க்க வேண்டும் என்று தோன்றிற்று? இதைப் பற்றி அப்பா என்னுடன் எப்பொழுதும் பேசியதில்லை. உலக இலக்கியத்தில் சிறந்த ஆசிரியர்கள் பலரை எனக்கு அவர் அறிமுகப்படுத்தியிருக்கிறார். இந்தப் புத்தகம் மிகவும் இருட்டான ஒரு கதை. இதைப் படிக்க, இன்னும் வயசாக வேண்டும், முதிர்ச்சி வேண்டும் என்று சும்மா இருந்துவிட்டாரா? இந்நாவல், தி.ஜா.வின் எழுத்து வகையைச் சேர்ந்ததில்லை. தி.ஜா., மனிதர்களுக்குத் தோன்றும் உணர்ச்சிகளையும் உந்துதலையும் பற்றி நிறைய எழுதியுள்ளார் – கவலை, பயம், பொறாமை, குற்ற உணர்ச்சி, கயமை, கயவாளித்தனம், கோழைத்தனம், பாலியல் மீறல், ஆண் – பெண் உறவில் நேரும் சிக்கல்கள் போன்றனவற்றைச் சித்திரித்துள்ளார். ஆனால், தி.ஜா.வின் நோக்கு, சற்று வேறு மாதிரியானது. மனிதனின் அடிப்படை இருட்டுணர்ச்சிகளைப் பற்றி எழுதினாலும், அவற்றை வென்று எப்படி மனிதனாகத் தெய்வத்தன்மையுடன் வாழ முயலுகிறான், வாழ முடியும் என்பதையே பல கதைகளிலும் ஆராய்ந்திருக்கிறார். நட்பு, பச்சாத்தாபம், கழிவிரக்கம், மன்னித்தல், அன்பு செலுத்தல், கடுமை – கொடுமையிலிருந்து வெளியேறுதல் – இவையே அவர் எழுத்தில் அதிகமாகத் தென்படும். லாகர் க்விஸ்டும் இவை பற்றி எழுதியிருக்கலாம். குள்ளன் தவிர நான், அவரின் பிற எழுத்துகளைப் படித்ததில்லை. இந்நாவலை பற்றி மட்டுமே நான் இங்கே பேசுகிறேன். இந்நாவலில், ஆசிரியர் நம் மனதிலுள்ள இருட்டறைகளை மெழுகுவர்த்தியைக் கையில் பற்றிக்கொண்டு காட்டுகிறார். இருட்டுணர்ச்சிகளான – பயம், திகில், வெறுப்பு, கோபம், மிருகத்தனம், வன்முறை – இவற்றையே தோண்டுகிறார். அந்த உணர்ச்சிகளின் பயங்கரமான நாசகார விளைவுகளை நமக்குப் படம் பிடிக்கிறார். மனிதனின் நாகரீகப் போர்வையை, பாசாங்கை அந்தக் குள்ளன் கிழித்தெறிகிறான்.

தி.ஜா., இம்மாதிரி ஒரு நாவலை எழுதியிருக்க மாட்டார். ஆனால், அவருக்குச் சமூகக் கட்டுப்பாடுகளால் ஒடுக்கப்படும் மனிதர்கள் மீது கழிவிரக்கமும், ஒத்துணர்வும் (empathy) நிறையவே இருந்தன. அவருடைய பெண் பாத்திரங்கள் பலர், சமூகக் கட்டுப்பாடுகளை மீறியவர்கள். அங்கஹீனர்களைப் பற்றியும், மானசீக நோயுள்ளவர்கள் பற்றியும் அவர் சில கதைகளில் எழுதினார், ஆனால், அவர்களைக் கழிவிரக்கத்துடன் பார்த்தார். தன்னிடமிருந்து வித்தியாசமானவர்களைப் பற்றி ஒத்துணர்வுடன் பார்த்ததால்தான், நம்பத்தகுந்த கதைகளை அவருக்குப் படைக்க முடிந்தது.

உதாரணம்: மரப்பசு. ஒரு பெண் தன் வாழ்க்கையைப் பற்றி எழுதியது போன்ற ஒரு நாவல் அது. அது பற்றிப் பெண்ணியக்க மாதர்கள் சிலர், சில கேள்விகளை இன்று முன்வைத்தாலும், கதை விஷயத்திலும், எழுதிய முறையிலும் அது ஒரு மகத்தான முயற்சி என்றே எனக்கு தோன்றுகிறது. குள்ளன் என்ற இந்த நாவலைத் தி.ஜா. சிரமப்பட்டு மொழிபெயர்த்தார் என்றால், அவருக்கு அந்த விஷயத்தை ஆசிரியர் ஆண்ட மேதாவித்தனம் மிகவும் பிடித்திருக்க வேண்டும். அதுவும் நேராகக் குள்ளன் அனுபவம் இல்லாத ஒருவர், இவ்வளவு நம்பத்தக்க முறையில், ஒரு பெரிய தாக்கத்தை ஏற்படுத்தும்வகையில் எழுதியது குறித்துத் தி.ஜா.வுக்குப் பெரிய பாராட்டுணர்வு (admiration) இருந்திருக்க வேண்டும். இதைப் படித்தபோது எனக்கு அருந்ததிராயின் Ministry of Utmost Happiness என்ற நாவலின் ஞாபகம் வந்தது. அந்நாவலில் சமூகத்தின் ஓரத்திலுள்ள மனிதர்கள் ஓர் அரவாணி தலைமையில் ஓர் இடுகாட்டில் வந்து வசிக்கத் தொடங்குகிறார்கள். எனக்கு அந்நாவல் மிகவும் பிடித்திருந்தது.

குள்ளர்கள் பற்றிய சினிமா ஒன்றைச் சில வருடம் முன்பு பார்த்தேன். அதில் ஒரு பெண் குள்ளியாகப் பிறக்கிறாள். தாய்க்கு முதலில் அது ஏமாற்றமாயிருந்தாலும், அவளைச் சாதாரணப் பெண்களைவிடப் பல மடங்கு திறன்மிக்க ஒரு பெண்ணாக்க வேண்டும் என்ற ஆத்திரத்துடன் சகலகலாவல்லியாக ஆக்க முனைகிறாள். அவளும் பல கலைகளைக் கற்கிறாள். அந்த ஊர் மேயர், அவர் வயதானவர். உண்மையில் அவர் குள்ளியின் தாயைத் திருமணம் செய்துகொள்ளத் தகுந்தவர். ஆனால் அவர், அந்தக் குள்ளியைப் பாராட்டிப் போற்றித் திருமணமும் செய்துகொள்கிறார். மார்செல்லோ மைச்த்ரியான்னி மேயராகச் சிறப்பாக நடித்த படம் அது. அந்த ஊருக்கு ஒருநாள் சர்க்கஸ் வருகிறது. சர்க்கசுக்கு அவளைப் போக அனுமதிக்க வேண்டாம் என்று தாய் மேயருக்குச் சொல்கிறாள். ஆனால் மேயர், குள்ளியைத் தடுக்க விரும்பவில்லை. அந்தக் குள்ளி எப்படியோ இரவில் சர்க்கஸ் கூடாரத்துக்குச் சென்று எல்லாவற்றையும் கவனிக்கிறாள். சர்க்கஸ் முடிந்து போன பிறகு அந்தக் குள்ளியும் சர்க்கஸ் கோமாளிகளுடன் ஒரு குதிரை ஏறி ஊரைவிட்டுப் போவதாகக் காண்பிக்கிறார்கள். எவ்வளவு போற்றிப் பாதுகாத்து வளர்த்தாலும், அவளுடைய தனிமையையும் தன் போன்ற நண்பர்களுக்கு அந்தக் குள்ளி ஏங்குவதையும் அந்தப் படம் வெளிப்படுத்துகிறது.

கடைசியில் இந்த நாவல், ஒரு குள்ளனைப் பற்றியது இல்லை என்றே தோன்றுகிறது. நம் எல்லோரையும் பற்றியதே. இந்நாவலில் அக்குள்ளன் சொல்கிறான்: "என்னைப் பார்த்தால் ஜனங்கள் பயப்படுகிறார்கள். உண்மையில் அவர்கள் தம்மையே கண்டு பயப்படுகிறார்கள். நான் அவர்களைப் பயமுறுத்துவதுபோல் நினைக்கிறார்கள், ஆனால், அவர்கள் அடிமனதிலேயிருக்கும் குரங்கு முகத்தையுடைய குள்ளனைக் கண்டு அவர்கள் பயப்படுகிறார்கள். அந்தக் குள்ளன், அவர்களுடைய ஆத்மாவின் ஆழத்திலிருந்து அவ்வப்போது எட்டிப் பார்க்கிறான், அவனைப் பார்த்தே அவர்கள் பயப்படுகிறார்கள்" என்கிறான்.

✦

34

தி.ஜா.வின் 'அன்னை': நெருங்கிவந்த அம்மா

பத்மஜா நாராயணன்

உலகின் மிகச்சிறந்த நாவல்கள் எனக் கருதப்படும் பல நாவல்களில், மிகக் குறைந்த கதாபாத்திரங்களே உள்ளனர். உதாரணத்திற்குத் தஸ்தயேவ்ஸ்கியின் வெண்ணிற இரவுகளைக் கூறலாம். 'அன்னை' என்ற பெயரில் தி.ஜா. மொழிபெயர்த்துள்ள இந்த நாவலிலும், மிகக் குறைந்த கதாபாத்திரங்களே உள்ளனர். எனினும், அவர்கள் நம் மீது ஏற்படுத்தும் தாக்கம் அளவிடற்கரியது.

தி.ஜா. எழுத்து மன்னர். அதிலும் அவர், பெண்களின் அகவுணர்ச்சிகளைச் சித்திரம் தீட்டும் கலைஞர். சிறுசம்பவங்களினூடே, பெரும் அகப்புயலை ஏற்படுத்தவல்ல வித்தகர். ஆங்கிலம்வழி அவர் மொழிபெயர்க்கத் தேர்ந்தெடுத்த இத்தாலிய மொழியில் 'கிரேஸியா டெலடா' எழுதிய ஒரு நாவலின் மொழிபெயர்ப்பான 'அன்னை' என்ற இந்தப் புனைவும், ஒரு பெண் மனதின் போராட்டம் அடங்கியதுதான். தாயார்களின் உளப்பாங்கினைத் தி.ஜா. தம் சொந்த எழுத்துகளில் எடுத்தாண்டதை இவ்வுலகமே அறியும்.

கடலென விரியும் வார்த்தைகளைத் தம் விரல்நுனியிலே வைத்துக்கொண்டு, அழகாக விளையாடும் ஓர் ஆகச் சிறந்த எழுத்தாளர், மொழிபெயர்ப்பின்போது தமது விரல்கள் கட்டப்பட்டவராக மாறுகிறார். மூலத்தின் வார்த்தைகளை அடிபிசகாது தம் மொழியில் அடக்குவதே அவரின் வெற்றியாகும். தி.ஜா., இதில் உச்சத்தைத் தொட்டிருக்கிறார். மொழிபெயர்ப்பை மற்றொரு மூல நூல் போலாக்குவது, மொழிபெயர்ப்பாளரின் திறன். அது வாசகர்களுக்கு அவர் செய்யும் பெரும் சேவை. கடினமான வார்த்தைகளற்று ஒழுகிச் செல்லும் நாவலின் போக்கு, இதுவும் அவருடைய மற்றொரு நாவலோ என மயக்குகிறது. கரு என்னவோ உலகரீதியாக

மாறாது எப்பொழுதும் பேசப்படுவதுதான். ஓர் அன்னையும் மகனும், மாறி மாறி, திணிக்கப்பட்ட, இயற்கைக்கு மாறான, ஆனால் ஒருகாலத்தில் முன்வந்து தாமே ஏற்றுக்கொண்ட விதிமுறைகளை, ஒரு கையாலாகாத் தனத்தில் நின்று கேள்வி கேட்டுக்கொண்டே இருக்கின்றனர். கோடிக்கணக் காலான பல்லுயிர்கள் கொண்ட இவ்வுலகில், ஒவ்வொருவருக்கும் ஒரு விதி. ஏன் என்ற கேள்விக்கு விடை ஏதும் இல்லை. அதுவும் இவர்கள் மனதில் எழும் கேள்விகள், அந்நாளிலும் இந்நாளிலும், இவர்கள் சார்ந்திருக்கும், நம்பிக்கை வைத்திருக்கும் மற்ற மனிதர்களுக்கு, நம்பிக்கை ஏற்படுத்த வேண்டிய கடமையையும் ஆதார விதியையுமே அசைத்துப் பார்க்கின்றன.

பாதிரியாரான ஒருமகன் மற்றும் அவன் தாய். இயற்கையினால், ஆணுக்குரிய ஆசை அவனை ஆட்கொள்கிறது. தாய் அதைப் பார்த்து மருகுகிறாள்; அஞ்சுகிறாள், அவனைக் காப்பாற்றத் துடிக்கிறாள். மகனோ, அதனின்று வெளிவர முடியாது தவிக்கிறான். உறுதிகொள்ளும் சமயம், அவன் இருப்பே கேள்விக்குறியாகிறது. கௌரவம் மாசடைந்து விடுமோ என்ற பேரச்சம் இருவரையும் தாக்குகிறது. இறுதியில் அதன் கனம் தாங்காது, தன் உயிரை விடுகிறாள் தாய்.

நாவல் முழுவதும் introspection என அழைக்கப்படும் அகத் தரிசனக் கூறுகளால் நிரப்பப்பட்டுள்ளது. தாயும் மகனும் மாறி மாறித் தங்கள் மனதினுள் பிரயாணம் செய்தவாறே உள்ளனர். அதன் பலனாகத் துயரே அவர்களுக்கு மிஞ்சுகிறது. இவ்வாறு அகத் தரிசன, கையாலாகாத நிலைமையைப் பேசும் நாவல்கள் தமிழில் பெரு வெற்றி அடைந்து இருக்கின்றன. சான்றிற்கு, யூமா.வாசுகியின் மஞ்சள் வெயிலையும், இமையத்தின் 'எங்கதெ'யையும் கூறலாம். வாசகர்கள் தங்களை அதில் நிறுத்திக்கொண்டு பார்ப்பதால், அவை ஒருவிதமாய் வாசகர்களின் சுயகதையைக் கூறும் நாவலைப் போலாகி விடுகின்றன. வாசகர்கள் சுயம் தொடும் எதுவும் பெருவெற்றி அடையும் என்பதில் ஐயம் ஏது? உளவியல் கோட்பாடுகளை விவரிக்கும், மனித விதிகளைக் கேள்வி கேட்கும் எந்த ஒரு பிரதியையும், ஒரு தனிமனிதன், தன் உள்ளத்தில் அண்டிக்கிடக்கும் ஆயிரக்கணக்கான சிந்தனைகளின் பிரதிபலிப்பாகவே காண்கிறான். அதை அவன் கொண்டாடவும் செய்கிறான்.

ஒரு மொழிபெயர்ப்பாளராக, இந்நூலை நான் மிகவும் கவனமாக வாசித்தேன். தி.ஜா., எப்பொழுதும் என் ஆதர்சம். அவர் எழுத்து பல கதவுகளைத் திறக்கும். மொழிபெயர்ப்பும் அப்படித்தானிருக்கும் என்ற எதிர்பார்ப்புடன் முதலடியை வைத்தேன். ஆரம்பம் முதல் இறுதி வரையில், எந்தவொரு பாசாங்குமற்று வார்த்தைகள் அமர்ந்திருக்கின்றன. இத்தாலியச் சிந்தனையில் உதித்த வார்த்தைகளின் இடத்தில், தமிழ்ச் சொற்கள் சிம்மாசனமிட்டு அமர்வது, எத்தனை அழகு? தி.ஜா. அநாயாசமாக எடுத்தாண்ட தமிழ் வார்த்தைகள் சில: முண்டுமுண்டாக, கார்வார் போன்றவை.

இவ்வரிகளைப் பாருங்கள். "அம்மா உள்ளே வந்ததும், பேப்பரைப் படிப்பதுபோல் நன்றாகக் குனிந்துகொண்டுவிட்டான். இல்லாவிட்டால் அவன் நெஞ்சுக்குள் ஓடுகிற எண்ணங்களெல்லாம் அவளுக்கு

வெட்டவெளிச்சமாகத் தெரிந்துவிடும். அவளுக்கு மட்டும் இந்தச் சக்தி அபாரமாக இருந்தது” – இவ்வரிகள், இத்தாலிய மொழியில் இருந்து மொழிபெயர்க்கப்பட்டதா ? இல்லை, தி.ஜா.வின் சொந்த வார்த்தைகளா ? உலகம் முழுவதிற்கும் பொதுமொழி அல்லவா இது ? அம்மாவின் சக்தி, தி.ஜா. அறியாததா ?

நூலை ஒரு திறனாய்வுக் கண்ணுடன் நோக்கும்போது, சில விஷயங்கள், எனது கவனத்திற்கு வருகின்றன. தி.ஜா., பல இடங்களில், வார்த்தைக்கு வார்த்தை மொழிபெயர்க்கும் யுக்தியை மேற்கொள்ளவில்லை. அதே சமயம், எந்த ஒரு பொருளும் மாறாதும் மொழிபெயர்த்துள்ளார். ஒரு பணிப்பெண்ணின் பேச்சு, கொச்சைத் தமிழில் அந்த இடத்திற்குத் தகுந்தாற்போல் மொழிபெயர்க்கப்பட்டுள்ளது. ‘விக்கிரகம்’ என்ற வார்த்தை, இத்தாலியக் கத்தோலிக்க ஆலயத்தின் வாசலில் அமர்ந்து சிரிக்கிறது. “மனிதன் எதைச் சாப்பிட்டாலும், பூமாதேவிக்கு அதில் ஒரு பங்கு உண்டு” என, இத்தாலிய ஆசிரியர் எழுதுகிறார். ஆனால், ஒரே ஒரு இடத்தில் மட்டும், தி.ஜா. ஒயினை “மரகத” நிறமாக மாற்றிவிட்டார். அது “ரத்தின”மாக ஜொலித்தபோதும்.

மனமாச்சரியங்கள் உலகப் பொதுவானவை. எந்த மொழியில் விசாரங்கள் எழுதப்படினும், அது பொதுமொழிதான். அதை நம் மனதிற்கு நெருக்கமாய்க் கொண்டுவந்து, மொழிபெயர்ப்பிலும் கொடிகட்டிப் பறக்கிறார் தி.ஜா. தமிழில், அம்மா வந்ததைப்போல், அன்னையும் வந்துவிட்டாள்தான் !

✣

35

மும்மடங்கு பொலியும் தங்குதடையற்ற மொழிபெயர்ப்புகள்
(கிரிஷ்கா, குள்ளன், அன்னை)

அசதா

1

தம் சொந்தப் படைப்புகளுக்கு நிகராகத் தொடர்ந்து தீவிரமாக மொழிபெயர்ப்புகளையும் மேற்கொள்ளுதல், திடீரெனத் தாம் வாசித்த ஒரு வேற்றுமொழிப் படைப்பு மிகவும் பிடித்துப்போய் இது நம் மொழியில் வந்தேயாக வேண்டும் என்ற விருப்பத்தில் தாமே அதை மொழிபெயர்த்தல், படைப்பூக்கம் குன்றும் காலத்தில் மொழிபெயர்ப்புகளைச் செய்வதன் மூலம் எழுதும் மனநிலையைத் தக்கவைத்துக் கொள்ளுதல், மொழிபெயர்ப்பு என்னவென்று முயன்று பார்க்கும் ஆர்வம் எனப் படைப்பிலக்கியத்தில் தீவிரமாக இயங்கும் எழுத்தாளர்கள் மொழிபெயர்ப்பில் ஈடுபடுவதற்குப் பல காரணங்களைச் சொல்லலாம். இதில் முதல் வகை அபூர்வம், அதில் க.நா.சு. இருக்கிறார். தமது நாவல்கள், சிறுகதைகள் மூலம் தமிழிலக்கியத்தில் ஓர் அழியா இடத்தை நிறுவிக்கொண்டவர் தி.ஜானகிராமன். நாற்பதாண்டுக் கால எழுத்து வாழ்வில், இரண்டு நாவல்களையும் நான்கு சிறுகதைகளையும் மட்டுமே மொழிபெயர்த்திருக்கும் அவரை, இரண்டாம் வகையில் வைக்கலாம்.

நோபல் பரிசு பெற்ற ஸ்வீடிய எழுத்தாளர் பார் லாகர்க்விஸ்டின் 'குள்ளன்', தி.ஜானகிராமன் மொழிபெயர்த்த இரண்டு நாவல்களில் ஒன்று, மற்றது இத்தாலிய எழுத்தாளர் கிராஸியா தெலெதாவின் 'அன்னை'. 'கிரிஷ்கா', தி.ஜானகிராமனின் மொழிபெயர்ப்பில் வெளிவந்த கஸிமீர் டெட்மாஜர் என்ற போலந்துக் கவிஞர் எழுதிய நான்கு சிறுகதைகளைக் கொண்ட தொகுப்பு. டெட்மாஜர் மிகவும்

கொண்டாடப்பட்ட போலந்துக் கவி. அவர் எழுதிய இந்தக் கதைகள், போலந்து நாட்டுப்புறக் கதைகளை அடிப்படையாகக் கொண்டவை எனச் சொல்லப்படுகிறது. சென்ற நூற்றாண்டின் தொடக்கத்தில், போலந்தின் தத்ரா மலைப் பகுதியைக் களமாகக் கொண்டு, இக்கதைகள் நிகழ்கின்றன.

'முரட்டு இடையன்' என்ற முதல் கதையின் நாயகன் பிரானிலா லப்டோஸ்கி. அவன்தான் முரட்டு இடையன். ராட்சச பலம் கொண்ட லப்டோஸ்கியைக் கண்டு ஊரே அஞ்சுகிறது. மலையில் அவன் ஆடு மாடுகளை மேய்க்கையில் எதிர்வரும் கரடிகளைக்கூடப் பந்தாடிவிடுபவன். ஊர்ப் பெண்களுக்கு அவனிடத்தில் அச்சம் இருந்தாலும் மறைமுகமான காதலுமுண்டு. அவனுக்கு ஏராளம் காதலிகள், ஆனால், உண்மையாய் நேசிப்பவள் ஒருத்தியுமில்லை. இப்படிப் போய்க்கொண்டிருக்கும் அவனது வாழ்வில் ஒரு திருப்பம் உண்டாகிறது. ஒருநாள் முரான் மலையருகே ஆடு மேய்த்துக்கொண்டிருக்கும் ஒரு பெண்ணின் அழகில் மயங்கி மனதைப் பறிகொடுத்து விடுகிறான் லப்டோஸ்கி.

ஆக்னஸ் அரனூவ்னா என்ற அந்தப் பெண்ணோ, அவனை ஏறெடுத்தும் பார்ப்பதில்லை. அவள் முன் லப்டோஸ்கி தன்னால் முடிந்த எல்லா குட்டிக் கரணங்களையும் அடித்துப் பார்த்தும் பலனில்லை. தான் இன்னொருவனுக்குத் தன் மனதைக் கொடுத்துவிட்டதாகச் சொல்லும் ஆக்னஸ், லப்டோஸ்கியின் காதலை மறுத்துவிடுகிறாள். இதைக் கேட்டு அவன் மனமொடிந்து போகிறான். காட்டுக்குச் சென்று, "காடே, ஒன்று நீ உயிரோடு இருக்க வேண்டும் அல்லது நான் உயிரோடு இருக்க வேண்டும்" என்பவன், இரவெல்லாம் மரங்களை முறித்து உடைக்கிறான். மறுநாள் காலை சிதைந்த காட்டின் நடுவே மயங்கிக் கிடக்கும் அவனைப் பார்க்கிறார்கள். அவனை எழுப்பியதும், "என்னை வென்றது இரண்டு பேர்தான், ஒரு பெண் மற்றும் ஒரு காடு" என்றுவிட்டு இறந்துபோகிறான்.

'சொர்க்கமும் ஸ்விர்டாலாவும்' என்ற ஒரு கதை, நகைச்சுவைத் தன்மை கொண்டது. ஸ்விர்டாலா இறந்து சொர்க்கம் போகையில், தனது பிடிலையும் கூடவே கொண்டு போகிறான். இறுதித் தீர்ப்புக்குக் காத்திருக்கும் நேரத்தில் வெளியே இருந்தபடி தனது பிடிலை வாசிக்கிறான். அங்கே அவனது வாசிப்பு பலருக்கும் பிடித்துவிடுகிறது. கடவுளின் முன்னிலையில் வாசிக்கும் வாய்ப்பும் அவனைத் தேடிவருகிறது. கடவுளிடம் வாசிக்கும் முன்பு அங்கே சொர்க்கத்தில் தனது ஊரைச் சேர்ந்தவர்கள் யாரும் இருக்கிறார்களா எனக் கேட்கிறான் ஸ்விர்டாலா. அவர்கள் இருந்தால் தன் இசைக்குத் நடனமாடத் தோதாயிருக்கும் என நினைக்கிறான். ஆனால் யாருமில்லை. எல்லோரும் பிராயசித்தத்தலத்தில் இருப்பதாகச் சொல்லப்படுகிறது. (பிராயசித்தத் தலம் – சொர்க்கத்துக்கும் நரகத்துக்கும் இடையிலிருப்பது, குறைந்த பாவங்கள் செய்தவர்கள் இங்கிருந்து வேதனைகளை அனுபவித்துப் பிராயசித்தம் புரிந்து, பிறகு சொர்க்கத்துக்குப் போவார்கள்).

கடவுளுக்கு முன் வாசித்த பின்னர், சொர்க்கமெங்கும் ஸ்விர்டாலாவின் புகழ் பரவுகிறது. அவனது இசைத்திறனைப் பாராட்டி அவனைச் சொர்க்கத்திலிருந்து தனித்த நட்சத்திரம் போல வேறெங்காவது அனுப்பத் தீர்மானமாகிறது. ஸ்விர்டாலா, தான் திரும்பப் பூமிக்கே போவதாகச்

சொல்கிறான். அவர்கள் சம்மதிக்க, பிடிலை இசைத்துப் பாடியபடியே, தன் ஊருக்குத் திரும்புகிறான். ஒருவேளை, தத்ரா மலைப்பகுதியில் இருக்கும் அவன் ஊர்தான், பிராயசித்தத்தலமோ?

யஸீக் என்னும் அழகான திருடனைக் காதலிக்கிறாள், 'கிரிஷ்கா'. தொடக்கத்தில் நல்லபடியாகச் செல்லும் இவர்களது காதலுக்குக் குறுக்கே யட்வீகா என்னும் ஒரு காமக் கிழத்தி நுழைந்துவிடுகிறாள். யஸீக் யட்வீகாவைச் சந்திக்கக்கூடாது என்று மல்லுக்கு நிற்கிறாள் கிரிஷ்கா. யஸீக் அவள் பேச்சைக் கேட்பதாயில்லை. இருவருக்கும் இடையிலான சண்டையின்போது அப்படி என்னதான் யட்வீகாவிடம் இருக்கிறது எனக் கேட்கிறாள் கிரிஷ்கா. அதற்கு யட்வீகாவின் சாம்பல் வண்ணக் கண்கள் மீது தனக்குப் பெரும் காதல் என்கிறான் யஸீக். கணப்பிலிருந்து கொள்ளிக்கட்டையை எடுத்துக்கொண்டு யட்வீகாவின் வீட்டுக்குப் போகும் கிரிஷ்கா, அவளது கண்களைப் பொசுக்கிவிடுகிறாள். இதுதான் 'கிரிஷ்கா' கதை.

'போர்வீரன் வாய்டக்' கதையின் நாயகனான வாய்டக், ராணுவத்தி லிருந்து ஓடிவந்துவிட்ட போர்வீரன், ராணுவத்தால் தேடப்படுபவன். அவன் மலைப்பகுதியில் இருந்துகொண்டு திருட்டுக்களில் ஈடுபட்டு வருகிறான். அவனுக்குக் காஸியா என்று ஒரு காதலி, கீழே சமவெளியில் இருப்பவள். தன்னைத் தவிர வேறு யாருடனும் அவள் நடனமாடக்கூடாது என்று அவளிடம் சத்தியம் வாங்கியிருந்தான் வாய்டக். சத்தியத்தை மீறி அவள் ஒரு கேளிக்கை விருந்தில் வாலின்ஸாக் என்பவனுடன் நடனமாடுவதாக அவனுக்குத் தகவல் கிடைக்கிறது. வெகுண்டு அங்கு விரையும் அவன், தன் காதலியுடன் நடனமாடுபவனைக் கொல்கிறான், காதலி காஸியாவையும் குற்றுயிராக அடித்துப்போடுகிறான். பிறகு விடுதி உரிமையாளனிடம் சொல்லித் தான் சரணடைய விரும்புவதாகப் போலிஸுக்குக் கடிதம் எழுதச் சொல்கிறான். தான் கொள்ளையடித்து வைத்திருக்கும் தங்கம், வெள்ளி இவற்றைத் தனது ஊமை உதவியாளர்கள் எடுத்துக்கொள்ளும்படிக்கு அவை மறைத்து வைக்கப்பட்டிருக்கும் இடங்களை அவர்களிடம் சொல்கிறான். அப்போது குற்றுயிராய்க் கிடக்கும் அவனது காதலியும் இறந்துவிடுகிறாள். தூக்கம் வருகிறது என்று சொல்லும் வாய்டக், சோகமாகப் பாடுகிறான். பாடும்போதே அவனது தலை சரிகிறது, நிரந்தரமாக அவன் தூங்கிவிடுகிறான்.

தம் அழுத்தமான வார்ப்புகள் வழியாகக் கதைக்கு மேலாகப் பாத்திரங்கள் நிற்பது, உணர்வுகள் அவற்றின் கச்சாத்தன்மையுடன் வெளிப்படுவது, பிராந்திய வாழ்க்கைக் கூறுகள் பிரதானமாக இடம்பெறுவது, பண்டைய மதிப்பீடுகளை முன்வைப்பது என இந்த நான்கு கதைகளுமே நாட்டுப்புறக் கதைக்கான அடிப்படையான குணங்களைக் கொண்டிருக்கின்றன. இந்தக் கதைகளின் அடிநாதமாக இருக்கும் பெண் வெறுப்பும் வன்முறையும் அவற்றின் சமகாலப் பொருத்தப்பாட்டை கேள்விக்குள்ளாக்கக் கூடியவை. ஆனால், இக்கதைகளின் பாத்திரங்களும் கூறுமுறையும், இன்றும் நம்மை ஈர்க்கக்கூடியனவாகவே உள்ளன. சுழித்தோடும் மனித உணர்வுகளும் அதனால் நிகழும் சம்பவங்களும் கதைகளை விறுவிறுப்பாக்கி நல்ல வாசிப்பனுபவத்தைத் தருகின்றன.

சரளமான தம் மொழிபெயர்ப்பினால் இக்கதைகளை வாசிப்பதை ஒரு சுகானுபவமாக மாற்றியிருக்கிறார் தி.ஜானகிராமன். சில இடங்களில் மொழிபெயர்ப்பை மீறித் தி.ஜா. என்னும் கதாசிரியர் வெளிப்படுவதைக் கண்கூடாகவே பார்க்க முடிகிறது. உதாரணம், இந்த உரையாடல் பகுதி. "நீ கேட்டாயா அதை?"; "எனக்கு மறந்து போச்சு."; "மறந்து போயிடுத்தா?"; "ஆமாம், ஏன், மறக்கப்படாதோ?" (பக்கம் *35*).

இந்த நான்கு கதைகளிலுமே நாட்டுபுறப் பாடல்கள் விரவிக் கிடக்கின்றன. இப்பாடல் வரிகளை மூலமொழிக்கு நியாயம் செய்யும் பொருட்டுத் தட்டையாக மொழிபெயர்த்து விடாமலும், அதே நேரம் தமிழில் வளப்பமாக அமையும் பொருட்டுக் கதையோடு அவற்றின் பொருத்தப்பாட்டைக் குலைத்துவிடாமலும் மிகச் சிறப்பாகத் தி.ஜா. மொழிபெயர்த்திருக்கிறார். "விண்ணீலப் புள்ளைப்போல், தண்ணீருள் மச்சம்போல், விடுதலை எனக்கும் உண்டு, கன்னியே, இந்தப் பண்ணின் பொருளை, சிந்தித்தாலெனைச் சிறையினில் வைப்பாய்!" – இது ஓர் உதாரணம்தான். இதுபோலக் குறைந்தது ஒரு பத்துப் பாடல்களையாவது இக்கதைத் தொகுப்பில் நாம் காணலாம். கஸிமீர் டெட் மாஜரின் இக்கதைத் தொகுப்பு, ஆங்கிலத்தில் *1943*ஆம் ஆண்டு வெளிவந்திருக்கிறது. இரண்டே ஆண்டுகளில், *1945*இல், அது தமிழில் தி.ஜானகிராமனால் மொழிபெயர்க்கப்பட்டிருப்பது ஆச்சரியம்.

2

பார் லாகர் க்விஸ்டின் 'குள்ளன்', ஒரு குறியீட்டு நாவல். பதினைந்தாம் நூற்றாண்டு இத்தாலியைக் களனாகக் கொண்ட இந்நாவலின் பாத்திரங்கள், இடங்கள், சம்பவங்கள் நிஜ வாழ்விலிருந்து எடுக்கப்பட்டுச் சற்றே திரிக்கப்பட்டவை. மனித வெறுப்பிலும் தீவினையிலும் உட்சுழன்று நகரும் 'குள்ளன்' கதையை, மானுடக் கரிசனத்தைத் தம் படைப்புகளின் அடிநாதமாகக் கொண்ட ஒருவர் எப்படி மொழிபெயர்க்கத் தேர்ந்தெடுத்தார் என்பது வியப்பூட்டலாம். ஆனால், லாகர் க்விஸ்ட்டுமே, தம் வன்முறையும் அழிவுமான சித்திரிப்புகள்வழி வந்தடையும் இடம், சகமனிதனின் மீதான வாஞ்சையும் அன்புமே. அவரின் 'பாரபாஸ்' (க.நா.சு.வின் மொழிபெயர்ப்பில் 'அன்புவழி'), தமிழில் மிகப் பேசப்பட்ட நாவல்.

நாட்டை ஆளும் இளவரசனது அணுக்க ஊழியனாக வரும் குள்ளன் பிக்கோலைன்தான், நாவலின் நாயகன். நாவலேகூட, அவனது நீண்ட தனிமொழி போலத்தான் இருக்கிறது. பிக்கோலைன் குள்ளமாயிருந்தாலும், விலகிநின்று மனிதர்களை மேலேயிருந்து பார்க்கிறான். அவர்களுடைய சிறுமைகளே அவனுக்குப் பூதாகரமாகத் தெரிகின்றன. மனிதரது எல்லாக் குணங்களும் செயல்களும் அவனுக்கு அருவருப்பூட்டுகின்றன. களிப்பு, காதல், குழந்தைமை, கள்ள உறவு, ஆடம்பரம், கொண்டாட்டம், கலை என எல்லாமே அவனுக்குக் குமட்டுகின்றன. மனிதர்களது செயல்களில், போர் மட்டுமே அவனது விருப்புக்குரியதாக இருக்கிறது. இன்னொரு நாட்டை வெல்ல வேண்டும் என்ற நோக்கில் அடுத்தவனைக் கொல்லும் வெறியும், களத்தின் ரத்தச் சகதியும், குற்றுயிராய்க் கிடப்பவர்களின் முனகலும்,

குடல் சரிந்து கிடக்கும் குதிரைகளும் அவனுக்குப் பெரும் களிப்பையும் சாகச உணர்வையும் தருகின்றன. அரண்மனையில், பிக்கோலைனைச் சேர்த்து இரண்டே குள்ளர்கள்தாம். ஒரு போட்டியில் பிக்கோலைன், மற்ற குள்ளனின் மென்னியைத் திருகிக் கொன்று போட்டுவிட்டு, இளவரசருக்கு நெருக்கமாகிறான்

பண்டைய அரண்மனைகளில் அண்ணகர்களும் குள்ளர்களும் ஏவலர்களாக இருந்து வந்திருக்கின்றனர். ஆட்சித் திரையின் பின்னால் அதிகாரமும் சதிகளும் ரகசியமாகப் பொருதிக்கொண்டிருக்கும் அரண்மனையின் எல்லா இடங்களிலும் புழங்கும் இவர்கள், இயல்பான மனிதர்களைவிடவும் அங்கிருப்போரின் நம்பிக்கைக்குப் பாத்திரமாய் இருப்பவர்கள். ஆட்சியதிகாரத்தைப் பங்கிடுவதில் விருப்பமற்றவர்கள், ஒரு செல்லப் பிராணியைப் போன்று கையாள ஏற்றவர்கள் என்ற வகையில் இவர்கள் அங்கே அனுமதிக்கப்பட்டிருக்கலாம் எனக் கருத இடமிருக்கிறது.

அரண்மனையின் அனைத்து மனிதர்களையும், நிகழ்வுகளையும் அருகேயிருந்து பிக்கோலைன் பார்க்கிறான். சமயங்களில் ஓர் ஏவலனான அவனிடம், இளவரசரே ரகசியங்களைக்கூடப் பகிர்ந்துகொள்கிறார். பின்னாளில், அவரது எதிரிகளைச் சமாதான விருந்துக்கு அழைத்து நைச்சியமாக விஷமிட்டுக் கொல்லும் சதித்திட்டத்திலும், பிக்கோலைனுக்கே பிரதான பங்குள்ளது. இளவரசியின் அறைக்குள்ளும் இயல்பாகப் பிரவேசிக்கக்கூடியவன் பிக்கோலைன் ஒருவன்தான். ஆனால், இளவரசருக்கு மிக நெருக்கமான தளபதி டான் ரிகோர்டோ, கூலிப்படைத் தலைவன் பொக்கரோஸா, ஓவியரும் நுட்ப இயல் நிபுணருமான பெர்னார்தோ என யாரைக் கண்டாலும் குள்ளனுக்கு எரிச்சல். அதிலும் டான் ரிகோர்டோவுக்கும் இளவரசிக்குமான கள்ள உறவை அறிந்தது முதல், அவ்விருவர் மீதும் அவனுக்குத் தாளமுடியாத வெறுப்பும் கோபமும் உண்டாகிறது.

பிக்கோலைன், தனது சிறிய அறையில் உட்கார்ந்து சிந்திக்கிறான். உலகம், மனிதர்கள், வாழ்க்கை என அவன் சிந்தனை ஆழ்ந்து நகர்கிறது. தன்னளவில் அவன் ஒழுக்கவாதி, தீவிர உடற்சுத்தத்தைப் பேணுபவன். ஆனால், மனிதரை வெறுப்பவன், போரை நேசிப்பவன். லாகர்க்விஸ்ட், உலகம் அஞ்சிவெறுத்த இருபதாம் நூற்றாண்டின் கொடுங்கோலனைப் பிக்கோலைனுக்குள் வைப்பது போன்ற தோற்றமும் இதிலுண்டு. ஒருவகையில், பிக்கோலைன் வெளித்தோற்றத்தில் கம்பீரமான கனவானாக வலம்வரும் இளவரசரது இருண்ட பக்கத்தைப் பிரதிபலிப்பவனாக இருக்கிறான். மனிதரது தீவினைகளை வெளியிலிருந்து பார்க்கும் பிக்கோலைனும், தீவினையின் இன்னொரு வடிவமாகவே இருக்கிறான். இளவரசரின் மகள் ஏஞ்சலிகாவின் கள்ளமற்ற காதலைக் கிள்ளியெறிந்து அவளைச் சாவுக்குத் தள்ளுமிடத்தில், குள்ளனின் குரூரம் உச்சமடைகிறது. அறிவியல் துணையோடு தீவினைக்கு உதவும் பெர்னார்தோ (இப்பாத்திரம் டாவின்சியின் சாயல் கொண்டது), பணம் பெற்று யாருக்காக வேண்டு மானாலும் யாரையும் கொல்லும் பொக்கரோஸா ஆகியோர் தீவினையின் பிற உருவங்கள், பிக்கோலைனுக்குப் பின்னர் வரிசையில் நிற்பவர்கள்.

நாவலின் பின்பகுதியைப் போரும் கொள்ளை நோயும் ஆக்கிரமித்துக் கொள்கின்றன. பெருமை பாராட்டிக்கொள்ள எதுவுமேயற்ற கொடுந்தீவினைப் போர், அதுவும் ஒரு கொள்ளை நோய்தான் என்பதும் மறைமுகமாகச் சுட்டப்படுகிறது. எதிரிகளைக் கொல்ல இளவரசர் ஏற்பாடு செய்த சமாதான விருந்தில், அவர் தளபதி டான்ரிகோர்டோவையும் சேர்த்து வஞ்சகமாகக் கொன்றுவிடுகிறான் பிக்கோலைன். தன்னுடைய காதலனை இழந்து கடும்துயருறுகிறாள் இளவரசி. தன்னையே வருத்திக்கொண்டு உருக்குலைந்தவளாய் இறையிடம் அவள் மன்னிப்புக் கேட்டபடியிருக்கிறாள். ஒருநாள் தன் பாவங்களுக்குப் பிராயச்சித்தமாய்ப் பிக்கோலைனிடமிருந்து சாட்டையடிகளையும் விரும்பிப் பெற்றுக் கொள்கிறாள். சில நாட்களில், இளவரசியின் இறப்புக்குக் காரணமாகி விட்டானென்று கைது செய்யப்பட்டுச் சிறையில் தள்ளப்படுகிறான். இளவரசர் எப்படியும் தன்னை மன்னித்துவிடுவார் என்ற நம்பிக்கையுடன், நிலவறைச் சிறையில், ஒருநாளில் மிக அபூர்வமாகக் கிட்டும் சிறிதுநேர வெளிச்சத்தில், தனது வாழ்வை எழுதிக்கொண்டிருக்கிறான் பிக்கோலைன்.

தி.ஜானகிராமனுடையது சரளமான மொழிபெயர்ப்பு. அவரது மிக இயல்பான புனைவு மொழி, பார் லாகர் க்விஸ்ட்டினைத் தமிழுக்குக் கொண்டு வருமிடத்தும் தடையற்றுப் பாய்கிறது. கதைக்களன், பெயர்கள், சம்பவங்களது அந்நியத்தன்மையையும் மீறி இந்த மொழிபெயர்ப்பு நாவலை வாசிப்பது என்பது, அவரது புனைவு ஒன்றையே வாசிக்கும் நெருக்கத்தைத் தருகிறது. நாவலின் ஆங்கிலப்பிரதி சராசரிக்கும் மேலான சொல்லாட்சி அமைந்தது, மொழிபெயர்க்கச் சவாலான இந்தப் பிரதியைப் பிரமிப்பூட்டும் வகையில் மூலத்துக்கு மிக நெருக்கமான சொற்களைக் கொண்டு மொழிபெயர்த்திருக்கிறார் தி.ஜானகிராமன். இவற்றுள் சில சுவாரஸ்யங்களும் உண்டு. *Ruin* பாழ்த்த சின்னம் எனவும், *gluttonous* பகாசுரத்தீனி தின்பவராகவும் மாறுமிடம் மிகவும் ரசிக்கத்தக்கது. படைப்பூக்க வேகத்தில் வார்த்தைகளை அப்படியே தாண்டிப்போதலும் நடந்திருக்கிறது. *Draftsmen* – பிளான் எழுதுபவர்கள், *pair* – உடை செட், *castle hall* – அரண்மனை ஹால். ஓரிடத்தில் தேவடியாள் என்றிருக்கும் பிரயோகம், பின்னர் பொதுமகள் என்று மாறிவிடுகிறது. ‘அதெல்லாம் குழந்தைகளிண்ட சொல்லிண்டிருக்க முடியுமா?’ எனச் சட்டென்று தன்னை மீறிய இயல்பு மொழிபெயர்ப்பில் இறங்கியிருப்பதைக் காண்பதும் சுவாரஸ்யம்தான். இந்நாவலின் ஒருவரியை மொழிபெயர்க்கையில், தி.ஜானகிராமனின் மனதில் என்ன தோன்றியிருக்கும் என்பதைக் கற்பனை செய்து பார்ப்பதும் ரசமானது. ‘சங்கீதத்தைப்போல மோசமானது வேறு எதுவும் இல்லை’ என்பதுதான் அந்த வரி. ஓர் இசைக் கச்சேரியின்போது, பிக்கோலைனது மனதில் தோன்றும் எண்ணமிது. துணுக்குற்று, ‘அடப்பாவி’ என்று சிரித்துவிட்டு, அடுத்த வரிக்குப் போயிருப்பாரோ?

தி.ஜானகிராமனின் சாகாவரம் பெற்ற நாவல்களைப்போல், குள்ளனும் தமிழுக்கு அவர் தந்த ஒரு கொடை என்றே கருதப்படவேண்டும். சாதாரணமாக ஒருபேர் பெற்ற எழுத்தாளன் குறிப்பிட்ட அயல்மொழிப் படைப்பொன்றைத் தன் மொழிக்கு பெயர்த்துக் கொண்டு வருவதற்கு,

‘எழுத்தாளச் செருக்கு’ இடங்கொடுப்பதில்லை. அந்தப் படைப்பின் மீது மரியாதையும், தனது மொழியின் மீது பற்றும் அக்கறையும் உள்ள ஒருவரே அதைச் செய்ய முடியும். இவ்வகையில் தி.ஜானகிராமன், மிகுந்த பாராட்டுக்கும் நன்றிக்கும் உரியவராவார். அவரது மொழிபெயர்ப்புத் திறனுக்குச் சான்றாய் விளங்கும் ‘குள்ளன்’ உள்ளிட்ட அவரது இரண்டு மொழிபெயர்ப்பு நாவல்களும் பாராட்டுக்குரியன.

3

பொதுவாகத் தியாகத்தின் பிரதியாகப் பார்க்கப்படும் தாய்மை, அகவுணர்வு தோய்ந்த ஒரு செவ்வியல் மதிப்பீடும்கூட. புனைவுகள் தோன்றிய காலந்தொட்டு, உலகின் எல்லா மொழியிலக்கியங்களிலும் தொடர்ந்து படைக்கப்பட்டும் இன்னும் சலிக்காத ஒரு பொருள் அது. அதை நிறுவப் பயன்படும் கதைக் களன்களும் புனைந்து காட்டப்படும் தியாக வடிவங்களும் எண்ணற்றவை, காலத்துக்கேற்ப மாறிவருபவை. தந்தையைப் போலத் தாயிடமிருந்து சட்டென்று துண்டித்துக்கொள்ள முடியாத மனிதன், அவளின் தியாகங்களை அளப்பரிய வகையில் அறுதியிடுவதன் மூலம், ஈடிபஸின் நிழல்படிந்த பந்தத்திலிருந்து தன்னை விடுவித்துக்கொள்ள முயல்கிறானோ. உடலியலாகத் தான் பெற்றெடுத்தவற்றுக்காக வலியையும் இழப்பையும்கூட ஏற்றுக்கொள்வதே பெண்ணுயிரின் இயற்கை வார்ப்பு. மனித இனம் அதைத் தியாகத்தின் வெளிச்சத்தில் வைத்துப் பார்ப்பதன் மூலம், இயற்கையின் எல்லாத் தாயுயிர்களுக்குமான அங்கீகாரத்தையும் நன்றியறிதலையும் தெரிவித்துக்கொள்கிறது.

கிராஸியா தெலெதாவின் ‘அன்னை’, கடந்த நூற்றாண்டின் முதல் கால் பகுதியில் இத்தாலியின் சிறு கிராமமொன்றில் நடக்கும் கதையை அடிப்படையாகக் கொண்ட நாவல். தொடங்கிய இரண்டு நாட்களுக்குள் முடிந்துவிடும் இக்கதை, ஒரு முக்கோண உணர்ச்சிப் பிணைப்பும் அதையொட்டிய உணர்வு மோதல்களும் அகப் போராட்டமும் அடங்கியது. ஓர் இளம் பாதிரி, அவரது அன்னை, பாதிரியாரின் மனதைக் கொள்ளை கொண்டுவிட்ட ஒரு பெண், இவர்கள்தாம் அந்த முக்கோணத்தில் இருப்பவர்கள். பால், மரியா மதலேனா, ஆக்னஸ் என்ற இந்த மூவரையும் கத்தோலிக்க மரபுக்கு எதிரான ஒரு காதலுறவு அவரவர் வழியில் அலைக்கழிக்கின்றது.

அழகும் குணமும் நிரம்பிய பால், சிறுவயது முதலே அன்னையின் தியாகத்தில் வளர்ந்து வருபவன். கடும் உழைப்பாளியான அவனது அன்னை மரியா மதலேனா, பாத்திரம் கழுவுவது போன்ற கௌரவக் குறைவான வேலைகளைச் செய்து மகனை வளர்த்தபோதும் ஒழுக்கமிக்கவனாக வளர்க்கிறாள். அவனை ஒரு பாதிரியாராக்கிப் பார்ப்பதே, அவளது ஒரே லட்சியமாயிருக்கிறது. அவளது இலட்சியப்படியே பாதிரியாராகி, ஆர் என்னும் சிறிய கிராமத்துக்குத் தன் தாயுடன் வருகிறான் பால். அங்கே ஊரார் போற்றும்படி பணிபுரிகிறான். ஏழு ஆண்டுகள் பணி முடிந்த நிலையில்தான், பாலின் மனம், இளம் அழகியும் பணக்காரியுமான ஆக்னஸிடம் சறுக்குகிறது. இதை அறிந்து துயறுகிறாள் அவன் அன்னை.

இந்தப் பாவப் படுகுழியிலிருந்து அவனை மீட்டுவிடத் துடிக்கும் அவளது போராட்டம்தான் நாவலின் அடிநாதம்.

நோபல் பரிசு பெற்ற கிராஸியா தெலெதாவினுடையது வசீகரிக்கும் எழுத்து. இயற்கை சார்ந்த விவரணைகளிலும் மனித உணர்வோட்டங்களை வெளிப்படுத்தும் விதத்திலும் அவரது எழுத்தாற்றலை உணரமுடிகிறது. “வானில் மெல்லியதாக நிற்கும் கோயிலின் கோபுரத்தையும், கீழே கோயிலையும் பார்க்கும்போது யாரோ ஆட்டிடையன் கோலின் மீது சார்ந்திருப்பதுபோல் தோன்றியது” போன்ற வரிகளில், அவரது விவரணைப் பாங்கும், “அவள் கண்ணைக் கண்டு அவன் கண் கூசியது. அவன் அப்போது கண்ட முகம் ஆக்னஸின் முகமாக இல்லை, ஒரு பெண்ணின் முகமாகக்கூட இல்லை. காதலின் முகமாகவேதான் இருந்தது” என்னுமிடத்தில், தீவிர உணர்வுகளை அழகுற எழுத்தில் வடிக்கும் மொழித்திறனும் வெளிப்படுகின்றன. இவ்வரிகள் மொழிபெயர்ப்பு ஆசிரியரது திறமைக்கும் கட்டியம் கூறுவன என நாம் சொல்லத் தேவையில்லை.

பால், ஒருவகையில் இயேசு கிறிஸ்துவையே குறிக்கிறான். கஸான்சாகிஸின் புனைவில் வரும் யதார்த்தக் கிறிஸ்துவின் சாயல்களை அவன் கொண்டிருக்கிறான். பைபிளை வைத்துச் செபிப்பதன் மூலம் ஒருசிறுமியைப் பிடித்த பேயை விரட்டுகிறான் பால். ஊரே சேர்ந்து அவனை ஒரு புனிதரெனக் கொண்டாடுகிறது. சாகக்கிடக்கும் நிகோதேமுஸுக்கு நோயில் பூசுதல் சடங்கு செய்து, அவர் ஒரு சுத்த ஆத்துமாவாக இறைவனிடம் சேர உதவுகிறான் பால். இவ்விரு நிகழ்விலுமே, இயல்பு மீறிய எதுவும் நடந்துவிடவில்லை,

தான் ஒரு சாதாரண மனிதன் என்ற உணர்வே பாலிடம் ஓங்கி யிருக்கிறது. பால் ஆக்னஸுடன் காதல் வயப்படும்போதும், ஒரு பாதிரியார் ஏன் மணவாழ்வில் ஈடுபடக் கூடாது என்ற கோணமே சொல்லாமல் சொல்லப்படுகிறது. பாலுக்கு முன்பு, ஆர் கிராமத்துப் பாதிரியாராக இருந்து இறந்துபோனவர் குடி, சூதாட்டம், வசை கூறுதல், சூனியம் வைத்தல் என எல்லாவற்றிலும் ஈடுபடும் ஒரு கேடுகெட்ட பாதிரி. ஆனால், தன் காலுறையைக் கழற்றும்போது அங்கே ஒரு பெண் இருக்கக்கூடாது என்றும் நினைப்பவர், காரணம், தனது சருமத்தைக்கூட ஒரு பெண் பார்ப்பது முறையில்லை என்ற நிலைப்பாடு அவருடையது. இந்த முரண், மேற்சொன்னதை வலுப்படுத்துவதாகும்.

எவ்வளவோ விவாதங்கள், கோரிக்கைகள், முன்னெடுப்புகள் கடந்தும் கத்தோலிக்கக் கிறிஸ்தவம் தன் பாதிரியார்களுக்கும் கன்னியாஸ்திரீ களுக்கும் ‘செலிபஸி’ என்னும் கற்பு நிலையை இன்றளவும் ஒழுக்கநெறியாக வைத்திருக்கிறது. கிராஸியா தெலெதா இன்று உயிரோடு ஒருவேளை எழுந்துவந்தால், இந்த நிலையைப் பார்த்துக் கட்டாயம் அதிர்ச்சியுறவே செய்வார். ஆக்னஸின் காதலை மறுக்கிறான் பால். ஆக்னஸோ, தன்னுடனான பாலின் காதலை அனைவர் முன்னும் தேவாலயத்தில் பகிரங்கப்படுத்தப் போவதாகச் சொல்கிறாள். இதையறிந்த பாலின் தாய் மனமுடைகிறாள், தன் மகனுக்கு அபகீர்த்தி ஏற்படுவதைத் தடுக்க முற்படுகிறாள். தன் உயிரையே கொடுத்து, அதைத் தடுக்கவும் செய்கிறாள்.

'அன்னை'யின் இக்கதைக்களனும் பாத்திர வார்ப்புமே, அதை மொழிபெயர்க்கத் தி. ஜானகிராமனைத் தூண்டியிருக்க வேண்டும். நாவலின் இவ்விரு கூறுகளும், தி.ஜா.வின் புனைவுலகுக்கு நெருக்கமானவை. மொழிபெயர்ப்பு என்று தோன்றாவகையில், அவர் படைப்பொன்றை வாசிக்கும் உணர்வு 'அன்னை'யை வாசிப்பவருக்கு ஏற்படுவதற்கும் இதுவே காரணமாயிருக்க முடியும். எளிமையும் லாகவமும் சேர்ந்த தங்குதடையற்ற மொழிபெயர்ப்பு தி.ஜானகிராமனுடையது. அவரது புனைவுலகில் காணும் விசேஷச் சொல்லமைவுகளும் வாக்கிய அமைப்புகளும் இயல்பாகவே மொழிபெயர்ப்பிலும் வந்தமைந்து வாசிப்பது மூலத்தில் ஓர் அந்நிய மொழிப் படைப்பு என்ற எண்ணமே எழாமல் செய்து விடுகின்றன. 'அன்னை', அவசியம் தமிழுக்கு வரவேண்டிய படைப்பு. அது தி.ஜானகிராமன் மொழிபெயர்ப்பில் வெளிவந்ததன் மூலம், கூடுதல் சிறப்பையும் முக்கியத்துவத்தையும் பெற்றிருக்கிறது.

❖

37

பூமி எனும் கோள் – ஒரு விஞ்ஞானப் பார்வை

ஜெ. பத்மநாபன்

இயற்பியல் அறிஞர் ஜார்ஜ் கேமாவ் எழுதிய *'A planet called Earth'* (பூமி எனும் கிரகம்) என்ற அறிவியல் நூலை, அனைவரும் பயன்பெறும் வகையில் நாவலாசிரியர் தி.ஜானகிராமன், எளிய இனிய ஓர் அழகிய தமிழ் நடையில் மொழிபெயர்த்துள்ளார். இந்நூலைப் 'பூமி எனும் கோள்' என்ற ஒரு புதிய தலைப்பில், நியூசெஞ்சுரி புத்தக நிறுவனம், மறுபதிப்பாக (ஏப்ரல், 2011) வெளியிட்டுள்ளது. யார் இந்த அறிஞர் ஜார்ஜ் கேமாவ் என்பதை முதலில் தெரிந்து கொள்வோம். ஜார்ஜ் கேமாவ் என்ற ஜார்ஜ் அன்டனோவிச் கேமாவ், ரஷியாவில் மார்ச் 4, 1904இல் பிறந்து, ஆகஸ்ட் 19, 1968இல் அமெரிக்காவில் (கொளராடோ) மறைந்தார்.

ரஷ்யாவில் பிறந்து பின்னர் அமெரிக்க அணுக்கரு இயற்பியல் விஞ்ஞானியாகப் புகழ்பெற்ற இவர்தான், "பெருவெடிப்புக் கோட்பாடு" *(Big Bang Theory)* எனப்படும் 'பல கோடி ஆண்டுகளுக்கு முன் அண்டம் எவ்வாறு தோன்றியது என்பதை விளக்கும் புதிய கோட்பாட்டிற்கு' முன்னோடியாவார். மேலும், 'இனக் கீற்று அமிலம்' எனப்படும் 'ஆக்சிஜன் குறைந்த ரைபோ கரு அமிலம் *(DNA)*' பற்றிய இவரின் ஆய்வுதான், இன்றைய மரபணுக் கோட்பாட்டின் அடிப்படைக்கும் வித்திட்டுள்ளது. இவர் அறிவியல் ஆராய்ச்சியில் மட்டும் ஈடுபடாமல், மக்கள் மத்தியில் அறிவியலைப் பிரபலப்படுத்துபவராகவும் செயல்பட்டார். இவர் எழுதிய பல புத்தகங்களில், குறிப்பிடத் தக்கனவாகப் பின்வரும் ஐந்தையும் சுட்டலாம்.

1. *"Mr.Thomkins in Wonderland" (1939)* (இது, 1939-1967ஆம் ஆண்டுகளில், தொடர் கட்டுரைகளாகவும் வெளிவந்தது).
2. *"One, Two, Three . . . Infinity (1947)*

3. *"The Creation of the Universe (1952; revised edition, 1961)*

4. *"A Planet Called Earth" (1963) – ("பூமி எனும் கிரகம்")*

5. *"A Star Called Sun" (1964).*

இந்தக் கேமாவ் அறிவியல் வட்டாரத்தில் எவ்வாறு மதிப்பிடப்படு கிறார்? இதைத் தெரிந்துகொள்ளப் பின்வரும் இரண்டு மேற்கோள்களை வாசித்துப் பாருங்கள்.

"Gamow made many Contributions to nuclear and atomic physics, but he is mainly noted for his work on interesting problems in cosmology and molecular biology" – (A Dictionary of Scientist, Oxford University, 1999).

"Gamow was fantastic in his ideas. He was right, he was wrong. More often wrong than right. Always interesting, and when his idea was not wrong it was not only right, it was new" (Edward Teller).

'பூமி எனும் கோள்' என்ற இந்த நூலைப் பத்து நீண்ட அத்தியாயங் களாகப் பகுத்துக் கேமாவைப் பின்பற்றித் தி.ஜானகிராமன் எழுதியுள்ளார். இந்த ஒவ்வோர் அத்தியாயத்திலும் என்ன சொல்கிறார் ஜார்ஜ் அன்டனோவிச் கேமாவ் என்பதைச் சுருக்கமாக இங்குப் பார்ப்போம்.

முதல் அத்தியாயம்: பூமி பிறந்தது

பூமி பிறந்த கதையாக, அந்தந்தக் காலகட்டத்திலிருந்த மத நம்பிக்கை களை ஒட்டிப் பல்வேறு கருத்துகள் வழங்கப்பட்டன. அல்ஜீரிய - பாபிலோனிய மக்களின் கருத்தின்படி, சுத்த நீரின் அதாவது அதிதேவனின் (ஈயா) மகனான மார்டுக்கும், டியமட் என்ற பூதத்திற்கும் இடையே ஏற்பட்ட போரில், மார்டுக் வென்று, டியமட்டின் உடலை இரு கூறாக வெட்டி, ஒரு பாதியிலிருந்து பூமியையும், இன்னொரு பாதியிலிருந்து கோள்களைக் கொண்ட அண்டவெளியையும் உருவாக்கி விட்டான் என்பர். இவ்வாறு மானுட வரலாற்றின் தொடக்கக் கால நம்பிக்கைகளைச் சுட்டிக் காட்டும் கேமாவ், பின் படிப்படியாக அறிவியல்பூர்வமான ஆய்வுகள் வளர்ந்து பூமியின் பிறப்புப் பற்றிய இன்றைய அறிவியல் கோட்பாடுகள் எவ்வாறு உருவாக்கப்பட்டன என்பதைச் சிறப்பாக விளக்குகிறார். குழப்பமற்ற தெளிவான மொழியில், இதைத் தமிழுக்குக் கொண்டுவந்துள்ளார் தி.ஜானகிராமன். அண்டத்தின் கட்டமைப்பு மற்றும் அதன் வரலாறு என்றுமே மனிதனை வியப்பில் ஆழ்த்தியுள்ளது. 'அண்டப் பின்னணிக் கதிர் வீச்சு' என்ற கோணத்தில் தொடராய்வில் ஈடுபட்டு, அண்டம் குறித்த அரிய தகவல்களைக் கண்டறிந்த விஞ்ஞானி ஜேம்ஸ் பீபிள்ஸ், 2019ஆம் ஆண்டிற்கான 'நோபல் பரிசினை' வென்றார் என்ற சமகாலத் தொடர்புடைய தகவலையும், இங்கு வாசகர்களுக்கு நினைவூட்ட விரும்புகிறேன்.

பூமியின் வயதை அதிலுள்ள பாறைகளின் வயதை அறிவதன் மூலம் தெரிந்துகொள்ளலாம். பாறைகளில் காணப்படும் கதிரியக்கப் பொருள்களின் இயக்கமானது, காலம் செல்லச் செல்லக் குறைந்து வருவதாக நேர்ச்சோதனைகளின் மூலம் கண்டிருக்கிறார்கள். ஒவ்வொரு கதிரியக்க

ஐஸட்டோப்புக்கும் சிதையும் வேகம் தனிப்பட்ட ஒவ்வோர் அளவாக இருக்கும் ('அரை – ஆயுள்' காலம்). இது கொண்டு, பாறைகளின் வயதைத் தோராயமாகக் காணலாம். பூமியின் மேற்பரப்பின் கீழே ஆழத்திலுள்ள பாறைகள், பூமியின் வரலாற்றில் இன்னும் பழங்காலத்தில் உருவானதைக் கண்டறிகிறோம். பூமியின் ஆழத்தில் ஆய்வு செய்வது ஒருமுறை எனில், வானில் உலவும் கோள்களுக்கிடையிலுள்ள அண்டவெளியிலிருந்து பூமியில் விழும் கற்களை ஆய்வு செய்வது இன்னொரு முறை. இவ்வாறு ஆய்வு செய்ததில், அக்கற்களின் சராசரி வயது 450 கோடி ஆண்டு எனக் கண்டறியப்பட்டது. சூரிய மண்டலத்திலுள்ள கிரகங்கள் எல்லாம் ஏறக்குறைய ஒரேபோது தோன்றியிருக்க வேண்டும் எனக் கொண்டால், பூமியின் வயதும் அதையொட்டியே இருக்கலாம்.

இரண்டாம் அத்தியாயம்: நம்மை வளையவரும் சந்திரன்

சுமார் 45 கோடி ஆண்டுக்கு முன் சந்திரன் கிட்டத்தட்ட பூமியைத் தொட்டுக்கொண்டு போயிருக்கும் என்று சார்லஸ் டார்வின் கணக்கிட்டுக் கூறினார். பூமி தன்னைத் தானே வெகு வேகமாகச் சுற்றிக் கொண்டதால் (5 மணி நேரம் – டார்வின் யூகம்), அதன் வடிவத்தின் குறுக்குவெட்டுத் தோற்றங்கள் இப்பொழுது உள்ளதைவிட மிக அதிகமாக நீள்வட்டமாகவோ நேர்வட்டமாகவோ இருந்திருக்கும். அந்தக் காலத்திற்குச் சற்று முன்பு பூமியும் சந்திரனும் ஒரே கோளமாகவே இருந்திருக்கும். பின்பு இருகூறாகிப் பெரியது பூமியாகவும், சிறியது சந்திரனாகவும் ஆகியிருக்கும் என்கிறார் டார்வின். ஆனால், நூறு ஆண்டுக்கு முன்பிருந்த எம்.ரோஷ் என்ற பிரெஞ்சு வானியலாளர், ஒரு கிரகத்தின் எந்தத் துணைக்கோளும் அந்தக் கிரகத்தின் ஆரத்தைவிட இரண்டரை மடங்குக்கும் குறைவான தூரத்தில் சுற்றினால், ஈர்ப்புச் சக்திகளால் அது துண்டுதுண்டாகிவிடும் என்று நிரூபித்திருக்கிறார். இது டார்வின் கொள்கைக்கு மறுப்பாக உள்ளது. ஏனெனில், பூமியிலிருந்து சந்திரன் பிரிந்து போயிருந்தால், எம்.ரோஷ் வரம்பைத் தாண்டுவதற்குள்ளாகவே அது சுக்கலாகச் சிதறியிருக்கும் எனக் கூறப்படுகிறது. கன ஹைட்ரஜனைக் கண்டுபிடித்தவரும், ரசாயனத்திற்காக நோபல் பரிசைப் பெற்றவருமான ஹாரல்டு யூரியும், இன்னும் பல விஞ்ஞானிகளும் டார்வினின் கொள்கையை ஏற்கவில்லை. அதற்குக் காரணம், பூமியாக உருவான பொருளோடு, சந்திரன் என்னும் பொருள் என்ன காரணத்தினாலோ சேரவில்லை என்பதுதான்.

டெலஸ்கோப் மூலம் சந்திரனின் மேற்பரப்பினை முதலில் கண்டவர் கலிலியோ. சந்திரனின் பெரிய இருண்ட பகுதிகள், வழவழவென்று மொத்தையாகவே அவருக்குத் தெரிந்தன – பெரிய நீர்ப் பரப்புகள் தெரிவதுபோலக் காணப்பட்டதால், அப்பகுதியை அவர் "மாரீயா" எனக் குறிப்பிட்டார். லத்தீன் மொழியில் மாரீயா என்றால், 'கடல்' என்று பொருள். சந்திரனில் தண்ணீரே கிடையாது என்பது, இன்று நமக்குத் தெரியும். அதேபோல அதற்கு வாயு மண்டலமும் கிடையாது. சந்திரன் வானில் நகரும்போது அதற்கப்பால் தெரியும் நட்சத்திரம் விரைந்து மறைந்துவிடுவது, இதற்குச் சாட்சி. ஏனெனில், சந்திரனைச் சுற்றி மெல்லிய காற்றுப்படலமிருந்தால், அந்நட்சத்திரம் மறையும் முன்னால், சற்று

மினுக்மினுக்கென்று சிமிட்டியிருக்கும். “சந்திரனின் கண்ணீர்” என்னும் ஒரு பொருளைப் பற்றிச் சொல்லாமலிருக்க முடியாது. பூமியின் பல பாகங்களில் “டெக்ட்டைட்டு” என்ற பொருளை ஆராச்சியாளர்கள் கண்டுபிடித் துள்ளனர். இதை அறிஞர் எட்வர்டு ஸுவேஸ், 1899இல் கண்டுபிடித்தார். இது சந்திரனிடமிருந்து வந்திருக்கலாம் என்கிறார் ஸுவேஸ். இது சந்திரனின் மீது அண்டவெளிப்பாறை மோதும்போது, அதிலிருந்து உருகியதான ஸிலிக்கேட்டுக் கூட்டுப்பொருள்கள் சந்திரனில் வாயு மண்டலமில்லாததால், அதன் ஈர்ப்பினை மீறிப் பூமியை வந்தடைந்திருக்கலாம் எனக் கருதப்படுகிறது.

அத்தியாயம் 3: கிரகங்களின் குடும்பம்

பூமியோடு ஒப்பிட்டால், புதன் போன்ற சில கிரகங்கள் மிகச் சிறியவை. அவற்றின் ஈர்ப்புச் சக்தி மிகமிகச் சொற்பமானது. தம்மைச் சுற்றியுள்ள வாயுப்படலத்தைக்கூட அவற்றால் இறுக்கிக்கொள்ள முடியவில்லை. அந்த வாயுப்படலங்கள், அந்தக் கிரகங்கள் தோன்றியவுடனேயே, அண்டவெளியை நோக்கித் தப்பியோடிவிட்டன. பூமியின் ஈர்ப்புவேகத்தைக் கணக்கிட்டுப் பார்த்தால், ஒரு விநாடிக்கு ஏழுமைல் வேகத்தில் செல்லும் ஒரு பொருள், ஈர்ப்புச்சக்தியை மீறிக்கொண்டு செல்லமுடியும். இதன் காரணமாகவே, வாயு பூமியின் ஈர்ப்புச்சக்தியை மீறி வெளியே செல்லவில்லை போலும். பூமியைத் தவிரப் பிற கிரகங்களில் தப்பியோடும் இயக்கத்தால் வாயு மண்டலங்கள் வடிகட்டினாற் போலாகின்றன. அதாவது, லேசான வாயுக்கள் முற்றிலும் தப்பியோடிய பிறகு, கன வாயுக்களே பெருமளவிற்குத் தங்கி நிற்கும். இம்மாதிரி எந்தக் கிரகமும் தன் வாயு மண்டலத்தைப் பெருங்கால அளவில் இழந்துவிடக்கூடும். மேலும், பூமியிலிருந்தும் மிகமிகக் குறைவான அளவில் வாயுக்கள் வெளியேறத்தான் செய்யும். இதற்கு எத்தனை காலம் எடுக்கும் என்பதுதான், நாம் ஆய்வு செய்ய வேண்டிய ஒன்றாகும். பூமி தோன்றி ஐந்நூறு கோடி ஆண்டுகளாகிவிட்டன. இந்தக் காலத்திற்குள் லேசான வாயுக்களான ஹைட்ரஜன், ஹீலியம் வாயுக்களைப் பெருமளவில் பூமி இழந்திருக்கவும் வாய்புள்ளது என்றே கூறலாம்.

சுக்கிரன், பூமிக்கு அடுத்துள்ள ஒரு சிறிய கிரகம். அதன் ஈர்ப்பிலிருந்து தப்பியோட விநாடிக்கு 6.7 மைல் வேகம் வேண்டும். அதாவது, பூமியைவிடச் சற்றே குறைந்த பரப்புடையது சுக்கிரன். எனவே, சுக்கிரனில் வாயு மண்டலமும், ஏராளமாக நீரும் இருக்குமென்று எதிர்பார்க்கலாம். அடுத்த கிரகம் செவ்வாய். அதன் ஈர்ப்பைத் தப்பியோட, விநாடிக்கு 2.1 மைல் வேகம் தேவை. எனவே, அங்கு வாயுமண்டலம் நம் பூமியைவிட மிகமிக மெலிந்தேயிருக்க வேண்டும். புதனின் அடர்த்தி பூமியின் அடர்த்தியில் இருபத்தைந்தில் ஒரு பங்குதான். அதன் ஈர்ப்பை மீறியோட, விநாடிக்கு 2.1 மைல் வேகம்தான் தேவை. மிகச்சிறிய கிரகமாதலால், அது குளிர்ந்தபோது – அதாவது, அதன் உடலில் இருந்து வாயுக்கள் கிளம்பிச் சென்ற கையோடு, அதன் நீரும் வற்றியிருக்கும் எனத் தோன்றுகிறது. சந்திரனின் நிலையும் அதேதான்; அங்கு ஈர்ப்பை மீறும் வேகம் விநாடிக்கு ஒரு மைல்தான். மற்ற துணைக்கோள்களும், ஆஸ்டிராய்டுகள் அனைத்தும், இந்த ரகத்தைச் சேர்ந்தவையே. வியாழன், சனி, யுரேனஸ், நெப்ட்டியூன் ஆகிய கிரகங்களின் ஈர்ப்பை மீற முறையே விநாடிக்கு 38, 23, 13, 136 மைல்

வேகமே தேவை. இதனால், ஆக்ஸிஜன், நைட்ரஜன், நீர், கார்பன்–டை ஆக்ஸைட் மட்டும் இல்லாது ஹைட்ரஜனும் ஹீலியமும்கூட இந்தப் பிருமாண்டக் கோள்களில் நிறைந்து தங்கி இருக்கின்றன. சூரியனில் ஆக்ஸிஜனைவிட ஹைட்ரஜனே அதிகம். அதேபோல இக்கிரகங்களிலும் அவை அதிகமாயிருக்கின்றன. அடுத்த கேள்வி – கிரகங்களில் உயிர்வாழ முடியுமா? உருகும் வெப்ப நிலை (1800 F), கடுங்குளிர் (–459.6 F) போன்ற கடும் சூழலில் எந்த உயிரும் வாழ இயலாது என்பதுதான் இந்நாளில் நமக்குத் தெரிந்த தகவல். சூரிய மண்டலத்திலுள்ள கிரகங்களிலேயே பூமிக்கு அடுத்தபடியாகச் செவ்வாய்தான் உயிர் வாழ மிகவும் ஏற்ற இடம் என்று கருதப்படுகிறது. இதனால் இதனைப் பற்றி மேலும் தெரிந்துகொள்ளப் பல ஆய்வுகள் நடக்கின்றன.

அத்தியாயம் 4: காலின் கீழ் நரகம்

ஜீன்ஸ் வெர்ன் எழுதிய "பூமியின் மையத்திற்கு யாத்திரை" என்ற நூலைப் பற்றி, இந்த அத்தியாயத்தின் தொடக்கத்தில் கூறப்பட்டுள்ளது. பூமியின் மேற்பரப்பிலிருந்து கீழே போகப்போக, பாறைகளின் வெப்பநிலை அதிகரித்துக்கொண்டே போகிறது. பூகோள நிலையில் எந்த இடமாய் இருந்தாலும், இது மாறாது. துருவத் தூந்திரப் பிரதேசங்களில் மேற்பரப்பை ஒட்டிய சில நூறு அடி ஆழத்தில் பாறைகள் சகாராப்பரப்புக்கு அடியிலுள்ள பாறையைவிட வெப்பம் தணிந்துதானிருக்கும். பூமியின் மேற்பரப்பின் சராசரி வெப்பம் 68டிகிரி ஃபாரன்ஹைட்டு.எனவே ஒருமைல் ஆழத்திலேயே பாறைகளின் வெப்பம் நீர்கொதிக்கும் வெப்ப அளவுக்கு உயர்கிறது. இதே விகிதத்தில் வெப்பநிலை ஏறிக்கொண்டு போனால், சுமார் முப்பது மைல் ஆழத்தில், பாறைகளை உருகிய நிலையில் காண முடியும். பாறை உருகும் வெப்பநிலை 2200 டிகிரியிலிருந்து 3300 டிகிரி (ஃபாரன் ஹைட்டு) வரை என்று சொல்லலாம். பூமியின் மேற்பரப்பில் பல எரிமலைகள் கக்கும் கற்குழம்பு இதே ஆழத்தில்தான் உண்டாகிறது என்பதில் ஐயமில்லை. பூமியின் மேலோட்டில் காணும் குலைவுகள், பல இடங்களில், மேலோட்டிலுள்ள பாறைகளின் இறுக்கத்தைத் தாங்காமல் பாக்குவெட்டியில் சிக்கிய கொட்டையைப்போலப் பல சமயம் பிளந்துவிடுகின்றன. ஓரிடத்தில் உண்டாகும் இக்கலக்கத்தால், அதன் பக்கத்திலுள்ள மேலோட்டுப் பகுதி நடுங்குகிறது. கலக்கம் கடுமையாக இருந்தால், பூமி முழுதுமே எங்கும் நடுங்கும். இதனையே பூகம்பம் அல்லது நிலநடுக்கம் என்பர். சாதாரணமாகப் பூகம்பத்தில் இரண்டு அதிர்ச்சிகள் தோன்றும். முதல் அதிர்ச்சி தோன்றி நின்ற பிறகு, சிறிது நேரம் கழித்து இரண்டாம் அதிர்ச்சி தோன்றும். முதலசைவு அமுக்க அலையால் ஏற்பட்டது; இரண்டாம் அசைவு ஷியர் அலையால் ஏற்பட்டது.

மிகமிக உயர்ந்த அழுத்தமும், மிக அதிக வெப்பமும் சேர்ந்தால் ஒரு பொருளுக்கு அசாதாரணத் தன்மை உண்டாகிறது. அதாவது, திடம், திரவம் – ஆகிய இருவகைப் பொருள்களின் குணங்களும் அதில் ஏற்படுகிறது. அதிக வெப்பமும், அழுத்தமும் நிறைந்த பூமிக்குள் "போர்வை"யாக இருக்கும் பாறைகளுக்கும் இக்குணம் இருக்கவேண்டும். தம் மீது அமர்ந்திருக்கும் கண்டங்களை ரப்பர் மெத்தைபோலத் தாங்கிக்கொடுக்க, அவை

உதவுகின்றன. பூமியின் மையத்திலுள்ள இரும்புக் குழம்பே பூமியின் மேற்புறமுள்ள காந்தப் பரப்பிற்குக் காரணம் என்று யூகிக்கிறோம். பூமியின் மைய இரும்பு, மின்சாரத்தைக் கடத்தும் ஆற்றல் கொண்டதாயிருக்கும். அதில் ஏற்படும் சக்தியின் சலனத்தால், ஏற்ற வடிவமும் வலுவும் கொண்ட காந்தப்பரப்பு உண்டாக வேண்டும். ஆனால், இது பற்றி இன்னும் பல ஆராய்ச்சிகள் நடக்கவேண்டும். அப்போதுதான், இது பற்றி எதையும் நாம் உறுதியாகச் சொல்ல முடியும்.

அத்தியாயம் 5: பூமியின் மேற்பரப்பு உருவாதல்

பூமியின் மேலோட்டில் ஆக்ஸிஜன் (46.7 சதவிகிதம்), ஸிலிக்கன் (27.7 சதவிகிதம்) என்ற இவ்விரு தனிமங்களும் ஒரு முக்கியமான கூட்டுப்பொருளாகக் காணப்படுகின்றன. ஒரு ஸிலிக்கன் அணு, இரண்டு ஆக்ஸிஜன் அணுக்களோடு சேர்ந்து, ஸிலிக்கன் ஆக்ஸைட் என்ற கூட்டுப்பொருளின் மூலக்கூறு பிறக்கிறது. இந்த மூலக்கூறுகள், ஓர் ஒழுங்கான முறையில் அடுக்காகச் சேர்ந்து சேர்ந்து, குவார்ட்ஸ் என்ற தாதுப்பொருளின் எழில்மிக்க படிகங்களாகின்றன. கண்டப்பகுதிகளில் முக்கியமாகக் காணப்படும் கருங்கல்லானது, சுமார் 31 சதவிகிதம் குவார்ட்ஸ் படிகங்களும், 53 சதவிகிதம் ஃபெல்டுஸ்பாரும், அவ்வளவு அதிகமாகக் கிடைக்காத மைக்கா போன்ற பொருள்கள் சிறிதளவும் அடங்கியதுதான். ஆனால், எரிமலை இயக்கம் அதிகமுள்ள பகுதிகளில் கிடைக்கும் கனமான பசால்ட்டில் அநேகமாகக் குவார்ட்ஸ்சே இராது. அதே சமயம், மணற்பாறை என்பது, மெருகேறிய நுண்ணிய குவார்ட்ஸ் படிகங்களேயாகும். பழங்காலக் கடலுயிரிகளின் கல்லறையே சுண்ணாம்புக்கல் அமைப்பாகும். நம் பூமியின் மேற்பரப்பை மாற்றி வருபவை இரண்டு நிகழ்ச்சிகள். ஒன்று "டெக்டானிக்" இயக்கம். இதைக் 'கட்டும் இயக்கம்' எனலாம். பூமியின் மேற்பரப்புக்குக் கீழே, வெகு ஆழத்தில் இது நிகழ்கிறது. மேலோட்டிலுள்ள பாறைகள் உருமாறுவதும், தகர்வதும், ஒன்றன்மேல் ஒன்றாக அடுக்கப்பட்டு மலைத்தொடர்களாக அமைவதும் இதனால்தான். இன்னொரு நிகழ்வு: அரிப்பு. பெருமளவுக்கு நீராலும், சிறிது காற்றாலும் உண்டாகும் இயக்கமே இது.

பூமியின் ஆழத்தில் மிக உயர்ந்த அழுத்தமும் வெப்பமும் ஒருங்கே யிருப்பதால், பாறைகள் அசல் திரவமாகவே ஆவதில்லை. உருமாறும் இயல்பையே அவையடைகின்றன. இப்படி உருமாறக்கூடிய படிவங்களின் மீதுதான் பூமியின் திடமான மேலோடு மிதக்கிறது. இவை தொடர்பான பல ஆதாரங்களை இந்த அத்தியாயத்தில் கேமாவ் அழகாகத் தொகுத்தளித்துள்ளார். இவற்றைத் தி.ஜானகிராமனின் மொழியில் குழப்பமின்றிப் படிக்க முடிகிறது.

அத்தியாயம் 6: வானிலையும் வெப்ப தட்பமும்

பூமியின் வாயு மண்டலத்தில் உள்ள காற்றில், 75.5 சதவிகிதம் நைட்ரஜன், 23.1 சதவிகிதம் ஆக்ஸிஜன், 0.9 சதவிகிதம் ஜடவாயுவான ஆர்கான், 0.03 சதவிகிதம் கார்பன்-டை-ஆக்ஸைட், இவை தவிர மிகச் சொற்ப அளவுக்கு வேறு சில வாயுக்களும் உள்ளன. ஆறு மைல் உயரம் வரையில், காற்றில் நீராவி உண்டு. கடலிலும், நிலத்திலுள்ள நீரானது ஆவியாக

மாறி, மேலே எழுந்ததால்தான் இது ஏற்பட்டது. சூடான காற்று மேலே எழும்பொழுது, விரிவடைந்து, குளிர்கிறது. அதனால்தான் உயரம் மிகமிக, வெப்பம் குறைகிறது. ஒன்றரை மைல் உயரத்தில் காற்றின் வெப்பம், நீர் உறையும் நிலைக்குக் குறைந்துவிடுகிறது. ரசாயண ரீதியில் ஜடமாயுள்ள ஆர்கான் வாயுவைத் தவிரக் காற்றின் மற்ற பொருள்கள் அனைத்திற்கும் பூமியிலுள்ள வாழ்க்கையைப் பராமரிப்பதில் முக்கியமான பங்குண்டு. பூமியில் வாழும் தாவரங்களாலும் பிராணிகளாலும், வாயு மண்டலத்தில் மாறுதல்கள் உண்டாகின்றன. ஆண்டுதோறும், தாவரங்கள் ஐம்பதாயிரம் கோடி டன் கார்பன்–டை–ஆக்ஸைடை உட்கொண்டு; அதை உடலுறுப்புப் பொருள்களாக மாற்றிக்கொள்கின்றன. வாயு மண்டலத்திலுள்ள மொத்த கார்பன்–டை – ஆக்ஸைடில் இது மூன்றில் ஒரு பங்காகும்.

பூமியின் வாயுமண்டலத்தால், இன்னொரு முக்கியப் பயனுமுண்டு. பூமியை அது பிருமாண்டமான 'கண்ணாடித் தோட்டம்' மாதிரியாக்கி, அதன் சராசரி வெப்பம் அறுபது டிகிரி ஃபாரன்ஹைட்டு அளவிலேயே இருக்குமாறு செய்திருக்கிறது. வாயுமண்டலம் மட்டுமில்லாவிடில், சராசரி வெப்பம் மிகக் குறைந்திருக்கும். பூமியின் பரப்பை வெதுவெதுப்பாகவும், வாழ வசதியுள்ளதாகவும் வைத்திருப்பதோடு, சூரியக் கிரணங்களிலிருந்து வெளிப்படும் 'அல்ட்ரா வயலெட்' கதிர்கள், 'எக்ஸ்ரே கதிர்கள்' போன்ற ஆபத்தான கதிர்களிலிருந்தும் நம்மைப் பாதுகாக்கிறது. இன்னும் பல சுவையான தகவல்கள், இந்த அத்தியாயத்தில் கூறப்பட்டுள்ளன.

அத்தியாயம் 7: தலைக்கு மேல் நரகம்

பூமியின் டிராப்பஸ்ஃபியர் என்ற அடி வாயு மண்டலம், பூமியிலிருந்து சுமார் ஆறு மைல் உயரம் வரை பரவியுள்ளது. இங்கு மொத்தக் காற்றில் முக்கால் பாகத்திற்கு மேல் அடைந்து கிடக்கிறது. இந்த வாயு மண்டலத்தின் எல்லையிலிருந்து, ஸ்ட்ராட்டஸ்ஃபியர் என்ற மேல் வாயு மண்டலம் தொடங்குகிறது. உலர்ந்ததும், ஒளியைக் கடத்துவதுமான காற்று நிலவும் அமைதியான அடுக்கு இது. பூமிக்குமேல் ஐம்பதுமைல் உயரம் வரையில் இது பரவியுள்ளது. ஒரு அவுன்சுக்கும் குறைந்த எடையுள்ள சிறிய அண்டவெளிக்கற்கள்தாம், இந்த அமைதியான காற்றடுக்குகளில் ஊடுருவியுள்ளன. விநாடிக்கு இருபது மைல் வேகத்தில் பரவும் இந்தக் கற்கள், காற்றில் உராய்ந்து, சூடாகி, உருகி எரிந்துபோகின்றன. அவைதாம் இரவில் நீள்கொள்ளிகளாக நமக்குத் தெரிகின்றன. ஐம்பது மைல் உயரத்திற்கப்பால் காற்றானது மிகவும் சன்னமாகி, மெலிந்துவிட்ட பகுதிக்கு வருகிறோம். மொத்த வாயு மண்டலக் காற்றில் நூற்றில் ஒரு பங்குப் பகுதியைத்தான் இங்கே காண முடியும். ஆனால், அண்டவெளிக்கும் வாயுமண்டலத்திற்கும் இடையே, ஓர் எல்லையாக அமைந்திருப்பதால், இது மிகவும் முக்கியமான தாகிறது. இந்த மெல்லிய காற்று அடுக்குதான், சூரிய கிரணங்களிலுள்ள 'அல்ட்ரா வயலெட்' கதிர்களைத் தடுத்து நிறுத்துகிறது. இல்லையெனில், அந்தக் கதிர்கள், பூமியில் வாழும் உயிர்களைக் குலைத்துவிடும். ஆனால், அப்படிக் காக்கும்போது, இந்த மெல்லிய காற்றுத் துகள்களுக்கே கேடு விளைகிறது. இம்மென் காற்றிலுள்ள அணுக்களிலிருந்து 'அல்ட்ரா வயலெட்' கதிர்கள் எலெக்ட்ரான்களைப் பிய்த்து அயனியாக்கும். இதனால் அவ்வாயு

மின்சாரத்தைக் கடத்தும் ஆற்றலுள்ளதாகக் கிரகிக்கவோ பிரதிபலிக்கவோ சக்தியுறுகிறது. எனவேதான், நம் பூமியைச் சூழ்ந்துள்ள அயனி மண்டலம், ரேடியோ நிலையங்களிலிருந்து வரும் ரேடியோ அலைகளைப் பிரதிபலிக்கிறது; கிரகித்தும் கொள்கிறது. அப்படியில்லாவிடில், பூமியின் பல பகுதிகளுக்கிடையே ரேடியோ செய்திப் போக்குவரத்து நடக்கவே நடக்காது. இது போன்று மேலும் சில முக்கியத் தகவல்களைக் கொண்டதாக இந்த அத்தியாயமுள்ளது.

அத்தியாயம் 8: உயிர்த்தன்மையும் உற்பத்தியும்

உயிர் உறுப்புக்குத் தேவையான ரசாயனப் பொருள்களைத் தயாரிக்கும் ஓர் உற்பத்திச் சாலைக்கு செல்லை ஒப்பிடலாம். செல் ஒருதுளிப் பிசினைப் போன்ற ஒரு பொருள். அதற்கு சைட்டோப் பிளாஸம் என்பது பெயர். சைட்டோப் பிளாஸத்திற்குள் நுண்ணிய செல்லின் நியூக்கிலியஸ் இருக்கிறது. உயிர்ப் பொருள்கள் பலவகைப்பட்ட நுட்ப ரசாயன மூலக்கூறுகளால் ஆனவை. உயிர் நூலின் பற்பலத் தத்துவங்களும் இம்மூலக்கூறுகளையே பொறுத்தவை. இந்த உண்மையைச் சமீப காலத்தில் விஞ்ஞானிகள் ஒப்புக்கொண்டுள்ளார்கள். உயிரற்ற பொருள்களின் மூலக்கூறுகள் வெகு எளிமையானவை. நீர் மூலக்கூறு இரு ஹைட்ரஜன் அணுவாலும், ஒரு ஆக்ஸிஜன் அணுவாலும் அமைந்தது. உயிர் மூலக்கூறுகள் முற்றிலும் வேறுபட்ட இரு வகையானவை. 1. புரோட்டீன்கள்: உயிர்ப் பொருள்கள் பெரும்பாலும் இவற்றாலானவை. 2. செல்லிலுள்ள அமிலங்கள்; குரோமோ ஸோம்கள் இவற்றாலானவை. ஒரு பிராணியின் குணங்களைப் பற்றிய உத்தரவுகளை செல் நியூக்கிலியஸின் அமிலங்கள் பிறப்பிக்கின்றன. இந்த உத்தரவுகளைப் புரோட்டீன் மூலக்கூறுகள் கிரகித்து நிறைவேற்றுகின்றன.

இந்தப் புரோட்டீன் மூலக்கூறின், ஒவ்வோர் அமினோ அமிலமும், செல்லின் நியூக்கிலியஸ் அமிலத்தில் உள்ள நியூக்கிலீயோடைட்டுகளால் வரையறுக்கப்படுகிறது. ஆர்.என்.ஏ.வைக் (RNA) கொண்டுள்ள செல்லின் சைட்டோ பிளாஸத்தில் புரோட்டீன் தயாரிக்கப்படும்போது, ஒவ்வோர் அமீனோ அமிலமும், அதற்குப் பிடித்த மூன்று ஆர்.என்.ஏ. (RNA) நியூக்கிலீயோட்டைடுகளுடன் இணைந்து, ஆர்.என்.ஏ. (RNA) மூலக்கூறுகளுக்குத் தகுந்தபடி அவற்றுக்கிணங்கத் தம்மைத் தகவமைத்துக் கொள்கிறது. டி.என்.ஏ.யின் (DNA) இரட்டை வரிசை அடுக்கானது, செல் பிரிவுக்கும் இனப் பெருக்கத்திற்கும் இன்றியமையாதது. முதலில் DNA மூலக்கூறுகள், நெடுக்கில் இரண்டாகப் பிரிந்து, தனித்தனியான இழைகளாகின்றன. இப்படிப் பிரிந்த இழைகள், ஒன்றோடொன்று முழுமுற்றும் ஒத்திருப்பதோடு, முதலிழையையும் ஒத்திருக்கின்றன. பிரிந்த குழந்தை மூலக்கூறுகள், ஒன்றுக்கு ஒன்று எதிர்ப்புறம் சென்று, தனி செல்களாகின்றன.

அத்தியாயம் 9: உயிர்ப் பரிணாமம்

சூழ்நிலைக்கேற்றவாறு உயிர்கள் தம் பழக்கங்களை ஓயாமல் மாற்றிக்கொள்ள முயன்றதாலேயே, அவற்றின் உடல்கள் மாறி வளர்ந்து

பரிணமிக்கின்றன என்ற கருத்தினை முன்வைத்தார் 'ஜீன் பாப்டிஸ்டேபியேர் அன்ட்டாய்னே ஷெவலியர் டி லாமார்க்' என்ற பிரெஞ்சு நாட்டைச் சேர்ந்த தாவரவியல் அறிஞர். இப்போது அதற்கு மதிப்பில்லை என்றாலும், முன்பு சோவியத் ரஷ்யாவின் தாவரவியல் அறிஞர் 'ட்ராஃபிம் டெனிஸோவிச்' என்பவரால், இக்கொள்கை மிகவும் நம்பப்பட்டது. பிரபல பிரிட்டிஷ் உயிரியல் அறிஞர் சார்லஸ் டார்வின், சூழலுக்கேற்ப வாழ்வைச் சரிப்படுத்திக் கொள்வதால் பரிணாம மாறுதல்கள் ஏற்படவில்லை; வாழ்வுப் போராட்டத்தில் நிலைத்து நிற்க இயற்கை செய்யும் குருட்டாம்போக்குப் போதனைகளின் பயனே பரிணாம மாறுதல்கள் என்றார். மிருது உடல்கொண்ட நுண்ணிய உயிர்களே முதன்முதல் தோன்றிய உயிர் வடிவங்கள். சமீபத்தில் உண்டான சுண்ணாம்புக்கல் படிவங்கள் எளிய நுண்ணுயிரி இயக்கத்தால் தோன்றியவையே என்று தெரிகிறது. காலம் செல்லச் செல்ல, பூமியின் மேற்பரப்பானது, குளிர்ந்துகொண்டே வந்தது. கடல்களில் நீர் மேலும் மேலும் வந்துசேர்ந்து பெருகிற்று. சூரியனை மறைத்த அடர்ந்த மேகங்கள் மெலிந்து போயின. சூரியக் கிரணங்களின் இயக்கத்தால், புராதன நுண்ணுயிர்கள், குளோரோஃபில் என்ற மிகவும் பயனுள்ள ஒரு பொருளை, மெல்ல மெல்ல உருவாக்கின. காற்றிலுள்ள கார்பன்–டை–ஆக்ஸைடைப் பிரித்து, அதிலிருந்து கிடைக்கும் கார்பனை உயிர்ச்சத்துப் பொருளாக்க, இந்தக் குளோரோஃபில் உதவுகிறது. இப்படிக் 'காற்றை உண்டு' வாழும் பழக்கம் தோன்றியதும், உயிர்கள் வளரப் புதுவாய்ப்புகள் கிடைத்தன. கூட்டுவாழ்க்கை இயக்கமும் சேர்ந்துகொள்ளவே, தாவரங் களில் நாம் தற்போது காணும் பற்பல வகைகளுக்கும் சிக்கலான வடிவங்கள் தோன்றின.

தோற்றத்திலும் அறிவிலும் மிகவும் தாழ்ந்த பிற்பட்ட மூதாதைகளி லிருந்து மனிதர்கள் தோன்றி வளர்ந்தது கடந்த இருபது லட்சம் ஆண்டுக்காலத்தில்தான். 'ஹோமோ ஸேப்பியென்ஸ்' அல்லது 'சிந்திக்கும் மனிதன்' தோன்றிய பரிணாமத்தின் முதல்கட்டம் ஆப்பிரிக்காவில்தான் தோன்றிற்று. அமீபாவிலிருந்து மனிதன் வளர ஏற்பட்ட வளர்ச்சியைப் பார்த்தால், சந்ததிகள் அபரிமிதமாகப் பிறந்து, வாழ்க்கைப் போராட்டம் தோன்றி, தகுதியுற்ற உயிர்கள் பிழைத்து முன்னேறிய கதைதான் பரிணாமம் என்பது தெரிகிறது.

அத்தியாயம் 10: பூமியின் எதிர்காலம்

கடந்த ஐந்நூறு கோடியாண்டுகளில், பூமியின் வரலாற்றில், ஒரே வகையான மாறுதல்களே மீண்டும் மீண்டும் தோன்றுகிற கதையே நிகழ்ந்துள்ளது. புவியியல் சான்றுகளை நோக்கும்போது, மலைகள் தோன்றும் யுகங்கள் பத்துக் கோடியாண்டுகள் முதல் பதினைந்து கோடியாண்டுகளுக்கு ஒருமுறையே வருவதாகத் தெரிகிறது. இப்போது நாம் வாழ்வது லாரமைட்டுப் புரட்சியின் (மலை தோன்றும் யுகம்) கடைசிப் பகுதியில். இது தொடங்கி ஏழு கோடி வருடங்களாகின்றன. அதனால்தான் இமயம், ராக்கி, ஆல்ப்ஸ் என அற்புத மலைக்காட்சிகளைக் கண்டு நாம் அனுபவிக்க முடிகிறது. இன்னும் சில கோடியாண்டில், இந்த மலைகள் எல்லாம் அரிக்கப்பட்டு, மேலும் பல கோடியாண்டுகளுக்குப் பூமி எங்கும் வெறும் சதுப்புநிலமும்,

ஆழமற்ற கடல்களும், ஏரிகளுமே இருக்கும். பிறகு மீண்டும் புதிய மலைகள் எழும். பூமியில் நிகழும் எதுவும் சூரியனிடமிருந்து வரும் ஒளியையும் வெப்பத்தையும் பொறுத்தேயுள்ளது. எனவே, பூமியின் எதிர்காலம் சூரியனின் எதிர்காலத்தோடுதான் பிணைந்திருக்கிறது. சூரியனின் உட்புற அமைப்புப் பற்றிய புதிய கொள்கையொன்றைப் பிரிட்டிஷ் வானியல் அறிஞர் ஸர். ஆர்தர் எடிஸ்ட்டன், 1920க்குப் பிறகு உருவாக்கினார். சூரியனுக்கு உட்புறத்து வாயுவானது நீரைவிட நூறு மடங்கு அடர்த்தியுடையது; மேற்பரப்பில் சூரியனின் வெப்ப நிலை ஆறாயிரம் டிகிரி செண்டிகிரேடா யுள்ளது. உள்ளே போகப்போக, அது உயர்ந்து, மையத்தின் அருகில் இரண்டு கோடி டிகிரி அளவுக்குப் பெருகிவிடுகிறது.

1920ஆம் ஆண்டோடு தொடங்கிப் பத்தாண்டுகளில் அணுக்கருவில் உண்டாகும் பல நிகழ்ச்சிகளைப் பற்றியும் புதிய புதிய விளக்கங்கள் எழுந்தன. அப்போது ஜெர்மனியிலிருந்து ஜி.கேமாவும், ஐக்கிய அமெரிக்க நாடுகளிலிருந்து ஆர்.செர்னியும், ஈ.காண்டனும், 'கதிரியக்கத்தைப் பற்றிய குவாண்டம் கொள்கை' என்னும் கொள்கையை ஏககாலத்தில் வெளியிட்டனர். சில கதிரியக்கத் தனிமங்கள் பல நூறு கோடியாண்டு நீடிப்பதும், சில கண்கொட்டும் நேரத்தில் ஒருபங்குகூட நீடிக்காததும் ஏன் என அக்கொள்கையின் மூலம் புரிந்துகொள்ள முடிந்தது. வெப்ப நிலை அதிகமாக ஆக, அணு மையச் சேர்க்கையால் வேகமும் அதிகமாவதால், சூரியனின் மையத்தில் வெப்ப நிலை அதிகமாக உள்ள இடத்தில்தான் பெரும்பாலான சக்தி பிறக்கிறது. எனவே, சூரியன் உள்ளவரை பூமியும் இருக்கும் என்பது, இந்த அத்தியாயத்தின் மூலம் தெளிவாகிறது.

இதுவரை, ஜார்ஜ் கேமாவ் எழுதிய, *'A Planet Called Earth'* என்ற நூலைப் 'பூமி எனும் கிரகம் அல்லது கோள்' என்ற தலைப்பில், பத்து அத்தியாயங்களில், மிகத்திறனுடன் நாவலாசிரியர் தி.ஜானகிராமன் தமிழாக்கம் செய்து தொகுத்துள்ளதன் முக்கிய சாராம்சங்களை மட்டும் ஒரு பருந்துப் பார்வையாக இங்குக் கண்டோம். இதன் மூலம், இந்நூலை முழுதாகக் கிரகிக்கவேண்டும் என்ற ஆர்வம் இதைப் படிக்கும் வாசகர் களுக்கு ஏற்படுமேயானால், அதனையே இக்கட்டுரையின் பயனாகக் கொள்ளலாம். இக்கட்டுரையை முடிப்பதற்கு முன்பாகப் பூமியைப் பற்றிய இன்றைய நவீனச் சிந்தனைகளைக் கீழ்வரும் கரோலைன் கிராம்லிங்கின் மேற்கோளின் மூலம் கவனப்படுத்த விரும்புகிறேன். *"Some great ideas shake up the world. For centuries, the outermost layer of earth was thought to be static, rigid, locked in place. But the theory of plate tectonics has rocked this picture of the planet to its core. Plate tectonics reveals how earth's surface is constantly in motion, and how its feature – Volcanoes, earth quakes, ocean basin and mountains – are intrinsically linked to its hot interior. The planet's familiar landscape, we now know; are products of an eons–long cycle (The primary and largest catalogued division of time are periods called eons) in which the planet constantly remakes itself" (Carolyn Gramling). (Source: https://www.sciencenews.org/article/earth-plate-tectonics-volcanoes-earthquakes-faults).*

✣

37

அணு உங்கள் ஊழியன்: பொருத்தமான கலைச் சொல்லாக்கங்கள்

க. பலராமன்

யாரும் கற்பனைகூடச் செய்திருக்கமாட்டார்கள். மீண்டும் சொல்கிறேன், ஒரு மாபெரும் தமிழ்ப் படைப்பாளி அறிவியல் துறைக்குள் நுழைந்து, அத்துறை நூல்களை ஆழக் கற்று அவற்றை மொழிபெயர்ப்பார் என்று யாரும் கற்பனைகூடச் செய்திருக்கமாட்டார்கள். ஆம். தி.ஜானகிராமனை ஒரு படைப்பாளியாகவே தமிழ் உலகம் பார்த்திருக்கிறது. அவர் மிகச் சிறந்த மொழிபெயர்ப்பாளரும்கூட என்பதை, அவரின் மொழிபெயர்ப்புகளைப் படித்தவர்கள் உணர்வார்கள். 'அணு உங்கள் ஊழியன்', 'பூமி எனும் கிரகம்' ஆகிய இரண்டு அறிவியல் நூல்கள் இவர்தம் மொழிப்பெயர்ப்பாற்றலுக்குக் கட்டியங்கூறும் படைப்புகளாயுள்ளன. *'Atoms at Your Service'* என்னும் நூலை *Henry A. Dunlap, Hans Nathan Tuch* ஆகியோர் இணைந்து எழுதினர். 1957இல் வெளியான இந்நூலையே தி.ஜா., 'அணு உங்கள் ஊழியன்' என்னும் தலைப்பில் 1964இல் மொழியாக்கம் செய்தார். கல்லூரிகளில் பாடமாக வைக்கத்தக்க அளவில், மிகச் சிறந்த மொழிபெயர்ப்பாக இது உள்ளது என்று சொன்னால், அது மிகையில்லை.

அணு பற்றிய சிந்தனை, பன்னெடுங்காலமாகவே இருந்து வருகிறது. முன்பொது ஆண்டு 460–370 அளவில் வாழ்ந்த கிரேக்க அறிஞர் டெமாகிரிடஸ் *(Democritus)* என்பவரே அணுக் கொள்கையை முதலில் விவரித்தவர். லூகிபஸ் *(Leucippus)* என்பவரே, அணுக் கொள்கை முன்னோடி என்கிற கருத்தும் உண்டு. டெமாகிரிடஸைப் பொறுத்தவரையில், "பொருள்கள் அனைத்தும் அணுக்களால் ஆனவை. அவற்றை உருவாலும் வடிவாலும் பிரிக்க முடியாது. அணுக்களுக்கிடையே வெற்றிடமுள்ளது. அணுக்களை அழிக்க முடியாது. அவை

நிலைத்து இருப்பவை என்பதோடு எப்போதும் இயங்கிக்கொண்டுமிருப்பவை. பல்வேறு வடிவங்களில் அளவுகளில் கணக்கற்ற அணுக்கள் உள்ளன. அணுக்களைப் பிரிக்கவியலாத நிலையில் அவை கனம் மிகுந்தவை" என்னும் கருத்துடையவர். அவர் காலத்தில் இந்த அளவு ஆய்வு தொடங்கியது என்பதே பெரு வியப்பு. *Atom* என்னும் சொல் *Atomos* என்னும் சொல்லிலிருந்து உருவானது. இச்சொல் பிளவுபடுத்தவியலாதது என்று பொருள்படும்.

1808இல் ஜான் டால்டன் (*John Dalton: 1766–1844*), தம் அணுக் கொள்கையை அறிவியல் பார்வையோடு விளக்க முற்பட்டார். இங்கிருந்தே நவீனக் கால அணுக் கொள்கை வளரத் தொடங்கியது. இராபர்ட பிரவுன், ஜே.ஜே. தாம்சன், ருதர்போர்ட் எனப் பல்வேறு அறிஞர்கள் தொடர்ந்து ஆய்வினை முன்னெடுத்து வளர்த்தனர். இந்தியாவிலோ வேறு வகையான சிந்தனையிருந்தது. மணிமேகலை பேசும் அணுக்களைப் பற்றிய கருத்து, கிரேக்கர்களிடமிருந்து பெறப்பட்டிருக்கலாம். நெடுங்காலந்தொட்டே நெருங்கு என்னும் பொருளில் அணுகு என்னும் சொல் தமிழில் வழங்கப்படு கிறது. நெருக்கமுடையதால் அணு என வழங்கப்பட்டிருக்கலாம். "அகன்று பொருள் கிடப்பினும், அணுகிய நிலையினும்" (செய்யுளியல்) எனும் தொல்காப்பிய ஆட்சி இங்குக் கவனிக்கத்தக்கது. நெருக்கம் என்பது நுட்பமானது என்று பொருள் மாற்றம் பெறுவது, மிகப் பிற்காலத்தது. திருமந்திரத்தில், "அடங்கும் பேரண்டத்து அணு அண்டம் சென்று" என்றும், "மற்று ஓர் அணுக்களைக் கொல்லாமை ஒண்மலர்" என்றும் வருவன யாவும் அணுவைப் பற்றிய தமிழ்ப் புரிதலின் வெளிப்பாடாகும்.

அணு என்னும் சொல்லாட்சி குறித்துப் பாவாணர், "அள் = கூர்மை. அள் → அள்கு → அஃகு. அஃகுதல் = கூரிதாதல், சுருங்குதல்,நுண்ணிதாதல். அள் → அண் → அணு = நுண்மை, நுண்ணியது, மிகச் சிறியது" என்று கூறுகிறார். (செந்தமிழ்ச் சொற்பிறப்பியல் பேரகரமுதலி). அணு எனும் சொல்லுக்கு நுண்மை எனப் பொருள் தருகிறது பிங்கலந்தை நிகண்டு. பகுக்க முடியாதவாறு மிக நுட்பமானது என்ற பொருளில் பிரபுலிங்க லீலை என்னும் நூல், "அணு மயங்கு மின்னுழை கதிர் எறிந்த வாளாக" என, இச்சொல்லை எடுத்தாள்கிறது. தாயுமானவர், செகத்தையெல்லாம் அணுவளவும் சிதறா வண்ணம், சேர்த்து அணுவில் வைப்பை அணுத் திரளை எல்லாம், மகத்துவமாப் பிரமாண்ட மாகச் செய்யும், வல்லவா நீநினைத்த வாறே எல்லாம்" என்கிறார். விநாயகர் அகவலில், "அணுவிற்(கு) அணுவாய் அப்பாலுக்(கு) அப்பா லாய்" என்று மிக நுண்ணியது என்னும் பொருளில் ஔவையார் ஆள்கிறார். "அணுவைத் துளைத்து" (திருவள்ளுவ மாலை) என்னும் தொடரும் புகழ்பெற்றது.

மணிமேகலை, அணுவைப் பற்றிக் கொஞ்சம் விரிவாகவே கூறுகிறது. "உரம்தரும் உயிரோடு ஒருநால்வகை அணு, அவ்வணு உற்றும் கண்டும் உணர்ந்திடப், பெய்வகை கூடிப் பிரிவதும் செய்யும், நிலம்நீர் தீகாற்று என நால் வகையின" எனத் தொடங்கிச் சற்று விரிவாகவே பேசுகிறது மணிமேகலை. "திண்மை பொருந்திய உயிரும் நால்வகை அணுவகை. அவ்வணுக்கள் தாம் தம்மை உற்றும் கண்டும் உணர்ந்திடுமாறு, பெய்வகைகூடிப் பிரிவதும் செய்யும். ஒன்று ஒன்றினுட் புகுமாறு செறித்த வழியும் ஒன்றாகாவகையிற் கூடுதலும் பிரிதலும் செய்யும்.

நிலவணுவும் நீரணுவும் தீயணுவும் காற்று அணுவுமென நான்கு வகைப் படுவனவாகிய அவை, மலையாகவும் மரமாகவும் உடம்பாகவும் திரண்டு உருவாவதும் உண்டு. வெவ்வேறாகி விரிவதும் செய்யும். திரள்வதும் விரிவதுமாகிய அணுக்களின் அக் கூறுபாடுகளையறிவது உயிரென்று கூறப்படும். நிலவணு வன்மையுடையதாயிருக்கும்; நீர் அணுவானது கீழே வீழ்ந்து, குளிர்ச்சியுடன் சுவையுடையதாய், நிலத்தையடைந்து ஆழத்தே சுவறிவிடும், தீயணு, எரிப்பதும் மேனோக்கியெழுவதும் இயல்பாகவுடையதாகும். காற்றணு குறுக்கிட்டசையும் இயல்பினதாகும். இவை ஆதியில்லாப் பரமாணுக்கள். இவ் ஐவகை அணுக்களும் அநாதியான பரமாணுக்களாதலால்,வேறாகிய இயல்புகளையும் எய்தும் விகார முடையவாயினும் கேடுற்றுச் சிறிதும் இல்லையாமாறு அழிவது கிடையா. புதிதாக ஓரணுத் தோன்றி வேறோரணுவுக்குட் புகுவதுமில்லை. அநாதியான நீரணுக்கள் அத்தன்மையவான நிலவணுக்களாய் மாறுவதில்லை; ஓரணு இரண்டணுக்களாய்ப் பிளந்துபோவதும் கிடையாது; மேலும், நெல் முதலியவற்றைக் குற்றிப்பெறும் அவல்போல விரிவதுமில்லை. உலாவுவதும் தாழ்வதும் உயர்வதும் உண்டு. நிலவணுக்களாற் பொருந்திய மலை கரைந்து மணலாகிப் பிறவற்றோடு கூடும். பலவாய்த் தம்மிற் செறிந்து கூடியிருக்குமவை பின்னரும் அக்கூட்டத்திற் பிரிந்து தனித்தனியணுவாகவும் மாறும். மரமாய்க் கூடிய அணுக்கள் திண்மையுறக் கூடி வயிரமாகி வன்மையுடைய மரமுமாம். மூங்கிலாகி உள்ளே புழையுடையதாகும். வித்தாகி முளைக்கும். எல்லாப் பொருள்களிலும் நிறைந்திருக்கும் இந்த நிலமுதலிய நால்வகை அணுக்களும் நிலநீர் முதலிய பூதங்களாக நிலவுமிடத்து; தத்தமக்குரிய அளவிற் குறைதலும் சமமாதலுமின்றி, நிலமாகிய பூதநிகழ்ச்சிக்கு நிலவணு ஒன்றுகூடின் நீரணுவுக்கு முக்காலும் நெருப்புக்கு அரையும் காற்றுக்குக் காலுமாய்ப் பொருந்தும். பொருந்தும் அணுக்களுள் மிக்க வற்றால் இன்ன பூதமெனப் பெயர் கூறப்படும். இவ்வளவாக அணுக்கள் செறிவுற்றாலன்றி, நிலமாய் வன்மையுற்றிருப்பதும் நீராகிப் பள்ளம் நோக்கியோடுவதும் நெருப்பாகிச் சுடுவதும் காற்றாய் இயங்குவதும் ஆகிய இத்தொழில்களைச் செய்யா” (மணிமேகலை, ந.மு.வேங்கட சாமி நாட்டார் உரை விளக்கம்). அணுக்களைப் பற்றி இப்படியாக விவரித்துச் சொன்னாலும், அறிவியல் கண்ணோட்டத்துடன் இவை அணுகப்படவில்லை என்பதை உணரலாம். ஓரணு இரண்டணுக்களாய்ப் பிளந்துபோவதும் கிடையாது என்ற கூற்று இன்று பொய்த்துவிட்டது.

அணுக்களைப் பற்றிய புரிதலும் ஆய்வும் பெருகிய பிறகு, மேலைநாடு களில் வரிசையாக ‘அணு’ நூல்கள் வரத் தொடங்கின. இந்தியாவில் ஆங்கிலக் கல்வி கற்பிக்கப்பட்டமையால், கல்லூரிகளில் வேதியியல் பாடமாக வைக்கப்பட்டதனால், அணுவியலும் கற்பிக்கப்பட்டது. இந்திய விடுதலைக்குப் பிறகு 1954இல் அணு ஆராய்ச்சி மையம் தொடங்கப்பட்டது. அணு ஆய்வில் நாம் கவனம் செலுத்தத் தொடங்கியதால், ஆங்கில நூல்களைத் தமிழில் மொழிபெயர்க்கும் தேவையும் உண்டானது. தமிழில் அணுவியல் நூல்களும் வரத் தொடங்கின. பெரும்பாலும் பாடநூல்களுக்காகவே அவை மொழிபெயர்க்கப்பட்டன. அத்தகைய நோக்கம் ஏதுமில்லாது, ஓர் அறிவுப் புரிதலுக்காகவே இந்த மொழிபெயர்ப்பைத் தி.ஜா. செய்துள்ளார். ஹென்றி ஏ. டன்லப் மற்றும் ஹான்ஸ் என். டச் எழுதிய *Atoms at your service*

என்னும் நூலின் தமிழாக்கமே ‘அணு உங்கள் ஊழியன்’. ஓர் எழுத்தாளராக இலக்கிய உலகில் பெரும் புகழ் பெற்றிருந்த தி.ஜானகிராமன், இந்த நூலை மிகச் சிறந்த முறையில் மொழிபெயர்த்துள்ளார். அணு ஆய்வில் காலடி வைக்க எண்ணுவோர்க்கு, நல்லதோர் கதவைத் திறந்து காட்டும் நூல் இது.

ஒருகாலத்தில், குறிப்பாக உலகப் போருக்குப் பின், அணு என்கிற சொல்லைக் கேட்போர்க்கு அடிவயிற்றையே கலக்கும். நமது நினைவடுக்கு களில் பதிந்து கிடக்கும் அணுகுண்டு பற்றிய அச்சம் இன்னும்கூட முழுமையாக மாறிவிடவில்லை. ஆம். உலகப் போரின்போது அணுகுண்டு வீசப்பட்டது என்பது உண்மை. ஆனால், அதனைக் கடந்து வந்துவிட்டோம் என்பதை நாம் மறக்கக்கூடாது. அழிவிற்குப் பயன்பட்ட அணுப் பிளவினை ஆக்கத்திற்கு மடைமாற்றம் செய்யும் உத்தியைத் தொடங்கியபிறகு, இன்று பல்வேறு துறைகளிலும் நாம் வளர்ச்சி கண்டு வருகிறோம். அணுவாற்றலைப் புரிந்துகொள்ள வேண்டும் என்பதற்காக எழுதப்பட்ட நூலே, ‘அணு உங்கள் ஊழியன்’. எதற்காக எழுதினோம் என்ற நம் வினாவுக்கு, இந்நூலாசிரியர்கள் முன்னுரையில் தெளிவாகப் பதிலுரைத்துள்ளனர். “அணுசக்தி என்பது அவ்வளவு பெரிய ரகசியம் அல்ல. அதைப் புரிந்துகொள்ள யாராவது உண்மையாக விரும்பினால், கட்டாயம் அது புரியும். புரியும் என்றால், எல்லாரும் ஒரே இரவில் அணு விஞ்ஞானிகளாக ஆகிவிட முடியும் என்று அர்த்தமில்லை. வைத்தியராகவோ, வக்கீலாகவோ ரசாயனியாகவே ஆவதற்கு எவ்வளவோ படித்துப் பயிலவேண்டும். அதேபோலத்தான் இதுவும். ஆனாலும், அணுசக்தி பற்றிய சில அடிப்படையான தகவல்களை யாரும் புரிந்துகொள்ள முடியும். சாதாரண மக்களுக்கு அணுசக்தி எப்படிப் பயனளிக்கும், என்ன நன்மையளிக்கும் என்பதை யாருமே புரிந்துகொள்ளலாம்” என்கின்றனர்.

நூலின் நோக்கத்தையும் அவர் காலத்துத் தேவையையும் உணர்ந்து கொண்டதால்தான் தி.ஜானகிராமன் இந்நூலை மொழிபெயர்த்திருப்பார் என்று நம்பலாம். இந்தியா அணுவாராய்ச்சியில் கவனம் செலுத்தத் தொடங்கிச் சில ஆண்டுகளேயான நிலையில், அணு ஆற்றல் குறித்த புரிதல்கள் மேலும் தேவை என்னும் உயரிய நோக்கிற்காகவே அவர் மொழிபெயர்த்திருக்க வேண்டும்.

கொஞ்சமும் அலுப்பே தட்டாத ஒரு மொழிநடை என்பதால், யார் வேண்டுமானாலும் படித்து இதைப் புரிந்துகொள்ளலாம் என்பது, இந்நூலின் தனித்ததொரு சிறப்பாகும். இந்நூலிலுள்ள மொத்தக் கட்டுரைகள் பதினொன்று. அணுசக்தி அரிச்சுவடி, அணு உலை என அடுத்தடுத்துக் கட்டுரைகள். அணுவைப் பற்றிய தெளிவைப் பாமரனும் புரிந்துகொள்ளும் வகையில், எளிய நடையில் தேவையான படங்களோடும் ஜார்ஜ் கேமாவ் வழிப்பட்டுத் தி.ஜா. விளக்கியுள்ளார். ‘அணுசக்தியோடு பழகும் கலை’, ‘அணுப்பிளவிலிருந்து மின்சக்தி பெறும் முறை’ என அடுத்தடுத்துக் கட்டுரைகள் விரிகின்றன. இன்றைய அணு யுகமும், அணுவைக் கையாளும் சட்ட வழிமுறை பற்றியும் நூலின் இறுதிக் கட்டுரைகள் பேசுகின்றன. ஐம்பத்தாறு ஆண்டுகளுக்கு முன் எழுதப்பட்ட நூல் இது என்றாலும், இந்த நூலின் சில பகுதிகளைக் கட்டுரைகளாக்கிப் பாடநூலாக ஆக்கம்செய்து தரக்கூடிய அளவுக்குத் தகுதியுடையதாய் இருக்கிறது.

அதற்கு இன்றியமையாக் காரணங்களாக இரண்டைக் கூறலாம். ஒன்று தெளிந்த அல்லது சிக்கலற்ற நடை; இரண்டு பொருத்தமான முறையில் கையாளப்பட்டுள்ள கலைச் சொல்லாக்கங்கள். நூலைப் பாமரரும் புரிந்துகொள்ள வேண்டுமென்ற முனைப்புடன் தி.ஜா. மொழியாக்கம் செய்திருக்கிறார்.

தி.ஜா.வின் மொழிநடைக்குச் சான்றாக இரண்டொன்றைப் பார்த்தாலே, இந்நூலின் சிறப்பைப் புரிந்துகொண்டுவிடலாம். "ஓர் அணுவின் குறுக்களவு என்ன தெரியுமா? ஓர் அங்குலத்தில் பத்துக் கோடியில் ஒரு பங்கு! நமது பெரிய பூமியையும் ஓர் ஆப்பிள் பழத்தையும் ஒப்பிட்டுப் பாருங்கள். பூமியைவிட ஆப்பிள் எத்தனை மடங்கு சிறியதோ, அதேபோல அணுவும் ஆப்பிளைவிட அத்தனை மடங்கு சிறியது" என்று மூலத்தின் அழகு கெடாமல் பெயர்க்கிறார்.

"அணுவில் பெரும் பகுதி காலி இடம் என்பதைப் புரிந்துகொள்வதே கடினம்; இல்லையா? இதை எப்படி உருவகப்படுத்திச் சொல்வது? திருவண்ணாமலை கோபுரத்தின் அளவுக்கு ஒரு அணுவைப் பெரிது பண்ணினால், அந்த அணுவின் மையக் கரு, ஒரு மிளகளவு இருக்கும். அதைச் சுற்றிப் பலநூறு அடிகள் தள்ளி, எலக்டிரான்கள் என்ற மிளகுகள் சுற்றும் படத்தைப் பாருங்கள்" என்று ஒரு படத்தையும் ஒப்பீட்டிற்காக வரைந்து சேர்த்திருக்கிறார்.

'அணு மையக் கருவின் பிளவு' குறித்து விளக்கும் பகுதியும், தி.ஜா. நடைக்கு நல்லதொரு எடுத்துக்காட்டு. "பெரிய, கனம்மிக்க அணுமையத்தை வேகமான நியூட்ரான்களைக் கொண்டு, தாக்கினார்கள். இதன் பயனாகப் பெரிய மையக் கரு, இரண்டு சிறிய மையக் கருக்களாகப் பிளந்து போயிற்று. பிளக்கும் சமயத்தில் ஏராளமான வெப்பச் சக்தி உண்டாயிற்று. அதே காலத்தில் சில நியூட்ரான்களும் தனியாக வெளிவந்தன. இந்தப் பிளவு நிகழும் முறைக்குத் தான் அணுமையப் பிளவு என்று பெயர். அணுசக்தியை வெளிப்படுத்துவதில் இது மிக மிக முக்கியமான ஒரு கட்டமாகும்" என்கிறார். 1964இல் 'அணு உங்கள் ஊழியன்' வெளியாயிற்று. இன்று ஐம்பத்தேழு ஆண்டுகளைக் கடந்தும் அந்த நூலைப் பற்றிச் சிந்திக்கிறோம் என்றால், அதற்குத் தி.ஜா.வின் எளிய நடையே முதன்மையான காரணமாகும்.

அணு ஆராய்ச்சி தொடர்ந்து நடைபெற்று வருகிறது. தற்கால அணு ஆய்வு (1964–2021), மிக மேம்பட்ட நிலையில் இருக்கிறது. 1964ஆம் ஆண்டளவில் கண்டறியப்பட்ட தனிமங்களின் எண்ணிக்கை 94 மட்டுமே. தி.ஜா.வின் இந்த நூலிலும் இதே எண்ணிக்கை சுட்டப்பட்டுள்ளது. ஆனால், 2016ஆம் ஆண்டளவில், செயற்கைத் தனிமங்களையும் சேர்த்து, 118ஆக இவை உயர்ந்துள்ளன. தற்போது, 119ஆம் தனிமமாக ஜப்பான் RIKEN ஆய்வகத்தில் கருதுகோள் அளவில் Ununennium (செயற்கைத் தனிமம்) வடிவம் பெறத்தக்க அளவில் இருக்கிறது. மக்கள் தொகைப் பெருக்கத்தாலும், தொழிலகங்களின் பெருக்கத்தாலும், மின்சாதனங்களின் பயன்பாடுகள் கூடியதாலும் மின்சாரத் தேவை பெருகிக்கொண்டேபோகிறது. நீர்மின் நிலையங்கள், சூரியசக்தி மின்உற்பத்தி முதலானவைவழி மின்சாரத்தை உருவாக்கினாலும் தன்னிறைவை அடைய இயலவில்லை. எனவே, அணு மின் நிலையங்களின் தேவையும் பெருகிவருகிறது.

தொடக்கத்தில் அணுப்பிளவு அழிவுக்கு மட்டுமே என்று கருதிய போக்கிருந்தது. அணுப் பிளவை ஆக்கத்திற்கும் பயன்படுத்தலாம் என்ற சிந்தனையின் முகிழ்வே அணுமின் ஆக்கம். 1942இல் உலகின் முதல் அணு உலை உருவாக்கப்பட்டது. தற்போதைய மின் உற்பத்தியில் 11 விழுக்காடு அளவுக்கு அணுமின் நிலையங்களே பூர்த்திசெய்கின்றன.

இப்படி எத்தனையோ விதங்களில் மனிதகுல முன்னேற்றத்திற்கு அணு ஆற்றலைப் பயன் படுத்தினாலும், கரணம் தப்பினால் மரணம் என்பதுபோல் சிறு பிழை ஏற்பட்டாலும் அணுக் கதிரியக்கம் பெருஞ்சேதத்தை ஏற்படுத்திவிடும். உலையிலிருந்து வெளியேறும் கதிரியக்கக் கழிவுகளால் சுற்றுச்சூழல் மாசு ஏற்படுகிறது. கடல்வாழ் உயிரினங்களுக்குப் பெருந்தீங்கை உருவாக்கும் ஆபத்துமுள்ளது. செர்னோபில் விபத்தை யாரும் மறந்துவிட முடியாதுதானே!

ஆனால், எக்ஸ்ரே கதிரிலும்கூட ஆபத்து இருக்கத்தான் செய்கிறது. அதனை விழிப்பாகக் கையாளப் பழகியிருக்கிறோம். அதைப் போலவே அணு உலைகளையும் நாம் முறையாகப் பயன்படுத்தினால், உண்மையில் நமக்கு ஆக்கமே விளையும். தி.ஜானகிராமனைப் பொறுத்தவரையில், அணு ஆற்றலில் நம்பிக்கையுள்ளவர் எனக் கருத இடமுண்டு. இல்லாவிடில், இந்த மொழிபெயர்ப்பினை அவர் செய்திருக்கமாட்டார். பின்வரும் இந்நூற்கருத்தை உட்கொண்டே தி.ஜா., இம்மொழிபெயர்ப்பைச் செய்திருக்கலாம். “அணு சக்தியின் ஆக்கப் பயன்களைப் பற்றிய அறிவைப் பகிர்ந்துகொள்வது எல்லா நாடுகளுக்கும் முக்கியமான விஷயம். அது சிறிய நாடோ, பெரிய நாடோ, அணு சக்தி அதனிடம் இருக்கிறதோ இல்லையோ – எப்படியானாலும் அது முக்கியமான விஷயம். பெரிய நாடுகள் பல செய்திகளை வெளியிட்டுப் பகிர்ந்து கொள்ளத்தான் வேண்டும்” என்கிறார்கள் இந்நூலாசிரியர்கள்.

இந்த நூல் 1964இல் வெளிவருவதற்கு முன்பு, 1957, 1959, 1961ஆம் ஆண்டுகளில் அணு உலை விபத்துகள் ஏற்பட்டன. இவை பற்றித் தி.ஜா. அறியாதிருந்திருக்க மாட்டார். ஆனாலும், அணு உலைகள் ஆக்கப் பயன்பாட்டிற்கு உதவும் என்று உறுதியாகத் தி.ஜா. நம்பியிருப்பார். அது தொடக்கக் காலம்தானே! விமானங்கள் அவ்வப்போது விபத்துக்கு உள்ளாகின்றன என்பதால், விமானமே வேண்டாம் என்று யாரும் சொல்வதில்லை. விமான விபத்துகள் ஏற்படாதவாறு பாதுகாப்பாக இயக்கும் வழிகளைக் கண்டறிந்து அடுத்தகட்டத்திற்கு நாம் நகர்ந்துபோவதைப்போல் அணு உலைகளால் ஆபத்துகளிருந்தாலும் எச்சரிக்கையாகக் கையாண்டு முன்னேறிச் செல்லவேண்டும் என்று கூறுவோர் கருத்தையும் இங்கே நாம் கவனத்தில் கொள்ளலாம். ஆஸ்திரேலியா, ஆஸ்டிரியா, நியுசிலாந்து, நார்வே முதலான பதினாறு நாடுகள் அணு உலைகளை நிறுவ எதிர்ப்புத் தெரிவிக்கின்றன. கடந்த ஆண்டு (2020), இத்தாலி தன் நாட்டின் அணுவுலைகள் அனைத்தையும் நிரந்தரமாக மூடிவிட்டது. பெல்ஜியம், ஜெர்மனி, ஸ்பெயின், சுவிட்சர்லாந்து ஆகியன 2030க்குள் தம் அணுவுலைகளை மூடத் தீர்மானித்திருக்கின்றன. உலகம் முழுதும் அணுத்திறன் பயன்பாடு, 2005–2015க்கு இடைப்பட்ட காலத்தில் 0.7% ஆகக் குறைந்திருக்கிறது.

உலக நாடுகளுக்கிடையே போர் ஏற்பட்டால் அணுகுண்டுகள் பயன்படுத்தப்படலாம் என்கிற கவலை எல்லோருக்கும் இருக்கிறது. அணுக்கழிவுகளால் ஒரு பக்கம் சுற்றுச் சூழல் மாசு அடைகிறது எனச் சூழலியலாளர் குரல் கொடுப்பதைப் புறந்தள்ள முடியாது. அணுக்கதிரியக்க விபத்துகளை முற்றிலும் தடுக்கவியலாத நிலையில் இருக்கிறோம். பெரிய அளவில் அணுக் கதிரியக்கம் வெளியேறினால், பெருஞ்சேதத்தை எதிர்கொள்ள யாரும் ஆயத்தமாயில்லை என்பதே உண்மை. விரைவில் யுரேனியப் பயன்பாடு குறைந்து சூரிய மின்னாற்றல் பெருகும் என்று எதிர்பார்க்கலாம். இயற்கைவளியைப் *(Natural gas)* பயன்படுத்தவும் ஆதரவு கூடுகிறது. நீரியத்தை *(Hydrogen)* மாற்று எரிபொருளாகப் பயன்படுத்தலாம். அணுக்கழிவுகள் குறையும் என்பதால், யுரேனியத்திற்கு மாற்றுப்பொருளாகப் தோரியத்தைப் *(Thorium)* பயன்படுத்தவும் சிலரிடையே ஆதரவுள்ளது. ஒருவேளை தி.ஜா. இப்போதிருந்தால், இப்புதிய மாற்றங்களைத் திறந்த மனத்துடன் வரவேற்றிருப்பார்.

கால வளர்ச்சிக்கேற்ப அணுவாற்றலால் இயங்கும் நீர்மூழ்கிக் கப்பல், அணு உலைக் கப்பல் என்று முன்னேறிச் சென்றாலும் பாதுகாப்பாகக் கையாண்டு அணுப் பிளவை வளர்ச்சிப் பணிகளுக்கு எடுத்துச் செல்லவேண்டிய முன்வழிமுறைகளைப் பேசுகிறது இந்நூல். இந்த அணு யுகத்தில், நம் உலகத்துக்குத் தேவையான அணுவாற்றல் சட்டமும் உருவாக்கப்பட்டு விட்டது. ஒவ்வொரு தமிழனும், அணுவைப் பற்றியும் அணுவாற்றல் சட்டத்தைக் குறித்தும் புரிந்துகொள்ள வேண்டும் என்கிற ஓர் உயரிய நோக்கினால் நல்ல தமிழில் தி.ஜா. இந்நூலை மொழியாக்கம் செய்துள்ளார். அணு பற்றிய ரகசியம் ஏதுமில்லை என்பதைத் திறந்துகாட்டும் ஒரு சிறந்த நூல் இது.

38

மொழிபெயர்ப்பாலும் வியக்க வைக்கும் தி.ஜா.!

சைபர்சிம்மன்

தி.ஜா.வை முழுமையாக அறிந்தவனில்லை என்னும் தன்னிலைக் குறிப்புடனேயே, நான் இந்தக் கட்டுரையைத் தொடங்க விரும்புகிறேன். தி.ஜா.வின் தீவிர வாசகர்களில் கடைக்கோடியிலேனும் நிற்கத் தகுதியுடையன் என்ற முறையில்தான், இதைக் குறிப்பிடுகிறேன். ஒரு புனைவிலக்கிய மேதையைப் பற்றி எழுதும்போது, இந்த முந்திரிக் கொட்டைத்தமான தன்னிலை விளக்கம் எதற்கு எனில், தி.ஜா, மொழிபெயர்த்துள்ள அறிவியல் நூலைப் படித்தபோது ஏற்பட்ட வியப்பைப் பதிவு செய்வதற்காகத்தான்.

இந்த வியப்பும் இரண்டு படிநிலையிலானது. முதல் ஆச்சர்யம், சிறந்த நாவல்களுக்கும் சிறுகதைகளுக்குமாக அறியப்படும் தி.ஜா., அறிவியல் நூல்களையும்கூட, நுட்பமாக மொழிபெயர்த்திருக்கிறார் என்பது. பயண இலக்கியம் மூலம் அபுனைவிலும்கூடத் தி.ஜா. அழுத்தமான பங்களிப்பு செலுத்தியிருக்கிறார் என்றாலும், அறிவியல் நூலை அவர் மொழிபெயர்த்திருக்கிறார் என்பது, அவர் மீதான பிரமிப்பை மேலும் கூட்டுகிறது.

இரண்டாவது பெரிய ஆச்சர்யம், மொழிபெயர்ப்பிற் காகத் தி.ஜா. தேர்வு செய்துள்ள மூல எழுத்தாளர். ஜார்ஜ் கேமாவ் எழுதிய 'ஏ பிளானட் கால்டு எர்த்' என்னும் நூலைத் தி.ஜா., 'பூமி எனும் கோள்' எனத் தமிழில் கொண்டு வந்திருக்கிறார். கேமாவும் எனக்குப் புதியவராக இருக்கிறார். அறிவியல் புனைகதை எழுத்தாளர்கள் ஜூல்ஸ் வெர்னே, எச்.ஜி.வெல்ஸ், ஐசக் அசிமோ, அறிவியல் எழுத்தாளர்கள் காரல் சகான் உள்ளிட்டோரின் பெயர்கள் பரிச்சியமாக இருந்தாலும், கேமாவ் கேள்விப்பட்டிராத ஒருவராகவே இருக்கிறார்.

இப்படி ஓர் எழுத்தாளரின் நூலை எங்கிருந்து தேடிப்பிடித்துத் தமிழுக்குக் கொண்டு வந்தார் என்னும் கேள்வியோடு நூலைப் படிக்கத் தொடங்கினால், யார் இந்தக் கேமாவ், இவரைப் பற்றி எப்படி நாம் அறியாமல் போனோம் என்ற ஆச்சர்யமே மேலிடுகிறது. கேமாவ் பற்றி ஆச்சர்யம் கொள்ள இன்னும் நிறைய இருக்கிறது என்றாலும், முதலில் இந்நூல் பற்றிப் பார்த்துவிடலாம். அறிவியல் நூலை இப்படி வர்ணிப்பது கொஞ்சம் முரண்தான் என்றாலும், கேமாவ் பூமியின் ஜாதகத்தையே முழுமையாக விவரித்திருக்கிறார். பூமி எவ்வாறு தோன்றியது, அதன் வயது என்ன, மற்ற கோள்களுடனான அதன் உறவு என்ன, பூமியின் மேற்பரப்பு எப்படி இருக்கிறது, பூமியின் உட்புறத்தை ஊடுருவிப் பார்ப்பது எப்படி எனக் கேள்விகள் பலவற்றுக்குப் பதிலளித்துப் பூமி பற்றிய முழுமையான அறிவியல் சித்திரத்தைத் தரும் வகையில் இந்தப் புத்தகத்தை எழுதியிருக்கிறார்.

பூமி பற்றியும், பிரபஞ்சம் தோன்றியது பற்றியும் பலர் எழுதியிருக்கின்றனர். ஓரளவு அறிவியல் ஆர்வம் உள்ளவர்கள்கூடப் பல நூறு கோடியாண்டுக்கு முன் நிகழ்ந்த, 'பிக் பேங்' எனப்படும் பெருவெடிப்பினால் பிரபஞ்சம் உண்டானது எனும் கருத்தை அறிந்திருப்பார்கள். பெருவெடிப்பிற்குப் பின்னர் பிரபஞ்சத்தில் நிகழ்ந்த மாற்றங்களையும், பூமி உள்ளிட்ட கோள்கள் உருவானதையும் கூறப் பல்வேறு அறிவியல் கோட்பாடுகள் இருக்கின்றன. தவிரப் பூமியில் உயிரினம் தோன்றிய விதம், அணுக்களின் அமைப்பு, நட்சத்திரங்களின் பண்பு உள்ளிட்டவை குறித்தும் பல விரிவான கோட்பாடுகள் இருக்கின்றன. மேலும், பரிணாமக் கொள்கை, மூலக் கூறுகளின் செயல்பாடு, கண்டங்களின் அமைப்பைப் பற்றியெல்லாம் விளக்கும் கருத்தாக்கங்களும் இருக்கின்றன.

ஆனால், பூமி பற்றிய புரிதலை அளிக்கக்கூடிய எல்லா விதமான அறிவியல் கருத்துகளையும் திரட்டிச் சாறாகப் பிழிந்து ஒருசேர அளிப்பது சாத்தியமா? எனத் தெரியவில்லை. ஆச்சர்யப்படும் வகையில் கேமாவ், அதைத்தான் செய்திருக்கிறார். முந்நூறுக்கும் குறைவான பக்கங்களில், ஆதிக்கும் முந்தைய காலத்தை விளக்கி, அதிலிருந்து பூமி தோன்றிய கதையையும் சுருக்கமாகக் கூறி, பூமியின் சகாக்கள் பற்றி விவரித்துவிட்டு, பூமி சார்ந்த இன்னும் பிற கேள்விகளுக்கும் பதிலளித்துக் கேமாவ் அசர வைக்கிறார்.

அவ்வகையில், இப்புத்தகத்தை ஓர் அறிவியல் களஞ்சியம் என்றுதான் சொல்ல வேண்டும். ஒரு வேறுபாடு. களஞ்சியத்தில் தென்படக்கூடிய அலுப்பூட்டும் தன்மை இல்லாமல், ஒரு கதைபோலப் பூமியின் வரலாற்றை அழகாக விவரித்திருக்கிறார். இந்த அழகில் எங்கும் அறிவியல் பார்வைக்குப் பங்கம் வந்துவிடவில்லை என்பதும் கவனிக்க வேண்டிய விஷயம். நூல் பிடித்ததுபோல் அறிவியல் கோட்பாடுகளை விளக்கியபடி, தேவைப்படுமிடங்களில் அறிவியல் ஆதாரங்களையும் அடுக்கியபடி, கேமாவ் பூமியின் கதையை சொல்லியிருக்கிறார்.

இங்கு இன்னொரு விஷயத்தையும் சொல்லிவிட வேண்டும். முதல் பத்து அல்லது இருபது பக்கங்களைப் படிக்கும்போதுதான், இது மொழிபெயர்ப்புப் புத்தகம் என்ற ஓர் எண்ணம் இருக்கிறது. தொடர்ந்து படிக்கும்போது,

ஏதோ கேமாவ், தமிழில் எழுதிய மூலநூலைப் படிப்பது போலிருக்கிறது. அந்த அளவுக்குத் திறமையாகத் தி.ஜா. அறிவியல் உண்மைகளை உள்வாங்கிக்கொண்டு, தம் எழுத்தாளுமையைச் சற்றுத் தள்ளி வைத்துவிட்டு, கேமாவை நம் முன் கொண்டுவந்து நிறுத்திவிடுகிறார்.

கேமாவையும் சும்மா சொல்லக்கூடாது. அறிவியலாளர் என்பதைத் தாண்டி, ஒரு கதைசொல்லியாகச் சரளமாக நமக்கு விஷயங்களை விளக்குகிறார். இதற்கேற்பப் பூமியின் தோற்றம் தொடர்பான புராணக் காலக் கதைகளுடனேயே இந்நூலைத் தொடங்குகிறார். எகிப்து, கிரேக்கம், இந்தியா எனப் பலவிதச் சமூகங்களிலும் பூமி பற்றிய பூர்வக் கதைகளைக் கோடிட்டுக் காட்டிவிட்டு, அவற்றை நகைக்காமல், அறிவியல் பாதைக்கு வந்துவிடுகிறார். அதன் பிறகு, முழுக்க முழுக்க அறிவியல் தகவல் விருந்துதான் என்றாலும், இடையிடையே தாம் ஒரு தேர்ந்த கதை சொல்லி என்பதை நினைவூட்டிப் புத்தகத்தில் நம்மை லயிக்கச் செய்துவிடுகிறார்.

இனி வரும் பக்கங்களில் அறிவியலுக்கும் குறைவிருக்காது, சுவாரஸ்யத்திற்கும் பஞ்சம் இருக்காந்து என உணர்த்திப் புராணக் கதைகளிலிருந்து அறிவியலுக்குத் தாவும்போது, நம் பூமியின் வயது பற்றிப் பேசிக் கடல் நீர் ஏன் இவ்வளவு உப்பாக இருக்கிறது எனும் கேள்வி பயனுள்ளதாக இருக்கும் எனக் குறிப்பிட்டு, அதற்கான விளக்கத்தையும் அளிக்கிறார். கடல்நீர் ஏன் இத்தனை உப்பாக இருக்கிறது? இந்தக் கேள்விக்குப் பதில் கடல்நீரிலும் இல்லை, மழைநீரிலும் இல்லை. பூமி உருவானபோது, அது மிகவும் வெப்பமாயிருந்திருக்க வேண்டும். அப்போது நீர் அனைத்தும் வாயுமண்டலத்தில் நீராவி வடிவிலிருந்திருக்க வேண்டும்.அதன் கொதிநிலைக்கும் குறைந்தபோது, குளிர்ந்து மழையாகக் கொட்டியிருக்க வேண்டும். மழையில் உப்பு கிடையாது. ஆனால், அது ஆறுகளாகப் பாய்ந்து கடலில் கலக்கும் வழியில் பாறைகளை அரித்துக்கொண்டு பாய்ந்தோடும்போது, நுண்ணிய உப்பையும் கடலில் கொண்டு சேர்த்திருக்கும். மீண்டும் கடல் நீர் ஆவியாகி மழை பெய்யும், ஆறாகப் பாயும், உப்பு மேலும் சேரும். ஆனால், கடலில் சேரும் உப்பு அங்கேயேதான் இருக்கும். ஆவியாகாது. இப்படித்தான் கடல் உவர்ப்பானது என்கிறார் கேமாவ்.

கடல் நீரில், உப்பின் அளவு நூறில் மூன்று பங்கு என்று இருப்பதால், சுத்தமாக இருந்த கடலுக்குள் இத்தனை உப்பும் வருவதற்கு ஆறுகள் எத்தனை ஆண்டுகள் பாய்ந்தோடியிருக்க வேண்டும் எனக் கணக்கிட்டால், பூமியின் வயதைக் கண்டு பிடித்துவிடலாம் என்கிறார். ஆனால், இதிலும் ஒரு சிக்கல் இருக்கிறது என்கிறார். பூமியின் அமைப்பும் அதன் பாறைகளும் ஒரே மாதிரியாக இருந்ததில்லை என்பதால், இந்தக் கணக்கு அத்தனை துல்லியமாக இருக்காது என்கிறார். அதோடு, கடலில் சேர்ந்த உப்பு அவ்வளவும் அப்படியே தங்கியிருக்காது, உவர் ஏரி போன்றவையாக அவை மாறியிருக்கலாம் என்கிறார்.

இப்படியாகக் கேள்வி, எதிர்க்கேள்வி என எழுப்பி, அதற்கு மேலும் விளக்கம் தந்து செல்வதே கேமாவின் பாணியாக இருக்கிறது. உப்பின் அளவை வைத்துக் கடலின் வயது சில நூறு கோடியாண்டாயிருக்கலாம்

எனக் குத்துமதிப்பாகக் கணிக்கலாம் எனக் குறிப்பிட்டுவிட்டு, இதைவிடப் பூமியின் மேற்பரப்பில் இருக்கும் பாறைகளில் ஒளிந்திருக்கும் கதிரியக்கத் தன்மை மூலம் பூமியின் வயதைக் கணிக்கலாம் என்கிறார். பூமியின் மேற்பரப்பில் உள்ள பாறைகளின் அமைப்பை விவரிக்கும்போது, அடியாழப் பாறைகள், அவற்றுடன் தோன்றியிருக்கக்கூடிய ஆதி விலங்குகள் பற்றி எல்லாம் கேள்வி எழுப்பி, பூமியின் வயதைக் கணிக்க, வானம் எதிர்பாராத உதவி செய்வதாகக் கூறி, வானில் உலாவும் கோள்களுக்கிடையிலிருந்து வந்துவிழும் கற்கள் கொண்டு பூமியின் வயதைக் கணிக்கலாம் என்கிறார். இதனிடையே, பூமி மீது சின்னதும் பெரிதுமாகக் கோடிக்கணக்கில் கற்கள் வந்துவிழுவதாகச் சொல்லும்போது, அச்சமும் ஆச்சர்யமுமாக இருக்கிறது.

செவ்வாயும் வியாழனும் உலாவும் ஒரு பாதையில், அவற்றிற் கிடையே ஒருகாலத்தில் உலாவிய கோள் ஒன்று சிக்கிச் சிதறிச் சின்னாபின்னமாகிப் போய், அதிலிருந்து எஞ்சிய துகள்களே இந்தக் கற்கள் எனக் கருதப்படுவதாகவும் கூறுகிறார். இல்லாது போன இந்தக் கிரகத்தை ஆஸ்ட்டர் என அழைப்போம் எனக் கூறுபவர், அந்தக் கிரகத்திற்கு என்ன ஆனது எனத் தெரிய வழியில்லை என்கிறார். அதே போக்கில், கொஞ்சம் நகைச்சுவையோடு, அதிலிருந்த ஜீவராசிகள் அணுசக்தி கண்டுபிடித்து அதை வெடித்து, அதனால் கிரகமும் வெடித்துப் போயிருக்கலாம் என்கிறார்.

முதல் அத்தியாயத்தின் ஆரம்பப் பக்கங்களிலேயே இத்தனை தகவல்களையும் சுவைபட அடுக்குபவர், காண்ட் - லாப்லெஸ் கொள்கையிலிருந்து, முழுமையான விஞ்ஞான ஆய்வையும் விளக்கத்தையும் தொடர்கிறார். காண்ட் – நமக்கெல்லாம் தெரியும். ஜெர்மன் தத்துவ மரபின் மூலவர்களில் ஒருவர். இவர் எழுதிய, ‘வானின் பொது இயற்கை வரலாறும் கொள்கையும்’ எனும் நூலில், சனி கிரகத்தைச் சுற்றியுள்ள வளையம்போல, சூரியனைச் சுற்றி வாயுப் பொருட்களான வளையம் ஒருகாலத்தில் இருந்திருக்க வேண்டும் என்கிறார். நியூட்டன் கூறிய ஈர்ப்பு விசை செயலால், இவ்வளையத்திலிருந்த வாயுக்கள் பிரிந்தும் சேர்ந்தும் கோள்களாகிச் சூரியனைச் சுற்றத் தொடங்கியிருக்க வேண்டும் என்பது காண்ட்டின் கருத்து.

அதன் பிறகு, பிரெஞ்சு கணித மேதையான லாப்லாசும், ‘உலக மண்டல சர்ச்சை’ எனும் புத்தகத்தில், இதே கருத்தை வெளியிட்டிருக்கிறார். இருவருமே, தங்கள் கருத்துகளைக் கணிதரீதியாக விளக்கவில்லை, இதைத் தத்துவவாதி காண்ட் செய்ததில் வியப்பில்லை. ஆனால், கணித மேதையான லாப்லாசும், இப்படிச் செய்ததுதான் வியப்பு என்கிறார் கேமாவ். இருக்கட்டும். நூறு ஆண்டுகள் கழித்துப் பௌதீக விஞ்ஞானி மேக்ஸ்வெல், கணிதரீதியாக ஆராய்ந்தபோது, சூரியனைச் சுற்றியிருந்த வளையம் கோள்களாக மாறின என்றால், சனிக்கிரகத்தின் வளையம் ஏன் அவ்வாறு மாறவில்லை எனக் கேட்டதைச் சுட்டிக்காட்டும் கேமாவ், இந்தப் புதிருக்கு விடையளித்த வைஸ்ஸாக்கர் என்ற இளைஞரின் விளக்கத்தையும் விவரித்து, 1943இல் அவர் முன்வைத்த கோட்பாட்டைக் குறிப்பிடுகிறார். நட்சத்திர மண்டலத்திலுள்ள தூசுகளும், பெருந்தூசுகளும் கோடிக்கணக்கான ஆண்டுகளில் பரஸ்பரம் மோதி

ஒன்றாகிக் கோள்களாகியிருக்க வேண்டும் என்பதுதான் இதன் அடிப்படை. பொருட்கள் ஒன்றோடு ஒன்று மோதிச் சிதறுவது இயல்பென்றாலும், பெரிய பொருளுடன் சிறிய பொருள் மோதும்போது, அது ஐக்கியமாகிவிடும் அறிவியல் அடிப்படையையும் இதனிடையே விளக்கிவிடுகிறார்.

தொடர்ந்து கோள்களுக்கிடையிலான தொலைவு மற்றும் அவற்றின் அறிவியலை விளக்குபவர், உயிர்கள் வாழும் உலகங்கள் உண்டா என்னும் ஒரு கேள்வியையும் எழுப்புகிறார். சூரிய மண்டலம்போல, ஏனைய நட்சத்திரங்களும் மண்டலங்களை உருவாக்கியிருக்கும் எனக் கூறுபவர், வேற்றுக் கிரகவாசிகளின் சாத்தியம் பற்றிய குறிப்புடன் முதல் அத்தியாயத்தை முடிக்கிறார்.

அடுத்த அத்தியாயத்தில், பூமியின் துணைக்கோளான சந்திரன் பற்றிச் சிறப்பாக விவரிக்கிறார். சூரியசந்திரர்களின் ஈர்ப்பு விசையால்தான், பூமியின் கடல்மட்டத்தில் மாற்றங்கள் ஏர்படுவதாகக் கூறுபவர், இதற்கான அறிவியல் அடிப்படைகளையும் எளிதாகப் புரிய வைக்கிறார். பூமியின் கண்டங்கள் ஒன்றின் மீது பெரிய எஃகுக் கோபுரம் அமைத்து, அதன் மீது சந்திரனைப் பொருத்தினால், அந்தப் பகுதியில் எப்போதும் கடல் நீர் ஏற்றமாயிருக்கும், மறுபக்கம் எப்போதும் இறக்கமாயிருக்கும் என்னும் சுவாரஸ்யமான கற்பனை உதாரணத்தையும் குறிப்பிட்டுச் சந்திரனின் தன்மையை விவரித்துக்கொண்டு செல்கிறார்.

சந்திரனின் ஈர்ப்பு விசையால், பூமியில் கடலில் ஏற்ற இறக்கம் ஏற்படுவதுபோல, சந்திரனில் பூமியின் ஈர்ப்பு விசை தாக்கத்தை ஏற்படுத்த அங்குக் கடலில்லையே என்கிறார். தொடர்ந்து, 'நீர் ஏற்றங்களும் யுகங்களும்' எனும் தலைப்பிலான ஜார்ஜ் டார்வினின் (சார்லஸ் டார்வினின் மகன்) நூலைக் குறிப்பிட்டு, ஏற்ற இறக்கத்தை இயக்கும் அறிவியலை மேலும் விளக்கிச் செல்கிறார். இதற்கிடையே ஜார்ஜ் டார்வினின் கோட்பாட்டிற்கான ஆதரவு மற்றும் எதிர்ப்பையும் தொட்டுச் செல்கிறார்.

சந்திரனில் தெரிந்துகொள்ள இத்தனை சங்கதிகளா என்று வியப்பதற்குள், இந்நூலில் பூமியைப் பற்றியே கூறப்போகிறோம் என்றாலும், அதற்குமுன், சூரிய மண்டலத்தின் மற்ற கிரகங்களைப் பற்றியும் கூறி, அவற்றின் பௌதீக இயல்புகளைப் பூமியின் இயல்புகளோடு ஒப்பிட்டுப் பார்க்கலாம் என்கிறார். கொசு, யானை போன்ற பல பிராணிகளை ஆராய்ந்தால், மனித உடல் பற்றி நன்றாக அறிந்துகொள்ள முடிவது போலத்தான் இதுவும் என்கிறார் கேமாவ்.

பூமி தவிரப் பிற கிரகங்கள் பற்றி விவரிப்பவர், கிரகங்கள் தம் வாயு மண்டலத்தை ஏன் இழக்கின்றன என்னும் கேள்விக்கும் பதிலளிக்கிறார். வாயுக் கூறுகளின் தன்மையை விவரிப்பவர், மூலக்கூறுகள் ஈர்ப்பு விசையிலிருந்து தப்பியோடி விடுவதையும், அவற்றிலிருந்து விடுபடத் தேவையான ஓடும் வேகத்தையும்கூடக் குறிப்பிடுகிறார். ஹீலியம், ஹைட்ரஜன் உள்ளிட்ட வாயுக்களின் வேகத்தைப் படிக்கும்போது விஞ்ஞானிகள் எப்படியெல்லாம் உழைத்திருக்கின்றனர் என்று நாம் வியக்காதிருக்க முடியவில்லை. தப்பியோடும் மூலக்கூறு இயல்பின்

அடிப்படையில், பூமியின் மேற்பரப்பில் ஹைட்ரஜன் வாயு சொற்பமாயிருப்பதை எளிதாகப் புரிய வைக்கிறார்.

பூமியின் வாயுமண்டலத்தைச் சுற்றிக் கண்ணாடி உறை ஏதும் இல்லை. ஆனால், வாயுப்பொருள் முடிவில்லாமல் விரிவடையாமல் அதை ஈர்ப்பு விசை தடுக்கிறது என்பது போன்ற விளக்கங்களும் பூமியின் மீதான ஆர்வத்தை அதிகமாக்குகின்றன.

கிரகங்களில் உயிர்கள் வாழ முடியுமா? எனக் கேட்டு, உயிர் என்ன என்றால் நமக்குத் தெரியாது என விடையளித்து, அதற்கான விளக்கத்தைத் தொடர்கிறார். உயிர் வாழ நீர் அவசியம் எனும் கருத்தை வலியுறுத்திச் சுக்கிரன், புதன் உள்ளிட்ட கிரகங்களின் இயல்பை விளக்கிச் செல்கிறார். அடுத்ததாகக் 'காலின் கீழ் நரகம்' என்னும் தலைப்பிலான அத்தியாயத்தில், அறிவியல் புனைகதையாளர் ஜூல்ஸ் வெர்ன் எழுதிய கதையில் வரும் பூமியின் அடியாழம் நோக்கிய பயணத்தைச் சுட்டிக் காட்டி, பூமியின் மேற்பரப்பின் தன்மை, பாறைகளின் இயல்பு மற்றும் அடியாழத்திலுள்ள பாறைகளின் தன்மை பற்றிப் பேசுகிறார். பூமியின் அடியாழத்தை அறிய முடியுமா என்னும் கேள்வியையும் கேட்டுக்கொள்ள வைப்பவர், ஆப்பிள் பழத்தை லேசாகக் கிள்ளிப் பார்த்து அதன் உட்புறம் பற்றி அறிவதுபோல, பூமியின் அடியாழத்திற்குச் செல்லாமலேயே, நில நடுக்க அதிர்வுகள் பாறைகளில் பாயும் வேகத்தை வைத்துப் பூமியின் அடியாழத்தையும் அதனடிப்படையில் பூமியின் வயதையும் அறியலாம் என்கிறார்.

நில நடுக்கச் செயல்பாட்டை விவரிக்கும்போது, அதன் அமுக்குவிசை மற்றும் சறுக்குவிசை பற்றிக் குறிப்பிடுபவர், பூமியின் ஆழத்தில் பாறைகள் வெப்ப மிகுதிக் குழம்பாகி, அழுத்த மிகுதியால் திடத்தன்மையும் பெற்றிருப்பதை விளக்கி, இதற்கு உதாரணமாக அரக்கின் விநோதத் தன்மையையும் உதாரணமாகச் சொல்லி வியக்கவைக்கிறார். இந்தப் பகுதியில் பூமியின் மேற்பரப்பின் தன்மை, கண்டங்களின் அடுக்குகள் உராய்ந்து கொள்வது, மலைத் தொடர்களின் ஆதிகால வரலாறுகளை எல்லாம் விளக்குகிறார். கேமாவ் துணைக்கழைக்கும் அறிவியல் கோட்பாடுகள் எல்லாமே சிக்கலானவை என்பதால், பாடப்புத்தகம்போல விரிவான சில படங்களுடன் அவற்றின் தன்மையை விளக்குகிறார். ஆனால், பாடப்புத்தகம் தரும் அலுப்போ, அயர்ச்சியோ இல்லாமல், மிக எளிமையாக ஆனால் தெளிவாக அமைகின்றன கேமாவின் விளக்கங்கள்.

சரளமாகப் படித்துச் செல்லலாம் என்றாலும், சில அறிவியல் கோட்பாடுகளைப் புரிந்துகொள்ள மீண்டும் மீண்டும் படித்துப் பார்க்க வேண்டியிருக்கும். பூமாலைபோலக் கருத்துகளைக் கட்டியிருப்பதால், நடுவே படிக்கும் கருத்தைப் புரிந்துகொள்ள முதலில் படித்த கருத்தைப் பொருத்திப் பார்க்கவேண்டும். ஆனால், இதன் பயனாக ஏற்படும் புரிதல் ஏற்படுத்தும் திருப்தி நிகரில்லாதது. அதேபோல, இந்த நூலில் கேமாவ் குறிப்பிடும் செய்திகளும், அவற்றை அவர் விவரிக்கும் அவ்விதமும் வியப்பளிப்பவை. பூமியின் மேற்பரப்பிலும், நீருக்கடியிலும் மலைத் தொடர்கள் தோன்றிய விதம் பற்றிக் குறிப்பிடுபவர், பூமி சந்தித்த எண்ணற்ற புரட்சிகளையும் விவரிக்கிறார். ஆம், வரலாற்றில் புரட்சிகளும் கிளர்ச்சிகளும்

உண்டானதுபோலப் பூமியின் வரலாற்றிலும் புரட்சிகள் ஏற்பட்டுள்ளன. இவற்றைப் பொருட்படிவப் பக்கங்கள் மூலம் படிக்கலாம் என்கிறார்.

200 ஆண்டுகளுக்கு முன், பூமியின் மேலோடு நொறுங்கி, லாரன்ஷியன் புரட்சி உண்டானது. அப்போது பொருட்படிவம் மீதுருகிய கருங்கல் குழம்புகள் கொட்டின. அதேநேரம் படிவங்களும் உயர்ந்து பிருமாண்ட மலைகளாக மடிந்தன என்கிறார். முதல் மலைத் தொடர்கள் அரிக்கப்பட்ட பின், கண்டங்களை நீர் மூடியது. பிறகு இன்னொரு புரட்சி வந்தது. மலைகள் எழுந்த கடைசிப் புரட்சி. இது ஏழு கோடி ஆண்டுக்கு முன் ஏற்பட்டதன் விளைவாகத்தான், இன்றும் நாம் காணும் பூமியின் மேற்பரப்புத் தோற்றங்கள் அமைந்துள்ளன என்கிறார்.

இப்படியாகப் பொருட்படிவப் பக்கங்களிலிருந்து, கண்டங்களின் வரலாற்றையும் சுருக்கமாகக் கூறிவிட்டு, அக்கால விலங்குகளின் புதைபடிவ ஆய்வுக் குழப்பம் பற்றிச் சுவாரஸ்யமான விஷயம் ஒன்றையும் குறிப்பிடுகிறார். அக்கால ராட்சத விலங்கின் புதைபடிவத்தில் விலாப்பக்கம் பத்துப் பன்னிரண்டு வழவழக் கற்கள் இருந்திருக்கின்றன. ஆற்றின் போக்கில் உருண்டால் கல் இப்படி வழவழப்பாகும். சரி. விலங்கின் வயிற்றில் எப்படி இந்த வழவழக் கற்கள் வந்தன ? பூ! இதென்ன அதிசயம் ! கோழிக்குஞ்சு இரைப்பையில் செரிப்பதற்காகச் சின்னச்சின்னக் கற்களை விழுங்குவதுபோல, அக்கால டைனோசர்கள் உணவு செரிக்க விழுங்கிய கற்கள் அதன் இரைப்பையில் தேய்ந்து தேய்ந்து பளபளப்பாகியிருக்கும் எனக் கேமாவ் அநாயசமாகச் சொல்லிச் செல்கிறார்.

வானிலையை விளக்கும் அத்தியாயத்தில், ஒரு மெல்லிய சல்லாத்திரைபோலப் பூமியைச் சூழ்ந்திருக்கும் காற்றுக் கடல்கீழ் நாம் வாழ்கிறோம் எனக் கவித்துவத் தெறிப்பாகத் தொடங்குகிறார். வாயு மண்டலம் பூமியைப் பிருமாண்டமான ஒரு கண்ணாடித் தோட்டமாக மாற்றித் தட்பவெப்பத்தை அறுபது டிகிரி பாரன் ஹீட் அளவில் இருக்கச் செய்கிறது. வாயுமண்டலத் தன்மையையும் பயன்பாட்டையும் இந்த அத்தியாயம் நன்றாகவே புரியவைக்கிறது. அத்தோடு, காற்றின் பல்வேறு வடிவங்களையும் விளங்கச் செய்கிறது. இவையெல்லாம் பூமியின் தோற்றம் பற்றிய பெரும் சித்திரத்தை அளிக்கின்றன என்றால், இறுதியாக உயிர்களைப் பற்றிய அடிப்படைத் தன்மைகளை விளக்குகிறார். உயிர் உறுப்புக்குத் தேவையான ரசாயனங்கள் தயாரிக்கும் ஆலைகள் எனச் செல்களைக் குறிப்பிடுபவர், அதைத் தொடர்ந்து மரபணு, புரத உற்பத்தி உள்ளிட்ட நுணுக்கம் மூலம் உள்ளே நம்மை அழைத்துச் செல்கிறார்.

உயிர்ப்பரிமாணம் பற்றி விவரிப்பவர், பூமியின் எதிர்காலம் பற்றிய குறிப்புகளோடு, தம் நூலை முடிக்கிறார். சூரியனின் நெருப்பு இன்னும் எத்தனை கோடி ஆண்டுகள் இருக்கும் என்ற வினா தொடர்பான ஜோஸ்யத்துடன் முடிக்கிறார். பூமிப் பந்தைக் கையில் ஏந்தி, மினியேச்சர் வடிவில் அதன் தோற்றத்தையும் மாற்றத்தையும் பார்ப்பதுபோல, அல்லது பிரபஞ்சத்தின் ஒரு மூலையில் நின்றுகொண்டு பூமியைப் பறவைப் பார்வையாகப் பார்த்துப் புரிந்துகொள்வது போன்ற ரசவாதத்தை இந்தப் புத்தகம் வாசகர் மனதில் உண்டாக்குகிறது. ஒரு புத்தகம் மூலம்,

புவியின் மொத்த வாழ்க்கையையும் சுருக்கமாகத் தெரிந்துகொள்ளும் அதிசயத்தை இந்நூல் நமக்குச் சாத்தியமாக்குகிறது. மேலும், மனிதகுல முன்னேற்றத்திற்கு மிகவும் தேவையான அறிவியல் பார்வையையும் இது வலுப்படுத்துகிறது.

நிச்சயம் கேமாவ் பற்றி இன்னும் நிறையத் தெரிந்துகொள்ள வேண்டும். அவர் எழுதிய வேறு சில நூல்கள் பற்றியும் அடிக்குறிப்பில் வருவது, இன்னும் ஆர்வத்தைத் தூண்டுகிறது. தமிழில் நமது முன்னோடிகள் முக்கியமான நூல்களை எல்லாம் மொழிபெயர்த்துள்ளனர் என்பது தெரிந்ததே. அறிவியல் நோக்கிலும்கூட அவர்கள் சரியாகவே செயல்பட்டுள்ளதைத் தி.ஜா.வின் இந்த மொழிபெயர்ப்பு உணர்த்துகிறது. இடையே தொய்வு கண்டுவிட்ட இந்தப் பணியை, இனி விடாமல் மேற்கொள்வது என்பது, நம் கைகளில்தான் இருக்கிறது.

✤

39

கதையும் புனைவும்

பா. வெங்கடேசன்

நூல் வாசிப்பைப் *(book reading)* பிரதி வாசிப்பு *(text reading)* என்று குறிப்பிடத் தொடங்கிய போன நூற்றாண்டின் இறுதிக் கால்பகுதியிலேயே கதைகளைப் *(stories)* புனைவுகள் *(fictions)* என்று குறிப்பிடும் வழக்கமும் தொடங்கிவிட்டது. ஒரு படைப்பிலிருந்து கூடுதல் அம்சங்களை வெளிக்கொணரும் வாசிப்புகளைப் பயிலத் தொடங்கும்போது, அந்தப் படைப்பு வடிவத்தைக் குறிக்கும் பழைய சொல்லாடல்கள் தேய்மானம் அடைந்துவிட்டதாக வாசகரால் உணரப்படுகின்றன. புதிய வாசிப்பு முறையைப் பிரதிநிதித்துவப்படுத்தும் சொல்லாடல்களுக்கான நிர்ப்பந்தத்தையும் அவர் உணர்கிறார். கதை என்கிற சொல்லாடலின் வழியே சாத்தியப்படும் பொருள்கோடல் வாசிப்பின் விரியும் எல்லைகளை உள்ளடக்கத் திணறும்போது, புனைவு என்கிற புதிய (அல்லது கூடுதல் அர்த்தங்கள் ஏற்றப்பட்ட பழைய) சொல்லாடல் அந்தப் பொறுப்பை ஏற்றுக்கொள்கிறது. ஆகக் கதை என்பதும் புனைவு என்பதும் அகராதியில் ஒத்த பொருள் கொண்டவையாக இருக்கின்றனவோ இல்லையோ, பிரதி வாசிப்பிற்கு இரண்டையும் வேறுபடுத்திப் பொருள் கொள்வது பயனுள்ளதாக இருக்கும். ஆனால் இந்த வேறுபாடு மரபான பொருளில் இனங்காணப்படுவதும் அல்ல. மரபான பொருளில் (இந்த மரபு என்கிற சொல்லாடல் மேற்கத்திய அறிவொளி மரபின் தாக்கம் நம்முடைய கதை சொல்லல் முறைகளிலும் கதைகளைப் புரிந்துகொள்வதிலும் கணிசமான தாக்கத்தை ஏற்படுத்தத் தொடங்கிய காலகட்டத்தைக் குறிக்கிறது. இதற்கு முந்தின இந்தியப் பார்வையில் கதை என்கிற ஒற்றைச் சொல்லாக்கமே புனைவையும் உள்ளடக்கியதாக இருந்தது). கதை என்கிற சொல்லாக்கம் மொழியாலான பிரதி உலகத்தை *(textual world)* அதற்கு வெளியில் விரிந்து கிடக்கும் பௌதீக உலகத்தின் *(physical world)* தூல வடிவங்களின் பிரதிபலிப்பைக் குறிக்கும், மற்றும் பௌதீக உலகின் பண்பாட்டு இயங்கு

விதிகளை மாதிரி நிகழ்வுகள் வழியே விளக்கும் ஒரு மொழி வடிவம் என்பதாயும் புனைவு என்பது மீமெய் நிகழ்வுகளை மொழி வெளியில் உருவாக்கும் பிரதி என்பதாயும் புரிந்து கொள்ளப்பட்டது. உதாரணமாகப் புதுமைப்பித்தனின் பிரதிகளில் கதை வடிவத்திற்கு ‘நாசகாரக் கும்ப’லும் புனைவு வடிவத்திற்குப் ‘பிரம்மராக்ஷஸ்’ஸும் மாதிரிகளாக எடுத்துக் கொள்ளப்படலாம். இப்படி எடுத்துக்கொள்வது கிடைமட்ட வாசிப்புச் செயல்பாட்டில் உருவாகும் பொருள்கோடல் சார்ந்தது. ஆனால் நூல்கள் பிரதிகளாக ‘மாற’த் தொடங்கிய பிறகு, இந்த வேற்றுமை வாசிப்பை நிறைவுசெய்யப் போதுமானதாக இல்லை என உணரப்பட்டது. சமூகத்தைப் பிரதிபலிப்பதாகச் சொல்லிக்கொள்ளும் பிரதிகள் அவற்றின் குறுக்குவெட்டு வாசிப்பில் புனைவுத்தன்மையைக் கொண்டிருக்கமுடியும் என்பதையும் (எடுத்துக்காட்டாகத் தி.ஜா.வின் ஆக்கங்கள். இதுதான் இனிவரும் பகுதிகளில் விளக்கப்படவிருக்கிறது), புனைவு என்று மீமெய் நிகழ்வுகளை முன்னிறுத்தக்கூடிய பிரதிகள் யதார்த்தவாதப் பிரதிகளாகப் பார்க்கப்பட முடியும் என்பதையும் (எடுத்துக்காட்டாகத் தன் கோடரியை ஆற்றுக்குள் தொலைத்துவிட்டுத் தேவதை ஒருத்தியால் உதவி பெறும் மரவெட்டியின் கதை), இந்தப் பிரதி வாசிப்பு முறை நமக்குக் காட்டித் தந்தது.

இப்படியாகக் கதைகளிலிருந்து புனைவைப் பிரித்துப் பொருள் கொள்ளும் வாசிப்புச் செயல்பாடு, கற்பனை செய்தல் என்கிற படைப்புச் செயலின் எல்லைகளையும் மறுவரையறை செய்கிறது. ஒரு படைப்பு எத்தனைக்கெத்தனை கச்சிதமாகப் பௌதிக யதார்த்தத்தைத் தன் மொழிப்பரப்பில் நகல் செய்கிறதோ (பிரதிபலிக்கிறதோ) அத்தனைக்கத்தனை அதன் கற்பனையாற்றல் மதிப்புமிக்கதாகக் கருதப்பட்டுவந்த காலம் கழிந்து, இன்று ஒரு பிரதி எத்தனைக்கெத்தனை வலுவாக அமைத்துக் கொண்ட பிரத்யேகமான புனைவுத் தர்க்கத்தின்மேல் ஒரு புனைவு யதார்த்தத்தைக் கட்டி எழுப்புகிறதோ அத்தனைக்கத்தனை அதன் கற்பனையாற்றல் சிறந்திருப்பதாக மதிப்பிடப்படுகிறது. சுருக்கமாகச் சொல்வதானால் ஒரு பிரதி யதார்த்த உலகின் விதிகளிலிருந்து விலகியிருக்குமளவிற்குப் புனைவுலகின் விதிகளுக்கு அருகிலிருக்கிறது. இந்தப் பார்வையின் அடிப்படை இன்றைய யதார்த்தம் என்பதே ஒரு இரக்கமற்ற பண்டைய உலகத்தின் பாரபட்சமான இரும்பு விதிகளால் கட்டப்பட்ட ஒரு புனைவுதான் என்கிற கருதுகோளின்மேல் கட்டமைக்கப்பட்டது. எனில், இந்த மாபெரும் புனைவை எதிர்கொள்ள, இதன் விதிகளுக்குப் பொழிப்புரை வழங்கிக்கொண்டிருக்கும் உருவகக் கதைகளைப் படைப்பதற்குப் பதிலாக முற்றிலும் புதிய விதிகளைக் கொண்ட எதிர் யதார்த்தத்தை உருவாக்குவதே புனைவு என்கிற பெயரால் குறிப்பிடப்படத் தகுதி உடையதாகிறது. இந்தப் புனைவுலகம் மீமெய் உலகமாக இருக்கவேண்டிய அவசியம் இல்லை. அது பௌதீக உலகைப் போலி செய்வதாக நடிக்கக்கூடச் செய்யலாம். ஆனால், பிரதி வாசிப்பில், அது தனக்கென்றேயான பிரத்யேக விதிகளின் மேல் இயங்கும் புனைவு என்பதை ஒரு தேர்ந்த வாசகர் தெரிந்துகொண்டுவிட முடியும். (லத்தீன் அமெரிக்க இலக்கியத்தின் தாக்கத்திற்குப் பிறகு, ஒரு கால் நூற்றாண்டுக் காலம் மாய யதார்த்தப் புனைவுகளும் அற்புதப் புனைவுகளுமே புனைவுச் சாத்தியம் கொண்டவையாகக் கருதப்பட்டுப் பிரதி வெளியில் கணக்கற்றுப் பெருகியதை நாம் நினைவுகூரலாம்). இன்று

புனைவின் மீதான பார்வைகள் பக்குவமடைந்த பிறகு பெண்கள், தலித்துகள், இடைப்பாலினத்தவர் ஆகியோரின் பௌதீக யதார்த்தமே புனைவுத்தன்மை கொண்டிருப்பதையும் நாம் கண்டுகொண்டிருக்கிறோம் (இதை ஒருசாரார் யதார்த்தவாதக் கதைகளின் திரும்புகை என்றும் கூறுகிறார்கள். அவர்கள் பௌதிக உலகின் தூல அசைவுகளுடன் அல்லாமல் அந்த அசைவுகளைக் கிளர்த்திவிடும் விதிகளுடன் அந்தப் பிரதி கொள்ளும் உறவு என்ன என்பதைக் காணத் தவறிவிடுகிறார்கள்).

பழக்கமான பார்வையில் தி.ஜா.வினுடையவை 'கதைகள்' என்று சொல்லிவிடத்தக்க வெளித்தோற்றம் கொண்டவைதான். ஆனால் பிரதி வாசிப்பில் அவருடைய ஏறக்குறைய அத்தனை சிறுகதைகளுமே (வசதிக்காக மட்டுமே கதைகள் என்கிற பெயரால் இவை இங்கே குறிப்பிடப்படுகின்றன), புனைவுத் தன்மை கொண்டவையாகவே தங்களை வெளிப்படுத்திக் கொள்கின்றன. ஒரு கதைப் பிரதியைப் புனைவுத்தன்மை கொண்டதாக ஆக்க, படைப்பாளியின் கற்பனைப்பொறி *(imaginative spark)* மட்டுமே போதாது. அந்தப் பொறியைப் புனைவு நெருப்பாக வளர்க்கும் தர்க்கத்தையும் *(fictional logic)*, படைப்பாளி தன்னுடைய கற்பனையிலிருந்து உயிர்க்காற்றாக ஊதியாக வேண்டும். பேசும் குதிரை ஒன்றை ஒரு கதைசொல்லி கற்பனை செய்கிறாரென்று வைத்துக்கொண்டால், அது ஒரு நல்ல புனைவிற்கான கற்பனைப்பொறியாக இருக்குமேயன்றி அதுவே முழுப்புனைவு ஆகிவிடாது. ஒரு பேசும் குதிரையால் பேசாக் குதிரைகள் நிறைந்த யதார்த்த உலகத்தில் மூச்சுக்கூட விடமுடியாது. எனவே, அதை வளர்க்கக் கதைசொல்லி அதற்குரிய உலகம் *(Fictional world)* ஒன்றைத் தன் புனைவு வெளியில் உருவாக்க வேண்டும். அது பேசுவதற்கான நிகழ்வுகள், அதனுடன் பேசக்கூடிய மற்றவர்கள், அவர்கள் உரையாடிக்கொள்ளக்கூடிய, பேசக்கூடாத விஷயங்கள் என்று ஒரு முழுப் புனைவுலகின் பின்னணியில்தான் ஒரு பேசும் குதிரையை அந்தக் கதைசொல்லி படைக்க முடியும். மறந்துபோய்ப் பௌதீக உலகிலிருந்து ஒரு செங்கல்லை எடுத்து அடுக்கினால்கூடப் புனைவின் உலகம் பலவீனப்பட்டு விடுகிறது. சரியாகச் சொல்லவேண்டுமானால் ஒரு பேசும் குதிரை புனைவாக வேண்டுமானால் அதன் புனைவுலகத்திற்குள் அது ஒரு 'கதை'யாக வேண்டும்.

புராதன உலகின் இரும்பு விதிகளால் இயக்கப்படும் பௌதீக உலகைப் பிரதிபலிக்காத, தனக்கெனச் சுயமாக வரிந்துகொண்ட தனித்துவமிக்க புனைவு விதிகளின்கீழ் இயங்குவது தி.ஜா.வின் உலகம். அதன் தோற்றம், வளர்ச்சி, நிறைவு ஆகியன மொழிக்கு வெளியிலான உலகைப் பிரதிபலிப்பதில்லை. தனக்குள்ளே தோன்றித் தனக்குள்ளே வளர்ந்து தன்னிடமே முடிகிறது. 'இவனும் அவனும் நானும்' என்கிற சிறுகதை, ஒரு இசைக் கலைஞனின் மனைவியைக் கள்ளத்தனமாக ரசிப்பதற்காகவே, அவன் இல்லாத நேரங்களில் வீட்டிற்குப் போய்வரும் வழக்கத்தைக் கொண்டிருக்கும் அவன் நண்பனைப் பற்றிச் சொல்கிறது. அப்படி ஒரு தடவை அவன் செல்லுகிறபோது, எதிர்பாராதவிதமாக அந்த இசைக் கலைஞன் வீட்டிலிருக்கிறான். இவன் போகும்நேரத்தில் தன்னுடைய வழக்கமான இசைப்பயிற்சியிலும் ஈடுபட்டிருக்கிறான். வேறு வழியின்றி அதைக் கேட்பதற்காகத் தாமதிக்கும் நண்பன் அந்த

இசையின் ஒளியில் மனவிருள் நீக்கம் செய்யப்பட்டு வெளியேறுகிறான். அவளைப் பார்ப்பதற்காகச் செல்லும் வழியெங்கும் நண்பனின் எச்சரிக்கையுணர்வையும் தவிர்க்கவியலாமையையும் விவரிப்பதன் வழியே பௌதிக உலகைப் பிரதிபலிப்பதாக நடிக்கும் பிரதி வீட்டிற்குள் நுழைந்த கணத்திலிருந்து தொடர்பு உடைய மூவர் மட்டுமே பங்குகொள்ளும் ஒரு புனைவுலகிற்குள் அந்த விவரணைகளையும் சுருட்டி இழுத்துக் கொண்டுவிடுகிறது. மூவர் தொடர்புடைய பிரச்சினை தோன்றி (அவளைப் பார்க்க வருவது) வளர்ந்து (கணவன் வீட்டிலிருப்பது) முடிவது (இசை அவனை அவள் நினைப்பிலிருந்து அப்புறப் படுத்துவது) என்பது மொழியுலகின் பிரக்ஞைக்குள்ளேயே நிகழ்த்தப்பட்டுவிடுகிறது. பௌதிக உலகின் விதிகள் கதையின் போக்கையோ முடிவையோ தீர்மானிப்பதில்லை. நண்பனின் மனைவிமேல் விருப்பம் கொள்ளுதல் என்கிற கற்பனைப் பொறியைக் (பௌதிக உலகின் விதிகளுக்கு எதிரான ஒரு நிகழ்வு) கலை என்னும் புனைவுச் சூழலால் சூழநிறுத்தி முழுமையான புனைவுலகம் ஒன்று கட்டி எழுப்பப்பட்டு விடுகிறது. தி.ஜா.வின் புனைவுகள் இவ்வித ஆக்கத்தில் வெற்றி பெற்றவையாக இருக்கின்றன.

இந்த, 'பௌதிக உலகின் விதிகளால் இயக்கப்படாத' என்கிற, ஒரு பிரதியைப் புனைவாக மாற்றும் ஆதார விதியின் வலுவை, அது தி.ஜா.வின் கதைகளில் செயல்படும் முறையை இன்னும் சரியாகப் புரிந்துகொள்ள இது சரியாகச் செயல்படத் தவறும் வேறு ஒரு கதைப் பிரதியை உதாரணத்திற்கு எடுத்துக்கொள்வது உதவக்கூடும். புதுமைப்பித்தனுடைய 'அகல்யா'. அகல்யா கௌதமரின் மனைவி. அவளை இந்திரன் அடைய நினைக்கிறான் (கௌதமர் ஏமாந்த சமயத்தில் அடைந்தும் விடுகிறான்). விஷயம் முனிவருக்குத் தெரிந்துவிடுகிறது. ஏறக்குறைய தி.ஜா.வின் மேற்குறிப்பிட்ட கதையின் கற்பனைப்பொறியின் (பிறர் மனைவியை விரும்புதல்) சாயலையே கொண்டிருக்கும் இந்தக் கதை, கௌதமர் அகல்யையையும் இந்திரனையும் மன்னிப்பதில் முடிகிறது. அவர் சொல்கிறார், "மனத் தூய்மையில்தான் கற்பு. உடல் களங்கமானால் அபலை என்ன செய்ய முடியும்? இந்திரா போய் வா". தி.ஜா.வின் கதையையும் ஒருவிதத்தில் கள்ளப்பார்வை பார்க்கும் நண்பன் மன்னிக்கப்படும் முடிவைக் கொண்டிருப்பதாக நாம் எடுத்துக்கொள்ளமுடியும்தான். ஆனால், மன்னித்தல் என்கிற நிகழ்வு, பு.பி.யின் கதையில் பௌதிக உலகின் கற்புக் குறித்த விதிகளைப் பிரக்ஞையில் கொண்டதாக அமைகிறது. இந்தப் பிரக்ஞையின் வழியே அது பண்டைய உலகின் இரும்பு விதிகளைக் கேள்வி கேட்கிறது, எதிர்க்கிறது என்பது உண்மைதான். ஆனால், ஆமோதிப்பதன் வழியாகவோ அல்லது எதிர்ப்பதன் வழியாகவோ அவர் தன் பிரதியைக் கட்டமைக்கப் பௌதிக உலகைச் சார்ந்திருக்கிறார் என்பது, அதன் புனைவுப்பொறி முழுமை பெறாமல் கதையாகவே நின்றுவிட ஏதுவாகிவிடுகிறது. தி.ஜா. இதே முடிவைப் புனைவிற்குள் இயங்கும் காரணியின் (இசை) விதியைக் கொண்டே நிகழ்த்திக் காட்டுகிறார். (ஏறக்குறைய இதே கற்பனைப்பொறியில் அமைந்த தி.ஜா.வின் இன்னொரு புனைவு 'கள்ளி'. வெயிலின் கொடுமை தாளாமல் தவித்துக்கொண்டிருக்கும் கிருஷ்ணனிடம் கடன் கேட்டு வரும் சுப்பண்ணா, உதவி மறுக்கப்பட்டுத் திரும்புகிறார். எதிர்பாராதவிதமாய்ப் பொழியும் ஒரு மழை சூழலைக் குளிர்வித்துவிட, சுப்பண்ணாவுக்குக்

கடன் கொடுக்க, தானே அவர் வீடு தேடிப் போகிறார் கிருஷ்ணன். இங்கே மனமாற்றம் 'இரக்கம்' என்கிற பண்பாட்டு வளர்ச்சி சார்ந்த மனவுணர்வால் நிகழ்வதில்லை. மாறாக மழையால் கிளர்ந்தெழும் உடலின் ஆசுவாசத்தின் நீட்சியாகவே இருக்கிறது).

ஒரு பிரதி புனைவாக உருவாவதற்கும் கதையாகவே நீடிப்பதற்கும் பயன்பாட்டளவில் ஏதேனும் தாக்கம் உண்டா? மேலே கண்ட தி.ஜா., பு.பி. பிரதிகளைப் பொறுத்தவரையில் பு.பி., கற்பு என்கிற பண்பாட்டுக் கருத்தாக்கத்தின் வழியே பௌதிக உடல் சமூக உடலாகக் கட்டமைக்கப்படுவதைத் தன் கதையில் தொட்டுக் காட்டுகிறாரென்றால், தி.ஜா. அதைப் புனைவாக்குகையில், பௌதிக உடலின் கட்டற்ற சுதந்திரமும் அந்தச் சுதந்திரத்தின் அழகும் நேரடியாகக் காட்சிப்படுத்தப்படுகின்றன. பு.பி.யின் 'கதை' பௌதிக உடலுக்கும் சமூக உடலுக்குமான தொடர்பைச் சார்ந்திருக்கத் தி.ஜா.வின் 'புனைவு' பௌதிக உடலுக்கும் இயற்கைவெளிக்குமான தொடர்பைச் சார்ந்திருக்கிறது. கதை, புனைவு இரண்டின் குறிக்கோளும் இங்கே உடலின் விடுதலைதான். ஆனால் அதைக் கட்டமைக்கும் வழிமுறைகள் வேறு. தேர்வு ஆசிரியச் சுதந்திரத்தின் பாற்பட்டது.(புனைவிற்கான கற்பனைப்பொறி கதையாகவே நின்றுவிடுவதை இன்னும் சற்று நெடிய பிரதிப் பரப்பில் புரிந்துகொள்ள விரும்பினால், தேவிபாரதியின் 'நட்ராஜ் மகாராஜ்' புதினத்தை வாசித்துப் பார்க்கலாம்.)

புனைவு கதையாகும் புள்ளிக்கு மற்றொரு உதாரணம் பாஸ்கர் ஹசாரிகா இயக்கத்தில் 2019இல் வெளிவந்த ஆமிஸ் என்கிற அஸ்ஸாம் மொழித் திரைப்படம். பிரமிக்கத்தக்க கற்பனைப்பொறியைக் கொண்ட படம் இது. ஒரு கல்லூரி மாணவன் தன்னைவிடப் பத்துவயதிற்குமேல் மூத்தவளான ஒரு மருத்துவப் பெண்மணியைக் காதலிக்கிறான். விதவிதமான மாமிச உணவு வகைகளில் தனக்கிருக்கும் ஆர்வம் அவளுக்கும் தொற்றும்படி செய்கிறான். இருவரும் அலைந்தலைந்து தடைசெய்யப்பட்ட புலால் உணவு வகைகளையெல்லாம் ருசிக்கிறார்கள். ஒருகட்டத்தில் அதன் வகைமைகள் அனைத்தையும் ருசித்துவிட்ட சலிப்புணர்விற்கு ஆட்படும் தருணத்தில் மாணவன் தன்னுடைய காலிலிருந்து ஒரு துண்டு சதையை வெட்டி எடுத்துத் தன் காதலின் அடையாளமாக அந்தப் பெண்மணிக்குச் சமைத்துக் கொடுக்கிறான். அது அவளுக்கு மிகவும் பிடித்துவிட உடலின் பாகங்களை அறுத்துச் சமைத்துக் கொடுப்பது வாடிக்கையாகிவிடுகிறது. இது கொஞ்சம் கொஞ்சமாக அந்த மருத்துவப் பெண்மணியை நரமாமிசப் பட்சிணியாக மாற்றிவிடுகிறது. மேற்கொண்டு சுய உடலை அறுப்பது சாத்தியப்படாத நிலை உருவாகும்போது, அவள் அவனைத் தனக்கு இரையாக யாரையாவது கொலை செய்யும் முடிவிற்குக் காதலின் பெயரால் தூண்டிவிடுகிறாள். படம் முழுவதும் உடல், உணவு, மனித உறவுகள், தேடிக் கண்டுபிடிக்கும் நிலையில் உயிர்த்திருக்கும் விளிம்புநிலை விழுமியங்கள் என்று பன்மைப் பொருள்கோடலின் உச்சபட்ச சாத்தியங்களை உருவாக்கியபடியே நகரும் புனைவு அம்சம் கதையை முடித்தாக வேண்டிய கட்டாயத்தை எதிர்கொள்ளும்போது மாணவன் ஆசிரியை என்கிற இருவரும் இணைந்து எழுப்பும் அந்தப் பிரத்யேகப் புனைவுலகத்திற்குள் வலுக்கட்டாயமாகக் காவல்துறை என்கிற பௌதிக உலக விதிகளின் கண்காணிப்பாளர்களை

இழுத்துக்கொண்டுவந்து நிறுத்திப் புனைவைச் சிதைத்து யதார்த்தவாதக் கதையாக அதை மாற்றிவிடுகிறது. (அதுவரையில் மாணவன் தன்னைத் தொட அனுமதிக்காத மருத்துவர், விலங்கிடப்பட்ட கையால் அவன் கையைப் பற்றிக்கொள்ளும் கவித்துவம்மிக்க காட்சிப் படிமத்தாலும் இந்தப் புனைவின் சிதைவை ஈடுசெய்ய முடிவதில்லை. அது ஒரு கையாலாகாமைக்கான நொண்டிச் சமாதானமாகவேதான் இருக்கிறது). புனைவின் சவால்கள் ஒருபோதும் தனக்கு வெளியிலான யதார்த்தத்தில் தீர்வைத் தேடுகிறவை அல்ல.

தி.ஜா.வின் புனைவு மாந்தர்கள் தங்கள் உலகம் எத்தனை குரூரமானதாக ('சண்பகப்பூ'வின் பத்தொன்பது வயதுப் பெண், தன்னை நுகர்பவனைக் கொன்றுவிடும் அழகைக் கொண்டிருக்கிறாள் என்று சொல்லப்படுகிறது, 'கங்கா ஸ்நானம்' செய்யக் காசிக்குப் போகும் சின்னச்சாமியும் அவர் மனைவியும் தங்களை ஏமாற்றியவரை எதிர்கொள்ள அஞ்சுகிறார்கள், நோய்க்காலத்தில் பாராமுகமாக இருக்கும் மனைவியைத் தன் சாவுக்குப்பின் வறுமையில் வாடும் வண்ணம் கடனில் தள்ளிப் பழிவாங்குகிறார் அத்து (அத்துவின் முடிவு)), வலி மிகுந்ததாக (கிருஷ்ணய்யர் மனைவியுடன் தனக்கிருந்த நட்பை ஊரார் கொச்சைப்படுத்தினார்களென்று பாடுவதையே நிறுத்திவிடுகிறார் 'நடேசண்ணா', அன்றாடத்தின் ஒவ்வொரு புள்ளியிலும் தன்னைத் துரத்திக் கொண்டேயிருக்கும் ஆண்களின் திருட்டுத் தீண்டல்களிலிருந்து தப்பிக்க ஓடிஓடிக் களைத்துப்போய்க் கடைசியில் தனக்கென்று ஒரு 'சிவப்பு ரிக்ஷா'வை விலைக்கு வாங்கிக் கொள்கிறாள் ருக்கு, மிகப் பலசாலியும் இரக்கச் சித்தனுமான சிறுவன் எம்டன் கைலாசத்தின் அப்பாவிக் குணத்தை வாசகர் ஒப்பிட்டுப் பார்ப்பதற்காகவே காவிரி வெள்ளத்தில் மூழ்கி இறக்கிறான்), நியாயமற்றதாக (மனைவி சோரம் போய்விட்டாள் என்று தெரிந்தபின்னும் அவளை விட்டுப் பிரிந்து இருக்கும் வலு (காதல் இல்லை) இல்லாதவர்களாக இருக்கிறார்கள் 'வீடு', 'மறதிக்கு' ஆகிய கதைகளின் கணவர்கள், பிள்ளைகளால் கைவிடப்பட்டு நிர்க்கதியாக அலைகிறார்கள் 'கிழவரைப் பற்றிய ஒரு கனவு', 'வேண்டாம் பூசணி', 'குளிர்' உள்ளிட்ட சில கதைகளின் முதியவர்கள்), கேலிக்குரியதாக (கோதாவரிக் குண்டு புனைவின் ராவ்ஜி குடும்பம் சாமான்களை அடகு வைத்தேனும் அன்றைய நாளின் அழகை அனுபவிக்க முயல்கிறது, ஒரே ஒருநாள் தலைமை ஆசிரியராக இருக்க வாய்ப்புப் பெறும் ஆராவமுது பள்ளி நேரம் முடிவதற்கு முன்பே 'கடைசி மணி'யடிக்க உத்தரவிட்டுப் பிள்ளைகளை விடுவிக்கிறார்) இருந்தாலும் அதிலிருந்து வெளியேறிப் பௌதிக உலகின் விதிகளில் தஞ்சமடைவதில்லை. ஏனெனில் குரூரம், வலி, அநியாயம், கேலி உள்ளிட்ட அனைத்துப் பார்வைகளுமே வாசகர் தன்னுடைய பௌதிக உலகத்திலிருந்து கொண்டு புனைவை அளக்க உதவும் கருவிகள் என்பதை அவர்கள் அறிந்திருக்கிறார்கள். (இன்றுவரைகூடச் சோரம் போதலின் அழகை முழுக்கப் புனைவு வெளியிலேயே நிறுத்தி அதை எதிர்காலத்திற்கான பிரதியாகக் கொடுக்கத் தி.ஜா.வால் மட்டுமே முடிந்திருக்கிறது). (இங்கே ரொபர்ட்டோ கலாஸோவின் 'க' புதினத்தில் இடம்பெறும் ராதையின் தடை செய்யப்பட்ட காதல் குறித்த அழகான சுய அறிக்கை தவிர்க்கவியலாமல் நினைவிற்கு வருகிறது). எனவே, எழுதும் காலத்தின் பிரக்ஞையை அவருடைய புனைவுகள் உதறிவிட்டுக்

கச்சாவான ஆதி உணர்வுகளுக்குள்ளேயே தங்களை இயக்கிக்கொள்கின்றன (அகல்யை கதையில் முடிவு வரிகளைச் சொல்லும் குரல், ஒரு நவீனக் கால முற்போக்குச் சிந்தனையாளனுடையது என்பதை ஒப்பிட்டுப் பார்த்தால், தி.ஜா.வின் குரல் எது என்பதைத் தெரிந்துகொள்ள முடியும்). எனவேதான் பண்பாட்டு வளர்ச்சியின் அம்சமான 'மனசாட்சி'யின் தொந்திரவு இன்றி அவருடைய புனைவு மனிதர்களால் சுதந்திரமாக உடலின் வெளியில் இயங்க முடிகிறது ('மறதிக்கு', புனைவின் ஜனகம், புகைவண்டிப் பயணத்தில் தன்னைக் கவர முயற்சிக்கும் முன்பின் அறிமுகமற்ற 'கார்டின்' *(Train guard)* விருப்பத்திற்கு இணங்குகிறாள். அது அந்தக் கணத்தின் தேவை). பிறகு அவர்கள் பௌதிக உலகினுடையதல்லாத புனைவின் விதிகளை ஒட்டித் தங்கள் தொடக்கமோ முடிவோ அமையவும் அனுமதித்துவிடுகிறார்கள். தி.ஜா.வைத் தவிரப் பிற எந்தச் சாதனையாளர்களின் ஆக்கங்களிலும் மனசாட்சியற்ற உலகைப் பார்ப்பது அரிதுதான்.

தன்னுடைய தனித்துவம் மிக்க புனைவு வடிவத்தைச் சாதிக்கத் தி.ஜா. தன் புனைவுப் பிரதிகளைச் சில குறிப்பிட்ட முறைகளில் அமைப்பாக்கம் செய்கிறார் (சிறுபுனைவு வகைமையோடு இந்த வாசிப்பு தன் எல்லையை வரையறுத்துக்கொள்வதால் மட்டுமே சிறுபுனைவுகள் என்று இங்கே குறிப்பிடப்படுகிறது. உண்மையில் தி.ஜா.வின் புதினங்களும் இதே அமைப்பாக்கத்தைக் கொண்டவைதான். பக்க அளவைத் தாண்டித் தி.ஜா.வின் சிறுபுனைவுகளுக்கும் புதினங்களுக்குமிடையில் உருவ உள்ளடக்க ரீதியிலும் கட்டமைப்பிலும் பெரிய வேறுபாடு எதுவும் கிடையாது. மேலும், அவருடைய புதினங்களில் இடம்பெறும் பல சூழல்களையும் மனிதர்களையும் (அபூர்வமாகச் சில சமயம் அதே பெயரிலேயேகூட) சிறுபுனைவுகளிலும் சந்திக்க முடிகிறது). முதலாவதாக அவருடைய பெரும்பாலான புனைவுகளின் (வாசிப்பிற்காக எடுத்துக் கொண்ட புனைவுகளின் எண்ணிக்கை 93) கற்பனைப்பொறி பெண்கள் (37), நிலம் (12), கலை (இங்கே இசை (11)) ஆகியவற்றை முதன்மைப்படுத்தியே எழுவதாக இருக்கிறது. பொதுவாகவே இந்த மூன்று அம்சங்களும், பௌதிக உலகின் அசைவுகளைக் கட்டுப்படுத்தி அவற்றைத் தங்களுடைய புனைவுகளாக ஆக்கிவைத்திருக்கும் பண்டைய உலகின் இரும்புவிதிகளால் கட்டுப்படுத்தப்பட்டிருந்தவை என்பதறிந்த ஒன்றாதலாலும், மூன்றுமே விதி மீறல்களில் இருக்கும் சவாலையும் கிளர்ச்சியையும் நோக்கி மனித குலத்தை உந்திக்கொண்டேயிருக்கும் கிரியா ஊக்கிகளாய்ச் செயல் படுவதாலும் தி.ஜா.வின் புனைவுலகத்தில் இவற்றினுடைய இடம் குறித்து ஆச்சரியப்பட ஏதுமில்லை.

இரண்டாவதாக, இந்தக் கற்பனைப்பொறிகள் புனைவைக் கட்டும் கிரியா ஊக்கிகளாகச் செயல்படுமளவிற்கு, அவற்றை ஈர்ப்புத்தன்மை கொண்டவைகளாயும் எழுவாய்ப் பண்பு கொண்டவைகளாயும் கட்டமைக்கிறார். தி.ஜா.வின் கதைகளில் பெண்களின் அழகு, நிலத்தின் (குறிப்பாகக் காவிரிப்படுகை சார்ந்த நிலப்பகுதிகள்) வளம், இசையின் நெகிழ்வு ஆகியவை குறித்த விவரிப்புகள் வாசகர்கள் நடுவே புகழடைந்த ஒன்றுதான். இவற்றைத் தி.ஜா. அதீத உயரத்திற்குக் கொண்டுசெல்வதாயும் விமரிசனங்கள் உண்டு. இது ஓரளவிற்கு உண்மையும்கூடத்தான்.

தி.ஜா.வின் புனைவுகளில் மானுடத்தன்மை கொண்ட பெண்களையோ வளமற்ற கிராமப்பகுதிகளையோ இசை தொடர்பான பகுதிகளில் தட்டையான விவரணைகளையோ பார்ப்பது, கிட்டத்தட்ட இல்லை என்றே சொல்லுமளவிற்கு, மிக மிக அரிதுதான். ஆனால் அழகற்ற, வளமற்ற, நெகிழ்வற்ற யதார்த்தங்களாக இவற்றை உருவாக்கும்போது தவிர்க்க இயலாமல் பண்பாட்டு விழுமியங்களுக்குள் புனைவு சிக்கிக் கொண்டுவிடுமோ என்கிற அச்சம் (உதாரணமாக அழகற்ற ஒரு பெண்ணைக் கற்பனைப்பொறியாகக் கொள்ளும்போது, 'புற அழகைவிட மனஅழகே சிறந்தது' என்கிற மாதிரியான பௌதிக உலகின் விழுமியங்களை எதிர்கொள்வது) அவரையும் அறியாமல் புனைவாக்கம் சார்ந்து அவருக்குள் இருந்திருக்கக்கூடும். தி.ஜா. ஒருபோதும் மனம் என்கிற பண்பாட்டு உருவாக்கத்தைத் தன் புனைவுகளுக்குள் அனுமதித்ததே இல்லை. தியாகம் என்கிற பண்பையெல்லாம் அவருடைய புனைவு எதிலுமே நம்மால் காண முடிவதில்லை. அவருடைய அக்கறை, உடல் என்கிற இயற்கை அம்சத்தின் தேவைகள் மீதும் அதைக் கட்டுப்படுத்தும் ஒழுக்க விதிகள் மீதுமேதான் இருக்கிறது. இந்தத் தேவைகளைப் புனைவாக்க உந்தும் செயலூக்கிகளாகவேதான் அவருடைய புனைவுகளின் பெண்கள், நிலங்கள், இசை ஆகியவை ஒருவிதமான லட்சிய வடிவத்தைக் கொண்டிருக்கின்றன. 'சண்பகப்பூ'வின் நாயகி ஒரு சாதாரண ஆணால் தொடுவதற்கான மனித அழகைக் கொண்டவள் அல்லள் என்கிற தகவல்தான், அவள் கணவனின் இறப்பையும் அந்த இறப்பு அவளைச் சிறிதும் பாதிக்காத நிலையையும் தொடர்ந்து அவள் கணவனின் அண்ணனோடு புகுந்த வீடு செல்வதையும் சாத்தியமாக்கி அவனுடைய முடிவு குறித்த திகிலுணர்வை வாசகமனதில் உருவாக்குகிறது. 'சிலிர்ப்பு' கதையின் சிறுமி, தன் வயதுக்கு மீறிய பக்குவத்தினால்தான் கதைசொல்லியின் மனதில் 'சச்சிதானந்தத்தைத் தழுவும்' புளகாங்கித உணர்வை உண்டாக்குகிறாள். ஆக, தி.ஜா. தன் புனைவு அம்சங்களுக்கு ஒரு லட்சிய வடிவம் கொடுப்பது வெறும் அழகியல் நோக்கத்திற்காக அல்ல என்பது தெரிகிறது. (மகாபாரதத்தில் திரௌபதி ஐந்து பேர்களை மணந்துகொள்வது வேசைத்தனம் ஆகிவிடாதா என்று ஒரு கேள்வியும், அப்படி ஆவது பௌதிக உலகத்திற்கான விதி, திரௌபதி (அதனால்தான் முதலிலேயே) மனிதயோனியிலிருந்தல்லாமல் நெருப்பிலிருந்து பிறந்த (புனைவுப்)பெண்ணாக இருக்கிறாள் என்று ஒரு பதிலும் உண்டு). அவருடைய புனைவுப் பாத்திரங்கள், ஏறக்குறைய ஒரு விலங்குயிரியின் கச்சாவான மனநிலையில் இயங்குபவை. பெண்ணோ நிலமோ கலையோ, வளம் ஒன்றே விலங்குகளைத் தன்பால் ஈர்க்க முடியும்.

மூன்றாவதாகத் தி.ஜா. தம் புனைவுகளை 'நிகழ்பவை'யாக (Performing) அமைப்பதைக் காட்டிலும் அதிகமாக 'சொல்லப்படுகிறவை'யாக (telling) அமைப்பதிலேயே அதிக ஆர்வம் காட்டுகிறார். நிகழ்வுகள் உரையாடல்கள் வழியாகவே அதிகம் விவரிக்கப்படுகின்றன. பெரும்பாலும் யாராவது யாரிடமாவது யாரைப் பற்றியாவது அல்லது எதைப் பற்றியாவது சொல்லும் 'கதை'களே தி.ஜா.வின் 'புனைவு'களாக ஆகின்றன. நேரடியாக நிகழ்த்தப்படும் புனைவுகளில்கூட, ஏதாவது ஒரு சொல்லப்படும் கதை இடம் பெற்றுவிடுகிறது, 'அர்த்தம்' புனைவில் கதைசொல்லியின் பணி ஓய்வுக்குப் பின்னான வாழ்க்கையின் சலிப்புத்தன்மை சொல்லப்படுவதைப்போல

அல்லது 'கள்ளி' கதையில் சுப்பண்ணாவின் பின்புலத்தைக் கிருஷ்ணன் விவரிப்பதைப்போல. அட ஒன்றுமே இல்லாவிட்டால், 'ஒரு விசாரணை' கதையின் நாயகியான லீலாவுக்குச் சங்கமேஸ்வரி என்கிற இன்னொரு பெயர் உண்டு என்கிற தகவலாவது 'சொல்லப்பட்டு' விடுகிறது. ஒரு நல்ல புனைவின் வலு சம்பவங்களைப் புனைவுப் பரப்பில் நிகழ்த்திக் காட்டுவதில்தான் இருக்கிறது என்பது ஒரு பொதுவான புனைவு விதி. நிகழ்த்தப்படும்போது ஒரு புனைவுலகம் கொள்ளும் நம்பகத்தன்மை, சொல்லப்படும்போது உருவாவதில்லை. காரணம், புனைவு நிகழ்த்தப்படும்போது வாசகர் மூன்றாவது குரலின் இடையீடின்றித் தானே நேரடியாக அதில் ஒரு சாட்சியாகப் பங்கேற்க முடிகிறது. அதே நிகழ்வு சொல்லப்படும்போது, அது ஏற்கனவே பார்க்கப்பட்டதன் மீள் வாசிப்பாகத்தான் இருக்குமேயொழிய, அசல் நிகழ்வாக இருக்காது. ஆனால், இந்த விதி சொல்லுதலின் வகைமையை முன்னிறுத்தி விலக்குப் பெறும் தருணங்களும் உண்டு.

பொதுவாகச் 'சொல்லுதல்' என்பது, கதையாடல் தளத்தில் இரண்டு வகையில் செயல்படலாம். 1. வெறுமே நடந்ததைச் சொல்லுதல். சமிக்ஞை விளக்கைக் கவனிக்காமல் சாலையைக் கடக்க எத்தனிக்கும் ஒருவர், வண்டியில் அடிபட்டு இறந்துபோனதாக அதை நேரில் பார்த்த ஒருவர் விவரிப்பதை இந்த விதச் சொல்லுதலுக்கு எடுத்துக்காட்டாகச் சொல்லலாம். கதையாடல் வடிவத்தில் இந்தச் 'சொல்கிறவர்' பெரும்பாலும் கதாபாத்திரங்களில் ஒருவராக இருப்பார். அதாவது, சாலை விபத்து எடுத்துக்காட்டை ஒரு கதையாடலாக எடுத்துக்கொண்டால், அதைச் சொல்பவர் அந்தக் கதையாடல் களத்தில் சமிக்ஞை விளக்கை மதித்துச் சாலை விபத்திலிருந்து தப்பித்துவிட்டிருக்கிற கதாபாத்திரத்தை ஏற்கிறார். இந்த வகைமையில் ஒரு முக்கியமான அம்சம் இதில் சொல்லப்படும் நிகழ்வு ஒரு நிச்சயத்தன்மை கொண்டது. அதாவது கதைசொல்லியின் சொல்லலை வாசகர் நம்பித்தானாகவேண்டும். 2. சொல்லுதலை நிகழ்த்துதல். அதே சாலை விபத்தை எடுத்துக்கொள்ளலாம். அதை இன்னொருவர் இப்படி விவரிக்கிறார்: "அந்த மனிதருடைய விதி முடிந்துவிட்டது. அதுதான் சமிக்ஞையைப் பார்க்காமல் சாலையைக் கடக்க வைத்து அவரைக் கொன்றுவிட்டது". இந்தச் சொல்லுதலில் சாவு வண்டி மோதியதால் உண்டானதில்லை. மாறாக விதி முடிந்ததால் உண்டானது. அதற்கு வண்டி ஒரு நிமித்தம் மட்டுமே. அதாவது, வண்டி மோதி இராவிட்டாலும் வேறு ஏதோ ஒரு காரணம், அன்று அவர் உயிரைப் பறித்துத்தான் இருக்கும். இந்தச் சொல்லலில் இரண்டு செய்திகள் இருக்கின்றன: 1. இறந்தவருடைய சாவு 'எப்போதோ', அதாவது அவர் பிறந்த கணத்திலேயே, 'சொல்லப்பட்டு' (மொழியப்பட்டு)விட்டது. இன்று அது சொன்னபடி 'நிகழ்கிறது'. 2. சாலை விபத்து என்கிற கதையாடலில் தப்பித்துக்கொண்ட பாத்திரமல்ல அதைச் சொல்வது. மாறாக அது அந்தக் கதையாடலுக்குள் இல்லவே இல்லாத ஒரு வெளிநபரின் குரல். இன்னும் சற்றுப் புரியும்படி விளக்கவேண்டும் என்றால் இந்த நபர் முந்தைய சொல்பவரைப் போலன்றிச் சமிக்ஞை விளக்கைக் கவனிக்காமல் கடந்திருந்தாலும், அவருடைய விதி இன்னும் முடியாவிட்டால் விபத்தில் சிக்கிக்கொள்ள மாட்டார். ஆக, முன்னவர் பௌதிக விதிகளின்கீழ்த் தன் கண்முன்னே பிரத்யட்சமாக

நிகழ்ந்ததைச் சொல்லுகிறாரென்றால் பின்னவர் அந்த விதிகளுக்கு முன்பே, அபௌதிகமாக, சொல்லப்பட்டிருப்பதை (கதையாடலில்) நிகழ்த்துகிறார். இங்கே 'நிகழுதல்' என்பது, உண்மையில் ஒரு புலப்படாத இருப்பின் 'சொல்லல்'தான். இப்படிக் கதையாடலின் தன்மைக்கேற்றபடி சொல்லுதல் முக்கியத்துவம் பெறும் தருணங்களும் உண்டுதான். அது கதைசொல்லி என்ன நிலையைத் தேர்ந்தெடுக்கிறார் என்பதைப் பொறுத்ததாக இருக்கிறது.

தி.ஜா.வின் 'சொல்லல்', இரண்டாவது வகையைச் சேர்ந்தது. அவருடைய கதைசொல்லிகள் பல சமயங்களில் நிகழ்வுப் பரப்பிற்கு வெளியே நிற்பவர்களாக ('கோபுர விளக்கு'வில் தருமு பற்றிப் பிறர் கதைசொல்லியிடம் சொல்வதைப்போல அல்லது 'சிவப்பு ரிக்ஷா' ருக்கு பற்றிச் சொல்லும் குரலைப் போல) ஆனால் தமக்கென்று ஒரு சுய அடையாளத்தையும் கொண்டிருக்கிறவர்களாக (ஓய்வு பெற்ற காவலதிகாரி அல்லது நண்பனைப் பார்க்கவந்த ஒரு வேற்றூர் இளைஞன் அல்லது ஒரு தொடர்வண்டிப் பயணி அல்லது பக்கத்து வீட்டுக்காரர் அல்லது ஒரு பள்ளி ஆசிரியர் அல்லது ஒரு புனித யாத்திரைக்கு வந்தவர்) இருக்கிறார்கள். இது கதைசொல்லிக்கு ஒரு தொட்டும் தொடாத உறவைக் கதைமாந்தருடன் உண்டாக்குகிறது (அதாவது கதைசொல்லி, சாலை விபத்துக் குறித்துச் சொல்லும் இரண்டாவது நபரைப் போல, அங்கே (பௌதிக உடலுடன்) இருந்தும் (பௌதிக விதிகளுக்குள்) இல்லாமலும் இருக்கிறார். இந்த 'இருந்தும் இல்லாமலும்' இருக்கிற கதைசொல்லியின் இருப்புத்தான், 'சண்பகப்பூ' கதையில் கிழவனாருடைய 'சொல்லலின்' வழியே கணவனின் இறப்புக்கு நோயைக் காரணமாக்காமல் அந்தப் பெண்ணின் அழகைக் காரணமாக்குகிறது. 'சொல்வதை நிகழ்த்துவது', இந்த விதத்தில் 'நிகழ்ந்ததைச் சொல்லுவ'தைப் போலல்லாமல் அநிச்சயத்தன்மை கொண்டதாக இருக்கிறது. இந்த அநிச்சயத்தன்மை கதையாடலைப் புனைவிற்கு மிக நெருக்கமாகக் கொண்டு சேர்க்கிறது. தி.ஜா. புனைவுக் காரணிகளின் இலட்சிய அம்சம் (அமானுடத்தன்மை) இயல்பாகவே விளைவுகளோடு நேரடி உறவுகொள்வதைத் தவிர்த்துவிடும் மறைபண்பு கொண்டதுதான். அதை ஊகிக்கத்தான் முடியும். எனவே, தூலமாக நிகழ்வுகளைக் காட்டாமல், சொல்வது கேட்பது என்கிற அம்சத்தை அவர் தேர்ந்துகொள்வதும் அழகியல் பண்பைத் தாண்டிக் கதையாடலின் ஒருபகுதி ஆகிவிடுகிறது. (இந்தச் 'சொல்லுதலின் வழியே', ஒரு நிச்சயமற்ற தன்மையைப் பிரதியில் கட்டமைக்கும் உத்தியைத்தான் (பு.பி.யின் 'காஞ்சனை' இந்த நிச்சயமின்மையைத் தூலமாக்கிக் காட்ட முயன்று புனைவம்சத்திலிருந்து நழுவும் மற்றொரு பிரதி). 'மற்றமையின்' யதார்த்தமாயும் 'தன்னிலையின்' புனைவாயும் மாறும் மாய யதார்த்தக் கதையாடலின் உத்தியாகப் பின்னாளில் புரிந்துகொள்கிறோம்.

தி.ஜா.வின் தனிப்பட்ட ஆளுமை மற்றும் தி.ஜா.வின் ஆக்கங்கள் (புதினங்கள், சிறுபுனைவுகள் இரண்டையும் உள்ளடக்கி) குறித்த க.நா.சு.வின் பார்வை தி.ஜா.வின் புனைவுக் கட்டமைப்பை ஒரு எதிர்மறைப் பார்வையில் உறுதிப்படுத்துகின்றது என்று தோன்றுகிறது. தி.ஜா.வின் 'அம்மா வந்தாள்' புதினம் ஒரு பாராட்டத்தக்க படைப்பல்ல என்பது க.நா.சு. பார்வை. அது குறித்த அவர்கள் இருவருக்கும் இடையிலான

உரையாடலில் (‘இலக்கியச்சாதனையாளர்கள்’, க.நா. சுப்ரமண்யம், மணிவாசகர் பதிப்பகம், 1985), அலங்காரத்தம்மாளின் பாத்திர வார்ப்பு நம்பகத்தன்மை கொண்டதல்ல என்று வாதிடுகிறார் க.நா.சு. ‘அறிவுபூர்வமாக’ அதை ‘எதிர்கொள்ளத் தெரியாத’ தி.ஜா., ‘ஆனால், கும்பகோணத்தில் அலங்காரத்தம்மாள் ஒருத்தி இருப்பதை, நான் உங்களுக்கு நேரிடையாகக் காட்ட முடியும்” என்று பதில் சொல்கிறார். இதற்குக் கநாசுவின் மறுமொழி: “வாழ்க்கை (நாவல்) கலையாக உருவாகும்போது வெறும் இருப்பு மட்டும் போதாது, காரண இருப்பும் இருக்கவேண்டும்”. இங்கே காரண இருப்பு என்பது க.நா.சு.வின் கருத்தில் என்ன பொருள் தருகிறதென்றால், அவருடைய வார்த்தைகளில், “கதாபாத்திரத்திற்கு மனோதத்துவ ரீதியில் ஒரு யதார்த்தமும் உண்மையும் அமைய வேண்டும்”. இந்த மாதிரி விவாதித்தால் தி.ஜா. ஒரு அளவுக்குமேல் உணர்ச்சிவசப்பட்டு விடுவார் என்கிறார் க.நா.சு. க.நா.சு.வைப் பொறுத்தவரையில் ஒரு பாத்திரத்தின் காரண இருப்பு என்பது அதன் மனோதத்துவத் தர்க்கத்தோடு தொடர்புடையது. மனோதத்துவம் சுயத்தின் உருவாக்கம் குறித்த மேற்கின் பார்வையில் உருவாக்கப்பட்ட அறிவுத்துறை. இது சுயம் என்பது பௌதிக உலகின் விதிகளால் கட்டமைக்கப்பட்டது என்கிற கோட்பாட்டின் அடிப்படையில் ஒரு தனிமனித உயிரியின் செயல்பாடுகளுக்கான காரணத்தை அந்த விதிகளின் தாக்கமாக (இணங்கியோபிணங்கியோ) முன்வைக்கும் உந்துதலைக் கொண்டது (உதாரணமாக ‘சைக்கோ’வகைக் கதைகள்). இந்த நிலைப்பாட்டிலிருந்து கொண்டு தி.ஜா.வை அணுகும்போது, அவை ‘இலக்கிய அமைதி’ பெறாதவைகளாகத் தோன்றுவது இயல்புதான்.

தி.ஜா.வின் புனைவுகள் மனோதத்துவ அடிப்படையில் இயங்க மறுப்பவை என்பது மட்டும் அல்ல, ஒரு உள்ளார்ந்த பிரக்ஞைநிலையில் மனோதத்துவத்திற்கு எதிராக மனித உயிரியின் இயல்புணர்ச்சி சார்ந்த (மன வளர்ச்சிக்கு முந்தைய நிலை) செயல்பாடுகளை முன்னிறுத்துபவை. ஆக, ஒருசமகாலப் பார்வையில் க.நா.சு. எதிர்மறையாகப் பார்க்கும் இந்த அம்சம்தான் தி.ஜா.வைப் ‘புனைவாளராக’ ஆக்குகிறது. ஏற்கனவே ‘அம்மா வந்தாள்’ புதினத்தின் முன்னுரையில் தி.ஜா., “கலை உலகம் ஒரு மாய லோகம். அதையும் வாழ்க்கையின் புற உண்மைகளையும் ஒன்றெனக் குழப்பிக்கொள்ளக்கூடாது” என்று படைப்பாளித் தரப்பிலிருந்து தெளிவாகவே கூறிவிட்டிருந்தாலும், படைப்பின் புனைவுத்தன்மையைக் கோட்பாட்டாக்கம் செய்து அறுதியிட்டுக் கொள்ளும் வாசிப்புப் பழகியிராத காலகட்டத்தில் ஒருவேளை க.நா.சு. சொல்வதைப்போல அவருடைய வாதங்கள் அவரை உணர்ச்சிவசப்பட வைத்திருக்குமானால், அதுவுமே ஒருவகையில் எதிர்பார்க்கக்கூடியதும் தி.ஜா.வின் படைப்புகளைப் புதினமாக்கும் அம்சத்துடன் தொடர்புடையதுமான ஒன்று என்று தான் எடுத்துக்கொள்ளவேண்டியிருக்கிறது. காரணம், அவருடைய புனைவுகளின் வாசகர் க.நா.சு. காலத்தவர் இல்லை.

✣

40

உருப்படாமல்போன தெய்வம்

ஆர். சிவகுமார்

துயரம் தோய்ந்த கதை ஒன்றை, 'எனக்குப் பிடித்த கதை' என்று சொல்வதில் ஏதோ முரண் தொனிப்பதுபோல, இதை எழுதும் கணத்தில், படுகிறது. 'பிடிக்கிறது' என்பதில் லேசாகவேனும் மகிழ்ச்சி தொனிக்கிறது. 'என்னை ஆட்டிப் படைக்கும் கதை' என்று சொல்வது பொருத்தமாக இருக்கலாம். 'ஆகத் துயரமான எண்ணத்தைச் சொல்பவையே ஆக இனிமையான பாடல்கள்' என ஷெல்லி வானம்பாடிக்கு எழுதிய கவிதையில் குறிப்பிடுவது இன்னொரு பார்வை. தி.ஜானகிராமனின் மிகச்சிறந்த கதையாக நான் மதிப்பிடுவது 'கோபுர விளக்'கைத்தான். பெண் ஜீவன் ஒன்றின் அவல வாழ்வையும் துர்மரணத்தையும் சித்திரிக்கும் காவியச் சோகம் இக்கதையின் உள்ளீடு. சிறுகதையின் முழுநிறைவான லட்சணங்கள், இக்கதைக்கு உலகத்தரத்தைக் கொடுக்கின்றன. மிகையில்லை. இருந்தாலும் தப்பில்லை.

பெண் பாத்திர சிருஷ்டியில் திஜா.வுக்குப் போட்டியாளர் அவருக்குப் பின்னால் தொலைவில்தான் இருப்பார். ரசிக்கும்வகையில் கார்வார் செய்பவள், கம்பீரத்தின் சிம்மாசனத்தைப் போகுமிடமெல்லாம் கூடவே கொண்டுசெல்பவள், 'பதிநாலு லோகமும் காலிலே உளுந்திடும்' அழகைக் கொண்டவள், 'தொட்டாத்தான் யாரையும் கொஞ்சமாவது புரிஞ்சிக்க முடியும்' என்று நம்புபவள், பிரகடனப்படுத்தாமல் விவேகத்தை முன்வைப்பவள், தாசியாக இருந்தாலும் முட்டாள்தனத்தைப் பொறுக்காதவள், ஏழ்மையிலும் இரக்க சுபாவத்தைத் தொலைக்காதவள் போன்றவர்களையே அவருடைய புனைவின் பெரும்பான்மைப் பெண் பாத்திரங்களில் காணலாம். எங்கோ ஒருத்தி பணத்தாசை பிடித்த ராட்சசியாகவும் இருப்பாள். இப்பொதுத்தன்மைக்கு மாறாக, 'கோபுரவிளக்'கின் நாயகி சூழ்நிலைக்குப் பலியாகி, கொடும் மரணத்துக்காளாகும் அப்பாவி. இந்தச்

சித்திரிப்புகளைக் கேள்வியில்லாமல் வாசகரை ஏற்கச் செய்யும் எழுத்தின் வலு தி.ஜா.வின் புனைவுக்கு உண்டு. சாரமாக, அவர் புனைவுலகம் அழகையும் அன்பையும் செய்திகளாகக் கொண்டது.

துயரம் அலைக்கழிக்க துர்க்கை அம்மனுக்கு முன்னால் நின்று சூழலை மறந்து வேண்டுகிறாள் ஒருத்தி: “ஈச்வரி! இரண்டு நாளாக வயிறு காயறது. இன்னிக்காவது கண்ணைத் திறந்து பார்க்கணும். தாராள மனசுள்ளவனா... ஒருத்தனைக் கொண்டுவிட்டுத் தொலைச்சா என்னவாம்?”. காய்வது இறைஞ்சுபவளின் வயிறு மட்டுமன்று, வீட்டிலுள்ள மேலும் ஒன்பது வயிறுகளும்தாம். எல்லாம் பெண்களுடையவை. இப்படி ஒரு முறையீடு உலகத்திலேயே மிக அபூர்வமாகத்தான் கடவுளை நோக்கி விடுக்கப்பட்டிருக்கும் அல்லது விடுக்கப்படாமலுமிருக்கலாம். கடவுளை இதில் ஈடுபடுத்துவதில் அந்த மாதிரிப் பெண்களுக்குச் சம்மதமின்மையோ குற்ற உணர்வோ இருக்கலாம். ஆனால், இந்தப் பெண் வாய்விட்டு மன்றாடிவிட்டாள். மனித இனத்தின் நிகரற்ற துயரம் இந்த வார்த்தைகளிலும் அவற்றை வாய்விட்டுச் சொன்ன முறையிலும் தேக்கப்பட்டுள்ளது. யாருக்கும் தெரியாமல் அவள் புலம்பிவிட்டுப் போயிருந்தால் இரண்டாம் நபரின் காதுக்கு அந்தப் பிரார்த்தனை எட்டியிருக்காது. தன்னை மறந்து வாய்விட்டு அவள் புலம்பியதைக் கதைசொல்லி கேட்டுவிட்டதைப் பார்த்த அவள், தன் வேண்டுகோளை, “ஈச்வரி, என் தங்கையைக் காப்பாற்றிப்பிடு, தாராள மனசுள்ளவனா ஓர்த்தனைப் பார்த்து அவளுக்கு முடிச்சிடு, தாயே” என்று மாற்றித் தயங்கித் தயங்கி முடிப்பதையும் கேட்டு விடுகிறார். அதையெல்லாம் கேட்டும், எக்கவலையுமில்லாமல் உலகம் இயங்குகிறது. கேட்டதையும் பார்த்ததையும் தன் மனைவி கௌரியிடம் சொல்கிறார். இது இரண்டு மாதம் முன் நடந்தது. அரிதான பிரார்த்தனையே கதையின் பிரதான மையப் புள்ளி. பின்னும் முன்னுமாகத் தொடரும் கதைக்கும் அவரே சொல்லி. அவர் எழுத்தாளரும்கூட.

அந்தப் பெண் தருமுவின் மரணத்தோடு கதை தொடங்குகிறது. கோவில் கோபுரத்தின் மெர்க்குரி விளக்கு அவிந்துகிடக்கிறது. பஞ்சாயத்து விளக்கும் ஃப்யூசாகிவிட்டது. சந்நிதித் தெரு இருளில் மூழ்கி இருக்கிறது. காரணமாகத் தெற்குத் தெருவில் நிகழ்ந்த சாவைக் கௌரி அவருக்குச் சொல்கிறாள். யார் என்றதற்குத் துர்க்கை அம்மனிடம் வரம் கேட்ட அவருடைய ‘கதாநாயகிதான்’ என்கிறாள். ‘என் கதாநாயகியா?’ என்றதற்கு, ‘செத்துப்போன அப்புறம்தானே இந்த மாதிரி மனுஷா எல்லாம் உங்களுக்குக் கதாநாயகி ஆகிற வழக்கமாச்சேன்னு சொன்னேன்...’ என்று கேலி செய்கிறாள். இரண்டு நாட்களுக்கு முன் கோவிலில் அவள், ‘நிகுநிகு என்று தீட்டித் தேய்த்த கத்தி மாதிரி நடந்துபோய்க் கொண்டிருந்த’தை எழுத்தாளர் பார்த்திருக்கிறார். இவரைப் பார்த்து வெட்கப்பட்டு, அவள் ஓடி மறைகிறாள். ‘கிரிசை கெட்ட’ அப்பெண்ணின் குடும்பக் கதையைச் சீனு மாமாவிடமிருந்து கதை சொல்லி அறிந்துகொள்கிறார். அவள் அப்பா ‘ரிஷி வாக்கு மாதிரி’ ஜோசியம் சொன்ன மந்திரச்சாமா. பெரிய தலைகள் அவன் வாடிக்கையாளர்கள். பணம் தாராளமாகப் புரண்டிருக்கிறது. அவன் உபகாரியும்கூட. ஒன்றரை வேலி நிலமும் இருந்திருக்கிறது. நாற்பது வயதில் பாரிச வாயு வந்து ஏழு வருடம் படுத்துக் கிடந்ததில் எல்லாம்

கரைந்துவிட்டது. மீந்த நானூறு, ஐந்நூறு ரூபாய்ச் சேமிப்பில் தருமுவுக்கு மதுரை மாப்பிள்ளையோடு கல்யாணம் நடந்தது. சாமா இருந்தபோதே அவள் அம்மா இப்படியாகிவிட்டாள். கல்யாணத்துக்கு அப்புறமாக இதைத் தெரிந்துகொண்ட தருமுவின் கணவன் தருமுவைத் துரத்திவிட்டான். அம்மாவுக்கு ஒரு அம்மாவும் ஏழெட்டுக் குழந்தைகளும் உண்டு. வீடுகளில் அம்மாவும் மகளுமாக மாவரைப்பதில் கிடைக்கும் எட்டணாவும், ஒரு ரூபாயும் எந்த மூலைக்குக் காணும்? அவளையும் அவள் அம்மா, இந்தத் தொழிலுக்குள் நுழைத்துவிட்டாள். அவர்கள் நடத்தை ஊருக்கே தெரிந்த ரகசியமாகிவிட்டதால், யாரும் படியேற விடுவதில்லை. ஹோட்டல்களில் மாவரைத்துப் பசியை அவர்கள் அரைகுறையாகத் தணித்துக் கொள்வதாகச் சீனு தெரிவிக்கிறார். அதே மாதிரியான பெரிய இடத்துச் சமாச்சாரம், சொத்தாலும் பணத்தாலும் மறைக்கப்படுவதையும் கதை குறிப்பிடுகிறது.

தருமு எப்படி இறந்தாள் என்பதையும் கௌரி சொல்கிறாள். மூன்றுமாதக் கர்ப்பத்தில் இறந்திருக்கிறாள். இதைக் கேட்டதும், இரண்டு நாளுக்கு முன் அவள் 'நிகு நிகு' என்று இருந்ததன் காரணம் கதைசொல்லிக்குத் தெரிகிறது. 'அரைச் சாப்பாட்டுக்கு, பருவம் கடந்து ஆறு வருஷத்துக்கு அப்புறம் வரக்கூடிய மெருகல்ல அது. தாய்மையின் ஒளி; வயிற்றில் வளர்ந்த சிசுவின் ஒளி,' என்பதை உணர்ந்து பதறுகிறார். பின்வரும் இளிவரலைத் தி.ஜானகிராமன் போன்ற கலைஞனால்தான் எழுத்தில் இப்படிக் கொண்டுவர முடியும்: "அவ அம்மாக்காரி இருக்காளே... டாக்டர் கிட்டே போய்க் கேட்டாளாம். அம்பது ரூவா பணம் கேட்டானாம் அந்தத் தடியன். கடைசியிலே – வாசக்கதவு, கொல்லைக்கதவு எல்லாம் சாத்திப்பிட்டு – இவளே அந்தப் பொண்ணு வாயிலே – வைக்கல், துணி எல்லாத்தையும் வச்சுத் திணிச்சு வைத்தியம் பண்ணினாளாம். அப்படியே அலறவும் முடியாம, உசும்பவும் முடியாம எல்லாம் அடங்கிப் போச்சாம். அப்படீன்னு நம்ம பூக்காரி சொல்றா. ஆனா, குருக்கள் பொண்டாட்டி சொன்னாளாம்: அந்த அம்மாக்காரி கண்ணாடியைப் பொடி பண்ணித் தண்ணியிலெ கலந்து அந்தப் பெண்ணைக் குடிக்கச் சொன்னாளாம். அது குடிச்சிப்பிட்டு வயித்து வலியிலே – அய்யோ, அய்யோன்னு ஊரே குலைநடுங்கக் கத்தித் தீத்துப்பிடுத்தாம். அப்புறம்தான் துணியை வாயிலே வச்சு அடச்சு அழுகையை அடக்கினாளாம். அது உயிரையே அடக்கிப்பிடுத்து".

ஐம்பது ரூபாய் இல்லாததால் முரட்டு வைத்தியத்தில் ஒருத்தியின் உயிர் போகிறது. கொலையுண்டாள் என்றும் சொல்லலாம். கண்ணாடிப் பொடி கலந்த தண்ணீரை மகளிடம் கொடுக்கும் தாயின் நிலை அவலத்தின் உச்சம். அது உயிரைப் போக்கும் என்று தெரியாமல் வாங்கிக் குடித்திருப்பாளா மகள்? தெரிந்தே வாங்கினாள் என்றால், அவளின் தயார் நிலை, அம்மாவின் அவலத்தை ஒன்றுமில்லை என்று ஆக்கிவிடுகிறது. இரண்டு பேரையும் கைப்பாவைகளாக்கி விளையாடுகிறது வாழ்க்கையின் கொடூரம். அம்மாவைக் கொலைகாரி என்று சொல்லமுடியுமா? தன் நிலைக்குத் தருமு எந்த விதத்தில் பொறுப்பு? இக்கேள்விகளுக்கு இலக்கியத்தால் தீர்மானமான விடையைச் சொல்லமுடியாது. தத்துவம் வேண்டுமானால் ஏதாவது சொல்லிச் சமாளிக்கலாம், அதுவும் திணறித்தான்.

தொடக்கத்திலிருந்தே, தருமுவைக் கொஞ்சம் அனுதாபத்துடன்தான் பார்க்கிறார் கதைசொல்லி. அந்த அபாக்கியவாதியின் மன்றாடலுக்கும் தாய்மைத் தோற்றத்துக்கும் அவர்தான் சாட்சி. "கேக்கறதுதான் கேட்டாளே – பணம் வேணும், கஷ்டம் விடியணும்னு அழப்படாதோ? நல்ல ஆளைப் பிடிச்சுத் தரணும்னுதானா கேக்கணும்?" என்ற கௌரியின் கேள்விக்கு, "அவ வேலை செஞ்சு பிழைக்கிறவ. ஒரு வேலையும் செய்யாமல் திடீர்னு பணம் வந்து குதிக்கும்னு நம்பற இனம் இல்லெ. ஏதாவது கொடுத்தாத்தான் இந்த உலகத்துக்கிட்ட இருந்து ஏதாவது கறந்து சாப்பாட்டுக்கு வழி பண்ணிக்க முடியும்னு நினைக்கிறவ. தெரிஞ்சுதா?" என்று தருமுவின் பக்க நியாயத்தைக் காட்டுகிறார். பூஜைதான் இல்லை, திருட்டுப் பயத்தைச் சுட்டிக் காட்டிக் கோபுர விளக்கையாவது போடலாமே என்று கோயில் மானேஜரைக் கேட்கிறார்.

மானேஜரின் பேச்சு பிணத்தைத் தூக்க உதவி செய்யுமளவுக்கு அவரைத் தூண்டிவிடுகிறது: "நீங்ககூடப் பார்த்திருப்பீங்களே. கோவிலுக்கு வருமே அந்தப் பொண்ணுதான். சிரிச்சுப்போன குடும்பம்தான். ஒப்புத்துக்குறேன். ஆனால், செத்துப்போனதுக்கு அப்புறம் தூக்கறதுக்கு ஒருஆள்கூட இல்லைன்னா, இது என்ன மனுஷன் குடி இருக்கிற தெருவா? காக்காகூட ஒரு காக்கா செத்துப் போச்சுன்னா கூட்டம் கூட்டமா அலறித் தீத்துப்பிடும்கள். மத்தியானம் மூணு மணிக்குப் போன உசிரு. ஒரு பய எட்டிப் பாக்கலை. வீட்டிலே இருக்கிறது அத்தனையும் பொம்பளை. எல்லாம் சின்னஞ்சிறுசு. அப்படி என்ன இப்ப குடிமூழ்கிப் போச்சு? அவங்க கெட்டுப் போயிட்டாங்க– நாதன் இல்லாம கெட்டுப் போன குடும்பம். பசிக்குப் பலியான குடும்பம். என்ன அக்கிரமம் சார்? இந்த மாதிரி மிருகங்களைப் பார்த்ததில்லை. நானும் நாலு ஊரிலே இருந்திருக்கேன்." கண்ணில் நீர் பெருகிப் பேச முடியாமல் ஆகி, பின் துக்கத்தை ஒடுக்கிக்கொண்டு தொடர்கிறார். "இன்னிக்குக் கடவுள் வெளிச்சம் கேட்பானா? கேட்க மாட்டான். ஊருக்கு மட்டும் என்ன வெளிச்சம்? எத்தனை வெளிச்சம் போட்டால் என்ன, நம்ம இருட்டு கலையப் போறதில்லை. இப்படித்தான் தவிக்கட்டுமே ஒருநாளைக்கு... கோயிலுக்குப் பூஜை செய்தாகணும். இன்னும் பொணத்தைத் தூக்கின பாடில்லை. யாரு தூக்குவாங்க? ஊரு கட்டுப்பாடாம்; ஊர் தலையிலே இடிவிழ... தெருவுக்கு மட்டும் விளக்கு கிடையாது. நாளை ராத்திரி வரையிலும் நிச்சயமாகக் கிடையாது. அந்தத் துர்க்கை அம்மனுக்கும் அந்தப் பொண்ணுக்கும் அவ்வளவு ராசி. விளக்கு கிடையாது. இப்பவே சொல்லிப்பிட்டேன்".

பத்துமணி வரை பார்த்துவிட்டு நாயனக்காரர் கொண்டுவரும் இரண்டு ஆட்களோடு தானும் சேர்ந்து நான்குபேருமாகப் பிணத்தைத் தூக்கிக்கொண்டு போவதாகத் தீர்மானித்துவிட்டார் மானேஜர். தானும் வருவதாகக் கதைசொல்லி முன்வர, 'ஆபத்தான சமாச்சாரம், தனியாளோட போடற சண்டை இல்லே,' என மானேஜர் எச்சரிக்க, அதையும் மீறிப் பிழைக்க வேறிடம் இல்லையா என்று மனதைத் தேற்றிக்கொண்டு, 'பரவாயில்லைங்க' என்கிறார். அவருடைய பயம் விலகியிருந்தது. 'இருட்டில் தட்டித் தட்டிக் கிழக்கு வீதி வெளிச்சத்திற்கு வந்தோம்,' என்ற வார்த்தைகளோடு கதை

முடிகிறது. இந்த வெளிச்சத்தைக் கொண்டுவந்தது மானேஜரின் பேச்சு. ஊரோடு ஒத்துப்போக வேண்டிய அரசாங்க ஊழியர் அவர். ஆனாலும், பொதுதர்மத்தின் குறியீடாகத் தோன்றுகிறார்.

கதையின் இன்னொரு நாயகி கௌளரி. சமூகம் விளைவிக்கும் வழக்கமான பெண்ணாக இருக்கும் அவள், தருமு பற்றியும் அவள் குடும்பம் பற்றியும் அறிந்தபின், பெண்களுக்கேயுரிய உள்ளுணர்வால் நடக்கப்போவதைக் கணிக்கிறாள். தருமு வாய்விட்டுப் புலம்பியதைக் கணவரிடமிருந்து அறிபவள், புத்தியையும் ஞானத்தையும் விவேகத்தையும் கொடுக்கும் தெய்வம் இனி இதையும் கொடுக்கும் எனக் கிண்டல் செய்கிறாள். கணவர் வருவதைப் பார்த்துவிட்டுத்தான் ஒருவேளை அப்படி வேண்டினாளோ என்று கேலியும் பேசுகிறாள். நேரம் காலம் இல்லாமல் குளம், சந்தி, கடைத்தெரு என்று அவள் நிற்பது தெரிந்து, 'இனிமேல் ஒரே வேகமாத்தான் போகும். வியாதி, ஆஸ்பத்திரி, பிச்சை, சத்திரத்துச் சாப்பாடு – எதைத் தடுக்க முடியும்?' என்கிறாள். 'எடுபட்ட குடும்பம்' என்றும் திட்டுகிறாள். அவளே, சில நாட்களில், தருமு குறித்த சமாச்சாரங்கள் அனைத்தும் தெரிந்தவளாக மாறுகிறாள். தருமு இறந்ததைக் கணவரிடம் மனதைப் பிசையும் விதமாக விவரித்துவிட்டுக் குழந்தைபோல விசும்ப ஆரம்பிக்கிறாள். பின், பரிவும் அன்பும் மனதை நிறைக்கத் தருமுவின் சக பெண் உயிரியாக உருக்கொள்கிறாள். "அந்தப் பொண்ணு ஊத்தின எண்ணெய்க்காவது மனம் இரங்கப்படாதா அந்தச் சாமி. இவ்வளவு பெரிய கோவிலைக் கட்டிண்டு உட்கார்ந்திருக்கே! துர்க்கைக்கு முன்னாடி நின்னுண்டு அழுதுதுன்னேளே, பொம்மனாட்டி கண்ணாலே ஜலம்விட்டா உருப்படுமா அந்தத் தெய்வம்? அவ யாராயிருந்தா என்ன? மனசு உருகிக் கண்ணாலே ஜலம்விட்டுதே அது" எனக் கௌளரி அரற்றத் தொடங்குகிறாள்.

மானேஜர் வெளிஆளாகவும், கௌளரி 'உள்'ஆளாகவும் தருமுவைப் புரிந்துகொண்டவர்கள் என்று சொல்லத் தோன்றுகிறது. அன்பால் நிறைந்தவர்களுக்கே இரக்கமற்ற தெய்வத்தை வசைபாடும் தகுதியும் துணிச்சலும் உண்டு.

✣

41

தீராப் பெரும்பசி (கொட்டு மேளம்)

எம்.ஏ. சுசீலா

மானுடத்தின் ஆதார உணர்வாகி, தூல வடிவத்திலும், சூக்குமமாகவும் மனிதர்களை ஆட்டிப்படைக்கும் பசி என்ற பேருணர்ச்சிக்குத்தான் எத்தனை நிறங்கள்? எத்தனை முகங்கள்? பசிகொண்ட மானுடத்தின் பலதரப்பட்ட பக்கங்களையும் வெவ்வேறு கோணங்களில் – வாழ்நாள் முழுவதும் தாம் உருவாக்கிய சிறுகதைகளிலும், நாவல்களிலும் சளைக்காமல் எழுதினாலும், அதில் சற்றும் களைத்துப் போய்விடாத தீராப் பெரும்பசியோடு திரும்பத் திரும்பப் பதிவுசெய்துகொண்டேயிருந்தவர் தி.ஜானகிராமன். அவரது முதல் சிறுகதைத் தொகுப்பாகிய 'கொட்டு மேளம்' (1954), சோற்றுப் பசி, பொருள் தேட்டத்துக்கான பசி, வாழ்வியல் வெற்றிக்கான பசி, அழகு, அன்பு, பரிவு, காமம் எனக் கசிந்தும், பெருகியும் ஓடும் பல்வேறு உணர்ச்சிகளின் பசியெனப் பசியின் பேரிரைச்சல்களால் மட்டுமே நிரம்பித்தளும்பிக்கொண்டிருக்கிறது. தன் எழுத்து லாவகத்தால் அந்தச் சத்தத்தைச் சங்கீதமாக்கவும், கூப்பாடு போட்டுக் கொண்டிருக்கும் பசியின் குரல்களை அதனதன் தன்மைக்கேற்ப அடக்கிப் படியவைக்கவும் முனைந்திருக்கிறது தி.ஜா.வின் எழுதுகோல். அவரது புகழ்பெற்ற நாவல்களான 'மோகமுள்', 'அம்மா வந்தாள்' தொடங்கி இறுதிப் படைப்பான 'நளபாகம்'வரை, 'பசியும் பசியாற்றலும்' நேர்ப்பொருளாக மட்டும் நின்றுவிடாமல் உருவகமாகவும் குறியீடுகளாகவும் தொடர்ந்துகொண்டே சென்றதற்கான விதைகள், அவருடைய முதல் சிறுகதைத் தொகுப்பிலேயே அழுத்தமாக ஊன்றப்பட்டுவிட்டன என்றே சொல்லிவிடலாம்.

உலகுக்கெல்லாம் சோறூட்டும் சோழ வள நாட்டிலிருந்து வந்தவர் என்பதோடு, தினுசு தினுசான சாப்பாட்டு வகைகளின் மீது குன்றாத விருப்பம் கொண்டிருக்கும் தஞ்சை, கும்பகோணம் பகுதியைச் சார்ந்தவர் என்பதாலோ என்னவோ, அன்றாடச் சாப்பாட்டுக்கே அலைக்கழிவுபடும் மனிதர்களின்மீது தி.ஜா., எல்லையற்ற இரக்கமும் கருணையும் கொண்டிருக்கிறார்.

எந்த வழியிலாவது, எப்படியாவது அந்த வயிற்றுப்பசி தீர்ந்துவிடலாகாதா என்று அந்தப் படைப்புள்ளம் பதைக்கிறது. கதைகளின்வழி அவர் முன்வைக்கும் வயிற்றுப் பசிகளிலேயும்கூட எத்தனை வகைகள்?

'சிலிர்ப்பு' சிறுகதையில் வரும் பத்து வயதுச் சிறுமி, "மத்தியானச் சாப்பாட்டுக்கே எல்லாருக்கும் காணாத" குடும்பத்தில், நான்கு அக்கா, இரண்டு அண்ணன், ஒரு தம்பி, ஒரு தங்கை இவர்களோடு பிறந்தவள். தன் பசியோடு சேர்ந்து குடும்பத்தார் பசியையும் ஆற்றுவதற்காக அறிமுகம் அதிகமில்லாத ஒரு பெண்மணியோடு, முன்பின் தெரியாத கல்கத்தாவுக்குப் பயணப்படுகிறாள் அவள். மூன்று வருடக் காலம் ஒரு ஜட்ஜ் வீட்டில் "கோலம் போட்டு, அடுப்பு மெழுகி, புடவை தோச்சு, குழந்தை பார்த்து, தோசைக்கு அரைச்சு" எல்லாம் செய்தாலும், பசி தீராதவளாய்ப் பஞ்சத்தில் அடிபட்டதுபோலக் கண்கள் உள்ளொடுங்கிப் போய், ஒட்டி உலர்ந்து காட்சி தருகிறாள். சுரண்டிக் கறந்து அவளை வேலை வாங்கிய குடும்பம், கடைசியாக அவள் புறப்பட்டுச் செல்லும் வேளையிலும்கூடப் பழைய சோற்றுடன் மட்டுமே வழியனுப்பி வைத்திருக்கிறது.

வாழ்க்கைப்பாட்டின் பற்றாக்குறை கிளர்த்தும் பசி இவ்வாறிருக்க, 'வேண்டாம் பூசணி'யின் பாட்டியோ, பாசத்தின் பற்றாக்குறையால் வயிறு காய்ந்துகிடக்கிறாள். தான் பெற்ற மூன்று மகன்களுக்கும் இரு மகள்களுக்குமிடையே வேண்டாத உருப்படியாக அவள் பந்தாடப்படும் அவலமே சிறுகதையில் முதன்மைப்படுத்தப்பட்டாலும், தன் 'வயிற்றுத் தீ'யைத் தணிப்பதற்காகப் பாட்டி படும் அவதிகளையும் இணையாகவே சொல்லிக்கொண்டு போகிறார் ஆசிரியர். எண்பத்திரண்டு வயது தனி வாழ்க்கையில், பாட்டியால் 'பாதிநாள் ரசம் அல்லது வெறுங்குழம்பு ஏதாவது ஒன்று' மட்டுமே பண்ணிச் சாப்பிட முடிகிறது. வாய் ருசிக்க தோசை, இட்டிலி, மல்லித் துவையல் சாப்பிட்டதெல்லாம் பழங்கதையாய்ப் போய் முடிய, "ஆறு மாதமாக ராத்திரிப் பலகாரம்கூடக் கிடையாது; மத்தியானம் பன்னிரண்டு மணிக்குச் சாப்பிடுவதோடு சரி". ஒருவகையில் பாட்டிக்கு இவ்வாறு விதிக்கப்பட்ட தனி வாழ்க்கைக்குச் சாப்பாடு என்பதே குரூரமான முகாந்திரமாகவும் ஆகிறது. அவள் இலையில் அமர்ந்த நேரம் பார்த்து, "அம்மாடியோவ். ஒண்ணரைப்படி சாதம் சாப்பிடறதே… உங்கம்மாவுக்குச் சாதம் என்னாலே போடமுடியாது… இந்த மாதிரிப் பகாசுரத் தீனி திங்றதைப் பார்த்தா எனக்குப் பயமா இருக்கு… குழந்தைகள்ளாம் பயப்படறது" என்று மருமகள் இரைச்சல் போட, வாயில் வைத்த சோற்றுக் கவளத்தை விழுங்கமுடியாமல் பாதியிலேயே எழுந்தபடி, 'தின்கிற ஒருபிடிச் சோற்றையும்' அவள் அப்படிச் சொல்லிவிட்டாளே என்று குன்றிப்போகிறாள் பாட்டி. தனிக்குடித்தனத்தில் தலையில் அடிபட்டுவிடப் பாட்டியிடம் மிச்சமிருக்கும் பண்டம் பாத்திரங்களுக்காகவும், நகைகளுக்காகவும் தன்னுடன் கூட்டிச் செல்லும் மகள், "என்னம்மா? நீ சாப்பிட்டா இங்கே ஆயிடப் போறது?" என்று தன் பங்குக்குச் சாப்பாட்டையே குறிவைத்துக் குத்தல்மொழி பேசுகிறாள். 'அன்பிலாள் இட்ட அமுதே' ஒவ்வொரு கட்டத்திலும் பாட்டிக்கு நஞ்சாகிக்கொண்டு வருவதைப் படிப்படியாகச் சொல்லிக்கொண்டு போகிறது கதை.

சோறே கிடைக்காதவர்களின் சோற்றுக் கவலை ஒருபுறமென்றால் – எல்லாம் இருந்தும் பசித்துக் கிடந்தாக வேண்டிய சூழ்நிலையும் சிலவேளைகளில் நேர்ந்துவிடுகிறது. 'செத்துப் போய்விடுவார்' என்ற நினைப்பை ஐந்து முறை பொய்யாக்கிப் பிழைத்துக்கொண்ட வயதான கணக்குப்பிள்ளை மாமா ரேழியில் இழுத்துக்கொண்டே கிடக்க, 'பிணம் விழுந்தால் சாப்பிட முடியாது' என்று இரை மட்டுமே குறியான கழுகுபோல் சாப்பாட்டுக் கடையைச் சீக்கிரம் முடித்துக்கொள்ள ஊரே பரபரக்கிறது ('கழுகு') "...தாத்தா செத்துப் போகப் போறாங்க. செத்துப் போயிட்டாங்கன்னா பொணம் தூக்கற வரைக்கும் சோறு திங்கக்கூடாது... அதுவரைக்கும் பட்டினி கிடக்க முடியாதில்ல" என்று மதியம் ஒன்றரை மணிக்குச் சாப்பிட்ட கணவனையும், குழந்தைகளையும் மூன்றரை மணிக்கே சாப்பிட்டு முடிக்குமாறு கட்டாயப்படுத்துகிறாள் அந்தக் குடும்பத் தலைவி. அத்தனை முன்னேற்பாடுகளும் பொய்த்துப் போய்க் கிழவர் பிழைத்துக்கொண்டுவிட, முதலில் பசியில்லாமல் சாப்பிட்ட வயிறுகளுக்கு நள்ளிரவில் மெய்யாகவே பசி எடுக்க, பழையதை யும் உறிமோரையும் வைத்து அதைத் தீர்த்துக் கொள்கிறார்கள். சக மனித உயிர் பிரிந்துகொண்டிருக்கும் நிலையிலும்கூடப் பசியிலிருந்து தங்களைப் பத்திரப்படுத்திக் கொள்ளவே மனிதர்கள் முனைகிறார்கள் என்ற 'கன'மான செய்தியைத் தாங்கியுள்ள கதையை நையாண்டியான எள்ளல் பாணியில் நகை முரணாக இலகுவாகச் சொல்லிக்கொண்டு போகிறார் தி.ஜா. "முருகன் என்னை அளச்சிக்க மாட்டான்போல இருக்கு" என்று ஒப்புக்காகச் சொல்லிக்கொண்டாலும் வாழ்வில் பசிகொண்ட 'கழு'காய்க் கிழவரும் பிழைத்துவிடுகிறார். அவர் இறக்கப்போகிறார் என்ற நினைப்பில் ஒப்பாரி வைக்கும் கூட்டத்தைப் பார்த்து, "மாமா என்ன குறைச்சலா வாழ்ந்தாங்களா?" என்று ஆவேசப்படும் மாடிவீட்டுக் காவேரியாத்தா, "கத்தரிக்காய் பச்சடி கொஞ்சமாச் சாப்பிட்டாங்களா? வாளக்காய் வதக்கல் கொஞ்சமாச் சாப்பிட்டாங்களா? அறுபது வயசுவர உறை குத்தின தயிரும், நத்தத்துக் களத்து மாவடுவும் போட்டுக்கிட்டுப் பளயது சாப்பிட்டுக்கிட்டிருந்தாங்க... அது மாதிரி யாருக்குச் சாப்பிட முடியும்? யாருக்குச் சாப்பிடத் தெரியும்? பரமக்குடிலேந்து பாவக்காய் வரவளைச்சு நெய்யிலே வதக்கச் சொல்லிப் பளயதுக்குத் தொட்டுக்கிட்டுச் சாப்பிடுவாங்க. என்ன குறைச்சல் அவங்களுக்கு" என்று அடுக்கியபடி கிழவர் நன்றாக உணவு உண்டு ருசித்து வாழ்ந்திருக்கிறார் என்பதையே அவர் வாழ்ந்ததற்கான அடையாளங்களாக முன்வைக்கிறாள்.

இதற்கு நேரெதிர்த் தளத்தில், "பத்துவேலி நன்செய், ஆயிரம் மூங்கில் கொத்து, ஆயிரம் தென்னை மரம், இரண்டு ஏக்கர் கறிகாய்க் கொல்லை... மாட்டுத்தரகு, கமிஷன், வியாபாரம்" என்று கொழித்தாலும், "சம்பாதிச்சாப் போறாது ஐயா. சாப்பிடக் கொடுத்து வைக்கணும்" என்று நெஞ்சடைத்துக் கண்ணீர் பெருக்குபவன், 'இக்கரைப் பச்சை', 'அத்துவின் முடிவு' என்ற இரண்டு கதைகளிலும் கதை நாயகனாக வரும் அத்து என்ற அர்த்தநாரீஸ்வரன். சமையலில் மகாசிக்கனம் காட்டும் அவன் மனைவி, சமையலுக்கு ஆளே வைத்துக்கொண்டாலும் கடுகையும் எண்ணெயையும்கூட அளந்தளந்தே தருபவள். அத்துவுக்குக் கிடைப்பதெல்லாம் "கொத்தவரைக்காய் வதக்கல், அவரை வற்றல் குழம்பு இந்த இரண்டும்தான்... இரவு பட்ஜட் – கொல்லைக்

கத்தரிக்காயைச் சுட்டு ஒரு தொகையல், மிளகு ரசம், காய்ச்சின அப்பளம்" மட்டுமே. பால்கோவாவும் பாதுஷாவுமாய்ச் சாப்பிட வேண்டுமென்ற ஆசை கொண்ட அத்துவுக்குக் 'குறும்பை வாங்கி'யால் நெய்யை அளந்து போடுகிறாள் மனைவி. பாலும், தயிரும், போக்கும் சேராத உடம்புக்குச் காசநோய் வந்துவிட, அது முற்றிய நிலையில் தனிப்பண்டப் பாத்திரங்களைத் தோட்டத்தில் வைத்தபடி உதவியாள் சிங்காரம் காய்ச்சும் கஞ்சியே அத்துவுக்குச் சாப்பாடாகிறது.

'மொட்டை' சிறுகதை, தனிமனிதப் பாத்திரச் சித்திரிப்பாக மட்டுமே விரிந்துகொண்டு சென்றாலும் – ஊனத்தை வெற்றி கொள்ளப் போராடும் சன்னாசியின் கண் குருடானதற்கான காரணங்களில் ஒன்றாக, இறந்துபோன அப்பனுக்காக விரதம் இருக்கும்போது பசி பொறுக்க முடியாமல் அவன் விழுங்கும் ஒருதூக்குப் புளியங்காயே காட்டப்படுகிறது. பல வடிவங்களில் தொடர்ந்துகொண்டிருக்கும் வயிற்றுப் பசிக்கு அடுத்தாற்போல, மனிதப் பிறவிகளை ஆட்டிப் படைக்கும் பெரும் பசியாக அழகும் காமமும் 'கொட்டு மேளம்' தொகுப்பின் பல கதைகளிலும் முன்னிறுத்தப்படுகின்றன.

பெண் அழகில் லயித்துக் கரைந்து அதை உபாசிக்கவும் செய்யும் மனித மாதிரிகள் வெளிப்படுவது தி.ஜா.வின் நாவல்களில் மட்டுமல்ல; அவரது சிறுகதைகளிலும் கூடத்தான் என்பதையே 'சண்பகப்பூ', 'தவம்', 'ரசிகரும் ரசிகையும்' ஆகிய சிறுகதைகள் உறுதிப்படுத்துகின்றன. "அது என்ன பெண்ணா? முகம் நிறைய கண்; கண் நிறைய விழி; விழி நிறைய மர்மங்கள்; உடல் நிறைய இளமை; இளமை நிறையக் கூச்சம்; கூச்சம் நிறைய நெளிவு; நெளிவு நிறைய இளமுறுவல்" என்று அந்தாதிபோல அடுக்கியபடி, பெண்மை வனப்பின் மீது மோக வேட்கை கொள்ளும் மனிதர்களுக்கு வயதின் மூப்போ, திருமணம் என்ற தகுதியோகூடத் தடையாவதில்லை. 'சண்பகப்பூ'வில் வரும் தாத்தாவுக்குத் தன்னோடு ஆடுபுலி ஆட வரும் பெண்ணின் அழகை ரசிப்பதே ஒரு தினசரிப் பொழுதுபோக்கு. "அந்தப் புதையலைக் கண்டு வியப்பது அவருக்கு முக்கியமான வேலை; பலனை நோக்கிச் செய்யாத நித்தியக் கடமைபோல அவருக்கு ஆச்சரியப்படுவது தினசரிக் கடமை" என்னும் கதாசிரியர், அச்செயலை, "வயசான துணிச்சலுடன் கண்ணாரப் பார்த்துப் பூரித்துச்" செய்துகொண்டிருந்தார் என்றும் சொல்லிக்கொண்டு போகிறார்.

'ரசிகரும் ரசிகையும்' கதையில் வரும் சங்கீத வித்வானுக்கோ – ஒரு பொது இடமான ரயில்வே பிளாட்பாரத்தில் கணவனோடு சேர்ந்து நிற்கும் பெண் என்பதுகூட, அந்த அழகை ரசிக்கத் தடையாக இருப்பதில்லை. "இந்த அழகைப் பார்க்காத கண்ணு இருந்தா என்ன, அவிஞ்சா என்ன? அழகைப் பார்த்து ரசிக்க எல்லாருக்கும் பாத்யமுண்டுய்யா, அப்படிச் சொன்னா படைச்சானே பிரம்மா, அவனைத்தான் குறை கூறணும்" என்று தன் ரசனையை நியாயப்படுத்திக்கொள்பவர் அவர். "வெண் தாழை முகம், பாதம், கை, முதுகில் தளர்ந்து புரளும் சிற்றலையோடும் கூந்தல்; அரக்கு வர்ணப் புடவை; வலதுகையில் பூஜைத்தட்டு; இடதுகையில் முன்றானை; வாளிப்பும் வர்ணமும் ஒன்றி வடிந்த அழ"காகத் தன் "அந்தரங்கத்தை நிறைத்து நின்ற வனப்பு வடிவ"த்தோடு ஒரே ஒருநாள் செலவிடுவதற்காகப்

பத்து வருடம் சிங்கப்பூரில் ஓடாய் உழைத்து வயிற்றைக் குறுக்கிப் பணம் சேர்க்கிறான் 'தவம்' சிறுகதையின் கோவிந்தவன்னி.

மேற்குறித்த மூன்று சிறுகதைகளுமே இயற்கையோடும், தெய்வீகத்தோடும், இசையோடும் . . . இன்னும் எதையெல்லாம் உயர்வாகவும் உன்னதமாகவும் மனிதன் வியந்து பார்த்துக்கொண் டிருக்கிறானோ, அவை எல்லாவற்றோடும் பெண்ணழகை ஒப்பிட்டுப் பார்த்து மாய்ந்து மாய்ந்து போற்றித் துதி பாடினாலும் மன நிறைவு பெற முடியாமல் தவிக்கும் மானுடத்தின் தீராத அழகுப் பசியையே பல கோணங்களில் விவரித்துக்கொண்டு செல்கின்றன. பெண்ணின் எழில் மீது எழும் பசி, அவளை ஆள வேண்டும் என்ற காமப்பசியாக, கனலும் வேட்கையாக ஆணுள்ளத்தில் பரிணாமம் கொள்ளும்போது, முறையானது, முறை பிறழ்ந்தது என்ற பாகுபாடுகளும்கூட அந்த மோக வெள்ளத்தில் அடித்துச் செல்லப்பட்டுவிடுவதையே பார்க்கமுடிகிறது. பெண்ணழகு ஆணுக்குத் திகிலூட்டும் அதேநேரத்தில், அதைத் தனக்குடைமையாக்கிக் கொள்ள வேண்டுமென்ற பெருவிருப்பையும் ஒருசேரக் கிளர்த்துகிறது. "மனுஷப் பிறவி இவ்வளவு அழகா இருக்கமுடியுமா?... ஏதோ மோகினியா இருக்குமோன்னுகூட அச்சமா இருந்திச்சு. பூ அழகாயிருந்தா அது சகஜம். ஆனா, மனுசப் பிறவி இப்படி இருந்தா?" என்று ஒருபக்கம் அதிசயித்தாலும் செல்லூர்ச் சொர்ணாம்பாவோடு ஒருநாள் வாழ்ந்தால்கூடப் போதும், "அப்புறம் உசிர் வாழணும்னுதான் என்ன முடை?" என்ற நினைப்போடு மட்டுமே இயங்கும் கோவிந்த வன்னி, குடும்பத்துக்குக்கூடப் பணம் சேர்க்காமல், கண்காணாத சீமையில் ஒண்டியாக நாளை ஓட்டுகிறான்.

'சண்பகப்பூ'வில் வரும் கிழவரும்கூட, "மண்ணில் பிறந்த பெண்ணும், ஆணும் முயங்கி வடித்த மனுஷ்யப் படைப்பா அது?"..."இந்த முழுமையைத் தனது என்று சொல்லிக்கொள்ளக் கொடுத்து வைத்தவன் இருக்கிறானா?... புருஷன் என்று சொல்லிக்கொண்டு வருகிறவனுக்கு, இதைத் தொட்டு ஆள மனம் வருமா... ரோஜாப் பூவை அரைத்துக் குல்கந்து தின்கிற நாசகார உலகத்தில், ஒருவன் இவளை வந்து தொட்டு ஆண்டு, தாயாக்கி, பாட்டியாக்கி எல்லாரையும்போல மனுஷியாக்கத்தான் போகிறான்.." என்றெல்லாம் அந்த அதிமானுட அழகைத் தனி உடைமையாக்கும் தகுதி அற்ப மானுடர்க்கில்லை என்றும், ரத்தப் பூவானவளை முகர்ந்ததாலேயே அவள் கணவன் அகாலமாய் இறக்கநேரிட்டது என்றும் அங்கலாய்த்துக் கொள்கிறார்; இவையெல்லாம் வெளிப்பேச்சுகள் மட்டுமே என்பதையும் அபூர்வமான அந்த அழகு, தனக்குக் கிட்டாமல் போனதன் வெளிப்பாடுகளே அவை என்பதையும் கதையில் பூடகமாகவும் வெளிப்படையாகவும் தி.ஜா. உணர்த்திக்கொண்டே போகிறார்.

'தாரித்திரியத்தை அநாதையாக விட்டுவிட்டுப் போகிறோமோ' என்று இறக்கும் வேளையில் புலம்பிய சாருதத்தனை நினைவுகூர்ந்தபடி, ஐந்து ரூபாய் நன்கொடை தருவதற்குக்கூட ஆயிரம்முறை யோசிக்க வேண்டியிருப்பவன் ('நானும் எம்டனும்'), "முப்பத்தாறு ரூபாய் சம்பளத்தில் பால் பணம், மோர்ப் பணம், வீட்டு வாடகை, மளிகைப் பற்று எல்லாம்போக மீதியிருந்த மூன்று ரூபாயை" வைத்து எந்தக் கடனை அடைப்பதென்று தெரியாமல், ஏக்கர் கணக்கில் நிலம் சேர்க்கும் அடுத்த

வீட்டுப் பச்சையைப் பார்த்து நெடுமூச்செறிபவன் ('இக்கரைப் பச்சை') எனப் பொருள் இல்லாதவர்கள் படுகிற பசி, மருத்துவப் பட்டம் பெற்று டாக்டர் தொழிலே செய்தாலும் அடுக்கடுக்கான தோல்வியையும் ஏமாற்றங் களையுமே சந்தித்த படி – வாய்ப்புக்கள் தவறிப்போனதாலோ, அவற்றைத் தவறவிட்டதாலோ வெற்றிக்கோட்டை எட்டும் பசியோடு இருப்பவன் ('கொட்டு மேளம்'), தற்செயலாக ஏற்பட்டுப்போன கண் பார்வைக் குறைபாட்டை மூர்க்கமான மன உடல் உரத்தால் வெற்றிகொள்ளும் பசியோடு அலையும் 'மொட்டை' என்று வேறு வகையான பசிகளையும்கூடக் 'கொட்டு மேளம்' தொகுப்பிலுள்ள கதைகள் சுட்டினாலும், வயிற்றுப் பசியும், அழகு / காமப் பசியுமே அதிகமான உள்ளடக்கங்களில் முன்னுரிமைப்படுத்தப் பட்டிருக்கின்றன.

மானுடத்தின் நியாயமான பசிகளை ஆற்றாமல் அப்படியே விட்டுவிடவும் தி.ஜா.வுக்கு மனமில்லை. 'சிலிர்ப்பு' கதையில் வேலை தேடிச் செல்லும் சிறுமியின் நிலை கண்டு கசியும் கதைசொல்லியின் சிறுவயது மகன், கதையின் தொடக்கத்திலிருந்து எந்த ஆரஞ்சுப் பழத்துக்காக விடாமல் நச்சரித்து வந்தானோ, எந்தப் பழத்தை அம்மா உரித்துத் தந்து சாப்பிட வேண்டுமென்று பொத்திப் பொத்தி வைத்துக்கொண்டு வந்தானோ அந்தப் பழத்தைக் கதை முடியும் தருவாயில் அந்தச் சிறுமிக்குத் தர முன் வருகிறான்; ஆரஞ்சுப்பழம், இங்கே பசியாற்றும் குறியீடாக மட்டுமல்லாமல், அன்புக்கும், நேசத்துக்குமான பசியாற்றும் பருப்பொருள் வெளிப்பாடாகவும் ஆகிறது; அகிலத்தையே அன்பால் அரவணைக்கும் செயலாக அந்தத் தந்தைக்கு அது சிலிர்ப்பூட்டுவது அதனாலேதான்.

தோல்விகளையே அடுக்கடுக்காய்ச் சந்தித்து, எளிதாக ஏமாறக் கூடியவர் என்ற பெயரையும் எடுத்துவிட்ட 'கொட்டு மேளம்' மருத்துவர், இலவச வைத்தியசாலை ஒன்றை அமைப்பதன்வழித் தம் தோல்விகளையே வெற்றியாக மாற்றிக்கொண்டபடி, வாய்ப்புக்கான பசியைப் புறத்தில் தேடிக் கொண்டிருக்காமல் தாமாகவே அதை ஆற்றிக்கொண்டு விடுகிறார். பாதை பிறழ்ந்து வரும் பசிகளை ('தவம்', 'ரசிகரும் ரசிகையும்') இந்தத் தொகுப்பின் கதைகள் ஆற்ற முனைவதில்லை; கண்டிக்கவே செய்கின்றன. அதே வகையான பிறழ்வு, கடும் பசியாக இல்லாமல் கணநேரச் சலனமாக மட்டும் ஆகும்போது, அது ஆற்றுப்படுத்தப்பட்டு விடுகிறது; மடைமாற்றம் செய்யப்பட்டு விடுகிறது. காது கேட்காத கணவனால் மனதுக்குள் எழும் இலேசான அதிருப்தி, அடுத்த வீட்டு மிலிட்டரி பையன் மீதான ஆர்வமாக மேல் எழும்ப, நைவேத்யப் பாத்திரத்தைத் தந்தபடி, "ரொம்ப நாழி பண்ணிவிட்டேனோ? பசி துடிக்கிறதாக்கும் அம்பாளுக்கு" என்ற பரிவும் கனிவுமான கணவன் சொல்லாலும், நிர்மலமான அவன் பார்வையாலும் மாறிவிட, "அவளுக்கு எல்லாப் பசியும்" அதோடு "தீர்ந்துவிட்டது" என்கிறது, 'பசி ஆறிற்று' சிறுகதை.

'கொட்டு மேளம்' தொகுப்பின் கதைகளில் இடம்பெறும் பெண் பாத்திரங்கள், பின்னாளில் உருவாக்கம் பெற்ற அவரது நாவல்களின் பெண்களை ஒத்தவர்களாக – அவர்களின் சுருங்கிய பதிப்புப் போலவே இருப்பதில் வியப்பேதுமில்லை. ஆட்கொள்ள முடியாத பிரமிக்கவைக்கும் பேரழகு கொண்டவர்களாக – காம நுகர்பொருளாக ஆராதிக்கப்படுபவர்கள் என்ற வகைப்பாட்டிலேயே தம் பெரும்பான்மைப் பெண்களைப்

புனையும் தனித்துவத்தைத் தி.ஜா. கைக்கொண்டிருக்கும்போது, அப்பொதுப்போக்கிலிருந்து அவரது சிறுகதைகள் மட்டும் விலக்குப் பெற்றவையாய் இருக்க வழியில்லை. 'கொட்டு மேளம்' தொகுப்பைப் பொறுத்தவரையில், மேற்குறித்த பெண் மாதிரிகளே மிகுதியாக வந்தாலும், அவர்களுக்கு நேர்எதிர்ப் பேரெல்லையாகக் கொடூரமே வடிவான சில பெண்களும் இடம்பெற்றிருக்கிறார்கள். அவர்கள் எச்சில் இலையை மாமியார் தலையில் தூக்கி எறிந்து அவமானப்படுத்துபவர்கள் ('வேண்டாம் பூசணி'), கணவனை அடித்துத் துவைத்து அரைப்பட்டினி போட்டுவிட்டு, வீட்டிலிருக்கும் குழந்தைகள்கூடச் சாப்பிட முடியாதபடி, "ஒருபானைச் சோற்றிலும் சாணியைக் கரைத்து" ஊற்றுபவர்கள் ('இக்கரைப் பச்சை'). இத்தகைய இருவகை 'மாதிரி'களுக்கும் இடைப்பட்டவர்களாய் வரும் பெண்கள், தனித்துவம் ஏதுமற்ற சராசரி ஜீவிகள். இந்தப் போக்குகளிலிருந்து வேறுபட்டு ஆக்கபூர்வமான தனித்தன்மையும், துணிச்சலும், சுய சிந்தனையும் கொண்ட பெண் களாகக் 'கொட்டு மேளம்' தொகுப்பில் வெளிப்பட்டிருக்கும் இருவருமே விலைமகளிர் என்பதும் ஆழ்ந்த அவதானிப்புக்குரியது.

தன்னைத் தேடிவரும் மனிதர்கள் பலர் இருக்க – ஒரு சங்கீத வித்துவானின் தனித்திறமைக்காக, தானாகவே அவரைக் கூப்பிட்டு அனுப்புகிறாள் 'ரசிகரும் ரசிகையும்' சிறுகதையில் வரும் ரசிகையான விலைமகள். "என் காதை ரொப்பறதுதான் பாட்டு, என் மனசை ரொப்பணும், என் பிராணனைப் போய்க் கவ்வணும், இந்தத் தேகம், உயிர் எல்லாம் மறந்துபோகணும்... இந்த வீட்டுக்கு அப்படிப் பாடற ஆத்மாவை நான் வரவளைக்கணும்" என்று ஆசைப்பட்டுத் தியாகப் பிரம்ம ஆராதனைக்கு வந்த மார்க்கண்டத்தைத் தன் வீட்டுக்கு வரவழைக்கிறாள். "போன வருஷத்திலேயிருந்துதான் நீங்க நெஜம்மாப் பாட ஆரம்பிச்சிருக்கீங்க. அதுக்கு முன்னாடி சும்மாச் சத்தம் போட்டுக்கிட்டிருந்தீங்க" என்று துணிவாக அவரது சங்கீதத்தையே விமரிசிப்பதோடு, அவரை உபசரிக்கவும் செய்கிறாள். மோகக் கிறக்கத்தில், அவள் தன்னை அழைத்திருப்பதற்கான அடிப்படையையே மறந்துவிட்டு – ஒரு பாவனைப் பேச்சாக அவளைத் தியாகய்யரோடும், அவரைவிடக்கூட உயர்வாகவும் தூக்கிவைத்துப் புகழத் தொடங்கிவிடும் வித்துவானின் பேச்சால், ஒருநொடியில் அவளது உள்ளத்திலிருந்து சரிந்துவிடுகிறார் அவர். "மனுஷப் பூச்சியெல்லாம் அரித்த இந்த உடம்பைத் தியாகையர் பாட்டோடு சரிக்கட்ட வேண்டாம்" என்று அவள் சொல்லச் சொல்ல, அவரது பைத்தியம் முற்றிக்கொண்டே போகும் நிலையில், "தாசியாப் பொறந்திட்டா இந்த மாதிரி முட்டாத்தனத்தையெல்லாம் பொறுத்துக்கிட்டுக் கிடக்கணும்னு மொடையில்லே... போய்யா எளுந்திரிச்சு" என்று அவரை விரட்டியும் விடுகிறாள்.

'தவம்' சிறுகதையின் விலைமகள் சொர்ணாம்பாளும்கூடத் தன்னோடு உடனிருக்கப் பத்து வருடக் காலம் உழைப்புத் தவம் செய்துவிட்டு வரும் கோவிந்தவன்னியின் அத்தவத்தை மேன்மைப்படுத்துவதில்லை. 'மோகமுள்' யமுனாவின் 'இதுக்குத்தானா?' என்ற புகழ்பெற்ற வார்த்தையையே வேறு வகையாகச் செயல்படுத்திக் காட்டுகிறாள் அவள். "தவங்கிடக்கிறதுக்கு முறை உண்டு. கண்டதுக்கெல்லாம் தவம் கிடந்தா

மனசுதான் ஒடியும், தண்டனைதான் கிடைக்கும். இப்படி வா” என்று அவனைத் தழுவி முத்தமிடுகிறாள். “நான் தாசி… ஒரு வருஷம். எனக்குப் பத்து வருஷம்… பார்த்த பேரெல்லாம் மடங்கி மடங்கி நெருப்பிலே விழுகிற மாதிரி விழுந்தாங்க. நெருப்பு எரிய எரியக் குப்பையும் அதிகமாத்தானே இருக்கும்” என்று பேசி அவனை அதிரவைக்கிறாள். சராசரிப் பெண்களிடம் காணக் கிடைக்காத இத்தகைய தனித்துவத்தை விலைமகளிருக்கு அளித்திருப்பவை இசை, நடனம், கல்வி என்று அவர்கள் பெற்றிருக்கும் துறைசார் தனித்தகுதிகளும், பொருளாதாரத் தற்சார்புமே என்பதையே தஞ்சைப் பின்புலம் சார்ந்தவரான தி.ஜா., இச்சித்திரிப்பில் கூர்மையாய், நுட்பமாய்ப் பதிவுசெய்திருக்கிறார்.

தி.ஜா.வின் நாவல்களைவிட, அவரது ஆழ்மனமும், கலையழகும், மனித நேர்த்திகளும், விகாரங்களும், மானுடம் மீதான அவரது காருண்யமும் அதிகம் வெளிப்படுவது அவரது சிறுகதைப் படைப்புகளிலேதான் என்று சில தேர்ந்த எழுத்தாளர்களும் விமரிசகர்களும் தொடர்ந்து கூறிவந்தபோதும், அறுபதுக்குப் பின் எழுந்த அவரது பெரிய நாவல்களின் சிறுசிறு தீப்பொறிகளை, கங்குகளையே ஆரம்பக் கால அவர் சிறுகதைகளிலும் காணமுடிகிறது. சிறுகதைக்குத் தேவைப்படும் ஒருமைப்பாட்டின் நிமித்தம், அதற்குள் அடக்கி வாசித்தாக வேண்டிய நிர்ப்பந்தமிருப்பதைச் சிறுகதை வடிவம் பற்றிய தம் கட்டுரையில் தி.ஜா.வே கூறியிருந்தாலும், தாம் எண்ணியதில் ஒரு தெறிப்பை மட்டுமே காட்ட…, தம் எழுத்தின் வெளிச்சம் ஒரு புள்ளியை நோக்கியதாக மட்டுமே அமைய அவர் பெரிதும் பிரயத்தனம் மேற்கொண்டிருக்க வேண்டுமென்றே தோன்றுகிறது. சிறுகதையின் வடிவ ஒழுங்கையும், கட்டுக்கோப்புகளையும் பொங்கிவரும் புதுவெள்ளக் காவிரியாய் உடைத்துத் தகர்த்தபடி, தோற்றத்தாலும் குணநலன்களாலும் மனிதர்களையும்–காட்சிப்படுத்தல்களால் பின்புலத்தையும் விரிந்த ஆலாபனைகளால் அவர் விஸ்தரித்துக்கொண்டே செல்வதைக் காணும்போது, சிறுகதை எழுதும்போதும்கூட நாவலுக்கான மனஅமைப்பே தி.ஜா.வுக்குள் கூடுதலாய்க் கூடியிருந்திருக்கவேண்டும் என்றே அனுமானிக்க முடிகிறது.

மானுடத்தின் உன்னதங்களோடு, மனித மனத்தின் கோணல்களையும், வக்கிரங்களையும், உடல்/ உள்ளம் சார்ந்த பலவகைப் பிறழ்வுநிலைகளையும் – தம் நாவல்கள் போலவே சிறுகதைகளிலும் கருப்பொருள் ஆக்கியிருக்கும் தி.ஜா., அவற்றைப் புறநிலையிலிருந்து மட்டுமே காட்டிவிட்டு விலகிவிடுகிறார் என்பது உண்மைதான். ஒரு சில கதைகளில் அவற்றின் குறைபாட்டைக் குறிப்பாகவோ, மறைபொருளாகவோ சுட்டிக்காட்டவும் அவர் தவறவில்லை. ஆனாலும், பலவீனங்களின் குரூர அழகு விரிந்துகொண்டே செல்லும்போது, சாமர்த்தியமான ஜாலங்கள் காட்டும் தி.ஜா.வின் மொழி அழகாலும், கதைக்கூற்று முறையில் அவர் கையாளும் சுவாரசியங்களாலும், லாகிரியூட்டும் அவர் வருணனைகளாலும் தன்வசமிழந்து போய்விடும் வாசகன், அவர் உணர்த்த நினைக்கும் இறுதிப்புள்ளியைக் கோட்டை விட்டுவிட்டு, ‘அவை மட்டுமே அவர்’ என்று எண்ணிவிடுவதே தி.ஜா.வின் பலமும் பலவீனமுமாகிறது.

✣

42

கொட்டு மேளம்: ஒரு வாசகப் பார்வை

துரை. இலட்சுமிபதி

நவீனத் தமிழிலக்கிய வாசகர்களின் நினைவில், தி.ஜானகிராமன், ஒரு நாவலாசிரியராகவே தோற்றங் கொண்டுள்ளார். இத்தனைக்கும், 'மன்னித்துவிடு' என்கிற முதல் சிறுகதை வாயிலாக, 1937இல் இலக்கியப் பிரவேசம் செய்த தி.ஜா., எண்ணற்ற சிறுகதைகள் எழுதி, அவற்றைத் தம் வாழ்நாளிலேயே தொகுப்புகளாகவும் கொண்டு வந்துள்ளார். தி.ஜானகிராமனின் சாகித்திய அகாதெமி பரிசு பெற்ற நூல்கூடச் 'சக்தி வைத்தியம்' என்னும் சிறுகதைத் தொகுப்பிற்கே என்பதும் இங்கு நினைவுகூரத்தக்கது. தி.ஜா. சிறந்த நாவலாசிரியர் என்பதைவிடச் சிறந்த சிறுகதை யாசிரியர் என்கிற அபிப்பிராயம் க.நா.சு தொடங்கிச் சு.வேணுகோபால் வரையில் சொல்லப்பட்டு வருகிறது. "தமிழ் இலக்கிய உலகின் துரதிர்ஷ்டம், அவரது நாவல்கள் பேசப்பட்ட அளவு, சிறுகதைகள் பேசப்படவில்லை. அதிலும் ஒரு பாதகம், தி.ஜானகிராமன் நாவல் கலையின் உச்சத்தைத் தொட்டவரல்லர். அவருடைய அபரிதமான சாதனை சிறுகதைத் துறையிலேயே நிகழ்ந்திருக்கிறது" *(2018:5)*. "தி.ஜானகிராமனின் சிறுகதைகளே கலைஞனாக அவரைத் தமிழில் நிலைநிறுத்துபவை என்பது என் எண்ணம். பரவலான வாசகர்கள், தி.ஜானகிராமன் என்றால் அவரது நாவல்களையே நினைவுகூர்கிறார்கள். ஆனால், தி.ஜானகிராமனின் ஆழ்மனமும் அழகுகளும் வெளிப்படுவது அவரது சிறுகதைகளில்தான்" *(2003:98)* என்றே ஜெயமோகனும் குறிப்பிட்டுள்ளார். "ஜானகிராமனுக்குத் தமிழ் இலக்கிய சரித்திரத்தில் பிரதானமான இடம், அவரது சிறுகதைகளால்தான் என்று எனக்குத் தோன்றுகிறது. மிக நுட்பமான பார்வையும், தஞ்சாவூர்த் தமிழின் சரளமும், சிறுகதைக்கு மிகமுக்கியமான காலப் பிரமாணமும் அவர் எழுத்தில் இருக்கும். சிக்கனமான

வார்த்தை அமைப்புகளில் மிகஅதிகமான விஷயங்களைச் சொல்லி விடுவார். அவர் நடையில் இருந்த நளினத்தை இன்னும் யாரும் எட்டிப் பிடித்ததாகத் தெரியவில்லை" (1985:195) என்று சுஜாதாவும், "ஜானகிராமனை நாவலாசியராக மதிப்பதைவிடச் சிறுகதாசிரியராகக் கருதுவதுதான் விமரிசகனான எனக்குச் சரி என்று தோன்றுகிறது. எந்த நாவலை எடுத்துப் படித்தாலும், எந்தப் பகுதியையும் சுவாரசியம் தட்ட எழுதுபவர் அவர். ஆனால் நாவல்களிலே காணக் கிடைக்காத ஒரு முழுமை அவருடைய சிலிர்ப்பு, கொட்டு மேளம், சண்பகப்பூ, வேண்டாம் பூசணி, துணை போன்ற கதைகளில் காணக் கிடைக்கின்றன. மிக நல்ல சிறுகதைகள் ஒரு முப்பது எழுதியிருப்பார் தி.ஜானகிராமன் என்று சொல்வது, அவரைப் பெருமைப்படுத்துகிற விஷயமேயாகும்" (1985:104) என்று க, நா.சு.வும் கருதுவர். இது ஒரு சிறந்த இலக்கிய விவாதத்திற்கான களன் என்று நிறுத்திக்கொண்டு, தி.ஜா.வின் சிறுகதை உலகத்திற்குள் நுழைகிறேன். தி.ஜா.வின் முதல் சிறுகதைத் தொகுப்பான, 'கலைமகள் காரியாலய' வெளியீடான 'கொட்டு மேளம்' தொகுப்பில், மொத்தம் பன்னிரண்டு சிறுகதைகளுள்ளன. அவையே இங்கு ஆய்வுப்பொருளாகின்றன.

கொட்டு மேளம்

தொகுப்பின் முதற்கதையே 'கொட்டு மேளம்'தான். கதை எழுதியபின் கதைக்குப் பெயர் வைக்கும் வழக்கமுடையவர் தி.ஜா. ஆனால், இந்தக் கதைக்குப் பெயர் வைத்தது கலைமகள் இதழ். ஒரே தலைப்பிற்கு இரண்டு எழுத்தாளர்களைக் கதை எழுதச் சொல்லி 'இரட்டைக் கதை' என்ற தலைப்பில், கதைகளை வெளியிட்ட கலைமகள் இதழ் தந்த தலைப்பே, 'கொட்டு மேளம்'! இன்னொரு கதை எழுதியவர் லா.ச.ராமாமிர்தம். வரிசையாக வந்த தோல்விகளின் ஏக்கத்தில் அழுந்திப் போயிருக்கும் டாக்டர். துரைசாமி, தன் வருங்கால மனைவி பார்வதியிடம் தான் தோற்றுப்போன சந்தர்ப்பங்களை எல்லாம் சொல்லும் சமயத்தில், 'முன்னுக்கு வரதுங்கறது சில ஆட்களுக்குத்தான் முடியும். மாரியப்பன் மாதிரி தானே கொட்டு மேளம் கொட்டிக்கணும். இல்லாட்டி இன்னொருத்தரை விட்டு, 'இவரு இந்திரன், சந்திரன்னு கொட்டச் சொல்லணும்... நம்மைப் படைச்ச பெருமாளுக்கே கொட்டு மேளம் கொட்ட வேண்டியிருக்கு. இல்லாட்டி அவரு காலமே எழுந்திருக்கிறதும் தூங்கப்போறதும் யாருக்குத் தெரியும்?' என்கிறார். "அப்பன்னா நீங்க தோல்வியடைஞ்சவரா?" எனத் தம் திருமணத்தைக் 'கல்யாணப் பதிவு' ஆபீசில் கொட்டு மேளம்கூட இல்லாமல் செய்துகொண்ட டாக்டரிடம் பார்வதி கேட்கிறாள். "கொட்டு மேளம் ஆண்டவனுக்குத்தான் வேணும்; எனக்கு வேண்டியதில்லை; நான் அவரைவிட உசத்தி தெரியுமா?" என்கிறார் டாக்டர். சேர்மன் மாரியப்பப்பிள்ளை உட்பட ஐந்நூறுக்கும் மேற்பட்டவர்கள் பீஸ் பாக்கி வைத்திருக்கத் தம் வைத்திய சாலையைத் தர்ம வைத்திய சாலையாகப் போர்டு எழுதிவைத்து வெற்றிபெற்றுவிடுகிறார். பிழைக்கத்தெரியாதவர், பைத்தியக்காரன் என உலகினர் பார்வையில் படும் மனிதர்களை நமக்கு அடையாளம் காட்டுவதிலும் தி.ஜா. சமர்த்தர். "இப்படிப்பட்ட பைத்தியக்கார மனிதர்கள்தான், வாழ்க்கையின் தரத்தையே உயர்த்துகிறார்கள். வாழ்க்கையின் சூக்ஷ்மங்களையும் வளர்ப்பவர்கள் ஆகிறார்கள்" என்று

ந.சிதம்பரசுப்ரமணியன் (1956:IX), 'சிகப்பு ரிக்ஷா' முன்னுரையில் கூறுவது, இங்கு டாக்டர் துரைசாமிக்கும் பொருந்துகிறது.

சண்பகப்பூ

பதினெட்டு வயது மகள் திருமணமாகி மூன்றாம் முறை புக்ககம் வந்திருக்கிறாள். கணவன் இறந்து விட்டதாகத் தந்திவரத் தாயோடு பட்டணத்திற்குப் போய் மீண்டும் இரண்டு நாளில் புக்ககம் வந்து விடுகிறாள். இப்பெண்ணின் அழகைப் பார்த்துப் பார்த்து வியந்துபோகும் குடித்தனக்காரக் கிழவர், அவளுக்கு நடந்ததை எண்ணியெண்ணி மருகுகிறார். ஏழாம் நாள் காலையில் கிழவர் வீட்டுக்குள் நுழையும்போது அந்தப் பெண் உற்சாகமாய்ச் சந்தன சோப்பைத் தேய்த்துக் குளித்துக் கொண்டு இருக்கிறாள். குளித்து முடித்து பனாரஸ் பச்சைப் பட்டுப் புடவை கட்டிக்கொண்டு வீடு முழுவதும் வளைய வருகிறாள். பத்தாம் நாள் காரியம் நடைபெறுகிறது. ஒரு மாதம் கழித்துப் பட்டணத்தில் அவள் 'வாத்தியாரம்மா' வேலைக்குப் படிக்க அவளின் கணவனின் அண்ணன் ஏற்பாடு செய்திருக்கக் கிளம்புகிறாள். அவளை வழியனுப்பும்போது, 'என்ன சிரிப்பு, என்ன நெளிசல், அவள் அகமுடையான் உயிரோடுதான் இருக்கான். அதான் நெளியறது' என்று சொல்லும் கிழவி, அந்தப் பெண், கணவனின் அண்ணனுடன் வாழப்போவதைக் குறிப்பாக உணர்த்திவிடுகிறாள். 'குடியிருக்கிற கிழவர் தந்தியை வாசித்துச் சொல்லிவிட்டு, வெலவெலவென்று துவண்டு உட்கார்ந்துவிட்டார்' என்று முதல் வரியில் ஆரம்பிக்கும் கதை, 'கிழவியின் குறி தப்பாது என்பது அவர் அனுபவம்' என்கிற கடைசி வரியில் முடிகிறது. சிறந்த சிறுகதைக்கான சிறப்பான தொடக்கமும் சிறப்பான முடிவும் அமைந்துள்ளன. வாசகனை யூகிக்க வைக்கும் சிறந்த சிறுகதையாகச் 'சண்பகப்பூ' வெற்றி பெற்றுள்ளது.

ரசிகரும் ரசிகையும்

பத்து வருஷமாக இசை உலகமே தலையில் வைத்துக் கொண்டாடும் பாடகர் மார்த்தாண்டம், வருடாந்திரத் திருவையாறு தியாகையர் உற்சவத்திற்குப் பாடப்போகிறார், பிள்ளை பெறும் நிலையில் உள்ள மனைவிக்குத் தகுந்த ஏற்பாடுகள் செய்துவிட்டுத் திருவையாறு கிளம்புகிறார். 'அழகு சிங்கு ஐயங்கார்' என்கிற ரசிகர், தம் வீட்டில் இந்த ஆண்டு தங்கவேண்டும் என்று கடிதம் போட்டிருக்கிறார். அதனால் அங்கு மார்த்தாண்டம் செல்கிறார். அங்கிருப்பது 'ஞானம்' என்கிற இசை ஞானம் நிறைந்த தாசி. ஆராதனையில் மார்த்தாண்டமும் ஞானமும் பாடுகிறார்கள். ஊருக்குத் திரும்பாமல், ஞானம் வீட்டில் ராத்தங்கும் மார்த்தாண்டம், அவளருகில் இருக்கும் வேளையில், "உன்னை நேத்திக்குப் பார்க்கிறபோது தியாகையர் கீர்த்தனமே ரூபம் எடுத்திண்டு நிக்கிறாப்போல் இருந்தது" என்கிறார். "அசடு வழியாதீர்கள்" என்கிறாள் ஞானம். இவர் விடாது, "நேத்திக்கு நீ பாடினியே, அந்தத் தியாகையர் கீர்த்தனத்தைத் தியாகையரே அப்படிப் பாடியிருக்க முடியும்னு நெனக்கிறீயா?" என்கிறார். வெகுண்டெழும் ஞானம், "ஏ தரித்திரமே! எந்திரிச்சுப் போ, சொல்றேன். தேவடியாள்னா என்ன வாணாப் பேசிக்கிட்டுத் திரியலாம்னு நெனக்க வாணாம். தாசியாய்ப் பொறந்திட்டா, இந்த மாதிரி முட்டாத்தனத்தை

எல்லாம் பொறுத்துக்கிட்டுக் கிடக்கணும்னு மொடையில்லே" என்று சொல்லி, அவ்விரவு நேரத்திலேயே அவரை விரட்டிவிடுகிறாள். பாடகருக்கும், அவர் மனைவிக்குமிடையேயான உரையாடல், பாடகருக்கும், மிருதங்க வித்வானுக்குமிடையேயான உரையாடல், பாடகருக்கும் தாசி ஞானத்திற்குமிடையேயான உரையாடல், ஞானத்திற்கும் அவள் தாய்க்குமிடையேயான உரையாடல் என்ற நான்கு உரையாடலின் கோவையில் இக்கதை அமைந்துள்ளது. இதில் கடைசி உரையாடலான தாசிக்கும் அவள் தாய்க்குமிடையேயான உரையாடலைத் தி.ஜா. தவிர்த்திருக்கலாம். ஏனெனில் இக்கதை, அதற்கும் முன்பே முடிந்துவிட்டது.

கழுகு

ஏற்கனவே நான்கு முறை சாவின் விளிம்புவரை சென்று மீண்டு வந்த சோமு மாமா, ஐந்தாவது முறையாகச் சாகக் கிடக்கிறார். இந்த முறை அவர் கண்டிப்பாகப் பிழைக்கமாட்டார் என்று கருதி, அவரை ரேழிநடையில் போடுகிறார்கள். ஆனால், இம்முறையும் சோமு மாமா பிழைத்துக்கொள்கிறார். அவருக்குப் பதிலாகக் கடைசிப் பேத்திக்கு அன்றிரவு பிறந்த இரட்டைக் குழந்தைகளில் ஒன்று இறந்து விடுகிறது. பொணம் தூக்குகிறவரை சோறு திங்கக்கூடாது என்பதற்காக, அண்டை வீட்டார்கள் மதியம் ஒன்றரைக்குச் சாப்பிட்டிருந்தும், மறுபடியும் இரவுவரை பசியெடுக்காமல் இருக்கவேண்டும் என்பதற்காக மீண்டும் சாப்பிடும் பழக்கத்தைச் சித்திரித்துள்ளார் தி.ஜா. என்பதற்குமேல் வேறொன்றும் சொல்வதற்கில்லை.

பசி ஆறிற்று

டமாரச் செவிட்டுக் குருக்களுக்கு அதுவும் கட்டை குட்டையாய், கல்லுமாதிரி உடம்புடனுள்ளவனுக்கு வாழ்க்கைப்பட்ட அகிலாண்டம், கணவனை மதிய பூஜைக்கு அனுப்பிவிட்டு உள்ளுக்குத் திரும்ப, அடுத்த வீட்டு ருக்மிணியின் தம்பி வந்திருப்பதை அறிந்து அவனிடம் ஈடுபட்டு ஆறுதல் தேட முனைகிறாள். ஆனால், அது முடியவில்லை. திருமணத்திற்கு முன்பு, தன் பிறந்த ஊரில் எதிர்வீட்டுக்கு வந்த ஒரு பையன் அவளைப் பார்த்த பார்வையை இப்போது மீண்டும் நினைத்துப் பார்க்கிறாள். அதேபோல் போன வருடம், எதிர்வீட்டுக்கு வந்துபோன 'ராஜம்' என்கிற இளைஞனைப் பார்க்கப் பல்வேறு காரணங்களைச் சொல்லிக்கொண்டு எதிர்வீடு சென்று வந்ததையும், அவன் ஊருக்குக் கிளம்பிப்போனதால் அடைந்த மன வேதனையையும் நினைத்துப் பார்க்கிறாள். மத்தியான பூஜைக்குப் போய்விட்டு, நைவேத்தியப் பாத்திரத்துடன் வீடு திரும்பிய கணவன் பரிவோடு அவளிடம் பேச, "இதைவிட என்ன வேண்டும்?" என மயங்கி, அவனின் உடல் வேர்வையைத் துடைத்து, இலையில் உட்காரவைத்துப் பரிமாறும்போது, அவளுக்கு எல்லாப் பசியும் தீர்ந்துவிட்டது என்கிறார் தி.ஜா. அகிலாண்டத்தின் சபலம், கணவனைக் கண்டதும், அவரின் பரிவான பேச்சைக் கேட்டதும் ஒடுங்கிப் போகிறது. அகிலாண்டம் போன்ற பெண்களால் வேறென்னதான் செய்ய முடியும்? என நினைக்கச் செய்து, 'அகிலாண்டம்'மேல் நம்மை அனுதாபம் கொள்ள வைத்துவிடுகிறார் தி.ஜா.

துரை. இலட்சுமிபதி

வேண்டாம் பூசணி

"பகவான் இன்னும் அழச்சுக்க மாட்டேங்கிறானே" என்று புலம்பும் 82 வயது ராதுப் பாட்டிக்குக் கல்லு கல்லாய் மூன்று பிள்ளைகள், மூன்று பெண்கள். தான் கணவருடன் வாழ்ந்த வீட்டில், கணவரின் இறப்புக்குப் பின் வாழ முடியாமல், தன் கடைசி மருமகளின் சுடுசொல் தாங்க இயலாமல், நடுப்பிள்ளையின் கோடி வீட்டில் தனியாக இருந்துகொண்டு, ஒரு வேலை மட்டும் தானே சமைத்து, சாப்பிட்டு, நாளை ஓட்டிக்கொண்டிருக்கிறாள் பாட்டி. மூத்த பிள்ளை எப்போதாவது பார்க்க வருவான். ஒருநாள் தலையில் அடிபட்டுக் கிடக்கிறாள் பாட்டி. யாரோ நடுப்பிள்ளை வீட்டில் கொண்டுபோய்ப் போடுகிறார்கள். மருமகளும் 'சுச்ருஷை' செய்கிறாள். இரண்டு நாள் கழித்து அம்மாவைப் பார்க்க வந்த பெண், அம்மா இன்னும் மூன்று மாதங்களுக்கு மேல் தரிக்கமாட்டாள் என்று முடிவு செய்துகொண்டு, கடைசிக் காலத்தில் அம்மா தன்னுடன் இருந்தால் அவளுடைய பொருட்களெல்லாம் தனக்கே என்று கணக்குப் போட்டுத் தன்னோடு அழைத்துச் செல்கிறாள். எட்டு மாதமாகியும் பாட்டிக்கு ஒன்றும் ஆகவில்லை. மகளுக்கும் அதிருப்தி. பாட்டி பெண்ணிடம், ஊரில் உள்ள சிவனை, சிவராத்திரிக்குத் தரிசிக்கவேண்டும் என்று சொல்லி வண்டியேறிக் கிளம்பிவிடுகிறாள். வண்டியில் போகும்போது, 'ஈசனே! வேண்டாத இந்தப் பூசணியை நீயே எடுத்துக்கொள்" என்று தியானிக்கிறாள். பிரார்த்தனை நிறைவேறுகிறது. பாட்டியின் உயிர் பிரிகிறது. வயதானதால் பெற்ற பிள்ளைகளும் காப்பாற்றாமல் மரணம் எப்போது வரும் எனக் காத்திருக்கும் முதியோரின் அவலத்தை ராதுப் பாட்டியின் வாழ்க்கைச் சித்திரம்வழித் தி.ஜா. சிறப்பாகப் பதிவுசெய்துள்ளார். "பெண்ணாகப் பிறந்தவர்களின் ஆயுசில் பாதி குனிந்து நிமிர்வதிலேயே போய்விடுகிறது" (இந்த வரியைத் தம் 'கூடு' பேச்சில் கல்யாணராமன் கவனப்படுத்தியுள்ளார்.) என்பது பாட்டியின் கணக்கு எனக் கதையில் வரும் ஒருவரி, தி.ஜா. பெண்களிடம் கொண்டுள்ள கரிசனத்தைக் காட்டுகிறது. இதற்கு ஈடான ஒரு வரியைப் பெண் எழுத்தாளர்கள்கூட எழுதவில்லை என்று தோன்றுகிறது.

இக்கரைப் பச்சை

கைலாசத்தின் கீழண்டை வீட்டுக்காரர் அத்து, பல வேலைகள் செய்து, தன் அம்பது வயதிலேயே, தம் லட்சியமான பத்து வேலி நஞ்சை, ஆயிரம் தென்னை மரம், ஆயிரம் மூங்கில் கொத்து, ரெண்டு ஏக்கர் கறிகாய்க் கொல்லைக்குச் சொந்தக்காரர் ஆகிவிடுகிறார். தம் பாட்டன்மார்களைத் திருப்திப்படுத்த தம் வீட்டுக் கிணத்தோரம் தர்ப்பண மேடை கட்டுகிறார். அத்துவையும் தம்மையும் ஒப்பிட்டுப் பார்த்துக்கொள்ளும் கைலாசம், 'கடவுள் மடப்பயல்' என்ற முடிவுக்கு வருகிறார். தர்ப்பண மேடை கட்ட ஆரம்பிக்கும்போதே பிடிக்கவில்லை என்று சொன்ன அத்துவின் மனைவி, அதை வேலைக்காரன் சிங்காரத்தை வைத்து மாலையில் இடித்துவிடுகிறாள். அத்து மனைவியை அடிக்க, அவளும் திருப்பி அடித்துவிடுகிறாள். குழந்தைகள் பட்டினி, இருந்த சாதத்திலும் சாணிகரைத்து ஊற்றி வைத்திருக்கிறாள் திருமதி அத்து. கோயிலுக்குப் போய்

உண்டைக்கட்டி வாங்கிவந்து குழந்தைகள் பசியாற, வெளியே போயிருந்த 'அத்து' வெளித்திண்ணையிலேயே படுத்துவிடுகிறார். இத்தொகுப்பின் சாதாரணக்கதையில் இதுவும் ஒன்று.

நானும் எம்டனும்

மளிகைக்கடை குமாஸ்தா கைலாசத்திடம் ஊர்ப்பெரியவர் வம்படியாக, ஆந்திராவிலே புயலடிச்சு, வெள்ளம் வந்து கஷ்டப்படும் மனிதர்களுக்கு உதவ ரூபாய் பத்துத் தர வேண்டும் என்று நோட்டுப் புத்தகத்தில் கையெழுத்து வாங்கிக்கொண்டு போய்விடுகிறார். வாசலிலே, ஹோட்டல் அம்பிப் பையன் எம்டன், சலாங்குடு ஆட்டத்தில் எதிர்க்கட்சி ஆட்கள் அனைவரையும் அவுட் ஆக்கிவிடுகிறான். நாராயணன் என்ற பையன், எம்டனின் ஆடுசதையைப் பல்லால் கடித்துவிட, கைலாசம் எம்டனை டாக்டரிடம் அழைத்துப்போய்ச் சிகிச்சைக்கு உதவுகிறார். வீட்டிற்கு வந்தால் விவரம் கேட்டுவிட்டு, மனைவி கௌரி, "ஏமாறுவதில் அந்த எம்டனும் நீங்களும் ஒன்னு" என்கிறாள். ஒரு சனிக்கிழமை, காவேரியில் குளிக்க, வாண்டுகளுடன் கைலாசம் கிளம்புகிறார். சிறிது நேரத்தில், 'நாராயணன்' ஆற்றில் அடித்துக்கொண்டுபோக, அவனைக் காப்பாற்ற 'எம்டன்' ஆற்றில் குதிக்க, எம்டனும் ஆற்றோடு போய்விடுகிறான். கிராமத்தில் நடந்த 'உண்மைச் சம்பவத்திற்கு'க் கதை வடிவம் தந்திருக்கிறார் தி.ஜா.

அத்துவின் முடிவு

"இவளை நான் ஒரு நாளைக்குச் சந்தியில நிறுத்தி வைக்காட்டா, என் பெயர் அத்து இல்லை" என்கிறார் அத்து. இப்படிச் சொன்னவர் பத்து வேலி நன்செய், ஆயிரம் மூங்கில் கொத்து, ஆயிரம் தென்னை மரம், இரண்டு ஏக்கர் கறிகாய்க் கொல்லைக்குச் சொந்தக்காரரான அத்து; கேட்டுக்கொண்டிருந்தவர் கைலாசம். காரணம் மனைவி கொடுத்தனுப்பிய உப்புமாவை வாயில் வைக்க முடியவில்லை. மனைவி சரியான கருமி. ஆறு மாதம் கழித்து, 'அத்துவிற்கு' டி.பி. வருகிறது. மதராசில் இருக்கும் பிள்ளைகளுக்குத் தகவல் தரப்படவில்லை. அத்துவை அவர் மனைவி பார்க்கவே இல்லை. சமையல், சாப்பாடு தருவது எல்லாம் வேலைக்காரன் சிங்காரம்தான். அத்து இறந்துவிடுகிறார். ஒரு மாதம் கழித்துத்தான் தெரிகிறது, அத்துவின் கடன் மூன்று லட்சம் என்று. அவர் வாங்கிய சொத்துகள் எல்லாம் கடன் வாங்கி வாங்கியவையாம். எல்லாவற்றையும் விற்றுக் கடனை அடைக்கிறார்கள். கதையின் தொடக்கத்தில் சொன்ன ஒரு வாக்கியத்தை, 'அத்து' நிறைவேற்றிவிட்டாரே, சாமர்த்தியசாலிதான்! என்று கதை முடிகிறது. 'இக்கரைப் பச்சை', கதையில் வரும் கைலாசம், அத்து, சங்கரி, சிங்காரம் ஆகிய கதாபாத்திரங்களே இக்கதையிலும் வருகிறார்கள். அதன் தொடர்ச்சிபோல் இக்கதை அமைந்திருக்கிறது. தொகுப்பின் 'சாதாரணக் கதையில்' இதுவும் ஒன்று.

பொட்டை

அம்மை நோயினால் கண்பார்வை இழந்தவர் சன்னாசி. எண்பத்திரண்டு வயசுக்காரர். கைத்தடி உதவியுடன் அனைத்து வேலைகளையும் செய்கிறார்.

காலையில் முள் அறுக்கும் வேலைக்கு அழைக்க வந்த முத்துக்கிட்டன், அவரைப் 'பொட்டை' என்று கூப்பிட்டுவிட, அவனுடன் சண்டை போடுகிறார். முள் அறுக்கும்போது, "நானா பொட்டை? ஆம் பொட்டைதான்! கண்ணு இல்லை. அக்கிரமம் செய்பவர்களைக் கண்டுகொள்ளாமல் இருக்குற இந்த ஊர்க்காரங்களுக்குத்தான் கண்ணில்லை" என்று பொருமுகிறார். மாலையில் முள்ளுக்கட்டைத் தலையில் சுமந்து வீடு திரும்பும்போது, பிள்ளையார் கோயில் வாசலில் சாமி கும்பிடும்போது, குருவிக் கூச்சல் கேட்டு உள்ளே போனால், ஒரு பெண் ஓடிவிடுகிறாள். அகப்பட்டுக் கொள்கிறவன், காலையில் வந்த அதே முத்துக்கிட்டன்! யார் அந்தப் பெண் என்று விசாரிக்கிறார் சன்னாசி. 'சேரியைச் சேர்ந்த காளிமுத்து மகள்' எனப் பதில் வருகிறது. 'தெய்வம் குடியிருக்குமிடத்திலே, இந்த விளையாட்டு விளையாடலாமா?' என்று கேட்டு, "யார்றா பொட்டை?" என்றும் சன்னாசி கேட்க, முத்துக்கிட்டன், 'நாந்தான்' என்று ஒத்துக்கொள்கிறான். ஊரைவிட்டு ஓடிப் போவதாகவும் சொல்கிறான். சன்னாசிக்கு எந்தத் திட்டையும் எந்த வசவையும் பொறுத்துக்கொள்ள வலுவுண்டு. 'பொட்டை என்றால் மட்டும் ரோஷம் பீறிக்கொண்டுவிடும்' என்று சன்னாசி குறித்துத் தி.ஜா. அளிக்கும் சித்திரம், பார்வைக் குறைபாடு கொண்டவர்களின் மனத்தை அறிந்ததினால் வந்தது.

தவம்

கோவிந்தவன்னி சிங்கப்பூர் சென்று பத்தாண்டுக் காலம் கடுமையாக உழைத்துப் பீரங்கி, குத்து வெட்டுக்குப் பயப்படாமல் ஊருக்குத் திரும்பியோடாமல் உசிரைக் கையில் பிடித்துக்கொண்டு சம்பாதித்ததெல்லாம், அழகே உருவான செல்லூர் சொர்ணாம்பா என்கிற தாசியை அடையத்தான். மனைவிக்கும் குழந்தைகளுக்கும் தேவையான பணத்தை ஊருக்கு அனுப்பியவாறே, சொர்ணாம்பாள் நினைப்பிலேயே காலத்தைக் கடத்துகிறான் வன்னி. தேவையான பணம் சேர்ந்ததும் ஊர் திரும்புகிறான். ஊர் திரும்பியவன் சொர்ணாம்பாளைச் சந்திக்க அவள் வீட்டுக்குச் செல்கிறான். அங்கே அவள் தன் அழகை இழந்து கோரமாய் நிற்கிறாள். அவளை அடையவே தான் சிங்கப்பூர் போனதாகச் சொல்கிறான். 'என்ன உடம்பு உனக்கு?' என்று இவன் கேட்க, அவள் 'வயதாகிவிட்டது; தாசியான எனக்கு ஒரு வருஷம் பத்து வருஷம் மாதிரி' என்கிறாள். அதிர்ந்து நிற்கும் வன்னியிடம், 'தவம் கிடக்கிறதுக்கு முறை உண்டு. கண்டதுக்கெல்லாம் தவம் கிடந்தா மனசுதான் ஓடியும்' என்று அவனைத் தழுவி முத்தமிடுகிறாள், ஆனந்தத்துடன். அவன் தந்த ரூபாய் நோட்டுகளைத் திருப்பித் தந்துவிடுகிறாள். அவன் வீடு திரும்புகிறான். கதையின் கடைசி இரு வரிகள், கதைக்குத் தேவையில்லை. ஏனெனில், கதை அதற்கு முன்பே முடிந்துவிடுகிறது என்பதை நாம் உணர முடியும். ஆனால், 'பத்து வருஷங்களை அசைபோட ஆரம்பித்தான்' என்கிற இறுதி வரி, நம்மை யோசிக்க வைக்கிறது. பத்து வருஷமாய்ச் சொர்ணாம்பாளைத் தவிர வேறு எதையும் நினைக்காதிருந்துவிட்டு, இப்போதுதான் தன் சுயநினைவுக்கு மீண்டு நடந்ததை யோசிக்க ஆரம்பிக்கிறான் கதாநாயகன் என்பதே உண்மை.

சிலிர்ப்பு

திருச்சிராப்பள்ளியிலிருந்து மாயவரம் போகிற வண்டியில் தன் பையனுடன் அமர்ந்திருக்கிறார் அவர். பங்களூரிலிருந்து வண்டி கிளம்பும்போது குழந்தை கேட்ட ஆரஞ்சுப் பழத்தை வாங்கிக் கொடுக்காமல் போய்விட்டான் மாமா. திருச்சி வந்ததும் ஆரஞ்சு வாங்கித் தருகிறார். பையன் சாப்பிடாமல், "ஊருக்குப்போய் அம்மா கையாலே உறிச்சுத் திங்கறேன்பா" என்று சொல்லிவிட்டுத் தூங்கிவிடுகிறான். அவர் இருந்த இரயில் பெட்டியில் நாற்பது வயது கொண்ட பணக்கார அம்மாள், எட்டு வயது சிறுமி ஒருத்தியுடன் ஏறுகிறாள். தெரிந்தவர்கள் வீட்டுக்கு வேலை செய்வதற்காகச் சிறுமி கல்கத்தா செல்வதாக அப்பெண்மணி சொல்கிறாள். ஏழு வயதிலேயே ஜட்ஜ் ஒருத்தர் வீட்டிலே வேலைக்குச் சேர்ந்து மூன்று வருடம் வேலை செய்திருக்கிறாளாம். தஞ்சாவூர் ஸ்டேஷன் வரவே பையனையும் அச்சிறுமியையும் சாப்பிட அழைத்துப் போகிறார். சிறுமி பையனைச் சாப்பிடவும், ஜலம் குடிக்கவும் வைக்கிறாள். ரயில் பெட்டிக்குத் திரும்பியதும், பையனிடமுள்ள ஆரஞ்சை, 'உரித்துத் தரட்டுமா?' என்கிறாள் அம்மாள். "வாண்டாம். ஊரிலே போய் அம்மாவை உரிச்சுக்கொடுக்கச் சொல்லப்போறேன்" என்கிறான் பையன். முன்பின் தெரியாத கல்கத்தாவிலுள்ள ஜட்ஜின் மச்சினர் வீட்டுக்கு வேலைக்குச் சிறுமி போவது பற்றி இவரும் அம்மாளும் பேசக் கேட்டுப் பிரயாணிகள் அனைவர் மனமும் இளகிவிடுகிறது. இறங்கக்கூடிய இடமான கும்பகோணம் வரவே, சிறுமிக்கு இவர் ஒரு ரூபாய் கொடுக்கிறார். பையன் தன் ஆரஞ்சுப் பழத்தைச் சிறுமிக்குத் தர முற்படுகிறான். அந்த அம்மாளோ, "அம்மா உரிச்சுக் குடுக்கணும்னு சொல்லிண்டிருந்தையே, வேண்டாம் கண்ணா" எனக் கூற, பையனோ, 'வாங்கிக்கச் சொல்லுப்பா' என்று சிணுங்க, 'வாங்கிக்கோமா' என்கிறாள் அம்மாள். சிறுமி வாங்கிக்கொள்கிறாள். உத்தமமான பிள்ளை என்று பாராட்டி முத்தமும் கொடுத்தனுப்புகிறாள். இவருக்கு மெய்சிலிர்க்கிறது. சிறுவனைத் தூக்கியபடி நடக்கிறார். "சிறுகதைகளில் ஏதாவது ஓர் உணர்வை எடுத்து அதைக் கூர்மைப்படுத்திக் கொண்டே போவார் தி.ஜா. சிலிர்ப்பு என்று ஒரு கதை. ரயிலிலே தற்செயலாகச் சந்தித்த ஒரு சிறுவனுக்கும் சிறுமிக்குமிடையில் நிமிடங்களில் ஏற்படும் அன்பு முன்னெப்போதும் கண்டிராத விதமாகப் பிஞ்சுள்ளங்களிலே முளைக்கிறது. பெரியவர்களுக்கு அன்பைக் காட்டப் பல வழிகள் இருக்கின்றன. சிறுவர்களுக்குப் பிடித்தது ஒரு வழிதான். ரயிலிலே நடக்கும் சம்பாஷணைகள் மூலம் முழுக்க முழுக்க நுட்பமாக நகர்த்தப்பட்ட இந்தச் சிறுகதையின் முடிவில் ஏற்படும் சிலிர்ப்பிலிருந்து வாசகர்கள் தப்பவே முடியாது" (2011:58) என்கிற அ.முத்துலிங்கத்தின் கூற்று முற்றிலும் உண்மை. இச்சிறுகதை குறித்து, "அது தமிழின் மகத்தான சிறுகதை. இந்திய மொழிச் சிறுகதைகளில் ஒன்றெனச் சொல்லத்தக்கது. சிலிர்ப்பு ரயில் கதை, ரயிலில் தொடங்கி ரயிலில் முடியும் சிறுவர், சிறுமியின் கதை. உளவியல் சார்ந்தது. அன்பும் நேசமும் வயதால் வருவதில்லை என்பதைச் சொல்வது" என்கிறார் சா.கந்தசாமி (*தினமணி*, கொண்டாட்டம் : 12.05.2019).

தம் முதல் தொகுப்பிலேயே, உன்னதமான சிறுகதைகளை எழுதியுள்ளார் தி.ஜா. என்பது விசேஷமாகக் கவனிக்கப்பட வேண்டிய

விஷயமாகும். "சிறுகதையின் அளவும் தன்மையும் கதை மாந்தர் வளர்ச்சிக்கு இடந்தராதவை. அதனால், நாவலில் வருவது போன்ற மறக்க முடியாத கதை மாந்தர்களைச் சிறு கதையில் படைப்பது பொதுவாக அரிது என்பர். இந்த அரிதைத் தி.ஜா. தம் கதைகளில் சாதாரணம் ஆக்கிவிட்டார்" (1985:160) என்கிறார் இரா.தண்டாயுதம். இத்தொகுப்பில் டாக்டர் துரைசாமி, தாசிகள் ஞானம், அகிலாண்டம், ராதுப் பாட்டி, அத்து, எம்டன், சன்னாசி, கோவிந்த வன்னி, சிறுமி காமாட்சி போன்ற பாத்திரங்களை மறக்க முடியாதவர்களாகச் செய்துவிட்டார் தி.ஜா. என்பது, அவரின் கலைத் திறனுக்கு அத்தாட்சி. இத்தொகுப்பை நாம் மீண்டும் மீண்டும் வாசிக்கையில், ஒவ்வொரு வாசிப்பிலும் புதுப்புது இழைகள் கண்களுக்குப் புலப்படுகின்றன. "தி.ஜானகிராமன் தமிழரின் அதிர்ஷ்டம்; அவரை வாசிப்பது தமிழர்களின் அதிர்ஷ்டம்" (2005:113) என்ற க.நா.சு கூற்றுடன், இக்கட்டுரையை முடித்துக்கொள்கிறேன்.

✦

துணைநூற்பட்டியல்

1. தி.ஜானகிராமன், கொட்டு மேளம், காலச்சுவடு பதிப்பகம், நாகர்கோவில், 2016.
2. தி.ஜானகிராமன், சிவப்பு ரிக்ஷா, வயல் வெளியீடு, மதுரை, 1980.
3. சு.வேணுகோபால், தமிழ்ச் சிறுகதைகளின் பெருவெளி, தியாகு நூலகம், கோயம்புத்தூர், 2018.
4. ஜெயமோகன், சென்றதும் நின்றதும், தமிழினி, சென்னை, 2003.
5. சுஜாதா, விவாதங்கள் விமர்சனங்கள், காவ்யா, பெங்களூர், 1985.
6. க.நா.சுப்ரமண்யன், இலக்கியச் சாதனையாளர்கள், மணிவாசகர் பதிப்பகம், சிதம்பரம், 1985.
7. அ.முத்துலிங்கம், ஒன்றுக்கும் உதவாதவன், உயிர்மை பதிப்பகம், சென்னை, 2011.
8. இரா.தண்டாயுதம், பாரதி முதல் சுஜாதா வரையில் (முதற்பகுதி), தமிழ்ப் புத்தகாலயம், சென்னை, 1985.
9. மு.அ.முகம்மது உசேன், இந்திய இலக்கியச் சிற்பிகள் – தி.ஜானகிராமன், சாகித்ய அகாதெமி, புது தில்லி, 2005.

43

கொட்டுமேளம்: ஜெயபேரிகை

ஷஹிதா

மரணமில்லாப் பெருவாழ்வு குறித்து விசனப்படுகிற படைப்பாளி, தனக்கு மரணம் உண்டென்றாலும் தன்னுடைய படைப்புகளுக்கு மரணமில்லையென்று நம்புகிறான். மானுட விடுதலையை, முக்தியையெல்லாம் எழுதிப் பார்க்கும் அவனுக்கு வாழ்க்கையின் போதாமைகள் இடர்ப் பாடுகள் குறித்துத் தன் படைப்புகளில் பேசும்போது, அவற்றிலிருந்து விடுதலை பெறுவதற்கான தீர்வென்று அறவியலைச் சொல்லி வற்புறுத்துவது, ஒரு சிறுகதைக்குக் கலையமைதி தர முடியாதென்பது தெரிகிறது. ஆனாலும், அவனுக்கு அறவியல் குறித்துப் பேச வேண்டியிருக்கிறது. தேச விடுதலைக்கும் தனிமனித விடுதலைக்குமான பாதைகள் வெவ்வேறல்ல என்று நம்புகிற அவன், பல்வேறு தலைப்புகளில் வெவ்வேறு வடிவங்களில் எழுதினாலும், அவனைத் தொடர்ந்து வாசிக்கிறவனுக்கு அவை அத்தனையும் ஒன்றுக்கொன்று தொடர்புடையனவாகத் தோன்றுகிறது. சிலகாலம் கழித்து, வெறும் தொடர்புடையன மட்டுமல்ல, அவன் எழுதும் அத்தனைக்குமான ஆதார வித்து ஒன்றேதான் என்பதும் தெளிவாகிறது.

தி.ஜா. பிறந்த வருடத்தையும் (1921), கொட்டுமேளம் தொகுதி வெளிவந்த வருடத்தையும் (1954) கணக்கிலெடுத்துக் கொள்ளாமல், தேசவிடுதலையின் வரலாற்றுப் பின்னணி யோடு இதைப் பொருத்திப் பார்க்காமல், தி.ஜா.வின் *magnum opus*களிலொன்றான 'கொட்டுமேளம்', சமூகத்துடன் நிகழ்த்தும் நுண்ணுரையாடலை நாம் சரிவர விளங்கிக் கொள்ளவியலாது. இந்தச் சிறுகதையின் மைய நரம்பாக இருப்பது, கௌபீனம் கட்டிக்கொண்டு தனிமனிதவொழுக்கத்திலிருந்து சர்வோதயம் வரைக்குமான அகிம்சைப் பாதையை வகுத்துத் தந்தவரின் படிமம்தான். (மேஜர் ஐயா, நம்ம தேசத்திலே கௌபீனம் கட்டிக்கிட்டு அலையறவங்களுக்கு மதிப்பு அதிகம் –

கதைநாயகன் டாக்டரின் கம்பவுண்டர் ஜீவரத்தினம், லெப்டினன்ட் ஒருவனிடம் பேசும் வசனம்).

அதிகாரமும், அதிகாரத்தில் இருப்பவர்களின் அண்மையினால் கிடைக்கும் சலுகைகளும் (என் நண்பன், எப்படி இவ்வளவு மூர்க்கமானான்? ராணுவத்து வெள்ளைக்காரன் சகவாசமா? – டாக்டர்), அதிருஷ்டமும் நிறைய வாய்க்கப்பெற்றவர்களால் இரக்ககுணமும் நல்லியல்புகளும் – காந்தியின் நினைவு எழுப்பப்படுவது இங்குதான் – எளிமையுமாய் வாழ்ந்துகொண்டிருக்கும் ஒருவனின் வாழ்க்கை,எத்தனை கடினமானதாகவும் (ஒரு டாக்டரை முந்நூற்று சொச்ச ரூபாய்க்கு நாமம் சாத்தலாம் என்று மாரியப்பப்பிள்ளை முடிவு கட்டிவிட்டான். துக்கினியூண்டு ஏழாவது வார்டுக்கு பார்லிமெண்டுக்குச் செலவு பண்றாப்போலப் பண்ணிவிட்டான். என்னைக் கண்டால் கொடுக்க வேண்டாம் என்று தோன்றிவிடுகிறது அவனுக்கு – டாக்டர்) தோல்வி மனப்பான்மையை (பெருமாள் கோயில் தேர் மாதிரி இருந்த இடத்துலேயே உட்கார்ந்துகிட்டிருக்கிறேன். இல்லாட்டி நானும் இப்பக் கர்னலாயிருக்க வேண்டியவன்தான் – டாக்டர்) உண்டு பண்ணுவதாகவும் மாறக்கூடுமென்பதையும் பௌதிக வாழ்வின் இப்படியான தோல்விகளை ஒருவன் தன் ஆன்ம ஸ்திதியை உயர்த்திக்கொண்டு எப்படி வெற்றியாக மாற்றிக்கொள்கிறான் (எடுத்த காரியம் யாவினும் வெற்றி: விடுத்த வாய்மொழிக்கெங்கணும் வெற்றி என்று பிலகரி ராகத்தில் வீர ரசத்துடன் பாடிக்கொண்டிருந்தார். அவர் ராகத்துக்குக் கீழ்ப்படிந்து பொழுதும் புலர்ந்துவிட்டது) என்பதையும் ‘கொட்டுமேள’த்தில் பார்க்கலாம்.

இந்து ஞான மரபின் பன்மைத்தன்மையை, இந்து சிந்தனையை காந்தி மானுடத்தின் சமுதாயப் பிரச்சினைகளுக்குத் தீர்வாகப் பயன்படுத்தினார். அதனால், கிடைத்த சாத்தியக்கூறுகளின் விதைகள் புதைந்திருக்கும் காந்தியச் சிந்தனைகள், அதிகார பலமேதுமில்லாமல் தர்மத்தை மட்டுமே நம்பிப் போராடும் எந்தச் சமுதாயத்துக்கும் மிகச்சிறந்த ஆயுதங்களாக உதவக்கூடியன. சமுதாயத்தின் அடிப்படை அலகாகவும் சமுதாயத்தின் ஆகச்சிறந்த மாதிரியாகவும் காந்தி முன்வைத்த ஓர் உருவகம், ‘பேராழி வட்டம்’ *(oceanic circle)* என்பது.

மேற்கத்திய மனம் எதையும் ஒரு கீழ் மேலான கூம்புப் பிரமிடாகவே வகைப்படுத்துகிறது. சமுதாய உறவுகள் முதல் சூழலியல் மாதிரிகள், உளவியல் கருத்தாக்கங்கள், அனைத்துமே பிரமிடுகளாகவே அமைக்கப்படு கின்றன. அடித்தலத்தில் சக்தியற்ற பெரும்பான்மையும் மேலே சக்தி– அதிகாரம் – அதீத அனுபவித்தல் ஆகியவை கொண்ட சிறுபான்மையுமாக அமைக்கப்பட்ட கட்டுமானங்கள் அவை. காந்தி இக்கட்டுமானத்தை அடிப்படை அலகாகவும் ஆதார மாதிரியாகவும் கொள்ள மறுத்தார். பாரதப் பண்பாட்டின் உருவகங்களிலும் குறியீடுகளிலுமிருந்து பெறப்பட்ட அவரது பார்வை பின்வருமாறு:

> “இந்த அமைப்பில் எண்ணற்ற கிராமங்கள் இருக்கும். அவை விரிந்தபடி இருக்கும் வட்டங்களாக இருக்குமேயன்றி, ஒன்றின் மேல் ஒன்று ஏறுபவையாக இருக்காது. வாழ்க்கை என்பது

அடிப்பகுதியால் தாங்கிப் பிடிக்கப்படும் உச்சிக் கூம்பு கொண்ட பிரமிடாக இருக்காது. ஆனால், அது ஒரு பேராழி வட்டமாக அமையும். அதன் மையமாக என்றென்றும் தனிமனிதன் இருப்பான். அவன் அவனைச் சுற்றி அமையும் கிராமத்துக்காகவும் ஒவ்வொரு கிராமமும் அக்கிராமங்களைச் சுற்றி அமையும் பிற கிராமங்களுக்காகவும் அமையும். இவ்வாறு அனைத்தும் ஒருயிராக, ஆணவத்தால் ஏற்படும் ஆக்கிரமிப்பு இல்லாததாக, தன்னடக்கத்துடன், பேராழி வட்டத்தின் மகோன்னதத்தின் பங்காளிகளாக அதன் இணைபிரியாத உறுப்புகளாக அமையும்."

– ('மகாத்மா காந்தியும் ஹிந்து தர்மமும்',
அரவிந்தன் நீலகண்டன்)

தி.ஜா.வின் பெரும்பாலான பாத்திரங்கள் நிலையான அமைதியையும் விடுதலையையும் தேடும் மனித மனதின் பிரதிபலிப்புகள் என்பது அவரைத் தொடர்ந்து வாசித்துக்கொண்டிருப்பவர்கள் அறிந்தவொன்றுதான். மனிதனின் உயரொழுக்கமும் அறவுணர்வுமே அவனுடைய முக்திக்கான வழியாகயிருக்கிறது என்பதை இந்துஞான மரபின் கருத்தாக்கங்கள் மற்றும் காந்தியச் சிந்தனையின் வழியாகத் தம்முடைய பல படைப்புகளிலும் தி.ஜா. பேசியிருக்கிறார். ஒவ்வோர் உயிருக்கும் அதனுடைய விடுதலைக் கான வழி முன்பே விதிக்கப்பட்டிருக்கிறது, அதைப் பிரக்ஞைபூர்வமாக உணரத் தடையாக இருக்கும் அஞ்ஞானத்தை, அதன் விளிம்புவரை சென்று உணர்ந்துகொண்டு தாண்டத் தயாராகிறவர்கள் தி.ஜா.வின் கதாபாத்திரங்கள். 'மோகமுள்'ளின் பாபு, 'அம்மா வந்தா'ளின் அப்பு, அலங்காரத்தம்மாள் என்று இப்படியானவர்களின் பட்டியலை வரிசையாகச் சொல்லலாம். இவ்வாறு அஞ்ஞானத்தைத் தாண்டிச் சென்று, நானே பிரம்மம் என்று சொல்வதோடு சுருக்கிக்கொள்ளாமல் தான் கடவுளுக்கும் மேலே என்று அறிவிக்கிறவர்தான் கொட்டுமேளத்தின் டாக்டர்.

நானே கடவுள் என்பதையும் தாண்டி நான் கடவுளுக்கும் மேலே என்று ஒருவன் தீர்மானமாகச் சொல்லுகிறானென்றால், அதிலும் தொடர்ந்து தோல்விகளைச் சந்தித்துவந்த, எல்லாத் தோல்விகளும் நினைவில் கிளர்ந்தெழுந்து கொண்டிருக்கும் (தான் இன்னமும் பிரம்மச்சாரி, கையிலோ சமவயதுக்காரனொருவனின் மகளின் திருமணப்பத்திரிக்கை) நேரத்தில், தன்னை மணக்கவிருக்கும் பெண்ணிடம் தான் தோற்ற கதையைச் சொல்லும் ஒருவன், 'நான் கடவுளுக்கும் மேலே தெரியுமா' என்று சொல்லி வானுக்கும் மண்ணுக்குமாக அகமே உருவாய் நிற்க வேண்டுமென்றால், அவன் எப்படிப்பட்ட உலகில் வாழ்கிறவனாக இருக்க வேண்டும், அவனுக்கும் அவனுடைய உலகின் முக்கியமான மனிதர்களின் பெயர்கள் என்னவாயிருக்கக்கூடும், அந்தத் தருணம் எவ்வளவு மாயத்தன்மை கொண்டதாக இருக்கவேண்டும்?

1) அவன் வாழும் ஊர் நல்லவொரு 'ஷகரா'யிருக்க வேண்டும், அவனுடைய வீட்டுக்கு எதிரிலேயே அவன் வீட்டைப் பார்த்தபடியே வைகுண்டநாதர் குடியிருக்க வேண்டும் (ஆன்மா என்பது பரம்பொருளின் பிரதிபலிப்புதான்),

வைகுண்டநாதருக்காக ஆறுகாலப் பூஜைகளின்போது இசைக்கப்படும் கொட்டுமேள ஓசையைக் கேட்டபடிதான் டாக்டரின் திருப்பள்ளியெழுச்சியிலிருந்து அர்த்தஜாமம் வரை கழிகிறது. வைகுண்டநாதருக்கு மட்டும்தான் அவன் வீடிருக்கும் வீதியைச் சுற்றியுள்ள நான்கு ராஜ வீதிகளையும் சுற்றிவரும் உரிமை உண்டென்பதால், 'மனிதன் மனிதன்தானென இடித்துக் காட்ட', எல்லாக் கல்யாண ஊர்வலங்களும் அவன் வீட்டு வாசலை மிதித்துவிட்டுத்தான் (ஆசி பெறுவதுபோல) போயாக வேண்டும். அப்படித்தான் வாழ்கிறான் அவன், அப்படியொரு உலகத்தைத்தான் தி.ஜா. அவனுக்காக எழுப்பித் தந்திருக்கிறார்.

2) அவனுக்குத் துரைசாமி (துரைகளுக்கும் எசமானன் என்று வாசித்துக்கொள்ளும் இன்பம் தொனிக்கும்படியாக) என்று நாமகரணம் செய்விக்கப்பட்டிருக்கிறது. சாமியை மணந்து கொள்கிறவள் பார்வதியாக அல்லாமல், வேறு யாராகவும் இருக்க வாய்ப்பில்லையென்பதால் அவனுக்கு மனைவியாகப் போகிறவள் அதே பெயருடையவளாக இருக்கிறாள். ஏக்கம் பீடித்த நிலையில், மனதின் உள்ளொளி தோல்விப்புயலில் சலனப்பட்டுக் கொண்டிருக்கும் வேளையில் சேர்மன் தேர்தலில் மாரியப்பப் பிள்ளையை எதிர்த்து, புத்திசுவாதீனமில்லாதவர் களின் பிரதிநிதியாய் 'மூளையைத் தியாகம் பண்ணிவிட்டுப்' போட்டியிட்டு, தோற்று, அதையும் மகிழ்ச்சிகரமாகக் கொண்டாடி ஊர்வலம் வரும் பித்துக்குளியின் பெயர் ஐராவதமா யிருக்கிறது (ஐராவதமென்ற பெயருடைய யானை இந்திரனின் வாகனமாயிருந்தது என்பதும், வைணவத் திருக்கோயில் களில் உற்சவமூர்த்தி இதன் மீதிருந்தபடிதான் உலா வருவார், ஐராவதேஸ்வரர் மரணமற்ற பெருவாழ்வெனும் வரம் அளிக்கவல்லவரென்பதும் ஐதீகம்).

இப்படியாக நாதத்தில் திளைத்தபடி பிரம்மத்தின் கண்பார்வை யிலேயே நாற்பத்து மூன்றாண்டுக்கால வாழ்வைக் கழித்த ஒருவனுக்கு, 'வராத கடன், கிட்டாத வாழ்வு, சறுக்கல்கள் அத்தனையையும் திரட்டி வெற்றியாக்கி'க் கொள்ளவியலுவதிலும், நிந்தித்த அண்ணியிடம் செய்யாத குற்றத்துக்கு (பட்டாளத்திலிருக்கும் டாக்டரின் அண்ணன், தன் மனைவியின் அத்தை மகனுக்கு வேலை வாங்கித் தருகிறார், டாக்டர் சிறுபிள்ளைத் தனமாகப் பேசுகின்ற கேலிக்குச் சடைக்கும் அண்ணி கோபித்துக் கொள்வதுமில்லாமல், அவனுக்கு வேலை வாங்கித்தரவிடாமலும் பண்ணி விடுகிறாள் !). மன்னிப்புக் கேட்க வேண்டுமென்றும், கடனை விழுங்கி ஏப்பமிட எண்ணங்கொண்டிருக்கும் விஸ்வலிங்கய்யரிடம் இன்னமும் எவ்வளவு வேண்டுமானாலும் தருகிறேனென்று உறுதி சொல்லத் தோன்றுவதிலும், அத்தனைக்கும் சிகரம் வைத்தாற்போல மாரியப்பப் பிள்ளையை – அகிம்சை, சத்தியாகிரக வழியில் – வெற்றி கொள்வதற்காக, தன்னுடைய மருத்துவமனையைத் 'தர்ம வைத்தியசாலை'யாக மாற்றவும் முடிவதிலும் வாசகன் மலைக்கவியலுமேயொழிய விவாதம்செய்யவெல்லாம் இடமேயில்லை.

3) பைத்தியங்களுக்கும் காதலர்களுக்கும் மட்டுமே கிட்டும், வெளியுலகின் விதிகளும் மாசுகளும் அண்டாத, பிரத்தியேகவுலகில் திளைத்திருக்க வாய்க்கும் நற்தருணங்களில் ஒன்றில், காதலியாக யிருப்பவளின் அண்மையில் கிடைக்கும் கதகதப்பிலாழ்ந்திருக்கும் டாக்டர், மூளையால் சிந்திக்காமல் இதயத்தால் (ஆணவத்தால் ஏற்படும் ஆக்கிரமிப்பு இல்லாமல்) சிந்திக்கும்போதுதான், உலகத்தின் சிறுமையெல்லாம் தன் காலடியில் கிடக்க அகந்தை உருக்கொண்டு ஓங்கிநிற்கிறார். பார்வதியும் விஸ்வரூபம் எடுத்துநிற்கும் அவருடைய வெற்றியைப் பார்த்து மலைக்கிறாள். காதலில் கசிந்து, நான் உங்களுக்குத் தகுதியானவள்தானா என்றும் கேட்கிறாள்.

மேலே சொல்லப்பட்டிருக்கும் மூன்று குறிப்புகளையும் தொகுத்துச் சொல்வதானால், வெறும் ஒரு நீதிபோதனையாக, 'கடவுளின் செயலாக', தற்செயல்களின் தொடராக நிகழ்ந்திருக்க வேண்டிய கதையிலிருந்து கடவுளைத் துணிச்சலாக வெளியேற்றிப் பிரதிக்கான முழுப்பொறுப்பையும் ஏற்றுக்கொண்டிருக்கிறார் தி.ஜா. குறிப்பாகச் சொல்லவேண்டுமென்றால், டாக்டர், ஐராவதத்தின் மகிழ்ச்சி ஊர்வலத்தைப் பார்த்து அவனிடம் பேசிய கையோடு பார்வதியிடம் உரையாடிக் கொண்டிருக்கும் இடம். காதலில் தன்னை இழந்திருக்கும் டாக்டரின் மொழி, அவருடைய பிரக்ஞைக்குத் தப்பித் தன்னைத்தானே வடிவமைத்துக்கொள்கிற – உலகத்தின் சிறுமையெல்லாம் அவருடைய காலடியில் கிடந்த – மாயத்தருணம் அது. ஒரு *out of the body experience* என்றுதான், அதைப் பற்றி நினைக்கத் தோன்றுகிறது.

நடனக் கலைஞர் மைக்கேல் ஜாக்சனின் *moonwalk* எனப்படும் உலகப்பிரசித்தி பெற்ற நடன அசைவை அவர், லட்சக்கணக்கான மக்களுக்கு மத்தியில் நிகழ்த்திக்காட்டிய தருணம் குறித்து அவருடைய உதவியாளர் பேசும் காணொளியைப் பார்த்த நினைவிலிருந்து, இதை எழுதுகிறேன். கலையில் ஊறித் திளைத்திருக்கும் ஆன்மா, லட்சக்கணக்கான ரசிகர்களின் ஆர்வக் கூச்சலில் தன்னை இழந்து, தன்னுடைய உடலின் அசைவுகளை அந்தக் கணத்துக்கு ஒப்புக்கொடுத்து நிகழ்த்திக்கொண்ட அற்புதம் அது. ஜாக்சன் எந்த ஒரு நிகழ்ச்சிக்கு முன்பும், ஒவ்வொரு நொடிக்கான ஒத்திகையையும் பிசிறில்லாமல் செய்துபார்த்துவிட்டு அதிலிருந்து இம்மியும் பிசகாமல்தான் ஆடுவாரென்றும், அந்தக் குறிப்பிட்ட நிகழ்வின்போது அவரையறியாமல் மேடையில் நிகழ்ந்துவிட்ட அற்புதம் அதுவென்றும் அவருக்குமே அது ஒரு *out of the body experience* என்றும் சொல்கிறார் அவருடைய காரியதரிசி. மேலும், வார்த்தைகளை அவற்றின் நேரடி அர்த்தத்திலும் பின்னும் வேறு பல அர்த்தங்கள் தொனிக்கும்படியாகவும் அவர் பிரயோகித்திருக்கும் இடங்கள். அ) அதிருஷ்டம் – டாக்டருக்கு வாய்த்திருக்க வேண்டிய நற்பேறுகள் (வேலைவாய்ப்பு, கடன் திரும்பக் கிடைத்தல் போன்றவை) தட்டிப்போய் அடுத்தவர்களின் அதிருஷ்டமாக அமைந்துவிடுவதில் (இவருக்கான வேலை அண்ணியின் அத்தை மகனுக்குக் கிடைப்பது, மாரியப்பன், விச்வலிங்கைய்யர் இருவரும் கடனை ஏப்பம் விடுதல்) அதன் மூலமாக அவர்களுடைய விதியை, அதிருஷ்டத்தைத் தீர்மானிக்கிறவரெனும் பொருள்படியாக – விதியைத் தீர்மானிப்பவன்

கடவுளேதானே. ஆ கொட்டுமேளம் எனும் சொல்லின் ஆன்மிக அர்த்தம் முழுமையாக ஊறியிருக்கும் இசையே டாக்டரின் உள்ளத்தில் படிந்துகிடந்து, அதனை அத்தனை இளக்கமுள்ளதாக்கியிருக்கிறது என்றாலும், அதே கொட்டுமேளமெனும் சொல்லை, கூலிக்கு மாரடித்தல், சுயதம்பட்டமடித்தல், தகுதியற்றவனுக்காகக் கொடிபிடித்தல் என்று பல்வேறு பொருள்படியாகவும் பேசியிருப்பது, தி.ஜா.வின் மேதமையைப் பறைசாற்றும் இடங்கள்.

மேலும், யதார்த்தம் அழிவற்றது. சிருஷ்டிப்பவன் நானே. சிருஷ்டியும் நானே! என்று, தியான வயப்பட்ட நிலையில் ஸூஃபி மன்சூர் அல் ஹல்லாஜ், அனல் ஹக் (நானே பிரம்மமாவேன்) அறிவித்திருந்ததை நினைவுகூராமலும், அல் ஹக்கீம் என்ற இறைவனின் திருப்பெயர்களிலொன்றில், ஹக்கீம் என்ற பதம், நேர்மையாளன், நீதிமான், உண்மையாளன் என்ற பொருட்களிலெல்லாம் வழங்கிவருவதோடு, மருத்துவன் என்பதும் அவற்றிலொன்று என்பதை இந்தப் பிரதியோடு பொருத்திப்பார்த்து வியக்காமலிருக்கவும் முடியாது.

லோகாயதமும் ஆன்மிக நாட்டமும்: கொட்டுமேளத்தை வாசிக்கும் போது க.நா.சு.வின் ‘பொய்த்தேவு’ தவிர்க்க முடியாமல் நினைவிலெழு கிறது. ஏழ்மையும் களங்கங்களும் சூழந்தவொரு குழந்தைப்பிராயம் அமையப்பெற்ற பொய்த்தேவின் சோமு, தான் தொட்ட அத்தனையும் துலங்கும்வண்ணம் உழைத்து, இகவுலகின் சுகங்களையெல்லாம் வென்று வாழ்ந்து கொண்டிருக்கும்போதே, ஒரே நொடிப் பொழுதில் எல்லாவற்றையும் துறந்து ஆண்டியாகி, அதே கோலத்தில் இறந்தும் போவதாக முடியும் புதினம் அது. பாடுபட்டுச் சேர்த்த அத்தனையையும் விநாடிப்பொழுதில் துறந்துவிட்டு அப்படியும் ஒருவன் ஆண்டியாய் மாறமுடியுமா என்ற எண்ணமே வாசகனின் மனதிலெழுந்துவிடாதபடி சோமுவின் வாழ்வில் நிகழும் சம்பவங்களினூடாக அவனுடைய காதுகளிலும் வாசகனுடைய பிரக்ஞைக்குள்ளும் அந்த ஊர்க் கோவிலின் காண்டாமணியோசையை ஒலிக்கவிட்டு ஆன்மிகத் தேட்டத்தின் நாதம் தொடர்ந்து கேட்டுக்கொண்டிருக்கச் செய்திருப்பார் க.நா.சு.

அவன் பிறந்த நொடியிலேயே, அவனுடைய ஆன்மிக நாட்டமும் தீர்மானிக்கப்பட்டுவிட்டது, அவனுடைய காதுகளில் சதாவும் காண்டாமணியோசை கேட்டுக்கொண்டிருந்ததற்குப் பிரத்யேகமான காரணம் இருக்கிறது, அவன் நடந்த பாதை முன்பே இடப்பட்டுவிட்ட ஒன்றுதான் என்று, தீர்மானமாகச் சொல்லுவதற்கான இடத்தையும், தான் பிறந்த சேரியிலிருந்து, அந்த வாழ்க்கை முறையிலிருந்து விடுதலை பெற வேண்டித்தான் சோமு அப்படி உழைத்தான், ஆனால் விநாடிக்கு விநாடி உண்டாகிக் கொண்டிருக்கும் சமூக மாற்றத்திற்கு ஈடுகொடுக்கயியலாத அயர்ச்சியில் அவன் தன் தோல்வியை ஒப்புக்கொண்டு இப்படியொரு சோகமுடிவுக்குத் தன்னை ஆளாக்கிக்கொள்கிறான் என்பதற்கான வாசிப்பவனுக்கான இடத்தையும் அளிப்பது, கநாசு தன் படைப்பிற்குள்ளே இயங்கச் செய்திருக்கும் புனைவுத் தருக்கத்தின் வலு.

ஆன்மிக அடிப்படைகளைச் சொல்லி, உயரொழுக்கவியலை வலியுறுத்தி, கதையை நகர்த்தும் முக்கிய காரணியாக இசையை

இயங்கவிட்டிருக்கிற பிரதிகள் எனும் வகையில், பொய்த்தேவும் கொட்டுமேளமும் ஒத்துறவாடுகின்றன. ஆனால், 'பொய்தேவு', லோகாயதத்தின் வீழ்ச்சியைச் சொல்லி ஆன்மிக மதிப்பை வலியுறுத்துகிற நேரத்தில், லோகாயதம் ஆன்மிகம் இரண்டிலும் சமநிலை பேணிக் கொள்ள முடியுமென்று காட்டி, ஒரு "மாதிரி" குடிமகனாக உயர்கிறார் கொட்டுமேளத்தின் டாக்டர்.

தி.ஜா.வின் இலக்கியஆளுமையின் இன்றியமையாத கூறுகளென்று பார்க்கும்போது, *Making the world a better place* என்பது அதில் மிக முக்கியமானவொன்றென்று புரிந்துகொள்ளலாம். தம்முடைய படைப்புகளில் அவர் தொடர்ந்து பேசிக்கொண்டிருக்கும் விஷயங்களின் சாராம்சம், ஆதாரவித்தே அதுதான். மோகமுள் பாபுவின் தகப்பனார் வைத்தி, அவருடைய குரு ராஜுவைப் பற்றிப் பாபுவிடம் பேசும்போது (ஞானிகள் மற்றும் பெரிய மனிதர்களின் குணங்களாகச் சொல்லப்படுபவை), "அவனுக்குப் புகழ், உலகத்தாரின் நலம் இதைப்பற்றியெல்லாம் சிந்தையிராது. ஆனால், ஒரு வேடிக்கை என்னவென்றால், விளக்கைப் போல அவன் யார் கண்ணிலாவது பட்டு விடுவான். சின்ன விளக்காக நாலைந்து வந்து, அதில் தங்களை ஏற்றிக்கொண்டு போய்விடும்." என்கிறார்.

ராஜூ தனக்குக் கொடுத்ததாகச் சொல்லும் உபாசனையை பாபுவுக்குக் கொடுப்பதாகச் சொல்லும்போது, "அதனாலே ஆனந்தம் வரும்போது, நிதானமாக அனுபவிக்கச் சொல்லும். சுயநலத்தை அறுத்தெறியும். ஐஸ்வர்யம் கிடைக்கும்போது பொதுச்சொத்தாகக் கருதிப் பிறரோடு பகிர்ந்துகொள்ளும் மனுஷத்தன்மையைக் கொடுக்கும். அகந்தையை அறுக்கும், மனதைச் சுத்தம் செய்யும்."; "மனுஷனாயிருக்கிறபோது உயர்ந்த மனுஷனாக இருக்கப் பாடுபடனும். உயர்ந்த மனுஷன் எப்படியிருப்பான்னு கேட்டா போகப் போகத் தெரியும். நீ ஏற ஏற உயர்ந்த மனுஷன் மேலே மேலே போயிண்டிருப்பான். அப்படியே போயிண்டிருக்க வேண்டியது தான்" என்பதும் முக்கியக் குறிப்புகள்.

அம்மா வந்தாளின் பவானியம்மாளும், "வேதம் படிச்சா என்ன? வாதம் படிச்சா என்ன? இல்லாததுகள் வயித்திலெ ரண்டு சாதம் விழனும். பசிதான் ஸ்வாமி. அதுக்கு நைவேத்தியம் பண்ணினாப் போதும்" என்கிறாள். பசி ஸ்வாமி என்றால், அதனிலும் பார்க்கப் பெரிதான நோயும் ஸ்வாமிதான். அதற்கு வைத்தியம் பார்க்கிறவன், அதுவும் தர்மத்துக்குப் பார்க்க முடிவெடுத்திருக்கிறவன், ஸ்வாமியைக் காட்டிலும் பெரியவன்தானென்றாகிறது. மரணமில்லாப் பெருவாழ்வெனும் வரத்தை டாக்டரின் உயரறவியலுக்கான பரிசாக ஐராவதேஸ்வரர் அருளியிருப்பார் என்றுதான் தோன்றுகிறது.

✣

44

தி.ஜானகிராமனின் சிவப்பு ரிக்ஷா: நிசப்தத்தில் எழும் கோயில்மணியின் கார்வையும், பேரிரைச்சலுக்கு நடுவில் உள்ளத்தில் எழும் அமைதியும்

மதுமிதா

தி.ஜானகிராமன் படைப்புகளில் 'மோகமுள்' தான், இருபது வயதில் நான் முதலில் வாசித்த படைப்பு. யமுனாவைப் பாபுவுடன் சேர்ந்து நேசித்துப் பிறகு மொத்தக் கதாபாத்திரங்களையும் நேசிக்க நேர்ந்தது. பல படைப்பாளிகள் தஞ்சாவூருக்கு நேரில் சென்ற விபரங்களைப் பிறகு கதைகளாக எழுதுவதை அறிந்துகொள்ள முடிந்தது. பிறகு இவரின் படைப்புகளைத் தேடி, அம்மா வந்தாள், உயிர்த்தேன், செம்பருத்தி என ஒவ்வொன்றாக வாசித்தாலும், சிவப்பு ரிக்ஷா கதைத் தொகுப்பு இப்போதுதான் வாசிக்க அமைந்தது. அந்தரங்கமான ஆண் பெண் உறவு, உளவியல் சிக்கல்களை, அனுசரணைகளை நுட்பமான மொழியில் எழுதிய முன்னுதாரணமான முக்கியத் தமிழ் எழுத்தாளர்களில் தி.ஜானகிராமன் முதன்மையானவர். வாசிப்பு என்பது ஒருவகையான தேடல். எழுதுவதும் ஒருவகையான தேடுதல்தான். அந்தத் தேடலில் தி.ஜானகிராமன் நிதானமாக நீண்ட பயணம் செய்து, தன் தேடலில் தான் கண்டு உணர்ந்ததை, வாசகர்களின் முன்னே அழகான அதிசயக் கம்பளமாக விரித்து நீட்டுகிறார். நாம் அதிலேறிப் பறக்கும் கம்பளத்தில் ஏறிவிட்டதான களிப்புடன் ககன வெளியில் பறந்தபடி கீழே தென்படும் மனிதர்களையும் அவர்களின் உணர்வுகளையும் அவர்களுக்கே தெரியாமல், ஒரு பருந்துப் பார்வையெனப் பார்த்துக்கொண்டிருக்கிறோம். இது இவரின் பிரத்யேகமான எழுத்தாற்றலின் விந்தை. எத்தனை நூற்றாண்டுகள் ஆனாலும், மனித உளவியல் சிக்கலின் வீச்சு அவ்விதமே பரிணமிக்கும். பெண் மனதின் வெளிப்படுத்த

இயலாத உள்மன உணர்வுகளை இவருடைய படைப்புகள் நுட்பமாக வெளிப்படுத்துகின்றன. பெண் மனதை, பெண்ணிய உணர்வை, பெண்ணின் மேன்மையை, பெண்ணின் ஆழ்மனத் தேடலை, பெண்ணின் அகத்தனிமையை, பெண்ணின் எதிர்மறையான குணமானாலும் அதையும் சூழலின் ஒரு தன்மையாகப் பொருத்தி விவரித்தல் எனப் பெண் மனத்தின் அத்தனை பரிமாணங்களையும் தம் படைப்புகளில் அத்தனை சிறப்பாகத் தி.ஜா. பதிவு செய்துள்ளார். குழந்தைகளின் உளவியலுடன் நிராகரிப்புக்கு ஆளானவர்கள், தனிமையில் இருப்பவர்கள், மனநோயாளிகள், விளிம்புநிலை மனிதர் எனப் பல்வேறு வகையினரின் வாழ்க்கைச் சூழலையும். அவர்தம் உளவியல் போராட்டங்களையும் தி.ஜா. முன்வைக்கிறார்.

1954ஆம் ஆண்டில் முதற்பதிப்பாக வெளிவந்த நூல் சிவப்பு ரிக்ஷா. இது. 13 சிறுகதைகளின் தொகுப்பு. காலச்சுவடுவழி ஜனவரி 2016இல் ஒரு பதிப்பும், ஆகஸ்ட் 2019இல் இன்னொரு பதிப்பும் வந்துள்ளன. மனிதர்களின் வாழ்வைத் தமது அனுபவம் சார்ந்து பலவகையான ரசங்கள் ததும்ப, எந்தவொரு மனிதரின் மேன்மையும் குறைந்துவிடாத அளவில் அந்தரங்கசுத்தியுடன் எழுதப்பட்ட கதைகள் இந்தத் தொகுதியில் உள்ளன. சிறுகதை என்பது முக்கியக் கதாபாத்திரத்தைச் சுற்றி, பன்முகப்பட்ட வாழ்வின் ஒருகோணத்தை எடுத்துக்காட்டும் காட்சிகள் அனைத்தையும் சுவாரஸ்யமாக ஒருங்கிணைத்தமைக்கும் கலைத்திறன், கதைக்கரு, சூழல், கதை வளர்ச்சி, முடிவு ஆகியவை இருக்க வேண்டும் என்று அறிஞர்கள் சொல்கிறார்கள். ஆனால், இவையெல்லாம் கட்டாயம் இருந்தாக வேண்டும் என்னும் அவசியமில்லை என்றும் பிரசித்தியான எழுத்தாளர்கள் கருதுகிறார்கள். மேற்கத்தியத் திறனாய்வாளர்கள், கதைக்கு ஒரு சூழ்நிலையும் ஒரு சித்திரிப்பும் அவசியம் என்று விளக்கம் தந்தனர். சுருங்கச் சொல்லி விளக்குதல், சிறுகதையின் முக்கிய இலக்கணம். சிறுகதை எழுதுவது கடினம். வாசகர்களின் மனத்தை ஈர்க்கும் வகையில் அதைப் புனைவது இன்னும் கடினமான விஷயம் என்பார்கள். இதைச் சிறப்பாகச் செய்தவர் தி.ஜானகிராமன். தமிழ்நாட்டின் தலைசிறந்த சிறுகதை ஆசிரியர்களாகப் புதுமைப்பித்தன், சுந்தரராமசாமி, ஜெயகாந்தன், ஜானகிராமன் ஆகிய நால்வரையும் கருதுகிறார் கு.அழகிரிசாமி.

1. சிவப்பு ரிக்ஷா

எளிய மொழியின் நுட்ப வசீகரம், வாழ்வியல் அனுபவம், சொல்லாடல், உளவியல் பார்வை, நுட்ப விஷயங்களின் வீர்ய வீச்சு என்று இந்தக் கதை இயல்பாக விரிகிறது. 1954இல் இந்த நிறத்தில் ரிக்ஷா இங்கே இருந்ததா, சிவப்பு ரிக்ஷா எப்படி இருக்கும் என்று பார்க்கத் தோன்றுகிறது. இவருக்குச் சிவப்பு நிறமும் செம்பருத்தியும் மிகவும் பிடித்தமான விஷயங்களாக இருந்திருக்க வேண்டும். ருக்கு துருதுரு என்றிருக்கும் புத்திசாலியான பெண். அவளைப் பற்றிய கதை இது. ருக்கு, அவளுடைய அப்பா, சப் எடிட்டர் என மூன்று கதாபாத்திரங்கள். சப் எடிட்டர் கதைசொல்லியாகக் கதை சொல்வது போன்று அவரின் மூலமாக இக்கதையில் அவளின் குணாதிசயம் சொல்லப்படுகிறது. கூட்டம் நிறைந்த டிராமில் சில்மிஷம் செய்த ஒருவனின் முழங்கைக்குக் கீழே ருக்குவின் நகம் பதிந்து இரத்தம் கசிகிறது. ரத்தத்தை நல்ல செம்பருத்தி

ரத்தம் என்று எழுதுகிறார். இந்தக் காட்சியை அவளுடைய வீட்டுக்கருகில் வசிக்கும் ஒரு பத்திரிகையின் சப் எடிட்டர் பார்க்கிறார். இருவரும் அந்த டிராமிலிருந்து இறங்கி வீட்டுக்கு வருகின்றனர். ருக்கு அவரைத் தன் வீட்டுக்குள் வருமாறு அழைக்கிறாள். ஓய்வுபெற்ற தாசில்தாரான ருக்குவின் அப்பாவிடம் பேசிவிட்டுத் தம் வீட்டுக்குப் போகிறார் சப் எடிட்டர்.

அடுத்த காட்சியில், ருக்கு யாரோ ஒருவனுடன் காரில் செல்வதைப் பார்த்துக் கோபமும் வெறுப்பும் கொண்டு வீட்டுக்கு வருகிறார் சப் எடிட்டர். காரில் செல்லும்போதே இதைக் கவனித்துவிட்ட ருக்கு, சப் எடிட்டரைச் சந்திக்க அவருடைய வீட்டுக்கே வந்து, அவருடைய மனைவியிடம் அவரைச் சந்திக்கத் தான் வந்து சென்ற விபரத்தைச் சொல்லுமாறு கூறிவிட்டுச் செல்கிறாள். சப் எடிட்டர் ருக்குவின் வீட்டுக்குப் போகிறார். அங்கே தந்தை முன்னிலையில் ருக்கு நடந்த விபரங்களைச் சொல்கிறாள். அவளைத் தாம் சந்தேகப்பட்டதையும், அவள் தந்தையைத் தரம் தாழ்த்தி நினைத்ததையும் எண்ணி வருத்தமுறுகிறார். சாலையில் அவர்களுடைய அடுத்த சந்திப்பில், கூட்டத்திலிருந்து தப்பிக்க, தான் ஒரு ரிக்ஷா வாங்கி, அதில் செல்வதாக, சப் எடிட்டரிடம் சொல்கிறாள் ருக்கு. அவரின் மனைவியையும் மறுநாள் பேச்சுத் துணைக்கு பீச்சுக்கு அழைத்துப் போவதாகச் சொல்கிறாள். தன் வீடு வழியே செல்லும்போது, அந்தச் சிவப்பு ரிக்ஷாவின் பெரிய சிவப்பில் டிராமில் விழுந்த ரத்தத்துளி மறைவதுபோலத் தெரிகிறது.

2. கடன் தீர்ந்தது

அதீத அன்பும் ஆன்ம பலமும் கொண்டவர்களால் மட்டுமே இப்படியொரு சிறந்த முடிவினை எடுக்க முடியும் என்பதற்கு இந்தக் கதை ஒரு சான்று. ஒரு படைப்பாளன் தன் எழுத்தில் தேடும் தவம் உண்மை. உண்மையைத் தான் கண்ட விதத்தில் எழுத்தில் வெளிப்படுத்தும்போது, மனித உணர்வுகள் தனித்தன்மையுடன் கதையில் நிரம்பி வழிகின்றன. தாம் உண்மை என்று தேடிய வழியையும், தாம் தம்து வாழ்வியலில் கண்டதையும் துணிந்து ஒருவர் சொல்லும்போது அதில் ஒரு தனித்துவம் மிளிரும். உண்மையும், நம்பிக்கையும், தாம் எழுதும் புனைவுவழி மனிதம் மீதான கரிசனையை வெளிப்படுத்தும் என்னும் திடநம்பிக்கையும் அடிப்படையாகும்போது அது கட்டாயம் நல்ல படைப்பாகிவிடும். இந்தக் கதையின் முக்கியக் கதாபாத்திரமான சுந்தர தேசிகர், ராமதாஸ் என்பவனால் ஏமாற்றப்படுகிறார். நிலம் வாங்கித் தருவதாகச் சொன்ன ராமதாஸின் பேச்சை நம்பி, தாம் ஏமாற்றப்படுகிறோம் என்பதையே அறியாமல் சுந்தர தேசிகர் நிலம், பணம், மனைவியின் நகை என்று அனைத்தையும் இழந்துவிடுகிறார். தம்பியும் தம்பியின் மனைவியும் இது பற்றி எதுவும் அவரைக் கேட்கவில்லையென்றும் குற்றவுணர்வில் இருக்கிறார். அவர் ஏமாற்றப்படும் விதம் பரிதாபத்தை வரவழைக்கிறது. அக்காட்சிகள் நாமே ஏமாந்து போவதன் சாட்சிகளாக விரிகின்றன. இழந்த பணத்தை நீதிமன்றம் மூலமாக வாங்கக்கூடச் சாட்சிகள் இல்லா நிலை. ராமதாஸுக்குச் சாதகமான சூழல் அமைந்தபோதும், அவன் உடல்நலம் சரியில்லாது போகிறது. சுந்தர தேசிகர் ராமதாஸைச் சந்திக்க வரும் அந்தக் கடைசிக் காட்சி, மனிதத்தின் மீதான நம்பிக்கையை அளிக்கிறது.

இன்றைக்கோ நாளைக்கோ என்று கிடக்கும், கந்தல் துணிகளும், அழுக்குத் துணிகளும் தேயும் உடலும் நாற்றம் வீசி வயிற்றைக் கலக்கும் சூழலில் கிடக்கும் ராமதாஸிடம், “கேஸ் யாருக்கு ஜெயிச்சா என்ன? இப்ப உன் பிராணன் போயிண்டிருக்கு. நீ நல்ல வழி தேடிக்காமப் போயிடப் போறேன்னு ஓடிவந்தேன். நம்ம சாஸ்திரங்களில வாங்கின கடனைத் திருப்பிக் கொடுக்காம செத்துப் போகக்கூடாதுன்னு சொல்லியிருக்கு. இப்ப உன் கடனை நீ தீத்துப்புடணும், நானும் பாக்கி இல்லைன்னு குறையில்லாம மனசாரச் சொல்லிடணும். இப்ப அதுக்குத்தான் நான் வந்தது. என் பணத்தால பழைய கடனை அடைச்சு சுகமாக இருந்தே. ஆனா, இப்ப டாக்டருக்குக் கொடுக்கக்கூடப் பணமில்லாமல் கஷ்டப்படறேன்னு சொன்னாங்க. அதனால உன்னை ஒண்ணு மட்டும் கேட்கிறேன். உன் கையிலிருக்கிறது ஏதாவது கொடு போதும். அஞ்சு இல்லைனா ஒரு ரூபாய் இருந்தாலும் போதும். நான் சந்தோஷமா அதை வாங்கிட்டு உன் கடன் தீர்ந்து போச்சுன்னு என் தேவார ஆணை, லோக மாதா ஆணையாச் சொல்லிப்பிடறேன். என்ன, இதுக்குத்தான் நான் வந்தது” என்று தேசிகர் சொல்லும்போதும், அதற்கும் பிறகான காட்சியும் நம் உள்ளத்தை உருகச் செய்பவையாயுள்ளன. ஒரு படைப்பு என்பதன் பலன், ஓர் உண்மை நிகழ்வை அல்லது ஒரு புனைவை வாசகர்களுக்குச் சுவாரஸ்யமாகக் கொடுப்பது மட்டுமன்று; நமக்குள் ஒரு ஆத்ம போதத்தைக் கண்ணீர் மல்க உணரச் செய்து, நம்மையும் உணர வைத்து அது அளிக்கும் ஞானத்தையே இந்தக் கதை எடுத்துரைக்கிறது.

3. பொய்

கணவனை இழந்த இளம் விதவைப் பெண்ணின் மனநிலை, என்னென்ன விதமான உளவியல் பிரச்சினைகளை எதிர்கொள்ள நேர்கிறது, அவள் எவ்வளவு இயல்பாக அதைக் கையாள்கிறாள் என்பதை நாம் அறியும்போது, சாவித்திரியின் கதாபாத்திரம் சுந்தரத்துக்கு எழுதிய கடிதம் ஒரு முடிச்சை அவிழ்த்து நம் கண் முன் இன்னொரு விஷயத்தை எடுத்துக் காட்சிப்படுத்துகிறது. சாவித்திரி முக்கியமான கதாபாத்திரம். அவள் கதையே உரையாடல், பத்திரிகைக் கதை, கடிதம் என்று மூன்று வழிமுறைகளில் சொல்லப்படுகிறது. முதலில் உரையாடல். பக்கத்து வீட்டுப் பெண் தன் கணவன் வெளியில் செல்லும்போது வாசலைப் பார்த்துவிட்டுப் போகச் சொல்கிறாள். துடைகாலி சாவித்திரி என்று அவள் சொல்லும்போது, நமக்குத் தூக்கிவாரிப்போடுகிறது. கணவன், அப்படிச் சொல்லாதே, அப்பெண் காதில் விழப்போகிறது என்கிறார். இத்தனை இளம் வயதில் எல்லாவற்றையும் துடைத்துப் போட்டுக் கிடக்கும் தான் துடைகாலிதான் என்று சாவித்திரி அதை இயல்பாக எடுத்துக்கொள்கிறாள். நமக்கு அதிர்ச்சியாக இருக்கிறது. பத்திரிகையில் வெளிவந்த ஒரு கதையை வாசிக்கிறாள். அவளுடைய அத்தை மகன் சுந்தரம் எழுதிய கதை அது. கிட்டப்பா, கமலத்தம்மாள் இருவருக்கும் குழந்தை இல்லை. ஏதோ ஒரு காரணம் வைத்து ராமசாமி என்பவருடன் தன் மனைவியை இணைத்துக் குற்றம் சொல்லி, கமலத்தமாளுக்குக் குழந்தை இல்லை என்று காரணம் காட்டிக் கிட்டப்பா மறுதிருமணம் செய்துகொள்ள விரும்புகிறார். இதற்குக் கல்யாணத்தரகு சொல்ல வருபவனின் பெயர் ராக்ஷசன் என்பது வித்தியாசமாக உள்ளது. அவன் மூலமாகத் திருமண ஏற்பாடு நடக்கிறது.

ஆடுதுறையில் ஒரு வீட்டில், நான்கு பெண்கள். முதல் மகளின் திருமணத்தால் கடன்பட்ட வீட்டிலிருந்து ஒரு பெண் கிடைக்கிறாள். கிட்டப்பா மனைவியிடம், கூறாது கல்யாணம் செய்துகொள்ள ஏற்பாடு செய்கிறார். கிளம்புவதற்கு முன் காலையில், 'கமலம்! உனக்கும் காலாகாலத்தில் குழந்தை பிறந்திருந்தால், நீ இப்படி ஒண்டியாகத் தள்ளாடுவியா?' என்று கேட்டதும், 'நீங்க இன்னும் குழந்தையாகத்தானே இருக்கறீங்க' என்கிறாள். மதியத்துக்கு மேல் கல்யாணத்துக்குக் கிளம்புகிறார். ரயிலில், நடுவில் கும்பகோணத்தில் இறங்கிவிடுகிறார். ராக்ஷசனிடம், கமலத்துக்குத் துரோகம் செய்துவிட்டு உயிர் வாழ விரும்பவில்லை என்கிறார். இதைச் சொல்லும்போது, கண் சரியாகத் தெரியவில்லை; திடீரென்று யாரோ போகிறாற் போலிருக்கிறது என்று தனக்குள்ளேயே சமாதானம் செய்வது போன்றும், இதற்குமேல் விஷயத்தைச் சொல்லக் கூடாது என்ற தோரணையும் வெளிப்படுகிறது. கண்ணாஸ்பத்திரிக்குப் போகவேண்டுமெனச் சொல்லி ஊருக்குத் திரும்பிவிடுவதாகவும், ராக்ஷசன் மனிதனாக மாறி வெலவெலத்து நின்று கொண்டிருந்தான் என்ற வரியுடனும் கதை முடிகிறது. இந்த இடத்தில், கதை முடிந்து எத்தனையோ நாழிகையாகிவிட்டது. ஆனால், மாதா கோயில் கண்டாமணியைப்போல அதன் கார்வை, அவள் மனதில் இன்னும் எழும்பிக்கொண்டுதானிருந்தது. இருள் சூழ்ந்து நக்ஷத்திரங்கள் வந்து இறைந்து எத்தனையோ நாழியாகி விட்டது. ஆனாலும், கதையின் கார்வை அடங்கவில்லை. அத்தனை ஜீவன் பொருந்திய வரிகளாகக் காணப்படுகின்றன.

இக்கதையை வாசித்தபிறகு, சாவித்திரி தன் அத்தை மகன் சுந்தரத்துக்கு ஒரு கடிதம் எழுதுகிறாள். "ஏன் உண்மையை எழுதவில்லை? ஏன் கதையை மாற்றி எழுதினாய்? கமலத்தம்மாளுக்கு அவர் துரோகமிழைக்கவில்லை என்று ஏன் பொய் சொல்கிறாய்? நேராக வந்து ஆடுதுறை ஸ்டேஷனில் இறங்கி, என்னைக் கல்யாணம் செய்துகொண்டு சென்றவரை, கும்பகோணத்தில் இறக்கி ஏன் கண்ணாஸ்பத்திரிக்கு அனுப்பினாய்? அப்படி நடந்திருந்தால், இன்று துடைகாலி என்று நான் பேச்சு வாங்க நேர்ந்திருக்காது. கதை நன்றாக இருக்கிறது, ஆனால், பாதி பொய் எனும்போது கசப்பாக இருக்கிறது. என்ன கற்பனையில் எழுதினாயோ! இப்படி நடந்திருந்தால் நன்றாக இருந்திருக்கும் என்று நினைத்தாயோ தெரியாது. ஆனால், திடமான சித்தத்துடன் இந்தத் திருமணத்துக்குச் சம்மதம் தெரிவிக்காமல் இருந்திருந்தால், அரைப்பாழாக இருந்த வீடு முழுப்பாழாகிப் போயிருக்கும். அதற்குள் அமீனா புகுந்திருப்பான்" என்று அக்கடிதத்தில் எழுதியிருக்கிறாள். இத்துடன் முடிந்திருந்தால், இது ஒருவிதமான கதையாயிருந்திருக்கும். இதற்குப் பிறகும் ஒன்று எழுதுகிறாள். "உன் கதை முடியுமிடத்தில் ஒரு விளம்பரம் இருப்பது தற்செயல்தான் என்றாலும், ஆச்சரியமாக இருக்கிறது. அது உன் கதை பொய் என்பதைக் காட்டும்" என எழுதிக் கடிதத்தை முடிக்கிறாள்.

சுந்தரம் அவசரம் அவசரமாகப் பத்திரிகையை எடுத்துப் பார்க்கிறான். "மார ரஸம். ஐயா, நீங்கள் அனுப்பிய மார ரஸத்தை உபயோகித்தேன். ஆச்சரியமான ஔஷதம் என்றுதான் சொல்லவேண்டும். இன்னும் இரண்டு பாட்டில் உடனே அனுப்பி வைக்கவும். (கை – ம்) கிருஷ்ணசாமி அய்யர்.

4.6.44" என்றிருக்கிறது. (இழந்த வாலிபத்தைத் திரும்பப்பெற இணையற்ற சஞ்சீவி மார ரஸம் !). இத்துடனும் இக்கதை முடியவில்லை. கடைசிப்பத்தி வரையிலும் கதை தொடர்கிறது. "சுந்தரமும் அதைத் தற்செயலாக ஏற்பட்டதென்று நினைக்கவில்லை. ஆனால், கிட்டப்பா அதே வருஷம் ஜூலை மாதம் செத்துப் போனதால், அந்த இரண்டு பாட்டிலை முழுவதும் உபயோகித்திருப்பாரா என்று சந்தேகம் எழுந்தது அவனுக்கு. அவர் செத்துப்போய் நான்கு வருஷமாகியும் இன்னும் அந்தக் கடிதத்தை வியாபாரி விடவில்லையே என்று ஆச்சரியமும் பட்டான் அவன்" என்றெழுதுகிறார். ஒரு கதையில் எத்தனை நுணுக்கங்களையெல்லாம் இணைத்துக் கோக்கலாம் என்பதை இக்கதைவழி அறிகிறோம்..

4. கோயம்புத்தூர்ப் பவபூதி

கதையின் ஆரம்பம், நல்ல வெயில் பொழுது. மூச்சு முட்டலிலிருந்து தப்பிக்க, சில்லென்ற காற்றுக்காகக் கதைசொல்லி தம் வீட்டு வாசலுக்குப் போனபோது, அவரின் அம்மா, வீட்டு வாசல் திண்ணையில், ஒரு கிழவரிடம் பேசிக்கொண்டிருக்கிறார். அவர் கோயம்புத்தூரிலிருந்து வந்திருப்பதாகத் தெரிகிறது. தமிழ், சமஸ்கிருதம் இரண்டுக்கும், பள்ளியில் பண்டிட்டாக இருந்த அவர் ஓய்வுபெற்றுவிட்டவர். இரண்டு பெண்களுக்குத் திருமணம் முடித்துவிட்டார். ஒரே மகன் வாத்தியார் வேலைக்கு ஸ்டைபண்ட் வாங்கிக்கொண்டு படிப்பதாகத் தெரிகிறது. இன்னும் ஒரு பெண்ணின் திருமணத்துக்காக உபன்யாசம் செய்கிறார். சங்கீதம், பின்பாட்டு, மிருதங்கம் எதுவும் இல்லாமல், மேடையில் சங்கீதமும் சொல்கிறார். நின்றுகொண்டு சொன்னால் பாகவதர், உட்கார்ந்தால் புராணிகர். சரக்கு ஒன்றுதான் என்கிறார். சீதா கல்யாணம், வத்ஸலா கல்யாணம், பாதுகா பட்டாபிஷேகம், லக்ஷ்மண சக்தி, வாலி வதம், விபீஷண சரணாகதி, நந்தனார், இயற்பகை நாயனார், வள்ளி கல்யாணம், குமார சம்பவம் எதாக இருந்தாலும் தான் சொல்லும்போது ரஸக் குறைவாயிராது, இங்கே இந்த ஊர் மக்களுக்கும் இவற்றைச் சொல்ல வந்திருப்பதாகக் கதைசொல்லியின் அம்மாவிடம் விரிவாக எடுத்துச் சொல்கிறார். கதைசொல்லி, 'கோயம்புத்தூர் கிழவர்', காவேரி டெல்டாவில், 'கலையும் கபடும் தர்மமும் தடித்தனமும் கைகோத்து வளர்ந்த பிரதேசத்தில் வந்து, தம் சாமர்த்தியத்தைக் காட்டப் போகிறாராக்கும்' என்று நினைக்கிறார். சிலரால் காரியம் நடக்காதென்றும் சிலரைப் போய்ப் பார்க்கலாமென்றும் பேசிக்கொண்டிருக்கும்போது கிழவர் சொல்கிறார்: "நீங்க சொல்லி நான் கேட்கப் போறேனா ? காலோ ஹய்யம் நிரவதி: விபுலாச ப்ருத்வி'ன்னு பவபூதி சொன்னான். காலம் நீண்டு கிடக்கு. இவன் இல்லாட்டா வேறே யாராவது நம்மைக் கேட்கிறதுக்கு இல்லாமலா போயிடப் போறான் ?" என்கிறார் கிழவர். அவர், அந்த டவுனில் யாரையெல்லாம் பார்த்து, என்னவெல்லாம் பேசி, எப்படிச் சாமர்த்தியமாக மக்களைச் சேர்த்து, கதாகாலக்ஷேபம் செய்து, கடைசியாகப் பாதுகா பட்டாபிஷேகம் சொல்ல இடத்தை ஏற்பாடு செய்துகொள்கிறார் என்பதே கதை. கிராம மக்களின் குணாதிசயங்கள், கதாபாத்திரத்தின் விவரணைகள், கூட்ட மனநிலை, தனிமனிதர்களின் மனோபாவம் அனைத்தும் விரிவாகக் காட்சிப்படுத்தப்படுகின்றன. பாதுகா பட்டாபிஷேகம் சொல்ல இடம் கொடுக்கும் குறுக்குப்போட்டியில்

முதல் பரிசு பெற்ற ஹோட்டல் பணியாளர் நாராயணனைக் கிழவர் புகழ்வதைப் பார்த்த கதைசொல்லி, அவரின் புன்னகையில், பவ பூதியையே பார்க்கிறார். பவபூதி இவ்வளவு சாமர்த்தியசாலியா? என்றும் கதைசொல்லி வியக்கிறார். கதை முழுக்க, மக்களிடம், கோயமுத்தூர்க் கிழவர் அன்புடனும் நம்பிக்கையுடனும் பேசும்போது, யார் மனமும் புண்படாதபடி மிகவும் நாகரீகமாகப் பேசுவதும், அனைத்துச் சூழல்களையும் தனக்குச் சாதகமாக்கிக் கொள்வதும், இயல்பாகச் சொல்லப்பட்டுள்ளன.

5. தேவர் குதிரை

முந்நூறு வேலி நிலம் வைத்திருந்த பாட்டனாரின் வாரிசுகள், சொத்துகள் ஒவ்வொன்றாக இழக்க, பேரரான சொத்துகளை இழந்த தேவர், தேவரின் மகன் ஆகியோரின் வாழ்க்கையே கதை. தேவரின் மகனைப் போலவே அவர்கள் வளர்க்கும் குதிரையும் கட்டுப்பாடில்லாமல் திரிகிறது. அடங்காமல் எங்கும் மேய்ந்து திரியும் தன் மகன் வளர்த்த குதிரையைக் கட்டிவைத்த பஞ்சாயத்து போர்டு தலைவர் கண்ணுசாமியைத் தேவர் அலைக்கழிக்கிறார். தன் குதிரையைக் கட்டிவைத்த அவரையே ஏலத்துக்குப் பணம் கட்டித் தன் குதிரையை மீட்க வைக்கிறார். ஏலத்துக்கு வந்த குதிரையைக் கண்ணுசாமியே மூன்று ரூபாய்க்கு ஏலம் எடுத்துத் தேவர் வீட்டில் கொண்டு கட்டிவிட்டு வரச் சொல்கிறார். வெற்றியில் விம்மிய தேவர், பஞ்சாயத்து போர்டு மேல் பழிவாங்காமல் மனது ஆற மாட்டார் போலிருக்கிறது. 1954ஆம் வருடத்திலேயே, நீராதாரங்களைக் காக்கும் வழக்கம் மாறிவிட்டது போலிருக்கிறது. குப்பைகளைப் போட்டுக் குளங்களைத் தூர்ந்து போகவைக்கும் வழக்கம் வந்துவிட்டது போலிருக்கிறது என்பதை இக்கதையால் அறிந்துகொள்ள முடிகிறது. தேவர் பஞ்சாயத்து போர்டைப் பழிவாங்கும் விதமாகப் பஞ்சாயத்துத் தலைவர் கண்ணுசாமியை அழைத்து, ஊருக்கு பார்க் இல்லாத குறை போக்க, தம்முடைய அல்லிக்குளத்தைப் பஞ்சாயத்து போர்டுக்கு நன்கொடையாகத் தருகிறார். ஒருமாதக் கடிதப் போக்குவரத்துக்குப் பிறகு சாசனம் ரிஜிஸ்டராகி விட்டது. அன்றிலிருந்து மூன்று வருடங்களாகப் பஞ்சாயத்து போர்டு வண்டிகள், ஊர்க் குப்பையையெல்லாம் போட்டுக் குளத்தைத் தூர்த்துப் பார்க்காக மாற்றப் படாதபாடு படுகின்றன. நூற்றுக்கணக்கான மணல் வண்டி அடித்தாகி விட்டது. நாலாயிரம் பணம் செலவாகிவிட்டது. இன்னும் பதினாயிரம் ரூபாயாவது சாப்பிடாமல் அது பார்க்காகப் போவதில்லை. அதுவரையில் தேவர் வீட்டுக் குதிரை அங்கு மேய்ந்து, தண்ணீரைக் குடித்துத் தாகசாந்தி செய்துகொண்டுதான் இருக்கப்போகிறது. மனிதர்களின் உளவியல் குறித்து இடம் சார்ந்தும், சூழ்நிலை சார்ந்தும் விஸ்தாரமாகத் தி.ஜா. எழுதுகிறார்.

6. பரதேசி வந்தான்

வக்கீலின் பக்கத்து வீட்டில் வசிக்கும் தம்பி ஒருவர், வக்கீலை அண்ணா என்றழைப்பவர் சொல்வதுபோல இந்தக் கதை அமைந்துள்ளது. வக்கீலின் வாதத் திறமை, செல்வாக்கு, பிச்சைக்காரனுடன் விவாதம், இசையார்வம், சுய ரசனை, அகந்தை என அவரின் இயல்பு வெளிப்படுகிறது. பதைபதைக்க வைக்கும் கதை. மனதை உலுக்கி எடுத்து, அகந்தையை அழித்தொழிக்கும்

விதமாகச் சொல்லப்பட்டுள்ளது. பரதேசியும் வக்கீலும் முதன்மைக் கதாபாத்திரங்கள். பந்திக்கு நடுவில் பரதேசி படும் அவமானமும், அதனால் அதிர்ந்து கொதித்தெழும் அவன் சாபமும் கதையை வளர்த்தெடுக்கின்றன. வக்கீல் மகனின் திருமணம், கிருஹப்பிரவேசம் இவற்றைச் சுற்றி ஆரம்பிக்கும் கதை, வக்கீல் வீட்டில் கடைசிக் காரியம் நடக்கும் நாளில் வக்கீல் – பரதேசி உரையாடலோடு நிறைவுறுகிறது. வக்கீல், மகன் திருமணத்துக்குப் பிறகான கிருஹப்பிரவேசத்தில், பந்திவரிசையைப் பெருமிதமாகப் பார்க்கும்போது,பிரபலஸ்தர்களுக்கு நடுவில் ஒரு பரதேசி அமர்ந்திருப்பதைப் பார்த்து, அவனின் வயிற்றுப்பசியைப் பார்க்காமல், விரித்துச் சாப்பாடு வைக்கப்பட்ட இலையிலிருந்து எழுப்பி, அவமானம் செய்து வெளியில் தள்ளிவிடுகிறார். வக்கீலின் உடும்புப்பிடியில், பரதேசி கை தானே பக்கத்திலிருந்த மூட்டையை அணைத்துக்கொள்ள, காலும் தானாகவே எழுந்துவிட்டது. இடதுகையால், அப்படியே தரதரவென்று அவனைத் தள்ளிக் கொண்டு, நடையைக் கடந்து, வாசல் திண்ணையைக் கடந்து, ஆளோடியைக் கடந்து, படியிலிறங்கிப் பந்தலுக்கு வெளியே ஒரு தள்ளு தள்ளினார் அண்ணா. தலையவிழ்ந்து அலங்கோலமாகக் குப்புற விழுகிறான். “ஏய் போறயா, நொறுக்கி விடட்டுமா?” என்று வக்கீல் கத்தியதும், வெகுண்டுபோய்க் கண் கனல் கக்கச் சாணக்கியன்போல் விரிந்த குரலில் ஓர் இரைச்சல் போடுகிறான். “போறேன், போறேன், இதோ போறேன். ஆனால், திரும்பி வருவேன். அடுத்த மாசம் இதே தேதிக்கு, உம்ம வீட்டிலேயே சாப்பிட வரேன். நீர் அழுதுகொண்டு போடற சாப்பாட்டுக்கு வரேன், பார்த்துக்கும்!” என்கிறான்.

அன்றே வக்கீலின் மகனுக்கு உடல்நிலை சரியில்லாமல் போய், எத்தனை மருத்துவர்கள் மருந்தளித்துப் பார்த்தாலும் குணமாகாமல், கல்கத்தா மருத்துவர் அளித்த சிகிச்சையிலும் சரியாகாமல், சரியாக ஒரு மாதத்துக்குள் மகனின் மரணம் நிகழ்ந்து காரியங்கள் முடிகின்றன. “போன ஐந்தாம் தேதி, கிருஹப் பிரவேசம். நாளை ஐந்தாம் தேதி. என் உயிர் போய்ப் பன்னிரண்டாம் நாள்” என்று வக்கீல் கூறிய மறுநாள், சரியாக அங்கே பரதேசி வருகிறான். நீ சாபமிட்டாய், உன் வாக்குப் பலித்தது என்று வக்கீல் பரதேசியிடம் சொல்ல, பரதேசி, “என் வாக்குப் பலிப்பதாவது. நடப்பது நடக்கும். என் பசி சாபமிட்டது. தெரியாமல் இருந்ததை நான் சொல்லியிருக்கலாம். எங்கும் இருக்கும் நாதத்தைக் கேட்க முடியாது. கைதட்டினாலோ ஏதோ செய்தாலோதான் கேட்க முடியும். வாயில் வந்ததைச் சொன்னேன்” என்கிறான் பரதேசி. “நீர் பெரிய அறிவாளியாக இருக்கிறீர். ஏன் இப்படிச் சோற்றுக்கு அலைகிறீர்?” என்கிறார் வக்கீல். “அறிவிருந்தால் வக்கீல் தொழில்தான் செய்யணுமா? அறிவிருந்தால் பிச்சை எடுக்காமல், சோற்றுக்கு அலையாமல் இருக்க முடியுமா?” என்கிறான். புரியவில்லையே என்னும் வக்கீலுக்குப் பரதேசி, அவரின் அகங்காரத்தை விமர்சிக்கிறான். சட்டத்துக்குப் புறம்பாக வாதாடிக் கொலையாளியைக் காப்பாற்றியதைக் குறிப்பிடுகிறான். “பந்தியில் அத்தனை பெரிய மனிதர்களுக்கு நடுவில் நான் உட்கார்ந்து சாப்பிடுவதைப் பார்க்கும் தைரியம் உமக்கில்லை. தெம்பில்லை. உம்முடைய அகங்காரம் அவ்வளவு லேசாக, பூஞ்சையாக இருக்கிறது. அந்தத் தெம்புக்கு அஸ்திவாரமான அன்பு உம்மிடம் இல்லை. துளி அன்பை இவ்வளவு பெரிய

அகந்தையில் கலந்திருந்தால் அது கம்பீரமாக இருக்கும். உண்மையான வலு உம் நெஞ்சுக்கு இல்லை. உம்முடைய அகங்காரத்துக்கு நான் சொன்ன வலுவில்லை. இருந்தால் மோட்டார், ஆயிரம் வேலி, வைரக் கடுக்கன், இந்தப் பரதேசி, தரித்திரம் எல்லாவற்றையும் சேர்த்து உட்காரவைத்துக் காது நிறைய, கண் நிறைய, உள்ளம் நிறைய ஆன்ந்தம் அடைந்திருப்பீர். மோட்டார், வைரம் இதற்கப்பால் உம் அகங்காரத்திற்குக் கண் தெரியவில்லை" என்கிறான். அகக்கண்ணில் ஞானம் ஏறுகிறது. அண்ணா தேம்புகிறார். "ஓய் காலதேவரே ! உட்கார்ந்து பேசுமேன். கால் வலிக்கவில்லையா ?" என்கிறார். காலதேவன் வயிறு குழைய, கண் குழைய, விலா எலும்புகளின் தோல் விம்ம, "ஈசுவரா !" என்று பசியின் வடிவாக உட்கார்ந்தான். இருவருக்குமிடையில் ஆன்ம பந்தம் உருவாகிய விந்தையைக் கதைசொல்லியோடு சேர்ந்து நாமும் உணர முடிகிறது.

7. சத்தியமா !

உரையாடல்களாக மட்டுமே அமைந்த கதை இது. ரமணன், சின்னாணி என்று இரு குழந்தைக் கதா பாத்திரங்கள். ரமணனின் தாய், தந்தை, சின்னாணியின் அம்மா. இவர்களின் உரையாடல்களுக்கு நடுவில் கதை பயணிக்கிறது. குழந்தைகளின் உளவியலைத் தராசுப் பார்வையுடன் கூர்ந்து கவனித்துப் பதிவுசெய்கிறார். ஒரு குழந்தை மற்றொரு குழந்தைபால் ஏவிவிடக்கூடிய வன்முறையின் சாத்தியத்தை எழுதுகிறார். குழந்தைகளின் மெல்லிய உணர்வுகள் பெரியோரால் நசுக்கப்படுவது குறித்தெழுதுகிறார். நண்பர்களான இரு குழந்தைகளின் உரையாடலில் கதை தொடங்குகிறது. ரமணன் – சின்னாணியின் உரையாடலில், ரமணனுக்கு எப்படி ஓர் அழகிய கிருஷ்ணர் கேலண்டரை மண்ணெண்ணெய்க் கடை நாயக்கர் கொடுத்தார் என்பது சொல்லப்படுகிறது. ரமணனின் விருப்பத்தைப் பார்த்து, காலண்டரை அவனுக்கே கொடுக்கிறார் நாயக்கர். சிரித்த முகத்துடன் புல்லாங்குழல் வாசிக்கும் கிருஷ்ணரின் அருகில் ஒரு பசுங்கன்று. அது காதுகளிரண்டையும் தூக்கிக்கொண்டு, கேட்டுக்கொண்டு நிற்கும் அழகை ரமணன் சின்னாணியிடம் வர்ணிக்கிறான். 'கிருஷ்ணர் உடம்பைப் பார்த்தியா, பளபள பளபளன்னு ! தலையிலே பார், மயில் தோகை ! நெஜம் மயில் தோகை மாதிரியில்ல ! இதைப் பார்த்துக்கிண்டே நிக்கணும்போல இருக்குடா எனக்கு ! சாப்பிடப்படாது; பள்ளிக்கூடம் போகப்படாது; தூங்கப்படாது; ராத்திரிகூட லைட் போட்டு இதைப் பார்த்துண்டே நிக்கணும்'. இப்படித் தொடரும் உரையாடல், சின்னாணி, சத்தியமா செய்யறேன்னு சொல்லு என்று ரமணனிடம் சத்தியம் வாங்கிக் கிருஷ்ணர் கேலண்டரை வாங்கிவிடுவதில் சென்று முடிகிறது. இப்போது ரமணனின் தந்தை, 'இந்தப் பயலுக்கு இருக்கிற சாமர்த்தியத்தைப் பார். காலண்டரை வாங்கிட்டு ஓடறான்' என்று ரமணனின் தாயிடம் சொல்கிறார். ஏண்டா அழறே என்று ரமணனிடம் கேட்கும்போது, ரமணன், "ஒண்ணு சொல்வேன், செய்யறியா செய்யறியான்னு கேட்டான். சத்தியமாச் செய்யணும்னு சொன்னான். சாமி சாக்ஷியா, சத்தியமாச் செய்யறேன்னு சொன்னேன். அப்புறம் அந்தக் கேலண்டர் வேணும்னு கேட்டுட்டான். சத்தியம் பண்ணினப்புறம் எப்படி மாட்டேங்கிறதாம் ?" என்கிறான். சின்னாணியிடம் அதேபோல் சத்தியம் வாங்கி, காலண்டரைத்

திரும்பி வாங்கி வரச்சொல்லி அனுப்புகிறார் ரமணனின் தந்தை. ஆனால், ரமணனால் அப்படி அந்தக் காலண்டரைத் திரும்பக் கேட்டு வாங்கிவர முடியவில்லை. சத்தியமாகத் தரேன்னு சொல்லு என்று சின்னாணியிடம் கேட்கிறான் ரமணன். சின்னாணியோ, "முடிஞ்சா நிச்சயமாத் தரேன்" என்கிறான். ரமணன் காலண்டரைக் கேட்கவில்லை. "வந்து, வந்து நீ ஒரு ரப்பர் வச்சிருக்கே பாரு, பென்சில், மசி ரெண்டையும் அழிக்குமே, அதைக் கொடுப்பியா?" என்று கேட்டு வாங்கிக்கொள்கிறான். ரமணனின் கையில் காலண்டர் இல்லாததைப் பார்க்கும் அப்பாவிடம், "கொடுத்தப்பறம் எப்படீப்பா கேக்கறது?" என்கிறான்.

குழந்தைகள் சத்தியம் மீறாதவர்கள். கொடுத்த சத்தியம் காப்பவர்கள். சத்தியத்துக்காக எதையும் செய்பவர்கள். காத்திருந்து கிடைத்தவற்றையும், சத்தியத்துக்காக அப்படியே குழந்தை தந்துவிடும், தந்ததைத் திருப்பிக் கேட்காது என்பதைத் தி.ஜா. உணர்த்துகிறார். காலண்டரைப் பெற்றுக்கொண்ட சிறுவனைச் சாமர்த்தியசாலி என்றும், தன் மகன் ரமணனை ஜடபரதனாக இருக்கிறானே என்றும் முதலில் சொன்னவர், 'காலண்டர் காலண்டர் என்று நச்சரிக்காதீங்க' என்னும் மனைவியிடம், பிறகு சொல்கிறார், "இல்லேடி. இந்த மாதிரி தெய்வங்கள்ளாம் இந்தப் பூமிலே ஏண்டி பிறக்கிறதுகள்? இது கெட்டிக்கார உலகமாச்சே" என்கிறார். குழந்தை மனமும் பெற்றோர் மனமும் இயங்கும் விதத்தைத் தி.ஜா. அழகாகக் காட்சிப்படுத்தியுள்ளார்.

8. செய்தி

நாதஸ்வர வித்வான் பிள்ளை, இந்தக் கதையின் முக்கியமான கதாபாத்திரம். பிள்ளையின் முகத்தில் அருவருப்பும் கோபமும் முண்டி நிற்க, 'நிறுத்து' என்று கையை உயர்த்துகிறார். உடனே அவர் மகன் தங்கவேலு வாசித்துக்கொண்டிருந்த நாதஸ்வர இசை நிற்கிறது. இருவருக்குமிடையில் ஓர் உரையாடல்! "ஏண்டா காலையில் பிலஹரியும் கேதாரமும் பாடவேண்டிய வேளையில் ஒப்பாரி வைக்கிறே?" என்று பிள்ளை கேட்க, மகன், "கச்சேரின்னீங்களே அதற்குச் சாதகம் பண்ணறேன்" என்கிறான். கச்சேரியில, 'இந்த ஒப்பாரி, நவதான்ய கோத்ரம், சினிமாப் பாட்டு எல்லாத்தையும் வாசிக்கவிடுவேனா?' என்கிறார் பிள்ளை. அவர் மகனோ, "பாடல் கேட்க வர்றவங்க வெள்ளைக்காரர்கள். அவங்களுக்குப் புரியும்படி வாசிக்கணுமே" என்கிறான். "ஐயர் அப்பட்டமா நம்ம சங்கீதம்தான் வேணும்னு கேட்டார். வர்றவங்க அதைத்தான் கேட்டாங்களாம். பிடிக்குதா பிடிக்கலியா, புரியுதா, புரியலையான்னு இல்ல, நம்ம சங்கீதம் எப்படியிருக்குன்னு தெரிஞ்சுக்க வர்றவங்ககிட்ட, நம்ம சங்கீதத்தை வாசிச்சாதானே பிடிக்குதா, புரியுதான்னு தெரியும். நீ இந்த 'டபக்கு டபா' வாசிச்சு நம்ம சங்கீதத்து மானத்தை வாங்கப் பார்க்கிறே" என்கிறார் பிள்ளை. பிலிப் போல்ஸ்காவின் வெள்ளைக்கார சங்கீதக் கோஷ்டி வருவதாக வக்கீல் முந்தாநாள் பிள்ளையிடம் சொல்லியிருந்தார். "எந்தச் சங்கீதம், கேட்டு வெகு காலத்திற்குப் பிறகும்கூடக் கண்டாநாதத்தின் ஊசலைப்போல, ஹ்ருதயத்தில் ஒலிக்குமோ, மறையாமல் ஒலித்துக் கொண்டிருக்குமோ, அந்த மாதிரி சங்கீதம் கேட்கவேண்டுமாம்" என்றும் சொல்லியிருந்தார். "ஜன்னல் ஓர பெஞ்சில் அமர்ந்து, தாழம்பெட்டியை

உருவி, கொட்டைப்பாக்கைச் சீவ ஆரம்பித்தார் பிள்ளை. பரம்பரை வாத்தியங்கள் அங்கே தொங்கிக்கொண்டிருந்தன. பிள்ளையாண்டான் இப்போது ஊதுகிற வாத்யம், அவர் தந்தை வாசித்து, அமிருதமாகப் பொழிந்த வாத்யம். திருச்சேறைக் கோயிலில் அவர் வாசித்த உசேனி ராகத்தை நினைத்தால் இப்போதுகூட உடல் சிலிர்க்கிறது. எவ்வளவு உருக்கம்! எவ்வளவு ஜீவன்! எவ்வளவு ஸ்வானுபூதி! நாதத்தின் உயிரைக் கவ்வும் குழைவு! அதே வாத்தியத்தில் தான் இப்போது தங்கவேலு கில்லாடி அபஸ்வரங்களை ஊதித் தள்ளிக்கொண்டிருக்கிறான். பிள்ளையின் மகன் தங்கவேலுக்கு ஞானக் குறைவில்லை. கல்யாணங்களில் எட்டுத்திக்கும் ஓலமிடும் சினிமாப் பாட்டுகளை நாதஸ்வரத்தில் சாதகம் செய்து வந்தான். சினிமாப் பாடல் கேட்டு, சீட்டு வந்தால், கச்சேரியில் கடைசியில் அவன் வாசிப்பான். அப்போது எங்கேயாவது திண்ணையில்போய்ப் படுத்துக்கொள்வார். மலயமாருதத்தைச் சஞ்சாரம் செய்துவிட்டுத் திடீரென்று ஒரு கூத்தாடி மெட்டை வாசிப்பான். விடியற்காலையில், என்ன ஒரு அபஸ்வரம்! குரங்குக்கு லோலக்கும் சட்டையும் போட்டு ஆட்டுகிறாற்போல ஒரு தோற்றம் அந்தப் பாட்டைக் கேட்கும்போது அவர் முன் எழுந்தது" என்கிறார் தி.ஜா. இக்கதை, 'உன்னால் முடியும் தம்பி' சினிமா எடுக்க இன்ஸ்பிரேஷனாக இருந்திருக்க வேண்டும். தந்தை தி.ஜா. பற்றி, அவர் மகள் உமா சங்கரி, ஒரு நேர்காணலில் கூறியது இது: "தீட்சிதர் பாட்டுகள் அவருக்கு மிகவும் பிடிக்கும். ஸ்ரீகாந்திமதீம், த்விஜாவந்தி அகிலாண்டேஸ்வரி, சுப்பிரம்மண்யேன ரக்ஷி தோஹம், கமலாம்பாள் மேல் தீட்சிதர் கீர்த்தனைகள், நவக்ரஹக் கீர்த்தனைகள், தியாகய்யரின் ஓரசு புஜூ, மனசுலோனி மர்மமுலு. எல்லா சங்கீதமும் கேட்பார். கர்நாடக சங்கீதம், ஹிந்துஸ்தானி, லலித சங்கீதம், நாட்டுப்புறப் பாடல், வெஸ்டர்ன் மியூசிக் பயிற்சியில்லாவிட்டாலும், அதையும் கேட்பார். காமாசோமா என்று அபஸ்வரமாக இருந்தால் அவருக்குப் பிடிக்காது" என்கிறார் உமா சங்கரி.

சாகித்ய அகாதெமி பரிசை ஒட்டி, 1980இல் வெங்கட் சாமிநாதனுக்கு அளித்த வானொலி பேட்டியில் தி.ஜா. கூறியது: "பேச்சிலகூட முரட்டுத்தனமா யாராவது பேசினால் அல்லது பொருள், அடக்கம், தொனி இதெல்லாம் கொஞ்சம் அசப்தமா பேசினா நமக்கு உடம்ப என்னமோ பண்றது. அவ்வளவு தான் சொல்லமுடியும். வேற என்ன சொல்றது? இரைஞ்சு பேசினாக்கூட சிரமமாயிருக்கு... சங்கீதத்துல ஈடுபாடுள்ளவர்கள், அநேகமா பெண்கள், குழந்தைகள் எல்லோரையும் சங்கீதமா பார்ப்பார்கள்னு நினைக்கிறேன் ... சுருதி சுத்தமான சங்கீதம் கேட்டால் நான் அழுதுவிடுகிறேன். தாரை தாரையாகக் கண்ணீர் விடுகிறேன்" என்கிறார் தி.ஜானகிராமன். இந்த ரசனை, இந்த ஞானமே அவரை அவரின் படைப்புகளில் இசையைக் குறித்து உருகி உருகி எழுத வைக்கிறதெனலாம். வக்கீல், பிள்ளையிடம், "நாலு கீர்த்தனம் வாசிங்க போதும். தவுல்கூட வேண்டாம். எதிரே இருக்கிறவன் சட்டையை, நடை உடையைப் பார்க்க வேண்டாம். ஆத்மார்த்தமா தனியா உட்கார்ந்து வாசிப்பதுபோல் கண்ணை மூடிக்கொண்டு ரெண்டு கீர்த்தனை வாசிச்சாப் போதும்" என்கிறார். அமைதியைத் தேடி ஒரு ராகத்தைப் பிடித்துக்கொண்டு மனதிற்குள்ளேயே அதன் வடிவைக் கண்டு திகைத்துப்போய் ஆனந்த

வெள்ளத்தில் அவர் மனமும் ஆத்மாவும் திளைத்தன என்கிறார். “போல்ஸ்காவின் முகத்தில் புன்முறுவல் தவழ்ந்தது. விழி மேலே சொருகியது. அமிருத தாரையாகப் பெருக்கெடுத்த நாதப்பொழிவில் தன்னை இழந்துவிட்டதைப்போலத் தோன்றியது. நாதம் ஆத்மாவைக் காணாத லோகங்களுக்கும் அனுபவங்களுக்கும் இழுத்துச்சென்றது போலத் தோன்றிற்று. சளைத்துப்போய் ஆற்றோடு போகிறவனைப்போல இஷ்டப்படி வெள்ளம் தன்னை அடித்துப் போகும்படி விட்டுவிட்டான் அவன்” என்கிறார். உட்கார்ந்திருந்தவன் திடீரென எழுந்து கையை நீட்டியபடியே நின்றுகொண்டு, மெல்லிய காற்றில் அசையும் சம்பங்கி மரம் மாதிரி ஆடினான். கைகளை நீட்டி ஏந்திக்கொண்டே அடியெடுத்து வைத்து நடந்து நடந்து மேடை முன்வந்து மெதுவாக முழந்தாளிட்டு உட்கார்ந்து, கையை மேடையோரத்தில் வைத்து, முகத்தைப் புதைத்துக்கொண்டான். அனைவரும் போல்ஸ்கா எந்த லோகத்தில் இருக்கிறான் என்று பார்த்துக் கொண்டிருக்க, அவன் தவத்தைக் கலைத்துவிடக் கூடாதென்பதுபோலப் பிள்ளை ராக ஆலாபனத்தை நிறுத்தாது அப்படியே கீர்த்தனையைத் தொடங்கினார். “சாந்தமுலேகா” – குழந்தையைக் கொஞ்சுவது போல, அந்த அடி கொஞ்சிற்று. சத்யத்தைக் கண்டு இறைஞ்சுவதுபோலக் கெஞ்சிற்று. கீர்த்தனம் முடிந்து வாத்தியம் நின்றதும், போல்ஸ்கா ஓர் எட்டு எட்டிப் பிள்ளை கையைப் பிடித்துக் கெஞ்சுவதுபோலப் பார்த்து, “மிஸ்டர் பிள்ளை, மிஸ்டர் பிள்ளை! வேறு ஒன்றையும் வாசிக்காதீர்கள். என் உயிர் போய் விடும்போல் இருக்கிறது, இதையே வாசியுங்கள் வேறு வேண்டாம். என் உயிர் போய்விடும்” என்றான். ஐந்தாறு தடவை திரும்பத் திரும்பக் கீர்த்தனத்தை வாசித்து முடித்தார் பிள்ளை. நாதம் மௌனத்தில் லயித்ததுபோல இசை நின்றது. போல்ஸ்கா தலையசைத்துக்கொண்டேயிருந்தான். கோயில் மணியின் கார்வையைப்போல அந்த நிசப்தத்தில் அவன் சிரமும் உள்ளமும் ஆத்மாவும் அசைந்து ஊசலிட்டுக் கொண்டிருந்தன.

மூன்று நிமிடங்களுக்குப் பிறகு பேச ஆரம்பித்த போல்ஸ்கா, “மிஸ்டர் ஐயர், மிஸ்டர் பிள்ளை, இதில் ஏதோ செய்தி இருக்கிறது… எந்த உலகத்திலிருந்தோ ஒரு செய்தி கேட்கிறது. அந்தப் போதத்தில் திளைத்துக் கொண்டிருக்கிறேன். எனக்கான செய்தி. உலகத்துக்கே ஒரு செய்தி. உங்கள் சங்கீதத்தின் செய்தி அது. உலகத்தில் எந்தச் சங்கீதமும் இந்தச் செய்தியை எனக்கு அளிக்கவில்லை. இரு கை நீட்டி ஏந்தி அதை வாங்கிக்கொண்டேன். இப்போது உடலை விடச்சொன்னால் நான் விட்டுவிடத் தயார்” என்கிறான். “மிஸ்டர் போல்ஸ்கா, இந்தப் பாட்டும் அமைதி வேணும் என்றுதான் அலறுகிறது. நீங்கள் சொன்ன புயல், இடி என்ற மாதிரியில் சொல்லா விட்டாலும், அமைதி, அமைதி என்று அமைதியைத்தான் கடைசி லட்சியமாக இந்தப் பாட்டு இறைஞ்சுகிறது” என்கிறார் வக்கீல். செய்திதான் இது. எந்த வரம்பையும் கடந்து செய்தியை அது கொடுத்துவிடும் என்று வக்கீல் சொல்ல, போல்ஸ்கா, ‘வாசித்த கையைக் கொடுங்கள். கடவுள் நர்த்தனமாடுகிற இந்த விரலைக் கொடுங்கள். நான் கடவுளை முகர்ந்து முத்தமிடுகிறேன்’ எனப் பிள்ளை விரலைப் பிடித்து உதட்டில் வைத்துக்கொள்கிறான். பிள்ளைக்கும் ஒருசெய்தி கிடைத்துவிட்டது எனக் கதையைத் தி.ஜா. முடிக்கிறார். இதை வாசித்தபிறகு, தியாகய்யரின் ‘சாந்தமுலேகா’ பாடலைக் கேட்பதற்காக யூட்யூபில் தேடிப் பார்த்தால்,

கிடைத்த லிங்குகளில், இப்பாடலைப் பாடிய ஆண்கள், பெண்கள் என அனைவரும் இனிமையாகப் பாடியிருந்தாலும், இக்கதையில் சொன்ன அந்த சாந்தம், அமைதியை அந்தப் பாடல்களில் உணரவே முடியவில்லை. ஏன் அவர் பாடல் பாடியதாக எழுதாமல், பிள்ளை நாதஸ்வர இசையில் இசைப்பதை போலஸ்கா கேட்டுருகுவதாக எழுதினார் என்று மீண்டும் மீண்டும் தேடியபோது, நாதஸ்வர இசையில் இப்பாடல் கிடைக்கவில்லை அல்லது எனக்குத் தேடத் தெரியவில்லை. கடைசியில் உறக்கமில்லா ஓர் இரவில் இந்தச் சுட்டி கிடைத்தது. (*<https://youtu.be/NqJydTajaIs> Whistle Wizard Shri K Sivaprasad - CARNATIC CLASSICAL MUSIC*). ஸ்ரீ சிவபிரசாத் விசிலில் பாடிய பாடல் இது. முழுமையான பாடல், இச்சுட்டியில் இல்லை. ஆனாலும், பிள்ளை நாதஸ்வரத்தில் வாசித்த அப்பாடலை, உள்ளம் உருகி நெகிழ, அதே அமைதியைப் பரிபூரணமாக உணர முடிந்தது. தி.ஜா. வெற்றியடையும் இடம் இது.

9. மறதிக்கு

வாழ்க்கைப் பண்பாடுகள், வாழ்வனுபவங்கள், உளவியல் சிக்கல்கள், அகத்தனிமைகள், மக்களின் விருப்ப விளைவுகள், அறியாமல் நிகழும் நிகழ்வுகள், துணிந்து நிகழ்த்தும் துரோகங்கள், விரும்பிப் பெற விழையும் பாவ மன்னிப்புகள் என விரியும் தி.ஜா.வின் சித்திரங்கள் அகத்தரிசனங்களைத் தருகின்றன. தாத்தாச்சாரியும், அவரின் ஜனகமும் இக்கதையின் முதன்மை மாந்தர்கள். அவரே கதைசொல்லியாக இக்கதையைச் சொல்கிறார். இருவரும் வாழ்ந்த வாழ்க்கை, இடையில் இரயிலில் நடந்த நிகழ்வினால், இருவரும் மனதளவில் பிரிந்து ஒரே வீட்டில் வாழ நேர்கிறது. ஜனகம் மரணமடைந்த பிறகு, தன்னை நொந்துகொண்டு தாத்தாச்சாரி வாழ்வதைச் சொல்கிறார். தாகூரின் போஸ்ட்மாஸ்டர், ஒரு பிரசித்தி பெற்ற கதை. இதில் தாத்தாச்சாரி நடந்தே வீடுகளுக்கு வந்து, கடிதங்கள், மணியார்டர்கள் எனத் தபால்களை அளிக்கும் உத்தியோகத்தில் முப்பதாண்டாகப் பணிபுரிகிறார். அவரே சொல்வதுபோல், இக்கதை அமைந்துள்ளது. மனைவி ஜனகம், ஏழு வயதிலேயே, நீ யாரைக் கல்யாணம் பண்ணிக்கப் போறே என்று கேட்டால், நான் தாத்தாச்சாரி மாமாவைத்தான் கல்யாணம் பண்ணிக்கப்போறேன் என்பாளாம். திருமணம் நடந்தபோது ஜனகத்துக்குப் பன்னிரெண்டு வயது. தாத்தாச்சாரிக்கு இருபத்தி ஐந்து வயதுக்கு மேலிருக்கும். நான்கு வருடம் கழித்து ஜனகம், அவருடைய வீட்டிற்குத் தகதகவென்று ஸ்வர்ண விக்ரகம்போல் குடித்தனம் செய்ய வந்துவிட்டாள். ஒரு பத்தியை மட்டும் பார்ப்போம்: ‘அவள் காலைப் பார்த்துக் கொண்டிருந்தாலே போதும். பளபளவென்று உன்னதமான அந்தப் பாதங்களை, நடக்கும்போது பார்க்கவேண்டும். மலர்ந்து புஷ்பங்கள் இரண்டு தத்துவதுபோல ஒரு தோற்றம். கற்பனை என்று சொல்ல முடியவில்லை. என் கண்ணுக்கு, மனதுக்கு இதே தோற்றம். மடவாத் தவளைபோல் பிரபந்தம் சொல்லும் தாத்தாச்சாரி வீட்டில் இப்படி ஒரு ஸ்வர்ணமயமான சௌந்தர்யம்..! வாக்கியத்தை எப்படி முடிக்கிறது என்று தெரியவில்லை. கருவிலே திருவுடன் பிறந்து, பெருவாழ்வு வாழும் குடும்பத்தில் நடமாட வேண்டிய உருவம்!’ என்றெழுதுகிறார்.

குண்டும் குழியுமான மண் பூசிய தரை, உப்புப் பூத்துச் செங்கற்கள் தேய்ந்து இளிக்கும் முற்றத்துச் சுவர். இந்த வீட்டில் சாரியோடு குடித்தனம் செய்யும் ஜனகம், அவர் சொல்வதைக் கேட்டுக் கேட்டே நாலாயிரத்தில் இரண்டாயிரம் பிரபந்தமாவது சொல்லக் கற்றுக்கொண்டாள். விடிகாலையில் எழுந்து அவள் செய்யும் சமையலும், வீட்டைத் தூய்மை செய்யும் அழகும், அவருடைய காலில் விழுந்து வணங்கும் பக்தியும் இப்படி ஒரு பெண்ணைக் காணவே முடியாது. ஆனால் ஒருநாள், தனியாக ஜனகத்தை அவள் அத்தை வீட்டுக்கு அனுப்ப வேண்டிய நிலை. அசம்பாவிதமாக அந்த இரயிலில் அன்று நடந்ததை ஜனகம் திரும்பியதும், தாத்தாச்சாரியிடம் சொல்வதுதான், அவள் வாழ்வுக்கே வினையாகிறது. இது பெண்ணுக்கு நிகழும் அநீதி. அதுவும் கணவனால் அவள் சித்திரவதைப் படுவது, ஆணாதிக்க மனதின் வெளிப்பாடு. 'அன்றிலிருந்து எனக்குத் தனிச் சமையல், தனித் தண்ணீர். எல்லாமே நானே செய்துகொண்டேன்... அவளுக்குத் தனிச் சமையல், தனித் தண்ணீர். யாராவது விருந்து வந்தால் நான் கோயிலில் சாப்பிட்டுவிட்டுச் சாமர்த்தியமாக நிலைமையைச் சமாளித்துவிடுகிற பழக்கம்... இரண்டு வருஷம் தூக்கத்திற்குக் கெடுதலில்லை. அப்புறம்தான் முடியவில்லை. 'கொல்லு கொல்லு' என்று இரா முழுதும் இருமித் தீர்த்தாள் ஜனகம். உடம்பு சவமாக வெளுத்து வந்தது. கண்ணில் ஒரு புதுப் பளபளப்பு; உடல் உருகி உருகி, மெலிந்து மெலிந்து தேய்ந்தது. அப்பொழுது இந்த வைத்தியம் எல்லாம் ஏது? ரத்தின உடையார்தான் பார்த்தார். லேகியம் செந்தூரம், பஸ்பம் – இவைதான். கடைசியில் இருமலும் ஒருநாள் இரவு ஓய்ந்துவிட்டது. ஒரு மாதத்திற்கு மேல், ஊரில் இருக்க முடியவில்லை

யாரை மறக்கிறது? எதை மறக்கிறது? தங்கப்பதுமையையா? தங்கப்பதுமை தன்னையும் துயரையும் நாலு வருஷம் சுமந்து தன்னந்தனியாக நடத்தின தனிக்குடித்தனைத்தையா? நான் தனிக் குடித்தனம் செய்துகொண்ட லட்சணத்தையா? எதை எப்படி மறக்கிறது? தினமும் எட்டு மைல் வெயிலில் நடக்கிறதைவிடப் பெரிய போதை உண்டா என்ன?' என்கிறார் தாத்தாச்சாரி. இந்த வலி, வாசிக்கும் நமக்கும் ஏற்படுகிறது. இந்த வலியை உயிர் இருக்கும் வரையில் அவரால் மறக்க முடியுமா? அந்தப் பெண் ஜனகத்தின் துயரம் மரணத்தால் தீர்ந்ததா? இளகிய அன்பான மனம் கொண்ட பெண்களின் வாழ்வில் நிகழும் இந்தத் துயரத்துக்குத் தனிமனித ஆண் மனம் காரணமா? சமுதாயம் மனங்களில் விதைத்த விஷ வித்துகள் காரணமா? முடிவில்லாக் கேள்விகள் எழுகின்றன, இக்கதையை வாசித்து முடிக்கையில். அப்பெண் மனமறிந்து எத்தவறும் செய்ததாகத் தெரியவில்லை. அதைக் கணவனிடம் மறைக்காமல் சொன்னதிலும் தவறில்லை. எனில், இதில் விதியின் பங்கென்ன?

10. பஞ்சத்து ஆண்டி

நன்னையன், அவன் மனைவி, மூன்று குழந்தைகள் பஞ்சம் பிழைக்க வருகின்றனர். சேலத்தில் நெசவுத் தொழில் செய்து வந்தவன், ஏழெட்டு மாதங்கள் நூல் கிடைக்காமல், மனைவியின் காதிலும் மூக்கிலும் கிடந்ததை விற்றுச் சாப்பிட்டுப் பிழைப்புக்காக வேலை தேடி இந்த ஊருக்கு வருகிறான்.

நான்கைந்து நாளாக உணவின்றி, ஒரு வீட்டுத் திண்ணையில் படுத்து, அவர்களால் விரட்டப்பட்டுப் பிள்ளையார் கோயில் திண்ணையில் மூட்டை முடிச்சுகளுடன் இரவில் பசியுடன் படுத்திருக்கிறார்கள். காலையில் புரட்டாசி சனிக்கிழமையாதலால் பிச்சைக்காரர்கள் கூட்டம், நாற்பது ஐம்பதுக்கும் மேலான ஆண்டிக் கூட்டங்கள் செல்வதைப் பார்க்கிறான். பொழுது புலரும் முன்னால் எத்தனை ஆண்டிகள்? இவர்கள் எப்போது கண்விழித்தார்கள்? இரவு எங்கே படுத்திருந்தார்கள்? பல்தேய்க்கவில்லையா? எல்லாம் ஒரே வார்ப்பு! வெளுத்துப்போன காவித்துணி, கழுத்தில் கொட்டை, கையில் ஓடு, பாதிப்பேர் மொட்டை, பாதிப் பரட்டை, படுகிழங்கள், கண் குருடு, கால் விந்தல்! முன்னை வினைப்பயன்கள் ஊர்வலம் போவதுபோல் இருந்தது நன்னையனுக்கு எனத் தி.ஜா. எழுதுகிறார். சிவகுரு செட்டியார் வீட்டில் வரும் பரதேசிகளுக்கெல்லாம் ஒரு சல்லி, ஒரு பிடி அரிசி கிடைப்பதாகக் கேட்டு நன்னையனும் கிளம்புகிறான். கைக்குழந்தையையும் சேர்த்தால் தான், மனைவி, இரு குழந்தை போனால் ஐந்து சல்லி, ஐந்து பிடி அரிசியும் கிடைக்கும் என்று கிளம்புகிறான். ஆனால், மனைவியால் நடக்க முடியவில்லை; குழந்தைகள் பசியில் சுருண்டு கிடந்ததால் அவன் மட்டும் போக நேர்கிறது.

நாம் பஞ்சத்து ஆண்டி, இந்தப் பரம்பரை ஆண்டிகளோடு அமர வேண்டுமா என்ற எண்ணம் எழுந்தாலும் வேறு வழியில்லை அவனுக்கு. ஒரு குரங்காட்டி அங்கே நிற்கிறான். "அந்த அனுமார் குரங்கை வைத்து அவன் தொழில் செய்கிறான், உனக்கு முதலும் இல்ல; நீ மூட்டைதான் தூக்கணும், எலுமிச்சை வெயிலில் காயறதுபோலக் காயறே" என்கிறார் தானமிடும் பெரியவர். ஒரு குரங்காட்டியைவிட நாம் மட்டமாகி விட்டோமே என்று கலங்குகிறான் நன்னையன். அந்தக் குரங்காட்டி மனமிளகி, நன்னையனைத் தன் குடிசைக்கு அழைத்துப் போகிறான். 'உங்களால் தானமும் வாங்க முடியவில்லை; பிச்சையும் எடுக்க முடியாது. இந்தக் குரங்குக்குட்டியை வைத்துப் பிழைத்துக்கொள்ளுங்கள்' எனத் தன்னுடைய குரங்குக் குட்டியைத் தருகிறாள் குரங்காட்டியின் மனைவி. இதை வைத்தாவது பிழைப்போம் என்று எண்ணும் நன்னையனுக்கு, மேலும் மேலும் துயரமே நிகழ்கிறது. எதையாவது சாப்பிடக் கொடுத்துக் குரங்குக்குட்டியைத் தன் வழிக்குக் கொண்டுவர வேண்டும். மனைவியிடம் குரங்குக்குட்டியைப் பத்திரமாகப் பார்த்துக்கொள்ளச் சொல்லிவிட்டு உணவு தானம் பெறப் போய்த் திரும்புவதற்குள், குரங்குக்குட்டி மின்சாரக் கம்பித் தூணில் ஏறிவிடுகிறது. உணவுப்பொருளைக் காட்டி அதில் ஏறாதே என்று அழைக்க, அவர்களிடம் பொரிகடலைகூட இல்லை. அதற்குள் மேலே ஏறி, மின்சாரக் கம்பியைத் தொட்டுக் கருகி விழுகிறது.

அனுமார் அவதாரத்தைச் சாக வைத்தாயே எனப் பெரியவர் ஒருவர் நன்னையனைக் கன்னத்தில் அறைகிறார். அவர் அறைந்ததை ஊரே வேடிக்கை பார்க்கிறது. குரங்காட்டியும் அவன் மனைவியும் ஓடிவருகிறார்கள். 'குரங்கு கையில் பூமாலை குடுத்ததுபோல் பண்ணிட்டீங்களே சாமி!' என்று கதறுகிறாள் அவள். ஊர் கூடிச் சப்பரம் கட்டி ஜோடித்து, அஞ்சலி பந்தம் செய்து, குளிப்பாட்டி உட்கார வைத்து, நெற்றியில் நாமம், திருச்சூர்ணம் இட்டு, மேலெல்லாம் குங்குமம், ஒரு ரோஜாப்பூ மாலை. பஜனை கோஷ்டி

ஜால்ரா ஒலிக்க ரகுபதி ராகவ ராஜாராம் பாடிக்கொண்டு, சந்து பொந்து விடாமல் சுற்றியது ஊர்வலம். நன்னையன், கைதியைப்போல அதன் நடுவில்! ஆற்றங்கரைப் பாதையில் வாய்க்காலுக்குப் பக்கத்தில் நின்றது ஊர்வலம். அரைமணி, ஆஞ்சனேயரின் நாமம், கடலலைபோல ஆற்றங்கரை முழுக்க முழங்கியது. இரண்டு முழம் உயரத்துக்குச் சிமிண்டு போட்டுச் சமாதி எழுப்பி விட்டார்கள். பின் அரசங்கன்றும், நட்டு நீர் ஊற்றினார்கள். திவ்ய நாமம் முடிந்து அனைவரும் விழுந்து வணங்க, “கொலைகாரப் பயலே, என்னடா சும்மா நிக்கிறே, விழுந்து கும்பிடுடா” என்றதும், நெடுஞ்சாண்கிடையாக நான்கு முறை விழுந்தெழுந்தான் நன்னையன். ஆனால், அவன் பஞ்சமும் பசியும் அப்படியே மாறாமலிருந்தது என்பதைத் தி.ஜா. உணரவைக்கிறார்.

11. நான்தான் ராமன் நாயர்

ராமன் நாயர்தான் முக்கியக் கதாபாத்திரம். இக்கதை, தானே கதைசொல்லியாகிச் சொல்வதாயுள்ளது. ரயில் நிலையத்தில் போர்ட்டராக வேலை செய்து வந்தவன் ராமன் நாயர், சிகிச்சைக்காகச் சென்னை அரசு மருத்துவமனைக்கு வருகிறான். அவன் வயிற்றுவலி நோய் நலமடைந்ததும், வெளியே வந்தவன், வேறு வேலை செய்ய விருப்பமின்றி, மறுபடியும் அந்த மருத்துவமனைக்கே திரும்புகிறான். ராயப்பன் சினிமா தியேட்டரில், கூட்டிப் பெருக்குகிறவன். அங்கே வார்டுகளில் தங்கியிருக்கும், வெளியே போக முடியாத மற்ற நோயாளிகளுக்காக ராயப்பனிடம் பேசி, ராமன் நாயர் இட்லி, காப்பி, வடை வாங்கித் தர இரண்டணா என்று நோயாளிகளிடம் பெற்றுக்கொள்வான். ராயப்பனுக்கு ஓரணா கொடுத்தால், தேவையானவற்றை வாங்கிவந்துவிடுவான். வேலை செய்யவும், அந்த மருத்துவமனையை விட்டுப்போகவும் மனமில்லாமல் தன் வாழ்க்கையை அம்மருத்துவமனையிலேயே தொடர்கிறான். ஒரு நோயிலிருந்து இன்னொரு நோய்க்குச் சிகிச்சை என்று, ஒரு வார்டிலிருந்து இன்னொரு வார்டு என்று மாறுகிறான். டாக்டர், நர்ஸ், நோயாளிகள் என்று அனைவருக்கும் பிடித்தமானவனாக அங்கேயே வாழ்கிறான். கிடைக்கும் பணத்தை முப்பது, ஐம்பதாக மூன்று தடவை ஊருக்கு மணியார்டர் செய்துவிட்டான். புதிதாக வந்து சேர்ந்த, கான்ஸ்டபிள் முத்துப்பிள்ளையால் டிஸ்சார்ஜ் ஆக வேண்டியதாகி விடுகிறது. தான் அனுப்பிய பணத்தில் ருக்கு மிச்சம் வைத்திருப்பாள், ஊருக்குப் போய் உழைத்துச் சாப்பிடலாம் என்னும் முடிவுக்கு வருகிறான். ஓர் எளிய மனிதனின் வாழ்க்கைச் சூழலும், அரசு மருத்துவமனையின் அன்றைய சூழலும் காட்சிப்படுத்தப்பட்டுள்ளன.

12. தூரப் பிரயாணம்

பாலி, அவள் கணவர், ரங்கு இவர்கள் மூவரே கதாபாத்திரங்கள். காலையில் பாலி பால் வாங்கும்போது, மதுரையிலிருந்து ரங்கு, பாலியின் வீட்டுக்கு வருகிறான். பால்காரனிடம், இரண்டு ஆழாக்குப் பால் அதிகமாக வாங்குகிறாள் பாலி என்று கதை ஆரம்பிக்கிறது. இது அதிகம் உரையாடல்களிலேயே அமைந்த கதை. கதை ஆரம்பத்திற்கும் முடிவுக்குமிடையில், பாலி – ரங்குவிற்கிடையிலான உறவும், பாலியின் கணவர் உடல் குணமானபின், மாரியம்மனுக்குப் பாலி வேண்டிய,

நாற்பத்தெட்டு நாள் அடிப்பிரதக்ஷிணம் எனக் கதை சுழல்கிறது. பாலி, ரங்கு ஊருக்குப் போகலாம் என்கிறாள். அவன் மனம் கலங்குகிறான். உறக்கத்துக்கும் விழிப்புக்கும் இடையிலான கனவு நிலை, மரணத்தை நோக்கிப் பயணிக்கும் உறவைக் காக்கும் தீவிரம், நினைவுகளின் பாரம், அவற்றை வீசி எறிந்துவிட முடியாத அவலம் என்ற மனச்சிக்கல்களில் கதை தொடர்கிறது. “நீ போயிட்டு வா, இனி மெட்ராஸ் வர வேண்டாம்” என்று ரங்குவிடம் சொல்கிறாள். வாசலில் பால் மணி கேட்கிறது. கண்ணைத் துடைத்துக் கொண்டு, பால் பாத்திரம் எடுக்கப்போன பாலி, இரண்டு ஆழாக்குப் போதும் என்று வாங்குகிறாள். பாலில் ரங்கு சுற்றிச் சுற்றி வருவது போலிருந்தது என்று கதை முடிகிறது.

13. ராவணன் காதல்

காதல், காமம் குறித்த ஈர்ப்பு விசை, அதன் வேகத்தில் நிகழும் வினோதமான நிலைப்பாடுகள் ஆகியவற்றை எழுத்தாளர்கள் கயிற்றின்மேல் நடக்கும் வித்தையென நிகழ்த்திக் காட்டுவார்கள். சிற்றின்பம், பேரின்பம், ஞானம் என்பதற்குள் அடைபட்டுவிட முடியாத விஸ்தீரணமான உணர்வு வீச்சை எப்படியளிக்கவேண்டும் என்பதை நன்குணர்ந்தவர் தி.ஜானகிராமன். ஞாபகப் பிரதேசங்களில் அலைந்து திரிந்து, ஞாபக அடுக்குகளிலேயே உறைந்துபோன விஷயங்கள் விஸ்வரூபமெடுத்து நிற்கும்போது, அந்தச் சலன சித்திரங்களின் தரிசனத்தில் நமக்குள் நிகழும் சிறு அசைவுகள் நம் புலன்களை வீரியத்துடன் இயங்கச் செய்கின்றன. ராவணனின் இச்சை, அதன் வீச்சு, வேட்கை என இந்தக் கதை தொட்டுச் செல்லும் இடங்கள் விரிவான விவாதத்துக்குரியவை. மின்னலென, ஒளிப்பிழம்பெனத் தெரிந்த புஞ்சிகஸ்தலையைக் கண்ட ராவணன் பிரமித்துப்போய் அவளைப் பின்தொடர்கிறான். அவள் மருண்டு அவனைவிட்டு விலகிச் செல்கிறாள். அவள் மீதான தன் இச்சையைப் பல வகைகளில் வெளிப்படுத்தும் ராவணனை அவள் உதாசீனம் செய்தாலும், அவனிடமிருந்து மீள இயலவில்லை. பிரமனிடம் சென்று கதறுகிறாள். ராவணன் குற்றவாளியாக நின்றான். ஆனால், தலை குனியவில்லை. தாத்தா எதற்குக் கூப்பிட்டனுப்பினீர்கள் என்று கேட்கிறான். பிரமனுக்கும் ராவணனுக்கும் இடையில் விவாதம் நடக்கிறது. விவாதத்தில் இருவர் உரையும் அவரவரின் கோணத்தில் முக்கியத்துவம் பெறுவதாக அமைவதில் எழுத்தாளரின் சாதுர்யம் தெரிகிறது. தானே ராவணனாக, ஆணின் மன வேட்கையைத் தி.ஜா. வெளிப்படுத்துகிறார். தானே பிரமனாக அதை மறுத்து, மனித குல நன்மைக்கான அறத்தையும் எடுத்துரைக்கிறார்.

முடிவில் பிரமன் சொல்கிறான். “பலாத்காரம் செய்வதை நியாயம் என்று மிருகம்தான் சொல்லும். நீ உயர்ந்த ஜீவனாகப் பிறந்ததன் நோக்கமே பாழ்பட்டுவிட்டது. உன்னால் உன் மனதைக் கட்டி நிறுத்த முடியவில்லை என்று சொல்கிறாய். இனி எந்தப் பெண்ணையாவது – உன்னை விரும்பாத பெண்ணை – பலாத்காரம் செய்யும் எண்ணத்துடன் நீ தொட்டால், உன் தலை நூறு துண்டாக வெடித்துவிடும். நீ போகலாம்” என்று சபிக்கிறான். அப்போதும் ராவணன் சிரிக்கிறான். “பிதாமஹரே, அவசரப்பட்டுச் சாபம் கொடுத்துவிட்டீர்களே. மனத்தை அடக்கும் சக்தியை இயல்பாக

ஏற்படுத்தாவிட்டால், உம்முடைய சிருஷ்டி அலங்கோலமாகத்தானே முடியும்? என்ன செய்கிறது? கலைஞர்களுக்குக் காரண காரிய ரீதியில் ஒன்றையும் செய்ய முடியாது. ஆதிக் கலைஞரான நீரும் மூடராக இருப்பதில் என்ன ஆச்சரியம்!" என்று சிரித்துக்கொண்டே ராவணன் வெளியேறியதாகத் தி.ஜா. காட்டுகிறார். இலங்கை நோக்கி அவன் போகையில் மின்னல் வெட்டுகிறது. அங்கே நிற்கும் புஞ்சிகஸ்தலையைப் பார்த்ததும் வேதனை எழுந்து, அவன் உடல் பற்றி எரிகிறது. "மிருகமே என்னைத் தொடாதே" என்று ஒதுங்கி ஓடியவளைப் பற்றப்போனான். தீச்சுட்டாற்போலக் கையை இழுத்துக்கொண்டான். இப்போது எழும் புஞ்சிகஸ்தலையின் அந்தச் சிரிப்பில், பெண்ணின் வெற்றியும் பெண்மைக்காகப் பெறப்பட்ட நீதியும் வெளிப்படுகின்றன. புராணக்கதையைத் தம் பாணியில் பெருங்காட்சியாகத் தி.ஜா. விவரித்துள்ளார்.

நிபந்தனையற்ற அன்பும் மானுடம் மீதான நேசமும் பாசமும் கதாபாத்திரங்களின் உணர்வுகள்வழிக் காட்சிப்படுத்தப்படுகின்றன. கதாமாந்தர்களின் நியாய அநியாய உணர்வுகள், விருப்பு, வெறுப்பு, அன்பு, துரோகம் எனத் தி.ஜா. படைப்புகளில் விநோத ரகசியங்கள் யாவும் யதார்த்தச் சித்திரங்களாக விரிகின்றன. கதை நடையானது ஆற்றோட்ட ஒழுக்கு, செறிவான நடை என வசீகரம் நிரம்பியதாக வாசகரைத் தன்னோடு இழுத்துச்செல்கிறது. புரையோடிப்போன காயங்களின் ரணத்தை மயிலிறகால் ஆற்றும் பாங்கு, உளவியல் சிகிச்சையையே அளித்துவிடுகிறது. எல்லையற்ற பெருவெளியை நோக்கிய பயணம் என்னும் காலச்சக்கரத்தின் அவ்வெளிப் பயணத்தில் உடன் பயணிக்கும் உணர்வுகள் ததும்பி நம்மை ஆட்கொள்கின்றன. புனைவில் நேற்றின் இன்றின் நாளையின் வலிகளைக்கூட அவ்வளவு சிரத்தையாகத் தி.ஜா. பதிவுசெய்திருக்கிறார். நயாகராவின் பொழிவையும் நீர்ப்புகையின் எழுச்சியையும் பொங்குமாங்கடலில் விழும் குற்றால அருவியின் வேகத்தையும் அவ்வண்ணமே எழுந்து பொழியும் குளிர்ந்த மூலிகைநீரின் பிணிதீர்க்கும் வல்லமையையும் தி.ஜா. எழுத்தில் கண்டடையலாம். நிசப்தத்தில் எழும் கோயில்மணியின் கார்வையையும், பேரிரைச்சலுக்கு நடுவில் உள்ளத்தில் எழும் அமைதியையும் தம் கதாபாத்திர உரையாடல்கள் வழியேயும் மௌனத்தின் வழியேயும் தி.ஜா. வெளிப்படுத்துகிறார்.

✧

45

தி.ஜா.வின் சிவப்பு ரிக்ஷா:
ஒடுக்கு மன யதார்த்தவாதம்

இராஜாஜி

தி.ஜா.வின் 'சிவப்பு ரிக்ஷா' கதைகள் மூலம் அறியப்படும் காலத்துக்கும் இப்போதைய கால கட்டத்துக்குமான முக்கிய வேறுபாடு, அக்கதைகள் முன்வைக்கும் பிரச்சினைப்பாடுகளில் இல்லை; மாறாக, அந்தப் பிரச்சினைகள் தற்காலச் சூழலில் ஏற்றிருக்கும் வடிவங்களில்தான் முதன்மையாக வெளிப்படுகிறது எனலாம். ஒரு காலங்கடந்த தன்மையை அது அக்கதைகளுக்கு வழங்கியிருப்பதை அறிய முடியும் அதே நேரம், பூடகமாக வெளிப்படும் அரசியல் மற்றும் சமூக நிறுவனங்களின் பாதிப்புகள், மாறிவரும் சமூக நிலைமை மீதான அவநம்பிக்கை வெளிப்படல் ஆகியவை ஒரு சமகாலத் தன்மையை அவற்றுக்கு வழங்கவும் தவறவில்லை. இந்தியா சுதந்திரம் அடைந்ததற்குப் பிறகான காலத்தில் 'சிவப்பு ரிக்ஷா' தொகுப்பின் சிறுகதைகள் எழுதப்பட்டுள்ளன. இப்பதின்மூன்று கதைகளிலும் ஊடாட்டமான ஒரு தொடர்பை உணர முடிகிறது. விடுதலைக்குப் பிறகான அரசியல் சமூகத்தை ஐயுறவு மனப்பான்மையுடனும், கலையிலக்கிய நுண்ணுணர்வு வீழ்ச்சியடைந்த ஒன்றாகவும் தி.ஜா.வின் கதைகள் அணுகுகின்றன. மாறிவரும் சமூகம் கையகப்படுத்தும் கலை இலக்கிய முறைகள் குறித்து, எந்த நம்பிக்கையையும் அவை வெளிப்படுத்தவில்லை. இந்தியச் சுதந்திரம் யாருக்கும் நிறைவளிக்கவில்லை. காந்தி, நேரு, அம்பேத்கர், பெரியார் என எந்தச் சிந்தனையாளரும் அதனை மானசீகமாக ஏற்றுக்கொள்ளவில்லை. தி.ஜா.வின் வரையறுப்பில் இந்தியச் சுதந்திரம் கலை இலக்கிய நுண்ணுணர்வற்ற ஒரு ஃபிலிஸ்டைன் சமூகத்தைப் படைத்ததாக வெளிப்படுகிறது.

சிறுகதை இலக்கணம் குறித்து பெயின், சிறுகதைகள் அகண்ட பேருண்மைகளைப் போதிக்க வேண்டியதில்லை என்றும், குறிப்பாக ஒரு கருத்தினைப் புலப்படுத்தினால்

போதும் என்றும் கூறுகிறார். 'சிவப்பு ரிக்ஷா' தொகுப்பில் பிரச்சினைகளின் ஆழமான வேர்கள் முழுமையாக ஆராயப்படவில்லைதான். அதேநேரம் அவற்றின் பிரதிப் பண்புகள் வாசகனை ஆழமான விசாரணைகளுக்குத் தூண்டிவிடுவதையும் மறுக்க முடியாது. சமூகத்துக்கும் தனிமனிதனுக்குமான முரணே ஒரு புனைகதையில் செயல்படும் உள்இயங்கியல் என்பதை விமர்சகர்கள் ஏற்றுக்கொண்டுள்ளனர். தி.ஜா.வின் இக்கதைகளில் வரும் மனிதர்கள் பொருளியல் பிறழ்வு, பாலியல் பிறழ்வு மற்றும் கலாச்சாரப் பிறழ்வைப் பிரதிபலிக்கின்றனர். அத்தகைய பிறழ் பாத்திரங்களின் மதிப்பீடுகள், நவீன அரசியல் / இலக்கியப் பார்வையில் திறனாய்வு செய்துகொள்ளத்தக்கவையாக இருக்கின்றன.

தொகுப்பின் முதல் சிறுகதையான 'சிவப்பு ரிக்ஷா', ருக்கு என்ற இளம்பெண்ணின் விடுதலை உணர்வைச் சித்திரிக்கிறது. தன்னைச் சீண்டும் ஆண்களை அச்ச உணர்வு இன்றித் தன்னந்தனியாக எதிர்க்கிறாள் ருக்கு. வம்பிழுக்கும் எவரிடமும் அவள் பின் வாங்குபவள் இல்லை. தன் ஆன்ம பலத்தையும், சமூகத்தின் கூட்டுப் பொறுப்பையும் நம்புகிறாள். இவையிருந்தால் போதும்; தன்னைப் பின்தொடரும் எந்த ஆபத்திலிருந்தும் தப்பிக்கமுடியும் என்று நினைக்கிறாள். அதேநேரம், தனது விட்டேத்தி யான நடத்தை மீது சமூகத்தின் சந்தேக நிழல் படர்வது குறித்தும் பிரக்ஞையுற்றிருக்கிறாள். எனவே, சில விளக்கங்களைக் கொடுக்க வேண்டியவளாகிறாள். ருக்கு முழுப்பெண்ணியவாதி இல்லை. அந்தப் பரிணாமத்தை நோக்கி நகர்பவள் என்று சொல்லலாம். ஒரு பெண் தீர்மானகரமான வாழ்க்கைப் பார்வையைக் கொண்டிருக்கும் சூழலில் அவளோடு தொடர்பு கொண்டிருக்கும் ஆண்கள் பதைபதைக்கின்றனர். ருக்குவின் தந்தையும், அவளது நலம் விரும்பியான பத்திரிகை ஆசிரியரும் அவளது பாதுகாப்புக் குறித்து அச்சமடைகின்றனர். நிலப்பிரபுத்துவ மதிப்பீட்டிலான ஒரு பழைமைப் பார்வையை வெளியிடுகின்றனர். பத்திரிகையாளர் வர்க்கமும் இக்கண்ணோட்டத்தை வெளிப்படுத்துவது தி.ஜா. கையாண்டுள்ள ஒரு நகைமுரண் என்றே சொல்லவேண்டும். மகளின் விரைவான வளர்ச்சி தந்தையைப் பதற்றம்கொள்ள வைக்கிறது. இந்த அச்சத்தைப் புறந்தள்ளுவதுதான் விடுதலை உணர்வின் முதலடி என்பதாக ருக்குவின் செயல்பாடுள்ளது. விதிக்கப்பட்டதாகச் சமூகம் நம்பும் சராசரிப் பெண் வாழ்க்கையின் மீது அதிருப்தியுற்று வெளிக்கிளம்பும் ஒரு பாத்திரமாக ருக்கு இருக்கிறாள். அவளைப் பெருஞ்சித்தாந்தமோ, இலட்சியப் பேருவுவகையோ இயக்கவில்லை. பல குடும்பப் பெண்களின் கவலைகள் அவளுக்கு இல்லை; அல்லது அவற்றை அவள் பொருட்படுத்த வில்லை. அந்த விடுபடலே ஒரு புதுச்சிந்தனையை வரித்துக்கொள்ளத் தூண்டுகிறது. ஒரு கட்டுண்ட சராசரிக் குடும்ப வாழ்வின் பெண் நிலையைச் சிவப்பு ரிக்ஷா மறைமுகமாகப் பிரச்சினைப்படுத்துகிறதெனலாம்.

'கடன் தீர்ந்தது' ஓர் இனிய பழிவாங்கல் பற்றியது. சுந்தர தேசிகருக்கு நிலம் வாங்கித் தருவதாக ஒரு பொய் ஏற்பாட்டை உருவாக்கிப் பணத்தை ராமதாஸ் ஏமாற்றிவிடுகிறான். பொருளீட்டும் ஆசையின் விபரீதத்தை இக்கதை ஒரு கருப்பொருளாகக் கொண்டிருக்கிறது. இன்றைய காலகட்டத்தில் சுந்தர தேசிகர் ஏமாந்ததைக் காட்டிலும் மிக நுட்பமான

மோசடிகள் சமூகத்தில் மலிந்துவிட்டன என்பதால், சுவாரஸ்யத்துக்காக மட்டும் இக்கதையை வாசிக்க முடியாது. எனினும், பழஞ்சமூக வீழ்ச்சியுடன் தொடர்புடைய ஏமாற்றுதல், சதி, நம்பிக்கைத் துரோகம் ஆகியவை இக்கதையுடன் தொடர்புடைய கருப்பொருள்களாக இருக்கின்றன. கர்ம பலன் இக்கதையில் எடுப்பாகத் தெரியும் ஓர் உரைபொருள். ராமதாஸ் தன் சதியின் எதிர்மறை விளைவை இறுதியில் அனுபவிக்கிறான். நோய்வாய்ப்பட்டுப் படுக்கையில் வீழ்ந்து கிடக்கும் ராமதாசைச் சுந்தர தேசிகர் சந்தித்துத் தனக்குச் செலுத்த வேண்டிய பணத்தின் அடையாளமாக ஒரு காசை மட்டும் வசூலித்து அவன் கடனைத் தீர்த்து வைக்கிறார். சுந்தர தேசிகர் ஆசைப்பட்ட நிலமும் கிடைக்கவில்லை; ராமதாஸ் மோசடி செய்த பணத்தில் சிறக்கவுமில்லை. மனிதனின் பொருளாதார முதற்தேவைக்கு எதிரான பார்வையை இக்கதை முன்னிறுத்துகிறது. பொருளாதார அபிவிருத்தி நாட்டமும், பணத்தாசையுமே அனைத்துத் துன்பத்துக்கும் காரணமென்றும், ஆன்மீக நாட்டமும், தன்னிறைவு மனப்பான்மையும் வீழ்ச்சியுற்றிருப்பதை எதிர்மறையிலும் பிரச்சினைப்படுத்துகிறது. சட்டத் துணையின் மூலம் ராமதாஸ் அடையும் துன்பத்தை விடவும், கடவுள் அல்லது மனசாட்சி வழங்கும் தண்டனை பிரதானப்படுத்தப்பட்டுள்ளது. தாம் கொடுத்த பணம் தமக்குத் திரும்ப வராதது குறித்துச் சுந்தர தேசிகர் ஏக்கம் கொள்ளவில்லை. ஒரு பாதிரியாரின் தோரணையில் ராமதாஸ் பாவமன்னிப்புப் பெறத் துணைநிற்கிறார். சுந்தர தேசிகரை ஒப்பிடுகையில் ராமதாஸ் வர்க்கத் தட்டில் கீழ்நிலையில் இருக்கிறார். தேசிகர் தாம் ஏமாற்றப்பட்டதற்கு மன்னிப்பை வழங்கும் ஒரு வள்ளல் நிலையில் இருக்கிறார். இந்த இருவர் சமூகப் பின்னணியும் குற்றம் சார்ந்து ஒரு புதிய கோணத்தை ஏற்படுத்த வல்லதாய் இருக்கிறது.

‘பொய்’ ஒரு குரூரமான சமூக அவலத்தைப் படம் பிடிக்கிறது. துடைகாலி என்று பழிக்கப்படும் சாவித்திரிக்கு, மிக இளம் வயதில் அறுபது வயது முதியவருடன் திருமணம் நடக்கிறது. எளிய குடும்பத்தைச் சேர்ந்த சாவித்திரியின் தந்தை அதற்குத் துணைபோகிறார். திருமணம் முடிந்த சில வருடங்களிலேயே கணவன் இறந்து விடுகிறார். பீரோ நிறைய நகைகளையும் சொத்துகளையும் விட்டுவிட்டுச் செல்கிறான். தனிமரமான சாவித்திரியைச் சுற்றத்தார் நிந்திக்கிறார்கள். கணவன் விட்டுச்சென்ற வசதி வாய்ப்புகளில் அல்ல; தனக்குப் படிக்கக் கிடைக்கும் சிறுகதைகளிலேயே சாவித்திரி ஆறுதல் அடைகிறாள். அவள் வாசிக்கும் ஒரு கதை அவளது வாழ்வைப் பிரதிபலித்து எழுதப்பட்டுள்ளது. அதில் வருகின்ற கணவன், மனைவி மீது அதிருப்தியடைகிறான். இன்னொரு பெண்ணை மணம் முடிக்கவும் எண்ணுகிறான். எனினும், கடைசி நிமிடத்தில் தன் மனத்தை மாற்றிக்கொள்கிறான். மனைவியின் நடத்தை மீது சந்தேகம் கொண்டு அவளைப் பழிவாங்க இன்னொரு திருமணம் செய்ய நினைத்துப் பின் மனசாட்சியின் உறுத்தலால் அதைத் தவிர்க்கும் சித்தரிப்பு பாசாங்கானது என்று அக்கதாசிரியருக்குக் கடிதம் எழுதுகிறாள் சாவித்திரி. ஆண் பெண் உறவின் சமத்துவமின்மையை இக்கதை முன்வைக்கிறது. முதன்மைக் கதையிலும் துணைக்கதையிலும் பெண் பொருளாதாரச் சுதந்திரமின்றி இருக்கிறாள். சாவித்திரிக்கு வசதி வாய்ப்புகளிருந்தும் தன் எண்ணம்போல் வாழ்வை அமைக்கும் சுதந்திரமில்லை. பொருளாதார நிறைவைக் காட்டிலும்

ஆத்ம நிறைவை வழங்கும் வாசிப்பு, எழுத்து, விமர்சனம் போன்றவற்றின் முக்கியத்துவத்தை இந்தக் கதை அடிக்கோடிடுகிறது. சாவித்திரி மறுமணம் புரிய எண்ணவில்லை; அல்லது புது வாழ்க்கைக்குள் புகவும் நினைக்கவில்லை. அவளின் மன ஊக்கம் வியக்கத்தக்கதாயுள்ளது. இதை அடுத்த தலைமுறைப் பெண்ணின் செயலூக்கத்துக்கான ஒரு மன வார்ப்பு என்று வரையறுக்க முடியும்.

'கோயம்புத்தூர் பவபூதி' மரபார்ந்த கதாகாலட்சேபம், கர்நாடக சங்கீதம் ஆகியவை அடைந்த பின்னடைவைக் கோபாவேசத்தில் முன்வைக்கிறது. ஆன்மீக நாட்டத்தைப் புறந்தள்ளும் லோகாயத ஈடுபாட்டின் மீது கடும் எதிர்வினையைப் பொழிகிறது. கிராமப் பொருளாதார நசிவு, நகரமயமாக்கம் அதனோடு தொடர்புடைய கலாச்சார மாற்றம் / சிதைவு மீது ஆற்றாமையை வெளிப்படுத்துகிறது. ஓர் ஓய்வு பெற்ற சமஸ்கிருத மற்றும் தமிழ் வித்வான், தம் இரு பெண்களைப் பணிக்காலத்திலேயே திருமணம் செய்துகொடுத்துவிட்டு மூன்றாம்மகள் திருமணத்துக்குக் காசு சேகரிக்கக் கையில் சில வாத்தியக் கருவிகளுடனும் இதிகாசப் புராண ஞானத்துடனும் மக்களைத் தேடியலைகிறார். யாரும் அதை விரும்பாததன்று; கேட்கமுன்வராததுதான் அவருக்குப் பிரச்சினையாக இருக்கிறது. தம் சம்பாத்தியம் பற்றிய கவலைகூட அதற்கு அடுத்தபடியாகத் தான் வருகிறது. தங்களை வளப்படுத்திக் கொள்ளும் லோகாயதப் பார்வையால், அவர்களின் ஆன்மாவுடன் உறவாடும் சங்கீத இசையைப் புறக்கணிக்கும் மக்களை எப்படியாவது அதைக் கேட்க வைத்துவிட வேண்டும் என்ற பவபூதியின் எண்ணம் இறுதியில் கைகூடினாலும் அவர்கள் மரபு இசையின் பக்கம் வந்துவிடுவதில்லை. தம் தேவைகள் அதிகரிக்க அவற்றைத் தம் உழைப்பால் அடைய முடியாத நிராசைக்குள் மக்கள் விழுந்துகொண்டே இருக்கின்றனர். விடுதலை பெற்ற பிறகு இங்கு இந்தியத் தேசிய உணர்வு மங்கித் திராவிட இயக்கத்தின் தமிழரசியல் முன்னுக்கு வந்தது. ஒரு புதிய கலாச்சாரமும், புதிய கலை இலக்கியப் பாணியும் புறநிலையில் செல்வாக்குப் பெற்றன. கதாகாலட்சேபத்தின் உரைப்பொருளும், கருப்பொருளும் கடுமையாக விமர்சிக்கப்பட்டன. தம் வீட்டில் எப்போதும் ஒலித்த இராமாயண, மகாபாரதக் கதைகளைத் தந்தை பெரியார் தம் சாக்ரடீசியத் தர்க்கமொழியில் கட்டுடைத்துக் கொண்டிருந்தார். அச்சமூகம் பழையதைக் கழிந்து, புதிய கருவை யாசித்து நின்றது. மேடை நாடகமும், சினிமாவும் மக்களின் பொழுதுபோக்குத் தேவையை நிரப்பின. எனினும், இப்பொழுதுபோக்குகளும் கலை ரசனையும் ஒன்றா என்ற அடிப்படைக் கேள்வியைக் 'கோயம்புத்தூர் பவபூதி' எழுப்புகிறது.

'தேவர் குதிரை' இந்தியச் சாதிய நிலைமையின் புதிய பரிமாணம் ஒன்றைப் புரிய வைக்க முயற்சி செய்கிறது. துரைசாமி தேவரின் முன்னோர்கள் மன்னராட்சியில் பெற்ற முந்நூறு வேலி நிலம் ஆங்கிலேய ஆட்சியால் அரசியல் அதிகாரமிழந்தது, குத்தகைதாரர் ஆக்கிரமிப்பு, குடும்ப உறுப்பினரின் குடிவெறி போன்ற பல்வேறு காரணங்களால் வெறும் ஒன்றேகால் வேலி என்றளவில் சுருங்கிவிட்டது. அவர் மகன் வாங்கி வந்ததே இந்தக் குதிரை. குதிரைக்குச் சரியாக உணவு வழங்காததால்

அது ஊரில் அனைத்துப் பயிரையும் மேய்கிறது. அதைக் கட்டிப்போடும் துணிவை எவரும் பெற்றிருக்கவில்லை. பழைய அதிகாரத்தின் எச்சமாகத் துரைசாமி தேவரின் இருப்புள்ளது. அது தேர்தல் மூலம் வந்த புது அதிகார அமைப்புடன் முரண்படுகிறது. இம்முரண்பாடு அதன் தர்க்க முடிவை எய்தாமல் உராய்வு சமரசத்துடன் முடிகிறது. ஒன்றேகால் வேலி நிலம் மட்டுமே இப்போது உண்டென்றாலும், தேவரின் இறுமாப்புக்குக் குறைவில்லை. சாதிக்குப் பொருளியல் அடிப்படையிருந்தாலும், அது மனத்தின் ஓர் எண்ண நிலை என்ற அம்பேத்கரின் கூற்று இங்கு இணைத்துச் சிந்திக்கத்தக்கது. தேவரின் பழைய அதிகார நிலையின் குறியீடாகத் தேவர் குதிரை வருகிறது. எங்கும் பயிர்களை மேய்கிறது. தேவரால் இயலாததைத் தேவர் குதிரை செய்கிறது. அது பஞ்சாயத்துத் தலைவரின் நாற்றுகளை மேயும்போது கட்டி வைக்கப்படுகிறது. தலைவர் கண்ணுசாமி, துரைசாமித் தேவரின் தந்தையிடம் பணியாற்றியவர். அவருடைய இன்றைய உயர்வு ஓர் அதிகார மாற்றம் என்றாலும், அது தலைகீழ் மாற்றமில்லை. குதிரையை மீட்கத் தேவர் கட்டவேண்டிய பணத்தைக் கண்ணுசாமி தேவரே கட்டிக் குதிரையை ஒப்படைப்பது, புதிய அதிகார அமைப்பு பழைய அதிகார அமைப்புடன் கொள்ளும் சமரசத்தைக் காட்டுகிறது. சட்டத்தின் ஆட்சி பெயரளவுக்கானதுதான்; மனுதர்ம ஆட்சிதான் வலுவாக உள்ளது என்பது பெரியாரியர்களின் அவதானிப்பாயுள்ளது. சட்டத்தின் ஆட்சி என்ற பொதுமைக்குள் ஒரு வர்க்கத்தின் ஆட்சி நிலைநிறுத்தப்பட்டுள்ளது என்பது இடதுசாரிகளின் பார்வை. தேவர் குதிரை, இந்த இரண்டு அரசியல் பார்வைகளின் அணுகல் முறைக்கும் ஒரு விமர்சன வாய்ப்பை வழங்குகிறது.

'பரதேசி வந்தானில்' வாழ்க்கையைத் தீர்மானிப்பதில் கர்ம பலனின் பங்கைப் பற்றிய ஒரு மதிப்பிடல் உள்ளது. குற்ற நடவடிக்கைகள் அதிகார வர்க்கங்களின் கூட்டுடன் நடைபெறும்போது, அவற்றின் தீவிரத்தை எளிய மனிதர்கள் எளிய நம்பிக்கையுடன் எதிர்கொள்ள முனைகிறார்கள். பிரபல வக்கீலான அண்ணா, கலை ஈடுபாட்டையும் இசை விமர்சன அறிவையும் தேவையான அளவுக்குக் கொண்டிருக்கிறவர். அவரது மகன் திருமணத்துக்கு அழையா விருந்தாளியாக உணவருந்த வந்த ஆண்டியின் மீது கோபம் கொள்கிறார். கழுத்தைப் பிடித்து வெளியேற்றப்படும் அவன், போகும் போது சாபமிடுகிறான். சற்று நேரத்திற்கெல்லாம் மணமகன் மயக்கமுறுகிறான். மருத்துவர்கள் பலர் வந்து வைத்தியம் பார்த்தும் மகன் பிழைக்கவில்லை. பல நாள் கழித்து வரும் பரதேசி, ஓர் இரட்டைக் கொலைக் குற்றவாளியை அண்ணா நீதிமன்றத்தில் தப்பவைத்த பாவத்தை நினைவுபடுத்துகிறான். அண்ணாவுக்குப் பாவத்தின் சம்பளம் கைமேல் பலனாகக் கிடைக்கிறது. பரதேசியின் சாபம் மூலம் நேர்க்கோட்டில் அது சம்பவிக்கிறது. கர்ம வினையையும், அதன் விளைவையும் இக்கதை பேசுகிறது. இந்துத் தத்துவவியலில் அத்வைதமும், பிற வேதாந்தங்களும் கர்ம வினையின் பலனை மறுபிறவியில் பேசுகின்றன. புத்தர் வலியுறுத்திய கர்ம வினையில் பரிகாரத்துக்கு இடமில்லை. இந்து மதத்தில் யக்ஞம் அல்லது வேள்வி மூலம் கர்ம வினையை மாற்ற முடியும். அண்ணா அதற்கு முயற்சி செய்யவில்லை. தனக்கு ஒரு துன்பம் நிகழ்ந்தபின், இரண்டாம் முறை வீடு தேடி வந்த பரதேசிக்கு உணவளிக்கிறார். கர்ம நீதியைக் கதையில் சாத்தியப்படுத்துவது ஓர் உணர்ச்சித் தூய்மையை

வாசக மனத்தில் ஏற்படுத்துவதாயுள்ளது. அண்ணா தவறை மட்டுமே செய்துகொண்டிருந்தாரா? பாடகர் ஒருவரின் 'வாங்ஷை' என்ற உச்சரிப்பை வாஞ்சை என்று திருத்தும் படித்த வர்க்கத்தவரான அண்ணா தீயசக்திக்கு உதவுகிறார். தம்மறிவை எளியாருக்குப் பயன்படுத்துவதற்குப் பதிலாகக் குற்றவாளிகளுக்குப் பயன்படுத்த நினைக்கிறார். இந்த வர்க்கக் கூட்டின் விளைவு பாரதூரமானதாகிறது.

'சத்தியமா' – கொடுத்த வாக்கைக் காப்பாற்ற, நேசித்த ஒன்றை விட்டுக் கொடுப்பது மற்றும் உலகப் பிரகாரமான வாழ்வின் ஏமாற்றங்கள் பற்றிய கதைப் பொருள்களைக் கொண்டது. இந்தக் கதை குழந்தைப் பருவத்தின் ஆசையையும், கபடற்ற அதன் உள்ளத்தையும் அறியத் தருகிறது. புல்லாங்குழல் ஊதும் கிருஷ்ணன் படம் கொண்ட காலண்டர் ஒன்று சிறுவன் ரமணனுக்குக் கிடைக்கிறது. என்ன கேட்டாலும் கொடுப்பேன் என்ற சத்தியத்தை வாங்கிக்கொண்டு சின்னாணி அந்தக் காலண்டரைக் கைப்பற்றிவிடுகிறான். இதனைக் கண்ணுற்ற தந்தை, ரமணனை விமர்சிக்கிறார். அதைத் திரும்பப் பெற்று வருமாறும் பணிக்கிறார். ரமணனும் சின்னாணியிடம் சத்தியம் வாங்குகிறான். ஆனால், காலண்டரைக் கேட்கவில்லை; மையழிக்கும் ரப்பரை வாங்கி வருகிறான். காலண்டருக்கு அழிரப்பர் ஈடாகாது என்று தந்தை நினைக்கிறார். ரமணன், சின்னாணி என்ற பெயர் சுட்டலிலேயே, ஒரு சமூக ஏற்றத்தாழ்வு தென்படுகிறது. குமாஸ்தா மகன் சின்னாணி என்பதும் சப்ரெஜிஸ்ட்ரார் மகன் ரமணன் என்பதும் வர்க்க வேறுபாட்டைச் சுட்டிவிடுகின்றன. ரமணனின் குறை, தன் சமூக மேலாண்மையைத் தக்கவைத்துக்கொள்ளும் திறனின்மை என்பதாக இருக்கிறது. ஓர் ஒழுங்குக் குலைவு உருவாகத் தொடங்குகிறது. ரமணனின் திறனை இப்போதே சோதிப்பது அதீதம் என்று கணவனை எச்சரிக்கிறாள் மனைவி. சாதியச் சமன்பாடு தொடர்பாகப் புறநிலையில் ஒரு மாற்றம் நிகழ்வதை ரமணனின் தந்தை உணர்கிறார். அதற்கேற்பத் தன்னைத் தகவமைத்துக்கொள்ளும் திறனை மகனிடம் எதிர்பார்க்கிறார், தந்தை. குழந்தைகள் உலகம் தொடர்பாக, இக்கதை ஒரு முக்கிய இடத்தைப் பிடிக்கிறது. கேத்ரின் மேன்ஸ்ஃபீல்ட் எழுதிய *Doll House* சிறுகதையின் சிறுவர்கள், தமக்களிக்கப்பட்ட பொம்மை வீட்டின் அழகில் மயங்கிக் கிடப்பதுபோல் கிருஷ்ணன் முகம், புல்லாங்குழலிசைக்குக் காதுகளை உயர்த்தும் இளங்கன்று ஆகியன ரமணன், சின்னாணி ஆகிய இரண்டு சிறார்களையும் வசீகரிக்கிறது. தம் மனம் கவர்ந்த நேசிப்பை விட்டுக்கொடுக்கும் அகப்பண்பைக் குழந்தைகள் பெற்றிருப்பது பற்றிய சித்திரிப்பு மிகக் கூர்மையான ஓர் அவதானிப்பு. ஆசைப்பட்ட பொருளின் மீதான ஒரு குழந்தையின் பிடிவாதம் எந்நேரமும் தகர்ந்துவிடக்கூடிய ஒன்று என்பதை இக்கதை நிறுவுகிறது. ஒன்றின் இழப்பு மற்றும் ஏமாற்றத்திலிருந்து வேறொன்றில் கவனம் செலுத்த ஒரு குழந்தை மனத்தால் இயல்கிறது. உடைமைச் சிந்தனை ஒரு குழந்தையிடத்தில் எளிதில் உடைந்து போய்விடுவது பற்றிய அழகான கதை இது.

'செய்தி' மரபிசையின் இடத்தைத் தக்கவைக்கப் போராடும் ஒரு கையறு நிலையின் பரிதவிப்பை முன்வைக்கிறது.பெரும்பான்மைச் சமூகத்தின் பொருளிய நாட்டத்துக்கு உகந்த துள்ளலிசை மீது கடும் எதிர்வினையைக் கொண்டிருக்கிறது. கலைக்காகவா? மக்களுக்காகவா

கலை? என்ற நீண்ட பழம் விவாதத்தில் இரு சாராரும் எதிர்த்தரப்பாக நிறுத்திய ஜனரஞ்சக இசையைச் 'செய்தி' விமர்சிக்கிறது. கலை கலைக்காகவா? மக்களுக்காகவா? என்ற பிரச்சினையைச் சார்த்தர் முரணாகப் பார்க்கவில்லை. கலை மக்களுக்கானது என்பதைச் சற்று உயர்வாகக் கருதுகிறார். ஆனால், எந்த மக்கள் என்ற கேள்வி எழுகிறது. ஒரு பாட்டாளி வர்க்க இலக்கியத்தைப் பாட்டாளி வர்க்கம் படிக்கிற சூழல் இருக்கின்றதா? ஒரு சிறு மத்தியதர வர்க்க வாசிப்பு வட்டத்தையே ஒட்டுமொத்தப் படைப்பாளிகளும் சார்ந்திருக்கும் ஒரு சூழலில், இப்பகைமையுணர்வின் செல்லுபடித்தன்மை மிகக்குறைவு. தீவிரக் கலை ஈடுபாடு பற்றிய கறாரான மதிப்பீட்டுடன் பிள்ளையும், பரந்து தழுவிய மக்கள் மயங்கும் துள்ளலிசையின் பிரதிநிதியாக அவரது மகன் தங்கவேலுவும் கதையில் வருகிறார்கள். இவ்வுலகுடனான நமது ஒட்டுறவின் தேவையிலிருந்து ஒரு கலைப் படைப்பு உருவாகிறது எனக் கொண்டால், அது எந்த அளவு ஒரு விழிப்பை ஏற்படுத்த வல்லதாயிருக்கிறது என்ற கேள்வியைச் 'செய்தி' முன்வைக்கிறது.

போல்ஸ்கோ இந்திய மரபிசையின் மீது ஆர்வம் கொண்டு பல மைல் தூரம் பயணம் செய்து இந்தியா வருகிறான். இரைச்சலும் சந்தடியும் மிகுந்த வாழ்க்கைச் சூழலின் விடுபடலாக அவன் கிழக்கின் இசையைப் பருக வருகிறான். வெப்பம் தணிக்க வெவ்வேறு உலக நாடுகளிலிருந்து பறவைகள் வேடந்தாங்கல் வருவதுபோல, ஒரு கலைப்படைப்பும் அதைத் தேடிவருவோரை அரவணைக்க எப்போதும் உயிர்த்திருக்க வேண்டும் என்ற எண்ணத்தைச் 'செய்தி' விதைக்கிறது. அதேநேரம், ஒரு கலை வடிவம் புதுமையையும், எதிர்பாராமையையும், ஆச்சரிய முடிவுகளையும் வழங்கவேண்டும். சமூக மாற்றங்களினூடாக அது கைகோத்துப் பயணிக்கவேண்டும். குயவன் செய்யும் பானையும் ஒரு கலைப் படைப்புதான். ஆனால், அதன் இறுதி வடிவம் முன்பே திட்டமிடப்பட்டது. 'செய்தி', மனித குலத்தை உய்விக்க உருக்கொண்ட உன்னதக் கலை பற்றிய பிரகடனத்தை வெளியிடுகிறது. ஓர் அருவச் சுதந்திர உணர்வு, பிள்ளையின் கீர்த்தனம்வழி போல்ஸ்கோவின் உள்ளொளியைத் தொட்டது. ஒரு கலைஞனின் சுதந்திரம் என்பது நினைத்ததைப் படைக்க முடிவதில் முதன்மையாக இருப்பதில்லை; சாதி, மதம், வர்க்கம் மற்றும் கலாச்சார அழுத்தங்களிலிருந்து விடுபட்டு ஓர் உலக வாசகனுடன் உரையாட முடிவதில்தான் இருக்கிறது. ஒரு கலைப் படைப்பை ஒரு குறிப்பிட்ட சமூகச் சூழலே உருவாக்கியிருக்கலாம். அதன் பாதிப்பு படைப்பிலிருப்பதும் தவிர்க்க முடியாததாயிருக்கலாம். ஆனாலும் அது, அந்த எல்லைகளைக் கடந்து மானுட சாரத்தைத் தொடுவதிலும், மானுட அனுபவத்தை வழங்குவதிலும்தான் ஓர் உலக வாசகன் ஈர்க்கப்படுகிறான். போல்ஸ்கோவுக்கு இந்திய மரபிசை அது போன்ற ஒன்றைப் பொழிகிறது.

'மறதிக்கு' – மறக்கவிடாமல் செய்யும் ஒரு மனத் தொந்தரவு பற்றியது. குடும்ப அமைப்பை நிலைகுலையச் செய்யும் ஒழுக்கமீறலைச் செரித்துக் கடக்கும் மனத் திண்மையை நமது குடும்ப அமைப்புப் பெற்றிருக்கிறதா என்ற ஆதார வினாவை, 'மறதிக்கு' எழுப்புகிறது. இந்தக் கேள்விக்குப்

பொதுவாக ஓர் அர்த்தமும், அதில் ஈடுபடும் நபரைப் பொறுத்து வேறுபட்ட கூடுதல் அர்த்தமும் வருகிறது. பரஸ்பர நம்பிக்கை, ஒப்பந்தம், ஒழுக்கக் கோட்பாடுகள் சார்ந்து கட்டமைக்கப்படும் குடும்ப விதிகள் ஆண் பெண் சார்ந்து அணுகும்போது பாரபட்சம் கொண்டிராமலில்லை. சமூகத்திலிருந்து தொடங்கும் இப்பாகுபாடு குடும்பஅமைப்பைத் தொடும்போது கொள்ளும் வீரியம் எளிதில் எதிர்கொள்ளவியலாததாக இருக்கிறது. பேச்சுவார்த்தை மூலம் சமரசத்தை ஏற்படுத்திப் பழைய வாழ்க்கையைத் தொடர்வதா? அல்லது பிரித்துவிட்டுப் புதிய உறவுகளைத் தேடிக்கொள்ள அனுமதிப்பதா? என்ற ஒரு கேள்வியை நவீனச் சமூகத்தில் வழக்கறிஞர்கள், நீதிபதிகள், உளவியலாளர்கள் அடங்கிய குழு தீர்மானிக்கிறது. தாத்தாச்சாரியாரைப் பெருமாளுக்குச் சேவை செய்வதுபோலப் பார்த்துக்கொள்ளும் ஜனகத்தின் பாலியல் பிறழ்வை எப்படிப் புரிந்துகொள்வது? ஜனகம் பயணித்த பெட்டி வேறு எவரின் கண்காணிப்புக்கும் உட்படாத அந்தச் சுதந்திரமா? அல்லது உதயராகம் பாடிக் கணவனை மட்டுமே தியானித்து வாழ்ந்து வந்த அன்றாடத்தின் சலிப்பா? அல்லது குடும்ப நெறிமுறைகளைக் கடைப்பிடிக்கப் பெற்ற பயிற்சியின் போதாமையா? அல்லது அடக்கப்பட்ட பாலியல் உணர்ச்சியின் திடீர்ப் பிரவாகமா? இந்த உளவியல் பகுப்பாய்வு, ஜனகம் பிற்பாடு அடைந்த குற்ற உணர்ச்சி யிலிருந்து அவளை மீட்டுவிட முடியுமா? ஜனகத்தின் ஒழுக்கமீறலுக்கு மௌனமாக இருந்து மனைவியைத் தண்டிக்கிறார் தாத்தாச்சாரியார். அது அவளை மேன்மேலும் சித்திரவதைக்குள்ளாக்குகிறது. இருமி, இருமி ஒருநாள் தன் இருமலை அடக்கித் தன் மரண முடிவை அறிவிக்கிறாள். தாத்தாச்சாரியார் தபால்காரர் வேலை பார்த்துத் தினமும் நடந்து நடந்து தன் உடற்களைப்பின் வழியே தன்னிழப்பை மறந்துவிடத் துடிக்கிறார். வேறு முடிவெடுக்க, அவரது கலாச்சாரச் சூழல் அனுமதிக்கவில்லை. ஜனகம் மீது சந்தேகப்பட வேறு எவரையும் தாத்தாச்சாரியார் அனுமதிக்க வில்லை என்றாலும், அது சிலாகிக்கக்கூடிய பெருங்குணமா என்ற ஒரு கேள்வியும் எழாமலில்லை. ஜனகத்தின் மீது அவருக்கு விருப்பமிருந்தும், தன் காதலைப் புதுமைப்படுத்தித் தொடர அவர் மனம் ஏனோ ஒப்பவில்லை. ஜனகத்துக்குத் தாத்தாச்சாரியார் செய்தது உதவியா அல்லது கூடுதல் தண்டனையா என்ற கேள்வி எழுகிறது. ஜனகத்தை அவர் சமூகத்துக்குக் காட்டித் தரவில்லை. மற்றவர்களின் பழிப்புரையிலிருந்து அவளைக் காப்பாற்றினார். ஆனால் ஜனகம், தன் கணவன் கையால் கொல்லப்பட வேண்டுமென விரும்பினாள். அது தனக்குப் பாவத்தைச் சேர்க்கும் எனத் தன் வீட்டிற்குள்ளேயே வாழவிட்டு அவளைத் தினமும் புறக்கணித்தார் தாத்தாச்சாரியார். அது தண்டனையைக் குறைக்கவோ அல்லது குற்ற உணர்வை ஆற்றுப்படுத்தவோ இல்லை. வீட்டிற்குள் பதுங்கிய நச்சரவமாகத் தினமும் மனத்தைத் தீண்டிக் கொண்டேயிருந்தது அது.

'பஞ்சத்து ஆண்டி' கொடிய பஞ்சம் பற்றியது. பஞ்சம் அல்லது பேரிடர் என்பது, மக்கள் திரளைக் கொத்துக் கொத்தாகப் பஞ்சப் பராரிகளாக மாற்றிவிடுகிற குரூரச் சமூக யதார்த்த வரலாற்றுப் பக்கங்களை கொண்டது. வறுமை ஒருவரை எத்தகைய கீழ்நிலைக்குக் கவிழ்த்துப் போடும் என்பதைக் கதை விவரிக்கிறது. இதன் உள்ளடங்கிய நகையுணர்வு, இதை ஒரு சோசலிச வேலைத் திட்டக் கதை என்ற நிலையிலிருந்து தப்புவிக்கச்

செய்து, ஆர்.கே.நாராயணனின் கதை உலகை நோக்கி நகர்த்துகிறது. 'இல்லாதவனிடமிருந்து இருப்பதும் பிடுங்கப்படும்' என்ற பைபிள் வசனத்தை மெய்ப்பிக்கும் வாழ்வுச் சூழல் நன்னயனுக்கு அமைகிறது. சொந்தமாகத் தறிவைத்து நெசவுத் தொழில் பார்த்துவந்த நன்னயன், தொழில் நசிந்து அனைத்து உடைமைகளையும் விற்று ஓட்டாண்டியாகி நகரத்துக்கு வருகிறான். பிச்சை எடுத்தல்தான் நகரத்தில் அவனுக்கு விதிக்கப்படுகிறது. தொடர் அவமானங்களையும் வசைகளையும் அவன் எதிர்கொள்வதைப் பார்த்து ஒரு குரங்காட்டி இரக்கமுற்று ஒரு குரங்கைக் கையளிக்கிறான். குரங்கு வித்தை காட்டிப் பணம் சம்பாதிக்கும் எளிய வழிகளைக் கற்றுக் கொடுக்கிறான். அந்தக் குரங்கு ஒருமுறை அவன் மனைவி பிடியிலிருந்து நழுவி மின்கம்பியைப் பிடித்துத் தொங்கிச் செத்து விடுகிறது. இக்கதையில் இரண்டு நிலப்பிரபுக்கள் வருகிறார்கள். ஒருவர் சிவகுரு செட்டியார். மற்றவர் வன்னியர். ஒருவர் ஒரு சல்லிக் காசும், ஒரு பிடி அரிசியும் அளிப்பவர் சிவகுரு. கையேந்துபவரைத் தகாத வார்த்தைகளால் திட்டிக்கொண்டே பிச்சையிடுபவர் வன்னியர். ஒரு பாத்திரம் அதன் சித்திரிப்பிலும், வருணனையிலும் இல்லை; மாறாக அது எப்படிப் பிற பாத்திரங்களோடு சிக்கலான உறவைப் பேணிக் கொள்கிறது என்பதுதான் ஒரு புனைவுக்கு முக்கியமானது. ஊரில் இருக்கும் மற்ற பண்ணையார்கள் இந்த அளவுக்குக்கூட ஏழைகளுக்குதவும் எண்ணமிராதவர்கள். ஆனால், இவர்கள் இருவரைவிட அவர்களை மேலானவர்கள் என்றுதான் சொல்ல வேண்டும். நிலப்பிரபு வர்க்கம் பற்றிய தொழிலாளர்களின் அறிவைத் தடுக்கும் நோக்கில் இவர்கள் உதவி அமைந்துள்ளது. மேலும், தம் உதவி மூலம் தங்கள் சமூக மேலாதிக்கத்தைத் தொடந்து தக்கவைத்துக்கொள்ளவும் முனைகிறார்கள். மத்தியதர வர்க்கம் தொழிலாளர் நிலைக்குத் தாழ்வதும், தொழிலாளர் வர்க்கம் உதிரித் தொழிலாளர் நிலைக்குக் கீழிறங்குவதுமான வர்க்கச் சமூக நிலையை இக்கதை தெளிவுற முன்வைக்கிறது. கதை அதன் சித்திரிப்பு முறையில் ஒரு மார்க்சிய அழகியலைக் கொண்டிருந்தாலும் குரங்காட்டி அறிமுகம், நன்னயனுக்குக் கிடைக்கும் குரங்கு, அவன் புதிய தொழிலுக்குச் சம்மதித்தல், குரங்கின் சேட்டைகள், இறுதியில் நிகழ்த்தப்படும் இறுதிச்சடங்கு ஆகியவை ஒரு நகையுணர்வுடன் சொல்லப் பட்டிருக்கின்றன.

'நான்தான் ராமன் நாயர்' – ஓர் அடித்தட்டு மனிதரின் கையறு வாழ்வனுபவத்தைப் பகட்டின்றி முன்வைக்கிறது. அடித்தட்டு மனிதர் களைச் சித்திரிக்கும் பாத்திரங்களை எழுதும்போது, கழிவிரக்கம் கலவாது எழுதுவதென்பது பெருஞ்சவால். அக்கணத்தில் ஒரு வாசக மனத்தில் தோன்றும் இரக்க உணர்ச்சிக்கு மதிப்பேதுமில்லை. அருள்பாலிக்கும் ஓர் ஆரவார இரக்கம் நேர்மையின் பாற்பட்டதன்று. மருத்துவமனையைச் சிறையுடன் செய்யும் ஒப்பீடு முக்கியமானது. நோயாளிகள் மீதான கண்காணிப்பு, அவர்களின் கடந்தகாலக் குறிப்புகளைச் சேகரித்தல், உணவு வழங்கலின் கட்டுப்பாடு போன்றவை சிறை மாதிரியைக் கொண்டிருக் கின்றன என்பது ஃபூக்கோவின் முக்கிய அவதானிப்பு. ரயில்வே போர்ட்டராகப் பணி செய்யும் ராமன் நாயர் வயிற்று வலிக்காகத் திருட்டு ரயிலேறிச் சென்னைப் பொது மருத்துவமனையில் சிகிச்சைக்கு வருகிறார். மருத்துவமனையின் வசதி, கட்டில், உணவு, டாக்டர் மற்றும் நர்ஸ்களின்

கவனிப்பு ஆகியவை நோய் குணமாகியும் மருத்துவமனை வாழ்விலிருந்து அவரை வெளியேற விடுவதில்லை. பிற நோயாளிகளுக்கு உதவுவது, அவர்களுக்கு வெளி உணவை வாங்கித்தரும் முகவராகச் செயல்படுவது, அதில் கிடைக்கும் சிறு ஊதியத்தில் தன்னிறைவு அடைவது என மனித வாழ்வின் அறியாப்பக்கம் ராமன் நாயர்வழி நமக்குத் திறக்கப்படுகிறது. மருத்துவமனையில் நோயாளியாகத் தொடங்கிப் பின் பிற நோயாளிகளுக்குச் சேவகம் செய்யும் நல்ல சமாரியனாக ராமன் நாயரின் வாழ்க்கை மாறுகிறது. நோயாளிகள் அளிக்கும் சிறு ஊக்கத் தொகையைச் சேமித்து அதை ஊரில் உள்ள தனது குடும்பத்துக்கும் அனுப்பி வைக்கிறார் ராமன் நாயர். மருத்துவமனையில் மறக்க முடியாத நினைவுகளையும், சிநேகிதங்களையும், மனிதர்களையும் ராமன் குறிப்பிட்ட கால இடைவெளியில் சம்பாதிக்கிறார். ராமன் நாயருக்கு எவர் மீதும் புகாரில்லை. டிக்கட் இல்லாததால் இறக்கி விட்ட டிக்கட் பரிசோதகர், மருத்துவமனை விட்டுத் தன்னை ஒருகட்டத்தில் விடாப்பிடியாய் வெளியேற்றும் மருத்துவர் என்று எவர் மீதும் ராமன் கோபம் கொள்வதில்லை. மருத்துவனையில் அனுமதிக்கப்பட்டிருக்கும் நோயாளிகளுக்கு வெளியுலகத் தொடர்பைப் பேணும் முகவர் ஏற்பாடு சிறையிலும்கூடக் காணக் கிடைப்பதுதான். சிகரெட், கஞ்சா போன்ற போதைப் பொருள் கொண்டு சேர்க்கும் முகவர்கள் அங்கும் உண்டு. ராமன் நாயரால் நோயாளிகளுக்குச் சுவையான உணவு வெளியிலிருந்து கிடைக்கிறது. 'நான்தான் ராமன் நாயர்', அடித்தட்டுவர்க்க வாழ்க்கையின் அழகியலை முதன்மையாகச் சித்திரித்தாலும், சிறை வாழ்வுக்கும், மருத்துவமனைக்கும் இடையிலான ஒப்பீடும் மிக முக்கிய இடத்தைப் பிடிக்கிறது.

'தூரப் பிரயாணம்' – திருமணத்தை மீறிய உறவையும், அது தோற்றுவிக்கும் உறவுச் சிக்கல்களையும் கவனப்படுத்துகிறது. பாலி எதனால் ரங்கு மீது ஈர்ப்பாகிறாள் என்ற காரணம் அழுத்தமாகச் சொல்லப்படவில்லை. பாலிக்கும் அவள் கணவனுக்கும் இடையே வயது வித்தியாசம் பதினைந்து வருடங்கள் இருக்கின்றன. பாலியுடன் ரங்குவுக்குத் தொடர்பு ஏற்படும்போது அவன் கல்லூரி மாணவன். ரங்குவைப் பாலி ஈர்த்தது அவன் இளமைக்காக என்ற காரணம் மட்டும் போதுமானதா? செக்ஸ் என்பது எவ்வளவு உடல் சார்ந்ததோ, அதே அளவு அது மனம் சார்ந்ததும் அல்லவா? ரங்கு மூலம் பாலி அடைந்த மன ஆறுதல் என்னவென்பதற்குத் தூரப் பிரயாணத்தில் பதிலில்லை. எல்லாச் செய்திகளையும் ஒரு சிறுகதை சொல்லிவிட முடியாதுதான். என்றாலும், அக நிமித்தங்கள் இது போன்ற விசயத்தில் முக்கியத்துவம் தரப்படாமல் போகும்போது ஒரு சாதாரணப் பத்திரிகைச் செய்திக்குரிய தன்மைக்கப்பால் எழாமல் கதை இற்றுப்போகிறது. ரங்குவுக்குப் பாலி அத்தை முறை என்பதால், அவன் நினைத்த நேரத்தில் அவர்கள் வீட்டிற்குள் புக முடிகிறது. பாலி, சர்மா தம்பதிகள் சென்னைக்குக் குடிபெயர்ந்தபிறகும் ஏதோ ஒரு காரணத்தை முன்னிட்டுப் பாலியைப் பின்தொடர்ந்து செல்ல ரங்குவால் முடிகிறது. இந்த உறவு எய்தும் முடிவாகச் சர்மாவுக்கு உடல்நிலை சரியில்லாமல் போவதில் தொடங்குகிறது கதை. சராசரி நிலையைக் கடந்து பாலி எடுக்கும் முடிவு, இக்கதைக்குரிய கனத்தை வழங்குகிறது. தொடக்கத்தில் இல்லாத ஓர் அழுத்தம் அதன் முடிவிலிருப்பது, இக்கதையை ஒரு பெண்ணின் மன உணர்வுக்கு நெருக்கமானதாக்குகிறது. தனக்குப்

பொருளாதாரப் பாதுகாப்பை வழங்கித் தன்னுடன் எப்போதுமிருக்கும் கணவனுக்காக அவன் நோய்வாய்ப்பட்ட தருணத்தில் பாலி எடுக்கும் முடிவு மிகவும் தீர்மானகரமானதாயிருக்கிறது. வயது, முதிர்ச்சி, புறச் சமூக அழுத்தங்கள், கணவன் மீது அவள் கொள்ளும் பரிவு போன்றவை கூடுதல் காரணங்களாகின்றன. பாலியைத் தேடிச் சென்னைக்கு வந்த ரங்கு, அவள் விருப்பத்தையும் மீறிப் பாலியல் அத்துமீறலில் நாட்டமுறுகிறான். அதற்குப் பக்குவமாகப் பாலி எதிர்வினையாற்றுகிறாள். அவள் ரங்குவை அம்பலப்படுத்தியிருக்கலாம். ஆனால், அதற்கு அவளது பழைய வாழ்க்கைப் பாதை அனைத்தையும் நேர்மையுடன் முன்வைக்கும் தேவை ஏற்படும். அது அவள் தொடங்க எண்ணும் புதிய வாழ்க்கைக்கு எந்த வகையிலும் உதவாது. ரங்குவுடன் ஒரு சுமூகமான பிரிவையே பாலி விரும்புகிறாள். தனது கணவன் வரும்வரை அவனைக் காத்திருக்கச் சொல்கிறாள். அது பழையதிலிருந்து முற்றும் விடுபடும் விடுதலை உணர்வு. ஏனெனில், அவளைப் பொறுத்தவரை, ரங்குவின் உறவு முடிந்துவிட்ட ஒன்று; அதற்கு எதிர்கால முக்கியத்துவம் ஏதுமில்லை. ஆனால், ரங்குவுக்கு அது அப்படியில்லை. அவள் கேட்டுக்கொண்டதை உதாசீனப்படுத்தி விட்டு, வீட்டைவிட்டு உடனே ரங்கு வெளியேறுகிறான்.

'ராவணன் காதலில்', இராவணனின் பாலியல் இச்சைகள், எப்படிப் பெண் உணர்நிலை மறுப்பாக உள்ளன என்பது, நவீனச் சமூகக் கண்ணோட்டத்தில் விவாதிக்கப்பட்டுள்ளது. புஞ்சிகஸ்தலையிடம் இராவணன் அத்துமீறியது பிரம்மாவின் பார்வைக்கு எடுத்துச் செல்லப்படுகிறது. இராவணனை எச்சரிக்கும் பிரம்மா, மறுபடி அவன் தவறிழைத்தால், அவன் தலைசுக்குநூறாகும் சாபம் வழங்குகிறார். இராவணனைப் பிரம்மா விசாரிப்பது நவீன யதார்த்த உரையாடலாகியுள்ளது. ஒரு பெண்ணின் விருப்பத்துக்கு விரோதமாக அவளை அடைய எப்படி நினைக்கலாம் எனப் பிரம்மா வினவுகிறார். அப்சரஸ்களைத் தேவர்கள் மட்டும் அனுபவிக்க ஏற்படுத்திவிட்டு, தங்களுக்கு மறுப்பது எவ்வகை நீதி என்று இராவணன் கேட்கிறான். இரு தரப்புச் சிக்கலின் முக்கியக் கூறு இவ்விவாதத்தில் இருப்பதை உணரலாம். அப்சரஸ்கள் யார் தேவைக்காகப் படைக்கப்பட்டிருந்தாலும், அவர்களின் விருப்பமின்றித் தொடுகின்ற உரிமை எவருக்கும் இருக்க முடியாது. அதே நேரம், தேவர் – அசுரர் மோதலில் இந்துக் கடவுள்கள் எப்போதும் தேவர்கள் பக்கமே நின்ற போக்கினைச் சம நீதியற்ற ஒன்றெனத் திராவிட இயக்கம் விமர்சித்தது. இந்து மதக் கடவுள்கள் பார்ப்பனரின் விளையாட்டுப் பொம்மைகள் என்றார் அம்பேத்கர். ஆனால், அவை விளையாட்டுப்பொம்மைகளாக மட்டுமிருக்கவில்லை. வர்க்கச் சமூகத்தில், எப்போதும் ஒரு வர்க்கத்துக்கு ஆதரவாக நடந்து கொண்டிருப்பதுதான், ஒவ்வொரு பிரச்சினையிலும் தூலமாக வெளிப்படுகின்ற செய்தியாக இருக்கிறது. அதிகார வர்க்கமான தேவர்கள் பக்கம் மட்டுமே எப்போதும் கடவுளர்கள் இருந்துள்ளனர். இராவணனைப் பெண் பித்தனாக மட்டுமே காட்டுவது தற்காலப் பார்வையில் ஏற்கத்தக்கதா என்ற கேள்வியும் எழாமலில்லை. புஞ்சிகஸ்தலையின் மன உணர்வுகள்கூட உண்மை முறையில் வெளிப்படுத்தப்படவில்லை என்பதையும் நாம் புரிந்துகொள்ள வேண்டும். தேவர்களும் அசுரர்களும் அடுத்தடுத்து வாழ்ந்து வந்த ஒரு சமூகத்தில், தேவர்களுக்காகப் படைக்கப்பட்டதாகக்

கருதப்படும் அப்சரஸ்கள் எப்போதும் தேவர்களை மட்டுமே விரும்பியதாய்ப் புனையும் பார்வையும் பிழைதானே. வெற்றி பெற்றவன் பார்வையிலிருந்து எழுதப்படும் பழங்காலம், பெண் மன உணர்வு பற்றிச் சொல்லும்போது மட்டும், என்ன நேர்மையைக் கடைப்பிடிக்கும்?

தி.ஜா.வின் மொழி நேரடியானது. சிக்கலானவற்றைக்கூட மிகச்சுருக்க மாகச் சொல்லிவிட நினைக்கும் ஒரு கூறுமுறை அது. யதார்த்தத்துக்கு நேர்மையாகத் தம் மொழி இருக்க வேண்டுவது பற்றிய அதீத அக்கறை அதில் உள்ளது. தி.ஜா.வின் இந்தக் கதைகளை ஒட்டுமொத்தமாக வாசிக்கும்போது முதன்மையாக வெளிப்படுவது, பொருளியல் நாட்டத்துக்கு முதன்மை கொடுத்து மனித வாழ்வு இயங்குவதன் மீதான தீராக் கோபாவேசப் பார்வைதான். எனினும், அதனைப் பிரச்சினைப்படுத்தும்போது, மனித வாழ்வின் பொருளாதாரத் தேடல் பற்றிய புரிதலை ஒட்டுமொத்தமாக நிராகரிக்கிறது என்றும் சொல்லிவிட முடிவதில்லை. மனித நாட்டம் பொருளாதார முதன்மைத் தேடலுக்கு அப்பாலான ஓர் ஆன்மீக உணர்வுக்கும் முக்கியத்துவம் கொடுப்பது என்பது வாழ்வின் அர்த்தப்பாட்டை மேன்மைப்படுத்தும் என்பதாக, அவரது கதைப்பொருள் இருக்கின்றது. இக்கூறுகள் சாத்தியமானதொரு பழங்காலம் பற்றிய ஏக்கவுணர்வை உள்ளடங்கிய முறையில் வெளிப் படுத்துகின்றன. புதுக்காலச் சூழலின் பாதுகாப்பின்மை பற்றிய அச்சவுணர்வையும், தவிப்பையும் தேம்பி எடுத்துரைக்கின்றன. அதே நேரம் சமூக மாற்ற விதிகளின் தவிர்க்கமுடியாத அம்சங்களைத் தொட்டுப்பார்க்க அஞ்சுகின்றன. சமகால நிலைமைகளோடு ஒட்டாத பிறழ் கதாமாந்தர்களே இத்தொகுப்பின் முதன்மைப் பாத்திரங்கள். சமூகம், பொருளாதாரம் போன்ற பிரச்சினைகளை விவாதிக்கும் கதைகளின் மாந்தர்கள் புதிய முற்போக்கான மதிப்பீடுகளை ஏந்துபவர் களாகவும், கலாச்சாரத்தைப் பிரதிபலிப்பவர்கள் பழைமையான மதிப்பீடுள்ளவர்களாகவும் வருகிறார்கள். கிராம வாழ்க்கை சிதைவுறுவது பற்றிய ஒரு காந்தியக் கவலை தென்படுகிறது. “இந்தக் கிராமங்களில் இப்போது ஒன்றும் கிடையாது. சங்கீதம், கலைகள், தர்ம புத்தி, பணத்தைத் தவிர இந்த ஜென்மத்தில் வேறு சில விஷயங்களும் உண்டு என்கிற நினைப்பு எல்லாம் . . . பட்டணங்களைப் பார்க்கப் போய்விட்டன.” (கோயம்புத்தூர்ப் பவபூதி). இந்த அங்கலாய்ப்பு மாறிவரும் சமூகம் பற்றிய கையறு நிலையின் ஓர் எதிர்வினையாக வெளிப்படுகிறது. ‘ஏதோ ஒரு நிராசை தேசம் முழுக்கப் பரவியிருக்கு. நியாயமான வழியிலே சம்பாதிக்க வழியில்லே . . . உழைப்புக்குப் பலனில்லை.’ (கோயம்புத்தூர்ப் பவபூதி). பரிவுணர்வும், அதேநேரம் அதை உள்ளபடியே ஏற்றுக்கொள்ளவியலாத தத்தளிப்பும் இங்கு வெளிப்படக் காணலாம். புறநிலையின் ஒருகோணம் பற்றிய துல்லியமான பொறிக்காட்சியை வழங்கும் ஒடுக்கு மன யதார்த்தவாதம், ‘சிவப்பு ரிக்‌ஷா’ சிறுகதைகளில் தொழிற்படுவதை உணர முடிகிறது.

✣

46

இரண்டு கதைகள் – ஒரே ஆண் உலகம்

பிருந்தா சீனிவாசன்

சிவப்பு ரிக்ஷா

தி.ஜா.வின் நாவல்களிலும் சிறுகதைகளிலும் வரும் பெண்கள் அனைவருமே நாயகியரா, புனித ஆத்மாக்களா, உலகம் வகுத்து வைத்திருக்கும் எல்லைகளைக் கடந்தவர்களா, கற்பிதங்களை உயர்த்திப் பிடிக்கிறவர்களா, பொய்யையும் புறணியையும் பேசுகிறவர்களா, புரட்சிப் பெண்களா அல்லது அப்படிப் பேசுகிறவர்களை எள்ளி நகையாடுகிறவர்களா? அணுகிப் பார்த்தால், தி.ஜா.வின் படைப்புகளில் இவை எல்லாமுமாகப் பெண்கள் இருக்கிறார்கள் எனலாம்.

'சிவப்பு ரிக்ஷா' சிறுகதையில் வருகிற ருக்கு, துணிச்சல்காரி. துணிச்சல் மிகுந்தவளோ, பயந்து ஒதுங்குகிறவளோ யாராக இருந்தாலும் தங்கள் முதுகில் சதா ஊர்ந்தபடியே இருக்கிற ஆண்களின் பார்வையையும் அவர்களின் அபிப்ராயத்தையும் தாங்கியபடி வாழ்வது எவ்வளவு எரிச்சல் மிகுந்தது என்பது அனுபவிக்கிறவர்களுக்குத்தான் தெரியும். ருக்குவும் அப்படித்தான் அனுபவிக்கிறாள். ஆனால், அதை எதிர்கொள்வதில் மாறுபட்டு நிற்கிறாள். அதைப் பரிபூரணமாகச் செய்யக் கதைசொல்லி அனுமதிக்கவில்லை. இந்தக் கதையின் கதைசொல்லியான ஸப் எடிட்டர் ஸாருக்கு நாற்பதுகளில் வயதிருக்கும்போலத் தோன்றுகிறது. அவரது வர்ணனையும் செயலும் அப்படித்தான் இருக்கின்றன. வயதைச் சாக்கிட்டுத் தப்பித்துக்கொள்ளும் பாவம், அவரது பேச்சிலும் செயலிலும் வெளிப்படுகிறது.

மதராஸில் அனலடிக்கிற டிராம் வண்டியில் நசுக்கிப் பிழிகிற 'பீக் அவர்' கூட்டத்தில் ருக்குவைப் பார்க்கிற அவரது கண்கள், அவ்வளவு கூட்டத்திலும் அவளை ரசிக்கத் தவறவில்லை. அவரது கண்களுக்கு அவள் வேர்வை தளும்ப, லோலக்கு ஆட, வாடிக் கொண்டிருக்கும் மலர்போல இருக்கிறாள். அவளைத் தள்ளி நின்று ரசித்ததாலேயே, ஸப்–எடிட்டருக்கு எந்தச் சேதமும் இல்லை. ஆனால், அவள்

காதருகில் ஊதி லோலக்கு ஆடுகிறதா என்று பார்க்க முயன்றவனின் முழங்கையை, ருக்குவின் நகம் பதம் பார்த்தது. ரத்தம் கசிந்து ஊற்றெடுத்தது. அப்போதும் அவள் விரல், இருவாட்சிப் பூப்போலவும் பற்கள் முத்துகளைப் போலவும் தெரிகின்றன ஸாருக்கு! தன்னை அவள் கிள்ளினால் தாங்கமாட்டேன் எனச் சிரிக்கிறவரின் மண்டையில், "உங்களைக் கிள்ளலை ஸார். நீங்க கோணா மாணான்னு ஏதாவது நியூஸ் போட்டுட மாட்டேளா? உதவி ஆசிரியராச்சே" என்று ஓங்கி அறைகிறாள். எவ்வளவு நிதர்சனமான வார்த்தைகள். ருக்குவின் இந்த வசனத்தை வாசிக்கும்போதெல்லாம், நாளிதழ்களில் வெளிவருகிற பெண்கள் குறித்த செய்திகளே கண்முன் ஓடும்.

'அழகிகள் கைது' என்பது இப்போது ஓரளவுக்குக் குறைந்துவிட்டாலும், 'கள்ளக் காதலில் ஈடுபட்ட பெண்', 'இளம்பெண் கற்பழிப்பு', 'குழந்தைகளைத் தவிக்கவிட்டுக் காதலனுடன் பெண் ஓட்டம்' என்பது போன்ற செய்திகளை இப்போதும் காணலாம். மக்களைப் பெருவாரியாகச் சென்று சேரும் ஊடகங்களில் பணிபுரிகிற ஆண்களின் பொறுப்பற்ற, நுண்ணுணர்வற்ற தன்மையைப் பளிச்செனப் போட்டு உடைக்கிறாள் ருக்கு. பத்திரிகைத் துறையில் பெண்களின் வரவு, பெண் வெறுப்புச் செய்திகளை ஓரளவுக்குக் குறைத்தபோதும் ஐம்பது ஆண்டுகளுக்கு முந்தைய நிலையில் பெரிதாக எந்த மாற்றமும் இல்லை.

ஸப் - எடிட்டரைத் தன் தந்தையிடம் ருக்கு அறிமுகப்படுத்துகிறாள். மகளை வம்புக்காரி என்று குறிப்பிடும் தந்தை, அவள் ஒருவனை அடித்த சம்பவத்தைச் சொல்கிறார். அதுதான் நேரம் என்று, ஆணுக்குள் இருக்கிற கெட்டிக்காரத் திருடனை வெளிக்கொண்டு வருகிறாள் ருக்கு. தன்னை இடித்தவனை அவள் அடிக்க, அவனோ உலகமகா உத்தமன்போல, "மன்னிக்கணும். இனிமே இப்படித் தவறா யாரையும் எண்ணாதே அம்மா!" என்று அறிவுரை சொல்லிவிட்டு இறங்கிவிடுகிறான். தான் பெண்ணாக இருப்பதே தனக்குத் தைரியத்தைத் தருகிறது என்று ருக்கு சொல்ல, ஸார் அவள் அல்லி ராணி மாதிரி பேசுவதாக நினைக்கிறார். ஆண் என்கிற வறட்டுக் கற்பிதத்தில் ஊறியிருக்கிறவருக்கு, அப்படித்தானே நினைக்கத் தோன்றும்.

காலம் டிராமைவிட வேகமாக ஓடி, வேறொரு பருவத்தில் நிற்கிறது. ருக்குவும் காலேஜில் வாசிக்கத் தொடங்கிவிட்டாள். ஆனால், அவள் தோற்றத்தைக் காணும் ஸாருக்குத்தான் அதிர்ச்சி. மெல்லிய ஆரஞ்சு நைலான் புடவையில் இறுக இறுகக் கை பிதுங்கும் ரவிக்கை, உயரத்தை உயர்த்தும் கட்டு, வாளிப்பும் கட்டுமாகப் பங்களூர் சூரியகாந்திப் பூ மாதிரி இருக்கிறாள் ருக்கு. ஆனாலும், அவள் பழைய ருக்குவாக இல்லாதது ஸாருக்கு வருத்தம் என்றால், அங்கிருந்த இரண்டு யுவர்களுக்கோ, அவள் ஒரு 'முரட்டுக் குதிரை'.

யுவர்களின் பேச்சைக் கேட்கக் கேட்க ஸாருக்குள் இருக்கும் ஆண் என்கிற அகந்தை விழித்துக்கொள்கிறது. ஒருவனுடன் காரில் போனதாலேயே அவளது கண்ணியம் கெட்டுவிட்டது என்று குதிக்கிறார். நம்ம ருக்குவா இவள்? முகம் தெரியாத பயலுடன் சிநேகம். நாட்டியம் ஆடினாளாம். அது வேறு சொல்லிக்கொள்கிறாளா? நாட்டியத்தில்தான் இந்தத் துணிச்சல் வந்திருக்க வேண்டும் என்று ஸாரின் ரத்தம் கொதிக்கிறபோது, ஒரு

பெண் தனக்குப் பிடித்த கலையைக் கற்றுக்கொள்வதில்கூட எவ்வளவு அவப்பெயரை எதிர்கொண்டாக வேண்டியிருக்கிறது எனத் தோன்றுகிறது. இந்த அழகில், இந்தக் காலத்து யுவர்கள் படித்த படிப்பைக் குறித்து ஸார் கவலைப்படுகிறார். ருக்குவை ரசித்தபோதும், அவளது செயல் குறித்து அவளுக்குச் சிறிதும் உறவில்லாத நிலையில் கொதித்தபோதும் அவருக்கு எதுவும் தோன்றவில்லை. ஆனால், அந்த யுவர்களின் பேச்சில் விரஸம் வெளிப்படுவது குறித்து விசனப்படுகிறார். எவ்வளவு நகை முரண்!

முதலில் அவளுடைய கலைத் திறமையைக் கண்டு எரிச்சலடைந்தவர், பிறகு அவளது படிப்புக்கு முட்டுக்கட்டை போட்டிருக்க வேண்டும் என்கிறார். இவள் எம்.ஏ., படிக்க வேண்டும், டாக்டராக வேண்டும் என்று யார் அழுதார்கள், உலகம் முழுகியா போய்விடும் என்கிற அவரது கொதிப்பில் வெளிப்படுவது அப்பட்டமான ஆணாதிக்கம் தவிர வேறென்ன? மகளைக் கண்டிக்காமல் சாய்வு நாற்காலியில் சாய்ந்திருக்கும் ருக்குவின் அப்பா மீதும் ஸாருக்குக் கோபம் வருகிறது. அந்த அப்பா, தன் மகளையும் அவளது அறிவையும் நம்புகிறார் என்பது பாவம் நம் ஸப் – எடிட்டர் சாருக்குத் தெரிய நியாயம் இல்லை. பிறகு ருக்கு தன்னை வரச் சொன்னதை ராஜம் சொல்ல, சாப்பிடக்கூடத் தோன்றாமல் அள்ளிப் போட்டுக்கொண்டு அவள் வீட்டுக்கு ஓடுகிறார். தான் காரில் போனதைப் பார்த்து வாடி வதங்கிய அவரது முகத்தைக் குறித்துப் பேசுகிறாள் ருக்கு. அதெல்லாம் எதுவும் இல்லை என்று மழுப்பப் பார்க்கிறவருக்கு, இப்போதும் சம்மட்டி அடி. "ஸப் எடிட்டர் செய்தியை உள்ளது உள்ளபடியே கொடுப்பார்னு நினைச்சேன்" என்கிறாள் ருக்கு. அவர் சிரிக்க, ருக்குவோ, "ஏதாவது கோணா மாணான்னு நெனைச்சுக்கப் போறாரேன்னுதான் உங்களைத் தேடிண்டு வந்தேன்" என்கிறாள். ஆணின் மனம் எப்போதும் அப்படித்தானே யோசிக்கும் என்பதைத்தான், ருக்குவின் வார்த்தைகளும் உணர்த்துகின்றன.

இதற்குப் பின்னர் ருக்கு, ஸப் எடிட்டர் எதிர்பார்க்கிற ருக்குவாகச் சட்டென்று மாறி விடுகிறாள். ஏன் அவனுடன் காரில் போனேன் என்று விளக்குகிறாள். ஒரு பெண் தன் செயலுக்குத் தன்னைச் சுற்றியிருக்கிறவர்களுக்கு விளக்கம் தந்தபடியேதான் இருக்க வேண்டுமா, எப்போதுமே தன் கண்ணியத்தை நிரூபித்துக்கொண்டேதான் வாழ வேண்டுமா? ஒருவனுடன் காரில் சென்றால் என்ன? அதற்கு ஏன் நியாயம் கற்பிக்க வேண்டும்? ஆனால், ஸப் எடிட்டர் ஸாருக்கு இதுதான் பிடித்திருக்கிறது. ஒருவனைத் தான் சாமர்த்தியமாக ஏமாற்றிவிட்டதாக ருக்கு சொல்ல, அப்போது அவள் குழந்தை மாதிரி அவர் கண்ணுக்குத் தெரிகிறாள். இப்போது ஸப் எடிட்டர் அவமானப்படுகிறார். ருக்குவைத் தவறாகப் புரிந்துகொண்டு கோபப்பட்டோமே என்று வருந்துகிறார். உண்மையில் இப்போதுதான் மிகத் தவறாக அவளைப் புரிந்துகொண்டதுடன், அவளும் அப்படியேதான் இருக்க வேண்டும் என்றும் விரும்புகிறார். ருக்கு தன்னை நிரூபித்துச் சிதைக்குள் இறங்கியதைப்போல விளக்கம் கொடுத்த பிறகுதான், ஸாருக்கு அப்பாடா என்று இருக்கிறது. நல்ல மழை பெய்து மனத்து அழுக்குகளையும் ஐயங்களையும் அடித்துக்கொண்டு போனதுபோல் இருக்கிறது அவருக்கு. ஆனால், பாவம் அவர் மனத்தின் அழுக்கு எதுவென்று, அவருக்கு இப்போதும் புரியவில்லை. முன்னர் அவருக்கு எரிச்சல் தந்த ருக்குவின் திறமையும்

படிப்பும் இப்போது நம்பிக்கை தருகின்றன. அழகையும் அலட்சியத்தையும் தைரியத்தையும் சேர்த்துப் பார்த்ததால், இந்தப் பட்டணத்தில் அவருக்குத் தெம்பாகவும் இருக்கிறது.

பின் ஒருமாதம் கழித்துத்தான், ருக்குவைப் பார்க்கிறார். ரிக்ஷாவில் உட்கார்ந்திருந்தாள். அனைத்தையும் ஒருகை பார்த்துவிடலாம் என்று சிரித்த ருக்குவையே, சொந்த ரிக்ஷா வாங்கச் செய்திருந்தது இந்தச் சமூகம். தன்னால் ஒண்டியாகப் போராட முடியவில்லை என்கிறாள். பெண்ணுக்கு ஒரு சிக்கல் என்றால், உடனிருக்கும் பெண்கள் ஒதுங்கிக்கொள்வது எல்லாக் காலத்திலும் நடப்பதுதான் என்றாலும், ருக்கு அப்படியொரு முடிவைத் தேர்ந்தெடுத்திருக்கத் தேவையில்லை.ஆனால், பழைய பல்லவியையேதான் அவளும் பாடுகிறாள். "உங்களுக்கெல்லாம் காளை மாடு மாதிரி பலம் இருக்கு. அந்த மாதிரி பலம் ஒவ்வொரு பொம்மனாட்டிக்கும் வர வரையில் சிரமந்தான்" என்கிறாள். மனோதிடத்தைவிடப் பெரிய பலம் வேறில்லை என்பதை அறியாதவள் அல்லள் ருக்கு. ஆனாலும், தன் மேடைப் பேச்சுக்கும் நடனத்துக்கும்கூட முற்றுப்புள்ளி வைத்து விடுவாள்போல. நகத்தையும் ஒட்ட நறுக்கிக்கொண்டுவிட்டாள். இனி டிராமில் ரத்தம் சிந்த வாய்ப்பேயில்லை. ரிக்ஷாவும் அந்தச் சிவப்புப் புள்ளி போலவே இருக்கிறது ஸாருக்கு.

பெண்ணுக்கு முளைக்கிற சிறகுகளைப் பாதுகாப்பு என்கிற பெயரில் வெட்டியெறிகிற வேலையை ஆண்கள் காலம் காலமாகச் செய்துவருகிறார்கள். அப்படியான ஆண்களின் பிரதிநிதிதான் ஸப் எடிட்டர் ஸார். அவரே அப்படியென்றால், சராசரிகளைப் பற்றிச் சொல்லத் தேவையில்லை. ஆணின் மனச் சிடுக்குகளை, தன்னை மீறி அறிவாலும் திறமையாலும் வளர்ந்து நிற்கிற பெண்ணை எதிர்கொள்வதில் இருக்கிற சிக்கல்களை நேர்த்தியாகச் சொல்கிறது 'சிவப்பு ரிக்ஷா'. ஒரு படைப்பை நிறைவு செய்தவுடன், படைப்பாளி விலகிக்கொள்கிறார். அதன்பின் அந்தப் படைப்பு, வாசகரின் சொத்தாகி விடுகிறது. இந்தச் சிறுகதையின் முடிவில் இரண்டு விவாதங்களை வைக்கலாம். ஏன் ருக்கு ரிக்ஷாவில் போகவேண்டும்,அவள் அப்படி ஒடுங்கிப்போகவேண்டும் என்பதுதான் ஆசிரியரின் விருப்பமா என்று தோன்றலாம்.ஆசிரியர் எதையும் இதுதான், இப்படித்தான் என்று அறுதியிட்டுச் சொல்லவில்லை. ஒருவகையில் ருக்கு இப்படித்தான் இருக்க வேண்டும் என்பது ஸப் எடிட்டர் சாரின் ஆணாதிக்கச் சிந்தனை என்பதாகவும் இதைப் புரிந்துகொள்ளலாம். ஆண் மனம் எப்போதும் அதைத்தானே விரும்பும்? ஸப் எடிட்டர் சாரின் எண்ணம் சரியென்று பட்டால், நம்மைத் திருத்திக்கொள்ள வேண்டியது அவசியம். அதுதான் ஆசிரியர், நமக்குச் சொல்லும் சேதியாகவும் இருக்கலாம்.

பாஷாங்க ராகம்

கலை,இலக்கியம்,ரசனை எல்லாமே வயிற்றுப்பாட்டுக்குப் பிறகுதானே? அதெல்லாம் இல்லை, கலை அனைத்தையும் கடந்தது என்று சொல்கிறவர்கள், சில நேரம் மேதைகளாக இருப்பார்கள். இல்லையென்றால், 'பாஷாங்க ராகம்' சிறுகதையில் வரும் ஸ்ரீபலராமனைப்போல இருப்பார்கள் அவர்கள். காரணம், மேதமைக்கும் பேதமைக்கும் நூலிழை அளவுதான் வித்தியாசம்.

ஆனால், பலராமன் விஷயத்தில் அந்த நூலிழையே இல்லாததுபோல் ரசிகர் ஒருவர் நினைத்துக்கொள்கிறார்.

பலராமன் மறைவுக்கு இரங்கல் தெரிவித்து, அவரை இழந்துவாடும் அவருடைய மனைவிக்கும் குழந்தைகளுக்கும் ஆறுதல் சொல்லி ஒரு கடிதம் வருகிறது. கடிதத்தை மகள்தான் படிக்கிறாள். நன்றி சொல்லி ஒரு வரி எழுதட்டுமா என்று தன் அம்மாவிடம் கேட்க, அம்மாவோ, "இவ்வளவு தப்பு இருக்கற கடுதாசிக்கு விவரமாகத்தான் எழுதிப் போடேன்" என்கிறாள். இரங்கல் கடிதத்தின் உண்மையற்ற ஒரு வரியைக்கூடச் சுமக்க மறுக்கிற வைராக்கியம் அது. ஒன்றிலிருந்து விடுதலை பெற்ற பிறகும் தன் மீது திணிக்கப்படுகிற அந்த அடையாளத்தை எந்தப் பெண்தான் விரும்புவாள்?

தன் தாயின் மனதை மகள் புரிந்துகொள்கிறாள். அந்த இடத்தில் மகன் இருந்திருந்தால், இவ்வளவு அணுக்கமாகப் புரிந்துகொண்டிருப்பானா என்பது சந்தேகம்தான். இரங்கல் கடிதம் எழுதியவருக்குப் பதில் எழுதுகிறாள். அவர் குறிப்பிட்டதுபோல் தன் தந்தை இசை விமர்சகர் இல்லை என்பதைச் சொல்கிறபோதே, அவளுடைய தாய் கடந்துவந்த பாதையை நூல்பிடித்தாற்போலச் சொல்கிறாள். காரணம், அவை அனைத்திலும் இந்தப் பெண் ஓர் அங்கமாகவோ சாட்சியாகவோ இருந்திருக்கிறாள்.

பலராமனின் பெற்றோருக்கு மூன்று குழந்தைகள். தங்கள் கனவையெல்லாம் பிள்ளைகளின் தலையில் சுமத்துகிற பெற்றோருக்குக் கொஞ்சமும் சளைத்தவர்கள் அல்லர் இவர்கள். தம் இசை வாரிசாகப் பார்த்துப் பார்த்து வளர்த்த இரண்டு மகன்கள் சங்கீதத்தில் கரைகண்டாலும், ஆற்றில் மூழ்கிக் கரையேற முடியாமல் செத்துப் போகிறார்கள். மனமுடைந்த அந்தப் பெரியவரோ, எஞ்சியிருக்கும் மூன்றாம் மகனைத் தன் துருப்புச் சீட்டாகப் பயன்படுத்தி, சங்கீத சாகரத்தில் விட்டதைப் பிடிக்க நினைக்கிறார். பாடப்புத்தகத்தை நெட்டுரு போடுகிற பலராமனும் ராகங்களை மனனம் செய்கிறாரே ஒழியப் பாடல் கைகூடவில்லை. அவரைப் பாடகராக்க அவருடைய தந்தை சகல வித்தைகளையும் செயல்படுத்திப் பார்க்கிறார். திருமணம் செய்துவைத்த பிறகும் மண்டகப்படிதான். எதுவும் நடக்காமல் போகவே, மகனைப் 'பாஷாங்கச் சனியனே' எனத் திட்டிவிட்டுத் தன் பாட்டு வகுப்புக்கு மங்களம் பாடிவிடுகிறார். சாந்தி கல்யாணம் முடியாத அந்தச் சிறு பெண்ணுக்குத் தன் கணவரை மாமனார் எதற்காக இப்படித் திட்டுகிறார் என்று புரியவில்லை.

மகனை எப்படியும் சிறந்த பாடகனாக்கிவிடலாம் என்கிற நம்பிக்கையில்கூட, அவனுக்கு அவர் மணம் முடித்து வைத்திருந்திருக்கலாம். நினைத்தபடி எதுவும் நடக்காமல் அவர் இறந்துபோக, பலராமனோ சிறுகுழந்தைபோல அழுகிறார். பாவம், தன் லட்சியத் தேடலை மகன் மூலமாக நிறைவேற்றத் துடித்த அந்தத் தந்தை, தன் மகனை வளர விடவேயில்லை! பெற்றோரின் பாவத்தைத்தான் தன் கணவன் தலையில் சுமந்து கொண்டிருந்ததாகப் பின்னாளில் விஜயா நினைத்தார். (தான் பலராமனின் மனைவி என்று அடையாளப்படுத்தப்படுவதை விஜயாவே விரும்பாதபோது, நாமும் அதைத் தவிர்த்துவிடுவோம்). அந்தப் பெற்றோரின் பொறுப்பற்ற அந்தச் செயல், ஒரு பெண்ணின் வாழ்வைச் சீரழிக்கும் என்று அவர்கள் நினைத்திருக்க மாட்டார்கள்.

தன் தந்தையின் கடைசி ஆசையை நிறைவேற்ற, மகனுக்கு ஆசையிருந்து என்ன பயன்? திறமை வேண்டுமே. பாடத்தான் முடியவில்லை; விமர்சகராகி விடுவோம் என்று பலராமன் முடிவெடுக்கிறார். கச்சேரிக்கு வெளியே, சாலையில், பொது இடத்தில் என்று கண்டபடி விமர்சனம் செய்து திரிகின்றார். இவரின் வாய்க்குப் பயந்தே சங்கீத வித்வான்கள் பலர் ஒதுங்கிப்போனார்கள்; அமைதி காத்தார்கள். எந்த வேலைக்கும் போகாமல் வெட்டி நியாயம் பேசியபடி பொழுதைக் கழித்ததோடு, நண்பர்களை அழைத்து வந்து விருந்து உபசாரம் செய்தார். தந்தை சேர்த்துவைத்த பணம் எவ்வளவு நாளைக்கு வரும்? அது கரையத் தொடங்கியபோது, சங்கீத வித்வான்களைப் பாராட்டி, தனித்தனியாகக் கடிதம் எழுதிக் கடன் வாங்கினார். வித்வான்கள் ஒன்றாகக் கூடிப் பேசிக்கொள்வார்கள் என்றுகூட, அந்தச் சங்கீத விமர்சகருக்குத் தெரியவில்லை. அவர்கள் குடுமியில் இவர் சுற்றிய பூ வாடிய பிறகு, அவர்கள் சிரித்தார்கள். இவர் குடும்பம் சிரிப்பாகச் சிரித்தது.

குடும்பத்தைப் பற்றி எந்தக் கவலையும் படாமல் ஊர்சுற்றி வாயளக்கிற ஆண்களுக்கு, வீட்டுப் பெண்களைப் பற்றி எந்தக் குற்றவுணர்வும் இருப்பதில்லை. காலாட்டியபடியே சாப்பிட உட்காரும் அவர்கள், சமையல் எல்லாம் மந்திரத்தில் தயாராகித் தட்டுக்கு வந்துவிடும் என்று நினைத்துக்கொள்வார்கள்போல! பலராமனும் அப்படி நினைத்தாரா என்பது தெரியாது. ஆனால், விஜயா தன் பெற்றோரிடமிருந்து பொருட்களை வாங்கி, வீட்டில் இருக்கிறவர்களின் வயிறு வாடாமல் பார்த்துக்கொண்டார். அப்போதும், தன் மாமனாரைப் பற்றி எள்ளி நகையாடியபடி இருந்தார் பலராமன். தன் கணவரைப் பற்றி மருமகன் இழிவாகப் பேசுவதைப் பொறுக்க மாட்டாமல் பொரிந்து தள்ளிவிடுகிறார் விஜயாவின் அம்மா. பலராமன் அப்படியே வெலவெலத்துப் போகிறார். விஜயா, சாதாரண மனுஷியாகிவிட்டார்.

அதுவரை பாரியா தருமம், ஸ்திரீ தருமம், இல்லாள் கடமை என்று புத்தகங்களில் எழுதியிருக்கும் பெண்ணாக இருந்தவர் அன்று முதல் சாதாரணப் பெண்ணாகிறார். உண்மையில் நம் சமூகத்தில் இப்படிச் சாதாரணப் பெண்ணாக வாழ்வதுதான் வலி மிகுந்தது. விமர்சனங்களையும் கேலிப்பேச்சுகளையும் தாங்கிக்கொள்வதற்கு அசாத்தியமான சக்தி வேண்டும். இந்த வலியைவிட, சமூகம் வகுத்து வைத்திருக்கும் இலக்கண இல்லாளாக வாழ்வதன் வலி குறைவுதான்.

அப்போதுதான், பலராமனுக்கு விஜயராகவனின் நட்பு கிடைக்கிறது. ஒருமுறை விஜயராகவனும் விஜயாவும் பேசிக் கொண்டிருக்கையில், வீட்டுக்கு வருகிறார் பலராமன். அவரிடம் வீட்டு நிலைமையைச் சமாளிக்க ஏதாவது வேலைக்குப் போகலாமே என்று விஜயராகவன் சொல்கிறார். பலராமனோ, “வாங்கிய கடனைத் திருப்பிக் கொடுக்கிற வழக்கமெல்லாம் பாமர மக்களுக்குத்தான்; வித்வான்களுக்கும் கலைஞர்களுக்கும் அது எல்லாம் கிடையாது” என்று சொல்கிறார். விஜயாவுக்கோ குமட்டிக்கொண்டு வருகிறது.

காபி போட்டு மகளிடம் தந்தனுப்புகிறாள். காபி பொடி விஜயராகவன் வாங்கித் தந்தது. சர்க்கரை இல்லையே என்று பலராமன் கத்துகிறார்.

“கலைஞர்களுக்குச் சர்க்கரை என்னத்துக்கு?” எனச் சிரிக்கிறார் விஜயா. நடுநிசியின் நிசப்தத்தில் ஒலிக்கிற உறுமல் போன்ற அந்தச் சிரிப்பு, அவ்வளவு நாளாக அவர் அடக்கிவைத்திருந்த ஆற்றாமையின் வெளிப்பாடு. உள்ளுக்குள்ளே குமைந்து கிடந்ததெல்லாம் அச்சிரிப்பில் வெளிப்படுகிறது.

ஒருநாள், விஜயராகவனும் விஜயாவும் பேசிக்கொண்டிருக்கையில், வீட்டுக்கு வருகிற பலராமன், விஜயராகவனைத் துச்சமாகப் பேசுகிறார். “கழுகுக்கு மூக்குல வேர்த்தாப்பல நான் இல்லாத சமயமாப் பார்த்து வறீமேன்னேன்?” என்றார். வந்தால் என்ன என்று விஜயராகவன் கேட்க, “கெட் அவுட்” எனப் பலராமன் கத்துகிறார். ஆனால், விஜயராகவன் அதற்குக் கொஞ்சமும் அசைந்து கொடுக்கவில்லை. கடலலை அசையாமல் இருப்பதுபோல் நாற்காலியிலேயே அமர்ந்திருந்தார். பலராமனைப் பூச்சியைப் பார்ப்பதுபோல் பார்த்தார். விஜயராகவன் எதற்குமே அஞ்சவில்லை. அந்த நேரத்துக்கு அவர் விலகிச் சென்றிருந்தாலோ, விளக்கம் கொடுத்திருந்தாலோ அது விஜயாவுக்கு அவமரியாதை. சிக்கலான தருணங்களில் உடனிருக்கிற ஆண் மீதுதான், பெண்ணுக்கு மரியாதை கூடும். அவரைத்தான் அவள் மனம் ஆணாகப் பாவிக்கும். ஆண் என்பது உருவம் அல்ல; ஆண் என்பது அனுசரித்துச் செல்லும் கம்பீரம். அந்த இடத்தில் அசையாமல் உட்கார்ந்திருந்துவிட்டு, எந்தக் கோபமும் பதற்றமும் இல்லாமல் எழுந்து செல்கிறார் விஜயராகவன்.

பிரச்சனையை எதிர்கொள்ளத் திராணியற்றுப் பதற்றத்தோடு வெளியேறிய பலராமன், மாலை ஆறு மணிக்கு வீடு திரும்புகிறார். ரெண்டில் ஒன்று பார்த்துவிடுகிற ஆவேசம். ஆனால், விஜயாவோ பலராமனைத்தான் திணறடிக்கிறார். விஜயராகவன் ஏன் வீட்டுக்கு அடிக்கடி வருகிறார் என்று பலராமன் கேட்பதற்கு, “பாஷாங்க ராகத்துக்கு வேற ஸ்வரம் எதுக்கு வரும்?” என்று மற்றொரு கேள்வியையே பதிலாகச் சொல்கிறார். பலராமன் பார்த்துக்கொண்டேயிருக்க, “பதில் சொல்லுங்க” என்கிறார் விஜயா. “ரக்தி கொடுக்க” என்று பலராமன் சொன்னதும், விஜயா சொல்கிற விளக்கம் ராகத்துக்கு மட்டுமல்ல; இல்லற சங்கீதத்துக்கும் சேர்த்தேதான். “இப்ப புரிஞ்சுதா? அந்நிய ஸ்வரம் எதுக்கு வரும்? ராகத்துக்கு ரக்தி கொடுக்க வரும். அதை இன்னும் போஷிக்க வரும். இப்ப நாலு மாசமா குடும்ப போஷனை விஜயராகவன்னாலேதான் நடக்கிறது. நாலு மாசமா நீங்க திங்கற அரிசி, குடிக்கிற காப்பியெல்லாம் அவன் வாங்கிப் போட்டதுன்னேன்… இத்தனை சாஸ்திரம் படிச்சும் வீட்டிலே இருக்கிற பாஷாங்க ராகமே புரியலே” என்று சொல்கிறாள்.

மனைவியையும் குழந்தைகளையும் பசியில் வாடவிட்டு, ஊரெல்லாம் கடனை வாங்கி அதைத் திருப்பிச் செலுத்தாமல், அதைச் செலுத்துவதற்கு எந்த வழியையும் தேடாமல், வெட்டிப்பேச்சு பேசித் திரியும்போதெல்லாம் போகாத மானம் மனைவியின் பேச்சில் போய்விட்டது பலராமனுக்கு. முகத்திலும் தலையிலும் ஓங்கி ஓங்கிப் போட்டுக் கொள்கிறார். மனைவிக்காக எதையுமே செய்யாமல், மனைவி என்கிற பொருளை மட்டும் சொந்தம் கொண்டாட நினைக்கிற ஆண் மனம் அப்படித்தானே செயல்படும். பிறகு பைத்தியம் பிடித்ததுபோல் நடந்துகொள்ள வடக்கே இருந்து வந்த அவருடைய அத்தான், தன்னுடனேயே அழைத்துச்

சென்றுவிடுகிறார். அங்கேயே ஐந்தாண்டுகள் மனநல மருத்துவமனையில் சிகிச்சையளித்தும், பலனின்றி அங்கேயே அவர் இறந்துவிடுகிறார். பலராமன் காலமான செய்தியை, அவரின் அத்தான் பத்திரிகைக்குக் கொடுத்திருப்பார்போல. அதைப் பார்த்துத்தான், ரசிகர் ஒருவர் விஜயாவுக்குக் கடிதம் எழுதியிருக்கிறார்.

அந்தக் கடிதம், எங்கெங்கோ சென்று, கடைசியாக விஜயாவின் மகள் ரதிபதிப்ரியாவை வந்தடைந்தது. கடிதத்தின் தொடக்கத்திலேயே தன் அம்மா கோரேகானில் அவருடைய இந்நாள் கணவருடன் இருப்பதாக ரதி குறிப்பிடுகிறார். அப்போதே, நமக்கு எல்லாம் விளங்கிவிடுகிறது. ஆனாலும், மகள் நீண்ட கடிதத்தை எழுதுகிறார். தன் அம்மாவை நிரூபிக்க அல்ல; தன் தந்தையின் கீழ்மையையும் அந்த அடையாளத்திலிருந்து தன் தாய் விடுபட்டுவிட்டார் என்பதைச் சொல்லவும்தான். அன்று காலை அம்மா கோரேகானில் இருந்து வந்துவிட்டபடியால், அவரும் கடைசியாக இரண்டு வரிகளைச் சேர்க்கிறார். “பலராமனுக்குச் சித்தம் கலங்குவதற்கு முன்னால், ஒன்று நடந்தது. என் மேல் அவ்வளவு சந்தேகப்பட்டுக் கோபமும் கலக்கமுமாகப் போனவர், சாப்பாட்டுக்கு மட்டும் வேளாவேளைக்கு வந்துகொண்டிருந்தார். நான்தான் அவருடைய அத்தானுக்கு எழுதி வரவழைத்தேன். பலராமன் தலையில் சுமக்கிற அவரது அப்பாவின் பாவத்துக்கு, நாங்கள் எவ்வாறு பிணையாக முடியும்?” என்று முடித்திருந்தார் விஜயா விஜயராகவன்.

விஜயா சொல்வதை வைத்துப் பார்க்கும்போது விஜயராகவன் விஜயாவைவிட வயது குறைவானவராக இருக்கக்கூடும். காரணம், அவரை ‘அவன்’ என்றுதான் குறிப்பிடுகிறார். அப்படியிருக்கும் பட்சத்தில், இந்த உறவு வேறொரு நிலையை அடைகிறது. அதற்காகவும் விஜயராகவன் என்கிற அந்நிய ஸ்வரத்தைக் கொண்டாடலாம். விஜயாவின் மகள் ரதி சொல்வதைப்போல் இலக்கணப்படி வாழ முடியாத விஜயா, சாதாரண மனுஷிதான். ஆனால், எல்லோராலும் சாத்தியப்படுத்த முடியாத சாதாரண நிலை அது.

‘பாஷாங்க ராகம்’ – எந்த இடத்திலும் யாரையும் சரி, தவறு என்று நியாயப்படுத்தவோ உதாசீனப்படுத்தவோ இல்லை. ஆனால், ஆணின் அகந்தை எவ்வளவு ஆபத்தானது என்பதைத் துல்லியமாகச் சொல்லியிருக்கிறார். வீட்டுத்தலைவன் என்பதன் பொருள் ஆண் என்பது மட்டுமேயில்லை என்பதைச் சொல்கிற அதேநேரம், வெறும் பொருளியல் தேவைகளை மட்டுமே பெண்கள் ஆணிடம் எதிர்பார்ப்பதில்லை என்பதையும் தி.ஜா. உணர்த்துகிறார். ஒரு பெண்ணை, அவளது இருப்பை, அவளது செயல்பாட்டை, உணரவோ அங்கீகரிக்கவோ தவறுகிற ஆண், பைத்தியத்துக்குச் சமானம் என்பதைத்தான் பலராமன் மூலமாகத் தி.ஜா. சொல்கிறார். தங்கள் இயலாமை அனைத்தையும், ஆண் என்கிற ஒற்றைச்சொல் தீர்த்துவிடும் என்பதாகப் பலராமன்கள் இப்போதும் நம்பிக் கொண்டிருக்கிறார்கள். ஆனால், விஜயாக்கள் விழித்துக்கொண்டுவிட்டார்கள்.

✦

47

வார்த்தைகள் இழுத்துச்செல்லும் காட்டாறு

அரிசங்கர்

உலக இலக்கியம் நவீனத்துவத்துக்குள் நுழைந்த காலகட்டத்தில்தான், தமிழில் சிறுகதை எனும் வடிவம் உயிர்பெற்று இயங்கத் தொடங்கியது எனலாம். பிறகு மெல்லத் தன் ஆதிக்கத்தைத் தமிழ் இலக்கியத்தில் செலுத்தத் தொடங்கியது. இன்றளவும் பேசப்படக்கூடிய பல சிறுகதைகள் அதன் ஆரம்பக்கட்டத்தில் எழுதப்பட்டவைதாம். புதுமைப்பித்தன் தொடங்கிக் கு.ப.ரா., கு.அழகிரிசாமி எனத் தமிழ் சிறுகதையின் ஆரம்ப வருடங்களிலேயே அதற்கான மாஸ்டர்கள் உருவாக ஆரம்பித்தார்கள். சிறுகதைகளை முன்வைத்தே சிற்றிதழ்களும் உருவாகின. பிறகு அச்சிற்றிதழ்களே, பல முக்கியமான சிறுகதை ஆசிரியர்களையும் உருவாக்கின.

தமிழின் முதல் சிறுகதையான 'குளத்தங்கரை அரசமரம்' (இதில் பலருக்கு மாற்றுக் கருத்தும் இருக்கிறது) 1917இல் வெளியானதிலிருந்து, சரியாக இருபதாண்டுக் கழித்துத் தி.ஜா.வின் முதல் சிறுகதையான "மன்னித்து விடு" 1937இல் ஆனந்த விகடனில் வெளியாகிறது. இடைப்பட்ட இருபதாண்டுகளில், உண்மையிலேயே தமிழ்ச் சிறுகதை மெல்ல மெல்லத்தான் அடியெடுத்து வைத்துக்கொண்டிருந்தது. 1930களின் மத்தியில்தான் புதுமைப்பித்தனிலிருந்து தொடங்கிப் பேராளுமைகள் ஒவ்வொருவராய் சிறுகதையை அடுத்தகட்ட பாய்ச்சலுக்கு நகர்த்துகிறார்கள். தி.ஜானகிராமனின் சமகாலச் சிறுகதை எழுத்தாளர்களாகப் புதுமைப்பித்தன், கு.ப.ரா., கல்கி, மௌனி, ந.பிச்சமூர்த்தி, லா.ச.ரா., கு.அழகிரிசாமி, சி.சு.செல்லப்பா, பின்னால் த.ஜெயகாந்தன், விந்தன், சுந்தர ராமசாமி போன்றவர்களைச் சொல்லலாம். ஆனால், இவர்கள் யாரும் ஒரே பாதையில் பயணிக்கவில்லை என்பதே உண்மை. சிலர் தொடர்ந்து சிற்றிதழ்களில் மட்டுமே இயங்கிக் கொண்டிருந்தனர். சிலர் தொடர்ந்து வெகுஜன

இதழ்களில் மட்டுமே இயங்கிக்கொண்டிருந்தனர். சிலர் இரண்டிலும் தங்கள் பங்களிப்பைச் செய்தனர்.

தி.ஜானகிராமன் சிற்றிதழ் மரபிலிருந்து உருவாகிவந்தவரல்லர். அவருடைய பல சிறுகதைகள், வெகுஜன இதழ்களில்தான் வெளியாயின. அவரது நாவல்களும் இதழ்களில் தொடர்கதையாக வெளிவந்தவையே. ஆனாலும் அவர், தமிழிலக்கியத்தில் முக்கியமான இடத்தைப் பிடித்தார். அவரைப் போலவே தொடர்ந்து வெகுஜன இதழ்களில் அதிக அளவில் எழுதித் தீவிர இலக்கியத்தில் நீங்காத இடத்தைப் பிடித்தவர் என்று அசோகமித்திரனையும் சொல்லலாம். இதற்கு முக்கியக் காரணம், இவ்விருவரின் கதைத்தேர்வும் சொல்முறையுமே எனலாம். இவர்களின் வாழ்க்கைமுறை, கதைக்களம், சொல்முறை ஆகியன முற்றிலும் வெவ்வேறானது என்றாலும், தி.ஜானகிராமனுக்கு இருபது வருடம் கழித்தே அசோகமித்திரன் கதையெழுத வந்திருந்தாலும், ஒப்பீட்டளவில் அசோகமித்திரனை வைத்தே தி.ஜா.வைப் பார்ப்பதும் புரிந்துகொள்வதும் ஒருவிதத்தில் வசதியாக இருக்கும் என்று கருதுகிறேன்.

தி.ஜானகிராமன், தம் எழுத்து வாழ்வைச் சிறுகதைகளில் தொடங்கியிருந்தாலும், அவருடைய முதல் புத்தகமாக வெளிவந்தது 'அமிர்தம்' என்னும் நாவல்தான். நம் தமிழிலக்கியச் சூழலில் சிறுகதை, நாவல் என்று இரண்டிலுமே முத்திரை பதித்த வெகு சிலரில் தி.ஜா.வும் ஒருவர். சிறுகதைகளின் முன்னோடிகளாக நாம் கருதும் பலர், ஒரு நாவல்கூட எழுதாதவர்கள்தாம். தி.ஜா. தொடர்ந்து இரண்டிலும் தம் பயணத்தை மேற்கொண்டார். அவரால் காலம் தாண்டி நிற்கக்கூடிய சில நாவல்களை (மோகமுள், அம்மா வந்தாள்) எழுத முடிந்ததைப் போலவே, பல சிறுகதைகளையும் எழுத முடிந்தது. ஆனால், தொடர்ந்து தி.ஜா. பற்றிப் பேசுபவர்கள், அவரது நாவல்களையே அதிகம் முன்னிறுத்துகிறார்களோ என்றே படுகிறது.

நாவலை முன்னிறுத்துவதும், அதைப் பற்றி மட்டுமே பேசுவதும் ஒரு வசதியான விஷயமாக இருக்கிறது. தமிழில் முக்கியமான எழுத்தாளர்கள், அதிகமான நாவல்களை எழுதியவர்கள் என்று எப்படிப் பார்த்தாலும் அதிகபட்சமாக யாராவது ஒருவர் பத்திலிருந்து பதினைந்து நாவல்கள் எழுதியிருக்கலாம். தி.ஜா. ஒன்பது நாவல்களை எழுதியிருக்கிறார். அதிலிருந்து ஒன்றோ அல்லது இரண்டோ வாசித்துவிட்டு, விமர்சனத்தை அல்லது வாசிப்பனுபவத்தை முன்வைப்பது பெரிய விஷயமாக இருக்காது. உதாரணத்திற்குச் சுந்தர ராமசாமியின் சிறுகதைகளைவிட அவரின் நாவல்களைக் குறித்த கட்டுரைகளே அதிகம் காணப்படுகின்றன. அசோகமித்திரன், சி.சு.செல்லப்பா, க.நா.சு., பிரபஞ்சன் எனப் பல உதாரணங்கள் உண்டு. ஆனால், இவர்கள் அனைவரும் நூற்றுக்கணக்கில் சிறுகதைகளும் எழுதியுள்ளார்கள் என்பது குறிப்பிடத்தக்கது.

தி.ஜா.வின் மொழிநடை, ஒரு காட்டாற்று வெள்ளத்திற்கு ஒப்பானது. அது எப்போதும் அனைத்தையும் வாரிச்சுருட்டியடித்து ஓடிக்கொண்டேயிருக்கும். எக்காரணங்கொண்டும் அது நின்று நிதானமாகப் போகக்கூடியதன்று. இதைச் சரியாகப் புரிந்துகொள்ள அல்லது நன்கு அனுபவிக்க, நாம்

அசோகமித்திரனின் கதைகளையும் வாசித்துப் பார்க்கவேண்டும். அவற்றில் இருக்கும் பொறுமையையோ, நின்று நிதானமாகக் கதை கூறும் முறையையோ தி.ஜா.விடம் நாம் பார்க்க முடியாது. ஆனால், அதுதான் தி.ஜா.வின் முக்கிய பலமாகத் தோன்றுகிறது. அவரின் எந்தக் கதையையும் பாதி வாசித்துவிட்டுக் கீழே வைத்துவிட முடியாத அளவிற்கு வாசகனின் கையைப் பிடித்துக் கூட்டிக்கொண்டு அல்லது இழுத்துக்கொண்டு செல்லக் கூடியவர். பெரும்பாலும் உரையாடல் மூலமாகவே (அது பல இடங்களில் கதைசொல்லியின் புலம்பல்களாகவே இருக்கிறது) கதையை நகர்த்தக்கூடியவர். காட்சிகளின் வர்ணனைகளைவிடக் கதாபாத்திரத்தின் மனவோட்டத்திற்கு அதிகம் முக்கியத்துவம் கொடுக்கக்கூடியவர்.

தி.ஜா.வின் கதைகள் மற்றும் நாவல்கள் வெளியான காலகட்டத்தைக் கூர்ந்து ஆராய்ந்தால் அவர் நாவல்களுக்கிடையே ஒரு பொதுவான இடைவெளியும், அவ்விடைவெளிக்கிடையில் அவர் எழுதிய சிறுகதைகளைக் கூர்ந்து ஆராய்ந்தால் அக்கதைகளுக்கு பிறகு அவர் எழுதிய நாவல்களின் சாரங்களைச் சிறுகதைகளில் முயற்சித்திருப்பதும் நன்கு தெரியும். தி.ஜா.வின் சிறுகதைகள் ஒவ்வொரு பத்தாண்டுக்கும் அக்காலத்திற்கேற்பப் பரிணாம வளர்ச்சியடைந்தே வந்துள்ளன. ஆரம்பக் காலகட்டத்தில் அவர் கதைகளில் மேலோங்கிய லட்சியவாதம் மெல்ல நகர்ந்து உறவுகளுக்கிடையேயான சிக்கல்களுக்குள் நுழைந்து அதன் மெல்லிய இழைகளை ஒவ்வொன்றாக அவிழ்க்கப் பின் முயல்கிறது. தி.ஜா.வின் சிறுகதைகளைப் பற்றிய கட்டுரைக்குப் பலவிதத் தலைப்புகளின்கீழ் ஆராயக்கூடிய சாத்தியங்கள் இருந்தாலும், அவரின் சிறுகதைத் தொகுப்புகளின் தலைப்புக்கதைகளை மட்டுமே நான் எடுத்துக் கொண்டுள்ளேன். ஏதோ ஒருவகையில் அவை அவருக்கு முக்கியமாகப் படவேதான் அவற்றைத் தம் தொகுப்புகளுக்குத் தலைப்புகளாக அவர் வைத்துள்ளார் என்றே படுகிறது. அவை வெளியான காலகட்டத்தில், அவரின் சமூகப்பார்வை எவ்வாறு இருந்துள்ளது என்பதைக் காண்பதே, இக்கட்டுரையின் நோக்கமாகும்.

தி.ஜா.வின் முதல் தொகுப்பான ‘கொட்டு மேளம்’ (1954), அவரின் சிறுகதைகளைக் குறித்துப் பேசுபவர்களால், மிக முக்கியமாகக் கருதப்படு கிறது. ‘கொட்டு மேளம்’ சிறுகதை, இருவேறு விஷயங்களை ஒரே புள்ளியில் இணைக்க முயல்கிறது. முதலாவது தனக்கு எப்போதும் எதுவும் தாமதமாகவே கிடைக்கிறது என்ற மனக்கவலையில் இருக்கும் ஒரு மருத்துவரைப் பற்றியும், அவரைத் தொடர்ந்து ஏமாற்றும் நோயாளிகள் (அல்லது வாடிக்கையாளர்கள்) பற்றியும் பேசுகிறது. தமது இந்தப் பிரச்சனைகளைப் பற்றித் தம் எதிர்கால மனைவியிடம் டாக்டர் பேசிபடியே இருக்கிறார். அவருடைய இந்தத் திருமணம்கூட, அவர் வாழ்வில் மிகத் தாமதமாகவே நடக்கவிருக்கிறது. அவர்கள் உரையாடல்களுக்கிடையில் வெளியே கேட்கும் வெடிச்சத்தத்தைக் கேட்டு இருவரும் வெளியே செல்கிறார்கள். தேர்தலில் வெற்றி பெற்ற ஒருவர் மாலை மரியாதையுடன் செல்கிறார். அவர் தமக்குத் தரவேண்டிய பணம் பற்றியும், அவரைப்போலப் பலரும் தம்மை ஏமாற்றுவதாகவும் சொல்கிறார் டாக்டர். ஆனால், அதைப் பற்றி அவர் பெரிதாக அலட்டிக்கொள்வதில்லை. இந்தக் கதையில் நேரடியாக ஒன்றைத் தி.ஜா. பேசிக்கொண்டிருந்தாலும்,

மறைவாக மற்றொன்றையும் பேசிக்கொண்டே வருகிறார். உண்மையில் அவர், தம் மொத்த எழுத்திலும் அதையேதான் செய்துகொண்டேயிருக்கிறார். மனிதனுக்கு எப்படியாவது குடும்ப உறவுகள் அமைந்துவிட வேண்டும்; அது தாமதமாகக்கூட அமையலாம்; சில நேரங்களில் அது தவறான வழியில்கூட ஏற்படலாம். ஆனால், அவரைப் பொறுத்தவரை, அனைத்து உறவும் புனிதமானவையே. அவரால் ஒரு தவறான உறவைக்கூடத் தவறான எண்ணம் ஏற்படும்படி உருவாக்க முடியாது. அதற்குச் சிறந்த சான்று, அவருடைய "அம்மா வந்தாள்" நாவல்.

'சிவப்பு ரிக்ஷா' (1956), தி.ஜா.வின் இரண்டாவது சிறுகதைத் தொகுப்பு. இந்தக் கதையைத் தி.ஜாவின் முக்கியமான ஒரு கதையாக நான் பார்க்கிறேன். இந்தக் காலகட்டம், தி.ஜா. மரபுக்கும் நவீனத்துவத்திற்குமிடையில் ஊசலாடிக் கொண்டிருந்த ஒரு காலமாகத் தெரிகிறது. அவருடைய 'சிவப்பு ரிக்ஷா' என்ற இந்தக் கதையில் அது நன்கு வெளிபடுகிறது. நவீன மனம் உடைய ஒரு கல்லூரி மாணவி, மரபான மனமுள்ள அவளின் தெருவைச் சேர்ந்த ஒருவர் என்ற இவ்விருவருக்குமிடையே நிகழும் சில சம்பவங்களே மொத்தக் கதையும். கடைசியில் தி.ஜா., தன் பாதையை நவீனத்துவத்தை நோக்கி நகர்த்துகிறார். உண்மையில் சிவப்பு ரிக்ஷா எழுதப்பட்ட 1954 என்ற காலத்தைத் தமிழ்ச் சூழல் மரபிலிருந்து வெளியேறத் திமிறிக் கொண்டிருந்த ஒரு காலமாகக் கொள்ளலாம். மரபான ஓர் அரசியல் சூழலிலிருந்து தமிழ்ச் சமூகம் புதிய அரசியல் பாதையை நோக்கி மெல்ல நகர்ந்துகொண்டிருந்த ஒரு காலகட்டம். இக்கதையை அக்காலச் சமூக அரசியல் மாற்றத்தோடு சேர்ந்து வாசிக்கும்போது, இது ஒரு முக்கியமான கதையாக உருமாறும்.

'அக்பர் சாஸ்திரி' (1963) மற்றும் 'யாதும் ஊரே' (1967), தி.ஜா.வின் அடுத்தடுத்த தொகுப்புகள். இந்த இரண்டு கதைகளும் கிட்டத்தட்ட ஒரே பாணியிலான கதைகள். இரண்டுமே கதைசொல்லியின் வாழ்க்கையில் கடந்துபோகும் அந்நியர் அல்லது வழிப்போக்கர் ஒருவரைப் பற்றியவை. 'அக்பர் சாஸ்திரி', கதைசொல்லியோடு ரயிலில் உடன்வரும் ஒரு சக பயணி. அவர் ஆரம்பத்திலிருந்து பேசிக்கொண்டேயிருக்கிறார். தமது தற்பெருமைகளைச் சொல்லிக்கொண்டேயிருக்கிறார். எதிரிலிருக்கும் குடும்பத்திற்கு மருத்துவ ஆலோசனைகள்கூடச் சொல்கிறார். ஆரம்பத்தில் இவர் மீது எரிச்சல்படும் கதைசொல்லி, ஒருகட்டத்தில் தாமும்கூட மருத்துவ ஆலோசனை பெற விரும்புகிறார். யாரென்றே தெரியாத மனிதர்களிடம் முழு அக்கறை கொண்ட ஒரு மனிதராக, 'அக்பர் சாஸ்திரி' இருக்கிறார். இதற்கு நேர் எதிராகத் தம் சொந்தத் தம்பிகளால் ஏமாற்றப்பட்டுச் சாமியாரான கதாபாத்திரத்தை, 'யாதும் ஊரே' சிறுகதையில் உருவாக்குகிறார். மனிதர்களின் இரண்டு எல்லைகளையும் தம் கதைகளில் பரிணமிக்க விடுகிறார். வாழ்க்கையின் போக்கில் நாம் எல்லாவித மனிதர்களையும் எதிர்கொண்டுதான் ஆகவேண்டும் என்பதுபோலவே, இவ்விரு கதைகளும் அமைந்திருக்கின்றன.

'பிடி கருணை' (1974), தி.ஜா.வின் அடுத்த தொகுப்பு. அவரின் அதிகம் பேசப்படாத முக்கியக் கதைகளில் இதுவும் ஒன்று. இக்கதை மனித மனத்தில் குடிகொண்டிருக்கும் அழுக்குகளையும் கசடுகளையும் இயல்பாக வெளிப்படுத்திய ஒரு கதை. தனக்கு ஒரு சாமியாரின் அருள்

வேண்டும் என்பதற்காக, ஒரு சிறுவனை ஏமாற்றும் ஒரு கடைக்காரனின் கதை. ஏதோ ஒரு காலத்தில் சாமியார் ஓர் உணவகத்தில் உட்கார, அதன் பின் அவ்வுணவகம் பெரும் பொருள் ஈட்ட, அதைக் கண்ணுற்றுத் தன் கடையிலும் அவரை உட்கார வைக்கக் கடைக்காரன் போடும் திட்டமே கதை. "மனிதன் ஒரு மகத்தான சல்லிப்பயன்" என்ற ஜி.நாகராஜனின் வரிகளைத் தம் பல கதைகளில் தி.ஜா. நிறுவியிருக்கிறார். அதில் இக்கதையும் ஒன்று.

'சக்தி வைத்தியம்' (1978), 'மனிதாபிமானம்' (1981) மற்றும் 'எருமைப் பொங்கல்' (1990) தி.ஜா.வின் அடுத்தடுத்த தொகுப்புகள். இதில் 'எருமைப் பொங்கல்', அவர் இறந்து சில ஆண்டு கழித்து வந்த தொகுப்பு. அதன் பிறகு 2020இல் வெளிவராத அவர் கதைகளைக் கொண்டு, 'கச்சேரி' என்ற தொகுப்பு வெளிவந்தது. வீட்டிற்கு அடங்காத ஒரு சிறுவனின் கதையாக ஆரம்பிக்கும் 'சக்தி வைத்தியம்', கதையின் இறுதிக்கட்டத்தில், அது சிறுவனுடைய டீச்சரின் கதையாக மாறுகிறது. டீச்சரின் வாழ்க்கைப் பின்னணி, அவளுக்கு நேர்ந்த சோகம் எனத் தொடர்ந்து, அதிலிருந்து அவள் வெளியேற மேற்கொண்ட சுய வைத்தியமே சக்தி வைத்தியம். மனிதாபிமானத்தைக்கூடச் சந்தேகக் கண் கொண்டு பார்க்கும் ஒரு காலகட்டத்திற்குள் நாம் நுழைந்துவிட்டோம் என்றுணரவைக்கும் கதை 'மனிதாபிமானம்'. பழுதடைந்த தன் கைக் கடிகாரத்தைச் சரிசெய்ய முயற்சி செய்யும் ஒருவரின் கதையாக ஆரம்பிக்கும் இதில், தி.ஜா. கார்ல் மார்க்ஸ், ஃபிராய்ட் எனத் தம் கதை உலகத்தின் அடுத்த கட்டத்திற்குள் நுழைகிறார். சாலையில் இப்போதிருக்கும் கூட்டத்தை வைத்து 2050இல் எவ்வளவு இருக்கும், 2100இல் எவ்வளவு இருக்கும் என்று மனக்கணக்குப் போடுகிறார். மக்கள் நெருக்கடி மிகுந்த சாலையின் வழியாக எதிர்காலம் குறித்த தம் பார்வையை முன்வைக்கிறார். ஆனால், அது அறிவியல் பூர்வமாக அல்லாமல், வெறும் பெருக்கல் கணக்காக மட்டுமே அமைந்துவிடுகிறது.

'எருமைப் பொங்கல்' கதை, முற்போக்குப் பேசும் இரண்டு எருமைகளின் கதையாக நகர்ந்துவிடுகிறது. இக்கதை அக்காலகட்டத்தில் ஏற்பட்ட சமூக மாற்றத்தின் பிரதிபலிப்பாக மட்டுமே அமைந்துவிடுகிறது. 'கச்சேரி' தொகுப்பின் தலைப்புக் கதையான 'கச்சேரி', 1965இல் கல்கி தீபாவளி மலரில் வெளிவந்துள்ளது. ஆனால், இக்கதையை ஏன் தி.ஜா. தம் நூலில் சேர்க்கவில்லை என்பது, இதை வாசிக்கும்போது ஆச்சர்யத்தையே ஏற்படுத்தியது. தி.ஜா.வின் கதைகளில் நவீனத்துவக் கூறுகள் கொண்ட ஒரு கதையாக இதை எடுத்துக்கொள்ளலாம். முக்கியமாக மரபிலிருந்து விடுபட்டுத் தங்களுக்கான ஒருவழியை உருவாக்கிக்கொள்ளும் பிள்ளைகளின் காலம் மெல்ல உருவாகிவந்துகொண்டிருக்கிறது என்பதை, இக்கதையின் முதல் பத்தியிலேயே தி.ஜா. சுட்டிக் காட்டிவிடுகிறார். 'இசைக் கலைஞர் ராமுவின் பெரிய பிள்ளை சம்பாரிக்க கேமராவை எடுத்துக்கொண்டு பார்ட்டிக்குப் போயிருக்கிறார்' என்ற வரி, இக்கதையின் முக்கியமான ஒன்றாகவும் கூர்ந்தாராயப்படவேண்டிய ஒன்றாகவும் படுகிறது. ஆனால், அடுத்த பத்தியில், கதை வேறு திசையில் நகர்ந்துவிடுகிறது. ராமுவிற்கும் அத்தெருவிற்குக் குடிவந்திருக்கும் சிறுவன் ரங்குவுக்குமான உறவாக அது மாறுகிறது. தினமும் வரும் ரங்கு, திடீரென்று ஒருநாள் ஏன் வரவில்லை

என்ற ராமுவின் பரிதவிப்பிலிருந்து, கதை தொடங்கி அது ரங்குவைப் பற்றிய அறிமுகமாகத் தொடர்ந்து, அவன் விளையாட்டாகக் கேட்ட கச்சேரியை நடத்த ராமு ரங்குவின் ஊருக்குப் போவதில் முடிகிறது. எப்போதும் தன்னை முன்னிலைப்படுத்தித் தன்னுடனேயே இருக்கும் ஓர் உறவு மனித வாழ்வின் இரு வேறு வயதுடையவர்களிடமும் இயற்கையாக ஏற்படுகிறது. ஒரு குழந்தையும்கூட, அதன் முக்கியத்துவத்தை எதிர்பார்க்கிறது. ஒரு கிழவரும் அதையேதான் எதிர்பார்க்கிறார். ராமுக்குச் சொந்தப் பேரன் ஒருவன் இருந்தாலும், தனக்கும் தன் இசைக்கும் கச்சேரிக்கும் முக்கியத்துவம் கொடுக்கும் ரங்குவே அவருக்கு முக்கியமானவனாகத் தெரிகிறான். அதற்காகவே அவர், அவன் கேட்ட கச்சேரி செய்து தர மதுரைக்கு ஓடுகிறார். அன்பின் பூரணத்தை அவாவும் கதை இது.

தி.ஜானகிராமனை வட்டார எழுந்தாளர் என்றோ, பிராமணிய எழுத்தாளர் என்றோ ஒருபோதும் சுருக்கிவிடவே முடியாது. அவரின் கதை மாந்தர்கள், ஒரு வட்டாரத்தில் புழங்கியவர்களாக இருந்தாலும், தம் கதைகளில் தி.ஜா. பேசியவை நிச்சயம் உலகளாவிய தன்மை கொண்டவை என்பதை மறுக்க முடியாது. அவர் கதைகள், எப்போதுமே ஒரு கலகக்காரத் தன்மையுடையவை. அவர் எந்த ஜாதியையும் பெரிதாக உயர்த்திப் பிடித்தார் என்று எளிதில் குற்றம் சுமத்த முடியாது. ஏனெனில், அவர் அப்படி இல்லை என்று நிறுவ, அவரின் பல படைப்புகள் நம் முன்னே இருக்கின்றன. தி.ஜா.வின் கதை உலகத்தில் உலாவும் பெண்களைப் பற்றி மிக நிச்சயமாகச் சுருக்கி எளிதாகப் பேசிவிடவே முடியாது. அது நிச்சயம் ஒரு சுவராய்விற்குரியது. மேலும், தி.ஜா.வின் பெண்கள், அவரின் சிறுகதைகளை விடவும் நாவல்களிலேயே தம்மிருப்பை உறுதியாக நிலைநாட்டியவர்களாயுள்ளார்கள். தி.ஜா.வின் எழுத்துமுறை நிச்சயமாக ஒரு அமைதியான நதியைப் போன்றதில்லை; அது கிடைத்ததையெல்லாம் வாரிச்சுருட்டிக் கொண்டோடும் காட்டாறு.

✣

48

அக்பர் சாஸ்திரி: பாலைவனக் கள்ளி படர்ந்திருக்கும் உலகில்...

பாவண்ணன்

'நடந்தாய்; வாழி, காவேரி!' பற்றி, ஒருநாள் என் கன்னட நண்பர்களிடம் பேசிக்கொண்டிருந்தேன். நதியை ஒட்டிய பயணம் என்பதைக் கேட்டு அவர்கள் மலைத்துவிட்டார்கள். அதுவும் முன்னொரு காலத்தில் நிகழ்ந்த பயணம் என்பதைக் கேட்டு, அவர்களுடைய வியப்புப் பல மடங்காகப் பெருகியது. அப்படி ஒரு பயணம் நாமும் செல்லவேண்டும் என்று கனவு மிதக்கும் கண்களோடு ஒவ்வொருவரும் மாறிமாறிச் சொன்னார்கள். இரண்டு ஆண்டுகள் கடந்தநிலையிலும் அப்படி ஒரு தருணம் வாய்க்கவே இல்லை. அதனால் ஒரு மாற்றுத்திட்டமாக ஒருநாள் பயணமாகச் சிவசமுத்திரம், தலக்காடு, திரு முக்கூடல், சோமநாதபுரம் ஆகிய இடங்களுக்கு மட்டும் சென்றோம். அருவிச்சாரல், சோழர் காலத்துக் கோவில், ஒருகாலத்தில் ஊரையே மூடியிருந்த மணல்மேடு, குறுகியும் விரிந்தும் பரவியோடும் காவிரி என எண்ணற்ற காட்சிகளைக் கண்டு மகிழ்ந்துவிட்டுத் திரும்பினோம். என்னிடம் அப்போதுதான் புதுசாக வாங்கிய ஒரு டிஜிட்டல் கேமிரா இருந்தது. அதைப் பயன்படுத்தி, ஒவ்வொரு இடத்திலும் ஏராளமான படங்களை எடுத்தேன்.

வீட்டுக்குத் திரும்பிய பிறகு, முந்நூறு நானூறு படங்களி லிருந்து ஐம்பது படங்களை மட்டும் தேர்ந்தெடுத்து அச்சிட்டு ஓர் ஆல்பம் தயாரித்தேன். தன் வீட்டிலிருப்பவர்களுக்குக் காட்டவேண்டும் என்று முதலில் ஒரு நண்பர் ஆல்பத்தை எடுத்துச் சென்றார். பிறகு ஒருவரிடமிருந்து இன்னொரு நண்பருக்கு என அப்படியே கைமாறிக் கைமாறிச் சென்று, கடைசியாகப் பத்து நாட்கள் கழித்து என்னிடம் திரும்பி வந்தது. கொண்டுவந்த நண்பர் தன் தந்தையார் என்னை உடனடியாகப் பார்க்க விரும்புவதாகச் சொல்லி அழைத்தார். எனக்குக் குழப்பமாக இருந்தது. "என்ன செய்தி?" என்று கேட்டேன்.

“இந்த ஆல்பத்தை அவரும் பார்த்தார். அதற்குப் பிறகுதான் உன்னைப் பார்க்க வேண்டும் என்கிற விருப்பத்தைத் தெரியப்படுத்தினார்” என்று பதில் சொன்னார். வேறு வழியில்லாமல் நான் அவருடன் சென்றேன்.

அவர் அப்பாவுக்கு எண்பது வயதுக்கும் மேலிருக்கும். முதுமைக்கே உரிய மெலிவு இருந்ததே தவிர, உற்சாகமாகவே உரையாடினார். “உடம்புதான் என் வசமில்லையே தவிர, மனம் என் வசம் இருக்கிறது” என்று சிரிக்கச் சிரிக்கப் பேசினார். “நீங்க எடுத்த படங்களைப் பார்த்தேன். எனக்கு ரொம்ப ரொம்பப் புடிச்சிருந்தது. வழக்கமா டூர் போறவங்க எடுக்கற படம் மாதிரி எதுவும் இல்ல. அதான் உங்கள அழச்சிப் பாராட்டணும்னு நெனச்சேன்” என்றார். அதற்குள் எங்கள் மேசைக்குக் காப்பிக் கோப்பைகள் வந்துவிட்டன. ஒவ்வொரு மிடறாக அருந்தினேன். “ஒவ்வொன்னும் ரொம்ப ரொம்ப அபூர்வமான காட்சி. பாறைமேல நின்னபடி வானத்த பாக்கற ஆடு, பாறையில தேங்கி நிக்கற தண்ணீர், அடிக்கற காத்து தாங்காம ஒருபக்கமா வளஞ்சி திரும்பி நிக்கற மரம், கை உடைஞ்சிபோன சிலை, ஆகாயத்துல பறக்கற மீன்கொத்தி எல்லாமே அற்புதம்”. ஞாபகத்திலிருந்து ஒவ்வொன்றையும் திரட்டியெடுத்துச் சொன்னார். மெதுவாகக் கைநீட்டி என் கைகளைப் பற்றித் தட்டிக் கொடுத்தார். நான் நண்பரின் பக்கம் திரும்பினேன். “மரம், செடி, தோப்பு, அருவி எல்லாத்துக்கும் முன்னால ஆளுங்கள தேமேன்னு நிக்க வச்சி எடுக்கறதுலாம் படம் கெடயாது. ஒருபடம்ங்கறது ஒரு தனிக்காட்சி. ஒரு மனநிலை. ஒரு தகவல். ஒரு கண்டுபிடிப்பு. ஒரு உண்மை. அம்பது வருஷம் கழிச்சிப் பாத்தாலும் அது அப்படியே இருக்கும். ஆப்பரேஷன் தழும்பு மாதிரி”. பல ஊர்களில் பல இடங்களில் தான் பார்த்த பல விதமான படங்களைப் பற்றி எனக்கு அவர் கூறினார். அன்று வெகுநேரத்துக்குப் பிறகே நான் வீடு திரும்பினேன்.

இந்தக் கட்டுரைக்காகத் தி.ஜானகிராமனின் ‘அக்பர் சாஸ்திரி’ தொகுப்பைப் படித்து முடித்தபோது, இந்த நிகழ்ச்சியில் மனம் தானாகவே சென்று நிலைத்து நின்றது. ‘சிலிர்ப்பு’, ‘பாயசம்’போல இந்தப் பதினொரு சிறுகதைகளில் மாபெரும் கதைத் தருணங்கள் என்று சொல்லத்தக்க தருணம் எதுவும் இல்லை. பெரிய திருப்பங்களோ உச்சங்களோ இல்லை. பெரிய கேள்விகளும் இல்லை. சலிப்போ வருத்தமோ எதுவும் இல்லை. மாறாகக் காண்பதெல்லாம் மிகமிக விசித்திரமான மானுட சுபாவங்கள். அபூர்வமான கோணங்கள். அபூர்வமான தருணங்கள். திகைக்க வைக்கும் மனநிலைகள். தடுமாற வைக்கும் எண்ணங்கள். தோராயமாக நம்மிடமுள்ள சாமானிய அளவுகோலால் வகுத்துக்கொள்ள முடியாத மனிதர்களைப் பற்றிய சித்திரங்கள் என்று சொல்லலாம். ஒருவகையில் வரையறைக்கப்பால் நிற்கும் மனிதர்கள். அதுதான் இத்தொகுப்பின் முக்கியத்துவம்.

‘கள்ளி’ சிறுகதையில் கிருஷ்ணன், சுப்பண்ணா என இரு நண்பர்கள் இடம்பெற்றிருக்கிறார்கள். சுப்பண்ணா ஒருகாலத்தில் பிடில் சுப்பண்ணா என்று மக்களால் அழைக்கப்பட்டுக் கொண்டாடப்பட்ட மனிதர். உள்ளூரில் மட்டுமல்ல, வெளிநாட்டிலும் இசை நிகழ்ச்சி நடத்தும் வாய்ப்புகள் அவரைத் தேடிவந்தன. செல்வமும் அவரைத் தேடிவந்தது. செல்வத்தோடு புதிய மதுப்பழக்கமும் தேடிவந்து அவரோடு ஒட்டிக்கொண்டது. சுரம் தப்பிய இசையின் காரணமாக, அவர் மேடை வாய்ப்புகளை மெல்ல

மெல்ல இழந்தார். சேர்த்துவைத்த செல்வமெல்லாம் கரைந்து காணாமல் போனாலும், மதுப் பழக்கம் மட்டும் அவரைவிட்டுப் போகவில்லை. ஒருநாள் அவர், தனக்கு நெருக்கமான நண்பரான கிருஷ்ணனைச் சந்தித்துப் பத்து ரூபாய்க் கடனாகக் கேட்கிறார். அவரும் ஒரு அன்றாடங்காய்ச்சி. அவர் தன்னிடம் இல்லை என்பதை முதலிலேயே திட்டவட்டமாகச் சொல்லிவிடுகிறார். பிறகு யாரிடமாவது கிடைத்தால் வாங்கிக் கொடுக்கிறேன் என்று சொல்லி அனுப்பிவைக்கிறார். அதனால், மீண்டும் அவரைத் தேடிவருகிறார் சுப்பண்ணா. அவர் குரல் கேட்டதுமே, அவர் வீட்டுக்குள் வந்துவிடக்கூடாதே என்கிற கலக்கத்தில், வேகமாக வாசலைத் தாண்டித் தெருவுக்கு வந்து அவரோடு பேசத் தொடங்குகிறார் கிருஷ்ணன். பணம் புரட்ட முடியவில்லை என்பதையே வேறுவேறுவிதமாகத் தொடங்கிப் பட்டும் படாமல் சொல்லி முடிக்கிறார்.

தன் மகன் பள்ளியில் தேர்வு எழுதவேண்டும். கல்விக்கட்டணம் கட்டாததால் பள்ளியில் அவன் பெயரை எடுத்துவிட்டார்கள். தேர்வுக்கு முன்பாகப் பணத்தைச் செலுத்திவிட்டால் எப்படியாவது அவனைத் தேர்வுக்கு அனுப்பிவிடலாம். அதற்குத்தான் அக்கடன் என்று சொல்கிறார். கிருஷ்ணனுக்கு வருத்தமாகத்தான் இருக்கிறது. ஆனால், சுப்பண்ணாவுக்குக் கொடுக்கும் பணம் என்பது கிணற்றுக்குள் போடும் கல் என்பது மற்றவர்களைப்போலக் கிருஷ்ணனுக்கும் புரியும். அதனால் பிடி கொடுக்காமல் பேசி அனுப்பிவைத்துவிடுகிறார். சுப்பண்ணா சென்ற பிறகு, சிறுவனின் படிப்பு விஷயம் என்பது அவர் மனத்தை அறுக்கிறது. அது வழக்கமான பொய் என்றே அவர் எடுத்துக்கொள்ள நினைக்கிறார். ஒருவேளை அது உண்மையாக இருந்தால் என்ன செய்வது என்கிற கேள்விக்குத்தான், அவரால் சரியான பதிலை எட்ட முடியவில்லை. குழப்பத்தில் உணவு உண்ணவும் அவருக்கு மனம் வரவில்லை. அப்போது மழை பொழிகிறது. சாப்பிடாமல் மெத்தைக்குச் சென்று மழையை வேடிக்கை பார்க்கிறார். தன் மகள் வளர்க்கும் தொட்டிச் செடிகளையும் வேடிக்கை பார்க்கிறார். ஒருகட்டத்தில் தன் மனம் எழுப்பும் கேள்வியின் சுமையை அவரால் தாங்கிக்கொள்ளவே முடியவில்லை. அக்கணமே பெட்டியில் வைத்திருக்கும் பத்து ரூபாய்த் தாளை எடுத்துக்கொண்டு, அந்த மழையிலேயே சுப்பண்ணாவைப் பார்க்கச் செல்கிறார். அவர் வீட்டைக் கண்டுபிடித்து வெளியே அழைத்துப் பணத்தைக் கொடுக்கிறார். அப்போதுதான் அவர் மன பாரம் இறங்குகிறது. அக்கணத்தில் பணத்தை வாங்கிக்கொண்டு நன்றி சொல்லும் சுப்பண்ணாவிடமிருந்து மது வீச்சத்தையும் அவரால் உணர முடிகிறது.

இச்சிறுகதையில் ஒவ்வொருவரிடமும் நிகழும் குணமாற்றங்கள் பற்றி ஏராளமான உட்குறிப்புகள் நிறைந்திருக்கின்றன. மனவிரிவு கொண்டவர்கள் சுருங்கிவிடுகிறார்கள். உண்மை பேசுகிறவர்கள் பொய் உரைக்கிறார்கள். பணம் கொடுக்க எடுப்பதுபோலச் சட்டைப்பைக்குள் கைவிடுகிறவர்கள், சட்டென அரிப்புக்குச் சொரிந்துகொள்வதுபோல நடிக்கிறார்கள். ஒரு கோப்பை மதுவுக்காகக் கூசாமல் பொய் சொல்லிப் பணம் திரட்டுகிறார்கள். தேர்வுக் கட்டணத்துக்காகப் பெறும் பணத்தை அதற்குத்தான் சுப்பண்ணா செலவு செய்வான் என்பதில் எந்த உறுதியுமில்லை. தேர்வுக்கட்டணம்

செலுத்தப் பணம் புரட்ட முடியாதவன் மது அருந்த எப்படிப் பணத்தைப் புரட்டினான் என்பது நம்ப முடியாத புதிராக இருக்கிறது. அன்பு, மேன்மை, நம்பிக்கை, உறவு, பற்று, பாசம் எல்லாமே வாழ்க்கையில் பொருளிழந்த சொற்களாகி விடுகின்றன. உயிரோடு இருக்கிறார்கள் என்பதைத் தவிர மனிதர்களுக்கென ஆற்றுவதற்கு ஒன்றுமில்லை. கதைப்போக்கில் கிருஷ்ணன் மகள் தொட்டிச்செடியாகக் கள்ளியை வளர்க்கும் காட்சி ஒன்று சித்திரிக்கப்பட்டிருக்கிறது. மலராத, காய்க்காத கள்ளி. பலநேரங்களில் தண்ணீரேகூடத் தேவைப்படாத கள்ளி. பாலைவனக் கள்ளி. மாறிவிடும் மனிதர்களின் விசித்திரப்போக்குக்குக் கள்ளியைவிடப் பொருத்தமான படிமம் வேறெதுவுமில்லை. மனிதர்கள் செடியாக, கொடியாக, மரமாக நின்ற காலம் எல்லாம் மறைந்து பாலைவனக்கள்ளியாக உயிர்த்திருக்கும் காலம் வந்துவிட்டது. உலகமே ஒரு கள்ளிக் காடாக மாறி நிற்கும் கட்டத்தை நோக்கி வேக வேகமாக நகரும் போக்கை அடையாளப்படுத்தும் கதையாகக் கள்ளி சிறுகதையை வகுத்துக்கொள்ளலாம்.

'அர்த்தம்' சிறுகதை, ஒருவரை ஒருவர் பற்றிக் கொடியென வளர்ந்திருக்கும் மனிதர்கள் பாலைவனக் கள்ளியாக மாறி நிற்கும் மற்றோர் அவலக்காட்சியைச் சித்திரிக்கிறது. இதில் இடம்பெற்றிருப்பவர்கள் இரு சகோதரர்கள். அண்ணன் சமையல்காரன். அவன் மனைவி, ஒரு மாதத்துக்கு மேல் அவனோடு வாழப் பிடிக்காமல் ஊரைவிட்டுச் சென்றுவிடுகிறாள். சிறுவனான தம்பியைத் தனி ஒரு ஆளாகச் சிரமப்பட்டு வளர்க்கிறான் அண்ணன். ஆண்டுகள் நகர்கின்றன. தம்பி வளர்ந்துவிடுகிறான். அவனுக்கு ஒரு வேலை வாங்கித் தருகிறான் அண்ணன். அது ஒரு தொடக்கம். அங்கிருந்து அவன் உயர்கிறான். ஐதராபாத் சென்று அவன் வேறொரு வேலையில் சேர்ந்துவிடுகிறான். அவனே ஒரு பெண்ணைப் பார்த்துத் திருமணம் பேசுகிறான். அண்ணனுக்குத் திருமண அழைப்பு அஞ்சலில் வருகிறது. பல வருஷம் கழித்துத் தம் குடும்பத்தில் நடைபெறும் மங்களகரமான நிகழ்ச்சி என்பதால், அந்தத் திருமணத்தை ஒட்டி வீட்டைப் புதுப்பித்து விருந்து கொடுக்கிறான் அண்ணன். தம்பியும் தம்பியின் மனைவியும் புதுமணமக்களாக அவ்விருந்தில் கலந்துகொள்கிறார்கள். விடுப்புக்காலம் முழுதும் கலகலப்பாகக் கழிந்து, ஊருக்குப் புறப்பட இன்னும் ஒருநாளிருக்கும்போது பிரச்சினை முளைக்கிறது. கள்ளி தன்னைத் தானே தன் நிறத்தாலும் அடர்த்தியாலும் அடையாளம் காட்டுமிடம்.

அண்ணன் இல்லாத நேரத்தில் வீட்டுச்சுவரை இடித்து அங்கங்கே ஓட்டை போடுகிறான் தம்பி. அம்மா காலத்தில் சுவருக்குள் மறைத்து வைத்திருந்த சில்லரை நாணயங்களையும் நகைகளையும் தேடி எடுக்கிறான். வெளியேயிருந்து வீட்டுக்குத் திரும்பிவரும் அண்ணன், அதைக் கண்டு வருந்துகிறான். கிடைத்த தொகையும் மிக மிகக் குறைவு. இதற்காகத் தன்னிடம் ஒரு வார்த்தைகூடக் கேட்காமல் வீட்டுச்சுவரைக் கொத்திச் சிதைத்துவிட்டானே என்று வருத்தப்படுகிறான். சரிபாதியாகப் பிரித்துக் கொள்ளக்கூட முடியாத அளவுக்குள்ள சில்லரையை வைத்து என்ன செய்வது என்று கேட்கிறான். அது ஒரு பேச்சுக்காகச் சொன்ன வார்த்தைதான். ஆனால், அதைக் கேட்டு வெகுண்டெழுகிறான் தம்பி. இரண்டு பங்கு என்பது தவறு, மூன்று பங்காகப் பிரிக்க வேண்டும் என்று சொல்கிறான்

தம்பி. தனக்கும் தன் மனைவிக்குமாக இரு பங்கு, அண்ணனுக்கு ஒரு பங்கு என்பது அவன் கணக்கு.

அந்த ஒரு வார்த்தை, அண்ணனைச் சீண்டிவிடுகிறது. வார்த்தைக்கு வார்த்தை ஒண்டிக்கட்டை என்றும், குழந்தையோ குடும்பமோ இல்லாத தனி ஆள் என்றும் குத்திக் காட்டுகிறான் தம்பி. அது அண்ணனை மிகவும் சிறுமைகொள்ளச் செய்கிறது. நாணயங்களைப் பிரித்துக்கொண்டது போலவே வீட்டையும் நிலத்தையும் இரண்டு பங்கு, ஒரு பங்கு என்கிற கணக்குப்படி பிரித்துக்கொள்ளவேண்டும் என்று தம்பி வாதிடுகிறான். மற்றவர் சொற்கள் அவன் நெஞ்சில் பதியவில்லை. இதற்கிடையில் விடுமுறை முடிந்துவிட, வேலைக்குச் சென்றுவிடுகிறான் தம்பி. ஒண்டிக்கட்டை என்னும் சொல், அண்ணன் நெஞ்சை அறுத்துக்கொண்டேயிருக்கிறது. அதை ஒரு காரணமாகக் காட்டித் தனக்குரிய சொத்துப் பங்கை அபகரிக்கும் தம்பியின் மோசடியான எண்ணம் ஆழமாகப் புண்படுத்திவிடுகிறது. தனக்குரிய பங்கை இழந்துவிடக்கூடாது என்று தவிக்கிறான். ஒருகட்டத்தில் சமையல்வேலை செய்யப்போன ஓர் ஊரில் இருந்து ஒரு பெண்ணைத் திருமணம் செய்து அழைத்துவருகிறான். அன்பான அண்ணன் தம்பிகளின் உள்ளம் மெல்ல மெல்லப் பாலைவனக் கள்ளிகள் வளரும் தொட்டிகளாக மாறிவிடும் அவலத்தை அறிந்துகொள்ளும்போது, நாம் அடையும் அதிர்ச்சிக்கு அளவேயில்லை.

கள்ளியும் ஒரு செடியே. நீர் வளம் குறைந்த இடத்தில் உயிர் வாழும் செடி. உயிர்த்திருக்க வேண்டும் என்னும் பிடிவாதத்தாலேயே அது வேரூன்றி, நிலத்தை உறுதியாகப் பற்றிக்கொள்கிறது. அது இயற்கை. ஆனால் தென்னை, வாழை, மா, கொய்யா, நெல், கரும்பு, மல்லிகை, ரோஜா என வளர்ந்து செழிக்க வேண்டிய தோட்டங்கள்கூட மெல்ல மெல்லக் கள்ளிக்காடாக மாற்றமுறுவதை இயற்கை என்று எப்படி நினைக்கமுடியும்? மானுடவாழ்வில் நிகழும் விசித்திரக் கோணல்களை ஒவ்வொன்றாகத் தி.ஜா. சுட்டிக்காட்டும் தருணத்தில், நாம் எப்படியிருக்கிறோமென்றும் நம்மைச் சுற்றியுள்ள மனிதர்கள் எப்படி இருக்கிறார்கள் என்றும் மதிப்பிட்டுப் பார்த்துக்கொள்ளத் தூண்டுகிறது. அவர் கொடுத்திருக்கும் ஆல்பத்திலிருந்து ஒவ்வொரு படமாகப் பார்க்கப் பார்க்க மனம் பதைக்கிறது. மனத்தைக் கள்ளிக்காடாக வைத்திருப்பவர்களைப் பற்றிய மற்றொரு சிறுகதை, 'மரமும் செடியும்'. ஒரே ஊரில் வெவ்வேறு தெருக்களில் வசிக்கும் இரு வணிகர்களைப் பற்றிய கதை. ஒருவர் மூங்கில்காரர். மற்றவர் ஈயக்காரர். இருவரும் தத்தம் வணிகத்தைத் தமக்கே உரிய நீக்குப்போக்குகளோடு செய்து பிழைக்கும் ஆட்கள். அவர்கள் இருவருக்கும் இடையிலான உறவு, எப்போதாவது சந்தித்தால் 'சொகந்தானே, சொகந்தான்' என்று கேள்வி கேட்டுப் பதில் சொல்கிற அளவுக்குட்பட்டதாக மட்டும் இருந்தது.

அந்த ஊரில் தேர்தல் வருகிறது. ஈயக்காரர் போட்டியிடுகிறார் என்று யாரோ தூண்டிவிட்டதால், மூங்கில்காரரும் தேர்தலில் இறங்கிவிடுகிறார். இருவரும் பணத்தைத் தண்ணீராகச் செலவழிக்கின்றனர். இறுதியில் ஈயக்காரர் வென்றுவிட, மூங்கில்காரர் தோற்றுவிடுகிறார். எக்கச்சக்கமான பண நஷ்டம். மனம் குமைகிறார் மூங்கில்காரர். வெற்றி பெற்ற ஈயக்காரர், தம் கடைக்கு அருகிலேயே ஒரு சர்பத் கடையைத் திறக்கிறார். அவருக்கு

எலுமிச்சை தேவைப்படுகிறது. அதற்காக, உள்ளூரிலேயே ஒரு தோட்டத்தை வாங்கத் திட்டமிடுகிறார். மூங்கில்காரருக்குச் சொந்தமான எலுமிச்சைத் தோட்டத்தை விலைபேச வருகிறார்கள். அது விளைச்சலே இல்லாத தோட்டம். பிஞ்சிலேயே வெம்பி உதிர்ந்துவிடும் நோயால் பாதிக்கப்பட்ட மரங்கள். தோட்டத்துக்கு விலை பேச வருகிற நாளன்று, கடையிலிருந்து ஒரு கூடை எலுமிச்சம்பழம் வாங்கிவந்து மரத்தடியில் உதிர்ந்துகிடப்பதுபோல நம்பவைக்கிறார் மூங்கில்காரர். மூன்றுமடங்கு கூடுதலான தொகையைக் கொடுத்துத் தோட்டத்தை விலைக்கு வாங்கிவிடுகிறார் ஈயக்காரர். குற்ற உணர்ச்சியின் காரணமாக விற்றபிறகு தோட்டத்துப் பக்கம் செல்வதையே தவிர்த்துவந்த மூங்கில்காரர், தற்செயலாக ஒருநாள் அந்தப் பக்கம் செல்கிறார். உண்மையிலேயே பழங்கள் பழுத்துத் தொங்குகின்றன. அரசியல் செல்வாக்கைப் பயன்படுத்தித் தண்ணீருக்கும் உரத்துக்கும் வழி செய்துகொண்டு தோட்டத்தைச் செழிப்பாக்கிய கதையை அறிந்து சற்றே சோர்வுற்றாலும், தான் அடைந்த லாபத்தை எண்ணி ஆறுதல் கொள்கிறார் மூங்கில்காரர்.

வெம்பிவிழும் பழங்கள் கொண்ட தோட்டத்தை ஒரு காட்சியில் சித்திரிக்கிறார் தி.ஜா. மூங்கில்காரரின் உருவகமாகவே அத்தோட்டம் காட்சியளிக்கிறது. முதிராத மனம். பேராசை. ஈரமில்லாத போக்கு. பொறாமை. பணத்துக்கு ஆசைப்பட்டு ஏமாற்றத் தயங்காத வேகம். நல்லுணர்வுகள் அனைத்தையும் துறந்து அவர் மனம் கள்ளிக்காடாக இருக்கிறது. விளைச்சலில்லாத எலுமிச்சைத் தோட்டத்துக்கு அதுவே காரணம். நல்ல உருண்டையான பழங்கள் பழுத்துத் தொங்கும் தோட்டத்தை, மற்றொரு காட்சியில் சித்திரிக்கிறார் தி.ஜா. ஈயக்காரரின் உருவகமாகவே அத்தோட்டம் காட்சியளிக்கிறது. மூங்கில்காரருக்கு இருப்பதைப்போலவே அவருக்கும் முதிராத மனம். பேராசை. ஈரமில்லாத போக்கு. பொறாமை. கூடுதலாக வஞ்சம், தந்திரம், அரசியல் எந்திரத்தைத் தனக்குச் சாதகமாகத் திருப்பிக் கொள்ளும் சாமர்த்தியம் அனைத்தையும் கொண்டிருக்கிறார். மனித உணர்வுகள் அனைத்தையும் இழந்து அவர் மனமும் கள்ளிக்காடாகவே இருக்கிறது. அந்தத் தோட்டத்தின் விளைச்சல், மண்ணின் மனம் கனிந்து இயல்பாக நிகழ்ந்ததில்லை. சூழல்களைத் தனக்குச் சாதகமாகப் பயன்படுத்திக்கொள்ளும் ஒருவருக்குக் கிட்டிய வெற்றி. அவ்வளவே.

கதையின் எல்லைக்கப்பால் சென்றும் சில விஷயங்களை நாம் யோசிக்க முடியும். தி.ஜா. இந்தச் சிறுகதையில் ஒரு தேர்தல் களத்தைச் சித்திரிக்கிறார் என்பதை, நாம் மறக்கத் தேவையில்லை. மரமும் செடியும் தேர்தல் சின்னங்கள். இருவரிடமும் ஊர் மக்கள் தாராளமாக வாங்கிச் சாப்பிடுகிறார்கள். இருவருமே பணத்தைத் தண்ணீராகச் செலவு செய்கிறார்கள். சாப்பாட்டுக்காகவே டின் டின்னாக நெய்யை வரவழைத்ததாகச் சொல்கிறார் மூங்கில்காரர். இறுதியில் தோல்வியடைகிறார். மரத்தைப் போலவே வாக்குச்சீட்டில் செடியை அச்சடித்துக் காட்டமுடியும் என்பதாலேயே செடிச் சின்னம் திட்டமிட்டுத் தேர்ந்தெடுக்கப்பட்டிருக் கிறது என்று மூங்கில்காரரை நம்ப வைக்க முயற்சி செய்கிறார் ஒருவர். அந்த ஊரில் ஒருவரும் நேர்மையாக வாக்களிக்கவில்லை. நேர்மையாக

வாக்குக் கேட்கவும் இல்லை. இரு தரப்பினருமே அற்பத்தனமாக நடந்துகொள்வதை, நாம் உணரமுடியும். ஒருவருக்கும் தம் மனத்தைச் செடிகள் வளர்க்கும் தோட்டமாக வளர்த்துப் பாதுகாக்க வேண்டும் என்கிற விருப்பமோ முனைப்போ இல்லை. கிடைத்த விலைக்கு அதை விற்றுவிட்டுக் கள்ளிக்காடாக மாற்றிக்கொள்வதில் ஒருவருக்கும் வெட்கமில்லை. இக்கருத்தைத் தி.ஜா. தம் கதையில் எங்கும் வெளிப்படை யாக முன்வைக்கவில்லை. ஆனால், வாசிப்பின் தடத்தை ஒட்டி, ஒரு சில அடிகள் முன்னால் சென்றால், நாம் இந்தப் புள்ளியைச் சென்று சேர்ந்துவிடமுடியும்.

‘காட்டுவாசம்’ சிறுகதையில், ஒரு பாட்டியின் சித்திரத்தைத் தீட்டிக்காட்டுகிறார் தி.ஜா. சமையல் வேலை செய்து பிழைப்பவள் அவள். தினந்தோறும் சமைத்துவிட்டு வீட்டுக்குத் திரும்பும் நேரத்தில், வழியில் கிடக்கும் செங்கற்களை எடுத்துக்கொண்டு வருகிறாள். எங்காவது வீட்டு வேலை நடப்பதைப் பார்த்துவிட்டால், அவர்களிடம் கெஞ்சிக் கூத்தாடி அரைப்படி ஒருபடி சிமெண்ட் வாங்கி வந்துவிடுவாள். அப்படிச் சேர்த்த கற்களையும் சிமெண்டையும் கொண்டு, கழுகுக்கூடு மாதிரி இருந்த குடிசையை இடித்து ஒரு நல்ல வீடு கட்டுகிறாள். ஆனால், அந்த வீட்டில், அவளால் நிம்மதியாக வாழ்ந்து கஞ்சி குடிக்க முடியவில்லை. அவள் மருமகள், அவளை வீட்டிலிருந்து வெளியேற்றித் திண்ணையில் தள்ளி விடுகிறாள். பிறகு ஒருநாள் இரவு, பால்கோவாவை வாயிலேயே வற்புறுத்தித் திணித்து உயிர்பிரியச் செய்துவிடுகிறாள். பெற்றெடுத்த மகனே, தன் மனைவியோடு கூட்டுச் சேர்ந்து, அவளை உலகத்திலிருந்தே அப்புறப்படுத்தி விடுகிறான். அன்பில்லாத அந்த மனிதர்களின் மனத்தைக் கள்ளிக்காடு என்று சொல்லாமல், வேறெந்த சொல்லால் சுட்டிக் காட்டமுடியும்?

‘குளிர்’ சிறுகதையில் இடம்பெறும் பாட்டியின் பாத்திரமும் இத்தகையதே. முதுமையின் காரணமாகச் சமைக்க முடியாமல் இரவு நேரத்தில் கோவிலுக்குச் சென்று பிரசாதமாகக் கிடைக்கும் உணவைச் சாப்பிட்டுவிட்டு வருவதை வழக்கமாகக் கொண்டிருப்பவள் அவள். மெல்லத் தடுமாறி வீட்டுக்குத் திரும்பி வருவதற்குள் வாசல் கதவைப் பூட்டிக்கொண்டு விடுகிறாள், வீட்டுக்குச் சொந்தக்காரியான இன்னொரு பாட்டி. அவள் வாய்க்கு அஞ்சி மற்ற குடித்தனக்காரர்களும் அந்தக் கொடுமையை வாய் திறந்து கண்டிப்பதுமில்லை. கதவைத் திறந்து உதவி செய்வதுமில்லை. மணிக்கணக்காக அழைத்து அழைத்து, அழுது ஓய்ந்த பிறகுதான், அந்தப் பாட்டி வந்து கதவைத் திறப்பாள். பிறகு, ஏராளமான வசைகள். அடி உதைகள். ஒருவரும் அதைத் தட்டிக் கேட்பதேயில்லை. குறிப்பிட்ட நாளில் மழை பொழிகிறது. குளிர்க்காற்று வீசுகிறது. வழக்கம்போல மூடிய கதவுக்கு வெளியே நின்றுகொண்டு கதறுகிறாள். கெஞ்சுகிறாள். வீட்டிலிருக்கும் எல்லோருக்கும் அவளின் கதறலும் வேண்டுகோளும் காதில் விழுகிறது. ஆனால், எல்லோருமே சொல்லிவைத்ததுபோலக் காதில் விழாததுபோல நடிக்கிறார்கள். இரக்கமோ கருணையோ கிஞ்சித்தும் இல்லாமல் போன அவர்களின் இதயங்களைக் ‘கள்ளிக்காடு’ என்று அழைப்பதில் தவறேயில்லை.

இத்தொகுப்பில், மிக முக்கியமான ஒரு சிறுகதை, 'குழந்தைக்கு ஜுரம்'. சரவண வாத்தியார் என்கிற ஓர் எழுத்தாளர் பாத்திரமும், பஞ்சு என்கிற ஒரு பதிப்பாளர் பாத்திரமும் இக்கதையில் இடம் பெற்றிருக்கிறார்கள். நானூறு ரூபாய் பாக்கியை முந்நூறு ரூபாய் என்று வாதித்து நிறுவப் பார்க்கும் பதிப்பாளர் மனத்தில் உண்மைக்கே இடமில்லை. கள்ளிக்காடாகவே காட்சியளிக்கிறது. உண்மையை நிறுவ முடியாத கசப்போடும் உண்மை தோற்றுவிட்டதே என்னும் விரக்தியோடும் வெளியேறும் சரவண வாத்தியாரிடம் வருத்தமிருக்கிறது. ஆனால், கையறுநிலையில்கூட அவர் தம் மனத்திலிருக்கும் ஈரத்தையோ இரக்கத்தையோ இழக்கவில்லை. எதிர்பாராதவிதமாக அவர் குழந்தை காய்ச்சல் கண்டு படுத்துவிடுகிறாள். பணமில்லாததால் மருத்துவம் பார்க்க முடியவில்லை. முன்பொரு நாள் பதற்றத்தில் பதிப்பாசிரியரிடமே விட்டுவிட்டு வந்த கையெழுத்துப் பிரதியைக் கேட்டு வாங்குவதற்காக வருகிறார் வாத்தியார். வந்த இடத்தில் பதிப்பாசிரியரின் மனைவி படுத்த படுக்கையாயிருப்பதைப் பார்க்கிறார். எந்த மருத்துவரும் வரத் தயாராயில்லை என்பதையும் அறிந்துகொள்கிறார். அவர் உடனே மனமிளகித் தமக்கு அறிமுகமான மருத்துவரை அழைத்துவந்து காட்டுகிறார். நோயாளியை மருத்துவமனையில் சேர்த்துத் தேவையான மருத்துவ உதவிகள் உடனுக்குடன் கிடைக்க வழியும் செய்கிறார். வீட்டுக்குத் திரும்பும் நேரத்தில்தான் தன் குழந்தையின் ஜுரம் நினைவுக்கு வருகிறது. மருத்துவரிடம் சொல்லி மருந்து வாங்கிக்கொண்டு வீட்டுக்கு நடந்தே திரும்புகிறார். நெருக்கடியான ஒரு தருணத்தில், அவர் தம் கடன் பாக்கியை மறந்துவிடுகிறார். பதிப்பாசிரியர் அவமானப்படுத்தும் விதமாகச் சொன்ன ஒரு சொல்கூட அவர் நினைவுக்கு வரவில்லை. அனைத்தையும் மறந்துவிடுகிறார். பிழைக்கத் துடிக்கும் ஒரு உயிரை மீட்கத் துணையாக இருக்கவேண்டும் என்னும் ஒரு நினைவு மட்டுமே, அவரை விசைகொள்ள வைக்கிறது. ஒருகட்டத்தில்கூடத் தன் மனத்தில் நிறைந்திருக்கும் ஈரத்தை, அன்பை, கருணையை அவர் உதறவில்லை. கள்ளிக்காடெனத் தன்னைக் காட்டிக்கொண்டவர் முன்னிலையில்கூட, அவர் தம்மை ஒரு விளைநிலமாகவே காட்டிக்கொள்கிறார். எந்தத் தருணத்திலும் பதிப்பாசிரியர், "நாளைக்குப் பாக்கி பணத்தை அனுப்பிவைக்கிறேன்" என்று வாய்திறந்து சொல்லவில்லை. எந்தத் தருணத்திலும் அவர் வாய்திறந்து கையெழுத்துப்பிரதியையும் கேட்டுப்பெறவில்லை. இருளில் தனிமையில் நடந்து வீடு திரும்பவேண்டிய சூழலிலிருந்தபோதும், தன் நெஞ்சின் கருணைச்சுடரை அவர் அணையவிடவில்லை. இந்த மண்ணில் ஒவ்வொருவரும் பாலைவனக் கள்ளியாக மாறிக்கொண்டிருக்கும் சூழலில், தம்மை என்றென்றும் விளைநிலமாகவே வைத்திருக்கும் சரவண வாத்தியார், தி.ஜா.வின் மிக முக்கியமான கண்டுபிடிப்பு. அந்தத் தாய் விதையிலிருந்தே ஆயிரமாயிரம் கன்றுகள் முளைவிட்டு விளைநிலம் நிரம்ப வேண்டும்.

✦

49

அக்பர் சாஸ்திரி: எளிய உருவில் பெரிய ஜாம்பவான்கள்

மலர்வதி

சூரியக்கதிர்கள் ஊடுருவ முடியாத பக்கங்களையும் எழுத்தாளனின் ஞானக்கண்கள் ஊடுவிக் காணும் என்பதே உண்மை. உலகம் பார்க்க முடியாத இடுக்குகளில் எழுத்தாளனின் பார்வை இறங்கிப்போகும். இலக்கியத்தில் தமக்கென ஒரு பதிவைப் பதிப்பித்து, இன்றளவும் வாசகர்களின் வாழ்வோடு பின்னிப் பிணைந்து கிடக்கும் தி.ஜானகிராமனின் எழுத்து, தமிழுலகில் என்றென்றும் தனக்கான கிரீடம் சூடி நிற்கிறது. "சிருஷ்டியின் விசித்திரங்களை மேடையேற்றி, கடைசி நாற்காலியில் அமர்ந்து, புன்னகையுடன் பார்த்துக்கொண்டிருந்தவர். மனிதனின் வீழ்ச்சியையும் பிறழ்வையும் தத்தளிப்பையும் அனுதாபத்துடன் பார்த்தவர். ஒழுக்கம், தர்மத்தின் விதிகள் இவற்றைத் தாண்டி உணர்வுநிலைகளே மனித வாழ்வைத் தீர்மானிக்கின்றன என்பதில் நம்பிக்கை கொண்டிருந்தவர்" எனக் குறிப்பிட்டுள்ளார் சுந்தர ராமசாமி.

'அக்பர் சாஸ்திரி' தொகுப்பிலுள்ள பத்துச் சிறுகதைகளும், மேல்நிலையில் வாழ்பவர்களின் கதைகளாக இல்லை. வெறுமனே கடந்துபோகும் சாமானியர்களின் கதைகள். ஒருவிசயமாகவோ பொருட்டாகவோ கருதாமல் மற்றவர்கள் கடந்துபோகையில், படைப்பாளி நின்று பார்த்து எழுதிய எளிய மக்களின் வாழ்வியல் கதைகளே, 'அக்பர் சாஸ்திரி' தொகுப்பு. இவற்றோடு, 'ஐயரும் ஐயாறும்' என்கிற ஆய்வுக் கட்டுரையும் இருக்கிறது. வாழ்வறத்தோடு, 'அக்பர் சாஸ்திரி' தொடங்குகிறது. வாடகைக் குடியிருப்பில் இரவு ஒன்பது மணிக்குள் வந்து சேரவேண்டுமென்பது நியதி; அதுவே சட்டம். 'குளிர்' கதையில் வரும் வயதான பெண்மணி, தன் பசியின் நிமித்தம் வெளியில் போய் வருகையில், இரவாகிப் போகிறது. இதனால் தங்குமிடத்தில் கதவைப் பூட்டிவிடுகிறார்கள். இப்படி

ஒரு நாளில்லை; பல நாள் நடக்கிறது. இவளால் குடியிருப்பில் சண்டையும் அமளியுமாகப் போகிறது. இப்படியான நாளில், அக்கம்பக்கத்தில் குடியிருப்பவர்களின் உறக்கத்தையும் காவு வாங்குமளவுக்கு அழுகையோடு கதவைப் போட்டிடிப்பாள் கிழவி. இவளுக்காக இரக்கப்பட்டுக் கதவைத் திறக்க யாரும் முன்வருவதில்லை. 'யம்மாடி சுந்தாரம்பா... கொஞ்சம் கதவைத் திறவேன்; என்ன இப்படி அழும்பு பண்றேளே... எல்லாருமா சேர்ந்து! கேள்வி முறையே கிடையாதா? கடையிலே போய் நாலு பழம் வாங்கிச் சாப்பிட்டுட்டு வரதுக்குள்ளியும், இப்படி அடம் பண்றேளே. இப்படி நெஞ்சை வழிச்சுத் துடச்சிப்பிட்டு உட்கார்ந்திருக்கேளே...' அழுகையும் புலம்பலுமாகக் கிழவி கதவைப் போட்டிடிக்கும் இரவில், தெருவில் நிற்கும் கிழவி மீது பரிவுற்றுப் பக்கத்துக் குடியிருப்பில் வசிக்கும் நடுத்தர வாலிபன், தன் வீட்டிற்குக் கிழவியை அழைக்கிறான். 'நீர் தனியா இருக்கிறீரா? வீட்டில் இன்னும் யாராவது இருக்காளா?' 'எல்லாரும் இருக்கா...' 'எல்லாரும்னா...' 'வீட்டுக்காரி இருக்கா... மூணு குழந்தை இருக்கு...' 'அப்படின்னா வரேன்...' என்கிறாள்.

எழுபத்தைந்து வயதுக் கிழவியானாலும் தம்மை உடலாகவே பாவிக்கும் பாவனை பெண்களுக்குரியது. இந்தச் சமூகமும் பெண்களை அப்படித்தான் வார்த்தெடுக்கிறது. பிறந்த குழந்தை முதல், கல்லறை செல்லும் கிழவி வரைக்கும். பெண் தன் உடலைத் தூக்கிகொண்டு ஓடும் வன்கொடுமைகள் நிகழும் இக்காலச் சூழலுக்கேற்ற மன உணர்வை எழுத்தாளர் இங்குப் பதிவு செய்திருக்கிறார். அவ்வாலிபனின் வீட்டிற்குச் சென்று அவனுக்கு மனைவியும் மக்களும் இருக்கிறார்கள் என்பதைத் தெரிந்துகொண்ட பிறகே கிழவியால் நிம்மதியாக உறங்கமுடிந்தது என்பதைப் பெண் மனத்துடிப்பாகவே தி.ஜானகிராமன் வெளிப்படுத்தி யிருக்கிறார், 'குளிர்' கதையில். இந்தத் தொகுப்பில், நடுத்தர வயது கடந்த ஆண்களின் ஆளுமையும், அவர்களின் உடற்திறனும் இச்சமூகத்திலிருந்து புறந்தள்ளக்கூடியதே அல்ல என்ற கருத்து தெளிவாக்கப்படுகிறது. 'துணை' என்கிற கதையில், லேடி கிழவரின் ஆளுமை தூக்கி நிறுத்தப்படுகிறது. இத்தனைக்கும் அவர், ஓர் ஆஸ்துமா நோயாளி. 'ஆஸ்துமாக்காரர்கள் அஸ்வத்தாமர், பலி, வியாசர், ஹனுமான், விபீஷணர், கிருபர், பரசுராமர் இவர்களைப்போலச் சிரஞ்சீவிகள்' என்கிறார். நாலு வீடு தாண்டி அந்தாண்டையில் சப்ரிஜிஸ்ட்ராராய் இருக்கிற வாலிபனை லேடி கிழவரின் வழித்துணையாக அழைத்துக்கொண்டு போகும் ஒருகாட்சி கதையில் முன்வைக்கப்படுகிறது. கதை முடிவில் பயணிக்கும் வண்டி தடுமாறிப்போகிறது. இதில் துணைக்குப் போன வாலிபன் ஆஸ்பத்திரிக்குச் சென்று படுத்துக்கொள்ள நேர்கிறது. ஆளுமையோடு லேடி கிழவர் சிரிக்கிறார். இயற்கையோடும் இயற்கையுணவோடும் வாழ்ந்த தலைமுறையினரிட மிருந்த உடல் ஆரோக்கியமும், பரந்த மனமும் காலம் போகப் போகக் காய்ந்து போய்விடுகின்றன.

ரயில் பயணத்தில் வரும் 'அக்பர் சாஸ்திரி', வாசகரோடு வாழும் ஒரு பாடம். சின்ன ஒரு ஜலதோசத்திற்கும் மருந்து மாத்திரையென மருத்துவமனைகளை நோக்கி மனிதன் ஓடுகையில், இயற்கை மருந்தில் நலமடையும் சூட்சுமம் பேசும் ஒரு கதாபாத்திரம் 'அக்பர் சாஸ்திரி'. ஒரு

மனிதனின் உடல் வாகு பார்த்தே அவனுக்கு என்ன வியாதி; என்ன குணம் எனச் சொல்லுமளவுக்கு இயற்கையோடும் இயற்கையுணவோடும் வாழும் சாஸ்திரிக்கு, வயது அறுபது கழிந்தபோதும் திடமான உடல் வாகு. 'கொள்ளு, அதைத் தினமும் எடுத்துத் தண்ணியை விட்டுக் கொதிக்க வைச்சு, அந்தத் தண்ணியைச் சாப்பிடச் சொல்லும். அப்புறம் அந்தச் சுண்டலையும் கொஞ்சம் உப்பைப் போட்டுச் சாப்பிடச் சொல்லும். பையன் அரபிக் குதிரைமாதிரி ஆறானா இல்லையா, பாரும்.' தேகம் மெலிஞ்ச பையனுக்கு, அக்பர் சாஸ்திரி சொல்லும் உணவு இது. இலக்கியம் என்பது வெறுமனே ஏதோ பேசிவிட்டுப் போவதில்லை. வாசகனின் அகமும் புறமும் பேணும் அருமருந்தாகவே இருக்கிறது. மனித வாழ்வுக்கே அடிப்படை அச்சாரமாகிய உடலை அழித்தபின், ஏது வாழ்வு இங்கே?

ஊராளும் ஆணுக்கு வீடாளும் திறனிருப்பதில்லை பல இடத்தில்... ஊருக்கே பெரிய நீதிகளைக் கூறக் கூடியவனுக்கு வீட்டில் தன்னிருப்பை நிறுத்திவைக்க முடிவதில்லை. அதற்கும் 'அக்பர் சாஸ்திரி'யில் வருகிறது மையச்சத்து. மதுவோடு வாழும் கணவனானாலும் சரி, பல பெண்களோடும் தன் உறவைப் பெருக்கிக்கொள்கிறவனானாலும் சரி, அவன் மனைவி அவனோடேயே தன்னை நிறுத்திக்கொள்வதே ஒழுக்கம் என்று வரையறுக்கப்பட்ட உலகத்தின் கட்டமைப்புகள் உடைந்து தளர்ந்து போகுமளவுக்குப் பெண் விடுதலையும், பெண் எழுத்துகளும் புறப்பட்டு வரும் காலச் சூழல் இது. அக்பர் சாஸ்திரி எழுதிய காலம், 1959. இக்கதை, *கல்கி*யில் வெளிவந்தது. இதில் எழுத்தாளர் எடுத்து வைத்திருக்கும் பெண் விடுதலைக் கருத்துகள், மிகவும் உன்னிப்பானவை.

கணவன் என்கிற ஆண் சாப்பிட்டுவிட்டு வைக்கும் எச்சில் சாப்பாட்டைத் தின்பது மனைவியின் தலையாயக் கடமைபோல் இருந்த ஒரு காலமுண்டு. குடித்துப் போதையேறி, இருமி, அவன் வடிக்கும் வாநீரும், சளுவையும் அத்திறங்கினாலும், அழுக்கும் கசடும் அப்பியிருக்கும் கையால் அளஞ்சிக் குழஞ்சி வைக்கும் புருசனின் எச்சிச் சோறைத் தின்னாலே அப்பெண் நல்ல தாரம் என்கிற பாராட்டைப் பெறும் ஓர் இருண்டகாலம் இருந்தது. (அது இன்னும் முழுமையாக முடிந்திருக்கிறதா? என்பது கேள்விக்குறியே!) 'எங்க வீட்டிலே என்ன பழக்கம் தெரியுமோ? நானும் சம்சாரமும் சேர்ந்துதான் சாப்பிடுவோம். வீட்டுக்கு யார் வந்தாலும் சரி... குழந்தை குஞ்சு பொண்டுகள் எல்லாரையும் சேர்த்து உட்கார்த்தி வைச்சித்தான் சாப்பிடுவேன். அவாளோட என் சம்சாரத்தையும் உட்கார வைச்சுப்பிடுவேன்...' அக்பர் சாஸ்திரியின் குரல் மட்டுமில்லை இது. பெண் உணர்வோடு வாழும் எல்லா ஆண்களின் பிரதிபலிப்பும் இதுவே. சமையலறையை மட்டுமே தன் உலகமாகக் கொண்டு எல்லோருக்கும் ஒரு சமையல்காரியாகிப் போகிறவளைப் பெற்ற பிள்ளைகள்கூடக் கண்டுகொள்வது இல்லை. ஆனால், அவளுக்கான ஆண், அவளைப் புரிந்து தன்னோடு இருத்தும்போதே அவன் ஆண் என்கிறார் தி.ஜா. மனைவியோடு உட்கார்ந்து சாப்பிடுகிறவன் சபலக்காரன் என்கிற ஒரு பார்வையும் இங்குண்டு. ஆனால், அக்பர் சாஸ்திரி, இதிலும் தன் அறத்தைச் சொல்லுவது மிகவும் வியப்பாகத் தெரிகிறது. தன் முப்பத்தியெட்டு வயதில் சம்சார வாழ்வை முடித்துக்கொள்கிறார். போதும் என்கிற ஒரு பக்குவம் வந்துவிடுகிறது.

ஆணுக்கான உடல் சாகும்வரையிலும், அதற்கான ஆசைகள் அப்படியேதானிருக்கும். அதுதான் வீரம் என்கிற கட்டமைப்பை இக்கதை உடைக்கிறது. ஆணுக்கும் – பெண்ணுக்கும் கற்பைப் பொதுவில் வைப்போம் என்கிற பாரதியின் கூற்று, இங்கே அழகுற்று நிற்கிறது. போதும் என்கிற மனம், ஆணுக்கும்கூட உரியதுதான். ஆனால், அவனுக்கு நிறைவு வந்துவிட்டால், அவன் ஆண்மையில் பங்கம் வந்துவிட்டதென்ற கரும் புள்ளியை இவ்வுலகு வைத்துவிடுமோ என்று அஞ்சியே தன்னைக் கடைசி வரைக்கும் ஆண் என்கிற அகம்பாவத்திலேயே வாழவைக்கிறது அவன் மனம். ‘உலகத்திலே இருக்கிற நல்லதெல்லாம் சேர்த்துத் தனக்குன்னு ஒரு வாழுற முறையை ஏற்படுத்திண்டான். அக்பர் சக்ரவர்த்தி’. நல்லதெல்லாம் சேர்க்கும் ஆற்றலாளனே ஆண். தான் வாழுமிடத்தில், ‘எல்லாரையும் பக்கத்திலே வச்சிண்டு கலகலன்னு பேசி சந்தோஷமா இருக்க முடியலேன்னா, அவன் என்ன ஆள் (ஆண்)’, என்கிறார் படைப்பாளி.

சிறுவர் கலியாணங்கள் நிகழ்ந்த (இன்னும் ஆங்காங்கே நடக்கும்) ஒரு தேசமிது. மெல்ல மெல்ல அதன் போக்குகள் மாறிமாறி, இன்றைய சூழலில் கலியாணம் என்பதையே பெருவாரியான இளைஞருக்கும், இளம்பிள்ளைகளுக்கும் நினைவூட்டல் பண்ணுமளவுக்கு ஆகிவிட்டது. கடந்த தலைமுறையினருக்கு இருந்த கலியாணம், குடும்பம் என்கிற விசயங்கள் இன்றைய தலைமுறையினரிடம் இல்லை என்பதை உளவியல் ஆய்வுகள் வெளிப்படுத்தி வருகின்றன. ‘அந்தக் காலத்திலே இருபது வயசுக்குள்ளே கலியாணம் ஆகலேன்னா ஏன் ஆகலே... ஏன் ஆகலேன்னு லோகம் முழுக்க நச்சரிக்கக் கிளம்பிவிடும்..’ அக்பர் சாஸ்திரிக்குப் பதினேழு வயதில் கலியாணம் நடந்தது; முப்பத்தியெட்டு வயதில் நிறைவு வருகிறது. அதன் பின் தெளிந்த சம்சார அன்பு வருகிறது. காதலில் காமம் நிறைவு பெற்றிருக்க வேண்டும் என்பதை அக்பர் சாஸ்திரி விளக்குகிறது. காமத்தில் நிறைவுபெறத் தெரியாதவர்களுக்குக் கல்லறை வரை அந்தத் தேடல் மட்டுமே இருக்கும். இன்றைய இளம்பெண்கள், இளைஞர்கள் இல்லற வாழ்வை அன்புக்கான இடமாகப் பார்க்கவில்லை. பொருளாதாரத்தின் கூறாகவே எதிர்கொள்கிறார்கள். பணம் இருந்தால் போதும், அதைத் தனியாக சம்பாதித்துவிட்டால், பின் எதற்குக் கலியாணம்? என்கிற மனப்பாங்கு வந்துவிடுகிறது. ‘காமம்’ காதலில்லாது காசு தந்து வாங்குமளவு சரீரங்கள் மலிந்துவிட்டபடியால், கலியாணம் என்பதைத் தேவையற்றதாகவே கருதும் மனப்பாங்கும் வளர்ந்துவருகிறது.

தனியே வசிக்கும் வாழ்வு ‘அர்த்தம்’ பெறுவதில்லை என்பதை, ‘அர்த்தம்’ கதையில் பார்க்க முடிகிறது. தனியே வாழ்கிறவனின் எந்தவித உணர்வையும் புரியமுடியாத சொந்தபந்தங்கள், பாகப்பிரிவினையில் மட்டும் சரியாக வந்துநிற்பார்கள். ‘என்னை ஒரு வார்த்தை கேட்கப்படாதோ? பெரியவனாச்சேன்னு சொல்றேன். ம். சரி எவ்வளவு இருக்கு? ‘நூத்தி நாப்பத்தெட்டு ரூபா...’ ‘அப்படீன்னா தலைக்கு 75கூட முழுசாத் தேறலையே.’ ‘பாதியாகவே பிரிக்கணுங்கறியா?’ ‘அப்படீன்னா...’ ‘நாங்க ரண்டு பேர் – நீ ஒருத்தன்...’ ‘நீங்க ரண்டு பேரா...’ ‘நீ ஒண்டித்தானேண்ணா. அதான் சொன்னேன்...” என்கிறான். இப்படியாகப் பாகம் பிரிக்கும் அண்ணன் – தம்பி உரையாடல் நீளும். பிறந்த வாழ்வுக்கான அர்த்தம் கோட்டையைப் பிடிப்பதிலோ, சாம்ராஜ்யங்களைக் கவிழ்ப்பதிலோ இல்லை. துணையாக

வாழ்வதில் கிடைக்கும் அன்பு மட்டுமே அர்த்தம். 'நானும் மனைவியும்தான்; ஒருவருக்கொருவர் பார்த்துப் பேசிக் கொண்டு முப்பத்தாறு வருசம் தள்ளியாய்விட்டது. அலுப்புச்சலிப்பு எல்லாம் கடந்து 'கல்லாங்காய்ப்பு' எனக்கும் இந்த விசயத்தில் வந்துவிட்டது. ஏதாவது அர்த்தமுள்ள காரியம் இப்போது நான் செய்வதெல்லாம் அவளுக்குத் தலைவலித்தால் மருந்தை நானே அவள் பொட்டில் தடவுகிறேனே... அதுதான்...' அர்த்தம் தேடி வேறு எங்கும் போக வேண்டாம். அது சின்னச் சின்ன விசயங்களில் வீட்டுக்குள் கிடக்கிறது... அர்த்தம் அன்பில்தான் விளைகிறது என்கிற மனித உளவியலை நுட்பமாகச் சொல்லுகிறது 'அர்த்தம்'. குப்பைக்குள் கிடந்தாலும் தங்கம் மின்னும் என்கிறதுபோல், என்னதான் பட்டணத்தில் போய் வாழ்ந்தாலும், ஒரு மனிதனின் ஆணிவேர் எங்கிருக்கிறதோ அதுபோல்தான் அவன் இருப்பான்.

பட்டண வாழ்வின் சலிப்பை அதன் துயரங்களை, சத்தங்களை இத்தொகுப்பில் ஆங்காங்கே பார்க்க முடிகிறது. 'விஞ்ஞான வகுப்பில் சொல்லிக் கொடுத்தார்களே... 'வாக்குவம்' என்று! அந்த மாதிரி ஓசை கேட்காத சூன்யப் பிரதேசம் உன் படைப்பில் இருக்கிறதா? இருந்தால் அங்கே என்னைக் கொண்டு விட்டுவிடு. ஒரு ஜன்மமாவது அப்படி வாழவேண்டும். மனுஷப் பிறப்புதான் வேண்டுமென்பதில்லை. பூச்சி, புழு, கிருமி, கல், உலோகம் எதுவானாலும் பாதகமில்லை. நிசப்தம் இருந்தால் போதும்...' ஏதோ ஒரு வாழ்வுச் சூழலில் நகரத்தில் வாழும் எளிய ஆன்மாக்களின் குரலே இங்குச் சித்திரிக்கப்படுகிறது. 'கெட்டவர்கள் சேர்கிற பட்டணம். கெடாதவர்கள் சேர்கிற பட்டணம். பசிக்கிறவர்கள் வந்து சேர்கிற பட்டணம். இருக்கிறவர்கள் போதாதென்று ஊரிலிருந்து வேறு பணத்தைக் கொண்டுவந்து வயிற்றில் அடிக்கிறவர்கள் தொகையைப் பெருக்குகிற பட்டணம்...'. 'பட்டணத்திலிருந்து வந்ததிலேர்ந்து நீ ஆளே மாறிவிட்ட என்கிறார்கள்... ஊரிலிருந்து வந்துவிட்டுப் போகிற நண்பர்கள்.' ஊரிலிருந்து வந்து பட்டணத்தில் வாழ்வை நகர்த்தும் கிருஷ்ணனை மாறிவிட்டார் என்று பிறர் சொல்லுவதை அவரும் நினைத்துத்தான் பார்க்கிறார்.

மனசாட்சியுள்ளவர்கள் கடன் கேட்டால், கேட்கிறவர்கள்கூட அதை மறந்திருப்பார்கள். ஆனால், கொடுக்காத மனசு கிடந்து அடிக்குமே ஒரு அடி... அந்த அடியின் சத்தம், 'கள்ளி' சிறுகதைக்குள் கிடக்கிறது. மழையை மட்டுமே நம்பி வாழும் கள்ளிச்செடிக்கு மற்ற செடிகளைப் போன்ற உரங்களோ அரவணைப்போ எதுவும் தேவையில்லை. அதற்குத் தண்ணீர் கொஞ்சம் போதும்... தன்னைத் தானே அது பாதுகாத்துக்கொள்ளும். அதற்கான கவனிப்பு கொஞ்சம் போதும். கள்ளிப்பூவைக் கோடிட்டுக் கதையை நகர்த்தியிருக்கிறார் தி.ஜானகிராமன். சுப்பண்ணா கடன் கேட்கும்போது இல்லை என மறுக்கும் கிருஷ்ணனின் மனசாட்சியின் குரல் அவரை ஓங்கியடிக்கும்போது கொட்டும் மழையென்றும் பாராது சுப்பண்ணாவிடம்போய்ப் பணம் தரும் காட்சி வரைக்கும் எங்கோ ஒரு சூழலில் யாரையோ இப்படிச் செய்த அனுபவம் வாசகனுக்குள் வந்துவிடுகிறது. 'நான் உங்களைத்தான் நம்பிண்டிருந்தேன். நீங்கதான் என்ன செய்வேள்? அலைஞ்சு அலைஞ்சு பார்த்தேங்கறேளே... எனக்குன்னு நினைச்சுண்டு கேட்டாலே வராது. இன்னிக் காலமே பாருங்கோ,

ஆதிநாள் சிநேகிதன், ஐநூறோ... அறுநூறோ கஷ்டமா இருக்குப்பான்னு சொன்னேன். சட்டைப்பைக்குள் கையைவிட்டான். அப்பறம் என்ன தோணித்தோ, தெரியல. அரிக்கிறாப்போல சொரிஞ்சுனுட்டான். நம்ம முகத்தைப் பார்த்தா கொடுக்கப்போன விரல் கூட அப்படி மாறிப்பிடறது...' கிருஷ்ணனிடம் கடன் கேட்கும் சுப்பாண்ணாவின் குரல் தரித்திரம் நிறைந்த எளியவர்களின் குரலாக மட்டுமல்லாது ஒரு பட்டணவாசியின் குரலாகவும் நிற்கிறது. 'கள்ளி' கதையில் சுப்பாண்ணா நிலையைவிடக் கிருஷ்ணனின் நிலையே மிகவும் அப்பாவியாகச் சித்திரிக்கப் படுகிறது. பட்டணம் சுட்டுப் பொசுக்கும் வெயிலைவிட மனசாட்சி சுட்டுப் பொசுக்கும் சூழலை எந்த ஒரு பாகுபாடுமில்லாமல் வெளிப்படுத்தி விரியும் எழுத்து பிரமிக்க வைக்கிறது. சுப்பண்ணா முகத்தில் இரண்டு வார வெள்ளை முடியுடன் அடிபட்ட கிழட்டு நாய்போல் கிருஷ்ணனைப் பார்க்கையில் ஒருபக்கம் இரக்கம் வருகிறது. இன்னொரு பக்கம் கொடுக்கவே வேண்டாம் என்கிற மனமும் வருகிறது. 'எங்கிட்ட இருந்தா கொடுத்துப்பிடுவேன்.' என்று கிருஷ்ணன் சொல்லுகையில், வெடித்துச் சிதறும் வெக்கையை வெளிக்காட்ட முடியாமல் படும் அவதி, எல்லா மனுசர்களின் வாழ்விலும் சந்திக்கும் ஓர் அவதிதான். சுப்பண்ணாவை விரட்டிவிட்டு வெக்கை தீர முகத்தில் வெள்ளமடித்து, அதன்பின் பெய்யும் மழை கிருஷ்ணனின் கிராம வாழ்வை'க் கண்முன் கொண்டுவருகிறது. தான் வாழ்ந்த மண், தன்னை வளர்த்த பசு மாடுகள் எல்லாமே பட்டண வாழ்வின் முகமூடியைக் கிழிக்கின்றன. தன் மகள் கள்ளிப் பூவுக்கான தேவையைச் சொல்லுகையில் மனம் குத்துண்டவராகச் சுப்பண்ணாவைத் தேடிக் கொட்டும் மழையில் நடக்கிறார். சுப்பண்ணா கேட்ட பணத்தைக் கொடுத்துவிட்டுத் திரும்புகையில், கடைசி வரி நெஞ்சுக்குள் ஓர் ஊசியை இறக்கி நிற்கிறது. சுப்பண்ணா விட்ட பெருமூச்சில், 'அந்த' வாசனை வீசிற்று. தன் வாயிலிருந்து வரும் பட்டணத்து வாடைக்கு ஏற்ற வாசனைதான் என்று கிருஷ்ணன் தனக்குள் சொல்லிக்கொண்டார் என்றெழுதுகிறார்.

குழந்தைக்கு ஜுரமடிக்கிற விசயத்தை மனைவி கூற, சரவண வாத்தியார் குழந்தையைப் பார்க்கிறார். பர்ஸைப் பார்க்கிறார். தன் புத்தகம் போடும் பஞ்சாபகேசனை நினைக்கிறார். நெஞ்சம் புகைய, வயிற்றைப் பற்றிக்கொண்டுவந்தது... 'ஏண்டாய்யா, குழந்தையைக் கொடுத்தியே போதாதா? வியாதியை வேற கொடுத்து அனுப்பிச்சுருக்கியே அதை...' கடவுளைச் சக நண்பன்போல வா போ என்றழைக்கும் பக்தியே இயல்பான பக்தி என்பதாகக் 'குழந்தைக்கு ஜுரம்' கதை தொடங்குகிறது. சுவரில் அசைந்த காலண்டரில் பரமசிவன், மீசையும் மாடும் இரண்டு பிள்ளையுமாக உட்கார்ந்திருந்தார். சரவண வாத்தியாருக்குப் பரமசிவன் மக்களைப் பார்க்கையில், மனத்திலிருந்து ஒரு பெருமூச்சு வருகிறது. 'வியாதி வெக்கை இல்லாத பிள்ளைகள்...' என்று தனக்குள்ளே சொல்லுகிறார். கடவுளின் மக்களுக்கு ஜுரமும் இல்ல... வியாதியும் இல்ல! தன் குழந்தைக்கு ஜுரம் பிடித்து இரண்டு வாரமான நிலையில் இன்னும் காய்ச்சல் விட்டுப் போகவில்லை. இனிமேற்பட்ட வைத்தியத்திற்குப் பணம் இல்லை. சரவண வாத்தியார் புஸ்தகம் அச்சுப்போட எழுதிக் கொடுக்கக்கூடியவர். எழுத்தாளர்களின் அலங்கோல வாழ்வின் ஒருதுளியை இங்கே பார்க்க முடிகிறது. எழுத்துக்கான வெகுமதியும் இல்லாமல், அதுக்கான

பொருளும் கிடைக்காமல் புத்தகம் போடும் பஞ்சு கதாபாத்திரம் பஞ்சாகப் படுத்தும் பாட்டின் சூட்டை இக்கதைக்குள் வைத்திருக்கிறார். கொடுக்க வேண்டிய பணத்தை அரைகுறையாகக் கொடுத்துவிட்டு, 'எல்லாமே தந்துட்டேன்' என்கிற பொய்யான பஞ்சுவைப் பற்றி ஆதங்கம் கொள்ளும்போது வரும் வரிகள் நெஞ்சுக்குள் பரவிவிடுகின்றன. 'திருடலாம்; கொல்லலாம்; கற்பை இழக்கலாம். இப்படி ஆனவர்களோடுகூடப் பழகலாம். ஆனால், பொய் சொல்பவர்களோடு எப்படிப் பழக முடியும்?' என்கிறார். அடுத்திருப்பவர்களின் பொய் எவ்வளவுக்கு வாழ்வை அழிக்கும்; எவ்வளவுக்குச் சீவித நம்பிக்கையைப் போக்கடிக்கும் என்பதை அச்சகப் பஞ்சுவழிப் பார்க்க முடிகிறது. பொய் முகமூடியின் கோரம் கிழிபடும்போது எதிர்கொள்ளும் வலி கொடியது. தனக்கெதிராகப் பொய் சொன்னவனுக்குத் துன்பம் வந்தபோது, தன் கைக்காசைப் போட்டு அவன் ஆபத்துக்கு உதவி செய்து, அதனால் குழந்தை ஜுரத்திற்கான மருந்தைக்கூட வாங்க முடியாத ஒரு நேர்மையான கதாபாத்திரம் அனுபவிக்கும் மனச் சிக்கல்களையும், ஆத்திரம் கொண்டு காணச் சென்றவனின் துன்பத்தைத் தன் துன்பமாகப் பார்க்கும் பாவனையும் மனதை வெகுவாகப் பாதிக்கின்றன. நேர்மைக்கும் உண்மைக்கும் கிடைக்கும் பரிசு துன்பமாக இருந்தாலும், அதன்வழியாகக் கிடைக்கும் நிம்மதி இருக்கே, அதை இத்தொகுப்பு முழுக்கப் பார்க்க முடிகிறது.

உலகம் கண்டுகொள்ளாத பல ஆளுமைகள் இங்கே முக்கியமாகிறார்கள். 'ஏல, என்ன கட்டை ரொம்பத் துளுத்துப் போச்சு? ம்ஹும், சீ கையைக் கீளப்போடு. ஏண்டல, கணக்குத் தீக்க அம்மாசிக்கே வரேன்னு சொன்னியால்லியாடா? ஏண்டா சொன்னியால்லியடா? ஏண்டா சும்மா நிக்கிறியே... எல உன்னைத்தாண்டா... ஏன் பேசமாட்டியா? இப்ப எழுந்து வந்தென்னா...' 'திண்ணை வீரா!' கதை முழுக்க ஓங்கிநிற்கிறது இப்படியான ஒரு குரல். விடியற்காலையில் திண்ணையில் வந்தமரும் திண்ணை வீரனை வேடிக்கை காணும் இளைஞனின் கண்கள் வழியே வாசகருக்குள் ஏறி அமர்ந்துகொள்கிறார் திண்ணை வீரன். அக்கம்பக்கம் நடக்கும் பிரச்சினைகளுக்கான தீர்வு இத்திண்ணை வீரனிடமிருந்தே கிடைக்கிறது. இத்தனைக்கும் அந்த மனுசன் தண்டனை தரத் தன் கையைப் பயன்படுத்துவதில்லை. குற்றவாளியே தன் கையால் தன்னை அடித்துக்கொள்ளும் தண்டனையைத்தான் கொடுப்பார். 'இப்ப எழுந்து வந்தென்னா தெரியுமா?' என்று ஓங்குவாரே தவிர, இந்தத் திண்ணை வீரன் கடைசிவரைக்கும் எழும்பவே இல்லை... தன் வாக்காலும் செயலாலும் மக்கள் மத்தியில் பெரும் மதிப்பைப் பெற்று விளங்கும் திண்ணை வீரனைக் கடைசியில் இரண்டுபேர் தூக்கிப்போகும் காட்சியோடு முடிவுறுகிறது கதை. வீதிக்கு வீதி வாழும் ஓர் எளிய கதாபாத்திரமே. ஆனால், எளிதில் கதையாக்க முடியாத ஒரு கதாபாத்திரம்.

லஷ்மி என்றால் ஏதோ நகை நட்டுகளும் பணமும் செல்வமும் என்கிற ஒரு பார்வை இருக்கும்போது, படைப்பாளி லஷ்மியை இயற்கையின் உணவுவளத்தோடு கோடிட்டுப் பேசியிருக்கிறார். பட்டணவாசி கிராமத்தில் நடக்கும்போது அவன் அனுபவிக்கும் நிழல் சுகம் இருக்கே... என்கிறார். 'நிழல் என்று ஒரு பொருள் இவ்வளவு சிரமமில்லாமல் இவ்வளவு மலிவாகக் கிடைக்கிறதா? ஊருக்குள் நுழையும்போதே லெஷ்மி

வாசல் வாசலாக இறைந்து கிடந்தது. எண்ணிக்கொண்டே போனேன். நாலு வீட்டு வாசலில் நெல் உலர்த்தியிருந்தது. ஆறுவீட்டு வாசல்களில் தேங்காயை உடைத்து, பருப்பை நறுக்கிக் காணத்திற்கு உலர்த்தியிருந்தது. இரண்டு வாசலில் மஞ்சள் முட்டான் போட்டிருந்தார்கள். இன்னொரு வாசலில் தகதகவென்று ஏழெட்டு மூட்டை மஞ்சள் தங்கம்போல் கனிந்துகொண்டிருந்தது.' லெஷ்மி என்கிற வளமை, மண்ணும் மண் தரும் உணவுமே என்ற மெய்யை வாழ்வோடு இணைத்துச் சொல்லியிருக்கிறார். இந்த லெஷ்மிகளைப்போலத் திண்ணைகள்தோறும் வீரன்கள், வீரிகள், நீதி அரங்கேற்றிய காட்சிகளின் உலகம் அது. அந்தத் திண்ணைகளெல்லாம் இன்று வழக்கொழிந்து போய்விட்டதாலேதான், பல்வேறு வடிவங்களில் குற்றங்கள் பெருகி நிற்கின்றன.

திருவையாறு குறித்த ஆராய்ச்சியை, ஓர் ஆராய்ச்சி அறிக்கையாக, இத்தொகுப்பில் பார்க்க முடிகிறது. 'ஐயரும் ஐயாறும்' என்ற தலைப்பில் தியாகப்பிருமம் வாழ்ந்தபோது திருவையாறு எப்படியெல்லாம் இருந்திருக்கும்? அவர் வாழ்க்கை, சூழல் வாழ்வு என்று பல மாணவர்கள் வழியாகச் சேகரித்த தகவல்கள் போல் இத்தொகுப்பில் ஒரு பதிவு வருகிறது. தியாகராஜருக்கு இசையைவிட இலக்கியம் அருமையாக வருவதாக, ஞானஸ்கந்தன்வழிப் பெற்ற ஆய்வைப் பகடியாய்ச் சமர்ப்பிக்கும் ஒரு காட்சி வருகிறது. 'கலை என்னும் ஏணியில் சங்கீதம் என்பது அடிப்படி. அதாவது, மிக மிகத் தாழ்ந்தது. கலைகளில் சிறந்தது இலக்கியம்தான். அதற்குப் பிறகுதான் சிற்பம், ஓவியம், நடனம், இசைக்கலை எல்லாம் வரும். இலக்கியத்திலும் தலையாயது உரைநடை இலக்கியமே. தியாகையர் நாவல் எழுதியிருந்தால் நோபல் பரிசு வாங்கியிருப்பார். அவருக்கு அந்த அளவுக்கு ஆற்றல் இருந்தது. ஆனால் பயன்? விழலுக்கு இறைத்த நீராக இசைப் பாலையில் தம் திறமையைக் கொட்டி வீணாக்கிவிட்டார். அதனால், எங்கள் முப்பட்டானரான ஐயா தீட்சிதருக்கு அவரைக் கண்டால் ஆகவில்லை.' இந்த ஆய்வுக் கட்டுரையை வாசிக்கும்போது ஒரு பிரச்சனை வருகிறது.

வைத்தியலிங்க ஆசாரி மூலம், தியாகராஜ சுவாமிக்குச் செய்து தந்த இசைக் கருவிகள் பற்றிய செய்தி அறிக்கை வெளிப்படுகிறது. இந்த ஆராய்ச்சியில், ஐயாறப்பக் கவிராயர் கூற்றுப்படி, வழிபாடு தத்தம் தாய்மொழியில் நடக்கவேண்டும் என்கிற தகவல் சொல்லப்படுகிறது. தியாகையரிடம் தனியன்புள்ள ஐயாறப்பக் கவிராயர், 'தெலுங்கில் பாடாதீர்; தமிழில் பாடுங்கள்' எனப் பன்முறை மன்றாடியும், என்ன காரணத்தினாலோ ஐயரவர்கள் கேட்டிருக்கவில்லை. 'தமிழ்நாட்டு இசைப் புலவர்கள் இந்தத் தெரியாத மொழியில் பாடி நும் பாக்களின் பொருளனைத்தையும் சிதைத்துக் கொல்வார்கள்' என்று எச்சரித்தும் ஐயரவர்கள் கேட்டிருக்கவில்லை. இதுபோல் தியாகையர் வருடா வருடம் நிகழ்த்தும் சீதா கல்யாணம் கண்டு, பிராணதார்த்திஹர சர்மா கொடுக்கும் எதிர்ப்பை ஓர் ஆய்வுக் கட்டுரையாக்கி வாசிக்கும் காட்சியும் வருகிறது. 'ராமன் ஆப்டர் ஆல் ஒரு மனுஷன். அவனைத் தெய்வத்துக்குச் சமானமாக வைத்துக் கலியாணம் செய்யலாமா? ஏன் பார்வதி கலியாணம் இல்லையா? மீனாட்சி கலியாணம் இல்லையா ... இதையெல்லாம் ஏன் தியாகையர் செய்திருக்கக்கூடாது? அதனால் தியாகையருக்கு 'ஒன் ட்ராக் மைண்ட்'

என்றுதான் முடிவு பண்ண வேண்டியிருக்கிறது. அதனால்தான், அவர் காலத்தில் வாழ்ந்த என் தாத்தாவின் எள்ளுப் பாட்டனாரான பஞ்சு சிரௌதிகள் அவரை முகாலோசபனம் செய்வதையே நிறுத்திவிட்டார்' என்று சர்மாவின் ஆய்வு முடிவு வாசிக்கப்படுகிறது. ஆராய்ச்சியின் முடிவில், 'அலமுவின் யோசனையின் பேரில் தியாகையர் பாடியது தமிழ் தெலுங்கா, தெலுங்குத் தெலுங்கா என்று ஆராய்ந்து கொண்டிருக்கிறாள். அதை முடித்து வெற்றி பெற்றால், அவளுக்கு கிராண்ட் கான்யான் பல்கலைக்கழக 'டாக்டர்' பட்டம் கிடைக்கும்' எனப்படுகிறது. இது மாணவர் ஆராய்ச்சியோ, படைப்பாளியின் ஆராய்ச்சியோ தெரியவில்லை!

ஒருமனிதனைச் சமூகம் உருவாக்குவதைவிடக் குடும்பமே உருவாக்கி விடுகிறது. அவனவன் வாழ்வுக்கான முதல் பள்ளிக்கூடம் குடும்பமே. 'குழந்தைகளை வைத்துக்கொண்டு பெரியவர்கள் ஊர் வம்பளந்தால் அவை கற்றுக்கொள்ளாமலா இருக்கும்?' என்கிற ஒரு பதிவோடு முடிகிறது 'காட்டுவாசம்.' தானாகத் தலைவன் ஆவதுமுண்டு. பிறரின் உந்தலால் தலைவர் ஆகிறதுமுண்டு. மூங்கில்காரர், ஈயக்காரர் இருவரும் அரசியல் களத்தில் நுழைவதைக் கூறுவது 'மரமும் செடியும்' கதை. மூங்கில்காரருக்கு 'மரம்' சின்னம். ஈயக்காரருக்குச் 'செடி' சின்னம். இரண்டும் போஸ்டரில் வரும்போது அதிக வித்தியாசம் தெரிந்திருக்கவில்லை. கடைசியில் செடி வெற்றி பெறுகிறது. வாக்காளருக்கு வாங்கிப்போட்ட உணவும், சலுகைகளும் தோற்றுப்போன மூங்கில்காரருக்கு வயிற்றெரிச்சலைக் கிளப்புகிறது. புலம்பித் தள்ளுகிறார். இலவசத்திற்குச் சோரம் போகும் இன்றைய நிலையைப் படம்பிடிக்கும் சித்திரமாகச் 'செடியும் மரமும்' அமைகிறது. சின்னங்களையே அடையாளமாகக் கொண்டு அதைப் பார்த்தே வாக்களிக்கும் மக்கள், அதை மீறி எதையும் யோசிப்பதேயில்லை. இலவசம் கிடைக்கும் என்கிற ஒரே நோக்கில் வாக்களிக்கும் மக்களின் அன்றைய நிலை இன்றும் பொருந்தும். வயிற்றுக்கு ஆகாரம் கிடைக்கும்; குடித்துக் கிறங்க மது கிடைக்கும்; இதுபோக கையில் தலைக்கு இத்தனை ரூபா என்கிற தொகை விழும். தேர்தல் காலங்களில் அமோக வாழ்வை அனுபவிக்கும் மக்கள் எண்ணிக்கை அதிகம். சம்மந்தப்பட்டவர்கள் தோற்கும்போது, வாங்கிப் போட்டதையும் தந்த பணத்தையும் அனுபவித்த மக்களைக் கேவலமாகத் திட்டுவார்கள். வெற்றி பெற்றாலும் தோற்றாலும் அவனவன் வழங்கிய அந்தந்த இலவசங்களுக்கு அடிமை போலவே வாழவேண்டிய விதியை, தம் வாக்கைக் காசுக்கும் இலவசத்துக்கும் விற்ற மக்களே எழுதிவிடுகிறார்கள். தோற்றுப்போன மூங்கில்காரன் தன்னை ஏய்த்தவர்களை, 'இப்படியா புத்தியில்லாத கூட்டமாயிருக்கும்? குருமாண்டும், பிரியாணிண்டும், சாப்ஸூண்டும், மூச்சுமுட்டத் தின்னுப்பிட்டு மரமிண்டும் செடியிண்டும் தெரியாதா போயிடும். பிரியாணி முழுங்குச்சே ஒளிய, அப்படியே ஆட்டுக் கூட்டம்யா..' மூங்கில்காரர் சொல்லும் இந்தச் சொல், இக்கால அரசியல் களங்களுக்கும் பொருந்தும்.

பல ஆண்டுகள் முன்பு கிராமப்புறங்களில் ஒருத்திக்குப் பிரசவமென்றால், சுற்றுமுற்றும் எங்குமே கூடிக் கிடப்பாங்க. பிரசவக்காரியின் முதல் பிள்ளைகள் அழுது மாஞ்சி வெளித் திண்ணையில் அயர்ந்துபோய் இருப்பார்கள். அப்பங்காரன் மூத்தபிள்ளைகளைத் தேற்றுறதும்,

மருத்துவச்சியை அழைப்பதிலுமாய்த் திரிவார். அக்கம்பக்கத்துப் பெண்கள் தங்களுக்கே பிரசவம் நடப்பதுபோல் பதட்டமுடன் தெரிவார்கள். குடும்பக்கட்டுப்பாடு என்கிற விதி இல்லாத அக்காலத்தில், எல்லாம் சர்வேசுரன் வழங்குவதென்று பிள்ளைப்பேறைத் தங்குதடையின்றி வெகு இலகுவாக நடத்திய காலத்தில் எழுதப்பட்டதாகவே தோன்றுகிறது. 'அடுத்த ...' என்கிற சிறுகதை. கோவிந்தராவுக்கு முன்கூட்டியே ஏழு குழந்தைகள். இதில் வாசு என்ற குழந்தைக்கு அம்மை குத்தியபின் வந்த ஜூரம், குழந்தையை அப்படியே சீர்குலைத்துப் போட்டது. பல வைத்தியம் பார்த்தும், 'கடைசியில் காய்ந்து கருவாடாக வெள்ளை விழியும், எலும்பில் பிடிப்பு விட்டுப்போய்த் தளர்ந்து சுருங்கித் துவளும் தோலும், சாம்பல் பாய்ந்து முன்னே பிதுங்கியிருந்த கீழுதடுமே மிச்சம். குழந்தைக்கு அழகைக் கொடுக்குமிடங்கள் தேய்ந்துவிட்டன. முதுகிலிருந்தே துடை துடங்கிவிட்டது. ஒவ்வொரு கணமும் சர்வேசுரனின் துணையுடன் குழந்தை அம்மை மருந்தோடு எட்டு மாதமாகப் போராடிக் கொண்டிருக்கிறது'. இப்படி ஒரு குழந்தை இருக்கும் நிலையில், கோவிந்த ராவுக்கு எட்டாவது பிள்ளை பிறக்கையில், அவ்வீடு என்னென்ன சூழல்களில் இருக்கிறது என்பதைக் கண்முன்பு நிறுத்துகிறது இக்கதை. முன்பொரு காலத்தில் பிரசவ வீடுகள் எப்படியிருக்குமென்பதையும் படம்பிடித்துக் காட்டுகிறது.

குழந்தை என்பது சர்வேசுரன் வழங்குவது என்கிற ஒரு கண்மூடித்தனம் பற்றிச் சிரிக்கவும் சிந்திக்கவும் வைக்கிறது இக்கதை. ஒரு பிரசவம் முடிகையில் என்னென்ன அவஸ்தைகள் அனுபவிக்க வேண்டியிருக்கும் ... ஆனாலும் இனி இதெல்லாம் வேண்டாம் என்கிற மனம் வரவில்லை. 'இந்த வாசுவோட நின்னுப் போயிடுத்துன்னு நெனச்சேன். பகவான் இன்னும் சோதிக்கிறார் மாமி.' உடம்புக்கு முடியாத நிலையில் கோவிந்தராவின் மனைவி சொல்கிறாள். எட்டாவது பிரசவம் சிரமமாயிருக்கும் நிலையில், ஆஸ்பத்திரிக்குக் கொண்டுபோகும் நோக்கில் ஆம்புலன்ஸுக்கு அறிவிப்பு கொடுத்திருக்க ... ஆம்புலன்ஸ் வரும் முன்னே பிரசவம் நிகழ்ந்துவிடுகிறது... அவ்வேளையிலும் குழந்தை இனி வேண்டாம் என்கிற முடிவு எடுக்காத கோவிந்தராவ், 'இந்தத் தடவை ரொம்ப லேட்டாப் போயிடுச்சு. இனிமே, அடுத்த பிரசவத்துக்கு இரண்டு நாள் முன்னாடியே ஆம்புலேடத்துக்குச் சொல்லி வச்சிப்பிடனும் இல்லீங்களா சார்...' என்கிறான். அடுத்தும் பிள்ளைப்பேறு உண்டு என்கிற சிரிப்போடு கதை முடிகிறது.

இத்தொகுப்புக்குள் உலவும்போது, அழகியல் தோரணங்களாக மனிதர்களே தெரிகிறார்கள். பூ அழகு, புல்லழகு என்கிற பின்வருணனையின்றிச் சிக்கலுற்றுத் தவிக்கும் மனிதர்களின் முடிச்சுகளை உள்ளபடியே வாழ்க்கை வழக்கோடு வழங்கியிருக்கிறார். பெரும் கலகத்தையோ, கிளர்ச்சியையோ இவை ஏற்படுத்தவில்லை; ஆனால், வாசகரோடு அமர்ந்து பேசுகின்றன, ஒவ்வொரு கதாபாத்திரமும். காலம் மாறிக்கொண்டே வந்தாலும், மனித வாழ்வுக்குள் எந்த மாற்றமுமே இல்லை. பசி, ஏக்கம், காதல், ஆசை, அழுகை, சிரிப்பு என்கிற எல்லாவித மனித உணர்வுகளும் மாற்றங்களேயின்றி மனித வாழ்வோடு வலம் வருகின்றன. போன நூற்றாண்டின் சம்பவங்களை, காட்சிகளை மையப்படுத்தி எழுதப்பட்டாலும் இக்காலச் சூழலுக்கும், வாழ்வுக்கும் உணர்வுநிலைக்கும் ஏற்றதுபோல்

வாசகரோடு கிடக்கிறது அக்பர் சாஸ்திரி. இக்கதைகளெல்லாம் 1954 முதல் 1965 வரையான காலகட்டத்திற்குள் கல்கி, மணிக்கொடி, கலைமகள், சுதேசமித்திரன், காதல், ஆனந்தவிகடன், ஆல் இந்தியா ரேடியோ என்கிற தளங்களில் வெளியாகியிருக்கின்றன. ஒரு ஊருல ஒரு திண்ணை வீரன் இருந்தாரு, ஒரு ஊருல ஒரு மனசாட்சியோடு வாழ்ந்த கிருஷ்ணன் இருந்தாரு, தேக வடிவு பார்த்துப் பலன் சொல்லும் அக்பர் சாஸ்திரி வாழ்ந்தாரு... என்றெல்லாம் கதைசொல்லும் யுத்தியோடு வளரும் தலைமுறைகளோடு பரிமாறிக்கொள்ளக்கூடிய அளவுக்குக் கதை மாந்தர்கள் எளிய உருவில் பெரிய ஜாம்பவான்களாக உயர்ந்து நிற்கிறார்கள். மோகமுள், செம்பருத்தி நாவல்களில் வீசும் பெண்ணியச் சுவை, 'அக்பர் சாஸ்திரி'யில் இல்லை. பெண்களின் ஆளுமையும் துயரங்களும் அதிகமாகப் பதிவுறவில்லை. பெண்கள் பற்றி ஆண்கள் பேசும் சில வரிகளோடு, பெண் கதாபாத்திரங்கள் சாரமில்லாமல் வந்துபோகின்றன.

வாழும் காலத்திற்கு மட்டுமில்லாமல்; வருங்காலத்திற்கும் பொருந்தி நிற்கும் எழுத்துகளே வாசகனோடு என்றும் வாழும். 'நடந்தது, நடக்கப் போவது இரண்டுக்குமிடையே ஒரு வசதியான காலகட்டத்தில் நின்றுகொண்டு நிகழ்ச்சியைச் சித்திரித்துக்கொண்டே போகலாம். எப்படிச் சொன்னாலும், ஒரு பிரச்சனை, ஒரு பொருள், ஓர் உணர்வு, ஒரு கருத்துதான் 'ஓங்கி இருக்கிறது' என்ற நிலைதான் சிறுகதைக்கு உயிர் என்ற தி.ஜானகிராமனின் குரலையே இந்தத் தொகுப்பின் கதைகளில் பார்க்க முடிகிறது. ஒரு துளி உயிரை ஊற்றி, ஓர் இலக்கையே காட்டிவிடுகின்றன இக்கதைகள். ஒவ்வொரு கதையின் முடிவிலும் ஒரு சாரல் தெறிக்கிறது, ஒரு தீக்கனல் சுடுகிறது. ஒரு வியப்பு விரிகிறது, ஓர் ஆச்சரியம் நிமிர்கிறது. ஒரு வலி படர்கிறது. ஏதோ ஒரு தாக்கத்தை மனசுக்குள் இழுத்துப் போட்டபடியே முடியும் இந்தக் கதைகள், வாசகனுக்குள் ஏதோ ஓர் உயிர்த்துளியை ஊற்றி, வாழ்க்கை விளைச்சலுக்கான உத்வேகத்தை மீட்டுகின்றன. ஈரமான இலக்கியமாக, வாசகனோடு தி.ஜானகிராமன் எழுத்துகளின் உறவு என்றும் தொடரும்.

✦

50

அக்பர் சாஸ்திரி: முழுமையும் ஒருமையும் உயிருமுள்ள கதைகள்

அ. உமர் பாரூக்

1963ஆம் ஆண்டில், மீனாட்சி புத்தக நிலைய வெளியீடாக வந்த 'அக்பர் சாஸ்திரி', மிக முக்கியமான ஒரு சிறுகதைத் தொகுப்பு. இந்நூலின் முதற்பதிப்பில் தி.ஜா. சொல்கிறார். "இவையெல்லாம் இலக்கண சுத்தமான சிறுகதைகள் என்று சொல்லவில்லை. நான் சிறுகதைகள் என்றுகூடச் சொல்லவில்லை. அசல் சிறுகதைகள் எழுதுகிறவர்கள் உலக இலக்கியத்துக்குள் பத்துப் பேர் இருந்தால் அதிகம். எனவே, சாட்சிகள் அல்லது வேறு ஏதாவது சொல்லி இவற்றை அழைக்கலாம்". அப்படியானால், சிறுகதை என்பது என்ன? அதன் இலக்கணம் என்ன? அதை இன்னொரு கட்டுரையில் தி.ஜா. விவரிக்கிறார். "எந்தக் கலைப் படைப்புக்கும் முழுமையும் ஒருமையும் அவசியம். அவை பிரிக்க முடியாத அம்சங்கள். சிறுகதையில் அவை உயிர்நாடி. தனித்தன்மையும் உணர்ச்சி நிறைவும் தெறிப்பும் எல்லாம் இல்லாவிட்டால் சிறுகதையின் பிரசித்தி பெற்ற இலக்கணமான ஒருமைப்பாடு உயிரில்லாத ஜடமாகத்தான் இருக்கும்". மகரம் தொகுத்த 'எழுதுவது எப்படி?" (பழனியப்பா பிரதர்ஸ், 1969) நூலில், தி.ஜா. சிறுகதை பற்றியெழுதிய வரிகள் இவை. அவரே எழுதிய இலக்கணத்திற்கு முன்மாதிரியாக விளங்குபவை, "அக்பர் சாஸ்திரி"யின் பதினொரு கதைகளும். தொகுப்பில் இடம்பெற்றுள்ள கதைகளின் காலவரிசை: 1. துணை (மணிக்கொடி, 1950), 2. காட்டு வாசம் (கலைமகள், 1955), 3. அடுத்த (கலைமகள், 1955), 4. அர்த்தம் (ஆனந்த விகடன், 1955), 5. குளிர் (காதல், 1956), 6. குழந்தைக்கு ஜுரம் (கலைமகள், 1957), 7. மரமும் செடியும் (கலைமகள், 1958), 8. அக்பர் சாஸ்திரி (கல்கி, 1959), 9. கள்ளி (சுதேசமித்திரன், 1960), 10. ஐயரும் ஐயாறும் (கல்கி, 1963), 11. திண்ணை வீரா (சென்னை வானொலி நிலையம்).

அக்பர் சாஸ்திரி

தி.ஜா.வின் அனைத்துக் கதைகளையும் போலவே, 'அக்பர் சாஸ்திரி'யின் எழுத்துநடையும் ஆற்றொழுக்கானது என்பதைத் தனியே சொல்ல வேண்டியதில்லை. புதிய வாசகரை உள்ளிழுத்துக் கொள்ளும் எளிய வார்த்தைப் பிரயோகமும், ஆழமான வாசிப்பனுபவமுள்ள தேர்ந்த இலக்கியவாதியைப் பின்தொடர வைக்கும் எழுத்துப் புலமையும் ஒருங்கே கொண்டவை தி.ஜா.வின் புனைவெழுத்துகள். என் கல்லூரிக் காலத்தில் அக்பர் சாஸ்திரியை வாசித்தபோது வாசிப்பனுபவமும், புரிதலும் ஒருவிதத்தில் இருந்தன. அதே கதையை இருபத்தைந்து ஆண்டுகளுக்குப் பின்பு இப்போது வாசிக்கும்போது, இன்னொருவிதக் கோணத்தில் புரிகிறது. இரண்டையுமே இங்குக் குறிப்பிட விரும்புகிறேன்.

சென்னையிலிருந்து தஞ்சையை நோக்கிச் செல்லும் ரயில் பயணிகள் ஆறு பேரின் கதைதான், 'அக்பர் சாஸ்திரி'. முழுக்க முழுக்க மருத்துவம் சார்ந்த உரையாடலையே மையமாகக் கொண்டது. கதை முழுவதும் உரையாடல்கள் மூலம் காட்சிப்படுத்தப்படுவதால், முதல் வரியை வாசிக்கும் எவரும் கதை ஓட்டத்திலிருந்து விலகிவிடாதபடிக்கு உள்ளிழுத்துக்கொள்கிறது. வாசகர் நிற்பதற்கான ஒரு தளத்தைச் சில நிமிட வாசிப்பு வாசகனுக்குத் தரும்போதுதான், அவன் தொடர்ந்து வாசிப்பதை உறுதிப்படுத்த முடியும். தி.ஜா.வின் கதைகள் எந்தச் சுத்திவளைப்புமின்றி முதல் வரியிலேயே நேரடியாக வாசகனைக் கதைக்குள் தள்ளிவிடும் தன்மையுடையவை.

மாயவரம் ரயில் நிலையத்தில் பெட்டியில் இணைந்துகொள்ளும் கோவிந்த சாஸ்திரி, அதுவரை அங்கு இருந்த அமைதியைக் குலைக்கிறார். 'அதிகாரமும் வயசான பெருமையும் எக்களித்துக் கொண்டிருக்கிற தொண்டைக்குள் வெண்கலப்பட்டம் வைத்திருக்கிற குரலோடு', அங்குள்ள பயணிகளைத் தம் ஆதிக்கத்துக்குள் கொண்டுவருகிறார். சக பயணியாக இருக்கும் எக்சைஸ் இலாகாவின் சூப்பிரெண்டு, மனைவியின் உடல்நிலை குறித்தும், குழந்தைகளின் ஆரோக்கியம் குறித்தும் கேட்பதற்குக் கோவிந்த சாஸ்திரி அறிவுரைகளையும் பரிந்துரைகளையும் அள்ளி வீசிக்கொண்டே வருகிறார். தேர்ந்த மருத்துவர்போலச் சிகிச்சைக்கான வழிகளை வாரிவழங்கும் சாஸ்திரி, 'தாம் ஒரு மருத்துவர் இல்லை' என்பதையும் அடிக்கடி சொல்லிக்கொள்கிறார். தொடர்ந்து தம் ஆரோக்கிய வாழ்வின் ரகசியம் குறித்துப் பெருமை அடித்துக்கொண்டிருக்கும் சாஸ்திரி, பேசிக்கொண்டிருக்கும்போதே நெஞ்சு வலி வந்து இறந்துபோகிறார். அவருடைய தொடர் அறிவுரைகள் கதை முழுதும் நிரம்பியிருக்கின்றன. கதாசிரியரோடு, நாமும்கூடச் சாஸ்திரியிடம் ஏதாவது மருத்துவக் குறிப்புக் கிடைக்காதா? என்ற ஏக்கத்தை உருவாக்கும் அளவிற்கு அவரின் பேச்சு அமைந்திருக்கும். கடைசி இரண்டு வரியில் மொத்தக் கதையையும் கவிழ்த்து ஒரு முறிப்பை உருவாக்கி முடித்திருக்கிறார் தி.ஜா. கடைசி வரிகள் வருகிற வரைக்கும் நம்மால் முடிவை யூகிக்க முடியாது. அவ்வளவு அதிர்ச்சி தரும் முடிவினை எந்த அலங்காரமும் கூடுதல் அழுத்தமும் இல்லாமல் எளிமையாகச் சொல்லிவிடுகிறார். எழுத்தாளர் நம்மை அதிர்ச்சிக்குத் தயார்ப்படுத்திய பின்பு தரப்படும் அதிர்ச்சிகள், செயற்கைத்தனமானவையாக

மாறிவிடும் அபாயம் உண்டு. ஆனால், ‘அக்பர் சாஸ்திரி’ தரும் முறிப்பு, உண்மையில் பேரதிர்வை உண்டுசெய்வதாய் வெளிப்பட்டிருக்கிறது.

இக்கதையை நான் மாணவப் பருவத்தில் வாசித்தபோது, வாய்ச்சொல் வீரராகச் சாஸ்திரியைப் புரிந்துகொண்டேன். அவ்வளவு மருத்துவம் பேசும் நபர் ஒரு நிமிடத்தில் நெஞ்சு வலியால் இறந்து போவது, சவடால் பேசும் நபரின் திடீர் முடிவாக இருந்தது. அதிகாரமும் வெற்றுப் பெருமையும் கொண்ட சாஸ்திரிபோலச் சமகாலத்தில் எத்தனை மனிதர்கள் வாழ்கிறார்கள்? என்றுதான் அப்போது எனக்குத் தோன்றியது. ஒரு மருத்துவ ஆய்வாளனாக இப்போது வாசிக்கும்போது, இன்னொரு பார்வை உருவானது. இப்போதுதான் எழுதப்பட்ட கதையைப்போல அவ்வளவு புதிதாக இருக்கிறது. அறுபது ஆண்டுகளுக்கு முன்னால் எழுதப்பட்ட ஒரு புனைவை வாசித்துக்கொண்டிருக்கிறோம் என்ற உணர்வைக் கதையின் சில பயன்பாட்டுச் சொற்கள் மட்டுமே ஏற்படுத்த வாய்ப்பிருக்கிறது. அவைகளும்கூட, இப்போதும் புழக்கத்திலிருக்கும் சொற்களாகவே இருக்கின்றன. இன்னொரு கோணத்தில் கதை, இன்னொன்றாக மாறுவதாக எனக்குத் தோன்றுகிறது. கதை எழுதப்பட்ட காலம், ஆங்கில மருத்துவப் பயன்பாடு பரவலாக்கப்பட்ட 1960களாக இருக்கிறது. சித்த மருத்துவப் பயன்பாடு குறைந்து, ஆங்கில மருத்துவம் பார்ப்பதே அறிவியல்பூர்வமான அணுகுமுறை என்ற நம்பிக்கை முழுமையாகச் சமூகத்தில் விதைக்கப்பட்ட காலம். இதன் பின்னணியிலிருந்து, ஆதிக்க மனோபாவத்தையும் பெருமையையும் மட்டும் அக்பர் சாஸ்திரியிடமிருந்து நீக்கிவிட்டு அணுகலாம்.

ரசாயன மருந்துப் பயன்பாட்டைத் தவிர்த்துவிட்டு, இயற்கை யான மருத்துவங்களை நோக்கித் திரும்பச் சொல்கிறார் சாஸ்திரி. எதற்கெடுத்தாலும் மருத்துவமனைகளுக்கு ஓடுவதை விட்டுவிட்டு, நீடித்த ஆரோக்கியத்திற்கான வாழ்க்கை முறையைப் பரிந்துரைக்கிறார். இதைவிட முக்கியம், இறப்பைக்கூட டாக்டரின் உதவியோடுதான் அணுகமுடியும் என்ற சூழலில், சில விநாடிகளில் எவ்விதச் சிக்கலுமின்றி இறந்துபோகிறார் சாஸ்திரி. தம் வாழ்நாளில் அறுபத்தெட்டு ஆண்டுகள் எந்த மருத்துவத்தின் உதவியும் இன்றி ஆரோக்கியமாக வாழ்ந்த மனிதர் எளிமையாக மரணிக்கிறார். இன்னும் கூடுதலாக, ‘அக்பர் சாஸ்திரி’ என்ற பெயர்க் காரணத்தை, ‘உலக மதங்களிலுள்ள நல்ல விஷயங்களை மட்டும் தொகுத்து, “தீன் இலாஹி” எனும் புதிய மதத்தை உருவாக்கியவர் அக்பர். அவர் போலவே, எல்லா நல்ல விஷயங்களையும் தெரிந்துகொண்டு பின்பற்றுவதால் கோவிந்த சாஸ்திரி – அக்பர் சாஸ்திரி’ என்று அழைக்கப்படுகிறார் என்று தி.ஜா. விளக்குகிறார்.

ஒரு மனிதரிடமிருக்கும் ஆணவமும், எல்லாம் தெரிந்த அதிகாரமும் சாஸ்திரியிடம் இருக்கிறது என்பதைத் தவிர அவரிடம் என்ன சிக்கல் இருக்கிறது? சாஸ்திரி கதாபாத்திரத்தை வாய்ச்சொல் வீரராக மட்டுமே அழுத்தப்படுத்துவதாக இருந்தால், கடைசிக் காட்சியில் அவருக்கு நெஞ்சு வலி வந்து அவதிப்பட்டு, ஆங்கில மருத்துவத்தை நோக்கிப் பயத்தோடு ஓடுவதாக அமைத்திருந்தால், எப்படி இருந்திருக்கும்? எழுத்தின் ஆழத்தை உணர்ந்து, கதையை நடத்திச் செல்லும் தி.ஜா., ஏன் இதனைச் செய்யவில்லை?

சாஸ்திரியின் இன்னொரு தரிசனத்தை வாசகனுக்குத் தரத் தி.ஜா. முயன்றிருக்கலாம் என்றே தோன்றுகிறது. கதையின் இறுதி வரிகளை வாசிக்கும்போதும் இது உறுதிப்படுகிறது. "டாக்டர் உதவியில்லாமலே அக்பர் சாஸ்திரி மனிதன் செய்யும் கடைசிக் காரியத்தையும் செய்துவிட்டார்". இது எள்ளலான ஒரு வரியாக இருந்தாலும்கூட, மொத்தக் கதையையும் இன்னொன்றாக மாற்றக்கூடிய ரசவாதம் இங்குதான் மறைந்திருப்பதாகத் தோன்றுகிறது. 'டாக்டர் உதவியோடு நிகழக்கூடிய கடைசிக் காரியமாக' மரணம் மாறத் தொடங்குகிற நவீனக் காலத்தின் கதை இது. இன்னொரு முறை, அக்பர் சாஸ்திரியை வாசித்துப் பாருங்கள்... ஒருவேளை, உங்களுக்கு வேறொரு கதையைக்கூடத் தி.ஜா. சொல்லக்கூடும்.

துணை

*1950*ஆம் ஆண்டு *மணிக்கொடி* இதழில் வெளிவந்த கதை 'துணை'. 'அக்பர் சாஸ்திரி' கதை, இதற்கு ஒன்பதாண்டுகளுக்குப் பிறகு பிரசுரமாகியிருக்கிறது. ஆனால், இந்த இரு கதைகளுக்கும் நெருங்கிய தொடர்பிருக்கிறது. வாழ்வியல் முறைஒழுங்கு குறித்துத் தி.ஜா.வின் உள்ளூறையான கருத்தினை 'அக்பர் சாஸ்திரி' மறைபொருளாக வைத்திருக்கிறது என்றால், 'துணை' வெளிப்படையாகவே சொல்லிச் செல்கிறது. இந்தக் கதையிலும் விவரணைகள் மிகக் குறைவு. பாத்திரங்களின் உரையாடலே முழுக் கதையையும் நகர்த்திச் செல்கிறது. நகைச்சுவையும் கிண்டலும் ஒவ்வொரு உரையாடலிலும் ஊடாடி வாசிப்பனுபவத்தை இனியதாக மாற்றிக் கொண்டேயிருக்கிறது. சின்னக்குழந்தை தாத்தா என்று ஒரு கதாபாத்திரம். அவருக்கு வயது எண்பது. அவரும், அவர் தந்தையும் அரசு வேலை பார்த்து ஓய்வு பெற்றவர்கள். ஆண்டுக்கு ஒருமுறை ஓய்வூதியம் பெறுபவர்களுக்கான மஸ்டர் பதிவுக்காக இருவரும் ஒருதுணையோடு சென்று திரும்புவதுதான் கதை. தந்தைக்கு வயது தொண்ணூற்றெட்டு என்று சின்னக் குழந்தையே சொல்கிறார். பக்கத்து வீட்டுக்காரர் சொல்கிறார்: "தொண்ணூத்தி எட்டு வயசுன்னு நாலஞ்சு வருஷமா சொல்லிண்டிருக்கா". ஓய்வூதியப் பதிவுப் புதுப்பிப்பு அலுவலகத்தில் சந்திக்கும் இன்னொருவர் சொல்கிறார்: "அறுபது வருஷமாக மஸ்டர் டேவுக்கு வந்துகொண்டிருப்பதாக". ஆக, சின்னக்குழந்தையின் தந்தையின் வயது எப்படியும் நூற்றுக்கும் மேல் இருக்கும் என்று வெவ்வேறு வழிகளில் நிறுவுகிறார் தி.ஜா.

சின்னக்குழந்தையின் மகன் பணி ஓய்வு பெற்று, நான்கு வருடமாகிறது. ஆக, ஒரே குடும்பத்தில் நூறு வயதைக் கடந்த ஒருவர், அவர் மகனான எண்பது வயது சின்னக்குழந்தை, அவருடைய அறுபது வயதான மகன் என மூவரும் ஓய்வூதியம் பெறுகிறவர்கள். சின்னக்குழந்தையின் அறுபது வயது மகனுக்கு ஒரு மகன் இருக்கிறார் அவர் தாசில்தாராகப் பணிபுரிகிறார். அவருக்கும் 'பொடிப்பயலாக' ஒருமகன் இருக்கிறார். ஐந்து தலைமுறையைச் சேர்ந்த தாத்தாக்கள் ஒரே வீட்டில் வசித்து வருகிறார்கள். சின்னக்குழந்தையின் மகன் காசிக்குப் போய்விட்டதாலும், பேரனின் மகன் சிறுவனாக இருப்பதாலும் துணைக்கு ஒரு ஆள் தேடிவருகிறார் சின்னக்குழந்தை. நூறைக் கடந்த தாத்தாவையும், எண்பதைக் கடந்த தாத்தாவையும் பக்கத்து வீட்டு இளைஞன் அழைத்துச் செல்ல முன்வருகிறான். மூவரும் ஒரு

மாட்டுவண்டியில் அலுவலம்போய்த் திரும்புகிறார்கள். வரும்போது வண்டி குடைசாய்ந்து, எல்லாரும் கீழே விழுந்துவிடுகிறார்கள். தாத்தாக்களுக்குப் பெரிய காயம் ஒன்றுமில்லை. ஆனால், துணைக்குச் சென்ற இளைஞரின் கையில் இரட்டை முறிவு ஏற்பட்டுவிடுகிறது. கதையின் கடைசி வரிகளில் சின்னக்குழந்தை சொல்கிறார். “படுகிழங்கள் இருக்கோமே, எங்களுக்கு ஏதாவது வரப்படாதோ. ராஜா மாதிரி அழைச்சுண்டு போனான் குழந்தை”, சின்னக்குழந்தையின் தந்தை உரையாடலை முடித்து வைக்கிறார். “நாம் அழைச்சுண்டு வந்துட்டோம்”. மூணு மாசம் மெடிக்கல் லீவு போடச் சொல்லியபடி இரண்டு தாத்தாக்களும் வீட்டுக்குப் போகிறார்கள்.

வண்டியிலிருந்து விழுந்ததில் தாத்தாக்களைவிட, வயதில் மிகக்குறைந்தவனான இளைஞனுக்குத்தான் பாதிப்பு அதிகமாக இருக்கிறது. புதியகாலத்தின் இளைஞர்கள் வலுக்குறைந்தவர்களாக இருக்கிறார்கள் என்பதை முன்வைக்கும் முன்பே தி.ஜா., தாத்தாக்களின் வாழ்க்கை முறையை விவரித்துவிடுகிறார். இருட்டுப் பிரியும் முன்பே படுக்கையிலிருந்து எழுந்துவிடுவதும், மார்கழி, ஐப்பசி மழைக் காலத்திலும் பச்சைத் தண்ணீர்க் குளியல், தினமும் உடற்பயிற்சி என்று இரண்டு தாத்தாக்களும் பின்பற்றுகிறார்கள் என்பதைக் கதையின் தொடக்கத்திலேயே சொல்லிவிடுகிறார். மூன்றாவது தலைமுறையிலிருந்து இந்தப் பழக்கங்கள் மாறிவிட்டதாகவும், பேரன் சுடுநீரில் குளிப்பதாகவும் சொல்லி அங்கலாய்க்கிறார் சின்னக் குழந்தை. விதிகளோடு பிணைந்த பழைய வாழ்க்கை முறை மீதான தி.ஜா.வின் பற்றையே இந்தக் கதையும் விவரிக்கிறது. அக்பர் சாஸ்திரி, துணை இரண்டு கதைகளையும் ஒரே நேரத்தில் வாசித்தால் அவருடைய வாழ்க்கை முறை பற்றிய கருத்தினை வெளிப்படையாக அறிந்துகொள்ள முடியலாம்.

‘துணை’ கதையில் வரும் பாத்திரங்களின் பெயர்களிலேயே தி.ஜா.வின் அங்கதத்தை உணர்ந்துவிட முடியும். சின்னக்குழந்தை தாத்தாவுக்குக் குரல் சின்னக்குழந்தை போலவே இருப்பதால், அந்தப் பெயர் வந்திருக்கிறது. கதைத் தொடக்கத்தில் சின்னக்குழந்தை என்று வரும் பெயரைப் புரிந்துகொள்வதுவரை, குழப்பமாகவே இருக்கும். பெயர்க்காரணமும், அவருடைய வயதும் புரிந்தபிறகு வாசகனின் மனதில் நகைச்சுவை நிரம்பிவழியும். அவரின் தந்தை பெயர் ‘லேடிக் கிழவர்’. அவருடைய சின்ன வயதிலிருந்து தலை முழுதும் பெண்ணைப்போல நிரம்பிவழியும் கேசத்தால் இப்பெயர் வந்ததாகக் குறிப்பிடுகிறார். இப்படி ஒவ்வொரு பெயருக்குப் பின்னாலும் சுவாரசியமான காரணமிருக்கிறது. அதேபோல, கதையில் வரும் எல்லாப் பாத்திரங்களுக்கும் பெயர்வைக்கும்போது பெயர்ப்பட்டியல் நீண்டுவிட வாய்ப்புண்டு. சில பக்கங்களில் முடிந்துபோகப் போகும் சிறுகதையில் பாத்திரங்களின் குணங்களே முக்கியம் என்று தி.ஜா. கருதியதைப் பெயரற்ற பல பாத்திரங்கள் மூலம் உணர்ந்துவிட முடியும். அதேநேரம், பெயரற்ற பாத்திரங்களைத் தனித்தன்மையான சொற்களால் சுட்டிக்காட்டி அவர்களும் நினைவில் தங்கிவிடும் படி செய்துவிடுகிறார் தி.ஜா. சின்னக்குழந்தையின் மகன் காசிக்குச் சென்றிருப்பதால் அவரைக் “காசிக் கிழம்” என்று குறிப்பிடுகிறார். அவருடைய பேரனைத் தாசில்தார் என்றும், பக்கத்து வீட்டுக்காரரை “ரிஜிஸ்ட்ரார்” என்றும் குறிப்பிடுகிறார்.

பக்கங்கள் நீளும் ஒரு நாவலில் ஒவ்வொரு பாத்திரத்துக்கும் நிதானமாகப் பெயர் வைத்து, வாசகனின் நினைவடுக்குகளில் தொடர்புபடுத்தி விடுவது எளிது. ஆனால், சிறுகதையில் அதைச் செய்தால் வாசிப்பு சோர்வுக்குரியதாக மாறிவிடும் அபாயம் உண்டு. "சிறுகதையைப் பற்றி நினைக்கிறபோது நூறு அல்லது ஐம்பது கஜ ஓட்டப் பந்தயத்திற்கு ஆயத்தம் செய்துகொள்ளுகிற பரபரப்பும், நிலைகொள்ளாமையும் என்னைக் கவ்விக் கொள்கிறதுண்டு. இது ஒரு மைல் ஓட்டப் பந்தயமல்ல. சைக்கிளில் பல ஊர்கள், வெளிகள், பாலங்கள், சோலைகள், சாலைகள் என்று வெகு தூரம் போகிற பந்தயம் இல்லை. நூறு கஜ ஓட்டத்தில் ஒவ்வோர் அடியும், ஒவ்வோர் அசைவும் முடிவை நோக்கித் துள்ளி ஓடுகிற அடி அசைவு. ஆற அமர வேடிக்கை பார்த்துக்கொண்டு செல்லவோ வேகத்தை மாற்றிக்கொள்ளவோ இடமில்லை. சிறுகதையில் சிக்கனம் மிகமிக அவசியம்; வளவளப்புக்கு இடமே கிடையாது. வளவளப்பு என்றால் அதிகச் சுமை; ஓடுவது கஷ்டம்" என்று சிறுகதை குறித்த தம் கட்டுரையில் விவரிக்கிறார் தி.ஜா. எழுத்தின் மையம் வாசகனும் வாசிப்பும் என்பதை ஒவ்வொரு விநாடியிலும் நினைவில் கொண்டே கதையை நகர்த்துகிறார் தி.ஜா. அவருடைய எழுத்துகள் வாசகனைச் சோதிப்பதில்லை. அருகில் அமர்ந்து அவரே கதை சொல்வது போன்ற எளிமை உணர்வை உருவாக்குகின்றன.

மரமும் செடியும்

பொதுவாகப் புனைவிலக்கியம் குறித்து ஒரு கேள்வி, எனக்குள் எழுந்து கொண்டேயிருக்கும். "நான் ஏன் இவற்றை வாசிக்கவேண்டும்?" ஒரு சிறுகதையை அல்லது நாவலை வாசித்து முடிக்கும்போது ஒரு வாசனுக்கு என்ன கிடைத்துவிடும்? என்பதுதான் அது. இக்கேள்விக்குப் பலவிதமான பதில்கள் இருந்தாலும், இரண்டு விடைகள், எனக்கு முழுமையாகப் பட்டன. மனிதன் தனது குறுகிய கால வாழ்வில் பன்முகப்பட்ட வாழ்க்கைகளை வாழ்ந்துவிடும் பேராசை கொண்டவன். தன்னைவிட உயர்ந்ததாகவோ தாழ்ந்ததாகவோ ஒரு வாழ்வியல் முறையைக் கண்டுவிட்டால், தன்னிலிருந்து அது வேறுபடும் தன்மையைப் பொறுத்து அதன்மேல் ஈர்ப்பு வந்துவிடுகிறது. அதை நோக்கி ஓடுகிறான். சில ஆண்டுக்குப் பிறகு அதுவும் பழையதாகிப் போகும்போது, இன்னொன்றை நோக்கித் தேடல் விரிகிறது. இது ஆதிமனிதர்கள் நாடோடிகளாகத் திரிந்துகொண்டிருந்த மரபணுக்களின் வேலையாக இருக்கவும் வாய்ப்பிருக்கிறது. "இருப்பதிலேயே நிறைவடையும்படி" எத்தனை அறக்கோட்பாடுகள் போதித்தாலும், எல்லை மீறிவிடவே மனித மனம் விரும்புகிறது. அதன் அடிப்படையே இந்த மீறலும், விரிவடைதலும்தான். நாடோடிக் கூட்டமாக நாம் வாழ்ந்துகொண்டிருந்தால், தினமும் மாறும் வாழ்க்கை நமக்கு வாய்த்திருக்கலாம். ஆனால், நாகரிக மனிதர்களாக நாம் மாறிவிட்ட பிறகும், மிகப் பழைய மரபணுக்கள் மனம் வழியாக நம்மை அலைக்கழித்துக் கொண்டே இருக்கின்றன. நடைமுறையில் நம் வாழ்வில் பெரிய சோதனை முயற்சிகள் எதனையும் மேற்கொண்டுவிடமுடியாது. இருப்பதைக் காப்பாற்றிக்கொள்ளவே தொடரும் ஒரு போராட்டத்தில் தேவையற்றதை முயற்சிக்க நாம் விரும்புவதில்லை. அதேநேரம், நாம் நிறைவடைந்து விடுவதுமில்லை.

இந்த இடத்தில் புனைவிலக்கியத்தின் உளவியல் பங்கு மிக முக்கியமானது. இன்னொரு மனிதரின் வாழ்க்கையைப் புனைவின் வழியே நாம் வாழ்ந்து பார்த்துவிட முடியும். விதம்விதமான மனிதர்களின் வாழ்க்கையை நாம் துய்த்து, அனுபவம் பெறப் புனைவுகள் பேருதவி புரிகின்றன. வாசிப்பனுபவம் வழியாக இது வாய்த்துவிடுகிறது. எழுத்தாளருக்கும் – வாசகருக்கும் "வாழ்ந்து பார்க்கும்" புதிய அனுபவம் புனைவிலேயே கிடைக்கிறது. இரண்டாவது காரணமும் உளவியல் ரீதியானதுதான். மனித மன இயக்கம் அறிவுபூர்வமாகவும், உணர்வுபூர்வமாகவும் இயங்கும் இரட்டைத்தன்மையே கொண்டது. இரண்டும் தேவைக்கேற்ற விகிதத்தில் வாழ்வில் கலந்திருக்கவேண்டும். ஆனால், இயல்பில் அப்படி எந்த மனிதனும் இல்லை என்றே சொல்லலாம். எப்போதும் அறிவுபூர்வமாகவே வாழ்வது அல்லது எப்போதும் உணர்வுபூர்வமாகவே வாழ்வது என்ற இரு வகைகளில் மனிதர்கள் அடங்கிவிடுவார்கள். சமநிலையில், நேர்க்கோட்டில் வாழ்வது அனைவருக்கும் சாத்தியப்படுவதில்லை. ஆனால், அப்படியான சமநிலை கொண்ட ஒரு மனமே மனிதர்களின் அடிப்படைத் தேவையாக இருக்கிறது.

இப்படி அறிவுபூர்வமான மனம் கொண்டவர்களை, தேவையான அளவு உணர்வுபூர்வமானவர்களாக மாற்றவேண்டிய அவசியமிருக்கிறது. இல்லையெனில், வாழ்க்கையானது, எந்தச் சுவாரசியமும் இல்லாமல், ஜடப்பொருளாகவே இருந்துவிடும் அபாயமுண்டு. அவர்களுக்கான உளவியல் சிகிச்சைதான் – புனைவிலக்கிய வாசிப்பு. வாசிக்க வாசிக்கப் பல மனிதர்களின் உணர்நிலைகளை அறிவுமனம் உள்வாங்கத் தொடங்கும். படிப்படியாக, உணர்வு மனம் மேலெழுந்து, சக மனிதர்கள் மீதான உணர்வுகளும் வந்துசேரும். வாசிப்பற்ற மனிதருக்கு இவ்வாய்ப்புகள் கிடைப்பதில்லை. வாழ்க்கையோடு போராடிப் போராடியே அவர்கள் கற்றுக்கொள்கிறார்கள். இந்த இரண்டு காரணங்களும் புனைவு வாசிப்பிற்கு அடிப்படையானவை என்று புரிந்துகொண்டிருக்கிறேன். தி.ஜா.வின் சிறுகதைகளை வாசிக்கும்போது, மூன்றாவதாக ஒன்றையும் சேர்த்துக்கொள்ளலாம். அது "காலப் பயணம்". 1940–80களின் காலப் பதிவை, அவரது கதைகள் சேமித்து வைத்திருக்கின்றன. அதே காலத்தில் எழுதியவர்களின் கதைகளும் காலத்தைச் சேமித்தவைதான் என்றாலும், கூடுதல் உயிர்ப்பும், அச்சு அசலான மனிதர்களின் இயல்பும் தி.ஜா. படைப்புலகின் கூடுதல் பலம். தி.ஜா.வின் ஒவ்வொரு கதையும் ஒரு காலப் பயணமாகவே அமைந்துவிடுவதை வாசிக்கிற யாரும் உணர்ந்துவிடமுடியும். அவருடைய படைப்புகளில் வெளிப்படும் காலப் பதிவுகளைத் தனியாக ஆய்வு செய்யுமளவுக்கு எல்லாக் கதைகளிலும் தெளிவாகக் காலம் பதிவாகியிருக்கிறது.

1958ஆம் ஆண்டு, *கலைமகள்* இதழில் வெளிவந்த சிறுகதை "மரமும், செடியும்". முதல் இரண்டு கதைக் களத்திலிருந்து வேறுபட்ட கதைக் களத்தோடு இது அமைந்திருக்கிறது. முன்பு நாம் கலந்துரையாடியதுபோல, இக்கதையிலும் பெயரற்ற அடைமொழிப் பாத்திரங்கள் அதிகம். இந்தக் கதையின் பிரதானப் பாத்திரங்களுக்கே பெயர்கள் கிடையாது. மூங்கில்காரர், ஈயக்காரர் என்ற இருவரும் ஒரே கடைத் தெருவில் கடைவைத்திருப்பவர்கள். ஒருவருக்கு மூங்கில் வியாரம், இன்னொருவருக்கு ஈய வியாபாரம்.

ஏற்கனவே ஊரின் பிரசிடெண்டாயிருந்த காசுக் கடைக்காரர், இந்த முறை தேர்தலில் நிற்கவில்லை. அவர் ஈயக்கடைக்காரரை நிற்கச்சொல்வதாக நாட்டாண்மை, மூங்கில்காரரிடம் சொல்கிறார். சுவராசியமற்றுக் கேட்டுக்கொண்டிருக்கும் மூங்கில்காரர், நாட்டாண்மை பேச்சில் மயங்கித் தாமும் தேர்தலில் நிற்கச் சம்மதிக்கிறார். இருவரும் தேர்தலில் போட்டியிடுகிறார்கள். ஈயக்காரருக்குச் செடியும், மூங்கில்காரருக்கு மரமும் சின்னமாகக் கிடைக்கின்றன. மூங்கில்காரர் மார்க்கெட்டுக்குக் கொட்டகை போடுவதும், வண்டி மாடுகளுக்குத் தண்ணீர்த் தொட்டி கட்டுவதும், எல்லாருக்கும் கழுத்து வரை சாப்பாடு போடுவதுமாகத் தேர்தல் வேலைகளை அமர்க்களமாகப் பார்க்கிறார். பிரசிடெண்ட் ஆகிவிட்டதாகவே நினைத்துக் கொள்கிறார். ஆனால், தேர்தல் முடிவு வரும்போது, நிறைய ஓட்டு வித்தியாசத்தில் மூங்கில்காரர், தோற்றுப்போகிறார். நாட்டாண்மைக்காரரும் மூங்கில்காரரும் சேர்ந்து தோல்விக்கான காரணத்தை ஆராய்கிறார்கள். 'நேரப் பாக்குறப்ப மரம் பெரிசு, செடி சிறிசு. படத்துல போட்ட மரமும் சாண் உசரம். செடியும் சாண் உசரம். நமக்கு மரம் அடையாளமா இருக்கிறப்ப, அவரு செடிய வாங்கிட்டாரே. இது பெரிய மோசடி' என முடிவுக்கு வருகிறார்கள். மரமும் செடியும் ஒன்றுபோலவே இருப்பதால்தான் தோல்வியடைந்துவிட்டதாக மூங்கில்காரர் நம்புகிறார். "மரமும் செடியும் ஒன்றாகிவிடுமா? மரத்துக்கு வயசும் அனுபவமும் அதிகம்" என்று நல்ல சமயத்திற்காகக் காத்திருக்கிறார் மூங்கில்காரர்.

ஈயக்காரர் மகனுக்கு எலுமிச்சை சர்பத் தயாரிக்கும் நிறுவனம் தொடங்குவதற்காக எலுமிச்சைத் தோட்டம் தேவைப்படுகிறது. மூங்கில்காரரிடம் அப்படி ஒரு தோட்டம் இருக்கிறது. அதை விலைகேட்டுப் பார்க்க வருகிறார்கள் ஈயக்காரரும், அவர் மகனும். நானூறு எலுமிச்சை மரங்களுக்குக் கிணறு வைத்து நீர் இறைத்தும் வெம்பி விழுந்த காய்களே மிச்சம். இதனை ஏமாற்றி ஈயக்காரருக்குத் 'தள்ளிவிடத் திட்டமிடுகிறார் மூங்கில்காரர். பெரிய எலுமிச்சைகளை விலைக்கு வாங்கித் தோட்டத்தில் கீழே போட்டு வைக்கிறார். அவற்றைப் பார்ப்பவர்கள், உதிர்ந்த காய்களே இவ்வளவு பெரியதாயிருக்கிறதே என்று நினைத்துப் பத்தாயிரம் ரூபாய் கொடுத்துத் தோட்டத்தை விலைக்கு வாங்கிக்கொள்கிறார்கள். அதனை விற்ற பிறகு, அந்தப் பக்கம் போவதைத் தவிர்க்கிறார் மூங்கில்காரர். ஒருமுறை அங்குப் போக வேண்டிய அவசியம் வந்தபோது, பெரிய காய்கள் தோட்டத்து நிலத்தில் கிடப்பதை எடுத்துப் பார்க்கிறார் மூங்கில்காரர். அங்கு வரும் ஈயக்காரரின் மகன் சொல்கிறார். "நீங்க காமிச்சப்ப தரையில காச்சிருந்தது. இப்ப மரத்திலேயே காய்க்குது". விவசாய அலுவலரிடம் ஆலோசனை பெற்று, கால்வாய் கொண்டு வந்து, எரு போட்டு மரங்களை விளைச்சல் தரும்படி ஆக்கிவிட்டார்கள். கதையின் கடைசி வரிகள், மூங்கில்காரர் நினைப்பதாக இப்படிச் சொல்கின்றன. "முந்நூறு குழிக்குப் பதினாயிரம் ரூபாய் மூன்று விலைதானே? அப்படி என்ன ஏமாந்துவிட்டோம்?" என்று தேற்றிக்கொண்டு நடந்தார் அவர்.

மனிதர்களின் எளிமையான உளவியலைக் கதாபாத்திரங்களின் வழியே கையாண்டிருக்கிறார் தி.ஜா. சாதாரணமாகத் தம் தொழிலைப் பார்த்துக்கொண்டிருந்த மூங்கில்காரரிடம் நாட்டாண்மை பேசும்போது,

ஒரே ஓர் உரையாடல் மூலம் தேர்தலுக்குத் தயார்ப்படுத்திவிடுகிறார். “இல்லேணு சொல்லிட்டுப் பெரிய மனுஷங்கெல்லாம் உக்காந்திருந்தா, அப்புறம் என்னதான் நடக்கும்?” மூங்கில்காரருக்கு உச்சி குளிர்ந்தது. பெரிய மனிதன் என்று இவர் வாயாலேயே லேசில் வருமா? – இந்த வரிகளில் மனநிலை தலைகீழாக மாறிவிடுவதைக் கதை விளக்குகிறது. அதேபோலத் தேர்தலில் தோல்வியுற்றதை ஏற்றுக்கொள்ளாத மூங்கில்காரர் நல்ல காரணம் தேடித் தவிக்கும்போது, நாட்டாண்மை சொல்லும் தோல்விக்கான காரணம் சமாதானம் தருகிறது. வெற்றி பெற்றவரை மோசடி செய்தவராக மாற்றிக் கொண்டால் மனம் நிறைவடைந்து விடுகிறது. ஈயக்காரரிடம் எலுமிச்சைத்தோட்டத்தை ஏமாற்றி விற்று விட்டாலும், அவர் அதிலும் ஜெயித்துக் கொண்டேயிருக்கிறார். இப்போது மறுபடியும் ஒரு காரணம் தேவைப்படுகிறது. அதைத்தான் கதையின் கடைசி வரிகள் வெளிப்படுத்துகின்றன. சமாதானத்திற்கான காரணங்களை மனிதர்கள் தேடிக்கொண்டேயிருக்கிறார்கள். பொதுவெளியில் நம்புவதற்குச் சாத்தியம் இல்லாத காரணங்களைக்கூடத் தங்களுக்குத் தாங்களே கற்பித்துக்கொண்டு சமாதானமடைகிறார்கள். தம் நிலையை நியாயப்படுத்திக்கொள்கிறார்கள். இது எல்லா மனிதர்களின் அடிப்படை உளவியல். இதை விலகி நின்று பார்ப்பவர்களாலேயே உணர முடியும். புனைவிலக்கியத்தில் ஓர் எழுத்தாளரால் இதை உணர்ந்துவிட முடிகிறது. வாசகனுக்கு உணர்த்திவிடவும் முடிகிறது. எள்ளல் நடை, உரையாடலால் விரியும் காட்சிகளோடு எளிதாக நகரும் உளவியல் கதையாக இதனைப் புரிந்துகொள்ளலாம்.

காட்டுவாசம்

இது 1955ஆம் ஆண்டு கலைமகள் இதழில் வெளிவந்த கதை. ‘மரமும் செடியும்’ கதையைப் போலவே, இதுவும் உளவியல் அடிப்படையிலான ஒரு கதைதான். ‘அமைதியே கைகால் முளைத்து நடப்பது’ போன்ற தோற்றமுடைய ஒருவரைப் பற்றியும், அமைதி விரும்பிச் சந்நியாச வாழ்க்கைக்குள் நுழையும் இன்னொருவரைப் பற்றியும் கதை பேசுகிறது. இருவரின் மன ஓட்டத்தையும், தப்பித்தல் மனோபாவத்தையும் ஒப்பிட்டு, உரையாடல்கள் மூலமாகவே பெருக்கெடுத்தோடுகிறது கதை. கிராமத்தில் வாழும் நண்பனைப் பார்க்க வருகிறார் சென்னையிலிருந்து சுந்தரராஜன். ஒரு மாதம் விடுப்பில் அங்கேயே ஒரு வாரம் தங்கியிருப்பதாகத் திட்டம். நண்பனின் அப்பா குறித்து உரையாடல் செல்கிறது. ஊரிலேயே சாந்தசொரூபியாக, அமைதியான நபராக மதிக்கப்படும் அப்பா வீட்டில் நேர்மாறான நபர் என்று சொல்கிறார் நண்பர். ‘குழம்பிலே புளி கொஞ்சம் தூக்கலாக இருந்துவிட்டதானால், கண்ணிலே விரலைக் கொடுத்துத்தான் ஆட்டுவார்’ என்று சின்னச் சின்ன விஷயங்களுக்கெல்லாம் கடுங்கோபம் கொள்ளும் அவரைத்தான் ஊர் அமைதியே உருவானவராக நம்பிக் கொண்டிருக்கிறது. பேரனோடு சரிக்குச் சரியாகச் சண்டைக்கு நிற்கும் அப்பா, குழந்தையை வளர்க்கத் தெரியவில்லை என்று தன்னோடு கோபித்துக்கொண்டு, மகளின் வீட்டுக்குப் போய்விட்டதாகச் சொல்கிறார் நண்பர்.

‘சின்ன வயசிலிருந்து தியானம், பூஜை என்று மனசை ஒழுங்குபடுத்திக் கொண்டவர், கோப தாபம் எல்லாம் அடங்கினவர்’ எனப்படும் இந்த

அப்பா, ஒவ்வொரு முறையும் இன்னொரு மகனின் வீட்டுக்கோ, மகளின் வீட்டுக்கோ இடம்பெயரும்போது இப்படி ஏதாவது ஒரு காரணத்திற்காகக் கோபித்துக் கொண்டுதான் போய்விடுவாராம். இப்படி நண்பர்கள் உரையாடிக்கொண்டே ஆற்றோரம் பார்க்கும்போது, புதிதாய்த் தோட்டத்தோடும் முளைத்திருக்கிற வீட்டைப் பார்க்கிறார் சுந்தரராஜன். நண்பர் சொல்கிறார், அது ஆசிரமம் என்று. அதன் பெயர் வானப்பிரஸ்தம் என்றும், அங்குச் "சக்ரபாணி ஐயர் சம்சாரத்தோடு தபசு பண்ணுகிறார்" என்றும் சொல்கிறார். இருவரும் அங்குச் சென்று பார்க்கிறார்கள். உரையாடல்கள் வழியாகவே சுவாரசியத்தையும் அங்கதத்தையும் கடத்துகிறார் தி.ஜா. இப்படிப் பேசிக் கொண்டிருக்கும்போதே, ஒருவர் கேட்கிறார். "இந்த இருபதாம் நூற்றாண்டிலுமா வானப்பிரஸ்தம்?" "ஏன். இருபதாம் நூற்றாண்டிலே கிறுக்குகளே இருக்கக்கூடாதா?" இப்படி எல்லா உரையாடல்களிலும், நறுக்குத் தெறிக்கிற பல சொற்கள், வாசிப்பின் வேகத்தைக் கூட்டுகின்றன. கதையின் மையப் பகுதியை மட்டும்தான் சுருக்கமாகச் சொல்கிறேன். மையத்தைச் சுற்றி உருவாக்கப்பட்டிருக்கும் காந்தப்புலத்தைப் போல, உரையாடல்களால் கதை உட்பொதியப்பட்டிருக்கிறது. சக்ரபாணி ஐயரைப் பார்க்கச் சென்ற பின்பும், அங்கு நடக்கிற உரையாடல்கள், இன்னும் ஆழமாகப் பயணிக்கின்றன.

அவர் சந்நியாசி ஆகிவிட முடிவு செய்யக் காரணமாக இருந்த சாலிப்பாட்டியின் கதை, அப்பாவுக்கும் பிள்ளைக்குமான அன்பு பற்றிய விவரணைகள் என்று உரையாடல் நீள்கிறது. சந்நியாசம் வந்த பிறகு காமத்தில் தடுமாற்றம் வந்துவிடக்கூடாது என்பதற்காகத் தன் சம்சாரத்தையும் உடனழைத்து வந்துவிட்டதாகச் சொல்கிறார் சக்ரபாணி. இருவரையும் காபி சாப்பிடும்படி சொல்லிவிட்டு, "காபி இல்லாமல் என்னால் இருக்க முடியாது சார். முன்னால் நாலுவேளை சாப்பிட்டுக் கொண்டிருந்தேன். ஆசிரமம் எடுத்தபிறகு மூன்று வேளையாகப் பண்ணிக் கொண்டிருக்கிறேன். .இரண்டு, ஒன்றாகக் குறைத்து நிறுத்திவிடுவேன். நாலு வருஷம் கழித்து நீங்கள் வந்தால் இங்கே கொத்தமல்லிக் காப்பிதான் கிடைக்கும்" என்று காபிக் கதையை விளக்குகிறார். அடுத்ததாக மனைவியிடம் வெற்றிலை சீவல் கொண்டுவரும்படி சொல்கிறார். 'இது அவருக்கு உயிர்' என்ற வர்ணனையோடு, வெற்றிலை, சீவலும் வருகிறது. கூடவே ஒரு டப்பாவில் சின்னச்சின்னதாக நறுக்கிய புகையிலை. "முன்னெல்லாம் பன்னீரும், வாசனையும் கலந்து போட்டுக் கொண்டிருந்தேன். ஆசிரமம் வந்த பிறகு வெறும் புகையிலைதான்" என்கிறார் சக்ரபாணி. பேசிக்கொண்டிருந்துவிட்டு வெளியே வந்தபிறகு சுந்தரராஜன் சொல்கிறார்: "சுவாரஸ்யமான ஆள்தான். ஊருக்குப் போவதற்குள் இன்னொருமுறை வரவேண்டும்". நண்பர் கேட்கிறார். "இனிமேல் ஊருக்குப் போகிற வரைக்கும் இங்கேதான் பழியாகக் கிடப்பாய்போல..." கதையின் கடைசி வரி, இந்த உரையாடலோடு முடிகிறது. "பின்னே ... என்ன? இந்த மாதிரி புகையிலை இங்கே யார் கொடுப்பார்கள்?நீ கொடுப்பாயா? என்ன துர்ப்பழக்கம் என்று உபதேசம் பண்ணுவாய்?".

கதையை வாசித்து முடிக்கும்போது, வானப்பிரஸ்தம் வந்த சக்ரபாணி ஐயரையும், கோபித்துக்கொண்டு போன தியானமும் பூஜையும் செய்யும் நண்பனின் அப்பாவையும் ஒப்பிட்டுக்கொள்வதை வாசகரால் தவிர்த்துவிட

முடியாது. தி.ஜா., எவ்வகையான கருத்தையும் நேரடியாகக் கதைகளில் சொல்வதில்லை. உரையாடலின் பின்னால் மறைந்திருக்கும் கதை மையத்தை வாசகன் தன்போக்கில் புரிந்துகொள்ளும் சுதந்திரம், வரிகளுக்கிடையில் மறைந்துநிற்கிறது. இதே கதையைச் சந்நியாசத்துக்கு ஆதரவாகச் சிந்திக்கும் வாசக மனம், வேறுவிதமாகவும் புரிந்துகொள்ளலாம். சக்ரபாணி ஐயரின் விளக்கங்களை நேர்மறையாக எடுத்துக்கொள்ளும் வாசகரும் இருக்கலாம்; அதற்கான சாத்தியங்களை முழுமையாக உள்ளடக்கியே புனையப்பட்டிருக்கிறது இக்கதை. வாசகனின் சுதந்திரத்தையும் கதையாளரின் கருத்தையும் சமமாக வைத்துப் பார்க்கும் வாய்ப்பினைத் தி.ஜா. வழங்கியிருக்கிறார்.

குளிர்

இக்கதை 1956ஆம் ஆண்டில் *காதல்* இதழில் வெளிவந்துள்ளது. தி.ஜா.வின் கதைகளில் கைவிடப்பட்ட அல்லது வயது முதிர்ந்தோரின் குரல்களும் பதிவுசெய்யப்பட்டிருப்பதைக் காணலாம். நாம் இதுவரை பார்த்த சிறுகதைகளிலேயே அக்பர் சாஸ்திரி, துணை, காட்டு வாசம் ஆகிய கதைகளில் ஒரு வயது முதிர்ந்தவராவது தலைகாட்டுவதைப் பார்க்கலாம். “தி.ஜானகிராமன் பெண்கள், வயதானவர்களின் மன உலகத்தை, அவர்களின் கைவிடப்பட்ட மனநிலையைத் தன் கதைகளில் சொன்னவர்” என்று ச.தமிழ்ச்செல்வன் தி.ஜா.வை அனுமானிப்பது, அவரது கதைகளை வாசிக்கும்போது உறுதிப்படுகிறது. இப்படியான கைவிடப்பட்ட ஒரு வயதான பெண்ணை மையமாகக் கொண்ட கதைதான் ‘குளிர்’. எழுபத்தைந்து வயதான கிழவிக்குப் பெயர் கிடையாது. தனியாக வாழும், தானே சமைத்துச் சாப்பிடும் பெண். பிள்ளை ஒருவன் தஞ்சாவூர்க் கோயில் மடப்பள்ளியில் சமையல் வேலை பார்ப்பவன். மகன் மாதந்தோறும் அனுப்பும் ஒன்பது ரூபாயில் மூன்றுரூபாய் வாடகைக்கும், ஆறு ரூபாய் உணவுக்குமாகச் செலவளிக்கும் பொருளாதாரப் பின்னணி. பல குடும்பங்கள் ஒன்றாக வசிக்கும் கூட்டுவீட்டின் தனி அறையில் வசிக்கிறார் கிழவி. தினமும் இரவு பசி தாங்காது, கோயிலுக்குச் சென்று உண்டகட்டி வாங்கிச் சாப்பிட்டுவிட்டு வீடு திரும்பும்போது, மணி பத்தாகிவிடுகிறது. அடைக்கப்பட்டு விட்டிருக்கும் வீட்டின் வாசலைத் தட்டுவதுதான் மொத்தக் கதையும்.

பதினொன்னரை மணிக்குப் பிறகு வரும் வடை விற்கிறவர் கதவைத் தட்டும்போது திறந்துவிடும் மற்றவர்கள், கிழவிக்கு மட்டும் கதவைத் திறப்பதில்லை. நீண்ட நேரம் குளிரில் நடுங்கியபடி கதவைத் தட்டிக் கொண்டேயிருக்கும் ஓலம் கதை நெடுகக் கேட்கிறது. “கிருஷ்ணம்மா… கதவத் திறடீ… அரைமணியா கத்தறேனே உங்களுக்கு இரக்கமில்லையா? நிக்க முடியலியே… குளிர் தாங்கலியே. .கடைப்படாதவளை இந்தப் பாடு படுத்தறேளே…” என்று அங்குக் குடியிருக்கும் ஒவ்வொரு பெயராக அழைத்துக் கதவைத் தட்டிக்கொண்டேயிருக்கிறார். இதேபோல ஒருமுறை தட்டியபோது, இன்னொரு அறைக் கிழவி விளக்குமாற்றால் அடித்துவிடுகிறார். அதை அங்கிருக்கும் யாரும் கேட்கவில்லை என்று புலம்புகிறார் கிழவி. கதையின் பல வரிகள் கிழவியின் கூக்குரலைச் சுமந்தபடியே வெளிப்படுகின்றன. ஆனாலும், கதையின் கடைசிப் பத்தியில் உளவியலாக ஒரு திருப்பத்தை வைக்கிறார் தி.ஜா. கிழவியின் துயரத்தைத்

தாங்கமுடியாத பக்கத்து வீட்டுக்காரர், தன் வீட்டுநடையில் வந்து படுத்துக் கொள்ளும்படி அழைக்கிறார். பாயும் போர்வையும் தருவதாகச் சொல்கிறார். கடைசிப் பத்தியில் கிழவி கேட்கிறார். "நீர் தனியா இருக்கீறா ...? வீட்டில் யாராவது இருக்காளா ...?" மனைவியும் குழந்தைகளும் இருப்பதாகச் சொன்னபின், கிழவி, "அப்படின்னா வரேன்" என்கிறார். எதிர்மறையாகப் புரிந்துகொள்வதாயிருந்தால், இப்படியான குணம் இருப்பதாலேயே அவரை யாரும் ஆதரிப்பதில்லையென்று எடுத்துக்கொள்ளலாம். ஆனால், நேர்மறையாக எழுபத்தைந்து வயதுக் கிழவியின் பயமும், தானொரு கேட்பாரற்ற பெண் என்ற ஆழமான பாதிப்பிலிருந்தும் இக்கேள்வி பிறக்கிறது எனவும் பார்க்கலாம்.

பல வருடத் தனிமையால் பீடிக்கப்பட்ட பெண்ணிற்குச் சூழல் கற்றுத்தந்த ஆழ்மனப்பதிவாக, அவரின் உரையாடல் வெளிப்படுகிறது. மனிதனின் குணங்கள் எங்கிருந்து வந்து சேர்கின்றன? பிறக்கும்போதே, 'கேரக்டர் பேக்' எதுவும் இயற்கையால் வழங்கப்படுகிறதா என்ன? அவரவர் வாழும் சூழலும் சமூகமும் உருவாக்கும் செயல்களின் எதிர்வினையிலிருந்தே குணம் பிறக்கிறது. இதில் மரபணுக்களின் பங்கு மிக மிகக் குறைவு. இந்த உளவியல் பின்னணியில் 'குளிர்' கதையைப் புரிந்துகொண்டால், அச்சூழலால் உருவாக்கப்பட்ட ஒரு துயரமே, கிழவியின் குரலாக வெளிப்படுவதைப் பார்க்கலாம். காலம் காலமாகப் பெண்களின் குண இயல்பு எப்படி இருக்கவேண்டும் என்பதை முடிவு செய்யும் ஆண்களின் உலகத்தால் உருவாக்கப்பட்ட ஒரு பெண் குரலின் தொடர்ச்சியாகக் கிழவியின் குரல் எதிரொலிக்கிறது.

ஐயரும் ஐயாறும்

'ஒரு ஆராய்ச்சி அறிக்கை' என்ற துணைத் தலைப்போடும் இக்கதை, 1963ஆம் ஆண்டு, *கல்கி* இதழில் வெளியானது. தொகுப்பிலுள்ள மற்ற கதைகளிலிருந்து வேறுபட்ட சிறுகதை இது. தம் சிறுகதைகளில் அதிக வர்ணனைகளுக்கு இடங்கொடுக்காமல் தெறிப்பாகச் சில வரியில் காட்சிப்படுத்தும் தி.ஜா.வின் எழுத்துமுறை, இக்கதையில் மாறி, நீளமான வர்ணனையோடு தொடங்குகிறது. இசைக் கல்லூரிப் பேராசிரியர் ஒருவர், தம் ஆய்வு மாணவர்களின் உதவியோடு, ஓர் ஆய்வினை மேற்கொள்கிறார். சங்கீத மூவர் என்று அழைக்கப்படுபவர்களில் ஒருவரான தியாகராஜரைப் பற்றிய செய்திகளை, அவர்கள் சேகரிக்கின்றனர். கதையின் தலைப்பு வெளிப்படுத்தும் ஐயர் என்பது தியாகராஜய்யரையும், ஐயாறு என்பது அவர் ஊரான திருவையாறையும் குறிக்கிறது. வரிகள் தோறும் ஓடும் பகடியோடு கதையில் நகர்கின்றன உரையாடல்கள். இசையுலகில் பெரிதும் மதிக்கப்படுகிற ஆளுமை ஒருவரைக் கதையின் மையமாக எடுத்துக்கொண்டு, மனிதர்களின் உளவியலைப் புரியவைக்கிற முயற்சி மிகவும் சிக்கலானது. சற்றே சறுக்கினால்கூட, தவறாகப் புரிந்துகொள்ளப்படும் சிக்கல், எப்போதும் காத்துக்கொண்டே இருக்கும் ஒரு கதைக்களம் இது.

தியாகராஜர் காலச் செய்திகளை, அவர் குறித்து அறிந்த ஊர்க்காரர்கள் மூலம் அறிந்து, ஒரு நூலாக வெளியிடுவது ஆய்வாளரின் திட்டம். அவர் குறித்துப் பல கதாபாத்திரங்கள் பேசுவதாக, விதம்விதமான கருத்துகளைத் தி.ஜா. முன்வைக்கிறார். ஒவ்வொருவரின் உரையாடலும் வெவ்வேறு

விதமான மனநிலைகளைப் பிரதிபலிக்கின்றன. தி.ஜா. காலத்திலேயே, அறிவுலகில் விமர்சனம் என்பது ஒழுங்கு செய்யப்படாத உளவியல் குப்பைகளாக இருந்ததை, இந்த உரையாடல்கள் வெளிப்படுத்துகின்றன. ஞானஸ்கந்தன் என்பவர் கூறுவதாக வரும் உரையாடல் வேறு வகையானது. தம் 'முப்பாட்டனாரின் முப்பாட்டனார் ஐயா தீட்சிதர்' தியாகராஜய்யர் காலத்து ஆள் என்று அறிமுகப்படுத்திக் கொண்டு, அவர் பல அதிர்ச்சிகளைத் தருகிறார். ஐயா தீட்சிதர் முப்பது காவியங்களும், மூன்று நாடகங்களும் இயற்றியவர், நூற்றியெட்டு வாஜபேய வேள்விகளைச் செய்தவர். "கலை என்னும் ஏணியில் சங்கீதம் என்பது அடிப்படி. அதாவது மிக மிகத் தாழ்வானது. கலைகளில் சிறந்தது இலக்கியம்தான். அதற்குப் பிறகுதான் சிற்பம், ஓவியம், நடனம், இசைக்கலை எல்லாம் வரும். இலக்கியத்திலும் தலையாயது உரைநடை இலக்கியமே. கவிதை கடையானது" என நீள்கின்றன வரிகள். கடைசியில் சொல்கிறார்: "இவ்வளவு தாராளமாக நம் தேசம் இல்லாததால்தான், தியாகையர் இலக்கியத்துக்குப் பதிலாகக் குறுக்கு வழியில் புகழ் தேடும் சங்கீதக் கலையில் ஈடுபட்டார் என்பது என் கருத்து" என்று முடிக்கிறார்.

ஏகாத்ராவ், தியாகராஜர் பற்றி இப்படிக் கூறுகிறார். "மராட்டிய மன்னர் சரபோஜி அழைத்ததற்குத் தியாகையர் 'நர ஸ்துதி இந்த நாவால் செய்ய மாட்டேன்' என்றாராம். ராஜா தெய்வத்துக்குச் சமானம். விஷ்ணு அம்சம் என்று நம் ஸ்ருதிகள் கோஷிக்கின்றன. மேலும், ஒவ்வொரு உயிரிலும் கடவுளைக் காணும் ஐக்கிய பாவம் தியாகையருக்கு இருந்திருந்தால், இந்தப் பதிலைச் சொல்லியிருக்க மாட்டார்" என்கிறார். அவரவர் சார்ந்த சாதிப் பின்புலமும், சுய ஒப்பீட்டு விளைவும், காழ்ப்பு உணர்ச்சியும், தன் குடும்பச் சார்பும் ஒவ்வொரு மனிதரின் உரையாடல் வழியாகவும் வெளிப்படுவதைத் தி.ஜா. அழுத்தமாகப் பதிவுசெய்கிறார். "தியாகராஜருக்கு என்னென்ன சாப்பாடு பிடிக்குமாம்?" என்று ஓர் ஆய்வு மாணவி நூற்றுக்கும் மேல் வயதான கிழவியிடம் கேட்கிறார். அதற்கு அவர் சொல்கிறார்: "இது ஏதுடியம்மா… இதெல்லாம் எதுக்குக் கேக்குது இந்தப் பொண்ணு. .ஏண்டியம்மா நம்ம ஊருல என்ன சாப்பிடுவா எல்லாரும்…". இப்படித் திரட்டப்பட்ட செய்திகளைத் தொகுத்துப் பேராசிரியர் ஓர் ஆய்வு நூலை வெளியிடுகிறார். அமெரிக்காவில் இருக்கும் டர்னர், இதே போன்று சங்கீத மூவரில் மற்ற இருவர் பற்றியும் எழுதினால் இருபதினாயிரம் ஜாங்சன் செய்வதாகச் சொல்கிறார். ஆய்வில் ஈடுபட்ட மாணவிகளுக்கு அமெரிக்க உதவிச் சம்பளம், சங்கீதப் பேராசிரியைப் பணிகள், ஆசிரியப் பணிகள் என்று விதம்விதமான பலன்கள் கிடைக்கின்றன. கதையின் கடைசிப் பத்தியில் இப்படிச் சொல்லித்தான் முடிக்கிறார் தி.ஜா. "கிரிஜா ஒரு கலெக்டரை மணந்துகொண்டாள். ஆனால், ஆராய்ச்சியை விடவில்லை. அலமுவின் யோசனையின் பேரில் தியாகையர் பாடியது தமிழ்த் தெலுங்கா, தெலுங்குத் தெலுங்கா என்று ஆராய்ந்துகொண்டிருக்கிறாள். அதை முடித்து வெற்றி பெற்றால், அவளுக்கு கிராண்ட் கான்யான் பல்கலைக்கழக 'டாக்டர்' பட்டம் கிடைக்கும்" என்கிறார்.

இசைக்கல்லூரியில் பயிலும் ஆய்வு மாணவிகளாக வருபவர் அனைவரையும் பிராமணப் பெயர்களால் குறிப்பதன் மூலம், அன்றைய கல்வியில் நிறைந்திருந்த பிராமணச் சமூகத்தைப் பற்றிப் பதிவுசெய்கிறார்

தி.ஜா. அன்றைய ஆய்வு முறைகள், முனைவர் பட்ட ஆய்வேடுகளைப் பற்றிய பல கேள்விகளை எழுப்பி, மனித மனங்களின் உளவியலையும் நோக்கி வாசகனை நகர்த்துகிறது 'ஐயரும் ஐயாறும்' சிறுகதை. தி.ஜா. படைப்புகளில் காலப் பதிவு குறித்து ஆய்வு செய்யப்படுமானால், இக்கதை அதில் முக்கியப் பங்காற்றும் ஒன்றாயிருக்கும்.

கள்ளி, குழந்தைக்கு ஜுரம் (கடன் பற்றிய இரண்டு கதைகள்)

'கள்ளி' *சுதேசமித்திரன்* இதழில் 1955ஆம் ஆண்டும், 'குழந்தைக்கு ஜுரம்' *கலைமகள்* இதழில் 1957ஆம் ஆண்டும் வெளிவந்துள்ளன. இரண்டிற்குமுள்ள மிக முக்கிய ஒற்றுமை இரண்டு கதைகளுமே கடன்களைப் பற்றிய கதைகளாக அமைந்திருப்பதுதான். ஆனால், இரண்டும் வெவ்வேறு நிலப் பகுதியில், வேறுபட்ட மனிதர்களுக்கிடையே நடக்கும் சம்பவங்களாகக் காட்சிப்படுத்தப்பட்டுள்ளன.

'கள்ளி' கதையில் வரும் சுப்பண்ணாவும் கிருஷ்ணனும் ஒரே தெருக்காரர்கள். கிருஷ்ணன் ஊரிலிருந்து பட்டணத்திற்கு வந்து செட்டிலானவர். அவரின் குணம் பட்டணம் வந்த பிறகு மாறிவிட்டதாகப் பலரும் சொல்கிறார்கள். பெரும்பாலான தி.ஜா. கதைகளில் வரும் தஞ்சையின் காற்றும் குளிர்ச்சியும் இல்லாத சென்னை, இக்கதையிலும் வருகிறது. 'சென்னைக்கே உரித்தான ஒரு நரக நிலை – துளிக் காற்றில்லாத, காற்று எப்போதாவது வீசும் என்ற நம்பிக்கைக்கிடமில்லாத, புழுக்கிக் கண்ணை ஜிவுஜிவு என்று பொங்க வைத்து, உடலில் ஜுரச் சூட்டை ஏற்றி விடுகிற ஊமை வெயிலும் மூட்டமும்' கொண்டதாகச் சென்னை இக்கதையின் தொடக்கத்திலேயே வந்துவிடுகிறது. கிருஷ்ணனின் குண மாற்றத்திற்குச் சென்னையின் புழுக்கமும் சூழலும்கூடக் காரணமாகலாம் என்று வாசிப்பவருக்குத் தோன்றும் அளவுக்குக் கதையை விவரித்திருக்கிறார் தி.ஜா.

சுப்பண்ணா ஓர் இசைக்கலைஞர். பிடில் வாசிப்பதில் நாற்பது வருடங்களாக லட்சக்கணக்கானவரை மயக்கியவர். அவரின் கை, 'மகா மகா தாள அசுரர்களை எல்லாம் பல்லைப் பிடித்துப் பார்த்த கை'. வெள்ளைக்கார நாடுகளுக்குக் கச்சேரிக்குச் சென்று ஆறு மாதம் அங்கிருந்து எல்லோரையும் பிரமிக்க வைத்தார். அந்த நாடுகளை ரசித்துவிட்டுத் திரும்பிவந்த சுப்பண்ணா, தம் முதல் கச்சேரியிலேயே அபஸ்வரங்களாக உதிர்க்கிறார். 'பெரியவர், சீமையை ரொம்ப ரசிச்சுட்டாப்பல இருக்கு' என்று சொல்லிச் சொல்லி, அவரைக் குழியை வெட்டி இறக்கினார்கள். கைக்காசு எல்லாம் தீர்ந்த பிறகு, பிரபுக்களும் சபைகளும் கைவிட்ட பிறகு சுப்பண்ணாவுக்கு வெளிநாடு போவதற்காகத் தைத்த கால், கை சட்டைகள் மட்டும்தான் மிச்சமாகிறது. இந்தப் பின்புலத்தில் கதை தொடங்குகிறது. சுப்பண்ணா தம் குழந்தைக்குத் தேர்வுக் கட்டணம் கட்டுவதற்காகப் பத்து ரூபாய் கடன் கேட்டுக் கிருஷ்ணனிடம் வருகிறார். கீழ்வீட்டு அறைப் பெட்டியில் பதினைந்து ரூபாய் வைத்திருந்தாலும், கிருஷ்ணன் தன்னிடம் இல்லை என்று மறுக்கிறார். சுப்பண்ணாவின் புலம்பலையும், நிராதரவு நிலையையும் பார்த்த பிறகும் கிருஷ்ணனுக்குக் கொடுக்க மனம் வரவில்லை.

அன்றிரவு பலத்த மழை பெய்கிறது. வெளிநாட்டிலிருந்து கொண்டு வரப்பட்ட பாலைவனக் கள்ளியை வீட்டில் வைத்து வளர்க்கிறார் கிருஷ்ணனின் மகள். தண்ணீர் படாமல் வளர்க்க வேண்டிய கள்ளிச் செடியில் மழைநீர் பட்டுவிடுகிறது. அதை அவசரமாக எடுத்து உள்ளே வைத்துவிட்டு, தன் பெட்டியிலிருந்து இரண்டு ஐந்து ரூபாய் நோட்டுகளை எடுத்துக்கொண்டுபோய்ச் சுப்பண்ணாவிடம் தருகிறார். தம் அலுவலகத்தில் வேலை செய்வபவரிடம் கேட்டு வாங்கி வந்ததாகச் சொல்லிப் பணத்தைக் கொடுத்துவிட்டு வருகிறார் கிருஷ்ணன். சென்னையின் புழுக்கமும் மழையும் கதையில் காட்சிகளாக வருகின்றன. சென்னை நிலம் குளிர்ந்து, வெப்பம் தணிகிறபோது கிருஷ்ணனின் குணமும் மாறுகிறது. பாலைவனத்தில் வளர்ந்த கள்ளியின் மீது மழை பொழிகிறபோது, பெட்டியிலிருந்து பணத்தை எடுத்துக் கொடுக்கிறார் கிருஷ்ணன். பின்புலத்தின் நிலம்சார்ந்த காட்சிகளுக்கும், நம் முன் உரையாடிக் கொண்டிருக்கிற கதாபாத்திரங்களுக்குமான நுட்பமான உளவியல் தொடர்பு இந்தக் கதையில் வெளிப்படுகிறது. அதன் மேல் கூடுதல் கவனத்தை ஈர்ப்பதற்காகவே தலைப்பிலும் “கள்ளி”யைத் தி.ஜா. வைத்திருப்பார் போலும்.

மனமாற்றம் அடைந்து கடன் கொடுக்கும் கிருஷ்ணன் ‘கள்ளி’யில் வருவதைப்போல, தம் பணத்தைக் கேட்டு அலைந்துகொண்டிருக்கிற சரவண வாத்தியார் ‘குழந்தைக்கு ஜுரம்’ கதையில் வருகிறார். பள்ளிக்கூடப் பிள்ளைகளுக்கான புத்தகங்களை வெளியிடுபவர் பஞ்சு. சின்னராஜா எம்.ஏ., எல்.டி. எழுதியதாகப் பஞ்சு பதிப்பிக்கும் புத்தகங்களை எழுதித் தருபவர் சரவண வாத்தியார். பஞ்சு தர வேண்டிய நானூறு ரூபாய்க்காக, ஆறு மாதங்களாக அலைகிறார் வாத்தியார். கடைசி முறை போன போது, ‘தரவேண்டிய பணம் முந்நூறு ரூபாய்தான்’ என்று சாதிக்கிறார் பஞ்சு. அதையும் அடுத்த திங்கட்கிழமை தருவதாகச் சொல்கிறார். நானூறா? முந்நூறா? என்ற சண்டையில் கோபப்பட்டுவிடும் வாத்தியார், ஒரு வெள்ளைத்தாளில் நானூறு ரூபாயையும் வாங்கிக் கொண்டதாக எழுதிக் கொடுத்து விடுகிறார். பஞ்சுவும் கோபமேறி, அதைக் கிழித்து எறிந்து விட்டுத் திங்கட்கிழமை முந்நூறை ஆள் மூலம் கொடுத்து விடுவதாகவும், இன்னும் அச்சேறாத கடைசிப் புத்தகத்தை வாங்கிச் செல்லும்படியும் சொல்கிறார். சரவண வாத்தியார், ‘இனிமேல் உன் வீட்டுக் குத்துச்செங்கல் ஏற மாட்டேன்’ என்று கோபத்தோடு வீட்டுக்கு வந்துவிடுகிறார். இதெல்லாம் முன்கதை.

கதை தொடங்குமிடத்தில், வாத்தியாரின் குழந்தைக்கு ஜுரம் தொடர்ந்து அடித்துக் கொண்டிருக்கிறது. கையிலிருந்த எட்டு ரூபாய் டியூஷன் பணம் ஏற்கனவே தீர்ந்துவிட்டது. டாக்டருக்குக் கொடுக்கப் பணம் இல்லை என்ற சூழல். அப்போதுதான் வாத்தியாரின் மனைவி சொல்கிறார்...” இன்னும் ஒரு புத்தகம் அச்சுப்போட எழுதிக் கொடுத்தீங்களே ... அதைத் திருப்பிக் கேக்கறாப் போலவாவது அந்தப் பாவியைப் பார்த்துக்கிட்டு வாங்களேன்”. “குத்துச் செங்கல் ஏற மாட்டேன்னு சொல்லிட்டேன் தெரியுமா?” என்கிறார் வாத்தியார். அவர் மனைவி சொல்கிறார். “ஏறாம வாசல்ல நின்ன வாக்கிலே கேளுங்க”. பணம் கேட்காமல், புத்தகம்

கேட்பதுபோலப் போவது என்று முடிவு செய்து வாத்தியார் பயணத்துக்கும், தன் வீட்டுக்குத் திராட்சை வாங்குவதற்கும் எஞ்சிய ஒருரூபாய் அறுபது பைசாக்களை எடுத்துக்கொண்டு கிளம்புகிறார். அங்குப் போனால் சூழ்நிலையே வேறாக இருக்கிறது. பஞ்சுவின் மனைவி ரத்த வாந்தி எடுத்து, மாலையிலிருந்து படுத்த படுக்கையாகக் கிடக்கிறார். வாசலில் நின்று பஞ்சுவை அழைத்த வாத்தியாருக்குத் தகவல் தெரிகிறது. உள்ளே போகலாமா, வேண்டாமா? என்று குழம்பிக் கடைசியில் வீட்டுக்குள் நுழைகிறார். அவர் மனைவியைப் பார்த்துவிட்டு, டாக்டரை அழைத்து உடனே காட்டச் சொல்கிறார். எந்த டாக்டரும் வீட்டுக்குப் பார்க்க வராத சூழலில், வாத்தியார் தானே போய் சில டாக்டர்களை அழைக்கிறார். கடைசியில் தன்கூடப் படித்த பராங்குசம் டாக்டரை அழைத்துக்கொண்டு வந்துவிடுகிறார். ஒருவழியாகப் பஞ்சுவின் மனைவியை மருத்துவமனையில் வைத்துச் சிகிச்சை செய்த பிறகு உடல்நலம் தேறுகிறார். வாத்தியார் கையிலிருந்த காசெல்லாம் பயணத்துக்கும் டாக்டரை அழைத்து வந்த வண்டிக்கும் கொடுத்தது போகப் பத்து நயா பைசாதான் மிச்சமிருக்கிறது. ஒன்றரை மைல் தூரத்திலிருக்கும் தன் வீட்டுக்கு பஸ்ஸில் வராமல் நடந்தே திரும்புகிறார் சரவண வாத்தியார். ஜட்கா ஸ்டாண்டில் நிற்கும் குதிரை இருளில் சிரிக்கிறது. அதன் சப்தத்தைக் கேட்ட வாத்தியாரும் சிரிக்கத் தொடங்குகிறார். நாலைந்து நார்த்தங்குருவிகள் வாழைத் தோப்பில் சிரிப்பதோடு கதை முடிந்து விடுகிறது. குழந்தையின் ஜூரம் என்னாச்சு? என்ற பதைப்பில் தொடங்குகிற கதை, பஞ்சுவின் மனைவி சரியாகிவிட்டாள் என்ற திருப்தியோடு முடிந்துவிடுகிறது. இரு கதைகளுமே, மனித மன இறுக்கம் தளர்ந்து இயல்படைவதை, வெவ்வேறு விதமாக விளக்குகின்றன. கதைகளின் உரையாடல்கள் மையம் விலகாது சென்றாலும், பின்புலத்தில் நிறையப் பாத்திரங்களும் அவர்களுடனான பேச்சும் வாசிப்பைச் செழுமைப்படுத்துகின்றன. தி.ஜா.வின் ஒவ்வொரு கதையையும் வாசித்து முடிக்கும்போது, அவை நம் மனநிலையில் ஒரு மென்மையான அதிர்வையும் பெரும் அசைவையும் உருவாக்கிவிட்டே செல்கின்றன.

திண்ணை வீரா

'அக்பர் சாஸ்திரி'யில் இதுவரை நாம் பார்த்த எல்லாக் கதைகளிலும் வாய்ச்சொல் வீரர்கள் பலரைச் சந்திக்க முடியும். அவர்கள் முக்கியப் பாத்திரமாகவோ அல்லது பின்னணிப் பாத்திரங்களாகவோ இருப்பார்கள். திண்ணை வீரா கதையின் மையப் பாத்திரமே அப்படியான ஒரு நபர்தான். இக்கதை 'ஆல் இந்தியா ரேடியோ'வில் ஒலிபரப்பான ஒரு கதை. வழக்கமான வாய்ச்சொல் வீரர்கள், தமக்குத் தொடர்பற்ற விஷயங்களில் தம் மேதமையை வெளிப்படுத்திப் புகழ் தேடிக்கொள்பவர்களாக இருப்பார்கள். ஆனால், 'திண்ணை வீரா' கதையில் வரும் கோயிந்து மாமா, வேறு வகையானவர்.

ராமநாதபுரத்திலிருக்கும் தாசில்தார், தஞ்சாவூர் நண்பன் செந்திருவைக் காண வருகிறார். செந்திரு, தாசில்தாரைத் தஞ்சைக்கு அழைத்துக்கொண்டேயிருக்கிறான். "எங்கள் ஊரை வந்து பாரேன். தண்ணீர் வாசனையே இல்லாமல், சுற்றிப் பத்து மைலுக்கு ஒரு பச்சைப் புல்லைக்கூடப் பார்க்க முடியாத சீமையாகப் பார்த்து வசித்துக்கொண்டிருக்கிறாயே...? எங்கள் ஊருக்கு வந்து நாலு நாள் இருந்து பாரேன்..." பலமுறை கடிதம்

எழுதியும், நேரில் அழைத்தும் வந்த தாசில்தார் ஊருக்கு வரும் நாளில் பட்டணத்துக்குப் போய்விடுகிறான் செந்திரு. தாசில்தாரைத் தான் வரும் வரை தன் வீட்டில் தங்கும்படி சொல்லிப் போகிறான். தாசில்தார் இரண்டு நாளாகச் செந்திருவுக்காகக் காத்திருக்கிறார். 'எப்படிப் பொழுது போகப்போகிறதோ?' என்று பயந்து கொண்டிருந்த தாசில்தாருக்கு, எதிர்வீட்டுக் கோயிந்து மாமாவின் தூரத்து உரையாடல்கள், நாளை வேகமாக நகர்த்துகின்றன. திருடிய பொருளைத் திரும்பி வாங்கித் தரும் வழக்குகள், கடன் பாக்கிகளை வசூலிப்பது போன்றவற்றைத் திண்ணையில் அமர்ந்து கொண்டே பேசி முடிக்கும் கோயிந்துவின் நடவடிக்கைகள் தாசில்தாருக்குப் பொழுதுபோக்காகின்றன.

கோயிந்து மாமாதான் கதையின் மையம். தன் வீட்டுத் திண்ணையில் உட்கார்ந்தபடியே பல வழக்குகளை விசாரிக்கிறார் அவர். "ஏல... என்ன கட்டை ரொம்ப துளுத்துப் போச்சு...? எல, உன்னைத் தாண்டா...? ஏன் பேச மாட்டியா? இப்ப எழுந்து வந்தேண்ணா...?" இப்படித் தொடங்கும் அவரின் உரையாடல்கள் கோபக்குரலோடு உயர்ந்து, இறுதியாக இப்படி முடியும். "போட்டுக்கடா... என்னடா பாக்கிறியே...? கன்னத்திலே போட்டுக்கடாங்கிறேன். பளார்பளார்னு நாலு போட்டுக்கணும். மாட்டியா? நான்தான் போடணுமா...?" பணம் தர வேண்டியவரோ அல்லது திருடியவரோ, இப்படிச் சுயமாகத் தண்டனை கொடுக்க வைத்து விடுவார் மாமா. திண்ணையில் உட்கார்ந்தபடியே ஒரு அங்குலம்கூட அசையாமல், "இப்ப எழுந்து வந்தேண்ணா..." என்று சொல்லிச் சொல்லியே கடனைத் திருப்பித் தருகிற தேதியையும் சொல்லச் சொல்வார். இப்படியான பல வழக்கு விசாரணைகள் தாசில்தாருக்குப் பொழுது போக்காகவும், சில நேரம் கவலையும், படபடப்பும், பயமும் மேலிடவும் வைத்தன. அவருக்குத் துப்பறியும் நாவலும், அருணாசலக் கவியின் புத்தகமும் இல்லாமல் பொழுதுகள் போய்க் கொண்டிருந்தன. ஒருவழியாகச் செந்திரு வந்து சேர்கிறான். கண்ட காட்சிகளை விளக்கித் தாசில்தார் ஆச்சரியப்படுகிறார். செந்திரு ஆமோதிக்கிறான். கதையின் இறுதிப் பகுதியில் தாசில்தாரை அழைத்துக்கோயிந்து மாமா வீட்டைக் காட்டுகிறான். விளக்கில்லா இருட்டில் இருவர் திண்ணையில் இருந்து அவரைத் தூக்கிக்கொண்டு வீட்டுக்குள் போகிறார்கள். "எழுந்து வந்தேண்ணானு சத்தம் போட்டுக்கிட்டே இருக்காரே மாமா... இப்படித்தான் எழுந்திருக்க முடியும் அவராலே" என்கிறான். "மாமாவுக்குப் பிறவியிலிருந்தே, இடுப்புக்குக் கீழே ஸ்வாதீனமில்லை... காலுக்கு வேலை கிடையாது... தூக்கிட்டுப் போனாத்தான் யாராவது. அதை ஒருத்தரும் பார்க்கக்கூடாது, அவரு உள்ளேபோறதையும், வரதையும்". மறுநாள் காலை ஆறு மணிக்கே கேட்கத் தொடங்கும் மாமாவின் கணீர்க் குரலோடு, கதை முடிகிறது.

கோயிந்து மாமா, உடலின் இயங்காத பகுதிகளைத் தன் உரையாடலின் மூலம் இயங்கவைத்துக் கொள்கிறார் என்கிற உளவியலைக் கச்சிதமான கதையமைப்போடு, அழுத்தமாகத் தி.ஜா. சொல்கிறார். ஆசிரியரின் குறுக்கீடற்ற தொடர் உரையாடல்கள், கதை நிகழ்வுகளைக் காட்சிப்படுத்திக்கொண்டே செல்கின்றன. சுவாரசியம் குறையாமல் கடைசி வரிக்கு இழுத்துவந்து நிறுத்துகிறது கதையின் ஓட்டம். முடிவைக் கடக்கமுடியாமல் கனத்த மௌனம் வாசகனுக்குள் கவிழ்கிற மாதிரியான

எளிய வரியோடு கதை முடிந்துவிடுகிறது. வாசிக்கிற அனைவருக்குள்ளும் கோயிந்து மாமா தொடர்ந்துகொண்டிருப்பார். தத்துவ உரையாடல்களோ, கோட்பாட்டு இறுக்கங்களோ அற்ற எளிய சொற்களின் வலிமை கதை முழுவதும் வெளிப்படுவது தி.ஜா.வின் தனிச்சிறப்பு.

அடுத்த, அர்த்தம் (இரு கதைகள்)

*1955*ஆம் ஆண்டு கலைமகள் இதழில் 'அடுத்த' சிறுகதையும், அதே ஆண்டில் *ஆனந்த விகடனில்* 'அர்த்தம்' கதையும் வெளிவந்துள்ளன. 'அடுத்த' கதையில் வரும் கோவிந்தராவ், ஆறு குழந்தைகளின் தந்தை. அவரது மனைவியின் ஏழாவது குழந்தைக்கான பிரசவ வலியில் தொடங்குகிறது கதை. இந்தக் கணக்கில் பிறந்து பத்து நாளில் வைசூரி நோயால் இறந்துபோன முதல் குழந்தை வரவில்லை. ராவின் மனைவி பிரசவவலியால் துடித்துக்கொண்டிருக்கும்போது, பக்கத்து வீட்டுக்காரர்கள் பலரும் உதவிக்கு வருகிறார்கள். ஒருவர் குழந்தைகளைப் பார்த்துக்கொள்கிறார், இன்னொருவர் வீட்டு வேலைகளைக் கவனிக்கிறார், மற்றொருவர் ராவுக்குத் தகவலனுப்புகிறார். பக்கத்து வீட்டுக்காரர்களின் உரையாடல்கள் வழியாக நகர்கிறது கதை. வீட்டிற்கு வந்ததும் 'ஆம்புலேடத்திற்கு' (ஆம்புலன்ஸ்) போன் செய்கிறார் ராவ். இந்த முறை எப்படியும் மனைவியை ஆம்புலேடத்தில் ஏற்றி, ராஜோபச்சாரமாக வைத்தியம் செய்யப் போகிற பெருமையோடு காத்திருக்கிறார் ராவ். வலி உச்சத்தைத் தொடுகிறது. அருகிலுள்ள டாக்டரை அழைத்து வரலாம் என்று சொல்கிறார் பக்கத்து வீட்டுக்காரர். ராவ் ஆம்புலேடத்திற்காகக் காத்திருக்கலாம் என்று சொல்லிக்கொண்டேயிருக்கிறார். வீட்டிலேயே குழந்தை பிறந்துவிடுகிறது.

ராவ் பக்கத்து வீட்டுக்காரரிடம் சொல்கிறார். "இந்தத் தடவை ரொம்ப லேட்டாப் போயிடுச்சு… இனிமே, அடுத்த பிரசவத்துக்கு இரண்டு நாள் முன்னாடியே ஆம்புலேடத்துக்குச் சொல்லிவச்சிப்பிடணும்". கதையின் போக்கில் மக்கள் தொகைப் பெருக்கம் பற்றியும் தி.ஜா. பேசுகிறார். "ஜனங்கள் நாலு, எட்டு, பதினாறு என்று பெருகினால், உணவுப்பொருள் நாலு, ஆறு, எட்டு என்றுதான் பெருகுமாம். ஆபத்து பெரிதாகத்தான் தோன்றுகிறது". அதேபோலக் குழந்தையே இல்லாத பக்கத்து வீட்டுக்காரரும் அவர் மனைவியும் பிரசவத்திற்கு உதவி செய்கிறார்கள். ராவின் மனைவி சொல்கிறார்: "இந்த வாசுவோட நின்னு போயிடுத்துன்னு நெனச்சேன். பகவான் இன்னும் சோதிக்கிறார் மாமி". 'பன்னிரெண்டு வருஷமாக விடிவிளக்கு வைத்து வைத்துக் காத்துக் கொண்டிருக்கிற தன்னையுந்தான் பகவான் சோதிக்கிறார் என்ற கோபம் போலிருக்கிறது அவளுக்கு' என்று பக்கத்துவீட்டுக் கௌரி பற்றியும் பதிவு செய்கிறார். இக்கதையை வாசித்து முடித்தவுடன், அதே காலத்தில் வெளிவந்த வைக்கம் முகமது பஷீரின் மலையாளக் கதை ஒன்று நினைவுக்கு வந்துவிட்டது. பல குழந்தைகளை வீட்டிலேயே பெற்ற ஒரு பெண், இந்தப் பிரசவத்தை டாக்டரிடம் பார்த்துக்கொள்ள வேண்டுமெனக் காத்திருப்பாள். கடைசியில் அந்தக் குழந்தையும் வீட்டிலேயே பிறந்துவிடும். "டாக்டரைக் கூட்டி வா" என்று வலியில் கதை முழுவதும் கத்திக் கொண்டேயிருப்பாள் அந்தப் பெண். அது பெண்ணை மையமாகக் கொண்டு கதை சொல்கிறது. தி.ஜா., ஆணை மையமாகக் கொண்டு கதை சொல்லியிருக்கிறார். அந்தக் கதையில்

டாக்டர் என்றால், இந்தக் கதையில் ஆம்புலேடம். மக்கள் வாழும் நிலங்கள் மாறினாலும், அவர்களின் குணங்கள் மாறிவிடுவதில்லை போலும்.

மருத்துவம் சார்ந்த பதிவு ஒன்று, இக்கதையில் மிக முக்கியமானது. அம்மை நோயால் முதல் குழந்தை இறந்தபிறகு, முனிசிபால்டிக்காரர்களின் கெடுபிடியால் ஆறாவது குழந்தையான வாசுவுக்கு அம்மைத் தடுப்பூசி போடுகிறார் ராவ். 'எட்டு மாதம் வரையில் கொழுகொழுவென்று மினுமினுவென்று க்ளாக்ஸோ பேபி மாதிரி இருந்த அந்தக் குழந்தை, அம்மை ஊசிக்குப் பின் வந்த ஜூரத்தில் உடம்பு இளைத்துக் கறுத்துக்கொண்டே வந்தது. அம்மை மருந்தின் வேகம் குழந்தையின் அழகையும் வலுவையும் தின்றுகொண்டே வந்தது. செய்யாத வைத்தியமில்லை. கழுத்திலும் கையிலும் முடிக்கயிறு வேறு. ஒன்றும் பயனில்லை. கடைசியில், காய்ந்து கருவாடாக வெள்ளை விழியும், எலும்பில் பிடிப்பு விட்டுப் போய்த் தளர்ந்து சுருங்கித் துவளும் தோலும், சாம்பல் பாய்ந்து முன்னே பிதுங்கியிருந்த கீழுதடுமே மிச்சம். குழந்தைக்கு அழகைக் கொடுக்கும் இடங்கள் தேய்ந்துவிட்டன' என்று எழுதியிருக்கிறார் தி.ஜா. தடுப்பூசி பயன்பாட்டிலிருக்கும் பல நாடுகளிலிருந்து தடுப்பூசி மரணங்கள் மற்றும் பாதிப்புகள் குறித்து விரிவான ஆய்வுகளும் புள்ளிவிவரங்களும் பதிவு செய்யப்படுகின்றன. ஆனால், நம் நாட்டில், அப்படியான பதிவுகளை 'அறிவியலுக்கு எதிரானதாகப் போய்விடும்' என்று நினைத்துக்கொண்டு கடந்துவிடுகிறார்கள். எழுத்தாளர் தமிழ்வாணனின் தடுப்பூசி குறித்த கட்டுரைகள் 1964இல் வெளிவரும் முன்பே, தி.ஜா. இதனைப் பதிவு செய்துள்ளார். இந்த வரிகளை மட்டும் வைத்துக்கொண்டு, அவரை அலோபதி மருத்துவத்துக்கு எதிரான மனநிலை கொண்டவராகப் புரிந்துகொள்ளக் கூடாது. ஏனெனில், இதே தொகுப்பின் பல கதைகளில் அலோபதியால் குணமடைந்தவர்களும் வந்து போகிறார்கள். சமகாலத்தில் நடந்த, தான் அறிந்த மருத்துவ நிகழ்வாகத் தடுப்பூசியின் பின்விளைவைத் தி.ஜா. பதிவுசெய்துள்ளார். தமிழ்ச் சிறுகதைகளில் இதுபோன்ற மருத்துவப் பதிவுகள் அபூர்வமானவை.

தொகுப்பின் கடைசிக் கதை – அர்த்தம். இது தனிமையில் வாழும் ஒரு மனிதனையும், மிகச் சிலரே வசிக்கும் ஊரின் நிலையையும் பின்னணி யாகக் கொண்ட கதை. திருமணமான நாற்பத்தைந்து நாளில் கிட்டனின் மனைவி அவனைவிட்டுப் போய்விடுகிறாள். அப்போதிருந்து இருபது வருடங்களாகத் தன் தம்பியுடன் தனியாக வாழ்ந்துகொண்டிருக்கிறான் கிட்டன். அவனுக்கும் இன்ஸ்பெக்டராகப் பணி புரிந்து ஓய்வு பெற்று வீட்டில் மனைவியோடு தனியாக இருக்கும் நபருக்குமான உரையாடல்கள்தான், மொத்தக் கதையையும் சொல்கின்றன. கோயிலில் விளக்கணைத்துக் கொண்டிருந்த தன் தம்பியை, ஹைதராபாத்தில் ஒரு பெரிய அதிகாரியிடம் சமையலுக்குச் சேர்த்துவிடுகிறான் கிட்டன். இருநூறு ரூபாய் சம்பளம் வாங்கும் கிட்டனின் தம்பி, தனக்குத் திருச்சியில் கல்யாணம் நடக்கப் போவதாகக் கடிதம் எழுதுகிறான். திருச்சியிலிருந்து மணமக்களை அழைத்து வந்து ஊரில் கிரகப்பிரவேசம் நடத்த முடிவு செய்கிறான் கிட்டன். இருபதாண்டுக்குப் பிறகு தன் வீட்டில் கெட்டிமேளச் சத்தம் கேட்பதில் துள்ளிக் குதித்தவாறு வேலை செய்கிறான் கிட்டன்.

திருமணமான சில நாட்களில், கிட்டனின் தம்பி, வீட்டில் அவர்கள் அம்மா கொட்டாங்குச்சிகளில் சேர்த்து வைத்திருந்த புதையலைத்

தோண்டி எடுக்கிறான். அதில் இரண்டு பங்கு தனக்கு வேண்டும் எனச் சொல்கிறான். 'கிட்டன் ஒண்டிதானே' என்ற காரணத்தால், ஒரு பங்கு போதுமென்கிறான் தம்பி. கடைசியில் கிட்டன் அனைத்தையுமே தம்பி வைத்துக் கொள்ளும்படி சொல்லிவிடுகிறான். இருக்கும் சொத்துகளையும் பிரிக்கும்படி தம்பி கேட்கிறான். அதிலும், 'ஒண்டியாக' இருக்கும் கிட்டனுக்குக் குறைவாகவே தரவேண்டும் என்று சொல்கிறான். பிரச்சினை அப்படியே இருக்கும் நிலையில், கதை முடிவுக்கு வருகிறது. ஒரு மலையாளப் பெண்ணைத் தன் நாற்பத்தைந்தாம் வயதில் திருமணம் செய்துகொள்கிறான் கிட்டன். "சொல்லாம கல்யாணம் பண்ணிட்டேனேன்னு கோச்சுக்காதீங்கோ ... ஒண்டிக் காரனாயிருக்கத் தொண்டுதானே, பொட்டைப் புஞ்சையும், கொட்டாங்குச்சியிலே மூணுலே ஒண்ணும் தர்ரேன்னான் ..." என்று கிட்டன் சொல்வதோடு கதை முடிகிறது. ஓய்வுக்காலத்தில் வாழ்க்கையின் அர்த்தம் என்ன? என்று யோசித்துக் கொண்டிருக்கும் இன்ஸ்பெக்டர், கிட்டனின் கல்யாணம் குறித்து யோசிக்கத் தொடங்கிவிடுகிறார். இருபது வருடமாகத் தனியாளாகத் தம்பியை வளர்த்த கிட்டன், 'ஒண்டி' என்ற ஒரு சொல்லில் காயப்பட்டோ அல்லது சொத்துகளை விடக்கூடாதென்றோ கல்யாணம் முடித்துக்கொள்கிறான். ஆண்கள் திருமணம் செய்துகொள்வதற்கு இந்தக் காரணம் போதாதா? என்று நினைக்கத் தோன்றும்வகையில், கதையின் மையம் இருக்கிறது.

கதைகளின் வழியே . . .

'அக்பர் சாஸ்திரி'யின் பதினொரு கதைகளும், வெவ்வேறான மனிதர்களின் வாழ்வியலையும், நிலப் பகுதியையும், உளவியலையும், நுட்பமான உறவுச் சிக்கல்களையும் வெளிப்படுத்துகின்றன. இந்தியா சுதந்திரம் பெற்ற 1947–லிருந்து, 1970–கள் வரைக்குமான காலத்தில் வந்த தமிழ்ச் சிறுகதைகளை எழுத்தாளர் ச.தமிழ்ச்செல்வன், "அவநம்பிக்கை அலையடிக்கும் கதைகளின் காலம்" என்று "தமிழ்ச் சிறுகதைகளின் அரசியல்" தொடரில் குறிப்பிடுகிறார். "சுதந்திர இந்தியாவின்மீது எளிய மக்கள் வைத்த நம்பிக்கைகள் சிதைந்த காலம். கனவுகள் பொய்த்துப் போனதைக் கண்டு, வாழ்வே கைத்துப்போன ஒரு காலம். லட்சிய வேகமிழந்து நாடு திசையிழந்த காலம். அது தமிழ்ச் சிறுகதைகளிலும் பிரதிபலித்தது" என்கிறார். காலத்தைப் பிரதிபலிக்கும் வகையில், தி.ஜா.வின் கதை மாந்தர்களும் "சுய ராஜ்ய இந்தியாவை"ப் பற்றி, அங்கங்கே குறைப்பட்டுக் கொள்கிறார்கள். அக்காலச் சென்னையின், தஞ்சையின் நிலப்பரப்பினைக் காட்சிப்படுத்தும் வகையில், கதையின் பின்புலங்கள் அமைந்துள்ளன. காலத்தின் தட்பவெட்பத்தையும், விவசாயம் மற்றும் சமூக மாறுதல்களையும் கதைக்காட்சிகள் பதிவு செய்கின்றன. இயல்பாக ஓடும் உரையாடல்களில் நிலத்தின் மதிப்புயர்வும்கூடப் பதிவு செய்யப்பட்டிருக்கிறது. இவை எதுவுமே திட்டமிட்டு எழுதப்பட்டவையாக இல்லாமல், தன்னியல்பில் கதைத் தன்மையோடு ஊடாடிக் கொள்வதே புனைவின் சிறப்பாக வெளிப்படுகிறது.

அக்காலப் புனைவுகள் பற்றி, இப்போது மேலோட்டமாக வைக்கப்படும் விமர்சனம், "பிராமணச் சமூகம் பற்றியவைகளாக மட்டுமே" இருக்கின்றன என்பதுதான். அக்காலத்தில் இங்கிருந்த ஒரு சமூக

அடுக்குமுறையில், கல்விக்கான வாய்ப்பினைப் பெருமளவு பெற்றோர் பிராமணர்களே. எனவே, எழுத்தாளர்களும் – வாசகர்களும், இயல்பாக அச்சமூகம் சார்ந்தவர்களாகவே இருந்திருக்கிறார்கள். "அன்றைய தமிழகத்தில் கல்வியறிவு பெற்றோர் விகிதம் 68%. இதில் 98% பேர் பிராமணர்கள். எனவே, வாசகர்களுக்குத் தகுந்த கதைகளாகவும், எழுத்தாளர்கள் அறிந்த சமூக நிகழ்வுகளும் கதைகளின் பிராமணத்தன்மைக்குக் காரணமாக இருக்கின்றன" என்று ச.தமிழ்ச் செல்வன், "தமிழ்ச் சிறுகதைகள் – முன்கதைச் சுருக்கத்தில்" கூறுகிறார். அதே நேரம், அனைவருக்கும் கிடைக்க வேண்டிய கல்வி, பல சமூகங்களுக்கு கிடைக்காமல் போனது பற்றித் தி.ஜா.வின் எழுத்துகளில் எக்குரலும் பதிவாகவில்லை. பிராமணச் சமூகம் பற்றிய கதைகளாகவே தி.ஜா. சிறுகதைகள் அமைந்திருந்தபோதும், சுய சாதி விமர்சனத்தை அவர் முன்வைக்கத் தவறவில்லை. தம் மனதுக்குத் தவறெனத் தோன்றுவதைக் கதாபாத்திரங்களின் உரையாடல்கள் மூலம் தி.ஜா. வெளிப்படுத்திவிடுகிறார். சக மனிதர்களை மதிக்காத தன்மை, பொருளாதாரத்தை நோக்கி ஓடும் வாழ்வு, தியானம் தபசுகளைப் பின்பற்றும் மனிதர்களைப் பற்றிய முரண்கள், சந்நியாசத்தைக் கேள்விக்குள்ளாக்கும் உரையாடல்கள் என்று தொகுப்பின் எல்லாக் கதைகளிலும் விமர்சனப்பூர்வமான எழுத்து வெளிப்பட்டிருக்கிறது. தி.ஜா.வின் "மோகமுள்"ளின் ஒரே ஒரு காட்சி, பிராமண விதவைகளின் நிலையை வெளிப்படுத்திவிடும். "மூணு வயசில் கணவனை இழந்த விதவை" என்று மொட்டையடித்து, முக்காடு போட்டுக்கொண்ட ஒரு கிழவியை அறிமுகம் செய்வார்..., அவருக்கும் அந்தக் கதைக்கும் எந்த நேரடித் தொடர்பும் இல்லாமலேயே. இதே போன்ற அழுத்தமான விமர்சனங்கள், இத்தொகுப்பின் சிறுகதைகள் முழுவதிலும் வெளிப்படுகின்றன.

தி.ஜா.வின் இயற்கைசார் வாழ்வு குறித்த விருப்பமும், அபிமானமும் அக்பர் சாஸ்திரி, துணை உள்ளிட்ட கதைகளில் வெளிப்படுகின்றன. ஆனால், 'இயற்கை' என்ற ஒற்றைச் சொல்லை வைத்துப் பழமைவாதியாக மதிப்பிட்டுவிடக்கூடாது. 'அக்பர் சாஸ்திரி' உரையாடலே, அதனை வெளிப்படுத்தி விடும். "அப்படியே எங்க அம்மா அப்பா செஞ்ச தப்பையும் உணர்ந்துனுட்டேன்... எனக்குப் பதினேழு வயசிலே கலியாணம் பண்ணி வச்சாளே, அதைச் சொல்றேன்... என் பிள்ளைகளுக்கெல்லாம் முப்பது வயசுலதான் கலியாணம் பண்றது. பெண்களுக்கு இருபத்தியிரண்டு வயசுக்கு அப்புறம்தான் கல்யாணம் பண்றதுன்னு தீர்மானம் பண்ணிட்டேன் ... நீர் பாக்குறது எனக்குப் புரியறது ... என்னடாது ஒரு பக்கம் சுக்குக் கயம், கருவேப்பிலைக் குழம்புன்னு ரொம்பப் பாட்டியா இருக்கான் . .. இன்னொரு பக்கம் பார்த்தா ரொம்ப "அல்ட்ராவா" இருக்கேன்னு நினைக்கிறீர்...". 'உலகத்தில் இருக்கும் நல்லதெல்லாம் சேர்த்துக்கொண்டு தனக்கென்று வாழும் முறையை ஏற்படுத்திக்கொண்ட அக்பர் சக்கரவர்த்திபோல'த் தான் இருப்பதாக அக்பர் சாஸ்திரி சொல்வார். பழமைவாதத்திற்கெதிரான மனநிலையையும், நவீனச் சிந்தனைகளையும், முன்னோர் வாழ்வின் நல்லம்சங்களையும் ஒருங்கிணைக்கும் தன்மையே கதைகளில் வெளிப்படுகின்றன.

1950–63 வரைக்கும் வெளிவந்த சிறுகதைகள், இத்தொகுப்பில் இடம்பெற்றுள்ளன. இவைகள் மீதான ஒட்டுமொத்த விமர்சனமாக, சமகால மக்களின் துயரங்களையும், அரசியல் – சமூக விளைவுகளையும்

பதிவுசெய்யாத கதைகள் என்பதை முன்வைக்க முடியும். அதேகாலத்தில் கதைகளில் சித்திரிக்கப்பட்ட தஞ்சைப் பகுதியில்தான் ஆண்டான் அடிமைமுறையும், சாதீய அடிப்படையிலான ஒடுக்குமுறைகளும் உச்சத்திலிருந்தன. சாணிப்பால், சவுக்கடிகளும், கொடூரச் சித்திரவதை முறைகளும் தமிழ்ச் சமூகத்தின் பேசுபொருளாயிருந்த ஒரு காலத்தில் தி.ஜா. கதைகளில் எந்த ஒன்றும் அவற்றைப் பேசுபொருளாக்க முனைய வில்லை. சமகாலத்தில் நடக்கும் அத்தனை நிகழ்வுகளையும் பதிவு செய்யவேண்டிய, குரல் எழுப்பவேண்டிய கடமை எழுத்தாளனுக்குண்டா? என்று யோசித்தால், மொத்தச் சமூகத்தில் அதிர்வை ஏற்படுத்திய நிகழ்வுகள் கல்வியறிவையும் வாசிப்பையும் அன்றாடக் கடமையாகக் கொண்டுள்ள எந்த எழுத்தாளருக்கும் தெரியாமல் போக வாய்ப்பேயில்லை. சமூகத்தின் மனசாட்சியாகக் கருதப்படுகிற எழுத்தாளர், தன்னை உலுக்கியவற்றைப் பதிவு செய்யவேண்டிய அவசியம் இருக்கிறது.

தி.ஜா.வின் கதைகள் அரசியல் பார்வையை வெளிப்படுத்தாத, ஆனால் சக மனிதன் மீதான நேசத்தை வலியுறுத்தும் கதைகளாக வெளிப்பட்டிருக்கின்றன. எளிய மொழி நடையும், ஆற்றொழுக்கான கதை ஓட்டமும், சமூக மாறுதல்களைக் காட்சிப்படுத்தும் ஆற்றலும் ஒருங்கே கொண்ட தி.ஜா. தம் கதைகளில் இன்னும் கூடுதலான சமூக எதிர்பார்ப்புகளையும், அரசியல் பார்வையையும் வெளிப்படுத்தியிருக்க முடியும் என்பது என் எதிர்பார்ப்பு. இருபத்தோராம் நூற்றாண்டு வாசகனாக, 1950களின் வரலாற்றைப் பார்க்கும் ஒரு சாமானிய வாசகனின் புரிதல் இது. தி.ஜா.வின் இக்கதைகள் அற்புதமான வாசிப்பு அனுபவத்தையும், ஆழமான உளவியல் புரிதலையும், கதை வடிவம் குறித்த கச்சித வரையறைகளையும் விளங்கவைப்பதில் ஈடிணையற்ற பங்காற்றுகின்றன. “கேள்வி கேட்பதில் பிரியமுள்ளவர்கள், நான் ஏன் எழுதுகிறேன் என்று அடிக்கடி கேட்பதுண்டு. மனநிலைக்குத் தக்கவாறு பல்வேறு விடைகளை நான் தருவதுண்டு. ஒரு சிறுவனைப்போல, நான் அன்றாட உலகைப் பார்த்து வியக்கிறேன், சிரிக்கிறேன், பொருமுகிறேன், நெகிழ்கிறேன், முஷ்டியை உயர்த்துகிறேன், பிணங்குகிறேன், ஒதுங்குகிறேன், சிலசமயம் கூச்சல் போடுகிறேன்” என்று, 1979ஆம் ஆண்டு சாகித்ய அகாதெமி விருதினைப் பெற்றுக்கொண்டு உரையாற்றும்போது, தி.ஜா. குறிப்பிடுகின்றார். அவர் கூறுவதுபோலவே, ‘அக்பர் சாஸ்திரி’ கதைகள் சமூகம் குறித்த அனைத்தையும் பதிவுசெய்கின்றன. எந்தக் காலத்திலும் தமிழ்ச் சிறுகதைகளைப் பற்றி அறிந்துகொள்ள விரும்பும் வாசகர்கள், தி.ஜா.வை வாசிக்காமல் போனால், அவர்கள் நோக்கம் நிறைவு பெறாது என்பது நீடித்த உண்மையாக மாறிவிட்டது. தமிழ்ச் சிறுகதை வரலாற்றில் தமது அழுத்தமான தடங்களைத் தி.ஜா. பதிவுசெய்து சென்றிருக்கிறார். அவரின் நூற்றாண்டில் மட்டுமன்று, ஆயிரமாவது ஆண்டிலும், அவருடைய சிறுகதைகள் தமக்கான இடத்தைத் தக்கவைத்துக்கொண்டேதானிருக்கும்.

✣

51

குழந்தைக்கா ஜுரம்? சமூகத்துக்கே ஜுரம்!

சுந்தரபுத்தன்

“தி.ஜானகிராமனோட எழுத்து எல்லாரையும் ரொம்ப மயக்கியிருக்கு” என்ற தஞ்சை பிரகாஷின் வார்த்தைகளையே, முதலில் சொல்ல வேண்டியிருக்கிறது. அப்படி அறுசுவை உணவாக இருந்திருக்கின்றன, தி.ஜா.வின் படைப்புகள். ஒரு சிறுகதையை வைத்துக்கொண்டு, நான் அவரை எடைபோட முடியாது. ஒரு துளியை வைத்துக்கொண்டு கடலின் பரப்பை அளவிடும் முயற்சியாக இருக்கும் அது. இலக்கியப் படைப்பு களின் மீதான ஆழ்ந்த நேசமும், கதைகளில் தீராத ஆர்வமும் உள்ளவர்களால்தான் ஒரு கதை பற்றி விரிவாக எழுத முடியும். எனக்குத் தெரிந்த அனுபவத்தில், ஜானகிராமனின் ‘குழந்தைக்கு ஜுரம்’ சிறுகதையை அணுகலாம் என நினைக்கிறேன்.

இந்தச் சிறுகதையில் அவர் வெளிப்படுத்தியுள்ள யதார்த்தம், இன்றும்கூட அப்படியேதான் இருக்கிறது. எழுத்தாளனின் நிலைமை மாறியிருக்கிறதா? இல்லை என்று சொல்லாத அளவிற்குச் சற்று மேம்பட்டிருக்கலாம். ஆனால், அவர் விவரிக்கிற ஏமாளியாகும் அவன் நிலை மட்டும், இன்னும் மாறவேயில்லை. புத்தகங்களின் வடிவமைப்பும், அச்சும் சர்வதேசத் தரத்திற்கு மாறியிருக்கின்றன. விற்பனையும் கூடியிருக்கிறது. எது நடந்தால் என்ன? எழுத்தாளனுக்குக் கிடைக்கவேண்டிய ராயல்டி எங்கே? நூறு காப்பிகூட விக்கலைய்யா என்று மனம் நோகுமளவுக்குப் பதிலை வைத்திருப்பார்கள். மறுவார்த்தை பேசமுடியாது.

ஒருகாலத்தில் பதிப்பாளர்கள் எல்லாம், பழகுவதிலும் வாழ்க்கை முறையிலும் எளிய மனிதர்களாகவே இருந்திருக்கிறார்கள். ஆனாலும் அவர்கள்கூட, வாழ்வைத் தொலைத்து எழுதியவர்களைக் கொத்தடிமைகளாகத்தான் நடத்தியுள்ளனர். இன்றைய பதிப்புலகமோ, கார்ப்பரேட்

நிறுவனங்கள்போலச் செயல்படத் தொடங்கியுள்ளன. ஃபாரத்துக்கு இத்தனை ரூபாய் எனத் தந்துவிட்டு எழுதியவன் நெற்றியில் பட்டை நாமம் சாத்துகிற போக்கையே பார்க்கிறோம். பதிப்புத் தொழில் முன்போலில்லை என்று சொல்கிற எவரும், பதிப்பகத்தை மூடியதாக வரலாறில்லை. எழுதுகிறவன்தான் தி.ஜா.வின் சரவண வாத்தியாரைப்போல வறுமையை வெளியில் சொல்லமுடியாமல் சத்தமின்றி வாழ்ந்துமடிகிறான்.

உயிரை அறுக்கும் ஒரு சொல்லைக் கதாபாத்திரங்கள் சொல்லும்போது, கதையில் நாம் சந்திக்கப்போகும் வாழ்க்கை யதார்த்தம், கோடைகால ஆற்று மணலாகப் பொசுக்குகிறது. “குழந்தையைக் கொடுத்தியே போதாதா? வியாதியை வேற கொடுத்து அனுப்பிச்சு இருக்கியே?” என்று வாத்தியார் சொல்லும்போது, குழந்தையே பெருந்துன்பம், அதில் நோய் வேறா என்ற சொற்கள்தான் மனதில் விழுகின்றன. யாழ் இனிது, குழல் இனிது என்பது எல்லாம் வாத்தியாரின் அன்றாடத்தில் பொருளற்றதாகிப் போவதைப் பார்க்கிறோம். தெய்வத்தை மனசிலே சொல்லிக்கொண்டே, “சுவரில் அசைந்த காலண்டரைப் பார்த்தார். அதில் பரமசிவன், மீசையும் மாடும் இரண்டு பிள்ளையுமாக உட்கார்ந்திருந்தார். வியாதி வெக்கையில்லாத பிள்ளைகள்” என்று கதையின் தொடக்கமே, சரவண வாத்தியாரின் துடைத்தெடுத்த வறுமையைப் பேசிவிடுகிறது. கதாபாத்திரங்களின் உரையாடல்களே வாசிப்பவரிடம் கதையைப் பற்றிய முழுமையான மனச்சித்திரங்களை உருவாக்கி விடுகின்றன. கதைக்கிடையில் படைப்பாளி ஒரு சொல் பேசுவதில்லை. ஜானகிராமனின் கதைகளில், அந்தந்தக் கதாபாத்திரங்களே, கதைகளை ஜானகிராமனின் கூடவேயிருந்து எழுதுகின்றனவோ என்று தோன்றுகிறது.

குழந்தைக்கு மருத்துவம் பார்க்க வாத்தியாருக்குப் பணம் வேண்டும். அதுவும் உன் வீட்டு வாசல்படியே மிதிக்கமாட்டேன் என்று வைராக்கியம் காட்டியவர், மீண்டும் அம்மனிதரைப் பார்க்கும் நிலையை எண்ணிப் பாருங்கள். இந்தத் தர்மசங்கடம், எல்லோருக்குமே ஒரு தருணத்தில் வாய்த்திருக்கும். நாம் கடந்துவந்திருப்போம். என்ன செய்யலாம் என்று மனசை நோண்டும்போதுதான், மனைவி அதை ஞாபகமூட்டினாள் என்கிறார் வாத்தியார். “இன்னும் ஒரு புஸ்தகம் அச்சுப் போட எழுதிக் கொடுத்தீங்களே, அதைத் திருப்பிக் கேக்கறாப் போலாவது அந்தப் பாவியைப் பார்த்துக்கிட்டு வாங்களேன்”என்கிறாள் அவள். “நீயே பாவிங்கறே, நீயே போகச் சொல்றியே?”; “வேற வழி இல்லேன்னா…” – என்னவோ ரோசமாகச் சொல்லி வாக்கியத்தை முடிக்கத்தான் அவர் பார்த்தார். ஆனால், குழப்பத்தில் முடிவே மௌனமாகக் கரைந்துவிட்டது. “இனிமேல் உங்க வீட்டுக் குத்துச் செங்கல் மிதிக்க மாட்டேன்யா” என்று புத்தகம் போடுகிற பஞ்சுவிடம், இரண்டு மாதம் முன் சொல்லிவிட்டு வந்ததுதான். மீண்டும் அந்த வீட்டுக்குச் சரவண வாத்தியார் செல்வதும், அங்கு நடக்கிற சம்பவங்களுமே ஜானகிராமனின் குழந்தைக்கு ஜுரம் சிறுகதை. கதையைப் படிக்கிறபோது குழந்தைக்கு ஜுரம் என்பது ஓர் உருவகமாகத் தெரிகிறது. ஒரு படைப்பாளனைக் காசு இன்றித் தவிக்கவிடும் கேடுகெட்ட சமூகத்திற்குத்தான் ஜுரம் என்கிறாரோ ஜானகிராமன் என்று தோன்றியது எனக்கு.

பதிப்பாளர்களுடன் ஏற்பட்ட கசப்பான அனுபவத்தை அவர் எழுதியிருக்கலாம். அதற்குச் சான்றாகச் ‘சொல்வனத்தில்’ தஞ்சை ப்ரகாஷ் எழுதிய கட்டுரையில் சான்று கிடைக்கிறது. “பத்திரிகையாசிரியர்கள், பதிப்பாளர்கள் பலரும் நிறைய அவரை ஏமாற்றினார்கள். பதிப்பகங்கள் அவரை மிகவும் அழகாய் ஒதுக்கின. எல்லாருக்கும் நல்லவராக அவர் இருக்க முனைந்ததன் பலன் அது. அவரது ‘மோகமுள்’ நாவல் அச்சாகிப் பல வருடம் வெளியே வராமல் அரசு அலுவலகக் கட்டிடம் ஒன்றில் அடைந்து கிடந்தது. ஒரு பதிப்பகத்தில் அவர் எழுத்துகள் ஒருசேர அவர் வெகுவாகப் பாடுபட்டது எனக்குத் தெரியும். பெரிய ஆளாகிப் போன பெரிய (எழுத்து) சம்பாத்யக்காரர்கள் பலரும்கூட அவரைப் பார்த்துப் பொறாமையால் வாடியதைப் பார்த்திருக்கிறேன்” என்கிறார் ப்ரகாஷ்.

படைப்பாளிக்கு ஏற்படும் அனுபவங்கள் அனைத்துமே, ஒருநாளில் வேறொரு ரூபத்தில், அதுவொரு தனித்துவமான கலை முயற்சியாக வெளிப்பட்டுவிடுகிறது. அதைத்தான் ஜானகிராமன் செய்திருக்கிறார். ஒரு மெல்லிய நகைச்சுவையையும் சிறு சொற்களுக்குள் வைத்துத் தைத்து விடுகிறார். அவருக்கு உரையாடல்தான் எல்லாமே. “சின்னராஜா எம்.ஏ., எல்.டி. எழுதியதாகப் பஞ்சு பள்ளிக்கூடப் பிள்ளைகளுக்குப் போடுகிற புத்தகங்களெல்லாம் இந்தச் சரவண வாத்தியார் எழுதிக் கொடுத்ததுதான். நாலு வருஷமாக இது நடந்து வருகிறது. இருபது புத்தகங்கள் ஆகிவிட்டன. பஞ்சு புத்தகத்துக்கு ஐம்பது ரூபாய் வீதம் ஏகபோகமாக உடைமையை எல்லாம் அவரிடம் எழுதி வாங்கி க்ஷேமமாக இருந்து வந்தார்” என்கிறார் இச்சிறுகதையில். நமக்கு முன்னால் நிகழ்ந்துகொண்டிருக்கிற ஒரு சம்பவத்தை அவர் பேசுவதுபோலவே இருக்கிறது. நாம்தான் அந்தக் கதையின் வழியாக அவர் என்ன சொல்லவருகிறார் என்பதை யூகிக்கவேண்டும். காவிரிபோலக் கரைபுரளும் தஞ்சாவூர் மொழியைத் தரிசனம் செய்யும் வாய்ப்பையும் கதைகளில் தி.ஜா. கொட்டிக் கொடுக்கிறார். சின்னஞ்சிறு வரியில்கூட அவர் தஞ்சாவூர்க்காரர் என்பதைப் புரிய வைக்கிறார். இந்தக் கதையில்கூடக் கடைசியில் வெற்றிலை, நார்த்தங்குருவிகள் என நாம் அடையாளம் கண்டுவிட முடிகிறது.

எழுத்தாளர் சுஜாதா, ஒரு கட்டுரையில், “இருந்தும் ஜானகிராமனுக்குத் தமிழ் இலக்கியச் சரித்திரத்தில் பிரதானமான இடம் அவரது சிறுகதைகளால்தான் என்று எனக்குத் தோன்றுகிறது. மிக நுட்பமான பார்வையும் தஞ்சாவூர்த் தமிழின் சரளமும், சிறுகதைக்கு மிக முக்கியமான காலப் பிரமாணமும் அவர் எழுத்தில் இருக்கும். சிக்கனமான வார்த்தை அமைப்புகளில் மிக அதிகமான விஷயங்களைச் சொல்லிவிடுவார். அவர் நடையிலிருந்த நளினத்தை இன்னும் யாரும் எட்டிப் பிடித்ததாகத் தெரியவில்லை. “வாசலோடு ரயிலடியிலிருந்து வாடிக்கையில்லாமல் திரும்பிய ஒற்றை மாட்டு வண்டி மெதுவாக ஊர்ந்து நடந்து கடந்தது” என ஒரு வாக்கியத்தில் கதையில் மூடை ஏற்படுத்திவிடுவார்” என்று சுருக்கமாகச் சுட்டிக்காட்டியுள்ளார்.

பாக்கி வைத்துள்ள நானூறு ரூபாய் பணத்தைக் கேட்கப் போயும் சரவண வாத்தியார் ஏமாற்றத்தையே சந்திக்கிறார். அவரது இயலாமையைப் பயன்படுத்திக்கொண்டு, வாய்க்கு வந்தபடி பேசுகிறார் பதிப்பாளர்

பஞ்சு. "அப்படியா? நான்தான்யா அயோக்கியன். நீர் பரம யோக்கியர். அரிச்சந்திரன். ஐயா, இனிமே உம்ம சகவாசம் நமக்கு வாண்டாம்யா. நீர் எழுதிக் கொடுத்த புஸ்தகம் இன்னும் ஒண்ணே ஒண்ணு இருக்கு. அதை எடுத்துக் குடுத்துடறேன். நல்ல யோக்யனா, நல்லவனா, புஸ்தகம் போடற ஆள் யாராவது இருப்பான். அவன்கிட்ட கொண்டு குடுத்துக்கும்" என்கிறார். ஒருமுடைக்காக எழுத வருகிறவர்களின் நிலையைத்தான் ஜானகிராமன் சொல்லாமல் சொல்கிறார். தான் பட்ட தீராத கடனை அடைப்பதற்காகக் கனவாகக் கட்டிய வீட்டை விற்கிறவனிடம் அடிமாட்டு விலைக்குக் கேட்கும் ஒரு நிலைதான். இக்கட்டில் சிக்கிய மனிதர்களின் கைவினைத் திறன் விலை பேசப்படுகிறது. அந்நிலையிலும்கூடச் சரவண வாத்தியார் அறம் பாடாமல் கணக்கு முடிந்துவிட்டதாக அறம் எழுதுகிறார்.

ஜானகிராமன் மனிதர்களின் உணர்வுகளைச் சித்திரிப்பதில் ஓர் உளவியல் நிபுணரைப்போலச் செயல்பட்டிருப்பதைப் பார்க்கமுடிகிறது. ஆயிரம் ஆண்டுகளைக் கடந்தாலும், மனித மனம்தான் இன்றும் பெரும் புதிராக விரிந்துகொண்டேயிருக்கிறது. அதுவோர் ஆழம் காணமுடியாத பெருங்கடல். தம் அரிய கதைகளின் மூலம் பிறவிப் பெருங்கடலை நீந்திக் கடக்கத் தி.ஜா. முயன்றிருக்கிறார். மகள் உமாசங்கரி எழுதிய குறிப்புகளிலிருந்தும் தி.ஜா.வின் படைப்புலக நோக்கைப் புரிந்து கொள்ளலாம். "அரசியல், இலக்கியம், சினிமா, தத்துவம், விஞ்ஞானம், வம்பு எல்லாமே பேசிக்கொண்டிருப்போம்.ஆனால் இலக்கியத்தில் அரசியலை எழுதுவதைத் தவிர்த்தார். பிடிவாதமாக மறுத்தார். மனித வாழ்க்கை நல்லது கெட்டதுக்கு அப்பாலான சிக்கலான விஷயம். அதை நுணுக்கமாகப் புரிந்துகொள்ள வேண்டும். நுணுக்கமாக வெளிப்படுத்த வேண்டும் என்பது அவர் இலட்சியம்" என்கிறார்.

எத்தனையோ சங்கடங்களுக்கு மத்தியில்தான், பஞ்சுவின் வீட்டுக்குப் போகிறார். அங்கே அவரது மனைவி, உயிருக்குப் போராடிக் கொண்டிருக்கிறாள். தன் குழந்தையின் நிலை மறந்து, மருத்துவர்களைத் தேடி ஓடுகிறார் வாத்தியார். கொடுக்க வேண்டிய நானூறு ரூபாயையே மறுக்கும் பதிப்பாளருக்கு உதவியாக இருக்கிறார். எத்தனை சங்கடங்கள் நேர்ந்தாலும் மனிதம் இழக்காதவராக மிளிர்கிறார், ஜானகிராமனின் சரவண வாத்தியார். வீட்டுக்குத் திரும்பும் அவரது நிலைதான், நமக்கு வலியை ஏற்படுத்துகிறது. "ரிக்ஷா எதற்கு? ஒன்றரை மைல்தான். நடந்தே போய்விடலாம். பையை எடுத்துச் சில்லரையை எண்ணினார். நயா பைசா எல்லாம் போய், ரூபாய், உடைந்து பத்தணா பாக்கி. தாகம் தாங்கவில்லை. சாயங்காலம் ஏழு மணிக்குச் சாப்பிட்டது. வெற்றிலை பாக்குக் கடையில் நாலு மலைப்பழமும் கலரும் சாப்பிட்டார். வெற்றிலை போட்டுக்கொண்டார். நடந்தார்" என்கிறார் ஜானகிராமன். நாமும் அவருடைய கதாபாத்திரங்களுடன் நடக்கிறோம். ஓர் எழுத்தாளரின் வெப்பம் தகிக்கும் வாழ்வைப் புரிந்தபடி, நாமும் நடக்கிறோம். இது ஒரு சிறுகதைதான். ஆனாலும், மாறாத ஓர் எதிர்காலத்தைக் கடந்தகாலத்தின் நிகழிலிருந்து கணித்த ஒரு படைப்பாளியின் தீர்க்கதரிசனமே இக்கதை!

✣

52

யாதும் ஊரே: மானுட வாழ்வின் சாரம்

ச. தமிழ்ச்செல்வன்

1954க்கும் 1966க்கும் இடைப்பட்ட காலத்தில் தி.ஜானகிராமன் எழுதிய 14 கதைகளின் தொகுப்பான "யாதும் ஊரே", 1967இல் வெளிவந்துள்ளது. தி.ஜா. அவர்கள் வாழ்ந்த காலத்திலேயே வெளிவந்த ஏழு தொகுப்புகளில் இதுவும் ஒன்று. 'சக்தி வைத்தியம்', 'பிடி கருணை', 'கொட்டு மேளம்' போன்ற கதைத் தொகுப்புகளையும் அவருடைய நாவல்களில் பெரும்பாலானவற்றையும் முன்னர் வாசித்திருந்தேன். சுகுமாரன் தொகுத்துக் காலச்சுவடு பதிப்பகம் வெளியிட்டுள்ள முழுத்தொகுப்பு 2014இல் வந்தபிறகுதான், அவருடைய பிற கதைகளை வாசிக்கத் துவங்கினேன். 'யாதும் ஊரே' தொகுப்பின் முதல் கதையான 'கோபுர விளக்கு', 1954 ஜூன் மாதம் கலைமகள் இதழில் வெளியாகியுள்ளது. நான் பிறந்தது 1954 நவம்பர் மாதத்தில். நான் பிறப்பதற்கு முன் தி.ஜா. எழுதிய கதையை, நான் 2014இல்தான் வாசித்தேன் என்பதும், 2020இல்தான் அது பற்றிச் சில வரிகள் எழுதுகிறேன் என்பதும் ஒருசிறு வெட்க உணர்வையும் குற்ற உணர்வையும் ஏற்படுத்துகின்றன.

1. கோபுர விளக்கு

'கோபுர விளக்கு' கதை, இருட்டில் துவங்குகிறது. "கிழக்குத் தெருவின் வெளிச்சத்தில் நடந்து வந்ததால் அந்தத் திடீர் இருட்டு குகை இருட்டாகக் காலைத் தட்டிற்று". கோபுரத்தின் மெர்க்குரி விளக்கு அவிந்து கிடந்ததால், தெருவில் இருட்டு. கோபுர விளக்கைக் கோவில் மேனேஜர் ஏன் அணைத்தார்? ஒரு கோபத்தில். அப்படி என்ன கோபம்? என்று அடுத்தடுத்த கேள்விகளோடு துப்புத் துலக்கியபடி செல்கிறது கதை. அந்த ஊரில் வாழும் தர்மு என்கிற இளம்பெண் செத்துப் போனாள். அவளைப் பற்றி ஊரில் 'கிரிசை கெட்டது' என்கிற பேச்சு உண்டு. அதனால் அவளை அடக்கம் செய்ய ஊரில் யாருமே முன்வரவில்லை. சடலம் இன்னும் அவள் வீட்டிலேயே கிடக்கிறது. இந்தப் பின்னணியில், கோவில் மேனேஜர் கோபுர விளக்கை அணைத்துவிட்டார்.

அந்தப் பெண்ணை இவர், முந்தா நாள்தான் கோவிலில் வைத்துப் பார்த்திருந்தார். தி.ஜானகிராமன், எந்தக் கதாபாத்திரத்தையும் பேரை மட்டும் சொல்லி நிறுத்துவதில்லை. அது சிறுகதையானாலும் சரி, நாவலானாலும் சரி. அக்கதாபாத்திரத்தின் உருவத்தோற்றத்தைச் சரசரவெனச் சில வார்த்தைகளில் வரைந்து காட்டாமல், அடுத்த வரிக்கு நகர்வதில்லை. அதுவும் பெண் கதாபாத்திரங்கள் எனில், சித்திரிப்பு மிகத்துல்லியமாக இருக்கும். "அவள் நிகு நிகு என்று தீட்டித் தேய்த்த கத்தி மாதிரிப் போய்க் கொண்டிருந்தாள்". இந்த 'நிகு நிகு' என்றால் என்ன என்பதற்குப் பிற்பாடு விளக்கம் வருகிறது.

அவளைத் தீட்டிய கையோடு, அடுத்த வரியில் அங்கே கோவில் பிரகாரத்தில் அமர்ந்து தூங்கி வழிந்து கொண்டிருந்த இரண்டு ஆச்சிகளை வரைந்து காட்டுகிறார். "இரண்டு பேருக்கும் முண்டனம் செய்து முக்காடிட்ட சிரசுகள், பழுத்துப்போன வெள்ளைப்புடவை. நெற்றியில் விபூதி, பல்லும் பனங்காயுமாக மூஞ்சிகள். தோலில் சுருக்கம். பட்டினியும் பசியுமாகக் காயக்கிலேசம் செய்கிறார்களோ என்னமோ, இரண்டு பேரும்! இல்லாவிட்டால் ஐம்பது வயசுக்குள், இத்தனை அசதியும் சோர்வும் வருவானேன்? மனிதப்பிறவி எடுத்துச் சுகத்தில் எள்ளளவுகூடக் காணா ஜென்மங்கள் இரண்டும், மங்கைப்பருவத்துக்கு முன்னாலேயே குறைப்பட்டுப் போனவர்களாம். பின் மீண்டும், விட்ட இடத்திலிருந்தே தர்முவைச் சித்திரிக்கத் தொடங்குகிறார். இவரைப் பார்த்துவிட்ட அவள் வேதனையையும் வெட்கத்தையும் ஒரு புன்சிரிப்பில் புதைத்துக்கொண்டு, 'விர்'ரென்று அந்த இடத்தைவிட்டுப் பறந்துவிட்டாள். "கட்டுக்கூந்தல் அவளுடைய பிடரியில் புரண்டுகொண்டிருந்தது" என்று தி.ஜா. வர்ணனையைத் துவக்கி, "அவளைக் கறுப்பு என்றுதான் சொல்லவேண்டும். ஆனால் அட்டைக்கரி அல்ல. மெல்லிய உயரமான தேகம். கையில் நாலைந்து ஜோடி இருக்கும், மஞ்சளும் நீலமும் கலந்த ரப்பர் வளையல்கள். அதுவும் முலாம் தேய்ந்து பல்லை இளித்தது. ஒரு பூப்போட்ட வாயில் புடவை. பளபளவென்று தங்க நிறத்தில் கைக்கு வழுக்கும் செயற்கைப்பட்டு ரவிக்கை. நிகுநிகுவென்ற ஒரு புது மெருகு அந்த உடல் முழுதும் ஊடுருவி ஒளிர்ந்தது".

தர்மு என்கிற அந்தப் பெண்மணி, நேரடியாக இரண்டு காட்சிகளில் மட்டுமே கதைக்குள் வருகிறாள். மற்றவர் அவளைப் பற்றிக் கூறும் சித்திரிப்புகளில்தான் கதை முழுக்க வருகிறாள். மேலே விவரித்தது காட்சி இரண்டு. இதற்கு முந்திய காட்சி ஒன்று உண்டு. இரு மாதங்களுக்குமுன் கோவிலில் அவளைக் கண்டார். துர்க்கை அம்மனுக்கு முன்னால் நின்று இந்தத் தர்மு, அழும் குரலில் வேண்டிக் கொண்டிருந்தாள். "ஈச்வரி! இரண்டு நாளாக வயிறு காயறது. இன்னிக்காவது கண்ணைத் திறந்து பார்க்கணும். தாராள மனசுள்ளவனா, ஒருத்தனைக் கொண்டுவிட்டுத் தொலைச்சா என்னவாம்?" இவர், வாய்விட்டு அவள் சொன்ன வேண்டுதலைக் கேட்டுவிட்டதால், சமாளிப்பதுபோல, இவரை ஏமாற்றுவதற்காக மீண்டும் அதே வார்த்தைகளில் ஒரு வேண்டுதலை வைப்பதுபோலப் பேசுகிறாள். "ஈச்வரி, என் தங்கையைக் காப்பாற்றிப்பிடு. தாராள மனசுள்ளவனா ஒருத்தனைப் பார்த்து அவளுக்கு முடிச்சுடு, தாயே". இதை இவர், தம் மனைவி கௌரியிடம் சொல்கிறார். "கேக்கறதுதான் கேட்டாளே பணம் வேணும் – கஷ்டம் விடியணும்னு அழப்படாதோ? நல்ல ஆளைப் பிடிச்சுத்

தரணும்னுதானா கேக்கணும்" என்கிறார் மனைவி. கௌரி வீட்டுக்குள்ளேயே இருந்தாலும், ஊரைப் பற்றிய செய்திகள் எல்லாம் அவருக்கு வந்து சேர்ந்துவிடுகிறது. செய்திக்களஞ்சியமாகவும் அபிப்ராயக்களஞ்சியமாகவும் இருக்கிறார். குளம், சந்தி, கடைத்தெரு, எங்கே பார்த்தாலும் தர்மு நிற்பதைக்கூடக் கௌரி அறிந்து வைத்திருக்கிறார்.

தர்மு குடும்பத்தின் முழுக்கதையும், 'சீனு மாமா' என்கிற சீனு ஐயர் மூலம் நமக்கு வந்து சேர்கிறது. ரிஷிவாக்குப்போலச் சோதிடம் சொல்லிச் செல்வாக்குடன் வாழ்ந்த மந்திரச் சாமாவின் மகள்தான் தர்மு. சாமாவுக்கு ஏழெட்டுக் குழந்தைகள். அவர் நடத்தை கொஞ்சம் போதாது. பூர்வீகமா ஒண்ணரை வேலி சர்வமானியச் சொத்து இருந்தது. எல்லாத்தையும் தொலைச்சார். அப்புறம் பாரிச வாயு வந்து ஏழு வருஷம் படுத்த படுக்கையாகக் கிடந்தார். அவர் சம்சாரம் குடும்பத்தைக் காக்க என்று அப்படி இப்படி ஆரம்பித்தது. தர்முவுக்குக் கல்யாணம் ஆனாலும், அவள் தாய் நடத்தை பற்றிக் கேள்விப்பட்டவுடன் நாலே மாசத்தில் தர்முவைத் துரத்திவிட்டான் புருஷன். அப்புறம்தான் அவளும் அம்மாபோல் இப்படியான வழியைத் தேர்ந்துகொள்ள நேர்ந்தது. ஓட்டலில் மாவரைக்கும் கூலி மட்டும் பெரிய குடும்பத்துக்குப் பத்தவில்லை. அக்கிரகாரத்தில் சில வீடுகளுக்கு மாவரைத்துக் கொடுத்த வழக்கமும், இவள் இப்படி ஒரு தினுசு எனத் தெரிந்ததும் நின்னு போச்சு. ஒரு வீட்டிலேயும் குத்துச்செங்கல் ஏற விடலே. அப்பார்வையின் தொடர்ச்சிதான், இப்போ தர்மு செத்துக்கிடக்கும்போதும் அக்கிரகாரம் ஏன்னு எட்டிப் பார்க்கலை. ஊர் இப்படி ஈவிரக்கமில்லாமல் இருப்பதனால் ஊரின் மீது கோபம் கொண்ட கோவில் மேனேஜர், ஊருக்கு வெளிச்சம் எதுக்கு என்று விளக்கணைத்துப் போட்டுவிட்டார். "இன்னிக்குக் கடவுள் வெளிச்சம் கேட்பானா? கேட்கமாட்டான். ஊருக்கு மட்டும் என்ன வெளிச்சம்? எத்தனை வெளிச்சம் போட்டால் என்ன, நம்ம இருட்டு கலையப் போறதில்லை. இப்படித்தான் தவிக்கட்டுமே ஒரு நாளைக்கு" என்கிறார் மேனேஜர். அவரும் கதைசொல்லியும் சேர்ந்து சடலத்தை எடுத்துப் போடுவோம் என்று போவதாகக் கதை முடிகிறது.

அக்கிரகாரத்தின் அந்தகார இருளைச் சாடும் கதை இது. அவள் ஏன் உடலை விற்பவளாக ஆனாள் என்பதைப் பார்க்க வேண்டும். அதற்கு யார் பொறுப்பு? என்கிற கேள்வியை எழுப்பும் கதை இது. அக்கிரகாரத்தில் எல்லோரும் யோக்கியர் இல்லை.' பெரியாத்துச் சமாச்சாரம் தெரியுமோ, இல்லியோ' என்கிற சீனு மாமா குரலில் அந்த விமர்சனம் இருக்கிறது. கோவில் பிரகாரத்தில் முண்டகம் செய்யப்பட்ட இரு கிழவிகளை, ஏன் கதைக்குள் கொண்டுவந்தார் என்கிற கேள்வி பாக்கி இருக்கிறது. இந்தத் தர்மு அந்தக் கதிக்குத்தான் ஆளாக்கப்பட்டிருப்பாள் என்பதை வரைந்து காட்டுகிறார் தி.ஜா. எனத் தோன்றுகிறது. தர்முவின் சித்திரம் துலக்கமாகத் தெரிவதற்காக வரையப்பட்ட பின்திரைச் சீலையாகவும் அவ்விருவரின் வரைவை எடுத்துக்கொள்ளவும் செய்யலாம். நடத்தை சரியில்லாதவள் என ஊர் ஒதுக்கிய தர்முவின் மீது நமக்குப் பரிவும் அன்பும் பச்சாதாபமும் ஏற்படும்படி தி.ஜா. கதையைக் கொண்டுபோயிருப்பதில் அவரது முற்போக்கான பார்வை வெளிப்படுகிறது. அவளுக்காகக் கௌரி கண்கலங்கிச் சொல்லும் வார்த்தைகளில் நாமும் கண்ணீர் விடுகிறோம்: "கௌரி குழந்தை மாதிரி விசித்து விசித்து அழ ஆரம்பித்துவிட்டாள்.

என்னையும் அது தளரச்செய்துவிட்டது. அந்தப் பொண்ணு ஊத்தின எண்ணெய்க்காவது, மனம் இரங்கப்படாதோ அந்தச் சாமி! இவ்வளவு பெரிய கோவிலைக் கட்டிண்டு உக்கார்ந்திருக்கே! துர்க்கைக்கு முன்னாடி நின்னுண்டு அழுதுதுன்னேளே, பொம்மனாட்டி கண்ணுலே ஜலம்விட்டா, உருப்படுமா அந்தத் தெய்வம்? அவ யாராயிருந்தா என்ன? மனசு உருகிக் கண்ணாலே ஜலம்விட்டுதே அது" என்றெழுதுகிறார்.

இந்தத் தொகுப்பில் மட்டுமல்ல, ஒட்டுமொத்தத் தி.ஜா. கதைகளில் முக்கியமான ஒரு கதை இது. ஒரு வரலாற்று ஆவணமாக ஒரு செய்தியும் கதையில் உண்டு. மந்திரச்சாமாவுக்குப் பூர்வீகமாக ஒண்ணரை வேலி சர்வமானியச் சொத்திருந்தது என்கிற செய்திதான் அது. தஞ்சை வட்டாரத்தில் மன்னர்களால் பிராமணர்களுக்கு மானியமாக நிலங்கள் வழங்கப்பட்ட வரலாற்றின் நிழல், இக்கதையில் விழுந்திருக்கிறது.

2. யாதும் ஊரே

இருபத்தைந்து வருடமாகச் சென்னைப் பட்டணத்தில் உத்தியோகத்தி லிருக்கும் பார்வதியின் கணவர், மூன்று மாத ரஜா (விடுப்பு) எடுத்துக் கொண்டு, பார்வதியுடன் காவிரிக்கரையில் இருக்கும் தங்கள் கிராமத்துக்கு வந்திருக்கிறார். மாநகர வாழ்வின் பரபரப்பே இல்லாத இந்தக் கிராமத்து வாழ்வை அணு அணுவாக ரசித்து வாழ்ந்துகொண்டிருக்கிறார்கள். அச்சமயம் காவிரிக்கரையில் அமைந்த பஜனை மடத்தில் ஒரு சன்னியாசி தண்டமும் கமண்டலமுமாக உட்கார்ந்து ஜபம் பண்ணிக்கொண்டிருக்க, அவரைத் தன் வீட்டில் பிட்சை பண்ணி வைக்கக் கிச்சான் அழைத்து வருகிறான். வந்த நேரம் அவன் மனைவிக்கு உடம்பு சரியில்லை. ஆகவே, பார்வதி கணவனிடம் உதவி கேட்டுக் கிச்சான் வர, இங்கே பிட்சைக்கு ஏற்பாடாகிறது. பார்வதி வீட்டுத் திண்ணையில் சன்னியாசி காத்திருக்க, உள்ளே பார்வதி சமைத்துக் கொண்டிருக்கிறாள். பார்வதியின் கணவரே கதையை நமக்குச் சொல்கிறவர். அவர் திண்ணைக்கும் உள்ளுக்குமாகப் போய்வந்துகொண்டிருக்கிறார்.

பெருநகர நடுத்தர வாழ்வின் பிடுங்கல்கள் இல்லாமல் மூன்று மாத விடுப்பில் கிராமத்திலிருக்கும் காலத்து 'விட்டேத்தியான' மனநிலை அவருக்கு மிகவும் பிடித்திருக்கிறது. "மூங்கில் தோப்புகள், சுழியிட்டு ஓடுகிற ஆறு, வழிந்து ஓடுகிற வாய்க்கால், கொல்லை முருங்கை மரத்தில் தினைக்குருவியின் ஊசிக்கத்தல், வலியன் குருவி கனைத்துக் கனைத்துக் குழைக்கிற இனிமை. நீளமான ஒருவாக்கியத்தைத் திருப்பித் திருப்பிப் பேசிக்கொண்டிருந்த புளிய மரத்துக் குருவி, ஆழங்காண முடியாத நிசப்தம், அதன் நடுவே கீச்சிடும் அடுத்த வீட்டு ஊஞ்சல், நிழல், காற்று, நாற்றங்கால்களில் அலையோடுகிற பசும் பொன், வரப்புக்களில் நாயுருவிகளை உராய்ந்து நடப்பது, களத்துக் கலியாண முருங்கையில் 'ட்ரூவ்' என்று அழைக்கிற மணிப்புறா, மகாபிரபோ, எங்கள் மெய் சிலிர்க்கிறது. எல்லாவற்றுக்கும் சிகரம் வைத்தாற்போல இந்தச் சன்யாசி வந்திருக்கிறாரே – அவருக்கு ஒரு கவளம் சோறு போடும் பேறு கிடைத்ததே –! நாங்கள்கூடச் சன்யாசிகளாகத்தான் இருப்பதாகத் தோன்றிற்று. சிறுமை, மனநோவு, பற்றாக்குறையின் குமைச்சல் – அனைத்தையும் விட்டு விடுதலையடைந்திருப்பதே சன்யாசம்தான்" என்று நினைத்தாலும்,

தன்னைவிட இந்தச் சன்னியாசி இன்னும் சுதந்திரமாக இருப்பதாக ஒரு உணர்வும் அவருக்கு வருகிறது. "எனக்குப் பொறாமையாகத்தான் இருந்தது... பரம சாத்வீகராக எல்லாவற்றையும் துறந்துவிட்டு என்னை ஏங்க ஏங்க அடித்துக்கொண்டிருந்தார். சன்னியாசம் என்ற ஒரு நிலையை எப்படிக் கற்பனை செய்து ஒரு மரபாகக் கொண்டுவந்தார்கள்? எந்த மகாமேதையின் கற்பனை அது?" என்கிறார்.

சன்னியாசம் என்கிற வாழ்நிலை மீது அப்படி ஒரு ஈர்ப்பு அவருக்கு ஏற்பட்டு விடுகிறது. உள்ளே சமைத்துக்கொண்டிருக்கும் பார்வதியிடம் போய், "நாமகூடச் சன்னியாசம் வாங்கிண்டா நல்லது இல்லையா?" என்று கேட்டேன். "நாம கூடன்னா? ரண்டு பேரும் சேர்ந்து சன்யாசம் வாங்கிண்டு ஆளுக்கொரு கமண்டலமும் தண்டமும் ஏந்திண்டு சேர்ந்து நடக்கலாம்னா?" "இல்லை. ஒரு கவலை கிடையாது, பந்தம் கிடையாது. தினம் ஒரு ஊர் – ஏதோ கிடைச்ச இடத்திலே சாப்பாடு – பகவானை நினைச்சிண்டே இருக்கிறது". கதையை வாசித்துக்கொண்டே போனால், ஏதோ சன்னியாசத்துக்கு ஆதரவாகத் தி.ஜா. ஒருகதை எழுதிவிட்டாற்போல ஒரு உணர்வு மேலோங்கி வந்துகொண்டேயிருக்கும். ஆனால், அது இல்லை கதை. பக்கத்து ஊரில் ஒரு கதாகாலட்சேபம் கேட்கப்போகிறார்கள் – சன்னியாசியையும் அழைத்துக்கொண்டு. போனஇடத்தில், கதாகாலட்சேபம் செய்கிறவர், சன்னியாசியை ஏற்கனவே அறிந்தவர். அவர் கதைக்கு ஊடாக, ஒரு உதாரணத்துக்காக இந்தச் சன்னியாசியின் பூர்வாசிரமக் கதையைச் சொல்லிவிடுகிறார். பெரும் நிலங்களுக்குச் சொந்தக்காரரான இந்தச் சன்னியாசியை அவர் உறவினர்கள் ஏமாற்றிச் சன்னியாசம் வாங்கவைத்து வெளியேற்றிய கதையை உருக்கமாகச் சொல்கிறார். இவர் சொத்துகளை உறவுக்காரர்கள் அபகரித்துக்கொண்ட கதையையும் சொல்கிறார். கேட்டுக்கொண்டிருந்த சன்னியாசிக்கு அடக்கமுடியாமல் அழுகையே வந்துவிடுகிறது. விசித்து விசித்து அழத்தொடங்கிவிடுகிறார். பின் எழுந்து வந்துவிடுகிறார்கள்.

பார்வதியிடம் நடந்ததைச் சொல்கிறார். "ஸ்வாமிகள் அழுதாரா" என்று மீண்டும் மீண்டும் கேட்டுவிட்டு விழுந்து விழுந்து குலுங்கிக் குலுங்கிச் சிரிக்கிறாள் பார்வதி. சற்று நின்றவள், "அழுதாரா?" என்று கேட்டுவிட்டு, மீண்டும் ஒரு ஆவர்த்தம் சிரித்தாள். கண்ணைத் துடைத்துக்கொண்டாள். இருமினாள். "நீங்கள் போய் அந்தத் தாயாதிக்காரா கிட்ட சொல்லி, ராஜி பண்ணுங்கள். ஊருக்குள் வராமல் களத்திலாவது உட்கார்ந்து சாகுபடியைக் கவனிக்கட்டும்" என்றாள் அவள். சன்னியாசிக்குத் தன் நிலத்தின் மீதான பற்று இன்னும் விட்டுவிடவில்லை. தான் ஏமாற்றப் பட்டது குறித்த துக்கம் அவருக்கு இன்னமும் இருக்கிறது. எனில், அவர் முற்றும் துறந்துவிடவில்லை என்பதுதானே பொருள் என்பது பார்வதிக்குப் பளிச்செனப் புலப்பட்டு விடுகிறது. தி.ஜா. கதைகளில், பெண்கள் வெகு இயல்பாகவும் யதார்த்தமாகவும் லௌகீகமாகவும் அறிவார்த்தமாகவும் இருப்பார்கள் என்பதற்கு இன்னுமொரு சான்று இந்தப் பார்வதி. சன்னியாசியின் உணர்வுகளைக் கிளப்பிவிட்ட கதைசொல்லியின் குறும்பையும் அவள் சட்டெனஅடையாளம் காண்கிறாள். கதை முழுக்கப் புனிதமாகக் கட்டமைக்கப்பட்ட சன்னியாசப் பிம்பத்தின் மீது பார்வதியின் தொடர்ச் சிரிப்பு வந்து வந்து மோதி அதை உடைக்கிறது.

தி.ஜா.வின் முத்திரை பார்வதியின் ஆலோசனையில் பதிந்திருக்கிறது. யாதும் ஊரே எனத் தலைப்பிட்டது, கதைக்கு வேறு சில பரிமாணங்களையும் தருகிறது. சன்னியாசத்தின் மறுபெயர் 'யாதும் ஊரே' என்று சொல்வதாகக் கொள்ளலாம். எல்லா ஊரிலும் இப்படியான ஏமாற்றுகளும் துரோகங்களும் நடப்பதாகவும் கொள்ளலாம்.

3. கண்டாமணி

ஓர் உளவியல் நெருக்கடியை நுட்பமாகப் படம்பிடிக்கும் கதை கண்டாமணி. கிராமத்தில் (வழக்கம்போல் காவிரிக் கரையில்தான்) 24 வாடிக்கையாளர்களுக்காகச் சாப்பாடு தயார் செய்து போடும் வீட்டுச் சாப்பாட்டு 'மெஸ்' ஒன்றை மார்க்கம் நடத்தி வருகிறார். அன்று சமையல் முடிந்து, மனைவியை இலை நறுக்கச் சொல்லிவிட்டு, உடம்பைக் கழுவிக்கொண்டு வந்து, சந்தியாவந்தனம் செய்துவிட்டு (அய்யர் மெஸ் என்பதற்கான அடையாளம்) உள்ளே போய்க் காயத்ரி ஜபம் பண்ணுகிறார். முதலில் சாப்பிட வருகிறார், அந்த ஊர்ப் பள்ளிக்கூடத்தில் விஞ்ஞான வாத்தியாருக்கு உதவியாளராகப் பணியாற்றும் பெரியவர். அவர் வாடிக்கையாளரல்லர். அவர் மீது மார்க்கத்துக்கு எப்போதும் ஒரு பச்சாதாபம் உண்டு. 'மார்க்கத்துக்கு அவரைப் பார்க்கும்போதெல்லாம் காரணம் இல்லாமல் ஒரு தயவு சுரக்கும்'. எல்லோருக்கும் அளந்தளந்து கஞ்சத்தனமாகச் சாப்பாடு பரிமாறும் மார்க்கம், மாதத்தில் ஓரிரு முறை மட்டுமே சாப்பிட வரும் இவருக்கு மட்டும் தாராளமாகப் பரிமாறுவார். அவர் நன்றாகச் சாப்பிட்டார். குழம்பு நன்றாக இருக்கிறதென்று மோர் சாதத்துக்கும் கொஞ்சம் கேட்டார். போட்டுவிட்டுவந்து மார்க்கம் குழம்பைத் தற்செயலாகக் கிளறிக் கரண்டியைத் தூக்கியபொழுது, அதிலிருந்து நீளமாக ஒரு பாம்புக்குட்டி சூட்டில் வதங்கி, பளபளப்பு சற்று மங்கிக் குழம்புக்குள் விழுந்தது.

இந்த இடத்திலிருந்து கதை வேகம் பிடிக்கிறது.

கணவன் மனைவி இருவரும் அதிர்ச்சியில் ஆடிப்போகிறார்கள். விலங்கு, சிறை, சாபங்கள் – எல்லாம் வளைந்து வளைந்து நடுவில் வந்தன. சாப்பிட்டவருக்கு ஏதாவது ஆகிவிடுமோ, நம்மால்தான் ஆச்சு என்று பழிச்சொல்லுக்கு ஆளாகிவிடுவோமே என மனம் நடுங்கினர். இத்தனை காலம் மானமாகக் காலம் தள்ளியாச்சே என்று அழுகின்றனர். "பஞ்சலோகத்திலே கண்டாமணி வாங்கித் தொங்க விடறோம் கைநீளத்துக்கு. சேதி பரவாமல் இருக்கணும் யுகேச்வரா" என்று வேண்டிக்கொள்கிறார்கள். அந்தக் குழம்பைக் கொட்டிவிட்டு வேறு குழம்பு வைத்து வாடிக்கையாளர்களுக்குப் பரிமாறுகிறார்கள்.

முதலில் சாப்பிட்ட பெரியவருக்கு ஏதும் ஆகிவிடக்கூடாதே என்று ராவெல்லாம் மார்க்கம் தூங்காமல் புரள்கிறார். தான் அத்தனை பேருக்கும் அரைவயிறு அரைவயிறாகச் சாப்பாடு போட்ட பாவம்தான் இப்படி வந்து பழிவாங்குகிறதோ? "என்ன கோழிக்குப் போடறாப்பிலே போடறேள்? வாங்கிற காசு செரிக்கணும். இப்படி வயித்துச்சுவருக்கு வெள்ளையடிக்கிறாப்பல மட்டும் போட்டு என்ன பண்றது?" என்ற நூல்கடை வேம்பு ஐயரின் தாயில்லாப் பிள்ளை நட்டாணி சொன்னானே

– இலை முன் உட்கார்ந்து – அந்தக் கோபாக்கினியா?" என்றெல்லாம் புரள்கிறது மார்க்கத்தின் குற்ற மனம். காலையில் சாப்பிட்ட அந்தப் பெரியவர் காலமாகிவிட்டார் என்கிற செய்தி வருகிறது. மாரடைப்பால் மரணம் என்று டாக்டர் சொல்லிவிட்டார் என்கிற செய்தியும் கூடவே வந்து, மார்க்கத்துக்கு நிம்மதி தருகிறது. யுகேச்வரர் காப்பாற்றிவிட்டார்.

இப்போது கதை, அடுத்த திருப்பத்தை அடைகிறது.

ஒரே மாசத்தில், கண்டாமணி விளக்கைச் செய்து சாமிக்குப் படைத்துவிட்டார் மார்க்கம். ஆனாலும், மனசின் குறுகுறுப்பும் குற்ற உணர்வும் மங்கிடவில்லை. கோவிலில் ஒவ்வொரு பூஜைக் காலத்தின் போதும் இவர் வாங்கி வைத்த கண்டாமணியை அடிக்கிறார்கள். ஒவ்வொரு அடியின் மணி ஓசையும் இவருக்கு அவர் சாப்பிட்டதையும் காலையில் மாண்டுபோனதையும் நினைவுபடுத்திக்கொண்டே இருக்கிறது. அந்த மணியைத் திரும்பக் கொடுங்கள், வேறு வெள்ளிமணி அதே செலவில் சின்னச் சின்னதாக வாங்கிச் சாத்துகிறேன் என்று அறங்காவலரிடம் கெஞ்சுகிறார். அது நடக்கவில்லை. இன்னும் மணி அடித்துக்கொண்டேதான் இருக்கிறது. மார்க்கத்துக்குத் தன் குற்ற மனதிலிருந்து விடுதலை கிடைக்கவில்லை. எழுத்தாளர் பாவண்ணன், இக்கதையைப் பற்றித் திண்ணையில் எழுதிய ஒரு கட்டுரையில் இப்படிக் குறிப்பிட்டிருப்பார்: "மனத்தில் முகிழ்க்கும் எல்லா உணர்வுகளுமே ஒரு பொறிபோலத்தான். ஒவ்வொரு உணர்வும் ஏதோ ஒருவிதத்தில் மனிதர்களைத் தளைப்படுத்துகிறது. ஆட்சி செய்கிறது. ஆக்கிரமிக்கிறது. சிற்சில சமயங்களில் தூக்கலான அந்த உணர்வே, சம்பந்தப்பட்ட மனிதர்களின் விசேஷ அடையாளமாகவும் மாற வாய்ப்புண்டு. ஆனால், குற்ற உணர்வுக்கு ஆட்படும் மனிதர்களுக்கோ, பெரும்பாலும் மீட்சி இருப்பதில்லை. ஒவ்வொரு கணத்தையும் நரகமாக்கிவிடும்" என்கிறார் பாவண்ணன். அவர் கருத்தோடு உடன்படுகிறேன்.

"*Essentially a far better short story writer than a novelist.* நிறையக் கதைகள் நன்னாருக்கும். ஜானகிராமனுடைய நாவல்களைவிடச் சிறுகதைகள்தான் மிகவும் சிறப்பானவை என்பது என் அபிப்ராயம். அவர் சிறுகதைகளில் பெரிய *master*. தமிழின் மிகச்சிறப்பான சிறுகதைகளை எழுதியிருக்கிறார். பாயசம், கண்டாமணி ஆகியவை மிகவும் சிறந்தவை" என்று தி.ஜா.வின் சிறுகதைகளைப் பற்றி அசோகமித்திரன் பேசும்போதும், இக்கதையைப் பற்றிக் குறிப்பிடுகிறார். அவர் வாங்கி வைத்த கண்டாமணியின் ஓசையே அவர் மனதைச் சிக்க வைத்த பொறியாக, பூட்டப்பட்ட கூண்டாக மாறி நிற்கிறது. ஒரு நுட்பமான உளவியல் சிக்கலை எளிமையான மொழியில் சொன்ன கதை இது. நாம் ஒவ்வொருவரும் இதுபோன்ற மனநிலையை எப்போதேனும் கடந்துதான் வந்திருக்கிறோம் என்பதால், பரவலான அங்கீகாரத்தை வாசகர்களிடம் பெற்ற கதையாகவும் இது விளங்குகிறது.

4. யோஷிகி

ஜப்பானின் கியாத்தோ நகரில் நடக்கும் கதை இது.

கதையை நமக்குச் சொல்லும் கதைசொல்லி ஒரு எழுத்தாளர். 'வரவேற்பு மேஜையண்டை போனேன்' என்று ஆரம்பித்ததும், அசைவம்

கலக்காத சைவ உணவுக்காக அவர் நடத்தும் அன்றாடப் போராட்டமும் அந்த எழுத்தாளரின் நம்மூர் அடையாளத்தைச் சொல்கின்றன. பால் அசைவம் என்றும், மீனும் முட்டையும் சைவம் என்றும் ஜப்பானியர்கள் நம்புகிறார்கள். இவர் முழுச்சைவம் என்று சொல்லிவிட்டுப் பால் காப்பி கேட்பதை வியக்கிறார்கள்.

யோஷிகி என்கிற இவரது நண்பரின் நண்பர் வந்து இவருக்கு இரண்டு நாள்கள் ஊரைச் சுற்றிக் காண்பிப்பதாக ஏற்பாடு. ஆனால், யோஷிகியால் சொன்ன நாளில் வரமுடியவில்லை. மறுநாள்தான் வருகிறார். மறுநாள் முழுக்க, அவர் கூடவே இருந்து ஊரைச் சுற்றிக் காட்டுகிறார். அவர் விடைபெற்றுச் சென்ற பின்புதான் யோஷிகியின் சொந்தக்கடை ஒன்று இரு தினம் முன் எரிந்து சாம்பலானதையும் அவருடைய தம்பி அதில் படுகாயமடைந்து பிரக்ஞை தப்பிவிட்ட நிலையில் இருக்கிறதையும் எழுத்தாளர் அறிகிறார். இவ்விபத்தின் காரணமாகவே, அவர் சொன்ன நேரத்துக்கு வர இயலவில்லை என்பதையும் அறிய நேர்கிறது. இவ்வளவுதான் கதை.

ஆனால், இக்கதைக்குள் ஜப்பானியர்களின் பொதுவான குணநலன்கள் எனச் சிலவற்றைப் பற்றி விவாதிக்கும் இடங்கள் ரசமானவை. ஜப்பானியர்களைப் பற்றி எழுத்தாளரின் கணிப்பாகத் தி.ஜா. கூறுவது: “அழகான ஆரோக்கியமான ஜனங்கள் நீங்கள். நான் ஜப்பானில் காலடி வைத்து இரண்டு மாதமாயிற்று. இன்னும் ஒரு நரைமயிரைப் பார்க்க வில்லை. ஒரு சிடுமூஞ்சியைப் பார்க்கவில்லை. எந்த பஸ் ஸ்டாப்பிலும் ஒரு நிமிஷத்துக்கு மேல் காத்திருக்கவில்லை. ஏறின பஸ்ஸிலும் ‘சில்லரை இல்லேன்னா இறங்கு சார்’ என்று எந்தக் கண்டக்டரும் கத்தவில்லை. சில்லரை கொடுக்க மறந்து போகவுமில்லை. தெருவிலோ தியேட்டரிலோ யாரும் இரைந்து பேசவில்லை. பத்து மாணவர்கள் சேர்ந்து உல்லாசமாகப் போகும்போதுகூடக் காச்சு மூச்சு என்று தலைகால் தெரியாமல் கத்தவில்லை. மாணவிகளைப் பார்த்துச் சீட்டியடிக்கவில்லை. எந்தச் சாமானும் கெட்டுப் போகவுமில்லை. ஹிபியா பார்க்கில் மத்தியானம் ஆபீஸ் இடைவேளையில் ஆயிரம் ஜனங்கள் வந்து கையில் கொண்டுவந்த டிபனைச் சாப்பிட்டுவிட்டு அரைமணி நேரம் இளைப்பாறிவிட்டுப் போகிறார்கள். நானும் போய் உட்கார்ந்தவன் ஒரு பெஞ்சில் எண்ணூற்றுச் சொச்ச ரூபாய் இருந்த பர்ஸ், டயரி எல்லாவற்றையும் மறந்துவிட்டுப் போய்விட்டேன். அரைமணிக்கு மேல் ஞாபகம் வந்தது. திரும்பி ஓடிவந்தேன். மூன்று மணிக்குப் – பிறகும், அது வைத்த இடத்திலேயே இருந்தது. ரயிலில் போகும்போது யாரும் இங்குக் கத்துவதில்லை. சிகரெட் பிடிப்பதில்லை. படிக்கிறார்கள். இல்லாவிட்டால் கண்ணை மூடிக்கொண்டு வருகிறார்கள்” என்கிறார்.

ஜப்பானைப் பற்றிச் சொல்வதாக வரும் இப்பத்தியில் அவர், தமிழ்நாட்டு நிலைமையைத்தான் அதிகம் பகடி செய்கிறார். தமிழ்நாட்டு மக்களின் (தி.ஜா. டெல்லியில் அதிகக் காலம் வாழ்ந்திருப்பதால், இது டெல்லி வாழ்க்கையை விமர்சிப்பதாகவும் கொள்ளலாம்.) குறிப்பாக, அடித்தட்டு மக்களின் சத்தமான கலாச்சாரத்தைக் கண்டு முகம் சுளிக்கும் ‘மேல்தட்டு மனோபாவமே’, இப்பத்தியில் வெளிப்படுவதைக் காண்கிறோம். ஜப்பானியர்களின் சமூக உளவியலைப் படம் பிடிக்க முயன்ற கதையாக,

அதன்வழி நம்முடைய கலாச்சார வாழ்வை விமர்சிக்க முயன்ற கதையாக, இதை வாசிக்க முடியும்.

5. மணம்

சினிமாவில் துணைநடிகையாகப் பணியாற்றும் நீலாவை, வழக்கமாக லாட்ஜ்களில் தங்கும் பெரிய புள்ளிகளுக்கு இரவு விருந்தாக்க அழைத்துச் செல்லும் ஏஜண்ட் அருள்சாமி வந்து அழைக்கிறான். அலுப்பின் காரணமாக அவள் மறுக்கிறாள். மறுநாள் காலை படப்பிடிப்புக்கான பூஜை இருப்பதால் தூங்கணுமே என்று மறுக்கிறாள். ஆனால், ஓர் இரவுக்கு ஐந்நூறு ரூபாய் என்றதும், மூணு மாத வாடகை பாக்கிக்கு ஆச்சே என்று கிளம்பிவிடுகிறாள். அறைக்குள் போனதும் விளக்கு அணைந்து விடுகிறது. மின்சாரம் தடைப்பட்டிருக்கிறது. ப்யூஸ் போய்விட்டது. அருள்சாமி கீழேயும் மேலேயும் ஓடுகிறான். ஒன்றுமே ஆகவில்லை. ஸ்டோர் ரூம் சாவியைப் பூட்டி மேனேஜர் எடுத்துக்கொண்டு போய்விட்டார் என்கிறான். இந்தக் களேபரத்தில் பார்ட்டி வந்துவிட்டது. இருட்டுக்குள் கதவைப் பூட்டிக்கொள்கையில், அந்த மனிதரிடமிருந்து வந்த மணம் அபூர்வமான மணமாக இருக்கிறது. "சாராயத்தில் கலந்திருக்கிற பிரஞ்சு வாசனை இல்லை. மகிழம்பூ மாதிரி... ஜவ்வாது மாதிரி... ரோஜாப் பூவா... எல்லாம் கலந்ததா! ஆகாகா! என்ன வாசனை!" பணத்தை வாங்கிக்கொண்டு வீடு வந்து படுக்கிறாள்.

மறுநாள் காலையில் பூஜைக்குச் சிறப்பு விருந்தினராக ஒரு பெரும் பணக்காரரைத் தயாரிப்பாளர் அழைத்திருக்கிறார். அவர் வருகிறார். அவருடைய முகத்தைப் பார்க்க, அப்படி ஒரு அகோரமாக இருக்கிறது. "அந்தக் கோரமே, கண்ணை இழுத்து இழுத்துக் கவர்ந்தது. ஏராளமாகப் படித்தவராம். ஏராளமான பணமாம்". எல்லோரும் அவரைத் தொட்டுத் தொட்டுப் பேசுகிறார்கள். நீலவுக்கு ஒருவித அருவருப்புணர்வுதான் வருகிறது. ஆனால், விழாவில் அவர், அவ்வளவு அறிவார்ந்த உரை நிகழ்த்துகிறார். பின் எல்லோரையும், தயாரிப்பாளர் அவருக்கு அறிமுகம் செய்து வைக்கிறார். நீலாவை அறிமுகம் செய்ய அருகில் வரும்போது, அந்தக் கோரமான பெரியவரிடமிருந்து ஒரு ரம்மியமான வாசனை வருகிறது. நீலா... அம்மாடா... என்று அதை மூச்சிழுத்து சுவாசிக்கையில், அந்த வாசனை... மகிழம்பூ மாதிரி... ஜவ்வாது மாதிரி... ரோஜாப் பூவா... எல்லாம் கலந்ததா!... அட, அதே வாசனை போலிருக்கிறதே... நேற்றிரவு இருட்டுக்குள் இந்தக் கோரத்துடனா தான் இருந்தேன் என்பதை உணர்ந்த கணத்திலிருந்து, அவள் உள்ளம் உணரும் அருவருப்பும் துக்கமும்தான் கதையின் இறுதிப்பகுதி.

லாட்ஜில் விளக்கணைந்ததும் மேனேஜர் இல்லாமல் போனதும் எல்லாமே திட்டமிட்ட சதி என்பது உறைக்கவும், தான் ஏமாற்றப்பட்டு விட்டது புரிகிறது. தன் அம்மாவின் படத்துக்கு முன்னால் நின்று அழுகிறாள். உடலைப் பலருக்குத் தின்னக் கொடுத்தவள் என்றாலும், அவளுக்கான நியாயங்கள், உணர்வுகள். அவளே சென்று அழியலாம்; ஆனால் திட்டமிட்டு ஏமாற்றப்படுவதை எந்த மனித உயிர்தான் ஏற்கும்? கதையில் புழங்கும் ஜிஞ்சர் பீர், கார்பாலிக் சோப் போன்ற வார்த்தைகள் '60களின் பொருள்சார் பண்பாட்டைச் சுட்டும் ஆவணமாக அமைகின்றன.

அம்மாவின் படத்துக்கு முன், ஏன் தி.ஜா. அவளை நிற்க வைக்கிறார்? அவளுடைய முன்கதையை நமக்குச் சொல்வதற்காக மட்டுமல்ல. எங்கிருந்து எப்படியான ஒரு பண்பாட்டிலிருந்து எப்படியான ஓர் அகோரத்தில் வந்து விழுந்திருக்கிறாள் என்கிற வீழ்ச்சியை அடையாளப்படுத்தவும்தான். இவ்வீழ்ச்சிக்குப் பின்னணியாக இருப்பது அடுத்தடுத்த அம்மா, அப்பாவின் மரணமும் பொருளாதாரம் அதாவது வாழ்வாதாரம் ஏதுமற்ற நிர்க்கதியான நிலைமையும்தான் என்பதைத் தி.ஜா. முன்வைக்கிறார். அதன் காரணமாக, ஒரு முழுமை கதையில் கிடைக்கிறது.

6. அப்பா–பிள்ளை

காவிரிக்கரையில் வாழும் குஞ்சு, ஒரு முதியவர். அண்மையில் தாயைப் பறிகொடுத்தவர். தாயைப் பற்றிய நினைவுகளில் மூழ்கியபடி திண்ணையில் உட்கார்ந்திருக்கிறார். தொமேர்... தொமேர்... என்று வாண்டுப்பயல்கள் கரையில் நின்ற நாவல் மரத்தில் ஏறி, ஆற்றில் குதி போட்டுக்கொண்டிருந்தார்கள். குதியினால் தெறித்த நீரில் ஓரிரண்டு திவலைகள் திண்ணையில் முகட்டில் விழுகின்றன. காவேரி அவ்வளவு கையெட்டு. அக்கரையிலிருந்து பார்த்தால் ஒவ்வொரு வீடும் காலை நீரில் தொங்கவிட்டுக் கனவு காண்பது போலிருக்கும். இப்படி ஒரு தெருவே கட்டவேண்டுமென்று யாருக்குத் தோன்றிற்றோ! என்று பலவிதமான சிந்தனையிலிருந்தவரைச் சோகமாக வந்த ராமநாதன் என்கிற ஓர் இளைஞன் சந்திக்கிறான். அவரை நமஸ்கரித்து, மிகவும் பணிவாக, அவர் மகனுடன் வேலை பார்ப்பவன் என்று கூறுகிறான். முதியவர், தம் நண்பரின் அண்ணன் மகன் அவன் என்பதையும் தெரிந்துகொள்கிறார். வந்தவன் கண்களில் நீர்வழியக் 'குழந்தைக்கு முடியிறக்குவதற்கு அம்மா, மனைவியுடன் வைத்தீஸ்வரன் கோவில் வந்தேன். வந்த இடத்தில் அம்மா கீழே விழுந்து அடிபட்டதால் மருத்துவமனையில் சேர்த்திருக்கிறேன். கையில் பணமில்லை, யாரையும் தெரியவில்லை' என்று கலங்கி நிற்கிறான். காலில் விழுந்து நமஸ்கரித்துக் கண்களில் நீர்வழியப் "பெரியவா காப்பாத்தணும்" என்று சொல்லும்போது, அவரால் கலங்காமலிருக்க முடியவில்லை. அவனுக்கு ஆறுதல் கூறிக் கையில் காசில்லாத நிலையிலும் பக்கத்தில் கடன் வாங்கி 20 ரூபாய் கொடுக்கிறார். இது போன்ற சமயங்களில் உதவுவதுதானே மனித இயல்பு. அத்தோடு விடாமல், "சரி, வந்த இடத்திலே சாப்பாட்டுக்கு என்ன பண்றாளோ, பாவம்! நாலு மணிக்கு நல்ல ரசம் வச்சு, மூணு பேருக்குச் சமைச்சு, ரசஞ்சாதமும் தயிருஞ்சாதமுமாய்ப் பிசைஞ்சு ரெண்டு பாத்திரத்திலே கொடு. ஆஸ்பத்திரியிலே போய்ப் பார்த்து, அதையும் கொடுத்துட்டு வரேன்" என்று மனையாளைச் சமைக்கச்சொல்லி, இரண்டு பித்தளைத் தூக்குகளில் எடுத்துக்கொண்டு போகிறார். அவன் சொன்ன மருத்துவமனையில் அப்படி யாரும் இருக்கவில்லை. பக்கத்தில் இருந்த மருத்துவமனைகளிலும் விசாரித்துவிட்டு, ஏமாந்துபோய் வீட்டுக்குச் செல்கிறார்.

இரவே மகனுக்கு ஒரு கடிதம் எழுதுகிறார். நாலாம் நாள் அதற்குப் பதில் வருகிறது. "விவரம் யாவும் தெரிந்துகொண்டேன். ராமநாதன் அளவுக்கு மீறின புத்திசாலி. அதனால்தான் போன வருடமே அவனை வேலையைவிட்டு நீக்கிவிட்டார்கள். வேலை வாங்கித் தருகிறேன்

என்று 30, 40 பி.ஏ; எம்.ஏ.க்களிடம் நூறு – இருநூறு என்று வாங்கிக் கொண்டானாம். அவன் அப்பா, சித்தப்பாவின் நண்பர்களிடம் இதேபோல் கடன் வாங்கிக்கொண்டு போய்விட்டான். கவலைப்பட வேண்டாம். அந்தப் பணம் திரும்பி வராது. இருபது ரூபாயோடு போயிற்று. இனிமேல் யாராவது கேட்டால், தீர விசாரியாமல் கொடுக்கவேண்டாம். ராமநாதனுக்கு இன்னும் கலியாணமாகவில்லை. தாங்கள் வருத்தப்பட வேண்டாம்" என்ற கடிதத்தைக் கண்டதும், 'பேஷ் . . . பேஷ்" என்றார். "நம் பிள்ளையும் நம்ம மாதிரிதான் இருக்கான்னேன்" என்று கடிதத்தை மனைவிக்கு வாசித்துக் காட்டினார். அவர் சம்சாரம் கண்கலங்கச் சிரிக்கத் தொடங்கினாள் என்று கதையை முடிக்கிறார் தி.ஜா.

கதை முழுக்கப் புரண்டோடும் மனித மனங்களின் கருணை வெள்ளத்தை–காவிரியின் வெள்ளம்போல – நாம் காண்கிறோம். காவிரியைப் பற்றித் தொடக்கத்தில் தி.ஜா. விரித்தெழுதியிருப்பதும் இதற்காகத்தான் போலும். காவிரி ஆற்றோடு கட்டப்பட்டிருந்த அக்கிரஹாரத்தின் அன்றாடத்தை, மிக அற்புதமாக இக்கதையில் தி.ஜா. தீட்டியுள்ளார். "அம்மாவுக்கே காவேரி ஓடினாற்போலிருந்தது. கால் நகம், கைநகம், ஒன்றையும் விடாமல் அவள் தேய்த்துச் சுத்தி பண்ணிக் காவேரியில் கரைத்துக் கொண்டேயிருப்பாள். எழுபத்திரண்டு வருஷம் இப்படிக் கரைத்திருப்பாள். பதினாறு வயதில், இந்த வீட்டில் புகுந்தாள். கடைசியிலே போன ஆனிக்கு அவளே கரைந்து போனபொழுது, அவளுக்கு வயது எழுபத்தாறு. இத்தனை குதி, இத்தனை வாண்டுகள், இத்தனை இரைச்சலுக்கும் நடுவில் படிக்கட்டு சூன்யமாகத்தான் இருந்தது குஞ்சுவுக்கு".

இன்னொரு பாட்டம் இன்னொரு இடத்தில் அக்கிரஹாரத்துக் காவேரியை வரைகிறார் தி.ஜா.:

"குடிக்க, குளிக்க, சௌசம் செய்ய – எல்லாவற்றுக்கும் இந்தக் காவேரிதான். தெருவிலிருக்கிற ஆசாரப் பாட்டிகள் பேரன் மேலே பட்டுவிட்டான், சாக்கடை நீர் காலில் தெறித்துவிட்டது என்று நினைத்து நினைத்து வாசலுக்கு வந்து ஒரு எட்டுவைத்து முழுகிவிட்டுப்போகிறார்கள். அம்மாவும் அப்படித்தான் செய்துகொண்டிருந்தாள். நினைத்து நினைத்து வந்து முழுகுவாள். சிலுசிலுப்புக்கு அந்த எண்பத்தைந்து வயது அஞ்சினதில்லை". தண்ணிக்குத் தவிக்கும் கரிசல் காட்டுக்காரனான எமக்கு இப்படி நினைத்து நினைத்து வந்து குளிக்கும் ஒரு வாழ்க்கையைப் பார்க்கப் பொறாமையாக இருக்கிறது. எப்படி அநுபவித்து வாழ்ந்திருக்கிறார்கள் மனுஷர்கள், மனுஷிகள் . . .! அதைத் தி.ஜா. எவ்வளவு லயித்துச் சொல்லியிருக்கிறார்! கதையில் அம்மாவின் வயது எழுபத்தாறு என்றும், எண்பத்தைந்து என்றும் இரு இடங்களில் இரு விதமாக வந்து குழப்புகிறது. கவனப்பிழையாக இருப்பின், சரிசெய்யலாம்.

7. யதுநாத்தின் குருபக்தி

"பிரிட்டிஷ் இந்த நாட்டை ஆண்டபோது ஸாங்காச்ய சமஸ்தானத்தில் மன்னராக இருந்தவர், யதுநாத் பகதூர், எம்.ஏ.டி.பில். அவர் அபூர்வமான ஒரு ராஜா. குடிப்பழக்கம், பல மனைவிகள், ஐரோப்பிய டைப்பிஸ்ட் காதலிகள், குதிரைப்பந்தயம், வேட்டையாடல் ஒன்றும் அவருக்குத் தெரியாது. ஆதலால்

அந்தப்புரமும் வனாந்திரமும் அங்கே வளரவில்லை" என்று அட்டகாசமான ஓர் அறிமுகத்தோடு கதை தொடங்குகிறது.

யதுநாத் ஒரு வேதாந்தி. சிறுவயது முதலே ஆத்ம விசாரத்தில் ஈடுபட்டவர். உலக இன்பங்களில் ஒரு ராஜாவுக்கு ஏற்படக்கூடிய சராசரிப் பற்றுக்கூட அவருக்கில்லை. இங்கிலாந்துக்குத் தத்துவ ஞானத்தில் எம்.ஏ. பட்டமும் டாக்டர் விருதும் பெறப்போவதற்கு முன்பே ஆசாதேவியுடன் அவருக்குத் திருமணம் ஆகிவிட்டது. இங்கிலாந்திலும் மற்ற பணக்கார இந்திய இளைஞர்களைப் போலல்லாமல், முழுக்கப் படிப்பிலேயே கவனம் கொண்டார். நல்ல யௌவனமான அந்த ஏழு வருடங்களை உடலை மாசு படுத்தாமல் கழித்துவிட்டுத் திரும்பியிருந்தார். உடலை மாமிசங்கள் மீது புரளவா ஈசன் கொடுத்தான்? பிரம்மத்தை, பிரபஞ்சத்தின் ஒரே உண்மையைக் காண, உடலைச் சாதனமாக்கி ராஜயோகம் புரிவது அவருக்கு நோக்கமாயிருந்தது. நல்ல குரு ஒருவரை அடைவதற்காகப் படாத பாடு பட்டார். வருபவர் எல்லாம் நெட்டுருப்புலவராக இருந்தனர். பதினான்கு வருடம் கழித்து ஆந்திரரான வேங்கடதாசர் குருவாகக் கிடைத்தார். மூன்று வேதங்களும் தலைகீழ்ப்பாடம். வழக்கிலுள்ள எல்லா உபநிஷத்துகளும் மனப்பாடம். பாகவதம் முதலிய புராண இதிகாசங்களிலிருந்து, நினைத்தபோது அவரின் ஞாபக சக்தி சுலோகங்களை அள்ளியெறியும். அவர் வந்தபின் அவரிடம் பாடம் கேட்பதிலேயே யதுநாத்தின் நாளும் பொழுதும் கழிந்துகொண்டிருந்தது. அரண்மனையிலும் அரசு விழாக்களிலும் அவருக்கு முக்கியத்துவம் வளரத் தொடங்கியது. அவருடைய அறிவின் தீட்சண்யத்திலும் கலைமனதின் ஆழத்திலும் வியந்து நின்றார் யதுநாத். கதை இப்படியே போய்க்கொண்டிருக்க, ஒரு திருப்பமாகக் குருநாதரைப் பற்றி நம்ப முடியாத சேதி ஒன்று வருகிறது, மன்னரின் நம்பிக்கைக்குரிய அந்தரங்கக் காரியதரிசி மூலம் வருகிறது. "ஒரு தோட்டியாம். காளிந்தி என்று பெயராம். ஆச்சாரியாரையும் அவளையும் சம்பந்தப்படுத்தி ஒரு அபவாதம்".

ஆச்சாரியார் ஒரு கிருஹஸ்தப் பிரம்மச்சாரி. சாஸ்திரத்தில் சொல்லப்பட்ட நாள்களைத் தவிர, வேறு எப்போதும் சிற்றின்பத்தில் ஈடுபடமாட்டார் என்பது யதுநாத்தின் தீர்க்கமான கருத்து. ஆகவே அவன், இச்செய்தியை நம்ப மறுக்கிறான். அந்தரங்கக் காரியதரிசி, காளிந்தியின் தகப்பனையே அழைத்துவந்து சொல்லவைக்கிறான். "என் மகள்தான் காளிந்தி. இருபத்திரண்டு வயசாகுது. போனவருசம் கல்யாணம் கட்டிக்கொடுத்தேன். குருமகாராஜின் வீட்டிலே தோட்டி வேலை செய்துவந்தாள் அவள். குரு மகராஜ், அவள் வீட்டிற்கு ராத்திரி பன்னிரண்டு மணிக்கு மேல் வருகிறார். நானே பார்த்தேன். என் மருமகன் காளிந்தியோடு சண்டை போட்டான். ஓடிப்போய்விட்டான்" என்கிறான். அப்போதும் யதுநாத்துக்குத் தன் குருநாதர் மீதான குற்றச்சாட்டை நம்ப மனமில்லை. இரவில் தானே நேரில் காளிந்தியின் குடிசை இருக்கும் தோட்டிச்சேரிக்குச் செல்கிறார். குடிசையின் கூரையைக் கழியால் தூக்கினால் உள்ளே அகல் விளக்கின் ஒளியில் குருமகராஜின் மடியில் காளிந்தி. கோயில் தூணில் தவழும் கரும் பெண் சிற்பம் போல – உதட்டில் ஒரு மின்னல் புன்சிரிப்புடன். இதுவரை சொல்லப்பட்டது ஏற்கனவே சொல்லப்பட்ட பல கதைகளில் சொல்லப்பட்ட கதைதான். இதற்குமேல் எழுதுவதுதான் தி.ஜா.வின் கதை.

இழிவான காரியம் செய்துவிட்ட குற்ற உணர்வில் தவிக்கிறான் யதுநாத். தன் மனைவி ஆசாதேவியை நள்ளிரவில் எழுப்பி, நடந்ததையெல்லாம் அவளிடம் சொல்லுகிறான். அவளாலும் நம்ப முடியவில்லை. 'நம் ஆச்சாரியாரா? தோட்டியையா?' யதுநாத்தின் பார்வை வேறாகிறது. வேங்கடதாசர் அசாதாரண மனிதர். அபாரமான ரசிகர். காளிந்தியோ அழகின் சிகரம். அவள் அழகைக் கௌரவிக்க வேண்டும் என்பதற்காகவே அவர், தோட்டிச்சேரியிலிருக்கும் அவள் வீட்டைத் தேடிச்சென்றிருக்கிறார். அவளை அடையவேண்டும் என்பது அவர் நோக்கமாயிருந்தால், தன் மாளிகையிலேயே தோட்டிப்பணி செய்யும் அவளை, அங்கேயே அடைந்திருக்க முடியாதா? அவளைத் தேடிச்சென்று அவளுக்குக் கௌரவம் தரத்தானே விரும்பினார்? ஆகவே, ஆச்சாரியாரின் ரசனைக்கு மதிப்பளிக்கும் விதமாக, உலக மகான்களில் ஒருவராகிய வேங்கடதாசரைக் கவர்ந்த காளிந்திக்கு, ஒருதனிமாளிகை கட்டித்தந்து கௌரவிக்க முடிவு செய்கிறார் யதுநாத். ஆனால், கணவருடன் ஆசா கருத்து வேறுபடுகிறார். "காளிந்தி பிறன் சொத்து. கண்ணன் வெண்ணையைத் திருடித்தான் தின்பான். நீங்கள் மாளிகை கட்டிக் கொடுத்தால், காளிந்தி வேங்கடதாசருடைய சொத்தாகிவிடுவாள். அப்புறம் அவளுக்குச் சுகம் ஏது?" என்கிறார். ஆனால், அவளைக் குருநாதர் கல்யாணம் கட்டிக்கொள்ளாத வரைக்கும், அவள் பிறன் சொத்துத்தானே என்பது யதுநாத்தின் வாதம். ஆபத்தும் இடைஞ்சலும் இல்லாவிட்டால் அது எப்படிப் பிறன் சொத்தாகும் என்கிறார் ஆசா. ஆனால், குருநாதரின் கவர்ச்சி, பிறன் சொத்தின் மீதான கவர்ச்சி வகைமையில் சேராது. இது இயற்கையின் அப்பட்டமான கவர்ச்சி; மீள முடியாத கவர்ச்சி என்று யதுநாத் நம்புகிறார்.

அப்பேர்பட்ட பேரழகி என்றால், அந்தக் காளிந்தி அந்தத் தோட்டிச்சேரியிலேயே பிறர் யாரையும் கவரவில்லையா? அவ்வளவு அழகிற்காக, ஒருவன் உயிரைக்கூடத் தியாகம் செய்யலாமே? புருஷன்கூடச் செய்யலாமே? ஆனால், செய்யவில்லையே என்கிறார் ஆசா. "அவள் புருஷன் ஒரு தோட்டிப்பயல், உன்னையும் என்னையும்போல" என்கிறார் யதுநாத். கடலில் போகிற செம்படவனுக்கு மீன் நாற்றம்தான் தெரியும். அலையின் பேச்சும் அழகுமா தெரியும்? மேகத்தைக் கண்டு, நானும் நீயுமா காவியம் எழுதினோம்? வால்மீகியும் காளிதாசனும்தானே எழுதினார்கள்" என்கிறார் யதுநாத். "குரு மகாராஜ்க்குக் காளிந்தியும் வேண்டும். அதோடு அவள் அந்தக் குடிசையில் வைத்துத்தான் வேண்டும். அந்தப் புழுதியில் புரண்டால்தான் அவருக்கு நிம்மதி இருக்கும்" என்கிறார் ஆசாதேவி. இப்படியே பேசிப்பேசி இரவு கழிகிறது. காளிந்திக்கு மாளிகை என்பதில் யதுநாத் உறுதியாக நிற்கிறார். அன்று யதுவுக்கிருந்த எழுச்சியில், அவர் திடமாகக் காத்து வந்த இல்லறப் பிரம்மச்சரியங்கூடக் கலைந்துவிட்டது. பிரம்மஞான ராஜா மனுஷராஜா ஆகிவிட்ட மகிழ்ச்சியில் ஆசா திளைப்பதாகக் கதையைத் தி.ஜா. முடிக்கிறார்.

ஜனநாயக யுகத்தில் வாழ்ந்த தி.ஜானகிராமன், குருநாதர் எவ்வளவு பெரிய மகானாக இருந்தாலும், கட்டின புருஷனைப் பற்றிக் கவலையேபடாமல் உடம்பின் இலக்கணமாகத் திகழ்ந்த காளிந்தியை ரசிக்க அவள் குடிசைக்கே போனது குற்றமில்லையா என்கிற கேள்வியை

எங்கேயும் எழுப்பவில்லை. அவள் புருஷன் வெறும் தோட்டிப்பயல் என்கிற வியாக்கியானம் வேறு. காளிந்தி முகத்தில் புன்னகை மின்னியது என்று சொன்னதன் மூலமும், அவளின் தகப்பனார் மன்னரிடம் வந்து “குருமகராஜ் என் பெண் வீட்டைத் தேடிவருவதைப் பற்றி எனக்கும் என் வீட்டுக்காரிக்கும் எல்லையில்லாத ஆனந்தம்” என்று ஒப்புதல் வாக்குமூலம் கொடுக்கவைத்ததன் மூலமும் அழகு, ரசனை, இயற்கையின் கவர்ச்சி என்கிற பேரால் எளிய மக்களின் உணர்ச்சிகளைத் தூசுக்கும் மதிக்காத அதிகாரத்தின் ‘நியாயத்தை’த் தி.ஜானகிராமன் அங்கீகரிக்கிறாரா? என்கிற ஒரே ஒரு ஜனநாயகக் கேள்வியின் முன், இக்கதை இற்று நொறுங்கி வீழ்கிறது. செம்படவன் அலையையும் கடலையும் ரசிக்கவே மாட்டான் என்கிற தி.ஜா.வின் பார்வையும் விமர்சிக்கப்பட வேண்டும். அதெல்லாம் உயர்ந்தோர் மாட்டே என்கிற குரல், அதற்குள் ஒளிந்திருக்கிறதே? ஒட்டுமொத்தத் தோட்டிச்சேரியும் புழுதியிலும் குடிபோதையிலும் கிடப்பதற்கான பொறுப்பு யாருடையது என்ற கேள்வியெல்லாம் எழுகிறது. அதைப் பற்றியெல்லாம் கவலைப்படாமல் வாசித்தால், இது காமத்தின் உள்ளார்ந்த வேர்களைத் தேடும் ஆழமான கதை எனக் கொண்டாடலாம்தான். இத்தகைய ஜனநாயகக் கேள்விகளைத் தவிர்ப்பதற் காகவே, இந்த உள்ளடக்கத்தைச் சமகாலத்தில் நிறுத்திஎழுதாமல் மன்னராட்சிக் காலத்துக்குக் கொண்டுபோய்த் தி.ஜா. விவாதிக்கிறாரோ என்னவோ?

8. ஆரத்தி

ஒரு சின்னக்கதை இது. ஆனால், மனதைத் தொந்தரவு செய்யும் கதை. காமாட்சிக்குக் கல்யாணம் ஒன்பது வயதில் நடந்தது. பால்ய விவாகம்தான். புருஷன்காரனுக்குத் தகப்பனார் இல்லை. தாயுடன் அவ்வப்போது வருவான் – ஆடி, ஆறாம் மாசம், தீபாவளி என. அப்புறம் அவனைக் காணவில்லை, இங்கு வந்தானா என்று அவன் தாயார் கடிதமெழுதுகிறார். ஆறு மாதம் கழித்து ரங்கூனிலிருந்து மணியார்டர் வந்தது. அங்கு வேலையிலிருப்பதாகவும், இன்னும் இரு மாதங்களில் வந்து அழைத்துச் செல்வதாகவும் ஒரு தகவலுடன். ஆனால், அவர் வரவே இல்லை. ஆண்டுகள் கடந்தும் அவர் வரவில்லை. திடீரென்று ரங்கூன், சிங்கப்பூர் எங்கும் சண்டை என்றார்கள். குண்டு குண்டாக விழுவதாகச் சொன்னார்கள். ஆனாலும் காமாட்சி, நம்பிக்கையோடு பூவும் பொட்டும் வைத்துக் காத்திருந்தாள். ஊரில் பலருக்கும் நம்பிக்கையில்லை. இன்னும் இவள் குங்குமம் வைத்திருப்பது அர்த்தமற்றது எனக் கருதினர். கோவிலுக்குப் போனால், அவளோடு சேர்ந்து உட்கார வெள்ளைப் புடவை கட்டிய விதவைப் பெண்களும் விதவைப் பாட்டிகளுமே வந்தனர். அக்காட்சியைத் தி.ஜா. வர்ணிக்கும்போது நம் மனம் பெருமூச்செறிகிறது.

யார் என்ன நினைத்தாலும் அவள் மன்னி, அண்ணனின் மனைவி, வீட்டில் என்ன சுப காரியம் ஆனாலும் காமாட்சியை அழைத்து அவள் கையில் ஆரத்தித் தட்டைக் கொடுத்துச் சுற்றச் செய்வாள். அதுவே காமாட்சிகுப் போதுமானதாக இருந்தது. தன் மன்னி தன்னைச் சுமங்கலி என அங்கீகரிக்கும் மன நிறைவே போதும் என்றிருந்தாள். கதையைத் தி.ஜா. தொடங்கும் இடம் முக்கியமான தருணம். அண்ணா பேரன் பிறந்து

ஆண்டுநிறைவு. ஹோமம்முடிந்து காது குத்தியானதும் ஆரத்தியெடுத்தார்கள். ஆரத்தித் தட்டுக்குக் காமாட்சியின் கை ஒருகையாக இருந்த வழக்கத்தை, அன்று மன்னி தவிர்த்துவிட்டாள். மன்னி தன்னைப் பார்க்காததுபோல் விலக்கின விலக்கு. அந்தக் கணத்தில் அடுக்களை நிலையோரமாக நின்ற காமாட்சிக்குக் காலின் கீழ் மண் சரசரவென்று சரிவதுபோலிருந்தது. மன்னியும் கைவிட்டுவிட்டாளே! கண்ணாடியில் காமாட்சி முகம் பார்க்கும் காட்சி நம் மனதை அசைக்கும். "இருபத்து நான்கு வருஷங்களாகிவிட்டன. மாப்பிள்ளை வரவில்லை. காமாட்சி வயதை எண்ணினாள். முப்பத்தைந்து. தலையில் நமைச்சல் தாங்கவில்லை. வரவரவென்று சொரிந்தாள். நரைப்பதற்கான நமைச்சலாம். விறுவிறுவென்று முழுதும் நரைத்துவிட்டது. கண்ணாடியை எடுத்துப் பார்த்தாள். கூந்தல் கறுப்புமாறித் துரு ஏறிய இரும்பாகியிருந்தது. முன்நெற்றி நரைக்குக்கீழ்த் தம்பிடி அளவு மங்களாம்பிகா குங்குமம். அதைப் பார்த்ததும் ஒரு கேள்வி எழுந்தது. காமாட்சியின் கை அண்ணா வீட்டுக்குச் சமைக்கிறது. அண்ணாவின் வேட்டி, மன்னியின் புடவையைக்கூடத் துவைக்கிறது. கால், கடைக்கும் மார்க்கெட்டுக்கும் நடந்து சாமான் வாங்கி வருகிறது. நீ யாருக்காக உழைக்கிறாய்! யாருக்காக வாழ்கிறாய்?" கண்ணாடி என்ன பதில் சொன்னது? "நீ வாழாவெட்டி இல்லை, விதவை இல்லை". அப்புறம்; அதோடு பதில் நின்றுவிட்டது.

எல்லா மன அவஸ்தைக்கும் ஒருநாள் முடிவு வந்தது. கோவிலில் வெள்ளைப்புடவைப் பாட்டிகளுக்கு நடுவில் அவள் உட்கார்ந்திருந்த ஓர் இரவில் மன்னி ஓடிவந்து அழைக்கிறாள். வீட்டுக்குப் போனால், காமாட்சியின் கணவன் வந்து நிற்கிறான். அக்காட்சியை உணர்ச்சிகரமான – துன்பமும் இன்பமும் கலந்த ஒரு காவிய நாடகமாக – தி.ஜா. வடித்திருக்கிறார். "காமு, அடையாளம் புரிகிறதா?" என்றான் அண்ணா. "காமு, அவரை ஏறஇறங்கப் பார்த்தாள். பைத்தியம்போல் பார்த்தாள். விக்கிவிக்கியழுதாள். அவரும் விக்கியழுதார். அண்ணாவும் மன்னியும் அதையேதான் செய்தார்கள்". மாப்பிள்ளையுடன் காமுவை சேர்ந்து ஊஞ்சலில் உட்காரவைத்து, மன்னி ஆரத்தி எடுப்பதுடன் கதையை முடிக்கிறார். இப்படிக் கைவிடப்பட்ட பெண்களின் ஒட்டுமொத்த சோகத்தையும், மன உளைச்சல்களையும் இந்த ஒரு கதையில் கொண்டுவந்து சேர்த்துவிட்டார் தி.ஜா. அன்று பால்ய விவாகம் எனில், இன்று கல்யாணம் முடிந்த கையோடு கணவன் வெளிநாடு போய்விடும் துயரம் பரவலாகவும், குறிப்பாக இஸ்லாமியக் குடும்பங்களிலும் புண்களை விதைத்துக்கொண்டிருக்கிறது.

தி.ஜா.வின் குருவான கு.ப.ரா.வின் 'ஆற்றாமை' கதையில் வரும் சாவித்திரிபோலக் குரூரம் கொண்ட ஒரு பெண்ணாக அல்லாமல், அதே வாழ்க்கைச் சூழலில் ஓர் அப்பாவிப் பெண்ணாகக் காமாட்சியைப் படைத்துக் காட்டியிருக்கிறார் தி.ஜா. கதையில் மாப்பிள்ளை பற்றித் தகவல் அறிய அண்ணா எடுக்கும் முயற்சி பற்றிக் கூறும்போது, "நாகப்பட்டினம், பட்டுக்கோட்டை, முத்துப்பேட்டை, அதிராம்பட்டணம், அய்யம்பேட்டை என்று அக்கரைச் சீமையைக் கொல்லைத் தலைமாடாக வைத்திருப்போரின் ஊர்களுக்கெல்லாம் அலைந்தான்" என்று ஒரு வரியைத் தி.ஜா. எழுதுகிறார். என்ன ஒரு வரலாற்று வரி இது! அந்த ஊர்களிலெல்லாம் காமாட்சியைப் போன்ற காத்திருக்கும் பெண்கள் இருந்துதான் இருப்பார்கள் என்பதும் வாசிக்கும்போதே நமக்கு உறைக்கிறது.

ச. தமிழ்ச்செல்வன்

9. ஸ்ரீராமஜெயம்

வேலுமாரார் அந்த அச்சாபீசில் வாட்ச்மேனாக வேலைக்குச் சேர்ந்து பத்து வருஷமாகிறது. அதே அச்சாபீசில் ப்ரூப் ரீடராக வேலைபார்க்கும் ராகவாச்சாரி சேர்ந்து 26வருடம் ஆகிறது. ராகவச்சாரிக்கு நாலு பெண், மூன்று ஆண் குழந்தைகள். அதனாலோ என்னவோ, அவர் மீது எல்லோருக்கும் ஒரு பரிவு. அவர் ஒருபோதும் ஆபீசுக்குக் குறித்த நேரமான காலை எட்டரைக்கு வருவதில்லை. அதை முதலாளி ஏனென்றும் கேட்பதில்லை. ஆபீசில் நடந்த எத்தனையோ வேலை நிறுத்தங்களில் ஒன்றில்கூட அவர் கலந்துகொண்டதில்லை. அதற்காகச் சகஊழியர்கள் அவர்மீது கோபப்பட்டதில்லை. காலையில் மேசைக்கு வந்தால், கருமமே கண்ணாயிருப்பார். மதிய உணவு இடைவேளைக்கு ஐந்து நிமிடங்களுக்கு மேல் எடுத்துக்கொண்டதில்லை. அவர் கோடானுகோடி அச்சுப் பிழைகளை மன்னிக்கிற காருண்யம் மிக்கவராக வாட்ச்மேன் வேலுமாராருக்கு ஒரு அபிராயம். பேனாவைக் கழுத்தைப் பிடித்து எழுதுகிறவர்கள் மனமுதிர்ச்சி இல்லாதவர்கள் என்றும், நடுவயிற்றில் பிடித்தெழுதுபவர்கள் பக்குவமும் லாகவமும் உள்ள விசேஷ மனிதர்கள் என்றும் வேலுமாராருக்கு ஒரு அபிப்ராயம் உண்டு. ராகவாச்சாரிக்கு மனப்பக்குவம் சராசரிக்கு அதிகம் என்றுதான் அவன் தீர்மானம் செய்திருந்தான்.

அப்பேர்பட்ட ராகவாச்சாரி, ஒருநாள் ஆபீசுக்கு வெகு சீக்கிரமாக வருகிறார். அன்றைக்கு அவர் விடுப்பு எடுத்திருந்தபோதும் வந்தார். வாட்ச்மேனிடம் முதலாளியைப் பார்த்துக் கொஞ்சம் பணம் வாங்க வந்ததாகச் சொல்கிறார். கொஞ்ச நேரம் ஆபீசுக்கு உள்ளே போனவர் திரும்பி வரும்போது, வாட்ச்மேனுக்கு ஒரு சந்தேகம் வருகிறது. அவருடைய பையைச் சோதனை போடுகிறார். உள்ளே முதலாளியின் மேசை மீதிருந்த புத்தம் புதிய 500 பக்க நோட்டு இருக்கிறது. அவரை வெளியே போக விடாமல் தடுத்து முதலாளி வந்ததும் உள்ளே அழைத்துப்போய், இப்படி அவர் நோட்டுத் திருடியதைச் சொல்கிறான். முதலாளி, “இந்த வயசிலே இது என்ன அசட்டுத்தனம்” என்று திட்டிவிட்டு, “ஏதாவது வேணும்னா எங்கிட்டே வந்து கேளும்” என்று அறிவுறுத்தி, அதே மாதிரி பத்து நோட்டுகள் பைண்ட் பண்ணி அவருக்குக் கொடுக்கச் சொல்லி உத்தரவு போடுகிறார். ராகவாச்சாரி, தாம் அன்று லீவு எடுத்ததை மறந்து, தம் மேசைக்குப் போகிறார். நேர்மையான ஊழியர் ஒருநாள் தவறு செய்வதும் அதை முதலாளி மன்னிப்பதும் மட்டுமின்றி, அவர் எதை விரும்பித் திருடினாரோ அதையே பத்து மடங்கு அவருக்கு இலவசமாக வழங்கி மன்னிக்கிறார். மன்னிப்பைவிடப் பெரிய தண்டனை ஏதும் இல்லை என்பதை அறிந்திருந்த ஒரு தலைமுறையின் கதை இது. சந்தேகப்படுவதற்குத்தானே தனக்கு முதலாளி சம்பளம் கொடுக்கிறார் எனத் தன் சந்தேகத்தில் உறுதியாக நின்று ராகவாச்சாரியின் பையைச் சோதனை போட்ட வேலுமாராரின் விசுவாசமிக்க ஊழியமும் இன்று காணக் கிடைக்காத ஒன்றுதான்.

ஜப்பான்காரன் சென்னைப் பட்டணத்தின் மீது குண்டு போட்ட அன்று ஒரே ஒருநாள், ராகவாச்சாரி இரண்டு நிமிடம் முன்பாகவே வேலைக்கு வந்ததாக ஒரு வரி கதைக்குள் கடந்து போகிறது. எம்டன் குண்டு போட்டது 1914இல். ஜப்பான்காரன் குண்டு போட்டது அக்டோபர்

1943இல். ஆகவே இது 40களில் நடக்கும் கதை. 1944ஆம் வருஷத்துக்கு முன்னால் ஒரு தம்பிடிக்கு வெற்றிலையும் ஒரு தம்பிடிக்குப் புகையிலையும் கிடைத்தது. ஆனால், இப்போது 1944இல், அதை வாங்க அரையணா தேவைப்படுகிறது என்றும் ஒரு வரி கதையில் வருகிறது. வரலாற்று ஆவணமாகக் கதைகள் மாறுவது இதுபோன்ற வரிகளில்தாம். தவிர, அச்சாபீசில் 'நடைபெற்ற எத்தனையோ வேலை நிறுத்தங்கள்' பற்றியும் ஒரு குறிப்பு வருகிறது. ஆம். கம்யூனிஸ்ட்டுகள் 1940களில் வலுவாகத் தொழிற்சங்கம் உண்டாக்கிப் போராட்டங்கள் நடத்திய களங்களில் அச்சகத்துறையும் ஒன்று. பஞ்சாலையைப்போலச் சங்க நடவடிக்கைகள் தீவிரமாக அச்சக ஊழியர்கள் மத்தியில் இருந்ததை, 1940களின் *ஜனசக்தி* இதழ்களில் வாசித்திருக்கிறேன். அதையெல்லாம் நினைவூட்டும் படைப்பாகவும் இக்கதை அமைகிறது. பல நினைவுகளைக் கிளர்த்துவது, ஒரு கலைப் படைப்பின் முக்கியமான பணி அல்லவா?

10.மாற்றல்

அப்பாமங்கலம் கிராமத்தில் வாத்தியார் வேலை பார்க்கும் வெங்கிடியா பிள்ளைக்கு மாற்றல் உத்தரவு வந்துவிட்டது. அவரும் அதைச் 'சரிதான்' என்று ஏற்றுக்கொண்டுவிட்டார். எல்லோருக்கும் வரும் மாற்றல் தனக்கு மட்டும் வராமல் எப்படியிருக்கும் என்பதாக அவர் ஏற்றுக்கொண்டு வீட்டைக் காலி செய்துகொண்டு கிளம்பத் தயாராகிவிட்டார். ஊர்ப் பெரிய மனிதர்கள் எல்லோரும் சேர்ந்து, அவருக்கு ஒரு பிரிவுபச்சார விருந்துக்கு ஏற்பாடு செய்திருந்தார்கள். ஆற்றங்கரையில் திறந்தவெளியில், 'வனபோஜனம்' மாதிரிப் பெரிய ஏற்பாடு. "கூட்டாஞ்சோறு, சர்க்கரைப்பொங்கல், வெண்பொங்கல், வறுவல்கள், பொரியல்கள், அவியல்கள், கலியாண முறுக்களவு ஜிலேபி – ஐயோ – கவர்னருக்கு அளித்த விருந்து என்றுதான் நீங்கள் நினைத்திருப்பீர்கள்" என்று தி.ஜா. உற்சாகமாக வர்ணிக்கிறார். ஒரு மட்டன் பிரியாணியும், சுக்கா வறுவலும் இல்லாத இதைப் போய்ப் பெரிய விருந்து என்று வியப்படைகிறாரே தி.ஜா. என்று ஒரு புன்னகை நமக்கு. அவ்விருந்தில் பங்கேற்ற பெரிய மனிதர்கள், வெங்கிடியாபிள்ளை எப்படி இந்த ஊரின் ஒரு மனிதரைப்போல அத்தனை சுபகாரியங்களிலும் தம் பங்களிப்பைச் செய்தார் என்பதை நினைவுகூர்கிறார்கள். பேச்சுப் போய்க்கொண்டேயிருக்கையில், அவரை எதற்காக இந்த ஊரைவிட்டு மாற்ற வேண்டும்? மாற்றலை ரத்து செய்ய நாம் முயற்சி எடுக்க வேண்டாமா என்கிற கேள்வியைத் தேசபக்தர் கிட்டப்பா தூக்கிப்போட, அது வேகமாகப் பற்றுகிறது.

மறுநாள் வெங்கிடியாபிள்ளையின் குடும்பம் மூட்டை முடிச்சுக்களைக் கட்டிக்கொண்டிருக்கும்போது, அஜீஸ் ராவுத்தர் அவரை அழைப்பதாக ஒருவர் தகவல் கொண்டுவருகிறார். வெங்கிடியாபிள்ளைக்கு, அப்படியெல்லாம் யாரையும் போய்ப் பார்க்கிற பழக்கமில்லை. என்றாலும், அழைத்தாரே என்பதற்காகப் போனார். பிரசிடெண்டிடம் மாற்றல் உத்தரவை ரத்து செய்யும்படி அஜீஸ் ராவுத்தர் சொல்லி விட்டாராம். உடனே கான்சலாகிவிடுமாம். ஒரு மரியாதைக்கு நீங்கள் நேரில் போய் பிரசிடெண்டைப் பார்த்துவிட்டு வரணும் என்கிறார் ராவுத்தர். ராவுத்தர் சொல்லிவிட்டாரே என்பதற்காக வெங்கிடியா தம் பயணத்தை

ரத்துசெய்துவிட்டு, பிரசிடெண்டைப் பார்க்க அவர் இருக்கும் ஊருக்கு இரண்டு பஸ் மாறிப் போய்ச் சேருகிறார். ராத்திரிவரை காத்திருந்து பிரசிடெண்டைப் பார்க்கிறார். பிரசிடெண்ட், இவரைப் பார்த்துக் கோபப்படுகிறார். "அந்த எளவெடுத்த ராவுத்தனுக்கு வேலை கிடையாது. ஆர்டர்ஸ்களை ஒபே பண்றதுக்கு என்ன நீரு?" என்று ஆரம்பித்துத் தம் ஓட்டை இங்கிலீசில் தாறுமாறாகத் திட்டி, "இந்த ஒரு தடவை உட்டேன், இனிமே இப்படி பிரஷ்ஷர் கொண்டுவந்தா தொலைச்சிடுவேன்" என்று எச்சரித்தனுப்புகிறார்.

வெங்கிடியா மாற்றல் உத்தரவை ரத்து செய்யக் கோரவே இல்லை. ஊர்ப் பெரியவர்கள் செய்த திருக்கூத்து அல்லவா இது. தான் செய்யாத காரியத்துக்காகத் தேவையில்லாத பேச்சு வாங்கிக்கொண்டு, பஸ் இல்லாததால் ராப்பொழுதை பஸ் ஸ்டாண்டில் கழிக்கிறார் வாத்தியார். இந்தக் கதையில் ஆசிரியத் தொழில் புரியும் ஒருவர், ஒரு கிராமத்தின் வாழ்வோடு தன்னைப் பிணைத்துக்கொள்வதன் அருமை பேசப்பட்டுள்ளது. "வெங்கிடியாவுக்கு அப்பாமங்கலம் அவர் அப்பன் பாட்டன் பிறந்த ஊர் அல்ல; பிழைக்கவந்த இடம்தான். ஆனால், அவர் மற்ற வாத்தியார்களைப் போலவா இருந்தார்? சீசன் டிக்கட் வாங்கிக்கொண்டு ரயிலிலா வந்துகொண்டிருந்தார்? பஸ்ஸிலா வந்தார்? பல வாத்தியார்கள் அப்படி வருவதைப் பார்த்தால், பொசபொசவென்று வரும். அப்படி ஒரு ஒட்டு, ஒரு உறவு இல்லாமல் துடைத்துவிட்டாற்போல நடந்துகொண்டிருந்தார்கள். வெங்கிடியாதான் ஊரோடு ஐக்கியமானார்". ஊருக்குத் தேவையான காரியங்களுக்காக அரசாங்கத்துக்கு மனுப் போடுவதிலிருந்து, பொதுக் காரியங்களுக்காக வசூல் செய்வது வரை ஊரில் ஒருவராகவே ஆகிவிட்டிருந்த ஒரு ஆசிரியரை இன்று காண முடியுமா? காங்கிரஸ்காரர்கள் அப்போதே ஊழல்வாதிகளாகி விட்டதை வெங்கிடியாபிள்ளை பிரசிடெண்டைச் சந்திக்கக் காத்திருக்கும் காட்சியில் தோலுரிக்கிறார். கல்வி எவர் கைகளிலெல்லாம் சிக்கிச் சின்னாபின்னமாகி இன்றைய நிலைக்கு வந்து நிற்கிறது என்பதைப் புரிந்துகொள்ள உதவும் கதையாகவும் இதை வாசிக்கலாம்.

11. வெயில்

ஒரு சிறிய காட்சி கதையாகியிருக்கிறது. மனைவியை இழந்து பட்டமரமாக நிற்கிறார் 72 வயது வெங்கு. துக்கம் முடிந்து மகள் ஊர் திரும்பும் காட்சிதான் அது. ரயிலுக்கு இன்னும் எட்டு நிமிடம்தான் இருக்கு என்று வாசலில் நிற்கும் வண்டியிலிருந்து கணவர் அவசரப்படுத்திக் கொண்டிருக்க, மகள் உணர்ச்சிபூர்வமாக விடைபெறும் காட்சி. வண்டி கிளம்பிப்போன ரெண்டு நிமிடத்தில், மகளுடைய மகன் – பேரனின் சட்டை கொடியிலே தொங்குவதைப் பார்த்துவிடுகிறாள். அதை எடுத்துக்கொண்டு அவள் பின்னாலேயே ஓடுகிறாள். அந்த வெயிலில் செருப்புக்கூடப் போடாமல் அவள் ஓடுவதைப் பார்த்து மனம் கேளாமல் பெரியவரும் செருப்புப் போட்டுக் குடையைப் பிடித்துக்கொண்டு பின்னாடியே போகிறார். பாதிவழியில் ஒரு வெற்றிலைக் கடையில் ஸ்டூலில் உட்கார்ந்துவிடுகிறார். அதற்குமேல் நடக்கமுடியவில்லை. வெற்றிலைக்கடைக்காரர் ஒரு சட்டைக்காகவா இப்படி இந்த வெயிலில் ஓட வேண்டும் என்று கேட்கிறார்.

சட்டை இருந்தாலாவது அதைப் பார்க்கும்போது குழந்தையின் ஞாபகம் வருமில்லையா என்கிறார். சட்டையைக் கொடுத்துவிட்டு மூச்சிரைக்க வரும் அவளும் சொல்கிறாள். "சட்டையைப் பார்த்தா, குழந்தை ஞாபகமாவது வரும்னு நினைச்சேன். அப்புறம் வந்தது வந்தாச்சு. கடைசியா குழந்தையை ஒரு தடவை பார்க்கலாமோல்லியான்னுதான் ஓடினேன். பார்த்தாச்சு, வெயில்லே நடந்தா செத்தா போயிடப்போறோம்?" என்கிறாள்.

உள்ளே போகும் அவளைப் பார்க்கிறார் வெங்கு. வெடவெடவென்று விறைப்பாக அந்த அறுபத்தி ஐந்து வயது உள்ளே ஓடும் ஆசையையும், நடுங்கும் காதோலையையும் கண்ணால் பருகினார் வெங்கு. "ஏய் . . . கொஞ்சம் சர்க்கரையைப் போட்டுண்டு வா வெந்நீரிலே" என்று குரல் கொடுத்தார். பேரன் வந்து வெந்நீலியா காப்பியிலான்னு அம்மா கேட்டாள் என்று வந்து நிற்கவும், வெங்கி நிஜ உலகுக்குத் திரும்புகிறார். பிரிவின் வலியைச் சொல்லும் கதைதான். அதைத் தன்வழியில் வித்தியாசமாகச் சொல்லியிருக்கிறார் தி.ஜா.

12. மாடியும் தாடியும்

90பி வீட்டுக்குப் போக வேண்டிய குடும்பம் 90சிக்கு வீடு மாறி வந்து, ஆள் மாறியதைப் பற்றிய புரிதல் இல்லாமல், அடுத்தவீட்டுத் தாடிக்காரரிடம் பேச வேண்டியதையெல்லாம் மாறிவந்த 90சி வீட்டுத் தாடித்தாத்தாவான சாமாவிடம் பேசிக்கொண்டிருக்கும் கதை. கணவன் – மனைவி, இளைஞனான ஒரு மகன் மூன்று பேர் பெரியவரைத் தேடிவருகிறார்கள். அவர்களுடைய மகன் எப்பப் பார்த்தாலும் சிரிக்கிறான். யாரைப் பார்த்தாலும் சிரிக்கிறான். என்ன கேள்வியை யார் கேட்டாலும் பதில் சொல்லாமல் சிரிக்கிறான். அதற்கு, "யந்திரம் வைத்து இருபத்தொரு நாள் ஹோமம் வளர்த்துச் சண்டி பூஜை பண்ணி அவனைச் சரி பண்ணிக் கொடுக்கணும்" என்கிறார். இந்தக் கோரிக்கையை முதலில் சொல்லியிருந்தால் அது நான் இல்லை, பக்கத்து வீட்டுத் தாடிக்காரர் என்று சொல்லிச் சாமா அனுப்பி வைத்திருப்பார். ஆனால், அவர்கள் வி.வி.ஐயர் சொல்லியனுப்பிச்சார் என்பதால், சாமாவுக்கும் வி.வி.ஐயரைத் தெரியும் என்பதால், 'சொல்லுங்கோ' என்று அவர்கள் கதை பூராவையும் கேட்கும்படி ஆகிறது. கடைசியில்தான் சொல்கிறார்கள் ஹோமம், சண்டி பூஜை என்று. சாமா விழித்துக்கொண்டு, பக்கத்து வீடு என்று சொல்லி, "சீக்கிரம் ஓடுங்கோ, அவர் பூஜை முடிக்கிற சமயம். அப்புறம் தூங்கப் போய்விடுவார்" என்று அவசரமாக அனுப்பிவிடுகிறார். "அவரும் தாடி வச்சிண்டிருப்பாரோ" "பே – என் தாடியைப்போல இன்னும் ஒருமடங்கு நீளம். அதுதான் நம்மூர் தாடி. ரிஷிகள் தாடி. இது ரஷ்யா தாடி – இங்கர்சால் தாடி – மார்க்ஸ் தாடி – பர்னாட்ஷா தாடி – எப்படியாவது வச்சுக்கோங்கோ. உங்களுக்கு நாழியாடுத்து. போங்கோ!". மாடியைவிட்டு இறங்கும்போது, அதுவரை சிரிக்கமட்டும் செய்துகொண்டிருந்த பையன் பேசத் தொடங்குகிறான். "மேலே இருக்கிறது நாஸ்திகத் தாடியாம். நாங்க ஆஸ்திகத் தாடியைப் பார்க்கப் போறோம்" என்று சாமாவின் மகளிடம் சொல்லிச் செல்கிறான்.

மேலோட்டமாகப் பார்த்தால், கதையின் மையமாக இந்த இடக்குழப்பத்தை வைத்துத் திசையறியாமல் பயணிக்கும் நடுத்தர வர்க்கத்தைப் பகடி செய்வதாகத் தோன்றும். ஆனால், இது கல்வி குறித்த ஒரு

முக்கியமான சேதியைச் சொல்கிறது. குழந்தைகளுக்குப் பிடித்ததைத் தேர்வு செய்ய அனுமதிக்காத பெற்றோர் குழந்தைகள் வாழ்வைச் சிதைப்பவர்கள் என்கிற குற்றச்சாட்டை, இக்கதை முன்வைக்கிறது. அந்தப் பையன், ஏன் சிரித்துக் கொண்டேயிருக்கிறான்? எப்போதிருந்து சிரிக்கத் தொடங்கினான்? அவன் கணக்குப்பாடம் எடுத்துப் படிக்க ஆசைப்படுகிறான். ஆனால், தனக்கிருக்கும் தொடர்புகளை வைத்து, அவனுக்கு வேலை வாங்கித்தர அவன் அறிவியலைப் படித்தாக வேண்டும் என்று அப்பா கட்டாயப்படுத்துகிறார். அப்பாவின் கட்டாயத்தையும் மீறி, அவன் கணக்குப்பாடம் எடுக்கிறான். அப்பா அவனோடு பேசுவதை நிறுத்துகிறார். அப்படி ஒரு நெருக்கடியை அப்பா கொடுத்தபின், இளம் மனம் என்ன செய்யும்? அவன் அப்பா விருப்பப்படி அறிவியல் பாடம் எடுக்கிறான். ஆனால், மதிப்பெண் குறைவாக எடுக்கிறான். ஒவ்வொரு பரீட்சையிலும் இருபது முப்பது மார்க் எடுக்கிறான். ஒருநாள் அப்பாவிடம் பேசுகிறான். "ஒன்னாலேதான்ப்பா வந்தது. நான் அப்பவே கணக்கு எடுத்துக்கறேனாக்கும்னு சொன்னேன். நீங்க கேக்கலே. விசுவாமித்திரர்மாதிரி கோவிச்சுன்னுட்டயேள். அதுக்குப் பயந்தூண்டு நான் கணக்கை விட்டேன். சயன்ஸ் படிச்சேன். அதுதான் எனக்கு மார்க் வரமாட்டேங்கறது" என்கிறான். இதைக் கேட்ட தகப்பனாருக்குக் கோபம் வருகிறது. "ஏண்டா உனக்கு மூளை எங்கே போச்சு? நான் சொன்னா, எனக்கு அது வராதுன்னு தாட்சண்யமில்லாம சொல்லியிருக்க வேண்டாமா? இப்படி ஒரு கோழையாயிருக்காய். அப்பாகிட்டே தைரியமில்லாதவன், எப்படிடா வெளியே போய்ப் பொழைக்கப் போறாய்?" என்று கேட்கிறார். அப்போதிருந்துதான், அந்தப் பையன் சிரிக்கத் தொடங்கினான். மனதைக் கனமாக்கும் கதை இது. பெற்றோரின் முட்டாள்தனத்தை – குறிப்பாக அப்பாக்களின் அடாவடியை, அழுத்தமாக எடுத்துரைக்கும் கதை இது.

13. பாஷாங்க ராகம்

இத்தொகுப்பின் சிறந்த கதைகளில் இதுவும் ஒன்று. தி.ஜா.வின் மொத்தக் கதைகளிலுமே சிறந்த கதைகளில் இது ஒன்று. சங்கீத விமர்சகர் ஸ்ரீபலராமன் காலமாகிவிட்டார். அவருடைய மறைவுக்கு அஞ்சலி செலுத்தியும், ஆறுதல் சொல்லியும் அவருடைய மனைவிக்குப் பிருங்கி சங்கீத சபையார் கடிதம் எழுதுகிறார்கள். "பயமின்றியும் பாரபட்சமின்றியும் அவர் சங்கீத விமர்சனம் செய்துவந்ததே, சங்கீதமே மூச்சாக அவர் வாழ்ந்த லட்சிய நோக்குக்குச் சான்றாகும். அவர் மறைவைச் செவியுற்று இசையுலகம் துயரில் ஆழ்ந்து கிடக்கிறது. அன்புக் கணவரைப் பிரிந்து துயரென்னும் இருளில் தவிக்கும் தங்களுக்கும் தங்கள் குழந்தைகளுக்கும் தன் ஆழ்ந்த அனுதாபத்தை எங்கள் பிருங்கி சங்கீத சபை தெரிவித்துக்கொள்கிறது". இந்தக் கடிதத்தில் ஒருவரிகூட உண்மையில்லை என்பது பலராமனின் மனைவி விஜயாவுக்கும், மகள் ரதிப்ரியாவுக்கும் தெரிகிறது. நன்றி என்று ஒருவரிப் பதில் எழுதக்கூடாது. இக்கடிதத்தில் உள்ள பொய்யின் கழுத்தை முறித்துப்போடு என்று அம்மா சொன்னபடி, மகள் நீண்ட பதில் கடிதம் எழுதுகிறாள். அதுவே கதையாக நம்முன் விரிகிறது. பலராமன் தைரியமாக எதையும் எழுதியதில்லை. பயந்து பயந்துதான் பொழுதைப் போக்கினார். அம்மாவோ, குழந்தைகளாகிய நாங்களோ அவர் மறைவால் இருட்டில் தட்டித் துழாவி நடக்கவில்லை. அம்மா, இப்போது அவர் மனைவியாக

இல்லை. வேறு திருமணம் செய்துகொண்டு, கோரேகானில் இப்போதைய கணவரோடு மகிழ்ச்சியுடன் வாழ்கிறார் என்று தொடங்கி, அக்கடிதம் சம்பிரதாயமான சங்கீத சபைக் கடிதப் பொய்களின் மீது எக்காளமாகச் சிரித்து நகர்கிறது. தி.ஜா. தேர்ந்துகொண்ட இக்கடித வடிவம், இக்கதைக் கருவுக்குக் கச்சிதமாகப் பொருந்துகிறது.

பலராமனின் அப்பாவுக்கு மூன்று பிள்ளைகள். அவர் ஆசிரியராகப் பணியாற்றினாலும் சங்கீதத்தில் கரைகண்டவர். அதிலேயே திளைத்தவர். அவருடைய மூத்த பையன்கள் இருவரும் பாடுவார்கள். அதைப் பார்த்துப் பூரித்திருப்பார் தந்தை. உரிய வயது வந்ததும் அவர்கள் இருவருக்கும் சங்கீதத்தை முறையாகக் கற்பிக்கக் கனவு கண்டிருந்தார். ஆனால், இருவரும் ஆற்றில் குளிக்கப் போகையில் ஒரேநேரத்தில் இறந்துபோனார்கள். அதனால் தன் மூன்றாவது பிள்ளையான பலராமனுக்குச் சங்கீதம் கற்றுக்கொடுத்துத் தன் சங்கீத சொத்தை அவனுக்கே எழுதிவைக்க ஆசைப்பட்டார். ஆனால், பலராமனுக்குச் சங்கீதம் ஏறவில்லை. விதைத்தது எதுவும் கட்டாந்தரையில் முளைக்கவில்லை. போராடித் தோற்ற தகப்பன், “பாஷாங்க சனியனே! நீ இங்கே வந்து எங்கேடா பிறந்தே” என்று விதவிதமாகத் திட்ட ஆரம்பித்தார். அவர் சாகும்போது மகனைப் பார்த்துக் கண்ணீர் வடித்தாராம். அப்பாவின் கண்ணீருக்குக் காரணம், தான் சங்கீத உலகுக்குள் வராததே என்று பலராமனுக்குப் புரிந்துவிட்டது. அக்கணமே, இனி வேலைக்குப் போவதில்லை, சங்கீதத்துக்கே உழைப்பதென்று முடிவு செய்துவிட்டார். ஆனால், அவர் சம்பாத்தியத்தை நம்பி மனைவியும் இரு குழந்தைகளும் என மூன்று உயிர்கள் இருப்பதை மறந்துவிட்டார்.

சங்கீத வித்வான்களுக்குக் கடிதம் எழுதுவது, விமர்சனங்கள் எழுதுவது, யாரைக் கண்டாலும் சங்கீதம் பற்றியே பேசுவது என்றானார் பலராமன். அப்படிப் பழக்கமான விஜயராகவன், வீட்டு நிலைமையைப் புரிந்துகொண்டு, உதவிகள் செய்யத் தொடங்கினார். பலராமனின் மனைவி விஜயாவுக்கு, அவரோடு சிநேகம் ஏற்பட்டது. அதைக் கண்டுபிடித்துக் கோபப்பட்ட பலராமன், அவன் ஏன் நான் இல்லாதபோது வீட்டுக்கு வருகிறான் என்று தகராறு செய்ய ஆரம்பித்தார். ஒருநாள் விஜயா நேரடியாகவே கேட்டுவிட்டாள். சங்கீதம் தொடர்பான கதை என்பதால், தி.ஜா. இந்தக் காட்சியைச் சங்கீதத்தோடு பிணைத்தே படைக்கிறார். “பாஷாங்க ராகத்துக்கு, வேற ஸ்வரம் எதுக்கு வரும்?”. பலராமனால் பதில் சொல்ல முடியவில்லை. மீண்டும் கேட்டாள். “ரக்திக்கு” என்று பலராமன் பதில் சொல்கிறார். “இப்பப் புரிஞ்சுதா? அந்நிய ஸ்வரம் எதுக்கு வரும்? ராகத்துக்கு ரக்தி கொடுக்கவரும். அதை இன்னும் போஷிக்க வரும். இப்ப நாலு மாசமா குடும்ப போஷனை விஜயராகவன்னாலதான் நடக்கிறது. நாலு மாசமா நீங்க திங்கற அரிசி, குடிக்கிற காப்பியெல்லாம் அவன் வாங்கிப்போட்டுதுன்னேன். இத்தனை சாஸ்திரம் படிச்சும், வீட்டிலே இருக்கிற பாஷாங்க ராகமே புரியலே” என்று அம்மா, தோளில் கன்னத்தை இடித்துக்கொண்டாள்.

பலராமன் அப்போது தலையில் தலையில் அடித்துக்கொண்டு தெருவில் இறங்கியவர்தான். பைத்தியம் பிடித்துவிட்டது. கடிதத்தை மகள் இப்படி முடிக்கிறாள். இந்தக் கடைசி வரிகளில், தங்கள் தரப்பு நியாயத்தை

அழுத்தமாகக் கூறிவிடுகிறாள். "இத்தனை நீளமாகக் கடுதாசி எழுதினதிற்கு மன்னிக்க வேண்டும். மேதமைக்கும் பைத்தியத்துக்கும் இடையே உள்ள வரம்புக்கோடு மிக மெல்லியது என்று சொல்லுகிறது வழக்கம். ஆனால், கோடே இல்லாத மாதிரி நீங்கள் குழம்பிவிட்டதால், அம்மாவின் உத்தரவுப்படி எழுதினேன். பெத்த அப்பாவைப் பற்றி இத்தனை கேவலமாக எழுதக்கூடாது. என்ன செய்கிறது? வருத்தமாகத்தான் இருக்கிறது. ஆனால், அந்த அப்பாவிடம் நானும் தம்பியும் பட்ட வேதனை ...". பின்குறிப்பாக விஜயா விஜயராகவனும் ரெண்டுவரி எழுதுகிறார். "என் மாமனார் செய்த பாபத்தை அவர் தலையில் சுமந்துகொண்டு அலைந்தார். அதற்கு நாங்கள், எவ்வாறு பிணையாக முடியும்?"

முந்தைய 'மாடியும் தாடியும்' கதையில் வரும் தந்தை கொடுமையால் சிதைந்த பிள்ளையின் வாழ்வு போலத்தான் இதிலும் பலராமன் சிதைந்துபோனது. விஜயா என்ற பெண் தைரியமாக முடிவெடுத்து விஜயராகவனுடன் வாழப்போனது வரவேற்கத்தக்க முற்போக்கான முடிவுதான். பலராமன் தந்த துன்பத்திலிருந்து விஜயாவும் குழந்தைகளும் தப்பினார்களே என்ற நிம்மதிப் பெருமூச்சு நமக்கு வருவது உண்மை. என்றாலும், பலராமன் மீது நமக்குப் பரிவும் பச்சாதாபமும் குறையவில்லை. அப்படிக் கதையைத் தி.ஜா. வடித்திருக்கிறார். சங்கீதம் கல்லாத ஒரு வாசகரும்கூடப் 'பாஷாங்க ராகம்' என்ற வார்த்தை ஒவ்வொரு சந்தர்ப்பத்திலும் எதை உணர்த்துகிறது கதையில் என்பதைப் புரிந்துகொள்ள முடிகிறது. ஒரு முழுமையான கதை. எல்லாவற்றுக்குமான நியாயங்களையும் முழுமைப்படுத்தியுள்ளார் தி.ஜா.

14. அன்பு வைத்த பிள்ளை

சாகக் கிடக்கும் ஒரு கிழம் என்று தி.ஜா. குறிப்பிடும் பெயரிடப்படாத அந்தத் தாய்க் கிழவியின் கடைசி இரவுதான் கதை. இத்தொகுப்பின் மனதை உருக்கும் இன்னொரு கதை இது. நாலு பிள்ளை பெற்றும் அந்தத் தாயைச் சீந்துவார் இல்லை. மூத்த மகன் நாராயணசாமி வீட்டில் கந்தலோடு கந்தலாகக் கிடக்கிறாள். அவனுக்கு வாய்த்த மனைவி – கிழத்தின் மூத்த மருமகள், ஒரு தெய்வப் பிறவி. அவள் கிழத்துக்குப் பணிவிடை செய்யத் தயாராக இருந்தாள். ஆனால், மகன் விடுவதில்லை. அவனுக்கு எப்போதும், 'மங்கள விலாசத்திலேயே இருக்க வேண்டும்'. மருமகள் பாகு, அவன் போக்கிலேயே போகிறவள்தான். மனைவிக்கு மனிதச் சரீரம் இல்லை என்று அவன் நினைத்துவிட்டான். ஏழு குழந்தைகளைப் பறிகொடுத்து நாலு குறையும் கண்டுவிட்டாள் பாகு. அக்கடைசி இரவிலும், அந்தத் தாய், தண்ணீர் தண்ணீர் என்று மருமகளை அழைத்துக்கொண்டே சாகிறாள். ஒருமுறை வெந்நீர் கொடுத்துவிட்டுக் கணவனின் மங்கள விலாசத்தில் நுழைந்தவள், அவன் தேவையைப் பூர்த்தி செய்த அலுப்பில் தூங்கிவிடுகிறாள். தண்ணீர் தண்ணீர் என்று கேட்டபடிக்கே தாய் செத்துப்போகிறாள். அவள் செத்த பிறகு, அம்மா... அம்மா... என்று மகன் அழுகிறான். அவளைப் படம்பிடிக்க போட்டோகிராபரை வழவழைக்கிறான். கிழத்தின் பிணம் அதற்குள் விறைத்துவிட்டது. அந்தக் கோலத்தைத் தன்னால் படம் எடுக்கமுடியாது எனப் போட்டோகிராபரும் மறுக்கிறான். தாயை எந்தக் கோலத்தில் வைத்திருந்தான் என்பதை இரண்டு வரியில் உணர்த்திவிடுகிறார்

தி.ஜா. “கிழிசல் புடவையுடன் கிழம் கிடந்த அலங்கோலம் சகிக்கவில்லை. பிள்ளை வைத்திருந்த அன்பு ஒவ்வொரு கிழிசலிலும் எட்டிப் பார்த்தது.”

அழகான பெண்களைக் கவர்ந்துவந்தும், விலைக்கு வாங்கியும், அவர்களுக்கென ‘அம்மு வீடு’, ‘மங்கள விலாசம்’, ‘கல்யாண மகால்’ என்ற இருப்பிடங்களை உருவாக்கிய தஞ்சை மன்னர்களைப் போன்ற ஆண்கள் ஒவ்வொரு வீட்டிலும் இருப்பதைத்தான் இக்கதையின் மூலம் தி.ஜா. சொல்ல வருகிறார். மனிதச் சரீரம் என்று பெண்ணை நினைக்காத ஆண் வர்க்கத்தின் மூஞ்சியிலடிக்கும் கதை. இரு பெண் உடல்களை நம் முன் வரைந்து காட்டுகிறார் தி.ஜா. ஒன்று சதா கணவனுக்குத் தின்னக் கொடுக்கும் மருமகள் பாகுவின் உடல். இன்னொன்று பீற்றல் பாயில் கிழிசல்களுக்குள் கிடக்கும் தாயின் உடல். இரு நிலைகளிலும் மனுஷியாகப் பெண்ணைப் பார்க்காத ஆணின் அலட்சியமே வெளிப்படுவதாகத் தி.ஜா. வலுவான குரலில் பேசுகிறார். தி.ஜா.வின் ஆகச்சிறந்த கதைகளில் இதுவும் ஒன்று.

இந்தப் பதினான்கு சிறுகதைகளில், ‘மாற்றல்’ கதையில் வரும் வெங்கிடியாபிள்ளை தவிர, மற்ற பதின்மூன்று கதைகளுமே அக்கிரகாரத்துப் பிராமணாள் வாழ்வையே, தம் களமாகக் கொண்டுள்ளன. காவிரி எல்லாக் கதைகளிலும் கரைபுரண்டோடுகிறாள். காவிரிக் கரையின் இப்பக்கம் அக்கிரகாரமும் அப்பக்கம் சாட்டையடிக்கும் சாணிப்பாலுக்கும் இலக்கான பள்ளுப்பறைகளின் சேரிகளும் இருந்தன. கரைக்கு இப்பக்கத்தை மட்டுமே எழுதிய தஞ்சைப் படைப்பாளிகளின் வரிசையில் (கு.ப.ரா.வின் பண்ணைச் செங்கான்போலச் சில விதிவிலக்குகள் உண்டு), தி.ஜா.வும் இதன்வழிச் சேர்கிறார். பிற தொகுப்புகளில் வேறு பகுதி மக்களைப் பற்றியும் எழுதியிருக்கிறார். இதைக் குற்றமெனச் சொல்லவில்லை. சொல்லவும் முடியாது. சொந்தச் சாதியின் மீது கடுமையான விமர்சனங்களையே இக்கதைகளில் அதிகம் வைத்திருக்கிறார் தி.ஜா. என்பதும் கவனிக்கப்பட வேண்டியது. புதுமைப்பித்தன், எம்.வி.வெங்கட்ராம், கி.ராஜநாராயணன், வண்ணநிலவன், வண்ணதாசன் என எல்லாப் படைப்பாளிகளுமே தாம் பிறந்து வளர்ந்த குடும்பச் சூழலைக் களமாகக் கொண்டே எழுதுகிறார்கள். குடும்பம் என்று வந்தால் சாதியும் சாதிப்பண்பாடும் கூடவே வந்துவிடத்தான் செய்கிறது. ஆனால், எவருக்கும் சொந்தச்சாதி அபிமானம் கிடையாது. ரகுநாதன், கு. அழகிரிசாமி போன்ற முன்னோடிகளின் கதைகளில் சாதி அடையாளத்தைக் காணமுடியாது. நிலைபெற்ற பெரிய சாதிகளில் பிறந்த படைப்பாளிகள் அந்தச் சாதிகளின் தாக்கம் பெற்ற கதைக் களனை எடுத்துக்கொள்வதாகவும், மக்கள்தொகையில் சிறியனவாக உள்ள சாதிகளில் பிறந்த படைப்பாளிகள் அப்படி இல்லாதிருப்பதாகவும் மேலோட்டமாகப் பார்க்கையில் தெரிகிறது. இந்த உளவியல் ஆய்வுக்குரியதுதான். ஆனாலும், காவிரிக் கரைக்கு அப்பக்கமும் ஒரு வாழ்க்கை இருந்தது என்பதைச் சொல்லாமலே போனார்களே நம் முன்னோடிகள் என்பதைச் சொல்லாமலும் இருக்க முடியவில்லை. அவர் அறிந்த வாழ்வைக் களமாகக் கொண்டு, மானுட வாழ்வின் சாரமான விஷயங்களைப் பேசிய மகத்தான கலைஞர் தி.ஜானகிராமன் என்பதை, இத்தொகுப்பின் சிறுகதைகள் காட்டி நிற்கின்றன என்பதுதான், என் கடைசி வரியாக இருக்கிறது.

✣

53

தி.ஜா.வின் யாதும் ஊரே: பெருங்காருண்யத்தின் நல்விதைகள்

பா. அமுல் சோபியா

வாழ்க்கை வரையும் கோலங்கள் மிகவும் விசித்திரமானவை. இன்பம், துன்பம், நன்மை, தீமை, காழ்ப்பு, கருணை, வன்மம், தன்னலம் என நல்லவையும் அல்லவையும் சுமந்துகொண்டு வாழ்வு என்னும் நதி பயணித்துக் கொண்டேயிருக்கிறது. வாழ்வில் ஏற்படும் அத்தனையும், ஏதோ ஒருவித அனுபவமாகவே கணக்கு வைக்கப்படுகிறது. தி.ஜா.வின் எழுத்துகளும் மனிதர்களின் பலதரப்பட்ட எண்ண ஓட்டங்களைப் பறைசாற்றிக் கொண்டேயிருக்கின்றன. இவை தி.ஜா. நூறாமாண்டைக் கொண்டாடும் இப்போது மட்டும் இல்லை; எப்போதுமே மனித மனங்களோடு உறவாடிக்கொண்டேதான் இருக்கும். தி.ஜா.வின் எழுத்து என்னும் ஜீவநதி, யாவரையும் முழுக்காட்டித் தன்வயப்படுத்தக்கூடியது. அவரின் கதாபாத்திரங்கள் அனைவருமே, நம் அன்றாட வாழ்வில் சந்திக்கும் இயல்பான மனிதர்களே.

'கோபுர விளக்கு' சிறுகதை, வறுமையையும் வாழ்ந்து கெட்ட குடும்பத்தின் நிலையையும் விளக்குகிறது. சந்நதித் தெரு முழுவதிற்கும் வெளிச்சம் தரும் கோவில் கோபுரத்தின் மெர்க்குரி விளக்கு அணைந்து கிடந்தது. காரணம்: தருமு செத்துப் போய்விட்டாள். தருமு, இன்ன வருஷம் இன்ன மாசம் இன்ன தேதி இத்தனையாவது மணிக்கு இன்னது நடக்கும்னு ஜோசியம் சொல்லக்கூடிய மந்திரச்சாமா என்பவனின் மகள். "சாமாவின் வாக்கு அப்படியே பலிக்கும். காவேரி மேற்கு முகமாகப் போனாலும் போகும்; அவன் சொல்லுறது தப்பவே தப்பாது. பாம்புக்கடி ! தேள்கடிக்குக்கூட மந்திரிப்பான். பிசாசுகூட ஓட்டுவான். ஆனால், நடத்தை சரியில்லாததால், ஒண்ணரை வேலி பூர்வீகச் சொத்தைத் தொலைச்சவன். பாரீசவாயு வந்து ஏழு வருஷமா படுத்த

படுக்கையாயிட்டான். வங்கியில் போட்ட நானூறு ஐந்நூறும் தருமுவின் திருமணத்திற்குச் செலவழிந்தபின், வேறுவழியில்லாமல் அவன் பொண்டாட்டி அவன் இருக்கும்போதே வழிமாறி நடக்க ஆரம்பிச்சிட்டா. சாப்பிட்டாகணுமே!". கல்யாணத்துக்குப் பின், தருமுவின் கணவனுக்கு, அவளின் தாயின் நடத்தை தெரிந்துவிட, அவளை அவன் விரட்டி விடுகிறான். பசி யாரைத்தான் விட்டு வைக்கும்? அவளும் தாய்வழியையே பின்பற்றுகிறாள். ஒரு வயதான பாட்டியையும் சேர்த்துப் பத்துப் பேர் சாப்பிட வேண்டிய வீட்டில் சில மாதமாக வறுமை தாண்டவமாடக் கோவிலில், "ஈச்வரி! இரண்டு நாளாக வயிறு காயுது. இன்னிக்காவது கண்ணைத் திறந்து பாலிக்கணும். தாராள மனசுள்ளவனா ஒருத்தனைக் கொண்டுவிட்டுத் தொலைச்சா என்னவாம்" என்று வேண்டிக்கொள்கிறாள். ஆனால், இரு மாதங்களுக்குப் பின்னர் இறந்துபோகிறாள். வயிற்றுப் பிழைப்புக்காகக் "குளம், சந்தி, கடைத்தெரு எங்கே பார்த்தாலும் நிக்கறதே. காலமே கிடையாது; மத்தியானம் கிடையாது; ராத்திரி கிடையாது. எடுபட்ட குடும்பம்" என்று பேர் வாங்கின தருமு, மூணு மாசமா முழுகாம இருந்தாளாம். அவளின் அம்மா டாக்டர் கிட்ட போய்க்கேட்டால், அவன் ஐம்பது ரூபாய் கேட்டானாம். வழியில்லாமல், வீட்டுக் கதவை எல்லாம் அடச்சிட்டு வாயில் வைக்கோல், துணி எல்லாத்தையும் வைத்தடைத்து அவளே வைத்தியம் பார்க்க, மூச்சு முட்டி இறந்துபோனாளாம் எனக் கதையில் கூறப்படுகிறது. கண்ணாடிப்பொடியரைத்துத் தண்ணீரில் கலந்து குடிக்கக் கொடுக்க, வலி தாங்கமுடியாமல் ஊரே கேட்க அலறியழ, வாயில் துணி வைத்தடக்க இறந்துபோனாளாம்.

செத்துப்போன தருமுவை யாரும் போய்த் தூக்கக்கூடாது; ஊர்க் கட்டுப்பாடு. கோயில் மேனேஜர், "யாராவது வந்து தூக்கினா பார்ப்பேன். இல்லாட்டி நானே இரண்டு நாயனக்காரரை வைத்துத் தூக்கிப் போகலாம் என்று பார்க்கிறேன்" என்கிறார். வேண்டுமென்றே கோபுரவிளக்கை அவர் அணைத்ததாகவும், தருமு சாவுக்குத் துக்கம் கொண்டாடணும்போல் இருப்பதாகவும் சொல்கிறார். "இன்னிக்குக் கடவுள் வெளிச்சம் கேட்பானா? கேட்க மாட்டான். ஊருக்கு மட்டும் என்ன வெளிச்சம்? எத்தனை வெளிச்சம் போட்டால் என்ன? நம்ம இருட்டு கலையப் போறதில்லை, இப்படித்தான் தவிக்கட்டுமே ஒரு நாளைக்கு" என்ற மேனேஜரின் பேச்சுடன் கதை முடிகிறது. வாழ்வில் தடம்மாறிப்போகும் பெண்கள் யாரும் வேண்டும் என்று ஆசைப்பட்டு அப்படிச் செய்வதில்லை; சூழ்நிலைதான் எல்லாவற்றையும் தீர்மானிக்கிறது; பசியின் கொடுமை யாரையும் வீழ்த்தவல்லது என்பதைத் தி.ஜா. இக்கதையில் விளக்குகிறார். சமயங்களில் மனிதர்கள் மட்டும் இல்லை; சாமிகூடச் சிலரின் சங்கடங்களைக் கவனிப்பதில்லை. "அந்தப் பொண்ணு ஊத்தின எண்ணெய்க்காவது மனம் இரங்கப்படாதா அந்தச் சாமி. இவ்வளவு பெரிய கோவிலைக் கட்டிண்டு உக்காந்திருக்கே! துர்க்கைக்கு முன்னாடி நின்னுண்டு அழுததுன்னேளே, பொம்மனாட்டி கண்ணாலே ஜலம்விட்டா உருப்படுமா அந்தத் தெய்வம்?" எனத் தி.ஜா. பதிவுசெய்கிறார். இல்லாமையும் வறுமையும் சிறுபிரச்சனைகளைக்கூடப் பூதாகரப்படுத்துகின்றன. ஆனால் பணம், யாவற்றையும் மறைத்து ஒன்றுமில்லாததாக்கிவிடுகிறது. இல்லாதவர்களை இச்சமூகம் ஒதுக்கிவிடுகிறது. மனிதத்தன்மையை மறந்து, எல்லோரும் தம்மை யோக்கியராகக் காட்டிக்கொள்ள முனைகின்றனரே

தவிர, யாரும் இல்லாதவர்களிடம், அவர்கள் பெண்களாகவே இருந்தாலும் ஈரமோ இரக்கமோ காட்டுவதில்லை என்பதை மனவேதனையோடு, இதில் தி.ஜா. பதிவுசெய்கிறார். "செத்துப்போனதுக்கு அப்புறம், தூக்கறதுக்கு ஒரு ஆள்கூட இல்லைன்னா, இது என்ன மனுஷன் குடி இருக்கிற தெருவா? காக்காகூட ஒரு காக்கா செத்துப்போச்சுன்னா கூட்டம் கூட்டமா அலறித் தீத்துப்பிடும்கள்... வீட்டிலே இருக்கறது அத்தனையும் பொம்பளை, எல்லாம் சின்னஞ் சிறுசு... அவங்க கெட்டுப் போயிட்டாங்க. நாதன் இல்லாம கெட்டுப்போன குடும்பம். பசிக்குப் பலியான குடும்பம். என்ன அக்கிரமம் சார்? இந்த மாதிரி மிருகங்களைப் பார்த்ததில்லைங்க நான்" என்று சமூக அவலங்களை, தப்பித்துக்கொள்ளும் போக்குகளை, இல்லாமையை ஏளனம் செய்யும் இரக்கமற்றவரை, மனித உணர்வுகளைப் புரிந்துகொள்ளாத, புரிந்துகொள்ளத் தவறும் மனித மனங்களைத் தி.ஜா. உணர்த்துகிறார்.

ஒவ்வொருவருக்கும் ஒவ்வொரு விதமான ஆசைகள். 'மண்ணில் பறந்தால் வானேற ஆசை, காலோடு இருந்தால் பறப்பதற்கு ஆசை, வானாயிருந்தால் பூமிக்கு வேட்கை, தனியாயிருந்தால் வீட்டுக்கு ஆசை, வீட்டோடிருந்தால் கைவல்யத்திற்கு ஆசை' என ந. பிச்சமூர்த்தி, 'லீலை' என்ற கவிதையில் சொல்வதைப்போலத் தனியாயிருப்பவனுக்கு இல்லறத்தான் ஆக ஆசை, இல்லறத்தானுக்கு உலக பந்தங்களைவிட்டு ஓடிவிட ஆசை! தி.ஜா.வின் 'யாதும் ஊரே' என்ற கதையும், மார்க்கெட்டுக்குப் போய், கடிகாரத்தைப் பார்த்துக் குளித்து, சாப்பிட்டு, பஸ் ஸ்டாப்புக்கு ஓடி, பஸ்ஸைப் பிடித்து அல்லல்படுவதிலிருந்து ஒரு மூன்று மாதம் விடுப்பில் தன் கிராமத்திற்கு வந்து தங்கியிருக்கும் ஒரு கதாபாத்திரத்தின் ஆசை பற்றியே அமைந்துள்ளது. எங்கிருந்தோ வந்து உட்கார்ந்திருந்த ஒரு சன்யாசியைக் கோணல்கிச்சான் தன்வீட்டுக்குப் பிட்சை பண்ணி அனுக்கிரகம் பண்ண அழைத்து வருகிறான். இருபத்தைந்து வருடம் உழைத்தும் வெறும் முந்நூறு ரூபாய்க்கும் அதிகமாகாத சம்பளத்தால் அலுப்புற்று, ஒரு மூன்று மாதம் எந்த அலைச்சலுமின்றித் தன் கிராமத்திற்கு வந்திருப்பவரைத் தன் வீட்டிற்கு அழைத்து வருகிறான் கிச்சான். சன்னியாசிக்கான உணவுகளை மனைவியுடன் சேர்ந்து தயாரிக்கையில், ஒரு மாதத்திலேயே மனைவியுடன் சேர்ந்து தாமும் சன்னியாசம் இருப்பதுபோலவேதான் அவர்களுக்கும் தோன்றுகிறது. சிறுமை, மனநோவு, பற்றாக்குறையின் குமைச்சல் அனைத்தையும்விட்டு விடுதலையடைந்திருப்பதே சன்னியாசம்தான். உணவுக்குக் காத்திருந்த சன்னியாசியைப் பார்த்ததும், "ஏன் நாமும் சன்யாசம் போய்விடக்கூடாது? நாம கூடன்னா? ரெண்டு பேரும் சேர்ந்து சன்யாசம் வாங்கிண்டு ஆளுக்கொரு கமண்டலமும் தண்டமும் ஏந்திண்டு சேர்ந்து நடக்கலாம்னா? இல்லை, ஒரு கவலை கிடையாது, பந்தம் கிடையாது. தினம் ஒரு ஊர், ஏதோ கிடைச்ச இடத்திலே சாப்பாடு. பகவானை நினைச்சிண்டேயிருக்கிறது" எனக் கதையில் துறவு விவரிக்கப்படுகிறது. ஆனால், வெறும் சோறும் நினைத்த இடத்தில் உறக்கமும் மனம்போல் திரிவதும் மட்டுமல்லவே அது? சன்யாசத்திலும் பிரச்சனைகள் உண்டு,

தானே விரும்பி வருபவர்க்கு ஒருவேளை பிரச்சனை இல்லை. ஆனால், எல்லாருக்கும் அப்படி இல்லை, சன்னியாசத்திற்குத் தள்ளப்படுபவர்களும் உண்டுதானே. இந்தக் கதையில் வரும் சன்னியாசியின் பூர்வாசிரமப் பெயர்

சந்தானம். ஏழு வேலியும் தங்கம் விளையும் பூமி; உடம்பு முடியாமல் படுத்தவரின் உறவினர்கள் இவர் பிழைக்கமாட்டார் எனவும், சன்னியாசம் வாங்கிக் கொண்டால் சன்னியாசிகளுக்கு மறுபிறவி கிடையாது எனவும் சொல்லிக் கையில் தண்டத்தையும் கமண்டலத்தையும் திணித்துவிட்டனர். ஆனால், அடுத்த நாலாம் நாளே, அவர் பிழைத்துவிட்டார். அன்று முதல், பரமசாதுவான தன் மனைவியை விட்டுவிட்டு இப்படி யார் பிட்சைக்குத் தம்மை அழைக்கிறார்களோ அங்கெல்லாம் அவர் போய்க் கொண்டிருக்கிறார் எனக் கதை முடிகிறது. “இக்கரைக்கு அக்கரை பச்சை” என்பதைப்போல, ஒவ்வொரு பக்கத்திலிருந்தும் பார்க்கையில், வாழ்க்கை ஒவ்வொரு விதமாகத்தான் தெரிகிறது. எப்போதுமே மனம், தன்னிடம் இருப்பதை வைத்துத் திருப்தி கொள்வதில்லை, அடுத்தவரின் பொருளுக்கோ வாழ்வுக்கோதான் அலைகிறது. அங்கலாய்க்கிறது எனத் தி.ஜா. இக்கதை மூலம் விளக்கியுள்ளார்.

பரபரப்பும் பீதியும் அங்கதமும் கலந்த ஒரு சிறுகதையே, தி.ஜா.வின் கண்டாமணி. வீட்டோடு உணவகம் வைத்து நடத்தும் மார்க்கம், சாப்பிட வருபவர்களுக்குச் சாதம் போடும் வித்தை நன்கு கற்றவர். தெருவில் போகிறவர்களுக்கு மார்க்கம் முறம்முறமாகச் சாதத்தை இலையில் சாதித்துக் கொட்டுவதாய்த் தோன்றும். உள்ளே போனால் கதையே வேறு. ஈயம் பூசிய பித்தளை முறத்தில் சாதத்தைக் கொண்டுவருவார். அந்த முறம் நடுவில் ஒடிந்து கொஞ்சம் குழிவாயிருக்கும். சாதம் சரிய அவரே செய்த யுக்தி. டம டமவென்று தட்டுவார். ஆர்ப்பாட்டம் செய்வார். ஆனால், தனக்கு எஜமானன், மார்க்கத்தின் கையோ கரண்டியோ இல்லை, மார்க்கத்தின் மனசுதான் என்று சாதத்துக்குத் தெரியுமாதலால், கால் கால் கவளமாகத்தான் இலையில் விழும். சாதம் மட்டுமல்ல, கறி, பருப்பு, நெய், கூட்டு எல்லாவற்றுக்குமே மார்க்கத்தின் மனசு தெரியும். ஆனால், உள்ளூர் உயர்தரப்பள்ளியில், விஞ்ஞான வாத்தியாருக்கு உதவிசெய்யும், நடக்கிறபோது குழந்தைபோல நடக்கும் கட்டைகுட்டையான உடல், சற்று உருண்டையாகப் பூசினாற் போலிருக்கும் உருண்டைத்தலை, வழுக்கை. பின் உச்சியில் பூனை மீசை மாதிரி எண்ணி ஐந்தாறு நரை மயிர்கள். கண்ணுக்கு ஒரு வெள்ளி பிரேம் மூக்குக் கண்ணாடி. வலது கண் மட்டும் அந்தக் கண்ணாடி வழியே பெரிதாகத் தெரியும் முதியவரைப் பார்த்தால் மட்டும் மார்க்கத்துக்குக் காரணமில்லாமல் ஒரு தயவு சுரக்கும். அவதூதரே வந்துவிட்டாற்போல் பயபக்தியுடன் சாதம் போடுவார். ஆனால் அவர், எப்போதும் வரும் வாடிக்கையாளர் இல்லை. எப்போதோ மாசத்துக்கு ஒன்றிரண்டுமுறை வருவார்.

அன்றும் வந்தார். நன்றாகச் சாப்பிட்டார். குழம்பு நன்றாக இருக்கிறதென்று மோர்சாதத்துக்கும் வாங்கிச் சாப்பிட்டார். யதேச்சையாக மார்க்கம் குழம்பைக் கிளறிக் கரண்டியைத் தூக்கியபொழுது, அதிலிருந்து ஏதோ நழுவிக் குழம்பில் விழுந்தது. மீண்டும் கிளறித் தூக்கி வெளிச்சத்தில் பார்த்தால் நீளமாக, வழவழவென்று – சூட்டில் வதங்கி, பளபளப்பு சற்று மங்கிய ஏதோ ஒன்று. என்ன இது பாம்பா? அரணையா? அரணைக்கு கால் உண்டு, பாம்புக்குட்டிதான். கிலியா, பயமா, கவலையா என்ன எனத் தெரியாத ஒன்று மார்க்கத்தை ஆட்கொண்டது. மனைவியைச் சத்தமில்லாது

சமிக்ஞை செய்து கூப்பிட்டார். அவள் கண்கள் அகன்றன. வாய்பிளந்தவள் பொத்திக் கொண்டாள். சாப்பிட்ட கிழவர், கைகழுவிவிட்டு ஏப்பம் விட்டுக்கொண்டே வாசற்படியில் தடவித் தடவி இறங்கிப்போனார். மறுகணமே, அவள் இருட்டையும் பாராது கொல்லைக் கோடிவரை ஓடிக் குழம்பைக் குழியில் எறிந்தாள். மார்க்கத்தைப் பார்த்துக் குரல் நெஞ்சைவிட்டு வராமல் ஏதாவது ஆயிருமா எனக் கேட்டாள். இருவரும் யுகேச்வரரிடம், சேதி பரவாதிருந்தால் கண்டாமணி விளக்கு வாங்கித் தொங்கவிடுவதாக வேண்டிக்கொண்டனர். மறுநாள் காலை விஞ்ஞான வாத்தியாரின் உதவியாளர் மாரடைப்பால் இறந்துவிட்டதாகச் சேதி வருகிறது. யுகேச்வரர் காப்பாற்றிவிட்டார்!

ஒரே மாதத்தில், இரண்டு ஆள் சேர்ந்து தூக்குமளவுக்குக் கம்பீரமாய்ச் செய்யப்பட்டிருந்தது அந்தக் கண்டாமணி. வாடிக்கைக்காரர்களில், 'மணி' பார்த்து வியக்காதவர் இல்லை. கண்மலர் சாத்துவார்கள்; வடைமாலை சாத்துவார்கள்; சத்திரம் கட்டுவார்கள்; கண்டாமணி செய்துவைக்க யாருக்குத் தோன்றும் என யாவரும் பேசிக்கொண்டனர். 'ஏன் இப்படித் தர்மம் பண்ணணும்னு தோணுச்சி?' என்றவர்களிடம் மார்க்கம், "நம்மை எப்படியாவது காப்பாத்திடணும்னு பகவானுக்குத் தோணறபோது, நமக்கு இது தோணப்படாதா? நடந்துண்டே பொத்துன்னு விழுந்து செத்துப்போயிடறான்… குடிக்கத் தண்ணி கொண்டா இங்கிறான், கொண்டு கொடுக்கிறதுக்குள்ளே தலை சாஞ்சுப்பிடறது. உதாரணத்துக்குச் சொல்றேன், பள்ளிக்கூடத்து அட்டெண்டர் இருந்தாரே ஐராவதம், செத்துப்போறதுக்கு முதல்நாள் ராத்திரி இங்கே வந்து சாப்பிட்டுப் போனார். மறுநாள் காலமே செத்துப் போயிட்டார். டாக்டர் வந்து பார்த்திருக்கார். ஹார்ட் அட்டாக்னு சொன்னாராம். இல்லாட்டா, என்ன சொல்லுவா? மார்க்கம் கடையிலே சாப்பிட்டார்டா மனுஷன். அடுத்த வேளைக்கு உசிர் நிக்கலேன்னுதானே சொல்லுவா" என்று இப்படிப் பேச்சினூடே, எப்படியாவது கடையில் சாப்பிட்டுவிட்டு இறந்துபோன ஐராவத்தின் பேச்சும் வந்துவிடும். கோவிலில் பிருமாண்ட மணி, காலையில் விச்வருப தரிசனத்திலும், உச்சிப்பொழுதிலும், மாலையிலும் அடிக்கப்பட்டது. ஒவ்வொரு முறை அடிக்கும்போதும் மார்க்கம் கண்களை மூடிக்கொண்டார். ஜபம் செய்தார்.

ஒருநாள் முற்றத்துத் திறப்புவழியாகப் பார்த்தார். வானம் தெரிந்தது. வெள்ளி தெரியவில்லை. டாண் என்று மணி தங்கப்புகைபோல் மிதந்து வந்தது. 'சாப்பிடலாமா?' என்று, செருப்பு ஓசையைத் தொடர்ந்து குரல் கேட்டது. ஐராவதம், காக்கிச்சட்டையும், கண்ணாடிக்குள் ஒற்றைப் பெரிய கண்ணும் பூனைமீசையும் வழுக்கைத்தலையுமாக எட்டிப்பார்த்தார். ஐராவதம் போய் ஒன்றரைமாதமான பின்னும், மார்க்கத்துக்கு அவரின் நினைவு அடிக்கடி எழுந்தது. பேச்சுவாக்கில் அடிக்கடி பாம்பு வருவதும், தொங்கும் சிறுநாரைப் பார்த்தால்கூடப் பாம்பு அசைவதும்போலத் தோன்றிக் கொண்டேயிருந்தன. ஒவ்வொருமுறை மணி அடிக்கும்போதும், அது மார்க்கத்தை ஏதோ செய்தது. கோவில் தர்மகர்த்தாவிடம், மணியைக் கழட்டி வைத்துவிடுவதெனவும், அதற்குப் பதில் சின்னச் சின்னதா நாலஞ்சு வெள்ளி மணி செய்துவைத்துவிடுவதாகவும். மணிச் சத்தத்தைக் கேட்கும்போதெல்லாம் நாமதானே பண்ணி வச்சோம் வச்சோம் என்ற

அகங்காரம் தோணுவதாகவும், அது ரொம்ப தப்புதானே என்றும் நோகிறார். ஆனால், எவ்வளவு பேசியும் தர்மகர்த்தா, கோவில் மணியைக் கழற்றச் சம்மதிக்கவில்லை. சோர்ந்து வீடு மீள்கிறார் மார்க்கம். மீண்டும் மணி ஒலிக்கிறது. முழுச் செவிடர்கள் எப்படியிருப்பார்கள் எனக் கற்பனை செய்து பார்க்க முயன்றார் மார்க்கம் எனக் கதையைத் தி.ஜா. நிறைவுசெய்கிறார். மனிதர்களின் இயல்பான மன நிலையை, இக்கதைவழிப் புலப்படுத்துகிறார். என்னதான் தாம் செய்த தப்பிதங்களை, குற்றங்களை, யாரும் பார்க்கவில்லை, தப்பித்துக்கொண்டோம் என நினைத்தாலும் அவரவரின் மனசாட்சியே அவரவரையும் அலைக்கழிக்கும், பித்துப் பிடிக்கவைக்கும், பயத்தைப் பெருக்கும் என்பதைத் தி.ஜா. இதில் விளக்குகிறார். நன்றியெடுப்பாய்ச் செய்யப்பட்ட ஒவ்வொரு வேண்டுதலுக்குப் பின்னும் மறைக்கப்பட்ட ஏதோ ஒன்று இருக்கவே செய்கிறது; அது உலகத்துக்குத் தெரியாவிடினும் உள்ளத்துக்கு நிச்சயம் தெரியும்; சாட்சிகள் தேவையில்லை; மனசாட்சியே மனிதனைத் தண்டித்துவிடும். எனப் பேசுகிறது தி.ஜா.வின் கண்டாமணி.

ஒரு பயணக் கட்டுரையாய் விரியும், ஜப்பானிய அனுபவங்களே தி.ஜா.வின் 'யோஷிகி'. இந்திய நண்பர் குருமூர்த்தியின் ஜப்பானிய நண்பரே யோஷிகி. ஜப்பானின் மிக முக்கிய இடங்களை மூன்று நாள் சுற்றிக் காட்ட வரவிருந்த யோஷிகி, முதல்நாள் வரவில்லை. தங்கியிருக்கும் ஓட்டலின் பணிப்பெண் ஹிரோமி, கதைகள் அடங்கிய புத்தகம் ஒன்றையும் ஒரு கட்டுரைத் தொகுப்பையும் தருகிறாள். மறுநாள் யோஷிகி வந்து, ஜப்பானின் முக்கிய இடங்களைச் சுற்றிக் காட்டுகிறார். முதல்நாள் வருவதாகச் சொல்லி வராமல் போனதற்கு மன்னிப்பும் கேட்கிறார். திடீரென ஒரு அழைப்பு வரவே விடைபெற்றுக் கொள்கிறார். மூன்றாம் நாள் ஜப்பானைச் சுற்றிக்காட்டத் தன்னால் முடியாததற்கு வருத்தம் தெரிவிப்பதோடு, ஹிரோமியை, அவரை அழைத்துக்கொண்டு ஜப்பானைச் சுற்றிக் காட்டவும் கேட்டுக் கொள்கிறார். மூன்றாம் நாள் ஜப்பானைச் சுற்றிக் காட்டி ரயில் ஏற்றும் ஹிரோமி, முதல் நாள் யோஷிகி வராததற்குக் காரணம், அவரின் கிளைக் கடைகளில் ஒன்று மின்சாரக் கோளாறினால் தீப்பற்றி எரிந்துவிட்டதாகவும், அதில் அவரின் தம்பிக்கும் தீக்காயங்கள் பட்டு மருத்துவமனையில் அனுமதிக்கப்பட்டிருந்தார் எனவும், பேச்சின் நடுவில் யோஷிகிக்கு வந்த அழைப்பில் அவரின் தம்பிக்கு நினைவு தப்பிவிட்டதாகவும், இன்னும் இரண்டு மூன்று மணி நேரம்கூடத் தாங்காது என்பதாலேயே அவர் புறப்பட்டுவிட்டதாகவும் கூறுகிறாள். ஜப்பானியர்களின் உலகம் வியக்கும் சாதனைகளில் ஹிக்காரி எக்ஸ்பிரஸ்சும் ஒன்று, ஆடாது அசங்காது பைன் மரங்களுக்கிடையே கனவுபோல் விரைகிறது, எத்தனை துன்பத்திலும் விலகாத ஜப்பானியர்களின் புன்சிரிப்பைப்போல எனத் தி.ஜா. கதையை நிறைவுசெய்கிறார். இதை ஒரு சிறுகதை என்று சொல்வதைவிட, ஜப்பானியர்களின் சிறப்பைப் பேசும் ஒரு கட்டுரையாகவே உள்ளது எனலாம். எத்தனை துன்பங்களுக்கு நடுவிலும் கோபப்படாத, சிடுசிடுப்பை வெளிக்காட்டாத, மன்னிப்புக் கேட்க மறவாத, யாரையும் இகழ்ந்து பேசாத, பிற பண்பாடுகளை மதிக்கத் தெரிந்த ஜப்பானிய மக்களின் பிரதிநிதியாக அல்லது எடுகோளாக யோஷிகியைத் தி.ஜா. காட்டுகிறார். "அழகான ஆரோக்கியமான ஜனங்கள். ஒரு நரைமயிரைப் பார்க்கவில்லை. ஒரு

சிடுமூஞ்சியைப் பார்க்கவில்லை. எந்தப் பஸ் ஸ்டாப்பிலும் ஒரு நிமிஷத்துக்கு மேல் காத்திருக்கவில்லை. ஏறின பஸ்ஸிலும் சில்லறை இல்லேன்னா இறங்கு சார் என்று எந்தக் கண்டக்டரும் கத்தவில்லை, சில்லறை கொடுக்க மறந்து போகவுமில்லை. தெருவிலோ தியேட்டரிலோ யாரும் இரைந்து பேசவில்லை. பத்துக் கல்லூரி மாணவர்கள் சேர்ந்து உல்லாசமாகப் போகும்போதுகூடக் காச்சுமூச்செனத் தலைகால்தெரியாது கத்தவில்லை, மாணவிகளைப் பார்த்துச் சீட்டியடிக்கவில்லை, ரயிலில் போகும்போது யாரும் கத்துவதில்லை, சிகரெட் பிடிப்பதில்லை, படிக்கிறார்கள், இல்லாவிடில் கண்ணை மூடிக்கொண்டு விடுகிறார்கள்" என, ஜப்பானிய மக்களின் நல்ல குணங்களைத் தி.ஜா. வியக்கிறார். தனக்குச் சொல்ல முடியாத பெரிய இழப்பு ஏற்பட்டிருந்தபோதும், உல்லாசமாய்ப் பொழுதைக் கழிக்க வந்தவரிடம் அதை வெளிக்காட்டி அவரின் மனதை வருந்தச் செய்ய விரும்பாத யோஷிகி, மிக உயரிய மனிதராக இக்கதைவழி நம் மனதில் நிலைக்கிறார்.

துணைநடிகைகள் படும் பாட்டை விளக்குவதே தி.ஜா.வின் ‘மணம்’ சிறுகதை. மேலும், பெரிய மனிதர்கள் என்ற போர்வையில் திரியும் சிலரின், சமூகத்திற்கே அம்பலமாகாத செயல்களையும் கதையின் ஊடாகத் தி.ஜா. காட்டுகிறார். நடிகர்களுக்காக உண்மையாக விழுந்து நடிப்பவர்களை டூப் என்றும், போலியாக நடிப்பவரை ஹீரோ என்றும் சொல்வதுபோல, “வேலையும் கண்விழிப்பும் என்னமோ நட்சத்திரத்திற்கு இருக்கிறாற்போல்தான். சம்பளம் சின்ன மூன்று ஸ்தானத்தைத் தாண்ட மாட்டேன் என்கிறது” எனப் புலம்பும் துணைநடிகைகளின் புலம்பல், இங்கே நீலாவின் குரல்வழி வெளியிடப்படுகிறது. நீலாவைத் தேடிப் பெரிய மனிதர்களின் உடலாசையைத் தீர்ப்பதற்காகப் பெண்களை ஏற்பாடு செய்யும் அருள்சாமி வருகிறான். தீபாவளிக்கு வெளிவரத் தயாராயிருக்கும் படத்திற்காகப் பத்து நாள் சிவக்கச் சிவக்கக் கண்விழித்து ராத்தூக்கமின்றிக் கிடக்கும் நீலா, எப்படியாவது அருள்சாமியைத் திருப்பிவிட வேண்டும் என முடிவு செய்து, நாளை காலை புதுப்பட ஷீட்டிங் உள்ளது எனவும் தன்னால் வர முடியாது எனவும் கூறுகிறாள். ஆனால், நாளை ஒன்பது மணிவரையில் ராகு காலம் எனவும், அதற்குப் பின்தான் பூஜை நடக்கும், அதற்குள் தூங்கிக் குளித்துப் பலகாரம் சாப்பிட்டு விட்டுக்கூடப் போகலாம் எனச் சொல்லி, வேண்டாம் என்பவளிடம், ‘யாரோ பெரிய மனிதராம்; எழுந்து கிளம்பு’ என்று பணத்தை நீட்டுகிறான். இயந்திரம்போல அதை வாங்கிய நீலா, முந்நூறு ரூபாயைப் பார்த்ததும் நிமிர்கிறாள். பாக்கியை அங்கே வாங்கிக்கலாம் என்பவனுடன் கிளம்பிவிடுகிறாள். “ஐந்நூறு ரூபாய். யார் அது? மூன்றுமாச வாடகையை நாளைக்கு வீசியெறிந்து விடலாம். சீட்டுப் பணமும் கட்டிவிடலாம். ஏலக் கம்பெனியிலே சொன்னானே, அந்த மெத்தை தைத்த ஸோபா செட்டு எழுபத்திரண்டு ரூபாயாம் அதையும் வாங்கிவிடலாம்... எதற்கு வீண் செலவு? தபாலாபீசில் போட்டுவிடலாம். பன்னிரண்டு வருஷத்துக்கு எடுக்கவே முடியாது” எனப் பலவாறாக ஐந்நூறு ரூபாயை எப்படிச் செலவழிப்பது என யோசித்துக்கொண்டே போகிறாள். கார் ஒரு விடுதியின் முன் சென்று நின்றது. ஜன்னல் கதவுகள் சாத்தியிருந்தன. குளிர்... நீலா இல்லாவிட்டால் எத்தனையோ மாற்று இந்தத் தோழி வேடத்துக்கு என்று யோசித்துக்கொண்டே

நின்றாள். திடீரென விளக்கு அணைந்து போயிற்று. ஆராக்கியசாமி ஏழெட்டுத் தடவை புத்தானைப் போட்டான். விளக்கு பளிச் பளிச்சென்று இரண்டு மூன்று தடவை எரிந்து அணைந்தது. ப்யூஸ் போய்விட்டது... அந்தப் பெரிய மனிதர் வந்தார். கதவு மூடிற்று. தாழிடும் ஓசை கேட்டது. "ஹம்–மா என்ன வாசனை!" மூச்சை உள்ளுக்கு இழுத்து வாசனையைப் பிடித்தாள் நீலா. 'சாராயத்தில் கலந்திருக்கிற பிரஞ்சு வாசனை இல்லை. மகிழம்பூ மாதிரி... ஜவ்வாது மாதிரி... ரோஜாப்பூவா... எல்லாம் கலந்ததா? ஆகாகா, என்ன வாசனை!" "புஜத்தில் சதை எலும்பின் பிடிப்பிலிருந்து ... விடுபட்டிருந்தது. ஒற்றைநாடி சிலிர்க்கச் சிலிர்க்க... எப்பேர்ப்பட்ட வாசனை! அமர்ந்த அலுக்காத மணம்... மனிதர்களில் நல்லவர்களும் இருக்கத்தான் செய்கிறார்கள். இல்லையென்றால் இவ்வளவு பணம் தருவார்களா?" – திருப்திப்பட்டுக் கொண்டாள் நீலா.

மறுநாள் புதுப்படப் பூஜை. திறப்புவிழா நடத்துகிற பெரியவர் வந்து சேர்ந்தார். என்ன கோரமான மனிதர்! ப்ரொடியூஸருக்கு வேறு ஆளா கிடைக்கவில்லை? நிரம்பப் படித்தவராம். ஏராளமான பணமாம். யாரும் அவர் உடம்பைக் கவனித்ததாகவே தெரியவில்லை. பூஜை போட்டதும் பெரியவர் பேசினார். தறிகெட்டு வாழ்கிற சமூகத்தில், சமூக அமைதியைக் குலைக்கிற இந்த நாளில், நவநாகரீகம் என்று திகைப்பூண்டை மிதித்து வழிதெரியாமல் நல்லது கெட்டது தெரியாமல் குழம்பும் பெண்களுக்கு இந்தக் கதை நல்ல கதை என்று அவர் பேசினார். நன்றிக்குப் பின், பெரியவரை ஒவ்வொருவரும் வணங்கிக் கூசாமல் கைகுலுக்கிச் சென்றனர். ஒவ்வொருவராக முதலாளி சொல்லிக்கொண்டு வர, எல்லாருக்கும் கையை உயர்த்தினார் பெரியவர். விரல்களை நீட்ட முடியவில்லை, சுண்டுவிரலில் மடக்கு, இனிமேல் நீளாத மடக்கு. பெரியவர் கிட்ட வந்தார். அதே வாசனை ... மகிழம்பூ மாதிரி. . . ஜவ்வாது மாதிரி... ரோஜாப் பூவா எல்லாம் கலந்த அதே வாசனை. கோரமான அப்பெரியவர் நகர்ந்து போனார். அதே வாசனை, வயிற்றில் கல்விழுந்தாற் போலிருந்தது நீலாவுக்கு. அதே மணம். இருக்காது. அந்த மனிதர் இப்படிப் பேசியிருக்கமாட்டார் என்று தோன்றியது. மீண்டும் அவர் கடந்து சென்றார். மூக்கு வளைந்து சப்பையான கன்னம், அதே ஒல்லி, வயது என்ன இருக்கும்? நாற்பது. ஐம்பது, அறுபது, நூறு, வயது இல்லை. வயதே கழிந்துவிட்டது. எத்தனை விகாரம்? அவள் சாப்பிடவில்லை, வயிற்றைக் குமட்டியது. தன் காதைத் தொட்டுப் பார்த்துக் கொண்டாள், மூக்கைப் பார்த்தாள். உள்ளங்கை அரிப்பதுபோலிருந்தது. கார்பாலிக் சோப்பைப் போட்டுத் தேய்த்துச் சுரண்டிக் குளித்தாள். "அன்று தானாகவே விளக்கு அணைந்ததா? அல்லது அருள்சாமி ஏதாவது செய்தானா?" எனக் கேள்விகளுடன், அவரா அது? என மீண்டும் மீண்டும் மனம் கேட்க அழுகை பீறிட்டுக்கொண்டு வந்தது என்பதாகக் கதை முடிகிறது. ஏதோ ஒரு சூழ்நிலையில், போதாமை காரணமாகத் தன்னை விற்று வாழ நேரும் பெண்களுக்கும் மனம் உண்டு என்பதை, இதில் தி.ஜா. விளக்குகிறார். தெரிந்திருந்தும் பணத்துக்காகப் பெண்களை விழவைக்கும் அருள்சாமி போன்ற தரகரையும், தன் குறை தெரிந்தும் அடுத்தவர் உணர்வு குறித்துக் கவலைப்படாமல், தன் உணர்ச்சிகளைத் தீர்த்துக்கொள்ள விழையும் வெளியில் பெரிய மனிதர் தோரணையில் திரியும் சின்ன மனிதரையும் தி.ஜா. இக்கதையில் வெளிச்சம்போட்டுக் காட்டுகிறார்.

இங்கிலாந்து போய்த் தத்துவஞானத்தில் எம். ஏ. வும் டாக்டர் பட்டமும் பெற்ற ஸாங்காச்சய சமஸ்தான ராஜா யதுநாத், ஓர் அபூர்வமான ராஜா, குடிப்பழக்கம், பல மனைவிகள், ஐரோப்பிய டைப்பிஸ்ட் காதலிகள், குதிரைப்பந்தயம், வேட்டையாடல் என எதிலும் ஈடுபாடில்லாதவர். ஆறடி உயரம், ஸிடார் மாதிரி வெள்ளை நிறம், வைரம் பாய்ந்த மேனி, கூரிய கண்கள், எப்போதுமே சிந்திப்பது போன்ற விழி . . . இவ்வளவும் சேர்த்துத்தான் யதுநாத். வாய்விட்டு அதிகம் சிரிக்காதவர். அப்படியே சிரித்தாலும், அது மென்சிரிப்பாகத்தான் இருக்கும். அவரின் மனைவி ஆசாதேவி, கேகயத்தின் இளவரசி. அவளிடம், ராஜ குடும்பத்தின் கம்பீரம் உண்டு. ஆனால், அவள் யதுநாத்துக்கு ஏற்ற ஜோடியில்லை என்பது பார்த்தாலே தெரியும். இங்கிலாந்தில் ஏழு வருடம் உடலை மாசுபடுத்தாமல் கழித்துவிட்டு இந்தியா திரும்பும்போது, அவர் மீதே அவருக்குக் கர்வம்கூடத் தோன்றியதுண்டு. அப்போது அவருக்கு இருபத்தாறே வயதுதான். “பணமும் வயசும் அழகும் படைத்த எவரும் காணாத அமானுஷமான வெற்றி அது” நிலைக் கண்ணாடி முன் நின்று, தன் வாட்டசாட்டமான எழில் வடிவைக் கண்டு பெருமூச்செறிவார் யதுநாத். “கடைசியில், சீ! இந்த அழகிய, உறுதியான உடலை, மாமிசங்களின் மீது புரளவா கொடுத்தான் ஈசன், பிரம்மத்தை, பிரபஞ்சத்தின் ஒரே உண்மையைக் காண இதைச் சாதனமாக்கி, ராஜயோகம் புரிவதற்கல்லவா இது ? என்று மனதைக் கட்டிப்பிடித்து இழுப்பார்”. இவ்வளவு படித்திருந்தும், யதுநாத் நல்ல குரு ஒருவரைத் தேடிக்கொண்டிருந்தார். நூற்றுக்கணக்கான பண்டிதர்களை அழைத்து விசாரங்கள் செய்தும் அவருக்குத் திருப்தி ஏற்படவில்லை. ஆனால், பதினான்கு வருடம் கழிந்து, அவர் நினைத்தது நடந்தது. மூன்று வேதங்களும் தலைகீழ்ப்பாடம், எல்லா உபநிடதங்களும் மனப்பாடம், பாகவதம் போன்றவற்றிலிருந்து நினைத்தபோது பாடல்களை அள்ளியெறியும், தெலுங்கில் பல காவியங்கள் படைத்த வேங்கடதாசரே அந்தக் குரு. தங்கம் பொலியும் மேனி. முற்றாத முகம், கூரிய மீசை, யதுநாத்தைவிட அழகர் வேங்கடதாசர். யதுநாத் அவரை வியந்தார். கடல் போன்ற இத்தனை விஷயங்களை நினைவில் வைத்துக்கொள்ள ஒரு மகா புருஷரால்தான் முடியும் என நினைத்து நினைத்து வியந்தார். அவரின் மனைவியை நினைத்தபோது, யதுநாத்தின் வியப்பு எல்லையைக் கடந்தது. ‘ஆந்திர தேசத்து வாளிப்பு, உயரம், நீண்ட முகம், வாழையின் வழவழப்பு, சற்று மஞ்சள் கலந்த சிவப்பு – எல்லாம் பொருந்திய அந்த நடுவயசை எட்டிய அழகி, வேங்கடதாசரின் பல கவிதைகளின் நாயகியாக விளங்கினாள்”– இப்படிப்பட்ட ஒரு குருவைப் பெறச் சமஸ்தானமும், தானும் புண்ணியம் செய்திருக்க வேண்டும் என நினைத்தார். வேங்கடநாதருக்கு ஒரு தனிமாளிகையே வழங்கினார்.

வேங்கடநாதரின் பேச்சில் கட்டுண்டு கிடந்த யதுநாத், நெஞ்சம் நெகிழ்ந்து அழுவார். மனிதனின் சிறுமை கண்டு குமுறுவார். சுருக் சுருக்கென்ற கிண்டலைக் கேட்டுப் புன்முறுவல் செய்வார். சிருங்காரத்தைத் தொட்டு வேங்கடர் அப்பால் போகும்போது, தம் ஒரே மனைவி ஆசாவை நினைத்து மறுகுவார் யதுநாத். இப்போதெல்லாம் வாய்விட்டுச் சிரிக்க ஆரம்பித்துவிட்டார். நாள் இப்படி நகர்ந்துகொண்டிருக்கையில், யதுநாத்தின் மெய்க்காப்பாளன் துர்கா, பயத்துடன் யதுநாத்திடம், எல்லோர்

பார்வையிலும் உயர்ந்து நிற்கும் ராஜகுரு வேங்கடநாதர் காளிந்தி என்ற தோட்டிப் பெண்ணுடன் தொடர்பில் இருப்பதாகவும், அதை அவரின் தந்தையே தன்னிடம் சொன்னதாகவும், அரசல் புரசலாகப் பேசப்படும் இச்செய்தியைச் சொல்லத் தனக்குப் பயமாக இருந்ததாகவும், அவளின் தந்தை விசுவநாத்தே இங்கு வந்திருப்பதாகவும் கூறுகிறான். மறுநாள் இரவு பன்னிரண்டுக்கு யதுநாத் துர்காவுடன் மாறுவேடத்தில் தோட்டிச்சேரிக்குச் செல்கிறார். பயத்துடனும், வேங்கடநாதராக இருக்கக்கூடாது என்ற பிரார்த்தனையுடனும், ராஜா குரு இருப்பதாகச் சொன்ன குடிகையின் ஓலை ஒன்றை ஒரு கம்பால் நெம்புகிறார். ராஜகுரு வேங்கடநாதர் நாவல்பழம் போலிருந்த காளிந்தியைத் தன் மடியில் அமர்த்திய வண்ணம் குண்டும் குழியுமான தரையில் கிடந்தார். வேங்கடதாசர் துள்ளிநின்றார். காளிந்தி சரேலென்று இருட்டில் மறைந்தாள். வேங்கடதாசரின் முகத்தில் ஒரு திகில். பின் அது சீற்றமாக மாறியது. ராஜா யதுநாத் விருவிருவென்று தன் அரண்மனைக்கு வந்தார். மனைவி ஆசாதேவியிடம் நடந்ததைச் சொன்னார். “நம் ஆசாரியரா, ஐயையோ தோட்டியா?” எனக் கேட்டாள். வேங்கடதாசருக்கு ஒரு மாளிகை இருக்கையில், அவர் ஏன் தோட்டிச்சேரிக்குப் போக வேண்டும்? என்றாள். அவர் அசாதாரண மனிதர்; காளிந்தியைக் கௌரவிக்கத் தேடிச்சென்று அவளைக் கௌரவப்படுத்தினார்; உலக மகான்களில் ஒருவராகிய வேங்கடதாசரைக் கவர்ந்த காளிந்திக்குத் தான் ஒரு தனிமாளிகை கட்டித் தருவதாக யதுநாத் முடிவெடுத்தார். குருபக்தி என்பது எல்லை கடந்தது. தன் மனம் கவரும் குரு எப்படி நல்ல உபதேசங்களால் தன்னைக் கவர்ந்தாரோ, எப்படிச் சிருங்கார ரசத்தைக்கூடப் பட்டும் படாமல் தொட்டுக் கடப்பாரோ, ஆசனப் பிராணாயாமங்களைச் செய்து நிஷ்டையில் ஆழ்ந்து பூஜை முடிப்பாரோ, அதுபோலவே தோட்டிச்சேரியில் யாரையும் கவராத காளிந்தி வேங்கடதாசரைக் கவர்ந்ததுகூட ஒருவித லயிப்புதான் என்கிறார் ராஜா. குரு பக்தியில் மூழ்கியோருக்கு, அவரின் எந்த மீறலும் தவறாகப்படாது என்பதையே தி.ஜா. யதுநாத்வழி விளக்கியுள்ளார்.

‘ஆர்த்தி’ என்ற சிறுகதை, ஆசார அனுஷ்டானங்களுக்குக் கட்டுப் பட்டுத் தனக்கு விதிக்கப்பட்ட வாழ்வை எந்தவிதக் கேள்வியுமின்றி எதிர்கொள்ளும் பெண்களின் வகைமாதிரியான காமாட்சியைப் பற்றியது. அம்பாளுக்கு அபிஷேகம் முடியவில்லை. அதன் பின் அலங்காரம், பிறகே சந்நிதி திறக்கப்படும். தரிசனம் பார்க்க வந்தவர்களில் காமாட்சியும் ஒருத்தி. அவளைச் சுற்றிலும் வெள்ளைப் புடவைகள், பாட்டிகள். முப்பது, நாற்பது, எழுபது இப்படி எத்தனையோ வயசுப் பாட்டிகள். அவள் மட்டும் அரக்குப் புடவையும், கையில் வளையும். மூக்கில் பேஸரியும், நெற்றியில் மஞ்சள் குங்குமமும், கழுத்தில் மஞ்சள் சரடுமாக உட்கார்ந்திருக்கிறாள். அவர்களும் இத்தனையையும் லட்சியம் செய்யாது தங்களில் ஒருத்தியாகிவிட்டது போல் நினைத்துக்கொண்டிருக்கிறார்கள். நேரத்தைக் கடத்த ஞானப்பாட்டி மகிஷாசுரமர்த்தியின் சாகசங்களை விருத்தம் பாடி விவரித்துக் கொண்டிருந்தாள். அவள் பேசுவது எதுவும் காமாட்சியின் காதில் விழவில்லை, நடுநடுவே ஓரிரண்டு வார்த்தைகளைத் தவிர, அவள் மனசு அங்கே இல்லை. “பத்து நாட்களாகவே அது எங்கேயோ குத்திக்கொண்டு நின்றது, அம்பைப்போல். அம்பைப் பிடுங்கினால் உயிர் போய்விடும். அதனால்தான் அந்த மனத்தைப் பிடுங்கவும் முற்படவில்லை

அவள். அவளால் இயலவும் இல்லை. பத்து நாட்களாகியும் அதை மறக்க முடியவில்லை". காமாட்சியின் மனதில் குத்திக்கொண்டு நின்றது, அவள் அண்ணன் பேரனுக்குப் பிறந்து ஓராண்டு நிறைவைக் கொண்டாட ஹோமம் முடித்துக் காது குத்தி ஆரத்தி எடுக்கையில், மிக சாமர்த்தியமாகக் காமாட்சியிடமிருந்த ஆரத்தியைப் பிடுங்கிப் பக்கத்துவீட்டுக் கிழவியிடம் அவள் அண்ணி கொடுத்ததுதான். ஒன்பது வயதிலேயே பால்ய விவாகம் செய்யப்பட்டவள் காமாட்சி. ஆடி மாதம், தீபாவளி என்று நாலு தடவை வந்த கணவன், பின் வருவதும் போவதுமாக ஓரிருமுறை இருந்தான். பிறகு வருவதை நிறுத்திக் கொண்டான். பின் அவன், ரங்கூனில் ஒரு கடையில் இருப்பதாக, இரண்டு மூன்று மாதங்களுக்கு ஒருமுறை நூறு, இருநூறு என மணியார்டர் அனுப்பினான். பின் சிங்கப்பூருக்கு வந்துவிட்டதாகக் கடிதம் அனுப்பினான். காமாட்சிக்கு வயது வந்து விட்டதைத் தெரிவித்தபின் வந்து காமாட்சியைச் சிங்கப்பூருக்கு அழைத்துக்கொண்டு போவதாகப் பதில் வந்தது, ஆனால், இருபத்து நான்கு வருஷங்களாகிவிட்டன. மாப்பிள்ளை வரவில்லை. என்ன ஆனார் எனத் தெரியவில்லை.

மஞ்சளும் குங்குமமுமாய்க் காமாட்சி. என்னவென்றே தெரியாத ஒரு குழப்பத்தினால்தான் அண்ணியும் ஆரத்தியைக் காமாட்சியிடமிருந்து சாமர்த்தியமாகப் பறித்து, அடுத்த வீட்டுக் கிழவிக்குக் கைமாற்றினாள். அவளின் குங்குமத்துக்கு அர்த்தமில்லை என்று எல்லோரும் பேசிக்கொண்டனர். எல்லாரும் எப்படிப் பேசினாலும் நம்பாதவள்தான் அண்ணி. எந்த வீட்டு விசேஷத்தில் ஆரத்தியெடுத்தாலும் காமாட்சியின் ஒருகையும் இருக்கவேண்டும் என்று நினைப்பவள்தான். ஆனால், தன் வீட்டு விசேஷத்தில் இப்படிச் செய்துவிட்டாள் என்பதுதான் காமாட்சி மனதில் குத்திக்கொண்டு நிற்கிறது. பத்து நாள் கழிந்ததும் திடுக்கென்றது காமாட்சிக்கு. மகிஷாசுரமர்த்தினியின் கதை இன்னும் முடியவில்லை. அம்மன் சந்நிதியைப் பார்த்து மகிஷன்தான் கிடைத்தானா உனக்கு, நான் இல்லையோ என்று கேட்டு மனதில் அழுதாள் காமாட்சி. சிங்கத்தின் மேல் ஏறிவந்து அவளே ஒரு அறை அறைவது போல் காமாட்சிக்கு உடல் நடுங்கிற்று. திடீரென அண்ணி, உடனே வீட்டுக்குப் போகலாம்; அம்பாள் வீட்டுக்கே வந்துட்டா என்றாள். காமாட்சிக்குப் புரியவில்லை. மாப்பிள்ளை வந்துட்டார் அக்கா என்றாள் அண்ணி. உங்க சரடும் குங்குமமும் இழுத்துண்டு வந்திருக்கு என்றாள். கூடத்தில் முப்பத்து இரண்டு வருஷங்களுக்கு முன் போன காமாட்சியின் கணவர் வந்துவிட்டார். குடுமி இல்லை, கடுக்கன் இல்லை, குல்லாய் இல்லை, இரட்டை நாடியாக முழுக்கைச் சட்டையுடன், முக்கால் வழுக்கை விழுந்த கிராப்புடன் வந்திருந்தார். காமாட்சிக்கு இருப்புக்கொள்ளவில்லை. கண்களில் நீர்வழிந்தது. அண்ணியைப் பார்த்துச் சிரிக்கவேண்டும் போலிருந்தது. இந்த அம்பைப் பிடுங்கி அவள் மீது திருப்பத் தோன்றியது. இரண்டு பேரும் சேர்ந்து உக்காருங்க என்ற அண்ணி, இருவரையும் சேர்த்து ஆரத்தி எடுக்கிறாள். ஓர் இயல்பான நிகழ்வைக் கதைக் களமாக்கியுள்ளார். சடங்குகளாலும், சம்பிரதாயங்களாலும் பெண்கள் காலங்காலமாக அடிமைப்படுத்தப்படுகின்றனர். ஒருவேளை அடிமை வலை கண்களுக்குச் சிக்காததாக இருந்தாலும், அது இருந்துகொண்டேதான் இருக்கிறது. செயல்களாலும் சொற்களாலும், பெண்கள் மீது வலை விழுவது தொடர்கிறது. வாழாவெட்டிகளும் கைம்பெண்களும் சமூகத்தால்

நேரிடையாக அன்றி, மறைமுகமாகப் புறக்கணிக்கப்படுகின்றனர். இதனால் ஏற்படும் வலியைத் தி.ஜா. அம்பு என்கிறார். அந்த அம்பைத் தனக்கான வாழ்வு வரும்போது தன்மேல் எறிந்தவரை நோக்கிப் பிடுங்கி எறியத் தோன்றும். அதுவே வலிக்கான ஒரே ஆறுதல்!

எதிர்பாராத திருப்பங்கள் கூடிய சிறுகதையே, தி.ஜா.வின் 'ஸ்ரீராமஜெயம்' சிறுகதை. அச்சாபீஸில் ப்ரூப் ரீடராக இருபத்தாறு வருஷங்களாக வேலை செய்பவர் ராகவாச்சாரி. எட்டரை மணிக்கு முன்னால், ராகவாச்சாரி அச்சாபீஸிற்கு வந்ததில்லை, எட்டு முப்பத்தைந்தி லிருந்து ஒன்பதே காலுக்குள், ஏதாவது ஒரு நிமிஷத்தில் வருவார். ஏன் லேட்? என்று அவரை யாருமே கேட்டதில்லை. அவரின் மூன்று ஆண் குழந்தைகளையும், நான்கு பெண் குழந்தைகளையும் பூதக் கண்ணாடியில் அகன்று தெரியும் இடது கண்ணையும் பார்த்துப் பரிதாபப்பட்டுத்தான் முதலாளி அவரை எதுவும் கண்டுகொள்வதில்லை என்று தோன்றும். அந்த ஆபீசைக் காவல்காக்கும் வேலுமாராருக்கு ராகாவாச்சாரியிடம் தனிமரியாதை உண்டு. ஆபீஸில் நடந்த எந்த வேலைநிறுத்தத்திலும் அவர் கலந்துகொண்டதில்லை. காகிதத்தில் வரும் கோடானு கோடி அச்சுப்பிழைகளைப் பார்த்துப் பார்த்து மன்னிக்கிற காருண்யம் அவனுக்குப் பிடிக்கும். ஆனால், ஒரு நான்கு நாளாக ராகவாச்சாரி எட்டு மணிக்கே வேலைக்கு வந்துவிடுகிறார். முதல் நாள் வந்தவர் சிறிது நேரம் உட்கார்ந்து முதலாளியின் கண்ணாடி அறையைப் பார்த்துக்கொண்டேயிருந்தார். நாலாம் நாள் மாலை கிளம்புகையில் நாளை வரமாட்டேன் என்றவர், மறுநாள் ஏழே முக்கால் மணிக்கே வந்து நின்றார். உறவினர் வந்திருப்பதால் முதலாளியிடம் பணம் வாங்கவந்தேன் என்றார். ராகவாச்சாரி, அந்த ஆபீஸில் எங்கு வேண்டுமானாலும் போகலாம் வரலாம். எந்தக் கட்டுப்பாடும் அவருக்குக் கிடையாது. வந்தவரை வேலுமாரார் பார்ப்பதும் போவதுமாக இருந்தான். ராகவாச்சாரி முதலில் ஒரு நாற்காலியில் உட்கார்ந்தார், பின் மானேஜர் நாற்காலியில், அங்கும் இருப்புக்கொள்ளாமல், டெலிபோன் ஆப்ரேட்டர் ஸ்டூலில் உட்கார்ந்தார். பின் டைப்பிஸ்ட் நாற்காலிக்குப் போனார். கடைசியில் கண்ணாடி அறையைத் திறந்து முதலாளி மேசைக்கு முன்னால் விசிட்டர்கள் நாற்காலிலேயே உட்கார்ந்துவிட்டார். பின் சிறிது நேரம் கழித்துத் தனக்கு நேரமாகிறது, காய்கறி வாங்கித் தந்துவிட்டு வருகிறேன் எனக் கிளம்பியவரை, இன்னும் பத்து நிமிடத்தில் முதலாளி வந்துவிடுவார் என்று கூறித் தடுக்கிறான் வேலுமாரார். ஆனால், மிக அவசரமாகக் கடக்க முயன்ற ராகவாச்சாரியை நிறுத்தி, அவரின் பையைச் சோதனையிடுகிறான். அதில் பளபளவென்று பைண்ட் செய்த பெரிய 500 பக்கமுள்ள நோட்டு இருக்கிறது. ஏதும் எழுதப்படாத புதுநோட்டு அது. தவறுதலாக வைத்துவிட்டேன் என்கிறார் ராகவாச்சாரி. தவறுதலாக வைக்கவில்லை; நான்கு நாளாகப் பராந்து மாதிரி வட்டமிட்டது அதற்குத்தான் என்கிறான் வேலு. "ஏய்! என்னது யாரைப் பார்த்துச் சொன்னே? இது என்னாத்துக்குடா எனக்கு? நான் வேகமாகப் போகனும்" என்றபடி, வாசற்படியைக் கடக்க முயன்ற ராகவாச்சாரியைக் குறுக்கே லத்தி வைத்து மறிக்கிறான் வேலுமாரார்.

முதலாளி வந்தவுடன், "இவர் ஏழே முக்காலுக்கே வந்தார், கொஞ்ச நேரத்தில் கிளம்பிட்டார்; பையை ஸர்ச்சு பண்ணினேன்; இந்த நோட்டு

இருந்தது" என்கிறான். "எனக்கு இந்த நோட்டு எதுக்கு? நான் வேணும்னு எடுக்கல. அசதியா, கைமறதியா வச்சிட்டேன்" என்கிறார் ராகவாச்சாரி. இல்லை; இதைத் திட்டமிட்டுத்தான் இவர் எடுத்தார் என்கிறான் வேலு. அவன் பொய் சொல்கிறான் என்கிறார் இவர். அவனை ஒரு பொய் சொல்ல வைக்க, அவன் கழுத்தை அறுத்தால்தான் உண்டு என்கிறார் முதலாளி. தன்னை மன்னிக்கும்படி கேட்டுக்கொள்கிறார் ராகவாச்சாரி. தான் பிள்ளைக்குட்டிக்காரன்; வெளியே அனுப்ப வேண்டாம் என்று மேசையின் விளிம்பைக் கைநடுங்கப் பற்றிக்கொண்டே தடுமாறுகிறார். "இருபத்தாறு வருஷமாச்சு. உம்மைப் போகச் சொல்ல மனசு வல்ல. இங்கேயே இருந்து தொலையும். போயும் போயும் இந்த நோட்டைத்தானா எடுக்கணும்? இதிலே என்னத்தைக் கண்டுட்டீர் அதியசத்தை" என்கிறார் முதலாளி. "தெய்வக் காரியம். தொடர்ந்து அஞ்சு வருஷமா ஸ்ரீராம ஜெயம் எழுதிட்டு வரேன். இதில் லட்சத்தி இருபத்தி ஐயாயிரம் அடங்கிடும். அதான் எடுத்தேன். எங்குழந்தைகளுக்குக் கொடுக்க இல்ல, சத்தியமா என்கிறார். அதேபோலப் பத்துநோட்டுப் பண்ணித்தரக் கட்டளையிடுகிறார் முதலாளி. ராகவாச்சாரிக்குத் தான் அன்று லீவு எடுத்துக்கொண்ட நினைவு வராமலே போய்விட்டது என்பதாகக் கதையைத் தி.ஜா. நிறைவு செய்கிறார். இக்கதையில், நான்கு நாளாக வட்டமிட்டு, மூன்று நாள் முயற்சி செய்து, நான்காம்நாள் ஒவ்வொருவர் இடத்தையும் கடந்து கடந்து, எதற்குத்தான் இத்தனை பிரயத்தனம், ஏதோ பெரியதாக இருக்கும் என நினைக்கையில், ஒரு பைண்ட் செய்த 500 பக்க நோட்டுக்குத்தான் இத்தனையும் எனக் கதையை முடிப்பது எதிர்பாராத திருப்பத்துடன் கூடிய முடிவு. எவ்வளவோ பெரிய விஷயங்களில் பொறுமையும் கண்ணியமும் காக்கும் நாம், சமயங்களில் சில சின்ன விஷயங்களில் சலனப்பட்டுவிடுகிறோம் என்பதையும் இக்கதைவழித் தி.ஜா. பேசுகிறார்.

படிப்பறிவின்றி வெறும் பதவியை மட்டும் வைத்துக்கொண்டு ஆட்டம் போடும் அரசியல்வாதிகளின் பெருந்தன்மையற்ற சிறுமையையும், ஆசிரியர்கள் படும் பாட்டையும், எடுத்ததெற்கெல்லாம் விருந்து, கொண்டாட்டம், கேளிக்கை எனத் திளைக்கும் பெரிய மனிதர்களையும் படம்பிடிக்கிறது தி.ஜா.வின் 'மாற்றல்' சிறுகதை. தனக்கும் ஊருக்கும் எந்த ஒட்டும் உறவுமில்லை என நடந்துகொள்ளும் ஆசிரியர் இல்லை வெங்கிடியாபிள்ளை. ஊருடன் இரண்டறக் கலந்துபோனவர். இத்தனைக்கும் அப்பாமங்கலம், அவர் சொந்த ஊர் இல்லை. அவ்வூருக்கு அவர் வந்து பதினொரு ஆண்டுகள் ஆகிவிட்டன. அவருக்குப் பின் வந்த வாத்தியார்கள் எத்தனையோ பேர் மாற்றலாகிப் போய்விட்டனர். வெங்கிடியாவுக்கும் இரண்டு முறை மாற்றல் வந்தது. ஆனால், வேலையில் அவருக்கு இருக்கும் ஈடுபாடும் திறமையும் மனப்பூர்வமான ஆர்வமும் அவரின் மாற்றல் ரத்தானதற்குக் காரணமாயின. "ஆற்றுக்குப் பாலம், திருவனந்தபுரம் பாஸ்ட் பாசஞ்சர் அந்த ஊரில் நிற்க ஆரம்பித்தது, நெசவுக்காரர்கள் கூட்டுறவுச் சங்கமாகக் கூடியது என்று ஒரு முப்பது சொல்லலாம். எதை எடுத்தாலும் அவருடைய யோசனையோ, எழுதுகிற வக்கணையோ கட்டாயம் இருக்கும்". ஆனால் இப்போ, மூன்றாம்முறையாக வெங்கிடியாவுக்கு மாற்றல் வந்துள்ளது. அதனால்தான் அவருக்கு ஊர்ப் பொதுவில் பிரிவுபசார விருந்து நடத்தினார்கள். பொங்கல் கூட்டாஞ்சோறு,

வறுவல்கள், பொரியல்கள், அவியல்கள், கலியாண முறுக்களவுக்கு ஜிலேபி என கவர்னருக்கு அளித்த விருந்துபோல் அது இருந்தது.

பஞ்சாயத்துத் தலைவர், உபதலைவர், நாதஸ்வர வித்வான்கள், லோகல் பண்டு டாக்டர், ஸப்ரிஜிஸ்திரார், உதவி விற்பனை வரி ஆபிசர், என்ஜினீயர்கள் என்று யாராரோ வந்திருந்தனர். யாவரும் வெங்கிடியாவைப் புகழ்ந்து பேசினர். அவரின் திறமையையும் ஆசிரியத் தொழிலிலிருந்த ஈடுபாட்டையும் பாராட்டினர். விருந்து முடிந்தது. வெங்கிடியா மாற்றலாகிய ஊருக்குக் கிளம்பக் காத்திருந்தார். அஜீஸ் ராவுத்தரிடமிருந்து அழைப்பு வந்தது. பிரசிடெண்டிடம் பேசி வெங்கிடியாவின் மாற்றலை ரத்து செய்யும்படி சொல்லியிருப்பதாகவும், அவரைப் போய்ப் பார்க்கும் படியும் கூறினார். இரண்டு பஸ் மாறிச் செல்வதற்குள், மணி மாலை நான்காகி விட்டது. ஆறு மணி வரையும் பிரசிடெண்ட் எழுந்திருக்கவில்லை. அவரின் வீட்டில் கூட்டம் நிரம்பி வழிந்தது. பெரிய அறையில் சிரிப்பும் பேச்சும் கேட்டன. “எங்கே இருந்து வரே? சுலோசனா ஊட்லேர்ந்தா? ஏன்யா அவளும் சரஸ்வதியும் சண்டை போட்டுக்கிட்டு ஸ்கூலையே நாற அடிக்கிறாளுவன்னுதானே ரெண்டு பேரையும் மாத்தினேன். அதுக்குள்ள என்ன அவசரம்? என்ன இருக்கு அந்த சுலோசனாக்கிட்ட? அவ பல்லும், அவ கண்ணும்” என்று பேசிக்கொண்டிருந்தார் பிரசிடெண்ட். ஒன்பதரை மணிக்குக் கடைசி பஸ்ஸும் போனபின் வெங்கிடியா அழைக்கப்பட்டார். அஜீஸ் ராவுத்தர் அனுப்பினார் என்றார். “ஓ! நீ தானா அது? அந்த எளவெடுத்த ராவுத்தருக்கு வேலை கிடையாது. ஆர்டர்களை ஒபே பண்றதுக்கு என்ன? ட்ரான்ஸ்பர் போட்டா போவேண்டியதுதானையா? இந்தத் தடவை உட்டேன். இப்படி பிரஷ்ஷர் கொண்டுவந்தீமோ தொலைச்சுப்பிடுவேன் தொலச்சு! கோ! என்றார். வெளியே வருகையில், காற்றில் முந்தானை ஜிலுஜிலுக்கத் தாங்கமுடியாத வெட்கப் புன்னகை யுடன் ஒரு பெண் கேட்டில் நுழைந்தாள். சுலோசனாவா, சரஸ்வதியா? தெரியவில்லை. நான் மாற்றல் கேட்கவில்லையே. அஜீஸ்ராவுத்தர் காலைத் தூக்கி தன் தோளில் போடுகிறாற்போல் கழுத்தில் ஒரு அழுத்தம். பிரசிடெண்டின் ஊரில் இருந்து பஸ் கிடையாது... இந்தத் தடவை மாற்றல் ரத்துதான், அறுபது பேருக்குச் சர்க்கரைப் பொங்கல், வெண் பொங்கல், கூட்டாஞ்சோறு எத்தனை ரூபாய்! அந்தக் கலவரம்தான், இப்போது. தூக்கம் வரவில்லை. புரண்டு புரண்டு படுத்தார் வெங்கிடியா” எனக் கதை முடிகிறது.

அறிவு படைத்தவர்களை ஒன்றுமறியாத சில அரசியல்வாதிகள் படுத்தும் பாடும், ஆசை நாயகிகளுக்கும் எடுபிடிகளுக்கும் கிடைக்கும் மரியாதைகூடப் படித்தவர்களுக்குக் கிடைப்பதில்லை என்பதையும், “ஒரு வாத்தியார் மரியாதை வாங்குவது கல்லில் நார் உரிக்கிற சங்கதி. அது ஊர்வாகு. என்ன காரணத்தாலோ... மாஜி கள்ளுக்கடை காண்ட்ராக்டர்கள், சிட்பண்ட் நடத்தி ஏமாற்றிக் கம்பி எண்ணிவிட்டு வந்தவர்கள், கைது செய்யச் சொல்லிப் போலிசுக்குப் பெரிய இடத்துச் சிபாரிசுகள் வைத்துச் சிறைக்குப் போய்வந்த தியாகிகள், கள்ள மார்க்கெட்டில் நூல், சர்க்கரை முதலிய அத்தியாவசியப் பண்டங்களை விற்பவர்கள், போலிஸ் ஸப்இன்ஸ்பெக்டர் இந்த மாதிரி ஆசாமிகளுக்குத்தான் மரியாதையும்

செலவாணியும் அதிகம். வாத்தியார்கள், தெருவிலும் கடைவீதியிலும் மூஞ்சுறுபோல ஓரமாகப் போய்க் கொண்டிருப்பார்கள்" எனத் தி.ஜா. பதிவுசெய்கிறார். காலங்கள் எவ்வளவு மாறினாலும் இத்தகைய சமூகச் சூழலில் எத்தகைய மாற்றமும் ஏற்படுவதில்லை என்பது இன்றுவரை கண்கூடு. பணமும், அதிகாரமும் படைத்தவர்களுக்கு விருந்துகளும் கேளிக்கைகளும் ஒரு தொடர்நிகழ்வு. ஆனால், இல்லாதவர்களுக்குச் செலவினங்கள் என்பவை பகீரதப் பிரயத்தனம்தான். எனவேதான், பதினொரு வருடமாகத் தான் பணியாற்றிய ஊரைவிட்டுச் செல்லவந்த மாற்றல் ரத்தானதுகூட வெங்கிடியாவுக்கு மகிழ்ச்சியளிக்கவில்லை. ஏழ்மை நிலையின் வருத்தங்களையும், வசதியும் அதிகாரமும் படைத்த மனிதர்களின் ஆட்டங்களையும் செறிவாக இக்கதையில் தி.ஜா. பதிவிட்டுள்ளார்.

ஒரு மனைவியின் இறப்புக்குப் பின்னான நினைவலைகளாய் விரிகிறது, தி.ஜா.வின் 'வெயில்'. உதட்டைக் கடித்து அழுகையை அடக்கிக்கொண்டார் வெங்கு. "அப்பாவ நீதான் பாத்துக்கணும். அண்ணாகூட ஆபீஸ் போயிடுவான். நீதான் பாத்துக்கணும் மன்னி" என்று தாயின் இறப்புக் காரியங்கள் முடிந்து கிளம்பும் மகளின் பேச்சு, மீண்டும் மனைவியின் நினைவுகளைக் கொண்டுவருகிறது. நல்ல வெடவெட என்ற உயரம். வீட்டின் தாழ்வாரத்தில் நிற்க வேண்டுமென்றாலும் அவள் வளைந்துதான் நிற்கவேண்டும். வயதுக்கேற்ற சதைப்பிடிப்பு, அதிகப்படியான சதைகளின்றி அழகாய் இருந்தாள். ஒன்றும் இரண்டுமாய் இழையோடிய நரைகளை எண்ணெய் தடவி அழகாய் வாரியிருப்பாள். கடந்த முறை மகள் வந்தபோது அவள் இருந்தாள். பேரனின் சட்டையை மகள் மறந்துவிட்டுவிட்டுப் போனபோது, அதை எடுத்துக் கொண்டு வெயிலில் ஓடினாள். திரும்பிப் பார்ப்பதற்குள் அவளைக் காணோம். பிறகுதான் உறைத்தது, கால் சுடும் வெயிலில் அவள் ஓடியது. தாழங்குடையை எடுத்துக்கொண்டு வீட்டைவிட்டு வெங்கு இறங்கி நடப்பதற்குள் போதும்போதும் என்றாகிவிட்டது" எனக் கதையில் விவரிக்கப்படுகிறது. "தீமிதிக்கிறதுபோல இந்த வெயிலில் நடந்துபோய்ச் சட்டையைக் கொடுக்கப் போறாளாம், சீ அசடு. சட்டை ஓடிவிடவா போகிறது. என்ன அவசரம்? இந்த செருப்பைத்தான் போட்டுக்கொண்டு போகக்கூடாதா? காசிக்குப் போனது வெங்குவுக்கு நினைவு வந்தது. அங்கே கங்கையில் கால்நனைத்துவிட்டு வரும்போது கங்கையின் பொடிமணல் வெள்ளைவெளேரென்று வைரப்பொடியை இறைத்ததுபோல ஜுவலித்தது. பாறையை நோக்கிக் கால்வைத்தவள், ஐயோ, ஐயோ எனத் துடித்துப்போனாள். மகன்தான் தன் செருப்பை அவளுக்குக் கொடுத்து அவன் காலில் துண்டைக் கட்டிக்கொண்டான். அதையும் போட்டுக் குழந்தை நடப்பதைப்போல நடந்ததில் ஒருசெருப்பைத் தவறவிட்டவளை, மகன் ஒருதூக்காகத் தூக்கிவந்து வண்டியில் விட்டான்" என்று நினைத்துக்கொண்டார்.

ஒரு இளநி கடை நிழலில் நின்றவர், மனைவியைப் பற்றி விசாரித்தார். இப்படித்தான் ஒரு அம்மா, ஒரு குழந்தையின் சட்டையை எடுத்துக்கொண்டு ஓடியது என்றான் அவன். "சட்டையை வச்சிருந்தாதான் என்ன? பாக்கும்போதெல்லாம் பேரனின் ஞாபகம் வராதா?" என்கிறான் இளநி கடைக்காரன். "அட! எனக்குத் தோணவே இல்லையே" என்று கிழவர்

யோசிப்பதற்குள், அவள் வந்து நின்றாள். நெற்றியும் மூக்கும் கழுத்தின் கீழும் வேர்த்திருந்தது. சட்டையைப் பாக்குறப்பெல்லாம், குழந்தையின் ஞாபகம் வருமில்ல, சட்டையென்ன ஓடியாப் போவப் போகுது?" என்கிறார் வெங்கு. "எனக்கும் பாதிவழி வந்ததுக்குப் பின்தான் தோணிச்சு. இருந்தாலும், கடைசியா குழந்தையை ஒரு தடவை பார்க்கலாமோல்லியோன்னு ஓடினேன். பார்த்தாச்சு. வெயில்லே நடந்தா செத்தா போயிடப்போறோம்?" என்கிறாள். இருவரும் வீடு வந்து சேர்ந்தனர். "குடிக்க வெந்நீர் கொண்டு வரேன்", "ஏய்! வெந்நீரில் சர்க்கரை போட்டு எடுத்துவா" என்றார். "எதுல தாத்தா, சக்கரை போட்டுக் கொண்டாறது. காப்பிலியா வெந்நீர்லியான்னு கேக்கறா அம்மா" என்றான் பேரன். வெங்குவுக்குத் தூக்கி வாரிப்போட்டது. "அவள் எதையுமே சக்கரைப் போட்டுத்தான் தருவா. அது வெந்நீரோ, மோரோ" – "சொல்லு தாத்தா" என உலுக்கினான் பேரன். "அவன் சிரிப்பு மோகனம்தான். ஆனால், வெங்குவுக்குத்தான் ஏமாற்றமாக இருந்தது" எனக் கதை முடிகிறது.

முதுமையின் ஏக்கங்களையும், துணையின்றித் தவிக்கும் தவிப்பையும், தாய்மையின் பாசத்தையும், அதையும் தாண்டிப் பேரக்குழந்தை மேல் பாயும் அதி உன்னத அன்பையும் 'வெயில்'வழி விவரிக்கிறார் தி.ஜா. "புதுமலர் அல்ல; காய்ந்த புற்கட்டே அவள் உடம்பு! சதிராகும் நடையாள் அல்லள்; தள்ளாடி விழும் மூதாட்டி; மதியல்ல முகம் அவட்கு; வறன் நிலம்! குழிகள் கண்கள்! எது எனக்கின்பம் நல்கும்? இருக்கின்றாள் என்பதொன்றே!" எனப் பாரதிதாசன் முதியோர் காதலில் சொல்வதைப்போல் தன் மனைவியே உலகில் சிறந்த துணை, இளமையின் வனப்பில் வரும் காதலன்று, முதுமையிலும் மாறாத காதலே காதல் என்கிறார் தி.ஜா.வும். வெயிலில் போய்க் கொஞ்சம் வெந்நீர் கொண்டுவரேன் என்று சொல்லிக்கொண்டே போனாள் அவள். "வெடவெடவென்று விறைப்பாக அந்த அறுபத்து ஐந்து உள்ளே ஓடும் ஆசையையும், நடுங்கும் காதோலையையும் கண்ணால் பருகினார் வெங்கு" எனத் தி.ஜா. எழுதுகிறார். எல்லாம் போனபின்னும், நரை திரைகண்டபின்னும், தனக்கான ஓர் உறவு, ஓர் உயிருள்ளது என்று நினைக்கையில் தோன்றும் முதுமையின் சுகானுபவத்தைத் தி.ஜா. விவரிக்கிறார். குடும்ப உறவுகளின் உன்னதத்தையும், மனைவியை இழந்த கணவனின் தபுதார நிலையையும் இந்த 'வெயில்' பேசுகிறது எனலாம்.

முதுமையின் தனிமைப் புலம்பலையும், அதைச் சற்று ஆசுவாசப்படுத்தும் ஒரு சிறு சம்பவமுமாகத் தி.ஜா.வால் பின்னப்பட்டிருக்கும் கதையே, 'மாடியும் தாடியும்'. கல்கத்தாவில் ஒரு பத்திரிகையில் வேலை பார்த்து, வருமானம் போதாமல் சென்னை வந்து வழக்கறிஞராய்ப் பணியாற்றி மாதம் இரண்டாயிரம் சம்பாதித்து ஒரு சொந்த மாடி வீடு கட்டி வாழ்பவர் சாமா. ரிட்டையரானதுக்குப் பின், இப்படி ஒரு மாடியில், தன் தாடியை வருடியபடி வாழ்வதுகூட, ஒருவிதச் சுகம்தான். "மோர்ச்சாதத்துக்கு ஊறுகாய் தொட்டுக்கொள்வதுபோல, சிந்தனை செய்யும்போது தொட்டுக் கொள்ள ஒரு தாடி எவ்வளவு வாகாக இருக்கிறது! யாரோ வருகிறார்கள். ஒரு பெண், இரண்டு ஆண்கள். அதில் ஒரு பையன் ஒட்டி வெட்டிய கிராப்புடன், வேட்டியைக் கோணலும், மாணலுமாகக் கட்டியிருக்கிறான். வரட்டும். இப்போதெல்லாம் சிந்தனை செய்வதைவிட, வேறு ஒன்றுமே

செய்ய முடியவில்லை. வந்தவர்கள் நமஸ்காரம் செய்தனர். ஆண்கள் சாஷ்டாங்கமாய் விழுந்து வணங்கினர். சாமா கூனிக் குறுகிப் போனார். நாற்காலியைக் காட்டி அமரச் சொன்னார். அவர்கள் பவ்யமாகத் தரையில் அமர்ந்தனர். பிங்பே கம்பெனி வி.வி. அய்யர் பார்த்துவிட்டு வரும்படி அனுப்பினார் எனக் கூறினர். கல்கத்தாவில் இருந்தபோது சாமாவின் பேச்சில் மயங்கிக்கிடந்த பலரில் வி.வி. அய்யரும் ஒருவர். நலம் விசாரித்தபின் வந்த செய்தியை வினவினார் சாமா.

தன்னுடைய மகன் கணக்குப் படிக்க விரும்பியதாகவும், அவனை வற்புறுத்தி நேச்சுரல் சையின்ஸ் படிக்கச் சொன்னதாகவும், அவன் விரும்பிய பாடத்தை எடுத்துப் படிக்காததால் குறைந்த மதிப்பெண் பெற்று வந்து நிற்பதாகவும், தான் விரும்பியதைப் படிக்க வைத்திருந்தால் அதிக மதிப்பெண் வாங்கியிருப்பேன், உன்னால்தான் அப்பா இதெல்லாம் நடந்தது என மகன் தந்தையிடம் கோபித்துக் கொண்டதாகவும், நீ அப்போதே சொல்லியிருந்தால் கணக்கு எடுக்க வற்புறுத்தியிருக்க மாட்டேன், அப்பாகிட்டகூட ஒரு விஷயத்தைச் சொல்ல தயங்கற கோழை – நீ எப்படி வெளியிலே போய் பிழைக்கப்போற என்று கேட்ட அன்றிலிருந்து, இவன் சிரிச்சுக்கிட்டே இருக்கிறான் – வேறு எதுவுமே பேசுவதில்லை என்கிறார் வந்தவர். “நீங்கள்தான் ஏதாவது செய்து, இவனைக் காப்பாத்தணும்” என்கிறார். “இப்ப படிக்கிலன்னா, வேறு எப்பவுமே படிக்க முடியாது. எல்லாமே ஒரு வயதுதான்” எனப் பலவாறாக அறிவுறுத்துகிறார் சாமா. “இப்படியெல்லாம், ஒரு லட்சம் முறை அவனுக்குப் புத்தி சொல்லியாச்சு. அவன் கேக்கல. “போன வருஷம் பெரியவா கல்கத்தா வந்திருந்தப்போ, நான் குடும்பத்தோடே லீவிலே ஊருக்குப் போயிருந்தேன். எனக்குப் பார்க்கக் கொடுத்து வைக்கல. நீங்க வந்து, சர்மா வீட்டுப் பெண்ணுக்குச் சித்த ஸ்வாதீனமாயிருக்குன்னு யந்திரம் வச்சு... பூசை பண்ணினியளாமே, அந்த மாதிரி ஏதாவது நம்ம பையனுக்கும் சேயணும்” என்றார் வந்தவர். சாமாவுக்கு நெருப்பை மிதித்ததைப் போலிருந்தது. “அது இந்த வீடு இல்ல, அது அடுத்த வீடு. சீக்கிரம் போங்க. அவர் பூசையை முடித்துவிட்டுத் தூங்கப்போயிடுவார்” என்றார் சாமா. “அவரும் தாடி வச்சிண்டிருப்பரோ?” என்கிறார் வந்தவர். “பேஷா. இன்னும் ஒருமடங்கு நீளம். அதுதான் நம்மூர் தாடி. ரிஷிகள் தாடி. இது ரஷ்யா தாடி. இங்கர்சால் தாடி, மார்க்ஸ் தாடி, பர்னாட்ஷா தாடி” என்கிறார் சாமா.

ஒரு புலம்பலும் சிறிது நகைச்சுவையும் கலந்த கதையே, ‘மாடியும் தாடியும்’. தன் தனிமையை நினைத்து வருந்தும் மனிதராய்ச் சாமா, வயது அதிகரிக்க அதிகரிக்க, அது அனைத்தையும் தடைப்படுத்திவிடுகிறது. உணவு மட்டுமல்ல, சில உணர்வுகளுக்கும்தான் தடை! “முன்பெல்லாம் போல் ஓடியாட முடியவில்லை. ஒரு தடவை கீழே இறங்கிப் போய் வந்தால் இரைக்கிறது. உலாவ இரண்டு தெரு நடந்தாலே முழங்கால் வலிக்கிறது. கீழ்முதுகு பளிச் பளிச் என்கிறது. பேசினால்கூடப் படபடக்கிறது அதைத் தெரிந்துகொண்டுதானோ என்னவோ, யாரும் பேசுவதில்லை. நாள் கணக்கில், மணிக்கணக்கில் வீட்டுக்குப் போகும் பிரக்ஞையே இல்லாமல் கேட்டுக் கொண்டிருந்த நண்பர்கள்கூட ஒதுங்கி நிற்கிறார்கள்” என்கிறார் சாமா, மனைவி, மகள் என யாருமே வருவதில்லை என வருந்தும் அனைத்து

முதியோரின் வகைமாதிரி சாமா. பேச யாராவது கிடைத்தால் சரியாக விசாரியாமல்கூடப் பேசத் துடிக்கும் முதியவர்களின் மனநிலையை இங்குத் தி.ஜா. பதிவுசெய்கிறார். முதுமையும் தனிமையும் எப்போதும் இணைந்தேயுள்ளன. முதுமையில் தனிமை கொடிதுதான். யாரோ தன்னைத் தேடிவரும்போது ஏற்படும் சிறுஆறுதல் மிகப்பெரியது.

சங்கீதத்தில் மூழ்கித் திளைத்துத் தன் வாரிசுகளையும் மிகப்பெரிய சங்கீத வித்வானாக ஆக்க வேண்டும் என்பது, சங்கீத விமர்சகர் பலராமனின் தந்தையின் ஆசை. பலராமனோடு பிறந்த இரு சகோதரர்கள் சங்கீதம் பாடுவதில் கைதேர்ந்தவர்கள். அவர்கள் பாடக் கேட்டு உடம்பே வெடிக்கும்போல் பூரிப்பார் பலராமனின் தந்தை. தக்க வயது வந்தவுடன் அவர்களுக்குச் சங்கீத இலக்கண இலக்கிய நுட்பமெல்லாம் கரைத்துப் புகட்டிவிட வேண்டும் எனக் கங்கணம் கட்டிக்கொண்டிருந்தார். ஆனால், அவரின் ஆசை பொய்த்துவிட்டது. ஆற்றில் குளிக்கப்போன இரு சிறுவர்களும் ஆற்றில் சிக்கி இறந்துவிட்டனர். எஞ்சிய பலராமனுக்குத் தந்தையார் சங்கீதம் கற்பிக்க விரும்பினார். ஆனால், பலராமனுக்குச் சுத்தமாகச் சங்கீதம் வரவில்லை. ஆனால், எல்லாவற்றையும் மனப்பாடம் செய்வதில் பலராமன் வல்லவர். தன் மகனுக்குச் சங்கீதம் வரவில்லையென்பது பலராமனின் தந்தைக்குப் பெரிய ஏமாற்றம். அவரை அடித்தும் பலமாகத் தாக்கியும்கூட அவருக்குச் சங்கீதம் வரவேயில்லை. பலராமனுக்குத் திருமணம் நடந்தது. சங்கீதப் பயிற்சி நிற்கவில்லை. பாஷாங்கச் சனியனே எனத் திட்டிய தந்தையார், கடைசியாகப் “பாஷாங்க ராக ராக்ஷசப் பயலே.. ஓழி” எனச் சங்கீதப் பயிற்சிக்கு மங்களம் பாடிவிடுகிறார். சங்கீதம் வராதவரைப் பார்த்துக் கண்ணீர் விட்டபடியே இறந்தும்போனார். “என் கோட்டையெல்லாம் தகர்ந்துவிட்டதே” என்றுதான் அவர் வெம்பியிருக்க வேண்டும். ‘கூகூ’வென்று பச்சைக் குழந்தை மாதிரி அழுதார் பலராமன். அன்று முதல் சங்கீதத்துக்கே உழைப்பது என்று அவர் தீர்மானம் செய்துகொண்டுவிட்டார். சங்கீதம் பற்றியே வீட்டில் பேசுவார்; வெளியில் பேசுவார்; நண்பர்களோடு பேசுவார். அதனால் அவரைப் பார்த்துப் பலரும் பயந்தனர். சங்கீத வித்வான்கள் ஓடி ஒளிந்தார்கள். பலராமன் உண்டிப் பிரியர். இரண்டுவிதக் கூட்டு, பொரியல், பிட்ளை, ஆம வடை, பாயசம் இப்படித்தான் சாப்பாடு இருக்க வேண்டும். அவரின் மாவு மிஷின் குரலையும், நண்பர்களின் குரலையும் அவர் மனைவியால் சகிக்க முடியவில்லை. ஊரில் இருந்த வீடுமனை யாவும் சாப்பாட்டுக்கே போக, வறுமை மேலிடப் பலராமனின் நண்பர் விஜயராகவன்தான் அவர்கள் குடும்பத்திற்கு வேண்டிய உதவிகள் செய்கிறார். அவரையும் தன் மனைவியையும் இணைத்துப் பேசும் பலராமனுக்குக் கடைசியில் பைத்தியம் பிடித்துவிடுகிறது. “பாஷாங்க ராகம் பாடாதேள்; குடும்பத்துக்குக் கெடுதல் – கெடுதல்” என்று கூப்பாடு போடத் தொடங்கிவிடுகிறார். மனைவி, விஜயராகவனைத் திருமணம் செய்துகொண்டு சுகமாய் வாழ்கிறாள்.

பலராமன் இறந்தபின் வந்த சங்கீத சபையின் அனுதாபக் கடிதாசிக்குப் பதில் எழுதும் மகளின் பார்வையிலிருந்து விரிகிறது இக்கதை. “அந்நிய ஸ்வரம் எதுக்கு வரும்? ராகத்துக்கு ரத்தி கொடுக்க வரும். அதை இன்னும் போஷிக்க வரும்” எனக் கதையின் பெயருக்கு விளக்கம் தரப்படுகிறது.

‘பாஷாங்கச் சனியனே, பாஷாங்க ராக ராக்ஷசப் பயலே, பாஷாங்கக் கிராதகிகள் எனப் பல்வேறிடங்களில் தி.ஜா. பாஷாங்கத்தைப் பயன்படுத்துகிறார். செய்யவேண்டியதைச் செய்யாமல், வெறும் வாய்ச்சவடால்களோடு, ஒன்றிலும் நிலைகொள்ளாது திரியும் சங்கீத ஞானமற்ற விமர்சகர்களையும் இங்கே தி.ஜா. கிண்டல் செய்கிறார். குடும்பத்தைக் கவனிக்கும் திராணியற்றுத் தான் உண்ணும் உணவுகூட எப்படி வருகிறது என்ற உணர்வின்றிப் பேசிப்பேசியே பொழுதைக் கழிக்கும், மனைவியைச் சந்தேகப்படும் கணவன்மார்களையும், குடும்பத்தைப் பாதுகாக்க வேண்டிய நிலையில், அதைப் போஷிக்க வேண்டிய நிலையிலிருந்து தவறுபவர்களையும் இங்கே தி.ஜா. விமர்சிக்கிறார். இக்கதையில் குடும்பத்தைக் காப்பாற்ற வேண்டிய சங்கீத விமர்சகர் பலராமன், அதைச் செய்ய மறக்கையில், அவரின் நண்பரான விஜயராகவனே குடும்பத்தைப் பசியில்லாமல் பாதுகாக்கிறார். “இப்ப நாலு மாசமா, குடும்ப போஷணை விஜயராகவன்னாலேதான் நடக்கிறது... இத்தனை சாஸ்திரம் படிச்சும் வீட்டிலே இருக்கிற பாஷாங்க ராகமே புரியலே” – ஒரு கணவன் குடும்பத்தைப் பாதுகாக்க வேண்டும், தன் கடமையை உணரவேண்டும். அப்போதுதான் பெண்களும் நிறைவடைவார்கள். தி.ஜா., குடும்பத்தைக் காக்க வேண்டிய கணவன் தவறுகையில், மனைவிகளும் தவறுகிறார்கள் என்பதையே, இக்கதையில் பேசுகிறார். “அம்மா இதுவரை பார்யா தர்மம், ஸ்திரி தர்மம், இல்லாள் கடமை என்று புத்தகங்களில் எழுதியிருக்கும் பெண்மணி மாதிரி இருந்தாள். இப்போது திடீரென சாதாரண மனுஷி ஆகிவிட்டாள்” என்கிறாள் மகள். குடும்ப அமைப்புக்கு அப்பாற்பட்ட உறவு குறித்த ஒரு புரிதல், தி.ஜா.வின் பெரும்பான்மையான கதைகளில் இழையோடுவதைக் காணமுடிகிறது. இங்குப் பாஷாங்க ராகமாக விஜயராகவன் இருந்திருக்கிறான்; போஷிக்க வேண்டிய பலராமன் அந்த ராகமாய் இல்லாது போனான்.

எவ்வளவு சொத்து சுகங்கள் – பிள்ளைகள் என்றிருந்தாலும், கடைசிக் காலத்தில் யாவற்றையும் இழந்து, யாரும் உதவிக்கின்றி, கேட்பாரற்று இறந்துபோகும் முதுமையின் வலியையும், இருக்கும்போதின்றி, இறந்தபின் தன் தாய்க்காய் வருந்தியழும் பிள்ளையையும் ‘அன்பு வைத்த பிள்ளை’யில் தி.ஜா. காட்டுகிறார். இரண்டரை வேலி நிலத்துக்குச் சொந்தக்காரி நாராயணசாமியின் தாய். அது அவள் தந்தை அவளுக்குத் தந்து திருமணமும் செய்து வைத்த சொத்து. மூன்று ஆண்களும் இரண்டு பெண்களும் அவளுக்குண்டு. ஆனால், கிழிசல் புடவையும், வயிற்றுக்கு ஏதோ சாப்பாடும்தான் பெரிய மகன் அவளுக்குத் தந்தது. இரண்டரை வேலி நிலத்தையும் அவளின் கணவன், மகனின் பெயரில்தான் எழுதி வைத்திருந்தான். மீதமிருந்த இரண்டு மகன்களும், மாமனார் வீட்டிற்குப் போய் மனைவியுடன் தங்கிவிட்டனர். உடம்பு முடியவில்லையென்றால்கூட மகள்கள் வந்து மகனின் வீட்டில் இரண்டு நாள் தங்க அவன் அனுமதிக்க மாட்டான். ஆனால், மருமகள் மிகவும் நல்லவள். ஏழு பிள்ளைகளைப் பெற்று, ஆறு மாசத்திலும் மூணு மாசத்திலும் பறிகொடுத்தவள் அவள். நாற்பத்தைந்து வயதிலேயே கணவனை இழந்துவிட்ட கிழவி, பெரிய மருமகளிடம் வெந்நீர் கேட்டுத் தொண்டையை நனைத்துக்கொண்டாள். பத்துநாள் காய்ச்சல், அவளை வாட்டி வதைத்திருந்தது. உடலில் தெம்பே

இல்லை. சொத்தெல்லாம் தன் பேரில் இருந்தால், இப்படி அலக்ஷியம் பண்ணுவார்களா என்று நினைக்கிறாள். பீற்றல் பாயில் படுத்து மனசை அலைய விட்டாள். வாய்விட்டு அழலாம் போலிருந்தது அவளுக்கு. ஆனால், தெம்புதான் இல்லை. அன்ன ஆகாரம் இல்லை. வெந்நீர்தான் மருந்து. மீண்டும் ஒருமுறை தன் மருமகளைப் "பாகு... பாகு" என்று அழைத்தாள். "கொஞ்சம் ஜலம் கொண்டு வாயேன்" என்றாள். ஆழ்ந்து தூங்கிக் கொண்டிருந்தாள் பாகு. காலையில் வேலைக்கு வந்த வேலைக்காரி, "எழுந்து அப்பாலே குந்தும்மா, மெளுகனும்" என்றபோது, கிழம் அசையவில்லை! மகன் என்ன செய்கிறான்? "முகத்தைப் பார்த்தான்; கண்ணைப் பார்த்தான்; புரண்டு கிடந்த கையைப் பார்த்தான்; வீங்கிப்போயும், சூம்பிப்போயும் வெளுத்திருந்த காலைப் பார்த்தான். பிரமை தெளிந்து, அருகே வந்தான். உதட்டைக் கடித்து அழுகையை அமுக்கி, "அம்மா" என்று கோரமாக, அந்த ஆண்குரல் தேம்பிற்று. பின், ஒரு போட்டோ புடிக்கிறவனை அழைத்துவரச் சொன்னான். வந்த போட்டோக்காரன், "சார், ஒரு போஸும் சரிப்படவில்லை... போட்டோ எடுக்க முடியாது" என்றான். "நாங்க ஆசையாத்தானே உன்னை அழச்சோம். அப்படியே கிடக்கிற வாக்கிலாவது எடு" என்றனர். "நான் அப்படி எடுக்கமாட்டேன்" என்றான். "உண்மையில், அந்தக் கிழத்தை – ஆனைக்காலும், பூதவுடலும், தேய்ந்த பல்லும் விழுந்த பல்லுமாகக் கிடந்த அந்தக் கிழத்தை – சதை மூட்டையைப் படம் எடுக்க அவனுக்கு அருவருப்பாக இருந்தது".

மகன் நாராயணசாமிக்கு ஏமாற்றம்–அதைவிட ஆத்திரம். "இதுக்குக் கூடவா நான் கொடுத்து வைக்கலை?" என்று அவன் தேம்பினான். இருக்கும்போது கண்டுகொள்ளாமல் உதாசீனம் செய்யும் நாம்தான் இறந்தபின் அழுகிறோம். மிக விமர்சையாகச் சவத்தை எடுக்கிறோம். காரியங்கள் செய்கிறோம். முதுமையும் இல்லாமையும் அலட்சியம் செய்யப்படுகின்றன. ஏன் இவ்வாழ்வு? எனச் சலித்துக்கொண்டு செத்துப்போகலாம் என நினைக்குமளவிற்கு, வயதானவர்களை விரக்தியின் விளிம்பிற்கே கொண்டுவந்துவிடுகிறோம். இதைத் தி.ஜா., "உடம்பில் தெம்புள்ளபோதே செத்துப்போய் விடவேண்டும், கழுகு மாதிரி முடிவில்லாமல் உயிரை வைத்துக்கொண்டு ஊன் தளர்ந்து; புத்தி குழம்பித் தொட்டதற்கெல்லாம் இரண்டாவது கையை எதிர்பார்த்திருப்பது பரம துக்கம்" என்று முடிக்கிறார். நம் அன்பை இருக்கும்போது காட்டவேண்டும்; பெற்றோர் இறந்தபின் இல்லை என்பதே. தி.ஜா.வின் 'அன்பு வைத்த பிள்ளை' உணர்த்தும் உண்மையாகும்.

ஒரு சாதாரண உலகியல் நிகழ்வே, தி.ஜா.வின் 'அப்பா பிள்ளை'. பெரும்பாலும் பிள்ளைகள், பெற்றோரின் குணாதிசயங்களும் கலந்தேயுள்ளனர். ஆனால், மீறிய சில இயல்புகளும், அவர்களுக்கெனத் தனித்துவமாக இருக்கத்தான் செய்கின்றன. காவிரிக் கரையில் அமர்ந்து பேரன் மேலே பட்டுவிட்டான், சாக்கடை நீர் பட்டுவிட்டது என்று நினைத்து வாசலுக்கு வந்து ஒரு எட்டு வைத்து முழுகிவிட்டுப் போகும் ஆசாரப் பாட்டிகளைப் பார்த்தபடி பதினாறுவயதில் வந்தவள், எழுபத்திரண்டாண்டாக இப்படியே காவிரியில் வந்து கரைந்திருப்பாள் என (எண்பத்தாறு வயதில்) இறந்துபோன தன் தாயை நினைக்கிறார் குஞ்சு. அப்போது யாரோ தெரிந்தவரின் முகச்சாடையில் வந்து நின்றான்,

ஓர் இருபத்தைந்து வயது இளைஞன். நெல் வியாபாரத்தில் பெரிய புள்ளியாயிருந்த வீராசாமி மகன் என அறிமுகப்படுத்திக் கொண்டான். கூட்டாளியின் கடனுக்கு மோலொப்பம் போட, அக்கூட்டாளி இறக்க, 60, 000 கடன் அவரைப் பிடித்துக்கொள்ளச் சாப்பாட்டுக்கே தவித்தது குடும்பம். அந்த ஏக்கத்திலேயே அவர் இறந்துபோகப் பாதியிலேயே படிப்பு நின்றதால் குஞ்சுவின் மகனோடுதான் வேலை செய்கிறான் அவனும். தன் தாய் மற்றும் தன் மனைவியுடன் குழந்தைக்கு முடியிறக்க வந்ததாகவும், வழியில் அம்மாவுக்குச் சிறுவிபத்து எனவும், சிங்காரம் பிள்ளை ஆஸ்பத்திரியில் சேர்த்துள்ளதாவும் அவன் கூறுகிறான். மருந்துக்கு இருபது ரூபா ஆகும் எனவும், தன்னிடம் வெறும் பத்து ரூபா சொச்சமே இருப்பதாகவும், எனவேதான் அவரைத் தேடி வந்ததாகவும் சொல்கிறான். அவரும் இருந்ததையெல்லாம் சேர்த்து, மனைவியையும் அக்கம்பக்கத்தில் கேட்க வைத்து இருபது ரூபாய் கொடுத்துச் சாயந்திரம் வந்து பார்ப்பதாகவும் கூறுகிறார்.

சாயந்திரம் ரசஞ்சாதத்தையும், தயிருஞ்சாதத்தையும் எடுத்துக் கொண்டு, வேர்க்க விறுவிறுக்கச் சிங்காரம்பிள்ளை ஆஸ்பத்திரிக்குப் போய்ப் பார்க்கையில், அப்படி அங்கே யாருமில்லை என்பது தெரிகிறது. கம்பௌண்டர் ஒருவேளை சுப்ரமணியம் ஆஸ்பத்திரி அல்லது சர்க்கார் ஆஸ்பத்திரியாக இருக்கும் என்கிறான். அங்கும் போய்ப் பார்த்ததில் அப்படி யாரும் இல்லை எனத் தெரிகிறது. எடுத்துப்போன தூக்குகளுடன் வீடு திரும்பியவர், பின் மகனுக்குக் கடிதம் போட்டதில், அவனுக்குப் போன வருடமே வேலை போய்விட்டது எனவும், இன்னும் திருமணம் நடக்கவில்லையெனவும், தெரிந்தவர்களிடமெல்லாம் வேலை வாங்கித் தருவதாக முப்பதும் நாற்பதுமாக வாங்கிவிட்டான் எனவும், அவன் அந்த ஊரிலேயே இல்லை எனவும், இனி இதுபோல் யாருக்கும் காசு தரவேண்டாம் எனவும், ஆனால் அவன் தாயை மட்டும் விடவே இல்லை கூடவே அழைத்துக்கொண்டு திரிகிறான் எனவும் மகன் எழுதியிருந்தான். “பிள்ளையும் நம்ம மாதிரிதான் இருக்கான்” என்று நினைத்தபடியே, கடிதத்தை வாசித்து முடிக்கிறார் குஞ்சு. இக்கதையில், எத்தனை பெரிய குடும்பப் பின்னணியிலிருந்து வந்தாலும், அன்றைய பொழுது போனால் போதும் என்பதாகவே மனித வாழ்க்கை நகர்கிறது என்ற உண்மையைத் தி.ஜா. புலப்படுத்துகிறார். இங்கு அதன் பின்வரும் எந்த உதாசீனத்தையும் மனம் கருத்தில் கொள்வதில்லை. தன் தாயின் நினைவுகளோடேயே காவிரியின் கரைகளில் உலாவும் குஞ்சுவுக்கு, நண்பரின் மகனிடம் ஏமாந்ததும், அலைந்ததும்கூடப் பெரிதாகப் படவில்லை. ஆனால், கடிதத்தில் மகன், ‘என்னதான் இருந்தாலும், அவன் தாயை மட்டும் விடவேயில்லை’ என்று எழுதியிருப்பதுதான், அவருக்கும் பெரிதாகப் படுகிறது. தன்னைப் போலவே தன் மகனும் இருக்கிறான் என்பதே அவருக்குப் பெருமகிழ்ச்சியாகிறது.

மொத்தத்தில் தி.ஜா.வின் சிறுகதைகள் ஒவ்வொன்றும், ஒவ்வொரு விதமாக மனித உணர்வின் நுட்பங்களைப் பேசுகின்றன. அப்பாலைக் கடந்த எதையும் இவை முன்வைப்பதில்லை. இந்த நடைமுறை வாழ்வின் இயல்பான அங்கங்களாகத் திகழும் கதாபாத்திரங்களைக் கொண்டே, இவை பின்னப்பட்டுள்ளன. சமூக வாழ்வின் அன்றாடங்களைத் தாங்கியவையே,

இந்த எழுத்துக்கள். கோபுர விளக்கில் இல்லாமையையும் வறுமையையும் பேசுபவர், யாதும் ஊரேயில் யாவற்றையும் விட்டு விடுபடத் துடிக்கும் அன்றாடச் சிக்கலுக்கு அஞ்சும் மனித மனத்தைப் படம் பிடிக்கிறார். செய்த பாவத்துக்குப் பிராயச்சித்தம் தேடிக்கொள்வதாகவும், அதே சமயத்தில் மனதைவிட வேறு பெரிய நீதிபதி யாருமில்லை என்கிறது கண்டாமணி. இயலாமையையும் ஏழ்மையையும் தனிமையையும் முதுமையையும் சடங்குகள் சம்பிரதாயங்களை விடுபட முடியாத தன்மைகளையும் தி.ஜா.வின் மணம், வெயில், மாடியும் தாடியும், அன்பு வைத்த பிள்ளை, ஆர்த்தி போன்ற சிறுகதைகள் வெளிப்படுத்துகின்றன. வாழ்வின் மிக மெல்லிய உணர்வுகளைப் பேசும் தி.ஜா.வின் கதைகள், தவறுகளையும் மனித இயலாமையையும் சுட்டிக்காட்டிப் பெருங்காருண்யத்தைத் தொடர்ந்து வலியுறுத்துகின்றன. வாழ்வின் விசித்திர விளையாட்டில், உயிர் வாழ்வுக்கான தேடலை நிகழ்த்திக்கொண்டேயிருக்கும் மனிதர்கள், யாவற்றையுமே மறந்து விடுகின்றனர். தி.ஜா.வின் இந்த எழுத்துக்கள் ஒவ்வொன்றும், இவற்றை நாம் படிப்பதின்வழி, மீண்டும் ஒருமுறை மனித மனங்களை மீள்விசாரணை செய்கின்றன. நாம் செய்யத் தவறியவற்றைச் செய்ய, இவை தூண்டுகின்றன. மாற்றத்திற்கான நல்விதைகளாய், மனித மனத்தை விசாலப்படுத்துகின்றன. மரத்துப்போன மனங்களில் இவை, ஒரு மகோன்னத உணர்வை ஏற்படுத்துகின்றன எனலாம்.

✦

54

பிடி கருணை: பொருக்கும் கட்டியும் பொன்னல்லவோ!

செல்வ. புவியரசன்

ஒரு நிகழ்வு, ஒரு கதாபாத்திரம், ஒரு கதைச் சிக்கல்... என ஏதாவது ஒரு ஒற்றைக்குள் முடிய வேண்டும் என்றுதான் பொதுவாகச் சிறுகதையின் அடிப்படை இலக்கணங்கள் அறிமுகப்படுத்தப்படுகின்றன. தி.ஜானகிராமனின் சிறுகதைகள் இப்படித் தடம் மாறாத தண்டவாளத்தில் பயணிப்பவை அல்ல. காற்றின் போக்குக்கும் அலையின் வீச்சுக்கும் இடங்கொடுக்கும் கடற்பயணம் அது. அவ்வப்போது ஈரம் கால் நனைக்கவும் செய்யும். 'பிடி கருணை'யின் முன்னுரையில் அவரே சொல்வதுபோல், 'இலக்கணச் சுத்தமான கதைகள் அல்ல. குடிசைத்தொழில் பீங்கான்போலப் பொருக்கு, கட்டி எல்லாம் சேர்ந்திருக்கின்றன.' தி.ஜானகிராமனின் பணிவடக்கம்தான், இந்தத் தன்னிலை விளக்கத்தில் தெரிகிறதே அன்றி, அது அவரது வடிவக் குறைபாட்டின் ஒப்புதல் வாக்குமூலம் ஆவதில்லை. மையக்கதையிலிருந்து அவ்வப்போது விலகிச்செல்லும் ஒரு சில வாக்கியங்கள், அக்கதைக்குக் கூடுதல் நம்பகத்தன்மையை அளிக்கின்றன என்பதைத் தாண்டி, அவை இன்னொரு கதைக்கான தொடக்கப்புள்ளியாகவும் கண் சிமிட்டுகின்றன.

'பிடி கருணை', 1974இல் வெளிவந்த 11 கதைகளின் தொகுப்பு. பெரும்பாலான கதைகள், அறுபதுகளின் பிந்தைய ஆண்டு களில் எழுதப்பட்டவை. தமிழகம் அரசியல் கொந்தளிப்பையும் ஆட்சி மாற்றத்தையும் சந்தித்த காலம். அவரது கதைகளில் அவை எதுவும் நேரடியாகப் பிரதிபலிக்கவில்லை என்றாலும் அதன் தாக்கம் சாமியார், பிராமணர் பற்றிய சித்திரிப்புகளில் முற்றிலுமாக இல்லை என்றும் சொல்லி விடமுடியாது. இத்தொகுப்பின் முதல்கதையும் தலைப்புக்கதையுமான 'பிடி கருணை', ஒரு சாமியாரைப் பற்றியது. வாழப்பட்டுச் சாமியாரின் கருணைப் பார்வையால் நல்வாழ்வு பெற்றுவிட்ட காபி கடை சுப்புணி அய்யர்போலத் தனக்கும் ஒரு வாழ்வு கிடைத்துவிடாதா என்று ஏங்கும் பெட்டிக்கடை செட்டியாரின் கதை. வண்டியில் புளியும் உப்பும் விற்று, இப்போது கால்நீட்ட

இடமில்லாத இடத்தில் கடை நடத்திக்கொண்டிருக்கிறார் அவர். குழந்தையிடம் கொடுத்தனுப்பிய ஒருரூபாய்க் காசை இல்லை என்று சாதித்து அந்தக் காசில் சாமியாருக்கு மொந்தம் பழம் வாங்கிப்போனாலும், குற்ற உணர்வு குறுகுறுக்கக் கடைசியில் அனைத்தையும் அவரிடம் கொட்டித்தீர்க்கிறார். காணிக்கையை ஏற்றுக் கொள்ளாத சாமியார், உழைப்புதான் உயர்வு தரும், சாமியாருக்கெல்லாம் அந்தச் சக்தியில்லை என்று சொல்லிச் செட்டியாரை விரட்டியடிக்கிறார். பொதுமக்களின் ஆசைகளையும் நம்பிக்கைகளையும் சாமியார்கள் காசாக்கிக்கொள்கிறார்கள் என்ற பிரச்சாரம் தீவிரமாயிருந்த நாட்களில், ஒரு நல்ல சாமியாரை அடையாளங்காட்டும் இந்தக் கதை, அதேநேரத்தில் சாமியார்களைப் பற்றிப் பரப்பப்படும் கட்டுக்கதைகளையும் கேள்விக்குள்ளாக்குகிறது.

'சந்தானம்', ஊரே பயப்படும் ஒரு போலீஸ் அதிகாரி முத்தையா, பக்கத்து வீட்டுச் சின்னப்பூனை கிட்டிக்குப் பயப்படும் கதை. ஆனால், தி.ஜானகிராமன், அந்த முரணோடு மட்டும் நின்றுவிடவில்லை. முத்தையாவின் மரணச் சடங்குகளுக்கு அவரது சிறுவயதுப் பிள்ளைகள் தயாராகிக் கொண்டிருக்கும் நேரத்தில், குழந்தைகள் இல்லாத பக்கத்து வீட்டு முதலியாரின் சோகத்தையும் சொல்கிறது இக்கதை. அதிகாரியின் நேர்மை குறித்த கட்டுக்கதைகளை விவரிக்கையில், நகைச்சுவையும் இழையோடுகிறது. ஊடாகப் 'பெரியோரை வியத்தலும் இலமே, சிறியோரை இகழ்தல் அதனினும் இலமே' என்று சங்க இலக்கிய வரிகளுக்கு விளக்கமும் சொல்கிறது இக்கதை. மரபறியாதவர் என்று போகிறபோக்கில் தி.ஜானகிராமனை மட்டம் தட்டிவிட முயலும் எழுத்தாள விமர்சகர்கள் கவனிப்பார்களாக.

'பாயசம்', சாமநாதுவின் மனோவக்கிரத்தை மட்டும் சித்திரிக்க வில்லை. மனம் தடுமாறி நிற்கும் போதெல்லாம் அவரை நல்வழிப்படுத்தும் வாலாம்பாளையும், அவளது மகளையும் பற்றிப் பேசுகிறது. இருவரும் சொற்காக்கும் சோர்விலர்கள். கல்லுப் பிள்ளையாருக்குத் தோப்புக்கரணம் என்று சொல்லிக் காதைப் பிடித்துக்கொண்டு உடம்பை லேசாக மேலும்கீழும் இழுத்துக்கொள்ளும்போதே, சாமிநாதுவின் பக்தி கேள்விக்குள்ளாகி விடுகிறது. உறவினர்கள் எல்லாம் வீட்டு வாசலில் காத்திருக்க, அவர் பூஜை அறையில் காலம் தாமதிப்பதற்குக் காரணம், அண்ணன் மகன் சுப்பராயனின் வளமையைப் பார்த்துப் பொறாமைப்படுவது மட்டுமன்று, தன் பிள்ளை களின் நிலை குறித்த ஆற்றாமையும்தான் என்கிறபோது, அவர் மீது கோபத்தோடு இரக்கமும் கூடவே வந்துசேர்ந்துகொள்கிறது. இக்கதையில், காவேரிக் கரைக் குளியல் காட்சி மட்டுமே ஒரு தனிநடைச்சித்திரம். ஒட்டுமொத்தக் கூட்டத்தையும் பற்களால் வகைப்படுத்துகையில் சட்டென்று ஓர் ஆச்சர்யம் எழுந்தடங்குகிறது. பாலம், பள்ளிக்கூட்டம் என்று ஊரின் அடையாளங்கள் எல்லாம் சுப்பராயனின் பெயரையே சொல்லிக்கொண்டிருக்கின்றன. காபி கடை சுப்புணி அய்யரைப் போலவே, அவனும் உழைப்பால் உயர்ந்தவன்தான்.

'தாத்தாவும் பேரனும்', புத்தர் காலத்து மகாநாமர் – விடூடபன் கதை. தனக்குப் பிறந்தாலும் தாசிக்குப் பிறந்தவள் என்பதால் வாஸவையை ஒதுக்கிவைத்த மகாநாமரை, அவளது மகன் போரில் வெற்றி கொள்ளும் கதை. அறிவுக்கண் திறக்கும் புத்தரைப் போற்றுகிறது என்றாலும் காசி,

கிரிவிரஜ வேதியர் போலவே, மகாஜனபத சத்ரியர்களிடமும் பிறப்பின் பேரால் பேதம் பாராட்டப்பட்டது என்றும் அழுத்தமாகச் சொல்கிறது இந்தக் கதை. வாஸவையைப் பற்றிய ஒரு வர்ணனை: 'தர்ப்பை நுனியைப் போன்று கூரிய புத்தி, நாணலைப் போன்ற நெடிய துவளும் அழகு'.

'புண்ணிய பாங்க்', சென்னையைக் களமாகக் கொண்ட ஒரு வறுமைச்சித்திரம். விதவிதமான காரணங்களைச் சொல்லி வாங்கிய கைமாற்றுகள் எதையும் திருப்பிக் கொடுக்காதவன், கொடுக்கவும் வாய்ப்பில்லாதவன் சிதம்பரம். எந்த வேலையிலும் கால் பாய்ச்ச முடியாதவன். மருத்துவமனையில் மனைவி சேர்க்கப்பட்ட நிலையில், ஏழு ரூபாய்க்காக ரத்ததானம் செய்யப்போனால், அங்குத் தானாய் வந்து உதவுபவனுக்கு ஒரு ரூபாய் கமிஷன் கொடுக்க வேண்டிய கொடுமை. எல்லையில் போர் முனையில் நிற்கும் ராணுவ வீரர்களுக்குத் தான் அளித்த ரத்தம் உயிர் காக்க உதவும் என்ற ஒரு நம்பிக்கையோடு கைகால் உதறல் எடுக்க, நீட்டிப்படுத்துக்கொள்கிறான்.

'அதிர்வு', திருவரங்கம் கோயிலுக்கு வந்தவர்கள் ரங்கனை மறந்துவிட்டு, அங்கு வந்த சித்தனைக் கூடி நின்று வேடிக்கை பார்க்கும் கதை. வயது கணிக்கமுடியாத சித்தின் உடற்கட்டைக் கண்டு வியக்கிறாள் ஒண்டிக்கட்டையான செங்கமலம். கருவூர்த்தேவரோ என்றும் ஐயுறுகிறாள். சித்தின் காலடி தன் குடிலில் படவேண்டும் என்கிறாள். அவரும் ஏற்றுக் கொண்டார் என்றாலும், அவளுக்கு அதை நம்ப முடியவில்லை. கூடும் கணத்தை எண்ணிக் குதூகலித்தபடியிருக்கிறது அவள் உள்ளம். நாளும் வந்தது. அவரும் வருகிறார். தொட்டவளின் கரத்தின் வழியே ஊடுருவிப் பாயும் மாய அதிர்வு, அமிர்தத்தின் ஒரு துளிச் சுவை. பெயர் தெரியாத இந்தச் சித்து, வாழப்பட்டுச் சாமியாரையும் ஞாபகப்படுத்திச் செல்கிறது.

'ஒரு விசாரணை', உரையாடல் வடிவிலானது. நாடக நடிகையான தம் மகளின் காதலுக்கு எதிர்ப்புத் தெரிவிக்கும் குடும்பத்தைப் பற்றிய கதை. தி.ஜானகிராமனின் முத்திரைகள் இல்லாதது. வீட்டுக்குத் தெரியாமல் பதிவுத் திருமணம் செய்துகொள்ளும் லீலாவை நோக்கி, இப்படியொரு கேள்வி: 'ஆகஸ்ட் மாசம் 15ஆம் தேதிதான் நீ பொறந்தியா? அதான் இப்படித் தான்தோணியாத் திரியறே?'

'பஸ்ஸும் நாய்களும்', டெல்லியைக் களமாகக் கொண்டது. கடைநிலை ஊழியர்களும் அவர் வீட்டுப் பெண்களும் பேருந்துகளில் சந்திக்க நேரும் தினசரி இடைஞ்சல்களைச் சித்திரிக்கிறது என்றாலும், டெல்லியின் அதிகாரப் படிநிலைகளைப் பற்றிய ஆழமான விமர்சனங்களும் வெளிப்படும் கதை இது. கழுத்தே இல்லாத கணவான்களின் கன்றுக்குட்டி அளவுக்குப் பெருத்த நாய்களுக்குக் கிடைத்த நற்பேறு, சாதாரணர்களுக்கு வாய்க்கப் போவதேயில்லை. காதலிலும் மோதலிலும் நாய்கள், ஒரு குறியீடாகவே இக்கதையில் உலவுகின்றன.

'நேத்திக்கு', ஒரு ரேஸ் குதிரைக்காரரின் ஜோதிட, கனகதாரா தோத்திர, மரிக்கொழுந்து செண்ட் இத்தியாதி நம்பிக்கைகளை ஒருநாள் சம்பவங்களாக விவரிக்கிற கதை. இடையிடையே சோடா சத்தம். ஒருநாளும் ஓடாத குதிரை அன்று ஓடி ஜெயித்துக் கடைசியில் காலையும் உடைத்துக்கொண்டது. முதலாளி அதற்குக் கொடுத்த பரிசு, துப்பாக்கிச் சூடு.

திருவிழா போன்ற ஒரு திருமணத்தைப் 'பாயசம்' கதையில் பார்க்க முடிகிறது என்றால், 'மாப்பிள்ளைத் தோழ'னில் சகலத்திலும் தரித்திரம் பிரதிபலிக்கும் ஒரு திருமணம் நடந்தேறுகிறது. களம், குறிப்பிட்டு எந்த நகரம் என்று சொல்லப்படாவிட்டாலும், 'பஸ்ஸும் நாய்களும்' கதையைப்போலப் பெருநகரின் பொதுப் போக்குவரத்து நெரிசல் இக்கதையிலும் வருகிறது. அவசரத்துக்கு ஒரு நல்லது கெட்டதுக்கு அனுமதி பெற்று முன்கூட்டிக் கிளம்ப முடியாத அலுவலகச் சூழலின் கொடுமை வேறு. 'இந்தப் பையன் ஏன் யாரையும் கூப்பிடாமல், புது வேட்டி கட்டி அவளுக்குப் புதுப் புடவை கட்டி, ஏன் நேராகப் படுக்கை உள்ளுக்குப் போகவில்லை' என்று இரு வேறு சமயங்களில் எண்ணிக்கொள்கிறான் மாப்பிள்ளைத் தோழன். அவன் நினைப்பதும் சரிதானோ என்றும் நம்மை எண்ண வைத்துவிடுகிறான். வாத்தியங்கள் ஏதுமில்லாத நிலையில், ஒரு சம்பிரதாயத்துக்காக உரத்துக் குரலெடுத்துப் பாட முன் வரும் சமையற்காரரின் வார்த்தைகள் வழியே, தி.ஜானகிராமன் பேசுகிறார். 'சந்தோஷமா இருக்க முயற்சி பண்ணணும், சந்தோஷமாகத்தான் இருப்பேன்னு பிடிவாதமாக இருக்கணும்'.

காதல் நினைவுகள் தோல்விகளையும் உள்ளடக்கியதுதான், ஆனால், துரோகங்களுக்கு அங்கு இடமே இல்லை. 'மேரிக்குட்டியின் ஆட்டுக்குட்டி', ஓர் ஏமாற்றத்தை மட்டுமல்ல, அதன் நினைவாய் ஒரு குழந்தையையும் தூக்கிச் சுமக்கிற கதை. மேய்ச்சலுக்குச் செல்லும் ஆவினங்கள் கட்டுத்தறியிலிருக்கும் கன்றையெண்ணித் தானாய்ப் பால் சுரக்கும் கவிதைச் சித்திரிப்புகளைப்போல, ஓர் இளம்தாயின் தத்தளிப்புகள்தான் கதை. விட்டுப்போனவன் இன்று வாழ்வுச்சுழலில் பட்டுத் திரும்பிவந்திருக்கலாம். ஆனால், அவள் அவனை ஏற்றுக்கொள்ளத் தயாராக இல்லை. விலகிக்கொள்வதிலேயே குறியாயிருந்த அந்தக் கைகளின் அவசரத்தை மறந்துவிட முடியவில்லை.

இக்கதைகளை மொத்தமாகப் படிக்கிறபோது, ஐம்பதாண்டுக்கு முன்னால் குழந்தைகள் சுதந்திரமாகச் சுற்றித் திரிய அனுமதிக்கப் பட்டிருந்ததையும் புரிந்துகொள்ள முடிகிறது. 'பிடி கருணை'யில், ஒரு வாண்டு, பொறந்த மேனியோடு பெட்டிக்கடைக்கு மிட்டாய் வாங்க வருகிறது. 'பாயச'த்தில், ஐந்தாறு வயதில் ஒரு குட்டி, காவிரியில் குளித்து விட்டு அம்மணமாகவே திரும்பிக் கொண்டிருக்கிறாள். பேசக் கற்றுக் கொள்வதற்கு முன்பே எது நல்ல தொடுகை, எது தவறானது என்று கற்றுத்தரவேண்டிய ஒருகாலத்தில் வாழும் நம்மைக் குழந்தைகள் மீதான அன்றைய சமூகத்தின் பார்வை வெட்கம் கொள்ளச் செய்கிறது. 'பிடி கருணை'யில் தெருவியாபாரியின் அனுபவங்களும், 'சந்தான'த்தில் சீட்டாட்டக்கச்சேரிகளும், 'பாயச'த்தில் வீட்டுச்சுவரில் மாட்டப்பட்டிருக்கும் நவீன ஓவியங்களும், 'புண்ணிய பாங்'கில் சிரிப்பழகு குறித்த பகுப்பாய்வும் கதையிலிருந்து சற்றே விலகி நிற்பதாகத் தோன்றலாம். ஆனால், வேறோர் உலகுக்கு அவை நம்மையழைத்துச் செல்கின்றன. இலக்கிய அனுபவத்தை விரித்தெடுக்கவும் செய்கின்றன. பொருக்கும் கட்டியும் பொன்னென்றால், வேண்டாம் என்போமா என்ன?

✣

55

மஞ்சள் ஒளியில் காவிரி நதி
(பிடி கருணை)

பிருந்தா சேது

நான் தி.ஜா.வை முதன்முதலாக வாசித்தது 'மோகமுள்' நாவல் வழியாக, சரியாக எனது பதினெட்டு வயதில். இண்டெர்நெட் யுகமில்லாத 90+களின் காலம் என்பதால், புத்தகங்களை அறிய நேர்வதும், அவற்றைத் தேடியடைவதும் அதுவே மிகப்பெரிய உற்சாகமான மகிழ்வைத் தந்த காலம்.

மோகமுள் நாவலை வாசிக்கத் தொடங்கின நாள் முதல், பகல் மாலை இரவு என வேதப் புத்தகம் போலச் செல்லுமிடமெல்லாம், தூங்கும்போதும் அருகில் வைத்துக்கொண்டு, விழிக்கும்போதெல்லாம் வாசித்தபடி எனத் தவம்போல வாசிக்கவைத்த புத்தகம். அப்படியான ஒரு மனம், காலநிலை, அப்படியான எழுத்து எல்லாம் ஒருசேர வாய்க்க வேண்டும். பிறகும், ஒவ்வொரு காலகட்டத்திலும் நம்மைப் புதிதாய் வாசிக்கவும் ரசிக்கவும் வைக்கிற புத்தகம்தான் அது.

'சலங்கை ஒலி' படத்தைப் பாலுவுக்காக (கமல்) ஒருமுறை, மாதவிக்காக (ஜெயப்ரதா) இன்னொரு முறை, ஆல் இண்டியா டான்ஸ் ஃபெஸ்டிவல் சீனில் பாலுவின் உணர்வு வயப்பட்ட காட்சிக்காக ஒருமுறை, நாத விநோதங்கள் பாடல் முடிந்து நடக்கும் கற்பனை தள்ளுமுள்ளுக்காக ஒருமுறை, அந்த அலைகளைவிட வேகமாக ஓடியோடித் தத்தளிக்கிற காட்சிக்காக ஒருமுறை, அந்தப் படத்தின் அதியற்புதமான இசைக்காக, நாட்டியத்திற்காக, ரகுவின் நட்புக்காக, பாலு – மாதவி காதலுக்காகவே பலப் பல முறைகள் என எத்தனையோ தடவைகள் பார்த்தாயிற்று. ஒருபோதும் அதன் காட்சியழகின் சுவை, வேகம் குன்றவேயில்லை. அப்படித்தான் மோகமுள். சில காட்சிகளே வந்தாலும் நிறைவுற இருக்கிற ரகுவின் மனைவிபோல, மோகமுள்ளில் வருகிற சிறிய பாத்திரங்கள் பற்றியும் சொல்லிக் கொண்டே போகலாம்.

சலங்கை ஒலியைப் பதின்பருவத்தில் முதன்முதலில் பார்த்ததற்கும், இப்போது பதின்பருவ மகளின் அம்மாவாகப் பார்ப்பதற்குமான கால வித்தியாசத்தில் நேர்ந்தது என்னவென்றால், அந்தப் படம் காதல் குறித்த படம் மட்டுமே அல்ல; ஒரு ஏழைத் தாயாரின் நிறைவேறாத கனவின் தொடர்ச்சியை இன்னொரு தாய் சுடர் அணையாமல் காப்பாற்றித் தருகிறாள் என்கிற அறிதலும் முழுமையாக ஏற்படுகிறது. அப்படித்தான் மோகமுள்ளிலும் கலையை வாழவைத்தல் நிகழ்கிறது. என்ன, முதலில் நம்மை யமுனாவாகவும் பாபுவாகவும் ராஜமாகவும் வரித்துக்கொள்கிற மனசு, கால ஓட்டத்தின் பல் சக்கர நெறிபடலில், இப்போது பாபுவின் அப்பாவாக வரித்துக்கொள்ள நேரலாம்.

தி.ஜா.வை அறியப்பெற்றது பாலகுமாரனின் எழுத்துகள் வழியாக. பாலகுமாரன், தான் தி.ஜா.வை வாசித்தபிறகு கும்பகோணம், தஞ்சாவூர், காவிரி என அலைந்து திரிந்ததைச் சொல்லியிருப்பார். 'மோகமுள்' வாசித்தபோது, அப்படித்தான் ஊர் ஊராகக் கிளம்பிவிட எண்ணம் வந்தது. முக்கியமாகக் கும்பகோணத்தின் அந்தக் குளத்தைப் பார்க்கிற ஆவல் எழுந்தது.

❍

பொதுவாக ஒரு நல்ல எழுத்தை வாசிக்க நேர்கையில், பாராட்டாகத் 'தி.ஜா. கதையில்போல, ஒரு மஞ்சள் ஒளி தெரியுதுங்க' என்பேன். தி.ஜா. கதைகளில், காலத்தின் காரணமாகவோ என்னவோ, ஒருவித மஞ்சள் ஒளி மனதில் எழும். ராந்தல் விளக்கின் ஒளி, அகல் விளக்கின் சுடர், குத்துவிளக்கின் தீபம், குண்டுபல்பின் மஞ்சள் ஒளி இப்படி. கதைகளுக்குள் எழும் அந்த ஒளி, கதையின் காவியத் தன்மையைக் கூட்டும். மனதுள் விளக்கேற்றியதுபோலச் சுடர்விடும். கதையின் மொழியோ, நீர்ப் பாதைகள் போல, கனதியற்று, லேசாக காற்றாக விரைவாக அதிவிரைவாகக் கூட்டிச் செல்லும்.

❍

எழுதுபவர்களுக்கு 'ரைட்டர்ஸ் ப்ளாக்' ஏற்படுவதுபோல, வாசகர்களுக்குத் திடீரென எதுவும் வாசிக்க விருப்பமில்லாமல், விருப்பமிருந்தாலும் நாலைந்து பக்கங்களுடன் வாசிப்பு நின்றுவிடும் ஒருவிதத் துரித கதி மனநிலை அவ்வப்போது ஏற்படும். எதிலும் மனம் ஒன்றாது, நிலைக்காது, காற்றில் படபடக்கும் இலைபோல, துடிதுடித்தபடி பரிதவிப்பான இயக்கமாக இருக்கும். அப்போது வாசிப்பைக் கைவரச் செய்வதற்காக, மிக எளிய புத்தகங்கள் அல்லது மிகச்சிறிய கதைகள் என்று வாசிப்பேன். எதுவுமே வாசிக்கவில்லை என்ற குற்றவுணர்விலிருந்து அது நம்மை விடுபடச் செய்வதாகவும், அடைந்துகிடக்கும் மனநிலையிலிருந்து மீளச்செய்வதாகவும் இருக்கும். அப்படி அடிக்கடி நான் விரும்பி வாசிப்பனவற்றுள் தி.ஜா.'வினது கதைகள் நிச்சயம் இருக்கும்.

ஒரு நல்ல படைப்பு என்பது திரும்பவும் வாசிக்கவைப்பது. மறுவாசிப்பில், இதுவரையில்லாத முற்றிலும் புதியதான ஒன்றைத் தருவது. நம் வாழ்வில் திரும்பத் திரும்ப வாசித்தவை என்று பார்த்தால், அப்படி வாசித்த புத்தகங்களை விரல் எண்ணிக்கைக்குள் அடக்கிவிடலாம். மறுவாசிப்பில்

நமக்குப் பிடிக்கின்ற ஒவ்வொரு கதையுமே, நாம் வளர வளரத் தானும் வளர்கிற கதைகள். நாம் எங்கெங்கோ எதிலிருந்தோ சேகரித்த நமது அறிவின் தேடலில் கண்டடைந்தது போக, மீதியை வாசிப்பின் போதான ஒவ்வொரு தடவையும் தரத் தீராத பொக்கிஷங்களை உள்ளடக்கியவை.

நான் வெறும் வாசகராய்த் தி.ஜா.வை வாசித்த காலத்திலும் சரி, கவிஞரான பிறகும் சரி, உரைநடை பின் சிறுகதைகள் என எழுதிய பிறகும்கூட, ஒவ்வொரு காலகட்டத்திலும், அவரை வாசிப்பது என்பது சுவாரசியம் குன்றாத ஒன்று. முதன்முதலாக எனக்குச் சிறுகதை எழுத எண்ணம் வந்தபோது, உடனடியாக வாசிக்க நினைத்து, வாசித்தது தி.ஜா. வினது கதைகளைத்தான்.

○

2015இல் எனது உற்ற தோழி பிரசாந்தி சேகரத்துடனான அரட்டையில், சாப்பாடு பற்றிய பேச்சில், 'அடிசில்' தமிழ் இலக்கிய காலெண்டர் உருவானது. சாப்பாட்டின் மேல் ரசித்துச் சாப்பிடுவதின் மேல், எனக்கு எந்தளவு பிரியமெனில், வாசிக்கும் இலக்கியங்களில் எதிர்பாரா உணவு வரிகளின் ருசியை சமைத்துப் பார்க்குமளவு! மோகமுள் – தி.ஜானகிராமனின் மாஸ்டர் பீஸ்களில் ஒன்று. அதில் புழுங்கலரிசியில் செய்த பழைய சாதம் பற்றியும், மாவடு பற்றியும் – யாரும் கவனிக்கத் தவறவிடும் ஒரு வரி வரும். நான் தயிர்சாதப்பிரியை! பழையசாதத்தில்கூடத் தயிர்போட்டுச் சாப்பிடுகிற ஆள். புழுங்கலரிசி சாதத்தில் வெறும் நீர் ஊற்றிச் செய்த பழைய சாதம், அதற்கெனவே தோழியின் அம்மாவிடம் கேட்டுச் செய்த மாவடு – இதையெல்லாம் வாழையிலையில் பரிமாறிச் சாப்பிட்டால் கிடைக்கிற சுகந்த மணம். இதெல்லாம் நடந்தது என் பதினெட்டு வயதில். ('கதவு திறந்ததும் கடல்' –2020 புத்தகத்தில்).

2017 – 'அடிசில்' இலக்கிய காலெண்டர் உருப்பெற்றது. அதில், தி.ஜாவின் மோகமுள்ளிலிருந்து, அந்தப் பழையசாதம் பற்றிய வரிகள், எங்களின் கனவை நெய்த முதல் நூலாக அமைந்தன. வேடிக்கை என்ன எனில், நளபாகம் எனப் பெயரிடப்பட்ட நாவலில், சமையல் பற்றிய விவரணைகளே இருக்காது. ஆனால், இசைக்கும் காதலுக்கும் பெயர் பெற்ற மோகமுள்ளிலோ சமையல் பற்றிய சுவாரசியமான விவரிப்புகள் ஆங்காங்கே விரவிக் கிடக்கும்.

பெரும்பாலும் புத்தகங்களை மறுவாசிப்பு செய்யும்போதுதான், முதன்முதலாக நாம் வாசித்த காலம், பிரமிப்பு எல்லாம் விடுபட்டுப்போய், அதன் நிஜப்பரிணாமத்தை உணரமுடியும். காசியபனின் 'அசடு', எல்லாரும் பிரமாதமாக வருணித்தார்கள். ஆனால், அடிசில் காலெண்டருக்காக வாசித்தபோது, அத்தகைய எதையும் அதில் நான் காணவில்லை. நான் பிரமிக்கிற எழுத்தாளர்களில் பெரும்பாலோர் பிரமித்த புத்தகம் என்கிற வகையில், அது எனக்கு மிகுந்த ஏமாற்றத்தைக் கொடுத்தது. அதேபோல, சம்பத்தின் 'இடைவெளி'. மரணம் பற்றிய இலக்கியங்களைத் தேடிக்கொண்டிருக்கையில் நண்பர்கள் பரிந்துரைத்தது. வாசிக்கையில் ஏமாற்றமளித்தது. சாகாவரம் – வெ. இறையன்பு. பாதி நாவல் வரை அதி அற்புதமாகச் செல்லும். மீதி, ஒருவேளை நாம் உயிரோடிருப்பதால் உணரக் கிடைக்கவில்லையோ என்னவோ, நமுநமுத்துப் போயிருக்கும்.

ஒரு படைப்பை விமர்சனப்பார்வையில் அணுக வெவ்வேறு காலகட்டத்தில் குறைந்தது சில முறைகளாவது வாசிக்கப்பட்டிருக்க வேண்டும் என நான் விரும்புகிறேன். அப்படித்தான் செய்கிறேன். அதுதான் அந்தப் படைப்பிற்குச் செய்யப்படும் நியாயமும் என நம்புகிறேன்.

○

'பிடி கருணை' புத்தகம் பற்றிய எனது வாசிப்பனுபவத்தைப் பகிர்தல் மிக நல்ல அனுபவம். இத்தொகுப்பில் பதினொரு சிறுகதைகள். இதில் பலரும் வியந்து போற்றிய இப்போதும் வியத்தகு கதையாகவே இருக்கிற பாயசம் கதை தவிரவும், அதற்கிணையாக, சிலசமயம் அதைவிடவும் தாண்டிப் போகிற அபாரமான கதைகளாகவும் சில உள்ளன. சில முரண் கருத்துகள் உண்டுதாம். இந்தத் தொகுப்பைப் பொறுத்தமட்டில், பெண் பாத்திரங்களை இன்னும் சிறப்புற உண்மைக்கு அருகில் அமைத்திருக்கலாமே என்று தோன்றியது. 'மேரியின் ஆட்டுக்குட்டி'யிலும், 'அதிர்வு' கதையிலும் இப்போதாமை வெளிப்படுகிறது. தி.ஜா. எழுதிய காலத்தில் இதுவே அதீதம் என்கிற உண்மையும் உறைக்காமலில்லை. தி.ஜா.வினது குழந்தைப் பாத்திரங்களை எல்லாம் தனித்தொகுதியாகவே ஆய்வு செய்யலாம். துளிநேரமே வந்தாலும் அத்தனை அருமையான வடிவமைப்பு. நேர்த்தியான குணவார்ப்பு. உதாரணத்திற்கு நேத்திக்கு, கச்சேரி, பிடி கருணை, முள்முடி போன்ற கதைகள்.

பிடி கருணை

பிடி கருணையா (கருணைக்கிழங்கு), 'பிடி' கருணையா (பிடியளவு கருணை) என்று யோசிக்க வைக்கிற தலைப்பு. பல வருடங்கள் முன்பு வாசித்த ஒரு கவிதை நினைவுக்கு வருகின்றது. யாரெழுதியது என்று ஞாபகமில்லை.

'மறுபடியும் உன்
மன வானில் பறக்காதிருக்குமானால்
அந்தப் பறவையைச் சுட்டு வீழ்த்து'

இத்தொகுப்பிலுள்ள பிடி கருணை, பாயசம் ஆகிய கதைகளிலும், இதிலில்லாத கண்டாமணி, முள்முடி ஆகியவற்றிலும் பிரதானமாகப் பேசப்படுவது மனித மனதின் குற்றவுணர்வுதான். பிடி கருணையிலும் பாயசத்திலும், குற்றவுணர்வு, தனது குறைகள் உணர்ந்தும், அறிந்தும், திருந்த விரும்பியும் மாற்றிக்கொள்ள முடியாமல் தன் குணத்திலேயே நிலைக்கிற, தத்தளிக்கிற பாத்திரங்கள்.

ஒரு குற்றம். அது நிகழ்ந்துவிடுகிறது. அதற்குப் பாதிக்கப்பட்டவர் அல்லது நீதி வழங்கும் இடத்தில் இருப்பவர் தருகிற தண்டனை. அத்தண்டனை குற்றத்தைவிடவும், அதிகப்படியானதாகிறது. சொல்லப் போனால், கடந்துவந்த காலத்திற்குள் குற்றம் மிகச்சிறிய ஒன்றாகிவிடுவது. அன்றே கடந்து முடிவது. ஆனால், தண்டனை ஒவ்வொரு நாளும் வளர்கிற ஒன்றாகி, மலையாகி நிற்கிறது. 'முள் முடி' கதையில் அப்படித்தான். கண்டாமணி, பாவநிவர்த்தியாகச் செய்வதே மனதைத் துன்புறுத்தி உறுத்திக்கொண்டே இருக்கிறது.

பிருந்தா சேது

அன்பு – பதிலன்பு, செயல் – விளைவு, குற்றம் – பரிகாரம், குற்றத்திலிருந்து விடுபட முடியாமல் குற்றத்தின் காலத்திலேயே மனம் நின்றுவிடுவது, செய்த குற்றத்திற்கான தண்டனையே குற்றத்தை விடவும் அளவுக்கதிகமாகப் போய்ப் பெருங்குற்றமாகி விடுவது, மனதின் உறுத்தல், வலி வாதையாக மாறுவது – இவை எல்லாவற்றையும் சொல்லிச் செல்லும் மொழியின் இலாவகம், நம் கைப்பற்றிச் செல்லும் கைகளின் துளி இறுக்கம்கூடத் தெரியாமல் கூட்டிச்செல்லும் நடை. எத்தனை எத்தனை காலம் ஆனாலும் தி.ஜா.வின் எழுத்து வியப்புதான்; காலம் தாண்டிய பரவசம்தான்.

முள்முடி, கண்டாமணி, பிடி கருணை கதைகள் வாசிக்கும் ஒவ்வொரு முறையும் தரிசனம்தான். “யப்பா! என்னா அடி! என்னா அடி! பச்சை புள்ளை! அப்படியே விளுந்து பல்லி வாலு மாதிரி அது துடிச்ச துடி – தெருப் புழுதியிலே பெரண்டு! என் முதுகில சுளீர்னுதே பார்ப்பம் – அடெ! என்னை அடிக்க முடியலேன்னுதான், புள்ளையை அடிச்சாளா அவ? அடி என்னுது! முதுகு புள்ளையுது!” – இப்படி யாருக்கான அடியையோ, அம்மாக்களிடம் வாங்காத பிள்ளைகள் யார்?! “சாமி, நான் பாவம் பண்ணாம, ஆகாத்யம் பண்ணாம இருக்கும்படியா எப்ப செய்யப்போவுது சாமி?”; “என்ன ஆகாத்யம் பண்ணினே?”; “தினமும் பண்ணிக்கிட்டே இருக்குறேன். மண்ணெண்ணையை ரண்டு டப்பா தண்ணியாவது கலக்காம விக்க மனசு வல்லே. அஞ்சு ரூவாக்குச் சாமான் கொடுத்திட்டு ஏளு ரூவா கணக்கு எளுதறேன். சாமிக்கு மொந்தம்பளம் வாங்கக் காசில்லெ இன்னிக்கி. ஒரு கொளந்தை கையிலேந்து ஒரு ரூவாயை ஓசைப்படாம திருடிப்புட்டேன். இல்லவே இல்லேன்னு கொடி கட்டிப்புட்டேன். பெத்தவ பேய் மாதிரி பிள்ளையை அறஞ்சா – தூக்கிக்கிட்டுல போய்ட்டா. என் உள்ளெல்லாம் வெந்துகிட்டிருக்கு...”; “யாரோ செய்றாங்க – யாரோ படறாங்க”; “நான்தான் செஞ்சேன். புள்ளெ பட்டுது. எனக்கு வாயெல்லாம் கசக்குது. வயித்தெல்லாம் கலக்குது. தலை கனக்குது. பொட்டு வலிக்குது. நிக்கக்கூட முடியலெ, அதை நெனச்சா இந்தப் பாவம் எல்லாம் நான் பண்ணாம இருக்க சாமி பண்ணக்கூடாதா?”; “சாமி என்ன செய்யணும்?”; “இருட்டில் தொலைத்ததை, வெளிச்சத்தில் தேடுவது போலல்லவா இது?” எனலாம்.

சந்தானம்

பிள்ளையில்லாத வீட்டில், பிள்ளைபோல ஒரு பூனையை (கிட்டி) வளர்க்கிறார்கள். எதிர்வீட்டில் ஊரே மதிக்கும் கறாரான போலிஸ் சூப்பிரிண்ட், அவருக்கோ பூனை என்றால் அலர்ஜி. அலர்ஜிகூட இல்லை. பயந்து நடுங்கி நாக்குழறும் அளவு அசூயை. அப்படியொரு நிகழ்வும் நடந்துவிட, ஊரே அந்தக் கதையைச் சொல்லிச் சிரிக்கிறது. ஆஃபிஸில் வேலையிலிருக்கும்போது, அவர் நெஞ்சு வலியில் இறந்துவிடுகிறார். சரியாக அவரது கருமாதி நடக்கும் நாளில், பூனை கிணற்றில் விழுந்துவிடுகிறது. அது உயிருக்குப் போராடும்போது, இவர்கள் அடையும் பதட்டம்! ஓடோடிப் போய் போலிஸ் சூப்ரிண்ட் மனைவியிடம் மன்னிப்பும் உதவியும் கேட்கிறார்கள். அவள் உடனடியாக ஆர்டலியைக் கூப்பிட்டு, தீயணைப்பு வீரர்களை வரவழைக்கிறாள். பூனை பிழைத்துவிடுகிறது. வீதிகள் பூராவும், இப்போது இவர்கள் பூனைக்காக அடைந்த பதட்டம்

கதையாகப் பேசப்படுகிறது. பிரமாதமாக எழுதப்பட்டிருந்தாலும், எனக்கு ஏனோ இந்தக் கதை பிடிக்கவில்லை. அவ்வளவு துக்கத்திலும், போலிஸ் சூப்ரிண்ட் மனைவி, இவர்களுக்கு உதவியது மட்டும்தான் மனதை நெகிழ்த்துகிற ஒன்றாக இருந்தது.

ஒரு விசாரணை:

நாடகத்தில் கதாநாயகியாக நடிக்கிற ஒரு பெண், கதாநாயகனை விரும்புகிறாள். அவனோ சாப்பாட்டுக்கே கஷ்டப்படும் ஏழைக் குடும்பம். அது பற்றிய விசாரணை அவளது வீட்டாரோடும், சக நாடக நடிகர்களோடும், நாடகக்கம்பெனி முதலாளியோடும் நடக்கிறது. எல்லாரும் என்ன சொல்லியும் அவள் பிடிவாதமாக இருக்கிறாள். ஒருகட்டத்தில் தனக்கு அவனோடு திருமணம் நடந்துவிட்டதைத் தெரிவிக்கிறாள். எல்லோருக்கும் அதிர்ச்சி. வீட்டிற்கே வரமறுக்கிறாள். அவள் அண்ணன்களோடு கிளம்பும் அம்மா, அவளோடு கடைசியாகப் பேசிப் பார்க்கிறேன் என்று பஸ்சுக்குக் காத்திருப்பவளிடம் வருகிறாள். விநாயக சதுர்த்திக்கு வீட்டுக்கு வா, வந்து சாப்பிட்டுப்போ எனக் கூப்பிடுகிறாள். மகளோ, வேண்ணா நீ வாயேன் என்கிறாள். வரும்போது எல்லாருக்குமே பட்சணம், கொழுக்கட்டை எடுத்து வா என்கிறாள். அம்மா, மகளின் வயிறு வாடக்கூடாது என நினைப்பதும், அதுவரை ஒரு வீட்டின் மகளாயிருந்தவள், திடீரெனத் தன் கணவனின் வீட்டைத் தன் வீடாக உணர்ந்து அவர்களை மரியாதையாக நடத்த நினைப்பதும் – பெண்களின் நுணுக்கமான பாவங்கள்.

பாயசம்

சாமநாது, தன் அண்ணன் மகன் சுப்பராயனுடன் தன்னை, தனது தேகக்கட்டை ஒப்பிட்டுக் கொள்வதில் தொடங்குகிறது கதை. அவரது துவேஷம்: “நன்னா முழங்காலை மடக்கி உட்கார்ந்து எழுந்துண்டுதான் போடேன், நாலு தடவை. உனக்கு இருக்கிற பலம் யாருக்கு இருக்கு? நீ என்ன சுப்பராயன் மாதிரி, நித்யகண்டம் பூர்ண ஆயுசா? சுப்பராயன் மாதிரி மூட்டு வியாதியா, ப்ளட் ப்ரஷரா, மண்டைக் கிறுகிறுப்பா உனக்கு? என்று யாரோ சொல்வது போலிருந்தது. யாரும் சொல்லவில்லை. அவரேதான் சொல்லிக்கொண்டார்”.

மாமியார் மருமகள் பிரச்சினைபோல, ஆண்களிடம் இருக்கிற, எப்போதும் தானே தலைவனாக இருக்க விரும்புகிற விருப்பம், அவரவரின் துவேஷம், ஆளுகை, கண்ணியம், முதிர்ச்சிக்கு ஏற்ப விதவிதமாக வெளிப்படும். தான் மட்டுமே எல்லாரது வாழ்வையும் வாழ நினைக்கிற பேராவல், யாரின் வளர்ச்சியையும் காணப் பொறுக்காது; கண்களுக்குச் சக்தியிருந்தால் பொசுக்கிவிடும்.

சாமநாதுவின் மகள் கணவனை இழந்தவர்; மகனும் பெரிதாகச் சொல்லிக் கொள்ளும்படியான சிலாக்கியமான வாழ்விலில்லை. அவருக்குத் தான் காணும் யாவும் சுப்பராயனாகவே தெரியும். பார்க்கும் காட்சிகள், மனிதர்கள் எல்லாம். அவரது மன விவரணைகளின் வழியாகவே விரியும் கதையில், ஒரு கட்டத்தில் இப்படி நினைப்பார். “அப்படியே, அந்தப் பயலைக் கழுத்தைப் பிடித்து உலுக்கி, கண்ணு பிதுங்க... அவன் பெண்

பிள்ளைகளை எல்லாம் ஒரு சாக்கில் கட்டி...", அவர் பல்லை நெறித்தார். 'காவேரியிலே கொண்டு அமுக்கட்டும். அப்பதானே கரையேறாத நகரத்திலெ கிடக்கலாம். இப்பவே போங்கோ' – அவளேதான், வாலாம்பாள்தான்".

இதனுடைய மென்மையான வடிவத்தை, நான் நேரடியாகப் பார்த்திருக்கிறேன். இளமையில் தாம் பாடிய புகழ்பெற்ற பாடலை யெல்லாம், பாடகர் பி.பி. ஸ்ரீநிவாஸ் தம் அந்திமத்தில், இராயப்பேட்டை வுட்லண்ட்ஸ் ஹோட்டல் போன்ற பெரிய பெரிய ஹோட்டல்களில், அங்கு வருவோருக்குப் பாடிக் காட்டுவார். குரல் ஒத்துழைக்காது. இருந்தும் பாடுவார். தான் அடைந்த புகழை எல்லாம், தானே வரி வரியாக அழிப்பதுபோல அது இருக்கும்.

தாத்தாவும் பேரனும்

சமகாலப் பிரச்சினைகளை, தொட்டால் நம்மையே தீய்த்துவிடுகிற பிரச்சினைகளை எழுதத் தி.ஜா. எடுத்தாண்ட முறை அழகு. புரட்சிகர மான கருத்துகளைச் சொல்ல – கதையை அப்படியே புராண இதிகாச காலங்களுக்குக் கொண்டு சென்றுவிடுகிறார். அப்படித்தான் 'தாத்தாவும் பேரனும்' கதை. "எதிரிகள் காவல் காக்கத் தட்டுத் தடுமாறி நடந்துவந்தார் கிழவர். தோற்றுப்போனவர். அது மட்டும் இல்லை, மேலெல்லாம் போர்க்களத்து மண்ணும் குருதியும் பூசித் தெறித்துக் கிடந்தன. அருகே வரவர அந்த முக வாட்டமும் நடையின் தள்ளாட்டமும் விடூடபனுக்கு ஒரு கழிவிரக்கத்தைக்கூட உண்டாக்கி விட்டன. அவன் கண்ணில் ததும்பிய புன்னகை, கேலி எல்லாம் மேகத்தில் பரவின ஒளிபோல, மறைவது தெரியாமல் மறைந்தன. உட்கார்ந்திருந்தவன் எழுந்தேவிட்டான். கிழவர் அருகே வந்து விட்டார். எழத்தோன்றிய விடூடபனுக்கு விழுந்து வணங்க மட்டும் மனம் வரவில்லை".

தாத்தாவுக்கு முறைதவறிப் பிறந்த மகள் வயிற்றுப்பேரன் விடூடபன். சிறுவயது அவமானத்திற்குச் சபதமேற்றுத் தாத்தா மகாநாமரை வெற்றிகொள்கிறான். அவரை அவமானப்படுத்தும் நோக்கமில்லை; அவன் கேட்பதெல்லாம் அவரோடு இணையாக அமர்ந்து விருந்துண்ணும் உரிமையைத்தான். ஆனால், அதைக்கூட அவனுக்குத் தர விரும்பவில்லை அவர். விருந்திற்கு முன் நீராடி வர அனுமதி பெற்று, தனது நீளமான தாடியாலேயே முழங்கால்களைச் சேர்த்துப் பிணைத்து, அரண்மனைக் குளத்தில் குதித்துத் தன்னை மாய்த்துக்கொள்கிறார். ஒரு சிறிய காட்சி மாற்றம் செய்து பார்ப்போம். இதுவே அவர் வெற்றியடைந்தவராக இருந்திருந்தால், என்ன செய்திருப்பார்? கழிவைத் தோற்றவர் வாயில் ஊற்றியிருப்பாரா? பேரன் என்றும் பாராமல், அவன் நாட்டுப் பெண்களை எல்லாம் மானபங்கம் செய்திருப்பாரா? அவனைச் சாகும்வரை சித்திரவதை செய்து சிறையில் அடைத்திருப்பாரா? இவை எல்லாவற்றையும் நிகழ்த்தியிருப்பார்தானே?! பொதுவாகத் தன்னை மேல்ஜாதியாகக் கருதிக்கொள்ளும் யாரும், தமது செயல்களில் அல்லவா மேன்மையாக நடந்துகொள்ளவேண்டும்? பெருமைக்கும் ஏனைச் சிறுமைக்கும் தத்தம் கருமமேதானே காரணமாயிருக்க வேண்டும்?

புண்ணிய பேங்க்

"மாசச் சம்பளம் என்று எங்காவது அமர்ந்திருந்தால், இந்தக் கவலை எல்லாம் இராதுதான். ஆனால், மாசச் சம்பள வேலை, அவனுக்கு ஒத்துவருவதில்லை. இருந்துதான் பார்த்தான். ஐந்தாவது மட்டும்தான் படிப்பு. அதனால், ஆள்காரன் வேலைதான் கிடைத்தது. பாங்குக்குப் போய் பணம் கட்டி வருகிறது; குழந்தைகளைப் பள்ளிக்கூடம் கொண்டுவிடுகிறது; லாரியில் ஏற்றின சாமான்களைச் சேரும் இடத்ததில் சேர்த்துவிட்டுக் கையொப்பம் வாங்கிக்கொண்டு திரும்புகிறது. இந்த மாதிரி எத்தனையோ பார்த்தாகிவிட்டது. மாசச் சம்பளம் கொடுக்கிறவர்களுக்கு, என்னமோ ஆளையே விலைக்கு வாங்கி விட்டதாக பாத்தியம். இவனுடைய இருபத்து நான்கு மணி நேரமும் தன் கையில் ஒப்படைக்கப்பட்டு விட்டதாக ஒரு பேயாசை. வேறு காரணங்களும் இருக்கலாம். பொதுவாக ஒத்து வரவில்லை".

புண்ணிய பேங்க் கதையில் வரும் சிதம்பரம், நாம் வாழ்வில் சந்தித்த எத்தனையோ பேரை நினைவுபடுத்துகிறான். சிலசமயம் நாமும் அதில் உண்டு. தன்மேல் தனக்கே ஏற்படும் வெறுப்பைத்தான், ப்ளட் பேங்க் ஆளிடம் காட்டுகிறான். இரத்தம் கொடுத்து அன்றையபாட்டை பார்க்கும் நிலையிலிருந்தாலும், பக்கத்துவீட்டுப் பாட்டியிடம் 'கௌரவம்' விட்டுக்கொடுக்காமல், 'புண்ணிய பேங்க்' என்று சொல்வது, எங்களது ஊரில் இதைப் 'பெருமைக்கு எருமை மேய்ப்பது' என்று சொல்வோம்.

பஸ்ஸும் நாய்களும்

நடுத்தர வர்கத்தினருக்கு, மேல்வர்க்கம் நாய்களாகவும், மேல்வர்க்கத்தினருக்கு மற்றவர் நாய்களாகவும் தெரிவதைச் சொல்கிற கதை. பஸ் நெரிசலில் பெண்கள் படுகிற அவதிகளை, (அண்ணனாக, அப்பாவாக) ஆண் எப்படி உணருகிறான் என்பது இன்னும் ஆழமான விவரிப்பாக வந்திருக்க வேண்டிய கதை, திடீரெனத் திசைமாறி, அந்த பஸ்ஸின் கூட்ட நெரிசலும், அதிக பஸ்கள் விடாமல் அந்த நெரிசலுக்குக் காரணமாக இருக்கிற அரசு அதிகாரிகளின் மேல் வருகிற கோபமும் என வர்க்கக் கதையாக மாறுகிறது. வகை கூடிவராத கதை.

நேத்திக்கு

சாதாரணமாகவே தி.ஜா. கதை, தொடக்கம் முதல் முடிவு வரை வேகமாக ஓடும். இது ரேஸ் குதிரை பற்றிய கதை வேறு. பறந்து கட்டிக்கொண்டு, ரேஸ் குதிரை வேகத்திலேயே ஓடுகிறது. முதலாளிகள், தொழிலாளிகளைப் பார்க்கிற விதம்தான் கதை. ஒரு பந்தயக் குதிரை போலத்தான், வேலை நடக்கும் வரைதான் தொழிலாளியின் அருமை பெருமையெல்லாம். அந்தக் குதிரை, எவ்வளவுதான் பொருளீட்டித் தந்திருந்தாலும், காலுடைந்த பிறகு 'ஷூட்டிங் ஆர்டர்தான்'. அது ஈட்டித் தந்த பொருள், அதற்கு இம்மி அளவும் கிடையாது. வேண்டுமானால், ஃபோட்டோ வைத்து மாலை போட்டு, நினைவுகூர்வார்கள். இந்தக் கதையில் வருகிற, சினிமாக் குழந்தை மாதிரி அதீதமாகப் பேசுகிற குழந்தைதான், வாசிக்கிற மற்றும் எழுதுகிறவர்களின் மனசாட்சி.

மாப்பிள்ளைத் தோழன்

சென்னையின் அல்லது டில்லியின் ட்ராஃபிக் ஜாம். ஜன நெரிசல். பஸ்ஸின் விழிபிதுங்குகிற கூட்டம். பிடிக்க எதுவுமில்லாது, கால் மிதிபடப் பயணிப்பது. இறங்கி ஏறுவது. அதுவும் மழைநேரம், சொல்லவே வேண்டாம். ஒரு சுமாரான கல்யாண வீட்டின் அவதிகள். ஈரக்கோணிச் சாக்குகள். தாழில்லாக் கழிவறைகள். ஈக்கள். காதுக்குள் எப்போதும் அவற்றின் ரீங்காரம். அழுக்கு. சுத்தமின்மை. சுகாதாரம் இன்மை. இவை எல்லாம் ஏற்படுத்துகிற வயிற்றுக் குமட்டல். ஆனால், ஒவ்வொன்றாய் லயம் கூடி, கூட்டிக்கொண்டேபோய்ப் பள்ளச் சரிவிலே அனைத்தையும் தள்ளிப் பறக்கவைத்த லாவகம். எனக்கு இந்தத் தொகுப்பிலே மிகப் பிடித்த கதைகளுள் இதுவும் ஒன்று. மாப்பிள்ளைத் தோழன் கடைசி வரை, மாப்பிள்ளைத் தோழன்தான். அவருக்குப் பெயரே இல்லை.

○

தியானத்தை உணர, நாம் தூக்கத்தில் விழுகிற நொடிகளைக் கவனிக்கச் சொல்வார்கள். அது ஒரு அற்புதம் நிரம்பிய நொடி. எதிலிருந்து எப்போது எப்படி நழுவினோம், விழுந்தோம் என்று அறியாத நொடி. அதில் அவ்வளவு குழந்தைமை உண்டு. நோக்கமின்மை உண்டு. புதிர் உண்டு. அள்ளக் குறையாத சுவாரஸ்யமுண்டு. அறிதலின் உச்சத்தை அடைவதும் உண்டு. அந்த விதமான தியானத்தின் ஆழ்மனத் தேடலைத் தருவன, தி.ஜா.வின் சிறுகதைகள்.

தி.ஜா.வின் ஒரேயொரு கதையைத்தான் சொல்ல வேண்டும் என நிபந்தனை விதித்தால், நான் 'கண்டாமணி'யைச் சொல்வேன். எனக்கு மிகவும் பிடித்த கதை. மன ஓட்டமும், காட்சி மாற்றமும், கதை சொல்லலும் அற்புதமாகக் கூடிவந்த கதை. உணர்ச்சியும், சொற்களும், அந்த மனிதர்களின் வாழ்வை, மனோபாவங்களை வாசிக்கும்போது நமக்குள் எழும் உணர்ச்சிகளையும் எண்ண ஓட்டங்களையும் மிகச்சரியாகக் கணித்து – ஒரேநேரத்தில் வாசகராகவும், எழுத்தாளராகவும், எடிட்டராகவும், ஆழ்மன எண்ணங்களை ஆள்பவராகவும் தி.ஜா. இருப்பார். அவரது எல்லாக் கதைகளுமே அவ்வகையாகச் செம்மையாக எழுதப்பட்டவையே. ஒவ்வொரு வாசகருக்கும் அவரின் ஒவ்வொரு கதைகளில் அலாதியான பிடிப்பிருக்கும். அது அவரவர் பாத்திரம். அவரவர் முகர்தல். ஆனால், காவேரியோ, அகண்டு விரிந்து, தி.ஜா.வாக ஓடிக்கொண்டிருக்கிறது.

✣

56

சக்தி வைத்தியம்: பாத்திரங்களுக்கு உயிரூட்டிய தி.ஜா.

ஆர். வெங்கடேஷ்

இலக்கிய ரீதியாகக் கருத்துச் சொல்வது மிகப்பெரிய இம்சை. இளைஞனாக இருந்தபோது, பல சமயங்களில் தடாலடியாகப் பேசியிருக்கிறேன். இப்போது அந்தத் தைரியம் வரமாட்டேன் என்கிறது. தி.ஜானகிராமனுடைய 'சக்தி வைத்தியம்' சிறுகதைத் தொகுதியை எடுத்துவைத்துக் கொண்டபோதும் ஏற்பட்ட உணர்வு இதுதான். ஒரு ரசிகனாக என்னால் இதில் உள்ள கதைகளைப் படித்து அனுபவிக்க முடியும். பலமுறை அப்படிப் படித்துவிட்டேன். ஆனால், ஒருவார்த்தையும் எழுத வரவில்லை. என்ன சொல்வது? சங்கீதத்தில் ஒருபிடி கிடைக்கவேண்டும் என்பார்கள். அப்போதுதான், 'கச்சேரி' சோபிக்கும். எனக்கு இந்தப் புத்தகம் பற்றி எழுதுவதற்கு, அப்படி ஒருபிடி கிடைக்காமல் தவித்துக் கொண்டிருந்தேன். இதற்குள் நண்பர் கல்யாணராமன், என்னிடம் கட்டுரை கேட்டு, கேட்டுச் சலித்தே போய்விட்டார். பிரச்னை இதுதான். இது ஒரு மகா எழுத்தாளரது நூல். ஒவ்வொரு கதையும் கொண்டாடப்பட வேண்டியதே. ஆனால், என் அளவுகோல் எத்தகையது என்ற தெளிவு, எனக்கு வேண்டும் அல்லவா? பலவிதமாக இதைக் கட்டுடைப்புச் செய்யமுடியுமா என்றெல்லாம் யோசித்துப் பார்த்தபோது, நான் ஏனோ, தி.ஜா.வுக்கு எந்த நியாயமும் செய்யவில்லை என்றே தோன்றியது.

அவர் மிகவும் வெள்ளந்தியாகக் கதைகள் எழுதியிருக்கிறார். தம்மை யாரும் முகமன் செய்யவேண்டும் என்றோ, தாம் உன்னதக் கதைகளைப் படைக்கப்போகிறேன் என்றோ எந்த விதமான ஹோதாவும் இல்லாமல் எழுதும் காலகட்டத்தைச் சேர்ந்த எழுத்தாளர் அவர். இதில் உள்ள கதைகள் எல்லாமே, கலைத்தன்மையின் உச்சத்தைத் தொட்டவை அல்ல. அப்படியென்றால், இது யார் குறைபாடு? நான் அவரை

விதந்து மட்டுமே எழுதவேண்டும், எந்தக் குறையும் சொல்லிவிடக்கூடாது என்று எனக்கு நானே போட்டுக்கொண்ட கட்டளை, எனக்கே வேலி முள் மாதிரி ஆகிவிட்டது. முதலில் என்னை நானே உதறி விலக்கிக்கொண்டு வெளியே வரவேண்டியதாயிற்று. எது நன்றாக இருக்கிறதோ, இன்றைய காலகட்ட வாசிப்பிலும் நெஞ்சில் நிற்கிறதோ அதை ஒருவகையாகவும், இதர பிறவற்றை இன்னொரு வகையாகவும் பகுத்துக்கொண்டு பேசுவதே சிறப்பாக இருக்கும் என்ற தெளிவுக்கு வந்த பின்னர்தான், கணினியில் என் விரல்கள் நடனமாடத் தொடங்கின.

இதில், தி.ஜா.வைக் குறைசொல்லும் நோக்கு, எனக்கு இல்லை. ஆனால், அப்படிப்பட்ட விமர்சனங்கள் ஏதேனும் தென்படுமானால், அது அவர் வழிவந்த பரம்பரை இலக்கிய நேர்மையின் விளைவு என்றே புரிந்துகொள்ளுமாறு, நான் கோருகிறேன். எதற்கு இவ்வளவு பீடிகை என்றே தெரியவில்லை. காலத்துக்கு ஏற்பத் தராசுகள் மாறுகின்றன என்பது உண்மை. அதேபோல், அவர் இக்கதைகளை எழுதிய காலகட்டத்தின் யதார்த்தங்களையும் புரிந்துகொள்ள, நான் தவறவில்லை. ஓர் எழுத்தாளனது படைப்புகளை, அவரது காலத்தோடு ஒட்டிப் புரிந்துகொள்வதுபோன்றே, காலம் கடந்துநிற்கும் அம்சங்களுக்காகவும் அவற்றைக் கொண்டாட வேண்டும். காலம் நிராகரிக்கும் அம்சங்களைச் சொல்லவும் தயங்கக்கூடாது என்று எனக்கு நானே முடிச்சுப் போட்டுக்கொண்டிருக்கிறேன். ராஜாஜிதான் ஞாபகம் வருகிறார். ராமாயணமும் மகாபாரதமும் எழுதும்போது, அவர் பல இடங்களில் இடையீடுகள் செய்கிறார். இதைத்தான் வால்மீகி சொல்கிறார் அல்லது வியாசர் தெரிவிக்கிறார் என்கிறார். ஆனால், தமக்கு அது உவப்பாக இல்லை என்பதையும் ராஜாஜி தெரிவித்துவிடுகிறார். அதுவும் இந்த நூலைத் தொடும் எனக்கு, ஒரு கைவிளக்கு.

காட்சிகள்தான் கண்முன்னே நிற்கின்றன. எழுத்தின் வெற்றி அது. இன்றைக்குத் திரைப்படங்களிலோ, இதர காட்சி ஊடகங்களிலோ ஒரு சம்பவத்தை, குணத்தை, பரிமாணத்தைக் காட்சிப்படுத்திவிடலாம். ஆனால், எழுத்தில் அதே காட்சி ரூபத்தைக் கொண்டுவருவது எவ்வளவு சிரமமென்பது எழுத்தாளனாக இருப்பவருக்கே தெரியும். வரிசையாகக் காட்சிகள் அடுக்கப்படுகின்றன. இத்தொகுதியின் மிகச் சிறந்த கதையாக நான் கருதும் 'தீர்மானம்', ஒரு காட்சி ரீதியான கதை சொல்லல்தான். வாசலில் சோழி விளையாடிக் கொண்டிருக்கும் விசாலியின் மனத்தில் தோன்றும் தீர்மானம்தான் சொல்லப்படுகிறது என்று பார்த்தால், அவளுடைய அப்பாவின் தீர்மானமும் கதையின் இறுதியில் வருகிறது. ஆனால், எல்லாவற்றுக்கும் அடிப்படையான அன்பும் அன்னமிடுதலும் அனுசரணையும்தான் தூக்கலாகக் கதையில் தெரிகின்றன. ஆசிரியர் எங்கேயும் தலையிடவில்லை, கடைசி இரண்டு பத்திகளைத் தவிர. உணர்ச்சிகளின் உள்ளடக்கம்தான் கதை. என்ன அழகு? ஒரு வார்த்தையும் நீக்கமுடியாத அளவுக்குக் கச்சிதமான கதை. வார்த்தைகளுக்குப் பின்னே நிற்கும் உணர்வுகள், வாசகனுக்குக் கடத்தப்படும் நேர்த்தி, கலைஞனுக்கே உரித்தானது. சோழி போட்டு விளையாடும் வர்ணனையாகட்டும், கடைசியில், அப்பாவின் வண்டி, மகளின் வண்டியைத் துரத்திக்கொண்டு போகும் வேகமாகட்டும், எழுத்துகளின் வழியே கண் முன்னே சலன சித்திரமாக மிளிர்கிறது கதை.

‘நாயக்கர் திருப்பணி’ சிறுகதையின் ஆரம்பக் காட்சி, இன்னோர் அற்புதம். சண்டைக் காட்சியின் வர்ணனை அது. போகும் வண்டியிலிருந்து விறகுக்கட்டுகளை உருவியெடுத்துப் போடுவதும், அதற்காக வண்டிக்காரர்களோடு நடக்கும் சின்னச் சண்டையும் அப்படியே கண்முன்னே நிற்கிறது. அதற்குப் பின்னே கதை நடைபெறும் விதம் சாகசம் நிறைந்தது. தமிழில் நான் வாசித்து, ப.சிங்காரத்தின் நாவல்களில்தான் சாகசக் கதாநாயகனைப் பார்த்திருக்கிறேன். இங்கே நமோ கணபதி கோபால நாயக்கன், பெரிய சாகசம் செய்பவராகத் திகழ்கிறார். கடைசியில் அவர் பிள்ளையார் சிலையையே தூக்கிக்கொண்டு மலேசியா போய், அங்கே அவருக்குத் திருப்பணி நடத்தத் துடிக்கும் வேகம், கதை ஓட்டத்தில் விறுவிறுப்பைக் கூட்டுகிறது. கோபால நாயக்கன் எப்படி இருப்பார் என்ற தோற்றமும், அவருடைய கெட்டியான உடலுக்குள் ஒளிந்திருக்கும் ஆழமான பக்தியும் ஈடுபாடும் கதையோடே வெளிப்படுகின்றன. கூடவே அன்பும். மகன் தாமு, சர்க்கஸில் ஒரு வெள்ளைக்காரியைத் திருமணம் செய்துகொண்டுவிட்டான் என்று முதலில் வருந்துகிறவர், கடைசியில் கதையைச் சொல்லும் வக்கீல் குழந்தைக்கு எழுதும் கடிதத்தில் சொல்லும் பின்வரி ஈரம் சொட்டுவதாயுள்ளது: ‘தாமு ஸர்க்கேஸ் கம்பெனியோடு எப்பவாவது நம்ம ஊர்க்கு வந்தாலும் வருவான். அவன் தகப்பனாருக்கு அப்படி ஒன்றும் வருத்தமில்லை என்று குழந்தை அவனைப் பார்த்தால் கட்டாயம் சொல்ல வேண்டும்’.

‘வெங்கிடி சார் ஏன் ஓடினார்?’ ஓர் அபூர்வமான கதை. நம் தயாளக்குணம் தப்பாக எடுத்துக் கொள்ளப்பட்டு, ஏமாற்றப்படும்போது ஓர் ஆவேசம் வருமே, அதுவே இக்கதையின் மையம். வாழ்நாள் எல்லாம் பிறருக்கு உதவி செய்வதையே தம் பணியாகக் கொண்டிருக்கும் வெங்கிடி சாரின் வெகுளித்தனத்தை ஒரு பையன் ஏமாற்ற முயற்சி செய்கிறான். அதை உணர்ந்து கொண்டவுடன், அவனைத் துரத்த ஆரம்பிக்கிறார் அவர். அந்தப் பையன் அப்படி ஓர் ஆட்டம் காட்டுகிறான். வெங்கிடி சார் ஓடும் திசையில் கதையும் வேகமெடுத்து ஓடுகிறது. அவர் அனுபவித்த ஏமாற்றத்தின் வலி, நம்மையும் தொற்றிக்கொள்கிறது. கடைசிவரை அந்தப் பையனை அவரால் பிடிக்க முடியவில்லை. வெங்கிடி சார் கீழே விழுந்துவிடுகிறார். பையன், காசை வீசியெறிந்துவிட்டுப் போகிறான். வெங்கிடி, அந்தக் காசை எடுத்து, மீண்டும் வீசியெறிந்துவிட்டு, மருத்துவமனை நோக்கி நகர்ந்தார் என்று கதையை முடிக்கிறார் தி.ஜா. மனவோட்டத்தின் வேகத்துக்குக் கதையோட்டம் இருக்கிறது.

வேகத்துக்கு மட்டுமல்ல, நிதானத்துக்கும் சான்றாக, இந்தத் தொகுதியிலேயே இருக்கும் கதை ‘வீடு.’ நாயகன்தான் கதைசொல்லி. சந்தான கோபால கிருஷ்ணன். டாக்டர். ஆரம்பத்தில் ஒரே சொந்தப் பிரதாபம். படிப்படியாகக் கதை மையத்துக்குள் நகர்கிறார் டாக்டர். மகாதேவன் அறிமுகமாகிறான். டாக்டரின் உதவியாளனாகச் சேர்கிறான். மகாதேவனுக்கும் டாக்டர் மனைவிக்கும் உறவு மலர்ந்து விடுகிறது. அதைக் கண்டுபிடிக்கும் இடமும், அந்நேரத்து வர்ணனையும் எதிர்பாராதது, வாசகருக்கு அதிர்ச்சியளிப்பது. டாக்டரின் பஞ்சுமெத்தையில் மகாதேவன் படுத்துக்கொண்டிருக்கிறான். கதையைப் படிக்கும் நமக்குப் பதறுகிறது.

ஆனால், டாக்டர் யார் மீதும் கோபப்படுவதில்லை. மனைவி உள்பட. உறவைக் கத்தரித்துவிட்டுவிட்டால் சரியாகிவிடும் என்று நினைத்து, மகாதேவனை வேலையை விட்டு நீக்கிவிடுகிறார். அதற்குப் பிறகுதான் நிலைமை மோசமாகிறது. மகாதேவனோடு டாக்டர் மனைவி குழந்தை பெற்றுக்கொள்கிறார். ஒருகட்டத்தில் வீட்டைப் பிரித்துக்கொடுங்கள் என்று, டாக்டரிடமே அவரது மனைவி கேட்கிறார். வீடு விற்பனை செய்யப்பட வேண்டும். வேண்டுமென்றே வீடு விற்பனை ஆகிவிடக்கூடாது என்பதற்காக, அதன் விலையை உயர்த்திச் சொல்லி அனைவரையும் துரத்துகிறார் டாக்டர். இப்படியெல்லாம் நடக்குமா என ஆச்சரியம் ஏற்படுகிறது. ஆனால், கடைசியில் மகாதேவன் மரணமடைய, டாக்டர் தம் வீட்டை மீண்டும் தாமே பத்திரப்படுத்திக்கொண்டார் என்பதே கதையின் முடிவு. மனைவி களங்கமடைந்தவள் என்றோ, இன்னொரு குழந்தை அவளுக்குப் பிறந்திருக்கிறது என்றோ டாக்டர் அதிகம் அலட்டிக்கொள்ளவில்லை. மரபு மீறல் என்றாலும், வாழ்க்கையில் இதுவும் ஒரு யதார்த்தமே என ஏற்றுக்கொள்ளும் மனப்பக்குவத்தோடு தொடர்கிறார். விஸ்தாரமான தம் கதை சொல்லல் முறையைப் பின்பற்றி, வேறொரு தளத்துக்குக் கதையை நகர்த்திச் சென்றுள்ளார் தி.ஜா.

அழகான கதைக்கு உதாரணம், 'ஒரு சின்ன வாக்குவாதம்.' டீ.வீ. ஆருக்கும் சிவநேசனுக்கும் இடையே எப்போதும் ஒரு மோதல். டீ.வீ.ஆர். நாடகங்களில் சின்னச் சின்ன வேஷங்கள் போடுகிறவர். அவரது விறகுக்கடையில் வேலையாளாக இருப்பவன் சிவநேசன். தன்னுடைய நடிப்புத் திறமையைச் சொல்லி, எப்படியேனும் சிவநேசனிடம் பாராட்டுப் பெற்றுவிட வேண்டும் என்ற துடிப்பு டீ.வி.ஆர்.க்கு. ஆனால், ஒருநாளும் ஒரு நல்ல வார்த்தை சொல்லி, அவரைக் குஷிப்படுத்த மாட்டேன் என்கிறார் சிவநேசன். நுட்பமான கதை. டீ.வீ.ஆர்.க்குச் சிவநேசன் வேண்டும். அவனது பாராட்டுகள் வேண்டும். கூடவே, அவனது சிரத்தையான, நம்பிக்கைக்குரிய வியாபாரமும் வேண்டும். எது முன்னிலை வகிக்கிறது என்று பார்த்தால், அவனது வியாபார நேர்மையே. அதனாலேயே, அவனது நொடிக்கும் வார்த்தைகளைச் சகித்துக்கொள்கிறார் டீ.வீ.ஆர். மனித மனத்தின் முன்னுரிமைகளை அழகாக எடுத்துச்சொல்லும் கதை.

உணர்ச்சிக்குவியலான சமூக யதார்த்தக் கதை, 'இசைப் பயிற்சி.' தலித் சாதி இளைஞன் குப்பாண்டிக்கு இசைப் பயிற்சி அளிப்பதற்குத் தயாராகும் ஆசிரியர் மல்லிகை சந்திக்கும் சமூகப் புறக்கணிப்பு, எகத்தாளம், கேலி, கிண்டலின் பதிவாக இக்கதை உருவாகியுள்ளது. மல்லி, நல்ல குரல் வளமுள்ள சீடனைத் தேடிக்கொண்டிருக்கிறார். குப்பாண்டியின் குரல், அவரை மயக்குகிறது. எப்படியேனும் குப்பாண்டிக்கு முறையான இசைப் பயிற்சியளித்து, முன்னிலைக்குக் கொண்டுவர வேண்டும் என்ற அவா, மல்லிக்கு. ஆனால், ஊரோ கேலி பேசுகிறது. ஒருகட்டத்தில், தாம் எடுத்த முடிவு தவறோ என்றுகூடத் தயங்கி, வீட்டைவிட்டு வெளியே போகாமல் இருந்துவிடுகிறார் மல்லி. ஆனால், வெள்ளிக் கிழமையன்று, பயிற்சி பெறுவதற்குக் குப்பாண்டி வந்துவிடுகிறான். அவனை, வீட்டின் புழக்கடையில் உட்காரவைத்து இசை வகுப்பெடுக்கிறார். அதைப் பார்க்கும் அக்கம்பக்கத்தார், மல்லியைக் கேலி பேசுகின்றனர். அதனால் மல்லி

நொந்துபோகிறார். அவருக்குள்ளிருக்கும் உண்மை இசை விற்பன்னர், இதையெல்லாம் கண்டு வெறுப்படைகிறார். மேல்சாதி, கீழ்ச்சாதி ஏற்றத்தாழ்வுகள் ஒருகாலத்தில் எவ்வளவு மோசமாக இருந்தன என்பதை இக்கதை வெளிப்படையாக எடுத்துக்காட்டி, இறுதியில், இப்படிப்பட்ட முயற்சியில் இறங்கும் இசை விற்பன்னருக்கு ஏற்படும் மனவுணர்வையும் சுட்டிக் காட்டுகிறது. ஆசிரியர் கூற்றாக வரும் கடைசிப் பத்தி, அவரது நிலைப்பாட்டை எடுத்துச் சொல்வதாக அமைந்துள்ளது. 'இப்பொழுது பயத்தோடு ஒரு தனிமையும், அலட்சியமும் சேர்ந்துகொண்டன. காய்ச்சல் வந்த மாதிரி கை நடுங்கிற்று. ஊஞ்சல் மீது படுத்துச் சங்கிலியைக் கெட்டியாகப் பிடித்துக்கொண்டார்.' செய்வது சரி என்ற உறுதி கூடும்போது, அதற்கான ஓர் எள்ளலையும் புறக்கணிப்பையும் ஏற்கத் தயாராகும் மனநிலை இது. தி.ஜா.வின் சமூக நோக்குத் துலங்கும் கதைகளில் இதுவும் ஒன்று.

இன்றைக்கு மறதிநோய் என்னும் டிமென்ஷியா பற்றி, நிறையத் தெரிந்துகொண்டிருக்கிறோம். அதையே ஒருகதையாக வடித்திருக்கிறது 'விளையாட்டுப் பொம்மை.' இக்கதையில் பழைய நினைவுகள் உள்ளன. சமீபத்தில் நடந்த சம்பவங்கள், பெயர்கள் அனைத்தும் மறந்துபோய் விடுகின்றன வேணு மாமாவுக்கு. அவருக்கு நேரும் அனுபவங்கள் அனைத்தும், கண்முன்னே நிற்கின்றன. மறதிநோய் பற்றித் தமிழில் பெரும்பாலோருக்குத் தெரியாது. அது ஏற்படுத்தும் பாதிப்பை 1970களிலேயே தி.ஜா. தொட்டிருக்கிறார் என்பதே என்னை வியப்பில் ஆழ்த்துகிறது. இதில் ஆசிரியர் விவரிக்கும் சம்பவங்கள் அனைத்தும், டிமென்ஷியா நோயாளி அனுபவிக்கும் அவஸ்தைகளே. இந்த அனுபவத்தைச் சொல்வதோடு மட்டும் நிற்காமல், அவருக்கும் அவர் மனைவிக்குமான நெருக்கத்தை எடுத்துச்சொல்லும் தனித்துவத்தோடும் இக்கதை நகர்த்தப்பட்டுள்ளது.

சமூகத்தை நாம் இன்று பார்க்கும் பார்வை, 50 ஆண்டுக்கு முன்னிருந்ததைப் போலில்லை. அதாவது, நமது மதிப்பீடுகள் பெரும் மாற்றத்தைக் கண்டுள்ளன. நிறைய விஷயங்களில் நமது அபிப்பிராயங்கள் மாறியுள்ளன. இன்றைய நியாயங்கள் வேறானவை. சில சிறுகதைகளில், அன்றைய நியாயங்களைத் தி.ஜா. எடுத்துப் பேசியிருக்கிறார். இவற்றை அக்காலத்தின் அபிப்பிராயங்கள் என்று வேண்டுமானால் எடுத்துக்கொள்ளலாமே தவிர, அவற்றுக்கு இன்றைக்குச் செலாவணியிருக்கும் என்று எதிர்பார்ப்பதற்கு நியாயமில்லை. அப்படி ஒரு கதைதான், 1962இல் வெளியாகியுள்ள 'சக்தி வைத்தியம்'. இதில் இரண்டு பெண்களின் இரண்டு காலகட்டத்துப் பார்வைகள் எதிரெதிராக முன்வைக்கப்படுகின்றன. குழந்தை வளர்க்கவே தெரியவில்லை என்று குற்றம்சாட்டும் பெண் ஆசிரியர், நவீனப் பெண்ணின் பிம்பம் என்றால், 1948இல் திருமணம் செய்துகொண்ட ஒரு பெண்ணின் பிம்பம், அதற்கு முந்தைய கால கட்டத்தைச் சேர்ந்தது. ஆசிரியர், குழந்தையின் எனர்ஜியை எப்படியெல்லாம் மட்டுப்படுத்தலாம், ஆக்கபூர்வமாக மாற்றலாம் என்பதை வீட்டுக்கே வந்து சொல்கிறார். ஆனால், மாணவனது தாயாரால், அதை ஏற்க முடியவில்லை. அதோடு மட்டும் இக்கதை முடியவில்லை. அந்த ஆசிரியரது வீட்டுக்குப் போய்ப் பார்க்கும்போது, அவரது குழந்தை,

மிக மோசமாகத் தவித்துக்கொண்டிருக்கும்போதும், அந்த அம்மாள் நாடக ஒத்திகைக்குப் போயிருப்பதாகக் கதை புனைப்பட்டுள்ளது. இங்கே மீண்டும் பழைமையே உசந்தது என்பதை முன்னிறுத்துவதாகத் தோன்றும்படி கதை அமைந்துள்ளது இடறுகிறது. அறுபதுகளில் தொடங்கிய இத்தகைய போக்கு, அதிர்ச்சியாகவும் வியப்பாகவும் பார்க்கப்பட்டதன் விளைவாகவும் இக்கதையை எடுத்துக்கொள்ளலாம். இன்றைக்கு அப்படியில்லை. அந்த ஆசிரியர் சொல்லும் ஆலோசனைகள் தவறானவை அல்ல. முரட்டுத்தன மான குழந்தைகளையும் துறுதுறுப்பான குழந்தைகளையும் கையாளக் குழந்தைநல, மனநல மருத்துவர்கள் தெரிவிக்கும் ஆலோசனைகளையே அந்தப் பாத்திரம் தெரிவிக்கிறது. இதையெல்லாம் சொல்லும் நீ மட்டும் என்ன யோக்கியம் என்பதைத் தெரிவிக்க, கதையின் இரண்டாம்பகுதி அமைக்கப்பட்டுள்ளது. ஒரு காலகட்டத்தின் பதிவாக மட்டுமே, இக்கதையை எடுத்துக்கொள்ள முடியும்.

இதேபோன்ற இன்னொரு முரணைப் பேசும் கதை, ‘கோதாவரிக் குண்டு.’ கங்கா பாய் கோதாவரிக் குண்டை வைத்து, இரண்டு ரூபாய் பணம் கேட்கிறார். கடைசியில் ஒரு ரூபாய் கொடுக்கிறார் ராயர். அவர் குடும்பமும் கஷ்டப்படுகிறது என்றால், கங்காபாயின் குடும்பமும் கஷ்டப்படுகிறது. பல்வேறு கஷ்டங்களை வரிசைப்படுத்தும் ஆசிரியர், அவர்களின் வாழ்நிலையையும் சொல்கிறார். கடைசியில், கடன் கொடுத்த அன்று மாலை, கங்கா பாயின் கணவர் தத்துவைப் பார்க்கிறார் ராயர். கங்கா பாய் சினிமா பார்க்கச் சென்றிருப்பதாகவும், அவரை அழைத்துப் போகக் காத்திருப்பதாகவும் தெரிவிக்கிறார் தத்து. ராயருக்குக் கோபம் வருகிறது. ‘அட! துடகாலிகளா?’ என்று கத்த வாயெடுத்தேன்’ என்று சொல்கிறார் ராயர். அதாவது, ஏழைமையில் இருப்பவர்கள், அதைத் துடைக்கத்தான் எந்நேரமும் முயற்சிக்க வேண்டும், அவர்கள் மகிழ்ச்சியாக இருக்கும் எந்த ஒரு சௌகரியத்திலும் ஈடுபடக்கூடாது என்பதுதான் ராயரின் எண்ணம். இன்றைக்கு இப்படிப்பட்ட எண்ணம், ஏற்கத்தக்கதன்று. கடன் வாங்குவது என்பது வேறு. கடன் கொடுப்பவர், அப்பணம் எப்படிச் செலவழிக்கப்படவேண்டும் என்று கருத்துரைப்பதற்கு எந்தத் தகுதியும் பெற்றவரில்லை. அது கடன் வாங்கியவரது உரிமை. அதை வைத்துக் கொண்டு, தம் குடும்ப கஷ்டங்களைப் போக்கிக்கொள்ள முயற்சி செய்யலாம். அல்லது தம் விருப்பப்படி ஒரு சினிமா பார்க்கலாம். இது இன்றைய பார்வை. இக்கதை 1961இல் வெளியாகியுள்ளது. அந்தக் காலத்தின் மேட்டிமைத்தனத்தோடு இக்கதை படைக்கப்பட்டிருக்கிறது.

இத்தொகுதியிலிருக்கும் இன்னும் மூன்று கதைகள், முற்றிலும் வேறு தளத்தில் படைக்கப்பட்டுள்ளன. பூடகமாகப் பொருள்கொள்ள வேண்டியவை அவை. ‘கங்கா ஸ்நானம்’ கதையை எப்படிச் சொல்வது என்று தெரியவில்லை. பணத்தைப் பறிகொடுப்பது மிகப்பெரிய சோகம். அதுவும் முதல் நாள் ராத்திரி சின்னசாமியிடம் வாங்கிய பணத்தை மறுநாள் காலை, வாங்கிக்கொள்ளவே இல்லை என்று சாதித்து, ஏமாற்றிவிடுகிறார் துரையப்பா. அது வாழ்க்கை முழுவதும் தொடரும் வலி. இப்போது கங்கையில் குளித்து, அத்தனை அக, புற அழுக்குகளையும் கழுவ வந்திருக்கிறார் சின்னசாமி. இந்த இடத்திலும், மீண்டும் எதிர்ப்படுகிறார்

துரையப்பா. எப்படி அவரைச் சந்திக்கப் போகிறோம் என்ற திகைப்பு ஒரு பக்கம். மனத்தின் ஆழத்தில் ஏற்பட்ட அவமான வடு மறுபக்கம். தர்மசங்கடம் என்பது இதுதான். சின்னசாமி அதைக் கடப்பதே இக்கதையின் அற்புதம். சின்னசாமியின் மனைவி ஓர் ஆலோசனை சொல்கிறார்: 'அவன் பாவத்துக்கும் சேர்த்து முழுக்குப் போடுங்கோ.' இந்தியத் தத்துவ மரபில், தவறு சரி என்ற இரட்டைநிலை எப்போதும் மோதிக்கொண்டேயிருக்கும். குரோதமோ, மோதலோ என்றுமே தீர்வை நோக்கி நகர்த்தாது. மன்னித்தலும் மறத்தலும் இன்னும் ஒருபடி மேலே போய், எதிராளியின் தவறுக்காகவும் கங்கையில் தலைமுழுகச் சொல்வதுதான் நமது மன ஆரோக்கியத்துக்கான அருமருந்து. யதார்த்த நிலையிலிருந்து, சட்டென ஒருபடி மேலே உயர்ந்து நிற்கும் கதை இது.

'முள்முடி' வேறொரு தளத்துக்கு நகரும் இன்னொரு கதை. இங்கே ஓய்வுபெறும் ஆசிரியர் அனுகூலசாமிக்கு விடைபெறும் விழா நடைபெறுகிறது. தம் ஆசிரியர் வாழ்வு முழுவதும், எந்த மாணவனையும் அடிக்காமல் அதட்டாமல், பணிநிறைவு பெற்றுவிட்ட மகிழ்ச்சியோடு இருக்கிறார் அனுகூலசாமி. ஆனால், அவரையும் அறியாமல் ஒரு சின்னத் தண்டனை கொடுத்துவிடுகிறார். பள்ளிக்கூடத்தில் புத்தகத்தைத் திருடிய சின்னையனுக்குக் கொடுத்த தண்டனை அது. யாரும் அவனோடு பேசக்கூடாது என்று மற்ற மாணவர்களுக்குக் கட்டுப்பாடு விதித்துவிடுகிறார். எல்லா மாணவர்களும் அவனைப் புறக்கணித்துவிடச் சின்னையன் நொந்துபோகிறான். தம் பணி வாழ்க்கை முழுவதும் யாருடைய மனத்தையும் தான் புண்படுத்தியதில்லை என்ற நிம்மதியோடு வெளிவரும் அனுகூலசாமிக்கு, இந்தச் சின்னத் தவறு முள்முடியாக இறங்கியதாகக் கதையை முடிக்கிறார் தி.ஜா. இது எதிர்பாராமல் நடந்திருந்தாலும், அதன் வலி என்ன என்பதை அனுகூலசாமி புரிந்துகொள்ளுமிடத்தில் கதை சற்றே மேலே உயர்ந்து மிளிர்கிறது.

'அட்சராப்பியாசம்' கதை, வேறொரு நுட்பத்தைப் பேசுகிறது. ஐயாறுவுக்கு மனநிலை பாதிக்கப்பட்டு விடுகிறது. அவனது மனைவிக்கு ஆண்பிள்ளை பிறக்கிறது. ஊரே இது அவனது பிள்ளை இல்லை என்று மனைவியைக் கரித்துக்கொட்ட, இதற்குத் தீர்வு காணத் திருக்குடந்தைச் சாமியார் வருகிறார். அவர் ஐயாறுவின் நடவடிக்கைகளைக் கவனித்துத் தம் தெளிவான முடிவைச் சொல்லிவிடுகிறார். அந்தப் பிள்ளை ஐயாறுவின் பிள்ளைதான் என்பதே தீர்ப்பு. அதாவது, ஐயாறுவுக்கு மனநலம் பாதிக்கப்பட்டிருக்கலாம். ஆனால், அவனுள்ளிருக்கும் 'தான், தனது' என்ற எண்ணம் மறையவில்லை. அது உள்ளீடாக, அவனுள் ஓடிக் கொண்டுதானிருக்கிறது என்பதைக் கண்டுபிடிக்கிறார். பக்கத்திலிருக்கும் வயலிலிருந்து கொளஞ்சி, ஆத்தி ஆகியவற்றை எடுத்துத் தன் வயலில் ஐயாறு போட்டுக் கொள்கிறான். சாணத்தை அள்ளிவந்து வயலில் போடுகிறான். தன் பசுமாட்டை மட்டும் ஓட்டிக் கொண்டுவந்து குளிப்பாட்டுகிறான். இதெல்லாம் அவனது மனத்தின் ஆழத்தில் பதிந்தவை. அதேபோல்தான் அவனது மனைவியையும் கருதுகிறான் என்றுணர்கிறார், திருக்குடந்தைச் சாமியார். இப்படிப்பட்ட தொட்டில் பழக்கங்கள் பற்றி, மன நல ஆய்வுகள் பல பேசுகின்றன. தி.ஜா., மமகாரம் பற்றிப் பேசுகிறார். ஆனால், இயல்பிலேயே

மனநலம் பாதித்தோர், யாவற்றையும் மறந்துவிடுவதில்லை. அவர்களுள் படிந்துபோன சில நினைவுகள் இருக்கவே செய்யும் என்று தெரிவிக்கின்றன, இன்றைய ஆய்வுகள்.

இரண்டு முக்கியமான விஷயங்கள், இச்சிறுகதைத் தொகுதியில் அபூர்வமாக காணக் கிடைக்கின்றன. சிறுகதைகள் என்றாலே அவை கட்டுசெட்டாகவே இருக்கவேண்டும் என்ற நியதியைப் பல கதைகள் உடைத்துள்ளன. தன்னிச்சையாக, எங்கோ கதை ஆரம்பிக்கிறது. சம்பந்தமே இல்லாமல், எங்கெங்கோ நகர்கிறது. அதன் பின்னர், ஒரு புள்ளியைத் தொட்டு, இறுதிக்குச் செல்கிறது. இன்றைய எழுத்தாளர்கள், இத்தகைய சுதந்திரத்தை எடுத்துக்கொள்ளவேமாட்டார்கள். நேர்க்கோட்டுப்பாணி சிறுகதை வடிவமைப்பில், இதற்கான சுதந்திரமே கிடையாது. ஆனால், தி.ஜா. வின் சிறுகதைகள், எந்த வரையறையும் இல்லாமல், காட்டுச்செடிபோல் முளைத்து மணம் பரப்புகின்றன. இரண்டு, வட்டார வழக்கு. தஞ்சை மண்ணின் சொற்கள் ரீங்கரித்துக்கொண்டேயிருக்கின்றன. ஒருசில கதைகள், கருவுக்காகத் தனித்துத் தெரிகின்றன. மற்றவற்றில் பாத்திரங்கள் தனித்து மிளிர்கின்றன. இவர்களை எல்லாம் நாம் வேறு எங்கும் காணவே முடியாது. தி.ஜா. என்ற தலைசிறந்த ஒரு கலைஞராலேயே இவர்களுக்கு உயிரூட்ட முடிந்துள்ளது. ஒரு சிறுகதைத் தொகுதியைப் படித்தால், நான்கைந்து கதைகளாவது மனதில் பளிச்சென்று நிற்கவேண்டும். இத்தொகுதியில், பன்னிரெண்டு கதைகளும் மனதில் நிற்கின்றன. தி.ஜா. என்ற மகாகலைஞனது வெற்றி இதுதான்.

✦

57

தி.ஜானகிராமனின் 'சக்தி வைத்தியம்': ஒரு பார்வை

கோ.வெ. கீதா

தி.ஜானகிராமன், தமிழ்ப் படைப்பாளர்களிலே, தம் தனித்துவத்தால் தமக்கெனச் சிறப்பிடம் பெற்றவர். அவர், நாம் அன்றாடம் வாழ்வில் காணும் மனிதர்களைப் பற்றி இயல்பாக எழுதினார். மனிதர்களின் மேன்மையை, மென்மையை, தம் கதைகளில் வெளிப்படுத்தியதோடு, மனிதர்களின் சிறுமையையும் மிக நயமாகவும் நுட்பமாகவும் உணரச் செய்தவர். எனினும், அவர் எழுத்து, எவரையும் காயப்படுத்தாதது. அவர் கதைகள், மனிதனின் பொய்மையைக் காட்டினாலும் தண்டித்ததில்லை. தி.ஜா., அன்பால் திருத்தி அரவணைக்கவே விரும்பினார். முயன்றார். அவர் ஐம்பது அறுபது ஆண்டுகளுக்கு முன்பு ஆனந்தவிகடன், கலைமகள், சுதேசமித்திரன், தீபாவளி மலர்களில் எழுதிய சிறுகதைகள் இன்றும் பொருத்தமாகவும் சற்றும் சலிப்பில்லாமலும் உள்ளன. இன்றும் அவரது கதைகள் புதுமையாக மனதில் பதிவதுடன், மறக்கவியலாது படிப்பவனை ஈர்ப்பதாகவும் உள்ளன எனில், அது மிகையில்லை. (தி.ஜா.வின் பன்னிரண்டு கதைகளின் தொகுப்பே 'சக்தி வைத்தியம்'. இத்தொகுப்பைப் பலரும் அறியக் காரணம், இதற்கு, 1979ஆம் ஆண்டிற்கான 'சாகித்திய அகெதமி' பரிசு வழங்கப்பட்டதுதான்).

கங்கா ஸ்நானம்

முதல் சிறுகதை 'கங்கா ஸ்நானம்', 1956இல் எழுதப் பட்டுள்ளது. தொடக்கமே, தி.ஜா.வின் காவேரிப் பற்றைப் பறைசாற்றுகிறது. "கங்கா நதி சுழித்து ஒடுவதைப் பார்த்து க்கொண்டு நின்றார் சின்னசாமி. முக்கால் தென்னை உயரம் இருக்கும் போலிருந்தது கரை". அவரது மனைவி கேட்கிறாள், "ரண்டு கும்மாணம் காவேரி இருக்குமாங்கறேன் அகலம்?". தி.ஜா., நையாண்டியும் அதேநேரத்தில் யாருடைய மனதும்

புண்படாதவாறும் எழுதுபவர். எனவேதான், அவர்கள் தங்க வந்த வீட்டின் சொந்தக்காரர், தமக்கும் தஞ்சாவூர் ஜில்லாதான் என்று சொல்லிவிட்டு, "தாத்தா நாள்ளேருந்து காசி மனுஷாளாப் போயிட்டோம்..." என்கிறார். "போன வருஷம்கூட இரண்டாவது குழந்தைக்கு முடியிறக்குவதற்காக வைதீச்வரன் கோயிலுக்கு வந்திருந்தாராம் அவர்"; "காசியிலேருந்தா வந்தீர்கள் முடியிறக்க!"; "வராமல்! சப்தலோகம் போனாலும் குலதெய்வம் போயிடுமோ? காசி ஷேத்ரம்தான், இப்ப காசிதான் ஊரு, அதுக்காக?... குடும்பத் தெய்வம் வைத்யநாதன் இல்லியோ?" என்கிறார்.

தி.ஜா. ஊர்ப்பற்று, காவிரிப் பாசம் மிகுந்தவர். டில்லியில் இருந்த போதும் சென்னையிலிருந்தபோதும் அவர் மனம் தஞ்சை ஜில்லாவையே மனதில் அசைபோட்டது. கணவனும் மனைவியும் கங்கைக்கு வந்ததின் காரணமும் வந்த இடத்தில் கேள்விப்பட்ட செய்தியும் நயமாகச் சின்னசாமியால் சொல்லப்படுகின்றன. சின்னசாமியின் அக்காவின் கணவர், துரையப்பா என்பவரிடம் கடன் வாங்கியிருந்தார். கணவனின் அகால மரணத்திற்குப் பின், பிறந்த வீட்டிற்கே வந்தவள், சாவதற்கு முன் கடனைத் தீர்க்க விரும்புகிறாள். கணவன்வழிக் கிடைத்த நிலத்தையும் விற்கச் சொல்கிறாள். கணக்குப் பார்க்கும்போது, மூவாயிரத்து நாற்பத்தேழு ரூபாய் தரவேண்டும் என்று தெரிகிறது. பாக்கியுள்ள ஆயிரத்துச் சொச்சம் ருபாயைச் சின்னசாமியும் மனைவியும் காசிக்குப் போகப் பயன்படுத்திக் கொள்ளுமாறு கூறிவிட்டு, அக்கா இறக்கிறாள். சின்னசாமி பணத்தோடு துரையப்பாவின் ஊருக்குச் செல்கிறார். துரையப்பாவின் வீட்டை அவர் அடையும்போது அஸ்தமித்துவிட்டது. பணத்தைத் தர முயலும்போது, காலையில் வாங்கிக்கொள்வதாகச் சொல்கிறார் துரையப்பா. பணத்தை அவரிடமே ஒப்படைக்கிறார் சின்னசாமி. அடுத்த நாள் காலையில், துரையப்பா கணக்குப் பார்த்துப் பணத்தைக் கேட்கும்போது, சின்னசாமி பணத்தை அவரிடம் ராத்திரியே தந்ததாகக் கூறும்போது, துரையப்பா மறுக்கிறார். முதலில் அவர் விளையாடுவதாக நினைத்த சின்னசாமி, உண்மைநிலை தெரிந்ததும், ஊர்க்காரர்களிடம் முறையீடு செய்கிறார். துரையப்பா வீட்டைச் சோதனை போடச் சொல்கிறார். ஊரிலே அன்னதாதா என்று பெயர் பெற்றவர் துரையப்பா. அவர் தந்திரத்தின் முன், சின்னசாமியின் உண்மை எடுபடவில்லை. சின்னசாமி வழக்குப் போட்டும் பயனில்லாது போகிறது. தீர்ப்பின்படி மூவாயிரத்து நாற்பத்தேழு ருபாயைத் தருகிறார். நாலு வருடம் சென்றபின், அக்கா ஆசையை நிறைவேற்றக் காசிக்கு வருகிறார்கள் கணவனும் மனைவியும். வந்த இடத்தில், அவர்கள் தங்கவந்த அதே இடத்தில், அவர்களுக்கு முன்னால் துரையப்பா வந்திருக்கிறார். அவரை, நேருக்குநேர் நாம் பார்க்க வேண்டுமா? இது என்ன சோதனை என்று கலங்குகிறார் சின்னசாமி. அழகாகத் தி.ஜா., சமுதாயத்தில் நல்லவராக, வள்ளலாகக் காட்சியளிக்கும் ஊர்ப் பெரிய மனிதரின் முகத்திரையைக் கீழித்தெறிகிறார். சிறுகதையென்றாலும் பாத்திர வருணனை, பாத்திர வார்ப்பினூடே நயமாக, அதேநேரத்தில் முரணாகத் (*irony*) துரையப்பா பாத்திரப் படைப்பு அமைகிறது. கதையின் முடிவில் சின்னசாமியின் மனைவி, "அவன் பாவத்துக்கும் சேர்த்து முழுக்குப் போடுங்கோ" என்கிறாள். 1956லேயே, மனிதர்களைக் கூர்ந்துபார்த்து நன்னயம் உணர்த்த வல்லவராகத் தவறு செய்தவன் கங்கைக்கு வந்தபோதும்

நேரிடையாக எந்தத் தண்டனையையும் வழங்காது, அவனுக்காகவும் முழுக்குப் போடும் உயர்ந்த பண்புடய மனிதனையே தி.ஜா. காட்டுகிறார்.

தீர்மானம்

ஆறு வயது விசாலிக்கும் இருபத்திரண்டு வயது நீலகண்டனுக்கும் திருமணமாகிறது. நீலகண்டனுக்கு இது இரண்டாம் திருமணம். விசாலியின் தந்தை சரியாகச் சீர்செய்யவில்லை. பெண்ணைக் கொண்டுவிடச் சொல்லிப் போட்ட கடிதங்களுக்கும் பதிலில்லை. இந்நிலையில், கணவன் வீட்டிலிருந்து, அவளை அழைத்துச் செல்ல வருகிறார்கள். வாசல் திண்ணையில் சோழி விளையாடிக் கொண்டிருக்கும் விசாலி, உள்ளே ஓடிவந்து அத்தையிடம் சொல்கிறாள். நீலகண்டன் கையோடு அழைத்துவரச் சொன்னதாகச் சொல்லி. நிற்க நேரமில்லை என்கின்றனர். நீலகண்டன், தனியே கஷ்டப்படுவதாகவும் சொல்கின்றனர். விசாலி, உடனே அவர்களோடு கிளம்பிவிடுகிறாள். தந்தை வரக்கூட, அவள் காத்திருக்கவில்லை. எந்த ஓர் ஆர்ப்பாட்டமுமின்றி, தயக்கமுமின்றி அவள் தீர்மானிக்கிறாள். விஷயமறிந்த தந்தை, சாப்பிடாமல் போன குழந்தைக்குச் சாப்பாடு எடுத்துக்கொண்டு பின்னாலேயே வண்டி பிடித்துத் துரத்திக்கொண்டு ஓடுகிறார். சாப்பாட்டை ஊட்டிவிட்டுச் சோழிப்பெட்டியையும் கொடுக்கிறார். விசாலியின் தீர்மானம், இந்த மண்ணின் கலாச்சாரம், அவளுள் ஊறிக் கலந்துவிட்டதைக் காட்டுகிறது.

அவர்களோடு புறப்படத் தயாரானவளாக, அத்தையிடம் விசாலி, "நான் போயிட்டு வரேன் அத்தை!" என்கிறாள். கொடியில் தொங்கிய இரண்டு பாவாடைகளையும் சட்டைகளையும் எடுத்து மூட்டை கட்டிக் கொண்டது; ஜாடியிலிருந்து அரை முட்டைத் தேங்காயெண்ணெயை எடுத்துத் தலையில் தடவி மரக்கட்டைச் சீப்பால் வாரிப்பின்னிக்கொண்டது – ஒரு நிமிஷத்துக்குள். மாடத்திலிருந்து மார்ச் செப்பைத் திறந்து ஒரு குங்குமப்பொட்டு, மூட்டை இடுப்பில் ஏறிற்று". இக்கதையில், ராதையின் தாய் கூறுவதுபோல, "என்ன தீர்மானம் இதுக்கு! அவாதான் தம் மனுஷான்னு யார் சொல்லிக் கொடுத்தா இதுக்கு?" என்று நாமும் வியக்கலாம்.

தாலிக்கயிற்றை எடுத்து, அவள் திருமாங்கல்யத்தைப் பல்லிடுக்கில் கடித்துக்கொண்டிருந்தாள் என்று காட்டும்போதே, அவளது குழந்தை உள்ளத்தைக் காட்டுகிறார் தி.ஜா. அத்தை, கணவன் வீட்டிற்குச் செல்ல வேண்டியதைக் கூறும்போது, அவளுக்குக் குழந்தையாக அழகு காட்டுகிறாள். அவளேதான், சிறிது நேரத்திலே தன் எதிர்கால வாழ்க்கையையே தீர்மானிக்கிறாள். தந்தையைப் பிரிந்தறியாதவள், ஒருநொடியில் அவள் இருக்க வேண்டிய இடத்தைத் தீர்மானிக்கிறாள். அவளை அழைத்துப் போக வந்த மூவரும் வாயடைத்து, உலகத் தாயைக் கண்ட மோனத்தில் உள்ளம் ஒடுங்கிப்போய் நின்றார்கள் என்று முடிக்கிறார் தி.ஜா.

முள்முடி

தி.ஜா. பள்ளியாசிரியராகத் தம்வாழ்வைத் தொடங்கியவர். எனவே, அவருக்குத் தெரிந்த, அவர் கூர்ந்து கவனித்து மனதில் பதிந்த மனிதர்களைத் தம் கதைகளில் பயன்படுத்திக் கொண்டார். அனுகூலசாமி முப்பத்தாறு

ஆண்டுகள் பிரம்பைத் தொடாமல், அதிர்ந்து ஒருவார்த்தை சொல்லாமல், வாத்தியாராய் இருந்து ஓய்வுபெறுகிறார். "அந்தத் தெய்வத்தை விழுந்து கும்பிட்டாத்தான் என்ன?" என்கிறார் கண்ணுசாமி. மேலும், "வயத்திலே பொறந்த பிள்ளையைக்கூட ஒரு அடியாவது எப்பவாவது அடிக்காம இருக்க மாட்டாங்க. ஒரு வெசவாவது வெய்வாங்க. அதுகூட இங்கே பேசப்படாது! இந்த மாதிரி யாரால் இருக்கமுடியும்? குழந்தையும் தெய்வமும் கொண்டாடற இடத்திலே. இந்தக் குழந்தைகளை, இன்னும் எத்தனையோ புள்ளங்களை, மனுஷப்பிறவிக்குக் கொடுக்கிற மரியாதை கொடுத்து மதிச்சீங்க..." என்று அனுகூலசாமியின் மேன்மையை எடுத்தியம்புகிறார்.

அனைவரும் சென்றபின், அவர் மனைவி அவருக்கு கிடைத்த பாராட்டுப் பத்திரங்களைப் படித்து மகிழ்கிறாள். மாலைகளை அவருக்குப் போட்டு அழகு பார்த்தவள் சொல்கிறாள், "என்னைக் கூடத்தான் நீங்க அடிச்சதில்லே. அதிர்ந்து சொன்னதில்லே". எப்படி இப்படியிருக்க முடிந்தது என்று வியக்கிறாள். அதற்குக் காரணம், அவருடைய மகளைச் சிறுவயதில் ஆசிரியர் அடித்ததுதான். சட்டைக்குள்ளிருந்த வேனில்கட்டியில் பட்ட அடியால் குழந்தை துடிதுடித்ததைக் கண்டவர், சங்கல்பம் செய்துகொண்டுவிட்டார். எல்லாரும் செய்த பாவங்களுக்குத் தன் உயிரை விலை கொடுத்தானே, அவனை நினைவில் கொண்டார். அவருக்கே சற்றுக் கர்வம் ஏற்பட்டது. அப்போது, அவரிடம் படித்த சின்னையனையும் அவன் தாயையும் ஆறுமுகம் என்ற மாணவன் அவர் வீட்டிற்கு அழைத்துவந்தான். அவன் ஒரு வருடம் முன், வேறொரு மாணவனின் ஆங்கிலப் புத்தகத்தைத் திருடிப் பெயரை மாற்றிப் பாதி விலைக்கு விற்க முயன்றான். ஆறுமுகம்தான் கண்டுபிடித்து அனுகூலசாமியிடம் அழைத்துவந்தான். அப்போது அவர், 'சின்னையனோடு இனி யாரும் பேசாதீர்கள்' என்று சொன்னார். அன்று முதல் அவனோடு யாரும் பேசவில்லை. பிரிவு விழாவிற்கும் அவன் தந்த பணத்தை வாங்கிக்கொள்ளவில்லை. விழாவிலும் அவனைச் சேர்த்துக் கொள்ளவில்லை. மகிழ்ச்சியாக எல்லோரிடமும் பேசிச் சிரித்தவன், கடந்த ஒரு வருடமாக வீட்டிலும் யாரோடும் பேசுவதில்லை. அவன் தாய்க்கு இன்றுதான் விஷயம் தெரிந்தது. இனி அவரைப் பார்க்க முடியாது என்று அழுதிருக்கிறான். அவன் நீட்டிய வேர்வை படிந்த ஒரு ருபாயை அவர் வாங்கிக்கொண்டார். "இந்தப் பயலுங்க இப்படிப் பண்ணுவாங்கன்னு தெரியாமே போயிடுச்சே எனக்கு" என்றார். "நீங்க சொன்னதைத்தானே செய்தாங்க" என்கிறாள் அவர் மனைவி. "அது சரி" என்று லேசாகச் சிரித்தார். அழுகைதான் சிரிப்பாக வந்தது. மேலே படத்தில் தோன்றிய முள்முடி, அவர் தலையை ஒருமுறை அழுத்திற்று" எனக் கதை முடிகிறது.

1958இல் அடி உதவுவதுபோல வேறு எதுவும் உதவாது என்ற மனோபாவமிருந்த காலம். ஆசிரியர்கள் அச்சப்பட வேண்டியதில்லை. தி.ஜா., மிக அழகாக அன்பு வழியைக் காட்டுகிறார். "உலகத்திலே வந்து இருக்கிறது கொஞ்ச காலம், ஈசல் மழைக்கு வந்து மடியறாப்பல. அந்தப் பொழுதை அடிச்சுக் கோச்சுக்கிட்டுப் போக்கணுமா? அடிச்சு யாரைத் திருத்த முடியும்?" எவ்வளவு சத்தியமான வார்த்தை! கதையின் முடிவு, 'நாம் அறியாமலே சில நேரங்களில் யாரையாவது காயப்படுத்தி விடுகிறோம், நாம் சாதாரண மனிதர்கள்தானே!' என்ற உண்மையையும், அதன்வழி

மானுட அறத்தையும் உணர்த்துகிறது. ஆசிரியத் தொழில் தெய்வீகமானது. எனினும், அன்றும் சிலர் வழிதவறிச் சென்றனர். தி.ஜா. அவருக்கே உரிய மென்மையோடு சில ஆசிரியர்களைக் கதைப்போக்கில் படம் பிடித்துக்காட்டுவது அருமை. இனி எல்லா நாட்களுமே வீட்டிலேதான் என்று நினைக்கும்போது, அனுகூலசாமியின் மனதிலே தோன்றும் வெறுமையை, அவர் மகள் மணமாகிப் போனபோது அனுபவித்த, உணர்ந்த வெறுமையோடு சேர்த்து நினைப்பது நெகிழ்ச்சியைத் தருகிறது.

அட்சராப்பியாசம்

உலகம் விசித்திரமானது மட்டுமன்று; நம்மைச் சுற்றியிருப்பவர்களும் விசித்திரமானவர்களே. ஐயாறு சற்று மாறுபட்டவன். அடுப்படியில் காஞ்சு, தண்ணி தூக்கி, துக்காணி துக்காணியாகப் பத்தாண்டில் முந்நூறு ரூபாய் சேர்த்து வெத்திலைப் பாக்குக்கடை பிச்சாண்டியிடம் கொடுத்து வைத்திருக்கிறான். திடீரென்று ஒருநாள் சொல்லாமல் கொள்ளாமல் பிச்சாண்டி சிங்கப்பூர்க்குக் கப்பல் ஏறிவிட்டான். செய்தி கேட்டு அதிர்ச்சியடைகிறான் ஐயாறு. கஷ்டப்பட்டுச் சேர்த்த பணம் பறிபோனதில் அதிர்ச்சியடைகிறான். ஐயாறு, பணம் இனி கிடைக்காது என்றறிந்ததும் படும் பாட்டைத் தி.ஜா. காட்டும்போது, கம்பரைப் படித்தவர்களுக்கு, நிச்சயம் கம்பரை உரைநடையில் படிப்பது போலிருக்கும். “திட்டினான்; எழுந்திருந்தான்; ஓடினான். சாலையில் பாதி ஓடும்போதே சிரிக்க ஆரம்பித்தான். முடிகொண்டான் ஆற்றில் இறங்கினான்; மணலில் விழுந்து புரண்டான்; மணலைக்கூட வாரித் தலை உடம்பெல்லாம் போட்டுக்கொண்டான்; மறுபடியும் சிரித்தான்; சிரித்தான்; நடுநடுவே அழுதான்; மயிரைப் பிய்த்துக்கொண்டான்...” என்கிறார். ஐயாறைப் பல இடத்திற்கும் அழைத்துக்கொண்டு போய் வைத்தியம் பார்க்கின்றனர். குணமாவதில்லை. முடிவில் வாசலறையே அவன் வாசஸ்தலமாகிறது. இரவு நேரங்களில் அவனது அட்டகாசம் அதிகம். அவன் தாய், அவன் மனைவியை, அதே தெருவிலிருக்கும் தாய் வீட்டிற்குத் துரத்திவிடுகிறாள். சில நாள் ஐயாறு, இரவில் மனைவியின் வீட்டுத் திண்ணையில் போய்ப் படுத்துவிடுவான். இவ்வாறிருக்கையில், ஐயாறின் மனைவி தருமநாயகி ஆண் குழந்தைக்குத் தாயானாள். ஐந்தாறு ஆண்டு சென்றதும் ஒரு தகராறு மூண்டது. ஐயாறுவின் குழந்தை வளர்ந்து விடவே, அதைப் பள்ளிக்கூடத்தில் சேர்க்க ஆசைப்பட்டாள் தருமநாயகி. மகனை அப்பா மடியில் உட்கார்த்தி அரிநமோத்து சொல்லிச் சேர்க்க, விஜயதசமிக்கு அரைமாதம் முன்பாகவே, மாமியாரிடம் சொல்லச் சென்றாள். மாமியாரோ, ஐயாறு வீட்டிலிருந்தவர்களோ, அது ஐயாறின் குழந்தை என்பதை ஏற்றுக்கொள்ளவில்லை. தகராறு முற்றவே, திருக்குடந்தைச் சாமியாரை அழைத்து வந்து உண்மையைக் கேட்டுவிடுவது என்பதை, இருசாராரும் ஒப்புக்கொண்டார்கள். சாமியார் வந்தார். பூஜை ஏதும் செய்யவில்லை. ஐயாறு கூடவே இருந்தார். அவன் போனவிடங்களுக்கெல்லாம் அவன் பின்னாலேயே போனார். அவனுக்கு எங்கெங்கு என்று நல்ல சாப்பாடு கிடைக்கும் என்று அத்துப்படி. சாப்பிட்டதும் லட்டு, வாழைப்பழம் தந்தால் கையோடு எடுத்துக்கொண்டு நேரே ஊருக்கு வந்துவிடுவான். மனைவி வீட்டில் நுழைந்து அவற்றை ஒரு முற்றத்திலிருந்த பெஞ்சியின்மீது

வைத்துவிட்டுவருவான். விளையாடிக் கொண்டிருக்கும் மகன் கையில் தின்பண்டப் பொட்டலத்தைக் கொடுத்துத் தின்னச் சொல்வான். தின்னுகிறவரையில் பார்த்துக்கொண்டேயிருப்பான். குழந்தையின் தலையையும் முகத்தையும் தடவிக் கொடுப்பான்.

ஐயாறு தன் மாட்டைக் குளிப்பாட்டினான். தன் நிலத்துக்கு எருவடித்தான். உடையாருக்குப் பிள்ளை குட்டி கிடையாது. வௌஞ்சது போதுமே என்றான். சாமியார் சொன்னார்: "சிவத்துக்கு இன்னும் என்னுது என்னுதுங்கற மமகாரம் விட்டு நீங்கலியா ? உன் பசு மாட்டைக் கொண்டு குளிப்பாட்றே! வரப்பிலே கிடைக்கிற சாணத்தை அள்ளிக் கொண்ணாந்து உன் வயல்லே போட்டுக்கறே?" சாமியார் அவன் மனைவி, தாய் மற்றும் அண்ணனை அழைத்தார். "ஐயாறுக்குப் பிறந்த மகன்தாம்மா அது"; "நல்லா ஆராயணும்னுதான் இத்தினி நாள் தங்கினேன். இன்னும் சஞ்சிதம் பாக்கியிருக்கு. உடம்பு இருக்கிறவரைக்கும் மமகாரம் இருக்கும். ஞானப்பித்து போலியா உறவு கொண்டாடாது" என்றார். ஐயாறைக் குணப்படுத்தக் கொண்டுவரப்படும் திருக்குடந்தைச் சாமியாரை, இல்லறத் துறவி என்று குறிக்கிறார் தி.ஜா. ஐயாறு சுத்த சிவத்திலே கலந்துவிடுவான் என்றும், தாமரையிலைத் தண்ணீராக வாழ்வான், இனிப் பிறவியில்லை என்று பலதும் முன் கூறியவர், குழந்தை ஐயாறுடையதே என்று இப்போது உறுதிப்படுத்துமிடமே கதையின் திருப்பம். இங்குத் தி.ஜா. சாமியார்களை நல்லவர்களாகவும் காட்டுகிறார்; வேடிக்கையாகவும் சொல்லிப் புரியவைக்கிறார்.

நாய்க்கர் திருப்பணி

தி.ஜா.வின் கதைகள் எப்போதுமே வித்தியாசமானவை. அவர் சுற்றியுள்ளவர்களைக் கூர்ந்து கவனித்துத் தாம் கண்டவற்றை அசைபோட்டு முழுமையடைந்ததும் எழுதுவார். இந்தக் கதையும் யாரும் காணாத ஒரு கோணத்தில் கண்டு எழுதப்பட்டுள்ளது. கோபால் நாய்க்கரின் அறிமுகமே, அவர் மாறுபட்ட மனிதர் என உணர்த்தும். ஜன்னல்வழி ஒருகாட்சி. இரண்டு மூன்று விறகுக்கட்டுகள் தெருவில் கிடக்கின்றன. அவற்றின் மீது குப்புற விழுந்து அழுத்திக் கொண்டிருக்கிறார் நாய்க்கர். நாடகம்போலக் காட்சிகள் அமைகின்றன. நாய்க்கர், "எலே, வீணா அளிஞ்சு போகாதீங்க, இது சாமி காரியம்" என்கிறார். அது வழிப்போகும் விறகு வண்டிகளிலிருந்து சில கட்டுகளை உருவுவதுதான். மூன்று கட்டுகளையும் தூக்கிப் பிள்ளையார் கோயில் திண்ணையில் எறிந்தார். "எலே போங்கடா. புள்ளயாரு பத்து மடங்கா குடுப்பாரு. மூக்காலே அழுவாம போங்க" என்று வண்டிக்காரர்களைப் பார்த்துச் சொன்னார். சுற்றியிருந்த குதிரைவண்டிக்காரர்கள், பண்டாரங்கள் உற்சாகப்படுத்தினார்கள். இரு பண்டாரங்களில் ஒருவர், உண்மையாகச் சொல்வதைப்போலச் சொன்னார். "போலீசில் புகார் குடேன்". மற்றவர், "சும்மா புகார் பண்ணாதே. சாமிக்கு மூணு கட்டுக் கேட்டாங்க. அரைக் கட்டுப் புண்ணியம் எனக்குப் போதும்னேன். அடிக்காத குறையா, மூணு கட்டுப் புண்ணியத்தை என் தலையிலே கட்டிட்டாங்க என்று சொல்" என்றார். இப்படிப் பலரும் பலவிதமாகச் சொல்ல, நாயக்கர் வெற்றிப் பார்வையோடு, "போலீஸ்

மிரட்டினா ரெண்டு ருபாயைக் கொடுப்பார்கள். சாமிக்குத் தர, இவ்வளவு மாலசு" என்றார். அன்றே காவல்துறை, இப்படித்தான் இருந்தது போலும்.

கதை நாடகப்பாணியில் தொடங்கினாலும்கூடப் பின்னர் ப்ளாஷ்பேக்கில்தான் கதை கூறப்படுகிறது. தி.ஜா., மனிதர்களை அகமும் புறமும் கூர்ந்து கவனித்தவர். மனிதர்களில்தான் எவ்வளவு வகை. அவர்களைப் புகைப்படம்போல அல்லது சொல்லோவியமாகத் தீட்டுவதில், தி.ஜா. சமர்த்தர். நாய்க்கரைத்தான் எவ்வளவு ரசனையோடு காட்டுகிறார். "ஒண்டியாக நின்று நாலு ஆட்களை அடிக்கக்கூடிய அவரின் தேகக்கட்டையும் துணிச்சலையும் பார்க்க எனக்கு எப்போதுமே பரவசமாக இருக்கும்; ஒரு எலும்பு, ஒரு சுருக்கம் தெரியாத மேனி. தேர்ச்சக்கரம்போல வைரம் பாய்ந்த மார்பு. காலில் ஆடுசதை தெரியும்படியாக ஒரு நாலு முழம் கட்டிக்கொண்டிருக்கிறார். அது ஆடாத சதை. கர்லாக்கட்டை மாதிரி இருக்கும். வெள்ளிப்பூண் போட்ட கைத்தடியைப் பிடிக்கிற அந்தக் கையைப் பார்க்கும்போது, மணிக்கட்டில் அவ்வளவு வைரமும் ஆண்மையும் தெரியும். கிராமப்புறம். குடுமியும் இல்லாத தலையில் இரண்டு மாத முடி நரையும் கறுப்பும் கலந்து மண்டிக் கிடந்தன. முன் தலையில் மட்டும் 'ப'வைக் கவிழ்த்தாற்போல அழகு ஷவரம் செய்து தென்கலை நாமம் போட்டிருந்தார்" என்று முழுவிவரணை தருகிறார். அவர் மகனை, "நாய்க்கரையே உரித்துவைத்தாற் போலிருப்பான், நிறம் மட்டும் எண்ணெய் தடவின உளுந்து" என்கிறார். முன்பு நாய்க்கர், சொந்தமாக விறகுக்கடை வைத்திருந்தார். அதனுள் இரண்டு ஹரிஸாண்டல் பாரும், வர்டிகல் பாரும் நடப்பட்டிருந்தன. அவர் மகன் தாமு, பாரில் வேர்க்க வேர்க்கப் பயிற்சி செய்துகொண்டிருப்பான். திடீரென்று ஒருநாள் இருவரையும் காணவில்லை. வீட்டைக் கண்டுபிடித்து அவர் மனைவியிடம் கேட்டபோது, இருவரும் சர்க்கஸில் சேர்ந்துவிட்டதாகத் தெரிந்தது. சில வருடத்திற்குப் பின், நாய்க்கர் மட்டும் திரும்பி வந்தார். மகன் சர்க்கஸ் கம்பெனியிலே வேலை பார்த்த வெள்ளைக்காரியைத் திருமணம் செய்துகொண்டுவிட்டானாம். நாய்க்கர் மனம் ஒடிந்துபோய்த் திரும்பிவிட்டார். பின்னர் அவர் மாட்டுத்தரகு, காய்கறித் தரகு என்று மாறி இப்போது இந்தத் திருப்பணி செய்கிறார்.

திருப்பணி நடந்த விதம் இதுதான். ஊருக்குள் வருகிற விறகு வண்டிகளிலிருந்து ஒன்றிரண்டாகக் கட்டைகளை உருவுவார். ஒருசுமை சேர்ந்தவுடன் ஏலம் விட்டுவிடுவார். ஆனால், அப்பை சப்பை விலைக்கும் தந்துவிடமாட்டார். திருப்பணி, திருப்பணி என்று கூறிக் கூறி மார்கேட் விலைக்கு ஓரணா, இரண்டணா அதிகமாகத்தான் ஏலம் போகும். விறகு தர மறுத்தால் தகராறு, இரைச்சல், அடிதடி, சாபம். "எலே, புள்ளயாருக்கா மாட்டேனு சொன்னே? பார்த்துக்கிட்டேயிரு; பதினஞ்சு நாள்ளே, கண் எல்லாம் பஞ்சடைந்துப்பிடும். புடலம்பூவாக் கொதறிப்பிடும்! என்று கடைசியில் ஒரு பாணத்தைப் போட்டுக் கக்கவைத்து விடுவார். இம்முறை கொள்ளிடத்துக்காரர்கள் போலீஸில் புகார் கொடுத்து விட்டனர். நாய்க்கருக்காக இன்ஸ்பெக்டரிடம் கெஞ்சிக் கூத்தாட வேண்டியிருந்தது. கூட இருந்து உற்சாகப்படுத்தியவர்கள், அங்குச் சென்றவுடன், "அது என்னாங்க, ஐயா சொல்றதும், சரிதானுங்களே. இஷ்டப்பட்டுக் கொடுத்தா

வாங்கிக்கிறதா? ஆளை மறிச்சு, அடிச்சு மெரட்டி வாங்கவாவது!” என்று இடம்மாறிப் பேசினார்கள். சிவப்புக் கட்டடத்தின் ராசி! முடிவில் நாய்க்கர் மேலவீதிப்பக்கம் வரக் கூடாது என்ற நிபந்தனையுடன் அவரை விட்டார் இன்ஸ்பெக்டர். நாய்க்கர் அதை ஏற்கவில்லை. வீதியில் இப்போது உண்மையிலேயே அமைதி நிலவியது. விறகு வண்டிகள் பிள்ளையாரைக் கண்டு பயப்படவில்லை. கூச்சல், கைகலப்பு இல்லை. பத்துப் பதினைந்து நாட்களாகியும் நாய்க்கரை அந்தப் பக்கம் காணவில்லை. ஒருமாதம், எட்டு நாட்கள் ஆனது. பின் ஒருநாள், பிள்ளையாரே காணாமல் போய்விட்டார்! “பாவிப்பய, திருப்பணி திருப்பணின்னு திருட்டுப் பணியாவே பண்ணிப்பிட்டானே” என்று அழுதான், வண்டிக்காரப் பாண்டியன்.

இரண்டு மாதத்திற்குப் பின், மலேயாவிலிருந்து வந்த கடிதம் விளக்கமளித்தது. கோபால நாய்க்கர்தான் எழுதியிருந்தார். தனக்கும் தன் மகன் தாமுவிற்கும் வரகுண விநாயகரிடம் மிகுந்த பக்தி. அவரிடம் வேண்டித்தான், சர்க்கஸில் சேரும் தகுதியைப் பெற்றான் தாமு. அதனாலேயே அவரை வேண்டினால், தாமு வெள்ளைக்காரியை மணக்கமாட்டான் என்றும் நம்பினார். நூறு சிதறு தேங்காய் அடிப்பதாகவும் வேண்டிக்கொண்டார். ஆனால் பிள்ளையார், அவர் வேண்டுதலை ஏற்கவில்லை. இதனால் அவருக்குத் திருப்பணி செய்யுமளவிற்குத் தாம் சின்ன மனிதனில்லை என்பதைக் காட்ட நினைத்தார். ஆனால், அது நடக்கவில்லை. தபாலாபீசில், ஆயிரத்துச் சொச்சம் ரூபாய் சேர்ந்திருந்தது. அவர் பிள்ளையாரிடம் வருவதை, போலீஸ் எப்படித் தடுக்கமுடியும்! அதனால் அவரையே தூக்கிக்கொண்டு போய்விட்டார். “ஒன்றரைமுழப் பிள்ளையாராக இருந்ததால், கள்ளிப்பெட்டியில் போட்டுக் கொண்டுவந்துவிட்டேன். மலேயா மக்கள் ரொம்ப அன்பாக உள்ளார்கள். திருப்பணி அடுத்த வருடம் நடக்கும். தாமு என்றாவது வந்தால், எனக்கு வருத்தமில்லை என்று கூறவும்” என்று எழுதியிருக்கிறார். பிள்ளையார் மூன்று முழமாயிருந்திருந்தாலும் நாய்க்கர் கொண்டு போயிருப்பார் என்று முடிக்கிறார் தி.ஜா. இப்படி ஒரு திருப்பணிக் கதையைத் தி.ஜா.வைத் தவிர வேறு யாராலும் எழுத முடியாது. வானொலி நாடகம் எழுதிப் பழக்கமுள்ளவர் என்பதால், நாடகம்போல் காட்டுகிறார். கடவுளிடம் கோபம் கொண்ட ஒரு பக்தன், வேண்டுதலைச் செய்யாது கடவுளை வைத்தே பணம் பண்ணும் வேடிக்கைக் கதை இது. முடிவில் கடவுளைக் காணாதிருக்க முடியவில்லை. கடவுளையே கடத்தும் பக்தி. இதனூடே இழைந்து வரும் பிள்ளைப் பாசமும், மிக அழகாகக் காட்டப்படுகிறது.

கோதாவரிக் குண்டு

இந்தப் பெயரைக் கேட்டு, யாரும் அஞ்ச வேண்டாம். இது ஒரு குண்டானுடைய பெயர். அந்தக் காலப் பட்டணம் படியில் இரண்டு கொள்ளும். வெங்கலத்தாலானது. 1961இல் எழுதப்பட்ட சிறுகதை. அறுபதாண்டுக்கு முன்னிருந்த எடை, பண நிலை பேசப்படுகிறது. இன்று நினைத்துக்கூடப் பார்க்க முடியாது. கடன் வாங்குவதை மிக ரசமாகவும் இயல்பாகவும் எழுதியுள்ளார் தி.ஜா. தொடக்கமே பொருத்தமாகப்

பணமின்மையைக் காட்டுகிறது. நடுவாரத்தில் – வியாழக்கிழமை பழைய பேப்பர்க்காரனிடம் ஆறு மாத பேப்பரைப் போடுவதோடு தொடங்குகிறது. தி.ஜா.விற்கு ஹாஸ்யமும் நக்கலும் கைவந்த கலை. இக்கதையில் அதை நாம் அனுபவிக்கலாம். "பழைய பேப்பர்க்காரன் தராசு, தெய்வீகக் கொல்லன் கை வேலை. ஆனையை வைத்தால் ஆறு பலம் காட்டும். ஆறு மாசத் தினசரிக் காகிதம் எந்த மூலை? கண்ணில் விளக்கெண்ணெய் போட்டுக்கொண்டு இப்பால் அப்பால் திரும்பாமல் தவம் புரிந்து முள்ளைப் பார்த்துக்கொண்டிருந்தேன்" என்று தொடங்குகிறது. அப்போது கங்காபாய் வருகிறாள். "காதுக்குக் காது புன்னகைநீள". காதளவோடிய கண்களைக் கேட்டிருக்கிறோம். வாயெல்லாம் பல்லாக என்போம். புதிதாக இப்படிச் சொல் மாற்றம் செய்வதில் தி.ஜா. வல்லவர். மீண்டும் தராசு முள்ளைப் பார்க்கும்போது, "தெய்வீக முள்ளாயிற்றே அது! அறுபது காகிதமானால் என்ன? அரைக்காகிதமானால் என்ன? நடுநிலை பிசகுமோ!" என்கிறார். இப்படி ஏமாற்றுகிறானே என்று மனம் குமைகிறார். அதற்கு அவன், "சாமி! இந்தத் தராசைப் பார்த்து இப்படிச் சொல்றீங்களே. எளுதின கார்டுக்கும் எழுதாத கார்டுக்கும் வித்தியாசம் காட்டும் சாமி" என்று பெருமையாகச் சொல்கிறான். பணம் ஏதாவது கையில் வந்தால் போதும் என்றுதானே, "வீடு போ போ, ஆபீஸ் வா வா" என்கிற வியாழக்கிழமையில், பழைய பேப்பரைப் போடுகிறது என்கிறார். ஆறரை ரூபாய் கிடைத்தது. அதற்குள் மனைவி, கங்காபாய் மறைத்துக் கொண்டுவந்த குண்டானுக்கு, இரண்டு ரூபாய் அடமானமாகத் தர வேண்டும் என்கிறாள். ஏற்கனவே ஒரு வெங்கலப்பானையை அடமானம் வைத்து, இரண்டு மாசம் முன் ஒரு ரூபாய் வாங்கிப் போனதைச் சொன்னபோது, இரண்டையும் ஒரு மாசத்திலே மீட்டுக்கொள்வதாகச் சொன்னாள் என்கிறாள். மனைவி தொல்லை தாளாது, ஒரு ரூபாய் தர இசைய வேண்டி வருகிறது.

மாலை ஆபீஸிலிருந்து திரும்பும் வழியில் கங்காபாயின் கணவர் தத்தோஜிராவை, மணிக்கூண்டருகே மணி பார்த்துக்கொண்டு நிற்பவரைப் பார்க்க நேர்கிறது. பேச்சுக் கொடுத்தபோது அவர் மனைவி, மாட்டினி சினிமாவிற்குப் போயிருப்பது தெரிகிறது. காசு குறைவாக இருந்ததால், இவர் போகவில்லை. அழைத்துப் போக வந்திருக்கிறார். அப்போதுதான் கங்காபாய், கோதாவரிக் குண்டானை அடமானம் வைத்த காரணம் தெரிந்தது. தத்து சொன்னார். காலையில் ரெட்டிப்பாளையத்திலிருந்து மல்லிகைப்பூ கொண்டுவந்தாள் ஒருத்தி. புரட்டாசி மாதம் மல்லிகைப்பூ வருவது அபூர்வம். கங்காபாய் சட்டென்று ஒருசேர் வாங்கிவிட்டாள். உள்ளே போய்ப் பார்த்தால் பணமில்லை. காலையில் வாங்கின பூவைத் திருப்பித் தரும் வழக்கமில்லையே. அக்கம்பக்கத்தில் கடன் கிடைக்க வில்லை. பிறகு வேண்டியவர்கள் ஒருவர் வீட்டில், ஏதோ பாத்திரத்தை வைத்து, ஒருரூபாய் வாங்கிவந்தாள். மல்லிகைப்பூ பத்தணாதான். மீதி ஆறணா இருந்தது. என்ன செய்யலாம் என்று தத்துவைக் கேட்டாள். "புதுப்படம் இன்னிக்கு வருதாமே, பார்த்திட்டு வாயேன்னேன். சரின்னு புறப்பட்டு வந்தா, அழைச்சிண்டு போகணும்!"

இவ்வளவுதான் கதை. அதை ரசனையோடு தி.ஜா. சொல்வது, வாசகனின் மனதில் என்றென்றும் நிற்கிறது. கணவன் மனைவியிடையே

நடக்கும் உரையாடல், ஏதோ நம் வீட்டில் நிகழ்வது போலுள்ளது. கணவன் பாட்டுக்கார சுப்ரமணியத்திற்குத் தந்த கடன், அதையே மனைவி எப்போதும் அஸ்திரமாகப் பயன்படுத்துவது. கேட்காத கடன் போச்சு என்பது, கேட்டும் பயனில்லை என்பது, அவர் இவரைக் கண்டு ஒளிவதற்குப் பதில் இவர் ஒளிந்திருக்கவேண்டி வந்ததை வேடிக்கையாகச் சொல்கிறார். அவரிடமிருந்து பணம் வாங்குவதற்காக, மனைவி அவருக்கு அனைத்தையும் ரெடி பண்ணி வைப்பது என எல்லாமே சிரிப்பைத் தோற்றுவிக்கிறது. பெண்களின் பாத்திர ஆசையை நயமாகக் காட்டுகிறார். வெங்கலப்பானை – நாச்சியார் கோயில் போனியைக் கௌரி எப்படிப் பயன்படுத்தி மகிழ்ந்தாள் என்றும் காட்டுகிறார். கோதவரிக்குண்டைப் பெறுவதற்காக, "உங்களுக்கு இரக்கமே கிடையாதுன்னா. பாட்டுக்கார சுப்ரமண்யய்யர்னா பத்தும் இருபதுமாகத் தூக்கிக்கொடுத்துட்டு அலையலாம். தேமேன்னு பாவம், ஏழை மூணு வீசை வெங்கலத்தை வச்சுண்டு ஒரு ரூபாய் கேக்கறது… அதுக்கு இவ்வளவு மாலாசு பண்ணத் தெரியாது". ஒரு ரூபாய் தருவதாகக் கூறியவுடன், "சேட்டுக் கடையிலே வச்சா, பத்து ரூபாய் கொடுப்பான் இதுக்கு. தெரியுமோல்லியோ?". அதைக் கீழேவைத்துத் தூக்கியும் சுற்றியும் குழந்தையைக் கொஞ்சுகிறாற்போல் பார்த்தாள் கௌரி. நவராத்திரியின்போது, ஒன்பது நாளில் ஒரு நாளாவது, அதை அடுப்பில் வைக்காவிட்டால் அவளுக்கு அமைதி வராது" என்கிறார். மேலும் கௌரி, "பாவம், என்ன கஷ்டமோ, தெரியலை. இதை வச்சு ஒரு ரூபாய் வாங்கிண்டு போறதே. அகமுடையான் வழியா இருந்தான்னா இப்படிக் கஷ்டப்படுமோ பாவம்…" என்று சொல்வதைக் கேட்கும்போது, ஏதோ பெரிய துன்பம் என்றுதான் நினைப்போம். முடிவில், எதற்காகக் கடன் வாங்கினாள் என்று புரியும்போதுதான் . . . தி.ஜா., தஞ்சை மாவட்டத்தவர். எனவே, ராவ்ஜிகளை நன்கறிந்தவர். அதனால்தான், "இவாளுக்குத் துவரம்பருப்பே ஒரு மூட்டை வேணுமே, மூணு மாதத்துக்கு" என்கிறார். தத்துவின் வீட்டைப் பற்றிச் சொல்லும்போது, "வீடு என்று கண்டுபிடிக்க ஒரளவாவது ஆராய்ச்சி ஞானம் வேண்டும்" என்கிறார். தி.ஜா. தரும் விவரங்கள்வழி, ஒருகாலத்தில் பெரிய வீடாக இருந்தது, இன்று சிதிலமடைந்திருப்பது தெரிகிறது. அவர்களது ஏழ்மையை, "கங்காபாயின் புடவையில் கண்ணுக்குத் தெரிந்து, பதினைந்து ஒட்டுக்களாவது இருக்கும். தத்தோஜியின் பஞ்சக்கச்சத்தில், அதற்குக் கூடுதலாக நாலு இருக்குமே தவிரக் குறைவாக இராது" என்கிறார்.

தி.ஜா., மனிதாபிமானம் மிகுந்தவர். அதனால்தான், புரோகிதர்களுக்கு முன்புபோலச் சாப்பாடோ வேஷ்டியோ யாரும் தருவதில்லை என்று வருந்துவதோடு, "படைத்தவன் வயிற்றுக்குப் படைக்காமலா இருப்பான் என்று ஏன் வேதாந்தம் பேசுகிறார்களோ, தெரியவில்லை. வயிற்றுக்குப் படைக்கிற வெண்கலப்பானையே அடகுக்குப் பெயர்ந்துவிட்டது" என்று இரக்கப்படுகிறார். மேலும், "ஒரு ரூபாய் கொடுக்க, ஏன் இவ்வளவு தகராறு செய்தோம்? கோதாவரிக் குண்டே இல்லாமல், ஒரு ரூபாய் ஏன் கொடுத்திருக்கக்கூடாது? . . . எப்பொழுதும்போல் என் பின்புத்தி, இந்தக் கேள்விகளைக் கேட்டுக்கொண்டேயிருந்தது" என்றும் நொந்து கொள்கிறார். அவசியமில்லாது கடன் வாங்கிப் பூவும் படமும் பார்க்கச் சென்றதை, எந்த விதமான குத்தலுமில்லாது தத்து சொல்லும்போது,

“அட துடகாலிகளா!” என்று கத்த வாயெடுத்தபோதும், “வாயை மூடு – அரஸிகக் குடுக்கை” என்று தன்னைத் தானே கடிந்தும்கொள்கிறார். ‘இது ஒன்றும் செய்யக்கூடாத குற்றமில்லை; வாழ்க்கை சின்னச் சின்ன சந்தோஷங்களால் நிறைந்ததுதானே!’ என்பதுதான், தி.ஜா.வின் இறுதிப் பார்வை. சாதாரண மக்களின் நிலையை, இங்கு யதார்த்தமாகக் கதையாகக் காட்டியுள்ளார் தி.ஜா.

வெங்கிடி சார் ஏன் ஓடினார்?

தி.ஜா. கதையை எழுதி முடித்த பிறகுதான் பெயர் சூட்டுவேன் என்கிறார். எனவேதான், சிறுகதை நிகழ்வுகளுக்குப் பொருத்தமான பெயர்களாகவே அமையக் காண்கிறோம். இந்தக் கதையும் அவ்வாறே அமைகிறது. வெங்கிடி சார், தாராள மனதும் இரக்கக் குணமும் கொண்டவர். விருந்தோம்பல் பண்பு நிறைந்தவர். மருத்துவத்திற்காகவும், வேலை, கேஸ், மற்றும் இறைவழிபாடு என்று பல காரணமாக வருபவர்கள் இவர் வீட்டில்தான் தங்கினர். நாள் கணக்கில் இல்லை; மாதக்கணக்கில் தங்கினர். ஒரு சிலர் ஒரு வீசை சேப்பங்கிழங்கு, நாலு மரக்கால் அரிசியோடு வந்து இரண்டு மாதம் தங்கிவிட்டுப் போகும் சாமர்த்தியசாலிகள். வெங்கிடி சார், வந்தவர்கள் அரிசியும் கிழங்கும் கொண்டுவந்தது அறிந்து மனைவியைக் கோபித்துக்கொண்டார். எனவே, அதுவும் நின்றது. தம் வீட்டில் வந்து தங்கியவர்கள் அனைவரையும், நன்கு உபசரித்தார். பல நேரத்தில் செலவு கட்டுக்கடங்காது போனது. எப்படி அவர் சமாளித்தார் என்று எல்லோரும் ஆச்சரியப்பட்டனர். விருந்தினர்களின் வருகையால், அவரால் டியூசன்கூட எடுக்க முடியாது போனது. அவர் மனைவிக்கோ ஓய்வில்லை. உடுப்பதற்கு நல்ல புடவை இல்லை. நண்பரின் தாயாரின் யோசனைப்படி மனைவியை இரண்டு மாதம் பிறந்த வீட்டிற்கு அனுப்பினார். விருந்தாளிகளுக்கு ஹோட்டலிலிருந்து வாங்கித் தந்ததால் செலவு அதிகமானதுதான் மிச்சம். கதை விருந்தினரை வண்டி ஏற்றிவிடுவதோடு தொடங்குகிறது. “அப்பா… டி என்றது மாலு. ஏதோ பெரிய பாரம் குறைந்தாற்போலவந்த அக்குரலைக் கேட்டார். ஆனால், அதன் அர்த்தத்தை அவர் கவனிக்காதது போலிருந்துவிட்டார். “மோரை நீர்க்கக் கரைக்கச் சொல்கிறார். அதற்கு அவர் மகள் மாலு, “கெட்டி மோரே கிடையாது” என்கிறாள். மேலும், “எல்லோரும் ஒரு வளியா தொலைஞ்சாங்கடாப்பா. இப்பத்தான் அக்கடான்னு இருக்கு, ஊடு” என்கிறாள். விருந்து வந்தால் சந்தோஷப்பட வேண்டும். இப்படிச் சொல்லக்கூடாது என்கிறார். “நீங்க சொல்லுவீங்க. ஒரு மாசமா எனக்குத் தலகாணியே கிடைக்கலே, தெரியுமா!” என்று குழந்தை தாளமுடியாமல் சொல்கிறாள். அவரது மனைவி சொல்லிக் கொடுத்துக் குழந்தை சொல்லவில்லை என்பதும், பெரிய தனவந்தர்களே விருந்தினராக வந்து தங்கும்பொழுதும் குழந்தைக்கு ஒரு பப்பர்மிட்கூட வாங்கித் தருவதில்லை என்று ஆதங்கப்படுவதும் இயல்பாகச் சுட்டப்படுகிறது. “இந்தப் பொம்பிளை ஜன்மத்துக்குப் பெரும் போக்கு எப்படா வரும்” என்று வெங்கிடி சார் நினைப்பதை, “வார்த்தையில்லாமலே தலையில் வைத்த கை சொல்லிற்று” என்று மௌனமாகப் புரியவைப்பதும் சிறப்பானது. அதேபோல, மனைவியின் பேச்சை, “என்னத்துக்குக் கவைக்குதவாத பேச்சு” என்கிறார். வர விருந்தை வராதே என்று சொல்லப்

படிக்கவில்லை என்று பண்பாடு உணர்த்துகிறார். "வெங்கிடி சார் கண்ணை மூடிக்கொண்டுவிட்டார். காதுக்கு இமையில்லாததனால்தான் அப்படிச் செய்தார்" என, வெகு நயமாகச் சொல்கிறார் தி.ஜா.

வீட்டில் மட்டுமில்லை, வெளியிலும் வெங்கிடி சாருக்குப் பொதுமனிதர் என்ற கௌரவம்தான் மிச்சம். ஊர் ஊராக அலைந்து பணம் திரட்டினாலும், அதை மேடையிலே அளிக்கும் பெருமை மற்றும் போட்டோவில் வருவதெல்லாம் பஞ்சாயத்து பிரசிடண்ட் ஒல்லி ராமையாதான். வெங்கிடி வீட்டில் மனைவியோடு பேசிக்கொண்டிருக்கும்போது, ஒரு குரல் வாசலில் ஒலிக்கிறது. ("இவ்வளவு தீனமான குரலை, அவர் கேட்டதே இல்லை. அந்த ஒரு வார்த்தையை வெளிப்படுத்த, அந்த உடல் எவ்வளவு வேதனைப்பட்டிருக்க வேண்டும்!"). ஒரு பையன், பேச முடியாமல் பேசினான். தலைமுடி அழகாகக் கத்தரித்திருந்தது. கட்டைகுட்டையான உடல். பதினான்கு பதினைந்து வயதிருக்கும். இடையில் ஒரு பழைய பழுப்பு நிற டிராயர். உடல் திறந்து கிடந்தது. குழைத்த கறுப்பில்லாமல், துருப்பிடித்த தகரக் கறுப்பு எனத் தி.ஜா. அவனை வர்ணிக்கிறார். "யாருப்பா! என்று பதறினார் வெங்கிடி. "பசி ஐ...யா, நாலு நாளா பருக்கைச் சோறு கிடைக்கலெ..." நிமிர்ந்து நிற்க முடியவில்லை பையனால்; குரலும் எழும்பவில்லை. கம்மித்தொய்ந்தது. அந்த வார்த்தைகளை நெஞ்சிலிருந்து வெளியே கொண்டுவரக்கூட அவனுக்குத் தெம்பில்லை. பசியின் கோர சொருபம் கண்டதும், வெங்கிடி சாருக்குக் கைகாலெல்லாம் ஒரு தடவை நடுங்குகிறது. "பையன் கண் செருகிக்கொண்டு நின்றது. புருவத்தைச் சுருக்கி முகம் முழுவதையும் வாட்டியிருந்த பசி, நிமிர முடியாமல் உடலைக் கூனாக்கிவிட்டது" என்கிறார் தி.ஜா.

வெங்கிடி சார் கண்களில் கண்ணீர் தெப்பம் கட்டியது. வெங்கிடி மனைவியைப் பார்த்தார், சாப்பிட ஏதாவது இருக்கிறதா என்ற அர்த்தத்தில். சமையலே இன்னும் தொடங்கவில்லை என்றாள். இட்டிலி இருந்ததே என்று வெங்கிடி இழுத்தபோது, அதைத் தோட்டிக்குக் கொடுத்துவிட்டதைச் சொன்னாள். பழையது இருந்ததை அம்மங்கா மகன் சாப்பிட்டான் என்றாள். வெங்கிடி சாக்லேட் இருக்கா என்று காலி டப்பாவைத் திறந்து பார்த்தார். சில்லரையாகப் பதினாலணா இருந்தது. எட்டணாவை எடுத்து, "கடைத்தெரு மூணு பர்லாங் இருக்கு. ஓட்டல்லே சாப்பிட இது பத்தாது. ரொம்ப தூரம் நடக்கணும். வெயில் வேறு" என்று உருகுகிறார். பையன் குனிய முடியாமல் தரை வரை குனிந்து கும்பிட்டான். வெங்கிடியால் அதைப் பார்க்கமுடியவில்லை. அவரது கருணையுள்ளம், சத்து மாவையாவது கரைத்துக் கொடுத்திருக்கலாம் என்று தவித்தது. வாசலுக்குச் சென்று பார்த்தார். அந்தப் பையன் முதுகு விறைக்க நடந்துகொண்டிருந்தான். அவர் அவனையழைக்கக் குதிரை திரும்புவதுமாதிரி வேகமாகத் திரும்பினான். அவரைப் பார்த்தவன் பாய்ந்து ஓடினான். வெங்கிடி சாருக்கு அவன் தன்னை ஏமாற்றியது புரிந்ததும், அவனைத் துரத்திக்கொண்டு ஓடினார். அவனைப் பிடிக்கவே முடியவில்லை. வழியில் பார்த்த ஒரு பையனிடம் சொன்னார். அவனாலும் பிடிக்க முடியவில்லை. அவன் வெங்கிடி துரத்திய காரணம் கேட்டுச் சிரித்தான். இக்காலப் பிள்ளைகள் காசையும் மதிக்கவில்லை; பெரியோரையும் மதிக்கவில்லை என்று வெங்கிடி நினைத்தார். பின்

அப்பையன் போனவழியே சென்று, அங்கிருந்த கடையில் கடனாகப் பழமும் லைம் ஜூஸும் குடித்துவிட்டு உட்கார்ந்திருந்தார்.

தி.ஜா., குழந்தைபோலத் தம்மைச் சுற்றி நடப்பதைப் பார்த்து வியப்பவர். எனவேதான் வெங்கிடியும், கடைக்குப் பல்வேறு பொருட்கள் வாங்க வருவோரைப் பார்த்து வியப்பதாகக் காட்டுகிறார். தாமும் ஒரு கடை வைத்தால் என்ன என்றும் வெங்கிடி நினைக்கிறார். "மூன்று சாலைகள் கூடுகிற இடத்திற்கருகில் பெட்டிக்கடை வைத்தால், எதிரே கண்ணுக்கெட்டின வரை பசபசவென்று பரந்து கிடந்த வயல் காட்சியையும் தென்னந்தோப்புகளையும் மேகங்களையும் இளங்காற்றையும் ரசித்தாற் போலிருக்கும்" எனக் காவிரி பூமியில் வாழ்ந்து, இயற்கையை ரசித்த தி.ஜா., வெங்கிடியை எண்ண வைக்கிறார். அப்போது ஏமாற்றிய பையன் கடைக்கு வருகிறான். வெங்கிடி அவனைப் பிடிக்க முயலும்போது, கால் தப்பிக் கீழே விழுகிறார். ஓடியவன் திரும்பி, அவர் தந்த எட்டாணாவை எறிந்துவிட்டுச் செல்கிறான். வெங்கிடிக்கு முழங்கால், கையில் சிராய்ப்பு. அவர் எழுந்து, அந்த எட்டணாவைக் கையிலெடுத்துப் பின் அதைத் தூர எறிகிறார். நல்ல உள்ளம் படைத்தவர்கள் எளிதில் ஏமாறுவர் என்பது, இக்கதைவழித் தெரிகிறது.

சக்தி வைத்தியம்

தி.ஜா. ஆசிரியராக இருந்ததால் குழந்தைகள், ஆசிரியர்கள் மற்றும் பெற்றோர் பற்றி அவர் நன்கறிந்திருந்தார். இக்கதையில், சக்தி மிகுந்திருந்த ஐந்து வயதுச் சிறுவனின் வழியாக, நல்ல பாடமொன்றைச் சொல்லித் தருகிறார். கதை தொடங்கும்போதே சிறுவனின் எக்ஸ்ட்ரா எனர்ஜி எப்பேற்பட்டது என்பதைப் புரிய வைக்கிறார். "குழந்தை வாசலிலிருந்து ஓடிவந்தான். தலைதெறிக்கிற ஓட்டம். வழக்கம்போல். ஆனால், வழக்கம்போலக் கத்தவில்லை. காதைக் கிழிக்கவில்லை. வீட்டுக்குள் வரும்பொழுது, எப்படிச் சத்தம் போடாமல் வர முடிந்தது! அவன் வாய் திறந்தால், நம் காதுகள் கிழியும். நூறு சில் வண்டுகள், நூறு அணில்கள் நம் தோளில் வந்து உட்கார்ந்து கத்துகிற தொண்டை அது. இந்த ஐந்து வயதில் முன்று அடி உயரத்தில், இந்த ஒல்லியில் எங்கிருந்து இந்தக் குரல் வருகிறதோ! அவன் வருகையைக் கண்டு குடும்பமே அஞ்சியது. பாட்டி பயந்து ஒளிந்து கொண்டாள். பாபா ப்ளாக்ஷிப் அல்லது ஹிக்கரி டிக்கரி, பீங்கானில் ஆணியை அழுத்தி உராய்கிற இனிமை அனைவரது காதுகளிலும் பாயும். எதை எடுத்தெறிவான், உடைப்பானென்று தெரியாது. கண்ணாடிகள், சீப்புகள், பொம்மைகள், ஸ்லேட்டுகள், பேனாக்கள், பாத்திரங்கள், பாட்டில்கள் எனப் பலதும் . . ." என்றெழுதுகிறார். அப்படிப்பட்டவன், "எங்க டீச்சர் வராம்மா. ஒரு பூரிப்பு, ஓர் அச்சம், ஒரு மரியாதையுடன்" சொல்கிறான் இப்போது.

டிச்சர் செருப்பைக் கழட்டாமலே கூடம் வரை வந்தாள். ஆங்கிலத்தை, ஆங்கிலேயர்களைப் போலவே, நுனிநாக்கில் பேசினாள். பையனைப் பற்றிக் கேட்கும்போது, "அவனைப் பற்றிய அபிப்ராயத்தைவிட, உங்களைப் பற்றிய அபிப்ராயத்தை என்ன என்று கேட்க வேண்டும் நீங்கள். குழந்தைகளை இன்னும் நன்றாக வளர்க்கக் கற்றுக்கொள்ள வேண்டும்

நீங்கள்" என்றாள். பையனின் தாயால், அதைத் தாங்க முடியவில்லை. பள்ளிப் படிப்பு முடிந்தவுடன் திருமணமானது. அதன் பிறகு இதேதான் வாழ்க்கை. அதிலே மூன்று, இதிலே மூன்று பெற்று வளர்த்துக்கொண்டிருக்கிறாள். பெரியவன் அடுத்த வருஷம் எஸ்.எஸ்.எல்.சி. புல்லாங்குழல் சொல்லிக்கிறான். இரண்டாவது பெண் எட்டாவது. தியாகராஜர் கீர்த்தனை அறுபதும் தீட்சிதர் கீர்த்தனை பத்தும் பாடம். மூணாவது பையன் ஆறாவது. கடம் கற்றுக்கொள்கிறான். நாலாவது பெண் நாலாவது. நாலு வர்ணம் தெரியும். அஞ்சாவது இந்தப் பையன். உங்க சிஷ்யன் ... ஆறாவது இந்தப் பெண். இதுவும் நல்ல ஆரோக்கியமாக இருக்கு என்று தான் குழந்தை வளர்ப்பறிந்தவள் மட்டுமன்று, அனுபவம் மிகுந்தவளும்கூட என்கிறாள் தாய். பின் சட்டென்று அவள் விருந்தாளி என்ற நினைவு வரத் தணிந்து போகிறாள். மகனைப் பற்றி விசாரிக்கிறாள். பள்ளியில், குழந்தைகளெல்லாம் உங்கள் பையனைக் கண்டால் அஞ்சி நடுங்குகிறார்கள் என்கிறாள் டீச்சர். இன்றுகூட மாடிப்படியில் நின்றுகொண்டிருந்த ஒரு குழந்தையைப் பின்னாலிருந்து தள்ளிவிட்டான். நல்லவேளை, மாடிப்படி ஏறிக் கொண்டிருந்த பியூன் சட்டென்று குழந்தையைப் பிடித்துக்கொண்டான். இதற்கு வைத்தியம் மாதம் முப்பது ரூபாய்க்குப் பலவிதமான, பலநிறக் காகிதங்களை வாங்கி அவனை வரையச் சொல்வதுதான். அதிகப்படியான சக்தி செலவழியும். அதற்கும்மேல் சக்தி இருந்தால் கத்தச் சொல்லலாம். விறகுவெட்டச் சொல்லலாம் என்கிறாள், பயிற்சி பெற்ற ஆசிரியை. இதற்குக் காரணம், அவனிடமுள்ள அதிக எனர்ஜி. "இனர்ஜி, இனர்ஜி – சக்தி சக்தி – உங்கள் குழந்தை உடம்பில் அவ்வளவு சக்தி இருக்கிறது. அதெல்லாம் செலவழிய வேண்டும்" என்கிறாள். இருபது ரூபாய் கட்டிப் படிக்க வைப்பதே பெரும் பாடாயுள்ளபோது, இதற்கு என்ன செய்வது? என்று நினைக்கிறாள் தாய்.

சில நாளுக்குப் பின், பிள்ளை கொண்டுவரும் ரிப்போர்ட் கார்டில் மார்க் குறைந்திருப்பதைக் காணும் தாய், டீச்சரைக் காண அவள் வீட்டிற்குப் போகிறாள். டிச்சர் வீட்டில் இல்லை. அவளின் தாயார், டீச்சர் தாமதமாக மணம் செய்துகொண்டது, முதல் குழந்தை இறந்தது, இப்போதுள்ள குழந்தை ஏழு மாதத்திலேயே பிறந்துவிட்டது என்பதையெல்லாம் சொல்கிறாள். குழந்தையைச் சுற்றிலும் பஞ்சு, மீன் எண்ணெய் வாடை. "வெந்நீர்ப் பாடம், காட்லிவர் ஆயில் இப்படி உபசாரம் பண்ணி இப்பத்தான் மனுஷக் குழந்தை மாதிரி ஆயிருக்கு" என்கிறாள் டீச்சரின் தாயார். டீச்சர், குழந்தைகளை நாடக ஒத்திகை பார்க்க அரங்கத்திற்கே அழைத்துச் சென்றிருப்பதால் திரும்ப இரவு பத்து மணிக்கு மேல் ஆகலாம் என்கிறாள். குழந்தைக்கு அதிக சக்தி செலவழிக்க வைத்தியம் சொன்ன அதே டீச்சர்தான், "எல்லாம் பராசக்தி மயந்தான். உபரி சக்தியை நாடக ஒத்திகையில் செலவழிக்கக்கூட, பராசக்தியின் கிருபையில்லாமல் முடியுமோ!" என்று கதையைக் கேலியுடன் முடிக்கிறார் தி.ஜா. டீச்சருக்கு ஆங்கிலம் சிறப்பாகத் தெரிந்த அளவுக்கு நாயன்மார்கள், ஆழ்வார்களைத் தெரியவில்லை என்பதை நாசூக்காகக் காட்டுகிறார். விறகுவெட்டச் செல்லும்போது வீட்டுக்காரன் பார்த்தால் விரலை ஒடிப்பான் எனவும், கிணற்றில் தள்ளிவிடுவான் என்று சொல்கையில் வீட்டில் கிணறு இல்லை எனும் போதும் நம்மை அறியாது சிரிப்பு வருகிறது.

தி.ஜா. பெண்களின் ஆதரவாளர் என்றபோதும், வாய்ப்புக் கிடைக்கும்போது, "ஏன் பொம்மனாட்டி ஜன்மங்களுக்கு இந்த முயலுக்கு மூணுகால் வைக்கிற பிடிவாதம் போக மாட்டேனென்கிறது" என்று, மெல்ல ஒரு குட்டும் வைக்கிறார். பணமில்லாதபோது ஏன் பணக்காரப் பள்ளியில் சேர்த்தீர்கள் என்று கேட்கும் டீச்சருக்கு மறுமொழியாகத் தி.ஜா., "அதுதான் நியாயம். ஆனால் மனசு கேட்கிறதா? பணக்காரர்கள் மாதிரி இருக்கணும்னு ஆசை, சித்தைக்கொரு தடவை மனசிலே பூத்து ஆட்டி வக்யறதே. அவா குழந்தைகள் படிக்கிற இடத்திலே படிச்சா, பிற்காலத்திலேயாவது அப்படி ஆகலாம்னு ஒரு நப்பாசை. சொப்பனம்" என்று நடுத்தர மக்களின் மனப்போக்கைக் காட்டுகிறார். நக்கலாக, "நீங்க சொல்ற வைத்யம் – ஆபரேஷனுக்கு ஆயிரம் ரெண்டாயிரம் வாங்குற டாக்டர் எல்லாமிருக்கா. கண்ணால பாக்கறதுக்கு இருபத்தஞ்சு அம்பதுன்னு வாங்குற டாக்டர்லாம் இருக்காளாமே, அந்த மாதிரி இருக்கே, நீங்க சொல்ற வைத்தியம்! நியாயமா சம்பாதிச்சுக் கேட்ட வரியை ஒழுங்காக் கொடுத்திண்டிருக்கிறவாளுக்கு, இப்படியெல்லாம் பணத்தைக் கொட்ட முடியுமா?" என்று சொல்வது இன்றும்கூடப் பொருந்துகிறது. பெண்கள் அதிகம் கல்வி கற்கத் தொடங்கிய காலம் (1962). எனவே, படித்து வேலைக்குச் சென்ற அன்றைய பெண்களுக்கு அறிவுரையாக, டீச்சர் தாயின் பேச்சு அமைகிறது. முப்பது வயசுக்குப் பின், யௌவனம் போனபின், திருமணம் செய்துகொள்வதால் துன்பம்தான் என்கிறாள். லேட்டாப் பண்ணிக்கொண்ட பின், வேலையையாவது விடவேண்டும். ஒரு ரசம்கூட வைக்கத் தெரியவில்லை என்று குமுறுகிறாள். இது ஒரு பழைய தலைமுறைக்கும் புதிய தலைமுறைக்குமான போராட்டமாகும். இதில் பழைய தலைமுறைக்கு ஆதரவாகத் தி.ஜா. பேசுவது போலிருக்கிறது.

வீடு

இக்கதை, சிறுகதையைவிட அளவிலே சற்றுப் பெரியது. நெடுங்கதை எனலாம். இச்சிறுகதையே, பின்பு தி.ஜா.வால் அம்மா வந்தாள் என்ற நாவலாக எழுதப்பட்டது. சந்தானத்தின் நோக்கிலே, சிறிதளவு ப்ளாஷ் பேக்கில் போய் நிகழ்காலத்துக்கு வருகிறது கதை. சந்தானத்தின் பூர்வீகப் பெருமை, குறிப்பாக அவனது 'அம்மா தாத்தா', தாயின் தந்தையின் பெருமை விரிவாகவே கூறப்படுகிறது. சந்தானம், எல்.எல்.எம். டாக்டர். அழகு மனைவி அம்பிகா. அம்பு என்று ஆசையாக அழைக்கப்படுகிறாள். ஐந்து வயதிலிருந்தே சந்தானத்தை விரும்பியவள். கிராப் அதிகமில்லாத காலத்தில், கிராப் வைத்துக்கொண்டு, அரைக்கால் நிஜார் அணிந்து, ஸ்டாக்கிங்ஸ், பூட்ஸும் சந்தானம் போட்டுக்கொண்டிருந்ததைக் கண்டு மையல்கொண்டாள். இதுபோல் குழந்தைப் பருவத்திலேயே கண்டதும் காதல் கொள்வதும் வளர்ந்த பின்பும் அது உறுதியாக இருப்பதையும் தி.ஜா. வின் மலர்மஞ்சம் நாவலிலும் காண்கிறோம். இவர்களுக்கு ஒரு பெண், ஒரு ஆண் என்று இரு குழந்தைகள். வீட்டில் சமையல்காரி, வேலைக்காரி இருந்ததால் அம்புவிற்கு எந்த வேலையுமில்லை. அவளுக்குச் சினிமா, டிராமா, நாடகம், நடனத்தில் மிகுந்த ஆர்வமிருந்தது. எந்த மொழி சினிமா என்றாலும் தனியாக முதல் காட்சிக்கே போய்விடுவாள். அதிகம் பேச மாட்டாள். சிரிக்கவும் மாட்டாள். பார்வை எங்குப் பார்க்கிறாள் என்றே தெரியாது.

திடீரென மகாதேவன் வருகிறான். கம்பவுண்டராக அரசு ஆஸ்பத்திரியில் தான் வேலைசெய்வதாகவும், அதே சம்பளத்தைச் சந்தானமும் தந்தால் போதுமென்றும் சொல்கிறான். “சிரிக்கச் சிரிக்கப் பேசுவான். எப்போது பார்த்தாலும் முகத்தில் ஒரு சிரிப்பு. அவன் தூங்கி விழிக்கும்போது பாருங்கள், இப்போதுதான் ஜில்லென்று குளிர்ந்த நீரில் குளித்துவிட்டு மொரமொரவென்று வருகிறாற்போல் இருக்கும். குட்டையாக இருப்பான். உடம்பு ஒரு மஞ்சள் சிவப்பு. தலையில் கருகருவென்று கட்டை மயிர். அதை இழுத்துப் போட்டு வாரிப் படிய வைத்திருப்பான். உடம்பைத் திறந்தால் மார்பு பளபளவென்று சந்தனக்கட்டை மாதிரி மின்னும்” என்று அவனை வருணிக்கிறார். மகாதேவன் டிஸ்பென்சரியை மட்டும் பார்த்துக்கொள்ளவில்லை; ஆல் இன் ஆலாக அனைத்தையும் கவனித்துக்கொண்டான். தோட்டம் போட்டான். அம்புவிற்குச் சினிமா டிக்கட் வாங்கி வைத்தான். “பாரதி, பிரமாதமாகப் பால் வாங்கி மோர் வாங்கி வேலைக்காரன் செய்ததைச் சொன்னாரே, இவனைப் பார்த்திருந்தால் மகாதேவன் பிள்ளைத்தமிழ் பாடியிருப்பார்” என்று சந்தானம் நினைக்கிறான். மகாதேவனால், தோட்டக்கலையில் அம்பு ஆர்வம் காட்டுகிறாள். முதல் காட்சி சினிமா சிலதைத் தவறவிட்டுவிட்டாள். நோயாளிகளை மகாதேவனே கவனித்துவிடுவான். இதனால் நாளடைவில் அவனைப் பெரிய டாக்டர் என்று மக்கள் அழைக்கத் தொடங்கினர். அப்போதாவது சந்தானம் விழித்துக் கொண்டிருக்க வேண்டும் .

ஏழு மணிக்கு மேல் மகாதேவன் இருக்கமாட்டான். விடியலில் எழும் பெண்கள் இரவாவது சீக்கிரம் தூங்கட்டும் என்ற நல்ல எண்ணமே, இதற்குக் காரணம். ஒருநாள் சித்தப்பாவுக்கு உடம்பு மோசமாகி விட்டதாகத் தந்தி வந்தது. மகாதேவன்தான், அந்தக் கூட்ட நெரிசலில், ஸ்லீப்பர் கோச்சில், யார் காலிலோ விழுந்து இடம் வாங்கித் தந்தான். சித்தப்பா பிழைத்துக் கொண்டார். அவரது நண்பர், காரில் தாம்பரம் வரை, பயணம் செய்ய உதவினார். இரவு ஒருமணிக்கு வீடு வந்துசேர்ந்தான் சந்தானம். கேட் பூட்டப்படவில்லையே என்று கவலையோடு உள்ளே சென்றான். ஜன்னல்வழிப் பார்த்தபோது, மகாதேவன் சந்தானத்தின் மெத்தையில் தூங்கிக்கொண்டிருப்பது தெரிந்தது. அம்பு பட்டுப் புடவை உடுத்தியிருந்தாள். கீழே படுத்திருந்தாள். கதவைத் தட்டியதும், அம்பு கதவைத் திறந்தாள். சந்தானம் எப்படி வந்தான் என்று கேட்டாள். அவன் படுக்கையறைக்குள் சென்றபோது, மகாதேவன் பாயில் ஒரு மூலையில் சுருண்டு படுத்திருந்தான். சிறிது நேரம் சென்று விழித்துக்கொண்டதுபோல் கண்விழித்தான். குழந்தை லதாவிற்கு ஜுரமாக இருந்ததால் இரவு அங்கே தங்கியதாகச் சொன்னான். உடனே தன் வீட்டிற்கும் கிளம்பிவிட்டான். சந்தானம் படுத்தபோது சந்தன வாசனை வீசியது. தி.ஜா., சூழலை நாகரீகமாக உணர்த்துகிறார். சந்தன மணத்தைக் காந்தி செத்தபோது சந்தனக் கட்டைகள் போட்டு எரித்தார்கள் என்கிறான் சந்தானம். அம்பு அப்பேச்சை உளறல் எனும்போது, “சந்தனம்னா சாந்திக் கலியாண உள்வாசனை வருங்கிறியா? உனக்கு வரதோ என்னவோ– எனக்கு வல்லே. எனக்குக் காந்தி போன வாசனைதான் வரது” என்கிறான். பிடிக்கவில்லை என்றால், வெய்யிலிலே காயப்போட்டு வாசனை போன பிறகு, அதில் படுத்துக்கொள்ளச் சொல்கிறாள். அதற்கும் அவன், “வெய்யில்லே போட்டாப் போயிடுமாக்கும்?

மறுபடியும் வந்துடுத்துன்னா, நான் ஊருக்கு மறுபடியும் போயிருக்கிற போது?" என்கிறான். அவனுக்குச் சீட்டுக் கிழித்துவிட்டால் வீட்டைக் காப்பாற்றிவிடலாம் என்று தப்புக்கணக்குப் போடுபவனிடம், அம்பு சொல்கிறாள்: "வீடுன்னா என்ன – மூணு கிரவுண்டு மனை, முக்கால் கிரவுண்டு சிமிண்டுக் கட்டடம் மாத்திரம் இல்லே; அதிலே இருக்கிற பெண்டாட்டி, குழந்தைகள்தான் வீடு" என்கிறாள்.

அம்புவைப் பார்த்தபோது,"பொட்டுக்கட்டி ஆடுவாளே தெருவாசலில், அவளைப் பார்ப்பதுபோல என் உடம்பு சுட்டது" என்று நினைக்கிறான் சந்தானம். மகாதேவனை வேலையிலிருந்து நீக்கினான். ஆனால், அவனும் அம்பும் தொடர்ந்து பழகியே வந்தார்கள். அம்பு, அவன் குழந்தையைச் சுமந்தாள். மகாதேவன், அவளை ஆஸ்பத்திரிக்கு அழைத்துச் சென்றான். பிரசவத்திற்குப் பின், அம்பு வீட்டிலேயே வலம்வந்தான். அம்பு, வீட்டைத் தந்துவிடும்படி கேட்டாள். திடீரென மகாதேவன் இறந்துவிடுகிறான். பெரும்பாலும் முடிக்கும்போது தி.ஜா. ஒன்று முக்கியக் கதை மாந்தரைச் சாகடிப்பார் அல்லது ஊரை விட்டு அனுப்பிவிடுவார். இங்கும் அதைக் காண்கிறோம். வீட்டை விற்க மனமில்லாதவனாகச் சந்தானம்… இந்தக் கதையில் கணவன், மனைவியின் கம்பீரம் – ஆளுமை இவற்றால், ஒருவிதத் தாழ்வு மனப்பான்மையில் அவதிப்படுகிறான். அவள் அழகை ஆராதிக்கும் சந்தானம், அவளைச் சாதாரணப் பெண்ணாகப் பார்ப்பதில்லை. அம்பு அவனைக் குழந்தைப் பருவத்திலே கண்டு மோகித்ததுகூடக் காதலால் இல்லை, ஒருவிதக் கவர்ச்சி என்றே கூறலாம். விரசமான விசயத்தையும் நாகரீகமாகவும் நளினமாகவும் கூறுவதில் தி.ஜா. தனித்துவம் மிக்கவர். இக்கதை 1964இல் எழுதப்பட்டது. தி.ஜா.வின் பாணி என்று அவர் நாவலில் நாம் காண்பதை, இக்கதையிலும் காண்கிறோம். இஷ்டப்படி இருப்பது, வாழ்வது என்பது அவர் நாவல் கதாநாயகிகளின் விருப்பக்கூறு. அதை இக்கதையில் வரும் அம்புவும் கூறுகிறாள். பல இடங்களில், தி.ஜா. பின்னெழுதிய 'அம்மா வந்தாள்' நாவலை, இக்கதை நினைவூட்டுகிறது.

ஒரு சின்ன வாக்குவாதம்

உண்மையில், இது ஒரு வாக்குவாதமில்லை. அன்புப் பிணக்கு எனலாம். தி.ஜா., ஒரு தேர்ந்த எழுத்தாளர். எனவே, எந்த விஷயமும் கதையாகும். அவர் பல்துறை அறிந்தவர். நாடகம் அவருக்குப் பிடித்த ஒன்று. உரையாடல்வழிக் கதை கூறுவதில் தி.ஜா. வல்லவர். இக்கதை, டீ.வீ.ஆர்.க்கும் சிவநேசனுக்கும் இடையேயான உரையாடலாகவே தொடங்குகிறது. டீ.வீ.ஆர்., முதல் நாளிரவு நாடகத்தில், தன் நடிப்பு எப்படியிருந்தது என்று கேட்கிறார். சிவநேசன் அதுவா என இழுக்கிறான். அவன் சுவாரஸ்யமில்லாது பதில்கூறக் கேட்டு, அவருக்கு எரிச்சல். அவனோ, "பின்னே என்ன, ராஜபார்ட்டா? இரணியாட்சனா? இரணியகசிபுவா? ராஜா வந்தார்னா வெள்ளித்தடி புடிச்சிட்டு வாரது. இரணியகசிபுவோட கொலையாளி – ராவணனுக்குச் சபையிலே உட்கார்ந்திருக்கிற மந்திரி, பேசாத மந்திரி. என்னமோ பிரமாதமாக் கேட்டா, எப்படியிருந்திச்சு எப்படியிருந்திச்சுன்னு – ஈரோ வேசம் போட்டாப்பல?" என்று வேடங்களைப் புட்டுப்புட்டு வைக்கிறான்.

டீ.வீ.ஆர். அவன் குடிக்கும் வண்டத் தண்ணியின் குசும்பு என்றும், அதுதான் உடலும் வெய்யிலில் காய்ந்த வாழைப்பழத் தோலாக இருக்கிறது என்கிறார். அதற்கு அவன், அவரது ஊரான தென்காசியிலிருந்தா, அவர் அருவி நீர் குடிக்கிறார் என்கிறான். தென்காசி விச்வலிங்கம் மகன் ராமநாதன் என்பதைத்தான் டீ.வீ.ஆர். என்று அவர் சுருக்கி வைத்துக்கொண்டார். தந்தையோடு தென்காசியிலிருந்து அப்பாமங்கலத்திற்குப் பெரிய கோவிலுக்கு விளக்கு வார்க்க வந்தார்கள். நிறைய வாய்ப்புகள் வந்தன. ஊர் பிடித்துப் போகவும் இங்கேயே தங்கிவிட்டனர். ஆறு மாசத்துக்கு ஒருமுறை ஊருக்குப் போய்வருவார்கள். தந்தையின் இறப்பிற்குப் பின் விளக்கு வார்ப்பதை விட்டுவிட்டு விறகுக்கடை வைத்துவிட்டார். கதைசொல்லி காரணம் கேட்கிறார். அவர் தந்தையார் முதலில் பொன்வேலை செய்ததாகவும், அப்போது தங்கத்தை ஒரு விரலளவு கண்ணுக்குள் வைத்து அபகரித்ததாகவும் சொல்கிறார். (சிவன் சொத்து, நாராயணன் சொத்து குலநாசம்!). டீ.வீ. ஆர்.க்குப் பின் பிறந்த ஆறு குழந்தைகளும் இறந்துபோனது இந்தப் பாவத்தினால்தான் என்கிறார். எனவே, தாம் விறகுக்கடை வைத்ததாகச் சொல்கிறார். இதில் தெய்வத் துரோகமில்லை என்கிறார். பாபம் தொற்றிக்கொள்கிற காரணத்தை விடவும் பார் விளையாடவும், கர்லா சுற்றவும் இடம் தந்ததுதான் முக்கியம். பள்ளிப் பையன்கள் அவருக்கு, 'மௌண்ட் சார்க்கோல்' என்று ஆங்கிலத்திலும், எரிமலை என்று தமிழிலும் செல்லமாகப் பெயரிட்டனர். "தோற்றம், பெயருக்குப் பொருத்தமாகவே அமைந்திருந்தது" என்கிறார் தி.ஜா.

ஆறடி ஓரங்குல உயரம், அதற்கேற்பப் பருமன். தலை யாழ்ப்பாணத்துத் தேங்காய். கைவிரல் ஒவ்வொன்றும் நீளக் கத்தரிக்காய்ப் பருமன். தொந்தி, புஜம், ஆடு சதை ஒவ்வொன்றும் ஒரு பீட பூமி. இந்தப் பீடபூமிகளும் மலைச்சிகரமும் கைக்கு முந்நூறு கர்லா, நூறு தண்டால், நூறு பஸ்கி எடுக்கும் போதும், பார் கம்பியில் தொங்கி உடம்பையே ராட்டினமாய்ச் சுற்றும்போதும், இரும்புச் சக்கரங்கள் கோத்த தடியைத் தூக்கி விளையாடும்போதும், இந்தச் சம்பிரமங்களால் மழை பெய்து சுற்றிலும் நீரோடைகள் சரியும் மலையாக உடம்பு வேர்த்து ஓடும்போதும், ஊரெல்லாம் பார்க்கும், கைதட்டும், பிரமிக்கும், குற்றேவல் புரியும்" என்கிறார். அவரிடம் கற்கவந்தவன்தான் சிவநேசன். தேறாத கரளை என்று அவர் கூறியபோதும், விடாது அவன் முயற்சி செய்தான். ஆறு மாதப் போராட்டத்திற்குப் பின், டீ.வீ.ஆர்.க்கு அஸிஸ்டெண்டாக விறகுக்கடையில் சேர்ந்துவிட்டான்.

அப்பாமங்கலத்தில் அறுவடை முடிந்துவிட்டால், அவருக்கு மகிழ்ச்சி. சிவநேசனைக் கடைமுதலாளியாக இருத்திவிட்டு அவர் நடிக்கச் சென்றுவிடுவார். முழங்காலுக்குக் கீழே தொங்குகிற கட்டம் போட்ட ஜிப்பாவை மாட்டிக்கொண்டு ஒத்திகைக்குக் கிளம்பிவிடுவார். அனைத்துக் கோயில் திருவிழாக்கள், சாலியத் தெரு, சாலிய மகா ஜன சபை நடத்தும் நாடகங்களில் அவருக்கு வேஷம் உண்டு. பள்ளிக்கூட நாடகங்களில் பூத, ராட்சச வேடத்திற்கு அவரைத்தான் அழைப்பார்கள். ஒத்திகை தொடங்கிவிட்டால் டீ.வீ.ஆர். அந்தண்டை இந்தண்டை நகர மாட்டார். வேஷம் என்னவோ போலீஸ்காரன், ராவணனுக்கு மெய்க்காவலன்,

கம்சனின் கையாள் – இப்படிப் பேசாத வேடமாகத்தான் இருக்கும். ஆனால், அவர் வரும் அந்தச் சில நிமிடங்களை, உயிர்பெறச் செய்வார். சிவநேசனிடம், தான் நிசமான கத்தியைப் பிரகலாதன் கழுத்தில் ஓங்கியதை, "கத்தி பிடரிக்கிட்டப் போகணும், அப்ப பூமாலை வந்து விளுவனும் களுத்திலே. சும்மா உளுவாக்கு ஓங்கறாப் போலவும் இருக்கப்படாது. நெசம்மாவே உளுவறாப்பல இருக்கணும். அந்தக் கத்தியை வேற யார்லே தூக்கமுடியும்? இந்தச் சிங்கம் தூக்கிச்சு... கண்ரோல் வேணும் கண்ரோல், அதுக்கு! அப்ப ஒரு அப்ளாஸ் அடிச்சாங்களே அத்தனை ஜனங்களும், கேட்டியா?" என்கிறார். அவருக்குச் சிவநேசன் வசிட்ட மகரிசி. அவன் வாயிலிருந்து பாராட்டுக் கேட்கிறார். சிவநேசன் தலையைக் குனிந்து புன்சிரிப்பு சிந்துவது பரஸ்பர அன்பை உணர்த்துகிறது. "இது தினம் தினம் நடக்கிற நாடகம். நான் என்ன சொல்ல?" என்று முடிகிறது கதை. தி.ஜா. நாடகம், நடிப்பை நன்கறிந்தவர். சிறுவேடம் செய்பவர்களானாலும் அவர்களுக்குள்ள ஆர்வத்தையும் அர்ப்பணிப்பையும், டீ.வீ.ஆர். மூலம் காட்டுகிறார். பாராட்டு ஒரு கலைஞனுக்கு முக்கியம் என்பதையும் புரியவைக்கிறார். சின்ன வேஷங்களையும் எவ்வாறு மிளிரச் செய்யலாம் என்றும் டீ.வீ.ஆர். விளக்குகிறார் .

இசைப் பயிற்சி

தி.ஜா. இசையறிவு மிகுந்தவர். அவருடைய எழுத்தில் இசை சிறப்பானதொரு இடத்தைப் பெற்றிருந்தது. ஐம்பதாண்டுக்கு முன்பாகவே அவர், இப்படி ஒரு கதையை எழுதினார் என்பது வியப்பளிப்பதோடு, பாராட்டுக்குமுரியது. வேறு யாரும் இப்படி ஒரு கதையைத் தி.ஜா. காலத்தில் எழுதவில்லை என்பதும் குறிப்பிடத்தக்கது. மல்லி கச்சேரி செய்யுமளவிற்குப் பயிற்சி பெற்ற இசை வித்துவான். சென்னையில் பெரிய வித்வானாய்க் கொடிகட்டிப் பறக்கக் கனவு கண்டவர். ஆனால், அங்குச் சென்ற பின்தான் அவருக்குப் புரிந்தது, திறமை மட்டும் போதாது என்பது. வெறும் டியூசன் வாத்தியாராக, வாடகைக்கும் சாப்பாட்டுக்கும் கஷ்டப்படுவதைவிட, பாடாமலேயே சோறு கொடுக்கிற பட்டிக்காடே சொர்க்கம் என்று அவர் திரும்பச் சொந்த ஊருக்கே வந்ததைத் தி.ஜா., "வாழாவெட்டிமாதிரிப் பிறந்த ஊருக்கு வந்து சேர்ந்தார்" என்று நயமாகச் சொல்கிறார். ஊரிலும் நல்ல சங்கீத்த்தை யாரும் ரசிக்கவில்லையே என்று வருந்துகிறார். பாடச் சொல்லி எவன் கேட்கிறான் என்றும் வருந்துகிறார்.

பவழமல்லிகளைப் பொறுக்கிக் கொண்டிருக்கும்போது, அவர் தன்யாசி ராகத்தை முணுமுணுத்தார். அவர் பாடியதைக் கேட்டு யாரோ அதையே விஸ்தரித்துப் பாடுவதைக் கேட்டார். அற்புதமான குரல். யார் என்று தேடிக்கொண்டு போனார். மைக்கேல் மகன் குப்பாண்டி. அவன் முறையாகச் சங்கீதம் கற்றவன் இல்லை. நாயனம், சினிமா, கூத்து கேட்டுப் பாடுகிறான். மல்லி அவனை வெள்ளிக்கிழமை காலை, தேங்காய் – பழத்துடன், தன்னிடம் சங்கீதம் கற்க வீட்டிற்கு வரச்சொல்கிறார். இது பெரிய சர்ச்சையைக் கிளப்பி விடுகிறது. ஊர்ப்பெரியவர்கள், சமவயதினர், இளைஞர்கள், குழந்தைகள், பாட்டிகள் என அனைவரும் அவரிடம்

எப்படி, எங்குக் கற்றுத் தரப் போகிறார் என்று விசாரிக்க வந்தனர். அவர் செய்வது தவறு என்றும் பேசினர். மல்லிக்குப் பயம் வந்தது. குப்பாண்டியை வரவேண்டாம் என்று சொல்லிவிட நினைத்தார். வெள்ளிக்கிழமை காலை, குப்பாண்டி தேங்காய் – பழத்துடன் கொல்லையிலே வந்து நின்றான். அவற்றை வைத்துவிட்டுச் சுவாமியை வேண்டிக்கொள்ளும்படி சொன்னார் மல்லி. சுருதிப் பெட்டியுடன், கிணற்றங்கரையில் உட்கார்ந்தார். அவனை வேப்பமரக்கன்றின்கீழே அமரச்சொன்னார். இருவருக்குமிடையே நாற்பதடி இடைவெளி. அவர் சொல்லித் தந்ததை, அவன் அப்படியே பாடினான். "என்ன புத்தி, இந்தப் பயலுக்கு! என்ன வேகம்! என்ன இனிமை! ட, கந்தர்வப் பிசாசு!" என்று மல்லி உருகினார். சரளி வரிசை முடிந்தது. குப்பாண்டி, கொல்லைப்படலைச் சாத்தாமலே வந்துவிட்டான். குடியானத் தெரு, சேரி ஜனங்கள் ஒரு இருபது பேர். வேலி ஓரத்தில் அக்ரகாரத்துப் பிரமுகர்களும், நடுவயதினரும், குழந்தைகளும். நாற்பதடி தூரத்தைப் பார்த்துக் குடியானத்தெரு ஆட்கள் சிரித்தார்கள். ஊர்ப் பெரியவர் பாலன், "மல்லி ரொம்ப அழகாகப் பண்ணிப்பிட்டீர்" என்றார். "மீசையிலே படாம, கூழும் குடிச்சாச்சு" என்றார் கர்ணம். மல்லிக்கு வந்த கோபத்தில் சுருதிப்பெட்டியை வீசிக் கூட்டத்தின் பக்கம் எறிந்தார். "நாளைக்கு உள்ள வச்சிண்டு பாடம் சொல்றேனா இல்லியா, பாருங்கடா" என்றார்.

தி.ஜா., நல்ல சங்கீதம் வளர்க்கப்பட வேண்டும் என்று விரும்புகிறார். மனிதர்கள் இசையையும் அனுபவிக்கத் தெரியாதிருப்பதைக் கண்டு பொருமுகிறார். சென்னை ஜார்ஜ் டவுனில் இரவு ஒரு மணி, இரண்டு மணிக்குக் கிட்டப்பா, ராஜரத்தினம், பாகவதர் குரல்களை அச்செடுத்துப் பாடிய கார் க்ளீனர்வழிப் பிறவி ஞானத்தை உணர்த்துகிறார். அவன் குரலில் ஒரு கம்மல் – யாரும் பொறாமைப்படும் தெளிவு, புரளல், ரவைகள். பிறவி வேறு, பயிற்சி வேறு என்று புரிய வைக்கிறார். சங்கீதம் அனைவருக்கும் என்பதை வலியுறுத்துகிறார். "ஞானம் இருக்குடா உனக்கு! நல்லாத் தெரிஞ்சுகிட்டுப் பாடினா, கர்த்தருக்கு எத்தனை சந்தோஷமாயிருக்கும்? மரவேலிக்கு இந்தண்டை நிக்க வேண்டாம். கோவிலுக்கு உள்ள சாமியார் கிட்டவே போயி பாடலாம்" என்று மல்லி கூறுவதும், தி.ஜா.வின் மனக் குரலே. "அந்த நிமிஷம் அந்தக் கிராமத்தையே கொளுத்திவிட வேண்டும் போலிருந்தது மல்லிக்கு. அத்தனை ஞான சூன்யங்கள்! மாடு, சாணி, விரை, நெல்லு, எருவடி, யூரியா, சல்பேட்டு, கவணை, மடை, வேறு ஒன்றுமே கிடையாதா?" என்றும் தி.ஜா. பொங்குகிறார்.

விளையாட்டுப் பொம்மை

மனிதர்களை நகைச்சுவையோடு படைத்ததைப் போன்றே அவர்களது பலவீனங்கள், குறைகளையும் தம் படைப்பில் தி.ஜா. வெளிப்படுத்தியுள்ளார். வயோதிகத்தில் ஞாபக மறதியால் கிழவர் படும் பாட்டை, லாவகமாகவும் மென்மையாகவும் இச்சிறுகதையில் காட்டியுள்ளார். தொடக்கமே, நெகிழ வைக்கிறது! "அவர் விளையாட்டுப் பொம்மை. வா என்றால் வருவார். போ என்றால் போகிறார். எழுந்திருங்கள் என்றால் எழுந்திருக்கிறார். உட்காரு என்றால் உட்காருகிறார் – கைகொடுத்தால் போதும்". வேணுவின் இன்றைய நிலையை, மிக அழகாக இயலாமையை மனதில் பதியச் செய்கிறார். "மடத்து யானை, பிரம்மாண்ட யானை.

பாகன் இல்லாதபொழுது மகன் பார்த்துக்கொள்வான் – வாண்டு. ஒரு குச்சியை வைத்துக்கொண்டு துதிக்கையில் அடிப்பான், காலில் அடிப்பான். குளிக்க அழைத்துக்கொண்டுபோவான். யாராவது காசு போட்டால், மண்ணில் விழுந்ததைக் கையில் எடுத்துக் கொடுக்கச் சொல்வான். இல்லாத பொட்டை அதிகாரம் எல்லாம் பண்ணுவான் – பிரம்மாண்டம் மூச்சுப் பேச்சு பறிக்கிறதில்லை. கீறின கோட்டைத் தாண்டுவதில்லை. வேணு அப்படித்தான் ஆடிக் கொண்டிருக்கிறார். மடத்து யானையைப் பாகனும் மகனும் ஆட்டலாம். ஆனால் – வேணுவை வீடு முழுவதும் ஆட்டுகிறது" என்கிறார்.

மனிதச் சிரிப்பிலும் பலவகை உண்டல்லவா! குழந்தையாக ராமு பேதிக்கு எண்ணெயைச் சாப்பிட அடம்பிடித்தது வேணுவிற்கு நினைவிருந்தது. அதைச் சொல்லிச் சிரித்தார். "அந்த மாதிரிச் சிரிப்புக்காகவே சிரிக்கிற சிரிப்பும் பார்த்து எத்தனை காலமாயிற்று! யாருக்குக் காரியம் இல்லாமல் சிரிக்கத் தெரிகிறது" என்று போகிற போக்கில் தி.ஜா., உலக நடப்புண்மையைச் சுட்டுகிறார். வேணுவே தன் மறதி பற்றிச் சொல்வதும், அவர் மீதான நம் அனுதாபத்தை அதிகரிக்கச் செய்கிறது. "ஆமாண்டா... இது என்ன மறதி! ஆச்சரியமாயிருக்கே... ஒண்ணுகூட நினைவிருக்க மாட்டேங்கறது. பாகவதத்தைக் கேட்ட இடத்திலே சொல்வேன். பீனல்கோடைக் கேட்ட இடத்திலே சொன்னதென்ன! சொப்பனத்திலே எழுப்பிக் கேட்டா நாற்பது வருஷ ஜடஜ்மெண்டெல்லாம் ஒப்பிச்சாச்சு. இப்ப எல்லாம் ஒரே வெள்ளையா இருக்கு. இந்த மறதிதான், அவரை விளையாட்டுப் பொம்மையாக்கி விட்டது. குழந்தைகள் அவரிடம் பென்சிலையும் பொத்தானையும் காட்டிப் பெயர் கேட்கின்றனர். அவருக்கு அது எழுதுவதற்கு, சட்டை போட்டுக்கொள்ள என்று புரிகிறது. ஆனால், பெயர் தெரிவதில்லை. பேராவது! கீராவது! நாமரூபங்களையெல்லாம் தாண்டிப் போறதுதானே ஞானம்!" என்று என்னைப் பார்க்கிறார். இப்பொழுதும் ஒரு சிரிப்பு. ஆனால், இது அந்தச் சிரிப்பில்லை. நமுட்டுச் சிரிப்பு". அவர் கீழே விழுந்து நினைவு தப்பியது. தந்திகள் பறந்தன. பெண்கள், பிள்ளைகள், பேரன், பேத்தி என்று விழுந்தடித்துக்கொண்டு வந்தார்கள். அவர் கண் திறந்தார். பலருக்கும் திரும்ப எப்போது வரவேண்டி வருமோ என்ற பரிதவிப்பு. அவர் உடம்பில் கங்கை ஓடுவதாக, அவர் சகோதரி சொல்கிறாள். வக்கீலாக வாதாடினாலும் தவறானவர்களுக்காக ஒருபோதும் வாதாடியதில்லை.

ஏகபத்தினி விரதம் பூண்டவர். வாலாம்பா என்பவளின் வழக்கை, அரைமணி நேரத்தில் தீர்த்தார். அவள் பேரழகி. பெண்களுக்கே அவள் மேல் ஆசை வரும் பேரழகி. "மின்னலை கடசல் கொடுத்து பண்ணினாப்பல" இருப்பவளிடம், அவர் இரைந்து ஏதோ சொன்னார். தங்கை கேட்டபோது, கீழே பணம் இறைந்துகிடந்தது. வேணு சிரித்துக்கொண்டே சொன்னார், "ஒண்ணும் இல்லேடி, கோர்ட்டிலே சிரிக்காம, காதும் காதும் வச்சாப்பல, சொத்து வாங்கிக் கொடுத்தேனோல்லியா? வாலாம்பாளுக்கு நன்னி தாளமுடியலெ. உங்க இஷ்டப்படி இருக்கேன்னா, அவ்வளவுதாண்டி" என்றார் அன்று. இன்று மறதியைப் பித்து என்று சொல்கிறார்கள். தம் மனைவியிடம் அவர் மிகுந்த அன்பு கொண்டிருந்தார். மனைவி

நோயுற்றபோது, பக்கத்திலேயே இருந்தார். பேரனின் மகன் சொன்னதுபோல, "கொள்ளுத் தாத்தா, கொள்ளுப் பாட்டியை லௌ பண்றா. குனிஞ்சு குனிஞ்சு முத்தம் கொடுக்கறா" என்ற அளவு ஆதரவோடு இருந்தார். "பின்னே யாரை முத்தம் கொடுக்கறதாம்" என்ற வேணு மாமாவின் குரல், மேற்கேயிருந்து வந்தது. "பதினேழு வயதில் கல்யாணம் நடந்தது. அறுபத்தாறு வருஷம் ஒருநாள்கூடப் பிரியாது சேர்ந்திருந்தாள். பிரசவத்திற்குக்கூடப் பிறந்தகம் சென்றதில்லை. அவளுக்கு முத்தம் தராது, வேறு யாருக்கு முத்தம் கொடுப்பேன்?" என்று குலுங்கிச் சிரித்தவர், குலுங்கி அழுதார் எனக் கதை முடிகிறது. அன்பால் இணைந்து, நெடுங்காலம் ஒருவருக்காக ஒருவர் வாழ்ந்தனர். மனைவியின் இறப்பு, அவரைப் பித்தனாக, மறதியுடையவராக மாற்றிவிட்டது. எனினும், மனைவியுடன் வாழ்ந்த வாழ்வை, அவர் மறக்கவேயில்லை. துணையைப் பிரிந்தவர் நடைபிணமாக வாழ்கிறார் என்பதுதான் இக்கதை.

இதுவரை கண்ட பன்னிரண்டு கதைகளும், ஐம்பது வருடங்களுக்கு முன்பு எழுதப்பட்டவை. எனினும், இன்று படிக்கும்போதும் சுவைகுன்றாதவை மட்டுமல்ல, பல கதைகள் இன்றைக்கும் பொருத்தமாகவே உள்ளன. பழமைக்குப் பழமையாகவும் புதுமைக்குப் புதுமையாகவும் உள்ளன. ஒவ்வொரு கதையும் ஒன்றிலிருந்து ஒன்று வேறுபட்டும் அமைந்துள்ளன. கடன் கொடுத்தவன் பணத்தை வாங்கிக்கொண்டு ஏமாற்றுவது, ஆசிரியர்களில் பலர் வேறு வழிகளில் பணம் ஈட்டுவது, அன்றும் இன்றும் நிகழ்பவையே. இசைப் பயிற்சி சிறுகதையைத் தி.ஜா. அரைநூற்றாண்டுக்கும் முன்பே எழுதியது அவர் ஒரு தீர்க்கதரிசி என்பதை உணர்த்துகிறது. இன்று பல பெரிய இசைக் கலைஞர்கள், சேரி மக்களையும் கர்நாடக இசை சென்றடைய வேண்டும் என்று முழங்குகின்றனர். தி.ஜா., ஞானமுள்ளவனுக்கு இசை என்கிறார். வேறு யாரும் இப்படிச் சிந்திக்கவில்லை என்பதும் நினைக்கத்தக்கது. அதேபோல், விளையாட்டுப் பொம்மை கதையும்கூடப் புதிதுதான். வயோதிக மறதியால் மனிதர்கள் துன்பப்படுவதை, அண்மைக்காலமாகவே அதிகம் கேட்கிறோம். வெகு நேர்த்தியாக அந்த நிலையை, உறவினரின் மனப்பாங்கைப் படம்பிடித்துத் தி.ஜா. காட்டுகிறார். அவர் நடை எளிமையானது. சாதாரண மக்கள் பேசும் நடைதான். எனினும், ஆங்காங்கே அவரின் பரந்த கல்வியறிவும் ஒளிர்வதைக் காண்கிறோம். பழமொழிகள், புராணங்கள், தமிழ் இலக்கியங்கள் மட்டுமல்லாது ஆங்கில அறிவும் வெளிப்படுகிறது. நகைச்சுவையும் அவருக்குக் கைவந்த கலையே. இக்கதைகளைப் படிக்கும்போது பழைய கால அளவு முறை, காசுகளின் பெயர்கள், நம் ஆசாரங்கள் பற்றியும் தெரிந்துகொள்ளலாம். திலாவுதல், குடலை, கொல்லைப் படல் போன்ற பல வழக்கொழிந்த சொற்களைக் கற்கலாம். சில பழமொழிகள், வழக்குகளை நயமாக மாற்றியும் தி.ஜா. எழுதுவார். சக்தி வைத்தியத்தில், "குரல், காக்காய்கள் கொத்தின கழுகு மாதிரித் துவண்டு கிடந்தது" என்று தோற்றவளின் குரலைக் கூறுகிறார். டீச்சரம்மாவின் ரசத்தை, "முந்தாநாள் உங்க டீச்சரம்மா ஒரு ரசம் வச்சாளே பாரு. மூணு நாழி வேர்க்க விறுவிறுக்க. விரலால் கொஞ்சம் எடுத்து நாக்கிலே வச்சிண்டேன். சமுத்ர ராஜாவே வந்து வச்சாப்லே இருந்தது. அப்புறம் இத்தனை புளியைக் கரைச்சுக் கொட்டி, பொடியைப் போட்டுப் பெருக்கி ஒப்பேத்தினேன்" என்று நக்கலாகச் சொல்கிறார்.

‘வீடு’ கதையில், “இப்ப ஏது வண்டி? பார்சல்ல வந்தேளா?”; “இல்லை, என்னையே ஒருத்தர் பார்சல் பண்ணிண்டு வந்துவிட்டார் கார்லே” என்று இலக்கியப்பாங்கிலும் எழுதுகிறார். கிழக்கு நோக்கி நாய் குலைப்பதை, சூரியனைப் பார்த்து, “ஏண்டா, நேற்று சாயங்காலம் அஸ்தமித்தாய் என்று திட்டு” என்கிறார். இசைப் பயிற்சி கதையில், “அந்த முட்களுக்கிடையே முள்ளின் மேல் நிற்பது போலவே நின்றான் அவன்” என்று அழகுபடச் சொல்கிறார். விளையாட்டுப் பொம்மையில், “கிராமத்து வீடு டெலஸ்கோப்பைத் திருப்பிவைத்துப் பார்க்கிறமாதிரி நீளம்” எனக் காலத்திற்கேற்ப உவமை கூறுகிறார். தி.ஜா., ஏறக்குறைய நாற்பதாண்டுகள் ஒரு படைப்பாளராக இருந்திருக்கிறார். அவரின் படைப்புகள், காலத்தை வென்று நிற்கும் சிறப்புடையன. குடத்துள் இட்ட விளக்காய் உள்ள அவரின் சிறப்புகள், அவரது நூற்றாண்டிலாவது மலை மீது எரியும் விளக்காகச் சுடர்விட வேண்டும்.

✣

58

மனிதாபிமானம்: நுண்மனக் கண்ணாடி

அருள்செல்வன்

மனித மனத்தின் அகலம், விரியும் பிரபஞ்சம் போன்றது. அதன் அசைவுகளும் அலைவுகளும், பௌதிகத்தின் எந்த இயங்கு விதிகளுக்குள்ளும் அடங்காதவை. விஞ்ஞானத்தில், எந்த ஒற்றறியும் கருவியாலும் உணர முடியாதவை. மனித மனத்தில் தோன்றும் எண்ணம், சில நேரம் ஒரு சிறுதிரியைப் போலத் தோன்றும். ஆனால், அது மெல்ல ஊர்ந்து, வெடிகுண்டை வெடிக்கச் செய்யும் வல்லமை கொள்ளும். சில நேரம், ஒரு பாறையைப்போல் வெளிப்பட்டு, நகர்ந்து உருண்டு விழுந்து உடைந்து சிதைந்து துகள்களாகிவிடும் தன்மையும் கொள்ளும். மனித மன அந்தரங்க வெளிகளில் அணுக்கமாகப் பயணம் செய்து தன் பேனாத் தூரிகை மூலம் அழகான உணர்வோவியங்கள் வரைந்தவர் எழுத்தாளர் தி.ஜானகிராமன். மனிதனின் அடிமனதில் ஒளிந்துள்ள, உறைந்துள்ள, கொந்தளிப்புகள், பொறாமைகள், ரகசியங்கள், குரூரங்கள், குரோதங்கள், குமுறல்கள் என்று உள் இயக்கங்களைத் தம் பாத்திரங்களில் சித்திரித்தவர். மனக்கிணற்றின் அடியாழத்தில் படிந்துள்ள அழுக்குகளையும் கசடுகளையும், பாதாளக் கரண்டி கொண்டு தோண்டிவந்து கொடுத்தவர். இந்தப் போக்கை, இத்தொகுப்பிலும் காணலாம்.

1. மனிதாபிமானம்

தனது பழுதுபட்ட ரைனாசரஸ் கைக்கடிகாரத்தைப் பழுது பார்க்க, மும்தாஜ் சௌக்கில் உள்ள ஒரு கடைக்குச் செல்கிறார் தேவுடு. நெரிசல் தெருவின் பயணத்தில், அவர் சந்திக்கும் மனிதர்களும் மனிதாபிமானமும் பற்றியதே இக்கதை. மேலோட்டமாக எதையும் நம்புவர் அல்லர் தேவுடு. எதையும் ஆராய்ச்சிபூர்வமாகக் காரண காரியம் அறிபவராக, பின்னணியைத் தெரிந்துகொள்பவராக உள்ள குணாம்சம்

கொண்டவர். ஆனால், அவரது மனைவியோ, வாழ்க்கையில் யதார்த்தமாக எதையும் எடுத்துக்கொள்பவர். தேவுடு நிறையப் படித்தவர். மார்க்ஸ், ஃப்ராய்டு, காந்தி, லெனின், ஜிட்டு என இப்படிப் பலரது கதைகளையும் எழுத்துகளையும் படித்தவர். எதற்கும் ஒரு மறுகோணம் உண்டு என்று சிந்திப்பவர்; எந்தப் பிரச்சினைக்கும் ஆணிவேர் உண்டு என்று நம்புகிறவர். எதையும் ஒருபக்கமாகப் பார்க்காமல் மறுபக்கமும் கண்டு, அதன் பின்னணியில் உள்ள நியாயத்தை புரிந்துகொள்ள முயல்பவர். அதனால்தான், அவர் பொறுமைசாலியாக இருக்கிறார். அவருக்குக் கோபம் வருவதில்லை. யாராவது திருடிவிட்டால்கூடக் காரணமில்லாமல் திருடமாட்டார்கள்; யாராவது கொலை செய்தால்கூடக் காரணமில்லாமல் செய்யமாட்டார்கள் என்பார். அப்பாவும் பிள்ளையும் சண்டை போட்டால்கூட, நண்பர்களோடு சண்டை போட்டால்கூட ஈடிபஸ் காம்ப்ளக்ஸாக இருக்கும் என்பார். ஏன் கற்பழித்து விட்டால்கூடக் கற்பழித்தவரின் மனநிலையை ஆராய வேண்டும் என்பார். எந்தக் குற்றவாளியையும், அதை அவரது குற்றமாகக் கருதாமல், அதன் குற்றப்பின்னணியையும் அக்குற்றவாளியின் மனத்தையும் அறியவேண்டும் என்பார். இப்படிப்பட்டவர் தம் ரைனாசரஸ் கைக்கடிகாரத்தைப் பழுது பார்க்கச் சரியான இடத்தைத் தேடியலைகிறார். பல கடைகள் ஏறி இறங்குகிறார். அங்கெல்லாம், அதற்குரிய உதிரிப் பாகங்கள் இல்லை. கிடைக்கவில்லை; வருவதில்லை என்று கைவிரித்து விடுகிறார்கள். யாரோ ஒருவர் சொல்ல, பாமர் கம்பெனி இருக்குமிடத்திற்குச் செல்கிறார்.

மும்தாஜ் சவுக்கின் கூட்டம் பற்றிச் சொல்லும்போது, 2050இல் வரவேண்டிய கூட்டமும் நெருக்கடியும், 1950–லேயே வந்துவிட்டது போலிருக்கிறது என்று தி.ஜா. எழுதுகிறார். இந்தக் கடைத்தெரு, ஒரு மைல் நீளம் கொண்டது. எல்லாம் இங்கே கிடைக்கிறது என்பதைக் கூறும்போது, “அந்த ஒரு மைல் நீளக் கடைத்தெருவில் உப்பிலிருந்து கற்பூரம், கைவளையிலிருந்து கருத்தடை வளையம், குண்டூசியிலிருந்து காணாமல் போன கார்கள், நிஜமான கதரிலிருந்து நியூயார்க்கில் அமெரிக்கர்கள் அணிந்து எறிந்துவிட்ட 300 டாலர் பிளானல் சூட்டுகள், எல்லாம் கிடைக்கிற அகில உலக பஜார் அது” என்கிறார். அடிமேல் அடி வைத்தபடி நடந்துபோய்க் கொண்டிருக்கிறார் தேவுடு. எதிர்ப்படும் மனிதர்களின் உரசல்கள், இடித்துத் தள்ளுபவர்கள் என்று திண்டாடிக் கடந்து போகிறார். மெல்ல அடி வைத்து எல்லா அங்கங்களும் யாராலோ உரசப்பட நகர்ந்து கொண்டிருக்கிறார். அந்தக் கடைத் தெருவின் தொடக்கத்தில் இறங்கி நடக்கத் தொடங்கியவரை, கூட்டமே பிடித்து நகர்த்தித் தள்ளி அலைக்கழித்துக் கடத்துகிறது. கட்டுப்பாடில்லாமல் நகர்ந்து செல்கிறபடியான ஒரு கூட்டம். அங்கங்கே வரிசையாய் மக்கள் கும்பல், கத்தல்கள், கூச்சல்கள், கூக்குரல்கள், பரட்டைத் தலைகள், தொழுநோயாளிப் பிச்சைக்காரர்கள், இனிப்புக் கடைகள், கூடையில் பொருட்கள் சுமந்த தலைகள் ... இதற்கிடையில் சப்பாத்தி தானங்கள் வாங்க முண்டியடிக்கும் கூட்டம், இவ்வளவையும் தேவுடு கடந்து நீச்சலடித்துச் செல்கிறார். இடையில் வரும் வாகனங்களை மக்கள் தாறுமாறாக எதிர்கொள்கிறார்கள். இத்தனை களேபரத்திலும் நடுவிலிருந்த சிமெண்ட் மேடை மீது யாரோ அடித்துப் போட்ட மாதிரிப் படுத்துத் தூங்கிக்கொண்டிருக்கிறான். நடுநிசித் தூக்கத்தை அவன் மாலை ஐந்தரை மணிக்குத் தூங்குகிறான். இதே மாதிரி நிறையப் பேர் அங்குத்

தூங்கிக் கொண்டிருக்கிறார்கள். அவர்கள் எப்படி இந்த வீதியில் தூங்குகிற இடம் என்று இதைக் கண்டுபிடித்தார்கள்? வேறு யாருமில்லை, இந்நாட்டு மன்னர்களான மனிதர்களையே தரித்திர நாராயணர்கள் என்கிறார். அவர்கள் எப்போது வெளியேறுவார்கள்? எங்கே சாப்பிடுகிறார்கள்? என்றெல்லாம் தேவுடு கவலைப்படுகிறார்.

இவ்வளவு இரைச்சல் நடுவே எப்படி இப்படி நிம்மதியாகத் தூங்கமுடிகிறது? அதுவும் ஆழ்ந்த தூக்கம். போகிறவர்கள் ஒவ்வொருவரும் மிதித்துவிடுவார்கள் என்கிற ஒரு சூழலில், எப்படி இவர்களால் இப்படி ஆழ்ந்த நித்திரை கொள்ள முடிகிறது? என்ற கேள்விகளோடு நடக்கிறார் தேவுடு. இடையில் ஜிலேபி கடையில் ஒரு ஜிலேபி வாங்கிச் சாப்பிடுகிறார். தொழுநோய்ப் பிச்சைக்காரர்கள் கெஞ்சுவது பற்றிக் கவலைப்படாமல் நடக்கிறார். புறக்கணிப்புகள், அலட்சியப் பதில்கள் எனப் பல இடங்களில் அலைந்துதிரிந்தும் எங்குமே அவருக்குச் சரியான பதிலும் தீர்வும் கிடைக்கவில்லை. பலரும் குறிப்பிடும் இடத்திற்கு ஒருவழியாகச் சென்று சேர்கிறார். "லிவர் வேறு உடைந்திருக்கிறது. எங்கே வாங்கினீர்கள்?" என்று கேட்கிறார்கள். "ஹாங்காங்கில் என் நண்பர் வாங்கிக்கொண்டு வந்தார்" என்கிறார். "இந்த 'மாதிரி' இப்போது வருவதே இல்லை. எங்கும் பார்க்க முடியாது. ஹாங்காங்தான் அனுப்பணும், இங்க எங்கேயும் கிடையாது" என்கிறார்கள். "ஹாங்காங், யார் போகப்போகிறார்கள்? தொலைந்தது 150 ரூபாய். இந்தக் கடிகாரம் ஓடாவிட்டால், என்ன மோசம் போய்விட்டது?" என்று கைவிட்டுவிடுகிறார் தேவுடு. இதுதான் மனிதாபிமானத்தின் கதை.

தேவுடு போகும் வழியில் தென்படும் மனிதரிடமெல்லாம் ஓர் அவசரமும், பரபரப்பும், சக மனிதனைக் கண்டுகொள்ளாத தன்மையும், கூச்சலும், குழப்பமும் என, நகரச் சந்தடிகளை நம் கண்முன் கொண்டுவந்து நிறுத்துகிறார் தி. ஜானகிராமன். கதை படிக்கும்போது நாமும் தேவுடு கூடவே பயணம் செய்து, நெருக்கடிகளில் வியர்வை நாற்றத்தைக் கட்டுப்படுத்த முடியாமல், அடிபட்டு மிதிபட்டு வெளியே வந்த உணர்வு ஏற்படுகிறது. உடம்பின் கசகசப்புப் போக வீட்டுக்குப் போனவுடன் குளிக்க வேண்டும் என்றும் தோன்றுகிறது. தம் புறக்காட்சி சித்திரிப்புவழி அப்படி ஒருநிலையைத் தி.ஜா. ஏற்படுத்துகிறார். இந்தக் கதையில் தேவுடு டில்லி மும்தாஜ் சௌக்கில் நடக்கும்போது, நாம் சென்னை மண்ணடியில் நெரிசல் நிறைந்த பிராட்வேயில் நடக்கும் நினைவு வரும். எதற்கும் பின்னணியைத் தேடியலையும் தேவுடுவின் இந்த அனுபவத்தின் மூலம், மனிதாபிமானம் எங்கே இருக்கிறது என்ற பெரிய கேள்வி எழுகிறது. இப்படி மனித ஓட்டம் பற்றிக் கவலைப்படும் தேவுடு, போகிற வழியில் மறுபடியும் சுத்த தேசிய நெய் ஜிலேபிக்காகக் கூட்டத்தில் பிதுங்கி மனைவிக்கும் ஜிலேபி வாங்கிக்கொள்கிறார். தனி மனிதராக, அவர் நடத்தையைப் புரியவைக்கும்படியாகக் கதை முடிகிறது. பிழைப்பைப் பார்ப்பவர் பிறவற்றைப் பார்ப்பதில்லை என்கிற நிலையையும், வயிற்றுப் பிழைப்பைப் பார்க்கும் மனிதன் வானம் காற்றைக்கூடக் கவனிப்பதில்லை என்ற யதார்த்த உண்மையையும் நமக்குள் கடத்துகிறார் தி.ஜா.

எல்லாவற்றிற்கும் காரண காரியம் தேடி, நிதானமாக யோசிக்கும் தேவுடுகூட, அவ்வளவு பெரிய ஜன நெருக்கடியிலும், எந்தச் சிறு

மனநெருடலுக்கும் ஆளாகாமல் ருசித்துத் தனியே ஜிலேபி சாப்பிடுகிறார். தொழுநோயாளிகளுக்குக்கூடக் கொடுப்பதில்லை. அடுத்தவருக்கு உதவ, ஒரு துரும்பைக்கூடக் கிள்ளிப் போடுவதில்லை. இப்படித்தான் எல்லாரும் இருப்பார்கள்; தமக்கு மட்டும் தனி நியாயம் என்ற உலக இயல்பைக் காட்சிகளின் மூலம் சூசகமாகச் சொல்கிறார் தி.ஜா. மனிதாபிமானம் இன்று காணாமல் போய்விட்டதா? வாழ்வின் அடிப்படையான வயிற்றுப்பாட்டுக்கான ஓட்டத்தில், மனிதாபிமானத்தைக் கவனிக்க நேரம் எங்கே இருக்கிறது? பசியில், சக மனிதனைப் பார்க்க, நகரத்தில் எவனுக்கு நேரம் இருக்கிறது? எனப் பல்வேறு சிந்தனைகளை நமக்குள் கிளர்த்திச் சிந்திக்க வைக்கிறார் தி.ஜா. ஆயிரம் கேள்விகளையும் புதிர்களையும் தன்னிடம் கொண்டிருப்பதுதான் வாழ்க்கை. எல்லாவற்றுக்கும் விடை காண முடியாது. புதிர்களை அன்றாடம் எழுதிக்கொண்டேயிருப்பதுதான் வாழ்க்கை என்று எண்ணத் தோன்றுகிறது.

2. மன நாக்கு

எழுவெள்ளமாய்ப் பாலுணர்வின் வசப்பட்டவன் மனத்தை, வேறு உணர்வு அடித்துச் சென்று, நேர்மாறாக அவனை வேறொரு திசைக்குத் திருப்பிவிடும் கதை இது. கணவன் ஊரில் இல்லாத நேரம் பார்த்து, அவனை அழைக்கிறாள் மாலி. "நாளைக்கு ஐந்து மணியிலிருந்து ஃப்ரீயா வச்சுண்டிருக்கேன். அவரும் ஊரில் இல்லை. நாக்பூருக்குப் போயிருக்கார். நாளன்னைக்குக் காலமேதான் வரார். சித்த ஆர அமரப் பேசலாம்னுதான் சுருக்க வரச்சொன்னேன்" என்று அழைக்கிறாள். திருமண வயதைத் தாண்டிக் கொண்டிருக்கும் அவன், ஒரு துரதிர்ஷ்டசாலி. பெண் வாடை காணாத பேதை. அவள் சொன்னதிலிருந்து, அவனை நிலைகொள்ளாமை கவ்விக்கொள்கிறது. அலுவலக வேலைகளில் மனம் ஒட்டவில்லை. உடம்பெங்கும் அதிர்வலைகள். பாற்கடல் பொங்கி வழிகிறது. அடுத்த நாள் வரையில் காத்திருக்க முடியவில்லை. ஏதேதோ செய்கிறான். கணங்கள் யுகங்களாகின்றன. மறுநாள், பரபரப்புடன் அவன் புறப்பட்டுவிட்டான். ஆனால், அவன் அவசரத்திற்கு வாகனம் கிடைக்கவில்லை. மனைவியை அழைக்க ரயில்வே ஸ்டேஷன் சென்ற சர்தார்ஜி ஒருவன், இவன் நீண்ட நேரம் நிற்பதைப் பார்த்து, ஏதோ அவசர வேலையாக இருக்கும் போலிருக்கிறது என்று இவனை உடனழைத்துக்கொண்டு வந்து, அவள் வீட்டுக்குப் பக்கத்தில் விடுகிறான். சிருங்கார ஏக்கத்தோடு சென்றவனுக்குச் சர்தார்ஜியின் மனிதாபிமானச் செயல், அவன் காமக்குளத்தின்மேல் கல் எறிகிறது. எண்ண அதிர்வுகள், அலையலையாய் விரிவடைகின்றன. மனக்குளம் சமநிலையை இழக்கிறது. அவன் மனநிலை மாறுகிறது. நுரை பொங்கும் உள்ளக் கொந்தளிப்போடு புறப்பட்டுப் போனவன், அவளைப் பார்க்கிறான். வேறுபட்ட உணர்வோடு அவசரமாகத் திரும்பிவிடுகிறான். இதுதான் கதை.

இருவருக்குள்ளும் ஈர்ப்பு உண்டு; பேச்சின் மூலமே பழகிய நீண்ட நாள் அணுக்கம் உண்டு; உரிமை உண்டு; அந்நியோன்னியமும் உண்டு. வாரத்துக்கு ஒருமுறை நீண்ட நேரம் பேசித் தமக்குள் ஈர்ப்பை வளர்த்துக் கொண்டார்கள். மோகப்புகை மூட்டத்தை மறைத்துக்கொண்ட சில சந்திப்புகளும் உண்டு. அவனை அழைத்தபோது, அவள் சொல்கிறாள்:

“பார்ப்போம். நாளைக்கு மாத்திரம் சொன்ன நேரம் தாண்டித்தோ, அப்புறம் ஆறு மாசம் போனைக்கூடத் தொடமாட்டேன்” என்கிறாள், உரிமையாக. நேரம் தவறமாட்டேன் என்று உறுதியளிக்கிறான். “வான்னு சொல்றபோதெல்லாம், நான்தான் ஓடி வந்துண்டிருக்கிறேனே” என்கிறான், ரகசியக் கெஞ்சலாக. அவள் போனை வைத்ததும் அவனுக்குள் அந்தப் பரபரப்பு முதுகு, தொடை, மார்பு, தொண்டைக்குள் என்று ஊடுருவிப் பொங்கிற்று. அலையலையாக ஒரு கொதிப்பு. ஆசை வெட்கம் அறியாது அல்லவா? ஹோவென்று கத்தவேண்டும், கையை வீசி, வாயைப் பரத்தி. அவனது வினோதச் செய்கைகளை யாரும் பார்த்தால்கூட அவன் கவலைப்படவில்லை. பக்கத்து ஜன்னல்கள் பார்க்கட்டும். கேட்கட்டும் அந்தக் கத்தலை. புரிந்தால் புரியட்டும், இல்லாவிட்டால் பைத்தியம் என்று சிரிக்கட்டும் என்கிற நாணம் துறந்த நிலைக்குச் செல்கிறான். எட்டு வருஷமாகக் காத்துக் காத்து, பயந்து பயந்து, பதுங்கிப் பதுங்கி, ஏங்கி ஏங்கி, சொல்லாமல் மென்று, கண்ணால் விழுங்கி, தொடப் போகிறோம் என்று நெருங்கும்பொழுது அது தொடுவானமாக விலகி விலகி, இப்பொழுது தொடுவானம் நின்றேவிட்டது. போய்த் தொட்டுவிட வேண்டியதுதான் என்று தவிக்கிறான். அவனுக்குத் தூக்கம் வரவில்லை; மனமும் நிலைகொள்ளவில்லை.

ஊருக்குப் போனவர்களைத் திருப்பியழைத்து வந்திருக்கிறான் சர்தார்ஜி. ஆட்டோவை நிறுத்தும்போது, எவ்வளவு? என்கிறான். “உங்கள் இஷ்டம். நான் போகவேண்டிய இடத்தைவிட்டு நீங்கள் என்பதற்காக வந்தேன். உங்களுக்காக நான் பாதையைவிட்டு வந்தது ஒரு மைலிருக்கும். எதைக் கொடுத்தாலும் சரி. நான் சவாரிக்காக ஏற்றவில்லை. உங்களுக்காகத்தான். எத்தனை நேரமாக நின்றீர்கள்” என்கிறான் சர்தார்ஜி அனுதாபத்துடன். கையில் வருவதை எடுத்துக் கொடுத்ததை, ஒன்றும் சொல்லாமல் வாங்கிக் கொள்கிறான். இவனுக்கு நெஞ்சு பதறிக் குறுகுறுக்கிறது. இதுதான் இக்கதையின் திருப்புமுனை. “மனிதன் கடவுள், மனிதன் கடவுள்” என இரு வார்த்தைகள், முணுமுணுவென்று அவன் மார்பின் மூலைக்குள் திரும்பத் திரும்பக் கேட்கின்றன. அது அவனை என்னவோ செய்கிறது. மனம் தொந்தரவு செய்கிறது. ரயிலடியில் மனைவியை அழைக்கச் சென்றவன், தான் நின்றுகொண்டிருப்பதைப் போகிற போக்கில் பார்த்து நிறுத்திப் பெண்டாட்டியின் பக்கத்தில் இடமளித்த சர்தார்ஜியின் மனிதாபிமானம், அவனைத் தொந்தரவு செய்துகொண்டேயிருக்கிறது. மனம் சுருங்கிப் போகிறது. அவளைச் சந்தித்த போது, பேச முடியவில்லை. குற்றவுணர்வு இறுக்குகிறது. விரைவில் அந்த இடத்தைவிட்டு அகன்றுவிட நினைக்கிறான். நண்பனைப் பார்க்கவேண்டும் என்று பொய் சொல்லி அவசரமாகப் புறப்படுகிறான். “நீங்கள் என்னமோபோல் இருக்கேள். அடுத்த தடவை சாவகாசமாக வாங்கோ” என்கிறாள் அவள். “நான் மனுஷன் இல்லை; நீயும் பெண்ணில்லை” என முனகியபடியே, பஸ் ஸ்டாப்பை நெருங்குகிறான். கடலில் சிற்றலையைப் பேரலை வந்து விழுங்குவதுபோல், மனிதாபிமானம், காமத்தீயை அணைத்து அடித்துச் சென்றுவிடுகிறது.

இச்சிறுகதையில், சம்பவங்கள் மூலமே அனைத்தையும் உணர வைத்திருப்பார் தி.ஜா. விவரணைகளே கிடையாது. பிரசங்கம் கிடையாது. எளிய வரிகள் மூலமே, அனைத்தையும் உணர வைத்திருப்பார். அவனது மன

எழுச்சியை,நுட்பமாகச் சித்திரித்திருப்பார். மனித மன ஊசலாட்டத்தின் விளைவுகள் எப்படி வேண்டுமானாலும் இருக்கும் என்பதை, இக்கதை புரியவைக்கிறது. நாக்கிற்கு நரம்பு இல்லை. நீளும், மடங்கும், சுருளும், சுழலும், எப்படியும் பேசும் என்பார்கள். அதுபோல்தான் மனமும் என்பதை உணர்த்தவே, 'மன நாக்கு' எனத் தலைப்பிட்டிருக்கிறார்.

3. பாட்டியா வீட்டில் குழந்தைக் காட்சி

குழந்தைகளின் மனம் கண்ணாடி போன்றது. உள்ளிருந்து எதுவும் ஒளிர்வதில்லை. எதிரே உள்ளதை மட்டுமே கண்ணாடி காட்டும் என்பதைச் சொல்லும் கதை இது. பட்டேல் நகரில், வீடு வாடகைக்குத் தேடும்போது, ஒரு வீடு கிடைக்கிறது. அந்த வீட்டைப் பெரியவர் தேவாவின் பிள்ளையும் மருமகளும் முதலில் போய்ப் பார்த்துவிட்டு வருகிறார்கள். தாயாரும் தகப்பனாரும் பார்க்க வேண்டுமென்றும் அவர்களுக்கு ஆசை. மறுநாள் மாலையில், தேவாவும் அவர் மனைவியும் பிள்ளையும் மருமகளும் குழந்தையும் என அனைவருமாக டாக்ஸியில் போய்ப் பார்க்கிறார்கள். பாட்டியா வீட்டில், குடும்பமே டெலிவிஷன் பார்த்துக்கொண்டிருக்கிறது. பாட்டியாவின் தாயார், இரண்டு பேரன்கள், இரண்டு பேத்திகள் என்று கூட்டமாக அங்கே இருக்கிறார்கள். பார்க்கப் போனவர்களிடம் இந்தக் குழந்தைகள் நெருக்கமாக ஒட்டிக்கொள்கின்றன. ஏதோ நெடுநாள் பழகியவர்கள்போல், இவர்களுடன் இணக்கமாக நடந்துகொள்கின்றன. இவர்களுக்கும் மிகவும் பிடித்துவிடுகிறது. அந்த வீட்டுக்கு வாடகைக்கு வருவதாக ஒப்புக்கொள்கிறார்கள். ஆனால், அதன் பின்னான நாட்களில், இவர்கள் வீட்டில் அபசகுனமாகச் சில நிகழ்வுகள் வரிசையாக நடக்கின்றன. அந்த வீடு வேண்டாம் என்கிறார்கள். சில மாதமாகக் குடி போகாத வீட்டுக்கு வாடகையும் கொடுத்துவிட்டுப் பிறகு வீட்டைக் காலி செய்துவிடுகிறோம் என்றும் சொல்லும்போது, பாட்டியாவுக்குக் கோபம் வருகிறது. சத்தம் போடுகிறார். முன்பணத்தைக் கொடுக்க முடியாது என்கிறார். எல்லாருமாகப் போய் அதைப் பற்றிப் பேசியபோது, குழந்தைகள் அவர்களிடம் வெறுப்புக் காட்டின. முன்பு வந்தபோது எவ்வளவு அணுக்கமாக இருந்தனவோ, அதற்கு நேர்மாறாக இப்போதிருந்தன. இவர்களைக் குழந்தைகள் கிள்ளின; பழிப்புக் காட்டின; முகத்தைக் கோணி எச்சில் துப்பின; பெரியவர்கள் மீது மரியாதையின்றி முகத்தில் காறி உமிழ்ந்தன. குழந்தைகள் கண்ணாடி போன்றே உள்ளீடற்றவர்கள். தம் எதிரில் தெரிவதையே அவர்கள் பிரதிபலிப்பாகள் என்பதை, இந்தக் கதையில் தி.ஜா. காட்டுகிறார். மொழியே தெரியாதபோதும் முதலில் தம் தாத்தா, பாட்டி அன்பாகப் பேசியதும் குழந்தைகளும் அன்பு காட்டின. மீண்டும் போனபோது, பாட்டியா கோபமாக ஏதோ பேசியதும் குழந்தைகளும் குணம் மாறிவிட்டன. இதில் வீடு பார்ப்பதோ, குடிபோவதோ பிரதானமான சித்திரங்கள் இல்லை. வாசகனைக் குவிமையம் கொள்ள வைப்பது, குழந்தைகளின் மனச்சித்திரம்தான்.

4. இவனும் அவனும் நானும்

பொங்கும் பாலுணர்வுக் கடல், மனிதாபிமானத்தால் உள்ளிழுத்துக் கொள்ளப்படும் இன்னொரு கதை. மனித மனத்தின் அழுத்தங்களை எந்த அழுத்தமானிகளாலும் அளக்கமுடியாது. அப்படி ஒரு மனிதன் எண்ணத்தில்

தோன்றும் எண்ண அலையின் பயணமே, 'இவனும் அவனும் நானும்' சிறுகதை. இதில் வரும் கதாநாயகனுக்குப் பெயரில்லை. வைக்கத் தோன்றவும் இல்லை; படித்து முடித்தவுடன் கேட்கத் தோன்றவும் செய்யாது. கதையின் மைய நீரோட்டமாக இவன் எண்ணமே பயணிக்கிறது. பள்ளியில் சில வகுப்புகள் ஒன்றாகப் படித்த நண்பனை, நீண்ட வருடங்களுக்குப் பிறகு சந்திக்கிறான். அவர்கள் குடும்பத்துக்கும் இவன் அறிமுகமாகிறான். பரஸ்பரம் போக்குவரவு நிகழ்கிறது. அவனைவிட, அவனது மனைவியின் மேல் இவன் மனம் ஈடுபாடு காட்டுகிறது. விழிவழி இழையாக நுழைந்த எண்ணம் பின் வலைப் பின்னலாகி இவனை ஆக்கிரமிக்கிறது. சிறு நூலிழைதான். ஆனால், அதுவே பல்கிப் பெருகிச் சுற்றினால், அதிலிருந்து மீள்வதும் ஏது? சிக்கிக்கொண்டு கிடக்கிறான். மெல்லுணர்வாகத் தோன்றியது, பாலுணர்வாக விம்மி வெப்பமடைகிறது. ஒருநாள், அப்படி அவள்மேல் பொங்கி வழியும் எழுச்சியுடன், அவளைப் பார்க்கச் செல்கிறான். அவள் தனியாக இருப்பாள் என்று நம்பிச் செல்கிறான். மனத்தில் ஒரு புகைபோல் படிந்த பால்வேட்கை, வெறியுடன் இவனை நகர்த்திச் செல்கிறது. உடம்பெல்லாம் மனமாக மாறி, மெல்ல நடந்து, ஒருவழியாகச் சென்று, அவளது வீட்டையும் அடைகிறான். அங்கே வாசலிலேயே, அவளைப் பார்த்தும் விடுகிறான். துளி மகிழ்ச்சி. கூடவே, அவளது கணவன் வீட்டுக்குள் இருப்பதும் தெரிகிறது. அவன், வீடு வீடாகச் சென்று, இசைப் பயிற்சியளிப்பவன். அன்று அவன், வெளியே செல்லவில்லை. இது பெரிய ஏமாற்றமாக இருக்கிறது. இருந்தாலும் வீட்டுக்குள் செல்கிறான். அவன் தன் தம்பூராவின் கம்பிகளைத் தடவி வருடிச் சுதி மீட்டிக் கொண்டிருக்கிறான், தன் கண்களை மூடிக்கொண்டு.

முதலில், இவனுக்கு நாராசமாகத் தோன்றுகிறது, அந்த இசை. தன் கண்ணைத் திறந்து அவனைப் பார்க்கும் இவன், சுதி மீட்டும் அந்த இசையின் இசைவில், வேண்டா வெறுப்பாக விழுந்துவிடுகிறான். அவன் கண்விழித்து, இவனைப் பற்றிக் கள்ளம் கபடமின்றி விசாரித்துப் பேசிக்கொண்டிருக்கும்போது, மெல்ல மெல்ல இவனுக்குள் புகைந்து கொண்டிருந்த காமப் புகைமூட்டம் கலைந்துவிடுகிறது. இவனின் காம உணர்வுகள் துளித்துளியாக உதிர்ந்து ஆவியாகிவிடுகின்றன. மீண்டும் அவளைப் பார்க்கக்கூட விரும்பாமல், அந்த வீட்டைவிட்டுப் புறப்பட்டுவிடுகிறான். செல்லும்போது நிர்மலமான மனிதனாகவே இவன் மாறி நடக்க ஆரம்பிக்கிறான். போனபோதிருந்த எந்தக் குற்றவுணர்வும் பதற்றமும் நடுக்கமும் அதிர்வும் படபடப்பும் இவனிடம் திரும்பும் போதில்லை. முற்றிலும் வேறாளாக இருந்தான் இவன். இதுதான் கதை. ஓர் அலைக்கழிப்பு எண்ணத்தையோ, அழுக்கு எண்ணத்தையோ வேறோர் எண்ணம் வந்து அசைத்து மாற்றிவிடுகிறது அல்லது நீக்கிவிடுகிறது என்பதைச் சொல்கிற கதை இது. இக்கதையில் தி.ஜானகிராமன், மனித எண்ண அலைகளின் எழுச்சியையும் வீழ்ச்சியையும் நுட்பச் சித்திரிப்புகள் மூலம் வெளிப்படுத்தியிருப்பார். எவ்வளவுதான் மனிதன் விஞ்ஞானத்தில் முன்னேறியிருந்தாலும்கூட, அவனிடமுள்ள ஆதிக்குணங்களான காமம் குரோதம் மோகம் என்பவை, அவன் மனத்தின் ஆழத்தில் இன்னும் பதிந்து கிடக்கத்தான் செய்கின்றன. அவை எழும்போது அடக்கித் தலையில் தட்டி வெல்வதில்தான், ஆன்மாவின் அர்த்தம் விளங்குகிறது. அப்படி

ஒரு மனிதனின் மனத்தில் எழுந்த காம உணர்வின் ஓடுபாதையைத்தான், இக்கதையில் தி.ஜா. விளக்கியுள்ளார்.

அவளைப் பார்க்கச் செல்லும்போது, இவன் மனத்தில் காமத்தோடு குற்ற உணர்வும் இருப்பதால், பார்க்கிற எல்லோரும் இவனுக்கு எதிரியாகவே தெரிகிறார்கள். அதனால்தான், சாதாரணமாகத் தென்படுகிற வெற்றிலைப்பாக்குக் கடைக்காரர் கிராமணி, போண்டாவும் சுழியனும் போட்டு விற்கும் எல்லம்மா, வாசல்படியில் உட்கார்ந்து கிரிக்கெட் பேசிக்கொண்டிருக்கும் கல்லூரிப் பையன்கள் என அனைவருமே தடைகளாகத் தெரிகிறார்கள். வீதியில் போவோர் வருவோர் எல்லோரும், தன்னையே பார்ப்பதாகவும் உணர்கிறான். இவ்வளவு அச்சத்திற்குப் பிறகும், அவளைப் பார்க்கும் ஆவலைத் தடை செய்ய முடியவில்லை. இவன் மனது கடிபட்டிருக்கிறது. ருசி அதிகம் என்பதால், திருட்டு மாங்காய் தேடியே, அது அலைகிறது. அதனால்தான் வலது பக்கம் திரும்பும் ஒரு சந்துகூட, இவனுக்கு நீளமாகத் தெரிகிறது. அதற்குள் நுழைந்து, தையல்கடை தாண்டி, ஓர் ஆள் நடக்கக்கூடிய நடைபாதையில் நடந்து, நான்கு கதவுகளைக் கடந்து, ஐந்தாவது கதவு அதாவது அவளது வீட்டை அடைவதே அவனுக்குப் பெரிய பிரயாணமாகத் தெரிகிறது. வழியில் படுத்திருக்கும் பசு மாடுகள் பகைமை உணர்வூட்டுகின்றன. அப்பாவியாக நிற்கும் எருமைகூட ஓர் எதிரியாய்த் தோன்றுகிறது. வைக்கோல் பசுங்கன்றுக்குட்டிகூட பயமுறுத்துகிறது. ஒன்று இரண்டு மூன்று நான்கும் தாண்டி, ஐந்தாவது கதவை அடைவதற்குள், இவன் கால்கள் துவள்கின்றன. ‘எதையாவது பிடித்துக்கொள்ள வேண்டும்போலப் படபடவென்று நடுக்கம்’ என்கிறார். இவன் அவளைப் பார்த்துவிடுகிறான். அவளைக் கண்டதும் பூரிப்பு. அப்பூரிப்பு நெஞ்சைத் தாக்கும் வெறி சாதாரணமாக வருவதில்லை. “இப்படிக் காலை கையை உடலை ஆட்டி வைத்துக் கொண்டுதான் வரும். மூளை கொதிக்கும் கன்னம் முள்படரும். நா உலரும். தண்ணீர் கேட்டு வாங்கிக் குடிப்பான். கை அடங்காமல் நடுங்கும். தண்ணீர் சட்டை கழுத்து எல்லாம் வழியும். இப்பொழுதும் இதே ரகளை. ஆனால், சுளீர் என்று ஒரு ஏமாற்றம் முகத்தில் அடித்தது” என்கிறார். அவள் மேலான ஒரு மயக்கத்தால், தானாகவே இவன் என்னவெல்லாமோ கற்பனை செய்துகொள்கிறான். “அவள் வரவேற்ற இங்கிதம் ஒன்றே போதும். என்ன ரகசியம்! உன்னுடையவள்தான் என்று சபதம் செய்கிறாற்போல் ஒரு ரகசியக்குரல் அது! காதில் விழவேண்டும் என்பதற்காகக் கொஞ்சம் வாயால் சொல்லும் அது உரிமைக் கம்மல் என்று நினைத்துக்கொள்கிறான்” என்கிறார்.

உள்ளேயிருந்தவனைப் பார்த்து, அவன் தந்திகளைத் தடவிக் கொண்டிருக்கும் தம்புரா, இவனுக்கு நாகப் பாம்புபோலத் தெரிகிறது. நாகப்பாம்பு படமெடுத்தால் தலைமேலும் உடல் கீழுமிருக்கும். ஆனால், “இந்த நாகம் தலையைக் கீழே வைத்து உடலை மேலே உயர்த்திச் சிரசாசனம் போட்டுப் படமெடுத்துக் கொண்டிருக்கிறது” என்கிறார். அதாவது, அப்படி இவனுக்குத் தோன்றுவதாகச் சொல்கிறார். “அதன் உடலை, வலதுகையால் அணைத்துப் பாடச் சொல்லிக்கொண்டிருக்கிறான் அவன். அதுவும் பாடுகிறது. அந்த விஷம்தான் அவன் கண்களை மூடிவிட்டது போலிருக்கிறது” என்கிறார். அவனைத் தன் எதிரில் வைத்து, “இவன் பார்த்துக்கொண்டே

நின்றான் – அவனை, அவன் விரலை... கண் மூடலை, தலை தொங்கலை" என்கிறார். மெல்ல லயிப்பில் இறங்கி மூழ்கிய இவன், "இந்தப் பாவிக்கு என்ன விரல்கள்! என்ன விரல்கள்! என்ன செவி! என்ன செவி! என்று அதிர்ந்துகொண்டே உட்கார்ந்தான்" என்கிறார். "நாலு தந்திகள் தடவிற்று அந்த விரல் அன்னத்தின் முதுகைத் தடவுவதுபோலக் கீழ்ப் பஞ்சமத்தைத் தொட்டு, இரண்டு தடவை ஷட்ஜத்தில் தத்தி, மீண்டும் கீழே இறங்கி அடி ஷட்ஜத்தைத் தொட்டு வட்டமிட்டது அவ்வோசை. ஆனால், வேறு என்னென்னவோ ஓசைகள் கேட்டுக்கொண்டிருந்தன. "பா நிஸாரிகாரி நீ" என்று இவன் மனத்திற்குள் அந்தச் சொல்லாத ஓசைகளையும் சொல்லிப் பார்த்தான். "ஒரு நிமிஷம் அப்படி நெஞ்சுக்குள்ளே சொன்னான். ஒரு நிமிஷத்துக்குப் பிறகு, அந்த மனக்குரலும் நழுவி, அந்த வெள்ளத்தோடு வெள்ளமாக இழைந்துவிட்டது"; "அந்த நாதம் அன்னத் தத்தலாகத் தத்தித் தத்தி, நெஞ்சை வளைய வந்துகொண்டிருந்தது. இவன் கண்ணில் தெரியும் பிற புறக் காட்சிகளை மறக்க விரும்பிக் கண்களை மூடிக்கொண்டான். இப்போது எல்லாம் ஒழிந்தன" என்கிறார். "இப்போது இவன் பார்வையே வேறு. அவன் கண்கள் பார்ப்பதும் வேறு. கேட்பதும் வேறு என்று ஆள் முழுதாக மாறிவிட்டிருந்தான். ஓசைதான் கேட்கிறது. பல வர்ணப் பட்டிழைகளை ஒன்றாக இணைத்த கோலமாகக் கேட்கிறது. பல வர்ணங்களைச் சேர்த்துச் சுழற்றின சாம்பல் நிறமாக இந்த நாதக் கலவை, மூடிய கண்ணின் முன்பு படர்ந்து நின்றது. வளைந்து வளைந்து குழைந்து, அந்தக் குழைவில் இவன் உடலும் ஆடிற்று. தலை வளைந்து வட்டமிட்டது. பிறகு அதுவும் நின்றுவிட்டது. இப்போது அவன் கேட்கவில்லை. இவனே அந்த அன்னம் ஆகிவிட்டான். இவனே அந்த ஓசையாகிவிட்டான்" என்கிறார். கலையில் தெய்வீகம் இருப்பது உண்மை என்று தோன்றச் செய்துள்ளார். ஏனென்றால், தெய்வீகமே எல்லா அழுக்குகளையும் அகற்றும் கிருமி நாசினி குணம் கொண்டது என்று சொல்லாமல் உணர வைத்துள்ளார். எந்த மாசையும் நீக்கக்கூடிய வல்லமை கலைக்குண்டு என்பதும் இதனால் விளங்கும். இக்கதையின் தலைப்பில் வரும் 'இவனும் அவனும் நானும்' என்ற மூன்று பாத்திரங்களில், 'நானும்' என்பது இவனாகிய நாயகனின் மனசாட்சியைக் குறிப்பதாகவும் புரிந்துகொள்ள முடியும். இதைப் படித்து முடிக்கும்போது, தி.ஜா.வின் நுட்பச் சித்திரிப்புகளின் மூலம் இச்சிறுகதை, மிக உன்னதமான இடத்திற்குச் சென்றிருப்பதை உணர்கிறோம்.

5. வீடும் வெளியும்

புறத்தோற்றத்தைவிட்டு அகத்தோற்றத்தை ஆராயும் ஒரு கதை இது. ஒரு மனிதனின் அகக்காட்சிகள் தெரியும்போது, அவனது பிம்பம் உடைகிற கதை. ஆற்றில் குளிக்கும்போது இருவர் சந்திக்கிறார்கள். வெளியூரிலிருந்து போனவருக்கு ஊரின் அழகு, வீடு, பசுமைச் சோலை, குளிர்க் காற்று, இளவெயில், பரந்த ஆறு, நிசப்தம், குளியல் என்று எல்லாமே ஒரு சொர்க்கமாகத் தெரிகிறது. குளிக்கப் போகும்போது அங்கே ஒரு கிழவர், கையில் ஒரு குடம், ஒரு செம்பு, கழுத்தில் சின்ன ருத்திராட்ச மாலை, தூக்கிச் செருகிய பஞ்சகச்சம் எனப் பக்திப் பழமாயிருக்கிறார். பவித்திரமான மனிதராகத் தெரிகிறார். அந்த ஊரின் பெருமை பேசுகிறார். "நான்

இந்த ஜில்லாவே இல்லை. தென்னாற்காடு ஜில்லா. முப்பது வருஷத்துக்கு முன்னாலே ஒருநாள், இங்கே உத்தியோகக் காரியமாகக் காம்ப் போட்டேன். வந்து காலடி வைத்த கணமே தீர்மானம் பண்ணினேன். ரிட்டயரானப்புறம் இங்கேதான்நிரந்தரமாகத் தங்கறதுன்னு. அதுக்கப்புறம் அஞ்சு வருஷம் உத்தியோகம் பார்த்து, ரிடையரான மறு மாசமே இங்கு வந்து பத்துக் காணி நிலத்தை வாங்கினேன். ஒரு வீட்டையும் வாங்கினேன். செட்டில் பண்ணிவிட்டு, 25 வருஷமாச்சி. இது ஊரா? கிராமமா? தபோவனம் இல்லையோ?" என்று பரவசமாகப் பேசிக்கொண்டிருந்த கிழவர், குடத்தை மணல் போட்டுத் தேய்க்கத் தொடங்கினார். "ஸ்நானத்தைப் பண்ணிட்டு இங்கே இப்படியே மணலில் கால்மணி உட்காருங்கள். பிரம்ம சாட்சாத்காரம் வரதா இல்லையா. பாருங்கள். மோனநிலை, சமாதி எல்லாம் உட்கார்ந்து கண்ணை மூடின மாத்திரத்திலேயே இல்ல லயித்துவிடும்? அப்பேர்ப்பட்ட இடம்" என்கிறார். பரஸ்பரம் மேலும் விசாரித்துப் பேசிக்கொள்கிறார்கள். ஆற்றங்கரையில் பேச்சுத் தொடர்கிறது.

அந்த ஊரில் நிலபுலன்கள் வாங்கி, அதை 25 ஆண்டுகளாக அனுபவித்து வரும் அந்தக் கிழவர், இவரிடம் அதைப் பெருமையாகக் கூறுகிறார். அவர் தாசில்தாராக இருந்து ரிடையர் ஆனவர். இவருக்கு அவர்மேல் சந்தேகம் எழுகிறது. தாசில்தாருக்கு அந்தக் காலத்தில் 200 ரூபாய்தான் சம்பளம். அதை வைத்து ஐந்து பெண்களைக் கல்யாணம் செய்து தந்துவிட்டு, எண்பதாயிரம் ரூபாய்க்கு நிலம் வாங்கி, ஒரு வீடு வாங்கியதும் எப்படி? முப்பது வருஷம் 200 ரூபாய் சம்பளம் வாங்கினாலும், அதைச் செலவழிக்காமல் சாப்பிடாமல் இருந்தால்தான் இது முடியும். சிறிது நேரம் இந்தப் பிரம்மாண்டச் சாதனையை நினைத்து மலைத்துப்போய் நின்றவர், "எப்படி உங்களால் வாங்க முடிந்தது?" என்று தன்னை அறியாமல் கேட்டுவிடுகிறார். "முடியும். அது இந்தக் காலம் இல்லை. தாசில்தார் என்றால் கலெக்டர், கவர்னருக்கு இருக்கிற மரியாதை இருந்திச்சு.அப்பல்லாம் காம்ப்புன்னு போனா ஒவ்வொரு இடத்திலேயும் உள்ளங்கையிலே வச்சுன்னா ரச்சிப்பா. என்ன மரியாதை! என்ன உபசாரம்! அந்தப் பயம், பக்தி எல்லாம் போய்டுத்தே இப்ப. இருந்த இடம் தெரியலையே" என அவர் சொல்லும்போது, அவரது பிம்பம் உடைந்து சிதறுகிறது.

காவிரி நீரை மொண்டு கையில் எடுத்துக்கொண்டு, "நீங்க வரதுக்கு நாழியாகும் போலிருக்கே?" என்று விடைபெறுகிற மாதிரிக் கிழவர் கேட்கிறார். இவர் எப்போதோ, அவரிடமிருந்து விலக்கம் கொண்டுவிட்டார். "நீங்க போங்கோ. நான் வரதுக்கு இன்னும் ரொம்பக் காலமாகும்" என்கிறார். யோசித்துப் பார்க்கிறார். கிழவரை இதே காவிரியில் தலையைப் பிடித்து நீரில் அமுக்கி ஐந்து நிமிஷம் அப்படியே வைத்திருந்தால் என்ன என்று நினைக்கிறார். என்ன ஒரு பாப சிந்தை என மனசாட்சி உறுத்தினாலும், ஒருநாள் நிஷ்டையில் எல்லாப் பாவங்களும் சாம்பலாகிவிடும். இருபத்தைந்து வருஷம், தினந்தோறும் கால தேசம் அறியாத நிஷ்டை என்றால், அவருக்கு முன்னும் பின்னுமாகப் பத்துத் தலைமுறைகளின் பாவம் எரிந்து சாம்பலாகியிருக்கும் என்றும் நினைத்துக்கொள்கிறார். 'வீடும் வெளியும்' தவறான வருமானத்தில் வந்ததால், கிழவரின் கதை கேட்கும் கதைசொல்லியால், அழகை ரசிக்க முடியவில்லை. வசதிகள்

எல்லாமே பாவச் சொத்தாகத் தெரிகிறது. 'உன் வசந்தத்திலே ஒன்றுமில்லை ரசிப்பதற்கு' என்று முடிகிறது கதை. செய்கிற பாவத்துக்கெல்லாம் பக்தி வேடத்தை, ஒப்பனை சதவிகிதத்தைக் கூட்டிக்கொண்டேபோய்க் குளியல், மந்திரம், தியானம், திருநீறு, பூஜை என ஒளிந்துகொள்ளும் மனிதர்களைத் தோலுரிக்கிறார் தி.ஜா. இதில் கதைசொல்லியாக வருபவர் தி.ஜா.வோ என்று தோன்றுகிறது. அத்தனை ஆங்காரமும் ஆவேசமும் தொனிக்கப் பேசுகிறார்.

6. சாப்பாடு போட்டு நாற்பது ரூபாய்

குழந்தைத் தொழிலாளியின் மனத்தையும் அவனைப் பிரிந்து தவிக்கும் தந்தையின் மனநிலையையும் கூறும் கதை இது. தம்முடைய மகன் அக்கணாக்குட்டி என்கிற சாம்பமூர்த்தி திறமையில்லாமல் இருக்கிறானே எனக் கவலைப்படுகிறார்கள் முத்து தம்பதிகள். பட்டணத்தில் ஒரு வேலை இருப்பதாகவும், அங்கே ஒருவருக்கு உதவியாக இருக்கவேண்டும் என்றும் கூறி, ஓரிடத்தில் சேர்த்துவிடுகிறார் ஒருவர். மகனும் அங்கிருந்து மாதாமாதம் பணம் அனுப்புகிறான். தன் மகனைப் பார்ப்பதற்குப் பாசக் கனவோடு செல்கிறார் அப்பா முத்து. அங்கே மகன் ஒரு தொழுநோயால் பாதிக்கப்பட்ட பணக்கார வக்கீலிடம் உதவிக்கு இருக்கிறான். அது மட்டுமில்லை; அவரைத் தொட்டுத் தடவுகிறான். அவரது தலையைச் சொறிந்துகொண்டு நிற்கிறான், எந்தவிதமான அசூயையுமின்றி. இதைப் பார்க்கிற தந்தையின் மனம், துணுக்குற்றுப் பதறுகிறது. இது என்ன அநியாயம்? என எரியும் வயிற்றோடு, தன் செல்லப்பிள்ளையின் கோலத்தைப் பார்த்து அதிர்கிறார் தந்தை. அவனைத் தனியே அழைத்துப் பேசுகிறார். முதலாளியிடம் வீட்டுக்குச் சென்று காட்டிவிட்டு வந்துவிடுகிறேன் என்று கூறிவிட்டு, அவர் அனுமதியுடன் அழைத்து வருகிறார். வருகிறபோது கேட்கிறார். "ஏண்டா மக்கு, இந்த மாதிரி உடம்பு அந்த மாமாவுக்குன்னு நீ சொல்லவே இல்லையே?" என்கிறார். "என்ன உடம்பு?" என்கிறான். "உனக்குத் தெரியலையா? ரொம்பக் கரிசனமா தலையைச் சொறிஞ்சுவிட்டியே, புத்திதான் இல்லை. கண்ணு கூடவா அவிஞ்சு போச்சு?" என்று பதறுகிறார். "அது ஒட்டிக்காதாம்ப்பா" என்கிறான். "உன்னை ஏமாற்றி இருக்காடா எல்லாரும். அசட்டுப் பொணமே" என்று கொதிக்கிறார். "இப்படித் தொட்டுப் பழகிறியே. ஒட்டிக்காதா?" என்றபோது, அவனோ ஒரு பத்திரிகையை எடுத்துக் காட்டுகிறான். "இது யார் தெரியுமா? வெள்ளைக்கார தேசத்தின் ராணி. போன மாசம் மெட்ராசுக்கு வந்தா. ராஜாவோட இந்த ஊருக்கு வந்து, சினிமா டிராமால்லாம் பாக்கலையாம். காரை எடுத்துண்டு ஒரு கிராமத்துக்குப் போனாளாம். மாமா மாதிரி அங்கே 30, 40 பேர் இருக்காளாம். மருந்து சாப்பிடறாளாம். அவால்லாரையும் பார்த்துக் கையெல்லாம் தடவிக்கொடுத்தா வெள்ளக்கார ராணி. போட்டோ போட்டு இருக்கா பாரு, தடவிக் கொடுக்கிறாப்ல. ஒட்டிக்கும்னா ராணி தடவிக் கொடுப்பாளா? பேத்தியம் மாதிரிப் பேசுறீயே" என்கிறான். "பேத்தியம் மாதிரியா? நானா பைத்தியம்?" எனப் படத்தைப் பார்த்தார் முத்து. வெள்ளைக்காரர்கள் வந்து தொழுநோயாளிகளுடன் நெருக்கமாக இருப்பதாகப் படமும் செய்தியும் சொல்கின்றன. 'பாலாம்பிகே வைத்யேச' என்று சுலோகம் சொல்லிக்கொண்டே, வினோலியா பெட்டியைத் திறந்து

கண்ணாடியை எடுத்து மாட்டிக்கொண்டு படிக்க ஆரம்பித்தார் முத்து என்று முடிகிறது கதை.

முத்துவைப் பார்த்த பணக்காரர், "பையன் ரொம்ப சமர்த்தா இருக்கிறான். அவன் இருக்கிறது எனக்கு ஆயிரம்பேர்கூட நிற்கிற மாதிரி இருக்கு" எனச் சான்றிதழ் வேறு தருகிறார். பெரியவர் எழுந்து, அவன் தோளில் கைபோட்டுக்கொண்டு நடக்கிறார். அவனுக்கு வேலை கொடுத்ததைப் பெரிய மனசாக நினைத்துப் பாராட்டிப் பேசலாம் என்று நினைத்தே முத்து சென்றிருந்தார். ஆனால், வாய் திறக்க முடியவில்லை. மனசுல ஒரு பீதி, குமைச்சல், ஒரு கோபம். "பாவி, நீ நன்னா இருப்பியா?" என்று அடிவயிற்றிலிருந்து கதறவேண்டும் போலிருந்தது என்கிறார் முத்து. இக்கதையில் ஒரு தந்தையின் உணர்வை அணுஅணுவாகச் சித்திரித்திருப்பார் தி.ஜா. இதைப் படிக்கும் பிள்ளை பெற்ற எவரும் பதறித்தான் போவார்கள். நலிந்த ஏழைகளைக் காசுள்ள சமூகம் எப்படியெல்லாம் பயன்படுத்திக் கொள்கிறது! இவ்வளவுக்கும் காரணம் வறுமைதானே? என்கிற தவிப்பு! பிள்ளைகளை வேலைக்கனுப்பும் நடுத்தர, ஏழை வர்க்கத்துத் தந்தைகளின் தவிப்பு அது. பணமுள்ளவர்கள் தம் வசதிக்காக ஏழைகளை எப்படி வேண்டுமானாலும் சுரண்டலாம் என்கிற உலகியல் கீழ்மையைக் காட்டுகிறார் தி.ஜா, மனம் நெகிழ வைக்கும் சம்பவங்களின் மூலம். ஒரு தந்தையின் தவிப்பு, குமுறல், மகனின் அப்பாவித்தனமான பதில் எனப் பல்வேறு உணர்ச்சிகள் இக்கதையின் வழியாக நமக்குள் நெகிழ்ந்திறங்குகின்றன.

7. தேடல்

மனைவியால் கைவிடப்பட்டவர், தம் மகளையும்கூடப் பிரிந்திருக் கிறார். கல்லூரியில் படிக்கும் தன் மகளைக் காணத் தேடிச் செல்கிறார். அங்கே பார்த்ததோ, மகளின் டீச்சரை. கிடைத்ததோ புதிய வாழ்க்கைத் துணை என்று போகிறது கதை. ராமரத்னம் மனிதாபிமானம் நிறைந்தவன். அவனுடன் யாருமே எளிதில் இணக்கமாகிவிடுவார்கள். கலாரசிகன், பொறுமைசாலி. அனைவருடனும் அரவணைத்துச் செல்பவன். ஆனாலும், ஏனோ அவனின் மனைவிக்கு, அவனைப் பிடிக்கவில்லை. பிரிந்து சென்று விடுகிறாள். தனியாகத்தான் வாழ்கிறான். கல்லூரியில் படிக்கும் தன் மகளைப் பார்க்க வேண்டும் என்று அவனுக்கு ஆசை. நண்பன் கண்ணன் உதவியால் தேடிக் கண்டுபிடித்துப் பார்த்தும் விடுகிறான். இந்த விவகாரத்தில் உதவி செய்த ஆசிரியை டாரதி, ராமரத்னம் மேல் பரிவு காட்டுகிறாள். பரிவு காதலாகிறது. அவனைத் திருமணம் செய்து அவனுடன் வாழவும் தயாராகிறாள். ஒரு கதவு மூடினால் இன்னொரு கதவு திறக்கும் என்கிற உலக வழக்கை நினைவுபடுத்துகிறது இக்கதை. இதில் தேடல் என்பது மகளுடன் மனிதாபிமானத்தையும் தேடுவதுதான்.

எந்தக் குறையும் இல்லாத ராமரத்னத்தைப் புறக்கணித்து ஓடிய மனைவி இருக்கும் அதே ஊரில்தான், இவன் நிலையை அறிந்து மனிதாபிமானம் கொண்டு இவனுக்கு ஒரு வாழ்க்கை கொடுக்கும் டாரதியும் இருக்கிறாள் என்று காட்டியிருக்கிறார் தி.ஜா. பாலைவனமிருக்கும் இந்த உலகத்தில்தானே பனி மலையும் இருக்கிறது? ராமரத்னம் நல்லவன்.

எவ்வளவு நல்லவன்? சித்திரக்கூடத்தில், ஓவியங்கள் பற்றி, நண்பனுக்குப் பொறுமையாக விளக்குகிறான். "கலைஞர்கள், ரசிகர்கள் என்ற பெயரில் சென்னையில் கலைக்கூட்டங்களிலும் சபைகளிலும் பல குங்குமம் சுமக்கிற கழுதைகளையும் மூட்டைத் தலைகளையும் பார்த்து மருண்டு போயிருந்த எனக்கு, ராமரத்னத்திடமிருந்து நியாயமாகப் பெருகிவரும் எளிமையையும் அன்பையும் கண்டு ஒரு இனம் தெரியாத நம்பிக்கையும் சக்தியும்கூடத் துளிர்த்துவிட்டன. காட்சி வைத்திருந்த சித்திரக்காரனின் திறமை தகுதி பெருமை எல்லாவற்றையும் பற்றி மிக உயர்வாகப் பேசினான் ராமரத்னம்" என்கிறான். பாத்திரங்கள் கொண்டே, சக பாத்திரங்கள் பற்றிப் பேசவைத்துப் புரியவைத்துவிடுகிறார். இடையிலே அங்கதத்துக்கும் குறைவில்லை. கலாரசிகர்களை பற்றிக் கூறும்போது, கலைஞர்கள் – ரசிகர்கள் என்ற பெயரில் சபைகளுக்கு வருபவர்களைக் கேலிசெய்கிறார். எந்தக் கலைக் கூட்டமானாலும் தவறாமல் வந்துவிடுகிற 'வழுக்கைத் தலையர்கள், பேதிக்குச் சாப்பிட்ட முகங்கள், கரகரப்புக் தொண்டைகள், வறட்டுப் புன்சிரிப்புகள், புருவ மூக்குத் தூக்கிகள்' என்றெல்லாம் கூறுகிறார்.

கதையில் நிகழும் ஒவ்வொரு சம்பவமும் மனம் ஆடும் விசித்திர ஆட்டத்தைக் காட்டுகிறது. கணவனால் கைவிடப்பட்ட மனைவிகளை அதிகம் பார்த்திருக்கிறோம். இதில் மனைவியால் கைவிடப்பட்ட கணவனாக ராமரத்னம்! அவனும் அனுதாபத்துக்குரியவனே. அவள், ஏன் அவனைப் பிரிந்தாள்? விசித்திரமான முரண்பாடு, விடைதெரியாத கேள்வி அது. அத்துடன் வாழ்க்கை முடிவதில்லை. பெண்ணின் மறுமணம்போல் ஆணின் மறுமணமும் இதில் நியாயமாக்கப்படுகிறது. அதைவிடவும் இக்கதையில் புரட்சிகரமான பாத்திரம் என்றால், டாரதியைத்தான் குறிப்பிட்டுச் சொல்லவேண்டும். அவள் ஆந்திராக்காரரான அப்பாவுக்கும் வெள்ளைக்காரப் பெண்ணுக்கும் பிறந்தவள். வாழ்க்கையை அவ்வளவு இயல்பாக எடுத்துக்கொள்கிறாள். "எங்கப்பா ஹைதராபாத்தில் டாக்டராக இருந்தார். கேசவரெட்டி இங்கிலாந்துக்கு படிக்கப் போனபோது, என் அம்மாவைச் சந்தித்துக் கல்யாணம் செய்துகொண்டார். அம்மா நர்சாக இருந்தாள். அப்பா வேடிக்கை வேடிக்கையாகப் பேசுவார். ஒரு பேஷன்ட்டைக்கூட கேஸ் என்று சொல்லமாட்டார். கஷ்டப்படுவதைத் தாங்கமாட்டார். அதனால்தான், கஷ்டத்தைப் பார்த்துக்கொண்டிருக்கும் டாக்டராக இரு என்று கடவுள் பணித்தார் போலிருக்கிறது" என்று தன் பெற்றோரின் புகைப்படத்தைப் பார்த்துக் கூறுகிறாள் டாரதி. வாழ்க்கையில் இரண்டாவது அத்தியாயத்தை ஆரம்பிக்கும் ராமரத்னம், தன் நண்பன் கண்ணனைக் காணும்போது, "கண்ணா கோச்சுக்காதேடா. வெட்கமாய் இருந்தது. தலையெல்லாம் பொல்லுன்னு வெளுத்துப் போனப்புறம்" என்று வருத்தப்படுகிறான். "பரிகாசம் பண்ண மாட்டியேடா?" என்று கேட்கிறான். இது பற்றி டாரதி பேசும்போது, "பரிகாசம் பண்ணத்தான் பண்ணுவார். உங்களைப் பண்ணமாட்டார். என்னைத்தான். பெண்ணைக் கண்டுபிடித்துக் கொடுக்கிறேன் என்று கிளம்பியவளாயிற்றே" என்கிறாள்.

திரைப்படத்தில் கல்யாணக் காட்சியுடன் படம் முடிவதுபோல், ஒரு சுபமான கவித்துவமான முடிவு. அதேநேரம் மகள், தன் அப்பாவிடம்

பாசத்தை எப்படி வெளிப்படுத்துகிறாள் என்பதைக் காட்டும் ஒரு காட்சியும் வரும். ராமரத்னம் முகம், மகளைப் பார்த்ததும், அகலமாகப் பெரிதாகிக்கொண்டே போவது போலிருந்தது. சிரிப்புக்கா அழுகைக்கா என்று சொல்ல முடியாமல் உதடு வறண்டு கொண்டேயிருந்தது. மூக்கு மலர்ந்து, "ரமா உங்கள் பெண்" என்கிறாள் டாரதி. இருவரும் பார்த்துக்கொண்டே நின்றார்கள். மறுகணம் ராமரத்னம், அவளை இறுக அணைத்துக்கொண்டு நின்றான். தலையை வருடினான். ஐந்து நிமிஷம் ஆயிற்று. மூக்கை உறிஞ்சிக் கண்ணீரை துடைத்துக்கொண்டான் ராமரத்னம். "இன்னிக்கு எனக்கும் பிறந்தநாள்தான்" என்று பையில் கையை விட்டு மாலையை எடுத்துப் பெண்ணின் கழுத்தில் மாட்டிக் கொக்கியைப் போட்டான். அந்தப் பெண்ணின் கண்ணில் குளமாக நீர் நிரம்பிற்று எனத் தி.ஜா. எழுதுகிறார். "இல்லை; தினமும் இங்கே வந்து போட்டுப்பேன். இங்கேயே வச்சிட்டுப் போவேன்" என்று மாலையைக் கழற்றி வைத்துவிட்டு விடைபெற்றுக் கொள்கிறாள். அம்மாவுக்குத் தெரியாமல் தந்தையிடம் அன்பைக் காட்டும் மகள், ஒரு சூழ்நிலைக் கைதியாயிருப்பதை உணர்த்தும் காட்சி இது.

8. அருணாச்சலமும் பட்டுவும்

தந்தையும் மகளும்போல் வயதுள்ள இருவர் திருமணம் செய்து கொள்ளும் கதை இது. அருணாச்சலம் பரம வைதீகர். மனைவியை இழந்தவர். சில மாதங்களில் ரிடையராகப் போகிறார். ஒருநாள் அவர், இறைவனிடம் துறவியாக வேண்டும் என்று வரம் கேட்கிறார். அப்படிப்பட்டவர், தன் மகள் வயதிலிருக்கும் பெண்ணைத் திருமணம் செய்துகொள்கிறார். அவரையும் அவளையும் காணும் கதைசொல்லி, அவருடைய மகளாக இருக்கும் என்றே நூறு சதம் நம்புகிறார். பொருத்தமான அப்பா மகள் என்றும் புரிந்துகொள்கிறார். பழைய கால வர்ணாச்ரமிகள்போல – தினமும் அக்னிஹோத்ரம், ஔபாசனம், வைச்வதேவம் என்று மூன்று வேளையும் அக்னியைப் பூஜித்து வந்தவர் – அந்தக் காலத்தில் லாகூர், கராச்சி, கொல்கத்தாவிலிருந்தபோதும் அனுஷ்டானங்களைக் கைவிடாதவர் அருணாச்சலம். எனவே, பெண்ணைத் தாவரப்புரதம் கொடுத்துத்தான் வளர்த்திருப்பார். எந்தத் தாவரத்துக்குப் புரதம் அதிகம் என்று யோசித்தபடி, அந்த பெண்ணின் முகத்தையும் கண்ணின் அறிவையும் பார்த்து, நமக்கு இப்படி ஒரு மனைவி இருக்கக்கூடாதா என்று ஏங்குகிறார் கதைசொல்லி. ஒரு வாரத்துக்கு முன், இறைவனை வேண்டி நின்ற அருணாச்சலம், பின் அப்பெண்ணையே திருமணம் செய்துகொண்டதை அறிந்ததும் அதிர்ச்சியாக இருக்கிறது. நாக்கைப் பிடுங்குகிற மாதிரி கேட்டுவிட மனது துடிக்கிறது.

இருவரிடமும் பேசுகிறார். இத்தனை வயதானவரை மணக்கலாமா? என்று கேட்டதற்குப் பட்டு பதில் சொல்கிறாள். "வயது இளமை என்ற பிரச்சினையே இல்லை. அவருடைய மேதாவிலாசத்தில் மயங்கினேன். ஒண்டியாக வேறு இருக்கிறார். பாசம் இப்படி முற்றிவிட்டது. இந்த வீடும் ஊரிலேயே அகண்ட காவேரிப் பாசனத்தில் உள்ள இருபது காணி நிலமும் உனக்குத்தான், அதெல்லாம் சுயார்ஜிதம் என்று, இதே அறையில் என் காலில் மண்டியிட்டு, "என்னை ஏற்றுக்கொள்" என்று கெஞ்சினார். நான்

எப்படி மறுப்பது?” என்கிறாள். அவருடைய சொத்துக்காக இல்லை, அறிவுக்காகவே தியாகம் செய்ததாகவும் சொல்கிறாள். அப்போது இவருக்குத் தாங்க முடியவில்லை. “பாவம் அவருக்குப் பல்கூட இல்லை” என்கிறார். “இதோ” என்று டிராயரை இழுத்து, ஒரு பல் செட்டை எடுத்துக் காட்டினாள் ஸ்ரீமதி அருணாச்சலம். அதிர்ச்சி மேல் அதிர்ச்சி. அருணாச்சலத்திடம், “உங்கள் கல்யாணத்தைப் பற்றி ஊரார் கேலி செய்யவில்லையா?” என்று கேட்டதற்கு, “கேலி என்ன கேலி? எந்தக் கிழவனுக்குச் சபலம் இல்லைங்கிறேன்? முடியலை. வேஷம் போடுகிறான்கள். நான் அப்படியில்லை. சாஸ்திரப்படி இந்திரிய நிக்ரகம் பண்ணி இல்லறம் நடத்தினவன். சாஸ்திரம் சொன்ன நாட்களில் மட்டும் மனைவியோடு சேர்ந்து இல்லறம் நடத்தினவனுக்கு இல்லற சந்நியாசி என்று பெயர். அவன் நூறு வயது வரையில் புஷ்டனாகவும் வீரியமாகவும் இருப்பான்... முதல் பெண்டாட்டியோடும் இல்லற சந்நியாசியாகத்தான் இருந்தேன். அப்புறம் நிஜ சன்யாசி ஆகலாம் என்றுதான் ஈஸ்வரனைக் கேட்டேன். அன்றுதான் நீங்களும் வந்தீர்களே. அவர் திரிகால ஞானி அல்லவா? அதனால் என் கோரிக்கையைச் சரியாக வரவேற்கவில்லை. பிறகுதான் பட்டு வந்தாள். சைவ சித்தாந்தத்தைப் பற்றி ஆராய்ச்சி செய்கிறாள். என்னிடம் சந்தேகம் கேட்டுவந்தாள். சிவனும் சக்தியும் கலந்துவிட்டன” என்று சிறுகுறும்பாகப் புன்னகை பூக்கிறார். இந்தக் கதையைக் கதைசொல்லியால் நம்பவே முடியவில்லை. இதில் வரும் கதைசொல்லியின் பாத்திரமே, நம்மை வெகுவாகக் கவர்கிறது. உலகில் உள்ள முரண்பாடுகளை அவர் பார்ப்பது, மனிதர்களை உற்று நோக்குவது, பொருமுவது, பொறாமையில் குமுறுவது, அபிலாசையில் அலைவது, காமுறுவது என்று கதைசொல்லி இங்கு ஒரு முக்கியப் பாத்திரமாகிறார். இவரின் உணர்வு, தி.ஜா. மொழியில், ருசிகரமான ஒரு நுண்சித்திரிப்பாகியுள்ளது.

9. ஆயா

வாத்தியார் வேலைக்கு நேர்காணலுக்குச் செல்கிறான் ஈஸ்வரதாஸ். நேர்காணலில், முன்னனுபவம் இல்லாத அவனிடம், “நான்காம் வகுப்பு மாணவர்களுக்கு ஒரு கதை சொல்” என்கிறார்கள். வீட்டு வேலை செய்யும் ஓர் ஆயாவின் கதையைச் சொல்கிறான். கடைசியில், அவனுக்கு வாத்தியார் வேலை கிடைக்கவில்லை. ஆனால், அவன் அம்மாவுக்கு ஆயா வேலை கிடைக்கிறது. இதுதான் கதை. வீட்டு வேலை செய்யும் ஆயா, வறுமையால் அந்த வீட்டில் திருடுவதைக் கதையாகச் சொல்கிறான் மகன். அவளின் திருட்டு மகனுக்குத் தெரிந்து, இது பற்றி அவன் கேட்கிறபோதும், தான் திருடியதை ஆயா ஒப்புக்கொள்ளவில்லை. நேரில் சென்று ஒப்புக்கொள் என்றால், திருடி என்ற பெயர் வரக்கூடாது எனக் கூறிப் பையனிடம் மறுத்துவிடுகிறாள். மகன் சொன்ன இந்தச் சொந்தக் கதையைப் புரிந்துகொண்டு, அவனது அம்மாவுக்கு ஆயா வேலை போட்டுக் கொடுக்கிறார்கள். “சரி. நீ வாத்தியார் வேலை பார்க்கிறது கிடக்கட்டும். முதல்ல போய் உங்க அம்மாவைக் கூட்டிட்டுவா. இங்கே ஒரு ஆயா வேணும்” என்பதாகக் கதை முடிகிறது. உண்மைக்குத் தன்னை முழுதாக ஒப்புக் கொடுத்தால், பொய் சொல்ல வேண்டிய மனநிலைக்கு மனிதன் செல்ல வேண்டாம் என்று புரிய வைக்கும் கதை இது. இக்கதையில்,

ஈஸ்வரதாஸ் நேர்காணலுக்குச் செல்கையிலுள்ள அவன் மனநிலை அழகாகச் சித்தரிக்கப்பட்டிருக்கும். சின்ன கதை என்றாலும், பளிச்சென்ற முடிவு! உலகத்தில் எல்லாப் பிரச்சினைகளுக்கும் தனியே தீர்வு இருப்பதில்லை; அந்தப் பிரச்சினைக்குள்ளேயே தீர்வும் இருக்கிறது என்பதைச் சொல்கிற கதை இது.

10. சுளிப்பு

மனத்தின் ஊசலாட்டங்களும் அதன் அலைவுகளும் எந்தச் சட்ட விதிகளுக்கும் உட்படாதவை என்று கூறும் கதை இது. திருமலை ஆசிரியருக்குத் திறமையிருந்தாலும், அவர் வகுப்பில் ஒரு பையனுக்குக் கணக்கு வரவில்லை. படாத பாடு படுகிறார் திருமலை. இருந்தாலும் அவனது உடல்மொழி, ஏனோ அவருக்குத் தம் காதல் மனைவியை நினைவூட்டுகிறது. அவன் முகச்சுளிப்பில் மனைவியைக் கண்டு களிப்புறுகிறார். அவனது பிழைகளை மன்னித்துவிடுகிறார். இதுதான் கதை. “பையனின் முகம் இடுங்கிற்று. புருவம் சுருங்கிற்று. திருமலைக்குச் சட்டென்று வாய் மூடிக்கொண்டது. பத்மாவின் முகம் மாதிரி இந்தப் புருவச் சிணுக்கம், இப்போது அவர் கண்ணை வந்து குத்திற்று” என்கிறார் தி.ஜா. அப்புறம் என்ன? அவரது நினைவுகள் பின்னோக்கி அலைகின்றன. கல்யாணப்பந்தல், மாப்பிள்ளைக் கோலம், மேளதாளம், பரதேசக் கோலம், பஞ்சகச்சம், மயில்கண் வேஷ்டி, சர்வாங்க க்ஷவரம். உடம்பெல்லாம் சவரம் செய்யப்பட்டு மலர் பட்டதும் அரிப்பு, கல்யாணப்பந்தலில் புகுந்ததும் கிழக்கே பார்த்து நிற்கும் தோற்றம், கல்யாணப்பெண் மாலையிட்டு ஊஞ்சல் ஆட்டியபிறகு உள்ளே அழைத்துப் போதல், மனைவி பத்மா வருதல், “பார்றீ பத்மா, பாரு! நன்னாப் பாத்துக்கோ ஆம்புடையானை” என்று மேளச் சத்தத்துக்கு நடுவில் ஒரு பெண் குறும்பாகக் கத்தியதும், பத்மா நிமிர்ந்து பார்க்கிறாள், ஒரு புன்னகையுடன். அதே கணம் முகத்தில் ஒரு சுளிப்பு என்று நினைத்துப் பார்க்கிறார் திருமலை. முன்பு கல்யாணப் பந்தலில் கண்ட அந்த முதல் சுளிப்பு, திருமலைக்குப் புரிந்துவிட்டது. இவன் கறுப்பு, அவள் சிவப்பு. ‘பொருத்தமில்லாத ஜோடி’ என அர்த்தம். ஆனாலும், சமரசமாகிக் கலந்துவிட்டார்கள். இந்தப் பையனுக்கும் அப்படியே பச்சை நரம்பு. ஒல்லி முகத்தை ஏன் இப்படிச் சுளுக்கினான்? என் முகம் பார்த்தா? பத்மா முகத்தைச் சுளுக்கியது போலே இருக்கிறது. மனசு பத்மாவுடன் ஓடிற்று. தன் எண்ணத்தில் நிறைந்திருப்பவளை, இந்தப் பையனின் தோற்றத்தில் கண்டு மகிழ்கிறார் திருமலை. இவனுக்குப் படிப்பு மண்டையில் ஏறவில்லை. நிறையப் பொய் வேறு சொல்கிறான். இருந்தாலும், திருமலைக்கு அவனைத் தண்டிக்க மனமில்லை. பிற மாணவர்கள் அவனை அவர் தண்டிப்பார் என்று நினைக்கிறார்கள். ஆனால், அவர் அவனைத் தண்டிப்பதில்லை. சாதாரணமாகவே எடுத்துக் கொள்கிறார். ஏனென்றால், அவனைப் பார்க்கும்போதெல்லாம், அவனின் முகச்சுளிப்பில், பத்மாவின் நினைவே அவருக்கு வருகிறது. பையன் முகம், இன்னும் அவர் கண்ணில் சுளித்தது. பத்மாவின் பத்து விரல்களையும் அழுத்திப் பிழிந்து நசுக்க வேண்டும் எனப் பயமும் தினவுமாகத் திருமலை வேகமாக நடந்தார் என்று முடிகிறது கதை. இது ஒருவகை மனோநிலை என்று காட்டுகிறார் தி.ஜா. மனத்தில் அணிவகுத்து நிற்கும் சுளிப்பு!

11. ஆடை

மேடையில் அரைகுறை ஆடை, கவர்ச்சி நடனம் எனப் பருவத்தில் பகட்டாயிருந்தவள், தன் நடன நிகழ்ச்சியைத் தினசரி வந்து வெறித்துப் பார்க்கும் ஒரு பிராமணருக்குப் பட்டாடைகள் கொடுத்து வணங்குகிறாள். அவள் தன் இறுதிக்காலத்தில், நோயில் விழுந்து நிலைகுலைந்து ஆடைகள் கலைந்து கிடக்கிறாள். அவளை அனைவரும் வெறுக்கிறார்கள். அதை அப்பிராமணரும் அவரது மனைவியும் பார்க்க நேரிடுகிறது. ஒருகாலத்தில் அவளது தோற்றத்தையும் நடனத்தையும் இழிவாகத் திட்டிய அதே பிராமணரின் மனைவி, அவளுக்கு ஆடை கொடுத்து மானத்தைக் காப்பாற்றுகிறாள். அவளுக்கு ஆடையைக் கட்டிவிட முயல்கிறாள். அதுதான் மனிதாபிமானம் என்று முடிவதுதான் கதை. "ராமா ராமா ராமா. சகிக்கலை. கண்கொண்டு பார்க்க முடிகிறதா?"; "தேவடியா அவளுக்கென்ன?"; "தேவடியா எல்லோரும் இருக்கா. அதுக்காக இப்படியா மேல் துணிகூட இல்லாமல் மேடைமேல வந்து ஆடுவா?"; "துணி இருக்கு"; "துணியா இது? என்னமோ காக்காப்பொன் மாதிரி இருக்கு"; "கொட்டகையே அமளிப்படறது. என்ன ஒரு சீட்டி"; "பொம்மனாட்டிங்கிற வார்த்தைக்கு அவமானமா வந்திருக்கா இந்தத் தடிச் சிறுக்கி" என்று கரித்துக் கொட்டுகிறார்கள். அதே நேரம் அவளது அழகையும் பேசவே செய்கிறார்கள். "லச்சணமாத்தான் இருக்கா. கையும் காலும் அச்சாரம் கொடுத்துப் பண்ணச் சொன்னாப்ல. சந்தனக்கட்டை மாதிரிப் பளபளன்னு உருச்சியும் திரட்சியுமா. ரம்பை திலோத்தமை மாதிரி அப்சரஸாத்தான் இருக்கா. ஆனா, இப்படி மானம் கெட்டு வந்தா ஆடணும்? நினைச்சாலே உடம்பு குன்னி உள்ளப் போறது". இப்படித்தான் தூற்றுகிறார்கள். ஆட்டக்காரி துரைக்கண்ணுவை. அவளது நடனத்தை, ஒருநாள் விடாது சபலத்தோடு பார்க்கும் பிராமணருக்கு, அவர் வீட்டில் திட்டு விழுகிறது. "அதான் ஒருநாளைக்குப் பார்த்தாச்சே தரித்திரத்தை. யாராவது சிரிக்கப்போறா. எல்லாரும் பார்க்கறான்னு நாம பார்க்கிறதா? வேதாத்யயனம், ராம நாமப் பாராயணம் பண்ணினதெல்லாம் தவக்களைக் கத்தல்தானா? வைதீகாள்லாம் இப்படி நாடகக் கொட்டகையிலே ராக்கண் முழிச்சா, வாழ்ந்தாப்போலத்தான் இருக்கும். லோகத்திலே நாடகம் போடச் சரித்திரமா இல்லை? சாவித்திரி சத்தியவான் இல்லையா? சகுந்தலை இல்லையா? ருக்மாங்கதா இல்லையா? ஆனால் இவ, தாராசசாங்கத்தைன்னாப் பிடிச்சு, ஊரையே பைத்தியமா ஆட்டி வைக்கிறா" என்று திட்டுகிறாள் மனைவி. ஆனால் அவரது சபலம் அடங்கவில்லை. தினசரி போகிறார். அவரது சபலத்தையும் மதித்து, அவரை அவளே ஒருநாள் அழைத்து, "ஒண்ணுமில்லே. ரொம்ப நாள் ஆசை சாமி. நிறைவேத்தணும். இங்கேயே இந்தப் பத்தாறைக் கட்டிக்கணும். அம்மாவுக்கு இந்தப் புடவையைக் கொண்டு சேர்த்துப்பிடணும்" என்கிறாள் ஆட்டக்காரி. "பஸ்ட் கிளாஸ் குண்டஞ்சிப் பத்தாறு. ஐயோ என்ன மனசு. தாசியானாலும் இப்படிப் பிராமணனைக் கூப்பிட்டுக் கௌரவ புத்தியோடு இப்படி ஆதரிக்கணும்னு யாருக்குத் தோணும்?" என்று மகிழ்கிறார்.

காலங்கள் உருண்டன. தோற்றம் மங்கிவிட்டது. ஒரு கோயில் எதிரில் பிச்சைக்காரியைப்போல் நினைவிழந்து, மேலாடை கலைந்து கிடக்கிறாள்.

எலும்பும் தோலுமாக இருக்கிறாள். அங்கே இந்தப் பிராமணரும் மனைவியும் செல்கிறார்கள். அவளை யாரோ ஒரு நோயாளிப் பிச்சைக்காரி என்று கடந்து போகத் துணிந்தபின், உற்றுப் பார்த்துத் துணுக்குறுகிறார்கள். துரைக்கண்ணுதான் என்று உறுதிப்படுத்திக் கொள்கிறார்கள். மனம் பதறுகிறார்கள். உதவுவதா, நகர்வதா? என்று ஒருகணம் ஊசலாட்டம். "என்ன கண்றாவி! கையை நீட்டுது பாருங்கோ" "பையிலிருந்த ஆறுமுழத்தை எடேன். இப்படிப் பிறந்த மேனிக்குக் கிடந்து தவிக்கிறதே பாவம்"; "என்னத்துக்காக?"; "எடுத்து மேலே போடடி பாவம்... போடு சொல்றேன். நீயே போடு" என்கிறார். காபி வாங்கி வரச்சொல்லி அவளுக்கும் குவளையில் ஊற்றுகிறாள். உணர்வற்றுக் கிடக்கும் அவளுக்கு ஆடை கட்டிவிடுகிறாள். இதில் ஆடை என்ற சொல், பல உணர்வுத் தளங்களில் இயங்குகிறது. தன் ஆடையின் அளவு குறைத்து மேடையில் ஆடும்போது அவளுக்கு மவுசு கூடுகிறது. கூட்டம், வசூல் என்று திமிலோகப்படுகிறது. இறுதிக்காலத்தில் நோய் வந்து புறக்கணிக்கப்பட்டுக் கிடக்கும்போது ஆடையற்றவளாகக் கிடக்கிறாள். இங்கே அவளுக்கு இரந்து பெற வேண்டிய நிலையில் ஆடை இருக்கிறது. அரைகுறை ஆடையில் மேடையில் ஆடியவள், கடைசியில் ஆடையே இல்லாமல் உயிரைக் கசியவிடும் வாழ்க்கைச் சுழற்சியே கதையாகிறது. இக்கதையில் ஆடையே பாத்திரமாகவும் குறியீடாகவும் வருகிறது. இக்கதையைத் துண்டுத் துண்டுக் காட்சிகள்வழி இணைத்து, ஒரு மாலையாக மாற்றியுள்ளார் தி.ஜா. சிறுகதை வடிவில் இருக்கும் இது, ஒரு நாவலாக விரியும் செறிவுடையதாகும்.

12. கிழவரைப் பற்றி ஒரு கனவு

சிறுவயது விளையாட்டுத் தோழன், தன் அப்பாவைக் கைவிட்டு விட்டான். பெரியவர் வந்து, இவனிடம் புலம்புகிறார். "இருபத்தஞ்சு வருஷம் உன்னை வளர்த்து ஆளாக்கி, பல்லக் காட்டாத இடமெல்லாம் காட்டி இளிச்சி ஸ்காலர்ஷிப் எல்லாம் வாங்கிக் கொடுத்துப் படிக்க வச்சதுக் கெல்லாம் நல்ல கைமாறு கிடைச்சுட்டுதுன்னு எழுதிக் கொடுத்திட்டேன்" எனக் கிழவர், தம் இடது கையை ஆட்டி ஆட்டி வெதும்புகிறார். வலதுகை சாப்பிட்டுக் கொண்டிருந்தது. ஓரிரு முறை கண்ணைத் துடைத்துக் கொண்டார். துயரத்தினாலோ, 83 வயதில் கண் படும் அவஸ்தைகளோ, தெரியவில்லை. இரண்டும் இருக்கலாம் என்கிறார் தி.ஜா. எண்பதைத் தாண்டிய முதுமையிலும், அவரைக் காப்பாற்ற நினைக்காது, ஒரு சுமையாக நினைத்து ஊருக்குத் துரத்துகிறது மகனின் குடும்பம். அவர்களுக்கு ஏதாவது உதவ நினைக்கிறது இவன் மனம். கிழவருக்கு ஏதாவது நீதி கிடைக்காதா என்று இவனுக்கும் மனைவிக்கும் விவாதம் நடக்கிறது. மகன் சிறுவயதாக இருக்கும்போதே மனைவி இறந்தபோதும், மறுமணம் செய்துகொள்ளாமல், தானே சமைத்துப்போட்டுக் கிழவர் மிகச் சிரமப்பட்டுத் தன் மகனை வளர்த்துள்ளார். முதுமையில் இயலாமை காரணமாக மகனுடன் இருக்கலாம் என்று வருகிறார். ஒரே பிள்ளை. பெரிய வேலை, வசதி. எல்லாமிருந்தாலும் மகன் அவரைப் புறக்கணிக்கிறான். "நான் இருக்கிறது சங்கடமா இருக்காம். நீங்க பாட்டுக்கு இன்னும் 20 வருஷம் இருந்தால், நான் சமைச்சுப் போட்டுண்டு இருக்க முடியுமா? என்கிறாள் மருமகள். "சரி. போறேன். டிக்கெட் வாங்கிக் கொடுன்னேன். பணத்தை எடு. புக்

பண்ணிண்டு வரேன்னான். நூத்தம்பது ரூபா கொண்டு வந்திருந்தேன். நூறு ரூபாய்க்குச் சில்லரை வேணும். அதுக்குத்தான் வந்தேன்" என்கிறார். பெரியவர் கதையைக் கேட்டுவிட்டு, இவன் குடும்பமே கொதிக்கிறது. குடும்பத்துக்குள் விவாதம் நடக்கிறது. மகன் ஆவேசமாகிறான். மகள் குமுறுகிறாள். பின் அவள், ஒரு கனவு காண்கிறாள். அதில் அந்தப் பிள்ளை, மனைவியைக் கைத்தடி கொண்டு, அடி அடி என்று அடிக்கிறான். அவள் கூச்சலிட, அண்டை வீடுகள் கூடி விலக்குகின்றன. "இவளுக்காகத் தான்யா எங்கப்பாவை அப்படிப் படுத்தினேன். திருப்தியா திருப்தியா என்று மீண்டும் மீண்டும் சாத்துகிறான் ... மூட்டை பூச்சி மருந்தைச் சாப்பிட்டுவிட்டு உயிரை மாய்த்துக்கொள்கிறான். ஆஸ்பத்திரிக்குக் கொண்டு போனபோது நல்லவேளை வயிறு முட்ட நிறையச் சாப்பிட்டுவிட்டு மருந்து சாப்பிட்டதால் உயிர் பிழைத்துக் கொண்டான் என்று பேசிக்கொண்டார்கள்". இப்படி முடிகிறது சிறுமியின் கனவு. அந்தச் சிறுமி, தன் கனவில், எல்லாவற்றுக்கும் காரணம் மருமகளே என்பதை எப்படிப் புரிந்துகொண்டாள்? இப்படி நடக்கவேண்டும் என்று மகள் விரும்பிய நினைவுதான், அப்படிப்பட்ட காட்சிகளை மனத்தில் சேர்த்துச் சித்திரங்களாக வரைகின்றன என்று நினைத்துக்கொள்கிறார்கள்.

'மனிதாபிமானம்' தொகுப்பு, 1981இல், தி.ஜா. வாழ்ந்த காலத்திலேயே வந்துள்ளது. இந்தத் தொகுப்பில் உள்ள கதைகள், காலவரிசைப்படியோ ஒத்த கருத்து வரிசைப்படியோ வைக்கப்பட்டுள்ளன என்று கூறமுடியாது. பொதுவாகச் சிறுகதைத் தொகுப்புகளுக்கு அதிலுள்ள ஏதாவது ஒரு சிறந்த சிறுகதையின் தலைப்பைப் பெயராக வைப்பதுண்டு. சில நேரம் சுமாரான கதையின் பெயரையும்கூட. இந்தப் பன்னிரண்டு கதைகளை ஒப்பிட்டு நோக்கும்போது, என் கவனத்தில் எல்லாக் கதைகளிலும் மைய இழையாக மனிதாபிமானமே இயங்குவதை உணர முடிந்தது. அதனால்தானோ என்னவோ, இந்தத் தொகுப்பிற்கு 'மனிதாபிமானம்' என்ற அந்தப் பெயர் பொருந்தி வருவதாக எனக்குத் தோன்றுகிறது. 'மனிதாபிமானம்' கதையில், இயந்திர கதியில் ஓடும் வாழ்க்கையில் சக மனிதனைக் கவனிக்கவோ, அவன் மீது அபிமானம் கொள்ளவோ, பரிவு காட்டவோ நேரமில்லாத ஒரு பரபரப்பு வாழ்க்கையைக் கண் முன்னே நிறுத்தியுள்ளார். டெல்லியில் நடக்கும் 'மன நாக்கு' கதையில், பாலுணர்வுக்காட்பட்டு அவளைப் பார்க்கச் செல்லும்போது, குடும்பத்தோடு செல்லும் ஓர் ஆட்டோக்காரன் ஏற்றிச் சென்று கொண்டுவிடுகிறான். அப்போது அவன் பாலுணர்வு உந்துதல் குறைந்துவிடுகிறது. ஆட்டோக்காரனின் மனிதாபிமானத்தின் தாக்கத்தால், அவன் சமநிலைக்கு வந்துவிடுகிறான். 'பாட்டியா வீட்டில் குழந்தைக் காட்சி' கதையில், குழந்தைகள் மனிதர்கள்மேல் அபிமானம் கொள்வதைக் காட்டியிருப்பார். 'இவனும் அவனும் நானும்' கதையில், இவனது தீய உணர்வுகள் அவளது கணவனது மனிதாபிமானப் பண்பால் கருகிப் போவதைச் சொல்லியிருப்பார். 'வீடும் வெளியும்' கதையில், மனிதாபிமானமற்ற செயல்களால் சம்பாதித்துத்தான் வசதியாக இருக்கிறார் என்று கிழவரை இழிவாகப் பார்க்கத் தோன்றும் காட்சிகள் உயர்த்திப் பிடிப்பது மனிதாபிமானத்தைத்தான்.

'சாப்பாடு போட்டு நாற்பது ரூபாய்' கதை, ஒரு தொழுநோயாளியிடம் வறுமையைப் பயன்படுத்தி ஓர் இளம்பிள்ளையை வேலைக்காரனாக்கும்

வக்கீலிடம் எங்கே மனிதாபிமானம் உள்ளது எனக் கேள்வி கேட்கிறது. 'தேடல்' கதை, தன் மனைவியின் உதாசீனத்தால் புறக்கணிக்கப்பட்ட ஒரு கணவன்மீது, அவனது நிலை கண்டு பரிவுறும் டாரதியின் மனிதாபிமானத்தை விளக்குகிறது. 'அருணாச்சலமும் பட்டுவும்', ரிட்டையரான அருணாச்சலம் மீது இளம் பெண் பட்டுவுக்கு வரும் மனிதாபிமானத்தைப் புலப்படுத்துகிறது. 'ஆயா' கதையில், ஆசிரியர் வேலைக்கு நேர்காணலுக்குச் செல்பவனின் கதையைக் கேட்டு, அந்த ஆயாவுக்கு உதவத் தோன்றி வேலையும் கொடுக்கப்படுகிறது. இதிலும் மனிதாபிமானமே கசிகிறது. 'சுளிப்பு' கதையில், தன் வகுப்பில் படிக்கும் மாணவன் மீது ஆசிரியர் திருமலைக்கு ஒரு பரிவு. 'ஆடை' கதையில், விலைமகள் எனக் கீழ்மையாகப் பேசப்பட்டவள், தனது வீழ்ச்சிக் காலத்தில் நோயில் புதைந்துபோய் நிலைகுலைந்து ஆடை கலைந்து கிடக்கும்போதுகூட, அவளுக்கு ஆடை கட்டி விடுகிறது ஓர் இதயம். இங்கேயும் ஒளிர்கிறது மனிதாபிமானம். 'கிழவரைப் பற்றி ஒரு கனவு' கதையில், பிள்ளையால் கைவிடப்பட்ட அந்தப் பெரியவர் மீது, உடன்படித்தவனுக்கு வருவதும் மனிதாபிமானம் தானே! இப்படி எல்லாக் கதைகளிலும், மனிதாபிமானத்தின் மணமே வீசுகிறது. எந்தக் கதையிலும், அதை வெளிப்படையாக விவரிக்கமாட்டார் தி.ஜா. பாத்திரங்கள் மூலமும், உரையாடலின் மூலமுமே உணரவைப்பார். எந்த இடத்திலும் பிரசங்கமோ கருத்துப் பிரச்சாரமோ கொள்கைப் பிரகடனங்களோ தன்முனைப்போ இருக்கவே இருக்காது. பல இடங்களில் விடப்பட்டுள்ள மௌன இடைவெளிகளில், வாசகன் தன்னை நிரப்பிக்கொள்வான். சில இடங்களில், அது மேலும் விரிவாகிச் செல்லும் வகையில், அதற்கு இடம் கொடுத்திருப்பார். இப்படிக் கலாபூர்வமாகவும் உணர்வுபூர்வமாகவும், தம் கதைகளில் தம் முகத்தையோ அகங்காரத்தையோ காட்டாமல் படைப்புக்குத் தி.ஜா. நேர்மை செய்துள்ளார்.

தனிமனித இயல்பூக்கமும் உணர்ச்சியும் தன்னகத்தே எழுபவை. அவற்றை வெளிப்படுத்துவதில்தான், படைப்பின் மகத்துவம் தெரியும். கொள்கைகளோ கோட்பாடுகளோ விதிகளோ, படைப்பாளிக்கு ஒரு பொருட்டல்ல. எங்கும் வியாபித்திருக்கும் மனிதநேயம் ஒன்றே, அவனது ஒற்றைக் குறிக்கோளாக அவன் முன் விரியும். இத்தொகுப்பிலுள்ள பன்னிரண்டு சிறுகதைகளிலும், தி.ஜா. மனிதநேயத்தையே சிந்திக்க வைத்துள்ளார். இத்தொகுப்பில் 'மன நாக்கு' நாயகனும், 'இவனும் அவனும் நானும்' நாயகனும் ரகசியப் பாலுணர்வுச் சித்திரிப்பின் உதாரணங்களாவர். இவை ஒரே மாதிரியாகக் குவிமையம் கொண்டுள்ளன. 'மனிதாபிமானம்' கதையின் தேவுடுவும், 'தேடல்' கதையின் ராமரத்னமும், 'அருணாச்சலமும் பட்டுவும்' கதையில் வரும் கதைசொல்லியும் மிகுந்த நுண்சித்திரிப்புகளுடன் புனையப்பட்டுள்ளனர். கதைக் கட்டுமானத்தில், கதைப்போக்கில் இறுக்கம் தளராத ஒரு பண்புடனேயே அமைத்திருப்பார். சிலவற்றில், உருப்பெருக்கிக் கண்ணாடிவழி நுண்பொருளை ஆழ்ந்து பார்ப்பதுபோல், குறிப்பிட்ட உணர்வை நுட்பமாகச் சித்திரித்திருப்பார். கதைச்சம்பவம் பல காட்சியாகப் பரந்து சிதறாது, பல கதைகள் குறிப்பிட்ட இடங்களில் பயணித்துக் கச்சிதமாய் முடிந்துவிடும். 'மனிதாபிமானம்', நெரிசல் மிக்க தெருவிலேயே முடிந்துவிடும். 'வீடும் வெளியும்', ஆற்றங்கரையிலேயே முடிந்துவிடும். 'ஆயா', பள்ளியின் குறிப்பிட்ட நேர்காணல் அறையிலேயே முடிந்துவிடும்.

'பாட்டியா வீட்டில் குழந்தைக் காட்சி, பாட்டியா வீட்டிலேயே முடிந்துவிடும். கதைசொல்லும்போது, சில பாத்திரங்களைப் பேசவிடுவார். சிலவற்றில் பாத்திர உணர்வுகளின் மூலமே முழுக்கதையையும் உணரவைப்பார். ஆசிரியர் கூற்றைப் பெரிதும் தவிர்ப்பார். பாத்திர சம்பாஷணை நடுவேயும், சம்பவங்கள் நடுவேயும் ஆசிரியர் மூக்கை நீட்டி ஏதும் பேசுவதில்லை. மைக் பிடித்து உரையாற்றுவதில்லை. அதாகப்பட்டது என்று பிரசங்கம் செய்வதில்லை. ஆக, இதன் மூலம் என்னவென்றால் என்று முடிவை விவரிப்பதில்லை. அவர் கதைகளில் தி.ஜா. எங்குமே தெரியமாட்டார். பாத்திரங்களின் மூலமும், அவை பேசும் உரையாடல்களின் மூலமும் அவரை அறிந்தவர்கள் மட்டுமே அவரை உணரமுடியும். ஆனால், தனிப்பட்ட முறையில், எழுத்தாளரான தி.ஜா.வை எங்கும் காணமுடியாது.

கதைகூறுமுறையிலும் ஒரே வகைமையை அவர் பின்பற்றுவது கிடையாது. திடுதிப்பெனத் தொடங்கும். சாவகாசமாகத் தொடங்கும். பாத்திரங்கள் பேச ஆரம்பிக்கும். உணர்வு விரிவடைய ஆரம்பிக்கும். புறச் சித்திரிப்பிலிருந்து அகச்சித்திரிப்புக்குத் தாவும். எப்படியும் அவருக்குக் கதையைப் புரியவைக்கமுடியும். சிலவற்றை உணர்வால் தெரிவிப்பார். சில சோதனை முயற்சிகளுமுண்டு. சினிமா கட் ஷாட்ஸ்போல் ஓர் உத்தியை, 'ஆடை' கதையில் பயன்படுத்தியுள்ளார். சில கதைகளைத் திடுக் முடிவுகள் இல்லாமல் கவித்துவமாக முடித்திருப்பார். இப்படிப் பல வகைமைகளில் ஓடும் எண்ணங்களுக்கேற்பக் குழைத்த வண்ணங்களால் மென்நுண் தூரிகை கொண்டு கதைச்சித்திரங்களைத் தி.ஜா. தீட்டியுள்ளார்.

✦

59

தி.ஜா.வின் மனிதாபிமானம்: மனிதத் தேடலின் தடங்கள்

ம. தேவி – பலராமன் சுப்புராஜ்

தி.ஜா.வின் புனைவுகள், பல்வேறு சமூகக் கூறுகளை உள்ளடக்கியவை என்றாலும், வாழ்வின் தீராச்சிக்கலான ஆண்–பெண் உறவுகளை மையமிட்டுச் சுழலும் உணர்வுக் கோலங்களைத் தம் புனைவுகளில் ஆழ்மனவெளி சார்ந்த ஓர் உரையாடலாக முன்வைத்து, விவாதக்களமாகச் சமைத்து, அதையே தி.ஜா. முன்னெடுத்துச் செல்வார். இக்களமானது தமிழ்ச் சமூகம், பாலினம், மனம், உறவுகள் முதலியவற்றை அணுகுவதிலும் எதிர்காண்பதிலும் புதிய வெளிச்சமளிக்கிறது. இது இலக்கிய உலகில் மாற்றுத்தடத்தையும் ஏற்படுத்தியது. இவருக்கென அழிக்கவியலாத தனிப்பிம்பத்தையும் அடையாளப்படுத்திவிட அது தவறவில்லை. உலக இலக்கிய ஆளுமைகளின் வரிசையில் வைத்தெண்ணப்படும் நிரந்தர இடம் தி.ஜா.விற்கு எப்பொழுதும் உண்டு. ஆகவேதான், நூற்றாண்டைக் கடந்தும் ஆகப்பெரும் படைப்பாளுமையாகத் தி.ஜா. திகழ்கிறார். 'மனிதாபிமானம்' தொகுப்பில், பன்னிரண்டு சிறுகதைகள் இடம்பெற்றுள்ளன. எல்லாக் காலத்திலும், அனைவருக்கும் தி.ஜா.வை வாசிக்க வேண்டிய அவசியம் உண்டு அல்லது ஏற்படும். அதே தருணத்தில், அவரைப் புரிந்துகொள்ள, அவரது எழுத்துகளை உள்வாங்க, ஒரு வாசகராக மீண்டும் மீண்டும் நாம் வாசித்துக்கொண்டேயிருக்க வேண்டும். ஏனெனில், தி.ஜா.வின் புனைவும் விவாதமும் ஆழமாகப் பிடிபட வேண்டிய ஒன்று. ஆழம் பிடிபடலில் காலத் தேவையும், தொலைவும் சற்று அதிகம் என்பதையும் நாம் கவனத்திலிருத்தித் தி.ஜா.வை அணுக முற்படுகிறோம். ஆகையால், இப்புரிதலோடு தி.ஜா.வின் மனிதத் தேடலின் தடங்களைக் காணும் ஓர் உரையாடலை, நாம் முன்நகர்த்த முனைகிறோம்.

முள் நகராத கைக்கடிகாரத்தை நகர்த்தும் முயற்சியில், நகரத்தின் பல்வேறிடங்களில் அலையும் காட்சிகள் கொண்டு, ‘மனிதாபிமானம்’ புனையப்பட்டுள்ளது. மணமாகாதவன் மணமானவளைக் கண்டு சபலப்படுவதையும், சீக்கியரின் மனிதத்தன்மையையும் ‘மன நாக்கு’ விளக்குகிறது. தம் வீட்டின் மேல்தளத்தை வாடகைக்குவிடும் தரைத்தளக் குடும்பத்திற்கும் வாடகைக்குச் செல்லும் குடும்பத்திற்குமிடையிலான ஆரோக்கியமான ஒப்பந்தம், ஒருசில மாதத்தில் மனக்கசப்பில் முடிவதைப் ‘பாட்டியா வீட்டில் குழந்தைக் காட்சி’ காட்டுகிறது. நண்பனின் வீட்டிற்கு அச்சத்தோடு நடக்கத் தொடங்கி, கூச்ச உணர்வோடு அமர்ந்து, நுண்ணிய இசைக் கலையை ரசித்துச் சுவைத்து, அச்சமின்றித் திரும்புவதைக் கூறுவது – ‘இவனும் அவனும் நானும்’. நிறைவான வாழ்வின் உச்சமாக இயற்கையைச் சுதந்திரமாக நுகர்வதும், பல ஆண்டுகளாக இயற்கையை நுகராதவரின் அகக்குறையையும், இல்ல வெளியிலுள்ள ஆளுமைப் பண்பையும் வெளிப்படுத்துகிறது ‘வீடும் வெளியும்’. ஏழ்மையில் உழலும் ஓர் இளைஞனின் குடும்பம், தம் பொருளாதாரச் சுமையால், அவனை வசதி வாய்ந்த இல்லத்திற்குப் பணிவிடை செய்ய அனுப்புகிறது – தொழுநோயாளிக்கு! அவ்விளைஞன், வயிற்றுப்பிழைப்பைக் கடந்து, மனிதனாக இயங்க முடியாத அவலத்தைப் புலப்படுத்துகிறது – ‘சாப்பாடு போட்டு நாற்பது ரூபாய்’ கதை.

நுண்கலைகளில் ஒன்றான சித்திரக்கலைவழித் தேடலைத் தொடங்கித் தொலைத்த வாழ்வைக் கண்டடைகிறது– ‘தேடல்’. பொருந்தாக் காமத்தைக் – கணவனைத் தகப்பனாக, மனைவியை மகளாகப் பாவிக்கும் கண்ணோட்டத்தைத் தவிர்க்கச் சொல்கிறது – ‘அருணாச்சலமும் பட்டுவும்’. ஆசிரியர் தகுதிக்கான பயிற்சியின்றி, ஆசிரியர் பணிக்கான நேர்முகத் தேர்வில் பங்கேற்றவனுக்குத் தோல்வி கிட்டுகிறது. ஆனால், அவன் தாய்க்குக் குழந்தையைப் பார்த்துக்கொள்ளும் ஆயா வேலை கிடைக்கிறது (‘ஆயா’). மாணவனின் புருவச் சுருக்கத்தின் மூலம், மனைவியின் புருவச் சுருக்க நினைவு ஏற்பட்டுக் கடந்த காலம் நினைவில் வந்துசெல்கிறது. மனைவியின் சுளிப்பை வென்றெடுத்ததாகக் கருதி, அச்சுளிப்பை எதிர்கொள்வதிலுள்ள அச்சத்தை மறைமுகமாகக் கடந்து செல்பவரின் வாழ்வைச் சித்திரிக்கிறது – ‘சுளிப்பு’. பொழுதுபோக்கம்சம் கொண்ட நாடகத்தில், பெண் மாந்தர்களின் ஆடைக் குறைப்பை நுகர்பவர்களின் ‘இல்லற மகிழ்ச்சி’ தொலைவதையும், காட்சியிட்டவரின் வாழ்வு சீரழிவதையும் பதிவுசெய்கிறது – ‘ஆடை’. மனைவி இறந்தபின், மறுமணம் புரியாது, தன் ஒரே மகனை வளர்த்து உயர்ந்த இடத்திற்கு ஏற்றிவிட்டுத் தனியாகவே வாழ்ந்தவர், தமது எண்பத்து மூன்றாம் அகவையில், மகனின் துணையில் இறுதி வாழ்நாளைக் கடக்கும் முயற்சி – அது உலகப்போக்கில் சாத்தியமில்லை என்ற முரணை உரைக்கிறது – ‘கிழவரைப் பற்றி ஒரு கனவு’.

இப்பன்னிரண்டு சிறுகதைகளிலும், ஒரு திருப்பத்தை முன்வைப்பதும், யாரைப் பற்றி, என்ன சிக்கல் என்பதோடு அக்கதையைக் குறிப்பிட்ட காலத்திலும் சூழலிலும் நிறுத்தித் தி.ஜா. முடித்துவிடுகிறார். கதையின் தொடக்கம்வழி ஓரிடத்திற்கு நகர்த்தி, அதைப் பின் செறிவாக்கி நிறுத்துமிடத்தைக் கதையின் முடிப்பு எனலாம். கதையின் மையம்

நோக்கி நகரும் விதமாக, அது சார்ந்த தொடக்கத்தையும் முடிவையும் தி.ஜா. சமைத்துள்ளார் என்று கூறலாம். சிறுகதையின் மையம் பிடிபட, அக்கதையின் தொடக்கமும் முடிவும் கவனிப்புக்குரியவையாகின்றன. சிறுகதைகளின் தொடக்கம், எவ்விதப் பூடகத்துக்கும் இடமில்லாது, எளிமையாகவும் யதார்த்தமாகவும் தொடங்குகின்றன. கதையை வளர்க்க, அதன் மையத்தை நோக்கி நகர்த்தத் துணைநிற்கும் விதமாகவே புனைந்திருக்கிறார். அதனால், கதைகளின் மையத்தை மடைதிருப்பாது, அவற்றின் முடிவை நோக்கி நகர்த்த முடிந்திருக்கிறது. பன்னிரு கதைகளின் மையம் பிடிபடும் பொருட்டுத் தொடக்கத்தையும் முடிவையும் மட்டுமிணைத்து முடிச்சிட முடியுமென்பதை, இங்கு வாசகப் பார்வையாக முன்வைக்கிறோம்.

தி.ஜா.வின் 'மனிதாபிமானம்' சிறுகதைத் தொகுப்பின் பன்னிரு கதைகளைத் தனிமையில் மௌன வாசிப்புக்குட்படுத்தியபின், அவ்வனுபவத்தில் அவற்றின் தொடக்கம், முடிவைக் குறிப்புகளாகக் கொண்டு கதைகளை விவரித்தல், கதைகளின் மையத்தோடு பொருத்திப் பார்த்தல், கதைத் தொடக்கத்தில் தேடலோடு சிக்கலோடு குழப்பத்தோடு அழுத்தத்தோடு நகரும் கதாமாந்தருக்கு இறுதியில் தெளிவு கிடைத்தல், கதைகள் தொடர்பான வாசகப் புரிதலையும் கருத்தியலையும் ஒப்பிடல், வாழ்வியலின் தொடக்கப் புள்ளியை அல்லது தத்துவத்தைக் காணல், கதைகளின் தொடக்கத்தையும் முடிவையும் ஒன்றோடொன்று பொருத்தி அவற்றின் ஒருமை, முரண் ஆகியவற்றை நேராகவோ குறிப்பாகவோ பெறல், கதைகளின் தொடக்கத்தையும் முடிவையும் அழகியலாகத் தொடர்புபடுத்திப் பார்த்தல் என இன்னும் பிற ஏராளமான சிந்தனைகள் நமக்குப் பரிணமிக்கின்றன.

'அஞ்சரை, அஞ்சரை' என்று இந்தி மொழியில் உரைத்த தேவுடுவிடம், மிதிவண்டியில் சென்றவர் மணி கேட்டார். அப்போதுதான் அவரது கைக்கடிகாரம், பிற்பகல் இரண்டரை மணிக்கே நின்றுவிட்டிருந்ததைத் தேவுடு உணர்ந்தார். அக்கடிகாரத்தைச் சரிசெய்யத் தேவுடு படையெடுக்கும் காட்சிகள் மூலம் நீள்கிறது –'மனிதாபிமானம்'. இறுதியாக, அக்கடிகாரத்தைச் சரிசெய்ய இயலாதபோது, தேவுடுவின் அலைச்சலைத் தி.ஜா. முடிவுக்குக் கொண்டுவருகிறார். தற்போது அது முக்கியமில்லை என்றும், எவரேனும் ஹாங்காங் சென்றால் அதைக் கொடுத்தனுப்பலாம் என்பதுமான ஒரு சமரசத்திற்கு வரவைக்கிறார். அதே சமயத்தில், தன்னைச் சுற்றியுள்ள சூழலுக்குள் உடனடியாகத் திரும்ப வைப்பது என்பது, மனித மனத்தின் யதார்த்தப்போக்கைப் பதிவு செய்வதாயுமுள்ளது. அலுவலகப் பணி நிறைவடைந்து மாலை குறிப்பிட்ட நேரத்தில் வீட்டிலிருப்பேன் என நாள்தோறும் வாக்குறுதியளித்துச் செல்லும் கணவன், இரண்டு மணிநேரம் மனைவியைக் காத்திருக்க வைத்ததற்குப் பேருந்து இல்லை, டாக்ஸீ இல்லை எனக் காரணங்களை எப்பொழுதும் முன்மொழிகிறான். அது பழகிய சாக்காக மாறியதைக் கண்ட மனைவி, காத்திருந்து காத்திருந்து அலுத்த மொழியில் தொடக்கம் பெறுகிறது 'மனநாக்கு'. அந்த மனைவியின் ஆண் நண்பன், "நான் மனிதனும் இல்லை; நீ பெண்ணும் இல்லை" என்ற முனகலோடு, பேருந்து நிறுத்தத்தை வந்தடைவான். தன் திருமணத்தில்

அக்கறைகொண்ட மாமாவின் இறப்பின் நினைவு, அவனுக்குக் குற்றவுணர்ச்சியைத் தருகிறது. பேருந்து நிறுத்தத்தில், ஆளரவமின்றி ஒரு சிறுவன் சீழ்க்கையடித்தபடி, ஒரு பழைய அட்டைப் பெட்டியைத் தன் காலால் உதைத்து நடப்பதை, அந்த ஆண் நண்பன் காண்பதாகக் கதையைத் தி.ஜா. முடித்திருப்பார். இல்லற வாழ்வை இனிதாக அமைத்துக்கொள்ளத் தவறிய ஆணைக் காலில் உதைபடும் பழைய அட்டைப்பெட்டிவழி உருவகப்படுத்தும் ஒரு நுண்வாசிப்பு அனுபவத்தைத் தி.ஜா. பெறவைக்கிறார்.

தேவா – அவர் மனைவி, மகன், மருமகள், மகனின் இரண்டு வயதுக் குழந்தையுடன், ஒரே இல்லத்தில் வாழ்ந்து வருகிறார். மகன், மருமகளின் நண்பன், நண்பிகளின் தினசரி கூச்சலுக்குப் பழக்கப்படாததால் தேவாவும் அவர் மனைவியும் நாள்தோறும் அனுமன் மந்திருக்குச் சென்று வருவது வழக்கம். இந்தச் சங்கடமான சூழலிலிருந்து தப்பிக்க மகனும் மருமகளும் வேறு வீடு செல்ல முடிவெடுக்கின்றனர். இதைத் தேவாவுடனும் அவர் மனைவியுடனும் மகன் சுமூகமாகப் பகிர்ந்துகொள்வதில் தொடங்குகிறது – 'பாட்டியா வீட்டில் குழந்தைக் காட்சி'. பாட்டியா குடும்பமும் குழந்தைகளும் தேவா, மகன், மருமகளை மனிதாபிமானமின்றி விரட்டியடிப்பர். முன்சென்றிருந்தபோது தேவாவிடம் ஒட்டியிருந்த குழந்தைகள், இன்று முகத்தில் காறியுமிழ்கின்றனர். மருமகள் அப்பாவிற்குக் குழந்தைகள் என்றால் உயிர் என்பாள். ஆண்களைவிடப் பெண்கள் 'ப்ராக்ட்டிகலாகச்' செயல்படுவதை மருமகள்வழி உணர்த்துவதுடன், ஆணான தேவாவை வெளிப்படையாக அதைக் கூறச் செய்தும், அதனை ஆண் மனம் ஏற்றுக்கொண்டு நடப்பதாகவும் எழுதியிருப்பார் தி.ஜா.

கண்பட்டையணிந்தாற்போல எத்திசையும் நோக்காது, பயங்கலந்த சலனத்தோடு நடந்து செல்வான் முதன்மைக் கதை மாந்தன். இவனைப் பற்றித்தான் சொல்லப் போகிறேன் என்று பெயரைக்கூடத் தீர்மானமாகக் கூறாமல், 'இவன் பெயரை எதற்குக் கூறவேண்டும்' எனத் தொடங்குகிறார் – 'இவனும் அவனும் நானும்' கதைசொல்லி. முதன்மைக் கதைமாந்தன், கதைத் தொடக்கத்தில், பயமும் சலனமுமடைந்த இடம்விட்டு மீண்டும் திரும்பி நடந்து வருகையில், இவன் நிர்ப்பயமாக, நிச்சலனமாக நடந்து வருகிறான் என்பார் கதைசொல்லி. தொடர்ந்து, இவ்வளவு தூரம் இவனைப் பற்றிச் சொன்னேனே, நான் யார் எனக் கேட்கவில்லையே, நான் எப்போதும் இவனுக்குள்ளேயே இவனோடேயேயிருக்கும் வாசம் செய்யும் வாத்தியார் என்றும் நிறைவுசெய்கிறார். முதன்மைக் கதாமாந்தரின் பெயரைக் கூறக் கதைசொல்லி மறுப்பதும், இறுதியில் தன் பெயரையே கூற மறுப்பதும் ஒப்புநோக்கத்தக்கது. முதன்மைக் கதாமாந்தனின் பயம், சலனம், குழப்பத்தில் தொடங்கி, இறுதியில் பயமும் சலனமும் குழப்பமுமில்லாத ஒரு மனநிலைக்கே வரக் காண்கிறோம்.

சிறுவனாக இருந்தபோதே முகிழ்த்த ஆசையாக, ஆனந்தத்தின் எல்லையாக, நெடிய ஆற்றின் இடையே நீண்ட நேரம் நிற்கவேண்டும் என்ற கனவோடு தொடங்குகிறது – 'வீடும் வெளியும்'. காவேரி ஆற்றில் நீண்ட நேரமாக நின்றுகொண்டிருக்கையில், 'நீங்கள் வருவதற்கு நீண்ட நாழியாகுமா?' என்னும் வினாவிற்கு, நான் வர இன்னும் நேரமாகும் என்று சொல்வதற்கு மாற்றாக, 'ரொம்பக் காலமாகும்' என்பதான மறுமொழியைப்

பிறக்க வைத்துள்ளார் தி.ஜா. நீண்ட காலமாக நிறைவேறாத இயற்கை நுகர்வின் விருப்பம் நிறைவேறியதை நீண்ட காலம் நுகர்வதே பொருத்தமானது என்ற மனவெளி இயல்பை, நுகர்வுக் கலாச்சாரத்தோடும் பொருத்திக் காணலாம். மகன் அனுப்பிய மணியார்டரின் சரியான முகவரியைப் படிப்பதற்காகத் தம் வினோலியா ரோஸ் சோப் பெட்டியிலுள்ள கண்ணாடியைத் தொடுவார் – 'சாப்பாடு போட்டு நாற்பது ரூபாய்' கதையில் முத்து. இந்தக் கதையின் மனிதத்தன்மையை, மகனளித்த தினசரியைத் தம் வினோலியா ரோஸ் சோப் பெட்டியிலுள்ள கண்ணாடியை மாட்டியபடி முத்து படிப்பதன்வழி அறியலாம்.

தினசரி, வார, மாதப் பத்திரிகைகள், ஒரு பிரெஞ்சுக் கலைப் புத்தகம், சிவநடனம் எனும் நூல்கள் மேசையில் விரவிக் கிடப்பதை எடுத்து வைப்பதில் தொடங்குகிறது – 'தேடல்'. சுவரில் தொங்கும் ஓவியத்தோடு பேசிக்கொண்டிருக்கும்போது, மனிதர்களுக்கு மிகவும் நெருக்கமான நட்பு யார் தெரியுமா என்ற வினாவோடு, இக்கதையைத் தி.ஜா. நிறைவு செய்கிறார். சமூகத்தில் அறிவுசார்ந்த தேடலுக்கான ஆயுதங்களாகப் புத்தகங்களையும் ஓவியத்தையும் பொருத்திகொண்டு, இந்தக் கேள்விக்குப் பதிலைத் தி.ஜா. அணுகுகிறாரோ என்ற ஓர் எண்ணமும் எழுகிறது. ஆவல் கலந்த வியப்பில், சாலையில் சென்ற மகிழுந்தில் அமர்ந்தவரைக் கண்டவுடன், கால்கள் இயல்பாக நிற்பதிலிருந்து தொடங்கி நகர்கிறது 'அருணாச்சலமும் பட்டுவும்'. மனைவியை மகளாகவும் கணவனைத் தகப்பனாகவும் எண்ணி மயங்குகிற அசட்டு மனப்பிராந்தியை ஒழித்துக் கதையைத் தி.ஜா. முடிக்கிறார். கதைத் தொடக்கம், முடிவைக் கொண்டே கதாமாந்தரின் மனச்சிக்கல்களுக்குத் தி.ஜா. தெளிவான தீர்வளிக்க முனைவதாகவும் இதைக் காணலாம். "நேர்முகத் தேர்வில் என்னை விரைவாக அழைப்பரென்று தெரியாது; முன்சென்றவர்களிடம் உள்ளேகேட்கும் வினாக்களைக் கேட்டால் சரியாகச் சொல்லியும் சொல்லாமலும் ஓடுகின்றனர். அப்படி ஓடுபவர்கள் எங்கே மற்றவர்கள் ஆயத்தமாகி விடுவார்களோ என்னும் அச்சத்தோடு செல்கின்றனர். அதுவும் ஒருவகை 'காப்பி' அடிக்கிற மாதிரிதான்" என்று தொடங்குகிறது – 'ஆயா'. "நீ ஆசிரியர் பணி பார்க்கிறது போதும்; உனது அம்மாவை அழைத்துவா; இங்கு ஆயா வேலைக்கு ஆள் தேவை" என்று ஒருபெண் கூறுவதாக – 'ஆயா' கதை முடிகிறது. இந்தக் கதை, முதன்மைக் கதாமாந்தருக்கு வேண்டிய ஆசிரியர் பணிக்கான நேர்முகத் தேர்வில் தொடங்குகிறது. கதையின் முடிவில், நேர்முகத் தேர்வுக்குத் தொடர்பில்லாத ஆயா வேலை, ஆசிரியனின் தாய்க்குக் கிடைப்பதில் முடிகிறது! "ஏழுவயதுச் சிறுவனின் தோற்றம், கொஞ்சும்படியான இலட்சணத்தோடு அமைந்திருந்தது. ஏழு வயதிற்கான தோற்றம் இல்லை. மெல்லிய உடல்வாகு" என்று ஒரு பரிவுக் கவர்ச்சியோடு – 'சுளிப்பு' கதை தொடங்குகிறது. மனைவி மீது ஏற்படும் மோகக் கவர்ச்சியோடு, பயமும் தினவுமாகச் 'சுளிப்பு' முடிகிறது. மனத்தை வசீகரிக்கக்கூடிய எதையும் கவர்ச்சியினுள்ளே அடக்குவர். தொடக்கம் பரிவுக் கவர்ச்சியாகவும், முடிவு மோகக் கவர்ச்சியாகவும் அமைந்துள்ளன.

அரைகுறையாக உடுத்தியாடுவதையும், அதைக் காண்பதையும் பற்றிய ஒரு குடும்பப் பெண்ணின் வசைமொழியோடு தொடங்குகிறது – 'ஆடை'. கோவிலின் வெளிப்புறத்தே அரைகுறை ஆட்டத்தைக் காட்சிப்படுத்தியவர்

ஆடையில்லாமல் கிடப்பதும், அவருக்கு ஆடையளித்தும் அவரால் உடுத்திக்கொள்ள இயலாத அவலத்தோடும் முடிகிறது இக்கதை. சுயநினைவிருந்தபோது இருந்த ஆடையை அரைகுறையாக்கியதையும், சுயநினைவற்று அரைகுறையாகக் கிடக்கும்போது கிடைத்த ஆடையை உடுத்த முடியாததையும் ஒப்புநோக்கினால், அதற்குள்ளோடும் வாழ்வியல் தத்துவத்தைக் காணலாம். எண்பத்துமூன்று வயது முதியவர், இருபத்தைந்து ஆண்டுகள் வளர்த்துப் படிக்க வைத்து ஆளாக்கிவிட்ட பிள்ளையால், 'நல்ல கைம்மாறு' கிடைத்தது' எனத் தொடங்கும் 'கிழவரைப் பற்றி ஒரு கனவு' கதை, "கனவுதான் நீதிமன்றம் என்று ஒரு கருத்தரங்கம் தொடங்கிவிடுமோ? என்று கவலை வந்துவிட்டது" என முடிகிறது. இதில் தொடக்கத்தில் வயோதிகத் தந்தையும், முடிவில் பிள்ளையின் நண்பனும் தவிப்பதை ஒப்பிட்டால், வயோதிகப் பெற்றோரைப் பேணாத பிள்ளைகளுக்கு – அவர்தம் செயலுக்குக் கனவில்தான் நீதி வழங்க இயலும் என்பதையே கதை குறிப்புணர்த்துவதாகக் காணலாம்.

முகமறியாதவருக்கு உதவுவதே 'மனிதாபிமானம்'. அதே சமயத்தில், ஒவ்வொருவரின் கண்ணோட்டத்தின் அடிப்படையிலும் இது வேறுபடுவதுமாகும். தி.ஜா., தம் கதைகளில், மனிதத்தின் தேட்லைப் பல வடிவங்களில் வெளிப்படையாகவும் நுண்மையாகவும் புனைந்துள்ளார். தி.ஜா.வின் மாந்தர்கள், இல்வாழ்வு மீது பற்றுள்ளவர்களாகவும், உயிர் வாழ்வைப் பெரிதும் விரும்புபவர்களாவும் காணப்படுகிறார்கள். தம் புனைவு மூலமாகத் தி.ஜா. மனிதரை அணுகும் கண்ணோட்டம் இதுதான். துறவில்லை; வாழ்வே அவர் குறி.

அதனால்தான், தம் கதாமாந்தருக்கு ஏற்படும் சிக்கல்களிலும், மன உளைச்சல்களிலும், துயரத்திலும், துன்பத்திலும், கொடுமையிலும், அவமானத்திலும், வறுமையிலும், நோய் நொடியிலும், பேரிழப்பிலும், ஆற்றாமையிலும், தனிமையின் நெருக்கடிகளிலும், மன அழுத்தங்களிலும் உடன்வாழும் தம் சகமனிதர்களிடம் மனிதக் கண்ணோட்டத்துடனேயே அவர்கள் நடந்துகொள்வதாகத் தி.ஜா. மிகநேர்த்தியாகப் புனைந்துள்ளார். இதேபோலவே, குடும்பம் பேணும் பண்புடன், குழந்தைகளை இப்படி நடந்துகொள், அப்படிச் செய் என்று அதிகாரக் கட்டளைகளுக்கு ஆட்படுத்தாமல், செயலின் தன்மையைத் தாமே உணர்ந்து பெரியோரின் அறிவுரையின்றி அவர்களாகவே புரிந்துகொள்வதாகக் காட்டுவதன் மூலம், மனிதத் துளிர்ப்பை இயல்பாக ஏற்படுத்தத் தி.ஜா. முனைவதாகவும் கருதலாம். இரண்டு பாலினமும் சமம் என்பதைக் கடந்து, ஆழ்மனம் சார்ந்து அந்தரங்கமாக உரையாடிச் செல்வதையே, தி.ஜா. முதன்மைப்படுத்துகிறார். சக மனிதர்களை நுணுகி அணுகுவதும், உணர்ந்துகொள்வதுமான இடங்களில் மனிதம் வெளிப்படுவதைத் தம் புனைவுகளில் தி.ஜா. அடையாளப்படுத்துகிறார். எப்போதும் ஒருவருக்கு உதவ முன்வருவதிலும், மனித உறவுகளிடையிலுள்ள கருத்து வேறுபாட்டைச் சீராக்க முனைவதிலும் தி.ஜா. அதிகக் கவனம் செலுத்துவதைக் காணமுடிகிறது. பல அறிஞர்களை வாசித்த பின்னணியில், எதிர்நிலையிலுள்ளவரின் மனநிலையில் தன்னை இருத்திச் சிந்திக்கும் பக்குவமான பார்வையையே தி.ஜா. மீட்டக் காண்கிறோம். மனித மனம் நிதானமிழந்த சூழலில், அங்கு மனிதம்

அற்றுப்போகும். அதனால், மனக்கசப்பே மிகும். இதனைப் 'பாட்டியா வீட்டில் குழந்தைக் காட்சி' கதையில் காணலாம்.

'சாப்பாடு போட்டு நாற்பது ரூபாய்' கதையில், செய்த பணி, செய்யக்கூடாத பணி என்று ஒன்றும் இல்லை. இப்பணி கடினமாக இல்லை என்றாலும், எவரும் செய்யத் துணியாத ஒரு பணி. அந்தப் பெரிய மனிதரின் உள்ளமும் சிறப்பு வாய்ந்த ஒன்றுதான். ஆனாலும், அவருக்குத் தொழுநோய் ஏற்பட்டுள்ள நிலையில், சேவைக்குத் தயங்காத இளைஞனின் உள்ளமே, தி.ஜா.வுக்கு மனிதத்தின் அடையாளமாகிறது. இதேபோல்தான் ஆயாவிலும், அம்மாவான ஆயா, குடும்பச்சூழலின் நெருக்கடியால் உண்டாகும் சங்கடத்திலிருந்து விலகித் தான் சார்ந்த உறவுகளுக்கும் அதை உணர வைத்திருக்கிறார் எனலாம். 'கிழவரைப் பற்றி ஒரு கனவு' – முதியவரின் மகனும் மருமகளும் தம் செயல்களைத் தாமே உணரவில்லை என்றாலும், அது நெருடவில்லை.

'மனிதாபிமானம்' கதையும் இப்படிப்பட்டதே. "இன்று பழைய தேவுடு இல்லை. இப்போது மார்க்ஸ், ப்ராய்டு, காந்திஜி, லெனின், ஜிட்டு என்று பல மகான்களின் கதைகளையும் எழுத்துகளையும் படித்துவிட்டு மனிதாபிமானியாகிவிட்டார். கோபம் வருவதில்லை. யாராவது திருடிவிட்டால், காரணமில்லாமல் திருடமாட்டார்கள். கொலை செய்தால் காரணமில்லாமல் கொல்லமாட்டார்கள். பிள்ளை தன்னோடு சண்டை போட்டால், பெண்டாட்டி மகளோடு சண்டை போட்டால், ஈடிபஸ் காம்ப்ளெக்ஸாக இருக்கும். யாராவது பலாத்காரமாகக் கற்பழித்தால், கற்பழிப்பவனின் மனநிலைதான் முக்கியம் தேவுடுவுக்கு. சின்ன வயதில் அவனுக்கு, தாயுடைய அல்லது தகப்பனாருடைய 'லௌ' கிடைத்திருக்காது. தங்கள் சுயநலத்திற்காக அவனைப் புறக்கணித்திருப்பார்கள்" எனத் தேவுடுவைச் சாக்கிட்டுப் பெருந்தன்மையைத் தி.ஜா. விரித்தெழுதுகிறார். இக்கருத்துப் பதிவு, இக்கதை எழுதப்பட்ட 1977இல் எவ்வளவு புரட்சிகரமானது என்பதைச் சிந்திக்க வேண்டும்.

சுதந்திர இந்தியாவில், அறுபத்து மூன்றாண்டுகளுக்கும் மேலாகத் தொடர்ந்து நீளும் இன்றைய சமூக அவலம் இது. இன்னும் தொடரும் இச்சமூகச் சிக்கலைத் தீர்ப்பதில் அல்லது குறைப்பதில் அல்லது கட்டுப்படுத்துவதில் ஒரு தொலைநோக்குப் பார்வையும் முதிர்ச்சியற்ற போக்குமே நிலவிவரக் காண்கிறோம். ஆனால், இச்சிக்கலை, இன்றைக்கு நாற்பத்து மூன்றாண்டுக்கு முன்பே, மனம் சார்ந்து ஆழமாகத் தி.ஜா. அணுகியிருப்பது கவனிக்கப்பட வேண்டியதாகும். இதற்குப் புனைவில் அவர் அழுத்தும் புத்தக வாசிப்பும், ஒருவகையில் காரணமாகலாம். "டெலிவிஷனில் ஆல்பர்ட் ஐன்ஸ்டீன் படம் காட்டிக் கொண்டிருந்தார்கள். தேவாவுக்கு ஐன்ஸ்டீனைப் பற்றிப் படிக்கும்போது அழுகை வரும். மதர்தெரஸா படத்தைப் பார்த்தால் அழுகைவரும். தியாகராஜ கீர்த்தனத்தைக் கேட்டால் அழுகை வரும். ராமானுஜன் புத்தகம் வாங்கக் காசில்லாமல், யார் யாரோ கண்டுபிடித்தது தெரியாமல், அந்தக் கணக்குகளைத் தான் கண்டுபிடிக்க உழைத்ததை நினைத்து அழுகை வரும்." எனப் 'பாட்டியா வீட்டில் குழந்தைக் காட்சி' கதையில் பதிவுள்ளது. 'இவனும்

அவனும் நானும்' கதையில், "சரி. அப்படிப் பயமாக இருந்தால், ஏன் போக வேண்டும்? பேசாமல் வீடு திரும்பி, ஏதாவது புத்தகத்தைப் படிக்கக் கூடாதா? சாப்பிட்டுப் படுக்கக் கூடாதா?..." என்பதான பதிவுள்ளது. 'தேடல்' கதையில், "உட்காருங்க சார். ஐயா குளிக்கப் போயிருக்காங்க" என்று தினசரி, வார, மாதப் பத்திரிகைகள், ஒரு பிரஞ்சுக் கலைப் புத்தகம், சிவநடனம் என்று ஆங்காங்குக் கிடந்தவைகளையெல்லாம் எடுத்துவந்து, சின்ன மேஜை மீது வைத்தான் பையன்..." என்றெழுதுகிறார்.

மனித மனத்தை முன்னிறுத்தும் எண்ணப் போக்கையே, தம் புனைவில் தி.ஜா. தொடர்கிறார். தி.ஜா.வின் புனைவுகளில் மனமில்லாத புனைவியக்கம் என்று ஒன்றுமில்லை. மனமே, புனைவு முழுமையையும் ஆக்கிரமித்து நிற்கிறது. எண்ணம்தான் மனிதனின் பலமும் பலவீனமும்; எண்ணமே மனித வாழ்வைத் தீர்மானிக்கிறது; எண்ணம்போலவே வாழ்வு எனத் தி.ஜா. வலியுறுத்துகிறார். எண்ணம் எழுவதும் செயல்படுவதும் எல்லாம் இங்கு மனதை ஆதாரமாகக் கொண்டே எனப்படுவதன் விளக்கமே தி.ஜா. கதைகள் என்றுகூடக் கூறிவிடலாம். மனித வாழ்வை இயக்கும் பிரதான இயக்கி மனமே. வாழ்வில் துன்பம் துடைத்து இன்பத்தோடு நாம் பயணப்பட மனவளம் அவசியம் தேவை எனப் பலரும் கூறியிருக்கின்றனர். மனவளமே மனிதவளம். தி.ஜா. கதைகளில், இவ்வித மனிதமனம், தனிமையில் ஆழ்ந்து சிந்தித்ததன் உருவமாகவே மொழி வெளிப்படுகிறது எனலாம். மனித மனம், தி.ஜா. புனைவில் முழுமையாக ஆக்கிரமிப்பதற்குச் சான்றாக, 'மனநாக்கு', 'இவனும் அவனும் நானும்' ஆகிய கதைகளைச் சிறப்பாக நாம் எடுத்துக்காட்டலாம். 'மனிதாபிமானம்', 'பாட்டியா வீட்டில் குழந்தைக்காட்சி', 'சாப்பாடு போட்டு நாற்பதுரூபாய்', 'தேடல்', 'அருணாச்சலமும் பட்டுவும்', 'ஆயா', 'சுளிப்பு', 'ஆடை', 'கிழவரைப் பற்றி ஒரு கனவு' ஆகிய பிற புனைவுகளிலும் மனித மனமே முக்கிய இடத்தை அல்லது தனித்த அடையாளத்தைப் பெற்றுள்ளதைக் காணமுடிகிறது. "மனசிலே டென்ஷன் இல்லாம ஒரு நிமிஷமாவது இல்லாட்டா? அதான் உங்க உடம்பு இளைச்சிண்டேயிருக்கு. ஆறரை மணின்னா, ஆறரை மணிக்கே வர பழக்கம் வச்சிண்டா, நிம்மதியா இருக்கலாம்..."; "ஆனால் நான் பேசினேன் – மனத்திற்குள்... அது மாதிரியாவது நான் உன்னிடம் சொல்லிச் சிரித்து, என் மனசை ஆற்றியிருக்கக் கூடாதா? ஏன் செய்யவில்லை?... நெஞ்சு குதுகுதுவென்கிறது... மனிதன் – கடவுள் – மனிதன் - கடவுள் என்று இரண்டு வார்த்தைகள், முணுமுணுவென்று மார்பின் மூலைக்குள் திரும்பத் திரும்பக் கேட்கின்றன..." என்னும் இப்பதிவுகள்வழி, மனிதத்தேடலை அடைவதற்கான ஓட்டத்தை, மனதிலிருந்தே கிளப்பிவிடுகிறார் தி.ஜா. எனலாம். "எல்லாம் மனசுதான். காதலனைப் பார்க்கப்போகிறவளுக்குப் பத்துமைல் பத்துதப்படி. இருள் வெளிச்சம். காதலியோடு பேசிக் கொண்டிருக்கிறவனுக்கு இரவு நாலு விநாடி. எரியும் அடுப்புமீது வைத்த தோசைக்கல் மீது உங்களை உட்கார்த்தி வைத்தால், ஒருநொடி ஒருயுகமாக இருக்கும். விநாடி, நிமிஷம், மாதம், வருஷம், யுகம் எல்லாம் நம் மனத்தைப் பொறுத்தது" என்று ஒரு கிழவிக்குத் தன் சித்தாந்தத்தை விளக்கினாராம் ஐன்ஸ்டீன்" – என்றொரு பதிவைப் 'பாட்டியா வீட்டில் குழந்தைக் காட்சி' கதையில் காண்கிறோம்.

'மனம்', தி.ஜா.வைப் படுத்துகிற பாட்டைப் பின்வரும் மேற்கோள்களாலும் தெளியலாம். "அவள் வரவேற்ற இங்கிதம் ஒன்றே போதும். என்ன ரகசியம்! உன்னுடையவள்தான் என்று சபதம் செய்கிறாற்போல ஒரு ரகசியக் குரல். மனம் பேசுகிற குரல் அது! காதில் விழவேண்டும் என்பதற்காகக் கொஞ்சம் வாயால் சொல்லும் அது உரிமைக் கம்மல்!... ஒரு நிமிஷம், அப்படி நெஞ்சிற்குள்ளே சொன்னான். ஒரு நிமிஷத்திற்குப் பிறகு, அந்த மனக்குரலும் நழுவி, அந்த வெள்ளத்தோடு வெள்ளமாக இழைந்து விட்டது; நினைவுவந்து மீண்டும் சொல்ல ஆரம்பித்தான் மௌனமாக..."; "மறுபடியும் அப்படிச் சொல்லாதீர்கள் ஐயா. எதையாவது சொல்லி என் மனசிலே மறுபடியும் குப்பையைப் போடாதீர். இப்பத் தானே அந்தக் குப்பையெல்லாம் திரட்டி எறிஞ்சு சுத்தி பண்ணினீர் நீர்"! என்றான் இவன்"; "நடைசந்தில் வரும்போது, அவள் காலில் நெடுஞ்சாண்கிடையாக விழுந்து ... ஆனால் நிலைதாண்டியாகிவிட்டது. மனசுக்குள்ளேயே அதைச் செய்துகொண்டு சந்துக்கு வந்து மாடுகளைக் கடந்து, தெருவுக்கு வந்தான்"; "இனிமேல் குப்பை சேராதே? துடைச்சுக் கழுவின இடம் இப்படியே துப்புரவாக இருக்குமோ இல்லையோ? என்று கேட்டேன்"; "நான் இவனுக்கு வாத்தியார். எப்போதும் இவனோடேயே, இவனுக்குள்ளேயே வாசம். என் பெயர் இன்னதென்று நிச்சயமாக எனக்குத் தெரியாது. எதற்கு இந்தக் குழப்பம் எல்லாம்! நான் இவனுக்கு வாத்தியார்..." (இவனும் அவனும் நானும்). இப்படித் தி.ஜா.வின் சிறுகதைகளிலிருந்து, மேன்மேலும் மேற்கோள்கள் காட்டிக்கொண்டே போகலாம்.

தி.ஜா., தம் புனைகளில், மனிதனுக்கும் அவன் மனதிற்கும் பெரும் முக்கியத்துவமளித்து, ஆழ்மனத்தை ஆதாரமாக்கிச் சூழலை அணுகி நுணுகி எதிர்கொண்டு, இயற்கையோடு மனிதனை நெருக்கிப் பிணைப்பதான ஒரு செவ்வியல் படைப்பாக்கத்தைப் பிரதானக் கதாமாந்தர் இயக்கம்வழிப் புனைகிறார். பன்னிரு சிறுகதைகளிலும், மனம்சார் மனிதமே மையச்சரடாகப் பின்னப்பட்டுள்ளதைச் சான்றுகளுடன் இக்கட்டுரை முன்வைத்துள்ளது.

✣

60

அடிக்கருத்தும் மையக்கருத்தும் (தி.ஜானகிராமனின் 'எருமைப் பொங்கல்' தொகுப்பை முன்வைத்து...)

மு. ரமேஷ்

ஓர் எழுத்தாளரை நாம் நினைவுகூர்தல் என்பது, அந்த எழுத்தாளரின் எழுத்துகளை நாம் புரிந்துகொள்ளும் அவ்வழிமுறைகளைக் கண்டறிவதில் தங்கியுள்ளது. எழுத்தின் அதாவது இலக்கியத்தின் வடிவம், உள்ளடக்கம் இவற்றைப் புரிந்துகொள்ள முனைவதன்வழி இலக்கியம் முன்வைக்கும் சிக்கல், அவற்றைக் கதை மாந்தர்கள் எதிர்கொள்ளும் நிலை, சிக்கலை வளர்க்கவோ தீர்க்கவோ அல்லது ஆழத்தை உணர்த்தவோ கையாளப்படும் உத்திகள் இவை குறித்துப் பேசுவது எழுத்தாளரின் கொள்கைகளையும் கனவுகளையும் விருப்பங்களையும் புரிந்துகொள்வதாகும். என்றாலும், இவை அனைத்தையும் இந்தச் சிறிய கட்டுரையில் விளக்க முடியாது. எனவே, 'எருமைப் பொங்கல்' என்கிற இத்தொகுப்பிலுள்ள பத்துச் சிறுகதைகளிலும் அமைந்துள்ள மையக்கருத்து மற்றும் அடிக்கருத்தைச் சுருக்கமாக விளக்கவே முனைகிறேன். முதலில் அடிக்கருத்து, மையக்கருத்து குறித்துச் சிறிது விளக்கியாக வேண்டும்.

தற்போது தமிழ்ச் சூழலில், நூல்நுவல்பொருள் என்றும் கருப்பொருள் என்றும் வழங்கப்படுவதை மையக் கருத்து எனச் சுட்ட முடியும். எடுத்துக்காட்டாகச் சொன்னால், எருமைக்கும் பொங்கல் கொண்டாடப் படவேண்டும் என்று நகரத்து எருமை கேட்பது, இக்கதையின் மையக்கருத்தாகும். இன்னும் சொல்லப் போனால், பாகுபாடற்ற சமுதாயம் உருவாக வேண்டும் என்பதே, இக்கதையின் மையக்கருத்தாகும். இந்த மையக்கருத்தைச் சுவாரசியமாக விவரிக்க அமைக்கப்படும்

நிகழ்ச்சிப்பின்னல் அடிக்கருத்தாகிறது. ஒரு மையக்கருத்தை இலக்கியத்தில் விளக்கப் பலவகை அடிக்கருத்துகள் புனையப்படுகின்றன. மையக்கருத்து என்பதும் திரும்பத் திரும்ப வரக்கூடியதுதான் என்றாலும், அது ஒரு படைப்பின் உரிப்பொருளோடு (சப்ஜக்ட்டுடன்) தொடர்புடையது. மோடிஃப், மையக்கருத்துடன் தொடர்புற்றிருக்கவேண்டிய தேவை இல்லை. மேலும், மையக்கருத்து (தீம்) என்பது, ஒரு படைப்பின் ஆதிமுதல் அந்தம்வரை உள்ள அனைத்துக் கூறுகளோடும் இன்றியமையாத, உள்ளார்ந்த உறவுடையது. 'அடிக்கருத்துகளின் (மோடிஃப்–கள்) பின்னே உள்ள தர்க்கத்தை அடிப்படையாக வைத்து மையக்கருத்து (தீம்) எழுகிறது' (க. பூரணச்சந்திரன்). தமிழ் மரபுப்படி பார்த்தால், உரிப்பொருளை அடிப்படையாகக் கொண்ட திணையை மையக்கருத்தாகவும், திணைக்குள் வரும் துறைகளை அடிக்கருத்தாகவும் கொள்ளலாம். அகப்பாடல்களில் துறை, கூற்றுகளாக வரக்கூடியது. அப்படியென்றால், கூற்றுகள் அடிக்கருத்தாக வரக்கூடியவை.

கடந்த இருபதாம் நூற்றாண்டு, மனித வரலாற்றில் மிகவும் முக்கிய மானது. முதலாளியம், நவீனத்துவம், ஜனநாயகம் ஆகிய கருத்தாக்கங்கள் நடைமுறைக்கு வந்து பல்வேறு மாற்றங்களை ஏற்படுத்தின. இலக்கிய அமைப்பின் பாடுபொருளிலும் வடிவத்திலும் இம்மாற்றங்கள் வெளிப்பட்டன. ஜனநாயகம், யாப்புவழிக் கதைகூறல் மரபை உடைத்து, உரைநடை மொழி வெளியை உருவாக்கியது. முதலாளியம், இரத்த உறவு குடும்ப வெளியைச் சிதைத்துத் தொழில்சார்ந்த நகரிய வெளியை உருவாக்கியது. பழைமை நாடுவோரைப் புதுமை வெறுப்பாளராகவும், புதியநோக்குடையோரைப் பழம்மரபுகளை மறுப்போராகவும் நவீனத்துவம் வடிவமைத்தது. இந்நோக்கிலான பாடுபொருள்களும் அவற்றிற்கேற்ற வடிவங்களும் கடந்த நூற்றாண்டில் பல்கிப்பெருகின. இதிலொன்றே சிறுகதை. எதிர்பார்ப்புகள், ஏமாற்றங்கள், புலம்பல்கள், போதாமை, இயலாமை, காமம், வெறுப்பு, தணியாத அன்பு, மிகையான வன்மம் குசல விசாரணைகள், ஜம்பப் பேச்சுகள், உடன்பாடுகள், மீறல்கள், எதிர்ப்புகள் ... இவ்வாறு சின்னச் சின்ன உணர்ச்சிகரமான மனிதத் தருணங்கள் சிறுகதையாக ஆக்கப்பட்டதென்றால், மேலே சொல்லப்பட்டதோடு இன்னும் சிற்சில நுண் கூறுகளுடன் சிறப்பாக விளங்கக்கூடியவை தி.ஜானகிராமனின் சிறுகதைகள். சமவெளியில் சத்தமின்றி நகர்ந்து கடல்புகும் காவிரியைப்போல, மனிதர்களின் அந்தரங்கப் பேச்சுகளால் நகர்ந்து முடியும் தன்மை கொண்டவை தி.ஜா.வின் சிறுகதைகள். இனி, இந்நூலமைப்புக் குறித்துச் சிறிது விளக்கலாம்.

எருமைப் பொங்கல், நடராஜக்கால், நடேசண்ணா, ஆயிரம் பிறைகளுக்கப்பால், மறுபிறவி, மயில்சாமியின் தேவை, கடைசி மணி, பாப்பாவுக்குப் பரிசு, மூர்ச்சை, தங்கம் ஆகிய பத்துச் சிறுகதைகளைக் கொண்டது இத்தொகுப்பு. இப்பனுவலில், முதலாவதாக வைக்கப்பட்டுள்ள எருமைப் பொங்கல், இரண்டு எருமைகள் பேசிக்கொள்வதான உரையாடல் வடிவத்தில் அமைக்கப்பட்டுள்ளது. தஞ்சை ஜில்லாவில் ராமச்சந்திர சேர்வையின் வீட்டிலுள்ள காரியம்மா என்ற பெயருடைய எருமை தன் இணைஎருமையிடம், தனது கடந்தகாலச் சம்பவங்களைச் சொல்வதாய்

அமையும் இந்தக் கதை, ஒரு குறியீட்டுப் படிமக் கதையாகும். உலகிலுள்ள அனைத்து உயிர்களும் சமம் என்கிறபோது, மாட்டுக்கு வழங்கப்படுகிற முதன்மையான ஒரு முக்கியத்துவம் எருமைக்கும் ஏன் வழங்கப்படுவதில்லை? என்கிற வலிமையான கேள்வியை எழுப்புகிறது இக்கதை. இப்படிச் சொல்வதனால், மாடு மற்றும் எருமை பற்றியது எனச் சாதாரணமாக நினைக்க வேண்டியதில்லை. உயர்வானது மாடு – தாழ்ந்தது எருமை என்பதன் இணையாக, மனிதன் – விலங்கு, வெள்ளை – கறுப்பு, முதலாளி– தொழிலாளி, பிராமணர் – அல்பிராமணர் ... இவ்வாறு மேல் – கீழாக அடுக்கப்பட்டுள்ள சமூகக் கட்டுமானத்தை எதிர்க்கும் உரிமை முழக்கம், ‘காரியம்மா’ கூற்றுவழி, இந்தக் கதையில் நிகழ்த்தி முடிக்கப்படுகிறது.

எருமைகளின் உரையாடலை விளக்குவதும், இங்குத் தேவையாகிறது. வறட்சி மாவட்டங்களுள் ஒன்றான திருவண்ணாமலை மாவட்டம் செஞ்சியைப் பிறப்பிடமாகக் கொண்ட இந்த எருமை, திண்டிவனம் ரெட்டியாருக்குப் பிறகு மதுராந்தகத்திற்கும், அதன்பின் சென்னைப் பல்லாவரம் ஏழுமலைக்கும், பிறகு ஹோட்டல் முதலாளி ஹரிஹர அய்யருக்கும், கடைசியாகத் தஞ்சாவூர் ராமச்சந்திர சேர்வைக்கும் விற்கப்பட்டுள்ளது. ஐந்து இடங்களில் ஐந்து முதலாளிகளிடம் பெற்ற அனுபவங்களைச் சேர்வையின் மற்றோர் எருமையிடம் எடுத்துரைக்கிறது இவ்வெருமை. தனக்கிருக்கும் உரிமை பற்றி ஒன்றும் அறியாத பட்டிக்காட்டெருமைக்கு, உரிமை – உரிமைக்கான போராட்டம் – போராடும் முறை என அனைத்தையும் சுவைபடச் சொல்கிறது நகர அனுபவம் பெற்ற எருமை. பிறந்தது முதல் பட்டிக்காடுகளிலேயே சுற்றிச் சுற்றி வாழ்கிறவர்களுக்கு, எப்படி ரோசம் வரப்போகிறது? தன்மானம் தெரியப் போகிறது? பட்டணத்தில் தெருமுனைகளிலும் நாற்சந்திகளிலும் நடக்கும் உரிமைப் போராட்டப் பேச்சுகளைக் கேட்டிருந்தால், நீ இப்படிப் பேசுவாயா? உனக்கு எங்கே அந்த பாக்கியம் சித்திக்கப் போகிறது, இந்த ஜென்மத்தில்? நீதான் பட்டணம் என்றால், பிண்ணாக்கு மாதிரி இருக்குமா, கழுநீர் மாதிரி இருக்குமா என்று கேட்கிறாயே” என்கிற முதல் எருமையின் கேலி கலந்த கேள்விக்கு, இரண்டாம் எருமை, “நான் பட்டிக்காடுங்கறதுதான் தெரிஞ்சிருக்கே. கிடக்கட்டும், என்ன செஞ்சா கஷ்டம் விடியும்கறே! அதைத்தான் முதலில் சொல்லேன். கேக்கிறேன்!’ என, இயலாமையும் அலுப்பும் வெறுப்பும் கலந்த குறும்போடு, இரண்டாம் எருமை கேட்டது. அதற்கு, “சண்டித்தனம் பண்ணவேண்டும். பிடிவாதம் பண்ணவேண்டும். முரட்டுத்தனம் செய்யவேண்டும். கழுத்தில் வைத்தால் எகிறிக் குதித்து எம்பவேண்டும்” என்கிற நகரத்து எருமையின் பதிலுக்குக் கிராமத்து எருமை, “செமத்தியா ஒதை உளுவும், தெரிஞ்சுக்க” எனத் தனக்குரிய அனுபவத்திலிருந்து சொல்கிறது.

நகரம் அறிவுரிமைக்கான வெளியாகவும், கிராமம் அறியாமை வெளியாகவும் இருக்கின்றன என்பதை, மிகஅழகாக எருமைகளின் உரையாடலிலிருந்து கதைசொல்லி நமக்குப் புரியவைக்கிறார். மேலும், இந்தக் கதையில், மாட்டுக்கும் பொங்கல் வைப்பதைபோல எருமைக்கும் வைக்கவேண்டும் என்கிற உரிமைசார் கோரிக்கை மிகக் கனதியாகவே எழுப்பப்பட்டுள்ளது. இதற்கான காரணம், மனிதர்கள் மாட்டிற்கு

முக்கியத்துவமளித்து நடத்துவதைபோல் எருமையை நடத்துவதில்லை என்பதுதான். உணவளிப்பதிலும் மனிதர்கள் எருமைக்கு வஞ்சனை செய்கின்றனர் என்பதை, நகரத்து எருமையின் அனுபவம் காட்டுகிறது. "நான் அடியெடுத்து வைத்த அன்று மாலை, நாலுகட்டுப் புல் வந்தது. நிமிர்ந்து பார்த்தேன். கட்டுக்களைப் பறித்துப்போட்ட ஆள், எல்லாவற்றையும் ஒங்கோல்களுக்கே (மாடுகளுக்கே) போட்டுவிட்டுப் போய் விட்டான். ஒரு கட்டு வைக்கோலைத் தின்றுவிட்டு முளையைப் பார்த்துக்கொண்டே மத்தியானமே பிடித்து நிற்கிறேனே நான். திரும்பிப் பார்த்தான்களா ! இல்லை. ஆனால், சமாதானம் செய்துகொண்டேன். புதிதாக வருகிறவர்களைப் படிமானமாக இருப்பார்களா என்று சோதனை செய்கிற வழக்கம்தானே. அப்படியிருக்கும் என்று நினைத்துக்கொண்டேன். ஒரு வாரமாயிற்று. இரண்டு வாரமாயிற்று. ஒரு மாசம் ஆயிற்று. இன்னும் அதே இரண்டு பிரி வைக்கோலைத் தவிரக் கவணைக்கு ஒன்றுமே வருவதாகத் தெரிய வில்லை. இரண்டு பிரி வைக்கோல் நமக்கு எம்மாத்திரம்? வயிற்றுச் சுவரிலேயே பூசிக்கொண்டுவிடும். ஒருமாசம் கழித்துத்தான் எனக்குப் புலனாயிற்று, இது சோதனையில்லை, நாசகார வஞ்சனை என்று. முழுகிக் குளிக்கக்கூட நாதியில்லாத ஊரில் வந்து, இந்த உஷ்ணத்தைப் பாராட்டாமல், நம்முடைய பிறவித் தேவைகளைக்கூடச் சட்டை செய்யாமல் உழைக்கிற நமக்கு, அந்தப் புல்லில் கொஞ்சம் போட்டால்தான் என்ன?" என்று எருமைவழி எழுப்பப்படுகிற இக்கேள்வி, எருமைக்குரியதாக மட்டும் சுருங்காமல், மனிதனை மனிதன் எவ்வாறு நடத்துகிறான் என்பதாகவும் கதைக்குள் விரிக்கப்படுகிறது. 'என்ன படித்தாலும், மனிதன் மனிதன்தானே. வெள்ளைத்தோலைக் கண்டு மயங்குகிறவன் அவன். பொய் இல்லை. எம்.ஏ. படித்திருப்பான், ஐ.நா. சபையில் பேசுவான். ஆனால், பெண்டாட்டி கறுப்பாக இருக்கக்கூடாது. கறுப்பு ஒரு வர்ணமில்லையா? முகத்தைச் சுளிக்கும்படியாகஎன்ன இருக்கிறது,இந்தக் கறுப்பில்? படித்தவர்களுக்குக்கூட, இந்தச் சாதாரண விஷயம் ஏன் தெரியவில்லை? என்று யோசித்து யோசித்துப் பார்த்தேன். புரியவில்லை. மனுஷனுக்கு இந்த இனப்பற்று ரொம்ப அதிகம்" எனக் கூறுவதோடு, "ஓங்கோலில் கறுப்பு இருந்தால் தவறிப் பிறந்துவிட்டது என்கிறான் மனிதன்" என்பதுவழி, இனப் பற்று இனப் பாகுபாடாகவும் இனப் பாகுபாடு இனப் பற்றாகவும் மனிதனுக்குள் மாறிமாறித் தொழில்படும் வினைநுட்பத்தைச் சொல்லோவியமாகத் தீட்டியுள்ளார் கதைசொல்லி.

ஹோட்டல் வைத்திருக்கும் ஹரிஹர அய்யர் வீட்டில் போதிய உணவும் மரியாதையும் தராமல் மிகுந்த அவமானத்துக்கு உட்படுத்தப் பட்டதாகச் சொல்லும் எருமை, மாமி காயப் போட்டிருந்த புடைவையைப் பல்லால் பிடித்திழுத்துக் கிழித்துப் பழிதீர்த்துக்கொண்டதாகவும் விவரிக்கிறது. வீட்டிலிருந்த அனைவரும் சுற்றிநின்று கரண்டி, துடைப்பம், கட்டை என்று அவரவர் கையில் கிடைத்ததைக் கொண்டு அடித்துப் பின் கூட்சில் போட்டு ராமச்சந்திர சேர்வைக்கு விற்றுவிட்டார்கள் எனத் தான் இங்கு வந்த கதையை, நகரத்து எருமை சொன்னது. "மாட்டுப்பொங்கலன்று 'உடம்பைத் தேய்த்தார்கள் குளிப்பாட்டினார்கள். மஞ்சள் பூசினார்கள், குங்குமமிட்டார்கள். வாழைப்பழமாகக் கொடுத்தார்கள், பொங்கல்

படைத்தார்கள், தூபம் காட்டினார்கள், கற்பூரம் காட்டினார்கள், மணியடித்தார்கள், நெட்டிமாலை போட்டார்கள்” என, ஓங்கோல் மாட்டிற்குச் செய்ததை வேடிக்கை பார்த்த எருமைக்குத் தான் புறக்கணிக்கப்படுவது நன்கு புரிந்துவிட்டதைப் பின்வரும் கூற்றுவழி உணரமுடிகிறது. “நான் எல்லாவற்றையும் பார்த்துக்கொண்டு நின்றேன். ஏன், எனக்கு இதற்கெல்லாம் உரிமை கிடையாதா?” என்று எருமை வாயிலாக எழுப்பப்படுகிற இக்கேள்வி, எருமைக்குரியதாக மட்டுமில்லாமல், சகமனிதர்களுக்குள் பாகுபாட்டைக் கட்டமைத்துத் தீண்டாமை கடைப்பிடிக்கப்படுவதையே காட்டுகிறது. ‘நான் உழைக்கவில்லையா? கொடுக்கவில்லையா? கைம்பெண்ணைப்போல் ஒதுக்கிவிட்டார்கள்’ என்பதன்வழி, அசமத்துவமான வாழ்வியல் நடத்தைகளை மனிதர்கள் கட்டமைக்கிறார்கள் என்கிற அடிக்கருத்தின் மீது, இக்கதை நிலைநிறுத்தப் படுகிறது. ஆண்கள் பெண்களையும், முதலாளிகள் உழைப்பாளர்களையும், மனிதர்கள் விலங்குகளையும் சுரண்டுகின்றனர் என்றும், சுரண்டுவதற்கு ஏதுவாகப் பாகுபடுத்திப் பிரித்தாள்வதை மனிதர்கள் செய்கின்றனர் என்றும் இக்கதையில் சுட்டப்பெறுகிறது. வெள்ளையர் கறுப்பரையும், ஆண்கள் பெண்களையும் மனிதர்கள் விலங்குகளையும் விலங்குகள்போல் தொழிலாளர்களையும் அடிமைப்படுத்திப் பாகுபடுத்துவது மீதான உரையாடல்கள் இருபதாம் நூற்றாண்டின் தொடக்கத்திலிருந்து வெளிப்படையாகவும் உள்ளுணர்வோடும் நிகழத்தொடங்கியது. உணர்வுபூர்வமான உரிமைசார்சிக்கலை எருமையைக் கொண்டு புனைந்து, தி.ஜானகிராமனின் அறப்பற்றையும் துணிச்சலையும் காட்டுகிறது.

புலம்புவது, ஏங்குவது, தனக்குத்தானே இரங்குவது, அவநம்பிக்கை கொள்வது உள்ளிட்ட கூறுகளைக் கொண்டு பலரால் புனையப்படுவது நவீன இலக்கியம் என்ற போக்கு இருபதாம் நூற்றாண்டின் நடுப் பகுதியில் பெரும்போக்காயிருப்பதை மறுத்துக் கேள்வி எழுப்புவது, கேலி செய்வது, கலகம் செய்வது, ஜனநாயக முறையில் உரிமை கோருவது அல்லது வெளிப்படுத்துவது உள்ளிட்ட கூறுடையதே நவீன இலக்கியம் என்கிற புரிதலை உருவாக்குவதில் இக்கதைக்கும் தனி இடம் உண்டு. ‘நான் மனுஷியல்ல, மகிஷி’ என்று எடுத்துரைப்பின்வழிக் கதை முடியும் தருணத்தில், நவீனப் புனைவு வெளி தொல்புனைவு வெளியாக உருமாறுகிறது அதாவது, தொன்மமாக உருமாறுகிறது. இத்தொன்மவெளி என்பது, ஒவ்வோர் இனமும் தனக்குத்தானே கட்டிக்கொள்ளும் நினைவுவெளியாகும். மகிஷி என்கிற குறியீட்டுத் தொன்மம், பெண்ணின் ஆற்றலைக் குறிக்கும் குறியீட்டுத் தொல்படிமமாக இருப்பதை உணரமுடிகிறது. பெண்ணின் ஆற்றலையும் அதிசயத்தையும் கதையாடுவது தி.ஜா.வின் ஒட்டுமொத்தப் புனைவு வெளிக்குரிய ஆதாரமான மையக்கருத்தாகும். இக்கதையிலும் அதுவே வெளிப்பட்டிருக்கிறது. அடுத்த நிலையில், இத்தொகுப்பில் ‘நடேசண்ணா, ஆயிரம் பிறைகளுக்கப்பால்’ ஆகிய இரு கதைகள், இசை தொடர்பான எடுத்துரைப்புகளை அடிக்கருத்தாகக் கொண்டுள்ளன. காலம், நேரம், பாலினம், இடம் உள்ளிட்ட அனைத்து எல்லைகளையும் கடந்தது இசை என்ற கருத்தை விளக்குகிறது ‘நடேசண்ணா’ கதை. இசைக்கலைஞர்களும் ரசிகர்களும் இசையின் உயிரோட்டத்தை ஒதுக்கிவிட்டு ரசனையின்றி வெற்றுச் சடங்காகப் பலவகைப் பிழைகளோடு இசையை நிகழ்த்துகின்றனர்

என்கிற கருத்தைச் சொல்கிறது ‘ஆயிரம் பிறைகளுக்கப்பால்’ கதை. இனி, இவ்விரு கதைகள் குறித்தும் சுருக்கமாக விளக்கலாம்.

சங்கீத ரசிகன் ஒருவனின் பார்வையிலிருந்து ‘நடேசண்ணா’ கதை சொல்லப்படுகிறது. சரிகமபதநிகூட முறையாகப் பயிலாமல் பொம்மலாட்டக்காரர்களோடு பின்பாட்டுக்காரனாகச் சேர்ந்து ஊர் ஊராகச் சென்று பாடியதிலிருந்து பெற்ற சங்கீத ஞானம் நடேசண்ணாவினுடையது. பொம்மலாட்டம் நடத்திய ஆசிரியர் திடீரென்று இறந்துபோனதும், ஊரோடு வந்து தங்கிவிட்டார் நடேசண்ணா. ஊரிலுள்ள நிலபுலங்களைக் கவனித்துக்கொண்டு, கூப்பிட்டால் மட்டும் பஜனைக்குச் சென்று பாடுவதையும் வழக்கமாக வைத்திருந்தார். “குரல்களையெல்லாம் உருக்கி அடித்து இணைத்த குரல்போல, அவருடைய சங்கீதமும் அந்தக் காலத்துப் பெரிய வித்வான்களின் நுட்பங்களையெல்லாம் சேர்த்து உருக்கி அடித்த ஒரு வடிவமாகத் திரண்டதாம். அப்படி என் தகப்பனார் சொல்கிற வழக்கம்” – கதைசொல்லியின் இக்கூற்றிலிருந்து, நடேசண்ணாவின் சங்கீத ஞானத்தை அறிவதோடு, இப்போது அவர் பாடுவதில்லை என்பதையும் அறிய முடியும். பம்பாய்க் கிருஷ்ணையரின் இளைய மனைவிக்கு அவர் பாடியபின், ஊர்க்காரர்களின் கேலியால் அவர் பாடுவதை நிறுத்திவிட்டார். இதனோடு, பழைய நிலங்கள் எல்லாம் மாறுவதையும், இக்கதை போகிற போக்கில் எடுத்துரைக்கிறது. ஆற்றோரமுள்ள கிருஷ்ணையர் நிலத்தையும் வீட்டையும் வாங்கிய செட்டியார், மாவுமிஷின் வைப்பது உள்ளிட்ட விவரங்கள் கதைக்குள் வருவதைச் சுட்டலாம். பழைய நிலத்தோடு சேர்ந்து சங்கீத சுரங்களுமில்லாமல் போய்ப் புதிதாக எழுந்த கட்டடத்தில் எழும் மாவுமிஷினின் ஓசை விரும்பக்கூடியதல்ல என்று கதை அங்கலாய்க்கிறது.

“கீழ்வாரிசுக்கெல்லாம் நல்ல பாட்டு, சங்கீதம்னு ருசியே இல்லைதான்” என்ற ரசிகரின் கருத்தை மறுத்து நடேசண்ணா, “கீழ்வாரிசைச் சொல்லலே நான். மேல்வாரிசுகளுக்கே ஒன்றும் கிடையாது. உன் மாதிரி ஒரு உறவு இருந்ததுன்னா, நான் இந்த நெருப்பை விட்டுட்டு, கொஞ்சநாள் உன்னோட பட்டணத்திலே வந்து அக்கடான்னு இருந்துட்டு வருவேன்” என்கிறார். அவர் ரசிகையான கிருஷ்ணையரின் இளைய மனைவியோடு இணைத்துப் பழிதூற்றிக் கோவிலில் பாடக்கூடாது என்று ஊர் தடை விதித்துவிடுவது முதல், நடேசண்ணா பாடுவதை நிறுத்திக்கொண்டார். ‘இசைப்பயிற்சி’ கதையில் வரும் மல்லியின் சாயல், நடேசண்ணாவிலும் தென்படுகிறது. இதுபோன்ற இன்னொரு சிறுகதை, ‘ஆயிரம் பிறைகளுக்கப்பால்’ என்பதாகும். இங்கிலாந்துத் தொழிற்சாலையில் அறிமுகம் செய்யப்பட்ட டைப்ரைட்டர், இந்தியாவிற்கு வந்து நான்கு ஆண்டானதை விழா எடுத்துக் கொண்டாடினர். அப்போது இளம் டைப்ரைட்டர், நடு டைப்ரைட்டர், முது டைப்ரைட்டர் என அனைவரும் கூடி இங்கிலாந்திலிருந்து வந்த முதுபெரும் டைப் ரைட்டரைப் புகழ்ந்துகொண்டிருந்தனர். டைப்ரைட்டர் வந்தபிறகு தோல்தொழில் நன்றாக வளர்ச்சி அடைந்துள்ளது என்று பாராட்டி அனைவரும் பேசியதை அடுத்து, 83 வயது மதிக்கத்தக்க முதுபெரும் டைப்ரைட்டர் நன்றிசொல்லிப் பேசத்தொடங்கினார். அப்பேச்சினிடையே, இசை குறித்தும் பேச்சு வந்தது. தட்டச்சு செய்யும்போது

ஏற்படுகிற ஓசைபோலப் பல கருவிகளைக் கொண்டு ஓசையெழுப்புவதும் பாட்டாகிவிட்டது. தாளம், ராகம், காலம், சுருதி, பொருள், ரசனை இவற்றில் எதையும் கருத்தில் கொள்ளாமல் சங்கீதக் கச்சேரிகள் நடக்கின்றன என்பதனை, 90 நிமிஷங்களில் 90 பாடல்களைப் பாடுகிறார்கள் என்று கதை பகடி செய்கிறது.

ஒவ்வொருவரும் தங்களை இசைக் கலைஞர்களாகவே உணர்ந்து கொண்டனர் என முடியும் கதை, டைப்ரைட்டர்போல் பிழைகள் சங்கீதத்திலும் வந்துவிட்டன என்று விளக்குகிறது. "கரீம்கான், ஜபர்கான், அல்லாவுதீன் கான், கோனேரி ராஜபுரம் வைத்தியநாதய்யர், உமையாள்புரம் ஸ்வாமிநாதய்யர், நாயனாப்பிள்ளை, மகராஜபுரம், திருக்கோடி காவல், மலைக்கோட்டை கோவிந்தசாமி பிள்ளை, திருமருகல் நடேசப்பிள்ளை, சின்னப்பக்கிரி – என்ற மகா வித்வான்கள் அமுத மழையாகப் பொழிந்து கொண்டிருப்பார்கள்" எனப் புகழ்பெற்ற சங்கீத வித்வான்கள் குறித்து எழுதிவிட்டு, லோகநாத ஐயரின் ரசனையை இவ்வாறு விளக்குகிறார் தி.ஜா. "லோகநாதய்யர் வடநாட்டுச் சங்கீதக்காரர்கள் பாடும்போது, காதையெல்லாம் மூடிக்கொண்டுதான் இருப்பார். ஆகா ஆகா என்று அவர் வாய் மட்டும் தாங்க முடியாமல் ஆர்ப்பரிக்கும். 'என்ன ச்ருதி! என்ன ச்ருதி! ஆகா! ஆகா என்பார். அவரே சங்கீதமாய் விட்டாரோ என்று பயமாயிருக்கும்.' வடநாட்டுச் சங்கீதக்காரர்கள் இசைக் கருவிகளின் ஓசையை மிகுவிப்பது, "தம்புராவின் மீது படுத்துவிடுகிறார்கள்" என்றும், "ஆட்டோ உள்ளிட்ட மோட்டார்வாகனச் சத்தமெல்லாம் இசையாகிவிட்டது" என்றும் நையாண்டி செய்யப்படுகிறது.

கர்நாடக இசையே இசையென்றும், மற்ற இந்துஸ்தானி உள்ளிட்டவை எல்லாம் இரண்டாம் நிலைக்கு உரியவையே என்றும், ஒரு மேலாதிக்கக் கருத்தையும் இக்கதை தனக்குள் அனுமதித்துக் கொள்கிறது. மாற்றுக் கலாச்சார ரசனையின் மீது ஒருவிதமான வெறுப்பும் இக்கதையில் நிழலாடுகிறது. இவ்வெறுப்பு, டைப்ரைட்டர் மீதான வெறுப்பாகவும் பதிவாகியுள்ளது. இது நவீனத்துவக் கருத்திற்கு எதிரான ஒரு மனநிலை என்பதைக் கவனத்தில் கொள்ளுவதும் அவசியமாகும்.

இயல்பாகவே தி.ஜா. வலுவான சங்கீதச் சூழலில் வளர்ந்தவர். ஆதலால், அவருடைய புனைவுகளில் மரபான சங்கீதத்தைப் போற்றுவது அடிக்கருத்துகளுள் ஒன்றாயிருக்கிறது. "இலக்கியம்னு சொல்றபோது, எனக்குத் தகப்பனாரோட சார்பு அதிகம், அவர் சங்கீதத்துல ருசி உள்ளவர், நன்றாகப் பாடுவார், ரெண்டாவது நல்ல சமஸ்கிருதப் புலமை இருந்தது. அதை விளக்கறதிலே, ரொம்பச் சங்கீதத்தோட விளக்குவார். அந்தச் சார்பு நிறைய இருந்தது. அவர் எந்தக் கண்ணோட பார்த்தாலும், ஒரு இலக்கியக் கண்ணோட, சங்கீதக் கண்ணோட பார்ப்பார். அவரோட அடிக்கடி பழகிப் பழகி, அவர் எனக்கு ஒரு ஹீரோ மாதிரி இருந்துக்கிட்டிருந்தார்" என்று தன் அப்பா குறித்துச் சொல்லிவிட்டுத் தொடர்ந்து, கும்பகோணம் கல்லூரியிலிருந்த சீத்தாராமய்யரும் சங்கீத ஆர்வம் பெருகுவதற்குக் காரணம் என வெங்கட்சாமிநாதனுக்கு அளித்த பேட்டியில் தி.ஜா. சொல்லியிருப்பதையும் நினைவில் கொண்டால், தி.ஜா.வின் சங்கீத

ஞானமும் அதனை மரபு கெடாது பாதுகாக்க வேண்டும் என்கிற ஆர்வமும் வாசகன் என்கிற முறையில் எனக்கும் புரிகிறது.

கவனிக்கத்தக்க மற்றொரு சிறுகதை, 'நடராஜக் கால்' என்பதாகும். சில ஊரில் நாட்டாமைகளை மக்கள் அறியத் தேர்ந்தெடுப்பர், சிலர் ஊரையே குத்தகைக்கு எடுத்துக்கொள்வர். அதன்பிறகு நாட்டாமைபோல நடந்துகொள்வர். இந்தக் கதையில் வரும் ராமதுரை, இரண்டாம் வகையறாவிற்குரியவர். திறமையும் புத்திசாலித்தனமும் பேச்சு சாதுரியமும் கொண்ட ராமதுரை, ஊரில் நடக்கும் நல்லது கெட்டதுகளில் கலந்து கொள்வது தொடங்கி அதுகளைத் தீர்மானிக்குமிடத்திலும் இருப்பவர். ஊருக்குப் பொதுவான இடங்களிலும் வீட்டுத் திண்ணையிலும் உட்கார்ந்துகொண்டு, ஊரிலுள்ள யாருக்காவது ஆங்கிலத்தில் வரும் கடிதங்களைப் படித்துச் சொல்வது, புதிதாக யாராவது ஊருக்குள் வந்தால் அவர்களுக்கு விவரங்களை எடுத்துச் சொல்வது, வீட்டு விவகாரங்களுக்கெல்லாம் ஆலோசனை சொல்வது போன்ற பணிகள் ராமதுரைக்குரியன. திண்ணையில் உட்கார்ந்து, ஒருகாலைத் தொங்கவிட்டு ஆட்டிக்கொண்டே இருப்பதனால், இவர் கால் நடராஜக் கால் எனப்படுகிறது. ராமசுப்பன் வீட்டிற்குப் பெண் கேட்டுவந்த எஞ்சினியர் மாப்பிள்ளைக்குக் கைநிறைய சம்பளம் வந்தும் பரம்பரைச் சொத்தில்லை, குலம் கோத்திரம் தெரியவில்லை என்பதைக் கண்டுபிடித்ததைப்போல எடுத்துச்சொல்லித் திருமண நிச்சயத்தைத் தடுத்து விடுகிறார் ராமதுரை. இச்சந்தர்ப்பத்தில் ராமசுப்பனிடம், அவருடைய பெண் சொல்லும் விஷயங்கள் முக்கியமானவை என்பதால், அப்பெண்ணின் பேச்சு இங்கு அப்படியே தரப்படுகிறது. "டில்லியிலே முப்பது வருஷமா இருக்கா அப்பா. ரண்டாயிரம் சம்பளம் வாங்கறா. பஞ்சாப்காரன், வெள்ளைக்காரன்னு பழகறா, அவா வீட்டுலே போய்ச் சாப்பிடறா. சர்க்காருக்கு யோசனை எல்லாம் சொல்றா. என் கலியாணத்துக்கு மட்டும் இந்த ராமதுரை மாமாதானா கிடைச்சார், அப்பாவுக்கு யோசனை கேட்க! அவர் பெண்டாட்டிக்கு ஒரு புதுப்புடவைக்கு நாதியில்லை. ரண்டு புள்ளையைப் படிக்க வைக்க வக்கில்லை. மா நிலத்தைக் குத்தகைக்காரன் கிட்ட கொடுத்துப்பிட்டு உலுப்பை வாங்கிச் சாப்பிடறது. அது கிட்டப் போய்!" என்கிற அவள் கூற்றிலிருந்து, ராமதுரையின் நிலையைப் புரிந்துகொள்ளலாம். "உலகத்திலுள்ள ஆச்சரியங்களை எல்லாம் ஒன்றுமில்லாமல் செய்து விடுவார் ராமதுரை" என்கிறார். இந்தக் கதையில் வரும் ராமதுரைபோல, நடராஜக் காலை ஆட்டிக்கொண்டு, ஒவ்வோர் ஊரிலும் குறைந்தது ஒருவரையாவது சந்திக்க முடியும். நல்லது செய்வதாகக் கருதிக் கொண்டு தீமை செய்வதும், தீமை கருதி நல்லது செய்வதுமான புதிரான ராமதுரைகளைக் கடந்து ஏதாவது செய்ய முடிந்தால் அது தனித்துவம் மிக்கதாக அமையும் எனலாம்.

'மயில்சாமியின் தேவை' என்கிற சிறுகதை, ஒரு திரைப்பட நடிகரின் வாழ்வை மையக்கருத்தாக வைத்து விளக்கப்படுகிறது. பொருளாதாரப் பின்புலம் பெரிதாக இல்லாத மயில்சாமி, திரைப்பட நடிகராக மாறி, அதில் கிடைக்கும் பணத்தைக் கொண்டு நன்கொடையளிப்பது, அதிகமான ஆடம்பரப் பொருள்களை வீட்டிற்கு வாங்குவது என்ற இவற்றின் காரணமாக,

அடுத்த படவாய்ப்பு வரும்வரை பணத்திற்குத் திண்டாடுகிறார். இந்தச் சம்பவங்கள் சுவாரசியமாக இக்கதையில் எடுத்துரைக்கப்படுகின்றன. நடிப்புத் தொழில் மூலம் கிடைக்கும் பல்லாயிரக்கணக்கான பணத்தை வேகமாகச் செலவிடும் மயில்சாமியின் ஒருநாள் தேவை நாற்பது ரூபாய் என்பதை எடுத்துரைக்கிறது இக்கதை. பணமிருந்தால் ஆடம்பரமாகச் செலவு செய்வதும், இல்லையென்றால் கூச்சத்தோடு கடன் பெறுவதும் என்கிற விவரிப்புவழி, மனிதச் சமநிலை கெடாத மயில்சாமியைப் படம்பிடிக்கிறது இக்கதை. லட்சக்கணக்கான பணத்தைக் கையாண்ட மயில்சாமியிடம், ஒரு நான்கு மணி நேரம் மட்டும் பணமில்லாமல் போவதன் பதட்டத்தை, இக்கதை மையக்கருத்தாகக் கொள்கிறது. சோவியத் ஸ்புட்னிக்கையும் மயில்சாமியின் திரைப்பட வளர்ச்சியையும் தொடர்புபடுத்தும் லேசான பகடி, இக்கதையில் ஊடாடுகிறது. இக்கதைத் தொகுப்பில், அடுத்த நிலையில் கடைசி மணி, தங்கம் ஆகிய இரு கதைகளும் பள்ளிச்சூழலை மையக்கருத்தாகக் கொண்டிருக்கின்றன. பள்ளியில் படிக்கும் முதுமாணவனின் நிலையை மையக்கருத்தாகக் கொண்டுள்ளது 'தங்கம்' கதை. ராமலிங்கத்திற்கு வயதாகிவிட்டது என்றாலும், ஆசிரியர்தான் அவனைப் பள்ளியில் சேர்த்துவிட்டார். 23 வயதில் படிப்பில் கவனம் செலுத்தமுடியாத ராமலிங்கம், அந்த வயதுக்குரிய நிலையில், ஊர்ச் செய்திகளில் தலையிடுவது, பள்ளிக்கூடத்திற்குப் போகச்சொன்னால் சினிமா பார்க்கப் போவது என நகர்கிறது அவன் வாழ்க்கை. பெற்றோர் சொல்வதையும் ஆசிரியர் சொல்வதையும் கேட்காதவனாகவும் அவன் இல்லை. ஆனால், புத்தகத்தை எடுத்தால் படிப்புத்தான் ஏறவில்லை. பரீட்சை நடக்கும் நாளில், ராமலிங்கம் தங்கியிருந்த இடத்தைக் காலிசெய்துகொண்டு போய்விட்டான். அப்போது அவனைப் பற்றிய தவறான மதிப்பீடுகள், ஆசிரியர் மனதில் உருவாகின்றன. அப்போது திடீரென மாலையும் கழுத்துமாக ராமலிங்கம், ஒரு பெண்ணோடு வந்து காலில் விழுந்து ஆசி பெறுகிறான். வியந்தும் மகிழ்ந்தும் பார்த்த ஆசிரியர், அவர்களை ஆசீர்வதித்துவிட்டு விவரம் கேட்டபோது, தனக்கிருக்கும் ஒரே ஓர் அக்காவிற்குப் பல கடன்கள் இருந்த சூழலில், ஒருவர் அக்காவின் பெண்ணைக் கேட்டு வரதட்சணை கேட்டதாகவும், அதை தருமளவிற்கு அவர்களிடம் வசதியில்லாததனால் தானே கட்டிக்கொண்டதாகவும் ராமலிங்கம் கூறுகிறான். ஆசிரியர் உன் பேரென்னம்மா என்று கேட்க, அதற்குப் பெண் பதில் சொல்லாமல் இருக்க, இடைமறித்த ராமலிங்கம், "அதற்கு வாய் பேச வராது சார்" எனச் சொல்ல, "என்னது ஊமையா!" என ஆசிரியர் கேட்க, "ஆமாம் சார்" என அவன் சொல்ல, ராமலிங்கம் மீதான ஆசிரியரின் மதிப்பு கூடிவிடுகிறது. அவனைத் தங்கம் என்கிறது இக்கதை.

'கடைசி மணி' என்கிற கதையும், பள்ளிக்கூடச் சூழலை வைத்து எழுதப்பட்டுள்ளது. அதிகாரி ஒருவர், சொந்தமாகப் பள்ளிக்கூடம் நடத்துகிறார். ஒருநாள், பெரும்பாலான ஆசிரியர்கள் விடுப்பில் சென்றுவிட, மீதமுள்ள இரண்டு ஆசிரியர்களைக் கொண்டு பள்ளிக்கூடம் நடக்கிறது. ஆராமுதன் என்ற ஆசிரியரை, உதவியாளரான பச்சையப்பனை அனுப்பி அழைத்து வந்து, ஒருநாள் தலைமையாசிரியராக இருக்க வேண்டும் என அதிகாரி உத்தரவிடுகிறார். அதனை ஏற்று ஆராமுதன், இருக்கும் ஆசிரியர்களை வைத்து, இரண்டு மணி நேர வகுப்புகள் மட்டும்

நடத்திவிட்டுத் தைரியமாகக் கடைசி மணியை அடிக்கச் சொல்கிறார். அதன் பின்னர், “என்ன பச்சையப்பன்! நீங்கள்தானே சொன்னீங்க, தைரியமானவர்களை அதிகாரிக்குப் பிடிக்கும்!” என்றும் ஆராமுதன் நினைத்துக்கொள்கிறார்.

பொதுவாகத் தி.ஜா.வின் கதைகளில், பெண்களுக்கும் அடுத்துக் குழந்தைகளுக்கும் ஒரு முக்கியத்துவம் இருக்கும். அந்த வகையில் குழந்தையின் தனித்துவத்தைச் சொல்லக்கூடியதாகப் ‘பாப்பாவுக்குப் பரிசு’ என்கிற கதை, இத்தொகுப்பில் உள்ளது. குழந்தையும் அம்மாவும் மட்டும் இருந்தபோது, வீட்டில் திருடன் புகுந்துவிடுகிறான். அப்போது தூங்குவதுபோல் நடித்து நழுவி மெதுவாக வந்து கதவின் வெளிப்பக்கம் தாழிட்டுத் திருடனைச் சாமர்த்தியமாக ஊர்க்காரரிடம் பிடித்துத் தருகிறது குழந்தை. பின் அவனைப் பிடித்து அனைவரும் கட்டியடித்தபோதும், போலீஸில் பிடித்துத் தந்தபோதும், அவனுக்காக அதாவது அந்தத் திருடனுக்காகப் பரிந்து பேசுகிறது குழந்தை. எட்டுவயசுப் பெண்குழந்தை நீதிமன்றக் கூண்டேறி நடந்தது எல்லாவற்றையும் சொல்லிக்கொண்டு வந்து, இவர்கள் எல்லோரும் சேர்ந்து அவரை அடித்து விட்டார்கள், அதுவும் அவர் கையைக் கட்டிப்போட்டு அடித்தார்கள், அழுதபோதும் அவரை இவர்கள் விடவில்லை என்கிறது. நீதிமன்றம், குழந்தையின் துணிச்சலைப் பாராட்டி, இருபது ரூபாயைப் பரிசாகத் தருகிறது. அதனை அந்தப் பாப்பாவின் அப்பா கொண்டுபோய் அவளிடம் கொடுக்க, ‘அவரை நீங்கள் எல்லோரும்தான் அடித்துவிட்டீர்களே!’ என அழுது, பணப் பரிசை வேண்டாம் எனக் கூறிக் கையில் கொடுத்ததைக் கசக்கித் தரையில் வீசிவிடுகிறது. பின் குழந்தைக்குப் பிடித்த பாவாடைச் சட்டையை, வண்ணவண்ணமாக அப்பணத்தில் வாங்கிவந்து பெற்றோர் தருவதைப் பாப்பாவுக்குப் பரிசாக இக்கதை எடுத்துரைக்கிறது.

இக்கதைகளில் ‘மோட்டிஃப்’ எனும் தூண்டும் உத்தியுள்ளது. இத்தன்மையைத் தோமோஸோவஸ்கியின் மோட்டிஃப் என்கிற கருத்தாக்கத்தோடு இணைத்து விளக்கவியலும். ஒரு கதையில் அல்லது பனுவலில் உள்ள மிகச் சிறிய கூறே, மோட்டிஃப் எனப்படும். விடுபடா மோட்டிஃப், விடுபட்ட மோட்டிவ் என மோட்டிஃப் இரு வகைப்படும். கதையின் விவரிப்பில் எதை விட்டுவிட முடியுமோ, அது விடுபட்ட மோட்டிஃப். கதை விவரிப்பில் எதை விட்டுவிட முடியாதோ அது விடுபடா மோட்டிஃப். *Motif* என்கிற ஆங்கிலச் சொல்லுக்குக் கருப்பொருள் எனப் பதிலளிக்கப்படுகிறது. ஆனால், அதற்கு அடிக்கருத்து எனவும் நவீன இலக்கியக் கலைச் சொல்லாக்கம் உருவாக்கப்பட்டுள்ளது என்பதை நினைவில் கொள்வது தகும். அந்த வகையில், இலக்கியத்தில் அல்லது பனுவலில் ஒரு மையக் கருத்தை விவரிக்கப் பலவகையான அடிக் கருத்துகள் உருவாக்கப்படுகின்றன என்கிற இக்கருத்தை ருஷ்ய உருவவாதிகள் இருபதாம் நூற்றாண்டின் ஆரம்பத்தில் விளக்கிவிட்டனர். எருமைப் பொங்கல் தொகுப்பிலும், ஒவ்வொரு கதையிலும் ஒன்று அல்லது இரு மோட்டீப்கள், தி.ஜா.வால் கையாளப்பட்டுள்ளன. ‘ஆயிரம் பிறைகளுக்கப்பால்’ கதையில், சங்கீத ஞானம் குறைந்துவிட்டது என்கிற மையக்கருத்தை விளக்க டைப்ரைட்டர்களும் தங்களை இசைக் கலைஞர்களாக உணர்வதும்,

‘மயில்சாமியின் தேவை’ கதையில் திரைப்பட நடிகரின் வாழ்வும் ஆடம்பர நிலையும் நிலையில்லாதது என்கிற மையக்கருத்தை விளக்கத் திரைப்பட வெளியீட்டிற்கும் ஸ்புட்னிக் விண்கலத்திற்கும் தொடர்பை ஏற்படுத்திப் பிறகு மயில்சாமி தனது வீட்டிற்கு ஸ்ருத்னிகா எனப் பெயர் சூட்டுவதையும் குறிப்பிடமுடியும். ‘எருமைப் பொங்கல்’ கதையில் எருமை, தன் பழியைத் தீர்த்துக்கொள்ள, ஹரிஹர அய்யர் வீட்டில் இருந்த புடைவையைக் கிழிப்பது போன்ற பல மோட்டீஃப்கள் வருகின்றன. இவ்வாறு இத்தொகுப்பிலுள்ள அனைத்துக் கதைகளிலுமுள்ள மையக்கருத்து மற்றும் அடிக்கருத்துகளைத் தொகுத்து விளக்கினால் கட்டுரை பெருகும். வேறொரு வாய்ப்பில் விரிவாக எழுத விரும்புகிறேன்.

கடைசியாகத் தி.ஜா.வின் கூற்றொன்றை நினைவுகூர்கிறேன். “இலக்கியத்தின், முக்கியமாகக் கதையிலக்கியத்தின் பொருள் எப்படி இருக்கவேண்டும் என்ற விஷயம் பற்றிப் பலருக்குக் கருத்து வேற்றுமை இருக்கலாம். அன்றாட ஆசாபாசங்கள், அதாவது சமூகப் பிராணியான மனிதனின் ஆசாபாசங்கள், இலட்சியங்கள், குணங்கள். இவைகள்தாம் விஷயமாக இருக்க முடியும்; வேண்டும் என்றுகூடப் பலர் சொல்லலாம். என்னைப் பற்றியவரையில் இந்த விதிகள் செய்யும் ஆசை, மனிதனுடைய எல்லையில்லா சாதனைகளில் நம்பிக்கையில்லாததனால் எழுகிறதென்று தோன்றுகிறது. அடிப்படையாக மனிதன் ஒவ்வொருவனும் தனியன்தான். சமூக விவகாரங்களெல்லாம் இந்தத் தனிமையை எவ்வளவு தூரம் காண முடியும், அது எவ்வளவு தூரம் சாத்தியம் என்று கண்டுபிடிக்கிற முயற்சிதான்” என்று தி.ஜா. எழுதியுள்ளதைக் காட்டும் கா.சிவத்தம்பி, பின்வருமாறு அவரை மதிப்பிடுகிறார். “இக்கூற்று, ஜானகிராமனின் இலக்கிய மூலத்தைப் புலப்படுத்துகின்றது. மனித உணர்ச்சியைத் தாக்கும் சம்பவங்களை நன்கு அவதானிக்கும் சக்தியும், அச்சம்பவங்களினால் ஏற்படும் உணர்ச்சியை விளங்கிக்கொள்ளும் உணர்வாழமுமே இவரை நல்ல இலக்கிய கர்த்தர் ஆக்கியுள்ளன. ஆனால், மேற்கூறிய கொள்கை காரணமாக, இவர் மனிதனை, சமூகப் பொதுமையிலிருந்து ஒதுங்கியவனாகவே காண்கின்றார். தனிமனிதனைச் சமூகப் பொதுவாழ்வுடன் இணைப்பது இலக்கியம். அவ்வுண்மை உணரப்படாவிடின், இலக்கியம் அந்தரங்க மன விகாரங்களை வெளியிடும் ஒரு துறையாகிவிடும். ஜானகிராமன் போன்ற இலக்கியகர்த்தாக்கள், அத்தகைய நிலையிலிருந்து தப்பவேண்டும்.” (தமிழ்ச்சிறுகதையின் தோற்றமும் வளர்ச்சியும்) என்கின்றார் கா.சி. இவ்விமர்சனத்திலிருந்து, ‘எருமைப் பொங்கல்’ சிறுகதைவழித் தி.ஜா. தப்பிவிட்டார் என்று சொல்லத் தோன்றுகிறது.

✣

61

தி.ஜானகிராமனின் ‘எருமைப் பொங்கல்’: மனக்குகை ஓவியங்கள்

தா.அ. சிரிஷா

மனிதவாழ்வின் அடிப்படையான சிக்கல்களுள் ஒன்று, உள்ளும் புறமும் வேறாக வாழ்வதாகும். “எதற்காக இவ்வளவு விஷமம்? இவ்வளவு கோணல் உங்களுக்கு?” என்று கேட்கிறது, தி.ஜா.வின் எருமை. ‘எல்லோரும் ஒரு குலம், எல்லோரும் ஓரினம்’ என்று சொல்லிவிட்டுச் செயலில் மட்டும் முரணாக நடப்போரைப் பார்த்து, எருமை கோபப்படுகிறது. அர்த்தம் தெரியாமல் பாடல்களை ஹரிஹரய்யர் நெட்டுருப் போட்டுத் தினந்தினம் நூறு செய்யுட்களை முணுமுணுப்பதைக் கேட்டு எருமை சிரிக்கிறது. “அம்பிகையின் கடாட்சம் பெற்றோருக்குக் காடும் வீடும் பகையும் நட்பும் ஓடும் உதடும் ஒன்றாகத்தான் தோன்றும்” என்று அடுக்கின கவி, பாலும் ஜலமும் என்பதை ஹரிஹர அய்யர் பூர்த்திசெய்து கொள்ளட்டும் என்று விட்டுவிட்டது” எனக் கேலி பேசுகிறது எருமை. “எல்லோரும் ஓரினம் என்று சொன்ன நீங்கள்தானே, சிவப்பு ஓர் அழகு, சூடு ஒரு ருசி என்றும் பழமொழி கட்டியிருக்கிறீர்கள்?” என்று கேட்கும் எருமைக்கு, நாம் என்ன பதில் சொல்ல முடியும்? “ஜெர்மனி, இத்தாலி எல்லாவற்றையும் விட்டுவிட்டு, ஜப்பான்மீது அணுகுண்டைப் போட்டானே!” – இந்த எருமை, சாதாரண எருமை இல்லை; சர்வதேச அரசியலும் தெரிந்த எருமை இது. இத்தோடு மட்டும், இந்த எருமை விட்டுவிடவில்லை. அடியாழம் வரைக்கும் தோண்டித் துருவுகிறது. “பாம்புக்கும் வாலைக் காண்பிக்கிறது, மீனுக்கும் தலையைக் காண்பிக்கிறது! இதுதானே உங்கள் ஆசாரம், தத்துவம், பண்பாடு! பேஷ்! பேஷ்!” என்று எருமை பேசும்போது, அது நம் சமூகம் பற்றிய துல்லியமான விமர்சனமாக மாறிவிடுவதைக் காண்கிறோம். ‘வலங்கி மான்’ எருமை கேட்கிறது. “என்ன பட்டணம்! என்ன திடீர்னு கோபம் தாபம் எல்லாம் அமர்க்களப்படுகிறது இன்னிக்கி?”. இதற்குப்

பட்டணம் எருமை, என்ன பதில் சொல்கிறது? "கோபம் வராமல் என்ன செய்யும்? இங்கே நடக்கிற காரியம் ஒவ்வொன்றையும் பார்த்தால், எனக்கு மனசு கொதிக்கிறது, கத்துகிறேன்" என்கிறது பட்டணம் எருமை. இந்த மனக்கொதிப்பும் கத்தலும் நிஜம். இந்தக் குரலை, இன்று பலரும், பல இடங்களிலும் எழுப்பிக் கொண்டுதானிருக்கிறார்கள். ஆனால், கலகமில்லாத வெறும் பேச்சால், என்ன நடக்கும்!

ஒன்றும் நடந்துவிடாதுதான். எனினும், மனிதர்களைப் போலவே எருமைகளும், பேசிப் பேசித்தான் தம் துயரைத் தணித்துக் கொள்கின்றன. "பால் கறக்கிற எருமையை யாராவது ஏரில் பூட்டுவார்களா? என்னையும் உன்னையும் இந்தக் கதிக்கு ஆளாக்கிவிட்டாரே நம் எஜமானர்? என்ன காரியம் நடந்துவிட்டது என்று கேட்கிறாயே!" – பட்டணம். "பூட்டினா என்ன! நாம என்ன பசுமாடா?" – வலங்கிமான். "ஏன் நாமும்தான் பசுமாடு மாதிரி பால் கொடுக்கிறோம்"– பட்டணம். "அப்படிப் பார்க்கப்போனா ஆடுகூடத்தான் பால் கொடுக்குது. கழுதைகூடப் பால் கொடுக்குது. ஏன், பன்னிகூடத்தான் பால் கொடுக்குது" – வலங்கிமான். "அப்படியானால், அவற்றின் பாலையே, இந்த மனிதர்கள் சாப்பிடட்டுமே" – பட்டணம். "நாம கொடுக்காட்டிப் போனா, அதையும்தான் சாப்பிடப் பளகிக்குவாங்க. மனுஷங்களை லேசுபட்டவங்கன்னு நெனெக்காத. எதுக்கும் துணிஞ்சவங்க"–வலங்கிமான். "எதுக்கும் என்று வெறுமனே சொல்லாதே. எந்தப் பாவத்துக்கும் என்று சொல்லு" – பட்டணம். "பாவமோ புண்ணியமோ, நான் சொல்றது என்னான்னா, நம்ம நிலைமைக்கு மீறிக் கோச்சுக்கப்படாது. ஆங்காரப்படப்படாது"–வலங்கிமான். "தாய்வயிற்றிலிருந்து வெளிப்பட்டது முதல் பட்டிக்காடுகளிலேயே சுற்றிச்சுற்றி வாழ்கிறவர்களுக்கு எப்படி ரோசம் வரப்போகிறது? தன்மானம் தெரியப்போகிறது? பட்டணத்தில் தெருமுனைகளிலும் நாற்சந்திகளிலும் நடக்கும் உரிமைப் போராட்டப் பேச்சுகளைக் கேட்டிருந்தால், நீ இப்படிப் பேசுவாயா?"– பட்டணம். "சமத்தியா ஒதை உளுவும் தெரிஞ்சுக்க" – வலங்கிமான். இப்படிப் போகும் பேச்சில், ஒரு திடீர்திருப்பம். "நீ இப்ப பேசறதைப் பார்த்தா, ஏன் மாட்டுப் பொங்கல் மாதிரி எங்களுக்கும் எருமைப் பொங்கல்னு கொண்டாடலேன்னு கேட்ருவே போலிருக்கே" என்கிறது வலங்கிமான். "போலிருக்கிறதா? கேட்டே ஆயிற்று, தங்கச்சி!" என்கிறது பட்டணம். இப்படிக் கேட்டதால், அந்தப் பட்டணம் எருமை பட்டிக்காட்டுக்குத் துரத்தப்பட்டது என்பதுதான் இக்கதை.

செஞ்சி, திருவண்ணாமலை, திண்டிவனம், மதுராந்தகம், பல்லாவரம், ஜார்ஜ் டவுன், தஞ்சாவூர் என்று பட்டணம் எருமை, ஒரு பெரிய சுற்று சுற்றி வந்துவிட்டது. ஓங்கோல் பசுக்களுக்கு நாலுகட்டுப் புல் போடுகிறார்கள். பட்டணம் எருமைக்கு ஒரு கட்டு வைக்கோல் மட்டுமே போடுகிறார்கள். ஏன் இந்தப் பாரபட்சம்? என்று ஆவேசப்படுகிறது, பட்டணம் எருமை! இவ்வுலகே பாரபட்சமாகத்தான் இயங்குகிறது என்ற சமாதானத்தை, அதனால் ஏற்றுக்கொள்ள முடியாததுதான், கதையில் பிரச்சனையாகிறது. அது வெறும் கதைப் பிரச்சனை மட்டும்தானா? இல்லை; இந்த உலகம் பற்றிய ஒரு படைப்பாளியின் கூரிய விமர்சனமே

அது. வேலை கற்றுக்கொடுக்கிறேன், கற்றுக்கொடுக்கிறேன் என்று சம்பளமில்லாமலேயே புது மனிதர்களை வருஷக்கணக்கில் வேலை வாங்குகிறவர்களின் நீசத்தனத்தைப் பார்த்துப் பட்டணம் சீறுகிறது. "அப்புறம் கோபப்பட ஆரம்பித்தேன். கசப்பு வந்துவிட்டால், என்ன செய்யமுடியும்? எதைக் கண்டாலும் வெறுப்பு! எங்கேயாவது ஓடிப்போய் விடவேண்டுமென்று சதா ஓர் ஏக்கம்!" – இதுதான் பட்டணம் எருமையின் நிலை. சமூகத்தோடு முரண்படும் ஒவ்வொரு மனிதனின் நிலையும்கூட இதுதானே!

பொங்கல் பண்டிகையின்போது, ஓங்கோல் பசுவுக்கு ஏகப்பட்ட உபசாரம் நடக்கிறது. "கொம்பு சீவினார்கள்; உடம்பைத் தேய்த்தார்கள்; குளிப்பாட்டினார்கள்; மஞ்சள் பூசினார்கள்; குங்குமமிட்டார்கள்; வாழைப்பழமாகக் கொடுத்தார்கள்; பொங்கல் படைத்தார்கள்; தூபம் காட்டினார்கள்; கற்பூரம் காட்டினார்கள்; மணியடித்தார்கள்; நெட்டிமாலை போட்டார்கள்". ஆனால், பட்டணம் எருமைக்கு? "நான் எல்லாவற்றையும் பார்த்துக்கொண்டு நின்றேன். ஏன் எனக்கு இதற்கெல்லாம் உரிமை கிடையாதா? நான் உழைக்கவில்லையா? கொடுக்கவில்லையா? கைம்பெண்ணைப்போல் ஒதுக்கிவிட்டார்கள். மனிதர்களில்கூடக் கைம்பெண்ணை அப்படியெல்லாம் இக்காலத்தில் செய்ய முடியாது" என்கிறது பட்டணம். இந்த இடத்தில், கம்பீரமாகத் தி.ஜானகிராமன் வெளிப்படுகிறார். இது ஓர் எருமை பற்றிய கதையே இல்லை என்று நமக்குத் தோன்றிவிடுகிறது. முற்காலங்களில் ஒதுக்கப்பட்ட கைம்பெண், இப்போது ஆணுக்கிணையாக உரிமைகோரி நிற்பதைப் போலவே, ஓங்கோல் பசுவுக்கிணையான உரிமையைப் பட்டணமும் கோருகிறது. "எனக்கு அசூயை ஒன்றும் இல்லை. பிறருக்குச் சம்பத்து வருவதைப் பார்த்து, நான் என்றுமே எரிந்தது கிடையாது. ஆனால், நானும்கூட நிற்கிறேனே, உழைக்கிறேனே, ஏன் என் பக்கம் திரும்பக்கூடாது?" என்ற பட்டணம் எருமையின் கேள்விக்குப் பதில் சொல்ல யாரால் முடியும்? எம்.ஏ. படித்திருந்தாலும், ஐ.நா.விலேயே சென்று பேசினாலும், பெண்டாட்டி கறுப்பாயிருக்கக் கூடாது என்று நினைக்கும் மனிதர்களைப் பற்றியும்கூடப் பட்டணம் எருமை சாடுகிறது. கைம்பெண், கறுப்புநிறம் என்று சுற்றிச் சுற்றிப் பெண்ணுரிமை சார்ந்தே இக்கதையில் தி.ஜா. பேசுவதைப் புரிந்து கொள்ளவேண்டும்.

சம உரிமை தரப்படாத ஆத்திரத்தால், ஹரிஹரய்யர் மனைவியின் பனாரஸ் பட்டுப் புடவையை தன் பல்லால் பிடித்திழுத்துக் கிழித்து விடுகிறது பட்டணம். அடி அடி என்று அடித்துத் துவைத்துவிடுகிறார்கள். "நாசமாய்ப் போக! கரியாய்ப் போக! எத்தனை வசவுகள்! திட்ட ஆரம்பித்தால், இந்த மனிதர்களுக்குத்தான் எவ்வளவு கற்பனை! எவ்வளவு சொல்நயம்! புதுமை – வேகம்!" என்று வியக்கிறது பட்டணம். நாலாம்நாளே, பட்டணத்தைக் கூட்ஸ் வண்டியில் ஏற்றித் தஞ்சாவூருக்குக் கொண்டுவந்து தள்ளிவிடுகிறார்கள். ஜார்ஜ் டவுன்போலவே தஞ்சாவூரிலும், எருமைப் பொங்கல் ஏன் கொண்டாடக்கூடாது என்று கேட்டுக் கலகம்செய்து காண்பிக்கத்தான் போகிறேன் என்கிறது பட்டணம். "நான் மகிஷி! மனுஷி

இல்லை. ஞாபகம் இருக்கட்டும்!" என்கிற பட்டணம் எருமையின் குரல், ஓர் எருமையின் குரலா என்ன? இல்லவேயில்லை; அது ஒரு பெண்ணியவாதியின் குரலேதான்.

இத்தொகுப்பின் இரண்டாவது கதை – 'நடராஜக்கால்'. கொண்டாடப்படும் நமது கிராம வாழ்வின்மீது, தி.ஜா.வுக்குக் கடும் விமர்சனமுண்டு. கிராமத்து வீட்டின் திண்ணையில், கால்மேல் கால்போட்டு ஆட்டியபடி, ஊர் வம்பளக்கும் டம்பமும் மமதையும் வக்ரமும் பிடித்த ஆசாமிகளுக்கு ஒரு வகைமாதிரியாய்த் தி.ஜா. ராமதுரையைப் படைத்துள்ளார். பிறர் வாழ்வில் தலையிட்டுக் கெடுக்கும் ராமதுரையின் அதிகப்பிரசங்கம், டெல்லியில் படித்த பெண்ணின் துணிவான பேச்சால் எடுபடாமல் போய்விடுவதை, 'நடராஜக்கால்' புனைகிறது. "ராமதுரை மாமா திண்ணையில் உட்கார்ந்திருக்கிறார். கால்மேல் கால்போட்டு உட்கார்ந்திருக்கிறார். மேல்கால் அதிகாரமாக ஆடிக்கொண்டிருக்கிறது" எனத் தொடங்கும் இந்தச் சிறுகதை, "ராமதுரை மாமா காலாட்டிக்கொண்டு திண்ணையில் உட்கார்ந்திருக்கிறார். அந்தப் பெண் சொன்னது பராபரியாக அவர் காதுக்கு எட்டிவிட்டாற் போலிருக்கிறது. டில்லியில் வாழ்ந்த பெண்ணாயிற்றே! தைரியமாக ஏதோ சொல்லி வைத்தது பிடித்துக்கொண்டது. அந்தப் பெண் நான்தான். நான் இப்போது பம்பாய்க்கு அவரோடு வந்துவிட்டேன். ராமதுரை மாமா, திண்ணைமீது இன்னும் கால்மேல் கால்போட்டு ஆட்டிக்கொண்டிருப்பார். நடராஜர் கால் ஆடினால்தானே உலகம் ஆடும்!" எனக் கிண்டலடிப்பதாக முடிந்துபோகிறது. இத்தொடக்கத்துக்கும் முடிவுக்குமிடையில், என்ன நடக்கிறது? ஒரு பெண்ணின் வாழ்க்கை காப்பாற்றப்பட்டு விட்டது. ராமதுரையின் வக்கிர இயல்புக்கு ஒரு சான்று: "சுப்புணி பிள்ளை சீதாபதி அமெரிக்கா போயிருக்காராம் மாமா. நாலு மாசம் லெக்சர் பண்ணக் கூப்பிட்டிருக்காளாம் அவரை" என்பதற்கு, ராமதுரையின் பதில்? "என்னடாப்பான்னு பார்த்தேன். அமெரிக்காவுக்கு யாரு போகலே இப்ப? நம்ம தேசத்துல பண்ற கோணிப்பை சாக்கு, சணல்லாம்கூடத்தான் அமெரிக்காவுக்குப் போறது" என்கிறார். அவரைப் பொறுத்தவரையில், "இந்த உலகில் ஆச்சரியப்பட என்ன இருக்கிறது?". அதனால்தான் அவர், யாருக்கும் பணிந்து பதில் சொல்வதில்லை; யார் வந்தாலும் எழுந்து வரவேற்பதில்லை; பல்லை இளிப்பதில்லை; கூனிக்குறுகுவதில்லை!

மூவாயிரம் ரூபாய் சம்பளம் வாங்கப்போகும் பையன், ராமசுப்பனின் பெண்ணுக்கு மணமகனாக நிச்சயிக்கப்படுகிறான். ஆனால், ராமதுரை என்ன சொல்கிறார்? "இதப் பாரு, நீ இப்ப உங்க மேலதிகாரிகிட்ட கோச்சுண்டு கால்கடுதாசை நீட்டிப்பிட்டு, பென்ஷன் கின்ஷன் ஒண்ணும் இல்லாமெ வெத்து ஆளா வந்தாக்கூட, உனக்கு இருக்கிற அஞ்சுவேலி, 'கவலைப்படாதே ராமசுப்பு'ன்னு உன்னை மார்லே தாங்கி அணைச்சுக்குமே. இந்தப் பையனுக்கு, அப்படி ஒண்ணு நேந்துதுன்னா, யார் மார்லே (இவன்) சாய்வான்னு கேக்கறேன்? பொண்ணு மார்லே இருக்கிற சங்கிலியையே எடுத்துண்டு போனான்னா, ராமசுப்பு மாத்துச் சங்கிலி போடுவானா? இல்லை, வீட்டோட வச்சுண்டு சம்ரட்சிப்பானா?" என்கிறார் ராமதுரை. "ராமதுரை சொல்வதும் ஒரு பாயிண்டுதான்" என்று கிராமமும்

ஒத்துப்போகிறது. இதுதான் நம் கிராமங்களின் மனநிலை. அதிகாரத்தின் குரல்களைப் பொதுவாக அவை எதிர்ப்பதில்லை. ஆனால், இந்தக் கதையில் வரும் பெண் புத்திசாலி. "பெண்டாட்டிக்கு ஒரு புதுப்புடவைக்கு நாதியில்லை. ரண்டு புள்ளையைப் படிக்க வைக்க வக்கில்லை. ஆறு மாநிலத்தைக் குத்தகைக்காரன்கிட்ட கொடுத்துப்பிட்டு, உலுப்பை வாங்கிச் சாப்பிடறது. அதுகிட்ட போய் யோசனை கேட்கணும்னு தோணித்துப் பாருங்கோ, உங்களுக்கு?" எனத் தந்தையை மருட்டிவிடுகிறாள்.

'நடேசண்ணா' – மூன்றாவது சிறுகதை. "மானம் பார்த்த மலட்டுப் பொட்டல்களிலேயே ஜனங்களுக்கு ஊரபிமானம் கொள்ளையாக இருக்கும் என்கிறார்கள். எங்கள் ஊருக்கு என்ன? மாவும் வாழையும் மூங்கிலும் புளியும் வாகையும் பூவரசுமாக நிழலும் வெயிலும் போராடுகிற அழகுக் களஞ்சியம்" எனத் தி.ஜா. ஊரைக் கண்முன் கொணர்கிறார். ஊரை மட்டுமா? நடேசண்ணாவின் பாட்டையும், அவரையுமே கண்முன் தி.ஜா. கொணர்கிறார். "நடேசண்ணா, ஒரு ராகத்தைப் பாட ஆரம்பித்தால், அந்த ராகம் மரியாதையாக, அழகாக, வந்து நிற்கும். குளித்துவிட்டுத் தலைசீவி, மலர்சூடி, துல்லிய ஆடை உடுத்துப் பளிச் என்று பணிவாக வந்து நிற்பதுபோல் எனக்கு ஒரு தோற்றம் வருவதுண்டு. மற்றவர்கள் அதே ராகத்தைப் பாடும்போது, அந்தப் பணிவை நான் உணர்ந்ததில்லை. பரட்டைத் தலையாகவோ, கிழிசல் துணியோடோ, உடம்பில் தூசிப் புழுதியோடோ அல்லது முகம்சுளித்தோ – ஏதாவது ஒரு சேஷ்டை செய்து வருவதுபோல்தான் எனக்குப் படுகிறது" என்கிறார். "அறுபத்தெட்டு வயதிலும், இரண்டு கலம் நெல்லைத் தலையில் வைத்து, ஒன்றரை மைலுக்கப்பாலுள்ள மிஷினில் நடந்துபோய் அரைத்துத் திரும்பிவிடுவார்" என்கிறார். இது நடேசண்ணாவின் உழைப்பைப் போற்றுகிறது என்றால், பின்வரும் தொடர், அவரின் இசையைப் போற்றுகிறது. "ஏகாதசி பஜனை கேட்கலாம். நடேசண்ணாவின் பாட்டை நடுநிசி மட்டும் கேட்கலாம். ஐயோ, அம்மா! – என்ன தோடி, என்ன பியாகடை! என்ன தேவகாந்தாரி, என்ன ஆஹிரி! இதற்காக, எந்தப் பட்டினியும் கிடக்கலாம்" என்கிறார்.

யாரிடமும் ஸரிகமபதநிச கற்றுக்கொள்ளாத இயற்கைப் பாடகர் அவர். அவர் பாடலைக் கேட்க, மூன்று வருடத்திற்குப் பிறகு, ஊருக்கு வருகிறான் கதைசொல்லி. ஆனால், அவருக்குப் புத்தி கலங்கிவிட்டது; இப்போது பாடுவதில்லை என்கிறார்கள். அவரும்கூட, "நான் பாட்டை நிறுத்தி ஒரு வருஷமாச்சுடா. இனிமே பாடறதில்லேன்னு சொல்லிப்பிட்டேன்" என்கிறார். என்ன காரணம்? செத்துப்போன பம்பாய் கிருஷ்ணய்யரின் இளைய சம்சாரத்துக்கும் நடேசண்ணாவுக்கும் தொடர்புள்ளதாய் ஊரில் கதைகட்டி விடுகிறார்கள். அசுத்தமாகிவிட்ட நடேசண்ணாவுக்குக் கோவிலில் வந்து பாடவும் தடைபோடுகிறார்கள். சிறந்த சங்கீத ரசிகையான அவள் வீட்டுக்கே சென்று பாடுகிறார் நடேசண்ணா. திரும்பி வெளியே வரமுடியாமல், வாசற்கதவைத் தாழிட்டு விடுகிறார்கள். ஊர்ப் பழிக்குப் பயந்து, ஊரையே காலிசெய்துவிட்டுப் பம்பாய்க்கே திரும்பப் போய்விடுகிறாள் அவள். இதுதான் கதை. ஊர் எவ்வளவுதான் அழகாக இருந்தென்ன, இந்தப் பொறாமையும்

கயமையும்தான் ஊர்க்காரர்களின் உடன்பிறந்த குணக்கேடுகள் எனத் தி.ஜா. குறிப்புணர்த்துகிறார்.

'ஆயிரம் பிறைகளுக்கப்பால்'– நான்காவது கதை. இக்கதை, இன்றைய கர்நாடக சங்கீதம், தட்டச்சுப் பொறிகளின் ஓசையாய்த் தரமிறங்கி விட்டதாகக் கடுமையாக விமர்சிக்கிறது. “நாம் இப்போது பியானோ, புல்புல்தராஸ், ஜலதரங்கம் இவற்றையெல்லாம்விடக் கர்நாடக இசைக்கு மிகமிக நெருங்கிய இசைப்பொறிகளாகி விட்டோம். நாம் கலைஞர்கள், இளைஞர்கள். நம் உடல்கள் இசைப்பொறிகள். தம்புராவுக்கோ ஆதார சுருதிக்கோ ஆட்பட்ட கொத்தடிமைகள் அல்ல, கர்நாடக சுரப்ரஸ்தார இசைப்பொறிகள்” எனத் தன் இனத்தை, இங்கிலாந்திலிருந்து வந்த முதுபெரும் டைப்ரைட்டர் தானே வஞ்சப்புகழ்ச்சி செய்துகொள்கிறது. “கேட்டுக்கொண்டிருந்த எல்லா இள– நடுவயது டைப்ரைட்டர்களும் தாங்களும் கலைஞர்கள், கலைஞர்களிலே உயர்ந்த இசைக்கலைஞர்கள் என்று இறும்பூது கொண்டன. சுரம்பாடுகிறோம் என்று அடித்துக்கொண்டன” எனத் தி.ஜா. கிண்டலடிக்கிறார். இது ஓர் ஆழமான தி.ஜா. கதையாக இல்லை. தி.ஜா.வின் இசைப்பற்றும், உன்னதமான சங்கீதத்துக்கான அவரின் நிஜ ஏக்கமுமே இக்கதையாக உருவெடுத்துள்ளன எனலாம்.

'மறுபிறவி' – ஐந்தாவது கதை. நகைக்கடை உரிமையாளர் குஷால் சந்த் மட்டன்வாலாவுக்கு மகன் சரியில்லை. இது ஒரு விநோத நிலைமை. “இது நாலாம் தடவை. பூட்டை உடைத்து ஒரு வைரஅட்டிகையை அபேஸ் செய்தான். எனக்கு இலட்சரூபா தண்டம் – கேஸை அமுக்க, அம்பலத்துக்கு வராம தடுக்க. ரண்டாம் தடவை, என் மானேஜர் வீட்டிலேயே பூட்டைத்திறந்து அவரோட பைனாகுலர்ஸைத் திருடிட்டான். மானேஜர் காலிலே நானே விழும்படியாச்சு... நான் பணமா கொடுக்க மாட்டேங்கறேன்? என் சொத்து ஒரு கோடியய்யா... அவனும் ஒரே புள்ளை. இவன் எதுக்காகத் திருடணும்? என்னத்திலே குறைச்சல்?” எனக் குமைகிறார் சந்த். அவரின் அந்தரங்க ஜோஸ்யரான புரோகிதர், அதற்குச் சின்னவயசுக் குறும்பே காரணமென்கிறார். “இப்படியே போயிட்டு இருந்தா, கோடி ரூபாயும் இவன் திருட்டுக் கேஸுகளை அமுக்கவே தீர்ந்து போயிடும்” என்கிறார் சந்த். பூட்டை உடைத்து மட்டுமே கிஷன்சந்த் திருடுவதால், அவனுக்கு ஒரு பூட்டுத் தொழிற்சாலை அமைத்துக் கொடுத்தால், எல்லாம் சரியாகிவிடும் என்கிறார் ஜோஸ்யர். சரியாகுமா? இந்தக் கேள்விக்குக் குறிப்பாக விடைசொல்கிறது இக்கதை. எல்லா அப்பாக்களையும் சீர்திருத்தி எப்படிப் பிள்ளைகளிடம் அன்பாக இருக்கவேண்டும் எனப் புத்தி கற்பிப்போம் என்கிறான் கிஷன்சந்த். தலைமுறை இடைவெளியின் முரண்பாட்டையே, இங்குத் தி.ஜா. கதையாக்கியுள்ளதாகக் குறிப்பிடலாம்.

'மயில்சாமியின் தேவை' – ஆறாவது கதை. ஒரு பள்ளி ஆசிரியருக்கும் ஒரு சினிமா நடிகனுக்குமான நட்பை, அண்ணன் – தம்பி போன்ற பாச உறவைப் பேசும் கதை இது. இதில் வரும் சினிமா நடிகன் மயில்சாமி, ஸ்புட்னிக் பறந்த அன்று, கதாநாயகனாய் முதல் படம் நடித்தவன். ஸ்புட்னிக்கால்தான், அதிர்ஷ்டம் தன்னையும் வெற்றிகரமான ஒரு நடிகனாக்கிவிட்டதாக நம்பித் தான் வாங்கும் புதுவீட்டிற்கு ஸ்புட்னிக் பெயரை வைக்கின்றான். சாதாரண வாடகை வீட்டில் தட்டுத்தடுமாறி

வாழ்ந்துகொண்டிருந்த மயில், முதல் பட வெற்றிக்குப்பின் கோடிகளில் புரள்கிறான். தாம்தூம் என்று செலவழிக்கிறான். விமானத்தில் டெல்லிபோய்ச் சுருட்டை எருமை வாங்கிவருகிறான். குழந்தைகளுக்கு ஒவ்வொரு விரலுக்கும் மோதிரம்போட்டு அழகுபார்க்கிறான். மனைவிக்குத் தனிக்கார் வாங்கித் தருகிறான். எதெதற்கோ, கணக்குப் பார்க்காமல், காசை மயில்சாமி விட்டெறிகிறான். அசிங்கமாய் அவன் செலவழிப்பதாகப் பள்ளி வாத்தியார் அபிப்ராயப்படுகிறார். உங்க காசையா செலவழிக்கிறான் என்று மனைவி வாத்தியாரைச் சொற்களால் குத்துகிறாள். வாத்தியாரை அண்ணன் என்று அழைக்கும் மயில்சாமி, அவர் மனைவியைப் பாசமாய் அண்ணி என்கிறான். அவன் காரில் அண்ணியை ஏற்றிச் சுற்றிக்காட்டுகிறான். ஆனால், ஒருநாள்! காலையில் இலட்ச ரூபாய் ஊதியம் பேசிப் புதுப்படம் ஒன்றுக்கு ஆயிரம் ரூபாய் அட்வான்ஸ் வாங்கித் தர்ம காரியத்துக்குச் செலவழிக்கிறான். அன்று, அதற்குப்பின், என்ன முயன்றும், ஒரு நான்குமணி நேரத்திற்குக் கையில் ஒற்றை ரூபாய்கூடப் புரளமறுக்கிறது. வாத்தியாரிடம் கேட்டுக் கடனாய் நாற்பதுரூபாய் (அந்தக் காலத்தில் அதன் மதிப்பு, ஆயிரத்துக்கும் மேலிருக்கலாம்!) வாங்கிச்சமாளிக்கிறான். அவனுக்கு ஒரு பாடமாகிறது அது. இந்தக் கதையில், இன்று நமக்கு வியப்பளிப்பது ஒன்றுதான். ஒரு சினிமா நடிகனை இவ்வளவு நல்லவனாகத் தி.ஜா.வால் எப்படி எழுத முடிந்தது என்பதுதான். தி.ஜா.வின் கதைகளில் தீயவர்களே கிடையாது என்பதற்கு, இதையும் ஒரு சான்றாகக் காட்டலாம்.

'கடைசி மணி'– ஏழாவது கதை. இக்கதையில், ஆராவமுது என்ற ஒரு சாதாரணப் பள்ளி வாத்தியார்தான் ஹீரோ. பள்ளியாசிரியர் வேலை பார்த்தபோது கிடைத்த அனுபவத்திலிருந்து, இந்தக் கதையைத் தி.ஜா. புனைந்திருக்கலாம் என்று தோன்றுகிறது. முப்பத்து நான்கு வருஷம், கவனிப்பாரின்றி ஒதுக்கப்பட்டிருந்த ஆராவமுது, தலைமையாசிரியர் உட்பட, ஒன்பது அடுத்தநிலை ஆசிரியர்களும் ஒரேநாளில் பள்ளிக்கு விடுப்பெடுக்கும்போது, ஐ.சி.எஸ். செகரட்டரியால் அழைக்கப்பட்டுப் பள்ளிக்கு ஒரு நாள் தலைமையாசிரியராக நியமிக்கப்படுகிறார். செகரட்டரி வீட்டில் காபி குடிக்கும்போது, ஆராவமுதின் கைநடுங்குவதைப் பள்ளிப் பணியாளன் பச்சையப்பன் பார்த்துவிடுகிறான். "பெரியய்யாவுக்குத் தைரியமாயிருக்கிறவங்களைக் கண்டாத்தான் பிடிக்கும்" என்று ஆராவமுதைக் கேலிசெய்கிறான். இதனால் சீண்டப்படும் ஆராவமுது, தைரியமாயிருக்க முடிவு செய்கிறார். "இன்னிக்கு இரண்டு பீரியட்தான் பள்ளிக்கூடம். கடைசி மணி அடி" எனப் பணியாள் பச்சையப்பனுக்கு உத்தரவிடுகிறார். "நான் ஒரு நாளைக்கு ஹெட்மாஸ்டரா இருந்தது, இந்த ஜில்லாவிலேயே நினைவிருக்க வேண்டாமோ?" எனத் தனக்குள்ளேயே ஆராவமுது நினைத்துக்கொள்கிறார். ஒரு சாதாரணனின் தன்மானத்தைத் தூக்கி நிறுத்தும் சிறுகதை என்று இதைக் கருதலாம்.

'பாப்பாவுக்குப் பரிசு' – எட்டாவது கதை. பாப்பாவும் அதன் அம்மாவும் தூங்கும் நடுநிசியில், அந்த வீட்டுக்குத் திருடன் வருகிறான். வீட்டில் அப்பா இல்லை. விழிக்கும் அம்மாவைக் கத்தியைக் காட்டி மிரட்டித் துணியை வாயில் அடைத்துக் கைகள் இரண்டையும் கட்டிப் போடுகிறான். சாமான் வைக்கும் அறைக்குள் போகிறான். அந்த நேரம் பார்த்துத் துணிச்சலாகப்

பாப்பா ஓடிப்போய்க் கதவைச் சாத்தித் தாழிடும் வளையத்தை இழுத்து மாட்டிக் கொக்கியில் விசிறிக் காம்பைச் செருகிவிடுகிறாள். அவ்வளவுதான். அறைக்குள்ளே திருடன் மாட்டிக்கொண்டான். பாப்பா போய், ஊராரைக் கூட்டி வந்துவிடுகிறாள். எல்லாரும் அடி அடியென்று வெளுத்து வாங்குகிறார்கள். இது வரையான இந்தக் கதையை யாரும் எழுதிவிடலாம். இதற்குப் பிறகு, தி.ஜா.மட்டும்தான் எழுதமுடியும். அடி தாங்கமுடியாது, “ஐயா, இன்னமே இந்த வழிக்கெல்லாம் போகமாட்டேங்க, சாமிங்களே, இத்தோடு விட்டுடுங்க... புள்ளைகுட்டிக்காரன்யா, ஐயா, ஐயா” எனத் திருடன் கதறியழுகிறான். பாப்பாவுக்கும் அழுகை வருகிறது. “விட்டிடுங்க மாமா அவரை, இனிமே செய்யமாட்டேன்னிட்டாரே, விட்டிடுங்க மாமா... கையைக் கட்டிப்போட்டு அடிக்கிறீங்களே, அவுத்துவிட்டு அடிங்க பாப்பம்... உங்களுக்குத்தான் பாவம், இதுக்கு எல்லாம் சாமி குடுப்பாரு” எனக் கறுவுகிறாள்.

பாப்பாவின் பேச்சை யாரும் கேட்பதில்லை. இப்போது பாப்பா, திருடன் பக்கம்! சாட்சிக் கூண்டில் நிற்கும் பாப்பாவிடம், “நீ புடிச்சுக் குடுத்ததினாலேதான், இவ்வளவும்? நீ ஏன் புடிச்ச அவர?” என்கிறார் ஜட்ஜ். “நான்தான் அப்புறம் விட்டுடுங்கோன்னு சொன்னேனே, இவங்க கேக்கலே” என்கிறாள். “அடிக்கவும் அடிச்சிப்பிட்டுக் கேஸூம் கொடுத்திட்டாங்க பாத்தியா இப்ப?... மனிசங்கன்னா அப்படித்தான் இருக்கணும்” என்று சிரிக்கிறார் ஜட்ஜ். பாப்பாவுக்குச் சர்க்கார் இருபதுரூபாய் (அக்காலம்!) பரிசு தருகிறது. அதைத் தூக்கியெறிகிறாள் பாப்பா. அதை அப்பா எடுத்துப் பாப்பாவுக்குப் பட்டுப் பாவாடையும் சட்டையும் வாங்கிவருகிறார். அதைப் பாப்பாவுக்குப் போட்டுவிடுகிறாள் அம்மா. அவிழ்த்தெறிந்து விட்டுப் பிறந்தமேனியில் பாப்பா நிற்கிறது. வீல் என அழுகையும் வைக்கிறது. வயதான மனிதர்களிடம் இல்லாத மனிதாபிமானம், குழந்தைகளிடம் கசிவதைத் தி.ஜா. சிறப்பாக எடுத்துக்காட்டும் கதை இது.

‘மூர்ச்சை’– ஒன்பதாவது சிறுகதை. “எந்தக் கைக்குட்டையால் நெஞ்சு ஈரத்தை ஒற்றி எடுத்துக் கொள்கிறார்கள், இந்த மனிதர்கள்! நரகத்தில் நெய்த கைக்குட்டையா!” – இந்தச் சொற்கள் சொல்லும் செய்திதான், இக்கதையின் மையம். “ராமனும் சுக்ரீவனும் செய்துகொண்டார்களே, அந்த மாதிரி அக்னிசாட்சியாகத் தோழமை பூண்டார்களோ என்று எனக்குச் சிரிப்பு வருவதுண்டு” என்று வியாசராவ் – நாகராஜபிள்ளையின் நட்பைக் கதை சொல்லி விவரிக்கிறார். இந்த நட்பில் ஏற்பட்ட விரிசல்தான் இக்கதை. வியாசராவுக்குத் திடீரென வந்த நோய் காரணமாகப் பிள்ளை மிரண்டுவிட்டார். சட்டென்று ராவுடனான எல்லா பந்தங்களையும் பிள்ளை அறுத்துக்கொண்டு விட்டார். தெளியாத மூர்ச்சையில் வியாசராவ் விழுந்ததன் எதிர்விளைவு இது. இப்படித்தான் ஊரில் பேசிக்கொள்கிறார்கள். கதைசொல்லிக்குச் சிறுவயதில் ராவ்தான் பள்ளிக்கூடச் சம்பளம் கட்டியிருக்கிறார். இனிமேல் ராவ் கண்ணைத் திறப்பது சிரமம் என்று டாக்டர் சொல்லிவிடுகிறார். ராவின் மனைவிக் கிழவி கையிலிருந்த வளைகள் காசாக மாறி, மருந்தாகவும் மாறிவிட்டன. அப்படியும் ராவ் தேறவில்லை. இந்தப் பக்கம்கூடப் பிள்ளை எட்டிப் பார்க்கவில்லை. “இந்த மாதிரி சமயத்தில்தானே, மனுஷா எப்பேர்ப்பட்டவான்னு தெரிஞ்சிக்க

முடியும்! நாமதான் எப்படித் தெரிஞ்சுக்கறது!" என்கிறாள் கிழவி. "இருந்தாலும் இப்படியா!" என்று நோகிறார் கதைசொல்லி. பிள்ளை பெரும்பணக்காரர். இரும்புக்கடைக்காரர். "ராயருக்கு வந்த நோயைக் கண்டு, பயப்படுகிற சொத்தா இது! இரும்புக்கடை கடப்பாரை எல்லாம், ஏன் சும்மா கிடக்கின்றன! தாமாக எழுந்து தங்களைவிட இரும்பாக இறுகிக் கிடக்கிற அந்த இதயத்தை, ஏன் இன்னும் பிளக்கவில்லை?" என்று கனல்கிறார் கதைசொல்லி.

பன்னிரண்டு பதின்மூன்று நாட்களுக்கு பிறகு, ஒருநாள் நாகராஜ பிள்ளை வியாசராவின் வீட்டுக்குள் அடியெடுத்து வைக்கிறார். என்ன ஆச்சர்யம்! படிப்படியாகத் தேறிவிடுகிறார் ராவ். மாமிக்குப் பிள்ளைதான் மாங்கல்யப் பிச்சை வாங்கி வந்ததாக, ராவ் சொல்கிறார். கதைசொல்லிக்குத் தலையும் காலும் புரியவில்லை. ராவ் சொன்ன பிறகுதான், மர்மம் துலங்குகிறது. நாகராஜபிள்ளை, அவர் வீட்டில் பூஜையிலமர்ந்து, அன்ன ஆகாரமின்றிப் பன்னிரண்டு நாளாகக் கண்ணை மூடிக்கொண்டு தவித்திருக்கிறார் என்கிறார் வியாசராவ். பிள்ளையின் பன்னிரண்டு நாள் தியானத்தின் பலனாகத்தான் தாம் பிழைத்ததாகவும் ராவ் நம்புகிறார். "அந்த மனுஷன், சாதாரண மனுஷனா! யாருக்கு அப்படிப் பிரியும் வைக்கமுடியும், வைக்கத் தெரியும்?" என்கிறார். மாமிக்கு மாங்கல்யப் பிச்சை வாங்கிவந்த நாகராஜபிள்ளையைத் தேடிப்போய்ப் பார்க்கிறார் கதைசொல்லி. "நான் வாங்கிட்டு வரலே. பதில் செஞ்சேன். ஒண்ணு செஞ்சா பத்தா திருப்பிச் செய்யணும். இது பாதிகூட இல்லையே–!" என்கிறார் பிள்ளை. மறுபடியும் கதைசொல்லிக்குத் தலையும் வாலும் புரியவில்லை. வேலித் தகராறில் அப்பாவைக் கொல்ல வந்தவனைத் தற்காப்புக்காகக் கொன்றுவிட்ட தம்மைச் சாட்சியில்லை என்று சொல்லி விடுவித்தவர் வியாசராவ்தான் என்பதைக் கதைசொல்லிக்குப் பிள்ளை சொல்கிறார். அதன்பின், ஜட்ஜ் வேலையை, ராவ் ராஜினாமா செய்துவிட்டதையும் சொல்கிறார். பெரிய டாக்டரான தம்முடைய கடவுள் வைத்தியநாதனிடம் தாம் வைத்த வேண்டுதல் பலித்துவிட்டதாகக் கதைசொல்லியிடம் பகிர்ந்துகொள்கிறார் பிள்ளை. வியாசராவ் மூர்ச்சையிலிருந்தபோது, நாகராஜபிள்ளையும்கூடப் பூஜை மூர்ச்சையில்தான் இருந்திருக்கிறார். உண்மை தெரியாமலேயே, பிறரைப் பற்றி, நாம் என்னவெல்லாம் பேசிவிடுகிறோம்!

'தங்கம்' – இத்தொகுப்பின் கடைசிக் கதை. இருபத்திரண்டு வயதுப் பையன் ராமலிங்கம். இரவில் திண்ணையில் தான் தூங்குவதாய் ஆசிரியரை ஏமாற்றிவிட்டுக் கந்தப்பா டூரிங் டாக்கீஸுக்குப் போய்விடுகிறான். "டேய் ராமலிங்கம்! இந்தப் புத்தியிலே கால்பங்கைப் படிப்பிலே போடேன். என் மனசு குளிரும், உன் மாமன் மனசும் குளிரும்" எனத் தனக்குள் முனகிக் கொள்கிறார் வாத்தியார். மனைவியிடம் சீறுகிறார். "அந்தப் பயலை என்ன செய்யணும் தெரியுமா? இந்தப் பள்ளிக்கூடத்திலே வச்சாவா அடங்குவான்? கோயில் காளைமாதிரி அலையறான். ஏய்ன்னா, டேய்ங்கிற ஒரு வாயடிக்கிற பொண்ணைப் புடிச்சுக் கட்டிப் போட்டுட்டா, பய பூனைக்குட்டியா அடங்கிப்பிடுவான். அந்தப் பள்ளிக்கூடம்தான் அவனுக்குச் சரி. துக்கிணியூண்டு பசங்களோட உட்கார்ந்துக்கிட்டு, அத்தெப் படி இத்தெப் படின்னா கேக்குமா?... காலமே வரட்டும் அந்தப் பய. பளார்

பளார்னு நாலு விடாமயா இருக்கப் போறேன்!” என்கிறார். “சொல்றது என்னத்தை? சொன்னதைக் கேட்டாத்தானே? அடங்கலைன்னா?... அடிக்கவாவது! ஒரு வார்த்தை கேட்டான், உனக்கென்னய்யான்னு; அப்ப எங்கே மூஞ்சியைக் கொண்டு வச்சுப்பீங்க? ஆள்தான் என்ன சின்ன ஆளா? படைவெட்டிச் சிப்பாயா நிக்கறான்” என்கிறாள் மனைவி. இது அறுபதுகளில் நிலவிய ஒரு பிரச்சனை. பல வகுப்பிலும் ஃபெயில் ஆகி ஃபெயில் ஆகிப் பெரியவனான பிறகும் சிறு பையன்களுடன் சேர்ந்து பள்ளியில் படிக்க நேரும் அவஸ்தை அல்லது ஹிம்சை. பள்ளியாசிரியராய் இப்படித் தாம் பார்த்த எத்தனையோ பையன்களில், ஒரு ராமலிங்கத்தின் கதையைத்தான் தி.ஜா. இங்கே எழுதியிருக்கிறார். பையனுக்குத் தஞ்சாவூர்தான் ஊர். தம் நெருங்கிய நண்பரின் சிபாரிசைத் தட்டமுடியாமல், தலைமையாசிரியருக்கு வேப்பிலை அடித்துத் தம் பள்ளியில் ராமலிங்கத்தைச் சேர்த்துவிட்டார். வாத்தியார் வீட்டோடு தங்கிப் படித்த அவன்தான், இரவுகளில் இப்படிக் கம்பி நீட்டுகிறான். சேர்ந்த நாலாம்நாளே பள்ளி மாணவர்கள் இவனைத் தலைவனாகத் தேர்ந்தெடுத்து விட்டார்கள். பத்துக்குமேல் ராமலிங்கம் மார்க் வாங்குவதில்லை; ஒருநாள் வந்தால் ஒன்பதுநாள் வரமாட்டான்; வகுப்பில் கேள்வி கேட்டால் அசட்டுப் பிசட்டு என்று பிதற்றுவான்; தினமும் அரைமணி தாமதமாகத்தான் வருவான்; தலைவனாகத் தேர்ந்தெடுத்ததற்கு நன்றிகூடச் செலுத்தத் தெரியவில்லை; பள்ளிக்கூட நேரத்தில் பாதி தஞ்சாவூர், கும்பகோணம் பஸ்ஸுகளிலோ ரயிலிலோதான் கழியும் என்கிறார் கதைசொல்லி. நடுவில் மாணவர்கள், ராமலிங்கத்தைத் தலைமைப் பதவியிலிருந்து நீக்கிவிடுகிறார்கள். பஞ்சாயத்து போர்டு தேர்தல், சட்டசபைத் தேர்தல் என்று அனைத்திலும் அவனுக்குக் கிராக்கி இருக்கிறது. வாயைத் திறந்தால் சிகரெட் நாற்றம்; வெற்றிலைக் காவி; கிட்டே வந்தால் செண்ட் நெடி; பையனுடைய நடவடிக்கை வரவர மோசமாகிறது. படிப்பிற்கும் அவனுக்கும் ராசி இல்லை என்கிறார் வாத்தியார். ஆனால், இந்தப் பையன், ஒரு பெரிய காரியம் செய்து, வாத்தியாரின் மதிப்பைப் பெற்றுவிடுவதுதான் மீதிக் கதை.

முதல்நாள் பரீட்சை எழுதியவன்தான்; மறுநாள் முதல் ஆளைக் காணவில்லை. பரீட்சை முடிந்த பின்வந்து, வாத்தியார் வீட்டுக் குடுத்தனத்தைக் காலி செய்துகொண்டு போய்விடுகிறான். பின் திடீரென ஒருநாள், தாலி கட்டிய மனைவியுடன் வந்து, வாத்தியாரின் காலில் விழுகிறான். திருப்பதியிலே கல்யாணம் நடந்ததாம்! ‘காலிலும் கையிலும் வளையலும் கொலுசுமாகப் பெண் கல்யாணத் திருவுடன் பொலிந்து கொண்டு மலர்ந்து நின்றது’ எனத் தமக்கே உரிய நடையில் தி.ஜா. எழுதுகிறார். “உன் பெயர் என்னம்மா?” எனக் கேட்கிறார் வாத்தியார். “அதுக்குப் பேசவராது ... ஊமை சார்” என்கிறான். யாரும் பண்ணிக்கொள்ளாத முன்வராததால், தானே தனது அக்காளின் மகளைக் கல்யாணம் பண்ணிக்கொண்டு விட்டேன் என்கிறான் ராமலிங்கம். “மாமனுக்கு ரொம்பக் கோபம். அவருக்குக் கல்யாணத்துக்கு ரெண்டு பொண்ணு இருக்கு. என்னைக் கொஞ்சமா கலைக்கலே. இருக்கிற உறவு ஒருத்தரு பாக்கியில்லே, கலைக்க முனைஞ்சிட்டாங்க. கல்யாணத்திலேயே ஏதாவது கலாட்டா பண்ணுவாங்களோன்னு பயமாப் போச்சு. கடைசியிலே கண்காணாத

இடமாப்போய்ப் பண்ணிக்கிறதுன்னு முடிவு பண்ணிப்பிட்டேன். பேரும் அலமேலுன்னு இருந்திச்சா, திருப்பதியிலே செய்யறதுன்னு முடிவு பண்ணினேன். முடிஞ்சும் ஆயிட்டுது. எங்க அக்காவுக்கும் இனிமேக் கவலையில்லே... பேசி என்ன சார் ஆகப்போவுது... ரொம்ப புத்திசாலி சார் இது...” என்கிறான் ராமலிங்கம். பிரமை பிடித்தாற் போலாகி விடுகிறார் வாத்தியார். “தங்கத்தை எவ்வளவு கஷ்டப்பட்டுத் தேடி எடுக்க வேண்டியிருக்கு, பாத்தீங்களா?” என்கிறாள் மனைவி. ஒரு மோசமான மாணவனிடமிருந்து, பெறற்கரிய மனிதாபிமானம் என்ற சிறந்த வாழ்வியல் பாடத்தைக் கற்றுக்கொள்கிறார் வாத்தியார்!

‘எருமைப் பொங்கல்’ சிறுகதைத் தொகுப்பிலுள்ள ஒவ்வொரு கதையும் ஒவ்வொருவிதம்; ஒவ்வொன்றும் தனித்தனி ரகம். எருமைப் பொங்கல் – குறியீடாகப் பலவற்றை உணர்த்துகிறது. நடராஜக்கால் – திண்ணை வேதாந்திகளின் வம்பையும் வீம்பையும் சித்திரிக்கிறது. நடேசண்ணா – கிராம மனோபாவத்தின் அசூயையைப் புலப்படுத்துகிறது. ஆயிரம்பிறைகளுக்கப்பால் – இன்றைய கர்நாடக இசையில் செல்வாக்குச் செலுத்தும் போலித்தனத்தைத் திரைகிழிக்கிறது. மறுபிறவி – தந்தைக்கும் மகனுக்குமான மனநிலை மாற்றத்தை விமர்சிக்கிறது. மயில்சாமியின் தேவை – ஆடம்பரத்தின் ஆர்ப்பாட்டத்தையும் எளிமையின் அழகையும் எடுத்துரைக்கிறது. கடைசி மணி – சாதாரண மனிதனின் சுயமரியாதையைக் காட்டுகிறது. பாப்பாவுக்குப் பரிசு – உண்மையான திருடன் யார்? இந்தச் சமூகம்தான் என்கிறது. மூர்ச்சை – பிறரைத் தீர்ப்பிடுவதன் அரைகுறைத் தன்மையைக் கடிந்துகொள்கிறது. தங்கம் – படிப்பு மட்டுமே வாழ்க்கை கிடையாது; மனித மாண்புடன் வாழ்வதே முக்கியம் என்கிறது. கலையும் கருத்தும் பொலியும் மனக்குகை ஓவியங்கள் எனத் தி.ஜா.வின் சிறுகதைகளை இனங்காணலாம்.

✣

62

அபூர்வ எழுத்து [அபூர்வ மனிதர்கள்]

பா. கண்மணி

பாத்திரச் சித்திரிப்பு என்பது, தி.ஜானகிராமனின் அலாதித்துவமும் பலமும் எனலாம். தம் கதை மாந்தர்களின் உருவம், நடை, உடை, பாவனைகளுக்கு வருணனைகளாலும் தம் வசனங்களாலும் உயிர்கொடுத்து அவர்களை நம் கண் முன்னே உலவவிடும் ஒரு மாயவித்தைக்காரர் தி.ஜா. அவ்வகையில், முழுக்க முழுக்கப் பாத்திரப் படைப்புக்களை மையமாகக் கொண்ட 'அபூர்வ மனிதர்கள்', அவரது முத்திரைத் தொகுப்பு எனலாம். இந்தத் தொகுப்பில் வரும் 14 வெவ்வேறான மனிதர்களை வார்த்தைச் சிக்கனங்களின்வழித் தத்ரூபமாக வருணிக்கிறார். மேலாகக் கடைசியாக வரும் பேசும் நாய் விந்தையானது. சூழல்கள் அமைகையில், மனிதர்கள்தாம் எவ்வளவு சுவாரசியமானவர்கள்? மனிதர்கள் அவருக்குச் சலிப்பதேயில்லை. ஒரு குழந்தையின் ஆர்வத்தோடு அவர்களைக் கவனித்துக்கொண்டேயிருக்கிறார்.

'நாதரட்சகர்' கோவிந்தனை, இப்படி அறிமுகப்படுத்து கிறார். 'தட்டுச் சுற்று வேட்டி, சட்டை போடாத வெற்றுடம்பு, தோளில் சின்னக் கட்டம் போட்ட சிவப்புக் காதித் துண்டு. தலையில் குடுமி. முன்பக்கம் சவரம் செய்யாது, பெண்பிள்ளைபோல் நெற்றியிலிருந்தே வாரிச் சீவப்பட்ட தலைமுடி. அதில் அங்கும் இங்கும் நரை. நெற்றியில் குங்குமம். குங்குமத்துக்குக் கீழ் துளி சந்தனப் பொருக்கு. வேர்வையில் கருத்த பூணூல்.' ஒரு கேலிச்சித்திரத்தின் வரைவை ஒத்தது இது.

இத்தொகுப்பில் தி.ஜா., தாம் சந்தித்த விநோதமான மனிதர்களைப் பற்றிப் பேசுகிறார். மனிதர்களின் மீது மாறாப் பரிவு கொண்ட ஜானகிராமன், அவர்களது பாசாங்குகளை, பலவீனங்களை, பிசகுகளை மற்றும் முரண்களையெல்லாம் ஒரு புன்சிரிப்போடு கடந்துபோகிறார். இதில் 'மக்களை ஈர்த்த மகராசர்', நம்மூர் மந்திரிகளின் ஆரவாரத்தைப் பகடி

செய்கிறது. 'மிஸஸ் மாதங்கி' – மேல்தட்டு டெல்லி டாம்பீகத்தையும்; '12இ பேருந்தில்' – கீழ்த்தட்டு சென்னை பந்தாவையும் கேலி செய்பவை.

மனிதர்கள் எத்தனை விதம்? 'கம்ப்ளைண்ட்'இல், எல்லாவற்றையும் பற்றி அதிருப்தியுள்ள ஒரு மனிதர், ரெயில்வேஸுக்குப் பக்கம் பக்கமாகப் புகார் எழுதித் தள்ளுகிறார். கடைசியாகப் புகாரில் கையொப்பமில்லை. அந்த மனிதர் வெறும் ஒரு குறைகூறும் கோழை; மொட்டைக் கடிதம் என்று கடைசிப் பக்கத்தில்தான் தெரிகிறது. தெரியவந்ததும் புகார் குப்பைத்தொட்டியில் சேர்ப்பிக்கப்படுகிறது. 'கைகாட்டி'–யில், வழிசொன்னதற்கே காசு கேட்கிறார் ஒரு சென்னைவாசி.

சமூகப் பிரக்ஞை ஆங்காங்கு எட்டிப் பார்க்கிறது. கன்றுக்குட்டி காணாமல் போனதற்காகத் தூணில் கட்டிவைக்கப்பட்டு அடி வாங்கிய மாடு மேய்க்கும் கணேசன், 'வேதாந்தியும் உப்பிலியும்'–கதையில் மதம் மாறிக் கலிபுல்லாவாகி அதே அக்கிரஹாரத்தில் வெற்றிலை வியாபாரி வேதாந்த சாகிபாக'த் தன் பழுத்த முதுமைவரை வளைய வருகிறார். மதம் மாறினாலும் சாகிபு, சித்தர் பாடல்களை அவ்வப்போது மறக்காமல் பாடுகிறார். 'விஞ்ஞான வெட்டியானும் ஞான வெட்டியானும்', தனியார் மருத்துவமனைகளின் ஈவிரக்கமற்ற தன்மையை 40 வருடங்களுக்கு முன்பே படம் பிடித்திருக்கிறது. மருத்துவமனைக் கட்டணம் செலுத்தத் தாமதமானதால், அறுவை சிகிச்சை செய்யாது தாமதிக்கின்றனர். அதற்குள்ளாகப் புண் புரையோடிவிடுகிறது. அதன் விளைவாகப் பாதத்தை எடுப்பதற்கு பதிலாகக் கணைக்காலை எடுக்கவேண்டிய நிலை. இன்னொரு கேசில், ஆம்ப்யுடேஷன் செய்யப்பட, முழங்காலுக்குக் கீழேதான் கால் எடுக்கப்பட்டிருக்கிறது என மயக்கம் தெளியாத பெண்மணியிடம் தெரிவிக்கப்படுகிறது. அதே சமயம், அறுத்துப்போட்ட காலைப் புதைப்பதற்கு அதிகக் கூலி தருவிக்கும்படி கேட்டுத் துப்புரவுத் தொழிலாளி வருகிறார். இந்தத் தொகுப்பில், வித்தியாசமாகச் சேர்ந்திருக்கும் மனதை உலுக்கும் ஒரே கதையிது.

உரையாடல்கள் மூலமாகவே, தம் கதைகளை நகர்த்திச் செல்பவர் தி.ஜா. இத்தொகுப்பில் பிராமண மொழி, சென்னை மொழி, நகரத்து மொழி எனப் பல்வேறு மொழிகளில் உரையாடல்கள் சரளமாக வந்துவிழுகின்றன. இந்த உரையாடல்கள் எல்லாமே ரசமானவை. அவற்றில் பொதிந்திருக்கும் நையாண்டியும் நக்கலும் கூடுதல் உவப்பளிப்பவை. உதாரணத்திற்கு: "நேத்து ஒரு கவுளி கொடுத்தே. அது என்ன வெத்தலையா கருவேப்பிலையா? எல்லாம் துக்கிணியூண்டு."; "பாதிரியாருக்குப் பிறகு இவர்தான் தமிழில் தலையாய கவிஞர்"; "பாரதி இன்னும் பாண்டிச்சேரியிலேதான் இருக்காரா?"; "எம தர்ம ராசாவ ஒண்ணும் சொல்லாதடா பாவி. அவன் இல்லாட்டி நாமெல்லாம் எப்புடிச் சாவுறதாம்! ஊர் உலகம்லாம் கௌவன் கௌவியா பூடும்டான்னா–அவ்ளோ புத்தி... அவ்ளோ நாயம் எங்க தாயாருக்கு".

'நாதரட்சகர்'–லும், 'மிஸ்டர் கோடு கோடு கோடு'–லும், சங்கீத உலகில் உலாவிவரும் போலிகளைத் தம் சங்கீத மொழியிலேயே நயமாக எடுத்துரைக்கிறார். உற்சவங்களுக்கும் கச்சேரிகளுக்கும் பணம் வசூல் செய்தே வீடு கட்டியவர் – கோவிந்து. சங்கீதத்தில் தேர்ந்த ரசனையாளராகப்

பாவனை செய்துவரும் பிரமுகரான கோடு கோடு கோடுக்கு, நிஜத்தில் சங்கீதமே தெரியாது. "நம்ப மானேஜரு கேக்கறதைச் சில கச்சேரிங்கள்ள பாத்திருக்கேன், திடீர்னு ஆகாங்கறார். ஒரே ஒரு சமயம் கண்ணைத் துடைச்சிக்கிறார். இதெல்லாம் எப்படி? எப்பச் செய்யறது? எதுக்காக, இப்படிச் செய்யத் தோணுகிறது? இது தெரிஞ்சாப் போதும். இதுக்குத்தான் உங்களைக் கூப்பிட்டனுப்பிச்சேன்." மேற்கூறிய கோடு கோடு கோடுவினுடனான சந்திப்பை நினைத்தால் உடல்நடுங்குகிறதாம் தி.ஜா. வுக்கு. 'ஏனாம், நீர் எழுத்தாளர் ஆச்சே, சொல்லும்', என எகத்தாளமாக முடிக்கிறார். இந்த நெருக்கமும் நட்பும் தோய்ந்த குரல், அவருக்கான ஏக்கத்தைக் கிளறிவிடுகிறது.

புதுப்புது உதாரணங்களைக் கண்டுபிடிப்பதில் தி.ஜா. வல்லவர். மாயவரத்து வெற்றிலையை, "துருப் பிடிச்ச டின்னு கணக்கா கருப்பா மொத்தமாயிருக்கும்" என்கிறார். குழாயில் தண்ணீர் வரத்துக் குறைவதற்கு, "பச்சை குளந்தை வாயிலேருந்து ஜொள்ளு கொட்றாப்பல சொட்டுது" என்று உதாரணம் சொல்கிறார். 'கோடையிடிக் கத்தல் கத்தினார்'... இப்படியாகச் சொல்லிக்கொண்டே போகலாம்.

உடைமைகளின் மீது விடமுடியாத பற்றையும், அதன் விளைவான அதி முன்ஜாக்கிரதை உணர்வையும் இத்தனை அட்டகாசமாகச் சொல்ல முடியுமா என ஆச்சரியப்பட வைக்கிறது – 'பூட்டுகள்'. பக்கத்து ஊரில் நடக்கவிருக்கும் உறவுக்காரத் திருமணத்திற்குக் குடும்பத்தோடு முதல்நாள் சென்று மறுநாள் திரும்புவதற்குள்ளாக உப்பிலி, கொல்லையிலிருந்து தெருவரை பத்துப் பதினைந்து கதவுகளைப் பூட்டுகிறார். பக்கத்து வீட்டுத் தீட்சிதரிடம், இரவில் தன் வீட்டைப் பார்த்துக்கொள்ளுமாறு கூறிவிட்டு ஒருவேளை மின்சாரம் போனால் என்று தன் டார்ச் லைட்டையும் கொடுக்கிறார். உப்பிலியின் மனைவி, மாலை வரும் பால்காரனிடம் ஊருக்குப் போயிருப்பதைச் சொல்லாமல் பாலை வாங்கிக் கொண்டு அதற்குப் பதிலாக மறுநாள் தாங்கள் வந்ததும் காபி தரும்படி கோரிக்கை வைக்கிறாள். இரவு வாசலில் பண்ணையாள் பொன்னுசாமி படுத்துக்கொள்வதாக ஏற்பாடு. பிள்ளைகளை முன்கூட்டிக் கிளப்பிவிட்டால் பயணப்படுவது தெரிந்துவிடும் என்று கிளம்புவதற்குச் சற்றைக்கு முன்பே தலைவாரிக் கிளப்புகிறாள் மனைவி. மாட்டு வண்டிக்குள் ஏறுவதற்குள் உப்பிலி, பூட்டிய பூட்டைத் திறந்து உள்ளிருக்கும் எல்லாப் பூட்டுக்களையும் ஒருதரம் சரிபார்த்துவிட்டு, மீளப் பூட்டி விட்டுப் போகிறார். இந்த அமளியில் கைக்குழந்தையை மறந்து, வீட்டிற்குள் விட்டுவிட்டுத் திரும்பி வந்து, அடுத்த ரயிலுக்குப் போகிறார்கள்.

யாரையும் புண்படுத்தாத நாசூக்கான நகைச்சுவை தி.ஜா.வினது. மிஸஸ் மாதங்கி வாயிலிருந்து கிழவி வாடை கமழ்ந்துவிடுமோ என்று சங்கோசத்தால், சற்றைக்கொரு தரம் முழுசு முழுசாக ஏலக்காய் கடித்துக் கொண்டிருந்தாராம். 'திரு என்று போட்டால் அவர் தமிழர் என்று நீர் கண்டுபிடித்து வம்பு பண்ணுவீர். அதனால்தான் மிஸ்டர் கோடு கோடு கோடு என்று அழைக்கிறேன்' என்று வாசகரையும் வம்புக்கிழுக்கிறார். பாரிமுனை டு பட்னப்பாக்கம் ஏறிய குடிகாரர், தன்னை அடுத்துக் காய்கறிக் கூடையோடு அமர்ந்திருக்கும் பெண்மணியைக் கண்டதும்,

18 வருடங்களுக்கு முன் மறைந்த தன் தாயாரின் மறுஉருவமாக நினைத்துப் புலம்ப ஆரம்பிக்கிறார். அவர் இறங்கும்வரை உதிர்க்கும் உணர்ச்சிகரமான குடிகார வசனங்கள், கிச்சுக்கிச்சு மூட்டுகின்றன. "இப்ப எந்த க்ளாசு?" என்று மாதத்திற்கு ஒருதடவை பத்துசெட்டி கேட்பாராம். 'என்னவோ, மாசத்திற்கு ஒரு வகுப்பாக நம் பள்ளிக்கூடங்கள் மாணவர்களை உயர்த்துவதுபோல', மனதிற்குள் சலித்துக்கொள்கிறான் சிறுவன்.

'பத்து செட்டி', மனிதனுக்கு எது போனாலும் நம்பிக்கை போகக்கூடாது என்பதை வலியுறுத்தும் ஓர் அற்புதமான உளவியல் வரைவு. நன்றாக வாழ்ந்த மளிகைக்கடை பத்துசெட்டி, போண்டியாகி விடுகிறார். அதனால் மனநிலை பிறழ, பத்துசெட்டி திண்ணையில் உட்கார்ந்து, நாள் முழுதும் கணக்கு எழுதத் துவங்குகிறார். மளிகை, சைக்கிள், பட்டுப்புடவை எனப் பல வியாபாரங்கள் குறித்த அவை ஆயிரக்கணக்கில். மொத்த வரவு செலவு லட்சக்கணக்கில். இடையிடையே நன்கொடைகளும் உண்டு. தன்னிடமிருக்கும் பணத்தில் பத்தில் ஒருபங்கைத் தர்மம் செய்யவேண்டும் என்று ஒருவெள்ளைக்காரர் சொல்ல, அந்த விதியைப் பின்பற்றத் தொடங்கிய பத்துசெட்டி, உறவினர் கொடுத்த பணத்தில் மீளச் சிறு மளிகைக் கடையொன்றை நிறுவுகிறார். அதில் வரும் லாபத்தில் பத்தில் ஒரு பங்கைத் தொடர்ந்து தர்மம் செய்ய, அவருடைய வியாபாரங்கள் பல்கிப் பெருகுகின்றன. 30 வருடங்களில் பத்துசெட்டி, தன் பெயரில் ஹைஸ்கூல் துவங்குமளவிற்கு (அப்போதெல்லாம் பள்ளிகள் வணிகமாகவில்லை) ஊரில் செழித்துவிடுகிறார். ஈகையின் ஈரம் தோய்ந்த இந்தப் பதிவில், பகுத்தறிவிற்கும் மனித ஆற்றலுக்கும் அப்பாற்பட்டும் நிகழும் புதிர்களை விடுவிக்க இயலாது என்கிறார்.

உப்பிலியும் வேதாந்தியும் திரும்பத் திரும்ப அவ்வப்போது வந்துபோகிறார்கள். நீர் வற்றாத அற்றைக் காவிரி போன்ற மொழி எள்ளித் துள்ளி வாசகர்களைக் குளிர்விக்கிறது. 'அபூர்வ மனிதர்கள்' தொகுப்பை வாசிக்கும்போது, வெகு நாட்களுக்குப் பிறகு மனம்விட்டுச் சிரித்தேன்.

63

தி.ஜானகிராமனின் அபூர்வ மனிதர்கள்: எதிர்மனிதர்களை இனங்காணல்

பாலசித்திரன்

கதைகள் என்பவை சொல்லவும் கேட்கவும் எழுதவும் வாசிக்கவும் மட்டுமேயானவை அல்ல. கதைகள் மனித உடல்களுள் ஒட்டியியங்கும் புலன்களின் இயக்கவெளி என்று கூறமுடியும். இன்னும் சுருக்கிப் பதிவு செய்தால், கதைகளின்றி மனிதப் புலனறிதல் என்பது இல்லை. ஒரு சமூகம் தனக்குள் சொல்லிக் கொள்பவை அல்லது எழுதிக் கொள்பவை எல்லாமே கதைகளில்லை என்றும் கூறமுடியும். ஏனெனில், கதைகளின் மையக்கரு என்பது வரலாறு, புராணம், புனைவுகள் என்று எத்தனையோ தளங்களில் விரிந்துகொண்டே போகும். ஆனால், தி.ஜானகிராமனின் 'அபூர்வ மனிதர்கள்' நூலில் பதிவாகியுள்ள பதினைந்து கதைகளானவை, நிகழ்கால மனிதர்களின் செயல்களூடாக, எதிர்மனிதர்களின் வலிமையை உள்ளபடியே பதிவுசெய்துள்ள எதிர்க் கதைகளாகவே உள்ளன. மேலும், இந்நூலில் பதிவாகியுள்ள கதைகள், முரண்நயத் தலைப்புகளுடன், பேச்சு மொழியையும் சென்னை வட்டார வழக்கு மொழியையும் ஆங்கிலம் கலந்த தமிழையும் உள்ளடக்கிக் கதை கூறும் போக்கில் வாசிப்பாளர்களின் கவனம் ஈர்க்கும் வகையில் அமைந்திருக்கிறது. இந்நூலின் அனைத்துக் கதைகளும், ஆசிரியரின் சொந்த வாழ்வில் அன்றாடம் சந்தித்த சில அதிகார மனிதர்களின் செயல்பாடுகளுக்கெதிராக, ஓர் அற வலிமையுடன் பதிவாகியுள்ளன. வலிமையான எதிர்ப்புனைவற்ற வரலாறு, எவ்வாறு வெகுமக்கள் நலன்களுக்கு எதிராகவும் ஆதிக்க சக்திகளுக்கு ஆதரவாகவும் இயங்குகிறது என்பதைத் தி.ஜானகிராமனின் 'அபூர்வ மனிதர்கள்' சிறுகதைத் தொகுப்பு வழியே ஆராய்ந்து நிறுவுவதே, இக்கட்டுரையின் நோக்கமாகும்.

பல அபூர்வ மனிதர்கள், சக மனிதர்களுக்கு அமைதியையும், மனிதன் தெய்வமாகும் வியப்பையும், எதிர்காலப்

பயங்கரங்களின் நிலையையும் அறிந்துகொள்ள ஏதுவாகக் கருத்துத் தொகுப்பு களைத் (தத்துவங்கள்) தந்துவிட்டு மறைந்து போயிருக்கிறார்கள். ஆனால், அபூர்வ மனிதர்களுக்கு எதிராக இருக்கும் எதிர்மனிதர்கள், மனித வாழ்வின் மதிப்பீடுகளை எல்லாம் அழிவின் விளிம்புக்கே கொண்டுசெல்கிறார்கள். இப்படிப்பட்ட எதிர்மனிதர்களின் அறமற்ற செயல்பாடுகளையே தம் கதைகளாகத் தி.ஜானகிராமன் பதிவுசெய்துள்ளார். ‘பூட்டுகள்’ கதையில், முதன்மைக் கதாபாத்திரங்கள் இருவரும், அதாவது கணவனும் மனைவியும், சொத்தையும் பணத்தையுமே முதன்மையாக்கிச் செயல்படுவதைத் தெளிவாகச் சித்திரித்துள்ளார். குறிப்பாக, இந்தக் கதையில் ஒருவர், ஊருக்குப் போகும்போது எல்லாவற்றின் மீதும் கவனம் வைத்துவிட்டு, உங்கள் தூளிப் பிள்ளையை மட்டும் மறந்துவிட்டுச் சென்றுவிட்டீர்களே என்று கேட்கிறார். அதற்கு மறுமொழியாக, முதன்மைக் கதாபாத்திரமான அந்த ஆண், “உங்களுக்குப் பணத்தோட, சொத்தோட அருமை தெரியுமா? பேசாம இரும்.” என்கிறார். இவ்வாறு சொத்தையும் பணத்தையும் பெருவாரியாகச் சேர்த்து, பூட்டி வைத்துப் பாதுகாப்போரால், இச்சமூகத்திற்கு எந்தவிதமான பயனுமில்லை என்கிறார் தி.ஜானகிராமன். இப்படி ஓர் எதிர்ச் சிந்தனையுடன், பணப் பேயாய்த் திரியும் மனிதர்கள் சமூகத்தில் பலருள்ளனர் என்பதை எடுத்துக்காட்டவே, இக்கதையை ஆசிரியர் எழுதியுள்ளார்.

‘பாரிமுனை டு பட்டணப்பாக்கம்’ எனும் சிறுகதையை, காலைப் பொழுதில் பேருந்தில் போகும் பெண்களிடம் ஒரு குடிகாரரின் பேச்சாகப் பின்னப்பட்ட உரையாடல் வடிவில் ஆசிரியர் எழுதியுள்ளார். இதில், “ஏன்? நான் எங்க தாயார்மேல சத்யமாச் சொல்றேன். நான் சாராயமே குடிக்கலே. சாயாதான் குடிச்சேன். உனக்கு ஒரு சாயா வாங்கியாரச் சொல்றேன்” எனும் குடிகாரப் புலம்பல் பதிவாகியுள்ளது. இப்படியான பொறுப்பற்ற, நாகரீகமற்ற மனிதச் செயல்பாடுகள் அவர்களை மட்டும் பலி வாங்காமல், பிறரையும் பலியாக்கும் என்பதாகக் கதையின் மையக்கரு இருக்கிறது.

‘கம்ப்ளெய்ண்ட’ எனும் கதை, நெடுந்தொலைவு இரயிலில் பயணம் மேற்கொள்ளும் ஒருவர், தாம் சென்ற இரயிலில் தரப்பட்ட உணவு சரியில்லை என்று புகார்க் கடிதம் அனுப்புவதை மையங்கொண்டதாகும். அந்தப் புகார்க் கடிதத்தை, இரயில் மேலாளர், “சாப்பாட்டைப் பத்தித்தானே, வேற என்னத்தைப் பத்தி எழுதப் போறான் நம்ப ஊர்ல!” என்று உதாசீனப்படுத்துகிறார். புகாரை உதவியாளரின் வாசிப்புவழித் தெரிந்துகொண்ட மேலாளர், அந்தக் கடிதத்தைக் குப்பைத் தொட்டியில் போட்டு விடுமாறு கூறுகிறார். இக்கதை சுவைபடச் சொல்லப்பட்டுள்ளது. கதையின் உட்பொருள், பொறுப்பிலிருக்கும் உயரதிகாரிகளில் பெரும்பாலானோர் பொதுமக்கள் நலம் சார்ந்து செயல்படுவதில்லை என்பதை உறுதிப்படுத்துகிறது. குற்றங்களைக் களையவேண்டியவர்களே, குற்றங்களை வளர்க்கத் துணைபுரிகிறார்கள். இப்படி மனித நலன்களுக்கு எதிராகச் செயல்படும் எதிர் மனிதர்களை அடையாளம் காட்டும் நுணுக்கம், இதில் சிறப்பாகப் பதிவாகியுள்ளது.

‘வேதாந்தியும் உப்பிலியும்’ கதையில், இருவிதக் கருத்துகள் பேசப்பட்டுள்ளன. ஒன்று வேதாந்தியின் குரலாக, “பத்து வருஷமாச்சு பம்பு அடிச்சு, பூமிக்குள்ளெல்லாம் கரம்பாப் போச்சு. பம்பு வச்சு, குழா

வச்சுன்னு அடிச்சுக்கிட்டேயிருந்தாங்க. அருவி மாதிரித் தான் கொட்டிச்சு குளாயி. ஆண்டவன் தீர்ப்பு கூர்ற நாள் வரைக்கும் கொட்டிக்கிட்டே இருக்கும்னு நினைச்சாங்க. இன்னும் பத்து வருசம் முடியல. பச்சைக் குளந்தை வாயிலேந்து ஜொள்ளு கொட்றாப்பல சொட்டுது" என்றொலிக்கிறது. இது ஓர் அபூர்வ மனிதரின் குரலாக, எதிர்காலம் தண்ணீர் இல்லாது போகும் நிலையிலுள்ளது, ஆகவே தேவையற்ற வசதிகளை மக்களைக் குறைத்துக்கொள்ளச் சொல்கிறது. மற்ற கருத்து: பிறரின் ஒரு ரூபாய்க்கு ஆசைப்படும் உப்பிலியின் மூலம், அடுத்தவர் பொருளுக்கும் பணத்திற்கும் ஆசைப்படாததுபோல் காட்டிக்கொள்ளும் போலிகளுடனேயே, வேதாந்த சாயபு போன்ற அபூர்வ மனிதர்களும் வாழ வேண்டியுள்ளதாகத் தி.ஜா. புனைகிறார். இவ்வகையில், சொந்தச் சாதியினரின் குற்றங்குறைகளைச் சுட்டிக்காட்டத் தயங்காத தி.ஜா.வின் முற்போக்கு மனத்தைப் புரிந்துகொள்கிறோம்.

'மக்களை ஈர்த்த மகராசர்' கதை, இந்தியாவின் அரசியல் தலைவர், இந்திய மக்கள், மேலைநாட்டு உதவிப் பிரதமர் ஆகியோரை முன்வைத்துச் சொல்லப்பட்டுள்ளது. இம்மூவரில் முதலாமவரான இந்திய அரசியல் தலைவரை, மொத்தமான மனிதர் என்ற அடைமொழியோடு ஆசிரியர் அறிமுகப்படுத்துகிறார். பின், இந்தியத்தலைவரும் மேலைநாட்டு உதவிப்பிரதமரும் விமானத்தில் பயணம் செய்யும்போது, உரையாடல் நடைபெறுகிறது. அதில், இந்திய உளுந்து வாரியத் தலைவர், உதவிப் பிரதமரிடம், "பத்து லட்சம் தேர்தலுக்குக் கொடுத்தேன். ஒரு மில்லியன் டாலர். இல்லாவிட்டால், இந்த உளுந்து போர்டு தலைமைகூடக் கிடைத்திருக்காது" என்கிறார். இந்தச் சொற்கள் வழியாக, இந்தியத் தலைவர்களின் செயல்பாடுகள் யாவும் பகட்டுத்தனத்துடன் பணம் சேமிப்பதிலும், அதிகாரமடைவதிலும், மக்களை அடிமைகளாக்கிக் கொள்வதிலும்தான் இருக்கிறது என்பதை ஆசிரியர் கூறிவிடுகிறார். மேலைத் தலைவர்களும், அந்நாட்டு மக்களும் அரசியல் புரிதலுடன் வாழ்வது பற்றிய கருத்துக்களைச் சொல்லிவிட்டு ஆசிரியர், "ஜனநாயகமா... பூ" எனப் பதிவுசெய்திருப்பது, இந்திய அரசியல் குறித்த கூடுதலான கருத்தாக்கங்களுக்கு வழியமைத்திருக்கிறது.

'நாதரட்சகர்' கதையில், சங்கீத வித்வான் கோவிந்தன், தமக்கு நாதரட்சகர் பட்டத்தைப் பாலராமு எனும் எல்.ஐ.ஸி.யில் வேலை பார்க்கிறவர் தர இருப்பதாக, உப்பிலியிடம் கூறுகிறார். விழாவை எப்படி நடத்துவார் என உப்பிலி கேட்பதற்கு, "ராஜராஜன் பெரிய கோவில் கட்டினான்னா, அவனா உளி வச்சடிப்பான்? உண்டியல்னா வச்சிண்டிருப்பான், உண்டியல் இல்லேன்னா, கோயிலாவது, சில்பமாவது, ஸ்தபதியாவது..." எனப் பதில் சொல்கிறார் கோவிந்தன். இக்கதையில் ஆசிரியர், பணக்காரர்கள், திறமையாளர்களை அறிந்துகொண்டு அவர்களைப் பணம் கொடுத்து அடிமையாக்கிக் கொள்வர் என்கிறார். மேலும், பணக்காரர்கள் திறமையற்றவரைக்கூடப் பட்டங்கள் கொடுத்து உயரத்திற்குக் கொண்டுவருவார்கள். இதனால் பணமே யாவற்றையும் தீர்மானிப்பதால், இந்நாட்டில் போலியான மனிதர்கள்தான் நிறைந்திருப்பார்கள் என்கிறார் தி.ஜானகிராமன்.

‘மிஸஸ் மாதங்கி’யில், நடிகைக்கும் எழுத்தாளருக்குமான சந்திப்பே கதையாகியுள்ளது. மாதங்கி என்ற பிரபல நடிகையின் புன்னகை, பேச்சு, செயல்பாடு என்பன உறுதியற்றுத் தடுமாறுவதை எழுத்தாளர் அறிந்துகொள்வதாகக் கதை புனையப்பட்டுள்ளது. மேலும், பிரமுகர்கள் தமக்கு காரியமாகும்போது மட்டும் இதழ்ப் புன்னகை புரிந்துவிட்டுப் பின் எல்லாம் தமக்குத் தெரிந்ததுபோல் தலையாட்டித் தம்மை உயர்ந்தவர்களாக காட்டிக் கொண்டு வாழ்வார்கள் என்பதும் இக்கதைவழிப் பெறப்படுகிறது. ஆசிரியர், பகட்டுத் தன்மையாளர்களால் நல்ல மனிதப்பண்புகள் நாசமாகி வருவதாகப் பதிவுசெய்கிறார். ‘மிஸ்டர் கோடு கோடு கோடு’ கதையில், இந்தியாவின் பெரிய தொழிலதிபர் கோடு கோடு கோடு என்பவர், இசைக் கல்லூரியின் பட்டமளிப்பு விழாவிற்கு வந்திருந்து, மேடையில் இசைக்கலை பற்றிப் பலவிதக் குறிப்புகளுடன் பேசுகிறார். இவர் பேச்சைக் கேட்ட ஒரு மாணவர், இப்படிப்பட்ட சங்கீத வித்வானிடம் நாம் பயிற்சி பெற்றிருக்க வேண்டும் என்று நினைத்துக்கொள்கிறார். பின் மேடையில் அவன், ஒரு பாடல் பாடி, வந்திருந்த பிரபலத்திடம் பாராட்டும் பெறுகிறான். சில மாதம் கழித்து, மிஸ்டர் கோடு கோடுவை அவன் சந்தித்தபோது, அவருக்கு இசை பற்றி எதுவுமே தெரியாதிருப்பதை அறிந்துகொண்டு வேதனையடைகிறான். இதுவே கதையின் மையக்கரு. இதிலிருந்து ஆசிரியர், எல்லோரும் எல்லாவற்றிலும் திறமையாக இருக்க முடியாது, ஆனால் பல பிரமுகர்கள் யாவற்றிலும் திறமை படைத்திருப்பதைப் போன்று மேடைகளில் பேசி ஏமாற்றுகிறார்கள், இவர்கள் தமக்கும் பிறருக்கும் ஆபத்தை உருவாக்கக் கூடியவர்கள் என்ற ஆழமான கருத்தைப் புலப்படுத்துகிறார்.

‘உதட்டுக்காரப் பையன்’ கதையில், பணத்தைத் தேடிக்கொண் டிருப்பவர்கள் சிரிப்பின்றி வாழ்கிறார்கள், “கையையும் பர்சையுமே பாக்கற கண்ணு’ அவர்களுடையது என்கிற பதிவுள்ளது. உதட்டுக்காரப் பையனின் அம்மா சொல்கிறாள்: “ஒரு உதட்டிலியாவது ஒரு பூ விரியாதோ! சிரிப்பில்லாத எப்படிடா ஒரு உதடு இருக்கும்?” என்கிறாள். இதன் வழியாக ஆசிரியர், பணம் தேடி ஓடும் கூட்டங்களிடமிருந்து, அன்பு, ஈவு, இரக்கம், கருணை, மனிதநேயம் என்பவை மட்டுமல்லாது, எதையுமே எதிர்பார்க்க முடியாது என்கிறார்.மேலும், இவ்வகையான மனிதர்கள், அடித்தள மக்களுக்கு எதிரானவர்களாக உள்ளனர் என்றும் கூறுகிறார்.

‘கைகாட்டி’ கதை, முகவரி கேட்டவருக்கு வழிசொன்ன மனிதன், பிறகு பணம் கேட்டுத் தொந்தரவு செய்வதைக் கூறுகிறது. இனிவருங்காலத்தில் சாதாரணப் பிரச்னைகளைத் தீர்ப்பதற்குக்கூடப் பணம் தேவை; பணம் மக்களிடம் முதன்மை பெறத் தொடங்கிவிட்டால் எல்லா மனிதர்களின் வாழ்விலும் சிக்கல் ஏற்படும் என்கிறார். ‘விஞ்ஞான வெட்டியானும் ஞானவெட்டியானும்’ கதை, தனியார் மருத்துவமனையின் தலைமை மருத்துவர் முதல் கடைநிலை ஊழியர்வரை பணம் பறிப்பதாகப் புனையப்பட்டுள்ளது “இது ராத்திரிக் கொள்ளைகூட இல்லே, பகல் கொள்ளை” என்கிறது ஒரு பாத்திரம். மற்றொரு பாத்திரம், “இவன் என்ன டாக்டரா? வெட்டியானா?” எனக் கேட்கிறது. ஒரு குரல், “விஞ்ஞான வெட்டியான்” என்கிறது. இத்தகைய பதிவுகள் யாவும், இப்படிப்பட்ட

எதிர்மனிதர்கள் இருக்கும்வரையில், வருங்காலங்களில் அடித்தட்டு மக்கள் நோயுடன்தான் வாழமுடியும் என்று உணர்த்துவதாகவும் புரிந்து கொள்ளலாம்.

"23இ – பேருந்தில்" கதை, பேருந்தில் நடக்கும் சில பிரச்சினைகளை முன்வைக்கிறது. "யாருய்யா நீ! நாங்களும் அவரும் பேசிக்கிட்டிருக்கோம். நீ என்னாத்துக்கய்யா குறுக்க வறியாம்! பூனைங்களுக்கு ஆப்பம் பிரிச்ச குரங்காட்டம்!" – இப்பதிவு மூலம், தற்போது பெரியவர் முதல் சிறியவர் வரை, யாருக்குமே பொறுமை, சகிப்புத்தன்மை, அமைதி, அடக்கம், மரியாதை என்ற நற்பண்புகளில்லா நிலையே இருப்பதையும், இதுவே பல பிரச்சினைகளுக்குக் காரணமாவதையும் ஆசிரியர் வெளிக்காட்டுகிறார் எனலாம்.

'காவலுக்கு'க் கதையில், பிராமணக் குடும்ப ஆண்கள், வெவ்வேறு சாதிப் பெண்களைத் திருமணம் முடித்திருப்பதையும், வெளியில் தெரியாமல் அதை அக்குடும்பத்தார்கள் மூடி மறைப்பதையும் காட்டுகிறார். வேதாந்தியாக நின்று, "மீன் இறைச்சி தின்றதில்லை, அன்றும் இன்றும் வேதியர், மீன் இருக்கும் நீரலோ, மூழ்குவதும் குடிப்பதும், மான் இறைச்சி தின்றதில்லை, அன்றும் இன்றும் வேதியர், மான் உரித்த தோலல்லோ, மார்பில் நூல் அணிவதும்" எனச் சொந்தச் சாதியை அஞ்சாது தி.ஜா. விமர்சிக்கிறார். இனி வருங்காலங்களில், எந்த நிகழ்வுகளையும் மூடி மறைக்க முடியாது என்பதற்கு ஆசிரியர், "அலகாபாத்தில் மூச்சு விட்டா, அம்மா சமுத்திரத்திலே வந்து கேக்கறதே" என்று நவீனகாலப் போக்குகளையும் சுட்டிக்காட்டியுள்ளார். '. . . ப்பா' கதை, தமிழகத்தின் அரசியல் தலைவர்களின் செயல்பாடுகளை விமர்சிக்கிறது. அரசியல் தலைவர்கள், சமூக உணர்வுகளைத் தொலைத்துவிட்டுச் சுயமரியாதையற்றுக் கட்சி மாறுகிறார்கள். நாய்களுக்குச் சமமாகக்கூட இவர்களைக் கருதக்கூடாது. ஏனென்றால், நாய்கள் தம் எசமானர்களுக்கு நன்றியுடையதாயுள்ளன என நாயைத் தம் கதையில் பேசவைத்துக் காட்டியுள்ளார்.

'அபூர்வ மனிதர்கள்' சிறுகதைத் தொகுப்பிலுள்ள பதினைந்து கதைகளும், முற்போக்கு உணர்வுகளையே உள்ளடக்கியுள்ளன. மேலும், சமூகத்தின் செழுமையான மரபழிந்து, சிதைவுகளின் காலமாக மாறிக்கொண்டிருக்கும் அவலநிலையைத் தி.ஜா. தெளிவாகப் பதிவுசெய்துள்ளார். மனிதாபிமானப் பண்பாட்டிலும் பழக்கவழக்கத்திலும் சிதைவுகளும் உடைவுகளும் பிளவுகளும் ஏற்பட்டால், உயரிய சமூக மதிப்புகளைக் கட்டமைப்பது கடினமென்பது தி.ஜா. கதைகளில் பலவாறாகப் பதிவாகியுள்ளது. மனித மதிப்பிழந்து செயல்படுபவர்கள் அனைவரையும் எதிர்மனிதர்களாகக் கட்டமைத்து, இவர்களால் ஆக்க பூர்வமான செயல்களுக்குத் தடை நேரும் என்றும், பொருளாதார ரீதியாக வலுவாக உள்ள இவர்களை எதிர்கொள்வதன் அபாயங்களையும் தி.ஜா. குறிப்புணர்த்தியுள்ளார்.

✣

64

தி.ஜானகிராமனின் [தொகுக்கப்படாத] சிறுகதைகள்: வெவ்வேறு நிழல்பிரதிகள்

சுப்பிரமணி இரமேஷ்

சிறுகதைகளில் தி.ஜானகிராமனின் உலகம் பிருமாண்டமானது. வாழ்வின் நுட்பமான தருணங்களையும் புனைவாக மாற்றியிருக்கிறார். அதற்காகத் தி.ஜா.வின் அனைத்துப் புனைவுகளையும் நாம் கொண்டாட வேண்டியதில்லை. பலவீனமான ஒரு சில கதைகள்தாம் பலமான பல கதைகளை வட்டமிட்டுக் காட்டும். பலவீனமென்பதும் ஒரு தற்சார்புக் கருத்துதான். வாசகனின் வாசிப்பு அணுகுமுறையும் அனுபவமும், கதைகளுக்கான இடத்தை மாற்றியும் அடுக்கக்கூடும். அந்த வகையில், பொதுவெளியில் அதிகமாக வாசிக்கப்படாத தி.ஜா.வின் சிறுகதைகளே, இந்தக் கட்டுரைக்காக எடுத்துக் கொள்ளப்பட்டுள்ளன. பல்வேறு இதழ்களில் வெளிவந்து, அவரது சிறுகதைத் தொகுப்புகளில் இடம்பெறாத கதைகள் இவை. சுகுமாரனின் முயற்சியால், முதல்முறையாக இக்கதைகள் நூல்வடிவம் பெற்றுள்ளன. தி.ஜா. என்னும் ஆளுமையின் வெவ்வேறு நிழல் பிரதிகளை, இக்கதைகளினூடாகக் கண்டடையலாம்.

தி.ஜானகிராமனின் முதல் சிறுகதை 'மன்னித்துவிடு'. 1937ஆம் ஆண்டு, டிசம்பர் மாதம், *ஆனந்த விகடனில்* இக்கதை பிரசுரமாகியிருக்கிறது. தி.ஜா.விற்கு, அப்போது 16 வயது. புதுமைப்பித்தனின் முதல் சிறுகதையான 'ஆற்றங்கரைப் பிள்ளையார்', 1934ஆம் ஆண்டில் *மணிக்கொடியில்* வெளிவந்தபோது, அவருக்கு வயது 28. தி.ஜா. எழுதிய முதல் நான்கு கதைகள் *ஆனந்தவிகடனில்* வெளிவந்திருக்கின்றன. வெகுசன இதழிலும் காத்திரமான கதைகளைத் தி.ஜா. தொடக்கத்திலேயே எழுதியிருக்கிறார் என்பது குறிப்பிடத்தக்கது.

உழைப்பவர் பக்கம் நிற்கும் ஒரு நிலக்கிழாரின் கதைதான் ‘மன்னித்துவிடு’. தன் வீட்டுத் திருமணத்தில் மிராசுதாரர்களுக்குப் பதில் குடியானவர்களுக்கு முக்கியத்துவம் கொடுக்கிறான் நல்லப்பன். இந்தச் சம்பவம் ஊராரின் பகையைத் தேடித் தருகிறது. நல்லப்பனுக்கு அனைத்து வகையிலும் உதவியாக இருப்பவன் ராசு. ராசுவின் அண்ணன் நாகலிங்கம். கதாபாத்திரங்களின் குணத்தை மறைமுகமாக வெளிப்படுத்தும் பெயர்களையே, தி.ஜா. பெரும்பாலும் தேர்ந்தெடுக்கிறார். நாகலிங்கத்தின் சூழ்ச்சியால் நண்பர்களுக்கிடையே பகைமை உருவாகிறது. நல்லப்பன் ஊரைவிட்டு வெளியேறுகிறான். பின்னாளில் உண்மை தெரிந்து, ராசு மன்னிப்புக் கேட்கிறான்.

முதல் கதையிலேயே சில முற்போக்கான முன்னெடுப்புகளைத் தி.ஜா. செய்திருக்கிறார். தெய்வத்தின் முகவர்களாகச் செயல்படும் பூசாரிகள், சிலநேரம் கடவுளின் இடத்தைத் தனதாக்கிக்கொள்கிறார்கள்; அவர்கள் வாக்கொன்றும் தெய்வ வாக்கில்லை என்ற இடமும் புனைவில் உள்ளது. ‘ராசு, உன்னை மன்னித்துவிட்டேன்’ என்று ஒரு வார்த்தை சொல்லிவிடு என்று ராசு கேட்கும்போது, நல்லப்பனின் கண்களிலிருந்து நீர் தாரை தாரையாக வழிகிறது. தி.ஜா., தம் கதைகளில் ஒரு பாணியாகவே இதனைக் கடைசிவரை கையாண்டார். எவ்வளவு பெரிய தவறு செய்திருந்தாலும், ஒரு பார்வையில் மன்னித்து விடும் முதன்மைக் கதாபாத்திரங்களைத் தொடர்ந்து உருவாக்கிக் கொண்டேயிருந்தார். அதன் முதல் சுவடுதான் நல்லப்பன். முக அசைவுகளில் கதாபாத்திரங்களின் அகத்தை வழியவிட்டார். மனிதர்கள் மீது அளவுகடந்த நம்பிக்கையைப் பதின்பருவத்திலேயே உருவாக்கிக்கொண்டார். அந்த நம்பிக்கையின் ரேகைகளைத் தம் புனைவுகளில் படரவிட்டார். அதில் ஒருவன்தான் நல்லப்பன். பகையை எளிதாகக் கடந்துசெல்லும் குணம் அவனிடம் இருக்கிறது. ஒடுக்கப்பட்டவர்கள் பக்கம் நிற்கும் நல்லப்பன், முன் நடந்தவற்றின் நற்பலனை மட்டுமே கணக்கில் எடுத்துக்கொள்கிறான். ஒரு தேர்ந்த கதைசொல்லிக்கான தடத்தை முதல் கதையிலேயே தி.ஜா. அடைந்திருப்பதை அவதானிக்கலாம். தி.ஜா.வின் முத்திரைக் கதைகள் என்று ஒரு பட்டியலுண்டு. அவற்றை வாசித்துவிட்டு, இதை வாசிக்கும்போது, பிரசங்கத் தன்மையின் தடத்தை நாம் உணரக்கூடும். காந்தி தீவிர அரசியலில் பங்கெடுத்த காலப் பின்னணியில், இக்கதையை முன்னிறுத்தி வாசிக்கவேண்டும். அத்தாக்கத்தால் உந்தப்பட்டவன் நல்லப்பன். இவனும் அரசியலில் பங்கெடுக்கிறான். அதனால், அத்தகைய தோற்றத்தை, இக்கதை தருவதாகக் கருதுகிறேன்.

2

பெண் மனங்களின் ஆழத்தில் அவ்வப்போது சேர்ந்து விலகும் பாசிபோன்ற ரகசிய அபிலாசைகளைத் திறம்படக் கதையாக்கியவர் தி.ஜா. தம் ஆசான் கு.ப.ரா.விடமிருந்து முகந்துகொண்ட ஓர் அகப்பை இது. ‘கமலியின் குழந்தை’ என்றொரு கதை எழுதியிருக்கிறார். ஒரே வீட்டில் வாழ்க்கைப்பட்ட இரு பெண்களின் மன உணர்வுகளே இக்கதை. இளையவளான கமலிக்குத் தற்போது ஒன்பது மாதம். ஐந்து பெண் குழந்தைகளைப் பெற்றெடுத்து

ஊராரின் வெறுப்புக்கு உள்ளாகியிருப்பவள் கமலியின் மன்னி. ‘கமலிக்கு ஆண் குழந்தைதான் பிறக்கும்’ என்று ஜோசியரும் ஊராரும் கூறுகின்றனர். மன்னிக்குப் பதட்டம் அதிகரிக்கிறது. கமலியை முடிந்தவரை கஷ்டப்படுத்த நினைக்கிறாள். எல்லாவற்றையும் தாங்கிக்கொள்கிறாள் கமலி. கடலைமாவை எடுக்க, கமலியை ஏணிமீது ஏற்றிவிடுகிறாள் மன்னி. கமலி கீழே விழுந்துவிடுகிறாள். ‘ஏணியிலே ஏறினேன்னு ஒருத்தரிடமும் சொல்லாதேங்கோ, மன்னி’ என்று கமலி கெஞ்சுகிறாள். மன்னி கண்களிலிருந்து நீர் பெருக்கெடுக்கிறது. பெண் கண்ணீரை மொழியில் அடக்கியவர் தி.ஜானகிராமன். ஒருபத்தியில் எழுதவேண்டியதை, இருசொட்டு நீரில் முடித்துவிடுகிறார்.

காலம் முழுக்கத் தொடரப்போகும் ஒரு பகையை, ஓர் ஒற்றை வாக்கியத்தில் முடித்துவிடுகிறாள் கமலி. தனக்குப் பிள்ளை பிறந்தால் ‘ராகவா’ எனக் கூப்பிடவேண்டும் என்று உத்தேசித்திருந்த பெயரையே, கமலியின் பிள்ளைக்கு வைத்துவிடத் தீர்மானிக்கிறாள் மன்னி. கமலிக்குப் பெண் குழந்தை பிறக்கிறது. இந்தப் பின்புலத்தில், சாதாரணமாக ஒரு பெண், இச்சூழலை எப்படி எதிர்கொள்வாள்? கமலிக்காக வருத்தப்படுவாளா, தனக்காக மகிழ்வாளா? என்ற ஐயம் இங்கு எழுகிறது. வருத்தத்தின் சாயைகளை வெளியே படரவிட்டாலும், உள்ளுக்குள் மன்னிக்கு ஒரு நிம்மதி இருக்கத்தானே செய்யும்? இயல்பில் அப்படித்தானே இருக்க முடியும்? தி.ஜா.வின் கதாபாத்திரங்கள் யதார்த்தமானவர்கள்; இறைதூதர்கள் இல்லை. மனிதர்களுக்குள்ள அத்தனை உன்னதங்களையும் இழிவுகளையும் பெற்றிருப்பவர்கள். மன்னியும் அதில் ஒருத்திதான். அவள் மனத்திற்குள் மகிழ்கிறாள் என்பதைப் புரிந்துகொள்ள முடிகிறது. ஆனால் மன்னி, அதனைச் சாமர்த்தியமாகச் செய்கிறாள். ஏனெனில், தி.ஜா. இழிவுகளைப் பிரதானப்படுத்துவதில்லை.

மன்னியும் கமலியும் இரு குணங்களின் பிரதிநிதிகள். அவ்விரு குணங்களையும் மோதவிடுகிறார். கமலி வெற்றி பெறுகிறாள்; ஆனால், மன்னி தோற்கவில்லை. பகையை வேரறுக்கும் ஆயுதமாகக் கமலி புன்னகையைப் பயன்படுத்துகிறாள். மன்னி, எவ்வளவு வேலை சொன்னாலும் சிரித்துக் கொண்டே செய்கிறாள். மன்னியை, அந்தச் சிரிப்புதான் தொந்தரவு செய்கிறது. கமலி தன்னிடம் சரணடைய வேண்டும் என்ற எதிர்பார்ப்பை மன்னி வளர்த்துக்கொள்கிறாள். மன்னிதான் இறுதியில் கமலியிடம் சரணடைகிறாள் என்பது ஒரு பகுதி. கமலிக்குப் பெண்குழந்தை பிறந்ததும் மன்னியின் மனம் உன்மத்த நிலையை அடைகிறது. வருத்தப்படுவதா அல்லது இதுவரை தன்னை அவமானப்படுத்தியவர்களைக் கமலியின் பெண்குழந்தை நேர்செய்துவிட்டது என்பதற்காக மகிழ்ச்சியடைவதா? என்ற இரட்டைநிலை மன்னிக்கு. கணவனுக்கு இனிப்பளிக்கிறாள். அந்த இனிப்பை அவள் இரண்டு காரணங்களுக்காகத் தருகிறாள் என்பதாக அனுமானிக்க முடிகிறது. ஒன்று, கமலிக்குக் குழந்தை பிறந்திருக்கிறது; இரண்டு, கமலிக்கு ஆண் குழந்தை பிறக்கவில்லை.

மன்னிக்குத் தொடர்ந்து பெண் குழந்தை பிறப்பதற்கு அவள் எப்படிக் காரணமாக முடியும்? ஆனால், அதற்கான இழிவை, அவள்தான் சுமக்க வேண்டியிருக்கிறது. ஐந்து பெண் குழந்தைகள் பிறந்தால்தான் என்ன?

என்ற வினாகூட எழுகிறது. ஆண்–பெண் என்பதற்குப் பின்னுள்ள சமூகவியல் மதிப்புகளை ஆராயவேண்டும். சமூகம் தன்மீது காட்டிய வெறுப்பை, மன்னி கமலிமீது இறக்கிவைக்க முனைகிறாள். அதனால், மன்னியின் செயல்பாடுகளுக்குப் பின்னுள்ள உளப்பிரச்சனைகளும் கதைக்கு முக்கியம்தான். கமலிக்குக் காலம் ஐந்து பெண் குழந்தைகளைக் கையளிக்கும்போது, அவள் மனநிலை என்ன ஆகும்? இதே புன்னகையை அவளிடமும் எதிர்பார்க்க முடியுமா? இக்கதை பல திறப்புகள் கொண்டது. ஒவ்வொருவரும் அவரவருக்கான திறப்பைத் திறந்துபார்த்துப் புளகாங்கிதம் அடையலாம். அதற்கான வெளியைத் தி.ஜா. ஏற்படுத்திக் கொடுத்துள்ளார். இரண்டு பெண்களின் அக உலகத்தை நுட்பமான இழைகளைக் கொண்டு பின்னியிருக்கிறார்.

பெண்ணின் மென்மையான உணர்வுகளுக்குக் கு.ப.ரா. அளவுக்கு அதிக முக்கியத்துவமளித்தவராகத் தி.ஜா. அறியப்படுகிறார். அவரது புனைவுகளிலிருந்துதான், இந்த முடிவுக்கு வருகிறோம். 'ராஜ திருஷ்டி' கதையில் வரும் ஜோதிர்மய சாஸ்திரி இசையில் தன்னுயிரை ஒளித்து வைத்திருப்பவர். சாரீரத்திற்காகச் சரீரத்தைக் காக்க உறுதி கொண்டிருந்தவர். ஆனால், சாரீரத்தில் பிரச்சனை. இறுதியில் தர்சனா என்ற பெண்ணைத் திருமணம் செய்துகொள்கிறார். மகாராஜாவின் ஆஸ்தான வித்வானாகப் பணிசெய்கிறார். அவருக்குச் சிஷ்யனாக வந்து சேர்கிறான் வனமாலி. தம் விருப்பங்களையெல்லாம் வனமாலி மூலம் நிறைவேற்ற நினைக்கிறார் சாஸ்திரி. குருநாதரின் பிம்பமாக வளர்ந்து நிற்கும் சிஷ்யன் மீது தர்சனாவிற்கு ஏற்படும் ஈர்ப்புதான் கதை. 'அந்தக் குளிர்ந்த ஸ்பர்சம் பட்டு, அவனுடைய நரம்பு நடுங்கிற்று. ஜுரம் அடிக்கிறவர்களின் உடம்பு இப்படியா இருக்கும் வாழைத்தண்டைப்போல?' என்று தி.ஜா. எழுதுகிறார். இந்த இடத்தில்தான் இக்கதையின் திறப்புள்ளது. வீணைக்குக் கொடுக்கப்படும் முக்கியத்துவத்தைச் சாஸ்திரிகள் தர்சனாவுக்குக் கொடுக்கக்கவில்லை. மீட்டப்படாத வீணையாகத் தர்சனா துவண்டுபோய்க் கிடக்கிறாள். மீறலுணர்வு அனைருக்கும் உண்டுதானே? இந்த மீறல் எந்த எல்லை வரை சென்று, அதன் முடிவை எட்டும் என்பதைத் தம் புனைவுகளில் வெவ்வேறு வடிவங்களில் எழுதிப் பார்த்தவர் தி.ஜா. ஒருகணம் வனமாலிக்கும் குருபத்தினி என்ற எண்ணம் தோன்றுகிறது. மீட்டியிருந்த வீணையைத் தன் கையாலேயே அறுத்துவிட்டு வெளியேறுகிறான்.

வனமாலியைக் கணவனிடத்தில் தர்சனாவினால் இயல்பாகப் பொருத்திவிட முடிகிறது. அதற்கான குறிப்புகளையெல்லாம் தி.ஜா. உருவாக்கிக்கொண்டே செல்கிறார். இசை அரங்கேற்றத்துக்கு அரச சபைக்குச் செல்லும் வனமாலிக்குக் கணவனுக்கு இடுவதுபோல் பொட்டிட்டனுப்புகிறாள். 'நினைவு பாட்டில் இருக்கவேண்டும்' என்று உதட்டில் முத்தமிட்டு வழியனுப்புகிறாள். வனமாலிக்கும் தர்சனா மீது ஓர் ஈர்ப்பு இருப்பதை, அவனின் எச்சரிக்கையே உணர்த்திவிடுகிறது. 'குருத் துரோகம் செய்தவனுக்குச் சாரீரம் குலைந்துவிடும்' என்ற சாஸ்திரியாரின் இயல்பான எச்சரிக்கை, வனமாலியைப் பதற்றமடையச் செய்கிறது. உணர்ச்சிக்கும் மோகத்திற்குமிடையிலான ஊடாட்டத்தில் வனமாலி சிக்கித் தவிக்கிறான். இதன் மூலம், இரண்டு எச்சரிக்கைகளுக்கும்

வனமாலி செவிமடுத்தவனாகிறான். தற்போது, நாணறுந்த வீணை தர்சனா. இனி அதிலிருந்து இசை வெளிப்படப் போவதில்லை. நினைவுகளைச் சுமந்தபடி அந்த வீணை, வழக்கம்போல் பூஜை அறையில் முடங்கிக் கிடக்கும். இதுதான் தர்சனா போன்ற பெண்களின் எல்லையும். மரபு இதுவரை மட்டுமே அவர்களை அனுமதிக்கும். வனமாலியை அவளால் தேடிச் செல்ல முடியாது. மீண்டும் தன் நரம்புகளை அறுத்துக்கொண்டு, மூலையில் கிடக்கும் வீணையாகத் தன்னைச் சுருக்கிக்கொள்கிறாள் தர்சனா. பாலியலைச் செவ்வியல் தன்மையுடன் எழுதியவர் தி.ஜா. பெண்களின் ஆடையைத் திறந்துபார்க்கும் வன்மத்தை, இவரது புனைகளில் காண்பதரிது. இக்கதையும் அப்படித்தான். வனமாலியை நோக்கித் தர்சனாவை இழுத்ததற்குப் பின்னுள்ள உள்மனப் பிரச்சனைகளைத்தான் தி.ஜா. பிரதானப்படுத்துகிறார். பெண்களுக்கு வாய்த்தது ஒரு நத்தை வாழ்க்கைதான். சங்கீதப் பயிற்சியுள்ளவர்களுக்கு இக்கதை இன்னும் கூடுதலான அணுக்கத்தைத் தரலாம்.

தி.ஜா.வின் படைப்புகள் எப்போதும் பெண்களுக்குச் சார்பானவை; வாழ்நாளின் இறுதிவரை, அவர்களின் உணர்வுகளுக்கு மதிப்பளித்தவை. அதன் காரணமாகப் பலரின் விமர்சனங்களுக்கும் தி.ஜா. ஆளானார். பெண்ணின் உடலழகை இவரளவுக்குக் கவித்துவமாக எழுதியவர் இல்லை; அதேநேரத்தில் இளம் பெண்களைத் திருமணம் செய்துகொள்ளும் முதிர்ந்த ஆண்களின் அங்கங்களைக் கடுமையாகப் பகடி செய்தும் எழுதியிருக்கிறார். ‘வேறு வழியில்லை’ என்ற சிறுகதையை, இதற்கு உதாரணம் காட்டலாம். ஐம்பது வயது நரசிம்மையர், இருபத்திரண்டு வயதுள்ள ஞானம் என்ற பெண்ணைத் திருமணம் செய்துகொள்கிறார். ‘அழுக்கு வேஷ்டி, வழுக்கைத் தலை, கசகசவென்று உடல் முழுவதும் வேர்வை. மூக்கின் இரு மருங்கிலும் வாய் ஓரம்வரை சரிந்த கிழட்டுக் கோடுகள். கிழம். அவளுக்கு அருவருப்புப் பிடுங்கிக்கொண்டு வந்தது’ என்று நரசிம்மையரை வாசகருக்கு அறிமுகப்படுத்துகிறார். தி.ஜா.வுக்கு நரசிம்மையர் போன்ற ஆண்களின் செயல் மீது வெறுப்புண்டு. கிடைக்கும் சந்தர்ப்பங்களிலெல்லாம் அந்த வெறுப்பை உமிழ்கிறார். வாழ்வின் கசப்பான சில அனுபவங்கள், அவரது புனைவுகளில் ஆங்காங்கே கோபமாகத் தெறிக்கின்றன.

‘வேறு வழியில்லை’ புனைவு, நரசிம்மையரைப் பழித்தலை மட்டும் நோக்கமாகக் கொண்டதில்லை. ஞானத்தினூடாக வெளிப்படும் பண்பாட்டு மீறலும், இறுதியில் மரபைத் தஞ்சமடைதலுமே கதையின் நோக்கமாக இருக்கிறது. ஐந்நூறு ரூபாய் பணம் ஞானத்தின் தாயிடம் இருந்திருந்தால் இளமையான கணவன் கிடைத்திருப்பான். அவளிடம் இருந்தது இருநூறுதான். நரசிம்மையர்கூட, அந்தப் பணத்தை வாங்கிக் கொண்டுதான் அவளைத் திருமணம் செய்துகொண்டிருக்கிறார். ‘சுடராட்டமா நிக்கறையே. சிவப்பு கண்ணைப் பறிக்கிறது. உன் அழகைப் பார்த்தாவது, உன்மேலே இரக்கப்பட்டுக் கல்யாணம் பண்ணிக்கிறேன்னு, உன் உறவிலே ஒரு பிள்ளையாவது வரலியா?’ என்று சங்கரி மாமி கேட்கிறாள். ‘ஒருத்தருக்காவது கருணை கிடையாது மாமி’ என்கிறாள் ஞானம். இதுபோன்ற அறச்சீற்றங்கள்தாம் தி.ஜா.வைத் தொந்தரவு செய்துகொண்டே இருந்தவை. தம்மையும் மீறி, அவரின் இந்தக் குரல், பல கதைகளிலும்

கேட்டுக்கொண்டேயிருப்பதைக் காணலாம். 'நான் என்ன பண்ணுவேன் மாமி?' என்னும் ஞானம் போன்ற பெண்கள், வழிவழி மரபை மீறத்தான் செய்வார்கள். வயதானாலும் அன்பு காட்டுவான் என்று எதிர்பார்த்த கணவன், சந்தேகப்படுகிறான். முகத்தைக் கழுவிக்கொள்ளக்கூட அவளுக்கு அனுமதி இல்லை. இது போன்ற கட்டுப்பாடுகள் இயல்பிலேயே மீறலுணர்வுக்கு இட்டுச் செல்லும். சங்கரியின் தம்பி மீது ஞானத்திற்கு ஈர்ப்பு உருவாகிறது. மரபின் தொடர்ச்சியாகச் சங்கரி இருக்கிறாள். சங்கரியின் தம்பி மரபைக் கட்டுடைக்க முயல்கிறான். இது இக்கதை உருவாக்கும் இன்னொரு சித்திரம். கதை, இந்த இடத்தில் முடிந்துவிடவில்லை.

பலருக்கும் தற்போதுள்ள வாழ்க்கை மீது சில போதாமைகளும் நெருடல்களும் இருக்கின்றன. இக்கரைக்கு அக்கரை பச்சை மனநிலைதான். இந்த மனநிலை குடும்ப அமைப்பின் மீது சில விமர்சனங்களை முன்வைக்கிறது. பலரும் சந்தர்ப்பத்திற்காகக் காத்துக்கொண்டிருப்பவர்கள் தானே! ஞானமும் அதற்கு விதிவிலக்கில்லை. 'நம்ம தேசத்திலே, இதெல்லாம் நடக்கிற சேதியா? பதிதான் தெய்வம் நமக்கு' என்பது போன்ற குரல்கள் அவ்வப்போது மீறலைச் சாந்தப்படுத்திக்கொண்டேயிருக்கும். மரபின் உன்னதங்கள் மட்டுமல்ல; அன்புகூட மீறலைக் கட்டுப்படுத்தும் என்ற நிலைப்பாட்டைத் தம் படைப்புகளில் தி.ஜா. தொடர்ந்து வலியுறுத்திக் கொண்டேயிருக்கிறார். இக்கதையும் அத்தகையதுதான். ஞானம், நரசிம்மையர் மீது அன்பாயிருப்பது போன்று நடிக்கிறாள். ஆனால், அதிலிருந்து பின் உண்மையான அன்பையே அவள் கண்டடைகிறாள். விதைத்ததுதான் முளைக்கும் என்ற இடத்தில் கதை முடிகிறது. 'பசி ஆறிற்று' என்ற கதையின் தொடர்ச்சியாகத்தான், இதையும் வாசிக்கவேண்டும். செவிட்டுக் குருக்களுக்கு வாழ்க்கைப்பட்டவளான அகிலாண்டத்திற்கு, ராஜம் என்ற இளைஞன் மீது காதல் உருவாகிறது. உடற்பசி. 'ரொம்ப நாழி பண்ணிவிட்டேனா? பசி துடிக்கிறதாக்கும் அம்பாளுக்கு?' என்ற அச்செவிடனின் பரிவில், எல்லாப் பசியும் அகிலாண்டத்திற்குத் தீர்ந்து போகிறது. காமத்தைக் கடக்கும் ஆற்றல் அன்புக்கு மட்டும்தான் உண்டு என்பதே, இக்கதைகளின் நோக்கமாக இருக்கவேண்டும். தி.ஜா., அன்பில் நம்பிக்கையுள்ளவர். இந்த ஆண்கள், குறைந்தபட்சம் பெண்களிடம் அன்பாகவாவது இருக்கக்கூடாதா? எனக் கேட்டுக் கொண்டேயிருக்கிறார். நரசிம்மையரின் அன்பினூடாக ஞானம், காமத்தின் நிறைவை அடைகிறாள். சங்கரியின் தம்பி நினைவை நரசிம்மையரின் அன்பு மூழ்கடிக்கிறது. இதுவொரு பாவனை; தன் இணையிடம் வெளிப்படும் மிகச்சிறிய வெளிச்சக் கீற்றைப் பேரொளியாகக் கருதும் பாவனை. ஞானம் தன் மனதை அமைதிப்படுத்திக்கொள்ளும் முயற்சியே இது. அவளுக்கு வேறு வழியில்லை. மரபை, அவ்வளவு எளிதில் அவளால் கடந்துவிட முடியாதுதானே!

'தற்செயல்' என்ற கதையில்கூடத் தி.ஜா.வின் கோபத்தைக் காணலாம். பதினைந்து வயதேயான மங்களத்தை, நாற்பத்தைந்து வயதுள்ள ஆணுக்கு இளைய தாரமாகத் திருமணம் செய்து வைக்கின்றனர். மூத்த தாரத்தின் இரு பிள்ளைகளுடன், தனக்குப் பிறந்த ஒன்பது குழந்தைகளையும் நன்றாக வளர்த்துக் கரையேற்றுகிறாள் மங்களம். தி.ஜா., இப்புனைவு வழியாகச் சில உரையாடல்களைச் சமூகத்துடன் நிகழ்த்துகிறார்.

பெண்கள் தமக்குக் கிடைக்கும் வாழ்க்கைக்குத் தம்மை ஒப்புக்கொடுத்து மனநிறைவை அடைகிறார்கள்; அதில் ஒருத்தியே மங்களம். மங்களத்தின் பெரியம்மா மகனின் நினைவுகளாகத்தான், இக்கதை கூறப்பட்டுள்ளது. மங்களத்திற்கும் இவனுக்கும் ஒரே வயதுதான். 'பட்டணத்தில் ஸம்ஸ்கிருத வாத்யாராம். நாப்பத்தஞ்சு வயசுதான் ஆறதாம்' என்று இவன் தந்தை கூறுகிறார். 1970இல் எழுதப்பட்ட கதை இது. 'நாப்பத்தஞ்சு வயசுன்னா கிழ வயசில்லையாப்பா?' என்று கத்துகிறான். இது தி.ஜா.வின் குரல். 'ஒரு நாற்பத்தைந்து வயதுக் கிழவியை எனக்குக் கலியாணம் பண்ணி வைப்பதற்காக, என்னை யாரோ துரத்தி வருவது போலிருந்தது' என்று அவன் நினைத்துப் பார்க்கிறான். இத்தகைய சமநிலையற்ற சமுதாயத்தைத் தம் புனைவுகளினூடாக விமர்சனப்படுத்திக்கொண்டேயிருந்தார் தி.ஜா. இன்றுகூட ஜீரணிக்கமுடியாதது இது. 'மொழுமொழுவென்று வழுக்கை மண்டை, முகத்தில் நாலு நாள் வெள்ளை மயிர், பஞ்சக்கச்சம், பழங்காலப் புரோகித மூஞ்சி' என மங்களத்தின் கணவனை அறிமுகப்படுத்திக் கோபத்தைத் தணித்துக்கொள்கிறார். 'இந்த மாமாவையே கலியாணம் பண்ணிக்கலாம்னு நினைச்சுண்டு சிரிக்கிறியா?' என்று, மங்களமே இவனைச் சுட்டிக்காட்டித் தன் குழந்தையிடம் பேசுகிறாள். இக்கேள்வி மங்களத்திடமிருந்து யதார்த்தமாக வெளிப்படும் தோற்றத்தைத் தருகிறது கதை. ஆனால், இது மொத்தப் பெண்களின் காத்திரமான குரலாக நம் செவியடைகிறது.

மங்களத்திற்குத் தொடக்கத்தில் இந்த வாழ்க்கையின் மீது வெறுப்பு இருந்தாலும் சகித்துக்கொள்கிறாள். மனதைத் தனக்குக் கிடைத்த வாழ்க்கைக்கு ஏற்றவாறு ஒழுங்குபடுத்திக்கொள்கிறாள். தன் கணவனின் ஆண்மைக்குச் சான்றாகப் பதினொரு பிள்ளைகளை அவன் முன் நிறுத்துகிறாள். இந்த வலிமையையே தன்னைத் திருமணம் செய்துகொண்ட கிழவனிடமும் காண்கிறாள் ஞானம். உறவுகள் மீது கொண்ட கசப்பு மங்களத்திற்கும் உண்டு; ஞானத்திற்கும் உண்டு. 'ஏன் கிழவனைத் திருமணம் செய்துகொள்கிறாய்' எனக் கேட்கும் ஒருவரும், தன் மகனுக்கு மணம் செய்துவைக்க முன்வரவில்லை. இந்த வெறுப்புணர்வும் கிழவர்கள் மீது அன்புகொள்ளத் தூண்டுகிறது. இதுபோன்ற இரட்டை முகமுள்ள சமூகத்தைத் தி.ஜா. இப்புனைவுகளினூடாக விசாரிக்கிறார். இவ்வாறு பல வாசிப்புகளை, இப்புனைவில் நிகழ்த்தலாம்.

3

தி.ஜா.வின் தொடக்ககாலக் கதைகள், பல்வேறு நிறங்களைக் கொண்டவை. ஆனால், நான்கைந்து கதைகளிலேயே, தாம் பயணப்படவேண்டிய இலக்கைக் கண்டுவிட்டார். அப்படி அவர் பரிசோதித்த கதைகளில் ஒன்று, 'ஆண்டவன் நினைத்தது.' தி.ஜா., கடவுளுக்கான இடத்தைத் தம் கதைகளினூடாகத் தேடிக்கொண்டேயிருந்தார். எளிய மக்களின் அடிப்படை நம்பிக்கைகளைச் சிதைக்காமல் விமர்சனங்களை உருவாக்கினார். ஒரு குழந்தை ரயிலிலிருந்து கீழே விழுந்துவிடுகிறது. அந்தக் குழந்தை இந்த மண்ணில் வாழவேண்டும் என்று ஆண்டவன் நினைத்தால் அது இறந்துபோகாது என்று ஒரு குறவன் கூறுகிறான். அவன் கூறியதுபோலவே

அந்தக் குழந்தை பிழைத்துக்கொள்கிறது. குழந்தை உயிர் வாழ வேண்டும் என்று இறைவன் நினைக்கும்போது, ஏன் கீழே விழவேண்டும் என்ற கேள்வியைத் தி.ஜா. எழுப்புகிறார். குறவன், தான் ஆற்றில் விழுந்து மீண்ட கதையைச் சொல்கிறான். இறைவனின் இடம் இவ்வாறு நிகழும் தொடர்ச் சம்பவங்களால் உறுதிப்பட்டுக்கொண்டேயிருக்கிறது. இந்தக் கதையின் உள்ளீட்டைக் கடந்து தி.ஜா. நீண்டதூரம் பயணப்பட்டதால், இது போன்ற கதைகள், பொதுவெளியில் பேசுபொருள் ஆகவில்லை. ஏறக்குறைய நூற்று ஐம்பதிற்கும் மேற்பட்ட கதைகளைத் தி.ஜா. எழுதியிருக்கிறார். அதில் இது சவலைக் குழந்தை. சித்தாந்தம் தெரிந்தவர்கள், கதை மையத்தை, வேறோரிடத்திற்கு நகர்த்திச் செல்லவும் வாய்ப்பிருக்கிறது.

'மணச்சட்டை' என்றொரு சிறுகதையும், சாதாரணக் கதைதான். மன்னர் காலத்துக் கதை. கனோரா அரசி, தன் ஐந்து கோட்டைகளையும் சுல்தானிடம் பறிகொடுக்கிறாள். இறுதியில் நர்மதையின் கரையிலிருக்கும் கோட்டையையும் சுல்தான் கைப்பற்றுகிறான். சுல்தானுக்கு, இப்போது புதியதொரு ஆசை முளைவிடுகிறது. கனோரா அரசியை, அவள் விருப்பத்துடன் உரிமைகொள்ள அனுமதி கேட்கிறான். தற்கொலை செய்யும் எண்ணத்திலிருந்த கனோரா அரசி, அவனது விருப்பத்திற்கு இணங்குவதுபோல் நடித்து அவனைக் கொலை செய்கிறாள். அவள் கேட்கும் சில வினாக்கள் கதைக்கு முக்கியமானவை. நாட்டைப் பிடித்ததால் மட்டுமே அந்நாட்டுப் பெண்களை உரிமைகொண்டுவிட முடியாது என்பதைத் தன் மரணத்தின் மூலம் அரசி உணர்த்துகிறாள். 'அரணைப் பிடிப்பதற்கு முன்னால், அந்தப்புரத்திற்கு ஆள் பிடிக்கத் தொடங்கிவிடுகிறார்கள்' என்று ஒட்டுமொத்த அரச மரபையும் விமர்சனம் செய்கிறாள். இந்தக் கதையை மேலும் விரித்தெடுக்கப் போதுமான வெளியைத் தி.ஜா. உருவாக்க வில்லை என்றே தோன்றுகிறது.

வறுமையைக் கலையாக்கி, அதற்கு இலக்கியத்தரத்தை வழங்கியவர் புதுமைப்பித்தன். தம் வாழ்நாளின் இறுதிவரை வறுமையுடன் கழித்தவர்; அதனால் அது போன்ற காத்திரமான படைப்புகளை அவரால் உருவாக்க முடிந்தது. தி.ஜா.வின் வாழ்க்கை முறை வேறு. அதனால் அவர் களமும் வேறாகிறது. 'அதிருஷ்டம்' (1949) என்றொரு கதை எழுதி யிருக்கிறார். நூற்றுப் பத்து ரூபாய் சம்பளத்திற்கு ஓர் அலுவலகத்தில் வேலைசெய்கிறான் சிதம்பரம். வாடகை, மளிகை, பால், டாக்டர் பில், டிராம் பாஸ் என மொத்தமும் செலவாகிவிடுகிறது. ஒவ்வொரு மாதமும் வறுமையுடன் போராடுகிறான். அண்ணனிடம் வாங்கிய அறுபது ரூபாய்க் கடனும் வெள்ளித்தட்டை அடகுவைத்து வாங்கிய எண்பது ரூபாய்க் கடனும் தொடர்ந்து அச்சுறுத்துகின்றன. டிராமில் பிக்பாக்கெட் அடிக்கும் நிலைக்குத் தள்ளப்படுகிறான். வறுமையை நவீனமாகச் சொன்ன கதை இது. அல்லது நடுத்தரக் குடும்பத்தின் வறுமையைப் பேசும் புனைவாகவும் கொள்ளலாம். சிதம்பரத்திற்கு மாதந்தோறும் நிலையான சம்பளம் வருகிறது. ஆனால் அது, சாப்பிடுவதற்கு மட்டுமே உதவுகிறது. லௌகீக வாழ்க்கையின் எதிர்பாராச் செலவுகளுக்கு அந்த வருமானம் போதவில்லை. பத்து ரூபாயைக்கூட மிச்சம் பிடிக்க முடியவில்லை.

கூட்ட நெரிசலும் துருத்திக்கொண்டு எட்டிப் பார்க்கும் பர்ஸும் அவன் கையை நீளச்செய்கின்றன. தி.ஜா., வாய்ப்புள்ள இடத்தில் ஒவ்வொரு குடும்பத்திலுமிருக்கும் குழந்தைகளின் எண்ணிக்கையைக் கூறத் தவறுவதில்லை. சிதம்பரத்தின் மாமனாருக்கு ஆறு பெண்கள். மறைமுகமாக இந்தப் பெருக்கம் வாழ்க்கையில் பல இடையீடுகளை நிகழ்த்துகின்றன. குழந்தைப்பேறைக் கட்டுப்படுத்துவது பாவம் என்று அக்காலத்தில் நினைத்திருக்கின்றனர். 'தற்செயல்' கதையில் ஒன்பது குழந்தை பெற்ற மங்களம், 'அவர் இருந்திருந்தா இன்னும் ரண்டு இத்துணூண்டு இத்துணூண்டா ஓடிண்டிருக்கும்' என்கிறாள். அதிகக் குழந்தைகளைப் பெற்றுக்கொள்ளாதவர்கள் வளர்க்கத் திராணியற்றவர்கள் என்று பழிக்கும் போக்கும் இருந்திருக்கிறது.

வறுமையை எழுதும்போது புதுமைப்பித்தனிடம் வெளிப்படும் பகடியை இக்கதையிலும் காணலாம். தி.ஜா.விடமும் அபாரமான நகைச்சுவைக் குணம் உண்டு. தனியே விரித்தெழுதும் அளவிற்கு, அவரது கதை முழுக்க இத்தன்மை பரவிக் காணப்படுகிறது. 'ஒரு சமயம் நமக்குச் செலவழிக்க வழி தெரியாது' என்று போட்டிகளில் பரிசு விழவில்லையோ என்று சிதம்பரம் நினைக்கிறான். 'வேர்வை வஞ்சனை இன்றிப் பெருகிக் கொண்டிருந்தது. பக்கத்தில் இருப்பவர்கள், அந்த வாடையை விரும்பமாட்டார்கள் என்று வேர்வைக்கா தெரியும்?' என்று எழுதியிருக்கிறார். கதை முழுக்க இதுபோன்ற நகைச்சுவைத் தொனியை நாம் அவதானிக்கலாம். கதையின் முடிவே அத்தகையதுதான். சிதம்பரம் திருடிய பர்ஸில், கொட்டைப் பாக்குச் சீவல்தான் முழுக்க அடைத்து வைக்கப்பட்டிருக்கும். முதன்முறையாகத் திருடும் ஒருவனின் மனநிலையைச் சிதம்பரத்தினூடாகத் தி.ஜா. கச்சிதமாகக் காட்சிப்படுத்துகிறார். சிதம்பரம் தன் திருட்டை நியாயப்படுத்தப் போராடுகிறான். அவன் மனம், அவனுக்குச் சமாதானம் சொல்கிறது. கதையின் முடிவும் கறைபடிந்த அவன் மனதைக் கழுவிவிடுகிறது.

'குளிர் ஜுரம்' என்ற கதையும், புதுமைப்பித்தனின் 'கருச்சிதைவு' பாணியிலான கதைதான். கதைகளின் மையம் மட்டும் ஒன்று; மற்றபடி தி.ஜா.வின் கைச்சரக்கு வேறு. குலாலன் என்ற எழுத்தாளருக்குப் பத்திரிகை ஆசிரியரிடமிருந்து கதைவேண்டி நினைவூட்டல் கடிதம் வருகிறது. குலாலன் கதைக்கரு தேடி அலைகிறான். இதுதான் கதை. எழுத்து என்பது பதினோராவது அவத்தைதான். நினைவூட்டல் கடிதமும், குறைந்துகொண்டே வரும் காலமும் எழுத்தாளரை நெருக்கடிக்குள்ளாக்குகின்றன. 'ஐயோ எழுதச் சொல்லிவிட்டார்களே' என்ற பீதி, அவருக்கு ஜுரத்தை வரவைக்கிறது. பத்துரூபாய் சன்மானம் கிடைக்கும் கதைக்காக அவ்வளவு மெனக்கெடுகிறார் எழுத்தாளர். நாளுக்கு நான்கைந்து கதைகளைப் பிரசவிக்கும் எழுத்தாளர்களையும் தி.ஜா. உள்ளே இழுத்துவிடுகிறார். 'சரி, மணி ஒன்பது அடித்து விட்டது. கடை திறந்திருக்கும். கதை வாங்கி அனுப்புகிறேன்' என்று பத்திரிகை ஆசிரியர்களுக்குப் பதில் சொல்ல முடியுமா? என்றும் யோசிக்கிறார். எழுத்தாளர்கள் பலரும் கதையின் கருவிற்காக அலைந்ததை வெவ்வேறு வடிவங்களில் கதையாக எழுதியிருக்கக்

கூடும். வார, மாத இதழ்களில் எழுதியவர்கள் இந்நெருக்கடியை அதிகமாகச் சந்தித்திருப்பார்கள். புதுமைப்பித்தனும் பல நெருக்கடிக் காலக் கதைகளை எழுதியிருக்கிறார்.

'என் கதையில்லாமல் உம்முடைய பத்திரிகையோ, இந்த உலகமோ அஸ்தமித்துவிடப் போவதில்லை' என்று கதையில் வரும் எழுத்தாளர், தம் கதைகள் குறித்தே ஒரு மதிப்பீட்டை உருவாக்கிக்கொள்கிறார். நெருக்கடிகள் நிறைந்த இந்த உலக வாழ்க்கையில் இலக்கியம் ஓர் ஆறுதல்; அவ்வளவுதான். அதனால்தான், இந்த இதழில் கதை வரவில்லை என்றால் என்ன ஆகிவிடப் போகிறது? என்ற கேள்வியை எழுப்புகிறார் எழுத்தாளர். கதையைத் தேடி அலைந்த எழுத்தாளருக்கு மளிகைக்கடையில் பில் போடுகிற பிச்சைக்குப்பு வழிகாட்டுகிறான். பிச்சைக்குப்பு கோயிலில் சூடம் ஏற்ற முயற்சிக்கிறான்; சில காரணங்களால் முயற்சி தோல்வியில் முடிகிறது. நெற்றியில் இரண்டு குட்டுக் குட்டிக்கொண்டு தோப்புக்கரணமும் போட்டுவிட்டுக் கிளம்பிவிடுகிறான். கதை கிடைக்கவில்லை என்ற அவத்தையிலிருந்து இச்சம்பவம் அவரை மீட்கிறது. வாழ்க்கை மிக எளிதானது என்பதை, அந்த மளிகைக்கடை பையன் இவருக்குக் கற்றுத் தருகிறான். 'குளிர் ஜுரம்' என்று பத்திரிகை ஆசிரியருக்குக் கடிதம் எழுதிவிட்டு, மனைவியின் மையிட்ட கண்களைப் பார்ப்பதில் கவனத்தைத் திருப்புகிறார் எழுத்தாளர். வாழ்க்கை இவ்வளவுதான். இதுதான் தி.ஜா. இக்கதையின் நாயகன் ஓர் எழுத்தாளர் என்பதால், அவரைத் தி.ஜா.வுடன் இணைத்தும் இதை வாசிக்கலாம். ஒரு சிறுகதை உருவாவதன் பின்னுள்ள அகப்புறப் பிரச்சனைகளை எள்ளலுடன் தி.ஜா. இப்புனைவில் எழுதியிருக்கிறார். தி.ஜா.வுக்கும் சிறுகதைகள் குறித்துத் தனிப்பட்ட கருத்துகள் உண்டு; அதைக் கட்டுரையாகவும் எழுதியுள்ளார். எதிர்காலத்தில் கிடைக்கும் சொற்பப் பணத்திற்காகவும் புகழுக்காகவும் நிகழ்கால மகிழ்ச்சியைத் தவறவிடுகிறோம் என்ற பார்வையையும், இக்கதையினூடாகப் பெறலாம். செவ்விலக்கியங்கள், இது குறித்து விரிவாகப் பேசியிருக்கின்றன. தி.ஜா.வின் எழுத்தும் அதன் தொடர்ச்சிதான்.

4

அப்பா சிறுவனாகும் தருணங்களைப் பகிரும் கதை, 'பட்சி சாஸ்திரக் கிளி'. தவறும் பெண்களைப் பற்றி மட்டுமே தி.ஜா. எழுதினார் என்ற விமர்சனம், தொடர்ந்து முன்னிறுத்தப்பட்டு வருகிறது. அவரது நாவல்களையும் ஒருசில சிறுகதைகளையும் மட்டுமே வாசித்துவிட்டுக் கண்டடைந்த கோணல்பார்வை அது. தி.ஜா.வின் ஒட்டுமொத்தச் சிறுகதைகளை வாசித்தவர்கள், அந்த விமர்சனத்தை அசட்டையாகக் கடந்துவிடுவார்கள். சிறகொடித்த கிளியொன்றை வீட்டிற்கு எடுத்து வருகிறான் மகன். அப்பாவிற்குக் கிளியை வளர்ப்பதில் விருப்பமில்லை. மகனின் விருப்பத்திற்காக, அனுமதிக்க வேண்டுகிறாள் அம்மா. ஒருகட்டத்தில், மகனைவிடக் கிளியிடம் அப்பாவுக்கு வாஞ்சை அதிகரிக்கிறது. இப்போது அப்பாவின் இடத்தை மகனும், மகனின் இடத்தை அப்பாவும் எடுத்துக்கொள்கின்றனர். இதுதான் கதை. காலை வளைத்து வளைத்து நடந்துபோகும் கிளி, அப்பாவின் மனதில் ஈரத்தை வரவைழைக்கிறது. அடுத்து, அந்தக் கிளி, அவரைப் பார்த்து நடுங்குகிறது.

மனரீதியாக அது, அவருக்குப் பெருமிதத்தைத் தருகிறது. பிள்ளைகளைவிடக் கிளியிடம் கூடுதல் கவனம் செலுத்துகிறார். அதற்கான உணவைப் பரிமாறுவதில் ஆர்வம் காட்டுகிறார். பூனையிடமிருந்து பாதுகாக்கிறார். கோவைப்பழத்தைச் சிரத்தையெடுத்து வாங்கி வருகிறார். கிளியை அடித்த மகனின் மூக்கை உடைக்கிறார். ஒருநாள் கிளி வளர்த்தவனிடமே தஞ்சம் அடைகிறது. மகன் உற்சாகமடைகிறான். தந்தை பதட்டமடைகிறார். கிளியின் இழப்பை, அவரால் சாதாரணமாகவே எடுத்துக்கொள்ள இயலவில்லை. உறவுகளின் இருப்பை, அந்தக் கிளியினூடாகவே உணர்கிறார். இவரது பெரும்பாலான கதைகளின் இறுதி வரிகள் ரசவாதம் மிக்கவை. ஒட்டுமொத்தக் கதையின் பிழிவாக, அவ்வரிகள் இருப்பதை உணரலாம். அப்படித்தான் இந்தக் கதையிலும், ‘கோவைப் பளம் திங்கற ஜன்மத்துக்குத் தித்திக்கிற அறிவா இருக்கப்போவுது? சனியன்!’ என இகழ்கிறாள் மனைவி. இகழும் மனைவிக்குப் பதில் சொல்லத் தெரியாமல் விழிக்கிறார் அவர். வாழ்க்கையின் இயல்பைக் கிளி கற்றுக்கொடுக்கிறது. கிளியின் இடத்தில் பெண்களையும் அவர்களுக்கு அமையும் இரட்டை வாழ்வையும் ஒப்பிட்டுப் பார்க்கும்போது, இக்கதைக்கு இன்னொரு உருவமும் கிடைக்கிறது.

‘போர்ஷன் காலி’ எனக் கதை எழுதியிருக்கிறார். இறுதிவரை வாசகனைப் பதட்டத்துடன் அழைத்துச் செல்லும் பாணியிலான கதை. தி.ஜா. தேர்ந்தெடுத்திருக்கும் கரு மிக எளியது. ஆனால், அதனைப் பல திருப்பங்களுடன் முடித்திருக்கிறார். வீட்டில் குடியிருக்கும் சுந்தரத்தின் மகள் தமயந்திக்கு, ரத்னமையர் ஒரு காதல் கடிதம் எழுதுகிறார். பேராசிரியரும் இசை ரசிகருமான ரத்னமையரின் ஒழுக்கம், அங்குக் குடியிருப்பவர்களால் மறுபரிசீலனை செய்யப்படுகிறது. அவர் ஏன் எழுதினார்? நடந்தது என்ன? இவ்வினாக்களைத் தாங்கியபடி புனைவு பயணிக்கிறது. இந்தக் கதை, பகடிக்காக எழுதப்பட்டதென்றே தோன்றுகிறது. தி.ஜா.வின் நகைச்சுவையை, இக்கதையிலும் ரசிக்கலாம். தமயந்தி நவீனக்கூறுகளை உள்வாங்கியவள். ரத்னமையர் மரபின் வேர். கர்நாடக இசையும் திரையிசையும் மோதுகின்றன. இறுதியில், ரத்னமையர் மகள், தன் தந்தையே எழுதியது போன்று ஒரு கடிதத்தை எழுதி, வீட்டைக் காலி செய்ய வைக்கிறாள். ‘எனக்கு அப்படியெல்லாம் புளுகத் தெரியாது. நான் என்ன தெய்வமா? யானையைப் பிராக்கட்டில் போட்டு, அசுவத்தாமாவின் உயிர் போய்விட்டது என்று ஜகப்புரட்டு பண்ண? சாதாரன மனிதன்’ என நண்பருக்குப் பதிலளிப்பதுடன் இக்கதையை முடித்திருக்கிறார். தற்காலம் மீது தொன்மத்தை ஏற்றித் தி.ஜா. நகைக்கிறார். நவீனத்திற்கும் மரபிற்கும் சிண்டுமுடிகிறார். மனிதனுக்கும் கடவுளுக்குமான இருப்பையும் உரையாடல் நினைவூட்டுகிறது. கதையின் உள்ளடக்கம் சாதாரணமாகத் தெரிந்தாலும், அதனைப் பின்னுவதில்தான் தி.ஜா. வெற்றி பெறுகிறார்.

இதேபோன்று எழுதப்பட்ட மற்றொரு கதை ‘விரல்’. சாதாரணப் பெண்களையும் தம் எழுத்துத் திறனால் காவிய நாயகிகளாக்கியவர் தி.ஜா. பெண்களைப் பற்றி எவ்வளவு எழுதினாலும் சலிப்படையவே மாட்டார். ஆண்களின் தோற்ற வர்ணனை, அவர் புனைவில் அபூர்வமாகவே இருக்கும். இக்கதையின் ஏ.ஏ.ஐயரைப் பற்றி இரண்டு பக்கங்களில் அவரின் தோற்றத்தையும் ஆளுமையையும் எழுதியிருக்கிறார். இந்த வர்ணனை,

இறுதியில் கதையோடு அழகாகக் கலந்துவிடுகிறது. தம் இடக்கை விரல்களால் வீணையை மீட்டிக்கொண்டு, ஏ.ஏ.ஐயர் பாடுவதைக் கேட்கத் தெய்வாம்சமாக இருக்கும். ஆனால், வலக்கை விரல், போலிக்கணக்கு எழுதி, அரசையும் உடன் பணிபுரிபவர்களையும் ஏமாற்றுகிறது. இதனை எப்படிப் புரிந்துகொள்வது? வலக்கை விரல்கள் செய்யும் பாவங்களுக்கு, இடக்கை விரல்களால் பிராயச்சித்தம் தேடமுடியுமா? மனிதனின் உன்னதக் குணங்களின் நிழலில் சில கீழ்மைகளும் மறைந்திருக்கின்றன. ஏ.ஏ.ஐயரின் உயர்வான இசை ஞானத்தை அங்கீகரிக்கும் அவரின் ரசிகன் ஒருவன், அவரது இழிசெயலைச் சுட்டிக்காட்டி எழுதிய கடிதம்தான் இக்கதை. கதையின் முடிவில், வீணையின் நரம்புகளைத் தடவி மதுரமான இசையைத் தருவிக்கும் இடதுகை விரல் கதவிடுக்கில் மாட்டி நசுங்கிப் போகிறது. இந்த இடத்திலிருந்து கதையை விரிவாக விவாதிக்கலாம். 'வலது விரலை விட்டு, இடது விரலை நசுக்கினானே, இந்த ராமன்! அவன் போக்கே அலாதி. ஒரு பாவமும் அறியாத சீதையைக் காட்டுக்கு விரட்டின ஆளாச்சேப்பா நீ' என்று கதை முடிவில் சர்ச்சைக்குரிய புராணீகத்தன்மையைக் கதைக்குள் ஏற்றுகிறார். இக்கண்ணியைப் பிடித்துக்கொண்டும் கதையை முன்னகர்த்தலாம். தத்துவமும் தொன்மமும் இப்புனைவின் இழைகள். 'போர்ஷன் காலி', 'விரல்' ஆகிய இரு கதைகளின் முடிவுகளும் இந்திய மரபின் ஆகச்சிறந்த இரு பெருங்காவியங்களின் கூறுகளை உள்வாங்கியே முடிந்திருக்கின்றன. இராமாயணப் பிரதியின் மீது தன் பாணியில் கலகத்தைக் கலந்திருக்கிறார். இக்கதையின் ஏ.ஏ.ஐயரைப் பேரழகன் இராமனுடன் ஒப்பிட்டும் புதுமைப்பித்தனைப் போன்று நாம் விமர்சிக்கலாம்.

தி.ஜா.வின் கதைகளுக்கு இறுதித் தீர்ப்புகள் எழுத முடியாது. வாசிப்பவருக்குப் பின்னிருந்து செயல்படும் அரசியலும் அனுபவமுமே, புனைவுமீது, சில அனுமானங்களை முன்வைக்கத் துணையாகின்றன. இதனால் சில கதைகள் தட்டையாகவும் பல கதைகள் ஒருமையுடனும் எழுதப்பட்டுள்ளன. "சிறுகதையில் சொல்லக்கூடாத விஷயங்களே இல்லை" (சிறுகதை எழுதுவது எப்படி?) என்று தி.ஜா. கூறுகிறார். அவர் கூறியபடி, அனைத்தையும் பற்றித் தி.ஜா. எழுதியிருக்கிறார். இந்தச் சமூகத்திரளை அவர் எப்படிப் பார்த்தார் என்பதுதான், அவர் எழுத்து. மனித மனங்களில் பதுங்கியிருக்கும் மிகச்சிறிய உணர்வுகள்மீதும், இவரது கதைகள் ஊடுகதிர்களைப் பாய்ச்சியிருக்கின்றன. 'நான் எழுதிய நூற்றுக்கு மேற்பட்ட கதைகளில் ஒன்றோ இரண்டோதான் சிறுகதை என்ற சொல்லுக்குச் சற்று அருகில் நிற்கின்றன. மற்றவைகளைச் சிறுகதை என்றால் சிறுகதை என்ற சொல்லுக்கே இழிவு செய்கிற மாதிரி' (எழுதுவது எப்படி) என்ற தி.ஜா. வின் கருத்து, தன்னடக்கத்தின் கொடுமுடி. தமிழ்ப் புனைகதை வரலாற்றில் தி.ஜா.வின் இடம் அசைக்கவியலாதது. தஞ்சை மண்ணின் அடையாளமாக இவரது கதைகள் விளங்குகின்றன. காவிரி ஆற்றின் நீர்மையை இவர் புனைவுகளில் தரிசிக்க முடியும். தி.ஜா. எழுதியதில், ஒரு சில கதைகள், தம் முழுமையை அடையாதிருக்கலாம். இது படைப்பாளர்கள் அனைவருக்கும் நேர்வதுதான். ஏதோவொரு நெருக்கடியில், இதுபோல் கதைகளை எழுதி விடுவதுண்டு. பின் நேர்செய்துகொள்ளலாம் என்ற முடிவு, கடைசிவரை செயல்படுத்தப்படாது அப்படியே தேங்கிப் போவதுமுண்டு. எழுதிய காலத்தில் காத்திரமாக இருந்த கதைகள், காலமாற்றத்தில் தம் வீரியத்தை

இழப்பதுமுண்டு. அப்படித்தான், படைப்பாளனுக்கே உவப்பில்லாத சில கதைகள், அவர்களது பெயர்களைச் சுமந்துகொண்டிருக்கும். இத்தகைய கதைகள், தி.ஜா.விடம் அதிகமில்லை.

தி.ஜா.வின் கதைகள், கடந்த பத்தாண்டுகளில்தான் தேடித்தேடித் தொகுக்கப்பட்டிருக்கின்றன. இன்னும் அப்பணி முழுமை பெறவில்லை. இக்கட்டுரைக்குப் பயன்படுத்தப்பட்டுள்ள தி.ஜா.வின் கதைகள், அவருடைய சிறுகதைத் தொகுதிகளில் இடம்பெறாதவை; இதழ்களில் வெளிவந்தவை. ஏன் இவற்றை அவர், தம் தொகுப்புகளில் சேர்க்கவில்லை என்பதை அறிய முடியவில்லை. இவை மீது, அவருக்கு அதிருப்தி இருந்திருக்கும் என்பதெல்லாம் அனுமானம்தான். ஏனெனில், இதிலுள்ள பல கதைகள், தி.ஜா.வின் முத்திரைக் கதைகளுக்கு இணையானவை. சில கதைகள், அவர் எழுதிப் பழகியவை. ஆனாலும், தி.ஜா. எனும் ஆளுமையின் பேருருவத்தின் எழுத்துத் தடமறிய, இக்கதைகளும் முக்கியம் எனக் கருதுகிறேன். இறுதியாக, 'ஒரு சிறுவனைப்போல நான் அன்றாட உலகைப் பார்த்து வியக்கிறேன், சிரிக்கிறேன், பொருமுகிறேன், நெகிழ்கிறேன், முஷ்டியை உயர்த்துகிறேன், பிணங்குகிறேன், ஒதுங்குகிறேன், சிலசமயம் கூச்சல் போடுகிறேன்' என்று சாகித்திய அகாதெமி விருதைப் பெற்றுக்கொண்டு ஆற்றிய உரையில் பேசியிருக்கிறார். இப்பார்வையை உட்கொணடவையே, தி.ஜானகிராமனின் இச்சிறுகதைகள்.

✣

65

புனையப்பட்ட நிஜக் கரிசனங்கள்: தி.ஜானகிராமனின் (தொகுக்கப்படாத) சிறுகதைகள்

லாவண்யா சுந்தர்ராஜன்

தி.ஜானகிராமன் சிறுகதைகளின் மொத்தச் சிறுகதைகளும் அடங்கிய தொகுப்பு, சிறுகதைகள் எப்படி எழுதப்பட வேண்டுமென்பதைச் சொல்லிக் கொடுக்கும் மிகச்சிறந்த பாடப்புத்தகம். தி.ஜா.வின் சிறுகதைகள் எல்லாமே, ஒருவிதக் கச்சிதத்தன்மையோடு பெரும்பாலும் ஒரே ஒத்த அளவிலானவையாகவும் இருப்பது, ஒரு வியப்பளிக்கும் உண்மை. தி.ஜா., அப்படித் திட்டமிட்டே எழுதினாரா என்பது சந்தேகமே. ஆயினும், அவர் கதைகள் அப்படியிருக்கின்றன. முழுத்தொகுப்பின் முன்னுரையில் கவிஞர் சுகுமாரன் சொல்வதுபோல் தி.ஜா.வின் நாவல்களைவிட ஒருபடி மேலான இடத்திலேயே அவருடைய சிறுகதைகள் இருக்கின்றன என்பதை மனப்பூர்வமாகத் திரும்பச் சொல்ல வேண்டியிருக்கிறது. வடிவச்சிக்கனம், உரையாடல்களின் வார்த்தைச்சிக்கனம், அவர் சித்திரிக்கும் காட்சிகளின் நம்பகத்தன்மை இவை அனைத்துக்கும் தி.ஜா.வின் கதைகளே தலைசிறந்த உதாரணங்கள். இந்தக் காரணங்களின் பொருட்டே, நல்ல சிறுகதை எழுத விரும்புபவர்கள் எல்லோருமே தி.ஜானகிராமனின் இத்தொகுப்பிலிலுள்ள கதைகளை ஓரளவுக்காவது ஆராய்ந்து உள்வாங்கிக்கொள்ள வேண்டும். அவ்வகையில் நான், சில கதைகளைச் சார்ந்து எழுத யோசித்தபோது, முழுத்தொகுப்பின் இறுதியிலிருக்கும் தொகுப்பில் சேர்க்கப்படாத கதைகளைப் பற்றி எழுத வேண்டும் என்ற ஆவல் மிகுந்தது. அப்படியான ஆர்வத்தைத் தூண்டியவர் கல்யாணராமன். அவருக்கு எனது நன்றிகளை, இக்கட்டுரை மூலம் பதிவுசெய்துகொள்கிறேன். முழுத்தொகுப்பிலிருக்கும் கதைகளில், எந்தத் தொகுப்பிலும் சேர்க்கப்படாத கதைகள்

பதிமூன்று. அக்கதைகள் ஒவ்வொன்றைப் பற்றியும் பின்வருமாறு சொல்லலாம்.

மன்னித்துவிடு

தி.ஜானகிராமனின் ஆரம்பக்காலக் கதை இது. வெளியான ஆண்டு 1937. 'கொட்டு மேளம்' தொகுப்புக் கதைகள் வெளியான ஆண்டு 1950களில், இதற்கும் பதினாறாண்டுக்கும் முன்னரே எழுதப்பட்ட கதை என்பதை அதன் மொழி, களம் இரண்டிலுமே காணமுடிகிறது. பின்னாளில் எழுதப்பட்ட கதைகளில் மொழியும், கூறுமுறையும், கருவும் எல்லாமே இதைவிடக் கூர்மையாக இருக்கின்றன. இந்தக் கதையில், 'ந' என்ற முதல் எழுதில் ஆரம்பமாகும் நல்லப்பன், நாவன்னாவில் பெயர் ஆரம்பிக்கும் நாகலிங்கம் பொருட்டுப் பேரிழப்படைகிறார், அதுவே கதை. ஆனால், அது இழப்பில்லை, தன் இன்னுமொரு பரிமாணம் என்கிறார் நல்லப்பன். வாழ்வின் எல்லா ஏற்றத்தாழ்வுகளிலும், அதிலிருக்கும் நல்ல பக்கத்தையே எடுத்துக்கொண்டால், நல்லப்பன்போல் பொறுமையாக—அமைதியாக வாழ்ந்துவிடலாம்.

இக்கதையில் தி.ஜா. கட்டமைப்பது காந்தியச் சிந்தனையை. சாதீயமற்ற முற்போக்குச் சமுதாயத்தை. முதல் பத்தியிலேயே, அம்முத்தாய்ப்புகள் தொடங்கிவிடுகின்றன. 'சாப்பாட்டுக்குப் பெரிய கொட்டாரம் போடப்பட்டது. வெட்டியான் முதல் பட்டாமணியம் வரைக்கும் அங்குதான் சாப்பாடு' என்ற அந்த வரிகளில், சமூகச் சாதீய ஏற்றத்தாழ்வுகளை நல்லப்பன் கடந்தவன் என்பது காட்டப்பட்டுவிடுகிறது. 'கள்ளுத் தண்ணி கண்டிப்பாக நிறுத்தப்பட்டது. அதற்குப் பதில் நீர்மோரும், பதினியும்தான் கொடுக்கப்பட்டன' என்ற இடத்தில் மதுவிலக்கை ஆதரிப்பவராகக் காட்டப்படுகிறார். இந்த முதல் பத்தி, 'உப்பு சத்தியாகிரகப் போராட்டத்தில் ஜெயிலுக்கும் போயிட்டு இன்னிக்கித்தான் வரேன்' என்ற இடத்தோடு இணைகிறது. வாழ்வின் தொடக்கம் முதல் காந்தி மீது ஈர்ப்புக் கொண்ட ஒருவராலேயே இப்படிக் காந்தீயக் கொள்கைக்காக ஜெயிலுக்குப் போகமுடியும். பொதுப் பணத்தைக் களவாடும் ஒரு நயவஞ்சகனையும் கண்டறிந்து சரிசெய்கிறார். இப்படிப்பட்ட ஒரு மகான் ஊரிலிருந்தால், எல்லாப் பெரிய மனிதர்களும் மதிக்கமாட்டார்களா? இல்லை. ஒருவன் பகைகொண்டு அவர் சொத்துகளை அழிக்கும்போது, எதுவும் நியாயம் பேசாது வேடிக்கை பார்க்கிறார்கள். அதற்கு, இவர் சாதீயமற்று,ஏழை—பணக்காரர் என்ற பாகுபாடற்று நடந்ததே காரணமென்று கதையூடாகச் சொல்லிவைக்கிறார். 'கல்யாணத்தின் கடைசி நாளன்று, ஊர் மிராசுதாரர்களுக்கு முன்னால் வெத்திலைபாக்கு கொடுக்காமல், குடியானவர்களுக்கும் தொழிலாளிகளுக்கும் கொடுத்துவிட்டுக் கொடுத்தான்' என்ற வரியிலும், 'அவர் எங்களைச் சுருட்டுப் பாயில் உட்கார வைச்சி வெற்றிலை கொடுத்த அழகு ஒன்று போதாதா' என்ற வரியிலும், நிறையவே தி.ஜா. சொல்லிவிடுகிறார்.

கதையின் முக்கியத் திருப்பமென்பது ஒரு மூடநம்பிக்கையால் விளைகிறது. நல்லப்பன் வீடு, வாசல், பிறந்த இடம் எல்லாவற்றையும் நீங்கிச்செல்ல இந்த மூடநம்பிக்கையே காரணமாகிவிடுகிறது. கிட்டத்தட்ட

எழுபதாண்டுக் காலம் கழித்து, இக்கதையை வாசித்தாலும், இப்படியும் நடக்க வாய்ப்புண்டா என்ற கேள்வி எழவில்லை என்பதே கதையின் பலம். இத்தனை துயரங்களையும் எப்படித் தனது வலுவாக மாற்றிப் பல ஏழைகளை வாழவைக்கிறார் நல்லப்பன் என்பதுதான், இக்கதை மூலம் தி.ஜா. சொல்ல விழைவதாகும். நல்லப்பன், ஏதோ வேண்டாவெறுப்பாக ஏழைகள் வாழக் குடில் அமைத்துவிடவில்லை. அவர் பிறவியிலேயே தாராளக்குணம் கொண்டவர் என்பதையும், முதல் ஓரிரு பத்தியிலேயே சொல்லிவிடுகிறார். 1942 காலகட்டத்தில், இப்படியான சமத்துவமும், சாதி மறுப்பும், முற்போக்குக் கருத்துகளும் ஒருவேளை திராவிடச் சிந்தனைகள் மேலோங்கிய காலகட்டமென்பதால் எழுந்திருக்கலாம். கதையில் பூடகமாய் எதுவும் சொல்லப்படாமல், எல்லாம் வெளிப்படையாக விளக்கப்பட்டதே சிறிய பலகீனம் என்று நினைக்கத் தோன்றுகிறது.

கமலியின் குழந்தை

தி.ஜானகிராமனின் பெரும்பாலான சிறுகதைகளை, ஒருமுறைக்கு மேல் படிக்க வேண்டியதில்லை. மேலும், பல கதைகளில், முதல் வார்த்தையைப் படிக்க ஆரம்பித்தால், கடைசி வார்த்தைவரை கண் எடுக்காமல் நகர்ந்து செல்லும். கதையும் வர்ணனையும், அப்படியே மனதுக்குள் கெட்டியாக அமர்ந்துகொள்ளும். இத்தகைய கதைகளில் ஒன்று, 'கமலியின் குழந்தை'. சில கதைகளில் மிகக்குறைவான பாத்திரங்கள். இந்தக் கதையிலும் அப்படியே. கமலி, அவள் கணவர் (ஒரே வரிதான்), கமலி கணவரின் அண்ணா, அவர் மனைவி என்ற நான்கே பாத்திரங்கள்தாம். பாத்திரங்களின் குணாதிசியத்தை ஒரே வரியில் விவரித்துவிடுகிறார் தி.ஜா. "கோபம் பிறந்த ஊரிலேயே கமலி பிறக்கவில்லை. புன்சிரிப்பாலேயே எதையும் சமாளித்துக்கொண்டு போய்விடுவாள்". கமலிக்கு எந்தக் காரியத்தையும் மறுக்கத் தெரியாது, நிறைமாதத்தில் இடுப்பில் குடத்தை வைக்க முடியாத நிலையிலும் வீட்டினுள் புழங்கத் தண்ணீர் சேர்ப்பாள். "திணறித் திணறி ஏன் தூக்கிக்கொண்டு வரவேண்டும். சிரமமாயிருக்குன்னு சொன்னா, தலையா போயிடும் மக்கு" என்று கட்டியவனே கடிந்துகொண்டாலும், வீட்டில் அவளுக்கு முன் அடி எடுத்து வைத்தவள், அவளைத் துன்புறுத்திப் பார்த்து அடையும் சின்ன மன நிம்மதிக்கு வலியப் போய்த் தலையைத் தருகிறாள். பசி, வறுமை போன்ற சில காரணங்களால் இயல்பாய் எழும் சிறு பொறாமை உணர்வு, கொஞ்சம்போல உரிமையுள்ள இடத்தில் இன்னும் பெருகக்கூடும். அதிலும்கூட, இங்கே கமலியின் மீது தனது அதிகாரத்தைச் செலுத்துமிடத்தில் இருக்கிறாள், கமலியின் கணவனின் அண்ணன் மனைவி. வறுமையின் வெறுப்பில் பிறக்கும் அதிகாரத்துக்குக் கருணை கொஞ்சமும் இருக்காது. அதுவே, 'கமலியின் குழந்தை' கதையிலும் நடக்கிறது.

தி.ஜா.வின் கதைகளின் பாத்திரக் குணாதிசியம், அதுவும் முக்கியப் பாத்திரத்தின் குணாதிசியம், முதல் பத்தியிலேயே தெரிந்துவிடும். உதாரணத்துக்குப் 'பாயசம்' சிறுகதையைக் குறிப்பிட்டுச் சொல்லலாம். அது அப்படியே இக்கதையிலும், மன்னி குணாதிசியத்தில் அப்படியே சித்திரிக்கப்பட்டிருக்கிறது. 'கமலிக்கு ஒன்பதுமாசம், மேல்மூச்சு கீழ்மூச்சு

வாங்க மூன்றுவாளித் தண்ணீர் இறைத்துத் தோண்டியில் கொட்டிவிட்டாள். தோண்டியை எடுத்து இடுப்பில் வைத்த ஷணம் ஆடிப்போனாள்' என்கிறார். ஆனால், மன்னி என்று சொல்லி எழுதப்பட்டிருக்கும் அக்கதாபாத்திரமோ அசைவதாயில்லை. 'தாழ்வாரத்தில் தன் குழந்தைக்கு விசிறிக்கொண்டிருந்த மன்னி, இந்தச் சிரமத்தை உட்கார்ந்தபடி வேடிக்கை பார்த்துக் கொண்டிருந்தாள்'. ஐந்து பிள்ளை பெற்ற பெண்ணுக்குக் கர்ப்பச்சுமை, பிரசவ வேதனை தெரிந்த மன்னிக்கு இது சாத்தியமா? ஆனால், தன் மைத்துனன் மனைவியிடம், ஏன் இந்தக் கொடூரக் குணம்? இத்தனை கேள்விகளுக்கும் தி.ஜா., இறுதியில் கமலிக்குப் பெண் குழந்தை பிறந்ததும், மன்னி, 'ஊர்ப் பேச்சையும் ஊமை ஜோஸியத்தையும் வைதுகொண்டே உள்ளே சென்று, தன் கணவனுக்குச் சக்கரை எடுத்துக்கொண்டுவந்து "இந்தாங்கோ" என்று சொல்லித் தரும்படி செய்து நியாயம் செய்திருக்கிறார். கமலி மேல் வெறுப்போடு அவளை வேலைகள் பல செய்ய வைத்து மனதளவில் உளைச்சலைத் தரும் மன்னி, இறுதியில் கமலிக்குப் பெண் குழந்தை பிறந்தது என்பதற்கு மகிழும் தருணத்தில், சமூகத்தில் பெண்களைப் பெற்ற பெண்கள் படும் அவஸ்தையைப் பதிவிடுகிறார் தி.ஜா.

ராஜ திருஷ்டி

இந்தக் கதையைத் தி.ஜானகிராமன் எழுதிய வருடம் 1942. அந்தக் காலத்தில், வீட்டுப் பெண்களின் விதிமீறல்களுக்கு வாய்ப்புக் குறைவு. குடும்பத்திலிருக்கும் மாமியார், நாத்தனார், ஓர்ப்படியாள்களோடு போராடவே போதுமான நேரம் போய்விடும், அப்போராட்டங்களுக்கு இடையே ஒன்றுக்கு மேற்பட்ட குழந்தைகள், ஐந்தாறு என்பதெல்லாம் மிகச் சாதாரணம், அப்படிப்பட்டவற்றுக்குத் தி.ஜா. எழுதிய கதைகளிலிருந்தே சான்றுகள் காட்டலாம். இத்தகைய சமூகக் கட்டமைப்பில் விதிமீறல் களுக்கு இடம் மிகக்குறைவு. தி.ஜா. தம் முற்போக்குச் சிந்தனையைத் தொடங்கியது 1942களில் என்பது வியப்பான உண்மை. எது நடைமுறையில் சாத்தியமில்லையோ, அதைப் புனைவில் சாத்தியப்படுத்துவது என்பது, எழுத்தாளர்களின் ஆதங்கமாயிருக்கலாம். அப்படி எழுதப்பட்ட கதைகளில் ஒன்று ராஜ திருஷ்டி.

மனவிசாரங்களுக்கு எந்த ஒரு தர்க்கமுமில்லை. பிள்ளைபோல் வீட்டிலிருந்த இளைஞனின் வனப்பு மீது, குருபத்தினி காதல் கொள்வது மிகச் சாதாரணம் (காலகட்டத்தை மட்டும் கணக்கிலிருந்து விலக்கி விடலாம்). ஆனால், அந்த இளைஞன் சிறுவனாக வீட்டுக்கு வந்து, ஏழு வருடமாகக் குருவுக்கும் குருவின் மனைவிக்கும் வீட்டிலிருந்தே சிஷ்ருஷைகள் செய்திருக்கும்போது, குழந்தையாய்த் தினம் பார்த்தவன் மீது குருபத்தினிக்கு மோகம் வருமா? வரக்கூடும் என்று நியாயம் செய்திருக்கிறார் தி.ஜா. காரணம், அவள் காதல் இசை மேலும் இருந்தது. வனமாலி தெருவில் பாடிக்கொண்டு வந்த அன்றே, அவன் குரலின் வசீகரத்தில் தர்சனா, அந்த அனுமாஷ்யக் கானத்தில் லயித்திருந்தாள் என்ற சித்திரிப்பு, கதையில் இருக்கிறது. பிறகு, வனமாலியின் தாய் இறந்துபோகும் தருணம், அவனது முகத்தைத் தனது மடியில் சாத்திக்கொண்டு தலைகோதி ஆறுதல் சொல்கிறாள். ஆனால், அன்பு காதலாக மலர, ஒரு ஏகாந்த தினமும், ஜுரக்

காய்ச்சலும், வீணையில் வனமாலி எழுப்பிய அற்புத நாதமும் காரணமாகிப் போகிறது. ஏற்கனவே சொன்னதுபோல மனம் எப்படி எதனுள் நுழையும் என்பதற்குத் தர்க்கங்கள் தேவையில்லை.

தன் வீட்டிலேயே வளர்ந்தவன் மேல் மோகம் ஏற்படும் தருணத்தைத் தர்சனா, 'மாலை நேரத்தில் பூபாளம் பாடுவது போலிருக்கிறது, நீ என்னை அம்மா என்றழைப்பது!' என்கிறாள். பொருத்தமற்ற ஓர் உறவுக்கான பதிவாக, இந்த உதாரணத்தைத் தி.ஜா. அங்கே வைத்திருப்பதாக அதைப் பார்க்கலாம். தர்சனா அவனிடம் தனது ஆசையைச் சொல்லி முடித்த அதே தருணத்தில், வனமாலியும் மிகவும் உற்சாகமாக வேலைகளைத் தொடர்கிறான், அவனும் தர்சனா சொன்ன விஷயத்தால் மகிழ்வதைப் பூடகமாயும், கொஞ்சம் தயங்கியும் ஏற்றுக்கொண்டதுபோல் காட்சிகள் வருகின்றன. ஆனால் வனமாலி, தர்சனாவை அன்னை என்றும் அழைக்க முடியாது, தனது இணையாகவும் அவளைக் கொண்டாட முடியாது. ஆகவேதான், வனமாலி தர்சனாவை விட்டு நீங்கும் தருணம், சுருதி ஏற்றப்பட்ட வீணை நரம்புகள் அவல ஓசை எழுப்பியபடி அறுந்து பாம்புக் குட்டியாய்த் துள்ளி விழுந்ததாக முடிக்கிறார் தி.ஜா. இந்நுட்ப விவரிப்பு நமக்கு விரிப்பது, இன்னொரு சொல்லபடாத கதையை, ராஜ திருஷ்டி என்பது, வனமாலி மீதான தர்சனாவின் மோகம் என்பதே பொருத்தம். அதை அவளும் உணர்ந்ததே, இந்தப் பாம்புக் குட்டி உருவகமாகக் கூறப்பட்டுள்ளதெனலாம். பாம்பு ஒருவிதத்தில் நச்சு; கொல்லவும் செய்யும். மற்றொரு விதத்தில் அது பெருங்காமம்; பொருந்தாக் காமத்தின் அடையாளம்.

இக்கதையில் ஜோதிர்மய சாஸ்திரியின் இடம், மிக நுட்பமாய் நோக்கப்பட வேண்டியது. வனமாலியின் காதுப்பட குருத்துரோகம் சாரீரத்தைக் கெடுக்கும் என்று அவர் சொல்வது, தெரிந்தோ தெரியாமலோ என்று நினைக்கத் தோன்றவில்லை. அவர் தம் சாரீரம் கெட்டுப்போனதற்கு, வேறேதும் காரணம் சொல்லியிருக்கலாமே! வனமாலிக்கு, மறைமுக எச்சரிக்கை செய்வதாகவே தோன்றுகிறது. வனமாலியை, அவர் தம்முடைய மகனாகத்தான் நினைக்கிறார். அவர் செய்தது எல்லாமே, தம் மகனுக்கென்று நினைத்தே செய்கிறார். அதுவே வனமாலியை அலைக்கழிக்கிறது என்ற கோணத்தையும், இதில் பொருத்தலாம்.

மணச் சட்டை

திருமணம் என்பது, எவ்வளவு சந்தோஷமான ஒரு கொண்டாட்டம்! அதுவும் கற்பு மணம் பொருந்திய வகையில், ஒருவரை ஒருவர் அறியாத இருவர், தம் முன்னால் விரிந்திருக்கும் மீதி மூன்றில் இரண்டு பங்கு வாழ்வை இணைந்து கடக்க உற்றார், உறவினர், ஐம்பூதங்கள், தேவகணங்கள் முன்னிலையில் மகிழ்வுற இணையும் சடங்கு. திருமணத்திற்கு உடை எடுப்பது இன்னொரு மங்கலச் சடங்கு. எங்கள் பகுதியில் திருமணத்துக்கு உடைகள் எடுக்கப்போவதே ஒரு கொண்டாட்டமான, நேரகாலம் பார்த்துச் செய்யும் முக்கியமான நிகழ்வாயிருக்கும். சொந்தபந்தகளோடு, பிரசித்தி பெற்ற நகரங்களுக்குச் சென்று, நாள் முழுக்கச் செலவிட்டுத் திருமண ஆடையைத் தெரிவு செய்வார்கள். பெண்ணுக்கு மாப்பிள்ளை வீட்டாரும், மணமகனுக்குப் பெண் வீட்டாரும் திருமணத்துக்கு ஆடை

எடுத்துத் தருவது முறை. ஆனால், தி.ஜானகிராமனின் சிறுகதையில், திருமணம் மகிழ்வின் கொண்டாட்டமாயில்லை, அதிலும் மணமகன் அணியும் 'மணச் சட்டை', பொருந்தா மணம் புரியப் பணிப்பவனைப் பழிவாங்கும் ஓர் ஆயுதமாகிவிடுகிறது. திருமணம் என்பது, அரச குடும்பங்களில், ஒருவிதத்தில் தான் மணக்கவிருக்கும் பெண்ணைத் தனக்கு, தன் குடும்பத்துக்கு, தனது சாம்ராஜ்ஜியத்துக்கு அடிமையாக்குவதற்கே என்று தி.ஜா. சொல்கிறார். தம் அரசை மேலும் வலுப்படுத்த, அக்காலத்தில் அரசர்கள் பல மணம் புரிந்தனர். தாம் அடைய வேண்டிய மண்ணுக்கும், பொன்னுக்கும், இன்னும் பற்பல விஷயங்களுக்காகவுமே அவர்கள் மணந்தனர். திருமணம் ஒரு கடவுச்சீட்டு; திருமணம் பந்தம் மட்டுமன்று; அது ஒரு வெறி. ஒரு சபலம். இதெல்லாம் பித்தம் தெளியும் வரைதான் என்று தி.ஜா. வடிவமைத்திருக்கும் 'மணச் சட்டை'யால் அறிகிறோம். இதைக் கரோனா அரசியின் மூலம் தி.ஜா. பகிரங்கப்படுத்துகிறார்.

கற்பிற்கும் வீரத்திற்கும் சிறந்த உதாரணங்களாகச் சித்தூர் ராணி பத்மாவதியையும், ஜான்சியின் ராணி மனிகர்னிகாவையும் சொல்ல முடியும். இவர்களைப்போல் மதிநுட்பம் மிகுந்த அரசியே, கரோனாவின் அரசி. படைகளோடு கோட்டையைச் சூழ்கிறான் சுல்தான். அரசி சரணாகதியடைகிறாள். சுல்தான் கோட்டையைப் பிடித்துவிடலாம். ஆனால், அரசியின் மனதில், அவள் பிரியப்படாமல் இடம் பிடிக்க முடியுமா? வீரத்தில் சிறந்தவள், சுல்தானின் மன ஓட்டமறிந்த மறுகணமே, தன் உயிர் துறக்க முடிவு செய்கிறாள், ஆனால், அதற்கும் அனுமதி மறுக்கப்படவே, சுல்தானைச் சென்று அவள் சந்திக்கிறாள். மதி நுட்பத்தால் சுல்தானை எப்படிக் கொன்று, தானும் தற்கொலை செய்துகொள்கிறாள் என்பதே கதை. அடிமைப்பட்டும், அந்நிய அரசனின் இச்சைக்கு இணங்காத அசாதாரணப் பெண்ணே, தி.ஜா. காட்டும் கரோனாவின் அரசி.

பொருந்தாக் காமம், வீதி மீறல்கள் எல்லாமே தி.ஜா.வின் படைப்புலகில் பெண்கள் தம் உள்ளம் உவந்து இசையும்போதே நடக்கின்றன. எங்கேயும் தி.ஜா. காட்டும் கதாநாயகிகள், வலுக்கட்டாயமாய் விதியே என்று சுரண்டப்படுவதில்லை. இந்தத் தெளிவான பாத்திர வார்ப்பினைத் தி.ஜா., 1945யிலேயே சிந்தித்திருக்கிறார். கரோனாவின் அரசி நினைத்திருந்தால், சுல்தானையே அடிமைப்படுத்தியிருக்கலாம். கதையில் வருவதுபோல அவன் அழகனும்கூட. ஆயினும், கரோனா அரசியின் மனப்போக்குக்கு மீறிச் சுல்தான் அவளை அடைய நினைக்கிறபோது அரசி அவனைக் கொல்கிறாள். இதுதான் பெண்ணுக்குரிய மாபெரும் சுதந்திரமாக இருக்க முடியும். என் உடல் என் இஷ்டம்; யாருக்கு அதை உடைமை ஆக்கவேண்டும் என்னும் உரிமையும் முடிவும் என்னிடம் மட்டுமே இருக்கவேண்டும். இதைவிடச் சிறப்பாகப் பெண்ணியக் கருத்தை யாரும் கூறிவிட முடியாது.

ஆண்டவன் நினைத்தது

தி.ஜானகிராமனின் கதைகளில், புறச்சூழல் சித்திரிப்புகளும் உரையாடல்களும் கதைசொல்லும் உத்திகளாக இருக்கின்றன. 'ஆண்டவன் நினைத்தது' கதை, முழுவதுமே ரயிலில் நிகழ்வது. பதிவு செய்யப்படாத ஒரு பெட்டியில் நடப்பது. "அடிப்பிடித்துக் கொண்டு ஏறினோம்" என்றும்,

"நான் ஆசைப்பட்ட இடத்தில் நரிக்குறவனும் உட்கார்ந்திருந்தான்" என்றும் கூறுமிடத்தில், கதையின் நிகழ்விடம் தெரிகிறது. மேலும், அந்தப் பெட்டி இருளாக இருந்தது என்பதைச் சித்திரிப்பதற்கு, "ஊதுபத்தி சுத்தராப்புல மினுக்கிச்சி விளக்கு. அப்பவே டபக்குன்னு அணைஞ்சி போச்சி" என்கிறார். இச்சூழல் சித்திரிப்புகள், கதைக்கு மிக முக்கியம். ஒருவரிக் காட்சிகூடச் சூழலை அவ்வளவு தத்ரூபமாகப் படம்பிடித்துக் காட்டுகிறது. 'குறத்திக்குப் பக்கத்திலிருந்த பாட்டி, கொஞ்சம் இடம் பண்ணிக்கொண்ட ஒரு சாணில் முடங்கிப் படுத்துக்கொண்டாள். குளிர் தாங்கவில்லையாம்.' படிக்கும்போதே, ஒரு பாட்டி படுத்திருப்பதை, நாம் நிஜமாய்ப் பார்ப்பது போலவே, வாசகருக்குத் தோன்றலாம். இவ்வரி, ரயில் கதவுகள் மூடப்படவில்லை என்பதைச் சுட்டிக்காட்டும் சித்திரிப்பு. இவை யாவுமே, அப்பெட்டியிலிருந்த குழந்தை ரயிலிலிருந்து விழுந்துவிடுவதாக வரும் சித்திரிப்புக்கு நியாயம் செய்வதற்காகவே எழுதப்பட்டிருக்கின்றன. பதிவு செய்யப்படாத ரயில் பெட்டிகளில் இருளும் நிறைந்திருந்தால் இது சாத்தியம்தானே என்ற முடிவுக்கு அல்லது கதையின் நம்பகத்தன்மைக்கு இச்சித்தரிப்புகள் மிகவும் அவசியமே. எந்த ஒரு புனைவுக்கும் நம்பகத்தன்மை மிகவும் முக்கியமானது. தி.ஜா.வின் கதைகளில் இது இப்படி நடந்திருக்க வாய்ப்புள்ளதா என்று வாசகனுக்கு எதுவும் சந்தேகம் வந்தால், அவரே வாசகனின் கைப்பிடித்து அழைத்துச் சென்று, ஆம் அப்படித்தான் நிகழ்ந்தது என்று காட்டுவார். அதற்கு இக்கதை நல்ல சான்று. புதிதாகச் சிறுகதை எழுத வருபவர்கள், கதைசொல்லும் உத்திகளைப் புரிந்துகொள்ளத் தி.ஜா.வின் தேர்ந்தெடுத்த சில கதைகளை வாசித்தாலே போதுமானது.

குழந்தை விழுந்ததும் உடன் பயணிப்போர் பேசிக்கொள்கிற வசனங்களைப் படித்தால், எவ்வளவு பரபரப்பும் படபடப்பும் அங்கே இருந்திருக்குமென்று புரியும். அவ்வளவு உயிரோட்டமாய்த் தி.ஜா. உணர்வுகளைக் கடத்தியிருப்பார். குழந்தை எப்படி விழுந்தது, விழுந்தபின்னர் வண்டி எவ்வளவு தூரம் வந்திருக்கும், குழந்தைக்கு என்ன ஆகியிருக்கும் என்று எல்லாமே பேச்சில் சொல்லிவிடுகிறார். ஓடும் வண்டியிலிருந்து விழுந்த குழந்தையை வண்டியை நிறுத்திவிட்டு ஓடிப்போய் மீட்க முடியுமா? இந்தக் கேள்விக்கும் அதற்கு முன் பத்தியில் வண்டி அதிக தூரம் வந்திருக்க வாய்ப்பில்லை எனக் "கட்டை வண்டிபோல" வேகமென்றும் சொல்லிவைக்கிறார். உரையாடல் ஒவ்வொன்றும் அவ்வளவு கூரிய. சிறிய சிறிய வாக்கியங்கள். நீண்ட வாக்கியங்களை உரையாடலில் அமைத்தால், அது ஒரு சலிப்பைக் கொடுக்கும் என்றும் தி.ஜா.வுக்குத் தெரிந்திருக்கிறது.

ஓடும் ரயிலிலிருந்து ஒரு குழந்தை விழுந்து அதனால் கலவரமாகி ரயில் நிறுத்தப்பட்டுத் தேடிச் சென்று அந்தக் குழந்தையோடு வந்த பின்னர் கதை அதிரடி வேகமெடுக்கிறது. கதைக்குள்ளே இன்னொரு கதை சொல்லும் உத்தியையும் இக்கதையில் காணலாம். "உசிரு வாளனும்ன்னு ஆண்டவன் நினைச்சிட்டா, அது சாவாது" என்று சொல்லும் அக்கினி என்ற நரிக்குறவன், தனது காதல் கதையையும் தான் இதே போல ரயிலிருந்து விழுந்து செத்துப் பிழைத்த அனுபவத்தையும் பகிர்கிறான். ரயில், இந்தக் கதையின் ஓர் அங்கமாகவே அமைந்துவிடுகிறது. முக்கியத் திருப்புமுனைக்குக்

காரணமாக அமைகிறது. ஒரு கதை சொல்லத் தேவைப்படும் எல்லா நியாயங்களையும் கட்டமைத்துவிட்டே, தி.ஜா. தம் கதையைச் சொல்லத் தொடங்குகிறார். அது சொல்லப்படாமல் நிகழ்ந்துகொண்டேயிருக்கிறது.

அதிருஷ்டம்

எளிய மனிதனுக்கு அதுவும் 1949களில் வாழ்ந்த மனிதர்களுக்குப் பொருளாதாரம் சார்ந்து என்னென்ன சிக்கல்கள் இருந்திருக்க முடியுமென்ற எல்லாத் தரவுகளையும் எடுத்து வைக்கும் கதை ‘அதிருஷ்டம்’. பொருளாதாரச் சிக்கல் ஒரு எளிய மனிதனை என்ன செய்ய வைக்கும் என்பதையும், அவன் செய்யும் அசாதாரணமான செயலை வாசகர்கள் ஏற்றுக்கொள்ளும் மனநிலைக்குத் தயார் செய்யவும் தி.ஜா. சுற்றி வளைத்து எழுதியிருக்கும் இந்தக் கதை, இறுதியில் நெகிழ வைக்கிறது. கதை முழுவதும் கதைசொல்லியின் மனப்பிரதிவாதக் கூறுமுறையில் செயல்படுகிறது. இக்கதை பேசும் பொருளாதாரச்சிக்கல் என்பது வேலையில்லாத ஒருவனின் சிக்கலில்லை; மாதச் சம்பளக்காரனின் பொருளாதாரச் சிக்கல். முதல் தேதியில் கிடைக்கும் சம்பளம் ஒரே நாளில் அத்தியாவசிய மாதச் செலவுக்காக மாயமாகிறது. இத்தனைக்கும் வக்கணையாய்ச் சாப்பிட்டுப் பழகிய கதைசொல்லி, கதை நிகழும் காலகட்டத்தில், வாயையும் வயிற்றையும் கட்டியும் அவனால் மாதம் காலணாகூட மிச்சம் பிடிக்க முடியவில்லை. ஒரு பிள்ளை பிறந்தால் அதன் ஆண்டு நிறைவைத் தான் கொண்டாட வேண்டியிருக்கும், உற்ற நண்பன் திருமணமென்றாலும் செலவு செய்ய வேண்டியிருக்கும் என்று பார்த்துப் பார்த்தே செயல்படுகிறான். அப்படியும் அவன் கடனாளியாகிறான். தன் வருமானத்தை அதிகரிக்க அவன் எடுத்துக்கொள்ளும் முயற்சிகளும், இறுதியில் அவன் என்ன முடிவு எடுக்கிறான் என்பதுமே இக்கதை.

கடன்சுமையின் மனஉளைச்சலைக் குறைக்கத் தன் வருமானத்தைப் பெருக்கச் சூதாட நினைக்கிறான். வியாபாரம் செய்ய முனைகிறான். ஆனால், நடுத்தர வர்க்கத்திலிருப்பவன் அப்படித் தடாலடியாகப் பெரிய வியாபாரத்திலும் இறங்கிவிட முடியாது. நேர்மையான வியாபாரத்திற்கான கறார் நோக்கு, அவன் கொண்டாடும் அறநெறி மதிப்பீடுகளுக்கும், உணர்ச்சிப் பிணைப்புகளுக்கும் எதிரானதாயிற்றே. நேர்மை, நாணயம் என்ற மதிப்பீடுகள் கொண்ட நடுத்தர வர்க்க மனிதன் ஒரு நெருக்கடி சமயத்தில் தனது பொருளாதாரச் சிக்கலைத் தீர்க்க வேறுவழியறியாமல் சிறிய பிழை செய்யலாம், அதுவும்கூட அவன் பொருளாதாரச் சிக்கலை தீர்க்காமல் போகலாம். இக்கதையைப் பொறுத்தவரையில், அப்படி அவன் செய்யும் சிறு தவறின்வழி அவன் கடன் தீருமளவு எதுவும் கிடைக்காததே சிறப்பான முடிவு. அதுவே பணம் கிடைத்திருந்தால், அவன் மனம் படும் அவஸ்தைகள் என்னவாக இருக்குமென்ற புதிய கதைக்கான திறப்பையும் இக்கதை வாசிப்பனுபவமாகத் தருகிறது. இதில் கவனிக்க வேண்டிய ஓரிரு விஷயங்கள் உள்ளன. ஒரே ஒரு ஆண்குழந்தை, அதற்குப் பிறந்தநாள் கொண்டாடப் பெரும்போக்கான செலவுகளைச் செய்யாமல் விட்டிருக்கலாம், பெரிய கடன் வந்திருக்காது என்று ஒரு வாதம். அதென்ன, தேவடியாளுக்குப் பிறந்த ஆண் குழந்தையா என்ற

பிரதிவாதம், இந்த இடம் கொடுக்கும் அழுத்தமும் அதிர்ச்சியும், தி.ஜா.வின் முற்போக்குச் சிந்தனையைச் சந்தேகிக்கத் தோன்றுகிறது. அதே வகையான இன்னொரு இடம், மனைவியின் ஜாதகம்தான் தனது பொருளாதாரச் சிக்கலுக்குக் காரணமென்ற கதைசொல்லியின் சிந்தனை! தி.ஜா.வின் பாத்திரச் சித்திரிப்பின் உயரத்தை சற்றே இது குறைக்கிறது. அதை விடுத்துப் பார்த்தால், இது மிக யதார்த்தமான கதை. இந்தக் காலகட்டத்திலும் பொருத்திப் பார்க்கவல்ல ஒரு கதை.

வேறு வழியில்லை

தாம்பத்திய உறவின் சிக்கல் வீட்டுச் சுவர் தாண்டி வெளியே தெரியக் காரணம், மண வாழ்க்கையில் இணக்கமில்லாததுதான். நல்ல இடத்தில் திருமணம் செய்ய வகையில்லாத பெண், இளையவளாக மிகவும் வயது மூத்தவனை மணக்க நேரிட்டால், இருவரிடையே நிகழும் உறவு சிக்கலாகும். இதைப் பேசும் கதைதான், 'வேறு வழியில்லை'. தி.ஜானகிராமனின் கதைக்குரிய எல்லா இலட்சணங்களும் கூடிவந்திருக்கும் மற்றொரு கதை என்று இதைச் சொல்லலாம், பெண்ணின் சுதந்திரம் என்பது அவளின் பாலியல் சுதந்திரம் என்ற தி.ஜா.வின் நோக்குக்கும், இந்தக் கதையே ஒரு முன்னோடியாகத் திகழ்கிறது. ஆனாலும், ஒரு பெண்ணின் பாலியல் சுதந்திரத்தை, அத்தனை காத்திரமாக இக்கதை நிகழ்த்துவதாகவும் கூறிவிடுவதற்கில்லை. மனப்பிணக்கோடு கணவனின் அடாவடிகளைப் பொறுத்துக் கொண்டிருந்தவள், தன் உளப்பாங்கையும் நடவடிக்கைகளையும் ஏதோ ஒரு காரணத்தின் பொருட்டு மாற்றிக்கொள்ளும்போது, அவளது மண வாழ்வின் சிக்கலும் தீர்கிறது என்று இக்கதையின் மூலம் தி.ஜா. சொல்கிறார்.

கல்லானாலும் கணவன் எனச் சொல்லும் ஒரு கதாபாத்திரமும், முடிந்தால் இன்னொருவனை ஏன் நீ பார்க்கக்கூடாது என்று நேர்மையாகக் கேட்கும் இன்னொரு பாத்திரமும், இதே சிறுகதை யிலேயே படைக்கப்பட்டிருப்பது முரண்நகை. கிழவனைக் கல்யாணம் செய்தவள், இளம் வயதுக் காளையைக் கண்டால் சபலமுறுவாள் என்ற பொதுபுத்தியோடு, இக்கதை நகர்கிறது. ஆனால், அதுவேதான் அவள் மனப்பிணக்கையும், அதன் பொருட்டு அவள் அனுபவிக்கும் அல்லல்களையும் துடைத்தெறிவதற்கான மருந்தையும் காட்டிக் கொடுக்கிறது. முற்போக்குச் சிந்தனையோடு எழுதப்பட்ட அம்மா வந்தாள், மரப்பசு போன்ற நாவல்களின் தெளிவும் தைரியமும் இந்தக் கதையில் வரும் ஞானத்துக்கு இல்லை. கதையின் ஆரம்பத்தில், ஞானம் தன் கணவன் மீது காட்டும் வெறுப்புக்கும் அருவருப்புக்கும் காரணம் இல்லாமலில்லை. அவனுக்கும் மனைவி மீது சந்தேகம் வர, இந்தத் திடீர் வெறுப்பும் காரணமாக இருக்கலாம். விலகல், மேலும் விலகல் என்று இந்த விரிசல் கூடிக்கொண்டே போகிறது. உடல் நலம் இல்லாமல் வீட்டிலிருக்கும்போது, 'வயித்தை வலிக்குதுங்கிறேன், மேலேக்கூட படாம முள்ளம்பன்றி கிட்ட உட்காந்திருக்க மாதிரி, ஒதுங்கி ஒதுங்கிப் போறியே' என்ற வரிகளில் பதிந்து கிடக்கும் உணர்வு, ஞானத்தின் உளப்போக்கைத் தெளிவாகக் காட்டுகிறது. விலகி விலகிப் போகும்போது, நரசிம்மனின் கட்டுப்பாடும் அவளைத் துன்புறுத்தும் எண்ணமும் மேலும் மேலும் கூடிப்போகிறது. இந்த விதத்தில்,

நரசிம்மனின் மேல் பெரிய தவறில்லை என்று தோன்றினாலும், பெண்ணை அடித்துத்துன்புறுத்தும் காட்சிகளைத் தி.ஜா. எழுதியிருப்பதைப் பார்த்தால் அதிர்ச்சியாக இருக்கிறது.

சங்கரியம்மாள் தம்பியின் கதாபாத்திரம், 'நீ கெட்டிக்காரியாக இருந்தால், இங்கே வர வழிபண்ணிக்க மாட்டியா, கொஞ்சம் அவர்மேல் பிரியமாக இருக்காப்போலக் காட்டிண்டா சரிங்கப்போறான்' என்று சொல்லும் வரிகள் ஆராய்ச்சிக்குரியவை. இதில் அவன், பிரியமாக இரு என்று சொல்லவில்லை, பிரியமாக இருப்பதுபோலக் காட்டிக் கொண்டால் என்றே சொல்கிறான், அவள் திருமணம் ஆனவள் என்று தெரிந்தும், தினம் தினம் ஆற்றங்கரைக்குப் போகும் வழியில் பார்க்கும் ஒருவன், 'இப்படியே போயிண்டிருக்க வேண்டியதுதானா?' எனக் கேட்பதையும், ஞானம் தலைவாரி முகம்கழுவிப் பொட்டு இட்டுக் கொள்வதையும் இணைத்துப் பார்த்தால் இந்தக் கதையின் இன்னொரு கோணம் புரியலாம். நரசிம்மன் அவளுக்கு விதிக்கும் கட்டுப்பாடுகளுக்கு அவளே காரணம், அவள் நடையுடை பாவனை காரணமென்பதை வாசகர்கள்போல் சங்கரியின் தம்பியும் உணர்ந்து அறிவுப்பூர்வமாக அவனோடு இணக்கமாயிரு என்று அறிவுரை செய்கிறான். அதை ஞானம் தொடங்கவே, சங்கரியின் தம்பியைச் சந்திக்க வேண்டும் என்ற எண்ணமே மறந்துபோகும் அளவுக்கு நரசிம்மன் அன்பைப் பொழிகிறான். அபலையை அடிமைப் படுத்த வேறு வழியில்லையே, என்ன செய்ய?

குளிர் ஜுரம்

தி.ஜானகிராமன் எழுதிய பகடிக் கதைகளில் ஒன்று, 'குளிர் ஜுரம்'. கதைசொல்லி ஒரு கதாசிரியன். அவன் அரசாங்கப் பணியிலிருந்து கொண்டே கதைகள் எழுதுபவன்போலச் சித்திரிக்கப்படுகிறான். அரசு பணியில் தன்னை மிகவும் அவமானப்படுத்தும் சிரஸ்தாரைப் போன்றவரிடம், தன்னை நிரூபிக்க வேண்டிய கட்டாயம், கதை சொல்லியை ஓர் எழுத்தாளராகச் சித்திரிக்கிறது. அரசாங்க ஊழியம், ஒரு செக்குச்சுழல்போல ஒரே விஷயத்தைச் சுவாரஸ்யமில்லாமல் செய்யக் கட்டாயப்படுத்தும்போது, அதைவிட்டுத் தப்பிக்கவே கதைசொல்லி இலக்கியத்தைத் தேர்தெடுத்திருக்கலாம். மாயூரம் வட்டாரத்து நாக்குச் சுவைக்குச் சபலப்படும் மனது, இல்லாள் கண்ணுக்கு மையோடு அரக்குநிறப்புடவை உடுத்திப் புன்னகை பூத்து வளைந்து நின்றால் உலகம் மறந்துபோகும் எளிய நடுத்தர வர்க்கத்து மனிதன்தான் அவன். இந்த அலைபாயும் மனதோடு குலாலன் சொன்ன கெடுவுக்குள் கதை எழுத வேண்டுமே என மன உளைச்சல் கொள்ளும் கதைசொல்லியின் அனுபவமே இக்கதை. அதை நகைச்சுவையோடும், கவித்துவமான வர்ணனைகளோடும் சொல்லியிருப்பது தி.ஜா.வின் கதைமொழியின் பலம். கதைக்குள் கதைகள் என்ற ஒரு பாணியை, இக்கதையில் கதைசொல்லியின் வழியாகத் தி.ஜா. கடத்தியிருக்கிறார். கிட்டத்தட்ட நடுத்தர வர்க்க மனநிலையில், அதாவது பிறர் ஒழுக்கம் சார்ந்து வம்பு பேசும் மன நிலையில், தேங்காய் வியாபாரி தற்கொலையையும் ஊரிலிருந்து ஓடிவந்து பிச்சையெடுப்பவனையும் கதைக்காகத் தொடர்கிறார் குலாலன். கதை என்பது 'கடையில் வாங்கித் தரும் பண்டமன்று' என்றவர், தன்னுள் உணரும் கதை இது.

கதைசொல்லியின் மன உளைச்சலைச் சொல்லும் இடங்கள் மிகவும் பலம் பொருந்தியதாக வார்க்கப்பட்டிருக்கின்றன. 'நெருப்புத் துண்டத்தைப்போல வெறும் வணக்கம் கனிந்து கொண்டிருந்தது' என்றும், 'மேசையில் கனிகிற கொள்ளித்துண்டம்போல' என்றும் எழுதியிருக் கிறார். 'வணக்கம் ஸ்வாமி' என்று தொடங்கும் கடிதம், கதைசொல்லியுள் ஏற்படுத்தும் மன அழுத்தத்தை, இதைவிட எப்படிக் கூற முடியும்? 'பதினைந்து நாளைக்கு முன்னமே' என்ற வரிக்குப் பின்னர், ஆறாய்ப் பாய்ந்து வருகின்றன கதைசொல்லியின் சிந்தனைகள். இது கதை வேண்டுமென்று நினைவூட்டும் மூன்றாம் கடிதம் என்ற ஒரு குறிப்பும், கதையுள் இருக்கிறது. ஆகவேதான், கதைசொல்லிக்கு இவ்வளவு அவஸ்தை! கதைக்கான தருணங்களைத் தேடிச் சென்று பின்னர் என்ன கதை எழுதுவது என்று குழம்பி நிற்கும் தருணத்தில், கதைக்குச் சம்மந்தமில்லாத ஒரு காட்சியைப்போலப் பின்காட்சியைச் சித்திரிக்கிறார், பிள்ளையார் கோவில் ஒன்றில் ஒருவர் சூடம் ஏற்றும் காட்சி, கோவிலுக்குக் குறுக்காக மூங்கில் ப்ளாச்சு வழியாக மீண்டும் மீண்டும் நெருப்புக் குச்சிகள் தீரும்வரை சூடத்தை ஏற்ற முயற்சி செய்துவிட்டுக் கடைசியில் ஏற்ற முடியாமல் செல்வதைத் தத்ரூபமாகச் சித்திரிக்கும் காட்சி. அது கதை எழுத முடியாது தவிக்கும் கதைசொல்லியின் நிலையைப் பூடகமாய் விளக்கும் இணைப்பு. கதையின் ஓரிரு இடங்களிலாவது புன்னகை பூக்காது இக்கதையைக் கடக்க முடியாது என்பதே, இக்கதையின் பலம். உணர்வுமயமான கதைகளை எழுதிவிடுவது எளிது. அதுபோல் பல கதைகளைத் தி.ஜா. அனாயசயமாக எழுதியிருக்கிறார். ஆனால், பகடிக் கதை எழுதுவது கடினம். அதையும் தி.ஜா., திறம்படவே செய்திருக்கிறார்.

பட்சி சாஸ்திரக் கிளி

இது எளிய மனிதரின் மனித நேயம் மிகும் கதை. இக்கதையில் வரும் கதைசொல்லியும் எழுத்தாளனே. 'குளிர் ஜுரம்' கதையில் பூடகமாய் வம்புக்கு அலையும் மனிதக் குணத்தைச் சொல்லும் தி.ஜா., இதில் 'பாஷை கேட்கிற ஆசை; வம்பில் ஆசை' என்று, நேரடியாகவே அதைப் பேசிவிடுகிறார். ஒருவிதத்தில், எழுத்தாளர்கள் தாம் கேட்க விரும்புகிற, கேட்ட வம்புகளைத் தாம் புனைவாக எழுதுகின்றார்களோ என்ற ஒரு சந்தேகம், இந்தக் கதையை வாசிப்பவனுக்குக் கண்டிப்பாக வரக்கூடும். இக்கதையில், கணவன் மனைவிக்கிடையே இருக்கும் புரிதல், அவள் கோபமாகப் பார்க்கும் பார்வையிலேயே அவன் அவள் என்ன சொல்ல வருகிறாள் என்பதைப் புரிந்துகொள்கிறான். 'பிடிச்சிட்டுப்போறான். யாரோ எதையோ எடுத்துக்கிட்டுப் போறாப்புல நிக்கிறீங்களே. அவள் சொல்லவில்லை. அவள் பார்வை சொல்லிற்று'. தன் வீட்டிலிருக்கும் ஒன்றை வேறு ஒருவன் எடுத்துப் போகும்போது, சிந்தனையில்லாது வேடிக்கை பார்க்கும் கணவனை மனைவி கண்டிக்கும் பார்வையை இப்படி மொழிபெயர்த்திருக்கிறார் தி.ஜா. பார்வைக்கு மொழியுண்டா? பிறகு இன்னொரு இடத்தில், கிளியை மூக்கில் அடித்த தன் பையனை விசிறிக்காம்பால் அடிக்கிறார், அவனுக்கு மூக்கில் பட்டுவிடுகிறது. 'அதுக்காக இப்படி அடிக்கலாமா?' என்ற பார்வை. அதுக்குமேல, 'நீங்க முட்டாளா இருக்கீங்களே என்ற பார்வை'. வார்த்தைகள் எழுப்பும் அழுத்தத்தைவிடச் சில சமயங்களில் மௌனம் பலமான அதிர்வை ஏற்படுத்தும் என்றுணர்த்துகிறார்.

தன் வீட்டுக்குள், தன்னிஷ்டமில்லாமல் பிள்ளைகளால் கொண்டுவரப்பட்ட கிளியாக இருந்தாலும், சக உயிரி என்று அதன் மேல் கதைசொல்லிக்கும் கரிசனம் பொங்குகிறது. ஆகவேதான், தி.ஜா., எளிய மனிதர்களின் எழுத்தாளர் என்று அறியப்படுகிறார். கிளிக்கு உணவைக் கொடுக்கவில்லையா என்று வருந்துமிடத்திலாகட்டும், கிளி மூக்கில் எப்படி இப்படி அடிக்க மனது வந்ததோ என்று நினைக்கும் இடத்திலாகட்டும், எல்லாத் தருணங்களிலும் கதைசொல்லியோடு நமக்கும் கிளி மேல் ஒரு பிணைப்பு ஏற்பட்டுவிடுகிறது. கிளிக்காரன் வந்து கிளியைப் பிடித்துக் கொண்டதும், 'ரெண்டு மாசம் பாலும் பழமும் தின்னுச்சே, ஒட்டுச்சா. கிட்டப்போனா என்னவோ அடிக்கவராப்புல பதுங்கி மாய்மாலங்கள் எல்லாம் பண்ணுச்சே, அவன் சட்டைக் கையில் பூத்துகிட்டு வரமாட்டேன்னுடுச்சி. ரோடு வரை தாவித் தாவிப் பறந்ததே, அதைப் பாத்தால்ல தெரியும். நன்னி கெட்ட ஜென்மம்' என்று கணவனின் குறையைப் பார்வையாலேயே உணர்ந்து மனைவி கலங்கிச் சொல்கிறாள். கிளியை, அந்த இடத்தில், எனக்கு மணாளனைக் கண்ட பெண்ணாகவே உருவகப்படுத்தத் தோன்றியது. கண்ணுக்குள் காட்சியை விரிக்கும் நுட்பம் கொண்ட காட்சியமைப்பு. கிளியைக் கொண்டுவந்த பிள்ளைகள், கிளி ஒழிந்தது வீட்டைவிட்டு என்று குதூகலமாய் இருக்கின்றார்கள். ஆனால், பிரிவென்றால் என்ன என்பதைத் தம் அனுபவத்தால் உணர்ந்த கதைசொல்லி போன்றவர்கள் உணர்ச்சிவசப்படுகிறார்கள். இதுவே கதை.

போர்ஷன் காலி

'நான் என்ன தெய்வமா? யானையை பிராக்கெட்ல போட்டுவிட்டு அசுவத்தாமன் உயிர் போய்விட்டது என்று ஜகப்புரட்டு பண்ண', இப்படி முடிக்கப்பட்ட கதையென்றால், அது தி.ஜானகிராமன் கதை என்பதை நாம் எளிதாக ஊகித்துவிட முடியும். எந்தக் கதையாடலுக்கும் இரண்டு பக்கமுண்டு என்பதற்கு, இந்தக் கதை மிகச்சிறந்த எடுத்துக்காட்டு. நடுத்தர வர்க்க மனிதனுக்கு வாடகை வீட்டில் இருப்பது எந்த அளவுக்குச் சிக்கலான விஷயமோ, அதே அளவுக்கு மன உளைச்சல், தம் வீட்டை வாடகைக்குக் கொடுக்கும் வீட்டு உரிமையாளர்களுக்கும் உண்டு என்பதைப் பேசும் கதை இது. 'ஒரு பல்லி டபக்கென்று பாய்ந்து ஓர் ஈசலைக் கவ்விற்று. மந்திரம் ஜபிக்கிறாற்போல முணுமுணுத்தது. மறுகணல் ஈசல் இறக்கையோடு அதன் வாயில் மறைந்துவிட்டது' என்ற சித்திரிப்பும், 'இது மெட்ராஸ் பல்லி. நம் ஊர்ப் பல்லிபோல அப்பள மாவு மாதிரி வழவழவென்று நடுத்தர அளவாக இருக்காது. சாம்பலும் கருப்பும் வரி ஓடின பல்லி. அளவும் பெரிது. உடும்புக்குட்டி மாதிரி. பார்க்கவே அசிங்கம். அருவருப்பு'. இந்த வரி, ரத்னமைய்யர் பற்றிக் கௌரி ஆக்ரோஷமாய் திட்டிக்கொண்டிருக்கும் போது வருகிறது. அவளே மேலும், அந்தப் பல்லியையும் ரத்னமைய்யரையும் பற்றிச் சொல்கிறாள். அதன் பின் ரத்னமைய்யரின் தோற்றமும் குணமும் உலகத்தில் வெறுக்கத் தகுந்த எல்லா விஷயங்களோடும் ஒப்பிட்டு எழுதப்பட்டிருக்கிறது. இவை அனைத்துக்கும், தன் மகள் வயதொத்த பெண்ணுக்கு இவர் காதல் கடிதம் எழுதியதாகச் சொல்லப்படுவதுதான் கதை.

சென்னையில் வீடு பிடிப்பது, தகுந்த வாடகைக்கு வீடு பிடிப்பது மிகப்பெரிய காரியம். அதுவும் இந்தக் கதையில், காலையில் வீடு பார்க்கப் போய்ச் சாயுங்காலம் வரை வீடு தேடிச் சாயுங்காலமே காலி செய்த வீட்டுக்கு ஏழு மணிக்கே வீடு காலியாமே என்று ஆள் வந்துவிடுகிறது. அப்படிப்பட்ட இடத்திலிருக்கும் வீட்டைக் குடியிருப்பவன் காலிசெய்யமாட்டான். மேலும், இடநெருக்கடி அதிகமான சென்னை போன்ற நகரத்தில் நெருக்கமாய்க் கட்டப்பட்ட வீடுகளிலிருந்து எழும்பும் ஓசை, காற்றில் கலந்து அதன் வீச்சுக் குறைவதற்குப் பதில் அடுத்தவர் காதில்தான் கரைந்து தொந்தரவு செய்யும். ஞானகூத்தனின் கவிதை ஒன்று, இந்த நெருக்கடியை மிக அழகாகப் பேசும். பக்கத்து அடுக்களையின் வாசமும், ஒரே ஒரு சுவருக்கப்பால் இருக்கும் அடுக்ககத்து அடுத்த வீட்டின் ஒலி அலறல்களும் நகரத்து நெருக்கடி மக்களுக்குத் தீராத மன நெருக்கடியே கொடுக்கும். அதுவும் பதின்வயதுப் பிள்ளைகள் உள்ள வீட்டில், அவர்களின் ரசனைக்கும் அதே வீட்டின் முதியவர்களின் ரசனைக்கும் பெரிய வித்தியாசம் இருக்கும். அடுத்தவர் மீதான இந்த ரசனைக் குறைபாடுகள், நாளடைவில் வெறுப்பாகவும் மாறக்கூடும். இதுவே பெரும்பாலான சிக்கல்களுக்கும் வழிவகுக்கும். நடுத்தர வர்க்கப் பொருளாதாரச் சிக்கல்களின் தீர்வுகளில் ஒன்று, சிறிய வீடு ஒன்று இருந்தால், அதில் ஒரு போர்சனை வாடகைக்கு விட்டுத் தனது வாழ்வாதாரத்தைப் பெருக்கிக்கொள்வதுதான். வாடகைக்கு இருப்பவரும் சொந்தவீடு வாங்க முடியாத வசதியற்ற நடுத்தர வர்க்கமாகவே இருக்கும்போது, இதுபோன்ற சிக்கல்கள் அசாதாரணமாகிவிடும். சுமூகமாய்ச் சொல்லிப் புரியவைக்க முடியாதபோது அசம்பாவிதங்கள் நடந்தேறிவிடுகின்றன. இதில் இரண்டு தரப்பிலும் அவரவர் நியாயம் இருக்கிறது. தி.ஜா., அதைக் கொஞ்சம்கூடப் பிசகாமல், இந்த நியாய தர்ம முடிவுகளை வாசகரிடம் விட்டுவிட்டுச் சாமர்த்தியமாய் நகர்ந்துவிடுகிறார்.

விரல்கள்

தி.ஜானகிராமனின் சிறுகதைப் பாத்திரச் சித்திரிப்பு, புதிதாக எழுதவருவோருக்குச் சிறந்த திறப்பினைக் கொடுக்கும். ஏ.ஏ.ஐயரின் உருவ அமைப்பைச் 'சிவந்த மேனி, வாட்டசாட்டமான தோற்றம், நீண்ட கூர்ந்த மூக்கு, நிமிர்ந்த மார்பு' என்று இப்படிப் பத்து வரிகளுக்குத் தொடர்கிறது தி.ஜா.வின் எழுத்து. இந்த உருவச் சித்திரிப்புகள் புனைவுக்கு மிகமுக்கியம், கதாபாத்திரத்தைப் பெயரளவில் மட்டுமல்லாது, அவர்களை நிஜமாய் வாசகர்கள் தங்களுக்குள் உருவகித்துக்கொள்ள இவை மிகவும் அவசியம். சூழல் சித்திரிப்புகளைக் காட்டிலும் கதாபாத்திரச் சித்திரிப்புகள், கதையை வாசகர்கள் மனதில் நீண்ட நாள் தங்கியிருக்க உதவி செய்யும். அப்படிப்பட்ட பாத்திர வடிப்பே ஏ.ஏ.ஐயர். இத்தனைக்கும் ஏ.ஏ.ஐயர், கதையின் இறுதியில்தான் நிஜத்தில் வருகிறார், ஆனால், அவரைப் பற்றிய எல்லாக் கணிப்புக்களையும், அவருக்கு எழுதப்பட்ட ஒரு கடிதத்தின் மூலம், நமக்குத் தி.ஜா. சொல்லிவிடுகிறார். இது கடித வடிவில் எழுதப்பட்ட கதை. அது ஒரு கதை சொல்லும் உத்தி.

நம் வாழ்வில் யாரையேனும், இவர் ஓர் உதாரணப் புருஷர் என்று நினைத்து வரித்திருப்போம். அப்படி அவரை நினைக்க, நம்மிடம் பல

காரணங்கள் இருக்கும், நடையுடை பாவனைகள், பிரச்சனைகளைக் கையாளும் விதம், நகைச்சுவை உணர்வு, திறம்பட வழிநடத்தும் பாங்கு, மதிக்கத்தகும் வித்தைகளைச் செய்யும் திறமை, விரிந்து பரந்த அறிவு... இப்படிப் பல காரணங்கள் இருக்கலாம். ஆனால், அப்படிப்பட்ட ஒருவர், நம்மால் செய்யவே முடியாது என்று நினைக்கக்கூடிய ஏதேனும் கீழ்த்தரமான ஒரு காரியத்தைச் செய்யும்போது, அவர் மீது நாம் எழுப்பி வைத்திருக்கும் நம் கதாநாயகப் பிம்பமும், அதைச் சுற்றி எழுப்பியிருந்த கோட்டைச்சுவர்களும், அதன் மீது கம்பீரமாய் வீற்றிருக்கும் கோபுரக் கலசங்களும் சுக்கல்சுக்கலாக நொறுங்கும் தருணம் வாழ்வின் மிகக்கொடிய காலத்தில் ஒன்று. அந்தத் தருணத்தில் நீங்களா இப்படி என்று கேட்கத் திராணியற்றுச் சம்மந்தப்பட்டவர் கட்டளையிட்டோ, அவரைப் பார்த்தோ கேட்டோ அல்லாமல், நாமே அவரைப் பற்றி நம் மனதில் எழுப்பி வைத்திருந்த கோட்டைகளையும் பிம்பங்களையும் கலைக்கமுடியாமல், ஆனாலும் நம்மால் மறுக்கவே முடியாத ஏதோ ஒரு காரணத்தால் அவை பொடிப்பொடியாய் நொறுங்கும்போது, ஏதேனும் செய்து இந்த அவப்பெயரை மாற்றிவிட முடியாதா என்று தவிக்கும் சிஷ்யனோ, சிநேகிதனோ, நலம் விரும்பியோ துணுக்குற்று அனுபவிக்கும் வேதனையை ஏ.ஏ.ஐயருக்கு கடிதம் எழுதியவனும் அடைந்திருக்கக்கூடும். புனைவின் வெற்றி எப்போதும் நமது அனுபவத்தை அல்லது இதை நாம் அனுபவித்திருந்தால் எப்படி உணர்ந்திருப்போம் என்பதை உணர்ந்துவதுதான். அந்த அளவில், 'இதையெல்லாம் கேட்ட பின்பும், பார்த்த பின்பும் எனக்கு ராத்தூக்கமே போய்விட்டது' என்ற வரிகளைக் கதைக்குள் தி.ஜா. கொண்டு வந்திருப்பது மிகவும் அசாதாரணமானது எனலாம்.

இந்தக் கதையில் இன்னொரு முக்கிய அம்சம் இசை. அது கதைக்கு அவ்வளவு வலு சேர்த்திருக்கிறது. பொதுவாகவே இசையை, கலையை, இலக்கியத்தைத் தீவிரமாகப் போஷிக்கிறவர்கள் அறம் என்பதைப் போற்றுவார்கள் என்ற ஓர் எதிர்பார்ப்பு எல்லோரிடத்திலும் இருக்கிறது. நன்கு படித்தவர்களுக்கு, எது தவறு எது சரி எது நேர்மையான செயல் என்பதைக் கூர்ந்து ஆராயத் தெரியும் என்பது மிக எளிய எதிர்பார்ப்பாய் எல்லோரிடத்தும் இருக்கிறது. நம்மை மேலும் மேலும் புனிதாத்மாக்களாகக் கலை உயர்த்தவில்லை என்றால், அக்கலையைத் தீவிரமாகப் பயிற்சிசெய்து என்ன பயன் என்ற கேள்வியைப் பூடகமாய் இந்தக் கதையில் தி.ஜா. எழுப்புகிறார். 'தசரதரே ராமனைத் தடவுவதுபோல வீணையின் தந்தியைத் தடவுகின்றன உங்களது இடது கைவிரல்கள். "சபாபதிக்கு வேறு" என்று உங்கள் விரல்கள் தில்லைஈசனைத் தொட்டு புளகிப்பதுபோல் வருடுகின்றன. இதே விரல்கள் எப்படிப் போய்ப் பிராயணப் படிகளை வாங்கக் கையெழுத்துப் போடும்?'. இதை வாசிக்கும்போது, இக்கேள்வியின் நியாயம் வாசக மனதை உலுக்காதில்லை. அறமென்பது அவரவர் அளவுகோலில் மாறுபட்டாலும், அறம் என்ற ஒன்று நிஜம்தானே?

தி.ஜா.வின் பெரும்பாலான கதைகளில் புராணத் தொன்மங்கள் அசாத்திய முயற்சியில்லாமலேயே எடுத்தாளப்படுகின்றன. 'வலது விரல்களை விட்டு இடது விரல்களை நசுக்கினாயே, அவன் போக்கே அலாதி. ஒரு பாவமும் அறியாத சீதையைக் காட்டுக்கு விரட்டின

ஆளாச்சேப்பா நீ'. இப்படிச் சொல்லிக் கதையை முடிப்பவர், கடவுளே தவறுகளை இழைத்திருக்கும்போது, மீச்சிறு மனிதன் ஏ.ஏ.ஐயர் என்ன பெரிய தவறு செய்துவிட்டார்? என்றும் தமக்குத் தாமே கதைசொல்லி சமாதானமடைந்துகொள்கிறார்.

தற்செயல்

'தற்செயல்' கதை, பிரசுரம் கண்ட ஆண்டு 1970. ஆனால், இக்கதை நிகழ்ந்தது, 1950களில் இருக்கலாம். கதைப்படி, கதைசொல்லியின் சித்தி மகளுக்குப் பதினைந்து வயதில் அவளைவிட முப்பது வயது மூத்த ஒருவரோடு திருமணம் நடக்கிறது. கதைசொல்லிக்கும், மங்களம் என்ற அவன் அக்காவுக்கும் சம வயது. 'நாற்பத்தைந்து வயதுக் கிழவியை, எனக்குக் கல்யாணம் பண்ணி வைக்கத் துரத்திக்கொண்டு வந்தது போலிருந்தது' என்று கதைசொல்லி சொல்லுமிடத்தில், ஒரு பெண்ணியக் கருத்தே மேலோங்கி ஒலிக்கிறது. ஆனால், கதை மேலும் நகர்ந்து அது குவியுமிடத்தில், இக்கருத்து அப்படியே சலசலத்துப் போகிறது. 'குத்துவிளக்கைக் கொண்டு செருப்பு மாடத்தில் வைக்கிறதான்னு கேட்டார் சேது மாமா. அவருக்கும் பதினெட்டில் ஒரு பையனை வைத்துக்கொண்டு...' என்ற இடத்தில், கதை எங்கேயோ இருந்து யதார்த்தத்துக்குப் பாய்கிறது. தன் சம வயதொத்தவள் இளையாளாக வாழ்க்கைப்பட்டுச் சீரழிந்து விட்டாள் என்று அதுவரை கதைசொல்லி நினைத்திருந்த எல்லாக் கருத்தையும் மங்களம் உடைக்கிறாள், நாற்பத்தைந்து வயது மனிதனை மணந்தால்தான் என்ன? ஒன்பது பிள்ளைகள் பெற்று எல்லோரையும் நன்கு வளர்ந்துவிட்டேன் என்று பெருமிதப்படுகிறாள் மங்களம். 'அவர் இருந்திருந்தா, இன்னும் இரண்டு இத்தூனூண்டு இத்தூனூண்டு ஓடிண்டு இருந்திருக்கும்' என்கிறாள். தாம்பத்திய வெற்றி என்பது எத்தனை பிள்ளைகள் என்பதிலில்லை; இருவரும் எவ்வளவு இணக்கமாய் இருந்தனர் என்பதற்கு இன்னும் சில காட்சிகளை இக்கதையில் வைத்திருந்தால் கதையின் வலு மேலும் கூடியிருந்திருக்கும்.

இது பெண்ணையே நான் எவ்வளவு வாழ்ந்துட்டேன் பார் என்று நினைக்க வைக்கும் ஒருவகை ஆண் மனம்தான். இந்தக் கதையிலும், வேறு வழியில்லை கதையிலும் வறுமை காரணமாகத் தன்னைவிட மிக மூத்த வயதுடையவனைத் திருமணம் செய்த பெண்களை வேண்டாவெறுப்பான வாழ்க்கையுள் நுழைத்தாலும் அதை வீராப்பாய் ஏற்றுப் பெருவாழ்வு வாழ்ந்துவிட்டதுபோலக் காட்டியிருக்கும் சித்திரம், தி.ஜா.வின் பல முற்போக்குப் புனைவுகளிலிருந்தும் கொஞ்சம் மாறுபடுகிறது. பல பிள்ளைகள் பெறும் இயந்திரமாகவும், 'வேறு வழியில்லை' கதையில் மனைவியை அடித்துத் துன்புறுத்தினாலும் அவள் அவனோடு இணைந்து வாழ அவன் இணக்கம் காட்டினால் போதுமென்று எழுதியிருப்பதும் ஒருவித வாசக அதிர்ச்சியைக் கொடுக்கிறது. அந்தக் காலத்தில் யதார்த்தத்தில் நடக்காததா இது என்ற கேள்விக்குப் புனைவில் யதார்த்தம் மட்டுமா எழுதப்பட வேண்டும் என்ற பதிலை மட்டுமே, முன்வைக்கத் தோன்றுகிறது.

இக்கதையில், குறிப்பிட்டுச் சொல்லவேண்டிய விஷயம், ஒரு பெண், தன்னை அழ அழ அடித்தவர்கள் முன் சிறப்பாக வாழ்ந்துகாட்ட

வேண்டுமென்று தன்னைத் தயார்படுத்திக்கொண்டு வாழ்ந்துகாட்டியிருக்கும் சித்திரத்தைக் கொண்டுவந்திருப்பது நிம்மதியளிக்கிறது. கதையில் சிறிய ஒரு பிற கோணமும் துலங்குகிறது. அறிந்தும் அறியாத வயதில், மங்களமும் – கதைசொல்லியும், ‘கல்யாண விளையாட்டு விளையாடினோம், பக்கத்து வீட்டுப் பிள்ளைகள் கல்லும் மண்ணும் வைச்சி சமைச்சதுகள். நீயும் நானும் மனையில் உட்கார்ந்திருந்தோம்’ என்று ஒரு காட்சி வருகிறது. இந்த ஈர்ப்பும் இணைப்புமே, கதைசொல்லி மங்களத்திடம், ‘சின்ன வயசுல யாரைடி நீ கல்யாணம் பண்ணிக்கப் போறேன்னு கேட்டா எங்கம்மா, நான் தாத்தாவைத்தான் கல்யாணம் பண்ணிக்க போறேன்னு சொல்லுவ நீ. அதையே சத்தியவாக்கா நிறைவேத்திப்பிட்டியே’ என்று சொல்லக் காரணமோ என்றும் யோசிக்கத் தோன்றுகிறது. வாழ்க்கையில் எதுவும் தற்செயல் இல்லை என்பதையே, இக்கதையின் மூலம் தி.ஜா., தம் வாசகர்களுக்குச் சொல்கிறார். பிள்ளை பெறுவது கட்டாயம், தற்செயல் இல்லை என்ற கருத்தையும், அவர் நேரடியாகவே பதிவுசெய்கிறார். கதை எழுதப்பட்ட காலத்தில் (1970), குடும்பக் கட்டுப்பாட்டுப் பிரச்சாரம் மிகவும் தீவிரமாயிருந்தது, இக்கதை மூலம், பிள்ளைகள் பெறுவது தற்செயல் என்று யாரும் தப்பிக்க வேண்டாமென்ற ஒரு கொள்கைக் கருத்தையும் முன்வைக்கத் தி.ஜா. முயற்சி செய்திருக்கிறார் என்றே தோன்றுகிறது.

பிரயாணக் கதை

‘பிரயாணக் கதை’ என்ற இக்கதையில் கதாபாத்திரங்களையே குருவி, காக்காய் என்று சித்திரித்துள்ளார் தி.ஜா. சென்னையைக் கூவம் நகர் என்கிறார். இதை நையாண்டித் தொனியில் சொல்கிறாரா அல்லது கூவம் அவர் காலத்தில் போற்றுவதற்குரிய ஒரு ஜீவ நதியாக இருந்தது என்பதற்காகச் சொல்கிறாரா என்பதைத் தி.ஜா. இருந்தால் அவரிடம் நாம் கேட்டிருக்கக்கூடும். வியாசப்பட்டி, புதுப்பேட்டை என வடசென்னை ஊர்களையும் அதைச் சார்ந்தவர்களையும் காக்காய் என்று வர்ணித்திருப்பதிலிருந்து, தி.ஜா.வின் கதை சொல்லும் தீர்மானத்தையும் அவர் இதன்வழி வேறு பாகுபாடு எதையும் சொல்கிறாரா என்பதையும் புரிந்துகொள்ள முடியவில்லை. குருவி சென்னையில் செல்லவேண்டிய இடம் எது என்பதைப் பற்றிய குறிப்பும் கதையில் இல்லாத காரணத்தால், இது வேறு எதையும் குறிக்கிறதா என்ற சந்தேகத்தையும் நிவர்த்தி செய்துகொள்ள முடியவில்லை. ஆனால், வியாசப்பட்டிக்காரர் அரசியல் பிரமுகர் என்பதும், அவருக்கு அட்டெண்டெண்டாக வந்திருப்பவரும் அதே இனம் என்பதை மட்டும் கொஞ்சம் புரிந்து கொள்ளமுடிகிறது. வியாசப்பட்டி வாட்டசாட்டக் காகம் மது குடிப்பது உங்களுக்குத் தொந்தரவாக இருக்குமென்று சொல்லுமிடத்தில், குருவி என்பது சற்றே உயர்ந்த இனம் என்பதையும் விளங்கிக்கொள்ள முடிகிறது. அரசியல் பிரமுகர்களைப் பிரதி செய்து எழுதுவதற்காகக் கதாபாத்திரங்களைக் காக்கை, குருவிகளாக மாற்றி எழுதியிருப்பது வாசிக்க வித்தியாசமான அனுபவத்தைக் கொடுக்கிறது. டைனிங்கார் ஆள் மட்டும், ஒரு மனிதனாகவே வந்துபோகிறான். ஆனாலும், இது மாய யதார்த்தக் கதை போலில்லாமல், படிக்கப் படிக்க ஒரு யதார்த்த உலகத்துக்குள்ளேயே காக்காயையும் குருவியையும் ரயிலில் முதல் வகுப்பில் பயணிக்கும் பயணிகளாகவே

நம்மை உணர வைக்கிறது. குடிகாரர்களுக்கே உரிய, மது குடிக்கும்போது யாரும் கட்டுப்படுத்தினால் அவர்களை ஏமாற்றி எப்படியும் இன்னும் கொஞ்சம் குடிக்க அவர்கள் செய்யும் எல்லா சேஷ்டைகளையும் உடனிருந்து கவனித்ததுபோல் தி.ஜா. எழுதியிருக்கிறார். இவ்வளவு புனைவுகளைக் கொடுத்தவர்க்கு இதென்ன பெரிய விஷயம். சில மேனரிசங்களைப் பிரதி செய்வது மிகப் பெரிய சவால். அப்படி இதில் ஒரு குடிகாரனை அரசியல் வட்டாரப் புழக்கமுள்ளவனைப் பிரதி செய்திருப்பது வாசிக்கச் சுவாரஸ்யமாயுள்ளது.

பெருந்தொகுப்பின் இறுதியில் வரும் “தொகுப்பில் சேர்க்கப்படாத கதைகள்”, வாசிக்க அலாதியான சுவையுடையவை. ஒட்டுமொத்தமாக, இப்பதின்மூன்று கதைகளும் வெவ்வேறு விஷயங்களைப் பற்றிப் பேசினாலும், இக்கதைகள் எல்லாமே மையமாகக் கையாண்டிருப்பது நடுத்தர வர்க்கத்தின் உணர்வுத் தளங்களையே, அவ்வர்க்கத்துக்கே உரிய பிற மனிதர் மீதான வாஞ்சையும் (மன்னித்துவிடு, ஆண்டவன் நினைத்தது), இயலாமையும் (கமலியின் குழந்தை, வேறு வழியில்லை, ராஜ திருஷ்டி, போர்சன் காலி, அதிர்ஷ்டம்), உறவுச்சிக்கல்களும் (தற்செயல், வேறு வழியில்லை, ராஜ திருஷ்டி), சிறுமையும் (கமலியின் குழந்தை, விரல்கள், போர்ஷன் காலி), போலித்தனங்களும் (விரல்கள், குளிர் ஜுரம்), இசை மீதான பித்தும் (ராஜ திருஷ்டி, விரல்கள்) இவற்றில் பதிவாகியுள்ளன. தி.ஜா. காட்டும் நடுத்தரப் பிரஜைகளின் கீழ்மையிலும், அவர்களுக்கான நியாயங்கள், அந்தந்தக் கதைகளில் சரியாகப் பதிவாகியுள்ளன. யாருமே, அநியாயக் கொடூரர்கள் இல்லை; மிகச்சாதாரண மனிதர்களே. சரிதவறுகளுக்கிடையில் தம்மளவிலான தப்பித்தல்களோடு வாழ்க்கைப் பயணத்தைச் செலுத்தும் புண்ணியாத்மாக்கள் இவர்கள். தி.ஜா.வின் கதை மாந்தர்கள் யாருமே புனைவில் மட்டுமே சாத்தியம் என நினைக்கவல்ல மாந்தர்கள் இல்லை. நம்மோடு நம் சாயுங்கால நடைப்பயிற்சியில் எதிர்ப்படும், ஆனால் யாரென்றே தெரியாத மனிதர்கள். புனைவின் ஆகப்பெரிய வெற்றியே, அது நிஜமாய் நடந்திருக்கக்கூடும் என்று நினைக்க வைப்பதுதான். ஆரம்பக்காலக் கதைகளில் அவற்றிற்குரிய போதாமையிருந்தாலும் சிறுகதையின் வடிவம், உள்ளடக்கம் என்ற விதத்தில் அவை கச்சிதமாகவே இருக்கின்றன. சிலவற்றில் வரும் வரலாற்று, புராணக் கதைத் தொன்மங்களும் நினைவிலிருத்திக்கொள்ளத் தகுந்த சித்திரங்களே. தொகுப்பில் சேர்க்கப் படாத இந்தப் பதின்மூன்று கதைகளும், வெவ்வேறு தளத்தில் தரும் வாசிப்பனுபவம், மிக அற்புதமான ஓர் உணர்வு. அவை கடத்தும் புனைவின் உச்சத் தருணங்கள், மறுபடி மறுபடி இவற்றை வாசிக்கத் தூண்டுகின்றன. அதுவே இக்கதைகளின் சிறப்பம்சம். இவை வெறும் படைப்புகளல்ல; வாழ்வின் மீதான கரிசனங்கள்.

✣

66

மன விடுதலை [கச்சேரி: 1–10 சிறுகதைகள்]

ஏ. கீதா

பல எழுத்தாளர்களை அளித்த பெருமை, தஞ்சை மண்ணிற்கு உண்டு. தம் படைப்பின்வழி நினைவில் நிற்பவர்கள் சிலரே. தி.ஜானகிராமன், நூற்றாண்டு கடந்தும் வாழ்ந்துகொண்டிருப்பவர். 2020இல் வெளிவந்த 'கச்சேரி' நூல், ஒரு நூற்றாண்டு வரை கண்டுபிடிக்கப்படாத தி.ஜா.வின் சிறுகதைத் தொகுப்பாகும். இந்த நூல், நூற்றாண்டைக் கொண்டாடும் தி.ஜா.வுக்கு, அவருடைய உண்மை வாசகர்கள் அளிக்கும் காணிக்கையாகும். 28 சிறுகதைகள் கொண்டது 'கச்சேரி' தொகுப்பு. 1938–1973 வரையிலான காலத்தில் *ஆனந்த விகடன், கிராம ஊழியன், சந்திரோதயம், தேனீ, சிந்தனை, அமுதசுரபி, சிவாஜி, கல்கி, சுதேசமித்திரன், நண்பன், சௌராஷ்டிரமணி* ஆகிய இதழ்களில் இக்கதைகள் வெளிவந்துள்ளன. இவைகளே அன்றி, வேறு என்னென்ன படைப்புகள் இன்னும் புதைபொருட்களாக உள்ளனவோ, தெரியவில்லை. காவிரி வளம் சேர்த்த சோழநாடு, கோயில் பலவுடைய கும்பகோணம், இசை செழித்த தஞ்சை போன்ற இடங்களே அவர் பிறந்து வளர்ந்து வாழ்ந்த நிலங்கள். 1921–1982 என்பது, நில உடைமைச் சமுதாயத்தின் வீழ்ச்சி தொடங்கியும், பகுத்தறிவுச் சிந்தனை ஆங்காங்கே முகிழ்ந்துமிருந்த ஒரு காலம். தி.ஜா.வின் படைப்பில் இவற்றின் அங்கீகரிப்பும் மோதலும் கலந்துள்ளன. ஈசுவரத் தியானம், புஷ்கரணி, நர்மதையின் யாத்திரை, ஜயத்தின் பயம், வித்தியாசம், பணக்காரன், நரை, ஆனைக்குப்பம், தூக்கம், ராஜப்பா என இந்நூலின் முதல் 10 சிறுகதைகளை இக்கட்டுரை மதிப்பிட முனைகிறது.

ஈசுவரத் தியானம்

'ஈசுவரத் தியானம்', இரண்டு பக்கத்தில் முடியும் ஓர் எளிய பிராமணக் குடும்பக் கதை. ஆசாரத்தைக் கைவிடாது பின்பற்றும் விதவைப் பாட்டி. அதே ஆசாரத்தில் ஒட்டியும்

ஒட்டாதுமிருக்கும் பாட்டியின் மகன் சுந்தரமய்யர், மருமகள் பாகீரதி, பேரன் கணேசு. 'நல்ல ஸ்திதியில் இருந்தால், சுவாமி ஞாபகமே வராது' என்ற பாட்டியின் புலம்பலோடு, கதை தொடங்குகிறது. கதையின் மையமும் முடிவும் இதுவே. கடைசிக் காலத்தில், பாட்டியின் வாயிலிருந்து, 'ராமா, ராமா' என்ற ஸ்மரணை வரவில்லை. அதை வரவழைக்கப் பிறர் எடுக்கும் முயற்சிகள் கதையை நகைச்சுவையாக்குகிறது. அனைவரையும் தினமும் கோயிலுக்குப் போகச்சொல்லி அதட்டுகிறாள் பாட்டி. "ஏனம்மா கோயிலுக்குப் போகவேண்டும்? வீட்டில் ஸ்வாமி இல்லையா? அந்தக் கூட்டத்திலே போய், உடம்பு வேஷ்டி எல்லாவற்றையும் வியர்வையிலும் எண்ணெயிலும் நனைத்துக்கொண்டு வந்தால்தான் பக்தியாக்கும்?" எனச் சுந்தரம் அய்யர் சொல்லும் பதில், வெறும் சாமாதானம் இல்லை. சற்று ஆழ்ந்து நோக்கினால், இதில் ஆத்திக, நாத்திகக் கருத்து மோதலும் பகுத்தறிவுச் சிந்தனையும் இணைந்திருப்பதைக் காணமுடியும். வியர்வை, எண்ணெய்ப் பிசுக்கு இணைந்த சிடுக்கான வாழ்க்கை முறையைச் சுட்டிக்காட்டும் படைப்பாளரின் குரலாகவும் இதை வாசிக்கலாம்.

தெய்வபக்தி கொண்டவர் பாட்டி. தன் குடும்பத்தினரையும் அவ்வழியிலேயே நடத்தியவர். இப்போது பாட்டி உடல் நலம் குன்றிப் படுத்துவிட, நிலைமை தலைகீழாகிறது. 'ஐயோ' என்ற அபத்தச் சொல்லே, அவள் மொழியாகிறது. இச்சையாகவும் அநிச்சையாகவும்கூட இறைநாமம் ஒலிப்பதில்லை. பேரனைக் கந்தபுராணம் படிக்கச் சொல்லிக் கேட்கவும் தோன்றவில்லை. இரவில் உரலில் அரிசியைப் போட்டு இடிக்கிறாள் நாட்டுப்பெண் பாகீரதி. அப்படிச் செய்தால், 'இரா மா இடிக்காதேடி' எனப் பாட்டி சொல்வாள் என்று எதிர்பார்த்துச் செய்ததும்கூட, ஏமாற்றத்தில் முடிகிறது. 'இருட்டு மா இடிக்காதேடி' என்றே சொல்கிறாள் பாட்டி. இறக்கும் நொடியில், "இரண்டு எழுத்துதானே அம்மா?. 'ராமா'ன்னு எப்படியாவது கஷ்டப்பட்டுச் சொல்லிடேன்!" என்று சுந்தரம் கேட்கிறார். "அதுதானே முடியவில்லை" என்று சொல்லிவிட்டு இறந்துவிடுகிறார். எப்போதும் ராம ஸ்மரணை, கோயில், பூசை, ருத்திராக்ஷ மாலை, கந்தபுராணம், தியானம் என்று பக்தி ஒழுக்கத்தில் வாழந்தவர் பாட்டி. சாகும் நேரத்தில் சங்கரா சங்கரா என்று புலம்புகிறவர்களைவிட, இக்கதையில் வரும் பாட்டி மேலானவர்தான். கோயில் மட்டும்தான் இறைவன் இருக்கும் வீடு என்பதில்லை. கோயிலுக்குச் செல்வதே பக்தி என்பதில்லை. ராமா, ராமா என்று ஸ்மரணை செய்வது மட்டுமே தியானம் என்பதில்லை. நெஞ்சகமே கோயில் நினைவே சுகந்தம் என்றார் தாயுமானவர். புறத்திலில்லை; அகத்திலிருக்கிறார் கடவுள். வார்த்தையில் இல்லை; சிந்தையில் இருக்கிறார் கடவுள். ராமா, ராமா என்று துதிக்காவிடினும் பாட்டியின் பக்தி பூர்வமான வாழ்க்கை உறுதியாக ஈசுவரனின் (ஈசுவரன் என்பது திருமாலையும் குறிக்கும் பெயர்) அருளைப் பெறும் என்பதே தி.ஜா.வின் கருத்து. ஆச்சார வாழ்வின் இறுக்கத்திலிருந்து சற்றே விடுபடும் போக்கும் இக்கதைக்குள் செயல்பட்டுள்ளது.

புஷ்கரணி

'புஷ்கரம்' என்றால் தீர்த்தமாடுமிடம் என்று பொருள். கோயிலைச் சேர்ந்த குளத்தைப் புஷ்கரணி (தீர்த்தக் கட்டு / படித்துறை) என்பர்.

முற்காலச் சோழன் புஷ்கரணியில் நீராடிச் சிவனை வழிபட்டமையால், அவனுடைய நோய் தீர்ந்ததாகக் கதையுள்ளது. புஷ்கரணியில் நீராடுதல், நோய் மட்டுமல்லாது பாவத்தையும் போக்கும் என்பது நம்பிக்கை. 'ஈசுவரத் தியானம்' கதை போன்ற மற்றொரு படைப்பே 'புஷ்கரணியும்'. மகாமகக் குளத்தைப் பார்த்தபடி அமைந்திருக்கும் ஓட்டுவீடு. நடுத்தர பிராமணக் குடும்பம். பாட்டியும் பேரனுமே வெளிப்படையான கதாபாத்திரங்கள். சமையலறைக்குள்ளிருந்து குரல் கொடுக்கும் அல்லது சொல்வதைக் கேட்டுகொள்ளும் மற்றொரு பாத்திரம் அம்மாவாகத்தான் இருக்கவேண்டும். "ஸ்னானம் பண்ணலாமா? ஜலம் நிரப்பியாச்சு" என்று அம்மா குரலெழுப்புவதாகக் கதை தொடங்குகிறது. இப்படிக் கதையின் மையத்தை, முதல் வரியில் அமைத்தெழுதுவது, தி.ஜா.வின் ஓர் உத்தியாகும். புஷ்கரணியின் பாடுபொருள் நீர் (மாமாங்கக் குளம்) பற்றியதாகவும், அதில் குளிப்பதற்குத் தயங்கும் கதைசொல்லியின் காரண விவரணையாகவும் உள்ளது. 20 ஆண்டில், ஓரிரு முறைக்கு மேல் குளிக்காத, எதிர்காலத்திலும் புஷ்கரணியில் குளிக்க ஒப்பாத பிராமண இளைஞன், வீட்டிலிருந்தபடியே முப்பொழுதும் குளத்தைப் பார்த்து ரசித்தும், அதனுடன் பேசியும், சவால் விடுத்தும், கேலி செய்தும் வருகிறான். அந்த இளைஞனுக்கு, அது வெறும் நீர்த்தேக்கம் மட்டுமில்லை. புனிதம் போர்த்திய மூடத்தனத்தின் குறியீடுமாகும். மாற்றமற்ற ஓர் அமைப்பில் ஆழ்ந்த நம்பிக்கை கொண்டிருக்கும் மனிதர்களை வியந்து நோக்கும் அதே வேளையில், அந்த நம்பிகையின் வலுவின்மையையும் கதையின் இறுதியில் கவனப்படுத்துகிறார் தி.ஜா.

மனிதனின் அடிப்படைத் தேவை நீர். கங்கை, சிந்து, நர்மதை, காவிரி, கோதாவரி, கிருஷ்ணா என நீர் மூலங்களைத் தெய்வங்களாக வழிபடுவது நம் மரபு. அதே மரபில்தான் பிணங்களை நீரில் விடுவதும், பிணமெரித்த சாம்பலைக் கரைப்பதும், தோஷம் கழிப்பவரின் ஆடை உட்பட்ட பொருளை விடுவதும், பாவம் கழிக்க வியாதியஸ்தர்கள் உட்பட அனைவரும் நீராடுவதும் என நீர் மாசுக்கான அனைத்தும் தெய்வ நம்பிக்கை என்ற பெயரால் நடத்தப்படுகின்றன. இக்காலத்தில் கழிவுநீரை வெளியேற்றும் வழித் தடமாகவும் நதி மாறியுள்ளது. வடிகால் வசதியற்ற நீர்நிலைகளில் கால்நடைகளைக் குளிப்பாட்டுவதும், மலங்கழுவுவதும், துணிதுவைப்பதும் அதே நீரைக் குடிக்க எடுத்துச்செல்வதும் என இவை அனைத்தும் தவறு என நவீனக் கல்வி அறிவுறுத்துவதும் ஒருபுறமிருக்கிறது. பகுத்தறிவைத் தாண்டிய பண்பாட்டு அறிவே நம்மைத் தவறாக வழிநடத்துகிறது என்பதையே, இந்தக் கதையில் தி.ஜா. வலியுறுத்துகிறார்.

ஆபத்திற்குப் பாவமில்லை என்பார்கள். பாவம் செய்யாதவர்களே (ஆற்றில் மூழ்கிக்கொண்டிருக்கும்) தன் கணவரைக் காப்பாற்றவேண்டும் என்று அலறித் துடிக்கிறாள் வயதான மூதாட்டி. அப்போதுதான் புனித நீராடிப் பாவம் போக்கிய திருப்தியிலிருந்தவர்கள், அவளின் குரலைக் கேட்கின்றனர். காப்பாற்றத் துடிக்கும் அவர்களை, அவர்களின் பண்பாட்டு அறிவைத் தாண்டிய பகுத்தறிவு தடுக்கிறது. ஆபத்திற்கு உதவாமல் இருப்பதுதான் பாவத்தைத் தரும் என்பதை அவர்கள் உணரவில்லை. இங்கு மரபு, புனிதம், நம்பிக்கை, பாவம், புண்ணியம் என அனைத்தின் அளவுகோள்களும் மாறுகின்றன. நாளும் பாவம் செய்யும் ஒருவன் நீரில்

மூழ்கிக் கிழவரைக் காப்பாற்றுகிறான். புனிதநீரில் இறங்கியதால் அவன் பாவமும் போய்விடுகிறது. உயிரைக் காத்த புண்ணியமும் சேர்கிறது என்கிறார் தி.ஜா. கதையில் வரும் இளைஞன் குளத்தில் நீராடுவதில்லை. அதனால் குளம், அவனுக்குப் பயன்படுவதேயில்லை என்றும் கொள்ள முடியாது. நாள்தோறும் அந்நீரின் அழகைப் பார்த்து ரசிக்கிறான் அவன். அந்த ரசிப்பில், அவன் மனம் புத்துணர்வு பெறுகிறது. மற்றவருக்குப் புனிதமாகக் காணப்படும் குளம், அவனுக்கு அசுத்தமாகத் தென்படுகிறது. அதன் புண்ணியத்தன்மையில், அவனுக்கு நம்பிக்கையில்லை. ஆனால், பிறர் நம்பிக்கையைக் குற்றம் எனத் தி.ஜா. கூறவில்லை. அவர் பழகிய அமைப்பிலுள்ள ஒவ்வாமைகளையே எடுத்துரைக்கிறார்.

நர்மதையின் யாத்திரை

ஐம்பூதங்களில் நிலத்தையும் நீரையும் பெண் கடவுளர்களாக வழிபடுவது நம் மரபு. ஒன்றாக இருக்கும் நிலத்தைப் பூமா தேவியாகவும், பலவாகப் பாயும் ஆற்றைச் சிந்து, கங்கை, யமுனை, சரஸ்வதி, நர்மதை, காவிரி, கோதாவரியாகவும் பெயரிட்டழைக்கிறோம். பெண்ணாயிருப்பதாலேயே இவை பெருமையும் உரமும் பெறுகின்றன என்பது தி.ஜா.வின் கருத்து. சீதை, பாஞ்சாலி, கண்ணகி, மாதவி, மணிமேகலை, நளாயினி, சந்திரமதி, தமயந்தி, குண்டலகேசி, காரைக்கால் அம்மையார் என இன்னும் எத்தனையோ காவியத் தலைவியர் வலிமை கொண்டவர்களாக விளங்கியுள்ளனர். இந்த வலிமையைப் பெறுவதில், எத்தனையோ வலிகளையும் அவர்கள் கடந்து வந்துள்ளனர். போராட்டத்திற்குப் பின்தான், தம் லட்சியத்தை அவர்கள் எட்டினர். இந்திய மரபில், ஒரு பெண்ணிற்கான லட்சணம், இவ்வாறே வரையறுக்கப்பட்டுள்ளது. 'அச்சமும் நாணமும் மடனும் பெண்பாற்குரிய' என்பது பெண்ணிற்கான இலக்கணமாகும். இவ்வாறு வரையறுக்கப்பட்டவற்றிலிருந்து வழுவி நடப்பது என்பது ஆண்களுக்கு வழுவமைதியாகவும், பெண்களுக்குப் பெருங்குற்றமாகவும் கருதப்பட்டன.

சங்க இலக்கியங்கள், பெரும்பாலும் பெண்களின் காதலையே முன்னிறுத்துகின்றன. தலைவியைத் தேடிவரும் தலைவனுக்கு விலங்கு, கள்வர், ஊரார் கண்டுவிடுதல் எனப் பல வழி இடர்கள் இருக்கின்றன. தி.ஜா.வின் 'நர்மதையின் யாத்திரை' சிறுகதை, காதலனைத் தேடிச் சென்றடையும் ஒரு பெண்ணின் பயணத்தைச் சொல்லும் உருவகக் கதையாகும். கண்ணனைத் தேடிச்சென்ற ராதைபோல் கடல் தலைவனை அடைய நர்மதை செல்கிறாள். குன்றுகள், மலைகள், சூரியன்...எல்லாமே இவளுக்குத் துயரங்களாகின்றன. தலைவனுக்கு ஏற்பட்ட இடையூறால் அவன் உயிருக்கும் உடைக்கும் பாதிப்புண்டாகலாம். ஊரார் அலர் தூற்றலாம். ஆனால், நர்மதைக்கு, வன்புணர்வு கொள்ள வரும் காமுகரின் பாலியல் துன்பம் ஒன்றே பேரிடராகிறது. தப்பித்தும் எதிர்த்தும் செல்லும் நர்மதைக்கு, மனவலிமையும் உடல் வலிமையுமே துணையாகின்றன. போர்க்கோலம் பூண்டு எதிரில் நின்ற குன்றுகளை முட்டித்தள்ளுகிறாள். அவை பிளவுபடுகின்றன. பாறைக்கீறல்கள் அவள் உடலில் பதிகின்றன. வலிதாங்கியவளின் உடல், தொடர்ச்சியான தாக்குதலுக்குட்படுகிறது. இறுதியிலும், அவள் வெற்றியை ஆர்ப்பரித்துக் கொண்டாடவில்லை. இலக்கை நெருங்கிய நர்மதைக்குத் தலைவனைக் காண நாணமே

முன்னிற்கிறது. கொண்டுவந்த கைப்பொருளைத் (அலைமாலை, தங்கமணல்) தந்து, அவனைச் சேர்கிறாள் நர்மதை. குறிஞ்சியில் தோன்றி முல்லை, மருதம் தாண்டிக் கடலைச் சேர்வதில் நதியின் பயணம் முடிகிறது. கடந்துவரும் பாதையின் தன்மைகளுக்கேற்பப் புதுப்புது வடிவுறுகிறாள் நர்மதை. இது கடவுளைக் காணச்செல்லும் பக்தையின் பயணமில்லை; பெண் விடுதலையின் குறியீடு.

ஜயத்தின் பயம்

ஆணுக்கும் பெண்ணுக்குமிடையிலான திருமணம் என்பது, வாழ்வில் ஒரு திருப்புமுனை. அன்புடை நெஞ்சங்களின் இணைவு. ஒத்த அன்பே முக்கியம். இந்தப் புரிதல், திருமணமானவர் எல்லோருக்கும் விரைவாக வந்துவிடுவதில்லை. சண்டை, சமாதானம், மனத்தாங்கல், பிரிவு, கோபம் என்பனவற்றைக் கடந்தபின்பே உருவாகும் புரிதலை எடுத்துரைப்பது ‘ஜயத்தின் பயம்’ சிறுகதையாகும். இளம் தம்பதிகள் ஜயம் – ராகவன். ஆளுக்கொரு திசையில் வாழ்கின்றனர். பிரிவுக்கான காரணமே கதையில் சொல்லப்படவில்லை. வேலையின் நிமித்தமாகவே இருக்க வேண்டும். திருமணத்திற்குப் பின் இணைந்து வாழ்ந்த குறிப்பும் கதையிலில்லை. அலகாபாத்தில் பெற்றோருடன் வாழ்கிறாள் ஜயம். பெற்றோருடன் மதராஸில் இருக்கும் ராகவன், தலைதீபாவளிக்கு அலகாபாத் செல்கிறான். நர்மதையின் யாத்திரையில் கடற்தலைவனைக் காணவருபவளின் போராட்டம் கூறப்பட்டதுபோல், இக்கதையில் ஜயத்தைக் காணவரும் ராகவனின் ரயில் பயண இடர்ப்பாடுகள் கூறப்பட்டுள்ளன. தாங்கமுடியாத குளிர், புரியாத மொழி, குமட்டும் உணவு, பயணச் சோர்வு எனப் பல இம்சைக்கிடையிலும் ஜயத்தைப் பார்ப்பது மட்டுமே ராகவனுக்கிருக்கும் ஒரே மகிழ்ச்சி. திருமண ஏற்பாட்டிலிருக்கும் குறை நிறைகளைக் காரணம் காட்டி மனத் தாங்கல் கொள்வது எல்லாக் காலத்திலும் நடப்பதுதான். அதுவே இங்கும் நடக்கிறது.

சுந்தரமய்யர் – செல்லம்மாள் தம்பதியருக்கு, ஜயம் ஒரே பெண். சக்திக்கு மீறிச் செலவழித்துத் திருமணம் செய்து கொடுத்தபோதிலும் சில குறைகள். இந்தக் குறைகளைச் சுட்டிக்காட்டி இருவருக்கும் வாக்குவாதம். பெற்றோரைக் குறைசொல்லிக் கேட்கும் எந்தப் பெண்ணுக்கும் வரும் நியாயமான கோபம் ஜயத்திற்கும் வருகிறது. குறைகளுக்கான காரணத்தையும் தன் தரப்பையும் ஜயம் எடுத்துக்கூற, ராகவன் கோபித்துக் கொண்டு வெளியில் சென்றுவிடுகிறான். இருவருக்கும் இது முதல் மோதல். இப்பிரிவு அவர்களிடையே புரிதலை உண்டாக்குகிறது. பல துன்பம் தாங்கித் தனக்காக வந்த ராகவனைப் புண்படுத்திவிட்டோமோ என்று ஜயம் வருந்துகிறாள். தனது பெற்றோருக்காக ஜயம் பரிந்து பேசியது சரியானதே என்று ராகவனும் உணர்கிறான். இணைந்து வாழ்வதற்கானதே வாழ்வு என்பதைக் கடைசியில் இருவரும் உணர்கின்றனர். கோபத்தில் வெளிவரும் வார்த்தைகள் வடுவாகித் துன்பந்தரும். விட்டுத்தருதல், குறைநிறைகளை ஏற்றல், உடன்படுதல், சகித்தல், சரணாகதியே அன்பை வளர்க்கும். இப்பண்புகளை அனைவரும் வளர்த்துக்கொள்ள வேண்டும் என்பதே கதைசொல்லியின் அறிவுரை. குடும்ப அமைப்பில் இணை உரிமை, சம மதிப்புத் தருவதே அன்பைப் பேணும் வழி எனத் தி.ஜா. இக்கதை மூலம் வாசகருக்கு உணர்த்துகிறார்.

வித்தியாசம்

மனிதன் விலங்கிலிருந்து வந்தவன். அவன் ஆழ்மனதில் விலங்கின் குணாதிசியங்கள் மறைந்திருக்கும். விலங்கினத்தில் ஓர் ஆணுக்கு ஒரு பெண் என்ற கட்டுப்பாடு கிடையாது. குறிப்பிட்ட பருவத்திற்கு மேல் பெற்றோர், பிள்ளைகள் என்ற உறவு முறையும் கிடையாது. விருப்பத்தேர்வு அதன் சுதந்திரம். கிடைத்தன தின்று விரும்பியவற்றுடன் கூடி இன்பந்துய்க்கும். சலிப்பு வந்துவிட்டால், அல்லது வேறொன்றின் மீது ஈர்ப்பு வந்துவிட்டால், அடுத்ததைத் தேடிச் சென்றுவிடும். ஒன்றைவிட்டு ஒன்று, அதை விட்டு மற்றொன்று என்பதே அதன் வாழ்க்கை நீதி. இதற்கு முற்றும் எதிரானது மனித நியதி. மனித வாழ்க்கை முறையையும் விலங்கு வாழ்க்கை முறையையும் ஒருங்கே ஒப்பிட்டுக் காட்டும் கதை,'வித்தியாசம்'. ஓரறைக்குள் தீராக் காதலில் திளைக்கும் புதிதாகத் திருமணமான தம்பதிகள் மச்சிக்குக் கீழே இருக்க, அதே தீராக் காதலில் இன்பங்காணும் ஜோடிப் பூனைகள் மச்சில் இருக்கின்றன. உயர்திணை கீழே, அஃறிணை மேலே! 'தம்பதி இருவரும் ஏகாந்தமாக முதற்காதலின்பத்தைப் பருகிக் கொண்டிருந்தார்கள்' என்று கதை தொடங்குகிறது. இரு இணைகளின் காதல் வெளிப்பாடுகள் வெவ்வேறாயுள்ளன. பண்பாடு உள்ள மனிதன் நாகரிகமாகத் தழுவிக் கலவியில் ஈடுபடுகிறான். பூனைகள் காட்டுமிராண்டிகள்போலப் பிராண்டிக்கொண்டு, அன்பை வெளிப்படுத்துகின்றன. இது பூனைக்கும் மனிதனுக்குள்ள முதல் வித்தியாசம். மியாவ், கியாவ் என நான்கைந்து ஒலியே அவற்றிற்குரிய மொழி. பூனைகளின் அனைத்து உணர்வுகளையும் இந்தச் சில ஒலிகளே நிறைவுசெய்கின்றன. மனிதனுக்கு அவ்வாறில்லை. மனிதமொழி ஒரு பேராற்றல்; லாவகமாக இயங்கும் உடலாற்றல். இவை இன்பந்துய்க்க மனிதனுக்குத் தேவைப்படுகின்றன. இக்கதையில் பூனைகளையும் மனிதன்போலப் பேசவைத்துள்ளார் தி.ஜா.

பூனை இணைகளும் மனித இணைகளும் மாறிமாறிப் பேசுகின்றனர். ஒன்றின் காதல் செயல்பாடுகள், மற்றவர்க்கு வியப்பைத் தருகின்றன. பூனைகளுக்குள்ளும்,'காதல் போர்' நடக்கிறது. இறுதியில் கடாப் பூனைக்குக் கீறல்கள் விழுந்து இரத்தம் வடிகிறது. வலிபெற்ற கடாப்பூனைக்கு, மனிதர்கள்போல் வாழ ஆசை. அதாவது ஒருவனுக்கு ஒருத்தி என்ற ஒரே காதலில் கடைசிவரை வாழவேண்டும் என்று ஆசை. இது சாத்தியமன்று என்பதை உணர்ந்த பெண் பூனை, தன் முன்வரலாற்றைச் சொல்கிறது. கடாப் பூனையைவிட 5 வயது மூத்தது; 5 குட்டிகளை ஈன்றது; முன்னாள் காதலனைப் பெற்றது. இவற்றைக் கேட்டும் கடாப்பூனை சேர்ந்து வாழலாம் என்கிறது. இக்கதை படிப்போருக்குக் கடாப் பூனை ஏதோ பெரிய தியாகிபோல் தோன்றலாம். ஆனால், இதுவே கடைசியில்லை என்கிறது பெண் பூனை. இதைக் கடாப்பூனையும் உணர்ந்துகொள்ளும் என்றும் பெண் பூனை நம்புகிறது. இவ்வாறு பூனை வாழ்வும், மனிதர்களின் வாழ்வும் வெவ்வேறாகச் செல்கின்றன. ஆசை அறுபது நாள் மோகம் முப்பது நாள் என்பார்கள். ஆசையும் மோகமும் தீர்ந்துவிட்டது. சலிப்பு வந்தபின் மாற்றம் தேடுவது மனித இயல்பு. ஆண் மனம் அலைபாய்கிறது. வாய்ப்புகள் வாய்க்க நுகர்ந்துகொள்கிறான் கணவன். அவனிடம் சந்தேகமுற்ற மனைவி கையும் களவுமாகப் பிடிக்கிறாள். ஆனால் பயனில்லை.

ஆதிக்க பலம் கொண்டு பெண்ணை அமுக்க நினைக்கிறான் ஆண். தற்காத்துக்கொள்ளத் திமிறுகிறாள் பெண். தினமும் இருவருக்குள்ளும் சண்டை முற்றுகிறது. ஒரே காதல் உலகில் இல்லை என்பதை, ஆண் பூனையின் மனம் ஏற்க மறுக்கிறது. அதேபோல் கணவனின் மற்றொரு காதலை மனைவியால் ஏற்கமுடியவில்லை. இங்கு ஆண் பூனையும் மனைவியும் ஒத்த சிந்தனையுள்ளவர்களாகின்றனர். ஒருவருடன் வாழும் சாத்தியம் உண்டு. ஆனால், ஒரே காதல் சாத்தியமில்லை. அடுத்த காதலனைத் தேடிப் பெண் பூனை செல்கிறது. அதன் முடிவில் சுதந்திரமும் உறுதியும் இருக்கின்றன. அதேபோல், அடுத்த காதல் தேடியலைகிறான் கணவன். பெண் பூனையின் செயல்பாட்டில், நமக்கு எத்தவறும் தெரிவதில்லை. ஆனால், மனிதக் கணவனின் செயல்பாட்டில் நமக்குக் குற்றம் தெரிகிறது. மனைவிபால் பரிவும் தோன்றுகிறது. காரணம் என்ன? இக்கதையை நம் மரபு நமக்குக் கற்றுத்தந்த அறிவுக்கண்ணால் நாம் வாசிக்கிறோம். ஆணாதிக்கவாதிகளால் உருவாக்கப்பட்டவையே இக்கட்டுப்பாடுகள். எப்படியாயினும் இரண்டாயிரம் ஆண்டாகப் பழகிப்போன இக்கட்டுப்பாடுகள், மனிதனுக்குப் பாதுகாப்பை ஒருபுறம் உறுதிசெய்தாலும், மறுபுறம் கட்டுக்கடங்கி ஒடுங்கும் நிலையையும் உருவாக்கத்தான் செய்கிறது. இவற்றில் எது சிறந்தது, எது தாழ்ந்தது? இக்கரைக்கு அக்கரை பச்சையாகத்தான் தெரியும்! காலத்திற்கேற்ப எல்லாம் மாறிக் கொண்டேயிருக்கும் என்பதையே தி.ஜா., இக்கதை மூலம் சொல்கிறார்.

பணக்காரன்

அற்பனுக்கு வாழ்வு வந்தால் அர்த்த ராத்திரியில் குடை பிடிப்பான்; உழைக்காத காசு உடம்பில் ஒட்டாது என்ற இரு பழமொழிகளுக்குச் சான்றாகிறது ‘பணக்காரன்’ சிறுகதை. “ஸெகண்ட் பாரம் குண்டு அடிச்சுப்பிட்டுப் பன்னிரெண்டு வருஷமாத் தண்டச்சோறு தின்னுண்டு திரிஞ்சிண்டுருந்தான் தண்டு” என்று குறிப்பாகத் தண்டுவின் கடந்த காலத்தைத் தி.ஜா. சுட்டுகிறார். படிப்பு அரைகுறை. குறைந்த வருமானமுள்ள சாதாரண வேலைக்குக்கூடச் செல்லாதவன். பணத்தின் அருமை அறியாதவன். சொந்த புத்தி, சொல்புத்தி இரண்டுமற்றவன். 12 ஆண்டுகளாகத் தண்டுவையும் அவன் மனைவியையும் வைத்துச் சோறு போடும் குடும்பத்தில் அவனது மதிப்பு, கீழே கீழே போகிறது. பெற்றோர், மனைவி, நண்பர்கள், உறவினர்களின் மதிப்பை இழந்தவன். உடல் வருத்தி உழைக்காத தண்டுவைக் குடும்பச் சமூகப் பொறுப்பற்றவன் என்றுதான் மதிப்பிட வேண்டும். இத்தனை ஆண்டுகள் சுயமதிப்பும் சமூக மதிப்புமற்று வாழ்வை ஓட்டிவிட்டான். இதன் பிறகா அவன் உருப்படுவான்? ஆனால், இவனுக்கு அதிஷ்டம் அடித்தது. இறந்துவிட்ட தூரத்து உறவினரின் ஒன்றரை லட்சத்திற்கு வாரிசுரிமையால் திடீர்ப் பணக்காரன் ஆகிவிட்டான் தண்டு. உழைக்காத ஊதாரி. ஒன்றுக்கு மூன்று கார். தினமும் பத்துப் பன்னிரண்டு நண்பர்களுடன் ஊர் சுற்றுகிறான். ஹோட்டலில் காபி, டிபன், பீடா, சினிமா எனப் பகட்டுச் செலவுகள். கௌரவச் செலவுகளுக்குத் தண்டு கணக்குக் கேட்பதில்லை. மீதிச் சில்லரையை வாங்குவதுமில்லை. மனைவிக்குக் கழுத்து முழுக்க நகை. போதாததற்கு இரண்டு தொடுப்புகள் என்று போக வாழ்வு. அதிர்ஷ்டம் தந்த செல்வம்; கடைசியில் அற்பமாகப்

போவதே மிச்சம். நண்பர்கள், தண்டு செலவு செய்யும் பணத்திற்காக ஒத்தூதுகிறார்கள்.

பழகிச் சுகங்கண்டவர்கள் பழக்கத்தை மாற்றமாட்டார்கள். அளவுக்கதிகமாகப் பணம் வந்துவிட்டது. அதைச் சேமிக்கவேண்டும் என்றோ, அளவாகச் செலவிடவேண்டும் என்றோ, முதலீடாக்கித் தொழில் தொடங்கவேண்டும் என்றோ தண்டுவுக்கு எண்ணமில்லை. தொடர்ச்சியாக மதிப்பற்று வாழ்ந்துவந்த தண்டு, நண்பர்கள் முன்பு தன்னை முதன்மையாக்கிக்கொள்ள நினைக்கிறான். தன்னை எல்லோரும் துதித்துக் கொண்டிருக்க வேண்டும் என்கிறான். துதி கூறப் பத்துப் பதினைந்து பேரை, எப்போதும் உடன் வைத்திருக்கிறான். தினமும் அவர்களுடன் வீணாக ஊர் சுற்றுவதும், ஹோட்டலில் உணவுண்பதும், நண்பர்களுக்குத் தேவையான அனைத்தையும் வாங்கித் தருவதுமெனத் தண்டு செய்வதனைத்தும் அற்பமே. பசுபதி உடையார், ரகுநாதய்யர் இருவரையும் பணத்தால் விஞ்சி அவர்களின் தாசிகளைத் தண்டு வசப்படுத்திவிடுகிறான். முன்பு இகழ்ந்த சமூகம், இன்று அவனைப் புகழ்கிறது. பல தாசிகளைக் கொண்ட ஒரு வீரனாகத் தன்னை உணர்கிறான் தண்டு. முன்வாழ்வில் எவையெல்லாம் அவனுக்கு இல்லாதிருந்ததோ அவையனைத்தையும் இன்று குறைவில்லாமல் பெற்றுவிட்டான். இந்தச் சுகங்களைவிடப் பணத்தைப் பெரிதாக அவன் நினைக்கவில்லை!

இதே சிறுகதையில் வரும் ராமன், படித்து முடித்துவிட்டு வேலைக்கு அலைகிறான். டில்லியில் அறுபது ரூபாய் சம்பளத்திற்குக் குமாஸ்தா வேலை கிடைத்துச் செல்கிறான். சில ஆண்டுகள் கழித்து ஊர் திரும்பும் அவன், ரயிலிலிருந்து இறங்கித் தான் கொண்டுவந்த சாமான்களை ஒரு காரில் ஏற்றிக்கொண்டு வருகிறான். ‘ஆறு அணா கொடுய்யா’ என்கிறான், கார் ஓட்டுபவன். திரும்பிப் பார்த்தால், தண்டு! தேடிவந்த செல்வத்தை வீணடித்ததால், திடீர்ப் பணக்காரன், மீண்டும் ஏழையாகிவிட்டான்! சோடா குடிப்பதற்காகக் கும்பகோணத்திலிருந்து தஞ்சாவூருக்கு நண்பர்களுடன் அன்று சென்றவன், இன்று பிழைப்பிற்காக, கார் ஓட்டுகிறான். பணக்காரனாவதற்கு முன்னிருந்த ஒரு சாதாரண நிலைகூடத் தண்டுவுக்கு இப்போதில்லை. தேடி வந்த யாவும் தடந்தெரியாது அவனை விட்டுவிட்டுச் சென்றுவிட்டன. பூணூல் எங்கே? என்கிறான் ராமன். பூணூல் எதற்கு? என்று தண்டு பதில் கூறுவதுடன், இக்கதை முடிகிறது. தண்டு போன்றோர் பிறருக்கு ஒரு பாடம் என்பதைவிடத் தனிமனிதன் தன்னுடைய மன வேட்கையை நிறைவேற்றிக்கொள்ள எந்த நிலைக்கும் செல்லத் தயங்கமாட்டான் என்பதையே தி.ஜா., இக்கதைவழிக் குறிப்புணர்த்துகிறார் எனலாம்.

நரை

நரை – வாழ்வனுபவத்தின் அடையாளம். மன முதிர்ச்சியின் குறியீடு. அழகான கருங்கூந்தலுக்குத் திருஷ்டியாக ஆங்காங்கே தோன்றும் நரை, தொடக்கத்தில் தெரிவதில்லை. மறைந்து வளர்ந்து, ஒருநாள் துருத்திக்கொண்டு வெளிப்படும். நரையை ஏற்காதவர், அவற்றைப் பிடுங்கியெறிந்து விடலாம். பிடுங்கப் பிடுங்க நரை அதிகரிக்கும். நரையைச் சில நாள் மறைத்து வைக்கலாம். ஆனால், ஒழித்துவிடமுடியாது. அதுபோலத்தான், மனித

மனமும். மனக் குரூரங்களை மறைத்தாலும், என்றாவது ஒருநாள் அவை வெளிப்பட்டே தீரும். மன விகாரங்களின் குறியீடாக, 'நரை' சிறுகதையைப் படைத்துள்ளார் தி.ஜா. சின்னசாமி, தனம், சின்னசாமி தாயார் என மூவரும் ஒருவர் மீது ஒருவர் கொண்ட எண்ணங்களின் வெளிப்பாடாகிறது நரை. ஓரளவு வசதி படைத்தவன் சின்னசாமி. ஆனால், அவனது மனைவியின் பிறந்த வீடு, அதற்கு முற்றிலும் எதிரானது. சின்னசாமி தன் மாமனார் வீட்டை ஏசும் சொற்கள்வழி, அவர்கள் பொருளற்றவர்களாயிருப்பதை அறியலாம். சீர்வரிசை செய்வதில் அவர்களுக்குத் தாராள மனமில்லை என்பது சின்னசாமியின் குற்றச்சாட்டு. அக்குடும்பத்தின் இந்த அற்பக்குணம், தனத்திற்கும் தொற்றுகிறது. தேவையான வைர நகைகளைத் தனத்திற்குச் சின்னசாமி செய்து போட்டிருந்தாலும், நிறைவற்றவளாகவே இருக்கிறாள் தனம். சுப்புலட்சுமியுடனான உரையாடலில், தன் மாமியார் பற்றிக் குறைசொல்கிறாள். அந்த இடத்தில்தான், ஏழாண்டில் முதல்முறையாகத் தனத்தின் முற்றிலும் அறியாத ஒரு முகத்தைச் சின்னசாமி அறிகிறான். 'இஞ்சயும் ஒரு நரை இருக்கத்தான் செய்கிறது' என்று தன் மாமியாரைப் பற்றி, அங்கலாய்த்துக்கொள்கிறாள் தனம். இங்கு நரை, வயதான மாமியாரைக் குறிக்கிறது. தான் வைத்திருந்த டவராவைத் தன் மகளுக்கு மாமியார் தந்தது தனத்திற்குப் பெருங்குறையாகிறது. மாமியார்– மருமகள் உறவு, தாய் – மகள் உறவாகிவிடாது. இது மனித இயல்பு. தனம் அனுபவிக்கும் அனைத்தும் புகுந்த வீட்டின் உடைமைகள். தான் என்ன தவறு செய்தாலும் மன்னித்து மறந்துவிடும் மாமியார். ஒரு கௌரவத்திற்காகக்கூடப் பிறந்த வீட்டிலிருந்து எதுவும் தனத்திற்கு வந்ததேயில்லை. அதனாலேயே புகுந்த வீடு மதிப்புடையதாகவும், பிறந்த வீடு மதிப்பற்றதாகவும் ஆகிறது. இதைத் தனம் பெருங்குறையாக உணர்கிறாள். இக்குறையுணர்வே, மாமியார் மீது வெறுப்பு வளரவும் காரணமாகிறது. சிறிதேனும் தன் மதிப்பை உயர்த்தவும் எதிர்த்தரப்பைத் தாழ்த்தவும் நினைக்கும் தனத்திற்கு ஒன்றுமற்ற டவரா பிரச்சனை கிடைக்கிறது. மேலும், தான் சூலுற்றிருப்பது குடும்பத்தில் தனக்கான அதிகாரம் கிடைப்பதற்கான வாய்ப்பு என்றும் அவள் நினைக்கிறாள்.

ஊரே போற்றும் குணவதியான தன் மாமி பற்றிச் சுப்புலட்சமியிடம் குறைசொல்லிச் சிறிது நிறைவடைகிறாள் தனம். இதைச் சின்னசாமியால் பொறுக்க முடிவதில்லை. தாயிடம் மன்னிப்புக் கேட்கச் சொல்கிறான். தவறு தன் மீதிருந்தும், சுய கௌரவம் காத்துக்கொள்ள நினைக்கும் தனம், மன்னிப்புக் கேட்க மறுக்கிறாள். தான் வாங்கித் தந்த அனைத்து நகைகளையும் திருப்பித் தரும்படி கேட்பதே சின்னசாமி விதிக்கும் தண்டனையாகிறது. நகைகளைத் தக்கவைத்துக்கொள்ள மாமியாரிடம் மன்னிப்புக் கேட்பதாகச் சொல்லும் தனத்தின் பதில், நகை மற்றும் புடவைகள் மீது அவளுக்கிருக்கும் அளவற்ற பற்றையே வெளிப்படுத்துகிறது. மகப் பேறுக்காகச் செல்கிறாள் தனம். இரண்டு மாதங்களில் தாயும் சேயும் இறந்துவிட்டதாகத் தகவல் மட்டும் வருகிறது. தனம் செய்த தவறுதான் தண்டனையாக வந்ததாகக் கதையைத் தி.ஜா. முடிக்கிறார். யாரைத் திருத்துவதற்கு இறைவன் தண்டனையைப் படைத்தான்? தனம் கொலைக் குற்றவாளியில்லை. தனமும் அவள் குழந்தையும் இறந்ததா, தனத்திற்கான தண்டனை? தன் தாயின்

குணத்தில் துளிக்கூடப் பெறாத சின்னசாமிக்கான தண்டனையாகவே தி.ஜா. இக்கதையை இப்படி முடித்திருக்கிறார்போலும்!

எதையும் மன்னித்துப் பழகிய தாய்க்குப் பிறந்த சின்னசாமி, இந்தக் குறையை மன்னிக்காதது ஏன்? மாமியாரின் குணம் அறிந்த மருமகளும், மன்னிப்பு ஏன் கேட்கவில்லை? பெண் வீட்டார் செய்த சீர்வரிசைக் குறைபாடுகளைச் சின்னசாமி வீட்டார் கண்டுகொள்ளாததுபோல், மாமியார் செய்ததைப் பெரிதுபடுத்தாமல் ஏன் தனம் விடவில்லை? மாமியார் செய்தது தவறானதாகவே இருந்தாலும், தனம் ஏன் அவரை மன்னிக்கவில்லை? தனம் செய்ததற்கு ஒன்றுமறியா சிசுவும் ஏன் இறக்க வேண்டும்? தனத்தின் தவறைத் தாயிடம் சொல்லி மன்னித்துவிடும்படி சின்னசாமி ஏன் கேட்கவில்லை? இப்படிப் பல வினாக்கள் விண்மீன்களாய்த் தொங்கிக்கொண்டுதான் இருக்கின்றன. விடைகள் மட்டும் இல்லை. விடை தெரியா அனைத்திற்கும் விதிதான் காரணம் என்பதைக் கதையின் ஒரு சில இடங்களில் தி.ஜா. சுட்டிச்செல்கிறார். ஒரு குடும்பத்தில் வரும் மன மோதல்களுக்குத் தீர்வு, அவரவரின் மனங்களில்தான் இருக்கிறது என்பதைப் புலப்படுத்தும் கதையே ‘நரை’.

ஆனைக்குப்பம்

புரவலர்களை நம்பிப் பிழைப்பு நடத்திய புலவர்களைச் சங்கப் பொற்காலத்தில் அறிந்திருக்கிறோம். வள்ளல் தேடி நாடுபெயர்ந்த பாணர்களின் ஏழ்மையை ஆற்றுப்படை இலக்கியங்கள் இயம்புகின்றன. பாலைநில ஆறலைக் கள்வரின் தொழில் வழிப்பறியாகும். குற்றப்பரம்பரையே இருந்துள்ளது. வறுமை எல்லாக் காலத்திலும் இருந்துள்ளமைக்கு, இவை சான்றுகளாகின்றன. நிலவுடைமைச் சமுதாயத்தில் நிலமற்றவர்கள் விளிம்புநிலையே எய்தினர். சோற்றுக்கும் அடுத்தவேளை பிழைப்புக்கும் மாரடிக்கும் மனித இனத்தின் செயல்பாடுகளை நகைச்சுவையாகச் சொல்லும் படைப்புதான் ஆனைக்குப்பம்.

நெற்களஞ்சியம் செழித்த தஞ்சையில் அமைந்திருந்த ஆனைக்குப்பம், ஒரு சிறிய கிராமம்தான். ஒருசிலருக்கே இத்தகைய ஏய்த்துப் பிழைக்கும் நடத்தையிருந்ததாக ஆசிரியர் சுட்டிக்காட்டுகிறார். சாப்பாடு, கூப்பாடு என்பன மட்டுமே அச்சிலரின் தொழிலாயிருந்தன. உபசாரத்திற்கும் சாம்பாருக்கும் பெயரெடுத்தது மன்னார்குடி ஹனுமந்தராயர் ஹோட்டல். குழம்பைக் கரண்டியில் முகந்து ஊற்றுவதில்லை. பெரிய கோகர்ணத்தில் தருவதுதான் அங்குச் சிறப்பு. உணவுண்ண வந்த இரண்டு ஆனைக்குப்பத்தான்களும் சாம்பார், ரசம், மோர்க்குழம்பு, புளி, தேங்காய்ச் சாதங்களை இரண்டிரண்டு முறை சாப்பிட்டார்கள். ஒருவழியாக உண்டு முடித்த இருவரையும் வணங்கிய ராயர், அவர்களுக்கு ஐந்து ரூபாய் நோட்டுகளை வெற்றிலைத் தட்டில் வைத்துக் கொடுத்தார். தான் சம்சாரி என்றும், இனி அவர்கள் தம் ஹோட்டலுக்கு வரவேண்டாம் என்றும் கெஞ்சிக் கேட்டுக்கொண்டார். இப்படிக் கூச்சப்படாத சாப்பாட்டுப் பிரியர்களின் செயல், இக்கதைக்கு நகைச்சுவையைத் தருகிறது.

கல்யாணத்தில் பூரி கொடுக்கிற வழக்கமுண்டு. திருமணம் முடிந்து உண்டுவிட்டுச் செல்பவர்களுக்குச் சில்லரைக் காசுகளை வெள்ளிக்

கிண்ணத்தில் வைத்து ஓரணா, இரண்டணா என்று கொடுத்தனுப்புவார்கள், தற்போது தாம்பூலப்பை தருவதுபோல. கிட்டப்பா வீட்டுக் கல்யாணத்திற்கு ஆனைக்குப்பத்தான்கள் இருவர் வந்தனர். அழுக்கு வேஷ்டி, செம்பட்டைத் தலையுடன் வந்த முதல் ஆனைக்குப்பத்தானுக்குக் கால் ரூபாய் கொடுக்கிறான், குப்பு மொட்டை என்பவன். அது போதாது என்று கெஞ்சிக் கேட்க, இரண்டணா கூடுதலாகக் கொடுக்கப்பட்டது. 'கல்யாண வீட்டில் இழவு விழுந்தால், ஈமச் சடங்குங்குக் கூடுதலாகச் செலவாகும்' என்று கூறி, ஆசாமி இன்னும் காலணா கேட்கிறான். இது அவன் திட்டம் என்று அங்கிருந்தவர்கள் அறியவில்லை. குப்பு மொட்டை தலையில் லேசாகக் குட்ட, ஆனைக் குப்பத்தான் இறந்தவன்போல் கீழே விழுகிறான். உடன்வந்தவன் ஒப்பாரி வைக்க, கல்யாண வீடு கலக வீடாகிறது. வந்தவர்கள் ஆனைக்குப்பத்தான்கள் என்பதறிந்த பெரியவர், அவர்களிடம் பத்து ரூபாய் தந்தால் போன உயிர் வந்துவிடும் என்கிறார். அவ்வாறே கட்டப்பா ரூபாயைத் தர, இறந்தவன் எழுந்துகொள்கிறான். இதுதான் அவர்களின் வாழ்முறை. ஆனைக்குப்பத்தான்களின் சாப்பாட்டுக்கும் கூப்பாட்டுக்குமான கதையைத் தி.ஜா. நகைச்சுவையுடன் எடுத்துரைக்கிறார். அவர்களின் செயல்களுக்குப் பின்னிருக்கும் வறுமை சொல்லப்படாத உண்மையாகக் கதையில் ஒளிந்திருக்கிறது.

தூக்கம்

முழுநாள் உழைப்பில் களைப்பைப் போக்கும் குறுகிய நேர ஓய்வு தூக்கம். நினைவுகளிலிருந்து விலக்கி வைக்கும் தற்காலிக மறதி தூக்கம். அடுத்த நாள் இயக்கத்திற்கான புத்துணர்வு ஆயத்தப் பயிற்சி தூக்கம். மன நிம்மதிக்கான வழியே தூக்கம். கனவுலக வாயிலே தூக்கம். தி.ஜா.வின் 'தூக்கம்' என்ற சிறுகதை, மீளா உறக்கமான இறப்பைப் பற்றியது. நன்றாகத் தூங்கிக்கொண்டிருப்பவர்களின் செயல்களை எண்ணி மருதமுத்து வருத்தப்பட்டுக் கூறுவதுபோல் கதை தொடங்குகிறது. மருதமுத்து படிக்காதவன். சத்தியம், நேர்மை, எளிமை, சிக்கனம், உழைப்பு என வாழ்கிற கிராமத்தான். அவன் தம்பி காளிமுத்து படித்தவன். சொகுசு, செலவாளி, பகட்டுக் கௌரவம் என்று இருப்பவன். இருவரும் அண்ணன் தம்பி என்றாலும், தலைமுறை இடைவெளி அதிகம். வரப்பிலிருக்கும் சாணத்தட்டையைப் பேர்த்து வயலில் போடுவதைக்கூடக் கௌரவக் குறைச்சலாகக் கருதுகிறான் காளிமுத்து. தம்பியின் புதிய போக்கு, மருதமுத்துவுக்கு வேதனையளிக்கிறது. தந்தை கௌரவம் பார்த்திருந்தால் நிலபுலனைப் பெருக்கியிருக்க முடியாது என்பது மருதமுத்துவின் வாதம். திருமணமான ஒரே மாதத்தில், காளியின் நடத்தையில் பெரும் மாற்றம் ஏற்படுகிறது. மாமியார் வீட்டுக்குச் செல்லும்போதெல்லாம், நிறையப் பழங்களை வாங்கிச் செல்கிறான். தினமும் ஹோட்டலில் டிபன், காபி குடிக்கப் பழகுகிறான். முகத்தில் பூசுவதற்கு பூதர் மாவு எனக் காளி செய்யும் செலவுகள் குடும்பத்திற்குக் கட்டுப்படியாகாது என்ற கவலையும் மருதமுத்துவுக்கு வருகிறது. தம்பியைக் கண்டிக்கிறான். உடனே தன்நிலத்தைப் பிரித்துத்தரச் சொல்லிச் சண்டையிடுகிறான் காளி.

எக்காரணத்திற்காகவும் நிலத்தைப் பிரிக்கக்கூடாது என்று தந்தை சத்தியம் வாங்கிக்கொண்டு இறந்துவிட்டார். சிறுவயதிலிருந்தே

தம்பியை வளர்த்து விவசாயத்தையும் பார்த்துச் சிக்கனமாக வாழ்ந்த மருதமுத்துவுக்குப் பாகப்பிரிவுனையில் உடன்பாடில்லை. பஞ்சாயத்தார்கள் சமாதானப்படுத்தி நிலம் பிரிப்பது உறுதியாகிறது. அன்றிரவு மருதமுத்துவுக்குத் தூக்கம் கொள்ளவில்லை. நிலம் பிரித்தேயாக வேண்டும் என்பதில் காளிமுத்து உறுதியாகவும் பிடிவாதமாகவும் இருந்தான். ஊருக்குப் பொதுவான கருமாதி மாடச்சுவரில், 'என் உயிர் இருக்கும்வரை நிலத்தைப் பிரிக்கப்பேவதில்லை' என்று எழுதி வைத்துவிட்டு, அங்கேயே தூக்கிட்டுத் தற்கொலை செய்துகொள்கிறான் மருதமுத்து. அவன் உயிருடன் இருக்கும்வரை நிலம் பிரிக்கப்படவில்லை. கடைசிநாளில் உறங்காத மருதமுத்து, இப்போது நிம்மதியாக உறங்குகிறான் என்பதை, இக்கதையில் தி.ஜா. உணர்த்துகிறார். 'நள்ளிரவு கடந்து வெகு நேரமிருக்கும்போல் தோன்றிற்று' எனத் தொடங்கும் இக்கதை, 'மருதமுத்து தூங்குகிறான் என்று அவனுக்குத் தெரியவில்லை' என்று முடிகிறது. குடும்பத்தில் ஒவ்வொருவரின் சிந்தனையும் மதிப்பும் வேறுபடுகிறது, முரண்படுகிறது. ஒருவர் எண்ணத்திற்கு ஒருவர் மதிப்புக் கொடுத்தால்தான், குடும்பம் நிலைக்கும் என்பதை உணர்த்தும் சிறுகதை தூக்கம்.

ராஜப்பா

கோபமிருக்கும் இடத்தில்தான் குணம் இருக்கும் என்பார்கள். அதற்குச் சான்றாக அமைந்த கதைதான் ராஜப்பா. வெறும் கோபம் மட்டுமில்லை. எறிந்துவிழுதல், திட்டுதல், புண்படப் பேசுதல், மனைவியை அடித்தல், மகனை வீட்டைவிட்டு விரட்டுதல், எல்லோரிடமும் கடுமையாக நடந்துகொள்ளுதல், வீடு தேடி வருபவர்களை நிந்தித்தல் எனப் பழகுவதற்குக் கடுமையானவராக இருக்கிறார் ராஜப்பா. பட்டணத்தில் வேலைசெய்து ஓய்வுபெற்றுக் கிராமத்தில் குடியேறியிருக்கும் நடுத்தர வயதானவரின் பார்வையிலிருந்து இப்பிரதியைத் தி.ஜா. புனைந்துள்ளார். அவருக்கும் ராஜப்பாவைப் பழிக்கும் வாஞ்சி என்ற சிறுவனுக்குமான உரையாடலாகக் கதையின் பெரும்பகுதி செல்கிறது. ஊரிலேயே பணக்காரராக, நில புலன்களுடன் வளமாயிருக்கும் ராஜப்பாவின் கடுங்குணங்களை வாஞ்சியே ஒவ்வொன்றாக எடுத்துரைக்கிறான். தண்ணீர் கேட்ட மறுநொடி அது வாராமைக்குக் கோபங்கொண்டு மனைவியைத் திட்டிவிட்டு ஆற்றுக்குப் போகிறார். வீட்டுக்குப் பயன்படுத்தும் 100 குடம் நீரை மனைவி மட்டுமே வெளியிலிருந்து கொண்டுவரவேண்டும் என்று உத்தரவிடுகிறார். மனைவிக்கு உதவிய வேலையாளை வேலையைவிட்டு விரட்டுகிறார். தன் சொல்லைக் கேட்காததால் இளைய மகனை வீட்டைவிட்டு விரட்டுகிறார். தெரியாமல் மகனைப் பார்த்த குற்றத்திற்காகக் கண்ணுமண்ணு தெரியாமல் மனைவியை அடிக்கிறார்; பிச்சை கேட்பவரைத் தரக்குறைவாகப் பேசுகிறார். ஊரில் ஒரு கல்யாணம் நடந்தால் கலந்துகொள்வதைத் தவிர்க்க, நான்கைந்து நாளுக்கு வெளியூர் சென்றுவிடுவார். இப்படி ராஜப்பாவின் அனைத்துக் குணங்களும் அவரைக் கெட்டவராகவே காட்டுகின்றன. இப்படியும் ஒரு மனிதர் இருப்பாரா என்ற கேள்வியும் எழத்தான் செய்கிறது. எல்லாக் குணங்களுக்கும் ஏதோ ஒரு காரணம், பாதிப்பிருக்கும். கடுமையாக நடந்துகொள்வர்களிடம்தான் மற்றவர் உண்மையாக இருப்பர். கோபக்காரரின் பேச்சே எடுபடும். எண்ணியது நடக்கும். ஏமாற்றுக்காரர்கள்

அணுக மாட்டார்கள். இதனால்தான் ராஜப்பா கடுமையானவராகக் காணப்படுகிறார்.

ராஜப்பாவுக்கு மற்றொரு முகமும் உண்டு. தன் கணக்குப் பிள்ளைகளை ஆசைதீரக் கொஞ்சுவார். அவர்களின் செயல்களை ரசித்து மகிழ்வார். பிச்சை கேட்டுவந்த கிழவரைத் திட்டினாலும், குளத்தில் கைகால்களைக் கழுவிவந்து சாப்பிடுவதாகச் சொல்லிச் சென்ற கிழவர் வராததால் துடித்துவிட்டார் ராஜப்பா. அவரை ஊர் முழுக்கத் தேடியலைந்தார். உண்ணாமல் கிழவர் என்ன பாடுபடுகிறாரோ என்று வருத்தமிருந்தாலும், வெளிக்காட்டிக்கொள்ளாதவர். வயதான காலத்தில் யாரிடமும் சொல்லாது ஓராண்டு காசி, ராமேஸ்வரம், அரித்வார், கேதார்நாதம், பத்ரிநாதம் சென்று புண்ணிய தீர்த்தமாடிப் பாவத்தைத் தொலைக்கிறார். நினைத்தபடி ராஜாவாக வாழ்ந்துவிட்டு, வீடுபேறு அளிக்கும் மோட்சத் தலங்களுக்குச் சென்று திரும்பியவர், விரட்டிய இளைய மகனைக் குடும்பத்திற்குள் சேர்த்துக் கொள்கிறார். சொத்தில் கால்பங்கை அன்னதானத்திற்கும், மீதியைச் சரிபாதியாகப் பெரிய மகனுக்கும் இளைய மகனுக்கும் பிரித்தளித்துத் தந்தைக்கான கடமையை நிறைவேற்றி முடிக்கிறார். தம் உயிலில், கடைசியாக ஒரு நிபந்தனையை எழுதிவைக்கிறார். ஆலத்தூர் கிட்டு சாமிபிரான் இறந்துவிட, பாடை கட்டிய குண்டு பஞ்சாமி, பிணத்தைக் காலாலுதைத்துவிடுகிறான். அதேபோல் தனக்கும் நேர்ந்துவிடக் கூடாதென்பதால், தாம் இறந்தபின் குண்டு பஞ்சாமி தொடக்கூடாது என்று உயிலில் குறித்திருந்தார் ராஜப்பா. இதைக் கேட்பதற்குச் சிரிப்பாகவும் புதுமையாகவும் தோன்றலாம். ஒரு மனிதனுக்கு வாழும்போது கிடைத்த மரியாதை இறந்தபிறகும் கிடைக்கவேண்டும் என்பதில் அவர் உறுதியாயிருந்தார்.

'கச்சேரி' சிறுகதைத் தொகுப்பிலுள்ள முதல் பத்துக் கதைகளில் வரும் பாத்திரங்கள் ஒவ்வொருவரும் கால மாற்றத்தின் சாட்சிகள். நர்மதையின் யாத்திரை கதையைத் தவிர, ஏனைய ஒன்பது கதைகளும், நிலவுடைமைச் சமுதாயத்தின் செழிப்பையும் வீழ்ச்சியையும் எடுத்துரைக்கின்றன. கூட்டுக்குடும்பத்தின் நெருக்கடிகளையும், மன மோதல்களையும், அதனால் ஏற்படும் உறவு இழப்புகளையும் சித்திரிக்கின்றன. விடுதலை வாழ்வின் எதிர்பார்ப்பை முன்வைக்கின்றன. தலைமுறை இடைவெளியையும் தம்போலப் பிறரையும் நினைக்காததால் நேரும் விரிசல்களையும் விவரிக்கின்றன. நர்மதையின் யாத்திரை, பெண் விடுதலையைக் குறிக்கும் ஒரு கதை. இதேபோல் பிற கதைகளிலும், மனிதர்களின் மன விடுதலையைச் சிறப்பாக மொழியில் படம்பிடித்துள்ளார் தி.ஜானகிராமன்.

67

நிழலிருட்டிற்கு வெளிச்சம் பாய்ச்சும் தீ
(கச்சேரி: 11–20 சிறுகதைகள்)

ஏ. தனசேகர்

தமிழில் 'தீவிர இலக்கியம்' என்ற அந்தச் சொல்லுக்குப் பொருள், 'பொழுதுபோக்கு எழுத்துக்கப்பால்' என்ற எண்ணம், நவீன இலக்கியத்தின் ஆரம்பக் காலகட்டத்தில் வேர் ஊன்றியிருந்தது. இத்தீவிரத்தன்மையை வேறுபடுத்திக் காட்டுவதற்குப் பல்வேறு புதிய பரிசோதனைகளைப் புத்திலக்கியவாதிகள் மேற்கொண்டனர். இதன் எதிர்விளைவே புதுமைப்பித்தன், கு.ப.ரா., ந.பிச்சமூர்த்தி, மௌனி போன்றவர்களின் எழுத்துகளின் வேறுபாடு என்பதை வெளிப்படையாக அறியலாம். இவர்களைத் தவிர, இன்ன பிற தீவிர இலக்கியச் சிறுகதை எழுத்தாளர்களும் இருந்தார்கள். பி.எஸ். ராமையா, சி.சு. செல்லப்பா, ந. சிதம்பரசுப்ரமண்யம், கி.ரா, சிட்டி போன்றவர்களின் எழுத்து ஒருரகம். மேலே சொன்ன தீவிர எழுத்தாளர்களுக்கும் கீழே குறிப்பிட்ட தீவிர எழுத்தாளர்களுக்கும் ஏதோ வேறுபாடுள்ளது என்பதை வாசகன் எளிமையாய்க் கண்டறிந்துவிடுவான். அந்த வேறுபாடு என்னவென்று நாம் சிந்தித்துப் பார்த்தால், 'அதி தீவிரம்'தான் அந்த வேறுபாடு என்று சொல்லத் தோன்றுகிறது.

முதல்தர இலக்கியவாதிகளாகக் கூறப்பட்டவர்களின் கதை உற்பத்தித் திறன் சற்று மந்தம் என்றும் கூறவேண்டும். என்னுடைய பேராசிரியர், வேடிக்கையாய், "மௌனி ஒரே கதையைதான் வெவ்வேறு விதமாய் எழுதிப் பார்த்தார்" என்பார். அது ஒருவகையில் உண்மைதான் என்று தோன்றுகிறது. அவரின் முழுத்தொகுப்பையும் ஒருசேர வாசிக்கும்போது, அந்த உணர்வு மேலிடுவதைத் தவிர்க்கவே முடியாது. மௌனி போன்றில்லாவிட்டாலும், பெரும்பான்மையாக ஒற்றை உணர்வையே மையமிட்டுப் பல்வேறு கதைகளைப் புனையும் பழக்கம், பல இலக்கிய ஜாம்பவான்களிடமும் இருந்திருக்கிறது. சான்றாகக் கு.ப.ரா. சிறுகதைகளில், 'உரிய

தருணங்களை நினைத்துக்கொண்டே வாழ்ந்துவிடுதல் உன்னதம்' (live with the moments) என்பதை வைத்தே, பல கதைகள் புனையப்பட்டிருப்பதைக் காணலாம். ந.பி., பல புதிய கதைகளை உருவாக்கினாலும், தத்துவார்த்த முடிவுகளைக் கூறுவதிலிருக்கும் விழைவு, 'ஒற்றைத்தன்மை' காட்டிவிடுகிறது. புதுமைப்பித்தனையும் இதற்கு விதிவிலக்கு என்று சொல்லிவிட முடியாது. ஆனாலும், சதவிதம் குறைவு என்று கூறலாம். (அதுவும் கடைசி நேரத்தில் பக்கங்களை நிரப்பக் கதை, தலைப்புக்கு ஏற்ற கதை, ஓவியத்திற்கு ஏற்ற கதை என்று அவர் எழுதியதால் இருக்கலாம்). இரண்டாம் வகை தீவிர இலக்கியவாதிகளுக்கு, இப்பிரச்சனையில்லை. அவர்கள், கதைகளை அசாதாரண வேகத்தில் உற்பத்தி செய்பவர்கள். இதை எதிர்மறையான கோணத்தில் (negative view) காணவேண்டியதில்லை. அதிதீவிர இலக்கியவாதிகளுக்கும் இது வாய்க்கவேண்டும். இத்திறனை அதிதீவிரத்தோடும் கலைத்தன்மையோடும் செய்யாமலிருந்ததே, இரண்டாம் வகையினர் அதிகம் பேசப்படாமல் போனதற்குக் காரணம்.

தமிழில் மேற்சொன்ன இரண்டு தளங்களிலும் வெற்றிகரமாகச் செயல்பட்டவர்களில் தி.ஜானகிராமன், கு.அழகிரிசாமி, ஆர்.சூடாமணி ஆகிய மூவரைக் குறிப்பிடவேண்டும். மரபு, அறம், பாலியல் சுதந்திரம், புதுமையின் நிறைகுறைகளைப் பேசுதல் இத்தியாதிகளில் பின்னிருவரையும் விட முந்திவிட்டவர் தி.ஜா. இவர் கதைகளின் சிறப்புகளில் ஒன்று, நாம் அன்றாடம் காணும் மனிதர்களையும் அனுபவங்களையும் எளிமையாய்க் கடந்துசெல்லும் அசட்டைத்தனத்தைச் சுட்டிக்காட்டிக் கவனத்திற்குட்படுத்துவதாகும். இது பெரும் வியப்புக்குரியது. 'கச்சேரி' சிறுகதைத் தொகுப்பு, இப்படியான அசாத்தியமான பாத்திரங்களோடு, நம்மை உரையாடச் செய்கிறது எனலாம். இக்கட்டுரை, 'கச்சேரி' தொகுப்பிலுள்ள '11–20' என்னும் பத்துக் கதைகளைப் பற்றி மட்டுமே இருக்கவேண்டும் என்று பணிக்கப்பட்டுவிட்டதால், ஏனைய கதைகளை ஏக்கத்தோடு பார்த்துக்கொண்டு, இக்கட்டுரையை எழுதுகிறேன்.

தி.ஜா.வின் நாவல்கள் யாரும் தொட விரும்பாத புனைகதைக் களங்களைக் கொண்டதாகவும், அவர் சிறுகதைகள் எல்லோரும் தொட மறந்துவிட்ட புனைகதைக் களங்களாகவும் இருக்கின்றன. குறிப்பாக, மனித மனநிலைகளைக் கூறுபோட்டு ஆராயும் நுண்தளமாகச் சிறுகதையை அமைத்துக் கொண்டார். மரபாக நம் மனங்களில் படிந்திருக்கும் பிம்பங்களைச் சிதைத்துவிட்டுப் புதிய முடிவுகளில் சிலிர்க்க வைக்கும் திறன் தி.ஜா.விற்கே உரியது. எடுத்துக்காட்டாக, மாற்றாந்தாய் கொடுமையானவள் என்பது, இயல்பாய் எல்லோர் மனதிலும் தோன்றும் பிம்பம். ஒரு மாபெரும் மேதை, ஒரு சிறுவனின் சொல்லுக்கு மதிப்பளித்துவிட மாட்டான் என்பதொரு பிம்பம். தி.ஜா., அதை மாற்றிக் காட்டுகிறார். அப்படியான நல்மனிதர்களை நாம் எங்கோ பார்த்திருக்கலாம்; அறிந்திருக்கலாம். ஆனால், அவை நம் மனங்களில் நிற்பதேயில்லை என்னும் உண்மையை உணர்த்துவது, தி.ஜா.வின் சிறுகதையின் செயல்பாடுகளில் ஒன்று. இதை நாம் அறன் வலியுறுத்தல் (moral imposing) என்று மிகைப்படுத்திக் காண வேண்டிய அவசியமில்லை. (அப்படியான விமர்சனத்தைத் தி.ஜா. மீது யாரும் வைத்துவிடமாட்டார்கள்; பதிலாகப் பாலியல் பித்தர்

என்று வேண்டுமானால் கூறுவார்கள்). மனுஷ்யத்துவத்தின் சாதாரண செயல்களைப் பேசுதல் என்று எளிமையாய்ப் புரிந்துகொள்ளலாம்.

‘கோவிந்தராவின் மாப்பிள்ளை’, தி.ஜா.வின் சிரஞ்சீவிக் கதைகளில் ஒன்று என்று சொல்லிவிடலாம். ஹோட்டல் வேலையை விட்டுவிட்டுச் சினிமாவில் கும்பலில் நின்று மூன்றே முக்கால் ரூபாய் சம்பாதிக்கும் மாப்பிள்ளை, கைக்குச் சங்கிலி கேட்கிறார். புலம்பலோடு கோவிந்தராவ், கேட்டபடியே செய்துவிடுகிறார். இங்கே ஓர் ஊதாரி மாப்பிள்ளை, பாவப்பட்ட மாமானாரின் பிம்பம் – இயல்பாக வாசகனுக்குத் தோன்றும். இறுதியில் குழந்தையின் நகையே தனக்குக் கைச்சங்கிலியாய் மாறியிருக் கிறது என்று அறிந்த மாப்பிள்ளை, கைச்சங்கிலியை விற்றுக் குழந்தைக்குக் கம்மல் வாங்கி வந்துவிடுகிறார். மாமானார் அதை எதிர்க்கிறார். சண்டையிட்டுக் குழந்தைக்கு நகையணிவிக்கும் மாப்பிள்ளையைப் பார்த்து, “மகா தெரிஞ்சவன்போல என்ற பாவனையில் இருந்தது கோவிந்தராவின் புன்சிரிப்பு” என்று கதை முடியும்போது, தொடக்கத்திலிருந்த பிம்பங்கள் புரண்டுவிடுகின்றன.

காலங்காலமாக நடக்கும் சம்பிரதாயச் சடங்குகளில், எப்போதும் ஒருபக்கமாய்க் குற்றஞ்சாட்டுவதே இருக்கிறது. இச்சடங்கில் மாப்பிள்ளையின் திருப்தியில்தான் தம் கௌரவம் அடங்கியிருக்கிறது என்று மாமனார்கள் கருதிக்கொள்வதை, நேரிடையாக யாரும் ஒத்துக்கொள்ளுவதில்லை. மாறாக, “துரும்பைப் போட்டுவிட்டு மாப்பிள்ளையென்ற பெயர்வைத்தால் அது விடைக்குமாம்; விறைக்குமாம்!” எனக் கூறித் தம்மை நியாயப்படுத்துக் கொள்ளும் முறையையும், இதில் தி.ஜா. வெளிப்படுத்துகிறார். ஒரு வாசகனை, மனதின் எல்லாக் கோணங்களையும் காண வழிவகை செய்தல் என்பது, தி.ஜா.வின் வித்தியாசமான பாணி. சின்ன விஷயங்களைக் கூறும்போது அவருடைய நுட்பம் தெளிவாக விளங்கும்.

“கண்ணுசாமிப் பிள்ளை படிப்பை நிறுத்திவிட்டாலும், பஞ்சாயத்து போர்டுத் தலைவரானதற்காகவும், மண்ணெண்ணெய் வியாபாரத்தால் மாடி வீட்டுக்கும், மூன்று ‘லகர’த்திற்கும் முதலாளியாகி விட்டதற்காகவும், பழைய மாணவர் சங்கத்திற்குத் திடீரென்று அவர் மீது அன்பு பொங்கி வழிந்து ஓட ஆரம்பித்துவிட்டது” என்று, பணம் படைத்தவர்களுக்கு இச்சமூகத்தில் தானாய் வந்து சேரும் மரியாதை என்னும் உண்மையைக் கிண்டலோடு சேர்த்துச் சொல்கிறார். அதே சமயம், அந்தப் பெரிய மனிதனுக்கு அளிக்கப்படும் வேண்டா வெறுப்பான மரியாதையையும் சுட்டிக்காட்டுகிறார். “நைந்துபோன சுவாசப் பைக்கு நாலு வார்த்தையும் நாலு பேச்சும் மிச்சம் என்று கணக்குப்போட்டு, விடுதலைப் பெருமூச்சுடன், ஆராய்ச்சி ஸ்டூல் என்ற உயரமான ஸ்டூலில் உடகார்ந்து இளைப்பாறினார்.” என்கிறார். அப்பெரிய மனிதனிடம் நற்பெயரைப் பெறுவதற்கு, அவர் எதற்காக விசனப்படுகிறான் என்றெல்லாம் அறியாது, அவரோடு சேர்ந்து விசனப்பட நினைப்பது போன்ற சின்ன புத்தித்தனத்தையும் தி.ஜா. விட்டுவைக்கவில்லை. “இப்போது, ஒரு பணக்காரனுடைய மனது இவ்வளவு ஆடுவதைக் கண்டு, தனக்கும் அந்நிலை கிட்டாததை நினைத்துச் சுப்பட்டாபோல அவரும் குறைப்பட்டுக்கொண்டார்”. இச்செய்கைகளை ஏதோ ஒருசாராரிடம் மட்டுமே காணப்படுவதாகச் சொல்லிவிட்டுத் தப்பித்துவிட முயலாமல்,

பூரணப் பிரக்ஞையோடுதான் தி.ஜா. இப்படியான சில மனிதர்களையும் நிகழ்வுகளையும் படைக்கிறார். கீழிருந்துமேல் படிநிலைகள் அனைத்திலும் இப்படியான சுப்பட்டாக்கள் இருக்கிறார்கள். தமக்கான காரியத்தை வளைந்து நெளிந்து கொடுத்துச் சாதித்துக்கொள்கிறவர்கள், வெளியே மிகப் புனிதர்களாக வேஷமிடும்போதுதான், தி.ஜா.விற்குக் கோபம் பீறிக்கொண்டு வருகிறது. அந்தப் பெருமையுணர்வைத் துண்டாடுவதும் கேள்விக்குட்படுத்திக் குற்றவுணர்வாக்கி உண்மையை ஒத்துக்கொள்ளச் செய்வதும் தி.ஜா.வின் எழுத்து செய்யும் ஜாலங்கள்.

'அவப்பெயர்' சிறுகதையில், கண்ணுசாமியின் கண்ணீர் உண்மை யானது. எள்ளளவும் அதில் பொய்யே இல்லை. அந்தக் குற்றவுணர்வில் அவன் நிலைகுலைவதும், தன்னால் ஏமாற்றப்பட்ட பெண்ணுக்கு ஓர் அழியாத அவப்பெயர் அவள் இறந்த பின்னும் ஏற்பட்டுவிட்டது என்று வருந்துவதும் வேஷமில்லை. தி.ஜா., மனிதர்களிடம் அதிகபட்சமாக எதிர்பார்ப்பது இந்த உண்மையை *(accept the truth)* மட்டுமே. அம்மா வந்தாள் அலங்காரமும், மரப்பசு அம்மணியும் உண்மைகள். இதை மறுத்துவிட்டு, எந்தவகைப் புண்ணியத்தையும் இந்தச் சமூகத்திற்கு சேர்த்துவிட முடியாது என்ற பிரக்ஞையோடு எழுதியதுதான், தி.ஜா.வின் ஆகபெரும் சாதனையாகத் தோன்றுகிறது.

இக்கட்டுரைக்காக, எடுத்துக்கொள்ளப்பட்ட பத்துக் கதைகளில், தி.ஜா. படைத்த மிக நேர்மையான ஒரு கதாபாத்திரமாகச் சுப்பாட்டாவைக் குறிப்பிடலாம். தி.ஜா. நாவல்களில், எதிர்மறைப் பாத்திரங்கள் *(negative)* மிகச் சொற்பம். ஒரு நாவலுக்கு ஒன்று அல்லது இரண்டு பேர் இருந்தால் அதிகம். ஆனால், சிறுகதைகளில் போதுமான அளவிற்கு வந்துவிடுவார்கள். கண்ணுசாமியின் அல்லக்கையாகிய சுப்பட்டாவைத் தன் செயல்பாடுகளின் சரி தவறு பற்றியெல்லாம் அலட்டிக்கொள்ளாதவனாகவும், ஆனால் தன் கருத்தில் அதிக நேர்மையுடனிருக்கும் பாத்திரமாகவும் தி.ஜா. உருவாக்கியிருக்கிறார். "மல்லாந்து படுத்திருந்த சுப்பட்டா, தனக்கென்று ஆனால் பிள்ளைக்கே முழுக்காற்றும் படும்படியாக விசிறிக்கொண்டிருந்தார்" எனத் தி.ஜா. சுப்பட்டாவைக் கைத்தடி என்பார். அக்கைத்தடி விசுவாசத்தை, இந்த ஒற்றைக்காட்சியில் விளக்கிவிடுவார். ஒரு மனித மனத்தின் ஆதரவைப் பெற இன்னொரு மனம், எந்தளவுக்குத் தாழ்த்திச் சிந்திக்கும் என்பதைக் கூறும் ஒரு செவ்வியல் காட்சி இது. கண்ணுசாமியின் கண்ணீர் உண்மை. தி.ஜா. விரும்பும் அந்த உண்மை, சில நொடிகளே நிற்கும். அதை ஏற்றுக்கொள்ளும் திராணி, இங்கு யார்க்கும் வாய்த்து விடுவதில்லை. கண்ணுசாமி அடைந்த சில நொடி குற்ற உணர்வு, அவரை அந்த அபலையின் அவப்பெயரை நீக்கத் தூண்டுகிறது. அவர் அந்த அறிவியல் ஆய்வுக் கூடத்திலிருந்த சிசுவைத் திராவகத்தோடு மண்ணில் புதைக்கச் செய்துவிடுகிறார். தி.ஜா. வெகு நுட்பத்தோடுதான் இந்த முடிவை முன்வைக்கிறார். அந்தக் குற்றவுணர்வு மனநிலைக்கும், பின்னர் நடந்ததற்குமுள்ள வேறுபாட்டைக் கூர்ந்து கவனித்தால், அந்தச் சில நொடியில் மனிதன் மனிதனாகவும் பிறகு சமூக மிருகமாகவும் மாறிவிடுவதைத் தம் பாணியில் தி.ஜா. கூறுவதும் விளங்கும்.

எப்போதும் வியாபித்திருக்கும் சமூக மிருகத்தின் மீது, தி.ஜா. எந்தக் கவலையும் கொள்வதில்லை. அபூர்வமான, விந்தையான சில தருணங்களில்

தோன்றி மறையும் மனுஷ்யத்துவத்தின் மீதே பெருவிருப்பம் கொள்கிறார். அந்த விருப்பமே, தன்னுடைய வயிற்றுக்குச் சோறுகூடத் தராமல் அடிக்கும் கணவனுக்கும், ஜீவனாம்சம் கொடுக்க வைக்கிறது. பெண்தான் ஜீவனாம்சம் வாங்குவாள் என்பது எல்லார் மனதிலும் நின்றுவிட்ட ஒரு பிம்பம்; ஆணை வாங்க வைப்பதே பிம்பத்தைச் சிதைக்கும் தி.ஜா.வின் புரட்சி. நாற்பது வயதில் இரண்டாந்தாரமாகத் திருமணம் செய்துகொண்ட மனைவிக்குச் சோறிடத் துப்பில்லாத கணவன், அவளைச் சந்தேகப்படுவதற்கும் அடிப்பதற்கும் குறைவில்லை. அவள் சென்னை சென்று, நடிகையாகி ஐந்நூறு சம்பாதித்து, அதில் நூறைத் தன் கணவனுக்கு ஜீவனாம்சமாக அனுப்பினாள் என்பதுதான் 'ஜீவனாம்சம்' என்ற சிறுகதை. ஆணுக்கு வகுத்திருக்கிற எந்த வரையறையையும் அவர்கள் செய்தாலும் செய்யாது போனாலும், பெண்ணுக்கான வரையறைகளை அவள் கடைப்பிடித்தேயாக வேண்டும். ஏன் என்றால், அதுதான் பெண்ணுக்கான நியதி. இதுவே சமூகம் நம் மனதில் வகுத்திருக்கும் பிம்பம், திமிர் எனலாம். இந்தத் திமிர்தான், ஒருவனுக்குத் திராணியே இல்லையென்றாலும், "உனக்குக் கஷ்டமா இருந்தா, ஜீவனாம்சம் கொடுத்துடறேன். நீ போயிடேன்!" என்று பேசவைக்கிறது. தி.ஜா. பாத்திரங்கள், உடனே இதற்குக் கடுமையாகத் தம் எதிர்வினையை ஆற்றிவிடுவார்கள். "ஜீவனாம்சமா, உங்கிட்ட என்ன புளியங்காய் வச்சிருக்கே, ஜீவனாம்சம் கொடுக்க. ஒருகை கடுகு வாங்கிப்போட நாதியைக் காணோம் ஜீவனாம்சமாம், புளியங்காய்!" என்பதுபோல். ஆனாலும், சொல்லுக்குச் சொல் என்ற எதிர்வினையாக இல்லாமல், நாண நன்னயம் செய்தலை முடிவாக வைக்கும்போது, அந்தப் பிம்பத்தின் சிதைவு வலுவாக நடைபெறுகிறது. தி.ஜா.வின் சிறுகதைகளில், மனிதர்களுக்குத் தண்டனையே இல்லை எனலாம். வாழ்க்கையைப் புரிந்துகொள்ள இன்னொரு நல்வாய்ப்பை *(chance)*, அனைவருக்கும் தி.ஜா. வழங்கிக்கொண்டேயிருப்பார்.அவர்கள் திருந்துவார்களா இல்லையா என்பதைப் பெரும்பிரச்சனையாக அவர் கருதவில்லை. கண்ணுசாமிப் பிள்ளையையும் (அவப்பெயர்), கௌரியின் கணவர் (ஜீவனாம்சம்) போன்றவரையும் புறக்கணித்துவிட்டு, எங்கே சென்று வாழ்வது? எத்தனை கண்ணுசாமிகள் இங்கே தண்டிக்கப்பட்டிருக்கிறார்கள்? என்னும் கேள்விகளைத் தி.ஜா. முன்வைக்கிறார்.

'பரம பாகவதன்' கதையில், அண்ணக்குடி சம்புசையர், தன் வேலையாள் சிவனை அழைக்கும்போது, நெஞ்சுவலி வந்து இறக்கிறான். கடைசியாகச் சிவ... சிவ... சிவ... என்று வேலையாளை அழைத்ததைச் சிவபெருமானைத்தான் கூப்பிட்டான் என்று சிவகணங்கள் அவரைக் கைலாசத்திற்கு அழைத்துச் செல்கிறார்கள். சூழ்நிலையை உணர்ந்த சம்புசையர், பூலோகத்திற்கு வந்து சைவ மடங்களில் சிபாரிசுக் கடிதம் வாங்கிக்கொண்டு சிவனிடம் கொண்டுபோய்க் காட்டுகிறார். கோபங்கொண்ட சிவன், அவரை அங்கிருந்து விரட்டிவிடுகிறார். இது எந்தக் காலத்திற்கும் பொருந்தும் கதை. ஐம்பதுகளில் 'சிபாரிசு' வெகுபிரபலம். இன்று கடிதமில்லை எனினும், முக்கியப்புள்ளியின் *(influenced people)* சிபாரிசில் உயர்வது என்பது நடந்துகொண்டுதானிருக்கிறது. இதை மறுத்துவிட முடியாது.இக்கதையில் வரும் சம்புசையர், நல்லவரா கெட்டவரா என்ற எந்தக் குறிப்பும் இருக்காது. ஆனால், சிபாரிசுக் கடிதம் வாங்கித்

தன் பிழை மறைக்க நினைக்கும் அந்தச் செயலிலேயே, சம்புசையரின் ஒட்டுமொத்தப் பண்புநலனையும் வெளிப்படுத்திவிடுகிறார். இல்லை என்ற உண்மையை மறைத்துக் குட்டுப்பட்டு வருவதுதான் மனித மனத்தின் வழக்கம். இந்தச் சம்புசையருக்கும் தண்டனையில்லை; கைலாசத்திலிருந்து வந்து மீண்டும் உயிர்பெற்றுவிடுகிறார் என்று கதையை முடிக்கிறார் தி.ஜா. மேற்சொன்ன வாழும் அந்த வாய்ப்பு, இவருக்கும் வழங்கப்படுகிறது.

சிவநாமத்தை அழைக்காமல் பரம பாகவதன் ஆகிவிட்ட சம்புசையர் போலவே, சங்கீதமே தெரியாமல் அதைப் பற்றி ஒரு புத்தகம் எழுதிப் புகழடைகிற ஓர் எலியைப் (சங்கீத மேதை) போன்ற போலி மனிதரை நாம் யாரோடும் பொருத்திப் பார்க்கும் வண்ணம் தி.ஜா. புனைந்திருக்கிறார். நுட்பமாகக் கவனித்தால், வைஷ்ணவ சம்புசையர் எங்கே தன் குட்டு வெளிப்பட்டுவிடுமோ என்று சைவ மடங்கள் சென்று சைவ மடாதிபதிகளிடம் ‘சிபாரிசு’ வாங்க முனைவதைக் காணலாம். கடவுளூர்களுக்குள்ளேயே சமரசமின்மை இருக்கும் என்பதை வெளிப்படுத்துவது போலுள்ளது இது எனலாம். ஆப்பிரிக்கச் சங்கீதமான ‘டக்கோண டொட்டி’ என்பது தட்சிண தோடி என்ற எங்கள் பாரத சங்கீதம் என்று பெருமைப்பட்டுக் கொள்ளுவது, எல்லா விஷயங்களிலும் தம் மரபு இருக்கிறது என்கிற பண்பாட்டு மனத்தையும் கேலி செய்வது போலிருப்பதைக் காணலாம். இந்த இரு கதைகளின் சிறப்பு, தற்கால நிகழ்வுகள் எதனையும் இதனோடு பொருத்திப் பார்க்கும்படியான ஒரு வெளியை உள்ளடக்கியதாயிருப்பதுதான். இப்படிப்பட்ட போலியான மனிதர்களின் உலக வெற்றியைச் சீர்குலைக்கும் தீர்வைத் தி.ஜா. முன்வைப்பதில்லை. மாறாக, இப்படியான மனிதர்களையும் ரசிப்போமே என்று பாத்திரங்களை உருவாக்கியது போலிருக்கிறது.

‘தர்மம்’, ‘உண்டை வெல்லம்’ ஆகிய கதைகள் புதுமைப்பித்தனின் ‘நியாயம்’, கு.ப.ரா.வின் ‘ஸ்டுடியோ கதை’களை ஞாபகபடுத்துகின்றன. ஓர் ஏழைக் குதிரை வண்டிக்காரனுக்கு மன்னிப்பளிக்காத தேவ இரக்கம் நாடார், இறைவனிடம் மற்றவர்களை மன்னிக்கிறதுபோல எங்களையும் மன்னியும் என்று ஜெபம் செய்வார் என்று நீதிபதியின் நியாயத்தைப் பு.பி. கேலி செய்வார் (நியாயம்). ‘தர்மம்’ கதையில், அண்ணனின் தோட்டத்திலிருந்த ஒரு கனியைத் தின்றது தவறு என்று தானாய்ப் போய்த் தண்டனை கேட்கும் முனிவர், அரசனால் கைவெட்டப்படுகிறார். நீதி வழங்கும் இப்புராணக் கதையைப் படித்துவிட்டுத் தர்மகர்த்தாவின் மனைவியைக் கொன்ற பிராமணருக்குச் சாட்சியங்கள் இல்லையென்று விடுதலை வழங்கிவிடுவார். இரண்டும் ஒரு கதை உருவ அமைப்பு என்றாலும், நுட்பான வேறுபாடும் விளங்கும். பு.பி.யின் கதையில், தனிமனிதன் சார்ந்த தீர்ப்பாகவும், சமூகச் சிக்கல் என்பதால் உண்மை அறிந்தும் அதைச் செய்ய முடியாத இயலாமையும் கதையில் வெளிப்படுகிறதைக் காணலாம்.

கு.ப.ரா.வின் ‘ஸ்டுடியோ கதை’யில் எம்.ஏ. படித்துவிட்டுக் கலைக்காக நடிக்கவரும் நடிகை, இயக்குநரின் பாலியல் சீண்டலில் கோபமுற்று ஸ்டுடியோவை விட்டு வெளியேறிவிடுவாள். அதே போல் தி.ஜா.வின் ‘உண்டை வெல்லம்’ கதையில், பதினைந்தாண்டு சினிமாவில் தொழில் கற்றுக்கொண்ட ஓர் இயக்குநர், அரசியல்வாதியோடு இருந்துவிட்டுத் தாமதமாக வரும் நடிகை செயலால் கோப்பட்டுத் தன்னுடைய தந்தையின் தொழிலான ‘உண்டை வெல்லம்’ விற்பதற்கே சென்றுவிடுகிறார். இவ்விரண்டு

சிறுகதைகளும், அமைப்பில் ஒன்றுபோலவே தோன்றுகின்றன. ஆனாலும், முன்னது பாலியல் சீண்டல் சார்ந்தது. பின்னது தகுதியில்லாதவர்கள் முன் தகுதியுள்ளவர்கள் படும் அவமானத்தை வெளிப்படுத்துகின்றது. இத்தொகுப்பின் சிறந்த கதைகளில் ‘அன்ன விசாரம்’ ஒன்று. எழுபத்தைந்து வயதுக் கிழவன், இரயில் பிரயாணத்தில் சாப்பிடும் காட்சி, வாசிக்கும்போதே பசியூட்டும். தஞ்சை மண்ணின் உணவு வகையின் ருசியைத் தி.ஜா. வைப்போல் யாரும் சித்திரித்துவிட முடியாது என்று தோன்றுகிறது. இக்கதை முழுக்க உணவின் ருசியைக் காட்டிவிட்டு, முடிவில் கிழவியின் அரிசியை பிளாட்பாரக் காவலாளி பிடுங்கிப் போவதைக் காட்டுகிறார். ‘இந்த அன்ன விசாரம், என்னிக்கி ஒழியப் போகிறதோ பகவானே” என்று புலம்புகிறாள் கிழவி. இரயிலில் ஏறியதிலிருந்து தின்றுகொண்டேயிருந்துவிட்டுப் பின் இறங்கிச்செல்லும் கிழவனைப் பார்த்து, இப்படியான மனிதர்கள் இருக்கும்போது அன்ன விசாரத்திற்கு என்ன பஞ்சம் என்று சொல்வதுபோல் முடிகிறது கதை. சமூகப் பொருளாதாரச் சமத்துவமின்மையை எளிமையாகச் சொல்லும் சிறந்த கதை இது.

தி.ஜா.வின் சிறுகதைகளை மதிப்பீடு செய்வது என்பது அசாத்திய முயற்சி என்றுதான் தோன்றுகிறது. தி.ஜாவின் நாவல்களைவிடச் சிறுகதைகளில் அவருடைய எண்ண விரிவின் முடிவின்மையைக் காண முடிகிறது. ஒரு கதையின் விதத்தை *(pattern)* மாதிரியாக எடுத்துக்கொண்டு மற்றொரு கதையை நாம் அணுகினால், ஏதோ ஓரிடத்தில் முட்டிக்கொண்டு நிற்கும் நிலையே ஏற்படும். மேற்சொன்ன எல்லாக் கதைகளும் ஒன்றோடு ஒன்று தொடர்பற்றவை. தொடக்கத்தில் சொன்னதுபோல், கதைகள் ஊற்றுப் போல் புதுப்புதுக் கதைகளாகவே முகிழ்த்திருக்கின்றன. அதேசமயம், ஒவ்வொரு கதையிலுமுள்ள அதிதீவிரத்தன்மையைப் பார்த்தால் வியப்பூட்டுவதாயிருக்கிறது. அந்தத் தீவிரத்தன்மையைப் பின்வருமாறு வகுக்கலாம்.

- மரபாக மனங்களில் பதிந்துவிட்ட சிந்தனைப் பிம்பங்களைச் சிதைத்தல்
- மனதின் உள்ளுண்மையை ஏற்றுக்கொள்ளுதல். இன்ன பிற காரணங்களுக்காய், அதை முடிந்தவரை மீறாமல் இருக்க முயலுதல்.
- தண்டிப்பில் அல்லாமல் மனுஷ்யத்துவத்தில் வெல்ல நினைத்தல்

என்று இன்னும் நீட்டிக்கொண்டே போகலாம். ஆனால், மேற்கூறிய கதைகள் மூலம், நாம் ஆகாது என்று யாருக்காகவோ எதற்காகவோ தள்ளிவைத்துவிட்டுத் தனிமையில் அரவணைத்துக்கொள்ளும் நம் உணர்வுகளை வெளிச்சம் போட்டுத் தி.ஜா. காட்டிவிடுகிறார். உண்மையில், தி.ஜா.விற்குப் பல்வேறு அவதூறு பட்டங்களை அளித்துவிட்டால், அவர் சுட்டிக்காட்டும் பல உண்மைகளை நீர்த்துப்போகச் செய்துவிடலாம் என்று போலி மனங்கள் நினைத்திருக்கின்றன. மானுட மனங்களில், அந்த இருட்டு இருக்கும்வரை, தி.ஜா.வின் எழுத்து என்னும் வெளிச்சம், அணையாமல் தொடர்ந்து எரிந்துகொண்டுதானிருக்கும் என்பதை அறியாததுதான், அறிவின் அறியாமை!

✣

68

தொலைந்துபோன மனிதர்களின் கதைகள்: (கச்சேரி: 21–28 சிறுகதைகள்)

இல. சைலபதி

காலம் மெல்ல மெல்ல வாழ்க்கையையும், வாழ்க்கை மனிதர்களின் தன்மையையும் மாற்றிக்கொண்டே வந்திருக் கிறது. பழைமையையும் கடின உழைப்பையும் மாற்றியதாகப் பெருமைப்பட்ட விஞ்ஞானம், பக்க விளைவாக மனிதர்களை யும் மாற்றிவிட்டது. மனிதர்கள் சுயநலமிக்கவர்களாக மாறிப் பல நூறாண்டுகள் கடந்துவிட்டபோதும், சில பத்தாண்டுக்கு முன்வரைகூட மனிதத்துவத்தின் பண்புகளைத் தக்கவைத்து ஜீவனுள்ள ஒரு வாழ்வை வாழ்ந்து வந்தார்கள். அதற்கான ஆதாரமான கடைசித் தலைமுறையும் இன்று இறந்துவிட்டபின், நதி ஓடிய தடங்களைப்போல, அந்த மனிதர்களின் முகவரிகள் இலக்கியங்களில் காணக் கிடைக்கின்றன. அப்படிப்பட்ட மனித முகங்களை, நமக்கு அறிமுகம் செய்து வைப்பவை தி.ஜானகிராமனின் கதைகள். இப்படி ஒரு மனிதன் வாழ்ந்தான் என்பதை வருங்காலம் சந்தேகிக்கும் என்ற காந்தி பற்றிய கருத்து, தி.ஜா.வின் மனிதர்களுக்கும் பொருந்தும். தி.ஜானகிராமன் சிறுகதைகளின் புதிய தொகுப்பு, 'கச்சேரி.' மொத்தம் இருபத்தெட்டுக் கதைகளுள்ள இத்தொகுப்பின் கடைசி எட்டுக் கதைகள் குறித்துப் பேசுவது மிகவும் சுவாரஸ்யமானது. எட்டுக் கதைகளும் எட்டு விதமானவை. நாவலில் நாம் பார்க்கும் தி.ஜா.விலிருந்து சிறுகதைகளில் நாம் காணும் தி.ஜா. முற்றிலும் மாறுபட்டவரோ என்ற எண்ணத்தை ஏற்படுத்துபவை; "சிறுகதைகளில் அவர் பெரிய மாஸ்டர்" என்ற அசோகமித்திரனின் கருத்துக்கு வலிமை சேர்ப்பவை; மிகவும் நுட்பமான மனித உணர்வுகளைப் பிரதிபலிப்பவை.

எட்டுக் கதைகளில், 'திருப்பதிக்குப் போன மயில்சாமி' கதை, எக்காலத்துக்குமான நகைச்சுவைக் கதை. எப்போது

இதைப் படித்தாலும், அப்போது ஒரு திரைப்பட நடிகனை அந்தக் கதையோடு பொருத்திப் பார்க்கும் பாக்கியம், நம் தமிழ் மண்ணுக்குண்டு. மயில்சாமி, இக்கட்டான ஒரு தருணத்தில், திருப்பதிக்கு வருவதாகவும் பிச்சையெடுத்துப் பதினைந்தாயிரம் காணிக்கையாகச் செலுத்துவதாகவும் வேண்டிக்கொண்டான். ஆனால், காலப்போக்கில் அது மறந்துவிட்டது. அதை அவன் மனைவி, அருள்வந்ததுபோல நடித்து நினைவூட்டுகிறாள். மயில்சாமி, உடனே திருப்பதி கிளம்பத் திட்டமிடுகிறான். சினிமா நடிகன் திருப்பதி செல்வது என்பது, எப்போதும் பரபரப்பான செய்திதான். சாதாரணமானவர்கள் பிச்சையெடுக்கக் கிளம்பினால் கேலி செய்யும் சமூகம், சினிமா நடிகன் கிளம்பியதும் கொண்டாடத் தொடங்குகிறது. சென்னையின் முக்கிய வீதிகளில் மஞ்சளுடை அணிந்து அவனும் அவன் மனைவியும் நாதஸ்வரங்கள் முழங்கக் குடம் ஏந்திப் பிச்சை எடுத்தபடியே நகர்வலம் வர ஆரம்பித்தனர். அவன் ஏந்திவந்த குடங்களை, மக்கள் அன்பின் மிகுதியால் பணமிட்டு நிரப்பினர். அவ்வாறு மூன்று குடங்கள் நிரம்பி வழிந்தன. பெருமாளுக்கு வேண்டிக்கொண்டு பிச்சை எடுப்பது, ஆணவத்தை விட்டொழிக்க முயலும் ஆன்மீகச் செயல். ஆனால், மயில்சாமி மலைக்குப் போவது பெரும் விளம்பரமாகிறது. ‘மகாத்மா காந்திக்குக் கூடாத கூட்டம், மகாமகத்துக்குக் கூடாத கூட்டம் இந்த நடிகனுக்காகக் கூடியது’ என்றெழுதுகிறார் தி.ஜா. எப்படிக் கூட்டம் கூடினாலும், அந்த நடிகனின் புத்தி எவ்வளவு அல்பமாகச் செயல்படுகிறது என்பதுதான் மீதிக்கதை. கதை முடியும்போது, நமக்குச் சமகாலத் தமிழக அரசியல் மற்றும் சினிமாச் சூழல் நினைவுக்கு வராமலில்லை.

இந்தத் தொகுப்பில், அடுத்த அரசியல் சுவாரஸ்யம் நிறைந்திருக்கும் கதை ‘ஸீடிஎன்’ சிறுகதை. 1965இல் எழுதப்பட்ட இக்கதையின் களம், இதைச் சமகால அரசியலோடு மிகவும் இணைத்து நோக்கவும் ரசிக்கவும் வைத்துவிடுகிறது. என்றாலும், இது கொஞ்சம் சர்ச்சையானதும்கூட. ஒருவேளை தி.ஜா. தற்காலத்தில் வாழ்ந்து இந்தக் கதையை எழுதியிருந்தால், அவர் இதற்காக எதிர்க்கப்பட்டிருக்கலாம். கதை நாயகன் விஞ்ஞானி ‘கோஸ்வாமி.’ அந்தப் பெயரை அவருக்குச் சூட்டியது ஹிமாலயத்திலுள்ள ஒரு புராதன மடத்தின் பீடாதிபதி. காரணம்: விஞ்ஞானிக்குப் பசுக்களின் மீதிருந்த பாசம். கோஸ்வாமி, ‘கோமாதா’ பத்திரிகையில் ஓர் ஆராய்ச்சிக் கட்டுரையை எழுதுகிறார். அக்கட்டுரையின் சாரம், பசுஞ்சாணம் மூலம் ரயில் பெட்டிகளும் ரயில் என்ஜின்களும் செய்ய முடியும் என்பதுதான். ஆராய்ச்சியின் முடிவில், ஒரு ஃபார்முலாவைக் கண்டுபிடிக்கிறார். அதை அரசுக்கு அனுப்பி, அந்தத் திட்டத்தைச் செயல்படுத்த ஒப்புதலும் வாங்குகிறார். மாதிரி ஒன்றை உருவாக்கிக் காட்டி, ஆறு கோடி ரூபாய் ஒதுக்கீடு செய்தால், இந்தத் திட்டத்தைச் செயல்படுத்த முடியும் என்றும் அனுமதி கோருகிறார்.

இது மரபுக்கும் விஞ்ஞானத்துக்கும் காலம் காலமாக இருக்கிற போர் அல்லது முரணின் வெளிப்பாடு. விஞ்ஞானம் கண்டுபிடித்த எதையும் மரபால் நிரப்பிவிட முடியும் என்று நினைக்கிற மரபு வாதத்தின் பிடிவாதம். இதை எழுத ஓர் எழுத்தாளனுக்குத் தேவை, சார்பற்ற நேரடியான ஒரு மனம். இதை இத்தனை அழகோடும் தெளிவோடும் வெளிப்படையாகத்

தற்போதுள்ள எழுத்தாளர்கள் சுவைபட எழுதிவிட முடியுமா என்று தெரியவில்லை. மரபின் எழிலைக் கொண்டாடும் தி.ஜா., அதேவேளையில் எதையும் நிரூபணம் செய்யும் விஞ்ஞானத்தை நிபந்தனையில்லாமல் ஏற்கிறவராகவும் இருக்கிறார். இக்கதையின் மறுபாதி, நம் தேசத்தில் புரையோடிப் போயிருக்கும் நிர்வாகச் சீர்கேட்டைக் காட்டுகிறது. நிறுவனத்துக்காக ஒதுக்கப்பட்ட பணம், அதைத் தொடங்கும் முன்பாகவே ஊழியர்களை நியமிப்பதிலும் அவர்களுக்குக் குடியிருப்புக் கட்டுவதிலும் அதற்கான நிர்வாகத்திலுமே செலவாகிப் போய்விடுகிறது. இதனால் திட்டத்தின் அடிப்படைத் தேவையான பசுக்களை வாங்கமுடியாது போகிறது. கேட்கப்பட்ட ஆறு கோடி எப்படிச் செலவானது என்று கேட்டு, விசாரணைக் கமிஷன் வருகிறது. விசாரிக்க வந்த அதிகாரியிடம், பசுக்கள் வாங்க மேலும் இரண்டு கோடி வேண்டும் என்று கோரிக்கை வைக்கிறார் விஞ்ஞானி என்று இந்தக் கதை முடிகிறது. கதையின் தொடக்கம் முதல் முடிவு வரையில், அங்கதம் பொங்கி வழியும் ஒரு கதை இது.

எருக்கம்பூ, பூச்சி டயலாக் ஆகிய கதைகள் மாய யதார்த்தப் புனைவு வகையைச் சார்ந்தவை. நிலவு – கருமேகம் மற்றும் காபி ஆகிய கதைகள், சக மனிதன் மீதான கரிசனம் குறித்தவை. உடன் படிக்கும் பெண்ணைக் கண்டும் காணாமல் நடந்துகொள்ளும் மகளைக் கோபித்துக்கொள்கிறாள் தாய். "நம்ம வீடு தேடி ஒரு புழு வந்தாக்கூட அதைக் கௌரவமா நடத்தணும். அவங்க மனசு ஒரு நொடி நொந்து போனாலும் நமக்குக் கஷ்டம்" என வாழ்வறம் பேசுகிறாள் தாய். இந்த அறமின்றி மகள் வளர்கிறாளே என, அவளுக்குக் கோபம். ஆனால், அவளின் செய்கையிலிருக்கும் உண்மையான காரணத்தை அறிந்து கொண்டபின், தன் மகள் மீதான அந்தக் கோபம் மாறுவதோடு, ஒரு பெருமிதமும் சூழ்கிறது. பள்ளிக்கால நண்பர்களான சங்கரனும் தம்புவும் – சமையல்காரன் முதலாளியாகிப் போன ஒரு கதை 'காபி'. சங்கரனுக்குத் தம்புதான் பழைய நண்பன் என்று தெரிந்திருந்தும், அதைச் சொல்லிவிட முடியாமல் தவிக்கிறான். விஷயம் தெரிந்ததும் சங்கரனைவிடத் தம்பு மகிழ்ச்சியடைகிறான். ஆசுவாசமாகப் பேசிக் கொள்ள, அவனுக்கு யாருமேயில்லை என்கிற குறை, அன்றோடு தீர்கிறது. பள்ளியில் தன்னைத் தம்பு என்று அழைக்கக்கூடாது, அது என் தாய் மட்டும் அழைக்கும் பெயர் என்று நிபந்தனை விதித்தவன், தற்போது சங்கரனைத் 'தம்பு என்று கூப்பிடு' என்று கட்டளையிடுகிறான். தன் பால்ய நட்பில், தாயின் பரிவையும் கதகதப்பையும் கண்டடைகிறான் தம்பு என்பதாகக் கதை முடிவடைகிறது.

இத்தொகுப்பின் தலைப்புப்பெயரைக் கொண்ட 'கச்சேரி' சிறுகதை, இந்த எட்டுக் கதைகளுக்குள் அமைந்திருப்பதும் குறிப்பிடத்தக்கது. தி.ஜா. என்றால் மனிதர்களை எழுதுகிறவர். நாகரீக உலகில் நாம் நிறைய அடைந்துவிட்டோம் எனப் பெருமையடைகிறபோதெல்லாம், நாம் தி.ஜா.வை வாசித்தால், நாம் எவ்வளவு இழந்திருக்கிறோம் என்பது தோன்றிவிடும். அதிலும் குறிப்பாக மனிதர்கள்; இயல்பான சக மனிதனின் மீது அன்பு செலுத்தும் மனிதர்கள்; ஒருவருக்கொருவர் முகம் கொடுத்துப் பேசும் மனிதர்கள்; வெள்ளந்தியான அந்த மனிதர்களைக் கண்டடைவதற்காகவே நாம் தி.ஜா.வை வாசிக்கவேண்டும். 'கச்சேரி' கதையில், இரண்டு முக்கியக்

கதைமாந்தர்கள். ஒருவர் வித்வான் ராமு; மற்றொரு பாத்திரம் ஐந்து வயதே நிரம்பிய சிறுவன் ரங்கு. இருவருக்கும் இடையில் ஊடாடும் அன்பே, கதையின் மையச் சரடு. ஊருக்குப் புதிதாக மாற்றலாகிவரும் ரயில்வே ஊழியரின் மகன் ரங்கு. ராமு, அவர் வீட்டில் நடத்தும் பாட்டு வகுப்பில் பாடுவதைக் கேட்டு, ரங்கு அவர் வீட்டுத் திண்ணையில் அமர்கிறான். பின் ராமுவோடு பேச ஆரம்பிக்கிறான். அவனின் தயக்கமில்லாத உரையாடல், அவரை ஈர்க்கிறது. ராமு மனைவியிடம், தன்னை அறிமுகம் செய்துகொண்டு, ரங்கு பழக ஆரம்பிக்கிறான். சங்கோஜமின்றி அவன் பழகுவது கண்டு, அவள் வியந்துபோகிறாள். “யாராத்துப் புள்ளே இது? சர்க்கரை போறாதுன்னு உள்ளே வந்து, எலுமிச்சங்கா ஊறுகாய்தான் நான் தோசைக்கு போட்டுக்குவேன்னு சொல்லி, அதையும் வாங்கித் தின்னுட்டுப் போறதே! உங்க பேரன்கூட, இப்படி ஸ்வாதீனமாகக் கேக்காதே!”– வியப்போடு கேட்கிறாள் ராமுவின் மனைவி. அதற்கு ராமு, “நம்மைப் பார்த்துப் பயப்படாமெ, ஸ்வாதீனமா ஒரு ஆத்மா வந்து கேட்டுதுன்னா, நாம நல்லவான்னு அர்த்தம். கொடுத்து வைக்கணுமே இதுக்கு” என்கிறார். மனித உறவுகள் என்று சொன்னால், அது உறவினர்களுக்குள் என்று பொருள் சுருங்கிப் போயிருக்கிற ஒரு காலம் இது. ஆனால், ஒவ்வொரு மனிதனும் மற்றொரு மனிதனின் உறவு என்னும் பெரும்பொருள் கொள்வதுதான் ஞானம். சக உயிரின் மீதான பரிவுதான் அறம் என்னும் தத்துவத்தின் நீட்சியே, இக்கதை. ஆனால், இவை எல்லாம் இன்று அர்த்தமற்றவை. மனிதர்கள் தமக்குள்ளாகவே முடங்கிப்போகிறார்கள் என்பதுதான், குடும்ப வன்முறைகளின் பெருக்கத்துக்குக் காரணம். ஆனால், தி.ஜா.வின் மனிதர்கள் அப்படியில்லாதிருப்பது, வாசகனுக்குப் பெரும் ஆசுவாசத்தைக் கொடுக்கிறது.

குழந்தைகள் எளிதில் யாரோடும் பழகிவிடுவார்கள். ஆனால், அதை எந்த அளவுக்குப் பெரியவர்கள் பொருட்படுத்துகிறார்கள் என்பதுதான் கேள்வி. ரங்குவின் மீது ராமுவுக்குப் பாசம் மிகுந்ததற்கு, இரண்டு காரணங்கள். ரங்கு, விகல்பமில்லாமல் பேசுவதும் பழகுவதும் மட்டுமன்று. சிறுவயதிலேயே இசை ஞானம் உடையவனாயிருந்தான் என்பதும்தான். ராமு, ரங்குவுக்குள்ளிருந்த அந்த இளம் கலைஞனை அடையாளம் கண்டுகொண்டார். இசைதான் இருவருக்குமிடையிலான வலுவான ஒரு பந்தமானது. தன் பேரனுக்கும் தன்னிடம் பாடம் கற்கும் குழந்தைகளுக்கும் இல்லாத ஞானத் தெளிவு, எங்கிருந்தோ வந்த ரங்குவிடம் இருந்தது. அதுதான், அவன் மீதான ராமுவின் பாசத்திற்கும் அடிநாதமானது. ரங்குவின் தாத்தாவுக்கு,எண்பது வயது பூர்த்தி விழா. மதுரையில் நடக்கும் அவ்விழாவுக்கு, ரங்கு வாய் ஓயாமல் ராமுவை அழைத்துக் கொண்டேயிருக்கிறான். ஒரு வீட்டின் விசேஷத்தில் கலந்துகொள்ளச் சிறுவனின் அழைப்பு மட்டும் போதுமா என்ன… சம்பிரதாயமாகப் பெரியவர்கள் ஒருவரேனும் வந்து அழைக்க வேண்டாமா… அதிலும் ரங்கு, ராமுவைத் தன் தாத்தாவின் சதாபிஷேகத்தில் கச்சேரி செய்ய வேண்டும் என்று வேறு வற்புறுத்துகிறான். எப்படியும் கடைசி நிமிஷத்தில் தன் தந்தை ராமுவை அழைத்துவிடுவார் என்று ரங்கு நம்பினான். அந்த நம்பிக்கையில், மதுரையில் தன் தாத்தா வீட்டுக்கு எப்படி வரவேண்டும் என்று வழிகூடச் சொல்லிவைக்கிறான்.

ஆனால், ரங்குவின் பெற்றோர், ராமுவை அழைக்கவேயில்லை! சதாபிஷேக நாள் நெருங்குகிறது. ராமுவின் தவிப்புதான் மீதிக்கதை. இவ்வுலகின் சடங்காசாரங்களையெல்லாம் தூயஅன்பு புறந்தள்ளிவிடும். காலங்காலமான பழக்கவழக்கங்களிலிருந்து விடுவித்துக்கொள்ளும். உலக மதிப்பீடுகள் பற்றிய கவலைகளை விட்டுத்தள்ளும். சுயநலக்காரர்களை வெட்கப்பட்டுப் போகச் செய்யும். ராமு – ரங்கு நட்பு சொல்லும் செய்தி இவையே. ராமு, பல சிக்கலகளைக் கடந்து மற்றவர் ஏளனங்கள் குறித்த கவலையின்றி ரங்குவின் விருப்பத்தை நிறைவேற்ற மதுரைக்குப் புறப்படுகிறார். 'கச்சேரி', மனித உணர்வுகளின் உன்னத நிலையைப் பேசும் சிறந்த கதை. இந்த எளிய கதை, நம் சமூகத்திலிருந்து தொலைந்துபோன மனிதர்களை நினைவூட்டுகிறது. அவர்கள் மீது ஓர் ஏக்கத்தை உருவாக்குகிறது. அவர்களின் பிரதிநிதிகளாக நாம் மாறவேண்டிய ஓர் அவசியத்தையும் வலியுறுத்துகிறது. தனிமனிதஉறவுகளின் மேன்மையிலிருந்தே சமூக உறவுகளின் மேன்மை சாத்தியப்படும். இலக்கியங்களின் உள்ளார்ந்த நோக்கமும் லட்சியமும் அதுதான். அதை அடைவதற்காகவே, தி.ஜா.வை மேலும் மேலும் நாம் வாசிக்கவேண்டும்.

❖

இல.சைலபதி

69

என் கால்கள் புஷ்கரணியில் நனையப்போவதில்லை [தி.ஜா.வின் 'புஷ்கரணி' கதையை முன்வைத்து]

ராணிதிலக்

இப்போது இங்கு எதுவும் இல்லை. வெள்ளி முளைக்கும் வேளையில் வட்டமிடும் நாரைக்கூட்டம் இல்லை. இருட்டியதும் எதிர்க்கரை மின்சார ஒளி நெளிந்து குலுங்குவதும் இல்லை. ரயிலுக்குப் போகும் வண்டி விளக்கின் மினுக்கொளி நீர்ப்பரப்பில் நீண்டு நீந்துவதும் இல்லை. மனதில் பெருகும் சாந்தமும் இல்லை. பரந்து விரிந்த மண் தெருக்களும், திண்ணை வீடுகளும் பலவும் காணாமல்போய், சிலது மட்டும் இருப்பதுபோல், உச்சி வேளையில் வெள்ளிப் பாளங்களை உலுக்கி இறைக்கும் கருநீரும், மாலை மங்கலில் கோயில் மணியின் மகாநாதமும் மட்டும் மிஞ்சியிருக்கின்றன,

கரிச்சான்குஞ்சு நூற்றாண்டை முன்னிட்டுக் கரிச்சான்குஞ்சுவின் கதைகளைத் தொகுத்துக்கொண்டிருக்கும் போது, கும்பகோணத்தை, அதுவும் மகாமகக் குளத்தைப் பற்றிக் கரிச்சான்குஞ்சுவைத் தவிர யாராலும் இப்படி எழுதியிருக்கமுடியாது என்கிற இறுமாப்பு, என்னிடம் மிதமிஞ்சிவிட்டது. மதம் பிடித்த யானையின் தலையில் ஓங்கி வீசப்படும் அங்குசத்தைப்போல, கல்யாணராமன், தி.ஜா.வின் இந்தக் கதையைக் கண்முன் வீசி எறிந்தார். தி.ஜா.வும் கரிச்சான்குஞ்சுவும் கல்யாணராமனும் ஒன்றாகச் சிரிக்கும் சிறிய புன்னகையில், மதம் ஒழிந்த யானையானேன்.

கோடிக் கோடிக் கல்ப காலத்திற்கு முன்பு இந்தப் புஷ்கரணி தோன்றியிருக்கலாம். அதற்கு மகாமகக் குளம் என்ற பெயர், நான் கேள்விப்பட்டபோதும் பார்த்தபோதும் நினைவில் வருகிறது. ஈசான்ய மூலையிலும், அபிமுகப் படிக்கட்டுகளிலும்... கு.ப.ரா.வுடன் கரிச்சான்ஞ்சுவுடன்

எம்.வி.வி.யும் அமர்ந்து பேசிய குளம் அது. அநேக பாவ கர்மிஷ்டர்களின் ஜன்மாந்த்ர பாவங்களைப் போக்கிய அந்தப் புஷ்கரணி, இவர்களின் பார்வையால், அவ்வப்போது தன் உடல்மீது ரோகமாகப் படர்ந்திருக்கும் பாவங்களைப் போக்கி விமோசனம் கொண்டதுபோலும். இந்தக் குளத்தைப் "புஷ்கரணி" என்ற பெயரில் தி.ஜானகிராமன் எழுதியதுபோல், இனி யார்தான் எழுதுவார்கள்? இனி யாரால்தான் எழுத முடியும்? மகாமகக் குளத்தைப் புண்ய ஷேத்திரமாகப் பாவங்களைக் கழுவும் தீர்த்தமாகக் கருதும் புராணங்களுக்கு மாற்றாகத் தி.ஜானகிராமன் இக்கதையை எழுதியிருக்கக்கூடாது. கல்யாணராமனிடம் நான், இப்படித் தோற்றுப்போயிருக்கக்கூடாது.

எல்லா புண்ய தீர்த்தங்களைப் போலில்லை, இந்த மகாமகப் புஷ்கரணி. வடிவங்களை மீறிய ஒன்று. ஆம், அது செவ்வகமாகவோ, வட்டமாகவோ, சதுரமாகவோ இல்லை. சரிவகமாக (நாற்கரமாக) இருக்கிறது. அதனாலேயே அதன் மீது ஈர்ப்பு அதிகமாகியிருக்கலாம். மேற்கே அகன்று, கிழக்கே குறுகி, கும்பகோணத்தில் அக்னித் திக்கில் பரந்து விரிந்திருக்கிறது. தினமும் ஒருவேளையாவது மகாமகக் குளம் என் கண்ணில் பட்டுவிடுவது நிகழ்ந்துவிடுகிறது. தி.ஜானகிராமன் எழுதிய மகாமகக் குளம் இப்போது ஓரளவே இருக்கிறது. ஆம். பாவ கர்மிஷ்டிகள் இதில் மூழ்கி, புண்ய ஆத்மாக்களாக எழுந்து செல்லும் காட்சி, இன்றும் நடக்கிறது.

வெள்ளி முளைக்கும் வேளையில் வட்டமிடும் நாரைக்கூட்டமும், சூரியன் உதிக்கும் இந்திர ஜாலங்களும்–தி.ஜா.

இப்போது கிழக்குத் திசைக்கு வந்துவிட்டேன்.

அதிகாலையில் பல தடவை இங்கே வந்திருக்கிறேன். ஒரு கடிகாரத்தில் சுற்றும் ஏக, அநேக முள்கள் போல், பாவ கர்மிகள், குளத்தைச் சுற்றிச் சுற்றி வருகிறார்கள், நடைப்பயிற்சி என்ற பெயரில். அந்தக் குளத்தின் கண் வளர்வதேயில்லை. பாவகர்மிகளின் வேக நடையில், ஓட்டத்தில், அதன் வைகறைத் தூக்கம் கெட்டுப்போய்ப் பல வருடமாகிறது. தி.ஜானகிராமன் சொல்வதுபோல், வெள்ளி முளைக்கும் வேளையில் வட்டமிடும் நாரைக்கூட்டத்திற்குப் பதிலாகப் பாவகர்மிகள் இடமிருந்து வலமாகத் திருச்சுற்றுப் போகிறார்கள். அந்த அதிகாலையில் கிழக்கில், சூரிய திரையில், ஒரு சில யாத்ரிகர்கள், ஈசான்ய மூலையில பிக்ஷை எடுக்கத் தொடங்கிவிடுகிறார்கள். அந்தக் கொடூரமான சப்தமும், புஷ்கரணியை உறங்கப் பண்ணுவதில்லை.

இப்போது தெற்குத் திசைக்கு அருகில் வந்துவிட்டேன். அக்னி மூலையில் ஒருவன், யார் தலையையோ சீவுவதுபோல் இளநீரை வெட்டுகிறான். அவன் அருகே நிற்கும் தேருக்குப் பின்பாக, ஒருவன் நீரைக் கழிக்கிறான். யாராவது ஒருவர், உடற்பயிற்சியை மேற்கொள்கிறார்கள். யாராவது ஒருவர், யாராவது ஒருவரிடம் பேசியபடியே இருக்கிறார்கள். யம திசையான தெற்கில், அது யம திசை என்பதாலோ என்னவோ, அங்கே யாரும் அமரவோ நிற்பதோ இல்லை. பித்ரு திசையான தென்மேற்கில், ஒரு வயதான பார்ப்பான், அரைகுறை மந்திரங்களுடன், யாருக்கோ திதி

கொடுத்துக் கொண்டிருக்கிறான். அங்கே கீரைகளையும் காய்கறிகளையும் விற்கிறார்கள்.

இப்போது மேற்குத் திசையில் (வருணன்) நிற்கிறேன். வாயு என்னும் வடமேற்குத் திசையில், அகத்திக் கீரைகளை விற்கிறார்கள். அதை வாங்கிக் கண்ணில் தொட்டு வணங்குவதற்கு முன்பாகவே, பசுக் கூட்டங்கள், அதை வாயால் கவ்வித் தரையில் வீழ்த்தித் துவம்சம் செய்து தின்கின்றன. அங்கே, பல்பல மூலிகைகளை விற்பவர் இல்லாமலில்லை. அவர், இந்தக் காட்சியைப் பார்த்துச் சிரிப்பதும் நிற்பதேயில்லை. அருகில் அமர்ந்திருக்கும் புஷ்பக்காரியும் கூடவே சிரிக்கிறாள். மலர்களும் சிரிக்கின்றன போலும். அவற்றின் முகத்தில் அவ்வளவு பூரிப்பு. இரவில் காய்கறிக் கடைகள், பருத்திப்பால் கடைகள், கல்யாணமுருங்கை, பூரி கடைகள், அகத்திக்கீரைக் கடைகள் என மகாமகக் குளம் சந்தையாகிவிட்டது. காலத்தின் துயரம்தானே தவிர, வேறொன்றுமில்லை.

இப்போது நான், வடக்குத் திசையான குபேர திசைக்கு வந்துவிட்டேன். தீர்த்தவாரி மண்டபங்களும் சத்திரங்களும் நிறைந்த பகுதி அது. அங்கே எல்லாத் தூண்களிலும், காசி விசுவநாதர் சாட்சியாகிட, பிச்சைக்காரர்கள், சிதறிய அரிசிபோல் அங்கங்கே சிதறியிருக்கிறார்கள். இந்தத் திசை சனி திசை என்பதாலோ என்னவோ, இன்னும் பிச்சைக்காரர்களாகவே ஜன்மாந்திரம் முழுவதும் இருப்பார்களோ என்னவோ, அவர்கள்!

நானும் ஒரு திருச்சுற்று வந்துவிட்டேன். நானும் ஒரு பாவகர்மிதான். தி.ஜானகிராமன் சொன்னதுபோல், வெள்ளி முளைக்கும் வேளையில் வட்டமிடும் நாரைக்கூட்டத்தைப் பார்க்க முடியாததால், நானும் ஒரு பாவகர்மிதான். அப்படிச் சொல்வதற்கில்லை. அந்த அதிகாலையில், பட்சிகள் கூட்டமாக, வடக்கிலிருந்துகிழக்காகப்போய்க்கொண்டிருக்கின்றன. நான் பாவகர்மிதானோ?

வெள்ளி முளைத்து, சூரியன் உதிக்கத் தொடங்கும்போது, அநேகம் பேர் திருச்சுற்றை முடித்துத் தம் இல்லத்திற்குத் திரும்பிக்கொண்டிருந்தனர். மோட்டார்வாகனச் சப்தத்தில், யாராவது ஒருவர் என்னுடன் அக்குளத்தின் தீர்த்தம் வெள்ளியாக மின்னுவதைப் பார்த்திருக்கக்கூடும். சூரியனின் கதிர்கள், குளத்து நீரில் நீராடுவதை, என்னுடன் பார்த்த அந்தக் கர்மியார்? கண்களைக் கூசவைக்கும் காட்சி அது. தண்ணீர் இல்லாமல் போய் ஒளியாக மிதந்து மிதந்து அலைபாயும் கண்களுக்குள், அந்தப் புஷ்கரணி! வெள்ளி வாள்களாக, வெள்ளி மீன்களாக நீந்துவதையும் காண முடிகிறது. இதுவல்லவா இந்திரஜால தரிசனப் புண்யம்.

உச்சி வேளையில் வெள்ளிப் பாளங்களை உலுக்கி இறைக்கும் கருநீரும் – தி.ஜா.

உச்சி வேளையில், பல தடவைகள் வந்திருக்கிறேன். சுட்டெரிக்கும் இந்த வெயிலின்போது, சூரியன் அநேகமாய் நடுவானிலிருந்து கண்கொண்டு, இந்தப் புஷ்கரணியைப் பார்ப்பதைக் கண் கூசப் பார்த்திருக்கிறேன். கண்களைவிட மனம்தான் அதிகம் கூசுகிறது. ஏன்? வடக்குத் திசையிலும், கிழக்குத் திசையிலுமாகப் பிச்சைக்காரர்கள், அன்னதானத்தைப் பெற்றுக் கொண்டிருக்கிறார்கள். பாவகர்மிகள் அன்னதானம் அளிக்க, பெறும்

பிச்சைக்காரர்கள், அவற்றைப் பையில் நிரப்புகிறார்கள், இரவுக்கும் சேர்த்து. அதோடு அவற்றை, மிகத் தொலைவிலிருக்கும் அரசின் சாராயக்கடையில், குடிமகன்களுக்கு விற்கவும் செய்கிறார்கள். அன்னதானம், வேறு வகையில் மதுதானமாக மாறும் வித்தை, நல்லவேளை தி.ஜாவிற்குப் பார்க்கக் கிட்டவில்லை. ஒருவகையில் அவர் புண்ய கர்மிதான். உச்சி வேளையில் வெள்ளிப் பாளங்கள் இப்போதும் மிதப்பதை, யார்தான் என்னுடன் பார்க்கப் போகிறார்கள்? ஆம். மேற்குத் திசையிலிருக்கும் கல்நந்தி பார்க்கத்தான் செய்கிறது. அதன் கண்களில் வெள்ளிப் பாளங்கள் அலையடிப்பதை யாராலும் பார்க்கத்தான் இயலாது. இந்த மத்யான வேளையில், புஷ்கரணி ஒரு அன்னதானக் குளமாக மாறும் பரிதாபம், எங்கும் நிகழத்தான் செய்கிறது. ஒருவேளை புஷ்கரணி அன்னலட்சுமியாக மாறத்துடிக்கிறதோ? உச்சிவேளை முடிந்ததும் வெள்ளிப்பாளங்கள் இருப்பதில்லை. பிச்சைக்காரர்கள் இருப்பதில்லை. யாத்ரிகர்களும் இருப்பதில்லை. அநாதையாக இருக்கும் புஷ்கரணி உடன் யார்தான் இருக்கப் போகிறார்கள்? தி.ஜா.வின் கருநீருக்குப் பதிலாகப் பச்சையாக இருக்கும் நீருக்கு யார்தான் ஆறுதல் சொல்லப் போகிறார்கள்? அதன் துயர் மிகுந்த பேச்சை யார்தான் கேட்கப் போகிறார்கள்? குளத்தின் துயரமான பேச்சை, கல்நந்தியின் காதுகள் கேட்டுக்கொண்டிருக்கலாம்

மாலை மங்கலில், கோயில் மணியின் மகா நாதத்தில், இந்தப் புண்யத் தீர்த்தம் பெறும் காம்பீர்யமும் – தி.ஜா.

மாலைவேளை. வடக்குத் திசையில் ஒரு பானிபூரி கடை. கிழக்குத் திசையில் ஒரு இட்லி கடை. தெற்கில், பானிபூரி, புட்டுக் கடை. மேற்கில், புட்டு, பருத்திப்பால், வடை, இட்லி, பானிபூரி கடைகள். புஷ்கரணி இவ்வேளை பொழுதுபோக்கு, நொறுக்குத் தீனி, உணவு விடுதியாக மாறிவிட்ட அபத்தத்தைத்தான், இந்த அபிமுகேசுவரர் கோயில் நாதம் ஒலிக்கிறதோ! நாத ஒலி, அநாத ஒலியாக மாறிவிட்டது. மேற்கிலிருக்கும் அன்னசத்திரம்போல், அனைத்தும் மௌனமாகிவிட்டன போலும். வெளியே இருக்கும் கர்ணக் கொடூர சப்தங்களில், நாத ஒலி, கோயிலுக்குள்ளே, அந்தக் காண்டா மணிக்குள்ளேயே அடங்கிவிட்டது. தினமும் அதன் பேச்சை, யாராவது ஒருவர்தான் கேட்கக்கூடும். அவர் பாவத்தை இந்த நாதம் போக்கட்டும்.

இருட்டியதும், எதிர்க்கரை மின்சார ஒளி நெளிந்து குலுங்குவதும், ரயிலுக்குப் போகும் வண்டி விளக்கின் மினுக்கொளி நீர்ப்பரப்பில் நீண்டு நீந்துவதும் – தி.ஜா.

இருட்டியபிறகு புஷ்கரணியைப் பார்ப்பது, பெருத்த சோகமாகத்தான் இருக்கிறது. எதிர்க்கரையான மேற்கில் வானளவு வீடுகள் வளர்ந்து கொண்டேயிருக்கின்றன. ரயில் போவதை, அதன் உருளும் ஓசையாலேயே காணமுடிகிறது. இப்போது ரயிலின் மினுக்கொளி, நீர்ப்பரப்பில் நீண்டு நீந்துவதில்லை. மாறாக, அதன் சப்தம், நான் உயிருடனேயே செல்கிறேன் என்று அவ்வப்போது, இந்தக் குளத்திற்குச் சொல்லிக் கடந்துவிடுகிறது. புஷ்கரணியின்மீது ஒரு வண்டின் ஓசையைப்போல, ரயிலின் ஓசை ரீங்காரமிடுகிறது. ரயில் எங்கோ செல்கிறது.

தி.ஜானகிராமன், இந்தப் புஷ்கரணியை வைகறை, விடியல், மதியம், மாலை, இரவு என ஒரு நாளின் எல்லா வேளைகளிலும் பார்த்திருக்கிறார். நீரின்மேல் நிகழும் வெவ்வேறு வேளைகளில் நிகழும் இந்திர ஜாலங்களைத் தி.ஜா. புண்யம் என்கிறார். திண்ணையில் அமர்ந்தபடியே, பார்த்தபடியே எல்லாப் புண்யங்களையும் தாம் பெற்றிருப்பதாகக் கூறுகிறார்.

பாவ கர்மிகளும், குஷ்டரோகிகளும், யாத்ரிகர்களும் தம் உடலால் அழுக்காகிய குளம்தான் தி.ஜா.வினுடையது. இந்தப் புஷ்கரணியின் கீழே, ஜல வடிவத்திலிருக்கும் நவகன்னிகளும் தீர்த்தங்களும், பாவ கர்மிகளின் அழுக்கைத்தான் உட்கொண்டு வாழ்கின்றன. தி.ஜா. காலத்தில், இந்தப் புஷ்கரணிக்கு முன்னேற்றம் என்பது கிடையாது. பழைய நீர் கழியவும், புதிய நீர் புகவும் வழி கிடையாது. அவர் பாஷையில் சொல்வதானால், “ஸர்வ பாப நிவாரண ஆஸவம்” என்றும் சொல்லலாம். எத்தனையோ குழந்தைகளையும் பெரியவர்களையும் ஏப்பம் விட்டிருக்கிற குளமே தி.ஜா.வினுடையது. முன்னேற்றம் அடைய, மாறுதல் அவசியம். அது இங்கே நிகழ வாய்ப்பில்லை என்கிறார் தி.ஜா.

ஆனால், இன்று அப்படியில்லை. அரசலாற்று நீர், குளத்தின் பித்ரு திசையில், பூதக்கணத்தின் வாயிலிருந்து வந்து உள்ளே வீழ்கிறது. திருக்குளத்தில் பரந்து தவழ்ந்து புண்ய தீர்த்தமாகிறது. அழுக்கானவுடன், தென்கிழக்கில் அது வெளியேற்றப்படுகிறது. இப்போதும் பாப கர்மிகள் முழுக்காடத்தான் செய்கிறார்கள். வடக்குத் திசைப் படிக்கட்டுகளிலும் சோப்புக் கறையும், எச்சிலும் படியாமல் இல்லை. பைத்தியம் பிடித்தவர்கள், தம் அழுக்குடலுடன் முங்கி எழுந்து வெளியேறுவதும் நிகழாமல் இல்லை. குளத்தில் எச்சில் இலைகளும், குப்பைகளும் விலங்குகளும் சூழ இருந்த கரிச்சான்குஞ்சு மகாமகம் இப்போது இல்லை. மாறாக, அதைச் சுற்றி இரும்புக்கம்பிச் சுவர்கள் போடப்பட்டுள்ளன. பதினாறு மண்டபங்களும் கம்பிகளால் சிறைவைக்கப்பட்டிருக்கின்றன. நாய் ஒன்று கம்பி வேலிகளின் இடைவெளிக்குள் சென்று, படிக்கட்டுகளில், கால்தூக்கி நீர்சொரிவதும் நடந்தேறுகிறது. பகலில் சூரியனாலும், இரவில் மின் விளக்குகளாலும் தூங்கமுடியாமல் கிடக்கும் இத்திருக்குளத்தின், கணேசன் குளித்துக் கரையேறிய தென்திசைப்பகுதி, அதிகமும் கறைபடியாமல்தான் இருக்கிறது. ஆனால், கணேசனையும் திருக்குளத்தையும் கண்ணாரக் கண்டு அமர்ந்த தி.ஜா.வின் திண்ணைகள், இப்போது உயிருடனில்லை.

தி.ஜா.வைப்போல் இரண்டொரு தரம், மாசிமகத்தில் மூழ்கி எழுந்திருக்கிறேன். இரண்டொரு தரம், அமிலத்தன்மை நீரை அருந்தியிருக்கிறேன். புண்யதீர்த்தம், குளோரின் தீர்த்தமாக மாறிவிட்ட காலம் இது. சுற்றிலும் கம்பிவேலிக்குள்ளிருக்கும் இந்தச் சரிவகப் புஷ்கரணியைப் பார்ப்பது பரிதாபமாகவே இருக்கிறது. என்ன செய்ய? பல வேளைகளில் இந்தத் திருக்குளத்தைப் பார்ப்பது புண்யம் என்கிறார். இது ஒரு தினுசான புண்யம் என்கிறார். இந்திர ஜாலங்கள் முக்கியம் அவருக்கு. புண்ய ஸ்கந்த வாசனை வீசும் அழுக்கு வேட்டிகள் முக்கியம் அவருக்கு. புண்ய நதிகளிலோ, புஷ்கரணிகளிலோ தலைமூழ்கி எழுவது புண்யமில்லை. அதைத் தீண்டாது, அதன்மேல் நிகழும் ஜாலங்களைத் தரிசிப்பதே புண்யம் என்று சொல்லாமல் சொல்கிறார் தி.ஜா. அந்த ஜாலங்களைப் பல முறை கண்டிருந்தாலும்,

யாத்திரிகர்களின் வேட்டியில் வீசும் மாசிமக வாடையை முகர்ந்திருந்தாலும், தி.ஜானகிராமனின் புஷ்கரணி கதையை வாசித்த பின்பு, மிகத் தூரத்தில் வாலாட்டும் நாய், மிக அருகில் வந்து குழைவது போலிருந்தது. தனக்குள் எப்போதும் வால் துடித்துக்கொண்டிருக்கும் புஷ்கரணியாகத்தான் மகாமகம் தெரிகிறது.

மகாமகப் புஷ்கரணியை மட்டும் இல்லை. எத்தனையோ புஷ்கரணியைக் காலால் மிதித்தும், கையால் அறைந்தும் பாவத்தைத் தீர்த்திருக்கிறேன். எத்தனை தடவை இந்தப் புஷ்கரணியைச் சுற்றியிருக்கிறேன் என்று கணக்கில்லை. எத்தனை முறை பல புஷ்கரணிகளில் மூழ்கி எழுந்திருக்கிறேன் என்றும் கணக்கு இல்லை. புஷ்கரணியை வாசித்தபின், இனி என் கால்கள் எந்தப் புஷ்கரணியிலும் படாது என்றே நம்புகிறேன். படாவிட்டால் நான் புண்யன். பட்டுவிட்டால் நான் பாப கர்மி. தி.ஜானகிராமன், மீண்டும் 'மிளகாய்ச் சிரிப்பு' சிரிக்கிறார். (தி.ஜானகிராமன், புஷ்கரணி, *கிராம ஊழியன்*, 15 அக்டோபர் 1943).

✦

70

ஆயிரம் நதிகளின் ஊற்றுக்கண் [கச்சேரி: 1–10 சிறுகதைகள்]

கு. பத்மநாபன்

எழுத்தாளர் தி.ஜானகிராமனின் நூற்றாண்டு இது. பெருந்தொற்று மட்டும் உலகை இவ்வாறு நிலைகுலையச் செய்யாதிருந்திருந்தால், மாபெரும் எழுத்தாளரின் இந்நூற்றாண்டு விழாவில், நம் தமிழகமே திளைத்திருக்கும். ஓர் எழுத்தாளரின் ஆக்கங்களை, இயன்றவரை அர்ப்பணிப் புடன் அணுகி, அவை குறித்த மதிப்பீட்டை உருவாக்கிக் கொள்வதொன்றே அவரின் நூற்றாண்டு விழாவில், வாசகர்கள் அவருக்குச் செலுத்தும் உண்மையான அஞ்சலியாகத் திகழமுடியும். என்றேனும் எவரேனும், இவற்றைத் தாம் உணர்வதுபோல உணர்ந்துவிடவும் கூடும் என்ற ஓர் உள்ளேக்கமும் எதிர்பார்ப்புமின்றிக் கலைஞர்களை இயக்கும் பெருவிசைதான் ஏது! பெண்மையின் வல்லமையை மீண்டும் மீண்டும் சூடிய தம் புனைவை மோகமுள் என்ற ஜீவநதியைத் தோற்றுவித்துப் பரவிப் பாய்ந்தெழச் செய்த ஒரு படைப்பு மனத்தின் ஊற்றுக்கண்களைத் தேடிக் கண்டடையும் முயற்சி இது. இந்த முயற்சியில், ஓர் இளம் பயணியின் ஈடுபாடும் குதூகலமும் பார்வையாகவும் வார்த்தைகளாகவும் கட்டுரையாகி விரிகின்றன. எழுத்தாளர் தி.ஜானகிராமனின் தொடக்கக் காலச் சிறுகதைகளாகிய, 'ஈசுவரத் தியானம், புஷ்கரணி, நர்மதையின் யாத்திரை, ஜெயத்தின் பயம், வித்யாசம், ஆனைக்குப்பம், நரை, தூக்கம், ராஜப்பா, பணக்காரன்' ஆகிய பத்துச் சிறுகதைகளின் அடிப்படையில், இக்கட்டுரையில் கருத்துகள் முன்வைக்கப்பட்டுள்ளன.

மனிதர்களுக்குத் தாங்கள் வாழுமிடத்தின் மீதிருக்கும் பற்று, ஒருவர் பிறிதொருவர் மீது கொள்ளும் அன்பால் இல்லமே கோயிலாகும் அதிசயம் ஆகியவற்றை நகையுணர்வு ததும்ப எடுத்துரைக்கும் சிறுகதையே 'ஈசுவரத் தியானம்'.

வீட்டிலிருக்கும் பாட்டி, அதாவது சுந்தரம் ஐயரின் தாயார், தம் பிரியத்தால் குடும்ப உறுப்பினர் அனைவர் மீதும் செல்வாக்குச் செலுத்துகிறார். குழந்தைகளைத் தம் பொறுப்பில், பாதுகாப்பில், அணைப்பில் எப்போதும் வைத்துக்கொள்ள விழையும் அன்னையின் பேருள்ளம் அவளுடையது. ஏன் நீ கோவிலுக்குச் செல்வதில்லை என்று தன் மகன் சுந்தரத்தைக் கண்டிக்கிறாள். நான்கு மணிக்கு முகத்தைச் சோப்புப் போட்டு அலம்பிக் கொண்டிருப்பதைவிடச் சனீஸ்வரன் கோவிலுக்குச் சென்று வழிபட்டுவிட்டு வருவது முக்கியமில்லையா? என்று மருமகளைக் கடிந்துகொள்கிறாள். நெற்றியில் விபூதியிட்டுக் கோயிலுக்குச் சென்று வரக்கூடாதா என்று தன் பேரன் கணேஷிடம் முறையிடுகிறாள். ஆனால், இந்தச் சூழல் மாறி, பாட்டி உடல் நலம் குன்றிப் படுக்கையில் விழுகிறாள். எல்லோரையும் கோவிலுக்குச் செல்லுமாறு வற்புறுத்திக் கொண்டிருந்த பாட்டி, தற்போது நோயின் விளைவாக முனகலோசை மட்டுமே எழுப்புகிறாள்.

முன்பெல்லாம் கந்தபுராணம் வாசித்த மாமியார், தற்போது பேரனை வாசிக்கச் சொல்லிக் கேட்கக்கூடாதா என மருமகள் பாகீரதி கூறும் சொல்லிற்கு, எந்தப் பயனுமில்லை. 'ராமா' என்ற மந்திரத்தை மாமியார் எப்படியாவது சொல்லிவிட்டால், அவருக்கு மேலுலகப் பிராப்தி சிறப்பாக அமையக்கூடும் என்ற நப்பாசையில் மருமகள் பாகீரதி, ஒரு கல்லுரலில் சிறிதளவு அரிசி மாவை இட்டு, இரவு நேரத்தில் உலக்கையால் இடிக்கத் தொடங்குகிறாள். இரவில் மாவு இடிப்பது மரபுக்கு மாறானது. மாமியார் பொறுமையிழந்து 'இரா மா இடிக்காதேடி' என்று சொல்வாள் எனப் பாகீரதி எதிர்பார்க்க, அவளோ 'இருட்டு மா இடிக்காதேடி' என்று மட்டுமே கூறிவிடுகிறாள். மகன் சுந்தரம் ஐயர் வந்து, ராமா என்ற இரண்டெழுத்து மந்திரத்தைச் சொல்லக்கூடாதா எனத் தன் தாயாரிடம் கேட்க, அதுதான் தன்னால் இயலவில்லை என்று சொல்லிவிட்டுக் கிழவி உயிரை விட்டுவிடுகிறாள். மேலோட்டமாகப் பார்ப்பதற்கு நகைச்சுவைக் கதைபோல் இது காணப்பட்டாலும், மனிதர்கள் ஒருவர்மீது மற்றொருவர் கொள்ளும் ஆழமான பிரியத்தையும் பெண்களுக்குக் குறிப்பாக அன்னையருக்குக் குடும்பம் மீதிருக்கும் பெரும்பற்றையும் எடுத்துரைக்கும் ஒரு சிறுகதை இது. அந்தப் பாட்டி வாழ்நாள் முழுதும் தியானம் செய்தது, தான் வாழ்ந்த வீட்டையும், தன் ரத்த பந்தங்களையும்தான்! இவ்வாறிருக்கும்போது, ஈஸ்வரனை அவர் தனியாகவும் தியானம் செய்ய வேண்டுமா? என்ற வினா, இந்தச் சிறுகதை நிறைவுற்ற பிறகு எழுகிறது.

'புஷ்கரணி' என்ற சிறுகதையும், சற்றேறக்குறைய ஈசுவரத் தியானத்தின் அதே சூழல் சித்திரிப்பைக் கொண்டுள்ள ஒரு சிறுகதைதான். இரு கதைகளிலும் நடுத்தர வர்க்கப் பிராமணக் குடும்பச் சூழலே பேசுபொருள். உள்ளே வரவும் வெளியே செல்லவும் வடிகால் வசதியின்றி நீர் தேங்கித் நாற்றமடிக்கும் மகாமகக் குளமே புஷ்கரணி என இகழ்ச்சிக் குறிப்புத் தோன்றக் குறிக்கப்படுகிறது. இதன் நாற்றமடிக்கும் இயல்பின் காரணமாக, மகாமகக் குளத்தைச் சமுதாய உருவகமாகவும் கொள்ளலாம். ஆனால், கதைசொல்லியின் பாட்டி போன்ற பலர், அந்த மகாமகக் குளத்தில், நம்பிக்கையுடன் ஒவ்வொரு நாளும் நீராடிக் கொண்டேயிருக்கிறார்கள். 'புஷ்கரணி' என்ற இச்சிறுகதையில் இடம்பெற்றிருக்கும் பாட்டிக்கும்,

ஈசுவரத் தியானம் என்ற சிறுகதையில் இடம்பெற்றிருக்கும் பாட்டிக்கும் முதுமையின் குழந்தைமை என்ற பண்பில் ஓர் ஒப்புமை காணப்படுகிறது. தேங்கியிருக்கும் குளத்தில் தம்மால் நீராட இயலாது என்பது கதைசொல்லி யின் நிலைப்பாடு. எந்த ஒரு மாற்றமுமற்ற இடத்தில் முன்னேற்றத்திற்கு எந்த வாய்ப்புமில்லை என்ற கருத்து, 'புஷ்கரணி' சிறுகதையில் காணப்படுகிறது.

வைகறை, காலை, நண்பகல், மாலை, இரவு ஆகிய எல்லாப் பொழுதுகளிலும் மகாமகக் குளம், கதைசொல்லும் மனிதரால் கண் நிறைந்தே நோக்கப்படுகிறது. எப்பாவமும் செய்யாத ஒருவனாலேயே கங்கையில் மூழ்கிக்கொண்டிருக்கும் முதியவர் காப்பாற்றப்பட முடியும் என்ற நிபந்தனை அமைந்திருக்க, எந்த ஒழுங்கையும் தன் வாழ்வில் கடைப்பிடித்திராதவன் திடீரெனக் கங்கையிலிறங்கி மூழ்கிக் கொண்டிருக்கும் முதியவரைக் காப்பாற்றி விடுகிறான். அதுபோலவே, தொழுநோயால் உடற்குறை கொண்ட மனிதன், கதைசொல்லியின் பாட்டி முதலியவர்கள் மகாமகக் குளத்தின் மீது கொண்ட நம்பிக்கை காரணமாக அதில் ஒவ்வொருநாளும் நீராடுகிறார்கள். பாட்டிக்கும் தொழுநோயாளிகளுக்கும் மகாமகக் குளம் உலகியல், ஆன்மீகம் ஆகிய இரு தேவைகளையும் ஒரே நேரத்தில் ஒருங்கே நிறைவுசெய்யும் வாயிலாகத் திகழ்கிறது. மரபு, நவீனம் ஆகிய இரண்டின் சந்திப்பையும் மிக அழகுற உணர்த்தும் சிறுகதையாகவும் இதைக் கொள்ளலாம். இவ்வாறு, நாம் பல நிலைகளில் பொருள் கொள்ளும் வாய்ப்பைப் 'புஷ்கரணி' சிறுகதை நல்குகிறது.

நர்மதையின் யாத்திரை என்பது, ஒரு சிறந்த உருவகக் கதையாகும். பெண்ணை நதியாகவே நோக்குவது, நம் மரபு. 'நடந்தாய்; வாழி, காவேரி!' என்றே நம் இலக்கிய மரபு, பெண்மையைக் கொண்டாடியிருக்கிறது. அந்த மரபின் பகுதியாக, நர்மதையாகப் பெண்ணும், பெண்ணாக நதியும் வேறுபாடின்றி நோக்கப்படும் வண்ணம் உருவாக்கப்பட்ட ஓர் அழகிய படைப்பு இது. இளைஞன் ஒருவன் காதல் திருமணம் செய்துகொண்டான் என்பதற்காகச் சாலை நடுவில் அவன் வெட்டிக் கொலை செய்யப்பட்டதை மறக்கும் மன வலிமை கொண்டவர்கள், ஒரு பெண் தான் விரும்பும் ஆடவனைத் தேடிச் சென்று திருமணம் செய்துகொள்வது குறித்து, இது சகஜமான ஒன்றுதானே என்று வியப்படையாமல் இருக்கலாம். ஆனால், இந்தச் சிறுகதை எழுதப்பட்ட *1943* காலகட்டத்தில், ஒரு பெண், தான் விரும்பும் ஆடவனைத் தேடிச் சென்று திருமண்ம் செய்துகொள்வது, ஒரு வரலாற்றுச் சம்பவமாகும். நர்மதையின் யாத்திரை சிறுகதை, ஒரு பேராறு மலையிலிருந்து கிளம்பிக் கடலைச் சென்றடையும் பயணத்தைக் குறிக்கும் உருவகக் கதையாகத் திகழ்கிறது. உண்மையில், இயற்கையின் உந்துதலால் எழக்கூடிய ஓர் அடிப்படை விழைவை நிறைவேற்றிக்கொள்ள, ஒரு பெண் சமுதாயத்தில் நடத்தவேண்டி வரும் ஒரு மாபெரும் சமரை எடுத்துரைப்பதாகவே, இந்த அழகிய கதை அமைந்துள்ளது. மிக எளிய நிகழ்வுகளும் காட்சிகளும் சிறப்பாகக் கதைக்களத்தில் பொருந்தியுள்ளன. பால் நிலவில் ஒரு பெண்ணைத் தேடிக் கொண்டு ஓர் ஆண் வருவதைக் காதலின் பெருமை என்று விதந்தோதும் நம் பொது மனம், ஆணைத் தேடிக்கொண்டு பெண் சென்றால் மட்டும் அதை அவிசாரித்தனமாக

இடித்துரைக்கிறது. கண்ணனைத் தேடிச் சென்ற ராதையின் காலடிச்சுவடுகளை அடியொற்றியே, சமுத்திரம் நோக்கிய நர்மதையின் பயணமும் அமைந்திருக்கிறது.

எக்குறிப்பையும் வழங்காத மிகவும் எழில்மிக்க இயற்கை வர்ணனைகள், குறியீட்டு நிலையில் பொருளுணர்த்தும் இயற்கைக் காட்சிகள் என இருவகை இயற்கைச் சித்திரிப்புகள் இச்சிறுகதையில் இடம்பெற்றிருக்கின்றன. மாலைப்பொழுது குறித்த விளக்கங்கள், வானில் சுழலும் பெருங்காற்று, பெரிய முகில் குவைகள், அவற்றுக்கருகில் திகழும் மேகத்துண்டுகள் இவற்றைக் காணும் கதைசொல்லியின் மனம், பெரிய முகில்களைப் பெருங்கடலில் செல்லும் மாபெரும் மரக்கலங்களாகவும், அவற்றுக்கருகிலுள்ள சிறிய முகில்கீற்றுகளை அந்த மாபெரும் கலங்களில் பண்டங்களை ஏற்றிவிட்டுத் திரும்பும் சிறிய படகுகளாகவும் கற்பனை செய்கிறது. இது முதலாம் வகைக்குச் சான்று. சமுத்திரத்தைச் சேர யத்தனிக்கும் நர்மதை, ஒரு பள்ளத்தில் அருவியாகக் குதித்துவிடும் இயல்பை, எவ்வாறேனும் தலைவனை அடைந்துவிட விழையும் தலைவியின் மனச்செயல்பாடாகக் கருதலாம். மழை, சூரியன் ஆகிய இரண்டு இயற்கைப்பொருள்களும் இரு வேறுபட்ட முறையில் இச்சிறுகதையில் உருவகங்களாக இடம் பெற்றிருக்கின்றன. மழை – நறுமணப்பொருள்களை நர்மதைக்கு வழங்கும் தோழனாக, வர்ணதேவனாகப் பெயர் பெறுகிறது. ஆனால், சூரியன், ஒரு பெண்ணை, முறையற்ற வகையில் மறைந்திருந்து இச்சிக்கும் காமுகனாக எதிர்நிலையில் குறிக்கப்பட்டுள்ளது. விருத்த சூரியன் என்ற உருவகம் அதிர்ச்சி அளிக்கிறது. இவ்வாறு பொதுவெளியில் எப்போதும் உள்ளம், சொல், செயல் இவற்றால் துரத்தித் துரத்தித் தன்னைத் துய்க்க முயலும் ஆணிடமிருந்து தப்பிக்க முயலும் இளம்பெண்போல நர்மதையாறு சூரியனிடமிருந்து தப்பித்து மலை இடுக்கு ஒன்றில் புகுந்துகொள்கிறது. கடுமையானவளாக ஒரு பெண் தன்னை முன்வைக்கும் பொதுவெளி இயல்பை, மலைகளைக் கொண்டு தன்னைத் தற்காத்துக்கொள்ள முயலும் நர்மதையின் செயலோடு ஒப்பிட்டுப் புரிந்துகொள்ளவேண்டும் எனத் தி.ஜா.வின் படைப்பு மனம் எதிர்பார்க்கிறது.

மலை நேர்மறை, எதிர்மறை ஆகிய இரண்டு நிலைகளிலும் இடம்பெற்றுள்ளது. வெண்ணிற வண்ணத்தில் ஒளிரும் இரண்டு மாபெரும் மலைகளுக்கிடையில், மெல்ல மெல்ல நாமதை நடைபயில்வதாகக் கூறப்பட்டிருப்பதும் முக்கியமானதுதான். வெண்மை, தூய்மையின் உருவகம். வெண்மையுடன் இணைத்தே, நம் மரபில், பெரும்பாலும் ஞானம் சொல்லப்படுகிறது. வெண்ணிற மலைகளுக்கிடையே அமைந்த நர்மதை நதியின் பயணம், நேர்மறையான சூழலில் மனிதனிடமிருந்து குறிப்பாகப் பெண்ணிடமிருந்து அன்பும் நற்பண்புகளுமே வெளிப்படும் என்பதையே எடுத்துரைக்கிறது. நர்மதையின் பயணத்தை இடைமறிக்கும் பாறைகளும் கற்களும், நதியின் உடலைக் குத்திக் கிழிக்கும் இயல்பும் ஒரு பெண்ணைத் தடைசெய்யும் ஆற்றல்களே. பாறைகளைத் தகர்த்துச் செல்லும் நர்மதையின் பெருமுழக்கு, பெண்மைப் பேராற்றலின் ஒரு குறியீடாகும். யமுனா, அலங்காரத்தம்மாள், அம்மணி ஆகிய ஆற்றல் வாய்ந்த பெண் மாந்தரின் ஊற்றுக்கண் இங்குள்ளது. கடலடையும் பேராற்றின் அமைதியும் எளிமையும்,

ஓராளுமையின் ஆன்மீக ஈடேற்றத்தை எடுத்துரைக்கின்றன. சிறுமணல் துகள்களையும் மலர்மாலைகளையும் சமுத்திரராஜனுக்குப் பரிசளிக்கும் நர்மதையின் செயல்பாட்டை ஒரு பெண்ணின் எதிர்பார்ப்பற்ற பேரன்பு என்பதன்றிப் பிறிது எவ்வாறு பொருள் கொள்வதாம்?

மனிதர்கள், ஒருவர் பிறிதொருவர் மீது கொண்டிருக்க வேண்டிய அன்பின் பெருமையை, அவ்வாறு அன்பு செய்ய இயலாவிட்டால் ஏற்படும் இழப்பை எடுத்துரைக்கும் கதை, 'ஜெயத்தின் பயம்' எனலாம். ஒருவரிடமிருந்து வெளிப்படும் வார்த்தைகளையே பற்றிக்கொண்டு இருக்காமல், அவற்றின் உண்மையான பொருளையும், சொல்பவரின் நோக்கத்தையும் புரிந்துகொள்வதன் மூலம் வாழ்வு இனிதாக அமையக்கூடும் என்ற ஒரு மனத்தெளிவு இளந்தம்பதியரிடையே காதலை அதிகரிக்கக் கூடும் என்றும், புறச்சூழலின் மாறுபாடுகளைக் கடந்து மனிதர்கள் கொள்ள வேண்டிய எதிர்பார்ப்பற்ற அன்பால் வாழ்வு உயிர்ப்புடன் திகழ்கிறது என்றும் இக்கதை எடுத்துரைக்கிறது. ராகவனின் மனமாற்றம், ஜெயத்தின் பக்குவம் ஆகிய இரண்டின் வெளிப்பாடுகளே, 'ஜெயத்தின் பயம்' என்ற படைப்பு. இருவருக்கும் இது இரண்டாவது தீபாவளி. சென்ற ஆண்டில் அலகாபாத்தில் தலைதீபாவளி நடந்தபோது, பெற்றோருக்காகப் பரிந்து மனைவி ஜெயம் பேசியதால் மனத்தாங்கல் கொண்ட ராகவன், வீட்டைவிட்டு வெளியேறிச் சிறிது நேரம் ஒரு விடுதியில் தங்கிவிட்டு வந்தார். அந்தத் தற்காலிகப் பிரிவும் ஜெயத்தின் மனத்தில் மாறாத வடுவாக அமைந்து விட்டது. கணவனுடைய காலணிகளை உரிமையுடன் கேட்டுக் கழற்றும் போதும், கணவனின் கைவிரல்கள் தன் உச்சந்தலையில் வருடும்போதும் ஜெயம் எய்தும் பெருமிதம், "ஜெயத்தைப் பார்க்க வரவேண்டும் என்றால் இவ்வளவு சிரமங்களை அனுபவிக்கத்தான் வேண்டும்" என்று கணவனிடம் கூறும்போது வெளிப்படும் காதல், பெற்றோருக்காகப் பரிந்து ராகவனிடம் வாதம் செய்யும்போது வெளிப்படும் சுயமரியாதை எனச் சில வாக்கியங்கள் வாயிலாகவே ஜெயம் என்ற பதின்பருவப் பெண்ணின் ஆளுமையை நம்மால் புரிந்துகொள்ள முடிகிறது.

ஜெயம், பெற்றோருக்கு ஒரே மகளாக வளர்ந்தவள் என்பதால், வீட்டில் கிடைக்கும் சலுகைகளை, அவள் எல்லா இடங்களிலும் எதிர்பார்த்து, ராகவனிடம் அளவுக்கதிகமாக உரிமை எடுத்துக் கொள்கிறாள். நிலவுடைமைக் கட்டுகள் நெகிழும்போது, ஒரு பெண் தன்னை தனி ஆளுமையாக உணர்வதில் அமைந்த சிக்கல்கள், நியாயங்கள் ஆகியவையே இக்கதையின் மையம். ஓர் ஆணுக்கு என்றிருக்கும் உரிமையும் சலுகையும் பெண்ணுக்கும் இருப்பதில் என்ன தவறு என்று கருதும் ராகவன் போன்றவர்களின் பரந்த மனப்பான்மையும், "என் கக்ஷியை நான் தாங்கிப்பேசுவதுபோலச் சொந்தத் தாய் தகப்பனாரைவிட்டு இன்னும் சிறிது காலத்தில் பிரியப்போகும் ஒருத்தி அவர்கள் கக்ஷியைத் தாங்கிப் பேசக்கூடாதா" என்ற ராகவனின் விவேகம், ஜெயம் – ராகவனிடையே, ஒரு நல்ல இல்லறம் அமையக் காரணமாகின்றன.

மனிதர்களுக்கு இயற்கைப்பண்புகள் வழங்குவதும், இயற்கைப் பொருள்களுக்கு மனிதப்பண்புகள் வழங்குவதும் தொன்றுதொட்டுவரும் இலக்கிய நிகழ்வாகும். 'வித்யாசம்' என்ற சிறுகதை, பூனைகள் கொள்ளும்

காதலை மனிதர்கள் கொள்ளும் ஈடுபாட்டிற்குப் பகைப்புலனாக அமைத்துள்ளது. ஒரே வீட்டில் ஒரே அறையில் மனிதர்களும் பூனைகளும் காதல் கொள்கிறார்கள். பூனைகள் ஒன்று பிறிதொன்றைப் பிராண்டியும், கடித்தும் அன்பைப் புலப்படுத்துகின்றன. மனிதர்களோ மிகவும் பண்பட்டவர்களாகவும், நாகரீகத்தில் மேம்பட்டவர்களாகவும் தம்மைக் கருதிக்கொள்கிறார்கள். பெண் பூனைக்கு, மனிதச் செயல்கள். மிகுந்த ஆச்சரியங்களை ஏற்படுத்துகின்றன. ஆனால், மனிதப் பெண்ணிற்கோ, பூனைகளின் கூச்சல் மிகுந்த ஒவ்வாமையைத் தருகிறது. பூனைகளின் உணர்ச்சிகள் உண்மையானவையாக இருக்க, மணித உணர்ச்சிகளில் பொய்யும் புனைவும் இடம்பெறுகின்றன. காதலித்துக்கொண்டிருக்கும் ஆண் பூனையை விடவும் வயதில் தான் பெரியது என்றும் தனக்கு முன்பே குட்டிகள் இருக்கின்றன என்றும் பெண் பூனை ஆண் பூனையிடம் எடுத்துக்கூறியும், அதுவோ தனக்கு அவையெல்லாம் இனிமேல் ஒரு பொருட்டேயல்ல என்கிறது. மனிதர்கள்போல இருக்கவேண்டும் என்று ஆண் பூனை விரும்பி, மனித ஆணிடமுள்ள பொய்மையையும் வஞ்சத்தையும் கற்றுக்கொள்வதை நுட்பமாக எடுத்துரைக்கும் படைப்பு வித்யாசம். மனிதர்கள்போல் தாமும் மாறிவிடவேண்டும் என்னும் ஆண் பூனையை எள்ளி நகையாடும் பெண் பூனை, ஆணின் பொய்மையை, சுயநலத்தை, மனிதர்கள் போலவே பெண்ணை உடைமையாக உரிமைகொள்ள வேண்டும் என்ற அதன் விழைவைக் கேலிசெய்கிறது. சரஸ்வதி என்ற ஒரு பெண் பகற்பொழுதில் தேடிக்கொண்டு வந்ததாக, இரவில் தாமதமாக வீடு திரும்பும் கணவனிடம் மனைவி கூறியதற்கு, அந்த ஆண் மனம் அது கல்யாண ஐயர் மகளா அல்லது சிதம்பர ஐயர் மகளா என்று தேடத் தொடங்குவதன் பதிவே இக்கதை. தன்னிடம் கணக்குப்பாடம் கற்றுக்கொள்ளும் பெண்ணிடம் நெருக்கமாக விரும்பும் ஆண், வன்முறையின் வாயிலாகத் தன் இருப்பை நிறுவிக்கொள்ள முயல்கிறான். மாங்காயும் ஞாரத்தங்காயும் ஊறுகாய்களாக அமைந்திருக்கும் சட்டிகள், வாய்கட்டி வைக்கப்பட்டுள்ள விபூதிப்பானை, பிரித்து வைக்கப்பட்டிருக்கும் குத்துவிளக்கு ஆகியவை இச்சிறுகதைக்குச் சிறந்த ஒரு பின்னணியை அமைத்துத் தருகின்றன. விபூதிப்பானை கட்டிவைக்கப்பட்டுள்ளது, குத்துவிளக்கு பிரித்து வைக்கப்பட்டிருக்கிறது, ஆனால், அதைச் சேர்த்து ஒளியூட்டும் வாய்ப்பு அந்த ஆண் முன்னிருந்தும், அவன் தன் சலனத்தால் அதைச் செய்ய இயலாதவனாகிறான் என்ற ஒரு வாசிப்பை நிகழ்த்துவதற்கும் இச்சிறுகதை இடம்தருகிறது.

ஆண்–பெண் உறவில், நொடியில் தோன்றும் சிடுக்குகளை, ஊழின் பேரோட்டத்தின் முன்பு மனிதச் செயல்களின் பொருளின்மையை, மிகுந்த உணர்ச்சிபூர்வமாக எடுத்துரைக்கும் கதை 'நரை' என்பதாகும். தஞ்சாவூரில் பெரிய குடும்பத்தில் பிறந்த தனத்திற்குச் சின்னசாமி மீது ஆழமான காதல். சின்னசாமிக்கும் அவ்வாறே. மாடியில் படிக்கும் அவனுக்கு மனைவி மீது எழும் ஈடுபாடு, கீழிறங்கி உடனே அவளைப் பார்த்துவிட வேண்டும் என்ற விருப்பமாக வளர்கிறது. அவள் சிறிது நேரம் கழித்து மாடிக்கு வரும் வரையிலும் அவனுக்குப் பொறுமையில்லை. தனத்தைப் பார்ப்பதற்காகக் கீழிறங்கி வரும் சின்னசாமி, வீட்டிற்கு வந்திருந்த சுப்புலெட்சுமி என்ற தூரத்து உறவுப் பெண்ணிடம், தனம் தன் அம்மா பற்றிப் புகார் சொல்லிக்

கொண்டிருந்ததைக் கேட்க நேரிடுகிறது. மாமியார், ஆசையுடன் தான் வைத்திருந்த கைப்பிடி வைத்த ஒரு டவராவை எடுத்துத் தன் நாத்தனாருக்குத் தருவதற்குத் தன் மகன் வீட்டிலிருக்கும் சிறந்த பொருள்கள் யாவும் மருமகளால் அனுபவிக்கப்படாமல் தன் மகள் வீட்டிற்குச் சென்று அங்கு அவளால் அனுபவிக்கப்பட வேண்டும் என்ற மகள் மீதான அளவு கடந்த பற்றும் சுயநலமுமே காரணமாகும் என்பதே தனத்தின் குற்றச்சாட்டு. இதைக் கேட்டதுமே, சின்னசாமியின் உலகம் இருண்டுவிடுகிறது. திருமணம் முடிந்து ஏழாண்டில் ஏறக்குறைய எழுபது ஹரிக்கேன் விளக்குகளுக்கு உரிய கண்ணாடிகளையாவது தனம் உடைத்தது குறித்து ஒருசொல்லும் கடிந்து கொள்ளாத உயர்வுள்ளம் தன் தாயுடையது என்று சின்னசாமி கருதுகிறான். நரை, நம் கண்களுக்குப் புலப்படாமல் தோன்றுவதுபோலத் தனத்திற்குத் தன் மாமியார் மீது ஒரு நிறைவின்மை தோன்றி விடுகிறது. பிறர்முன் நரை ஒருநாள் வெளிப்படுவதுபோல், சுப்புலஷ்மி அக்காவிடம் தனத்தின் புகார் திடுமென வெளிப்பட்டுவிடுகிறது. முதுமையை மனிதர்கள் ஒப்புக்கொள்ளத் தயங்குவதுபோல் சின்னசாமி – தனம் ஆகியோரின் இல்லறம், இந்தக் கசப்பான நிதர்சன உண்மையை ஏற்றுக்கொள்ளவே இயலாமல் தத்தளிக்கிறது.

ஒரு மலைப்பாம்பு, ஏதுமறியா ஆட்டுக்குட்டியை நெரிப்பதுபோல், சின்னசாமி – தனம் ஆகியோரின் குடும்பவாழ்வை, ஊழ் சிதைத்துவிடுகிறது. சின்னசாமியின் நோக்கிலிருந்து வாசிக்கப்பெறும் இந்தப் பிரதி, அம்மாவின் நோக்கிலிருந்தும் வாசிக்கப்பட்டால், பல புதிய திறப்புகளை நல்கக்கூடும். தனம் தன் மருமகள் இல்லை, மகளேதான் என்ற சலுகையிலேயே சின்னசாமியின் தாய் டவராவை எடுத்துத் தருகிறாள். மருமகள் அனைத்து நகைகளையும் அணிந்துகொண்டு, குழந்தைப் பேற்றுக்காகப் பிறந்தகம் செல்ல வேண்டும் என்பதே அவள் விருப்பம். அந்த அம்மாவை மனைவி முறையாகப் புரிந்துகொள்ளவில்லையே என்பது, சின்னசாமியின் வருத்தம். ஒருவேளை அம்மாவிற்குத் தனம் புகார் தெரிய வந்திருந்தால், அவள் எழுபது முறை மன்னித்ததுபோல் எழுபத்தோராம் முறையும் உறுதியாக மன்னித்திருப்பாள் என்பதை, ஏனோ சின்னசாமியால் புரிந்துகொள்ளவியலவில்லை. இந்தச் சிறுகதை நெடுகிலும், அம்மாவைப் பற்றிய குறிப்புகள், தனம் – சின்னசாமி ஆகியோரின் எண்ணம் மற்றும் உரையாடல்கள் வாயிலாகவே முன்வைக்கப்படுகின்றன. அம்மா நேரிடையாக வெளிப்படும் ஒரே ஓரிடம் என்றால், அது தனம் பிரசவத்தின்போது குழந்தையுடன் உயிரிழந்துவிட்டாள் என்பதை மிகத்தாமதமாகப் புரிந்துகொண்டு கண்ணீர்விட்டுக் கதறத் தொடங்குமிடம்தான். இளமையின் மிகை உறுதி, சின்னசாமி – தனம் ஆகிய இருவரின் வாழ்வையுமே புரட்டிப் போட்டுவிடுகிறது. தனத்தின் புகாரைச் சின்னசாமி கேட்காமல் இருந்திருக்கலாம், அல்லது சின்னசாமி கேட்டுக் கொண்டதற்கிணங்கத் தனமாவது தன் மாமியாரிடம் மன்னிப்புக் கேட்டிருக்கலாம். இரண்டுமே நிகழ்வதில்லை. ஊழ் எனும் பெருவெள்ளம் மணல்வீடுகளைப் பொருட்படுத்துவதில்லை. காதல், காலையில் அரும்பிப் பகலிலெல்லாம் போதாவதற்குள் சின்னசாமிக்கும் தனத்திற்கும் நரை கூடிவிடுவதை உணர்த்தும் அழகிய படைப்பு இது. கலைப்படைப்பு என்பது மனித வாழ்வின் முடிவற்ற வாய்ப்புகளுள் ஒன்றை ஒருநேரத்தில் முன்வைப்பது.

ஜெயம் – ராகவன் வாழ்க்கை முடிவற்ற வாய்ப்புகளின் ஒரு முகம் எனில், தனம் – சின்னசாமி ஆகியோர்தம் வாழ்வும் முடிவும் பிறிதொரு முகம். மேலும், சமூக நோக்கிலிருந்து அணுகினால், நிலவுடைமைச் சமுதாயம் சிதைவதைக் கூட்டுக்குடும்பங்களின் மதிப்பீடுகள் நிலைதளர்வதைச் சிறப்பாக எடுத்துரைக்கும் படைப்பாகவும் ‘நரை’ என்ற இக்கதையை வாசிக்கலாம்.

காவிரி கொட்டிய வண்டல் மண்ணால் வளம் பெற்ற நிலப்பரப்பில், கவின்கலைகளும் சிறந்த நாகரீகப் பண்புகளும் ஊற்றெடுத்து வளர்ந்தன. எனினும், உழைப்புப் பாகுபாட்டின் காரணமாகவும், செல்வம் குவிக்கப்பெற்றதன் விளைவாகவும் கபடம் வஞ்சகம் முதலிய எதிர்மறைப் பண்புகளும்கூடச் சமூகத்தில் ஆங்காங்கு நிலைகொண்டிருந்தன. அவற்றையும் சிறப்பாக உணர்ந்து, கலைஞர்கள் தம் படைப்பில் இடம்பெறச் செய்தனர். தஞ்சையும் கும்பகோணமும் இருக்கும் நிலப்பரப்பில், காவிரியும் அரசலாறும் குடமுருட்டியும் பாய்ந்து வளம் கொழிக்கச் செய்யும் பகுதியில், ஆனைக்குப்பம் போன்ற வறிய கிராமங்களும், அங்குள்ளோர் செய்யும் ஏய்ப்புகளும் புனையும் வேடங்களும்கூடக் காணக் கிடைக்கின்றன. எந்த வளர்ச்சியடைந்த சமூகமும், இத்தகைய இருமைப் பண்புக்கு விதிவிலக்கில்லை. கருப்புநிற மக்கள் குறித்து அமெரிக்க நாட்டில் காணப்பெறும் பொதுநோக்கை, இந்த ஆனைக்குப்பம் மக்கள் குறித்த பொதுநோக்குடன் ஒப்பிட்டுப் புரிந்துகொள்ளலாம். மன்னார்குடி அனுமந்தராயர் ஹோட்டலில், ஆனைக்குப்பம் மனிதர் இருவர் அளவுக்கதிகமாகச் சாப்பிட்டுவிட்டுச் செல்கிறார்கள். வேறு இருவர், ஒரு திருமண வீட்டிற்குள் நுழைந்து கூடுதலாகக் காசு பெறுவதற்காக நடித்துப் பத்து ரூபாய் பணத்தையும் பெற்றுக்கொண்டுவிடுகிறார்கள்.

ராயரின் தாராளக் குணத்தையும், பெருஞ்செலவுக்கிடையிலும் கல்யாணத்திற்கு வந்த ஏழைகளுக்குப் பணத்தைத் தாராளமாக அள்ளி அள்ளிக் கொடுக்கும் கிட்டப்பாவின் நல்லியல்பையும் ஆனைக்குப்பத்து மனிதர்கள் பயன்படுத்திக் கொள்கிறார்கள். முதலாவதன் பின்னுள்ளது பசி, இரண்டாவதற்குப் பின்னணியில் நிற்பது தொடர்ந்து நிலைத்திருக்க வேண்டும் என்ற ஓர் உயிரின் அடிப்படை வேட்கை. இத்தகைய இயல்புகளைக் கண்டும் காணாததுபோல் கடந்து செல்வதே ஒரு நாகரீகச் சமூகம் செய்ய வேண்டியது என்ற புரிதல் கதைசொல்லியிடம் இருக்கிறது. இதழாளர் வலிந்து கேட்டுக் கொண்டதன் விளைவாகவே கதைசொல்லி ஆனைக்குப்ப மனிதர்களின் சில குணக்கேடுகளை எடுத்துரைக்கிறார். அவ்வாறு எடுத்துரைக்கையிலும், ஏதோ சில நகைச்சுவை நிகழ்ச்சிகளை நினைவுபடுத்திக்கொண்டு எடுத்துரைக்கும் ஒரு பாவனையைக் கதைசொல்லி மேற்கொள்கிறார். ஆனைக்குப்பம்காரர்களை வெவ்வேறிடங்களில் வெவ்வேறு வகையில் நம்மால் காணமுடியும். இச்சிறுகதை முன்வைக்கும் சிக்கலின் சமகாலத்தன்மை, நமக்குப் புலனாகிறது.

‘நரை’ போலவே நிலவுடைமைச் சமூகத்தின் கூட்டுக்குடும்ப மதிப்பீடுகளின் வீழ்ச்சியை எடுத்துரைக்கும் மற்றொரு சிறுகதை, ‘தூக்கம்’ என்பதாகும். மருதமுத்து வயலுக்குச் செல்லும்போது, வரப்பில் கிடக்கும் சாணத்தட்டுகளை எடுத்து, வயலிலே வீசுவது வழக்கம். அவனைப்

பொறுத்தவரை, அது முறையான ஒரு செயல். ஆனால், அவன் தம்பிக்கு, அது ஓர் அநாகரீகம். வலங்கைமானிலிருந்து திரும்பி வரும்போது, வண்டி ஒன்றை வாடகைக்கு அமர்த்திக்கொண்டு வருவது, மாமியார் வீட்டிற்குச் செல்லும்போது காப்பி குடிப்பது, முகத்துக்கு பௌடர் போட்டுக்கொள்வது என்ற இவை காளிமுத்துவுக்கு இயல்பான செயல்கள். ஆனால், அவன் அண்ணன் மருதமுத்துவுக்கோ, இவை தேவையற்ற செலவுகள். இருவரின் நோக்கும் வேறு வேறு. மருதமுத்து கூட்டுக்குடும்ப மதிப்பீடுகளின் வார்ப்பு. காளியோ தனிக்குடும்ப மதிப்பீடுகளின் வளர்ப்பு. அண்ணன் முகம் நோக்கி ஒருசொல் உரைக்கவும் தயங்கும் தம்பி, திருமணம் நடந்த ஒரே மாதத்தில் மனம் மாறிவிட்டான். தம்பியை வளர்ந்த ஆண் என்றோ, திருமணம் முடித்த மனிதன் என்றோ நினைப்பதை விடவும், அவனை ஒரு திசையறியாச் சிறுவனாகக் கருதும் இயல்பே மருதமுத்துவிடம் அதிகமாகக் காணப்படுகிறது. எந்நிலையிலும் நிலத்தைப் பிரித்துவிடக் கூடாது என்று மரணத்தறுவாயில் கூறிய தந்தையின் சொற்களைத் தம்பி காளிமுத்து பொருட்படுத்தாததைக் கண்டு மனங்குமுறும் மருதமுத்துவின் இயல்பே, அவனை இறுதியில் தற்கொலைக்கு இட்டுச்செல்கிறது. தான் உயிருடன் உள்ளவரை நிலத்தை எவரும் பிரிக்கவியலாது என ஊர் எல்லைப் பகுதியிலிருந்த மடத்தின் சுவரில் கரித்துண்டால் எழுதிவிட்டுத் தூக்கிட்டுத் தற்கொலை செய்துகொண்டுவிடுகிறான் மருதமுத்து. இக்கதை, 1948ஆம் ஆண்டு, *தேனீ* இதழில் வெளிவந்திருக்கிறது. இந்தியா விடுதலை பெற்றுப் புதிய பொருளியல் மற்றும் சமூகவியல் நெறிகளில் பயணத்தைத் தொடங்கிய காலகட்டத்தில், இக்கதை வெளிவந்திருக்கிறது. புதிய வெள்ளம் புரண்டு வருகையில் சில பழைய சந்தன மரங்களும் வீழ்ச்சி அடைகின்றன என்பதை, மருதமுத்துவின் மரணம் எடுத்துரைக்கிறது. இவ்வாறு நம் நிலவுடைமைச் சமூகம் அடைந்த நெருக்கடிகளைச் சிறப்பாக முன்வைக்கும் கதைகளைத் தம் படைப்பு வாழ்வின் தொடக்கக் காலத்திலேயே தி.ஜா. எழுதியிருக்கிறார்.

தொலைவிலிருந்து காணும்போது கடுமையானவர்களாகக் காட்சியளிக்கும் மனிதர்களையும் நெருங்கி நோக்க, அவர்கள் பிறிதொரு முறையில் வெளிப்படக்கூடும். பாற்கடலைக் கடைந்தபோது முதலில் அதிலிருந்து நஞ்சே புறப்பட்டது. அம்முயற்சி தொடரவே, அதிலிருந்து அமுதம் வெளிப்பட்டது. அவ்வாறே ராஜப்பா போன்றோரைப் புறத்தில் நோக்கும்போது கஞ்சத்தனமானவர்களாக, மனைவியின் மீது ஆதிக்கம் செலுத்துபவர்களாக, தன் மனைவிக்கு அவள் விருப்பத்திற்கிணங்க ஒரு நகை வாங்கித் தந்ததற்காக இளைய மகனை நிரந்தரமாக விலக்கி விடும் அசாதாரணத் தந்தையாக, மிளகாய்க்கொல்லையில் தண்ணீர் இறைத்தூற்றும் மனைவிக்கு ஒரு வேலைக்காரன் எஜமானி மீது கொண்ட மரியாதையால் உதவப்போக, அவனை வேலையை விட்டே விரட்டும் மனநிலையுள்ளவராகக் காணப்படுகிறார்கள். தன் வீட்டிற்கு உணவை இரந்து வரும் ஏழை யாசகரை, ஒரு கவளம் அன்னம் வழங்குவதற்கு முன்பு ஆயிரம் சொல்லில் ஏசும் ராஜப்பா, ஊரில் திருமணமெனில் அந்நாளில் ஊரிலேயே இருப்பதில்லை. ஆனால், தன் வீட்டுக் கணக்குப்பிள்ளையின் குழந்தைகள் மீது அளவு கடந்த பிரியத்தை ராஜப்பா சொரிகிறார். வீட்டிற்கு உணவு கேட்டு வந்து தன்னால் அவமதிக்கப்பட்ட ஓர் இரவலர், சாப்பிடத் தன் வீட்டிற்குத் திரும்பி வராததை எண்ணி அவர் உள்ளம்

பதறுகிறது. ஒருநாள், வீட்டை விட்டு வெளியேறித் தீர்த்த யாத்திரை செய்துவிட்டு, ஓராண்டிற்குப்பின் அவர் இல்லம் மீள்கிறார். எவரிடமும் சொல்லிக்கொள்ளாமல் அவர் நிகழ்த்திய இந்தப் பயணம், அவர்தம் ஆன்மீக வாழ்வில் மிகப் பெரிய மாற்றங்களை ஏற்படுத்திவிடுகிறது. தம்மால் வீட்டிலிருந்து விரட்டப்பட்ட இளைய மகனை அழைத்து, அவனுக்குத் தன் சொத்தில் பாதியைப் பகிர்ந்தளிக்கிறார்.

ராஜப்பாவின் கடுமையான இயல்புக்குப் பின்னணியில், அவரளவில் ஒரு நியாயமான காரணமும் உள்ளது. ராஜப்பா, மனித வாழ்வின் பொருள், உலகியலில் ஒருவன் அடையும் வெற்றியால் விளைகிறது என்று நம்பி வாழ்ந்தவராவார். தன் வீட்டிற்கு அருகில் வசித்துக்கொண்டிருக்கும் கிருஷ்ணசாமி என்ற பிராமணர், இறந்த ஒருவருக்கு இறுதிச் சடங்கு செய்து கொண்டிருந்தபோது, உடலை அவமதிக்கும் காட்சியைக் கண்களால் காண நேரிட்டதால், மனிதச் சமூகத்தின் மீதான நம்பிக்கையின்மையாக அது ராஜப்பாவிடம் வெளிப்படுகிறது. இந்த நம்பிக்கையின்மையே மனைவியுடனும் மகனுடனுமான அவர் உறவிலும் சிடுக்குகளாகப் பிரதிபலிக்கின்றன. ஆனால், உலகியலைத் தர்க்கத்தால் வென்றுவிடலாம் எனக் கருதியதன் விளைவாகத்தான், உயிலெழுதும்போது, இறந்த உடலை அவமதித்த கிருஷ்ணசாமி ஐயர் தன் சடலத்தைத் தீண்டவும் கூடாது என்று எழுதிவிட்டு உயிர் துறக்கிறார் ராஜப்பா. இவ்வாறு புறத்தில் கடுமையாகக் காணப்பெறும் ராஜப்பாவிடமிருந்தும், நாம் கற்றுக்கொள்ளும் ஒரு நல்லியல்பு காணப்படவே செய்கிறது. இதுதான் கதைசொல்லியின் நிலைப்பாடு. எங்கும் எப்போதும் ஒளியையே தேடிச்செல்லும் தி.ஜா.வின் வாழ்க்கை நோக்கை, இச்சிறுகதையும் உறுதிப்படுத்துகிறது.

நிலவுடைமைச் சமூகத்தின் ஒரு முகத்தை எடுத்துரைக்கும் கதை, ‘பணக்காரன்’. தூரத்து உறவினரின் சொத்துக்கு வாரிசாக நேரிட்டதால், தண்டுவின் வாழ்வில் ஏற்பட்ட எழுச்சியையும் வீழ்ச்சியையும் எடுத்துரைக்கும் ஒரு சிறுகதை இது. தண்டு ஒன்றுக்கு மூன்று கார் வைத்திருக்கிறான். இரண்டு தாசிகளைச் சேர்த்துக்கொள்கிறான். மனைவி கழுத்தில் பத்தாயிரம் ரூபாய்க்கும் மேல் நகைகள் மின்னுகின்றன. ஒவ்வொரு நாளும் ஹோட்டலுக்கும் சினிமாவிற்கும் நண்பர்களுடன் செல்லும் தண்டு, பீடா கடைக்கும் சிகரெட் கடைக்கும் எவ்வளவு செலவாகிறது என்று கணக்கு வைப்பதில்லை. பணத்தைக் கொடுத்துவிட்டு மீதிச் சில்லரைகளைக் கொண்டுவந்து கொடுக்கும் நண்பனிடமிருந்துகூட அவற்றைப் பெற்றுக்கொள்வதில்லை. சோடா குடிப்பதற்காகவே, ஒருநாள் கும்பகோணத்திலிருந்து தஞ்சாவூருக்கு காரில் பயணம் செல்கிறான். இது தண்டு என்பவனின் ஒருகால வாழ்க்கை. ஆனால், கதைசொல்லி ராமனுக்குத் தில்லியில் வேலை கிடைக்கிறது. சில மாதம் கழித்துத் தங்கை திருமணத்திற்கு என்று ஊர் திரும்பும் ராமனை, ரயில் நிலையத்திலிருந்து ‘ஆறணா’ குடுய்யா என்று கேட்டு அவனை ஏற்றிக்கொண்டு வண்டி ஓட்டி வருபவனின் குரல், தண்டு குரலாக இருக்கிறது. வண்டியை ஓட்டிக்கொண்டு வரும்போது ராமன் தண்டுவிடம், ‘பூணூல் எங்கே?’ என்று கேட்க, ‘பூணூல் எதுக்கு?’ என்று தண்டு எதிர்க்கேள்வி கேட்பதாகக் கதை முடிவடைகிறது. பணத்தின் முன்பு பூணூல் மட்டுமில்லை, எதுவுமே ஒரு பொருட்டில்லை

என்றும் இச்சிறுகதையை வாசிக்கலாம். 'பூணூல் எதுக்கு?' என்ற ஒரு வரியும், கதைத் தொடக்கத்திலுள்ள மிக சுவாரசியமான வர்ணனைகளும், இக்கதையை ஓர் எளிய நீதிக்கதை என்று பகுப்பதை மீறி, இதை ஒரு நவீனச் சிறுகதையாக முன்வைக்கின்றன. 'பணக்காரன்' என்ற சிறுகதையின் தலைப்பு, கதை முடிந்த பின்பும், தண்டு போன்ற மனிதர்களின் ஒரு காலகட்ட வாழ்வை மனத்தில் நினைவூட்டிச் சோகத்தை ஏற்படுத்துகிறது.

மெல்லிய நகைச்சுவை என்ற பாவனையை முன்வைக்கும் படைப்பு களாக, 'ஈசுவரத் தியானம், ஆனைக்குப்பம்' ஆகியவை காணப்படுகின்றன. உருவகக்கதை என்ற நிலையில், 'நர்மதையின் யாத்திரை' திகழ்கிறது. 'புஷ்கரணி' ஆன்மீகக் கதையின் சாயலில் எழுந்த நவீனப் படைப்பு. 'ஜெயத்தின் பயம், வித்யாசம், நரை' ஆகியவை, ஆண் பெண் உறவுச் சிக்கல்களை விவாதிக்கும் படைப்புகள். 'தூக்கம், ராஜப்பா, பணக்காரன்' ஆகியன, நிலவுடைமைச் சமூகத்தில் ஏற்பட்டிருக்கும் மாறுபாடுகளைப் பேசும் கதைகள். இவ்வாறு ஆயிரம் நதிகளின் ஊற்றுக்கண்களாக, எழுத்தாளர் தி.ஜானகிராமனின் தொடக்கக் காலக் கதைகள் திகழ்கின்றன.

✦

71

மனித வாழ்வியலின் படங்கள் [கச்சேரி: 11–20 சிறுகதைகள்]

சரஸ்வதி காயத்ரி

அவப்பெயர்

கண்காட்சியில் பார்மலின் போட்டுப் பதப்படுத்தி வைத்திருக்கும் ஐந்து மாதக் குழந்தையின் உடல், கண்ணுசாமிப் பிள்ளைக்கு உறுத்துகிறது. தாம் எப்போதோ, ஓர் இளம்பெண்ணுக்குச் செய்துவிட்ட துரோகத்தின் அடையாளமாகக் கண்முன் நிற்கிறது. போவோர் வருவோரின் ஆச்சர்ய அனுதாபப் பார்வைக்கு இரையாகும் அந்த உடலைத் தம் அந்தஸ்தைப் பயன்படுத்தி அங்கிருந்து சிறு தடயம்கூட இல்லாமல் அழித்துவிடுவதன் மூலம், தம் மனத்தின் உறுத்தலைப் போக்கிக்கொள்கிறார். ஆனால், அப்படியான தமது செயலுக்காக வருந்தவோ, அந்தப் பெண்ணிற்காகவோ, அந்தக் குழந்தைக்காகவோ ஒரு சிறிதும் இரங்காமல் இருக்கிற கண்ணுசாமிப் பிள்ளைகள், 1948 காலகட்டங்களில் இருந்திருப்பார்கள் என்றே அறிய முடிகிறது. ராவ்பகதூர் கைலாச முதலியார் ஹைஸ்கூலின் கண்காட்சி, அதன் பொருட்டுப் பிள்ளை மற்றும் அவரின் ‘கைத்தடி’ சுப்பட்டாவின் வருகை, பார்வையாளர்களின் வருகை, அவர்களின் உரையாடல்கள் என அனைத்தும் தத்ரூபம். “ஒரு தப்புக் காரியத்தை ஒருத்தர்கிட்டச் சொல்லி ஒப்புக்கிட்டாலே, மனசிலே கனமும் குறையும், பாவம்கூடக் கரையும்” – இது கண்ணுசாமிப் பிள்ளையின் வாக்குமூலம். அவர் கைவைத்த அந்த விதவைப்பெண், பெரிய மனிதரான கண்ணுசாமிப் பிள்ளையின் பெயரை வெளியே சொல்லப் பயந்து, அவமானம் தாங்காமல் வயிற்றுப் பிள்ளையோடு மரணத்தைத் தேடிக்கொள்கிறாள். அதற்குக் காரணமானவர் கண்காட்சிக்கு வரும்போதும், அவர் கண்கள் பெண்கள் பக்கமே போவதைச் சுட்டிக் காட்டியிருப்பதில் தி.ஜா. தெரிகிறார்.

ஜீவனாம்சம்

இரண்டாம் தாரமாக மணமுடித்து வந்த பெண்ணைச் சதா அடித்து நையப் புடைக்கும் கணவன், அதனால் அந்தப் பெண் அழுகிற சத்தம், எல்லாவற்றையும் கேட்டுக்கொண்டிருக்கிற பக்கத்து வீட்டுத் தம்பதி. அந்தத் தம்பதிகளில் அந்தக் கணவரின் பார்வையில் சொல்லப்படுகிற ஒரு கதை இது. கொடுமைப் படுத்தப்படும் அந்தப் பெண் கல்யாணியின் மேல் சந்தேகம் வேறு அக்கணவனுக்கு. (கல்யாணி, மோகமுள் தங்கம்மாவை நினைவுபடுத்துவதைத் தவிர்க்க முடியவில்லை). பொறுமையும் எல்லை மீறும் தருணமும் வருகிறது. அவள் அத்தையைப் பார்க்கப் போகிறேன் என்று சொல்லி வெளியேறுகிறாள்; திரும்ப அவள் வருவதேயில்லை. பக்கத்து வீட்டுக்கார மாமிக்குத் தான் சினிமாக் கம்பெனியில் சேர்ந்துவிட்டதாகவும், தன் கணவருக்கு ஜீவனாம்சம் கொடுக்கவிருப்பதாகவும் சொல்கிறாள். தான் அப்படி வழங்கவிருப்பது, தான் ஏதோ தவறிழைத்துவிட்டது போன்ற குற்ற உணர்வினால் இல்லை. மாறாகக் கஷ்டப்படும் கணவரைப் பற்றிய வருத்தத்தினால்தான் ஜீவனாம்சம் தர நினைப்பதாகச் சொல்கிறாள். நினைத்துப் பார்க்கையில், ‘பெண்விடுதலை வேண்டும்’ என்ற பாரதியின் வரிகள் உயிர்பெறாமலிருந்த ஒரு சமூகத்தில், கணவனின் கொடுமையிலிருந்து மனைவி இப்படித் தப்பித்துப் போதலே, பெரிய ஒரு புரட்சிதான் என்று தோன்றுகிறது.

அன்ன விசாரம்

ரயில் பயணத்தில், சதா ஏதோவொன்றைத் தின்று கொண்டிருக்கும் ஒரு கிழவருக்கும் (அவர், தான் குறைவாகச் சாப்பிட்டுவிட்டதாக நினைத்துக்கொண்டு, மருந்து கேட்பது அதீதம்!), பட்டுத்தொழில் செய்யும் மற்றொரு பிரயாணிக்கும் இடையே நடைபெறும் உரையாடல்தான் கதை. தின்றது செரிமானமாக எந்த மருந்து உசிதம் என்று தேடுவோர் ஒருபுறமும், அரிசிக்குத் தட்டுப்பாடு மிகுந்த ஐம்பதுகளில் பணம் கொடுத்து வாங்கின அரிசியைக் காவலர் பறித்துக்கொள்ளப் புலம்பும் கிழவி மறுபுறமும் என அக்கால வாழ்வியலின் முரணைக் கண்முன் நிறுத்துகிறார் தி.ஜானகிராமன். இன்று வரை, இப்படித்தானே இருக்கிறது! (“வையம் அனைத்தையும் வயிற்றில் அடக்கிய தாமோதரனே ஏப்பம் விடுவதுபோலத் தோன்றிற்று” – கிழவர்). (”படி இரண்டு ரூபா கொடுத்து வாங்கியாந்ததுங்க, மகராசரே, வயித்திலே அடிக்காதீங்க சாமி” – கிழவி).

ஆறுதல்

அலுவல் நிமித்தம் வேற்றூரில் வசிப்பவன், தொலைத்தொடர்பு வசதியில்லாத அந்தக் காலத்தில், மனைவி பாடுபட்டுச் சுமந்து பெற்ற குழந்தை வைசூரி வந்து இறந்த சேதியை அறிகிறான். உடனே சென்று தன் மனைவிக்கு ஆறுதலளிக்க முற்பட்டாலும், முற்போக்கில் ஊறின மனிதர்கள் தன் மனைவியை அருகில் சந்தித்துப் பேச அனுமதிக்க மாட்டார்களே என்று நினைக்கிறான். சிறு பெண்ணான தன் மனைவி, எப்படி இதைத் தாங்குவாள் என அங்கலாய்க்கிறான். அன்றிரவு, அவனுக்குச் சாப்பாடு

போட அழைக்கும் வீட்டுக்காரரின் மனைவி பத்மா, குழந்தை போன பரிதாப நிலையைச் சமாதானப்படுத்துகிற முனைப்பில், தனக்கும் அப்படியொரு இழப்பு இருந்திருப்பதைச் சொல்லி, அவனைத் தேற்றுகிறாள், தன்னையே கொடுத்து! அவன் மனைவி, பாவம்! எங்கே தேடுவாள், தனக்கான ஆறுதலை? அந்தக் காலக் கட்டுப்பெட்டித்தனத்தையும், ரகசியமாக எல்லை மீறும் சுதந்திரத்தையும் தி.ஜா. கதைகள் காட்சிப்படுத்துகின்றன. இதிலும் அவ்வாறே நடக்கிறது! ("அர்த்தம் இல்லாத உழைப்பு, அர்த்தமில்லாத தாக்குதல். செய்யும் தவத்தையும் கடைசியில் பலனையும் இழந்து படும் வயிற்றெறிச்சலையும் பார்க்கும்போது நினைக்கவே முடியாத ஒரு அதிர்ச்சி, கண்ணராவி")

பரம பாகவதன்

கஞ்சத்தனத்தைத் தன்னுடைய பிரத்யேகமான அணிகலனாகக் கொண்டிருக்கும் சம்புசையர், ஒருநாள் கீழே விழுகிறார். அவர் இறந்து மேலுலகம் செல்வதாகப் புனையப்பட்டிருக்கும் இக்கதையில், கடவுளருக்கே டிமிக்கி கொடுக்கும் சர்வ சாதுர்யம் படைத்தவராகச் சம்புசையர் இருக்கிறார். இந்த உலகில் 'காரியம் ஆக வேண்டுமெனில் கழுதைக் காலைக்கூடப் பிடிக்கலாம், பிடிக்க வேண்டும்' என்ற கொள்கையைத் தீவிரமாகப் பின்பற்றுபவர்கள் வெற்றி பெறுகிறார்கள். போக்குவரத்து நெரிசலில், இடைவிடாத வண்டிகளின் ஹாரன் சத்தத்தில், எதையும் பொருட்படுத்தாது, இடையில் புகுந்து வளைந்து நெளிந்து தமது பாதையைக் கண்டுபிடித்துப் பயணிக்கிற பாதசாரியைப் போன்றவர் இந்தச் சம்புசையர். சற்றே எள்ளல் தொனிக்கும் கதை இது.

தர்மம்

மனம் நினைக்கும் மணம் அனைத்தும் அதில் வீசிற்று. அமிருதத்தின் ஒரு கலையே அதில் கசிந்தது. வாசனையால் ஈர்க்கப்பட்டு, யாரையும் கேட்காமல், தன் சகோதரன் தனக்குத் தரவிருந்த மாம்பழத்தைச் சாப்பிட்டு விடுகிறார் விசிதர். அதற்கான தண்டனையை, அரசனிடம் சென்று பெற வேண்டுமென வற்புறுத்துகிறான், விசிதரின் சகோதரன். ("ராஜ தர்மத்தின் ஆணிவேர் நடுநிலை. அது நசிந்தால், தர்மம் ஆட்டங்கண்டு வாடிக்கருகிவிடும். உலகத்தைத் தவறான வழிகளில் இழுத்துச் சென்று துயரில் வீழ்த்திவிடும். நடுநிலையிலிருந்து பிறழ்வது தர்மத்திற்கு இழைக்கும் துரோகம்"). அரசனைச் சமாதானப்படுத்தித் தண்டனையாகத் தன் கையைத் துண்டித்துக்கொள்கிறான். வரலாற்றுக் காலத்தின் இக்கதையை வாசிக்கிறார் ஹரிஹர அய்யர். தற்போதைய காலத்தில், நாகரத்தினக் குருக்கள் என்பவர் சாமிக்குப் பிரசாதம் கொடுப்பதில்கூட ஏமாற்றுபவர், பட்டப்பகலில் கோயில் தர்மகர்த்தாவின் மனைவியைக் கொன்றுவிட்டுத் தப்பித்துவிடுகிறார்; பின்னர் விடுதலையாகிறார். அவனை அரசனைவிட மேலான தர்மத்திடம் தி.ஜா. ஒப்படைத்துவிடுகிறார். ஆயிரம் குற்றவாளிகள் தப்பிக்கலாம்; ஆனால் ஒரு நிரபராதி தண்டிக்கப்படக்கூடாது என்கிற வாசகம் நினைவுக்கு வந்தது. அந்த ஆயிரத்தில் ஒருவன்தானோ இந்த நாகரத்தினம்! கசாப்புக் கடை சாயபுவே கொலை செய்யத் தயங்கும்போது,

கோயில் குருக்கள் தைரியமாகக் கொலை செய்வதை எழுதியிருக்கிறார். இக்கதை வெளியானபோது, மிகுந்த அதிர்வை உண்டாக்கியிருக்கக்கூடும்.

உண்டை வெல்லம்

வெல்ல வியாபாரியாக இருந்து சினிமா இயக்குநரானவர், ஒருநாள் நடிகை கமலாட்சியின் வருகைக்காகக் காத்துக் கொண்டிருக்கும்போது தாமதமாக வரும் அந்த நடிகை, தன் பிறந்தநாள் பற்றி விசாரிக்கப் பிரமுகரான மகாகணபதி வந்திருந்ததாகவும், அவரோடு பேசிக்கொண்டிருந்ததாலே தாமதமானதாகவும் கூறுகிறாள். அவருக்கு அந்தச் சம்பவத்தை நம்ப முடியவில்லை. ஒரேடியாக வெறுத்துச் சினிமாவை விட்டே மீண்டும் வெல்லம் விற்கப் போய்விடுகிறார். சினிமாத் தொழிலில் காம்ப்ரமைஸுகளுக்குப் பஞ்சமில்லை. அறிவுஜீவிகள் எல்லாம், நிரக்ஷரகுக்ஷிகளிடம் (ஒன்றுமறியாதவர்கள்) சலாம் போட்டுக் கொண்டு பட வாய்ப்புக்காகப் பொறுத்துக்கொண்டிருக்க வேண்டும். அத்தனையும் மீறிச் சுயம் வேண்டுமென்பவன் வெளியேறுகிறான். காலங்கடந்தும் இப்போதும் சினிமாத்துறைக்குப் பொருந்தும் அருமையான கதை இது.

சங்கீத சேவை

திறமையற்றவனின் புகழ், கடல் கடந்தும் பரவும் வாய்ச் சாதுர்யத்திற்கு இந்தக் கதையே சான்று. பாடத் தெரியாமலே, ‘சங்கீத மகார்ணவம்’ என்ற பட்டம் பெறுகிற விநாயகதாசன், ஆஸ்திரேலியா – நியூஸிலாந்தில் நிரந்தரப் பிரதிநிதியாகித் தன் மகனுக்கு வேலை வாய்ப்பும் பெறுவது அட்டகாச ரகம். தூதரகப் பெண்ணின் எச்சரிக்கையை அவமானமாய் நினைக்காது, தன் விருப்பக் காரியங்கள் நடந்தேறுவதற்கும் பட்டம் பெறுவதற்குமான ஊக்கமாக்கி மகிழ்வது வெகு யதார்த்தம். நிஜத்தில், இது போல் அநேகம் பேர் கலையுலகில் உண்டு. தி.ஜா.வும் யாரையாவது பார்த்திருப்பார். அதனால்தான், தஞ்சாவூரிலிருந்து வெளிநாடு போகிற விநாயகதாசனையும் பிறரையும் எலியாக உருவகப்படுத்தி இருக்கிறார்.

குழந்தை மேதை

குழந்தை மேதையாக இந்தச் சமூகத்தில் முன்னிறுத்தப்படும் ஒரு குழந்தை, தன் குழந்தைமையை மறந்துபோவது அல்லது மறக்கடிக்கப்படுவது எல்லாம் அக்குழந்தையின் பெற்றோரால்தான் பெரும்பாலும் நடக்கிறது. இன்றும் ஸ்டுடியோக்களின் வாசலில் ஒரே ஒரு காட்சியில் தன் குழந்தையை இடம்பெற வைப்பதற்காகக் காத்துக்கொண்டிருக்கும் பெற்றோர் உண்டு. சிறுவயதிலேயே, அன்பென்ற ஆயுதத்தால், அக்குழந்தையைச் சம்பாதிக்கும் புகழ் வாழ்வில் இயந்திரமாகக் கொண்டுசேர்க்கும் பெற்றோர் உண்டு. அதில் தவறாது இடம்பெறுவார், இந்த ஜடாதரன்! இந்தத் தொகுப்பின் மிகச்சிறந்த கதை இது. (“ஏரோப்ளேன்ல போறபோது, மாமா! அப்பா வேண்டாம். நீ மாத்ரம் வா, மாமா… அப்பதான் குறத்தி டான்செல்லாம் ஆடலாம். இந்த அப்பா மாத்ரம், ஜுரம் வந்து குளுரு நடுக்கிண்டு கஞ்சியைக் குடிச்சிண்டு படுத்திண்டிருக்கட்டும்”).

கோவிந்தராவின் மாப்பிள்ளை

திரைப்படத்துறையை ஒருபுறம் தி.ஜா. பகடி செய்தாலும், அவ்வப்போது இப்படிச் சில கதைகளில் அதை எழுதியும் இருக்கிறார் தி.ஜா. எனச் சொல்லலாம். அப்படி ஒரு கதைதான் இது. "நான் சினிமால நடிச்சிட்டா முட்டாள்னு நினைச்சிட்டார் போல" – கோவிந்தராவின் மாப்பிள்ளை சொல்லும் இந்த வசனம், அந்த மாப்பிள்ளையை ஒரு குணச்சித்திரப் பாத்திரமாக்கிவிடுகிறது. திரைப்படங்களில் ஏதோ ஒரு காட்சியில் வந்துபோகிற அவனுக்குத் தலைதீபாவளிக்காகத் தன் பிள்ளையின் காதணியைக் கழட்டி விற்றுக் கடிகாரச் சங்கிலி செய்துபோடுகிறார் கோவிந்தராவ். இதைத் தெரிந்துகொள்ளும் மாப்பிள்ளை, சங்கிலியை விற்று லோலாக்கு வாங்கி, தன் மாமனாரிடம் சண்டை போட்டுத் திருப்பிக் கொடுக்கிற சம்பவம் கண்களைப் பனிக்கவைக்கிறது. வாங்கிக்கொள்ளவில்லை என்றால், ஸ்டுடியோ குழாயில் குளித்துத் தீபாவளி கொண்டாடிக்கொள்வேன் என்கிற அந்த மாப்பிள்ளையின் பிடிவாதம், அப்படியோர் அழகு.

தி.ஜா.வின் எழுத்தில் பழமை போர்த்திய மனிதர்களும் அவர்கள் தொடர்பான சம்பவங்களும் படிக்கும்போதே மனத்தை நிறைவடையச் செய்கின்றன. உடன்வாழும் மனிதர்களின் எளிய அன்பின் மகத்துவமும், தர்மத்தின் வாழ்வதனைச் சூது கவ்வினாலும் தர்மம் மறுபடியும் வெல்லும் என்பதும் சொல்லப்பட்டிருக்கின்றன. மொத்தத்தில் இந்தச் சிறுகதைகள், 1940, 1950களின் மனித வாழ்வியலைப் படம் பிடித்திருக்கும் ஆவணப்படத் தொகுப்பு எனலாம்.

✦

72

தி.ஜானகிராமன்: தன்னடக்கத்தின் சிகரம் [கச்சேரி: 21–28 சிறுகதைகள்]

ஆர்த்தி அமுதா

நவீனத் தமிழ் இலக்கியப் போக்கில், தஞ்சாவூர் எழுத்தாளரான தி.ஜானகிராமன், என்றென்றைக்குமான உணர்வுகளின் நெகிழ்ச்சியான கதையாடல்களின் மூலம் நூற்றுக்கும் மேற்பட்ட சிறுகதைகளை எழுதியுள்ளார். அதில் 'காலச்சுவடு' பதிப்பகம்வழி வெளிவந்துள்ள 'கச்சேரி' சிறுகதைத் தொகுப்பின் கடைசி எட்டுச் சிறுகதைகள் குறித்ததான கட்டுரையாக இது அமைகிறது. முக்கியமாக இந்த எட்டுக் கதைகளில் மூன்று சிறுகதைகள், நகைச்சுவை கலந்த பகடிக் கதைகளாயுள்ளன. வாசகனை ஈர்க்கும் வசீகரத்தை இழந்துவிடாதவையாக இருப்பது, தி.ஜா. படைப்பின் தனித்தன்மையாகும். கர்நாடக இசை அறிவும் வடமொழிப் புலமையும் பெற்ற கலை ஆளுமை மிகுந்த ஒரு சிறந்த படைப்பாளி அவர். அவரின் சிறுகதைகள், சிந்தனைப் பிசிறில்லாமல் படித்தால் மட்டுமே புரியக்கூடியவை. சிறுகதைகளைக் குறித்துத் தி.ஜானகிராமன் சொல்லும்போது, 'உணர்வும் நம் பார்வையின் தனித்தன்மையும்தான் முக்கியம். அவை கண்ணியமாகவும் தீவிரமாகவும் இருந்தால், நமக்கு என்று ஓர் உருவம் கிடைக்கும். சிறுகதையின் பிரசித்தி பெற்ற இலக்கணமான ஒருமைப்பாடு, உயிரில்லாத ஜடமாகத்தான் இருக்கும். ஒரு பொருள் ஒருணர்வு ஒருகருத்து ஓங்கியிருக்கிறது என்ற நிலைதான் சிறுகதைக்கு உயிர்' என்கிறார். இவை அமைந்தவையே அவர் சிறுகதைகள் என்று நாம் கூறலாம்.

திருப்பதிக்குப் போன மயில்சாமி

மயில்சாமி திருப்பதிக்கு எப்படிப் போனான் என்பதுதான் கதை. மக்களின் மனநிலை மயில்சாமிக்குப் பிச்சை போடுவதிலிருந்தே தெரிகிறது. மக்களுக்கு நாமா? நமக்கு மக்களா? எந்தச் சூழலுக்கும் பொருந்தும் அரசியல் கேள்விதான் இது. பிச்சை கேட்பதில்கூடத் தராதரம் இருந்தால்தான், மக்களும் பிச்சை போடுவார்கள் என்பதை அழகாகச் சொல்லியுள்ளார். கட்சிப் பற்றில்லாத ஒரு நட்சத்திரத்திற்கு, மனிதன் என்ற முறையில் எல்லாரும் பிச்சை போட்டார்கள். திருப்பதிக்குப் போடும் காணிக்கையை மிஞ்சிவிடுகிறது பணம். நேர்ந்தது எதுவோ, அதைத்தான் போட வேண்டும், மீதிப் பணத்தை பேங்கில் போட்டால் வருமான வரித்துறைக்குக் கணக்குச் சொல்லவேண்டும். பிச்சைப் பணத்திற்கு வருமான வரி, எப்படிக் கட்டுவது! "கடைசியில் கும்பகோணம்தான் என்கிறதைக் காமிச்சிட்டீரே" எனக் கதையில் வரும் ஒரு வரியைப் படித்துவிட்டுச் சிரிக்காமலிருக்க முடியவில்லை. இந்த ஒரு வரியில், தி.ஜானகிராமனின் நகைச்சுவை உணர்வு சிறப்பாக வெளிப்பட்டிருக்கிறது என்று சொல்லலாம். போலித்தனமில்லாத நேர்மையான கதாபாத்திரங்களே தி.ஜா.வின் சிறுகதைகளிலும் நாவல்களிலும் உலவுகிறார்கள். சிறந்த சிறுகதைகளுக்கு முடிவுகள் தம்போக்கில் தாமாக முடிபவையே. இக்கதையும் அப்படித்தான் தானாகவே முடிந்திருக்கிறது.

எருக்கம் பூ

பிள்ளையாருக்குப் பிடித்த பூவெனத் தெரியும். இதுக்கும் ஒரு கதையிருப்பது தி.ஜானகிராமனாலேயே எனக்குத் தெரிந்தது. கதையைப் படித்து முடித்த பின்பு எருக்கம் பூவைப் பற்றித் தேடிப் படித்தேன். அதில் நான் தெரிந்துகொண்டது,'அர்க்க புஷ்பம்' எனச் சமஸ்கிருதத்தில் அழைக்கப்படும் எருக்கம் பூ, விநாயகரை அர்ச்சிக்க உகந்த மலர். சூரியனுக்கு "அர்க்கன்" என்று பெயருண்டு. சூரியனுக்கு உகந்த எருக்கம் பூவை விநாயகருக்கு அணிவித்து வணங்கும்போது விக்னங்கள் நீங்குவதுடன், சூரியனின் அருளால் ஆத்ம பலமும் ஆரோக்கியமும் உண்டாகும். அனைவரும் எளிதாய் வணங்கும் விநாயகரைச் சாதாரணமாய்ப் பூத்துக் கிடக்கும் எருக்கம் மலரில் வழிபட்டாலோ அனைத்து அருளையும் கணபதி வழங்குவார் இயற்கையின் படைப்பில், எல்லா மலர்களுக்கும் தனித்தன்மையுண்டு. எருக்கம் பூவும்கூட அதற்கு விதிவிலக்கில்லை என்கிறார் தி.ஜானகிராமன்.

ஸீடீஎன்

இப்படியொரு தலைப்பை நான் இதுவரையிலும் எங்கும் படித்ததே யில்லை. இந்த வித்தியாசமான தலைப்புக்குள்தான் சாணத்தால் ரயில்பெட்டி இன்ஜின் செய்யும் முறை ஒளிந்துள்ளது. ஸீடீஎன் – இது ஒரு பகடிக் கதை. பசுஞ்சாணத்திலிருந்து ரயில் பெட்டியும் இன்ஜினும் தயாரிக்கும் சூத்திரத்தைக் கண்டுபிடித்த டாக்டர் கோஸ்வாமி, அதன் மாதிரியைக் காண்பித்து, ஆறு கோடியை அரசாங்கத்திடம் பெறுகிறார். அது ஒரு நிர்வாக

அதிகாரியின் கையில் போய்விடுகிறது. பல திட்டங்களுக்கு அப்பணம் செலவழிந்துவிடுகிறது. இந்தத் திட்டமே மோசம் எனவும் விஞ்ஞானியின் மீது ஒரு சந்தேகம் வருகிறது. இத்தகைய முட்டாள்தனமான விஞ்ஞானிகளைக் கொண்டு அரசாங்கமும் அதன் அதிகாரிகளும் போடும் பல திட்டங்களும் இப்படித்தான் போய்க்கொண்டிருக்கின்றன என்பதைப் பகடியாகத் தி.ஜா. சொல்லியுள்ளார். அன்றைய சூழலில் செயல்பட்ட மத்திய அரசாங்கத்தைப் பகடி செய்வதற்காகக்கூட, இந்தக் கதை எழுதப்பட்டிருக்கலாம். ஆனால் இக்கதை, இன்றைய சூழலுக்கும் பொருந்தும் வகையிலேயே உள்ளது. சத்தம் போட்டால்தானே அஞ்ஞானம் தெரியாமலிருக்கும்? இது இன்றைய நமது ஊடகச் செயல்பாட்டிற்கும்கூடப் பொருந்துவதுதானே! புனைவெழுத்தில் நகைச்சுவையைக் கொண்டுவருவது ஒரு தனித்திறமை. வயிறு வலிக்கச் சிரிக்க வைக்கிறது, தி.ஜானகிராமனின் ஸீடீஎன் சிறுகதை.

கச்சேரி

வயது வித்தியாசம் எதுவும் கிடையாது சங்கீதத்திற்கு. எவ்வளவு பெரிய வித்வானாக இருந்தாலும், கலையை நேசிக்கும் சிஷ்யனையே, அவர் மனமும் நாடுகிறது. அதுவும் ஐந்து வயதுகூட நிரம்பாத ஒரு குழந்தையின் சங்கீத அறிவும் குணமும், யாரைத்தான் வசீகரிக்காது! குழந்தைகளுக்கு எதுவும் தெரியாது என்பதும் அறிவீனம். பெரியவர்களின் மனதையும் புரிந்துகொள்ளும் தன்மையுள்ளவர்களே குழந்தைகள்; அன்பைக் காட்டுபவர்களிடமே அவர்கள் தொற்றிக்கொள்ளுவார்கள் என்கிறார் தி.ஜானகிராமன். உண்மைத்தன்மையோடு ஒரு குழந்தையின் உள்ளத்தைச் சொல்கிறது 'கச்சேரி' கதை. குழந்தை பேசும் மொழி கவிதைகளாலே நிரம்பியிருப்பதைக் கதையில் இப்படியாகத் தி.ஜா. சொல்லியிருப்பார். வேட்டி மடித்திருந்தால், அதை எடுத்து முகர்ந்து, "அப்பாடா! வெயில் வாசனை அடிக்கிறது" என்பதுதானே குழந்தை! வெயிலின் வாசனையை ராமு உணர்வது குழந்தையின் மொழிவழியேதான். முப்பது வருஷப் பழக்கம் அவருக்கு. ஊர்ப் பிள்ளையார் கோவிலில் மட்டுமே ராமு பாடுவார்.

வேறு எங்கும் பாடப் போகமாட்டார். இப்படிப்பட்ட ராமு தாத்தா, ஐந்து வயதுச் சிறு பையனுக்குள் குமிழியிடும் சங்கீத ரசனைக்காகத் தம் பல வருடப் பழக்கத்தையே மாற்றிவிடுகிறார். "நான் என்ன அட்வான்ஸ் வாங்கத் தச்சனா? கொத்தனாரா? கூலிக்காகச் செய்யும் வேலையில்லை. ஆத்மார்த்தமாகச் செய்வது" என்கிறார் ராமு. இசை என்ற சொல்லுக்கு இசைய வைப்பது என்பதுதான் பொருள். மனிதனையும் மற்ற பிற உயிர்களையும் பணிய வைக்கிற ஓர் அருஞ்சாதனம் இசை. சங்கீதம் என்பது செவிக்கு இன்பம் தரும் ஒலிக்கலை எனப் பல கருத்துகளைக் கிளறிவிடுகிறது இக்கதை. கதை முடியும்போதுதான், கச்சேரியே ஆரம்பமாகிறது.

நிலவு – கருமேகம்

சீதா தோழியோடு பேசாதது கண்டு, அவளின் தாய், சீதாவைப் பற்றிப் பலவாறு யோசிக்கிறாள். தோழிகள் இருவருக்குமான பிரச்சினையைச் சீதா தாயிடம் கூறும்போது, உண்மை தெரிந்து, மகளை உயர்வாகவும் பெருமையாகவும் நினைக்கிறாள். சீதாவின் தோழி வீட்டிற்கு

வந்திருக்கும்போது, சீதா அவளைப் பார்க்கப் பிடிக்காமல் சந்துவழியாகப் போய்விடுகிறாள். “தோட்டி வர சந்து வழியாவா போனாய்?” என்று, தாய் கேட்கும்போது, “தோட்டி நடக்கிற சந்துகூட நாத்தமடிக்குமா” என்று சீதா முகத்தை எங்கோ திருப்பிக்கொண்டு சொன்னாள் என்றெழுதுகிறார். தி.ஜானகிராமனின் சமூகப் பார்வை, இந்த வரிகளிலே புலப்படுகிறது. படைப்பாளி, எபபோதுமே எல்லாவற்றிற்கும் அப்பாற்பட்டவனாக இருப்பான் என்பதைத் தி.ஜானகிராமனிடம் காணமுடிகிறது.

பூச்சி டயலாக்

கரப்பான் பூச்சியும் கறுப்பு எறும்பும் பேசிக்கொள்ளுவதுபோல் இது எழுதப்பட்டுள்ளது. தொடக்கம் முதல் முடிவுவரையில் சிரித்துக் கொண்டேயிருக்கலாம். ஒவ்வோர் உயிரும் வாழத்தானே போராடுகிறது! குழந்தைகளுக்கு ஏற்ற ஒரு கதை இது என்று தோன்றினாலும், பெரியவர்களையும் இது கவரக்கூடியதுதான்.

காபி

சிறுவயதில் ஒன்றாகப் படித்து வளர்ந்த பள்ளிக்கூட நண்பர்கள் இருவரில் ஒருவன், பிறகு இன்னொருவனுக்குச் சமையல்காரனாகி விடுகிறான். தன்னுடன் படித்த நண்பன் என்பதே தெரியவில்லை முதலாளிக்கு. கடவுளையும் சடங்குகளையும்கூடத் தன்னைச் சார்ந்த உறவுகளுக்காகவே நம்பிச் செய்து வருவதாய்ச் சொல்கிறான் தம்பு என்ற முதலாளி. என்னதான் பணம் பதவி அழகு இருந்தாலும், முதலாளி என்பதைக் கடைசியில் விடுத்து உண்மையான நண்பனாகவே மாறிவிடுகிறான். நண்பர்கள் இருவரும், கடைசியில் காப்பியால் ஒன்று சேரும் தருணம், நெகிழ்ச்சியை ஏற்படுத்துகிறது. காபி என்பது, இருவருக்குமான ஓர் உறவாகவே ஆகிவிடுகிறது, இக்கதையில்.

“—”

இக்கதைக்குத் தலைப்பே இல்லாத தலைப்புத் தரப்பட்டுள்ளது. ஒரு தெருவுக்குள் நடக்கும் காலைக் காட்சிகளையே இங்குத் தி.ஜானகிராமன் எழுதியுள்ளார். கிழவன் உட்கார்ந்திருந்த வலையர் தெருவின் வழியாக, வெளியூரிலிருந்து வந்திருக்கும் இரண்டு பெண்கள் நடந்துபோகும்போது, திண்ணையிலுள்ள கண் மங்கலாகத் தெரியும் கிழவனின் இருப்பை, அப்பெண்கள் ஆங்கிலத்தில் கிண்டல் பண்ணிவிட்டுக் கடந்துசெல்லும் ஒரு காட்சியைத் தி.ஜா. நுட்பமாகப் புனைந்துள்ளார். குழந்தைகளின் பாட்டைப் பஜனை என்று நினைத்துக்கொள்கிறான் கிழவன். தெருவழியாகப் போகும் பெண்கள் யாரென்றும் கேட்கிறான். “மொட்டைய்யரு பேத்தியவளா? ஆமா – கைலி கட்டிக்கிட்டு, மயிரை வெட்டிக்கிட்டுப் போவுது, ரண்டாவது பேத்தி. காலம் கெட்டுக் கிடக்கு” என்கிறான். தனக்குத்தானே சிரித்துக்கொள்ளும் கிழவனுக்கு மொட்டய்யரின் அக்கா நினைவும் தன் இளம்பருவமும் கண்முன் வருகின்றன. அவன் கண்கள், ஒளிவிடுவதுபோலக் காணப்பட்டன. “காலம் எப்பத்தாண்டா கெடலே?

தூமி குடிச்ச பயலே!" என்று அவன் ஏசுவதுடன், கதை முடிகிறது. அதன் பின், கிழவனுக்குள் இன்னொரு கதை உருவாகி விடுவதைச் சொல்லாமல் சொல்லிவிடுகிறார் தி.ஜானகிராமன். அருமையான ஒரு சிறுகதை. தி.ஜா.வின் சிறுகதைகளைக் குறித்து நாம் பிரமிப்பாக நினைத்தபோதும், அவரோ தம் சிறுகதைகளைக் குறித்து, இவ்வாறு சொல்கிறார். "நான் சிறுகதை ஆசிரியனும் இல்லை. சிறுகதை வாத்தியாரும் இல்லை.(சிறுகதை எழுது என்று யாராவது என்னைக் கேட்டால், எனக்கு வயிற்றில் புளியைக் கரைக்கத் தொடங்கிவிடும்). நான் எழுதிய நூற்றுக்கும் மேற்பட்ட கதைகளில், ஒன்றோ இரண்டோதான் சிறுகதை என்ற சொல்லுக்குச் சற்று அருகில் நிற்கின்றன. மற்றவைகளைச் சிறுகதை என்றால் சிறுகதை என்ற சொல்லுக்கே இழிவு செய்கிற மாதிரி. இப்படியானால், ஏன் இத்தனை நாழி கதைத்தாய் என்று கேட்காதீர்கள். தோல்வி பெற்றவர்கள்தான், உங்களுக்கு வழிசொல்ல முடியும்" என்கிறார். இந்தத் தன்னடக்கம், இன்றைய எழுத்தாளர்களில் எத்தனை பேரிடம் உண்டு?

✦

73

தி.ஜானகிராமனின் 'கச்சேரி': குழந்தைமையே மேதைமை!

பி. எழிலரசி

என்னுடைய சிறுபிராயம் வாழ்விடம் சார்ந்து ஒருவித அன்பு செழித்தோங்கிய பொழுதுகளைக் கொண்டிருந்தது. அப்போது குடும்பங்கள் மட்டும் கூட்டாக இயங்கவில்லை. சிறுநகரச் சூழலில் நாங்கள் இருந்ததால். ஒரு வீதியில் வாழ்ந்த அல்லது ஒரு குடியிருப்பு சார்ந்த அனைவருமே அணுக்கச் சொந்தங்களாகப் பழகிய காலமாக அது இருந்தது. தன் வீட்டைக் கடந்த பேரன்பு, பல உறவுகளைக் கொண்டிருந்தது. தன் வீட்டாரல்லாத பல பெரியவர்களின் ஆசியும் குழந்தைகளை வழிநடத்தியிருக்கிறது. சாதிக் கட்டுப்பாடுகள் சிறுவர்களுக்கு முழுதும் புரியாமலேயே இருந்தன. ஒருவீட்டுக் குழந்தைகள், அவ்வீதியில் பலருடைய கைகளிலே தவழ்ந்தன. வாழ்க்கையில் பல விஷயங்களைக் குழந்தைகள், தாங்களே உணர்ந்து தெளிய அவகாசமும் இருந்தது. பெரியவர்கள் செயல்களில் பெரியவர்களாகப் பெரும்பாலும் இருந்தனர். ஆகையால், குழந்தைகளிடம் இயல்பான குழந்தைத்தனம் இருந்தது. இந்த வகையான என் அனுபவத்திற்கு இயைவதாகக் 'கச்சேரி' சிறுகதையின் சூழலையும் சிறுவன் ரங்கு, சங்கீத வித்துவான் ராமு ஐயர் ஆகிய பாத்திரங்களையும் பார்க்க முடிகிறது.

கதை – ஓர் இசை மேதையும் சிறுவனுமாக நகர்கிறது. சிறுவனுடனான ராமு ஐயரின் நட்பே, கதையின் மையம். ஒவ்வொரு வருடமும் தம் சொந்த ஊர்ப் பிள்ளையார் கோயிலில் கச்சேரி செய்யும் தம் வழக்கத்தை ரங்குவுக்காக மாற்றிக்கொள்கிறார் ராமு ஐயர். சிறுவனின் அழைப்பை ஏற்று அவனுடைய தாத்தாவின் சதாபிஷேகத்துக்காக மதுரைக்குச் செல்கிறார். அங்கு அச்சிறுவனின் பெற்றோர்கள், தாம் அழைக்காமல் தன் மகனுக்காகக் கச்சேரி செய்ய வந்த பெரியவரைக் கண்டு கூசிப்போகின்றனர். இதுதான் சிறுகதை. ஆனால், இதன் காட்சிச் சித்திரம், பல பரிமாணங்களைக் கொண்டது.

தன் குழந்தை தன்னைப் பின்பற்றியே ஆக வேண்டும் என்றோ, பிற குழந்தையைத் தன் கலைவாரிசாகக் கொள்ளவியலாது என்றோ எண்ணாத உண்மைப் பெரிய மனுசத்தனம் இக்கதையில் நம்மை வழிநடத்துகிறது. வாழ்க்கையின் தருணங்கள் அவரவர் வசமாவது, அரிதான ஒன்று. அப்படி வசப்பட்ட பொழுதொன்றில், நாம் ராமு ஐயரைப் பார்க்கிறோம். அவர் தன் விருப்பத்துக்கு ஏற்ப, எந்த இடையீடும் இல்லாமல், இசை வகுப்பில் பாடல் ஒன்றைப் பாடி முடித்திருக்கிறார். அவருக்கு அவரே பாராட்டுதல் தெரிவித்துக்கொள்கிறார். சபாக் கச்சேரியின் செயற்கைத்தன்மைகள் இல்லாமல், பலமணி நேரம் தம் மாணவர்களுக்குப் பாடிக்காட்டி, ஒருவித நிறைவை அடைந்திருக்கிறார்.

கூடவே, ரங்கு எங்கே என்று விசாரிக்கிறார். அவன், இவர் வீட்டுக்கு ஐந்து வீடு தள்ளியிருக்கும் வீட்டில் குடியிருக்கும் சிறுவன். அந்த வீதிக்குக் குடிவந்த இரண்டாவது நாளே, இசை ஆர்வத்தால் வந்து உரிமையோடு ஒட்டிக்கொண்டவன். ஐந்து வயதும் பூர்த்தியடையாதவன். ஆனால், படுசுட்டி! இசை குறித்த விசாரிப்போடு, அவனது லயிப்பும் அவர் மேல் கொண்ட அக்கறைப் பேச்சுகளும் போலியற்ற குழந்தைமையும் ராமு ஐயருக்குப் பிடித்துப்போகின்றன. நம்மிடையே பொதுவாக, சுயமாக இயங்கும் குழந்தைகளைப் பற்றிய அனுமானம் மிகக் குறைபுரிதலுடையதாகவே இருக்கிறது. அசடு என்றும், அதிகப்பிரசங்கி என்றும் கூறியே நாம் அடக்கிவைக்கிறோம். மேலும், குழந்தைகளைக் குழந்தைகளாக இருக்க விடுவதில்லை. அப்படிப்பட்ட குழந்தையின் அறிவை உணரும் உயர்ந்த ஆத்மாவும் நம்மிடையே இருக்கத்தான் செய்கிறது என்பதையும், இக்கதை காட்டும் ராமு ஐயரால் உணரலாம்.

ரங்கு, தன் அக்காவுடன் இசை கற்கிறான். தந்தையாருடன் சபாக் கச்சேரிகளைக் கவனித்து வருகிறான். அதனால் அவன், இந்த இடத்துக்குக் குடிவந்ததும், ஐயருடைய வீட்டில் நடக்கும் இசை வகுப்பால் கவரப்படுகிறான். அவனாகவே பக்கத்தில் வந்தமர்ந்து, ஐயரின் இசையில் லயித்துப் போகிறான். அவனே தன் உண்மை மாணவன் என, ராமு ஐயர் நினைத்திருக்கலாம். அவனது செயல்களை அவர் ரசிக்கிறார். என்ன சாப்பாடு என விசாரிப்பது முதல், எப்படியான செருப்பு அணிந்தால் அவருக்கு நன்றாக இருக்கும் என்பதுவரை உரிமையெடுத்துக் கொள்கிறான். அவனது மேலான அணுகுமுறையைத் தம் இசை மேதைமையிலும் ஐயர் கவனிக்காமல் இல்லை. பொதுவாகவே சிறுமை பெருமை எல்லாம் சாதாரண மனிதர்களுக்குத்தான். பெரிய மனிதர்களுக்கு எல்லாவற்றிலும் உண்மைத்தன்மைதான் முக்கியம்.

ஐயருடைய மகன், ஏதோ ஒரு பார்ட்டிக்குப் புகைப்படம் எடுக்கச் சென்றுவிடுகிறார். அது அவரது தொழில். வெளியில் மகள் வயிற்றுப் பேரன் கிரிக்கெட் ஆடுகிறான். தாத்தாவின் இசை அவனைக் கவரவில்லை. இக்குறையை, அவரே ஓரிடத்தில், தம் மனைவியிடம் வெளிப்படுத்துவார். ஆனால், ரங்கு இயல்பாகவே இசை ஆர்வம் மிக்கவனாயிருக்கிறான். அவனுக்கு இங்குக் குடிவந்தது நல்ல வாய்ப்பாகிவிடுகிறது. அது ஐயருக்கும் பொருந்தும். ஒவ்வொருவருக்கும் தம் திறமையைச் சிலாகித்துக் கொள்ள, அணுக்கமான ஒருவர் தேவைப்படுகின்றார். அப்படியான ஓர்

அணுக்கமாக, ஐயருக்கு ரங்கு இருக்கிறான். மேலும், பேரன் கிரிக்கெட்டில் ஆர்வமுடையவனாக, தாத்தாவிடம் நெருக்கம் காட்டாதிருக்கிறான். ரங்குவோ, அவரையே சுற்றிச் சுற்றி வளைய வருகிறான்.

இசையைப் பயிற்றுவிக்கும்போது சப்தநாடியும் ஒடுங்கிக் கவனிக்கும் ரங்கு, மற்ற நேரங்களில் பொருட்களைக் குடைவான். ஆனால், எதையும் விரயமாக்க மாட்டான். ஐயரின் ஓரிரு நாள் தாடியைக் கண்டு, தன் அப்பாபோல் பிளேடு வைத்துச் சுயமாகச் சவரம் செய்துகொள்ள, அவருக்கும் ஆலோசனை கூறுவான். 'மாமா, வனஜாட்சிதானே பாடினேள்' எனவும், 'நன்னு பாலிம்ப ராகம்தானே இது' எனவும் விசாரிப்பான். அவன் தன் அறிவை விருத்தி செய்துகொள்வதோடு நிற்காமல், 'நன்னா பாடினேள்' என, அவ்வப்போது தன் நிறைவையும் வெளிப்படுத்துவான். இதில் எந்த இடத்திலும் செயற்கைத்தன்மை இருக்காது. இதில் அவன் வீட்டாரின் பங்கும் உண்டு. பத்து வயது வித்தியாசத்தில் இவன் அக்காவை அடுத்து ரங்கு பிறந்திருக்கிறான். அவனது குழந்தைமையோடு ஒன்ற வீட்டில் யாருமற்ற ஒரு நிலை அவனுக்கு. இந்நிலையில் அவன் வீட்டார், அவனை வீட்டுக்குள்ளேயே அடக்கி வைக்காமல், சுயமாக இயங்க விட்டிருப்பதும் முக்கியமானது.

அவனும், 'நான்தான் ரங்கு மாமா' என்று முன்பே தெரிந்தவன்போல் இயல்பாக வந்து, தன்னை அறிமுகம் செய்துகொள்கிறான். தன்னுடைய அக்கா அசங்காமல் பாடுவதையும், தன் தந்தை ரயில்வே அலுவலகத்தில் பணியாற்றுவதையும் சம்பளத்துடன் கூறி, ராமு ஐயரோடு ஒப்பிட்டுக் கேட்கிறான். 'நல்லவர்களிடத்தில், நல்ல ஆத்மா வந்து சேரும்' என்ற கருத்துள்ளவர் ஐயர். எனவே, தான் பலவாறு அசைந்து பாடுவதைக் குறித்துச் சிறுவன் கேட்பதை ரசிப்பதோடு தனக்குப் பாடுவதுதான் அலுவல் என்றும், தான் சபாக் கச்சேரி செய்வதையும் ஐயர் பொறுமையாகவும் அவனோடு ஒன்றிய ஆர்வத்தோடும் பதில் சொல்கிறார். ரங்கு, அவரது வீட்டில் மட்டுமின்றி, மனதிலும் 'விசால இடம்' பெறுகிறான். 'உருண்டைத் தலையும் சற்று மேல் தூக்கின வெள்ளரி மூக்கும் அரிசிப் பல்லும் ஓயாத பேச்சும் தேடும் கண்ணும் அரை நிஜாரும் சட்டையுமாக..'த் தி.ஜா. ரங்குவைக் காட்சிப்படுத்தும் அவ்விதம், நமக்கு அவனையே நேரில் பார்ப்பதுபோலவே தோன்றும். ஐயரும் ரங்குவும் பரஸ்பரம் விசாரித்துக் கொள்ளும் விதம், நமக்கு அலாதியாக இருக்கும். ஐயர் மூலம் குழந்தைகளைப் பொருட்படுத்தி அணுகும் விதத்தைத் தி.ஜா. நமக்குக் கூறுகிறார். இதன் மூலம், மேதைமையைவிடக் குழந்தைமையே மேலும் வளரக்கூடியது என்பதும், அது காயப்பட்டுவிடக்கூடாது என்பதிலுள்ள அக்கறையும் நமக்கு உணர்த்தப்படுகின்றன.

தொடக்கத்தில் இங்கு வரும்போதே, உரிமையுடன் பழகிய ரங்கு, ஒருவருடக்காலத்தில், தன் வீட்டு விசேசத்திற்கு ஐயர் வந்தேயாகவேண்டும் என அழைக்குமளவுக்கு நெருங்கி விடுகிறான். ஐயரின் பாட்டுத்திறம் ஒருபுறமும் அவரோடு கலந்த மனநெருக்கம் மறுபுறமும் என இரண்டும் சேர்ந்த உரிமையில், ஐயரையும் மாமியையும் தன் தாத்தாவின் சதாபிஷேக நிகழ்ச்சிக்காக மதுரைக்கு வரவேண்டும் எனச் சொல்லிக்கொண்டேயிருக்கிறான். ஏதோ ஓரிரு நாள் மட்டுமல்ல; பத்துப் பதினைந்து

நாளாகச் சொல்லிக் கொண்டேயிருக்கிறான். அவன் அழைக்கும்விதமும், ஐயர் தம்பதியினர் அதை அணுகும்விதமும் குழந்தை மனதைச் சலனப்படுத்தாதுள்ளன. 'நீ கூப்பிட்டாப் போதுமாடா பெரியவங்களை. பெரியவங்கதானே அழைக்கணும்' எனப் பொறுமை மாறாது கூறுகின்றனர். 'வருவாங்க மாமா' என்கிறான். கடைசி நாட்களில், அவனது அழைப்பில் தொய்வு ஏற்படுகிறது. அவன் மீது கொண்ட அன்பினால், ராமு ஐயர் விடுவதாயில்லை. நினைவூட்டும்விதமாக, 'உங்க தாத்தாவின் சதாபிஷேகத்துக்குப் போகலியாடா' என்கிறார் ஐயர். 'போறோம் மாமா. நீங்களும் டிக்கெட் போட்டுடுங்க' என்கிறான் ரங்கு.

ஒருநாள் சிவகாமி என்பவர் மிருதங்கம் வாசிக்க ஐயர் பாடியதைக் கேட்ட ரங்குவின் தோற்றத்தையும் ஆனந்தத்தையும் கண்ணனோடு ஒப்பிட்டுச் சொல்கிறார் தி.ஜா. ஐயருக்கு, அப்படி இசையை ரசிக்கும் குழந்தை ரங்கு, இறைமையின் சொரூபமாகவே தோன்றுகிறானாம். அவனும், அன்றைய பாடலைக் கேட்டு முடித்தவுடன் உணர்ச்சி வசப்பட்டு, 'மாமா நீங்க எங்க தாத்தாவோட சதாபிஷேகத்துக்கு வந்து பாடணும், கண்டிப்பா வரணும் மாமா' என அழைப்பதோடு நில்லாமல், எல்லா வாத்தியக் காரர்களோடும் வரணும் எனவும் விண்ணப்பிக்கிறான். மேலும், தன் அப்பாவிடம் சொல்லிச் சம்பளம் தரச் சொல்கிறேன் என்றும் கூறுகிறான். மதுரையில் ரயில்வே ஸ்டேசனிலிருந்து எப்படி வரவேண்டும் என்று வழியையும்கூடச் சொல்கிறான். இந்தச் செயல்பாடுகளால் கவரப்படாதவர்கள் நிச்சயம் பெரியவர்களாக இருக்க முடியாது. இயல்பாகவே ரசிப்புத்தன்மை வாய்க்கப்பெற்ற ராமு ஐயர், சிறுவனின் ஆர்வத்தோடு ஒன்றியதில் ஆச்சர்யமில்லை. எனவேதான், அவனது அழைப்பில் தொய்வு ஏற்பட்டபோதும், அவராகவே நினைவூட்டி விசாரிக்கிறார். ரங்குவும் அவன் விழைவில் எந்த மாற்றமுமற்று அவரது வருகையை வேண்டுகிறான்.

தன் வீட்டாரிடம் ரங்கு, ராமு ஐயரையும் மாமியையும் அழைக்கும்படி சொல்லியிருக்கலாம். அவன் வீட்டார் அவனை அறியாச்சிறுவனாகக் கருதி மறுத்திருக்கலாம். ஆனாலும், அவன் தொடர்ந்து ஐயரது வீட்டுக்கு வருகிறான்; இசையை ரசிக்கிறான். இப்படித் தனது நெருக்கத்தில் அவன் எந்த மாற்றத்தையும் காட்டவில்லை. போலித் தன்மையால் நேரும் எந்த ஒளிவுமறைவும் அவனிடம் இல்லை. உண்மை நட்பின் நுட்பமான இடம் இது. தி.ஜா., ராமு ஐயர் மூலம், இதனை அழகாக உணர்த்துகிறார். எனவேதான், நிறைவாக இசைவகுப்பு முடித்த அன்று, அவருக்கு ரங்குவை உடனே பார்க்கவேண்டும்போலத் தோன்றுகிறது. அவனில்லாத வெறுமையை உணர்கிறார். இதனால் ஐயர், தம் வழக்கத்தையே மாற்றிக்கொண்டு, ரங்குவுக்காக மதுரைக்குச் செல்ல முடிவெடுக்கிறார். அதாவது, வருடாவருடம் பிள்ளையார் சதுர்த்தியன்று, தம் சொந்த ஊரிலுள்ள பிள்ளையார் கோயிலில் கச்சேரி செய்பவர் அவர். அன்றைக்கு மட்டும், அவர் எந்த சபாக் கச்சேரியையும் ஒத்துக்கொள்வதில்லை. ஆனால், இந்த வருடம், பிள்ளையார் சதுர்த்தியன்று, ரங்குவுடைய தாத்தாவின் சதாபிஷேகத்துக்குக் கச்சேரி செய்ய வாத்தியக்காரர்களோடு மதுரைக்குப் புறப்பட்டுவிடுகிறார்.

மேலும், பிள்ளையார் சதுர்த்திக்குச் சென்னையிலிருந்து தம் சொந்த ஊருக்கே அவர் செல்வார் என்ற எதிர்பார்ப்பில், அவருடைய மகள், தன் அத்தைக்காக வாங்கிவைத்த வெள்ளிப்பிள்ளையாரை அவரிடம் கொடுத்தனுப்பக் கேட்கிறார். ஐயரோ அதற்காகும் போக்குவரத்துச் செலவையும் கருதாது வேறு ஆள் மூலமாகக் கொடுத்தனுப்பலாம் என்கிறார். அந்தளவுக்குத் தாம் மதுரைக்குச் செல்லும் முடிவில் திடமாயிருக்கிறார். அவர் மனைவியோ, சராசரிப் பெண்களைப்போல, 'அவன் வீட்டிலுள்ள பெரியவர்கள் வந்து அழைத்தார்களா' எனவும், 'கச்சேரிக்கு அட்வான்ஸ் கொடுத்தார்களா' எனவும், 'ஊர்ப் பிள்ளையாரைவிட, மகளின் கோரிக்கையைவிட, இத்துனூண்டு வாண்டுக்காக மதுரைக்குச் செல்வதா' எனவும் பலவாறு கேள்விகளை அடுக்குகிறார்.

சிறுவனாயிருந்தாலும் அவன்தானே எனக்குச் சிநேகம் என்பதோடு, எல்லாரிடமும் எல்லாவற்றுக்கும் அட்வான்ஸ் வாங்குவாங்களா என்ற பொருளில், நான் என்ன தச்சனா, கொத்தனாரா என்றும் ஐயர் கேட்கிறார். அதோடு நில்லாமல், 'பிள்ளையார் பிரணவ சொரூபம், அவர் எங்கும் இருப்பார்' என்பதோடு, 'அது தெரிய, இவ்வளவு காலமாயிற்றா?' என்ற மனைவியின் கேள்விக்கும் விடாமல், 'அது அது அந்த அந்தக் காலத்தில்தான் தெரியவரும்' என்றும் மாற்றமற்ற தம் முடிவைக் கூறுகிறார். இது, நம் உண்மையான ஈடுபாட்டுக்கு, எந்த நம்பிக்கையும் வரையறையும் இடைஞ்சலாக இருக்கக்கூடாது என்பதைக் கூறுகிறது. மதுரையில் அவன் சொன்னதுபோல் சென்று இறங்குகிறார் ஐயர். சிறுவர்களோடு விளையாடிக்கொண்டிருந்த ரங்கு, 'வந்தாச்சா மாமா, வாங்க' என்றவாறு உடன் ஓடிவந்து, இசைக்கருவிகளில் ஒன்றைத் தூக்கி வருகிறான். உறவினர்களை நகர்ந்து வழிவிடச் சொல்கிறான். தன் அம்மாவை அழைத்து வித்துவான்கள் அனைவருக்கும் காப்பி கொண்டுவர விரைவுபடுத்துகிறான். சதாபிஷேகம் செய்துகொண்டு புகை நடுவில் இருந்த தன் தாத்தாவிடம்போய், 'ராமு மாமா வந்திருக்கிறார்' எனக் காதடைக்கக் கத்தி அடையாளப்படுத்தி, 'இன்றைக்கு நம் வீட்டில் கச்சேரி' என்றும் சத்தமாகக் கூறுகிறான்.

அடுத்து ஐயரிடம் வந்து, 'நீங்க வருவீங்கன்னு தெரியும் மாமா' என்றும், இன்று நம் வீட்டில் கச்சேரி நடக்கும் எனத் தான் சொன்னதை மறுத்துத் தன் பெற்றோர் யாரும் தன்னை நம்பாமல் போடா அசடு என்று கூறியதையும் முறையிடுகிறான். கூடவே, எந்த இடத்தில் அமர்ந்து பாடினால் வசதியாக இருக்கும் என அவரிடம் கேட்கிறான். அவரோ, "நீ எங்கு இருந்து பாடச் சொல்றியோ, அங்கு இருந்து பாடுகிறேன்" என்று கூறிவிட்டு, 'வாடா பயலே' என, அவனைப் பற்றியிழுத்துத் தன் மடியில் அன்பாக இருத்திக் கொள்கிறார். அவனது பேச்சும் பாவமும் லயிப்புமே, அவர் விரும்பும் கச்சேரி. எனவே அவனைத் தழுவிக்கொள்கிறார். ஒரு சிறுவனின் இருப்பு, அவனின் பெற்றோரைக் கடந்து ஒரு மேதையால் வசீகரிக்கப்பட்டதை இங்குணர்கிறோம் நாம். அவன் அப்பா, வார்த்தைகள் குழற வரவேற்கிறார். இப்படிக் 'கச்சேரி' சிறுகதையின் காட்சிச் சித்திரங்கள் பல; இவை மூலம், தி.ஜா. உணர்த்தும் குழந்தைச் சித்திரங்களும் பல.

நாம் குழந்தைகளைப் பெற்றாலும், அவர்களின் முழு ஆற்றலையும் நம்மால் உணரவியலாது; குழந்தைகள், உண்மையின் சாட்சிகள். எனவே

அவர்கள், தாமே கண்டு உணர்த்தும் விந்தையுலகைக் காண, நாம் அவர்களுக்கு உதவியாக இல்லாவிடிலும் இடைஞ்சலாக இருக்கக்கூடாது என்பதைத் தி.ஜா. உணர்த்துகிறார். கூடவே குழந்தை மனமும் பெரியவர் மனமும் போலியற்ற புள்ளியில் இணைவன என்பதையும், ராமு ஐயரும் ரங்குவும் தெளிவுபடுத்துகின்றனர். 2020இல் வெளிவந்த தி.ஜா.வின் புதுச் சிறுகதைத் தொகுதிக்குச் சுகுமாரன் 'கச்சேரி' கதையைத் தொகுப்பின் தலைப்பாக வைத்துள்ளது குறிப்பிடத்தக்கது. அத்தொகுப்புக் கதைகள் யாவுமே, அந்தந்தத் தளத்தில் தி.ஜா.வின் தனித்தன்மையை வெளிப்படுத்தக்கூடியனவே என்றாலும், 'கச்சேரி' கதை, ஒருபடி மேலான தனித்தன்மையுடையது என்பதை மறுக்கமுடியாது.

கதை நிகழும் களம் வீடு. ஒரு வீடு, பல சுயநலச் செயல்பாடுகளைத் தன்னகத்தே கொண்டது. புதியவரை அவ்வளவு சீக்கிரம் தன்னகத்தே அது அனுமதிப்பதில்லை; அனுமதித்தாலும் எல்லை வகுத்துக்கொள்ளும்; மௌனத்தால் புறந்தள்ளும். ஆனால் ரங்கு, ஐயர் வீட்டுக்கு வந்த அன்றே ஆரவாரமாகப் பேசுகிறான். தான் விரும்பியது கேட்டுத் தன்னியல்பில் உண்கிறான். அறிவும் குழந்தைமையும் ஒருசேர வாய்த்த ஓர் இயல்பான சிறுவனாக இருக்கிறான். அவனுக்கு எதிலும் தடை சொல்லாதவர்களாக ஐயரின் குடும்பத்தார் இருக்கின்றனர். அவனை ரசிக்கும் ஐயருக்கு, யாரும் மாறுபடப் பேசுவதில்லை. பொருட்களைக் குடையும் குழந்தைகளைச் சமாளித்து, அவர்களை முறைப்படுத்தும் வீடாகவும் அவ்வீடு இருக்கிறது. வீட்டில் இடமளிப்பதும் பேச்சுக்கு இடந்தருவதும் மனித மனோபாவத்தைப் பொறுத்ததே. மதுரையில் சபாக் கச்சேரி செய்துள்ளேன் என ஐயர் சொல்லும்போது, 'பொய்யி' எனச் சிறுபிள்ளைக்கே உரிய இயல்போடு மறுத்துத் தான் சென்ற எந்தக் கச்சேரியிலும் அவரைப் பார்க்கவில்லை என்கிறான். இப்படிப் போலி மரியாதையற்று, மிக இயல்பாக உரையாடுகிறான் ரங்கு. ஐயரும் அவனோடு ஒன்றிப்போய்க் கலந்து பேசுகிறார்.

ஒரு மேதையைச் சிறுவன் ஒருவன் கவர்ந்தது எங்ஙனம் என்பதை, இக்கதை யோசிக்க வைக்கிறது. ஐயர் ரங்குவைத் தம் உண்மைக் கலை ரசிகனாகக் கருதினாரா, தம் கலையை ஊக்குவிக்கும் சக்தியாகக் கருதினாரா, அல்லது கலைவாரிசு ஒருவனைக் கண்டடைந்த நிறைவால் செயல்படுகிறாரா எனப் பல வகைகளில் கதை யோசிக்க வைக்கிறது. இசைநுணுக்கம் நாடுபவர்களுக்கும் அதனையொட்டிப் பல செய்திகளை இக்கதை கூறும். கலையைப் பொதுத்தளத்தில் கொண்டுசேர்த்து, அதனை மேலும் மெருகூட்டுபவனே நல்ல கலைஞன். அந்தக் கலைமனம் எப்படிப்பட்டதாக இருக்கும் என்பதையும், நாம் ராமு ஐயரால் அறியலாம். குழந்தையின் ஆற்றல் பெரியது; அது எதையும் தன்வசப்படுத்த வல்லது என்பதையும் இக்கதை தெரிவிக்கிறது. வயதோடு அறிவைப் பொருத்தி யோசிக்கக்கூடாது என்பதையும், ரங்குவின் பெற்றோர் மூலம் தெளியலாம். ஆக ரங்கு, ஐயர் இருவரின் உண்மை நட்பும் அன்பும் இழைந்தோடும் விதமாகத் தி.ஜா. காட்சிப்படுத்தும் 'கச்சேரி'யை ஒருமுறை படித்தாலே போதும், அதன் அடிநாதம் நம் மனதில் காலம் முழுக்க நீங்கா இடம் பெற்றுவிடும்.

✣

74

தி.ஜா.வின் சமூகப் பார்வை

உமா சங்கரி

'சங்கீத சேவை' என்று தி.ஜா., ஒரு சிறுகதை எழுதினார். அதில் என்னைப்போல் ஓர் எலி. அதற்குப் பாடத் தெரியாவிட்டாலும் சங்கீதம் பற்றிப் பேசிப்பேசியே புகழ் பெற்றுவிட்டது. தி.ஜா. மாதிரி எனக்குக் கதை எழுத வராது. ஆனால், கதைகளைப் பற்றிக் கதைக்க முடியும். தி.ஜா. வின் எழுத்தைப் பற்றிப் பல பேர் எழுதியிருக்கிறார்கள். அவரின் சொற்சிக்கனம், தஞ்சாவூர் மொழி, கதை சொல்லும் வகை, அடிப்படை மனித உணர்ச்சிகள் – அன்பு, கருணை, கழிவிரக்கம், பாசம், பொறாமை, கயமை, மோசம் செய்தல், மோசம் போதல், பழிவாங்குதல், போக்கிரித்தனம், குற்றவுணர்வு, காதல், காமம், பரிவு, இத்யாதி – இவற்றின் விளையாட்டுகளையும் பேயாட்டங்களையும்கூட அவர் எப்படிக் கையாண்டிருக்கிறார்; ஆண் பெண் உறவுகளை – அதில் வரும் சிக்கல்களை, மீறல்களை, பிறழ்வுகளை – அவர் எப்படிக் கதைகளில் கொண்டுவருகிறார் என்பதெல்லாம் பற்றி நிறைய எழுதியிருக்கிறார்கள். ஐம்பது, எழுபது ஆண்டுக்குப் பின்னும் இன்னும் எழுதிக்கொண்டே இருக்கிறார்கள். இங்கே எனக்கு அவருடைய சமூக/சரித்திரப் பிரக்ஞை பற்றி எழுதணும் என்று தோன்றிற்று. அவரிருந்த காலத்தில் நடந்த முக்கியமான சரித்திரச் சம்பவங்களைப் பற்றி, சமூக இயக்கங்களைப் பற்றி, சமூகப் பிரச்னைகளைப் பற்றி என்ன எழுதினார், எப்படி எழுதினார். என்பதைக் கொஞ்சம் விசாரிப்பதே இந்தச் சின்னக் கட்டுரையின் நோக்கம். நான் எப்பவோ, பல ஆண்டுகளுக்கு முன், சமூகவியல் படித்தேன். அதனுடைய பெருங்காய வாசனை, இன்னும் போக மாட்டேன் என்கிறது.

காலஞ்சென்ற சிதம்பர ரகுநாதன், அப்பாவின் நண்பர். அவர் ஒருமுறை அப்பாவைக் கேட்டாராம், நீங்கள் தொழிலாளி வர்க்கத்தைப் பற்றி ஏன் எழுதக்கூடாது?

உதாரணமாக, மீனவர்களைப் பற்றி, அவர்களுடைய பிரச்னைகளைப் பற்றி எழுதலாமே என்றாராம். நான் மீன் சாப்பிட்டதுமில்லை; மீனவர்கள் யாரையும் எனக்கு தெரியவும் தெரியாது; தெரியாத ஒன்றைப் பற்றி எப்படி எழுத முடியும்? அது நேர்மையாக இருக்காது என்று சொன்னேன் என்று ஒருமுறை குடும்பத்திற்குள் எங்களிடம் பகிர்ந்துகொண்டார். ஆனால், தெரிந்த விஷயங்களைப் பற்றித் தி.ஜா. நிறையவே எழுதினார். தன்னைச் சுற்றிச் சுழலும் வாழ்க்கையைப் பற்றி, தான் பார்த்தவை, படித்தவை, தான் அனுபவித்தவை பற்றிக் கதைகளில் மாத்திரமில்லை, ஆகாசவாணியில் குழந்தைகளுக்காகச் செய்த நூற்றுக்கணக்கான நிகழ்ச்சி ஒலிபரப்புகளிலும் எழுதினார். தன்னை ஒட்டிய சமூகத்தை விசாரிப்பது, விமர்சிப்பது, அதைப் பற்றி வினா எழுப்புவது, சமூகக் கட்டுபாடுகள் ஏற்படுத்தும் மன உளைச்சல்களை விவரிப்பது, அவற்றை மீறிச் செயல்பட்ட மனிதர்களைப் பற்றி எழுதுவதெல்லாம் எழுத்தாளர்களுக்குப் புதியது ஒன்றுமில்லை. அதை அவர்கள், கிட்டத்தட்ட தம் கடமையாகவே பாவிக்கிறார்கள் என்றுகூடச் சொல்லலாம். அதை எப்படி எழுதுகிறார்கள் என்பதுதான் பிரச்னை; அவற்றைக் கையாள்கிற விதமே அவர்களை வாசகர்களிடம் கொண்டுபோய்ச் சேர்க்கிறது. அவர்கள் நினைவில் நிலைத்தும்விடுகிறது.

இதே காலகட்டத்தில், சரித்திரச் சம்பவங்களை ஆழ ஆராய்ந்து அவற்றைப் புராணப் புனைகதைபோல் எழுதுவது என்பதைச் சில எழுத்தாளர்கள் ஒரு பாணியாக மேற்கொண்டிருக்கிறார்கள். ஆவண எழுத்துகள் – *Documentational writing* – என்று சொல்லலாம். உதாரணமாக, அமிதவகோஷ் எழுத்துகள். தி.ஜா., அந்தப் பாணியை மேற்கொள்ளவில்லை. சரித்திர நிகழ்ச்சிகள், ஒரு பின்னணியாகவே, அவருடைய கதைகளில் வெளிவந்தன. அவை தனிமனிதர்களை எவ்வாறு பாதிக்கின்றன, அவர்கள் தம் வாழ்க்கையில் சரித்திரத்தை, சமூகத்தை எப்படிப் பிரதிபலிக்கிறார்கள் என்பதிலேதான் அவருக்கு ருசியிருந்தது. பழைய நாடகத்தில், ஒரு பெரிய திரை மாட்டியிருப்பார்கள்– ஒரு நகரம் அல்லது ஒரு தெரு சீன், அல்லது ஓர் அரண்மனை அல்லது நிலவுடன் நீலத்திரைப் போர்வை; அந்தத் திரைக்கு முன் நாடகம் நடந்துகொண்டிருக்கும். பாத்திரங்கள் வந்து உரையாடிக் கொண்டிருப்பார்கள். தி.ஜா.வின் பின்னணித் திரை பெரியது; ஓர் ஓவியனின் பெரிய கான்வாசைப் போன்றது; பற்பல காட்சிகளைக் கொண்டது. இசை, கதை, ஆபிஸ், கிராமம், நகரம், குழந்தைகள், கிழவிகள், கிழவர்கள், பூக்கள், பூச்சிகள், பறவைகள், மரங்கள், பைத்தியங்கள், துறவிகள், மாமிகள், மாமியார்கள், இளம் பெண்கள், வைத்தியர்கள், வாத்யார்கள், அரசியல்வாதிகள், பணக்காரர்கள், ஏழைகள், பிராமணர்கள், பிராமணரல்லாதவர்கள் – இவ்வாறு பல பேரை, பலவற்றைச் சித்திரம் வரைந்தார். அவர்களுடைய பெருமை, சிறுமை, புதுமை, பழமை, கயமை, தந்திரம், போலித்தனம், பசி, தரித்திரம், ஜாதிச் சண்டைகள், கிராமப்பூசல் –போட்டிகள், பாகப் பிரிவினைச் சண்டைகள், தருமத்துக்கும் நடப்புக்கும் வரும் தர்மசங்கடங்கள்– இவ்வாறு பலவும் அந்தத் திரையில் வரையப்பட்டன. நடுநடுவில் சில பேரைக் கார்ட்டூன் சித்திரமாகவும்கூட அவர் வரைந்தார். ஆனால் தி.ஜா., சமூகப் பிரச்னைகளின் மேல் நேரடியாகத் தம்முடைய அபிப்ராயத்தை, தீர்ப்புச் சொல்லுவதைப் பெரும்பாலும் தவிர்த்தார். பிரச்சாரத்திற்கும் இலக்கியத்துக்கும் உள்ள இடைவெளியைப்

புரிந்துகொண்டது மட்டுமில்லை; பிரச்சாரத்தை சிறிதுகூடச் சபலமே இல்லாமல் தவிர்த்தார். அவரது கதாபாத்திரங்கள் தங்களுடைய வாழ்க்கையிலேயே, தங்களுடைய பாஷையிலேயே, உரைநடையிலேயே அவரவரின் கருத்துகளை முன்வைக்குமாறு தம் கதைகளை வரைந்தார். அவரின் மனிதர்கள், பல்வேறு நெருக்கடியில், அந்நெருக்கடிகளைப் பல்வேறு வகையில் எதிர்கொள்கிறார்கள். கஷ்டத்திலும் சுகத்திலும் வாழ்கிறார்கள். மனித வாழ்க்கை மிகவும் சிக்கலானது. அதை முன்னேற்றம் என்ற பெயரிலோ, அல்லது மரபு, ஒழுக்கம், கலாச்சாரம், பண்பாடு, நல்லது – கெட்டது என்ற பெயர்களிலோ திணிக்க முடியாது; தனிமனிதர்கள் சுதந்திரத்துடன் தம் வாழ்வை எப்படி அமைத்துக்கொள்கிறார்கள் என்பதே முக்கியம்; அவற்றைப் பற்றி எழுதுவதே தன் வேலை என்று தி.ஜா. நினைத்தார்போலும். அதனால், ஒரே விஷயத்தை, எதிரெதிர் வகையில் – எதிரெதிர்க் கோணங்களில் வைத்துப் பார்க்கும் வகையில், சில பல கதைகளை/ பாத்திரங்களைப் படைத்தார். சிலவேளை, ஒரே கதையில், வெவ்வேறு கோணங்கள்கூடச் சொல்லப்பட்டன.

இலக்கியத்தின் இலட்சியம், சமூகப் பிரச்சினைகளை வாசகருக்கு முன் வைப்பதே; அவை பற்றித் தீர்ப்புச் சொல்வது அரசியல் அறிக்கையாகிவிடும் எனப் பல எழுத்தாளர்களைப் போலவே அவரும் நினைத்தார். அவர் முன்வைத்த பிரச்சனைகள், கருத்துகள் சில இன்று பழசாகியிருக்கலாம். ஆனால், அவர் எழுதிய காலத்தில் (1937–1982), அவை துணிச்சலும் தைரியமும் பொருந்தியவையாகவே இருந்தன. பல கருத்துகள், இன்றைய சமூகத்துக்கும் பொருத்தமாக இருக்கின்றன. பல வாசகர்கள், தங்கள் வாழ்க்கையை அமைத்துக்கொள்ளத் தி.ஜா.வின் எழுத்துகள் எப்படிப் பயன்பட்டன என்பதைப் பகிர்ந்துகொண்டிருக்கிறார்கள். சில கதைகளைக் கவனிப்போம்.

இசைப் பயிற்சி

டி.எம். கிருஷ்ணா, கர்நாடகச் சங்கீத உலகில் இன்று புரட்சி செய்துகொண்டிருக்கிறார். தி.ஜா. 1967இல் இசைப் பயிற்சி என்ற கதையை எழுதினார். கதை இதுதான்: மல்லி என்ற ஒரு சங்கீத வித்வான் சென்னையில் கச்சேரியும் டியூஷனும் செய்தும் பிழைக்கப் போதுமான வருமானம் இல்லாமல் ஊருக்குத் திரும்புகிறார். இசையில் ருசி, ஞானம் என்பது பிறவியில் வரும் அதிர்ஷ்டம்; அது சிலருக்கே வாய்க்கும்; சங்கீதப் பயிற்சியினால் அதை மேற்படிக்கு எடுத்துச் செல்ல முடியும் என்பது அவரது அனுபவக் கருத்து. ஊரில் எல்லோரும் சங்கீதச் செவிடுகள்; ஞான சூன்யங்கள். அவருடைய சங்கீத ஞானம் துருப்பிடித்துக் கொண்டிருக்கிறது. அச்சமயத்தில் அவர், ஒருநாள் கொல்லையில் பாடிக்கொண்டே பூப்பறிக்கும்போது, அப்பால் யாரோ பாடுவதைக் கேட்கிறார். அவருக்குப் பரவசமாகிறது. ஏனென்றால், இனிமையான குரலில் அவன் பாடுவது மட்டுமில்லை, அவர் பாடுவதையும் வாங்கி இன்னும் சங்கதி சேர்த்துக் குழைவுடன் பாடுகிறான். அவர், அந்தக் குரலைத் தொடர்கிறார். மூங்கில் காட்டில் அவன், வேலிக்கு முள் அறுத்துக் கொண்டிருக்கிறான். அவன் ஒரு தலித் கிறிஸ்தவன், பெயர் குப்பாண்டி. உடனே அவர், அவனைப் பாட்டு சொல்லிக் கொடுக்கிறேன், வீட்டுக்கு வா என்று அழைக்கிறார். அவன்

நாணிக் கோணி மறுக்கிறான். அவனைக் கெஞ்சிக் கொஞ்சி மிரட்டித் தாஜா பண்ணிச் சம்மதிக்க வைக்கிறார்.

ஊரில், அந்தச் செய்தி பரவுகிறது. எல்லோரும், கேலி செய்கிறார்கள். பறையர்களைக் காந்தி கோயிலில் புகவிட்டார், இந்நாளில் தெருவிலும் புகுந்துவிட்டார்கள், இப்போது மல்லி உதவியால் வீட்டுக்குள்ளேயே வந்துவிடுவார்கள் போலிருக்கிறது என்றெல்லாம் நகைக்கிறார்கள். மல்லிக்கு நடுக்கம் பிறந்துவிடுகிறது. அசட்டுத்தனமாகத் தப்புப் பண்ணிவிட்டோமோ என்று நினைத்துப் பார்க்கிறார். அவருக்கு ஒரே குழப்பமும், பயமும். கடைசியில் திட்டமிட்டபடி குப்பாண்டிக்குச் சங்கீதப் பாடத்தை நடத்துகிறார். ஆனால், அவனை வீட்டுக்குப் பின்புறம் கொல்லையில் நாற்பது அடி தூரத்தில் உட்காரவைத்துப் பாட்டுச் சொல்லிக் கொடுக்கிறார். ஊர் ஜனங்கள், வேலிக்கு வெளியே நின்று, வேடிக்கை பார்த்துச் சிரிக்கிறார்கள். மீசையில் படாமல் கூழும் குடிச்சாச்சு என்று ஒருவர் பரிகாசம் செய்கிறார். மல்லிக்குப் படுகோபம் வந்துவிடுகிறது. சுருதிப் பெட்டியைத் தூக்கி எறிந்துவிட்டுக் கத்துகிறார். "நாளைக்கு வீட்டுக்குள்ள வச்சிண்டு பாடம் சொல்றேனா இல்லையா, பாருங்கடா, ஒழிச மக்களா" என்று இறைந்துவிட்டு, உள்ளே போகிறார்.

1967இல் எழுதிய இந்தக் கதைக்கு முன்பே, காந்தி–பெரியார் முன்னிலையில் தலித்துகளின் ஆலயப் பிரவேசம், திராவிடர் கழகச் சுய மரியாதை இயக்கம் எல்லாமாகித் திமுக தேர்தலிலும் வெற்றி பெற்று அதிகாரத்துக்கும் வந்திருந்தது. ஆனாலும், பிராமண சமூகத்தில் இவற்றிற்கு ஒப்புதல் இல்லை. நேரடியாக எதிர்க்க முடியாவிட்டாலும், ஏளனம் செய்வதைத் தொடர்ந்தார்கள். இந்தப் புரட்சியைச் செய்யும் மல்லி என்ற பிராமணருக்கும், இது அவ்வளவு சுலபமாயில்லை. அவரும் ஊர்ச் சொல்லுக்கும் பரிகாசத்துக்கும் சமூக எதிர்ப்புக்கும் பயப்படுகிறார். ஆனால், அதை மீறிச் சங்கீதத்திலுள்ள ஈடுபாட்டுடன், சங்கீத ஞானம் பிறவியில் வரும் அருள் என்றுணர்ந்து, அந்த அருள் இருப்பவர்கள் எந்த ஜாதியாக இருந்தால் என்ன, அதை வளர்க்கவேண்டும் என்ற பிடிவாதத்துடனேயே குப்பாண்டிக்குச் சங்கீதம் சொல்லிக் கொடுக்க ஆரம்பிக்கிறார். அதற்காக, ஜாதி அமைப்பையும் எதிர்க்கத் தயாராகிறார். இக்கதையில் ஜாதி எதிர்ப்புத் தவிரத் தனிமனிதனுக்குத் தான் வாழும் சமூகத்தின் பரிகாசத்தை, ஒதுக்கப்படுதலை எதிர்கொள்வது எவ்வளவு மன உளைச்சலை ஏற்படுத்துகிறது, அது எவ்வளவு கஷ்டமான காரியம் என்பதையும் தி.ஜா. உணர்த்துகிறார். மேலும், ஒரு நல்ல மாணவன் எப்படி நல்ல குருவைத் தேடிச்செல்கிறானோ, அவ்வாறே ஒரு நல்ல குருவும் ஒரு நல்ல சிஷ்யனைத் தேடுகிறான், அதற்கு ஜாதி அமைப்பு தடையில்லை என்றும் சொல்கிறார். ஜாதிப் பிரச்சினையைப் பற்றித் தம் நீள்கதை ('சிவஞானம்') ஒன்றிலும் விவாதிக்கிறார்.

சிவஞானம்

படையாச்சி சிவஞானம், தன் இருபத்தைந்தாம் வயதில் தான் ஒரு வளர்ப்புப் பிள்ளை என்றும், சிவன் கோவிலில் பூஜை செய்யும் பிராமண ஜாதித் தம்பதிகளுக்குப் பிறந்தவன் என்றும் அறிகின்றான். அவனின்

வளர்ப்புத் தந்தை இறந்த பிறகு, அவன் குத்தகை செய்யும் நிலத்தின் சொந்தக்காரரான பஞ்சாமி ஐயர், இதை அவனுக்குத் தெரிவிக்கிறார். இது அவன் மனதில் மிகப்பெரும் புயலைக் கிளப்புகிறது. உடனே தான் பிறந்த ஊருக்குச் சென்று விவரங்களை மறுபடியும் ருசுபடுத்திக் கொள்கிறான். வளர்ப்புத் தாய் – தந்தையர், அவனை எவ்வளவோ செல்லமாகத்தான் போற்றி வளர்த்தார்கள், அவன் பிராமணக் குலத்தில் பிறந்தவன் எனப் புலால் உண்ணுவதைக்கூட விட்டுவிடுகிறார்கள். ஆனாலும்கூட, அவனுக்கு வாழ்க்கையில் பல நல்ல வாய்ப்புகளை இழந்துவிட்டதாகத் தோன்றுகிறது. கோவிலில் சிவலிங்கத்தைக் குளிப்பாட்டி அலங்கரித்துப் பூஜை செய்திருக்கலாமே, மற்றும் நன்றாகப் படித்து ஒரு புனிதமான வாழ்வைத் தான் வாழ்ந்திருக்கலாமே என்றெல்லாம் அவனுக்குத் தோன்றுகிறது. ரொம்ப வேதனைப்படுகிறான். திரும்பி வீட்டிற்குச் செல்ல மனதில்லாமல் சென்னைக்குச் சென்றுவிடுகிறான்.

அங்கே அவன் பஞ்சாமி ஐயருக்குச் சொந்தக்காரரான ஒரு பிராமணர் வீட்டில், தான் ஓர் அனாதைப் பிராமணன் என்று சொல்லிக்கொண்டு தங்குகிறான். பூணுலை மாட்டிக்கொள்கிறான். சிவலிங்கம் ஒன்றை வாங்கிக்கொண்டு வந்து, தினமும் பூசை செய்கிறான். புலால்மறுத்து வெஜிடேரியன் ஹோட்டலில் சாப்பிடுகிறான். ஆனால் அவர்கள், இவனுக்கு வீட்டுக்கு வெளியே மாடிப்படிக்குக் கீழேதான் இருக்க இடம் தருகிறார்கள்; அவனுக்குப் பிராமண பாஷை வாயில் சரிவர நுழையாததைக் கண்டும் பரிகாசம் செய்கிறார்கள். அவனை அவர்கள் ஓர் எடுபிடி ஆளாகவே நடத்துகிறார்கள். மூன்று மாதம் அலையாய் அலைந்து வேலை தேடியும் வேலை கிடைக்காது, எதிர்வீட்டுப் பெண்ணுக்கு லவ்லெட்டர் வேறு எழுதிப் பல இடங்களிலும் அவமானப்பட்டுக் கடைசியில் தூக்குப் போட்டுக்கொண்டு தற்கொலை செய்து கொள்ளப்போய்க் காப்பாற்றப்பட்டு மறுபடியும் அவனிருந்த சாஸ்திரியார் வீட்டில் கிடத்தப்படுகிறான். எல்லோரும் அவனை ஏசுகிறார்கள். அவனைப் பார்க்கப் பஞ்சாமி ஐயர், அவன் அம்மாவை அழைத்துக்கொண்டு வருகிறார். அந்தச் சாஸ்திரியார் ஒரு கல் நெஞ்சம் கொண்டவர் என்றும், தனக்குப் பால் தந்து உயிரளித்த செவிலித்தாயையே அவர் புறக்கணித்தாரென்றும் பஞ்சாமி ஐயர் அவனிடம் தெரிவிக்கின்றார். சிவஞானத்தின் அம்மா ஒன்றுமே பேசாமல் உட்கார்ந்து, அவனையே வெறுமே பார்த்துக் கொண்டிருக்கிறாள். அவன், அவளுடைய பாசத்தை உணர்கிறான்; 'கெட்ட தந்தை இருக்கலாம், கெட்ட தாயார் உலகத்தில் இல்லை' எனச் சாஸ்திரியார் சொன்ன பழமையை உணர்கிறான். தாயாருடன் ஊருக்குத் திரும்புகிறான். ரயிலில் போகும்போது பூணூலை எடுத்துத் தூக்கி எறிந்துவிட்டு, மறுபடியும் படையாச்சி ஆகிவிடுகிறான். கதையின் தலைப்பிலேயே, அதன் செய்தி வருகிறது – சிவஞானம் என்கிற இளைஞன், ஜாதி அமைப்பைக் கடந்து சிவஞானம் எய்துகிறான்.

பஞ்சத்து ஆண்டி

1951இல் எழுதிய இந்தக் கதை, சேலம் ஜில்லாவில் இருந்த கைத்தறி நெசவாளர்களின் பரிதாபகரமான நிலைமையை விவரிக்கிறது. நெய்வதற்கு நூல் பஞ்சம். பல நெசவுத் தொழிலாளிகள் வேலையில்லாமல், ஊதியம்

இல்லாமல் பிச்சை எடுக்கும் நிலைமை வந்துவிட்டது. இந்த நிலைமை, *Christopher Bakeretal's "Power, Profit and Politics" (1981)* நூலில் விவரிக்கப்படுகிறது. பிரிட்டிஷ் காலனி ஆதிக்கத்தில், இந்தியக் காதி – கைத்தறித் தொழில் எப்படி நசிந்து போயிற்று என்பதும், இதன் விளைவாகக் காந்தியின் காதி இயக்கம் எவ்வாறு உருவானது என்பதும் தெரிந்த செய்தியே. இந்தக் கதையில், நன்னையன் என்ற ஒரு நெசவுத் தொழிலாளி நூல் பஞ்சத்தினால் வேலையை இழந்து கையிலிருந்த நகை நட்டையும் விற்றுக் கொஞ்சநாள் சமாளித்துக் கடைசியில் மனைவி, குழந்தைகளையும் அழைத்துக்கொண்டு சேலத்திலிருந்து தஞ்சாவூர் ஜில்லாவுக்கு வருகிறான். நெசவாளர்களுக்கு விவசாயம் போன்ற உடல் வருந்திச் செய்யும் வேலைகள் சரிப்பட்டுவராது. ஏனென்றால், அவர்கள் நாள் முழுவதும் தறியில் உட்கார்ந்துகொண்டு வேலை செய்பவர்கள். அவர்களுக்குத் தேகபலம் குறைச்சல். ஆனால், நன்னையனுக்குப் பிச்சை எடுப்பது இஷ்டமில்லை, வெட்கமாயிருக்கிறது. நெசவு வேலை செய்து எவ்வளவோ நல்ல நிலையிலிருந்து விட்டுப் பிச்சை எடுக்கும் நிலைமை வந்துவிட்டதே என்று வேதனைப்படுகிறான். பிச்சை எடுப்பதும் அவ்வளவு சுலபமில்லை; ஊர் ஊராக அலையவேண்டும் என்று ஒரு பிச்சைக்காரன் அவனுக்குப் போதிக்கிறான்.

அவன்மேல் பரிதாபப்பட்டு ஒரு குரங்காட்டி அவனுக்குத் தான் செல்லமாக வளர்த்த ஒரு குரங்கைக் கொடுத்துப் பிழைத்துக்கொள் என்று அனுப்புகிறான். ஆனால், குரங்கைக் காப்பது, மேய்ப்பது எப்படி என்று தெரியாத அந்த நன்னையன் குடும்பத்திலிருந்து அந்தக் குரங்கு தப்பித்துக்கொண்டு போய் ஒரு எலெக்ட்ரிக் தூணின் மேல் ஏறி ஷாக் அடித்துச் செத்துப்போய் விடுகிறது. ஊர்க்காரர்கள் அவனை ஏசுகிறார்கள். அனுமார் என்று குரங்கை ஊர்வலம் சுற்றிச் சமாதி கட்டிப் புதைக்கிறார்கள். பஞ்சத்தில் பசியில் இருப்பவர்கள் எப்படியேனும் போகட்டும், செத்துப்போன குரங்கைக் கடவுளாக மதித்து மரியாதை செய்ய வேண்டும் என்று நம்புகிற ஒரு சமூகத்தை நம் முன் வைக்கிறார் தி.ஜா. வேறு ஒரு தொழிலும் தெரியாத பரம்பரைத் தொழிலில் வாழ்பவர்களை, உதாரணமாக, உழவுத்தொழிலில் உள்ள விவசாயிகளை முன்னேற்ற வேண்டும், அவர்கள் வேறு தொழிலுக்கு மாற வேண்டும் எனச் சுலபமாக இன்று சொல்லிவிடுகிறார்கள். அக்கருத்தைத் தி.ஜா.வின் கதை எதிர்வினையாக்குகிறது. ஒரு தொழிலில் இருந்து இன்னொரு தொழிலுக்கு மாறுவது எவ்வளவு கஷ்டம் என்பதை, அதற்கிடையில் அக்குடும்பங்கள் பசியில், ஏழ்மையில் வாடவேண்டிய நிலைமையைக் கதை விவரிக்கிறது.

சிலிர்ப்பு

இந்தக் கதை, பலர் கண்ணில் நீர் ததும்பச் செய்திருக்கிறது. குழந்தைகளை வேலையாட்களாக வைத்துக் கொள்வது பற்றிய கதை இது. பணக்காரர்களின் கருமித்தனத்தையும் கயமையையும் குறிக்கும் கதை. தன் ஐந்துவயதுப் பிள்ளையோடு பயணிக்கும் எழுத்தாளர், ரயிலில் ஒரு பத்துவயதுச் சிறுமியைச் சந்திக்கிறார். அவள், ஆயிரம் மைலுக்கப்பாலுள்ள கல்கத்தாவுக்கு, யாரோ முகம் தெரியாத ஒருவரின் குடும்பத்துக்கு

வேலையாளாகப் போய்க்கொண்டிருக்கிறாள். அந்தப் பெண், ஒரு வாத்யாருக்கு மகள். பல குழந்தைகள் நடுவே பிறந்திருக்கிறாள். அவளுக்கு ஸ்கூல் பீஸ் கொடுக்க முடியாத ஏழ்மை நிலையில், ஏழு வயதிலிருந்து வேலைக்கு அனுப்பப்படுகிறாள். ஏழ்மையே உருவாக மெலிந்து நலிந்த தேகத்துடனிருக்கும் அந்தப் பெண், புடவைத்துணி தோய்ப்பதிலிருந்து சகல வேலைகளும் செய்வேன் என்று சொல்கிறது. மிகச் சமர்த்தாகப் இங்கிதமாகப் பழகுகிறது. எழுத்தாளரின் பிள்ளைக்குச் சாப்பாடு ஊட்டித் தண்ணீர் குடிக்கச் சொல்லிக் கையைப் பிடித்து அழைத்து வருகிறது. எழுத்தாளருக்கு மனம் உருகுகிறது. கழிவிரக்கம் பொங்கி வருகிறது. அவருக்கு மட்டுமில்லை, அவருடைய பிள்ளைக்கும், சிறுமிக்குத் துணையாக அழைத்துப் போகும் அந்த அம்மாளுக்கும் சிறுமி மீது பரிதாபம் பொங்குகிறது. அவரை வற்புறுத்தி ஆரஞ்சுப்பழம் வாங்கச்சொன்ன அவரின் ஐந்து வயதுப் பிள்ளை, அதை ஊருக்குப் போய் அம்மா உரித்துக் கொடுக்க வேண்டும் என்று கையிலேயே வைத்திருந்தவன், இறங்கும்போது அதைச் சிறுமிக்குத் தந்துவிடுகிறான். அவன் அப்பாவுக்கு அன்பால் மெய்சிலிர்க்கிறது. 1953இல் இக்கதையை எழுதிய தி.ஜா. 1986வரை காத்திருக்க வேண்டி வந்தது. குழந்தை வேலையாட்கள் தடைச்சட்டம், 1986இல்தான் கொண்டுவரப்பட்டது.

ரத்த தானம் பற்றிய “புண்ணிய பாங்கு” கதை, இந்தியச் சமூகத்தின் முரண்பாட்டைச் சொல்லும் கதை. ரத்த தானம், நல்ல ஊட்டமுடைய பலசாலிகள் செய்யவேண்டிய வேலை. ஆனால், நம் சமூகத்தில் ரத்த தானம் கொடுப்பவர்கள், மெலிந்து நலிந்து பணத்திற்காக விற்கும் ஏழைபாழைகளாயுள்ளனர். அம்மாதிரி ஒருவன், எடுபிடி ஆளாக எந்த வேலை கிடைக்கிறதோ அன்று அதைக் கொண்டு பிழைப்பவன், ஒருநாள் எந்த ஒரு வேலையும் கிடைக்காமல் போகவே, ரத்தம் கொடுத்து ஏழு ரூபாய் சம்பாதிக்கிறான். ரத்தமளித்துப் பணம் வாங்குவதற்குள் மதியமாகிவிடுகிறது. குழந்தைகள் பசியோடு காத்திருக்கின்றன. ஹோட்டலில் சாப்பாடு வாங்கி வந்து, குழந்தைகளுக்குச் சோறு போடுகிறான். அவன் வீட்டுக்குப் பக்கத்தில் அவல் விற்கும் பாட்டியிடம், நம் குழந்தைகளையே நினைத்திருந்தால் எப்படி இந்திய – சீன யுத்தத்தில் சண்டை போடும் சிப்பாய்களுக்கு அந்த ரத்தம் போகும், அவர்களும் நம் குழந்தைகள்தானே என்று பெருந்தன்மையுடன் சொல்கிறான். ரத்தமளிக்கும் ஏழைகள் பாவம் என்றால், நாட்டுக்காகச் சண்டை போட்டு ரத்தம் இழக்கும் ஏழைச் சிப்பாய்களும் பாவம்தானே என்று அவனுக்குப் படுகிறது. இக்கதை எப்போது வந்திருக்கும் என்று ஊகிப்பது, அவ்வளவு கஷ்டமில்லை. ஆம், இந்திய – சீன யுத்தத்திற்குப் பின், 1963இல் எழுதப்பட்டது. இப்போது தி.ஜா. இருந்திருந்தால், இன்றும் ரத்ததானத்தில் பெரிய மாற்றம் இல்லை, சீனாவுடன் கைகலப்பும் மறுபடி ஆரம்பித்துவிட்டது என்று நிச்சயம் வருத்தப்பட்டிருப்பார்!

இராவணன் காதல்

ஒரே விஷயத்தை, ஒரே கதையில் எதிரெதிர்க் கோணங்களில் பார்க்கும் கதைகளும் உண்டு என்று நான் சொன்னதற்கு உதாரணமாக, இன்னொரு கதை, ‘இராவணன் காதல்’. இராவணன், ஒருநாள் வானத்தில்

புஞ்சிகஸ்தலை என்ற அப்சரஸைக் காண்கின்றான், அவள் அழகில் மயங்குகின்றான். தன் பராக்கிரமத்தை, பலத்தை, தேவர்கள் மீது அவன் கண்ட வெற்றிகளைப் புஞ்சிகஸ்தலைக்குச் சுட்டிக்காட்டி, அவளுடைய எதிர்ப்பைச் சிறிதும் சட்டை செய்யாது பலாத்காரம் செய்கிறான். அவள் பிரம்மாவிடம் சென்று அழுது முறையிடுகிறாள். பிரம்மா இராவணனை விசாரிக்கிறார். அவள் சொர்க்கத்துத் தாசியாக இருந்தாலும், அவள் ஒப்புதலின்றி அவளுடன் கூடும் குற்றத்தை, இழிசெயலை இராவணனுக்கு எடுத்துச் சொல்கிறார். இந்தக் காலத்திய 'மீ டூ' இயக்கம், நம் ஞாபகத்திற்கு வருகிறது. ஆனால் அவன், அவளை அவ்வளவு அழகாகப் படைத்தது பிரம்மாவின் முதற்குற்றம் என்றும், அவள் அழகுக்கு முன்னால் தான் மயங்கியது இயற்கை என்றும் வாதாடுகிறான். பிரம்மா அவன் வாதம் குதர்க்க வாதம் என்றும், அவன் பெண்களை அவர்கள் ஒப்புதலின்றி மறுபடியும் பலாத்காரம் செய்தால் அவன் தலை வெடித்துச் சிதறும் என்றும் சாபமளிக்கிறார். அவனோ பிரம்மாவை, காரண காரிய ரீதியில் எதையும் செய்யத் தெரியாது குழம்பும் மற்றும் குழப்பும் கலைஞனாக விமர்சிக்கிறான். திரும்பும்போது புஞ்சிகஸ்தலையைச் சந்திக்கிறான்; அவனுடல் மறுபடியும் எழுச்சி அடைகிறது; அவள் எக்களிப்புடன் சிரிக்கிறாள் என்று இக்கதை முடிகிறது. பிரம்மசாபத்தினால் இராவணனிடம் இருந்து புஞ்சிகசஸ்தலையும் சீதையும் தப்பிவிட்டார்கள்; ஆனால், இன்றும் இராவணனுடைய (கு)தர்க்கத்திற்குப் பல பெண்கள் பலியாகிறார்கள் என்பதே நிஜம். திரும்பத் திரும்பக் கதைகளைச் சொல்லி உங்களை நான் சிரமப்படுத்தப் போவதில்லை. கடைசியில் ஒரு கதையை மட்டும் சொல்லிவிட்டு நிறுத்திவிடுகிறேன். ஏனென்றால், எனக்கு அது மிகவும் பிடித்த கதை.

எருமைப் பொங்கல்

முன்பே சொன்னேனே, சில கார்ட்டூன் சித்திரங்களையும் தி.ஜா. வரைந்திருக்கிறார் என்று. அது போன்ற ஒரு கதை இது. நகரத்திலிருந்து வந்த ஓர் எருமை, கிராமத்து எருமையுடன் பேசிக்கொண்டிருக்கிறது. சுய மரியாதை இயக்கத் தலைவர்களின் மேடைப் பேச்சைக் கேட்டு அவற்றினால் தூண்டப்பட்ட எருமை அது. கிராம எருமையைச் சுய மரியாதை கற்றுக்கொள்ளத் தூண்டுகிறது நகர எருமை. கருப்பு நிறம் கொண்ட மனிதர்களையும் விலங்குகளையும் குறைத்து மதிப்பிடுவது, உதாசீனப்படுத்துவது, எல்லாம் ஒன்றே என்று வேதாந்தம் பேசிக்கொண்டு மோசமான இனவெறுப்பைக் கடைப்பிடிப்பது – இவற்றையெல்லாம் கடுமையாக விமர்சிக்கிறது நகர எருமை. இதற்கு முன்பிருந்த வீட்டில், அந்த எருமையுடன்கூட வெள்ளை நிறத்தில் ஓர் ஓங்கோல் பசுமாடு இருந்தது. மாடுகளின் சொந்தக்காரர், ஒரு ஹோட்டல் முதலாளி. அவர் தினமும் வேதாந்தப் பாட்டுகளைப் பாடிக்கொண்டு பாலில் தண்ணீரைக் கலப்பார். பசு மாட்டுக்குப் புல் அறுத்துக்கொண்டுவந்து போட ஓர் ஆளை வைத்திருந்தார். அவன் தினமும் காய்ந்த வைக்கோலை எருமைக்கு எறிந்துவிட்டு, நாலு கட்டுப் பசும்புல்லைப் பசு மாட்டுக்குக் கொடுப்பான். ஒருகட்டை இந்தப் பக்கம் எறிந்தால்தான் என்ன என்று இந்த எருமை ஏங்கும். பாதி நேரம் எருமைக்குப் பசிதான்.

இந்த அநியாயத்தை எருமைக்குத் தாங்கமுடியவில்லை. நானும்தானே பால் தருகிறேன், உழைக்கிறேன், பசுவுக்கு மட்டும் ஏன் அவ்வளவு செல்லம், கௌரவம்? அது வெள்ளையாக இருக்கிறது, நான் கருப்பாயிருக்கிறேன், அதனால்தானே எனக் காய்கிறது எருமை. பொங்கல் பண்டிகை வந்தபோது பசுமாட்டைக் குளிப்பாட்டி, கொம்புக்கு வர்ணம்பூசி, முகத்துக்கு மஞ்சள்பூசி, நெட்டிமாலை போட்டு, கற்பூரம் காட்டி, வாழைப்பழம், சக்கரைப்பொங்கல் வைத்துக் கும்பிட்டார்கள். எருமையை யாரும் திரும்பிக்கூடப் பார்க்கவில்லை. இதன் நடுவில் எருமை, உரிமைப் போராட்ட மேடைப் பேச்சுகளைக் கேட்க நேரிடுகிறது. அதற்கு அந்தப் பேச்சு மிகவும் சரி என்று படுகிறது. பழிவாங்க நினைக்கிறது. ஒருநாள் வீட்டுக்காரரின் மனைவி, தன் பட்டுப் புடவைகளை மாட்டுக்கொட்டில் அருகே காயப் போடுகிறாள்.நானூறு ஐந்நூறு ரூபாய் விலை கொடுத்து மனைவிக்குப் புடவை வாங்குபவன், எனக்கு வயிறு நிறையத் தீனி தர மறுக்கிறானே என்று எப்படியோ அந்தப் புடவைகளைப் பல்லால் இழுத்துக் கிழித்துப் போடுகிறது. வீட்டுக்காரர்கள் வந்து பார்த்துவிட்டு எருமையைக் கடுமையாக அடித்துப் பின்னர் விற்றுவிடுகிறார்கள். ஒன்றிரண்டு பேரின் கைமாறி, இப்போது கிராமத்தில் இன்னோர் எருமையிடம் இந்தக் கதையெல்லாம் சொல்லிச் சுய மரியாதை, தன்மானம், தன்னுரிமை இவற்றைக் கற்றுக்கொள் என்று போதிக்கிறது நகர எருமை. நாலு நாள்கள் கொண்டாடும் பொங்கல் விழாவில், ஒருநாளை மட்டும் எருமைகளுக்குத் தந்து, 'எருமைப் பொங்கல்' ஏன் கொண்டாடக் கூடாது என்றும் கேட்கிறது. கஷ்டத்தையே கட்டிக்கொண்டு அழுகிற சில மனிதர்கள்போல் நான் இருக்க விரும்பவில்லை, நான் மகிஷி, மனுஷி அல்ல என்று தன்னைப் பெருமையாகச் சொல்லிக்கொள்கிறது. 1961இல் எழுதிய இந்தச் சிறுகதை, நேரடியாகச் சொல்லாமல், சுயமரியாதை இயக்கத்தை அங்கீகரிக்கிறது. இது *Black lives matter* என்னும் இந்நாளின் இயக்கத்தை ஞாபகப்படுத்துகிறது. நையாண்டி முறையில் தி.ஜா. எழுதியிருந்தாலும், செய்தியைப் பற்றிச் சந்தேகமில்லை. ஒடுக்கப்பட்ட வர்க்க மக்கள், விசித்திர வகையில் தம் போர்க்கருவிகளைத் தேர்ந்தெடுத்துத் தம் போராட்டத்தை வெளிப்படுத்துவார்கள் என்பதற்குச் சமூகவியலில் பல உதாரணங்கள் உள்ளன.

கடைசியில் ஒரு வார்த்தை. தி.ஜா.வின் கதைகளில் ஒரு விசேஷ அம்சம் என்னவென்றால், சமூகப் பிரச்னைகளை எழுதும்போதும் சரி, தனிமனிதனின் மன விகாரங்களைப் பற்றி எழுதும்போதும் சரி, அவற்றைக் கடந்து ஓர் உயர்நிலையை அடைய வேண்டும் என்ற ஒரு விழைவு, முயற்சி, ஒரு *ennobling sentiment*, கிட்டத்தட்ட எல்லாக் கதைகளிலும் நூலிழையாகக் காணக் கிடைக்கும். நல்ல இலக்கியத்தின் இலட்சியம் மனிதனை, சமூகத்தை உண்மையைத் தரிசிக்கச் செய்து ஓர் உயர்வு நிலைக்குக் கொண்டு செல்வதுதான் என்றால், தி.ஜா.வும் அதையே முயற்சி செய்திருக்கிறார் என்று சொல்லலாம்.

✧

75

தி.ஜானகிராமனின் குறுநாவல்கள்: பேரன்பின் உயிரோவியங்கள்

மாலன்

நேரம் நிசியை நெருங்கிக் கொண்டிருந்தது. திறந்த வெளி. மார்கழிப் பனி, மெல்ல மெல்ல, மேனியைத் துளைக்க இறங்கிக் கொண்டிருந்தது. கைகள் மார்பின் குறுக்கே நீண்டு, தோளை இறுக்கிக் கொண்டிருக்கின்றன. குளிருக்காக மட்டும் அல்ல, நெஞ்சு நிறைந்து கிடக்கிற இந்த அமுதத்தை அப்படியே நிறுத்திக்கொள்ளவும்தான் மாலி இசைத்துக்கொண்டிருக்கிறார். இமைகள் மூடியிருக்க, பருத்த இதழ்கள் பிதுங்கிக் குழலை முத்தமிட்டுக் கொண்டிருக்க, இசை பெருகி நதிபோல நனைத்துக்கொண்டு ஓடுகிறது. ஒரு அடி, மிஞ்சிப் போனால் ஒன்றரை அடி மூங்கில் குழலா என்னை இப்படிச் சாய்க்கிறது! ‘மண்ணுலகத்து நல்லோசைகள்’ அனைத்தும் பண்ணிலிசைத்துப் பார்த்துவிடுவோம் என்று இன்று கங்கணம் கட்டிக் கொண்டுவிட்டாரா மாலி, என்ன இப்படிப் பொழிகிறார்! “குழலிலே இசை பிறந்ததா? தொளையிலே பிறந்ததா? மூச்சிலே பிறந்ததா? அவனுள்ளத்திலே பிறந்தது; குழலிலே வெளிப்பட்டது. உள்ளம் தனியே ஒலிக்காது: குழல் தனியே இசை புரியாது. உள்ளம் குழலிலே ஒட்டாது. உள்ளம் மூச்சிலே ஒட்டும். மூச்சு குழலிலே ஒட்டும். குழல் பாடும். இஃது சக்தியின் லீலை” என்று இதைத்தான் எழுதினாயா பாரதி!

என்னோடு வருவதாகச் சொல்லிப் பின் ஏதோ காரணத்தால் பிணங்கிவிட்ட நண்பன், எப்படி இருந்தது கச்சேரி எனக் கேட்டான் மறுநாள். என்னத்தைச் சொல்வேன்? எப்படிச் சொல்வேன்? கற்பனையில் பறந்து அளைந்து திளைத்தார் என்று சொல்வேனா? கேட்டுப் பழகிய பாட்டை ஏதோ புதுசு பண்ணியதைப்போல மாற்றிய மாஜிக்கைச் சொல்வேனா? ஒரு இடத்தில் குழல் அப்படிக் குழைந்ததே, அதைச் சொல்வேனா? இல்லை, பிறிதொரு இடத்தில் கம்பீரமாக ராஜ நடை போட்டதே, அதைச்

சொல்வேனா? என்னெல்லாமோ சொல்லலாம். ஆனால், எல்லாவற்றையும் வார்த்தையாகவும் வர்ணனையாகவும்தான் சொல்லமுடியும். அத்தனை வார்த்தையும், என்னைக் காட்டுமே தவிர, அந்தக் கலைஞனைக் காட்டுமா? அதில் அந்த வாசிப்பைக் கேட்கமுடியுமா? படத்தை விவரிக்கலாம். சிற்பத்தை விவரிக்கலாம். கவிதையை விளக்கிவிடலாம். சங்கீதத்தை என்ன செய்வது? அனுபவிக்க வேண்டும். அதை விவரிப்பதாவது! "என்ன சொல்லேன், எப்படி இருந்தது? சொல்லேண்டா!" "செத்துடலாம்போல் இருந்தது!" "என்ன!" "உனக்குப் புரியாது. நல்ல சங்கீதம் கேட்கும்போது, அப்படியே மனசு நிறைந்து தளும்பும். இது போதுமேனு தோணும். போதுமே! என்னத்திற்கு இதற்கு அப்புறம், இந்தத் தகர டப்பா கொட்டுக்குக் காதைக் கொடுக்கணும்? போதுமே!

தி.ஜானகிராமனைப் படிப்பதும் மாலியைக் கேட்பதும் ஒன்றுதான். அவரைப் படிக்கும்போது, கிடைக்கிற சுகமும் ஆனந்தமும் உள்ளம் நிறைந்து ததும்பித் திளைப்பதும் அலாதியானது. அதற்கப்புறம் அதை விவரி, விளக்கு, விமர்சி, வியாக்யானம் செய் என இறங்குவது வியர்த்தமான காரியம். தி.ஜானகிராமனை அனுபவிக்கணும். அவ்வளவுதான். அவ்வளவேதான். அதற்கு மேல் ஒன்றுமில்லை. பீரியட். டாட். முற்றுப்புள்ளி. இங்கே நான் எழுதப்போவது எல்லாம் இசையைப் பற்றிய வார்த்தைகளாலான விவரிப்புதான். அது கச்சேரியைப் பற்றிய விவரணையை உங்களுக்குத் தரலாம். ஆனால், அதன் அனுபவத்தைத் தராது

தி.ஜா. எழுதிய குறுநாவல்கள் என, நமக்குப் படிக்கக் கிடைப்பவை ஏழு. அவற்றில் பெரும்பாலானவை (ஐந்து), சுதேசமித்திரன் தீபாவளி மலருக்காக அவர் எழுதியவை. அநேகமாக ஆண்டுக்கொன்று என, 1959 முதல் 1964 வரை (1960 நீங்கலாக) எழுதப்பட்டவை. ஒன்று அகில இந்திய வானொலிக்கு எழுதப்பட்டது. 1964க்குப் பின், 15 வருடங்களுக்குப் பிறகு, 1979ல் மோனா மாத இதழுக்கு நாங்கள் கேட்டுக்கொண்டதன் பேரில் எழுதிய அடிதான் அவரது கடைசிக் குறுநாவல். ('அடி', மோனாவில் வெளியானதில், அடியேனுக்கும் ஓர் அணில் பங்குண்டு. அவரது நாவல் ஒன்றை வெளியிட வேண்டும் என்ற ஆர்வத்தில், பத்திரிகையில் வெளிவராமல் நேரடியாக நூலாக வந்த, அம்மா வந்தாளைச் சாவியில் தொடராக வெளியிட்டு வந்தோம். எங்களுக்காக ஒன்று புதிதாக எழுதக்கூடாதா என்று கேட்டுவந்ததன் பேரில், ஒருநாள் அடியை அனுப்பிவைத்தார். மொத்தமாகப் போட்டுவிடுங்கள் என்று அவர் கேட்டுக்கொண்டதற்கு இணங்க, அது மோனாவில் வெளிவந்தது. என் வேண்டுகோளை ஏற்று, மோனாவிற்கு எழுதிய இன்னொரு இலக்கிய ஜாம்பவான் லா.ச.ரா.; அவரது 'கல் சிரிக்கிறது', அதில்தான் பிரசுரமாயிற்று).

இந்தப் பஞ்சாங்கக் கணக்கைப் பார்ப்பதற்கு, ஒரு காரணம் உண்டு. குறுநாவல் என்பது மனிதனாகவும் இல்லாமல், குழந்தையாகவும் இல்லாமல், வளரிளம் பருவத்து ஆண் / பெண்ணைப்போலத் தோற்றம் கொண்டது. 'நிமிஷத்தை நித்தியமாக்கும்' சிறுகதையைப் போலவும் இல்லாமல், பாத்திரங்கள், சம்பவங்கள், காலம் இவற்றினூடாக, மனிதனின் / மனிதர்களின் அல்லது சமூகத்தின் பயணத்தை, மீளக்கட்டும் நாவலைப் போலுமல்லாத,

ஒரு வடிவம் குறுநாவலுக்கு. சிறுகதையின் கூர்மையும் நாவலின் வீச்சும் கொண்ட ஒரு வடிவம். வாமனனும் இல்லாத, திரிவிக்ரமனும் இல்லாத ஒரு பிரகிருதி. கையாளச் சவாலானது. குறுநாவல் என்ற இந்த வடிவத்தை மிகஅபூர்வமாகக் கையாண்டார் தி.ஜா. அவரது குறுநாவல்கள் அனைத்துமே யாரோ ஒருவரது அல்லது சிலரது வேண்டுகோளின் பேரிலேயே எழுதப்பட்டிருக்க வேண்டும் என்று ஊகிக்க முடியும். கச்சேரி மொழியில் சொன்னால், அது நேயர் விருப்பம். 'வீடு' எழுதியதற்குப் பிறகு, பதினைந்து ஆண்டுகளுக்குப் பின் அவர் 'அடி' எழுத இசைந்ததும், இந்தப் பேரன்பினால்தான்.

'அடி', அவரது தில்லி வாழ்க்கையின்போது எழுதியது. 1968ஆம் ஆண்டே, தில்லிக்குப் பெயர்ந்துவிட்டார் என்றாலும், மறைவதற்கு மூன்றாண்டுகள் முன்புவரைகூட, அவர் மனதில் அவர் காலத்துத் தஞ்சையும் அதன் மனிதர்களுமே நிறைந்து கிடந்தார்கள் என்பதற்கும் இது ஒரு சாட்சியம். இந்தக் குறுநாவல்களில் பலவும், தஞ்சைக் கிராமங்களில் வாழ்ந்தோரை அல்லது அங்கிருந்து பெயர்ந்தோரைப் பற்றிய சித்திரிப்புக்கள். அவர் கதை எழுதிய காலத்திற்கும் கதை நடக்கும் காலத்திற்கும் இருபது முப்பது வருஷ இடைவெளியாவது இருக்கும். இப்போது வாசிக்கும் தலைமுறையின் காலத்திற்கும், எழுதப்பட்ட காலத்திற்கும் இடையேயும் முப்பது ஆண்டுக்கு மேலேயே இடைவெளி விழுந்துவிட்டது. இந்த இடைவெளியில் ஊர் மாறிவிட்டது. அவர் சித்திரிக்கிற ஊரின் பசுமையும், குளுமையும் மாறிவிட்டன. ஜிர்ர்ரிடுகிற சுவர்க்கோழிகளும் சில்வண்டுகளும் மௌனித்துவிட்டனபோலத் தோன்றுகிறது. 'கேட்டுக்கொண்டே இருக்கக்கூடிய நிசப்தம்' நிலவும் கிராமங்கள் இப்போது பெரும்பாலும் மறைந்துவிட்டன. நிசி நெருங்கும் நேரத்தில்கூடத் தொலைகாட்சியோ, திரைப்படப் பாடல்களோ பேசிக் கொண்டிருக்கின்றன.

'எட்டு ரூபாய்க்கு பதினாறு முழப்புடவை' விற்கிற காலம் போயிற்று. 'ஐந்நூத்திரண்டு ரூபாய்க்கு' 'நாலு பவுனில் ஒரு சங்கிலி, கைக்கு இரண்டு ஜோடி வளையல், காதுக்கு ஒரு ஜதை ஜிமிக்கி, காலுக்குக் கொலுசு, நாலரை ரூபாய்க்குத் தங்க முலாம் பூசிய வெள்ளி வேல்' இவற்றை வாங்கும் காலம் கனவுகளில்கூட இல்லை. கங்காளம், வெந்நீர் அண்டா, அகப்பைக்கூடு, கறுப்பாக மண்ணெண்ணெய்த் தகரம், பச்சையும் நீலமுமாக (தகர) டிரங்குப் பெட்டி இவையெல்லாம் வீட்டை விட்டு வெளியேறிவிட்டன. தர்ஷணாத்தூள் கொண்டு பல் விளக்குகிற பெண்கள் இல்லை. 'குடுமி, சிவப்புக் கடுக்கன், கோட்டு, அதற்கு மேல் ஜரிகை போட்ட, மடித்த அங்கவஸ்திரம், சட்டையை உள்ளுக்குள் விட்டு அதற்குள் வெள்ளை வெளேர் என்று சலவை மல் வேஷ்டி' அணிந்து 'எடுப்பாக' அலுவலகம் போகிற ஆண்கள் இல்லை. வெளித்தோற்றத்தில் மட்டுமல்ல, அகத்தோட்டமும் மாறிவிட்டது. இன்று அங்கு என்னென்னவோ களைகட்டுகிறது. ஆனால், மனமெல்லாம் அன்பு கசிய, தேசப்படம் எட்டாத பையனைத் தூக்கி வைத்துக்கொண்டு, ஆறும் ஊரும் காட்டச் சொல்லி, சரியாகச் சொன்ன பையனுக்கு ஒரு ரோஜா மிட்டாயும், தப்பாகச் சொல்பவனுக்கு இரண்டு மிட்டாயும் கொடுக்கிற ஆரம்பப் பள்ளி ஆசிரியர்கள்கூட அபூர்வமாகி வருகிறார்கள்.

இடம், காலம், மனிதர்கள் அவர்களின் மொழிகள் எல்லாம் மாறி விட்டன. மக்களின் வழக்கங்கள், வாழ்வாதாரங்கள், வழிபாட்டு முறைகள் எல்லாம் மாறிவிட்டன. தர்மம், அதர்மம், நியாயம், அநியாயம், சாமர்த்தியம், சத்தியம், ஒழுக்கம், ஒழுக்கக் குலைவு என்பதற்கான அளவுகோல்கள் மாறிவிட்டன. ஆனாலும், இந்தக் குறுநாவல்கள் ஒவ்வொன்றும் நம்மை அசைக்கின்றன, திகைக்கச் செய்கின்றன, மூடிவைத்தபின்னும், மனதுக்குள் மௌனமாய்ப் பேசிக்கொண்டிருக்கின்றன. ஞாபகத்தைத் தூங்கவிடாமல் அடிக்கின்றன. என்ன காரணம்? ஏன் இப்படி? இவை ஜீவித்திருக்கும் சித்திரங்கள். மனித மனங்கள் பற்றிய உயிரோவியங்கள். ஏனெனில், தி.ஜா. எழுதியது, ஏதோ ஒரு காலத்திய இடத்தையோ வாழ்வையோ பற்றிய காட்சிகளை அல்ல. அவர் எழுதியது, அவற்றின் ஊடாக மனித மனங்களை, அவற்றின் சித்திரங்களை, அவற்றின் விசித்திரங்களை. அவை, இன்னும் பெரிதும் மாறிவிடவில்லை.

மனித மனங்களின் பொருளாசையை, பெண்ணாசையை, ஆணாசையை, அதிகாரப் பசியை, அப்பாவித்தனத்தை, ஆஷாடபூதி நடத்தையை, அற்ப லட்சியங்களை, அவற்றின் தடுமாற்றங்களை, அதில் எழும் குற்ற உணர்வை, அறச் சீற்றத்தை, அருள் சுரப்பை, நம்பிக்கை துரோகத்தை இந்தக் குறுநாவல்களில் எழுதுகிறார் தி.ஜா. அவைதான், இவற்றை ஜீவ ஓவியங்களாக மாற்றுகின்றன. இவற்றை எல்லாம் அவர், கடுஞ்சொல் கொண்டு விமர்சித்து, இதழ்க்கடையில் குறுஞ்சிரிப்பை ஒதுக்கிக்கொண்டு ஏளனமோ, எகத்தாளமோ செய்து, அல்லது தலைக்குப்பின் ஒளிச்சக்கரம் சுழல உபதேசித்து எழுதவில்லை. எழுத்தாளன் என்பவன் சமூக விஞ்ஞானி, அல்லது சாக்கடை இன்ஸ்பெக்டர் என்ற பிரமைகளோடோ, பேதமைகளோடோ எழுதவில்லை. இருட்டில் ஒவ்வொன்றாக அவிழ்த்தெறிந்து கிளுகிளுப்பூட்டும் வணிகக் காமத்தோடு எழுதவில்லை. தி.ஜா.வை, அவரது எழுத்தை இயக்கியவை இடத்தின் மீதும் மனிதர்கள் மீதும் அவர் கொண்டிருந்த பேரன்புதான். குலாப்ஜாமூனின் கோளத்தை அழுத்தினால் கசிந்து கையில் ஒட்டிக்கொள்கிற ஜீராவைப்போல, மனிதர்களின் மீதான பேரன்பு, அவரது படைப்புகளில் கசிந்துகொண்டே இருக்கிறது. இதை, இந்தக் குறுநாவல்களில், பல இடங்களில் பார்க்கலாம்.

திருமணத்திற்கு வெளியில் உள்ள ஆண்களிடம் மனதையும் உடலையும் கொடுத்துவிடுகிற பட்டு (அடி), அம்பு (வீடு) என்ற இரு பெண்களைப் பற்றி விவரிக்கிற கதைகளில், அவர்களைப் பற்றிய வசையோ சாபமோ இராது. அம்புக்கு ஏற்பட்டது ஒரு சலனம். அவளது கணவன் அன்பானவன்தான். ஆனால், அன்பை வெளிக்காட்டிக்கொள்ளத் தெரியாதவன். அவளுடைய ஆர்வங்களில் பங்கெடுத்துக்கொள்ள முனையாதவன். அவள் அழகைக் கண்டு மிரள்கிறவன். ‘என்ன கம்பீரமான முகம். ஏதோ ராஜ்யம் ஆள்கிற பெண் மாதிரி தோற்றம் அவளுக்கு! என்று அவளை நெருங்கப் பயப்படுகிறவன். ‘இவள் சாதாரண மனித இன்பங்களால் சந்தோஷம் அடைகிறாளா?’ என்றும் சந்தேகம். அவன் இயங்கியதும் முயங்கியதும் இருட்டில்தான். ஆனால், பெண்களுக்குத் திருமணம் உறுதி செய்யும் உடல் மட்டுமல்ல, மனமும் தேவைப்படுகிறது. அம்பு, அயல் ஆடவனின்பால் ஏற்பட்டுவிட்ட ஈர்ப்பை மறைக்காதவள். தனித்துப்

போவது என்ற தீர்மானத்தைக் கணவனிடம் வாய்விட்டுப் பேசும் துணிவு கொண்டவள். அவள் காதலை அல்லது காமத்தின் தேடலை, ஒரு மரணம் நொறுக்குகிறது.

தி.ஜா., அந்தக் கணவனின் பார்வையில் கதையை எழுதிச் செல்கிறார். அவனது ஆற்றாமையும் பொருமலும் புழுக்கமும் அழுத்தமாகக் கதையில் பதியும்படி எழுதிச் செல்கிறார். அவரது விவரிப்பு முழுவதும் ஒரு மெலிதான கண்டனம் கொண்டது. ஆனால், வாசிப்பவனின் அனுதாபம் என்னவோ, அம்புமீதே விழுகிறது. அதுதான், தி.ஜா.வின் எழுத்தின் மாயம். அவர் செய்திறனின் நுட்பம். அடியின் நாயகி பட்டுவும் அழகானவள்தான். தைரியமானவள்தான். அவள் கணவன் சிவசாமி, அவளைப் புறக்கணித்தவனோ அல்லது ஆள அஞ்சுகிறவனோ இல்லை. இன்னும் சொல்லப்போனால், அவன்தான் தன் கணவன் என்று தீர்மானித்தவளும் பட்டுதான். ஆனால், பின்னாளில் தன் கணவனுக்குக் கைகொடுத்துத் தூக்கிவிட்ட செல்லப்பா மீது, அவரது ஐம்பது வயதுக்கு மேல், ரிட்டையர் ஆகச் சில வருடங்களே இருக்கும்போது, அவளுக்குக் காதல் ஏற்படுகிறது. அது நன்றிக் கடனல்ல. சபலம் அல்ல. ஆழமான பந்தம் என்று செல்லப்பா நினைக்கிறார். இந்த ஆழமான பந்தம் செல்லப்பாவின் மனைவிக்குத் தெரியவரும்போது, அவள் அந்த உறவை முறித்துப் போடுகிறாள். அதற்கு அவள் கையாளும் உத்திதான் வித்தியாசமானது. மகான், மகான் என்று குடும்பம் வழிபடும் பெரியவர் அம்பாகடாட்சம். அவர் ஆசிர்வதிக்கும் பாணி அலாதி. ஆசிர்வதிப்பவர் முதுகில் படார் படார் என்று அடி போடுகிறவர் அவர். அவரை அணுகுகிறாள் மனைவி. அம்பாகடாட்சம், செல்லப்பாவிற்கு அடி போடவில்லை. ஆனால், செல்லப்பாவின் மனைவியின் வேண்டுகோளையே தண்டனையாக விதிக்கிறார். அத்தண்டனை கொடூரமானது. “நான் பட்டு மாமியோடு தகாதபடி நடந்துகொண்டேன்” என்று செல்லப்பா, தன் குடும்பத்தினர் முன்னிலையில், தனது மகனின் காதில் சொல்லவேண்டும்!

இதைவிட, அவருக்குப் பெரிய அடி, என்ன இருக்க முடியும்? பின்னாளில் மனதின் ரணம் ஆறி, பொருக்கு உதிர்ந்துவிட்டால் அது ஓர் ஆசிர்வாதமாகக்கூட மாறலாம். ஆனால், தி.ஜா.வின் இந்த முடிவை வாசித்தபோது, எனக்கு அன்றும் சரி, இன்றும் சரி, முறுமுறுவென்று கோபமே வந்தது. என்ன அரக்கத்தனமான அடி! “தகாத” ஆத்ம பந்தம், ‘குடும்பத்தை மணலில் கொண்டு சொருகிவிடும் ஆபத்து’ என்று எத்தனையோ காரணங்கள் இருக்கலாம். இரண்டு குழந்தைகளைப் பெற்ற ஒரு தந்தை, குடும்பத்தலைவன் என்றெல்லாம் சொல்லலாம். இருந்தாலும், செல்லப்பா ஒரு மனிதன். அவனுக்கு என்று அந்தரங்கங்கள் இருக்கலாகாதா? குடும்பம் என்ற இயந்திரம், இப்படியா எல்லாவற்றையும் சுரண்டித் தின்றுவிடும்? தி.ஜா. குடும்பம் என்ற அமைப்பை நிராகரிக்கும் மனோபாவம் கொண்டவர் இல்லை என, அவரது பல படைப்புகளின் அடிப்படையில் முடிவு கட்டலாம். ஆனால், குடும்பத்தில் பெண்ணின் இடம் என்ன, ஒரு மனுஷியாக அவளது நிலை என்ன என்பது அவரை உறுத்திக் கொண்டேயிருந்த கேள்வி. குடும்பம் என்ற அமைப்பின் கட்டுக்கள் தளராத, ஆனால் கிராமம் என்ற பெருங்குடும்பத்திலிருந்து பெயர்வது தொடங்கிவிட்ட காலகட்டத்தில், கல்வியின் வெளிச்சம் படராத,

பொருளாதாரச் சுயச்சார்பில்லாத, பெண்களின் நிலை, அமைப்பில் என்ன? அதை எதிர்கொள்வதற்கு, அவளிடம் இருப்பதென்ன? இந்தக் கேள்விகளைத் தம் படைப்புகளில் பெரிதும் விவாதிக்கிறார் தி.ஜா., இந்தக் குறுநாவல்கள் உட்பட.

தி.ஜா. 'டிராமாட்டிக்' ஆன முடிவுகளைத் தம் குறுநாவல்களில் முன்வைக்கிறார். கமலத்தில், சாமிக்கும் கமலத்திற்கும் இடையே உறவு இருப்பதுபோலக் கதையைக் கொண்டுபோய், இறுதியில் அந்த உறவு அத்து மீறிய உறவு இல்லை, அது தாய் – மகன் உறவு போன்றது, அத்து மீறிய உறவு போன்று தோன்றுமாறு தாங்கள் நடத்தியது நாடகம் என்று கமலம் சொல்வதுபோல முடிக்கிறார். அப்பாவி 'நாலாவது சார்' மீது சாமி வந்து, அவர், அம்மாவை வைத்துக் காப்பாற்றாத மகனைப் போட்டுத் தாக்குவதாக முடிகிறது கதை. அடுத்தவீட்டுக் குழந்தைமீது அசூயை கொண்ட கிழவர் காயாப்பிள்ளை, பிராயச்சித்தம் செய்துவிட்டுத் துறவு பூணுகிறார், அவலும் உமியில். திருமணத்திற்கு முன்பிருந்தே பணிப்பெண்ணுடன் உறவு கொண்டிருந்த கணவன், ஓரிரவில் மனம் மாறுகிறான், 'தோடு' குறுநாவலில். தவறுகள் தண்டிக்கப்படும் அல்லது தவறு செய்பவர்கள் மனம் திருந்துவார்கள் என்ற 'காவிய நியாயத்தின்' பொருட்டுத் தி.ஜா. இத்தகைய முடிவுகளைத் தேர்ந்திருக்கலாம். அவர் குறுநாவல்கள் எழுதிய அறுபதுகளில் நிலவிய விழுமியங்களின் நிர்ப்பந்தமாக இருக்கலாம். எப்படியிருந்தாலும் மனது ஆறமாட்டேன் என்கிறது. ஆனால், மெருகு போட்ட தி.ஜா.வின் நடையில் மனம் கரைந்து போகிறது.

II

தி.ஜா. காட்சிகளைக் கண்முன் நிறுத்துவது, உணர்ச்சிகளைப் புரிய வைப்பது, ஆங்காங்குத் தெளிக்கும் உவமைகள் இவற்றில் இந்த மெருகைக் காணலாம். 'சொல்லாதே, காண்பி' *(Show, don't tell)* என்ற உத்தி, அவருக்குக் கைவந்தது. சில எடுத்துக்காட்டுகள்:

- விடியற்காலை என்றால் காற்றுக்கூடக் கண்ணை அமட்டி வந்து நடசத்திரங்களின் மௌன ஒளியின் கீழ் உறங்குமே அந்த விடியற்காலை அல்ல. இருட்டு மெதுவாக அவிழத் தொடங்கி, கிழக்கில் நரை கண்டு, காற்றும் விழித்து, மெதுவாகத் தவழத் தொடங்குமே, அந்தச் சிறுகாலை. அப்பொழுது பார்த்தால், சன்னதித்தெருப் பெண்டுகள் நின்று கோலம் போடுகிறதை, வாசல் வாசலாகப் பார்க்கலாம். கரிச்சான் கத்துகிறபோதே எழுந்து, பல் தேய்த்து, சாணம் கரைத்து, வாசல் தெளித்து, பெரிய சதுரமாக அல்லது நீள்சதுரமாகப் பெருக்கித் துப்புரவு செய்திருப்பார்கள். அப்போது கரிச்சானின் குழைவோடு, இன்னும் பல கூவல்களும் சேர்ந்திருக்கும். நார்த்தங்குருவிகள், தினைக்குருவிகள், காடைகள், கோவில் கோபுர மாடத்தை விட்டுப் பறந்து தெருவில் நடைபோடும் புறாக்களின் கூவல், சாலியத் தெருவிலிருந்து புழுக் கொத்துவதற்காக வரும் இரண்டு மூன்று சேவல்கள் தொண்டைக்கு உள்ளேயே பாடிக்கொள்ளும் கொரிப்பு – எல்லாம் சேர்ந்துவிடும். லேசான குளிர்க்காற்று வேறு' (தோடு)

- தெரியும் கால்கள் எத்தனையோ வகை. கொலுசுக் கால்கள், உருட்டுக் கால்கள், எலும்மிச்சம்பழக் கால்கள், சந்தனக்கட்டைக் கால்கள், மாநிறக் கால்கள், கறுப்புக் கால்கள், குச்சிக் கால்கள், சப்பைக் கால்கள், பித்தவெடிக் கால்கள், வெண்ணெய்க் கால்கள், சொறிந்துவிட்ட வெள்ளைக் கோடு மறையாத கால்கள், எலும்பிலிருந்து பற்றுவிட்ட சதை தளர்ந்த கால்கள், கிழக்கால்கள், மசக்கை மெருகு பூத்த கால்கள் இத்தனையையும் எழுந்து ஆற்றங்கரைக்குப் போகிறவர்கள் பார்த்துக் கொண்டேதான் போவார்கள்' (தோடு).

  விவரிக்கவே முடியாத உணர்வுகளை, அநாயசமாகச் சில வார்த்தைகளில் விவரித்துவிடுகிறார் தி.ஜா.

- "சக்கரையை வறுத்துக் கரியால்ல ஆக்கிப்பிட்டா!" (நாலாவது சார்)

- "பனை ஓலை விசிறியைத் தரையில் இழுக்கிற ஒரு சிரிப்புச் சத்தத்துடன் நிறுத்துவார்" (வீடு)

- "அவனுக்கு ஏதோ பெரிய காற்று அடித்து, தெருக் குப்பைகளைத் திரட்டி, பிறகு ஒரு மழை பெய்து, தெருவே நறுவிசாக ஆகிவிட்டாற்போல், நெஞ்சு அவளைப் பார்த்துத் தெளிந்து போகும்" (அடி)

  தி.ஜா.வின் உவமைகள் தனித்துவமானவை.

- ஈரக் கார்க்கை சீசாவிலிருந்து இழுப்பதுபோல, மங்களத்தம்மாவின் சிரிப்புக்கு, அந்த ஓசைதான்.

- அம்மா கை ஜில்லென்று இருக்கிறது, வாழை இலையைக் கையில் சுற்றிக்கொள்வதுபோல.

- கார்த்திகை விளக்கு. வேப்பம் பழம்போல ஊர்த் திண்ணை யெல்லாம் மின்னிக்கொண்டிருந்த சமயம்

- அவர் சிரித்த முகத்துடன் கேட்டது அழகாக இருந்தது – பட்டு வேட்டி மாதிரி.

- வாழைப்பூவை உரித்துக்கொண்டே போனால், முதல் உள்தண்டு தெரியுமே – அந்த மாதிரி, மஞ்சளுக்கும் வெள்ளைக்கும் நடுவான வர்ணம்.

இவை, தி.ஜா.வை 'ரொமாண்டிஸத்தில்' விருப்புக் கொண்ட எழுத்தாளர் என்ற தோற்றத்தைத் தரலாம். ஆனால், அவர் கதைகளில் காணப்பட்ட உளவியல், பேசப்பட்ட அளவு, அவரது அறச்சீற்றம் பெரிதும் கவனம் பெறவில்லை. பின்னாட்களில் அவரது சிறுகதைகள், பஸ்ஸும் நாய்களும், மனிதாபிமானம், மாப்பிள்ளைத் தோழன், சிவப்பு ரிக்ஷா ஆகியவற்றில் வெளிப்பட்ட அறச்சீற்றத்தை இந்தக் குறு நாவல்களிலும் காணலாம். "டிக்கெட்டை வாங்கிவிட்டுக் கீழே நிற்கிற நூற்றுக்கணக்கான ஜனங்களைப் பார்த்தேன். எண்ணூறு பேர் கொள்ளுகிற வண்டிக்கு

இரண்டாயிரம் டிக்கெட் எப்படிக் கொடுத்தார்கள் என்று என்னையே கேட்டுக்கொண்டேன். பாரதமாதாவின் புத்திரர்களையும் புத்திரிகளையும் சில சமயம் நெல்லிக் காய்களாகவும் சில சமயம் புளியாகவும் பெரியவர்கள் நினைக்கும் விந்தையைப் பார்த்தேன்".

இந்த அறச்சீற்றம், எப்போதும் இப்படி அடங்கிய குரலில் பல்லைக் கடித்துக்கொண்ட அரற்றலாகவே இருப்பதில்லை. சில நேரம் அனலாகவும் வீசுவதுண்டு. கீழே உள்ளது, ஒரு திரைப்படப் படப்பிடிப்புப் பற்றியது: "அங்கே காட்சியில் வைத்திருந்த தென்னை மரங்கள், அங்கேயே வளர்ந்த மரங்கள் இல்லையாம். இன்று காலையும் நேற்று இரவும் இதற்காகவே வெட்டி வந்த மரங்களாம்! அடப் பாவிகளா! தென்னை மரத்தை எவனாவது வெட்டுவானோ? எந்தக் கொலைக்கும் துணிந்த பயல்கூட இந்தக் கற்பகத் தருவைச் சாய்க்கமாட்டானே!" இந்தத் தி.ஜா. வின் அறச்சீற்றத்தைப்போல, அதிகம் பேசப்படாதது, அவரது நகைச்சுவை. அது இதழ் பிரியாமல் சிரிக்கும் நகைச்சுவை. ஆங்கிலத்தில் *Tongue in cheek* என்பார்களே, அந்த ரகம்: "அம்புவுக்கு சினிமா, டிராமா, நாடகம் என்றால் உயிர். எந்த சினிமா வந்தாலும் சரி, தமிழோ, தெலுங்கோ, இங்கிலீஷோ, ஜப்பான் படமோ, எது வந்தாலும் முதல் காட்சிக்கே மிக உயர்ந்த வகுப்பில் ஒரு டிக்கெட் ரிசர்வ் செய்துவிடுவாள். நல்ல படம் என்று தோன்றினால் நாலு தடவை பார்ப்பாள். நல்ல படம் இல்லை, நல்ல நாடகம் இல்லை, நல்ல பாட்டு இல்லை என்று நீங்களும் நானும் பத்திரிகைகளும் சொன்னால் போதாது. அவளுக்காகத் தோன்றினால்தான், மூன்றாவது தடவை பார்க்காமல் இருப்பாள்" என்றும், "சினிமாக்காரர்கள் வந்தார்கள். இந்த வீட்டிற்கு வந்தபிறகுதான், மனைவிக்கும் எனக்கும் ஒத்துக்கொள்ளவில்லை என்றேன். ஓடிப்போய்விட்டார்கள். நம் சினிமாக்காரர்களுக்குப் பாரதப் பண்பாடு ரொம்ப அதிகம். தும்முவதற்குக்கூட நாள் பார்ப்பார்கள். பூசை போடுவார்கள்" என்றும் தி.ஜா. எழுதியுள்ளார்.

III

தி.ஜா.வின் முதல் சிறுகதையும் (மன்னித்து விடு), இரண்டாவது சிறுகதையும் (ஈஸ்வரத் தியானம்) முறையே அவரது 16, 17ஆம் வயதில், 1937, 1938இல், ஆனந்த விகடனில் பிரசுரமாயின. நமக்கு இன்று வாசிக்கக் கிடைத்திருக்கும் அவரது கதைகளில் (அவற்றில் பெரும்பாலானவை, அவர் வாழ்நாளிலேயே அவரின் சம்மதத்துடனோ, அவரது சம்மதத்தின் பேரிலோ தொகுக்கப்பட்டவை), பின் ஆறாண்டுக் காலத்திற்கு எதையும் காண முடியவில்லை. முதல் பிரசுரத்திற்குப்பின், ஏறத்தாழ ஏழாண்டுகளுக்குப் பிறகு பிரசுரமான கதைதான், நமக்குப் படிக்கக் கிடைக்கிறது. ஆரம்ப எழுத்தாளனுக்குச் சிறுகதைக்கு ஆறேழாண்டுகள் என்பது பெரிய இடைவெளிதான். அதுவும் அடுத்தடுத்த ஆண்டுகளில் ஆனந்த விகடன் போன்ற பிரபல இதழில் தனது கதைகளின் பிரசுரங்களைக் காண்கிற பதின்பருவ இளைஞன், மேலும் மேலும் எழுதிக் குவிக்கவே உந்தப்படுவான். ஆனால், தி.ஜா., ஆறாண்டு எடுத்துக்கொண்டார். அது போலவே, அவரது முதல் நாவல் 'அமிர்தம்' 1945ஆம் ஆண்டு வெளியானது. ஆனால், அவரது இரண்டாவது நாவல் 'மோகமுள்', ஒன்பதாண்டுகளுக்குப் பிறகுதான் சுதேசமித்திரனில் வெளியாயிற்று.

ஆனால், தி.ஜா.வை அறிந்தவர்களுக்கு இந்த இடைவெளிகள் வியப்பளிக்காது. அவர் 'காத்திருத்தலில்' நம்பிக்கை கொண்டவர். அனுபவங்களை அடித்தளமாகக் கொண்டு எழுதுபவர். கற்பனைகளின் அடிப்படையில் மாத்திரம், கோட்டைகள் சமைப்பவர் இல்லை. அனுபவங்களைச் சேகரிப்பவர் அவர். மட்டுமல்ல, அவற்றை உள்வாங்கி, "ஊறப் போட்டு", அதிலிருந்து படைப்பூக்கம் பெறுபவர். "எந்த அனுபவத்தையும், மனசில் நன்றாக ஊறப் போடுவதுதான் நல்லது. பார்த்த அல்லது கேட்ட ஓர் அனுபவம் அல்லது நிகழ்ச்சியைப் பற்றி, உணர்ந்து உணர்ந்து, சிந்தித்துச் சிந்தித்து, ஆறப் போடத்தான் வேண்டும். இந்த மன நிலையை, ஜே.கிருஷ்ணமூர்த்தி அடிக்கடி சொல்லும் *Choiceless awareness* என்ற நிலைக்கு ஒப்பிடத் தோன்றுகிறது. ஒரு நிகழ்ச்சியைச் சுற்றிச் சித்தம் வட்டமிட வட்டமிட, அதன் உண்மை நம் அகத்தின் முன்னே மலரும். கதை உருவு, முழுமையுடன் வடிவதற்கு, என் அனுபவத்தில் இதுதான் வழி" என்பதைத் தம் படைப்புகளின் அடிப்படையாகக் கொண்டவர் தி.ஜா. (எழுதுவது எப்படி, *1969*). இதே கருத்தைப் பின்னாளில் கணையாழி உரையாடல் ஒன்றிலும் 'தவமிருக்க வேண்டும்' என்ற ரீதியில் சொன்னார். ஆனால் சிறுகதைகள், நாவல் இவற்றிற்கிடையே நீண்ட இடைவெளிகள் விட்ட தி.ஜா., இந்தக் குறுநாவல்களை ஆண்டுக்கொன்று எனத் தொடர்ந்து எழுதி வந்திருக்கிறார் என்பது கவனிக்கத்தக்கது. ஆனால், அதே சமயம், இவற்றை எழுதிய காலம் அவரது படைப்பூக்கம் உச்சத்திலிருந்த காலம் என்பதையும், அவர் இக்குறுநாவல்களைப் பத்திரிகைகளின் அழைப்பின் பேரில் எழுதினார் என்பதையும் கருத்தில் கொள்ளவேண்டும். *1944*களில் இரண்டு, *1945*இல் ஒன்று எனச் சிறுகதைகள் எழுதிச் சிறு ஊற்றாகத் தொடங்கிய அவரது படைப்பூக்கம், *1946*லிருந்து மெல்ல மெல்ல வேகம் பெற்று ஐம்பதுகளின் மத்தியில், அறுபதுகளில் பெருநதியாகப் பிரவாகமாகப் பெருகியது. அவரது சிறந்த சிறுகதைகள் (எ–டு: பிடி கருணை, யோஷிகி, கண்டாமணி, மேரியின் ஆட்டுக்குட்டி) இந்தக் காலகட்டத்தில்தான் வெளியாகின. அவரது நாவல்கள், மலர்மஞ்சம், அன்பே ஆரமுதே, மோகமுள், அம்மா வந்தாள், செம்பருத்தி ஆகியவை உருவான காலமும் இவைதான். இதைக் கருத்தில் கொண்டு, அவரது குறுநாவல்கள் அணுகப்பட வேண்டும். அவரது சிறுகதைகள், நாவல்கள் ஆகியன போலவே இந்தக் குறுநாவல்களும் தி.ஜா. வரைந்த உயிரோவியங்களே.

5.7.1980 அன்று, தில்லியிலிருந்து தி.ஜா., என் முதல் நாவல் பற்றி, எனக்கு எழுதிய கடிதத்தில், "ஞாபகத்தைத் தூங்கவிடாமல் அடிப்பதுதான் நல்ல படைப்பு. அதனால்தான், உங்கள் கதை அருமையாக வந்திருக்கிறது என்று சொல்கிறேன்" என்று எழுதியிருந்தார். ஞாபகத்தைத் தூங்கவிடாமல் அடிக்கிற இந்தக் குறுநாவல்களை வாசிக்கும் இந்தத் தருணத்தில், அந்த வரிகள் மனதில் ஓடுகின்றன. ஓர் ஆரம்ப எழுத்தாளனை உற்சாகப்படுத்தச் சொன்ன அந்த வரிகளுக்குப் பின்னாலிருந்த தி.ஜா.வின் பேரன்பிற்கு, இந்தக் குறுநாவல்களும் இன்னொரு சாட்சி.

✣

76

கமலம்:
பெண்மையக் கருத்துருவாக்கத்தின் ஆண்–பெண் பிரதி

நவீனா அமரன்

பதினெட்டாம் நூற்றாண்டில் பெண்ணியமும், பெண்மையச் சிந்தனைகளும், பல்வேறு நாடுகளில் வேரூன்றி, எழுச்சியடையத் துவங்கிய காலகட்டம் தொட்டுப் பெண்மையக் கருத்துருவாக்கக் கோட்பாடுகளுடன் 'உலக இலக்கியங்கள்' புனையப்படலாகின. பெண்கள் சந்திக்கும் மதிப்பற்றுப் புறந்தள்ளப்பட்ட பிரச்சினைகள் அனைத்தும் எழுதுபொருளாகின. பெண்களின் மனப்போக்குகளையும், புனைவுலகம் பேசத் தொடங்கியிருந்தது. ஆனால், இந்தப் பெண்மையச் சிந்தனைகளையும் ஆண் எழுத்தாளர்களே அதிகம் எழுதிவந்தது புனைவுலகின் அடுத்தகட்ட சர்ச்சைக்கு வித்திட்டது. ஹெலன் ஷிக்ஷு, வெர்ஜீனியா வூல்ஃப் மற்றும் லூஸ் இரிகாரி போன்ற பெண்ணியவாதிகள் புனைவுலகில் பெண்களின் உடல், மனம் என அனைத்து இத்தியாதிகள் மீதும் ஆண்கள் ஆதிக்கம் செலுத்துவதைக் கேள்விக்குட்படுத்தினர்.

பெண்களின் அக மற்றும் புறவெளி சார்ந்த சிந்தனைகளை ஊடறுத்துச் செல்லும் கதைகளைப் புனைய ஆண், பெண் இருபாலரும் தத்தமது எண்ணவோட்டங்கள், சிந்தனைத்தளங்களுக்கு ஏற்ப முயன்று வந்தாலும், அதில் எப்போதுமே ஒரு குறைபாடு நிலவி வந்திருப்பதை உணர முடிகிறது. ஆண் எழுத்தாளர்கள் புனையும் பெண் பாத்திரங்கள் பலர் வீராங்கனைகளாகவும் அறிவார்த்தமானவர்களாகவும் சித்திரிக்கப்பட்டாலும், அந்தப் பெண்களுக்கு ஆண்களின் புனைவுகளில் ஆண்களுக்கு நிகரான இடம் மறுக்கப்படுவதைக் காண முடிகிறது. மாறாகப் பெண்கள் படைக்கும் பெண் பாத்திரங்கள், ஆணுக்கு மிஞ்சிய வல்லமையும், புத்திக்கூர்மையும் வாய்க்கப் பெற்றவர்களாகப் புனையப்படுவது, ஆண்களின் நிலையைப் பெண்களுக்குக் கீழாகச் சித்திரிப்பதாகிறது. இரண்டுமே இயற்கையின் சமன்பாட்டிற்கு

எதிரானவை. ஆணுக்கும் பெண்ணுக்குமான ஆற்றல்கள், பண்புகள் மற்றும் குணாதிசியங்களில் விரவி வரும் வேறுபாடு அனைத்தும் ஒன்று மற்றதனைச் சமன் செய்யும் நோக்கில் உருவாக்கப்பட்டவையே. உண்மை இவ்வாறாக இருப்பின், பெண்களின் அக மற்றும் புற உலகினை ஆண்மையமாகவும், பெண்மையமாகவும் சித்திரிக்கும் இலக்கியங்கள்தான் முழுமை நோக்கி வாசகர்களை நகர்த்த முடியும். அவ்வாறு முழுமையை நோக்கிப் பயணிக்கும், வாசகரைப் பயணிக்கச்செய்ய விளையும் புனைவுகள் மிகச்சில மட்டுமே. ஆண், பெண் பாலினங்களின் தன்னகங்காரத்தினை மறுக்கும், பொதுமைக்கும், பன்மைக்கும் இடமளிக்கும் புனைவுகளில்தான் இத்தகைய முழுமைகள் உயிர்பிடித்திருக்கின்றன. தி.ஜானகிராமனின் 'கமலம்' குறுநாவலையும், அத்தகைய முழுமைப்பண்பைத் தன்னகத்தே கொண்ட புனைவுகளில் ஒன்றாகக் கொள்ளலாம்.

'கமலம்' பெண்களின் அக மற்றும் புறவெளிச் சிக்கல்களைப் பேசும் ஆண்–பெண் பிரதியாக இருக்கிறது. தி.ஜானகிராமன் ஆணின் பார்வை யிலும், பெண்ணின் பார்வையிலும் தம்மையே தமக்கு எதிராக நிறுத்திக் கேள்விகள், எதிர்க்கேள்விகள், அவநம்பிக்கைகள் மற்றும் எதிர்வினைகள் சார்ந்த தளங்களில் தம் கதாபாத்திரங்களை அனாயாசமாக இயங்க அனுமதித்திருக்கிறார். கதை முடிவினை வாசகருக்கானதாக்கி, இருபால் பாத்திரங்களின் இயக்கத்தைத் தீர்மானிக்கும் பொறுப்பை நடுநிலையாய் இருபால் வாசகர்களும் கையாளும்படி அமைத்திருப்பதும், பொதுவாகப் புனைவுகளில் காணப்படும் பாலினச் சமநிலையின்மையிலிருந்து 'கமலம்' குறுநாவலை விடுவித்திருப்பதாகத் தோன்றுகிறது. இந்தக் கதையின் மையச்சரடினைத் தெளிவுற விளங்கிக்கொள்ள, இக்கதையில் ஊடுருவி வரும் ஆண்மையச் சிந்தனைகளைச் சிக்மண்ட் ஃப்ராய்டின் கோட்பாட்டின் மூலமாகவும், பெண்மையச் சிந்தனைகளை மிஷெல் ஃபூக்கோவின் கோட்பாட்டின் மூலமாகவும் பகுத்தாய்வது மேலும் உதவிகரமாக இருக்கும்.

'கமலம்' – குறுநாவலின் நாமமே கதையின் நாயகியுமாவாள். ஆண், பெண் என எந்தப் பாலினராக இருப்பினும், இந்தச் சமூகத்தில் அவர்கள் இயங்க அல்லது / மற்றும் வாழ நினைப்பது, மீயுலக வெளி ஆகவே (Utopian Space) இருக்கிறது. கமலமும் அதற்கு விதிவிலக்கானவள் இல்லை. மிஷெல் ஃபூக்கோ, இந்த மீயுலகை இவ்வாறு விளக்குகிறார். மீயுலகு என்பது நன்மைகளும், நல்ல எண்ணங்களும், நல்ல மனிதர்களும் மட்டுமே நிறைந்த உலகு. இவற்றிலிருந்து மாறுபட்ட எந்தச் சிந்தனைக்கும், அது இடம் கொடாது. தனது பிம்பத்தைப் பிரதிபலிக்கும் ஒரு கண்ணாடியை, இந்த மீயுலகோடு மிஷெல் ஃபூக்கோ ஒப்பிடுகிறார். கண்ணாடியால் பிரதிபலிக்கப்படும் தனது பிம்பம் நிஜமானது என்றாலும், அது மனித உடல், தசை, குருதி, உயிர் என எதுவுமற்ற உண்மை. கண்களுக்கும் கருத்துக்கும் மட்டுமே புலப்படும் மெய்நிகர் உண்மை. தொட்டு உணரும் தன்மையற்றது. அதுபோலவே மீயுலக வாழ்வானது, வாழ்ந்து அனுபவிக்கக்கூடிய சாத்தியங்களற்றது. கருத்தில் உணர்ந்தாலும், கைகளுக்குப் புலப்படாதது.

கமலம் கதாபாத்திரம், அத்தகைய மீயுலகை நோக்கிக் கட்டமைக்கப் பட்டு, பின் அதன் சாத்தியமின்மையால் அலைக்கழிக்கப்பட்டுப் பின் ஹெட்டரோடோபிக் (Heterotopic) வெளியில் வாழப் பழகிக்கொள்ளும்

தன்மையுடையதாகிறது. ஹெட்டரோடோபிக் வெளியை ஃபூக்கோ அதே கண்ணாடியைக் கொண்டு விளக்குகிறார். கண்ணாடியில் பிரதிபலிக்கப்படும் பிம்பம் மீயுலகைக் குறித்தாலும், அந்தக் கண்ணாடி சுவரில் ஆக்கிரமித்திருக்கும் பரப்பு மெய்யானது. ஆனால், அந்தப் பரப்பில் மனிதன் வாழ முடியாது. தன்னைப் பிரதிபலிக்கும் கண்ணாடி முன் ஒரு உடல் இருக்கும் வரை, அது அதனைப் பிரதிபலிக்கும், அது அவ்விடம் விட்டு நகர்ந்தபின் பிம்பம் காணாமல் போய்விடும். இத்தகைய ஹெட்டரோடோபிக் வெளி நிலைத்தன்மையற்றது. அதில் வாழ்பவர்களுக்கு மட்டுமே சொந்தமான ஒரு வெளியாக அது இருப்பதில்லை. அது ஓர் இடமற்ற இடம்.

கமலம் கல்கத்தாவில் வாழும், நன்கு படித்த, வசதிகள் வாய்க்கப் பெற்ற, பல தேசம் சுற்றிவந்த, பெரும் பதவிகளில் இருக்கும் மனிதர்களை நேரில் கண்ட, உலகம் தெரிந்த ஒரு பெண். தனது பணியாளாகிய சாமிநாதனின் கிராமமான, கும்பகோணத்திற்கு அருகிலுள்ள எலந்தூரில் அவள் தற்காலிகமாகத் தங்கிச்செல்ல நேரும்போது, கமலம் இந்த உலகம் படிப்பிலும், அறிவிலும், உலக ஞானத்திலும் ஆணுக்கு நிகராகத் தன்னை நடத்தும் என நம்புகிறாள். அதுபோலவே, அவளுக்குச் சூழல்களும் வாய்க்கப் பெறுகிறது. தேர்ந்த மதிப்பும், மரியாதையும், விருந்தோம்பலும் செய்து அவளைச் சுற்றத்தார் ஆதரித்துக் கொள்கின்றனர். ராஜு சுந்தரத்தின் மாமா, அவளைப் பற்றிக் கூடுதலாகவே பெருமை பேசுகிறார். ஆனால், இவை அனைத்தும் சாமிநாதனின் திருமணப் பேச்சு தடைப்படும் வரையே நிகழ்கின்றன. சாமிநாதன் திருமணத்திற்கு மறுக்கும் பட்சத்தில் கமலத்தைக் குறித்த அக்கிராம மனிதர்களின் எண்ண ஓட்டங்களும் திரியத் துவங்குகின்றன. சாமிநாதனுடன் கமலத்திற்கு உண்டான திருமணத்திற்கு மீறிய தகாத உறவே, சாமிநாதன் திருமணத்திற்கு மறுக்கும் காரணமாகக் கொள்ளப்படுகிறது. வீட்டின் பணிப்பெண், ராஜு சுந்தரத்தின் அத்தையெனப் பல பெண் கதாபாத்திரங்கள் சமூகம் கூறும் அவளது ஒழுக்கநிலைகளைக் கேள்விக்குட்படுத்துகின்றனர். ஓர் ஆணின் தன்னிச்சையான முடிவுகளோடு ஒரு பெண் எவ்வாறு தொடர்புபடுத்தப்படுகிறாள் என்பதைத் தி.ஜானகிராமன், பெண்களின் மனநிலையோடு ஒன்றி நின்று லாவகமாக விளக்குகிறார்.

ராஜு சுந்தரத்தின் அத்தை, சாமிநாதன்தான் கமலத்திற்கு 'எண்ணெய் தேச்சு விடறது, கால் பிடிச்சு விடறது' என்று, தனது கணிப்புகளைப் பூடகமாகச் சொல்லும் விதத்திலும், ராஜு சுந்தரம் தனது அத்தையின் கூற்றை நம்புவதில் சிறிது தடுமாற்றம் அடையும்போது, 'ஏன் நெசமாயிருந்தா என்ன? ஏதோ அவங்களுக்கு உடம்பிலே தெம்பில்லே. தேச்சுக்க முடியலே. அவன் தேச்சுவிட்டா என்ன? இவ்வளவு செய்றப்போ இதக்கூடச் செய்யக்கூடாதா அவன்?' என்ற கேள்விகளால் பொடிவைத்துக் கமலத்தின் ஒழுக்கம் குறித்த தனது கேள்விகளைச் சமூகத்தின் பார்வைக்கு வைக்கிறாள். பெண்களின் கற்பனைகள் எழுப்பும் கோட்டைகள், ஆகாசம் வரை உயரக்கூடியவை. அதில் கமலம் சிக்குண்டு, தனக்கான வெளியிலிருந்து நழுவித் தன் ஒழுக்கத்தை நிறுவக்கூடிய சூழலுக்குத் தள்ளப்படுகிறாள். மீயுலக வெளியிலிருந்து ஒரு ஹெட்டரோடோபிக் வெளிக்கு, அந்தக் கிராமத்தில் அவளது வாழ்வு நகர்த்தப்படுகிறது. இறுதியில், ஒரு கடிதத்தின்

மூலம், தன் ஒழுக்கத்தை நிறுவ அவள் முயற்சிக்கிறாள். எலந்தூரில் அவள் வந்திறங்கியபோதில், அவள் மீது உண்டான நேர்மறை எண்ணங்கள் திரிபடைந்து, எதிர்மறைச் சுவடுகளாகக் குறுநாவலின் இறுதிப் பகுதியில் அவள் மீது படிகின்றன. அவள் அவ்வூரை அடைந்த பொழுதிலிருந்து, இறுதி நொடி வரை, அவளது செயல்பாடுகளில் எவ்வித மாற்றங்களும் இல்லாமல் போனாலும், சமூகம் அவளைத் தன்னிச்சையாக இயங்க அனுமதிக்கவில்லை. அவளைத் தன் கட்டுப்பாட்டுக்குள் அவள் மீது சுமத்தப்பட்ட குற்றச்சாட்டுகளின்வழிக் கொண்டுவந்துவிடுகிறது.

கதையின் ஆண் கதாபாத்திரங்களும், பெண்களுக்குச் சரி நிகராகக் கமலத்தின் மற்றும் இதர பெண் கதாபாத்திரங்களின் ஒழுக்கத்தைத் தீர்மானிக்கும் சம்பாஷணையில் தம்மை ஈடுபடுத்திக் கொள்கின்றன. இலுப்பைக்குடியார் வீட்டுப் பெண்கள் அணியும் இரண்டு சாண் நீளப் பட்டுக்கரைப் புடவைகளோடு, அவர்களின் ஒழுக்கத்தையும் முடிச்சுப்போட்டுப் பேசும் ராஜு சுந்தரத்தின் மாமாவும், ஊரின் மற்ற பெரிய மனிதர்களும், இத்தகைய எதிர்மறைச் சமூக மனநிலையையே உறுதிப்படுத்துகின்றனர். இந்தியா போன்ற நாடுகளில், பெண்ணியம் மற்றும் பெண்மையச் சிந்தனைகள் அதிகத் தாக்கத்தை ஏற்படுத்திப் பெருவெடிப்பாக மாறாமல் போனதன் அடிப்படையில், இரண்டு காரணங்கள் இருக்கின்றன. ஒன்று சமூகரீதியின் அடிப்படையிலும், மற்றது உளவியல் காரணிகளாலும் கட்டமைக்கப்பட்டிருக்கிறது. பெண்களைக் கடவுளுக்கு நிகராக ஒப்பிட்டுப் பார்ப்பதற்குச் சமூகம் காலங்காலமாகப் பழக்கிக் கொடுத்திருக்கிறது. அவர்களின் ஒழுக்கம், பெண் கடவுள்களின் ஒழுக்கத்திற்கு நிகரானது. அதிலிருந்து தவறும் பெண், கடவுளின் நிலையிலிருந்து ஈவிரக்கமின்றிச் சமூகத்தால் தள்ளப்படுகிறாள். ஆண்மையக் கருத்துருவாக்கத்தின் அடியொற்றி நடந்து பழகிய பெண்கள், அவர்களுக்குக் கடவுளுக்கு இணையான இடம் வழங்கப்படுவதை இழக்க விரும்பவில்லை. இதன் காரணமாகவே, பெரும்பான்மை இந்தியப் பெண்கள், இன்றளவும் பெண்ணியத்தின் போக்கினை ஆதரிக்கத் தயாராக இல்லை.

இரண்டாவது காரணம், சிக்மண்ட் ஃப்ராய்ட் வரையறுக்கும் உளவியல் அடிப்படையைக் கொண்டது. மனிதன் பொதுவில் எதிர்ப்பாலினத்தின் மீது கவர்ச்சியும் விருப்பமும் கொண்ட உயிரி. ஆண் பெண் இருபாலரும் சமூக ஒழுக்கக்கோட்பாடுகள் ஒன்றிற்கு மேற்பட்ட இணையை அனுமதிக்காதபோது, உளவியல்ரீதியாகத் தம் உடலிச்சைகளைத் தீர்த்துக்கொள்ள விழைகின்றனர். இதிலும் ஆண்களுக்குச் சமூகம் கட்டற்ற சுதந்திரத்தை வழங்கிப் பெண்ணுடலை விமர்சிக்க அனுமதித்திருக்கிறது. ஆகவேதான், இந்திய ஆண்கள், பெண்ணிய வளர்ச்சி – பெண்ணுடலைப் பரிகசிப்பதையும் துஷ்பிரயோகிப்பதையும் ஒடுக்கிவிடக்கூடும் என்கிற ஐயத்தில், பெண்ணியத்தின் வளர்ச்சியையே மட்டுப்படுத்திவிட்டனர்.

சாமிநாதன் கமலத்துடனான தனது தகாத உறவினை விவரிக்கும் பாங்கில், ராஜுசுந்தரத்தின் பாலியல் இச்சைகள் கமலத்தின்பால் தூண்டப்படுகின்றன. காலைப்பொழுதில் மஞ்சக்காடு வரை சென்று, நாள் முழுவதும் பொழுதுகழித்து, காப்பி பலகாரம் சாப்பிட்டு, மாலையில்

எலந்தூர் திரும்பும்போது, ராஜு சுந்தரம், 'சாமி, இருந்தாலும் நீ ரொம்ப குடுத்து வெச்சவண்டா' என்று தனக்குள் அழுத்திவைத்திருந்த பாலியல் இச்சையினை அவிழ்த்துவிடுகின்றான். இத்தகைய நாள்பட்ட பாலியல் ரீதியிலான மன அழுத்தங்கள், பொறாமையாக உருவெடுத்து, அதனோடு சம்பந்தப்பட்ட பெண்கள் மீதான வன்மமாக மாறி, அவதூறுகளுக்கு வித்திடுகிறது. இத்தகைய பேச்சு மூலம், ஆண்கள் தம் மன அழுத்தங்களையும் இச்சைகளையும் தீர்த்துக்கொள்வதாக ஃப்ராய்ட் சொல்கிறார். கதையின் முடிவையும் தி.ஜானகிராமன் வாசகர்களிடம் கையளிக்கிறார். ஒரு பெண்ணின் ஒழுக்கம் குறித்த உரையாடல்களில், ஒற்றை முடிவை அளிக்க முடியாத சூழலில் எழுத்தாளர்கள் இயங்குவதையும், இந்த முடிவு சுட்டுகிறது. சமூகத்தின் போக்கும் மனநிலையும் இவ்வாறான சிக்கலான காரியங்களில் முடிவெடுப்பதில் ஊடாடுகின்றன. ஜெர்மானிய நாடக ஆசிரியர் பிரெக்ட்(Brecht), எபிக் தியேட்டர் (Epic Theatre) என்னும் ஒரு கட்டமைப்பை நிறுவுகிறார். ஒரு நாடகத்திற்கு அதன் ஆசிரியர், ஓரேயொரு முடிவினை வரையறுப்பது ஆபத்தானது என அவர் கூறுகிறார். ஏனெனில், இலக்கியங்கள் மனித வாழ்வைப் பிரதிபலித்தாலும், அது நாடகத்தை இயற்றும் ஆசிரியரின் வாழ்வை மட்டுமே பிரதிபலிப்பதில்லை, மாறாக அது, உலக மக்கள் அனைவரின் வாழ்வையும் தன்னகத்தே கொண்டு இயங்கக்கூடிய ஆற்றலும் வல்லமையும் பெற்றது என்கிறார். ஒரு இலக்கியத்திற்கு, அதன் ஆசிரியர், தனது முடிவை வழங்கிவிடும் பட்சத்தில், வாசகர்களும் பார்வையாளர்களும் அந்த முடிவில் திருப்தியடைந்து விடுகிறார்கள். இத்தகைய மன நிலை, அவர்களை அவ்விலக்கியத்தில் விவாதிக்கப்பட்டிருக்கும் சிக்கல்கள் குறித்த சுய சிந்தனைகளில் ஈடுபடுவதைத் தடுக்கிறது. அதன் விளைவாக, மனித வாழ்வில் அத்தகைய சிக்கல்கள் மீண்டும் எழும்போது, ஒருதலை பட்சமான முடிவுகளை எடுக்க, அவர்களைத் தூண்டக்கூடிய ஆபத்தும் இருக்கிறது.

தி.ஜானகிராமன், இத்தகைய ஆபத்தை உணர்ந்திருக்க வேண்டும். பெண்கள் சந்திக்கும் பல்வேறு சமூகச்சிக்கல்கள், ஆண்டாண்டுக் காலமாக மாறாதிருப்பது, அவருக்கு நெருடலாகத் தோன்றியிருக்க வேண்டும். அதனால்தானோ என்னவோ, கமலத்தின் ஒழுக்கத்தைத் தீர்மானிக்கும் பொறுப்பை, அவர் வாசகர்களிடமே விட்டுவிட்டார். தீர்மானிக்கும் பொறுப்பு மட்டுமல்லாமல், அதற்குச் சமூகத்தில் எதிர்வினையாற்றும் பொறுப்பையும் அவர்களிடமே தி.ஜா. ஒப்படைத்துவிட்டார். 'செவ்வட்டையின் ப்ளூஜாகர்' போல, மனிதப் பார்வைகளுக்கு ஜொலிக்கும் கமலம் போன்ற பல பெண்களின் வாழ்க்கை, உண்மையில் வேறுபட்டது. அவர்கள் சமூகக் கட்டுகளுக்குள் சிக்குண்டு, அன்றாட வாழ்க்கையைக் கடத்தத் திணறிக்கொண்டு இருப்பவர்கள். பெண்களை எளிதில் எடைபோடும் மனநிலை மாறினாலொழிய, அவர்கள் இத்தகைய சிக்கல்களிலிருந்து மீள்வது கடினம் என்றும், செவ்வட்டைகளின் ஒளிவீசும் அழகு தீண்டியவருக்கு ஆபத்தை விளைவிப்பதுபோலப் பெண்களின் பலம் அவர்களுக்குள் இருக்கவேண்டியது அவசியம் என்றும், கமலம் மனித மனங்களில் அழகாகப் பதிய வைத்துப் போகிறாள்.

77

தி.ஜானகிராமனின் கமலம்:
கனலைக் கிளர்த்தல்

எஸ். சங்கரநாராயணன்

தி.ஜானகிராமனின் மண்வாசனைக்கு எப்போதுமே மகத்துவம் உண்டு. நாம் தாண்டிவந்த இளவயதை மண்வாசனை நினைவுபடுத்திவிடுகிறது. இன்பமும் துக்கமுமான பல நினைவுகள் அவை. என்றாலும், அவை கடந்துபோன துக்கம் என்ற அளவில், சிறு புன்னகையையே இப்போது நம்மிடம் விளைவிக்கின்றன. இளமைக்காலம், இப்போது நாம் 'இழந்த' ஒரு காலமாக, ஏக்கத்துடன் நினைவுகூரப்படுகிறது. அதை அசை போடுதல் ஆனந்தமயமானது. எந்த ஓர் இளைஞன் வாசித்தாலுமேகூட, அந்த எழுத்தில் ஊடாடி நிற்கும் உயிர் அவனைப் படரும் கொடியாய்த் தீண்டிவிடவல்லது. குந்தித் தின்றால் குன்றும் மாளும்... என்பார்கள். அவசரப்படாத நிதானமான அசைபோடலுடன், தி.ஜானகிராமன், தம் பாத்திரங்களுடன் இயங்குகிறார். மனிதர்கள், அவர்களது சூழல், இயல்பு, அவை சார்ந்து அவர்களின் மனவோட்டங்கள், காரியங்கள்... அப்படி அவர், வாழ்க்கையின் இயக்கத்துக்கு மிகுந்த நியாயம் செய்திருக்கிறார். அதனால்தான் எத்தனை முறை வாசித்தாலும் திகட்டுவதேயில்லை அவர். சந்நிதானத் திருவுருவைத் திரைவிலக்கிக் காட்டுகிறார் தி.ஜானகிராமன். தி.ஜானகிராமனின் 'கமலம்' குறுநாவலை, மீண்டும் வாசிக்கும்போது, கிளர்ந்தெழுந்த ஜ்வாலை இது.

கல்கத்தாவிலிருந்து வந்திறங்கும் ஒரு பெண், அவளுக்கு இருவாட்சி விரல்கள். அந்த அந்தியின் மங்கிய வெளிச்சத்திலும் ஆண்கள், பெண்ணின் பிரத்யேகங்களைச் சட்டென்று கண்டு கொள்கிறார்கள்போலும். மாலை ஒளிமயக்கத்தில் மனசும் சித்திரம் தீட்டுகிறது. கீழே இறங்கிய ஜோரில், அந்த ஊரைப் பற்றி ஆங்கிலத்தில் நல்வார்த்தைகள் உரைக்கிறாள். "என்ன அழகான கிராமம்! எத்தனை பச்சை! எத்தனை தினுசுப் பச்சை! இந்த நிசப்தத்தைப் பாருங்களேன். நீங்கள் நன்றாக

அதைக் கேட்கவே முடியும்போல் இருக்கிறதே! எனக்குக் கேட்க முடிகிறது. இந்த மாதிரி ஒரு நிமிஷம் உட்காரத்தான் முடியுமா கல்கத்தாவிலேயும் பம்பாயிலேயும்? என்ன மௌனம்! என்ன மௌனம்! அப்புறம், இவரைப் பாருங்கள். என்னை முன்னே பின்னே பார்த்ததில்லை – எவ்வளவு அன்பாக, எவ்வளவு பரிவாகப் பேசுகிறார்! ம்!...” என நீளும் உரையாடல். இது தன் மண்விட்டு விலகிப்போன தி.ஜானகிராமனின் குரலேபோல, எனக்குக் கேட்கிறது. எத்தனை பச்சை... எத்தனை தினுசுப் பச்சை. நெடுந்தொலைவு பயணப்பட்டுக் கிராமத்தில் வந்திறங்கிய அந்தப் பகலோடு அந்திக் கலப்பில், அறிமுகமற்ற நபர்கள் இப்படித் தம் வியப்பைக் கலந்துகொள்கிறார்கள். மனசில் அடிநாக்கின் காபி வண்டலாய்த் தி.ஜானகிராமனுக்குத் தன் ஊர் இருக்கிறது. நம் எல்லாருக்கும் இருக்கிறது, அதை அவர் உணர வைக்கிறார்.

‘ஆளுயரத்தில் நீர்மேல் பறக்கும் மீன்கொத்தி, குபுக்கென்று தண்ணீரில் ஒரு முழுக்குப் போட்டுப் பின் நீர்ப் பரப்போடு பறந்து போகிறது...’ என்ற வர்ணனையே, சிந்தனைக்குச் சுருதி சேர்க்கிற லயம்தான். கமலம் பற்றி, ‘நான்’ (கதாநாயகன்) யோசனை, இப்படி ஓடுகிறது. ‘இந்த உலகில் அழகாக இருக்க என்றே, சிலர் பிறந்திருக்கிறார்கள். இவர்கள் பேசுவது அழகு. செய்வது அழகு. நடப்பது அழகு. கையைத் தூக்குவது அழகு. ஒவ்வொரு அசைவும் அழகுதான். எதையும் மனதில் வாங்கிக்கொள்ளும் போது, அதிலே ஒரு தனித்தன்மை, தனக்கென்று ஒரு தனிப்போக்கு. ஆனால், எல்லோரும் ஒப்புக் கொள்ளக்கூடிய போக்கு, என்ன வந்தாலும் நிதானமிழக்காத ஒரு பெருமிதம் – உணர்ச்சி பொங்கி அலைமோதாத ஒரு அமைதி. வெகுகாலப் பயிற்சியில், வெகுகாலத் தவத்தில் வரவேண்டிய பயிற்சிகள் இவை...’ என, ஒரு வலை வசீகரத்தில் தன்வயமிழந்த சொல்லாடல். இது அவன் மனதில் அலைமோதுகிற அமைதியாக இருக்கிறதே. பெண் என்ற ஒரு பிரக்ஞையே, ஆணுக்குள் மௌனச் சுழிப்புகளை, உளக்கனலைக் கிளர்த்தி விட்டுவிடும்போலும். ஆணுக்குப் பெண்ணை வியத்தல் அன்றி, வேறு போக்கும் இல்லை போலிருக்கிறதே! வாழ்க்கை இவ்வாறாகத் தோரணங் கட்டிக்கொள்கிறாற்போல இருக்கிறதே. எல்லாருக்கும் பிடித்திருக்கிறதே, இப்படியெல்லாம் சிந்தித்தபடி வயல்வெளி, நீர்க்கரைகளில் உலாவல் வருவது. சாமிநாதனுக்காகப் பெண் கேட்டுப் பெண்ணின் தகப்பனார் அருணாசலத்தோடு பேசுகிறார், கதாநாயகனின் மாமா. உரையாடலின் வாதத்தில் அவர் கையாளும் உத்தி பற்றித் தி.ஜானகிராமன் வியக்கிறார். ‘மாமாவுக்கு இந்தத் தந்திரமெல்லாம் அற்றுப்படி. திடீரென்று ஒரு பெரிய வார்த்தையாகப் போட்டு, சாதாரண வாதப் பிரதிவாதத் தரத்துக்கு மேலே பேச்சை உயர்த்திவிடுவார் – உயர்த்துவதுபோல் பொடி ஊதுவார்’ – இது தி.ஜா.வுக்கும் பொருந்தும் அல்லவா? முன்பத்தியில், குறிப்பிட்ட பெண்ணின் விவரணையில், தவம் என்ற வார்த்தை சேர்க்கப்பட்டிருப்பதைக் கவனிக்கவேண்டும்.

சாமிநாதனைக் கல்யாணம் பண்ணிக் கொள்ளும்படி நிர்ப்பந்திக்க, ‘நான்’ பாத்திரமே அடுத்து முயற்சி மேற்கொள்கிறது. அவரின் வார்த்தையெடுப்பு இப்படி அமைகிறது. “நமக்கெல்லாம் ஒரு கடமை, தர்மம், இதெல்லாம் இருக்கா, இல்லியா?” – இங்கேயும் ஓர் அழுத்தமற்ற பொதுவார்த்தைக்குப் பின், கனம் சேர்த்துக்கொள்கிறார். அந்த ஊர்க்காரப்

பிள்ளை சாமிநாதன், பெரிய அரசு அதிகாரியின் வீட்டில் சமையல்காரனாக அமர்கிறான். அதிகாரி, வெளிநாடு என்று அலுவலாகக் கிளம்பும்போது, அதிகாரி மனைவியுடன் சொந்த ஊர் வருகிறான். அவனுக்குக் கல்யாணம் பேசுகிறார்கள். அப்போதுதான், அவனுக்கும் அந்தச் சீமாட்டிக்குமிடையே சிநேகமிருப்பது, 'நான்' என்கிற பாத்திரத்துக்குத் தெரிய வருகிறது. அதைச் சாமிநாதனே ஒரு நெருக்கடியில் விளக்குகிறான். அடுத்து இப்படி எழுதுகிறார் தி.ஜா. "எனக்கு அவன்மீது வந்தது கோபமா, பொறாமையா என்பது புரியவில்லை". மனசின் ஊடாட்டங்களை, அத்தனை நேர்மையாக எழுதிச்செல்வதில்தான், தி.ஜா.வின் முத்திரை அமைகிறது. எதையும் நியாயப்படுத்தாத, அப்படிக்கூட அல்ல, அதன் யதார்த்தத் தளத்தில் விளக்குகிற நேர்த்தி அவருக்குண்டு. அந்த உறவு – முரண் விஷயத்தை விவரிக்கும் வேளையில், நேரடியாகச் சாமிநாதன் என்கிற பாத்திரமே, தன் கதையைச் சொல்வதாக வைப்பதைக் கவனிக்க வேண்டும். சாமிநாதனின் வியாக்கியானத்தில் ராமாயணம் வருகிறது. அனுமார் வருகிறார். அவர் மண்டோதரியைச் சீதை என நினைத்து மயங்கி ஏமாந்த கதை வருகிறது. "ஒருநாளிப் போது ஒம்பது சாஸ்திரம் படிச்சாலும் குரங்கு குரங்குதானே?".

இக்கதையில் இரண்டு விஷயங்கள் வைக்கிறார் தி.ஜா. ஒன்று ஊரில் கமலம் மற்றும் சாமிநாதன் பற்றி அரசல் புரசலாக வதந்தி கிளம்புவதை, அவர்கள் இருவருமாகவே ஒரு வேடிக்கைபோல வளர்த்து விடுகிறார்கள் என்கிறார். சாமிநாதன் கல்கத்தாவில் பி.ஏ. படித்து எம்.ஏ. போகிறான் என்று 'நான்' என்ற பாத்திரத்துக்குக் கமலம் கடிதம் எழுதுகிறாள். வதந்தியை வளர்த்து வேடிக்கை பார்த்தவர்கள், இப்போது விளக்கம் தரவேண்டிய, கடிதம் எழுதவேண்டிய காரணம் தெரியவில்லை. சாமிநாதன் எனக்கு மகன் போன்றவன் என்கிற விளக்கமும், கமலத்துக்குப் பிறந்த பையன் இறந்துவிட்டான் என்கிற விவரமும், சாமிநாதனுக்குக் காச நோய் என்கிற மேலதிகத் தகவலும் தரப்படுகின்றன. உணர்வுகளின் ஊடாட்டத்தைத் தி.ஜானகிராமன்போலச் சாம்பிராணியாய்ப் பரத்தி விரித்தவர் வேறு யார்? மாமா பாத்திரத்தின் தோற்காத சாமர்த்தியத்தை ஊதிப் பெருக்கி விவரித்துவிட்டுப் பிறகு அது காயப்படுவதைக் காட்டுவது, மிக யதார்த்தமாக அதைச் சாதிப்பது என்பதுதான் தி.ஜானகிராமனின் தனி அடையாளம். உலகப் பொது அடையாளங்களைத் தனிமனிதப் பாத்திரங்கள்வழியே முன்னிறுத்தும் வல்லமையான எழுத்து தி.ஜா.வுடையது. மீண்டும் மீண்டும் வாசித்து இன்புறும் எழுத்தாக அது, காலந்தோறும் மிளிர்கிறது, இருளில் ஒளிரும் செவ்வட்டையின் புளூஜாக்கர்போல... அதன் வசீகரமும் ஆபத்துமாக. எத்தனை வயதானாலும், மனத்திற்கு வயதாவதே இல்லை. அது பொய்யல்லவே!

✣

78

அவலும் உமியும்: வீழ்ச்சிக்கும் மீட்சிக்குமான தத்தளிப்பு

பிரவீண் பஃறுளி

நன்மை தீமை, தூய்மை, மாசு போன்ற எதிரிடைகளைப் பாவித்து அதில் சலித்தலாக மனித இருப்பு தன்னைச் சாரப்படுத்திக்கொள்கிறது. உமியென்றுமான அவலென்றும் ஆன இருமைப்பட்ட ஒரு பிளவில் வைத்து, மனதின் ஒரு தத்தளிப்பை ஜானகிராமனின் இக்குறுநாவல் திறந்து பார்க்கிறது. தூய்மை, மீட்சி நோக்கி அம்மனதுக்கு ஓயாத ஓர் எம்புதலுண்டு. ஆனால், நிதர்சனத்தில் அது, எப்போதும் பாதாளங்களில் சரிந்து விழுகிறது. தஸ்தயேவ்ஸ்கியின் ‘அடி உலகக் குறிப்புகளில்’, மனிதன் வன்மத்தை விழைபவன், தன் ‘உன்னதத்துக்கு’ நேரெதிரான குலைவை நோக்கி வசீகரிக்கப்படுபவன் என்ற காட்சி இருக்கிறது. ஜானகிராமன் போன்ற ஒரு படைப்பாளியிடம் வாழ்வின் அழகும் மேன்மையும் மகத்துவம் கொள்ளும்போதே உள்பொதிந்திருக்கும் விபரீதமும் மனிதனின் விசித்திர இருளும்கூட எதிரிடையாக வைக்கப்படுகின்றன. மனிதன் தன் கருத்துநிலையில் பாவிக்கும் எல்லா மதிப்புகளுக்கும் நேரெதிராக அவனது ஆழத்தில், அவனை வீழ்த்துகின்ற வன்மமும் அற்பமும் அத்தனை பளபளப்பானவை. தன் குரூரங்களில் தீவிர இருப்பு கொள்ளும் மனிதத் தத்தளிப்பின், கீழ்மைக்கும் மேன்மைக்குமான அவனது பரிதாப ஊசலாட்டத்தின் விளையாட்டுதான், ‘அவலும் உமியும்’.

செல்வம் குவியுமிடத்தின் வெறுமையும் ஆங்காரமுமே, காயாப்பிள்ளையின் தன்மையம். தான்– பிறிது என்ற பிளவின் தன்மையத்தின் வழியே, மனித உயிர் வலி – துக்கமென்னும் ஊழைப் பற்றிக் கொள்கிறது. தான், தான் சார்ந்த என்ற ஓர் அச்சிலிருந்து உலகைப் பிரித்துணரும் மனித மனம், பிறிதின் ஆக்கம் கண்டுகொள்ளும் அசூயை, புராதன வலிமை கொண்டது. இப்புராதனத் தத்தளிப்பில் அமிழ்ந்து துடிக்கும்

காயாப்பிள்ளை; இறுதியில் தன் மீட்சி அல்லது விடுதலை போன்ற ஓர் ஒளியைக் கண்டடையும் ஒரு சித்திரம்தான், 'அவலும் உமியும்'. நவீனச் சமூக யதார்த்தம், நவீனப்பாடு என்பதற்கு அப்பால் தமிழ் நவீன இலக்கியம் என்பது உள்ளார்ந்து ஓர் இந்திய வைதீகத் தத்துவ மனதில் மையங்கொண்டதன் வரலாற்று மூலங்கள் தனித்துப் பேசத்தக்கன.

தன் பெயரக் குழந்தையின் நோய்மையும், மாற்றான் குழந்தையின் பொலிவும்தான் காயாப்பிள்ளையின் மனதை வதைக்கும் ஆற்றாமை. எத்தனை ஓம்பியும், தன் நான்கு வயது பெயரக் குழந்தை லட்சுமணன் சூம்பிச் 'சூணாவயிறாய்' இருப்பதன் மனக்குறையே, பிறிதின் ஆக்கம் நோக்கிக் குமைய வைக்கிறது. தன் வீட்டில் குடித்தனமிருக்கும் கோவில் குமாஸ்தா செல்லையாவின் குழந்தை ஏகாம்பரத்தின் வாகும் வளப்பமும் கண்டு காயாப்பிள்ளை பொருமுகிறார். தன் வீட்டுக்குத் தினசரி விளையாட வரும் அந்தக் குழந்தையின் பொலிவான உடம்பும், இடையில் அரைஞாணில் பளிச்சிட்டு ஆடும் நாய்க்காசுச் சரமும், வக்கற்றவர்களின் வளப்பமும் அவருக்குள் வன்மத்தைக் கட்டற்று தூண்டுகின்றன. அவர் தீட்சை எடுத்துக்கொண்டு, சிவபூஜை செய்பவர். கம்பராமாயணம், பாரதம், கைவல்ய நவநீதம், பிரபுலிங்க லீலை, அருட்பா போன்றவற்றைப் படித்தவர். உலகியல் விவேகமும் மெய்ப்பொருள் தேடலும் கொண்டவர். ஆனால், அவரது மனம் தன் சூம்பிய பெயரனையும் பருமனும் வாகும் கொண்ட ஏகாம்பரத்தையும் நேர்நிறுத்திப் பார்க்கும் ஒவ்வொரு கணமும், லௌகீக மனக் குரூரங்களின் அதள பாதாளத்தில் கவிழ்கிறது. தன் பெயரனுக்காக வாங்கி அடுக்கியிருக்கும் திண்பண்டங்களை ஏகாம்பரம் ஏங்கிப் பார்க்கும்போதும், 'தாத்தா தாத்தா' என நச்சரித்துக் கேட்கும்போதும் தேன்குழல் தட்டத்தாலேயே குழந்தையின் தலையில் ஓங்கி அடித்துவிடுகிறார். பதறிவந்து கேட்கும் தாய் மீனாட்சியிடம், தட்டோடு கேட்டுப் பிடிவாதம் செய்துவிட்டுப் பின் குழந்தை தானே தலையைச் சுவரில் மோதிக்கொண்டதாகச் சொல்லிச் சமாளிக்கிறார். பின்னர் தனது கீழான நடத்தைக்காக மனம் குமைகிறார். இது தொடர்ந்து நடக்கிறது. ஒவ்வொரு முறையும் குழந்தை ஏகாம்பரத்தின் மீது தன் வன்மத்தைப் பிரயோகிப்பதும், அது பகிரங்கமாகிவிடாமல் சாமர்த்தியமாகச் சமாளிப்பதும், பின் குற்ற உணர்வில் தவிப்பதுமென மீண்டும் மீண்டும் நடக்கிறது. நடுநிசி வானத்தில் தோன்றும் நட்சத்திரங்கள் எல்லாம், அவரது வன்மத்திலிருந்து தொலைவாகத் தப்பிச் சென்றுவிட்ட குழந்தைகளெனப் பிரமை தந்து, அவரை வெருட்டுகின்றன. ஆனாலும், அசூயை என்னும் தொல்சக்தி, மீண்டும் மீண்டும் அவரைப் பலவந்தமாக வீழ்த்துகிறது.

ஒருமுறை, தூங்கிக் கொண்டிருக்கும் தன்னுடைய குழந்தை ஏகாம்பரத்தைப் பார்த்துக்கொள்ளும்படி காயாப்பிள்ளையிடம் விட்டுவிட்டு மீனாட்சி அம்மாள் கோயிலில் கதாகாலட்சேபம் கேட்கப்போகிறாள். விழித்துக்கொண்டு குழந்தை அழ, கோவிலுக்கு கூட்டிச்சென்று, மீனாட்சியிடமே விட்டுவிடப் பிள்ளை நினைக்கிறார். குழந்தை தூக்கச் சொல்லி அழுகிறது. அதைத் தூக்கி அணைத்த கணமே, அதன் பருத்த மேனியை உணர்ந்த மாத்திரத்தில் காயாப்பிள்ளைக்குச் சுள்ளென்று பொங்கிவருகிறது. வழியிலேயே யாருமற்ற இடத்தில் குழந்தையை

இறுக்கியபடியே, அதன் தொடையிலும் கன்னத்திலும் பூரித்த செழுமையைக் கடுகத் திருகி, தன் வக்கிரம் தீரத் தசைகளைக் கிள்ளுகிறார். அலறியழும் குழந்தையை ஏதும் அறியாதவர்போலத் தாயிடம் ஒப்படைத்துவிட்டுத் திரும்புகிறார். வழியெங்கும் தன்னைத் தான் நிந்தித்தபடி தன் கீழ்மையை எண்ணித் துடிக்கிறார். ஒரு முக்கில் தன்னைத் தானே தாக்கிக்கொள்கிறார். ஏகாம்பரத்தை அடித்துத் துன்புறுத்துவதாக உறக்கத்திலும் அவருக்குக் கனவுகள் வருகின்றன.

குழந்தையின் அலறலும் உடலில் ரத்தம் கன்றிய சில தடங்களும் கண்டு பதறும் மீனாட்சியும் செல்லையாவும், இது அக்கிழவனின் வேலைதான் என யூகித்து விடுகின்றனர். நேரடியாகவே காயாப்பிள்ளையிடம் சென்று மீனாட்சி சீறுகிறாள். பிள்ளையோ கைக்கூப்பி, அவர்களை உடனே வீட்டைக் காலி செய்துவிடும்படி கும்பிட்டுக் கேட்டுக்கொள்கிறார். மறுநாளே அவர்கள், மௌனமாக வீட்டைக் காலிசெய்து, வேறு தெருவுக்குக் குடியேறிப்போகிறார்கள். தம் மீது பெரிதாக எதிர்ப்போ வெறுப்போ அவர்கள் காட்டாததும், தம் குற்றத்தைப் பகிரங்கம் செய்யாததும் அவரை மேலும் ஆழ்ந்த சுய நிந்தனைக்குத் தள்ளுகிறது. தம் குற்றத்திலிருந்து, வினையிலிருந்து தமக்கு மீட்சியே இல்லையா எனப் பிள்ளை தவித்துப் போகிறார். தம் வாழ்நாள் சேமிப்பாகப் பழுக்காபெட்டியில் பத்திரப்படுத்தி யிருந்த அறுநூறு ரூபாய் ரொக்கத்தையும், கடுக்கண், நமசிவாயம் எழுதிய மோதிரம் உள்ளிட்ட அணிகளையும் நகைக்கடைக்குக் கொண்டுபோய் அவற்றுக்கு மாற்றாகக் குழந்தைக்கான பொன்னாபரணங்களைப் பிள்ளை வாங்குகிறார். அந்தச் சேமிப்புகள், அவரது இறுதிக் காரியங்களுக்காக அவர் பத்திரப்படுத்தி வந்தவை. நேராகத் தையற்காரத்தெருவில் குடியேறிய செல்லையா மீனாட்சியின் வீட்டைத் தேடிக்கண்டுபிடித்துக் குழந்தையைப் போய்ப்பார்க்கிறார். தாம் வாங்கிய பொற்சங்கிலியையும் வளைகளையும் அதற்கு அணிவித்து, சிறிய முருக வேல் ஒன்றையும் அதன் கைகளில் திணிக்கிறார். குழந்தை ஏகாம்பரம், அதை நாக்கில் வைத்து ருசி பார்க்கிறது.

குழந்தை, பொன்னென்றும் வஸ்துகளென்றும் உலகை அறிவதில்லை. உலகின் வஸ்துகளெல்லாம், அதற்கு நாவால் ருசித்தறியும் பண்டங்களே. அக்கணம் பிள்ளை, தம் வினையிலிருந்து முழுமையாக மீட்சி பெற்று விட்டதாக உணர்கிறார். “யப்பா முருகா” என உடைந்து அழும் அவர், எத்தனை ஊதி ஊதியும் அகலாது சூழ்ந்த உமி, இக்கணம் விலகி அவலாக மட்டும் ஒளிர்வதாக அமைதிகொள்கிறார். குழந்தையை அள்ளி அணைத்து மகிழ்ந்து பின், விடுவிடுவென்று வெளியேறி ரயிலடிக்கு நடக்கிறார். பின்னே ஓடிவந்து தடுக்கமுயன்ற செல்லையாவை நிறுத்திப் பின்தொடர வேண்டாம் என்றும், தாம் தம் வீட்டை விட்டும் குடும்பத்தை விட்டுமே வெளியேறி விட்டதாகவும் சொல்கிறார். உலகியலை உதிர்த்துத் துறவுநாடிப் பழநிமலை நோக்கி, அவர் பயணம் தொடங்குகிறது. ரயிலில் உடன் பயணிக்கும் சாய்பு ஒருவரிடம், தன் மகன் பழநியில் இருப்பதாகவும், அவனைப் பார்க்கவே தான் செல்வதாகவும் கூறுகிறார். தன் பிள்ளையின் பெயரைத் தண்டபாணி எனச் சொல்கிறார். முருகன், “பாலக வடிவு” கொண்டு அருள்கூரும் ஸ்தலமே, அவர் நாடும் மீட்சியின் இடமாக இருக்கிறது. கடவுளைக் குழந்தை என்றும் குழந்தையைக் கடவுள் என்றும் காணும் ஒரு மரபில், காயாப்பிள்ளை

ஒரு குழந்தை மீதான தம் வன்மங்களின் தீவினையிலிருந்து விடுதலை வேண்டி அதன் மூலப் படிமமொன்றில் சரண் நாடிப் பழநிக்குச் செல்கிறார். ரயிலுக்கு வெளியே ஒரு மின்கம்பத்தில் பெரிய காகமொன்றைச் சிறிய வலியன் குருவி தலையில் கொத்திக் கொத்திப் பறப்பதைச் சாய்புவுக்குக் காட்டுகிறார். அக்கணத்தில் அது தாமாகவும், தம் உமியைச் சுட்டும் குழந்தை ஏகாம்பரமாகவும் அவருக்குத் தோன்றக்கூடும். லௌகீகச் சித்திரமாகத் தொடங்கும் கதை, காயாப்பிள்ளையின் ஆன்மீகம் சார்ந்த ஒரு நகர்வுடன் முடிகிறது.

இனி, ஜானகிராமன் என்ற ஆளுமைப் பேருருவிலிருந்து விலகி, இக்கதையை நம் முன்னுள்ள ஒரு பிரதி என, அதன் மௌனப்பட்ட இடைவெளிகளையும் அணுகிப் பார்க்கலாம். அவலும் உமியும் காயாப் பிள்ளையின் மன ஓட்டத்தினூடாகவே நகர்கிறது. காயாப்பிள்ளையின் மன வக்கிரம், அதனுடனான அவரது போராட்டம், அவர் கண்டடையும் தன்மீட்சி எனக் காயாப்பிள்ளையின் ஆன்மீகச் சுயமே, இக்கதையின் குரலாக இருக்கிறது. குழந்தை ஏகாம்பரமும் அக்குடும்பமும், அங்குக் காயாப்பிள்ளையின் ஆன்ம மீட்சிக்கான துணைக்கருவிகளாக, உப இருப்புகளாக, குரலற்றவர்களாக வைக்கப்படுகின்றனர். காயாப் பிள்ளையின் மனஇயக்கம், தன் மனவக்கிரத்துடனான அவரது இடையறாத மோதல், தூய்மை பெறல், உமி நீங்கி அவலாக ஒளிர்தல் எல்லாம், தான் என்ற ஒரு சுயமுனைப்பின் புறத்தெறிப்பாகவே வெளிப்படுகின்றன. குழந்தை மீதான தன் வன்மத்திலிருந்து வெளியேறித் தூய்மையடைதல் என்ற ஒரு சுய ஒளி அடைதலாக இருக்கிறதேயன்றி, அது மற்றமை இருப்பை அறிந்துகொள்வதாக அதன் தன்னிலைச் சுயத்துடன், நியாயத்துடன் ஊடாடி நிகழும் தன்னுடைப்பாக இல்லை. குழந்தை மீதான வன்மத்துக்குப் பரிகாரம் என்பது, காயாப்பிள்ளைக்குத் தம் சேமிப்புகளையெல்லாம் 'பொன்னாபரணங்களாக்கிக் குழ்ந்தைக்கு அணிவித்தல்' என்ற வெறும் பொருள் சார்ந்த ஒரு பதிலீட்டின் அமைதிகாணலாகவே இருக்கிறது. கதையின் குரலைக் காயாப்பிள்ளை என்னும் மையத்திலிருந்து நகர்த்திக் குழந்தை ஏகாம்பரம், அவன் தந்தை செல்லையா, தாய் மீனாட்சி என மாற்றி வைக்கும்போது, அவர்களது குரல்கள் என்னவாக இருக்கக்கூடும்?

குற்றத்தின் தரப்பிலான காயாப்பிள்ளை, கொடுக்கும் நிலையில் தம்மை உயர்த்தித் தாம் மனத்தூய்மை எய்தலோடு விடுதலையும் பெற்றுக் கொள்கிறார். பாதிக்கப்படும் தரப்பிலுள்ளவர்கள் தனிச்சுயமற்றவராகக் காயாப்பிள்ளையின் மீட்சி, ஆன்ம ஈடேற்றம் என்ற பிரதியின் நோக்கத் திற்குப் பணிந்தொப்புபவர்களாகச் செயலூக்கமற்ற மௌனத்தரப்பாக இருத்தப்பட்டுள்ளனர். ஒரு முதியவர், மாற்றான் குழந்தையின் ஆரோக்கியம் கண்டு பொருமுகிறார். வன்மத்தை ஏவுகிறார். பின் மனந்துடித்துத் திருந்தினார் என்ற உலகியலான ஒரு தளத்துக்கு அப்பால், அதனைக் காயாப்பிள்ளையின் ஆன்மத் தூய்மைக்கான சோதனைக்களமாக்கி ஒரு தத்துவார்த்த மேலெழுப்பல் என்பது, குழந்தையின் தரப்பு மீது செலுத்தப்பட்ட இன்னுமொரு வன்முறையாகவே இருக்கிறது.

மனித மனத்தின் உள் இருளை, விபரீதத்தை இக்கதை துலக்குகிறது என்றால், ஒரு குழந்தை மீது ஒரு முதியவருக்கு உண்டாகும் வன்மம்

இப்பிரதியில் கரட்டாகப் பதனிடாத அதன் கொடுந்தன்மையுடன் வைக்கப்பட்டுள்ளதா என்பதுதான் கேள்வி. அன்பைப்போல் வன்மமும் அத்தனை பச்சையானது. நிஜமானது. தர்க்கங்கள் கடந்த ஒரு புராதன உணர்ச்சி அது. மனிதனின் உள்ளிருட்டை ஊடுருவித்துலக்கும் கதை, அதன் விபரீதத்துக்குள் போகாமல், ஒரு தத்துவத்தளமிட்டு ஒரு நீதியியல் உரைப்பாக நிறைவுகொள்ளும் இடம், வாழ்வின் விபரீதம் மேல் படைப்பாளி ஏற்ற விரும்பும் அழகியலான ஒரு மதிப்பு என அமைதி காணலாம். ஆனாலும் காயாப்பிள்ளை, தம் வக்கிரத்திலிருந்து மீளவே முடியாது சரிந்துவிழும் இடமும், வீழ்ச்சிக்கும் மீட்சிக்குமான அவரது தத்தளிப்புமே இக்கதையில் நவீன வாசிப்பு மனம் இயல்பாகச் சாய்வுகொள்ளும் இடமெனலாம்.

✤

79

அவலும் உமியும்:
மன அயற்சியின் காட்சி

லதா அருணாச்சலம்

தி.ஜானகிராமன் படைப்புகள் என்றதும், ஒவ்வொரு வாசகருக்கும் மனதில் ஒரு செல்லக் குழப்பம் உருவாகும். அவரது படைப்புகளில் சிறந்தவை நாவலா அல்லது சிறுகதைகளா என்பதே அது. மிகப் பெரிய புத்தகங்களில், அவர் விவரித்துக்கொண்டு செல்லும் களமும், அதன் மாந்தர்களும் அவர்களின் வாழ்வும், அதன் அழகியலும், மீறலின் வசீகரமும் நூற்றுக்கணக்கான பக்கங்களில் விரிகையில் அதில் மனதை ஒருமுகப்படுத்தி மூழ்கித் திளைப்பது ஒரு பரவச அனுபவம். அதே வேளை, மிக நேர்த்தியான வடிவில், சிக்கனமான உரையாடலுடன், ஆழமான சொற்களுடன் மானுட இயல்பின் கோணல்களைச் சிறுகதைகளிலும் குறுநாவல்களிலும்கூட அவர் காட்சிப்படுத்துகையில், அது நிகழ்த்தும் அனுபவம் கரைந்து போனாலும், சுவை நரம்பில் நெடுநேரம் ஒட்டியிருக்கும் தித்திப்புப்போல இனித்துக் கொண்டிருக்கும். எப்போதும் நாவலா, கதைகளா என்னும் ரசனையின் இருதட்டுகளும் மேலும் கீழும் மாறிமாறி ஊசல் ஆடிக் கொண்டேயிருந்தாலும், இணையான இரண்டு வாசிப்பனுபவங்களும் வாசகர்களுக்கு உவப்பானதே.

தி.ஜா.வின் ஒவ்வொரு கதையிலும் வெளிப்படும் மனித மனத்தின் சொல்லித் தீராத விநோதங்களையே இந்த "அவலும் உமியும்" கதையும் பேசுகிறது. தனது பேரனின் மீது பேரன்பு வைத்திருக்கும் காயாப்பிள்ளையின் மனதில் மற்ற எந்தக் குழந்தையின்பாலும் அன்பு விஞ்சியிருக்கவில்லை என்னும் ஆரம்பப் புள்ளியில் துவங்கும் கதை, தொய்வில்லாத நடையில் சீராகச் செல்கிறது. வீட்டில் வாடகைக்கிருக்கும் தம்பதியினரின் குழந்தையான ஏகாம்பரம், ஆரோக்கியமற்ற உடல்வாகைக் கொண்ட தங்கள் பேரன் லச்சுமணனை விடவும் போஷாக்கு மிகுந்த, துறுதுறுப்பான சிறுவனாகத் துள்ளித் திரிவது, பிள்ளைக்கு ஏற்புடையதாக இல்லை. ஒரு குழந்தையின்பால்

சொரியும் அன்பின் அமுது, பிறிதொரு குழந்தைக்கு, வயிற்றெரிச்சலின் பொருட்டு நஞ்சைக் கக்குகிறது. காயாப்பிள்ளையின் வம்சத்திலேயே அவருக்கும், அவரது முன்னோர்களுக்கும், ஒற்றைப்பிள்ளையே வாய்க்கிறது. அப்படி ஒற்றை வாரிசாக நீண்ட நாள் கழித்துப் பிறந்த பேரனின் நோஞ்சான் உடலும், குச்சிக் கைகால்களும் வகைவகையாக உணவுவாங்கிக் கொடுத்தாலும் ஒட்டாத சூணாவயிறும் அவரை வதைக்கிறது. அதனால் ஏற்பட்ட மன உளைச்சலால் அவருடைய நற்குணங்கள் மறைந்து அவை காழ்ப்பாக மாறிவிடுகின்றன.

அதே ஆற்றாமை, அவர் மனைவியின் இயல்பாகவும் இருப்பதுதான் மிகவும் வியப்புக்குரியது. அதுவும், இந்தக் கதை எழுதப்பட்ட காலகட்டத்தில், பெண் என்பவளின் பண்புகள் பற்றிய வரைமுறைகளும் முன்முடிவுகளும், அவள் தாய்மை என்னும் அன்பின் பீடம் என்பதாகவே பெரும்பாலும் இருந்தது. ஒரு பெண் மனதில் சிறிதளவேனும் இரக்கம் சுரக்காதா என்னும் கேள்வி எழாமலில்லை. ஆனால், கதையின் போக்கில் சிறுமையும் கீழ்மையும் நிறைந்த மனதில் கருணை வாசம் செய்வதில்லை என உணர்ந்துகொள்கிறோம். தான் சாப்பிடும் உணவைக்கூடச் சிறுபிள்ளை வாய்விட்டுக் கேட்டும் தராத காயாப்பிள்ளையிடம் வெளிப்படுவதும்கூட, அவருடைய ஊமைக் கோபத்தின் வெளிப்பாடே. அதற்கான காரணங்களாக அமையும் சிறுகுழந்தை ஏகாம்பரத்தின் அழகும் களங்கமற்ற சுபாவமும் அதன் மீதான அவர் பொறாமையும் வலிமையாகவே சுட்டப்பட்டுள்ளன. அவர் படித்த படிப்பும் கற்ற வித்தைகளும் அவரது மனத்தை எந்த விதத்திலும் பண்படுத்தவில்லை. புறவாழ்வில் தடுமாற்றங்களும் ஏமாற்றங்களும் ஏற்படுகையில், அது அகத்திலிருக்கும் வெளிச்சத்தையும் துடைத்தெறிந்து இருண்மையாக்கிவிடுகிறது. வாடகைக்குக் குடியிருக்கும் குழந்தையைக் கரித்துக்கொட்டுவதில், வர்க்கபேதத்தையும் இணைத்து, ‘ஒருவேளை சோத்துக்கு விதி கிடையாது’; ‘நாக்காசு, பட்டுக்கயிறு’ என்பதில் காசிருந்தும் தாம் அனுபவிக்க இயலாத ஆனந்தத்தை அமிலம் பூசிய வார்த்தைகள் வாயிலாக இழித்துக் காட்டுகிறார்கள்.

ஒரு மனிதனின் மன வீழ்ச்சியைப் பற்றிய தி.ஜா.வின் அவதானிப்பும், அதை அவர் எடுத்துக் கூறியிருக்கும் நுணுக்கமும் மிக வியப்புக்குரியவை. யாருமறியாமல் தட்டு நிறைய முறுக்கை எடுத்து வந்து, ஓசையே எழுப்பாமல் வாயில் ஊற வைத்துக் காயாப்பிள்ளை தின்னும்போது, உறங்கும் தாயிடமிருந்து விலகி மெல்ல நடந்து அவர் முன் வந்து நிற்கிறான் குழந்தை ஏகாம்பரம். எத்தனை ஏசினாலும், அவரையும் முறுக்கையுமே ஏக்கத்துடன் ஏகாம்பரம் மாறிமாறிப் பார்க்கக் காயாப்பிள்ளை அவனுக்குத் தம் முதுகு காட்டிச் சுவரின் பக்கம் திரும்பி அமர்கிறார். அப்போதும் நகராமல் அவன் முறுக்குக்காக இறைஞ்சும் கோபத்தில், அந்தத் தட்டை ஓங்கி அவன் நெற்றியில் அடித்துவிடுகிறார். வலியால் சிறுவன் அழும் சத்தம் கேட்டு அனைவரும் பதறி ஓடி வர, அவர்களிடம் முழுத் தட்டும் தனக்கே வேண்டுமென்று குழந்தை அடம்பிடித்ததாகவும் அதற்குத் தாம் மறுத்ததால் அவன் தானே தலையைச் சுவரில் முட்டிக் கொண்டதாகவும் சொல்லிச் சமாளிக்கிறார். தம் தீஞ்செயலின் மேதமையில் இறுமாப்பும் கொள்கிறார். ஆனால், மற்றவர்கள் ஏதும் சொல்லாமல் அகன்று சென்றுவிட்ட பிறகு, சட்டென அவரது மனத்தின் சமன்பாடு குலைந்துவிடுகிறது.

தாம் செய்தது தவறானாலும் அதற்கு ஒரு நியாயம் கற்பித்துக்கொண்டு வாழ்ந்துவந்த அவரின் நிலைப்பாடு, அவருடைய மனசாட்சியாலேயே கேள்விக்குள்ளாக்கப்படுகிறது. தன்னையே அறிந்தவராக, தன் மீதே அசூயை கொண்டவராக, எதுவாக இருப்பினும் இனிமேல் மற்ற குழந்தைகளைப் பார்த்துக் காயக்கூடாது எனச் சங்கற்பம் மேற்கொள்கிறார். ஆனால், தனது பேரனின் மீதுள்ள அன்பால், சத்தான உணவை அவன் சிறிது உட்கொண்டாலே ஏற்படும் மனத்திருப்திக்காகவே, அவர் மனம் ஏங்குகிறது. அதனால்தான், குற்ற உணர்வு தாளாமல் ஏகாம்பரத்திற்குக் கொடுப்பதற்காக அவர் எடுத்துவைத்திருக்கும் பண்டங்களை எடுத்துப் பேரன் லச்சுமணன் உண்டதும், அவர் மனத்தில் எழுந்த விழிப்பும் மழைநீரில் கரையும் மணல் வீடாய் அப்படியே அமிழ்ந்துபோய்விடுகிறது.

அதன்பின் நடக்கும் இரண்டாவது நிகழ்வுக்குப் பின்னும்கூட, தமது அகத்தில் மோதிக்கொண்டிருக்கும் அலையாட்டங்களிலிருந்து அவரால் கரையொதுங்க முடிவதில்லை. இரவில் கோவிலில் கதை கேட்கச் செல்லும் ஏகாம்பரத்தின் தாய் மீனாட்சி, உறங்கும் தனது மகனைப் பார்த்துக்கொள்ளச் சொல்லிக் கேட்டதும் சரியென்கிறார். ஆனால், சற்றுநேரம் கழித்து, ஏகாம்பரம் பெருங்குரலெடுத்து அழும்போது, காயாப்பிள்ளையின் மனைவி தன் பங்குக்குக் குழந்தையை வசை பாடிவிட்டு, அவனைக் கோவிலில் விட்டுவரச் சொல்லுகிறாள். அவனைத் தரதரவென்று இழுத்துச் செல்கிறார். ஆனால், தூக்கு தூக்கு என்று அடம்பிடிக்கிறது குழந்தை. வேறு வழியில்லாமல் தூக்கிக்கொண்டவர், அந்த மகாபாதகத்தைக் கூசாது செய்கிறார். அதைத் தி.ஜா. இவ்வாறு சொல்கிறார். "பிள்ளை பல்லைக் கடித்தவாறே அவனைத் தூக்கிக்கொண்டார். அந்த மெல்லிய வழவழ உடல், உடலில் பட்டதும் அவருக்கு வெறி வந்துவிட்டது. இரண்டு கைகளாலும் இறுக அணைப்பதுபோல இறுக்கினார். நெரிசல் தாளாமல் குழந்தை அழுதது. 'போண்டாம், போண்டாம்டா கண்ணு' என்று கன்னத்தை நன்றாகக் கிள்ளினார். அழுகை ஊரே கேட்கும், அப்படி ஓங்கிற்று". அவனை, அவன் தாயிடம் ஒப்படைத்துவிட்டு வந்ததும், அவர் மனதின் கண்கள் விழித்துக்கொள்கின்றன. 'அவருக்கு, இப்போது அழுகையே வந்துவிட்டது, குழந்தையைச் சாதாரணமாகக் கிள்ளவில்லை. கிள்ளின வெம்பல், கன்னத்திலும் துடையிலும் தெரிந்தன'. தன்னையே எண்ணி வெட்கப்படுகிறார். தன் கன்னத்தைக் கிள்ளிக்கொண்டும், கழுத்தில் குத்திக்கொண்டும் சுய வதைகள் செய்துகொண்டாலும் அவர் மனதில் மண்டியிருக்கும் இருள் மறையவில்லை. தனக்குத் தானே பேசிக்கொள்கிறார். தன் அற்ப சுபாவம் பற்றித் தன்னிடமே முறையிட்டுக் கொள்கிறார். "தன்னையே இரண்டு மனிதனாகப் பண்ணிக்கொண்டு, அந்த இரண்டாம் மனிதனிடம் தன் பாபங்களைச் சொல்லி அழுதார் பிள்ளை. சிறிது நேரம், அந்த நினைவெல்லாம் கலைந்து மனது கொஞ்சம் சாந்தப்பட்டது. ஆனால், துரத்தும் நினைவுகள் கனவிலும் அவரை விடவில்லை. ஏகாம்பரத்தை அடித்துவிடுவதாகவும், அதற்கான தண்டனையை மீனாட்சி தனக்குத் தருவதாகவும் கனவு கண்டு நிலைகுலைந்துபோகிறார்.

கோவிலில் ஏகாம்பரத்தின் நிலையைப் பார்த்த அவன் தாய் மீனாட்சிக்கு, எல்லாமே புரிந்துபோகிறது. வீட்டிற்கு வந்தவள், குழந்தையை

அடித்தீர்களா என்னும் ஒற்றைக் கேள்வியை மட்டுமே, பிள்ளையிடம் கேட்கிறாள். மனதிற்குள் அழுதுகொண்டிருக்கும் காயாப்பிள்ளை, தயவுசெய்து உடனே வேறு வீடு பார்த்துச் சென்றுவிடுங்கள் என்று அவளிடம் இறைஞ்சிக் கேட்டுக்கொள்கிறார். தன் கணவனிடம் சொல்லி அதற்குடனே ஏற்பாடும் செய்யச் சொல்கிறாள் மீனாட்சி. அதன்படியே, ஒரு வீடும் கிடைத்துவிடப் பிள்ளையின் வீட்டைக் காலி செய்து செல்கிறார்கள். அங்கிருந்து செல்லும்போது, எதுவுமே நினைவில்லாததுபோல மீனாட்சியும் அவர் கணவரும் விடைபெற, தனது மழலைக் குரலில் வீட்டுக்கு வாங்க தாத்தா என்று வாஞ்சையுடன் கூறிச் செல்கிறான் ஏகாம்பரம். "தாத்தா, போயிட்டு வரேன்னு தாத்தாட்ட சொல்லிக்கடா. போயித்து வாரேன்னு. சொல்லு, கும்புடு" என்கிறாள் மீனாட்சி. திரும்பிப் பார்த்தார் காயாப்பிள்ளை. இடுப்பிலிருந்த ஏகாம்பரம், கும்பிடு என்று சொன்னதும், அவள் இடுப்பில் இருந்து தரதரவென்று இறங்கி, அவர் முன்னாலே குப்புற விழுந்து நீண்டு நெடுஞ்சாண்கிடையாக வணங்குகிறான். "பளபளவென்று அந்த முதுகும் காலும் பூசணிப்பத்தை மாதிரி தளதளவென்ற காலும்... காலில் கொலுசு வேறு... காயாப்பிள்ளைக்கு நெஞ்சில் பிடித்து அமுக்குகிறது. அப்படி ஒரு வலி". இந்த வரிகளின் வீச்சில்தான், முழுக்கதையின் பாரத்தையும் தி.ஜா. நம் மனதில் ஏற்றுகிறார். அந்தப் பாரம் நமக்கா அல்லது காயாப்பிள்ளைக்கா என்பதை அறிய இயலாத சுமையாக, அது கவிகிறது. அதன் பின் பிள்ளை செய்யும் காரியம், நம்மை வியப்பிலாழ்த்துகிறது.

வீட்டுச் சுவரில் மாட்டியிருக்கும் தன் தந்தையாரின் படத்தையும், மனதில் மாட்டப்பட்டிருக்கும் தன் தாயாரின் நினைவுருவையும் ஒருகணம் தரிசிப்பவர், மறுகணம் பூட்டிய அலமாரியில் இருக்கும் தனது அத்தனை சேமிப்பையும் வாரி எடுத்துக்கொண்டு நகைக்கடைக்குச் சென்று தங்கத்தாலான கழுத்துச் சங்கிலி, வளையல், கால் கொலுசு உட்படக் குழந்தைக்கான அத்தனை நகைகளையும் வாங்குகிறார். சிறிய வேல் ஒன்றையும் உடன் வாங்கிக்கொண்டு, ஏகாம்பரத்தின் வீட்டுக்குச் செல்கிறார். மனதில் எந்தச் சஞ்சலங்களுமின்றி அவரை வரவேற்கிறார்கள் செல்லையா, மீனாட்சி தம்பதியினர். அன்பின் தூய உருவாக அருகில் வந்து நிற்கும் ஏகாம்பரத்திற்குக் கையில் தாம் கொண்டுவந்திருந்த அத்தனை நகைகளையும் பூட்டி அழகு பார்க்கிறார் காயாப்பிள்ளை. 'இந்தாடா, இதைக் கையிலே வச்சுக்க' என, வேலையும் கையில் கொடுக்கிறார். ஏகாம்பரம், அதை வாங்கிக்கொண்டு நிற்கிறான். பிறகு நாக்கில் வைத்து ருசிபார்க்கிறான். "யப்பா முருகா" என்று குழந்தைபோல் அழுகிறார் காயாப்பிள்ளை. உமியை ஊதிப் பார்த்தேன். இத்தினி காலமாப் போகலே. சலிக்கச் சலிக்க உமி கொஞ்சம் இருந்துகிட்டே இருந்தது – இப்ப எல்லா உமியும் போயிட்டுது. அவல்தான் மிச்சம்" என்று குழந்தையை வாரி இறுக அணைத்துக்கொண்டார். உச்சி முகர்ந்தார். கண்ணில் நீர் தாரை தாரையாக வடிந்தது". இதன் பின் தி.ஜா., தமக்கே உரிய மறைபொருள்தன்மையைக் கதையின் முடிவில் முன்வைக்கிறார். காயாப்பிள்ளை, தம் சிறுமைகளை எல்லாம் ஊதிச் சலித்தபின் தூய்மையான மனதுடன் பழனிக்குச் சென்று முருகன் சந்நிதியில் வாழ்வைக் கழிக்கும் முடிவுடன் ரயிலில் ஏறுகிறார். ஜன்னலுக்கு வெளியே தெரியும் தந்திக் கம்பத்தில் ஒரு முழ நீளமுள்ள

காக்கையைத் துரத்தித் துரத்திக் குட்டிக்கொண்டு போகும் ஒரு சாண் நீள வலியன் குருவியை, அவர் வியப்புடன் பார்ப்பதாக முடிகிறது கதை.

இக்கதையும் தி.ஜா. வழக்கமாகக் கையாளும் மனிதர்களின் ஆதாரப் பண்புகள், மனக்கோணல்கள், அதனால் புற வாழ்வில் ஏற்படும் விளைவுகள் என்று அனைத்துக் கூறுகளையும் கொண்டுள்ளன. மனக் கசடை எந்தவித வடிகட்டலும் இல்லாமல் சுயபரிசோதனை செய்துகொள்ளும் கதாமாந்தர் காயாப்பிள்ளையின் சுயரூபம், கண்ணாடியில் தெளிவாகத் தெரியும் பிம்பம்போல எந்தச் சிக்கலுமின்றி அறியத் தரப்பட்டுள்ளது. ஒரு குடும்பத்தில் இருண்மையின் சுவடுகள் பதிந்திருக்க, மற்றொரு புறம் மீனாட்சி, செல்லையா, ஏகாம்பரம் அடங்கிய குடும்பத்தில் தூய்மையின் வெளிச்சம் பிரகாசிக்கிறது. அதிலும் குழந்தை ஏகாம்பரம், மாசற்ற பொன்னென ஜொலிக்கிறான். தாத்தாவைக் காட்டித் தரும் சாதகமான சூழல் இருந்தபோதிலும், அவனால் அவருக்கு அன்பைத் தவிர எதையும் தர முடியாதது, குழந்தைமையின் களங்கமின்மையே. அருகருகே இருந்தாலும், இருவேறு மானிடப் பண்புகளுடன், இருவேறு குணங்களின் சாயைகளுடன் பயணிக்கிறார்கள், இரு குடும்பத்தினரும். இந்த முரண், இந்தக் கதையின் எதிர்மறைக் கோணத்தைச் சமன் செய்கிறதென்று சொல்லிவிடலாம். தங்கள் குழந்தைக்குத் தீங்கு செய்தவரை விசாரணைகள் ஏதுமின்றிக் குற்றத்திலிருந்து விடுவித்துச்செல்லும் தம்பதியினரைக் காண்கையில், எந்நிலையிலும் அறத்தை விடாமல் பற்றியிருப்பது சாத்தியமா ? அது யதார்த்தமா எனும் கேள்வி எழுகிறது. ஆனால், தி.ஜா.வின் பிற கதைகளிலும் இதுபோல் மனிதர்கள் உலவக் காணலாம். அவர்கள் அப்படித்தான், அதற்குக் காரணம் ஏதும் தேவையில்லை என்னும் உறுதியான பதிலையே, தி.ஜா. நமக்கு அளிக்கிறார். அதற்கு உதாரணமாகக் கடன் தீர்ந்தது கதையில், தன்னை ஏமாற்றித் தன் வாழ்வையே அழித்த ராம்தாஸ் மரணப்படுக்கையில் இருக்கையில், அவனிடம் சென்று ஓரணா பெற்று அவனது கடனைத் தீர்த்து வைத்து நிம்மதி வழங்கும் சுந்தர தேசிகரையும் அவரே படைத்திருக்கிறார். இப்படி உணர்வுகளிலேயே பெரும்பாலும் இயங்கும் மனிதனின் பல்வேறு குணங்களின் அம்சங்களாக உள்ள கறுப்பு, வெள்ளை, சாம்பல் பக்கங்கள் இவரது கதைகளில் எப்போதும் காணக் கிடைக்கின்றன.

ஷேக்ஸ்பியரின் அவலச்சுவை நாடகங்களில், நாயகர்களின் அவலங்களுக்கும் துயரங்களுக்கும் அவர்தம் குணக் குறைபாடுகளே காரணமாகின்றன. வஞ்சகம் நிறைந்த எதிர்மறை நாயகர்களோ, சூழ்ச்சிகளோ புறக்காரணங்களாக அமைவதில்லை. அதுபோலத் தி.ஜா.வின் பல கதைகளிலும், அவரவர் வாழ்வின் வினைகள் அவரவர்களது எண்ணங்களாலேயே அமைகின்றன என்ற அடிக்கருத்தே வலியுறுத்தப் படுகிறது. அதற்கு, 'அவலும் உமியும்' சிறந்த உதாரணமாகும். தி.ஜா.வின் இந்தக் கதை, ஒரு சாதாரண மனிதனின் ஒரு சாதாரண மன அயற்சியைப் பற்றிப் பேசுகிறது. ஆனால், பலரும் கடந்து செல்லக்கூடிய நிகழ்வின் உட்சென்று சிலவற்றைத் தொட்டும், சிலதைத் தொடாமலும் காட்டுவதாலேயே இக்கதை இன்றும்கூட மதிப்பிழக்கவில்லை.

✣

80

தி.ஜானகிராமனின் குற்றமும் தண்டனையும்: அவலும் உமியும்

ஸ்ரீநேசன்

“ஆகவே, தன்னையே இரண்டாம் மனிதனாய்ப் பண்ணிக்கொண்டு, அந்த இரண்டாம் மனிதனிடம் தன் பாவங்களைச் சொல்லி அழுதார் பிள்ளை” (அவலும் உமியும்).

குற்றம் யாருமறியாது, மிக நுண்ணியதாக இருப்பினும், உலகமே அறிய மிகப் பெரிதாயினும் அதன் அடிப்படை ஒன்றுதான்; தீயைப்போல. உலகுக்கு அற்பமானதாகத் தெரியும் ஒருவருமறியாச் சிறு தவறாயினும் புரிந்த ஒருவனை அது தூங்கவிடாது துரத்தியவாறேயிருக்கும். உலகறிய மாபெரும் குற்றம் இழைப்பவர் அதற்கெனக் கிஞ்சித்தும் வருந்தவோ, சிறிதேனும் குற்ற உணர்வு கொள்ளாமலோ, ஏன் அதைக் குற்றமென ஏற்காது போவதோடுகூடக் குற்றத்தை நியாயப்படுத்தவும் செய்யக்கூடும். ஆனால், பரவும் செய்தி அறிபவர்களைப் பதறச் செய்துவிடும். குற்றங்கள், எதன் பொருட்டு நிகழக்கூடும்?

கோபம், அச்சம், துயரம், அவமானம், ஆசை, ஆதிக்கம், போட்டி, பொறாமை போன்ற அடிப்படை உணர்ச்சிகளால் மட்டுமின்றிப் பழிதீர்த்தலாகவும்கூட அவை நடைபெறலாம். இப்போது குற்றங்கள், வெறும் கூலிக்காகக்கூட நிகழ்த்தப்பெறுகின்றன. யோசிக்கையில், தன் சுயநலத்துக்கான தனிமனிதக் குற்றங்கள், வக்கிரக் குணாம்சத்திலான குற்றங்கள், சமூக நலத்துக்காக இழைக்கப்படும் குற்றங்கள், கும்பலால் நடத்தப்படும் குற்றங்கள், குடும்பம், சாதி, மதத்தை மையமிட்டுச் செய்யப்படும் குற்றங்கள், அரசு அதிகாரம் தம் குடிமக்கள் மீதிழைக்கும் குற்றங்கள், அரசியல் காரணங்களுக்காகத் தனிநபர்கள் மீதும் பிற நாட்டுப் பிரஜைகள் மீதும் நிறைவேற்றும் குற்றங்கள் எனக் குற்றங்களின் அலை விரிந்துகொண்டே செல்வதை

உணர முடியும். அரசு இயந்திரத்துக்கு மனசு என்ற ஒன்றில்லையாதலால், அதுவாகவே அது குற்ற உணர்ச்சி கொள்ளும் என்று எதிர்பார்க்க முடியாது. ஆனால், மனிதர்கள் ...?

செய்த குற்றத்தை உணர்ந்து அதன் தீவிர உணர்ச்சியிலிருந்து மீள நினைப்போர், பிராயச்சித்தம்போல வாழ்வையே துறந்து விடுதலையாகி நிம்மதி கொள்வதும், அல்லது மிக அரிதாக அதன் எல்லைக்குச் சென்று தன்னை மாய்த்துக்கொள்வதும் உண்டு. கொஞ்சமாய் மனசாட்சி உள்ள பெரும்பான்மையோர், குற்றத்தின் பாவத்திலிருந்து மீளப் பாபவிமோசனம்போல அதற்கீடான தருமங்களைச் செய்து தப்பிப் பிழைத்து வாழ்ந்துகொண்டிருப்பவர்கள்தாம். குற்றத்துக்காளானவர்கள் வழக்குத் தொடுக்கச் சட்ட ரீதியாகக் கிடைக்கும் தண்டனையை மனப்பூர்வமாக ஏற்போர் மிக அரிது. சட்டத்தின் துணை கொண்டு வழக்கிலிருந்து தப்பித்துக்கொள்பவர்களே மிக அதிகம். அரிதாக ஒரு நாடு இன்னொரு நாட்டை அடிமைப்படுத்தி வைத்திருந்த குற்றத்துக்காக மன்னிப்புக்கோர வலியுறுத்துவதும், மன்னிப்புக் கோருவதும் நேர்வதுண்டு. நடந்து முடிந்து பல காலத்துக்குப் பின்பும், இவ்வகை அதிசயமெல்லாம்கூட நிகழ்ந்திருக்கிறது. இனி வருங்காலத்தில் ரோபோக்களுக்கும் மனம் செயல்படக்கூடும் என்பதைப்போல.

சமூகவெளியில் நடைபெறும் குற்றங்களையும் அவற்றுக்கான தண்டனைகளையும் குறித்து நாம் அறிய நேர்கிறபோது, நமக்கேற்படுகிற திகைப்பைக் காட்டிலும், இலக்கியங்களின்வழி நாம் எதிர்கொள்ளும் குற்றத்துக்காட்பட்ட பாத்திரங்களும் சம்பவங்களும் நம்மை அதிகமாகவே பாதிக்கின்றன. ஏனெனில், சமூகம் நிகழ்த்துகிற அல்லது எதிர்கொள்கிற குற்றங்கள், வரலாறாகவோ செய்தியாகவோதான் பகிரப் படுகின்றன. நாடுகளுக்கிடையேயான போர்கள், உள்நாட்டுப் போர்கள், கலவரங்கள், கொள்ளைகள், அரசியல் ஊழல்கள், அடக்குமுறையின் பெயரிலான வன்முறைகள், அவற்றுக்கெதிரான தீவிரவாதம் தொடங்கிப் பெண்களுக்கெதிரான ஆணாதிக்கத் தனிநபர் மற்றும் கூட்டுப்பாலியல், கொலைக் குற்றம் வரை கண்டு கேட்டு கண்டு கேட்டு அவற்றை இயல்பாக நடக்கக்கூடிய ஒன்றாக நாம் ஏற்றுக் கொள்ளத் தொடங்கிவிட்டோம்.

இலக்கியப்பிரதிவழிப் பதியப்பெற்றுள்ள குற்றங்களோ அல்லது அவைசார் குற்ற மனப்பான்மைகளோ மிகவும் நுண்ணியவை. நம் ஒவ்வொருவருக்குள்ளும் சிறிதும் பெரிதுமாய் நிகழ்ந்து யாருமறியவில்லை என ரகசியமாய் உள்ளே அமுக்கி வைத்திருக்கிற இருண்ட உணர்வுகளின் மீது வெளிச்சமிட்டுக் காட்டி நம்மையே துணுக்குறச் செய்பவை. நாம் எந்தத் திசையை விரும்பாது முகந்திருப்பித் தப்பிக்கப் பார்ப்போமோ, அதே திசைக்குக் கைப்பிடித்து இழுப்பவை. இறுக மூடிக்கொண்ட விழிகளை வலிய விரித்துக் காண கட்டாயப்படுத்துபவை. தவிர இலக்கியங்கள் அவற்றை அணுகுகிறவிதமும் தனித்துவம் கொண்டது. குறிப்பாக மனசாட்சியைப் பேசவைத்து, அதன் ஆழத்துக் கடைசி முனகலையும் உரக்கப் பேச வைக்கின்றன.

வரலாற்றின் பக்கங்களில் அறியக்கிடைக்கிற ஹிட்லரால் நிகழ்த்தப்பட்ட பல லட்சக்கணக்கான வாயு முகாம் படுகொலைகள்

மற்றும் இறுதி நெருக்கடியில் வேறுவழியின்றி அவரே தேர்ந்துகொண்ட சுய தண்டனை, இவற்றைக் காட்டிலும் அவர் பிறப்பதற்கு 23 ஆண்டுகளுக்கு முன்பே எழுதப்பெற்ற தஸ்தயேவ்ஸ்கியின் குற்றமும் தண்டனையும் நாவலின் நாயகன் ரஸ்கோல்நிகாஃப் செய்கிற கொலையையும் கொலைக்கான காரணத்தையும் இறுதியில் அவன் ஏற்கிற தண்டனையையும் அறிய நேர்கிற வாசகன் அதிக அதிர்ச்சிக்குள்ளாகக்கூடும். ஏனெனில், ஹிட்லர் குறித்த வரலாற்றுச் செய்தி அறிவாகப் பெறப்பட்டு அச்சம் மட்டுமே தருகிறது; ரஸ்கோலின் வாழ்வோ நம் உணர்ச்சியுள் நுழைந்து மனசாட்சியை உலுக்குகிறது. உலக நிதர்சனம் என்னவெனில், குற்றமும் தண்டனையும் போன்ற மனித மனசாட்சியை முதன்மைப்படுத்தும் நாவல்கள் தோன்றிய பின்பும்கூட ஹிட்லர் போன்றோர் உருவாகியுள்ளார்கள் இங்கு என்பதுதான். ஒரே ஆறுதல் : ஹிட்லர்கள் மறைந்துவிடுகிறார்கள்; குற்றமும் தண்டனைகளும் நிலைத்திருக்கின்றன.

இவ்வகையில் குற்றமும் தண்டனையும் நாவலுக்கு நிகரான மற்றொரு பேரிலக்கியம் டால்ஸ்டாயின் புத்துயிர்ப்பு. அதன் நாயகன் நெஹ்லுதாவ்வும் ரஸ்கோல்நிகாஃப் போலவே தாம் செய்த குற்றத்துக்குத் தாமே தண்டனை வழங்கிக்கொள்பவர்தான். யதார்த்த உலகில் தம் குற்றத்தை மூடி மறைக்கவோ அல்லது வெளிப்பட நேரும்போது அதிலிருந்து தப்பித்துக்கொள்ள வழிவகை தேடுவதையோதான், பெரும்பான்மை மனித இயல்பாக நாம் அறிவோம். மாறாக, இலக்கியப் பிரதிகளில், மனசாட்சியின் துல்லியத்தை அதன் ஆழம்வரை துளைத்துச்சென்று கண்டடையும் எழுத்தாளன், தன் படைப்புவழிக் காலங்காலமாக வாசிக்கும் வாசகனுக்குள் அவ்வுணர்ச்சியைக் கிளர்த்திக் கொண்டேயிருக்கிறான்.

தஸ்தயேவ்ஸ்கியும் டால்ஸ்டாயும் குற்றம் புரிவதும் மீள்வதுமான அனுபவத்தை 500க்கும் மேலான பக்கங்களில் நாவலாக எழுத வேண்டியிருந்ததைத் தி.ஜானகிராமன் தம் “அவலும் உமியும்” என்ற 25 பக்கக் குறுநாவலில் சாதித்திருக்கிறார் என்றே சொல்லலாம். செவ்விலக்கியங்களான அந்த ரஷ்ய நாவல்களின் விஸ்தாரத்தை வாசிப்பில் கடந்து நாம் அடையும் பேரமைதியைத் தி.ஜா. தம் சின்னஞ் சிறிய படைப்பின்வழி உணர்ச்சியின் வேகத்தோடு உள்ளத்தை உருக்கும் நெகிழ்ச்சியனுபவமாகத் தந்துவிடுகிறார். தி.ஜா.வின் கதாநாயகரான காயாப்பிள்ளை, ரஸ்கோல்நிகாஃப்போலத் திட்டமிட்ட இலட்சியக் குற்றம் புரிந்தவரில்லை. நெஹ்லுதாவ்போலச் சூழலின் காரணமாகக் குற்றவாளியாய் ஆக்கப்படுபவரும் இல்லை. அவர் பொறாமையின் கைப்பிள்ளையாய் மீளநினைத்தும் முடியாது கோபத்தின்வசம் சிக்கித் தவறிழைக்க நேர்பவர். தம் கீழான செயலைத் தவறென உணர்ந்தும், அதைக் கட்டுப்படுத்தவோ அதிலிருந்து மீள இயலாமலோ மீண்டும் மீண்டும் அத்தீமையைச் செய்ய நேர்ந்து, அதனால் மன உளைச்சலுக்குள்ளாகி இறுதியில் அச்செயலுக்கான பிராயசித்தம்போல வீட்டைத் துறந்து வெளியேறி விடுதலை பெறுபவர்.

தம் செயலைக் குற்றமாயுணர்ந்து வருந்தி, நெருக்கடியான ஓர் இருப்பிலிருந்து விடுதலையாகி வெளியேறும் காயாப்பிள்ளை போன்ற பாத்திரங்களைத் தி.ஜா.வின் வேறு சில படைப்புகளிலும் நாம் காணமுடியும்.

‘உயிர்த்தேன்’ நாவலில், தம் உடலுழைப்பு இல்லாமலேயே அளவுக்கு அதிகமாகச் சேரும் செல்வத்தை முன்னிட்டுக் குற்ற உணர்ச்சி கொண்டு, அதற்குமேலும் பணம் ஈட்ட மனமின்றி அந்தத் தொழிலையே விற்றுக் கைகழுவிவிட்டுத் தம் பூர்வீகக்கிராமத்திற்குத் திரும்பும்பொருட்டு மாநகரிலிருந்து வெளியேறும் பூவராகன் பாத்திரம் இத்தகையதே. பூவராகன் குற்ற உணர்ச்சிக்குப் பரிகாரமாகத் தம் செல்வத்தைக் கிராம நற்பணிகளுக்குச் செலவழிக்கிறார் எனில், இதே நாவலில் வரும் பழனிவேலு, தம் இச்சையைக் கட்டுப்படுத்த இயலாமல் மாற்றான் மனைவியான செங்கம்மாவைக் கட்டியணைத்த அத்துமீறலின் குற்ற உணர்ச்சியிலிருந்து மீள, உயிரை மாய்த்துக்கொள்ளும் பொருட்டு மன்னிப்புக் கடிதமொன்றை எழுதிவிட்டு, ஊரிலிருந்தே வெளியேறுகிறார். இவ்விரண்டு அனுபவங்களும், குற்ற உணர்ச்சியிலிருந்து சாதகமாகவும் பாதகமாகவும் விடுபடுவதற்கான இரு வேறு அணுகுமுறைகள். இதன் தொடர்ச்சியாக யோசித்தால், ‘அம்மா வந்தாள்’ அலங்காரத்தம்மாள், குற்ற உணர்ச்சிக்குப் பிராயச்சித்தமாக, நாவலின் இறுதியில் காசிக்குப் போவதாகத் தீர்மானிப்பதையும், ‘மோகமுள்’ நாவலில் பாபு யமுனாவைத் தேடி அடைந்தும் அடையாத நிறைவின்மையின் நெருக்கடியில் சங்கீதம் கற்க வடநாடு கிளம்புவதையும்கூட ஒருவித விடுதலைப் பயணமாகவே கருதலாம். தி.ஜா.வை முழுமையாக வாசிப்பதன் மூலம், மேலும் இவை போன்ற பாத்திரங்களை நாம் அடையாளம் காண நேரலாம்.

காயாப்பிள்ளை குற்ற உணர்வுக்குப் பதிலீடு செய்வதுபோல் வீட்டை விட்டுக் கிளம்பி பழனிக்குத் திரும்ப விரும்பாத பயணத்தை மேற்கொள்கிறார். வீடு, உறவு என அனைத்தையும் துறந்துவிட்டுச் செல்லுமளவுக்கு அவரை உந்திய குற்ற உணர்வு அவ்வளவு பெரிதானதல்லவே, சராசரி பொதுமனிதக் குணாம்சத்தின் சிறு சறுக்கல்தானே என்று நாம் நினைக்கலாம். பொதுவாக மனித மனம், எல்லா விழுமியங்களையும் ஒரே மாதிரியாக எதிர்கொள்வதில்லை. ஒருவன் சாதாரணமாகக் கடக்கக்கூடிய ஒரு நிகழ்வு இன்னொருவனுக்கு அசாதாரண அனுபவமாகக்கூடும். பெரும்பான்மையினர் தம் மனசாட்சியை ஒரு பொருட்டாகவே கொள்ளாது, சமூகத்திலுள்ள ஓட்டைகளின் வழியே எளிதாகத் தப்பிச் செல்ல முனைகையில், சின்னஞ்சிறுபான்மையினர் அவ்வளவு எளிதாகக் கடக்க முடியாது மனசாட்சி எனும் பெரும் மதிற்சுவர் முன்பு மலைத்து நின்றுவிடுவார்கள்.

காயாப்பிள்ளையின் தீங்குக்கான அடிப்படைக் காரணம் பேரனின் உடல்நலத்தை முன்வைத்த சுயநலமும் அதனால் உருவான பொறாமையுமே. பார்த்துப் பார்த்து ஊட்டி வளர்க்கும் தம் பேரன், குச்சிக்கால் குச்சிக்கைகளுடன், “சூம்பலும் சூணாவயிறு”மாய் இருக்கிறான். தம் வீட்டில் வாடகைக்குக் குடியிருக்கும் வருமானம் அதிகமில்லாத கோயில் கணக்குப்பிள்ளை செல்லையாவின் குழந்தையோ, “மொழுமொழு” என்றிருக்கிறான். பேரன் லட்சுமணன், ஏகாம்பரத்தைவிட அழகாக, ஆரோக்கியமாக இருக்க வேண்டுமென ஆசைப்படுவது, அக விருப்ப எதிர்பார்ப்பு நிறைவேறாமையினால் கவனத்தை ஈர்க்கும் புறத்தின் நிறைவுடன் செய்துபார்க்கும் ஓர் ஒப்பீடு. ஒருவேளை அவர் வசதிக்கு

நிறைவின்மை என்பதோ, அவர் வயதுக்குப் பொறாமைகொள்ளும் சூழலோ அதுவரை ஏற்படாமல் இருந்திருக்கலாம். அல்லது வாழ்வின் பல விஷயங்களில் இம்மாதிரி ஒப்பீடும் பொறாமையும் தோன்றி மறைந்திருக்கக் கூடும். அப்போதெல்லாம் கோபமாய் வெளிப்படாமலோ, தீர்த்துக் கொள்ளும் வகையில் தோதான நபர் அமையாமலோ தணிந்திருக்கலாம். ஆனால், இந்த வயதில் அது இவரை வந்து தீவிரமாய்ப் பற்றியிருக்கிறது. காயாப்பிள்ளையை அவ்வளவு நல்லவர் என்றும் கணித்துவிட முடியாது. மற்றொரு குடித்தனக்காரரான கங்காதரசாமியின் மனைவி எதிர்க்கட்டுச் செல்லையாவின் மனைவியிடம், “அது பெரிய முரட்டுக்கிளம். அது உச்சந்தலையில இருக்கிற வழுக்கையிலேந்து காலிலே இருக்கிற சொத்தை நகம் வரைக்கும் அசிகை... அந்தக் கிளத்தோட கண்ணெதிரே ஒண்ணும் செய்யாதீங்க. கண், அவ்வளவு நல்லதில்லே” என்றும் சொல்லிவைக்கவே செய்கிறாள்.

இப்போது, அவரது பொறாமைக்கும் கோபத்திற்கும் வாகாக வந்து அமைந்திருப்பது, செல்லையாவின் மொழுமொழு குழந்தை ஏகாம்பரம்தான். பேரனின் வயதொத்த அக்குழந்தையிடம் கோபம் காட்ட நேர்ந்து, அதன் நிமித்தமாக அவனை உடல்ரீதியாக வதைப்பதுவரை நீண்டுவிட்டதனால் ஏற்பட்ட ஒரு பதற்றம், பாவம் இழைத்துவிட்டது போன்ற ஓர் அவமான உணர்ச்சிதான் அடிப்படை. இக்கதையில், பொறாமையாய்த் தோன்றி, கோபமாய் மாறி, குழந்தையை வதைத்து, அது பெற்றோருக்குத் தெரியப் போய், அவர்களை வீட்டைக் காலி செய்யக் கூறி, அக்குற்ற உணர்ச்சியில் அழுது உள்ளம் உருகித் தன் ரகசியச் சேமிப்பையும் கையிருப்பு நகையையும் ஆபரணங்களாக்கிப் புதுவீட்டுக்குக் குடிபோனவர்களைத் தேடிப்போய்க் குழந்தைக்கு அணிவித்துத் திரும்ப வரும் நோக்கமில்லாமல் பழனிக்கு நிரந்தரமாகக் கிளம்பிவிடும் சம்பவங்கள் மொத்தமும் நடந்து முடிவது இரண்டே நாளில்தான். ஒரு நீண்ட சிறுகதையின் தன்மை இப்படைப்புக்குண்டெனினும், இதை நான்காகத் தி.ஜா. பகுத்து எழுதியிருப்பதால், வடிவரீதியாக இதை நாம் குறுநாவலாகக் கொள்கிறோம்.

தி.ஜா. தம் வலுவான கதைக்கருவால், களன்தேர்ந்தெடுப்பால், காட்சிச்சித்திரிப்புகளால், துல்லியமான மொழிநடையால், இயல்பான தனித்துவமான வட்டாரப் (குறிப்பாகக் கிராமிய) பேச்சு வழக்கால், ரசம் ததும்பும் உரையாடல்களால் வாசகனைக் கிறங்கடிக்கும் திறன்கொண்டவர். எடுத்துக்கொள்ளும் களம் எத்தகையதெனினும், அதற்கொப்ப மனிதர்களை உயிரூட்டி உலவவிடுபவர் என்பதெல்லாம் அறிந்தது. இப்படைப்பிலும், அவையெல்லாம் உண்டுதான். ஆனால், இவற்றையெல்லாம்விட இன்னும் எதுவோ தேவையாயிருக்கிறதே, அதையும்கூட இதில் அவரால் எட்டித் தொட முடிந்திருக்கிறது.

காயாப்பிள்ளைதான் முதன்மையான பாத்திரம் எனினும், அவர் மனைவி சாலாட்சி அம்மாள், மகன், மருமகள், பேரன் லட்சுமணன், எதிர்க்கட்டுச் செல்லையா, அவர் மனைவி மீனாட்சி, குழந்தை ஏகாம்பரம், பின்கட்டுக் கங்காதரசாமி, அவரது மனைவி, இரு குழந்தைகள் என இச்சிறு படைப்பில் நிறையவே மனிதர்கள் உண்டு. அதிகமெனினும்,

தேவைக்கேற்பவே பயன்படுத்தப்பட்ட ஒவ்வொரு சிறு பாத்திரமும், வாசக மனதில் ஆழமாகப் பதிந்துவிடக்கூடியவைதாம். குறிப்பாகப் பின்குடித்தனக்காரர் கங்காதரசாமிக்கு இரண்டு குழந்தைகள்; இரண்டுக்கும் வயிற்றில் கட்டி (அதனால் காயாப்பிள்ளைக்கு அக்குழந்தைகளின் மீது பொறாமையோ, கோபமோ வரவில்லை) என்று தகவலாக மட்டுமே இடம் பெறுவர். அது எவ்வாறு முக்கியமாகிறது என்று கேட்கத் தோன்றலாம். தம் பேரன் நோஞ்சான்தானே தவிர வயிற்றில் கட்டியெதுவும் இல்லை என உள்ளூர மகிழும் காயாப்பிள்ளையின் சிறுமைத்தனத்தை எடுத்துக்காட்டும் கூர்மையான பகிரல் இது. கதை இறுதியில், ரயில் பயணத்தில் பேச்சுக் கொடுக்கும் சாயபுவைக்கூட, வாசகன் என்றும் நினைவில் கொண்டிருப்பான்.

ஒரு படைப்பைச் சிறந்த படைப்பாக, வாசகன் என்றும் தன் நினைவில் கொண்டிருக்கும் தகுதியுடைய ஒன்றாக எழுத்தாளனின் கலைத்திறனே ஆக்குகிறது. கலைத்திறன், கதை நிகழ்வுகளை அலங்காரமாகக் கூறிச் செல்வதால் மட்டும் வெளிப்படுவதில்லை. பாத்திரங்களின் இயக்கத்துடன் அவர்களின் மன இயக்கங்களையும் வெளிப்படுத்துவதனால்தான் இது சாத்தியம். இதற்கு மனிதர்களைக் கவனித்தால் போதாது; அவர்தம் மன இருள் – ஒளிரேகைகளைப் பயிலவும் தெரிந்திருக்கவேண்டும். காயாப்பிள்ளை, தம் அற்பக் குணத்தைக் கீழ்மையாய் உணர்ந்து வருந்தி, மனசாட்சியுடனான தம் போராட்டத்தினால் அகங்காரத்தை முற்றாகக் கலைந்து, துறவறம்போல வீட்டிலிருந்து வெளியேறுவதான ஒரு வரிதான் கதை. இந்தக் கதையினூடே சுயநலமும் நிறைவின்மையும் கொண்ட ஒருவரின் இருண்ட ஆன்மாவின் நிழல் படிந்த நடவடிக்கைகளை, பேச்சை, எண்ணங்களை, அற்பத்தனங்களை எடுத்துக்காட்டி உடன் அவருக்குள் திரளும் கனிவையும், பெருகும் குற்ற உணர்வையும், தவிப்பையும் சரிவிகிதத்தில் விவரித்து இறுதியில் கண்ணியில் சிக்கி எழுவதும் விழுவதுமாய் உழன்று சட்டெனப் பறக்க வாய்த்த பறவையாய் விடுதலைகொள்ளும் பிள்ளையின் மனஒளியைத் தி.ஜா. தம் எழுத்து மூலம் நமக்குள்ளும் பாய்ச்சியுள்ள திறனே கதையைக் கலையாக்கிய அவரது வித்தை.

தம் சொந்த அனுபவமாக இல்லாதபட்சத்தில், ஓர் எழுத்தாளன், எங்கிருந்து இத்தனை நுணுக்கமான மானுட அற்ப உணர்ச்சிகளையும் நேரெதிர் மேலான ஞானநிலையையும் பெற்றுக்கொள்வான்? அற்ப உணர்ச்சிகளிலிருந்து மீண்டு உயர்ந்த தியாகநிலையை நோக்கிய பயண அனுபவம், அப்பட்டமாக அந்தரங்க அகம் சார்ந்ததாகவேயிருக்கும். அந்த அகச்செயல் நிலையே அற்பனையும் மாமனிதனாக்கித் தருகிறது. மனிதர்களை உற்றுக் கவனிப்பதால் மட்டுமோ, அல்லது கற்பனையைச் சொடுக்கிவிடுவதால் மட்டுமோ, அந்த அகச் செயல்நிலையை அறியக்கூடுமோ? அதற்கும் மேலான ஒட்டுமொத்த மானுட விழுமியங் களையும் உள்வாங்கிச் செரிக்க ஆவல் கொண்ட உயர்தவிப்பு மனத்தால் மட்டுமே, அதை உணர முடியும். அவ்வாறான உணர்திறனும் உணர்ந்ததைக் கலையாக்கும் கைத்திறனும் பெற்ற தி.ஜா., இக்கதை மூலம் காயாப்பிள்ளை போன்ற மனிதரின் மன உலகத்தை உள்வாங்கி இதை ஓர் உன்னதப் படைப்பாக்கியிருக்கிறார்.

அவர் ஏகாம்பரத்தைத் தன் பேரன்போல் கொள்ளவில்லை எனினும், அந்தக் குழந்தை அவரைத் தன் தாத்தா போலவே நம்புகிறான். (அவன் பெற்றோரும் ஏறக்குறைய அப்படித்தான்). காலில் தூக்கி விளையாடும் விளையாட்டின் போதும், தூக்கத்திலிருந்து எழுந்து அம்மாவிடம் போக அழுகையிலும் தன்னைத் 'தூக்க'ச்சொல்லி அடம்பிடிப்பதும், அவரிடமிருந்து நொறுக்குத்தீனியை எதிர்பார்ப்பதும் அந்த உரிமையில்தான். ஆனால், அவருக்கோ பேரனின் பொருட்டு, அக்குழந்தை மீது காழ்ப்பு. அதை அறியாதவனிடம் அவர் வெளிப்படுத்தும் வெறுப்பு, வாசகனைத் துணுக்குறச் செய்யக்கூடியது. அந்தக் குழந்தையின் நம்பிக்கையும் காயாப்பிள்ளையின் பகைமையும் சில செயல்களாலேயே சித்திரங்களாகப் பகிரப்படுகின்றன. தி.ஜா.வின் துல்லியமான உரையாடல், இக்கதையை உயிர்ப்பித்தும் விடுகிறது.

முகஞ்சுளிப்பதும், கண்ணைக்கட்டி முழியுருட்டி வெறித்துப் பார்ப்பதும், "செத்த எலியைத் தொடுவது போல வேண்டாவெறுப்பாகத்" தூக்குவதும், பின் தள்ளிவிடுவதும், ஈயக்குண்டுபோலக் கனக்குது, இது என்ன புள்ளையா... அம்மிக்கல்லாங்கறேன் என்பதும் (குந்தாணி, கரளாக்கட்டை, ஆறு மரக்கா அரிசி மூட்டை என்றெல்லாம்கூட ஏசப்படுகிறான் – இவற்றுக்கு ஒத்தூதும் மனைவி வேறு), மூஞ்சியப் பாரு குடுத்தேன்னா தெரியுமா எனக் கை ஓங்குவதும், முகத்தில் மிளகாய்ப்பொடி வெடிக்க முகத்தைச் சுளித்து ஜாடை காட்டிச் சீ... போடா எனத் துரத்துவதுமான செயல்கள், கதையின் தொடக்கத்திலேயே ஆங்காங்கே விரவியுள்ள பிள்ளையின் சொற்களாலான வெறுப்புணர்வின் தடயங்கள். அவர் தின்னும் முறுக்கைக் குழந்தை பக்கத்தில் வந்து பார்க்கிறான் என்பதற்காக, முகந்திருப்பி முதுகைக் காண்பித்துக் கொண்டு தின்பதும், பிறிதொரு சமயம் மனைவியிடம், "சரி, உள்ர எடுத்துட்டுப் போ, அங்க வந்து தின்னுக்கிறேன்" எனக் கூறுவதும், அப்படித் தின்ன நேர்ந்த சமயத்திலும், "சத்தம் கேட்காமல் வாயில் ஊறவைத்து ஊறவைத்து உதடுகளை இறுக்க மூடித்" தின்பதுமான அற்பத்தனத்தின் உச்சத்தைத் தி.ஜா. காட்டும்போது, அதை நம் கீழ்மைச் செயலாகவே எண்ணி அதிர்கிறோம்.

போடா என்று விரட்டியும் போகாத பையனைத் தட்டிலுள்ள முறுக்கைக் கையால் அள்ளிக்கொண்டு ஓங்கி நெற்றியில் தட்டாலடிக்கவும், அதனால் வீரிட்டழும் குரல் கேட்டு அவன் தாய் முதலானோர் ஓடிவரவும், தட்டு முழுவதும் வேண்டுமென்று அடம்பிடித்துத் தலையை சுவரில் முட்டிக்கொண்டு அழுகிறான் என முழுப்பொய்யைச் சமயோசிதமாகக் கூறித் தப்பிக்கவும் செய்கிறார் காயாப்பிள்ளை. இப்படித் தகுந்த நேரத்தில் காப்பாற்றிக்கொள்ளச் சாமர்த்தியத்தைத் தந்த முருகனுக்குக் கும்பிடு வேறு போடுகிறார். (தன் பேரன் லட்சுமணன் பிறந்ததே முருகன் மனசு வைத்ததால் என நம்புகிறவர் அவர்). எப்போதும் எல்லாவற்றுக்கும் முருகனை ஆதாரமாகக் கொள்ளும் இந்தப் பக்தி அடைக்கல மன நிலைதான், அவரது லௌகீக மனிதச் சிறுமையைக் கொன்று, இறுதியில் அனைத்திலிருந்தும் அறுத்துக் கொண்டு அவரைப் பழனிக்குக் கிளம்ப உந்தியிருக்கக்கூடும்.

அற்ப உணர்ச்சியின் வெளிப்பாடுகளை அப்போதைக்குச் சமாளித்துவிட்டாலும், ஏன் அவனை அப்படி அடித்தோம் என்று பிறகு கொஞ்சம் பச்சாதாபம் கொள்வதோடு, இனிமேல் குழந்தைகளைக் கண்டு காயக்கூடாது (காயாப்பிள்ளை) என்று உறுதியும் கொள்கிறார். என்னவெல்லாமோ படித்திருக்கிறோம். இருந்தாலும் மனசில் கோபத்தை அடக்க முடியவில்லையே என்று வேதனையும் படுகிறார். பிராயச்சித்தம் போல் பேரனுக்கு வாங்கிய திராட்சையும் பிஸ்கட்டும் தந்து சிரிக்க வைக்கவும்கூட எண்ணுகிறார். எதிரெதிரான இரு உணர்ச்சிக்காட்படும் ஒருவர், எதன் சார்பைத் தேர்கிறாரோ, அத்தேர்வே அவரது உண்மையான ஆளுமையைத் தீர்மானிக்கக்கூடும். உணர்ச்சியும் பகுத்தறிவும் என்று வேண்டுமானாலும் இவ்வெதிர்வுகளை வரையறுக்கலாம். பகுத்தறிவுக்கும் கட்டுப்படாத உணர்வுகளை வெல்ல, ஆன்மீகப் பேரறிவின் துணைதான் வேண்டும்போல. மாலைவரை நிகழும் இதோடு முடிந்திருந்தாலும், இது நல்ல கதைதான். கதை மேலும் இரவும் தொடர்கையில்தான், சிறந்த கதைக்கான முடிவை எய்துகிறது.

கதை கேட்கக் கோயிலுக்குக் கிளம்பும் மீனாட்சி, மதியம் நடந்தது எதையும் மனதில் கொள்ளாமல், தூங்குகிற மகனை அவர் பொறுப்பில் விட்டுச் செல்கையில், அவரும் மிகப் பரிவுணர்வுடன் பார்த்துக் கொள்வதாக ஒப்புகிறார். ஆனால், விழித்து அழும் குழந்தை, மீண்டும் அவரைத் தன் தோற்றத்தாலும் கோரிக்கையாலும் சீண்டிவிடுகிறான். அவன் அர்ணாக்கயிறையும் காசையும் பார்த்ததுமே, அவருக்குப் பழையமாதிரி பற்றிக்கொண்டுவருகிறது. கோயிலுக்குக் கைப்பிடித்து இழுத்துக்கொண்டு போகையில், தூக்கு என்று அவன் கத்துவது, எரிகிற தீயில் எண்ணெய் ஊற்றுவது போலாகிறது. மெல்லிய வழவழ என்ற குழந்தை உடல், தன் உடலில் பட்டதும் அவருக்கு வெறி வந்துவிடவே அணைப்பதைப்போல அவனை இறுக்கவும், சமாதானப்படுத்துவதுபோலக் கன்னத்திலும் பின் தொடையிலும் கிள்ளவும் செய்கிறார். குழந்தையைத் தாய் வசம் ஒப்படைத்துவிட்டு மீள்கையில், அவனின் மீதான வெறுப்புணர்வு அவர் மீதே திரும்புகிறது. சந்தில் இருளில் வரும்போது அழுதுகொண்டும், ஓங்கி ஓங்கித் தன் மார்பில் குத்திக்கொண்டும் புலம்புகிறார். “இப்படி எச்சிக்கலை நாயாப் போயிட்டேனே. மத்தியானம் புத்தி வந்தாப்ல இருந்ததே. மறுபடியும் கோபம் வந்திரிச்சே” என்று கூறித் தம் கன்னத்தைக் கிள்ளிக்கொண்டும் கழுத்தில் குத்திக்கொண்டும் வீடு திரும்புகிறார். தெரு, மனசு எல்லாம் ஒரே இருளாகக் கவிய, வாசற்படியிலேயே அமர்ந்துவிடுகிறார்.

இந்த உலக இம்சையிலிருந்து மீள எண்ணும் துயரமான தருணங்களில்தான், மனிதன் வானத்தை நோக்குவான்போல. நட்சத்திரங்கள், அவர் கையில் அகப்பட்டுக்கொள்ளாத குழந்தைகளாய் அவரைப் பார்த்து, இப்ப என்ன செய்வே என்று சிரிப்பதுபோலிருக்கிறது. இன்னும் தவிப்புக் கூடுகிறது. தெருவில் நடக்கிறார். வழியில் தென்படும் பிள்ளையார்முன் தோப்புக்கரணம் போடுகிறார். நாய் ஒன்று குரைக்க, வீட்டுக்குத் திரும்பி நடைத்திண்ணையில் படுக்கிறார். மனசில் உள்ளதை யாரிடமாவது சொல்ல வேண்டும் எனத் தவிக்கிறார். இதையெல்லாம் புரிந்துகொள்ளமுடியாத மனைவியிடம் சொல்வதினால் பலனிருக்கப்

போவதில்லை. ஆகவே, தன்னையே இரண்டாம் மனிதனாக்கிப் பாவங்களைச் சொல்லி அழுகிறார். மனமிரங்கி அழுவதனால் மட்டும், இப்பிரச்சனைகளுக்குத் தீர்வு கிடைத்துவிடுமா என்ன? ஆற்றாமையில் அப்படியே கண்ணயர்ந்து விட்டிருக்கக்கூடும். வெளிமனதின் வெறுப்பைக் களையப் போராடிக்கொண்டிருக்கும் அவர், ஆழ்மனதிலிருப்பதை என்ன செய்யமுடியும்? குழந்தையை மீண்டும் நான்குவிரல் முதுகில் படியும்படி அறைய நேர்வதாக, அழுகை கேட்டு ஓடிவந்த செல்லையா நியாயம் கேட்க, வெட்கி நிற்கிற சமயம் சூடான தோசைத் திருப்பியால் தோளில் மீனாட்சி ஒரு இழுப்பு இழுப்பதாகக் கனவு கண்டு, கனவிலும் குழந்தையை அடித்ததை எண்ணித் திடுக்கிடுகிறார். “தீராத ஆசையெல்லாம் சொப்பனத்தில் செய்து தீர்த்துக்கொள்வார்களாமே – அதுவா? அப்படியானால், நான் இன்னும் இந்தக் குழந்தையை அடிக்க வேண்டும் என்றா ஆசைப்பட்டேன்? அரை மணியாச்சே அந்த ஆசை செத்துப்போய்... ஈச்வரா முருகா.” என்று அரற்றுகிறார். பிள்ளைக்கு பிராய்டையும் தெரிந்தேயிருக்கிறது. மனம் படிக்கத் தெரிந்தவர் மனசாட்சிக்குப் பதில்சொல்லித்தானே ஆகவேண்டும்?

தன்னையே இரண்டாம் மனிதனாக்கி, எப்போது தன் பாவங்களைச் சொல்லியழுதாரோ, அப்போதே அவர், தம் நனவு மனதில் பரிசுத்தராகி விட்டிருக்கக்கூடும். அந்த இரண்டாம் மனிதன் என்பவன், அவர் மனசாட்சிதானே? கோவிலில் சென்று பாவமன்னிப்புக் கோருவதைவிடவும், அதிக வலிமை கொண்டதல்லவா இது. இப்படிப்பட்டவர்களுக்கு இறைவன் இரண்டாம்பட்சமாகத் தோன்றலாம் அல்லது ஆழ்மனதின் நனவிலியை முழுமையாக அவரால்தான் சுத்திகரிக்கமுடியும் என்ற தெளிவும் பிறக்கலாம். முருகா... என்று அழைப்பது அதற்கான பாதையைக் காட்டக்கூடியவர் அவர் மட்டுமே என அடைக்கலம் புகுவதற்காகவே இருக்கலாம்.

கிள்ளிய தடங்கண்டு கணவனோடு வீட்டுக்குத் திரும்பும் மீனாட்சி, நடையில் படுத்திருந்தவரிடம், ஏன் தாத்தா குழந்தையை அடிச்சிங்களா? என்று ஓங்கியறைந்தாற்போல் கேட்ட பதற்றத்தில், “அம்மா மீனாட்சி, செல்லையா உங்களுக்குக் கோடி புண்ணியம் உண்டு. தயவுசெய்து நாளை சாயங்காலத்துக்கு உள்ளார வீட்டைக் காலி பண்ணிடுங்க” என்று கும்பிட்டுச் வாயடைப்பதைப்போலச் சொல்லிவிட்டுப் போய்ப் படுக்கையில் விழுகிறார்; அழுகிறார். மனசாட்சியின் உலுக்கலில், கண்ணீர் உதிரத்தானே செய்யும்! வேகத்தில் சொல்லிவிட்டதை ஏற்றுத் துளியும் பிசகாமல் மறுநாள் அவர்கள் வீட்டைக் காலி செய்வதைத் 'திக்திக்கென்ற மனநிலையோடு எதிர்கொள்கிறார். “இந்தா, இதப் பாரு, அதுங்க போறப்ப எரிச்சலா ஏதாவது சொல்லும்” எனக் கூறி, மனைவியைப் பேரனோடு கடைக்கு அனுப்பிவிடுகிறார். ஆனால், நடப்பதோ வேறு. “தாத்தாட்ட சொல்லிக்கடா, போய்த்து வரேன்னு சொல்லு, கும்புடு” என்று அம்மா சொன்னவுடன், இடுப்பிலிருந்து இறங்கிய ஏகாம்பரம், “அவர் முன்னாலே குப்புற விழுந்து நீண்டு நெடுஞ்சாண்கிடையாக வணங்குகிறான்”. சிறுவெறுப்பும் வெளிப்படுத்தாது, முழுமாத வாடகையையும் கொடுத்துவிட்டுக் குடும்ப சகிதம் தாத்தா என்று வாஞ்சையுடன் சொல்லிக்கொண்டு கிளம்பிச் செல்கிறார்கள். அவர்கள் காலிசெய்துகொண்டு போவார்களோ என்னவோ, ஆனால் எல்லா உறவு உடைமைகளிலிருந்தும் தம்மைக் காலி செய்து

கிளம்புவதாய் நேற்றே அவர் உறுதியேற்றிருக்க வேண்டும். அவர்கள் கிளம்பிய கையோடு கையிருப்பிலிருந்த நகைகளையும் பணத்தையும் (தம் ஈமச் சடங்குக்காகத் தாமே சேர்த்து வைத்திருந்தவை) எடுத்துக்கொண்டு கிளம்புகிறார். நகைக்கடையில் எல்லாவற்றுக்கும் மாற்றாகக் குழந்தைக்குச் சங்கிலி, வளையல், ஜிமிக்கி, கொலுசு, மீதமுள்ள பணத்தில் முலாமிட்ட சிறுவேலையும் வாங்கிக்கொண்டு, அவர்கள் குடிபோன அந்தப் புதுவீட்டுக்குப் போகிறார். அவர்களிடம் அதே அந்யோன்ய வரவேற்பு: "அடெடெ வாங்க தாத்தா". "தாத்தா வந்துட்டாங்க, தாத்தா வந்துட்டாங்க" – குழந்தையின் குதூகலம். குழந்தைக்கு ஒவ்வொன்றாக அணிவித்துவிட்டுக் கடைசியில், "இந்தாடா. இதைக் கையில் வச்சுக்க" என, வேலைக் கையில் கொடுத்து, "யப்பா முருகா" என்று குழந்தைமாதிரி அழுகிறார். "உமியை ஊதிப் பார்த்தேன். இத்தினி காலமாப் போகலே. சலிக்கச் சலிக்க கொஞ்சம் இருந்துகிட்டேயிருந்தது. இப்ப எல்லா உமியும் போய் அவல்தான் மிச்சம்" என்று குழந்தையை வாரிக்கொள்கிறார். தாரைதாரையாய்க் கண்ணீர் பெருக, "மீனாட்சி செல்லையா, இதப் பாருங்க – இந்தப் பிள்ளையை அசிகையினாலே கொன்னுடுவேனோங்கிற பயத்தினாலேதான் திப்புன்னு காலி பண்ணுங்கன்னு கத்தினேன். நான் கொல்ல மாட்டேன், அடிக்க மாட்டேன்" என்று கூறிவிட்டு, தன் மகன் வந்து கேட்டால் தெரியாது எனக் கூறச்சொல்லிவிட்டு விடைபெற்றுத் திரும்பும் நோக்கமில்லாது பழனிக்குப் போக ரயில் நிலையம் செல்கிறார்.

இந்தப் பகுதிகளில் தி.ஜா., கதைத் தலைப்பையும், பிள்ளை வீட்டைக் காலி செய்யச் சொன்னதன் அடிப்படையையும் ஒருங்கே வெளிப்படுத்தியிருக்கிறார். தம் குற்றத்தை அறிந்துவிட்ட செல்லையா – மீனாட்சியிடமிருந்து தப்பிக்கவும், அவர்களுக்கு நெருக்கடி கொடுக்கவுமே பிள்ளை வீட்டைக் காலி செய்ய சொல்லியிருப்பார் என்ற வாசக யூகத்தையும் விடுவித்துள்ளார். ரயிலில் எதிரில் அமர்ந்திருந்த சாயபு, உரையாடலின் தொடர்ச்சியாக, வேடிக்கையாகப் பேசுறீங்க என்றபோது, புறக்காட்சி ஒன்றைக் காட்டி, "ஆமாம், வேடிக்கைதான். அந்தாலே பாருங்க, அந்த வலியன் குருவி ஒருச்சாண் நீளம்கூட இல்ல... ஒரு முழ நீளம் இருக்கும் அந்தக் காக்கா... அதைக் குட்டிக்கிட்டே போவுது பாருங்க" என்று தம் அனுபவத்தின் சாராம்சத்தை ஏதோ ஒரு மறைபொருளாகப் பகிர்வது, வாசகருக்கும் சேர்த்தேதான் என்று விளங்கிக்கொள்கிறோம். எழுதப்பட்ட காலத்தைவிடவும் இப்போதைய வாசிப்பில், பழனிக்குப் பயணம் போகும் (இந்து) ஒருவர், பேச்சுக் கொடுக்கும் சாயபுவிடம், இயல்பாகத் தம் வாழ்க்கைப் படிப்பினையைத் தத்துவார்த்தமாகப் பகிர்ந்துகொள்வதும் மிக முக்கியத்துவம் பெறுகிறது. கதைக்கு, "வேதாந்தமாகப் பொருள்" கொள்ளவும் தூண்டுகிறது. இயற்கைக்காட்சியைக் காட்டிவிட்டு, அதோடு சூழலைப் பொருத்திப் பேசுவதும் தி.ஜா.வின் படைப்பு உத்திகளில் ஒன்றுதான் (எப்போதோ வாசித்த புகழ் பெற்ற, தஞ்சைக் கோபுரமும் காகமும் காட்சி நினைவுக்கு வருகிறது). இக்கதைக்கு வலியன் குருவியும் காக்கையும் எனத் தலைப்பிட்டிருந்தாலும் அது பொருத்தமாகவே இருந்திருக்கும். அவலும் உமியும் தலைப்பு, உமியாகிய கீழ்மை உதறி அவலாகிய தூய்மையைக் குறிக்கிறது. வலியன் குருவியும் காக்கையும் தலைப்பும், கீழ்மை மற்றும் மேன்மை மனநிலைகளுக்கிடையிலான

போராட்டத்தையும் அலைக்கழிப்பையும் உணர்த்தும்விதமாய்ப் பொருந்தவே கூடும். வலியன்குருவியான ஏகாம்பரத்தினால் காகமான காயாப்பிள்ளை குட்டுபட்டதைக் குறிப்பதாகவும் பொருத்திக்கொள்ளலாம்.

இறுதியாகக் குற்ற மனப்பான்மையை ஈடுசெய்யும் பொருட்டுச் செல்லையா – மீனாட்சியைத் தேடிப் போய், உண்மை கூறி மன்னிப்பும் கேட்டதே குற்றங்குறைக்கான அதிகபட்ச நிவர்த்தியாகிவிடும்போது, தம் நகைகளையும் சேமிப்பையும் அணிகலன்களாக்கி ஏகாம்பரத்துக்கு அணிவித்ததோடு மட்டுமல்லாமல், அனைத்தையும் விட்டுப் பழனி தண்டாயுதபாணியிடம் காயாப்பிள்ளை அடைக்கலம் தேடிப்போவது மிகையான முடிவாகச் சிலருக்குத் தோன்றக்கூடும். ஏற்கனவே, குடும்ப உறவிலிருந்த பிடிப்பின்மையே இம்முடிவுக்கு அவரை உந்திய கூடுதல் காரணமாயிருக்கலாம் எனத் தோன்றுகிறது. மனைவி பேசினால் சமையல், சாப்பாடு, நகை பற்றி மட்டுமே பேசுபவர்; கூடவே, “ஆங்காரமும் சுய மரியாதையும் ஜாஸ்தி. தனக்கு ஈடாக யாருமே கிடையாது, பேச்சில் காரியத்தில் என்று பேசிக்கொண்டிருப்பவர்”. அவரிடம் தன் மன அவசத்தைப் பகிரக்கூட ஆர்வமில்லாத கடமைக்கான உறவு. ஆட்சியர் அலுவலக ஊழியரான மகனோ, அவருடன் நல்லுறவில் இல்லைபோல் தோன்றுகிறது. ஒரு சாதாரண உரையாடல்கூட, அவர்களுக்குள் இல்லை. வீட்டுக்கு வந்தால், அலுவலகக் கோப்புகளோடு மாடிக்குப் போய்விடக்கூடியவர். தம் ஈமச்சடங்கிற்கான தொகையைத் தாமே சேமித்திருந்தார் என்பது, மகனின் மீதான அவரது அதீத நம்பிக்கையின்மையையே காட்டுகிறது. மருமகள் பேசுவதில்லை என்று கதைசொல்லியே வெளிப்படையாகக் குறிப்புத் தந்துவிடுகிறார். இவர் அக்கறைக்கும் கரிசனைக்கும் பதிலீடு பேரனிடமிருந்தும்கூட இல்லை. ஒரே வாரிசு என அவனைக் காக்கும் பொருட்டு, இவர்தான் அவனைப் போஷிக்கிறார். அந்தப் போஷிப்பும் தக்க பலன் அளிக்காததே, அவருக்குப் பிறருடனான ஒப்பீட்டில் ஏகாம்பரம் மீதான பொறாமையுணர்ச்சியாக மாற்றமடைகிறது. உண்மையான பற்றிருக்கும் பட்சத்தில் பிறத்தியார் பிள்ளையை வஞ்சித்தோம் என்பதற்காகத் தம் பேரனை ஒருபொருட்டாகக்கூட எண்ணாமல் கிளம்பியிருப்பாரா?

மாற்றாகச் செல்லையா – மீனாட்சி, அவர்களின் குழந்தை ஏகாம்பரம் ஆகியோர், இவர் மீது மரியாதையும் அன்பும் உரிமையும் கொண்டவர்களாக உள்ளனர். ஏகாம்பரம், தாத்தாவைச் சுற்றிச் சுற்றி வருவது வெறும் தின்பண்டம் எதிர்பார்த்து மட்டுமில்லை என்பது திண்ணம். உரிமையோடு தூங்கும் குழந்தையைப் பார்த்துக்கொள்ளச் சொல்லிவிட்டுக் கோயிலுக்குக் கதைகேட்கப் போகிறார் மீனாட்சி. குழந்தையின் தழும்புகளைப் பார்த்து, அவருதான் அடிச்சிருக்கார்னு தோணுது என்று காயாப்பிள்ளையைக் குறித்து மீனாட்சி கூறும்போதும், “நல்லா தெரிஞ்சுக்காம கேக்கலாமா” எனச் செல்லையா தயங்குவதோடு, தன் டிரஸ்டி பிள்ளைக்கு வந்த உடல்நலக் குறைவு போல்தான் இதுவும் இருக்கும் எனச் சமாதானம் செய்பவராகவும் உள்ளார். கோபத்தில் பையனை அடித்ததைக் குறித்துக் கோபமாய் கேட்கும்போதும், அவர்கள் வீட்டைக் காலி செய்துகொண்டு போகும்போதும், புதுவீட்டில் காயாப்பிள்ளையை எதிர்கொண்டபோதும் தாத்தா என்ற அழைப்பில்

வெளிப்படுவது அவர்களின் மிகு அன்பின் தடயமே. இந்த உண்மை அன்பைக் காயாப்பிள்ளை உள்ளூர உணர்ந்தவராயுள்ளார். அத்தகைய தூய உள்ளங்களைத் துயரப்படுத்தியதற்காகக் குழந்தையிடம் காட்டிய வெறுப்புணர்ச்சியைத் தம் மீதே திருப்பிக்கொண்டு குடும்பம் உறவு பாசம் என்ற தளைகளிலிருந்து (அவர்கள் வீட்டைக் காலி செய்தவுடன், இவரும் தம்மை வீட்டிலிருந்து ஒரேயடியாக) காலி செய்துகொண்டு விடுபடுகிறார் என்று யூகிக்கலாம்.

கட்டுரையின் தொடக்கத்தில், காயாப்பிள்ளையைத் தஸ்தயேவ்ஸ்கி மற்றும் டால்ஸ்டாய் நாயகரோடு ஒப்பிட்டுப் பேசியது நினைவிருக்கலாம். அவர்கள், காவியப்பாத்திரம்போல உயர்ந்த இலட்சியங்களைக் கொண்டவர்கள். வாழ்வின் அறவியலை முழுமையாக ஏற்ற ஒரு படைப்பாளிகளால், என்றைக்குமான வாசகர்களுக்கு அதை உணர்த்தவும் படிப்பிக்கவுமான நோக்கத்திற்காகப் படைக்கப்பட்டவர்கள். குறிக்கோளைக் கடிவாளம்போலத் தரித்துக்கொண்டு, அங்குமிங்கும் அலைக்கழியாமல் தம் எல்லையை எய்துபவர்கள். தம் செயலைக் குற்றமென உணர்ந்தவர்களெனினும், அவர்கள் செயல்களில் ஒருபோதும் கீழ்மைகளுக்கு இடமேயில்லை. தம் நெருக்கடியிலிருந்து மீளக் கடவுளிடம் கையேந்தல் இல்லை. ஒரு வரியில் சுருக்கலாமெனில், காவியநாயகர்களின் கடைசி வாரிசுகள். இதையெல்லாம் யோசிக்கும்போது, காயாப்பிள்ளை அந்நாவல்களின் கதாநாயகர்போலச் செவ்வியல் இலட்சியப் பாத்திரமாக உருவாக்கப்பட்டவரல்லர் என்பது தெரியவரும். தவிர இவர், அன்றாட உணர்வுகளின் அடிப்படையில் உழலும் குடும்ப அமைப்பின் பிரதிநிதியாகவும், நடுத்தர வர்க்க அல்லாடும் மனசாட்சியின் இழுப்புக்கெல்லாம் தன்னைக் கொடுத்துத் தவித்து வதைபட்ட ஆன்மாவின் வார்ப்படமாகவும் திகழ்கிறார். இன்றைய சராசரிமனிதனின் கீழ்மையிலிருந்து விலகியவரோ விடுபட்டவரோ அல்லர் இவர். தன்னைத் தானே கட்டுப்படுத்தவியலாது ஏதிலியாய் நிற்கும்போதும், கடவுளே கதி எனச் சரணடைகிற கீழை மனத்தின் சாட்சியம் இவர். இலக்கியம் மேல்தட்டு நிலையிலிருந்து பொதுமக்களை நோக்கி நகர்ந்த நவீனத்துவக் காலகட்டத்தின் அச்சு அசலான தொடக்க அடையாளம்தான் நவீன லட்சியரான தி.ஜா.வின் காயாப்பிள்ளை.

✦

81

அற்றது பற்று: தி.ஜானகிராமனின் 'வீடு': என் யோசனைகள்

ரமேஷ் வைத்யா

முதல் வாக்கியம் திறக்கும்போதே, அந்தக் கதாபாத்திரத்தின் குணாம்சம் துலங்கிவிடுகிறது. அதே பாத்திரம்தான், கதையின் ஆதாரமும் என்பதால், அவ்விடத்திலேயே கதையும் அவிழத் தொடங்குகிறது. "யாரது? யாரதுன்னேன்... கேட்டை அப்புறம் திறக்கலாம், யாருன்னு சொல்லுங்க..." இதுதான் எரிச்சலை அடக்கிக்கொள்ளாத அந்த வாக்கியம். அறியாதார் யார் யாரோ தொடர்ந்து வருவது, கேட்டைத் திறக்கச் சொல்வது, இந்த வாக்கியத்தைச் சொல்லும் ஆளுக்குப் பிடிக்காத ஏதோ விஷயத்தைப் பற்றிப் பேசுவது ஆகிய குறிப்புகள் இதில் கிடைக்கின்றன. பிடிக்காத விஷயம் என்றால் என்ன? "வீடு கீடெல்லாம் விக்கிறது கிடையாது .... சார். அப்புறம் ஏன் நிக்கிறீங்க?" ஓஹோ... வீடு விற்கப் பிடிக்கவில்லை அந்த ஆசாமிக்கு என்கிற அனுமானத்துக்கு வருகிறோம். வீட்டின் மேல் அவ்வளவு பிரியம் போலிருக்கிறது. இல்லை... அடுத்து வருகிறது பாருங்கள்... "சொந்த வீடு இல்லாமல் குடியா முழுகிப்போய்விடும்? சொந்த வீடு வைத்துக்கொண்டு நான் என்ன வாழ்ந்துவிட்டேன்?" இது வேறு பக்கம் போலிருக்கிறது. சொந்த வீடு பிடிக்கவில்லை. அதை விற்கவும் விருப்பமில்லை. ஏதோ விவகாரம்தான் போலும். "கறுப்புப் பணமோ? நகையாக வாங்கலாமே... ஓகோகோ! நகை வாங்கினால் அதைப் பெண்டாட்டி மீது போட வேண்டும். அதற்கு மனசு இடம் கொடுக்கவில்லையாக்கும்?" சரியாகப் போயிற்று... சொந்த வீடு இருக்கிறது. அதை விற்கமாட்டார். பலரையும்போல மனைவியால் தான் அவஸ்தைப்படுவதாக எண்ணிக்கொள்கிற மனிதர் என, நாம் ஒரு புகைமண்டிய தீர்மானத்துக்கு வந்து வாசிப்பைத் தொடர்கிறோம்.

ஆசிரியர், இதுவரை பிரச்னை எதையுமே சொல்லவில்லை. உணர்த்துகிறார். எல்லாமே 'சஜஸ்டிவ்' –ஆக இருக்கிறது. 'வீடு' என்கிற இந்தக் கதை முழுக்க முழுக்க சஜஸ்டிவ் – ஆகவே கதை, சொல்லும் பாணியில் தொடர்கிறது. தலைப்பே அப்படித்தான். அதாவது இங்கே வீடு என்று குறிக்கப்படும் சொல்லின் பொருள், நாம் நினைக்கும் வீடு இல்லை. நம் பட்டறிவையும் சூட்சுமத்தையும் பொறுத்து நாம் உணர்கிற ஒரு விஷயம். வேறு ஒரு விஷயம். 'அற்றது பற்றெனில் உற்றது வீடு' என்கிற சொல் வாசகர் நினைவில் மோதலாம். அச்சொற்றொடரில், வீடு எனும் சொல் பயில்வது, மோட்சம் எனும் பொருளில். அதை எடுத்து இங்கே பொருத்தினால், ஆசிரியர் ஒரு சாதாரண எழுத்தாளர். ஆனால், தி.ஜானகிராமன் எழுத்தைத் தேர்கையிலேயே, 'தன் சொல்லல் முறை' என்ற தனித்துவத்தோடு வந்தவர். அதனால், நாம் மேற்கொண்டு கதையை வாசித்துத்தான், அவர் நிற்கும் இடத்தை அடையவேண்டும். 'பாரத மாதா சுபிட்சமாக வளர்ந்துவிட்டாள், என் பெண்டாட்டி மாதிரி. ஏகப் பருமனும் உயரமுமாக வளர்ந்துவிட்டாள். அவளுக்குக் கூடைகூடையாக முகப்பவுடர், உதட்டுச்சாயம் எல்லாம் வேண்டி இருக்கிறது. தினம் ஒரு சினிமா பார்க்க வேண்டியிருக்கிறது. அவள் சுதந்திரப் பெண்டு.' இப்படி அவர் சொல்லும்போது, அக்கதாபாத்திரம் கதைக்குள் வந்துவிடுகிறது. பிரச்னையின் கோடி காட்டுகிறாரோ என்று நாமும் உள்ளே இறங்கிவிடுகிறோம்.

வீடு வாங்க வந்த ஆளிடம் பேசிக்கொண்டிருந்தாரே ... எப்போது நம்மிடம் பேச ஆரம்பித்தார் என்று தெரியவில்லை. அப்படியொரு வழுக்கலோடு, நம்மைத் தன் பக்கத்தில் அழைத்துக்கொண்டுவிட்டார். இனி, அவர் சொல்வதை நாம் கேட்க வேண்டியதுதான், கொஞ்சம் கவனத்தோடு. சஜஸ்டிவ் என்று சொன்னேன் அல்லவா ? கலைஞன் தான் ஒன்று நினைக்கிறான். வேறு ஒன்றைச் சொல்கிறான். அவன் சொல்ல நினைத்ததே நமக்குப் புரிபடுகிறது. தாத்தா வக்கீல் என்று ஆசிரியர் சொல்வதில்லை. 'அவர் எந்தக் கோர்ட்டில் ஆஜரானாலும் சங்கீதக் கச்சேரியைக் கேட்கிற மாதிரி கூட்டம் கூடும்' என்று சொன்னால் போதாதா என்கிறார். பழைய கால ஆட்களுக்கு கோர்ட்டைக் கச்சேரி என்று சொல்வது ஞாபகத்தில் இருக்கும். அதை ரசிக்க வேண்டியது. அது புரியலையா ? "அவர் பேசும்போது கோர்ட்டா, பொதுக்கூட்டமா என்று சந்தேகம் வந்துவிடும் ஜனங்களுக்கு" என்று இன்னொரு உவமானத்தையும் சொல்லிவிடுகிறார். பிரக்யாதியுள்ள அவ்வக்கீல் பரம்பரை நான் என்று தன்னறிமுகம் வந்துவிடுகிறதா ... சட்டென்று சின்ன வயது கோயில் விழாக் கொண்டாட்டத்தைச் சொல்லும்போது, வீதியில் ஆடிவரும் பொட்டுக்கட்டிய பெண்ணையும் எழுதிவிடுகிறார். அவளது செருகி மீளும் கண்களும் உடம்பும் தன் தேகத்தைச் சுடச் செய்ததைச் சொல்கிறார். உடனேயே, அவள் அம்மாவின் மோகனம் தன் காலை நடுக்கியதைச் சொல்கிறார். பிற்காலத்தில், 'அம்மாவும் பெண்ணும் போட்டி போட்டுக்கொண்டு அழகாக இருக்கிறார்கள்' என விக்கிரமாதித்யன் அப்பட்டமாக்கியதை நாம் நினைத்துக்கொள்ளலாம். இதையெல்லாம் வர்ணனைக்காக எழுதவில்லை. சிறுகதையில் தீர்த்துவிடுவதான பிரச்னையை, எழுதி நீட்டித்துக் குறுநாவல் ஆக்கிவிடுகிற வித்தை, தி.ஜா. காலத்தில் பரிகாசமாகியிருக்கும் அல்லவா . . . இக்கதையைக் கருக்கொள்ளும்போதே, அவருடைய

அனுபவத்துக்குக் குறுநாவலாகத்தான் தீர்மானம். அதனால், அந்தப் பொட்டுக்கட்டிய புவனேஸ்வரி உடம்பு மாதிரி, இந்தக் கதையில் ஒரு பிசிறும் ஓர் உபரிச் சதையும் கிடையாது. இவர் மேலே சொன்ன அத்தனையும், அவர் நமக்குச் சொல்ல வந்த கதைக்குக் கச்சாப்பொருள்தான்.

தன்னைச் சொன்னார். மனைவியைச் சொன்னார். அதன் பிறகுதான், சாதா கிராம டாக்டரான இவருக்கு ஒரு கம்பவுண்டர் வந்து வாய்க்கிறான். கதையைத் தன்னிலையில் சொல்வதால், இவருக்கு என்பது அந்தக் கதாபாத்திரத்தைக் குறிக்கும் என்று சொல்லவேண்டாம்தான். கதை படிக்காதவருக்கு ஒத்தாசையாகச் சொன்னேன். அந்த கம்பவுண்டரின் குணத்தையும் நடவடிக்கைகளையும் வரைகிறார். நமக்கே ஈர்ப்பான ஆள்தான் அந்த கம்பவுண்டர் மகாதேவன். பொதுவாகப் பெண்டாட்டிகளைப் பற்றிச் சொன்ன ஆள், மெல்ல மெல்லத் தன் பெண்டாட்டி பற்றியும் குறிப்புணர்த்திக்கொண்டே வருகிறார். அதில், முக்கியமாக அவளது கம்பீரமான அழகு நமக்குத் தெரிகிறது. "ஒரு அமளியாக இருப்பாள். போதும், பெண்டாட்டியை அதற்குமேல் யாராவது வர்ணிப்பார்களோ?" என்னும்போது, நமக்குப் புன்னகை. இந்த இடம் வந்ததும், நமக்குள் சில எண்ணங்கள் ஓடும். சாதாரணமான டாக்டர், புதுமையும் கேளிக்கையும் விரும்பும் அழகுப் பெண், மிகவும் ஈர்ப்பான கம்பவுண்டர். இதையொட்டி வாலாயமான வாசிப்புக் கொண்டவர்களுக்கு ஒரு சின்னக் கதை மனதில் விரியும். அந்த மனைவி – அந்த கம்பவுண்டர். அதையே எழுதுகிறார் ஆசிரியரும். வெளியூர் போயிருந்த டாக்டர், எதிர்பாராத விதமாக, ஆனால், தர்க்கத்துக்குச் சிறிதும் குந்தகம் வராமல் திரும்பிவிட, இருவரையும் படுக்கை அறைக்குள் பார்த்துவிடுகிறார். கதவைத் தட்டிப் பின் ஜன்னல் வழியாகப் பார்க்கும்போது இவர்களது கட்டிலில் படுத்திருந்தவன், இவர் உள்ளே போகும்போது ஒரு சுவரோரமாகப் பாயில் ஒண்டிக் கிடக்கிறான். ஏதோ அவசரத்துக்கு ஒத்தாசைக்கு வந்தவன் அல்லவா! ஆனால், கதை அது அன்று. கதை எழுவது அதன் பிறகு. அவன் 'அயர்ந்த தூக்கத்திலிருந்து எழுந்து' எதையோ சொல்லிவிட்டு வெளியே போய்விடுகிறான். ஆசிட் அடிக்க முடியுமா? மனைவியின் தலையை அறுத்துத் தூக்கிக் கொண்டு, போலீஸ் ஸ்டேஷன் போவதா? ஜெயில் பயமில்லாவிட்டாலும், அந்தக் கதாபாத்திரத்தின் குணச்சித்திரம் என்ன? அது மேற்கொண்டு என்ன செய்யும்? "அவனை சீட்டுக் கிழிக்கப்போகிறேன்" என்கிறார். "அவனுக்குச் சீட்டைக் கிழிச்சா, வீட்டைக் காப்பாத்திட முடியும்னு எண்ணமோ?" – இது வேறொரு 'வீடு'.

வேறு வழியில்லை. அவனை நிறுத்திவிடுகிறார். ஆனாலும், அவன் ஆஸ்பத்திரி வேலைக்கு மட்டும்தான் வரவில்லையே தவிர, டாக்டர் மனைவியின் வேலைகளைப் பார்ப்பதைத் தொடர்ந்துகொண்டுதான் இருக்கிறான், டாக்டருக்கு நன்கு தெரியும்படியாகவே. கர்ப்பமும் ஆகிவிடுகிறாள் அந்த மனைவி. இதையும் நம் ஆசிரியர், சஜஸ்டிவ் ஆகத்தான் சொல்கிறார். பிள்ளைப் பேற்றுக்கு வரும் மனைவியின் அத்தை, பிரசவ வேலைக்கெல்லாம் மகாதேவனைத்தான் சார்ந்திருக்கிறாள். காபி, சாப்பாடெல்லாம், அவனுக்கு டாக்டர் வீட்டில்தான். எத்தனை நாள், இது இப்படியே போகும்? "எனக்கும் குழந்தைகளுக்கும் இந்த வீட்டைக் குடுத்தா,

தனியாப் போயிடுவேன்". அங்கேதான் டாக்டர் முரண்டுபிடிக்கிறார். இருவருக்கும் சமபாத்தியதையுள்ள வீடு. விட்டுத்தரமுடியாது. விற்று வேண்டுமானால் பாதி தரலாம். அதற்காகத்தான் கதையின் ஆரம்பத்தில், வீடு விற்பதில் அவருக்கிருந்த மறுப்புச் சொல்லப்படுகிறது. சுருக்கச் சொல்லி விடுகிறேனே ... அந்த மகாதேவன் இறந்துபோய்விடுகிறான். அதற்கப்புறமும் வீடு வாங்கக் கேட்டு வந்த ஆளிடம், வீடு விக்கிறதுக்கில்லை என்கிறார் டாக்டர். முதலிலிருந்த மறுப்பும், இப்போதுள்ள மறுப்பும் ஒன்றல்ல. இங்கே முடிகிறது கதை. ஒவ்வொரு வாக்கியமும் அவசியம் கருதி மட்டுமே இருக்கும் இலக்கணம் பிறழவே இல்லை கடைசி வரை. மனைவி சோரம் போனாளா? தன்னிலையில் கதை வந்தாலும், கதை சொல்பவரின் குணம் தெரிந்துகொண்டேயிருக்கிறது. அவர் பொண்டாட்டியோடு ரொம்பப் பேசாதவர். அதுவும் பரவாயில்லை. பேசாட்டி என்ன, ரெண்டு பெத்தாச்சே போறாதா? ஆனால், அவளைப் புணர்வதைக்கூடப் பயந்து பயந்துதான் செய்கிறார். எப்போதோ ஒருமுறை, 'சாப்டாச்சா' என்று இவர் கேட்டால்கூட, அப்பா நம்மோடு பேசிவிட்டார் என்று கொண்டாட்டம் ஆகிவிடுகிறார்கள் பிள்ளைகள். எல்லாமே நியாயம்தான்.

மகாதேவன் செத்த வீட்டிற்குப் போய்ப் பார்த்தாரில்லையா டாக்டர்? அங்கிருந்து தம் வீட்டை நோக்கி ஓடி வருகிறார். மனைவியைப் பார்த்ததும் இவருக்கு நெஞ்சைக் கட்டிக்கொள்கிறது. அழும்போதும் மனைவி அழகாக இருப்பதைக் கவனிக்கிறார். விலைகேட்டு வந்தவருக்கு, 'வீடு விலைக்கு விற்கிறது கிடையாது' என, அதட்டலாகச் சொல்லி விடுகிறார். பற்று. சம்பவங்கள் நடக்கும்போது, அவர் வெளிப்பட்டுப் பதறாதது பற்றின்மை என்று வைத்துக்கொள்ளலாம். அல்லது மனைவிபால் கொண்ட பற்றின் உயரம் என்று கொள்ளலாமா? இப்போது, அந்த ஆண் இல்லை. தனியே போவதாகச் சொன்ன மனைவியால், போக முடியாது. "தனியாப் போறேன்னியே, வீட்டைத் தர்றேன், இப்போ போ ..." என்று சொல்பவரல்லர் டாக்டர். இது அவள் மேல் கொண்ட பற்றுதானே? 'அற்றது பற்றெனில் உற்றது வீடு' என்பது, வீடுபேற்றைக் குறிக்கும். ஆசையை விட்டால் மோட்சம். படுவது பாடு; கெடுவது கேடு. முதனிலை திரிந்த தொழிற்பெயர். அப்படியானால் விடுவது வீடுதானே ... கூடுதல் பிடிமானத்தை விட்ட, ஆனால், பற்றை விடாத ஒருவரின் வீடு இது என்று எடுத்துக்கொள்ளலாமா?

✦

82

வீடு: வெறும் ஒரு கட்டடமில்லை

சரஸ்வதி காயத்ரி

தி.ஜானகிராமன் (1921–1982) வித்தைக்காரர். எழுத்து வித்தை! ஜானகிராமனுக்குச் சாகசங்கள் செய்வதிலேதான், எப்போதும் விருப்பம். அதுவும் கயிறுமேல் நடப்பது அல்லது கத்தி முனையில் நிற்பது, இல்லை அதலபாதாளத்தில் கயிற்றைக் கட்டிக்கொண்டு தொங்குவது. அவரின் இந்தச் சாகசங்களின் சான்றுகளே, அவரின் கதைகள். இந்த 'வீடு'ம் அப்படியான ஒன்றே. அவர் வாழ்ந்த அக்காலத்தில், பெண்கள் ஆண்களின் எதிரே வரவே தயங்குபவர்களாகவும், எதிர்த்துப் பேசும் வல்லமையுமற்றவர்களாகவும் இருந்தபொழுது, தி.ஜா.வின் 'அம்பு', தன் விருப்பப்படி வாழத் தன்னுடைய கணவனிடம் வீட்டைக் கேட்கிறாள். அதுவும், "வீடுன்னா என்ன – மூன்று கிரவுண்டு மனை, முக்கால் கிரவுண்டு சிமிண்டுக் கட்டடம் மாத்திரம் இல்லே; அதிலே இருக்கிற பெண்டாட்டி, குழந்தைகள்தான் வீடு" என்று சொல்கிற தன் கணவனிடம், அம்பு, தான் தன் வழியில் குழந்தைகளுடன் செல்ல, வீட்டைக் கேட்கிறாள். வீட்டை விற்கும் தன் முயற்சியைத் தொடங்குகிறான் சந்தானம். வீடென்பது வெறும் கட்டடமல்ல என்பதைத் தி.ஜா. சந்தானத்தின் வாயிலாகச் சொல் சொல்லாகப் பதிக்கிறார்.

சந்தானம் – அம்புவின் வாழ்வில் கம்பவுண்டர் மகாதேவனால் ஏற்படும் மாற்றம் அல்லது ஏற்படப்போகும் தீய விளைவுகள், அந்த வீட்டைச் சின்னாபின்னமாக்கிவிடும் என்பதறிந்த சந்தானம், அந்த வீட்டை விற்பதென முடிவு செய்தவுடன் வெளிப்படுத்தும் உணர்வுகள், அவன் பேசும் வார்த்தைகளிலும் தெறிக்கின்றன. "எங்கள் ஊரிலிருந்து, கொத்தனார்களை வரவழைத்து வாழ்வதற்காகக் கட்டின வீடு. சுத்தத் தேக்கு, சுண்ணாம்பை மருந்தரைக்கிறா மாதிரி படிப்படியாக வைத்து அரைத்துக் கோழிமுட்டைகளை உடைத்துப் போட்டுக் கலக்கி உரப்படுத்திச் சதை சதையாக

வைத்துக் கட்டின வீடு. அம்புவோடு நான் வாழ்வதற்காக அவள் அப்பாவும் யோசனை பண்ணிப் பண்ணிக் கட்டின வீடு. லட்ச ரூபாய் காரைக்காக இல்லை. கல்லுக்காக இல்லை. மனத்துக்கு இல்லை. அக்கறைக்காக. அத்தனை பேர் மனசு இதில் விழுந்திருக்கிறது" என்கிறான்.

அம்பு – சந்தானத்தின் அந்தரங்கத்தின் சாட்சியாக, அந்த வீடு இருக்கிறது. மகாதேவனைச் சந்தானத்தின் படுக்கையில் அம்பு படுக்க அனுமதிப்பதால், வீடு குலையத் தொடங்குகிறது. அம்புவின் அழகைப் பார்த்துப் பிரமிக்கும் அளவு, அவளைத் திருப்திப்படுத்துவதில் சந்தானம் கவனம் செலுத்தாது போவதன் விளைவாகக்கூட, இது இருக்கலாம். "அம்பு உன்னைக் கண்டு பயந்து பயந்து, அங்குலம் அங்குலமாக அடிவைத்து, உன்னைக் கடைசியில் தழுவி இறுக்கி வென்ற வீடு இது. அரசி மாதிரி, சந்நியாசினி மாதிரி என்னை நடுங்க வைக்கிற உன் முகத்தைக் கண்டு இருளிலாவது உன்னை மனிதப் பொம்மனாட்டியாகப் பார்க்கலாம் என்று தவித்து, கூசி நடுங்கி, உன்னைத் தொட்டு வென்ற வீடு. நீயும் நானும் சேர்ந்துதான் இதில் வாழ வேண்டும்" என்கிறான்.

ஐம்பது அறுபதுகளில் பெண்களின் மாட்சிமை பெரிதும் கொண்டாடப்பட்டாலும், குடும்பம் நடத்தக் கணவனிடம் பணிந்து போவதும், அவன் சிறுமைகளைச் சகித்துக்கொள்வதையும் தவிர வேறு வழியில்லை என்கிற முடிவில் பெண்கள் வாழ்ந்த அந்தக் காலகட்டத்தில், ஓர் ஆணைத் தன் மகிழ்ச்சிக்காகப் பாடுபடுத்தும் ஒரு பெண்ணும் இருந்திருக்கிறாள் என்பதே நம்மை ஆச்சர்யப்படுத்துகிறது. ஆண்கள் பிற பெண்களிடம் செல்வது, அல்லது விருப்பப்பட்ட பெண்ணை வீட்டிற்குக் கொண்டுவந்து வைத்துக்கொள்வது, அறிந்தும் அறியாமலும் வேறு ஒரு பெண்ணுடன் தொடர்பு கொண்டு வாழ்வது முதலியவற்றால் மனமுடைந்து அழுகிற அந்தக் காலகட்டப் பெண்களின் வாழ்க்கையை மட்டுமே கேள்விப்பட்டிருந்த எனக்கு, அம்பு ஓர் ஆச்சர்யம்! தி.ஜா.வின் புனைவுலகம் யதார்த்த உரையாடல்கள், அன்புக்கு ஏங்கும் மனிதர்களால் ஆனது என்பதை அறிந்திருந்தாலும் எங்கோ இப்படியும் ஒருத்தி இருந்திருக்கக் கூடும் என்கிற நம்பகத்தன்மையை ஏற்படுத்திவிடுகிறது அவரின் எழுத்து.

மனைவி வழிமாறிச் செல்லுமளவுக்குத் தான் என்ன குறை வைத்தோம் எனச் சந்தானம் எண்ணி வருந்துவது, மானசீகமாக அழுவதையெல்லாம் படித்தால் அப்படி ஆண்களுக்கு நடப்பதை அவர் விரும்பியிருக்கிறாரோ எனச் சற்றே குரூரமாக நினைக்கத் தோன்றுகிறது. "ஆக, நான் எதிலே குறைந்துவிட்டேன்? குலத்தில் குறைச்சலா? இல்லை, அங்கத்தில்தான் குறைச்சலா? நான் அப்பா மாதிரி ஆறடி உயரமில்லை. நாலு விரல் குறைவாக இருக்கலாம். ஆனால், பாரத மாதா பிள்ளைகளின் சராசரி உயரத்தைவிட நாலு ஐந்து அங்குலம் கூடத்தான் இருப்பேன்" எனச் சந்தானம் யோசிக்கிறான். சந்தானமும் அம்புவும் குறைவாகவே பேசுகிறார்கள். அத்திப் பூத்தாற்போல அவர் குழந்தைகளுடன் பேசுகிற காட்சியே போதும். மூன்று குழந்தைகளின் தகப்பனாக, வீட்டை விற்றால் அம்பு தன்னை விட்டுப் பிரிவதன் மூலம் குடும்பம் சிதைந்துவிடும் என்கிற ஆழ்ந்த கவலையில், வீட்டை வாங்குபவர்களிடம் விலை சொல்கையில், வீட்டின் பெருமைகளைச் சொல்கையில் எள்ளல் தொனிக்கிறது.

எப்படியாவது விற்றுவிட வேண்டுமென்பதுபோய், எப்படியும் யாரும் வாங்கிவிடக்கூடாது என்கிற தொனி கேட்கிறது, டாக்டரின் பேச்சில்! தன் குழந்தைகளைப் பற்றி, "பள்ளிக்கூடம் போனியா என்று கேட்டதே, நான் என்னமோ உயிரையே வாரிவீசிவிட்டதுபோல அதுகளுக்கு முகம் எல்லாம் பூரித்துப் போகும்" எனச் சந்தானம் பேசுவதில் வெளிப்படும் சோகம், இக்கதை முழுதும் நிலைத்திருக்கிறது.

கம்பவுண்டரை வேலையை விட்டு நிறுத்தியபின் அவரைத் தேடி வீடு வரும் ஒரு கிழவி, சந்தானத்திற்குச் சொல்லும் அறிவுரை, சட்டமிட்டு மாட்டப்பட வேண்டியது. "ஐயிரே, சொல்றேன்னு நினைக்காதீங்க. உன் வீடு, இனிமேத்தான் உருப்படும். புள்ளிங்கள்லாம் பொறந்தப்பறம் சின்னப்புள்ளிங்க மாதிரியே இருக்க முடியுமா? நமக்கே வெக்கமா இருக்கும். உள்ள இருக்கற சாமியே பாத்துச் சிரிக்கும். நீ கவனமா இரு, சாமி நம்மைத்தான் கவனிக்கலையேன்னு யாரும் நினைக்கப் படாது. வெவகாரம் இப்படியே போய்க்கிட்டிருந்தா அப்பாலே முளிச்சுப் பிரயோசனமில்லை. வாயா வார்த்தையாப் பேசணும். நாம பிரியமா இருக்கணும். பிரியமா இருக்கறோம்னு காமிக்கவும் வேணும். நாம பாட்டுக்கு நம்ம வேலை எல்லாம் பார்த்துகிட்டிருந்தா, அவங்க அவங்களுக்குத் துணிஞ்சு போயிடும். புரிஞ்சுக்கறவங்க புரிஞ்சுக்குவாங்க, கவலையை வுடு" என்கிறாள் கிழவி. "இந்த வேலைக்காரி, எதற்காக இவ்வளவு அந்தரங்கமாகப் பேசி, என் மேல் ஏன் இப்படி இரக்கத்தைக் கொட்டுகிறாள்? பாடம் சொல்லிக்கொடுக்கிறாள்? ஐயோ பாவம்! என்று கண்ணாலேயே அழாமல் எனக்காக அழுதுதொலைக்கிறாள்! ஆனால், இந்த ஐயோ பாவத்துக்கெல்லாம் நான் அசையமாட்டேன்" என்கிறான் சந்தானம். "நான் ஏன் அழவேண்டும்? வெள்ளம் தலைக்கு மேலே போய் விட்டது" எனத் தேற்றிக்கொண்டாலும், அவன் மனம் அசைந்துவிடுகிறது. டாக்டரிடம் துணிந்து இப்படிப் பேசித் தன்னிரக்கம் கொள்ள வைக்கிற அளவுக்கு வெளியாள் ஒருவரால் முடியும் என்கிற அந்தக் காலச் சமூகச் சூழல் மற்றுமோர் ஆச்சர்யம். சினிமாக்காரர்களையும் அவர்களின் மூட நம்பிக்கைகளையும் போகிற போக்கில் போட்டுத் தாக்குகிறார் தி.ஜா. "சினிமாக்காரர்கள் வந்தார்கள். இந்த வீட்டுக்கு வந்த பிறகுதான் மனைவிக்கும் எனக்கும் ஒத்துக்கொள்ளவில்லை என்றேன். ஓடிப்போய்விட்டார்கள். நம் ஊர் சினிமாக்காரர்களுக்குப் பாரதப் பண்பாடு ரொம்ப அதிகம். தும்முவதற்குக்கூட நாள் பார்ப்பார்கள், பூசை போடுவார்கள்" என்றெழுதுகிறார்.

சந்தானத்தின் மீது, சிறு வயதில் காதல் கொண்டே அம்பு மணக்கிறாள். ("கிராப் வச்சுண்டு, அரைக்கால் நிஜார் போட்டுண்டு, ஸ்டாக்கிங்ஸ் பூட்ஸ் எல்லாம் போட்டுண்டு பள்ளிக்கூடம் போனபோது… அப்ப… அப்ப…" என்று கண்ணை மூடிக்கொண்டுவிட்டாள் அம்பு") எனினும் அவள், அவரின் சிறுவயது டாம்பீகத் தோற்றத்தின் மயக்கத்தில் தானொரு கற்பனை செய்து, நிஜத்திலும் அதை எதிர்பார்த்து ஏமாறுவதால், அவளுக்கு டாக்டரின் மேல் எந்தவிதத் தனிப் பிரேமையும் இல்லாதுபோகிறதோ என்றும் நமக்கு நினைக்கத் தோன்றுகிறது. டாக்டரின் சம்பாத்தியத்தில் அத்தனை சௌகர்யங்களையும் அனுபவிக்கிறாளே ஒழிய, அவருக்குச்

சாப்பாடு போடவேண்டுமென்கிற நினைப்புகூட இல்லாதிருப்பது, அவர்களைப் பிணைக்கும் அந்தத் தாம்பத்தியத்தின் நைந்த கயிறு அறுந்து தொங்கும் அவல நிலையாகும். தன்னுடைய சம்பாத்தியத்தை அம்பு சினிமா, ட்ராமா, டாக்ஸியில் ஊர் சுற்றல் என்று கரைத்தாலும் அவளைக் கடிந்துகொள்ளாதவனாக அவன் இருப்பது அப்பாவித்தன மாகத் தோன்றவில்லை. தன் இயலாமையை மறைக்க அல்லது திருப்தியின்மையிலிருந்து அவள் திசை திரும்பிவிட அனுமதிப்பதாகவே இருக்கிறது. “அம்புவை நான் குறை சொல்லவில்லை. அவள் வீட்டில் உட்கார்ந்துகொண்டு, என்ன செய்வாள்?”; “எனக்குப் பேசப் பொழுது இல்லை. அம்புதான், என்னோடு என்ன பேச இருக்கிறது?”; “உன் பெண்டாட்டியோடு நீ என்ன பேசுவே, சந்தானம்?” என்று அடிக்கடி ஒரு கிழ எழுத்தாளர், என்னைக் கேட்டார்”; “என்னத்தைப் பேசறது?” என்பேன். அதைக் கேட்டு, ஏற்கனவே பெரிதாக இருக்கிற கண்ணை இன்னும் கிணறு மாதிரிப் பெரிது பண்ணி ஆச்சரியப்படுவார் அவர்”: “வீட்டில் இருக்கும்போதுகூட அம்பு அதிகமாகப் பேசுவதில்லை. எங்கேயோ பார்த்துக்கொண்டிருக்கிறாள். என்னைப் பார்ப்பது போலிருக்கும். ஆனால், அந்தப் பார்வை என்னைப் பார்க்கவில்லை என்று நிச்சயமாகத் தெரியும் எனக்கு. அவள் பார்வையின் பாதையில், நான் என்னமோ தடை மாதிரி இருக்கும்” என்கிறான் சந்தானம்.

கட்டுப்பெட்டித்தனமான ஒருகாலத்தில், புருஷனை எப்படி யெல்லாம் அவள் நிஷ்டூரப்படுத்தியிருக்கிறாள் என்று நினைக்கையில், ஆயிரத்திலோர் அபூர்வ நல்ல ஆண்போல ஆயிரத்திலோர் அபூர்வ நிஷ்டூரி இந்த அம்பு என்றும் நினைக்கத் தோன்றுகிறது. “தானாகத் தண்ணீர் எடுத்துக்கூடக் குடிக்க முடியவில்லையோ? அதுக்கும் ஒரு ஆளா? என்ற ஒரு பார்வை. ஆனால், மூன்று குழந்தைகளுக்கும் பிறகு, இவள் வாயைத் திறந்து சொல்லலாமே! ஏன் சொல்லவில்லை என்றுதான் எனக்கு வருத்தம்” என்கிறான் சந்தானம். சந்தானம் – அம்பு இருவருமே பரிதாபத்திற்குரியவர்கள் என்று தோன்றுகிறது. வீட்டை விற்று அம்புவை வெளியில் அனுப்ப விரும்பாத மற்றொரு காரணம், அவள் அழகைச் சதா தொழுதுகொண்டிருக்கும் டாக்டரின் மனமாகும். மூன்று என்ன நான்கு (நான்காவது மகாதேவனது) குழந்தைகளைப் பெற்றும் தளர்வடையாத அவள் உடல், தன் சொரூபத்தை இழக்காத அவளின் அழகு முகம் எல்லாம் தி.ஜா. எழுத்தில் படிக்க நல்ல ரஸம். ஆனால், அதற்கும் மேலாக, அந்த அழகின் மேல் எந்தப் பிரமிப்பும் ஏற்படவில்லை. அதுவும் ஏனென்றுதான் தெரியவில்லை. “பெரிய சுரைக்காயைப் போல் வழவழவென்று கால், பொட்டுக் கட்டி ஆடுவாளே தெரு வாசலில், அவளைப் பாரப்பதுபோல் என் உடம்பு சுட்டது. அம்பு அவளைவிட அழகு! அந்தக் கிழவியைவிட அழகு! அப்படியே பிழிந்து அவளை வாயில் ஊற்றிக்கொள்ள வேண்டும் போலிருக்கிறது. ஆனால் மகாதேவன், இந்தக் கால கண்டியைப் பிழிந்து ஊற்றி நெஞ்சில் வைத்துக்கொண்டுவிட்ட மாதிரி இருக்கிறதே? என் நெஞ்சம் சுடுகிறது” எனத் தவிக்கிறான் சந்தானம். வெளிச்சத்தில் அவளை அணுகுகிற துணிச்சலில்லாமைக்கு, அம்புவிற்கும் சந்தானத்திற்குமிடையே பரஸ்பர உரையாடலுக்கு வாய்ப்பேயில்லாமல் போனதும் ஒரு காரணம் என்பதை, ஓர் உளவியலாளர்போல, நமக்கு இந்த இடத்தில் தி.ஜா. உணர்த்துகிறார்.

தாம்பத்தியத்தில் திருப்தியும் மகிழ்ச்சியும் கிடைத்துவிட்டால் எத்தகைய துன்பத்தையும் தாங்கிக் குடும்பத்தை நடத்திச்செல்ல முடியும். அது கிடைக்காவிடில், எத்தகைய துன்பத்துக்கும் குடும்பத்தைத் தள்ளமுடியும். அதுவும், மகாதேவன் போலொரு மலைமுழுங்கி இடைநுழைந்தால், வீட்டையே முழுங்கி ஏப்பம் விடும் சாத்தியக்கூறுகள் உண்டு. அப்படிப் பார்த்தால், வெற்றிகரமாகக் குடும்பம் நடத்தும் அத்தனை பெண்களும் திருப்தியுடன் இருக்கிறார்கள் என்றா சொல்லமுடியும்? எனக் கேள்வி எழும். “கல்யாணம் ஆனதிலிருந்து லேசில் அண்டுவதற்குப் பயந்தான். இந்த மாதிரி ஆசைகளை வைத்துக்கொண்டு, அவளை நெருங்கலாமோ என்று பயப்படுவேன். அப்படி ஒரு கம்பீரமான மலர்த்தன்மை இல்லாத முகம். சந்நியாசினியோ அல்லது அரசியோ இரண்டுக்குள் இருக்கவேண்டும். வெளிச்சம் கொஞ்சம் இருந்தால்கூட, எனக்கு அவளை நெருங்கக் கூசும்”. இப்படி லேசில் சந்தானத்தை நெருங்க விடாதிருக்கும் அம்புவின் அழகு, அவள் செய்கையால் சோபை இழந்துவிடுகிறது. அதுவும்கூடக் குறிப்பாகத் தி.ஜா.வின் பெண் கதாபாத்திரங்கள் பிற மனிதர்களிடம் காட்டும் வாஞ்சை, ஏனோ அம்புவிடம் இல்லை. அவள் விரும்பிச் சேர்ந்த மகாதேவன் இறந்த சேதி கேட்டு அழுகிற காட்சியில் மட்டுமே, மொத்தக் கதையிலும் அவள் வெளிப்படுகிறாள். “வெளிச்சத்தில் அவளைத் தழுவிக்கொள்ளப் பயமாயிருக்கும் எனக்கு. முகத்தில் அத்தனை ராஜக்களை. அவள் வேறு எதற்கோ பிறந்தவள்”; “அம்புவின் முகம் மொழுமொழு என்ற வாகு. நெற்றி ரொம்ப ரொம்ப அழகு. நேர்வகிட்டிலிருந்து தலைமயிர் பிரிந்து செவிகளை நோக்கி இறங்குகிற அழகு. ஐயோ! அந்த நீள முகத்திற்கும், அந்த இறக்கத்திற்கும் என்ன எடுப்பு! நீள மூக்கு! உதடு ஓரத்தில் ஒரு பள்ளக்கோடாக முடிகிற அழகு”; “இந்த மாதிரி அண்ட முடியாதவர் என்று நினைக்கிற பேர்வழிகளிடம்தான் நம் நெஞ்சம் மாட்டிக்கொண்டு தவிக்கிறது. அதையும் ஜெயித்துவிட்டோம் என்ற பெருமையல்லவா, நமக்கு வேண்டியிருக்கிறது” என்கிறார் தி.ஜா.

மகாதேவன், சந்தானத்திடம் கம்பவுண்டராக வந்து சேர்கிறான். அவன் பேசிப் பேசி, அவர் எள் என்றால் இவன் எண்ணெயாக நின்று, அவர் மனதைக் கவர்கிறான். மகாதேவன் இல்லை என்றால், அவர் க்ளினிக்கே இல்லை என்பதுபோல் தன்னை ஸ்திரப்படுத்திக்கொள்கிறான். அவர், தன்னை எண்ணி எண்ணி வியக்குமளவிற்கு, எல்லாமாக ஆகிறான். இத்தனை ஜகஜ்ஜால வித்தைக்காரனுக்கு, அம்புவை வீழ்த்துவது மட்டுமா கஷ்டம்! “மகாதேவனைப்போல ஒரு மலைமுழுங்கியைப் பார்க்க முடியாது... வண்டி புறப்படச் சரியாக அரைமணி நேரம் முன்னால் ஒரு ஸ்லீப்பர் டிக்கெட் வாங்கித்தர மகாதேவனால் முடியும்” என்கிறார் தி.ஜா. மகாதேவனின் பெருமையைப் பாடப் பாரதியாரையும் துணைக்கழைக்கிறார். “என்னவோ பால் வாங்கி மோர் வாங்கி என்று ஒரு வேலைக்காரன் செய்து விட்டானாம், பாரதியார் பிரமாதமாக எழுதிவிட்டார். மகாதேவனைப் பார்த்திருந்தால், ‘பாஞ்சாலி சபதம்’ மாதிரி ‘மகாதேவன் பிள்ளைத்தமிழ்’ என்று ஒரு காவியமே எழுதியிருப்பார்” என்கிறார் தி.ஜா. ‘வீடு’ ஆட்டம் காணுவதற்கு அடித்தளம் அமைப்பது, இந்தக் காட்சிதான். தன்னை டாக்டர் சந்தானத்தின் இடத்தில் வைத்துப் பெரிய டாக்டர் என நிறுவிக்கொள்வதே அவன் ஆசை என்பது நிரூபணமாகிறது. அதனாலேயே டாக்டர் வெளியூர் சென்றிருக்கும்போது,

அம்பு அருகிலிருக்க, அவரின் மெத்தையில் அவன் படுத்துறங்கும்போது நினைத்ததைச் சாதித்தவனாகிறான். ("இப்ப என்னடான்னா, இந்த மெத்தையும் அவன்தான் பெரிய டாக்டர்னு சொல்ல ஆரம்பிச்சிருக்கு").

இக்கதையில் மிகுந்த மகிழ்ச்சிக்குரியவன், அதிர்ஷடக்காரன் மகாதேவனே. (இறக்காதிருந்திருந்தால்!). அம்புவிற்கும் டாக்டருக்குமிடையே யான உரையாடல், தி.ஜா.வின் எழுத்தின் வன்மை. சிறிதும் மிகை இல்லாத இயல்பில் பொடிவைத்துப் பேசும் மனிதர்களின் வார்த்தைகளைப் பிரயோகித்திருப்பது அருமை. மனைவியின் செயலால் பாதிக்கப்பட்டதன் எதிரொலியாக, ஒருசிறிதும் தன் செயலுக்காக வருந்தாத அம்புவின் பிடிவாதம் தெரிகிறது. "உனக்குத் தோணலே. அனுபவிக்கறவாளுக்குன்னாத் தெரியும்.?"; "...", "ஆனா, நான் மறுபடியும் ஊருக்குப் போனா, மறுபடியும் அந்த வாசனை அடிக்காம பண்ண முடியும்", "...", "எப்படின்னு கேக்க மாட்டேங்கிறியே?"; "...", "கேட்க மாட்டியா?"; "அவசியமில்லே" என நீள்கிறது உரையாடல். கதையின் இறுதியில், இரவில் படுத்த மகாதேவன் காலையில் எழுந்திருக்காமல் போய்ச் சேர்ந்துவிட்ட செய்தி கேட்டு அழும் அம்புவை ரசிக்கும் சந்தானத்தைப் பற்றி யோசித்தால், 'இப்படி இவளை அழ வைக்கவும் வீட்டை விற்காமலிருக்கவும் எனக்கு வேற வழி தெரியலை' என மகாதேவனைப் போய்ச்சேர வைத்ததை விஷமமாய்ச் சந்தானம் சொல்கிறாற்போலிருக்கிறது. "அழும்போதுகூட எத்தனை அழகாக இருக்கிறாள்! அந்தக் கண்ணும் நீள முகமும் நெற்றியின் சரிவும் எத்தனை அழகு கூடிவிட்டது! ஒரு கண்ணீர்த்துளியால் முகம்கூட அழகாகச் சிவந்திருக்கிறது" என்கிறார் தி.ஜா.

வீடு என்பது, வெறும் ஒரு கட்டடமில்லை. அது அங்கு வாழும் மனிதர்களால்தான், உயிர் பெறுகிறது! அந்தக் குடும்பத்தின் ரகசியங்களைச் சுமந்திருக்கிறது வீடு. குடும்பச்சுமை வருத்தும்போதெல்லாம், அதன் பிணைப்பிலிருந்து மனிதர்களை வெளியேற்றாமல், பல சமயங்களில் தடுப்பதும் வீடுதான். அந்த வீட்டை, அந்த வீட்டின் மனுஷியைக் கைதவறவிடாமலும், அதன் பொருட்டு வீட்டை வேறொரு கைக்கு மாற்றாமலும் செய்திருக்கிறார் தி.ஜா. இந்த 'வீடு' குறுநாவலை வாசித்து முடிக்கையில், அந்த வீட்டருகே வசித்ததுபோல் ஓர் எண்ணம். அதுவே தி.ஜா.வின் கைவண்ணம்.

✣

83

தி.ஜானகிராமனின் ‘நாலாவது சார்’

இந்துசெல்லா

ஓர் உன்னதமான தமிழ்ப் படைப்பாளியான தி.ஜானகிராமன் அவர்களின் நூற்றாண்டு விழாவைத் தமிழகம் கொண்டாடிக் கொண்டிருக்கும் தருணத்தில், அவரின் குறுநாவல்களில் ஒன்றான ‘நாலாவது சார்’ பற்றிய என் பார்வையைப் பதிவுசெய்வதில் மகிழ்ச்சியடைகிறேன். சுமார் ஐம்பது பக்கங்களுக்குள் புனையப்பட்ட இக்கதை, தி.ஜானகிராமனின் ஏனைய படைப்புகளிலிருந்து சற்றே வித்தியாசமானது. பொதுவாக, அவர் புனைவில் வெளிப்படும் கதாபாத்திரங்களே மிகவும் வித்தியாசமானவர்கள் என்பதைத் தமிழ் வாசகர்கள் நன்கறிவர். வித்தியாசமானவர்களை வெளிச்சத்திற்குக் கொண்டுவருவதை நோக்கமாகக் கொண்ட தி.ஜா., முன்தயாரிப்போடுதான் தம் உருவாக்கம் பலதையும் தந்திருக்கிறார் என்றெல்லாம் அவதானிக்க முடியாது. எல்லாப் புனைவுகளிலும் அவரின் இயல்பான படைப்பியலைக் காணலாம். கதை, கதைக்களம், பாத்திரம் அனைத்தும் அரிதாரம் பூசாமல் அசலாகப் படைக்கப்பட்டிருப்பதுதான் சென்ற நூற்றாண்டின் தமிழிலக்கியத் தளத்தில் ஜாம்பவானாகத் திகழ்ந்த தி.ஜா.வின் சிறப்பென்று நாம் பெருமிதம் கொள்ளலாம்.

‘நாலாவது சார்’ – கதையின் தலைப்பே, சற்று வித்தியாசமானதுதான். பள்ளிகளில் ஆசிரியரின் பெயரைச் சொல்வது மரியாதைக்குறைவாக எண்ணப்பட்ட காலகட்டத்தில், ஒருவர் எந்த வகுப்பிற்கு ஆசிரியராக இருக்கிறாரோ அதையே சொல்லி மூன்றாவது சார், நான்காவது சார் என்று பிள்ளைகள் அழைப்பர். அவ்வகையில் நாலாம் வகுப்பாசிரியராக இருக்கும் சுப்பையாவும் நாலாவது சார் என்றே அழைக்கப்படுகிறார். நாலாம்வகுப்பு படிக்கும் முத்தப்பனும், நாலாவது சாரும் நாவலின் பிரதானமான பாத்திரங்கள். மாணவனுக்கும் ஆசிரியருக்குமான பிணைப்பு எத்தகையது என்பதைப் பல இடங்களில் ஆழமாகத்

தி.ஜா. சித்திரித்திருக்கிறார். "நாலாவது சாருதான், சாமிக்கு அடுத்தபடி சாமர்த்தியக்காரர். அவர் கையே கை" என்று தென்னைக் குருத்தோலையால் கிளி, தாமரைப்பூ, ஊதல், பாம்பு ஆகியவை உருவாக்கும் நாலாவது சாரை, முத்தப்பன் புகழ்கிறான். எல்லோரும் அவர் திறமையைப் பாராட்டும் போது, "உங்க நாலாவது சார் லூசுரா" எனச் சொன்ன மாரிமுத்துவிடம், இதை அவசியம் சொல்ல வேண்டும் என்று முத்தப்பனுக்குத் தோன்றுகிறது. "ஓய் அம்மாஞ்சி சார்" எனப் பிச்சை ஐயர் கூப்பிட்டதைக் கேட்டுவிட்டு, "அப்படீன்னா என்ன சார்" என, முத்தப்பன் விளக்கம் கேட்கிறான்.

பொறுமையாய், நாலாவது சார் விளக்குகிறார். "அக்கரகாரத்தில் என்னை, அப்படிக் கூப்பிடுவார்கள். சிலர் ஆத்தா சார், அக்கா சார் என்றும் கூப்பிடுவார்கள். காரணம், சிலர் வீட்டில் பிள்ளைகளைப் பற்றி அம்மாக்களிடம்தான் விசாரிப்பேன். அம்மாக்களுக்குத்தான் பிள்ளை களைப் பற்றித் தெரியும். அதனால்தான், அம்மாவை முன்னிலைப்படுத்தி, 'அன்னையும் பிதாவும் முன்னறி தெய்வம்' என்று சொல்லியிருக்கிறார்கள். இது புரியாத சிலதுகள், என்னைக் கேலிசெய்கின்றன" என்கிறார். "அன்னையும் பிதாவும் முன்னறி தெய்வமுன்னு சொன்னா, சுந்தரேசன் ஏன் சார் சீதை ஆச்சியை வீட்டை விட்டு விரட்டினார்?". இப்படித் தர்க்க ரீதியாக நாலாவது சாரிடம் கேள்வி கேட்டுத் தன் ஐயத்தை தெளிவுபடுத்திக் கொள்ளும் சிறுவன் முத்தப்பன், பிற சிறுவர்களிடமிருந்து மாறுபட்டவன் என்பதைக் கதை ஓட்டத்தில் பல இடங்களில் இயல்பாகத் தி.ஜா. சொல்லியிருக்கிறார். இன்னும் சொல்லப்போனால், இக்கதையை நகர்த்திச் செல்லும் பொறுப்பைத் தி.ஜா. முத்தப்பனிடமே நம்பி ஒப்படைத்திருக்கிறார் என்றுகூடத் தோன்றுகிறது.

தாலுக்கா ஆபீஸில் குமாஸ்தாவாகப் பணிபுரியும் சுந்தரேசன்தான், சீதை ஆச்சியின் மகன். அவனுக்குத் திருமணமான கொஞ்ச நாளில், மனைவிமேல் கொண்ட மையலால், "மகாலட்சுமி மாதிரி வந்திருக்கா, அவள் கையில் சாணி சுருணையக் கொடுத்து வீடு முழுக்க துடைக்கச் சொன்னா எப்படி. வாரு கோலையும் சாணி சுருணையையும் கொடுத்து மூதேவியா ஆக்கலாமுன்னு பார்த்தா, எத்தனை நாளுக்குத்தான் பொறுக்கறது ...". இப்படி முத்தப்பன் தகப்பனாரிடம் புகார் செய்து, ஒருவழியாகச் சீதை ஆச்சியை வீட்டைவிட்டு அனுப்பிவிட்டான் சுந்தரேசன்.

நல்லசிவம், சுந்தரேசனுக்குத் தூரத்து உறவு. அதனால் ஆச்சி வீட்டிற்குச் சென்று முத்தப்பன் உதவி செய்வான். 'கொத்தவரை வத்தல் பொறிச்சுத் தருகிறேன், சுந்தரேசனுக்குக் கொஞ்சம் கொடுத்துவிட்டு, வாப்பா' என்று ஆச்சி சொன்னபோது, கொத்தவரை வத்தலில் எலி பாஷாணத்தைத் தடவிக்கொண்டு போய்க்கொடுப்பேன். தின்னுவிட்டுச் சுந்தரேசன் சாவட்டும் என நாலாவது சாரிடம் வெஞ்சினத்தோடு கூறினான். "டேய் ... டேய் ... அதெல்லாம் தப்பு" என்றவரிடம், அன்னையும் பிதாவும் முன்னறி தெய்வம் என்று நீங்கதானே சார் சொன்னீங்க என்றும் விவாதம் செய்வான். எலி பாஷாணம் மட்டும் இல்லை; அரளி விதையை நல்லெண்ணையில் குழைத்துக் கொடுக்கணும். தெருவில் சுந்தரேசன் போகும்போது, அவன் மேலே எருமைமாட்டை விரட்டிவிடணும். ராஜபாளையம் நாயைவிட்டுப் புடுங்க வைக்கணும். இப்படிச் சுந்தரேசன் மேலுள்ள சீற்றத்தால் முத்தப்பன்

சொல்லிக்கொண்டே போவான். "அம்மாவை யாராவது அடிப்பாங்களா சார். அம்மாவை அடிக்க, எப்படி சார் மனசு வரும்... அதனால் இனிமேல் சுந்தரேசனை அவர், இவர் என்று சொல்லமாட்டேன்... அவன், இவன் என்றுதான் சொல்லுவேன்" என்கிற அளவுக்கு, அந்தப் பிஞ்சு மனத்தில் வெறுப்பு ஏற்பட்டுவிட்டதாகத் தி.ஜா. எழுதுகிறார்.

தெருவின் திருப்பத்தில் சுந்தரேசனைக் கண்டுவிட்ட முத்தப்பனுக்குக் கோபத்தில் உடல் சூடேறியது. கண் சிவந்து உதடு நடுங்கிற்று. சுந்தரேசன் அருகில் வந்ததும், 'மாதாவை ஒருநாளும் மறக்க வேண்டாம்' என்று உரத்த குரலில் கத்திவிட்டு ஓடிவிட்டான். தான் இப்படிக் கூறியதைச் சுந்தரேசன் அப்பாவிடம் சொன்னால் விசிறிக்காம்பு பிய்யுமோ, ரூல்தடி உடையுமோ என்று பயந்து நடுங்குகிறான். இதுபோல் ஒருமுறை மருந்துக்கடை பரிமளத்திடம் அதிகப் பிரசங்கியாய்ப் பேசிவிட்டான். குச்சியால் பல் குத்தியபடி வந்த பரிமளத்தைப் பார்த்ததும், தண்ணீர் இல்லாத இடத்தில் ஏன் இப்படி எச்சில் பண்ணுகிறான். காசுக்காரத் தெருவில் தேவடியாள் வைத்துக் கொண்டிருக்கும் பயலுக்குச் சுத்தம் ஏது? பரிமளம் அருகில் வந்துவிட்டான். "சீச்சீ... எச்சியா பண்றே, நாய் மாதிரி. அந்தக் காமக் கண்ணு எச்சி துப்புவா, அதுல கையை அலம்பிக்க"ன்னு சொல்லிவிட்டு ஓடிப்போனாள் முத்தப்பன்.

முத்தப்பனின் வயதிற்கு மீறிய பேச்சை ரசிக்கலாம். ஆனால், ஏற்கவோ நிராகரிக்கவோ முடியாது. தன் இந்தச் சேட்டை அப்பாவுக்குத் தெரிந்து, தண்டனையாகக் கிராம்பைத் தேய்த்துக் கண்ணில் விட்டுக்கொள்ளச் சொல்வாரோ என நாலாவது சாரிடம் சொல்லிப் பயப்படுகிறான். "அப்பா ஒண்ணும் சொல்ல மாட்டாரு பாரு. உன்னைத் தூக்கி முத்தம் கொடுப்பாரு..." எனக் கூறியவரிடம் சட்டென்று, "சார், ஒங்களுக்கு ஏன் சார் குழந்தையே பொறக்கலே" எனக் கேட்டுவிடுகிறான். "ஹி... ஹி... அசிங்கப் பேச்செல்லாம் பேசப்படாது."; "அசிங்கமா என்ன சார் சொன்னேன்."; "அசிங்கந்தான் இது. குழந்தை பொறக்கறது அசிங்கம் இல்லியா. அசிங்கம் பண்ணித்தான் குழந்தை பொறக்குது. நீ இனி அதெல்லாம் பேசப்படாது." என்கிறார். இவர்தாம் நாலாவது சார். சுப்பையாவுக்குத் திருமணமாகிப் பத்து வருடம் ஆகிவிட்டது. "அவுரு பொஞ்சாதி கிட்டக்க வந்தாலே, பொம்பளை மாதிரி கூச்சப்பட்டுக்கிட்டு, ஓடிப் போயிடுவாராம்டா. அதான் அவுருக்குக் கொளந்தையே பொறக்கலயாம். சாரு நடையில படுத்து இருக்கப்போ, அவர் பொஞ்சாதி வந்து கட்டிக்கிட்டாங்கலாம். ஐயைய்ய அசிங்கம் என்று சிரித்துக்கொண்டே, திண்ணையில போய்ப் படுத்துக்கிட்டாராம். இப்படிச் சொன்ன மாரிமுத்து, சாருகிட்டப் பேசுவதுகூட இல்லை. இதெல்லாம் அவனுக்கு எப்படித் தெரியுது. அவனை உதைச்சி நொறுக்கணும். முத்தப்பனுக்கு அவ்வளவு கோவம்" என்று தி.ஜா. எழுதுகிறார்.

நாலாவது சார் சொன்னதுபோல், அப்பா தண்டனை கொடுக்க வில்லை. மாதாவை ஒருநாளும் மறக்க வேண்டாம் எனச் சுந்தரேசனிடம் முத்தப்பன் சொன்னதைப் பால ஜோசியரும் கேட்டிருக்கிறார். "இத்தினியூண்டு குழந்தைக்கு, எத்தினி தர்ம நியாயம் உறைச்சிருக்கு பாருங்கோ". இதை மனைவியிடம் சொல்லி முத்தப்பனைப் பற்றிப் பெருமைப்பட்டுக் கொள்கிறார் நாலாவது சார். முத்தப்பன் வயதிற்கு மீறிய

பேச்சாகக் கொள்ளவேண்டிய அதேநேரத்தில், இந்தளவு தர்ம நியாயத்தைப் புரிந்தவனையும், கொளந்தை எப்படிப் பிறக்கிறது எனத் தெரியாமல் அம்மாவிடம் விளக்கம்கேட்டுத் துளைத்தெடுக்கும் முத்தப்பனையும் இரண்டாகப் பாகுபடுத்தியே பார்க்க வேண்டியதாயுள்ளது. ஆசிரியனுக்கும் மாணவனுக்குமான அழகிய உறவு, மிகச்சிறப்பாகத் தி.ஜா.வால் இக்கதையில் எழுதப்பட்டுள்ளது. “எம் புள்ளே காசி இராமேஸ்வரம்னு கூட்டிட்டுப் போவான்னு பார்த்தேன். அவன்தான் வீட்டைவிட்டுத் துரத்திவிட்டானே” எனச் சீதை ஆச்சி, நாலாவது சாரிடம் அங்கலாய்க்கிறாள். “காசிக்கு நான் கூட்டிக்கொண்டு போறேன்” எனச் சுப்பையா கூறியதும், சந்தோஷத்தில், “விசுவநாத சாமியையும், இராமநாத சாமியையும் பார்த்து உங்களுக்கு ஒரு கொளந்தை பொறக்கனுமுன்னு வேண்டிக்குவேன்னு”, ஆச்சி சொல்ல, “பைத்தியம், பைத்தியம்” என்று கூறியபடி தான் வெளிவந்துவிட்டதைச் சார் முத்தப்பனிடம் சொல்ல. “சாமிக்கிட்டே கொளந்தை வேணுமுன்னு கேட்டா, அது அசிங்கமா சார். அப்போ மார்க்கண்டேயனோட அம்மா அப்பா, கொளந்தை வேணுமுன்னு சாமிக்கிட்டதானே சார் கேட்டாங்க” என்கிறான் முத்தப்பன். “அவுங்களுக்கெல்லாம் சாமியே கொடுத்திட்டாரு. அது அசிங்கமே இல்லே. அவுங்க தவம் பண்ணுகிற முனிவருங்க. பாதை ஓரமா ஒரு கொளந்தை அழுதுகிட்டிருக்கும், இல்லே பசு மாடு கிட்டே படுத்துக்கிட்டிருக்கும். இது ஏது குழந்தையின்னு கிட்டக்கப் போவாங்க. உடனே அசரீரி குரல் வந்து ஆசீர்வதித்து, தவத்தை மெச்சிக் குழந்தை தருவதாகச் சொல்லி மறையும். அவுங்க குளந்தையை எடுத்துட்டுப் போயி வளர்ப்பாங்க” என்று சார், முத்தப்பனுக்கு விளக்குகிறார். ஓர் ஆசிரியருக்கும் மாணவனுக்குமான அழகிய உறவு, மிகச்சிறப்பான சித்திரமாகத் தி.ஜா. வால் இந்தக் கதையில் தீட்டப்பட்டுள்ளது.

அன்றிரவில் முத்தப்பன் தன் அம்மாவிடம், “காசிக்குப் போயிட்டுவந்தா, குழந்தை பொறக்குமாம்மா. பாப்பா எப்படியம்மா பொறக்கும்.” எனக் கேட்க ஆரம்பித்துவிட்டான். “பாப்பா நெத்தியிலே இருந்து பொறக்கும்”; “நான் எப்படிம்மா பொறந்தேன்”; “நான் உட்கார்ந்துகிட்டே இருந்தப்போ, நெத்தியிலே இருந்து தொப்புன்னு நீ குதிச்சே . . .”; “அப்போ நெத்தியிலே இருந்து மனுசங்களுக்குப் பாப்பா பொறந்தா, ஏன் நாலாவது சார் அசிங்கமுன்னு சொல்றாரு . . . சொல்லும்மா . . .” என்றும் கேட்கிறான். தாய்க்கும் மகனுக்கும் இடையேயான உரையாடலில், நெத்தியிலிருந்து குழந்தை பிறப்பதைத் தி.ஜா. ஆமோதிப்பதுபோல இந்த உரையாடல் முடிந்தாலும், பாதை ஓரம், பசுவின் காலடியில் முனிவர்கள் குழந்தையைக் கண்டெடுப்பதைப் பூடகமாக விமர்சிப்பதாகவே புரிந்துகொள்ள முடிகிறது. குழந்தை எப்படிப் பிறக்கிறது என்பது, ஏழெட்டு வயதுச் சிறுவர்களுக்கு எழும் ஓர் இயல்பான சந்தேகம். இது பற்றிய சிந்தனை தவறானது என்று சிறுவர்களின் அறிவையும் வாயையும் பொத்தி வளர்த்தனர் அப்போது. அறிவியல் வளராத ஒரு சமூகத்தின் வெளிப்பாடே, குழந்தைகளிடம் எழும் இது போன்ற ஐயங்கள். “முத்துக்கண்ணு, சுந்தரேசங்கிட்டே சொல்லி ஒரு புடவை வாங்கிக் குடுக்கச் சொல்லு. மாசாமாசம் குடுக்கிற அந்த ஆறு ரூவாய ஐஞ்சி தேதிக்குள்ளாற கொடுக்கச் சொல்லு. அப்பறம் சாயங்காலம் வர்ரப்ப, ஒரு சிம்னி விளக்கு வாங்கிட்டு வா. ரண்டனா இருக்கும். ரண்டு காசுக்குச் சீரக முட்டாயி வாங்கிச் சாப்புட்டுக்கோ.” இப்படி

ஆச்சி கேட்கும் பொருட்களை வாங்கிக் கொடுப்பதும், சுந்தரேசனிடம் சேதி சொல்பவனாகவும் முத்தப்பன் எல்லா உதவிகளையும் செய்கிறான். ஒருநாள், மருமகள் எப்படி இருக்கிறாள் என்று முத்தப்பனிடம் கேட்டாள். மருமகள் காலையிலும் மாலையிலும் பஜ்ஜி சாப்பிடுவதைப்போல வரட்டி, சாம்பலைத் தின்கிறாள் என்கிறான் முத்தப்பன்.

அம்சவள்ளியிடம், தன் மருமகள் சாம்பல் தின்னும் தகவலைச் சொல்லியபடி, "நீ புருசன் வீட்டுக்கு வந்த மேனிக்கு, அப்படியே நிக்கிறே. வாத்தியாரு தங்கக்கம்பிதான். ஆனா, உலகத்திலே இல்லாத பொறவியாவா பொறந்திருக்கணும். குளிரு மழைன்னுகூடப் பாக்காம, திண்ணையில போய்ப் படுத்துக்கிறாரு. நீயும் அதுக்கு மேலே பைத்தியமாயிருக்கிறே..." என்கிறாள் சீதை ஆச்சி. முற்றத்தில் பொம்மைகள் செய்துகொண்டிருக்கும்போது, நாலாவது சார் பக்கம் கைகாட்டி, இப்படிச் சீதை ஆச்சி பேசுகிறாள். "வாத்தியாரே, எந்தப் பிள்ளைக்கு வேடிக்க காட்ட, பொம்மை செஞ்சிட்டு இருக்கீங்க . . ."; "உங்களுக்கு எப்பவும் பிள்ளைப் பேச்சுதான் . . .". இளித்தபடி பொம்மைகளோடு வெளியே ஓடிவிட்டார். தன் மருமகள் முழுகாதிருப்பதை, முத்தப்பன் தாயின் மூலம் ஆச்சி கேட்டு உறுதி செய்துகொண்டாள். அவர்கள் பேசியதைக் கேட்டுக்கொண்டிருந்தான் முத்தப்பன். "முளுகாம இருந்தா, சாம்பல் திங்கனுமாமா. . ." என்று தாயிடம் கேட்டவன், சுந்தரேசனின் மனைவிக்குப் பாப்பா பிறக்கப் போவதையும் அரைகுறையாகப் புரிந்துகொண்டான். மறுநாள் பள்ளிக்கூடம் செல்லும்போது, நாலாவது சாரிடம், "குளிக்காம உடம்பை ஈரத் துணியால துடைச்சிக்கிட்டிருந்தா, பாப்பா பொறக்குமா சார் . . ." என்கிறான். "அய்யோ ஆரம்பிச்சிட்டியா அசிங்கப் பேச்சுக்கு. . ." சொல்லியபடி சார் சிரித்தார். மூன்று நாள் முத்தப்பனிடம் சொல்லிக் கொள்ளாமல், நாலாவது சார் பட்டிணம் போய் வந்திருந்தார். பள்ளி இன்ஸ்பெக்டர் வந்தபோது, அவரிடம் தாம் செய்த பஞ்சு பொம்மைகளைக் காட்டினார். அவற்றைப் பட்டிணத்தில் விற்றால் நல்ல பணம் கிடைக்கும் எனக் கூறி, நாலாவது சாரைப் பொம்மைகளோடு மெட்ராஸ் பட்டிணத்திற்குக் கூட்டிச்சென்றுவிட்டார். பொம்மை விற்றதில் நல்ல தொகை கிடைத்தது. பட்டிணத்தில் பெரிய ஓட்டல் ஒன்றில் அதுவரை சாப்பிட்டறியாத உணவையும் சார் உண்டார். இன்ஸ்பெக்டருடன் ஆங்கிலத் திரைப்படம் பார்த்தார். படத்தில் அரைகுறை ஆடையோடு ஆணும் பெண்ணும் நெருக்கமாகக் கட்டிப்பிடித்து முத்தமிடும் காட்சிகளைக் கண்டு, சுப்பையா தலையைக் குனிந்து, கண்களை மூடிக்கொண்டார். 'ரொம்ப அசிங்கமான சனங்க..' என முத்தப்பனிடம் கூறினார்.

இரண்டு மூன்று மாதத்தில் பொம்மைகள் செய்து அவைகளைக் கும்பகோணம் போய் ரயிலில் பட்டிணத்திற்கு அனுப்பிப் பணம் சேர்க்க வேண்டும். கும்பகோணம் என்பதைக் கும்போணம் என்று அந்த வட்டார வழக்கிலேயே அழைப்பதில், மண்ணுக்கும் மக்களுக்குமான நெருக்கத்தை உணர முடியும். தஞ்சாவூர், கும்பகோணம், மாயவரம் பகுதி மக்களின் உணர்வோடு ஊறிய இச்சொல்லைத் தி.ஜா. அசலாகப் பயன்படுத்தித் தமக்குப் பெருமை சேர்த்துக்கொண்டார் என்றே சொல்ல வேண்டும். நாலாவது சார், பொம்மைகள் செய்வதில் மும்முரமாக உட்கார்ந்துவிட்டார்.

முத்தப்பனும் உதவினான். பஞ்சால் அவர் செய்யும் அந்தப் பொம்மைகளில் உயிரோட்டமிருந்தது. வெள்ளைகாரத் துரை, துரைசாணி பொம்மைகூடச் செய்தார். பொம்மைகள் இரண்டும் கட்டிப்பிடித்து முத்தம் தருவதுபோல நின்றன. ஆங்கிலப்படத்தில் இப்படித்தான் அசிங்கம் பண்ணிக்கிட்டிருந்தாங்க எனச் சார் சொல்லிவிட்டுப் பொம்மைகளை இரண்டாகப் பிரித்துவிட்டார். சீதை ஆச்சி, அம்சவள்ளி, முத்தப்பன் மாதிரிகூடப் பொம்மைகள் செய்திருந்தார். அவைகளை ஆச்சியிடம் காட்டியபோது, அவள் பிரமித்துவிட்டாள். அடுத்த எட்டாம்நாள், நாம் மூவரும் ரயிலேறிக் காசிக்குப் போய்க்கொண்டிருப்போம் எனச் சீதை ஆச்சியிடம் நாலாவது சார் சொல்லக் கண்கலங்கிவிட்டாள். காசி செல்லத் தமக்கும் அம்சவள்ளிக்கும் எடுத்திருந்த துணிமணிகளைக் காட்டிவிட்டு, உங்களுக்கு மட்டுந்தான் இரண்டு புடவை எடுக்க வேண்டும் என்று கூறியதைக் கேட்டு, "நீதாம்பா எம் பிள்ளை, அம்சவள்ளிதான் என் மருமகள்" எனக் கரகரத்த குரலில் சொன்ன ஆச்சியால் மேலே பேச முடியவில்லை எனத் தி.ஜா. எழுதுகிறார். நமது மன நெகிழ்வின் உச்சியைத் தி.ஜா. தொடும் இடமிது.

மறுநாள் ஆச்சிக்குத் திடீரென்று சுரம், ஒரே எரப்பா எரைக்குது என்று முத்தப்பனின் தகப்பனார் நல்லசிவத்திடம், முகம் விழுந்தவாறு நாலாவது சார் வந்து சொன்னார். எல்லோரும் ஓடிப்போய்ப் பார்த்தனர். சுந்தரேசன் மனைவியுடன் வந்துவிட்டான். ஆச்சியைத் தன் வீட்டிற்குக் கொண்டுபோய் படுக்கவைத்தான். மறுநாள், ஆச்சியின் மூச்சு நின்றுவிட்டது. "ஆச்சி! காசிக்குப் போகணும்னிங்களே, தனியா போயிட்டீங்களே ..." என்று நாலாவது சார் விசும்பி விசும்பி அழுதார். திடீரென்று சந்நதம் வந்த மாதிரி, "வந்துட்டேன்டா காசி விச்வேசா, வந்துட்டேன்" எனக் கத்தியபடி, சுந்தரேசன் குடுமியை ஒருகையால் பிடித்துக்கொண்டு, அவன் முதுகில் தொடர்ந்து குத்தினார். ஓடிப்போய்ச் சூடம்கொண்டு வந்து ஏற்றிக் காட்டியதும், காசி விசுவேசுரர் மலையேறினார். நாலாவது சார், அப்படியே துவண்டு உட்கார்ந்துவிட்டார். அடிக்கடி சுந்தரேசனைப் பற்றிப் பேச்சு எழுந்தபோதெல்லாம், முத்தப்பன் காட்டிய வெறுப்பும் கோபமும் சேர்ந்து, நாலாவது சார் சுந்தரேசனை வெளுத்துவாங்கிவிட்டார். தமக்கு என்ன நடந்தது என்றே தெரியவில்லை என்றார். "இத்தனை அமர்க்களம் பண்ணீனீங்களே, ஆச்சி முகத்தைக்கூடப் பார்க்க, உங்க பொஞ்சாதி வரலையே ஏன்?' என்று முத்தப்பனின் அம்மா கேட்டாள். "ஒண்ணும் இல்லீங்க" என, வழக்கமாகக் கோணியபடி சொன்னார் சார். வருவதாகக் கிளம்பியவளை,மேலண்ட வீட்டம்மாதான்,"புள்ளைத்தாச்சியா இருக்கறப்ப, சாவு வீட்டுக்குப் போவ வேணாமுன்னாங்களாம்" எனச் சொல்லிவிட்டு இளித்தார். "அப்படிச் சொல்லுங்க... அம்ஸம் முளுவாம இருக்கா . . ."; "ஆமாங்க . . . அசிங்கம் . . . நான் வரேங் க. . ." எனச் சார் ஓடிவிட்டார். விழித்தபடி கேட்டுக்கொண்டிருந்த முத்தப்பன், "நாலாவது சாருக்குப் பாப்பா பொறக்கப் போவுது..." எனச் சந்தோஷத்தில் குதித்தான்.

கார்த்திகை விளக்கு வீடெங்கும் வேப்பம்பழம்போல ஊர்த் திண்ணைகளில் மின்னிக்கொண்டிருந்தது என்னும் உவமையும்; "எப்படியிருந்த புள்ளை, எப்படி மாறிட்டான்! சர்க்கரையை வறுத்துக்

கரியால்ல ஆக்கிட்டா" எனச் சீதை ஆச்சி சொல்லும் உவமையும்; நாலாவது சார் திறமை பற்றி அம்மாவிடம் முத்தப்பன் சொல்லும்போது, "ஆட்டுக்குட்டிக்குப் பால் ஊட்டிக்கிட்டே இருக்கறப்ப, திடீர் திடீர்ன்னு ஆடு காலை உதறிக்கிட்டு நடந்து போகுமே, அது மாதிரி இருக்கு" என்று முத்தப்பன் கூறும் உவமையும் மிகவும் பொருத்தமாக மனதில் நிற்கும்படி தி.ஜா.வால் கூறப்பட்டிருப்பதற்குச் சபாஷ் போடவேண்டும்.

வயதில் மூத்த நாலாவது சாரையும் எட்டு வயதுச் சிறுவன் முத்தப்பனையும் அறம், அன்பு, கருணை ஆகிய உளக்கூறுகளால் அழகாக ஒன்று சேர்த்திருப்பதின் மூலம் வாசகர் அனைவருக்கும் இந்நூலின் வாயிலாக ஆகச்சிறந்த ஒரு பாடத்தைத் தி.ஜா. உணர்த்தியிருப்பதாகத் தோன்றுகிறது. வித்தியாசமான கதா பாத்திரங்களைத் தேர்ந்தெடுத்து, அதைக் கதைக்குள் சிறப்பாகக் கொண்டுவருவதில் தி.ஜானகிராமனை மிஞ்ச யாருமில்லை. தாம் புனையும் பாத்திரங்களைக் கதையோடு ஒன்றச் செய்து, வாசகர் இதயத்தில் நிரந்தரமாக அவர்களை இடம்பெறச் செய்யும் அருங்கலை கைவந்தவர் தி.ஜா. அதற்கு மிகச் சரியான உதாரணம், இந்த "நாலாவது சார்" எனலாம். தி.ஜா. அவர்கள், தஞ்சை மண்ணில் பிறந்ததே ஒரு வரப்பிரசாதம். தம் புனைவுகளில் மருத நில மண் வளத்தையும், காவிரிச் செழுமையையும் கண்டு களிக்கும் வாய்ப்பைத் தமிழ் வாசகர்களுக்கு அளித்த பெரும் மேதை அவர். மக்களின் வாழ்வியலோடு மண்ணின் சிறப்பையும் சேர்த்துப் படைத்திருப்பதுதான் அவரின் சிறப்பு. தமிழிலக்கியம், இன்னும் பல நூற்றாண்டுகளுக்குத் தி.ஜா.வின் சிறப்பைப் போற்றிப் புகழும் என்பது திண்ணம்.

✦

84

நாலாவது சார் – ஒரு பார்வை

அமரந்தா

தி.ஜானகிராமன் கதைகளில் பெண் தன்மைகொண்ட ஆண்களும், அசாத்தியத் திறமையும் சிறந்த அழகும் கொண்ட பெண்களும் இடம்பெறுதல் வாடிக்கை. 'நாலாவது சார்' கதையும் இதற்கு விலக்கு இல்லை. பிள்ளைகள் மீது, அவரது அதீத அன்பும் கருணையும்கூடப் புதிது இல்லை. 'நாலாவது சார்', குருத்தோலையும் பஞ்சும் கொண்டு பொம்மைகள் செய்வதில் விற்பன்னராக இருப்பதும்தான்.

யதார்த்தமான கிராமத்துக் குடும்பங்களில் காணப்படும் உறவு, பகை, நம்பிக்கைகள் என்று பல பேசிச் செல்லும்போதும் கதையில் மையமாயிருப்பது பாலியல்தான். மற்றது, தி.ஜானகிராமனின் குழந்தைகள் மீதான வாஞ்சை.

குழந்தை பிறப்பது என்றாலே, "அசிங்கம்" செய்வதால் நடக்கும் நிகழ்வு என்று நம்பியும், அதையே பின்பற்றியும் வரும் நாலாவது சார் சுப்பையா, சென்னையில் சென்று வெள்ளைக்காரர்கள் நடிக்கும் ஒரு படத்தைப் பார்த்து வந்தபிறகு, அவர் மனைவியும் அவருடன்கூட அமர்ந்து பொம்மைகள் செய்ய உதவுமளவு, அவரிடம் மாற்றம் ஏற்படுகிறது. இறுதியில் அவள் கருவுற்றிருப்பதாகக் கதை முடிகிறது.

சிறுவனுக்கு அவன் தாயிடமும், சீதை ஆச்சியிடமும், நாலாவது சாரிடமுமுள்ள உறவு, மிக நேர்த்தியாக வரையப்பட்டிருக்கிறது. விவரமறியாத சிறுவனுக்கு, நாலாவது சாரிடம் உண்டாகும் பாசம், மிகவும் அழகானது. அதற்கு

நேரெதிராகச் சுந்தரேசன் மனைவியிடம் கொண்ட ஆசை, இக்கதையில் கிண்டல் செய்யப்படுகிறது.

அதெப்படி ஏழெட்டு வயதுக் குழந்தைக்கு ஒருவர் 'தேவடியாள்' சகவாசம் வைத்திருப்பதும், அதை மோசமாக விமர்சிக்கவும் தெரிந்தது? இந்த ஒட்டையைப் பொருட்படுத்தாவிட்டால், இதுவும் ஒரு சுவாரசியமான தி.ஜானகிராமன் கதைதான்.

❖

85

அன்றாட வாழ்க்கையின் சுயவரையறை: தி.ஜானகிராமனின் 'சிவஞானம்' நெடுங்கதையை வாசித்தல்...

த. ராஜன்

தி.ஜானகிராமன் நாவல்களில் விஸ்தாரமாகவும் தீவிரமாகவும் வெளிப்படும் பல்வேறு அம்சங்கள், அவரது சிறுகதைகளிலும் குறுநாவல்களிலும் சிறு துணுக்குகளாக இடம்பெறுவது உண்டு. வேறு வார்த்தைகளில் சொல்வதென்றால், சிறிய கதைகளாக அவர் எழுதிப் பார்த்தவை பின்னாளில் நாவல்களாக விரிந்திருக்கின்றன. அவர் எடுத்துக்கொள்ளும் சில முரண்களை இன்னும் சிக்கலான தளத்தில் வைத்து விவாதிப்பதற்கான சாத்தியங்களை நாவல் களத்தில் உருவாக்கிக்கொள்கிறார். மாறாக, அத்தகைய சில சிக்கல்களைச் சிறுகதைகளில் கையாளும்போது, அவற்றை வெறுமனே தொட்டுக் காட்டுவதோடு நிறுத்திக்கொள்கிறார். விரிவான நாவல்களாக உருமாறிய சிறுகதைத் தருணங்களைப் பார்க்கும்போது, வேறு சில கதைகளையும் தி.ஜா. நாவல்களாக எழுதியிருக்கலாமே என்ற ஆசை எழுகிறது. அப்படித் தோன்றும் கதைகளுள் ஒன்றுதான், 'சிவஞானம்' (1961). நாற்பது சொச்சம் பக்கங்களில், தி.ஜானகிராமன் எழுதிய 'சிவஞானம்' நெடுங்கதையை, அவர் சிறிது விரிவாக்கி எழுதியிருந்தால், அது இன்னும் தீவிரமான விவாதங்களோடு சாதி அரசியலைப் பேசும் மிக முக்கியமான நாவலாக நமக்குக் கிடைத்திருக்கும். அன்றாட வாழ்க்கைக்கும் கருத்தாக்க ரீதியாகத் தன்னைப் பிராமணராகச் சுயவரையறை செய்துகொள்ளும் முயற்சிக்கும் இடையே சிவஞானம் நடத்தும் போராட்டம், மிகுந்த நுட்பத்துடன் வெளிப்படும் முக்கியமான கதை இது.

'சிவஞானம்' நெடுங்கதை படர்க்கையில் சொல்லப்பட்டாலும், பிரதானப்பாத்திரமான சிவஞானத்தின் கோணத்தில் மட்டுமே கதையை நகர்த்திச் செல்கிறார். படர்க்கையில் கதை சொல்லும் உத்தியை எடுத்துக்கொள்ளும்போது, சிவஞானம் பாத்திரத்துக்கு வெளியேயும் கதைசொல்லி பயணிப்பதற்கான இடமுண்டு. தி.ஜா., அந்தச் சுதந்திரத்தை எடுத்துக்கொள்வதில்லை. என் வாசிப்புக்குட்பட்டுத் தி.ஜா.வின் எந்தக் கதையுமே, இந்த விதியை மீறியதில்லை. தன்னிலையில் கதை சொல்லும் போது, எத்தகைய கட்டுப்பாடு ஒரு கதைசொல்லிக்கு உருவாகிறதோ, அதே எல்லையைப் படர்க்கையில் கதை சொல்லும்போதும், வரித்துக்கொள்கிறார். தான் பின்தொடரும் கதாபாத்திரத்துக்கு வெளியே கதை சொல்லியைப் பேச அனுமதிப்பது, மிகமிகச் சொற்பமான இடங்களில்தான். அந்த வகையில், தி.ஜா. தம்மைச் சில கட்டுப்பாடுகளுக்குள் வைத்துக்கொண்டு மோதிப் பார்க்கும் உத்தியை எடுத்துக் கொள்கிறார். சிறுகதைகளைப் பொறுத்தவரையில், ஒரு கதாபாத்திரத்தை மட்டுமே பின் தொடர்ந்து, அதன் மனவோட்டத்தில் மட்டுமே கவனம் குவித்து, அந்தக் கதாபாத்திரத்தை வைத்துத் தான் எடுத்துக்கொண்ட விஷயத்தோடு ஊடாட்டம் நிகழ்த்துவதே, தி.ஜா.வின் பாணி. 'சிவஞானம்' நெடுங்கதையும் அப்படியானதுதான். சிவஞானம் பார்ப்பது, கேட்பது, யோசிப்பதற்கு அப்பாற்பட்டுக் கதையில் ஒரு வார்த்தைகூடக் கிடையாது. சமூகத்தில் பிராமணர்களின் செல்வாக்கு, அவர்கள் தீண்டாமையைக் கடைப்பிடிக்கும் விதங்கள், தங்களின் பிராமணத்தன்மையை வெவ்வேறு விதங்களில் தக்கவைத்துக் கொள்ளும் லாகவம், பிற சாதியினரை அண்டவிடாமல் உருவாக்கிக்கொள்ளும் அரூபமான எல்லைகள், அந்த எல்லைகளைத் தக்கவைத்துக் கொள்ள உதவும் அன்றாடப் பழக்கவழக்கங்கள், பிராமணருக்கும் பிராமணரல்லாதவருக்குமான வேறுபட்ட வாழ்க்கைச் சூழல் என்று மிகுந்த நுட்பத்தோடு கையாண்டிருக்கும் இந்தக் கதையில் சொல்லப்பட்ட பல விஷயங்களுக்கு நிகராகச் சொல்லாமல் விடப்பட்டவையும் நாம் கதையோடு உரையாடுவதற்கு அவசியமாக இருக்கின்றன.

சிவஞானத்தைப் பெற்றெடுக்கும் பிராமணத் தம்பதி, அவன் மூன்று மாதக் குழந்தையாக இருக்கும்போதே அம்மை நோய்கண்டு இறந்துபோகின்றனர். அவனை வேறொரு பிராமணத் தம்பதியிடம் கொடுத்து வளர்க்கச் சொல்லி ஒரு படையாச்சியிடம் ஒப்படைக்கிறார் செட்டியார் ஒருவர். படையாச்சி தம்பதியோ, பணத்துக்கும் குழந்தைக்கும் ஆசைப்பட்டு, அவர்களே வளர்க்க முடிவு எடுக்கின்றனர். இந்த உண்மை தெரியாமலேயே ஒரு படையாச்சியாக வளர்கிறான் சிவஞானம். உண்மை தெரியவந்த மறுகணமே தன்னைப் பிராமணனாக அவன் உணர்கிறான்; பிராமணனாகத் தன்னைப் பாவித்துக்கொள்கிறான். தான் ஒரு பிராமணன் என்ற பெருமிதமே அவனிடம் வெளிப்படுகிறது. அவ்வளவு காலமும் வேறொரு சமூகப் பின்னணியில் வளர்ந்த அவன் வாழ்க்கை, பிராமணத் தன்மையை அவன் ஏற்றுக்கொள்ளும் போராட்டத்தில் எப்படியான சிக்கல்களை உருவாக்குகிறது என்பதுதான், கதையின் மையச் சரடு.

சிவஞானம் தான் ஒரு பிராமணத் தம்பதிக்குப் பிறந்தவன் என்ற உண்மையைத் தெரிந்துகொண்டு, வேர்நிலம் தேடிவருவதிலிருந்து கதை

தொடங்குகிறது. பஸ்ஸிலிருந்து இறங்கியவனுக்குக் கால் நிலைகொள்ள மறுக்கிறது. புருபுருவென்று வசமில்லாமல் துடிக்கிறது. சிவஞானம் தன்னை ஒரு பிராமணனாக உணர்வதால் வரும் குறுகுறுப்பு அது. முதல் வேலையாகக் கோயிலைத் தேடிச் செல்கிறான். அப்பா இங்கேதான் அபிஷேகம் செய்திருப்பார்; இங்கேதான் அர்ச்சனை செய்திருப்பார்; இங்கேதான் தீபம் காட்டியிருப்பார் என்று அவன் ஒவ்வொன்றையும் நினைத்துப் பார்க்கிறான். கோடிச் சொத்துக்காரனாக இருந்தாலும், கோயிலையே கட்டியிருந்தாலும், ஆறு சாஸ்திரம் படித்திருந்தாலும் வேறு யாரும் போகமுடியாத, குருக்களுக்கு மட்டுமே உரிமையுள்ள இடமென நினைத்துப் பார்க்கிறான். பிராமணர்களுக்குப் பிறந்தாலும், அவனும்கூட இங்கே போக முடியாதே என்ற எண்ணம் வரவும், அவனுக்குக் கண்ணீர் முட்டுகிறது. இந்த இடம், மிக முக்கியமானது. உண்மையைக் கேள்விப்பட்ட உடனேயே, அதுவரையிலான சுய வரையறையைத் துறந்து புதிய சுயவரையறையை வரித்துக்கொண்டு, பிறந்த ஊர் கிளம்பிவந்து, இவ்வளவு காலமும் வாழ்ந்துவந்த வாழ்க்கைக்கு மாறாக எப்படியான வாழ்க்கையை வாழ்ந்துகொண்டிருப்பவனாகத் தான் இருந்திருக்கவேண்டும் என்று அவன் நினைத்துப் பார்க்குமிடம் இது. தன் பிராமணத்தன்மையை மீட்டெடுக்க நினைக்கும் சிவஞானத்துக்கு முதல் எதிர்கொள்ளலே, அவன் பிராமணனுக்கான தகுதியையும் லட்சணங்களையும் கொண்டிருக்க வில்லை எனும் யதார்த்தத்தை உணர்த்துகிறது. அதேநேரத்தில், அவன் பிராமணனாகத் தன்னை வரையறுத்துக் கொள்ள வேண்டும் என்ற வேட்கையும் அவனிடம் இருக்கிறது. பிராமணனாக ஆகவேண்டும் என்ற லட்சியம்தான், அவனை ஊரைவிட்டுக் கிளப்பி வேறு இடத்துக்குச் சென்று, அங்கே புதிய சுய வரையறையை வரித்துக்கொள்ளும் முடிவை அவனிடம் விதைக்கிறது. பிராமணத்தன்மையை அவன் ஏற்றுக்கொள்ளத் தயாராகும்போது, அவனுக்கு முன்னால் நிறைய விஷயங்கள் முட்டுக்கட்டையாக நிற்கின்றன. அதில் உணவுப் பழக்கம் எத்தகைய பங்கு வகிக்கிறது என்பதற்கு, இந்தக் கதையில் மிகுந்த முக்கியத்துவம் தரப்பட்டிருக்கிறது. இது ஒருவகையில் இந்தக் கதையின் தனித்துவமான அம்சமும்கூட. உணவுப் பழக்கத்தோடு சாதி கொண்டிருக்கும் உறவு, இந்தக் கதையில் மிக அழுத்தமாகக் கையாளப்பட்டிருக்கிறது.

கைக்குழந்தையான சிவஞானத்தைப் படையாச்சியான மருதமுத்து விடம் கொடுத்தனுப்பும் செட்டியார், அந்தக் குழந்தையை வேதம் சாஸ்திரமெல்லாம் படிக்கவைத்துப் பிராமணன் ஆக்கவேண்டும் என்று நினைக்கிறார். குழந்தைக்கு ஆசைப்பட்டுத் தங்களுடனே வைத்துக்கொள்ளும் மருதமுத்துவும் அவரது மனைவி யோகாம்பாளும், தாம் ஒரு பிராமணக் குழந்தையை வளர்க்கிறோம் என்ற பிரக்ஞையால், அசைவம் சாப்பிடுவதையே விட்டுவிடுகிறார்கள். மற்ற வீடுகளைப்போல, அவர்களுடைய வீட்டில் புறாக் கூண்டு கிடையாது, கோழிக் கூடை கிடையாது, ஆட்டு முளை கிடையாது. ஆனால், அது மட்டும் போதுமா? ஒரு சமூகப் பழக்கவழக்கத்தை ஒரு குடும்பம் மாற்றிக்கொள்வதால் மட்டும் முடிந்துவிடக் கூடியது அல்லவே. இவர்களுடைய வீட்டுச் சூழலை விவரித்துவிட்டு, அடுத்த பத்தியே சிவஞானம் அசைவச் சாப்பாட்டுக்குப் பழக்கமான கதை விவரிக்கப்படுகிறது. சாதிகள் எப்படி ஒரு சமூகமாகத்

தங்களுடைய பண்பை – குறிப்பாக, உணவுப் பழக்கத்தினூடாக – தக்கவைத்துக் கொண்டிருக்கின்றன என்பதைத் தொட்டுக்காட்டும் பகுதி இது. சிவஞானம் அவனது பூர்வீக ஊரில் உள்ள கிழவியிடமிருந்து அவனுடைய பெற்றோர் பற்றிய கதையையும், அவனுடைய பூர்வீக அருமை பெருமைகளையும் பெரும் துக்கத்தோடும் பரவசத்தோடும் தெரிந்துகொள்ளும்போது, அவன் யார் என்பதை அந்நியரான அந்தக் கிழவியிடம் சொல்ல மறுக்கிறான். அப்போது அவனது மனவோட்டம் இப்படி வெளிப்படுகிறது: "இவளுக்குத் தெரிந்து என்ன ஆகப்போகிறது? கர்ப்பக்கிருகத்துள் நுழைந்து தாராளமாக நடமாடி, சாமிக்குக் குளிப்பாட்டி, படையல் படைத்துக் காக்க வேண்டிய பிள்ளை, கோழியும் ஆடும், வெங்காயமும் சோம்பும், பீடியும் சிகரெட்டும் சாப்பிட்டு, சிவஞானப் படையாச்சியாக வளர்ந்தது என்று ஆச்சிக்குத் தெரிந்து என்ன ஆகப்போகிறது?" கர்ப்பக்கிருகத்துள் நுழைவது என்ற பிராமணர்களுக்கான வேலையைப் பற்றி நினைக்கும்போது, அவனுக்கு அவன் வாழ்ந்து வந்த படையாச்சி சமூகத்தின் உணவுப் பழக்கம், மனதில் ஓடுகிறது. கோயிலிலிருந்து வெளியேறிக் கிளம்பிச் செல்கையில், டீக்கடை எதிர்ப்படும்போது, 'இனி இங்கெல்லாம் சாப்பிடக் கூடாது' என்று நினைக்கிறான். சுவர்க்கோழியின் குரலைப்போல் கவனித்தால்தான் கேட்கும் குரல் அது என்கிறார் கதைசொல்லி. "டீ சாப்பிடலாம். ஆனால், நான் இப்போது மருதமுத்து மகன் இல்லையே?" என்று குளிரைத் தாங்கிக்கொண்டு நிற்கிறான். பிராமணர்கள் எங்கெல்லாம் சாப்பிட வேண்டும், எங்கெல்லாம் சாப்பிடக் கூடாது என்று கொண்டிருக்கும் நடைமுறையையும் உணவுப் பழக்கத்தோடு சேர்த்து மாற்றிக்கொள்ள நினைக்கிறான் சிவஞானம். புதிய இடமான சென்னைக்கு வந்ததும், அந்தப் புதிய ஊரை அவன் அணுகுகின்ற விதமும், உணவோடு தொடர்புடையதாகத்தான் இருக்கிறது.

உணவுப் பழக்கத்தைப் போலவே, சிவஞானத்தின் பேச்சு மொழியும் அவனை மிரட்டுவதாக இருக்கிறது. பேச்சு மொழியும் ஒருவரின் அன்றாடத்தோடு தொடர்புடையது என்பதை நினைவில் நிறுத்திக் கொள்வோம். சென்னை வந்து தனது புதிய அடையாளத்தோடு சாஸ்திரியார் வீட்டில் தங்குகிறான். தான் ஞானஸ்கந்தக் குருக்களின் பிள்ளை என்கிறான். சாஸ்திரிகள் அவனை ஏற இறங்கப் பார்க்கிறார். புதிய இடம், அவன் குருக்களின் பிள்ளை என்பதும் உண்மைதான். அவன் படையாச்சி தம்பதியால் வளர்க்கப்பட்டான் என்ற கதை, சாஸ்திரியாருக்குத் தெரியாது. இவ்வளவு இருந்தும், ஒரு சுதந்திரமான பிராமணனாக அந்த வீட்டுக்குள் அவனால் புழங்க முடியவில்லை. இதற்கு என்ன காரணம்? அவன் அந்த வீட்டின் பகுதியாக, பிராமணச் சமூகத்தின் பகுதியாக அவனை உணரவில்லை. படையாச்சி சமூகத்தின் பகுதியாக இருக்கும் (*belonging*) சிவஞானம், பிராமணச் சமூகத்தின் பகுதியாக மாற (*becoming*) நினைக்கிறான். ஒன்றன் பகுதியாக இருப்பதாக உணர்வது மனித இனத்தின் மிக அடிப்படையான அனுபவம் என்கிறார்கள், கோபால் குருவும் சுந்தர் சருக்கையும். ஒன்றன் பகுதியாக இருப்பது, ஒருவருக்கு அதிகாரத்தையும் உரிமையையும் அந்தப் பகுதியில் சகஜமாகப் புழங்குவதற்கான மனநிலையையும் தருகிறது என்கிறார்கள்.

ஒன்றன் பகுதியாக இல்லை என்ற மனநிலையைக் கொண்டிருக்கும்போது, தயக்கமும் சௌகர்யமின்மையும் சங்கடமும் வந்துவிடுகிறது. ஒரு தனிநபர் ஒன்றன் பகுதியாக உணரமுடியாத அனுபவம் வெறுமனே உளவியல் ரீதியான பிறழ்வு இல்லை; அது, அந்தத் தனிநபரின் எதிர்வினைக்கு, அதாவது ஒன்றன் பகுதியாக உணர முடியாத அனுபவத்துக்கு முன்னீடாக நிலைத்திருக்கும் அனுபவரீதியான கட்டமைப்பின் பிரதிபலிப்பாகிறது என்கிறார்கள், கோபால் குருவும் சுந்தர் சருக்கையும்.

சாஸ்திரியாரின் வீட்டிலிருக்கும்போது, தயக்கத்தையும் சௌகர்யமின்மையையும் சங்கடத்தையுமே சிவஞானம் கொண்டிருக்கிறான். சாஸ்திரியாரின் வீட்டில், அவருடைய சமூகத்தின் பகுதியாக அவன் உணராதவரை, அவனால் இந்தச் சங்கடத்திலிருந்து வெளிவர முடியாது. இது தனிமனித ஆற்றலோடு தொடர்புடைய விஷயமும் இல்லை. (*'Belonging and Becoming'* தொடர்பான விரிவான வாசிப்புக்குக் கோபால் குருவும் சுந்தர் சருக்கையும் இணைந்து எழுதிய *'Experience, Caste and the Everyday Social'* நூலைப் பார்க்கவும்.). சிவஞானம் தன் பேச்சுமொழியால் எதிர்கொள்ளும் பிரச்சினைக்கு வருவோம். சிவஞானம் தன்னை அறிமுகப்படுத்திக் கொள்ளும்போது, முதல் சந்திப்பிலேயே, எடுத்த எடுப்பில் அவனைச் சந்தேகக் கண் கொண்டு பார்க்கச் சாஸ்திரியாருக்குச் சாத்தியப்படுகிறது. "இருந்தாங்க, சொன்னாங்க" என்று பேசும் சிவஞானத்திடம், சாஸ்திரியாரின் மனைவி, "இருந்தார், சொன்னார்னு சொல்லேன்" என்கிறாள். 'இருந்தார், சொன்னார்னு சொல்லேன் என்று ஜாதியை நினைவு படுத்தினாள்' என்று தி.ஜா. எழுதுகிறார். "பளக்கமா போய்ட்டுது" என்று பதில் சொல்பவனிடம், "பழக்கம்னு சொல்ல மாட்டியா ?" என்கிறாள். இந்த 'ழ'வும் 'ள'வும், அவன் முன்பு, ஒரு நெடிய சுவராக எழும்பி நிற்கிறது. இதற்கு அடுத்த வரி, 'கூடத்துக்கு அப்பால் போய் அடுக்களையை எட்டிப் பார்க்கக்கூடக் கால் கூசிற்று' என்று எழுதுகிறார். எதோடு எது பின்னியிருக்கிறது என்பதை நறுக்குத் தெறித்தாற்போல கோடிகாட்டிவிட்டு, அடுத்த இடத்துக்கு நகர்ந்துவிடுகிறார் தி.ஜா.

ஒரு சுதந்திரமான பிராமணனாக, அந்த வீட்டுக்குள் திரியவிடாமல் அவனை முடக்கிப் போடுவது, சாஸ்திரியாரும் அவரது மனைவியும் இல்லை. அவனை முடக்கிப்போடுவது, அவனது பேச்சும் உணவுப் பழக்கமும்தான். அதாவது, சாதிச் சமூகத்துவம். ஒருவர், தனது சாதிய அடையாளங்களைத் துறந்துகொண்டாலும்கூட, அந்தச் சாதியோடு தொடர்புடைய அன்றாடப் பழக்கவழக்கங்களினால், அவரது சாதியைத் தக்கவைத்துக்கொள்ள நேர்ந்துவிடுகிறது. உதாரணமாக, ஒரு பிராமணர், பிராமண அடையாளத்தைத் துறந்து சாதியற்றவராக வாழ்கிறார் என வைத்துக்கொள்வோம். அவர் பூணூலைக் கழற்றி எறிவது உள்ளிட்ட புற அடையாளங்களைக் களைவதோடு சடங்கு சம்பிரதாயங்களையும் புறக்கணித்துவிடுகிறார் என்றும் வைத்துக்கொள்வோம். ஆனால், அது மட்டும் போதுமா ? உணவுப் பழக்கம், பேச்சு மொழி, அழகியல் உணர்வு, சுத்தத்தை வரையறுக்கும் முறை என்று பல விஷயங்கள் பிராமணத்தன்மையால் கட்டமைக்கப்பட்டிருக்கின்றன. இதைத்தான் 'சிவஞானம்' நெடுங்கதை, அழுத்தமாகச் சொல்கிறது. கருத்துரீதியாகச் சாதியைக் கடந்துவிட்டதாகச்

சொல்பவர்கள்கூட, அன்றாடத்தன்மையை மாற்றிக்கொள்ள முடியாமல் திண்டாடுவதைப் பார்க்கிறோம். அதாவது, பூணூலைக் கழற்றி எறிந்த, சடங்கு சம்பிரதாயங்களைத் துறந்த பிராமணர்களில் பலரும்கூட உணவுப் பழக்கத்தை மாற்றிக்கொள்ள முடியாமல் மாட்டிக்கொள்கிறார்கள். சடங்கு, சம்பிரதாயங்களை மட்டும் நாம் பேசிக்கொண்டிருக்கும்போது நம் அன்றாடப் பழக்கவழக்கம் எப்படி ஓர் அதிகாரமாகவும், சாதியைத் தக்கவைத்துக்கொள்ளும் கருவியாகவும், பிற சாதியினரிடமிருந்து வேறுபடுத்திக் காட்டும் தன்மையாகவும் இருக்கின்றன என்பதை இந்தக் கதையில் மிக நுட்பமாக எடுத்துவைக்கிறார்.

தன் அன்றாடப் பழக்கவழக்கங்களையும் உணவுமுறையையும் மாற்றிக்கொள்ளாமல், சிவஞானத்தால் தன்னை ஏன் ஒரு பிராமணனாகத் தனக்குத்தானே அங்கீகரித்துக்கொள்ள முடியவில்லை என்பது, ஒரு மிக முக்கியமான கேள்வி. இதைத்தான் 'அன்றாடச் சமூகத்துவம்' *(Everday Social)* என்கிறார்கள், கோபால் குருவும் சுந்தர் சருக்கையும். கருத்தியல்ரீதியாகச் சாதியைக் கடந்த ஒரு பிராமணக் குடும்பம் இருக்கிறது என்று வைத்துக்கொள்வோம். பிராமணரல்லாத ஒருவருடன் சாதாரண மொழியில் உரையாடும் அந்தக் குடும்பம், தம் உறவுகளுடன் பிராமண மொழியில் உரையாடுவது, தவிர்க்க முடியாமலேயே போகக்கூடும். பிராமணரல்லாதவர்களை நடுவீட்டில் உட்கார வைத்து உணவு பரிமாறும் அந்தக் குடும்பம், சாப்பிட்டு முடித்து எழும்போது, தட்டை ஒரு குறிப்பிட்ட இடத்தில் கொண்டுபோய் வைக்கச்சொல்வது தவிர்க்கமுடியாது போகக்கூடும். அவ்வளவு ஏன், நமக்குப் பரிமாறப்படும் உணவு வகைகளேகூடப் பிராமணப் பழக்கத்துக்குக் கட்டுப்பட்டதாக இருப்பதையும் தவிர்க்க முடியாமல் போகக்கூடும்.

தம் வீட்டைச் சுத்தமாக வைத்திருப்பது சாதி கடந்த பிராமணர் களுக்கு ஓர் இயல்பான அன்றாடப் பழக்கமாயிருப்பதாகக் கொண்டாலும், அந்தப் பழக்கம் வேறு சமூகத்தினரிடமிருந்து அந்நியப்பட்டிருக்கும் என்றால், அங்கே எல்லைகள் உருவாகிவிடுகின்றன. இதற்குக் காரணம், இத்தகைய அன்றாடப் பழக்கவழக்கங்களெல்லாம் சமூகத்துவ அதிகாரத்துக்குட்பட்டதாக இருக்கிறது என்பதுதான். இதைத்தான், அன்றாடத் தன்மையிலான சமூகங்கள், முகவர் அற்ற அதிகாரத்துக்குக் கட்டுப்பட்டுச் செயலாற்றுகின்றன என்கிறார்கள், கோபால் குருவும் சுந்தர் சருக்கையும். தம் 'அனுபவங்களை மொழிப்படுத்தல்' கட்டுரையில் சீனிவாச ராமாநுஜம், "ஒவ்வொரு குடும்பமும் சாதி என்ற கருத்தோடு கொள்ளும் உறவே, குறிப்பிட்ட சாதியை நிலைநிறுத்துகிறது. ஒரு தனிநபருக்கும் சாதிக்கும் இடையேயான உறவு குடும்பத்தின் ஊடாகவே சாத்தியப்படுகிறது. ஒவ்வொரு தனிநபரும் குடும்பம் என்ற கருத்தோடு கொள்ளும் உறவின் அனுபவமே குடும்பத்தை வரையறுப்பதுபோல, ஒவ்வொரு குடும்பமும் அவர்களது சாதியோடு கொள்ளும் உறவே சாதியை வரையறுப்பதாக இருக்கிறது. சாதியம், ஒரு நிறுவனப்பட்ட ஒன்றல்ல. அதன் அதிகாரம், மேலாண்மை எல்லாம் அதன் அன்றாடச் சமூகத்துவங்களில் அடங்கியுள்ளது. அவை நம்முடைய உடலாக வெளிப்படுகின்றன. நம்முடைய ஐம்புலன்களின் ஊடாக வெளிப்படுகின்றன. நம்முடைய

குடும்பமாக வெளிப்படுகின்றன" என்கிறார். ராமானுஜம் முன்வைக்கும் தனிநபர் – குடும்பம் – சாதி என்ற கண்ணியின் உருவகமாகவே சாஸ்திரியார் இருக்கிறார். சாஸ்திரியார், அவருடைய வீட்டில் அதிகாரத்தையும் மேலாண்மையையும், அவரின் அன்றாடப் பழக்கவழக்கங்கள் வழியாகவே சிவஞானத்திடம் வெளிப்படுத்துகிறார்.

உண்மையில், சாஸ்திரியார் வீடுதான், சிவஞானத்தின் போராட்டக் களம். களத்துக்குள் இறங்கிய பிறகு, மூன்று நிலைகளில் அவன் இருப்பானது, கொஞ்சம் கொஞ்சமாகத் தகர்க்கப்படுகிறது. முதலாவதாக, அவன் ஒரு பிராமணன் என்று சொல்லும்போது சாஸ்திரியார் ஏற இறங்கப் பார்த்தாலும் சாப்பாடு போடுகிறார். சமையலறைக்குப் போய்வர அனுமதி தரப்படுகிறது.இது அவனுக்குப் பெரிய விஷயமாகப் போகிறது. மணக்கும் சாம்பார், முந்திரிப் பருப்பு, உப்பு மாவு, தேங்காய் எண்ணெயில் சுட்ட தோசை இவை எல்லாவற்றையும்விடச் சமையலறை வரை போக அவனுக்கு இடம் கொடுத்திருப்பதுதான், அவனுக்குத் திருப்தியளிப்பதாக இருக்கிறது. ஆனால், உள்ளே புழங்க அவனுக்குத் தைரியம் இல்லை. தொடர்ந்து அங்கே சாப்பிடவும் முடியவில்லை. ஹோட்டலில் ஒரு மாதத்துக்குச் சீட்டு வாங்கிக் கொள்கிறான். இரண்டாவதாக, அவன் படையாச்சி குடும்பத்தால் வளர்க்கப்பட்டவன் என்பது சாஸ்திரியாருக்குத் தெரிந்ததும், வேறு சில கட்டுப்பாடுகள் அவனுக்கு விதிக்கப்படுகின்றன. சாஸ்திரியாருக்கு விஷயம் தெரிந்ததும், எடுத்த எடுப்பிலேயே, "பஞ்சாமி எழுதியிருக்காட்டா, நீயே உள்ள வந்து சமைக்கக் கிளம்பியிருப்பே; நாங்களும் பேசாமல் சாப்பிட்டிருக்க வேண்டியதுதானா?" என்கிறார். இனி, அவன் சமையலறை பக்கம் எட்டிப் பார்க்கக்கூட முடியாது. மூன்றாவதாகப் பிராமணச் சமூகத்தைச் சேர்ந்த ஒரு பெண்ணை அவன் காதலிக்கிறான் என்று தெரிந்ததும், வீட்டை விட்டே – அதாவது, பிராமணச் சமூகத்தை விட்டே – வெளியேற்றப்படுகிறான்.

ஓரிடத்தில் சிவஞானம், 'இந்த வீட்டுக்குள் காலடி எடுத்து வைத்த நாளாக என்று தலைநிமிர்ந்து நின்றேன்?' என்பதாக நினைத்துப் பார்க்கிறான். போராட்டக் களம், அவனுக்கு அதைத்தான் கொடுக்கிறது. அவனுடைய போராட்டத்தில், அவன் மிக மோசமாக அவமானத்துக்குள்ளாகித் தோற்றுப்போகிறான். சிவஞானம், அவனது காதலியிடம் பேசும் இந்த வசனம், அவனுடைய ஒட்டுமொத்தச் சிக்கலையும் சொல்லிவிடுகிறது. "நான் சாஸ்திரிகள் வீட்டில்தான் இருக்கேன். ஆனால், உள்ளவும் போக முடியலே. வெளியேயும் நிக்க முடியலே. நான் இப்ப கண்டதையெல்லாம் திங்கிறதைக்கூட விட்டுப்பிட்டேன். பூணல்கூட மாட்டிக்கிட்டேன் – திருவல்லிக்கேணி பைக்கிராப்ட்ஸ் ரோட்டுல வாங்கி. ஆனா சினிமாவிலே அரண்மனை, வீடு கட்டுறாங்களே, படம் பிடிக்க – அது மாதிரி இருந்தது. அட்டை வீட்டைப் படம் பிடிக்கலாம்; குடியிருக்க முடியாது. எனக்குப் பேச்சும் சரியா வரலே. நான் உங்க மாதிரிப் பேசுறதைப் பார்த்து அம்மா சிரிக்கிறாங்க. சாஸ்திரியார் சிரிக்கிறாங்க. ஆனா எங்கப்பாவும் அம்மாவும் செத்துப் போயிருக்காட்டா, நானும் இந்த மாதிரி நிறையப் படிச்சு மதிப்பா இருக்க வேண்டியவன்தானே? இப்ப எனக்கு ஆலையிலே சம்மட்டி அடிக்கிற வேலைதான் கிடைக்கும் போலிருக்கு" என்கிறான்.

சிவஞானம் மனத்தளவில் ஒரே நேரத்தில் பிராமணனாகவும் இல்லை, படையாச்சியாகவும் இல்லை. பிராமணனாக மாற நினைக்கும் படையாச்சியாக இருக்கிறான். அவனுடைய இந்தக் கூற்றானது, பிராமணரைப் பிராமணரல்லாதவர் எப்படிப் பார்க்கிறார்கள் என்ற பார்வையை வெளிப்படுத்தும் ஒன்றாகவும் இருக்கிறது. அறிவு உழைப்புத் தொழில்கள் பிராமணர்களுக்கு உரியதாகவும், உடல் உழைப்புத் தொழில்கள் பிராமணரல்லாதவர்களுக்கு உரியதாகவும் சிவஞானத்துக்குத் தோன்றுகிறது. இப்படியான எண்ணம் அவனிடம் இருப்பதுதான் அவனைப் பிராமணத்தன்மையைத் தேடிச் செல்ல உந்தித் தள்ளுகிறது. இப்படியான ஓர் எண்ணம்தான், பிராமணனாக இருப்பது உயர்வானது என்று அவனுக்குத் தோன்றவைக்கிறது. சிவஞானத்துக்கு நடிப்பில் ஈடுபாடு இருக்கிறது. சினிமாவில் நடிக்க வாய்ப்புத் தேடிக்கூடப் போகிறான். அவனால் ஒரு பிராமணனாக, நிஜ வாழ்க்கையில் நடித்துவிட முடியவில்லை. அவனது வாழ்க்கையை விட்டுவிட்டுப் புதிய அடையாளத்தைத் தேடிக்கொள்ளும்போது, காதலித்த பெண் கிடைக்காதது, எதிர்பார்க்கும் வேலை கிடைக்காதது, வீட்டுக்குள் அனுமதி மறுக்கப்படுவது எனச் சகல விதத்திலும் அவன் இருப்புப் பிரச்சினைக்குரியதாகிறது. தற்கொலை செய்துகொள்ளும் அளவுக்கும் அவனைத் தள்ளிவிடுகிறது. அப்படிச் சாக நினைப்பது, அவனுக்கு விடுதலையாகத் தோன்றுகிறது. சிவஞானம், புதிய சுயவரையறையை ஏற்றுக்கொள்ள ஆசைப்பட்டுப் போராடிய போராட்டத்தில், அவன் தோற்றுப்போய் மண்டியிட நேர்கிறது. சிவஞானத்திடம் இணங்கி விடாமல் பிராமணத்தன்மை பெற்ற வெற்றியானது, பிராமணத்தன்மையின் கருத்தாக்கரீதியான வெற்றி மட்டுமில்லை, சமூகத்தில் மிக ஆழமாகப் புரையோடிப் போயிருக்கும் சாதியின் வெற்றியும்கூட.

சிவஞானம் தனது உணவுப் பழக்கத்தை மாற்றிக்கொள்ள நினைக்கிறான்; பேச்சுமொழியை மாற்றிக் கொள்ளப் பார்க்கிறான், பூணூல் அணிந்துகொள்கிறான், பிராமணர்களுக்குப் பிறந்தவன் என்கிற கடவுச்சீட்டும் அவனிடம் இருக்கிறது. ஆனாலும், பிராமணர்களின் எல்லைக்குள் அவனால் நுழைய முடியவில்லை. பிறப்பு மட்டுமே போதுமானது என்று அவன் நினைக்கிறான். ஆனால், அது ஒரு வாழ்க்கை முறை, அது ஒரு நடைமுறை. பிராமணராவது என்பது, பிராமணராக அடையாளப் படுத்திக்கொள்ளும் பெற்றோருக்குப் பிறந்திருந்தால் மட்டும் போதுமானதில்லை. நம்முடைய புலன்கள் பிராமணப் புலன்களாகப் பயிற்றுவிக்கப்பட்டிருக்க வேண்டும். இத்தகைய அர்த்தத்தில்தான் கோபால் குருவும் சுந்தர் சருக்கையும், இந்த உடல்ரீதியான புலன்களானவை சமூகப் புலன்களாகின்றன என்கிறார்கள். ஒருவர் பிராமண அடையாளத்தைப் பெற்றுக்கொள்வதற்கு, அவரின் புலன்கள் பிராமணப் புலன்களாகப் பயிற்றுவிக்கப்பட்டிருக்க வேண்டியிருக்கிறது என்பதற்கு, இக்கதையிலேயே சாஸ்திரியாரும் ஓர் உதாரணமாகிறார்.

சிவஞானத்தை, 'அரைப் பார்ப்பான்' என்று நினைக்கும் சாஸ்திரியார், அவர் பிறந்து ஏழு நாள்கள் இருக்கும்போது தாயாரை இழந்துவிடவே, ஒரு சாணாரச்சியிடம் பால் குடித்து வளர்ந்தவராகத்தான் இருக்கிறார்.

ஆனாலும், தன்னை அவர் முழுமையான பிராமணனாக நினைக்கிறார். மாதம் மூன்று கலம் நெல் என்று மூன்று ஆண்டு கொடுத்ததோடு, அந்த உறவு அற்றுப்போய்விட்டதாக நினைக்கிறார். சாஸ்திரியாரால், அந்தக் 'கறை'யை எளிதாகத் துடைத்தெறிந்துவிட முடிகிறது. சாணாரச்சியிடம் பால் குடித்த காரணத்துக்காகச் சாஸ்திரியாரை யாரும் 'அரைப் பார்ப்பான்' என்று சொல்லப் போவதில்லை. ஏனெனில், சாஸ்திரியாரின் புலன்கள், பிராமணப்புலன்களாகப் பயிற்றுவிக்கப்பட்டிருக்கின்றன. சிவஞானத்தின் புலன்களோ படையாச்சிப்புலன்களாகப் பயிற்றுவிக்கப் பட்டிருக்கின்றன. அவன் பிராமணன் ஆவது என்பது சாத்தியமே இல்லாதது. அதனால்தான், கடைசியில் பூணூலைக் களைந்து ரயில் ஜன்னல் வழியாக எறிந்துவிட்டு, மறுபடியும் படையாச்சியாகிறான். சிவஞானம் பிராமணருக்குப் பிறந்திருந்தாலும் படையாச்சியாக வரையறுக்கப்பட்டிருக்கும் முறைதான், அவனைப் பிராமணன் எனும் அடையாளத்தை ஏற்க விடாமல் தடுக்கிறதா? இதையே வேறுவிதமாகக் கேட்டுக் கொள்வதென்றால், படையாச்சிப் பெற்றோருக்குச் சிவஞானம் பிறந்து ஒரு தலித் சாதியில் வளர்க்கப் பட்டு, பிறகு அவன் படையாச்சி வாழ்க்கைக்குள் திரும்பப் போக முயன்றால் என்ன ஆகியிருக்கும்? அவனால் படையாச்சி சமூகத்தின் பகுதியாக மாறியிருக்க முடியாது என்பதுதான் யதார்த்தம்.

✦

86

தி.ஜா.வின் சிவஞானம்: இனிக்கும் அபத்தச் சுவை

தென்றல் சிவக்குமார்

தி.ஜா.வின் 'சிவஞானம்'. இந்த ஒரு கதையை வைத்துக்கொண்டு, தி.ஜானகிராமன் என்னும் ஆளுமையை முழுவதுமாகப் புரிந்துகொள்ளவோ, முற்றிலுமாக நிராகரிக்கவோ இயலாது. அவருடைய எந்த ஒரு கதையையும், அவருக்கான 'ஒரு கதைப் பதமாக'க் கருதவே முடியாதுதான். ஆனாலும், 'சிவஞானம்' என்னும் கதை, அலைந்து அலைந்து உடல் ஓய்ந்த பின்னும் மனம் ஆர்ப்பரிக்கிறாற்போல, வாசித்து முடித்த பிறகும் தம் பிடியிலேயே வைத்திருக்கும் சில கதைகளுக்கென்று, எனக்குள் இருக்கும் தனித்த இடத்தில் தானாகவே வந்து அமர்ந்துகொண்டிருக்கிறது.

ஒவ்வொருவரின் வாழ்விலும், தான் இன்னும்கூட கொஞ்சம் உயர்ந்த இடத்தில் வாழ்ந்திருக்கலாம் என்னும் மனவோட்டம், ஒருகட்டத்திலேனும் ஏற்படக்கூடியதே. எதுவோ ஒரு தகவல், அதைத் தெரிந்து கொள்ளுவதற்கு முன்பிருந்த அமைதியை, நிச்சலனத்தை அசைத்துத் தள்ளிவிடுகிறது. அதன் போக்கில் ஓடுவதாக நினைத்துக் கொண்டு, தன் போக்கில் ஓடி, முழுவட்டம் முடிந்து புறப்பட்ட இடத்தைப் பார்க்கையில், இப்போது தானிருக்கும் இடத்தைக் காட்டிலும் அதுவே ஒரு மேட்டில், உயரத்தில் இருப்பதாகத் தென்படக்கூடும்.

தன் நிலை உயரவேண்டும் என்ற ஒரே ஆவலில், அப்படியோர் ஓட்டத்தை ஓடி, ஒருகட்டத்தில் புறப்பட்ட இடத்துக்கே திரும்புபவன், இந்தக் குறுநாவலின் மையக் கதாபாத்திரமான சிவஞானம். 1961 சுதேசமித்திரன் தீபாவளி மலரில் வெளியாகியிருக்கிறது 'சிவஞானம்'. நீலாண்டூர் கோவில் குருக்களும் அவர் மனைவியும் அம்மை கண்டு இறந்துபோக, அவர்களின் மூன்று மாதச் சிசுவை வளர்க்க

யாரும் முன்வராத நிலையில், மருதமுத்து படையாச்சியிடம் பணம் கொடுத்து அந்தக் குழந்தையை நல்ல இடம் தேடிச் சேர்ப்பிக்கச் சொல்லுகிறார், கோவில்பணிகளை மேற்கொண்ட செட்டியார். மருதமுத்து, அப்பிள்ளையைத் தன் பிள்ளையாக்கிக்கொள்கிறார். தன் பிறப்பின் கதை அறிந்தவுடன், தனக்குரியதை நோக்கிப் பயணிக்கிறான் சிவஞானம்.

தானிருக்கும் இடத்தைக் காட்டிலும், தன் பிறப்பு உயர்ந்ததென்ற எண்ணம், தோன்றிய வேகத்தில் வளர்ந்து பிருமாண்டமாகி, அவனைப் 'பிராமண' வாழ்க்கைக்கு ஏங்கச் செய்கிறது. இதுவரை தான் நின்ற இடத்தில் நிற்க முடியாமல், உண்ட பண்டத்தை உண்ண விழையாமல், உயர்ந்த ஓரிடமென்று சாதியச் சமூகக் கட்டமைப்பால் சுட்டப்படும் இடத்தை நோக்கி நகர்ந்து, அங்கும் ஒத்திசைவு ஏற்படாமல், வாழ்க்கைத் திணறலையே ஒருவிதத்தில் அவன் ஞானமாகப் பெறுகிறான். வாசிக்கையில், பல இடங்களில், வேலையின் பொருட்டும், வாழ்க்கையின் அடுத்தகட்ட நகர்வுக்காகவும் வெளிநாடுகள் சென்று, அங்கும் பொருந்திக்கொள்ள முடியாமல், தாய்நாட்டு வாழ்க்கையோடும் ஒட்ட முடியாமல், உடையில் ஓரிடத்தில் மட்டும் இழை கூடுதலாகித் தனித்து உறுத்துகிறாற்போல வாழ்க்கையை நகர்த்தும் பலருடைய முகங்கள் கண்முன் தோன்றுகின்றன.

"உண்மை, மனிதனின் குளந்தைப்பருவம்தான், எத்தனை நீளம்! ஆடும் மாடும் ஈற்று ஈற்றாகப் போட்டு, உடம்பையே செருப்பாகத் தைத்துப்போட்டு, ஒவ்வொரு அணுவும் வீணாகாமல் மனிதனுக்குக் கொடுத்துவிட்டுச் சாகிற பருவத்தில், நாம் நடமாடக் கற்கிறோம், பேசக் கற்கிறோம்!" தன்னைப் பராமரிக்க மனமற்றுப் போனவர் பற்றி இப்படி எண்ணும் சிவஞானம், தன் ஏக்கத்தின் காரணமாக, மனித வாழ்வின் நீளத்தையே எள்ளத் தலைப்படுகிறான். எல்லாப் பாதைகளும் அடைபட்ட நிலையில், இப்படியான வாழ்க்கையை முடித்துக்கொள்ளவும் அவன் தயங்கமாட்டான் என்னும் நீண்ட ஓர் இழைக்கான நுனியாகவே இதைச் சுட்டலாம். போலவே, இதன் சிந்தனையோட்டத்திலும், 'குழந்தை' என்பதைக் 'குளந்தை' என்றே உச்சரிப்புப் பிழையுடன் எண்ணிப் பார்க்கிறான் சிவஞானம். பின்னர், இப்படியான அவனது உச்சரிப்பைச் சாஸ்திரிகளும் அம்மாளும் கேலி செய்வதையும், தி.ஜா. காட்சிப்படுத்துகிறார். பிறப்போடு வருவதென்று மொழியையும் உச்சரிப்பையும் மட்டுமல்ல, வேறு எதைத்தான் சொல்லிவிட முடியும்? இதையும்கூடச் சொல்லாமல்தானே, ஆசிரியரும் தெரியப்படுத்துகிறார்!

சாஸ்திரிகள் விக்கிரகங்களுக்குப் பூஜை செய்வதைப் பார்த்துத் தானும் அதுபோலப் பாவித்துச் சிவஞானமும் விக்கிரகங்களை வாங்கி வந்து பூஜை செய்வதும், பின்னர் கையிருப்புக் குறைகையில் அவற்றுக்குச் சரியான பூக்களால் அர்ச்சனைகூடச் செய்யமுடியாமல் போவதும், சினிமா படப் பிடிப்பைப் பார்க்கப்போன இடத்தில் எப்படியாவது ஓர் உதவி இயக்குனரின் கவனத்தை ஈர்க்கச் சிவஞானம் பிரயத்தனம் செய்வதும், தன்னை விரும்பி வரும் பெண்ணிடம் தன்னைப் பற்றிய உண்மையைத் தானாகத் தெரிவிப்பதுமாக இந்தக் குறுநாவலெங்கும் பல சம்பவங்கள் சிவஞானத்தின் மனப்போக்கைத் தெள்ளத் தெளிவாகப்

புரியவைக்கின்றன. நுங்கம்பாக்கம் ஆற்றங்கரையில் (1961ஆம் ஆண்டின் சென்னை நுங்கம்பாக்கத்து ஆற்றங்கரை!) ஒரு சினிமா படப்பிடிப்பைப் பார்க்கிறான் சிவஞானம். உதவி இயக்குநர் ஒருவருடன் பழக்கத்தை ஏற்படுத்திக்கொண்டு ஒரு 'வேஷம்' கட்டும் வாய்ப்பையும் சம்பாதிக்கிறான். ஆனால், அது கல்யாணக் கச்சேரி கேட்கும் ஒரு கூட்டத்தில் ஒருவனாக அமரும் வேஷம்தான். அந்த ஒரு துண்டு வெளிச்சத்துக்காக, ஒருநாள் முழுக்க மஞ்சள் வேட்டியுடன், அரிதாரம் பூசிக் காத்திருக்கிறான். படப்பிடிப்பு மிகத் தாமதமாகத் தொடங்கி நடக்கிறது. காரணம்: "முக்கியவேஷக்காரர் வண்ணாரப்பேட்டையிலுள்ள ஒரு ஹோட்டலிலிருந்துதான் சேமியாப் பாயசம் தருவிக்கச்சொல்லிச் சாப்பிடுவாராம். அங்கிருந்து வராமல் இன்று மாம்பலத்திலிருந்து வந்துவிட்டதாம். அது அவருக்குத் தெரிந்துபோய்க் கோபித்துக்கொண்டு வீட்டுக்குப் போய்விட்டாராம். கடைசியில் வண்ணாரப்பேட்டையிலிருந்து சேமியாப் பாயசம் தருவித்து, வீட்டுக்கு ஒரு சொம்பு நிறைய அனுப்பிய பிறகுதான் வந்தாராம். இதனால்தான் தவக்கமாம்!" இனிக்கும் அபத்தச் சுவைக்கு, இதற்கு மேல் என்ன சொல்ல?

அறுபது ஆண்டுகளுக்கு முன் எழுதப்பட்ட, இந்தக் குறுநாவலின் சம்பவங்கள், இன்றைய வாழ்க்கை முறைக்கும் பொருந்துவதை வியந்தபடியேதான் பயணிக்க முடிகிறது. இப்படியாகப் பட்டணத்துக்குப் போன சிவஞானம், அந்தச் சினிமாப் படப்பிடிப்பில் எங்கிருந்தோ வெட்டிக்கொண்டுவந்து நட்டு வைத்திருந்த மரம், செடிகளைப் போலவே தானும் செயற்கையாக ஒட்ட முடியாமலேயே சுற்றி வருகிறான். பிறந்த இடத்திலிருந்து பெயர்ந்தபின் தழைத்தவன், வளர்ந்த இடத்திலிருந்து விலகியபின் தவிக்கிறான். பொதுவாகத் தி.ஜாவின் ஒவ்வொரு கதையிலும் வெவ்வேறு கதாபாத்திரங்களை வெவ்வேறு வாசகர்கள் சிலாகிப்பதை நாம் பார்க்கிறோம். என்னளவில், இந்தக் கதையைத் தாங்கும் கதாபாத்திரம், பஞ்சாமி ஐயர். என்னவொரு வார்ப்பு! சிவஞானத்தின் பெற்றோர் பற்றிய ரகசியத்தை அவனிடம் தெரிவிக்க, அவர் தேர்ந்தெடுக்கும் சமயம் உன்னிப்பாகக் கவனிக்கப்பட வேண்டியது. அவனின் வளர்ப்புத் தந்தை மருதமுத்துவின் மரணத்துக்குப் பிறகு, அவனைத் தன் வீட்டுக்கு வரச்செய்து உண்மையைச் சொல்லுகிறார். இத்தனை ஆண்டுகளாயில்லாத பழக்கமாகச் சிவஞானத்துக்கு ஜமக்காளமும், தலையணையும் தரப்படுகின்றன. கவனிக்கத்தக்க மாற்றம். மனித மனம் உண்மையைச் சொல்லவும், அதன் பொருட்டுச் சற்றே வளைந்துகொள்ளவும் எவ்வளவு வசதியான தருணத்தைத் தேர்ந்தெடுத்துக்கொள்ளுகிறது!

சிவஞானத்தின் புறப்பாடு, அவர் இதைத் தெரிவித்த புள்ளியிலிருந்தே தொடங்குகிறது. நீலாண்டூர் கோவிலை மட்டும் பார்த்துவிட்டுப் பேருந்தில் ஏறிக்கொள்ளும் சிவஞானம், சென்றடையும் இடம் மெட்ராஸில் இருக்கும் பஞ்சாமி ஐயரின் பெரியப்பா மகனான சாஸ்திரிகளின் வீடு. இதனை அவர் திட்டமிடவில்லை, ஆனால், அவரால்தான் இதுவும் நிகழ்கிறது. தற்கொலை முயற்சியிலும் தோற்று, அதே சாஸ்திரிகளின் வீட்டில் அதே மாடிப்படி வளைவின் கீழே உறங்கிக் கிடக்கும் சிவஞானத்தை விட்டுவிட்டு, "இந்த அலமலப்பிலே கதை சொல்லணும்னு எப்படித் தோணித்து அண்ணாவுக்கு..." என்று வியக்கிறார் பஞ்சாமி ஐயர்.

ஏனெனில், அவர் சிவஞானத்தின் தற்கொலை முயற்சியைப் பற்றி அறிந்தவுடன், வண்டி எடுத்துக்கொண்டுபோய் யோகாம்பாளை (சிவஞானத்தின் வளர்ப்புத் தாயார்) அழைத்துக்கொண்டு, அடுத்த ரயிலைப் பிடித்து விழுந்தடித்துக்கொண்டு வந்துசேர்ந்திருக்கிறார். இதன் பிறகே சாஸ்திரிகளின் குழந்தைப் பருவத்துக் கதையைச் சிவஞானத்துக்கு (மீண்டும் ஓர் உண்மையை) எடுத்துச் சொல்லுகிறார். அம்மா இருந்தும் இல்லையென்று சொல்லிவிட்டதற்காகத் தன்னை 'வெதவெதவென்று' சுடும் சொற்களால் கேள்வி கேட்ட சாஸ்திரிகள், அவருக்குப் பால் ஊட்டிய "மரமேறி அய்யாவு பொண்டாட்டி மீனாச்சி"யைக் கடைசிக்காலம் மட்டும் கண்டுகொள்ளாமல்விட்டது தெரியவரும்போது, ஞானம் பெறுவது சிவஞானம் மட்டும்தானா என்ன? தனக்குள் தோன்றிய கண் திறப்பைச் சாஸ்திரிகளின் சொற்களாலேயே வெளிப்படுத்துகிறான் சிவஞானம், "கெட்ட புள்ளைங்கதான் உண்டு, கெட்ட தாயாருங்களே இருக்க முடியாது". இதை அவர், முன்பு அவனிடம் சொன்னது, முழுக்க உணராமல் வெற்று அலங்காரச் சொற்களாகத்தான் என்பதை, அவன் உணரும் ஞானத் தருணம் அது. சாஸ்திரிகள் இதனை எப்படி எதிர்கொண்டார் என்பதை நாமறியோம், சிவஞானத்தின் கதைக்குள் அது தேவையுமில்லை. ஆனால், திகைத்துறைந்து, "இத்தனைநேரம் கல்லாக உட்கார்ந்திருந்த யோகாம்பாள், விசித்து விசித்து அழுதாள்" என்று சொல்லுவதன் மூலம், அவள் மீண்டும் தாயாராகிவிட்டதை அறிவித்துவிடுகிறார் தி.ஜா.

சிவன் கோவில் குருக்களின் மகனாகப் பிறந்து, சுய சாதியினரால் கைவிடப்பட்டு, செட்டியாரால் படையாச்சியிடம் ஒப்படைக்கப்பட்டு, அவரால் தன் மகன் படையாச்சியாகவே வளர்க்கப்பட்ட சிவஞானம், இறுதியில் ரயில் ஜன்னலின் வழியாகப் பூணூலை வீசிவிட்டுப் பெற்றுக்கொள்ளுவது, எந்தச் சாதிய அடையாளமும் இல்லை, தன் அன்னைக்கு மகனாக மனம் திரும்பும் ஞானம் மட்டுமே. அறுபது ஆண்டுகளானால் என்ன, இன்னும் அறுநூறு ஆண்டுகளானாலும் மனித மனத்தின் விநோதங்களும் ஏக்கங்களும் அலைபாய்தல்களும் ஏற்றுக்கொள்ளும் படிப்பினைகளும் அப்படியேதானே இருக்கும்! பெயர்களும் இடங்களும் சம்பவங்களும் மாறலாம். ஆனால் தி.ஜா, 'சிவஞானம்' எழுதித் தருவித்துத் தரும் ஞானம் நிரந்தரமானது. நித்திய ஞானம். வாழ்தல் இனிது.

✣

87

தோடு: மனிதச் சிக்கலும் அதிமனிதத் தீர்வும்

கமலா கிருஷ்ணமூர்த்தி

தோடு, கதைத் தொடக்கமே ஓர் அழகு. தெருவின் அகலத்தைப் பாதிக்காமல் வளர்ந்து நிற்கும் மரங்கள், மலர்ந்தும் மலராத இளங்காலைப் பொழுது, இதமாகக் குளிரூட்டும் காற்று, பல்வேறு வகைப் பறவைகளின் ஓசை, வீட்டு வாசலில் குனிந்து கோலம் போட்டுக்கொண்டிருக்கும் பெண்கள், உறக்கம் கலைந்தும் எழுந்திருக்க மனமில்லாமல் உட்கார்ந்திருக்கும் ஆண்கள், அவர்களது பார்வையில் பட்டுத் தெறிக்கும் பல்வேறு பெண்களின் கால்கள் என்று ஒவ்வொன்றாக அறிமுகப்படுத்தி, ஒரு கிராமத்தின் சந்நிதித் தெருவின் வழியே, நம்மைக் கைப்பிடித்து அழைத்துச் செல்கிறார் தி.ஜா. அந்தத் தெருவில் கோலம் போட்டுக் கொண்டிருப்பவள்தான் பட்டுக்குட்டி. தெருவழியே ரேக்ளா வண்டியை ஓட்டிக்கொண்டு, முத்து ராமு வந்துகொண்டிருக்கிறான். இப்படியாகக் கதையின் தலைமைப் பாத்திரங்களான பட்டுவும் முத்துராமுவும் அறிமுகமாகிவிடுகிறார்கள்.

பட்டுக்குட்டிக்குப் பதினான்கு வயது ஆகிறது. தந்தை இறந்துபோனதால், நான்கு வருடங்களுக்கு முன்பே, பள்ளிக்கூடத்திற்குப் போவதை அவள் நிறுத்திவிட்டாள். அவள் தன் வயதுப் பையன்களோடு விளையாடும் விளையாட்டுகள் பற்றிய விவரம், பட்டுவின் வீட்டில் அவளின் அம்மா செய்து விற்கும் இட்லிக்குக் கூடும் கூட்டம், புவனேஸ்வரி கோயிலின் மாலைப்பொழுதுகள், முத்துராமுவின் அப்பா கல்யாணத் தாத்தா வீட்டில் கூடியிருக்கும் குழந்தைகளின் கும்மாளம், கல்யாண பேடாவின் நாவில் நீர் ஊறச் செய்யும் சுவை, சின்னம்மாவின் வனப்பு, அழகுசிங்கு என்ற வயதுக்கேற்ற வளர்ச்சி இல்லாத மாற்றுத்திறனாளியின் குள்ளஉருவம் எனத் தம் கதையில் வரும் ஒவ்வொன்றையும் பார்த்துப் பார்த்துச் செதுக்கிக் கதையை ஓர் ஒளிப்படமாக்கியிருக்கிறார் தி.ஜா.

கதையில் வரும் உரையாடல்கள் உயிரோட்டமுள்ளவை. பட்டு கோலம் போடும்போதும், கோலம் போட்டு முடித்தபின்பும், உள்ளே போகும்போதும் அவளுக்கும் அவள் அம்மாவுக்கும் நடக்கும் உரையாடல், பட்டு புவனேஸ்வரி அம்மனுக்குத் தன்னை முத்துராமுவுடன் சேர்த்துவைக்கக் கோரி எழுதிய கடிதம் பற்றி அவளுக்கும் அவள் அம்மாவுக்கும் நடக்கும் உரையாடல்கள், தாயின் கரிசனம் கலந்த கண்டிப்பையும் பட்டுவின் வயதுக்கு மீறிய முதிர்ச்சியையும் துடுக்கையும் வெளிப்படுத்துபவை. கல்யாணத் தாத்தா வீட்டில் நடக்கும் நறுக்குத் தெறித்தாற்போன்ற சுருக்கமான திருமணப் பேச்சு, நடக்க இருக்கும் திருமணம் பற்றிய எந்தக் கேள்விகளுக்கும் இடமில்லாமல் முடித்து வைக்கப்பட்டு விடும் நேர்த்தி, அழகுசிங்குவுக்கும் பட்டுவுக்கும் இடையில் நடக்கும் கல்யாணத் தாத்தாவின் கடந்த காலம் பற்றிய உரையாடல், தான் புகுந்த வீட்டின் மதிப்பைக் காப்பாற்ற நினைக்கும் பட்டுவின் இயல்பையும் ஒரு கிராமத்தின் புறம் பேசும் இயல்பையும் புலப்படுத்துகின்றன. முத்துராமுவுக்கும் பட்டுவுக்குமிடையில் நடக்கும் உரையாடல்கள் கோபமும் தாபமும் நிறைந்தவையாகவும் பட்டுவைச் சுட்டுப் பொசுக்குபவையாகவும் அமைந்துள்ளன.

பட்டு என்ற சிறுமிக்கு, அவளது உடல் வளர்ச்சியையும் திருமண வயது வந்துவிட்டது என்பதையும் சொல்லிச் சொல்லி, அவளுடைய அம்மாவே, திருமண பந்தத்தை நோக்கித் தள்ளுகிறாள். அவளோடு விளையாடும் ஆண் பிள்ளைகளின் தொடுதல்கூட, அவளுக்கு உடல் பற்றிய நினைவுகளைக் கிளறி விடுகிறது. முத்துராமு ரேக்ளா வண்டி ஓட்டிச் செல்லும்போது பார்ப்பதோடு சரி. அவனோடு வேறு எந்தப் பரிச்சயமும் இல்லாமலேயே, அவனது உடல் தோற்றம் கண்டு மயக்கம் கொண்டுவிடுகிறாள் பட்டு. வெளியில் விளையாடச்செல்வது தடுக்கப்படுவதும், வீட்டு வேலையில் அம்மாவுக்கு உதவுவது தவிர உருப்படியான பொழுதுபோக்கில்லாதிருப்பதும், முத்துராமுவோடு தன்னை இணைத்துப் பார்க்கும் அவளது கற்பனைகள் வளரத் துணையாகிவிடுகின்றன. இதை, "விலை போகாத மாலைப் பொழுது, வீட்டுக்குள் வெறிச்சோடிக்கிடந்தது. ஆனால், புவனேஸ்வரி பெயரைச் சொல்லிக்கொண்டே இருந்ததாலும், முத்துராமுவின் காதில் நான் தோடாக இருந்ததை நினைத்துக்கொண்டேயிருந்ததாலும், அந்த இரண்டு நாளில் அந்தப் பொழுது போகாத சுமை எல்லாம் இருந்த இடம் தெரியவில்லை" என்று பட்டுவே சொல்வதாகத் தி.ஜா. எழுதுகிறார். அவள், முத்துராமுவோடு தன்னை இணைத்து வைக்கும்படி வேண்டிப் புவனேஸ்வரி அம்மனுக்குக் கடிதம் எழுதித் தன் புத்தகத்தில் செருகிப் பூஜை அலமாரியில் வைக்கிறாள். பட்டுவின் விருப்பம்போலவே திருமணமும் நடந்தேறிவிடுகிறது.

திருமணத்திற்கு முன்தினம் மாலையில் கோயிலுக்குப் போகும் பட்டு, அங்கு உதிர்ந்து கிடக்கும் மகிழம் பூவை மாலையாகக் கோத்து, அம்மனுக்கு இரண்டு மாலையும் தன் வீட்டுப் பூஜை அறையில் இருக்கும் கண்ணனுக்கு ஒரு மாலையும் எனச் சூட்டி மகிழ்கிறாள். மகிழம் பூக்களைப் பார்க்கும் பொழுது, அவளுக்குக் காதில் அணியும் தோடு நினைவுக்கு வருகிறது. ஒருநாள் கோயில் பிரசங்கத்தில் ஒருவர், பார்வதியின் காதுத் தோடுகளின் மகிமையால் சிவன் கழுத்திலிருந்த விஷத்தின் வீரியம் குறைந்தது எனக்

கதை சொன்னதைக் கேட்டதிலிருந்து, பளபளக்கும் வைரத்தோடு அவள் மனதிற்குள் புகுந்துகொள்கிறது. ஒருநாள் இரவு, தானே ஒரு தோடாக மாறி, முத்துராமு காதில் ஜொலிப்பதாகக் கனவு காண்கிறாள். தன் வீட்டுப் பூஜை அலமாரிக்கு முன், தோடு கோலம் போடுகிறாள். முத்து ராமுவோடு தனக்குத் திருமணம் நடந்தால், புவனேஸ்வரி அம்மனுக்கு வைரத்தோடு காணிக்கை தருவதாக வேண்டிக் கொள்கிறாள். சின்னம்மாவோடு முத்துராமு தொடர்பைத் துண்டித்து அவன் தன்னோடு இணைவதற்கும், தோடு காணிக்கை அவளுக்குக் கைகொடுக்கிறது. இதுவே 'தோடு' என்ற இக்கதையின் தலைப்பிற்கான காரணம்.

திருமணமும் சாந்தி முகூர்த்தமும் முடிந்து, பட்டு மாமியார் வீட்டிற்கும் வந்துவிடுகிறாள். மாமியார், பணம் திருடியதாகக் குற்றம் சுமத்தி வீட்டு வேலை செய்துகொண்டிருந்த சின்னம்மாவை, அந்த வேலையிலிருந்து நிறுத்திவிடுகிறாள். சின்னம்மா வேலையை விட்டு நீக்கப்பட்டதைக் கேட்ட முத்துராமு, சினமுற்றுக் கூச்சலிட்டுவிட்டுத் தனது வேலைக்காகக் கடைக்குப் போய்விடுகிறான். அந்தச் சமயத்தில், பட்டுவின் வீட்டிலிருக்கும் அவள் அம்மா, முத்துராமுவுக்கும் சின்னம்மாவுக்குமிடையிலான உறவைப் பற்றிப் பூடகமாகப் பட்டுவிடம் சொல்கிறாள். மாசு மருவற்ற உடலில் துளி அழுக்கும் படியாத ஆடை அணிந்திருப்பவனாகிய தன் கணவன், தவறு செய்ய வாய்ப்பே இல்லை என நம்பும் பட்டு, தன் கணவன் மீது அபாண்டமாகப் பழிசுமத்தும் அம்மாவின் நாக்கு அழுகிப்போகும் என்று வழக்கமான துடுக்குத்தனத்தோடு தன் அம்மாவை ஏசிவிடுகிறாள்.

அடுத்த நாள், பட்டுவின் வீட்டிற்கு வரும் அழகுசிங்கு, முத்துராமுவின் அப்பா புவனேஸ்வரி கோயில் நகைகளைத் திருடியதால் மாட்டிக்கொண்டு ஏழு ஆண்டுகள் சிறைக்குச் சென்று வந்ததையும், அதன் பின் கல்யாணபேடா விற்றுப் படிப்படியாக முன்னேறியதையும் பற்றி ராஜம் ஐயங்காரும் ராவுத்தரும் பேசிக்கொண்டனர் என்று பட்டுவிடம் சொல்லுகிறான். அழகுசிங்குவின் வார்த்தைகள் பட்டுவைக் குழப்பிவிடுகின்றன. நேராகத் தன் அம்மா வீட்டிற்குச் சென்று, அவளிடம் இந்தச் செய்தி உண்மைதானா என்று கேட்டு உறுதிப்படுத்திக் கொள்கிறாள். மிகவும் ஏழையான தன்னை முத்துராமுவின் பெற்றோர், தன் மகனுக்கு ஏன் திருமணம் செய்துகொண்டார்கள் என்ற உண்மை, அவளுக்குப் புலப்படுகிறது. தன் தாயிடம், "இந்த வீட்டில் என்னை ஏன் திருமணம் செய்துகொடுத்தாய்?" என்று சீறுகிறாள். அவள் அம்மா, நீதானே விரும்பினாய், அதனால்தான் இத்திருமணம் நடந்தது என்று பதில் சொல்கிறாள். பட்டுவோ புவனேஸ்வரி அம்மன்கூடக் கல்யாணத் தாத்தா தன் நகைகளைத் திருடிக் கொண்டதற்குப் பழிவாங்கவே, எந்த நகையும் போட வழியில்லாத தன்னை அவர்கள் வீட்டில் திருமணம் செய்துகொள்ள உதவி விட்டாளோ என்றே சந்தேகப்படுகிறாள். அப்போது பட்டுவின் தாய், தான் கடைப்பக்கம் போனபோது சின்னம்மா முத்துராமுவின் கடையில் வேலை பார்ப்பதைப் பார்த்ததாகவும், அதைப் பற்றி அவள் சின்னம்மாவின் வீட்டில் சென்று விசாரித்தபோது இரண்டு நாளாக அவள் கடைக்கு வேலைக்குப் போவதாக அவள் கணவன் சொன்னதாகவும் சொல்லிவிட்டுச் சின்னம்மாவுக்கும் முத்துராமுவுக்கும் இடையிலான உறவைப் பற்றி இனிமேல் ஊரே பேசும் என எச்சரிக்கிறாள்.

அன்று மாலையே, புவனேஸ்வரி அம்மன் கோயிலுக்குப் போன பட்டுவின் கண்ணில், சின்னம்மா தட்டுப்படுகிறாள். சின்னம்மா அணிந்திருந்த பட்டுப் புடவை, காதில் அணிந்திருந்த தோடு முதலியவை சின்னம்மா – முத்துராமு இடையிலான உறவை உறுதிப்படுத்துகின்றன. அன்று இரவே, முத்துராமுவுடன் பேசித் தன் உறவைப் பட்டு சரிப்படுத்திக்கொள்கிறாள்.

பட்டுவின் பார்வையிலேயே சின்னம்மா வனப்பையும் அவளது பொருத்தமில்லாத திருமணத்தையும் தி.ஜா. எழுதிச் செல்கிறார். சின்னம்மா – முத்துராமு இடையிலான தொடர்பைப் பற்றிப் பட்டு, பட்டுவின் தாய், முத்துராமு ஆகிய மூவர் மட்டுமேதான் பேசுகிறார்களே தவிரச் சின்னம்மா எங்கும் பேசவேயில்லை. தி.ஜா. எழுதிய 'அடி' என்ற குறுநாவலில் வரும் பட்டு என்ற பாத்திரம், தனக்கு அன்பான கணவன் இருக்கும்போதும் திருமண உறவுக்கு வெளியில் செல்லப்பா என்பவரோடு தொடர்பு வைத்துக்கொள்கிறாள். செல்லப்பாவின் திருப்தியில்லாததான மணவாழ்க்கையும், செல்லப்பாவின் ஆளுமையைக் கண்டு பட்டுவுக்கு ஏற்பட்ட பெரும் மதிப்பும் காரணமாகக் காட்டப்பட்டு அந்த உறவு சற்றுப் பரிவுக்குரியதாகக் காட்டப்படுகிறது. ஆனால், 'தோடு' கதையில், முத்துராமுவின் பெற்றோர், அவனிடம் அவன் திருமணம் குறித்து ஆலோசித்தார்களா என்பதைப் பற்றி, எந்த விவரமும் இல்லை. திருமணத்திற்குப் பின்னரும், முத்துராமு சின்னம்மாவோடு உறவில் இருக்கவே விரும்புகிறான். ஆனால், சின்னம்மாவின் உணர்வு என்ன, அவளுடைய நிலைமை என்ன என்பது குறித்துத் தி.ஜா. மௌனம் சாதிக்கிறார். ஒரே மாதிரியான 'மீறல் உறவில்', ஒன்றின் அனைத்துத் தரப்பு வாதங்களையும் எடுத்து வைக்கும் தி.ஜா., அதேபோன்ற மற்றொன்றில், ஒரு தரப்பு வாதத்திற்கு இடமே கொடுக்காமல் விட்டு விடுவதன் காரணம் என்ன என்று தெரியவில்லை. வீட்டு வேலைக்காரியின் உணர்வுகள் குறித்துப் பேசுவதற்கு என்ன இருக்கிறது என்ற எண்ணம், ஒரு காரணமாக இருக்குமோ?

மொத்தத்தில் படிக்க வசதி இல்லாமல் போன பதினான்கு வயதுச் சிறுமியின் திருமண வாழ்க்கையே, 'தோடு' கதையாகியுள்ளது. அவளின் வறுமையோ, அவள் கல்வியைத் தொடர முடியாத அவலமோ கதையின் பேசுபொருளாகவில்லை. பட்டுவேகூடத் தேங்காய் விழுந்ததால் நசுங்கிப்போன அட்டைப் பூச்சியைப் போன்றதுதானா தனது திருமண வாழ்க்கை என்றும், உறவுகளை வெட்டிவிடும் அரிவாளா திருமணம் என்றும் யோசித்துப் பார்க்கிறாள். ஆனால், கதாசிரியர், இத்தகைய எண்ணத்தை மையமாக வைத்துக் கதையை நகர்த்திச் செல்லாமல், பட்டு கடவுள் பக்தியாலும் பதிபக்தியாலும் திருமண வாழ்க்கையை எவ்வாறு சரிசெய்துகொள்கிறாள் என்பதையே மையக் கருத்தாக்குகிறார்.

தி.ஜானகிராமன் இக்கதையை எழுதியதன் நோக்கம் என்ன? இவர் இக்கதை எழுதிய அறுபதுகளின் தொடக்கத்திலேயே பெண் கல்வி, பெண் உரிமை, பெண் விடுதலை போன்ற கருத்தாக்கங்கள் தமிழ்நாட்டில் பரவலாகிவிட்டன. இசைத்துறையில் எம்.எஸ். சுப்புலட்சுமி, டி.கே. பட்டம்மாள், எம்.எல். வசந்தகுமாரி, மருத்துவத்துறையில் முத்துலட்சுமி ரெட்டி, துர்காபாய் தேஷ்முக், அரசியல் அரங்கில் சௌந்தரம்

ராமச்சந்திரன் போன்றோரும் கலையுலகில் நடிகருக்கு இணையான புகழோடு சாவித்திரி, பத்மினி, சரோஜாதேவி, பானுமதி போன்றோரும் கல்வித்துறையில் பல ஆசிரியர் பெருமக்களும், செவிலியர்கள், கிராம நிர்வாகிகள் எனப் பல்வேறு துறைகளிலும் பெண்கள் பணியாற்றித் தமது திறமையை வெளிக்காட்டத் தொடங்கிவிட்டனர். அவர்கள் இத்தகைய உயரத்தைத் தொடக் கடந்து வந்த பாதை எவ்வளவு கடினமானதாக இருந்திருக்கும்? அதைப் பற்றி எத்தனை விதமான கதைகள் எழுதலாம்? ஆனால், அது பற்றியெல்லாம் தி.ஜா. கவனம் கொள்ளவேயில்லை. 'அடி' குறுநாவலும், பொருத்தமில்லாத திருமணத்தின் விளைவான திருமணத்தை மீறியதான ஆண்–பெண் உறவையே அடிப்படையாகக் கொண்டுள்ளது. இந்தக் கதைச் சிக்கல்கள், மனிதர்களால் உருவாக்கப்பட்டவை. ஆனால் அம்பாகடாட்சம், அம்மன் அருள் ஆகியவற்றால் இச்சிக்கல்கள் தீர்த்துவைக்கப்படுகின்றன.

பருவ வயதில் வரும் பாலுணர்வுத் தூண்டுதல், திருமணத்தில் குறுக்கிடும் ஜாதி வேறுபாடுகள், பொருளாதார ஏற்றத்தாழ்வுகள் ஏற்படுத்தும் சிக்கல்கள், ஆண் பெண் கற்புப் பற்றிய பல்வேறு கற்பிதங்கள், விருப்பம் இல்லாவிட்டாலும் திருமண உறவில் ஒட்டிக் கொண்டிருக்க வேண்டிய கட்டாயங்கள் எனப் பல்வேறு முடிச்சுகளால் சிக்கலாக்கி வைக்கப்பட்டிருக்கும் திருமண உறவை இரண்டு அன்பு நெஞ்சங்கள் இணைந்து வாழும் வாழ்க்கையாக உருவாக்க, வழிசெய்ய முயற்சிக்காமல் அருளாளர்கள், கடவுளர்கள் போன்ற அதிமனிதர்களால் தீர்த்துவைக்கவே முயல்கிறார் தி.ஜானகிராமன். அதனால், அடுத்தவர்களின் வாழ்க்கையையும் அந்தரங்கத்தையும் திண்ணையில் உட்கார்ந்துகொண்டு சுவையாகப் பேசி மகிழும் ராஜம் அய்யங்கார், ராவுத்தர் அய்யா பேச்சுகள் போலவே படிப்பவர்களுக்கு மிகுந்த சுவாரஸ்யம் அளிப்பதாக இக்கதையும் இருக்கிறது. தொடக்கத்திலிருந்து முடிவுவரை, முதல் எழுத்திலிருந்து கடைசி எழுத்துவரை, கீழே வைக்கவிடாமல் படிக்கவைக்கிறார் தி.ஜானகிராமன். ஆனால், சிக்கல்களின் அடியாழத்திற்குப் போய், அவற்றிற்குத் தீர்வுரைக்காததால், வெறும் பொழுது போக்குக் கதையாகவே நின்றுவிடுகிறது தோடு. வெகுஜன வாசகர்களால் படிக்கப்படும் பத்திரிகையின் தீபாவளி மலருக்காக எழுதப்பட்ட இக்கதையில், நாம் தீவிரமான சிந்தனைகளை எதிர்பார்க்கக்கூடாதுதான்!

✦

௪௪

தி.ஜா.வின் தோடு: இழைத்துக் கட்டப்பட்ட மொழி

கார்த்திக் பாலசுப்பிரமணியன்

தமிழில் சிறுகதைகளும் நாவல்களும் பெற்ற கவனத்தைக் குறுநாவல்கள் அடையவேயில்லை. அவற்றை நெடுங்கதைகள், நீண்ட சிறுகதைகள் இவற்றோடு வேறுபடுத்தி அறிவதில் உள்ள சிக்கல்களே, பல நேரங்களில் நீண்ட சிறுகதை ஒன்றைக் குறுநாவல் எனவும், பக்கங்கள் சற்று அதிகமாகிவிட்ட குறுநாவலை, நாவல் எனவும் கருத வழிவகுத்துவிடுகிறன. அளவில் சிறியதாகவும் அதே நேரத்தில் ஓர் உணர்வு, ஒரு நிகழ்வு, ஒரு மையம் என்று ஏதேனும் ஒன்றினைப் பற்றி மட்டும் பேசி அவற்றோடு இழைந்த ஒரு திருப்பத்தையும் கொண்டிருப்பதைச் சிறுகதை எனக் கொள்வோம். கதை நீளத்தையும், பக்க அளவுகளையும் மட்டும் கருத்தில் கொள்ளாமல், கால அளவுகளை விரித்து, ஒரே சமயத்தில் ஒன்றுக்கும் மேற்பட்ட கதையிழைகளைக் கொண்டு, நுட்பமாகவும் நெருக்கமாகவும் பின்னப்பட்டு எழுதப்படும் நீண்ட கதைகளைக் குறுநாவல்கள் என்று வரையறுத்துக் கொள்ளலாம். தமிழில் இப்படி என்றால், உலக மொழிகளோடு ஒப்பிட, இன்னும் குழப்பமே எஞ்சும். அவர்கள், குறுநாவலை விடப் பெரிதாக விரியும் கதையைக்கூடச் சிறுகதை என்றே குறிப்பிடுவதைக் காணலாம். ஆலிஸ் மன்றோ, ரேமண்ட் கார்வர், மிலன் குந்தேரா ஆகியோரின் சில சிறுகதைகள் நம் பல குறுநாவல்களைவிட அளவிலும் அடர்த்தியிலும் பெரியவை. மேற்கண்ட வரையறைகளைக் கருத்திற்கொண்டு தமிழில் குறுநாவல் என்னும் வடிவத்துக்கு மிகச்சிறந்த பங்களிப்பைச் செய்தவர்கள் என்று அசோகமித்திரன், தி.ஜானகிராமன், ஜெயமோகன், எம்.கோபாலகிருஷ்ணன், இளம்படைப்பாளிகளில் அகரமுதல்வன் ஆகியோரைக் குறிப்பிடமுடியும். இவர்களில் வெகுஜன இதழ்களில் தொடர்ச்சியாக எழுதிக்கொண்டே, இலக்கிய இதழ்களிலும்

பங்களிப்பைச் செய்தவர் தி.ஜா. வெகுஜன இதழில் வெளியான ஒன்றுதான், ‘தோடு’ குறுநாவல்.

அகன்று விரிந்திருக்கும் சந்நதித் தெருவில், புலர்காலையில் கோலமிடும் பெண்களைப் பற்றிய வருணனையில், கதை தொடங்குகிறது. சின்னச் சின்ன வார்த்தைக் கோப்புகளில் இக்கதை நிகழும் நிலத்தையும் அதன் மனிதர்களையும் அவர்களின் அன்றாட வாழ்க்கைப் பாடுகளையும் முதல் இரண்டு மூன்று பாராக்களிலேயே வாசிப்பவர் மனத்தில் இருத்திவிடுகிறார். அங்கு இட்டலி அவித்துக் கொடுத்து ஜீவனம் நடத்தும் கோட்டூர் அம்மாவின் பெண் பட்டுதான், கதை நாயகி. அங்கே சந்நதி கொண்ட தெய்வம் புவனேச்வரி மேல் பக்திகொண்ட ஏழை வீட்டுப் பெண். அந்தப் பகுதியின் வசதி படைத்த கலியாணத் தாத்தாவின் மகனான முத்துராமுவின் மீது மையல் கொள்கிறாள். பொருந்தாத இடமென்பது அவளுக்குப் புரிந்திருந்தாலும், அவ்வயதுக்கே உரித்தான விசையே அவளைச் செலுத்துகிறது. அதோடு சேரும் அதிர்ஷ்டமும், அவனை அவளுடையவனாக்குகிறது. எல்லாம் அமைந்து வரும்போது, ஏதோ ஒன்று இடரவேண்டும்தானே! அப்படியாகவே இதிலும் நிகழ்கிறது. அந்த இடறலைத் தொட்டுப் பின்பகுதிக் கதை விரிகிறது. கதை தொடர்ந்து நல்லவிதமாக, எதிர்ப்புகளோ தடங்கல்களோ இன்றிப் பயணிக்கும்போது, பழகிய வாசக மனம், இயல்பாக ஒரு திருப்பத்தையும் அதன் வழியே ஒரு சிக்கலையும் எதிர்கொள்ளத் தயாராகிவிடுகிறது. தமிழ்க் கதைகளைத் தொடர்ந்து வாசித்து வரும் ஒருவருக்கு, இக்கதையின் போக்கைத் தீர்மானிப்பது ஒன்றும் அத்தனை சிரமமாய் இருக்காது. நாம் எதிர்பார்த்தபடி கதை நகர்வது இதன் மிகப்பெரிய குறையென்றாலும், அதைப் பற்றி அதிகமாக அலட்டிக்கொள்ள இடந்தராமல் கதையை நகர்த்திச் செல்கிறது தி.ஜா.வின் மொழி வன்மை. ஒரு பேரனுபவத்தை வார்த்தைகளிலேயே நிகழ்த்திவிடுகிற மாயவித்தகர் அவர். அவர் சந்நதித்தெரு பற்றி எழுதினாரென்றால், நாமும் அங்கே இறங்கி நடக்க ஆரம்பித்துவிடுவோம். அத்தகைய உயிர்ப்பான அவரின் மொழியே, இக்குறுநாவலின் பலமாக இருக்கிறது.

பெண்களின் மனதை நுட்பமாகவும் ஆழமாகவும் அவதானித்து, இவரளவுக்கு எடுத்தெழுதிய தமிழ் எழுத்தாளர் வேறொருவரில்லை என்றே கூறிவிடலாம். தி.ஜா.வின் பெரும்பான்மையான படைப்புகள், பெண்களை மையமிட்டவையே. இதிலும், ஏழ்மைக்கும் ஆசைக்குமிடையில் ஊடாடும் பட்டு, அவள் தாயார் கோட்டூர் அம்மா, கலியாண வீட்டுப் பாட்டி, சமூகத்தில் நம்பப்படும் விழுமியங்களையும் நம்பிக்கைகளையும் பற்றி அதிகம் அலட்டிக்கொள்ளாத வேலைக்காரிப் பெண் சின்னம்மா என்று ஒவ்வொரு பெண் கதாபாத்திரமும் அச்சாக வார்த்ததுபோல் திருத்தமாகப் படைக்கப்பட்டிருப்பதைக் காணலாம். அவர்களிடையே நடக்கும் உரையாடல்களும், அத்தனை கூர்மையாகவும் உண்மையாகவும் இருக்கும். காதில் அணிந்திருக்கும் ப்ளூ ஜாகர் தோட்டின் விலையை நேரடியாக விசாரித்தால், அவ்வளவு எளிதாகச் சொல்ல மாட்டார்கள். சமயத்தில் அவமானம்கூடப் படநேரிடலாம். அதை உணர்ந்து சுற்றி வளைத்து நாசூக்காகப் பட்டு விசாரிக்குமிடம், தி.ஜா.வின் மேதைமைக்குச் சான்று.

தான் விரும்பியது நடந்தால், அவள் வணங்கும் புவனேச்வரி அம்மனுக்கு, 'ப்ளூ ஜாகர்' தோடு செய்து போடுவதாய் வேண்டிக்கொள்கிறாள் பட்டு. பின், அவளே தோடாய் மாறி அம்மனிடத்தில் ஜொலிக்கிறாள். அத்தோடுகளே மெல்லத் திரிந்து முத்துராமுவின் கடுக்கண்களாய் மாறுவதாகக் கனவு காண்கிறாள். அத்தோடே, அவள் புவனேச்வரி மேல் கொண்ட பக்தியாகவும், முத்துராமுவின் மேல் கொண்ட அன்பாகவும் பரிமளிக்கிறது. அவள் கடைசியில் யாருடைய உரிமைப்பொருளாக நீடிக்கிறாள் என்பதை, அத்தோடுகளின் வழியாகவே சொல்லியவிதத்தில், இதன் தலைப்பு, கச்சிதமாய் அமைந்து கதையின் பரிமாணங்களை விரிவுபடுத்துகிறது. ஒருவிதச் செயற்கையான முடிவை நோக்கிக் கதையை உந்தியிருப்பதாகத் தோன்றுகிறது. முடிவு இயல்பாகக் கதையோட்டத்துடன் நிகழாமல் போகிறது. எல்லாவற்றையும் ஏற்றுப் பொறுத்துக்கொள்ளும் பெண்களை, யமுனாவையும் அலங்காரத்தம்மாளையும் உயிர்ப்பித்து உலவவிட்ட தி.ஜா.வும் படைத்திருப்பது சற்று ஏமாற்றத்தையே அளிக்கிறது. இதன் முடிவு, வெகுஜன இதழ்களின் பொருட்டு ஏற்றுக்கொண்ட சமரசமாக இருக்கக்கூடும்.

எளிமையான ஓரிரு வரிகளில் ஒட்டுமொத்த உலகத்தையும் வரித்துக் கொண்டுவிடுகிற அசோகமித்திரன் ஒருவகையென்றால், தன்னுடைய கதாபாத்திரங்களுக்கிடையேயும் உள்ளேயுமாக நிகழும் இடைவிடாத சம்பாசனைகள் வழியே, அவர்களின் அகத்தை, அதில் உள்ளோடும் அன்பை, உறைந்து ஒடுங்கி வெளிப்படும் தருணத்தை எதிர்நோக்கியிருக்கும் ஆற்றாமையை, அழுக்காறை, அச்சத்தை என்று தி.ஜா. எல்லாவற்றையும் வெளியேற்றிவிடுகிறார். அறத்தின்பால் நிற்கும் ஒரு கதாபாத்திரத்தைச் சொல்ல, அவருக்குக் 'கண்ணிலும் முள் மண்டுமா?' என்ற ஒரே ஒரு வசனம் போதுமானதாயிருக்கிறது. அப்படியாக, இழைத்துக் கட்டப்பட்ட மொழிக்காகவே வாசிக்கப்பட வேண்டிய ஒரு குறுநாவல் இது.

✦

தி.ஜா.வின் 'அடி':
பணிய மறுக்கும் பண்பாட்டு மனம்

ஏ. கீதா

உலகம் உறவுகளாலேதான் பிணைக்கப்பட்டுள்ளது. தன்னிருப்பை நிலைப்படுத்துவதிலும், நிறைவுபடுத்துவதிலுமே மனிதன் சதா அலைக்கழிக்கப்படுகிறான். ஒரு சமூக வளமையை, ஆண் – பெண் உறவே நிர்ணயிக்கிறது. இந்த உறவு சிக்குறுவதையும் சிடுக்கறுவதையும் பல கோணங்களில் இலக்கியங்கள் பதிவு செய்துள்ளன. முற்றான முடிவேதும் கண்டடையப்படவில்லை. ஆயினும், மாற்றுச் சிந்தனைகளும் சமாதானங்களும் ஈடுகட்டல்களும் வலியுறுத்தப்படுகின்றன.

1979இல், தி.ஜானகிராமனின் 'அடி', முதலில் வெளியானது. அதே ஆண்டுதான், 'சக்தி வைத்தியம்' சிறுகதைத் தொகுப்புக்குச் சாகித்ய அகாதெமி விருதும் கிடைத்தது. 'அடி', பிராமணக் குடும்பக் கதையைச் சொல்லும் படைப்பு. இதை இருவரின் வாழ்வு பற்றியதாகப் பகுத்துக்கொள்ளலாம். முதல் பாதிக்கதை தையும்மாளுடையது. மறுபாதி அவள் மகன் செல்லப்பா பற்றியது. தையும்மாளின் நீண்ட கால உழைப்பின் வெற்றியைச் சொல்லிக் கதையை நகர்த்துகிறார் தி.ஜா.செல்லப்பா சிறுவனாக இருக்கும்போதே, கணவனை இழந்தவள் தையும்மாள். வீட்டுவேலை செய்து பிள்ளையைக் காப்பாற்றுகிறாள். செல்லப்பா வியந்து போற்றும் உழைப்பாளி அவள். தாய் தையும்மாளின் உலகமே, செல்லப்பாதான். "அம்மாவுக்கு எப்படி இந்தப் பெருவாழ்வு ஆசை வந்தது?" எனக் கேட்கும் செல்லப்பாவுக்குத் தன்னுடைய தாய்க்குப் பக்கபலமாய்த் தான் இருக்கவில்லை என்ற மனக்குறை, எப்போதும் உண்டு. தன் மகனின் ஒத்துழைப்பின்றித் தன் நெடுநாள் கனவை மெல்ல நிறுவுகிறாள் தாய். பொதுவாகப் பொருளீட்டுதல், தொழிலில் மேம்படுதல், சொந்த வீடு கட்டுதல், பொருளாதாரத்தைப் பெருக்குதல் போன்றவை சமுதாயத்தில் ஆண்களுக்கு மட்டுமே உரிய பொறுப்புகளாக வகுக்கப்பட்டுள்ளன. இவை

பலவற்றின் ஈடேற்றமே ஒருவனை லட்சிய மனிதனாக அடையாளப்படுத்தும். சொந்த வீடு பெரிதாகக் கட்டும் ஆசை தையும்மாளுக்கு இருந்தது. "அம்மா, உனக்கு மொந்தனூர் அய்யர் வீடு மாதிரி, தாழங்குடி பெரியப் பண்ணை, சின்னப் பண்ணை வீடு மாதிரி வால் வீச்சா வீடு கட்டணும்னு தோணித்தே, அந்த மாதிரி வீட்டிலெ என்னை வச்சுப் பார்க்கணும்னு தோணித்தே' என்கிறார் செல்லப்பா.

வயது முதிர்விலும் தனியாளாக நின்று நிலபுலன், பண்ணை வீடு என்று மகனைப் பண்ணையார் போலவே ஆக்குகிறாள். தன் மகனை அவையத்து முந்தியிருக்கச் செய்யும் உதவி, தாய்க்கும் உரியதென வாழ்ந்து காட்டுகிறாள் தையும்மாள். மொந்தனூர் அய்யர் வீட்டுச் சமையற்காரியாகவும் பின் உடல் நலமில்லாத அண்ணனுக்குத் துணையாகவும் இருந்து, பாதிவாழ்வை ஓட்டிய பின்னும், தையும்மாளின் மனம் சலிக்கவில்லை. இவ்விரு வாழ்க்கையும், அவளுக்கு அனுபவப் படிப்பினை தருகின்றன. மொந்தனூர் அய்யர் வீடு, அவள் கனவுலகின் மாதிரி. வீட்டின் ஒவ்வோர் அங்குலத்தையும், தன் கண்களில் நகல் எடுத்துப் பதிவுசெய்துகொண்டாள். ஐந்து ஆண்டுகளில் தையும்மாளைப் போலவே வீடும் கம்பீரமாக எழுந்துநின்றது. தி.ஜா.வின் தையும்மாள் மகனுக்காவே வாழ்கின்ற ஒரு லட்சியத் தாய். அவளின் உழைப்பு, குடும்பம் என்ற ஒரு வரையறுக்கப்பட்ட வட்டத்திற்குள் அமைந்தது. காண்பவர்கள் மீது குற்றங்குறைகளிருந்தாலும், அன்பும் பரிவும் மட்டுமே காட்டுபவள். அவளால் பல குடும்பங்கள் வாழ்வுற்றன. ஒரு தாய் எப்படியிருக்கவேண்டும் என்று சொல்லும் மரபின்படியே தம் தையும்மாளைப் படைத்துள்ளார் தி.ஜா. 'அடி'யில் வரும் அடுத்த பெண் கதாபாத்திரம், மங்களம். செல்லப்பாவின் மனைவி. இத்திருமணம், ஒரு விபத்தாகவே செல்லப்பாவுக்குத் தோன்றுகிறது. "அவர் மார்பளவுக்கு உயரம். இரட்டைநாடியாக இல்லாவிட்டாலும், குள்ளத்தினால் இரட்டைநாடி போன்ற ஒரு தோற்றம். சற்றுத் தடித்த தோல். கலியாணத்தில் முதல் தடவை கைபிடிக்கும்போதே தெரிந்தது. பன்னிரண்டு பதின்மூன்று வயதுப் பெண்ணின் மெல்லிய, இழுத்துக் கட்டின வழவழத் தோலாக இல்லை. சிறிது கட்டைத் தோல். டிஷ்யூ காகிதத்தைத் தேய்த்து இழுத்தாற்போல ஒரு லேசு சுருக்கமான தோல் பரப்பு. ஆனால், முகத்தில் மட்டும் ஒரு தனிக்களை, பதின்மூன்று வயது முகம் இருபது வயது முகமாக முதிர்ந்து காணப்பட்டாலும், அதில் ஒரு வசீகரம். அவள் சிரிக்கிறபோது, அந்த முகம் அழகாகக்கூட மாறிவிடும்" என்கிறார்.

தாய் பார்த்த பெண்ணை, வேறுவழியின்றி மணந்தார் செல்லப்பா. உருவப்பொருத்தமில்லை எனினும், செல்லப்பாவின் புறவாழ்க்கைக்கு ஈடுகொடுத்து வாழுந்திறன் மங்களத்திடம் இருந்தது. அக வாழ்விலும் பெரிய மோதல் என்று ஏதுமில்லை. இருவரின் வாழ்வும் நிறைவாகத்தான் சென்றது. வெளிப்படையான மனம் படைத்தவள் மங்களம். நாகரீகத்திற்கேற்ப மாறச்சொல்லும் செல்லப்பாவின் ஆசைக்கு, மங்களம் இடந்தரவில்லை. "நான் இருக்கிறபடி இருக்கேன். அவா இருக்கிறபடிதானே இருக்கா. நான் மட்டும் என் ஆசாரத்தை ஏன் மாத்திக்கணும்" என்று உறுதியாகக் கூறிவிடுகிறாள். தன் இயல்பைக் குறைத்து மதிப்பிடாது, அதேவேளை யாருக்காகவும் தன்னை மாற்றிக்கொள்ளாதவளாகவும் மங்களம்

இருக்கிறாள். இருவருக்கும் குமரப்பருவத்தில் மகளும், அறியா வயதில் மகனும் இருக்கின்றனர். ஒவ்வாத நிகழ்வைக் கனவுகள்வழிக் காண்பவளாக மங்களத்தைப் படைத்திருக்கிறார் தி.ஜா. தன் கணவனின் நடத்தையை அறிய, கனவுக் காட்சி, அவளுக்கு ஒரு துருப்புச் சீட்டாகிறது. செல்லப்பாவும் பட்டுவும் மறைமுக உறவுகொண்டதைத் தெரிந்துகொண்ட மங்களம், எடுத்தோம் கவிழ்த்தோம் என்று முடிவெடுக்கவில்லை. யாரிடமும் நேராக மோதவில்லை. கண்டித்தால், மேலும் கவனமாக, மறைமுகமாக உறவு தொடரலாம் என்ற அச்சமும் காரணமாயிருக்கலாம்.

தன் வாழ்வைத் தக்கவைத்துக்கொள்ள நினைக்கிறாள். அதே வேளையில், இத்தகைய நடத்தையுள்ள கணவனோடு, தன் மாமியார் கட்டிய வீட்டில் தங்குவது, அந்த வீட்டின் புனிதமழிக்கும் செயலென்றும் நினைக்கிறாள். மாமியார், மாமியாரின் அண்ணன், அம்பாகடாட்சம் எனத் தன் குடும்பத்தையும் கணவனையும் நல்வழியில் நடத்துவோரின் நம்பிக்கைகளைக் கணவன் குலைத்துவிட்ட கோபம் ஒருபுறம் இருக்க, குடும்பத்தின் மதிப்பு, குழந்தைகளின் எதிர்காலம் இவற்றோடு பட்டுவின் வாழ்க்கை நலனையும் எண்ணிப் பார்க்கிறாள் மங்களம். படித்தவள், வட மாநில நகர்ப்பகுதியில் வாழ்ந்தவள், இரண்டு பிள்ளைகளுக்குத் தாய், மனவுறுதியுள்ளவள் என்பதால் கண்ணியமாகவும் இலாவகமாகவும் தீர்வுகாணத் துடிக்கிறாள். உடல்நலக் குறைவு காரணமாகத் தன்னைக் கவனித்துக்கொள்ள வந்த பட்டுவிடம் நேரிடையாகவே கேட்டுவிடுகிறாள். பட்டுவும் நடந்ததை ஒப்புக்கொள்கிறாள். அறிவுறுத்தலும் திட்டுதலும் பட்டுவைக் கட்டுப்படுத்தப் போதுமானது. இந்த உத்தி, கணவனிடம் செயல்படாது என்பதையும் மங்களம் அறிந்திருக்கிறாள். செல்லப்பாவிடம் நேரடியாகக் கேட்கவில்லை.

இதுவரை எக்குற்றமும் செய்யாதவர். வாழ்வில் எக்குறையும் வைக்காதவர். நம்பி வந்த குடும்பங்களுக்கு நல்லதே செய்தவர். ஏழ்மையில் வாழ்ந்து சொந்த உழைப்பில் உயர்ந்தவர். எதிர்வாதம் செய்தாலும் தணிந்து செல்பவர். மாமியார்வழி உறவிலும் பிக்கல் பிடுங்கலில்லை. அவள் பெயருக்கேற்ப எல்லாம் மங்களமாகவே கிடைத்த நிறைவான வாழ்க்கை. பட்டு வாழ்வில் புகாதிருந்திருந்தால், இப்படித்தான் மங்களம் வாழ்க்கை சென்றிருக்கும். செல்லப்பாவின் நடத்தையில் மட்டும், இது ஒரு பெரும் கறையே. பட்டுவிடம் கொண்ட மறைமுக உறவு, தன் கணவனின் மற்ற எல்லாச் சிறப்புகளையும் மெல்ல மெல்லக் குலைத்துவிடும் என்ற அச்சம், மங்களத்திற்கு வருகிறது. பட்டுவின் உடல் வனப்பும் தன் உருவக் குறையும் முதல்முறையாக மங்களத்தை நடுங்கச் செய்கின்றன. தன் குடும்பத்தின் தெய்வீக வழிகாட்டியாகத் திகழும் அம்பாகடாட்சத்திற்குக் கடிதம் எழுதுகிறாள் மங்களம். இதுபோன்ற ஒரு வாழ்க்கை நெருக்கடி வரும்போது, தன்னை வந்து பார்க்கச் சொன்ன அம்பாகடாட்சம் மூலம், இப்பிரச்சினை தீரவும் வழிதேடுகிறாள் மங்களம். அதுதான், அவளின் சிக்கலுக்கு உறுதியான நிரந்தரத் தீர்வைத் தரும் என்றும் நம்புகிறாள்.

தி.ஜா. படைத்த மங்களம், ஒழுக்கநெறியைக் கவனமாகப் பின்பற்றுபவள். செயல் சூட்சுமமறிந்தவள். நவீன வாழ்வைக் கையாளும்

லாவகமும் மரபைக் கைவிடாத மனமும் கொண்டவள். சுயச்சார்புச் சிந்தனையுள்ளவள். வாழ்தலின் நோக்கத்தையும் கடமையையும் கண்ணியத்துடனும் கனிவோடும் வழிநடத்துபவள். ஒருசில விடயங்களில் செல்லப்பாவிடம் அவள் எதிர்வாதம் செய்வாளே ஒழிய, வெளிநபர்களுடன் (மாமியார் உட்பட) வாதிடுபவள் இல்லை. குடும்ப மதிப்பு, புனித நம்பிக்கை, ஆசாரம் இவற்றின் மீது தீவிரம் காட்டும் மரபான ஒரு பார்ப்பனப் பெண் மங்களம். கதையில் வரும் முக்கியப் பாத்திரம் பட்டு. மாதவியும் குந்தியும் இல்லையெனில், சிலம்பும் மகாபாரதமும் எவ்வாறு நீட்சி பெறாதோ, அதுபோல் பட்டு இல்லையெனில், 'அடி'யும் வளர்ச்சி பெறாது. பட்டுவின் வாழ்வைப் படிப்பவர்களின் மனத்தில் முதலில் வருவது, அவள் மீதான பரிவுதான். கண் சிகிச்சையில் தன்னைக் கவனித்துக்கொள்ள வந்த பட்டுவைப் பற்றித் தையும்மா சொல்லும் பாராட்டுரைதான், பட்டுவை அறிமுகப்படுத்துகிறது. "இவ்வளவு பெரிசா கண்ணுக்குள்ளே இத்தனை நாளா வளர்ந்துதுன்னு, அந்தக் குட்டி மாஞ்சு போயிட்டுது. வெறுமெ சொல்லப்படாது, இந்தக் குட்டி செஞ்சாப்பல யாரு செய்வா? ஒரு வாரம், ஆஸ்பத்திரியிலெ படுத்துண்டிருந்தேனே, ராத்திரி ரெண்டு மணியோ மூணு மணியோ, இப்படிக் கொஞ்சம் 'ம்'னு முனகினால் போறும். இதோ வரேன் அத்தேனு எழுந்துட்டு வந்துடும். பட்டு பட்டுன்னு எப்படித்தான் பேர் வச்சாளோ! மேலே கைபட்டா, பட்டு மாதிரிதான் இருக்கும்... பாவம், ஒரு வாரம் கண்ணை மூடலெ அவ' என்கிறாள் தையும்மாள்.

அன்பும் பரிவும்தான் பட்டுவின் அடையாளம். தையும்மாளை அர்ப்பணிப்புடன் கவனித்ததாலேயே, பட்டு மீது செல்லப்பாவுக்கு மதிப்பு வருகிறது. காண்போருக்குப் பட்டு சற்று மாறுபட்டவளாகத்தான் தோன்றினாள். சிறுவயதில் உடன் பயின்று இறந்த தோழியின் அண்ணன் சிவசாமி, வாழ்ந்துகெட்ட குடும்பத்தின் எஞ்சி நின்ற அற்ப உயிர். தங்கை இறப்புக்காகத் துடித்து அழுத சிவசாமிக்காகப் பட்டு இரங்கினாள். 'உன்னை நான் பார்த்துக்கொள்கிறேன்' என்று அவனுக்குத் தந்த வாக்குறுதிக்காக மட்டும், பட்டு சிவசாமியைத் திருமணம் செய்துகொள்ளவில்லை. கண்முன் பரிதவித்த, ஒரு பாவமான உயிரின் விருப்பத்தை நிறைவேற்றும் மனமே அவளுடையது. தனதான கடைசி உடைமையையும் தந்து நிறைவேற்றுவது கடவுளின் குணம். அந்தக் குணம், பட்டுவையும் தொற்றிக்கொண்டது. தன் வாழ்வைத் தந்து வறுமையை மகிழ்வுடன் ஏற்பதற்குப் பரிவுடன் கூடிய துணிவும் பட்டுவிடம் இருந்தது.

பட்டு – சிவசாமி வாழ்வு, வறுமையிலும் இனிமையாகத்தான் சென்றது. சிவசாமியின் சூனியப்பட்ட (அவல) வாழ்வுக்குப் பட்டு வந்தது, அவனின் பெரியதொரு கொடுப்பினை (ஆகூழ்). தேர்ந்த ஞானமும் வனப்பும் நிறைந்த பட்டுவைத் திருமணம் செய்துகொண்ட சுயக் குற்றவுணர்வும் சிவசாமிக்குண்டு. இதை ஈடுசெய்ய, அவன் பெரிதாக ஏதும் செய்யவில்லை. வாழ்வின் வறுமை பட்டுவுக்குப் பொருட்டு இல்லை. எந்த ஒரு வேலையும் சிவசாமிக்கு நிலைக்கவில்லை. நட்டமும் ஏமாற்றமுமே எஞ்சின. அவனின் அனைத்துத் துன்பத்திற்கும் பட்டு மருந்தானாள். ஒருநாளும் கடிந்ததில்லை; அவனைப் பிரிந்ததும் இல்லை. இந்தக் குணங்களுடன், அவளின் பேரழகும் சிவசாமிக்கு எப்போதும் வியப்பைத் தந்தது.

பிழைப்பற்ற நிலையில் பட்டுவும் சிவசாமியும் செல்லப்பாவின் கிராமத்திற்கு அழைத்துச் செல்லப்படுகின்றனர். தையும்மாளின் பரிந்துரையின் பேரில், செல்லப்பா அவர்களை வடநாட்டிற்கு அழைத்துச் செல்கிறார். அங்கு அவர்கள் குடும்பம் சீர்பெறுகிறது. செய்நன்றிக்காக இருவருமே, செல்லப்பாவுக்கும் அவரின் குடும்பத்திற்கும் பல உதவிகள் செய்கின்றனர். இவ்வாறு சில ஆண்டு கழிய, பின் பட்டுவுக்கும் செல்லப்பாவுக்கும் உணர்வொத்த ஈர்ப்பு வருகிறது. ஓரிரு ஆண்டில், ஒளித்து வைத்திருந்த அன்பை இருவருமே தெரிவித்துக்கொள்கின்றனர். இந்த அன்புறவே, கதையின் மையச்சிக்கல். பட்டுவின் குணத்தைச் சிவசாமி மட்டும் வியக்கவில்லை. செல்லப்பாவும்கூட வியந்திருக்கிறார். சிக்கலை அலசும்முன், செல்லப்பாவைப் பற்றி அறிதல் முதன்மையாகும்.

தையும்மாவின் ஒரே மகன் செல்லப்பா. ஏழ்மையில் படித்து வளர்ந்தவர். தாயே அவரின் ஆதாரம். இலட்சிய வாழ்வுக்கான முன்மாதிரி. தாய் கைகாட்டிய ஐம்பது குடும்பங்களை, வடநாட்டில் நல்ல வேலைகளில் அமர்த்தி வைத்தவர். அம்மாவிடம் ஒரே ஒரு கசப்புண்டு. தாய் பார்த்துத் திருமணம் செய்துவைத்த மங்களம், தனக்குத் தோற்றத்தில் ஏற்றவளில்லை என்ற குறை மட்டும், அவர் மனத்தை வருத்தியது. "ஏன் அதுக்குத் தகுந்தாப்போல – இல்லாட்டா, என் உசரத்துக்கும் உடம்புக்கும் ஒத்தாப்பல, ஒரு பொண்ணைப் பார்க்கணும்னு தோணல்லெ? பருப்புத் தேங்கா மாதிரி குள்ளமா, குடுக்கையா ஒண்ணைப் பண்ணி" என்று அடுக்களையை நோக்கிக் குரல் கொடுக்க வேண்டும்போல் இருந்தது" என்று மனத்திற்குள் அலுத்துக்கொண்டாலும், யாரிடமும் வெளியில் அதைச் செல்லப்பா காட்டிக் கொள்வதேயில்லை. மங்களத்திடம் முரண்படுவதுமில்லை. வாழ்வு இன்பமாகத்தான் சென்றது.

தையும்மாள், தன் மகனுக்காக, எந்த எதிர்பார்ப்புமின்றி உழைத்தார். இதில் தாய் – மகன் உறவு முறை அமைந்திருந்தது. பட்டுவும், எந்த எதிர்பார்ப்புமின்றி, மனமார மற்றவர்களுக்கு உதவினாள். இந்தக் குணந்தான், அவள் மீது, செல்லப்பாவின் மதிப்பை உயரச் செய்தது. மங்களமாக இருந்தால்கூட இந்த அளவு உதவியிருக்கமாட்டாள் என்ற தையும்மாளின் எண்ணத்தையும் செல்லப்பா அறிந்தவர்தான். உறவுகள் பற்றியோ, குடும்பம் பற்றியோ யாரிடமும் விமர்சிக்காதவர் செல்லப்பா. முதல்முறையாகத் தன் தாயின் அர்ப்பணிப்பைப் பற்றிப் பட்டுவிடம் பேசுகிறார். பேசுவதற்கு ஏற்றவள் பட்டுதான் என்றும் நம்புகிறார். இந்த நம்பிக்கை ஒருவரிடம் உடனே வந்துவிடுவதில்லை. மனதை நம் மதிப்புக்குரியவரிடம் மட்டுமே திறந்து பேசமுடியும். பட்டுவின் கடந்தகால வாழ்க்கை, அவருக்கு வியப்பாகவே இருந்தது. வறுமையை விரும்பி ஏற்கும் திடம்; அதில் மகிழ்வை மட்டுமே வைத்து வாழும் மனம்; தன்னை வியந்துகொள்ளாத அடக்கம்; பிறரிடம் ஆழமான அன்பு வைக்கும் தாயுள்ளம்... இவைபோல் பல.

பட்டுவை நினைத்துப் பார்க்கும் செல்லப்பா, மங்களத்தின் குணத்தையும் அசைபோடுகிறார். சில நேரங்களில் சாதாரணப் பேச்சில் தேவையற்ற எதிர்வாதங்களைக் கொண்டுவருபவள் மங்களம்தான். தன் தரப்பை நிலைப்படுத்த முயற்சிக்கும் மங்களத்தை எதிர்ப்பதில் செல்லப்பாவுக்கு உடன்பாடில்லை. மௌனமாகிவிடுவார். பேச்சில்

குறைகண்டு சண்டையிடும் மங்களமும் பெண்தான். கணவனே சீரற்றவனாக இருந்தாலும், மனமார ஏற்று இன்பமாக வாழும் பட்டுவும் பெண்தான். கணவனின் விருப்பத்திற்காகவும் ஆசாரத்தை மாற்றிக்கொள்ளாத அல்லது குறைத்துக்கொள்ளாத மங்களம், கணவனுக்காகச் சுகபோக வாழ்வைப் புறக்கணித்து அவனுக்காகவே தன் வாழ்வை மாற்றிக்கொண்ட பட்டு என்ற இத்தகைய ஒப்புநோக்கைச் செல்லப்பா தீவிரமாக முன்பு எண்ணியதில்லை. எனினும், இதன் உந்துதல்கள் செல்லப்பாவிடம் இல்லாமலுமில்லை.

பெண் வனப்பை ரசிக்கும் ஒரு குணம், செல்லப்பாவிடம் சிறுவயதிலிருந்தே உள்ளது. தன் கண்முன் நிற்கும் அழகைப் பட்டும் படாமலும் பார்த்து ரசிக்கும் செல்லப்பாவுக்குத் தன் மனைவியின் கவர்ச்சியற்ற தோற்றம் மனக்குறையாக இருக்கிறது. எனினும், அதை அவர் பெரிதுபடுத்தவில்லை. அதற்காகப் பார்க்கும் எல்லாப் பெண்களையும் துருவிப் பார்க்கும் குரூரப் பார்வையும் அவரிடமில்லை. தன் அருகே நிற்கும் பேரழகைச் (பட்டு) செல்லப்பா பார்க்கிறார். மனதிற்குள் ரசிக்கிறார். பட்டுவின் வனப்பு செல்லப்பாவை ஈர்க்கக் காரணமுண்டு. செல்லப்பாவின் வயது ஐம்பதை எட்டியது. பட்டுவின் வயது முப்பத்தி எட்டுதான். கிட்டத்தட்ட பன்னிரெண்டு வயது வித்தியாசம். ஐம்பதிலும் ஆசை வரும் என்பதே, செல்லப்பா வாழ்வில் நிகழ்ந்ததாகும். “நான் எதிர்பார்த்தேன். நீ என்னை ஒரு பொருட்டா மதிச்சு, அன்னிக்குச் சொன்னதெல்லாம் மேலேருந்து வந்த கொடைன்னு, எனக்கு நிச்சயமாத் தோணித்து. நீ சொன்னது, எழுதினது எல்லாம் பார்த்தா, அது இன்னும் நிச்சயமாத் தோணித்து. நான் அதை முழுசா ஏற்றுக்கொள்ளணும்னு தோணித்து. கதவுத் தாழ்ப்பாளைப் போட்டேன். தெய்வத்தின் பேரை இதிலே இழுக்கிறது தப்புன்னு தோணலாம். எனக்கு அப்படித் தோணலெ. நான் இப்படி ஒரு உலகத்தைப் பார்த்ததில்லே. இந்த ஒரு மணியிலே பார்த்த உலகத்தை, முழுக்க முழுக்க எனக்கு இது ஒரு புது அனுபவம். எனக்கு இரண்டு குழந்தைகள் இருக்கு. ஆனா, இந்த மாதிரி உலகத்திலே பிறந்ததில்லே அதுகள். இப்பதான் புரிஞ்சுது” என்று கூறும் செல்லப்பாவிற்குப் பட்டுவுடனான உறவு புனிதமானது; வியப்பானது; ஈர்ப்பது. தெய்வத்தின் கொடையாகக் கிடைத்தது. இதே நிலைப்பாடுதான் பட்டுவுக்கும். பட்டு, செல்லப்பா வாழ்வில் வராதிருந்தால், அல்லது தத்தம் உள்ளுணர்வை இருவரும் வெளியிடாதிருந்திருந்தால், செல்லப்பா வாழ்வு எப்போதும்போல நீரோட்டமாகத்தான் சென்றிருக்கும். இழந்தவை என்று ஏதுமில்லை; பெற்றவை என்றும் ஏதுமில்லை. சிறு மன ஆறுதல் மட்டுமே உண்டு. தன் புளித்துப்போன வாழ்க்கை மீதான சலிப்பு, மாற்றத்திற்கான ஆறுதல், தன்மனம் விரும்பும் ஒன்றை நுகரும் ஆசை, ஈர்ப்பின் ஈடேற்றம் என இவை அனைத்தின் அழுத்தமும் பட்டுவை அணுகச் செல்லப்பாவிற்கு உந்துதல்களாகின்றன. ஒரு வாழ்நாள் ஒப்பந்தத்தில் இணைவதுபோலவே, பட்டுவின் உறவையும் புனிதமாகப் போற்றுகிறார் செல்லப்பா. ஆனால், பட்டுவுக்கு இக்காரணங்கள் ஏதுமில்லை. பின், எதற்கு அவளுக்குச் செல்லப்பாவுடன் உறவுகொள்ளும் எண்ணம் எழும்பியது?

சிவசாமியுடனான இல்லற வாழ்வில் பட்டுவுக்கு எந்தக் குறையுமில்லை. ஏழ்மையும்கூட அவளுக்கு ஒரு பொருட்டில்லை. தாம்பத்தியம் நிறைவைத் தந்தது. வசதியில்லையாயினும் மகிழ்ச்சிக்குக் குறைவில்லை. தன் அழகுக்கும்

திறனுக்கும் ஏற்றவனில்லையாயினும், ஒருமுறைகூட அதைப் பட்டு அவனிடம் சொல்லிக் காட்டியதில்லை. அவனை நிறைவுறச் செய்வதே, அவளின் நோக்கம். சிவசாமியிடம் என்ன குறையிருந்தாலும், அப்படியே அவனை முழுமையாகப் பட்டு ஏற்றாள். தன்னை முழுமையாகவே அவனுக்கும் கொடுத்தாள். தன் செயல்களில் தெளிவும் துணிவும் கொண்ட பட்டு, கொண்டவனைத் தவிர யாரையும் எண்ணாதவள். செல்லப்பாவுடனான உறவு, தன் கணவனுக்குச் செய்யும் வஞ்சகம் என்றோ, சிவசாமியிடம் தனக்கு அன்பு குறைந்துவிட்டதென்றோ அவளால் எண்ணவே முடியவில்லை. தையும்மாளின் உதவிக்கு வரும்போதும்கூட, அவள் மனது செல்லப்பாவிடம் செல்லவில்லை. ஏறெடுத்தும் பார்த்ததில்லை.

பட்டுக் குடும்பம் செல்லப்பா குடும்பத்துடன் வடநாடு செல்கிறது. செல்லப்பாவால் சிவசாமிக்கு அரசு வேலை, வசதி, வீடு, வியாபாரம் என்று எல்லாம் கிடைக்கிறது. கிராமத்தில் வாழ்ந்த பட்டுவின் வாழ்க்கை எண்ண முடியாத அளவு ஏற்றம் பெறுகிறது. பட்டு சிவசாமியைக் குறை கூறவில்லை. எனினும், அவன் தன்னிச்சையாக முன்னேற்றமடையும் திறனற்றவன் என்று நினைக்கிறாள். செல்லப்பா இல்லையெனில், பட்டு சிவசாமியின் வாழ்க்கை சீரடைந்திருக்காது. எல்லாவற்றிற்கும் ஒரே காரணம் தையும்மாளும் செல்லப்பாவும்தான். பட்டுவின் மனம் நன்றியுணர்வால் நிறைந்து நிற்கிறது. எந்த ஓர் எதிர்பார்ப்புமின்றி அனைத்தையும் அள்ளித் தருவதும், ஆழ்ந்த அன்புறுவதும் பட்டுவால் மட்டுமே இயலும். நன்றிக்கடனுக்காக மட்டும் செல்லப்பாவைப் பட்டு நெருங்கவில்லை. எதையும் எதிர்பாராது ஐம்பது குடும்பங்களை வாழ வைத்த மனம், செய்த உதவிகளையும் வெளியில் சொல்லாத அடக்கம், ஏதோ ஓர் ஈர்ப்பு . . . இவையே பட்டுவைச் செல்லப்பா மீது ஒரு தனி மதிப்பும் நெருக்கமும் கொள்ளச் செய்கின்றன.

சிவசாமி, பட்டுவிடம் தன்னை அடைக்கலப்படுத்திக் கொண்டான். தன்னைக் கீழாகவும் பட்டுவை உயர்வாகவும் வைத்துச் சரணடைந்தான். சிவசாமியின் இம்மனநிலையே, செல்லப்பா மீது பட்டுவுக்கும் ஏற்பட்டது. செல்லப்பாவிடம் பரிவையும், நெகிழ்ச்சியையும் எதிர்பார்க்கிறாள். பட்டு தேடுவதைச் சிவசாமியிடம் அவளால் பெறவேமுடியவில்லை. அதற்காகச் சிவசாமியின் இடத்தில் செல்லப்பாவையோ, மங்களத்தின் இடத்தில் தன்னையோ வைத்தும் பட்டு ஒப்பிடவில்லை. இணக்கமானவரின் (சிவசாமி) ஏழ்மையைப் பொருட்படுத்தாதது போலவே, நெருக்கமானவரின் (செல்லப்பா) வயது வித்தியாசமும் பெரிதெனப் பட்டுவுக்குத் தெரிவதில்லை. ஏழெட்டு முறைக்குப் பிறகு பட்டுவுக்கு மங்களம், சிவசாமி இருவரையும் நினைத்து நடுக்கமும் குற்றவுணர்வும் வருகின்றன. “தெய்வமா பார்த்துக் கொடுத்த கொடை. அதனால, முழுசா ஏத்துக்கணும்னு தோணினதாக முதமுதல்லெ அப்ப சொன்னேன். ஆனா, இது வழக்கமாகப் போயிடும் போலிருக்கு. ஒருத்தருக்கொருத்தர் பிடிக்க முடியாம, ஓடிண்டிருக்கிறதே போரும்னு தோண்றது எனக்கு” என்கிறாள் பட்டு.

பட்டுவின் மனம், ஒரு தெளிவுக்கு வருகிறது. உண்மையைப் பட்டு ஒப்புக்கொண்டாலும், மங்களத்தின் எச்சரிக்கைக்குப் பிறகும் மனத்தளவில் செல்லப்பா பற்றிய நினைவை உறுதியாகப் பற்றியிருக்கிறாள். சிவசாமியின்

உறவில் மகிழ்கின்றாளா? செல்லப்பாவின் உறவை மதிக்கின்றாளா? என்ற கேள்விகளில் ஒன்று சரி என்றால், மற்றது தவறு என்பதுதான், பொதுபுத்தி மனிதர்களின் பதிலாயிருக்கும். இரண்டும் சரி என்பது பட்டுவின் பதில். இதை ஏற்பதும் கடினம். பெண்ணியம், பெண் மொழி, நவீனத்துவம் போன்ற கருத்துக்கள் தோன்றிய புதிதில் கடும் விமர்சனத்திற்குள்ளானபின் ஏற்றுக்கொள்ளப்பட்டதுபோல் பட்டுவின் மனநிலையும் எதிர்காலத்தில் புரிந்துகொள்ளப்படும். சிவசாமி பிழைக்கும் திறன் அற்றவனாக இருக்கிறான். பட்டுவும் இல்லை எனில், அவன் உண்மையாகவே பயனற்றவன்தான். தாயற்றவன். தந்தை ஸப் மாஜிஸ்ட்ரேட்டாக இருந்தவர். சிவசாமி தங்கை, அற்ப ஆயுளில் இறந்தவள். அவளின் இறப்புதான், சிவசாமிக்குப் பட்டுக் கிடைக்கக் காரணம். தந்தை இறந்தபின் சிவசாமி வலு இழந்துவிட்டான். தேர்வில் தொடர்ந்து தோல்வி. அந்தத் துக்கத்தில் பூச்சி மருந்தை உண்டுவிடுகிறான். பின் உயிர் பிழைத்தெழுகிறான். உறவினர்களின் கைவிடல், நிலையற்ற வேலை, இவைகளால் அவன் அலைக்கழிகிறான். அவன் நிலையறிந்தும் கைவிடாது ஏற்றுக்கொண்ட பட்டு, அவனுக்கு எப்போதும் ஒரு வியப்பாயிருக்கிறாள். ஒருநாளும் பட்டுவைப் பிரியாதவன். அவனின் ஒவ்வொரு கையாலாகாத தோல்விக்கும் பட்டுவே மருந்தாகிறாள். இல்வாழ்க்கை இன்பமாகவே இருக்கிறது; வறுமையைத் தவிர வேறொரு குறையுமில்லை.

சிவபாதம் என்கிற அம்பாகடாட்சம், மங்களம் குடும்பத்தின் ஆன்மீக வழிகாட்டி. தம் ஞானம்வழிச் செல்லப்பாவின் முழுவாழ்வையும் அறிந்தவர். தம் சக்தி நம்பிக்கையின் அடையாளமாக இவரைப் படைத்துள்ளார் தி.ஜா. வாழ்வின் சட்டதிட்டங்களையும் ஒழுக்கநெறி களையும் தெய்வநிலையையும் வலியுறுத்துபவர் அம்பாகடாட்சம். இவர் அணுகுமுறை வேறுபாடானது. அன்பைக்கூட அதட்டியும் அடித்தும்தான் சொல்லுவார். திருமணமான மங்களம், செல்லப்பா இவரிடம் வாழ்த்துப்பெற வந்தனர். அம்பாகடாட்சம் மங்களத்தின் முதுகில் ஓங்கி அடித்து அவளுக்கு மட்டும் அறிவுரை கூறினார். மண மகனுக்கான அறிவுரையைச் செல்லப்பாவின் ஐம்பதாம் வயதில் சொல்வதாகக் கூறித் திருப்பியனுப்பினார். பிற்கால வாழ்வில் செல்லப்பா செய்யப்போகும் தவறை முன்பே சிந்தித்தவர்போலப் பேசினார். செல்லப்பாவின் குடும்பம், அம்பாகடாட்சத்தைக் காண வருகின்றனர். செல்லப்பா செய்த குற்றத்தைக் கடிதத்தில் எழுதி, அதைத் தீர்த்துவைக்கும்படி அம்பாகடாட்சத்திற்குக் கடிதமனுப்புகிறாள் மங்களம். செல்லப்பா தாம் செய்ததைத் தம் குடும்பத்தார்முன் ஒப்புக்கொள்ளவேண்டும் என்கிறாள். இவ்வாறு செய்வதே, தவறைத் தடுத்து நிறுத்தும் வழியாக, மங்களத்திற்குத் தோன்றுகிறது. வீட்டில் பூசை நடக்கிறது. முடிவில் செல்லப்பா, தம் தவறை வெளிப்படையாக ஒப்புக்கொள்கிறார். அம்பாகடாட்சம் காலில் மங்களம் விழ, அவளை ஓங்கி அடிக்கிறார். 'காணும் அனைத்தும் அம்பாளின் தனித்தன்மை' என்பது, அம்பாகடாட்சத்தின் நம்பிக்கை. பட்டுவும் அம்பாளின் ஒரு வடிவம். அவளைக் கண்டு மகிழலாம். துய்க்க எண்ணுதல் தவறு என்கிறார். தெய்வத்திற்கே ஒருவனுக்கு ஒருத்தி என்ற நெறி இருக்கையில், சாதாரண மனிதன், விதிவிலக்குப் பெற முடியாது என்கிறார். விதியை மாற்றுதல்,

பலரின் வாழ்வைச் சிக்கலாக்கிவிடும். இது தனிமனித ஒழுக்கநெறிப் பண்பாடு. இதையே அம்பாகடாட்சமும் வலியுறுத்துகிறார்.

செல்லப்பாவைச் சுற்றியே அனைத்துக் கதை மாந்தர்களும் செயல்படுகின்றனர். இக்கதையில் வரும் பெண்களின் உழைப்பு, ஆணுக்கான தேவைகளையே நிறைவேற்றுவதாயுள்ளது. பெண்கள் தெளிந்த சிந்தனையுள்ளவர்களாகவும் அரவணைப்பவர்களாகவும் படைக்கப்பட்டுள்ளனர். ஆனால், ஆண்கள் பெண்களை வியப்பவர்களாகவும் வழிபடுபவர்களாகவும் தங்களை அடைக்கலப்படுத்துபவர்களாகவும் படைக்கப்பட்டுள்ளனர். ஒவ்வொருவரும் அவரவரின் கடமைகளை மேற்கொள்கின்றனர். அன்பால் அனைவரும் பிணைக்கப்படுகின்றனர். திருத்தவோ அறிவுறுத்தவோ அல்லது தண்டிக்கவோ தரப்படும் ‘அடி’, உண்மையில் யாருக்கானது? அம்பாகடாட்சம் அடித்தது மங்களத்தைத்தான். எனினும், அடிபெற வேண்டியவர் மங்களமா? பட்டுவா? செல்லப்பாவா? அல்லது இச்சமூகமா? தனிமனித ஒழுக்கநெறிச் சிக்கலைத் தீர்ப்பதைவிட, உணர்வுச் சிக்கலைத் தணிக்கை செய்வதே தீர்வாகிறது. அனைவரின் மனங்களும்கூடப் பண்படவேண்டும். குடும்பம், உறவு போன்ற அமைப்புகள் மதிப்புடையவை; மரபானவை. ஆண்–பெண் உறவைப் பாதுகாக்கவும் வளர்த்தெடுக்கவும் இவை தேவையே. நெறிபிறழ் நடத்தையின் பாதிப்புக்கு மாற்றுவழி உருவாகாத காலச் சூழலில், பண்பாட்டு நெறியே தேவை என்பது தி.ஜா.வின் கருத்தாகும். ‘அடி’யில் வரும் கதாபாத்திரங்களின் அடிநாதமாக ஒலிப்பது, தி.ஜா.வின் குரல்தான். ஒவ்வொருவரின் தரப்பிலும் நின்று பேசுவதும் அவர்தான். அகப்பண்பாடு கடும்நெருக்கடிக்கு உள்ளாகும்போது, தி.ஜா.வின் கருத்தறிதல் முக்கியம். அதேவேளை, அவரின் அனைத்துப் படைப்புகளையும் கவனத்தில் கொண்டுதான், தி.ஜா.வின் பண்பட்ட உள்ளத்தைத் துல்லியமாக அறிய முடியுமென்றும் கூறலாம்.

‘அடி’யை மட்டும் நோக்கினால், மரபில் தோய்ந்து திளைத்த அல்லது அதைப் பாதுகாக்கத் துடிக்கும் தொனி ஒலிப்பதைக் காணலாம். மன நிறைவேற்றங்கள், சுயநலம் சார்ந்த ஒன்றாக அமையக்கூடாது. எடுத்து வைக்கும் எந்த அடியும் எந்த உறவையும் காயப்படுத்திவிடக்கூடாது. “அது வழக்கமாப் போயிடும்கற பயத்தினாலேதான், இப்படித் தோண்றது. பிடிபடலியே பிடிபடலியேன்னு பின்னாலே ஓடிண்டு இருக்கிறதுதான் நிஜமா செய்ய வேண்டிய காரியம். அதிலெயே களைச்சு ஒரு நாளைக்கு உசிரு போயிடணும் . . .” என்ற கூற்றுதான், அகச்சிக்கலுக்குத் தி.ஜா. சொல்லும் நல்வழி. மனிதன் புரியும் தீதும் நன்றும் தெய்வத்தின் செயல்கள் என்று சொல்லும் தி.ஜா.தான், நன்றியுணர்வுகூட அளவு மீறினால், வேறு மனநிலைக்குக் கொண்டுசென்றுவிடும் என்றும் எச்சரிக்கிறார். அன்பால் அனைத்து உயிர்களையும் அரவணைக்கச் சொல்லும் தி.ஜா., அந்த அரவணைப்பு மற்றவரைத் துன்புறுத்தக்கூடாது என்பதையும் தெரிவிக்கிறார். பழிக்கஞ்சும் தி.ஜா.வின் பண்பட்ட மனம், செல்லப்பா ஆசை கொண்ட பட்டுவை, வெறுமனே தூர நின்று நினைப்பதோடு மட்டும் நிறுத்திவிட்டது. பட்டு, செல்லப்பா இருவரும் அவரவர் குடும்ப வாழ்வில் நிறைவானவர்கள். இருவரின் இணைவில் இருவர் மட்டுமே

இன்பமடைய முடியும். இணையாதிருப்பதால், இரு குடும்பமும் பாதிப்படையாது காக்கப்படும். குடும்ப நலனுக்காக, இருவரும் மனக்குறையுடன் விலகுவதுதான் மனிதநேயம் என்பதைத் தி.ஜா. 'அடி'யில் வலியுறுத்துகிறார். இந்த நலன்காப்பு, சுயம் சார்ந்ததாக அமையவில்லை. தன் அன்புக்குரியவரை இன்பமாக வாழவைக்க வேண்டுமெனில், தான் இன்பமாக வாழ்வதுதான் ஒரே வழி. இணைதல் மட்டுமே நெருக்கமில்லை; பிரிதலும் நெருக்கம்தான். இறுதியில் இவ்வுறவு இப்படியே தொடரவேண்டும் என்ற மன உந்துதலுக்கும் பணியவில்லை; இவ்வுறவையே முழுதாக மறந்துவிட வேண்டும் என்ற ஊரார் நெருக்குதலுக்கும் பணியவில்லை. அம்பாகடாட்சத்தின் ஓர் அறிவுரைக்கே கட்டுப்படுகிறார் செல்லப்பா. ஆத்மத் திருப்தி கண்ட நிறைவுடன் பிரிகிறாள் பட்டு. பட்டுவும் மங்களமும் இரக்கத்துக்குரியவர்கள். இவர்களுக்காக இளகினாலும் தி.ஜா.வின் உள்ளம், இருவருக்கும் சம நியாயம் செய்ய முடியாதும் வருந்துகிறது. இடமும் காலமும் இருப்பை (குடும்ப நீதி) முடிவு செய்ய, விட்டுக் கொடுத்தலும் மன்னித்தலுமே மனித மாண்பு போற்றும் நெறிகளாகின்றன. இத்தகையவர்களாகப் பட்டு, செல்லப்பா, மங்களத்தைப் படைத்துள்ளார் தி.ஜானகிராமன்.

❖

90

தி.ஜா.வின் குறுநாவல்கள்: உணர்ச்சிகளின் அதிர்வுகள்

பா. அமுல் சோபியா

தமிழிலக்கிய வரலாற்றில் மறக்க முடியாத மிகப்பெரிய ஓர் ஆளுமை தி.ஜா. என்கின்ற தி.ஜானகிராமன். மனித உணர்ச்சிகளின் அதிர்வுகளை வெளிப்படுத்தியதில், இவர்போல் யாருமில்லை என்ற அளவுக்கு, இவரின் பாத்திரங்கள் நம்மை வியப்பில் ஆழ்த்துகின்றன. நம் மனதோடு மனதாக உறவாடுகின்றன. மனித உறவில் ஏற்படுகின்ற காதலையும், இன்பத்தையும், துன்பத்தையும், அந்தரங்கமான உறவுகளையும், உளவியல் சார்ந்த மன உணர்வுகளையும் இவை பேசுகின்றன. இவரின் மோகமுள், அம்மா வந்தாள், மரப்பசு போன்ற புதினங்கள் அனைவராலும் பரவலாக அறியப்பட்டவை. ஒன்பது சிறுகதைத் தொகுதிகளையும், ஏழு குறுநாவல்களையும் நான்கு பயண நூல்களையும் இவர் படைத்துள்ளார். இவரின் சிறுகதைகள், புதினங்கள் போலவே குறுநாவல்களும் மனித உணர்வுகளை மையமிட்டவையே. இவை மிக நுட்பமான மன உணர்வுகளைப் பேசுகின்றன. ஒளிவுமறைவின்றியே மனித அந்தரங்கங்களை ஆராய்கின்றன. சம்பிரதாயக் கட்டுப்பாடுகளை மீறிக்கொண்டு, இவரின் பாத்திரங்கள் வெகு இயல்பாக வந்து, நம்மோடு உறவாடுகின்றன. ஒவ்வொரு மனிதனுக்குள்ளும் அடைக்கப்பட்டுப் பீறிடக் காத்துக்கிடக்கும் உணர்ச்சிகளை, இவர் கதைகளும் பாத்திரங்களும் ஆசுவாசப்படுத்துகின்றன. மறைக்கப்பட்டுக் கிடக்கும் உணர்ச்சிகளை இவை மடைமாற்றம் செய்கின்றன. இயல்பான கதைக் களங்களை எடுத்துக் கொண்டு, சாதாரண மனிதர்களைப் பேசும் இவரின் படைப்புகள், நம்மைப் பிரமிக்க வைக்கின்றன. இவரின் குறுநாவல்கள் ஒவ்வொன்றும், ஒவ்வொருவிதக் கதைக்களத்தை மையமிட்டுள்ளன. இவற்றில், அதிக மனித உணர்ச்சிகளும் பரிமாறப்பட்டுள்ளன.

‘கமலம்’ என்ற குறுநாவல், ஓர் ஆணும் பெண்ணும் ஒன்றாகப் பழகுவதால், பயணிப்பதால் ஏற்படும் ஊராரின் அலரை மையமிட்டதாக அமைகிறது. ஆண் – பெண் என்ற உறவுநிலையில் அது எத்தனை புனிதமான, மாசுபடாத, குற்றமேதுமற்ற உறவாக இருந்தாலும், ஊராரின் கதைகட்டலுக்கும், கேலிப் பேச்சுக்கும், ஏளனத்திற்கும் தப்புவதில்லை என்பதைத் தி.ஜா. கமலத்தில் பதிவுசெய்கிறார். நாற்பது வயதை நெருங்கிக் கொண்டிருக்கும் கமலம், அவள் வீட்டில் வேலை செய்யும் சாமிநாதன் என்ற இருபத்திரண்டு வயது இளைஞனுடன், அவன் கிராமத்திற்கு வருகிறாள். அந்தக் கிராமத்தில் பலவும் அறிந்த வேலு என்கிற அறுபது வயது முதியவரும், ரயில்வேயில் சூப்ரண்டண்டாக இருக்கிற அவரின் தங்கை மகனும் சாமிநாதனை நலம் விசாரிக்கின்றனர். ஒருவித வசீகர நடை, உடை, பாவனையால் யாவரையும் ஈர்க்கும் பெரிய இடத்துப் பெண் கமலம், சாமிநாதன் வீட்டில் எல்லா வேலைகளையும் கவனித்துக் கொள்ளும், வேலையாள். எப்போதோ திருட்டுப் போன்றவற்றில் ஈடுபட்டு பாம்பே, கல்கத்தா பேர்ய்வந்த இலுப்பக்குடியாரின் வீட்டுக்குக் கமலம் வந்திருப்பது, ஊரிலுள்ள எல்லோரையும் சாமிநாதனையும் கமலத்தையும் இணைத்துப் பேச வைக்கிறது. அந்த வீட்டு ஆண்களைப் பற்றி மட்டும் அல்லாமல் பெண்களையும் ஊரார் ஒருவிதமாகப் பேசுவதுண்டு. “பொதுவாக இலுப்பக்குடியார் வீட்டுப்பெண்கள் எல்லோரைப் பற்றியுமே, இப்படி ஒரு பேச்சு உண்டு. சமையல் பண்ணிப் போடறவன், ஊரிலே இப்படிச் செலவழிச்சு ஒரு வீட்டைக் கட்டறதுன்னா, அது என்ன சமையல் மாத்திரம் பண்ற சாமார்த்தியமா? என்று ஒருமாதிரியாக இழுத்துவிட்டு, கற்பனைக்கு நிறைய இடம் கொடுத்துப் பேசிக்கொண்டிருப்பார்கள்”. மேலும், கமலத்தோடு சாமிநாதனுக்கிருக்கும் தகாத உறவே, அவன் திருமணம் மறுக்கக் காரணம் என்றும் ஊரார் பேசிக்கொள்கின்றனர். “ஏதோ அவங்க ரெண்டு பேருக்கும் பழக்கம். பெரிய மனிசங்க வீட்டிலே, நம்ம மாதிரியெல்லாம்தான் இருப்பாங்கன்னு நெனக்க முடியுமா? அவங்க அப்படி இருக்கிறதிலேதான், என்ன தப்பு?” என்கிறாள் வேலு மாமாவின் மனைவி, கேலியும் கிண்டலுமாய்.

வேலு மாமாவின் தங்கை மகனுக்குக் கமலத்தைக் கண்டதிலிருந்தே, ஒருவிதச் சலனம். சாமிநாதனின் மீதும் பொறாமை. சாமிநாதன் தனிமையில் போகையில், அவர்கள் உறவு பற்றி விசாரிக்கிறான் அவன். சாமிநாதனும் கமலத்திற்கும் தனக்கும் அந்தரங்க உறவு எனவும், இது அவள் கணவனுக்கே தெரியும் எனவும், அவள் கணவன் வீட்டில் தங்காததற்குக் காரணம்கூட அதுதான் எனவும் சொல்கிறான். “அதுதான் அண்ணா! நான் கலியாணம் பண்ணிக்கலே. உன் கண்ணைவிட்டு, காலடியைவிட்டு, அகல மாட்டேன்னு, கைமேலே அடிச்சுக் கொடுத்தாச்சு … மகாபாவம்தான். நான் என்ன செய்வேன்! ஐயாவுக்கே எங்க சேதியெல்லாம் தெரிஞ்சும் ஒண்ணும் செய்ய முடியலே”. மறுநாள் வேலுவின் தங்கை மகனுக்குக் கமலம் சாமிநாதனின் மூலம் தந்தனுப்பும் ரகசியக் கடிதத்தில், ஒரு சிறுவனின் புகைப்படமும், அதிலுள்ளவன் தன் பையன் எனவும், அவன் இறந்துவிட்டதாகவும், தற்போதிருந்திருந்தால் சாமிநாதனின் வயதிருக்கும் எனவும், சாமிநாதனைத் தன் மகனாகவே நினைப்பதாகவும் ஐந்து வருடம் கழித்துத் தன் அண்ணன் மகளையே அவனுக்குத் திருமணம் செய்துவைக்கப் போவதாகவும்

அதில் எழுதியிருக்கிறது. சாமிநாதன் சொன்ன இருவருக்குமான அந்தரங்கமெல்லாம் சும்மா ஊராரின் பேச்சுக்கான வேடிக்கை எனவும் அதில் கூறப்பட்டிருக்கிறது. விறுவிறுப்பாய் நகரும் கதையின் போக்கில் ஆண்டி க்ளைமாக்ஸ் எனப்படும் ஓர் எதிர்நிலை முடிவோடு, இக்கதையைத் தி.ஜா. நிறைவுசெய்கிறார்.

'கமலம்' என்கிற இக்கதை, ஒருவரின் அந்தரங்கத்தைத் தெரிந்து கொள்ள விரும்புகிற, அதில் சுவாரஸ்யம் காட்டுகிற மாந்தர்களைக் காட்டுகின்றது. ஒரு பெண், ஓர் ஆணோடு கலந்து பழகுவதைப் பிற ஆண் எப்படிப் பார்க்கிறான், அல்லது புரிந்துகொள்கிறான் என ஓர் ஆணின் பார்வையிலும், இவ்வாறு பேசி ஏற்படும் பின்விளைவுகளை ஒரு பெண் எவ்வாறு எதிர்கொள்கிறாள் என ஒரு பெண் நோக்கிலும் இது விரிகிறது. வேலு மாமாவின் தங்கை மகனுக்குக் கமலத்தைப் பார்த்தது முதலே ஒருவிதச் சபலம். அதுவும் சாமிநாதனோடு சேர்ந்து காணும்போது, வயிற்றெரிச்சலே வருகிறது! கமலத்திற்குச் சாமிநாதன் எண்ணெய் தேய்த்துவிட்டதை, வேலு மாமாவின் மனைவி சொல்லக் கேட்டவன், அதை நினைத்து மனம் ஏங்குகிறான். "உன் நெஞ்சைச் சுட என்று மனதிற்குள்ளேயே அத்தையைப் பார்த்துப் பல்லைக் கடித்துக்கொண்டேன். இரவு தூக்கம் பிடிக்கவில்லை. வாசல் கட்டிலில் உடல் படுத்துக்கிடந்தது. மனசு சுப்பக்கா வீட்டு நடையுள்ளுக்கும் கொல்லைக்கட்டுக்குமாக அலைந்துகொண்டிருந்தது. யாரோ மனை மீது அமர்ந்து கூந்தலை அவிழ்த்து எண்ணெய் தேய்த்துக்கொள்ளத் தலையைக் காட்டிக்கொண்டு இருப்பதைப் பார்த்தவாறு நின்றது. நின்றுகொண்டேயிருந்தது. ஆவல் என்னும் பைசாசம் என்னுள்ளே எழுந்து கண்ணை மூடவிடாமல் ஆடிக் குதித்தது" என்று மனிதனுக்குள் மறைந்துகிடக்கும் வக்கிரமும், அளவிலா ஆசைகளும் தலைவிரித்தாடுவதைத் தி.ஜா. காட்டுகிறார். சமயம் ஏற்பட்டால், அதை ஆண் நிறைவேற்றிக்கொள்ளவும் தவறுவதில்லை என்பதாகத் தி.ஜா. தம் கதைவழி ஓர் ஆண்மன உணர்வைப் படைத்துக் காட்டுகிறார். ஓர் ஆண் ஒரு பெண்ணோடு இணைந்திருக்கிறான் என்றவுடன், மற்றோர் ஆணுக்குள் புகைச்சல் ஏற்படத்தான் செய்கிறது. "எனக்கு அவன் மீது வந்தது கோபமா, பொறாமையா என்பது புரியவில்லை. புகைந்துகொண்டே, எரிந்துகொண்டே, அவனோடு நடந்தேன்" என, ரயில்வே சூப்ரண்டெண்ட் வழியே ஆண் மனத்தைத் தி.ஜா. பதிவுசெய்கிறார். அதுபோல் கமலத்தைப் பார்த்தவுடனேயே அவனுக்கு மனத்தில் பலவிதமான உணர்வுகள் தோன்றுகின்றன. அவளைத் தலைமுதல் கால்வரை அவன் தன் விழிகளால் அளக்கிறான். மனத்தைப் புகுந்து யாரும் பார்க்கப் போவதில்லை. எனவே, பெரும்பாலும் எல்லா ஆண்களுக்குள்ளும் தோன்றும் ஓர் உணர்வுதான் இதுவும் எனலாம். இயலாமையையும் அபிலாஷைகளையும் அடக்க முடியாத உணர்வுகளையும் நிறைவேற்றத் துடிக்கும் ஆண்களை இதன்வழித் தி.ஜா. படைத்துக் காட்டுகிறார்.

பெண் கட்டுப்பெட்டியானாலும், தன் மனத்தால் தூய்மையானவளாயினும், ஆணோடு பழகும் பெண்ணை உலகம் எப்போதுமே ஒரு விதமாகவே பார்க்கிறது. கமலத்தை அறிமுகப்படுத்தும் தி.ஜா., "எடுப்பான தோற்றம், நல்ல உயரம், உயரத்துக்குத் தகுந்த கட்டு... பெரிய இடத்து

முகம். உயர்த்தி என்று முகத்திலேயே தெரியுமே – அடியெடுத்து வைப்பது, பார்ப்பது, புன்னகை பூப்பது, பேசுவது சொறிந்து கொள்வது – எதிலேயும் தெரியுமே – அந்த எல்லாம் சேர்ந்த தன்மை. அவள் பெரிய இடத்துப் பெண்" என்கிறார். மேலும், பளீரென நீல வெளிச்சம் பாய்ச்சும் செவ்வட்டைகள் ப்ளூ ஜாகர் மாதிரி... அழகான வெளிச்சம்! ஆனா, கிட்ட அண்ட முடியலியே" என்னும் ரயில்வே சூப்ரண்டண்டுக்கு, வேலு மாமா, "பதிவிரதைகள் எல்லாம் அப்படித்தான். தொட்டியோ போச்சு" என்கிறார். இங்கே பார்வைக்கு அழகாயிருந்தாலும், சகஜமாகப் பழகினாலும், தம்மை அலங்காரப்படுத்திக் கொண்டாலும் பரிசுத்தமான பெண்கள் பதிவிரதைகளே என்கிறார். கமலத்தையும் அப்படியே அறிமுகப்படுத்துகிறார். புதினத்தின் கடைசியிலும், "வாங்க என்று வரவேற்றாள் கமலம். செவ்வட்டைபோல் ப்ளூஜாகர் தோடு காதில் ஜொலித்துக்கொண்டிருந்தது" என்கிறார். என்னதான் உலகம் தூற்றினாலும், பழியே பேசினாலும், பெண்கள் தம் இயல்புகளிலிருந்து மாறுவதில்லை. ஆனால், மனித மனம்தான் பலவாறாக அலைகிறது. தேவையில்லாதவற்றைத் திரித்துவிடுகிறது. அடுத்தவர் அந்தரங்கத்திற்குள் நுழைகிறது, மற்றவர்களை அசிங்கப்படுத்தி அதில் இன்பமும் காண்கிறது. எத்தகைய உயரிய அறிவாளிகளாயிருந்தாலும், செயலில் வல்லவர்களாயிருந்தாலும், ஞானம் வாய்க்கப் பெற்றவர்களாயிருந்தாலும், உண்மையை ஆராயாது பெண் பற்றி யார் எதைச் சொன்னாலும் அப்படியே எடுத்துக்கொள்கிறவர்களாகவே ஆண்கள் இருப்பதைத் தி.ஜா. 'அனுமார்' தோன்மம் மூலம் விளக்குகிறார்.

மனம் ஒரு குரங்கு என்கிறார் தி.ஜா.வும். அது சதா அலைந்து கொண்டேயிருக்கிறது. "அனுமார் வேடிக்கையான சாமியில்லே... குரங்கு மூஞ்சி, ஆனா, நல்ல படிப்பு, ஊசி மாதிரி அறிவு. வாயைத் தொறந்து பேச ஆரம்பிச்சா தட்டுத் தடங்கலில்லாம, அவசரமில்லாம, நிதானமா, அமர்க்களமாப் பேசும், அதோட குரங்கு புத்தி இல்லாட்டி, ராவணன் அந்தப்புரத்திலே போய், அலங்கோலமா மேல் துணி போனது தெரியாமத் தூங்கிக்கிட்டுக் கிடக்கிற மண்டோதரியைப் பார்த்துப்பிட்டுக் கண்டேன் சீதை அம்மாவைன்னு கிலிகிலின்னு இளிச்சிக்கிட்டுத் தூண்மேலேறி உத்தரத்திலே வாலைச் சுருட்டிக்கிட்டுத் தொங்கியிருக்குமோ? ஆனா, புத்தி இருக்கில்ல! உடனே முளிச்சுக்கிட்டுது. சேச்சே! என்ன இப்படி ஒரு குரங்கு புத்தி வந்திருக்சேன்னு ஆயாசப்பட்டுதாம் ஒருநாளிப் போது. ஓம்பது சாத்திரம் படிச்சாலும், குரங்கு குரங்குதானே" என, எதையும் நம்பும் மனித மனத்தைத் தி.ஜா. கமலத்தில் காட்டுகிறார்.

பிறப்பால் ஒரு பிராமணனாகப் பிறந்து, ஆனால் ஒரு படையாச்சியாக வளர்க்கப்படும் சிவஞானம் என்ற ஒரு கதாபாத்திரத்தின் உளக்குமுறல் களைப் பேசுவதே, தி.ஜா.வின் சிவஞானம் என்ற குறுநாவல். பிறந்த சில மாதங்களிலேயே, சிவஞானத்தின் தாய் தந்தை அம்மை நோய் கண்டு இறந்துவிட, நல்ல ஆசாரமான கோவிலில் பூசை செய்யும் குருக்களின் மகனான சிவஞானத்தைச் சுவீகரிக்க வேறு பிராமணர் யாரும் முன்வராததாலும், குழந்தையைப் பார்க்கும்போது தனக்கே ஆசை தோன்றியதாலும், வேதம் ஓதும் பிராமணர் யாரையும் தேர்ந்தெடுத்து ஒப்படைக்க மனமின்றிச் சிவஞானத்தைத் தன் குழந்தையாகவே வளர்க்கிறான் மாரிமுத்து. பிறகு பஞ்சாமி ஐயர் என்பவரின் மூலம்

தன் குலப்பிறப்புத் தொடர்பான செய்திகளைத் தெரிந்துகொண்டு, தன் தாய் தந்தை பூசை செய்த நீலாண்டூர் சென்று ஏக்கத்தோடு அங்கேயே சுற்றியலைகிறான். மீண்டும் பிராமணனாகவே மாறிவிட மனம் துடிக்கிறது. சென்னை சென்று, அங்கே இராமாயணம் காலட்சேபம் நடத்தும் பிராமணர் ஒருவரின் வீட்டில் ஒண்டிக்கொள்கிறான். ஆனால், குழந்தையிலேயே தொலைந்துவிட்ட பிராமணாசாரமோ, செய்கையோ, பேச்சோ அவனுக்கு வரவில்லை. வளர்ப்பால் வந்த செய்கையும், பேச்சும், குறுக்கே வந்து நிற்க அல்லல்படுகின்றான். இந்த இரண்டுக்குமான மனப்போராட்டமும், தாய்தகப்பன் அறியாதவனைத் தாயாகத் தாலாட்டி, அவளின் பாலுட்டி வளர்த்த யோகாம்பாளின் பாசமுமே சிவஞானம். உயர்குடிப்பிறப்பைத் தொலைத்துவிட்டு அல்லல்படும் சிவஞானத்தின் உளவியல் விசாரங்களைத் தி.ஜா. மிக நேர்த்தியாக இதில் வழிநடத்திச் செல்கிறார்.

தன் பிறப்பைத் தெரிந்துகொண்டு, தான் பிறந்த இடத்தையும், தன் தந்தை பூசை செய்த கோவிலையும், அவர்கள் தங்கியிருந்த கோவில் அக்ரஹார வீட்டையும் கண்டு துடிப்பது, அடக்கமுடியாத துயரத்தின் உச்சம். "குருக்கள் உள்ளேபோய்க் கதவைச் சாத்தித் தாழிடும் ஓசையைக் கேட்டபொழுது, அவனுக்குக் கதவைத் தட்டித் தாகத்துக்கு வேண்டும் என்கிற சாக்கிலாவது அந்தக் கூடத்தைத் தான் பாலுக்கு அலறி உதைத்துக்கொண்ட அந்தக் கூடத்தைப் பார்க்க வேண்டும் போலிருந்தது. பெற்ற அப்பனும் தாயும் தனித்தனியாக மகமாயியின் விளையாட்டுக்கு உடலைக் கருவியாகத் தந்த, தீயாக எரித்துக்கொண்டிருந்த அறைகளின் சுவர்களையாவது பார்க்கவேண்டும் போலிருந்தது. ஆனால், அங்குப் போய்க் கதவைத் தட்டவோ, பேசவோ, திராணி இல்லை, கால் பின்னே பின்னே இழுத்தது" எனத் தன் பிறப்பின் இரகசியம் தெரிந்துகொண்டவனின் ஊமைக் கதறலை, உறவுகள் ஏதுமின்றித் தவிக்கும் தவிப்பை இதைவிட வேறு யாரும் விவரித்திடமுடியாது. ஐந்தில் வளையாதது ஐம்பதிலும் வளையாது. பிறப்பினும் வளர்ப்பால், சேர்க்கையால், செய்கையால் வரும் பழக்கங்கள் பெரும்பாலும் மாறாதவை. மனிதர்கள் ஒவ்வொருவருக்கும் தம்மை ஏதோ ஒருவிதத்தில் தனித்துக் காட்டும் உணவுக் கலாச்சாரம், உடைக் கலாச்சாரம் உண்டு. சிவஞானம் பிறப்பால் ஒரு பிராமணன். ஆனால், வளர்ப்பால் ஒரு படையாச்சி. இதை மிக அழகாக விளக்கும் தி.ஜா., "இன்று பகல்பொழுது வரையில் படையாச்சி. பகலுக்குப் பிறகு பார்ப்பான். இன்று பகல்பொழுது வரையில் – இருபத்தைந்து ஆண்டுகளாக – கோழியும், முட்டையும், மீனும், கறியும் தின்ற படையாச்சி! பகலுக்குப் பிறகு, வெங்காயத்தைப் பார்த்தாலே முகம் சுளிக்கிற பூஜைப் பார்ப்பான். இன்று பகல் வரையில் தம்பம்பட்டிச் சுருட்டும் சாயபு பீடியும் பல்லால் கடித்துப் பற்ற வைத்த படையாச்சி. பகலுக்குப் பிறகு கோவில் கருவறையில் விளக்கை ஏற்றி வைக்க வேண்டிய கோவில் பார்ப்பான்" என்கிறார்.

தன் சமூகத்தோடு சேர்ந்து வாழ்பவன் மனிதன், ஒருவன் தன் சமூகத்திலிருந்து விலகியிருக்கும்போது, தன் சுயமிழந்து நிற்கும்போது, தன் பிறப்பின் ரகசியமே தெரிந்திருந்தாலும், உரிமையோடு தான் சார்ந்த சமூகத்தோடு உறவுகொள்ள முடியாதபோது, தன் மீது சார்த்தப்பட்டிருக்கும் சமூகத்தின் பழக்க வழக்கத்திலிருந்தும் பண்பாட்டிற்காட்டப்பட்டிருக்கும்

வாழ்முறையிலிருந்தும் தன்னை விடுவித்துக்கொள்ள முயன்றாலும், தன்னால் விடுபட முடியாதபோது ஏற்படும் மனப்போராட்டம் மிகப்பெரியது. உளவியல் சார்ந்து, தான் ஒரு செல்வாக்கு மிகுந்த குடியில் பிறந்திருந்தாலும் அதை அடைந்துவிட முடியாதபடி தவிக்கும் ஓர் ஆன்மாவின் ஆசைகளை, போராட்டங்களை, துடிப்புகளை உணர்வுபூர்வ உயிரோட்டத்துடன் தி.ஜா. நடத்திச்செல்கிறார். எவ்வளவு பெரியவனாயிருந்தாலும், காற்றினால் அடித்து அலைக்கழிக்கப்படும் இலையாய் வாழ்வு ஒருவனை அடித்துப்போட்டுத் துவைத்து அலைக்கழிக்கையில், பற்றுக்கோடாகக் கிட்டும் ஏதோ ஒன்றினைப் பற்றிக்கொள்ளத்தான் வேண்டும், அப்பற்றுக்கோடும் தன் மீது பற்றும், இரக்கமும் கொண்டதாயிருப்பின் இன்னும் கூடுதல் பலமளிக்கும். அலைக்கழிக்கப்பட்டு மரணம்வரை சென்று காப்பாற்றப்படும் சிவஞானம், தான் பார்த்தது வரையில் சைவத்தைத் தவிர வேறு எதையுமே உண்ணாத தனக்காகவே வாழ்ந்த யோகாம்பாளைப் பார்க்கிறான். “யோகாம்பாள் ஒன்றுமே சொல்லவில்லை, கன்னத்தில் கையை வைத்து அவனையே பார்த்தாள், அந்தப் பார்வையில் ஒன்றில்லை – இரண்டில்லை – என்னென்னமோ குழப்பங்கள் எல்லாம் தெரிந்தன. ஏக்கம், வியப்பு, சோகம், பித்துப் பிடித்த பிரம்மை, அட நன்றி கெட்ட புழுவே... என்ன என்னமோ”. தன் பிறப்புக்குக் காரணமானதைத் தவிர வேறு ஏதுமறியாது இறந்துபோன தாயைவிட, தனக்காகவே வாழ்நாள் முழுவதும் வாழும் யோகாம்பாளின் தியாகம் அவன் நெஞ்சை உறுத்துகிறது. மீண்டும் அவன் சென்னையிலிருந்து ஊருக்குத் திரும்புகையில், பூணுலைக் களைந்து ரயில் ஜன்னல் வழியாக எறிந்துவிட்டு, மறுபடியும் படையாச்சியாகிறான். “கெட்ட புள்ளைங்கதான் உண்டு; கெட்ட தாயாருங்களே இருக்க முடியாது” எனக் கதையை நிறைவுசெய்கிறார் தி.ஜா.

சாதி, கலாச்சாரம், பண்பாடு, இப்படி என்னென்னவோ சேர்ந்து, ஒரு தனிமனிதனை அடையாளப்படுத்துகின்றன. ஆனால், அவற்றையும் தாண்டிய உணர்வு நிலைகள், மனிதனை மனிதனாக உருக்கொள்ளச் செய்கின்றன. சமூகம் விதித்திருக்கும் கட்டுப்பாடுகளையும் தாண்டிப் பாசம், அன்பு, தியாகம் போன்றவை ஒருவரை அதிகமாக ஆட்சி செய்கின்றன. எப்போதோ தொலைந்துபோன அற்ப அந்தஸ்துக்காக, இன்று ஓடித் திரிவதைவிட, அன்பு பாசத்தின் முன் அடிபணிவதே மனிதனை மனிதனாக்குகிறது. இங்கே தி.ஜா.வின் சிவஞானம் மனிதப் பேதங்கடந்த மனிதனாகிறான். இயல்பாகவே, மனித மனம் எல்லாவற்றோடும் தன்னை ஒப்பிட்டுக்கொள்கிறது. அந்த ஒப்பீடு அங்கலாய்ப்பாகிறது. மற்றவரிடமுள்ள ஒன்று தன்னிடமில்லாதபோது, அது பொறாமைகொள்கிறது, பொறாமை கோபமாக, கோபம் ஒருவித வெறியாக, அவ்வெறி ஒருவரைக் கொல்லுமளவுக்கும் கொண்டுபோகிறது. இத்தகைய ஒப்பீடு பெரியவர் சிறியவர் என்று எவரிடமும் தன் தகுதியையும், வயதையும், பிற யாவற்றையுமே மறந்து பகைகொள்ளச் செய்கிறது என்பதைத் தி.ஜா. ‘அவலும் உமியும்’ குறுநாவலில் பதிவிட்டுள்ளார்.

சுமார் அறுபது வயதைக் கடந்த காயாப்பிள்ளை, அவர் வீட்டில் குடியிருக்கும் நாலரை வயதுக் குழந்தை ஏகாம்பரம் மீது கொள்ளும் வெறுப்பே, ‘அவலும் உமியும்’. இயல்பாகவே பொறாமைக்குணம், மனிதர்

அனைவருக்குமே வாய்த்த ஒன்று. அதுவும் தன்னிடமிருப்பதைவிட வேறொருவரிடம் ஒன்று மேலோங்கியிருக்கும்போது, அது ஒருவித உறுத்தலை ஏற்படுத்திக்கொண்டேயிருக்கிறது என்பதைத் தி.ஜா. ஒவ்வொரு நிகழ்வு மூலமும் இதில் விளக்குகிறார். கையும் காலும் சூம்பி, சூணா வயிறு பட்டு நிற்கும் தன் பேரப் பிள்ளையை இரண்டு முழங்காலிலும் வைத்து மேலே தூக்கி, தென்னை மரத்தில் தேங்காய்ப் பறித்துப் போடும் விளையாட்டுக் காட்டுகிறார். இதே விளையாட்டைக் கேட்டுக் காயாப்பிள்ளையிடம் வந்து நிற்கிறான் ஏகாம்பரம். தன்னையும் அதைப்போல முழங்காலில் வைத்தாட்டச் சொல்கிறான். பேரனின் நிலை கண்டு வேதனைப்படும் காயாப்பிள்ளையின் மனது, ஏகாம்பரத்தைக் கண்டு பொருமுகின்றது. இப்பொருமல், காயாப்பிள்ளையின் மனைவிக்கும் இருக்கத்தான் செய்கிறது. "தாத்தா என்னையும் தூக்குத் தாத்தா... காதில் விழாததுபோல் பேரனை, எலா இஞ்ச வாடான்னா" என்றழைக்கிறார்.

ஏகாம்பரம் மறுபடியும், "தாத்தா என்னையும் லட்சுமணனைத் தூக்கினாப்போலத் தூக்குத் தாத்தா" என்கிறான். காயாப்பிள்ளையின் முகம் மறுபடியும் சுளிக்கிறது. கண்ணை அகட்டி, முழி இரண்டையும் உருட்டிச் சுட்டுவிடுகிறாற்போல வெறித்துப் பார்க்கிறார். "பாத்தில்ல இதை. ஈயக் குண்டு மாதிரில்ல கனக்குது. இதென்ன புள்ளையா, அம்மிக் கல்லாங்றேன்" என்னும் காயாப்பிள்ளையிடம், "அம்மிக் கல்லா? அது திங்கறதைப் பார்க்கணுமே, அது நாலு வயதுப் புள்ளையாவா திங்கிது. ஆத்தாடி – இம்மாஞ் சோறுல்ல வேண்டியிருக்கு" என்று கையைப் பானையளவுக்கு அகட்டிக் காட்டுகிறாள் காயாப்பிள்ளை மனைவி. இப்படிப் பெரும்பான்மை சம்பாஷனையும், சதா சர்வகால நினைப்பும் காயாப்பிள்ளைக்கு ஏகாம்பரத்தைப் பற்றித்தான். அவர் வீட்டில் குடியிருக்கும் மற்ற யாரையும்விட, அவரை உறங்கவிடாது செய்பவன் ஏகாம்பரம்தான். ஏனெனில், இன்னொரு குடித்தனக்காரரான கங்காதரசாமிக்கு இரு குழந்தைகள் இருந்தாலும், இரண்டுக்கும் வயிற்றில் கட்டி. ஆனால், ஏகாம்பரம் மொழுமொழுவென்று அரைஞாணில் நாய்க்காசுகளும் தலையில் சுருள்சுருளாக முடியுமாக வந்து நிற்கும்போது, அவருக்கு மனசு தாங்காது. அவன் இடுப்பைப் பார்த்தும், காயாப்பிள்ளைக்கு உடம்பு காயும், உதட்டைக் கடிப்பார், பல்லைக் கடிப்பார். உருட்டி உருட்டி முழிப்பார். ஒருமுறை தான் தின்று கொண்டிருக்கும் முறுக்கைக் கேட்டு நிற்கும் ஏகாம்பரத்தின் தலையில் தன் கைத்தட்டால் ஓங்கியடித்து விடுகிறார். இதைப்போலக் கதை கேட்பதற்காக ஏகாம்பரத்தின் தாய், காயாப்பிள்ளையிடம் குழந்தை தூங்கிக்கொண்டிருக்கிறான், பார்த்துக் கொள்ளுங்கள் எனச் சொல்லிச் செல்கையிலும், அழும் குழந்தையை எடுத்துக்கொண்டு அவளிடம் போகும் காயாப்பிள்ளையின் உடலில், குழந்தையின் வழவழப்பான உடல் பட்டதும் மீண்டும் வெறிவந்து விடுகிறது. இரு கையாலும் குழந்தையை இறுக்குகிறார்; கன்னத்தைக் கிள்ளுகிறார். இப்படி ஏதாவது ஒன்றைச் செய்வதும், பின் அதற்காக வருந்துவதும், மீண்டும் வெறுப்பும் கோபமும் ஆவேசமும் பொங்கிக்கொண்டு வருவதும் அவருக்கு வாடிக்கையானதுதான். காயாப்பிள்ளை சாமன்யமானவரா? இல்லை; கம்பராமாயணம், கைவல்ய நவநீதம், பிரபுலிங்கலீலை, அருட்பா எல்லாம் படித்தவர். சிவபூஜை செய்பவர். தீட்சை எல்லாம்கூடப் பெற்றவர்.

இருந்தும் ஒரு சிறு குழந்தையின் வளர்ச்சி ஒருவிதமான வன்மத்தை, அவருக்குள் வளர்த்திருந்தது. ஒரு சிறு குழந்தையை இப்படி வருத்துவதா எனத் தன்னையே நொந்துகொள்வதும், மீண்டும் அதையே செய்வதுமாக இருக்கிறார். அவலும் உமியும் கலந்து கலந்து மாறி மாறிப் பின் இடிக்க இடிக்க, இடித்துப் புடைக்க அனைத்துமே அவலாக மாறுவதைப்போல காயாப்பிள்ளையின் வெறுப்பு அனைத்துமே மாறி ஒருநிலையில் தம் தவறுக்கு வருந்தி, இறுதிக் கடனுக்காகத் தாம் வைத்திருந்த பணத்தில் ஏகாம்பரத்திற்கு நகை வாங்கிக்கொண்டுபோய்க் கொடுத்துவிட்டுப் பழநி நோக்கிச் சென்றுவிடுகிறார்.

மனித மனத்தில் தோன்றும் அவலங்களையும், அதனால் வரும் துன்பங்களையும், எப்படியாயினும் உள்மனம் குத்தப்பட்டு ஏதோ ஒருவகையில், ஏதோ ஒருநிலையில் ஒரு மனிதன் மனம் வருந்தித்தானாக வேண்டும். அதுவே இயற்கை. அந்த உள்மன ஞானம் எப்பொழுது வேண்டுமென்றாலும் தோன்றலாம். திடீரெனப் பிறப்பதுதானே ஞானம். இதைத் தி.ஜா., இந்தக் குறுநாவலில் வெளியிட்டுள்ளார். “உமியை ஊதிப் பார்த்தேன், இத்தினி காலமா. போகலே, சலிக்கச் சலிக்க உமி கொஞ்சம் இருந்துகிட்டே இருந்துது – இப்ப எல்லா உமியும் போயிட்டுது... அவல்தான் மிச்சம்” எனும் காயாப்பிள்ளை, தம்மிடம் ரயிலில் பேச்சுக் கொடுக்கும் சாயுபுவிடம், “அந்தாலே பாருங்க. அந்த வலியன் குருவி ஒருச்சாண் நீளம்கூட இல்லை. ஒருமுழம் நீளம் இருக்கு அந்தக் காக்கா. அதைக் குட்டிக்கிட்டே போவுது பாருங்க” என்கிறார். இப்படித்தான் தி.ஜா., ‘அவலும் உமியும்’ கதையை முடிக்கிறார். இதன் ஒட்டுமொத்த சாராம்சத்தையும் தி.ஜா., இந்த வலியன் – காக்கை உருவகத்தில் வைத்துவிடுகிறார். ஒரு தத்துவார்த்தப் போக்கில் இந்தக் கதையைத் தி.ஜா. நகர்த்தியிருக்கிறார் என்பதைக் கதைத் தலைப்பே நன்குணர்த்திவிடுகிறது. தன்னைவிட உருவத்தில் பெரிய காகத்தை ஒரு சிறிய வலியன் குத்திக்கொண்டே செல்கிறது. இதில் காகம் காயாப்பிள்ளைக்கும் வலியன் ஏகாம்பரத்திற்குமான உருவகங்கள். உருவத்தில் சிறிய வலியன் தன்னைவிடப் பெரிய காகத்தைக் கொத்தித் துரத்துகிறது. அதைப்போல் தன்னைவிட வயதில் மூத்த, எல்லாம் அறிந்த, எதையும் செய்யத் திராணியுள்ள காயாப்பிள்ளையை, சிறுவன் ஏகாம்பரம், கொஞ்சம் கொஞ்சமாக அவர் மனத்தில் பதிந்திருந்த அழுக்கைக் களைந்து, உலகப் பற்றுகள் அனைத்தையுமே விட்டுவிட்டு, வெறுத்து ஓடச் செய்கிறான். எவ்வளவு மோசமான மனிதனையும், சூழலும் சுய மதிப்பீடும், ஒருநேரத்தில் இல்லையென்றாலும் ஒருநேரத்தில் மனம் மாறச் செய்துவிடுகின்றன. ஞானம் வந்தபின் அனைத்துமே அற்பமாகிறது. தான் நேசித்த, மிகவும் பற்றுக் கொண்ட, வெறுத்த, உதாசீனப்படுத்தின என யாவும் மறைந்து மனது நின்றுவிடுகிறது என்பதைத் தத்துவார்த்தப் போக்கில் தி.ஜா. விளக்குகிறார்.

முத்தப்பன் என்ற சிறுவனின் பார்வையில் விரிகிறது தி.ஜா.வின் ‘நாலாவது சார்’ என்ற குறுநாவல். சிரித்தால் ஈறெல்லாம் தெரிய நாணத்துடன் சிரிக்கும் நாலாவது சாரின் கையில், வெறும்பனை ஓலைகூடத் தாமரையாய், கிளியாய், பொம்மையாய்ப் பல வடிவங்கள் எடுக்கின்றன. அக்கா சார், ஆத்தா சார், அம்மாமி சார், லூசு சார் என யார் அழைத்தாலும் அதைப்

பெரிதாகவே எடுத்துக் கொள்ளாதவர்; சம்சார இணைவில் அக்கறை காட்டாதவர். எப்பொழுதும் ஒருவிதப் புன்னகையோடு இருக்கும் நாலாவது சார் தவிர மற்ற எல்லோருமே லூசுதான் என்று தோன்றும் முத்தப்பனுக்கு. நாலாவது சாரை இப்படிக் கிண்டல் செய்பவர்களை, நடந்துபோகும்போது ஒரு காலைக் கொடுத்துக் குப்புற விழச்செய்துவிட வேண்டும் என நினைப்பான். சுந்தரேசனையும் இப்படித்தான் ஒரு தடவை விழச்செய்ய வேண்டும் எனத் தோன்றும் அவனுக்கு. சுந்தரேசன் சீதை ஆச்சியின் மகன். தாலுக்கா ஆபீஸ் குமாஸ்தா. தந்தை இறந்தபின் சீதை ஆச்சி சமையல் வேலை செய்து, கறிவேப்பிலை கொத்த மல்லியெல்லாம் விற்று அவனைப் படிக்க வைத்தாள். ஆனால், திருமணம் ஆனபின், அவன் சீதை ஆச்சியைத் தனியே விட்டுவிட்டு வேறு குடித்தனம் போய்விட்டான் என்ற ஆதங்கமே சுந்தரேசனைக் கீழே தள்ளி மிதிக்கும் நினைப்பைத் தூண்டுகிறது. நாலாவது சார்தான் சீதை ஆச்சிக்குப் பாதுகாப்பு. எப்படியாவது அவளை, அவள் விருப்பப்படி காசி ராமேஸ்வரம் அழைத்துப் போய்விட வேண்டும் என்பது அவரின் ஆசை. அதற்காகவே யாரிடமும் தன் கைத்தொழில் மூலம் காசு வாங்காத நாலாவது சார், தன் பள்ளிக்கு இன்ஸ்பெக்ஷன் வந்த அதிகாரி மூலமாக, மெட்ராஸில் உள்ள பெரிய கடைக்குப் பொம்மைகள் செய்துதர ஒப்புக்கொள்கிறார். ஆனால், காசி கிளம்ப ஒரு வாரமிருக்கும் முன், சீதை ஆச்சி இறந்துவிடுகிறாள். மனைவியோடு இணைவதைக்கூட அசிங்கம் என்று நினைத்துக் கண்களை மூடிக்கொள்ளும் நாலாவது சாரின் மனைவிக்கும் குழந்தை பிறக்கப்போகிறது எனக் கதை முடிகிறது.

முத்தப்பன் சிறியவனாயிருந்தாலும், பெரியவர்களைப்போலச் சிந்திப்பவனாகவும் பொறுப்புணர்ச்சி மிக்க நல்லவனாகவே வளரும் அடுத்த தலைமுறையைச் சார்ந்தவனாகவும், அநியாயத்தைக் கண்டு கொதித்தெழுபவனாகவும், கோபப்படுபவனாகவும் தி.ஜா.வால் சித்தரிக்கப்படுகிறான். அதே சமயத்தில், நாலாவது சார் பெரியவராகவே இருந்தாலும், குழந்தைத்தனம் மிக்கவராக, வளர்ந்த மனிதருக்கே உரிய சூழ்ச்சியோ சூதுவாதோ இல்லாதவராகவும், எப்பொழுதும் சிரித்தபடியே எதையும் பொருட்படுத்தாது கடந்துபோகிறவராகவும், தன் மகனால் கைவிடப்பட்ட சீதையாச்சியின் கடைசிக் கால ஆசைகளை நிறைவேற்றத் துடிப்பவராகவும், ஊரில் உள்ளவர்கள் அக்கா, அம்மா என நையாண்டி சொல்வதைப் பெரிதுபடுத்தாதவராகவும், காசு சம்பாதிக்கும் கைத்தொழில் தன்னிடமிருந்தும் தன் கலையைத் தன் தேவைக்குப் பயன்படுத்திக் காசு சம்பாதிக்காத நினையாதவராகவுமே கதை முழுதும் காட்டும் தி.ஜா., சீதையாச்சி இறப்புக்கு வருந்தியபோழும் அவளின் மகன் சுந்தரேசனைச் சாது மிரண்டால் காடு கொள்ளாது என்பதுபோல அடித்துத் துவைத்து விடுவதாகவும் காட்டுகிறார்.

ஆண் பெண் இணைவு என்பது, இயல்பான ஒரு செயல். இது இயற்கையின் நியதி. அந்த இயல்பான நிகழ்வைக்கூட, அசிங்கம் என நினைத்து வெக்கப்பட்டுச் சிரிக்கும் ஒரு வெகுளி மனிதர்தான், தி.ஜா.வின் 'நாலாவது சார்'. "சார், உங்களுக்கு ஏன் சார், குழந்தையே பெறக்கலே?"; "அசிங்கப்பேச்செல்லாம் பேசப்படாது"; "நான் என்ன சார், அசிங்கமாகச் சொன்னேன்?"; "அசிங்கம்தான் இது. கொழந்தை பொறக்கறது அசிங்கம்

இல்லியா? அசிங்கம் பண்ணித்தான் கொழந்தை பொறக்குது" என்கிறார். பலரும் கூசும் செயல்களைச் சிலர் அசிங்கமின்றிச் செய்ய, இயல்பான ஒன்றைக்கூட அசிங்கமாக எண்ணும் அப்பாவி அவர். சீதை ஆச்சியின் மகன் சுந்தரேசனைப்போல், வயதான காலத்தில் தன் தாய் தகப்பனைப் பராமரிப்பதை விட்டுத் தான் மட்டும் தன் மனைவி, மக்களுடன் சுக வாழ்க்கை வாழ்வதை அசிங்கம் எனக் கருதாத ஒரு சமூகத்தில்தான் நாலாவது சார் போன்றவர்களும் வாழ்கிறார்கள் என்பதற்கான மாதிரியாகத்தான், நாலாவது சாரைப் படைத்துள்ளார் தி.ஜா.

கோட்டு சூட்டு, கடுக்கன் எனத் திரியும் துடுக்கான ஆண்கள் மத்தியில் மிகச் சாமான்யமானவராகத் தோன்றுபவர் நாலாவது சார். அவருக்குப் பித்துக்குளி சார். ஆத்தா சார், இளிச்ச வாத்தியார் என்று எத்தனையோ கேலிப்பெயர்கள் வைத்திருக்கிறார்கள். ஆனால், அவர் மாதிரி யாருமே வாழ்வதில்லை. "அவர் சற்றுக் கூனல் ஆனால் உயரம், ஒல்லி, எப்போதும் சிரித்த மூஞ்சி. கோடு போட்ட சட்டை, அந்தச் சட்டைப்பை எப்போதும் நிறைந்துதானிருக்கும். பட்டாணிக் கடலை, சூடவில்லை, பப்பர்மிண்ட், ரோஜாக்கலரில் மிட்டாய் வில்லைகள், ஒருகட்டு பென்சில் இத்தனையும் இருக்கும்... அஞ்சாவது சார், மூணாவது சாருக்கு எல்லாம் அடிக்கிறது, விரட்டுகிறதைத் தவிர வேறு ஒன்றுமே தெரியாது. வகுப்பில் கொன்னுப்பிடுவேன் கொன்னுப்பிடுவேன் என்று அவர்கள் ஓயாமல் கத்தின மணியமாகத் தானிருக்கும். நாலாவது சார் கையிலோ, பிரம்பே இருக்காது. அவர் யாரையும் கொன்னுப்பிடுவேன், கொன்னுப்பிடுவேன் என்று பயமுறுத்தமாட்டார். உலகத்தில் எதெதெல்லாம் உயர்வானது எனப் படுகின்றதோ, மேன்மையானது எனப்படுகின்றதோ அவை எல்லாவற்றிலுமிருந்து விலகியிருப்பவரே தி.ஜா.வின் நாலாவது சார். ஒரு நல்லதைச் செய்ய மிகப் பெரிய பலமோ, தான் பெரியவன் என்கின்ற எண்ணமோ, தன்னால்தான் இதைச் செய்ய முடியும் என்ற ஆணவமோ தேவையில்லை. அன்பு என்கிற ஒற்றைச் செயலால் எதையும் செய்துவிட முடியும் என்பதையே தி.ஜா., நாலாவது சார் மூலம் சொல்கின்றார். யார் எதைச் செய்கிறார்கள் என்று வேடிக்கை பார்ப்பதை, ஏளனமாய்ப் பேசுவதை விடுத்துத் தன்னால் முடிந்ததைப் பிறர்க்குச் செய்துவிட்டுப் போகும் ஒரு பாத்திரமாகவே, தி.ஜா.வால் அவர் படைக்கப்பட்டுள்ளார். உலகத்திற்காக வாழும் வாழ்க்கையில்லை, உள்ளத்திற்காகவே வாழும் வாழ்வே உன்னதம். அதிலும் எவர்க்கும் தீங்கின்றி வாழும் வாழ்வே பெருவாழ்வு. உருவு கண்டு எள்ளாமை வேண்டும் என்று வள்ளுவன் சொல்வதைப்போல உருவம் பெரிதில்லை, மனிதனின் உள்ளமே பெரிது என்பதையே தி.ஜா.வும் இங்கே நிறுவுகிறார்.

இருட்டு, மெதுவாக அவிழத் தொடங்கி, அழகிய இளம் பெண்களோடு காலை புலர்கிறது. கால்விழிப்பும் அரைவிழிப்புமாக எதைப் பார்ப்பது? தலையை ஆட்டி ஒருவிதத் தாளத்துடன் கொத்தும் சேவல்களையா, கூட்டமாய் வந்திறங்கிக் கூவிக் கொத்தும் புறாக்களையா, கோலம் போடுகிற கால்களையா என்று தெரியாது அமர்ந்துள்ள ஆண்களோடு திகழும் சந்நிதித் தெருவின் அழகோடு சேர்த்துப் பட்டுவையும் அறிமுகம் செய்கிறார் தி.ஜா. மொழுமொழு என்று பூசின வகையான பாதங்கள், தூக்கிச்

செருகிய சீட்டிப் பாவாடை, அப்பாவின் ஒற்றை ஜரிகை போட்ட அங்கவஸ்திரத்தையே சிற்றாடையாக்கி அணிந்துகொண்டிருக்கும் பட்டுவின் ஆசைகளும், வேண்டுதல்களும்தான் தி.ஜா.வின் ‘தோடு’. தந்தையின்றித் தாயுடன் இட்டிலி விற்று, அதுவும் இல்லையென்றால் நாளை சாப்பாட்டுக்கே வழியில்லை என்ற நிலையுடன் வறுமையில் வாடும் ஏழைப்பெண் பட்டு. அவளுக்கு எப்போதுமே, கல்யாணம் தாத்தாவின் மகனான கிருஷ்ண பரமாத்மா போலுள்ள முத்துராமுவின் மேல்தான் ஆசை. அதற்காகக் கோயிலில், தேவியிடம் ஓர் ஒப்பந்தமும் செய்துகொள்கிறாள். முத்துராமுவுடன் திருமணம் நடந்தால், அவளுக்கு ஒரு ப்ளூ ஜாகர் தோடு போடுவதுதான், அந்த ஒப்பந்தம். முத்துராமுவுடன் அவளுக்குத் திருமணமும் நடக்கிறது. ஆனால், அவள் நினைத்ததுபோல், அவன் அவ்வளவு நல்லவனில்லை. வீட்டு வேலை செய்யும் சின்னம்மாவுடன் அவனுக்குப் பழக்கமிருக்கிறது. பின் சின்னம்மாவின் தொடர்பை விட்டுவிட்டுப் பட்டுவுடனே இணைகிறான் என்பதாகத் தோடைத் தி.ஜா. முடிக்கிறார்.

‘தோடு’ கதையில், ஓர் எதிர்நிலைப் புனைவைத் தி.ஜா. முன் வைத்துள்ளார். நாவலின் நாயகியான பட்டுவுக்குப் புளியங்கொட்டை களைப் போட்டுத் தூக்கி எறிந்து புறங்கையில் பிடித்து விளையாடும் பெண் பிள்ளைகளோடு விளையாட விருப்பமில்லை. பையன்கள்தான் அவளின் தோழர்கள். சடுகுடு, பிள்ளையார்ப் பந்து, பேய்ப் பந்து போன்றவையே அவளின் உயிர். அதற்காக அவள், சதா சர்வ காலமும் அம்மாவிடம் திட்டு வாங்கிக்கொண்டேயிருப்பாள். “ஏண்டி பட்டு! உனக்கு உடம்பிலே வெக்கம், சொரணை ஏதாவது இருக்கோ? மேலாக்கையும் போட்டுக்கிட்டுப் புருஷப் பசங்களோட சலாங்குடு ஆடறே! மணல்லெ விழுந்து பெரள்றே. ஏண்டி, நீ என்ன பொம்மனாட்டி ஜன்மமா, குதிரையா? துளிக் கூச்ச நாச்சம் இல்லாம? ஊரிலே யாராவது பொண்ணாப் பிறந்தது ஏதாவது, இந்த மாதிரி ஆம்பிள்ளைகளோட விளையாடறதோ . . . நீ மட்டும் ஏண்டி இப்படிச் சுத்தறே! பொண் குழந்தைனா பொண் குழந்தைகளோடு கலந்துக்கும், பாண்டி ஆடும், பல்லாங்குழி ஆடும் – இப்படியா நாய் மாதிரி ஆம்பிள்ளைப் பசங்க மேலே தெருவிலே புரளும்” என்பதுபோலத் திட்டுவாள், பட்டுவின் அம்மா. பெண் பிள்ளைகளோடு பழகாமல் ஆண் பிள்ளைகளோடு பழகி அவர்களுக்கு ஈடு கொடுப்பவள், “மூச்சுப் பிடித்து, காலால் எட்டி ஒரு பயலின் மூக்கில் கால் விரலால் தேய்த்துவிட்டு ஓடி வருவாள். தன் பக்கம் மூச்சுப் பிடித்து வருபவனைக் காலைப் பிடித்திழுப்பாள், ஒரே கட்டாகக் கட்டி வீசியெறிவாள்”. இப்படி ஆண் பிள்ளைகளோடு பழகினாலும், ஒன்றுமறியாத குழந்தைமைத் தன்மை நிரம்பப்பெற்றவள். எனவேதான் ப்ளூ ஜாகர் தோட்டின் விலைகூடத் தெரியாமலே, தேவிக்கு அணிவிப்பதாய் வாக்குத் தருகிறாள். அதைப் போலவே, முத்துராமுவோடு பழகும் சின்னம்மாளை வேலையிலிருந்து நீக்கி நிறுத்தியதற்கும் உண்மை புரியாமல் வருத்தப்படுகிறாள்.

இப்படி ஒன்றுமறியாத, பக்குவம் போதாத ஒரு குழந்தையைப்போலவே தி.ஜா. அவளைப் படைத்துக் காட்டுகிறார். இதற்கு நேர்மாறான புனைவு முத்துராமு. பார்ப்பதற்கு மிகவும் சாதுவான, கிருஷ்ண பரமாத்மா போன்ற தோற்றம் அவனுடையது, அவனின் வேட்டி நுனிகூட அழுக்காவதில்லை.

அவன் உள்ளங்காலில்கூடத் தூசியிராது "பிறவி கிருஷ்ணன் மாதிரி. அவன் கண்கூட எப்பொழுதும் மை இட்டதுபோல இருக்கும் அப்படி ஒரு கருப்பு. இப்படிப் பால் வடிகிற முகத்துக்கு, இந்த மாதிரி பெரிய கறுத்த, நீர் மிதக்கிறாற்போலக் கண்ணுமிராவிட்டால், இப்படிக் கிருஷ்ணன் மாதிரி இருக்க முடியும்" எனப் பட்டுவின் பார்வையில் முத்துராமுவைப் படைத்துக் காட்டுகிறார் தி.ஜா. ஆனால், இந்தக் கற்பிதங்களுக்கு நேர்மாறானவன் முத்துராமு. சமூகத்தில் சாதாரணமாக நிகழும் வாழ்வியலை, இங்கே கதைக் களமாக்கியுள்ளார். அவரின் பெரும்பான்மைக் கதைகள், சமூகத்தில் அன்றாடம் நம் கண்முன் தோன்றி மறைபவைதான். 'தோட்டில்', மிக ஏழ்மையாக, வாழ்வதற்கே வழியற்ற பட்டுவை அதிகமாகப் பணம் புழங்கக்கூடிய, மூன்று நான்கு பெரிய வீடுகளுக்குச் சொந்தக்காரரான கல்யாணம் தாத்தா, தன் மகன் முத்துராமுவுக்குத் திருமணம் செய்துகொள்கிறார். ஆனால், அவர் சேர்த்த பணம் நேரிய வழியில் வந்ததில்லை. திருடிச் சம்பாதித்தது. பணம், அனைத்தையும் மறைத்துவிடுவதைப் போலவே தோன்றுகிறது. நிச்சயம் அப்படியில்லை. இழந்துபோன பேர் இழந்ததுதான். திரும்பிப் பழைய நிலை அடைய வாய்ப்பேயில்லை என்பதையே தி.ஜா., மிக அழகாகப் பதிவுசெய்கிறார்.

எவன் வலிய வந்து, ஏழைப் பெண்ணைக் கல்யாணம் பண்ணுவான்? திருடனுக்குப் பெண், எவன் கொடுப்பான்? கிருஷ்ண பரமாத்மாபோலப் பார்வைக்குத் திவ்யமாயிருந்தாலும், அவன் கடவுளில்லை. காசு பணம் திருடுறது மட்டும் திருட்டில்ல, அடுத்தவன் பொண்டாட்டி மேலே வைக்கிற ஆசையும் திருட்டுதான். இங்கே திருடுபவனுக்கு வலி தெரிவதில்லை. பொருளைப் பறிகொடுத்தவனுக்கே வலியும் ஏமாற்றமும். இயல்பான இந்த உலகியலைப் போகிற போக்கில் தி.ஜா. உணர்த்திவிட்டுக் கடக்கிறார். "அவளைத் திருடலெ – அவனைத்தான் திருடியாறது இப்ப... நகையைத் திருடினா, காதிலெ போட்டுண்டு இருக்கிறவாளுக்குத்தான் மனசு கொதிக்கும். தோட்டைத் திருடினா, தோட்டுக்குக் கோபம் வரும்" என்கிறான் முத்துராமு. ஒருவகைத் தூய்மையோடும் பொலிவோடும் காணப்படுபவை எல்லாம், உண்மையில் தூய்மையானவை இல்லை. காட்சிப்பிழைகளாய்த் தோன்றுபவையே இந்த உலகில் அநேகம். நல்லதும் கெட்டதும், உண்மையும் போலியுமாய் மலிந்து கிடப்பதே இவ்வுலகின் இயல்பு. திருடனாய்ப் பார்த்துத் திருந்தாவிட்டால் திருட்டை ஒழிக்க முடியாது என்பதுபோல, அவனவன் தன் நெஞ்சு சுட்டுத் தன் தவறை உணராதவரை, தவறு ஒழிய வழியில்லை. இந்த உலகம், தன் இயக்கத்தை நிறுத்தப்போவதில்லை. அது இயங்கிக்கொண்டேதானிருக்கும். அதுபோல் கடவுளின் கண்களும் சுற்றிக்கொண்டேதானிருக்கும். உலகின் கண்களில் படாதது எல்லாம், கடவுளின் கண்களில் படாமலிருக்க முடியாது என்கிற பயம்தான், மனிதர்களைத் தீமை செய்யச் சற்று யோசிக்க வைக்கிறது. எனவேதான் தோடிலும்கூட முத்துராமு, "புவனேஸ்வரிக்குத் தோட்டைப் பண்ணிப் போட்டா, அந்த ஜெயில் கிடைச்சுடுமோல்லியோ?... உன் புவனேஸ்வரியின் ஜெயில்தான். அவ கண்ணிலேர்ந்து தப்பிச்சுண்டு ஓடிவிடாமலே, கட்டுப்பட்டுக் கிடக்கிற ஜெயில்" என்கிறான். தன் தவறுகளிலிருந்து ஒரு மனிதன் வெளியேறுவதற்கான ஏதோ ஒருவகைத் தீர்வுதான் ஆன்மீகமும். ஏதோ ஓர் உணர்வு அது. ஆன்மீகமோ, ஆன்மீகம்

கடந்ததோ. ஆனால் உலகில் அது சில திருத்தங்களைச் செய்தால் போதும், கயமைகளைக் களைந்தால் போதும் என்பதையே தி.ஜா. இங்குப் பேசுகிறார்.

சூழ்நிலைகளும், அடக்க முடியாத மனித மனமும்தான் எல்லா வற்றிற்கும் காரணமாகிறது. இயல்பில் சாதாரணமான மனிதர்கள் தம் தவறை உணரும்போது அசாதாரணமானவர்களாக உருக்கொள்கிறார்கள் என்ற ஓர் உலகியலையே பேசுகின்றன தி.ஜா.வின் படைப்புகள். நாம் அன்றாட வாழ்வில் சமூகத்தில் பார்க்கக்கூடிய பாலியல் அத்துமீறல்களையும், உறவுப் பிறழ்வுகளையும் மையமிட்டதே தி.ஜா.வின் 'அடி' என்ற குறுநாவல். மிலிட்ரி டைரக்டர் செல்லப்பாவுக்கும், சிவசாமி மனைவியான பட்டுவுக்கும் ஏற்படும் ரகசிய உறவே கதைக் களமாகியுள்ளது. எங்கும் ஒரு வேலையிலும் நிலைகொள்ளாதிருக்கும் சிவசாமி, பட்டுவின் கணவன். பட்டு செல்லப்பாவின் தூரத்துச் சொந்தம். சிவசாமிக்கு டெல்லியில் வேலை வாங்கித் தருகிறார் செல்லப்பா. ஐம்பது வயதை நெருங்கும் செல்லப்பா, டெல்லிக்கு வரும் போதெல்லாம், அவரை வரவேற்கச் சிவசாமியும் அவர் மனைவி பட்டுவும் வருவதுண்டு. சிவசாமி வராத நேரத்திலும், பட்டு வந்து அவரை வரவேற்பாள். முப்பது வயதைத் தாண்டிய பட்டுவுக்கு, இரண்டு பிள்ளைகளுக்குத் தகப்பனான செல்லப்பாவின் மேல் ஒருவித ஈர்ப்பு ஏற்படுகிறது. செல்லப்பா ஊருக்கு வந்து திரும்பும்போதெல்லாம் ஒருவித வெறுமை பட்டுவுக்கு வருகிறது. பின் அது இருவருக்குமிடையே நெருங்கிய உறவாகிறது. அவருக்கும் ஒருவருஷமாகவே ஒருதினுசான வியப்பிருக்கிறது. பட்டுப் பேசுவது, அவளின் மேனிச் செழிப்பு அத்தனையும் அவருள் ஒருவித உணர்வைக் கிளர்த்துகின்றன. "ஐம்பதாவது வயதில் – செல்லப்பாவுக்கு இவையெல்லாம் இதுவரை கேட்காத சொற்கள் – இதுவரை எட்டாத உணர்வு. இதுவரை மனதில் படாத மெல்லிய நுட்பங்கள்... நான் ஒரு பொம்மனாட்டி கிட்ட... இதெல்லாம் கேட்கிறது... இப்பத்தான்... நீ இதெல்லாம் சொல்றபோது, சிவசாமியை நான் பங்கப்படுத்தறாப்பல தோணலெ. நீயும் அப்படிச் செய்யறாப்பல தோணலே... அதனாலெ இதுக்குத் தெய்வ சம்மதம்கூட இருக்கும்னுகூடத் தோண்றது." என்கிறார் செல்லப்பா.

சமூக இயக்கத்தில், நம்மால் தவறு எனப் பார்க்கப்படும் சில செயல்கள், அவற்றைச் செய்பவர்களுக்குத் தவறெனப் படுவதில்லை. எனவேதான், முகம் சுளிக்கச் செய்வதுகூடப் புனிதமாகவும், தெய்வ சம்மதமாகவுமே பார்க்கப்படுகின்றன. உணர்ச்சிகள் தவறை நியாயப்படுத்துகின்றன. உணர்ச்சிகளுக்குக் கட்டுப்பட்டுக் கிடக்கும் மனிதர்களாகிய நாமும், இதேவகை மனநிலையோடுதான் செயல்பட்டுக் கொண்டிருக்கிறோம். சிலர் அதைப் பகிரங்கப்படுத்திக் காட்டுகின்றனர். சிலர் ரகசியமாகவே தொடர்கின்றனர். சிலர் மனதில் வைத்து வைத்து அழகு பார்த்து, ஒருவிதமான மனவிகாரத்தோடே வாழ்வைத் தொடருகின்றனர். உணர்வின் அதிர்வுகளை மிக மென்மையாகவும் காட்டமாகவும் தி.ஜா. எழுத்துகள் வெளிப்படுத்துகின்றன. மனிதர்களின் ஒப்பீட்டு மனநிலைதான் பல பிறழ்வுகளுக்குக் காரணம் என்பதையும் தி.ஜா. சுட்டுகின்றார். தன்னிடமிருப்பதை வைத்துத் திருப்தியடையாத மனித மனமே, எல்லா எல்லைகளையும் மீறிவிடுகிறது. செல்லப்பாவும்கூட,

எப்போதுமே, எல்லாவற்றோடும் தன்னை ஒப்பிட்டுப் பார்ப்பவராகவே தி.ஜா.வால் படைக்கப்பட்டுள்ளார். ஜெய்ப்பூர் ஸ்டேஷனில் பார்க்கும் ஒரு போர்ட்டரோடுகூடத் தன்னை ஒப்பிட்டுக்கொள்கிறார். அவனின் வண்ண உடையும், கடைசல் பிடித்த கால்களும், அதை எட்டு வைத்து நடக்கும் நடையும் அவனோடு நடக்கச் செல்லப்பாவுக்கு வெட்கமாகவே இருக்கிறது. இதேபோன்ற ஒரு மனநிலைதான், தன் மனைவியோடு பட்டுவையும் ஒப்பிட்டுப் பார்க்கச் செய்கிறது.

செல்லப்பாவின் மனைவி மங்களத்தம்மாள் குள்ளம், காலை மொத்தமாகப் பண்ணி யாரோ நாலு தடவை கீறிவிட்டாற்போல் குட்டை விரல்கள். கைவிரல்கள் குட்டை. சற்றுத் தடித்த தோல். பட்டு அப்படி யில்லை. டெல்லிக்கு வந்தபின், பட்டுவைப் பார்த்தால் வைத்த கண் எடுக்க முடியாது, ஒருவிதக் கவர்ச்சி, கழுத்து, பிடரி, கையில் எல்லாம் ஒரு பளபளப்பு. இப்படி எல்லாவற்றோடும் ஒப்பீடு செய்பவர் அவர். "செல்லப்பாவின் கண்ணே அப்படி. பார்க்கிற மனிதர்கள் யாரையும் தலைமயிரில் இருந்து கால்விரல் வரை அளந்து வகைப்படுத்துகிற கண். ரயிலில் போகும்போதும், தெருவில் நடக்கும்போதும், வீட்டில் யாராவது சக அதிகாரிகள், கீழ் அதிகாரிகள், வேலைக்கார ஆண்கள், பெண்கள் – யாரையும் இப்படித் துருவித் துருவிக் கால்விரல், கைவிரல்களை வகைப்படுத்துவது அவர் கண்ணில் ஊறிவிட்டது." இந்த ஒப்பீடு ஒருவிதத் திருப்தியின்மையைத் தந்துகொண்டேதான் இருக்கும். இது குடும்ப உறவுகளிலும் கணிசமான பாதிப்பை ஏற்படுத்துகிறது. மேலும், வாழ்வும்கூடச் சலித்துப்போகிறது. எல்லாவற்றையும் நேர்த்தியாய்ப் பார்த்துச் செய்த அம்மா, தனக்கான துணையை மட்டும் சரியாகச் செய்யவில்லை என்ற ஒரு குறை செல்லப்பாவுக்கு உண்டு. அதுவும், திருமணத்தின் போதே தோன்றிய ஒன்றுதான். ஆனால், அது வெளிப்படப் பல ஆண்டுகளாகிவிட்டன. "அம்மா, உனக்கு மொத்தனூர் அய்யர் வீடுமாதிரித் தாழங்குடி பெரிய பண்ணை, சின்னப்பண்ணை வீடுமாதிரி வால்வீச்சா வீடு கட்டணும்னு தோணித்து. அந்த மாதிரி வீட்டிலே என்னை வச்சுப் பார்க்கணும்னு தோணித்தே. என் உசரத்துக்கும் உடம்புக்கும் ஏத்தாப்பல ஒரு பெண்ணைப் பார்க்கணும்னு, ஏன் தோணல்லே? பருப்புத்தேங்கா மாதிரி குள்ளமா, குடுக்கையா ஒண்ணைப் பண்ணி வச்சிருக்கியே" என்கிறார் செல்லப்பா.

தனக்குப் பொருத்தமில்லாத ஒன்றோடு தொடரும் உறவு, எத்தனை ஆண்டானாலும் பிய்த்துக் கொள்ளத்தான் செய்கிறது என்பதைச் செல்லப்பாவின் மூலம் தி.ஜா. விளக்குகிறார். அதைப் போலவே, ஏதோ ஒருவகைப் பச்சாதாபத்தின் விளைவாகவோ, இனக்கவர்ச்சியின் விளைவாகவோ, எது சரி என்றே முடிவெடுக்கத் தெரியாத பதின்பருவ வயதில் வரும் ஒருவிதத் துணிச்சலின் விளைவாகவோ ஏற்படும் பந்தங்களில்கூட விரிசல் தோன்றத்தான் செய்கிறது என்பதையும் தி.ஜா., பட்டு பாத்திரத்தின் மூலம் விவரிக்கிறார். சிறுவயதில் சிவசாமியின் தங்கையின் வகுப்பில் படித்தவள் பட்டு. சிவசாமியின் தாய் இறந்துவிட, டெட்டானஸை அம்மை என நினைத்துக் கவனிக்காது விட்டதால் அவன் தங்கையும் இறந்துபோகிறாள். தனக்காக யார் இருக்கிறார்கள் என்று அழும் சிவசாமிக்குத் தான் இருப்பதாக ஒன்றும் அறியாத சிறுவயதிலேயே வாக்குக் கொடுக்கும்

பட்டு, திருமண வயது வந்தபோது, தாய் தகப்பனுக்கு விருப்பமில்லை என்றாலும், சிவசாமியையே கைப்பிடிக்கிறாள். நன்றாயிருக்கும் திருமண வாழ்வில், வறுமையில் எல்லாம் சிவசாமியுடன் வாழ்ந்த பட்டு, இப்போது செல்லப்பாவால் நல்ல வேலை, துணி வியாபாரம் போன்றவற்றால் வரும் பணம் யாவும் இருந்தும்கூடச் செல்லப்பாவோடு இணைகிறாள். இப்படி ஏதோ ஒருவகையில், திருமண உறவில் தோன்றும் பொருத்தமின்மையும், அவசர முடிவும்கூடத் தனக்குச் சரி என்று தோன்றும் மனிதர்களைக் காணும்போது அவர்களோடு இணையத் தோன்றுகிறது. மேலும், குடும்ப வாழ்வில் துணையுடன் ஏற்படும் சுவாரஸ்யம் இன்மையும், பாலியல் அத்துமீறல்களுக்கு வழிவகுக்கிறது. எல்லாப் பொருட்களையுமே மனித மனம் மறுபரிசீலனை செய்கிறது. ஒருகாலத்திற்குப் பின் எல்லாவற்றின் மேலும் சுவாரஸ்யம் குன்றிப் புதிய ஒன்றினை மனம் தேடுகிறது. அல்லது கண்ணில் படும்போது அதைச் சுவீகரித்துக்கொள்ளத் தோன்றுகிறது. இயல்பான இந்நிகழ்வு குடும்ப உறவிலும் நடக்கிறது. இத்தகைய உளவியல் போக்கைத் தி.ஜா. 'அடி'யில் பகிர்கிறார். திருமணத்திற்குப் பின் செல்லப்பாவும், அவர் மனைவியும் அம்பாள் கடாட்சம் நிரம்பிய ஒரு பெரியவரைச் சந்திக்கின்றனர். அவர் பெயரே அம்பாகடாட்சம்தான். பெரியவர் என்பது வயதிலில்லை. முப்பது வயதே நிரம்பிய அவரிடம், மாப்பிள்ளைக்கு ஏதாவது உபதேசம் செய்யச் சொல்கையில், "இப்ப ஒன்றும் அவசியமில்லை. அதுக்குச் சமயம் வரும்... தானா வருவான். என்னடீ மங்களம் புரியறதா? நீ அழச்சிண்டு வா அவனை, ரிடயராறதுக்கு முன்னாலெ, அப்பப் பார்த்துண்டாப் போரும்" என்கிறார். செல்லப்பாவுக்கும் பட்டுவுக்குமான ரகசிய உறவை, அப்படி ஓர் உறவிருப்பதைத் தான் கனவில் கண்டதாகச் சொல்லி உண்மையை வரவைக்கிறாள் மங்களம். பின், தன் குடும்பப் பிரச்சனைகள் தீரப் பெரியவர் அம்பாகடாட்சத்திற்குக் கடிதமெழுதி அழைக்கிறாள்.

செல்லப்பாவின் ஊரில் பூஜைக்கு ஏற்பாடு செய்யப்பட்டு, மங்களம், செல்லப்பாவுக்கும் பட்டுவுக்கும் இருக்கும் உறவு குறித்தெழுதித் தன்னை வரவழைத்த கடிதத்தை அம்பாகடாட்சம் செல்லப்பாவிடம் கொடுக்கிறார். செல்லப்பா பட்டுவோடு செய்த தவறைப் பிள்ளைகள் காதில் செல்லப்பாவை விட்டுச் சொல்லச் செய்கிறார் அம்பாகடாட்சம். செல்லப்பாவும் தன் மகள், மகனின் காதில் தன் தவறைக் கூறுகிறார். பின் செல்லப்பாவை வணங்கும் மங்களத்தை அம்பாகடாட்சம், 'பட்சாதாபமோ!' என்று கூந்தலை வாவிப்பிடித்துச் சொடேர் சொடேர் என அடித்ததாகத் தி.ஜா. கதையை நிறைவுசெய்கிறார். இங்கே அடி அனைவருக்கும் விழுகிறது. தன் கணவனைச் சரிவரக் கவனிக்கத் தவறிய, அவரின் போக்குகளைப் புரிந்துகொள்ளாமல் விட்ட மங்களத்தம்மாவுக்கும் அடி விழுகிறது. அவள் கணவன் அவளுக்குச் செய்துவிட்ட துரோகம் அவளுக்கான அடி. பட்டுவுக்கு விழும் அடி, செல்லப்பாவைப் பார்க்காத, பேசாத, அருகிலில்லாத அடி. அது அவளை வீழ்த்தும் அடி. செல்லப்பாவுக்கு வீழ்ந்த அடி, காலம் முழுதும் தன் மனைவி குழந்தைகளைப் பார்த்துத் தான் செய்ததற்கு வருந்தும் அடி. தி.ஜா.வின் எழுத்தில் பெரும்பாலும் இழையோடியிருப்பன, பாலியல் அத்துமீறல்களே, அவை தவிர வேறில்லை என்ற குற்றச்சாட்டும் உண்டு. என்னதான் பாலியல் மீறல்களை அவர் தம் புனைவுகளில் பேசினாலும், மீறல்களை அவர் புனிதம் என எங்கும் பேசுவதாய்

நியாயப்படுத்துவதாய்த் தெரியவில்லை. சமூகத்தில் காணப்படும் இத்தகைய மீறல்களைத் தம் எழுத்துகள்வழிப் பதிவிடுவதன் மூலம் தி.ஜா., ஒரு சமூக அக்கறையுடைய படைப்பாளியாகவே அறியப்படுகிறார். எத்தகைய மீறலைப் பேசினாலும், அவர் மீள வந்து நிற்கும் இடம் குடும்பம். மாறிப்போன, பிறழ்ந்துபோன, குடும்ப நிறுவனத்தை மீண்டும் கட்டி நிறுத்தவே தி.ஜா. முயல்கிறார். அடியிலும், இதை அம்பாகடாட்சம்வழி விளக்கும் தி.ஜா., "சபலமோ ஆழமான பந்தமோ... இந்த ஆழமான பந்தம் யாரையாவது இழுத்து அடிமணல்லே கொண்டு சொருகப்போறது" என்கிறார். அதுபோலவே, "இது உலகம். திருடப்படாது. சிவனுக்கே பார்வதின்னு ஒருத்தியை ஒதுக்கி வச்சுப்பட்டானுக. பிரம்மாவுக்குச் சரஸ்வதின்னு ஒதுக்கி வச்சுப்பட்டானுக. இவன் மாதிரியே சாமிக்கும் பாகம் பங்கெல்லாம் போட்டு வச்சுட்டானுக. அப்பறம் திருடன், விடன்னு புதுசு புதுசா டிக்ஷனரி போடும்படியா ஆயிட்டுது. நாம இருக்கிறவரைக்கும் இந்த டிக்ஷனரியை விட முடியாது." எனக் காலங்காலமாய் உலகில் கட்டமைக்கப்பட்டிருக்கும் குடும்பம் என்ற நிறுவனத்தை யாரும் மீறிவிட முடியாது, மீறிவிடவும் கூடாது என்பதையே தி.ஜா. தம் படைப்புகளில் மீண்டும் மீண்டும் வற்புறுத்துகிறார்.

தி.ஜா.வின் 'வீடு', குடும்பத்தில் வெவ்வேறு உணர்வு நிலைகளுக்குட்பட்ட மனிதர்களின் இருப்பைக் குறித்துப் பேசுகிறது. வீட்டையே கதைக்களமாக்கியுள்ளார். ஒரு வீடு என்பது வெறும் செங்கல்லும், மணலும், சிமண்டும் கலந்து கட்டப்பட்ட பருப்பொருளில்லை. அது பல்வேறு உணர்நிலைகள் கொண்ட மனிதர் ஒன்றிணைந்து வாழும் குடும்பம் என்ற ஓர் அமைப்பு. எல்.ஐ.எம். படித்த டாக்டர் சந்தானம், அவர் மனைவி அம்பு என்ற அம்பிகா, சந்தானத்திடம் மருந்தாளராகப் பணியில் சேரும் மகாதேவன் என்ற மூவரை மையமிட்டே இக்கதை சுழல்கிறது. எல்.ஐ.எம். படித்து மருத்துவராகப் பணிபுரியும் சந்தானத்தைத் தன் ஐந்தாம் வகுப்புத் தொடங்கி, அவன் நடை உடைகளில் மயங்கி மணந்தால் சந்தானத்தைத்தான் மணப்பேன் எனத் தீர்மானம் செய்துகொண்டு, அம்பு என்ற அம்பிகா அவரை மணக்கிறாள். மூன்று குழந்தைகளுக்குச் சொந்தக்காரியான அவள், எப்பொழுதுமே சினிமா, நாடகம் போன்ற கேளிக்கைகளில் தன்னை மறந்து மூழ்கிக் கிடக்கக் கூடியவள். குடும்பத்தில் பெரிதாக ஈடுபாடு காட்டாதவள். சந்தானத்திடம் மருந்தாளராகப் பணிபுரியும் மகாதேவனோடு அம்புவுக்கு ஏற்பட்ட உறவின் காரணமாக, அவளுக்கு நான்காவதாகவும் ஒரு குழந்தை பிறக்கிறது. இதில் ஏற்படும் சிக்கலே, 'வீடு'. அம்பு வீட்டையும், தான் வாழ்க்கை நடத்தப் பணத்தையும் கேட்கிறாள். ஆனால், திடீரென மாகாதேவன் இறந்து போவதால், அம்பு, வேறு வழியின்றி, வீட்டோடேயே இருக்க வேண்டியதாகிறது.

ஒரே வீட்டுக்குள் வாழும் வெவ்வேறுபட்ட மனித மனநிலைகளைப் பிரதிபலிக்கிறது 'வீடு'. திருமணப் பந்தம்வழி வரும் பிள்ளைகள் என்பதைத் தவிர, வேறு எது குறித்தும் கவலையற்றுப் பெண்ணின் உடல் தாண்டி மனம் என்ற ஒன்றைக் கருத்தில் கொள்ளாத ஆண்களின் பிரதிநிதியே, மருத்துவர் சந்தானம். பெண்களின் நுட்பமான உணர்வுகளை, அவர்களின் விருப்பங்களைத் தேவைகளைப் புரிந்துகொள்ளத் தவறும்போது

குடும்பங்களில் விரிசல் தோன்றுகிறது என்பதைத் தி.ஜா. வீடுவழிப் பதிவுசெய்கிறார். தன் தந்தையோடு படித்த பெரியவரைச் சந்திக்கும் சந்தானத்திடம் அவர், "நீ பெண்டாட்டியோட என்ன பேசுவே? என்னத்தைப் பேசுகிறது? பேச என்ன இருக்கா? அப்பளம் இல்லையா? அமெரிக்கத் தேர்தல் இல்லையா? அத்வைதம் இல்லையா? அஜீரணப் பிரச்சனை இல்லையா? எதைப் பற்றித்தான் அவளோடு பேசப்படாது? எல்லாம் பேசலாம். அவளோடுதான் நீ எதையும் பேசணும். அவளோட பேசாம, நீ யாரோடு பேசப் போறே? இத்தனை பேச்சுப் பேசினவர் – என்னோடு பேசினவர், தன் பெண்டாட்டியோடு பேசினவர் – மருந்துக்குக்கூட ஒரு குழந்தை பெறாமல் – அந்தப் பெண்டாட்டியும் தனியாகவிட்டுக் கண்ணை மூடிவிட்டாள். அதிகம் பேசாத எனக்கும் அம்புக்கும் மூன்று குழந்தைகள்" என உடல் சார்ந்த உறவு தவிர வேறு மென்மை – நுட்பங்களைப் பார்க்கச் சந்தானம் தவறும்போது, அதைப் பார்ப்பவர்கள், பெண்களின் உலகம் குறித்துப் புரிந்தவர்கள், வெகு இயல்பாக அவர்களின் மனங்களில் நிறைகின்றனர். சந்தானத்தின் வேலைக்காரம்மா பேசும்போது, "வாயா வார்த்தையாப் பேசணும். நாம பிரியமா இருக்கணும். பிரியமா இருக்கிறோம்னு காமிக்கவும் வேணும். நாம பாட்டுக்கு நம்ம வேலையப் பார்த்துக்கிட்டிருந்தா, அவங்க அவங்களுக்குத் துணிஞ்சு போயிடும்" என்கிறாள்.

இயல்பாகத் தனக்கான கொழுகொம்புகள் கிடைத்தவுடன் கொடிகள் பற்றிப் படருவதைப்போலத் தன் உலகம் குறித்துப் புரிந்த ஆண்களால் பெண்கள் இயல்பாகவே கவரப்படுகின்றனர். மகாதேவன் எப்போதும் சிரிப்பேமயமாயிருப்பவன். யாரையும் அந்த அலையில் அமிழ்த்தக்கூடியவன். பெண்களின் பிரச்சனைகளைப் பேசுபவன். அவர்களுக்காய்ப் பரிதாபப்படுபவன். "நாலு மணிக்கு எழுந்து பால் வாங்கினா, அப்புறம் தூக்கம் ஏது? வீடு பெருக்கணும். சாணி தெளிக்கணும். கோலம் போடணும், காபி போடணும், சமைக்கணும். மத்தியானம் பத்துப் பாத்திரத்தைத் தேய்க்கணும். இப்படி நீங்க பார்த்துண்டே போனா, நம்ம பொம்மனாட்டிகளுக்கு ராத்திரி பதினொரு மணி வரையில் சமையல் உள்ளை அலம்பிவிட்டு, பாத்திரங்களை எடுத்துவச்சு, பாலுக்கு உறைகுத்திப் படுத்துக்கற வரைக்கும் சரியாயிருக்கும்" எனப் பெண்களுக்காய்ப் பரிவுறுகிறவனாய்ப் பெண்ணுலகை மதிக்கத் தெரிந்தவனாய் மகாதேவன் உள்ளான். எதிலும் மனம் தோயாதபடி, சினிமா, நாடகம் போன்ற கேளிக்கையில் மூழ்கிக் கிடக்கிறாள் அம்பு. எதிலும் நிலைகொள்ளா வெறித்த பார்வையோடு, குழந்தைகளின் சேட்டைகளைக் கண்டுகூடச் சிரிக்காதவள் அவள். ஹம்... பிரமாதம் என்பதுபோல அலட்சியப் புன்னகை செய்யக் கூடியவள். "அவள் இந்த உலகத்தில் இல்லை என்று சற்று நின்று பார்த்தால் தெரியும்". ஆனால் அப்படிப்பட்டவள், மகாதேவன் அமைத்த பூ, காய்கறித் தோட்டங்களைப் பார்ப்பது, குப்பைமேனிச் செடிகளைப் பிடுங்கி எறிவது போன்றவற்றில் முதல்நாள் சினிமாவின் முதல் காட்சிகளைக்கூடத் தவற விடுமளவிற்கு மாறிப்போகிறாள். இங்கே தனக்காக யாரும் இல்லை என்ற உணர்வுதான், சமயங்களில் பல பெண்களுக்கு வீடு என்ற கூட்டைவிட்டுப் பறந்துவிடவேண்டும் எனத் தோன்றச் செய்கிறது என்ற உணர்வைத் தி.ஜா. எழுப்புகிறார்.

அம்பு பேசும்போது, "வீடுன்னா என்ன – மூணு கிரவுண்டு மனை, முக்கால் கிரவுண்டு சிமண்டுக் கட்டடம் மாத்திரம் இல்லே, அதிலே இருக்கிற பெண்டாட்டி, குழந்தைகள்தான் வீடு, ஜாக்கிரதை!" என்கிறாள். வீடு என்பது வெறும் ஒரு பருப்பொருளில்லை. அது நுண்ணுணர்வுள்ள மனிதர்களின் கூடு. பல பெண்கள், உலகம் தவறு என விமர்சிக்கும் சில செயல்களில் தம்மை மறந்து ஈடுபடுவதும்கூடத் தம்மளவிலான மனஅமைதிக்காகவே. 'வீடு' கதையிலும்கூட, எதிலும் பற்றின்றி, இந்த உலகத்திலேயே அவளில்லையெனச் சொல்லுமளவிற்கு, எங்கோ வெறித்த பார்வையுடனேயே காணப்படுகின்ற அம்பு, சினிமா – நாடகம் போன்ற கேளிக்கைகளில் ஈடுபடுவதும் இவ்வகை சார்ந்ததே. பொதுவாக வீட்டில், தன் மகிழ்ச்சிக்கான இடமோ, தன் இருப்பைப் பலப்படுத்துவதற்கான காரணமோ கிடைக்கையில் பெண்கள் அதில் ஆழ்ந்துவிடுகின்றனர். அதைத் தக்கவைத்துக்கொள்கின்றனர். அம்புவும் மகாதேவன் அமைத்த தோட்டத்தால், சினிமா – நாடகம் போன்ற கேளிக்கைகளை மறக்குமளவுக்கு மாறிவிடுவதும் இத்தகையதே. 'வீட்டில்', பெண்ணியத்தின் தாக்கத்தைப் பார்க்க முடிகிறது. தனக்கு விருப்பமானவற்றைச் செய்வது, மகாதேவனோடு சேர்ந்து நாலாவதாக ஒரு குழந்தை பெற்றுக்கொள்வது, தனக்கும் சொத்தைக் கேட்பது என்று வீட்டினுள்ளிருந்துகொண்டே தன்னுரிமைக்குப் போராடும் ஒரு பெண்ணாகவே அம்பு தி.ஜா.வால் படைக்கப்பட்டுள்ளாள்.

தாய்வழிப் பாரம்பரியப் பெருமையைக் கொண்ட சந்தானம், குடும்பம் என்ற நிறுவனத்தைக் கட்டிக்காக்க விரும்புபவனாயுள்ளான். நாவலின் பல்வேறு இடங்களில், ஒரு பெண்ணாகத் தன் குழந்தைகளையோ, கணவனையோ பாதுகாக்கும் பொறுப்பற்றவளாயுள்ள அம்புவைப் பற்றி அவன் விமர்சிப்பதைக் காண முடிகின்றது. வீட்டைக் கேட்கும் அம்புவிடம் சந்தானம், "இந்த வீட்டிலெ நான் இருக்கணும். நான் இல்லாட்டா நீ இருக்க முடியாது" என்கிறான். கணவன் மனைவி குழந்தைகள் சேர்ந்து வாழும் குடும்பம்தான் வீடு. வீட்டைக் கட்டுதல் என்பது, குடும்பத்தைக் கட்டுதல் என்பதாகவே ஆகிறது. அது ஒரு நீண்ட நெடிய பாரம்பரியத்தின் தொடர்ச்சி என்பதைத் தி.ஜா. சந்தானம்வழி விளக்குகையில், "அம்புவோடு நான் வாழ்வதற்காக, அவள் அப்பாவும் யோசனை பண்ணிப் பண்ணிக் கட்டின வீடு. லட்ச ரூபாய் விலை. காரைக்காக இல்லை. கல்லுக்காக இல்லை. மனத்துக்கு, இல்லை – அக்கறைக்காக. அத்தனை பேர் மனசு, இதில் விழுந்திருக்கிறது. அம்பு! உன்னைக் கண்டு பயந்து பயந்து, அங்குலம் அங்குலமாக அடிவைத்து, உன்னைக் கடைசியில் தழுவி இறுக்கி வென்ற வீடு இது. அரசி மாதிரி, சந்யாசினி மாதிரி என்னை நடுங்க வைக்கிற உன் முகத்தைக் கண்டு இருளிலாவது உன்னை மனிதப் பொம்மனாட்டியாகப் பார்க்கலாம் என்று தவித்துக் கூசி, நடுங்கி, உன்னைத் தொட்டு வென்ற வீடு, நீயும் நானும் சேர்ந்துதான் இதில் வாழவேண்டும். 'இல்லை' என்று இந்த நான்காவது குழந்தை சொல்கிறதா? ஆனால், அது சிறுபான்மை முனகல்தானே? நான் இருக்கிறேன், மோகன் இருக்கிறான், லதா இருக்கிறாள், நானும் நீயும் சேர்ந்துதான் இதில் வாழவேண்டும். நீ மட்டும் எப்படி இங்கே இருக்க முடியும்?" என்கிறான் சந்தானம்.

குடும்பத்தில் தனிநபரின் விருப்பங்களுக்கும் ஆசைகளுக்கும் இடமில்லை. எனவே, வீட்டிற்கான ஒரு லட்சம் விலை, பல பேரின்

அக்கறைக்காகவே. மகாதேவன் இறப்பதும், அம்பு பின் சமரசம் செய்துகொண்டு சந்தானத்தோடுதான் வாழவேண்டும் என்ற நிலைக்குத் தள்ளப்படுவதும் அதற்காகவே. ஆகவே, 'வீடு' குறுநாவலை நெடிய பாரம்பரியமாகிய குடும்ப நூல் அறுபடாமல் தொடரவேண்டும் என்பதற்காகவே, தி.ஜா. படைத்துள்ளார் எனலாம்.

பெரும்பாலும் தி.ஜா.வின் கதாபாத்திரங்கள் அனைவருமே யதார்த்தமானவர்கள்; சாமான்யர்கள்; நம் உணர்வுநிலைகளோடு ஒன்றிப்போகக்கூடியவர்கள்; நம் ஆன்மாவுக்குள் புகுந்து பயணித்து வெளியேறக்கூடியவர்கள்; நம்மை ஒருகணம் நிறுத்தி நிதானிக்கச் செய்யக்கூடியவர்கள், நாம்தானோ இது என யோசிக்கச் செய்பவர்கள். அப்பாலைத் தத்துவம் எதையும் பேசாது, மனித வாழ்வியலோடு பின்னிப் பிணைந்துள்ள ஆசைகள், விருப்பங்கள், கனவுகள், மரபு மீறல்கள், பாலியல் அத்துமீறல்கள் என யாவுமே தி.ஜா.வின் இக்குறும் புதினங்களில் காட்சிப்படுகின்றன. மீறல்களையும் குடும்பப் பந்தங்களையும் தாண்டி மனிதர் கொண்ட உறவுகளைப் பெரிதுபடுத்திப் பேசும் தி.ஜா.வின் பாத்திரங்களைக் கண்டு முகம் சுளிப்போர், ஒன்று சமூகத்தை முற்றும் துறந்து ஓடியவர்களாக இருக்கவேண்டும் அல்லது தம் கயமை மறைத்து நல்லவர்களைப்போல நடித்துத் திரிபவர்களாகத்தான் இருக்கவேண்டும். இப்பாத்திரங்கள், ஒவ்வோர் ஆன்மாவின் உள்ளேயும் புகுந்து, தம்மைச் சுயபரிசோதனை செய்கின்றன. ஏதோ ஒருவகையில், நிச்சயம் ஒருவித உறுத்தலை ஏற்படுத்த, இவை தவறுவதில்லை. இவற்றைப் படைத்ததன் மூலம் தி.ஜா., உண்மையில் சமூகத்தில் காணப்படும் அவலங்களைக் களைய முற்பட்டிருக்கிறார். ஏனெனில், பெரிதும் தி.ஜா.வின் பாத்திரங்கள் தீமையினின்று விடுபட்டு அறம் சார்ந்தேயுள்ளன. அவற்றோடு பயணித்து, உறவாடி, படித்துக்கொண்டே வரும் வாசகர்களையும் அவை கண்டிப்பாக மனமாற்றம் அடையச் செய்கின்றன. இது ஒரு மிகப்பெரிய பணி. இப்பணியை வெகு எளிதாகத் தி.ஜா.வின் எழுத்துகள் செய்திருக்கின்றன. இன்னும் செய்யப்போகின்றன.

✣

பா. அமுல் சோபியா

91

கதைசொல்லியின் மொழியில் பயணக் கட்டுரைகள்

பொன். தனசேகரன்

தி.ஜானகிராமன் ஒரு பிளாட்டிங் பேப்பர். அவர் ஒருவரையோ ஒன்றையோ ஒத்தி எடுக்கும்போது, ஒன்றையும் விடுவதில்லை. நிறை குறை, கோணலை மாணலை எல்லாவற்றையும் ஒத்தியெடுத்து விடுவார். பிளாட்டிங் பேப்பரை ஒத்தும்போது, ஒத்தின இடம் உருக்குலையாமலிருக்கும். ஆனால் பிளாட்டிங் பேப்பரில் பிசுரு தட்டியிருக்கும். இந்த ஜானகிராமன் எனும் பிளாட்டிங் பேப்பரில் பிசுரு தட்டவில்லை. சாதாரண பிளாட்டிங் பேப்பரால் ஒத்தியெடுத்ததைப் பதியவைக்கமுடியாது. ஆனால், இந்த பிளாட்டிங் பேப்பர் அப்படியே எழுத்தில் பதிந்துவிட்டது. தோட்டமாகட்டும் துறவாகட்டும் வீடாகட்டும் வெண்டைக்காயாகட்டும் தூணாகட்டும் துரும்பாகட்டும் ஆணாகட்டும் பெண்ணாகட்டும் அத்தனையும் அப்படியே ஒத்தியெடுத்து எழுத்தில் பதித்துவிடுவதில் நிபுணர் தி.ஜானகிராமன். (இது தி.ஜா. மறைவை ஒட்டி, யாத்ரா *இதழில் (1983) ஸ்வாமிநாத ஆத்ரேயன் எழுதியது).*

இது தி.ஜானகிராமனைப் பொறுத்தவரையில், உண்மையும்கூட. அவரைச் சுற்றியுள்ள அவர் பார்த்ததில், அவர் மனத்தில் பதிந்த விஷயங்கள், எழுத்தில் ஏதாவது ஒருவகையில் வந்துவிடுவதைப் பார்க்க முடியும். அவருக்குத் தெரிந்தவர்களையும் தெரிந்ததுகளையும் பார்த்தவர்களையும் பார்த்ததுகளையும் அவரது கண்ணிலும் மனத்திலும் பட்டவர்களையும் பட்டவைகளையும் எழுதுகிறார். அவரே சொல்வதுபோல, “அவர்கள் அல்லது அதுகள் எனது மனதில் புகுந்து, தங்கி, அமர்ந்து என்னைத் தொந்தரவு பண்ணினால் எழுதுவேன். தொந்தரவு தாங்கமுடியாமல் போனால்தான் எழுதுவேன். நானாகத் தேடிக்கொண்டுபோய் உன்னைப் பற்றி எழுதுவதாக உத்தேசம் என்று பேட்டி காணமாட்டேன்.

அப்ஸர்வ் பண்ணமாட்டேன். அவர்களாக, அதுகளாக வந்து என்னைத் தாக்கினால்தான் உண்டு. அதனால்தான் எழுதுவதற்காக யாத்திரைப் பயணங்கள் செய்வதில், எனக்கு உற்சாகம் கிடையாது" என்கிறார். இவ்வாறு ஜானகிராமன் சொல்லியிருந்தபோதிலும்கூட, அவரது ஜப்பான் பயணத்தின் நேரடி அனுபவங்களின் தாக்கத்தில், 'யோஷிகி' என்ற கதையை அவர் எழுதியிருக்கிறார். ஜப்பானில் கியோத்தோ நகரக் களத்தில் அவர் எழுதிய கதை அது. அந்தக் கதையைப் படித்தால், 'உதயசூரியன்' என்ற ஜப்பான் பயணக் கட்டுரையில், அதன் கதாபாத்திரங்களும் சம்பவங்களும் எங்கோ ஒளிந்து கொண்டிருப்பதைக் காண முடியும்.

'சிலிர்ப்பு' என்ற கதை உருவானதற்கு, அவரது பயணத்தின்போது, அவரது கண்ணில் பட்டு மனத்தில் புகுந்து நெகிழ்வை ஏற்படுத்திய சம்பவங்ளே காரணம். சிலிர்ப்பு, அவரது முக்கியமான சிறுகதைகளில் ஒன்றாக உருவாகிவிட்டது. 'சிறுகதை எழுவது எப்படி?' என்ற அவரது கட்டுரையில் *(1963)*, 'சிலிர்ப்பு' சிறுகதை உருவானது எப்படி என்பதை விளக்கிக் கூறியிருக்கிறார். "என் சொந்த அநுபவத்தில் தெரிந்ததைத்தான் நான் சொல்லுவேன். ஒருநாள் நான் ரயிலில் போய்க்கொண்டிருந்தபோது கச்சலும், கறுப்புமாக நாய் பிடுங்கினாற் போன்ற ஒரு பத்து வயதுப் பெண் குழந்தையுடன், யாரோ பணக்கார அம்மாள் எதிர் இருக்கையில் அமர்ந்திருந்தாள். பள்ளிக்கூட விடுமுறைக்கு மூத்த அக்காளின் ஊரில் தங்கிவிட்டு ஊர் திரும்புகிறது அந்தப் பெண். நல்ல துணை ஒன்று, இந்தப் பணக்கார அம்மாளின் உருவில் கிடைக்கவே, அக்காள் அந்த அம்மாளோடு குழந்தையை அனுப்பியிருக்கிறாள். ஏதோ பேசிக் கொண்டிருக்கும்போது அந்த அம்மாள், "இது படித்து என்ன பண்ணப் போகிறது? நான்கூட, கூடமாட ஒத்தாசையாயிருக்க, இதையே சாப்பாடு போட்டு வீட்டில் வைத்துக்கொண்டுவிடலாம் என்று பார்க்கிறேன்" என்றாள். என்னமோ, அந்த யோசனையும் அந்த அம்மாள் அதைச் சொன்ன தோரணையும் உள்மனத்தில் பாய்ந்து குத்திக்கொண்டுவிட்டன. அந்தப் பெண்ணையே பார்த்துக்கொண்டு வந்தேன். அந்த ஆறு மணி நேரப் பயணத்தில் ஒன்றும் வேண்டும் என்று கேட்காமல், ஆசைப்படாமல், கேட்ட கேள்விகளுக்கு மட்டும் பதில் சொல்லிக்கொண்டு வந்தது அது. எனக்கு உணர்ச்சி வசப்படுகிற இயல்பு அதிகம். அந்தப் பெண், தன் பொறுமையினாலும் பொறுப்பினாலும் எதையும் சமாளிக்கும், எதையும் ஆளும் என்று தோன்றிற்று. ஓடி ஆடி, கத்திக் கூச்சலிட்டு, விளையாடிப் பிதற்ற வேண்டிய வயதில், அது உலகத்தின் சுமைகளையும் கவலைகளையும் தாங்கிக் கொண்டிருப்பதுபோல் எனக்குத் தோன்றிற்று. எனக்குப் பயமாக இருந்தது. வயிற்றைக் கலக்கிற்று. அது ஒரு படம். இன்னொரு படம். என் மகன், ஆறு வயதில், ஒரு விடுமுறைக்கு, அவன் தாத்தா வீட்டுக்குப் போயிருந்தான். நான் போய்த் திரும்பி அழைத்து வந்தேன். குணத்தில் எனக்கு நேர் விரோதம் அவன். கூப்பிடாததற்கு முன் போய் யாரோடும் பேசிச் சிரித்து, நெடுநாள் சிநேகம்போல ஐக்கியமாகிவிடுகிற சுபாவம். பார்ப்பதற்கும் அப்போது கஷ்கு முஷ்கென்று உருட்டிவிட்டாற்போல் இருப்பான். கூடப் பிரயாணம் செய்தவர்களோடு பேசிச் சிரித்துக் களைத்துப்போய், அவன் தூங்கத் தொடங்கினான். ஆரஞ்சுப் பழத்திற்காகக் கத்திவிட்டு, வாங்கிக் கொடுத்ததும் சாப்பிடாமல் தூங்கிவிட்டான். அது கையிலிருந்து உருண்டு ஒரு ஓரமாகக்

கிடந்தது. அவ்வளவு கத்தினவன், ஏன் உடனே அதைத் தின்னவில்லை? எனக்கு அப்போது, முன்பொரு தடவை ரயில் பயணம் செய்தபோது பார்த்த அந்தப் பெண்ணின் ஞாபகம் வந்தது. இந்த இரண்டு படங்களும், எனக்கு அடிக்கடி ஞாபகம் வருவதுண்டு. ஆனால், எழுதவேண்டும் என்று தோன்றவில்லை. சுமார் ஒரு வருடம் கழித்துக் கலைமகள் தீபாவளி மலருக்காக அழைப்பு வந்தபோது, இந்த இரண்டு படங்களும், இணைந்து கலந்து "சிலிர்ப்பு" என்ற கதையாக உருவாயின" என்கிறார் தி.ஜானகிராமன். இதேபோலப் பல்வேறு கதைகளுக்கான வேர்கள், அவரது மனத்தைப் பாதித்த ஏதாவது சம்பவங்களாகவே இருக்கக்கூடும்.

எழுத்தாளர் பிரபஞ்சன் சொல்வதுபோல, "வார்த்தைகள் பாத்திரங்களின் புகைப்படம் மாதிரி அமைவது, அவருக்குக் கூடிவந்த கலை. புகைப்படம் என்றும் சொல்லுவதுகூடத் தவறு. மனிதர்களை ஸ்கேன் பண்ணுவது, அவர் உரையாடற்பாங்கு. உரையாடல்களிலேயே பாத்திரங்களின் வயது, பண்பு, தோரணை, வர்க்கம், மனோபாவனை அனைத்தையும் கொண்டுவந்துவிடும் அபூர்வமான ஆற்றல் கொண்ட மாபெரும் எழுத்தாளர்". இப்படியே உரையாடல்கள் மூலம் கதைகளை நகர்த்திக்கொண்டு, வாசகர் மனத்தைத் தொட்டுவிடுவது அவரது தனிக்கலை. இதேபோல, அவரது கதைகள் அல்லாத கட்டுரைகளிலும்கூட, அவரது தனித்தன்மையும் ஒரு படைப்புக் கலைஞனின் மனோபாவமும் புலப்படும். இலக்கியமல்லாத இலக்கியம் குறித்த அவரது கறார்ப் பார்வையும், இசை குறித்த கட்டுரைகளில் அவரது மேதமை மட்டுமல்ல, அவரது சொல்லும் பாங்கும் இன்றைக்கும் ஈர்க்கக் கூடியதாக உள்ளன. அவரது எழுத்துகளில் உள்ளோட்டமான மனிதநேயத்தையும் குறிப்பாகக் குழந்தைகளிடம் அவர் காட்டும் பரிவையும் பல்வேறு கதைகளிலும் பயணக் கட்டுரைகளின் அனுபவப் பகிர்வுகளிலும் காணமுடியும்.

எங்கும் பயணம் செய்யாமல், இருக்கிற இடத்திலிருந்தே கணினி மூலமோ அல்லது செல்பேசி மூலமோ பல்வேறு இடங்களை வீடியோ வழியே இருந்த இடத்திலிருந்தே உலகை இன்றைக்குக் காண முடியும். அந்தக் காலத்தில் புகைப்படங்களுடன் கூடிய பயணக் கட்டுரைகள், பல்வேறு இடங்களில் உள்ள மக்களின் கலை, கலாச்சாரப் பண்பாடுகளையும் அவர்களது வாழ்க்கை முறைகளையும் நமது கண் முன்னே கொண்டுவந்து நிறுத்தும் சாளரங்களாக இருந்திருக்கின்றன. இவ்வகையில் சிட்டியும் தி.ஜானகிராமனும் சேர்ந்து எழுதிய 'நடந்தாய்; வாழி, காவேரி!', முக்கியத்துவம் வாய்ந்த வித்தியாசமான ஒரு பயணக் கட்டுரைத் தொகுப்பு. சிறுகதைகள், நாவல்கள் மூலம் தமிழ்ப் படைப்புலகில் தமக்கென ஒரு தனிமுத்திரை பதித்த தி.ஜா. எழுதிய உதயசூரியன், கருங்கடலும் கலைக்கடலும், அடுத்த வீடு ஐம்பது மைல் ஆகிய மூன்று நூல்களும் வெளிநாட்டுப் பயண அனுபவங்களின் பிழிவாயுள்ளன.

தி.ஜானகிராமனுக்கு, அகில இந்திய வானொலி நிலையக் கல்வி ஒலிபரப்புப் பிரிவுப் பணி,வெளிநாட்டுப் பயண வாய்ப்புகளை வழங்கியது. 1964ஆம் ஆண்டில், கல்வி ஒலிபரப்புப் பயிற்சிக்காக, ஜப்பானில் சிலமாதம் தங்கியிருக்கும் வாய்ப்புப் பெற்றார். அவரது ஜப்பானியப் பயணக்கட்டுரையான உதயசூரியன், சுதேசமித்திரன் வார இதழில்

தொடராக வெளிவந்து 1965இல் நூலாகவும் வெளிவந்தது. தமிழில் ஏராளமான பயண நூல்கள் வெளிவந்திருந்தாலும்கூட, 'உதயசூரியன்' தனித்துவமானது. அவர் கதைகளைப் போலவே, வாசகர்களை இந்தக் கட்டுரைத்தொடரும் ஈர்க்கக்கூடியது. அவரே சொல்வது போல இது ஓர் எளிய பிரயாண நூல். ஓர் அபூர்வமான, அழகான நாட்டைக் கண்ட முதல் அனுபவத்தின் வியப்பின் வெளிப்பாடு. "பார்க்கப் போனால், நம்மைவிட ஜப்பானியருக்குத் துயரம், துன்பமெல்லாம் அதிகம்தான். பூகம்பம், கடல் கொந்தளிப்பு இரண்டும் தண்ணீர் பட்ட பாடு. எந்த நிமிஷம் என்ன நேரும் என்று சொல்லமுடியாது. ஆசைகளையும் நம்பிக்கைகளையும் கனவுகளையும் முன்னறிவிப்பின்றித் திடீரெனப் பொசுக்கிச் சாம்பலாக்கி இடுப்பொடிக்கும் வேகத்துடன்தான் இயற்கையின் சீற்றங்கள் அங்கு வருகிற வழக்கம். காயமே இது பொய்யடா என்று தினந்தினம் ஏங்கும் மனப்பாங்கும் நிராசையும் விதிவாதமும் மலிந்து நிற்கக்கூடிய ஒரு அநிச்சயமான சூழ்நிலைதான். இந்த அநிச்சயத்தையே ஒரு தத்துவ பலமாக்கிக் கொண்டு, இருக்கின்றவரையில் நன்றாக இருந்துவிட்டுப் போவோம், உழைப்பும் நேர்மையும் இனிமையும் அழகுமாக வாழ்ந்துவிட்டுப்போவோம் என்று பாதையமைத்துக் கொண்டுவிட்ட ஜப்பானிய உள்ளத்தை"த் தமது நேரடி அனுபவத்தின் மூலம் கோடிட்டுக் காட்ட முயல்கிறார் ஜானகிராமன்.

இந்தியாவிலிருந்து ஜப்பான் செல்கிற ஒருவருக்குக் குறிப்பாகச் சைவ உணவு சாப்பிடுகிற மனிதரின் சாப்பாட்டுப் பிரச்சினை, இதில் நகைச்சுவையாகச் சொல்லப்பட்டிருக்கிறது. ஆனால், அதற்கெல்லாம் மேலாகப் பொருளாதாரரீதியில் முன்னேற்றப்பாதையில் நடைபோடும் ஜப்பானியர்களின் கலாச்சாரப் பண்பாடுகளையெல்லாம், தம் நேரனுபவம் வாயிலாகக் கண்முன்னே கொண்டுவந்து நிறுத்துகின்றார். இயற்கை சூழ்ந்த தோட்டங்கள் அமைந்த ஜப்பானியப் பாரம்பரிய வீடுகள், ஜப்பானியரின் தேநீர் விருந்தோம்பல் போன்றவற்றைப் பார்த்து மகிழ்ச்சியுறுகிறார். ஜப்பானியக் கலை நிகழ்வுகளில் ஆர்வம் கொண்டு, அதைப் பார்க்கச் செல்கிறார். ஜப்பானியரின் மலர் அலங்காரத்தைப் பற்றிக் குறிப்பிடுகிற அவர், கிடைக்கிறதை வைத்துக்கொண்டு, சிக்கனமாகச் சொர்க்கத்தைப் படைத்துவிடுகிறதுதான் என்று அவர்கள் வாழ்வின் சித்தாந்தத்தையும் சுட்டிக்காட்டுகிறார். ஜப்பான் பஸ் கண்டக்டர், ஒவ்வொரு டிக்கெட்டுக்கும் ஒரு 'அரிகாதோ கொஸாய்மாஸ்' (நன்றி, ப்ளீஸ்) சொல்லாமல் விடுவதில்லை. பஸ்ஸில் நெரிசல் அதிகமிருந்தாலும், அவர்களிடம் அலுப்புத் தெரிவதில்லை. என்ன வந்தாலும் எங்கள் குரல் இனிமையையும் கொஸாய்மாஸையும் புன்சிரிப்பையும் பிடுங்கிவிடமுடியாதென வேலைசெய்கிறார்கள் என்கிறார். அவர் சந்தித்த மனிதர்கள், அவரது கதாபாத்திரங்கள்போல நேரில் உயிர்ப்புடன் அவரது எழுத்தில் உலா வருகிறார்கள்.

ஜப்பானுக்கு வந்த ஒரு வாரத்திற்குள், ஜப்பானியர்கள்போல அவர்களின் ஆதார சுருதியான குரல் தழைந்து பேசும் பழக்கம் வந்துவிட்டதைக் கூறுகிறார் தி.ஜா. ஓர் அமைதி, ஒரு நிதானம், ஓர் எளிமை, எந்தக் காரியத்தைச் செய்தாலும் அதைக் குறையின்றிச் செய்வதோடு அழகாகவும் செய்வது, அழகாகச் செய்ய வேண்டும் என்பதற்காக ஆடம்பரமாகச் செலவழித்துக் கொட்டாமல் இருக்கிறதை வைத்துச்

சாதித்துக்கொள்வது... இவற்றை வாழ்க்கை முறையாக ஜப்பானியர் செய்து வருவது கண்டும் வியக்கிறார். ஜப்பானின் பழமையான பல கோயில்களையும், அவற்றைப் பாரம்பரியம் கெடாது பராமரிப்பதையும் கண்டு, "புதிதாக ஜீர்ணோத்தாரணமாகி, சம்ப்ரோஷண, கும்பாபிஷேகங்கள் செய்யப்பட்ட நமது கோயில்களின் கோபுரங்களில் செய்யப்படும் வர்ண ரகளைகள் கண்களை உறுத்துவதாக ஜானகிராமன் வேதனைப்படுகிறார். வாழ்க்கையில் காண்கிற புடவைகளையும் நகைகளையும் அப்படியே காட்டிவிட வேண்டும் என்ற ஆசையால், தாறுமாறாக வர்ணங்களை அப்பிவிடுகிறார்கள். கோபுரத்தின் மீது பார்க்கும்போது அவை கலைத்தன்மையை இழந்து இடைக்கால நாடகப்படுதாக்களைவிட மோசமாகி விடுகின்றன... உணர்வற்றவர்களின் கையில் சிக்கும்போது வர்ண பட்சணங்கள் அடுக்கி வைத்த மிட்டாய்க்கடையாகக் கோபுரங்கள் காட்சியளிக்கின்றன" என ஆதங்கப்படுகிறார். "ஒருவருடைய முகச் சாயலை அப்படியே படம்பிடித்தாற்போல் கொண்டுவருவது எல்லோருக்கும் கைவந்த கலையல்ல. கார்ட்டூன் மாலிக்கு அது ஒரு இயற்கை வரம். வர்ண ஓவியங்களிலும், சிலையிலும் தத்ரூபமாக வடிப்பவர்கள் உண்டு. சுத்தக் கலைஞர்கள் என்று தங்களைச் சொல்லுகிற சில ஆத்மாக்கள், இதைப் பார்த்துக் கேலி செய்வதுண்டு. அது கலையில்லை. புகைப்பட வித்தை. ரொம்பச் சாதாரண வித்தை என்று சொல்லி ஒதுக்குகிறார்கள். இப்படி ஒதுக்குகிற கலைஞர்களில் பெரும்பாலானோருக்கு ஒரு முகத்தின் முக்கியச் சாயலையும் குணத்தையும் வடிக்கும் ஆற்றல் சித்தியாகவில்லை என்பது நமக்கு எளிதில் புரிந்துவிடும். அந்தத் தோல்வியை மறைப்பதற்காக, அவர்கள் அது கலை இல்லை என்று மரத்தின் மீது ஏறி உட்கார்ந்து பேசுகிற வழக்கம்" என்கிற தி.ஜானகிராமன், ஜப்பானில் வீதிக்கலைஞர் ஒருவர் காகிதத்தைக் கத்தரித்து முப்பது விநாடிக்குள் தத்ரூபமாக முகச்சாயலைக் கொண்டுவரும் வித்தையைப் பார்த்துத் தனது உருவத்தையும் காகிதச் சித்திரமாக வரைந்து வாங்கி மகிழ்கிறார்.

அப்பியாசமும் பண்பாடும் இல்லாமல் கையில் வந்ததைக் கிறுக்கி எக்ஸிபிஷன் வைத்துக் கழுத்தை அறுக்கிற நவீனக் கலைஞன் அவன் இல்லை என்கிறார். அங்குள்ள ஓவியக்கூடத்தைப் பார்த்தவர், ஜப்பானிய ஓவிய மரபுகள் அனைத்தையும் அங்கே காண்கிறார். அதோடு, 'மகானுபாவன் பிகாசோவின் ஏகலைவர்களும் கலைவழித் தோன்றல்களும் தீட்டிய பயங்கரங்களும் புதிர்களும் இடம் பெற்றிருந்தன' என்று, நவீன ஓவியங்களை மென்மையாகக் கிண்டல் செய்கிறார். இதைச் சுட்டிக்காட்டி, நுட்பமான கலைநயம் கூடிய சாஸ்திரியச் சங்கீதத்தைப் புரிந்துகொண்டு ரசிக்கக்கூடிய தி.ஜானகிராமனால், நவீன ஓவியத்தைப் புரிந்துகொள்ள முடியவில்லையே என்று வெங்கட்சாமிநாதன் அந்தக் காலத்தில் கேள்வி எழுப்பியது, இந்த இடத்தில் என் நினைவுக்கு வருகிறது.

தி.ஜானகிராமன் எழுதும் கதைகளில் மட்டுமல்லாமல், வாழ்க்கையிலும் குழந்தைகளிடம் பேரன்பு கொண்டவராகவே இருந்திருக்கிறார் என்பதை இந்தப் பயணக் கட்டுரையினூடாகப் பார்க்க முடியும். டோக்கியோவில் தங்கிய இடத்துக்கருகே சிநேகம் பிடித்துக்கொண்ட சில குழந்தைகளுக்குப் பழங்களையும் தின்பண்டங்களையும் கொடுக்கிறார். அப்பழத்தை

வாங்கிய குழந்தையின் பெற்றோர், அந்தக் குழந்தையுடன் நேரில் வந்து அவருக்கு நன்றி சொல்கிறார்கள். ஜப்பானிலிருந்து இந்தியாவுக்குத் தி.ஜானகிராமன் விமானத்தில் திரும்புகிறார். அவரது இருக்கைக்கு அருகே ஒரு வெள்ளைக்காரக் குழந்தை. வாயில் கட்டைவிரலைப் போட்டுக்கொண்டு உட்கார்ந்திருந்தது. ஐந்து வயதிருக்கும். அவரது கோட்டுப் பையிலிருந்த மூங்கில் பொம்மையை இடது கையால் இழுத்துப் பார்த்துச் சிரித்துக்கொண்டிருந்தான் அந்த அமெரிக்கப் பையன். மூங்கில் பையனும் அவனைப் பார்த்துச் சிரித்தான். பிடிக்கிறதா? என்று கேட்ட தி.ஜானகிராமன், அந்த மூங்கில் பொம்மையை, அந்தப் பையனுக்கே தந்துவிட்டார். அந்தப் பயலின் ஊர், பேர்கூடக் கேட்டுவைத்துக் கொள்ள வில்லை. அந்தக் குழந்தைக்குக் கிடைக்கும் ஒரு மகிழ்ச்சியே போதும் தி.ஜானகிராமனுக்கு. "ஜப்பான் அனுபவம் பற்றி அவர் எழுதிய உதய சூரியன், இலக்கியத்தரத்துக்கு உயர்ந்துள்ள ஒரே பிரயாண நூல். அதற்கு முன்னும் பின்னும் இன்று வரை, அதைப் போன்ற ஒரு பிரயாண அனுபவம் தமிழில் இல்லை. ஒரு கலாபூர்வமான சமூகத்துடன் ஒரு கலைஞனின் உறவாடலாக அப்பிரயாணமிருந்த காரணத்தால்தான், தஞ்சைமண்ணின் குணங்கள் அனைத்தும் எவ்வாறு எழுத்திலும் வாழ்விலும் இயல்பிலும் பிரகாசித்தனவோ, அவ்வாறான ஓர் ஒன்றியைவாகவே ஜப்பானியக் கலையுணர்வும் அதன் ஒவ்வொரு வாழ்வுக் கணத்திலும் பிரகாசித்தது. கலையை வாழ்விலிருந்து பிரித்தவர்கள் இல்லை அவர்கள். இரண்டும் ஸ்ருதி சேர்ந்த நிகழ் அனுபவம் அது" என்று தி.ஜா.வின் மறைவையொட்டி யாத்ராவில் (1983) பெயர் குறிப்பிடாமல் வெளிவந்த ஒரு கட்டுரையில் வெங்கட்சாமிநாதன் எழுதினார். இன்றும் உதயசூரியன் புத்தகத்தைப் படிக்கின்றவர்கள், இதை உணர்ந்துகொள்ள முடியும்

பண்பாட்டுப் பரிமாற்றத் திட்டத்தின்கீழ் ஓர் எழுத்தாளர் என்ற முறையில் தி.ஜா., ரொமானியாவுக்கும் செக்கோஸ்லவாக்கியாவுக்கும் சென்று வந்த பயண அனுபவம் குறித்துப் பயணம் முடிந்து ஓராண்டு கழித்து எழுதியதுதான் கருங்கடலும் கலைக்கடலும் (1974). "ஒரு ஆண்டு பூட்டி வைத்த மளிகைக் கடையைத் திறந்து பார்த்தால், என்னதான் காற்றுப் புகாமல் மூடியிருந்தாலும், புளி விரைத்திருக்கும், பருப்பில் சற்றுப் புழு அந்துகள் விளையாடியிருக்கும். இல்லாவிட்டால் இப்படி மூடிவிட்டான்களே எனக் கோபக்கார இளம்எலிகள் சரக்குகளையாவது, டப்பாக்களையாவது பல்லால் அறுத்திருக்கும். பூசணமிருக்கும். எண்ணெய்ப் பிசுக்குநெடி சேர்ந்திருக்கும். நினைவும் அப்படித்தான். அப்படியே இருந்துவிடாது. ஆனால், எத்தனையோ நினைவில் இருக்கின்றன—பசுமையாக, ஒரு அமைவு, மணல், ஓசை விடாமல்'' என்ற ஒரு பீடிகையுடனேயே, ரொமானிய நாட்டு அனுபவங்களைத் தொடங்குகிறார் தி.ஜானகிராமன். "தோசை, இட்லி, சாம்பார், ஊறுகாய், புளியஞ்சாதம், இவைகள் இல்லாத தமிழன் பயணக் கட்டுரை எப்படி இருக்க முடியும்? அத்தியாயம் அத்தியாயமாகத் தொடர்ந்து, சாம்பார் கட்டுரைகளையே மகா மேதைகள் எழுதும்போது, இந்தச் சாமானியன் எம்மாத்திரம்?... சாம்பார், தயிர் இல்லாமல் தமிழன் பயணக் கட்டுரை எழுதுவது அபசாரம், மரபுக்கேடு. எழுதியாயிற்று. சரி, மேலே போவோம்" இது தி.ஜானகிராமனின் கிண்டல்.

கிண்டல் மட்டுமில்லை; ரசனையோடும் இது எழுதப்பட்டுள்ளது. "கருங்கடல், முர்ஃபத்லாரில் உள்ள மாபெரும் திராட்சை மது உற்பத்தி சாலை, பைசான்ஷியன் கோயில் சிற்பங்கள், ரொமானிய ஜிப்சிகள், க்ளூஷ் நகரத்தின் அமைதி, புகாரெஸ்ட்டின் கிராம மியூசியம், நவீனச் சிற்ப ஓவியங்களின் பிடிப்பு, ப்ராட்ஸ் லாவாவில் புதுக்கட்டடங்கள் எழும் காட்சிகள், கார்லோவிவாரி, மரயான்ஸ்கியின் தாதுநீர் ஊற்றுகள், இந்தியக் கலைகள், இலக்கியங்களின் மீது செக் நாடு கொண்டுள்ள பற்று, செக்கோஸ்லவாக்கியாவின் இசைப் பற்று, அறிவாளிகளின் போராட்டங்கள், கார்ப்பேத்தியன் மலைத் தோற்றங்கள், கவிஞர்கள், திரைப்படங்கள், பில்சன் பீர், பாஸ்போர்ட்டை ஹோட்டலில் மறந்துவிட்டுத் தவித்த தவிப்பு, வழக்கம் போல் சாகபட்சிணிகள் படும் பாடு, வல்த்தாவா நதி, ஃபராஹாவின் பழையகோட்டை, அரண்மனை, ஆட்டுப் பாலாடை, பல்கலைக்கழக மட்ரிகாலா பாடகன் பாடகிகள், அவர்கள் பாடிய பாட்டுகள், வெவ்வேறு வயதுக் குழந்தைகளுக்கான பொம்மலாட்ட அரங்குகள், நாவலாசிரியர்கள், வங்காளி மொழியை வங்காளிபோலே தண்ணீர்பட்ட பாடாகப் பேசிய ஹானா, ஷ்பாவிதெல், இலக்கணமாகத் தமிழ் பேசிய பேராசிரியர் வாத்ஸெக், ப்ருனோவில் தூணில்லாத பிரமாண்டமான எஃகு மண்டபத்தில் நிகழ்ந்த நகரும் பொருட்காட்சி, அப்பளத்துக்கு இனிய சகோதரியான ஒப்ளாத்கி..." என, அவரின் ரொமானிய, செக்கோஸ்லவாக்கிய அனுபவம் விரிகிறது. "பண்பாட்டுப் பரிமாற்றத்தின் நோக்கம், உலகத்தில் பல்வேறு மூலைகளிலுள்ள மக்கள் பரஸ்பரம் புரிந்துகொண்டு உலகம் ஒரு குடும்பம் என்னும் அன்பு வாழ்வை வளர்ப்பதுதான். பல்லாயிரம் பழக்கவழக்கங்களும் உடைகளும், உணவுகளும், கலைமரபுகளும் இருந்தாலும், உலக மனிதர்கள் அனைவருக்குமிடையே அடிப்படையான பொதுவான பண்புகள் எத்தனையோ இருக்கின்றன. இந்த ஒருமையைக் கண்டு நட்பை நிலைபெறச் செய்யத்தான், பொறுப்புள்ளவர்கள் பாடுபட்டுவருகிறார்கள். தேசபக்தி வெறியாக வளர்ந்தால், மனிதத் தன்மை தேய்ந்து அரக்கத்தன்மையும், சுரண்டலும் போரும் ஓங்கிவிடுகின்றன. இந்த அரிச்சுவடி, உண்மை அரசியல்வாதிகளுக்குக்கூடத் தெரியும். ஆனால், கரும்பை ஏட்டில் எழுதி அதைக் கடித்துச் சுவைப்பதுபோல்தான், சமாதான உணர்வை அவர்கள் செயல்படுத்துகிறார்கள். மற்ற துறையினர் கலந்து அளவளாவினால் போட்டி, பூசல் ஒழியுமா என்று காணத்தான் பண்பாட்டுப் பரிமாற்றத்தை முயன்று பார்க்கிறார்கள்" எனப் பண்பாட்டுப் பரிமாற்றப் பயணத் திட்ட நோக்கத்தைத் தி.ஜானகிராமன் விளக்குகிறார்.

பயணத்தின் முக்கியப் பகுதி, எழுத்தாளர்கள் சந்திப்பு. அப்புறம் முக்கிய இடங்களைப் பார்த்தல். கலை நிகழ்ச்சிகளைக் கண்டு களித்தல். "ரொமானியாவில் எழுத்தாளர்கள் பொருளாதார நோக்கில் நல்ல நிலையில் இருக்கிறார்கள். அங்குள்ள புத்தகத்தின் மேலட்டைகளில், நவீன ஓவியக் கலை ஓங்கியிருக்கிறது. பெண்களின் முகத்தையோ அல்லது மற்ற அங்கங்களையோ பெரிதுபடுத்தி அட்டையில் போட்டால்தான் விற்கும் என்ற அவசியம் இல்லை. பஞ்சாங்கக் காகிதங்களும் நைந்து போகும் காகிதங்களும் ஒரு தடவை படித்ததும் அச்சுக்காகக் கலையும் கட்டும், அச்சுப் பிழைகளும் இல்லை" என்கிறார். "புத்தக அட்டை முதல் கட்டடங்களின் புற, அக ஒப்பனை, தோட்டங்களில் வைக்கப்படும் சிற்பங்கள் வரை

எல்லாவற்றிலும் நவீனக்கலையின் பிடிப்புப் பரவியுள்ளது" என்றும் அவர் சுட்டிக் காட்டுகிறார். "யதார்த்தமாக வரைவது, மனிதர்களை அப்படியே வரைவது இவை யாவும் சிறை போன்றவை. அப்ஸ்ட்ராக்ட் கலைதான், கலைஞனுக்கு விடுதலையளிக்கிறது. கிராம மக்களின் கலைகளை ஊன்றிக் கவனித்துப் பார்த்தால், கிராமியக் கலை முழுவதுமே குறியீடுகளையும், ஸ்தூலமான நகலாக இல்லாத உள்மனப் பகுதிகளையும் மலர்ச்சிகளையுமே வெளிப்படுத்தும் மரபு என்று தெரியும்'' என ரொமானியக் கலைஞர் கூறியுள்ளதையும். தம் கட்டுரையில் பதிவு செய்துள்ளார். கார்ஸியா லார்காவுக்கு ஒப்பாகக் கூறப்படும் புகழ்பெற்ற ரொமானியக் கவிஞர் டியூடர் அர்கேசியின் கவிதைகளைப் படித்து ரசித்துப் பயணக்கட்டுரையில் அவற்றை மொழிபெயர்த்தும் வெளியிட்டுள்ளார்.

ரொமானியாவைத் தொடர்ந்து செக்கோஸ்லவாக்கியாவிற்குப் போகிறார். அங்கும் ஓர் எழுத்தாளர்கள் சந்திப்பு. 'இசைக்குப் புகழ்பெற்ற ப்ராஹாவின் இசை மனத்தின் உற்சாகத் துள்ளலை எழுத்திலும் பார்க்க முடியும்' என்கிறார். தமிழுக்கும் செக்மொழிக்குமுள்ள முக்கியத் தொடர்புகளையும் கூறுகிறார். "தேவைக்கு ஏற்ப மொழி அறிவு தானாக அரும்பி மலர்கின்றது. இது உலகெங்கிலும் காணும் கோலம். மொழிகளில் உயர்வு தாழ்வு காணும் பிரச்சினையே எழவில்லை... தொண்டையில் வைத்துத் திணித்தால் குலாப்ஜாமூன்கூடக் கசக்கும். மொழி உணர்ச்சி நெருப்புப் பெட்டி. விளக்கும் ஏற்றலாம். வீட்டையும் கொளுத்தலாம். எங்கள் மொழியே உயர்த்தி எனப் பல முட்டாள்கள் சொல்லுவதால்தான் உலகில் மொழிச் சண்டைகள், அதன் மூலம் நாட்டு இனச் சண்டைகள் மூள்கின்றன" என்பது, கட்டுரையினூடே தி.ஜானகிராமன் கூறும் கருத்து. குழந்தைகள் உயிருள்ளது போன்ற தத்ரூபமான பொம்மையைக் கொடுத்தால் சிறிது விளையாடிவிட்டுப் பிறகு தூக்கி எறிந்துவிடுகின்றன. ஆனால் ஒரு வெறும் தலைக்குசர மரக்கட்டையை வைத்துக்கொண்டு அக்கா, அப்பா, அம்மா, குழந்தை என்று என்னென்ன கற்பனைகளெல்லாம் செய்கின்றன! வெறும்கட்டை, கற்பனைக்கு மேலும் மேலும் இடம் தந்துகொண்டேயிருக்கிறது. தத்ரூப பொம்மை, கற்பனைக்கு வரம்பு கட்டிவிடுகிறது. இது அன்றாட அனுபவம் என்று போகிற போக்கில் அவர் சொல்லும் கருத்துகள், நம்மைச் சிந்திக்க வைக்கின்றன.

'அடுத்த வீடு ஐம்பது மைல்', ஆஸ்திரேலியப் பயணக் கட்டுரை நூல். இது சாவி இதழில் தொடராக வெளிவந்தது. "பிரயாணக் கதை என்றால் சாம்பார், கறி, தயிர் சாதம் பற்றி எழுதாமல் முடியுமா என்று நமக்குச் சந்தேகம் வந்திருக்கிறது. நானே இந்தச் சாப்பாடுகளைப் பற்றி எழுதியிருக்கிறேன். சாக பட்சிணிகள் வெளிநாடுகளுக்குப் போனால் படும் அரைப்பட்டினி உபவாசங்கள் பற்றி எழுதாமல் இருக்க மாட்டார்கள். ஆஸ்திரேலியா கிட்டத்தட்ட அமெரிக்கா மாதிரி. சைவர்கள் தயங்கவேண்டியது இல்லை. பாலும் தயிரும் வெண்ணையும் மண்டிக்கிடக்கிற கண்டம் என்கிற தி.ஜா., "சாக பட்சிணிகள் கோழி, மீன்களைப் பார்த்துப் பயப்படுகிறார்களே தவிர, அவற்றின் அண்ணாக்களான பிராந்தி, விஸ்கி, ரம், ஒயின்களைக் கண்டு பயப்படுவதில்லை. ஆசாரமான சாக பட்சிணிகள்கூட இந்த சீசாக்களைக் கண்டு மிரள்வதில்லை" எனக் கேலிச் சிரிப்புடன் எழுதுகிறார். ஆஸ்திரேலியா

பெரிய நாடு. மக்கள்தொகை குறைவு. நீலமலைக்கு மேற்கே போனால், ஐம்பது மைலுக்கு ஒரு வீடு. அங்குள்ள குழந்தைகளுக்கு வானொலி மூலம் எப்படிப் பாடம் கற்பிக்கிறார்கள் என்பதைப் பார்க்க, அவர் அலுவல் நிமித்தம் ஆஸ்திரேலியா சென்றிருந்தார். அதனால், அங்குள்ள பல பகுதிகளையும், அந்த மக்களின் கலாச்சாரத்தையும் அறிந்துகொள்ளும் வாய்ப்பும் கிடைத்தது. "இங்குள்ள குழந்தைகள் ரேடியோ மூலம் பாடங்களைக் கேட்கிறார்கள். ரேடியோ கேட்கும்போதே, ஒரு பித்தானை அழுத்தி, ரேடியோ ஆசிரியரிடம் பேசலாம். அதாவது, ஒரு வகுப்பு அறை, பல நூறு மைல்களில் இறைந்து கிடக்கிறது. 50 மைலுக்கு ஒரு வீடு என்றால் ஆசிரியர் ஒவ்வொரு வீடாகப் போக முடியாது. அதற்காக, இப்படி ஒரு ஏற்பாடு செய்திருக்கிறார். ஜனத்தொகை குறைவு. தூரம். இரண்டோடும் இப்படிப் போராடுகிறது ஆஸ்திரேலியா. ரேடியோ பாடம் நடந்தது. அந்தக் குழந்தை பெட்டியில் வரும் கேள்விகளுக்குப் பதில் சொல்லிக்கொண்டிருந்தது. ஆசிரியர் கேள்விகள் எங்களுக்கும் கேட்டன. குழந்தை தவறிச் சொன்னால் தாய்கூட இருந்து திருத்துகிறாள். ஆசிரியர் அடுத்த அறையில் இருப்பது போன்ற ஒரு பிரமை எங்களுக்கு! இப்படிப் படிக்கும் நேரத்தில்தான் அது குழந்தை. மற்றபடி பெரிய வயது மனப்பான்மை. கூடவிளையாட அதே வயதில் வேறு குழந்தைகள் இல்லை. வீட்டுக்கு வெளியே வந்து எட்ட எட்டப் பார்த்தாலும் வெறும் மரங்கள்தான். அலைந்து திரியலாம். பயமும் இல்லை" என்கிறார்.

இப்படி ஆஸ்திரேலியக் குழந்தைகளின் கல்வி நிலையைப் பார்த்து அதைப் பதிவு செய்யும் தி.ஜா., நமது நாட்டுக் குழந்தைகளின் நிலைமை குறித்தும் கரிசனம் கொள்கிறார். "டில்லியில் இரண்டு மூன்று செல்ஸிஸ் குளிரில் கை கால், உதடுகள் வெடிக்கும் வரட்டுக் குளிரில் மூன்று ஸ்வெட்டர்கள், கோட்டுகளை மீறி எலும்பில் மூட்டு நோகச் செய்யும் குளிரில் நைந்து கிழிந்த ஒரே பருத்திச் சட்டையுடன் ஈவினிங் நியூஸ் விற்கும் ஏழெட்டு வயதுக் குழந்தைகள். நடைபாதையில் 'அசட்டையாக' முடங்கிக் கிடக்கும் குழந்தைகள் – இவை நித்தியக் காட்சி. இந்த மாதிரி ஒரு ஆறு வயதுக் குழந்தை மாவுமிஷின்போல நடுங்கியவாறு பலூன் விற்றுக்கொண்டிருந்தது. அதைப் பார்த்த ஒருகல்லூரிப்பெண், வா, ஒரு சட்டை வாங்கிக்கொடுக்கிறேன்! என்று அழைத்துப்போய்ப் பல வண்ண ஸ்வெட்டர்கள் பலவற்றைக் காட்டி, 'எது பிடிக்கிறது' என்று கேட்டாள். எதிர்க்கடை ஒரு விளையாட்டுச் சாமான் கடை. அந்தக் குழந்தை, அந்தப் பக்கம் சிரித்துக்கொண்டே கையைக் காட்டிற்று. அந்தப் பெண்ணுக்கு அதிர்ச்சி, சிரிப்பு. ஸ்வெட்டர், விளையாட்டுச் சாமான் இரண்டையும் வாங்கிக்கொடுத்து, அதோடு நில்லாமல் ஸ்வெட்டரை அணிவித்து, அதோடு பேசிவிட்டுப் போனாள்! சர்வதேசக் குழந்தைகள் ஆண்டு மலையேறிவிட்டது ... இப்போது குழந்தைகள் சுதந்திரமாகத் தீப்பெட்டிச் சாலைகளில் சுகந்தங்களை நுகர்ந்து பதினாறு மணி நேரம் வேலை செய்யலாம். ஹோட்டல்களில் கழுவலாம். டிக்கெட்டில்லாமல் ரயில்களில் பூட்பாலீஷ் போடலாம். பேருந்துகளில் மல்லாக்கொட்டை விற்கலாம்! ஆஸ்திரேலியர்கள் அசடுகள். தினம் குழந்தை நாளாகக் கொண்டாடுகிறார்கள்" என்றும், "தொடக்கப் பள்ளிகளில் நூற்றுக்கு ஐம்பது குழந்தைகள் பாதியில் விட்டுவிடுகின்றன என்று கல்வி அதிகாரிகள்

புலம்புகிறார்கள். ஏழ்மையும் வீட்டில் உதவி செய்கிற நிர்ப்பந்தமும் நாலு காசு சம்பாதித்து வீட்டுக்குக் கொடுக்கிற பரிதாபமும் காரணமாக இருக்கலாம். ஆனால், பாதிக் காரணம், தொடக்கப்பள்ளி வேண்டாத பாடமும் இசையும் இன்பமுமற்ற சிறையுமாக இருப்பதுதான்'' எனத் தம் பயணக் கட்டுரையை முத்தாய்ப்பாய் முடிக்கிறார்.

கதைசொல்லியின் மொழியில், தம் பயணக் கட்டுரையையும் கதைபோலவே கொண்டுசெல்வது தி.ஜா.வுக்குக் கைவந்த கலை. "நாற்பது வயது, ஐம்பது வயது என்று ஆனாலும் நம்முள்ளே இருக்கிற குழந்தை குழந்தைதான். அது எப்போதும் சிரிக்கும், வியக்கும், சத்தத்தைக் கேட்டு, வெளியே ஓடி வரும். வானைப் பார்க்கும். பெரியவனான உடம்பில், படித்த உடம்பில் நீ இருக்கிறாய். நீயும் பெரியவனாக இரு என்று அதைப் பார்த்துச் சொல்ல முடியாது'' (கருங்கடலும் கலைக்கடலும்) என்கிறார். அந்தக் குழந்தையின் உற்சாகத்தைத் தி.ஜானகிராமனின் பயண அனுபவங்களிலும் பார்க்க முடிகிறது. தம் கண்கள் மூலம் தாம் பார்த்த அந்தப் பேரனுபவங்களைத் தம் எளிமையான எழுத்து நடையின் மூலம் நமக்கும் பாதை விரித்து, நம்மையும் அந்த இடங்களுக்கு அழைத்துச் செல்கிறார். தி.ஜானகிராமனின் இந்தப் புத்தகங்களைப் படிக்க வாய்த்தவர்கள் பாக்கியவான்கள். மென்மனதின் தரிசனங்கள் இவை:

✣

92

கருங்கடலும் கலைக்கடலும்

ந. கவிதா

எல்லாம் மிகமிக எளிமை
அத்தனை எளிமை
புரியாத அளவுக்கு
எல்லாம் அருகில்
மிகமிக அருகில்
அத்தனை அருகில்
கண்பார்க்க முடியாத
அத்தனை அருகில்... (ஸ்டெனாங்கு)

தம் புனைவுகளில் தனித்துவமிக்க மெல்லுணர்வுப் போக்கைக் கொண்டு, இயல்புணர்ச்சிகளின் பண்பை மிகுந்த வெளிப்படைத் தன்மையுடன் பேசிய தி.ஜானகிராமனின் புனைவல்லாத எழுத்துகளும் மிகுந்த நயமோடு இலக்கியத்திற் குரிய செழுமையோடு நம்மை ரசிக்கச் செய்பவை. மனித மாண்புகளையும், சிந்தனா முறைகளையும், இயற்கைப் பேரெழிலையும், முரண்களையும், ஏற்றத்தாழ்வுகளையும், வளங்களையும் கண்டு தனக்குள் உரையாடிக்கொண்ட ஒரு மனதின் மொழி என்றே, இந்த எழுத்துகளைக் கொள்ளலாம். அவர் சொல்முறையாலும், அவரின் மானுடக் காதலாலும், ரசனைமிகு பார்வையாலும் மிகுந்த இலக்கியார்த்தப் பண்பினைக் கொண்டு திகழ்கின்றது இந்தப் பயணப்பதிவும். 'கருங்கடலும் கலைக்கடலும்' என்னும் இந்நூல், பண்பாட்டுப் பரிமாற்றத் திட்டத்தின்கீழ் ரொமானியாவுக்கும் செக் கோஸ்லவாகியாவுக்கும் சென்று வந்தது பற்றித் தி.ஜா. எழுதிய பயணப்பதிவு. எளிய மனம் கொண்ட ஒருவரது பார்வையில் விரியும் இப்பதிவு, விண்முட்டக் காத்திருக்கும் கட்டடங்களைக் கண்டு மெய் மறக்கும் மனிதனை, அதீதத் தொழில்நுட்பத்தைச் சிலாகிக்கும் மேலைநாட்டவரின் பொறுப்புணர்வு, நேரம் தொடர்பான வியப்புக்குரிய அவர்களது வாழ்வியலில், சுதந்திரத்தில் லயித்துப் போகிற ஒரு மனிதனின் பதிவன்று. புவியியல் ரீதியான, கால ரீதியான குறிப்புகளையோ, விவரணைகளையோ இதில் காண முடியவில்லை. மனிதர்கள்

மீதான கூர்ந்த அவதானிப்பு, அம்மக்களின் வாழ்முறை பற்றிய வரலாற்றுப் பின்னணி, அவர்களின் அழகியல், கலை மீதும் இலக்கியத்தின் மீதும் அம்மக்கள் கொண்டிருக்கும் அளப்பரிய கவனம், ஈடுபாடு, வரலாற்றில் தமக்கு நேர்ந்த கொடுமைகளை நினைவு கூர்வதன்வழிச் சமகாலத் தலைமுறையினரையும் உணர்வெழுச்சியுள்ளவர்களாக உருவாக்கும் சமூக அக்கறை மிக்க படைப்பாளிகள் என யாவற்றையும் நூல் முழுக்கப் பேசும் தி.ஜா., வாழ்வின் சிறு அசைவையும் அதீத நுண்ணுணர்வுடன் கண்டு லயித்ததன் வெளிப்பாடே அவர் எழுத்தென்று கருதலாம்.

நம் இந்தியச் சூழலோடு, இங்குக் காணும் யாவற்றையும் பொருத்திக் காண்கின்ற தன்மை, சுய விமர்சனம், நாம் கொண்டிராத நற்பண்புகளைப் பற்றிய தயங்காத, வெளிப்படையான பார்வை என்று வாசிப்பவர்களைத் தமக்குத் தாமே தமக்குள் இயங்கும் முரண்களைக் காணச் செய்கிற தன்மையை இவ்வெழுத்துகள் கொண்டுள்ளன. ஓர் உணவு விடுதியில், முதியவர்களாகவே அமர்ந்திருக்க, இளைஞர்களே தென்படவில்லையே என்று தொடங்கும் இயல்பான உரையாடலில், 'குட்டி குரைத்து நாய் தலையில் வைத்தாற்போல' என்னும் பழமொழியை மாற்றி, நாய் குரைத்துக் குட்டி தலையில் வைக்கிறதுபோல என்று சொல்லி, உலகமெங்கும் போர் நிகழ்த்தியிருக்கும் தாண்டவங்கள் பெரிதும் இளைஞர்களைப் பலிகொண்டதை, மிகுந்த துயரத்துடன் தி.ஜா. பதிவுசெய்கிறார். வயதில் மூத்தவர்கள்தான், என் நாடு, என் ராஜ்ஜியம், என் நாட்டு வளர்ச்சி, பிராந்திய விரிவாக்கம் என்னும் எண்ணங்களால் போர்களைத் தீர்மானிக்கிறார்கள். இந்த 'என்'களைக் கொண்ட பெரியவர்களும் இளைஞர்களாக இருந்துதானே மூப்படைந்திருக்கிறார்கள். இளமை என்னும் பருவம் மட்டும் இந்த அழுக்காறு, சுரண்டல் இவை யாவுமில்லாத சுத்த சமத்துவமிகு பருவமாக இருக்கிறதென்று சொல்கிற அவர், மக்களைச் சுரண்டும் நாடு எதுவாயிருந்தாலும், அது சோஷலிச நாடாகவே இருந்தாலும் வெறுக்கப்பட வேண்டியதுதான் என்றே தம் பார்வையைக் கொண்டிருக்கிறார்.

இப்பயணத்திற்காக, ரொமானியா சென்றிறங்கியபோது, இவர்களை வரவேற்கத் தூதரகத்திலிருந்து இந்தியப் பிரதிநிதிகள் யாரேனும் வரக்கூடும் என்று தாம் எதிர்பார்த்ததையும், பின் நாமெல்லாம் அரசியல் பிரமுகர்களோ, திரையுலக நாயகர்களோ, நடன மேதைகளோ இல்லையே என்ற சுரணை நினைவுக்கு வந்ததும் புதிதாய் ஒரு செருப்புப் பண்ணித் தங்கள் சபல புத்தியை அடித்துக்கொண்டோம் என்று எழுத்தாளர்களுக்கு இருக்கக்கூடிய மதிப்பைப் பேசுபொருளாக்குகிறார். அழகிய நவீன ஓவியங்கள் கொண்ட இரசனை மிக்க முன்னட்டைகள், தரமான காகிதங்கள், உயர்வான அச்சாக்கம் என்று அந்நாட்டு நூல்களைப் பார்த்து மகிழும் தி.ஜா., அந்த மக்களிடம் கண்ட வாசிப்புப் பழக்கத்தை, புத்தகப் பசியைப் பற்றிக் குறிப்பிடும்போது, நம் நாட்டில் திறந்ததும் பிரியும் தையல் கட்டுடன், ஒடிந்து விழும் பக்கங்களுடன், மக்கிய காகிதத்தில் அச்சுப் பிழைகளுடன் தயாரிக்கப்படுகிற நூல்களையும் நினைத்துப் பார்க்கிறார். பெண்களின் முகத்தைப் போட்டால்தான் விற்கும் என்ற தேவையும் அந்த நூல்களுக்கு இல்லை என்பதை, மென்முறுவலுடன் குறிப்பிட்டுச் செல்கிறார்.

அந்நாட்டில் தி.ஜா. கண்ட ஓவியப்பள்ளிகள், கலைக்கூடங்கள், நிகழ்த்துகலைப் பயிற்சிக்கூடங்கள், பளிங்கு, பீங்கான் கலைப்பொருள் காட்சியகங்கள், நாடக அரங்குகள், இசையரங்குகள், திரையிடல் மையங்கள், அருங்காட்சியகங்கள், தேவாலயங்கள் என்று யாவற்றிலும் அம்மக்களின் கலைநுட்பத்தையும் வரலாற்றுணர்வையும் சமூக அக்கறையையும் கண்டு, நாம் மேம்பட்டுக்கொள்ள வேண்டிய களங்களை மனதில் அசையிடுகிறார். மேலும், கலைகளுக்கு நம் நாட்டிலுள்ள மதிப்பை, குறிப்பாகக் கலைப் பள்ளிகளை உருவாக்குவதில் நாம் காட்டாத அக்கறையை, கலைகளை ஆண்களுக்கென்றும் பெண்களுக்கென்றும் பிரித்துப் பார்க்கிற மனோபாவத்தை நினைத்துக்கொள்கிறவருக்கு, இயற்கையாகவே மனதில் ஆழ்ந்து கிடக்கும் கலையுணர்வும், இசையின் மகத்துவமும் மேலெழும்பி அவர்களது கலைமீது அவர்கள் கொண்டிருக்கிற தீவிர விருப்பையும் ஈடுபாட்டையும் கொண்டாடிக் களிக்கும்படி செய்கின்றன.

'செக்' நாடுகளில், வர்ணக் கலவைகளில், விதவிதமான ஓவிய வகைமைகளைக் கற்றுக்கொள்ளும் வாய்ப்பளிக்கிற பல பள்ளிகளைப் பார்க்கும்போது, காலங்காலமாகக் கத்தரி, வெண்டை, குடை போன்ற படங்களை வரைந்து வர்ணமடிக்கச் சொல்லும் நம் பள்ளிகளின் புதுமையின்மையை யோசிக்கிறார். குழந்தைகளின் படைப்பாற்றலை வளர்க்கும்விதமாக, நம்மை வளப்படுத்திக்கொள்ள வேண்டியதன் தேவையை உணர்கிறவருக்குக் குழந்தைகளுக்கெனப் பள்ளிகளில் நடத்தப்படும் பொம்மலாட்டப் பயிற்சிகள் வியப்பளிக்கின்றன. அப்ஸ்ட்ராக்ட் வகைக் கலை வடிவங்களைக் குழந்தைகளிடம் அறிமுகப் படுத்தும்போது, அவர்தம் படைப்பாற்றல் புத்தொளி பெறும் வாய்ப்பை வழங்குவதையும் அப்பயிற்சிவழியே காண்கிறார். தி.ஜா.வைப் பொறுத்தவரை இளங்குழந்தைகளுக்கு மகிழ்ச்சியான, ஆர்வ ஈர்ப்பூட்டும் கல்வி முறையை வழங்காத நாடு எதிர்காலத்தில் அறிவுத்தளத்தில் பின்னடைவைச் சந்திக்கும் என்பது அசைக்க இயலாத நம்பிக்கையாக இருக்கிறது. வாழ்வையும் அதன்வழித் தத்துவ தரிசனத்தையும் ஆழ்ந்து நோக்கும் ஒரு பாங்கை அந்தப் படைப்பாளர்களின் புனைவிலக்கியம் கொண்டிருப்பதைச் சொல்லும் தி.ஜா., படைப்புச் சுதந்திரம் அங்கு மதிக்கப்படுவதையும், அவர்களை விமர்சிப்பதில் சிறிதும் நாகரீகம் குறைவதில்லை என்பதையும்கூடக் குறிப்பிடுகிறார். படைப்புகள் பின்பற்ற வேண்டியது மனிதாபிமானமும் தனிப்பட்ட சுதந்திரமும்தான். அவை அவர்களின் படைப்புகளில் உள்ளன என்கையில், நம் சமூகம் கொண்டிருக்கும் படைப்புச் சுதந்திரத்தை மறுக்கும் தொனியை, தரமற்ற விமர்சனங்களை முன்வைக்கும் பொறுப்புணர்வற்ற தன்மையைச் சொல்லாமல் சொல்லிப் புரியச் செய்கிறார்.

நீங்கள் பிராமணரா? என்று அவர் எதிர்கொள்ளும் கேள்விக்கு, இவ்வாறு பதிலளிக்கிறார்: 'பிராமண யோக்யதை' ஒன்றும் கிடையாது. பிறந்தது அந்த ஜாதியில். ஆனால், பகுத்தறிவுவாதிகளும் அரசாங்கக் கல்லூரி அதிகாரிகளும் எல்லாம் என்னைப் பிராமணன் என்றுதான் கூறுகிறார்கள். பகுத்தறிவு வாதிகளுக்குக்கூட மூடநம்பிக்கைகள் சாத்தியம். இந்தக் கூற்று, அவர், சுய சாதி குறித்து ஒருபோதும் பெருமையோ உயர்வோ

கொண்டவரல்லர் என்பதைத் தெளிவாக்குவதுடன், பிறப்பினால் யாரும் உயர்வானவர்களாக முடியாது, நற்பண்பினாலும் நடத்தையாலுமே மனிதன் உயர்ந்தவனாகிறான் என்பதே அவர் சித்தாந்தமாக இருந்ததையும் காட்டுகிறது. அதோடு பிராமணனுக்கு இருக்க வேண்டிய தகுதி பற்றிய கேள்வியை எழுப்புவதன் மூலம், தான் சார்ந்திருக்கும் சமூகத்தையே சுயவிமர்சனத்துக்கு ஆளாக்கும் அவரது மானுடச் சமத்துவப் பண்பும் வெளிப்படுகிறது. இங்குப் பகுத்தறிவாளர்களும் மூடநம்பிக்கை கொண்டிருக்கிறார்கள் என்ற பொருள் பொதிந்த சிறு கூற்றில், இச்சமூகம் கொண்டிருக்கிற மேம்போக்குத்தனமான புரிதலை, சாதி கொண்டு மனிதர்களை மதிப்பிடுகிற அசட்டுத்தனங்களைச் சொல்லிக் கடக்கிறார். ருமேனியாவில் இந்திய மொழிகளை ஆய்வுசெய்யும் அறிஞருக்கும் தி.ஜா.வுக்கும் இடையில் நடக்கும் உரையாடலைக் கவனித்தால், மேற்பேசிய விஷயங்கள் குறித்து நாம் இன்னும் சில தெளிவுகளைப் பெறலாம். "வால்மீகி ராமாயணம் படித்ததுண்டா?"; "பகவத் கீதை?"; "பாரதம்?"; "சமஸ்கிருதத்திலேயா?" – இப்படித் தொடர்கேள்விகளுக்குப் படித்ததுண்டு, சமஸ்கிருத்திலேயே என்று பதில் சொல்லும் தி.ஜா., "வேதங்களைப் பற்றித் தெரியுமா?" என்னும் கேள்விக்கு, "கொஞ்சம்"; "ஓதத் தெரியுமா?" என்றதற்கு, "கொஞ்சம்" என்றும் சொல்கிறார். "கொஞ்சம் ஓதும் பார்ப்போம்!" என்று கேட்க, "ஜனகோஹ வைதேஹ..." என்று ஓதத் தொடங்குகிறார். "இது என்ன வேதம்?" என்றதற்கு, "இது பிரஹதாரண்யக உபநிஷத்து"; "உபநிஷத்து வேதாந்தம் அல்லவா? வேதத்திலிருந்து சொல்லும்!"; "ஈசாவாஸ்யமிதம் ஸர்வம்"; "இது என்ன வேதம்?"; "யஜுர் வேதம்"; "ரிக் வேதத்திலிருந்து ஏதாவது சொல்ல முடியுமா?"; "தெரியாது"; "அடடா. . . அடடா...!"

இந்த உரையாடல், மேலைநாட்டாருக்கு இந்தியர்களைப் பற்றி, குறிப்பாகச் சமஸ்கிருதத்தைப் பற்றி இருக்கும் மதிப்பீடு எப்படியானது என்பதைக் காட்டும். இந்தியாவிலிருந்து வந்தால் வேதங்களை அறிந்தவராக இருப்பார் என்றும், சமஸ்கிருதம் இந்தியர்கள் அறிந்த மொழியாகவே இருக்கும் என்றும், பிராமணர்கள் வேதங்களிலும் உபநிடதங்களிலும் கரைகண்டவர்களாகவே இருப்பார்கள் என்றும் வெளிநாட்டார் கொண்டிருக்கிற நம்பிக்கை பற்றியது. தொடக்கத்தில் அயல்நாட்டவரால் மொழிபெயர்க்கப்பட்டவை பெரிதும் சமஸ்கிருதக் காவியங்களாயிருந்ததே இதற்குக் காரணம். இதுவே தி.ஜா. தரும் பார்வை. ஷாநாமாவையும் தாகூரையும் மொழிபெயர்த்தவர் டான், ரிக் வேத ரிக்குகளை மொழிபெயர்த்தவர் பெஸ்டலோஸி. சிலப்பதிகார நாடக அமைப்பை மொழிபெயர்த்தவர் துமித்ரு. இவர்கள் அரசியல் அமைப்புகளும் பண்பாட்டு இலக்கியத் துறைகளும் இலக்கியச் செழுமைக்குச் செய்திடாத பணிகளைத் தனிமனிதர்களாகச் சாதித்தவர்கள். இவர்கள் வாழும் எளிய வாழ்வும், அவர்கள் செய்த அரும்பெரும் காரியங்களும் எத்தகைய முரணைக் கொண்டிருக்கின்றன என்று கருதும் தி.ஜா., உலகம் முழுதும் படைப்பாளர்களும், மொழிவளத்திற்குப் பங்களித்தவர்களும் இறுதிவரை அங்கீகரிக்கப்படாது போவதையும், இந்த ஓர் அக்கறையின்மையையும் கடந்து தனிமனிதன் இந்த மனிதச் சமூகத்திற்குச் செய்துவிட நினைக்கும் பணிகளின் மேன்மையைப் பற்றியும் இச்சிறு நினைவில் நமக்குச் சொல்லிவிடுகிறார்.

“வயதானாலும் நமக்குள்ளே இருக்கிற குழந்தை குழந்தைதான். அது எப்போதும் சிரிக்கும், சத்தத்தைக் கேட்டு வெளியே ஓடிவரும். வானைப் பார்க்கும். பெரியவனான உடம்பில் நீ இருக்கிறாய், பெரியவனாக இரு என்று அதைச் சொல்ல முடியாது” என்று நம் ஒவ்வொருவருக்குள்ளும் இருக்கிற குழந்தையைக் காட்டும் தி.ஜா., கரை தவழும் வெள்ளத்தைச் சுமந்து செல்லும் ஆறு ஒரு மக்கள் கூட்டம், ஒரு உயிர்க் கூட்டம், அருள் கூட்டம் என்று வியக்கிறபோது தன் எழுத்துக்கு மிகச்சிறந்த கவித்துவத்தை வழங்கியிருப்பதை நாம் உணர்கிறோம். இந்தச் சில சொற்கள் அந்நதி கொண்டிருக்கும் ஜீவனோபாயத்தை, பண்பாட்டு வளத்தை, வரலாற்றுத் தருணங்களை நம்மிடம் கடத்துவதை மறுக்கவியலாது. அவரது காவேரிப் பயணம், இத்தகைய உயிர்ப்புமிக்க தருணங்களை நாம் தரிசிக்கும்படி செய்ததையும், இங்கு நினைவுகூரவேண்டும். டன்யூப் நதி வர இருக்கிறது என்றறிந்ததும் இரு நிலையங்கள் முன்பாக எழுந்துநின்று நதி காண நிற்கும் தன் விருப்பைச் சொல்லும்போது, நர்மதை, கிருஷ்ணா, வட பெண்ணை ஆறுகளைக் கண்டு, பிரமித்ததைப்போல டன்யூப்பையும் கண்டு துள்ளக் காத்திருக்கும் குழந்தையாக நமக்குத் தெரிகிறார். மௌனமாகக் கொட்டிக்கொண்டிருக்கும் பனிமலர்த் தூவல்களைப் பார்க்கையில், தும்பைமலர்களை நினைத்தவாறு, இந்தப் பனி தூவும் அடர்வனங்களின் அமைதியோடு ரிஷிகேசத்தை ஓர்மைப்படுத்துகையில் அவர் அடைகிற மகிழ்ச்சி, இத்தூய்மை நம் நாட்டின் புனிதத் தலங்களில் இல்லை என்று எண்ணும்போது அப்படியே வடிந்துவிடுகிறது. வீடுகளுக்கு முன்னும் பின்னும் சாக்கடை நீர்த்தேக்கங்கள் கட்டி இலட்சக்கணக்கான அனாதைக் கொசுக்களை வளர்க்கும் நம்மவரின் தயாள மனப்பான்மையை, எங்கும் எச்சிலால் நிறைத்து வடமதுரைவிட்டுத் துவாரகைக்குக் கண்ணனையே ஓடச்செய்த நம்மவரின் திறமையையும் எண்ணிக் குறுநகையில் நம்முள் சிரிப்பலையை எழுப்பிவிடுகிறார்.

கடவுள் நம்பிக்கை இல்லாதவர் நதியைக் கடவுளென்பதையும் தாயென்று வணங்குவதையும் எப்படிப் புரிந்துகொள்வார்கள் என்று கவலை கொள்ள வேண்டியதில்லை. கடவுள் இருக்கிறார் என்பவரும், இல்லையென்று சொன்னவரும் கடவுளை நேரில் பார்த்ததில்லை. எனவே, அவரவரது தனிப்பட்ட கொள்கை முடிவென்று இந்த நம்பிக்கையை விட்டுவிடலாம் என்கிற தி.ஜா., நான் கடவுள் நம்பிக்கை கொண்டவன்தான். அதனால் அத்தனை நல்லவன் அல்லன். தினம் தினம் நினைக்கிற, செய்கிற அபத்தங்கள் ஆயிரம் உண்டு. அதனால் எனக்குக் கடவுள் தேவைப்படுகிறார் என்று மனித இயல்பின் தன்மையே குற்றங்களும் குறைகளும் நிறைந்ததுதானென்பதைத் தன்வழியே சொல்லும்போது, அவர் புனைவுகளில் படைத்துக் காட்டிய மனிதச் சேட்டைகளை, நாம் நினைவுகொள்ளாதிருக்க இயல்வதில்லை. ப்ராஹா நகர் பற்றி, பண்பாடு, அழகு, கலைச்சுவை, திரும்பிய இடமெல்லாம் இசை, காற்று வெளி எல்லாம் களிப்பு என்று திகழும் நகரம் உலகிலேயே இது ஒன்றுதான் என்னும்போது, தி.ஜா.வின் கலை மனம், எல்லைகளும் பேதங்களுமற்ற ரசிப்பில் அங்கே புத்துணர்வடைவதைக் காண்கிறோம். கண்ணாடி வேலிக்குள் வளர்க்கப்படும் நம் நாட்டு வாழை, அல்லி, தாழம்பூ, கற்றாழை போன்ற தாவரங்களைப் பார்க்கிறபோது, அந்த மூச்சுமுட்டுகிற

வெப்பத்திலும் எழுகின்ற உற்சாகம், மனதுக்குள் இருக்கும் மண் பித்தைக் காண்பிக்கிறது என்கிறபோது, 'மண் பித்து' என்னும் சொல்லைக் கையாள்வதில் எவ்வளவு அழகு! எத்தனை வியப்புமிகு கட்டடங்களைக் கண்டாலும், கலை மேன்மையை உணர்ந்தாலும், நம் வேர்கள் பரவிக் கிடக்கிற மண்ணை எந்தச் சமரசமுமின்றி நேசிக்கிற தி.ஜா. என்னும் ஆளுமையின் நதியின் நீர்மை போன்ற மனதினைக் கொண்டாடுகிறோம்..

திருமதி வாத்செக் பற்றிச் சொல்கிற சில சொற்றொடர்களில், உலகமெங்கும், வளர்ந்த நாடுகளாயிருந்த போதும், கணவன் மனைவி, ஏழை பணக்காரன், அண்ணன் தம்பி, மாமியார் மருமகள் எல்லாம் மனிதப் பிரச்சினைகள் என்று சொல்கிறபோது, நிறம், இடம், இனம், முற்போக்கு, பிற்போக்கு என்று எல்லா நிலைகளிலும் பல பேதங்கள் நிறைந்திருக்கும் இவ்வாழ்வில், பொருளாதாரச் சந்தோஷங்களும் உண்மையில் அன்பு செலுத்தும் சொந்தங்களும் வெவ்வேறு படிகளைச் சார்ந்தவையோ என்ற ஐயம் எழுவதாக எழுதுகிறார். அங்குத் திரையிடப்பட்ட சிறந்த படங்கள் யாவும் போர் விளைவுகளை, அதன் ஈவிரக்கமற்ற முகத்தைக் காட்டுவதாயிருந்ததைக் கண்டு, அந்த துயரைக் காணச் சகியாதவராய், இசையிலும் நவீனக் கலைகளிலும் இயல்பான பற்றுள்ள செக் மக்கள் ஏன் துயர்மிகு காட்சிகளைத் திரைப்படமாக்குகிறார்கள் என்று உடனிருந்த நண்பர்களிடம் கேட்கிறபோது, 'வரலாற்றில் அவர்கள் பட்ட கொடுமைகளைக் காட்டாமல் என்ன செய்வது?' என்று பதில் வர, நம் இந்தியச் சமூகத்தில் மரத்தைச் சுற்றிப் பாடும், ஆடும் ஒரு பாடல்கூட இல்லாமல் திரைப்படம் உருவாக்கப்படவில்லையே என்று நினைத்துக்கொள்கிறார். அவரது மொழியில், சொல்லும் ஒன்றைக் காட்டிலும் அவர் சொல்லாது விட்டுச்செல்கின்ற மௌனமே நம் மனத்தை அசைக்கிறது. "என்னுடைய இன்பங்களை, நான் துய்க்கும் சோக உணர்வுகளை மற்றவர்களுடன் பகிர்ந்துகொள்ளவே நான் விரும்புகிறேன். சுற்றிலும் உலகம் சிறியதும் பெரியதுமாகச் சாதாரண அசைவுகளில்கூட வியப்புகள் நிறைந்து இயங்குகிறது. அதைப் பார்த்துக் கொண்டிருப்பதே ஆனந்தம்தான், அதைத்தான் நான் பகிர்ந்துகொள்கிறேன் எழுத்து மூலம்" என்று வியக்கும் தி.ஜா.வின் அகதரிசனங்கள் மென்காற்றைப்போல, சலசலக்கும் நீரோடைபோலச் சுகந்தம் தருபவை. இந்த எழுத்துகளின்வழி நாமும், அவரின் 'மனதை முகரலாம்'!

✣

93

தொன்மையோடு இசைந்த இளமை

தங்க. ஜெயராமன்

கோவலனும் மாதவியும் காவிரியின் நடையழகில் மயங்கியவர்கள். அந்த நடையழகு நிலைத்திருக்க, "வாழி" என்று ஒருவரை விஞ்சி ஒருவர், காவிரிக்கு மங்களச் சொல் கூறினார்கள். ஆயிரத்து ஐந்நூறு ஆண்டுகளுக்குப் பின்வந்தும், அவர்களைப் போலவே மயங்கிய சிட்டியும் தி. ஜானகிராமனும், 'நடந்தாய்; வாழி, காவேரி!' என்ற பயண நூல் எழுதினார்கள். அப்போதும், இப்போதும் வாழ்த்துவோர் வெறும் மனிதர்களே. அவர்கள் வாழ்த்தும் அழகோ தெய்வீகம். என்ன இருந்தாலும், கண்கொள்ளா அழகின் முன் நாம் நிற்கும்போது, மனிதநிலையின் தாழ்ச்சியை மறந்து நாம் தன்னிச்சையாக வாழ்த்துக் கூறுவது மரபு என்று சொல்கிறார்கள். மங்களா சாசன மரபின் மற்றொரு வடிவம் இந்த நூல்.

நடையழகு, தமிழர்களின் அழகியலின் அங்கம். திருவிழாவைக் காணச் சிம்மம்போல் வெளியே வரும் காவிரிக் கரையின் சீரங்கத்துப் பெருமாள், தம் இருப்பிடம் திரும்பும்போது சர்ப்பம்போல் ஊர்ந்து காட்டுவார். 'நடந்தாய்; வாழி, காவேரி!' நூலில், காவிரியின் நடையை மட்டுமல்ல, அந்த நதியின் அசைவு, ஓட்டம், சீற்றம், துள்ளல் போன்ற நடைபேதங்களையும் காணலாம். கூடவே காவிரியின் முறுவலையும், சிரிப்பையும், கோபத்தையும், பாசத்தையும் ரசபேதங்களாகக்கூடக் காணலாம். கோவலனும் மாதவியும் கண்டதாகப் பாடும் காவிரியின் நடையழகு, காவியப் பாத்திரங்கள் பல நூறு ஆண்டுகளுக்கு முன் பாடிக் காட்டிய ஒரு கற்பனைச் சித்திரம். காலமெல்லாம் காத்திருந்ததுபோல் அந்தக் கற்பனை, சிட்டியும் தி.ஜானகிராமனும் கண்ணுக்கு நேரே கண்ட காவிரியாக விரிந்து, தனக்கு நிறைவைத் தேடிக்கொண்டது. பயண நூல் என்ற யதார்த்தத்தில், தன் விரிவைக் கண்டு, தன் நிறைவையும் கண்டுகொண்டது ஒரு காப்பியக் கற்பனை. யதார்த்தம், கற்பனையில் தன் நிறைவைக்

காண்பதுதானே வழக்கம்! 'நடந்தாய்; வாழி, காவேரி!'யில் கற்பனை, தன் நிறைவை யதார்த்தத்தில் கண்டுகொண்டது.

'நடையழகுக் காட்சி' என்று நான் சொல்வதை, உருவம், தோற்றம் என்று கண்ணுக்கு எட்டுவதாக மட்டுமே, அதைக் குறுக்கக்கூடாது. காவிரியின் நடைவழியில், மடைபொழியும் நீர் ஓசை எப்போதும் உண்டு. அங்கங்கே, மதகுக்கண் வழியே நீர்வடம்போல் சீறிவரும் காவிரி உடைந்து, உடைந்து பரவி விழும் ஓசையும் ஓயாது. ஏரின் கொழுமுனையும், மாட்டின் குளம்பும் வயலின் நீர்ப்பரப்பில் லயத்தோடு ஒலித்துக்கொண்டேயிருக்கும். புரண்டு வரும் புதுப்புனலில் குதித்தும், குடைந்தும் அலற நீராடுவார்கள் கரையோர மக்கள். காதுக்கு எட்டும் ஓசைகளைக் கொண்டே, காவிரியை இப்படி ஓர் ஒலிச்சித்திரமாகவும் வரைந்துகாட்டுகிறான் கோவலன். கண்களை மூடிக்கொண்டு, அந்தச் சித்திரத்தை பார்க்கலாம். நூற்றாண்டுகளைக் கடந்து ஒலிக்கும் அதே சந்தங்களைக் கொண்டு, 'நடந்தாய்; வாழி, காவேரி!' நூலும், இந்த ஒலிச்சித்திரத்தை உரைநடைக் காவியமாகச் செய்திருக்கிறது. சிலப்பதிகாரக் காப்பியத்தின் ஒரே ஓர் இழையைச் சித்திரத் திரைச்சீலையாக்கிக் காவிரியைக் கொண்டாடியிருக்கிறது இந்த நூல்.

இந்நூலைப் பற்றி, இரண்டு சங்கதிகளைச் சொல்லிவைக்க வேண்டும். நூலின் சமகாலம், அதற்குச் சற்று முந்தைய காலம், இன்னும் வெகுதொலைவு பின்னால் சென்று காப்பியக்காலமான பழங்காலம் ஆகிய மூன்றையுமே சரடாகக் கோத்துவருகிறது காவிரி. இது முதல் சங்கதி. இரண்டாவது, தன் பொருளான காவிரியை விவரிப்பதோடு நின்றுகொள்ளாமல், தன்னைப் பற்றிய, தன் விவரிப்புப் பற்றிய சுய விமர்சனத்தோடும் நூல் வளர்கிறது. நூலின் சுய எள்ளல், அபூர்வ ரசனையில் பிறக்கும் நகைச்சுவை. காவிரி என்ற மகத்துவம் எப்போதாவது எழுத்தில் அகப்பட்டுக்கொள்ளும். அப்போது இந்நகைச்சுவை விலகிச் சொற்களும் வழிவிட்டு விலகி, திளைப்பும் திகைப்பும் மௌனமும் படைப்பாளர்களை நிறைத்துத் ததும்புகின்றன.

மாயவரம் நகரின் பூம்புகார் கைகாட்டியில் தொடங்குகிறது நூல். கைகாட்டியிலிருந்து வாசகர்கள் காலத்திற்குள்ளும் முன்னும் பின்னும் நடக்கலாம். காவிரியின் வடகரையோடு, பூம்புகாருக்கு ஒரு சாலை உண்டு. சில ஆண்டுகளுக்கு முன், பாரவண்டிகள் செல்லும் மண் சாலையாகவும், அதுவே முற்காலத்தில் மரக்கலங்களில் பூம்புகாருக்கு வந்திறங்கும் சரக்குகள் மேற்கே சோழர் தலைநகரம் உறையூருக்குச் செல்லும் சாலையாகவும் இருந்ததாம். பூம்புகாரிலிருந்து கோவலனும் கண்ணகியும் மதுரைக்குச் சென்ற சாலை இது. இந்தப் பெருஞ்சாலை இன்று தன் வாழ்வு பழங்கதையாகிவிட்ட ஓர் ஒதுக்குப்புறச் சாலை. இப்படிக் காலங்களினூடாகக் காவிரியைக் காட்டும் ஆசிரியர்கள், அது காலத்தைக் கடந்துநிற்கும் நிலையையும் காட்டிச் செல்கிறார்கள். அவர்களுக்கு இது, 'பொய்யா இளமை பொங்கும் தொன்மையான காவேரி'; தொன்மையோடு இசைந்த இளமை!

தொன்மையின் வசீகரத்தை எழுதுபவர்கள், அப்படித் தாம் எழுதுவதைத் தம் வாசகர்களுக்கு நியாயப்படுத்திக் காட்டவும் வேண்டியுள்ளது. "ஆகா! அந்தக் காலம்" என்று வியப்பவர்களைப் பழமைவாதிகளாகக் கேலிசெய்யப் பழகிவிட்ட இந்தப் புது யுகத்துக்கு ஆசிரியர்கள் பதில்

சொல்கிறார்கள். "தானாகத் தோன்றும் வியப்பை, எப்படித்தான் தடுக்க முடியும்?" என்று கேட்டுவிட்டு, "காவேரி, தொன்மை சுமந்திருப்பதைக் கண்டு வியப்பதும் மகிழ்வதும், கௌரவக் குறைவாக எங்களுக்குப் படவில்லை" என்பதோடு, தாம் தொடங்கிய வாதத்தை முடித்துக்கொள்கிறார்கள். காவிரியின் வடகரையோடு செல்லும் ஆசிரியர்கள், திருச்சிராப்பள்ளியில் ஆற்றைக் கடந்து அதன் தென்கரைக்கு மாறுகிறார்கள். கடக்குமிடத்தில் நிற்கும் திரிசிர கிரி மலை (திருச்சி மலைக்கோட்டை), "யுகாந்த காலமாக அங்கு நின்ற வண்ணம், எத்தனை வரலாற்றுச் சம்பவங்களையும் இதிகாசச் சாதனைகளையும் பார்த்திருக்கும்" என வியந்துபோகிறார்கள். அங்கே அவர்கள் காண்பதும் கேட்பதும், "ஒரே கணத்தில் பல காலகட்டங்களை வாழ்ந்துவிடும் ஒரு தனிஉணர்வை ஊட்டுகின்றன. காலம் நின்றுவிட்டதுபோல் ஒரு மயக்கம். அதே சமயம், ஒருநொடியில் பலகாலங்கள் திணித்துவிடும் மயக்கம்". "ஆறிரண்டும் காவேரி, அதன் நடுவே சீரங்கம்" என்ற நாட்டுப் புறப் பாடலைப் பயணக் குழுவில் ஒருவர் பாடுகிறார். சதாசிவப் பிரமேந்திரரின் "மானச சஞ்சரரே" பாடலையும் பாடுகிறார். சிலம்பிலிருந்தும் பல வரிகள் பாடுகிறார். ஒரே கணத்தில், பல கால கட்டங்களை வாழ்ந்துவிடுவதும் இதுதான். இந்தக் கால மயக்கத்துக்குக் காவிரியைக் காண்பவர்கள், இன்றைக்கும் அடிமைதான்.

தி.ஜானகிராமனின் காவிரிப் பயணத்திலிருந்து. இப்போது அரை நூற்றாண்டுக் கழிந்துவிட்டது. காவிரிக்குக் குடமுருட்டி என்ற வளம் குன்றாத கிளை ஆறு ஒன்று, கருப்பூர் என்ற கிராமத்தில் பிரிகிறது. அதுவே புத்தாறு என்றும், சோழச் சூடாமணி என்றும் இரண்டாகப் பிரிகிறது. இந்த இடத்தில் இரண்டு மதகுகள். மதகின் மேல் ஒட்டுப்பாலத்தில் இருசக்கர வாகனங்கள் செல்லும். மதகு முனைகளில் கால் நீட்டி அமர்ந்து, கைப்பேசிகளில் இளைஞர்கள் ஏதோ படம் பார்த்துக்கொண்டிருக்கிறார்கள். அளவாகத் தூக்கிவிட்ட மதகுப் பலகைகளின் கீழாகக் காவிரி சீறிப் பாய்ந்து முன்னாலுள்ள தடைகளில் உடைந்து பரவுகிறது. காவிரிப் படுகை முழுதும், இப்படிக் காவிரியைப் பிரித்து, பிரித்ததை மீண்டும் பிரித்து அனுப்பும் நூற்றுக்கணக்கான கவட்டைகள். நீங்கள் எந்த மதகில் நின்று ஆற்றுப்போக்கைப் பார்த்தாலும், சிலப்பதிகாரம் சொல்லும் காவிரியின் மதகு ஓதையும், உடை நீர் ஓதையும் உங்களுக்குக் கேட்கும். கூடவே சிலம்பில் வராத இருசக்கர வாகனங்களின் ஓசையும் கேட்கும். கைப்பேசியில் மூழ்கிய புதுயுக இளைஞர்களையும் நீங்கள் காணலாம். காவிரிக் கரையில் காலங்கள் இப்படி ஒன்றோடு ஒன்று பின்னிக்கொண்டு மயங்கிவிடும். கால மயக்கம், தன்னிலிருந்து விலகி நின்று தன்னைப் பார்த்துக்கொள்ளும் சுய எள்ளல், "பேச்சுப் பிடிக்காமல் உள்ளம் அடங்கிக் கிடந்த" மௌனம் – கரும்பச்சையும், கருஞ்சிவப்பும், கப்பான மஞ்சளுமாகப் பெருமாளுக்குச் சாத்தும் பட்டு நூல் பவித்திரம்போல் இந்த உணர்வு இழைகளை நூல் முழுதும் காணலாம். ஆராதிப்பதும், அதைச் செய்யும்போது தன்னைப் பார்த்தே நகைத்துக்கொள்வதும் ஒன்றையொன்று அடித்துவிடும் பகை உணர்வுகள். பகை உணர்வுகளை இசைவித்துக் காட்டுவது உன்னதமான கலை நயம். காவிரியின் ஆராதனை அசட்டு ஆராதனை என்று ஆகாமல், அதற்குள்ளேயே ஒரு ரச நுட்பத்தையும் கலந்திருக்கிறார் தி.ஜானகிராமன். இந்த வகை ரச நுட்பம், காவிரிக்கரை மக்களுக்குக் கைவந்த கலை. சொல்லும்

சொல் ஒவ்வொன்றிலும் இதைக் கலந்துவிடும் நபர்கள், இங்கே உண்டு. பேசுவது எல்லாமே, எள்ளல் பொடிவைத்து ஊதிய சொல்லாக இருக்கும். அந்தத் தரத்திலிருந்து கொஞ்சம் மேலே எழும்பினால், அதுவே கலைப் படைப்பு. காவிரிக்கரை மைந்தர் தி.ஜானகிராமன், காவிரியைப் பற்றி எழுதினால், இந்த ரச நுட்பம் மலிந்து கிடப்பதற்குக் காரணமா வேண்டும்?

பயணக்குழுவில் ஓர் ஓவியர், ஒரு இசைப் பிரியர், ஒரு வரலாற்று ஆராய்ச்சிப் பிரியர். அவரவர்க்கு வாய்த்த அவரவர் துறைப் பெருமையும், தொழில் ஆர்வமும், அவை ஒவ்வொன்றும் மற்றவர்களுக்குத் திகட்டும் அதீதத்திற்கு நீள்வதுமாக இந்தக் காவிரிப் பயணம் சுவாரசியமாகிறது. கல்லணையைக் கரிகாலன்தான் கட்டினானா என்று அவர்களுக்குள் ஒரு சர்ச்சை. "அவன் கட்டவில்லை என்று சாதித்து என்ன வந்துவிடப்போகிறது? கட்டினான் என்பதற்குச் சான்று கிடைக்காமலிருக்கலாம். கட்டவில்லை என்பதற்குத்தான், என்ன சான்று இருக்கிறது?" என்று ஆராய்ச்சியாளர், தர்க்கத்தின் உச்சத்தைத் தொட்ட பெருமிதத்தில் ஒரு கேள்வியை முணுமுணுக்கிறார். இல்லை என்பதற்கும் எதிர்மறைச் சான்று கோரும் இதற்கு இணையான எள்ளலை நாம் பார்க்க இயலாது. ஆராய்ச்சி நண்பருடன் விவாதம் தொடரும் தெம்பில்லை என்று ஒதுங்கிக்கொள்கிறார் ஆசிரியர்: "ஆராய்ச்சியே! கோபித்துக்கொள்ளாதே! நீதான் புது யுகச் சேதனத்திற்குத் தூண், அடிவாரம் எல்லாம். மூன்றும் மூன்றும் ஆறு என்று கண்டுபிடிப்பவர்களும் உன்னுடைய பக்தர்கள்தான்" எனக் காவிரி தூண்டும் வியப்பில் தன்னைத் தொலைத்துக்கொண்டு, விமர்சனப் பார்வையையும் தொலைத்துவிடாமல் இப்படி நுட்பமான பண்பாட்டுத் தளத்திலேயே நகர்கிறது இந்த நூல்.

பயணக் குழு பவானிக்குச் செல்கிறது. காவிரியோடு பவானி சங்கமிக்கும் இடம். அதற்கும் ஒரு புராணம் உண்டு: "இரண்டு நதிகள் சங்கமமானால் நம்முடைய ஸ்தல புராணக்காரர்களுக்குத் திருப்தி வருவதில்லை. இங்கும் காவேரியோடு அமுதா என்ற இன்னொரு நதி அந்தர்வாஹினியாகக் கலக்கிறது என்று சொல்லி அதற்கு ஒருகதையும் சொல்கிறார்கள்". எள்ளல்தான். ஆனால், நீங்கள் இதைச் சராசரி எள்ளலாக எடுத்துக்கொண்டால் ஏமாந்துபோவீர்கள். கட்டுக்கதைகளாகத் தோன்றுபவைகளுக்குப் பின்னால் என்ன இருக்கிறது என்ற தத்துவத்தேடலில் பிறக்கிறது இந்த எள்ளல்: "ஊரும் சுற்றுப்புறமும் மலையும் நீருமாக அழகு பொங்கினால், உள்ளமும் பொங்கி மூலத் தத்துவ அழகில் சிக்கிவிடுகிறது". பயணக்குழுவில் ஒருவர், காவிரியின் போக்கில் எத்தனை அகத்தியர் கோயில்கள், புராணங்கள் என்று சந்தேகச் சலிப்பில் கேள்வி கேட்கிறார். மைசூர் ராமநாதபுரத்தில் காவிரிக்கு நடுவே அகஸ்தீச்வரர் ஆலயம். திருஈங்கோய்மலையில் ஒரு அகஸ்தியர் கதை. திருக்கோடிக்காவலில் ஒன்று – இப்படி அவர் அடுக்கிச் சொல்கிறார். நூலில் வராத இன்னொன்றையும் நாம் இங்கே சொல்லவேண்டும். காவிரியின் கிளையான முள்ளியாறு கடலில் கலக்கும் இடத்திற்கு அருகில், வேதாரணியத்திற்கும் தெற்கில் ஒரு 'அகத்தியம்பள்ளி' உண்டு. பார்வதித் திருமணத்தின்போது விருந்தினர் கூட்டச் சுமையால் வடக்கு தாழ்ந்துவிட்டது. பூமியைச் சமநிலைக்குக் கொண்டுவர அகத்தியர் விந்தியமலை கடந்து வேதாரணியம் வந்ததாகத்

தலபுராணம். "போகுமிடமெல்லாம் அகத்தியரின் அடிதொழ அருளவேண்டும்" எனக் காவிரி கேட்டுக்கொண்ட புராணத்தையும் கூறி, "புராணப் போர்வைகளை நீக்கிவிட்டுப் பார்த்தால், அந்த ரிஷிகள் பெரும் பெரும் ஆராய்ச்சிக்காரர்களாகவும் புது நிலம் தேடிக் காடழித்து நாடாக்கிய புவியியல் அறிஞர்களாகவும் இருந்திருக்க வேண்டும். அகத்தியர் புது நிலம் காண முனைந்தவர்" என்ற தன் புரிதலையும் இந்நூல் முன்வைக்கிறது. காவிரியும் அகத்தியரின் கமண்டலத்திலிருந்து விடுபட்டுப் புது நிலம் கண்டவள்தான். இருவர் விழைவுகளின் இசைவேதான் காவிரிப் படுகை.

சிவசமுத்திரம் தீவின் ரங்கநாதர் ஆலயத்தைப் பார்த்த பயணக்குழு, மேலும் இரண்டு இடங்களில் ரங்கநாதர் பள்ளி கொண்டிருப்பதையும் கூறுகிறது: "காவேரியின் நடைபாதையில் மூன்று இடங்களில் ரங்கநாதர் பள்ளிகொண்ட கோலத்துடன் காட்சியளிக்கிறார். இந்த மூன்று க்ஷேத்திரங்களில், ஸ்ரீரங்கப் பட்டணம் ஆதி ரங்கம் என்றும், ஸ்ரீரங்கம் அந்திய ரங்கம் என்றும் வர்ணிக்கப்படுகிறது". புராணங்களுக்கு ஒரு விசித்திரக் கவர்ச்சி உண்டு. அவை தோற்றத்திற்கு எதிரெதிரானவற்றையும் இணைத்துப் பார்க்கும் அபூர்வ ஞானத்தில் பிறப்பவை. காவிரியின் மேல்மடைப் பகுதி கர்நாடகாவில் இருக்கும் ஸ்ரீரங்கப் பட்டணம் ஆதி ரங்கம் என்றால், நமக்கு அது ஏன் ஆதி ரங்கம் என்று புரிகிறது. காவிரியின் கடைமடையில், முள்ளியாற்றுக் கரையில் அரவணையில்லாமல், ஸ்தல சயனமாக உள்ள ரங்கநாதரும் உண்டு. இதனையும் ஆதி ரங்கம் என்பார்கள். காவிரி கிளை பிரிந்து, மீண்டும் கூடி, இடையில் விடும் இடங்களெல்லாம் அரங்கம் போலிருக்கிறது.

புராணங்கள் போலவே, இராமாயண இதிகாசமும் தன்னைக் காவிரியோடு முடிந்த இடங்களில் எல்லாமும் இணைத்துக்கொள்வதைப் பற்றியும் 'நடந்தாய்; வாழி, காவேரி!' தன் பாணியில் பேசுகிறது. ஜடாயுவை ராமனும் லக்ஷ்மணனும் நாசிக்குக்கு அருகில் உள்ள பஞ்சவடியில் தகனம் செய்தார்கள் என்பது ராமாயணம். இதைச் சொல்லிவிட்டுத் திருவையாற்றுக்கு அருகில் உள்ள "உமையாள்புரத்தில் ஜடாயுக் கழுகை எரித்து ராமன் கரையேற்றியதாக ஒரு ஐதீகம்" உண்டு என்பதையும் இந்நூல் குறிப்பிடுகிறது. "உமையாள்புரம், எங்கே வந்தது என்று தெரியவில்லை. பஞ்சவடிதான் உமையாள்புரத்திற்கருகில் இருந்ததா?" என்றும் நூலில் ஒரு கேள்வி. மற்ற இடங்களின் இராமயண உறவு பற்றியும், "நடந்தாய்; வாழி, காவேரி!" பேசுகிறது: "மைசூர் மாநிலத்தில் உள்ள ராமநாதபுரத்தில், இராமன் ராவணனைக் கொன்ற பாபத்தைப் போக்கிக்கொண்டான் என்று ஒரு கதை". காவிரிக்கரை ஊர்களின் இராமயண உறவுப் போட்டிக்கு முடிவே இல்லை. காவிரியின் கிளை வெண்ணாறு. அதன் கரையில் திருராமேசுவரம் என்று ஓர் ஊர். அங்கேயும் இராமன் இராவணனைக் கொன்ற பாபத்தைச் சிவலிங்க பூஜை செய்து போக்கிக்கொண்டான் என்று தல புராணம். கோடியக்கரையைத் தனுஷ்கோடிக்கு மேலாக வைத்து, 'ஆதி சேது' என்பார்கள். நாமெல்லாம் காவிரி நதியை விவரங்களின் அடிப்படையில் புரிந்துகொண்டிருக்கலாம். ஆனால், "நடந்தாய்; வாழி, காவேரி!" நூலைப்போல், அதை உணர்ந்திருக்க இயலாது! மெர்காரா செல்லும்போது, குழுவில் உள்ள ஓவியர், ஒரு மூங்கில் புதரை வரைந்திருக்கிறார். ஏதோ

தற்செயலாக நடந்ததாக, நாம் இதை நினைக்கக்கூடாது. திட்டப்படி செய்ததாகவும் கொள்ள முடியாது. அங்கே தொடங்கிக் காவிரி கடலில் சங்கமிக்கும் இடம் வரை, இரு கரைகளிலும் மூங்கில் காடுகளைக் காணலாம். காவிரியின் உப நதியான கபினி தோன்றும் வேநாடு என்ற வயநாடும், மூங்கில் மலிந்த இடம்தான். காவிரிக்கரையின் விளைச்சலான நெல்லும், மூங்கில் குடும்பத்தைச் சேர்ந்ததுதான். இவை இரண்டும் காவிரியை வியந்து பார்ப்பவர்கள் பிரக்ஞைக்குள் ஒன்றைப் பிடித்துக்கொண்டு ஒன்றாக, அவர்கள் அறியாமல் நுழைந்துவிடுவது வழக்கம். காவிரிமேல் வரும் நிஜமான பிரேமை, இப்படி இறுக்கி ஒட்டிக்கொள்பவற்றில் ஒன்றைக் கழித்து ஒன்றைப் பற்றுமா?

தி.ஜானகிராமனும் சிட்டியும், “நடந்தாய்; வாழி, காவேரி!” எழுதி, ஏறத்தாழ அரை நூற்றாண்டுக் காலம் கழிந்துவிட்டது. ஹொகெனக்கலில் ஆடிப் பதினெட்டில் அமோகமாக கூடும் கூட்டம் பற்றி, அவர்கள் ஆசையாகப் பேசுகிறார்கள். அவ்வாறே, கடைமடை வரை துறை கண்ட இடத்தில் எல்லாம் ஆடிப் பதினெட்டில் காவிரி வெள்ளம் போலவே சுமங்கலிப் பெண்களின் கோலாகலக் கூட்டமும் பொங்கிக் கொண்டிருக்கும். கரோனா தொற்று பயத்தால், இந்த ஆண்டு காவிரித் துறைகளுக்குப் போகத் தடை விதிக்கப்பட்டிருந்தது. ஆடிப் பதினெட்டுக் கழிந்து இன்று மூன்றாவது நாள். காவிரியின் கிளைகளில் கணுக்கால் அளவுதான் தண்ணீர். மணலைப் பார்க்கும் ஆசையில் அதைத் தேடினால், அங்கே சேறுதான் தெரிகிறது. காவிரிப் பாசனப் பகுதியில் பாதி அளவுக்கு மழையை நம்பி நெல் விதைக்கிறார்கள். இங்கெல்லாம் நாற்று நடவு என்பது பழங்கதையாகி விட்டது. நெல் விதைப்பதற்குப் புழுதி உழவைக் காப்பாற்றிக்கொள்ள வேண்டும் என்று, மேட்டூர் நீர் ஆற்றில் வந்தாலும் அதை விவசாயிகள் கிராமத்திற்குள் விடுவதில்லை. நிலத்தடி நீர் கிடைக்குமிடங்களில் பருத்தி பயிராகி, அது ஆடிக் கடைசி வரை வயலில் நிற்கிறது. ஐம்பதாண்டில் எத்தனையோ மாற்றங்கள், முன்னேற்றங்கள், அழிமானங்கள். “நடந்தாய்; வாழி, காவேரி!”க்கு முன்பிருந்தே தொடங்கிவிட்டது, காவிரியின் சீரழிவு: “முன்பெல்லாம் சாலையின் வலது ஓரத்தில், சரிவான காவிரிக் கரையின் அரண்போன்ற தோற்றம், பெரிய மரங்களின் நிழலுடன் எழில் தந்துகொண்டிருந்தது. இப்பொழுது மைல் மைலாகச் சென்றாலும், குடியிருப்புகளின் வரிசை கரையிருப்பதையே மூடி மறைத்திருந்தது” என்று சொல்கிறது நூல்.

தி.ஜானகிராமன் எழுதியபோது இந்த நிலைமை கவலைப்பட வேண்டிய அளவுக்கு இருந்திருக்கவில்லை. அநேக இடங்களில், அப்போது தெரிந்த காவிரியின் அழகில் சொக்கிப்போனதை, அவர் விவரிக்கிறார்: “தொட்டியம், மகேந்திரபுரம் ஆகிய ஊர்களைக் கடந்து திருஈங்கோய் மலையை அடைந்தபொழுது, வெயில் சாய்ந்து காவிரி, சாலை, சோலை எல்லாம் மஞ்சள் பூசிக்கொண்டிருந்தன. குளிர்ந்த காற்று, அடிவானம், பக்கத்தில் மலைத்தொடர்கள், எதிரே ரத்ன கிரீசர் மலை, இப்பால் மலைக்கோட்டை, ஆங்காங்கு நெடுங்குன்றுகள், காவேரி ஆற்றைக் கடக்கும் கிண்ணப்பரிசல்கள், நிலத்திற்கு மாலையிடும் தோற்றம், பசும் வயல், வாழைத் தோட்டங்கள், கீழேயிருந்து அவ்வப்போது கேட்கும் ஓசைகள் – எல்லாம்

பூமியில் தொட்டும் தொடாமலும் வாழும் ஒரு பிரமையை ஏற்படுத்தின”. இதைப் படிக்கும்போது, பார்க்கக் கண்கள் படைத்திருந்தவர்கள் கண்டார்கள் என்று நாம் அலுத்துக்கொள்ளக்கூடாது. அசைப்பில், அதே அழகின் மற்றொரு அம்சத்தை, இன்றும் காணலாம். மனித முயற்சியிலும் அழகு விளையும் ஆச்சரியத்தைக் காட்டிக்கொண்டு, காவிரியின் அக்கரையில் தேக்கு மர வரிசை! மரங்களின் இலைகளை நீக்கிவரும் இறங்குவெயில். மறைந்தும் மறையாத வெளிச்சத்தை விட்டுப்பிடித்து விளையாடும் காவிரியின் சிலிர்ப்புத் தண்ணீர். நாணல் புதர்களாக இருக்கும் கரைவாய். அலை அரித்துப் பழுப்புச் சர்க்கரையாக சரிந்து விழும் படுகைப் பார். விட்டு விட்டு நிற்கும் மூங்கில் குத்துகளில் ஏகாந்தக் கரிச்சான். இக்கரையில் கோடை உழவால் மலர்ந்து கிடக்கும் வயல் வெளி. இருள் கவியக் கவியக் காவிரி நீர் வாங்கிகொள்ளும் கருமை. அந்திக் குளிர்.

ஐம்பதாண்டுகள், அடியோடு அழித்துத் துடைத்துவிடாத அபூர்வ அழகுதான் என்றாலும், இன்று “நடந்தாய்; வாழி, காவேரி!” படித்தால், நம்முள்ளே சோகம் கிளராமலிராது. “எப்படி இருந்திருக்கிறாள், இந்தக் காவிரி!” என்று நாம் வருந்துவோம். அந்த ஓவியத்தைக் குறைவைத்துத் தீட்டிவிட்டதாகத்தான் தி.ஜானகிராமன் எழுதுகிறார்: “ஆனால், எதைப் பார்த்தோம்? சில கோவில்கள், சில பாலங்கள், சில கிளை நதிகள், சில மனிதர்கள், சில கல்லறைகள், சில ஆலைகள், சில பழமைச் சின்னங்கள்...” என்கிறார். பயணம் முடிந்துவிட்டதே என்ற சோகம் ஒரு புறம். எதையுமே பார்க்கவில்லையே என்ற ஏக்கம் இன்னொரு புறம். எல்லாவற்றையும் பார்க்கவேண்டும் என்ற ஆசைக்குத் தம்மையே கேலி செய்துகொள்வதும் ஒரு புறம்: “ஒவ்வொரு கிளை நதியோடும் போய்ப் பார்க்கவேண்டும் என்றால் நாயன்மாராக வேண்டும், ஆழ்வாராக வேண்டும் – குறைந்தது பண்டாரம் அல்லது ‘ஹிப்பி’யாகவாவது இருக்கவேண்டும்” என்கிறார்.

மன்னர்கள், அணைகள், அவற்றின் வரலாறு, துணை நதிகள், பாசனப் பரப்பு, கிளை நதிகள், விளைபொருட்கள், கோயில்கள், சிற்பங்கள், தெய்வங்கள், புராணங்கள், மகான்கள், பாடல்கள், கதைகள், காவிரிக்கரை இசை, கீர்த்தனகர்த்தாக்கள், இலக்கியகர்த்தாக்கள், இசை மேதைகள், விழாக்கள், என்று ஏராளமான விவரங்கள். இவ்வளவு விவரச் செறிவிருந்தும், நூல் ஓர் ஆவணமாக மாறிவிடாமல், உன்னதமான இலக்கியப் படைப்பாகவே உருவாகியிருக்கிறது. குழு உறுப்பினர்களும், அவர்கள் பயணத்தில் சந்தித்த மனிதர் ஒவ்வொருவரும் தகவல் மூலங்களாயில்லாமல் கதாபாத்திரங்களாகவே வந்துபோகிறார்கள். காவிரிப் பொருளாதாரம் பற்றியும் இந்நூல் பேசுகிறது. ஆனால், காவிரியைப் பொருளாதாரக் காரணியாகக் குறுக்கிக்கொள்ளாத மரபு ஒன்றையும் சொல்கிறது. தலைக்காவிரியில் துலா மாதக் காவிரித் திருவிழா நடப்பதைச் சொல்லிவிட்டு, அதே மூச்சில் மாயவரத்தில் நடக்கும் ஐப்பசிக் கடைமுகத்தையும் சொல்கிறார் தி.ஜானகிராமன். காவிரி – தன் போக்கிலிருக்கும் மக்களை, ஏதோ ஒரு வழியில் ஒரே குடும்பமாக ஒருங்கிணைக்கும் ஒரு பண்பாட்டுக் கூறு!

இயற்கையை வர்ணிக்கும்போது, மனித உணர்வுகளை அதற்கு ஏற்றிச் சொல்வது ஓர் இலக்கிய யுக்தி. “காவேரி தன்னைக் கண்ணம்பாடியில்

அணைகட்டித் தடுத்ததைக் கண்டு, கோபங்கொண்டு, திமிறிக் கொண்டு தமிழகம் நோக்கி ஓடிவருவது போலவே தோன்றுகிறது". இதற்கும் மேலே சென்று, இன்னும் ஓரிடத்தில் தி.ஜானகிராமன், "அணைக்கட்டின் மீதுள்ள பாதையில் நடந்து சென்று சாகரத்தின் நீர்ப் பரப்பைக் காணும்போது, காவேரி, தன்னை அடக்கி ஆள முயலும் மனிதனைத் துச்சமாக என்னும் பிரமை தோன்றுகிறது" என்றும் கூறுகிறார். இன்றைய சூழலியல் ஆர்வலர்கள், தங்கள் நிலைப்பாடு இலக்கிய வடிவம் பெற்றதாக இதை வாரிக்கொள்வார்கள். நூலிலிருப்பது வெறும் இலக்கிய யுக்தி இல்லை. சூழலியல் நிலைப்பாட்டின் இலக்கிய வடிவமில்லை. அது நதிகள் பற்றிய நம் அணுகுமுறை. ஒரு தத்துவ மரபு. மனிதனை மையப்படுத்தி மற்றவற்றை விளிம்பில் வைத்துக்கொள்ளாத மரபு. இயற்கைக்கு ஒரு சுதந்திரம் உண்டு. நாம் விலகி நின்று, அதன் போக்கில் அதைப் போகவிடவேண்டும் என்ற உயர்வான நாகரிகம். "வாழி" என்று காவிரியை வாழ்த்துவதும், அதை முழுமுற்றாக நமக்குப் பயன்படுத்திக்கொள்ள நினைப்பதும் வெவ்வேறு பண்பாடுகள். நூல், "காவேரியை வாழ்த்த இன்னும் எத்தனையோ காவிய கர்த்தாக்கள் தோன்றுவார்கள்" என்று சொல்லி முற்றுப்பெறுகிறது. அது நதி பற்றிய நம் உன்னதமான பண்பாடு நிலைபெறும் என்ற நம்பிக்கை.

✣

94

நதிப்பயணம்

கமலதேவி

கதைசொல்லல்வழி கண்களுக்குத் தெரியாத வலையால் வரலாற்றுடனும், வரலாற்றுக்கு முந்தைய புராணக் காலத்துடனும், அதன் மனிதருடனும், அந்த வாழ்வுடனும், நிகழ்கால உலகத்தில் நாம் இணைந்திருக்கிறோம். கதைகள் காலத்தை கோத்துக் கட்டும் பூஞ்சரடுகள். நேற்று இன்று நாளை எனக் காலத்தையே கோக்கும் சரடு அது. அவ்வகையில் பயண இலக்கியம் என்பதும், ஒரு கதைசொல்லல் வகையே. தாம் மேற்கொண்ட ஒரு பயணத்தில் எதிர்பார்த்தது, நிகழ்ந்தது, நிகழச் சாத்தியமிருந்தது என்று அனைத்தையும் இணைத்ததுதான் அது. நாம் ஒன்றைச் சொல்லும்பொழுது, இம்மூன்றையும் தெரிந்தோ தெரியாமலோ இணைத்தேதான் சொல்கிறோம். அதுவும், ரசனை மிகுந்த தி.ஜா. என்ற எழுத்தாளரின் மனம், தம் பயணத்தை மொழியாக்கும்பொழுது, மேலும் பல வண்ணங்கள் இணைகின்றன. அதோடு இணையாகச் சிட்டி என்கிற மனமும் சேர்ந்து எழுதிய 'நடந்தாய்; வாழி, காவேரி!' என்ற பயண நூல், எழுதியவர்களைப் பிரித்தறிய முடியாத இரண்டிலியாகச் சிவசக்தியின் அழகை, ஆகிருதியைப் பெற்றிருக்கிறது. இணை ஆறும், துணை ஆறும் இணைந்த நதியாகி, நம் மனதில் கலக்கும் ஓர் அழகிய அனுபவம் இது. ஆனால், பயணங்கள் இலகுவாகிவிட்ட, உலகம் செல்பேசியில் நுண்வடிவாய்க் கைகளில் நின்றிருக்கும் இந்தக் காலகட்டத்தில், ஐம்பதாண்டு முன் எழுதிய பயண எழுத்தின் இலக்கிய மற்றும் வாசகப் பெறுமதி என்ன? ஜெயமோகன் இன்று பயண இலக்கியத்தின் முக்கியத்துவம் என்பது 'மொழியனுபவம்' என்கிறார். ஆமாம். மொழி அனைத்தையும் அழகாக்கித் தன்னுள் நிறைத்துக் கொள்வது. மேலும், படிமங்களால் உருவான நம் மனத்தின் ஊடுவழிகளைப் பிடிப்பதில், மொழி அளவிற்கு வேறெதற்கும் அத்தனை நுண்மையில்லை. காட்சி ஊடகங்களின் ஆதிக்கம் நிறைந்த காலகட்டத்தில் நின்றும், இதை உறுதியாகச் சொல்லமுடியும். அவ்வகையில் எழுத்தாளர் தி.ஜானகிராமனும் எழுத்தாளர் சிட்டி என்கிற பெ.கோ.சுந்தரராஜனும் இணைந்து

எழுதிய 'நடந்தாய் வாழி காவேரி' என்ற பயண நூல், இன்றும் நல்ல மொழி அனுபவத்தைத் தரக்கூடிய நூலாக உள்ளது.

உண்மையில் இந்தக் கட்டுரைக்காகவே இந்நூலை வாசித்தேன். என் எழுத்தாளர் என்று சொல்லக் கூடிய மனப்பட்டியலில் முன்நிற்பவர்களில் ஒருவர் தி.ஜா. கல்லூரிக் காலத்தில், தி.ஜா.வைப் பற்றித் தோழிகளிடம் பேசிக்கொண்டேயிருந்த குறிப்பிட்ட ஒரு காலகட்டம் உண்டு. அவரை தொடர்ந்து வாசித்த இளம்நிலை மூன்றாமாண்டு அது. ஆனால், பயணநூல் என்பதால், இந்நூலை நூலகத்தில் கண்டும் காணாதிருந்துவிட்டேன். அந்த வயதில் வாசித்திருந்தால், இன்னும் பசுமையான ஓர் அனுபவமாக இருந்திருக்கக்கூடும். நாவல்களிலும் சிறுகதைகளிலும் உருவாகி மனத்திலிருக்கும் எழுத்தாளர் தி.ஜா.வை நெருங்கி அறியும் ஒரு தருணமாக இந்நூலின் வாசிப்பனுபவம் அமைகிறது. எப்படியும் வாசகர்களுக்கு, எழுத்தாளர்கள் மிகவும் அந்தரங்க உறவானவர்கள் என்ற வகையில், பயண எழுத்துப் போன்ற சுய சரிதை வடிவ எழுத்தானது எழுத்தாளர் அருகில் இருக்கும், பேசும், சிரிக்கும், உடன் செல்லும் நிகர் வாழ்வியல் தருணங்களைத் தரவல்லது. தி.ஜா. மறைந்தபின் பிறந்த என் போன்ற வாசகர்கள், இந்த வாசிப்பனுபவம் மூலம் காலத்தை நோக்கிப் புன்னகைக்கும் தருணம் அமைகிறது. பயண எழுத்தின் முக்கியத்துவமாக இதையும் சொல்லலாம். காலம் கடந்து இணைந்து பயணித்தல்.

இந்நூலில், காவிரியின் பிறப்பு முதல், அது கடலுடன் கலக்கும் வரையான காவிரியின் சித்தரிப்பு நிரம்பியுள்ளது. மேலும், காவிரியின் உபநதிகள், கரையின் காடுகள், ஊர்கள், அவற்றின் வரலாறு, தென்னாட்டு அரசர்கள், இங்கு வந்த முகலாயர்களும் ஆங்கிலேயர்களும், பொதுமக்கள், தெய்வங்கள் பற்றிய பல்வேறு செய்திகள், துணை, இணை ஆறுகளாகப் பெருகிப் பயண நூலை நிறைக்கின்றன. நூலில் தி.ஜா.வின் அக மனம் தேடும் அழகியல் மிளிரும் இடங்கள் நிறைய இருக்கின்றன. தி.ஜா. புனைவுகளை வாசித்தபின், இதை வாசிப்பதிலுள்ள வசதி, நாம் சிட்டியையும் எளிதாக அடையாளம் கண்டுகொள்ளமுடியும் என்பதாகும். இந்நூலை வாசிக்கும் அனுபவத்தை மொழியாலான ஒரு கனவுப் பயணம் என்று சொல்லலாம். ஐம்பதாண்டுக்கு முன்பு பயணம் செய்வதற்கான முன்னேற்பாடுகள், வாகன வசதி, உணவு விஷயங்கள் என்று நூலிலுள்ள அன்றைய அன்றாடம் சார்ந்த விஷயங்கள் ஒரு புனைவின் அளவிற்கு உற்சாகமானவை. அதைக் கூறும் தி.ஜா.வின் இனிப்பான மொழிநடையும்தான். முக்கியமாகப் பயணத்தில் குடிநீருக்காகக் காரில் ஒரு குடத்தை வைத்தபடி, அங்கங்கே காவிரியில் நீர் எடுத்துக்கொண்டு பயணித்திருப்பதை வாசிக்கும்பொழுது, எத்தனை பொறாமையாக இருக்கிறது! நீர்ச் சுமையற்ற பயணம். இருட்பாதையில் தலைக்காவிரி காணக் குடகு மலையின் அபாயப் பாதையில் பதட்டமான பயணத்தில் மலையேறும் இருட்டில், சிட்டி வீட்டிலிருந்து அழைத்திருந்தால் என்னவாகி இருந்திருக்கும்? மூங்கிலால் டயர் கிழிந்த நேரத்திலோ, ஆடு தாண்டும் பாறை காணச் செங்குத்துக் கற்களில் ஏறுகையிலோ, 'ஒரு மணியடித்தால்...' என்று தி.ஜா.வின் அலைபேசி அடித்திருந்தால் என்னவாகியிருக்கும்? அவர் பாஷையில் சொல்வதானால், மனுஷர் குலைநடுங்கியிருப்பார்! அலைபேசியின் மொய்ப்பற்ற பயணம். இன்று எங்கிருந்தாலும், அலைபேசிவழி வீட்டில்தான் இருப்போம். முற்றிலுமாக

வீட்டிலிருந்து துண்டித்த பயணம் என்பதே உற்சாகமானதாக இருக்கிறது. அன்றில், அப்போதைய இடத்தில், அங்கிருக்கும் மனிதருடன் முற்றிலுமாக நாம் இருக்க இயன்ற ஒரு பயணம் என்ற என் எண்ணம், வாசிப்பு முழுவதும் உடனிருந்தது.

இசை ஓடும் மனது அவர்களுடையது. பயணத்தில் காவேரி சார்ந்த பாடல்களை நினைவுகூர்ந்தபடியே இருக்கிறார்கள். காவிரிக்கரையின் மைந்தர்கள் என்பதால், இளமை நினைவுகளும் ஊறிப் பெருகுகின்றன. தம் ஊரில், சிறு பிராயத்தில், தாம் விளையாடிய தம் நண்பர்களுடனிருந்த, பால்யத்தை அழகாக்கிய தம் ஊரின் நதி என்ற இயல்பான ஒன்றுதல் மற்றும் நெகிழ்ச்சியைக் காண்கிறோம். இதிலென்ன! வெறும் ஒரு நினைவேக்கம் என்று எளிதாகக் கடக்க முடியாது என நினைக்கிறேன். அந்த லயிப்பு இல்லாத மனம் வெறுமையைச் சந்திப்பதாகத் தோன்றுகிறது. பால்யத்தில், இளமையில், தன் இடம், தன் மனிதர் என நினையாத மனங்களிடம் பின்னெப்போதும் ஈரம் கூடுவதில்லை. அது நம் சிக்கல்களில் ஒன்று. முக்கியமாக, அன்றைய போக்குவரத்து நெரிசலில்லாத பயணம், வாசகருக்கு ஆசுவாசமாக இருக்கிறது. நீள்பயணங்களில், வண்டியோட்டியைக் கிண்டலடிக்கும் பயணிகளும், பயணிகளை மறைமுகமாகச் சலித்துக் கொள்ளும் வண்டியோட்டிகளும் பயணத்தை ரசமாக்குகிறார்கள். இங்கும் காரோட்டியை ஆங்காங்கே ஒரு கிள்ளு கிள்ளாமல் இவர்களும், இவர்களைச் சலித்துக்கொள்ளாமல் காரோட்டியும் நகர்வதில்லை. பயணத்தில் ஓவியர் ஒருவரும் உடனிருக்கிறார். கருப்புவெள்ளைக் கோட்டோவியங்கள் நூல் முழுக்க உள்ளன. கையால் அந்த இடத்திலேயே அமர்ந்து எழுதியவை. எழுத்தாளர் ஒன்றைப் பற்றி நேரனுபவமாக எழுதி வருகையில், இணையாக அதே இடத்தில் ஓவியரின் மனம் எதைத் தேர்வு செய்திருக்கிறது என்று அவதானிப்பதும் இந்நூல் தரும் நல்லனுபவம்.

பயணம் கிளம்பும்பொழுதே ஒரு திட்டமிருந்தாலும், ஒவ்வொரு இடமாக அது மாறுகிறது. ஆங்காங்கு உதவிகள் பெற்றுக்கொண்டும் உள்ளூர்வாசிகளை விசாரித்துக்கொண்டும் பயணிக்கிறார்கள். இந்நூலில் வந்துபோகும் உண்மை நபர்களை, புனைவின் கதாபாத்திரங்களின் அளவுக்குக் கற்பனையால் விரித்துக்கொள்ளத் தேவையான குறிப்புகள் இந்நூலிலுள்ளன. உதாரணத்திற்குப் பசவய்யா என்ற பதின்வயதுப் பையனைக் குறிப்பிடலாம். எத்தனை எத்தனை உபநதிகளைக் காவிரியே தன்னளவில் இணைத்து இணைத்து உருவாக்கிய அக்காலாதீதத் தோற்றம், எழுத்துவழி நம் மனத்தில் உருப்பெறுகிறது. மனிதர்கள் நதியோடு புறவய வாழ்வை இணைத்துக்கொண்டதைப்போலே, அவர்களின் அகவயமான பிணைப்பும் வலுவனது. அதை இந்நூல் முழுவதிலுமே வெவ்வேறு மாதிரியாகச் சொல்கிறார்கள். அதனால், இந்தப் பயண இலக்கியத்தில் தத்துவமும் சேர்ந்துகொள்கிறது. ரங்கநாதர், காவிரியின் போக்கில், மூன்று இடங்களில் திருப்பள்ளிகொண்டிருக்கிறார். இம்மாதிரியான விவரணைகள் நூலில் வரும்போது, காவிரியை ரங்கனின் உருவமாக மாற்றிக்காட்டும் மாயம் நடந்தேறுகிறது. சிரம், உந்தி, பாதம் எனக் கோவில் கொண்ட அந்த மூன்று இடங்களும் காவிரி ஏற்படுத்திய தீவுகள். பாற்கடலில் சயனிக்கும் அனந்தன்; உடன் ஜலகண்டர் இருக்கிறார். காவிரி உற்பத்தியாகும் குடகின் தலைக்காவிரியிலிருந்து கடலில் அது கலக்கும் புகார்வரை பயணித்து

எழுதிய பயணநூல், 'நடந்தாய்; வாழி, காவேரி!'. இந்நூல், பதினெட்டு அத்தியாயங்களாகப் பகுக்கப்பட்டுள்ளது.

1. ஆவேசம்

பயணம் கிளம்பும் பொழுதுள்ள உற்சாக மனநிலை மற்றும் அதனோடு இணைந்த நினைவுகளாகவே, இந்நூல் எழுதப்பட்டுள்ளது. மாயவரத்தின் கைகாட்டியிலிருந்து, கிழக்கு மேற்காகப் பிரியும் சாலைகள் உள்ளன. கிழக்குச்சாலை உறையூருக்கும் புகருக்குமான வணிகச் சாலையாக இருக்கிறது. மேற்குச்சாலை மாயவரத்திலிருந்து சோழர்களின் தலைநகரான உறையூருக்கான சாலையாக இருக்கிறது. இந்தச் சாலை, இளமையில் தி.ஜா.விற்குள் சிலப்பதிகாரக் கனவுகளை விதைத்துள்ளது. அதைக் கண்ணகி கோவலன் நடந்து சென்ற சாலை என்றும், முந்நூறு கஜத் தொலைவில் பழங்காவேரி உண்டு என்றும், ஆதிக் காவேரி தன்போக்கை எப்பொழுதோ மாற்றியிருக்கிறது என்றும் கூறப்பட்டுள்ளது. சென்னையிலிருந்து கிளம்பிக் காவிரியின் ஓட்டத்திற்கு எதிர் ஓட்டமாகத் தலைக்காவிரிக்குப் பயணமாகிறார்கள். காவிரி நீரோட்டத்திலிருக்கும் சிவசமுத்திரத் தீவிற்குச் செல்கிறார்கள். அந்தத் தீவை விவரிக்கிறார்கள். கனகசுக்கி மற்றும் பார்சுக்கி நீர்வீழ்ச்சிகளை அடைகிறார்கள். அவ்விவரங்களும் கூறப்பட்டுள்ளன. அங்குள்ள ஜெகன் மோகன ரங்கநாதர், சிவ ஆலயங்களுக்கும் செல்கிறார்கள்.

2. அமைதி

விஜயநகர சாம்ராஜ்ய வம்சத்தின் ஆச்சாரியாரால் கட்டப்பட்ட மாதவ மந்திரி கட்டே என்ற அணைக்கட்டு, மைசூரின் நெற்களஞ்சியமான திருமுக்கூடல், நர்சிபூர், தலைக்காடு, மணற்குன்றுகளின் இடையே பள்ளத்தில் புதைந்த கீர்த்திநாராயணசாமி கோவில் போன்ற இடங்களுக்குச் செல்கிறார்கள். அந்த இடங்கள் சார்ந்த ஐதீக வரலாற்று விவரிப்புகள் நூலில் கூறப்பட்டுள்ளன. திருமுக்கூடல் காவிரி, கபிலை கலக்கும் சங்கமம். அடியில் ஸ்தபதி கஸரோவர என்ற தடாகமும் கலக்கிறது. கபிலை வழித்தடங்களின் விவரிப்புள்ளது. காவிரியின் நீளஅகலங்கள், நீரின் அளவுசார் புள்ளிவிவரங்களும் உள்ளன. முக்கூடலிலுள்ள அகஸ்தீஸ்வரர் ஆலயம், அது பற்றிய ஐதீகக் கதை மற்றும் ஸோமநாதபுர சென்ன கேசவ ஆலயம், மற்றும் அதன் வரலாற்றுப் பின்னணி பற்றியும் நுணுக்கமாக எழுதப்பட்டுள்ளது. ஆதி ரங்கமான ஸ்ரீரங்கப்பட்டணம், கோட்டை வாயில் உள்ள ஊர். ஐதீக வழியில் ரங்கநாதர், வரலாற்று வழியில் திப்புசுல்தான் மற்றும் அங்குள்ள தொற்றுநோய்கள் பற்றியும்கூட விவரிக்கப்பட்டுள்ளன. ஸ்ரீரங்கப்பட்டிணத்தின் மீதான நீண்ட அந்நிய முற்றுகைகளின் வரலாறும், இந்த நூலிலுள்ளது. பின் கிருஷ்ணராஜ சாகரம், கண்ணம்பாடி அணை மற்றும் பிருந்தாவனத்திற்குப் பயணமாகிறார்கள்.

3. அடக்கம்

கிருஷ்ணராஜ சாகரம் சென்ற அனுபவம் மற்றும் அதன் வரலாறு, உலகின் இரண்டாவது பிருமாண்ட செயற்கை நீர்த்தேக்க ஏரி போன்ற குறிப்புகளும், அணையின் பரப்பு மற்றும் நீரின் அளவுகள் பற்றியும் எழுதியிருக்கிறார்கள். அந்த இடத்தில், காவேரி பற்றிய எழுத்தாளர்களின் மனஓட்டங்களும் விரிவாகச் சொல்லப்படுகிறது. சிறுவயதில் தஞ்சை

மாவட்டத்தில் மெர்க்காரா, மெர்க்காரா என ஜெபம் செய்யும் வழக்கம் இருந்திருக்கிறது. அதன் காரணத்தைத் தி.ஜா. குடகில் கண்டடைகிறார். குடகின் தலைநகரம் அது. அங்கு மழை பெய்தால் காவிரி நிறையும் என்பதால் ஏற்பட்ட பழக்கமே அது. மூலக்காரணம் தெரியாமல், வெறும் சடங்காக அது இருந்திருக்கிறது என்கிறார். சித்தாப்பூர் என்ற ஊருக்குச் செல்லும் திகில் அனுபவத்தைச் சுவாரசியமாக எழுதியிருக்கிறார். மூங்கில் அடர்ந்த பகுதி அது. அடுத்ததாகப் பாகமண்டலம் என்ற காட்டுச் சோலை நகரத்திற்குச் செல்கிறார்கள். பாகமண்டலத்தில் காவேரியோடு முதல் உபநதி கலக்கிறது. அடுத்ததாக, அப்போதைய அபாயகரப் பாதையில், இருட்டு நேரத்தில் குடகு மலையேற்றம் பற்றியும் எழுதப்பட்டுள்ளது.

4. அழகு

குடகுமலைப்பாதையின் ஓர் ஆபத்துமிக்க பயணம் இது. இந்த அத்தியாயத்தில், தி.ஜா.வின் அக மனம், நன்கு வெளிப்படும் இடங்கள் உள்ளன. அலாதியான பற்பல வர்ணனைகளால் எழுதப்பட்டுள்ளது. சிறுகுண்டத்தில் காவிரி பிறக்கிறது. எழுச்சி கொள்ளும் எழுத்தாளரின் மனம், இந்த அத்தியாயத்தையே ஆக்கிரமிக்கிறது. சஹ்யாத்திரி மலை, பிரும கிரி என்று அந்த இடத்தைக் கூறுகிறார்கள். காவிரி சார்ந்த அகத்திய புராண ஐதீகக் கதைகள் மற்றும் உப நதிகள் பற்றிய விவரங்களும் இதில் வருகின்றன. காவிரி பற்றிய கன்னடக் கவிதை ஒன்றை, எழுத்தாளரின் மனம் அசைபோடுகிறது. அங்கிருந்து சற்றுத் தொலைவில், அந்தர்வாஹினியாகக் காவிரி கண்களிலிருந்து மறைந்து, அடர்ந்த காட்டிற்குள் புகுகிறது. கால நிலை, விழாக்கள், மகாபாரதக் கதைகளை இணைத்துக்கொண்டு இட விவரணைகள் எழுதப்பட்டுள்ளன. பிரமகிரியின் உச்சியிலிருந்து, மேற்குத் தொடர்ச்சி மலையைப் பார்க்கிறார்கள். பாகண்டேஸ்வரர் ஆலயம் செல்கிறார்கள். நதியோர விவசாய வாழ்வில், ஆலயம் சார்ந்த ஐதீக நம்பிக்கைகள் பற்றிய விளக்கங்களும் உள்ளன .காவிரியோடு இணைந்த குடகியரின் வாழ்வியல் தருணங்களைக் கண்டெழுதியிருக்கிறார்கள். குடகு வரலாறு சொல்லப்படுகிறது. பாலூரில் காவிரி வடக்காக ஓடுவதால், உத்தரவாகினியாக ஓடும் இடங்கள், பிதுர் காரியங்களுக்காகச் சிறப்புப் பெறுகின்றன.

5. அணிநடை

காஸர்கோடு அணை. இது ஒன்பது நூற்றாண்டுக்கு முன் ஜங்கம சந்யாசிகளால் கட்டப்பட்டது. அது பல்லாயிரம் கற்களை அடுக்கிய அமைப்பு. கற்களின் இடைவெளியில் சலசலவெனப் பாயும் காவிரி. சாமராஜ அணைக்கட்டையும், ராம சமுத்திர அணைக்கட்டையும் காண்கிறார்கள். சஞ்சன் கட்டேவில் உள்ள தனுஷ்கோடி அருவிக்குச் செல்கிறார்கள். சீதை ராமர் சார்ந்த ஐதீகக் கதை; கன்னடக் கவிஞர் ஸ்ரீ குண்டப்பாவின் காவிரி பற்றிய கவிதையை நினைவுகூர்கிறார்கள்.

6. ஆடு தாண்டும்

இங்கே அர்க்காவதி என்ற ஓர் உப நதி இணைகிறது. காவிரியின் இரைச்சலுடன் இணையாக நடந்து, ஹன்னடு சக்ர என்ற பன்னிரு சுழல் பகுதிக்குச் செல்கிறார்கள். இங்குப் பாறை மேட்டில், தன்னைத் தானே சுற்றிச்

சுழல்கிறது காவிரி. மேகதாட்டு எனப்படும் ஆடு தாண்டும் பாறைக்குச் செல்கிறார்கள். இந்த அத்தியாயத்தில், அர்க்காவதி சங்கமத்தின் பேரழகைச் சொல்லிச் சொல்லி மாய்கிறார்கள்.

7. புகை தரும் புனல்

ஹோசூரின் கோட்டையைப் பற்றிய செய்திகள் மற்றும் அது நினைவுபடுத்தும் வால்ட்டர் ஸ்காட் நாவலின் எண்ணம் சூழ்கிறது. காவிரியுடன் கலக்கும்முன் அர்க்காவதி, நந்திதுர்க்கத்தில் ஒரு கிணற்றில் உற்பத்தியாவதாக ஐதீகம். உபநதி குமுதவதியுடன் பின்னிணைந்து அடர்காடுகள்வழிப் பாய்கிறது. விருஷபாவதி என்றழைக்கப்படுகிறது. காவிரியின் துணையாறுகள்: கனகா, சுஜோதி, ஹேமவதி, லக்ஷ்மண தீர்த்தம், கபினி, ஸிம்ஸா, லோகபவானி, ஸ்வர்ணவதி பற்றிய விவரங்களும் இந்த நூலில் கூறப்பட்டுள்ளன. பெண்ணாகரம் சந்தைக்குச் செல்லும் உள்ளெழுச்சியையும் பதிவுசெய்துள்ளார்கள்.

8. பொன்னி வளம்

காவிரியின் படுகைப் பரப்பளவு: 33,000 சதுர மைல்கள். பாரத நாட்டின் நதிகளில், படுகைப் பரப்பளவில் எட்டாவது இடத்திலுள்ளது காவிரி என்பன போன்ற புள்ளிவிவரமாக இந்த அத்தியாயம் நீள்கிறது. குடகுமலை பிரமகிரியில் உற்பத்தியாகும் காவிரி, சித்தப்பூர் வரை கிழக்கில் பாய்கிறது. இங்குக் கனகா, குகண்டகி ஹோலி, சிக்கோலி ஹோலி என்ற சிற்றாறுகள் கலக்கின்றன. பின் வடக்கில் குஷால் நகருக்கு அருகில் மைசூரைத் தொட்டவண்ணம் ஓடுகிறது. மைசூர் பீடபூமியில் பெரிய மலைப்பிளவு வழியே ஓடி, சஞ்சன் கட்டே என்ற இடத்தில் நீர்வீழ்ச்சியாகிறது. அதன் பின், ஹேமவதி காவிரியுடன் கலக்கிறது. பின் லக்ஷ்மண தீர்த்தம் என்ற உபநதி, லக்ஷ்மண தீர்த்த அணையிலிருந்து பாய்ந்து கிருஷ்ண ராஜசாகரத்தில் சேர்கிறது. பின் லோகபவானி என்ற உபநதி வந்து கலக்கிறது. பின், திருமுக்கூடலுக்கு அருகே, கபிலாவுடன் இணைகிறது. பின்னர் சிவசமுத்திர நீர்வீழ்ச்சியாகி, அர்க்காவதியுடன் வந்து இணைந்து தமிழகத்திற்குள் நுழைகிறது. சேர்வராயன் மலைகளில் உற்பத்தியாகும் திருமணிமுத்தாறு, நாமக்கல்லில் காவிரியுடன் கலக்கிறது. தொப்பூர், தொப்பையாறு, வேப்படியாறு போன்ற உபநதிகள் இணைகின்றன. தமிழகத்தின் முதல் உபநதி சேலத்தில் இணையும் தொட்டஹள்ளி. இன்னொன்று சின்னாறு என்ற சனத் குமார நதி. பின் பெரியாறு அல்லது சரபங்க நதி இணைகிறது. திருச்செங்கோடு மலை பற்றிய எண்ணங்களும், இங்குப் பகிரப்பட்டுள்ளன. இதோடு, பயணத்தின் முதல்பகுதி முடிகிறது.

9. புதுப் புகார்

மீண்டும் பூம்புகாரிலிருந்து, கண்ணகி கோவலன் நடந்த வழியில் பயணம் தொடங்குகிறது. அசாவேரி என்ற ராகத்தில், காவேரி பற்றித் தியாகராஜர் இயற்றிய பாடல் வருகிறது. அந்த ராகம் தளர்வும் அன்பும் நெருக்கமான உணர்வுப் பெருமிதமும் கொண்டது. காவிரிப் பாடலை அந்த ராகத்தில் இணைக்க முடிந்த மேதைமை பற்றிய விவாதங்களும் இடம்பெற்றுள்ளன. பால்யத்தில் திருவையாறின் காவிரிக் கரையில் நிகழும் இசைக் கச்சேரிகளுக்குச் செல்லும் நினைவைத் தி.ஜா. பகிர்ந்து

கொள்கிறார். புகார்ப் பயணம் முழுதும் இளங்கோவையும் கண்ணகியையும் கோவலனையும் மணிமேகலையையும் அங்காடிகளையும் நினைவுகூர்ந்து அவை இல்லாத கடலும் குப்பமும் வெறிச்சோடிய கடலுமாயுள்ள நவீனப் பூம்புகாரைப் பார்த்து ஏக்கத்துடனும், இனம்புரியாத சோகத்துடனும் காவிரி கடலில் கலக்கும் அவ்விடத்தைக் காண்கிறார்கள். புகார் தொடங்கிக் கல்லணை வரை, தமிழகக் கலாச்சார வரலாற்றின் முக்கிய நிலப்பகுதி என்றும், காவிரிக் கரையின் கோவில்கள், ஞானிகள், கவிகள், இசைக் கலைஞர்கள், தத்துவ ஞானிகள், கலைஞர்கள் என்றும் ஒரு பெருந்தொகுப்பை இந்நூலாசிரியர்கள் சொல்கிறார்கள். திருச்சியின், தஞ்சையின் அகப்புற வரலாறு காவிரியின் வரலாறே என்கிறார்கள்.

புத்த விகாரம், கீழையூர் துறைமுக எச்சங்களுள்ள அகழ்வாராய்ச்சி இடங்களையும் காண்பிக்கிறார்கள். வழியெல்லாம் நிறைந்து இணையாறுகளாகப் பிரிந்து சிறுத்த காவிரி ஆறு, கடலுடன் கலப்பதையும் காண்பிக்கிறார்கள். இடையில் உ.வே.சா, கோபாலகிருஷ்ண பாரதி ஆகியோரைக் குறித்த தகவல்களும் இடம்பெறுகின்றன. தலபுராணங்களின் மாயத்தன்மை பற்றியும் இன்றைய அதிசினிமா பற்றிய விசாரணைகளும் நடக்கிறது. மீனவப் பெண் ஒருத்தி கடலுக்குள்ளிருக்கும் இடிபாடுகள் பற்றிச் சொல்கிறாள். இவை சிலப்பதிகாரப் பூம்புகாரின் பகுதிகளோ எனத் தங்களுடன் வந்த வரலாற்றாசிரியருடன் இரவு முழுவதும் இவர்கள் விவாதிக்கிறார்கள். கிரேக்கப் புவியியல் ஆசிரியர் டாலமி, சபரிஸ் எம்போரியம் என்ற இடம், முதல் நூற்றாண்டின் காவிரிப் பூம்பட்டினமாக இருக்கலாம் என்கிறார். அதே காலத்தில், ‘மிலிந்தா அரசனின் கேள்விகள்’ என்ற பௌத்த நூலிலும், காவிரிப் பூம்பட்டினம் ‘கோலப் பட்டண’ என்ற சொல்லால் குறிக்கப்பட்டுள்ளதையும் எடுத்துக் காட்டுகிறார்கள். புகார் நகரத்திற்குச் சம்பாபதி எனப் பெயருண்டு என்று மணிமேகலை சொல்கிறது. அந்தச் சம்பாபதி அம்மன் கோவிலைக் காணச் செல்கிறார்கள். காவிரி கடலுடன் கலக்கும் பகுதியை, மீண்டும் காண்கிறார்கள். இப்பொழுது அது ‘கழுதக்காரன் துறை’ என்று அழைக்கப்படுகிறது. அன்று அதன் பெயர், ‘கழாஅர்முன்துறை’ என்கிறார்கள்.

10. கொள்ளிடம் தாண்டி . . .

கங்கைகொண்ட சோழபுரத்திற்குப் பயணமாகிறார்கள். இன்றளவுக்குப் பேணப்படாத ஐம்பதாண்டு முந்தைய கங்கை கொண்ட சோழபுரம். அதற்கும் முந்தைய நூற்றாண்டுகளில், ஆங்கிலேயர் காலத்தில் புதர் மண்டி மண் மூடியிருந்திருக்கிறது. ஆங்கிலேயர் காலத்தில் அணை கட்டுவதற்காக அழிக்கப்பட்ட கோவிலின் நெடுமதில், சோழனின் பொன்னேரி, கோவில் சிற்பங்கள் எனச் சோழபுரத்தின் சூழல் அவர்களைச் சோழர் காலத்திற்கே கொண்டுசெல்கிறது. “நல்லவேளையாக ஒரே அணையுடன் விட்டார்களே! இன்னும் பல அணைகள் கட்ட முனைந்திருந்தால் கோவில் முழுவதையும் அல்லவா இடித்திருப்பார்கள் என்ற நினைவுடன் கொள்ளிடத்தைக் கடந்து சென்றோம்” என்கிறார்கள்.

11. இசை வெள்ளம்

இந்த அத்தியாயம் கஞ்சனூர் சிவாச்சாரியார், சங்கீத மேதைகள், இலக்கிய மேதைகள், கணித மேதை ராமானுஜன் என்று காவிரிக்கரையின்

மைந்தர்களை நினைவுபடுத்துகிறது. கும்பகோணத்தில் காவிரியுடன் அரசலாறு இணைகிறது. கும்பகோணத்தின் அழகு, செழுமை, கோவில்கள் பற்றிய பல விவரங்களும் இந்நூலில் உள்ளன. கம்பராமாயணத்தில் வரும் காவிரி பற்றிய வர்ணனைகளைப் பேசிக்கொண்டே, தியாகையரின் சமாதிக்குச் செல்கிறார்கள்.

12. கழனி நாடு

கல்லணை, கொள்ளிடம், வெண்ணாறு, குடமுருட்டி, வீரசோழன், விக்ரமனாறு, அரசலாறு போன்ற கிளைநதிகள் பற்றிப் பேசுகிறார்கள். தேவிக்கோட்டை என்னுமிடத்தில் கிளை நதியான கொள்ளிடம் கடலில் கலக்கிறது. டெல்டாப் பகுதிகளில் கிளை நதிகள் அதிகம் அல்லது கிளை நதிகளால் வளம் பெற்று உருவானவை டெல்டாப் பகுதிகள் எனலாம். காவிரி பல கிளை நதிகளாகிக் கடைசியில் சிறு ஓடையாகக் கடலுடன் கலக்கிறது.

13. ஆறிரண்டும் . . .

திருச்சியின் காவேரிக் கரையிலும், அது வளப்படுத்திய மருத நிலத்திலும் பயணிக்கிறார்கள். மலைக்கோட்டைக்குச் செல்கிறார்கள். அதன் வரலாறு, எங்கெங்கோ தொட்டுத் தொடங்கிப் பேச்சில் வளர்கிறது. தாயுமானவர் சந்நிதி மற்றும் அது சார்ந்து வெள்ளப்பெருக்குக் காலத்தில் சிவன் தாயாக வந்து வைத்தியம் பார்த்த கதை வரை பேச்சு நீள்கிறது. மகேந்திரனின் சிற்பங்களைக் காண்கிறார்கள். மலைகோட்டை அடிவாரத்தில் புத்தகக்கடையும் அச்சகமும் வைத்துள்ள சில நண்பர்களையும், இசை ஆர்வலர்களையும் சந்திக்கிறார்கள். கரிகாலனின் கல்லணை, உறையூர் பற்றிய வரலாற்றுத் தகவல்கள், அனுமானங்களும் எழுதப்பட்டுள்ளன.

14. அகண்டம்

திருச்சியிலிருந்து கரூர் வரும் சாலையில், அகண்ட காவிரி பாய்கிறது. இடையில் படித்துறையில் ஒரு நண்பரைச் சந்திப்பதால், இறந்தகால நினைவுப்பயணம் தொடங்குகிறது. நண்பர்கள் இணைந்து ராமநவமி உற்சவம் நடத்தி இசைக்கலைஞர்களை ஒன்றிணைத்து ரசித்தது முதல், எழுத்தாள நண்பர்கள் அதில் இணைந்து திளைத்த நிகழ்வுவரை சொல்கிறார்கள். எழுத்தாளர்கள் கரிச்சான்குஞ்சு, அப்புலிங்கம், சக்திசரவணன் போன்றோரைத் தி.ஜா. குறிப்பிடுகிறார். மணி ஐயரின் இசை நிகழ்ச்சிகள், வயலின், வாய்ப் பாட்டு, பிடில் என்று நீளும் அத்தியாயம் இது. இசைப் பாடலுடன் காவிரியின் அழகை உணரும் தருணங்கள் வருகின்றன. அய்யர் மலை என்ற ரத்னகிரிக்குச் செல்கிறார்கள். இடையில் அகழ்வாராய்ச்சி நடந்த இடங்களைப் பார்க்கிறார்கள். இங்குக் கடைசி உபநதியான அமராவதி சங்கமத்தையும் காட்டுகிறார்கள்.

15. காணிக்கை

உய்யகுண்டான் வாய்க்கால், தலைமதகுப் பகுதியான பெட்டவாய்த்தலை, கரூர் அமராவதி எனப் பல பகுதிகளுக்கும் பயணிக்கிறார்கள். சதாசிவ பிரமேந்திரர் சமாதிக்குச் செல்கிறார்கள். உபநிடத ஞானம் பெற்றுச் சித்திகளுடன் வாழ்ந்தவர் அவர். சர்க்கரை ஆலைகள், நொய்யல் படுகை, கொடுமுடிக் காவிரி வரை சென்று திரும்புகிறார்கள்.

16. நிறைவு

காவிரியுடன் பவானி கலக்கிறது. அங்கு அமுதா என்னும் நதி, அந்தர்வாஹினியாகி அரூபமாகக் காவிரியில் கலக்கிற இடத்தில் சங்கமேஸ்வரர் ஆலயம் உள்ளது. மேட்டூர் அணைக்கும் செல்கிறார்கள்.

17. ஆலாபனை

வடக்குக்கரை வழியாகத் திரும்புகிறார்கள். ஜோடர்பாளையத் தடுப்பைக் காண்கிறார்கள். இது மாதிரி தடுப்புகளிலிருந்து பாசனத்திற்காகப் பல கிளைகளாகக் காவிரி பிரிகிறது, ரத்தக்குழாய்கள் போல. பின் காவிரியை ஒட்டிய சாலையிலேயே தம் பயணத்தைத் தொடர்கிறார்கள். திருஈங்கோய் மலையிலிருந்து காவிரியை நெடுந்தூரம் காணலாம். இந்த இடத்திலிருந்துதான் காவிரியைக் காணவேண்டும் என்று நமக்கும் அழுத்திச் சொல்கிறார்கள். அளகரை அகழ்வாராய்ச்சி இடம் மற்றும் முசிறிக் காவிரி வரையிலும் செல்கிறார்கள்.

18. பல்லவி

முக்கொம்பு மேலணைக்குச் செல்கிறார்கள். காவிரிக் கரையில் எழுத்தாளர்களுக்காகச் சிறு அளவில் குடியிருப்புத் திட்டம் அமைக்க வேண்டும் என்ற கனவெல்லாம் அந்தக் காலத்து நல்லுள்ளங்களுக்கு இருந்திருக்கிறது. டாக்டர் சாஸ்திரி என்ற எழுத்தாளர் நினைவுகூரப்படு கிறார். எழுத்தாளர்கள் கூடிப் பேசி மகிழத் திருச்சி அன்று மையமாக இருந்திருக்கிறது. காவேரிக் கரையிலிருந்த பல துறைசார் அறிஞர்களுடன் அவர்களுக்கு நல்ல நட்பும் நெருக்கமும் இருந்திருக்கிறது. தாராஸ்வரம், கம்பஹரேசர் என்று மீண்டும் ஒரு பயணம். காவிரியின் முழு ஓட்டத்தையும் பெண்கள் பாட்டாகப் பாடும் ஒரு வழக்கமும் இருந்திருக்கிறது. அந்தப் பாட்டுத் தெரிந்த ஒரு பாட்டியை யதேச்சையாகச் சந்தித்ததும் அதைப் பதிவுசெய்துகொள்கிறார்கள். உண்மையில், இது போன்ற அழகிய பரவசங்களால் இப்பயணம் நிறைந்திருப்பதை, இந்நூலை வாசித்துத்தான் உணர்ந்துகொள்ள வேண்டும். இந்தக் கட்டுரை, ஒரு மிகச் சிறிய தொட்டுக்காட்டல் மட்டுமே. இப்பயண நூலை முடித்தபின், சென்னைக் குடிநீருக்காக வீராணம் ஏரிக்குக் காவிரியிலிருந்து தண்ணீர் கொண்டுவர, அன்றைக்கு ஏற்பாட்டிலிருந்த திட்டத்தைப் பற்றியும் எழுதியிருக்கிறார்கள். *1972*ஆம் ஆண்டிற்குள் அது நிறைவேற்றப்படவிருப்பதாக எழுதியிருக்கிறார்கள். காவேரி நீர்ப்பங்கீடு என்ற உபதலைப்பில், *1924*ஆம்ஆண்டின் ஒப்பந்தம் பற்றிய தகவல்கள் உள்ளன.

காவிரியின் பல்வேறு உபநதிகளைக் காணமுடியாத வருத்தத்தையும் ஆதங்கத்தையும்கூட, அழுத்தமாக இறுதியில் பதிவுசெய்திருக்கிறார்கள். அவ்வகையில், பெரும்பாலும் யாரும் அறிந்திருக்க வாய்ப்பில்லாத எங்கள் பகுதியின் ஐயாறும், ஒரு உபநதியே. கொல்லிமலையின் ஆகாச கங்கை என்று எங்களால் அழைக்கப்படும் 'ஆகாய கங்கை' நீர்வீழ்ச்சியிலிருந்து உருவாகும் ஐயாறு, பல அடர்வன ஊற்றுகளையும், நீரோட்டங்களையும் இணைத்துக்கொண்டு புளியஞ்சோலையில் ஆறாக வெளிவந்து,

மலையடிவாரத்தின் மூன்று மைல் தூரத்தைக் கடந்து மேட்டூர் என்ற எங்கள் ஊரில் முதலில் நுழைகிறது. பின் பல கிராமங்களை வளப்படுத்தி முசிறியில் காவிரியுடன் கலக்கிறது. தனியாக இதற்கு வரலாறு உண்டு. சங்ககாலத் தொடர்பும், குடிகொண்டுள்ள தெய்வங்களும், மக்களும், சித்தர்களும், விலங்குகளும், பறவைகளும், மரங்களும், செடிகளும், மூலிகைகளும் எனத் தனக்கே உரிய தனித்துவ வண்ணங்களைக் கொண்டுள்ளது எங்கள் மேட்டூர்.

காவிரி தந்த வளமான வாழ்வு, அந்த வாழ்வால் உருவாகிய ரசம் நிறைந்த மனிதர்கள், அவர்கள் வாழ்வில் எழுந்த இசை, எழுத்து, நடனம் போன்ற கலைகளும் சிந்தனைகளும் பல துறை மேதைகளும் என ஒரு நதியின் பயணம், ஒரு நாகரிகத்தின் பயணமாக இந்நூலில் விரிகிறது. மேலும், காவிரியைச் சார்ந்து உருவான நகரங்கள், அது சார்ந்த அரசியல், நடந்த முற்றுகைகள் என்ற நீண்ட மறுபக்கமும் பேசப்பட்டுள்ளது. மேதைகள் என்றில்லை; காவிரிக் கரையின் அன்றாட வாழ்க்கைப் பாடில் சுழன்ற மனிதர்களுக்குள்ளும் இசையும் பாட்டும் நிறைந்திருந்தன என்கிறார்கள். மண்ணிற்கு நீரின் மீதும், நீருக்குக் கடலின் மீதும், கடலுக்கு விண்ணின் மீதும் மாறா ஈர்ப்புண்டு. அந்த இயற்கைச் சுழற்சியின் மாறா விதியே இந்தப் பூமியில் புல்லை, மரத்தை, விலங்கை, நம்மை உருவாக்கி உலகு சமைத்திருக்கிறது. நீருக்கான வழிகள் எங்கும் திறந்திருப்பதாலேயே, மனிதமும் உயிர்த்திருக்கிறது. நமக்கு நதி என்பது கண் காணும் பிரபஞ்சத்தின் நித்ய இயக்கத்தின் சாயல். அதைப் பெண் என்றோ, அன்னை என்றோ, காதலி என்றோ, தோழி என்றோ உருவகப்படுத்திக் கொள்ளலாம். ஆக்கும் சக்திக்கு, என்ன பெயரிருந்தால் என்ன? நீரெல்லாம், அந்த ஒன்றின் வடிவங்களே!

இந்நூல் முடிகையில், தண்ணீர் குழாயிலும் வருகிறது. ஆற்றில் ஓடும்போதுதான் பாட்டாக, கோவிலாக உயர்ந்து கவிதையாகச் சிரிக்கும். கூரறிவாக ஊடுருவும் என்றும் எழுதியிருக்கிறார்கள். உண்மைதானே. கடைசியாக மீண்டும் கடலோடு காவிரி கூடும் இடத்திற்குச் செல்கிறார்கள். இது முடிவற்ற காதல். தீராக் காதல். மூப்பும் மறைவும் தெரியாது முக்காலமும் முயங்கும் காதல். ஆதிமந்தி, ஆட்டனத்தி, மாதவி, கோவலன், ஆதிரை, மருதி, கம்பன், கூத்தன், சம்பந்தன், சுந்தரன்... குமிழிகள், அலைகள் என எல்லாம் கடலில் கலந்து முகிலாய் மாறும். மீண்டும் வாழும் என்று இந்நூலை நிறைவுசெய்கிறார்கள். இந்நூலில் தி.ஜா. அவர்களும் சிட்டி அவர்களும் ஆதங்கப்படுவதைப்போல, எதையும் நாம் முழுதாய்க் காணமுடியாதுதான். ஆனால், அந்தந்த மண்ணிலிருந்து எழுந்துவரும் கலைஞர்கள், அந்த நீண்ட மாலையில் ஒவ்வொரு மணியாகக் கோக்க முடியும் என்று தோன்றுகிறது. ஒரு மாபெரும் காவியத்தின் விதைகள் நிறைந்த நூலாக, 'நடந்தாய் வாழி காவேரி'யைக் கருதலாம். இத்தன்மையால்தான், மீண்டும் மீண்டும் நினைவுபடுத்த வேண்டிய, வாசிக்க வேண்டிய ஒரு மாபெரும் நூலாகிறது இது.

✦

95

தி.ஜானகிராமனுடன் காவேரியை ஒட்டி ஒரு பயணம்

அமுதவன்

“தி.ஜானகிராமனுடைய படைப்புக்களிலேயே உங்களுக்குப் பிடித்த நூல் எது?” என்று கேட்டார்கள். ஓர் எழுத்தாளனுக்குப் பதில் சொல்லுவதற்கு மிகவும் சிரமமான கேள்வி இதுவாகத்தான் இருக்க முடியுமென்று நினைக்கிறேன். மருக்கொழுந்துச் செடியில் எந்தப் பகுதியில் மணம் இருக்கிறது என்று கேட்டால், என்ன சொல்லுவது? அதுபோலத்தான் இந்தக் கேள்வியும்.

எழுத்தாளர்களிலேயே எழுத்தாளர்களுக்குப் பிடித்த எழுத்தாளர்கள் என்று மிகச் சில பேர்களே இருப்பார்கள். மற்றவர்களெல்லாருமே, வாசகர்களுக்குப் பிடித்த எழுத்தாளர்கள்தாம். தி.ஜானகிராமன், மௌனி, லாசரா இவர்கள்தாம் ‘எழுத்தாளர்களுக்குப் பிடித்த எழுத்தாளர்கள்’.

இதில் ஒரு பாதியைச் சொன்னவர் ஆசிரியர் சாவி. ‘சாவி’ பத்திரிகை ஆரம்பித்திருந்த புதிது அது. பெங்களூர் வந்திருந்த சாவி, “பத்திரிகையை இன்னும் பிரபலமாக்க என்னென்ன செய்யலாம்?” என்று கேட்டார். “தி.ஜானகிராமனை நாவல் எழுத வையுங்களேன்” என்றேன். “செய்யலாம்தான். ஆனால், பத்திரிகை விற்பனைக்கும் அவருக்கும் என்ன சம்பந்தம்? அவர் எழுத்தாளர்களின் எழுத்தாளர். அதாவது எழுத்தாளர்கள் ரசிக்கும் எழுத்தாளர். விற்பனைக்கும் அவருக்கும் சம்பந்தமில்லை” என்றார்.

சாவியின் இந்தப் பதில், சுரீரென்று விழுந்தது. என்ன அற்புதமான சிந்தனை! தி.ஜானகிராமன், ‘எழுத்தாளர்களின் எழுத்தாளர்’. அவர் எழுதிய சிறுகதைகள் (தி.ஜானகிராமனின் சிறுகதைகளைத்தான், எப்போதும் வானளாவப் புகழ்வார் எழுத்தாளர் சுஜாதா), மோகமுள், மரப்பசு, அம்மா வந்தாள், அன்பே ஆரமுதே, அடி எல்லாம், எல்லாமே எல்லாரையும்

கவர்ந்த படைப்புகளே. இவற்றில் தரம் பிரிப்பதும் அரிது. வாசகர்கள், எழுத்தாளர்கள், சிந்தனையாளர்கள், எல்லாரையும் கவர்ந்த எழுத்துக்கள் அவருடையவை.

'நடந்தாய்; வாழி, காவேரி!யை', அந்தப் புத்தகம் வந்தபோதே படித்திருந்தாலும், மீண்டும் ஒருமுறை படிக்க வேண்டும் என்ற உந்துதல் இருந்துகொண்டேயிருந்தது. அந்த நூலை அவர் தனியாக எழுதவில்லை. சிட்டியுடன் சேர்ந்துதான் எழுதியிருக்கிறார் என்று சொல்லப்பட்டாலும், தி.ஜானகிராமனை அதிகம் படித்திருப்பதால் எது எதைச் சிட்டி எழுதியிருப்பார், எது எதைத் தி.ஜா. எழுதியிருப்பார் என்பதைக் 'கண்டுபிடிப்பதில்' ஒரு சுவாரஸ்யம் இருக்கிறது. சிட்டிக்கும் இம்மாதிரி இன்னோர் எழுத்தாளருடன் சேர்ந்துகொண்டு புத்தகம் எழுதுவது ஒன்றும் புதிதில்லை. மணிக்கொடி எழுத்தாளர்களில் கடைசிக் கண்ணி அவர்தான் என்றும், 2006 வரை நம்முடன் வாழ்ந்தவர் என்றும் தெரியவருகிறது. சிட்டி, பெ.சு. மணியுடன் இணைந்து 'அதிசயப் பிறவி' என்ற பெயரில் வ.ராவின் வாழ்க்கை வரலாற்று நூலை எழுதியிருக்கிறார். கோ.சிவபாதசுந்தரத்துடன் இணைந்து தமிழ் நாவல்கள் பற்றிய நூலையும், சிறுகதைகளைப் பற்றிய நூலையும் எழுதியிருக்கிறார் என்று தகவல்கள் கூறுகின்றன. இந்தச் சிட்டியுடன் சேர்ந்து, 'நடந்தாய்; வாழி, காவேரி!' நூலை எழுதியிருக்கிறார் தி.ஜானகிராமன்.

நூலின் நாயகி காவேரி. இவள் கதையை எழுத்து மட்டுமல்லாது புகைப்படங்கள், கோட்டோவியங்கள் வழியாகவும் தருகிறது இந்நூல். புகைப்படங்களை யார் எடுத்தார்கள் என்ற தகவல் நூலில் இல்லை. ஆனால், ஓவியங்களை யார் வரைந்தார்கள் என்ற தகவல் இருக்கிறது. ராஜகோபால் என்று இரண்டு மூன்று இடங்களில் வருகிறது. 'கலாசாகரம் ராஜகோபால்' என்றொரு பெயர் தமிழுலகில் பிரசித்தம். அந்தக் கலாசாகரம்தான், இந்த நூலில் உள்ள ஓவியங்களை வரைந்திருக்கவேண்டும் என்ற முடிவுக்கு வரலாம். இது பற்றி இத்தனூண்டு குறிப்பொன்று புத்தகத்திலிருக்கிறது. பெண்ணாகரம் சந்தைக்குப் போகிறார்கள். 'கலாசாகரம் பெண்ணாகரம் சந்தையில் சாமான்கள் வாங்கி, காரின் டிக்கியில் ஏற்றினார்' என்கிறது அந்த வரி. அதனால், கலாசாகரம் ராஜகோபால்தான் என்பது உறுதியாகிறது.

குடகிலிருந்து ஆரம்பித்து வடகரையில் காவேரியின் 400 ஊர்களையும், தென்கரையில் உள்ள 370 ஊர்களையும் குறிப்பிடுகிறது நூல். காவேரியை, அதன் பயணம் பூராவும் அதனோடு சென்று, எந்தெந்த ஊர்களுக்கெல்லாம் போகிறது, எங்கெங்கெல்லாம் தன்னுடைய தாக்கத்தைச் செலுத்துகிறது என்பதை எல்லாம் அருகிலிருந்து பார்த்துச் சொல்வது ஒன்றும் சாதாரணமானது இல்லை. "எத்தனை லட்சம் மக்களுக்கு வாழ்வு, எத்தனை லட்சோப லட்சம் நிலப்பரப்புக்குப் பசுமை, எத்தனை கனிவகை, எத்தனை தாவர வளம், எத்தனை தொழிற்சாலைகள், எத்தனை ஒளிசக்தி, இயந்திர சக்தி, இவ்வளவும் செய்துகொண்டிருக்கும் ஒரு மகத்தான சக்தியின் தொடக்கத்தில் எவ்வளவு அமைதி. எவ்வளவு அடக்கம்" என்று வியந்துபோய்த் தம்முடைய நூலைத் தொடங்குகின்றனர் இருவரும். தொடங்கும் இடத்தில் காணப்படும் அமைதியைப் பற்றிக் குறிப்பிடுகையில், "பெரிய காரியங்களைச் செய்யத் தொடங்குபவர்கள்,

ஆரம்பச் சூரர்களாயிருப்பதில்லை” என்பதையும் குறிப்பிடுகிறார்கள். இக்குறிப்பிலிருந்தே, காவேரி தொடங்கும் இடம், ரொம்ப ரொம்பச் சாதாரணமாய் இருக்க வேண்டும் என்ற முடிவுக்கு, நாம் வந்துவிடுகிறோம்.

ஆவேசம், அமைதி, அடக்கம், அழகு, அணி நடை, ஆடு தாண்டும், புகை தரும் புனல், பொன்னி வளம், புதுப்புகார், கொள்ளிடம் தாண்டி, இசை வெள்ளம், கழனி நாடு, ஆறிரண்டும், அகண்டம், காணிக்கை, நிறைவு, ஆலாபனை, பல்லவி என்று பதினெட்டு அத்தியாயங்கள். இப்பதினெட்டையும் முடித்துவிட்டுச் சென்னை வரும் காவேரி, காவேரி நீர்ப்பங்கீடு என்று உபரியாக இரு அத்தியாயங்கள் என்று கலந்துகட்டி அடித்திருக்கிறார்கள். நூல் வெளிவந்த ஆண்டு 1971. லட்சுமி கிருஷ்ணமூர்த்தி, ‘வாசகர் வட்டம்’ சார்பில், முதன்முதலில் இந்நூலை வெளிக்கொண்டுவந்தார். இப்போது ‘காலச்சுவடு’ பதிப்பகம், புதிய நூலாய் வெளியிட்டிருக்கிறது.

காவேரி, தன்னுடன் எந்தெந்த நதிகள் சேருவதால் பெரிய ஆறாகப் பரிணமிக்கின்றது என்பதை ஆரம்பத்திலேயே சொல்லிவிடுகிறார்கள். ‘கஜயோதி என்னும் நதி, பாகமண்டலத்தில் இதோடு மறைவாகக் கலப்பதாக ஓர் ஐதீகம். ஸிங்கத்தூருக்கு அருகில் ஒரு சிறிய ஆறும், சொண்டேடி என்ற இடத்தில் சிரங்கா நதியும் கூடுகிறது. இப்படிப் பல சிற்றாறுகள் கலக்கின்றன. முக்கியமான உப நதிகள் என்று சொல்ல வேண்டுமானால், பனஹள்ளியில் ஹேமாவதி, ஸ்ரீநிவாசபுரத்தில் லோகபவானி, சிவ சமுத்திரத்திற்கருகில் ஷிம்சா நதி, தஞ்சை இடையாறுக்கருகில் மணிமுத்தாறு, இவை வடகரையில் கூடும் ஆறுகள். தென்கரையில் புலிக்கோட்டில் ஹொளே நதி, சாகர் கட்டே கிருஷ்ணராஜ புரத்திற்கருகில் (பெங்களூரிலும் ஒரு கிருஷ்ணராஜபுரம் இருக்கிறது) லக்ஷ்மண தீர்த்தம் திருக்கூடல், நர்சி புரத்தில் கபினி, ஹொரளேயில் குண்டலா, பின்னர் பவானி, நொய்யல், அமராவதி ஆகியவற்றைக் கூறலாம்.’ என்கின்றனர். இந்த ஆறுகள் எல்லாம் சேர்ந்துதான் காவேரிக்கு ஒரு பிரமாண்டத்தை வழங்குகின்றன என்பதைப் புரிந்துகொண்டு, நாம் மேலே போகிறோம். “மேலே குண்டத்திலிருந்து புறப்படும் காவேரி, மூன்றாவது தொட்டி ஒன்றில் விழுந்து புதர்களிடையே மறைந்துவிடுகிறது. புதர்களுக்கும் பாறைகளுக்கும் இடையில் கண்ணுக்குத் தெரியாமல் பாய்வதால் அந்தர்வாஹினியாகச் சென்று சிறிது தொலைவுக்கப்பால் கீழே மீண்டும் வெளிப்படுகிறது. அதற்கப்பால் மலைச்சரிவில் வளைந்து நெளிந்து பாய்ந்து நான்கு மைல்கள் தொலைவாக உள்ள பாக மண்டலத்தில்தான் நதியாக உருப்பெறுகிறது” என்று பூர்வாங்கமும் குறிப்பிடுகிறார்கள்.

முதலில் மிகவும் இலகுவாக இந்தப் பயணம் இருக்கப்போகிறது என்று இருவரும் நினைத்தார்களோ என்னவோ, அப்படித்தான் ஆரம்பத்தில் குறிப்பிட்டிருக்கிறார்கள். “காவேரியின் போக்கைப் பார்த்துவிட்டு வந்த கையோடு, எங்களுடைய அனுபவத்தை எழுதிமுடித்துவிடலாம் என்றுதான் நினைத்தோம். காவேரி வெறும் ஆறு மட்டுமல்ல, அதன் கரையில் வாழும் மக்களின் பண்பை விளக்கும் வரலாற்று ஓவியம். காவேரிக்குப் பல உருவங்கள், பல நிலைகள் உண்டு. மொண்டு

குடிப்பதிலிருந்து கரையில் அமர்ந்து தவமியற்றி மனம் இழப்பது வரை... இந்த அனுபவங்கள் ஒவ்வொன்றையும் கண நேரம் அடைவதே ஒரு திளைப்புதான்." என்கின்றனர். தலைப்பு மட்டுமன்று; இந்நூல் பூராவிலும் சிலப்பதிகாரம் வருகிறது; இளங்கோவும் வருகிறார். இவர்கள் இந்நூலை எங்கிருந்து ஆரம்பிக்கலாம், எப்படித் தொடரலாம், எப்படி முடிக்கலாம் என்பதற்கு ஆதாரமாக எடுத்துக்கொள்வதே சிலப்பதிகாரம்தான். "கண்ணகியும் கோவலனும் எந்தப் பாதையில் சென்றனரோ, அந்தப் பாதையைப் பின்பற்றி நாமும் போய்வருவோம்" என்ற செய்தியைப் புத்தகத்தின் பல இடங்களில் சொல்லியிருக்கிறார்கள். ஓரிடத்தில், "புகாரை விட்டு நீங்கிய கோவலனும் கண்ணகியும், மதுரைக்கு இந்த வழியேதான் சென்றார்கள்" என்றே கூறுகிறார்கள். இன்னோரிடத்தில், "முதலில் தலைக்காவேரிக்கும் சிவசமுத்திரத்திற்கும் ஹொகேனக்கல்லுக்கும் கொண்டுபோயிற்று. பிற்பாடுதான், கோவலன் நடந்த பாதை கிட்டிற்று" என்றும்கூட விளக்குகிறார்கள். மற்றோரிடத்தில், கவுந்தியடிகளுடன் கண்ணகியும் கோவலனும் இவ்வழியாகத்தான் சென்றிருப்பார்கள் – என்றும் யூகிக்கிறார்கள்.

"காவேரியோடு நாங்கள் சென்ற பயணம், முதலில் பூம்புகாரில் தொடங்கவில்லை. ஆனால், பூம்புகாரில்தான் தொடங்கிற்று." என்ற குதர்க்கத்திலேயே நூலுக்கான சுவாரஸ்யம் தொடங்கிவிடுகிறது. புத்தகம் மேற்கொண்டு இப்படிப் பேசுகிறது: "சென்னையிலிருந்து குடகு நாட்டுத் தலைக்காவேரியைக் காண நாங்கள் வட ஆர்க்காட்டில் முதன்முதலாகப் பூம்புகாரைப் பார்த்தபோது, எங்களுக்கு நெஞ்சுகொள்ளா வியப்பாக இருந்தது"; "காவேரியோடு நடந்தே செல்லாமல் நடையும் காருமாகச் சென்று காவேரியைத் தலையிலிருந்து கால்வரை பார்த்து வந்தோம்' – என்பது, இவர்கள் நூலின் நோக்கமாக இருந்துள்ளது. காவேரி என்பது ஒரே ஆறன்று; அதில் கிளை நதிகள் பலவும் அங்கங்கே வந்து சேர்ந்துகொள்கின்றன. எல்லா நதிகளும் சேர்ந்துதான் பிரமாண்ட ஆறாக உருப்பெறுகிறது என்பதை முன்பே பார்த்தோம். "ஒவ்வொரு கிளைநதியோடும் போய்ப் பார்க்க வேண்டுமென்றால் நாயன்மாராக வேண்டும். ஆழ்வாராக வேண்டும். குறைந்தது பண்டாரம் அல்லது ஹிப்பியாகவாவது இருக்கவேண்டும்" – என்ற இவர்களின் ஆதங்கமும் வெளிப்படுகிறது.

முதலில தமிழ்நாட்டிலிருந்துதான், தம் பயணத்தை ஆரம்பிக்கிறார்கள். அதுவும், காவேரி கடலில் சென்று கலக்கும் மாயவரத்திலிருந்துதான், இவர்களின் பயணம் தொடங்குகிறது. "மாயவரத்தில் வள்ளலார் கோவிலுக்கு அருகில் ஒரு கொடிக்கம்பம் நிற்கிறது. 'காவேரிப் பட்டணம்' என்று கிழக்கு நோக்கும் பலகையில் எழுதியிருக்கிறது. கிழக்கே போனால் பூம்புகாருக்குக் கொண்டுவிடும். மேற்கே போனால் கும்பகோணம், சுவாமிமலை, கபிஸ்தலம், கணபதி அக்ரஹாரம், ஈச்சங்குடி, திருவையாறு, கூத்தூர், கல்லணை வழியாகத் திருச்சி உறையூர் கொண்டுவிடும்" என்று தம் பயணம் தொடங்குகிறார்கள். முதலில், பெங்களூர் வழியாகக் காவேரி உற்பத்தியாகும் தலைக்காவேரிக்குப் போகிறார்கள். அன்றைக்கு எப்படியிருந்ததோ, இன்றைக்குக் காவேரி உற்பத்தியாகுமிடத்தைப் பார்த்தால் வியப்பு ஏற்பட வாய்ப்பில்லை என்பதனை 'வாட்சப்' சொல்கிறது. அத்தனை பிரமாண்டமாக, அந்த

இடம் பூராவிலும் கட்டடம் கட்டி வைத்திருக்கிறார்கள். நீண்ட நெடிய பிரகாரங்கள், நம்மை ஒரு வியப்புக்கு அழைத்துச் செல்கின்றன.

ஆனால், அன்றைக்கு ...? அன்றைக்கு மட்டுமன்று, 'நேற்றைக்கு'க்கூட அந்த இடம் ரொம்பவும் சாதாரணமாகவே இருந்திருக்கிறது. மெர்க்காராவிலிருந்து சிறிதே தூரத்திலிருக்கும் தலைக்காவேரியைப் பார்த்து விடுவது என்ற நோக்கத்தில் போய்க்கொண்டிருந்தோம். "வேண்டாம். சொன்னாக் கேளுங்க. நிச்சயம் நேரில் போய்ப் பார்த்தீங்கன்னா, 'காவேரி' பிரமாண்டம் போய்விடும். எனக்கு அப்படித்தான் ஆகிவிட்டது. 'இதுதான் காவேரி. இங்குதான் காவேரி உற்பத்தியாகிறது' என்று ஒரு சின்னக் குண்டத்தைக் காட்டுகிறார்கள். எட்டிப் பார்த்தால், அங்கே கொஞ்சம் தண்ணீர் தளும்பிக்கொண்டிருக்கிறது. பார்க்காமலிருந்தாலே, அதன் பிரம்மாண்டம் அப்படியே கண்களில் இருக்கும்" என்று சொல்லிப் பிடிவாதமாகத் திருப்பிக் கூட்டிக்கொண்டு வந்துவிட்டார் நண்பர். புட்டண்ணா கனகல் படத்தில், ராஜ்குமாரை வைத்து எடுத்த பாட்டில்கூடத் துளசி மாடம் போன்ற ஒரு சின்ன இடத்தைத்தான் காட்டுகிறார்கள், காவேரி பிறந்த இடம் என்று. ஆனாலும், அன்றைக்கு நேரில் போய்க் காவேரி பிறந்த இடத்தைப் பார்த்திருக்கலாம் என்ற என் எண்ணம், இன்றைக்கும் அப்படியே இருக்கிறது. நண்பர் பேச்சைக் கேட்டுக்கொண்டு திரும்பிவிட்டதில் அடைந்த ஏமாற்றம் மனதில் ஒட்டிக்கொண்டுவிட்டது. சும்மாவா சொன்னார்கள்? நதி மூலமும் ரிஷி மூலமும் பார்க்கக்கூடாது என்று.

இரண்டாவதாக ஒருமுறையும், தலைக்காவேரி போகும் சந்தர்ப்பம் வந்து, அந்தச் சந்தர்ப்பத்திலும் பார்க்க முடியாமலேயே போய்விட்டது. இந்த முறை, சினிமாக்கார நண்பர்களுடன்... நடிகர் சத்யராஜ், இயக்குநர் தேவராஜ் (மோகன்), கன்னட எழுத்தாளர் ஆல்னஹள்ளி ஸ்ரீகிருஷ்ணா ஆகியோருடன் அதே மெர்க்காராவரை சென்றிருந்தேன். இம்முறை படப்பிடிப்பிற்கு இடம்பார்ப்பது எங்கள் நோக்கம். தேவராஜ் கண்டிப்பாகச் சொல்லிவிட்டார். "புட்டண்ண கனகல் படத்தில் பார்த்திருக்கேன். தலக் காவேரி வேணாம். அங்கே ஒண்ணுமில்லை. நாம வேற இடம் பார்க்கலாம்". தி.ஜானகிராமன் புத்தகத்தில், அந்த இடம் இப்படி வருகிறது... "காவேரி உற்பத்தியாகும் இடம் இதுதான் என்று பட்டர் அந்தச் சிறிய சுனையைக் காட்டியபோது, அந்த ஆழ்ந்த அமைதிக்கிடையே உண்மையான பெரியவர்களின் புனித நினைவு வந்து நெஞ்சை நிறைத்தது. இந்தச் சிறிய சுனைதான் மலையிலும் காட்டிலும் விழுந்து பெருகுகிறது. உலகிற்கு நன்மையே கருதும் பெரியவர்களுக்குப் பல பக்கங்கள் சேர்வதுபோல, வேறு பல நதிகளின் நட்பும் கிடைக்கிறது. இப்படியே பெருகிப் பெருகி விரைந்து சீறும் ஓடையாகவும், அகண்ட காவேரியாகவும் வளர்ந்து வளர்ந்து தன்னை பலபடுத்திக்கொள்கிறது. பிறகு தன் உடலையே பல கூறும் கிளைகளுமாக்கி மாந்தர்களின் உய்விற்காகவே தன்னை அர்ப்பணித்துக் கொண்டு கடைசியில் அடக்கமும் பணிவும் சோர்வும் நிறைவுமாகக் கடலில் கலந்துவிடுகிறது..." என்கிறார்.

இயற்கைக் காட்சிகளின் வர்ணனைகளை அப்படியே எடுத்து மனதில் அப்பிக்கொள்ளலாம்போல் அவ்வளவு அழகாக இருக்கிறது. இந்த

இடங்களைத் தி.ஜானகிராமன்தான் எழுதியிருக்கக்கூடும் என்றும் மனம் சொல்கிறது. 'இரண்டு பேரும்தான்' என்று வைத்துக்கொண்டாலும், தி.ஜா. அதிகம் என்பதாக வேண்டுமானாலும் நினைத்துக்கொள்ளலாம். நீங்களே பாருங்களேன் ... "காவிரியும் கொள்ளிடமும் ஓடைகளும் குளங்களும் மலைகளும் குன்றுகளும் வயல்களும் தோப்புகளும் அணைகளும் பாலங்களும் அருகே வந்தன. ஓடை நீரில் காலை வெயில் வெள்ளிப் பாளங்களாக மிதக்கிறது. வைர ஊசிகளைத் தெறித்துத் தெறித்துப் பறக்கிறது. அடுத்தடுத்து வைரப் புற்களாக மிதக்கிறது, முளைக்கிறது. தென்னையின் பளபளப்பும் கண்விழுந்த இடமெல்லாம் கண்களைப் பச்சையாக்கும் வாழை இலை அலைகளும், காற்று நெளியும் நெல் வயல்களும் வைர ஊசிகள் குத்திய கண்களைக் குளிரக் குளிரத் தடவிக் கொடுக்கின்றன". கோவிலின் வர்ணனை, இப்படியேதான் போகிறது. "சென்ன கேசவர் ஆலயம் மூன்றடி உயரமுள்ள ஒரு மேடையின்மேல் அமைக்கப்பட்டிருக்கிறது. எட்டு மூலைகளிலும் அஷ்ட கஜங்கள் ஒன்று ஆலயத்தைத் தாங்குகின்றன. ஆலயத்தைச் சுற்றி இருநூற்றுப் பத்தடி நீளமும், நூற்று எழுபத்திரண்டு அடி அகலமும் உள்ள ஒரு திறந்தவெளி. அதைச் சுற்றி அறுபத்து நான்கு அறைகள் கொண்ட ஆளோடி போன்ற ஒரு அமைப்பு. மூன்று பகுதிகள் கொண்ட ஆலயத்தின்மேல் மிகவும் அழகான வேலைப்பாடுகள் கொண்ட மூன்று விமானங்கள். தொலைவில் கேட்கும் மெல்லிய நாதஸ்வர ஒலியில் எழுந்து நிற்கின்றன" என்கிறார்கள்.

'காவேரி' ஆறு, எப்படி உருவாயிற்று என்பதைச் சொல்ல வந்த இவர்களுக்கு, அறிவியல் ஒத்துழைக்கிறதோ இல்லையோ, புராணமே கைகொடுத்திருக்கிறது. இந்த விஷயத்தில், அவர்களுக்குள் நிறைய விவாதம் நடந்திருக்கும்போல. அதையெல்லாம் சொல்லாமல், பட்டரின் மேல் பழியைத் தூக்கிப்போடுகிறார்கள். பட்டர் கூற்றாக, இந்த விஷயங்களைச் சொல்கிறார்கள். "நாம் மேல்நாட்டுப் படிப்புப் படித்தவர்கள். நம்முடைய புராணங்களில் அவ்வளவாக அக்கறை இராது. இருந்தாலும் சொல்கிறேன். ஸ்கந்த புராணத்திலும், ஆக்னேய புராணத்திலும், காசிகண்ட புராணத்திலும், பிரும்ம கைவர்த்த புராணத்திலும் ஆற்றின் மகிமையையும் தெய்வீகத் தன்மையையும் பன்னிப் பன்னி புகழ்ந்திருக்கிறார்கள்" என்னும் தி.ஜா.வும் சிட்டியும், காவேரி பிறந்த புராணக் கதையையும் பட்டர் வாயிலாகவே சொல்கிறார்கள். "சஹ்யாத்திரி மலை என்று இந்தப் பிராந்தியத்தைக் கூறுகிற வழக்கம். பிரும்ம ரிஷி என்றும் இதைச் சொல்லுவதுண்டு. கவேரர் என்ற மகரிஷி இங்குத் தவம் செய்தார். பிரம்மன் அவருக்கு லோபா முத்திரை என்ற பெண்ணை அருளினார். எழில் மிக்க அந்தப் பெண்ணை அகத்தியருக்கு மணம் செய்துகொடுத்தார் கவேர முனிவர்" என்கிறார்கள்.

கதை இங்குதான் சரேல் என்று திரும்புகிறது. "லோபாமுத்திரை விஷ்ணு மாயையின் அம்சம். அவளே தன்னை இரு உருவங்களாக ஆக்கிக் கொண்டாள். ஓர் அம்சம் லோபா முத்திரை என்ற பெண். இன்னொரு அம்சம் காவேரி என்ற புனித நீர். காவேரி என்ற புனித நீராக அகத்தியரின் கமண்டலத்தில் இருந்தது, ஒருநாள் ஒரு காகம் கமண்டலத்தின் மீது அமர்ந்து அதைக் கவிழ்த்துவிடவே, நீர் கீழே பெருகி ஓடத் தொடங்குகிறது. திருமாலின் உருவமான நெல்லி மரத்தின் அடியிலிருந்து காவேரி

முன்னேறிற்று. பிருமகிரியிலிருந்து ஒரு சிறு ஓடையாக ஓடும் காவேரியோடு, பாகமண்டலத்தில் கனகா என்னும் நதி கலக்கிறது. கங்கையோடு யமுனையும் மறைவான சரஸ்வதி என்ற நதியும் சேர்வதாகச் சொல்கிறார்கள். அதுமாதிரி இதற்கும் ஒரு கதை சொல்கிறார்கள்" என்பதுடன், 'காவேரி' பிறந்த கதை முடிகிறது.

காவேரிப் பிரவாகத்தில் முக்கியமான இடம் வகிக்கும் இன்னொரு பிரதேசம், 'தலக்காடு'. தலக்காட்டில் விசேஷம் என்னவென்றால், எங்குப் பார்த்தாலும் மணல். திரும்பிய திசையெல்லாம் மணல் குன்றுகள். இத்தனை மணலை இங்குக் கொண்டுவந்து கொட்டிவைத்திருக்கும் இயற்கையின் மர்மத்திற்குக் காரணம் எதுவும் கண்டுபிடிக்க முடியாதுதான். எந்தெந்த இடங்களில் அறிவியல் தோற்றுப்போகிறதோ, அங்கெல்லாம் ஒரு புராணக்கதையை நிறுவிவிடுவது இந்தியர்களின் பழக்கம். இங்கேயும் அப்படித்தான் ஒரு கதை வழங்குகிறது. இதனைப் புராணக்கதை என்று ஒதுக்கிவிடுதல் அபத்தம். வேண்டுமானால், 'மரபுவழிக்கதை' என்று வைத்துக்கொள்ளலாம். இந்தக் கதையின் உண்மைகள், நேற்று வரையில் யதார்த்தமாக இருந்தன. உண்மை சுடும் என்பதையும் இங்கே கவனத்தில் கொள்ளவேண்டும். முதலில் அந்தக் கதையைப் பார்த்துவிடுவோம். கர்நாடகத்தில் மிகவும் புகழ்பெற்றது அந்தத் தலக்காட்டுக் கதை. எப்போது பார்த்தாலும், யார் வேண்டுமானாலும் அந்தத் தலக்காட்டுக் கதையைப் பேசிக்கொண்டும் ரங்கம்மாவின் 'சபதங்களைச்' சொல்லிக் கொண்டுமிருப்பார்கள். அதேபோன்று யதார்த்தத்தில் நடந்துவருவதும் ஒரு நடைமுறை உண்மை என்பதையும், இந்த இடத்தில் நினைத்துக்கொள்ள வேண்டும். முதலில் கதை.

17ஆம் நூற்றாண்டில், விஜயநகரத்தைச் சேர்ந்த திருமலை ராஜா என்ற மன்னர் நோய்வாய்ப்பட்டுத் தலக்காட்டிற்கு வந்து, வைத்தீசுவரர் கோவிலில் வழிபடுகிறார். அவருடைய மனைவி பெயர் ரங்கம்மா. இவள், தமது கணவரைப் பார்ப்பதற்காகவும் அருகிருந்து பணிவிடைகள் செய்வதற்காகவும் தலக்காடு வருகிறாள். ரங்கம்மாவிடம் ஒரு அழகான மூக்குத்தி இருக்கிறது. இந்த மூக்குத்தியை எப்படியாவது கவர்ந்துகொள்ளத் திட்டமிடுகிறார் மைசூர் மன்னர். அத்தோடு அழகியாக இருக்கும் ரங்கம்மாவையும் 'கவர்ந்துகொள்ள வேண்டும்' என்பது மன்னரின் அவா. இதற்காக என்னென்னவோ பண்ணிப் பார்க்கிறார். எல்லா சூழ்ச்சிகளும் அடிபட்டுப்போகின்றன. சூழ்ச்சிகள் பலிக்காமல் போகவே தலக்காட்டின்மீது படையெடுக்கிறார். போரில் ஏற்கெனவே நோயாளியாக இருக்கும் திருமலை ராஜா இறந்துபோனதும் பத்தினியான ராணி ரங்கம்மாவைக் கவர்வதுதான் பாக்கி. இதையறிந்த ராணி ரங்கம்மா விரைவாகக் காவிரிக்கு வருகிறாள்.தன்னுடைய மூக்குத்தியைக் கழற்றி காவிரியில் எறிகிறவள், தானும் மூழ்கிக் காவிரியில் உயிர் துறக்கிறாள். 'மாலங்கி' என்ற இடத்தில் இது நடைபெறுகிறது. தற்கொலை செய்துகொள்பவள் சும்மா செய்து கொள்ளக்கூடாதா? அந்தக் கால வழக்கப்படி, ஒரு 'சாபம்' செய்துவிட்டு உயிர் துறக்கிறாள். என்ன சாபம் அது? "தலக்காடு முழுவதும் மண்மூடிப் போகட்டும். மாலங்கி ஒரு சுழற்சுனையாகட்டும். மைசூர் மன்னருக்குச் சந்ததி இல்லாமல் போகட்டும்" என்பவை அவள் விடுத்த சாபங்கள்.

இவை அப்படியே நேற்றுவரை நடைபெற்றன. தலக்காடு எங்கும் மணல். மாலங்கியில் சுழற்சுனை. இது இரண்டும் நடைபெற்றுவிட, மூன்றாவது சாபமான 'மைசூர் மன்னருக்குச் சந்ததியே கிடையாது' என்பதையும் மக்கள் 'கவனித்துக்கொண்டேயிருக்கிறார்கள்'. எல்லாரும் வளர்ப்புப் பிள்ளைகளே! (இவர்களில் மைசூர் ராஜாவாக இருந்த ஜெயச் சாமச்சந்திர உடையார், தமிழக கவர்னராகவும் இருந்திருக்கிறார். இவருக்கும் சந்ததி இல்லை என்பதுதான் சோகம்). இக்கதைகள் ஒருவாறு இருக்க – இன்றைய சூழல் மாறியிருக்கிறது. ஆமாம்... மன்னருக்குக் குழந்தை பிறந்திருக்கிறது. ஆனால், மற்ற சாபங்கள் தொடர்கின்றன...

தலக்காட்டில் முப்பதுக்கும் மேற்பட்ட கோவில்கள் உள்ளன. சமவெளிப்பரப்புத் தோற்றத்தை உடைய அந்நகரம் முழுக்க, இவ்வளவு மணல் எங்கிருந்து வந்தது என்பது ஓர் ஆச்சரியம்தான். குறிப்பிட்ட ஒரு கோவிலில் மட்டும் வருடத்திற்கு ஒருமுறை மணலை எல்லாம் நீக்கி வழிப்பாட்டுக்குரியதாக அதை ஆக்குகிறார்கள். பெரிய முறையில் ஒரு திருவிழாவாகவும் அன்றைய தினம் கொண்டாடப்படுகிறது. இந்தத் 'தகவலும் கதையும்' சிறிய அளவில் நூலில் சொல்லப்படுகிறது. கதைகளும் புராணச்சான்றுகளும், மக்கள் மனதில் பூரணமாகப் பதிந்து போயிருக்கின்றன என்பதற்கு நூலில் ஏகப்பட்ட இடங்கள் உள்ளன. அப்படி இருக்கும் ஓரிடம் இது. திருமுக்கூடலில் உள்ள அகஸ்தீச்வரர் ஆலயம், ஒரு பெரிய அமைப்பு. இங்கே மணலில் ஒரு லிங்கம். அதன் தலையில் ஒரு பள்ளம். அப்பள்ளத்தில் எப்போதும் சிறு அளவில் தண்ணீர் தேங்கியிருக்கும். இதனைக் கங்கா தீர்த்தம் என்று அழைக்கின்றனர். இதற்கும் ஒரு புராணக்கதை. இந்த இடமும் கர்நாடகத்தில்தான் உள்ளது. 'நஞ்சன்கூடைத் தாண்டி வந்து திருமுக்கூடலில் காவேரி கலக்கிறது. இந்த விஷயமே ஆச்சரியம்தான். இப்போது புராணக் கதைக்கு வருவோம். ஒரு சமயம் அகஸ்தியர், லிங்கம் ஒன்றைப் பூஜிக்க விரும்பிப் பக்கத்திலிருந்த அனுமனைக் கூப்பிட்டு லிங்கம் ஒன்றைக் கொண்டுவரச் சொன்னாராம். கொண்டுவருவதற்காகப் போன அனுமன் குறிப்பிட்ட நேரத்திற்குள்ளே வரவில்லை. அதற்குள்ளாக முகூர்த்த நேரம் போய் விட்டதால் அங்கிருந்த மணலில் ஒரு லிங்கம் 'செய்து', அதனை வழிபட்டாராம் அகஸ்தியர். வழிபாடு நடைபெற்றுக் கொண்டிருந்தபோதே, அனுமன் அகஸ்தியர் கேட்ட லிங்கத்துடன் வந்திருக்கிறார். பார்த்தால், ஏற்கெனவே ஒரு லிங்கத்தைப் பிரதிஷ்டை செய்து, அதற்குப் பூஜையும் பண்ணிக் கொண்டிருக்கிறார் அகஸ்தியர். 'கோபம் வந்துவிட்டது அனுமனுக்கு. அந்த லிங்கத்தைத் தகர்க்க நினைக்கிறார். தான் வைத்திருந்த 'கதையால்' ஒரே போடு, அந்த லிங்கத்தின்மீது. அனுமன் அடித்ததில்தான், அந்த லிங்கத்தின் தலையில் சேதமேற்பட்டு, அங்கிருந்து கங்கா தீர்த்தம் வந்துகொண்டிருக்கிறது என்பது ஐதீகம்.' புராணக்கதைகளைப் பற்றிச் சொல்லும்போது, "அந்த அமானுஷ்யக் கதைகளில் நமக்கு நம்பிக்கை வராமலிருக்கலாம். ஆனால், காவேரியின் வளத்தைக் கண்டு அதை அனுபவித்து நல்வாழ்வு வாழ்ந்த மக்களின் நன்றிதான் இப்படிப் புகழுரையும் புராணமுமாக வடிவெடுத்திருக்கின்றது. இந்தக் காலத்துக் கவிகளாக இருந்தால், வேறு மாதிரியாகச் சொல்லியிருப்போம். அவர்கள் புராணம் எழுதினார்கள். உணர்ச்சி என்னவோ ஒன்றுதான்" என்று ஏற்கெனவே, ஓரிடத்தில் சொல்லி வைத்திருக்கிறார்கள்.

நாம் நூலை மேற்கொண்டு படித்தால் இரண்டு விஷயங்கள் நூலில் விடப்பட்டிருக்கின்றன என்பது தெரியும். மெர்க்காராவில், ஒரு திருமணத்தில் கலந்துகொள்ள விரும்பிய தி.ஜா.வின் குழுவினர், விராஜ் பேட்டையில் நடைபெற்ற ஒரு கூர்க் திருமணத்தில் கலந்துகொள்கின்றனர் (குடகினர் என்பதைத்தான், ஆங்கிலேயர்கள், 'கூர்க்' ஆக்கிவிட்டார்கள்). மணமகனை எப்படி அலங்கரித்தனர் என்பதற்கெல்லாம் நூலில் ஆதாரமிருக்கிறது. மணமகனுக்கு முக்கியமான அலங்காரங்களில் அரிவாளும் ஒன்று. ஒரு வெள்ளைத் துணியை இடுப்பைச் சுற்றிக்கட்டி, சிவப்புப் பட்டுக் கச்சையையும் மேலே சுற்றி, மற்றொரு வாள் இடுப்பிலிருக்கும் சங்கிலியில் இணைக்கப்பட்டு, மணமகனின் முதுகுப்புறத்தில் தொங்க விடப்படுகிறது. அந்தக் காலத்தில் நிஜ அரிவாள் கட்டப்பட்டிருந்த காலமெல்லாம் போய் வெள்ளி அரிவாள், வெள்ளிக் கத்தி என்றெல்லாம் இப்போது புழக்கத்திற்கு வந்துவிட்டது. வாள், கத்தி, அரிவாள் என்று இப்போதெல்லாம் சம்பிரதாயங்கள். ஒரு வாழை மரத்தை வைத்து அதை ஒரே சீவில் இரண்டு துண்டுகளாகச் செய்யவேண்டும் என்பதும் ஒரு சம்பிரதாயம். இதற்காக மணமகன்கள் திருமணத்திற்கு முன்னால் 'பிராக்டிஸ்; எடுப்பதெல்லாம் உண்டு. பொதுவாகவே கூர்க் மக்களின் வீரத்தைக் குறிப்பதற்காக ஏற்பட்ட அடையாளங்கள் இவை. நூலில் இல்லாத விஷயம் என்னவென்று பார்த்தால், கர்நாடகத்தில் வீரத்திற்கு அடையாளமாகச் சொல்லப்படுகிறவர்கள் கூர்க்கினர்தாம். சுதந்திர இந்தியாவின் முதல் போர்ப்படைத் தளபதி ஜெனரல் கரியப்பா, கூர்க் வம்சத்தைச் சேர்ந்தவர். மெர்க்காரா ஆரம்பிக்கும் இடத்திலேயே அவருக்குச் சிலையும் இருக்கிறது. இந்தக் கூர்க் திருமணங்களில் பன்றிக்கறி விசேஷம். பன்றிக்கறியில்லாமல் திருமண விருந்துகள் நடைபெறுவதில்லை. ஆகவே, 'குடகுத் திருமணத்தில்' பன்றிக்கறி விருந்தைச் சாப்பிடுவதிலிருந்து தி.ஜானகிராமன் கோஷ்டி தப்பியிருக்கிறது என்பதையும்கூட நாம், இங்கே கவனத்தில் கொள்ளவேண்டும். தமிழகத்தின் பல இடங்களிலும் கூர்க்கா என்றாலேயே நேபாளிகளை நியமிப்பதுபோல, கர்நாடகத்தின் பல இடங்களிலும் கூர்க்கினரைத்தான் காவலுக்கு நியமிக்கிறார்கள். இதெல்லாம் ஒரு கடந்த காலம். கரியப்பா முப்படையின் ஜெனரலானதற்குப் பின்னர், காவல்துறையின் உயர்ந்த இடத்திற்கும், பல தொழிற்சாலைகளின் செக்யூரிடி அதிகார வர்க்கத்தினருக்கும் போட்டிபோட வந்துவிட்டார்கள், குடகைச் சேர்ந்தவர்கள்.

இரண்டாவது, காவேரியைப் பற்றிச் சொல்லிவரும் தி.ஜானகிராமன் சிட்டி இணையர், நந்தி மலையைப் பற்றி அதிகமாகச் சொல்லாமல் தவிர்த்திருக்கிறார்கள். பெங்களூருக்கு அருகே இருக்கிறது நந்தி மலை. இங்கே இரண்டொரு முறை சென்றிருக்கிறேன். (எம்ஜிஆர். காலத்தில், இலங்கை ஜனாதிபதி ஜெயவர்த்தனா – எம்ஜிஆர். சந்திப்பு, இங்கேதான் நடந்தது). இதில் முக்கியமான விஷயம் என்னவெனில், இரண்டாம்முறை சென்றது ஆல்னஹள்ளி ஸ்ரீகிருஷ்ணா என்ற ஒரு கன்னட எழுத்தாளருடன். இவருடன் போயிருந்தபோது, நந்தி மலையின் கடைக்கோடிக்கு, காரை விடச்சொன்னார். குறிப்பிட்ட இடத்தில் ஒருபோர்டு தெரிய, அங்கு காரை நிறுத்தச் சொன்னார். காரிலிருந்து இறங்கி காம்பவுண்டை நோக்கிச் சென்றோம். அவர் சொன்னார். "ராம்புராவிலிருந்து (ஷோலே படம்

எடுத்தது ராம்புராவில்தான்) வரும் காவேரி, இங்கே மறைந்துகொள்கிறாள். பூமிக்கு அடியில் செல்கிறாள். பூமிக்கு அடியில் ஐந்து கிலோ மீட்டருக்கும் அதிகமாகச் செல்வதாக சொல்லப்படுகிறது. இதோ பாருங்கள் ... இந்த நிலப் பரப்பில் ஆறு ஓடிக்கொண்டிருக்கிறது. நாம் ஓடிக்கொண்டிருக்கும் ஆற்றுக்கு மேலேயேதான் நின்றுகொண்டிருக்கிறோம். ஆனால், ஆறு இங்கே தெரிவதில்லை. அது பூமிக்குக் கீழே ஓடுகிறது. காட்டுப் பகுதியைக் கடந்தபின்னர் மீண்டும் வெளியே தெரிகிறது. அர்க்காவதி நதியுடன் இணைந்துகொள்கிறது. பிறகு, எங்கோ ஓடித் தமிழ்நாட்டுக்குள் நுழைகிறது" என்றார். இது எவ்வளவு தூரம் உண்மை என்பது தெரியவில்லை. ஆல்னஹள்ளி கிருஷ்ணா, கன்னடத்தில் புகழ்பெற்ற எழுத்தாளர். அவர், என்னிடத்தில் பொய் சொல்ல வாய்ப்பில்லை. ஆனால், இந்த இடத்தைச் சுலபமாகக் கடந்து செல்கிறது தி.ஜா.வின் குழு. அவர்களுடைய புத்தகம் தரும் விவரம் இது; "காவேரியுடன் கலக்குமுன் 120 மைல் தூரம் பிரியும் அர்க்காவதி, நந்தி துர்க்கத்தில் (நான் சொல்லும் நந்தி மலை இதுதான்) ஒரு கிணற்றிலிருந்து உற்பத்தி ஆவதாக ஐதீகம். வழியில் குமுதவதியின் நீரைப் பெற்றுக்கொண்டு பின்னர் ராம்கிரி, சிவனகிரி என்ற குன்றுகளுக்கிடையே பாய்ந்து பெங்களூர் மாவட்டத்தில் சென்னப்பட்டணா தாலுகா வழியாக ஓடுகிறது" என்கிறது நூல். இத்தகவலே தவறாக இருக்கிறது. ஏனெனில், நந்தி துர்க்கம் இருக்கும் திசை வேறு. பெங்களூரின் திசை வேறு. காவேரியின் ஓடும் திசையைப் பார்த்தால் சென்னபட்னாவுக்கு அடுத்துதான் பெங்களூர் வருகிறது. பெங்களூருக்கு அருகில் நந்திமலை. ஆக, "சென்னபட்னாவிலிருந்து வரும் காவேரி நந்தி மலையில் பூமிக்குள் புகுந்து ஓடி அர்க்காவதியுடன் இணைந்து தமிழ்நாட்டுக்குள் புகுகிறாள்" என்று வேண்டுமானால் நாம் வைத்துக்கொள்ளலாம். கண்ணுக்குத் தெரியாத அரூப நதியாகக் காவேரியோ அர்க்காவதி நதியோ ஓடுவதை நந்தி மலையிலிருந்து நினைத்துக்கொள்வதே அலாதி சுகம் அளிக்கும் ஒன்றுதான்.

சிட்டியும் தி.ஜா.வும் மேகதாது இடத்திற்கருகில் வருகிறார்கள். இவ்விடத்தின் சரியான பெயர் 'மேக்கே தாட்' என்பதுதான். மேக்கே என்றால், கன்னடத்தில் ஆடு என்று அர்த்தம். ஓர் ஆடு தாண்டுமளவிற்கு அந்த இடத்தில் காவேரி குறுகி ஓடுகிறது என்றுதான், இந்தப் பெயருக்கு அர்த்தம். உண்மையில், ஓர் ஆடு தாண்டுகிற இடமில்லை அது. 'காவேரி இரண்டு உயரமான பாறைச் சுவர்களுக்கு இடையே சீறுகிறாள் இங்கு' என்றுதான், இந்நூலிலும் குறிப்பிடுகிறார்கள். மேகேதாட்டிற்கருகில் போகவேண்டும் எனில், 'வரும் பாறைக்கற்களில் ஏறியும் தவழ்ந்தும் இறங்கியும் பற்றியும்' போகவேண்டும் என்கிறார்கள் தி.ஜா.வின் குழுவினர். மேக்கேதாட்டிலிருக்கும் பாறைகள்தாம், மாடர்ன் ஆர்ட் ஓவியத்திற்கு முதல் யோசனை தந்திருக்கவேண்டும் என்றும் சொல்கிறது நூல். "ஸ்ரீரங்கப்பட்டணத்திற்கு அருகில் ரங்கநாதத் திட்டு என்ற பெயரில் அமைந்திருக்கும் பறவைகள் சரணாலயத்தைப் பார்க்கவில்லை" – என்ற ஒரு குறிப்பும் நூலிலுள்ளது. ஒரு சின்னத் திருத்தம். அது ரங்கநாதத் திட்டு இல்லை. ரங்கண்ணத் திட்டு. இப்போது பறவைகளின் சரணாலயமாக இருக்கிறது. 'மூன்று முடிச்சு' படத்தில் வரும் 'வசந்தகால நதிகளிலே வைர மணி நீரலைகள்'– கமல்ஹாசன், ரஜினி, ஸ்ரீதேவி பங்குகொள்ளும் அப்பாடல் காட்சி, ரங்கண்ணத் திட்டுவில் எடுத்ததுதான்.

கடைசியில், செட்டியார் ஒருவர் சொல்கிறபடி, இவர்கள் ஹொகேனக்கல்லைக் காண, பெங்களூரிலிருந்து 'பன்னாரி கட்டா'வின் வழியாகப் புறப்படுகிறார்கள். ஒரு நகரம் எப்படியெல்லாம் மாறும் என்பதற்கு, மிகச்சிறந்த உதாரணம் இது. அப்போது, இதன் பெயர் பன்னாரி கட்டாவாக இருந்திருக்கலாம். இப்போது, இது பெங்களூர் நகரத்திற்குள்ளேயே வந்துவிட்டது. இப்போது இதன் பெயர் பன்னார் கட்டா. 'பன்னாரி கட்டாவின் பயங்கரமான பாறைகள் பல, விபரீதக்காட்சியாக அடிக்கடி கனவில் தோன்றி உறக்கத்தைக் கலைத்துக் கொண்டிருந்தன' என்று இந்த நூல் குறிப்பிடுகிறது. அன்றைய பன்னாரிக் கட்டாதான், இன்றைய பன்னார் கட்டா. இந்த பன்னார் கட்டாதான், இன்றைய ஐடி இளைஞர்களுக்குச் சொர்க்கபுரி. வாரக்கடைசி வந்தால், தங்களுடைய காதலிகளைக் கூட்டிக் கொண்டு, அமர்க்களமாக விடுமுறையைக் கழித்துவிட்டு வரலாம் என்று அவர்கள் கிளம்பும் இடமே பன்னார் கட்டாதான். மொத்த நூலிலேயே பன்னார்கட்டா பயணத்தைத்தான் மிகவும் சிரமம் நிறைந்ததாகத் தி.ஜா.வும் சிட்டியும் குறிப்பிடுகின்றனர். வண்டலூர்போல உயிர்வாழும் விலங்குகளின் சரணாலயம் இன்றைக்கு பன்னார்கட்டாவில்தான் உள்ளது. ஐடி இளைஞர்களின் ஆசை, அபிலாஷை போக்கும் அத்தனை ஜீவ உபகாருண்யங்களும் பன்னார்கட்டாவில் ஆகிவந்துவிட்டன.

பொதுவாக வடக்குத் திசையை நோக்கியோடும் ஆறுகள் விசேஷமானவை. அந்த இடங்களைப் புனிதமான ஸ்நானக் கட்டங்களாகக் கருதி வழிபடுதலும் நம்முடைய மரபு. சில ஜோதிடர்கள், இந்தக் காரணம் பற்றியே, "கொடுமுடிக்குப் போய் அங்குள்ள கோவிலில் சாமி கும்பிட்டுவிட்டு அங்கே ஓடும் ஆற்றில் ஒரு முழுக்குப் போட்டுவிட்டு வா" என்று சொல்வதுண்டு. அத்தனை தூரம் தெற்குப் பார்த்து ஓடி வரும் நதி, கொடுமுடியில் ஒரு அரை கிலோ மீட்டர் அளவிற்கு வடக்குத்திசை நோக்கிப் பயணம் செய்கிறது. இது வடக்குத்திசைப் பயணம் என்பதால்தான், கொடுமுடி விசேஷம். (இதற்கு உத்தர வாஹினி என்பது பெயர்). காவேரி கர்நாடகத்தில் நிறைய இடங்களில் வடக்கே ஓடுகிறது. விருபாட்ச புரம், ரங்க சமுத்ர பலகோடு, கொப்பா, கூடிகே, ஹூல்சே, ஸரகூரு, ஹெரளே, மஞ்சன ஹள்ளி, இடத்துறை, சிவசமுத்திரம், பணகரை, செமங்கி, நெருவளி, மேலப்பாதி ஆகிய ஊர்களில் காவேரி வடக்கு நோக்கிப் பயணம் செய்வதையும் இந்நூல் குறிப்பிடுகிறது.

இந்நூல் முழுவதும் தி.ஜா.வின் தரிசனம் தனியாக எங்காவது கிடைக்கிறதா என்பது, ஒரு மில்லியன் டாலர் கேள்வி! ஓரிடம், ஒருமையில் பேசும் குரலாகவும் புத்தகத்தில் வருகிறது. ஆனால், அது சிட்டியின் குரலா, தி.ஜாவின் குரலா என்பதற்குச் சான்றில்லை. ஆனால், வேறு இரண்டிடங்கள் கிடைக்கின்றன. தலக்காவேரியில் இரவு எங்கும் தங்குவதற்கு இடம் கிடைப்பதில்லை. கடைசியில், எப்பாடு பட்டோ ஓரிடத்தைக் கண்டுபிடிக்கிறார்கள். அந்தக் கட்டடத்தில் இரவுச் சாப்பாடும் இல்லை, மின்சாரமும் இல்லை. அப்போது ஒரு வர்ணனை வருகிறது. "ஜன்னல் கண்ணாடி வழியாக நிலவு தெரிந்தது. எறும்பு வயிறெல்லாம் புகும் நிசப்தம். இடையிடையே சிறு புட்களின் ஒலியும் கேட்டது. விடுதியில் மின்சார விளக்குக் கிடையாது. தீக்கோழி முட்டையைச் சற்று நீட்டி

வட்ட வடிவில் கண்ணாடி பொருத்திய மண்ணெண்ணெய் விளக்கு. பெரிய வெள்ளைச்சுடர். அதனால் சுவரில் விழுந்த நிழல்கள்." இன்னோர் இடம்..."நெரூர் சமாதியில் கேட்கும் சதாசிவரின் பரமஹம்சப் பாடல்களைக் கேட்டுச் செல்கிறாள். இதைப்போல நாத யோகிகளின் திருவடிகளைக் காவேரி தன் வழிநெடுகக் கழுவிக்கொண்டே செல்லும் பேறு கங்கை, கோதாவரிக்குக்கூட இல்லை என்று தோன்றுகிறது". தி.ஜானகிராமனைத் தரிசித்த அனுபவம், இந்த இரண்டு இடங்களிலும் கிடைத்தது.

"காவேரியைப் பார்க்கப் போகிறவர்கள், சுற்றுலா பஸ்களில் போகக்கூடாது. எங்களை மாதிரித் தனிக் காரிலும் போகக்கூடாது. ஏனெனில், காவேரி பல இடங்களில் காட்டுப் பாதைகளூடே செல்கிறது. தன் அழகையும் தனிமையையும் மறைத்துக்கொண்டு செல்கிறது. நடந்துசென்றுதான் அவற்றைப் பார்க்க வேண்டும்"– என்று முத்தாய்ப்பாகச் சொல்கிறார்கள். இக்காவேரியின் படித்துறையிலிறங்கிக் கால்களை நீரில் அமிழ்ந்திருக்கவிட்டுத் தி.ஜா.வும் சிட்டியும் அவர்களின் அனுபவங்களைச் சொல்லச் சொல்ல நாம் கேட்டுக் கொண்டிருக்கிறோம் என்ற அனுபவத்தைத் தருகிறது இந்தப் புத்தகம்.

✣

96

தி.ஜா. கட்டுரைகள்: ஒரு பார்வை

ரெபெல் ரவி

தி.ஜா.வைப் புனைவெழுத்தாளராய்த்தான் எனக்குத் தெரியும். பதின்ம வயதிலேயே, அவரது எழுத்துகளுக்கு அறிமுகமானவன் நான். ஆங்கில இலக்கியங்களை அதிகம் தேடிப் படித்த எனக்கு, அவரின் எழுத்துகள், வெகு எளிதாகப் பிடிக்க ஆரம்பித்தன. பின்னர், அவர் எழுதிய வடிவேலு வாத்தியார் நாடகத்தை, என் தெய்வமான மறைந்த ராஜீவி அக்கா, தூர்தர்ஷனுக்காக டி.வி. சீரியலாகத் தயாரித்தபோது, நான் அதற்கு உரையாடல் எழுதி, ஒரு சிறிய பாத்திரத்தில் நடித்தேன். அம்மா வந்தாள், மரப்பசு, மோக முள் மற்றும் அவரது பல சிறுகதைகள் வாயிலாகத் தி.ஜா.வின் புனைவு எழுத்துகளை ஓரளவு அறிந்திருந்த எனக்கு, அவரது அபுனைவு எழுத்துகள், "தி.ஜா. கட்டுரைகள்" வழியாகவே அறிமுகமாயின. வெகு எளிதாக நிகழ்ச்சிகளை, கருத்துக்களை வெளிப்படுத்துகிற அவரது எழுத்து, இக்கட்டுரைகளிலும் அதே பணியைச் செய்கின்றது.

திருவாலங்காடு சுந்தரேச ஐயர், பாடிக்கொண்டிருந்தோம் (கல்லூரி வாழ்க்கையின் கடைசி நாள்), பாலசரஸ்வதியின் நடனம் (ஒரு பாமரனின் நினைவுகள்), மதுரை மணி, கீழ விடயல், மோதேர், பொறுப்பும் செட்டும், எதற்காக எழுதுகிறேன், நெகிழ்ச்சி, வித்துவான்கள், ஒரு பிள்ளையாண்டான் பேசுகிறான், மூன்று இலக்கிய ஆசிரியர்கள், சிறுகதை எழுதுவது எப்படி, தி.ஜா. பதில்கள் ஆகிய பதினான்கு அபுனைவுகளை மையமிட்டதாக இக்கட்டுரை அமைகிறது. தி.ஜானகிராமன் அவரது சிறுகதைகளிலும் அவரது புதினங்களிலும் மற்ற படைப்புகளிலும் பயிலும் அதே எளிய நடையைத்தான் கட்டுரைகளிலும் பயன்படுத்துகிறார். மிக எளிய தமிழ். தம் இலக்கிய மேதைமையைக் காட்டிக் கொள்ளாமல், வெகு இயல்பாக, அன்றாடம் பயன்படுத்தும் சொற்களை வைத்தே தி.ஜா. எழுதியிருக்கிறார்.

இந்தக் கட்டுரைகள், பெரும்பாலும் ஐம்பதுகளில், அறுபதுகளில் எழுதப்பட்டவை என்பதால், அந்தக் காலகட்டத்தைய மொழி நடை இருக்கிறது. அது இன்றும் நமக்குப் புரிகிற மாதிரியான ஒரு மொழி நடைதான். சற்று மணிப்பிரவாள நடை அவ்வப்போது வந்துபோகிறது. இருந்தாலும், பெரும்பாலும் தூய தமிழிலேயே எழுத முயன்றிருக்கிறார். அதுவும் இலக்கணச் சுத்தமாக 'உயிர் முன் ஓர்' வருகின்ற அளவுக்குத்தான், பல கட்டுரைகளிலும் அவரது தமிழ் இருக்கிறது. தவறான வார்த்தைப் பிரயோகம் அல்லது சொற்றொடர் அமைப்பு எங்குமே இல்லை. புரியாத நடையில் வளைத்து, தெரியாத சொற்களைப் போட்டு டார்ச்சர் செய்யாமல், ஓர் அழகான ஆற்றைப் போலத்தான் அவரது நடை செல்கிறது. சிறு சிறு வாக்கியங்கள்தாம். நீளமாக, இழுத்துக்கூட்டி எழுதுகிற எழுத்துநடை அவரிடம் இல்லை. தஞ்சை மண்ணின் வழக்குச் சொற்கள் வருகின்றன. ஆனால் மெட்ராஸ்காரனான எனக்கும் அது நன்றாகவே புரிகிறது. இதுதான் தி.ஜா., மக்களோடு மக்களாயிருந்து, மக்களுக்காக எழுதியவர் என்பதை நமக்கு உணர்த்துகிறது. ஏனெனில், பண்டிதர்கள் மக்களுக்காக எழுதமாட்டார்கள். அதை மற்ற மேட்டுக்குடிப் பண்டிதர்களும் படிக்கமாட்டார்கள், மக்கள் மொழியில் எழுதினால்தான், அது நிறைய மக்களைப் போய்ச் சேரும் என்பது தி.ஜா.வுக்குத் தெரிந்திருக்க வேண்டும். அல்லது இந்த நடையில்தான் அவர், எப்போதுமே எழுதுவார்போலும்?

கட்டுரைக்கு ஒரு நடை, சிறுகதைக்கு ஒரு நடை என்றெல்லாம் மெனக்கெடாமல், அதற்காகவென்றே ஒரு நடையை நாம் ஏற்படுத்திக்கொள்ள வேண்டும் என்றெல்லாம் பிரயத்தனப்படாமல் எழுதியவர் என்பதும் இந்தக் கட்டுரைகளில் வெட்ட வெளிச்சமாகவே தெரிகிறது. எல்லாக் கட்டுரைகளிலும் அவரது உண்மையும் நேர்மையும் நாணயமும், என்ன கருத்தை நாம் சொல்ல வருகிறோமோ அதைத் தெளிவாகச் சொல்லிவிட வேண்டும் என்கின்ற அவர் எண்ணமும் வெளிப்படுகின்றன. திருவாலங்காடு சுந்தரேச ஐயர் கட்டுரையை, மிக அழகாக அவர் தொடங்குகிறார். நீலகிரி ரோஜாவுக்கும் திருவாலங்காட்டு ரோஜாவுக்கும் இடையே ஓர் ஒப்பீடு செய்து, ரோஜா என்பது அழகோடு மட்டும் அன்று மணத்தோடும் இருக்கவேண்டும் என்பதை மிக நேர்த்தியாகக் கூறுகிறார். ஸூஸ்வரம் சுந்தரேச ஐயர் என்று திருவாலங்காடு சுந்தரேசய்யரை ஒருவர் அழைத்ததாகவும், இந்த ஸூஸ்வரம் என்பது சமஸ்கிருதத்தில் ஒரு சிறப்பான சொல் என்பதையும் அந்தச் சொல் எப்படிச் சுந்தரேச ஐயருக்கு மிக அழகாகப் பொருந்துகிறது என்பதையும் எடுத்துக்காட்டுகிறார். சுந்தரேச ஐயரின் ஃபிடில் வாசிப்பு, (அதாவது அவரின் வயலின் வாசிப்பு) பல விஷயங்களையும் கேட்பவர்களுக்கு உணர்த்தியதை எடுத்துரைக்கிறார். சுந்தரேச ஐயரின் வயலின் வாசிப்பை, நான் கேட்டதில்லை. ஆனால், அதைப் பற்றித் தி.ஜா. விவரிக்கிறபோது, அதை நான் கேட்பது போன்ற அனுபவம் எனக்கு ஏற்பட்டது.

இந்த ஃபிடில் எனப்படும் வயலின், ஒரு மேற்கத்திய இசைக் கருவியாகும். இது எப்படியோ வந்து, நமது கர்நாடக இசையில் ஒட்டிக்கொண்டது. அதற்குப் பிறகு, இங்கு இருக்கிற பல கர்நாடக இசை வல்லுநர்கள்கூட, வயலின் என்னமோ தென்னாட்டு இசைக்கருவி என்பதைப் போலத்தான் எண்ணிக் கொண்டிருக்கிறார்கள். அதைப் போலத்தான், நமது வயலின் கலைஞர்களின் வாசிப்பும் இருக்கிறது. யெஹுதி மெனுஹின், மேற்கத்திய

இசையில் ஸோலோ வயலின் வாசிப்பார், அது மிகச் சிறப்பாக இருக்கும். அதைப் போலவே நம்மூரில் எல்.ஷங்கர், எல்.வைத்தியநாதன், எல். சுப்ரமண்யம் சகோதரர்களின் வயலின் வாசிப்பையும் நான் கேட்டிருக்கிறேன். அற்புதமான இசை அது. நம்மூர் மவெரிக் குன்னக்குடி வைத்தியநாதன், வயலினில் எத்தனையோ வித்தைகள் செய்திருக்கிறார்.

தி.ஜா. அவர்கள் முறையாகச் சாஸ்திரிய இசை பயின்றவர். அவருக்கு இசையின் நுணுக்கங்கள் தெரியும். இருந்தாலும்கூடத் தம்மை ஒரு சராசரி மனிதனாகவே, சராசரி ரசிகனாகவே, ஏன் பாமரனாகவே எண்ணிக்கொண்டு, அவர் இந்தக் கட்டுரையை எழுதுகிறார். எங்குமே ஒரு விமர்சனப் பார்வை அதில் இல்லை. ஒரு சாதாரண ரசிகனாகவே தம்மைப் பாவித்துக்கொண்டு, மிக நாணயமாக, ஓர் இசைக் கலைஞரை அவர் அணுகுகிறார். இதுதான் இக்கட்டுரையின் அழகு. மேதைமையின் வெளிப்பாடு. நான் சுப்புடுவின் கட்டுரைகளைப் படித்திருக்கிறேன். தாமே இசையைக் கண்டுபிடித்தது போலவே, எல்லோரையும் குறைசொல்வதற்காகவே தாம் பிறந்ததுபோலவே, விமர்சகரான சுப்புடு எழுதுவார். ஆனால், இசை தெரிந்தும்கூடத் தி.ஜா. இசை பற்றிய அவரது கட்டுரைகளில் அத்தனை இசைக் கலைஞர்களையும் சிலாகித்துத்தான் எழுதுகிறார். தாம் கீழிருந்து அவர்களை மேலே வைத்து அழகு பார்க்கிறார். சினிமாவிலே லோ ஆங்கிள் என்று சொல்வார்கள். உலகின் தலைசிறந்த சினிமாக் காப்பியமான ‘டோக்கியோ ஸ்டோரி’ என்ற ஜப்பானியப் படத்தை இயக்கிய மிகச்சிறந்த இயக்குநரான ஒஸூ, தமது படங்களில் எப்போதுமே லோ ஆங்கிள் ஷாட்கள்தாம் வைத்திருப்பார். டாப் ஆங்கிள் வைக்கமாட்டார். ஏன் இப்படி என்று கேட்டபோது, “நான் மனிதர்களை வியந்து பார்க்கிறேன்; அவர்களை அண்ணாந்து பார்க்கிறேன்; படைப்பின் மாபெரும் ஆச்சர்யம் மனிதர்கள். அவர்களை நான் கீழேயிருந்துதான் மேல்நோக்கிப் பார்ப்பேனே தவிர, மேலிருந்து கீழ்நோக்கிப் பார்க்க மாட்டேன்” என்றார் ஓசோ. அதைப்போலத்தான் தி.ஜா.வும், கலைஞர்களை உயரிய இடத்தில் வைத்துத்தான் நோக்கியிருக்கிறார். இது அவரது மனிதப் பண்புக்கும் கலா ரசனைக்கும் எடுத்துக்காட்டாகும்.

தி.ஜா., அந்தக் காலத்திலேயே, மினிமலிசம் எனக் கூறத்தக்க சுருங்கக் கூறி விளங்க வைக்கும் ஒரு பாணியைக் கடைப்பிடித்திருக்கிறார். சுந்தரேச ஐயர் பற்றிய கட்டுரையில், மிகச் சிறப்பாக ஒரு விஷயத்தைக் குறிப்பிடுகிறார். சுந்தரேச ஐயரின் வாசிப்பில், சாரத்தைத் தவிர, வேறு ஒன்றையும் கேட்க முடியாது. ராகம், கீர்த்தனம், ஸ்வர சஞ்சாரம், நிரவல் என எதைச் செய்தாலும் சுருங்கித்தான் இருக்கும் என்கிறார். தி.ஜா.வின் மினிமலிஸப் பார்வையும், இசையிலும் மினிமலிசத்தையே அவர் ஆதரிப்பதும், மிகச் சிறப்பாக இந்த இடத்திலே தெரிகிறது. ஒரு காதிலே ஒரு தொங்கட்டான் போடலாம், அப்படிப் போட்டால்தான் அது அழகாக இருக்கும். ஒரு காதுக்குப் பல தோடுகளைப் போட்டுக்கொண்டால், போடுகிறவர்கள் போட்டுக்கொள்கிறவர்கள் பார்க்கிறவர்கள் எல்லோருக்கும் சிரமம் என்கிறார் தி.ஜா. தேவையில்லாமல் டீடெயில்ஸ் கொடுப்பதை, லேசாக இடித்துரைக்கிறார்.

எப்போதுமே, இப்படி நாகரீகமாக எழுதுவதால், அவர் அடுத்தவர்களைக் குறைகள் சொல்லாமல் பாதுகாப்பதும் இல்லை. ஆனால், மிக

மிக நாசூக்காக அதைச் சொல்கிறார். உதாரணமாகத் திருவிளையாடல் சினிமாவில் வருகின்ற அந்த ஹேமநாத பாகவதர் டி.எஸ்.பாலையாவைப் போலப் பல பாடகர்கள், பாகவதர்கள் தமது மேதைமையைக் காட்டுவதை அழகாகக் கிண்டலடிக்கிறார். அதற்கு உதாரணமாக, ஒரு சிறு நிகழ்வைக் கூறுகிறார். ஒரு பெரியவர் பூஜை செய்து கற்பூரம் காட்டிவிட்டுக் கண்ணை மூடித் தியானத்தில் ஆழ்கிறார். அவருடைய பேரன் கற்பூரம் எரியும் கரண்டியை எடுத்து மற்றவர்களுக்கெல்லாம் காண்பிக்கிறான். கற்பூரம் அணைந்தபிறகு, அவனுக்கு என்ன செய்வதென்று தெரியவில்லை. என்ன செய்கிறோம் என்றே தெரியாமல், தியானத்தில் உட்கார்ந்திருந்த பெரியவரின் முதுகின் மீது கரண்டியை இரண்டு விநாடி வைக்கிறான். சிரித்துக்கொண்டே வித்வான்கள், தங்கள் சொந்த மேதைமைகளைப் பிறர் இயற்றிய கீர்த்தனைகளில் அளவுக்குமீறிக் காண்பிக்கும்போதெல்லாம், இந்தச் சம்பவம் எனக்கு நினைவில் வருகிற வழக்கம் என்கிறார். எனக்குக்கூட அப்படித்தான். சினிமா பாடல்களில் தேவையில்லாமல் சிலர் போடும் சங்கதிகளைக் கேட்கும்போது தோன்றும். சங்கதிகள் போடுவது இயல்பாக, இயற்கையாக இருக்கவேண்டும். சில பாடகர்கள், கர்நாடக சங்கீதம்போல எல்லாவற்றையும் இழுத்து இழுத்துச் சங்கதி போட்டுப் பாடுவதைக் கேட்கும்போது எரிச்சலாக இருக்கும். அது யாராக இருந்தாலும் சரி. பல நேரங்களில் எனக்கு எஸ்.பி.பாலசுப்ரமணியம் பாடல் அவ்வளவாகப் பிடிக்காமல் போனதற்குக் காரணம், அவர் ஓவராக இப்படிச் சங்கதி போட்டதுதான். எம்.எஸ்.வி. ஒருமுறை, எஸ்.பி.பி.யிடம் சொன்னாராம்: "இப்படி நீ சங்கதி போட்டா, என் கதி என்ன ஆவறது!" என்று. சங்கதி என்பது அவ்வளவு அழகான ஒரு விஷயமாகும். அதைத் தேவையின்றிப் பயன்படுத்துவது, கேட்பவர்க்கு வெறுப்பைத்தான் ஏற்றும்.

தி.ஜா., பல இடங்களில் தமது மாற்று அபிப்ராயத்தை, மிக அழகாக, மிகவும் லாவகமாக, நளினமாகக் கூறுகிறார். உதாரணத்துக்கு, வித்வான்களுக்குத் தன்னடக்கம் தேவையா என்று கேட்கிறபோது, ஆமாம் அது அவர்களுக்குத் தேவை என்று அழுத்தமாகக் கூறுகிறார். அப்படித் தன்னடக்கமில்லாமல் திமிர் பிடித்த வித்வான்களை, அவருக்குப் பிடிப்பதில்லை. அது பொதுவாக யாருக்குமே பிடிக்காது. ஆனால், அதை நாம் பொறுத்துக்கொண்டு போக வேண்டுமா என்றால், இல்லை என்கிறார். இந்த இடத்தில், இன்னொரு விஷயத்தையும் குறிப்பிடுகிறார். அதாவது, பல்லவச் சிற்பங்களை உதாரணம் காட்டுகிறார். இசைக் கலைக்கும் சிற்பக் கலைக்குமுள்ள ஓர் ஒற்றுமையை மிக அழகாகக் குறிப்பிடுகிறார். எப்போதுமே சுந்தரேச ஐயர் பாடுகிறபோது, கலையின் உண்மையான சுவையான அம்சங்களைக் கண்டு உள்ளம் தோயும் அனுபவம் உண்டாகும். அவருடைய வாசிப்பு பல்லவர்காலச் சிற்பங்களைப்போல, உணர்வும் முழுமையும் எளிமையும் உள்ளது. அனாவசிய அணிகலன்கள், கிளை வேலைப்பாடுகள், ஒருமைக்கு அவசியமில்லாத விவரங்கள் இவற்றை ஹோய்சால, நாயக்கர் சிற்பங்களில் காணலாம் என்கிறார். எழுத்தாக இருக்கட்டும், சிற்பமாக இருக்கட்டும், இசையாக இருக்கட்டும் தேவையற்ற விஷயங்களை அங்கே திணிப்பது அவசியமில்லாதது என்பதுதான் மினிமலிசக் கொள்கையின் அடிப்படையாகும். மினிமலிஸம் என்கிற வார்த்தை கண்டுபிடிக்கப்படுவதற்கு முன்னரே, மிகச் சிறப்பாகத் தி.ஜா., அந்தக் காலத்திலேயே மிக அழகாக

அதைக் குறிப்பிட்டிருக்கிறார். கட்டுரையை முடிக்கிறபோது முத்தாய்ப்பாக ஒரு விஷயத்தை எழுதுகிறார். உண்மை படாடோபம் இல்லாதது; எளிமை இருக்கும்; ஒளி இருக்கும்; அனாவசிய உடுப்புகள் அதன்மேல் இராது என்கிறார்.

அடுத்த கட்டுரை, 'பாடிக்கொண்டிருந்தோம்'. அது அந்தக் காலத்துத் தி.ஜா.வின் கல்லூரி வாழ்க்கையின் இறுதி நாள் நிகழ்வு பற்றிய ஃபிளாஷ்பேக் அக்காலத்தில் இளைஞர்களின் வாழ்க்கை எப்படியிருக்கிறது என்பதைக் கண்முன்னே தி.ஜா. நிறுத்துகிறார். அவர் படித்த கல்லூரி ஆண்களின் கல்லூரி. (அது சரி, அப்போதெல்லாம் பெண்கள் கல்லூரிக்கு வந்திருப்பார்களா என்ன ?). இந்தக் கடைசி நாளுக்குப் பிறகு வாழ்க்கை ஒரு மாபெரும் சவாலாக அமையப்போகிறது. வாழ்க்கையில் நாம் என்ன செய்யப்போகிறோம். வேலைக்குப் போகப் போகிறோமா அல்லது ஏதேனும் சொந்தமாகத் தொழில் ஆரம்பிக்கப் போகிறோமா, இல்லை வேலையில்லாமல் திண்டாடப் போகிறோமா என்று எதுவுமே தெரியாமல் வாழ்வின் மகிழ்ச்சியான ஓர் இறுதி நாள், அதுதான். அந்த இறுதி நாளைத் தி.ஜா. தமது நண்பர்களோடு எப்படிக் கழித்தார் என்பதை அந்தக் காலத்துக்கே உரிய இயல்போடு எழுதுகிறார். அதைப் படிக்கிறபோது எனக்கு ஸ்ரீதர் இயக்கி சிவாஜி கல்லூரி மாணவனாக நடித்த 'நெஞ்சிருக்கும் வரை' படத்தில் வரும் எங்களுக்கு நாளை என்ற நாளுமில்லை, வாழ்ந்தே தீருவோம் பாடல்தான் நினைவுக்கு வந்தது. கல்லூரிக் கடைசி நாள், பதைபதைப்பையும் அதேநேரம் மகிழ்வையும் ஒருசேரத் தரும் ஒருநாள்.

கும்பகோணம் கல்லூரியில், அந்தக் கடைசி நாளில், அவரோடிருந்த அவரது நண்பர்கள் அனைவரது பெயர்களையும் பெரும்பாலும் கூறிவிடுகிறார். சிலர் பெயர் மறந்துவிட்டதாகவும் கூறுகிறார். (எனக்கு என்கூடப் படித்த ஒருவரின் பெயரும் அப்போதும் தெரியாது; இப்போதும் தெரியாது. நானோர் ஓரிக் காக்காய்!) ஆற்று மணலிலே, அவர்கள் இருக்கிறார்கள். அதையெல்லாம் மிக நாஸ்டால்ஜிக்காகத் தெளிவாக எழுதுகிறார். அவர்களது கடைசி நாளில் பாடிக் கழித்திருக்கிறார்கள், என்ன பாடல்கள் பாடினார்கள் என்பதையெல்லாம், அவர் குறிப்பிடுகிறார். இந்தக் காலத்தில், கல்லூரி வாழ்க்கையின் கடைசி நாள் எப்படியிருக்கும் என்பதை, அந்தக் காலத்துக் கும்பகோணம் கல்லூரி நாளோடு ஒப்பிட்டுப் பார்க்கையில், மிக ஆச்சரியமாகவும் அதிசயமாகவும் இருக்கிறது. இந்தக் கட்டுரையிலே, ஜவாஹர்லால் நேருவைப் பற்றிப் பெருமையோடும் வாஞ்சையோடும் குறிப்பிடுகிறார். நேரு குடந்தை வந்தபோது, அவரைப் பார்த்துவிட்டு எக்ஸைட்டடாக எழுதுகிறார். "நேரு கும்பகோணத்தில் பேசியபோது பெசன்ட் ரோடில் அப்பேர்ப்பட்ட இளைஞர்களின் கூட்டம். இடையில் கட்சம். அதற்கு மேல் வெயிஸ்டு கட். தலையில் குல்லாய். வெள்ளை நிறம். இத்தனைக்கும் பீடம் வைத்தாற்போல மேனி அழகன், பேரழகன், தைரியத்தின் வடிவம், அஞ்சாநெஞ்சின் வடிவம். தியாகத்தின் வடிவம். செல்வந்தராக இருந்தபோதும், நினைத்தபோதெல்லாம் சிறைக்கோட்டத்தை அணைத்துக்கொண்ட சித்த இளக்கம்" என்று நேரு பற்றி, இவ்வளவு வார்த்தைகளால் புகழ்கிறார். மட்டுமின்றி, இளைஞர்கள் அனைவரும், நேருவைத் தம் குடும்பத்தில் ஒருவர் என்றே

எண்ணினர் என்றும் குறிப்பிடுகிறார். இது நடந்தது, 1939 வாக்கில். இந்திய விடுதலைப்போர் உச்சத்திலிருந்த நேரம். நேருவைப் பார்க்கப் போனதற்காகத் தண்டனை விதித்த ஆசிரியர் பற்றியும் குறிப்பிடுகிறார். இதிலிருந்து என்ன தெரிகிறது என்றால், அந்தக் காலத்து இளைஞர்களுக்கு ஜவாஹர்லால் நேரு, ஓர் ஆதர்சமாக விளங்கியிருக்கிறார். இந்தக் காலத்தில், வலதுசாரி மீமர்கள், ஃபோட்டோஷாப் உதவியோடு, ஜவாஹர்லால் நேருவை ஒரு வில்லனைப்போலப் பாவித்து, அவரை ஒரு திருடன் போலவும், ஓர் ஊழல் அரசியல்வாதி, பதவி வெறி பிடித்த, குடும்பத்திற்காக எதை வேண்டுமானாலும் செய்யத் தயாராக இருந்த, குடும்ப அரசியலை இந்தியாவிற்குள் புகுத்திய, இன்னும் சொல்லப்போனால் இந்தியாவைக் குட்டிச்சுவராக்கி, நாசமாக்கிய பெண் பித்தர் அவர் என்றெல்லாம் செய்து வருகின்ற பிரச்சாரத்தை எண்ணிப் பார்க்கிறபோது, அந்தக் காலத்திற்கும் இந்தக் காலத்திற்கும் இடைப்பட்ட காலத்தில் நடந்த அநியாயங்கள் நமக்குப் புலனாகின்றன.

இன்னொன்றும் தெரிகிறது. அவர் எழுதுகிறார்: “அந்தக் கடைசி நாளை, இன்று நினைத்துப் பார்க்கச் சொல்லியிருக்கிறீர்கள். ஊரின் அந்த முதல் காலேஜின் 4 வருடங்களையும் நினைத்துப் பார்க்கத்தான் தோன்றுகிறது. அப்போது, கணிதமேதை ராமானுஜத்தின் படத்தைப் பார்க்காத நாள் கிடையாது. மாணவிகள் கிடையாது. காதல் கீதல் என்று ஏதாவது இருந்தால், கல்லூரிக்கும் அதற்கும் சம்பந்தம் இருக்காது. டவுன் பஸ்கள் கிடையாது. அதனால் ஸ்டிரைக் என்றால் பஸ் எரியாது. வகுப்புவாதம் கிடையாது. ஒரு கல்லூரியில் 200 மாணவர்கள் சேருவதற்கே திண்டாட்டம். எப்போது மூடுவார்கள் என்று கவலை. சிகரெட் பிடிக்கிற மாணவர்களே கிடையாது என்று சொல்லிவிடலாம். யாராவது ஓரிருவர் குடித்திருக்கலாம். அந்தச் சிகரெட்டின் மணம் தனி ரகம். எப்போதும் குடிக்க மாட்டார்களா என்று எதிர்பார்க்கிற அளவிற்கு” என்றெழுதுகிறார். சிகரெட்டின் மணம் பற்றிக்கூடச் சிலாகிக்கிறார். அப்போது ரேடியோ கிடையாது என்கிற தகவலையும், அதில் அவர் குறிப்பிடுகிறார்.

‘பாலசரஸ்வதியின் நடனம்’ என்கிற கட்டுரையில், பரத நாட்டியத்தை இரண்டு வகையாகப் பிரிக்கலாம். பாலசரஸ்வதியின் நாட்டியம் ஒன்று; மற்றொன்று அடுத்தவர்கள் ஆடுவது என்று இரண்டே வரிகளில், பாலசரஸ்வதியின் நடனம் எப்படிப்பட்டது என்பதைக் கூறிவிடுகிறார். இது ஆங்கிலப்பாணி எழுத்து. மாம், எமிங்வே, கிரஹாம் க்ரீன் போன்றோரைப் படித்ததால் தி.ஜா. எழுத்தில் ஆங்கிலப் பாணி தூக்கலாகவே தெரிகிறது ஏன்? அவரது புதினங்களும், அந்தக் காலத்தில் ஆங்கிலத்தில் மொழி பெயர்க்கப்பட்டு, நல்ல ஏஜெண்டுகள் மூலம் மேற்கத்திய நாடுகளில் சந்தைப்படுத்தப்பட்டிருந்தால், அவர் இலக்கிய நோபலைப் பெற்றிருக்கலாம் என்பது என் அழுத்தமான கருத்து. எப்படி இரானியத் திரைப்படங்கள் ஆஸ்கர் வென்றனவோ, அதைப்போல் தி.ஜா.வின் மோகமுள்ளோ, அம்மா வந்தாளோ நிச்சயம் மேலை நாடுகளைக் கலக்கியிருக்கும். பாலசரஸ்வதியின் வாழ்க்கையைப் பாலா என்கிற ஒரு டாக்குமெண்டரியாக அரவிந்தன் எடுத்தார். கிட்டத்தட்ட தி.ஜா., தம் கட்டுரையில் பாலசரஸ்வதியைப் பார்த்த கோணத்தில்தான், அரவிந்தனும் பார்த்திருக்கிறார். பாலா ஆடுகிறபோது,

பார்க்கிற நம்முள் லய உணர்ச்சியை ஏற்படுத்துகிறார். அது தெய்வீக அனுபவத்தைத் தருகிறது என்றும் குறிப்பிடுகிறார். ஒரு பாமரனின் பார்வை என்று குறிப்பிடுகிறாரே ஒழிய, இரசிகப் பார்வை என்றுகூடக் கூறவில்லை. பாலசரஸ்வதிக்கு ஈடாகப் பரதம் ஆட இன்றும் யாரும் இல்லை என்பதால், தி.ஜா. அன்று சொன்னது இன்று வரையும் சத்தியவாக்காகவே இலங்குகிறது.

மோதேரின் கட்டுரையில், குஜராத்திலுள்ள மோதேரா கிராமத்திலுள்ள சூரியக் கோயில் பற்றி நுட்பமாக எழுதுகிறார். இந்தக் கட்டுரையில் கட்டடக் கலை பற்றிய தனது அறிவையும் அவர், மிக நுட்பமாக வெளிப்படுத்துகிறார். எப்படி ஹளபீடு சோமநாதபுரம் கோயில், நாயக்கர்காலச் சிற்பங்களை அவர் அளவிடுகின்றார் என்பதும் இக்கட்டுரையில் தெரிகின்றது. நாயக்கர்பாணிக் கட்டடக் கலை, எப்போதுமே குழப்பமான, கதம்பமான, சிற்ப வேலைப்பாடுகள் கொண்டது என்பது அனைவருக்குமே தெரிந்த ஒரு விஷயம். அதை நுணுக்கமாகத் தி.ஜா. விவரிக்கிறார். விஜயநகர, பல்லவ, சோழ, பாண்டிய பாணிகளை எல்லாம் உள்வாங்கியதே தமிழக நாயக்கர்களின் கட்டடக் கலை என்று தெளிவாக அவர் கூறுகிறார். மற்றொரு விஷயமும் இங்கே புலனாகின்றது. எந்த இடத்திற்குச் சென்றாலும் அந்த இடத்தைப் பற்றித் தெளிவாக அறிந்துகொண்டுதான் செல்கிறார்; அல்லது சென்ற பின்பு அதைப் பற்றிய அறிவையும் பெற்றுவிடுகிறார். குஜராத்தைப் பற்றி அவர் மிக விரிவாகக் கூறுவது, இதனை உறுதிப்படுத்துகிறது. குஜராத்திற்கு என்று தனிப்பெருமைகள் பல உண்டு. மகாத்மா காந்தி அவதரித்த இடம். மேலை நாடுகளுடன் ஆயிரக்கணக்கான ஆண்டுகளாக வர்த்தகத் தொடர்பும் அதனால் பொருட்செல்வமும் துணிச்சலும் புதுமைகளை வரவேற்கும் திறந்த மனமும் நிறைந்த இடம். உலகத்தின் சிறந்த சிற்பிகளான கர்ப்பூசியர், லூயிகான் போன்ற கட்டடக் கலை மேதைகளின் படைப்புகளைக் கொண்ட பிரதேசம். சமணம் இன்றும் ஓங்கிக்கொண்டிருக்கிற இடம் என்றெல்லாம் மிக அழகாகக் குஜராத்தைத் தி.ஜா. வர்ணிக்கிறார். மகாத்மா காந்தி மீது தி.ஜா. வைத்திருக்கின்ற அன்பு, பல இடங்களில் வெளிப்படுகிறது. குஜராத்துக்குப் போய்வருகிறவர்கள் வெறுமனே கிர் காட்டில் உள்ள சிங்கங்களைப் பார்த்துவிட்டு, மற்ற பிரசித்தி பெற்ற இடங்களைப் பார்த்துவிட்டு வந்தால் மட்டும் போதாது, மொதேரா உதயசூரியன் கோவிலைப் பார்க்காமல் வந்தால் உங்களது குஜராத் அனுபவம் முழுமை பெறாத ஓர் அனுபவமாகத்தான் இருக்கும் என்கிறார்.

‘பொறுப்பும் செட்டும்’ என்ற கட்டுரையில், நாம் ஏற்கனவே கூறிய மினிமலிசம் பற்றி மிக அழகாக எழுதுகிறார். பணம் இருக்கிறது என்கிற காரணத்திற்காகக் கண்டதையும் வாங்குவதுபோலத்தான் வார்த்தைகளின் பரிச்சயம் என்கிற ஒரு காரணத்திற்காகவே அவற்றை அனாவசியமாக எழுத்தில் பயன்படுத்துவதும் என்று மிக நயமாகக் குறிப்பிடுகிறார். அவசியமில்லாத வார்த்தைகளுக்கு அழகிருக்கலாம்; ஆனால் அவசியத்தில் எழுந்த வார்த்தையின் அழகு அவற்றிற்கிருப்பதில்லை என்கிறார். கன்னத்தில் சின்னப் பொட்டு வைப்பது அழகாயிருக்கலாம்; அதற்காகக் கன்னம் முழுக்கவுமே பொட்டுக்களாகவா வைப்பது? எனக் கேட்கிறார். இங்கே தமக்குப் பிடித்த எழுத்தாளர்கள் பற்றிக் குறிப்பிட்டுப்

போகிறார். வ.ரா., ராஜாஜி, கிருத்திகா, சிட்டி, பராங்குசம் இவர்களுடைய எழுத்துகளை வாசிக்கும்போதெல்லாம் எழுத்துப் பிரயோகம் பற்றிய பொறுப்புணர்வு நம்மைப் பிரமிக்க வைக்கிறது என்கிறார். அவர்களுக்குச் சொற்களிடத்திலே மிகுந்த மரியாதையிருப்பதனாலேதான், அவற்றை அளவோடு கையாள்கிறார்கள் என்கிறார். கிருத்திகாவின் ‘புகை நடுவில்’ நாவலிலிருந்து ஒரு சிறு பகுதியை எடுத்து உதாரணமாகக் காண்பிக்கிறார். கிருத்திகாவும் பராங்குசமும் நிறைய எழுதாததற்குக் காரணம், அவர்களுக்கு அது பொழுதுபோக்கு என்பதன்றிப் பொறுப்புணர்வானதே காரணமாயிருந்திருக்கலாம் எனக் குறிப்பிட்டுக் கட்டுரையை முடிக்கிறார்.

‘எதற்காக எழுதுகிறேன்?’ என்ற கட்டுரையில், தாம் எழுதுவதற்கான காரணத்தை நகைச்சுவை ஊடாட விளக்குகிறார். எழுதுவது எதற்காக எனப் பல காரணங்களைக் கூறிவிட்டு, மூன்று காரணங்களைச் சாரமாக வைக்கிறார். எனக்கே எனக்கு, எனக்கும் உங்களுக்கும், உங்களுக்கு மட்டும் என்று மூன்று காரணங்களுக்காக நான் எழுதுகிறேன் என்கிறார். இந்த மூன்று காரணங்கள் மட்டுமே முக்கியமான காரணங்கள் எழுதுவதற்கு என்று குறிப்பிட்டுவிட்டு, அதிலும் எனக்கே எனக்கு என்று எழுதுகிறபோது அதிலுள்ள குணாதிசயங்கள் பற்றிப் பேசுகிறார். எனக்கே எனக்கு என்கிற எழுத்து, காதல் போன்றது என்கிறார். எழுத்து தவம் போலிருக்க வேண்டும் எனக் கூறுகின்றவரே, கூலிக்கும் மாரடித்திருக்கிறேன் என்றும் குறிப்பிடுகிறார். எழுத்து என்பது வெறும் தொழில்நுட்பம் அதாவது உத்தி அதாவது டெக்னிக் மட்டுமில்லை என்பது அவரின் அசைக்க முடியாத நம்பிக்கையாகத் தெரிகிறது. டெக்னிக் அல்லது உத்தியை, ஃபார்முலாவை வைத்துக்கொண்டு சிறுகதையை உருவாக்கிவிட முடியும். ஆனால், அதில் ஃபார்ம் என்கிற அமைப்புத் தானிருக்குமே ஒழிய கன்டென்ட், உள்ளடக்கமிருக்காது என்கிறார். ஒரு செகாவின் கதையைப் படித்துவிட்டு அதன் உத்தியைப் புரிந்துகொண்டு, அதே உத்தியில் யாராலும் ஒரு சிறுகதையை எழுதிவிட முடியும். ஆனால், அதில் வெறும் உத்தி மட்டும் தானிருக்குமே ஒழிய, உள்ளடக்கம் இருக்காது என்கிறார்.

ஒரு சிறுகதை அல்லது நாவல் எழுத்துக்கு என்ன முக்கியமான தேவை என்றால், அதன் கரு, அதன் உள்ளடக்கம் என்பது தி.ஜா.வின் திண்மையான கருத்தாகிறது. தான் எப்படி எழுதுகிறேன் என்பதைப் பற்றிக் கேட்டால், ஏன் எழுதுகிறேன் என்பதைப் பற்றியும் அவர் கூறுகிறார். எழுத்து என்பது வரம் போன்றது. அது எப்படி வரும் என்று யாருக்கும் தெரியாது. எதற்காக எழுதுகிறோம் என்று முடிவு செய்துவிட்டு எழுதுவது எழுத்து இல்லை என்கிறார். இந்தக் கட்டுரையிலிருந்து பல சுவாரஸ்யமான விஷயங்களை நாம் அறிந்துகொள்ளலாம். தி.ஜா. என்கிற எழுத்தாளர் எப்படி எழுத்தை அணுகியிருக்கிறார், அவரது படைப்புகள் எப்படி உருவாகியிருக்கின்றன, அந்தப் படைப்புகளைப் பற்றி அவர் என்ன கருதினார் போன்றவற்றை மிகத் தெளிவாகவும் நாணயமாகவும் எழுதியிருக்கின்றார். ஒரு சில கதைகளுக்கு நீண்ட நாள்கூட எடுத்துக் கொண்டாராம். ஒரு சில கதைகளை, அவர் ஒரே மூச்சிலும் எழுதியிருக்கிறார். உதாரணத்திற்கு, அம்மா வந்தாள் நாவலை, ஒரே மாதத்தில், வேறு எந்த வேலையும் செய்யாமல் எழுதி முடித்தேன் என்கிறார்.

ஒரு சில கதைகளுக்கான கருத்துகள் அவரது மனதுக்குள் விதைபோல விழுந்து, எப்படியோ செடியாகி மரம் ஆகின்றன என்கிறார். ஒரு விதை மண்ணில் விழுந்தபின் அது எப்போது செடியாகும் என்று யாராலும் சொல்ல முடியாது. அதற்கான சூழல் வருகிறபோது அது செடியாக மாறி மரமாக மாறும் என்பதைப் போலத்தான், கதையின் கருவும் மனதிற்குள் விழுந்துவிட்ட பிறகு அது தன்னைத்தானே உருவாக்கிக்கொண்டு படைப்பாக வெளிவருகிறது என்கிறார். தம் எழுத்து ஏதோ ஒரு பாத்திரத்தை உள்வாங்கி, அந்தப் பாத்திரப் படைப்பை மனமே உருவாக்கி, ஒரு படைப்பாக, கதையாக மாற்றுகிறது என்கிறார்.

'ஒரு பிள்ளையாண்டான் பேசுகிறான்' என்கிற கட்டுரையில், எப்படித் தமிழ்நாட்டில் அந்தக் காலத்தில் இருந்த ஆங்கிலப் பத்திரிகைகள் தற்காலத் தமிழிலக்கியத்தைப் புறக்கணித்தன என்பதைப் பம்பாயில் இருந்த தம் நண்பர் ஒருவரின் கருத்துக்கள் மூலமாக விளக்குகிறார். பம்பாயிலிருந்தும் தில்லியிலிருந்தும் வெளிவந்த இதழ்களான ஸ்டேட்ஸ்மேன், இல்லஸ்ட்ரேட்டட் வீக்லி போன்றவை தற்காலத் தமிழ் இலக்கியத்திற்குக் கொடுத்த அந்த மதிப்பைத் தமிழ்நாட்டிலிருந்து வெளிவந்த ஆங்கில நாளிதழ்கள் தரவில்லை என்பதையும் பாரதியைப் பற்றி மட்டுமே வேண்டாவெறுப்பாக அவை எழுதியதாகவும் குறிப்பிடுகிறார். விமர்சனத்திற்காக நூல்கள், பத்திரிகை ஆசிரியர்களின் இல்லத்துக்கே அனுப்பி வைக்கப்பட்டாலும்கூட, அவர்கள் அதைக் கண்டுகொள்வதேயில்லை என்றும் அங்கலாய்க்கிறார். தி.ஜா.விடம் தன்னடக்கமிருக்கிறது என்று நாம் கருதினாலும்கூட, அது தன்னடக்கமாகத் தோன்றாமல் தம்மைப் பற்றிய ஒரு நாணயமான மதிப்பீடாகத்தான் அவர் அதை வெளிப்படுத்துகிறார். எழுதுவது எப்படி என்கிற கட்டுரையில், "நான் சிறுகதை ஆசிரியனும் இல்லை, சிறுகதை வாத்தியாரும் இல்லை, சிறுகதை எழுதுமாறு யாராவது என்னைக் கேட்டால், எனக்கு வயிற்றில் புளியைக் கரைக்கத் தொடங்கிவிடும். நான் எழுதிய நூற்றுக்கும் மேற்பட்ட கதைகளில் ஒன்றிரண்டுதான் சிறுகதை என்ற சொல்லுக்குச் சற்று அருகில் நிற்கின்றன. மற்றவைகளைச் சிறுகதை என்றால் சிறுகதை என்ற சொல்லுக்கே இழிவு செய்கிற மாதிரி. அப்படியானால், ஏன் இத்தனை நாழி கதைத்தாய் என்று கேட்காதீர்கள். தோல்வி பெற்றவர்கள்தான் உங்களுக்கு நல்ல வழி சொல்ல முடியும்" எனத் தம் எழுத்துப் பற்றிய தமது அளவீட்டை விளக்குகிறார். அவர் எழுதுகிறபோது, ஓர் ஆற்றொழுக்குப்போல எழுதிக்கொண்டே போகிறாராம். எழுதியதைப் பின்னால் திரும்பிப் பார்ப்பதும் இல்லை; படிப்பதும் இல்லை, அதைத் திருத்துவதும் இல்லை என்று குறிப்பிடுகிறார்.

சில எழுத்தாளர்கள், அவர்கள் எழுத்தைத் திரும்பத் திரும்பப் படித்து, அதைத் திருத்தி, அதற்குப் பிறகுதான் அதை வெளியிடுவார்கள். சோமர்ஸெட் மாம் அப்படித்தான், தம் எழுத்தை வெளியிட்டார் என்பார்கள். எமிங்வே தமது ஒவ்வொருநூலையும் பலமுறை படித்துத் திருத்தி, அதைக் கிட்டத்தட்ட ஒரு பதினைந்து முறையேனும் திருத்தித்தான் வெளியிடுவார் என்றும் கூறுவார்கள். ஆனால், தி.ஜானகிராமன், தம் எழுத்தை ஒரே ஒருமுறை எழுதி, அதை அப்படியே வெளியிட்டிருக்கிறார். இன்னொரு விஷயம். தம் எழுத்தைப் பற்றி அவர் எங்குமே பிரபலப்படுத்திப் பேசிக்கொள்வதுமில்லை;

தாம் ஓர் எழுத்தாளர் என்பதைப் பற்றி எங்கும் அவர் குறிப்பிட்டுக் கொள்வதுமில்லை).

எழுதுவதற்கு அவர் தருகிற டிப்ஸ்களில் ஒன்று: "என் அனுபவத்தை மீண்டும் ஒருமுறை சொல்ல ஆசைப்படுகிறேன். எந்த அனுபவத்தையும் மனசில் நன்றாக ஊறப் போடுவதுதான் நல்லது. பார்த்த அல்லது கேட்ட ஓர் அனுபவம் அல்லது நிகழ்ச்சியைப் பற்றி உணர்ந்து சிந்தித்துச் சிந்தித்து ஆறப் போட வேண்டும். இந்த மனநிலையை, ஜே.கிருஷ்ணமூர்த்தி அடிக்கடி சொல்லும் சாய்ஸ்லெஸ் அவேர்னஸ் என்கிற நிலைக்கு ஒப்பிடத் தோன்றுகிறது. ஒரு நிகழ்ச்சியைச் சுற்றிச் சித்தம் வட்டமிட வட்டமிட, அதன் உண்மை நம் அகத்தின் முன்னே மலரும். கதை உருவு முழுமையுடன் வடிவதற்கு என் அனுபவத்தில் இதுதான் வழி. அனுபவம் உள்ளில் தோய்ந்து ஒன்றிப் பக்குவ நிலைக்கு வருமுன், அவசரப்பட்டு எழுதினால் உருவம் மூளிப்பட்டுவிடுகிறது. பழக்கத்தில் இது தெரியும்" என்கிறார். தஞ்சைக்காரர்களுக்கு நகைச்சுவை உணர்வு இயல்பாகவே சற்றுத் தூக்கலாயிருக்கும். அதைத் தி.ஜா. கட்டுரைகளிலும் காண முடிகிறது. சென்னை மயிலாப்பூரிலுள்ள லஸ்கார்னர் ஹோட்டல்களில் அவர் சாப்பிட்டபோது, தம் சாப்பாட்டில் பீடி. வண்டு, பல்லி போன்றவை இருந்ததாகவும் அது தமது ராசி என்றும் சாப்பாட்டு விஷயத்தில் தமக்குத் தனிஅதிர்ஷ்டமுண்டு என்றும் நகைச்சுவையாகக் கூறுகிறார்.

'சிலிர்ப்பு' சிறுகதையைத் தாம் எழுதுவதற்குத் தாம் கண்ட இரு காட்சிகள், இரு படங்களாகத் தமது மனதிலே உருவாகி, மனதிலேயே ஊறி ஊறிப் பின் அவையே கதையாக வடிவெடுத்து வெளியே வந்ததாகக் குறிப்பிடுகிறார். ரயிலில் தாம் சந்தித்த ஓர் அழுத்தமான, அமைதியான, அழகற்ற ஏழைப் பெண்ணும் தி.ஜா. மகனுமாகச் சேர்ந்தே 'சிலிர்ப்பு' உருவாகக் காரணமாக இருந்திருக்கிறார்கள். "நீங்கள் எப்போதும் அம்மாமிகள் பற்றியே எழுதுகிறீர்களே என்றதற்கு. நான் அம்மாமிகளைத்தான் அதிகமாகப் பார்க்கிறேன். ஆத்தாள்களை அதிகமாகப் பார்த்ததில்லை. அதனால் பார்ப்பதைத்தானே எழுத முடியும், பார்க்காததை எப்படி எழுத முடியும் என்கிறார். நேரில் கண்ட ஒரு பாத்திரம் அல்லது பல பாத்திரங்களைக் குழைத்து, அவரது கதைகளின் பாத்திரமாக உருவெடுக்க வைக்கிறார். அவர் வாழ்க்கையில் சந்தித்த நிகழ்ச்சிகளே பின்னாளில் கதைகளாக மாறுகின்றன என்கிறார். எனவே, அவா பார்த்த, அனுபவித்த விஷயங்கள் மட்டுமே படைப்பாகி இருக்கின்றன எனலாம். இன்னொரு விஷயத்தையும் போகிற போக்கில் குறிப்பிட்டுப் போகிறார். கதை எழுதி முடித்த பிறகுதான், அதற்கு அவர் தலைப்பு வைக்கிறார். தலைப்பை வைத்துக்கொண்டு கதையை அவர் எழுதுவதில்லை. அதைப் போலவே, தாம் பார்க்கிற நபர்களை யதார்த்தமாகப் பார்த்து எடைபோட்டு, அவர்களைப் பற்றிச் சிந்தித்து அவர்கள் தம் படைப்பின் கதாபாத்திரங்களாக மாறுவதாகத்தான் அவர் கூறுகிறாரே தவிர, யாரோ ஒருவரைத் தானாகப் போய்ப் பார்த்து, "உங்களைப் பேட்டி எடுத்து உங்களைப் பற்றி நான் கதை எழுதப் போகிறேன்" என்பது தமக்கு வராது என்கிறார். எனவே, கதை என்பது, அதுவாக நிகழ்கிற ஒரு நிகழ்ச்சிதானே தவிர, நாம் போய் அதை உருவாக்க முடியாது என்றும் குறிப்பிடுகிறார். சிறுகதைகளைப் பற்றிச் சிலாகித்துப் பேசும்

தி.ஜானகிராமன், தாம் படித்த நல்ல சிறுகதை ஆசிரியர்கள் எனப் பல பெயர்களைக் குறிப்பிடுகிறார். செகாவ், மாப்பசான், மாம், போ, தாகூர், கு.ப.ரா., புதுமைப்பித்தன், லா.ச.ரா. போன்றவர்களின் சிறுகதைகளைக் குறிப்பிடுகிறார். இவற்றைப் படித்தால் சிறுகதைகளை எப்படி உருவாக்குவது, அதற்கு எப்படிப்பட்ட சாத்தியக்கூறுகள் இருக்கின்றன என்பதையெல்லாம் அறிந்துகொள்ளலாம் என்கிறார். கதையின் ஆரம்பம், இடை, முடிவு மூன்றும் தெள்ளத் தெளிவாக இருக்க வேண்டிய அவசியம் இல்லை என்றும் இந்தக் கதைகளைப் படித்தால் தெரியும் என்கிறார். இம்மூன்றும் தெளிவாகத் தெரிவதும் தெளிவின்றிப் பூசினாற்போலிருப்பதும் சொல்கிற விஷயத்தைப் பொறுத்தது என்றும் அவர் குறிப்பிடுகிறார்.

ஒரு கதாசிரியராக மாறுவதற்குப் பல நூல்களைப் படித்திருக்க வேண்டியது அவசியமா என்றால், இல்லை என்கிறார். "இயற்கையாகவே அபாரமாக எழுதும் மேதைமை படைத்தவர்களைப் புதுவழி வகுக்கும் ஆற்றல் படைத்தவர்களை மனதில் வைத்துக்கொண்டு சொன்னது அது. ஆனால், என்னைப் போன்றவர்களுக்கு, அதைச் சொல்லவில்லை. என்னைப் போன்றவர்கள் பல நூல்களைப் படித்தால் மட்டுமே எழுத முடியும்" என்று தம்மைப் பற்றி அவர் சுய விளக்கமும் தருகிறார். சிறுகதைக்கான ஒரு சிறிய இலக்கணத்தையும் அவர் வடித்துக் காட்டுகிறார். கதையில் வரும் நிகழ்ச்சி ஒரு நிமிடத்திலோ, ஒரு நாளிலோ பல வருடங்களிலோ நடக்கக்கூடியதாக இருக்கலாம். காலையில் தொடங்கி இரவிலோ மறுநாள் காலையிலோ அல்லது அந்த மாதிரி ஒரு குறுகிய காலத்திலோ முடிந்துவிட வேண்டும் என்ற அவசியமில்லை. சொல்லப்படவேண்டிய பொருளின் தன்மைதான் முக்கியமானது. எட்டு நாளில் நடந்த சங்கதியை முதல் நாளிலிருந்து வரிசையாகச் சொல்லிக்கொண்டும் போகலாம். இரண்டாவது மூன்றாவது நாலாவது நாளிலிருந்தோ, அல்லது கடைசிக் கணத்திலிருந்து ஆரம்பித்துப் பின்பார்வை நோக்காகப் பார்த்தும் சொல்லிக்கொண்டு போகலாம் (அதாவது பிளாஷ்பேக்) என்கிறார் அவர். நடந்தது, நடக்கப்போவது இரண்டுக்குமிடையே ஒரு வசதியான காலகட்டத்தில் நின்றுகொண்டு நிகழ்ச்சியைச் சித்திரித்துக்கொண்டும் போகலாம். எப்படிச் சொன்னாலும் ஒரு பிரச்சனை ஒரு பொருள் ஓருணர்வு ஒரு கருத்துத்தான் ஓங்கியிருக்கிறது என்கிற நிலைதான் சிறுகதைக்கு உயிர். சிறுகதையில் சொல்லக்கூடாத விஷயங்களே இல்லை என்றும், கடந்த நூறு ஆண்டுச் சிறுகதைகளை நாம் படித்துப் பார்த்தாலே அதற்கான விளக்கம் புரியும் என்றும் சொல்கிறார். தம்மை மிகவும் பாதித்த ஆனால் தமிழ்நாட்டில் மிகவும் பிரபலமடையாத மூன்று எழுத்தாளர்களைப் பற்றிச் சிலாகித்தெழுதுகிறார். கிருத்திகா, பராங்குசம், எம்.வி.வெங்கட்ராம் மூவரும் ஆன்மீக வெற்றியோடு எழுதுகிறவர்கள் என்று குறிப்பிடுகிறார். பராங்குசத்தின் எழுத்தைப் பற்றிக் குறிப்பிடுகிறபோது, "பராங்குசம் சமூகத்தைத் தனிமனிதன் உருவாக்க முடியும், திருத்த முடியும், அழகுறச் செய்ய முடியும், இப்பொழுதை விடவும் பண்பும் பயனுள்ளதாகவும் வாழச் செய்ய முடியும் என்ற நம்பிக்கை கொண்டவர்" என்கிறார்.

தம் எழுத்துப் பற்றிப் பேசும்போது, தனக்காக எழுதுவது என்பது தான் பண்ணிய தவத்தின் முனைப்பில் பழுத்த பழம் என்றும், தவம் எத்தனைக்கெத்தனை தீவிரமாக, கனிந்து தெரிகிறதோ, அப்போது வடிவம்

தானாக அமைந்துவிடும் என்கிறார். ஆனால், அது சில சமயம் மூளியாகவோ, ஊனம் உள்ளதாகவோகூட இருக்கலாம். அது மூளியாக இருந்தாலும் அது என் எழுத்துதான், அது என் தவம்தான் என்கிறார். அந்த மூளித்தன்மையே, அந்தக் கருப்பு, கசப்பு எல்லாமே அதன் அம்சம் என்கிறார். இதைக் கலை வடிவம் என்றும் அவர் கூறுகிறார். இந்தக் கலை வடிவம்தான் வடிவம். இதை ஒரு மரச்சட்டமாகச் செய்து இறுகச் செய்துவிடுகிறார்கள், இலக்கியச் சட்டம் சேர்க்கிற தச்சர்கள். அதை வைத்துக்கொண்டு பிறகு வரும் கலை வடிவங்களையும், பிறருடைய கலையையும் அதில் பொருத்திப் பார்க்கிறார்கள். கலை வடிவத்தை, சட்டத்தில், சிறையிலடைக்கமுடியாது. இப்படி அடைத்துச் சமஸ்கிருத நாடகத்தை வளரவிடாமல் அடித்த ஒரே பெருமை தச்சருக்குண்டு. சமஸ்கிருத நாடகம் அழிந்துபோனதற்குப் பல காரணங்களில் இதுவும் ஒன்று என்கிறார். அதற்காகத்தான் மீண்டும் சொல்கிறேன். கலைவடிவம் என்னுடையது. என் தவத்தின் பெருமையைப் பொறுத்தது. மூளியும் அதன் பெருமை. சட்டம்போட்டு என்னைப் பயமுறுத்தாதீர்கள் என்கிறார். “நான் உங்களுக்காக எழுதுவதைப் பற்றி நீங்கள் அந்தத் தீர்ப்பெல்லாம் சொல்லலாம், நான் கவலைப்படவில்லை. வாலைப் போட்டு விட்டுப் பல்லியைப்போல் நான் தப்பிவிடுவேன்” என்று 1962இல் எழுதியிருக்கிறார்.

கீழவிடயல், தமிழகத்தின் ஆன்மாக்களான கிராமங்களைப் பற்றிய ஊரகப் பார்வையோடு எழுதப் பெற்ற கட்டுரை. “எங்கள் ஊர் என்று ஒரு கிராமத்தைச் சொல்லிக் கொள்கிற எனக்கு, புதிதாகச் சொல்ல என்ன இருக்கப்போகிறது?’ என்று ஆரம்பித்துத் தமிழகக் கிராமத்தின் ஆன்மாவைத் தெள்ளத் தெளிவாகப் படம் பிடித்து நமக்கு அதைச் சமர்ப்பிக்கிறார். ‘இரண்டு மூன்று அல்லது நான்கு தெருக்கள். ஒரு சிவன் கோவில், ஒரு பிள்ளையார் கோவில் அல்லது பெருமாள் கோவில். ஒரு குளம், அரசமரம், ஆற்றங்கரை. தஞ்சை, திருச்சி போன்ற மாவட்டங்களாக இருந்தால் எங்கும் பச்சை வயல்கள். சாலையில் ஒரு பெட்டிக்கடை. ஒரு பிடாரி கோவில். வாய்க்கால் மதகு, ஒரு சத்திரம் இதுதான் தமிழ்நாட்டுக் கிராமம்’ என்கிறார். ‘ஒரு நெல்லு மெஷின், ஒரு கோவாப்ரேடிவ் சொசைட்டி, மின்விளக்கு, ஒரு உச்சஸ்தாயி ரேடியோக் கம்பம், பக்கத்துப் பஞ்சாயத்தில் நடக்கும் திரைப்படத்தின் விளம்பரச் சுவரொட்டி இவை இந்தக் காலத்தில் சேர்க்கைகள் என்று அறிமுகம் செய்கிறார். அதாவது. அறுபதுகளில் கிராமங்கள் இப்படித்தான் இருந்திருக்கின்றன என்பதைத் தெளிவாக நமக்குச் சுட்டிக் காட்டுகிறார். ‘இவற்றைவிட்டுத் தனித்தனியாகப் பெரிதாகச் சொல்ல என்ன இருக்கிறது என்று சில சமயம் தோன்றுகிறது’ என்கிறார். எது நம் ஊர் என்கிற குழப்பமும் அவருக்கு வருகிறது. பிறந்த ஊரா அல்லது படித்த ஊரா? அது பராசக்தி கலைஞரை நினைவுபடுத்துகிறது. ‘பிறக்க ஒரு நாடு, பிழைக்க ஒரு நாடு என்பதுதானே தமிழனின் தலைவிதி’ என்று கலைஞர் எழுதியிருப்பார். அதேபோலத்தான் தி.ஜா.வும் எழுதுகிறார்.

சோற்றையும் மாயமானையும் தேடிக்கொண்டு சென்னை, பம்பாய், டெல்லி என்று நாடோடியாகிவிட்ட மக்கள் திரளில் ஒரு சொட்டுத் துளிதான் நான் என்கிறார். அவரது சொந்த ஊரான கீழவிடயல் பற்றி நம் எவருக்குமே தெரிந்திருக்காது என்பதையும் அவரே எழுதுகிறார். இங்கு யாரும் புகழ் பெற்றவர்கள் பிறக்கவில்லை என்கிறார். “புகழோடு

தோன்றாவிட்டால், தோன்றாமல் மண்ணுக்குள்ளேயே இரு என்று நான் சொல்லத் தயாராயில்லை.ஒருவனுக்குப் புகழ்வேண்டுமானால், ஒரு லட்சம் பேர் புகழ் இல்லாமல் இருந்தால்தான் முடியும்" என்று புகழைப் பற்றித் தெளிவாகக் குறிப்பிடுகிறார். எளிய மக்கள் பக்கம் நின்றே பேசுகிறார். இன்னும் கூறுகிறார்: "புகழைப் பொறுத்த வரையிலும், நான் வள்ளுவருக்கு எதிர்க்கட்சி. எனக்குப் புகழ் இல்லாதவர்களைக் கண்டால் பிடிக்கும்" என்கிறார்.

இக்கட்டுரையில்தான், சாதி பற்றிய அவரது விமர்சனக் கண்ணோட்டத்தையும், லேசாகத் தொட்டுப் போகிறார். கிராமத்திலே அரிஜனங்கள் ஊருக்குள் வர,வரப்புகள்மீது நடந்துதான் வரவேண்டியிருந்தது. எத்தனையோ நூற்றாண்டாகத் தொடர்ந்திருந்த பீடைபிடித்த இந்தச் சிரமம் இப்போது ஒழிந்துவிட்டது என்று அந்தச் சாதிவெறியைத் தீண்டாமையைச் சாடுகிறார். 'இது என் காலத்தில் நடந்த மாறுதல் என்பதற்காக நான் பெருமைப்படுகிறேன்' என்கிறார். தாழ்த்தப்பட்டவர்கள் அக்ரஹாரத்தில் எங்கு வேண்டுமானாலும் செல்லலாம் என்கிற மனிதத்தன்மையும் வந்துவிட்டது என்று குறிப்பிடுகிறபோது, முன்னாலிருந்தது மனிதத் தன்மையற்றது என்பதையும் இங்கே கோடிட்டுக் காட்டிவிடுகிறார். இதே கட்டுரையில், தம் எழுத்தைப் படிக்கிறவர்கள் சாதாரண மக்கள் என்றும் லட்சப் பிரபுக்களும் கோடீஸ்வரர்களும் தமது எழுத்தைப் படிப்பதில்லை என்றும் குறிப்பிட்டிருக்கிறார். நல்ல இலக்கியம் என்பது உண்மையை, ஒரு படைப்பாளன் தேடும் தவம். உண்மையை அவரவர்கள் கண்ட விதத்தில் வெளிப்படுத்தும்போது மனிதக்குரல்களையும் முகங்களையும்போலச் சாயலும் தனித்தன்மையும் வளமாக ஒலிக்கின்றன. உண்மையைக் காணத் திராணியற்றவர்கள், தங்களை நகல்களாக்கிக் கொண்டு விடுகிறார்கள் என்னும் தி.ஜா., "பண்டிதர்களிடமும், வாசகர்களிடமும், பிழைப்புத் தருபவர்களிடமும் பயப்படுகிறவர்கள்,உண்மைசொல்லப்பயப்படுகிறார்கள். அந்தக் கிலியில், உண்மை அவர்களுக்கு நாளாவட்டத்தில் புலனாகாமல் போய்விடுகிறது" என்கிறார். இலக்கியம் பற்றிப் பேசுகிறபோது சிறுசிறு பொறியாக இலக்கியம் வளர்கிறது. உண்மைப் பிரியமில்லாத இலக்கியத்தை வீம்புக்காகப் பாராட்டி வளர்த்துவிட முடியாது. எண்ணெயில்லாத விளக்குப்போலத் திரியைத் தின்றுவிட்டு அணைந்துவிடும் அது என்கிறார். விமர்சகர் பற்றி மிக நேர்மையாகக் கூறுகிறார். 'விமர்சகர்கள் பற்றி நான் எப்போதுமே கவலைப்படுவதில்லை, இரண்டு மூன்று அளவுகோல்களை வைத்துக்கொண்டு படைப்பாளியின் விசித்திர அனுபவங்களை அளவிடுகிறார்கள். கலை அமைதி பற்றி ரசிகனுக்குத்தான் தெரியும்' என்கிறார்.

'வித்வான்கள்' கட்டுரையில், மெத்தப் படித்த மேதைகளையும் பண்டிதர்களையும் நாசூக்காகத் தி.ஜா. கிண்டலடிக்கிறார்: 'இந்த வித்வான்களை நினைக்கும்பொழுது, நம்முடைய உபநிடதங்களுக்கும் பாசுரங்களுக்கும்இதிகாசங்களுக்கும்உரையெழுதியவர்கள்நினைவுவருகிறது. உரையெழுதுவது உள்ளர்த்தம் தெரியுமளவுக்கு ஒளிகாட்டுவதற்காகத்தான். நாலைந்துபேர் அப்படி விளக்கைச் சற்று எட்ட நின்று காட்டி, போதிய அளவுக்கு வெளிச்சம் விழும்படி செய்தார்கள். பிற்பாடு வந்தவர்கள்

வெளிச்சம் காட்டுகிறேன் பேர்வழி என்று நம் கண் அருகில் வந்து விளக்கை நீட்டினார்கள். கண்ணே போகும் அளவுக்குப் பலர் இந்தக் காரியத்தைச் செய்திருக்கிறார்கள்' என்று கூறுகிறார். "காவியம் எழுதுவதற்குத்தான் இந்த உணர்வுத் தீவிரமும் முறையும் சிறப்பும் தேவை என்பதில்லை... நீதிநூல் எழுதக்கூடத் தேவை. அற நூல் எழுதத் தேவை. அற நூல்கள் எத்தனையோ இருக்கின்றன. ஆனால், திருக்குறளுக்கு இருக்கிற நிலையும் ஈர்ப்பும் வேறு அற நூல்களுக்கு இருப்பதாகத் தெரியவில்லை. வடமொழியிலும் தமிழிலும் பல அற நூல்கள் உண்டு. அவை பெரும்பாலும் நுண்ணறிஞர்கள், நிபுணர்கள், அந்தத் துறையைப் பிரத்தியேகமாக எடுத்துக்கொண்டு ஆய்பவர்களைத் தாண்டிச் சாதாரண எழுத்தறிவு கொண்டவர்களை நோக்கி இறங்குவதில்லை. சௌலப்யம் எல்லாம் குறளுக்குத்தான் கிடைத்தன. காரணம், வள்ளுவர் அறிவினால் மட்டுமின்றி, இதயத்தின் ஆழத்தில் கொண்டுவைத்துத் தம் அனுபவங்களை மாற்றி உணர்ந்திருக்கவேண்டும். இல்லாவிடில், 'இனிய உளவாக இன்னாத கூறல், கனியிருப்பக் காய் கவர்ந்தற்று' என்ற பிரமிக்கத்தக்க வேகத்துடன், நூற்றுக்கணக்கில் எழுதியிருக்க முடியாது. அவருடைய சொற்கள் பழுத்த பழங்களாகத் தாமாகவே விழுந்திருக்கின்றன. அரை உணர்வு, கால் உணர்வுடன் அவர் எந்தக் கருத்தையும் காயாகவே திருகி முறித்துப் பிடுங்கியதில்லை" என, வள்ளுவர் பற்றி, இதுவரை யாரும் தெரிவிக்காத கருத்தை, ஆழ்ந்த சிந்தனையோடு, மொழி வெறி, பிராந்திய வெறி எதுவும் இன்றிச் சமன் செய்து தூக்கும் கோல்போல் அமைந்து, ஒருபால் கோடாமையோடு தெரிவித்திருக்கிறார்.

'அம்மா வந்தாள்' பற்றிப் பல கடும் விமர்சனங்கள், தமிழகத்தில் எழும்பின. அவரை ஒரு வக்கிர மனம் படைத்தவர் என்பது போலவும்கூடப் பலரும் கூறினார்கள். அதைப் பற்றிக் குறிப்பிடுகின்றபோது, "அம்மா வந்தாள் பற்றி நான் ரகசியங்கள் ஏதும் சொல்ல இல்லை. நூல்தான் முக்கியம். எப்படி ஏன் எழுதப்பட்டது என்பது யாருக்குமே முக்கியம் இல்லை என்பது என் துணிபு. கலைப்படைப்பு என்ற ஒரு நோக்கோடு அதைப் பார்ப்பது நல்லது என்று கூற விரும்புகிறேன். பலர் அதைத் தூற்றிவிட்டார்கள். என்னைப் பிரஷ்டன் என்றும் கூறிவிட்டார்கள். நம்முடைய நாட்டில் கலை பிரஷ்டர்களிடமிருந்துதான் பிறந்து வருகிறது" என்கிறார். ரெவெல்யூஷனரி என்பவர், பௌதீகப் புரட்சி செய்வார், ரெபெல், ஆன்மீகப் புரட்சி செய்வார் என்பார் ஓஷோ. அப்படிப் பார்த்தால், மிகவும் அமைதியான ஆழமான நகைச்சுவை ததும்பும் எழுத்துக்குச் சொந்தக்காரரான தி.ஜா. தான் உண்மையில் ஒரு ரெபல்.

✣

97

எளிமையில் சுடரும் பேரெழில்

ந. கவிதா

புனைவுகளை நாம் வாசிக்கையில், அவை நிகழ்கிற நிலவெளியை வாசக மனம் கற்பனை செய்வதும், அந்தக் கற்பனைப் பிரதேசத்தை யதார்த்தத்திலும் தேடிக்கொண்டு செல்லக்கூடிய மாயையைத் தோற்றுவிப்பதுமான எழுத்துகளைச் சாதித்த படைப்பாளர்களுள் தி.ஜா.வின் இடம் தனிச்சிறப்பானது. தஞ்சையின் நிலவெளியில் உலவும் அவரின் பாத்திரங்கள் பல பதிற்றாண்டுகள் கடந்த பின்னும் உயிர்த்திருக்கின்றன. அவர் புழங்கிய நில அமைப்பும், கண்ட மனிதர்களும், வாழ்முறைகளும், மரபுகளும், கேளிக்கைகளும், ஓசைகளும் அவரது புனைவல்லாத எழுத்துகளிலும் அவர் விவரிக்கும் தன்மையில் காட்சிகளாகின்றன. இலக்கியம், இசை, நடனம், கல்லூரிக் காலம், கிராமம், பிடித்த எழுத்து என அவர் எழுதியிருக்கும் கட்டுரைகள் பலவும் கால எல்லை கடந்து அர்த்தபூர்வமானவையாக, உணர்வெழுச்சி மிக்கவையாக, உண்மையின் அகத்தைச் சித்திரங்களாக்கியுள்ளன.

தி.ஜா.வின் புனைவுகள் குறித்த சிலாகிப்புகளும், அதற்கு நிகராக எழுந்த புறக்கணிப்புகளும், அவர் எடுத்துக்கொண்ட கதைக்களத்தை, மாந்தர்களை, குறிப்பாகப் பெண்கள் பற்றிய அவர் சித்திரிப்புகளை, மரபுகளைக் கடந்த இயல்பூக்கங்களை, பால் விழைவுகளைப் பேசிய விதத்தைக் குறித்து எழுந்தவையே. எழுதப்படாத, பேசப்படாத பக்கங்களைப் படைத்துக் காட்டியவர் என்று கொண்டாடத்தக்கவராக, அவர் பேசாத சமூக நிலைகள், முரண்கள், நெருக்கடிகள், தஞ்சையில் அப்போதிருந்த அரசியல் சூழல் பற்றிய அக்கறையின்மை என விமர்சனத்தால் ஒதுக்கப்பட்டவராக இரு அதீத நிலைகளில் தி.ஜா. அறியப்பட்டுள்ளார். நான் ஏன் எழுதுகிறேன், எழுதுவது எப்படி என்ற கட்டுரைகளின் மூலம் மேற்சொன்ன எல்லா விவரிப்புகளுக்கும் பதிலளிக்கும் மனிதராக, விமர்சனங்களைத் தன் புன்சிரிப்பால் கடந்துசெல்லும் வாத்சல்யமுடையவராகத்

தோன்றுகிறார். இங்கு அவரது வாத்சல்யம் பற்றிப் பேசும் காரணம், தாய்ப்பசுவின் அன்புக்கு நிகரான பண்பு தி.ஜா.வினுடையதும் என்பதால்தான். நம்மோடு வாழும் மனிதர்களின் இயல்புகள், அவர்களின் எதிர்மறைப் பார்வைகள், விமர்சனங்கள், முரண்கள் யாவற்றையும் அவர் அவ்வாறே ஏற்றுக்கொள்பவராயிருந்தார். வாழ்க்கையை மனிதர்கள் அவர்களின் இயல்புணர்ச்சிகளோடு வாழவேண்டுமே ஒழியப் பாரம்பரிய நெறிகளின் பாற்பட்டல்ல என்பதே அவர் பார்வையாயிருந்தது.

நாம் அறிந்த உதகை ரோஜாவைக் கொண்டு கலையிலும் எழுத்திலும் ஒரு படைப்பாளன், கலைஞன் செய்கிற மினுக்கு வேலையின் அயல்தன்மையை உணர்த்திவிடுகிறார் தி.ஜா. பட்டுப்போல் இதழ்களால் கண்ணைக் கவரும் உதகை ரோஜாவின் வண்ணமும் எளிதில் வாடாத்தன்மையும், செயற்கையான ஒட்டுவேலையால் சாத்தியமானபோதும், திருவாலங்காட்டு ரோஜாவின் மணத்தை அது தன்னிடம் கொண்டிருக்கவில்லை. மலர் என்றால், நம் மனம் நுகர்ந்திட வேண்டும் என்றுதானே ஆசைகொள்ளும். வண்ணத்தையும் எழிலையும் சாதிக்க முடிந்தவர்களுக்கு மணத்தைக் கொண்டுவர முடியவில்லையோ, இல்லை அவர்கள் முயற்சிக்கவில்லையோ என்கிற தி.ஜா., கீர்த்தனம் இயற்றியவரின் மனோபாவத்தை அப்படியே கொண்டுவந்துவிடும் தன்னடக்கம், சுந்தரேசய்யர் பாட்டுக்குச் சாரம் நிறைந்த எளிமைவழி அழகூட்டுகிறது என்கிறார். "திருவாலங்காட்டு ரோஜாவை நான் வாங்கினதோ பார்த்ததோ இல்லை. ஆனால் அதன் பலம் வாசனை. அந்த ஊரில் பூக்கிற ரோஜா சுந்தரேசய்யரும் அவரது பிடிலும்தான்" என்று சொல்லி, எளிமையின் நறுமணத்தை நம்மிடம் தி.ஜா. பரவச்செய்கிறார்.

உண்மை படாடோபமில்லாததும் எளிமையுடையதும் என்று தம் எழுத்துகளாலும் நிறுவியவர் தி.ஜா.தம் இளமைக்கால அனுபவத்திரட்சியைப் பகிர்கையில், சுப்பாச்சாரி கடையின் வறுத்த காப்பிக் கொட்டை மணம், மொறுமொறு ஊத்தப்பம், கோதுமை அல்வா, கல்லூரிக் காலத்தின் துடிப்பு மிக்க பேச்சு, பாடல் என நமக்குள்ளும் சுவையையும், மணத்தையும், அர்த்தத் துடிப்பையும் கிளர்த்துகிறார். மிக அரிதான கிளர்தல்களோடு அணாக்களில் கணக்குப் பார்த்து வாழ்ந்த எளிய வாழ்வில் வாரத்தில் ஒருமுறை சுப்பாச்சாரி கடைப் பதார்த்தங்களைச் சுவைக்கும் ஆவல் என்பதும்கூட அன்றைக்கு ஒரு பேரவாதான். அலுமினியப் பூச்சுகளுள்ள ஒரு பித்தளைப் பாத்திரத்தில் மோர்ச்சோறும் எலுமிச்சை ஊறுகாயுமாகக் கழியும் வழக்கமான நாளிலிருந்து சுப்பாச்சாரியின் கைப்பண்டங்கள் தரும் நினைவு ஒரு மாற்றுதான். ஒன்று உடுக்க, ஒன்று சலவைக்கு, ஒன்று பெட்டியில். நகரி வேட்டி. உண்மையான கதர் அணிவது ஒரு கனவுபோலத்தான். போலிக்கதர் வாங்குவதும்கூட எட்டாத தூரத்தில் என்று தன் கல்லூரி நிறைவுக் காலத்திலிருந்து பேசும் தி.ஜா., இரண்டாம் உலகப் போர் சூழ்ந்த காலத்தில், இங்குத் தாண்டவமாடிய வறுமையை, நெற்பயிரின் விலைவீழ்ச்சியை, வேலைவாய்ப்பின்மையை, பணத்திற்காக இராணுவத்தில் சேரத் தயாராயிருந்த இளைஞர்களைப் பதிவுசெய்கிறார். "ஒரு கால், ஒரு கை, ஒரு கண் இருந்தால் போதும்" என்று அக்காலத்தில் இராணுவத்தில் ஆள் சேர்ந்த, ஆள் சேர்த்த கதையை எள்ளலாகச் சொல்கிறார்.

ந. கவிதா

இருபது ரூபாய்ச் சம்பளத்தில் இருந்தவர்களும் நாற்பத்தைந்து கிடைக்கும் எனப் பூனாவிற்கும் பெங்களூருவுக்கும் ஓடிப்போனதும், கல்லூரிக் கடைசி நாளின் உரையாடல்களும், பாடல்களும், என்னவாகப் போகிறோம் என்ற கனவுகளும், இனிப் படிக்கக் கிடைக்காத பத்திரிகைகள் பற்றிய நினைவுகளுமாகக் காவிரியின் மணல் வெளியெங்கும் ஒரு தலைமுறையின் இளம் நினைவுகள் தி.ஜா.வின் எழுத்துகளில் வியாபித்துக் கிடக்கின்றன. வட்டாரச் சொற்கள் மட்டுமின்றித் தஞ்சை மண் சார்ந்த மக்களின் இயல்புகளும் வழமைகளும்கூட அவருக்கே உரித்தான இசைமையின் தனித்துவத்தில் மிளிர்கின்றன. சமகாலத்தைய சூழல் மீது அக்கறையற்றவராக விமர்சிக்கப்படும் தி.ஜா., நேரடியாகப் போரைப் பேசவில்லைதான். ஆனால், போரின் பின்விளைவுகள் மேகமெனத் தூவிய வறுமையை, விலைவாசி உயர்வை, வேலையில்லாத் திண்டாட்டம் தூண்டிய தற்கொலைகளை, கடைசி நாளன்று பகிரும் நினைவுகளில் ஒன்றாக ஒற்றை வரியில், தன்னியல்பில் போகிறபோக்கில் பதிவுசெய்துவிட்டுச் சமகாலச் சூழலை இயல்பாகக் கடக்கிறார்.

ஸ்தாயிக்களையும் ஸ்வரங்களையும் கேட்டுப் பழகிய, எதையும் இசையின் வடிவாக உணர்ந்த தி.ஜா., இசை பற்றிப் பேசுகையில் அதன் சர்வமும் உயர்வு பெறும் நிலைகளை அறிந்தவர் என்பதை மணி அய்யர் பற்றியும், திருவாலங்காட்டுச் சுந்தரேசய்யர் பற்றியும், பாலசரஸ்வதியின் சாரீரம் பற்றியும் அவர் வியக்கும் கட்டுரைகள் காட்டுகின்றன. கலையின் மேதமை அல்லது அந்தக் கலை உன்னதம் பெறும் இடமென்பது, கற்றறிந்தோருக்கும், நுணுக்கமறிந்தோருக்கும் மட்டுமின்றி, எளியவர்களையும், செவியுள்ள, சுவையுள்ள யாரையும் கவர்ந்துவிடும் தன்மையைக் கொண்டிருக்கவேண்டும். அத்தகைய தனித்தன்மை வாய்ந்த கலைஞன்தான் மதுரை மணி ஐயர் என்று எழுதும் தி.ஜா., ‘மக்களுக்குப் பிடித்தது, மெத்தப் படித்தவர்களுக்குப் பிடிக்காது’ என்ற வழக்கைப் பொய்யாக்கிய கலைஞன் அவர் என்கிறார். பாலசரஸ்வதியின் நடனத்தை, அவர் உடல் கொள்கிற லயத்தை, பாவத்தை, லயிப்பைத் தி.ஜா. பேசும்போது, நாமும் பாலசரஸ்வதியின் நடனத்தைக் கண்முன் தரிசிக்கிறோம். “அவரது நடனம், நம்மை உடலை மறக்கச் செய்கிறது. அவ்வாறு சொல்வதில் தவறென்ன, ஒருவர் தன் ஆத்மாவை, கலானுபூதியை, படைப்புத்திறனாக அசைவுகளாக வெளிப்படுத்தும்போது ஒரு புனித கர்மத்தைக் காணும் உணர்ச்சி ஏற்படுகிறது. சதையைப் பற்றிய நினைவு அங்கு நசிந்து விடுகின்றது” என்று தம் கலானுபவத்தைப் பகிர்ந்துகொள்கிறார். பாலசரஸ்வதியின் உடல் எடை பற்றி விமர்சித்தவர்களுக்குத் தி.ஜா., சரீரத்தைக் காட்டிலும் அவரது சாரீரத்தில் விளையும் பாடல்கள் இனிமை தருவனவா அல்லது அவர் உடல்மொழியில் சுடர்கின்ற பாவங்களும் அதில் அவர் கொண்டிருக்கும் லயிப்பும் மேன்மை தருவனவா என்று எண்ணச் செய்கின்ற கலை பாலசரஸ்வதியினுடையது. அவ்வாறு காண்கையில், நாட்டியத்தில் இரு வகை. ஒன்று பாலசரஸ்வதியின் நடனம். மற்றொன்று மற்றவர்களின் நடனம் என்று தன் கலைமனத்தை வெளிப்படைத் தன்மையுடன் காட்டுகிறார்.

விடுதலைக்கும் சாந்திக்குமான சாதனமாகக் கலையைக் காணும் தி.ஜா., உள்ளத்தை மனித நிலைக்கும் அப்பாற்பட்டதாக உயர்த்தும்

ஒருவரின் கலையைக் கொண்டாட வேண்டும் என்கிறார். நடனத்தின்போது பாலசரஸ்வதியின் கை வளைவுகள், விரல் நெளிவுகள், லாவகங்கள், லயத்தில் மிதக்கும் உடல், பிசிறில்லா சாரீரம் என்று தி.ஜா. விவரித்து வியப்பிலாழ்கிறபோதும், கலையில் இறைமையைக் காணும் அனுபவத்தைப் பெறும் ஞானத்தைத் தாம் கொண்டிருக்கவில்லை எனத் தம்மைத் தாமே கடிந்தும்கொள்கிறார். வடிவம், அழகு என்பவற்றைக் கடந்த கலை மேன்மையைக் காணும் தி.ஜா., அவர் புனைவுகளில் வாழ்வு சலனம் கொள்கிற காலவெளியினைக் கடக்க உதவும் கலமெனக் கொள்வது கலையின் மகத்தான ஆற்றலையே. வாழ்க்கையே கலையால், அனுபவத்தால் முழுமையடைவது என்பதுதான் அவரது தீர்மானம். அவரது கட்டுரைகள் பலவும் மேன்மைமிக்க கலையனுபவத்தால், பிரபஞ்சவெளியைக் கடந்து நிகரற்றதாய் விகசிக்கின்ற மெய்ம்மையை நாடும் நோக்கிலமைந்தவை என்றே கொள்ள முடிகிறது.

எசமானனைப் பார்ப்பதற்காகக் கொல்லையிலும் அக்ரஹாரத்து முனையிலும் நின்று தொண்டை கிழியக் கத்தியவர்கள், இன்று இயல்பாக எல்லா இடத்திற்கும் தாராளமாக நடமாடும் மனிதத்தன்மை வந்துவிட்டது. இது இந்தக் கிராமத்திற்கான தனித்தன்மையோ சிறப்போ அல்ல, மாறாக இந்துக் கிராமங்கள் பழகிவந்த குணதோஷங்கள் என்று தம் சொந்த ஊரான கீழவிடயல் பற்றி இயல்பாகப் பேசும் தி.ஜா., இதுவரைக்கும் மனிதத்தன்மையற்ற ஒரு சமூகமாகத் தம் சமூகம் இருந்ததையும் சுட்டிக் காட்டிவிடுகிறார். இருக்கும் ஒன்றைச் சொல்லி இல்லாத ஒன்றை உணர்த்திவிடும் அவரின் சொல் முறையை அறிய இவ்விடம் ஒரு சான்று. புனைவுகளிலும் எதிர்மறையான பாத்திரப் பண்புகளைச் சொல்வதன் மூலமாகத் தகுந்த பண்புகள் கொண்ட பாத்திரங்களை நாமே உணரும்படி விட்டுவிடும் உபாயத்தை அவர் கைக்கொண்டிருக்கிறார். கீழவிடயலில் ராமையா என்ற பொம்மலாட்டக் கலைஞர் பெற்றிருந்த இசை ஞானத்தைப் பற்றிப் பேசுகையில், “அவர் பாடும்போது ராகங்களில் படிந்து கிடந்த வடிவழகையும், லட்சண ஞானத்தையும் புகழ்பெற்ற சங்கீத வித்வான்களாகப் பவனி வரும் சிலரிடம் மட்டுமே காண முடிந்திருக்கிறது” என்று வியக்கும் தி.ஜா., தோன்றின் புகழோடு தோன்ற வேண்டும் என்ற வள்ளுவரின் குறளை இங்கே பொருத்தி, ஏழு தலைமுறைக்கு இவர் கொண்டிருந்த புகழ் கீழவிடயலுக்குப் போதும் என்று பெருமை கொள்கிறார் மொதேரா பயணத்தில் அவர் கண்ட சூரியக் கோவிலும், கட்டுமானங்களும், சிற்பக் குறிப்புகளும் எளிய மனத்தின் கலைத்தேடலைக் காட்டுகின்றன. கர்பூஸியர், லூயிகான் போன்ற ஒப்பற்ற சிற்பிகளின் கலைநுட்பத்தை அறிய வாய்ப்பளிக்கும் பிரதேசம் என்று குஜராத்தைக் குறிப்பிடும் தி.ஜா., மொதேரா சிற்பங்கள் கவனமும் சிரத்தையும் பூரணக் கலைத் தன்மை யுடனும் உருவாக்கப்பட்டவையாய் இருக்கின்றன. இதற்கு மாறாக, நாயக்கர் காலக் கலைப் பாணி மிகுந்த அலங்காரத்தன்மை கொண்டு, விஜயநகர, சோழர், பல்லவர் காலக் கலை என யாவும் கலந்து விரசத்தன்மையுடன் மனங்கவராமல் போனது என்றும் பதிவுசெய்கிறார்.

எழுதுவது எப்படி என்ற கட்டுரை, தம் எழுத்து மீதான மதிப்பீட்டை முன்வைப்பவர்களின் எல்லாக் கேள்விகளுக்கும் விடை பகரும் சாரம்

நிரம்பியது. எழுத்தில் உண்மைத்தன்மையே வசீகரமானது என்னும் கருத்துள்ள தி.ஜா., தாம் எழுதியவற்றில் ஒன்றோ இரண்டோதான் சிறுகதை என்ற சொல்லுக்கு அருகில் நிற்கும் தகுதி பெற்றவை என்றும், மற்றவற்றைச் சிறுகதை என்றால் சிறுகதை என்ற சொல்லையே இழிவு செய்வதுபோல என்றும் தம் எழுத்துகளை மதிப்பிடுகிறார். அவ்வாறு, சிறுகதையாக எண்ணிடவே இயலாத கதைகளை எழுதிய நீர், எதற்காக எழுத்து என்பது எப்படியிருக்க வேண்டும் என்று உபதேசிக்கிறீர் என்று நீங்கள் கேட்டால், நான் சொல்லும் பதில் இதுதான்; "தோல்வியடைந்தவர்கள்தான் நல்ல வழி சொல்ல முடியும்" என்கிறார். ஆகவேதான், தன்னடக்கத்தை ஒரு தவத்தைப்போல யாசித்த திருவாலங்காட்டுச் சுந்தரேசய்யரையும் அவர்தம் பிடிலையும் ரோஜாப் பூவின் சௌந்தர்யத்திற்குத் தி.ஜா. ஒப்பிடும்போது, அது நமக்கு வியப்பளிப்பதில்லை. அவரிடம் கைவரப்பெற்ற தன்னடக்கம் அவர் எழுத்துகளிலும் புலப்பட்டது. அவர் எழுத்துகளோ, அவர் கண்ட மனிதர்களின் குணவழகை, அதன் பலத்தோடும், பலவீனங்களோடும் முன்வைத்தது. மனிதர்கள் சூழல்களால்தான் பிறழ்வுக்குள்ளாகிறார்கள்; எனவே, அவர்களிடம் அக்கறை கொள்வதும், கலையின் பிரவாக இயல்பெழுச்சியால் விளைந்தவற்றைக் கடந்துசெல்வதுமான சாத்தியங்களைப் பேசுவதுமாகத் தி.ஜா.வின் புனைவுலகம் விசாலங்கொள்கிறது. "தனித்தன்மையும், உணர்ச்சி நிறைந்த தெறிப்பும் இல்லாவிட்டால் படைப்பு உயிரில்லாத ஜடமாகத்தான் இருக்கும். தன்னைப் பிறரது வழிக்கு ஆட்படுத்திக் கொள்ளும் யாராலும் நல்ல இலக்கியத்தைப் படைக்க இயலாது" என்னும் தி.ஜா.வின் படைப்புகள், தமக்கென ஒரு வடிவைத் தேர்ந்துகொண்டு, பெண்மை, உன்னதம், புனிதம் எனும் அந்த வார்த்தைகளுக்குள் சிக்கிக்கொள்ளாமல், மற்ற படைப்புகளிலிருந்து தம் தனித்தன்மையால் வேறுபட்டு ஒளிர்ந்தன. சிறுகதை எழுதுவது எப்படி என்ற கேள்விக்குப் பதிலளிக்கையில், எழுதும் உத்திகளை வேண்டுமானால் சொல்ல முடியும், ஆனால் அதில் தளும்பும் உணர்வுகளைச் சொல்லிக் கொடுக்க இயலாது என்கிறார். கிருத்திகாவின் சொற்செட்டு மிக்க எழுத்தையும், பொறுப்புணர்வு மிக்க எழுத்து என்றே தி.ஜா. மதிப்பிடுகிறார்.

"அவசியமில்லாத வார்த்தைகளுக்கு அழகிருக்கலாம். ஆனால், அவசியத்தால் எழுந்த எழுத்தின் அழகு, அவற்றுக்கு இருப்பதில்லை" என்கிற தி.ஜா., வ.ரா., தி.ஜ.ர., கு.ப.ரா., எம்.வி.வி., கிருத்திகா, பராங்குசம் ஆகியோரது படைப்புகளைச் சமூகப் பொறுப்புணர்வு மிக்கவை என்று குறிப்பிடுகிறார். தனித்தன்மை, உண்மை, ஆன்மீக நிர்ப்பந்தம் ஆகியன உந்தி எழுதப்பட்ட படைப்புகளெனக் கிருத்திகா, எம்.வி.வி., பராங்குசம் ஆகிய மூவரின் எழுத்துகளைக் காணும் தி.ஜா., கிருத்திகாவின் சொற்செட்டை, மிகுந்த மரியாதைக்குரியதாய்க் காண்கிறார். மேலும், தைரியத்தையும் ஆன்மீக சுயேட்சையையும் கொண்டு சுதந்திர இந்தியாவில் தனித்துவத்துடன் நிற்கிற தைரியசாலிகளைக் கண்டு மரியாதை செலுத்துவதே தமக்குப் பெருமை என்கிறார். அவரைப் பொறுத்தவரையில், அலங்காரமற்ற சொற்கள், போலியற்ற உணர்வுகள், சமூகப் பொறுப்புணர்வு, மனித சமூகத்தின் மீதான அளவற்ற வாஞ்சை, தனித்துவமான பார்வை, இவையே படைப்பாளியை உயர்த்தும் பேறுகள். இவற்றைச் சாதிப்பதையே

தம் எழுத்தின் இலட்சியமாகத் தி.ஜா. கொண்டிருந்தார். எதற்காக எழுதுகிறேன்?, பணத்துக்காக, பேருக்காக, நானும் இருக்கிறேன் என்று காட்டிக்கொள்வதற்காக, தாட்சண்யத்திற்காக, எனக்காக, எனக்காகவும் உங்களுக்காகவும் சில சமயம் யாருக்கென்றே தெரியாமலும் எழுதுகிறேன் என்று மறைப்பற்றுப் பேசும் தி.ஜா., தனக்காக மட்டுமே எழுதும்போது காதல் செய்கிற ஆனந்தமும் (உள்ளபடி சொல்ல வேண்டும் என்றால், பிறர் மனைவியைக் காதலிக்கிற இன்பம், ஏக்கம், நிறைவு எல்லாம்), பிறருக்காகவும் எழுதும்போது மனைவியை மட்டுமே காதல் செய்கிற நல்லபிள்ளைத்தனமும் வந்துவிடுகிறது என்கிறார். இயல்பாகக் கொம்பில் கனிந்தது எது, குடாப்பியில் ஊதிப் பழுக்கவைத்தது எது என்ற வேறுபாட்டை உணர்தல்வழி இயல்பாகப் படைப்பு உருவாவதும், உருவாக்கப்படுவதுமான தன்மையைச் சொல்லும் தி.ஜா., எனக்காக எழுதுதல் என்பது, பண்ணிய தவத்தின் பயன். அது சில சமயம் மூளியாகவோ குறையுள்ளதாகவோ இருக்கலாம். எனக்குத் தெரிந்தவர்களை, தெரிந்ததை எழுதுகிறேன். அம்மாமிகள் பற்றி அதிகம் தெரியும். ஆத்தாள்களைப் பற்றி ஏதோ சிறிதளவுதான் தெரியும். தெரிந்த விகிதத்துக்குத்தான் எழுத்து வரும் என்று தம் எழுத்துக் குறித்த எல்லாத் தரப்பு விமர்சனங்களுக்கும் பதிலளிக்கிறார். புனைவிலும் புனைவற்றதிலும் காணக் கிடைப்பவை, தி.ஜா. என்ற படைப்பாளுமையின் உண்மையான மானுடப்பிணைப்பும், வாஞ்சையும், எளிய மொழியும், கலையனுபவத்தால் பெற்ற வாழ்வு ஞானமுமே. இப்பண்புகளின் இயல்பொளியில் தம் எழுத்துகளைச் சுடரச்செய்த தி.ஜா.வின் சொற்கள், என்றும் இளமை குன்றா வாத்சல்யமுடையவையாய் உள்ளன.

✦

ந. கவிதா

98

நாலு வேலி நிலம்

அகத்தியன்

தமிழின் முதல் யதார்த்த சினிமா என்று பதிவு செய்யப்பட்ட 'நாலு வேலி நிலம்' திரைப்படம், 1959 செப்டம்பர் 2ஆம் தேதியன்று வெளியானது. இதன் கதை வசனம் தி.ஜானகிராமன். தயாரிப்பு: சேவா ஸ்டேஜ் எஸ்.வி. சகஸ்ரநாமம். இதில் நடிகர்களாக எஸ்.வி. சகஸ்ரநாமம், எஸ்.வி. சுப்பையா, குலதெய்வம் ராஜகோபால், ஆர். முத்துராமன், ஏ.வீரப்பன், மைனாவதி, எஸ்.என்.லட்சுமி, பண்டரிபாய், தேவிகா ஆகியோர் பங்கேற்றனர். இயக்கம் முக்தா சீனிவாசன் என்று அறியப்பட்ட வி.சீனிவாசன். ஒளிப்பதிவு: நிமாய்கோஷ். இசை: கே.வி. மகாதேவன், எம்.கே. ஆத்மநாதன். நாடகமேடையில் இலக்கிய ஆசிரியர்களை அறிமுகப்படுத்தியவர் என்று தம் "தமிழ் சினிமாவின் கதை"யில் எஸ்.வி.சகஸ்ரநாமத்தைப் பற்றிக் குறிப்பிடுகிறார் அறந்தை நாராயணன். சேவா ஸ்டேஜ் என்ற பெயரில் எஸ்.வி.சகஸ்ரநாமம் ஒரு நாடகக் குழுவை நடத்தி வந்தார். பி.எஸ். ராமையாவின் கதைகளைக் கேட்டு வாங்கி நாடகமாக்கினார். தி.ஜானகிராமன், கு.அழகிரிசாமி ஆகியோரையும் நாடகங்கள் எழுதவைத்து அவற்றில் அவர் நடித்தார். அப்படித் தி.ஜானகிராமனிடமிருந்து எழுதி வாங்கி நடிக்கப்பட்ட நாடகம்தான் 'நாலு வேலி நிலம்'. அது நாடக மேடையில் பெற்ற வெற்றியைத் தொடர்ந்து அதனைத் திரைப்படமாகவும் தயாரித்தார் எஸ்.வி.சகஸ்ரநாமம். தஞ்சை மாவட்டத்துக் கிராமியச் சூழ்நிலையில் 'நாலு வேலி நிலம்' வெளிவந்தது. மயிலாடுதுறைக்குப் பக்கத்திலுள்ள ஒரு கிராமத்தில் படப்பிடிப்பு நடந்ததாகக் குறிப்பிடுகின்றார், இப்படத்தை இயக்கிய முக்தா வி.சீனிவாசனின் புதல்வர் முக்தா ரவி. அந்தக் காலத்தில் படப்பிடிப்புத் தளங்களை

விட்டுவிட்டு வெளியேறாத சினிமாவைக் கிராமத்துக்கு அழைத்துச் சென்ற படம் இது. ஒளிப்பதிவாளர் நிமாய்கோஷின் வெற்றி இது.

நமது தமிழ் சினிமாவில், தஞ்சை மண்ணின் வாழ்க்கையைப் படம்பிடித்துக் காட்டிய ஒருசில படங்களில், 'நாலு வேலி நிலம்' முக்கிய இடத்தைப் பெறுகிறது. "தஞ்சை வட்டார வாழ்க்கையை இலக்கியம் பதிவு செய்த அளவுக்குச் சினிமாவில் அழுத்தமாக உண்மையாக எவரும் பதிவுசெய்யவில்லை" என்கிறார் எஸ்.ராமகிருஷ்ணன். மேலும், நவீனத் தமிழிலக்கியத்தின் மகத்தான படைப்பாளி தி.ஜானகிராமனின் மோகமுள், மரப்பசு, அம்மா வந்தாள், நளபாகம் போன்ற சிறந்த நாவல்களும் சிறுகதைகளும் தஞ்சை மண்ணைப் பேசிய ஒப்பற்ற இலக்கியப் படைப்புகள். தி.ஜானகிராமன் கதை வசனம் எழுதிய ஒரே படம் இதுதான். தி.ஜானகிராமனின் வசனம் படம் முழுவதும் அற்புதம் என்றும் இப்படத்தைப் பற்றிக் குறிப்பிடுகிறார். தஞ்சை மண்ணுக்கே உரித்தான பேச்சுமொழி, வழக்குச்சொற்கள், காபி மீதான விருப்பம், இசை கேட்பதிலுள்ள ஆர்வம், கோவில் திருவிழா, தேரோட்டம், விவசாயிகளின் எளிய வாழ்க்கை என்று மண்ணையும் மனிதர்களையும் திரை எழுத்தின் வழியே தி.ஜானகிராமன் மிகச் சிறப்பாக வெளிப்படுத்தியிருக்கிறார் என்ற எஸ்.ராமகிருஷ்ணனின் கருத்தில் மிகையேதுமில்லை.

அக்காமங்கலம் வாள்சுத்தியார் பரம்பரை, சோழ அரசர்கள் காலத்தில் படைக்கு நாயகம் செய்து புகழ்பெற்ற பரம்பரை. வீராசாமியின் வாள்சுத்தியார் குடும்பத்துக்குப் பூர்வீகச்சொத்து 300 வேலி நிலம் (ஒரு வேலி நிலம் 6.17 ஏக்கர்). வாள்சுத்தியார் குடும்பத்தில் வீராசாமி பொறுப்புக்கு வரும்போது, 10 வேலி நிலம் அவருக்கு வந்து சேர்ந்தது. அதை மதுவிலும் சூதிலுமாகச் செலவழித்து ஒன்றேகால் வேலியாகக் கரைத்துவிட்டார் வீராசாமி. ஒருகாலத்தில் தஞ்சை மாவட்டத்தில் நூற்றுக்கணக்கான வேலி நிலம் வைத்துக்கொண்டு ஊரையே ஆட்சி செய்த மிராசுதார்கள் சீட்டு, குடி, பெண் பித்து என ஊதாரித்தனமாகச் செலவழித்து வீழ்ச்சியடைந்த அவலக் கதையையும் சொல்கிறது 'நாலு வேலி நிலம்'. அவர்களின் வறட்டுக் கௌரவம், யாரையும் மதிக்காமல் பேசும் குணம், பழிவாங்கும் மனம், வெற்று அதிகாரம் ஆகியவற்றைத் துல்லியமாக வாள்சுத்தியார் என்ற பாத்திரம் மூலம் பதிவு செய்திருக்கிறார் தி.ஜானகிராமன். மற்றொருபுறம் சொந்தமாக நாலு வேலி நிலம் வாங்க வேண்டும் என்று நேர்மையான வழியில் முயற்சிக்கும் கண்ணுசாமியின் கதையைப் பற்றியும் பேசுகிறது இப்படம்.

பரம்பரை பரம்பரையாகச் சிங்க வாகனத்தில் கடவுளின் பவனி, வாள்சுத்தியாரின் பரம்பரையால் நடத்தப்படும். இப்போது அவருக்குள்ள பொருளாதாரச் சூழ்நிலையில், அவரால் சில காலமாக அந்தத் திருப்பணியைச் செய்யவியலவில்லை. புதிதாய்ப் பஞ்சாயத்துத் தலைவராகவும், கோவில் குழுவின் தலைவராகவும் தேர்வு செய்யப்பட்ட கண்ணுசாமி அந்த மண்டகப்படியைத் தாம் ஏற்று நடத்துகிறார். கோவிலிலிருந்து பவனி வரும் உற்சவரை வாள்சுத்தியாரின் வீட்டு வாசலில் நிறுத்தி மரியாதை செய்வது வழக்கம். வாள்சுத்தியாரின் வீட்டு வாசலில் சாமி காத்திருக்க, அவரோ வெளியே வராமல் தாமதப்படுத்த,

சாமி அங்கிருந்து புறப்பட்டுவிடுகிறது. இதையே காரணமாகக் கொண்டு, கண்ணுசாமி தம்மை அவமதித்துவிட்டதாக, வாள்சுத்தியார் கருதுகிறார். கண்ணுசாமியைப் பழிவாங்கவும் துடிக்கிறார். கோவில்தேரை ஓடவிடாமல் தடுக்கிறார். ஆனாலும், பலர் முயற்சியால் தேரோட்டம் திட்டமிட்டபடி நடக்கிறது. மேலும், கோபம் கொண்ட வாள்சுத்தியார், கண்ணுசாமியின் நாலு வேலி நிலம் வாங்க வேண்டும் என்ற ஆசையைப் பயன்படுத்தி, ஒரு போலி நில புரோக்கரை உருவாக்கி, மறைமுகமாகச் சொத்துக்களை இழக்க வைக்கிறார். இறுதியில் வாள்சுத்தியார் மனம் திருந்துகிறார். வாள்சுத்தியாரின் மகன், கண்ணுசாமியின் மகளை நேசிக்கிறான். இறுதியில் இருவரும் ஒன்றுசேர்கின்றனர். முத்துராமன், தேவிகா என்று இன்னொரு ஜோடியும் உண்டு. இவர்கள், இக்கதையின் போக்குக்கு உதவுகின்றனர். ஏ.வீரப்பன், நிலத்தரகு செய்து கண்ணுசாமியை ஏமாற்றுகிறவராகச் சிறப்பாக நடித்திருக்கிறார். கிராம வாழ்க்கையையும், அதன் மனிதர்களையும் இந்தப் படம் இயல்பாய்ப் பதிவுசெய்திருக்கிறது.

ஒடுக்கப்பட்ட மக்களை மிரட்டும் பணக்கார வர்க்கம், சொன்ன சொல்லிலிருந்து மாறிவிடக்கூடாது என நினைக்கும் சாதாரண மக்கள் – இவர்களின் மனநிலையைத் துல்லியமாகக் காட்சிப்படுத்துகிறது இத்திரைப்படம். இக்கதையில் வரும் அனைத்துப் பெண்களும் நியாயத்தின் பக்கமே நிற்கின்றனர். வாள்சுத்தியாரின் மனைவியின் பாத்திரம், கணவனின் தவறான சிந்தனைகளுக்குத் துணைபோகாமல், நியாயத்தின் பக்கம் நின்றே பேசுகிறது. கல்லானாலும் கணவன் என்னும் அன்றைய மனநிலைக்குத் துணைபோகாமல் பெண் பாத்திரங்கள் பலரும் தனித்தன்மையுடன் உலாவருகின்றனர். கண்ணுசாமி நேர்மையாக அடைய விரும்பிய நாலு வேலி நிலத்தை இறுதியில் அதுகூட ஒரு பேராசைதான் என்று தமக்குத் தாமே அவர் கொடுத்துக்கொள்ளும் தீர்ப்புவழி, இப்படம் அது சொல்லவந்த கருத்தைத் தெளிவாகச் சொல்லிவிடுகிறது. நாடக மேடையிலிருந்து திரைவடிவம் பெற்ற இக்கதையில், முற்றிலும் நாடகத்தனம் தவிர்க்கப்பட்டுப் படமாக்கப்பட்டுள்ளது. அனைவரும் பாத்திரமறிந்து இயல்பாகத் தம் நடிப்பை வெளிப்படுத்தியுள்ளனர். வாள்சுத்தியாராக வரும் சகஸ்ரநாமத்தின் மிடுக்கும் தோரணையும் ரசிக்க வைக்கின்றன. கண்ணுசாமியாக வரும் எஸ்.வி.சுப்பையா மனசாட்சிக்குப் பயந்த மனிதனாக மனதில் இடம்பிடித்துக் கொள்கிறார். ஆர்பாட்டமில்லாத எளிமையான வசனங்கள். “நான் யாருக்கும் எந்தக் கெடுதலும் செஞ்சதில்லையே”; “கெடுதல் செஞ்சாத்தான் கெட்டது நடக்குமுன்னு யார் சொன்னது?”. தி.ஜானகிராமன், தம் நாவல்களைப் போலவே திரைப்பட வசனத்திலும் தனித்தடம் பதித்திருக்கிறார்.

‘நாலு வேலி நிலம்’ மேடையில் நாடகமாக நடிக்கப்பட்டபோது, அந்நாடகத்தில் கம்யூனிச சித்தாந்தங்கள் இடம்பெற்றன என்றும், உழைக்கும் மக்களுக்கான குரல் நாடகத்தில் ஒலித்தது என்றும் குறிப்பிடுகிறார் இயக்குநர் முக்தா வி.சீனிவாசனின் புதல்வர் முக்தா ரவி. மேலும் எஸ்.வி.சகஸ்ரநாமம், கம்யூனிச சித்தாந்தங்களில் ஈடுபாடுடையவராக அறியப்படுகிறார். கம்யூனிஸ்ட் கட்சி, தமிழ்நாடு கலையிலக்கியப் பெருமன்றத்தைத் தொடங்கியபோது, அதற்குத் துணைச்செயலாளராகச்

சகஸ்ரநாமத்தை நியமித்தார் தோழர் ஜீவா என்ற செய்தி, மேற்கூறிய கருத்துக்கு வலுச்சேர்க்கிறது. 'நாலு வேலி நிலம்' திரைப்படமாக உருவாகும்போது, கம்யூனிச சித்தாந்தத்தில் ஈடுபாடுடைய தொழில்நுட்பக் கலைஞர்களே படத்தில் இடம்பெற்றனர் என்கிறார் முக்தா ரவி. இயக்குநர் முக்தா வி. சீனிவாசன் கம்யூனிசக் கருத்துகளால் ஈர்க்கப்பட்டவர் என்பதினாலேயே, இத்திரைப்படத்தை இயக்க முன்வந்தார் என்றும் குறிப்பிடுகிறார். இதன் ஒளிப்பதிவாளராக, மார்க்சியச் சிந்தனைகளிலேயே ஊறித்திளைத்தவரும், சினிமாவில் தொழிலாளர்கள் வர்க்கத்திற்காகக் குரல் கொடுத்தவருமான நிமாய்கோஷ் பணிபுரிந்தார். ஆனால், மேடையில் மக்கள் குரலாக ஒலித்த 'நாலு வேலி நிலம்' திரைப்படமானபோது, சென்சாரில் சிக்கிச் சின்னாபின்னமானது. அன்றைய ஆட்சியாளர்கள் கொண்டிருந்த கம்யூனிச எதிர்ப்பு நடவடிக்கையால், நிறையக் காட்சிகள் வெட்டித் தள்ளப்பட்டன. நாடகத்திலிருந்த மக்களுக்கான குரல், திரைப்படத்தில் நெறிக்கப்பட்டது. காட்சிகள் வெட்டப்பட்டதால் படம் கோவையற்றுப் போனது. படம் தோல்வியைத் தழுவ இதுவே காரணமாக அமைந்தது என்று இயக்குநர் முக்தா சீனிவாசன் கூறியதாக, முக்தா ரவி குறிப்பிடுகிறார்.

இதன்பின், முக்தா வி.சீனிவாசன் இயக்கிய தாமரைக்குளம் படமும் கம்யூனிச சித்தாந்தம் பேசியதால், சென்சாரில் பல பிரச்சனைகளுக்கு உள்ளானது என்றும், அதுவும் தோல்விப்படமாக அமைய முக்தா சீனிவாசன் கம்யூனிசக் கருத்து சார்ந்த படங்களை இயக்குவதை நிறுத்திக்கொண்டார் என்றும் முக்தா ரவி குறிப்பிடுகிறார். இப்படத்திற்கு இருவர் சேர்ந்து இசையமைத்துள்ளனர். ஏற்கனவே, நாடகத்திற்கு எம்.கே. ஆத்மநாதன் இசையமைத்திருந்தார். சினிமாவாகும்போது கே.வி.மாகாதேவனும் இடம்பெற்றார். பாடல்களை மருதகாசியும், எம்.கே.ஆத்மநாதனும் எழுதினர். திருவருட்பாவிலிருந்து வள்ளலாரின் ஒரு பாடல் இடம்பெற்றது. பாரதியாரின் மூன்று பாடல்கள் இடம்பெற்றன. 'ஊரார் உறங்கையிலே' எனும் நாட்டுப்புறப் பாட்டும் இடம்பெற்று, மக்களின் வரவேற்பைப் பெற்றது. இன்றும் மக்களிடையே இந்தப் பாடல் உலவுகிறது. எம்.கே.ஆத்மநாதன் தமிழ்த் திரையுலகம் எளிதாய் மறந்துவிட்ட ஒரு பெயர். பாடலாசிரியர், இசையமைப்பாளர், இயக்குநர், கதாசிரியர் எனப் பல துறைகளில் பங்கேற்றவர் அவர். விண்ணோடும் முகிலோடும் போன்ற நூற்றுக்கும் மேற்பட்ட பாடல்களை எழுதியவர். அவர், சுமார் 20 திரைப்படங்களுக்கு இசையமைத்திருக்கிறார்.

இந்தப் படத்தின் இறுதிக் காட்சியில், தன்னை ஆயிரக்கணக்கில் ஏமாற்றியவனிடமிருந்து நாலணா மட்டும் வாங்கிக்கொண்டு, அவனைக் கண்ணுசாமி (எஸ்.வி. சுப்பையா) மன்னிப்பதாகக் காட்சி வரும். இப்படத்தின் தோல்வியால், வீட்டை அடமானம் வைக்கும் நிலைக்குச் சகஸ்ரநாமம் தள்ளப்பட்டார். பின்னர் கடன் அடைபடாமல் அவர் வீடு ஏலத்துக்கும் வந்தது. அந்த நிலையிலும் பண்டரிபாய்க்கும் மைனாவதிக்குமுள்ள பாக்கிக்காக, அவர்கள் வீட்டுக்குச் சகஸ்ரநாமம் சென்றார். அவர்கள் இவரிடம் பணம் வாங்க மறுக்கின்றனர். 'நாலு வேலி நிலம்' படத்தின் கதையே, சாகும்போது யாருக்கும் நாம் கடன் வைக்கக்கூடாது என்பதுதான்

என்றுகட்டாயப்படுத்திப்பணத்தைக்கொடுத்துவிட்டு வருகிறார். சினிமாவில் சொன்ன கருத்தை வாழ்க்கையிலும் கடைப்பிடித்தவர் சகஸ்ரநாமம். 'நாலு வேலி நிலம்' போன்ற படங்களை, நாம் கொண்டாடியிருக்க வேண்டும். அது தி.ஜானகிராமன் போன்ற மகத்தான இலக்கியவாதிகளை, மேலும் சிறந்த திரைக்கதைகளை எழுதத் தூண்டியிருக்கும். சகஸ்ரநாமம் போன்ற திரைக்கலைஞர்களை, இன்னும் சிறந்த படங்களை உருவாக்க வைத்திருக்கும் என்று குறிப்பிடுகிறார் எஸ். ராமகிருஷ்ணன். உண்மைதான். நல்ல சினிமா உருவாகவிடாமல் மக்களே தடுத்துவிட்டார்கள் என்பதுதான், தமிழ் சினிமா வரலாற்றின் சோகம்.

✤

99

வடிவேல் வாத்தியார்: சுயமரியாதையின் குரல்

சீதாபதி ரகு

இருபதாம் நூற்றாண்டின் தொடக்கக் காலகட்டம் *(1900–1925)*, இந்தியாவைப் பொறுத்த வரையில், ஓர் இலட்சியத் துடிப்புள்ள காலகட்டமாகும். அடுத்த காலகட்டம் *(1925–1950)*, அகிம்சைவழித் தியாகப் போராட்டமும், அதில் காந்தி – நேரு தலைமையில் பொதுமக்கள் பெருவெற்றியும் பெற்ற காலகட்டமாகும். இந்தியா விடுதலை பெற்றுக் குடியரசான பிறகான மூன்றாம் காலகட்டம் *(1950–1975)*, இலட்சியம் சரிந்து லௌகீகம் தலைதூக்கிய சோதனைக் காலகட்டமாகும். இக்காலகட்டத்தின் முதல் பாதியையே *(1950– 1960)* களமாக்கித் தி.ஜானகிராமனின் 'வடிவேல் வாத்தியார்' புனையப்பட்டுள்ளது.

தலைசிறந்த நாவலாசிரியராக அனைவராலும் நன்கறியப்பட்ட தி.ஜானகிராமன், 'நாலு வேலி நிலம், வடிவேல் வாத்தியார், டாக்டருக்கு மருந்து' முதலிய நாடகங்களைப் படைத்து, நாடகத் தமிழுக்கும் தம் பங்களிப்பினைச் செய்துள்ளார். தம் நாவல்களில் கதை சொல்வதினூடாகக் கதாபாத்திரங்களின் உள்ளுணர்வினையும் மிக ஆழமாகப் படைத்தளிக்கும் சிறந்த கலைஞரான தி.ஜானகிராமன், 'வடிவேல் வாத்தியார்' என்னும் தம் நாடகத்திலும், அதே உத்தியைப் பின்பற்றித் தம் வாசகர்கள் மறக்கவே முடியாத அரிய ஆளுமையாகத் தலைமையாசிரியர் வடிவேல் வாத்தியாரை உருவாக்கியுள்ளார்.

தம் சொந்த வாழ்வில், பதினொரு வருடங்கள் *(1943–1954)*, ஆசிரியப் பணியினைக் கனிவுடன் செய்து தாம் பெற்ற வாழ்வனுபவத்தினூடாக, ஆசிரியர் தொழிலிலுள்ள குறைகளையும் மேன்மைகளையும் முன்னிறுத்திய ஒரு சிறந்த படைப்பாக, 'வடிவேல் வாத்தியார்' நாடகத்தைத்

தி.ஜானகிராமன் புனைந்துள்ளார். இந்நாடகத்தின் நாயகனாகத் தலைமையாசிரியர் 'வடிவேல் வாத்தியார்' உருவாக்கப்பட்டிருக்கிறார். ஒரு பள்ளி ஆசிரியர் எப்படியிருக்க வேண்டும்? ஆசிரியர் பணி எத்தகையது? என்பதையெல்லாம் புரிந்துகொண்டு, ஆசிரியர்களை மேன்மைப்படுத்தவே, இந்த நாடகத்தைத் தி.ஜானகிராமன் படைத்திருப்பார் போலும்!

வாத்தியார் உத்தியோகத்தை ஒரு தொழிலாகத் தி.ஜானகிராமன் பார்க்கவில்லை; அதன் மரபான அர்த்தத்தில், ஒரு பெருந்தொண்டாகவே கண்டார். இப்படித் தொண்டாற்றும் மகத்தான ஒரு வாத்தியாராகவே வடிவேலைத் தி.ஜானகிராமன் படைத்துள்ளார். "இந்த உலகத்திலே எத்தனையோ உத்தியோகங்கள் இருக்கு. மந்திரி, கலெக்டர், குமாஸ்தா, டாக்டர், நடிகர் இப்படி எத்தனையோ பிழைப்பு. அதிலெல்லாம் எப்பவாவது அவங்க அவங்க கொஞ்சம் ஜாக்கிரதையில்லாமே நடந்துக்கலாம். ஆனா வாத்தியார் வேலை இருக்கு பாரு, அது கெட்ட பொல்லாத வேலை. கூலி குறைச்சல், மரியாதையும் மதிப்பும்கூட இப்ப முன் மாதிரி இல்லை. ஆனா வாத்தியார் வேலை செய்யறவங்க, தாங்க நடந்துக்கிறதிலே ரொம்ப ஜாக்கிரதையா இருக்கணும். குழந்தைக்கு வாத்தியார்தான் எல்லாம். அவரைப் பார்த்துக் குழந்தை அவர் நடந்துக்கிற மாதிரியே தன்னறியாமல் நடந்து பழகும். அவர் பேச்சு, நடை, உடை, குணம் எல்லாத்தையும் கேட்டுப் பார்த்துக் குழந்தைகள் உருவாயிட்டே வரும். அறிஞ்சும் அறியாமலும் இது நடக்கிறது. அதனாலே நாம ரொம்ப ஜாக்கிரதையா நடந்துக்கணும்" என்கிறார் வடிவேல் வாத்தியார். இங்குத் தி.ஜானகிராமனின் 'ஆதர்ச ஆசிரியர்' கனவு வெளிப்படுகிறது.

இன்று பள்ளி – கல்லூரி நிர்வாகங்கள் வணிகமயமாக்கப்பட்டு விட்டன. நம் கல்வி நிலையங்களை நிர்வகிப்பவர்கள், பெரும்பாலும் சமுதாயச் சிந்தனையற்றவர்களாகச் சேவை மனப்பான்மையற்றவர் களாகத் திகழ்வதைக் கண்கூடாகப் பார்க்கின்றோம். தி.ஜானகிராமனின் நாடகத்தில், "மத்ததுக்கெல்லாம் படிச்சவங்களை நிர்வாகத்துக்குப் போடறாங்க. பள்ளிக்கூடங்களுக்குக் கமிட்டி போடறதுக்கு மட்டும், நல்ல வடிகட்டின தற்குறியா பாத்து வைக்கிறாங்களே. எண்ணெய்க் கடைக்காரன், தேங்காய்க் கடை, குப்பை மேஸ்திரி, பொய் சாட்சி, அப்படித்தான் போடணுமா? இதையெல்லாம் பார்த்துப் புரிஞ்சிக்கிறவங்களா நாலு பேரைப் போட்டா என்னவாம்?" எனப் பள்ளி நிர்வாகி வீரமுத்துவின் மனைவி பொன்னம்மாள் கேட்பதற்கு, வீரமுத்து என்ன பதிலளிக்கிறார்? "அமெரிக்காவிலிருந்து இந்த அரசங்காடு வரைக்கும், பள்ளிக்கூடத்துக் கமிட்டிகளுக்கு இப்படித்தான் ஆள் போடறாங்க" என்கிறார். அதாவது, இது ஓர் உலகளாவிய வணிகம் என்கிறார். பிற்காலத்தில் கல்வி முழுவணிகமயமாகிவிடப் போவதைத் தி.ஜானகிராமன், 1950 – 1960களிலேயே கண்டு முன்காட்டுகிறார் என்றுதான், அவரின் இந்த ஆதங்கத்தை நாம் அர்த்தங்கொள்ள வேண்டியுள்ளது.

சமுதாய நலன்கள், மாணவர் நலன்கள் என்று வாழ்வு முழுவதையும் மாணவர்களுக்காகவே அர்ப்பணித்து ஆசிரியர் பணியை நேசிக்கும் வடிவேல் வாத்தியார், நேர்மையுடனும் உண்மையுடனும் பணியாற்றியதாலேயே

பள்ளி நிர்வாகத்தின் தண்டனைக்காளாகிறார். இவ்வாறு தண்டிக்கப்பட்ட நிலையிலும், தம் இயல்பிலிருந்து அவர் சிறிதும் மாறாமல், தமக்காகப் போராட வந்த தம் மாணவச் செல்வங்களைப் போராடக்கூடாது என்கிறார். "உங்களை, என் மாணவர்கள்ன்னு சொல்லிக்கவே வெக்கமாயிருக்கு எனக்கு. ஸ்டிரைக் பண்ணறாங்களாம், ஸ்டிரைக். நீங்க நிஜமா, என் கிட்ட படிச்ச மாணவர்களா இருந்தா, இந்த இழிவான புத்தி வந்திருக்காது உங்களுக்கு. நீங்க என் மாணவர்கள் இல்லை. நீ போகலாம். போ... போ... யாரையும் நான் பார்க்க முடியாது... அன்பை, இந்த முறையில் காண்பிப்பதைப் பண்பாடுள்ள யாரும் விரும்பமாட்டார்கள். அன்பு நெருப்பு மாதிரி. காட்டுத்தீயைப்போல் பரவவிட்டு ஒழுங்கையும் தன்னடக்கத்தையும் பொசுக்கும் படியானஅளவிற்கு அதை விடக்கூடாது. நீங்களெல்லாம் அமைதியாகத் திரும்பிப் பள்ளிக்கூடத்திற்குச் செல்லுங்கள். இந்த ஆர்ப்பாட்டங்களை என் மாணவர்கள் செய்தார்கள் என்று அவமானத்துடன் நினைத்துப் பார்க்கும் வேதனையை நான் அனுபவிக்க விரும்பவில்லை. நீங்கள் உண்மையாக என் மாணவர்களாக இருந்தால், இப்போதே இந்த இரைச்சலை விட்டுவிட்டு நிசப்தமாகத் திரும்பிப்போய்ப் புதுத் தலைமையாசிரியரிடம் இதுவரையில் நடந்த ஒழுங்கீனத்துக்காக மன்னிப்புக் கேட்டுக்கொள்ள வேண்டும். இல்லை இப்படியேதான் செய்வோம் என்று வற்புறுத்தினால், உங்களிடம் திரும்பி வருகிற ஆசையைக்கூட நான் கைவிடத்தான் வேண்டும்" என்கிறார். அரசியல்வாதிகள் பயன்படுத்துவதுபோல் தம் மாணவர்களைத் தம் சுயநலத்துக்காக ஆசிரியர்களும் பயன்படுத்தத் தொடங்குவது தேசத்தின் எதிர்காலத்திற்கு நல்லதில்லை என்பது, இங்குத் தி.ஜானகிராமனின் அறிவுறுத்தலாகத் தொனிப்பதைப் புரிந்துகொள்ள வேண்டும்.

இதன் பொருள் என்ன? இது என் தனிப் பிரச்சனை; படிப்பது மட்டுமே உங்களுடைய நோக்கமாக இருக்கவேண்டும் என்று அறிவுறுத்துவதுதான் இதன் அர்த்தம். வறுமையில் வாடுகிற தமக்காக நிதி திரட்டி மாணவர்கள் தருவதையும் ஏற்றுக்கொள்ள மறுக்கிறார். "இந்த உலகத்திலே, எல்லா வேலையிலேயும், மேலே மேலே போகமுடியும், போகலாம். அரசியல்லேயும் வியாபாரத்திலேயும் இன்னும் பல துறைகளிலும் அப்படித்தான். ஆனால், இந்த வாத்தியார் உத்தியோகம் அப்படியில்லை. அது கோவில்லே தீவட்டி பிடிக்கிறவன் மாதிரி. பிடிக்கிறவன் சாமியாக முடியாது. அதே மாதிரி, கரையிலே இருக்கிற கலங்கரைவிளக்கு விளக்காகத்தானே இருக்கவேண்டும்? கப்பலாக முடியாது. நீ கேட்டதில்லையா? ஆசிரியர் வேலை ஏணி மாதிரி என்று. அது வறுமைப்பட்ட வாத்தியாரைப் பார்த்துக் கிண்டலாகப் பேசின பேச்சில்லை. சில பேர் அதை கிண்டல்னு நினைக்கலாம், பேசலாம். ஆனால், உண்மை இதுதான். எல்லோரையும் மேலே ஏற்றி விடற பணி ஒன்றுதான், ஏணிக்கு உண்டு. ஏர்றவங்களோட கூட ஏறி உப்பரிகையிலே போய் உக்காந்திருக்கிற வேலை கிடையாது" எனத் தன்னடக்கத்துடன், 'கப்பலாக முடியாத கலங்கரைவிளக்காய்'த் தம்மைத் தாழ்த்திக்கொள்கிறார் வடிவேல் வாத்தியார். இந்தத் தன்னடக்கமும் தாழ்மையும், இக்காலத்தில் காணமுடியாத அருங்குணங்கள் என்பதைச் சொல்லியா நாம் தெரிந்துகொள்ள வேண்டும்? பகட்டும் ஆரவாரமும்தானே, நம்மைச் சுற்றி எங்கும் பட்டொளிவீசிப் பறக்கின்றன!

இருபதாம் நூற்றாண்டின் தொடக்கத்தில் புனிதமானதாகக் கொண்டாடப்பட்ட 'ஆசிரியர் பணி', வெறும் ஐம்பதே ஆண்டுகளில், வேறெதற்கும் லாயக்கில்லாதவர்களின் கடைசிப் புகலிடமாகச் சரிந்துபோனதையும், அதனூடாக ஆசிரியரின் தலைக்கு மேலேறிப் பணம் படைத்தவர்களும் அரசியல்வாதிகளும் ஆக்கிரமித்து அவமதிக்கும் கொடுமையையும், இதற்கிடையில் சிக்கிய எதிர்காலத் தலைமுறையினரின் திண்டாட்டங்களையும் யதார்த்தச் சித்திரமாகத் தி.ஜானகிராமன் தீட்டியுள்ளார். இந்த நாடகத்தைப் படிக்கும் ஐம்பது வயதை ஒட்டிய வாசகர்களுக்கு, அவர்களின் பள்ளிப்பருவ நினைவுகள், அலையலையாய் எழுந்து வந்து, நிச்சயம் மனமெங்கும் முட்டும். குறைந்தது ஓர் இருபது அல்லது முப்பது ஆசிரியர்களைக் கொண்ட உயர்நிலைப் பள்ளிகளில் படித்தவர்களுக்கு, வடிவேல் வாத்தியாரைப் போன்ற இரண்டு மூன்று ஆசிரியர்களாவது ஞாபகத்திற்கு வராதிரார்கள்.(நம் பள்ளியாசிரியர்களால் உருவாக்கப்பட்டவர்கள்தாமே, நாமனைவரும்).

மனித மனத்தின் மேன்மையை மீட்பதும், அவ்வாறு பாடுபட்டு மீட்டதைத் தக்கவைக்க முனைவதும் பெரிய சவால். இதைத் தம் புனைவு களில் பரீட்சித்துப் பார்ப்பது என்பது, தி.ஜானகிராமனின் இயல்பாகும். இந்த இயல்பு, மிகச்சிறப்பாக வடிவேல் வாத்தியாரில் பதிவாகியிருக்கிறது. பாரதியாலும் காந்தியாலும் உந்துதல் பெற்ற ஓர் ஆசிரியர், நமது சூழலின் சீர்கேடுகளைக் கண்டஞ்சாது அவற்றை எதிர்த்துத் துணிவாகச் சமுதாயப் பொறுப்புணர்வுடன் சளைக்காமல் போராடுவதைத் தி.ஜானகிராமன் மானுடக் கரிசனம் ததும்பும் ஒரு காவிய நாடகமாக்கியிருக்கிறார். கிருத யுகத்தில் வேண்டுமானால் தீமைகள் செய்தவர்களுக்குத் தீமைகளே விளையலாம்; இக்கலியுகத்தில் நன்மைகள் செய்ய நினைப்பவர்களுக்குத் தானே தீமைகள் விளைகின்றன! இக்காலத்தில், நல்லவனாகச் செயல்படுவது கிடக்கட்டும், நல்லவனாக இருப்பதற்கு நினைப்பதேகூடப் பகைவர்களை உருவாக்கிவிடுகிறது என்கிறார் தி.ஜானகிராமன். வடிவேல் வாத்தியார், அப்படித்தான் என்ன செய்துவிட்டார்? ஒரு தலைமையாசிரியராகத் தாம் பணியாற்றும் பள்ளியையும், அங்குப் படிக்கும் மாணவர்களையும் தன்னலமற்று நேசிக்கிறார். தம் பள்ளியையும் தம் சக ஆசிரியர்களையும் தம் மாணவர்களையும் சமூக விரோத சக்திகளிடமிருந்து பாதுகாக்க நினைக்கிறார். இதற்குப் பெரும் விலையை அவர் கொடுக்க வேண்டியுள்ளது.

தலைமையாசிரியர் பதவியிலிருந்து நீக்கப்படுவதுடன், இழிந்த புண்படுத்தல்களையும் அவமானங்களையும் பொருளாதார இழப்புகளையும் மதிப்பிறக்கங்களையும் அவர் எதிர்கொள்ள வேண்டியிருக்கிறது. இலட்சியவாத மரபின் கடைசிக் கொழுந்து என்ற முறையில் அவர், இன்னா செய்தார்க்கும் இனியவே செய்யத் துணிகிறார். இப்படி ஒரு காலம் இருந்தது; இப்படி ஒரு பள்ளிக்கூடம் இருந்தது; இப்படியும் ஓர் ஆசிரியர் இருந்தார் என்ற வியப்புணர்வைத் தி.ஜானகிராமனின் 'வடிவேல் வாத்தியார்' நம்மிடம் ஏற்படுத்துகிறது. இந்த வடிவேல் வாத்தியார் இலட்சத்தில் ஒருத்தர் என்று நாடகத்தில் ஒலிக்கும் அமரர் வீரமுத்துவின் குரல், இந்நாடகத்தைப் படிக்கும் ஒவ்வொருவரின் நெஞ்சிலும் சென்று ஆழமாக எதிரொலிப்பதாகக்

கூறிவிடலாம். அவ்வளவு நம்பகமான ஒரு மனித வரைபடத்தை, இங்குத் தி.ஜானகிராமன் தீட்டிக்காட்டியிருக்கிறார்.

'ஆசிரியப்பணி ஓர் அறப்பணி' என்பது, வெறும் ஒரு பிரச்சாரக் கருத்தாக ஒலிக்காமல், ஓர் ஆத்மார்த்தமான வாழ்வனுபவமாகத் தி.ஜானகிராமனின் எழுத்தில் நங்கூரமிட்டுக் கலங்கரைவிளக்கின் ஒளிபோல் கண்களைப் பிடித்திழுத்துப் புத்தியை ஈர்த்துவிடுகிறது. உரையாடல்களின் நடையழகு, தி.ஜானகிராமனுக்குக் கைவந்த ஒரு தனிக்கலை. மிகையுணர்ச்சிக்கு முற்றிலும் எதிரானவை, அவரின் பதப் பிரயோகங்கள். மிக எளிமையான, ஆனாலும் வெகு நளினமான சில தொடர்களில், தம் கதாமாந்தர்களின் இயல்புணர்வுகளை வெளிக்கொண்டு வந்துவிடும் அபார கலைத்திறன், தி.ஜானகிராமனின் பிரத்தியேகமான புனைவுப் பண்பாகும். இதற்கு 'வடிவேல் வாத்தியார்' நாடகமும், ஒரு விதிவிலக்கில்லை.

பள்ளி நிர்வாகி வீரமுத்துவுக்கும் தலைமையாசிரியர் வடிவேல் வாத்தியாருக்கும் இடையே நிகழும் ஓர் உரையாடலைப் பார்ப்போம். "நான் டாக்டரைக் கேட்டேன். அவர் சாதாரணமாகத்தான் சொன்னாரு. நீங்க ஏன் கவலைப்படறீங்க?"; "அவரு நல்ல டாக்டரு ஐயா. நோயாளிக்கிட்டே எத்தையாவது சொல்லி, இருக்கிற உடம்பை ஜாஸ்தி பண்ற கத்துக்குட்டி இல்லை. அவர் தெம்பாகத்தான் சொல்லுவாரு, எனக்குத் தெரியாதா? என் சேதி? மனோதைரியம் ஒண்ணுனாலே நான் ஏதோ ஓட்டிக்கிட்டு வரேன், இந்தா பாருங்க, பள்ளிக்கூடத்தை நானா தலையிலே தூக்கி வச்சிக்கிட்டு இருக்கேன்? இருபத்தைந்து வருஷம் ஆகப்போகுது ஆரம்பிச்சு, நான் நிர்வாகத்துக்கு வந்து இருபது வருஷம் ஆச்சு, என்னாலே என்ன பண்ண முடிஞ்சுது? நீங்க வந்துதான் அதுக்கு ஊக்கமும் ஊட்டமும் கொடுத்தீங்க. ராவில்லை பகலில்லை, அப்படி உழைச்சீங்க. உங்க உழைப்புதான் இன்னிக்கு இந்த ஆலமரமா விழுதும் கிளையுமா பரவிக்கிட்டு நிக்குது. நெசமா சொல்றேன். இந்த மாதிரி வேற துறையிலே ஒருத்தன் உழைச்சிருந்தான்னா ரெண்டு தலைமுறைக்குச் சொத்து சேத்து வச்சிருப்பான்யா. நீங்க வாத்தியார். உழைப்பு ஒண்ணுதான் மிச்சம் இருக்கு"; "இல்லே. இந்தத் தேசம் முழுக்க இந்தப் பள்ளிக்கூடத்திலே படிச்ச ஒவ்வொரு பெண்ணும் ஆணும் மனுஷனா நல்ல குடியாப் பேர் சொல்லிக்கிட்டு இருக்காங்களே, அதுதான் பெரிய சொத்து. அதுங்க கைகொடுத்து உதவாட்டா, நான் என்ன செய்திருக்க முடியும்?" – இப்படி ஓர் உரையாடல், இந்நாளில் நிகழ முடியுமா? எவ்வளவு நல்லவர்களாக இருக்கிறார்கள், இவர்கள் இரண்டு பேரும்!

உண்மையும் உழைப்பும் அர்ப்பணிப்பும் ஓர் உறுதியும் இறுதியில் வெல்லும் என்ற பழைய கருத்தைத்தான், 'வடிவேல் வாத்தியார்' மூலம் தி.ஜானகிராமன் எடுத்துக்காட்டுகிறார். ஒரு வாத்தியார் மட்டும், வேறு சலனம் எதற்கும் ஆட்படாமல், கல்விப் பணிக்காகவே தம் வாழ்வை ஒப்பளித்துவிட்டால், அந்த ஒப்பற்ற தியாகம், சுற்றிவாழும் மனிதர்களிடம் எத்தகைய நல்லுணர்வுகளை வலுப்படுத்தும் என்பதைத் தி.ஜானகிராமனின் 'வடிவேல் வாத்தியார்' காட்டுகிறதெனலாம். "ஒரு வாத்தியாரின் வாழ்க்கை சமவெளியில் ஓடற காவேரி மாதிரி. அதிலே சம்பவங்களோ

மேடு பள்ளங்களோ கிடையாதுன்னு சொல்வாங்க. அதற்கு எதிர்மாறா நடந்திருக்கு" என்கிறார் வடிவேல் வாத்தியார். "நான் அதை ஒப்புக்கலை. வாத்தியார் வாழ்க்கையிலேதான் மேடு பள்ளங்கள் அதிகம். துக்கமும் துயரமும் அங்க இருக்கிறாப்பிலே, எங்கியும் இருக்க முடியாது. ஆனா, அவர் எல்லாத்தையும் மறைச்சிட்டு, ஏதோ போ, உலகத்திற்கு இவ்வளவுதான் தெரிஞ்சிதுன்னு பாராட்டாமே காவிரி மாதிரியே போய்க்கிட்டிருக்காரு" என்கிறார் கேப்ரியல் வாத்தியார். இதில் எது உண்மை? இரண்டும் உண்மையே. காவிரி வருவதே இப்போது தகராறாக இருக்கிறது; இதில் காவிரி மாதிரியே போய்க்கிட்டிருக்கும் வாத்தியாரை எங்கே போய்த் தேடுவது என்று நமக்குத் தோன்றினாலும், காந்தி யுகத்தின் ஒரு நனவான வடிவேல் வாத்தியாரைக் கண்டுகொள்ளாமல் நாம் கண்மூடித் தாண்டிப் போவதற்கில்லை.

ஆயிரமாண்டுகளுக்கு ஒருமுறையே ஒரு காந்தியும், நூறாண்டுகளுக்கு ஒருமுறையே ஒரு வடிவேல் வாத்தியாரும் தோன்றலாம். ஆனாலும், அவர்களின் தோற்றத்திற்குப் பின்னர், எவ்வளவு புத்துணர்வு கொண்டு விடுகிறது இச்சமூகம்! தி.ஜானகிராமன் எழுதிய இந்த நாடகம், எஸ்.வி.சகஸ்ரநாமத்தின் 'சேவா ஸ்டேஜ்' குழுவினரால், அறுபதுகளில் இந்தியாவின் பல இடங்களிலும், வெற்றிகரமாக நடிக்கப்பட்டிருப்பதாக அறிகிறோம். அன்றைவிடவும் இன்றே, இந்நாடகத்தின் சமூகத்தேவை மேலும் அதிகரித்திருக்கிறது என்று சொல்லத் தோன்றுகிறது. "அச்சமில்லைன்னா, அஜாக்கிரதையா இருக்கணும்னு அர்த்தமில்லே" என்கிறார் வடிவேல் வாத்தியார். இதுதான் தி.ஜானகிராமனின் செய்தி. ஒன்று அச்சத்தோடு இருக்கிறோம்; இல்லையெனில் அஜாக்கிரதையாக இருக்கிறோம். இதைத் தவிர்க்காமல், ஒரு சமூகமாக நாம் உயர முடியாது. ஒருபோதும் மடமையுடன் நாம் அஞ்சியிருக்கலாகாது; அதேவேளையில் அலட்சியத்துடன் அஜாக்கிரதையாகவும் நாம் இருக்கக்கூடாது; நம் சமூகம் இன்றும் கற்றுக்கொள்ளாத ஆனால் அவசியம் கற்றுக்கொள்ள வேண்டிய ஒரு பாடம் இதுதான் என்கிறார் தி.ஜானகிராமன்.

பள்ளியாசிரியனைக் கதாநாயகனாகக் கொண்டெழுதப்பட்ட புனைவெழுத்துகள் தமிழில் அதிகம் வெளியாகியிருப்பதாகத் தெரிய வில்லை. அப்படியே அவை வெளிவந்திருந்தாலும், அவற்றில் ஆசிரியனின் வறுமை பேசப்பட்ட அளவிற்கு அவனின் செம்மையும் தலைமையும் பேசப்பட்டதில்லை. வடிவேல் வாத்தியார் – ஆசிரியர் குலத்தின் திலகமாக மட்டும் சித்திரிக்கப்படவில்லை; மாந்தர் குல மாணிக்கமாகவும் காட்டப்பட்டுள்ளார். ஆசிரியர் தொழிலுக்கு இளைஞர்கள் விரும்பி முன்வருவதில்லை எனச் சொல்லப்படும் இக்காலத்திலும், காந்திய வழியில் நடக்கும் 'வடிவேல் வாத்தியார்', உண்மையின் பெருமைக்குக் கட்டளைக்கல்லாகிறார். "இருபத்தைந்து வருஷம் முன்னாடி, நான் தீர யோசித்து வந்த முடிவு இது. துரதிருஷ்டவசமா, பல பேருங்க பல கதவைத் தட்டிப் பிட்டுக் கடைசிப் புகலா இந்த வாத்தியார் வேலைக்கு வராங்க. நான் முதல்லேயே, இந்தக் கதவைத்தான் தட்டினேன். இங்கேதான் இருக்கப் போறேன்" என்கிறார் வடிவேல் வாத்தியார். மிக உச்சமான உயரத்தில் தி.ஜானகிராமன் நிற்குமிடம் இது. டாக்டர்போல், இன்ஜினியர்போல்,

கலெக்டர்போல், கணினி மென்பொறியாளர்போல், ஆடிட்டர்போல் ஏன் இவற்றையெல்லாம்விட மிக மிக உயர்ந்தது ஆசிரியப் பணிதான். அது மக்கள் அனைவருக்கும் உணவளிக்கும் உழவனின் பணிக்கு இணையானது என்ற புரிதலையே வாசகரிடம் தி.ஜானகிராமனின் எழுத்துத் தூண்டிவிடுகிறது. இந்த ஒரு வலுவான தூண்டுதல், அறிவாளுமையின் மறுதொடக்கமாகப் படிப்போர் நெஞ்சில் பதியம் போட்டமர்கிறது. "பழங்காலப் பண்ணையாட்கள் இல்லை ஆசிரியர்கள். நீர் ஆயிரம்வேலிப் பண்ணையாகஇருக்கலாம்.லட்சம் ஆளைக்கட்டி மேய்க்கிற தொழிலதிபராய் இருக்கலாம். அதுக்காக ஆசிரியர்கள் அவமரியாதைக்கு ஆளாக வேண்டிய அவசியமில்லை... இந்தப் பள்ளிக்கூடம், என் உடம்போட வளர்ந்தது. அதன் ஒவ்வொரு கல்லும் என் எலும்பு. ஒவ்வொரு பிடி காரையும் என் சதை. அப்படி லேசாக, நான் போய்விட முடியாது" என்கிறார் வடிவேல் வாத்தியார். உண்மையில், இதுதான் சுயரியாதையின் குரல்; மோதி மிதித்துக் காறி உமிழ்ந்து புதிய தடம் சமைக்கும் ஒரு குருவின் குரல்.

✦

100

‘வான் பொய்ப்பினும் தான் பொய்யாக் காவிரி அவர்’

கடற்கரய் மத்தவிலாச அங்கதம்

புதுமைப்பித்தன் தம் நண்பர் சோமையாவுக்கு எழுதிய கடிதத்தில், “பாரதிதாசன், ச.து.சு.யோகியார் ஆகியோரின் குரல்களைப் பதிவு செய்துவைத்துக் கொள்ள வேண்டும்’ என யோசனை சொல்கிறார். இந்த நல்ல காரியத்தைத் திருச்சி வானொலி நிலையம் முன்னெடுக்க வேண்டுமென்கிறார். பண்பாட்டு அசைவைச் சரியாகப் பு.பி. புரிந்துள்ளார். படைப்பாளியின் குரல் எந்தளவுக்கு முக்கியத்துவம் வாய்ந்தது என்பதை விளக்கவே புதுமைப்பித்தன் இதை எழுதியிருப்ப தாகத் தேன்றுகிறது. ஓர் எழுத்தாளின் குரலைப் பதிவுசெய்து, பின்தலைமுறைகளுக்கு ‘வாழையடி வாழையாக’க் கைமாற்றித் தருவது போன்ற வரலாற்றுணர்வு, பத்திரிகையாளரான புதுமைப்பித்தனுக்கு இருந்துள்ளது. அதேவேளையில், ஓர் எழுத்தாளின் உண்மையான குரல் என்பது, என்னவென்ற கேள்வியும் எழுகிறது. நான் புதுமைப்பித்தனை மறுக்கவில்லை. ஆனால், ஓர் எழுத்தாளனின் உண்மைக்குரல், அவனுடைய எழுத்துதான். ஏறக்குறைய 1937ஆம் ஆண்டு வாக்கில், தம் 16 வயதில் எழுதத் தொடங்கி இறுதிக் காலமான 1982 வரை தங்குதடையற்றுத் தமிழ்ப் பணியாற்றியவர் தி.ஜா. இவரது படைப்பின் அடிநாதமாக விமர்சகர்கள் முன்வைப்பது, பெண்களின் நுண்ணிய உணர்வுகளை எழுத்தாக்கியவர் என்பதைத்தான். (பின்னாளில், பெண்களை இவர் இழிவாக எழுதுகிறார் என்ற விமர்சனமும் கிளர்ந்தது). தி.ஜா.வின் குரல், அவரது படைப்புகளில் புதைசிற்பத்தைப்போல் படிந்துள்ளது. அதைக் கொண்டே, அவரை எடை போடலாம். கலைவெளிக்குள் சன்னமான குரலில் பேசும் தி.ஜா.வின் அசலான குரல், எந்தத் தாளக்கட்டில் இசைத்திருக்கும் என்பதையறியவும் ஆவல் கூடுகிறது.

இன்றைக்குத் தி.ஜா.வின் குரல் பதிவாக நமக்குக் கிடைப்பவை, அகில இந்திய வானொலியில் அவர் செய்துவிட்டுப் போன வர்ணனைச் சித்திரங்களே. 1944ஆம் ஆண்டு, கு.ப.ரா. மறைவுக்குப் பிறகு, அவரது குடும்பத்திற்காக நிதிதிரட்ட நடைபெற்ற விழாவில் மதுரை மணி ஐயர் கச்சேரி செய்தார். இதைப் பதிவுசெய்து, பின் வானொலியில் ஒலிபரப்பினர். இந்நிகழ்ச்சிக்கு அறிமுகவுரை செய்தார் தி.ஜானகிராமன். மிகச் செறிவான ஆங்கில உச்சரிப்பில் அக்குரல் பேசியது. பின்னாளில் 1960களில், இதே மதுரை மணி ஐயர் பற்றி, 'மதுர மணி' எனத் தனிக்கட்டுரை ஒன்றைத் தி.ஜா. எழுதினார். தி.ஜா.வின் எழுத்துகளுக்குப் பலர் பரம ரசிகர்கள். அவர் மதுரை மணி ஐயரின் உபாசகனாக இருந்தார். இசையை எழுத்தாளன் ரசிப்பதும், எழுத்தை இசைக் கலைஞன் ருசிப்பதும் அக்காலப் பண்பு. தி.ஜானகிராமனின் எழுத்துக்கு இசைக் கலைஞர்கள் பலர் ரசிகராயிருந்தனர். அதில் லால்குடி ஜெயராமன் பிரதானமானவர். தி.ஜா.வின் 'மோகமுள்' நாவலை மெச்சி, 'குமுதத்தில்' (8.8.91) சின்னக் கட்டுரை எழுதியிருக்கிறார் லால்குடி.

ஓர் ஆய்வாளனாகத் தி.ஜா.வின் படைப்புகள் அச்சேறி வந்த மணிக்கொடி, சுதேசமித்திரன், கலைமகள், கல்கி, ஆனந்த விகடன் போன்ற பல பத்திரிகைகளை நேரடியாகவே படிக்கும் வாய்ப்பைப் பெற்றிருக்கிறேன். அந்நாளில் தி.ஜா.வின் எழுத்துகளை விரும்பி வாசிக்கும் வாசகனாக நான் இருந்ததில்லை. வடிவ அழகிலும் மொழியின் வீச்சிலும் வித்தைக்காரர் என்பதாக அவரது எழுத்துகள் உணர்த்தின. மேலும், எதிராளி மீது வலி தெரியாமல் கத்தியைப் பிரயோகிப்பவர் என்ற எண்ணமுமிருந்தது. பத்திரிகைகளில் கிடைத்தவை போக, முதன்முதலில் தனிநூலாக 2006இல் கிடைத்தது 'சிலிர்ப்பு'. அடிப்படையான சங்கீதப் பரிட்சயமில்லாத ஒருவனால் அக்கதைகளின் கதகதப்பைப் பிசகாது உள்ளங்கைக்குள் ஏந்திக்கொள்ள முடியுமா என்பது ஐயம்தான். ஒருவேளை, ராக ஆலாபனைகளை ருசிக்கத் தெரியாதவனுக்குக் கதைகள், வெறும் சொற்கட்டுகளாகத் தென்படக்கூடும். இசையறிவே இல்லாத ஒருவனை எங்கள் ஊர்ப் பக்கம், எதற்கு எடுத்தாலும் 'ஞான சூன்யம்' என்பர். இதன் முழுப்பொருளை நானறியேன். ஆனால், தி.ஜா. விஷயத்தில் நானொரு 'ஞான சூன்யம்'தான். மரபார்ந்த இசையைக் குன்றிமணியைப் போல உருட்டிக்கொண்டிருந்த தி.ஜா.வை உள்வாங்கிக்கொள்ளச் சக்தி தேவை. அது ஒரு கலை. அதை முறையாகப் பயிலவேண்டும். வெறும் வாசிப்பில் அது கைவராது.

சங்க காலத்திலேயே உறையூரும் பூம்புகாரும் பெரும் பட்டனங்கள். பிற்காலச் சோழர்களின் ஆட்சியில், தஞ்சையும் பழையாறும் சிறந்த தலைநகரங்கள். 'வான் பொய்ப்பினும் தான் பொய்யாக் காவிரி' பாயும் நாடு தஞ்சை. 'தண்செய்' என்பது மருவித் தஞ்சையானது. இதற்குக் குளிர்ந்த அழகிய சோலைகளும் வளம் தரும் வயல்களும் சூழ்ந்த ஊர் எனப் பொருள். 'தஞ்சாபுரி' என்று ஒரு பெயரும் உண்டு. தஞ்சையின் பெயர்க் காரணத்தை வடமொழி நூலான 'வராக மான்மியம்' பேசுகிறது. 'தஞ்சைத் தளிக்குளத்தார்' என்கிறார் அப்பரடிகள். தஞ்சையின் திருமங்கையாழ்வார்,

'வம்புலாஞ் சோலை மாமதின் தஞ்சை' என்கிறார். இப்படித் தஞ்சையின் தெளிவான வரலாறு, ஏழாம் நூற்றாண்டில் தொடங்கி விடுகிறது. செழிப்பான ஆற்றுப்பாசனம் கொண்ட தஞ்சை ஜில்லா இசையால் நிரம்பி வழிந்த நகர். தஞ்சையை ஆண்ட சேவப்ப நாயக்கர், இவ்வூரில் 'சங்கீத மகா'லைக் கட்டினார். கலையும் இசையும் புரண்ட பூமி தஞ்சை. மூன்று தமிழ் பொங்கிய நிலம். இந்தத் தஞ்சை ஜில்லாவின் மன்னார்குடிக்குப் பக்கத்தில்தான் தி.ஜா.வுக்குப் பூர்வீகம். பல நகரங்களில் அவர் தம் வாழ்வைக் கழித்தாலும், அழியாச் செல்வமாக அவர் படைப்புகளில் உப்புக் காற்றைப்போல் ஊறி நிற்பது இந்த மண்தான். இதன் மரபான இசைதான்.

ஷட்ஜம, பஞ்சம ஸ்வரங்களைச் சேர்த்து வாசித்தால் காதில் இனிமை பொங்கும் என்பார்கள். நான் ஞான சூன்யம். எனக்குப் பெரிதாக இசை வரம்புகள் புரியாது. பாரதிதாசனின் 'துன்பம் நேர்கையில், யாழ் எடுத்து, நீ இன்பம் சேர்க்க மாட்டாயா?' என்ற பாட்டுக்கு வர்ணமெட்டுப் போட, இரண்டு ஆண்டுகள் சிந்தித்ததாக, எம்.எம். தண்டபாணி தேசிகர் ஒரு பேட்டியில் சொல்கிறார். 'தேஷ்' ராகத்தில் இப்பாட்டைப் பாடுவதற்கும் 'அடானா'வில் பாடுவதற்குமுள்ள வேற்றுமையைப் பிரித்தாராய்கிறார். 'பண்என்னாம் பாடற்கு இயைபின்றேல் கண்என்னாம் கண்ணோட்டம் இல்லாத கண்' என்று ஈராயிரம் ஆண்டுகள் முன்பே பொய்யாமொழிப் புலவர் பாடியிருக்கிறார். தமிழ் மக்களின் இசையறிவு, வள்ளுவர் காலத்திலேயே செவ்வியல் தன்மை பெற்றுவிட்டது.

இதன் நீட்சியாகத்தான், தி.ஜானகிராமனின் கதைகள் வருகின்றன. இன்றைக்கு ஜானகிராமனுக்கு ஈடாகக் கதைகளில் இசையறிவுடன் செறிவு சேர்ப்பவர் குறைவு. மரபிசையின் ஞானம் செழித்த பாரம்பரியம் அறுபட்டுவிட்டது. அதன் பொருட்டுத் தி.ஜானகிராமன், நவீன உரைநடை இலக்கியத்தில், 'குடியரசு காலத்துப் பாணர்' என்ற நிலையை எய்தி விட்டதாகப் பிரபஞ்சன் கூறுகிறார். ஒரு பெரும் பாரம்பரியத்தை முன்வைக்க, இனிவரும் நாளில் மிச்சசொச்சமாக எஞ்சியிருக்கப் போகின்றவையே தி.ஜா.வின் கதைகள்தான். அதை ஆடம்பரமற்ற, மிக எளிமையான மொழியில் அவர் சாதித்துக் காட்டியிருக்கிறார். அதுவே அவரின் கூடுதல் பலம்.

❍ ❍ ❍

எனக்கு ஆண்டு நினைவிலில்லை. ரயில் பயணம் என்பது மட்டும் உறுதி. என்னெதிரில் அமர்ந்தவரின் உடலசைவும் குரலோசையும், காதில் இன்னும் தங்கிக் கிடக்கிறது. புகைமூட்டமாக ஓர் உருவம், மனப்படுகையில் தென்படுகிறது. காலம் தின்ன முடியாத சில நினைவெச்சங்கள். ஒருவேளை பிரபஞ்சனாகக்கூட இருக்கலாம். அதுவும் உறுதி இல்லை. அது தஞ்சை ரயில் பயணம் என்பது உறுதி. தி.ஜானகிராமனின் கதையைச் சொல்ல ஆரம்பித்தார், அந்த நிழல் மனிதர். தாசிக் கதை. சிதம்பரம் வட்டாரத்தில் புகழ் பெற்ற ஒருத்தியின் சரிதை. அவள் பெயர்; செல்லூர்ச் சொர்ணாம்பா. பேரழகிப் போட்டி நடைபெறாத நாளில் பிறந்த பூலோக ரம்பை. அப்படித்தான் நிழல் சொன்னது. மாறாக, அவளைப் பலரும் மோகினியாகப் பார்த்தனர் என்றது. அவளது காலில் தவம் கிடக்காத பெரிய மனிதர்களே கிடையாது. இவள் மீது சாமான்யன் ஒருவன் மையலுறுகிறான். அவளை

அடைவதற்காக, நாலு காசு தேடி, நாடு கடந்து சிங்கப்பூர் செல்கிறான். இந்தக் கதையும் சிங்கப்பூரிலிருந்துதான் தொடங்குகிறது. தி.ஜா.வின் செல்வாக்கு மிக்க சில கதைகளில் இந்தக் கதையும் ஒன்று எனப் பிற்காலத்தில் அறிந்தேன்.

இரண்டாம் உலகப் போர் காலத்தில், குண்டு மழைகள் பொழியும் நாட்டில் ஒருவன், தன் ஆசை நாயகிக்காக உழைத்தபடி சூம்பினான். நிழல் மனிதர் கதையைச் சொல்லச் சொல்ல, என் மனத்தில் ஒரு மயக்கம். இனம்புரியாத இன்பம். ஏதோ பருவத்திற்கு வந்த உணர்வு. ஏறக்குறையக் கதையில் வரும் கோவிந்த வன்னியாகவே என்னை உருமாற்றும் வல்லமை, அக்கதைசொல்லிக்குள் இருந்தது. தி.ஜா.வுக்கு, இப்படி ஆயிரம் நிழல் மனிதர்கள் உண்டு. இந்த ரயில் பயணத்திற்குப் பிறகு, 'தவம்' கதையை ஆயிரம் பேருக்குப் படிக்காமலே சொல்லிக்கொண்டு திரிந்தேன். இதுவே கலையின் வெற்றி. இவ்வாறுதான் முதன்முதலாக என்னுள் நுழைந்தார் தி.ஜா. 'தவம்' சிறுகதை, 1952இல் 'கலைமகள்' அக்டோபர் இதழில் வெளியானது. தி.ஜானகிராமன், இதை 30ஆம் வயதில் எழுதியிருக்கலாம். 1930களுக்குப் பின், குறிப்பாக 1936களில் வெளியான பல படங்களில் பேசுபொருளாகத் 'தாசி' வாழ்விருந்தது. தியாகராஜபாகவதரின் பெரும்பாலான படங்கள், 'தாசி மோசடி'யை விமர்சித்தன. இவை திரையை அலங்கரித்த காலத்தில், தி.ஜா.வுக்கு ஏறக்குறைய 16 வயது இருக்கக்கூடும். இத்திரைப்படங்களின் நீட்சியாகத்தான் அவர், 1950களுக்கு அப்புறம், 'தவம்' சிறுகதையை முன்வைக்கிறார். செறிவான ஆங்கில உச்சரிப்பில் தாசிக் கலாச்சாரம் விரவியிருந்த தஞ்சை நிலபிரபுத்துவப் பகுதியைப் பதிவு செய்ய விரும்பும் யாருக்கும் இப்பின்புலத்தை உதறிவிட்டு எழுத முடிவது என்பது, ஆகாத ஒரு காரியம்தான்.

அன்றைய பெரும்பாலான திரைப்படங்களில் பிரதிபலித்த செயற்கைத்தனங்களைத் தவிர்த்துவிட்டுச் செய்நேர்த்தியோடு எழுதமுயன்று தி.ஜா. அதில் வெல்லவும் செய்தார். வடிவ வனப்பும், 'மறுபடியும் உடம்பை வேலைக்குப் பூட்டித்தானே ஆகணும்' போன்ற கனிவு பெருகும் வசனங்களும், அவர் கதைகளை வழமையான மட்டத்திலிருந்து உயரத்துக்குக் கொண்டுபோய் வைக்கும் என அவர் நம்பினார். அது பொய்க்கவில்லை. 'தாசி'யின் மீது திரைப்படங்கள் வசைபாடக் கண்டு வளர்ந்த தி.ஜா., தம் கதைகளில், அதே குரலில் பேசவில்லை. மாறாக, தாசியின் பக்கம் நியாயம் செய்தார். இந்தக் கூறு அவருக்கு இருந்தது. காலம் கடந்தும், இவர் கதைகள் சூடு ஆறாமல் பொங்கிய நெல் மணிகள்போல் வாசம் வீசுகின்றன. காவியக்கால 'மாதவி'யின் நீட்சியாகத் தஞ்சை வட்டாரத்தில் 'தவம்' புதிய பொருள் தந்தது. இதன் பொருட்டுக் கதையின் மெய்ம்மை கூடியது. தாசி வாழ்வைப் படம்பிடிக்கும் தி.ஜா.வின் மற்றொரு சிறுகதை, 'ரசிகரும் ரசிகையும்'. தொடக்கம் மிக உயர்வாக ஆரம்பித்து இறுதியில் மனித சபலத்தை எள்ளல் செய்யும் படைப்பு. இந்த அபார புத்திசாலித்தனம்தான், தி.ஜா.வின் கதையுலகின் தனிச்சொத்து.

இவரது பெரும்பாலான கதைகளில், பெண்கள்தான் பிரதானம். மேலும், ரயிலும் ஒரு பிரதானப் பாத்திரம். கூடவே இசைநயம். பூத்துக் குலுங்கும் மலர்களின் சித்திரம். இவை, தவறாமல் ஒட்டிக்கொள்வது

வாடிக்கை. 'தவமி'ல் சிங்கப்பூரிலிருந்து அடித்துப் பிடித்து ஊர் திரும்பும் கோவிந்த வன்னி, இறுதியாகச் சொர்ணாம்பாவைக் கட்டித் தழுவிவிட்டு, இரவு ரயிலில் ஊருக்குக் கிளம்புவதாகக் கூறுகிறான். அங்கு ரயில் நினைவுத்தொடராகப் படர்கிறது. இதே ரயில்தான், அக்பர் சாஸ்திரிக்கும் உருவம் தந்தது. திடகாத்திர மனிதர் அக்பர் சாஸ்திரி. அதுவும் மருத்துவமனைப் படியே மிதியாத ஒரு வைராக்கியர். ஒரு ரயில் பயணத்தில், மணிக்கணக்காக உலக வழக்கங்களை விமர்சித்தபடி வரும் சாஸ்திரி, இறுதியில் 'மனிதன் செய்யக்கூடிய கடைசிக் காரியத்தை' ரயிலிலேயே செய்துவிடுகிறார். உள்முரண் கொண்ட கதை. இந்த வித்தையில் தி.ஜா. கெட்டிக்காரர். அதற்கு, இக்கதையே சான்று. ரயில் வரும் தி.ஜாவின் மற்றொரு கதை 'சிலிர்ப்பு'. திருச்சிராப்பள்ளியிலிருந்து புறப்படும் ரயிலிலிருந்தே கதை தொடங்குகிறது. இரண்டு பிள்ளைகள். ஒன்று, தாயைக் காணப் பயணிக்கிறது. இன்னொன்று தாயைவிட்டுக் கல்கத்தாவுக்கு அடிமாடுபோல் அனுப்பப்படுகிறது. ஆரஞ்சுப் பழ வாசனையாக, கமகமக்கத் தொடங்கி, இறுதியில் ஈரலைப் பிடித்து உருவும் வாதையாகக் கதை மாறுகிறது. செல்வந்தர்கள் வீடுகளில், பொருளாதார சக்தியற்ற குடும்பத்தில் பிறந்த குழந்தைகள், உழைப்புக் கூலிகளாக வைத்துச் சுரண்டப்படும் 'பாட்டை' வலிகுன்றாது எழுதுகின்றார் தி.ஜா. வரிக்கு வரி இழையும் அங்கதம், குரூரம் கதையை ஓர் கனல் அடுப்பைப்போல எரியச் செய்கிறது. எல்லாம் பசி ஏற்படுத்தும் கனல். தி.ஜா.வின் உயர்செல்வாக்கை நிரூபித்த கதை 'சிலிர்ப்பு'.

இவரது கதைகளில் வேறு பரிமாணம் தரும் படைப்பு, 'கடன் தீர்ந்தது'. இன்றைக்குக் கறுப்புப் பணம் புழங்கும் தொழிலாகப் பார்க்கப்படும் ரியல் எஸ்டேட் பற்றியது. மனித மனங்களை எந்த அளவுக்கு ஊடுருவ முடியுமோ, அதன் நுனிவரை நுழைந்துபோய் எழுதுகிறார் தி.ஜா. மாண்பின் உச்சம் இந்த ஆக்கம். தி.ஜா.வின் இசையறிவை முன்வைக்கும் மற்றொரு கதை 'செய்தி'. எந்தளவுக்கு இசை நுணுக்கங்கள் அறிந்தவர் என்பதை நிரூபிக்கும் கதை. தியாகராஜரின் 'சாமா' ராகத்தில் உருவான 'சாந்தமுலேகா'வை ஆராயும் கதை. இதைச் சஞ்சய் சுப்பிரமணியன் பாட, நான் கேட்டிருக்கிறேன். மற்றும் சிலரையும் கேட்டதுண்டு. நம் மரபிசை உயர்வை இயம்ப விரும்பித் தி.ஜா. எழுதியது. இந்த ராகத்தின் அர்த்தம் புரியாமலேயே ஒரு வெளிநாட்டவன் அதன் பூர்ணத்தை உணர்ந்துகொண்டுவிட்டான் என நீள்கிறது கதை. எனவே, நம் சாஸ்திரீய சங்கீதம் உயர்ந்தது எனக் கதையை முடிக்கிறார். கதையின் முடிவை முன்கூட்டியே தீர்மானித்து வலிய எழுதிய கதையாகவே, இதை உணர முடிகிறது. நம் இசை உயர்ந்தது எனச் சொல்ல, ஒரு வெளிநாட்டவன்தான் வர வேண்டுமா என்ன? ஒரு சினிமா பாணியிலான இக்கதை, அறிவார்ந்த நடையில் புனையப்பட்டிருந்தாலும்கூட, அதன் தொனி தொள தொளவென்றிருக்கிறது.

இதே 'சிலிர்ப்பு' தொகுப்பில் உள்ள 'பாயசம்', மிக வலுவான கதை. மனிதனின் பிறவி உணர்ச்சியைப் பேசும் இக்கதையின் தலைப்பு, 'பாயசமா'க இருக்கலாம், ஆனால், மனித மனங்களில் பொங்கிப் பெருகுவது 'விஷம்' என்றே புரிய வைக்கிறது. நூறு கதைகளுக்கு மேல் படைத்துக் கணிசமாக

நல்ல கதைகளையும் தி.ஜா. எழுதியிருக்கிறார். அதில் ஒன்று 'ஸ்ரீராமஜெயம்'. என் துறை சார்ந்த ஓர் அனுபவப் பதிவு என்பதால், என்னுடன் கூடுதல் உறவு கொள்கிறது இக்கதை.

○ ○ ○

பழைய பத்திரிகைகளைப் புரட்டிய காலங்களில், தி.ஜா. பற்றிய பல குறிப்புகளை, நான் கண்டெடுத்திருக்கிறேன். அவை, என் சேமிப்பிலிருந்தன. கணினிப் பழுது காரணமாகப் பல மீட்க முடியாமல் போனதும் உண்டு. கழிந்தவை போக, மீதமிருக்கும் சில பதிவுகளை, நூற்றாண்டு வேளையில் பகிர்ந்துகொள்கிறேன். 1979இல் தி.ஜா.வின் 'சக்தி வைத்தியம்' தொகுப்புக்குச் சாஹித்ய அகாடெமி விருது கிடைத்தபோது, தில்லி தமிழ்ச் சங்கத்தில் ஒரு கூட்டம் நடந்தது. அதில் தி.ஜா. பங்கேற்றார். இறுதியாகப் பேசியவர், "இதற்கு எல்லாம் நான் உங்களுக்குத்தான் (சமுகத்துக்கு) நன்றி சொல்ல வேண்டும். உங்களைப் பார்த்து ரசித்துக்கொண்டு, உங்களில் ஒருவனாக, உங்களை வைத்துக்கொண்டுதானே எழுதுகிறேன்? என் எழுத்துகள் சமூகத்தில் எவ்வித மாறுதலையும் புரட்சியையும் ஏற்படுத்திவிட முடியாது என்று தெரிந்துகொண்டே எழுதுகிறேன். பெரியவர்களின் மத்தியில் சிக்கிய குழந்தை, அவர்களின் கவனத்தைக் கவரப் பல வகைகளில் முயலும். என் உணர்ச்சிகளை, இந்தக் குழந்தையைப்போல் வெளிப்படுத்தவே எழுதுகிறேன்" என்றார்.

இதே கூட்டத்தில், இந்திரா பார்த்தசாரதியும் கலந்துகொண்டு பேசினார். அவர், "கும்பகோணத்தில் நான் எஸ்.எஸ்.எல்.சி படிக்கும்போது இளைஞராக, கிராம ஊழியனில் 'அமிர்தம்' நாவலைப் படைத்த எழுத்தாளராக, ஜானகிராமன் என்னைக் கவர்ந்தார். கு.ப. ராஜகோபாலன், கரிச்சான்குஞ்சு, எம்.வி.வெங்கட்ராமன் தி.ஜா.வுடன் இலக்கிய சர்ச்சை செய்வதைத் தொலைவிலிருந்து மாணவனாக ரசித்து, ரசித்து எழுத்தாளனாக வேண்டும் என்று என் அடிமனத்தில் லட்சியம் உருவானது. தி.ஜா.வின் கூரிய பார்வை வேறு யாருக்கும் அமையவில்லை என்று உறுதியாகச் சொல்கிறேன். அவரது திருஷ்டி, நோக்கு அலாதி. *He is himself nothing* என்பார்கள், ஷேக்ஸ்பியர் பற்றி. தி.ஜா.வும் தம் கதாபாத்திரமாகவே ஆகிவிடுகிறார். மற்றவர்களுக்குப் புலப்படா நுண்ணிய உணர்வுகளை, மனச்சலனங்களைப் படம்பிடித்துக் காட்டிவிடுகிறார். பெண்களை இழிவுபடுத்தி எழுதுகிறார் என்பது இவரைப் பற்றிய சமீபத்திய குற்றச்சாட்டு. இதற்கு ஆதாரமில்லை. ஆண்களைக் குறைப்படுத்திச் சித்திரிக்கிறார் என்று வேண்டுமானால் சொல்லலாம். ஆண்களின் இரட்டைவேடத்தை, கோழைத்தனத்தை, பலஹீனங்களை இவர் சாடுகிறார். 'மரப்பசு'வில் பட்டாபியைத் தவிர, மற்ற எல்லா ஆண் பாத்திரங்களையும் முதுகெலும்பற்றவர்களாக, போலிகளாகச் சித்திரித்திருக்கிறார். ஆண்களின் சந்தர்ப்பவாதப் போக்கினைத் தம் கதைகளில் படம்பிடித்துக் காட்டுகிறார். உலகினை ஒரு குழந்தையின் ஆர்வத்துடன் கவனித்து, ஆச்சர்ய உணர்வுடன் எழுதுகிறார். ஜானகிராமனின் இந்த ஆச்சரிய பாவம் தொடரட்டும். இந்த ஆச்சரியம் தீர்ந்ததோ, தொலைந்தது. அவர் விமர்சகர் ஆகிவிடுவார். அது வேண்டாம்" என்றார். இப்பதிவு, *கல்கியில் (23.03.1980)* வெளியானது.

தி.ஜா.வுக்குக் காலம் கடந்துதான் சாஹித்ய அகாடெமி விருது வழங்கப்பட்டது. மிகமிகத் தாமதமாக வந்த மின்சாரம். இந்த மகிழ்வான தருணத்தில், தி.ஜா.வின் நண்பர் சிட்டி, சில விஷயங்களைக் கூறியிருந்தார். "ஞானகிராமனுக்குச் சாகித்ய அகாதெமி பரிசு என்ற செய்தி தெரிந்தவுடன், ஒரு நண்பர் கேட்டார், "இரண்டாம் முறைகூட ஒருவருக்குக் கொடுக்கிறார்களா?" என்று. ஞானகிராமன் ஏற்கெனவே இந்தப் பரிசைப் பெற்றதாகப் பலர் நினைத்துக்கொண்டிருப்பதற்குக் காரணம், அவரது இலக்கியத்தரமாகும். சுமார் 35 ஆண்டுகளாக அவருடன் நெருங்கிப் பழகிய நண்பன் என்ற முறையில், அவரிடம் நான் கண்ட மிகப்பெரிய குறை ஒன்றுண்டு. தம்முடைய திறமையை அவர் தாமே என்றும் பறைசாற்றிக் கொண்டதில்லை. வாசகர்களுக்கோ, சமுதாயத்திற்கோ கனல் பறக்கும் அறிவுரைகள் வழங்கியதில்லை. தாம் சொல்ல வேண்டியவைகளைத் தாம் படைக்கும் பாத்திரங்கள் மூலம் நாசூக்காகத் தெரிவிக்கும் நளினம், அவர் பயின்ற சொந்தக் கலை.

ஞானகிராமனின் இலக்கிய வெற்றிகளில் மோகமுள் தமிழ் நாவல் வரலாற்றுக்குப் பெருமை கூட்டும் விஷயம் என்பதையும், 'அம்மா வந்தாள்' அந்தப் பெருமையை நிரந்தரமாக்கும் சாதனை என்பதையும் எல்லோரும் அறிவார்கள். '*மணிக்கொடி*யில் இளம்வயதில் சிறுதை எழுதி அக்குழுவில் இடம்பிடித்துக்கொண்ட ஞானகிராமன், சுமார் 45 ஆண்டுகளாகச் சிறுகதைகள் எழுதிவருகிறார். பரிசுக்காக எடுத்துக்கொள்ளப்பட்ட 'சக்தி வைத்தியம்' என்ற தொகுப்பில், 'முள்முடி' என்ற கதை, எனக்கு ரொம்பவும் பிடித்தது. சிறுகதை இலக்கணத்திற்கு இது சான்றாக விளங்குகிறது. வடிவம், நடை, உத்தி, உள்ளடக்கம், ஒருமையுணர்வு என்ற பல அம்சங்களிலும் சிறந்த கதை. மிகவும் நுட்பமான உணர்வுகளைச் சித்திரிக்கும் இந்தக் கதை ஞானகிராமனின் படைப்புக் கலையின் இயல்பை விளக்குவதோடு, அவருடைய பூர்வாசிரமமான பள்ளி ஆசிரியத் தொழிலுக்கு அஞ்சலி செலுத்துவது போலவும் அமைந்திருக்கிறது" என்கிறார் சிட்டி (*கல்கி* 20.01.1980). இதே *கல்கி*யில்தான், 1961இல் தி.ஜா.வின் 'அன்பே ஆரமுதே' தொடராக வெளிவந்தது. 27.10.96 தேதியிட்ட இதழில், தி.ஜானகிராமன் பாலகுமாரனுக்கு எழுதிய கடிதம் ஒன்றும் கிடைத்தது.

அன்புள்ள பாலகுமாரன்,

நேற்று நீங்கள் அவ்வளவு அந்தரங்க அன்புடன் விசாரித்து, பலவிதப் (எனக்குப் பிடித்த) பொருள்களை வாங்கி வந்தபோது, எனக்கு பி.எஸ்.ராமையா, இன்னும் மூன்று நாலு பேர் ஞாபகம் வந்தது. அவர்கள் மிக்க உற்சாகத்துடனும் திறந்த மகிழ்ச்சியோடும் உங்களைத் தழுவி, நன்றி தெரிவிப்பார்கள். எனக்கு இந்த மாதிரி செய்யத் தைரியம் வருவதில்லை. உள்ளே மட்டும் உருகுவேன். காரணம் வெளியே காட்டப் பயந்து, பல பேருக்கு 'ஒரு வார்த்தை சொல்லணுமே! இதெல்லாம் இவனுக்கு *Due* என்று எண்ணம் போலிருக்கிறது" என்று தோன்றும். தோன்றியிருக்கிறது, சிலருக்கு. ஒரு சினிமா டைரக்டர் இருபதுவருஷம்முன் என் கதை ஒன்றைப் படமெடுக்கிறேன் என்று வந்தவர், தாம் படமாக்கப் போகிற,

ஆக்கிய இரண்டு கதைகளை – அந்தந்த பாவத்திற்கேற்ப, முக பாவ, அங்க அசைவுகளுடன், அபிநயங்களுடனும் சொல்லிக் கொண்டு வந்தார். நான் வழக்கம்போல இடித்த புளிபோலக் கேட்டுக் கொண்டிருந்தேன். "என்ன இவ்வளவு சொல்றேன். ரியாக்ட் பண்ண மாட்டேங்கறேளே?" என்று *Despair* உடன் சொன்னார். எனக்கு வருத்தமாயிருந்தது. நான் இப்படி *placid* ஆகவும் *prosaic* ஆகவும் இருக்கிறேனே என்று. ஆனால், குருடன் எப்படி ராஜமுழி முழிப்பான்? நான் அவரிடம், எப்படி என் இயலாமையை விளக்குவது? அவர் அப்புறம் என் பக்கம் வருவதை நிறுத்திக்கொண்டார். ஓரளவுக்கு நீங்களும், என் மாதிரி சங்கோசியாக இருப்பதால், என் *placidity*யைப் புரிந்து கொண்டிருப்பீர்கள் என்று எனக்கு ஒரு ஆசுவாசம். இது சரியான ஊகம் என்று நினைக்கிறேன். தேடி வந்தவர்களுக்குத் திருப்தியாக எதுவும் செய்ய முடியவில்லையே என்று எனக்கு ஆதங்கம். நாம் நிறையப் பேசவும் இல்லை. புரிந்துகொள்கிறவர்கள் இப்படித்தான் அதிகமாகப் பேசாமல் திளைப்பார்கள் என்று தோன்றுகிறது. சாந்தாவுக்குச் சென்னை பிடித்திருக்கும் என்று நினைக்கிறேன். வீட்டில் எல்லோருக்கும் என் அன்பு.

நமஸ்காரம்

தி.ஜா.

இதனைத் தி.ஜா. மறைந்து 14 ஆண்டுகள் கழிந்தோடிய பின்பு பாலகுமாரன் அச்சுக்குக் கொடுத்திருக்கிறார். 1982இல் தி.ஜா. மறைந்தார். அதே ஆண்டுதான் க.கைலாசபதியும் மறைந்தார். இருவருக்கும் அஞ்சலி செலுத்தியது இலங்கையிலிருந்து வெளியான 'குமரன்'. 15, டிசம்பர் 1982இல் வெளியான குறிப்பும் கிடைத்தது. 'ஜானகிராமன் மறைவு' என்ற தலைப்பில் வெளியான அப்பதிவு:

"ஜானகிராமன் முதுபெரும் தமிழ் எழுத்தாளர். தமிழ் எழுத்தாளர் களாலும் இலக்கிய ஆர்வலர்களாலும் விரும்பிப் படிக்கப்பட்ட நாவலாசிரியர். அவர் நாவல், சிறுகதை நடை, கதை சொல்லும் முறையே அலாதியானது. அவரது சொல்லாட்சி இந்திய நிலப் பிரபுத்துவப் பண்பாடு – வாழ்முறை, மதம், வேதம், இதிகாசங்கள், சடங்கு முறைகள், நம்பிக்கைகள், அபிலாசைகள், உணவு, உடை அதன் மேலாகப் பாலுறவின் தாற் – பரியங்கள் – யாவையும் உள்ளடக்கியது. வேறு எவராலும் பிடித்துவிட முடியாத தனித்துவ நடை அவர் நடை. ஜெயகாந்தன் எழுத்துக்கூடக் குட்டி பூர்ஷ்வாக்களுக்கே சலித்துவிட்டது. ஜானகிராமன் கதைகள், நடை என்றும் சலிக்காதவை. காரணம் பெரும்பாலும் பாலுறவு, பாலுணர்வு அவரது கதைகளில் அடித்தளமாக இருப்பதாகும். (ஆபாசமல்ல). கதைகளில், எழுத்தில் (தீவிரம்) கொண்டிருந்த காலத்திலேயே, இந்திய விடுதலைப் போராட்டத்தின் உச்சகட்டமான ஆகஸ்டு42 நடைபெற்றுக் கொண்டிருந்தது. அப்போராட்டங்கள் பற்றி ஒருவரிதான், இந்தாவலில் காணமுடிகிறது. அதுபோலவே மற்றைய நாவல்களுமாகும். அவர் நாவல்கள் நீண்டு செல்வதும் அமைப்பில் குறைபாடு இருப்பதற்கும் காரணம் நாவல்களை

முழுமையாக எழுதாமையாகும். வாரம், மாதத் தேவைகளுக்கேற்ப அவர் சிறுசிறு பகுதிகளாக எழுதிக் கொண்டிருந்தார். 'அம்மா வந்தாள்' ஒன்றே விதிவிலக்கானது. அதன் அமைப்பு, அவர் நாவல்களில் சிறப்பானது. அவரது நாவல்களில் ஓரளவு சமுதாய உணர்வு மிக்க நாவல் மரப்பசு ஆகும். ஜானகிராமன் எழுத்தாளர்களையெல்லாம் நண்பராகக் கொண்டவர். பழகுவதற்கு இனியவர். பொறாமையோ செருக்கோ இல்லாதவர். டெல்லி ஆல் இந்தியா ரேடியோவில் பணியாற்றி, ஓய்வு பெற்றுச் சென்னைத் திரும்பியவர். அவரது திடீர் மரணம் நண்பர்கள், இலக்கிய ஆர்வலருக்கு அதிர்ச்சியூட்டியது. அவரது குடும்பத்தாருக்கு இலங்கை எழுத்தாளரது, வாசகரது அனுதாபங்களைத் தெரிவிக்கிறோம்."

o o o

தி.ஜா. தம் நாவல்களில் வரும் பெண்கள் பற்றி எழுதியிருக்கிறார், ஒரு கட்டுரையில். 'மோகமுள்ளி'ல் வரும் பெரும்பாலான மக்களை அவர் 'கண்ணாடிப்பாட்டி' கண்வழியே கண்டிருக்கிறார். தமக்குச் சங்கீதப்பரிட்சயம் எப்படிக் கிடைத்தது எனக் கூறியிருக்கிறார். தஞ்சாவூர்க்காரன் தடுக்கி விழுந்தால்கூடக் கச்சேரியில்தான் விழுவான்போல என்பதாக இருக்கிறது அப்பதிவு. "தஞ்சாவூரில் அப்பொழுதெல்லாம் மூலைக்கு மூலை சங்கீதக் கச்சேரிகள் அமர்க்களப்படும். சிவகங்கை அனுமார், வெங்கடேசப்பெருமாள் சன்னிதி அனுமார், மேலவீதி விசுவநாதர், மேலவீதிப் பிள்ளையார், தெற்குவீதிக் காளி அம்மன், வரகப்பையர் சந்தில் தியாகையர் பூஜித்த ராம விக்கிரகங்கள், நாணயக்காரச் செட்டித் தெரு ராமலிங்க மடம், பக்கத்தில் திருவையாறு – இத்தனை தெய்வங்களுக்கும் நடக்கிற உற்சவ சங்கீதக் கச்சேரிகளை ஒன்றுவிடாமல் ஐந்து வயதிலிருந்தே கேட்டுக் கொண்டிருந்த பழக்கம் – நாலைந்து பேரிடம் சிறுவயதிலிருந்தே சங்கீதம் கற்கும் வாய்ப்புக் கிடைத்தது. கலைஞர்களுக்குரிய பேச்சின் அழகில் மயங்கியது – உமையாள்புரம் சுவாமிநாதய்யரிடம் சில நாட்கள் சங்கீதம் சொல்லிக்கொள்ளப் போய்க் கொண்டிருந்தேன். மற்றவர்களைவிடச் சங்கீதத்தை உபாசனையாக, தியானமார்க்கமாக, அவர் கையாண்ட ஒரு தனிப்பண்பு, உலகத்தின் ஒலிகளையெல்லாம் நாதக் கடவுளின் பற்பல சைகைகளாகவும் விவகாரங்களாகவும் அவர் கண்ட விந்தையைத் துளியாவது பார்க்கக் கிடைத்த வாய்ப்பு–"

இந்தப் பின்புலங்களே, தி.ஜா.வை எழுத்தில் சங்கீதம் பாட வைத்துள்ளன. 'உனக்குக் கணக்கு வராது. நீ கதை பண்ணத்தான் லாயக்கு' என்று தி.ஜா.வைப் பார்த்து, மூன்றாம் வகுப்பு கணக்கு வாத்தியார் ரங்காச்சாரியார் சொன்னதாகக் குறிப்புண்டு. அவர்தான், எவ்வளவு பெரிய விவேகி!

✦

101

'டாக்டருக்கு மருந்து':
தி.ஜானகிராமனின் பிணக் கூறாய்வு

இரவி

இலக்கிய வடிவங்களில் நாடகம் என்பது, மிகவும் குறிப்பிடத்தக்க ஒன்றாகக் கருதப்படுகிறது. வெகுஜனக் கலையின் ராஜாவாகவும் நாடகத்தைச் சிலாகிப்பர். 'நாடகம்' என்ற பதம், இலக்கண இதிகாசமான தொல்காப்பியத்தில், முதன்முதலாக இடம்பெற்றுள்ளது. தொல்காப்பியத்தில் வரும் 'நாடக வழக்கு' என்ற சொல், அந்தக் காலகட்டத்திலிருந்த நாடகக் கலையின் மரபுத் தொடர்ச்சியினை உணர்த்துகிறது. தொல்தமிழ் மரபில் கதைகளைத் தழுவி நிகழ்த்தப்படும் ஆட்டத்தைக் கூத்து என்றும், உரையாடல் அல்லது வசனம் மூலம் நிகழ்த்தப்படும் கலை வடிவத்தை நாடகம் என்றும் கூறுவார்கள். கூத்தும் நாடகமும் ஒன்றோடொன்று நெருங்கிய கலைகள் என்றே கூறலாம். இவற்றைக் கூர்ந்து காணும்போது, பழந்தமிழர்களிடம் எத்தகைய கலையுணர்ச்சி மண்டிக்கிடந்தது என்பதைப் புரிந்துகொள்ள முடிகிறது. தமிழின் முதற்காப்பியமான சிலப்பதிகாரமும் நாடகக் காப்பியம் என்றே சிறப்பிக்கப் பெறுகின்றது. சிலப்பதிகாரத்தின் சிறு பகுதியாக வழக்குரை காதையுள்ளது. இதில், காப்பியத் தலைவி கண்ணகி, தன் கணவன் கோவலன் கள்வன் அல்லன் என்று நிறுவுவதற்காக வாதாடும் பகுதி, நாடகக்கூறு நிரம்பியதாயுள்ளது. இத்தகையதான தமிழ் நாடக மரபின் நீட்சியாகவே, தி.ஜா.வின் நாடகப் பிரதிகளையும் பார்க்கலாம்.

தி.ஜானகிராமன், புதினங்கள் மற்றும் சிறுகதைகளுடன், அரிய பயண நூல்களையும் இயற்றியிருக்கிறார். தனித்துவமான கதாபாத்திரங்களைத் தம் கதைவெளியெங்கும் படைத்துள்ளார். குறிப்பாகப் பெண் கதாபாத்திரங்களின் அகமனச் சுழற்சியை எழுதிக் காட்டி, நவீன இலக்கிய வீச்சையும் வாசகனை உணர்ச்சிக் கொந்தளிப்பில் தள்ளும் புத்தம் புதிய வாசிப்பனுபவத்தையும் ஒருங்கே உருவாக்கித் தந்தவராவார்.

நவீனத் தமிழ் இலக்கியப் பரப்பில் தம் சிறுகதைகளாலும் நாவல்களாலும் முக்கியமான இடத்தைப் பிடித்துள்ள தி.ஜானகிராமன் நாடகங்களையும் எழுதியுள்ளார் என்பதை, அவரைத் தேடித்தேடிப் படிக்கிற தீவிர வாசகர்கள் பலரும் அறிந்திருந்தபோதிலும், அந்நாடக முயற்சிகள் அதிகம் கவனம் பெறவில்லை என்பதும் இங்குக் கருதப்பட வேண்டியதாயுள்ளது.

தி.ஜானகிராமன் எழுதியதாக, 'நாலு வேலி நிலம்', 'வடிவேல் வாத்தியார்','டாக்டருக்கு மருந்து' என்று மூன்று நாடகங்கள் கிடைத்துள்ளன. தி.ஜானகிராமன் புனைகதை எழுதுவதில் கொண்டிருந்த தன்விருப்பம் அல்லது சுய ஈடுபாடுபோல, நாடகம் எழுதுவதிலும் விருப்பத்தோடு தன்னெழுச்சியாக எழுதினார் எனக் கூறச் சற்றுத் தயக்கமாகவே உள்ளது. வடிவேல் வாத்தியார் அச்சானபோது, அதற்கு முன்னுரை எழுதியுள்ள பி.எஸ்.ராமையா இப்படி எழுதுகிறார்: "சேவா ஸ்டேஜினருக்காக, நான் நாடகம் எழுதத் தொடங்கியவுடன், நாடக இலக்கியப் படைப்பிலே கிட்டும் உள்ளக் கிளர்ச்சியை உணர்ந்தேன். அதைப் பற்றித் திரு. தி.ஜானகிராமனிடம் சொல்லி, அவரும் நாடகம் எழுத வேண்டும் என்ற என் ஆசையை வற்புறுத்தினேன். அதன் பிறகே தி.ஜா., 'நாலு வேலி நிலம்' எழுதினார். அதன் பிறகு, நாடக இலக்கியச்சுவை அவரையும் பற்றிக்கொண்டது. 'வடிவேல் வாத்தியார்' என்ற இரண்டாம் நாடகத்தை எழுதினார்". பி.எஸ்.ராமையாவின் கூற்றுப்படி, அவர் தூண்டுதலின் பின்விளைவே தி.ஜா.வின் நாடக எழுத்து என்று அ.ராமசாமி, 'தி.ஜானகிராமன் நாடகங்கள்' என்ற தம் கட்டுரையில் குறிப்பிட்டுள்ளார்.

தி.ஜானகிராமன் முதன்முதலில், 'நாலுவேலி நிலம்' என்ற நாடகத்தை எழுதினார். அதன் பின்னர்தான், இரண்டாவது நாடகமான 'வடிவேல் வாத்தியார்' என்ற நாடகப் பிரதியை எழுதினார். இந்த இரண்டு நாடகங்களும் ஏறத்தாழப் பத்தாண்டுக் கால இடைவெளியில் நூலாக்கம் பெற்றுள்ளன. ஆனால், இந்த இரண்டு நாடகங்களும், அடுத்தடுத்த ஆண்டுகளிலேயே அரங்கேற்றம் கண்டுள்ளன. (1957, 1958). ஆனால், இந்த இரு நாடகங்களையும் பல காலம் கழித்துப் படிக்கின்ற வாசகனுக்கு, இரண்டு நாடகப் பிரதிகளையும் ஒரே எழுத்தாளர் ஓரிரண்டு ஆண்டுக்கால இடைவெளியில் எழுதியிருக்க வாய்ப்பில்லை என்றே கருதத் தோன்றுகிறது. அதற்கு, முதல் நாடகமான நாலுவேலி நிலத்திலிருந்து வடிவேல் வாத்தியார் நாடகம், வடிவ ரீதியாகவும் கட்டமைப்பு ரீதியாகவும் பெரிய அளவு வேறுபட்டுள்ளதே காரணம் என்று அ.ராமசாமி தம் கட்டுரையில் தெளிவுபடுத்துகிறார். ஆனால், முதலிரண்டு பிரதிகளினும் மேம்பட்ட நாடகப் பிரதியாகவே, 'டாக்டருக்கு மருந்து' தி.ஜா.வால் எழுதப்பட்டுள்ளது என்பதே, இங்குக் கவனத்தில் கொள்ள வேண்டிய கருத்தாகும். முழுக்க முழுக்க, மேலைநாட்டு நாடக உத்திகளை மட்டுமே பிரதானமாகச் சார்ந்திராமல், நமது உள்ளூர் நாடக மரபுகளையும் மனதிற்கொண்டே, 'டாக்டருக்கு மருந்து' உருவாக்கப்பட்டுள்ளது.

ஒரு நாடகப் பிரதியின் நம்பகத்தன்மைக்கும் நகர்வுக்கும் பெருந்துணையாவது அதன் தனித்துவமான கதாபாத்திரங்களே. அவ்வகையில், சில கதாபாத்திரங்களைத் தி.ஜா. உருவாக்கியுள்ளார் என்றே சொல்லலாம். அச்சு அசலான நிஜ மனிதர்களைத் தம் டாக்டருக்கு மருந்தில் தி.ஜா. உலவவிட்டிருக்கிறார். நமக்கு முன்னும் பின்னும் நடமாடிக்

கொண்டிருக்கிற மனிதர்களைக் கதாபாத்திரக்களாகக் காணும்போதுதான், வாசகன் தன்னை மறந்த நிலைக்குத் தள்ளப்படுகிறான். பார்வையாளன், தன்னை அந்தப் பாத்திரத்தில் பிணைத்துக் கொள்ளும்போதுதான், அவனுக்குள் சினத்தலும் சிரித்தலும் நிகழ்கின்றன. அந்த ரசவாதம், இந்நாடகப் பிரதியிலும் நிகழ்ந்துள்ளது.

ஊர்ப்புற டாக்டராக வரும் கைலாசம், அவரிடம் கம்பவுண்டராக வேலை பார்க்கும் வேலாயுதம், அவரின் மகளான பங்கஜம் ஆகியோர் நாடகத்தின் ஆரம்பத்திலேயே அறிமுகமாகிவிடுகிறார்கள். அதன்பின், நாடக நாயகனான தர்மராஜனின் பெற்றோர் சொக்கலிங்க வைத்தியரும் மீனாட்சியும் அறிமுகமாகிறார்கள். சொக்கலிங்கம், நியாய தர்மத்துக்குக் கட்டுப்பட்ட சித்த வைத்தியராக உருவாக்கப்பட்டிருக்கிறார். அவர் மேற்கொள்ளும் நாட்டு வைத்தியத்தை, எந்த இடத்திலும் விட்டுத்தராத ஒருவராகவே வருகிறார். தன் மகன் வெளிநாட்டுக்குச் சென்று நவீன மருத்துவம் படித்து வந்தாலும், நாட்டு மருத்துவத்தை அவர் கைவிடுவதில்லை. மீனாட்சியும், மனசாட்சியுள்ள ஒரு பெண்ணாகவே நாடகத்துக்குள் நடமாடுகிறார்.

நாடக நாயகனான தர்மன் என்கிற தர்மராஜன், ஜெர்மனியில் மேலை மருத்துவம் படித்தவனாகவும் லண்டன், மாஸ்கோ போன்ற வெளிநாட்டு நகரங்களில் டாக்டர் பயிற்சி பெற்றவனாகவும் இருக்கிறான். அதே நேரம், தான் பிறந்த ஊரிலிருந்து மருத்துவம் செய்ய விரும்பாமல், மெட்ராஸ் சென்று மருத்துவமனை வைக்கவே ஆசைப்படுகிறான். நுகர்வு வெறியின் தொடக்கப் புள்ளியை அவனிடத்தில் காண முடிகிறது. அலட்சிய மனோபாவம், அகங்காரம் கொண்டவனாகவும் திகழ்கிறான். அதற்கடுத்து, வழக்கறிஞருக்குப் படித்திருக்கும் வடுகநாதப் பிள்ளை வருகிறார். இவர். நாடக நாயகனுக்குப் பெண் கொடுக்க விருப்பப்படுபவராகவும் இருக்கிறார். அது நடக்காது எனத் தெரிய வரும்போது, எதிராகச் செயல்பட்டுப் பழிவாங்கும் வஞ்சனைப் பாத்திரமாக இவர் உருமாறுகிறார். சொக்கலிங்கம் மகனின் டாக்டர் படிப்புக்குத் தாமே வலியச் சென்றளித்த கடனைத் தயவுதாட்சண்யமின்றி உடனே தரவேண்டுமெனக் கேட்டு நெருக்கடி கொடுக்கிறார். இதன் மூலம், கதை நகர்வுக்கு உதவுகிறார். வடுகநாதரின் பழிவாங்கும் எதிர்மறைச் செயலே, தர்மனை மனம் திருந்தவைக்கும் கருவியாகிறது. தம் பாத்திரப் படைப்புத்திறன் மூலம், வடுகநாதப் பிள்ளையையும் இறுதியில் நல்லவராகவே நினைக்க வைத்துவிடுகிறார் தி.ஜா.

கம்பவுண்டர் வேலாயுதத்தின் அக்கா வீரம்மாவும், ஒரு நல்ல பாத்திரமாகவே இடம்பெற்றுள்ளார். நாடகவோட்டத்தில் வேலாயுதத்துக்கும் பங்கஜத்துக்கும் தாங்குதூணாக இவள் இருக்கிறாள். வீரம்மாவின் இருப்பே, பங்கஜத்துக்குக் கண் போன பின்பு ஊன்றுகோலாகிறது. நகரவாசிகள் சுயநலமிகள் என்ற கருத்துருவைத் தி.ஜா., மல்லிகா கதாபாத்திரம் கொண்டு சுக்குநூறாக்கியுள்ளார். கதாநாயகன் தர்மனுக்கு நிகரான பாத்திரமாகவும், அவனுக்கு அறிவுரை கூறும் நன்மனமுள்ள ஒரு புதுமைப் பெண்ணாகவும் மல்லிகாவைப் படைத்துள்ளார். மல்லிகாவைத் திருமணம் செய்து பங்கஜத்தை நிராதரவாக்கப் போகிறார் என வாசகர்கள் நினைக்கும்போது, நாடகக் கதைத் திருப்பத்துக்கு அவளையும் தி.ஜா. ஒரு

காரணமாக்கிவிடுகிறார். இப்படி, நாடக வாசிப்பின் முடிவுக்குப் பின்னும், ஒவ்வொரு பாத்திரமும் நம்மை விட்டு அகலாது அணுகி வருபவர்களாகவே இருக்கிறார்கள். தவறான ஆபரேஷனால் கண் பார்வையிழந்த பங்கஜத்தின் நல்வாழ்வுக்கு நாம் பிரார்த்திக்கத் தொடங்குகிறோம். அந்த அளவுக்குத் தி.ஜானகிராமனின் பாத்திர வார்ப்பு சிறப்பாக அமைந்துள்ளது.

பாரம்பரிய மருத்துவ முறைகளை மலைப்பாம்புபோல விழுங்குவதாக இன்றைய நவீன ஆங்கில மருத்துவ முறைகள் அமைந்துள்ளன என்பதைப் பொட்டில் அடித்தாற்போல் தி.ஜா. போகிற போக்கில் சொல்லியுள்ளார். ஈவு இரக்கமில்லா வணிக நோக்கமே ஆங்கில மருத்துவத்தின் ஆதார சுருதி என்று அன்றைக்கே ஆணியடித்தாற்போல் சொல்லியுள்ள தி.ஜா.வின் தீர்க்கதரிசனம் மெச்சத்தக்கது. நியாயமான முறையில் மருத்துவக் கட்டணம் இருக்க வேண்டுமெனச் சொக்கலிங்கம் தன் மகனுக்குக் கடிதம் எழுதியதன் மூலம், அன்றே மருத்துவத் துறையின் ஈரல் அழுகிவிட்டது என்பதைத் தெரிந்துகொள்ள முடிகிறது. இந்தக் கடிதக் கருத்துக்களை மல்லிகாவும் ஆமோதிக்கிறாள். அதாவது, ஏழைகளும் தாங்கிக்கொள்ளுமளவிலான கட்டணமே நல்லது என்கிறாள். இதனாலேயே, உள்மனதுக்குள் மல்லிகாவைத் தர்மராஜனுக்குப் பிடிக்காமல் போய்விடுகிறது.

ஐம்பதாண்டுகளுக்கு முன்பே நவீன மருத்துவத்திற்கெதிராக ஒரு கலகக் குரலைத் தி.ஜா. எழுப்பியுள்ளார்.மேலும், சொக்கலிங்க வைத்தியரின் மூலம், பாரம்பரிய நாட்டு வைத்தியத்தைத் தூக்கிப்பிடித்துள்ளார். இன்றுபோல் அன்றும் ஒரு பணம்பிடுங்கித் துறையாகவே நவீன சிகிச்சை இருந்துள்ளதையும், ஃபார்மா கம்பெனிகளின் லாபக் கொள்ளையையும் தெள்ளத் தெளிவாகத் தோலுரித்துக் காட்டியுள்ளார். இவற்றைப் பார்க்கும்போது, இந்நாடகப் பிரதியில், சிறியதைக் கொண்டாடும் ஒரு பின்நவீன மனநிலை செயல்படுவதையும் காண முடிகிறது. ஒரு நாடகப் பிரதிக்கு வசனம் என்ற உரையாடலே பெரும் பலம். அதாவது, வசனமே மனித மனங்களைச் சுமந்து செல்லும் வாகனம். அதே வேளை, பல நேரம் வசனம், உணர்வுகளைக் கடத்தவும் உதவுகிறது. இதைக் கருத்திற்கொண்டே, கூரிய வசன வீச்சுகளை எழுதியுள்ளார்.

சொக்கலிங்க வைத்தியரின் வீட்டில் உதவிக்காக அழைத்து வந்த பங்கஜத்தை, வைத்தியரின் மகன் தர்மராஜன் பார்க்கிறான். இவளையே நீ கல்யாணம் செய்து கொள்ள வேண்டுமென நாசூக்காகக் கூறுகிறார் வைத்தியர். இவளை வேலைக்காரி என்று நினைத்தேன் என்று சொல்லிவிட்டு, "விவாகம், விவாதம் ரெண்டும் சமமா இருக்கறவங்கதான் செஞ்சுக்கணும். இல்லாட்டி சோபிக்காது" என்று ஏளனமாகத் தர்மராஜன் கூறுகிறான். இந்த வசனம், அவனின் அறிவுத் திமிரைக் காட்டுவதாகும். "கல்லறையைக் கோவில் மாதிரி கட்டினாலும், அதுலே சமைச்சுச் சாப்பிட்டுப் படுக்கவா கொள்ளும்?" என வேலாயுதம் பேசுவதும் முக்கியமானதே. இதுபோல் ஒவ்வொரு காட்சியிலும் நல்ல நல்ல வார்த்தையாடல்கள் மூலம் நுட்பமாகவும் சாமர்த்தியமாகவும் காட்சிகளைத் தி.ஜா. நகர்த்திச் சென்றுள்ளார். இதில் வரும் பெரும்பாலான வசனங்கள், மிகுந்த சுவாரசியக் குவியல்களாக அமைந்துள்ளன. ஒரு நவீன மருத்துவனான தர்மராஜன் செய்யும் தவறே,

அவன் திருந்துவதற்கு மருந்தாகவும் உள்ளது. அதுவே, 'டாக்டருக்கு மருந்து' என்ற தலைப்பின் காரணமாகும்.

தி.ஜானகிராமனின் மற்றொரு பரிமாணமாகவே, 'டாக்டருக்கு மருந்து' நாடகம், மிக நேர்த்தியாக உருவாக்கப்பட்டுள்ளது. 'மோகமுள்' யமுனாவின் அளவுக்கு இல்லை எனினும், பங்கஜமும் மல்லிகாவும்கூட நம்மை ஈர்க்கத் தவறவில்லை. தி.ஜா.வின் கதாபாத்திர வனைவுகள், வாசகர்களின் மனதுக்குள் ஒரு விளைவை ஏற்படுத்தத் தவறவில்லை. இன்றைய, அன்றைய என்றில்லாமல் என்றென்றைக்குமே ஆங்கில மருத்துவம் ஒரு கார்ப்பரேட் மருத்துவமாகவே இருக்கும் என்பதை, ஒரு பிணக் கூறாய்வு நிபுணர்போல் இந்நாடகம்வழித் தி.ஜானகிராமன் உணர்த்தியுள்ளார்.

✦

"THI.JAA.: The Writer, the Man"

Dr. LAKSHMI KANNAN

I thank Dr. Kalyanaraman for asking me to contribute an article on Thi.Jaa. for his book commemorating the Centenary Celebration for this iconic writer. While there are hundreds of professional Thi.Jaa. scholars who can write with authority about the author and his timeless books, I wish to write on Thi.Jaa. as the writer and the man I got to know. And I would also like to share my experience of translating his novel *Marappasu* in English. If his books are amazing, the man outside his books absolutely charmed me.

Wooden Cow, my English translation of *Marappasu* was published way back in 1979 by Orient BlackSwan, Madras. I'm happy for this opportunity to put down on paper what has largely been stored in my consciousness as my treasured memories of the times I can only define as a 'phase' in my life.

A few words about my background may be in order here, just to outline the tight situation I was in during the times when I was first introduced to the works of Thi.Jaa and later, the writer in person. Following his transfer, my husband and I had relocated in Calcutta after a few years in Delhi, where I was teaching in the English Department of a college. I joined Jadavpur University, Calcutta and was also working towards my doctoral dissertation for Ph.D. on the Jewish - American Nobel Laureate Saul Bellow. Life was a struggle coping with teaching schedules, research, along with raising two small, school-going sons. My husband was very busy with frequent travels all around the East Zone in his official capacity as a Deputy Drugs Controller from the government's Ministry of Health. He often had to organise surprise raids with a posse of police officers, to catch people who were in indulging in unlawful activity. This gave us much tension about his safety. And I was also anxious to complete my Ph.D. before my husband received orders for his next transfer! In addition, I was invited for a short international study program in the U.S. for select teachers of English. I looked forward to honing my teaching skills from this exposure to distinguished professors and critics.

It was in this situation of hustle and bustle when a friend asked me if I had read the works of the renowned writer T. Janakiraman and his novel *Marappasu*. I shook my head and inquired if there was any reason why he singled out this particular writer in Tamil. He said he is very different from the others, and that I should first read *Marappasu* because it was currently creating much controversy in literary circles. He waved aside all my reasons of being busy, and gave me a copy of the book. 'Read it whenever you find the time,' he said.

For the next few days, in-between my work, I read the novel. It was an immersive experience, for the novel was unlike any Tamil book that I had read so far. The two main protagonists Gopali and Ammani lived life on their own terms, defiantly. They were two contrary individuals, each in his/her own way. And the other characters who conformed to the traditions of their culture with an easy adaptability, were also sketched admirably by the author. Gopali and Ammani enter into a relationship that turns out to be tumultuous, fraught with much friction and heart ache. All of that came across to as only natural and credible to me. I admired the author for going along with the ups and downs, the changes and vicissitudes in the course of their relationship, instead of giving us a neat, fairy-tale picture. No relationship can last forever. Even the friendship between one man and another, or one woman and another hits road blocks. And whenever a friendship weathers many storms and still endures for a longer time, we find it commendable. And rare.

Ammani is a fiercely independent woman, and Gopali, a genius in his chosen field, music. They are attracted to each other because they have similar views on traditional morality and customs, but equally, they are torn apart by their individual proclivities. While Gopali finds a near total fulfilment in music even while being a philanderer, it's not clear if Ammani gets satisfaction, let alone fulfilment with her dance as an aesthetic pursuit. The author seems to have a somewhat ambivalent attitude to both these characters. Towards the end, he lets them go their separate ways. There are no value judgments, no preachy sermons. It was like asked the reader 'Draw your own deductions or conclusions, if you must. I've written this novel. The rest is up to you.'

I shared my response with the friend. Suddenly, he said, 'Why don't you translate this novel?' I was taken aback by his suggestion. What! Translate a full-length book, with all my academic and family commitments?' I retorted. Around that time, I had published only a few of my translations of short stories by "Mowni" and Asokamitran in English. 'Impossible!' I said, and got busy with all the pending work and prepared for my travel to the US. But all through my 'busy-ness' *Marappasu* haunted me. It was an enigmatic book with profound passages and I was drawn to the author's use of language.

It was fascinating, the way he used language for different things within the novel. Gopali's intense merging with music had to be conveyed verbally, with words. The author, who was himself gifted with a passion and knowledge of music, strode two realms - one, was music that has an aural appeal, and the other was words, his medium for a novel. rises to this challenge with his superb diction that often borders on poetry. He follows the curves of Gopali's quest and his emotions, noting astutely that he is first and foremost a singer whose philandering ways with women did not really matter much to him. He is a supplicant to the only God he revers, the saintly Thyagaraja who composed immortal songs.

I was also drawn to the remarkable economy in the use of words, both in the narrative and in dialogue marked by a brief, terse style, cheeky and irreverent in a way that characterises the Tamil people. And there are moments when words take a backseat, making room for implicit meanings to curl around the words silently. The silences in between words and sentences fascinated me even more. How effective they would be for theatre, I thought. These lapses of silence will hang on the stage delicately and make the audience wait with anticipation, or make them fill in the blanks, I thought. What was left unsaid in conversations were also intriguing. Maragadham's quiet communication, Pattabhi's silent interludes when he lets his hands speak by the thoroughness of his work in his loyalty to Ammani, these silences conveyed the message more eloquently than spoken words. Translating – that is NOT translating – the silences in the book should be interesting, I mused. Humour ripples through the narrative and the dialogue, ranging from the dry, the savage, to a cunning, naughty stance, taking delight in absorbing details even within a blink-and-you-miss second.

I pushed away the protesting thoughts in my mind: 'How will you get the time to translate? What about work, children, and my husband who returns tired after his official tours?' Against my better judgment, I translated experimentally the first two chapters of *Marappasu* and gave it to the friend. 'You can send it to Sir, if you like. I won't because I don't know him. He can take a look while I'm away in the US.'

I asked the friend for Sir's other novels. He said he will arrange for *Amma Vandal*, but he gave me his copy of *Mohamul*. It was a fat book! I put it inside my travel box. 'If you pack this big book for your air travel, you won't find space for other things,' argued my family. 'Doesn't matter. I'll get time to read on the long flight, and wait in terminals.'

When I returned from the US, the friend told me that Sir had taken a look at my translation, and that he would be happy if I proceed with the rest of the work. I had also finished reading *Mohamul*.

There were talks about Sir's upcoming visit to Calcutta, arranged by Tamil Manram. So there was a chance of meeting him in person. I had mixed feelings. I recalled the endless discussions and arguments I would have with my literary friends. I belonged to the camp that believed that it's important for a writer to be first of all a good, kind human being. Otherwise, there was no use whatsoever of his earning a lot of fame on the strength of his/her books. And there was another hard-boiled camp that would retort cynically: 'Why should we bother what the person is like? We should be concerned only about the merit of a book, whether it has been written well. Beyond that, what he/she is, should be of no interest.' Sadly, we did meet a few writers who fitted into this second school of thought. They were unpleasant to talk to and the arrogant airs the put on presented a ridiculous sight. For all their fame, the writers failed to qualify as a "good human being". After reading *Marappasu*, I wondered if would be somewhat strident and given to unnecessary sarcasm in his remarks. I was proved totally wrong!

Sir arrived in Calcutta's Tamil Manram, cool, calm and soft spoken. He insisted on sitting with the audience. The two main organisers of the Manram always had a penchant for speaking Tamil in a bookish way, in a loud, exaggerated, pompous style that my husband would whisper to me as stage talk or '*medaipecchu*.' For every event, the two men would grab the mike and indulge in a lengthy talk, to brag in a high-flown style about all the other celebrities who had graced the Tamil Manram in the past. This time too, they were in full form. Talk over, it was the turn of the Chief Guest Sir to speak. He gestured to the two speakers to come down from the stage and sit near him. Puzzled, they hesitantly made their way and sat down. Quietly, Sir patted one of the organisers on the back and said, 'You see, I can't – and I won't – speak the way you did. Let's talk in a normal way like we all do at home. OK?' he said. 'Heh…heh… of course Sir… anything you wish Sir… We just wanted to introduce you properly Sir, that's all. Heh…heh…we're so honoured to have you here,' said the man tamely, inviting him to the stage. I had to suppress my laughter.

On stage, Sir smiled at all of us in the audience in a friendly manner and thanked us for coming to meet him. For the next thirty minutes, we were just not aware of time passing. His talk flowed like a gentle breeze, touching everyone on the way. When I was introduced to him, he said 'I really liked your translation Lakshmi, do you know why? Because it's not literal. There is an element of cautious freedom that I respect in any translation. If you have the time, I would like you to continue. I know you're very busy,' he smiled. My husband said, 'Sir, you must be also very busy on this visit. But we would be so happy if you can kindly share a simple dinner with us.'

'But of course! I would love to come,' he agreed readily. And then he asked us about our place. A sense of 'place' is so important for Indians! My husband said he spent his early years in Thanjavur, where his father was posted. I told him I was born and raised in Mysore, and later in Bangalore. Sir spoke with much admiration and respect about U.R. Anantha Murthy, A.K. Ramanujan and Girish Karnad, three towering literary figures from Karnataka. He said URA's novel *Samskara* and the movie adaptation made a deep impact on him.

For dinner, I just went about doing things my usual way, till he pointed out, 'All the dishes you've prepared are Mysorean. You've forgotten that Sir is from Thanjavur,' he remarked, apprehensive if the writer may like the food. 'Oh, I'm sorry, I totally forgot! Should I start doing something else that's typical of Tamil Nadu?' I asked anxiously.

'No, no. There's no time now. I'm setting off to bring Sir. We'll be here in twenty minutes.'

When Sir came, I first served him coffee. 'Ha, this is Mysore coffee. What aroma! This is Plantation what?' he said appreciatively. And during dinner, he continued identifying everything as 'this is Mysore rasam. Very good! Because you Mysoreans take rasam seriously and make it with *shraddai*', he remarked. All the subsequent dishes received a prefix from him, 'Ah, Mysore chitra anna, garnished with coconut, raisins and cashew nuts. Super! This Mysore kosambari is unique in its understanding of fresh cucumber's harmony with soaked *payattham paruppu*.' I not only felt a huge sense of relief, I liked his healthy interest in food. That's how U R Anantha Murthy was. Food had to be palatable, or else… it put him in a bad mood! Sir asked me about my childhood spent in Mysore, and later in Bangalore.

On his subsequent official visits to Calcutta, if he found the time, Sir would come home, spend a few moments with us and talk to our two small boys. I was well into my translation of *Marappasu* and got a chance to discuss a few details with him. Very gently he would inquire if I found enough time for my work and if the translation was not a strain on me. He took much interest in my research on the Jewish Americana writer Saul Bellow for which I was analysing the 'Self' in his lonely protagonists. They are often left alone to themselves and they reflect a lot on life around them, so that you see everything through their eyes. Although this entails a risk of solipsism, even narcissism in some cases, surprisingly the reader does not feel "trapped" within the point of view of a Bellow protagonist. The expansive vision of Bellow could take us inside the subjective consciousness of his character and yet make it a very illuminating experience – both for the reader and for the character. It was also a philosophic triumph. Because, although US was his adopted country, Bellow's literary role models were Continental who were then steeped in Western philosophy that pervaded globally after the world wars and the holocaust.

'Which of the philosophers, in specific?' asked Sir. 'The German philosophers,' I replied. 'Arthur Schopenhauer for his artistic and ascetic awareness, and the first Western thinker to take interest in Buddhism; Martin Heidegger, another German philosopher who is now associated with phenomenology and existentialism; then Karl Jaspers, who ushered in a humanistic existentialism. Soren Kierkegaard, a Danish philosopher, explored subjectivity and irony.' said that he has read a few of them and would like to read more.

While on the point of subjective consciousness, I told him that Ammani's subjectivity draws readers into her thought processes. 'She lets us enter the interior of her mind, while with Gopali, we don't get to know him much, except that music alone is of paramount importance to him. The narrative doesn't admit me inside his thoughts,' I remarked.

'What insights did you get from Ammani's consciousness?' he asked.

'There are many, but for now, what comes to my mind is the scene that unfolds, first in her eyes, then in her mind and her heart. She likes the room in Madras where sunlight filters through the window and the leaves of the tree and falls on the floor in luminous dots. I think it's in chapter 8 of Part 1. When she is in a certain state of mind, it seems to spread out like a dappled deer, and in other moments, the same dots growl and roar like a spotted leopard. This metaphor fans out with profound implications. After translating, the lines used to haunt me. That's an example of deep subjectivity – it can draw within its vortex the signature of hundred other subjectivities within its reach. And then you might want to ask, how 'subjective' can we take it to be when it resonates with so many other people?'

He nodded and smiled. 'Ammani is introspective,' I continued. 'Her laughter is also tinged with sadness,' I continued. 'That her laughter fades the moment she stands in front of a mirror, is a moment of inwardness for her. Similarly, her laughter gets totally subdued when she sees the fulfilment in the simple lives of Maragadham and Pachaippan or in the way Pattabhi deals with his life.'

'You seem to analyse the shifting colours of humour,' he remarked. 'Actually Sir, I learnt a lot while researching on the subjectivity of Saul Bellow's protagonists,' I said. 'We see Herzog, Henderson, Sammler introspect and ruminate on life, subjectively. But in the process, they give us insights into the social, political and cultural paradigms that were taking over the world order. Bellow, being a Jew, had a special brand of Jewish humour also helped him,' I said.

'Just how?' asked Sir. 'Well, for one thing, the Jewish humour tends to be a sad humour. But it is their ammunition. It springs from a wit that is soaked in the deep philosophy of being and non-being. At times, their humour borders on tears. At others, it was so bold and daring that it puts out its tongue to lick the empty void of life surrounding us so ominously. It cradled the very riddle of life that could counter blinding tears into a ringing laughter,' I said.

Let me read Saul Bellow. Who are his other Jewish contemporaries?' he inquired.

"Bernard Malamud. Then there is Bellow's Guru, Issac Bashevis Singer, who wrote dish in Hebrew,' I said.

Listened to me in silence, and deep in thought. I too silently wondered why I was discussing all this in so much depth with him, when I have never done so with my off icially appointed supervisor who would only ask dryly: 'Have you written the next chapter? When can I see it?'

A few months later I received a letter from describing his visit to Andaman and Nicobar, on off icial work. He said he got a gift for me, a *maan thol* (deer skin)! He said he had two days, so he asked the man who sold it to get it treated properly so that it is ready to be used. I felt totally surprised and overwhelmed by his gesture. My husband collected the *maan thol* from him when he visited Delhi. We found a person in Calcutta who gave it a thick cloth lining on the reverse of the *maan thol*. We hung it on the wall of our pujai room that received a lot of sunlight.

With Ph.D. over, as if the government was just waiting for it, my husband got his transfer order to Delhi. I joined the faculty of IIT - Delhi's Department of Humanities and Social Sciences, our boys transitioned to good schools and we resumed our contact with Sir, met his daughter Uma Shankari and his son Saketa Raman. His wife Rajam Mami had a sweet voice and was also into music. Thi Ja. Sir said that her special talent was in Bharatiyar's songs and '*kili paattu*'.

During one of the literary events in Delhi, Thi. Jaa. Sir introduced me to "Chitti" P.G. Sunderarajan, the eminent literary critic and culture historian from Chennai who was the co-author of their beautiful travelogue *Nadanthai Vaazhi Kaaveri*. Our chance of meeting was destined to be yet another long and enriching association with "Chitti" Sir. I feel blessed that these two writers and their affectionate families were a part of my life.

I got immersed in my new work with IIT which was interestingly different from my earlier work. I also wrote and published short stories and poems in English.

'Your stories are so Tamil in their background,' remarked Thi. Jaa one day. 'Why don't you write in Tamil?' I was nonplussed. Me write in Tamil? 'I can't' I protested.

'Just try. Don't close your mind like that,' he advised.

I scribbled a few things tentatively in Tamil. My husband was very amused. 'I'll tell your father how obediently you listen to Sir, as if he is your father,' he chuckled.

'He is like my father, a literary father,' I insisted.

After much coaxing from Thi. Jaa., I hesitantly showed him a couple of stories I wrote in Tamil. He made some critical remarks about them and then picked up one story titled "Muniyakka" that portrays an old woman, a house help in Bangalore, who has a very independent spirit. She would often converse with imagined 'devils and demons' that dwelt on trees on windy nights. This belief was rooted in deep superstition amongst the villagers in Karnataka. This protagonist is based on my mother's help, who was much loved and admired by my family for her amazing strength, the cleanliness in her work and her wonderful sense of humour. Her children had abandoned her and now she was totally alone. My parents allowed her to build a little house for herself inside their compound and when it was done, they told me they now 'feel complete' with Muniyakka around. I've always noticed this old woman's enviable sense of autonomy about her 'Self' and how she 'created' a sense of freedom.

Sir picked up this story and said it was so philosophic, the way the old woman holds a fearless dialogue with the 'devils and demons'. The concluding lines in Tamil goes like this:

"முனியக்கா சுத்தம் பண்ணி, குடிசைக்கு வெளியே வழக்கம்போலக் குத்துக்காலிட்டுக் கொஞ்சநேரம் உட்காருவாள். வழக்கம்போல இருட்டில் தென்னைமரத்தின் தலைவிரிகோலப் பேய் நடனத்தை ரசிப்பாள். அந்த ஏகாந்த நிலைமையை, தான் தன்னந்தனியாக உட்கார்ந்து இருப்பதை ஒருவித இரகசிய சந்தோஷத்துடன் உணர்வாள். அந்த ஈரக்காற்று அவள் கிழக் கன்னங்களை ஆறுதலுடன் தடவும். காற்றில் மரங்கள், கிளைகள் ஆட்டம் கொண்டன. முனியக்கா அதைப் பார்த்தவாறு உட்கார்ந்திருந்தாள். 'பேயாவது பிசாசாவது, நானாவது, நீயாவது... யார், என்ன, எப்ப, எது வரையிலும்?"

I translated them in English as: 'Who is a devil and who is not a devil? Who am I? And you, who are you? Where are we going? And how far...?' Sir told my husband, 'Although Lakshmi is young, she has already lived the துறவு and தனிமை in these lines. That's why the story has come out well.'

He asked me to send "Muniyakka" to Mr. Kasturi Rangan, who was then the Editor of the magazine <u>Kanaiyaazhi</u>. Mr. Rangan also liked it and published it. I published the English translation of "Muniyakka" for an anthology. And from then on, the story was briskly picked up for translations in Hindi, French, German and other languages. I realised that it was an intuitive choice by Sir. Subsequently I published my short stories in <u>Kanaiyazhi</u>, and a few other select Tamil magazines. But I can say that it was Sir who launched me on my little journey as a writer in Tamil. I am most grateful for his kind help.

After retirement, and his family relocated in Madras. We missed him a lot but wished him a long life packed with more memorable books. Alas, that was not to be. He passed away after a brief illness. We felt utterly devastated by the tragic news. Every time we drove around Curzon Apartments in Delhi, we could seldom drive past the area without being engulfed by grief. We longed to visit Rajam Mami in Chennai and the opportunity came only a year later.

She was calm and composed. We spent an entire evening with her as she reminisced about her husband, the way he worked on his books at the end of a tiring day in off ice. She recalled his jokes and his tantrums. She comforted us: 'My husband is a *chiranjeevi* who will live on in his books, and in the heart of his readers,' she smiled.

'Mami, he will also live on in the hearts of people who got to know him as a person,' I said. 'I will always remember his openness to literatures from other cultures, his child-like delight in new perspectives, and his unique sense of humour. All of us have a child within us, but many people, as they grow older, kill this child. Sir kept the child alive within him. Till the very end. That also preserved the moisture in his personality, and in his pen.'

'How rightly you describe him Lakshmi,' smiled Rajam Mami. 'He was like a child in many ways, stubborn, angry, but also very pleased about certain things. Both of us remembered you often after moving over to Madras. We considered you as a '*swaram*' in our lives,' she said.

A metaphor from the world of music! It was my treasured take-away when we left her home.

❖

பெயரகராதி

அகத்தியன் – நாலு வேலி நிலம் 992

அசதா – மும்மடங்கு பொலியும் தங்குதடையற்ற
மொழிபெயர்ப்புகள் (கிரிஷ்கா, குள்ளன், அன்னை) 408

அமரந்தா – நாலாவது சார் – ஒரு பார்வை 874

அமுதவன் – தி. ஜானகிராமனுடன் காவேரியை ஒட்டி ஒரு பயணம் 960

அமுல் சோபியா பா. – தி.ஜா.வின் யாதும் ஊரே:
பெருங்காருண்யத்தின் நல்விதைகள் 594

அமுல் சோபியா பா. – தி.ஜா.வின் குறுநாவல்கள்:
உணர்ச்சிகளின் அதிர்வுகள் 907

அரிசங்கர் – வார்த்தைகள் இழுத்துச்செல்லும் காட்டாறு 520

அருள்செல்வன் – மனிதாபிமானம்: நுண்மனக் கண்ணாடி 660

அருள்மொழி அ. – தீத்தொழிற்படாஅள் 75

அனில்குமார் வி.எஸ். – மலையாளத்தில் மோகமுள்:
இன்னும் புரியாத மனமும் வாழ்க்கையும்
மலையாளத்திலிருந்து தமிழில்: குளச்சல் யூசுஃப் 163

ஆர்த்தி அமுதா – தி.ஜானகிராமன்: தன்னடக்கத்தின் சிகரம்
(கச்சேரி: 21–28 சிறுகதைகள்) 798

இந்துசெல்லா – 'குள்ளன்': பிகோலைனின் பிருமாண்டம் 387

இந்துசெல்லா – தி. ஜானகிராமனின் 'நாலாவது சார்' 867

இரவி – 'டாக்டருக்கு மருந்து': தி.ஜானகிராமனின் பிணக் கூறாய்வு 1013

இரவி – 'மோகமுள்': நாவல் கவனிக்க வைத்த இடமும்
திரைப்படம் கவனம் பெறத் தவறிய இடமும் 138

இராஜாஜி – தி.ஜா.வின் சிவப்பு ரிக்ஷா: ஒடுக்கு மன யதார்த்தவாதம் 500

இலட்சுமிபதி துரை. – கொட்டு மேளம்: ஒரு வாசகப் பார்வை	466
உமர் பாரூக் அ. – அக்பர் சாஸ்திரி: முழுமையும் ஒருமையும் உயிருமுள்ள கதைகள்	545
உமா சங்கரி – 'குள்ளன்': நாமே அக்குள்ளன்	399
உமா சங்கரி – தி.ஜா.வின் சமூகப் பார்வை	809
எழிலரசி பி. – தி.ஜானகிராமனின் 'கச்சேரி': குழந்தைமையே மேதைமை!	803
ஓவியா – மரப்பசு: காதலின் விடுதலை	305
கடற்கரை மத்தவிலாச அங்கதம் – 'வான் பொய்ப்பினும் தான் பொய்யாக் காவிரி அவர்'	1004
கண்மணி பா. – அபூர்வ எழுத்து (அபூர்வ மனிதர்கள்)	712
கதிர் ஆர்.எஸ். – மோகமுள்: ஓர் அபூர்வ ராகம்	94
கமலா கிருஷ்ணமூர்த்தி – தோடு: மனிதச் சிக்கலும் அதிமனிதத் தீர்வும்	889
கமலதேவி – நதிப்பயணம்	950
கல்யாணராமன் – தீராவியப்பின் உயிர்த்திளைப்பு தி.ஜானகிராமன்	172
கவிதா ந. – எளிமையில் சுடரும் பேரெழில்	986
கவிதா ந. – கருங்கடலும் கலைக்கடலும்	936
காசி மாரியப்பன் – தி.ஜானகிராமனின் மரப்பசு: மாற்று மரபின் புதிய தொடக்கம்	321
காதம்பரி வி. – தி.ஜா.வின் முடிவற்ற வேட்கைத் தேடல் (நளபாகம்) – ஒரு பார்வை	353
கார்த்திக் பாலசுப்பிரமணியன் – தி.ஜா.வின் தோடு: இழைத்துக் கட்டப்பட்ட மொழி	894
கிருஷ்ணன் ஓ.ரா.ந. – அன்பே ஆரமுதே அனந்தசாமி: அன்பும் கருணையுமான புத்தர்	215
கீதா ஏ. – மன விடுதலை (கச்சேரி: 1–10 சிறுகதைகள்)	751
கீதா ஏ. – தி.ஜா.வின் 'அடி': பணிய மறுக்கும் பண்பாட்டு மனம்	897
கீதா கோ.வெ. – மலர் மஞ்சம்: தி.ஜானகிராமனின் பெண்ணியப் பார்வை	196
கீதா கோ.வெ. – தி.ஜானகிராமனின் 'சக்தி வைத்தியம்': ஒரு பார்வை	637
கொற்றவை – அம்மா வந்தாள்: ஒரு விமர்சனப் பார்வை	244

சக்தி ஜோதி – செம்பருத்தி – ஒரு பெண்ணின் மூன்றாம் பருவத்துக் கதை	286
சங்கரநாராயணன். எஸ் – தி.ஜானகிராமனின் கமலம்: கனலைக் கிளர்த்தல்	832
சரஸ்வதி காயத்ரீ – மனித வாழ்வியலின் படங்கள் (கச்சேரி: 11–20 சிறுகதைகள்)	793
சரஸ்வதி காயத்ரீ – வீடு: வெறும் ஒரு கட்டடமில்லை	861
சிரிஷா தா.அ. – தி.ஜானகிராமனின் 'எருமைப் பொங்கல்': மனக்குகை ஓவியங்கள்	701
சிவகுமார் ஆர். – உருப்படாமல்போன தெய்வம்	453
சீதாபதி ரகு – வடிவேல் வாத்தியார்: சுயமரியாதையின் குரல்	997
சீனிவாச ராமானுஜம் – அம்மா வந்தாளா, போனாளா? – தி.ஜானகிராமனின் 'அம்மா வந்தாள்' நாவலை முன்வைத்து	247
சுகுமாரன் – சந்திரப் பிறையின் செங்நகை பொலிக (உயிர்த்தேன்)	277
சுசீலா எம்.ஏ. – தீராப் பெரும்பசி (கொட்டு மேளம்)	458
சுதந்திரமுத்து மு. – அடி: முடிவின்மையின் உறவும் பிரிவின் முடிவும்	347
சுந்தரபுத்தன் – குழந்தைக்கா ஜுரம்? சமூகத்துக்கே ஜுரம்!	567
சுப்பிரமணி இரமேஷ் – தி.ஜானகிராமனின் (தொகுக்கப்படாத) சிறுகதைகள்: வெவ்வேறு நிழல்பிரதிகள்	721
சைபர்சிம்மன் – மொழிபெயர்ப்பாலும் வியக்க வைக்கும் தி.ஜா.!	434
சைலபதி இல. – தொலைந்துபோன மனிதர்களின் கதைகள்: (கச்சேரி: 21–28 சிறுகதைகள்)	771
தமிழ்ச்செல்வன் ச. – யாதும் ஊரே: மானுட வாழ்வின் சாரம்	571
தனசேகரன் பொன். – கதைசொல்லியின் மொழியில் பயணக் கட்டுரைகள்	926
தனசேகர் ஏ. – காமத்தினும் மெல்லிது தி.ஜா.வின் மனது! (செம்பருத்தி)	290
தனசேகர் ஏ. – நிழலிருட்டிற்கு வெளிச்சம் பாய்ச்சும் தீ (கச்சேரி: 11–20 சிறுகதைகள்)	764
தீபா ஜா. – உயிர்த்தேன்: மனதின் விசாரங்கள்	271
தூயன் – தி.ஜா.வின் அம்மணி VS நீட்ஷேயின் ஃப்ரீ ஸ்பிரிட்	334
தென்றல் சிவக்குமார் – தி.ஜா.வின் சிவஞானம்: இனிக்கும் அபத்தச் சுவை	885
தென்றல் மதுசூதனன் – மோகமுள்'ளைப் படமெடுக்கத் தோன்றியது பெரியது!	157

தேவி ம.–பலராமன் சுப்புராஜ் – தி.ஜா.வின் மனிதாபிமானம்: மனிதத் தேடலின் தடங்கள்	681
நவீனா அமரன் – கமலம்: பெண்மையக் கருத்துருவாக்கத்தின் ஆண்–பெண் பிரதி	827
பத்மநாபன் கு. – ஆயிரம் நதிகளின் ஊற்றுக்கண் (கச்சேரி: 1–10 சிறுகதைகள்)	782
பத்மநாபன் ஜெ. – பூமி எனும் கோள் – ஒரு விஞ்ஞானப் பார்வை	417
பத்மஜா நாராயணன் – தி.ஜா.வின் 'அன்னை': நெருங்கிவந்த அம்மா	405
பலராமன் க. – அணு உங்கள் ஊழியன்: பொருத்தமான கலைச் சொல்லாக்கங்கள்	427
பாரதி கே. – தி.ஜானகிராமனின் 'அடி': ஒரு பார்வை	341
பாலசித்திரன் – தி.ஜானகிராமனின் அபூர்வ மனிதர்கள்: எதிர்மனிதர்களை இனங்காணல்	716
பாலசுப்ரமணியன் பொன்ராஜ் – அலங்காரத்தம்மாள் வந்தாள் (அம்மா வந்தாள்)	257
பாவண்ணன் – அக்பர் சாஸ்திரி: பாலைவனக் கள்ளி படர்ந்திருக்கும் உலகில்...	526
பிரவீண் பஃறுளி – அவலும் உமியும்: வீழ்ச்சிக்கும் மீட்சிக்குமான தத்தளிப்பு	835
பிருந்தா சீனிவாசன் – இரண்டு கதைகள் – ஒரே ஆண் உலகம்	512
பிருந்தா சேது – மஞ்சள் ஒளியில் காவிரி நதி (பிடி கருணை)	620
புவியரசன் செல்வ. – பிடி கருணை: பொருக்கும் கட்டியும் பொன்னல்லவோ!	616
பெருமாள்முருகன் – அமிர்தமும் விஷமும்	63
மதிவண்ணன் ம. – மோகமுள்: அறம் சார்ந்த எழுத்தின் வகைமாதிரி	133
மதுமிதா – தி.ஜானகிராமனின் சிவப்பு ரிக்ஷா: நிசப்தத்தில் எழும் கோயில்மணியின் கார்வையும் பேரிரைச்சலுக்கு நடுவில் உள்ளத்தில் எழும் அமைதியும்	482
மலர்வதி – அக்பர் சாஸ்திரி: எளிய உருவில் பெரிய ஜாம்பவான்கள்	534
மாலன் – தி.ஜானகிராமனின் குறுநாவல்கள்: பேரன்பின் உயிரோவியங்கள்	818
மிதிலா இரெ. – நளபாகம்: கிரியா ஊக்கி காமேச்வரன்: பல்வேறு பரிமாணங்களும் பரிணாமங்களும்	360

முகம்மது உசேன் மு.அ. – தி.ஜானகிராமனின் மரப்பசு: ஒப்பற்ற ஓர் அறிவுஜீவியின் அமானுஷ்யப் படைப்பு	302
ரமேஷ் மு. – அடிக்கருத்தும் மையக்கருத்தும் (தி.ஜானகிராமனின் 'எருமைப் பொங்கல்' தொகுப்பை முன்வைத்து...)	690
ரமேஷ் வைத்யா – அற்றது பற்று: தி.ஜானகிராமனின் 'வீடு': என் யோசனைகள்	857
ராணிதிலக் – என் கால்கள் புஷ்கரணியில் நனையப்போவதில்லை (தி.ஜா.வின் 'புஷ்கரணி' கதையை முன்வைத்து)	776
ராஜசேகரன் ஞான. – "தமிழ் சினிமாவில் இலக்கியங்களைப் படமாக்க யாரும் முன்வருவதில்லை" நேர்கண்டவர்: அருள்செல்வன்	143
ராஜன் த. – அன்றாட வாழ்க்கையின் சுயவரையறை: தி. ஜானகிராமனின் 'சிவஞானம்' நெடுங்கதையை வாசித்தல்...	876
ரெபேல் ரவி – தி.ஜா. கட்டுரைகள்: ஒரு பார்வை	972
லதா – மோகமுள்ளில் அழகியல்	102
லதா அருணாச்சலம் – அவளும் உமியும்: மன அயற்சியின் காட்சி	840
லாவண்யா சுந்தர்ராஜன் – புனையப்பட்ட நிஜக் கரிசனங்கள்: தி. ஜானகிராமனின் (தொகுக்கப்படாத) சிறுகதைகள்	734
வெங்கடேசன் பா. – கதையும் புனைவும்	442
வெங்கடேஷ் ஆர். – சக்தி வைத்தியம்: பாத்திரங்களுக்கு உயிரூட்டிய தி.ஜா.	629
வெண்ணிலா அ. – தி.ஜா.வின் அன்பே ஆரமுதே – செம்பருத்தியின் சிவப்பு	204
வேணுகோபால் சு. – மோகமுள்: கொந்தளிப்பின் பேரெழிலும் துயரத்தின் அமைதியும்	108
ஜெயராமன் தங்க. – தொன்மையோடு இசைந்த இளமை	942
ஸ்டாலின் ராஜாங்கம் – தி.ஜா.வின் நளபாகம்: 'நவீனத்தின் போதாமையும் மரபின் செழுமையும்'	370
ஸ்ரீநேசன் – தி.ஜானகிராமனின் குற்றமும் தண்டனையும்: அவலும் உமியும்	845
ஸ்வர்ணவேல் ஈஸ்வரன் – வந்தும் (திரைக்கு) வராத அம்மா!	262
ஷஹிதா – கொட்டுமேளம்: ஜெயபேரிகை	475
LAKSHMI KANNAN Dr. – "THI.JAA.: The Writer, the Man"	1018